ಕರ್ನಾಟಕ ಇತಿಹಾಸ ಪರಿಚಯ

An Introduction to History of Karnataka

ಪ್ರೊ.ಬಿ.ಪರಮೇಶ್ವರ

ಸಹ ಪ್ರಾಧ್ಯಾಪಕರು (ನಿವೃತ್ತ)

ಜೆ.ಎಸ್.ಎಸ್. ಕಾಲೇಜು, ಊಟಿ ರಸ್ತೆ,

ಮೈಸೂರು.

ಪ್ರಕಾಶಕರು

ಮೈಸೂರು ಬುಕ್ ಹೌಸ್

ಮೈಸೂರು – 570024

ಕರ್ನಾಟಕ ಇತಿಹಾಸ ಪರಿಚಯ

ಪ್ರೊ. ಬಿ. ಪರಮೇಶ್ವರ

ಸಹ ಪ್ರಾಧ್ಯಾಪಕರು (ನಿವೃತ್ತ)

ಪ್ರಕಾಶಕರು:

ಮೈಸೂರು ಬುಕ್ ಹೌಸ್
ನಂ. 471, ಡಿ.ಸುಬ್ಬಯ್ಯ ರಸ್ತೆ,
ಮೈಸೂರು – 570024.

ಪುಟಗಳು : ix+350

ಪ್ರಥಮ ಮುದ್ರಣ : 2016
ಪರಿಷ್ಕೃತ ದ್ವಿತೀಯ ಮುದ್ರಣ : 2021

ISBN: 978-93-85629-17-4

ಬೆಲೆ : ₹ 400/-

ಅಧಿಕೃತ ಮಾರಾಟಗಾರರು

- ವಿದ್ಯಾಭವನ ಮೈಸೂರು. 9845341755
- ಗ್ಲೋಬಲ್ ಏಜೆನ್ಸೀಸ್, ಮೈಸೂರು

ಮುಖಪುಟ : ಹರೀಶ್ , ಮೈಸೂರು

ಅಕ್ಷರ ಜೋಡಣೆ : ವಿದ್ಯಾಭವನ, ಮೈಸೂರು

ಮುದ್ರಣ : ವಿಸ್ಮಯ ಆಫ್‌ಸೆಟ್ ಪ್ರಿಂಟರ್ಸ್, ವಿದ್ಯಾರಣ್ಯಪುರಂ, ಮೈಸೂರು.

ದೂ : 9980352007

ಮುನ್ನುಡಿ

ಕರ್ನಾಟಕವು ಅತ್ಯಂತ ಸುದೀರ್ಘವಾದ ಹಾಗೂ ಶ್ರೀಮಂತವಾದ ಐತಿಹಾಸಿಕ ಪರಂಪರೆಯನ್ನು ಹೊಂದಿರುವ ರಾಜ್ಯವಾಗಿದೆ. ಈ ನಾಡಿನ ರಾಜವಂಶಗಳಾದ ಬಾದಾಮಿ ಚಾಳುಕ್ಯರು, ರಾಷ್ಟ್ರಕೂಟರು, ಕಲ್ಯಾಣ ಚಾಳುಕ್ಯರು ಹಾಗೂ ವಿಜಯನಗರದ ಅರಸರು ಅತ್ಯಂತ ವಿಶಾಲವಾದ ಸಾಮ್ರಾಜ್ಯಗಳನ್ನು ಕಟ್ಟಿ, ದಕ್ಷತೆಯಿಂದ ಆಳಿದರು. ಬಾದಾಮಿ ಚಾಳುಕ್ಯ ದೊರೆ ಎರಡನೇ ಪುಲಕೇಶಿ ಉತ್ತರ ಪಥೇಶ್ವರನಾಗಿದ್ದ ಕನೂಜ್‌ನ ಸಾಮ್ರಾಟ ಹರ್ಷವರ್ಧನನನ್ನು ಸೋಲಿಸುವ ಮೂಲಕ ಉತ್ತರ ಭಾರತದ ಅರಸನೊಬ್ಬನನ್ನು ಸೋಲಿಸಿದ ಮೊದಲ ದಕ್ಷಿಣ ಭಾರತದ ದೊರೆ ಎಂಬ ಕೀರ್ತಿಗೆ ಪಾತ್ರನಾದನು. ರಾಷ್ಟ್ರಕೂಟ ದೊರೆಗಳಾದ ಧ್ರುವ, ಮೂರನೇ ಗೋವಿಂದ ಹಾಗೂ ನಾಲ್ಕನೇ ಇಂದ್ರ ಗಂಗಾಬಯಲಿಗೆ ಯಶಸ್ವಿಯಾಗಿ ದಂಡಯಾತ್ರೆ ಕೈಗೊಂಡು ಪ್ರತಿಷ್ಠಿತ ಕನೂಜ್ ಮೇಲೆ ತಮ್ಮ ಆಧಿಪತ್ಯ ಸ್ಥಾಪಿಸಿದರು. ಉತ್ತರ ಭಾರತದ ಮೇಲೆ ದಂಡಯಾತ್ರೆ ಕೈಗೊಂಡ ಮೊದಲ ದಕ್ಷಿಣ ಭಾರತದ ದೊರೆಗಳು ಎಂಬ ಹೆಗ್ಗಳಿಕೆಯೂ ಅವರದೇ ಆಗಿದೆ. ವಿಜಯನಗರ ಸಾಮ್ರಾಟರು ಇಡೀ ದಕ್ಷಿಣ ಭಾರತವನ್ನು ಮೊದಲ ಬಾರಿಗೆ ರಾಜಕೀಯವಾಗಿ ಹಾಗೂ ಆಡಳಿತಾತ್ಮಕವಾಗಿ ಏಕೀಕರಿಸಿದರು. ದಕ್ಷಿಣ ಭಾರತದಲ್ಲಿ ಚೋಳರನ್ನು ಹಾಗೂ 18ನೇ ಶತಮಾನದ ಪೂರ್ವಾರ್ಧದಲ್ಲಿ ಮರಾಠಾ ಪೇಶ್ವೆಗಳನ್ನು ಹೊರತುಪಡಿಸಿದರೆ ಬೇರೆ ಯಾರೂ ಕರ್ನಾಟಕದ ಅರಸರಂತೆ ವಿಶಾಲ ಸಾಮ್ರಾಜ್ಯವನ್ನು ಕಟ್ಟಿ ಆಳಲಿಲ್ಲವೆಂಬುದು ಗಮನಾರ್ಹವಾಗಿದೆ. ಅಲ್ಲದೆ ಕರ್ನಾಟಕದ ಅರಸರು ಅತ್ಯಂತ ಸುಂದರವಾದ, ವೈವಿಧ್ಯಮಯವಾದ ದೇವಾಲಯಗಳನ್ನು ನಿರ್ಮಿಸಿ ಭಾರತೀಯ ಸಂಸ್ಕೃತಿಯನ್ನು ಶ್ರೀಮಂತಗೊಳಿಸಿದರು.

ಕರ್ನಾಟಕ ಇಷ್ಟೊಂದು ಶ್ರೀಮಂತವಾದ ರಾಜಕೀಯ ಹಾಗೂ ಸಾಂಸ್ಕೃತಿಕ ಪರಂಪರೆಯನ್ನು ಹೊಂದಿದ್ದಾಗ್ಯೂ ಭಾರತದ ಚರಿತ್ರೆಯಲ್ಲಿ ಕರ್ನಾಟಕದ ಚರಿತ್ರೆಗೆ ಸಿಗಬೇಕಾದ ಮನ್ನಣೆ ಸಿಕ್ಕಿಲ್ಲದಿರುವುದು ದುರ್ದೈವದ ವಿಷಯವಾಗಿದೆ. ಉತ್ತರ ಭಾರತದ ಸಣ್ಣ ಪುಟ್ಟ ರಾಜ ವಂಶಗಳಿಗೆ ನೀಡಲಾಗಿರುವಷ್ಟು ಮಹತ್ವವನ್ನು ಕರ್ನಾಟಕದ ಪ್ರತಿಷ್ಠಿತ ರಾಜವಂಶಗಳಿಗೂ ನೀಡಲಾಗಿಲ್ಲ. ಉತ್ತರ ಭಾರತದ ಸಾಮ್ರಾಟ ಹರ್ಷವರ್ಧನನನ್ನು ಮಣಿಸಿದ ಎರಡನೇ ಪುಲಕೇಶಿಯ, ಗಂಗಾಬಯಲಿನವರೆಗೂ ಯಶಸ್ವಿ ದಂಡಯಾತ್ರೆ ನಡೆಸಿದ ರಾಷ್ಟ್ರಕೂಟ ಅರಸರ, ದಕ್ಷಿಣ ಭಾರತದ ಮೇಲೆ ಪ್ರವಾಹದೋಪಾದಿಯಲ್ಲಿ ನುಗ್ಗಿ ಬರುತ್ತಿದ್ದ ಇಸ್ಲಾಂನ ಪ್ರವಾಹವನ್ನು ಯಶಸ್ವಿಯಾಗಿ ತಡೆದ ವಿಜಯನಗರ ಸಾಮ್ರಾಟರ ಹಾಗೂ ಭಾರತವನ್ನು ತಮ್ಮ ವಸಾಹತುವಾಗಿ ಪರಿವರ್ತಿಸಿಕೊಳ್ಳಲು ಬ್ರಿಟಿಷರು ನಡೆಸುತ್ತಿದ್ದ ಪ್ರಯತ್ನಗಳನ್ನು ತಮ್ಮ ಪ್ರಾಣವನ್ನೇ ಪಣಕ್ಕಿಟ್ಟು ತಡೆಯಲು ಪ್ರಯತ್ನಿಸಿದ ಹೈದರ್ ಮತ್ತು ಟಿಪುವಿನ ಸಾಧನೆಗಳನ್ನು ಕಡೆಗಣಿಸುವ ಪ್ರಯತ್ನಗಳು ನಡೆಯುತ್ತಲೇ ಇವೆ. ಹೀಗೆ ಉತ್ತರ ಭಾರತಮಯವಾಗಿಯೇ ಮುಂದುವರಿಯುತ್ತಿರುವ ಭಾರತದ ಚರಿತ್ರೆಯಲ್ಲಿ ಕರ್ನಾಟಕಕ್ಕೆ ನ್ಯಾಯಬದ್ಧವಾದ ಸ್ಥಾನವನ್ನು ದೊರಕಿಸಿಕೊಳ್ಳಬೇಕಾಗಿದೆ. ಈ ದೃಷ್ಟಿಯಿಂದ ಕರ್ನಾಟಕದ ಇತಿಹಾಸದ ಬಗ್ಗೆ ಈ ನಾಡಿನ ಜನರಲ್ಲಿ ಆಸಕ್ತಿ ಮೂಡಿಸುವ ಕೆಲಸ ಜರೂರಾಗಿ ಆಗಬೇಕಾಗಿದೆ. **ನಮ್ಮ ಇತಿಹಾಸವನ್ನು ನಾವು ಗೌರವಿಸಿದರೆ ಇತರರೂ ಗೌರವಿಸುತ್ತಾರೆ.**

ಕರ್ನಾಟಕದ ಇತಿಹಾಸವನ್ನು ಕುರಿತು ಸಾಕಷ್ಟು ಪುಸ್ತಕಗಳು ರಚನೆಯಾಗಿವೆ ಹಾಗೂ ರಚನೆಯಾಗುತ್ತಿವೆ. ಇತಿಹಾಸದ ಆರಂಭ ಕಾಲದಿಂದ ವಿಶಾಲ ಕರ್ನಾಟಕ ರಾಜ್ಯ ಉದಯವಾಗುವವರೆಗಿನ ಕರ್ನಾಟಕದ ಇತಿಹಾಸವನ್ನು ಸಂಕ್ಷೇಪವಾಗಿ ಹೇಳುವುದು ಸುಲಭದ ಕೆಲಸವಲ್ಲ. ಇತ್ತೀಚಿನ ದಿನಗಳಲ್ಲಿ ಇತಿಹಾಸ ಉಪನ್ಯಾಸಕರುಗಳೂ ಹೆಚ್ಚು ಮಾಹಿತಿ ಒಳಗೊಂಡಿರುವ ಕೃತಿಗಳನ್ನು ಬಯಸುತ್ತಿದ್ದಾರೆ. ಈ ಹಿನ್ನೆಲೆಯಲ್ಲಿ ಇತಿಹಾಸಾಸಕ್ತರ, ಸಾಮಾನ್ಯ ಓದುಗರ, ಪದವಿ ಹಾಗೂ ಸ್ನಾತಕೋತ್ತರ ಪದವಿ ವಿದ್ಯಾರ್ಥಿಗಳ ಹಾಗೂ ಸ್ಪರ್ಧಾತ್ಮಕ ಪರೀಕ್ಷೆಗಳನ್ನು ತೆಗೆದುಕೊಳ್ಳುವ ವಿದ್ಯಾರ್ಥಿಗಳ ಅಗತ್ಯಗಳನ್ನು ಗಮನದಲ್ಲಿಟ್ಟುಕೊಂಡು **'ಕರ್ನಾಟಕ ಇತಿಹಾಸ ಪರಿಚಯ'** ಎಂಬ ಈ ಕೃತಿಯನ್ನು ತಮ್ಮ ಮುಂದಿಡುತ್ತಿದ್ದೇನೆ.

ಪ್ರಸ್ತುತ ಕೃತಿಯಲ್ಲಿ ವಿವಿಧ ಕಾಲಘಟ್ಟಗಳ ರಾಜಕೀಯ ಬೆಳವಣಿಗೆಗಳಿಗೆ ನೀಡಲಾಗಿರುವಷ್ಟೇ ಮಹತ್ವವನ್ನು ಸಾಹಿತ್ಯ ಹಾಗೂ ಕಲೆ ಮತ್ತು ವಾಸ್ತುಶಿಲ್ಪದ ಬೆಳವಣಿಗೆಗೂ ನೀಡಲಾಗಿದೆ. ಕನ್ನಡ ಸಾಹಿತ್ಯದ ಬೆಳವಣಿಗೆಗೆ ಸಂಬಂಧಿಸಿದಂತೆ ಆದಿ ಕವಿ ಪಂಪ, ಪೊನ್ನ, ರನ್ನ, ನಾಗಚಂದ್ರ, ಹರಿಹರ, ರಾಘವಾಂಕ, ಜನ್ನ, ಕುಮಾರವ್ಯಾಸ, ಚಾಮರಸ ಮೊದಲಾದವರ ಕೃತಿಗಳ ಕಿರುಪರಿಚಯವನ್ನೂ ನೀಡಲಾಗಿದೆ. ಮುಮ್ಮಡಿ ಕೃಷ್ಣರಾಜ ಒಡೆಯರು ಹಾಗೂ ಅವರ ಆಶ್ರಿತ ಕವಿಗಳು ಕನ್ನಡ ಸಾಹಿತ್ಯಕ್ಕೆ ನೀಡಿದ ಕೊಡುಗೆಗಳನ್ನು ವಿವರವಾಗಿ ಚರ್ಚಿಸಲಾಗಿದೆ.

ಕದಂಬರಿಂದ ಆರಂಭಿಸಿ, ಮೈಸೂರಿನ ದಿವಾನರ ಆಡಳಿತ ಕಾಲದವರೆಗೆ ಎಲ್ಲಾ ರಾಜ ವಂಶಗಳಿಗೂ ಸಮಾನ ಗಮನ ನೀಡಲಾಗಿದೆ. ಯಾವುದೇ ರಾಜ ವಂಶದ ಅಥವಾ ರಾಜನ ಸಾಧನೆಗಳನ್ನು ಅನಗತ್ಯವಾಗಿ ವೈಭವೀಕರಿಸುವ ಅಥವಾ ಅಲಕ್ಷ್ಯ ಮಾಡುವ ಪ್ರಯತ್ನ ಮಾಡಲಾಗಿಲ್ಲ. ಟಿಪುವಿನ ಧಾರ್ಮಿಕ ನೀತಿಯ ವಿಷಯದಲ್ಲಿ ಪರಸ್ಪರ ವಿರುದ್ಧವಾಗಿರುವ ಅಭಿಪ್ರಾಯಗಳನ್ನು ಗಮನದಲ್ಲಿಟ್ಟುಕೊಂಡು, ಅವನು ಸನ್ನಿವೇಶಗಳ ಒತ್ತಡಕ್ಕೆ ಒಳಗಾಗಿರುವ ಸಂದರ್ಭಗಳ ಹಿನ್ನೆಲೆಯಲ್ಲಿ ಅವನ ಧಾರ್ಮಿಕ ನೀತಿಯನ್ನು ವಿಶ್ಲೇಷಿಸಲಾಗಿದೆ. ಟಿಪು ಕೊಡಗು ಹಾಗೂ ಕರಾವಳಿ ಭಾಗದಲ್ಲಿ ಮತಾಂತರ ಕಾರ್ಯ ನಡೆಸಿದನಾದರೂ ತನ್ನ ರಾಜ್ಯದೊಳಗೆ ಹಾಗೆ ಮಾಡಿಲ್ಲವೆಂಬುದನ್ನು ಗಮನಿಸಬೇಕು. ಶತ್ರು ನೆಲದಲ್ಲಿ ರಾಜನೊಬ್ಬ ಹೇಗೆ ವರ್ತಿಸಿದ ಎಂಬುದಕ್ಕಿಂತ ಅವನು ತನ್ನ ಅಧೀನದ ಪ್ರಜೆಗಳ ವಿಷಯದಲ್ಲಿ ಹೇಗೆ ನಡೆದುಕೊಂಡ ಎಂಬುದು ಮುಖ್ಯವಾಗಬೇಕಿದೆ. ಅವನ ಮತಾಂತರದ ವಿಷಯವನ್ನೇ ದೊಡ್ಡದು ಮಾಡಿ, ಅವನ ಜನಪರವಾದ ಕಾರ್ಯಗಳನ್ನು ಅಲಕ್ಷ್ಯ ಮಾಡುವುದು ಸಮಂಜಸವೆನಿಸುವುದಿಲ್ಲ. ಭಾರತದ ಹಲವಾರು ಅರಸರ ವರ್ತನೆಗಳು ಟಿಪುವಿಗಿಂತ ಭಿನ್ನವಾಗಿಲ್ಲ. ಮರಾಠರು ಶತ್ರು ನೆಲದ ಮೇಲೆ ದಾಳಿಮಾಡಿದಾಗಲೆಲ್ಲಾ ದೊಡ್ಡ ಪ್ರಮಾಣದಲ್ಲಿ ಲೂಟಿ, ಸುಲಿಗೆ ಕಾರ್ಯ ನಡೆಸಿದ್ದಾರೆ. ಹಿಂದೂಗಳು ಕೂಡ ಅವರಿಂದ ಲೂಟಿ ಹಾಗೂ ಹಿಂಸೆಗೆ ಒಳಗಾಗಿದ್ದಾರೆ. ಬಹಮನಿ ಮತ್ತು ಬಿಜಾಪುರ ಸುಲ್ತಾನರು ವಿಜಯನಗರ ಸೇರಿದಂತೆ ಹಿಂದೂ ರಾಜ್ಯಗಳ ಮೇಲೆ ದಾಳಿ ಮಾಡಿದಾಗಲೆಲ್ಲಾ ಜನಸಾಮಾನ್ಯರನ್ನು ಕ್ರೂರವಾಗಿ ಕೊಂದಿದ್ದಾರೆ, ಮತಾಂತರಿಸಿದ್ದಾರೆ. ಹೀಗಿರುವಾಗ ಟಿಪುವಿನ ವಿಷಯದಲ್ಲಿ ಮಾತ್ರ ಇಷ್ಟೊಂದು ವಿವಾದ ಉಂಟಾಗಿರುವುದೇಕೆಂಬುದು ಪ್ರಶ್ನೆಯಾಗಿದೆ. ಭಾರತ ಏಕ ರಾಷ್ಟ್ರ ಎಂಬ ಪರಿಕಲ್ಪನೆಯೇ ಇಲ್ಲದಿದ್ದ ಆ ದಿನಗಳಲ್ಲಿ ತಮ್ಮ ತಮ್ಮ ರಾಜ್ಯಗಳೇ ಸ್ವತಂತ್ರ ರಾಷ್ಟ್ರ ಎಂದು ಭಾವಿಸಿಕೊಂಡಿದ್ದ ಅರಸರು ಶತ್ರು ರಾಜ್ಯಗಳ ಜನರಿಗೆ ಹಿಂಸೆ ನೀಡಿದ್ದನ್ನು ಸಹಜ ಬೆಳವಣಿಗೆ ಎಂದು ಗ್ರಹಿಸಬೇಕಾಗುತ್ತದೆ.

ಈ ಹಿನ್ನೆಲೆಯಲ್ಲಿ ಇತಿಹಾಸದ ಸಂಗತಿಗಳನ್ನು ಪೂರ್ವಾಗ್ರಹವಿಲ್ಲದೆ ವಸ್ತುನಿಷ್ಠವಾಗಿ ವಿಶ್ಲೇಷಿಸಲಾಗಿದೆ. ವಿವಿಧ ರಾಜರುಗಳ ಉತ್ತಮವಾದ ಹಾಗೂ ಜನಪರವಾದ ಕಾರ್ಯಗಳನ್ನು ಪ್ರಶಂಸಿಸುವುದರ ಜೊತೆಗೆ ಅವರುಗಳ ಜನವಿರೋಧಿ ಕಾರ್ಯಗಳನ್ನೂ ವಿಮರ್ಶಿಸಲಾಗಿದೆ. ಉದಾಹರಣೆಗೆ ಶೇಷಾದ್ರಿ ಐಯ್ಯರ ದಿವಾನರಾಗಿದ್ದ ಕಾಲದಲ್ಲಿ ತಮಿಳು ಬ್ರಾಹ್ಮಣರಿಗೆ ಸರ್ಕಾರದ ಉನ್ನತ ಹುದ್ದೆಗಳನ್ನು ಮೀಸಲಿಟ್ಟು ಸ್ಥಳೀಯರನ್ನು ಆಡಳಿತದಿಂದ ದೂರವಿಟ್ಟಿದ್ದನ್ನು ಟೀಕಿಸುತ್ತಲೇ, ಅವರ ಜನಪರವಾದ ಕಾರ್ಯಗಳನ್ನು ಪ್ರಶಂಸಿಸಲಾಗಿದೆ. ಅಂತೆಯೇ ದಿವಾನ್ ಮಿರ್ಜಾ ಇಸ್ಮಾಯಿಲ್ ಅವರ ಪ್ರಾಮಾಣಿಕತೆ, ಕರ್ತವ್ಯ ನಿಷ್ಠೆ, ರಾಜ್ಯದ ಅಭಿವೃದ್ಧಿಯ ಬಗ್ಗೆ ಅವರಿಗಿದ್ದ ಅಪಾರ ಕಾಳಜಿಯನ್ನು ಗುರುತಿಸುವುದರ ಜೊತೆಯಲ್ಲೇ, ಅವರು ಸಂಸ್ಥಾನದಲ್ಲಿ ನಡೆದ ಬ್ರಿಟಿಷರ ವಿರುದ್ಧದ ಸ್ವಾತಂತ್ರ್ಯ ಹೋರಾಟವನ್ನು ಕ್ರೂರವಾಗಿ ದಮನ ಮಾಡಿದ್ದನ್ನು ಒಪ್ಪಲು ಸಾಧ್ಯವೇ ಇಲ್ಲ. ಅದೇ ರೀತಿ ನಾಲ್ವಡಿ ಕೃಷ್ಣರಾಜ ಒಡೆಯರ ಜನಪರ ಕಾಳಜಿ, ಅವರು ಜಾರಿಗೆ ತಂದ ಹಲವಾರು ಪ್ರಗತಿಪರ ಯೋಜನೆಗಳು ಜನರ ಮೆಚ್ಚುಗೆಗೆ ಪಾತ್ರವಾಗಿದ್ದಂತೆ, ಅವರು ವಸಾಹತುಶಾಹಿ ಬ್ರಿಟಿಷ್ ಸರ್ಕಾರಕ್ಕೆ ನಿಷ್ಠೆಯನ್ನು ತೋರುವುದು ಅನಿವಾರ್ಯವಾಗಿತ್ತೆಂಬುದನ್ನು ಅರ್ಥಮಾಡಿಕೊಳ್ಳಬಹುದಾದರೂ, ತಮ್ಮ ಪ್ರಜೆಗಳು ಬ್ರಿಟಿಷರ ವಿರುದ್ಧ ನಡೆಸಿದ ಸ್ವಾತಂತ್ರ್ಯ ಚಳುವಳಿಯನ್ನು ತಮ್ಮ ದಿವಾನರ ಮೂಲಕ ದಮನ ಮಾಡಿಸಿದ್ದನ್ನು ಒಪ್ಪುವುದು ಸಾಧ್ಯವಾಗುವುದಿಲ್ಲ. ದಿವಾನರಿಗೆ ಸಂಬಂಧಿಸಿದ ಅಧ್ಯಾಯದಲ್ಲಿ ಸ್ಥಳೀಯ ಬ್ರಾಹ್ಮಣರು ಹಾಗೂ ಮದ್ರಾಸಿ ಬ್ರಾಹ್ಮಣರ ನಡುವಿನ ಸಂಘರ್ಷವನ್ನು ಹಾಗೂ ಬ್ರಾಹ್ಮಣ-ಬ್ರಾಹ್ಮಣೇತರರ ನಡುವಿನ ತಿಕ್ಕಾಟವನ್ನು ವಿಶ್ಲೇಷಿಸಲಾಗಿದೆ.

ಅಂತೆಯೇ ಕರ್ನಾಟಕ ಏಕೀಕರಣ ಅಧ್ಯಾಯದಲ್ಲಿ ಏಕೀಕರಣದ ವಿಷಯದಲ್ಲಿ ಉತ್ತರ ಕರ್ನಾಟಕದ ಜನರು ತೋರಿದಷ್ಟು ಆಸಕ್ತಿಯನ್ನು ಮೈಸೂರು ಭಾಗದ ಜನರು ತೋರದಿದ್ದುದನ್ನು, ಮೈಸೂರು ಭಾಗದ ಜನನಾಯಕರು ತಮ್ಮ ಸಮುದಾಯ ನಿಷ್ಠೆಯನ್ನು ಮೀರಲಾಗದೆ ಅಸಹಾಯಕರಾಗಿ ದ್ವಂದ್ವ ನಿಲುವನ್ನು ಪ್ರದರ್ಶಿಸಿದ್ದು, ವಿಶಾಲ ಕರ್ನಾಟಕ ರಾಜ್ಯದಲ್ಲಿ ಮೈಸೂರು ವಿಲೀನಗೊಂಡರೆ ಮೈಸೂರು ಭಾಗದ ಜನರಿಗೆ ಲಾಭವಾಗುವುದಿಲ್ಲ ಎಂಬ ಸಂಕುಚಿತ ನಿಲುವು ತೆಗೆದುಕೊಂಡಿದ್ದು ಮೊದಲಾದ ಅಂಶಗಳನ್ನು ವಸ್ತುನಿಷ್ಠವಾಗಿ ವಿಶ್ಲೇಷಿಸಲಾಗಿದೆ.

ಈ ಕೃತಿಯ ರಚನೆಯಲ್ಲಿ "ಇವ ನಮ್ಮವ, ಇವ ನಮ್ಮವನಲ್ಲ" ಎಂಬ ಭಾವವನ್ನು ಬದಿಗೊತ್ತಿ, ಯಾವುದೇ ಸಂಗತಿಯನ್ನು ವೈಭವೀಕರಿಸದೆ ಅಥವಾ ತುಚ್ಛೀಕರಿಸದೆ ವಸ್ತುನಿಷ್ಠವಾಗಿ ವಿವರಿಸಲು ಯತ್ನಿಸಲಾಗಿದೆ.

ಈ ಕೃತಿಯ ರಚನೆಗೆ ಪ್ರೇರಣೆ ನೀಡಿ, ವಿಶ್ವಾಸದಿಂದ ಒತ್ತಡ ಹೇರಿ ನನ್ನಿಂದ ಈ ಕಾರ್ಯ ಮಾಡಿಸಿದ್ದಲ್ಲದೆ, ಇದರ ಪ್ರಕಟಣೆಯ ಹೊಣೆಯನ್ನೂ ಹೊತ್ತುಕೊಂಡಿರುವ, **'ವಿದ್ಯಾಭವನ'** ದ ಮೂಲಕ ಸ್ಪರ್ಧಾತ್ಮಕ ಪರೀಕ್ಷೆಗಳಿಗೆ ವಿದ್ಯಾರ್ಥಿಗಳನ್ನು ಸಿದ್ಧಪಡಿಸುವ ಸಮಾಜಮುಖಿ ಕಾರ್ಯದಲ್ಲಿ ತೊಡಗಿರುವ ಮಿತ್ರರಾದ ಡಾ. ರಂಗನಾಥ ಅವರಿಗೆ ಪ್ರೀತಿ ಪೂರ್ವಕ ಕೃತಜ್ಞತೆಗಳು. ಅಂತೆಯೇ ಕಾಗುಣಿತದ ದೋಷಗಳನ್ನು ಸರಿಪಡಿಸಲು ಬಹಳವಾಗಿ ಶ್ರಮಿಸಿದ ಮಿತ್ರರಾದ ಶ್ರೀ ಶಿವಮಲ್ಲು ಅವರಿಗೆ, ಟೈಪ್ ಸೆಟ್ಟಿಂಗ್ ಕಾರ್ಯವನ್ನು ನಿರ್ವಹಿಸಿದ ಶ್ರೀಮತಿ ವೀಣಾ ಹಾಗೂ ಮುಖಪುಟ ಮತ್ತು ಪೇಜ್ ಸೆಟ್ಟಿಂಗ್ ಕಾರ್ಯ ನಿರ್ವಹಿಸಿದ ಶ್ರೀ ಹರೀಶ್ ಅವರಿಗೂ ನಾನು ಆಭಾರಿಯಾಗಿದ್ದೇನೆ.

ಈ ಪುಸ್ತಕವನ್ನು ಸಹೃದಯ ಓದುಗರು ಪ್ರೀತಿ, ಅಭಿಮಾನದಿಂದ ಸ್ವೀಕರಿಸುವರೆಂದು ಆಶಿಸುತ್ತೇನೆ.

ಮೈಸೂರು **ಪ್ರೊ. ಬಿ. ಪರಮೇಶ್ವರ**

ದಿನಾಂಕ: 9-04-2016

ಪರಿಷ್ಕೃತ ಎರಡನೆಯ ಆವೃತ್ತಿ

'ಕರ್ನಾಟಕ ಇತಿಹಾಸ ಪರಿಚಯ'ದ ಪರಿಷ್ಕೃತ ಎರಡನೆಯ ಆವೃತ್ತಿಯನ್ನು ಓದುಗರ ಮುಂದಿಡಲು ಅತೀವ ಸಂತಸವಾಗುತ್ತಿದೆ. ಹಿಂದಿನ ಆವೃತ್ತಿಯಲ್ಲಿ ನುಸುಳಿದ್ದ ಕೆಲವು ಮುದ್ರಣ ದೋಷಗಳನ್ನು ಈ ಆವೃತ್ತಿಯಲ್ಲಿ ಸರಿಪಡಿಸಲಾಗಿದೆ. ಅಲ್ಲದೆ ಬಹುತೇಕ ಎಲ್ಲ ಅಧ್ಯಾಯಗಳನ್ನು ಪರಿಷ್ಕರಿಸಿ, ಸ್ಪರ್ಧಾತ್ಮಕ ಪರೀಕ್ಷಾರ್ಥಿಗಳ ಅಗತ್ಯಗಳನ್ನು ವಿಶೇಷವಾಗಿ ಗಮನದಲ್ಲಿಟ್ಟುಕೊಂಡು ಹೆಚ್ಚಿನ ಮಾಹಿತಿಗಳನ್ನು ಒದಗಿಸಲಾಗಿದೆ. ಆದ್ದರಿಂದ ಈ ಪರಿಷ್ಕೃತ ಆವೃತ್ತಿ ಎಲ್ಲಾ ಸ್ಪರ್ಧಾತ್ಮಕ ಪರೀಕ್ಷೆಗಳಿಗೂ ಹೆಚ್ಚು ಉಪಯೋಗವಾಗಲಿದೆ.

ಸಹೃದಯ ಓದುಗರು ಈ ಪರಿಷ್ಕೃತ ಆತ್ಮೀಯವಾಗಿ ಸ್ವಾಗತಿಸುವರೆಂದು ಆಶಿಸುತ್ತೇನೆ.

ದಿನಾಂಕ : 08.02.2021

ಪ್ರೊ. ಬಿ. ಪರಮೇಶ್ವರ

ಕರ್ನಾಟಕ ಇತಿಹಾಸ ಪರಿಚಯ

ಪರಿವಿಡಿ

1. ಕರ್ನಾಟಕ

ಹೆಸರಿನ ಉಗಮ ಮತ್ತು ಪ್ರಾಚೀನತೆ, ಕರ್ನಾಟಕ ಚರಿತ್ರೆಯ ಅಧ್ಯಯನದ ಪ್ರಾಮುಖ್ಯತೆ **1 - 5**

2. ಆಕರಗಳ ಬಗ್ಗೆ ಒಂದು ಕಿರುನೋಟ

ಪುರಾತತ್ವ ಆಧಾರಗಳು: ಉತ್ಖನನ, ಶಾಸನಗಳು, ನಾಣ್ಯಗಳು ಮತ್ತು ಸ್ಮಾರಕಗಳು ಸಾಹಿತ್ಯಿಕ ಆಧಾರಗಳು: ದೇಶೀಯ ಸಾಹಿತ್ಯಿಕ ಆಧಾರಗಳು, ವಿದೇಶಿ ಸಾಹಿತ್ಯಿಕ ಆಧಾರಗಳು **6 - 17**

3. ಇತಿಹಾಸದ ಆರಂಭಕಾಲ

ಕರ್ನಾಟಕದಲ್ಲಿ ನಂದರು ಮತ್ತು ಮೌರ್ಯರು **18 - 19**

4. ಶಾತವಾಹನರು

ಮೂಲ, ಪ್ರಾರಂಭದ ಅರಸರು, ಹಾಲ, ಗೌತಮೀಪುತ್ರ ಶಾತಕರ್ಣಿ, ಇತರ ಅರಸರು, ಸಾಂಸ್ಕೃತಿಕ ಕೊಡುಗೆಗಳು: ಆಡಳಿತ, ಸಾಮಾಜಿಕ ಪರಿಸ್ಥಿತಿಗಳು, ಆರ್ಥಿಕ ಪರಿಸ್ಥಿತಿಗಳು, ಧಾರ್ಮಿಕ ಪರಿಸ್ಥಿತಿಗಳು, ಸಾಹಿತ್ಯ, ಕಲೆ ಮತ್ತು ವಾಸ್ತುಶಿಲ್ಪ **20 - 30**

5. ಬನವಾಸಿಯ ಕದಂಬರು

ಮೂಲ, ಮಯೂರಶರ್ಮ, ಕಾಕುಸ್ಥವರ್ಮ, ಶಾಂತಿವರ್ಮ, ರವಿವರ್ಮ, ಆಡಳಿತವ್ಯವಸ್ಥೆ, ಧಾರ್ಮಿಕ ಪರಿಸ್ಥಿತಿಗಳು, ಕಲೆ ಮತ್ತು ವಾಸ್ತುಶಿಲ್ಪ. **31 - 38**

6. ತಲಕಾಡಿನ ಗಂಗರು

ಪ್ರಾರಂಭದ ಅರಸರು, ದುರ್ವಿನೀತ, ಶ್ರೀಪುರುಷ, ಎರಡನೇ ಶಿವಮಾರ, ಶಿವಮಾರನ ಉತ್ತರಾಧಿಕಾರಿಗಳು: ನಾಲ್ಕನೇ ರಾಚಮಲ್ಲ ಮತ್ತು ಚಾವುಂಡರಾಯ, ಆಡಳಿತ, ಧರ್ಮ, ಸಾಹಿತ್ಯ, ಕಲೆ ಮತ್ತು ವಾಸ್ತುಶಿಲ್ಪ. **39 - 50**

7. ಬಾದಾಮಿಯ ಚಾಳುಕ್ಯರು

ಮೂಲ, ಪ್ರಾರಂಭದ ಅರಸರು: ಒಂದನೇ ಪುಲಕೇಶಿ, ಒಂದನೇ ಕೀರ್ತಿವರ್ಮ, ಮಂಗಳೇಶ, ಎರಡನೇ ಪುಲಕೇಶಿ, ಒಂದನೇ ವಿಕ್ರಮಾದಿತ್ಯ, ಎರಡನೇ ವಿಕ್ರಮದಿತ್ಯ, ಆಡಳಿತ, ಸಾಮಾಜಿಕ ಮತ್ತು ಆರ್ಥಿಕ ವ್ಯವಸ್ಥೆ, ಸಾಹಿತ್ಯ, ಧರ್ಮ, ಕಲೆ ಮತ್ತು ವಾಸ್ತುಶಿಲ್ಪ. **51 - 65**

8. ರಾಷ್ಟ್ರಕೂಟರು

ಮೂಲ, ದಂತಿದುರ್ಗ, ಧ್ರುವ, ಮೂರನೇ ಗೋವಿಂದ, ಒಂದನೇ ಅಮೋಘವರ್ಷ, ಎರಡನೇ ಕೃಷ್ಣ, ಮೂರನೇ ಇಂದ್ರ, ಮೂರನೇ ಕೃಷ್ಣ, ಆಡಳಿತ, ಸಾಮಾಜಿಕ ಪರಿಸ್ಥಿತಿಗಳು, ಆರ್ಥಿಕ ಪರಿಸ್ಥಿತಿಗಳು, ಧರ್ಮ, ಸಾಹಿತ್ಯ, ಕಲೆ ಮತ್ತು ವಾಸ್ತುಶಿಲ್ಪ. **66 - 86**

9. **ಕಲ್ಯಾಣದ ಚಾಲುಕ್ಯರು**

ಇಮ್ಮಡಿ ತೈಲಪ, ಸತ್ಯಾಶ್ರಯ, ಇಮ್ಮಡಿ ಜಯಸಿಂಹ, ಒಂದನೇ ಸೋಮೇಶ್ವರ, ಆರನೇ **87 - 101**
ವಿಕ್ರಮಾದಿತ್ಯ, ಮೂರನೇ ಸೋಮೇಶ್ವರ, ಆಡಳಿತ, ಸಾಮಾಜಿಕ ಮತ್ತು ಆರ್ಥಿಕ ಪರಿಸ್ಥಿತಿಗಳು,
ಸಾಹಿತ್ಯ, ಕಲೆ ಮತ್ತು ವಾಸ್ತುಶಿಲ್ಪ

10. **ಹೊಯ್ಸಳರು**

ಮೂಲ, ವಿನಯಾದಿತ್ಯ, ಒಂದನೇ ಬಲ್ಲಾಳ, ವಿಷ್ಣುವರ್ಧನ, ಎರಡನೇ ಬಲ್ಲಾಳ, ಎರಡನೇ **102 - 124**
ನರಸಿಂಹ, ಮೂರನೇ ಬಲ್ಲಾಳ, ಆಡಳಿತ, ಸಾಮಾಜಿಕ ಪರಿಸ್ಥಿತಿಗಳು, ಆರ್ಥಿಕ ಪರಿಸ್ಥಿತಿಗಳು,
ಧರ್ಮ, ಸಾಹಿತ್ಯ, ಕಲೆ ಮತ್ತು ವಾಸ್ತುಶಿಲ್ಪ

11. **ಧಾರ್ಮಿಕ ಚಳುವಳಿಗಳು**

ಶಂಕರಾಚಾರ್ಯ: ಬಾಲ್ಯ ಜೀವನ, ಭಾರತ ಪರ್ಯಟನೆ, ಮಠಗಳ ಸ್ಥಾಪನೆ, ಅದ್ವೈತ **125 - 143**
ಸಿದ್ಧಾಂತ, ಶಂಕರರ ಕೃತಿಗಳು. ರಾಮಾನುಚಾರ್ಯ: ಬಾಲ್ಯ ಜೀವನ, ಕರ್ನಾಟಕಕ್ಕೆ ವಲಸೆ,
ವಿಶಿಷ್ಟಾದ್ವೈತ ಸಿದ್ಧಾಂತ. ಬಸವೇಶ್ವರ : ಪ್ರಾರಂಭಿಕ ಜೀವನ, ಬೋಧನೆಗಳು, ಜಾತಿ ಪದ್ಧತಿಯ
ತಿರಸ್ಕಾರ, ಸ್ತ್ರೀ–ಪುರುಷ ಸಮಾನತೆ, ಭಕ್ತಿಗೆ ಆದ್ಯತೆ, ಅನುಭವ ಮಂಟಪ.
ಮಧ್ವಾಚಾರ್ಯ : ಬಾಲ್ಯ ಜೀವನ, ಅಷ್ಟಮಠಗಳ ಸ್ಥಾಪನೆ, ದ್ವೈತ ಸಿದ್ಧಾಂತ, ಮಾಧ್ವಮತದ
ಜನಪ್ರಿಯತೆ

12. **ವಿಜಯನಗರ ಸಾಮ್ರಾಜ್ಯ**

ಮೂಲ: ಆಂಧ್ರ ಮೂಲ ಸಿದ್ಧಾಂತ, ಕನ್ನಡ ಮೂಲ ಸಿದ್ಧಾಂತ, ಸಂಗಮ ವಂಶ: ಒಂದನೇ **144 - 191**
ಹರಿಹರ, ಒಂದನೇ ಬುಕ್ಕರಾಯ, ಎರಡನೇ ದೇವರಾಯ, ಮಲ್ಲಿಕಾರ್ಜುನ, ವಿರೂಪಾಕ್ಷ,
ಸಾಳುವವಂಶ: ಒಂದನೇ ನರಸಿಂಹ, ಇಮ್ಮಡಿ ನರಸಿಂಹ, ತುಳುವ ವಂಶ: ಕೃಷ್ಣದೇವರಾಯ:
ಕಳಿಂಗ ದಂಡಯಾತ್ರೆ, ರಾಯಚೂರು ದಂಡಯಾತ್ರೆ, ಬಹಮನಿ ರಾಜ್ಯದ ಪುನರ್ಸ್ಥಾಪನೆ,
ಸಾಂಸ್ಕೃತಿಕ ಸಾಧನೆಗಳು, ಅಚ್ಚುತರಾಯ, ಅಲಿಯ ರಾಮರಾಯ, ತಾಳಿಕೋಟೆ ಕದನ:
ಕಾರಣಗಳು, ಪರಿಣಾಮಗಳು, ವಿಜಯನಗರದ ಸೋಲಿಗೆ ಕಾರಣಗಳು, ವಿಜಯನಗರದ
ಆಡಳಿತ, ಸಾಮಾಜಿಕ ಪರಿಸ್ಥಿತಿಗಳು, ಆರ್ಥಿಕ ಪರಿಸ್ಥಿತಿಗಳು, ಧಾರ್ಮಿಕ ಸ್ಥಿತಿಗತಿಗಳು,
ಸಾಹಿತ್ಯ: ಕನ್ನಡ ಸಾಹಿತ್ಯ: ಜೈನ ಸಾಹಿತ್ಯ, ವೀರಶೈವ ಸಾಹಿತ್ಯ, ವೈದಿಕ ಸಾಹಿತ್ಯ, ದಾಸ
ಸಾಹಿತ್ಯ, ಸಂಸ್ಕೃತ ಸಾಹಿತ್ಯ, ತೆಲುಗು ಸಾಹಿತ್ಯ, ಹಾಗೂ ತಮಿಳು ಸಾಹಿತ್ಯ, ಕಲೆ ಮತ್ತು
ವಾಸ್ತುಶಿಲ್ಪ: ಲಕ್ಷಣಗಳು, ಹಂಪೆಯ ಸ್ಮಾರಕಗಳು, ಇತರ ಸ್ಮಾರಕಗಳು, ಚಿತ್ರಕಲೆ.

13. **ಬಹಮನಿ ಸಾಮ್ರಾಜ್ಯ**

ಅಲಾವುದ್ದೀನ್ ಬಹಮನ್ ಷಾ, ಒಂದನೇ ಮುಹಮ್ಮದ್ ಷಾ, ಫಿರೂಜ್ ಷಾ, **192 - 204**
ಅಹಮದ್ ಷಾ, ಎರಡನೇ ಅಲಾವುದ್ದೀನ್, ಮಹಮೂದ್ ಗವಾನ್, ಆಡಳಿತ, ಕಲೆ
ಮತ್ತು ವಾಸ್ತುಶಿಲ್ಪ.

14. **ಬಿಜಾಪುರದ ಆದಿಲ್ ಷಾಹಿಗಳು:**

ಯೂಸುಫ್ ಆದಿಲ್ ಖಾನ್, ಇಸ್ಮಾಯಿಲ್ ಆದಿಲ್ಖಾನ್, ಒಂದನೇ ಇಬ್ರಾಹಿಂ ಆದಿಲ್ **205 - 221**

ಷಾ, ಒಂದನೇ ಅಲಿ ಆದಿಲ್ ಷಾ, ಎರಡನೇ ಇಬ್ರಾಹಿಂ ಆದಿಲ್ ಷಾ, ಮುಹಮ್ಮದ್
ಆದಿಲ್ ಷಾ, ಎರಡನೇ ಅಲಿ ಆದಿಲ್ ಷಾ, ಸಿಕಂದರ್ ಆದಿಲ್ ಷಾ, ಸಾಂಸ್ಕೃತಿಕ
ಕೊಡುಗೆಗಳು: ಸಾಹಿತ್ಯ: ಅರಾಬಿಕ್, ಉರ್ದು, ಪರ್ಷಿಯನ್, ಕಲೆ ಮತ್ತು ವಾಸ್ತುಶಿಲ್ಪ,
ಚಿತ್ರಕಲೆ.

15. ಕೆಳದಿ ಅರಸರು

ಸದಾಶಿವ ನಾಯಕ, ಒಂದನೇ ವೆಂಕಟಪ್ಪ ನಾಯಕ, ಶಿವಪ್ಪ ನಾಯಕ, ರಾಣಿ ಚನ್ನಮ್ಮಾಜಿ, **222 - 227**
ಬಸವಪ್ಪ ನಾಯಕ, ರಾಣಿವೀರಮ್ಮಾಜಿ.

16. ಮೈಸೂರಿನ ಒಡೆಯರು:

ಮೂಲ, ರಾಜ ಒಡೆಯ, ಕಂಠೀರವ ನರಸರಾಜ ಒಡೆಯ, ದೊಡ್ಡದೇವರಾಜ ಒಡೆಯ, **228 - 241**
ಚಿಕ್ಕದೇವರಾಜ ಒಡೆಯ: ಸೈನಿಕ ಸಾಧನೆಗಳು, ಮುಘಲರೊಂದಿಗೆ ರಾಜತಾಂತ್ರಿಕ ಸಂಬಂಧ,
ಆಡಳಿತ ವ್ಯವಸ್ಥೆ, ಸಾಹಿತ್ಯ, ದಳವಾಯಿಗಳ ಆಡಳಿತ ಕಾಲ.

17. ಹೈದರ್ ಅಲಿ

ಮೈಸೂರಿನ ಸರ್ವಾಧಿಕಾರಿಯಾಗಿ ಹೈದರ್, ರಾಜ್ಯ ವಿಸ್ತರಣೆ, ಹೈದರ್ ಮತ್ತು ಮರಾಠರು, **242 - 249**
ಬ್ರಿಟಿಷರೊಂದಿಗೆ ಸಂಬಂಧ: ಒಂದನೇ ಮೈಸೂರು ಯುದ್ಧ, ಎರಡನೇ ಮೈಸೂರು
ಯುದ್ಧ, ವ್ಯಕ್ತಿತ್ವ.

18. ಟಿಪು ಸುಲ್ತಾನ್

ಎರಡನೇ ಮೈಸೂರು ಯುದ್ಧದ ಮುಂದುವರಿಕೆ, ಮಂಗಳೂರು ಒಪ್ಪಂದ, ಮೂರನೇ **250 - 260**
ಮೈಸೂರು ಯುದ್ಧ: ಶ್ರೀರಂಗಪಟ್ಟಣ ಒಪ್ಪಂದ, ನಾಲ್ಕನೇ ಮೈಸೂರು ಯುದ್ಧ, ಧಾರ್ಮಿಕ
ನೀತಿ, ಪ್ರಗತಿಪರ ನಿಲುವಿನ ಆಡಳಿತಗಾರ.

19. ಆಧುನಿಕ ಮೈಸೂರು

ಮೂರನೇ ಕೃಷ್ಣರಾಜ ಒಡೆಯ, ಶ್ರೀರಂಗಪಟ್ಟಣ ಸಹಾಯಕ ಸೈನ್ಯ ಒಪ್ಪಂದ, ದಿವಾನ್ **261 - 279**
ಪೂರ್ಣಯ್ಯ: ಆಡಳಿತ ಸುಧಾರಣೆಗಳು, ಕೃಷ್ಣರಾಜರ ನೇರ ಆಡಳಿತ: ಆಡಳಿತ ಸುಧಾರಣೆಗಳು,
ನಗರ ದಂಗೆ: ಕಾರಣಗಳು, ದಂಗೆಯ ಪಥ, ಕೃಷ್ಣರಾಜರ ಪದಚ್ಯುತಿ, ಕೃಷ್ಣರಾಜ ಒಡೆಯರ
ಕಾಲದ ಕನ್ನಡ ಸಾಹಿತ್ಯ: ಗದ್ಯ ಸಾಹಿತ್ಯದ ಸುವರ್ಣಯುಗ, ಕೃಷ್ಣರಾಜರ ಕೃತಿಗಳು, ಆಶ್ರಿತ
ಕವಿಗಳು: ಕೆಂಪುನಾರಾಯಣ, ಅಳಿಯ ಲಿಂಗರಾಜ, ದೇವಚಂದ್ರ, ಬಸವಪ್ಪ ಶಾಸ್ತ್ರಿ,
ದೇವಾಲಾಪುರದ ನಂಜುಂಡ, ಯಾದವ ಕಬ್ಬಿಗ.

20. ಮೈಸೂರಿನಲ್ಲಿ ಕಮೀಷನರ್ ಆಡಳಿತ

ಮಾರ್ಕ್ ಕಬ್ಬನ್ : ಆಡಳಿತ ಸುಧಾರಣೆಗಳು, ಲೆವಿನ್ ಬೆಂಥಾಮ್ ಬೌರಿಂಗ್: ಆಡಳಿತ **280 - 287**
ಸುಧಾರಣೆಗಳು.

21. ಒಡೆಯರ್ ವಂಶಕ್ಕೆ ಮರಳಿದ ಅಧಿಕಾರ:

ದಿವಾನರ ಆಡಳಿತ: ಸಿ. ರಂಗಾಚಾರ್ಲು, ಶೇಷಾದ್ರಿ ಐಯ್ಯರ್, ಪಿ.ಎನ್. ಕೃಷ್ಣಮೂರ್ತಿ, **288 - 313**
ವಿ.ಪಿ.ಮಾಧವ ರಾವ್, ಟಿ. ಆನಂದ ರಾವ್, ಸರ್. ಎಂ. ವಿಶ್ವೇಶ್ವರಯ್ಯ, ಕಾಂತರಾಜ

ಅರಸ್, ಅಲ್ಬಿಯನ್ ಬ್ಯಾನರ್ಜಿ, ಸರ್ ಮಿರ್ಜಾ ಇಸ್ಮಾಯಿಲ್, ನ್ಯಾಪತಿ ಮಾಧವ ರಾವ್, ಆರ್ಕಾಟ್ ರಾಮಸ್ವಾಮಿ ಮುದಲಿಯಾರ್.

22. ಕರ್ನಾಟಕದಲ್ಲಿ ಸ್ವಾತಂತ್ರ್ಯ ಚಳುವಳಿ

ಭಾರತೀಯರಲ್ಲಿ ಮೊಳಕೆಯೊಡೆದ ರಾಷ್ಟ್ರೀಯತೆ, ಧೋಂಡಿಯ ವಾಘ, ಕಿತ್ತೂರಿನ ಬಂಡಾಯ, **314 - 333** ಕೊಡಗಿನ ಬಂಡಾಯ, ಕರ್ನಾಟಕದಲ್ಲಿ 1857ರ ದಂಗೆಯು ಪ್ರತಿಧ್ವನಿ, ಭಾರತೀಯ ರಾಷ್ಟ್ರೀಯ ಕಾಂಗ್ರೆಸ್ ಸ್ಥಾಪನೆ, ತಿಲಕರ ಪ್ರಭಾವ, ಗಾಂಧೀ ಯುಗ: ಅಸಹಕಾರ ಚಳುವಳಿ, ಬೆಳಗಾವಿ ಕಾಂಗ್ರೆಸ್ ಅಧಿವೇಶನ, ಸವಿನಯ ಕಾಯಿದೆ ಭಂಗ ಚಳುವಳಿ, ಅಂಕೋಲ ಉಪ್ಪಿನ ಸತ್ಯಾಗ್ರಹ.

ಮೈಸೂರು ಸಂಸ್ಥಾನದಲ್ಲಿ ಸ್ವಾತಂತ್ರ್ಯ ಚಳುವಳಿ: ಶಿವಪುರ ಧ್ವಜ ಸತ್ಯಾಗ್ರಹ, ವಿಧುರಾಶ್ವತ್ಥ ದುರಂತ, ಕ್ವಿಟ್ ಇಂಡಿಯಾ ಚಳುವಳಿ, ಈಸೂರು ಸತ್ಯಾಗ್ರಹ, ಮೈಸೂರು ಚಲೋ ಸತ್ಯಾಗ್ರಹ.

23. ಕರ್ನಾಟಕ ಏಕೀಕರಣ

ಐತಿಹಾಸಿಕ ಹಿನ್ನೆಲೆ, ಭಾಷಾ ರಾಜ್ಯಗಳ ರಚನೆ ಬೇಡಿಕೆ, ಸ್ವಾತಂತ್ರ್ಯ ಪೂರ್ವದಲ್ಲಿ ಏಕೀಕರಣ **334 - 350** ಚಳುವಳಿ: ಕರ್ನಾಟಕ ವಿದ್ಯಾವರ್ಧಕ ಸಂಘ, ಕನ್ನಡ ಸಾಹಿತ್ಯ ಪರಿಷತ್, ಆಲೂರು ವೆಂಕಟರಾವ್, ನಾಗಪುರ ಕಾಂಗ್ರೆಸ್ ಅಧಿವೇಶನ, ಕೆ.ಪಿ.ಸಿ.ಸಿ. ರಚನೆ, ಬೆಳಗಾವಿ ಕಾಂಗ್ರೆಸ್ ಅಧಿವೇಶನ. ಸ್ವಾತಂತ್ರ್ಯಾನಂತರ ಏಕೀಕರಣ ಚಳುವಳಿ: ಧರ್ ಆಯೋಗ, ಜೆ.ವಿ.ಪಿ. ಸಮಿತಿ, ಪೊಟ್ಟಿ ಶ್ರೀರಾಮುಲು ಉಪವಾಸ, ಕರ್ನಾಟಕದಲ್ಲಿ ಆಂಧ್ರ ಮಾದರಿ ಹೋರಾಟ, ಮೈಸೂರಿನೊಂದಿಗೆ ಬಳ್ಳಾರಿ ಸೇರ್ಪಡೆ, ರಾಜ್ಯಗಳ ಪುನರ್ವಿಂಗಡಣಾ ಆಯೋಗ, ಅಸ್ತಿತ್ವಕ್ಕೆ ಬಂದ ಏಕೀಕೃತ ಕರ್ನಾಟಕ.

ಅಧ್ಯಾಯ – 1

ಕರ್ನಾಟಕ
ಹೆಸರಿನ ಉಗಮ ಮತ್ತು ಪ್ರಾಚೀನತೆ
Karnataka-Origin and Antiquity

ಬಹುತೇಕ ಕನ್ನಡ ಭಾಷಿಕರನ್ನು ಒಳಗೊಂಡ ಕರ್ನಾಟಕ ರಾಜ್ಯ ಅಸ್ತಿತ್ವಕ್ಕೆ ಬಂದಿದ್ದು ಸ್ವಾತಂತ್ರ್ಯಾನಂತರ 1956ರಲ್ಲಿ. ಆದಾಗ್ಯೂ ಈ ರಾಜ್ಯಕ್ಕೆ **'ಕರ್ನಾಟಕ'** ಎಂಬ ಹೆಸರು ದೊರೆತದ್ದು 1973ರಲ್ಲಿ ಮಾನ್ಯ ಮುಖ್ಯ ಮಂತ್ರಿಯಾಗಿದ್ದ ದಿವಂಗತ ಶ್ರೀ ಡಿ. ದೇವರಾಜ ಅರಸ್ ರವರ ಕಾಲದಲ್ಲಿ. ಕನ್ನಡ ಭಾಷೆಯನ್ನು ಮಾತನಾಡುತ್ತಿದ್ದ ಜನರು ವಾಸಿಸುತ್ತಿದ್ದ ಭಾರತದ ಪರ್ಯಾಯ ದ್ವೀಪದ ಪಶ್ಚಿಮ ಭಾಗಕ್ಕೆ ಕರ್ನಾಟಕ ಎಂದು ಅತ್ಯಂತ ಪ್ರಾಚೀನ ಕಾಲದಿಂದಲೂ ಕರೆಯಲಾಗುತ್ತಿತ್ತು. ದ್ರಾವಿಡ ಭಾಷೆಗಳಲ್ಲಿ ಒಂದಾದ ಕನ್ನಡ ಭಾಷೆಯು ಪ್ರಾಚೀನ ಕಾಲದಿಂದಲೂ ಈ ಪ್ರದೇಶದ ಜನರಿಗೆ ಮಾತೃ ಭಾಷೆಯಾಗಿತ್ತು. ಆದರೆ **'ಕನ್ನಡ'** ಭಾಷೆ ಎಷ್ಟು ಪ್ರಾಚೀನವಾದದ್ದು ಮತ್ತು **'ಕರ್ನಾಟಕ'** ಶಬ್ದ ಎಷ್ಟು ಪ್ರಾಚೀನವಾದುದು ಎಂಬುದು ತೀವ್ರ ಜಿಜ್ಞಾಸೆಗೆ ಒಳಗಾಗಿದೆ. ಕನ್ನಡ ಭಾಷೆಗೆ ಕೇಂದ್ರ ಸರ್ಕಾರದಿಂದ ಶಾಸ್ತ್ರೀಯ ಭಾಷೆಯ ಸ್ಥಾನಮಾನ ಪಡೆದುಕೊಳ್ಳುವವರೆಗೂ (2008) ಭಾಷೆಯ ಪ್ರಾಚೀನತೆಯನ್ನು ಕುರಿತು ತೀವ್ರ ಚರ್ಚೆಗಳು, ಸಂಶೋಧನೆಗಳು ನಡೆಯುತ್ತಲೇ ಇದ್ದವು (ಈಗ ನಿಂತಿವೆ ಎಂದಲ್ಲ). ಒಂದು ಭಾಷೆಗೆ ಶಾಸ್ತ್ರೀಯ ಭಾಷೆ ಎಂದು ಮಾನ್ಯತೆ ನೀಡಲು ಕೆಲವು ಮಾನದಂಡಗಳನ್ನು ರೂಪಿಸಲಾಗಿದೆ. ಯಾವುದೇ ಭಾಷೆಗೆ ಒಂದೂವರೆ ಸಾವಿರ ವರ್ಷಗಳಷ್ಟು ಸುದೀರ್ಘವಾದ ದಾಖಲೆ ಸಹಿತವಾದ ಇತಿಹಾಸವಿದ್ದರೆ ಅದಕ್ಕೆ ಈ ಸ್ಥಾನಮಾನ ನೀಡಬಹುದಾಗಿದೆ. ಕನ್ನಡ ಭಾಷೆಗೆ ಇಂತಹ ಅರ್ಹತೆ ಇದೆ ಎಂಬ ಕಾರಣಕ್ಕೆ ಕನ್ನಡಿಗರು ದೀರ್ಘ ಹೋರಾಟ ನಡೆಸಿ ಕೊನೆಗೂ 2008ರಲ್ಲಿ **'ಶಾಸ್ತ್ರೀಯ ಭಾಷೆ'** ಯ ಸ್ಥಾನಮಾನ ದೊರಕಿಸಿಕೊಂಡರು.

ಕನ್ನಡ ಎರಡು ಸಾವಿರ ವರ್ಷಗಳಷ್ಟು ಸುದೀರ್ಘವಾದ ಇತಿಹಾಸವನ್ನು ಹೊಂದಿದೆಯೆಂಬುದು ಈಗ ದೃಢಪಟ್ಟಿದೆ. ಪ್ರಾಚೀನತೆಯ ದೃಷ್ಟಿಯಿಂದ ದ್ರಾವಿಡ ಭಾಷೆಗಳಲ್ಲಿ ಕನ್ನಡ ತಮಿಳಿನ ನಂತರದ ಸ್ಥಾನದಲ್ಲಿದೆ. ಆದರೆ ಕನ್ನಡದ ಮೊದಲ ಸಾಹಿತ್ಯ ಕೃತಿ ಎಂದು ಪರಿಗಣಿಸಲ್ಪಟ್ಟಿರುವ **'ಕವಿರಾಜಮಾರ್ಗ'** ಕ್ರಿ.ಶ.9ನೇ ಶತಮಾನದಲ್ಲಿ ರಚನೆಯಾಗಿದೆ. **ಕನ್ನಡದ ಪ್ರಥಮ ಶಾಸನ**ವೆಂದು ಪರಿಗಣಿಸಲಾಗಿರುವ **ಹಲ್ಮಿಡಿ ಶಾಸನ** ಕ್ರಿ.ಶ. 450ರಲ್ಲಿ, ಅಂದರೆ ಕ್ರಿ.ಶ. 5ನೇ ಶತಮಾನದ ಮಧ್ಯಭಾಗದಲ್ಲಿ ರಚನೆಯಾಗಿದೆ. ಈ ಶಾಸನ ಕದಂಬ ಕಾಕುಸ್ತವರ್ಮನ ಕಾಲದಲ್ಲಿ ರಚನೆಯಾಗಿದೆ. ಹಾಸನ ಜಿಲ್ಲೆಯ ಬೇಲೂರು ತಾಲ್ಲೋಕಿನ ಹಲ್ಮಿಡಿ ಗ್ರಾಮದಲ್ಲಿ ಇದು ಲಭ್ಯವಾಗಿದೆ. ಕನ್ನಡ ಶಾಸನ ಭಾಷೆಯಾಗಿ ಬಳಕೆಯಾಗುವುದಕ್ಕೆ ಮೊದಲೇ ಅದು ಗ್ರಾಂಥಿಕ ಭಾಷೆಯಾಗಿತ್ತೆನ್ನುವುದು ಖಚಿತಪಟ್ಟಿದೆ. ಅಂದರೆ ಯಾವುದೇ ಭಾಷೆ ಲಿಪಿಯನ್ನು ರೂಪಿಸಿಕೊಂಡು ಸಾಹಿತ್ಯ ಭಾಷೆಯಾಗಿ ಬೆಳೆಯುವುದಕ್ಕೆ ನೂರಾರು ವರ್ಷಗಳು ಮೊದಲೇ ಜನರ ಆಡುಭಾಷೆಯಾಗಿರುತ್ತದೆ. ಈ ದೃಷ್ಟಿಯಿಂದ ನೋಡಿದರೆ ಕನ್ನಡ ಭಾಷೆ ಹಲ್ಮಿಡಿ ಶಾಸನ ರಚನೆಯಾಗುವುದಕ್ಕೂ ಒಂದೆರಡು ಶತಮಾನಗಳ ಮೊದಲೇ ಜನಸಾಮಾನ್ಯರ ಸಂಪರ್ಕಭಾಷೆ ಮಾತ್ರವಲ್ಲದೆ ಗ್ರಾಂಥಿಕ ಭಾಷೆಯಾಗಿತ್ತು ಎಂದು ಖಚಿತವಾಗಿ ಹೇಳಬಹುದು.

ಕನ್ನಡದ ಮೊದಲ ಗ್ರಂಥವೆಂಬ ಹೆಗ್ಗಳಿಕೆಗೆ ಪಾತ್ರವಾಗಿರುವ **ಕವಿರಾಜಮಾರ್ಗ**ವನ್ನು ರಾಷ್ಟ್ರಕೂಟ ದೊರೆ ಒಂದನೇ ಅಮೋಘವರ್ಷನ ಆಸ್ಥಾನ **ಕವಿ ಶ್ರೀವಿಜಯ** ರಚಿಸಿದನು. ಇದು ಕ್ರಿ.ಶ. 9ನೇ ಶತಮಾನದ ಮಧ್ಯಭಾಗದಲ್ಲಿ ರಚನೆಯಾಗಿದೆ. ಈ ಗ್ರಂಥದಲ್ಲಿ ಶ್ರೀವಿಜಯ ತನಗಿಂತ ಹಿಂದೆ ಜೀವಿಸಿದ್ದ ಕನ್ನಡ ಕವಿಗಳನ್ನು ಹೆಸರಿಸಿದ್ದಾನೆ. ನಾಗಾರ್ಜುನ, ವಿಮಲೋದಯ, ಜಯಬಂಧು, ದುರ್ವಿನೀತ ಮೊದಲಾದ ಕವಿಗಳ ಹೆಸರನ್ನು ಉಲ್ಲೇಖಿಸಿದ್ದಾನೆ. ಅವರುಗಳಲ್ಲಿ ದುರ್ವಿನೀತ ಗಂಗರ ಅರಸನಾಗಿದ್ದವನು. ಅವನು ಬಹು ಭಾಷಾ ವಿದ್ವಾಂಸನಾಗಿದ್ದನೆಂಬುದು ತಿಳಿದು ಬಂದಿದೆ. ಅವನು ಆಳಿದ್ದು ಕ್ರಿ.ಶ. 495 ರಿಂದ 535ರವರೆಗೆ. ಅಂದರೆ ಅವನು ಆರನೇ ಶತಮಾನದ ಮಧ್ಯಭಾಗದಲ್ಲಿ ಜೀವಿಸಿದ್ದನು. ಶ್ರೀವಿಜಯ ಹೆಸರಿಸಿರುವ ಇತರ ಕವಿಗಳ ಕಾಲ ತಿಳಿದಿಲ್ಲ. ಶ್ರೀವಿಜಯ ಹೆಸರಿಸಿರುವ ಕೆಲವು ಕವಿಗಳು ಅವನಿಗಿಂತ ಎರಡು ಶತಮಾನಗಳ ಹಿಂದೆಯೇ ಜೀವಿಸಿದ್ದರು. ಆದರೆ ದುರಾದೃಷ್ಟದಿಂದ ಅವರುಗಳ ಯಾವುದೇ ಬರಹಗಳು ಲಭ್ಯವಾಗಿಲ್ಲ. ಕ್ರಿ.ಶ. 2ನೇ ಶತಮಾನದ ಮಧ್ಯಭಾಗದ ಗ್ರೀಕ್ ನಾಟಕ **'ಆಕ್ಸಿರಿಂಕಸ್ ಪ್ಯಾಪಿರೈ'**ನಲ್ಲಿ 'ದೀನ', 'ದಮ್ಮಾರ' ಎಂಬ ಕನ್ನಡ ಶಬ್ಧಗಳಿರುವುದನ್ನು ಡಾ.ಗೋವಿಂದ ಪೈ ಗುರುತಿಸಿದ್ದಾರೆ.

ಕರ್ನಾಟಕ ಶಬ್ದದ ಪ್ರಾಚೀನತೆಯನ್ನು ನೋಡುವುದಾದರೆ ಇದು ಕನ್ನಡ ಭಾಷೆಗಿಂತಲು ಪ್ರಾಚೀನವಾದುದೆಂದು ಕಂಡುಬರುತ್ತದೆ. **'ಕರ್ನಾಟಕ'** ಎಂಬ ಶಬ್ದ ಒಂದು ನಿರ್ದಿಷ್ಟ ಭೂಪ್ರದೇಶದ ಹೆಸರಾಗಿ ಮೊದಲು ಬಳಕೆಯಾಗಿರುವುದು ಭಾರತೀಯರ ಮಹಾಕಾವ್ಯಗಳಲ್ಲಿ ಒಂದಾಗಿರುವ **ಮಹಾಭಾರತ**ದಲ್ಲಿ. ಈ ಮಹಾಕಾವ್ಯದ ರಚನೆಯ ಕಾಲ ಉತ್ತರ ವೈದಿಕ ಕಾಲದ ಅಂತ್ಯ ಭಾಗ. ಅಂದರೆ ಹೊಸ ಧರ್ಮಗಳಾದ ಬೌದ್ಧ ಮತ್ತು ಜೈನಧರ್ಮಗಳ ಸ್ಥಾಪನೆಗೆ ಮೊದಲು. ಅಂದರೆ ಈ ಮಹಾಕಾವ್ಯ ರಚನೆಯಾಗಿ ಸುಮಾರು 2500 ವರ್ಷಗಳಾಗಿವೆ. ಮಹಾಭಾರತದ **ಭೀಷ್ಮಪರ್ವ** ಹಾಗೂ **ಸಭಾಪರ್ವ**ಗಳಲ್ಲಿ **'ಕರ್ನಾಟಕ'** ಎಂಬ ಶಬ್ದ ಬಳಕೆಯಾಗಿದೆ. ಈ ಶಬ್ದ ಮಹಾಭಾರತದ ಕುಂಭಕೋಣಂ ಆವೃತ್ತಿಯಲ್ಲಿ ಮಾತ್ರ ಕಂಡು ಬರುತ್ತದೆಂದೂ, ಪುಣೆ ಭಂಡಾರ್ಕರ್ ಸಂಸ್ಥೆ ಪ್ರಕಟಿಸಿರುವ ಆವೃತ್ತಿಯಲ್ಲಿ **'ಕರ್ನಾಟಕ'** ಶಬ್ದಕ್ಕೆ ಪರ್ಯಾಯವಾಗಿ **'ಕುಂತಲ'** ಅಥವಾ **'ಉನ್ನತ್ಯಕ'** ಎಂಬ ಶಬ್ದಗಳು ಬಳಕೆಯಾಗಿರುವುದನ್ನು ವಿದ್ವಾಂಸರು ಗುರುತಿಸಿದ್ದಾರೆ. **'ಉನ್ನತ್ಯಕ'** ಎಂದರೆ ಎತ್ತರದ ಪ್ರದೇಶ ಎಂಬ ಅರ್ಥವಿದೆ. ಕರ್ನಾಟಕಕ್ಕೆ **'ಕುಂತಳ'** ಎಂಬ ಹೆಸರು ಬಹಳ ಹಿಂದಿನಿಂದಲೂ ಇದ್ದಿತು. ಅದರ ಜೊತೆಗೆ **ಬನವಾಸಿ ದೇಶ, ವನವಾಸಿ, 'ಮಹಿಷ ಮಂಡಲ'** ಎಂಬ ಹೆಸರುಗಳೂ ಬಳಕೆಯಲ್ಲಿದ್ದವು. ಶಾತವಾಹನ ರಾಜ ಹಾಲನಿಗೆ **'ಕುಂತಳ ಜನಪದೇಶ್ವರ'** ಎಂಬ ಬಿರುದಿತ್ತು. ವಾಕಾಟಕ ನರೇಂದ್ರಸೇನ ಕದಂಬ ಕಾಕುಸ್ತವರ್ಮನ ಮಗಳು ಅಜಿತಭಟ್ಟಾರಿಕೆಯನ್ನು ವಿವಾಹವಾಗಿದ್ದನು. ಆತನ **ಬಾಲಘಾಟ್ ಶಾಸನ**ದಲ್ಲಿ ಆಕೆಯನ್ನು **'ಕುಂತಲ ರಾಜಕುಮಾರಿ'** ಎಂದು ಕರೆಯಲಾಗಿದೆ. ಉತ್ತರ ಕರ್ನಾಟಕವನ್ನು ಆಳಿದ ಕಲ್ಯಾಣ ಚಾಳುಕ್ಯರನ್ನೂ **'ಕುಂತಳೇಶ್ವರ'** ಎಂದು ಕರೆಯಲಾಗುತ್ತಿತ್ತು. ಅಶೋಕ ಚಕ್ರವರ್ತಿ **ಥೇರರಖ್ಖಿತ** ಎಂಬ ಭಿಕ್ಷುವನ್ನು ಬನವಾಸಿಗೂ, **ಮಹಾದೇವನನ್ನು** ಮಹಿಷ ಮಂಡಲಕ್ಕೂ ಬೌದ್ಧಧರ್ಮ ಪ್ರಚಾರಕ್ಕೆ ಕಳುಹಿಸಿದ್ದನೆಂದು ಬೌದ್ಧ ಧರ್ಮ ಗ್ರಂಥಗಳು ಹೇಳಿವೆ.

ಮತ್ತೊಂದು ಮಹಾಕಾವ್ಯ ರಾಮಾಯಣದಲ್ಲೂ ಕರ್ನಾಟಕದ ಬಗ್ಗೆ ಪ್ರಸ್ತಾಪಗಳಿವೆ. ಅಯೋಧ್ಯಾಕಾಂಡದಲ್ಲಿ **ಮಹಿಷಕ, ವೈಜಯಂತ** ಹಾಗೂ **ಕಿಷ್ಕಿಂದಾ** ಪ್ರದೇಶಗಳ ಉಲ್ಲೇಖವಿದೆ. ಬನವಾಸಿಗೆ ವೈಜಯಂತಿ ಎಂಬ ಮತ್ತೊಂದು ಹೆಸರಿತ್ತು. ಮಹಿಷಕ ಎಂಬುದು ಮಹಿಷಮಂಡಲ ಅಥವಾ ಮೈಸೂರು ಪ್ರದೇಶವಾಗಿತ್ತು. ವಾಲಿ, ಸುಗ್ರೀವರ ರಾಜಧಾನಿಯಾಗಿದ್ದ ಕಿಷ್ಕಿಂದಾ ಇಂದಿನ ಹಂಪೆಯಾಗಿತ್ತು ಎಂದು ವಿದ್ವಾಂಸರು ಹೇಳಿದ್ದಾರೆ. ರಾಮಾಯಣದಲ್ಲಿ ಉಲ್ಲೇಖವಾಗಿರುವ **'ದಂಡಕಾರಣ್ಯ'** ಪ್ರದೇಶ ಕರ್ನಾಟಕವಾಗಿತ್ತು ಎಂದು ಗುರುತಿಸಲಾಗಿದೆ. ಈ ದಂಡಕಾರಣ್ಯ ಪ್ರದೇಶವನ್ನು ಅಸುರರಿಂದ ಮುಕ್ತಗೊಳಿಸಿ ಜನ ವಸತಿಗೆ ಯೋಗ್ಯವಾಗಿ ಮಾಡಿದವರು ಮಹರ್ಷಿ ಅಗಸ್ತ್ಯರು ಎಂದು ಹೇಳಲಾಗಿದೆ. ದಕ್ಷಿಣ ಭಾರತಕ್ಕೆ ವೈದಿಕ ಸಂಸ್ಕೃತಿಯನ್ನು ಅವರೇ ತಂದರೆಂದು ನಂಬಲಾಗಿದೆ. ಅಶೋಕನ ಶಾಸನವೊಂದರಲ್ಲಿ ಕಂಡು ಬಂದಿರುವ **'ಇಸಿಲ'** ಶಬ್ದ ಕನ್ನಡ ಶಬ್ದವೆಂದು ಡಾ.ಡಿ.ಎಲ್ ನರಸಿಂಹಾಚಾರ್ ಹೇಳಿದ್ದಾರೆ. ಅವರ ಪ್ರಕಾರ ಈ ಶಬ್ದದ ಅರ್ಥ **'ಎಸೆ'** ಎಂದು. ಅಲೆಗ್ಸಾಂಡ್ರಿಯಾದ ಗಣಿತಶಾಸ್ತ್ರಜ್ಞ, ಖಗೋಳಶಾಸ್ತ್ರಜ್ಞ, ಭೂಗೋಳಶಾಸ್ತ್ರಜ್ಞ ಟಾಲೆಮಿ ಕ್ರಿ.ಶ.150ರಲ್ಲಿ ರಚಿಸಿದ **'ಗೈಡ್ ಟು ಜಿಯೊಗ್ರಫಿ'** ಎಂಬ ಪುಸ್ತಕದಲ್ಲಿ ಕರ್ನಾಟಕದ ಕಲ್ಗೇರಿ(ಕಲೇರಿ), ಮೊದೊಗೌಲ(ಮುದಗಲ್), ಬಾದಾಮಿ ಮೊದಲಾದ ಸ್ಥಳಗಳ ಬಗ್ಗೆ ಪ್ರಸ್ತಾಪವಿದೆ.

ಕ್ರಿಸ್ತ ಪೂರ್ವದಲ್ಲಿ ರಚನೆಯಾದ ಪಾಣಿನಿಯ ವ್ಯಾಕರಣದಲ್ಲಿ 'ಕರ್ನಾಥಕ' ಎಂಬ ಗೋತ್ರದ ಜನರ ಪ್ರಸ್ತಾಪವಿದೆ. ಗುಪ್ತರ ಕಾಲದ ಸಂಸ್ಕೃತ ಕೃತಿ **'ಮೃಚ್ಛಕಟಿಕ'**ದಲ್ಲಿ ಕರ್ನಾಟಕದ ಉಲ್ಲೇಖವಿದೆ. ಕ್ರಿ.ಪೂ. ಒಂದನೇ ಶತಮಾನದ **ಮಾರ್ಕಂಡೇಯ ಪುರಾಣ** ಹಾಗೂ **ವರಾಹಮಿಹಿರನ 'ಬೃಹತ್ ಸಂಹಿತ'** ಕೃತಿಗಳಲ್ಲಿ **'ಕರ್ನಾಟಕ'**ದ ಉಲ್ಲೇಖವಿದೆ. ಕದಂಬ ವಿಷ್ಣುವರ್ಮನ 5ನೇ ಶತಮಾನದ ಮಧ್ಯ ಭಾಗದ ಬೀರೂರು ತಾಮ್ರ ಶಾಸನದಲ್ಲಿ ಶಾಂತಿವರ್ಮನನ್ನು **"ಸಮಗ್ರ ಕರ್ನಾಟ ದೇಶ ಭೂವರ್ಗ ಭರ್ತಾರ"** ಎಂದು ವರ್ಣಿಸಲಾಗಿದೆ. **ಕರ್ನಾಟಕದ ಹೆಸರು ಶಾಸನದಲ್ಲಿ ಉಲ್ಲೇಖವಾಗಿರುವುದು ಇದೇ ಮೊದಲು.** ಚಾಳುಕ್ಯರ ಸೈನ್ಯವನ್ನು ಶಾಸನಗಳಲ್ಲಿ **"ಕರ್ನಾಟ ಬಲ"** ಎಂದು ವರ್ಣಿಸಲಾಗಿದೆ. ಬಿಲ್ಹಣ ತನ್ನ **'ವಿಕ್ರಮಾಂಕದೇವ ಚರಿತ'** ದಲ್ಲಿ ಆರನೇ ವಿಕ್ರಮಾದಿತ್ಯನನ್ನು **'ಕರ್ನಾಟಕದ ಚಂದ್ರ'** ಎಂದು ವರ್ಣಿಸಿದ್ದಾನೆ. ಬಾದಾಮಿ ಚಾಳುಕ್ಯ ವಂಶಕ್ಕೆ ಸೇರಿದ ರಾಣಿ ವಿಜಯಂಕ ತನ್ನನ್ನು **'ಕರ್ನಾಟ ರಾಜಪ್ರಿಯ'** ಎಂದು ವರ್ಣಿಸಿಕೊಂಡಿದ್ದಾಳೆ. 11ನೇ ಶತಮಾನದ ಜಾವಾದ ಶ್ರೀವಿಜಯ ವಂಶದ ಶಾಸನವೊಂದರಲ್ಲಿ **'ಕರ್ನಾಟಕ'** ಸೇರಿದಂತೆ ಬೇರೆ ಬೇರೆ ಭಾಗಗಳಿಂದ ವರ್ತಕರು ಜಾವಕ್ಕೆ ಬರುತ್ತಿದ್ದ ಬಗ್ಗೆ ಪ್ರಸ್ತಾಪಿಸಲಾಗಿದೆ.

ಕರ್ನಾಟ ಅಥವಾ ಕರ್ನಾಟಕ ಹಾಗೂ ಕನ್ನಡ ಶಬ್ದಗಳ ಉಗಮದ ಬಗ್ಗೆ ತೀವ್ರ ಗೊಂದಲಗಳಿವೆ. 'ಕನ್ನಡ' ಮೊದಲೊ ಅಥವಾ **'ಕರ್ನಾಟಕ'** ಮೊದಲೊ ಎಂಬುದು ಚರ್ಚಾಸ್ಪದವಾಗಿದೆ. ಕೆಲವರ ಪ್ರಕಾರ ಕನ್ನಡ ಮೂಲಶಬ್ದ ಅನಂತರ ಕರ್ನಾಟ ಹುಟ್ಟಿತು. ಕವಿರಾಜಮಾರ್ಗದಲ್ಲಿ **"ಕಾವೇರಿಯಿಂದ ಗೋದಾವರಿವರಮಿರ್ದ ನಾಡದಾ ಕನ್ನಡ"**

ಎಂದು ಹೇಳಿರುವುದನ್ನು ಗಮನಿಸಿದರೆ 'ಕನ್ನಡ' ಎಂಬುದೇ ಈ ನಾಡಿನ ಹೆಸರಾಗಿತ್ತು. ಅದು ಮುಂದೆ ಸಂಸ್ಕೃತದಲ್ಲಿ ಕರ್ನಾಟ ಆಯಿತೆಂಬ ವಾದಕ್ಕೆ ಪುಷ್ಟಿ ದೊರೆಯುತ್ತದೆ. ಇನ್ನು ಈ ಶಬ್ದಗಳು ಹೇಗೆ ರೂಪಗೊಂಡವು ಎಂಬುದನ್ನು ಡಾ.ಪಿ.ಬಿ. ದೇಸಾಯ್ ಈ ಕೆಳಗಿನಂತೆ ವಿಶ್ಲೇಷಿಸಿದ್ದಾರೆ. ಕರ್ಣ ಮತ್ತು ನಾಟ ಎಂಬ ಮೂಲ ನಿವಾಸಿಗಳಿಂದಾಗಿ ಕರ್ನಾಟಕ ಎಂಬ ಹೆಸರು ರೂಪಗೊಂಡಿತು. ಕಣ್ ಅಥವಾ 'ಕಳ್' ಎಂಬ ಜನರು ವಾಸಿಸುತ್ತಿದ್ದ ನಾಡು **'ಕಣ್‌ನಾಡು'** ಅಥವ ಕನ್ನಡವಾಯಿತು. ಕಮ್ (ಸುವಾಸನೆ) ಮತ್ತು ನಾಡು (ದೇಶ) ಎಂಬ ಶಬ್ದಗಳು ಸೇರಿ ಕನ್ನಡ (ಸುವಾಸನೆಯ ಪ್ರದೇಶ) ಆಯಿತು ಎಂದು ಮತ್ತೊಂದು ಅಭಿಪ್ರಾಯವಿದೆ. **ಕರ್ (ಕಪ್ಪು) ಮತ್ತು ನಾಡು (ದೇಶ)** ಸೇರಿ ಕರಿಮಣ್ಣಿನ ನಾಡು **"ಕರ್‌ನಾಡು"** ಎಂದಾಗಿ ಮುಂದೆ ಕರ್ನಾಟಕವಾಗಿರಬಹುದು ಎಂಬುದು ಮತ್ತೊಂದು ಅಭಿಪ್ರಾಯವಾಗಿದೆ. ಕರು(ಎತ್ತರದ ಭಾಗ) ಮತ್ತು ನಾಡು (ಪ್ರದೇಶ) ಸೇರಿ **'ಕರುನಾಡು'** (ಎತ್ತರದ ಭೂ ಪ್ರದೇಶ) ಆಯಿತು. ಕ್ರಿ.ಶ. 2ನೇ ಶತಮಾನದ ತಮಿಳಿನ **ಇಳಂಗೋ ಅಡಿಗಳ್** ವಿರಚಿತ **"ಶಿಲಪ್ಪದಿಕಾರಂ"** ಎಂಬ ಮಹಾಕಾವ್ಯದಲ್ಲಿ ಕನ್ನಡಿಗರನ್ನು **"ಕರುನಾಡರ್"** ಎಂದು ಕರೆಯಲಾಗಿದೆ. ಕರ್ನಾಟಕ ತಮಿಳುನಾಡಿಗಿಂತ ಎತ್ತರದ ಪ್ರದೇಶವಾಗಿರುವುದರಿಂದ ಕನ್ನಡಿಗರನ್ನು ತಮಿಳರು **"ಕರುನಾಡರ್"** ಎಂದು ಕರೆದರು. ಹೀಗೆ ಕರು+ನಾಡು = ಕರುನಾಡು ಆಯಿತು ಎಂಬುದು ಹೆಚ್ಚು ವಿದ್ವಾಂಸರ ಮನ್ನಣೆ ಪಡೆದಿದೆ.

ಕರ್ನಾಟಕ ಚರಿತ್ರೆಯ ಅಧ್ಯಯನದ ಪ್ರಾಮುಖ್ಯತೆ

ಯಾವುದೇ ದೇಶದ ಪ್ರಜೆಗಳಿಗೆ ತಮ್ಮ ದೇಶದ ಇತಿಹಾಸವನ್ನು ಅರಿಯುವುದು ಅತ್ಯಂತ ಅಗತ್ಯ ಮತ್ತು ಕರ್ತವ್ಯ ಕೂಡ. ನಿಜವಾದ ಅರ್ಥದಲ್ಲಿ ನಾಗರಿಕ ಎನಿಸಿಕೊಳ್ಳಬೇಕಾದರೆ ಅವನಿಗೆ ತನ್ನ ದೇಶದ ಇತಿಹಾಸದ ಅರಿವಿರಬೇಕು. ಇತಿಹಾಸವನ್ನು ಮರೆತ ದೇಶ ಉಳಿಯಲಾರದು. ಈ ಮಾತಿಗೆ ಹಲವಾರು ಜ್ವಲಂತ ಉದಾಹರಣೆಗಳಿವೆ. ಪ್ರಸಿದ್ಧ ಸಮಾಜ ಸುಧಾರಕ, ಆರ್ಯಸಮಾಜದ ಸ್ಥಾಪಕ ಹಾಗೂ ಶ್ರೇಷ್ಠ ದೇಶಪ್ರೇಮಿಯಾಗಿದ್ದ **ದಯಾನಂದ ಸರಸ್ವತಿ** ಹೀಗೆ ಹೇಳಿದ್ದಾರೆ.

"ಯಾವ ದೇಶದ ಜನರಿಗೆ ತಮ್ಮ ಧರ್ಮ, ಪರಂಪರೆ ಹಾಗೂ ಇತಿಹಾಸದ ಬಗ್ಗೆ ಅಭಿಮಾನ ಇರುವುದಿಲ್ಲವೋ ಆ ರಾಷ್ಟ್ರ ಆತ್ಮಾಭಿಮಾನದಿಂದ ತಲೆ ಎತ್ತಿ ನಿಲ್ಲಲಾರದು". ಇತಿಹಾಸದ ಅರಿವು ಪ್ರಜೆಗಳಲ್ಲಿ ದೇಶಾಭಿಮಾನ ಮೂಡಿಸುತ್ತದೆ. ಆಲೂರು ವೆಂಕಟರಾಯರು 1917ರಲ್ಲಿ **"ಕರ್ನಾಟಕ ಗತವೈಭವ"** ಎಂಬ ಪುಸ್ತಕ ಬರೆದಿದ್ದರ ಉದ್ದೇಶವೇ ಕನ್ನಡಿಗರಿಗೆ ಕರ್ನಾಟಕದ ಗತ ಇತಿಹಾಸವನ್ನು ತಿಳಿಸುವುದು. ಅದನ್ನು ಓದಿದ ನಾಡಿನ ಜನರಲ್ಲಿ ಅಪಾರವಾದ ಜಾಗೃತಿಯುಂಟಾಗಿ ಸ್ವಾತಂತ್ರ್ಯ ಹಾಗೂ ಏಕೀಕರಣ ಚಳುವಳಿಗಳಲ್ಲಿ ಅವರು ಪಾಲ್ಗೊಳ್ಳುವಂತಾಯಿತು. ಬಾಲಗಂಗಾಧರ ತಿಲಕರು ಶಿವಾಜಿಯ ಸಾಧನೆಗಳನ್ನು ಜನರ ಮುಂದಿಟ್ಟು ಜನರಲ್ಲಿ ರಾಷ್ಟ್ರ ಪ್ರೇಮವನ್ನು ಉದ್ದೀಪನಗೊಳಿಸಿದರು. **ರಾಣಾಪ್ರತಾಪ**ನ ಹೆಸರು ಇಂದಿಗೂ ರಾಜಾಸ್ತಾನದಲ್ಲಿ ಮನೆ ಮಾತಾಗಿದೆ. ಈ ಹೆಸರೇ ಭಾರತೀಯರನ್ನು ರೋಮಾಂಚನಗೊಳಿಸುತ್ತದೆ. **ಭಗತ್‌ಸಿಂಗ**ರ ಹೆಸರು ಕೇಳಿದವರಲ್ಲಿ ದೇಶಪ್ರೇಮ ಜಾಗೃತವಾಗದಿರದು. ಗಾಂಧಿ, ನೆಹರು, ಸರ್ದಾರ್ ಪಟೇಲ್, ಸುಭಾಶ್‌ಚಂದ್ರ ಬೋಸ್ ಮೊದಲಾದ ನೂರಾರು, ಸಾವಿರಾರು ನೇತಾರರ, ಹುತಾತ್ಮರ ತ್ಯಾಗದ, ಬಲಿದಾನದ ನೆನಪು ಭಾರತೀಯರಲ್ಲಿ ಎಲ್ಲಿಯವರೆಗೆ ಹಸಿರಾಗಿರುತ್ತದೋ ಅಲ್ಲಿಯವರೆಗೆ ಈ ದೇಶದ ಸ್ವಾತಂತ್ರ್ಯ ಗಟ್ಟಿಯಾಗಿರುತ್ತದೆ. ಕರ್ನಾಟಕದ ಚರಿತ್ರೆಯನ್ನು ಈ ಕಾರಣಗಳಿಂದಾಗಿಯೇ ಓದಬೇಕಾದ ಅಗತ್ಯವಿದೆ. ನಮ್ಮ ನಾಡು ರಾಜಕೀಯ, ಧಾರ್ಮಿಕ ಹಾಗೂ ಸಾಂಸ್ಕೃತಿಕ ಕ್ಷೇತ್ರಗಳಲ್ಲಿ ಸಾಧಿಸಿರುವ ಹಿರಿದಾದ ಪ್ರಗತಿಯ ಅರಿವು ಈ ನಾಡಿನ ಜನರಿಗೆ ಇರಬೇಕಾದುದು ಅಗತ್ಯ.

ಬಾದಾಮಿಯ ಚಾಳುಕ್ಯರು, ರಾಷ್ಟ್ರಕೂಟರು, ಕಲ್ಯಾಣದ ಚಾಳುಕ್ಯರು, ವಿಜಯನಗರದ ಅರಸರು ವಿಶಾಲವಾದ ಸಾಮ್ರಾಜ್ಯಗಳನ್ನು ಕಟ್ಟಿ ವೈಭವದಿಂದ ಆಳಿದರು. ಇಡೀ ದಕ್ಷಿಣ ಭಾರತ ಅವರುಗಳ ಅಧಿಕಾರಕ್ಕೊಳಗಾಗಿತ್ತು. ಚಾಳುಕ್ಯ ಎರಡನೇ ಪುಲಕೇಶಿ ಉತ್ತರ ಭಾರತದ ಸಾಮ್ರಾಟ ಹರ್ಷವರ್ಧನನ್ನು ಸೋಲಿಸಿ ಹಿಮ್ಮೆಟ್ಟಿಸಿದನು. ಚಾಳುಕ್ಯ ಅರಸರಾದ ವಿನಯಾದಿತ್ಯ ಮತ್ತು ಅವನ ಮಗ ವಿಜಯಾದಿತ್ಯ, ರಾಷ್ಟ್ರಕೂಟ ಅರಸರಾದ ಧ್ರುವ, ಮೂರನೇ ಗೋವಿಂದ, ಮೂರನೇ ಇಂದ್ರ ಹಾಗೂ ಮೂರನೇ ಕೃಷ್ಣ ಉತ್ತರದ ಗಂಗಾಬಯಲಿನವರೆಗೂ ಯಶಸ್ವಿ ದಂಡಯಾತ್ರೆ ನಡೆಸಿದರು. ಕಲ್ಯಾಣ ಚಾಳುಕ್ಯ ವಂಶದ ಆರನೇ ವಿಕ್ರಮಾದಿತ್ಯನ ಕೀರ್ತಿಯನ್ನು ಕೇಳಿ ತಾನು ಕಾಶ್ಮೀರದಿಂದ ಕಲ್ಯಾಣಕ್ಕೆ ಬಂದದ್ದಾಗಿ **ಸಂಸ್ಕೃತ ಕವಿ ಬಿಲ್ಹಣ** ಹೇಳಿಕೊಂಡಿದ್ದಾನೆ. ಚಾಳುಕ್ಯ ಅರಸರ ಉದಾರತೆ ಅನುಪಮವಾದುದು. ಎರಡನೇ ಪುಲಕೇಶಿಯನ್ನು ಕ್ರಿ.ಶ. 642ರಲ್ಲಿ ಸೋಲಿಸಿ, ಕೊಂದು ಅವನ ರಾಜಧಾನಿ ಬಾದಾಮಿಯನ್ನು ಪಲ್ಲವ ಒಂದನೇ ನರಸಿಂಹವರ್ಮ ಧ್ವಂಸಮಾಡಿದ್ದನು. ಆದರೆ ಅನಂತರ ಪಲ್ಲವರನ್ನು ಸೋಲಿಸಿ ಅವರ ರಾಜಧಾನಿ ಕಂಚಿ ನಗರವನ್ನು ವಶಪಡಿಸಿಕೊಂಡ ಚಾಳುಕ್ಯ ಎರಡನೇ

ವಿಕ್ರಮಾದಿತ್ಯ ಕಂಚಿಗೆ ಯಾವುದೇ ಹಾನಿ ಮಾಡಲಿಲ್ಲ. ಅದನ್ನು ಲೂಟಿ ಮಾಡಲಿಲ್ಲ. ಬದಲಾಗಿ ಅಲ್ಲಿನ **ರಾಜಸಿಂಹೇಶ್ವರ ದೇಗುಲಕ್ಕೆ** ಅಪಾರವಾದ ಸಂಪತ್ತನ್ನು ದಾನಮಾಡಿ ತನ್ನ ಔದಾರ್ಯ ಮೆರೆದನು. **"ಕರ್ನಾಟಕ ಬಲ"** (ಸೈನ್ಯ) ಅಜೇಯ ಎಂಬ ಭಾವನೆ ಬೆಳೆಯಿತು. ಈ ಎಲ್ಲ ರಾಜಕೀಯ ಸಾಧನೆಗಳಿಂದಾಗಿ ಕರ್ನಾಟಕದ ಕೀರ್ತಿ ದೇಶಾದ್ಯಂತ ಹರಡಿತು.

ಕರ್ನಾಟಕದ ರಾಜವಂಶಗಳ ಶಾಖೆಗಳು ದೇಶದ ವಿವಿಧ ಭಾಗಗಳಲ್ಲಿ ರಾಜ್ಯಗಳನ್ನು ಕಟ್ಟಿ ಸ್ವತಂತ್ರರಾಗಿ ಇಲ್ಲವೆ ಸಾಮಂತರಾಗಿ ಆಳಿರುವ ಹಲವಾರು ನಿದರ್ಶನಗಳಿವೆ. ಗಂಗರ ಶಾಖೆಯೊಂದು ಪೂರ್ವ ಭಾರತದ ಕಳಿಂಗದಲ್ಲಿ ಆಳಿದ್ದು ಅದು **ಪೂರ್ವ ಗಂಗ ವಂಶ** ಎಂದು ಕರೆಯಲ್ಪಟ್ಟಿದೆ. ಮೂರು ಹಂತಗಳಲ್ಲಿ ಅಲ್ಲಿ ಆಳಿರುವ ಈ ವಂಶ ಮೂರನೇ ಹಂತದಲ್ಲಿ ಹನ್ನೊಂದನೇ ಶತಮಾನದಿಂದ 13ನೇ ಶತಮಾನದವರೆಗೆ ಕಳಿಂಗವನ್ನು ಆಳಿತು. ಅನಂತವರ್ಮ ಚೋಡಗಂಗ (1078–1150) ಈ ವಂಶದ ಶ್ರೇಷ್ಠ ದೊರೆ. ಈ ವಂಶದ ದೊರೆಗಳೇ **ಕೊನಾರ್ಕ್‌ನ** ಸುಪ್ರಸಿದ್ಧ **ಸೂರ್ಯದೇವಾಲಯವನ್ನು** ನಿರ್ಮಿಸಿದವರು ಎಂಬುದು ಕನ್ನಡಿಗರಿಗೆ ಹೆಮ್ಮೆಯ ಸಂಗತಿ. ಕದಂಬ ವಂಶದ ಹಲವು ಶಾಖೆಗಳು ವಿವಿಧ ಭಾಗಗಳಲ್ಲಿ ಆಳಿರುವ ಉದಾರಣೆಗಳಿವೆ. ಒಂದು ಶಾಖೆ ಗೋವಾದಲ್ಲಿ ಆಳಿದರೆ ಮತ್ತೊಂದು ಶಾಖೆ ಪೂರ್ವ ಕದಂಬ ವಂಶದವರು ಒಡಿಶಾದ ಗಂಜಾಂ ಪ್ರದೇಶದಲ್ಲಿ ಸಾಮಂತರಾಗಿ ಆಳಿದರು.

ಬಾದಾಮಿ ಚಾಳುಕ್ಯ ವಂಶಕ್ಕೆ ಸೇರಿದವರು ಗುಜರಾತ್, ನಾಸಿಕ್, ವೆಂಗಿ, ಮೇಮುಲವಾಡ ಮೊದಲಾದ ಕಡೆ ಆಳಿದರು. **ವೆಂಗಿ ಚಾಳುಕ್ಯ** ಅಥವಾ ಪೂರ್ವ ಚಾಳುಕ್ಯ ವಂಶ ಹೆಚ್ಚು ದೀರ್ಘಕಾಲ ಆಳಿತು. ಮೇಮುಲವಾಡ (ತೆಲಂಗಾಣ)ದ ಚಾಳುಕ್ಯ ಅರಿಕೇಸರಿಯ ಆಸ್ಥಾನ ಕವಿಯೇ ಕನ್ನಡದ **ಆದಿಕವಿ ಪಂಪ**. ಅಂತೆಯೇ ರಾಷ್ಟ್ರಕೂಟ ವಂಶಕ್ಕೆ ಸೇರಿದವರು ಸತಾರ ಪ್ರದೇಶದಲ್ಲಿ, ಗುಜರಾತ್‌ನಲ್ಲಿ, ಒಡಿಶಾ ಮತ್ತು ಬಿಹಾರ್‌ನಲ್ಲಿ ಅಳಿರುವುದು ಕಂಡುಬಂದಿದೆ. ಕರ್ನಾಟಕದಿಂದ ದೂರದ ಬಂಗಾಳ ಹಾಗೂ ಬಿಹಾರ ರಾಜ್ಯಗಳಿಗೆ ತೆರಳಿ ಅಲ್ಲಿ ತಮ್ಮದೇ ರಾಜ್ಯ ಸ್ಥಾಪಿಸಿಕೊಂಡು ತಮ್ಮ ಮೂಲವನ್ನು ಮರೆಯದೆ ಹೆಮ್ಮೆಯಿಂದ ತಾವು **'ಕನ್ನಡಿಗರು'** ಎಂದು ಹೇಳಿಕೊಂಡಿರುವ **ಮಿಥಿಲಾ ಕರ್ನಾಟರು** ಹಾಗೂ **ಬಂಗಾಳದ ಸೇನರ** ಬಗ್ಗೆ ಕನ್ನಡಿಗರು ಹೆಮ್ಮೆ ಪಡಲೇಬೇಕು. **ನಾನ್ಯದೇವ** (1097–1147) ಮಿಥಿಲಾ **ಕರ್ನಾಟ ವಂಶದ ಸ್ಥಾಪಕ**. ಕರ್ನಾಟಕ ಮೂಲದ ಈತನು ಮಿಥಿಲೆ ಅಥವಾ ಬಿಹಾರದ ಉತ್ತರ ಭಾಗದಲ್ಲಿ ಪ್ರಸಿದ್ಧವಾದ ರಾಜ್ಯವನ್ನು ಸ್ಥಾಪಿಸಿದನು. ಈತನ ವಂಶ **ಮಿಥಿಲಾ ಕರ್ನಾಟ ವಂಶವೆಂದೇ** ಹೆಸರಾಗಿದೆ. ಒಂದು ಹಂತದಲ್ಲಿ ನೇಪಾಳದ ಕೆಲವು ಭಾಗಗಳೂ ಮಿಥಿಲಾ ರಾಜ್ಯದ ಅಧೀನಕ್ಕೊಳಗಾಗಿದ್ದವು. ತಮ್ಮ ಉತ್ತಮ ಆಳ್ವಿಕೆಗಾಗಿ, ಜನಪರ ಕೆಲಸಗಳಿಗಾಗಿ ಇಂದಿಗೂ ಆ ರಾಜ್ಯದ ಚರಿತ್ರೆಯಲ್ಲಿ ಮಹತ್ವದ ಸ್ಥಾನ ಪಡೆದಿದ್ದಾರೆ. ಈ ವಂಶದ **ಹರಿಸಿಂಹ** ಮುಸ್ಲಿಂ ದಾಳಿಯನ್ನು ಎದುರಿಸಲಾಗದೆ ನೇಪಾಳಕ್ಕೆ ತೆರಳಿ ಅಲ್ಲಿ ತನ್ನ ಅಧಿಕಾರ ಸ್ಥಾಪಿಸಿಕೊಂಡನು.

ಬಂಗಾಳದಲ್ಲಿ ಹನ್ನೊಂದು ಮತ್ತು ಹನ್ನೆರಡನೇ ಶತಮಾನಗಳಲ್ಲಿ ಆಳಿದ **ಸೇನ ವಂಶದ** ಅರಸರು ಕರ್ನಾಟಕದವರಾಗಿದ್ದರು. ಈ ವಂಶದ ಅರಸರು ತಮ್ಮನ್ನು **'ಕರ್ನಾಟ ಕ್ಷತ್ರಿಯರು'** ಎಂದು ಕರೆದುಕೊಂಡಿದ್ದಾರೆ. **ವೀರಸೇನ ಈ ವಂಶದ ಸ್ಥಾಪಕ**. ಮುಂದೆ ವಿಜಯಸೇನನ ಕಾಲದಲ್ಲಿ ಅವರ ಅಳ್ವಿಕೆ ಇಡೀ ಬಂಗಾಳ ಪ್ರಾಂತ್ಯಕ್ಕೆ ವಿಸ್ತರಿಸಿತು. ಅವನ ಮಗ ಬಲ್ಲಾಳಸೇನ ಚಾಳುಕ್ಯ ರಾಜಕುಮಾರಿ ರಮಾದೇವಿಯನ್ನು ವಿವಾಹವಾದನು. ಕುತೂಹಲದ ಸಂಗತಿಯೆಂದರೆ ಈ ಬಲ್ಲಾಳ ಎಂಬ ಹೆಸರು ಕನ್ನಡ ಮೂಲದ್ದಾಗಿದೆ. ಈ ಎರಡೂ ವಂಶಗಳ ಅರಸರು ತಮ್ಮನ್ನು ಕನ್ನಡಿಗರು ಎಂದು ಹೆಮ್ಮೆಯಿಂದ ಹೇಳಿಕೊಂಡಿದ್ದಾರೆ. **ಮಿಥೆಲೆ ವಂಶದ ನಾನ್ಯದೇವ** ಸಂಗೀತ ವಿಶಾರದನಾಗಿದ್ದು ಸಂಗೀತವನ್ನು ಕುರಿತು **"ಸರಸ್ವತಿ ಹೃದಯಾಲಂಕಾರ ಹಾರ"** ಎಂಬ ಗ್ರಂಥವನ್ನು ಬರೆದಿದ್ದಾನೆ. ಇದರಲ್ಲಿ ತನ್ನನ್ನು **"ಕರ್ನಾಟಕ ಕುಲದ ಆಭರಣ"** ಎಂದು ವರ್ಣಿಸಿಕೊಂಡಿದ್ದಾನೆ. ಕರ್ನಾಟಕದ ಕೆಲವು ರಾಜವಂಶಗಳು ತಾವು ಉತ್ತರ ಭಾರತದ ಆಯೋಧ್ಯೆ ಹಾಗೂ ದ್ವಾರಕೆಯಿಂದ ಬಂದವರೆಂದು ಹೇಳಿಕೊಂಡಿದ್ದರೆ ಮಿಥಿಲಾ ಮತ್ತು ಸೇನ ವಂಶದವರು ತಮ್ಮ ಕನ್ನಡ ಮೂಲದ ಬಗ್ಗೆ ಹೆಮ್ಮೆ ಪಟ್ಟಿಕೊಂಡಿರುವುದು ಕನ್ನಡಿಗರಿಗೂ ಹೆಮ್ಮೆಯ ಸಂಗತಿಯಲ್ಲವೇ?

ಕರ್ನಾಟಕದ ವೈಭವದ ದಿನಗಳೆಂದರೆ ಬಾದಾಮಿ ಚಾಳುಕ್ಯರು, ರಾಷ್ಟ್ರಕೂಟರು, ಕಲ್ಯಾಣದ ಚಾಳುಕ್ಯರು ಹಾಗೂ ವಿಜಯನಗರ ಸಾಮ್ರಾಜ್ಯದ ಕಾಲ. ಆ ದಿನಗಳಲ್ಲಿ ಪೂರ್ಣವಾಗಿ ಕರ್ನಾಟಕ ಮತ್ತು ಮಹಾರಾಷ್ಟ್ರ ಹಾಗೂ ಆಂಧ್ರ, ತಮಿಳುನಾಡು, ಗುಜರಾತ್ ಮತ್ತು ಮಧ್ಯ ಪ್ರದೇಶದ ಹಲವು ಭಾಗಗಳು ಕನ್ನಡಿಗರ ಆಧಿಪತ್ಯಕ್ಕೆ ಒಳಗಾಗಿದ್ದವು. ಈ ಭಾಗಗಳ ಮೇಲೆ ಕನ್ನಡ ಭಾಷೆ ಹಾಗೂ ಸಂಸ್ಕೃತಿಯ ಪ್ರಭಾವುಂಟಾಯಿತು. ಕರ್ನಾಟಕದಲ್ಲಿ ಉದಯಿಸಿದ ಧಾರ್ಮಿಕ ಪಂಥಗಳು ಭಾರತದ ಇತರ ಪ್ರಾಂತ್ಯಗಳ ಜನರ ಮೇಲೂ ಪ್ರಭಾವ ಬೀರಿದವು. ಕರ್ನಾಟಕದ **ಬಸವ ಧರ್ಮ** ಮಹಾರಾಷ್ಟ್ರ, ಆಂಧ್ರ ಹಾಗೂ ತಮಿಳುನಾಡಿನಲ್ಲೂ ಹರಡಿತು. ಬಸವೇಶ್ವರರ ಖ್ಯಾತಿಯನ್ನು ಕೇಳಿ ಗುಜರಾತ್, ಕಾಶ್ಮೀರ, ಕೇರಳದಿಂದಲೂ ಭಕ್ತರು ಆಗಮಿಸಿದ್ದರು. ಒಡಿಶಾದ ಪೂರ್ವ

ಗಂಗ ವಂಶದ ಬಾಲಕ ದೊರೆ ಎರಡನೇ ನರಸಿಂಹನ ರಾಜಪ್ರತಿನಿಧಿಯಾಗಿದ್ದ **ನರಹರಿತೀರ್ಥ** (ಶ್ಯಾಮಶಾಸ್ತ್ರಿ) ಮಧ್ವಾಚಾರ್ಯರ ಪ್ರಭಾವದಿಂದ ದ್ವೈತಧರ್ಮ ಸ್ವೀಕರಿಸಿದನು. ಅಂತೆಯೇ ಶೈವನಾಗಿದ್ದ ಅರಸ **ಒಂದನೇ ಬಾನುದೇವ** (ನರಸಿಂಹನ ತಂದೆ) ವೈಷ್ಣವ ಧರ್ಮ ಸ್ವೀಕರಿಸಿದನು. ನರಹರಿತೀರ್ಥ ಒಡಿಶಾ ಹಾಗೂ ಆಂಧ್ರ ಭಾಗದಲ್ಲಿ **ದ್ವೈತ ಧರ್ಮ**ವನ್ನು ಪ್ರಚಾರ ಮಾಡಿದನು. ಅದರಿಂದಾಗಿ ಮಾಧ್ವರ ದ್ವೈತ ಸಿದ್ಧಾಂತ ಒಡಿಶಾದಲ್ಲಿ (ಕಳಿಂಗ) ಜನಪ್ರಿಯವಾಯಿತು. ಬಂಗಾಳದ ಶ್ರೇಷ್ಠ **ಸಂತ ಚೈತನ್ಯ**ರು ಈ ಸಿದ್ಧಾಂತದಿಂದ ಪ್ರಭಾವಿತರಾದರು. ವಿಜಯನಗರದ ವೈಭವವನ್ನು ಕಣ್ಣಾರೆ ಕಂಡಿದ್ದ ವಿದೇಶೀಯರೆಲ್ಲರೂ ಅದನ್ನು ಮುಕ್ತ ಕಂಠದಿಂದ ಪ್ರಶಂಸಿಸಿದ್ದಾರೆ. ವಿಜಯನಗರದಂತಹ ನಗರ ಜಗತ್ತಿನಲ್ಲೇ ಇರಲಿಲ್ಲವೆಂಬುದು ಅವರುಗಳ ಅಭಿಪ್ರಾಯವಾಗಿದೆ. ವಿಜಯನಗರ ಕನ್ನಡಿಗರು ಮರೆಯಲಾಗದ, ಮರೆಯಬಾರದ ಸಾಮ್ರಾಜ್ಯವಾಗಿದೆ. ಕರ್ನಾಟಕ, ತಮಿಳುನಾಡು, ಕೇರಳ ಹಾಗೂ ಆಂಧ್ರ ಪ್ರದೇಶವನ್ನು ಒಳಗೊಂಡ ವಿಶಾಲ ಸಾಮ್ರಾಜ್ಯವನ್ನು ಆಳಿದ ವಿಜಯನಗರ ಅರಸರು ಎಲ್ಲ ಭಾಷೆಗಳಿಗೂ ಸಮಾನ ಪ್ರೋತ್ಸಾಹ ನೀಡಿ ಉದಾರತೆ ಮೆರೆದರು.

ವಾಸ್ತುಶಿಲ್ಪ ಕ್ಷೇತ್ರದಲ್ಲಿ ಕರ್ನಾಟಕದ ಸಾಧನೆ ಹಿರಿದಾದುದು. **ಕರ್ನಾಟಕದ ಐಹೊಳೆ ಭಾರತದ ವಾಸ್ತುಶಿಲ್ಪದ ಪ್ರಯೋಗಾಲಯವಾಗಿತ್ತು**. ಬಾದಾಮಿ ಚಾಳುಕ್ಯರಿಂದ ಹಿಡಿದು ವಿಜಯನಗರದ ಅರಸರು ಹಾಗೂ ಬಿಜಾಪುರದ ಆದಿಲ್ ಷಾಹಿಗಳವರೆಗೆ ಎಲ್ಲರೂ ವಾಸ್ತುಶಿಲ್ಪ ಕ್ಷೇತ್ರಕ್ಕೆ ಅಮೋಘವಾದ ಕೊಡುಗೆ ನೀಡಿದ್ದಾರೆ. ಹೊಯ್ಸಳರ ಬೇಲೂರು, ಹಳೇಬೀಡು ದೇವಾಲಯಗಳಲ್ಲಿ ಕಂಡುಬರುವ ಸೂಕ್ಷ್ಮಾತಿಸೂಕ್ಷ್ಮವಾದ ಕೆತ್ತನೆಗಳು ಇಡೀ ದೇಶದಲ್ಲಿ ವಿರಳಾತಿವಿರಳವೆಂದರೆ ಅತಿಶಯೋಕ್ತಿಯಾಗಲಾರದು.

ಆಧುನಿಕ ಕಾಲದಲ್ಲಿ ಮೈಸೂರಿನ ಅರಸರು ವಿಶೇಷವಾಗಿ ನಾಲ್ಮಡಿ ಕೃಷ್ಣರಾಜ ಒಡೆಯರು ಹಾಗೂ ಅವರ ದಿವಾನರುಗಳು ಪ್ರಗತಿಪರ ದೃಷ್ಟಿಕೋನ ಹೊಂದಿದ್ದು ಮೈಸೂರು ಸಂಸ್ಥಾನವನ್ನು ಬ್ರಿಟಿಷರ ಆಡಳಿತ ಕಾಲದಲ್ಲಿ ಒಂದು ಮಾದರಿ ಸಂಸ್ಥಾನವನ್ನಾಗಿ ಮಾಡಿದರು. ಹೀಗೆ ಕರ್ನಾಟಕದ ಇತಿಹಾಸ ಉಜ್ವಲವಾಗಿದ್ದು ಇಲ್ಲಿನ ಅರಸರ, ಸಮಾಜ ಸುಧಾರಕರ, ಮಂತ್ರಿ, ಸೇನಾನಿಗಳ ಮತ್ತಿತರರ ಜನಪರವಾದ ಕಾರ್ಯಗಳು ಕನ್ನಡಿಗರಿಗೆ ಸ್ಫೂರ್ತಿ ನೀಡುವುದರಲ್ಲಿ ಸಂಶಯವಿಲ್ಲ. ಇಂದಿನ ಕರ್ನಾಟಕ ಈ ಎಲ್ಲಾ ಐತಿಹಾಸಿಕ ಕೊಡುಗೆಗಳ ಪ್ರತೀಕವಾಗಿದೆ.

ಮಾದರಿ ಪ್ರಶ್ನೆಗಳು

ಒಂದು ಅಂಕದ ಪ್ರಶ್ನೆಗಳು

1. ಕನ್ನಡಕ್ಕೆ ಯಾವಾಗ ಶಾಸ್ತ್ರೀಯ ಭಾಷೆ ಸ್ಥಾನಮಾನ ದೊರೆಯಿತು ?
2. ಕನ್ನಡದ ಪ್ರಥಮ ಶಾಸನ ಯಾವುದು ?
3. ಕನ್ನಡದ ಪ್ರಥಮ ಸಾಹಿತ್ಯ ಕೃತಿ ಯಾವುದು ?
4. ಕರ್ನಾಟಕದ ಹೆಸರು ಉಲ್ಲೇಖಗೊಂಡಿರುವ ಪ್ರಥಮ ಶಾಸನ ಯಾವುದು ?
5. **'ಕರ್ನಾಟ ರಾಜಪ್ರಿಯ'** ಎಂದು ತನ್ನನ್ನು ವರ್ಣಿಸಿಕೊಂಡಿರುವ ಕವಯತ್ರಿ ಯಾರು ?
6. **'ಕರ್ನಾಟ ಕ್ಷತ್ರಿಯರು'** ಎಂದು ತಮ್ಮನ್ನು ವರ್ಣಿಸಿಕೊಂಡಿರುವ ಬಂಗಾಳದ ಅರಸು ವಂಶ ಯಾವುದು ?

ಅಧ್ಯಾಯ – 2

ಆಕರಗಳ ಬಗ್ಗೆ ಒಂದು ಕಿರುನೋಟ

A brief look at Sources

ಇತಿಹಾಸವನ್ನು ಒಂದು ವಿಜ್ಞಾನ, ಹೆಚ್ಚು ಅಲ್ಲ ಅಥವಾ ಕಡಿಮೆಯೂ ಅಲ್ಲ ಎಂದು ವ್ಯಾಖ್ಯಾನಿಸಲಾಗಿದೆ. ಸತ್ಯ ಸಂಗತಿಗಳನ್ನು ದಾಖಲಿಸುವುದೇ ಇತಿಹಾಸದ ಗುರಿಯಾಗಿದೆ. ಪ್ರಾಚೀನ ಕಾಲದಿಂದ ಇತ್ತೀಚಿನವರೆಗೆ ಮಾನವನ ಬದುಕಿನ ವಿವಿಧ ಹಂತಗಳಲ್ಲಿ ಆದಂತಹ ಬದಲಾವಣೆಗಳನ್ನು, ಸಂಸ್ಕೃತಿಯ ವಿಕಾಸವನ್ನು ಅಧ್ಯಯನ ಮಾಡುವುದೇ ಇತಿಹಾಸದ ಗುರಿ. ವಿಜ್ಞಾನ ಹೇಗೆ ಕಣ್ಣಿಗೆ ಕಾಣದ್ದನ್ನು ನಂಬುವುದಿಲ್ಲವೊ ಹಾಗೆಯೇ ಇತಿಹಾಸ ಕೂಡ ವಾಸ್ತವದ ಸಂಗತಿಗಳನ್ನು ಮಾತ್ರ ಗಣನೆಗೆ ತೆಗೆದುಕೊಳ್ಳುತ್ತದೆ. ಒಂದು ಕಾಲದಲ್ಲಿ ಇತಿಹಾಸ ಸಾಹಿತ್ಯದ ಭಾಗವಾಗಿತ್ತು. **ಹಿರೊಡೋಟಸ್**‌ರಂತಹ ಇತಿಹಾಸಕಾರರು ಇತಿಹಾಸವನ್ನು ಸಾಹಿತ್ಯದಿಂದ ಪ್ರತ್ಯೇಕಿಸಿ ಒಂದು ಸ್ವತಂತ್ರ ಅಧ್ಯಯನದ ವಿಷಯವನ್ನಾಗಿ ಮಾಡಿದರು. ಸಾಹಿತ್ಯಕ್ಕಿಂತ ಇತಿಹಾಸ ಭಿನ್ನವಾಗಬೇಕಾದರೆ ಇತಿಹಾಸವನ್ನು ಆಧಾರ ಸಹಿತವಾಗಿ ಬರೆಯಬೇಕಾಗುತ್ತದೆ. ಆದ್ದರಿಂದ ಇತಿಹಾಸದ ರಚನೆಗೆ ಆಧಾರಗಳ ಅತ್ಯಗತ್ಯವಾಗಿವೆ. ಆಧಾರಗಳಿಲ್ಲದೆ ಇತಿಹಾಸವಿಲ್ಲ ಎಂಬುದು ಸಾಮಾನ್ಯ ಅಭಿಪ್ರಾಯ. ಇತಿಹಾಸ ಆಧಾರಗಳ ಮೇಲೆ ಅವಲಂಬಿತವಾಗಿದೆ. ಆಧಾರ ರಹಿತವಾದುದು ಸಾಹಿತ್ಯವಾದರೆ, ಆಧಾರ ಸಹಿತವಾದುದು ಇತಿಹಾಸವಾಗುತ್ತದೆ. ಅದಕ್ಕೆ ಇತಿಹಾಸಕಾರರು ಯಾವುದೇ ವಿಷಯವನ್ನು ಹೇಳುವಾಗ **"ಇಂತಹ ಮೂಲದಿಂದ ನಮಗೆ ಮಾಹಿತಿ ಲಭ್ಯವಾಗಿದೆ"** ಎಂದು ಹೇಳುವುದು ಸಾಮಾನ್ಯ. ಪ್ರಾಚೀನ ಕಾಲದ ಮಾನವನ ಇತಿಹಾಸವನ್ನು ರಚಿಸುವಾಗ ಅವನು ಬಳಸಿ, ಬಿಟ್ಟು ಹೋಗಿರುವ ಅವಶೇಷಗಳನ್ನು ಆಧಾರವಾಗಿಟ್ಟುಕೊಳ್ಳಬೇಕಾಗುತ್ತದೆ. ಉಳಿದಿರುವ ಅವಶೇಷಗಳ ಆಧಾರದ ಮೇಲೆ ಗತಕಾಲದ ಮಹತ್ವದ ಸಂಗತಿಗಳನ್ನು ಶೋಧಿಸುವುದೇ ಇತಿಹಾಸ ಎಂದು ವ್ಯಾಖ್ಯಾನಿಸಲಾಗಿದೆ.

ಅತ್ಯಂತ ಪ್ರಾಚೀನ ಕಾಲದ ಇತಿಹಾಸದ ಅಧ್ಯಯನಕ್ಕೆ ಆಧಾರಗಳ ಕೊರತೆ ಇದೆ ಎಂಬುದನ್ನು ಒಪ್ಪಿಕೊಳ್ಳಲೇಬೇಕು. ಈ ಹಿನ್ನೆಲೆಯಲ್ಲಿ ನೋಡಿದರೆ ಹನ್ನೊಂದನೇ ಶತಮಾನದ ಆರಂಭದಲ್ಲಿ ಭಾರತಕ್ಕೆ ಬಂದಿದ್ದ **ಅಲ್ಬೆರೂನಿಯ "ಹಿಂದೂಗಳಿಗೆ ಐತಿಹಾಸಿಕ ಪ್ರಜ್ಞೆ ಇರಲಿಲ್ಲ"** ಎಂಬ ಮಾತು ಕೆಲಮಟ್ಟಿಗೆ ಸತ್ಯವೆನಿಸುತ್ತದೆ. ಆದರೆ ವೈಜ್ಞಾನಿಕವಾದ ರೀತಿಯಲ್ಲಿ ಇತಿಹಾಸದ ದಾಖಲೆಗಳನ್ನು ಪ್ರಾಚೀನ ಭಾರತೀಯರು ಇಟ್ಟಿರುವುದು ಕಂಡು ಬರದಿದ್ದರೂ ಇತಿಹಾಸದ ಬಗ್ಗೆ ಅವರು ಪೂರ್ಣವಾಗಿ ನಿರಾಸಕ್ತರಾಗಿದ್ದರೆಂದು ಹೇಳಲಾಗದು. ಧರ್ಮ ಮತ್ತು ಆಧ್ಯಾತ್ಮದತ್ತ ಅಂದರೆ ಪಾರಮಾರ್ಥಿಕ ಬದುಕಿನತ್ತ ಹೆಚ್ಚು ಆಸಕ್ತರಾಗಿದ್ದ ಭಾರತೀಯರಿಗೆ ರಾಜಕೀಯ ಘಟನೆಗಳ ಬಗ್ಗೆ ಅಂದರೆ ಲೌಕಿಕ ವಿಷಯಗಳ ಬಗ್ಗೆ ಸಹಜವಾಗಿಯೇ ನಿರಾಸಕ್ತಿಯಿದ್ದಿತು. ಆದಾಗ್ಯೂ ನಮ್ಮ ನಾಡಿನ ಪ್ರಾಚೀನ ಇತಿಹಾಸದ ಪುನಾರಚನೆಗೆ ಆಕರ ಸಾಮಾಗ್ರಿಗಳು ವಿವಿಧ ರೂಪದಲ್ಲಿ ಸಾಕಷ್ಟು ಪ್ರಮಾಣದಲ್ಲಿ ಲಭ್ಯವಿದೆ. ಇತಿಹಾಸಪೂರ್ವಕಾಲ (ಪ್ರಾಗಿತಿಹಾಸಕಾಲ) ಹಾಗೂ ಇತಿಹಾಸಯುಗದ ಆರಂಭಕಾಲದ ಬಗ್ಗೆ ಆಕರಗಳ ಕೊರತೆ ಸ್ವಲ್ಪ ಮಟ್ಟಿಗೆ ಕಂಡುಬರುತ್ತದಾದರೂ ಅನಂತರದ ಇತಿಹಾಸದ ಬಗ್ಗೆ ಅಂತಹ ಕೊರತೆ ಕಂಡುಬರುವುದಿಲ್ಲ.

ಕರ್ನಾಟಕದ ಇತಿಹಾಸದ ರಚನೆಗೆ ಬಳಸಲಾಗುತ್ತಿರುವ ಆಕರ ಅಥವಾ ಆಧಾರಗಳನ್ನು ಸ್ಥೂಲವಾಗಿ ಎರಡು ಭಾಗಗಳಾಗಿ ವಿಭಾಗಿಸಬಹುದು. ಅವುಗಳು **ಪುರಾತತ್ವ ಆಧಾರಗಳು** ಮತ್ತು **ಸಾಹಿತ್ಯಿಕ ಆಧಾರಗಳು**. ಪುರಾತತ್ವ ಆಧಾರಗಳನ್ನು ಮತ್ತೆ ಉತ್ಖನನ, ಶಾಸನಗಳು, ನಾಣ್ಯಗಳು ಮತ್ತು ಸ್ಮಾರಕಗಳು ಎಂದು, ಸಾಹಿತ್ಯಿಕ ಆಧಾರಗಳನ್ನು ದೇಶೀಯ ಹಾಗೂ ವಿದೇಶೀಯ ಆಧಾರಗಳೆಂದು ವರ್ಗೀಕರಿಸಲಾಗಿದೆ. ಇವಲ್ಲದೆ ರಾಜ್ಯ ಪತ್ರಾಗಾರ ಇಲಾಖೆಯ ವಶದಲ್ಲಿರುವ ಹಾಗೂ ಖಾಸಗಿ ವ್ಯಕ್ತಿಗಳ ಮತ್ತು ಸಂಸ್ಥೆಗಳ ಸಂಗ್ರಹದಲ್ಲಿರುವ ಕಾಗದ ಪತ್ರಗಳು, ದಿನಚರಿಗಳು, ಕೈಫಿಯತ್ತುಗಳು ಮೊದಲಾದವು ಉಪಯುಕ್ತ ಆಕರ ಸಾಮಗ್ರಿಯಾಗಿವೆ.

ಪುರಾತತ್ವ ಆಧಾರಗಳು : ಉತ್ಖನನ

ಇತಿಹಾಸ ಪೂರ್ವಕಾಲ ಅಥವಾ ಪ್ರಾಗಿತಿಹಾಸ ಕಾಲದ ಜನರ ಬದುಕನ್ನು ಅರಿಯಲು ಭೂ ಉತ್ಖನನಗಳ ಮೂಲಕ ಶೋಧಿಸಿ ಹೊರತೆಗೆಯಲಾಗಿರುವ ಮನುಷ್ಯ ಬಳಸಿರಬಹುದಾದ ಸಾಧನ, ಸಲಕರಣೆಗಳು ಉಪಯುಕ್ತವಾಗಿವೆ. ಕೆಲವು

ಇತಿಹಾಸಕಾರರು ಇತಿಹಾಸ ಪೂರ್ವಕಾಲ ಎನ್ನುವ ಪರಿಕಲ್ಪನೆಯನ್ನೇ ಪ್ರಶ್ನಿಸಿದ್ದಾರೆ. ಆದಾಗ್ಯೂ ಈ ಶಬ್ದ ಬಳಕೆಯಲ್ಲಿ ಉಳಿದಿದೆ. **ಲಿಖಿತ ದಾಖಲೆಗಳು ಇಲ್ಲದಿರುವ ಕಾಲದ ಇತಿಹಾಸವನ್ನು ಪ್ರಾಗಿತಿಹಾಸ ಎಂದು ಕರೆಯಲಾಗಿದೆ.** ಆದ್ದರಿಂದ ಈ ಅವಧಿಯ ಇತಿಹಾಸವನ್ನು ಭೂ ಉತ್ಖನನಗಳ ಮೂಲಕ ಶೋಧಿಸಲಾಗಿರುವ ವಾಸದ ನಿವೇಶನಗಳು, ಮಡಿಕೆಗಳು, ಮೂಳೆಗಳು, ಕಲ್ಲಿನ ಆಯುಧಗಳು ಮೊದಲಾದವುಗಳ ವೈಜ್ಞಾನಿಕ ವಿಶ್ಲೇಷಣೆಯ ಆಧಾರದ ಮೇಲೆ ಅಧ್ಯಯನ ಮಾಡಬೇಕು.

ಭಾರತದ ಪ್ರಾಚೀನ ಇತಿಹಾಸದ ವೈಜ್ಞಾನಿಕ ಅಧ್ಯಯನವನ್ನು ಆರಂಭಿಸಿದವರು ಬ್ರಿಟಿಷ್ ಅಥವಾ ಐರೋಪ್ಯ ವಿದ್ವಾಂಸರು ಎಂಬುದು ನಿರ್ವಿವಾದಿತವಾದ ಸಂಗತಿಯಾಗಿದೆ. 1784ರಲ್ಲಿ ಸರ್ ವಿಲಿಯಂ ಜೋನ್ಸ್ **'ಏಷ್ಯಾಟಿಕ್ ಸೊಸೈಟಿ ಆಫ್ ಬೆಂಗಾಲ್'** ಎಂಬ ಸಂಸ್ಥೆಯನ್ನು ಆರಂಭಿಸಿದ ನಂತರ ಭಾರತದ ಇತಿಹಾಸದ ಅಧ್ಯಯನ ವ್ಯವಸ್ಥಿತ ರೀತಿಯಲ್ಲಿ ಆರಂಭಗೊಂಡಿತು. **ಇಂಡಾಲಜಿ** ಅಥವಾ **ಭಾರತ ಅಧ್ಯಯನ**ದ ಆರಂಭವನ್ನು ಇಲ್ಲಿಂದಲೇ ಗುರುತಿಸಬಹುದಾಗಿದೆ. 19ನೇ ಶತಮಾನದ ಮಧ್ಯಭಾಗದಿಂದ ಈ ಅಧ್ಯಯನಕ್ಕೆ ಹೆಚ್ಚಿನ ಆದ್ಯತೆ ದೊರೆಯಿತು. ಕರ್ನಾಟಕದ ಮಟ್ಟಿಗೆ ಹೇಳುವುದಾದರೆ ರಾಯಚೂರು ಜಿಲ್ಲೆಯ **ಲಿಂಗಸುಗೂರು** ಎಂಬ ಗ್ರಾಮದಲ್ಲಿ 1842ರಲ್ಲಿ ಪತ್ತೆಯಾದ **ಶಿಲಾ ಕೈಕೊಡಲಿ** ಮೊದಲ ಅವಶೇಷವಾಗಿದೆ. ಇದನ್ನು ಶೋಧಿಸಿದವರು **ರಾಬರ್ಟ್ ಬ್ರೂಸ್‌ಫೂಟ್**. ಅಂದಿನಿಂದ ಆರಂಭವಾದ ಭೂ ಶೋಧನಾ ಕಾರ್ಯಗಳು ಇಂದಿಗೂ ಮುಂದುವರಿದಿವೆ. ಕರ್ನಾಟಕದಲ್ಲಿ ಹಳೇಶಿಲಾಯುಗಕ್ಕೆ ಸಂಬಂಧಿಸಿದಂತೆ ದೊರೆತಿರುವ ಅವಶೇಷಗಳು ತೀರಾಕಡಿಮೆ. ಚಿಕ್ಕಮಗಳೂರು ಜಿಲ್ಲೆಯ ಕಡೂರು, ಲಿಂಗದಹಳ್ಳಿ ಹಾಗೂ ನಿಡಘಟ್ಟ, ಚಿತ್ರದುರ್ಗ ಜಿಲ್ಲೆಯ ತಾಳ್ಯ ಹಾಗೂ ಜಾನಕಲ್, ಶಿವಮೊಗ್ಗ ಜಿಲ್ಲೆಯ ನ್ಯಾಮತಿ, ತುಮಕೂರು ಜಿಲ್ಲೆಯ ಕಿಬ್ಬನಹಳ್ಳಿ, ಗುಲ್ಬರ್ಗ ಜಿಲ್ಲೆಯ ಹುಣಸಿಗಿ, ಬಳ್ಳಾರಿ ಜಿಲ್ಲೆಯ ನಿಟ್ಟೂರು, ಹಲಕುಂದಿ, ಮಲಪ್ರಭಾ ನದಿಪಾತ್ರದ ಖ್ಯಾಡ ಮೊದಲಾದವು ಹಳೇಶಿಲಾಯುಗದ ಪ್ರಮುಖ ನಿವೇಶನಗಳಾಗಿವೆ. ಈ ಸ್ಥಳಗಳಲ್ಲಿ ದೊರೆತಿರುವ ವಸ್ತುಗಳಲ್ಲಿ ಕಲ್ಲಿನ ಕೊಡಲಿಗಳೇ ಹೆಚ್ಚಾಗಿವೆ. ಕೈ ಕೊಡಲಿ ಶಿಲಾಯುಗದ ಕಾಲಕ್ಕೆ ಸಂಬಂಧಿಸಿದ ಮುಖ್ಯ ಅವಶೇಷವಾಗಿದೆ. ಅದರಿಂದಾಗಿ ಕರ್ನಾಟಕದ ಪ್ರಾಗಿತಿಹಾಸ ಕಾಲವನ್ನು **ಕೈಕೊಡಲಿ ಸಂಸ್ಕೃತಿಯ ಕಾಲವೆಂದು** ಕರೆಯಲಾಗಿದೆ.

ನವಶಿಲಾಯುಗಕ್ಕೆ ಸಂಬಂಧಿಸಿದ ಅವಶೇಷಗಳನ್ನು ಬಳ್ಳಾರಿ ಜಿಲ್ಲೆಯ ಸಂಗನಕಲ್ಲು ಮತ್ತು ತೆಕ್ಕಲಕೋಟೆ, ರಾಯಚೂರು ಜಿಲ್ಲೆಯ ಮಸ್ಕಿ ಹಾಗೂ ಪಿಕ್ಲಿಹಾಳ, ಚಿತ್ರದುರ್ಗ ಜಿಲ್ಲೆಯ ಚಂದ್ರವಳ್ಳಿ ಹಾಗೂ ಬ್ರಹ್ಮಗಿರಿ, ಮೈಸೂರು ಜಿಲ್ಲೆಯ ಟಿ. ನರಸೀಪುರ, ಧಾರವಾಡ ಜಿಲ್ಲೆಯ ಹಳ್ಳೂರು ಮೊದಲಾದ ಕಡೆ ಭೂ ಶೋಧನೆಗಳ ಮೂಲಕ ಪತ್ತೆ ಹಚ್ಚಲಾಗಿದೆ. ಕೆಲವು ಕಡೆ ಮುಖ್ಯವಾಗಿ ಹಳ್ಳೂರಿನಲ್ಲಿ ರಾಗಿ, ಭತ್ತ ಹಾಗೂ ತೆಕ್ಕಲಕೋಟೆಯಲ್ಲಿ ಹುರುಳಿಯ ಅವಶೇಷಗಳು ಪತ್ತೆಯಾಗಿವೆ. ಹಲವು ಸ್ಥಳಗಳಲ್ಲಿ ದೊರೆತಿರುವ ಮೂಳೆಗಳ ಅವಶೇಷಗಳಿಂದ ಹಸು, ನಾಯಿ, ಮೇಕೆ, ಕುರಿ ಮೊದಲಾದ ಪ್ರಾಣಿಗಳನ್ನು ಸಾಕುತ್ತಿದ್ದರೆಂಬ ಅಂಶ ತಿಳಿದುಬಂದಿದೆ. ಸಂಗನಕಲ್ ಹಾಗೂ ಹಳ್ಳೂರ್‌ನಲ್ಲಿ ಕುದುರೆಯ ಮೂಳೆ ದೊರೆತಿವೆ. ಟಿ.ನರಸೀಪುರದಲ್ಲಿ ಎಮ್ಮೆಯ ಮೂಳೆ ದೊರೆತಿದೆ. ಅಂತೆಯೇ ಬೂದು ಬಣ್ಣದ, ಕೆಂಪು ಹಾಗೂ ಕಪ್ಪು ಬಣ್ಣದ ಮಡಿಕೆಗಳು ಸಾಕಷ್ಟು ಪ್ರಮಾಣದಲ್ಲಿ ದೊರೆತಿವೆ. 1955ರಲ್ಲಿ ಆರ್.ವಿ. ಜೋಷಿಯವರು ಮಲಪ್ರಭಾ ನದಿ ದಂಡೆಯುದ್ದಕ್ಕೂ 21 ಶಿಲಾಯುಗದ ನಿವೇಶನಗಳನ್ನು ಶೋಧಿಸಿದರು. ಅವರು **ಬ್ರೂಸ್‌ಫೂಟ್** ಆರಂಭಿಸಿದ್ದ ಕಾರ್ಯವನ್ನು ಮುಂದುವರಿಸಿದರು. ಚಂದ್ರವಳ್ಳಿಯಲ್ಲಿ ವಿಸ್ತೃತವಾದ ಕ್ಷೇತ್ರ ಕಾರ್ಯ ನಡೆದಿದೆ. ಮೈಸೂರು ಸಂಸ್ಥಾನದ ಪುರಾತತ್ವ ಇಲಾಖೆ ವತಿಯಿಂದ ಈ ಕಾರ್ಯ ನಡೆದಿದೆ. **ಮಾರ್ಟಿಮರ್ ವ್ಹೀಲರ್** ಕೂಡ ಇಲ್ಲಿ ವ್ಯಾಪಕ ಶೋಧನಾ ಕಾರ್ಯ ನಡೆಸಿದ್ದಾರೆ. ವಿವಿಧ ಅವಧಿಗೆ ಸೇರಿದ ಅಪಾರ ಸಂಖ್ಯೆಯ ನಾಣ್ಯಗಳು ಇಲ್ಲಿ ದೊರೆತಿವೆ. **ಆಗಸ್ಟಸ್ ಸೀಜರ್** ಹಾಗೂ **ಟೈಬೀರಿಯಸ್‌**ನ ರೋಮನ್ ನಾಣ್ಯಗಳು ಸಿಕ್ಕಿರುವುದು ವಿಶೇಷವಾಗಿದೆ. ಸಿಂಧೂ ಸಂಸ್ಕೃತಿಯ ಹರಪ್ಪದಲ್ಲಿ ದೊರೆತಿರುವ ಚಿನ್ನದ ಆಧಾರದ ಮೇಲೆ ಈ ಚಿನ್ನವನ್ನು **ಕರ್ನಾಟಕದ ಗಣಿಗಳಿಂದ ಆಮದುಮಾಡಿಕೊಳ್ಳಲಾಗಿತ್ತೆಂದು** ಕೆಲವು ವಿದ್ವಾಂಸರು ಹೇಳಿರುವುದು ಗಮನಾರ್ಹವಾಗಿದೆ.

ಇತ್ತೀಚೆಗೆ ಅರಸಿಕೆರೆ ತಾಲ್ಲೂಕಿನ ಚಲುವನಹಳ್ಳಿ, ಮೈಸೂರು ಜಿಲ್ಲೆಯ ತಲಕಾಡು, ಮಂಡ್ಯ ಜಿಲ್ಲೆಯ ಕುಂತಿಬೆಟ್ಟ, ಮೈಸೂರು ಸಮೀಪ ಬಿಳಿಕೆರೆ, ಮೊದಲಾದ ಕಡೆ ಪ್ರಾಗಿತಿಹಾಸ ಕಾಲದ ನೆಲೆಗಳು ಪತ್ತೆಯಾಗಿವೆ. ಸಮಾಧಿಗಳಲ್ಲಿ ಧಾನ್ಯ, ಪಾತ್ರೆಗಳು, ದಿನಬಳಕೆಯ ವಸ್ತುಗಳು ಕಂಡು ಬಂದಿರುವುದರಿಂದ ಈಜಿಪ್ಟಿನಂತೆ ಇಲ್ಲಿಯೂ ಮರಣೋತ್ತರ ಜೀವನದಲ್ಲಿ ಜನರಿಗೆ ನಂಬಿಕೆ ಇದ್ದದ್ದು ತಿಳಿಯುತ್ತದೆ. ಸನ್ನತಿಯಲ್ಲಿ ಡಾ.ಎಂ.ಶೇಷಾದ್ರಿ ನೇತೃತ್ವದಲ್ಲಿ ವ್ಯಾಪಕ ಶೋಧನಾ ಕಾರ್ಯ ನಡೆದಿದೆ. ವಿವಿಧ ಬಗೆಯ ಮಣ್ಣಿನ ಬಣ್ಣದ ಪಾತ್ರೆಗಳು, ಬೌದ್ಧ ಸ್ಮಾರಕಗಳು, ಲೋಹದ ಆಯುಧಗಳು ಸಿಕ್ಕಿವೆ. ತೆಕ್ಕಲಕೋಟೆ ಮತ್ತು ಹಳ್ಳೂರಿನಲ್ಲಿ ತಾಮ್ರದ ಕೊಡಲಿಗಳು ಹಾಗೂ ಬ್ರಹ್ಮಗಿರಿಯಲ್ಲಿ ಕಂಚಿನ ಕೊಡಲಿ, ಹಳ್ಳೂರಿನಲ್ಲಿ ಕಬ್ಬಿಣದ ಸಲಕರಣೆಗಳು ಸಿಕ್ಕಿವೆ. ನದಿಪಾತ್ರಗಳಲ್ಲಿ ವ್ಯವಸ್ಥಿತವಾದ ಕ್ಷೇತ್ರ ಕಾರ್ಯ ನಡೆಸಿದ **ರಾಬರ್ಟ್ ಬ್ರೂಸ್‌ಫೂಟ್** ಅವರನ್ನು **'ಕರ್ನಾಟಕದ**

ಪ್ರಾಗಿತಿಹಾಸದ ಪಿತಾಮಹ' ಎಂದು ಕರೆಯಲಾಗಿದೆ. ಅಂತೆಯೇ ಅವರನ್ನು **'ಭಾರತದ ಪ್ರಾಗಿತಿಹಾಸದ ಪಿತಾಮಹ'** ಎಂದೂ ಕರೆಯಲಾಗಿದೆ.

ಶಾಸನಗಳು

ಶಾಸನಗಳು ಇತಿಹಾಸದ ರಚನೆಗೆ ಅಮೂಲ್ಯ ಆಕರಗಳಾಗಿವೆ. ಇತರೆ ಮೂಲಗಳಲ್ಲಿ ದೊರೆಯುವ ಮಾಹಿತಿಗಳಿಗಿಂತ ಶಾಸನಗಳಿಂದ ದೊರೆಯುವ ಮಾಹಿತಿ ಹೆಚ್ಚು ನಿಖರವಾಗಿರುತ್ತದೆ. ಇತರ ಮೂಲಗಳಿಂದ ಮಾಹಿತಿಗಳು ಲಭ್ಯವಾಗದ ಸಂದರ್ಭಗಳಲ್ಲೂ ಶಾಸನಗಳು ಇತಿಹಾಸಕಾರನ ಕೈ ಹಿಡಿಯುತ್ತವೆ. ಶಾಸನಗಳನ್ನು ಮಾಹಿತಿಗಳ ಗಣಿ ಎಂದೇ ಭಾವಿಸಲಾಗಿದೆ. ಭಾಷೆಯ ಬೆಳವಣಿಗೆಯ ಅಧ್ಯಯನಕ್ಕೂ ಇವು ಸಹಕಾರಿಯಾಗಿವೆ. ಶಾಸನವೆಂದರೆ (ವಿಶೇಷವಾಗಿ ಅಶೋಕನ ಶಾಸನಗಳು) ರಾಜಾಜ್ಞೆಗಳು. ಅವು ಬರಹ ರೂಪದಲ್ಲಿರುವ ರಾಜಾಜ್ಞೆಗಳಾಗಿವೆ.

ಕೌಟಿಲ್ಯನ ಪ್ರಕಾರ ರಾಜನ ಆಜ್ಞೆಗಳನ್ನು ತಿಳಿಸುವ ಬರಹವೇ ಶಾಸನ. ಇಂಗ್ಲಿಷ್‌ನಲ್ಲಿ ಶಾಸನವನ್ನು ಇನ್‌ಸ್ಕ್ರಿಪ್ಷನ್ ಎಂದು ಕರೆಯುತ್ತಾರೆ. ಇನ್‌ಸ್ಕ್ರೈಬ್ ಎಂದರೆ ಕೆತ್ತು ಅಥವಾ ಕೊರೆ ಎಂಬ ಅರ್ಥಬರುತ್ತದೆ. **"ಶಾಸನಗಳು ನಮ್ಮ ನಾಡಿನ ಅಪೂರ್ವವಾದ ಸಂಪತ್ತು"** ಎಂದು ದೀಕ್ಷಿತ್ ಹೇಳಿದ್ದಾರೆ. ಕರ್ನಾಟಕದ ಚರಿತ್ರೆಗೆ ಸಂಬಂಧಿಸಿದಂತೆ 30,000 ಶಾಸನಗಳು ದೊರೆತಿವೆ.

ಶಾಸನ ಸಂಗ್ರಹ ಕಾರ್ಯ

ಕರ್ನಾಟಕಕ್ಕೆ ಸಂಬಂಧಿಸಿದಂತೆ ಶಾಸನಗಳ ಸಂಗ್ರಹ ಕಾರ್ಯವನ್ನು ಮೊದಲು ಕೈಗೊಂಡವರು ಬ್ರಿಟಿಷ್ ಸೈನ್ಯಾಧಿಕಾರಿಯಾಗಿದ್ದ **ಕರ್ನಲ್ ಕೊಲಿನ್ ಮೆಕೆಂಜಿ** (1754–1821). ಅವರನ್ನು ಟಿಪ್ಪುವಿನ ಮರಣಾನಂತರ ಕಂಪನಿಯ ಸರ್ಕಾರ ಮೈಸೂರು ಭಾಗದಲ್ಲಿ ಸರ್ವೆಕಾರ್ಯಕ್ಕೆ ನೇಮಿಸಿತ್ತು. ಮೆಕೆಂಜಿ ಸ್ಥಳೀಯರಾದ ಆಂಧ್ರಮೂಲದ **ಕಾವಲಿ ವೆಂಕಟ ಬೋರಯ್ಯ,** ಅವರ ಸಹೋದರ **ಲಕ್ಷ್ಮಯ್ಯ** ಹಾಗೂ ಮೈಸೂರು ಭಾಗದ ಮಲೆಯೂರಿನ **ಧರ್ಮಯ್ಯ**ನ ಸಹಕಾರ ಪಡೆದು 19ನೇ ಶತಮಾನದ ಮೊದಲ ಭಾಗದಲ್ಲಿ ಸರ್ವೆ ಕಾರ್ಯದ ಜೊತೆಗೆ ಸಾವಿರಾರು ಶಾಸನಗಳು, ಹಸ್ತಪ್ರತಿಗಳು ಹಾಗೂ ನಾಣ್ಯಗಳನ್ನು ಸಂಗ್ರಹಿಸಿದರು. ತಾವು ಸಂಗ್ರಹಿಸಿದ ಕೆಲವು ಶಾಸನಗಳನ್ನು ಏಷ್ಯಾಟಿಕ್ ಸೊಸೈಟಿ ಆಫ್ ಬೆಂಗಾಲ್ ಸಂಸ್ಥೆಯು 1789ರಲ್ಲಿ ಆರಂಭಿಸಿದ್ದ **'ಏಷಿಯಾಟಿಕ್ ರಿಸರ್ಚಸ್'** ಎಂಬ ಪತ್ರಿಕೆಯಲ್ಲಿ ಪ್ರಕಟಿಸಿದರು. 1815ರಲ್ಲಿ ಅವರು ಭಾರತದ **ಪ್ರಥಮ ಸರ್ವೆಯರ್ ಜನರಲ್** ಆಗಿ ನೇಮಕಗೊಂಡರು. ದಕ್ಷಿಣ ಭಾರತದ ಪ್ರಥಮ ನಿಖರ ನಕ್ಷೆಯನ್ನು ತಯಾಸಿದವರು ಕೂಡ ಸರ್. ಮೆಕೆಂಜಿ ಅವರೇ. ಅನಂತರ **ಸರ್ ವಾಲ್ಟರ್ ಈಲಿಯಟ್** (1803–1887) ಈ ಕಾರ್ಯವನ್ನು ಮುಂದುವರಿಸಿದರು. ಆದರೆ ಈ ಕ್ಷೇತ್ರದಲ್ಲಿ ಬಹಳ ದೊಡ್ಡ ಸಾಧನೆ ಮಾಡಿದವರು **ಜೆ.ಎಫ್ ಫ್ಲೀಟ್ (1847–1917)** ಮತ್ತು **ಬಿ.ಎಲ್.ರೈಸ್**. ಏಕ ಕಾಲದಲ್ಲಿ ಉತ್ತರ ಕರ್ನಾಟಕ ಭಾಗದಲ್ಲಿ ಫ್ಲೀಟ್ ಹಾಗೂ ಮೈಸೂರು ಭಾಗದಲ್ಲಿ ರೈಸ್ ಶಾಸನ ಸಂಗ್ರಹ ಕಾರ್ಯ ಕೈಗೊಂಡರು. ಫ್ಲೀಟರು ತಾವು ಸಂಗ್ರಹಿಸಿದ ಶಾಸನಗಳನ್ನು ಕುರಿತು 1872ರಲ್ಲಿ **ಜೇಮ್ಸ್ ಬರ್ಗೆಸ್** ಆರಂಭಿಸಿದ್ದ **'ಇಂಡಿಯನ್ ಆಂಟಿಕ್ವರಿ'** (Indian Antiquary) ಪತ್ರಿಕೆಯಲ್ಲಿ ಲೇಖನಗಳನ್ನು ಬರೆದರು. ಮುಂದೆ ತಮ್ಮ ಸಂಶೋಧನೆಗಳ ಆಧಾರದ ಮೇಲೆ **'The Dynasties of the Kanarese Districts of The Bombay Presidency from earliest historical times to the Musalman Conquest'** ಎಂಬ ಕೃತಿಯನ್ನು ಪ್ರಕಟಿಸಿದರು. ಇದನ್ನು 1882ರಲ್ಲಿ ಮೊದಲು ಬಾಂಬೆ ಪ್ರಸಿಡೆನ್ಸಿಯ ಗೆಜೆಟಿಯರ್‌ನಲ್ಲಿ ಪ್ರಕಟಿಸಲಾಯಿತು. ಅನಂತರ 1895ರಲ್ಲಿ ಇದು ಪುಸ್ತಕ ರೂಪದಲ್ಲಿ ಹೊರಬಂದಿತು. ಐ.ಸಿ.ಎಸ್ ಅಧಿಕಾರಿಯಾಗಿದ್ದ ಫ್ಲೀಟ್ ಕರ್ನಾಟಕದ ಇತಿಹಾಸವನ್ನು ಮೊದಲ ಬಾರಿಗೆ ವೈಜ್ಞಾನಿಕವಾಗಿ ರಚಿಸಿದರು. ಅಲ್ಲದೆ ಹಲಗಲಿ ಬೇಡರ ಬಂಡಾಯ, ಸಂಗೊಳ್ಳಿ ರಾಯಣ್ಣ, ನರಗುಂದದ ಬಂಡಾಯ, ಬಾದಾಮಿ ಕೋಟೆ ಬಂಡಾಯಕ್ಕೆ ಸಂಬಂಧಿಸಿದ ಅಪಾರ ಸಂಖ್ಯೆಯ ಲಾವಣಿಗಳನ್ನು ಸಂಗ್ರಹಿಸಿ ಪ್ರಕಟಿಸಿದರು. ಅವರಿಗಾಗಿ ಭಾರತ ಸರ್ಕಾರ 1883ರಲ್ಲಿ **ಎಫಿಗ್ರಫಿಸ್ಟ್** (Epigraphist) ಹುದ್ದೆಯನ್ನು ಸೃಷ್ಟಿಸಿತು. ಹೀಗಾಗಿ ಅವರು ಭಾರತದ **ಪ್ರಥಮ ಎಫಿಗ್ರಫಿಸ್ಟ್** ಎಂದು ಕರೆಯಲ್ಪಟ್ಟಿದ್ದಾರೆ.

ಅದೇ ಸಂದರ್ಭದಲ್ಲಿ **ಡಾ.ಬಿ.ಎಲ್. ರೈಸ್** (1837–1927)ಅವರು ಮೈಸೂರು ಸಂಸ್ಥಾನದಲ್ಲಿ 1885ರಲ್ಲಿ ಸ್ಥಾಪಿಸಲಾದ **ಪುರಾತತ್ವ ಇಲಾಖೆಯ ಪ್ರಥಮ ನಿರ್ದೇಶಕರಾಗಿ ನೇಮಕಗೊಂಡರು.** ದಕ್ಷಿಣ ಮೈಸೂರು ಭಾಗದಲ್ಲಿ ವ್ಯಾಪಕವಾಗಿ ಕ್ಷೇತ್ರ ಕಾರ್ಯ ನಡೆಸಿ 9,000 ಶಾಸನಗಳನ್ನು ಸಂಗ್ರಹಿಸಿದರು. ಅವರ ನೇತೃತ್ವದಲ್ಲಿ **'ಎಪ್ರಿಗ್ರಾಫಿಯ ಕರ್ನಾಟಿಕ'**ದ 12 ಸಂಪುಟಗಳು ಪ್ರಕಟಗೊಂಡವು. ಶಾಸನಗಳ ಮಾಹಿತಿಯ ಆಧಾರದ ಮೇಲೆ ಅವರು **'ದಿ ಹಿಸ್ಟರಿ ಆಫ್ ಮೈಸೂರ್ ಅಂಡ್ ಕೂರ್ಗ್ ಫ್ರಮ್ ಇನ್‌ಸ್ಕ್ರಿಪ್ಷನ್ಸ್'** ಎಂಬ ಸಂಕ್ಷಿಪ್ತ ಕರ್ನಾಟಕದ ಇತಿಹಾಸ ಕೃತಿಯನ್ನು 1909ರಲ್ಲಿ ಪ್ರಕಟಿಸಿದರು. ರೈಸ್ ಅವರು ಪ್ರಕಟಿಸಿದ

ಮೈಸೂರು ಗೆಜಿಟೀರ್ ಇಂದಿಗೂ ಅಮೂಲ್ಯ ಮಾಹಿತಿಗಳ ಆಕರವಾಗಿದೆ. ರೈಸ್ ಅವರನ್ನು **'ಕನ್ನಡ ಶಾಸನ ಶಾಸ್ತ್ರದ ಪಿತಾಮಹ'** ಎಂದು ಕರೆಯಲಾಗಿದೆ. **ಫ್ಲೀಟ್ ಮತ್ತು ರೈಸ್** ಅವರುಗಳನ್ನು ವಿದ್ವಾಂಸರು **'ಶಾಸನಾಧ್ಯಯನ ಕ್ಷೇತ್ರದ ಅಶ್ವಿನಿ ದೇವತೆಗಳು'** ಎಂದು ವರ್ಣಿಸಿದ್ದಾರೆ. ಆರ್. ನರಸಿಂಹಾಚಾರ್ ರೈಸ್ ಅವರಿಗೆ ಸಹಾಯಕರಾಗಿ 7 ವರ್ಷ ಶಾಸನಾಧ್ಯಯನ ಕಾರ್ಯ ನಡೆಸಿದರು. ಅಂತೆಯೇ ಕೆ.ಬಿ.ಪಾಠಕ್, ಆರ್ ರಾಮಶಾಸ್ತ್ರಿ, ಬಿ.ಆರ್.ಗೋಪಾಲ್, ಎಂ.ಎಚ್. ಕೃಷ್ಣ, ಡಾ.ಎಂ.ಎಂ. ಕಲಬುರ್ಗಿ, ಡಾ.ಚಿದಾನಂದ ಮೂರ್ತಿ, ಪ್ರೊ.ಕೆ.ಜಿ. ಕುಂದಣಗರ್, ಡಾ.ಎಸ್.ಸಿ.ನಂದಿಮಠ, ಡಾ.ಪಿ.ಬಿ.ದೇಸಾಯ್ ಮೊದಲಾದ ವಿದ್ವಾಂಸರು ಶಾಸನಾಧ್ಯಯನ ಕ್ಷೇತ್ರದಲ್ಲಿ ಮಹತ್ವದ ಸಾಧನೆಗಳನ್ನು ಮಾಡಿದ್ದಾರೆ. ಶಾಸನಗಳನ್ನು ಕೇಂದ್ರ ಪುರಾತತ್ವ ಇಲಾಖೆಯ **"ಎಪಿಗ್ರಾಫಿಯ ಇಂಡಿಕ"** ಸಂಪುಟಗಳಲ್ಲೂ ಪ್ರಕಟಿಸಲಾಗುತ್ತಿದೆ. ಅಂತೆಯೇ ಪ್ರಾಂತೀಯ ಪುರಾತತ್ವ ಇಲಾಖೆಗಳು, ಧಾರವಾಡದ ಕನ್ನಡ ಅಧ್ಯಯನ ಸಂಸ್ಥೆ ಮೊದಲಾದವು ಶಾಸನಗಳ ಸಂಗ್ರಹ ಹಾಗೂ ಪ್ರಕಟಣೆಯ ಕಾರ್ಯ ನಡೆಸುತ್ತಿವೆ.

ಶಾಸನಗಳಲ್ಲಿ ಮುಖ್ಯವಾಗಿ ಎರಡು ವಿಧಗಳಿವೆ. ಅವುಗಳು **ಶಿಲಾಶಾಸನಗಳು** ಹಾಗೂ **ತಾಮ್ರಶಾಸನಗಳು**. ಶಾಸನಗಳಲ್ಲಿ ಪ್ರಸ್ತಾಪವಾಗಿರುವ ವಿಷಯಗಳ ಆಧಾರದ ಮೇಲೆ ಶಾಸನಗಳನ್ನು ಹಲವು ವಿಧವಾಗಿ ವಿಂಗಡಿಸಲಾಗಿದೆ. ಅವುಗಳು ರಾಜಾಜ್ಞೆಗಳು, ದಾನಶಾಸನಗಳು, ವೀರಗಲ್ಲುಗಳು, ಮಾಸ್ತಿಗಲ್ಲುಗಳು, ನಿಸಿಧಿಗಲ್ಲುಗಳು, ಪ್ರಶಸ್ತಿಶಾಸನಗಳು, ಗರುಡಕಲ್ಲುಗಳು, ಯೂಪ ಶಾಸನಗಳು, ಜಯಪತ್ರಗಳು ಮೊದಲಾದವು. ಕರ್ನಾಟಕದ ಇತಿಹಾಸಕ್ಕೆ ಸಂಬಂಧಿಸಿದಂತೆ ಇದುವರೆಗೆ 30,000ಕ್ಕು ಹೆಚ್ಚು ಶಾಸನಗಳು ಲಭ್ಯವಾಗಿವೆ. ಕರ್ನಾಟಕ ಭಾಗದಲ್ಲಿ ಮಾತ್ರವಲ್ಲದೆ ನೆರೆಯ ತಮಿಳುನಾಡು, ಕೇರಳ, ಆಂಧ್ರ ಪ್ರದೇಶ, ಮಹಾರಾಷ್ಟ್ರ, ಗೋವಾ, ಗುಜರಾತ್ ಹಾಗೂ ಮಧ್ಯ ಪ್ರದೇಶದಲ್ಲೂ ದೊರೆತಿವೆ. ಈ ಶಾಸನಗಳು ಪ್ರಾಕೃತ, ಸಂಸ್ಕೃತ, ಕನ್ನಡ, ತೆಲುಗು, ತಮಿಳು ಹಾಗೂ ಪರ್ಷಿಯನ್ ಭಾಷೆಗಳಲ್ಲಿವೆ.

ಕರ್ನಾಟಕದಲ್ಲಿ ದೊರೆತಿರುವ ಅತ್ಯಂತ ಪ್ರಾಚೀನ ಶಾಸನಗಳೆಂದರೆ ಅಶೋಕನ ಶಾಸನಗಳು. ಒಟ್ಟು ಕರ್ನಾಟಕದಲ್ಲಿ ಅಶೋಕನ 11 ಶಾಸನಗಳು ದೊರೆತಿವೆ. ಅಶೋಕನನ್ನು **'ಶಾಸನಗಳ ಪಿತಾಮಹ'** ಎಂದು ಕರೆಯಲಾಗಿದೆ. ಮಸ್ಕಿ, ಸಿದ್ದಾಪುರ, ಜಟಿಂಗ ರಾಮೇಶ್ವರ, ಗವಿಮಠ, ಬ್ರಹ್ಮಗಿರಿ, ಪಾಲ್ಕಿಗುಂಡು, ನಿಟ್ಟೂರು, ಉದೇಗೋಳ, ಸನ್ನತಿ ಮೊದಲಾದ ಸ್ಥಳಗಳಲ್ಲಿ ಅಶೋಕನ ಶಾಸನಗಳು ದೊರೆತಿವೆ. ಈ ಶಾಸನಗಳನ್ನು ಮೊದಲು ಓದಿದ **ಕೀರ್ತಿ ಜೇಮ್ಸ್ ಪ್ರಿನ್ಸೆಪ್** ಅವರಿಗೆ ಸಲ್ಲುತ್ತದೆ. 1837ರಲಿ ಅವರು ಈ ಶಾಸನಗಳನ್ನು ಓದಿದರು. ಅಶೋಕನ ಶಾಸನಗಳೆಲ್ಲವೂ ರಾಜಾಜ್ಞೆಗಳಾಗಿವೆ. **ಮಸ್ಕಿ ಶಾಸನವು** ಬಹಳ ಪ್ರಮುಖವಾದುದು. ಏಕೆಂದರೆ ಇದರಲ್ಲಿ ಅಶೋಕನ ಹೆಸರಿನ ಜೊತೆಗೆ ಅವನ ಬಿರುದಿನ ಪ್ರಸ್ತಾಪವೂ ಇದೆ. ಅಶೋಕನನ್ನು ಈ ಶಾಸನದಲ್ಲಿ **"ದೇವಾನಂಪ್ರಿಯ ಅಶೋಕ"** ಎಂದು ಕರೆಯಲಾಗಿದೆ. ಈ ಶಾಸನಗಳಲ್ಲಿ ಅವನ ಧರ್ಮ ಹಾಗೂ ಆಡಳಿತದ ಬಗ್ಗೆ ಮಾಹಿತಿಯಿದೆ. **ಕರ್ನಾಟಕದಲ್ಲಿ ದೊರೆತಿರುವ ಅಶೋಕನ ಶಾಸನಗಳು ಪ್ರಾಕೃತ ಭಾಷೆ ಹಾಗೂ ಬ್ರಾಹ್ಮಿ ಲಿಪಿಯಲ್ಲಿವೆ.**

ಮೌರ್ಯರ ಉತ್ತರಾಧಿಕಾರಿಗಳಾದ ಶಾತವಾಹನರ ಕಾಲದ ಶಾಸನಗಳು ಕರ್ನಾಟಕದ ಮಳವಳ್ಳಿ (ಶಿವಮೊಗ್ಗ ಜಿಲ್ಲೆ), ಬನವಾಸಿ, ಮ್ಯಾಕಡೋನಿಯಲ್ಲಿ ಸಿಕ್ಕಿವೆ. ಇವು ಕೂಡ ಪ್ರಾಕೃತ ಭಾಷೆಯಲ್ಲಿವೆ. ಬಳ್ಳಾರಿ ಜಿಲ್ಲೆಯ ಹಿರೇಹಡಗಲಿಯಲ್ಲಿ ಪಲ್ಲವ ಶಿವಸ್ಕಂದವರ್ಮನ ಶಾಸನ ದೊರೆತಿದೆ. ಮ್ಯಾಕಡೋನಿ ಹಾಗೂ ಹಿರೇಹಡಗಲಿ ಶಾಸನಗಳಲ್ಲಿ **'ಶಾತವಾಹನೀಹಾರ'** ದ ಪ್ರಸ್ತಾಪವಿದೆ. ಈ ಪ್ರದೇಶ ಅಂದರೆ ಬಳ್ಳಾರಿ ಪ್ರದೇಶ ಶಾತವಾಹನರ ನಂತರ ಪಲ್ಲವರ ಅಧೀನದಲ್ಲಿತ್ತು ಎಂಬ ಅಂಶ ಹಿರೇಹಡಗಲಿ ಶಾಸನದಿಂದ ತಿಳಿಯುತ್ತದೆ.

ಕದಂಬರ ಕಾಲದ ಬಹುತೇಕ ಶಾಸನಗಳು ಸಂಸ್ಕೃತದಲ್ಲಿವೆ. ಈ ವಂಶದ ಕಾಕುಸ್ಥವರ್ಮನ ಕಾಲದ **ಹಲ್ಮಿಡಿ ಶಾಸನ ಕನ್ನಡ ಭಾಷೆ ಮತ್ತು ಲಿಪಿಯ ಪ್ರಥಮ ಶಾಸನ**ವೆಂದು ಪರಿಗಣಿಸಲ್ಪಟ್ಟಿದೆ. ಬೇಲೂರು ತಾಲ್ಲೂಕಿನ ಹಲ್ಮಿಡಿ ಗ್ರಾಮದಲ್ಲಿ ಈ ಶಾಸನವನ್ನು **ಡಾ.ಎಂ.ಎಚ್. ಕೃಷ್ಣ 1930ರಲ್ಲಿ** ಪತ್ತೆ ಹಚ್ಚಿದರು. ಈ ಶಾಸನದ ಕಾಲ ಕ್ರಿ.ಶ. 450. ಇದೊಂದು ದಾನ ಶಾಸನವಾಗಿದೆ. ಇದರಲ್ಲಿ ನರಿದಾವಿಳೆ ನಾಡಿನ (ಬೇಲೂರು ಪ್ರದೇಶ) ಅಧಿಕಾರಿ ಮೃಗೇಶನು ಹಲ್ಮಿಡಿ ಮತ್ತು ಮೂಳವಳ್ಳಿ ಗ್ರಾಮಗಳನ್ನು ಭಟಾರಿಯ ಮಗ ವಿಜಯರಸನಿಗೆ ದಾನಮಾಡಿದ ವಿಚಾರವಿದೆ. ಕದಂಬರ ಶಾಸನಗಳಲ್ಲಿ ಪ್ರಸಿದ್ಧವಾದುದು ಕಾಕುಸ್ಥವರ್ಮನ ಮಗ ಶಾಂತಿವರ್ಮ ಬರೆಸಿದ **ತಾಳುಗುಂದ ಸ್ತಂಭ ಶಾಸನ**. ಇದನ್ನು ಸಂಸ್ಕೃತದಲ್ಲಿ **ಕವಿ ಕುಬ್ಜ ರಚಿಸಿದನು.** ಇದರಲ್ಲಿ ಮಯೂರ ಶರ್ಮನು ವೇದಾಧ್ಯಯನಕ್ಕಾಗಿ ಕಂಚಿಗೆ ತೆರಳಿದ್ದು, ಅಲ್ಲಿಂದ ಅವಮಾನಿತನಾಗಿ ಹಿಂದಿರುಗಿ ತನ್ನದೇ ರಾಜ್ಯ ಕಟ್ಟಿದ್ದರ ಬಗ್ಗೆ ಮಾಹಿತಿಯಿದೆ. ಮಯೂರ ಶರ್ಮನ **ಚಂದ್ರವಳ್ಳಿ ಶಾಸನ,** ಮೃಗೇಶವರ್ಮನ **ಹಲಸಿ ತಾಮ್ರ ಶಾಸನ,** ರವಿವರ್ಮನ **ಗುಡ್ನಾಪುರ ಶಾಸನ** ಇತರ ಪ್ರಮುಖ ಕದಂಬರ ಶಾಸನಗಳು. ಗಂಗರ ಶಾಸನಗಳಲ್ಲಿ ದುರ್ವಿನೀತನ ಗುಮ್ಮರೆಡ್ಡಿಪುರ ಶಾಸನ, ಭೂವಿಕ್ರಮನ **ಹಳ್ಳಿಗೇರಿ ಶಾಸನ,** ನೀತಿಮಾರ್ಗನ **ದೊಡ್ಡಹುಂಡಿ ಶಾಸನ** ಮೊದಲಾದವು ಮುಖ್ಯವಾದವು.

ಚಾಳುಕ್ಯರ ಶಾಸನಗಳು

ಬಾದಾಮಿ ಚಾಳುಕ್ಯರ ಕಾಲಕ್ಕೆ ಸಂಬಂಧಿಸಿದ ಅಪಾರ ಸಂಖ್ಯೆಯ ಕನ್ನಡ ಹಾಗೂ ಸಂಸ್ಕೃತ ಶಾಸನಗಳು ಲಭ್ಯವಾಗಿವೆ. ಒಂದನೇ ಪುಲಕೇಶಿಯ ಕಾಲದ **ಬಾದಾಮಿ ಬಂಡೆ ಶಾಸನ** ದಕ್ಷಿಣ ಭಾರತದ ಶಾಸನಗಳಲ್ಲಿ ಶಕಯುಗ ಎಂಬ ಕಾಲಗಣನೆಯನ್ನು ಉಲ್ಲೇಖಿಸುವ ಮೊದಲ ಶಾಸನವಾಗಿದೆ. ಇದು ಶಕವರ್ಷ 465ರಲ್ಲಿ ಅಂದರೆ ಕ್ರಿ.ಶ. 543ರಲ್ಲಿ ರಚನೆಯಾಗಿದೆ. ಇದರಲ್ಲಿ ಚಾಳುಕ್ಯ ವಲ್ಲಭೇಶ್ವರನು ಬಾದಾಮಿಯಲ್ಲಿ ಕೋಟೆ ಕಟ್ಟಿಸಿದ ವಿಚಾರವಿದೆ. ಬಾದಾಮಿಯ ಮೂರನೇ ಗುಹಾಲಯದಲ್ಲಿರುವ ಮಂಗಳೇಶನ ಒಂದು ಶಾಸನದಲ್ಲಿ ಎರಡು ಸಾಲುಗಳು ಕನ್ನಡದಲ್ಲಿವೆ. ಹಲ್ಮಿಡಿ ಶಾಸನದ ನಂತರ ಕನ್ನಡ ಭಾಷೆ ಬಳಕೆಯಾಗಿರುವುದು ಈ ಶಾಸನದಲ್ಲೇ. ಮಂಗಳೇಶನ **ಮಹಾಕೂಟ ಸ್ತಂಭಶಾಸನ** ಅವನ ಸಾಧನೆಗಳ ಬಗ್ಗೆ ತಿಳಿಸುತ್ತದೆ.

ಐಹೊಳೆ ಶಾಸನ

ಚಾಳುಕ್ಯರ ಶಾಸನಗಳಲ್ಲಿ ಪ್ರಮುಖವಾದುದು ಎರಡನೇ ಪುಲಕೇಶಿಯ ಸಾಧನೆಗಳ ಬಗ್ಗೆ ವಿವರಗಳನ್ನು ಒಳಗೊಂಡಿರುವ **ಐಹೊಳೆ ಪ್ರಶಸ್ತಿ ಶಾಸನ.** ಈ ಐಹೊಳೆ ಪ್ರಶಸ್ತಿ ಶಾಸನವನ್ನು ಪುಲಕೇಶಿಯ ಆಸ್ಥಾನ ವಿದ್ವಾಂಸ **ರವಿಕೀರ್ತಿ** ತಾನು ಐಹೊಳೆಯಲ್ಲಿ ನಿರ್ಮಿಸಿದ ಮೇಗುತಿ ದೇವಾಲಯದ ಗೋಡೆಯ ಹೊರಭಾಗದಲ್ಲಿ ಬರೆಸಿದ್ದಾನೆ. ಇದು ಸಂಸ್ಕೃತ ಭಾಷೆಯಲ್ಲಿದ್ದು ಶಕ ವರ್ಷ 556 ರಲ್ಲಿ ಅಂದರೆ ಕ್ರಿ.ಶ. 634ರಲ್ಲಿ ರಚನೆಯಾಗಿದೆ. ಇದರಲ್ಲಿ ಪುಲಕೇಶಿಯು ಪಲ್ಲವರು, ಹರ್ಷವರ್ಧನ ಮೊದಲಾದವರ ವಿರುದ್ಧ ಜಯಗಳಿಸಿದ್ದರ ಬಗ್ಗೆ ಉಲ್ಲೇಖವಿದೆ. ಜೊತೆಗೆ ರವಿಕೀರ್ತಿ ತನ್ನನ್ನು ಕಾಳಿದಾಸ ಮತ್ತು ಭಾರವಿಗೆ ಹೋಲಿಸಿ ಕೊಂಡಿರುವುದರಿಂದ ಈ ಇಬ್ಬರು ಮಹಾನ್ ಸಂಸ್ಕೃತ ಕವಿಗಳು ಕ್ರಿ.ಶ. 634ಕ್ಕೆ ಹಿಂದೆ ಜೀವಿಸಿದ್ದರೆಂಬುದು ದೃಢಪಟ್ಟಿದೆ. ಇಮ್ಮಡಿ ವಿಕ್ರಮಾದಿತ್ಯನ **ಕಂಚಿಯ ಕನ್ನಡ ಶಾಸನವು** ಅವನು ಕಂಚಿಯನ್ನು ವಶಪಡಿಸಿಕೊಂಡಿದ್ದು ಮತ್ತು ಕಂಚಿಯನ್ನು ದೋಚದೆ ಅಲ್ಲಿನ ದೇವಾಲಯಗಳಿಗೆ ನೀಡಿದ ಉದಾರ ಕೊಡುಗೆಗಳ ಬಗ್ಗೆ ವಿವರಗಳನ್ನು ಒಳಗೊಂಡಿದೆ. **ನೆರೂರು ತಾಮ್ರ ಶಾಸನದಲ್ಲಿ** ಎರಡನೇ ಪುಲಕೇಶಿಯ ಸೊಸೆ ವಿಜಯಭಟ್ಟಾರಿಕೆಯ ಬಗ್ಗೆ ಪ್ರಸ್ತಾಪವಿದ್ದು ಆಕೆಯನ್ನು **'ಕರ್ನಾಟ ಸರಸ್ವತಿ'** ಎಂದು ವರ್ಣಿಸಲಾಗಿದೆ. ಕ್ರಿ.ಶ. 7ನೇ ಶತಮಾನದ **ಕಪ್ಪೆ ಅರಭಟ್ಟನ ಬಾದಾಮಿ ಶಾಸನವು** ಅರಭಟ್ಟನೆಂಬುವನ ಗುಣ ವಿಶೇಷಗಳನ್ನು ದಾಖಲಿಸುತ್ತದೆ. ಅದರಲ್ಲಿ ಈತನನ್ನು **"ಸಾಧುಗೆ ಸಾಧು, ಮಾಧುರ್ಯಂಗೆ ಮಾಧುರ್ಯಂ..... ಮಾಧವನೀತನ್ ಪೆರನಲ್ಲ"** ಎಂದು ವರ್ಣಿಸಲಾಗಿದೆ. ಈ ಶಾಸನ ಯಾವ ಅರಸನ ಕಾಲದ್ದೆಂದು ತಿಳಿದಿಲ್ಲ. ಈ ಶಾಸನವನ್ನು **'ತ್ರಿಪದಿ'** ರೂಪದಲ್ಲಿ ಬರೆಯಲಾಗಿದೆ.

ರಾಷ್ಟ್ರಕೂಟರ ಶಾಸನಗಳು

ರಾಷ್ಟ್ರಕೂಟರ ಕಾಲದ ಶಾಸನಗಳು ಅಪಾರ ಸಂಖ್ಯೆಯಲ್ಲಿ ದೊರೆತಿವೆ. ಅವುಗಳಲ್ಲಿ ತಾಮ್ರ ಶಾಸನಗಳೇ ಹೆಚ್ಚಾಗಿವೆ. ಅವುಗಳಲ್ಲಿ ರಾಷ್ಟ್ರಕೂಟರ ರಾಜಕೀಯ ಹಾಗೂ ಸಾಂಸ್ಕೃತಿಕ ಸಾಧನೆಗಳ ಬಗ್ಗೆ ಮಾಹಿತಿ ದೊರೆಯುತ್ತದೆ. ದಂತಿದುರ್ಗನ ಕಾಲದ **ಸಾಮನ್‌ಗಡ ತಾಮ್ರ ಶಾಸನ,** ಧ್ರುವನ ಕಾಲದ **ಜಾತವೈ ಶಾಸನ,** ಮೂರನೇ ಗೋವಿಂದನ **ನವಸಾರಿ ಶಾಸನ** ಆರಂಭಕಾಲದ ಪ್ರಮುಖ ಶಾಸನಗಳಾಗಿವೆ. ಒಂದನೇ ಅಮೋಘವರ್ಷನ ಕಾಲದ **ಸಂಜನ್ ತಾಮ್ರ ಶಾಸನ** ಮೂರನೇ ಗೋವಿಂದನ ದಿಗ್ವಿಜಯಗಳ ಬಗ್ಗೆ ಮಾಹಿತಿ ಒಳಗೊಂಡಿದೆ. ಅಲ್ಲದೆ ಅಮೋಘವರ್ಷನು ಜನರ ನೆಮ್ಮದಿಗಾಗಿ ತನ್ನ ಒಂದು ಕೈ ಬೆರಳನ್ನು ಕೊಲ್ಲಾಪುರದ ಮಹಾಲಕ್ಷ್ಮಿಗೆ ಕಾಣಿಕೆಯಾಗಿ ಅರ್ಪಿಸಿದ್ದರ ಮಾಹಿತಿಯೂ ಇದರಲ್ಲಿದೆ. ಈ ವಂಶದ ಮೂರನೇ ಕೃಷ್ಣನ ಕಾಲದ ಕನ್ನಡ ಶಾಸನವೊಂದು ದೂರದ **ಮಧ್ಯ ಪ್ರದೇಶದ ಜುರಾದಲ್ಲಿ** ದೊರೆತಿದ್ದು ಇದು ಕರ್ನಾಟದ ಹೊರಗೆ ಸಿಕ್ಕಿರುವ ಅಪೂರ್ವ ಕನ್ನಡ ಶಾಸನವಾಗಿದೆ.

ಕಲ್ಯಾಣ ಚಾಳುಕ್ಯರ ಕಾಲದ ಶಾಸನಗಳಲ್ಲಿ ಶಿಲಾಶಾಸನಗಳೇ ಹೆಚ್ಚಾಗಿದ್ದು ಬಹುತೇಕ ಶಾಸನಗಳು ಕನ್ನಡದಲ್ಲಿವೆ. ಈ ಕಾಲದ ಶಾಸನಗಳಲ್ಲಿ ಆರನೇ ವಿಕ್ರಮಾದಿತ್ಯನ ಶಾಸನಗಳೇ ಅಧಿಕ ಸಂಖ್ಯೆಯಲ್ಲಿವೆ. ಕ್ರಿ.ಶ. 987ರ ಅತ್ತಿಮಬ್ಬೆಯ **ಶಿರೂರು ಶಾಸನ** ಆಕೆ ಶಿರೂರು ಬಸದಿಯೊಂದಕ್ಕೆ ನೀಡಿದ ದಾನದ ವಿಚಾರ ಹೇಳುತ್ತದೆ. ಅಂತೆಯೇ ಆಕೆಯ 1007ರ **ಲಕ್ಕುಂಡಿ ಶಾಸನದಲ್ಲಿ** ಆಕೆ ಪೊನ್ನನ ಶಾಂತಿ ಪುರಾಣದ ಸಹಸ್ರ ಪ್ರತಿಗಳನ್ನು ಮಾಡಿಸಿ ದಾನ ಮಾಡಿದ್ದರ ಬಗ್ಗೆ ಮಾಹಿತಿ ಇದೆ. ಇಮ್ಮಡಿ ತೈಲಪನ **ಚಿಕ್ಕೆರೂರ್ ಶಾಸನದಲ್ಲಿ** ತೈಲಪ ಕ್ರಿ.ಶ. 995ರಲ್ಲಿ ಪಾರಮಾರ ಮುಂಜನನ್ನು ಸೋಲಿಸಿದ್ದರ ಬಗ್ಗೆ ಮಾಹಿತಿಯಿದೆ. **ವಡಗೇರಿ ಶಾಸನ** ಮತ್ತು ಹೈದರಾಬಾದ್ ಸಂಗ್ರಹಾಲಯದಲ್ಲಿರುವ ಆರನೇ ವಿಕ್ರಮಾದಿತ್ಯನ ಶಾಸನಗಳು ಚಾಳುಕ್ಯ ವಿಕ್ರಮ ಶಕೆ 1076ರಲ್ಲಿ ಪ್ರಾರಂಭ ವಾಗಿದ್ದನ್ನು ತಿಳಿಸುತ್ತವೆ. ಈ ಅರಸನ **ಗದಗ್ ಶಾಸನವೂ** ಪ್ರಮುಖವಾದ ಶಾಸನವಾಗಿದೆ. 1123ರ ಈತನ **ನೀಲಗುಂದ**

ತಾಮ್ರ ಶಾಸನದಲ್ಲಿ ತಮಿಳು ಪ್ರದೇಶದಿಂದ ವಲಸೆ ಬಂದ ಸಂಕೇತಿ ಬ್ರಾಹ್ಮಣರಿಗೆ ಪುನರ್ವಸತಿ ಕಲ್ಪಿಸಿದ ಬಗ್ಗೆ ಉಲ್ಲೇಖವಿದೆ.

ಹೊಯ್ಸಳರ ಕಾಲದಲ್ಲೂ ಕನ್ನಡ ಮತ್ತು ಸಂಸ್ಕೃತ ಭಾಷೆಗಳಲ್ಲಿ ಅಪಾರ ಸಂಖ್ಯೆಯ ಶಾಸನಗಳು ರಚನೆಯಾದವು. ಹೊಯ್ಸಳರ ಪ್ರಮುಖ ದೊರೆ ವಿಷ್ಣುವರ್ಧನನ 1117ರ **ಬೇಲೂರು ಶಾಸನ**ದಲ್ಲಿ ಅವನ ಪ್ರಮುಖ ಸಾಧನೆಗಳ ಬಗ್ಗೆ ಮಾಹಿತಿಯಿದೆ. ಕನ್ನಡ ಮತ್ತು ಸಂಸ್ಕೃತ ಎರಡೂ ಭಾಷೆಗಳಲ್ಲಿರುವ ಈ ಶಾಸನದಲ್ಲಿ ಶಾಂತಲೆಯ ಉಲ್ಲೇಖವೂ ಇದೆ. ಎರಡನೇ ಬಲ್ಲಾಳನು ಮಡಿದಾಗ ಕುವರಲಕ್ಷ್ಮ ಸೇರಿದಂತೆ ಗರುಡರು ಪ್ರಾಣ ತ್ಯಾಗಮಾಡಿದ ವಿಷಯ **ಹಳೇಬೀಡಿನ ದೇವಾಲಯದಲ್ಲಿರುವ ಶಾಸನದಲ್ಲಿದೆ.** 1057ರ **ಬೆಳತೂರು ಶಾಸನ**ದಲ್ಲಿ ದೇಕಬ್ಬೆ ಸಹಗಮನ ಮಾಡಿದ ವಿಚಾರವಿದೆ.

ವಿಜಯನಗರದ ಶಾಸನಗಳು

ವಿಜಯನಗರ ಕಾಲದ 7000 ಕ್ಕೂ ಹೆಚ್ಚು ಸಂಖ್ಯೆಯ ಶಾಸನಗಳು ದೊರೆತಿವೆ. ಇವುಗಳು ಕನ್ನಡ, ತೆಲುಗು, ತಮಿಳು ಹಾಗೂ ಸಂಸ್ಕೃತ ಭಾಷೆಗಳಲ್ಲಿವೆ. ಅರ್ಧಕ್ಕಿಂತ ಹೆಚ್ಚು ಶಾಸನಗಳು ಕನ್ನಡದಲ್ಲಿವೆ. ಸುಮಾರು 300 ತಾಮ್ರ ಶಾಸನಗಳಿವೆ. ಒಂದನೇ ಹರಿಹರನ 1346ರ **ಶೃಂಗೇರಿ ಶಾಸನ** ಸಂಗಮ ಸೋದರರು ಶೃಂಗೇರಿಗೆ ಭೇಟಿ ನೀಡಿದ್ದನ್ನು ದಾಖಲಿಸಿದೆ. 1366ರ ಒಂದನೇ ಬುಕ್ಕರಾಯನ **ಶ್ರವಣಬೆಳಗೊಳ ಶಾಸನ** ಅರಸನ ಉದಾರ ಧಾರ್ಮಿಕ ನೀತಿಯ ಬಗ್ಗೆ ವಿವರಗಳನ್ನು ಒಳಗೊಂಡಿದೆ.

ಒಂದನೇ ಹರಿಹರನ 1340ರ **ಬಾದಾಮಿ ಶಾಸನ** ಅವನಿಗೆ **'ಭಾಷೆಗೆ ತಪ್ಪುವ ರಾಯರ ಗಂಡ'** ಎಂಬ ಬಿರುದು ಇದ್ದ ಬಗ್ಗೆ ಹೇಳುತ್ತದೆ. 1432ರ **ಚಿಕ್ಕಬಳ್ಳಾಪುರ ಶಾಸನ**ದಲ್ಲಿ ಎರಡನೇ ದೇವರಾಯ ವಿವಾಹ ಸುಂಕವನ್ನು ರದ್ದುಪಡಿಸಿದ ಬಗ್ಗೆ ಮಾಹಿತಿ ಒಳಗೊಂಡಿದೆ. 1441ರ ಅವನದೇ ಶಾಸನ ಅಹಮದ್‌ಖಾನ್ ಎಂಬಾತ ಅವನ ಸೇವಕನಾಗಿದ್ದ ಬಗ್ಗೆ ಮಾಹಿತಿ ನೀಡುತ್ತದೆ. 1513ರ ಕೃಷ್ಣದೇವರಾಯನ **ಹಂಪೆ ಶಾಸನ**ದಲ್ಲಿ ಅವನು ಉದಯಗಿರಿಯಿಂದ ತಂದ ಬಾಲಕೃಷ್ಣನ ವಿಗ್ರಹವನ್ನು ಪ್ರತಿಸ್ಥಾಪಿಸಿ ದೇವಾಲಯ ನಿರ್ಮಿಸಿದ ಬಗ್ಗೆ ಮಾಹಿತಿಯನ್ನು ಒಳಗೊಂಡಿದೆ. 1527ರ ಅವನದೇ **ಹೊನ್ನಾಪುರ ಶಾಸನ**ವು ನೀಲಾಡಿ ಎಂಬ ನರ್ತಕಿಗೆ ಗ್ರಾಮವೊಂದನ್ನು ದತ್ತಿ ಕೊಟ್ಟ ಬಗ್ಗೆ ತಿಳಿಸುತ್ತದೆ. 1434ರ ಎರಡನೇ ದೇವರಾಯನ **ಶ್ರೀರಂಗಂನ ತಮಿಳು ಶಾಸನ** ಸಂಗಮ್ ಸಂತತಿಯ ಬಗ್ಗೆ ಮತ್ತು ತೆರಿಗೆಗಳ ಬಗ್ಗೆ ಮಾಹಿತಿ ನೀಡುತ್ತದೆ. 1524ರ ಹಂಪೆಯ ಅನಂತಶಯನ ಗುಡಿಯ ಸಂಸ್ಕೃತ ಶಾಸನ ಕೃಷ್ಣದೇವರಾಯನ ಕಾಲದವರೆಗಿನ ವಿಜಯನಗರದ ಅರಸರ ವಂಶಾವಳಿಯ ಬಗ್ಗೆ ಮಾಹಿತಿ ಒಳಗೊಂಡಿದೆ. ಕೃಷ್ಣದೇವರಾಯನ 1516-17 ರ **ಹಂಪೆ ಶಾಸನ** ವಿಠಲಸ್ವಾಮಿ ದೇವಾಲಯದ ನೂರು ಕಂಬಗಳ ಮಂಟಪ ನಿರ್ಮಿಸಿದ್ದನ್ನು ಉಲ್ಲೇಖಿಸುತ್ತದೆ.

ವಿಜಯನಗರೋತ್ತರ ಕಾಲದಲ್ಲಿ ಶಾಸನಗಳ ಸಂಖ್ಯೆ ತೀರಾ ಕಡಿಮೆಯಾಗುತ್ತಾ ಸಾಗುತ್ತದೆ. ಆದಿಲ್ ಷಾಹಿ ಸುಲ್ತಾನರ 300 ಶಾಸನಗಳು ದೊರೆತಿದ್ದು ಅವುಗಳು ಪರ್ಷಿಯನ್ ಭಾಷೆ ಹಾಗೂ ಅರಾಬಿಕ್ ಲಿಪಿಯಲ್ಲಿವೆ. ಮೈಸೂರು ಒಡೆಯರ ಹಾಗೂ ಕೆಳದಿ ನಾಯಕರ ಹಲವಾರು ಶಾಸನಗಳು ದೊರೆತಿವೆ. 1674ರ ಚಿಕ್ಕದೇವರಾಜ ಒಡೆಯನ ಶಾಸನದಲ್ಲಿ ಅವನು ಮೇಲುಕೋಟೆಯಲ್ಲಿ ಗಜೇಂದ್ರೋತ್ಸವ ನಡೆಸಿದ್ದರ ಮಾಹಿತಿಯಿದೆ. ಈ ವಂಶಕ್ಕೆ ಸೇರಿದ 1668ರ ಶಾಸನದಲ್ಲಿ ತೆರಕಣಾಂಬಿ ಬಳಿ ಕೇತಿಹಳ್ಳಿಯನ್ನು ಮಹಾರಾಣಿ ಅಮೃತಮ್ಮ ಕಟ್ಟಿಸಿದ ಮಹತ್ತಿನ ಮಠಕ್ಕೆ ದಾನ ನೀಡಿದ ಉಲ್ಲೇಖವಿದೆ. ಹೈದರ್ ಮತ್ತು ಟಿಪು ಕೂಡ ಕೆಲವು ಪರ್ಷಿಯನ್ ಶಾಸನಗಳನ್ನು ಬರೆಸಿದ್ದಾರೆ.

ಶಾಸನಗಳಲ್ಲಿ ಶಿಲಾಶಾಸನಗಳೇ ಹೆಚ್ಚಾಗಿವೆ. ಅವುಗಳಲ್ಲಿ ಅಶೋಕನ ನಂತರ ಸರಕಾರಿ ಶಾಸನಗಳಿಗಿಂತಲೂ ಖಾಸಗಿ ಶಾಸನಗಳು ಹೆಚ್ಚಾಗಿವೆ. ದಾನ ಶಾಸನಗಳು, ವೀರಗಲ್ಲುಗಳು ಅಪಾರ ಸಂಖ್ಯೆಯಲ್ಲಿ ಕಂಡುಬಂದಿವೆ.

ನಾಣ್ಯಗಳು

ನಾಣ್ಯಗಳ ಅಧ್ಯಯನವನ್ನು 'ನಾಣ್ಯಶಾಸ್ತ್ರ' (Numismatics) ಎಂದು ಕರೆಯಲಾಗಿದೆ. ಶಾಸನಗಳಂತೆಯೇ ನಾಣ್ಯಗಳೂ ಕೂಡ ಇತಿಹಾಸದ ಪುನರಚನೆಗೆ ನೆರವಾಗುತ್ತದೆ. ಮುಖ್ಯವಾಗಿ ಒಂದು ನಿರ್ದಿಷ್ಟ ಕಾಲಘಟ್ಟದ ಆರ್ಥಿಕ ಸ್ಥಿತಿಗತಿಗಳನ್ನು ತಿಳಿಯಲು ನಾಣ್ಯಗಳೇ ಪ್ರಮುಖ ಆಧಾರ. ನಾಣ್ಯಗಳ ಲೋಹದ ಆಧಾರದ ಮೇಲೆ ಒಂದು ಕಾಲ ಸುಭಿಕ್ಷವಾಗಿತ್ತೆ? ಅಥವಾ ಇಲ್ಲವೇ ? ಎಂದು ನಿರ್ಧರಿಸುವುದು ಸಾಧ್ಯ ಎಂಬುದು ವಿದ್ವಾಂಸರ ಅಭಿಪ್ರಾಯ. ರೋಮನ್ ನಾಣ್ಯಗಳು ಕರ್ನಾಟಕದಲ್ಲಿ ದೊರೆತಿರುವುದು ಕರ್ನಾಟಕ ಹಾಗೂ ರೋಮನ್ ಸಾಮ್ರಾಜ್ಯದ ನಡುವೆ ವ್ಯಾಪಾರ ಸಂಪರ್ಕವಿದ್ದುದನ್ನು ದೃಢಪಡಿಸುತ್ತದೆ. ಕೆಲವೊಮ್ಮೆ ನಾಣ್ಯಗಳು ಶಾಸನಗಳ ಮಾಹಿತಿಯನ್ನು ದೃಢಪಡಿಸುತ್ತವೆ. ಉದಾಹರಣೆಗೆ ಗೌತಮೀಪುತ್ರ

ಶಾತಕರ್ಣಿ ಕ್ಷತ್ರಪ ದೊರೆ ನಹಪಣನನ್ನು ಸೋಲಿಸಿ ಅವನ ಬೆಳ್ಳಿ ನಾಣ್ಯಗಳ ಮೇಲೆ ತನ್ನ ಮುದ್ರೆ ಹಾಕಿಸಿ ಚಲಾವಣೆಗೆ ತಂದನೆಂಬ ಶಾಸನದ ಮಾಹಿತಿಯನ್ನು ದೊರೆತಿರುವ ಅಂತಹ ನಾಣ್ಯಗಳು ದೃಢಪಡಿಸುತ್ತವೆ.

ಕರ್ನಾಟಕದ ವಿವಿಧ ರಾಜವಂಶಗಳ ಅರಸರು ಟಂಕಿಸಿ ಚಲಾವಣೆಗೆ ತಂದಿದ್ದ ಹೆಚ್ಚಿನ ನಾಣ್ಯಗಳು ಲಭ್ಯವಾಗಿಲ್ಲ. ಅದರಲ್ಲೂ ಅಮೂಲ್ಯವಾದ ಚಿನ್ನದ ನಾಣ್ಯಗಳು ತೀರಾ ಕಡಿಮೆ ಸಂಖ್ಯೆಯಲ್ಲಿ ದೊರೆತಿವೆ. ಅತ್ಯಂತ ಪ್ರಾಚೀನ ಕಾಲದ ಅಂದರೆ ಶಾತವಾಹನರ ಕಾಲಕ್ಕೂ ಹಿಂದಿನ ಒತ್ತುಮುದ್ರೆಯ ಅಥವಾ **ಪಂಚ್‌ಮಾರ್ಕ್** ನಾಣ್ಯಗಳು ಸಾಕಷ್ಟು ಲಭ್ಯವಾಗಿವೆ. ಅವುಗಳು ವೃತ್ತಾಕಾರ ಹಾಗೂ ಚೌಕಾಕಾರದಲ್ಲಿದ್ದವು. ಶಾತವಾಹನರ ಕಾಲಕ್ಕೆ ಸೇರಿದ ಒತ್ತುಮುದ್ರೆಯ ಬೆಳ್ಳಿ, ಸೀಸ ಮತ್ತು ಪೋಟಿನ್ (ಮಿಶ್ರಲೋಹ) ನಾಣ್ಯಗಳು ಚಿತ್ರದುರ್ಗದ ಚಂದ್ರವಳ್ಳಿಯಲ್ಲಿ ಸಿಕ್ಕಿವೆ. ಅವರ ಬೆಳ್ಳಿಯ ನಾಣ್ಯ **'ಕಾರ್ಷಪಣ'** ಎಂದು ಕರೆಯಲ್ಪಟ್ಟಿತ್ತು. ಶಾತವಾಹನರ ಒತ್ತುಮುದ್ರೆ ನಾಣ್ಯಗಳು ವೃತ್ತಾಕಾರದಲ್ಲಿದ್ದು ಒಂದು ಮುಖದಲ್ಲಿ ಅವರ ಚಿಹ್ನೆಯೂ ಮತ್ತೊಂದು ಮುಖದಲ್ಲಿ ಆನೆ, ಕುದುರೆ, ಬೆಟ್ಟ, ಮಠ ಮೊದಲಾದ ಚಿತ್ರಗಳಿವೆ. ಬನವಾಸಿಯಲ್ಲಿ ನಡೆದ ಉತ್ಖನನದ ಸಂದರ್ಭದಲ್ಲಿ ಗೌತಮೀಪುತ್ರ ಮತ್ತು ಯಜ್ಞಶ್ರೀ ಶತಕರ್ಣಿಯ ನಾಣ್ಯಗಳು ದೊರೆತಿವೆ. ಈ ನಾಣ್ಯಗಳು ಸೀಸದಿಂದ ತಯಾರಾಗಿವೆ. ಶಾತವಾಹನರ ನಾಣ್ಯಗಳ ಮೇಲೆ ಹಡಗಿನ ಚಿತ್ರಗಳು ಕಂಡು ಬಂದಿರುವುದರಿಂದ ಸಾಗರೋತ್ತರ ವ್ಯಾಪಾರ ಪ್ರಗತಿ ಹೊಂದಿತ್ತೆಂಬುದು ಖಚಿತವಾಗುತ್ತದೆ. ಶಾತವಾಹನರ ಸಾಮಂತರಾದ ಚುಟುಗಳು ಬನವಾಸಿ ಪ್ರದೇಶದಲ್ಲಿ ಆಳುತ್ತಿದ್ದು ಈ ಅರಸರ ಕೆಲವು ನಾಣ್ಯಗಳೂ ದೊರೆತಿವೆ. ಚಂದ್ರವಳ್ಳಿಯಲ್ಲಿ ಹಾಗೂ ಬೆಂಗಳೂರು ಸಮೀಪ ಯಶವಂತಪುರದಲ್ಲಿ ರೋಮನ್ ಸಾಮ್ರಾಟರಾದ ಆಗಸ್ಟಸ್ ಮತ್ತು ಟೈಬಿರಿಯಸ್‌ನ ಬೆಳ್ಳಿಯ ನಾಣ್ಯಗಳು ಅಪಾರ ಸಂಖ್ಯೆಯಲ್ಲಿ ಸಿಕ್ಕಿರುವುದು ಕರ್ನಾಟಕ ಮತ್ತು ಪಶ್ಚಿಮ ರಾಷ್ಟ್ರಗಳ ನಡುವೆ ವ್ಯಾಪಾರ ಸಂಪರ್ಕವಿದ್ದುದನ್ನು ದೃಢಪಡಿಸುತ್ತದೆ. 1965ರಲ್ಲಿ ಬೆಂಗಳೂರಿನ ಎಚ್.ಎ.ಎಲ್. ಪ್ರದೇಶದಲ್ಲಿ ಆಕಸ್ಮಿವಾಗಿ **ಆಗಸ್ಟಸ್** ಮತ್ತು **ಟೈಬೇರಿಯಸ್‌ನ** 256ನಾಣ್ಯಗಳು ದೊರೆತವು. ಧಾರವಾಡ ಜಿಲ್ಲೆಯ ಹಾನಗಲ್ ತಾಲ್ಲೋಕಿನ ಅಕ್ಕಿಆಲೂರಿನಲ್ಲೂ ಕೆಲವು ರೋಮನ್ ನಾಣ್ಯಗಳು ದೊರೆತಿವೆ. ಚಂದ್ರವಳ್ಳಿಯ ಉತ್ಖನನದ ಸಂದರ್ಭದಲ್ಲಿ ಕ್ರಿಸ್ತ ಪೂರ್ವ ಎರಡನೇ ಶತಮಾನಕ್ಕೆ ಸೇರಿದ ಒಂದು ಚೀನಿ ನಾಣ್ಯ ದೊರೆತಿರುವುದು ಕುತುಹೂಲಕಾರಿಯಾಗಿದೆ. ಆದರೆ ಅದು ಕ್ರಿಸ್ತ ಪೂರ್ವದ್ದಲ್ಲ 11ನೇ ಶತಮಾನದ ಸುಂಗವಂಶ (ಕ್ರಿ.ಶ. 907–1279)ದ ಆಳ್ವಿಕೆ ಕಾಲಕ್ಕೆ ಸೇರಿದ್ದೆಂದು ಜಪಾನಿನ ಡಾ.ಕರಷಿಮ ಸ್ಪಷ್ಟಪಡಿಸಿದ್ದಾರೆ. ಹಂಪೆಯಲ್ಲಿ ನಡೆದ ಉತ್ಖನನದ ಸಂದರ್ಭದಲ್ಲೂ ಚೀನಾದ ಕೆಲವು ಚಿನ್ನದ ನಾಣ್ಯಗಳು ದೊರೆತಿದ್ದು ಕರ್ನಾಟಕದ ಮತ್ತು ಚೀನಾದ ನಡುವೆ ವ್ಯಾಪಾರ ಸಂಪರ್ಕವಿದ್ದುದನ್ನು ಸೂಚಿಸುತ್ತವೆ.

ಬನವಾಸಿಯ ಕದಂಬರು ಟಂಕಿಸಿದ **ಪದ್ಮ ಟಂಕ** ಎಂಬ ಚಿನ್ನದ ನಾಣ್ಯಗಳು ಮತ್ತು ಗಂಗರದ್ದೆಂದು ಭಾವಿಸಲಾಗಿರುವ ಗಜ ಲಾಂಛನವಿರುವ ಕೆಲವು ಚಿನ್ನದ ನಾಣ್ಯಗಳು ಲಭ್ಯವಾಗಿವೆ. ಬಾದಾಮಿಯ ಚಾಳುಕ್ಯರು **ಗದ್ಯಾಣ** ಎಂಬ ಚಿನ್ನದ ನಾಣ್ಯಗಳನ್ನು ಟಂಕಿಸಿದರು. **'ಗದ್ಯಾಣ'** ನಾಣ್ಯದ ಬಗ್ಗೆ ಅವರ ಶಾಸನಗಳಲ್ಲಿ ಪ್ರಸ್ತಾಪವಿದೆ. ಅದನ್ನು **'ವರಾಹ'** ಎಂದು ಕರೆಯುತ್ತಿದ್ದಿರಬಹುದು, ಏಕೆಂದರೆ ಅವರ ಲಾಂಛನವೂ ವರಾಹವಾಗಿತ್ತು ಎಂದು ಡಾ.ಸೂರ್ಯನಾಥ ಕಾಮತರು ಅಭಿಪ್ರಾಯಪಟ್ಟಿದ್ದಾರೆ. ಈ ನಾಣ್ಯಗಳು 120ಗ್ರೇನ್ ತೂಗುತ್ತಿದ್ದವೆಂದು ಅವರು ಹೇಳಿದ್ದಾರೆ. ಒಂದನೇ ವಿಕ್ರಮಾದಿತ್ಯನು 117ಗ್ರೇನ್ ತೂಕದ ಚಿನ್ನದ ನಾಣ್ಯಗಳನ್ನು ಟಂಕಿಸಿದನು. ರಾಷ್ಟ್ರಕೂಟರ ಕಾಲದಲ್ಲಿ ದ್ರಮ್ಮ, ಗದ್ಯಾಣ, ಕಳಂಜು, ಕಾಸು ಮೊದಲಾದ ಚಿನ್ನದ ನಾಣ್ಯಗಳು ಚಲಾವಣೆಯಲ್ಲಿದ್ದವು. ಕಲ್ಯಾಣ ಚಾಳುಕ್ಯರ ಕಾಲದಲ್ಲೂ ರಾಷ್ಟ್ರಕೂಟರ ಕಾಲದ ನಾಣ್ಯಗಳೇ ಅಂದರೆ ದ್ರಮ್ಮ, ಗದ್ಯಾಣ ಮೊದಲಾದ ನಾಣ್ಯಗಳು ಚಲಾವಣೆಯಲ್ಲಿದ್ದವು. ಹೊಯ್ಸಳ ವಿಷ್ಣುವರ್ಧನನ **'ತಲಕಾಡುಗೊಂಡ'** ಎಂಬ ಬಿರುದು ಇರುವ ಕೆಲವು ಚಿನ್ನದ ನಾಣ್ಯಗಳು ದೊರೆತಿವೆ.

ವಿಜಯನಗರದ ಕಾಲದಲ್ಲಿ ಗದ್ಯಾಣ, ವರಾಹ, ಪ್ರತಾಪ, ಹಣ, ಪಣ ಮೊದಲಾದ ಚಿನ್ನದ ನಾಣ್ಯಗಳನ್ನು ಚಲಾವಣೆಗೆ ತಂದರು. ಅಲ್ಲದೆ ಬೆಳ್ಳಿ ಹಾಗೂ ತಾಮ್ರದ ನಾಣ್ಯಗಳು ಚಲಾವಣೆಯಲ್ಲಿದ್ದವು. ಈ ನಾಣ್ಯಗಳು ಅಪಾರ ಸಂಖ್ಯೆಯಲ್ಲಿ ದೊರಕಿವೆ. ಅವುಗಳ ಮೇಲೆ ಶ್ರೀ ವೀರಬುಕ್ಕರಾಯ, ಶ್ರೀ ಪ್ರತಾಪಹರಿಹರ, ಶ್ರೀ ಪ್ರತಾಪದೇವರಾಯ ಮೊದಲಾದ ಕನ್ನಡದ ಹೆಸರುಗಳಿವೆ. ಅವುಗಳ ಮತ್ತೊಂದು ಮುಖದಲ್ಲಿ ಗೂಳಿ, ಆನೆ, ವರಾಹ, ಹನುಮಾನ್, ಗರುಡ, ಉಮಾಮಹೇಶ್ವರ, ಬಾಲಕೃಷ್ಣ, ಲಕ್ಷ್ಮೀನಾರಾಯಣ ಮೊದಲಾದ ಚಿತ್ರಗಳಿವೆ. ಕೆಳದಿಯ ಅರಸರ ನಾಣ್ಯಗಳು ವಿಜಯನಗರದ ನಾಣ್ಯಗಳನ್ನೇ ಹೋಲುತ್ತವೆ. ಅವುಗಳನ್ನು **'ಇಕ್ಕೇರಿವರಾಹ'** ಎಂದು ಕರೆಯಲಾಗುತ್ತಿತ್ತು. ಮೈಸೂರಿನ ಅರಸರಾದ ಕಂಠೀರವ ನರಸರಾಜನು **'ಕಂಠೀರಾಯಿ ವರಾಹ'** ಎಂಬ ಚಿನ್ನದ ನಾಣ್ಯಗಳನ್ನು ಟಂಕಿಸಿದನು. ಶ್ರೀರಂಗಪಟ್ಟಣದಲ್ಲಿ ಅವನು ಟಂಕಸಾಲೆಯನ್ನು ಸ್ಥಾಪಿಸಿದ್ದನು. ಬಹಮನಿ ಮತ್ತು ಆದಿಲ್‌ಷಾಹಿ ಸುಲ್ತಾನರು ಡೆಲ್ಲಿಯ ಸುಲ್ತಾನರ ಮಾದರಿಯಲ್ಲಿ ಅರಾಬಿಕ್ ಬರಹವಿರುವ

ಬೆಳ್ಳಿ ಹಾಗೂ ಚಿನ್ನದ ನಾಣ್ಯಗಳನ್ನು ಚಲಾವಣೆಗೆ ತಂದರು. ಹೈದರ್ ಮತ್ತು ಟಿಪುವಿನ ನಾಣ್ಯಗಳಲ್ಲಿ ಶಿವ ಮತ್ತು ಪಾರ್ವತಿಯರ ಚಿತ್ರಗಳಿವೆ. ಹಿಂಭಾಗದಲ್ಲಿ ಹೈದರನ ಹೆಸರಿನ ಮೊದಲ ಅಕ್ಷರ "ಹೈ" ಯನ್ನು ಬರೆಸಿದ್ದಾನೆ.

ಸ್ಮಾರಕಗಳು

ಸ್ಮಾರಕಗಳು ಕೂಡ ಇತಿಹಾಸದ ಅಧ್ಯಯನಕ್ಕೆ ಬಹು ಮುಖ್ಯ ಆಕರಗಳಾಗಿವೆ. ಸ್ಮಾರಕಗಳನ್ನು ಪ್ರಧಾನವಾಗಿ ಎರಡು ಭಾಗಗಳಾಗಿ ವರ್ಗೀಕರಿಸಬಹುದು. ಅವುಗಳು ಧಾರ್ಮಿಕ ಕಟ್ಟಡಗಳು ಹಾಗೂ ಲೌಕಿಕ ಕಟ್ಟಡಗಳು. ಧಾರ್ಮಿಕ ಸ್ಮಾರಕಗಳಲ್ಲಿ ದೇವಾಲಯಗಳು, ಮಸೀದಿಗಳು, ಸಮಾಧಿಗಳು, ಚರ್ಚುಗಳು, ಚೈತ್ಯಾಲಯಗಳು, ವಿಹಾರಗಳು, ಸ್ತೂಪಗಳು, ಜಿನಾಲಯಗಳು, ಸಾಧು, ಸಂತರ ಪ್ರತಿಮೆಗಳು ಮೊದಲಾದವು ಸೇರಿವೆ. ಲೌಕಿಕ ಕಟ್ಟಡ ಅಥವಾ ಸ್ಮಾರಕಗಳಲ್ಲಿ ಕೋಟೆಗಳು, ಅರಮನೆಗಳು, ಸುಂದರವಾದ ಸಾರ್ವಜನಿಕ ಕಟ್ಟಡಗಳು, ವಿದ್ಯಾಕೇಂದ್ರಗಳ ಕಟ್ಟಡಗಳು ಮೊದಲಾದವು ಸೇರಿವೆ. ಈ ಎರಡೂ ವರ್ಗಗಳ ಸ್ಮಾರಕಗಳನ್ನು ಒಟ್ಟಾಗಿ ಕಲೆ ಮತ್ತು ವಾಸುಶಿಲ್ಪ ಎಂದು ಕರೆಯಲಾಗಿದೆ.

ಕಲೆ ಮತ್ತು ವಾಸ್ತುಶಿಲ್ಪ ಒಂದು ನಾಡಿನ ಸಂಸ್ಕೃತಿಯ ಪ್ರತಿಬಿಂಬವಾಗಿರುತ್ತದೆ. ಪ್ರಾಚೀನ ಪರಂಪರೆ ಹಾಗೂ ಸಂಸ್ಕೃತಿಯ ಸಂಕೇತವೇ ಕಲೆ ಮತ್ತು ವಾಸ್ತುಶಿಲ್ಪ. ಕಲೆ ಮತ್ತು ವಾಸ್ತುಶಿಲ್ಪದ ಗುಣಮಟ್ಟದ ಆಧಾರದ ಮೇಲೆ ಒಂದು ದೇಶದ ಸಂಸ್ಕೃತಿಯ ಗುಣಮಟ್ಟವನ್ನು ಅಳೆಯಲಾಗುತ್ತದೆ. ಕರ್ನಾಟಕದ ಮಟ್ಟಿಗೆ ಹೇಳುವುದಾದರೆ ಈ ನಾಡಿನ ವಾಸ್ತುಶಿಲ್ಪ ಪರಂಪರೆ ಅತ್ಯಂತ ಶ್ರೀಮಂತವಾಗಿದೆ. ಈ ಸ್ಮಾರಕಗಳ ಸೂಕ್ಷ್ಮ ಅಧ್ಯಯನದಿಂದ ಪ್ರಾಚೀನರ ಧಾರ್ಮಿಕ ಜೀವನ, ಅವರ ವೇಶಭೂಷಣಗಳು, ಕ್ರೀಡೆಗಳು, ಆಭರಣಗಳು ಮನರಂಜನೆಗಳು, ಸಂಗೀತದ ಉಪಕರಣಗಳು ಮೊದಲಾದವುಗಳ ಬಗ್ಗೆ ಉಪಯುಕ್ತವಾದ ಮಾಹಿತಿಗಳು ದೊರೆಯುತ್ತವೆ. ಸ್ಮಾರಕಗಳ ಅಧ್ಯಯನದ ಮೂಲಕ ದೊರೆಯುವ ಕೆಲವು ಮಾಹಿತಿಗಳು ಬೇರಾವ ಮೂಲಗಳಿಂದಲೂ ದೊರೆಯುವುದಿಲ್ಲವೆಂಬುದು ಗಮನಾರ್ಹವಾಗಿದೆ.

ಕರ್ನಾಟಕ ಸುಂದರ ದೇಗುಲಗಳ ಬೀಡು. ಗಂಗರು, ಕದಂಬರು, ಚಾಳುಕ್ಯರು, ರಾಷ್ಟ್ರಕೂಟರು, ಹೊಯ್ಸಳರು, ವಿಜಯನಗರದ ಅರಸರು, ಬಹಮನಿ ಹಾಗೂ ಆದಿಲ್‌ಷಾಹಿ ಸುಲ್ತಾನರು, ಮೈಸೂರು ಹಾಗೂ ಕೆಳದಿ ಅರಸರು ಎಲ್ಲರೂ ಸುಂದರ ಕಲಾಕೃತಿಗಳನ್ನು ನಿರ್ಮಿಸಿಕೊಟ್ಟಿದ್ದಾರೆ. ಬಾದಾಮಿ, ಐಹೊಳೆ, ಪಟ್ಟದಕಲ್ಲು, ಬೇಲೂರು, ಹಳೇಬೀಡು, ಸೋಮನಾಥಪುರ, ತಲಕಾಡು, ಶ್ರವಣಬೆಳಗೊಳ, ಇಟಗಿ, ಲಕ್ಷ್ಮೇಶ್ವರ, ಹಂಪೆ ಮೊದಲಾದ ಕಡೆಗಳಲ್ಲಿ ಅತ್ಯಂತ ಸುಂದರವಾದ ದೇವಾಲಯಗಳು, ಬಸದಿಗಳು ನಿರ್ಮಾಣವಾಗಿವೆ. ಬಿಜಾಪುರದಲ್ಲಿ ಸುಂದರವಾದ ಮಸೀದಿಗಳು ಹಾಗೂ ಸಮಾಧಿಗಳು ನಿರ್ಮಾಣವಾಗಿವೆ. ಚಾಳುಕ್ಯರ ದೇವಾಲಯಗಳು, ಹೊಯ್ಸಳರ ದೇವಾಲಯಗಳು, ಹಂಪೆಯ ವಿಠಲಸ್ವಾಮಿ ದೇಗುಲ ಮೊದಲಾದವು ವಾಸ್ತುಶಿಲ್ಪ ವಿಸ್ಮಯಗಳೆನಿಸಿವೆ. ಶ್ರವಣಬೆಳಗೊಳದ 58 ಅಡಿ ಎತ್ತರದ ಏಕಶಿಲಾ ಗೊಮ್ಮಟನ ವಿಗ್ರಹದ ಶಿಲ್ಪ ಸೌಂದರ್ಯ ಅಸಾದೃಶ್ಯವಾದುದು. ಬಿಜಾಪುರದ ಗೋಲಗುಂಬಜ್, ಇಬ್ರಾಹಿಂ ರೋಜಾ, ಶ್ರೀರಂಗಪಟ್ಟಣದ ಗುಂಬಜ್ ಸುಂದರ ಸಮಾಧಿ ಕಟ್ಟಡಗಳಿಗೆ ನಿದರ್ಶನಗಳಾಗಿವೆ.

ಲೌಕಿಕ ಕಟ್ಟಡಗಳ ಪೈಕಿ ಹಂಪೆಯ ಕೋಟೆ, ಹಂಪೆಯ ಆನೆ ಲಾಯ, ಶ್ರೀರಂಗಪಟ್ಟಣದ ಕೋಟೆ, ಚಿತ್ರದುರ್ಗ, ಬೀದರ್ ಮೊದಲಾದ ಕೋಟೆಗಳು, ಬೀದರ್‌ನಲ್ಲಿರುವ ಮಹಮೂದ್ ಗವಾನ್ ನಿರ್ಮಿಸಿದ ಮೂರು ಅಂತಸ್ತುಗಳ ಮದರಸ ಕಟ್ಟಡ ಪ್ರಮುಖವಾಗಿವೆ.

ಅರಮನೆಗಳ ಪೈಕಿ **ಹಂಪೆಯ ಕಮಲಮಹಲ್**, ಶ್ರೀರಂಗಪಟ್ಟಣದ ಟಿಪು ಅರಮನೆ **ದರಿಯದೌಲತ್**, ಬೆಂಗಳೂರಿನ ಅರಮನೆ, ಮೈಸೂರಿನಲ್ಲಿರುವ ಹಲವು ಭವ್ಯ ಅರಮನೆಗಳು, ಮುಖ್ಯವಾಗಿ ಜಗದ್ವಿಖ್ಯಾತವಾಗಿರುವ **ಅಂಬಾವಿಲಾಸ ಅರಮನೆ, ಶಿವಮೊಗ್ಗದ ಶಿವಪ್ಪನಾಯಕನ ಅರಮನೆ** ಮೊದಲಾದವು ಪ್ರಮುಖವಾದವು. ಮೇಲೆ ಪ್ರಸ್ತಾಪಿಸಿದ ಎಲ್ಲ ಬಗೆಯ ಸ್ಮಾರಕಗಳು ಕರ್ನಾಟಕದ ಸಂಸ್ಕೃತಿಯ ವಿಕಾಸದ ವಿವಿದ ಹಂತಗಳ ಅಧ್ಯಯನಕ್ಕೆ ನೆರವಾಗುತ್ತವೆ.

ಸಾಹಿತ್ಯಿಕ ಆಧಾರಗಳು

ಸಾಹಿತ್ಯಿಕ ಆಧಾರಗಳನ್ನು ಪ್ರಧಾನವಾಗಿ ಎರಡು ಭಾಗಗಳಾಗಿ ವರ್ಗೀಕರಿಸಬಹುದು. ಅವುಗಳು **ದೇಶೀಯ ಸಾಹಿತ್ಯಿಕ ಆಧಾರಗಳು** ಮತ್ತು **ವಿದೇಶೀ ಸಾಹಿತ್ಯಿಕ ಆಧಾರಗಳು**.

ದೇಶೀಯ ಸಾಹಿತ್ಯಿಕ ಆಧಾರಗಳು

ಈ ವರ್ಗದ ಆಧಾರಗಳಲ್ಲಿ ಪ್ರಾಕೃತ, ಕನ್ನಡ, ಸಂಸ್ಕೃತ, ತೆಲುಗು ಹಾಗೂ ಪರ್ಷಿಯನ್ ಬರಹಗಳಿವೆ. ತೆಲುಗು

ಕೃತಿಗಳು ವಿಜಯನಗರ ಕಾಲದಲ್ಲಿ ರಚನೆಯಾದವುಗಳಾದರೆ, ಪರ್ಷಿಯನ್ ಕೃತಿಗಳು ಬಹಮನಿ ಹಾಗೂ ಆದಿಲ್ ಷಾಹಿಗಳ ಆಡಳಿತ ಕಾಲದಲ್ಲಿ ರಚನೆಯಾದವು.

ಸಾಹಿತ್ಯಿಕ ಆಧಾರಗಳಿಗೆ ಸಂಬಂಧಿಸಿದಂತೆ ಒಂದು ಮಿತಿಯಿದೆ. ರಾಜರ ಕೃಪಾಶ್ರಯದಲ್ಲಿ ರಚನೆಯಾದ ಕೃತಿಗಳಲ್ಲಿ ಸಂಬಂಧಿಸಿದ ರಾಜನ ಬಗ್ಗೆ ಸಹಜವಾಗಿಯೇ ಉತ್ಪ್ರೇಕ್ಷೆಯ ವಿವರಗಳಿರುತ್ತವೆ. ಅಲ್ಲದೆ ಅವುಗಳಲ್ಲಿರುವ ಎಲ್ಲ ಮಾಹಿಗಳು ಇತಿಹಾಸದ ರಚನೆಗೆ ಪೂರಕವಾಗಿರುತ್ತವೆಂದು ಹೇಳಲಾಗದು. ದೇಶೀಯ ಸಾಹಿತ್ಯಿಕ ಕೃತಿಗಳಲ್ಲಿ ಧಾರ್ಮಿಕ ಕೃತಿಗಳು, ಲೌಕಿಕ ಸಾಹಿತ್ಯ ಕೃತಿಗಳು, ಅರೆ ಚಾರಿತ್ರಿಕ ಕೃತಿಗಳು, ಜೀವನ ಚರಿತ್ರೆಯಂತಹ ಕೃತಿಗಳು, ವಿಶ್ವಕೋಶದಂತಹ ಕೃತಿಗಳು ಮೊದಲಾದ ಪ್ರಕಾರಗಳಿದ್ದು ಅವಗಳಲ್ಲಿರುವ ನಿಖರವಾದ ಚಾರಿತ್ರಿಕ ಮಾಹಿತಿಗಳನ್ನು ಶೋಧಿಸಿ ತೆಗೆಯಬೇಕಾಗಿದೆ.

ಶಾತವಾಹನರ ಇತಿಹಾಸಕ್ಕೆ ಸಂಬಂಧಿಸಿದಂತೆ ಈ ವಂಶದ 17ನೇ ದೊರೆಯಾದ ಹಾಲನು ರಚಿಸಿದ **'ಗಾಥಾಸಪ್ತಶತಿ'** ಕೆಲವು ಮಾಹಿತಿ ನೀಡುತ್ತದೆ. ಪ್ರಾಕೃತ ಭಾಷೆಯಲ್ಲಿರುವ ಈ ಕೃತಿ ಶಿವ ಮತ್ತು ಶಿವೆಯ ಸ್ತುತಿಯೊಂದಿಗೆ ಆರಂಭವಾಗುವುದರಿಂದ ಈ ಕಾಲದಲ್ಲಿ ಶೈವಧರ್ಮ ಜನಪ್ರಿಯವಾಗಿತ್ತೆಂದು ತಿಳಿದುಬರುತ್ತದೆ. ಗುಣಾಢ್ಯನು ಪೈಶಾಚಿ ಪ್ರಾಕೃತದಲ್ಲಿ ರಚಿಸಿದ **'ಬೃಹತ್ ಕಥಾ'** ಕೂಡ ಶಾತವಾಹನರ ಚರಿತ್ರೆಯ ಅಧ್ಯಯನಕ್ಕೆ ನೆರವಾಗುತ್ತದೆ.

ತಲಕಾಡಿನ ಗಂಗರ ಕಾಲದ ರಚನೆಗಳಾದ ಶ್ರೀಪುರುಷನ **'ಗಜಶಾಸ್ತ್ರ'**, ಎರಡನೇ ಶಿವಮಾರನ **'ಗಜಾಷ್ಟಕ'** ಗಂಗವಂಶದ ಬಗ್ಗೆ ಸಾಂದರ್ಭಿಕ ಮಾಹಿತಿ ನೀಡುತ್ತವೆ. ನಾಲ್ಕನೇ ರಾಚಮಲ್ಲನ ಮಂತ್ರಿಯಾಗಿದ್ದ ಚಾವುಂಡರಾಯ ರಚಿಸಿದ **'ಚಾವುಂಡರಾಯ ಪುರಾಣ'** ಗಂಗ ವಂಶದ ಕೊನೆಯ ಅರಸರ ಬಗ್ಗೆ ಮಾಹಿತಿ ನೀಡುತ್ತದೆ. 9ನೇ ಶತಮಾನದಲ್ಲಿ ರಚನೆಯಾದ, ಕನ್ನಡದ ಪ್ರಥಮ ಕೃತಿ ಎಂದು ಪರಿಗಣಿಸಲ್ಪಟ್ಟಿರುವ **'ಕವಿರಾಜ ಮಾರ್ಗ'**ದ ಕರ್ತೃ ಶ್ರೀವಿಜಯ. ಇದರಲ್ಲಿ ಕನ್ನಡದ ಹಿಂದಿನ ಕವಿಗಳ ಬಗ್ಗೆ ಉಲ್ಲೇಖವಿದೆ, ಕರ್ನಾಟಕದ ವಿಸ್ತಾರದ ಬಗ್ಗೆ ಹಾಗೂ ಕನ್ನಡಿಗರ ಸಾಹಿತ್ಯ ಶಕ್ತಿಯ ಬಗ್ಗೆ ವಿವರಗಳನ್ನು ನೀಡುತ್ತದೆ. ಕರ್ನಾಟಕ ದಕ್ಷಿಣದಲ್ಲಿ ಕಾವೇರಿಯಿಂದ ಉತ್ತರದಲ್ಲಿ ಗೋದಾವರಿಯವರೆಗೆ ವಿಸ್ತರಿಸಿತ್ತೆಂದು ಹೇಳಲಾಗಿದೆ. ಪಂಪನ **'ವಿಕ್ರಮಾರ್ಜುನ ವಿಜಯ'**ವು ರಾಷ್ಟ್ರಕೂಟರ ಬಗ್ಗೆ ಬೆಳಕು ಚೆಲ್ಲುತ್ತದೆ.

ಕಲ್ಯಾಣ ಚಾಳುಕ್ಯರ ಕಾಲದ ಶ್ರೇಷ್ಠ ಕವಿ ರನ್ನನ **'ಸಾಹಸಭೀಮವಿಜಯ'** ಅಥವಾ **'ಗದಾಯುದ್ಧ'**ದಲ್ಲಿ ಚಾಳುಕ್ಯರ ಬಗ್ಗೆ ಮಾಹಿತಿಯಿದೆ. ರನ್ನ ತನ್ನ ಕಾವ್ಯ ನಾಯಕ ಭೀಮನೊಂದಿಗೆ ತನ್ನ ಆಶ್ರಯಧಾತ ಇರಿವಬೆಡಂಗ ಸತ್ಯಾಶ್ರಯನನ್ನು ಹೋಲಿಸಿದ್ದಾನೆ. ರನ್ನನ ಮತ್ತೊಂದು ಕೃತಿ **ಅಜಿತನಾಥ ಪುರಾಣದಲ್ಲಿ** ರಾಷ್ಟ್ರಕೂಟ ವಂಶದ ಸ್ಥಾಪಕ ಎರಡನೇ ತೈಲಪನ ಬಗ್ಗೆ ಉಪಯುಕ್ತ ಮಾಹಿತಿಯಿದೆ. ಸಂಸ್ಕೃತ ಕವಿ ಬಿಲ್ಹಣನ **"ವಿಕ್ರಮಾಂಕದೇವಚರಿತ"** ಒಂದು ಚಾರಿತ್ರಿಕ ಕಾವ್ಯವಾಗಿದ್ದು ಆರನೇ ವಿಕ್ರಮಾದಿತ್ಯನ ಸಾಧನೆಗಳನ್ನು ತಿಳಿಸುತ್ತದೆ. ಅಂತೆಯೇ ವಿಜ್ಞಾನೇಶ್ವರ ತನ್ನ **'ಮಿತಾಕ್ಷರ'** ಎಂಬ ಸಂಸ್ಕೃತ ಗ್ರಂಥದಲ್ಲಿ ವಿಕ್ರಮಾದಿತ್ಯನ ಬಗ್ಗೆ ಕೆಲವು ಮಾಹಿತಿ ನೀಡಿದ್ದಾನೆ. ಅವನು **"ವಿಕ್ರಮಾದಿತ್ಯನಂಥ ಅರಸನನ್ನು ಯಾರೂ ಕಂಡಿಲ್ಲ ಅಥವಾ ಕೇಳಿಲ್ಲ. ಕಲ್ಯಾಣದಂಥನಗರ ಹಿಂದೆ ಇರಲಿಲ್ಲ. ಮುಂದೆಯೂ ಇರದು"** ಎಂದು ಹೇಳಿದ್ದಾನೆ. ಮೂರನೇ ಸೋಮೇಶ್ವರನ **'ಮಾನಸೋಲ್ಲಾಸ' ಅಥವಾ 'ಅಭಿಲಾಷಿತಾರ್ಥ ಚಿಂತಾಮಣಿ'** ಒಂದು ವಿಶ್ವಕೋಶವಾಗಿದ್ದು ಆಕಾಲದ ಸಂಸ್ಕೃತಿಯ ಅಧ್ಯಯನಕ್ಕೆ ಸಹಾಯಕವಾಗಿದೆ. ಹೇಮಾದ್ರಿಯ **"ಚತುರ್ವರ್ಗ ಚಿಂತಾಮಣಿ"** ಸೇವಣರ ಇತಿಹಾಸದ ಬಗ್ಗೆ ಬೆಳಕು ಚಲ್ಲುತ್ತದೆ. ಇದರ **'ರಾಜಪ್ರಶಸ್ತಿ'** ಭಾಗದಲ್ಲಿ ಆರಂಭದಿಂದ ರಾಜ ಮಹಾದೇವನವರೆಗೆ ಸೇವಣ ವಂಶದ ಇತಿಹಾಸವನ್ನು ಹೇಳುತ್ತದೆ. ಜಲ್ಹಣನ **'ಸೂಕ್ತಿ ಮುಕ್ತಾವಳಿ'** ಸೇವಣ ಐದನೇ ಭಿಲ್ಲಮನ ಬಗ್ಗೆ ವಿವರಗಳನ್ನು ಒಳಗೊಂಡಿದೆ. ಗಣಿತಜ್ಞ ರಾಜಾದಿತ್ಯ ತನ್ನ **'ವ್ಯವಹಾರ ಗಣಿತ'** ದಲ್ಲಿ ಸೇವಣ ಐದನೇ ಭಿಲ್ಲಮ ಮತ್ತು ಹೊಯ್ಸಳ ಎರಡನೇ ಬಲ್ಲಾಳನ ನಡುವೆ ನಡೆದ **'ಸೊರಟೂರು'** ಕಾಳಗದ ಬಗ್ಗೆ ಕುತೂಹಲಕಾರಿ ಮಾಹಿತಿಗಳನ್ನು ನೀಡಿದ್ದಾನೆ. ಎರಡನೇ ವಿದ್ಯಾಚಕ್ರವರ್ತಿ ತನ್ನ **"ಗದ್ಯಕರ್ಣಾಮೃತಂ"** ಕೃತಿಯಲ್ಲಿ ಹೊಯ್ಸಳ ಎರಡನೇ ನರಸಿಂಹನು ಪಾಂಡ್ಯರ ಜೊತೆ ನಡೆಸಿದ ಹೋರಾಟದ ಬಗ್ಗೆ ಪ್ರಸ್ತಾಪಿಸಿದ್ದಾನೆ. ಕೆರೆಯ ಪದ್ಮರಸನ **'ಧೀಕ್ಷಾಬೋಧೆ'** ಕೃತಿಯಲ್ಲಿ ಹೊಯ್ಸಳರ ಕಾಲದ ರಾಜಕೀಯ ಬೆಳವಣಿಗೆಗಳ ಬಗ್ಗೆ ಮಾಹಿತಿಯಿದೆ. ನಯಸೇನನ **'ಧರ್ಮಾಮೃತ'**ದಲ್ಲಿ ಆ ಕಾಲದ ಧಾರ್ಮಿಕ ಪರಿಸ್ಥಿತಿಗಳ ಬಗ್ಗೆ ವಿವರಗಳಿವೆ.

ವಿಜಯನಗರದ ಸ್ಥಾಪನೆಗೆ ಸ್ವಲ್ಪ ಹಿಂದಿನ ರಾಜಕೀಯ ವಿದ್ಯಮಾನಗಳ ಬಗ್ಗೆ ನಂಜುಂಡನ **'ಕುಮಾರ ರಾಮನ ಕಥೆ'** ಬಹಳ ಉಪಯುಕ್ತ ಮಾಹಿತಿ ನೀಡುತ್ತದೆ. ಮುಸಲ್ಮಾನರ ದಾಳಿಯ ವಿರುದ್ಧ ಅಸಾಮಾನ್ಯ ಸಾಹಸದಿಂದ ಹೋರಾಡಿ ಹುತಾತ್ಮರಾದ ಸಣ್ಣ ರಾಜ್ಯ ಕಂಪಿಲಿಯ ರಾಜ ಕಂಪಿಲರಾಯ ಮತ್ತು ಅವನ ಮಗ ಕುಮಾರ ರಾಮನ ಬಗ್ಗೆ ಈ ಕೃತಿಯಲ್ಲಿ ವಿವರಗಳಿವೆ. ವಿಜಯನಗರದ ಅರಸ ಒಂದನೇ ಬುಕ್ಕರಾಯನ ಮಗ ಕುಮಾರ ಕಂಪಣರಾಯ ಮಧುರೆಯನ್ನು ವಶಪಡಿಸಿಕೊಂಡಿದ್ದರ ಬಗ್ಗೆ ಕಂಪಣನ ಪತ್ನಿ ಗಂಗಾದೇವಿ ರಚಿಸಿದ **'ಮಧುರಾವಿಜಯಂ'** ಅಥವಾ **"ಕುಮಾರ ಕಂಪಣರಾಯ**

ಚರಿತಂ" ಮಾಹಿತಿ ನೀಡುತ್ತದೆ. ರಾಜನಾಥ ದಿಂಡಿಮನ **'ಸಾಳುವಾಭ್ಯುದಯಂ'** ಹಾಗೂ ತಿರುಮಲಾಂಬೆಯ **'ವರದಾಂಬಿಕಾ ಪರಿಣಯಂ'** ವಿಜಯನಗರ ಚರಿತ್ರೆಯ ಅಧ್ಯಯನಕ್ಕೆ ನೆರವಾಗುತ್ತವೆ. ಕೃಷ್ಣದೇವರಾಯನ ಆಡಳಿತ ಕಾಲದ ಬಗ್ಗೆ ತಿಳಿಯಲು ಹಲವಾರು ತೆಲುಗು ಗ್ರಂಥಗಳು ಸಹಾಯಕವಾಗಿವೆ. ಸ್ವತಃ ಕೃಷ್ಣದೇವರಾಯನೇ ರಚಿಸಿರುವ **'ಆಮುಕ್ತಮಾಲ್ಯದ'** ಅವನ ಆಡಳಿತ ಪದ್ಧತಿಯ ಬಗ್ಗೆ ವಿವರಗಳನ್ನು ನೀಡುತ್ತದೆ. ಅಲ್ಲಸಾನಿ ಪೆದ್ದನನ **'ಮನುಚರಿತಮು'**, ನಂದಿತಿಮ್ಮನನ **'ಪಾರಿಜಾತಾಪಹರಣಮು'**, ಕುಮಾರಧೂರ್ಜಟಿಯ **"ಕೃಷ್ಣದೇವರಾಯ ವಿಜಯಮು"** ಹಾಗೂ ತೆಲುಗಿನ **"ರಾಯವಾಚಕಮು"** ಮತ್ತು ಕನ್ನಡದ **"ಕೃಷ್ಣದೇವರಾಯನ ದಿನಚರಿ"** ವಿಜಯನಗರ ಕುರಿತ ಉಪಯುಕ್ತ ಆಕರ ಗ್ರಂಥಗಳಾಗಿವೆ. **'ರಾಮರಾಜೀಯಮು'** ಎಂಬ ತೆಲಗು ಕೃತಿ ಅಳಿಯರಾಮರಾಯನ ಬಗ್ಗೆ ವಿವರ ನೀಡುತ್ತದೆ.

ಲಿಂಗಣ್ಣ ಕವಿಯ **'ಕೆಳದಿ ನೃಪವಿಜಯ'** ಎಂಬ ಕನ್ನಡ ಗ್ರಂಥ ಹಾಗೂ ಬಸವಭೂಪಾಲನ **'ಶಿವತತ್ವರತ್ನಾಕರ'** ಎಂಬ ಸಂಸ್ಕೃತದ ಬೃಹತ್ ವಿಶ್ವಕೋಶ ಕೆಳದಿ ಅರಸರ ಕಾಲದಲ್ಲಿ ರಚನೆಯಾದವು. **'ಕೆಳದಿ ನೃಪವಿಜಯ'** ಕೆಳದಿ ಅರಸು ಮನೆತನದ ಇತಿಹಾಸವನ್ನು ಒಳಗೊಂಡಿದೆ. **'ಶಿವತತ್ವರತ್ನಾಕರ'** ವಿಜಯನಗರ ಹಾಗೂ ಅವರ ಸಾಮಂತರಾದ ಕೆಳದಿ ಅರಸರ ಬಗ್ಗೆ ಸಂಕ್ಷಿಪ್ತ ಮಾಹಿತಿ ನೀಡುತ್ತದೆ. ಇದು ಆ ಕಾಲದ ಸಂಸ್ಕೃತಿಯ ಅಧ್ಯಯನಕ್ಕೂ ಸಹಕಾರಿಯಾಗಿದೆ.

ಮೈಸೂರಿನ ಅರಸು ವಂಶದ ಬಗ್ಗೆ ಗೋವಿಂದ ವೈದ್ಯನ **'ಕಂಠೀರವ ನರಸರಾಜ ವಿಜಯ'**, ತಿರುಮಲಾರ್ಯನ **'ಚಿಕ್ಕದೇವರಾಜ ವಂಶಾವಳಿ'** , **'ಚಿಕ್ಕದೇವರಾಜ ವಿಜಯ'** ಮತ್ತು **'ಅಪ್ರತಿಮವೀರ ಚರಿತೆ'** ಮಾಹಿತಿ ನೀಡುತ್ತವೆ. **'ಚಿಕ್ಕದೇವರಾಜ ಬಿನ್ನಪಂ'** ಗ್ರಂಥದಲ್ಲಿ ಚಿಕ್ಕದೇವರಾಜ ತನ್ನ ಬಗ್ಗೆಯೇ ಹೇಳಿಕೊಂಡಿದ್ದಾನೆ. **'ಕಂಠೀರವ ನರಸರಾಜ ವಿಜಯ'** ಕಂಠೀರವ ನರಸರಾಜ ಒಡೆಯನ ಬದುಕು, ಸಾಧನೆಗಳನ್ನು ಮತ್ತು ಆ ಕಾಲದ ಜನಜೀವನವನ್ನು ನಿರೂಪಿಸುತ್ತದೆ. ತಿರುಮಲಾರ್ಯನ ಕೃತಿಗಳು ಚಿಕ್ಕದೇವರಾಜ ಒಡೆಯನ ಸಾಧನೆಗಳನ್ನು ಚಿತ್ರಿಸುತ್ತವೆ. ದಳವಾಯಿ ನಂಜರಾಜನ ಆಶ್ರಿತನಾಗಿದ್ದ ಕವಿ ನೂರೊಂದನ **'ಸೌಂದರ ಕಾವ್ಯ'** ಸಮಕಾಲೀನ ಘಟನೆಗಳ ಬಗ್ಗೆ ತಿಳಿಸುತ್ತದೆ. ದೇವಚಂದ್ರನ **'ರಾಜಾವಳಿ ಕಥಾಸಾರ'** ಮೈಸೂರು ಚರಿತ್ರೆಯ ಅಧ್ಯಯನಕ್ಕೆ ಉಪಯುಕ್ತವಾಗಿದೆ. ಅಂದಿನ ಧಾರ್ಮಿಕ ಪರಿಸ್ಥಿತಿಗಳ ಬಗ್ಗೆ ದೇವಚಂದ್ರ ಹೇಳಿದ್ದಾನೆ.

ಬಹಮನಿ ಹಾಗೂ ಬಿಜಾಪುರದ ಆದಿಲ್ ಷಾಹಿ ಸುಲ್ತಾನರುಗಳ ಆಡಳಿತದ ಬಗ್ಗೆ ಹಲವು ಪರ್ಷಿಯನ್ ಭಾಷೆಯ ಗ್ರಂಥಗಳಲ್ಲಿ ಮಾಹಿತಿ ದೊರೆಯುತ್ತದೆ. **ಮಹಮದ್ ಕಾಸಿಂ ಫೆರಿಷ್ತಾನ 'ತಾರಿಖ್-ಇ-ಫೆರಿಷ್ತಾ' (1606)** (ದಿ ಹಿಸ್ಟರಿ ಆಫ್ ದಿ ರೈಸ್ ಆಫ್ ದಿ ಮಹಮೆಡನ್ ಪವರ್ ಇನ್ ಇಂಡಿಯಾ) ಎರಡೂ ರಾಜಮನೆತನಗಳ ಇತಿಹಾಸದ ಬಗ್ಗೆ ಮಾಹಿತಿ ಒಳಗೊಂಡಿದೆ. ಅವನು ಬಿಜಾಪುರದ ಸುಲ್ತಾನ ಎರಡನೇ ಇಬ್ರಾಹಿಂ ಆದಿಲ್ ಷಾನ ಆಸ್ಥಾನದಲ್ಲಿದ್ದನು. ಇಸಾಮಿಯ **'ಫುತು-ಉಸ್-ಸಲಾತಿನ್' (1359)** ಬಹಮನಿ ಸುಲ್ತಾನರ ಸಾಧನೆಗಳ ಬಗ್ಗೆ ಮಾಹಿತಿ ನೀಡುತ್ತದೆ. ಇಸಾಮಿ ಬಹಮನಿ ರಾಜ್ಯದ ಸ್ಥಾಪಕ ಅಲಾವುದ್ದೀನ್ ಬಹಮನ್ ಷಾನ ಆಸ್ಥಾನ ವಿದ್ವಾಂಸನಾಗಿದ್ದನು. ಮೂರನೇ ಮುಹಮ್ಮದ್ ಷಾನ ಪ್ರಸಿದ್ಧ ಪ್ರಧಾನ ಮಂತ್ರಿ ಮಹಮೂದ್ ಗವಾನ್ ರಚಿಸಿದ **'ದಿವಾನ್-ಇ-ಅಷರ್'** ಮತ್ತು **'ರೌಜತ್ -ಉಲ್-ಇನ್ಷಾ'** ಬಹಮನಿ ಸಾಮ್ರಾಜ್ಯದ ಇತಿಹಾಸದ ಅಧ್ಯಯನಕ್ಕೆ ಉಪಯುಕ್ತವಾಗಿದೆ. **ಅಜೀಜುಲ್ಲಾ ತಬಾತಬಾನ 'ಬುರ್ಹಾನ್-ಇ-ಮಾಸಿರ್'** ಬಹಮನಿ ರಾಜ್ಯದ ಬಗ್ಗೆ ಮಾಹಿತಿ ನೀಡುತ್ತದೆ. ಮುಲ್ಲಾ ನುಸ್ರತಿಯ **'ಅಲಿನಾಮ'**, ಹಸನ್ ಷೌಕಿಯ **'ಜಾಫರ್‌ನಾಮ ನಿಜಾಮ್ ಷಾ'** ಮೊದಲಾದ ಗ್ರಂಥಗಳು ಬಿಜಾಪುರದ ಆದಿಲ್ ಷಾಹಿಗಳ ಬಗ್ಗೆ ಆಕರ ಗ್ರಂಥಗಳಾಗಿವೆ. ಅಲ್ಲದೆ ಜುಬೇರಿಯ **'ಬಸಾತಿನ್-ಉಸ್-ಸಲಾತಿನ್'** ಎಂಬ ಪರ್ಷಿಯನ್ ಕೃತಿ 1825ರಲ್ಲಿ ರಚನೆಯಾಗಿದ್ದು ಬಿಜಾಪುರ ಸುಲ್ತಾನರನ್ನು ಕುರಿತ ಮತ್ತೊಂದು ಮಹತ್ವದ ಆಧಾರ ಗ್ರಂಥವಾಗಿದೆ. **'ನಿಶಾನ್-ಎ-ಹೈದರಿ'** ಎಂಬ ಕಿರ್ಮಾನಿಯ ಪರ್ಷಿಯನ್ ಕೃತಿ ಹೈದರ್ ಅಲಿ ಕುರಿತದ್ದಾಗಿದೆ. ಈ ಪರ್ಷಿಯನ್ ಬರಹಗಾರರು ನೀಡಿರುವ ಮಾಹಿತಿ ಪಕ್ಷಪಾತದಿಂದ ಕೂಡಿದೆ. ಉದಾಹರಣೆಗೆ ಫೆರಿಷ್ತಾ ವಿಜಯನಗರದ ಅರಸರ ಬಗ್ಗೆ ತನ್ನ ದ್ವೇಷ, ಅಸೂಯೆಯನ್ನು ವ್ಯಕ್ತಪಡಿಸಿದ್ದಾನೆ. ಅವನ ಬರವಣಿಗೆಯಲ್ಲಿ ಅವನು ಮುಸ್ಲಿಂ ಪಕ್ಷಪಾತಿಯಾಗಿದ್ದನೆಂಬುದು ಸ್ಪಷ್ಟವಾಗಿ ಗೋಚರಿಸುತ್ತದೆ.

ವಿದೇಶೀ ಸಾಹಿತ್ಯಿಕ ಆಧಾರಗಳು

ವಿದೇಶೀ ಸಾಹಿತ್ಯಿಕ ಆಕರಗಳು ದೇಶೀಯ ಬರಹಗಳಂತೆಯೇ ಕರ್ನಾಟಕ ಇತಿಹಾಸದ ಅಧ್ಯಯನಕ್ಕೆ ಸಹಕಾರಿಯಾಗಿವೆ. ವಿದೇಶೀಯರು ವಿವಿಧ ಉದ್ದೇಶಗಳಿಂದ ಇಲ್ಲಿಗೆ ಆಗಮಿಸಿದ್ದರು. ಕೆಲವರು ವರ್ತಕರಾಗಿ, ಕೆಲವರು ರಾಯಭಾರಿಗಳಾಗಿ, ಕೆಲವರು ಪ್ರವಾಸಿಗರಾಗಿ, ಹಲವರು ಧರ್ಮದ ಅಧ್ಯಯನಕ್ಕಾಗಿ ಆಗಮಿಸಿರು. ಅವರಲ್ಲಿ ಗ್ರೀಕರು, ರೋಮನ್ನರು, ಅರಬರು, ಪರ್ಷಿಯನ್ನರು, ಚೀನಿಯಾತ್ರಿಕರು, ಐರೋಪ್ಯರಾದ ಪೋರ್ಚುಗೀಸರು, ಇಂಗ್ಲಿಷರು, ಫ್ರೆಂಚರು, ಇಟಾಲಿಯನ್ನರು, ಮೊದಲಾದವರು ಸೇರಿದ್ದಾರೆ. ಇವರೆಲ್ಲರೂ ತಾವೇ ಪ್ರತ್ಯಕ್ಷ ನೋಡಿದ್ದನ್ನು, ಇತರರಿಂದ ಕೇಳಿದ್ದನ್ನು ತಮಗೆ ಅರ್ಥವಾದಷ್ಟು ಮಟ್ಟಿಗೆ ಬರೆದಿದ್ದಾರೆ.

ಅನಾಮದೇಯ ಬರಹಗಾರನ **'ಪೆರಿಪ್ಲಸ್ ಆಫ್ ದಿ ಎರಿತ್ರಿಯನ್ ಸೀ'** ಎಂಬ ಲ್ಯಾಟಿನ್ ಕೃತಿ ಹಾಗೂ ಗ್ರೀಕ್ ಭೂಗೋಳಶಾಸ್ತ್ರಜ್ಞ ಟಾಲೆಮಿಯ **'ದಿ ಗೈಡ್ ಟು ಜಿಯೊಗ್ರಫಿ'** ಕ್ರಿಸ್ತಶಕದ ಪ್ರಾರಂಭದಲ್ಲಿ ರಚನೆಯಾದ ಕೃತಿಗಳಾಗಿದ್ದು ಕರ್ನಾಟಕ ಪಶ್ಚಿಮ ಜಗತ್ತಿನೊಂದಿಗೆ ಹೊಂದಿದ್ದ ಸಾಗರೋತ್ತರ ವ್ಯಾಪಾರ ಸಂಪರ್ಕದ ಬಗ್ಗೆ ಮಾಹಿತಿ ನೀಡುತ್ತವೆ. ಒಳನಾಡಿನ ವ್ಯಾಪಾರ ಕೇಂದ್ರಗಳಾದ ಪೈಥಾನ. ತಗರ, ನಾಸಿಕ್, ಬನವಾಸಿ ಅಥವಾ ವೈಜಯಂತಿ, ಬಾದಾಮಿ, ಹಲಸಿ, ಪಟ್ಟದಕಲ್ಲು, ಮೊದಲಾದವುಗಳ ಬಗ್ಗೆ ಈ ಗ್ರಂಥಗಳಲ್ಲಿ ಪ್ರಸ್ತಾಪವಿದೆ.

ಚೀನಾದ ಪ್ರಸಿದ್ಧ ಯಾತ್ರಿಕ **ಹುಯೆನ್-ತ್ಸಾಂಗ್** 7ನೇ ಶತಮಾನದ ಮಧ್ಯಭಾಗದಲ್ಲಿ ಅಂದರೆ ಎರಡನೇ ಪುಲಕೇಶಿಯ ಆಡಳಿತ ಕಾಲದಲ್ಲಿ ಕರ್ನಾಟಕಕ್ಕೆ ಭೇಟಿ ನೀಡಿದ್ದನು. ಈತ ಪುಲಕೇಶಿಯ ವ್ಯಕ್ತಿತ್ವ, ಅವನು ಹರ್ಷನನ್ನು ಮಣಿಸಿದ್ದು ಮೊದಲಾದವುಗಳ ಬಗ್ಗೆ ಪ್ರಸ್ತಾಪಿಸಿದ್ದಾನೆ. ಕನ್ನಡಿಗರ ಸಾಮರ್ಥ್ಯ, ಉದಾತ್ತ ಗುಣಗಳು, ಇಲ್ಲಿನ ಹವಾಗುಣ ಮತ್ತು ಬೌದ್ಧಧರ್ಮದ ಜನಪ್ರಿಯತೆಯ ಬಗ್ಗೆ ತನ್ನ **ಸಿ-ಯು-ಕಿ** ಎಂಬ ಕೃತಿಯಲ್ಲಿ ಪ್ರಸ್ತಾಪಿಸಿದ್ದಾನೆ. ಅರಬ್ ಇತಿಹಾಸಕಾರ **ತಬರಿ** ಪುಲಕೇಶಿ ಪರ್ಷಿಯಾದ ಎರಡನೇ ಖುಸ್ರುವಿನೊಂದಿಗೆ ರಾಯಭಾರ ಸಂಬಂಧ ಸ್ಥಾಪಿಸಿಕೊಂಡಿದ್ದರ ಬಗ್ಗೆ ಮಾಹಿತಿ ನೀಡಿದ್ದಾನೆ. ಪರ್ಷಿಯಾದ ಪ್ರವಾಸಿ **ಸುಲೇಮಾನ್** 9ನೇ ಶತಮಾನದಲ್ಲಿ (ಕ್ರಿ.ಶ.851) ರಾಷ್ಟ್ರಕೂಟ ಸಾಮ್ರಾಟ ಅಮೋಘವರ್ಷ ನೃಪತುಂಗನ ಆಸ್ಥಾನಕ್ಕೆ ಭೇಟಿ ನೀಡಿದ್ದನು. ತನ್ನ ಕೃತಿ **'ಸಿಲ್‌ಸಿಲತ್-ಅಲ್-ತವಾರಿಖ್'** ಎಂಬ ಕೃತಿಯಲ್ಲಿ ಅವನು ರಾಷ್ಟ್ರಕೂಟ ಸಾಮ್ರಾಜ್ಯವನ್ನು ಜಗತ್ತಿನ ನಾಲ್ಕು ಪ್ರಮುಖ ಸಾಮ್ರಾಜ್ಯಗಳಲ್ಲಿ ಒಂದು ಎಂದು ವರ್ಣಿಸಿದ್ದಾನೆ. ಅವನ ಪ್ರಕಾರ ಉಳಿದ ಮೂರು ಸಾಮ್ರಾಜ್ಯಗಳು **ಪೂರ್ವರೋಮನ್ ಸಾಮ್ರಾಜ್ಯ, ಬಾಗ್ದಾದ್ ಖಲೀಫ್‌ನ ಅರಬ್ ಸಾಮ್ರಾಜ್ಯ** ಮತ್ತು **ಚೀನಾ ಸಾಮ್ರಾಜ್ಯ.** ಅಲ್-ಮಸೂದಿ (896-956) ಎಂಬ ಮತ್ತೊಬ್ಬ ಅರಬ್ ಪ್ರವಾಸಿ ರಾಷ್ಟ್ರಕೂಟರ ಬಗ್ಗೆ ಪ್ರಸ್ತಾಪಿಸಿದ್ದಾನೆ. ಅಲ್-ಮಸೂದಿ ಇತಿಹಾಸ, ತತ್ವಶಾಸ್ತ್ರ, ಧರ್ಮ ಮತ್ತು ಇತರ ವಿಷಯಗಳನ್ನು ಕುರಿತು 24 ಕೃತಿಗಳನ್ನು ಬರೆದನು. ಈತನನ್ನು **ಅರಬರ ಹಿರೊಡೋಟಸ್** ಎಂದು ಕರೆಯಲಾಗಿದೆ. ಅವನ ಇತಿಹಾಸದ ಕೃತಿಗಳಲ್ಲಿ ಮುಖ್ಯವಾದುದು **'ಮುರುಜ್-ಅಲ್-ಧಹಾಬ್ ವಾ ಮಾದಿನ್-ಅಲ್-ಜವ್‌ಹರ್'.** ಅದನ್ನು **'ದಿ ಮೀಡೊಸ್ ಆಫ್ ಗೋಲ್ಡ್ ಅಂಡ್ ಮೈನ್ಸ್ ಆಫ್ ಜೆಮ್ಸ್'** ಎಂಬ ಶೀರ್ಷಿಕೆಯಲ್ಲಿ ಇಂಗ್ಲಿಷ್‌ಗೆ ಭಾಷಾಂತರಿಸಲಾಗಿದೆ.

ಉತ್ತರದಲ್ಲಿ ಮುಹಮ್ಮದ್ ಬಿನ್ ತುಘಲಕ್ ಆಳುತ್ತಿದ್ದ ಕಾಲದಲ್ಲಿ ಮೊರಾಕ್ಕೊ ದೇಶದಿಂದ ಡೆಲ್ಲಿಗೆ ಆಗಮಿಸಿದ್ದ **ಇಬನ್ ಬಟೂಟ** ಸುಲ್ತಾನನ ದಕ್ಷಿಣ ದಂಡಯಾತ್ರೆ ಬಗ್ಗೆ ಪ್ರಸ್ತಾಪಿಸುತ್ತಾ ಹೊಯ್ಸಳ ಮೂರನೇ ಬಲ್ಲಾಳನ ಬಗ್ಗೆ ಅದರಲ್ಲೂ ಅವನ ದುರಂತ ಅಂತ್ಯದ ಬಗ್ಗೆ ಮಾಹಿತಿ ನೀಡಿದ್ದಾನೆ. ಈತನು ಅರಾಬಿಕ್ ಭಾಷೆಯಲ್ಲಿ **"ರೆಹ್ಲ"** ಎಂಬ ಕೃತಿ ರಚಿಸಿದನು.

ವಿಜಯನಗರಕ್ಕೆ ಭೇಟಿ ನೀಡಿದ್ದ ವಿದೇಶೀಯರು

ಭವ್ಯ ವಿಜಯನಗರ ಸಾಮ್ರಾಜ್ಯ ಅರಬರು, ಪರ್ಷಿಯನ್ನರು ಹಾಗೂ ಐರೋಪ್ಯರನ್ನು ಅಪಾರ ಸಂಖ್ಯೆಯಲ್ಲಿ ಆಕರ್ಷಿಸಿತ್ತು. ಅವರೆಲ್ಲರೂ ವಿಜಯನಗರದ ಅಸಾದೃಶ್ಯವಾದ ವೈಭವ, ಸಂಪತ್ತು, ಜನಜೀವನ, ವೈಭವದ ನವರಾತ್ರಿ ಉತ್ಸವ ಹಾಗೂ ರಾಜಧಾನಿ ವಿಜಯನಗರದ ಸೌಂದರ್ಯವನ್ನು ಕುರಿತು ಅಪಾರವಾದ ಪ್ರಶಂಸೆ ವ್ಯಕ್ತಪಡಿಸಿದ್ದಾರೆ. ವಿಜಯನಗರಕ್ಕೆ ಭೇಟಿ ನೀಡಿದ ಮೊದಲ ವಿದೇಶಿ ಪ್ರವಾಸಿ ಇಟಲಿಯ ವೆನಿಸ್ ನಗರದ ವರ್ತಕ **ನಿಕೊಲೊ ಕಾಂಟಿ**(1395-1469). ಒಂದನೇ ದೇವರಾಯನ ಕಾಲದಲ್ಲಿ 1420ರಲ್ಲಿ ಭೇಟಿ ನೀಡಿದ್ದ ಈತ ವಿಜಯನಗರ 60 ಮೈಲಿ ಸುತ್ತಳತೆ ಹೊಂದಿತ್ತೆಂದು ಹೇಳಿದ್ದಾನೆ. ಎರಡನೇ ದೇವರಾಯನ ಕಾಲದಲ್ಲಿ 1443ರಲ್ಲಿ ವಿಜಯನಗರಕ್ಕೆ ಭೇಟಿ ನೀಡಿದ್ದ ಪರ್ಷಿಯಾದ ಸಾಮ್ರಾಟ ಷಾ ರುಖ್‌ನ ರಾಯಭಾರಿ **ಅಬ್ದುರ್ ರಜಾಕ್** (ಕಮಾಲುದ್ದೀನ್ ಅಬ್ದುರ್ ರಜಾಕ್ ಸಮರ್ಖಂಡಿ-1413-1482) ವಿಜಯನಗರದ ವೈಭವವನ್ನು ಕಂಡು ಆಶ್ಚರ್ಯಚಕಿತನಾಗಿದ್ದನು. **"ವಿಜಯನಗರದಂತಹ ನಗರವನ್ನು ಬೇರೆಲ್ಲೂ ಕಣ್ಣುಗಳು ನೋಡಿಲ್ಲ. ಇದಕ್ಕೆ ಸಮಾನವಾದ ಮತ್ತೊಂದು ಜಗತ್ತಿನಲ್ಲಿ ಇದೆಯೆಂಬುದನ್ನು ಕಿವಿಗಳು ಕೇಳಿಲ್ಲ. ನಗರ ಏಳು ಸುತ್ತಿನ ಕೋಟೆಯಿಂದ ಆವೃತ್ತವಾಗಿತ್ತು"** ಎಂದು ಹೇಳಿದ್ದಾನೆ. ಅವನು ಪರ್ಷಿಯನ್ ಭಾಷೆಯಲ್ಲಿ ರಚಿಸಿದ ಕೃತಿಯ ಹೆಸರು 'ಮಾಲ್ಟ-ಉಸ್-ಸದ್ಯೆನ್ ವಾ ಮಜ್ಮ-ಉಲ್ ಬಹೈನ್(The Rise of The Two Auspicious Constellations and the Confluence of the Two Oceans).

ಹಲವಾರು ಪೋರ್ಚುಗೀಸ್ ಪ್ರವಾಸಿಗರು ವಿಜಯನಗರವನ್ನು ಸಂದರ್ಶಿಸಿದ್ದರು. ಅವರಲ್ಲಿ ಪ್ರಮುಖರು **ಡುಆರ್ಟ್ ಬಾರ್ಬೊಸ, (1516) ಡೊಮಿಂಗೊ ಪಯಸ್ (1521)** ಮತ್ತು **ನ್ಯೂನಿಜ್.(1535)** ಇವರೆಲ್ಲರೂ ವಿಜಯನಗರದ ಅರಸರ ಸೇನಾಬಲ, ಆರ್ಥಿಕ ಪರಿಸ್ಥಿತಿಗಳು, ನವರಾತ್ರಿ ಹಬ್ಬ ಮೊದಲಾದ ವಿಷಯಗಳ ಬಗ್ಗೆ ಅತ್ಯಂತ ಉಪಯುಕ್ತವಾದ ಮಾಹಿತಿಗಳನ್ನು ನೀಡಿದ್ದಾರೆ. ಗೋವಾದ ಪೋರ್ಚುಗೀಸ್ ಗವರ್ನರ್ ಆಲ್ಬುಕರ್ಕ್‌ನ ಪ್ರತಿನಿಧಿಯಾಗಿ **ಫ್ರಯರ್ ಲೂಯಿಸ್** 1509ರಲ್ಲಿ ವಿಜಯನಗರಕ್ಕೆ ಭೇಟಿ ನೀಡಿದ್ದನು. ಅಂತೆಯೇ ಇಟಲಿಯ ವೆನಿಸ್ ನಗರದ ವರ್ತಕ **ಸೀಜರ್ ಫ್ರೆಡರಿಕ್**

ತಾಳಿಕೋಟೆ ಕದನ ನಡೆದ ಎರಡು ವರ್ಷಗಳ ನಂತರ ಅಂದರೆ 1567ರಲ್ಲಿ ವಿಜಯನಗರಕ್ಕೆ ಭೇಟಿ ನೀಡಿದ್ದನು. ನಗರದ ಸ್ಮಶಾನ ಸದೃಶ್ಯ ಸ್ಥಿತಿಯ ಬಗ್ಗೆ ಅವನು ಬರೆದಿದ್ದಾನೆ.

ಬಹಮನಿ ಸಾಮ್ರಾಜ್ಯ, ಬಿಜಾಪುರ ಆದಿಲ್ ಷಾಹಿ ರಾಜ್ಯ ಹಾಗೂ ಕೆಳದಿ ರಾಜ್ಯಕ್ಕೂ ಹಲವು ವಿದೇಶೀಯರು ಭೇಟಿ ನೀಡಿದ್ದರು. ರಷ್ಯಾದೇಶದ ಪ್ರವಾಸಿ **ಅಥನಾಶಿ ನಿಕಿಟಿನ್** ಬಹಮನಿ ಸಾಮ್ರಾಜ್ಯಕ್ಕೆ 1470ರಲ್ಲಿ ಭೇಟಿ ನೀಡಿದ್ದನು. ಈತ ಮಹಮೂದ್ ಗವಾನನ ಆಡಳಿತವನ್ನು ಪ್ರಶಂಸಿಸಿದ್ದಾನೆ. ನಿಕಿಟಿನ್ ರಚಿಸಿದ ಕೃತಿ **'ಜರ್ನಿ ಬಿಯಾಂಡ್ ತ್ರೀ ಸೀಸ್'** ('Journey Beyond Three Seas') ಇಟಲಿಯ **ವರ್ತೆಮ(1470–1517)** ಬಿಜಾಪುರಕ್ಕೆ 1504ರಲ್ಲಿ ಭೇಟಿ ನೀಡಿದ್ದನು. ಇಂಗ್ಲೆಂಡಿನ ವರ್ತಕ **ರಾಲ್ಫ್ ಫಿಚ್** (1550–1611) ಹಾಗೂ ಫ್ರಾನ್ಸಿನ ವೈದ್ಯ **ಬರ್ನಿಯರ್(1620–1688)** ಮತ್ತು ರತ್ನಗಳ ವ್ಯಾಪಾರಿ **ಟವರ್ನಿಯರ್(1605–1689)** ಕೂಡ ಬಿಜಾಪುರಕ್ಕೆ ಭೇಟಿ ನೀಡಿದ್ದರು. ಇಟಲಿಯ **ಪಿಯೆಟ್ರೊ ಡೆಲ್ಲ ವೆಲ್(1586–1652)** 1623ರಲ್ಲಿ ಕೆಳದಿ ರಾಜ್ಯಕ್ಕೆ ಭೇಟಿನೀಡಿದ್ದನು. ಅಲ್ಲಿನ ಜನಜೀವನ, ಸಮಾಜ, ಆಚಾರ ವಿಚಾರಗಳ ಬಗ್ಗೆ ಅವನು ಬರೆದಿದ್ದಾನೆ. ಇಂಗ್ಲೆಂಡಿನ **ಪೀಟರ್ ಮಂಡಿ (1597–1667)** ಕೂಡ ಕೆಳದಿರಾಜ್ಯಕ್ಕೆ ಭೇಟಿನೀಡಿದ್ದನು. ಹೀಗೆ ಮೇಲೆ ಪ್ರಸ್ತಾಪಿಸಿದ ದೇಶೀಯ ಹಾಗೂ ವಿದೇಶಿ ಸಾಹಿತ್ಯಿಕ ಆಧಾರಗಳು ಕನ್ನಡನಾಡಿನ ಚರಿತ್ರೆಯ ಅಧ್ಯಯನಕ್ಕೆ ಸಹಾಯಕವಾಗುತ್ತವೆ. ಇವಲ್ಲದೆ ಹಲವಾರು ಕೈಫಿಯತ್ತುಗಳು, ಬಖೈರುಗಳು ಮತ್ತು ಕಾಲಜ್ಞಾನ ಕೃತಿಗಳು ಕೂಡ ಇತಿಹಾಸದ ಪುನರಚನೆಗೆ ಕೆಲಮಟ್ಟಿಗೆ ನೆರವಾಗುತ್ತವೆ.

ಮಾದರಿ ಪ್ರಶ್ನೆಗಳು

ಒಂದು ಅಂಕದ ಪ್ರಶ್ನೆಗಳು

1. "ಹಿಂದೂಗಳಿಗೆ ಐತಿಹಾಸಿಕ ಪ್ರಜ್ಞೆ ಇಲ್ಲ" ಎಂದು ಹೇಳಿದ ಅರಬ್ ಇತಿಹಾಸಕಾರ ಯಾರು ?
2. "ಏಷ್ಯಾಟಿಕ್ ಸೊಸೈಟಿ ಆಫ್ ಬೆಂಗಾಲ್" ಸಂಸ್ಥೆಯ ಸ್ಥಾಪಕ ಯಾರು ?
3. ಕರ್ನಾಟಕದ ಪ್ರಾಗಿತಿಹಾಸಕ್ಕೆ ಸಂಬಂಧಿಸಿದ ಪ್ರಥಮ ಅವಶೇಷ ಶಿಲಾ ಕೈಕೊಡಲಿಯನ್ನು ಯಾರು ಶೋಧಿಸಿದರು ?
4. ಭಾರತದ ಪ್ರಥಮ ಸರ್ವೇಯರ್ – ಜನರಲ್ ಯಾರು ?
5. ಭಾರತದ ಪ್ರಥಮ ಎಪಿಗ್ರಫಿಸ್ಟ್ ಎಂದು ಯಾರನ್ನು ಕರೆಯಲಾಗಿದೆ. ?
6. ಹಲ್ಮಿಡಿ ಶಾಸನವನ್ನು ಶೋಧಿಸಿದವರು ಯಾರು ?
7. ತಾಳಗುಂದ ಸ್ತಂಭ ಶಾಸನವನ್ನು ಬರೆದವರು ಯಾರು
8. ಕಪ್ಪೆ ಅರಭಟ್ಟ ರಚಿಸಿದ ಶಾಸನ ಯಾವುದು ?
9. ಮಹಮ್ಮದ್ ಕಾಸಿಂ ಫೆರಿಷ್ತಾನ ಕೃತಿ ಯಾವುದು ?
10. 'ಅರಬರ ಹಿರೊಡೋಟಸ್' ಎಂದು ವರ್ಣಿಸಲ್ಪಟ್ಟಿರುವ ಅರಬ್ ಪ್ರವಾಸಿ ಯಾರು ?

ಕಿರು ಉತ್ತರದ ಪ್ರಶ್ನೆಗಳು

1. ಕರ್ನಾಟಕದಲ್ಲಿ ನಡೆದಿರುವ ಭೂ ಉತ್ಖನನಗಳ ಬಗ್ಗೆ ಟಿಪ್ಪಣಿ ಬರೆಯಿರಿ.
2. ಐಹೊಳೆ ಶಾಸನದ ಪ್ರಾಮುಖ್ಯತೆ ಕುರಿತು ಬರೆಯಿರಿ
3. ವಿಜಯನಗರಕ್ಕೆ ಭೇಟಿ ನೀಡಿದ್ದ ವಿದೇಶೀಯರನ್ನು ಕುರಿತು ಟಿಪ್ಪಣಿ ಬರೆಯಿರಿ.

ದೀರ್ಘ ಉತ್ತರದ ಪ್ರಶ್ನೆಗಳು

1. ಕರ್ನಾಟಕ ಚರಿತ್ರೆಯ ಅಧ್ಯಯನಕ್ಕೆ ಶಾಸನಗಳ ಪ್ರಾಮುಖ್ಯತೆಯನ್ನು ವಿವರಿಸಿ.
2. ಕರ್ನಾಟಕ ಚರಿತ್ರೆಯ ಅಧ್ಯಯನಕ್ಕೆ ಸಾಹಿತ್ಯಿಕ ಆಧಾರಗಳ ಮಹತ್ವವನ್ನು ವಿವರಿಸಿ.

ಅಧ್ಯಾಯ – 3

ಇತಿಹಾಸದ ಆರಂಭ ಕಾಲ
Early Historic Period

ಕರ್ನಾಟಕದಲ್ಲಿ ನಂದರು ಮತ್ತು ಮೌರ್ಯರು

ಕರ್ನಾಟಕದಲ್ಲಿ ಇತಿಹಾಸ ಯುಗವನ್ನು ಮೌರ್ಯರ ಕಾಲದಿಂದ ಗುರುತಿಸಬಹುದಾಗಿದೆ. ಲಿಖಿತ ದಾಖಲೆಗಳು ಯಾವ ಅವಧಿಯಿಂದ ದೊರೆಯಲಾರಂಭಿಸಿವೆಯೋ ಅಲ್ಲಿಂದ ಇತಿಹಾಸ ಯುಗದ ಆರಂಭವನ್ನು ಗುರುತಿಸಬಹುದು. **ಅಶೋಕ ಚಕ್ರವರ್ತಿ**ಯು ಕರ್ನಾಟಕ ಸೇರಿದಂತೆ ವಿಶಾಲ ಭರತಖಂಡದ ಮೇಲೆ ಆಳ್ವಿಕೆಯನ್ನು ಆರಂಭಿಸುವುದರೊಂದಿಗೆ ಕರ್ನಾಟಕದಲ್ಲಿ ಇತಿಹಾಸ ಯುಗ ಆರಂಭವಾಯಿತು. ಏಕೆಂದರೆ ಇಲ್ಲಿಂದ ಮುಂದಿನ ಇತಿಹಾಸದ ಅಧ್ಯಯನಕ್ಕೆ ಲಿಖಿತ ಆಧಾರಗಳು ದೊರೆಯುತ್ತವೆ. ಕರ್ನಾಟಕ ಯಾವ ಹಂತದಲ್ಲಿ ಉತ್ತರ ಭಾರತೀಯರ ನಿಯಂತ್ರಣಕ್ಕೆ ಒಳಪಟ್ಟಿತು ಎಂಬ ವಿಷಯದಲ್ಲಿ ಭಿನ್ನಾಭಿಪ್ರಾಯಗಳಿವೆ. ಕೆಲವು ಆಕರಗಳ ಪ್ರಕಾರ ಮೌರ್ಯರಿಗಿಂತ ಮೊದಲೇ ಮಗಧದ ನಂದರು ಕರ್ನಾಟಕವನ್ನು ಆಳುತ್ತಿದ್ದರು. 13ನೇ ಶತಮಾನದ ಆರಂಭಕಾಲದ ಶಾಸನವೊಂದರಲ್ಲಿ ನಂದರು ಕುಂತಳ (ಉತ್ತರ ಕರ್ನಾಟಕ)ವನ್ನು ಆಳುತ್ತಿದ್ದರೆಂದು ಹೇಳಲಾಗಿದೆ. ಈ ನಂದರನ್ನು ಸೋಲಿಸಿ ನಂದರ ಇಡೀ ಪ್ರಭುತ್ವಕ್ಕೆ ಅಧಿಪತಿಯಾದ ಚಂದ್ರಗುಪ್ತ ಮೌರ್ಯ ಸಹಜವಾಗಿಯೇ ಕರ್ನಾಟಕದ ಮೇಲಿನ ಅಧಿಕಾರವನ್ನು ಪಡೆದನು. ಚಂದ್ರಗುಪ್ತ ಮೌರ್ಯ ಕರ್ನಾಟಕದ ಮೇಲೆ ದಂಡಯಾತ್ರೆ ಕೈಗೊಂಡ ಬಗ್ಗೆ ಯಾವ ಮೂಲದಿಂದಲೂ ಮಾಹಿತಿ ದೊರೆತಿಲ್ಲ. ಆದ್ದರಿಂದ ಬಹುಷಃ ಅವನು ಅಧಿಕಾರಕ್ಕೆ ಬರುವ ಮೊದಲೇ ಅಂದರೆ ಹಿಂದಿನ ಮಗಧದ ನಂದರೇ ಈ ಭಾಗವನ್ನು ಗೆದ್ದು ಆಳಿದ್ದಿರಬಹುದು.

ಮೌರ್ಯ ಸಾಮ್ರಾಜ್ಯ ಸ್ಥಾಪಕನಾದ ಚಂದ್ರಗುಪ್ತ ಮೌರ್ಯ (ಕ್ರಿ.ಪೂ. 321–298) ತನ್ನ ಆಡಳಿತದ ಕೊನೆಯ ಭಾಗದಲ್ಲಿ(ಕ್ರಿ.ಪೂ. 298) ಸಿಂಹಾಸನ ತ್ಯಜಿಸಿ ತನ್ನ ಜೈನ ಗುರು **ಶ್ರುತಕೇವಲಿ ಭದ್ರಬಾಹು**ವಿನೊಂದಿಗೆ ದಕ್ಷಿಣದ ಮಹಿಷಮಂಡಲದ ಶ್ರವಣಬೆಳಗೊಳಕ್ಕೆ ಬಂದನೆಂದು ಮತ್ತು ಇಲ್ಲಿ ಸಲ್ಲೇಖನ ವ್ರತಧಾರಿಯಾಗಿ (ಕ್ರಿ.ಪೂ.297) ಮರಣ ಹೊಂದಿದನೆಂದು ಜೈನ ಮೂಲಗಳಿಂದ ತಿಳಿದು ಬರುತ್ತದೆ. ಅವನು ನೆಲೆಸಿದ್ದ ಬೆಟ್ಟ ಚಂದ್ರಗಿರಿಯೆಂದು ಹೆಸರಾಯಿತು. ಈ ಬೆಟ್ಟದಲ್ಲಿ **ಚಂದ್ರಗುಪ್ತ ಬಸದಿ** ಹಾಗೂ **ಭದ್ರಬಾಹು ಗುಹೆ** ಇದೆ. ಭದ್ರಬಾಹು ಗುಹೆಯಲ್ಲಿ ಈ ಶ್ರುತಕೇವಲಿಯ ಪಾದಗಳ ಗುರುತಿದ್ದು ಭಕ್ತರು ಇಂದಿಗೂ ಪೂಜಿಸುತ್ತಾರೆ. ಚಂದ್ರಗುಪ್ತ ಮೌರ್ಯ ಹಾಗೂ ಭದ್ರಬಾಹು ಶ್ರವಣಬೆಳಗೊಳಕ್ಕೆ ಬಂದದ್ದರ ಬಗ್ಗೆ ಕ್ರಿ.ಶ. 7ನೇ ಶತಮಾನ ಹಾಗೂ ನಂತರದ ಶಾಸನಗಳಲ್ಲಿ ಉಲ್ಲೇಖವಿದೆ. ಹರಿಶೇಣನ **'ಬೃಹತ್‌ಕಥಾಕೋಶ'** (10ನೇ ಶತಮಾನ) ಹಾಗೂ 15ನೇ ಶತಮಾನದ ರತ್ನನಂದಿಯ **'ಭದ್ರಬಾಹುಚರಿತೆ'**ಯಲ್ಲಿ, ಅಂತೆಯೇ ದೇವಚಂದ್ರನ **'ರಾಜಾವಳಿ ಕಥಾಸಾರ(1838)ದಲ್ಲೂ** ಈ ಬಗ್ಗೆ ಮಾಹಿತಿಯಿದೆ. ಆದರೆ ಕೆಲವು ವಿದ್ವಾಂಸರ ಪ್ರಕಾರ ಶ್ರವಣಬೆಳಗೊಳಕ್ಕೆ ಬಂದವನು ಮೌರ್ಯ ಸಾಮ್ರಾಜ್ಯ ಸ್ಥಾಪಕ ಚಂದ್ರುಗುಪ್ತ ಮೌರ್ಯನಲ್ಲ, ಅವನ ವಂಶಕ್ಕೆ ಸೇರಿದ **ಸಂಪ್ರತಿ ಚಂದ್ರಗುಪ್ತ.**

ಕರ್ನಾಟಕದ ಉತ್ತರ ಭಾಗ ಮೌರ್ಯರ ಅಧಿಕಾರಕ್ಕೊಳಪಟ್ಟಿತ್ತು ಎಂಬುದಕ್ಕೆ ಪ್ರಮುಖ ನಿದರ್ಶನವೆಂದರೆ ಅಶೋಕನ ಶಾಸನಗಳು ಇಲ್ಲಿ ದೊರೆತಿರುವುದು. ಇದುವರೆಗೆ ಕರ್ನಾಟಕದಲ್ಲಿ ಅಶೋಕನ 11 ಶಾಸನಗಳು ದೊರೆತಿವೆ. ಚಿತ್ರದುರ್ಗ ಜಿಲ್ಲೆಯ ಬ್ರಹ್ಮಗಿರಿ, ಸಿದ್ದಾಪುರ ಮತ್ತು ಜಟಿಂಗರಾಮೇಶ್ವರ, ಕೊಪ್ಪಳ ಜಿಲ್ಲೆಯ ಗವಿಸಿದ್ದೇಶ್ವರ ಮಠ ಮತ್ತು ಪಾಲ್ಕಿಗುಂಡು, ರಾಯಚೂರು ಜಿಲ್ಲೆಯ ಮಸ್ಕಿ, ಬಳ್ಳಾರಿ ಜಿಲ್ಲೆಯ ನಿಟ್ಟೂರು ಮತ್ತು ಉದೇಗೋಳ ಹಾಗೂ ಗುಲ್ಬರ್ಗಾ ಜಿಲ್ಲೆಯ ಸನ್ನತಿಯಲ್ಲಿ ಅಶೋಕನ ಶಾಸನಗಳ ಸಿಕ್ಕಿರುವುದರಿಂದ ದಕ್ಷಿಣದಲ್ಲಿ ಚಿತ್ರದುರ್ಗದವರೆಗೂ ಮೌರ್ಯರ ಅಧಿಕಾರ ವಿಸ್ತರಿಸಿದ್ದು ಖಚಿತವಾಗುತ್ತದೆ. ಈ ಶಾಸನಗಳೆಲ್ಲವು ಅಶೋಕನ ಕಳಿಂಗ ಯುದ್ಧಾನಂತರ ಬರೆಸಿದವುಗಳಾಗಿವೆ.

ಅಶೋಕನ ಶಾಸನಗಳಲ್ಲಿ ರಾಯಚೂರು ಜಿಲ್ಲೆಯ **ಮಸ್ಕಿ**ಯಲ್ಲಿ ಸಿಕ್ಕಿರುವ ಶಾಸನಕ್ಕೆ ಅಪಾರ ಪ್ರಾಮುಖ್ಯತೆಯಿದೆ. ಏಕೆಂದರೆ ಇದರಲ್ಲಿ ಅಶೋಕನ ಬಿರುದಿನ ಜೊತೆಗೆ ಅವನ ಹೆಸರೂ ಇದೆ. ಉಳಿದ ಶಾಸನಗಳಲ್ಲಿ ಅಶೋಕನನ್ನು **'ದೇವಾನಾಂಪ್ರಿಯ ಪ್ರಿಯದರ್ಶಿ'** ಎಂದು ಹೆಸರಿಸಲಾಗಿದೆ. 1915ರಲ್ಲಿ **ಗಣಿ ಎಂಜಿನಿಯರ್ ಸಿ ಬೀಡನ್** ಪತ್ತೆ ಹಚ್ಚಿದ

ಲಘು ಶಿಲಾಶಾಸನ ಮಸ್ಕಿ ಶಾಸನದಲ್ಲಿ **'ದೇವಾನಾಂಪ್ರಿಯ ಅಶೋಕ'** ಎಂದು ಅಶೋಕ ತನ್ನನ್ನು ಕರೆದುಕೊಂಡಿದ್ದಾನೆ. ಇದರಿಂದ ಅಶೋಕನು **'ಪಿಯದರ್ಶಿ'** ಎಂಬ ಎರಡನೇ ಹೆಸರನ್ನು ಬಳಸುತ್ತಿದ್ದನೆಂಬುದು ಖಚಿತವಾಗುತ್ತದೆ. ಅದರಿಂದಾಗಿ ಅಶೋಕ ಹಾಗೂ ಅವನ ಬಿರುದುಗಳ ಬಗ್ಗೆ ಇದ್ದ ಗೊಂದಲಗಳು ನಿವಾರಣೆಯಾದವು. ಚಿನ್ನದ ನಿಕ್ಷೇಪದ ಶೋಧನೆಯಲ್ಲಿ ತೊಡಗಿದ್ದ ಸಿ.ಬೀಡನ್ ಚಿನ್ನಕ್ಕಿಂತಲೂ ಅಮೂಲ್ಯವಾದ ಮಸ್ಕಿ ಶಾಸನವನ್ನು ಶೋಧಿಸಿದರು.

ಅಶೋಕನ ಶಾಸನಗಳ ಪ್ರಕಾರ ಸತಿಯಪುತ, ಕೇರಳಪುತ, ಚೋಳ, ಪಾಂಡ್ಯ ಮತ್ತು ತಾಮ್ರಪರ್ಣಿ ಮೌರ್ಯಸಾಮ್ರಾಜ್ಯ ಹೊರಗಿದ್ದವೆಂದು ತಿಳಿದುಬರುತ್ತದೆ. ಅವುಗಳಲ್ಲಿ ಸತಿಯಪುತ ಮತ್ತು ಕೇರಳಪುತಗಳನ್ನು ದಕ್ಷಿಣ ಕನ್ನಡ ಜಿಲ್ಲೆ ಹಾಗೂ ಕೇರಳ ರಾಜ್ಯವೆಂದು ಗುರುತಿಸಲಾಗಿದೆ. ಚೋಳರು ತಂಜಾವೂರು ಭಾಗದಲ್ಲೂ, ಪಾಂಡ್ಯರು ಮಧುರೆ ಪ್ರದೇಶದಲ್ಲೂ ಆಳುತ್ತಿದ್ದಿರಬೇಕು. ತಾಮ್ರಪರ್ಣಿ ಎಂದರೆ ಇಂದಿನ ಶ್ರೀಲಂಕಾ.

ಅಶೋಕನ **ಶಾಸನಗಳು ಪ್ರಾಕೃತ ಭಾಷೆ ಹಾಗೂ ಬ್ರಾಹ್ಮಿ** ಲಿಪಿಯಲ್ಲಿವೆ. ಈ ಶಾನಗಳನ್ನು ಮೊದಲ ಬಾರಿಗೆ 1837ರಲ್ಲಿ **ಜೇಮ್ಸ್ ಪ್ರಿನ್ಸೆಪ್** ಓದಿದರು. ಅವರು **'ಏಷಿಯಾಟಿಕ್ ಸೊಸೈಟಿ ಆಫ್ ಬೆಂಗಾಲ್'** ನ ಕಾರ್ಯದರ್ಶಿಯಾಗಿದ್ದರು. ಈ ಶಾಸನಗಳ ಮೂಲಕ ಅಶೋಕ ತನ್ನ ಪ್ರಜೆಗಳಿಗೆ ನೀತಿ ಭೋದನೆ ಮಾಡಿದ್ದಾನೆ. ಬಹುತೇಕ ಎಲ್ಲ ಶಾಸನಗಳ ಉದ್ದೇಶವೂ ಒಂದೇ ಆಗಿದೆ. ಮಸ್ಕಿ ಶಾಸನವು **"ದೇವಾನಾಂಪ್ರಿಯ ಅಶೋಕ ಹೀಗೆ ಹೇಳುತ್ತಾನೆ"** ಎಂದು ಆರಂಭವಾಗುತ್ತದೆ. ಉಳಿದ ಶಾಸನಗಳು **"ದೇವಾನಾಂಪ್ರಿಯ ಹೇಳುತ್ತಾನೆ"** ಎಂದು ಆರಂಭವಾಗುತ್ತವೆ. ತಂದೆ ತಾಯಿಯರನ್ನು, ಗುರುಹಿರಿಯರನ್ನು ಗೌರವಿಸುವಂತೆ, ಪ್ರಾಣಿಗಳಲ್ಲಿ ಕರುಣೆ ತೋರುವಂತೆ, ಸತ್ಯವನ್ನು ನುಡಿಯುವಂತೆ ಅಶೋಕ ಕರೆ ಕೊಟ್ಟಿದ್ದಾನೆ. ಕರ್ನಾಟಕದ **ಸುವರ್ಣಗಿರಿ** (ಈಗಿನ ಕನಕಗಿರಿ) ಹಾಗೂ ಇಸಿಲಾ (ಬ್ರಹ್ಮಗಿರಿ)ಗಳು ಆಡಳಿತ ಕೇಂದ್ರಗಳಾಗಿದ್ದು ಅಲ್ಲಿ ಮಹಾಮಾತ್ರರೆಂಬ ಅಧಿಕಾರಿಗಳಿದ್ದರು. ಅಶೋಕ ಬನವಾಸಿಗೆ ಬೌದ್ಧ ಧರ್ಮಪ್ರಚಾರಕ್ಕಾಗಿ **ಥೇರರಖ್ಖಿತ್** ಎಂಬ ಬೌದ್ಧ ಭಿಕ್ಷುವನ್ನು ಕಳುಹಿಸಿದ್ದನು.

ಅಶೋಕನ ಮರಣಾನಂತರ ಮೌರ್ಯ ಸಾಮ್ರಾಜ್ಯ ತನ್ನ ಅಸ್ತಿತ್ವ ಕಳೆದುಕೊಂಡಿತು. ಉತ್ತರದಲ್ಲಿ ಶುಂಗರು ಅಧಿಕಾರಕ್ಕೆ ಬಂದರು. ದಕ್ಷಿಣದಲ್ಲಿ ಸಾಮಂತರಾಗಿದ್ದ ಶಾತವಾಹನರು ಸ್ವತಂತ್ರರಾದರು. ಕರ್ನಾಟಕವೂ ಅವರ ಅಧೀನಕ್ಕೊಳಗಾಯಿತು.

ಮಾದರಿ ಪ್ರಶ್ನೆಗಳು

ಒಂದು ಅಂಕದ ಪ್ರಶ್ನೆಗಳು

1. **ಚಂದ್ರಗುಪ್ತ ಮೌರ್ಯನೊಂದಿಗೆ ಶ್ರವಣಬೆಳಗೋಳಕ್ಕೆ ಬಂದಿದ್ದ ಜೈನ ಗುರು ಯಾರು ?**
2. **ಅಶೋಕನ ಶಾಸನಗಳು ಯಾವ ಭಾಷೆ ಮತ್ತು ಲಿಪಿಯಲ್ಲಿ ರಚನೆಯಾಗಿವೆ ?**
3. **ಅಶೋಕನ ಶಾಸನಗಳನ್ನು ಪ್ರಥಮ ಬಾರಿಗೆ ಓದಿದವರು ಯಾರು ?**
4. **ಮಸ್ಕಿಂ ಶಾಸನವನ್ನು ಯಾರು ಶೋಧಿಸಿದರು?**
5. **ಬನವಾಸಿ ಪ್ರದೇಶಕ್ಕೆ ಬೌದ್ಧ ಧರ್ಮ ಪ್ರಚಾರಕ್ಕೆ ಅಶೋಕನಿಂದ ಕಳುಹಿಸಲ್ಪಟ್ಟ ಬೌದ್ಧ ಭಿಕ್ಷು ಯಾರು ?**

ಅಧ್ಯಾಯ – 4

ಶಾತವಾಹನರು

The Satavahanas

ಕರ್ನಾಟಕದ ಬಹುಭಾಗವನ್ನು ಒಳಗೊಂಡಂತೆ ದಕ್ಷಿಣ ಭಾರತದಲ್ಲಿ ಬಹಳಷ್ಟು ವಿಶಾಲವಾದ **ಪ್ರಥಮ ಸಾಮ್ರಾಜ್ಯವನ್ನು** ಕಟ್ಟಿದ ಕೀರ್ತಿ ಶಾತವಾಹನರಿಗೆ ಸಲ್ಲುತ್ತದೆ. ಉತ್ತರ ಭಾರತದ ಹಲವು ಭಾಗಗಳಿಗೂ ತಮ್ಮ ಅಧಿಕಾರವನ್ನು ವಿಸ್ತರಿಸಿದ ದಕ್ಷಿಣ ಭಾರತದ ಮೊದಲ ರಾಜ ವಂಶವೆಂಬ ಹೆಗ್ಗಳಿಕೆಯೂ ಅವರದೆ. ದಖ್ಖನ್ ಪ್ರಸ್ಥಭೂಮಿಯ ಬಹುಭಾಗವನ್ನು ಒಳಗೊಂಡಿದ್ದ ಅವರ ಸಾಮ್ರಾಜ್ಯವು ಪಶ್ಚಿಮದಲ್ಲಿ ಕೊಂಕಣ ಕರಾವಳಿ ಪ್ರದೇಶದಿಂದ ಪೂರ್ವದಲ್ಲಿ ಕೃಷ್ಣಾ ಮತ್ತು ಗೋದಾವರಿ ಮುಖಜ ಭೂಮಿಯವರೆಗೆ ವಿಸ್ತರಿಸಿತ್ತು. ದಕ್ಷಿಣದಲ್ಲಿ ಅದು ತುಂಗಭದ್ರಾ ನದಿಯ ದಕ್ಷಿಣ ಭಾಗದ ಚಂದ್ರವಳ್ಳಿ ಯವರೆಗೂ ವಿಸ್ತರಿಸಿತ್ತು. ಇತ್ತೀಚಿನ ಶೋಧನೆಗಳಿಂದ ಮೈಸೂರಿನ ಉತ್ತರ ಭಾಗವು ಶಾತವಾಹನರ ಅಧೀನಕ್ಕೊಳಗಾಗಿತ್ತು ಎಂದು ತಿಳಿದುಬಂದಿದೆ. ಅಶೋಕನ ಮರಣಾನಂತರ ದಖ್ಖನಿನ ಪೂರ್ವಭಾಗದಲ್ಲಿ ಕಳಿಂಗರು ಹಾಗೂ ಪಶ್ಚಿಮ ಭಾಗದಲ್ಲಿ ಶಾತವಾಹನರು ಸ್ವತಂತ್ರರಾದಂತೆ ಕಂಡುಬರುತ್ತದೆ. ಮತ್ಸ್ಯಪುರಾಣದ ಪ್ರಕಾರ ಶಾತವಾಹನ ವಂಶದ 30 ಅರಸರು ಸುಮಾರು 460 ವರ್ಷಗಳ ಕಾಲ ಆಳಿದರು. ಡಾ. ವಿ.ಎ. ಸ್ಮಿತ್ ಮತ್ತು ಡಾ.ಕೆ. ಗೋಪಾಲಚಾರಿ ಅವರ ಪ್ರಕಾರ ಶಾತವಾಹನರು ಕ್ರಿ.ಪೂ. 235 ರಿಂದ ಕ್ರಿ.ಶ.225ರವರೆಗೆ ದಖ್ಖನಿನ ಬಹುಭಾಗವನ್ನು ಆಳಿದರು. ಆದರೆ ಅವರು **ಸ್ವತಂತ್ರವಾಗಿ ಆಡಳಿತ ಆರಂಭಿಸಿದ್ದು ಕಣ್ವರ ಪತನಾನಂತರ ಅಂದರೆ ಕ್ರಿ.ಪೂ 30ರಲ್ಲಿ ಎಂದು ಡಾ.ಡಿ.ಸಿ.ಸರ್ಕಾರ್** ಹೇಳಿದ್ದಾರೆ. ಶಾತವಾಹನರ ಕಾಲದಲ್ಲಿ ಸಾಹಿತ್ಯ, ಕಲೆ ಮತ್ತು ವಾಸ್ತುಶಿಲ್ಪ ಹಾಗೂ ವ್ಯಾಪಾರ ಮತ್ತು ವಾಣಿಜ್ಯ ಕ್ಷೇತ್ರಗಳಲ್ಲಿ ಅಪಾರವಾದ ಪ್ರಗತಿಯಾಯಿತು. **'ನಾಗಶಿಲ್ಪ'** ಶಾತವಾಹನರ ರಾಜಲಾಂಛನವಾಗಿತ್ತು. ಅವರು ತಮ್ಮನ್ನು **ದಕ್ಷಿಣಾಪಥದ ಸ್ವಾಮಿಗಳೆಂದು** ಕರೆದುಕೊಂಡಿದ್ದಾರೆ.

ಮೂಲ

ಶಾತವಾಹನರ ಬಗ್ಗೆ ಪುರಾಣಗಳಾದ **ಮತ್ಸ್ಯ ಪುರಾಣ, ವಾಯು ಪುರಾಣ, ವಿಷ್ಣು ಪುರಾಣ** ಹಾಗೂ **ಬ್ರಹ್ಮಾಂಡ ಪುರಾಣಗಳು,** ಹಲವಾರು ಶಾಸನಗಳು ಮುಖ್ಯವಾಗಿ ಕಾರ್ಲೆ, ನಾಸಿಕ್, ಕನ್ಹೇರಿ, ನಾಣೇಘಾಟ್, ಗಿರ್ನಾರ್ ಹಾಗೂ ಹಥಿಗುಂಫ ಶಾಸನಗಳು ಹಾಗೂ ನಾಣ್ಯಗಳು ಮಾಹಿತಿ ಒಳಗೊಂಡಿವೆ. ಗುಣಾಢ್ಯನ **'ಬೃಹತ್ ಕಥಾ'** ಕೂಡ ಶಾತವಾಹನರ ಇತಿಹಾಸದ ಮೇಲೆ ಬೆಳಕು ಚಲ್ಲುತ್ತದೆ. ಶಾಸನಗಳಲ್ಲಿ ಕೇವಲ ಸಾತವಾಹನರೆಂದು ಕರೆಯಲಾಗಿದ್ದರೆ, ಪುರಾಣಗಳಲ್ಲಿ ಅವರನ್ನು ಆಂಧ್ರರು, ಆಂಧ್ರ-ಭೃತ್ಯರು ಎಂದು ಕರೆಯಲಾಗಿದೆ. **ಸಾತವಾಹನ ಶಬ್ದದ ಸಂಸ್ಕೃತ ರೂಪ ಶಾತವಾಹನವಾಗಿದೆ.**

ಶಾತವಾಹನರ ಮೂಲ ನೆಲೆಯನ್ನು ಕುರಿತು ಬಿನ್ನಾಭಿಪ್ರಾಯಗಳಿವೆ. ಒಂದು ಅಭಿಪ್ರಾಯ ಕೃಷ್ಣಾ ಮತ್ತು ಗೋದಾವರಿ ನದಿಗಳ ಮುಖಜ ಭೂಮಿ ಅಂದರೆ ಈಗಿನ ಆಂಧ್ರ ಪ್ರದೇಶದ ಪೂರ್ವ ಕರಾವಳಿ ಶಾತವಾಹನರ ಮೂಲ ನೆಲೆಯಾಗಿದ್ದಿತು. ಮತ್ತೊಂದು ಅಭಿಪ್ರಾಯವೆಂದರೆ ಪ್ರತಿಷ್ಠಾನ ಅಥವ ಈಗಿನ ಮಹಾರಾಷ್ಟ್ರದ ಪೈಠಾಣವನ್ನು ಒಳಗೊಂಡ ಪಶ್ಚಿಮ ದಖ್ಖನ್ ಪ್ರದೇಶವು ಅವರ ಮೂಲ ನೆಲೆಯಾಗಿದ್ದಿತು. ಪುರಾಣಗಳಲ್ಲಿ ಇವರನ್ನು ಆಂಧ್ರರು, ಆಂಧ್ರ ಜಾತೀಯ ಮತ್ತು ಆಂಧ್ರ-ಭೃತ್ಯರೆಂದು ಕರೆಯಲಾಗಿದೆ. ಆಂಧ್ರರು ಎಂಬ ಶಬ್ದವು ಶಾತವಾಹನರು ಆಂಧ್ರ ಮೂಲ ಅಥವಾ ತೆಲುಗು ಮೂಲದವರಾಗಿದ್ದರೆಂಬುದನ್ನು ಸೂಚಿಸುತ್ತದೆ. 'ಆಂಧ್ರ ಭೃತ್ಯ' ಶಬ್ದಕ್ಕೆ ಎರಡು ಬಗೆಯ ಅರ್ಥವನ್ನು ನೀಡಲಾಗಿದೆ. **'ಆಂಧ್ರರ ಸೇವಕರು'** ಎಂಬುದು ಒಂದು ವಿವರಣೆಯಾದರೆ **'ಸೇವಕರಾಗಿದ್ದ ಆಂಧ್ರರು'** ಎಂಬುದು ಇನ್ನೊಂದು ವಿವರಣೆಯಾಗಿದೆ. ಮೊದಲನೇ ವಿವರಣೆ ಅಂದರೆ 'ಆಂಧ್ರರ ಸೇವಕರು' ಎಂಬುದು ಸರಿ ಎಂದು ಭಾವಿಸುವುದಾದರೆ ಅವರು ಪಶ್ಚಿಮ ಘಟ್ಟ ಪ್ರದೇಶದ ಮರಾಠರಾಗಿದ್ದು ಪ್ರಾರಂಭದಲ್ಲಿ ಆಂಧ್ರರ ಅಧೀನತೆಯನ್ನು ಒಪ್ಪಿಕೊಂಡಿದ್ದು ಮುಂದೆ ಮೌರ್ಯರ ಅಧೀನತೆಯನ್ನು ಒಪ್ಪಿಕೊಂಡಿರಬಹುದೆಂಬ ತೀರ್ಮಾನಕ್ಕೆ ಬರಲು ಸಾಧ್ಯ. ಎರಡನೆಯ ವಿವರಣೆ ಅಂದರೆ **'ಸೇವಕರಾಗಿದ್ದ ಆಂಧ್ರರು'** ಎಂಬುದು ಸರಿ ಎಂದಾದರೆ ಶಾತವಾಹನರು ಮೂಲತಃ ಆಂಧ್ರ ಪ್ರದೇಶದ ಪೂರ್ವಭಾಗದ ನಿವಾಸಿಗಳಾಗಿದ್ದು ಅಂದರೆ ತೆಲುಗರಾಗಿದ್ದು ಮೌರ್ಯರ ಅಧೀನದ ಸಾಮಂತರಾಗಿದ್ದು ಮುಂದೆ ಪಶ್ಚಿಮಕ್ಕೆ ಸ್ಥಳಾಂತರಗೊಂಡು ಸ್ವತಂತ್ರರಾಗಿರಬಹುದೆಂಬ ಅಭಿಪ್ರಾಯಕ್ಕೆ ಬರಬಹುದು.

ಮಹಾರಾಷ್ಟ್ರ ಭಾಗದ ಪಶ್ಚಿಮ ದಖ್ಖನ್ ಪ್ರದೇಶ ಶಾತವಾಹನರ ಮೂಲ ನೆಲೆಯಾಗಿತ್ತು ಎಂಬುದು ಬಹುತೇಕ ವಿದ್ವಾಂಸರ ಅಭಿಪ್ರಾಯವಾಗಿದ್ದರೂ ಕೂಡ, ಅವರು ಆಂಧ್ರದ ಪೂರ್ವಭಾಗದ ನಿವಾಸಿಗಳಾಗಿದ್ದು ಮೌರ್ಯರ ಪತನಾನಂತರ ಅಲ್ಲಿಂದ ಪಶ್ಚಿಮಕ್ಕೆ ವಲಸೆ ಹೋಗಿರಬಹುದಾದ ಸಾಧ್ಯತೆಯನ್ನು ಅಲ್ಲಗಳೆಯುವಂತಿಲ್ಲ. **ಡಿ.ಆರ್.ಭಾಂಡಾರ್‌ಕರ್** ಪ್ರಕಾರ **ಪ್ರಾರಂಭದಲ್ಲಿ ಧಾನ್ಯಕಟಕ ಅವರ ರಾಜಧಾನಿಯಾಗಿತ್ತು**. ವಿ.ಎ. ಸ್ಮಿತ್ ಅವರ ಪ್ರಕಾರ ಆಂಧ್ರದ **'ಶ್ರೀ ಕಾಕುಳಂ' ರಾಜಧಾನಿಯಾಗಿತ್ತು. ಭಂಡಾರ್‌ಕರ್, ಸ್ಮಿತ್, ರ್‍ಯಾಪ್ಸನ್** ಮತ್ತಿತರರ ಪ್ರಕಾರ ಪೂರ್ವದ ಕೃಷ್ಣಾ–ಗೋದಾವರಿ ಪ್ರದೇಶವೇ ಶಾತವಾಹನರ ಮೂಲ ಸ್ಥಾನವಾಗಿತ್ತು. **ಎಲ್.ಬಾರ್ನೆಟ್** ಅವರ ಪ್ರಕಾರ ಪ್ರಾರಂಭದಲ್ಲಿ **ಶ್ರೀಕಾಕುಳಂ** ನಂತರ ಧಾನ್ಯಕಟಕವನ್ನು ರಾಜಧಾನಿಯಾಗಿ ಹೊಂದಿದ್ದ ಅವರು ಅಂತಿಮವಾಗಿ ಮಹಾರಾಷ್ಟ್ರದ ಔರಂಗಾಬಾದ್ ಜಿಲ್ಲೆಯ ಗೋದಾವರಿ ನದಿ ದಂಡೆಯ **ಪ್ರತಿಷ್ಠಾನವನ್ನು ರಾಜಧಾನಿಯಾಗಿ ಮಾಡಿಕೊಂಡರು**.

ಆದರೆ ಶಾತವಾಹನರು ಆಂಧ್ರ ಮೂಲದವರೆಂಬ ವಾದವನ್ನು **ಪ್ರೊ.ವಿ.ಎಸ್.ಸುಕ್ತಂಕರ್, ಕೆ.ಪಿ.ಜಯಸ್ವಾಲ್, ಎಚ್.ಸಿ.ರಾಯ್‌ಚೌಧುರಿ** ಮತ್ತಿತರರು ಪ್ರಶ್ನಿಸಿದ್ದಾರೆ. ಅವರುಗಳ ಪ್ರಕಾರ **ಹತಿಗುಂಫಾ, ಗಿರ್ನಾರ್** ಹಾಗೂ **ತಾಳಗುಂದ** ಶಾಸನಗಳಲ್ಲಿ ಅವರನ್ನು ಶಾತವಾಹನರೆಂದು ಕರೆಯಲಾಗಿದೆಯೇ ಹೊರತು ಆಂಧ್ರರೆಂದು ಹೇಳಲಾಗಿಲ್ಲ. ಪ್ರಾರಂಭದ ಅವರ ನಾಣ್ಯಗಳು ಹಾಗೂ ಶಾಸನಗಳು ಕಂಡುಬಂದಿರುವುದು ಪಶ್ಚಿಮ ದಖ್ಖನ್ ಭಾಗದಲ್ಲೇ. ಕ್ರಿ.ಪೂ.ಒಂದನೇ ಶತಮಾನದ ಕಳಿಂಗ ದೊರೆ ಖಾರವೇಲನ **ಹತಿಗುಂಫಾ ಶಾಸನ**ದಲ್ಲಿ ಪಶ್ಚಿಮದಲ್ಲಿ ಆಳುತ್ತಿದ್ದ ಶಾತಕರ್ಣಿಯ ವಿರುದ್ಧ ಪಶ್ಚಿಮಾಭಿಮುಖವಾಗಿ ಸೈನ್ಯ ಕಳುಹಿಸಿದನೆಂದು ಹೇಳಲಾಗಿದೆ. ಗೌತಮೀಪುತ್ರ ಶಾತಕರ್ಣಿಯ ಕಾಲದಲ್ಲಿ ಹಾಗೂ ಅನಂತರವೇ ಶಾತವಾಹನರು ಆಂಧ್ರ ದೇಶವನ್ನು ಗೆದ್ದುಕೊಂಡಿದ್ದು. ಈ ವೇಳೆಯಲ್ಲಿ ಪುರಾಣಗಳ ರಚನೆ ಪೂರ್ಣಗೊಂಡಿರುವುದರಿಂದ ಅವರನ್ನು ಆಂಧ್ರರೆಂದು ಕರೆದಿರಬಹುದು. ಆದ್ದರಿಂದ ಶಾತವಾಹನರು ತಮ್ಮ ಮೂಲ ನೆಲೆ ಪಶ್ಚಿಮ ದಖ್ಖನ್‌ನಿಂದ ಪೂರ್ವದತ್ತ ತೆರಳಿರಬಹುದೇ ಹೊರತು ಪೂರ್ವದಿಂದ ಪಶ್ಚಿಮಕ್ಕಲ್ಲ ಎಂಬುದು ಈ ವಿದ್ವಾಂಸರ ನಿಲುವಾಗಿದೆ.

ಮ್ಯಾಕಡೋನಿ ಮತ್ತು ಹಿರೇಹಡಗಲಿ ಶಾಸನಗಳಲ್ಲಿ ಪ್ರಸ್ತಾಪವಾಗಿರುವ **"ಶಾತವಾಹನೀಹಾರ"** ಇಂದಿನ ಬಳ್ಳಾರಿ ಜಿಲ್ಲೆಯನ್ನು ಒಳಗೊಂಡಿದ್ದರಿಂದ ಬಳ್ಳಾರಿ ಪ್ರದೇಶವೇ ಶಾತವಾಹನರ ಮೂಲ ನೆಲೆಯಾಗಿದ್ದಿರಬಹುದೆಂಬುದು ಪ್ರೊ. ಸುಕ್ತಂಕರ್ ಅಭಿಪ್ರಾಯವಾಗಿದೆ. **'ಶಾತವಾಹನ'** ಎಂಬುದು ವಂಶದ ಹೆಸರಾಗಿತ್ತು, **'ಆಂಧ್ರ'** ಎಂಬುದು ಅವರ ಕುಲನಾಮ ಹಾಗೂ **'ಶಾತಕರ್ಣಿ'** ಎಂಬುದು ವಂಶದ ಉಪನಾಮವಾಗಿತ್ತೆಂದು ಡಾ.ಕೆ. ಗೋಪಾಲಚಾರಿ ಹೇಳಿದ್ದಾರೆ. ಶಾತವಾಹನ ಎಂಬ ಹೆಸರಿನ ಅರ್ಥಕ್ಕೆ ಸಂಬಂಧಿಸಿದಂತೆಯೂ ಬಿನ್ನಾಭಿಪ್ರಾಯಗಳಿವೆ. **'ಸಾತ'** ಎಂದರೆ ವೇಗ ಎಂಬ ಅರ್ಥವಿದ್ದು ವೇಗದ ವಾಹನ ಎಂದರೆ ವೇಗವಾದ ಕುದುರೆ ಸವಾರಿ ಮಾಡುವವನು ಎಂದಾಗುತ್ತದೆ. 'ಶತ'ಕ್ಕೆ ನೂರು ಎಂಬ ಅರ್ಥವಿದ್ದರೂ ಇದು ಇಲ್ಲಿ ಸರಿಹೊಂದುವುದಿಲ್ಲ. ಈ ವಂಶದ ಮತ್ತೊಂದು ಸಾಮಾನ್ಯ ಹೆಸರು **'ಶಾತಕರ್ಣಿ'**. ಇಲ್ಲಿ 'ಶಾತ' ಎಂದರೆ ಸೂಕ್ಷ್ಮ ಕಿವಿಯುಳ್ಳವನು ಅಥವ ಸೂಕ್ಷ್ಮ ಗ್ರಹಣ ಶಕ್ತಿಯುಳ್ಳವನು ಎಂದು ಅರ್ಥೈಸಬೇಕಾಗುತ್ತದೆ.

ರಾಜಕೀಯ ಇತಿಹಾಸ

ಪ್ರಾರಂಭದ ಅರಸರು

ಮತ್ಸ್ಯ ಪುರಾಣದ ಪ್ರಕಾರ 30 ಶಾತವಾಹನ ಅರಸರು ಒಟ್ಟು ನಾಲ್ಕೂವರೆ ಶತಮಾನಗಳ ಕಾಲ ಆಳಿದರು. ಆದರೆ **ವಿಷ್ಣು ಪುರಾಣದ** ಪ್ರಕಾರ 19 ಅರಸರು ಒಟ್ಟು ಮೂರು ಶತಮಾನಗಳ ಕಾಲ ಆಳಿದರು. ಪುರಾಣಗಳಲ್ಲಿ ಪ್ರಸ್ತಾಪಿಸಲಾಗಿರುವ ಶಾತವಾಹನ ಅರಸರ ಹೆಸರುಗಳನ್ನು ಅವರು ಆಳಿದ ಕಾಲಾನುಕ್ರಮಕ್ಕೆ ಅನುಗುಣವಾಗಿ ಪಟ್ಟಿ ಮಾಡುವುದು ಕಷ್ಟದಾಯಕವಾದ ಕೆಲಸವಾಗಿದೆ. ಲಭ್ಯವಿರುವ ಆಧಾರಗಳ ಪ್ರಕಾರ **ಸಿಮುಖ ಸಾತವಾಹನ** ಈ ವಂಶದ ಮೊದಲ ಅರಸ. ಈತನ ಕಾಲದ ನಾಣೇಘಾಟ (ನಾನಾಘಾಟ್) ಶಾಸನದ ಪ್ರಕಾರ **ಪ್ರತಿಷ್ಠಾನ ಈತನ ರಾಜಧಾನಿಯಾಗಿತ್ತು**. ಈತನು ಕ್ರಿ.ಶ. 230ರಲ್ಲಿ ಅಂದರೆ ಅಶೋಕನ ಮರಣಾನಂತರ ಸ್ವತಂತ್ರಗೊಂಡಂತೆ ತೋರುತ್ತದೆ. ಆದರೆ **ಕಣ್ವರ ಕೊನೆಯ ದೊರೆ ಸುಶರ್ಮನ** ಹತ್ಯೆಯ ನಂತರ ಶಾತವಾಹನರು ಸ್ವತಂತ್ರರಾದರು ಎಂಬುದು ನಿಜವಾಗಿದ್ದರೆ ಈ ಸಿಮುಖ ಕ್ರಿ.ಪೂ. 30ರಲ್ಲಿ ಅಧಿಕಾರ ವಹಿಸಿಕೊಂಡಿರಬಹುದು. ಡಾ.ಡಿ.ಸಿ. ಸರ್ಕಾರ್ ಅವರ ಪ್ರಕಾರ ಕ್ರಿ.ಪೂ. 324ರಲ್ಲಿ ಮೌರ್ಯ ಸಾಮ್ರಾಜ್ಯ ಸ್ಥಾಪನೆಯಾಯಿತು. ಅವರು 137 ವರ್ಷಗಳ ಕಾಲ ಆಳಿದರು. ಅನಂತರ ಶುಂಗರು 112 ವರ್ಷಗಳ ಕಾಲ ಆಳಿದರು. ನಂತರ 45ವರ್ಷ ಕಣ್ವರು ಆಳಿದರು. ಕಣ್ವರನ್ನು ಪದಚ್ಯುತಿಗೊಳಿಸಿ ಸಿಮುಖ ಕ್ರಿ.ಪೂ 30ರಲ್ಲಿ ಅಧಿಕಾರ ಹಿಡಿದನು. ಈತನ ವಂಶದ ಮೂಲ ಪುರುಷ

ಶಾತವಾಹನನಾಗಿದ್ದಿರಬಹುದು. ಹೀಗಾಗಿ ಅವನ ಕುಟುಂಬಕ್ಕೆ ಶಾತವಾಹನ ಎಂಬ ಹೆಸರು ಬಂದಿರಬಹುದು. 23 ವರ್ಷ ಆಳಿದ ಈತ ಇಡೀ ಮಹಾರಾಷ್ಟ್ರ ಮತ್ತು ಮಾಲ್ವ ಹಾಗೂ ಮಧ್ಯ ಪ್ರದೇಶದ ಬಹುಭಾಗವನ್ನು ವಶಪಡಿಸಿಕೊಂಡನು. ಈತನ ಕೆಲವು ನಾಣ್ಯಗಳು ಇತ್ತೀಚೆಗೆ ಆಂಧ್ರ ಪ್ರದೇಶದ ಕರೀಂನಗರ ಜಿಲ್ಲೆಯಲ್ಲಿ ಸಿಕ್ಕಿವೆ. ಆದರೆ ದುಷ್ಟ ವರ್ತನೆಯಿಂದಾಗಿ ಇವನನ್ನು ಕೊಂದು ಇವನ ಸೋದರ ಕೃಷ್ಣನನ್ನು ಅಧಿಕಾರಕ್ಕೆ ತರಲಾಯಿತು. ಈತನ ನಂತರ **ಒಂದನೇ ಶಾತಕರ್ಣಿ** ಅಧಿಕಾರಕ್ಕೆ ಬಂದನು. ಇವನು ಬಹುಶಃ ಸಿಮುಖನ ಮಗ. ಈತ **'ಅಶ್ವಮೇಧಯಾಗ'**ವನ್ನು ಆಚರಿಸಿದನೆಂದು ಈತನ ರಾಣಿ ನಾಗನಿಕ ಬರೆಸಿರುವ **ನಾಣೇಘಾಟ್ ಶಾಸನ**ದಿಂದ ತಿಳಿದುಬಂದಿದೆ. ನಾಗನಿಕ ಆಡಳಿತದಲ್ಲಿ ಪತಿಗೆ ನೆರವಾಗುತ್ತಿದ್ದಳು. ನಾಗನಿಕ ಮಹಾರಾಷ್ಟ್ರ ಭಾಗದಲ್ಲಿ ಆಳುತ್ತಿದ್ದ ಮಹಾರಥಿಯೊಬ್ಬನ ಮಗಳು. ಶಾತಕರ್ಣಿ–ನಾಗನಿಕರ ವಿವಾಹ ಈ ಕಾಲದ ಮಹತ್ವದ ಘಟನೆ. ಈ ವಿವಾಹದಿಂದಾಗಿ ಶಾತವಾಹನರಿಗೆ ಸಮರ್ಥರಾದ ಯೋಧರ ಬೆಂಬಲ ದೊರೆಯುವಂತಾಯಿತು. ನಾಗನಿಕಳ ಹೆಸರಿನಲ್ಲಿ ಟಂಕಿಸಲಾಗಿದ್ದ ಎರಡು ನಾಣ್ಯಗಳು ಲಭ್ಯವಾಗಿದೆ. ನಾಣೇಘಾಟ್ ಶಾಸನದಲ್ಲಿ ಒಂದನೇ ಶಾತಕರ್ಣಿಯನ್ನು **'ದಕ್ಷಿಣಪಥ ಪತಿ'** ಎಂದು ವರ್ಣಿಸಲಾಗಿದೆ.

ಹಾಲ

ಪ್ರಾರಂಭದ ಶಾತವಾಹನ ಅರಸರಲ್ಲಿ ಪ್ರಮುಖನಾದನು ಹಾಲ. ಮತ್ಸ್ಯ ಪುರಾಣದ ಪಟ್ಟಿಯ ಪ್ರಕಾರ ಈತ ಶಾತವಾಹನ ವಂಶದ 17ನೇ ಅರಸನಾಗಿದ್ದನು. ಈತ ಬಹುಶಃ ಕ್ರಿ.ಶ. 20ರಿಂದ 24ರವರೆಗೆ ಆಳಿದನು. ಈತನ ಕಾಲದಲ್ಲಿ ರಾಜ್ಯದಲ್ಲಿ ಶಾಂತಿ ನೆಲೆಸಿದ್ದು ಸಾಹಿತ್ಯ ಕ್ಷೇತ್ರದಲ್ಲಿ ಅಪಾರವಾದ ಪ್ರಗತಿಯಾಯಿತು. ಹಾಲ ಸ್ವತಃ ವಿದ್ವಾಂಸನಾಗಿದ್ದು ಮಹಾರಾಷ್ಟ್ರೀ ಪ್ರಾಕೃತ ಭಾಷೆಯಲ್ಲಿ **'ಗಾಥಾಸಪ್ತಶತಿ'** ಎಂಬ 700 ಶೃಂಗಾರ ಕವಿತೆಗಳ ಸಂಗ್ರಹವನ್ನು ಸಿದ್ಧಪಡಿಸಿದನು. ಈತನ ಆಸ್ಥಾನ ವಿದ್ವಾಂಸನಾಗಿದ್ದ **ಗುಣಾಢ್ಯನು** ಪೈಶಾಚಿ ಪ್ರಾಕೃತ ಭಾಷೆಯಲ್ಲಿ **'ಬೃಹತ್ ಕಥಾ"** ಎಂಬ ಕೃತಿಯನ್ನು ರಚಿಸಿದನು. ಇದೊಂದು ಅದ್ಭುತವಾದ ಕಥೆಗಳ ಸಂಗ್ರಹವಾಗಿದೆ. ಇದರ ಮೂಲ ಕೃತಿ ಲಭ್ಯವಾಗಿಲ್ಲ. ಮುಂದೆ **ಕ್ಷೇಮೇಂದ್ರನು** ಇದನ್ನು ಸಂಸ್ಕೃತಕ್ಕೆ ಭಾಷಾಂತರಿಸಿದನು. ಹಾಲ ಸಿಂಹಳದ ಮೇಲೆ ಧಾಳಿ ಮಾಡಿ ಅದನ್ನು ವಶಪಡಿಸಿಕೊಂಡನೆಂದು ಮತ್ತು ಸಿಂಹಳದ ರಾಜಕುಮಾರಿ ಲೀಲಾವತಿಯನ್ನು ವಿವಾಹವಾದನೆಂದು ಹೇಳಲಾಗಿದೆ. ಹಾಲನು ಶಾತವಾಹನರ ಮೂರು ಶಾಖೆಗಳ ಪೈಕಿ **ಕುಂತಲ ಶಾಖೆಗೆ** ಸೇರಿದವನು ಎಂಬುದು ಹಲವರ ಅಭಿಪ್ರಾಯ. ಉಳಿದೆರಡು ಶಾಖೆಗಳು **ಆಂಧ್ರದ ಧಾನ್ಯಕಟಕ** (ಅಮರಾವತಿ ಸಮೀಪ) ಹಾಗೂ **ಮಹಾರಾಷ್ಟ್ರದ ಪ್ರತಿಷ್ಠಾನ.**

ಗೌತಮೀಪುತ್ರ ಶಾತಕರ್ಣಿ (ಕ್ರಿ.ಶ. 106–130)

ಗೌತಮೀಪುತ್ರ ಶಾತಕರ್ಣಿ ಶಾತವಾಹನ ಸಂತತಿಯ ಅತ್ಯಂತ ಶ್ರೇಷ್ಠ ದೊರೆ. ಈತನು ಅಧಿಕಾರಕ್ಕೆ ಬರುವ ವೇಳೆಗೆ ರಾಜ್ಯದ ಉತ್ತರಭಾಗದಲ್ಲಿ ಹಲವು ಮಹತ್ವದ ರಾಜಕೀಯ ಬೆಳವಣಿಗೆಗಳಾಗಿದ್ದವು. ಮಧ್ಯ ಏಷ್ಯಾದಿಂದ ಬಂದ ಶಕಕ್ಷತ್ರಪರು ಒಂದನೇ ಶತಮಾನದ ಪ್ರಾರಂಭದ ವೇಳೆಗೆ ಸಿಂಧೂ ಖಣಿವೆಯಯಲ್ಲಿ ನೆಲೆಯೂರಿದರು. ನಂತರ ಅವರು ಮಾಳ್ವವನ್ನು ವಶಪಡಿಸಿಕೊಂಡರು. ಪಶ್ಚಿಮ ದಖ್ಖನಿನಿಂದಲೂ ಶಾತವಾಹನರು ಹೊರದೂಡಲ್ಪಟ್ಟರು. ಹೀಗೆ ಶಾತವಾಹನ ಪ್ರಭುತ್ವ ಅವನತಿ ಹೊಂದುತ್ತಿದ್ದ ಕಾಲದಲ್ಲಿ ಗೌತಮೀಪುತ್ರ ಅಧಿಕಾರಕ್ಕೆ ಬಂದನು.

ಗೌತಮೀಪುತ್ರ ಶಾತಕರ್ಣಿ ಶಾತವಾಹನ ವಂಶದ 23ನೆಯ ದೊರೆ. ಈತ ಮರಣಿಸಿದ ಎರಡು ದಶಕಗಳ ನಂತರ ಈತನ ತಾಯಿ ಗೌತಮೀ ಬಾಲಶ್ರೀ ಬರೆಸಿದ **ನಾಸಿಕ್ ಪ್ರಶಸ್ತಿ ಶಾಸನ** ಈತನ ಸಾಧನೆಗಳ ಬಗ್ಗೆ ಉಪಯುಕ್ತವಾದ ಮಾಹಿತಿಗಳನ್ನು ಒಳಗೊಂಡಿದೆ. ಈ ಶಾಸನವನ್ನು ಗೌತಮೀಪುತ್ರನ ಉತ್ತರಾಧಿಕಾರಿ ಎರಡನೇ ಪುಲಮಾಯಿಯ ಆಳ್ವಿಕೆಯ 19ನೇ ವರ್ಷದಲ್ಲಿ ಗೌತಮಿ ಬಾಲಶ್ರೀಯ ಸೂಚನೆಯಂತೆ ಬರೆಸಲಾಯಿತು. ಅಂತೆಯೇ ಟಾಲೆಮಿಯ **'ಗೈಡ್ ಟು ಜಿಯೋಗ್ರಫಿ'**ಯಲ್ಲೂ ಕೆಲವು ಮಾಹಿತಿಗಳು ದೊರೆಯುತ್ತವೆ.

ಅಸಾಮಾನ್ಯ ಸಾಹಸಿಯಾಗಿದ್ದ ಗೌತಮೀಪುತ್ರ ಶಾತವಾಹನ ಸಾಮ್ರಾಜ್ಯವನ್ನು ಕಠಿಣ ಪರಿಸ್ಥಿತಿಯಿಂದ ಪಾರು ಮಾಡಿದನು. ಶಕರ ದೊರೆ ಕ್ಷಹರ್ತ ವಂಶದ **ನಹಪಣನನ್ನು** ಸೋಲಿಸಿದನು. ಈ ಸಂಘರ್ಷ ಅವನ ಆಳ್ವಿಕೆಯ 18ನೇ ವರ್ಷದಲ್ಲಿ ಅಂದರೆ ಕ್ರಿ.ಶ. 124ರಲ್ಲಿ ಸಂಭವಿಸಿರಬಹುದು. ನಹಪಣ ಮತ್ತು ಅವನ ಅಳಿಯ ಉಷವದತ್ತ ಹತರಾದರು. ಫಲವಾಗಿ ಕ್ಷಹರ್ತರ ವಂಶವೇ ಅಳಿಸಿಹೋಯಿತು. ಈ ವಿಜಯದ ಫಲವಾಗಿ ಗೌತಮೀಪುತ್ರನು ಉತ್ತರ ಮಹಾರಾಷ್ಟ್ರ, ಕೊಂಕಣ, ನರ್ಮದಾ ಖಣಿವೆ, ಸೌರಾಷ್ಟ್ರ, ಮಾಳ್ವಗಳನ್ನು ಶಕಕ್ಷತ್ರಪರಿಂದ ಮರಳಿ ವಶಪಡಿಸಿಕೊಂಡನು. **ತನ್ನ ವಿಜಯಗಳ ಸಂಕೇತವಾಗಿ ನಹಪಣನ ಬೆಳ್ಳಿಯ ನಾಣ್ಯಗಳ ಮೇಲೆ ತನ್ನ ಹೆಸರನ್ನು ಮುದ್ರಿಸಿದನು.** ಅಂತಹ ಭಾರಿ ಸಂಖ್ಯೆಯ ನಾಣ್ಯಗಳು

ನಾಸಿಕ್ ಬಳಿ **ಜೋಗಲ್‌ತಂಬಿ** ಎಂಬ ಸ್ಥಳದಲ್ಲಿ ದೊರೆತಿವೆ. ಗೌತಮೀಪುತ್ರನ ಕಾಲದಲ್ಲಿ ಶಾತವಾಹನ ಸಾಮ್ರಾಜ್ಯವು ಉತ್ತರದಲ್ಲಿ ಮಾಳ್ವದಿಂದ ದಕ್ಷಿಣದಲ್ಲಿ ಬನವಾಸಿಯವರೆಗೆ ವಿಸ್ತರಿಸಿತ್ತು. ಅದು ಗುಜರಾತ್, ಮಾಳ್ವ, ಮಹಾರಾಷ್ಟ್ರ, ಬೀರಾರ್ ಹಾಗೂ ಉತ್ತರ ಕೊಂಕಣವನ್ನು ಒಳಗೊಂಡಿತು. ಅದು ಪಶ್ಚಿಮದ ಸಮುದ್ರದಿಂದ ಪೂರ್ವದ ಸಮುದ್ರದವರೆಗೂ ವಿಸ್ತರಿಸಿತ್ತು.

ನಾಸಿಕ್ ಶಾಸನದಲ್ಲಿ ಗೌತಮೀಪುತ್ರನನ್ನು ಶಾತವಾಹನ ವಂಶದ ಅತ್ಯಂತ ಶ್ರೇಷ್ಠ ದೊರೆಯೆಂದೂ, ಪರಶುರಾಮನಂತೆ ಸಾಹಸಿ ಬ್ರಾಹ್ಮಣನೆಂದು ವರ್ಣಿಸಲಾಗಿದೆ. ಶಾಸನದಲ್ಲಿ ಈತನನ್ನು ಶಕರು, ಯವನರು (ಗ್ರೀಕರು) ಮತ್ತು ಪಹ್ಲವರನ್ನು ನಾಶ ಮಾಡಿದವನೆಂದು ವರ್ಣಿಸಲಾಗಿದೆ. ಅಲ್ಲದೆ ಅವನ ಅಶ್ವಗಳು ಮೂರು ಸಮುದ್ರಗಳ ನೀರನ್ನು ಕುಡಿದವೆಂದು ಶಾಸನದಲ್ಲಿ ಹೇಳಲಾಗಿದೆ. ನಹಪಾಣನನ್ನು ಸೋಲಿಸಿದ ನಂತರ ಅವನು ಅಪರಾಂತ, ಅನೂಪ, ಸೌರಾಷ್ಟ್ರ, ಕುಕರ, ಅಕರ, ಆವಂತಿ, ವಿದರ್ಭ ಮೊದಲಾದವನ್ನು ಗೆದ್ದನೆಂದು ಶಾಸನದಲ್ಲಿ ಹೇಳಲಾಗಿದೆ. **"ತ್ರಿಸಮುದ್ರ ತೋಯ ಪೀತವಾಹನ"** (ಮೂರು ಸಮುದ್ರಗಳ ನೀರನ್ನು ಕುಡಿದ ಕುದುರೆಯನ್ನು ವಾಹನವಾಗಿ ಹೊಂದಿದವನು) ಎಂಬುದು ಅವನ ಪ್ರಮುಖ ಬಿರುದಾಗಿತ್ತು. ಆಂಧ್ರದ ಕರಾವಳಿ ಜಿಲ್ಲೆಗಳಲ್ಲಿ ಅವನ ನಾಣ್ಯಗಳು ದೊರೆತಿರುವುದರಿಂದ ಈ ಪ್ರದೇಶ ಅವನ ಅಧೀನದಲ್ಲಿದಲ್ಲಿತ್ತೆಂಬುದು ತಿಳಿದುಬರುತ್ತದೆ.

ಗೌತಮೀಪುತ್ರ ಶಾತಕರ್ಣಿಯ ಸಾಧನೆಗಳನ್ನು ಕುರಿತು ನಾಸಿಕ್ ಗುಹಾ ಶಾಸನದಲ್ಲಿ **"ಗೌತಮೀಪುತ್ರ ಶಕರು, ಯವನರು, ಮತ್ತು ಪಹ್ಲವರನ್ನು ನಾಶ ಮಾಡಿದವನು, ಕ್ಷಹರ್ತ ವಂಶವನ್ನು ನಿರ್ಮೂಲ ಮಾಡಿದವನು. ಶಾತವಾಹನ ವಂಶದ ವೈಭವವನ್ನು ಪುನರ್ ಸ್ಥಾಪಿಸಿದವನು, ತನ್ನ ವಂಶದ ಕೀರ್ತಿಯನ್ನು ಹೆಚ್ಚಿಸಿದವನೆಂದು ಹಾಗೂ ಕ್ಷತ್ರಿಯರ ಅಹಂಕರ ಮತ್ತು ಗರ್ವವನ್ನು ಮುರಿದ ಅದ್ವಿತೀಯ ಬ್ರಾಹ್ಮಣ"** ಎಂದು ವರ್ಣಿಸಲ್ಪಟ್ಟಿದ್ದಾನೆ. ನಾಸಿಕ್ ಶಾಸನದಲ್ಲಿ ಈತನನ್ನು **'ಏಕಬ್ರಾಹ್ಮಣ'** ಅಥವಾ **'ಅದ್ವಿತೀಯ ಬ್ರಾಹ್ಮಣ'** ಎಂದು, ಅವನ ಯುದ್ಧಾಶ್ವಗಳು ಮೂರು ಸಮುದ್ರಗಳ ನೀರನ್ನು ಕುಡಿದ್ದವು ಎಂದು ವರ್ಣಿಸಲಾಗಿದೆ. ಅಂತೆಯೇ ಅವನು ಸದೃಢವಾದ ದೇಹ, ಕಾಂತಿಯುತವಾದ ಮುಖವನ್ನು ಹೊಂದಿದ್ದು, ಸುಂದರನಾಗಿದ್ದು ಆಕರ್ಷಕ ವ್ಯಕ್ತಿತ್ವ ಹೊಂದಿದ್ದನೆಂದು ವರ್ಣಿಸಲ್ಪಟ್ಟಿದ್ದಾನೆ. ಅವನನ್ನು ನಾಸಿಕ್ ಶಾಸನದಲ್ಲಿ **"ಕ್ಷಹರ್ತ ವಂಶದ ನಿರವಶೇಷಕರ, ಶಾತವಾಹನ ಕುಲಯಶಃ ಪ್ರತಿಷ್ಠಾಪನಕರ"** ಎಂದು ವರ್ಣಿಸಲಾಗಿದೆ.

ಗೌತಮೀಪುತ್ರ ಕೇವಲ ದಿಗ್ವಿಜಯಿಯಾಗಿರದೆ ಉತ್ತಮ ಆಡಳಿತಗಾರನೂ ಆಗಿದ್ದನು. ಅವನ ಕಾಲವನ್ನು ಶಾತವಾಹನ ಚರಿತ್ರೆಯ **ಸುವರ್ಣಯುಗ**ವೆಂದು ಪರಿಗಣಿಸಲಾಗಿದೆ. ಜನಪರ ಆಡಳಿತಗಾರನಾಗಿದ್ದ ಅವನು ಸದಾ ಪ್ರಜೆಗಳ ಕ್ಷೇಮದ ಬಗ್ಗೆ ಚಿಂತಿಸುತ್ತಿದ್ದನು. ಉದಾರ ಧಾರ್ಮಿಕ ನೀತಿ ಅನುಸರಿಸಿದ ಅವನು ಎಲ್ಲ ಧರ್ಮಗಳನ್ನು ಪ್ರೋತ್ಸಾಹಿಸಿದನು. ಚರ್ತುವರ್ಣ ವ್ಯವಸ್ಥೆಯನ್ನು ರಕ್ಷಿಸಿ ವರ್ಣಸಂಕರವನ್ನು ತಡೆದ ಅವನು **'ಚರ್ತುವರ್ಣ ಪ್ರತಿಷ್ಟಾಪಕ'** ಎಂಬ ಬಿರುದು ಪಡೆದಿದ್ದನು.. ಬೌದ್ಧಧರ್ಮಕ್ಕೂ ಅಪಾರ ಪ್ರೋತ್ಸಾಹ ದೊರೆಯಿತು. **"ಗೌತಮೀಪುತ್ರ ಕೇವಲ ದಿಗ್ವಿಜಯಿಯಾಗಿರದೆ ಶಾಂತಿ ಸ್ಥಾಪನೆಯಂತಹ ರಚನಾತ್ಮಕ ಕಾರ್ಯಗಳಲ್ಲೂ ಸಮಾನ ಆಸಕ್ತಿ ತೋರಿದನು"** ಎಂದು ಡಾ.ಆರ್.ಕೆ. ಮುಖರ್ಜಿ ಹೇಳಿದ್ದಾರೆ. ತನ್ನ ಆಳ್ವಿಕೆಯ ಕೊನೆಯ ದಿನಗಳಲ್ಲಿ ಗೌತಮೀಪುತ್ರನು ಸಂಕಷ್ಟಗಳನ್ನು ಎದುರಿಸಬೇಕಾಯಿತು. ಕ್ಷತ್ರಪ ದೊರೆ ರುದ್ರದಾಮನ್‌ನಿಂದ ಸೋತು ಹಿಂದೆ ವಶಪಡಿಸಿಕೊಂಡಿದ್ದ ಕೆಲವು ಪ್ರದೇಶಗಳನ್ನು ಬಿಟ್ಟುಕೊಡಬೇಕಾಯಿತು ಎಂದು ಡಿ.ಆರ್.ಬಂಡಾರ್ಕರ್ ಮತ್ತು ದಿನೇಶ್‌ಚಂದ್ರ ಸರ್ಕಾರ್ ಹೇಳಿದ್ದಾರೆ. ಈ ಹಿನ್ನೆಲೆಯಲ್ಲಿ ದ್ವೇಷವನ್ನು ಕಡಿಮೆಮಾಡಿಕೊಳ್ಳಲು ರುದ್ರದಾಮನ್‌ನ ಮಗಳನ್ನು ತನ್ನ ಮಗನಿಗೆ ವಿವಾಹ ಮಾಡಿಕೊಂಡನು. ಪ್ರಜೆಗಳ ಮೇಲೆ ಹೆಚ್ಚಿನ ತೆರಿಗೆಯ ಬಾರ ಹೊರಿಸದೆ ಪ್ರಜೆಗಳ ಬೆಂಬಲ ಗಳಿಸಿದನು. ಸೋತ ಶತ್ರುಗಳ ವಿಷಯದಲ್ಲೂ ಉದಾರವಾಗಿ ನಡೆದುಕೊಂಡನು.

ಇತರ ಅರಸರು

ಗೌತಮೀಪುತ್ರನ ಮರಣಾನಂತರ ಅವನ ಮಗ **ವಾಸಿಷ್ಠೀಪುತ್ರ ಪುಲುಮಾವಿ** ಅಧಿಕಾರ ವಹಿಸಿಕೊಂಡನು. ಇವನು ಕ್ರಿ.ಶ. 130ರಿಂದ 158ರವರೆಗೆ 28 ವರ್ಷಗಳ ಕಾಲ ಆಳಿದನು. ಈತನು ಕ್ಷತ್ರಪ ದೊರೆ ಒಂದನೇ ರುದ್ರದಾಮನ್‌ನಿಂದ ಎರಡು ಬಾರಿ ಪರಾಜಿತನಾದನು. ಆದರೆ ಎರಡೂ ವಂಶಗಳ ನಡುವೆ ರಕ್ತಸಂಬಂಧವಿದ್ದುದರಿಂದ ಶಾತವಾಹನರ ಅಸ್ತಿತ್ವಕ್ಕೆ ಹೆಚ್ಚಿನ ಅಪಾಯ ಎದುರಾಗಲಿಲ್ಲ. ವಾಸಿಷ್ಠೀಪುತ್ರನು ಪೂರ್ವ ಆಂಧ್ರವನ್ನು ಗೆಲ್ಲುವ ಕಾರ್ಯದಲ್ಲಿ ಮಗ್ನನಾಗಿದ್ದರಿಂದ ಕ್ಷತ್ರಪರ ಗೆಲುವು ಸುಲಭವಾಯಿತೆಂದು ಹೇಳಲಾಗಿದೆ. ಹೀಗಾಗಿ ಶಾತವಾಹನರು ವಾಯವ್ಯ ಭಾಗದ ಕೆಲವು ಪ್ರದೇಶಗಳನ್ನು ಕಳೆದುಕೊಳ್ಳಬೇಕಾಯಿತು. ಈತನಿಗೆ **"ದಕ್ಷಿಣಪಥೇಶ್ವರ"** ಎಂಬ ಬಿರುದಿತ್ತು. ಪೂರ್ವದಲ್ಲಿ ಗೋದಾವರಿ ದಂಡೆಯ ಮೇಲೆ

ನವನಗರ ಎಂಬ ನೂತನ ನಗರವನ್ನು ನಿರ್ಮಿಸಿ **"ನವನಗರಸ್ವಾಮಿ"** ಎಂಬ ಮತ್ತೊಂದು ಬಿರುದು ಪಡೆದನು. ಈತನ ಕಾಲದಲ್ಲಿ ಸಾಂಚಿಸ್ತೂಪವನ್ನು ಮತ್ತಷ್ಟು ವಿಸ್ತರಿಸಲಾಯಿತು.

ಶಾತವಾಹನ ವಂಶದ ಕೊನೆಯ ಅತ್ಯಂತ ಪ್ರಮುಖ ದೊರೆ **ಯಜ್ಞಶ್ರೀ ಶಾತಕರ್ಣಿ**. ಈತನಿಗೆ ಗೌತಮೀಪುತ್ರನ ನಂತರದ ಸ್ಥಾನವಿದೆ. ಇವನು ಶಕರೊಂದಿಗೆ ಹೋರಾಡಿ ಹಿಂದಿನ ಅರಸರು ಕಳೆದುಕೊಂಡಿದ್ದ ಹಲವಾರು ಪ್ರದೇಶಗಳನ್ನು ಮರಳಿ ವಶಪಡಿಸಿಕೊಂಡನು. ಅವನ ಶಾಸನಗಳು ನಾಸಿಕ್, ಕಾರ್ಲೆ, ಕನ್ಹೇರಿ ಹಾಗೂ ಅಮರಾವತಿಯಲ್ಲಿ ಸಿಕ್ಕಿವೆ. ಅಂತೆಯೇ ಅವನ ನಾಣ್ಯಗಳು ಸೌರಾಷ್ಟ್ರ, ಕರ್ನಾಟಕದ ಉತ್ತರ ಭಾಗದಲ್ಲಿ ಹಾಗೂ ಆಂಧ್ರ ಕರಾವಳಿಯಲ್ಲಿ ದೊರೆತಿವೆ. ಅವನ ಸೀಸದ ನಾಣ್ಯಗಳ ಮೇಲೆ ಹಡಗಿನ ಚಿತ್ರವಿರುವುದರಿಂದ ಸಾಗರೋತ್ತರ ವ್ಯಾಪಾರದಲ್ಲಿ ಅವನಿಗೆ ಆಸಕ್ತಿ ಇತ್ತೆಂಬುದು ತಿಳಿಯುತ್ತದೆ. ಈತನು ಕ್ರಿ.ಶ. 170 ರಿಂದ 199 ರವರೆಗೆ ಆಳಿರಬಹುದು ಎಂದು ಎಸ್.ಎನ್.ಸೇನ್ ಹೇಳಿದ್ದಾರೆ.

ಯಜ್ಞಶ್ರೀಯ ನಂತರ ಶಾತವಾಹನರ ಪ್ರಭುತ್ವದ ಅವನತಿ ಆರಂಭವಾಯಿತು. ದಖ್ಖನ್ನಿನ ಬಹುಭಾಗ ಅವರ ಕೈತಪ್ಪಿತು. ಕೊನೆಯ ದೊರೆಗಳು ದುರ್ಬಲರಾಗಿದ್ದರಿಂದ ಯಜ್ಞಶ್ರೀ ಶಾತಕರ್ಣಿ ಮರಣಹೊಂದಿದ ಎರಡು ದಶಕಗಳ ನಂತರ ಶಾತವಾಹನ ಸಾಮ್ರಾಜ್ಯವೇ ತನ್ನ ಅಸ್ತಿತ್ವವನ್ನು ಕಳೆದುಕೊಂಡಿತು. ವಾಯವ್ಯ ಭಾಗದಲ್ಲಿ ಅಭಿರರು, ಪಶ್ಚಿಮದಲ್ಲಿ ತ್ರೈಕೂಟಕರು, ಪೂರ್ವದ ಆಂಧ್ರದಲ್ಲಿ ಇಕ್ಷ್ವಾಕು ವಂಶದವರು, ದಕ್ಷಿಣದಲ್ಲಿ ಬನವಾಸಿ (ಕುಂತಳ) ಯಲ್ಲಿ ಚುಟುಗಳು ಹಾಗೂ ನೈರುತ್ಯ ಭಾಗದಲ್ಲಿ ಪಲ್ಲವರು ಪ್ರಬಲರಾಗಿ ಶಾತವಾನರಿಗೆ ಸೇರಿದ್ದ ಪ್ರದೇಶಗಳನ್ನು ವಶಪಡಿಸಿಕೊಂಡರು. **ನಾಲ್ಕನೇ ಪುಲುಮಾವಿ (ಕ್ರಿ.ಶ. 213–220) ಶಾತವಾಹನ ಸಂತತಿಯ ಕೊನೆಯ ದೊರೆ**. ವಿದೇಶೀಯರಾದ ಶಕರ ದಾಳಿಯಿಂದ ದಕ್ಷಿಣ ಭಾರತವನ್ನು ರಕ್ಷಿಸಿದ ಕೀರ್ತಿ ಶಾತವಾಹನರಿಗೆ ಸಲ್ಲುತ್ತದೆ.

ಶಾತವಾಹನರ ಕೊಡುಗೆಗಳು

ಶಾತವಾಹನರು ವಿಶಾಲವಾದ ಸಾಮ್ರಾಜ್ಯವನ್ನು ಸ್ಥಾಪಿಸಿ ಸುಮಾರು ನಾಲ್ಕೂವರೆ ಶತಮಾನಗಳ ಕಾಲ ಆಳಿದರು. ಈ ಅವಧಿಯಲ್ಲಿ ಆಡಳಿತ, ಸಾಮಾಜಿಕ, ಧಾರ್ಮಿಕ, ಆರ್ಥಿಕ, ವಾಣಿಜ್ಯ, ಕಲೆ ಮತ್ತು ವಾಸ್ತುಶಿಲ್ಪ ಹಾಗೂ ಸಾಹಿತ್ಯ ಕ್ಷೇತ್ರಗಳಲ್ಲಿ ಅಪಾರವಾದ ಪ್ರಗತಿಯಾಯಿತು.

ಆಡಳಿತ ವ್ಯವಸ್ಥೆ

ಮೌರ್ಯರ ಉತ್ತರಾಧಿಕಾರಿಗಳಾಗಿ ದಕ್ಷಿಣದಲ್ಲಿ ತಮ್ಮದೇ ಸಾಮ್ರಾಜ್ಯವನ್ನು ಕಟ್ಟಿಕೊಂಡ ಶಾತವಾಹನರು ತಮ್ಮ ಹಿಂದಿನ ಸಾಮ್ರಾಟರಾಗಿದ್ದ ಮೌರ್ಯರ ಆಡಳಿತ ಪದ್ಧತಿಯನ್ನು ಅನುಸರಿಸಿದರು. ಶಾತವಾಹನರ ಕಾಲದಲ್ಲಿ ಕೇಂದ್ರೀಕೃತ ಆಡಳಿತ ವ್ಯವಸ್ಥೆಯಿದ್ದು ರಾಜನೇ ಎಲ್ಲ ಅಧಿಕಾರಗಳ ಕೇಂದ್ರವಾಗಿದ್ದನು. ಅನಿಯಂತ್ರಿತವಾದ ಅಧಿಕಾರವನ್ನು ಹೊಂದಿದ್ದಾಗ್ಯೂ ಶಾತವಾಹನರು ಪ್ರಜೆಗಳ ಕ್ಷೇಮವನ್ನು ನಿರ್ಲಕ್ಷಿಸಲಿಲ್ಲ. ರಾಜಪ್ರಭುತ್ವಗಳಲ್ಲಿ ಸಾಮಾನ್ಯವಾಗಿದ್ದಂತೆ ಇಲ್ಲಿಯೂ ಅನುವಂಶಿಕ ಆಡಳಿತ ಮುಂದುವರಿಯಿತು. ಮೌರ್ಯರಂತೆ ಶಾತವಾಹನರೂ ಕೌಟಿಲ್ಯನ ಅರ್ಥಶಾಸ್ತ್ರದ ನಿಯಮಗಳಿಗನುಸಾರವಾಗಿ ಆಡಳಿತ ನಡೆಸಿದರು. ರಾಜನೇ ಕಾರ್ಯಾಂಗ ಹಾಗೂ ನ್ಯಾಯಾಂಗದ ಮುಖ್ಯಸ್ಥನಾಗಿದ್ದನು. ಸೇನಾ ಪಡೆಗಳ ಪ್ರಧಾನ ದಂಡನಾಯಕನೂ ಅವನೇ ಆಗಿದ್ದನು. ದಕ್ಷಿಣ ಭಾರತವನ್ನು ಆಕ್ರಮಿಸುವ ವಿದೇಶಿಯರಾದ ಶಕರ ಪ್ರಯತ್ನವನ್ನು ಶಾತವಾಹನರು ಯಶಸ್ವಿಯಾಗಿ ತಡೆದರು.

ಉತ್ತರಾಧಿಕಾರಿಯ ನೇಮಕಕ್ಕೆ ಸಂಬಂಧಿಸಿದಂತೆ ಹಿಂದೂ ಧರ್ಮಶಾಸ್ತ್ರಗಳ ನಿಯಮಗಳನ್ನು ಪಾಲಿಸಲಾಗುತ್ತಿತ್ತು. ರಾಜನ ಹಿರಿಯ ಮಗ ಉತ್ತರಾಧಿಕಾರಿಯಾಗಿ ನೇಮಕಗೊಳ್ಳುತ್ತಿದ್ದನು. ಅರಸ ಅಪ್ರಾಪ್ತನಾಗಿದ್ದರೆ ಅವನ ಪರವಾಗಿ ಅವನ ತಾಯಿ ಆಡಳಿತ ನಿರ್ವಹಿಸುತ್ತಿದ್ದಳು. ಗೌತಮೀಬಾಲಶ್ರೀ, ನಾಗನಿಕ ಮೊದಲಾದ ರಾಣಿಯರು ಈ ರೀತಿ ಆಡಳಿತ ಜವಾಬ್ದಾರಿ ನಿರ್ವಹಿಸಿದ ಬಗ್ಗೆ ದಾಖಲೆಗಳಿವೆ.

ರಾಜನಿಗೆ ನೆರವಾಗಲು ಒಂದು ಮಂತ್ರಿಮಂಡಲವಿದ್ದಿತು. ಅದರ ರಚನೆಯ ಬಗ್ಗೆ ಖಚಿತ ಮಾಹಿತಿಗಳು ಲಭ್ಯವಾಗಿಲ್ಲ. ಗೌತಮೀಪುತ್ರ ಶಾತಕರ್ಣಿಯ ಶಾಸನಗಳಲ್ಲಿ ಶಿವಗುಪ್ತ, ಶ್ಯಮಕ ಎಂಬ ಮಂತ್ರಿಗಳ ಬಗ್ಗೆ ಉಲ್ಲೇಖವಿದೆ. ಭೋಜರು, ಮಹಾಭೋಜರು, ಮಹಾರಥಿಗಳು, ಮಹಾಸೇನಾಪತಿಗಳು, ಅಮಾತ್ಯರು, ರಾಜಾಮಾತ್ಯರು, ಮಹಾಮಾತ್ರರು ಮೊದಲಾದ ಅಧಿಕಾರಿಗಳು ರಾಜನಿಗೆ ಆಡಳಿತದಲ್ಲಿ ನೆರವಾಗುತ್ತಿದ್ದರು.

ಪ್ರಾಂತ್ಯಾಡಳಿತ

ಸಾಮ್ರಾಜ್ಯವನ್ನು ಆಡಳಿತಾನುಕೂಲತೆಗಾಗಿ ಪ್ರಾಂತ್ಯಗಳಾಗಿ ವಿಭಾಗಿಸುವ ಮೌರ್ಯರ ಪದ್ಧತಿಯನ್ನು ಶಾತವಾಹನರೂ ಅನುಸರಿಸಿದರು. ಪ್ರಾಂತ್ಯಗಳನ್ನು **ಅಹರ** ಅಥವಾ **ರಾಷ್ಟ್ರ** ಎಂದು ಕರೆಯಲಾಗುತ್ತಿತ್ತು. ಶಾಸನಗಳಲ್ಲಿ ಅಂತಹ ಐದು ಅಹರಗಳ ಬಗ್ಗೆ ಪ್ರಸ್ತಾಪವಿದೆ. ಅವುಗಳು **ಗೋವರ್ಧನ ಅಹರ** (ನಾಸಿಕ್ ಪ್ರದೇಶ), **ಸೋಪಾರಕ ಅಹರ** (ಪಶ್ಚಿಮ ಕರಾವಳಿ) **ಮಮಲ ಆಹರ** (ಪುಣೆ, ಸತಾರ ಪ್ರದೇಶ), **ಶಾತವಾಹನೀಹಾರ** (ಬಳ್ಳಾರಿ ಪ್ರದೇಶ) ಮತ್ತು **ಕಪರಾಚರ ಅಹರ** (ಗುಜರಾತ್). ಅಮಾತ್ಯರು (ಅಮಚರು) ಈ ಅಹರಗಳ ಆಡಳಿತವನ್ನು ನಿರ್ವಹಿಸುತ್ತಿದ್ದರು. ಅಹರಗಳನ್ನು ನಿಗಮಗಳಾಗಿ ವಿಭಾಗಿಸಲಾಗಿತ್ತು. ಪ್ರತಿ ನಿಗಮವೂ ಹಲವಾರು ಗ್ರಾಮಗಳನ್ನು ಒಳಗೊಂಡಿತ್ತು. ನಿಗಮಗಳಲ್ಲಿ ನಿಗಮಸಭಾ ಎಂಬ ಜನಪ್ರತಿನಿಧಿ ಸಭೆಯಿದ್ದಿತು. ಶ್ರೀಮಂತರು ಹಾಗೂ ವರ್ತಕರು ಅವುಗಳ ಸದಸ್ಯರಾಗಿದ್ದರು. ಪ್ರತಿಯೊಂದು ನಗರದಲ್ಲೂ ನಿಗಮಸಭಾಗಳಿದ್ದವು. ಗ್ರಾಮಗಳ ಆಡಳಿತವನ್ನು ಗ್ರಾಮಿಕ ನಿರ್ವಹಿಸುತ್ತಿದ್ದನು. ರಾಜುಕರು ನ್ಯಾಯಾಧೀಶರಾಗಿ ಮತ್ತು ದಂಡಾಧಿಕಾರಿಗಳಾಗಿ ಕಾರ್ಯ ನಿರ್ವಹಿಸುತ್ತಿದ್ದರು.

ಶಾತವಾಹನರ ಕಾಲದಲ್ಲಿ ಬ್ರಾಹ್ಮಣರಿಗೆ ಹಾಗೂ ಬೌದ್ಧ ಬಿಕ್ಷುಗಳಿಗೆ ಭೂ ದತ್ತಿಗಳನ್ನು ನೀಡಲಾಗುತ್ತಿತ್ತು. **ದಖ್ಖಿನಿನಲ್ಲಿ ಈ ರೀತಿಯ ದತ್ತಿಗಳನ್ನು ನೀಡುವ ಪದ್ಧತಿಯನ್ನು ಮೊದಲಿಗೆ ಆರಂಭಿಸಿದವರೇ ಶಾತವಾಹನರು.**

ಶಾತವಾಹನರ ಸಾಮ್ರಾಜ್ಯದಲ್ಲಿ ಹಲವಾರು ಸಾಮಂತ ರಾಜ್ಯಗಳಿದ್ದವು. ಈ ಸಾಮಂತರು ಅಥವಾ ಮಾಂಡಲಿಕರಲ್ಲಿ ಮೂರು ವರ್ಗಗಳಿದ್ದವು. ಅವರು **ರಾಜಾ, ಮಹಾಭೋಜ** ಮತ್ತು **ಮಹಾರಥಿ**. ಮೊದಲ ವರ್ಗದ ಮಾಂಡಲಿಕರು **'ರಾಜಾ'** ಎಂದು ಕರೆಯಲ್ಪಡುತ್ತಿದ್ದು ನಾಣ್ಯ ಟಂಕಿಸುವ ಅಧಿಕಾರವನ್ನು ಹೊಂದಿದ್ದರು. ಅವರಿಗೆ ಬಹುತೇಕ ಅರಸರಿಗೆ ಸಮಾನವಾದ ಅಧಿಕಾರಗಳಿದ್ದವು. ಅನಂತರದ ಸ್ಥಾನದಲ್ಲಿದ್ದ ಮಹಾಭೋಜ ಹಾಗೂ ಮಹಾರಥಿಗಳು ಹೆಚ್ಚಾಗಿ ಸಾಮ್ರಾಜ್ಯದ ಪಶ್ಚಿಮ ಭಾಗದಲ್ಲಿದ್ದರು. ಅವರುಗಳು ಅಮಾತ್ಯರಿಗಿಂತ ಹೆಚ್ಚಿನ ಅಧಿಕಾರಗಳನ್ನು ಹೊಂದಿದ್ದರು. ಬನವಾಸಿಯ ಚುಟುಗಳು ಈ ವರ್ಗಕ್ಕೆ ಸೇರಿದ ಮಾಂಡಲಿಕರಾಗಿದ್ದರು. ಮಹಾರಥಿಗಳು ಪಶ್ಚಿಮ ಘಟ್ಟ ಪ್ರದೇಶದಲ್ಲೂ ಹಾಗೂ ಮಹಾಭೋಜರು ಉತ್ತರ ಕೊಂಕಣ ಭಾಗದಲ್ಲಿ ಆಡಳಿತ ನಿರ್ವಹಿಸುತ್ತಿದ್ದರು.

ಸಾಮಾಜಿಕ ಪರಿಸ್ಥಿತಿಗಳು

ಶಾತವಾಹನರ ಕಾಲದಲ್ಲಿ ಸಮಾಜವನ್ನು ಆರ್ಥಿಕ ಸ್ಥಿತಿಗತಿಗಳ ಆಧಾರದ ಮೇಲೆ ನಾಲ್ಕು ವರ್ಗಗಳಾಗಿ ವಿಭಾಗಿಸಲಾಗಿತ್ತು.

1) ಮೊದಲ ವರ್ಗದಲ್ಲಿ ಮಾಂಡಲಿಕರಾದ ಮಹಾಭೋಜರು, ಮಹಾರಥಿಗಳು, ಮಹಾಸೇನಾಪತಿಗಳು ಮೊದಲಾದ ಸರ್ಕಾರದ ಉನ್ನತಾಧಿಕಾರಿಗಳಿದ್ದರು.
2) ಎರಡನೇ ವರ್ಗದಲ್ಲಿ ಕೆಳಮಟ್ಟದ ಅಧಿಕಾರಿಗಳಾದ ಅಮಾತ್ಯರು, ಮಹಾಮಾತ್ರರು ಹಾಗೂ ಅಧಿಕಾರೇತರರಾದ ವರ್ತಕ, ವಾಣಿಜ್ಯ ಸಂಘಗಳ ಮುಖ್ಯಸ್ಥರು ಮತ್ತಿತರರು ಸೇರಿದ್ದರು.
3) ಮೂರನೆಯ ವರ್ಗವು ಮಧ್ಯಮವರ್ಗದವರಾದ ಬರಹಗಾರರು, ವೈದ್ಯರು, ಅಕ್ಕಸಾಲಿಗರು, ರೈತರು ಮೊದಲಾದವರನ್ನು ಒಳಗೊಂಡಿತ್ತು.
4) ನಾಲ್ಕನೇ ವರ್ಗದಲ್ಲಿ ಶ್ರಮಜೀವಿಗಳಾದ ಬಡಗಿಗಳು (ಮರದ ಕೆಲಸಮಾಡುವವರು) ಕಮ್ಮಾರರು, ತೋಟಗಾರರು, ಮೀನುಗಾರರು, ಕಾರ್ಮಿಕರು ಮೊದಲಾದವರು ಸೇರಿದ್ದರು.

ಜಾತಿ ಪದ್ಧತಿ

ದಕ್ಷಿಣ ಭಾರತದ ಆರ್ಯೀಕರಣ ಸಂಭವಿಸಿದ್ದು ಈ ಕಾಲದಲ್ಲೇ. ಮಹರ್ಷಿ ಅಗಸ್ತ್ಯರು ವೈದಿಕ ಧರ್ಮವನ್ನು ದಕ್ಷಿಣಕ್ಕೆ ತಂದರೆಂದು ಭಾವಿಸಲಾಗಿದೆ. ಶಾತವಾಹನರ ಕಾಲದಲ್ಲಿ ಉತ್ತರದಲ್ಲಿದ್ದ ಚತುರ್ವರ್ಣ ಪದ್ಧತಿ ದಕ್ಷಿಣದಲ್ಲಿ ಅಸ್ತಿತ್ವಕ್ಕೆ ಬಂದಿತು. ಹೀಗಾಗಿ ಸಮಾಜದಲ್ಲಿ ಬ್ರಾಹ್ಮಣ, ಕ್ಷತ್ರಿಯ, ವೈಷ್ಯ ಹಾಗೂ ಶೂದ್ರ ಎಂಬ ನಾಲ್ಕು ಜಾತಿಗಳು ಅಸ್ತಿತ್ವದಲ್ಲಿದ್ದವು. ಆದರೆ ಜಾತಿಯ ಕಟ್ಟಳೆಗಳು ಕಠಿಣವಾಗಿರಲಿಲ್ಲ. ವೃತ್ತಿ ಬದಲಾವಣೆಗೆ ಅವಕಾಶಗಳಿದ್ದವು. ಸ್ವತಃ ಶಾತವಾಹನರು ತಾವು ಬ್ರಾಹ್ಮಣರೆಂದು ಹೇಳಿಕೊಂಡಿದ್ದರೂ ಕ್ಷತ್ರಿಯರ ವೃತ್ತಿಯನ್ನು ಕೈಗೊಂಡಿದ್ದರು. ವರ್ಣಸಂಕರವನ್ನು ತಡೆದದ್ದು ಗೌತಮೀಪುತ್ರ ಶಾತಕರ್ಣಿಯ ಹೆಗ್ಗಳಿಕೆಯೆಂದು ನಾಸಿಕ್ ಶಾಸನದಲ್ಲಿ ಹೇಳಲಾಗಿದೆ. ಬ್ರಾಹ್ಮಣರು ಹಾಗೂ ವೈಷ್ಯರು

ಮಂತ್ರಿಗಳಾಗಿ, ಸೇನಾಧಿಪತಿಗಳಾಗಿ ನೇಮಕಗೊಂಡು ಹೆಚ್ಚಿನ ಸ್ಥಾನಮಾನ ಹಾಗೂ ಸವಲತ್ತುಗಳನ್ನು ಪಡೆದಿದ್ದರು. ಬ್ರಾಹ್ಮಣರಿಗೆ ಸಮಾಜದಲ್ಲಿ ಗಣ್ಯ ಸ್ಥಾನವಿದ್ದಿತು. ಸರ್ಕಾರ ನೀಡಿದ ದಾನ, ದತ್ತಿಗಳ ಫಲಾನುಭವಿಗಳು ಅವರೇ ಆಗಿದ್ದರು. ಆದಾಗ್ಯೂ ಸಾಮಾಜಿಕ ವ್ಯವಸ್ಥೆ ಎಷ್ಟು ಉದಾರವಾಗಿದ್ದಿತೆಂದರೆ ಶಕರು, ಯವನರು, ಪಹ್ಲವರು ಮೊದಲಾದ ವಿದೇಶಿಯರು ಹಿಂದೂ ಸಮಾಜದಲ್ಲಿ ಐಕ್ಯಗೊಂಡರು. ಅವರುಗಳು ವೀರರಾಗಿದ್ದು ಹೋರಾಟದ ಬದುಕನ್ನು ಆಯ್ದುಕ್ಕೊಂಡಿದ್ದರಿಂದ ಕ್ಷತ್ರಿಯ ಜಾತಿಗೆ ಸೇರಿದರು. ಅವರುಗಳು ಧರ್ಮದೇವ, ಅಗ್ನಿವರ್ಮ, ಉಷವದತ್ತ ಮೊದಲಾದ ಹೆಸರುಗಳನ್ನು ಪಡೆದರು. ಅಪಾರ ಸಂಖ್ಯೆಯ ವಿದೇಶೀಯರು ಬೌದ್ಧ ಧರ್ಮವನ್ನು ಸ್ವೀಕರಿಸಿದರು. ಕ್ಷತ್ರಿಯರು ವೈಶ್ಯರ ವೃತ್ತಿಯನ್ನು ಆಯ್ಕೆ ಮಾಡಿಕೊಂಡ ದೃಷ್ಟಾಂತಗಳಿವೆ.

ಈ ಅವಧಿಯಲ್ಲಿ ವೃತ್ತಿ ಆಧಾರಿತ ಹೊಸ ಜಾತಿಗಳು ಅಸ್ತಿತ್ವಕ್ಕೆ ಬಂದವು. ಅವುಗಳಲ್ಲಿ ಗೊಲ್ಲಿಕರು, ಕೋಲಿಕರು (ನೇಕಾರರು) ಹಲಿಕರು (ಬೇಸಾಯಗಾರ) ಸೇಥಿಗಳು (ವ್ಯಾಪಾರಿಗಳು) ಗಧಿಕರು (ಔಷಧ ತಯಾರಕರು) ಚರ್ಮಕಾರ (ಮೋಚಿಗಳು) ಮೊದಲಾದ ವೃತ್ತಿಪರ ಜಾತಿಗಳ ಬಗ್ಗೆ ಶಾಸನಗಳಲ್ಲಿ ಪ್ರಸ್ತಾಪವಿದೆ.

ಮಹಿಳೆಯರ ಸ್ಥಾನಮಾನ

ಶಾತವಾಹನರ ಕಾಲದಲ್ಲಿ ಮಹಿಳೆಯರಿಗೆ ಗೌರವದ ಸ್ಥಾನವಿದ್ದಿತು. ಅವರು ಹಿಂದಿಗಿಂತಲೂ ಹೆಚ್ಚಿನ ಸ್ವಾತಂತ್ರ್ಯವನ್ನು ಈ ಕಾಲದಲ್ಲಿ ಪಡೆದಿದ್ದಂತೆ ತೋರುತ್ತದೆ. ಅವರಿಗೆ ಶಿಕ್ಷಣ ಪಡೆಯುವ ಅವಕಾಶಗಳಿದ್ದವು. ಅವರಿಗೆ ತಮ್ಮದೇ ಆಸ್ತಿಯನ್ನು ಹೊಂದುವ ಅವಕಾಶವಿತ್ತು. ರಾಜಕುಟುಂಬಕ್ಕೆ ಸೇರಿದ ಮಹಿಳೆಯರು ಆಡಳಿತದಲ್ಲಿ ಪಾಲ್ಗೊಳ್ಳುತ್ತಿದ್ದರು. ಉದಾಹರಣೆಗೆ ಒಂದನೇ ಶಾತಕರ್ಣಿ ಮರಣಹೊಂದಿದಾಗ ಅವನ ಮಕ್ಕಳು ಅಪ್ರಾಪ್ತರಾಗಿದ್ದರಿಂದ ಅವನ **ರಾಣಿ ನಾಗನಿಕ** ಆಡಳಿತ ಜವಾಬ್ದಾರಿಯನ್ನು ನಿರ್ವಹಿಸಿದಳು. ಮಾತೆಯರಿಗೆ ಅಪಾರವಾದ ಗೌರವವಿತ್ತು. ಹಲವು ಅರಸರು ತಮ್ಮ ಹೆಸರಿನ ಹಿಂದೆ ತಮ್ಮ ತಾಯಿ ಹೆಸರನ್ನು ಸೇರಿಸಿಕೊಂಡಿರುವುದು ಕಂಡು ಬಂದಿದೆ. ಉದಾಹರಣೆಗೆ **ಗೌತಮೀಪುತ್ರ, ವಾಸಿಷ್ಠೀಪುತ್ರ, ಕೌಶಿಕಿಪುತ್ರ** ಮೊದಲಾದವು. ಮಹಿಳೆಯರು ಪುರುಷರೊಂದಿಗೆ ಧಾರ್ಮಿಕ ಕ್ರಿಯೆಗಳಲ್ಲಿ ಪಾಲ್ಗೊಳ್ಳುತ್ತಿದ್ದರು. ಅಲ್ಲದೆ ಗಂಡಂದಿರ ಅಧಿಕಾರ ಸ್ಥಾನಗಳೊಂದಿಗೆ ತಮ್ಮನ್ನು ಸಮೀಕರಿಸಿಕೊಳ್ಳುತ್ತಿದ್ದರು. ಅವರುಗಳು ತಮ್ಮನ್ನು ಮಹಾಸೇನಾಪತಿನಿ, ಮಹಾಭೋಜಿಕಿ, ಭೋಜಿಕಿ, ಮಹಾರಥಿನಿ ಎಂಬುದಾಗಿ ಕರೆದುಕೊಳ್ಳುತ್ತಿದ್ದರು. ಮಹಾಭೋಜಿ ಹಾಗೂ ಮಹಾರಥಿನಿಯರು ನೀಡಿದ ದಾನ ದತ್ತಿಗಳ ಬಗ್ಗೆ ಕಾರ್ಲೆ ಮತ್ತು ಕುಡ ಶಾಸನಗಳಲ್ಲಿ ಪ್ರಸ್ತಾಪವಿದೆ.

ಶಾತವಾಹನರ ಕಾಲದಲ್ಲಿ ಅಂತರ ಧರ್ಮ ವಿವಾಹಗಳು ನಡೆದ ಬಗ್ಗೆ ಮಾಹಿತಿಯಿದೆ. ರಾಜ ವಾಸಿಷ್ಠೀಪುತ್ರ ಪುಲುಮಾವಿ ಶಕರ ದೊರೆ ರುದ್ರದಾಮನ್‌ನ ಮಗಳನ್ನು ವಿವಾಹವಾಗಿದ್ದನು. **ಅನುಲೋಮ** ಹಾಗೂ **ಪ್ರತಿಲೋಮ** ವಿವಾಹಗಳಿಗೂ ಅವಕಾಶವಿದ್ದಿತು. ಇಂತಹ ವಿವಾಹಗಳಿಂದಾಗಿ ಹೊಸ ಮಿಶ್ರ ಜಾತಿಗಳು ಹುಟ್ಟಿಕೊಂಡವು. ಅವುಗಳು ವೈದೇಯ, ಅವಂತ್ಯ, ಸತ್‌ವಂತ್ ಮೊದಲಾದವು. ಈ ಕಾಲದಲ್ಲಿ ಅವಿಭಕ್ತ ಕುಟುಂಬ ಪದ್ಧತಿ ರೂಢಿಯಲ್ಲಿತ್ತು. ರಾಜರುಗಳ ಹೆಸರಿನ ಜೊತೆಗೆ ಅವರ ತಾಯಿಯರ ಹೆಸರುಗಳು ಸೇರಿದ್ದರೂ ಕೂಡ ಶಾತವಾಹನರ ಕಾಲದಲ್ಲಿ ಪಿತೃಪ್ರಧಾನ ಕುಟುಂಬ ವ್ಯವಸ್ಥೆ ರೂಡಿಯಲ್ಲಿದ್ದಿತು.

ಈ ಕಾಲದ ಶಿಲ್ಪಗಳು ಜನರ ವೇಷ, ಆಭರಣಗಳು ಮೊದಲಾದವುಗಳ ಬಗ್ಗೆ ಅರಿಯಲು ಸಹಾಯಕವಾಗಿವೆ. ಜನರು ಮಿತವಾಗಿ ಬಟ್ಟೆಯನ್ನು ತೊಡುತ್ತಿದ್ದರು. ಆದರೆ ಅವರು ಆಭರಣ ಪ್ರಿಯರಾಗಿದ್ದು ಬಳೆ, ಕಿವಿಯುಂಗರ, ಕೈಯುಂಗರ, ಕಡಗಗಳು, ಒಂಕಿ, ಒಡ್ಯಾಣ ಮೊದಲಾದ ಆಭರಣಗಳನ್ನು ಧರಿಸುತ್ತಿದ್ದರು.

ಆರ್ಥಿಕ ಸ್ಥಿತಿಗತಿಗಳು

ಶಾತವಾಹನರ ಕಾಲದಲ್ಲಿ ಕೃಷಿ ಜನರ ಮುಖ್ಯ ವೃತ್ತಿಯಾಗಿತ್ತು. ಕೃಷಿ ಕ್ಷೇತ್ರಕ್ಕೆ ಶಾತವಾಹನರು ಅಪಾರ ಪ್ರೋತ್ಸಾಹ ನೀಡಿದರು. ಭೂಕಂದಾಯ ಸರ್ಕಾರದ ಮುಖ್ಯ ಆದಾಯ ಮೂಲವಾಗಿತ್ತು. ಕಬ್ಬಿಣದ ಭಾಗಗಳನ್ನು ಒಳಗೊಂಡ ಕೃಷಿ ಉಪಕರಣಗಳ ಬಳಕೆ ಈ ಕಾಲದಲ್ಲಿ ಆರಂಭವಾಯಿತು.

ವ್ಯಾಪಾರ ಮತ್ತು ವಾಣಿಜ್ಯ ಕ್ಷೇತ್ರದಲ್ಲಿ ಈ ಕಾಲದಲ್ಲಿ ಅಪಾರವಾದ ಪ್ರಗತಿಯಾಯಿತು. ದಕ್ಷಿಣ ಭಾರತ ಮತ್ತು ರೋಮನ್ ಸಾಮ್ರಾಜ್ಯದ ನಡುವಿನ ವ್ಯಾಪಾರ ಗಣನೀಯವಾಗಿ ಹೆಚ್ಚಿತು. ಪ್ರಾರಂಭದಲ್ಲಿ ಬಹುತೇಕ ವಿದೇಶ ವ್ಯಾಪಾರ ಭೂಮಾರ್ಗಗಳ ಮೂಲಕ ನಡೆಯುತ್ತಿತ್ತು. ಕ್ರಿ.ಶ. ಒಂದನೇ ಶತಮಾನದ ನಂತರ ಈ ವ್ಯಾಪಾರ ಸಮುದ್ರ ಮಾರ್ಗದ ಮೂಲಕ ನಡೆಯಿತು.

ಭೂಮಧ್ಯ ಸಮುದ್ರ ಪ್ರದೇಶದಿಂದ ವ್ಯಾಪಾರಿ ಹಡಗುಗಳು ಭಾರತದ ಬ್ರೋಚ್, ಅರಿಕಮೇಡು, ತಾಮ್ರಲಿಪ್ತಿ, ಸೋಪಾರ, ಕಲ್ಯಾಣ, ಚೌಲ್, ಅಮ್ರಿಕ (ಮಲಬಾರ್ ತೀರ) ಮೊದಲಾದ ಬಂದರುಗಳಿಗೆ ಆಗಮಿಸುತ್ತಿದ್ದವು. ಯವನರ (ಗ್ರೀಕರು) ಹಡಗುಗಳು ವ್ಯಾಪಾರದ ಸರಕುಗಳೊಂದಿಗೆ ಪೂರ್ವ ಕರಾವಳಿಯ ಕಾವೇರಿ ಪಟ್ಟಣಂಗೆ ಆಗಮಿಸುತ್ತಿದ್ದ ಬಗ್ಗೆ ಸಂಗಮ್ ಸಾಹಿತ್ಯದಲ್ಲಿ ಪ್ರಸ್ತಾಪವಿದೆ. **'ಪೆರಿಪ್ಲಸ್ ಆಫ್ ದಿ ಎರಿಥ್ರಿಯನ್ ಸೀ'** ಎಂಬ ಗ್ರಂಥದಲ್ಲಿ ಪ್ರತಿಷ್ಠಾನ ಮತ್ತು ತಗರ ಮುಖ್ಯ ವಾಣಿಜ್ಯ ಕೇಂದ್ರಗಳಾಗಿದ್ದವೆಂದು ಹೇಳಲಾಗಿದೆ. ರೋಮನ್ನರು ಮುಖ್ಯವಾಗಿ ಮೆಣಸು ಸೇರಿದಂತೆ ಸಾಂಬಾರ ಪದಾರ್ಥಗಳು, ಸುಗಂಧ ದ್ರವ್ಯಗಳು, ಮಸ್ಲಿನ್ ಬಟ್ಟೆ, ಕಾರ್ನೀಲಿಯಂ (ಅಮೂಲ್ಯ ರತ್ನಗಳು), ದಂತ, ಸಕ್ಕರೆ, ನೀಲಿ, ತೆಂಗಿನಕಾಯಿ ಮೊದಲಾದವನ್ನು ದಕ್ಷಿಣ ಭಾರತದಿಂದ ಆಮದು ಮಾಡಿಕೊಳ್ಳುತ್ತಿದ್ದರು. ಈ ನೇರ ವ್ಯಾಪಾರವನ್ನು **'ಟರ್ಮಿನಲ್ ಟ್ರೇಡ್'** ಎಂದು ಕರೆಯಲಾಗಿದೆ. ಇದಲ್ಲದೆ ಕೆಲವು ವಸ್ತುಗಳನ್ನು ಉದಾಹರಣೆಗೆ ಚೀನಾದ ರೇಷ್ಮೆಯನ್ನು ಭಾರತದ ಮೂಲಕ ತರಿಸಿಕೊಳ್ಳುತ್ತಿದ್ದರು. ಇದನ್ನು **'ಟ್ರಾನ್ಸಿಟ್ ಟ್ರೇಡ್'** ಎಂದು ಕರೆಯಲಾಗಿದೆ. ಅಂತೆಯೇ ರೋಮನ್ನರು ಭಾರತಕ್ಕೆ ವೈನ್, ಪ್ಯಾಪಿರಸ್, ತಾಮ್ರ, ತವರ, ಸೀಸ, ಕೆಂಪು ಹವಳ, ಗಾಜು ಮೊದಲಾದವನ್ನು ರಫ್ತು ಮಾಡುತ್ತಿದ್ದರು. ರೋಮನ್ನರ ಚಿನ್ನ ಮತ್ತು ಬೆಳ್ಳಿಯ ನಾಣ್ಯಗಳನ್ನು ಭಾರತಕ್ಕೆ ಆಮದು ಮಾಡಿಕೊಳ್ಳಲಾಗುತ್ತಿತ್ತು. ಈ ಸಾಗರೋತ್ತರ ವ್ಯಾಪಾರವು ದಕ್ಷಿಣ ಭಾರತಕ್ಕೆ ಲಾಭದಾಯಕವಾಗಿದ್ದಿತು. ರೋಮನ್ ಸಾಮ್ರಾಜ್ಯದ ಚಿನ್ನ ಮತ್ತು ಬೆಳ್ಳಿ ಭಾರಿ ಪ್ರಮಾಣದಲ್ಲಿ ದಕ್ಷಿಣ ಭಾರತದ ಪಾಲಾಗುತ್ತಿದ್ದ ಬಗ್ಗೆ ಪ್ಲಿನಿ ತನ್ನ ವಿಷಾದವನ್ನು ವ್ಯಕ್ತಪಡಿಸಿದ್ದಾನೆ. ದಕ್ಷಿಣ ಭಾರತದ ವಿವಿಧ ಸ್ಥಳಗಳಲ್ಲಿ ಅಪಾರ ಸಂಖ್ಯೆ ರೋಮನ್ನರ ನಾಣ್ಯಗಳು ಪತ್ತೆಯಾಗಿವೆ. ವ್ಯಾಪಾರದ ವೃದ್ಧಿಯಿಂದಾಗಿ ಎಲ್ಲ ಸೌಲಭ್ಯಗಳನ್ನು ಹೊಂದಿದ್ದ ನಗರಗಳು ಬೆಳೆದವು. ನದಿ ಪಾತ್ರಗಳಲ್ಲಿ ಹಲವಾರು ನೂತನ ಜನವಸತಿಗಳು ತಲೆ ಎತ್ತಿದ್ದವು.

ವೃತ್ತಿ ಸಂಘಗಳು

ಈ ಅವಧಿಯಲ್ಲಿ ವಿವಿಧ ವೃತ್ತಿಗಳ ಜನರು ತಮ್ಮದೆ ವೃತ್ತಿ ಸಂಘಗಳನ್ನು ಕಟ್ಟಿಕೊಂಡಿದ್ದರು. ಅವುಗಳನ್ನು **ಶ್ರೇಣಿ, ನಿಕಾಯ, ನಿಗಮ** ಎಂದು ಕರೆಯಲಾಗುತ್ತಿತ್ತು. ಧಾನ್ಯ ಮಾರಾಟಗಾರರು, ತೈಲ ಉತ್ಪಾದಕರು, ಕುಶಲಕರ್ಮಿಗಳು, ಕುಂಬಾರರು, ನೇಕಾರರು, ಮೊದಲಾದವರು ತಮ್ಮದೇ ಸಂಘಗಳನ್ನು ಹೊಂದಿದ್ದರು. ಧಾನ್ಯ ಮಾರಾಟಗಾರರ **ಧಾನಿಕ ಶ್ರೇಣಿಯ** ಬಗ್ಗೆ ಜುನ್ನಾರ್ ಶಾಸನದಲ್ಲಿ ಹಾಗೂ ನೇಕಾರರ **ಕೋಲಿಕ ನಿಕಾಯದ** ಬಗ್ಗೆ ನಾಸಿಕ್‌ನ ಒಂದು ಶಾಸನದಲ್ಲಿ ಉಲ್ಲೇಖವಿದೆ. ಶ್ರೇಣಿಗಳು ಆಧುನಿಕ ಬ್ಯಾಂಕ್‌ಗಳಂತೆ ಕಾರ್ಯ ನಿರ್ವಹಿಸುತ್ತಿದ್ದವು. ಸದಸ್ಯರು ಅವುಗಳಿಂದ ಸಾಲ ಪಡೆಯಬಹುದಿತ್ತು ಹಾಗೂ ತಮ್ಮ ಹಣವನ್ನು ಠೇವಣಿ ಇಡಬಹುದಾಗಿತ್ತು. ಅಂತಹ ಠೇವಣಿಗಳಿಗೆ ವರ್ಷಕ್ಕೆ ಶೇ. 2 ರಿಂದ 12 ರಷ್ಟು ಬಡ್ಡಿ ನೀಡಲಾಗುತ್ತಿತ್ತು. ಶಕರ ದೊರೆ ಉಷವದತ್ತ ಕೂಡ ಇಂತಹ ಶ್ರೇಣಿಗಳಲ್ಲಿ ಠೇವಣಿ ಇಟ್ಟಿದ್ದನು. ವೃತ್ತಿ ಸಂಘಗಳ ವ್ಯವಹಾರ ಪ್ರಾಮಾಣಿಕವಾಗಿರುತ್ತಿದ್ದು ಜನರ ನಂಬಿಕೆ ಗಳಿಸಿದ್ದವು. ನಾಸಿಕ್, ಪೈಠಾಣ, ತಗರ, ಜುನ್ನಾರ್ ಮೊದಲಾದವು ಪ್ರಮುಖ ಧಾನ್ಯ ಮಾರುಕಟ್ಟೆಗಳಾಗಿದ್ದವು. ಪೂರ್ವಕರಾವಳಿಯ ಬಂದರುಗಳ ಮೂಲಕ ಆಗ್ನೇಯ ಏಷ್ಯಾದ ಮಲಯ ಪರ್ಯಾಯ ದ್ವೀಪದೊಂದಿಗೆ ವ್ಯಾಪಾರ ಸಂಪರ್ಕ ಸ್ಥಾಪಿಸಿಕೊಳ್ಳಲಾಗಿತ್ತು. ಯಜ್ಞಶ್ರೀ ಶಾತಕರ್ಣಿಯ ನಾಣ್ಯಗಳ ಮೇಲೆ ಹಡಗಿನ ಚಿತ್ರವಿದೆ. ಸಾರಿಗೆ ಮತ್ತು ಸಂಪರ್ಕ ವ್ಯವಸ್ಥೆ ಉತ್ತಮವಾಗಿತ್ತು. ವರ್ತಕರು ಹಾಗೂ ಜನಸಾಮಾನ್ಯರು ಸ್ಥಳದಿಂದ ಸ್ಥಳಕ್ಕೆ ಮುಕ್ತವಾಗಿ ಸಂಚರಿಸಬಹುದಿತ್ತು. ಜನರು ನೆಮ್ಮದಿಯ ಜೀವನ ನಡೆಸುತ್ತಿದ್ದರು.

ನಾಣ್ಯಗಳು

ಶಾತವಾಹನರು ಚಿನ್ನ, ಬೆಳ್ಳಿ, ಸೀಸ, ತಾಮ್ರ ಮೊದಲಾದ ಲೋಹಗಳ ನಾಣ್ಯಗಳನ್ನು ಟಂಕಿಸಿದರು. ಬೆಳ್ಳಿಯ ನಾಣ್ಯಗಳನ್ನು **'ಕಾರ್ಷಪಣ'** ಎಂದು ಕರೆಯಲಾಗುತ್ತಿತ್ತು. ಕಾರ್ಷಪಣ 146 ಗ್ರೇನ್ ತೂಗುತ್ತಿತ್ತು. ಅಂತಹ 35 ಬೆಳ್ಳಿಯ ನಾಣ್ಯಗಳು ಒಂದು ಚಿನ್ನದ ನಾಣ್ಯಕ್ಕೆ ಸಮನಾಗಿದ್ದವು. ಬಹುಶಃ ಸೀಸದ ನಾಣ್ಯಗಳು ಹೆಚ್ಚು ಪ್ರಮಾಣದಲ್ಲಿ ಚಲಾವಣೆಯಲ್ಲಿದ್ದವು. ಹೀಗಾಗಿ ಅವುಗಳು ಹೆಚ್ಚು ಸಂಖ್ಯೆಯಲ್ಲಿ ದೊರೆತಿವೆ. ಇವುಗಳ ಜೊತೆಗೆ ರೋಮನ್ನರ ದಿನಾರ್‌ಗಳೂ ಚಲಾವಣೆಯಲ್ಲಿದ್ದವು. **'ರಾಜರುಗಳ ಭಾವಚಿತ್ರಗಳಿರುವ ನಾಣ್ಯಗಳನ್ನು ಚಲಾವಣೆಗೆ ತಂದ ಭಾರತದ ಅರಸರಲ್ಲಿ ಶಾತವಾಹನರೆ ಮೊದಲಿಗರು.** ಗೌತಮೀಪುತ್ರ ಈ ಪದ್ಧತಿ ಆರಂಭಿಸಿದನು. ಇದು ಕ್ಷತ್ರಪರ ಅನುಕರಣೆಯಾಗಿತ್ತು. ಶಾತವಾಹನರ ನಾಣ್ಯಗಳು ಏಕರೂಪದಲ್ಲಿರಲಿಲ್ಲ ಅವುಗಳು ವೃತ್ತಾಕಾರ, ಚೌಕಕಾರ ಹಾಗೂ ಆಯತಾಕಾರದಲ್ಲಿದ್ದವು. ಒಂದು ಮುಖದಲ್ಲಿ ಪ್ರಾಕೃತ ಭಾಷೆಯನ್ನು ಮತ್ತೊಂದು ಮುಖದಲ್ಲಿ ದ್ರಾವಿಡ ಭಾಷೆ (ತೆಲುಗು, ತಮಿಳು) ಯನ್ನು ಬಳಸಲಾಗಿದೆ.

ಧಾರ್ಮಿಕ ಪರಿಸ್ಥಿತಿಗಳು

ಶಾತವಾಹನರ ಕಾಲದಲ್ಲಿ ವೈದಿಕ ಧರ್ಮವು ಜನಪ್ರಿಯವಾಯಿತು. ವೈದಿಕ ಸಂಪ್ರದಾಯಗಳ ಆಚರಣೆಯೂ ಜನಪ್ರಿಯವಾಯಿತು. ಶಾತವಾಹನ ಅರಸರು **ರಾಜಸೂಯ, ಅಶ್ವಮೇಧ** ಮೊದಲಾದ ಯಾಗಗಳನ್ನು ಆಚರಿಸಿದ ಬಗ್ಗೆ ಉಲ್ಲೇಖಗಳಿವೆ. ಅವರು ಹಿಂದೂ ಧರ್ಮವಲಂಬಿಗಳಾಗಿದ್ದು ಹಿಂದೂ ಧರ್ಮವನ್ನು ಪ್ರೋತ್ಸಾಹಿಸಿದರು. ಅರಸರೇ ಬ್ರಾಹ್ಮಣ ರಾಗಿದ್ದರಿಂದ ಬ್ರಾಹ್ಮಣರಿಗೆ ಸಹಜವಾಗಿಯೇ ಪ್ರಾಮುಖ್ಯತೆ ದೊರೆಯಿತು. ಹಾಲನ **'ಗಾಥಾಸಪ್ತಶತಿ'** ಶಿವಸ್ತುತಿಯೊಂದಿಗೆ ಪ್ರಾರಂಭವಾಗುತ್ತದೆ. ಇಂದ್ರ, ವಾಸುದೇವ, ಸೂರ್ಯ, ಚಂದ್ರ, ಶಿವ, ವಿಷ್ಣು, ಗಣೇಶ ಮೊದಲಾದ ದೇವರುಗಳ ಆರಾಧನೆ ರೂಢಿಯಲ್ಲಿತ್ತು. ಗಾಥಾಸಪ್ತಶತಿಯಲ್ಲಿ ಗೌರಿಯ ದೇವಾಲಯವೊಂದರ ಪ್ರಸ್ತಾಪವಿದೆ. ಮಾತೃದೇವತೆಯ ಆರಾಧನೆ ಜನಪ್ರಿಯವಾಗಿದ್ದಂತೆ ತೋರುತ್ತದೆ. **ಗುಲ್ಬರ್ಗಾ ಜಿಲ್ಲೆಯ ಸನ್ನತಿ ಶಕ್ತಿದೇಪತೆಯ ಆರಾಧನೆಯ ಕೇಂದ್ರವಾಗಿತ್ತು. ತಾಳಗುಂದದಲ್ಲಿರುವ ಪ್ರಣವೇಶ್ವರ ದೇವಾಲಯ** ಈ ಕಾಲದಲ್ಲೇ ನಿರ್ಮಾಣವಾಯಿತು. ಈ ದೇವಾಲಯದಲ್ಲಿ ಶಾತಕರ್ಣಿ ಪೂಜಿಸುತ್ತಿದ್ದನು ಎಂದು ತಾಳಗುಂದ ಶಾಸನದಲ್ಲಿ ಹೇಳಲಾಗಿದೆ. ಹಿಂದೂ ಧರ್ಮ ಈ ಕಾಲದಲ್ಲಿ ಉದಾರವಾಗಿದ್ದರಿಂದ ಹಲವಾರು ವಿದೇಶೀಯರು ಹಿಂದೂಧರ್ಮ ಸ್ವೀಕರಿಸಿ ತಮ್ಮ ಪ್ರತ್ಯೇಕ ಅಸ್ತಿತ್ವ ಕಳೆದುಕೊಂಡರು.

ಶಾತವಾಹನರು ಉದಾರ ಧಾರ್ಮಿಕ ನೀತಿ ಅನುಸರಿಸಿದರು. ಬೌದ್ಧಧರ್ಮಕ್ಕೆ ಅವರು ಅಪಾರ ಪ್ರೋತ್ಸಾಹ ನೀಡಿದರು. ಮೋನಾಸ್ಪರಿಗಳು, ಚೈತ್ಯಾಲಯಗಳು, ಸ್ತೂಪಗಳು ಅಪಾರ ಸಂಖ್ಯೆಯಲ್ಲಿ ನಿರ್ಮಾಣವಾದವು. ಬೌದ್ಧ ಸಂಘಗಳಿಗೆ ಶಾತವಾಹನರು ನೀಡಿದ ದಾನದತ್ತಿಗಳ ಬಗ್ಗೆ ಶಾಸನಗಳಲ್ಲಿ ಉಲ್ಲೇಖವಿದೆ. ಶ್ರೀಮಂತ ವರ್ತಕರು ಚೈತ್ಯ ಮತ್ತು ವಿಹಾರಗಳನ್ನು ನಿರ್ಮಿಸಿದರು. ಬನವಾಸಿ (ವೈಜಯಂತಿ) ಯ ವರ್ತಕ ಬೂತಪಾಲಶೆಟ್ಟಿ ಕಾರ್ಲೆಯಲ್ಲಿ ಪ್ರಸಿದ್ಧವಾದ ಚೈತ್ಯಾಲಯ ನಿರ್ಮಿಸಿದನು. ಉಷವದತ್ತ ಎಂಬ ಶಕರ ದೊರೆಯು ಬೌದ್ಧ ಸನ್ಯಾಸಿಗಳಿಗೆ ಆರ್ಥಿಕ ನೆರವು ಒದಗಿಸಲು ವೃತ್ತಿ ಸಂಘವೊಂದರಲ್ಲಿ ಎರಡು ಠೇವಣಿಗಳನ್ನು ಇಟ್ಟಿದ್ದನೆಂದು ನಾಸಿಕ್ ಶಾಸನದಲ್ಲಿ ಹೇಳಲಾಗಿದೆ. ಕಾರ್ಲೆ, ನಾಸಿಕ್, ಅಮರಾವತಿ, ಜಗ್ಗಯಪೇಟೆ, ನಾಗಾರ್ಜುನಕೊಂಡ ಮೊದಲಾದ ಕಡೆ ಬೌದ್ಧ ಸ್ಮಾರಕಗಳು ನಿರ್ಮಾಣವಾದವು. ಬೇರೆ ಧರ್ಮಗಳಿಗೆ ಸೇರಿದ ಜನರೂ ಸ್ತೂಪಗಳು, ವಿಹಾರಗಳ ನಿರ್ಮಾಣಕ್ಕೆ ಧನಸಹಾಯ ಮಾಡುತ್ತಿದ್ದರು. **ಪ್ರೋ.ಕೆ.ಎ. ನೀಲಕಂಠ ಶಾಸ್ತ್ರಿಯವರ** ಪ್ರಕಾರ ಬೌದ್ಧ ಧರ್ಮದ ಹಲವು ಪಂಥಗಳು ಜನಪ್ರಿಯವಾಗಿದ್ದವು. ಕನ್ಹೇರಿ, ನಾಸಿಕ್‌ನಲ್ಲಿ **ಭಂದ್ಯಾಪಂಥೀಯರು,** ಕಾರ್ಲೆಯಲ್ಲಿ **ಮಹಾಸಂಘಿಕರು,** ಸೋಪಾರ ಮತ್ತು ಜುನ್ನಾರ್‌ನಲ್ಲಿ **ಧರ್ಮಾತ್ತರಿಯರು,** ಅಮರಾವತಿಯಲ್ಲಿ **ಚೇತಕಿಯರು** ಹಾಗೂ ನಾಗಾರ್ಜುನಕೊಂಡದಲ್ಲಿ **ಪೂರ್ವಾಸಿಲರು** ನೆಲೆಸಿದ್ದರು. ಕರ್ನಾಟಕದ ಸನ್ನತಿಯಲ್ಲಿ ಬೌದ್ಧ ಸ್ತೂಪಗಳ ಅವಶೇಷಗಳು ಹಾಗೂ ನೂರಾರು ಬೌದ್ಧ ಶಿಲ್ಪಗಳು ಸಿಕ್ಕಿವೆ.

ಜೈನಧರ್ಮವು ಬೌದ್ಧಧರ್ಮಕ್ಕೂ ಮೊದಲೇ ದಖ್ಖನ್ ಪ್ರವೇಶಿಸಿತ್ತು. ದಿಗಂಬರ ಜೈನ ಯತಿ ಕುಂದಕುಂದಾಚಾರ್ಯ ಈ ಕಾಲದಲ್ಲಿ ಜೀವಿಸಿದ್ದನು. ಈತ ಶಾತವಾಹನರಿಗೆ ಗುರುವಾಗಿದ್ದನು.

ಸಾಹಿತ್ಯ

ಶಾತವಾಹನರು ಸಾಹಿತ್ಯದ ಮಹಾ ಪೋಷಕರಾಗಿದ್ದರು. ಈ ಕಾಲದಲ್ಲಿ ಪ್ರಾಕೃತ ಸಾಹಿತ್ಯ ಅಪಾರವಾಗಿ ಬೆಳೆಯಿತು. ಆದರೆ ದೊರೆತಿರುವ ಕೃತಿಗಳ ಸಂಖ್ಯೆ ಕಡಿಮೆ. ಈ ಕಾಲದ ಎಲ್ಲ ಶಾಸನಗಳು ಪ್ರಾಕೃತ ಭಾಷೆಯಲ್ಲಿ ರಚನೆಯಾಗಿದೆ. ಶಾತವಾಹನ ದೊರೆ ಹಾಲ **"ಗಾಥಾಸಪ್ತಶತಿ"** ಎಂಬ ಕೃತಿಯನ್ನು ಮಹಾರಾಷ್ಟ್ರೀ ಪ್ರಾಕೃತದಲ್ಲಿ ರಚಿಸಿದನು. ಇದು 700 ಶೃಂಗಾರ ಕವಿತೆಗಳ ಸಂಗ್ರಹವಾಗಿದ್ದು ಆರ್ಯ ಛಂದಸ್ಸಿನಲ್ಲಿದೆ. **ಇದನ್ನು ಬಾಣಭಟ್ಟನು ಒಂದು ಮೇರುಕೃತಿ ಎಂದು ಪ್ರಶಂಸಿಸಿದ್ದಾನೆ.** ಈ ಕೃತಿಯಲ್ಲಿ ಹಲವಾರು ಕನ್ನಡ ಶಬ್ದಗಳು ಬಳಕೆಯಾಗಿರುವುದನ್ನು ಕನ್ನಡ ವಿದ್ವಾಂಸರು ಗುರುತಿಸಿದ್ದಾರೆ. ಕನ್ನಡ ಕೇವಲ ವ್ಯವಹಾರಿಕ ಭಾಷೆಯಾಗಿರದೆ ಸಾಹಿತ್ಯ ಭಾಷೆಯೂ ಆಗಿದ್ದಿರಬೇಕೆಂದು **ಗೋವಿಂದ ಪೈ** ಹೇಳಿದ್ದಾರೆ. ಗುಣಾಢ್ಯ ಈ ಕಾಲದ ಬಹಳ ದೊಡ□ಸಾಹಿತಿ. ಈತನು ಪೈಶಾಚಿ ಪ್ರಾಕೃತದಲ್ಲಿ **"ಬೃಹತ್ ಕಥಾ"** ಎಂಬ ಕೃತಿಯನ್ನು ರಚಿಸಿದನು. ಇದು ಕುತೂಹಲಕಾರಿ ಕಥೆಗಳ ಸಂಗ್ರಹವಾಗಿದೆ. ಆದರೆ ಇದರ ಮೂಲಕೃತಿ ಲಭ್ಯವಾಗಿಲ್ಲ. ಮುಂದೆ ಕ್ಷೇಮೇಂದ್ರ ಇದನ್ನು ಸಂಸ್ಕೃತಕ್ಕೆ ಭಾಷಾಂತರಿಸಿದನು. ಕುಂದಕುಂದಾಚಾರ್ಯ ಶ್ರೇಷ್ಠ ಪ್ರಾಕೃತ ವಿದ್ವಾಂಸನಾಗಿದ್ದು ಜೈನ ಧರ್ಮಕ್ಕೆ ಸಂಬಂಧಿಸಿದ **'ರಾಯನಸಾರ'**, **'ಸಮಯಸಾರ'**, **'ಪ್ರವಚನಸಾರ'** ಮೊದಲಾದ ಕೃತಿಗಳನ್ನು ಪ್ರಾಕೃತದಲ್ಲಿ ರಚಿಸಿದನು. ಈ ಕಾಲದ ಪ್ರಾಕೃತ ಶಾಸನಗಳಲ್ಲಿ ಕನ್ನಡದ ಕೆಲವು ಶಬ್ದಗಳು ಬಳಕೆಯಾಗಿರುವುದು ಕಂಡುಬಂದಿದೆ. ಶಾತವಾಹನರ ಮಂತ್ರಿಯಾಗಿದ್ದ ಸರ್ವವರ್ಮ ಅತ್ಯಂತ ಸರಳವಾದ **"ಕಾತಂತ್ರ"** ಎಂಬ ವ್ಯಾಕರಣವನ್ನು ಸಂಸ್ಕೃತದಲ್ಲಿ ರಚಿಸಿದನು. **ಶಾತವಾಹನರು ಸಂಸ್ಕೃತಕ್ಕಿಂತ ಜನಸಾಮಾನ್ಯರ ಭಾಷೆಯಾಗಿದ್ದ ಪ್ರಾಕೃತ ಭಾಷೆಗೆ ಹೆಚ್ಚು ಪ್ರೋತ್ಸಾಹ ನೀಡಿದರು.**

ಕಲೆ ಮತ್ತು ವಾಸ್ತುಶಿಲ್ಪ

ಶಾತವಾಹನರು ಕಲೆ ಮತ್ತು ವಾಸ್ತುಶಿಲ್ಪಕ್ಕೆ ಅಪಾರವಾದ ಪ್ರೋತ್ಸಾಹ ನೀಡಿದರು. ಅವರ ಕಾಲದಲ್ಲಿ ಬೌದ್ಧಕಲೆ ಮತ್ತು ವಾಸ್ತುಶಿಲ್ಪ ದೊಡ್ಡ ಪ್ರಮಾಣದಲ್ಲಿ ಬೆಳೆಯಿತು. ಬೌದ್ಧ ಸ್ತೂಪಗಳು, ವಿಹಾರಗಳು ಹಾಗೂ ಚೈತ್ಯಾಲಯಗಳು ಅಪಾರ ಸಂಖ್ಯೆಯಲ್ಲಿ ನಿರ್ಮಾಣವಾದವು.

ಆಂಧ್ರ ಪ್ರದೇಶದ ಗೋಲಿ, ಜಗ್ಗಯಪೇಟೆ, ಭಟ್ಟಿಪ್ರೋಲು, ಘಂಟಸಾಲ, ಅಮರಾವತಿ, ನಾಗಾರ್ಜುನಕೊಂಡ ಮೊದಲಾದ ಸ್ಥಳಗಳಲ್ಲಿ ಸುಂದರವಾದ ಬೌದ್ಧ ಸ್ತೂಪಗಳು ನಿರ್ಮಾಣವಾದವು. ಇವುಗಳು ತಮ್ಮ ಮೂಲ ರೂಪವನ್ನು ಬಹುತೇಕ ಕಳೆದುಕೊಂಡಿವೆ. ಬುದ್ಧನ ಅಥವಾ ಅವನ ಪ್ರಮುಖ ಶಿಷ್ಯರಿಗೆ ಸಂಬಂಧಿಸಿದ ಸ್ಮಾರಕ ವಸ್ತುಗಳನ್ನು ಪ್ರತಿಷ್ಠಾಪಿಸಲು ಸ್ತೂಪಗಳನ್ನು ನಿರ್ಮಿಸಲಾಗುತ್ತಿತ್ತು. **ಅಮರಾವತಿಯಲ್ಲಿರುವ ಬೌದ್ಧ ಸ್ತೂಪ ಇಡೀ ದಕ್ಷಿಣ ಭಾರತದಲ್ಲೇ ಅತ್ಯಂತ ದೊಡ್ಡದು.** ತಳಭಾಗದಲ್ಲಿ ಅದರ ಸುತ್ತಳತೆ ಸುಮಾರು 53 ಮೀಟರ್‌ಗಳು. ಗುಮ್ಮಟದ ಸುತ್ತ ಪ್ರದಕ್ಷಿಣ ಪಥವಿದೆ. ಸ್ತೂಪದ ಎತ್ತರ ಸುಮಾರು 33 ಮೀಟರ್‌ಗಳು. ಈ ಸ್ತೂಪವು ಇಂದು ಶಿಥಿಲಾವಸ್ಥೆಯಲ್ಲಿದೆ. ಅಮರಾವತಿ ಸೇರಿದಂತೆ ಇತರ ಸ್ತೂಪಗಳಲ್ಲಿ ಬುದ್ಧನ ಬದುಕಿನ ಘಟನೆಗಳ ಶಿಲ್ಪಗಳನ್ನು ಹೊಂದಿರುವ ಕಲ್ಲಿನ ಚಪ್ಪಡಿಗಳನ್ನು ಸ್ತೂಪಗಳಿಗೆ ಅಳವಡಿಸಲಾಗಿದೆ. ಅಮರಾವತಿ ಶೈಲಿಯಲ್ಲಿ ಕೆತ್ತಲ್ಪಟ್ಟಿರುವ ಬುದ್ಧನ ವಿಗ್ರಹಗಳು ಅತ್ಯಂತ ಸುಂದರವಾಗಿವೆ. **ಗಾಂಧಾರ ಶೈಲಿಯಲ್ಲಿ ಗುರುವಾಗಿದ್ದ ಬುದ್ಧ ಮಥುರಾದಲ್ಲಿ ಸ್ಥಳೀಯ ಯೋಗಿಯ ರೂಪ ಪಡೆದನು. ಅಮರಾವತಿಯಲ್ಲಿ ಅವನು ಧರ್ಮೋಪದೇಶ ಮಾಡುವ, ಪೂಜೆಯನ್ನು ಸ್ವೀಕರಿಸುವ ಭಗವದ್ ಸ್ವರೂಪಿಯಾಗಿ ಪರಿವರ್ತನೆಗೊಂಡಿದ್ದಾನೆ.**

ಶಾತವಾಹನ ಕಾಲದಲ್ಲಿ ಅಪಾರ ಸಂಖ್ಯೆಯ ವಿಹಾರಗಳು ಹಾಗೂ ಚೈತ್ಯಾಲಯಗಳು ನಿರ್ಮಾಣವಾದವು. ಇವುಗಳನ್ನು ಭಾರಿ ಗಾತ್ರದ ಬಂಡೆಗಳನ್ನು ಕೊರೆದು ನಿರ್ಮಿಸಲಾಗಿದೆ. ನಾಸಿಕ್, ಕಾರ್ಲೆ, ಅಜಂತ, ಜುನ್ನಾರ್, ಕನ್ಹೇರಿ ಮೊದಲಾದ ಸ್ಥಳಗಳಲ್ಲಿ ಇವುಗಳನ್ನು ಕಾಣಬಹುದಾಗಿದೆ. ವಿಹಾರಗಳು ಬೌದ್ಧ ಭಿಕ್ಷುಗಳ ವಸತಿಗಳಾಗಿದ್ದವು. ಚೈತ್ಯಾಲಯಗಳು ಬೌದ್ಧರ ಧ್ಯಾನ ಹಾಗೂ ಪ್ರಾರ್ಥನಾ ಮಂದಿರಗಳಾಗಿದ್ದವು. ಚೈತ್ಯ ಆಯತಾಕಾರದ ಉದ್ದವಾದ ಹಜಾರವನ್ನು ಒಳಗೊಂಡಿದೆ. ಈ ಹಜಾರದ ಎರಡೂ ಬದಿಯಲ್ಲಿ ಸುಂದರ ಕೆತ್ತನೆಗಳುಳ್ಳ ಕಂಬಗಳ ಸಾಲುಗಳಿವೆ. ಪ್ರತಿ ಸಾಲಿನಲ್ಲೂ 15 ಕಂಬಗಳಿವೆ. ಚೈತ್ಯಾಲಯ ವಾಸ್ತವದಲ್ಲಿ ಬೌದ್ಧರ ದೇವಾಲಯ. ಚೈತ್ಯದ ಹಿಂಭಾಗವು ಗಜಪುಷ್ಠಾಕಾರದಲ್ಲಿರುತ್ತದೆ. ಇದರ ಮೇಲ್ಛಾವಣಿ ಅರೆ ಪಿಪಾಯಿಯ ಆಕಾರದಲ್ಲಿರುತ್ತದೆ. **ಕಾರ್ಲೆಯ ಚೈತ್ಯಾಲಯ ಭಾರತದಲ್ಲೇ ಅತ್ಯಂತ ದೊಡ್ಡದು** ಮತ್ತು ಸುಂದರವಾದುದು. ಇದರ ಹಜಾರ 124 ಅಡಿ ಉದ್ದ, 44 1/2 ಅಡಿ ಅಗಲ ಹಾಗೂ 45 ಅಡಿ ಎತ್ತರವಾಗಿದೆ. ಈ ಹಜಾರದ ಹಿಂಭಾಗದ ಗೋಡೆಯಿಂದ ಸ್ವಲ್ಪ ಮುಂದಕ್ಕೆ ಒಂದು ಶಿಲಾಸ್ತೂಪವಿದೆ. ಇದು ಹೀನಯಾನ ಬೌದ್ಧ ಪಂಥಕ್ಕೆ ಸೇರಿದ್ದಾಗಿದೆ.

ವಿಹಾರಗಳು ಸಾಮಾನ್ಯವಾಗಿ ಚೈತ್ಯಾಲಯಗಳ ಸಮೀಪದಲ್ಲೇ ಇರುತ್ತವೆ. ವಿಹಾರವು ಕೂಡ ಬಂಡೆಯನ್ನು ಕೊರೆದು ನಿರ್ಮಿಸಿದ್ದಾಗಿದೆ. ಇದು ಒಂದೇ ಬಾಗಿಲಿರುವ ವಿಶಾಲವಾದ ಹಜಾರ. ಈ ಹಜಾರದ ಸುತ್ತಲೂ ಸಣ್ಣ ಸಣ್ಣ ಕೋಣೆಗಳನ್ನು ಕೊರೆಯಲಾಗಿದೆ. ಇವು ಭಿಕ್ಷುಗಳ ಕೋಣೆಗಳು. ಕನ್ಹೇರಿಯ ವಿಹಾರಗಳಲ್ಲಿ ನೂರಾರು ಕೊಠಡಿಗಳನ್ನು ಕೊರೆಯಲಾಗಿದೆ. ಈ ಎಲ್ಲ ಸ್ಮಾರಕಗಳಲ್ಲಿ ಬುದ್ಧನ ಸುಂದರವಾದ ವಿಗ್ರಹಗಳಿವೆ. ಅಜಂತಾ ಗುಹಾಲಯಗಳ ನಿರ್ಮಾಣ ಕಾರ್ಯ ಈ ಕಾಲದಲ್ಲೇ ಆರಂಭವಾಯಿತು.

ಶಾತವಾಹನರ ಕಾಲದಲ್ಲಿ ಅಶೋಕನ ಕಾಲದ ಹಲವಾರು ಸ್ತೂಪಗಳನ್ನು ಜೀರ್ಣೋದ್ಧಾರ ಮಾಡಲಾಯಿತು. ಸಾಂಚಿ ಸ್ತೂಪದ ದಕ್ಷಿಣದ ದ್ವಾರ ರಾಜ ಶಾತಕರ್ಣಿಯ ಕಾಲದಲ್ಲಿ ನಿರ್ಮಾಣವಾಯಿತು. ಕರ್ನಲ್ ಮೆಕೆಂಜಿ ಮತ್ತು ಸರ್. ವಾಲ್ಟರ್ ಈಲಿಯೆಟ್ ಶಾತವಾಹನರ ಕಾಲದ ಶಿಥಿಲಾವಸ್ಥೆಯಲ್ಲಿದ್ದ ಸ್ತೂಪಗಳ ಅವಶೇಷಗಳ ಶೋಧನಾ ಕಾರ್ಯ ಕೈಗೊಂಡರು. ಈಲಿಯಟ್ ಹಲವಾರು ಸುಂದರಶಿಲ್ಪಗಳನ್ನು ಪತ್ತೆ ಹಚ್ಚಿದರು. ಅವುಗಳನ್ನು **'ಈಲಿಯಟ್ ಮಾರ್ಬಲ್ಸ್'** ಎಂದು ಕರೆಯಲಾಗಿದೆ. ಅವುಗಳನ್ನು ಈಗ ಚೆನ್ನೈ ಮ್ಯೂಸಿಯಮ್‌ನಲ್ಲಿ ಇಡಲಾಗಿದೆ.

ಶಾತವಾಹನರ ಕಾಲದಲ್ಲಿ ಭಾರತದಿಂದ ರೋಮನ್ ಸಾಮ್ರಾಜ್ಯದ ಪ್ರಸಿದ್ಧ ಪಾಂಪೆ ನಗರಕ್ಕೆ ತೆಗೆದುಕೊಂಡು ಹೋಗಿದ್ದ ಲಕ್ಷ್ಮಿಯ ವಿಗ್ರಹವೊಂದು 1938ರಲ್ಲಿ ಪತ್ತೆಯಾಗಿದೆ. ದಂತದಿಂದ ಕೆತ್ತಲಾಗಿರುವ ಈ ಚಿಕ್ಕ ವಿಗ್ರಹ ಕೇವಲ 25 ಸೆಂಟಿಮೀಟರ್ ಎತ್ತರವಾಗಿದೆ. ಅತ್ಯಂತ ಸುಂದರವಾಗಿರುವ ಈ ವಿಗ್ರಹ ದೇವಿ ಲಕ್ಷ್ಮಿಯನ್ನು ಹೋಲುತ್ತದೆ. ಪಾಂಪೆ ನಗರದಲ್ಲಿ ಪತ್ತೆಯಾಗಿರುವುದರಿಂದ ಅದನ್ನು **'ಪಾಂಪೆ ಲಕ್ಷ್ಮಿ'** ವಿಗ್ರಹವೆಂದು ಕರೆಯಲಾಗಿದೆ. ಇದು ಈಗ ಇಟಲಿಯ ನೇಪಲ್ಸ್ ನಗರದ ನ್ಯಾಷನಲ್ ಆರ್ಕಿಯಲಾಜಿಕಲ್ ಮ್ಯೂಸಿಯಮ್‌ನಲ್ಲಿದೆ. ಈ ವಿಗ್ರಹದ ಮೇಲಿರುವ ಖರೋಷ್ಠಿ

ಲಿಪಿಯ ಆಧಾರದ ಮೇಲೆ ಅದು ಗಾಂಧಾರ ಪ್ರದೇಶದಿಂದ ಶಾತವಾಹನರ ವ್ಯಾಪಾರ ಮಾರ್ಗದ ಮೂಲಕ ರೋಮನ್ನರ ಪಾಂಪೆ ನಗರವನ್ನು ತಲುಪಿರಬಹುದೆಂದು ಊಹಿಸಲಾಗಿದೆ.

ಶಾತವಾಹನರ ಕಾಲದಲ್ಲಿ ಕ್ರಿ.ಪೂ. ಒಂದನೇ ಶತಮಾನದಿಂದ ಕ್ರಿ.ಶ. 2ನೇ ಶತಮಾನದ ನಡುವಿನ ಅವಧಿಯಲ್ಲಿ ಒರಿಸ್ಸಾದ ಭುವನೇಶ್ವರದ ಸಮೀಪ ಉದಯಗಿರಿ ಮತ್ತು ಖಂಡಗಿರಿಯ ಬೆಟ್ಟಗಳಲ್ಲಿ ಹಲವಾರು ಜೈನ ಗುಹಾಲಯಗಳು ನಿರ್ಮಾಣವಾದವು. ಇವುಗಳನ್ನು ಸ್ಥಳೀಯರು ಗುಂಫಗಳು ಎಂದು ಕರೆಯುತ್ತಾರೆ. ಆದರೆ ಈ ಪ್ರದೇಶ ಶಾತವಾಹನರ ಆಳ್ವಿಕೆಗೆ ಒಳಪಟ್ಟಿರಲಿಲ್ಲ.

ಮಾದರಿ ಪ್ರಶ್ನೆಗಳು

ಒಂದು ಅಂಕದ ಪ್ರಶ್ನೆಗಳು

1. ಶಾತವಾಹನ ವಂಶದ ಮೂಲ ಪುರುಷ ಯಾರು ?
2. ನಾಣೇಘಾಟ್ ಶಾಸನ ಯಾರ ಆದೇಶದ ಪ್ರಕಾರ ರಚನೆಯಾಯಿತು ?
3. ಗೌತಮೀಪುತ್ರ ಶಾತಕರ್ಣಿಯ ಸಾಧನೆಗಳ ಬಗ್ಗೆ ಮಾಹಿತಿ ನೀಡುವ ಶಾಸನ ಯಾವುದು?
4. ಅರಸರ ಭಾವಚಿತ್ರಗಳಿರುವ ನಾಣ್ಯಗಳನ್ನು ಚಲಾವಣೆಗೆ ತಂದ ಭಾರತದ ಮೊದಲ ರಾಜವಂಶ ಯಾವುದು ?
5. ಭಾರತದ ಅತ್ಯಂತ ದೊಡ್ಡ ಬೌದ್ಧ ಚೈತ್ಯಾಲಯ ಎಲ್ಲಿದೆ ?
6. 'ಗಾಥಾ ಸಪ್ತಶತಿ' ಎಂಬ ಪ್ರಾಕೃತ ಕೃತಿಯನ್ನು ರಚಿಸಿದ ಶಾತವಾಹನ ದೊರೆ ಯಾರು ?

ಕಿರು ಉತ್ತರದ ಪ್ರಶ್ನೆಗಳು

1. ಶಾತವಾಹನರ ಕಾಲದ ಭಾರತ ಮತ್ತು ರೋಮನ್ ಸಾಮ್ರಾಜ್ಯದ ನಡುವಿನ ವ್ಯಾಪಾರ ಸಂಬಂಧಗಳನ್ನು ಕುರಿತು ಟಿಪ್ಪಣಿ ಬರೆಯಿರಿ.
2. ನಾಸಿಕ್ ಪ್ರಶಸ್ತಿ ಶಾಸನದ ಮಹತ್ವವನ್ನು ವಿವರಿಸಿ.

ದೀರ್ಘ ಉತ್ತರದ ಪ್ರಶ್ನೆಗಳು

1. ಗೌತಮೀಪುತ್ರ ಶಾತಕರ್ಣಿಯ ಸಾಧನೆಗಳನ್ನು ವಿವರಿಸಿ.
2. ಶಾತವಾಹನರ ಕಾಲದ ಸಾಂಸ್ಕೃತಿಕ ಬೆಳವಣಿಗೆಗಳನ್ನು ವಿವರಿಸಿ.

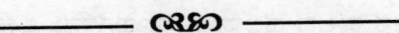

ಬನವಾಸಿಯ ಕದಂಬರು

Kadambas of Banavasi

ಕರ್ನಾಟಕದ ರಾಜ ವಂಶಗಳ ಪೈಕಿ ಮೊದಲನೆಯದು ಕದಂಬ ವಂಶ. ಈ ವಂಶದ ಅರಸರು ಅಂದರೆ ಕದಂಬರು ಕ್ರಿ.ಶ. 4ನೇ ಶತಮಾನದ ಪೂರ್ವಾರ್ಧದಲ್ಲಿ ವರದಾನದಿ ದಂಡೆಯ **ಬನವಾಸಿ** ಅಥವಾ **ವೈಜಯಂತಿ**ಯನ್ನು ರಾಜಧಾನಿಯಾಗಿ ಮಾಡಿಕೊಂಡು ಬಹುತೇಕ ಕರ್ನಾಟಕದ ಉತ್ತರ ಭಾಗವನ್ನು ಎರಡು ಶತಮಾನಗಳ ಕಾಲ ದಕ್ಷತೆಯಿಂದ ಆಳಿದರು. ಕುಂತಳ ದೇಶವೆಂದು ಕರೆಯಲ್ಪಡುತ್ತಿದ್ದ ಕರ್ನಾಟಕದ ಈ ಭಾಗ ರಾಷ್ಟ್ರಮಟ್ಟದ ರಾಜಕಾರಣದಲ್ಲಿ ಮೊದಲ ಬಾರಿಗೆ ಗುರುತಿಸಿಕೊಳ್ಳುವಂತಾದುದು ಇವರ ಕಾಲದಲ್ಲೇ. ಉತ್ತರ ಭಾರತದ ಪ್ರತಿಷ್ಠಿತ ಗುಪ್ತರಾಜವಂಶದೊಂದಿಗೆ ಹಾಗೂ ದಖ್ಖನಿನಲ್ಲಿ ದೊಡ್ಡ ಪ್ರಭುತ್ವ ಹೊಂದಿದ್ದ ವಾಕಾಟಕ ರಾಜವಂಶದೊಂದಿಗೆ ವೈವಾಹಿಕ ಸಂಬಂಧ ಸ್ಥಾಪಿಸಿಕೊಂಡ ಕದಂಬರು ತಮ್ಮ ವಂಶದ ಹಾಗೂ ಕರ್ನಾಟಕದ ಹಿರಿಮೆಯನ್ನು ಹೆಚ್ಚಿಸಿದರು. **ಸಿಂಹಲಾಂಛನವನ್ನು** ಹೊಂದಿದ್ದ ಕದಂಬರು ತಮ್ಮ ರಾಜಕೀಯ ಹಾಗೂ ಸಾಂಸ್ಕೃತಿಕ ಸಾಧನೆಗಳಿಂದಾಗಿ ಪ್ರಾಚೀನ ಕರ್ನಾಟಕದ ಚರಿತ್ರೆಯಲ್ಲಿ ಮಹತ್ವದ ಸ್ಥಾನ ಪಡೆದಿದ್ದಾರೆ.

ಮೂಲ

ಕರ್ನಾಟಕದ ಇತರ ರಾಜ ವಂಶಗಳ ಮೂಲದಂತೆ ಕದಂಬ ವಂಶದ ಮೂಲವು ನಿಗೂಢವಾಗಿಯೇ ಉಳಿದಿದೆ. ಈ ವಂಶದ ಚರಿತ್ರೆಯ ಅಧ್ಯಯನಕ್ಕೆ ಇರುವ ಮುಖ್ಯ ಆಧಾರವೆಂದರೆ ಶಾಸನಗಳು. ಶಾಸನಗಳಲ್ಲಿ ಕದಂಬರ ಮೂಲವನ್ನು ಕುರಿತಂತೆ ಹಲವು ದಂತಕಥೆಗಳು ಉಲ್ಲೇಖಗೊಂಡಿವೆ. ಅವುಗಳಲ್ಲಿ ಒಂದರ ಪ್ರಕಾರ **ಈ ವಂಶದ ಮೂಲ ಪುರುಷ ತ್ರಿಲೋಚನ ಕದಂಬ.** ತ್ರಿಪುರ ದಹನದ ನಂತರ ಶಿವ ವಿಶ್ರಮಿಸುತ್ತಿದ್ದಾಗ ಅವನ ಬೆವರಿನ ಹನಿಯೊಂದು ಕದಂಬ ವೃಕ್ಷದ ಕೆಳಗೆಬಿದ್ದು ಅದರಿಂದ ಈ ತ್ರಿಲೋಚನ ಜನಿಸಿದ್ದರಿಂದ ಅವನಿಗೆ ತ್ರಿಲೋಚನ ಕದಂಬ ಎಂಬ ಹೆಸರು ಬಂದಿತು. ಮುಂದೆ ಅವನ ವಂಶವೂ ಕದಂಬ ವಂಶವೆಂದು ಹೆಸರಾಯಿತು. ಈ ತ್ರಿಲೋಚನ ಕದಂಬನಿಗೆ ಮೂರು ಕಣ್ಣುಗಳಿದ್ದವೆಂದು ಹೇಳಲಾಗಿದೆ.

ಕದಂಬ ವಂಶದ ಅರಸನಾದ ಶಾಂತಿವರ್ಮನ ಕಾಲದ **ತಾಳಗುಂದ ಸ್ತಂಭ ಶಾಸನದ** (ಕ್ರಿ.ಶ. 450) ಪ್ರಕಾರ ಈ ವಂಶದ ಸ್ಥಾಪಕ ಮಯೂರಶರ್ಮನ ಮನೆಯ ಬಳಿ ಕದಂಬ ವೃಕ್ಷವಿದ್ದದ್ದರಿಂದ ಈತನ ವಂಶಕ್ಕೆ ಕದಂಬ ಎಂಬ ಹೆಸರು ಬಂದಿತು. ಕರ್ನಾಟಕದ ಕರಾವಳಿ ಹಾಗೂ ಘಟ್ಟ ಪ್ರದೇಶಗಳಲ್ಲಿ ಈಗಲೂ ಕುಟುಂಬದ ಹೆಸರುಗಳೊಂದಿಗೆ ಮರಗಳ ಹೆಸರು ಸೇರಿಕೊಂಡಿರುವುದನ್ನು ಖ್ಯಾತ ಸಂಶೋಧಕರಾದ ಡಾ.ಸೂರ್ಯನಾಥ ಕಾಮತ್ ಗುರುತಿಸಿದ್ದಾರೆ. ಆದ್ದರಿಂದ ಕದಂಬ ವೃಕ್ಷದಿಂದಾಗಿ ಮಯೂರಶರ್ಮನ ವಂಶಕ್ಕೆ ಕದಂಬ ವಂಶ ಎಂದು ಹೆಸರಾಯಿತು ಎಂಬುದು ವಾಸ್ತವಕ್ಕೆ ಹತ್ತಿರವಾಗಿದೆ ಎಂದು ಭಾವಿಸಬಹುದು. ತಾಳಗುಂದ ಶಾಸನದಲ್ಲಿರುವ ಮಾಹಿತಿ ವಾಸ್ತವಾಂಶದಿಂದ ಕೂಡಿದೆ ಎಂದು **ಡಾ.ಬಿ.ಎಲ್.ರೈಸ್** ಹೇಳಿದ್ದಾರೆ. ಅಲ್ಲದೆ **"ಕ್ಷತ್ರಿಯರ ವಿರುದ್ಧ ಬ್ರಾಹ್ಮಣರ ಹಿರಿಮೆಯನ್ನು ಎತ್ತಿ ತೋರಿಸುವ ಉದ್ದೇಶವೂ ಕಂಡುಬರುತ್ತದೆ"** ಎಂದು ರೈಸ್ ಹೇಳಿದ್ದಾರೆ. ಉಳಿದೆಲ್ಲ ಐತಿಹ್ಯಗಳನ್ನು ನಂಬಲರ್ಹವಾಗಿಲ್ಲ ಎಂದು ತಿರಸ್ಕರಿಸಲಾಗಿದೆ.

ಮಯೂರಶರ್ಮ

ಮಯೂರಶರ್ಮ ಕದಂಬ ವಂಶದ ಸ್ಥಾಪಕ. ಶಾಸನಗಳಲ್ಲಿ ಕದಂಬರನ್ನು **ಮಾನವ್ಯ ಗೋತ್ರಕ್ಕೆ** ಸೇರಿದವರೆಂದು, **ಹಾರೀತಿ ಪುತ್ರ**ರೆಂದು ವರ್ಣಿಸಲಾಗಿದೆ. ಮಯೂರಶರ್ಮ ಜನಿಸಿದ್ದು ಶಿವಮೊಗ್ಗ ಜಿಲ್ಲೆಯ ತಾಳಗುಂದದಲ್ಲಿ. ಈ ಪ್ರದೇಶ ಆಗ ಪಲ್ಲವರ ಅಧೀನದಲ್ಲಿದ್ದಿತು. ಶಾತವಾಹನರ ನಂತರ ಈ ಪ್ರದೇಶವನ್ನು ಚುಟುಗಳು ಆಳಿದರು. ಅನಂತರ ಈ ಭಾಗ ಪಲ್ಲವರ ಅಧೀನವಾಯಿತು. ಬ್ರಾಹ್ಮಣನಾಗಿದ್ದ ಮಯೂರಶರ್ಮನು ತನ್ನ ಅಜ್ಜ (ಗುಡ್ನಾಪುರ ಶಾಸನದ ಪ್ರಕಾರ – ಶೋಧಿಸಿದವರು ಶಾಸನ ತಜ್ಞ ಬಿ.ಆರ್ ಗೋಪಾಲ್) ವೀರಶರ್ಮನೊಂದಿಗೆ ವೇದಾಧ್ಯಯನಕ್ಕಾಗಿ ಕಂಚಿಯ ಘಟಿಕಾಸ್ಥಾನಕ್ಕೆ ತೆರಳಿದನು. ಆಗ ಕಂಚಿ ಪ್ರಸಿದ್ಧ ಶಿಕ್ಷಣ ಕೇಂದ್ರವೂ ಹಾಗೂ ಪಲ್ಲವರ ರಾಜಧಾನಿಯೂ ಆಗಿದ್ದಿತು. ಅಲ್ಲಿ ಮಯೂರಶರ್ಮ

ಹಾಗೂ ಪಲ್ಲವ ಅಶ್ವಸೈನಿಕನ ನಡುವೆ ಜಗಳವುಂಟಾಗಿ ಮಯೂರಶರ್ಮನಿಗೆ ತೀವ್ರ ಅವಮಾನವಾಯಿತು. ಈ ಅವಮಾನಕ್ಕೆ ಪ್ರತೀಕಾರ ಪಡೆಯಲು ನಿರ್ಧರಿಸಿದ ಮಯೂರಶರ್ಮ ನೇರವಾಗಿ ಉತ್ತರದ ಗಡಿಭಾಗಕ್ಕೆ ತರಳಿ ಅಲ್ಲಿ ತನ್ನದೇ ಒಂದು ಸೈನಿಕ ಪಡೆಯನ್ನು ಕಟ್ಟಿ ಪಲ್ಲವ ಗಡಿ ರಕ್ಷಕ ಪಡೆಯನ್ನು ಸೋಲಿಸಿ ಕರ್ನೂಲ್ ಸಮೀಪ **ಶ್ರೀಪರ್ವತ ಅಥವಾ ಶ್ರೀಶೈಲ** ಪ್ರದೇಶವನ್ನು ವಶಪಡಿಸಿಕೊಂಡನು. ಹೀಗೆ **"ದರ್ಭೆ ಹಿಡಿಯುವ ಕೈ ಅದನ್ನು ತ್ಯಜಿಸಿ ಹೊಳೆಯುವ ಖಡ್ಗವನ್ನು ಹಿಡಿಯಿತು"**ಎಂದು ತಾಳಗುಂದ ಶಾಸನದಲ್ಲಿ ಬರೆಯಲಾಗಿದೆ. ಶಾಸನದಲ್ಲಿ **"ಪಲ್ಲವಾಶ್ವಸಂಸ್ಥೇನ ಕಲಹೇನ : ತೀವ್ರೇನ ರೋಷಿತಃ"** ಎಂಬ ಶಬ್ಧ ಪ್ರಯೋಗವಿದೆ. ಅಂದರೆ ಪಲ್ಲವ ಅಶ್ವಸೈನಿಕನೊಂದಿಗೆ ಜಗಳದಿಂದಾಗಿ, ಅವಮಾನಿತನಾಗಿ ರೋಷದಿಂದ ಶ್ರೀಶೈಲ ಪರ್ವತ ಪ್ರದೇಶಕ್ಕೆ ತರಳಿ ಬಂಡಾಯ ಹೂಡಿ ಪಲ್ಲವರನ್ನು ಸೋಲಿಸಿದ್ದಲ್ಲದೆ ಪಲ್ಲವರ ಸಾಮಂತರಾದ ಬಾಣರು ಮೊದಲಾದವರಿಂದ ಕಪ್ಪ ವಸೂಲಿ ಮಾಡಿದನು. ಮಯೂರಶರ್ಮನನ್ನು ಹತ್ತಿಕ್ಕುವಲ್ಲಿ ವಿಫಲರಾದ ಪಲ್ಲವರು ಅವನೊಂದಿಗೆ ಹೊಂದಾಣಿಕೆ ಮಾಡಿಕೊಂಡು ಪಶ್ಚಿಮದ ಸಮುದ್ರದಿಂದ ಪ್ರೇಹಾರದವರೆಗಿನ ಪ್ರದೇಶದ ಮೇಲೆ ಅವನ ಅಧಿಕಾರಕ್ಕೆ ಮಾನ್ಯತೆ ನೀಡಿದರು. **ಪ್ರೇಹಾರವನ್ನು ಮಲಪ್ರಭಾ** ನದಿಯೆಂದು ಗುರುತಿಸಲಾಗಿದೆ.

ಚಂದ್ರವಳ್ಳಿ ಶಾಸನ ಮಯೂರಶರ್ಮನ ಕಾಲದ ಮುಖ್ಯ ಶಾಸನ. ಇದನ್ನು ಪ್ರಥಮ ಬಾರಿಗೆ ಓದಿದ ಡಾ.ಎಂ.ಎಚ್.ಕೃಷ್ಣ ಇದು ಪ್ರಾಕೃತ ಶಾಸನ ಎಂದು ತೀರ್ಮಾನಿಸಿದ್ದರು. ಅದರ ಪ್ರಕಾರ ಮಯೂರಶರ್ಮನು ಶ್ರೀಕೂಟ, ಅಭಿರ, ಪಲ್ಲವ, ಪಾರಿಯಾತ್ರಕ, ಶಕಸ್ತಾನ, ಮೋಕರಿ ಅಥವಾ ಮೌಖರಿ, ಪುನ್ನಾಟ ಹಾಗೂ ಸೇಂದ್ರಕರನ್ನು ಸೋಲಿಸಿದನೆಂದು ತಿಳಿಸಿದ್ದರು. ಆದರೆ ಇತ್ತೀಚೆಗೆ ಈ ಶಾಸನವನ್ನು ಮರು ಅಧ್ಯಯನಕ್ಕೆ ಒಳಪಡಿಸಿರುವ ಪ್ರೊ.ಬಿ. ರಾಜಶೇಖರಪ್ಪ ಸಂಪೂರ್ಣ ವಿರುದ್ಧವಾದ ಅಭಿಪ್ರಾಯ ವ್ಯಕ್ತಪಡಿಸಿದ್ದಾರೆ. ಇವರ ಪ್ರಕಾರ ಚಂದ್ರವಳ್ಳಿ ಶಾಸನ ಸಂಸ್ಕೃತ ಶಾಸನವಾಗಿದ್ದು ಇದರಲ್ಲಿ ಚಂದ್ರವಳ್ಳಿಯಲ್ಲಿ ಅವನು ಕೆರೆಯೊಂದನ್ನು ಕಟ್ಟಿಸಿದ ವಿಚಾರವನ್ನು ಬಿಟ್ಟರೆ ಬೇರೇನು ವಿವರಗಳಿಲ್ಲ ಎಂದು ಖಚಿತ ಪಡಿಸಿದ್ದಾರೆ. ಈ ನೂತನ ಅಧ್ಯಯನವನ್ನು ಆ. ಸುಂದರ. ಎಂ.ಎಂ. ಕಲಬುರ್ಗಿ, ಎಂ.ಚಿದಾನಂದಮೂರ್ತಿ ಮೊದಲಾದ ವಿದ್ವಾಂಸರು ಸಮರ್ಥಿಸಿದ್ದಾರೆ.

ಮಯೂರಶರ್ಮನ ಆಡಳಿತ ಕಾಲದ ಬಗ್ಗೆ ನಿರ್ದಿಷ್ಟವಾದ ಮಾಹಿತಿಗಳು ದೊರೆತಿಲ್ಲ. ಡಾ.ಪಿ.ಬಿ.ದೇಸಾಯ್ ಅವರು ಮಯೂರಶರ್ಮನು ಕ್ರಿ.ಶ. 325ರಿಂದ 345ರವರೆಗೆ 20 ವರ್ಷ ಆಳಿದನೆಂದು ಹೇಳಿದ್ದಾರೆ. ಪ್ರೊ. ಷೇಕ್ ಅಲಿ ಅವರ ಪ್ರಕಾರ ಮಯೂರಶರ್ಮ ಕ್ರಿ.ಶ 345ರಿಂದ360ರವರೆಗೆ ಆಳಿದನು. ಡಾ.ಜಿ.ಎಂ. ಮೊರೇಸ್, ಪ್ರೊ.ಕೆ.ಎ. ನೀಲಕಂಠಶಾಸ್ತ್ರಿ ಮೊದಲಾದವರ ಪ್ರಕಾರ ಸಮುದ್ರಗುಪ್ತನ ದಕ್ಷಿಣ ಭಾರತದ ದಂಡಯಾತ್ರೆಯ ನಂತರ ಅವನು ತನ್ನದೇ ಸ್ವಾತಂತ್ರ ರಾಜ್ಯ ಸ್ಥಾಪಿಸಿಕೊಂಡಿರಬಹುದು. ಗುಪ್ತ ಸಾಮ್ರಾಟ ಸಮುದ್ರಗುಪ್ತನು ಕ್ರಿ.ಶ. ಸುಮಾರು 345ರಲ್ಲಿ ದಕ್ಷಿಣ ಭಾರತದ ದಂಡಯಾತ್ರೆ ಕೈಗೊಂಡಿರಬಹುದು. ಅವನು ಕಂಚಿಯ ವಿಷ್ಣುಗೋಪನನ್ನು ಸೋಲಿಸಿದ್ದರ ಬಗ್ಗೆ ಅವನ **ಅಲಹಾಬಾದ್ ಪ್ರಶಸ್ತಿ** ಶಾಸನದಲ್ಲಿ ಉಲ್ಲೇಖವಿದೆ. ಈ ಸೋಲಿನಿಂದ ಪಲ್ಲವರ ಅಧಿಕಾರ ದುರ್ಬಲಗೊಂಡಾಗ ಮಯೂರಶರ್ಮ ತನ್ನ ಸ್ವಾತಂತ್ರ್ಯ ಘೋಷಿಸಿಕೊಂಡು ಅನಂತರ ಎರಡು ದಶಕಗಳವರೆಗೆ ಆಳಿದ್ದಿರಬಹುದು. ಸ್ವತಂತ್ರವಾಗಿ ಅಧಿಕಾರ ಆರಂಭಿಸಿದ ನಂತರ ಮಯೂರಶರ್ಮ ಬ್ರಾಹ್ಮಣ ಸೂಚಕವಾದ ಹೆಸರನ್ನು ಬಿಟ್ಟು ಕ್ಷತ್ರಿಯ ಸೂಚಕ ಹೆಸರನ್ನು ಪಡೆದನು. ಅಂದರೆ ಮಯೂರಶರ್ಮನು ಮಯೂರವರ್ಮನಾದನು. ಪಲ್ಲವರು ಅನಿವಾರ್ಯವಾಗಿ ಅವನ ಅಧಿಕಾರಕ್ಕೆ ಮಾನ್ಯತೆ ನೀಡಬೇಕಾಯಿತು. ಮಯೂರಶರ್ಮನು ಉತ್ತರದ **ಅಹಿಛತ್ರ**ದಿಂದ ಅಪಾರ ಸಂಖ್ಯೆಯ ಬ್ರಾಹ್ಮಣರನ್ನು ಕರೆಸಿಕೊಂಡು ಅವರನ್ನು ತಾಳಗುಂದದಲ್ಲಿ ನೆಲೆಗೊಳಿಸಿ ಸಕಲ ಸೌಕರ್ಯಗಳನ್ನು ಒದಗಿಸಿದನು. ಅವರೇ ಈಗ ಕರ್ನಾಟಕದ ಕೊಂಕಣ, ಮಲೆನಾಡು ಪ್ರದೇಶಗಳಲ್ಲಿ ನೆಲೆಸಿರುವ **ಹವ್ಯಕ ಬ್ರಾಹ್ಮಣರ ಪೂರ್ವಜರು** ಎಂದು ಹೇಳಲಾಗಿದೆ.

ಕಾಕುಸ್ಥವರ್ಮ (ಕ್ರಿ.ಶ.405–430)

ಮಯೂರವರ್ಮನ ನಂತರ ಕಂಗವರ್ಮ, ಭಗೀರಥವರ್ಮ ಮತ್ತು ರಘುವರ್ಮ ಆಳಿದರು. ಕಂಗವರ್ಮನ ಕಾಲದಲ್ಲಿ ವಾಕಾಟಕ ವಿಂಧ್ಯಸೇನನು ಕದಂಬರನ್ನು ಸೋಲಿಸಿ **'ಕುಂತಲಾಧೀಶ್ವರ"** ಎಂಬ ಬಿರುದು ಪಡೆದನು. ಡಾ.ಎ.ಎಸ್.ಆಲ್ಟೇಕರ್ ಪ್ರಕಾರ ಕದಂಬ ರಾಜ್ಯದ ಅಂದರೆ ಕುಂತಲದ ಹಲವಾರು ಪ್ರದೇಶಗಳು ವಾಕಾಟಕರ ವಶವಾಗಿರಬಹುದು. ಅನಂತರ ಆಳಿದ ಅವನ ಮಗ ಭಗೀರಥನನ್ನು ತಾಳಗುಂದ ಶಾಸನದಲ್ಲಿ **ಸಗರ ಚಕ್ರವರ್ತಿ** ಹೋಲಿಸಲಾಗಿದೆ. ಬಹುಶಃ ಈತ ಕದಂಬರ ಅಧಿಕಾರವನ್ನು ಪುನರ್‌ಸ್ಥಾಪಿಸಿದನು. ಇವನ ನಂತರ ಇವನ ಹಿರಿಯಮಗ ರಘುವರ್ಮ ಕೆಲಕಾಲ ಆಳಿದನು. ಅನಂತರ ಈತನ ಕಿರಿಯ ಸೋದರ ಅಂದರೆ ಭಗೀರಥನ ಎರಡನೇ ಮಗ ಕಾಕುಸ್ಥವರ್ಮ ಅಧಿಕಾರಕ್ಕೆ ಬಂದನು.

ಕಾಕುಸ್ಥವರ್ಮ ಕದಂಬ ವಂಶದ ಶ್ರೇಷ್ಠ ದೊರೆಗಳಲ್ಲೊಬ್ಬ, **"ಈತನ ಆಡಳಿತ ಕಾಲದಲ್ಲಿ ಕದಂಬ ವಂಶದ ಕೀರ್ತಿ ಅತ್ಯುನ್ನತ ಹಂತವನ್ನು ತಲುಪಿತು"** ಎಂದು **ಡಾ.ಮೋರೇಸ್** ಹೇಳಿದ್ದಾರೆ. ಈತನ ಮಗ ಶಾಂತಿವರ್ಮನ ಕಾಲದಲ್ಲಿ ರಚನೆಯಾದ ತಾಳಗುಂದ ಸ್ತಂಭ ಶಾಸನದಲ್ಲಿ ಕಾಕುಸ್ಥವರ್ಮನನ್ನು **"ಕದಂಬಕುಲ ಭೂಷಣ"** ಎಂದು ಮತ್ತು **"ಜನಪ್ರಿಯ ಅರಸರಲ್ಲಿ ಸೂರ್ಯನಂತಿದ್ದವನು"** ಎಂದು ವರ್ಣಿಸಲಾಗಿದೆ. ಮಹಾನ್ ಯೋಧನಾಗಿದ್ದ ಇವನು ತನ್ನ ಅಣ್ಣ ರಘುವರ್ಮನ ಕಾಲದಲ್ಲಿ ಯುವರಾಜನಾಗಿದ್ದು ಆಡಳಿತಾನುಭವ ಪಡೆದುಕೊಂಡಿದ್ದನು.

ಕಾಕುಸ್ಥವರ್ಮನ ಕಾಲದ ಮಹತ್ವದ ಬೆಳವಣಿಗೆಯೆಂದರೆ ಪ್ರಬಲ ರಾಜವಂಶಗಳೊಂದಿಗೆ ವೈವಾಹಿಕ ಸಂಬಂಧವನ್ನು ಸ್ಥಾಪಿಸಿಕೊಂಡು ಕದಂಬರ ಅಧಿಕಾರವನ್ನು ಸುಭದ್ರಗೊಳಿಸಿದ್ದು. ಉತ್ತರ ಭಾರತವನ್ನು ಆಳುತ್ತಿದ್ದ ಗುಪ್ತ ವಂಶದೊಂದಿಗೆ ರಕ್ತಸಂಬಂಧ ಬೆಳೆಸಿದ್ದು ಈತನ ರಾಜಕೀಯ ದೂರದೃಷ್ಟಿಗೆ ಉದಾಹರಣೆಯಾಗಿದೆ. ತನ್ನ ಒಬ್ಬ ಮಗಳನ್ನು **ಗುಪ್ತ ಸಾಮ್ರಾಟ ಕುಮಾರಗುಪ್ತನ ಮಗ ಸ್ಕಂದಗುಪ್ತನೊಂದಿಗೆ ವಿವಾಹ ಮಾಡಿದನು**. ಈ ಬಗ್ಗೆ **ತಾಳಗುಂದ ಶಾಸನ**ದಲ್ಲಿ ಉಲ್ಲೇಖವಿದೆ. ಅಲ್ಲದೆ ಇದರ ಬಗ್ಗೆ ಕಾಳಿದಾಸನ **"ಕುಂತಲೇಶ್ವರ ದೌತ್ಯಂ"** ಕಾವ್ಯದಲ್ಲಿ ಹಾಗೂ ಕವಿ ಭೋಜನ **"ಶೃಂಗಾರ ಪ್ರಕಾಶಿಕ"** ಎಂಬ ಕೃತಿಯಲ್ಲಿ ಪ್ರಸ್ತಾಪವಿದೆ. ಪ್ರಸಿದ್ಧ ಸಂಸ್ಕೃತ ಕವಿ ಕಾಳಿದಾಸ ಗುಪ್ತರ ಧೂತನಾಗಿ ಕಾಕುಸ್ಥವರ್ಮ ಆಸ್ಥಾನಕ್ಕೆ ಬಂದಿದ್ದನೆಂಬ ವಿಚಾರದಲ್ಲಿ ಸಂಶಯಗಳಿವೆ. ಕೆಲವು ವಿದ್ವಾಂಸರ ಪ್ರಕಾರ ದೂತನಾಗಿ ಬಂದಿದ್ದವನು ಸಂಸ್ಕೃತದ ಮೇರು ಕವಿ ಕಾಳಿದಾಸನಾಗಿರಲಿಲ್ಲ. ಅಲ್ಲದೆ ಈ ಧೂತನು ಯಾರ ಆಸ್ಥಾನಕ್ಕೆ ಬಂದಿದ್ದ ಎಂಬ ವಿಷಯದಲ್ಲೂ ಗೊಂದಲಗಳಿವೆ. ಕಾಕುಸ್ಥವರ್ಮ ತನ್ನ ಮತ್ತೊಬ್ಬ ಮಗಳನ್ನು **ವಾಕಾಟಕ ದೊರೆ ನರೇಂದ್ರಸೇನನಿಗೆ** ವಿವಾಹ ಮಾಡಿಕೊಟ್ಟನು. ಆಕೆಯೇ ಅಜಿತಭಟ್ಟಾರಿಕೆ. ಈ ಬಗ್ಗೆ ವಾಕಾಟಕರ **ಬಾಲಘಾಟ್ ಶಾಸನ**ದಲ್ಲಿ ಉಲ್ಲೇಖವಿದೆ. ತನ್ನ ಮತ್ತೊಬ್ಬ ಮಗಳನ್ನು ಕಂದಂಬರ ಸಾಮಂತರಾಗಿದ್ದ ಭಟಾರಿ ವಂಶದ ಮಾಂಡಲಿಕನಿಗೂ ಹಾಗೂ ನಾಲ್ಕನೆಯ ಮಗಳನ್ನು ಗಂಗ ದೊರೆ ಮೂರನೇ ಮಾಧವನಿಗೂ ವಿವಾಹ ಮಾಡಿಕೊಟ್ಟನು. ಸಾಮ್ರಾಟರಾದ ಗುಪ್ತರು, ತನ್ನ ರಾಜ್ಯದ ಉತ್ತರ ಭಾಗದಲ್ಲಿ ಪ್ರಬಲರಾಗಿದ್ದ ವಾಕಾಟಕರು ಹಾಗೂ ಸ್ಥಳೀಯರೇ ಆಗಿದ್ದ ಭಟಾರಿಗಳು ಮತ್ತು ಗಂಗರೊಂದಿಗೆ ವೈವಾಹಿಕ ಸಂಬಂಧ ಬೆಳೆಸುವ ಮೂಲಕ ಕಾಕುಸ್ಥವರ್ಮನು ತಾನೊಬ್ಬ ಶ್ರೇಷ್ಠ ರಾಜನೀತಿ ನಿಪುಣ ಎಂಬುದನ್ನು ತೋರಿಸಿಕೊಟ್ಟಿದ್ದಾನೆ. ಇವನಂತೆಯೇ ಗುಪ್ತವಂಶದ ಪ್ರಖ್ಯಾತ ದೊರೆ **ಎರಡನೇ ಚಂದ್ರಗುಪ್ತ ವಿಕ್ರಮಾದಿತ್ಯ**ನೂ ಪ್ರಭಾವಿ ರಾಜ ಮನೆತನಗಳೊಂದಿಗೆ ವೈವಾಹಿಕ ಸಂಬಂಧ ಬೆಳೆಸಿದ್ದನು. ತಾಳಗುಂದದ ಮತ್ತೊಂದು ಶಾಸನದಲ್ಲಿ ಭಟಾರಿ ಕುಟುಂಬದೊಂದಿಗೆ ಕಾಕುಸ್ಥವರ್ಮ ರಕ್ತಸಂಬಂಧ ಬೆಳೆಸಿದ ಬಗ್ಗೆ ಪ್ರಸ್ತಾಪವಿದೆ. ಕನ್ನಡದ ಪ್ರಥಮ ಶಾಸನವೆಂದೇ ಹೆಸರಾಗಿರುವ **ಹಲ್ಮಿಡಿ ಶಾಸನ**ದಲ್ಲೂ ಭಟಾರಿ ವಂಶದ ಪ್ರಸ್ತಾಪವಿದೆ. ಈ ಶಾಸನ ಈತನ ಕಾಲದಲ್ಲೇ ರಚನೆಯಾಯಿತು. ಗಂಗ ದೊರೆ ಅವಿನೀತನು ಕದಂಬ ದೊರೆ ಒಂದನೇ ಕೃಷ್ಣವರ್ಮನ ಸೋದರಳಿಯ ಎಂದು ಹೇಳಲಾಗಿದೆ. ಒಂದನೇ ಕೃಷ್ಣವರ್ಮನು ಕಾಕುಸ್ಥವರ್ಮನ ಎರಡನೇ ಮಗನಾಗಿದ್ದರಿಂದ ಆತನ ಸೋದರಿ ಅಂದರೆ ಕಾಕುಸ್ಥವರ್ಮನ ಮತ್ತೊಬ್ಬ ಮಗಳನ್ನು ಅವಿನೀತನ ತಂದೆ ಮಾಧವ ವಿವಾಹವಾಗಿರಬೇಕು. ಅಂದರೆ ಅವಿನೀತ ಕಾಕುಸ್ಥವರ್ಮನ ಮಗಳ ಮಗನಾಗುತ್ತಾನೆ.

ಕಾಕುಸ್ಥವರ್ಮ ಕದಂಬ ವಂಶದ ಶ್ರೇಷ್ಠ ದೊರೆಗಳಲ್ಲೊಬ್ಬ ಎಂಬುದು ನಿರ್ವಿವಾದದ ಸಂಗತಿ. **ಹಲಸಿ ಶಾಸನ**ದಲ್ಲಿ ಈತನನ್ನು **"ಕದಂಬಕುಲದ ಹೆಮ್ಮೆ"** ಎಂದು ವರ್ಣಿಸಲಾಗಿದೆ. ಈತನ ಕಾಲದಲ್ಲಿ ಕದಂಬರ ಪ್ರತಿಷ್ಠೆ ಅಧಿಕಾರ ಔನ್ನತ್ಯಕ್ಕೇರಿದವು. ಈ ಕಾಲದಲ್ಲಿ ಬೆಳಗಾವಿ, ಉತ್ತರ ಕನ್ನಡ, ಶಿವಮೊಗ್ಗ, ಚಿತ್ರದುರ್ಗ ಹಾಗೂ ಬಳ್ಳಾರಿ ಜಿಲ್ಲೆಗಳು ಕದಂಬರ ಅಧಿಕಾರಕ್ಕೊಳಪಟ್ಟಿದ್ದವು. ಕಾಕುಸ್ಥವರ್ಮನ ಮರಣಾನಂತರ ಕದಂಬ ರಾಜ್ಯ ಇಬ್ಭಾಗವಾದಂತೆ ತೋರುತ್ತದೆ. ಒಂದು ಭಾಗಕ್ಕೆ ಅವನ ಹಿರಿಯ ಮಗ ಶಾಂತಿವರ್ಮನು, ಮತ್ತೊಂದು ಭಾಗಕ್ಕೆ ಎರಡನೇ ಮಗ ಒಂದನೇ ಕೃಷ್ಣವರ್ಮನೂ ಅರಸನಾದನು. **ಶಾಂತಿವರ್ಮನು ಬನವಾಸಿಯಿಂದಲೂ ಮತ್ತು ಕೃಷ್ಣವರ್ಮನು ತ್ರಿಪರ್ವತದಿಂದಲೂ ಆಳಿದರು.**

ಶಾಂತಿವರ್ಮ (430–455)

ಶಾಂತಿವರ್ಮ ಕಾಕುಸ್ಥವರ್ಮನ ಹಿರಿಯಮಗ, ಈತನು ತಂದೆಯ ಕಾಲದಲ್ಲೇ ಜಂಟಿ ಅರಸನಾಗಿ ಅಳುತ್ತಿದ್ದನು. ಅ ಸಂದರ್ಭದಲ್ಲೇ ಈತನು ಸಂಸ್ಕೃತ **ಕವಿ ಕುಬ್ಜ**ನಿಂದ ಪ್ರಸಿದ್ಧವಾದ **ತಾಳಗುಂದ ಸ್ತಂಭ ಶಾಸನ**ವನ್ನು ಸಂಸ್ಕೃತದಲ್ಲಿ ಬರೆಸಿದನು. ಇದು ಇಲ್ಲಿನ **ಪ್ರಣವೇಶ್ವರ ದೇವಾಲಯದ ಮುಂಭಾಗದಲ್ಲಿದೆ.** ಈತನು ಅಧಿಕಾರಕ್ಕೆ ಬಂದ ಸಮಯದಲ್ಲೇ ಈತನ ಕಿರಿಯ ಸೋದರ ಒಂದನೇ ಕೃಷ್ಣವರ್ಮ ತ್ರಿಪರ್ವತದಿಂದ ಆಳಲು ಆರಂಭಿಸಿದನು. ಶಾಂತಿವರ್ಮನ ಮರಣಾನಂತರ ಅವನ ಮಗ **ಮೃಗೇಶವರ್ಮ** ಪಟ್ಟಕ್ಕೆ ಬಂದನು ಇದನ್ನು ಒಪ್ಪದ ಒಂದನೇ ಕೃಷ್ಣವರ್ಮ ತ್ರಿಪರ್ವತದಲ್ಲಿ ಸ್ವಾತಂತ್ರ್ಯ ಘೋಷಿಸಿಕೊಂಡನು. ಹೀಗೆ ಕಂದಂಬ ರಾಜ್ಯ ತಾತ್ಕಾಲಿಕವಾಗಿ ಇಬ್ಭಾಗವಾಯಿತು. ಈ ತ್ರಿಪರ್ವತ ಅಥವಾ ತ್ರಿಪರ್ವತನಗರ ಯಾವುದು ಎಂಬ

ಬಗ್ಗೆ ಭಿನ್ನಾಭಿಪ್ರಾಯಗಳಿವೆ. ಇದು ಬೆಳಗಾವಿ ಜಿಲ್ಲೆಯ ಮುರಗೋಡವಿರಬಹುದೆಂದು ಕೆ.ಬಿ.ಪಾಠಕ್ ಹೇಳಿದ್ದಾರೆ. ಕೆಲವರು ಅದು ಶ್ರೀಪರ್ವತ ಅಥವಾ ಶ್ರೀಶೈಲವೇ ಇರಬೇಕೆಂದು ಊಹಿಸಿದ್ದಾರೆ. ಅದರೆ ಸೂರ್ಯನಾಥ ಕಾಮತ್ ಅದು ಧಾರವಾಡ ಜಿಲ್ಲೆಯ ದೇವಗಿರಿ ಇರಬಹುದು ಎಂದಿದ್ದಾರೆ. ಅದೇ ಸಂದರ್ಭದಲ್ಲಿ ಕಾಕುಸ್ಥವರ್ಮನ ಸೋದರ ಕುಮಾರವರ್ಮನು ಉಚ್ಚಂಗಿಯಲ್ಲಿ ಆಡಳಿತ ನಡೆಸುತ್ತಿದ್ದನೆಂದು ಡಾ.ಮೊರೇಸ್ ಹೇಳಿದ್ದಾರೆ. ತ್ರಿಪರ್ವತದಿಂದ ಆಳುತ್ತಿದ್ದ ಕೃಷ್ಣವರ್ಮನ ಮಗ ವಿಷ್ಣುವರ್ಮನ ಕಾಲದ ಬೀರೂರು ತಾಮ್ರಶಾಸನದಲ್ಲಿ ಶಾಂತಿವರ್ಮನನ್ನು **'ಸಮಗ್ರ ಕರ್ನಾಟ ದೇಶ ಭೂವರ್ಗ ಭರ್ತಾರ'** ಎಂದು ವರ್ಣಿಸಲಾಗಿದೆ. ವಿಷ್ಣುವರ್ಮ ತನ್ನ ಚಿಕ್ಕಪ್ಪ ಶಾಂತಿವರ್ಮನ ಸಾರ್ವಭೌಮತ್ವವನ್ನು ನೆಪ ಮಾತ್ರಕ್ಕೆ ಒಪ್ಪಿಕೊಂಡಿದ್ದನು.

ಮೃಗೇಶವರ್ಮ ಕ್ರಿ.ಶ. 455 ಅಥವಾ 460ರಲ್ಲಿ ಅಧಿಕಾರಕ್ಕೆ ಬಂದಿರಬಹುದು. ಈತನು ಬೆಳಗಾವಿ ಜಿಲ್ಲೆಯ ಹಲಸಿಯನ್ನು ಎರಡನೇ ರಾಜಧಾನಿಯಾಗಿ ಮಾಡಿಕೊಂಡನು. ಈತನು ಕೇಕಯ ರಾಜವಂಶದ ಪ್ರಭಾವತಿ ದೇವಿಯನ್ನು ವಿವಾಹವಾದನು. ಈತನು ಗಂಗರು ಮತ್ತು ಪಲ್ಲವರೊಡನೆ ಹೋರಾಡಬೇಕಾಯಿತು. ಕ್ರಿ.ಶ. 480 ರಲ್ಲಿ ಮೃಗೇಶನ ಮರಣಾನಂತರ ಅವನ ಮಕ್ಕಳು ಅಪ್ರಾಪ್ತರಾಗಿದ್ದರಿಂದ ಕೆಲಕಾಲ ಸಹೋದರ ಶಿವಮಾಂಧಾತೃವರ್ಮ ಆಳಿದನು. ನಂತರ ಕ್ರಿ.ಶ. 485ರಲ್ಲಿ ಮೃಗೇಶನ ಹಿರಿಯಮಗ ರವಿವರ್ಮ ಸಿಂಹಾಸನ ಪಡೆದನು.

ರವಿವರ್ಮ (ಕ್ರಿ.ಶ. 485–519)

ರವಿವರ್ಮ ಕದಂಬ ವಂಶದ ಮತ್ತೊಬ್ಬ ಪ್ರಮುಖ ದೊರೆ. ಈತನ ಕಾಲದ ಪ್ರಮುಖ ಶಾಸನ ಗುಡ್ನಾಪುರದಲ್ಲಿ ದೊರೆತಿದೆ. ಈತನು ತನ್ನ ಸುದೀರ್ಘವಾದ ಆಡಳಿತಾವಧಿಯಲ್ಲಿ ಕದಂಬ ರಾಜ್ಯವನ್ನು ಬಲಪಡಿಸಿದನು ಹಾಗೂ ವಿಸ್ತರಿಸಿದನು. ಇವನು ತ್ರಿಪರ್ವತದ ಒಂದನೇ ವಿಷ್ಣವರ್ಮನನ್ನು ಹಾಗೂ ಪಲ್ಲವ ಚಂಡದಂಡನನ್ನು ಸೋಲಿಸಿದನು. ಚಂಡದಂಡನು ಕಂಚಿಯ ಪಲ್ಲವ ಅರಸನಿರಬಹುದೆಂದು ಭಾವಿಸಲಾಗಿದ್ದರೂ ಪಲ್ಲವ ವಂಶವೃಕ್ಷದಲ್ಲಿ ಈ ಹೆಸರು ಕಂಡುಬರುವುದಿಲ್ಲ. ರವಿವರ್ಮ ತನ್ನ ವಿಜಯಗಳ ಮೂಲಕ ತನ್ನ ರಾಜ್ಯವನ್ನು ಉತ್ತರದಲ್ಲಿ ನರ್ಮದಾ ನದಿಯವರೆಗೆ ವಿಸ್ತರಿಸಿದನೆಂದು ಅವನ ಶಾಸನಗಳಲ್ಲಿ ಹೇಳಲಾಗಿದೆ. ಇದು ಉತ್ಪ್ರೇಕ್ಷೆಯಾಗಿದೆ ಎಂದು ಡಾ.ಪಿ.ಬಿ.ದೇಸಾಯ್ ಹೇಳಿದ್ದಾರೆ. ಬಳ್ಳಾರಿ ಜಿಲ್ಲೆಯ ಉಚ್ಚಂಗಿಯೂ ಈತನ ವಶವಾಗಿ ಅದನ್ನು ತನ್ನ ಮತ್ತೊಂದು ರಾಜಧಾನಿಯಾಗಿ ಮಾಡಿಕೊಂಡನು. ಈತನು ಗುಡ್ನಾಪುರದಲ್ಲಿ ಒಂದು ಕೆರೆಯನ್ನು (ಗುಡ್ಡತಟಾಕ) ನಿರ್ಮಿಸಿದನೆಂದು ಶಾಸನದಲ್ಲಿ ಹೇಳಲಾಗಿದೆ.

ಒಗ್ಗೂಡಿದ ಕದಂಬ ರಾಜ್ಯ

ರವಿವರ್ಮನ ನಂತರ ಕ್ರಿ.ಶ. 519ರಲ್ಲಿ ಅವನ ಮಗ ಹರಿವರ್ಮ ಅಧಿಕಾರಕ್ಕೆ ಬಂದನು. ಈತನ ಕಾಲದಲ್ಲಿ ತ್ರಿಪರ್ವತ ಶಾಖೆಗೆ ಸೇರಿದ ಎರಡನೇ ಕೃಷ್ಣವರ್ಮ ಬನವಾಸಿಯನ್ನು ವಶಪಡಿಸಿಕೊಂಡನು. ಹೀಗೆ ಬನವಾಸಿಯ ಶಾಂತಿವರ್ಮನ ಸಂತತಿ ಅಂತ್ಯಗೊಂಡಿತು. ಶಾಂತಿವರ್ಮನ ಸೋದರ ಒಂದನೇ ಕೃಷ್ಣವರ್ಮ ತ್ರಿಪರ್ವತದಿಂದ ಸ್ವತಂತ್ರನಾಗಿ ಆಳಲು ಪ್ರಾರಂಭಿಸಿದ್ದ ಬಗ್ಗೆ ಮೇಲೆ ಪ್ರಸ್ತಾಪಿಸಲಾಗಿದೆ. ಬಹುಶಃ ಈ ಕೃಷ್ಣವರ್ಮ ಕಾಕುಸ್ಥವರ್ಮನ ಮತ್ತೊಬ್ಬ ಪತ್ನಿಯ ಮಗನಾಗಿರಬಹುದು. ಈತನ ಸೋದರಿಯನ್ನೇ ಗಂಗ ದೊರೆ ಮೂರನೇ ಮಾಧವನಿಗೆ ವಿವಾಹ ಮಾಡಲಾಗಿತ್ತು. ಆತನ ಮಗನೇ ಅವಿನೀತ. ಕೃಷ್ಣವರ್ಮನ ನಂತರ ಅವನ ಮಗ ವಿಷ್ಣುವರ್ಮ, ನಂತರ ಅವನ ಮಗ ಸಿಂಹವರ್ಮ ಆಳಿದರು. ಸಿಂಹವರ್ಮನ ನಂತರ ಅಧಿಕಾರಕ್ಕೆ ಬಂದವನೇ ಅವನ ಮಗ ಎರಡನೇ ಕೃಷ್ಣವರ್ಮ. ಕ್ರಿ.ಶ. 516ರಲ್ಲಿ ಅಧಿಕಾರಕ್ಕೆ ಬಂದ ಈ ಕೃಷ್ಣವರ್ಮನೇ ಹರಿವರ್ಮನನ್ನು ಸೋಲಿಸಿ ಬನವಾಸಿಯನ್ನು ವಶಪಡಿಸಿಕೊಂಡು ಮತ್ತೆ ಕದಂಬ ರಾಜ್ಯವನ್ನು ಒಂದುಗೂಡಿಸಿದನು. ಬಹುಶಃ ಈ ಘಟನೆ ಕ್ರಿ.ಶ. 530ರಲ್ಲಿ ಸಂಭವಿಸಿರಬಹುದು. ಆದರೆ ಒಗ್ಗೂಡಿದ ಕದಂಬ ರಾಜ್ಯ ಬಹಳ ಕಾಲ ಉಳಿಯಲಿಲ್ಲ, ಈ ವೇಳೆಗಾಗಲೇ ಕದಂಬರ ಸಾಮಂತರಾಗಿದ್ದ ಚಾಳುಕ್ಯರು ಪ್ರಬಲರಾಗಿದ್ದರು. ಈ ವಂಶದ ಒಂದನೇ ಪುಲಕೇಶಿ ಕ್ರಿ.ಶ. 540ರಲ್ಲಿ ಕದಂಬರನ್ನು ಸೋಲಿಸಿ ಸ್ವಾತಂತ್ರ್ಯ ಘೋಷಿಸಿಕೊಂಡನು. ಬಾದಾಮಿ ಅವನ ರಾಜಧಾನಿಯಾಯಿತು. ಹೀಗೆ ಬನವಾಸಿ ಕದಂಬ ವಂಶ ಕೊನೆಗೊಂಡಿತು. ಎರಡನೇ ಕೃಷ್ಣವರ್ಮನ ಮಗ ಅಜವರ್ಮ ಹಾಗೂ ಮೊಮ್ಮಗ ಭೋಗಿವರ್ಮರ ಹೆಸರು ಶಾಸನಗಳಲ್ಲಿ ಪ್ರಸ್ತಾಪವಾಗಿದ್ದರೂ ಅವರು ಬಹುಶಃ ಚಾಳುಕ್ಯರ ಸಾಮಂತರಾಗಿ ಕೆಲಕಾಲ ಆಳಿರಬಹುದು. ದಕ್ಷಿಣದಲ್ಲಿ ಪಲ್ಲವರು ಮತ್ತೆ ಪ್ರಬಲರಾದುದು ಕದಂಬರ ಪತನಕ್ಕೆ ಮತ್ತೊಂದು ಕಾರಣವಾಯಿತು.

ಮೂಲ ಕದಂಬ ವಂಶ ನಶಿಸಿದರೂ ಕದಂಬರ ಹಲವಾರು ಶಾಖೆಗಳು **ಹಾನಗಲ್, ಗೋವಾ, ಉಚ್ಚಂಗಿ, ಬಂಕಾಪುರ** ಮೊದಲಾದ ಕಡೆ ಚಾಳುಕ್ಯರ, ರಾಷ್ಟ್ರಕೂಟರ ಸಾಮಂತರಾಗಿ ಆಳಿದರು. ಇವರಲ್ಲಿ ಹಾನಗಲ್‌ನ ಕದಂಬರು ಹಾಗೂ

ಗೋವಾದ ಕದಂಬರು 14ನೇ ಶತಮಾನದ ಆರಂಭದವರೆಗೂ ತಮ್ಮ ಅಸ್ತಿತ್ವ ಉಳಿಸಿಕೊಂಡಿದ್ದಿದು ಕಂಡುಬಂದಿದೆ.

ಆಡಳಿತ ವ್ಯವಸ್ಥೆ

ಕದಂಬರು **ಪ್ರಥಮ ಬಾರಿಗೆ ಕನ್ನಡಕ್ಕೆ ಆಡಳಿತ ಭಾಷೆಯ ಸ್ಥಾನಮಾನ ನೀಡಿದರು.** ಕನ್ನಡದ ಮೊದಲ ಶಾಸನಗಳು ಈ ಕಾಲದಲ್ಲೇ ರಚನೆಯಾದವು. ಹಲ್ಮಿಡಿ ಕನ್ನಡ ಶಾಸನ ಇದಕ್ಕೆ ಪ್ರಧಾನ ನಿದರ್ಶನವಾಗಿದೆ. ಕದಂಬರ ನಾಣ್ಯಗಳಲ್ಲೂ ಕನ್ನಡದ ಬಳಕೆಯಾಗಿದೆ. ಕನ್ನಡ ಈ ಅವಧಿಯಲ್ಲಿ ಜನಸಾಮಾನ್ಯರ ಭಾಷೆಯಾಗಿತ್ತು. ಕನ್ನಡಕ್ಕೂ ಸಂಸ್ಕೃತಕ್ಕೆ ಸಮಾನವಾದ ಸ್ಥಾನಮಾನ ನೀಡಿದವರು ಮೊದಲಿಗೆ ಕದಂಬರು ಎಂಬುದು ಮಹತ್ವದ ವಿಷಯವಾಗಿದೆ.

ಕದಂಬರು ಬಹುಮಟ್ಟಿಗೆ ಶಾತವಾಹನರ ಆಡಳಿತ ಪರಂಪರೆಯನ್ನು ಮುಂದುವರಿಸಿದಂತೆ ತೋರುತ್ತದೆ. ಸ್ವತಃ ಅವರು ಬ್ರಾಹ್ಮಣರಾಗಿದ್ದರಿಂದ ವೈದಿಕ ಗ್ರಂಥಗಳ ಪ್ರಭಾವ ಸಹಜವಾಗಿಯೇ ಅವರ ಆಡಳಿತದ ಮೇಲೆ ಕಂಡುಬರುತ್ತದೆ. ಅವರು ತಮ್ಮನ್ನು **'ಧರ್ಮಮಹಾರಾಜ'** ಎಂದು ಕರೆದುಕೊಂಡಿದ್ದಾರೆ. ಕದಂಬ ವಂಶದ ಸ್ಥಾಪಕ ಮಯೂರಶರ್ಮನನ್ನು ಶಾಸನದಲ್ಲಿ **'ವೇದಾಂಗ ವಿದ್ಯಾವಿಶಾರದ'** ಎಂದು ಕರೆಯಲಾಗಿದೆ. ಅವನಿಗೆ **'ವೈಜಯಂತಿ ಧರ್ಮಮಹಾರಾಜ'** ಎಂಬ ಬಿರುದಿತ್ತು.

ರಾಜತ್ವ ಅನುವಂಶಿಕವಾಗಿದ್ದು ರಾಜನ ಮರಣಕ್ಕೆ ಮೊದಲೇ ಆವನ ಹಿರಿಯ ಮಗನನ್ನು **'ಯುವರಾಜ'**ನಾಗಿ ನೇಮಿಸಲಾಗುತ್ತಿತ್ತು. ಉಳಿದ ರಾಜಕುಮಾರರನ್ನು ಪ್ರಾಂತ್ಯಾಧಿಕಾರಿಗಳಾಗಿ ನೇಮಿಸಲಾಗುತ್ತಿತ್ತು. ರಾಜನಿಗೆ ಮಕ್ಕಳಿರದಿದ್ದಾಗ ಆತನ ಸೋದರ ಸಿಂಹಾಸನಕ್ಕೆ ಹಕ್ಕುದಾರನಾಗುತ್ತಿದ್ದನು. ರಘುವರ್ಮನಿಗೆ ಮಕ್ಕಳಿರಲಿಲ್ಲವಾಗಿ ಅವನ ಸೋದರನ ಮಗ ಕಾಕುಸ್ಥವರ್ಮನಿಗೆ ಪಟ್ಟವಾಯಿತು. ಈತನು ಅಧಿಕಾರಕ್ಕೆ ಬರುವ ಮೊದಲು ಯುವರಾಜನಾಗಿ, ಹಲಸಿ ಪ್ರದೇಶದ ಆಡಳಿತ ನಿರ್ವಹಿಸುತ್ತಿದ್ದನು. ಕಾಕುಸ್ಥವರ್ಮನ ಹಿರಿಯಮಗ ಶಾಂತಿವರ್ಮ ಯುವರಾಜನಾಗಿ ತಂದೆಯೊಂದಿಗೆ ಜಂಟಿ ಅರಸನಾಗಿ ಆಡಳಿತ ನಡೆಸಿದನು. ಕಾಕುಸ್ಥವರ್ಮನ ಮತ್ತೊಬ್ಬ ಮಗ ಒಂದನೇ ಕೃಷ್ಣವರ್ಮ ತ್ರಿಪರ್ವತದಲ್ಲಿ ಆಳುತ್ತಿದ್ದನು. ಬನವಾಸಿಯಲ್ಲಿ ಶಾಂತಿವರ್ಮನ ಮಗ ಮೃಗೇಶವರ್ಮನಿಗೆ ಪಟ್ಟವಾದಾಗ ಅಸಮಧಾನಗೊಂಡ ಕೃಷ್ಣವರ್ಮ ಸ್ವಾತಂತ್ರ್ಯ ಘೋಷಿಸಿಕೊಂಡನು. ಹೀಗೆ ಕಾಕುಸ್ಥವರ್ಮನ ನಂತರ ಕದಂಬರಾಜ್ಯ ಇಬ್ಭಾಗವಾಯಿತು. ಶಾಂತಿವರ್ಮನ ಮಗ ಹಾಗೂ ಉತ್ತರಾಧಿಕಾರಿ ಮೃಗೇಶವರ್ಮನು ಬನವಾಸಿ ಸಿಂಹಾಸನವನ್ನೇರುವ ಮೊದಲು ನರಿದಾವಿಳೆನಾಡು ಪ್ರದೇಶದಲ್ಲಿ ರಾಜ್ಯಪಾಲನಾಗಿ ಆಳುತ್ತಿದ್ದನು. ಇದನ್ನು ಬೇಲೂರು ತಾಲ್ಲೂಕಿನ ಉತ್ತರ ಭಾಗದ ಪ್ರದೇಶವೆಂದು ಗುರುತಿಸಲಾಗಿದೆ. ಇತರ ರಾಜ ವಂಶಗಳ ರಾಜಕುಮಾರರಲ್ಲಿ ಕಂಡು ಬರುವಂತೆ ಕದಂಬ ರಾಜವಂಶೀಯರಲ್ಲೂ ದ್ವೇಷ, ಅಸೂಯೆ, ಅಧಿಕಾರ ದಾಹ ಸಾಮಾನ್ಯವಾಗಿದ್ದಿತು.

ಕದಂಬರು ಮಂತ್ರಿಮಂಡಲವನ್ನು ಹೊಂದಿದ್ದರೆ? ಎಂಬ ವಿಷಯದಲ್ಲಿ ಜಿಜ್ಞಾಸೆಯಿದೆ. ಡಾ.ಮೊರೇಸರ ಪ್ರಕಾರ **ಪಂಚಪ್ರಧಾನ** ಅಂದರೆ ಐವರ ಮಂತ್ರಿ ಮಂಡಲ ಅಸ್ತಿತ್ವದಲ್ಲಿದ್ದಿತು. **ಮನೆವೆರ್ಗಡೆ, ಪ್ರಧಾನ, ತಂತ್ರಪಾಲ, ಸಭಾಕಾರ್ಯಸ�ವ ಮತ್ತು ತಂಬುಲ ಪಾರುಪತ್ಯೇಗಾರ** (ರಾಜನ ವೀಳಯದವನು) ಐವರು ಸಚಿವರಾಗಿದ್ದರು. ವಯೋ ಹಿರಿತನ ಹಾಗೂ ಅನುಭವದ ಆಧಾರದ ಮೇಲೆ ನೇಮಕಗೊಂಡ **'ವಿದ್ಯಾವೃದ್ಧರ'** ಸಲಹೆಯನ್ನು ಕದಂಬರು ಪಡೆಯುತ್ತಿದ್ದ ಬಗ್ಗೆ ಶಾಸನಗಳಲ್ಲಿ ಉಲ್ಲೇಖಗಳಿವೆ. ಶಿವಮಾಂಧಾತೃವರ್ಮನ ಕಾಲದ ಒಂದು ಶಾಸನದಲ್ಲಿ **'ರಹಸ್ಯಾಧಿಕೃತ'** ಎಂಬ ಅಧಿಕಾರಿಯ ಬಗ್ಗೆ ಉಲ್ಲೇಖವಿದೆ. ಬಹುಶಃ ಈತನು ರಾಜನ ಆಪ್ತ ಕಾರ್ಯದರ್ಶಿಯಾಗಿದ್ದನು.

ರಾಜ್ಯವನ್ನು ಆಡಳಿತಾನುಕೂಲತೆಯ ದೃಷ್ಟಿಯಿಂದ ಮಂಡಲ ಅಥವಾ ರಾಷ್ಟ್ರ ಎಂಬ ಪ್ರಾಂತ್ಯಗಳಾಗಿ ವಿಭಾಗಿಸಲಾಗಿತ್ತು. ಆದರೆ ಕದಂಬ ರಾಜ್ಯದಲ್ಲಿ ಎಷ್ಟು ಪ್ರಾಂತ್ಯಗಳಿದ್ದವು ಎಂಬ ಬಗ್ಗೆ ವಿವರಗಳಿಲ್ಲ. ಬಹುಶಃ ಪ್ರಾಂತ್ಯಗಳ ಸಂಖ್ಯೆ ಕಡಿಮೆಯಿದ್ದು ತ್ರಿಪರ್ವತ, ಹಲಸಿ, ಉಚ್ಚಂಗಿ ಮೊದಲಾದವು ಪ್ರಾಂತೀಯ ರಾಜಧಾನಿಗಳಾಗಿದ್ದವು. ಪ್ರಾಂತ್ಯಗಳನ್ನು 'ವಿಷಯ' ಗಳಾಗಿ (ಜಿಲ್ಲೆಗಳಾಗಿ) ವಿಭಾಗಿಸಲಾಗಿತ್ತು. ಶಾಸನಗಳಲ್ಲಿ ತಗರೆ, ಅಸಂಧಿ, ಸೇಂದ್ರಕ, ಸ್ಥಾನಕುಂದೂರು (ತಾಳಗುಂದ) ಮೊದಲಾದ ವಿಷಯಗಳ ಉಲ್ಲೇಖವಿದೆ. ಈ ವಿಷಯಗಳನ್ನು ಮಹಾಗ್ರಾಮ, ದಶಗ್ರಾಮ ಮೊದಲಾದ ಚಿಕ್ಕ ಆಡಳಿತ ಘಟಕಗಳಾಗಿ ವಿಭಾಗಿಸಲಾಗಿತ್ತು. 'ನಾಡು' ಎಂಬ ಆಡಳಿತ ಘಟಕದ ಪ್ರಸ್ತಾಪ ಶಾಸನಗಳಲ್ಲಿ ಕಂಡುಬಂದಿದೆ. ಸೇಂದ್ರಕ, ಭಟಾರಿ, ಆಳುಪ ಮೊದಲಾದ ಮಾಂಡಲಿಕರೂ ಅನುವಂಶಿಕವಾಗಿ ಕೆಲವು ಪ್ರದೇಶಗಳನ್ನು ಆಳುತ್ತಿದ್ದರು.

ಕದಂಬರು ನಾಣ್ಯಕ್ಷೇತ್ರಕ್ಕೆ ಕೊಟ್ಟ ಕೊಡುಗೆ ಬಹಳ ಮಹತ್ವದ್ದು. ಪ್ರಥಮ ಬಾರಿಗೆ ಕದಂಬರು **ಪದ್ಮಟಂಕ** ಎಂಬ ಚಿನ್ನದ ನಾಣ್ಯವನ್ನು ಚಲಾವಣೆಗೆ ತಂದರು.

ಧಾರ್ಮಿಕ ಪರಿಸ್ಥಿತಿಗಳು

ಮಯೂರಶರ್ಮ ಸೇರಿದಂತೆ ಕದಂಬ ಅರಸರು ವೈದಿಕ ಧರ್ಮಾನುಯಾಯಿಗಳಾಗಿದ್ದರು. ಮಯೂರನು ಶಿಕ್ಷಣ ಪಡೆದ **ತಾಳಗುಂದ** ಅಥವಾ ಸ್ಥಾನಕುಂದೂರು ಶಾತವಾಹನರ ಕಾಲದಲ್ಲೇ ಒಂದು ಅಗ್ರಹಾರವಾಗಿದ್ದಿತು. ಮಯೂರಶರ್ಮ ಅಹಿಛತ್ರದಿಂದ ಬ್ರಾಹ್ಮಣರನ್ನು ಕರೆಸಿ ಅವರನ್ನು ತಾಳಗುಂದದಲ್ಲಿ ನೆಲೆಗೊಳಿಸಿದನು. ಅವರಿಗೆ ಎಲ್ಲ ಸೌಕರ್ಯಗಳನ್ನು ಒದಗಿಸಿ ಅಲ್ಲಿ ಧಾರ್ಮಿಕ ಹಾಗೂ ಶೈಕ್ಷಣಿಕ ಚಟುವಟಿಕೆಗಳು ನಿರಂತರವಾಗಿ ಮುಂದುವರಿಯಲು ವ್ಯವಸ್ಥೆ ಮಾಡಿದನು. ಅವೆಲ್ಲದರಿಂದಾಗಿ ಅಗ್ರಹಾರವಾಗಿ ತಾಳಗುಂದದ ಪ್ರಾಮುಖ್ಯತೆ ಹೆಚ್ಚಾಯಿತು. ಮಯೂರಶರ್ಮ ಸೇರಿದಂತೆ ಹಲವು ಕದಂಬ ಅರಸರು ರಾಜಸೂಯ, ಅಶ್ವಮೇಧ ಮೊದಲಾದ ಯಜ್ಞ-ಯಾಗಗಳನ್ನು ನಡೆಸಿದ ಬಗ್ಗೆ ಶಾಸನಗಳಲ್ಲಿ ಉಲ್ಲೇಖವಿದೆ. ಒಂದನೇ ಕೃಷ್ಣವರ್ಮನ ಮಗ ವಿಷ್ಣುವರ್ಮನನ್ನು ಶಾಸನವೊಂದರಲ್ಲಿ **"ಬ್ರಾಹ್ಮಣಧರ್ಮದ ರಕ್ಷಕ"** ಎಂದು ವರ್ಣಿಸಲಾಗಿದೆ. ಬಹುತೇಕ ಕದಂಬ ಅರಸರು ಶೈವ ಧರ್ಮೀಯರಾಗಿದ್ದಂತೆ ತೋರುತ್ತದೆ. ತಾಳಗುಂದ ಶಾಸನ ಶಿವಸ್ತುತಿಯಿಂದ ಆರಂಭಗೊಂಡಿದೆ. ಬನವಾಸಿಯ ಮಧುಕೇಶ್ವರ ಕದಂಬರ ಆರಾಧ್ಯ ದೇವರು. ಕಾಕುಸ್ಥವರ್ಮ ಹಾಗೂ ಇತರರು ತಾಳಗುಂದದ ಪ್ರಣವೇಶ್ವರನನ್ನು ಪೂಜಿಸುತ್ತಿದ್ದರು. ಚತುರ್ವರ್ಣ ವ್ಯವಸ್ಥೆ ರೂಢಿಯಲ್ಲಿದ್ದಿತು. ಗುಡ್ನಾಪುರ ಶಾಸನದಲ್ಲಿ ವರ್ಣಾಶ್ರಮ ವ್ಯವಸ್ಥೆಯ ಬಗ್ಗೆ ಪ್ರಸ್ತಾಪವಿದೆ. ಆದಾಗ್ಯೂ ಜಾತಿಯ ಕಟ್ಟಳೆಗಳು ಕಠಿಣವಾಗಿದ್ದಂತೆ ತೋರುವುದಿಲ್ಲ. ಸ್ವತಃ ಕದಂಬರು ಬ್ರಾಹ್ಮಣ ವೃತ್ತಿ ತ್ಯಜಿಸಿ ಕ್ಷತ್ರಿಯ ವೃತ್ತಿ ಅನುಸರಿಸಿದರು. ಅಲ್ಲದೆ ಹಲವು ಪ್ರತಿಷ್ಠಿತ ಕ್ಷತ್ರಿಯ ವಂಶಗಳೊಂದಿಗೆ ವೈವಾಹಿಕ ಸಂಬಂಧ ಬೆಳೆಸಿದರು. ಉದಾಹರಣೆಗೆ ಕಾಕುಸ್ಥವರ್ಮನ ಮಗಳನ್ನು ಉತ್ತರ ಭಾರತದ ಪ್ರಸಿದ್ಧ ಗುಪ್ತ ವಂಶದ ರಾಜಕುಮಾರ ಸ್ಕಂದಗುಪ್ತನಿಗೆ ವಿವಾಹ ಮಾಡಿಕೊಡಲಾಯಿತು. ಅಂತೆಯೇ ವಾಕಾಟಕ, ಭಟಾರಿ ಹಾಗೂ ಗಂಗ ವಂಶಗಳೊಂದಿಗೂ ಅವನು ರಕ್ತ ಸಂಬಂಧ ಬೆಳೆಸಿದನು. ಶಾಂತಿವರ್ಮನ ಮಗ ಮೃಗೇಶವರ್ಮ ಕೇಕಯ ವಂಶದ ಪ್ರಭಾವತಿಯನ್ನು ವಿವಾಹವಾದನು.

ಕದಂಬರು ಧಾರ್ಮಿಕ ಸಹನೆಯ ನೀತಿ ಅನುಸರಿಸಿದರು. ಎಲ್ಲ ಧರ್ಮಗಳನ್ನು ಸಮಾನವಾಗಿ ಪ್ರೋತ್ಸಾಹಿಸಿದರು. ರವಿವರ್ಮನ ಗುಡ್ನಾಪುರ ಶಾಸನದಲ್ಲಿ **"ಪ್ರಜೆಗಳು ಯಾವುದೇ ಭಯವಿಲ್ಲದೆ ತಮ್ಮ ತಮ್ಮ ಧರ್ಮವನ್ನು ಅನುಸರಿಸುತ್ತಾ ತಂದೆ-ತಾಯಿಯರ ಆಶ್ರಯದಲ್ಲಿನ ಮಕ್ಕಳಂತೆ ಜೀವಿಸುತ್ತಿದ್ದರು"** ಎಂದು ಹೇಳಲಾಗಿದೆ. ಜೈನಧರ್ಮಕ್ಕೆ ಕದಂಬರು ಅಪಾರ ಪ್ರೋತ್ಸಾಹ ನೀಡಿದರು. ಜೈನಧರ್ಮ ಬೌದ್ಧಧರ್ಮಕ್ಕೂ ಮೊದಲೇ ಕರ್ನಾಟಕ ಪ್ರವೇಶಿಸಿತ್ತು. ಜೈನಧರ್ಮ ಹಾಗೂ ಕೆಲವು ಜೈನ ಯತಿಗಳ ಬಗ್ಗೆ ಕದಂಬರ ಶಾಸನಗಳಲ್ಲಿ ಉಲ್ಲೇಖವಿದೆ. ಮೃಗೇಶವರ್ಮನ ಸೇನಾಪತಿ ಶೃತಕೀರ್ತಿ ಜೈನನಾಗಿದ್ದನು. ರವಿವರ್ಮ ಜೈನ ವಿದ್ವಾಂಸನಾಗಿದ್ದ ಕುಮಾರದತ್ತನಿಂದ ಆಡಳಿತ ಹಾಗೂ ಧರ್ಮದ ವಿಚಾರಗಳಲ್ಲಿ ಸಲಹೆ ಪಡೆಯುತ್ತಿದ್ದನು. ಮೃಗೇಶವರ್ಮನು ಹಲಸಿಯಲ್ಲಿ ಜಿನಾಲಯ ನಿರ್ಮಿಸಿದ ಬಗ್ಗೆ ಉಲ್ಲೇಖವಿದೆ. ರವಿವರ್ಮನು ಬನವಾಸಿಯಲ್ಲಿ ಒಂದು ಕಾಮಜಿನಾಲಯವನ್ನು ತನ್ನ ಅರಮನೆಗೆ ಸಮೀಪದಲ್ಲೇ ನಿರ್ಮಿಸಿದ ಬಗ್ಗೆ ಅವನ ಕಾಲದ ಗುಡ್ನಾಪುರ ಶಾಸನದಲ್ಲಿ ಉಲ್ಲೇಖವಿದೆ. ಜೈನ ಧಾರ್ಮಿಕ ಕೇಂದ್ರಗಳಿಗೆ ಹಾಗೂ ಜೈನ ಯತಿಗಳಿಗೆ, ವಿದ್ವಾಂಸರಿಗೆ ಕದಂಬ ಅರಸರು ಉದಾರವಾಗಿ ದಾನ, ದತ್ತಿ ನೀಡಿದ ಬಗ್ಗೆ ನಿದರ್ಶನಗಳಿವೆ. ಈ ಅವಧಿಯಲ್ಲಿ ನಿಗ್ರಂಥ, ಶ್ವೇತಪಟ, ಯಾಪನೀಯ, ಕೂರ್ಚಕ ಮೊದಲಾದ ಜೈನಪಂಥಗಳು ಅಸ್ತಿತ್ವದಲ್ಲಿದ್ದ ಬಗ್ಗೆ ಶಾಸನಗಳಲ್ಲಿ ಪ್ರಸ್ತಾಪವಿದೆ. ಜಿನಾಲಯಗಳಲ್ಲಿ ವಸಂತೋತ್ಸವವನ್ನು ವಿಜೃಂಭಣೆಯಿಂದ ಆಚರಿಸಲಾಗುತ್ತಿದ್ದ ಬಗ್ಗೆ ಶಾಸನಗಳಲ್ಲಿ ಉಲ್ಲೇಖವಿದೆ.

ಬೌದ್ಧಧರ್ಮವೂ ಜನಪ್ರಿಯವಾಗಿದ್ದಿತು. ಕದಂಬರು ರಾಜ್ಯ ಸ್ಥಾಪಿಸುವ ಮೊದಲೇ ಬನವಾಸಿ ಬೌದ್ಧಧರ್ಮದ ಕೇಂದ್ರವಾಗಿತ್ತು. ಅಶೋಕ ಕಳಿಂಗ ಯುದ್ಧಾನಂತರ ಬನವಾಸಿಗೆ **ಥೇರರಖ್ಖಿತ** ಎಂಬ ಭಿಕ್ಷುವನ್ನು ಬೌದ್ಧಧರ್ಮ ಪ್ರಚಾರಕ್ಕೆ ಕಳುಹಿಸಿದ್ದನೆಂದು **ಸಿಂಹಳದ ಬೌದ್ಧ ಗ್ರಂಥ ಮಹಾವಂಶ**ದಿಂದ ತಿಳಿದುಬರುತ್ತದೆ. ಈ ಭಿಕ್ಷುವು ಅಪಾರ ಸಂಖ್ಯೆ ಜನರನ್ನು ಬೌದ್ಧಧರ್ಮಕ್ಕೆ ಮತಾಂತರಿಸಿದ್ದಲ್ಲದೆ ಹಲವಾರು ಬೌದ್ಧ ವಿಹಾರಗಳನ್ನು ನಿರ್ಮಿಸಿದನೆಂದು ಹೇಳಲಾಗಿದೆ. ಬನವಾಸಿಯ ಶ್ರೇಷ್ಠಿಯೊಬ್ಬ ಶಾತವಾಹನರ ಕಾಲದಲ್ಲಿ ಕಾರ್ಲೆಯಲ್ಲಿ ಚೈತ್ಯಾಲಯ ನಿರ್ಮಿಸಿದನು. ಕದಂಬರ ಕಾಲದಲ್ಲೂ ಬೌದ್ಧಧರ್ಮಕ್ಕೆ ಪ್ರೋತ್ಸಾಹ ದೊರೆಯಿತೆಂದು ಭಾವಿಸಬಹುದಾಗಿದೆ. ಮುಂದೆ ಈ ಪ್ರದೇಶ ಬಾದಾಮಿಯ ಚಾಳುಕ್ಯರ ಅಧೀನವಾಗಿದ್ದಾಗ ಕ್ರಿ.ಶ.7ನೇ ಶತಮಾನದ ಪೂರ್ವಾರ್ಧ ಭಾಗದಲ್ಲಿ ಬನವಾಸಿಗೆ ಭೇಟಿ ನೀಡಿದ್ದ **ಚೀನಿಯಾತ್ರಿಕ ಹುಯೆನ್-ತ್ಸಾಂಗ್** ಬನವಾಸಿಯಲ್ಲಿ ಒಂದು ನೂರು ಸಂಘರಾಮಗಳು ಹಾಗೂ ಹತ್ತು ಸಾವಿರ ಬೌದ್ಧ ಭಿಕ್ಷುಗಳು ಇದ್ದರೆಂದು ಹೇಳಿದ್ದಾನೆ. ಇತ್ತೀಚೆಗೆ ಬನವಾಸಿಯಲ್ಲಿ ನಡೆದ ಶೋಧನೆಗಳಿಂದ ಬನವಾಸಿ ಬೌದ್ಧ ಧಾರ್ಮಿಕ ಕೇಂದ್ರವಾಗಿತ್ತೆಂಬುದು ದೃಢಪಟ್ಟಿದೆ. ಕೇಕಯರ ರಾಜಧಾನಿ ಹೈಗುಂದದಲ್ಲಿ ಬುದ್ಧ ಹಾಗೂ ಯಕ್ಷನ ಪ್ರತಿಮೆ ದೊರೆತಿವೆ.

ಕಲೆ ಮತ್ತು ವಾಸ್ತುಶಿಲ್ಪ

ಕದಂಬರ ಕಾಲದಲ್ಲಿ ಕಲೆ ಮತ್ತು ವಾಸ್ತುಶಿಲ್ಪ ಕ್ಷೇತ್ರದಲ್ಲಿ ಗಮನಾರ್ಹವಾದ ಪ್ರಗತಿಯೇನೂ ಆಗಲಿಲ್ಲ. ಅವರ ಕಾಲದ ನಿರ್ಮಾಣಗಳಲ್ಲಿ ಉಳಿದಿರುವವು ತೀರಾ ಕಡಿಮೆ. ಕದಂಬರ ಕಾಲದ ದೇವಾಲಯಗಳು ತೀರಾ ಸರಳವಾದ ರಚನೆಗಳಾಗಿವೆ. ಆರಂಭದಲ್ಲಿ ದೇವಾಲಯಗಳು ಕೇವಲ ಒಂದು ಗರ್ಭಗೃಹ ಹಾಗೂ ಅದರ ಎದುರು ಒಂದು ತೆರೆದ ಮೊಗಸಾಲೆ ಅಥವ ಸುಖನಾಸಿಯನ್ನು ಮಾತ್ರ ಹೊಂದಿದ್ದವು. ಈ ಶೈಲಿಯನ್ನು **ದ್ವಿಕೂಟ ರಚನೆ** ಎಂದು ಕರೆಯಲಾಗಿದೆ. ಹಲಸಿಯಲ್ಲಿರುವ ಒಂದು ಜೈನ ಬಸದಿ ಹಾಗೂ **ಕಲ್ಲೇಶ್ವರ ದೇವಾಲಯ** ಮತ್ತು **ತಾಳುಗುಂದದಲ್ಲಿರುವ ಪ್ರಣವೇಶ್ವರ ದೇವಾಲಯ** ಕದಂಬರ ಕಾಲದ ಪ್ರಮುಖ ಸ್ಮಾರಕಗಳಾಗಿವೆ. ಪ್ರಾರಂಭದಲ್ಲಿ ಇಟ್ಟಿಗೆಗಳನ್ನು ಬಳಸಿ ಕಟ್ಟಡಗಳನ್ನು ನಿರ್ಮಿಸುತ್ತಿದ್ದರು. ಹೀಗಾಗಿ ಬಹುತೇಕ ಸ್ಮಾರಕಗಳು ನಾಶವಾಗಿವೆ.

ಮೃಗೇಶವರ್ಮನ ಕಾಲದಲ್ಲಿ ಹಲಸಿಯಲ್ಲಿ ಒಂದು ಜೈನ ಬಸದಿ ನಿರ್ಮಾಣವಾಯಿತು. ಇದು ಗರ್ಭಗುಡಿ ಮತ್ತು ಸುಖನಾಸಿಯನ್ನು ಒಳಗೊಂಡಿರುವ ಅತ್ಯಂತ ಸರಳವಾದ ರಚನೆಯಾಗಿದೆ. ಇದರ ಗೋಡೆಯನ್ನು ಬೃಹತ್ ಗಾತ್ರದ ಗ್ರಾನೈಟ್ ಕಲ್ಲನ್ನು ಬಳಸಿ ನಿರ್ಮಿಸಲಾಗಿದೆ. **ಹಲಸಿಯಲ್ಲಿರುವ ಕಲ್ಲೇಶ್ವರ ದೇವಾಲಯ**ವನ್ನು **ತ್ರಿಕೂಟ** ಮಾದರಿಯಲ್ಲಿ ನಿರ್ಮಿಸಲಾಗಿದೆ. ಇದು ಗರ್ಭಗುಡಿ, ಸುಖನಾಸಿ ಮತ್ತು ಮುಖಮಂಟಪವನ್ನು ಒಳಗೊಂಡಿದೆ. ಇಲ್ಲಿನ ಭೂವರಾಹ ನರಸಿಂಹ ದೇವಾಲಯ ಅತ್ಯಂತ ಸುಂದರವಾಗಿದೆ. ಹಟ್ಟಿಕೇಶ್ವರ ದೇಗುಲದ ಮುಖ್ಯದ್ವಾರದ ಎರಡೂ ಪಕ್ಕದಲ್ಲಿ ಕಲ್ಲಿನ ಜಾಲಂದ್ರದ ಕಿಟಕಿಗಳನ್ನು ಕಾಣಬಹುದಾಗಿದೆ.

ತಾಳಗುಂದದ **ಪ್ರಣವೇಶ್ವರ** ದೇಗುಲ ಶಾತವಾಹನರ ಕಾಲದಲ್ಲೇ ಇಟ್ಟಿಗೆಯಿಂದ ನಿರ್ಮಾಣವಾಗಿತ್ತು. ಇದನ್ನು ಎಂ.ಎಚ್. ಕೃಷ್ಣ **ದಕ್ಷಿಣ ಭಾರತದ ಪ್ರಥಮ ಶಿವದೇವಾಲಯ** ಎಂದು ಪರಿಗಣಿಸಿದ್ದಾರೆ. ಈ ದೇಗುಲವನ್ನು ಕಲ್ಲನ್ನು ಬಳಸುವ ಮೂಲಕ ಕದಂಬರು ದುರಸ್ತಿಗೊಳಿಸಿದರು. ಇದನ್ನು **ಮೃಗೇಶವರ್ಮನ ರಾಣಿ ಕೇಕಯ ವಂಶದ ಪ್ರಭಾವತಿ** ಮತ್ತು ಆಕೆಯ ಮಗ ರವಿವರ್ಮ ನಿರ್ಮಿಸಿದರೆಂದು ಹೇಳಲಾಗಿದೆ. ಅವರ ಒಂದು ಶಾಸನವೂ ದೇಗುಲದಲ್ಲಿ ದೊರೆತಿದೆ. ಇದರ □ಕಶಿಲಾ ಕಂಬಗಳ ತಳಭಾಗದಲ್ಲಿ ದ್ವಾರಪಾಲಕರ ಸುಂದರ ಉಬ್ಬು ಶಿಲ್ಪಗಳಿವೆ. ಗರ್ಭಗುಡಿಯಲ್ಲಿ ಸುಂದರ ಶಿವಲಿಂಗವಿದೆ. ಶಾತವಾಹನರು ಹಾಗೂ ಕದಂಬರು ಈ ಲಿಂಗವನ್ನು ಪೂಜಿಸುತ್ತಿದ್ದರು. ಹೀಗೆ ಕದಂಬರ ಕಾಲದಲ್ಲಿ ಕರ್ನಾಟಕದಲ್ಲಿ ದೇವಾಲಯ ವಾಸ್ತುಶಿಲ್ಪ ಪ್ರಾರಂಭಗೊಂಡು ಮುಂದೆ ಚಾಳುಕ್ಯರ ಕಾಲದಲ್ಲಿ ಖಚಿತ ಸ್ವರೂಪ ಪಡೆಯಿತು.

ರವಿವರ್ಮನ ಗಡ್ನಾಪುರ ಶಾಸನದಲ್ಲಿ ಅವನು ನಿರ್ಮಿಸಿದ **ಕಾಮಜಿನಾಲಯ**ದ ಬಗ್ಗೆ ಉಲ್ಲೇಖವಿದೆ. ಅದರ ಬಲಭಾಗದಲ್ಲಿ ಅರಮನೆಯು ಹಾಗೂ ಎಡಬಾಗದಲ್ಲಿ ನೃತ್ಯಶಾಲೆಯು ಇದ್ದವೆಂದು ಶಾಸನದಲ್ಲಿ ಹೇಳಲಾಗಿದೆ. ಕದಂಬರು ಗುಪ್ತರೊಂದಿಗೆ ವೈವಾಹಿಕ ಸಂಬಂಧ ಬೆಳೆಸಿದ್ದರಿಂದ ಉತ್ತರ ಭಾರತದ ನಾಗರ ಶಿಲ್ಪಶೈಲಿ ದಕ್ಷಿಣಕ್ಕೆ ಬರಲು ಸಾಧ್ಯವಾಯಿತು. ಈ ಶೈಲಿಗೆ ಕೆಲವು ಹೊಸ ಅಂಶಗಳು ಸೇರಿ **'ಕದಂಬನಾಗರ ಶೈಲಿ'** ಎಂದು ಹೆಸರಾಯಿತು. ಕದಂಬರ ಕಾಲದ ರಚನೆಗಳಲ್ಲಿ **ವಿಮಾನ** ಮುಖ್ಯವಾದುದು. ಬೆಳಗಾವಿ ಜಿಲ್ಲೆಯ **ಕದರೋಳಿಯ ಶಂಕರದೇವ ಮಂದಿರ**ದ ಗರ್ಭಗುಡಿಯ ಮೇಲಿರುವ ಗೋಪುರ ಪಿರಮಿಡಿನಾಕಾರದಲ್ಲಿ ನಿರ್ಮಾಣವಾಗಿದೆ. ಈ ಶಿಖರಗಳನ್ನು **'ಕದಂಬಶಿಖರ'** ಎಂದೇ ಕರೆಯಲಾಗಿದೆ. ಈ ಬಗೆಯ ವಿಮಾನಗಳನ್ನು ಹೊಯ್ಸಳರ ಕಾಲದ ದೊಡ್ಡಗದ್ದವಳ್ಳಿಯ ಲಕ್ಷ್ಮೀದೇವಿ ದೇವಾಲಯದಲ್ಲಿ ಹಾಗೂ ಹಂಪೆಯ ಹೇಮಕೂಟ ಭಾಗದ ದೇಗುಲಗಳಲ್ಲಿ ಕಾಣಬಹುದಾಗಿದೆ. ಹಾನಗಲ್ ಕದಂಬ ಅರಸರು ಹಾನಗಲ್‌ನಲ್ಲಿ ನಿರ್ಮಿಸಿದ ತಾರಕೇಶ್ವರ ದೇವಾಲಯವು ಕಲ್ಯಾಣ ಚಾಳುಕ್ಯರ ಕಾಲದ ಇಟಗಿಯ ಮಹಾದೇವ ದೇಗುಲದ ಮಾದರಿಯಲ್ಲಿ ನಿರ್ಮಾಣಗೊಂಡಿದೆ. ಗೋವಾದ ಕದಂಬರು ಗೋವಾದ **ತಂಬ್ಡಿ ಸುರ್ಲಾ**ದಲ್ಲಿ ಸುಂದರವಾದ ಮಹಾದೇವ ದೇವಾಲಯವನ್ನು ನಿರ್ಮಿಸಿದ್ದಾರೆ.

ಬನವಾಸಿಯ ಸುಂದರ ಮಧುಕೇಶ್ವರ ದೇವಾಲಯ 9ನೇ ಶತಮಾನದಲ್ಲಿ ನಿರ್ಮಾಣಗೊಂಡು ಚಾಳುಕ್ಯರು ಹಾಗೂ ಹೊಯ್ಸಳರ ಕಾಲದಲ್ಲಿ ದುರಸ್ಥಿಗೊಂಡಿದೆ. ಶಿಲ್ಪಕಲೆಯಲ್ಲೂ ಕೆಲಮಟ್ಟಿನ ಪ್ರಗತಿಯಾಯಿತು. ಸೊರಬ ತಾಲ್ಲೂಕಿನ ಜಂಬೆಹಳ್ಳಿಯಲ್ಲಿರುವ ದೇವಿ ಮಂದಿರ ಶಾಂತಿವರ್ಮನ ಕಾಲಕ್ಕೆ ಸೇರಿದ್ದು. ಈ ಗುಡಿಯಲ್ಲಿರುವ ದುರ್ಗಾದೇವಿಯ ವಿಗ್ರಹ ಅತ್ಯಂತ ಸುಂದರವಾಗಿದೆ.

ಮಾದರಿ ಪ್ರಶ್ನೆಗಳು

ಒಂದು ಅಂಕದ ಪ್ರಶ್ನೆಗಳು

1. ಕದಂಬ ವಂಶದ ಸ್ಥಾಪಕ ಯಾರು ?

2. ತಾಳಗುಂದ ಸ್ತಂಭ ಶಾಸನ ಯಾರ ಆಳ್ವಿಕೆಯಲ್ಲಿ ರಚನೆಯಾಯಿತು ?

3. ಪಾಟಲಿಪುತ್ರದ ಗುಪ್ತ ರಾಜಕುಮಾರ ಸ್ಕಂದಗುಪ್ತನಿಗೆ ತನ್ನ ಮಗಳನ್ನು ವಿವಾಹ ಮಾಡಿಕೊಟ್ಟ ಕದಂಬ ದೊರೆ ಯಾರು ?

4. ಕದಂಬ ವಂಶದ ಕೊನೆಯ ದೊರೆ ಯಾರು ?

5. ದಕ್ಷಿಣ ಭಾರತದ ಪ್ರಥಮ ಶಿವದೇವಾಲಯ ಎಂದು ಪರಿಗಣಿಸಲ್ಪಟ್ಟಿರುವ ದೇಗುಲ ಯಾವುದು ?

ದೀರ್ಘ ಉತ್ತರದ ಪ್ರಶ್ನೆಗಳು

1. ಮಯೂರವರ್ಮನ ಸಾದನೆಗಳನ್ನು ವಿವರಿಸಿ.

ಅಧ್ಯಾಯ – 6

ತಲಕಾಡಿನ ಗಂಗರು (ಪಶ್ಚಿಮ ಗಂಗರು)

Gangas of Talakad (Western Gangas)

ಕ್ರಿ.ಶ. ನಾಲ್ಕನೇ ಶತಮಾನದ ಮೊದಲಾರ್ಧ ಭಾಗ ಕನ್ನಡ ನಾಡಿನ ಚರಿತ್ರೆಯಲ್ಲಿ ಅತ್ಯಂತ ಮಹತ್ವದ ಕಾಲವಾಗಿದೆ. ಈ ಕಾಲಘಟ್ಟದಲ್ಲಿ ಎರಡು ಪ್ರತಿಷ್ಠಿತ ರಾಜವಂಶಗಳು ತಮ್ಮದೇ ಪ್ರತ್ಯೇಕ ರಾಜ್ಯಗಳನ್ನು ಸ್ಥಾಪಿಸಿದವು. ಕರ್ನಾಟಕದ ಉತ್ತರ ಭಾಗದಲ್ಲಿ ಬೆಳಗಾವಿ, ಉತ್ತರ ಕನ್ನಡ, ಶಿವಮೊಗ್ಗ, ಚಿತ್ರದುರ್ಗ ಹಾಗೂ ಬಳ್ಳಾರಿ ಜಿಲ್ಲೆಗಳನ್ನು ಒಳಗೊಂಡ ಸ್ವತಂತ್ರ ರಾಜ್ಯವನ್ನು ಕದಂಬರು ಸ್ಥಾಪಿಸಿದರೆ, ದಕ್ಷಿಣ ಭಾಗದಲ್ಲಿ ಬೆಂಗಳೂರು, ರಾಮನಗರ, ಕೋಲಾರ, ಮೈಸೂರು, ಮಂಡ್ಯ ಹಾಗೂ ತುಮಕೂರು ಜಿಲ್ಲೆಗಳನ್ನು ಒಳಗೊಂಡ ಸ್ವತಂತ್ರ ರಾಜ್ಯವನ್ನು ಗಂಗರು ಸ್ಥಾಪಿಸಿದರು. ಬನವಾಸಿ ಕದಂಬರು (ಮೂಲ ಶಾಖೆ) ಎರಡು ಶತಮಾನಗಳ ಕಾಲ ಆಳಿ ತಮ್ಮ ಅಸ್ತಿತ್ವವನ್ನು ಕಳೆದುಕೊಂಡರು. ಆದರೆ ಅವರ ಸಮಕಾಲೀನರಾದ ತಲಕಾಡಿನ ಗಂಗರು ಮೊದಲೆರಡು ಶತಮಾನ ಸ್ವತಂತ್ರವಾಗಿ ಆಳಿ, ಮುಂದಿನ ನಾಲ್ಕು ಶತಮಾನಗಳ ಕಾಲ ಬಾದಾಮಿ ಚಾಳುಕ್ಯರ ಹಾಗೂ ರಾಷ್ಟ್ರಕೂಟರ ಸಾಮಂತರಾಗಿ ಆಡಳಿತ ನಡೆಸಿದರು. ಒಡಿಶಾ ಅಥವಾ ಹಿಂದಿನ ಕಳಿಂಗ ಪ್ರದೇಶದಲ್ಲೂ ಒಂದು ಗಂಗ ವಂಶ ಆಡಳಿತ ನಡೆಸಿದೆ. ಅದನ್ನು **ಪೂರ್ವ ಗಂಗ ವಂಶವೆಂದೂ,** ಕರ್ನಾಟಕದಲ್ಲಿ ಆಳಿದ ಗಂಗ ವಂಶವನ್ನು ಪಶ್ಚಿಮ ಗಂಗ ವಂಶವೆಂದು ಕರೆಯಲಾಗಿದೆ. **ಆನೆ ಅವರ ರಾಜ ಲಾಂಛನವಾಗಿತ್ತು.** ಈ ಎರಡೂ ರಾಜವಂಶಗಳ ಮೂಲ ಪುರುಷರು ತಾವು ಉತ್ತರ ಭಾರತದ ಇಕ್ಷ್ವಾಕು ವಂಶದವರೆಂದು ಹೇಳಿಕೊಂಡಿದ್ದಾರೆ.

ಪಶ್ಚಿಮ ಗಂಗರು ಪ್ರಾರಂಭದಲ್ಲಿ ಕೋಲಾರ (ಕುವಲಾಲಪುರ)ವನ್ನು, ಅನಂತರ ತಲಕಾಡನ್ನು (ತಲವನಪುರ) ರಾಜಧಾನಿಯಾಗಿ ಮಾಡಿಕೊಂಡು ಆಳಿದರು. ಅದರಿಂದಾಗಿ ಇವರನ್ನು ತಲಕಾಡಿನ ಗಂಗರು ಎಂದು ಕರೆಯಲಾಗಿದೆ. ಅವರು ಆಳಿದ ರಾಜ್ಯ **ಗಂಗವಾಡಿ – 96000** ಎಂದು ಕರೆಯಲ್ಪಡುತ್ತಿತ್ತು. **"ಗಂಗವಾಡಿ ಎಂದು ಕರೆಯಲ್ಪಡುತ್ತಿದ್ದ ಮೈಸೂರು ಪ್ರದೇಶದ ಬಹುಭಾಗವನ್ನು ಆಳಿದ ಗಂಗ ವಂಶ ದಕ್ಷಿಣ ಭಾರತದ ಪ್ರಮುಖ ಪ್ರಾಚೀನ ರಾಜವಂಶಗಳಲ್ಲಿ ಒಂದಾಗಿದೆ"** ಎಂದು ಎಂ.ವಿ.ಕೃಷ್ಣರಾವ್ ಹೇಳಿದ್ದಾರೆ. ಕದಂಬರು ಹಾಗೂ ಗಂಗರಲ್ಲಿ ಕಂಡುಬರುವ ಒಂದು ಸಮಾನ ಅಂಶವೆಂದರೆ ಇಬ್ಬರೂ ತಮಿಳುನಾಡಿನ ರಾಜಕೀಯ ಶಕ್ತಿಯಾಗಿದ್ದ ಪಲ್ಲವರೊಂದಿಗೆ ಹೋರಾಡಿದ್ದು. ಗಂಗರಂತೂ ದೀರ್ಘಕಾಲ ಪಲ್ಲವರು ಹಾಗೂ ಚೋಳರೊಂದಿಗೆ ಹೋರಾಡಿ ಕರ್ನಾಟಕದ ಈ ಭಾಗವನ್ನು ರಕ್ಷಿಸಿದರು.

ಮೂಲ

ಗಂಗ ರಾಜವಂಶದ ಮೂಲಕ್ಕೆ ಸಂಬಂಧಿಸಿದಂತೆ ಇಂದಿಗೂ ಬಿನ್ನಾಭಿಪ್ರಾಯಗಳಿವೆ. ಗಂಗರ ಇತಿಹಾಸದ ಅಧ್ಯಯನಕ್ಕೆ ಶಾಸನಗಳೇ ಪ್ರಧಾನ ಆಕರಗಳಾಗಿದ್ದರೂ ಶಾಸನಗಳಲ್ಲಿ ವಿಮರ್ಶೆಯ ಒರೆಗಲ್ಲಿಗೆ ನಿಲುಕದ ಸಂಗತಿಗಳೇ ಹೆಚ್ಚಾಗಿವೆ. ಗಂಗರು ತಮ್ಮನ್ನು **ಇಕ್ಷ್ವಾಕು ವಂಶದ**ವರೆಂದು, **ಕಣ್ವಾಯನ ಗೋತ್ರದ**ವರೆಂದು ಹಾಗೂ **ಜಾಹ್ನವೇಯ ಕುಲದ**ವರೆಂದು ಕರೆದುಕೊಂಡಿದ್ದಾರೆ. ಇಕ್ಷ್ವಾಕು ವಂಶಕ್ಕೆ ಸೇರಿದ ದಡಿಗ ಮತ್ತು ಮಾಧವ ಎಂಬ ಸೋದರರು ಅಯೋಧ್ಯೆಯಿಂದ ದಕ್ಷಿಣದ ಆಂಧ್ರ ಪ್ರದೇಶದ ಕಡಪ ಜಿಲ್ಲೆಯ ಗಂಗಪೆರೂರ್‌ಗೆ ಬಂದರು. ಅಲ್ಲಿ **ಜೈನ ಮುನಿ ಸಿಂಹನಂದಿಯ** ಆಶೀರ್ವಾದ ಪಡೆದರು. ಈ ಜೈನ ಮುನಿ ಪದ್ಮಾವತಿ ದೇವಿಯಿಂದ ಒಂದು ಶಕ್ತಿಶಾಲಿಯಾದ ಖಡ್ಗವನ್ನು ಪಡೆದು ಈ ಸೋದರರಿಗೆ ನೀಡಿದನು. ಅದರ ಸಹಾಯದಿಂದ ಅವರು ತಮ್ಮದೇ ರಾಜ್ಯವನ್ನು ಸ್ಥಾಪಿಸಿಕೊಂಡರು. ಆರಂಭದಲ್ಲಿ ಕೋಲಾರ ಅವರ ರಾಜಧಾನಿಯಾಗಿತ್ತು. ನಂದಗಿರಿ ಅಥವ ನಂದಿಬೆಟ್ಟ ಅವರ ಭದ್ರಕೋಟೆಯಾಗಿತ್ತು. ಗಂಗರಾಜ್ಯದ ಸ್ಥಾಪನೆಗೆ ನೆರವಾದನೆಂದು ಹೇಳಲಾಗಿರುವ ಸಿಂಹನಂದಿಯ ಬಗ್ಗೆ ಹತ್ತನೇ ಶತಮಾನದ **ಕುಡಲೂರು ತಾಮ್ರ ಶಾಸನ**ದಲ್ಲಿ ಉಲ್ಲೇಖವಿದೆ. ಹರಿವರ್ಮನ ಕಾಲದಲ್ಲಿ ತಲಕಾಡಿಗೆ ರಾಜಧಾನಿಯನ್ನು ವರ್ಗಾಯಿಸಲಾಯಿತು.

ಹತ್ತನೇ ಶತಮಾನಕ್ಕೆ ಹಿಂದಿನ ಗಂಗರ ಯಾವ ಶಾಸನದಲ್ಲೂ ಸಿಂಹನಂದಿಯ ಬಗ್ಗೆ ಪ್ರಸ್ತಾಪವಿಲ್ಲದಿರುವುದರಿಂದ ಸಿಂಹನಂದಿ ಚಾರಿತ್ರಿಕ ವ್ಯಕ್ತಿಯಾಗಿರಲಾರ. ಅಲ್ಲದೆ ದಡಿಗ ಮತ್ತು ಮಾಧವ ಕೂಡ ಅಯೋಧ್ಯೆಯಿಂದ ಬಂದವರೆಂಬುದಕ್ಕೆ

ಯಾವ ಆಧಾರಗಳೂ ದೊರೆತಿಲ್ಲ. ಆದ್ದರಿಂದ ಗಂಗರ ಮೂಲಪುರುಷರು ಸ್ಥಳೀಯರೇ ಆಗಿದ್ದರು ಎಂಬ ವಾದಕ್ಕೆ ಪುಷ್ಠಿ ದೊರೆಯುತ್ತದೆ. ಗಂಗರು ಸ್ಥಳೀಯ ಗಂಗಡಕಾರ ರೈತ ಸಮುದಾಯಕ್ಕೆ ಸೇರಿದವರಾಗಿದ್ದಿರಬಹುದು ಎಂದು ಪ್ರೊ. ಷೇಕ್ ಅಲಿ ಹೇಳಿದ್ದಾರೆ.

ಪ್ರಾರಂಭದ ಅರಸರು

ಗಂಗ ವಂಶದ ಮೊದಲ ದೊರೆ ಕೊಂಗಣಿವರ್ಮ ಎಂದು ಹೇಳಲಾಗಿದೆ. ಈತ ದಡಿಗನೆಂಬುದು ಒಂದು ವಾದವಾದರೆ, ಈತ ಮಾಧವನೆಂಬುದು ಇನ್ನೊಂದು ಅಭಿಪ್ರಾಯ. ಎರಡನೇ ಅಭಿಪ್ರಾಯಕ್ಕೆ ಹೆಚ್ಚು ಮನ್ನಣೆಯಿದೆ. ಹೀಗಾಗಿ ಮೊದಲ ಅರಸನನ್ನು ಕೊಂಗಣಿವರ್ಮ ಮಾಧವ ಎಂದು ಕರೆಯಲಾಗಿದೆ. ಕೊಂಗಣಿವರ್ಮ ಮಾಧವನು ಕ್ರಿ.ಶ. 350ರಲ್ಲಿ ರಾಜ್ಯಾಧಿಕಾರ ಆರಂಭಿಸಿರಬಹುದು. ಪರಾಕ್ರಮಶಾಲಿಯಾಗಿದ್ದ ಅವನು ಗಂಗ ರಾಜ್ಯವನ್ನು ಪಶ್ಚಿಮದಲ್ಲಿ ಕೊಂಕಣದ ವರೆಗೆ ಹಾಗೂ ಪೂರ್ವದಲ್ಲಿ ಸೇಲಂವರೆಗೆ ವಿಸ್ತರಿಸಿದನು. ಅವನಿಗೆ ಮಕ್ಕಳಿರಲಿಲ್ಲ. ಅದರಿಂದಾಗಿ ದಡಿಗನ ಮಗ ಎರಡನೇ ಮಾಧವ ಕ್ರಿ.ಶ. 370ರ ಸುಮಾರಿನಲ್ಲಿ ಅಧಿಕಾರಕ್ಕೆ ಬಂದಿರಬೇಕು. ಈತನ ಮಗ ಹರಿವರ್ಮನು ಪಲ್ಲವ ದೊರೆ ಸಿಂಹವರ್ಮನ ಸಹಾಯದಿಂದ ಪಟ್ಟಕ್ಕೆ ಬಂದನೆಂದು ಪ್ರಾಕೃತ ಭಾಷಾ ಕೃತಿ **"ಲೋಕ ವಿಭಾಗ"**ದಲ್ಲಿ ಹೇಳಲಾಗಿದೆ. ಇಲ್ಲಿ ಇತಿಹಾಸಕಾರರಿಗೆ ಎದುರಾಗುವ ಬಹಳ ದೊಡ್ಡ ಸಮಸ್ಯೆಯೆಂದರೆ ಗಂಗ ಅರಸರ ನಿರ್ಧಿಷ್ಟ ಆಡಳಿತ ಕಾಲವನ್ನು ನಿಗದಿಪಡಿಸುವುದು. ಈ ಅವಧಿಯಲ್ಲಿ ಗಂಗರಾಜ್ಯವು ಆಗ್ನೇಯ ಭಾಗದಲ್ಲಿದ್ದ ಪಲ್ಲವ ರಾಜ್ಯ ಹಾಗೂ ವಾಯವ್ಯ ಭಾಗದಲ್ಲಿದ್ದ ಕದಂಬ ರಾಜ್ಯದ ನಡುವೆ ಒಂದು ರೀತಿಯಲ್ಲಿ **ಬಫರ್ ರಾಜ್ಯ**ವಾಗಿ ಕಾರ್ಯ ನಿರ್ವಹಿಸಿತು.

ಹರಿವರ್ಮನ ನಂತರ ಅವನ ಮಗ ವಿಷ್ಣುಗೋಪನು ಹಾಗೂ ಅವನ ನಂತರ ಅವನ ಮಗ ಮೂರನೇ ಮಾಧವನು ಅಧಿಕಾರಕ್ಕೆ ಬಂದನು. ಈತನು **ತಡಂಗಾಲ ಮಾಧವ** ಎಂದೇ ಪ್ರಸಿದ್ಧನಾಗಿದ್ದನು. ಈತ ಕದಂಬ ಕಾಕುಸ್ಥವರ್ಮನ ಮಗಳು, ಒಂದನೇ ಕೃಷ್ಣವರ್ಮನ ಸೋದರಿಯನ್ನು ವಿವಾಹವಾಗಿದ್ದನು. ಕ್ರಿ.ಶ. ಸುಮಾರು 440 ರಿಂದ 466ರವರೆಗೆ ಆಳಿದ ಈತನು ಪಲ್ಲವ ದೊರೆ ಸ್ಕಂದವರ್ಮನೊಂದಿಗೆ ಉತ್ತಮ ಸಂಬಂಧ ಹೊಂದಿದ್ದನು. ಆದರೆ ಆಶ್ಚರ್ಯದ ವಿಷಯವೆಂದರೆ ತಮಿಳಿನ **"ಕೊಂಗುದೇಶ ರಾಜಕ್ಕಲ್"** ಕೃತಿಯಲ್ಲಿ ತಡಂಗಾಲ ಮಾಧವನ ಪ್ರಸ್ತಾಪ ಇಲ್ಲದಿರುವುದು. ಇವನ ನಂತರ ಇವನ ಮಗ **ಅವಿನೀತ** ಅಧಿಕಾರಕ್ಕೆ ಬಂದನು. 30 ವರ್ಷಗಳ ಕಾಲ ಅಂದರೆ ಕ್ರಿ.ಶ. 466ರಿಂದ 495 ರವರೆಗೆ ಆಳಿದ ಈತನನ್ನು ಕದಂಬ ತ್ರಿಪರ್ವತ ಶಾಖೆಯ ಅರಸ ಒಂದನೇ ಕೃಷ್ಣವರ್ಮನ ಸೋದರಳಿಯ ಎಂದು ಶಾಸನಗಳಲ್ಲಿ (ಬೆಂಡಿಗಾನ ಹಳ್ಳಿ ತಾಮ್ರ ಶಾಸನ) ವರ್ಣಿಸಲಾಗಿದೆ. ಈತನು ಚಿಕ್ಕ ಬಾಲಕನಾಗಿದ್ದಾಗಲೇ ಅಂದರೆ ತನ್ನ ತಾಯಿಯ ತೊಡೆಯ ಮೇಲಿದ್ದಾಗಲೇ ಪಟ್ಟಾಭಿಷಿಕ್ತನಾದನೆಂದು ಶಾಸನಗಳು ಹೇಳಿವೆ. ತನ್ನ ಆಳ್ವಿಕೆಯ 12ನೇ ವರ್ಷದಲ್ಲಿ ಪಲ್ಲವ ರಾಜ ಸಿಂಹವಿಷ್ಣುವಿನ ತಾಯಿ ಗಂಗ ರಾಜ್ಯದಲ್ಲಿ ನಿರ್ಮಿಸಿದ್ದ ಜೈನ ದೇವಾಲಯಕ್ಕೆ ಈತನು ನೀಡಿದ ದತ್ತಿಯ ಬಗ್ಗೆ ಹೊಸಕೋಟೆ ತಾಮ್ರ ಶಾಸನದಲ್ಲಿ ಉಲ್ಲೇಖವಿದೆ. ಆದರೆ ಪಲ್ಲವ ರಾಣಿಯ ಹೆಸರು ಉಲ್ಲೇಖವಾಗಿಲ್ಲ. ಈತ ಆನೆಗಳನ್ನು ಪಳಗಿಸುವ ಕಲೆಯಲ್ಲಿ ನುರಿತವನಾಗಿದ್ದನೆಂದು ಶಾಸನಗಳು ಹೇಳಿವೆ.

ದುರ್ವಿನೀತ (ಕ್ರಿ.ಶ. 495–535)

ಅವಿನೀತನ ಮಗನಾದ **ದುರ್ವಿನೀತ ಪಶ್ಚಿಮ ಗಂಗ ವಂಶದ ಅತ್ಯಂತ ಶ್ರೇಷ್ಠ ರಾಜ.** ಅವಿನೀತನು ಪುನ್ನಾಟ (ಈಗಿನ ಹೆಗ್ಗಡದೇವನ ಕೋಟೆ)ದ ಅರಸ ಸ್ಕಂದವರ್ಮನ ಮಗಳು ಜ್ಯೇಷ್ಠಾದೇವಿಯನ್ನು ವಿವಾಹವಾಗಿದ್ದನು. ಅವರಿಗೆ ಜನಿಸಿದವನೇ ದುರ್ವಿನೀತ. ಆದರೆ ಅವಿನೀತ ತನ್ನ ಕಿರಿಯ ರಾಣಿಯ ಮಗನನ್ನು ತನ್ನ ಉತ್ತರಾಧಿಕಾರಿಯಾಗಿ ಆಯ್ಕೆಮಾಡಿದ್ದನು. ಆದ್ದರಿಂದ ದುರ್ವಿನೀತ ತನ್ನ ಮಲ ತಮ್ಮನೊಂದಿಗೆ ಹೋರಾಡಿ ಸಿಂಹಾಸನವನ್ನು ವಶಪಡಿಸಿಕೊಂಡನು. ಈ ಅಂತರ್ಯುದ್ಧದ ಬಗ್ಗೆ ನಲ್ಲಾಳ, ಕಡಗತ್ತೂರ ಮೊದಲಾದ ಶಾಸನಗಳಲ್ಲಿ ಉಲ್ಲೇಖವಿದೆ. ಆದರೆ ಸೋತ ರಾಜಕುಮಾರನ ಹೆಸರು ತಿಳಿದು ಬಂದಿಲ್ಲ.

ದುರ್ವಿನೀತನ ಆಡಳಿತ ಕಾಲದ ಬಗ್ಗೆ ತೀವ್ರ ಭಿನ್ನಾಭಿಪ್ರಾಯಗಳಿವೆ. ಡಾ. ಪಿ.ಬಿ. ದೇಸಾಯ್ ಅವರ ಪ್ರಕಾರ ದುರ್ವಿನೀತನು ಕ್ರಿ.ಶ. 529ರಿಂದ 579ರವರೆಗೆ ಆಳಿದನು. ಡಾ ಆರೋಕಿಯ ಸ್ವಾಮಿಯವರ ಪ್ರಕಾರ ದುರ್ವಿನೀತನ ಆಡಳಿತ ಕಾಲ ಕ್ರಿಶ 610ರಿಂದ 655. ಅಂದರೆ ಅವನು ಬಾದಾಮಿ ಚಾಳುಕ್ಯ ದೊರೆ 2ನೇ ಪುಲಕೇಶಿಯ ಸಮಕಾಲೀನನಾಗಿದ್ದನು ಹಾಗೂ ಪುಲಕೇಶಿಯ ಮರಣದ ನಂತರವೂ ಜೀವಿಸಿದ್ದನು. ದಂಡಿಯ **'ಆವಂತಿ ಸುಂದರಿ ಕಥಾಸಾರ'**ದ ಪ್ರಕಾರ ದುರ್ವಿನೀತನು ಪಲ್ಲವ ರಾಜ ಸಿಂಹವಿಷ್ಣು(ಕ್ರಿ.ಶ. 565–610) ವಿನ ಆಡಳಿತದ ಕೊನೆಯ ಭಾಗದಲ್ಲಿ ಆಳಿದನು. ಪ್ರೊ

ಷೇಕ್ ಅಲಿ ಅವರ ಪ್ರಕಾರ ದುರ್ವಿನೀತ ಕ್ರಿ.ಶ 495 ರಿಂದ 535ರವರೆಗೆ ಆಳಿದನು. ಈ ಅಭಿಪ್ರಾಯಕ್ಕೆ ಹೆಚ್ಚಿನ ಮಾನ್ಯತೆ ದೊರೆತಿದೆ. ಹೀಗೆ ದುರ್ವಿನೀತ ನಿರ್ದಿಷ್ಟ ಆಡಳಿತ ಕಾಲದ ಬಗ್ಗೆ ತೀವ್ರ ಗೊಂದಲಗಳಿವೆ.

ದುರ್ವಿನೀತನ ಕಾಲದಲ್ಲಿ ಗಂಗ ರಾಜ್ಯ ಗಣನೀಯವಾಗಿ ವಿಸ್ತಾರಗೊಂಡಿತು. ಗುಮ್ಮರೆಡ್ಡಿಪುರ ಶಾಸನದ ಪ್ರಕಾರ ಪುನ್ನಾಟ ರಾಜ್ಯ ಪೂರ್ಣವಾಗಿ ಅವನ ಅಧೀನವಾಯಿತು. ಬಹುಶಃ ಈತನ ತಾಯಿ ಜ್ಯೇಷ್ಠಾದೇವಿಯ ತಂದೆಗೆ ಗಂಡು ಮಕ್ಕಳಿಲ್ಲದಿದ್ದರಿಂದ ಈ ರಾಜ್ಯ ದುರ್ವಿನೀತನಿಗೆ ದೊರೆತಂತೆ ಕಾಣುತ್ತದೆ. ಗುಮ್ಮರೆಡ್ಡಿಪುರ ಶಾಸನದ ಪ್ರಕಾರ ಈತನು ಆಲತ್ತೂರು, ಪೊರಳೆ ಹಾಗೂ ಪೆನ್ನಾಗರ ಕದನಗಳಲ್ಲಿ ತನ್ನ ಶತ್ರುಗಳ ವಿರುದ್ಧ ಜಯ ಸಾಧಿಸಿದನು. ಆದರೆ ಅವನಿಂದ ಸೋತವರು ಯಾರು ಎಂಬ ವಿವರಗಳು ದೊರೆತಿಲ್ಲ. ಬಹುಶಃ ಈ ಕದನಗಳಲ್ಲಿ ದುರ್ವಿನೀತ ಪಲ್ಲವರನ್ನು ಸೋಲಿಸಿದನು. ಪಲ್ಲವರು ದುರ್ವಿನೀತನ ಮಲ ಸಹೋದರನಿಗೆ ಬೆಂಬಲ ನೀಡಿದ್ದರು ಅಂತೆಯೇ ಕದಂಬರನ್ನೂ ಸೋಲಿಸಿದನು.

ದುರ್ವಿನೀತ ದೊಡ್ಡ ವಿದ್ವಾಂಸನೂ ಆಗಿದ್ದನು. ಕನ್ನಡ, ಪ್ರಾಕೃತ ಹಾಗೂ ಸಂಸ್ಕೃತ ಭಾಷೆಗಳಲ್ಲಿ ಅವನಿಗೆ ಪಾಂಡಿತ್ಯವಿದ್ದಿತು. ಶ್ರೀವಿಜಯ ತನ್ನ **'ಕವಿರಾಜ ಮಾರ್ಗ'**ದಲ್ಲಿ ದುರ್ವಿನೀತನನ್ನು ಕನ್ನಡದ ಪ್ರಾಚೀನ ಗದ್ಯ ಲೇಖಕರಲ್ಲೊಬ್ಬ ಎಂದು ಹೆಸರಿಸಿದ್ದಾನೆ. **'ಕಿರಾತಾರ್ಜುನೀಯ'** ಕಾವ್ಯದ ಕರ್ತೃ ಭಾರವಿ ಈತನ ಆಸ್ಥಾನಕ್ಕೆ ಭೇಟಿ ನೀಡಿದ್ದನೆಂದು **'ಆವಂತಿ ಸುಂದರಿ ಕಥಾಸಾರ'**ದಲ್ಲಿ ಹೇಳಲಾಗಿದೆ. ದುರ್ವಿನೀತನು **'ಕಿರಾತಾರ್ಜುನೀಯ'** ಕಾವ್ಯದ 15ನೇ ಅಧ್ಯಾಯದ ಮೇಲೆ ಒಂದು ವ್ಯಾಖ್ಯಾನವನ್ನು ಕನ್ನಡದಲ್ಲಿ ರಚಿಸಿದನು. ಅಲ್ಲದೆ ಗುಣಾಢ್ಯನ ಪೈಶಾಚಿ ಪ್ರಾಕೃತದ **"ವಡ್ಡಕಥಾ"** (ಬೃಹತ್ ಕಥಾ)ವನ್ನು ಸಂಸ್ಕೃತಕ್ಕೆ ಭಾಷಾಂತರಿಸಿದನು. ಜೈನ ಮುನಿ ಪೂಜ್ಯಪಾದ ದುರ್ವಿನೀತನ ಗುರುವಾಗಿದ್ದನು. ಪೂಜ್ಯಪಾದನು **"ಜಿನೇಂದ್ರ ವ್ಯಾಕರಣ"** ಎಂಬ ಪರಂಪರೆಗೆ ಕಾರಣವಾದ **"ಶಬ್ದಾವತಾರ"** ಎಂಬ ವ್ಯಾಕರಣವನ್ನು ಸಂಸ್ಕೃತದಲ್ಲಿ ರಚಿಸಿದನು.

ಅವನದೇ ಶಾಸನಗಳಲ್ಲಿ ದುರ್ವಿನೀತನನ್ನು ಬಹುಮುಖ ಪ್ರತಿಭಾವಂತನೆಂದು ಪ್ರಶಂಸಿಸಲಾಗಿದೆ. ನಲ್ಲಾಳ ಶಾಸನದಲ್ಲಿ ಈತನನ್ನು ರಾಜನೀತಿಶಾಸ್ತ್ರದಲ್ಲಿ ಚಾಣಕ್ಯನಿಗೂ, ಸಂಗೀತ ಹಾಗೂ ನೃತ್ಯದ ವಿಷಯಗಳಲ್ಲಿ ತುಂಬುರ, ಭರತದೇವ ಹಾಗೂ ಕಂಬಲಾಚಾರ್ಯರಿಗೆ ಹಾಗೂ ವೈದ್ಯವಿದ್ಯೆಯಲ್ಲಿ ಚರಕ, ಅತ್ರಿ ಹಾಗೂ ಧನ್ವಂತರಿಗೂ ಹೋಲಿಸಲಾಗಿದೆ. ಕೆರೆ, ಕಟ್ಟೆಗಳನ್ನು ಅಪಾರ ಸಂಖ್ಯೆಯಲ್ಲಿ ನಿರ್ಮಿಸಿ ನೀರಾವರಿ ಸೌಕರ್ಯ ಕಲ್ಪಿಸಿದನೆಂದು ಹೇಳಲಾಗಿದೆ.

ದುರ್ವಿನೀತನ ಧರ್ಮವನ್ನು ಕುರಿತಂತೆ ಬಿನ್ನಾಭಿಪ್ರಾಯಗಳಿವೆ. ಪೂಜ್ಯಪಾದರು ಅವನ ಗುರುಗಳಾಗಿದ್ದರಿಂದ ಅವನು ಜೈನ ಧರ್ಮಾವಲಂಬಿಯಾಗಿದ್ದಿರಬಹುದೆಂದು ಭಾವಿಸಲಾಗಿದೆ. ಆದರೆ ಹಿರಣ್ಯಗರ್ಭ ಮಹಾಯಜ್ಞ ಸೇರಿದಂತೆ ಹಲವಾರು ಯಜ್ಞ, ಯಾಗಗಳನ್ನು ಆಚರಿಸಿದ್ದರ ಬಗ್ಗೆ ಉಲ್ಲೇಖಗಳಿರುವುದರಿಂದ ಅವನು ಹಿಂದೂ ಧರ್ಮಾವಲಂಬಿಯಾಗಿದ್ದನೆಂದು ಡಾ. ಶ್ರೀಕಂಠಶಾಸ್ತ್ರಿ ಹೇಳಿದ್ದಾರೆ. ಮುಧುಗಿರಿ ಶಾಸನದಲ್ಲಿ ಅವನನ್ನು **'ಕಮಲೋಧರ'** ಅಥವಾ ವಿಷ್ಣುವಿನ ಆರಾಧಕನೆಂದು ವರ್ಣಿಸಲಾಗಿದೆ.

ದುರ್ವಿನೀತ ಚಾಳುಕ್ಯ ಸಾಮ್ರಾಟ ಎರಡನೇ ಪುಲಕೇಶಿಗೆ ತನ್ನ ಮಗಳನ್ನು ವಿವಾಹ ಮಾಡಿಕೊಟ್ಟಿದ್ದನೆಂದು 11ನೇ ಶತಮಾನದ ಶಾಸನವೊಂದರಲ್ಲಿ ಹೇಳಲಾಗಿದೆ. ಆದರೆ ಪುಲಕೇಶಿ ಅಧಿಕಾರಕ್ಕೆ ಬಂದಿದ್ದು ಕ್ರಿ.ಶ. 610ರಲ್ಲಿ. ದುರ್ವಿನೀತ ಮರಣಿಸಿದ್ದ ಕ್ರಿ.ಶ. 535ರಲ್ಲಿ ಅಂದರೆ ಆ ವೇಳೆಗೆ ಪುಲಕೇಶಿ ಜನಿಸಿಯೇ ಇರಲಿಲ್ಲ. ಆದ್ದರಿಂದ ಪುಲಕೇಶಿ ದುರ್ವಿನೀತನ ಮಗಳನ್ನು ವಿವಾಹವಾಗಿರುವ ಸಾಧ್ಯವೇ ಇಲ್ಲ. ಆದಾಗ್ಯೂ ದುರ್ವಿನೀತನ ಆಡಳಿತಕಾಲದ ಬಗ್ಗೆ ಡಾ. ಆರೋಕಿಯ ಸ್ವಾಮಿಯವರ ಅಭಿಪ್ರಾಯವನ್ನು ಒಪ್ಪುವುದಾದರೆ ಆಗ ಶಾಸನದ ವಿವರಗಳು ತಾಳೆಯಾಗುತ್ತವೆ.

ದುರ್ವಿನೀತನಿಗೆ **'ಅವನಿಸ್ಥಿರ ಪ್ರಜಾಲಯ'**, **'ಕೊಂಗಣಿವರ್ಮ'**, **'ಧರ್ಮಮಹಾರಾಜಾಧಿರಾಜ'** ಮೊದಲಾದ ಬಿರುದುಗಳಿದ್ದವು.

ದುರ್ವಿನೀತನ ಉತ್ತರಾಧಿಕಾರಿಗಳು : ಭೂವಿಕ್ರಮ(635-679)

ದುರ್ವಿನೀತನ ನಂತರ ಅವನ ಮಗ **ಮುಷ್ಕರ** ಕ್ರಿ.ಶ. 535 ರಿಂದ 585ರವರೆಗೆ ಆಳಿದನು. ಅನಂತರ ಅವನ ಮಗ **ಶ್ರೀವಿಕ್ರಮನು** ಕ್ರಿ.ಶ 585 ರಿಂದ 635ರವರೆಗೆ, ಅನಂತರ ಅವನ ಮಗ **ಭೂವಿಕ್ರಮನು** ಕ್ರಿ.ಶ 635ರಿಂದ 679ರವರೆಗೆ ಆಳಿದನು. ಭೂವಿಕ್ರಮನು ಮಹಾಪರಾಕ್ರಮಶಾಲಿಯಾಗಿದ್ದನು. ಬಾದಾಮಿ ಚಾಳುಕ್ಯ ಸಾಮ್ರಾಟ ಎರಡನೇ ಪುಲಕೇಶಿಯ ಸಾಮಂತನಾಗಿದ್ದ ಅವನು ಪುಲಕೇಶಿ ಪಲ್ಲವ ರಾಜ್ಯದ ಮೇಲೆ ಕೈಗೊಂಡ ದಾಳಿಗೆ ಎಲ್ಲ ನೆರವು ನೀಡಿದನು. ಪುಲಕೇಶಿಯ ಉತ್ತರಾಧಿಕಾರಿ ಒಂದನೇ ವಿಕ್ರಮಾದಿತ್ಯನಿಗೂ ಪಲ್ಲವರ ವಿರುದ್ಧ ಭೂವಿಕ್ರಮ ನೆರವು ನೀಡಿದನು. ಪ್ರೊ. ಎಸ್. ಶ್ರೀಕಂಠಶಾಸ್ತ್ರಿ ಅವರ ಪ್ರಕಾರ ಭೂವಿಕ್ರಮ ಮತ್ತು ಪಲ್ಲವರ ನಡುವೆ ಕ್ರಿ.ಶ 670ರಲ್ಲಿ ವಿಲಂಥೆಯಲ್ಲಿ ಭಾರಿ ಕಾಳಗ ಸಂಭವಿಸಿತು. ಪ್ರೊ.ಬಿ.

ಷೇಕ್ ಅಲಿಯವರ ಪ್ರಕಾರ **ವಿಲಂಧೆ ಕದನ** ಭೂವಿಕ್ರಮನು ಪಲ್ಲವರೊಂದಿಗೆ ಸ್ವತಂತ್ರವಾಗಿ ನಡೆಸಿದ ಕದನವಾಗಿತ್ತು. ಒಂದನೇ ಶಿವಮಾರನ ಹಳ್ಳಿಗೆರೆ ತಾಮ್ರಶಾಸನದಲ್ಲಿ ಈ ಕಾಳಗದ ಬಗ್ಗೆ ಪ್ರಸ್ತಾಪವಿದ್ದರೂ ಚಾಲುಕ್ಯ ಬಗ್ಗೆ ಪ್ರಸ್ತಾಪವಿಲ್ಲ. ಈ ಶಾಸನದಲ್ಲಿ ಭೂವಿಕ್ರಮನು **'ಪಲ್ಲವೇಂದ್ರನರಪತಿ'** ಯನ್ನು ವಿಲಂಧೆಯಲ್ಲಿ ಸೋಲಿಸಿ ಪಲ್ಲವರಿಂದ **'ಉಗ್ರೋದಯ'** ಎಂಬ ಅಮೂಲ್ಯ ವಜ್ರವನ್ನು ಒಳಗೊಂಡಿದ್ದ ಕಂಠೀಹಾರವನ್ನು ಕಿತ್ತುಕೊಂಡ ಬಗ್ಗೆ ಪ್ರಸ್ತಾಪಿಸಲಾಗಿದೆ. ಈ ಬಗ್ಗೆ ಗಂಗರ **ಬಿದಿರೂರ್ ಶಾಸನದಲ್ಲೂ** ಉಲ್ಲೇಖವಿದೆ. ನರಸಿಂಹವರ್ಮನಿಂದ ಪುಲಕೇಶಿಯು ಹತನಾದ ನಂತರ ಪಲ್ಲವರು ಮತ್ತು ಗಂಗರ ನಡುವಿನ ಸಂಘರ್ಷ ತೀವ್ರಗೊಂಡಿತ್ತು.

ಶ್ರೀಪುರುಷ (ಕ್ರಿ.ಶ 725–788)

ಭೂವಿಕ್ರಮನಿಗೆ ಮಕ್ಕಳಿಲ್ಲದಿದ್ದರಿಂದ ಅವನ ಸೋದರ **ಒಂದನೇ ಶಿವಮಾರ** ಅಧಿಕಾರಕ್ಕೆ ಬಂದನು. ಅವನು ಕ್ರಿ.ಶ 679ರಿಂದ 725ರವರೆಗೆ ಆಳಿದನು. ಈತನು ಪಲ್ಲವರೊಂದಿಗೆ ನಿರಂತರವಾಗಿ ಹೋರಾಡಬೇಕಾಯಿತು. ಅವನ ನಂತರ ಅವನ ಮೊಮ್ಮಗ (ಎರೆಗಂಗನ ಮಗ) ಶ್ರೀಪುರುಷ ಅಧಿಕಾರಕ್ಕೆ ಬಂದನು.

ಶ್ರೀಪುರುಷ ಗಂಗವಂಶದ ಅತ್ಯಂತ ಪ್ರತಿಷ್ಠಿತ ಅರಸರಲ್ಲೊಬ್ಬ. ಮಹಾ ಪರಾಕ್ರಮಿಯಾಗಿದ್ದ ಅವನು ಪಲ್ಲವರು ಹಾಗೂ ಚಾಲುಕ್ಯರ ನಂತರ ಅಧಿಕಾರಕ್ಕೆ ಬಂದ ರಾಷ್ಟ್ರಕೂಟರೊಂದಿಗೆ ನಿರಂತರವಾಗಿ ಹೋರಾಟ ನಡೆಸಿದನು. ಅಧಿಕಾರವಹಿಸಿಕೊಂಡ ಪ್ರಾರಂಭದಲ್ಲೇ ಶ್ರೀಪುರುಷ ಪಲ್ಲವರ ದಾಳಿಯನ್ನು ಎದುರಿಸಬೇಕಾಯಿತು. ವಿಳಂಥೆ ಕಾಳಗದಲ್ಲಿ ಗಂಗರಿಂದ ಅನುಭವಿಸಿದ ಸೋಲನ್ನು ಪಲ್ಲವರು ಮರೆತಿರಲಿಲ್ಲ. ಪಲ್ಲವ ದೊರೆ ಎರಡನೇ ನಂದಿವರ್ಮ ಪಲ್ಲವಮಲ್ಲ ಗಂಗವಾಡಿಯ ಮೇಲೆ ದಾಳಿ ಮಾಡಿ ಗಂಗರನ್ನು ಸೋಲಿಸಿ ಅವರಿಂದ ಉಗ್ರೋದಯ ಸಹಿತವಾದ ಕಂಠೀಹಾರವನ್ನು ಕಸಿದುಕೊಂಡನು. ಈ ಸೋಲನ್ನು ಒಪ್ಪದ ಶ್ರೀಪುರುಷ ಪಲ್ಲವರನ್ನು ಕ್ರಿ.ಶ 740ರಲ್ಲಿ ನಡೆದ **ಎರಡನೇ ವಿಳಂಥೆ ಕದನದಲ್ಲಿ** ಸೋಲಿಸಿದನು ಮತ್ತು ನಂದಿವರ್ಮನಿಂದ **'ಪೆರ್ಮಾನಡಿ'** ಎಂಬ ಬಿರುದನ್ನು ಕಸಿದುಕೊಂಡನು. ಕ್ರಿ.ಶ. 1077ರ ಒಂದು ಶಾಸನದಲ್ಲಿ ಶ್ರೀಪುರುಷ ವಿಳಂಥೆ ಕದನದಲ್ಲಿ ಕಂಚಿಯ ರಾಜಕುಮಾರ ಕಾಡುವೆಟ್ಟಿಯನ್ನು ಕೊಂದು ಹಾಕಿದನೆಂದು ಹೇಳಲಾಗಿದೆ. ವಿಳಂಥೆ ಕದನದಲ್ಲಿ ಶ್ರೀಪುರುಷನಿಗೆ ಅವನ ಮಗ ಸಿಯಗೆಲ್ಲ ನೆರವಾದನು.

ಆದರೆ ಪ್ರೊ. ಟಿ.ವಿ. ಮಹಾಲಿಂಗಂ ಅವರು ವಿಳಂಥೆ ಕದನದಲ್ಲಿ ಪಲ್ಲವ ನಂದಿವರ್ಮ ಜಯಗಳಿಸಿ ಶ್ರೀಪುರುಷನಿಂದ ಉಗ್ರೋದಯವನ್ನು ಕಿತ್ತುಕೊಂಡನೆಂದು ಹೇಳಿದ್ದಾರೆ. ಪ್ರೊ. ಷೇಕ್ ಅಲಿ ಈ ಅಭಿಪ್ರಾಯವನ್ನು ತಿರಸ್ಕರಿಸಿ ನಂದಿವರ್ಮ ಉಗ್ರೋದಯವನ್ನು ಗಂಗರಿಂದ ಕಸಿದುಕೊಂಡಿದ್ದು ನಿಜವಾದರೂ ಅದು ವಿಳಂದೆಯಲ್ಲಿ ಅಲ್ಲ, ಆದರೆ ಬೇರೊಂದು ಕದನದಲ್ಲಿ. ಆದ್ದರಿಂದ ವಿಳಂದೆಯಲ್ಲಿ ನಂದಿವರ್ಮ ಜಯಗಳಿಸಿದನೆಂಬುದನ್ನು ಒಪ್ಪಲಾಗದು ಎಂದು ಹೇಳಿದ್ದಾರೆ.

ಶ್ರೀಪುರುಷ ಪಾಂಡ್ಯರ ವಿರುದ್ಧವೂ ಹೋರಾಡಿದನು. ಗಂಗರ ಶಾಸನಗಳ ಪ್ರಕಾರ ಗಂಗ ರಾಜಕುಮಾರಿಯೊಬ್ಬಳನ್ನು ಪಾಂಡ್ಯರಾಜ ತೆರ್ಮಾರ ಅಪಹರಿಸಿ ವಿವಾಹವಾಗಿದ್ದನು. ಆದರೆ ಬಹುಶಃ ಕ್ರಿ.ಶ 757ರಲ್ಲಿ **'ವಾಂಬೈ'** ಎಂಬಲ್ಲಿ ನಡೆದ ಕಾಳಗದಲ್ಲಿ ಶ್ರೀಪುರುಷ ಸೋತನು. ಅದೇ ಸಂದರ್ಭದಲ್ಲಿ ಚಾಲುಕ್ಯರನ್ನು ಸೋಲಿಸಿ ರಾಷ್ಟ್ರಕೂಟರು ಸಾಮ್ರಾಟರಾದರು. ರಾಷ್ಟ್ರಕೂಟ ಒಂದನೇ ಕೃಷ್ಣ ಗಂಗವಾಡಿಯ ಮೇಲೆ ದಾಳಿ ಮಾಡಿ ಕ್ರಿ.ಶ.768ರಲ್ಲಿ ಮನ್ನಾಗರ ಅಥವಾ ಮನ್ ಕುಂದದಲ್ಲಿ ಬೀಡುಬಿಟ್ಟಿದ್ದನು. ಅದರಿಂದಾಗಿ ಶ್ರೀಪುರುಷ ತನ್ನ ಪ್ರಾಂತೀಯ ರಾಜಧಾನಿಯನ್ನು ನೆಲಮಂಗಲ ತಾಲ್ಲೂಕಿನ ಮಣ್ಣಿಗೆ ಬದಲಾಯಿಸಬೇಕಾಯಿತು. ಆದರೆ ಶ್ರೀಪುರುಷ ಮತ್ತು ಅವನ ಮಗ ಸಿಯಗೆಲ್ಲ ರಾಷ್ಟ್ರಕೂಟರನ್ನು ಪಿಂಚನೂರ್, ಕಾಗೆಮೊಗೆಯೂರ್ ಮತ್ತು ಬಾಗೆಯೂರ್ ಕದನಗಳಲ್ಲಿ ಸೋಲಿಸಿದರು. ಸಿಯಗೆಲ್ಲಾ ಕಾಗೆಮೊಗೆಯೂರ್ ಕದನದಲ್ಲಿ ಹತನಾದನು. ಆದಾಗ್ಯೂ ಗಂಗವಾಡಿಯ ಕೆಲವು ಪ್ರದೇಶಗಳು ರಾಷ್ಟ್ರಕೂಟರ ವಶವಾದವು. ಈ ಸಂದರ್ಭದಲ್ಲೇ ಗಂಗರ ಸಾಮಂತರಾಗಿದ್ದ ನೊಳಂಬರು ರಾಷ್ಟ್ರಕೂಟರ ಸಾರ್ವಭೌಮತ್ವವನ್ನು ಒಪ್ಪಿಕೊಂಡರು.

ಶ್ರೀಪುರುಷ ರಾಷ್ಟ್ರಕೂಟರ ಆಂತರಿಕ ವ್ಯವಹಾರಗಳಲ್ಲೂ ಮಧ್ಯಪ್ರವೇಶಿಸಲು ಯತ್ನಿಸಿದನು. ಒಂದನೇ ಕೃಷ್ಣನ ಮರಣಾನಂತರ ಅವನ ಮಕ್ಕಳಾದ ಎರಡನೇ ಗೋವಿಂದ ಮತ್ತು ಧ್ರುವನ ನಡುವೆ ಅಧಿಕಾರಕ್ಕಾಗಿ ನಡೆದ ಘರ್ಷಣೆಯಲ್ಲಿ ಶ್ರೀಪುರುಷ ಎರಡನೇ ಗೋವಿಂದನನ್ನು ಬೆಂಬಲಿಸಿದನು. ಅದರಿಂದಾಗಿ ಮುಂದೆ ರಾಷ್ಟ್ರಕೂಟ ಸಾಮ್ರಾಟನಾದ ಧ್ರುವನಿಂದ ಸಾಕಷ್ಟು ತೊಂದರೆಗಳನ್ನು ಅನುಭವಿಸಬೇಕಾಯಿತು.

ಶ್ರೀಪುರುಷ ಆರು ದಶಕಗಳಿಗೂ ಹೆಚ್ಚು ಕಾಲ ಸುಧೀರ್ಘವಾಗಿ ಆಳಿದನು. ಪಲ್ಲವರು, ಪಾಂಡ್ಯರು ಹಾಗೂ ರಾಷ್ಟ್ರಕೂಟರೊಂದಿಗೆ ಹೋರಾಡಿ ತನ್ನ ಸ್ವಾತಂತ್ರ್ಯವನ್ನು ರಕ್ಷಿಸಿಕೊಂಡನು. ಈತನಿಗೆ **'ರಾಜಕೇಸರಿ'**, **'ಭೀಮಕೋಪ'**

ಮೊದಲಾದ ಬಿರುದುಗಳಿದ್ದವು. ಚಾಳುಕ್ಯ ವಿಜಯಾದಿತ್ಯನ ಮಗಳು ವಿಜಯಮಹಾದೇವಿಯನ್ನು ವಿವಾಹವಾಗಿದ್ದ ಶ್ರೀಪುರುಷ ಚಾಳುಕ್ಯರಿಗೆ ನಿಷ್ಠನಾಗಿದ್ದನು. ವಿದ್ವಾಂಸನೂ ಆಗಿದ್ದ ಈತನು ಸಂಸ್ಕೃತದಲ್ಲಿ **'ಗಜಶಾಸ್ತ್ರ'** ಎಂಬ ಕೃತಿಯನ್ನು ಬರೆದನು. ಈ ಕೃತಿಯಲ್ಲಿ ಆನೆಗಳನ್ನು ಹಿಡಿಯುವ ಹಾಗೂ ಪಳಗಿಸುವ ಕಲೆಯನ್ನು ವಿವರಿಸಲಾಗಿದೆ. ಆದರೆ ಈ ಕೃತಿ ಪೂರ್ಣವಾಗಿ ಲಭ್ಯವಾಗಿಲ್ಲ. ಜೈನ ಧರ್ಮದ ಅನುಯಾಯಿಯಾಗಿದ್ದ ಶ್ರೀಪುರುಷ ಜೈನ ಧರ್ಮಕ್ಕೆ ಅಪಾರ ಪ್ರೋತ್ಸಾಹ ನೀಡಿದನು.

ಎರಡನೇ ಶಿವಮಾರ (ಕ್ರಿ.ಶ. 788–816)

ಶ್ರೀಪುರುಷನ ನಂತರ ಅವನ ಮಗ ಎರಡನೇ ಶಿವಮಾರ ಗಂಗ ದೊರೆಯಾದನು. ಈತನ ಕಾಲದಲ್ಲಿ ರಾಷ್ಟ್ರಕೂಟರು ಹೆಚ್ಚು ಪ್ರಬಲರಾದರು. ಶಿವಮಾರ ತನ್ನ ಜೀವನದುದ್ದಕ್ಕೂ ರಾಷ್ಟ್ರಕೂಟ ದೊರೆಗಳಾದ ಧ್ರುವ ಮತ್ತು ಮೂರನೇ ಗೋವಿಂದನ ವಿರುದ್ಧ ಸ್ವಾತಂತ್ರ್ಯ ಉಳಿಸಿಕೊಳ್ಳಲು ನಿರಂತರ ಹೋರಾಟ ನಡೆಸಬೇಕಾಯಿತು ಹಾಗೂ ತನ್ನ ಬದುಕಿನ ಅಮೂಲ್ಯ ಭಾಗವನ್ನು ರಾಷ್ಟ್ರಕೂಟರ ಸೆರೆಯಲ್ಲೇ ಕಳೆಯಬೇಕಾಯಿತು. ಶ್ರೀಪುರುಷ ಬದುಕಿರುವವರೆಗೆ ಗಂಗರನ್ನು ಹಣಿಯಲು ರಾಷ್ಟ್ರಕೂಟರಿಗೆ ಸಾಧ್ಯವಾಗಿರಲಿಲ್ಲ. ಶಿವಮಾರ ಅಧಿಕಾರವಹಿಸಿಕೊಂಡ ತಕ್ಷಣ ರಾಷ್ಟ್ರಕೂಟ ದೊರೆ ಧ್ರುವ ಗಂಗವಾಡಿಯ ಮೇಲೆ ಧಾಳಿ ಮಾಡಿದನು. ಧ್ರುವ ಮತ್ತು ಎರಡನೇ ಗೋವಿಂದನ ನಡುವೆ ನಡೆದ ಅಂತರ್ಯುದ್ಧದಲ್ಲಿ ಶಿವಮಾರ ಗೋವಿಂದನನ್ನು ಬೆಂಬಲಿಸಿದ್ದು ಧ್ರುವನ ಕೋಪಕ್ಕೆ ಕಾರಣವಾಗಿತ್ತು. **ಮುದುಗುಂದೂರ್** ಎಂಬಲ್ಲಿ ನಡೆದ ಕಾಳಗದಲ್ಲಿ ಶಿವಮಾರ ಪರಾಜಿತನಾಗಿ ರಾಷ್ಟ್ರಕೂಟರ ಸೆರೆಯಾದನು. ಶಿವಮಾರನನ್ನು ಬಂಧನದಲ್ಲಿಟ್ಟ ಧ್ರುವ ತನ್ನ ಹಿರಿಯ ಮಗ ಕಂಬ ಅಥವಾ ಸ್ತಂಭನನ್ನು ಗಂಗವಾಡಿಯ ರಾಜ್ಯಪಾಲನಾಗಿ ನೇಮಿಸಿದನು.

ಧ್ರುವನ ನಂತರ ರಾಷ್ಟ್ರಕೂಟ ಸಾಮ್ರಾಟನಾದ **ಮೂರನೇ ಗೋವಿಂದ** ಸೋದರ ಸ್ತಂಭನ ಬಂಡಾಯ ಎದುರಿಸಬೇಕಾಗಿ ಬಂದಾಗ ಬಂಧನದಲ್ಲಿದ್ದ ಶಿವಮಾರನನ್ನು ಬಿಡುಗಡೆ ಮಾಡಿ ಗಂಗವಾಡಿಗೆ ಕಳುಹಿಸಿದನು. ಆದರೆ ಅವನ ನಿರೀಕ್ಷೆಯಂತೆ ಸ್ತಂಭನ ವಿರುದ್ಧ ನಿಲ್ಲದ ಶಿವಮಾರ ಸ್ತಂಭನ ಪಕ್ಷವನ್ನೇ ಬೆಂಬಲಿಸಿದನು. ಆದರೆ ಗೋವಿಂದ ಸ್ತಂಭ ಮತ್ತು ಅವನ ಬೆಂಬಲಿಗರನ್ನು ಸೋಲಿಸಿ ಶಿವಮಾರನನ್ನು ಮತ್ತೆ ಬಂಧಿಸಿಟ್ಟನು. ಮತ್ತೆ ಸ್ತಂಭನನ್ನೇ ಗಂಗವಾಡಿಯ ರಾಜ್ಯಪಾಲನಾಗಿ ಮುಂದುವರಿಸಲಾಯಿತು. ಆದರೆ ಸ್ತಂಭ ಎಲ್ಲಿಯವರೆಗೆ ಆಳಿದನೆಂಬುದಾಗಲಿ ಅಥವಾ ಶಿವಮಾರನ ಮಗ ಯುವರಾಜ ಮಾರಸಿಂಹ ಏನಾದನೆಂಬುದಾಗಲಿ ತಿಳಿದಿಲ್ಲ.

ಮೂರನೇ ಗೋವಿಂದ ತನ್ನ ಮರಣಕ್ಕೆ ಮೊದಲು ಅಂದರೆ ಕ್ರಿ.ಶ. 814ಕ್ಕೆ ಮುಂಚೆಯೇ ಶಿವಮಾರನನ್ನು ಬಿಡುಗಡೆ ಮಾಡಿದನು. ತನ್ನ ಮಗ ಅಮೋಘವರ್ಷನಿಗೆ ಗಂಗರಿಂದ ಯಾವುದೇ ತೊಂದರೆ ಎದುರಾಗದಿರಲಿ ಎಂಬುದು ಗೋವಿಂದನ ಅಪೇಕ್ಷೆ ಯಾಗಿದ್ದಿರಬೇಕು. ಈ ವೇಳೆಗಾಗಲೇ ತನ್ನ ಮಗ ಯುವರಾಜ ಮಾರಸಿಂಹ ಮರಣ ಹೊಂದಿದ್ದರಿಂದ ಶಿವಮಾರ ತನ್ನ ಸಹೋದರ ವಿಜಯಾದಿತ್ಯನನ್ನು ಯುವರಾಜನಾಗಿ ನೇಮಿಸಿದನು. ಗೊವಿಂದ ತನ್ನ ಉತ್ತರ ಭಾರತದ ದಂಡೆಯಾತ್ರೆಯನ್ನು ಕೈಗೊಳ್ಳುವ ಮೊದಲೇ ಶಿವಮಾರನನ್ನು ಬಿಡುಗಡೆ ಮಾಡಿ ಗಂಗವಾಡಿಯ ಸಿಂಹಾಸನದಲ್ಲಿ ಪ್ರತಿಷ್ಠಾಪಿಸಿದ್ದನೆಂಬ ಅಭಿಪ್ರಾಯವೂ ಇದೆ. ಅಂದರೆ ಕ್ರಿ.ಶ. 800ರಲ್ಲೇ ಶಿವಮಾರನ ಬಿಡುಗಡೆಯಾಗಿತ್ತು. ಬಿಡುಗಡೆ ನಂತರ ಶಿವಮಾರ ತನ್ನ ಹಿಂದಿನ ದ್ವೇಷವನ್ನು ಮರೆತು ರಾಷ್ಟ್ರಕೂಟರೊಂದಿಗೆ ಉತ್ತಮ ಸಂಬಂಧ ಸ್ಥಾಪಿಸಿಕೊಂಡು ವಿಧೇಯ ಸಾಮಂತನಾದನು. ಮುಂದೆ ಗೋವಿಂದನ ಮರಣಾನಂತರ ಶಿವಮಾರ ರಾಷ್ಟ್ರಕೂಟರ ವಿರುದ್ಧ ಸ್ವಾತಂತ್ರ್ಯ ಹೋರಾಟವನ್ನು ಮುಂದುವರಿಸಿದನು. ಗೋವಿಂದನ ಉತ್ತಾರಾಧಿಕಾರಿ ಅಮೋಘವರ್ಷನಿಗೆ ಗಂಗರನ್ನು ದಮನ ಮಾಡುವುದು ಸಾಧ್ಯವಾಗಲಿಲ್ಲ. ಕ್ರಿ.ಶ. 816ರಲ್ಲಿ ರಾಷ್ಟ್ರಕೂಟರೊಂದಿಗೆ ನಡೆದ ಹೋರಾಟದಲ್ಲಿ ಶಿವಮಾರ ಕೊಲ್ಲಲ್ಪಟ್ಟನು. ಹೀಗೆ ಶಿವಮಾರ ತನ್ನ ಜೀವನದುದ್ದಕ್ಕೂ ಸ್ವಾತಂತ್ರ್ಯಕ್ಕಾಗಿ ಹಂಬಲಿಸಿ ಜೈಲಿನಲ್ಲೇ ಬದುಕು ಕಳೆದನು. ಒಬ್ಬ ಘನ ವಿದ್ವಾಂಸನೂ ಆಗಿದ್ದ ಅವನು ಕನ್ನಡದಲ್ಲಿ **'ಗಜಾಷ್ಟಕ'** ಎಂಬ ಕೃತಿಯನ್ನು ರಚಿಸಿದನು. ಅಂತೆಯೇ ಶ್ರವಣಬೆಳಗೊಳದಲ್ಲಿ ಚಂದ್ರಪ್ರಭ ಬಸದಿಯನ್ನು ನಿರ್ಮಿಸಿದನು. ತಂದೆ ಶ್ರೀಪುರುಷನಂತೆ ಈತನೂ ಜೈನ ಧರ್ಮಾವಲಂಬಿಯಾಗಿದ್ದನು.

ಶಿವಮಾರನ ಉತ್ತರಾಧಿಕಾರಿಗಳು

ವಿಜಯಾದಿತ್ಯ ತಾನೇ ಸಿಂಹಾಸನವೇರದೆ ತನ್ನ ಮಗ **ಒಂದನೇ ರಾಚಮಲ್ಲ**ನಿಗೆ ರಾಜ್ಯಾಧಿಕಾರ ನೀಡಿದನು. ಈತನು ರಾಷ್ಟ್ರಕೂಟ ಅಮೋಘವರ್ಷನ ವಿರುದ್ಧ ಹೋರಾಟ ಮುಂದುವರಿಸಿದನು. ಅನಂತರ ಅಧಿಕಾರಕ್ಕೆ ಬಂದ ಎರೆಗಂಗ ನೀತಿಮಾರ್ಗ (843–70)ನೂ ರಾಷ್ಟ್ರಕೂಟರ ವಿರುದ್ಧ ಹೋರಾಟ ಮುಂದುವರಿಸಿದನು. **ರಾಜಾರಾಮಡು** ಎಂಬ ಸ್ಥಳದಲ್ಲಿ ನಡೆದ ಕಾಳಗದಲ್ಲಿ ನೀತಿಮಾರ್ಗನು ರಾಷ್ಟ್ರಕೂಟ ಸೇನಾನಿ ಬಂಕೇಶನನ್ನು ಸೋಲಿಸಿದನು. ಹೀಗೆ ಗಂಗರನ್ನು ಮಣಿಸುವುದು

ಸಾಧ್ಯವಾಗದಿದ್ದಾಗ ಶಾಂತಿಪ್ರಿಯನಾಗಿದ್ದ ಅಮೋಘವರ್ಷನು ತನ್ನ ಮಗಳು ಚಂದ್ರೋಬಲಬ್ಬೆ ಯನ್ನು ನೀತಿಮಾರ್ಗನ ಮಗ ಒಂದನೇ ಬೂತುಗನಿಗೆ ವಿವಾಹಮಾಡಿ ದೀರ್ಘಕಾಲದ ಗಂಗ-ರಾಷ್ಟ್ರಕೂಟ ಸಂಘರ್ಷಕ್ಕೆ ಅಂತ್ಯ ಹಾಡಿದನು. ನೀತಿಮಾರ್ಗನ ನಂತರ ಅವನ ಹಿರಿಯ ಮಗ ಎರಡನೇ ರಾಚಮಲ್ಲ 870ರಲ್ಲಿ ಅಧಿಕಾರ ಪಡೆದನು. ಅನಂತರ ಒಂದನೇ ಬೂತುಗನ ಮಗ **ಎರಡನೇ ನೀತಿಮಾರ್ಗ,** ಅನಂತರ ನೀತಿಮಾರ್ಗನ ಮಕ್ಕಳಾದ **ನರಸಿಂಹ, ಮೂರನೇ ರಾಚಮಲ್ಲ** ಮತ್ತು **ಎರಡನೇ ಬೂತುಗ** ಆಳಿದರು.

ಎರಡನೇ ಬೂತುಗ (936-961) ರಾಷ್ಟ್ರಕೂಟ ಮೂರನೇ ಕೃಷ್ಣನ ಆಪ್ತನಾಗಿದ್ದನು. ಬೂತಗನು ಮೂರನೇ ಕೃಷ್ಣನ ಸೋದರಿ ರೇವಕನಿಮ್ಮಡಿಯನ್ನು ವಿವಾಹವಾಗಿದ್ದನು. ರಾಷ್ಟ್ರಕೂಟರು ಮತ್ತು ಚೋಳರ ನಡುವೆ ಕ್ರಿ.ಶ. 949ರಲ್ಲಿ ನಡೆದ ಪ್ರಸಿದ್ಧ **ತಕ್ಕೋಳಂ** ಕದನದಲ್ಲಿ ಮೂರನೇ ಕೃಷ್ಣನ ಪರವಾಗಿ ಪಾಲ್ಗೊಂಡಿದ್ದ ಎರಡನೇ ಬೂತುಗ ಅತ್ಯಂತ ಪರಾಕ್ರಮದಿಂದ ಹೋರಾಡಿ **ಚೋಳ ಯುವರಾಜ ರಾಜಾದಿತ್ಯನನ್ನು ಕೊಂದುಹಾಕಿದನು.** ಈ ಮಹಾ ಸಾಹಸದಿಂದ ಸಂತೋಷಗೊಂಡ ಕೃಷ್ಣನು ಬೂತುಗನಿಗೆ ಬನವಾಸಿ-12,000 ಪ್ರಾಂತ್ಯವನ್ನು ವಹಿಸಿಕೊಟ್ಟನು. ಅದಕ್ಕೆ ಮೊದಲೇ ಬೆಳ್ವೊಲ, ಪುರಿಗೆರೆ(ಲಕ್ಷ್ಮೇಶ್ವರ), ಬಾಗೆನಾಡು ಮೊದಲಾದ ಪ್ರದೇಶಗಳನ್ನು ಕೃಷ್ಣ ಬೂತುಗನಿಗೆ ವಹಿಸಿದ್ದನು. **"ಬೂತುಗನು ಬಹಳ ಪರಾಕ್ರಮದಿಂದ ಅನೇಕ ಶತ್ರುರಾಜರನ್ನು ಸೋಲಿಸಿ ತನ್ನ ರಾಜವೈಭವವನ್ನು ಹೆಚ್ಚಿಸಿಕೊಂಡಿದ್ದಲ್ಲದೆ ತನ್ನ ಸಾರ್ವಭೌಮನಾದ ಕೃಷ್ಣನ ಸಾಮ್ರಾಜ್ಯವನ್ನು ನಿಷ್ಕಂಟಕ ಮಾಡಿದನು"** ಎಂದು ಎನ್.ಲಕ್ಷ್ಮೀನಾರಾಯಣರಾವ್ ಹೇಳಿದ್ದಾರೆ. ಮಂಡ್ಯ ಜಿಲ್ಲೆಯ ಅತಕೂರ್ ಶಾಸನದ ಪ್ರಕಾರ ಬೂತುಗ ರಾಜಾದಿತ್ಯನನ್ನು ಹತ್ಯೆ ಮಾಡಿದನು. ಅವನಿಗೆ ಮನಲಾರ ಹಾಗೂ ಕೇಲಾಯದಂಡನಾಯಕರ ನೇತೃತ್ವದ ಬಿಲ್ಲುಗಾರರ ಪಡೆ ನೆರವು ನೀಡಿತು. ಮನಲಾರ ರಾಜಾದಿತ್ಯ ಕುಳಿತಿದ್ದ ಆನೆಯನ್ನು ಕೊಂದನು. ಅನಂತರ ಬೂತುಗ ರಾಜಾದಿತ್ಯನನ್ನು ಕೊಂದನು.

ನಾಲ್ಕನೇ ರಾಚಮಲ್ಲ ಮತ್ತು ಚಾವುಂಡರಾಯ

ಬೂತುಗನ ನಂತರ ಅವನ ಮಗ **ಎರಡನೇ ಮಾರಸಿಂಹ** ಕ್ರಿ.ಶ. 963ರಲ್ಲಿ ಅಧಿಕಾರಕ್ಕೆ ಬಂದನು. ಈತನೂ ತಂದೆ ಬೂತಗನಂತೆಯೇ ರಾಷ್ಟ್ರಕೂಟರಿಗೆ ನಿಷ್ಠನಾಗಿದ್ದು ಮೂರನೇ ಕೃಷ್ಣನ ಉತ್ತರದ ದಂಡೆಯಾತ್ರೆಗಳಲ್ಲಿ ಭಾಗವಹಿಸಿದನು ಮತ್ತು ಕೃಷ್ಣನಿಂದ 'ಗುರ್ಜರ ರಾಜ' ಎಂಬ ಬಿರುದನ್ನು ಪಡೆದನು. ಈತನ ಕಾಲದ ಒಂದು ಮಹತ್ವದ ಬೆಳವಣಿಗೆಯೆಂದರೆ ರಾಷ್ಟ್ರಕೂಟರನ್ನು ಪದಚ್ಯುತಗೊಳಿಸಿ ಚಾಳುಕ್ಯರು ಮತ್ತೆ ಅಧಿಕಾರವಹಿಸಿಕೊಂಡಿದ್ದು. ಮಾರಸಿಂಹ ರಾಷ್ಟ್ರಕೂಟ ಪ್ರಭುತ್ವವನ್ನು ರಕ್ಷಿಸುವ ಪ್ರಯತ್ನವಾಗಿ ಮೂರನೇ ಕೃಷ್ಣನ ಮೊಮ್ಮಗ ನಾಲ್ಕನೇ ಇಂದ್ರರಾಜನಿಗೆ ಬಂಕಾಪುರದಲ್ಲಿ ಪಟ್ಟ ಕಟ್ಟಿದನು. ಆದರೆ ಈ ಪ್ರಯತ್ನ ಸಫಲವಾಗದೆ ಮಾರಸಿಂಹ ಬಂಕಾಪುರದಲ್ಲಿ ಸಲ್ಲೇಖನ ವ್ರತ ಆಚರಿಸಿ ಪ್ರಾಣಬಿಟ್ಟನು (ಕ್ರಿ.ಶ.974). ಅನಂತರ **ನಾಲ್ಕನೇ ರಾಚಮಲ್ಲ** ಮಂತ್ರಿ ಚಾವುಂಡರಾಯನ ನೆರವಿನಿಂದ ಅಧಿಕಾರಕ್ಕೆ ಬಂದನು. ಈತ ಗಂಗ ವಂಶದ ಕೊನೆಯ ಪ್ರಮುಖ ದೊರೆ. ಚಾವುಂಡರಾಯ ಎರಡನೇ ಮಾರಸಿಂಹ ಹಾಗೂ ನಾಲ್ಕನೇ ರಾಚಮಲ್ಲನ ಮಂತ್ರಿಯಾಗಿ ಗಂಗ ರಾಜ್ಯಕ್ಕೆ ಅನುಪಮವಾದ ಸೇವೆ ಸಲ್ಲಿಸಿದನು. ಈ ಕಾಲದಲ್ಲಿ ಕಲ್ಯಾಣ ಚಾಳುಕ್ಯ ವಂಶದ ಸ್ಥಾಪಕನಾದ ಎರಡನೇ ತೈಲಪ ಗಂಗರನ್ನು ಸದೆಬಡಿದು ಗಂಗವಾಡಿಯ ಹಲವಾರು ಪ್ರದೇಶಗಳನ್ನು ವಶಪಡಿಸಿಕೊಂಡನು. ಅದೇ ಸಮಯದಲ್ಲಿ ದಕ್ಷಿಣ ಭಾಗದಲ್ಲಿ ಚೋಳರು ಪ್ರಬಲರಾದರು. ತಕ್ಕೋಳಂ ಕದನದ ಸೋಲಿನಿಂದ ಚೋಳರು ಒಂದನೇ ರಾಜರಾಜನ ನೇತೃತ್ವದಲ್ಲಿ ಚೇತರಿಸಿಕೊಂಡಿದ್ದರು. **ಒಂದನೇ ರಾಜರಾಜ ಚೋಳ ಕ್ರಿ.ಶ. 999 ರಲ್ಲಿ ಬಹುತೇಕ ಗಂಗವಾಡಿಯನ್ನು ವಶಪಡಿಸಿಕೊಂಡನು.** ಬಹುಶಃ ಆಗ ▯ದನೇ ರಾಚಮಲ್ಲ ರಕ್ಕಸಗಂಗ ಗಂಗ ದೊರೆಯಾಗಿದ್ದನು. ಹೀಗೆ ಆರುನೂರ ▯ವತ್ತು ವರ್ಷಗಳವರೆಗೆ ದಕ್ಷಿಣ ಕರ್ನಾಟಕದ ಬಹುಭಾಗವನ್ನು ಆಳಿ, ಕನ್ನಡ ಭಾಷೆ ಹಾಗೂ ಸಂಸ್ಕೃತಿಗೆ ಅಪಾರವಾದ ಕೊಡುಗೆ ನೀಡಿದ ಗಂಗರು ಹತ್ತನೇ ಶತಮಾನದ ಕೊನೆಯ ಭಾಗದಲ್ಲಿ ತಮ್ಮ ಅಧಿಕಾರ ಕಳೆದುಕೊಂಡರು.

ಆಡಳಿತ

ತಲಕಾಡಿನ ಗಂಗರು ಅಥವಾ ಪಶ್ಚಿಮದ ಗಂಗರು ಆರೂವರೆ ಶತಮಾನಗಳಷ್ಟು ದೀರ್ಘಕಾಲ ಗಂಗವಾಡಿ-96000 ಎಂಬ ಸಾಕಷ್ಟು ವಿಸ್ತಾರವಾದ ರಾಜ್ಯವನ್ನು ಆಳಿದರು. ಗಂಗವಾಡಿಯ ಜೊತೆಯಲ್ಲಿರುವ 96000 ಎಂಬ ಸಂಖ್ಯೆ ಒಟ್ಟು ಗ್ರಾಮಗಳ ಸಂಖ್ಯೆಯನ್ನು ಸೂಚಿಸುತ್ತದೆಂಬ ಅಭಿಪ್ರಾಯವಿದ್ದರೂ ಗಂಗ ರಾಜ್ಯದಲ್ಲಿ ಅಷ್ಟೊಂದು ಸಂಖ್ಯೆಯ ಗ್ರಾಮಗಳಿದ್ದವೇ ಎಂಬುದು ಸಂಶಯಾಸ್ಪದ. ಗಂಗರ ಆಡಳಿತ ವ್ಯವಸ್ಥೆ ಬಹುಮಟ್ಟಿಗೆ ಕದಂಬರ ಆಡಳಿತದ ರೀತಿಯಲ್ಲೇ ಇದ್ದಿತು. ರಾಜಾಧಿಕಾರ ಅನುವಂಶಿಕವಾಗಿದ್ದು ರಾಜನ ಹಿರಿಯ ಮಗ ಸ್ವಭಾವಿಕವಾಗಿ ಉತ್ತರಾಧಿಕಾರಿಯಾಗುತ್ತಿದ್ದನಾದರೂ ಹಲವು

ಸಂದರ್ಭಗಳಲ್ಲಿ ಕಿರಿಯ ರಾಜಕುಮಾರನನ್ನು ಉತ್ತರಾಧಿಕಾರಿಯಾಗಿ ನೇಮಿಸಿದ ಉದಾಹರಣೆಗಳಿವೆ. ಅವಿನೀತನು ತನ್ನ ಕಿರಿಯ ಮಗನಿಗೆ ಪಟ್ಟ ಕಟ್ಟಲು ನಿರ್ಧರಿಸಿದಾಗ ಅವನ ಹಿರಿಯ ಮಗ ದುರ್ವಿನೀತ ಪ್ರತಿಭಟಿಸಿ ಸಿಂಹಾಸನವನ್ನು ವಶಪಡಿಸಿಕೊಂಡನು. ರಾಜನಿಗೆ ಮಕ್ಕಳಿಲ್ಲದಿದ್ದಾಗ ಸೋದರನಿಗೆ ಪಟ್ಟ ಕಟ್ಟಿದ ನಿದರ್ಶನಗಳೂ ಇವೆ. ಕದಂಬರಂತೆ ಗಂಗರೂ **'ಧರ್ಮಮಹಾರಾಜ'** ಎಂಬ ಬಿರುದು ಹೊಂದಿದ್ದರೂ. ಹಿಂದೂ ಧರ್ಮ ಶಾಸ್ತ್ರದ ನಿಯಮಗಳೇ ಆಡಳಿತಕ್ಕೆ ಆಧಾರವಾಗಿದ್ದವು. ಮನುಧರ್ಮ ಶಾಸ್ತ್ರವನ್ನು ಅವರು ಪಾಲಿಸುತ್ತಿದ್ದುದಾಗಿ ಶಾಸನಗಳಿಂದ ತಿಳಿದು ಬಂದಿದೆ. ಅಲ್ಲದೆ ಅರಸರು ಧರ್ಮ ಮುಖಂಡರ ಸಲಹೆ, ಸಹಕಾರ ಪಡೆಯುತ್ತಿದ್ದರು. ಗಂಗ ವಂಶದ ಸ್ಥಾಪಕ ಹಾಗೂ ಮೊದಲ ಅರಸ ಕೊಂಗಣಿವರ್ಮ ಮಾಧವ ಜೈನಮುನಿ **ಸಿಂಹನಂದಿಯ** ಸಲಹೆಗಳನ್ನು ಪಡೆಯುತ್ತಿದ್ದನು. ಅವಿನೀತನು **ವಿಜಯಕೀರ್ತಿ** ಎಂಬ ಜೈನ ಯತಿಯ ಮಾರ್ಗದರ್ಶನ ಪಡೆಯುತ್ತಿದ್ದನು. ದುರ್ವಿನೀತನಿಗೆ **ಪೂಜ್ಯಪಾದ** ಗುರುವಾಗಿದ್ದನು.

ಆಡಳಿತದಲ್ಲಿ ಗಂಗ ಅರಸರು ಮಂತ್ರಿಗಳ ಸಹಕಾರ ಪಡೆಯುತ್ತಿದ್ದರು. ಶ್ರೀಭಂಡಾರಿ, ಸಂಧಿವಿಗ್ರಹಿ, ಶ್ರೀಕರಣಿಕ, ಸರ್ವಾಧಿಕಾರಿ, ಮನೆವರ್ಗಡೆ, ಮಹಾಪಸಾಯಿತ ಮೊದಲಾದ ಮಂತ್ರಿಗಳ, ಅಧಿಕಾರಿಗಳ ಉಲ್ಲೇಖ ಶಾಸನಗಳಲ್ಲಿದೆ. ಸರ್ವಾಧಿಕಾರಿ ಪ್ರಧಾನ ಮಂತ್ರಿಯಾಗಿದ್ದನು. ಚಾವುಂಡರಾಯ ಎರಡನೇ ಮಾರಸಿಂಹ ಹಾಗೂ ನಾಲ್ಕನೇ ರಾಚಮಲ್ಲನ ಸರ್ವಾಧಿಕಾರಿ ಹಾಗೂ ಸೇನಾಧಿಪತಿಯಾಗಿದ್ದನು. ಅವನ ತಂದೆ ಮಹಾಬಲಯ್ಯ ಕೂಡ ಮಂತ್ರಿಯಾಗಿದ್ದನು. ಇದು ಕೆಲವೊಮ್ಮೆ ಮಂತ್ರಿ ಸ್ಥಾನವು ಅನುವಂಶಿಕವಾಗಿತ್ತೆಂಬುದನ್ನು ಸೂಚಿಸುತ್ತದೆ. ಸಿಯಗೆಲ್ಲ, ಶೂದ್ರಕಯ್ಯ, ಗೊಗ್ಗಿಮಯ್ಯ, ಚಾವುಂಡರಾಯ ಪ್ರಸಿದ್ಧ ಸರ್ವಾಧಿಕಾರಿಗಳಾಗಿದ್ದರು. ನಾಗಮಂಗಲದ ಶಾಸನದ ಪ್ರಕಾರ ಮಹಾಬಲ್ಲಯ್ಯ ಮಾರಸಿಂಹನ ಪ್ರಧಾನ ಮಂತ್ರಿಯಾಗಿದ್ದನು. ನರಸಿಂಹನು ನೀತಿಮಾರ್ಗ ಎರೆಗಂಗನ ಸರ್ವಾಧಿಕಾರಿಯಾಗಿದ್ದನು. ಮಂತ್ರಿ ವಿಟ್ಟಪ್ಪರಸನ ಹೆಸರು ಹಲವು ಶಾಸನಗಳಲ್ಲಿ ಉಲ್ಲೇಖಗೊಂಡಿದೆ. ಸ್ವತಂತ್ರ ಅಧಿಕಾರವನ್ನು ಕಳೆದುಕೊಂಡು ಬಾದಾಮಿ ಚಾಳುಕ್ಯರ ಹಾಗೂ ರಾಷ್ಟ್ರಕೂಟರ ಸಾಮಂತರಾದ ನಂತರವೂ ಗಂಗರು ಒಳಾಡಳಿತದ ವಿಚಾರದಲ್ಲಿ ಸ್ವತಂತ್ರರಾಗಿದ್ದರು. ನೊಳಂಬರು, ಬಾಣರು ಇವರ ಸಾಮಂತರಾಗಿದ್ದರು. **ಆರಂಭದಲ್ಲಿ ಕೋಲಾರ ಹಾಗೂ ಅನಂತರ ತಲಕಾಡು ಗಂಗರ ರಾಜಧಾನಿಗಳಾಗಿದ್ದವು. ಅಲ್ಲದೆ ಮಣ್ಣೆ ಮತ್ತು ಮನ್ನುಂದಗಳು ತಾತ್ಕಾಲಿಕವಾಗಿ ರಾಜಧಾನಿಗಳಾಗಿದ್ದವು.** ರಾಜ್ಯವನ್ನು ನಾಡು, ವಿಷಯ ಮೊದಲಾದ ಆಡಳಿತ ಘಟಕಗಳಾಗಿ ವಿಭಾಗಿಸಲಾಗಿತ್ತು. ರಾಜಕುಮಾರರನ್ನು, ಕೆಲವೊಮ್ಮೆ ರಾಣಿಯರನ್ನೂ ನಾಡುಗಳ ಆಡಳಿತ ನಿರ್ವಹಣೆಗೆ ನೇಮಿಸಲಾಗುತ್ತಿತ್ತು. ಶ್ರೀಪುರುಷನ ರಾಣಿ ಮತ್ತು ಸೊಸೆ ಕ್ರಮವಾಗಿ ಮಳವೆಳ್ಳೂರು ನಾಡು ಹಾಗೂ ಅಗಳಿನಾಡಲ್ಲಿ ಆಡಳಿತ ನಿರ್ವಹಿಸಿದರು.

ಧರ್ಮ

ಪ್ರಾರಂಭದ ಗಂಗ ದೊರೆಗಳು ಹಿಂದೂದರ್ಮೀಯರಾಗಿದ್ದು ಕೊನೆಯ ದೊರೆಗಳು ಜೈನಧರ್ಮಾವಲಂಬಿಗಳಾದರು. ಕ್ರಿ.ಶ. 8ನೇ ಶತಮಾನದ ಆರಂಭದವರೆಗೂ ಅವರು ಹಿಂದೂಗಳಾಗಿದ್ದು ವೈಷ್ಣವ ಹಾಗೂ ಶೈವಧರ್ಮಗಳನ್ನು ಪೋಷಿಸಿದರು. ಗೋಬ್ರಾಹ್ಮಣ ರಕ್ಷಕರೆಂದು ಕರೆದುಕೊಂಡಿರುವ ಅವರು ತಲಕಾಡು, ಮಣ್ಣೆ ಮೊದಲಾದ ಕಡೆ ಶಿವ ದೇವಾಲಯಗಳನ್ನು ನಿರ್ಮಿಸಿದರು. ಡಾ.ಶ್ರೀಕಂಠಶಾಸ್ತ್ರಿಗಳ ಪ್ರಕಾರ ಪ್ರಾರಂಭದ ಗಂಗ ಅರಸರೆಲ್ಲರೂ ವೈದಿಕ ಧರ್ಮಾವಲಂಬಿಗಳಾಗಿದ್ದರು. ಮಣ್ಣೆಯ ಕಪಿಲೇಶ್ವರ, ತಲಕಾಡಿನ ಪಾತಾಳೇಶ್ವರ ಮತ್ತು ಕೋಲಾರದ ಕೋಲಾರಮ್ಮ ದೇಗುಲ ಮೊದಲಾದ ಶಿವಾಲಯಗಳನ್ನು ಅವರು ನಿರ್ಮಿಸಿದರು. ನಲ್ಲಾಳ ಶಾಸನದ ಪ್ರಕಾರ ದುರ್ವಿನೀತ ಹಲವಾರು ಯಾಗಗಳನ್ನು ಆಚರಿಸಿದನು. ಅವನನ್ನು **'ಕಮಲೋಧರ'** (ವಿಷ್ಣು) ಹಾಗೂ ಕಾತ್ಯಾಯಿನಿಯ ಆರಾಧಕನೆಂದು ವರ್ಣಿಸಲಾಗಿದೆ. ತಡಂಗಾಲ ಮಾಧವನು ತ್ರಿಯಂಬಕ ಶಿವನ ಆರಾಧಕನಾಗಿದ್ದನು.

ಗಂಗ ವಂಶದ ಕೊನೆಯ ದೊರೆಗಳು ಜೈನಧರ್ಮಾವಲಂಬಿಗಳಾಗಿದ್ದರು. ಶ್ರೀಪುರುಷ, ಎರಡನೇ ಶಿವಮಾರ, ಎರಡನೇ ಮಾರಸಿಂಹ, ನಾಲ್ಕನೇ ರಾಚಮಲ್ಲ ಮತ್ತಿತರರು ಜೈನರಾಗಿದ್ದು ಆ ಧರ್ಮವನ್ನು ಪ್ರೋತ್ಸಾಹಿಸಿದರು ಹಾಗೂ ಜೈನ ಮಂದಿರಗಳನ್ನು ನಿರ್ಮಿಸಿದರು. ಎರಡನೇ ಶಿವಮಾರ ಶ್ರವಣಬೆಳಗೊಳದಲ್ಲಿ ಚಂದ್ರಪ್ರಭ ಬಸದಿಯನ್ನು ನಿರ್ಮಿಸಿದನು. ಎರಡನೇ ಮಾರಸಿಂಹ ಸಲ್ಲೇಖನ ವ್ರತ ಆಚರಿಸಿ ಪ್ರಾಣ ತ್ಯಜಿಸಿದನು. ಶ್ರವಣಬೆಳಗೊಳ ಈ ಕಾಲದಲ್ಲೇ ಜೈನರ ಪವಿತ್ರ ಯಾತ್ರಾ ಸ್ಥಳವಾಗಿ ಪ್ರಸಿದ್ಧವಾಯಿತು. ಎರಡನೇ ಶಿವಮಾರನ ನಂತರದ ಗಂಗದೊರೆಗಳೆಲ್ಲರೂ ಜೈನ ಧರ್ಮವನ್ನು ಪ್ರೋತ್ಸಾಹಿಸಿದರು.

ಶ್ರವಣಬೆಳಗೊಳ, ತಲಕಾಡು, ಮಣ್ಣೆ ಮೊದಲಾದ ಕಡೆ ಜಿನಾಲಯಗಳು ನಿರ್ಮಾಣವಾದವು. ಚಾವುಂಡರಾಯ ಜೈನಧರ್ಮಾನುಯಾಯಿಯಾಗಿದ್ದು ಶ್ರವಣಬೆಳಗೊಳದಲ್ಲಿ ಗೊಮ್ಮಟನ ವಿಗ್ರಹ ಕೆತ್ತಿಸಿದನು. ನೇಮಿಚಂದ್ರ ಹಾಗೂ ಅಜಿತಸೇನ

ಅವನ ಗುರುಗಳಾಗಿದ್ದರು. ಹೀಗೆ ಎಲ್ಲ ಧರ್ಮಗಳನ್ನು ಸಮಾನವಾಗಿ ಪ್ರೋತ್ಸಾಹಿಸಿದ ಗಂಗರು ಒಂದು ಉದಾತ್ತ ಪರಂಪರೆಯನ್ನು ಬೆಳೆಸಿದರು.

ಸಾಹಿತ್ಯ

ಗಂಗರು ಕನ್ನಡ, ಸಂಸ್ಕೃತ ಹಾಗೂ ಪ್ರಾಕೃತ ಭಾಷೆ ಹಾಗೂ ಸಾಹಿತ್ಯವನ್ನು ಪೋಷಿಸಿದರು. ಈ ಕಾಲದಲ್ಲಿ ದೇವಾಲಯಗಳು, ಜಿನಾಲಯಗಳು, ಘಟಕಾಸ್ಥಾನಗಳು ಮೊದಲಾದವು ಶಿಕ್ಷಣ ಕೇಂದ್ರಗಳಾಗಿದ್ದವು. ಸ್ವತಃ ಹಲವಾರು ಗಂಗ ಅರಸರು ವಿದ್ವಾಂಸರಾಗಿದ್ದು ಕೃತಿ ರಚನೆ ಮಾಡಿದ್ದಾರೆ. ಒಂದನೇ ಮಾಧವ ಸಂಸ್ಕೃತದ **'ದತ್ತಕ ಸೂತ್ರವೃತ್ತಿ'** ಎಂಬ ಕೃತಿಯನ್ನು ಕುರಿತು ವ್ಯಾಖ್ಯಾನವನ್ನು ರಚಿಸಿದನೆಂದು ಹೇಳಲಾಗಿದೆ. ಈ ಕೃತಿ ಲಭ್ಯವಾಗಿಲ್ಲ. ದುರ್ವಿನೀತ ಶ್ರೇಷ್ಠ ಬರಹಗಾರ. ಕವಿರಾಜಮಾರ್ಗದಲ್ಲಿ ಅವನನ್ನು ಕನ್ನಡದ ಪ್ರಾಚೀನ ಶ್ರೇಷ್ಠ ಗದ್ಯಲೇಖಕ ಎಂದು ಹೆಸರಿಸಲಾಗಿದೆ. ಅವನು ಕನ್ನಡ ಹಾಗೂ ಸಂಸ್ಕೃತದಲ್ಲಿ ಪಾಂಡಿತ್ಯ ಪಡೆದಿದ್ದನು. ಸಂಸ್ಕೃತ ಕವಿ ಭಾರವಿ ಅವನ ಆಸ್ಥಾನಕ್ಕೆ ಬಂದಿದ್ದನೆಂದು ಹೇಳಲಾಗಿದೆ. ಭಾರವಿಯ **'ಕಿರಾತಾರ್ಜುನೀಯ'** ಎಂಬ ಸಂಸ್ಕೃತ ಕಾವ್ಯದ 15ನೇ ಅಧ್ಯಾಯಕ್ಕೆ ದುರ್ವಿನೀತ ಕನ್ನಡದಲ್ಲಿ ಭಾಷ್ಯವನ್ನು ಬರೆದನು. ಅಲ್ಲದೆ ಗುಣಾಢ್ಯನ ಪೈಶಾಚಿ ಪ್ರಾಕೃತದ **"ಬೃಹತ್‌ಕಥಾ"** ಅಥವ **'ವಡ್ಡಕಥಾ'** ಎಂಬ ಕೃತಿಯನ್ನು ಸಂಸ್ಕೃತಕ್ಕೆ ಭಾಷಾಂತರಿಸಿದನು. ಈತನ ಜೈನ ಗುರುವಾಗಿದ್ದ ಪೂಜ್ಯಪಾದನು ಸಂಸ್ಕೃತದಲ್ಲಿ **'ಶಬ್ದಾವತಾರ'** ಎಂಬ ವ್ಯಾಕರಣವನ್ನು ಬರೆದನು. ಇದು ಜಿನೇಂದ್ರ ವ್ಯಾಕರಣ ಎಂಬ ಪರಂಪರೆಗೆ ಕಾರಣವಾಯಿತು. ಪೂಜ್ಯಪಾದನ **'ಶಬ್ದಾವತರ'** ವನ್ನು ದುರ್ವಿನೀತ ಕನ್ನಡಕ್ಕೆ ಭಾಷಾಂತರಿಸಿರುವ ಸಾಧ್ಯತೆಯನ್ನು ಅಲ್ಲಗೆಳೆಯಲಾಗದು. ನಲ್ಲಾಳ ಶಾಸನದಲ್ಲಿ ಈತನನ್ನು ರಾಜನೀತಿಯಲ್ಲಿ ಕೌಟಿಲ್ಯನಿಗೂ, ವೈದ್ಯಶಾಸ್ತ್ರದಲ್ಲಿ ಚರಕ ಮತ್ತು ಧ್ವನಂತರಿಗೂ ಹೋಲಿಸಲಾಗಿದೆ. ಕವಿ ದಂಡಿಯ ಸಂಸ್ಕೃತದ **'ಅವಂತಿ ಸುಂದರಿ ಕಥಾಸಾರ'**ದ ಪ್ರಕಾರ ಮಹಾಕವಿ ಭಾರವಿ ದುರ್ವಿನೀತನ ಆಸ್ಥಾನದಲ್ಲಿ ಕೆಲಕಾಲ ನೆಲೆಸಿದ್ದನು. ಶ್ರೀಪುರುಷನು ಸಂಸ್ಕೃತದಲ್ಲಿ **'ಗಜಶಾಸ್ತ್ರ'**ವನ್ನು ಹಾಗೂ ಎರಡನೇ ಶಿವಮಾರನು ಕನ್ನಡದಲ್ಲಿ **'ಗಜಾಷ್ಟಕ'** ಎಂಬ ಕೃತಿಯನ್ನು ರಚಿಸಿದರು. ಎರೆಯಪ್ಪ ಅಥವಾ ಎರೆಗಂಗ ಕನ್ನಡ ಕವಿ **ಒಂದನೇ ಗುಣವರ್ಮನಿಗೆ** ಆಶ್ರಯ ನೀಡಿದ್ದನು. ಅವನು **'ಶೂದ್ರಕ'**, **'ಹರಿವಂಶ'** ಮೊದಲಾದ ಕೃತಿಗಳನ್ನು ರಚಿಸಿದನು. ಗಂಗರ ಪ್ರಸಿದ್ಧ ಮಂತ್ರಿಯಾಗಿದ್ದ ಚಾವುಂಡರಾಯ ಶ್ರೇಷ್ಠ ವಿದ್ವಾಂಸನಾಗಿದ್ದನು. ಅವನು ಕನ್ನಡದಲ್ಲಿ ಕ್ರಿ.ಶ. 978ರಲ್ಲಿ **'ಚಾವುಂಡರಾಯ ಪುರಾಣ'** ಎಂಬ ಗದ್ಯ ಕೃತಿಯನ್ನು ರಚಿಸಿದನು. ಇದನ್ನು **'ತ್ರಿಷಷ್ಠಿ ಲಕ್ಷಣ ಪುರಾಣ'** ಎಂದೂ ಕರೆಯಲಾಗಿದೆ. ಇದು **24 ಜೈನ ತೀರ್ಥಂಕರರು, 12 ಚಕ್ರವರ್ತಿಗಳು, 9** ವಾಸುದೇವರು, **9 ಪ್ರತಿವಾಸುದೇವರು,** ಹಾಗೂ **9 ಬಲದೇವರು** ಒಟ್ಟು 63 ಜನ ಶಲಾಕಾ ಪುರುಷರ ಕಥೆಗಳನ್ನು ಒಳಗೊಂಡಿದೆ. ಇದು ಜೈನರಿಗೆ ಪವಿತ್ರವಾದ ಗ್ರಂಥವಾಗಿದೆ. ಕವಿಯಾಗಿ ಹಾಗೂ ಕಲಿಯಾಗಿ ಖ್ಯಾತನಾಗಿದ್ದ ಈತ **'ಸಮರ ಪರಶುರಾಮ'**, **'ವೀರ ಮಾರ್ತಾಂಡ' 'ರಣರಂಗ ಸಿಂಹ'** ಎಂಬ ಬಿರುದುಗಳನ್ನು ಪಡೆದಿದ್ದನು. ಈತನ ಪ್ರೋತ್ಸಾಹದಿಂದ ನೇಮಿಚಂದ್ರನು **'ದ್ರವ್ಯಸಾರ ಸಂಗ್ರಹ'**, **'ತ್ರಿಲೋಕಸಾರ'** ಎಂಬ ಕೃತಿಗಳನ್ನು ಸಂಸ್ಕೃತದಲ್ಲಿ ರಚಿಸಿದನು. ಹೀಗೆ ಕನ್ನಡ ಹಾಗೂ ಸಂಸ್ಕೃತ ಭಾಷೆಗಳಲ್ಲಿ ಹಲವಾರು ಕೃತಿಗಳು ಗಂಗರ ಕಾಲದಲ್ಲಿ ರಚನೆಯಾದವು. ಕನ್ನಡದ **'ಛಂದೊಂಬುಧಿ'** ಮತ್ತು **'ಕರ್ನಾಟಕ ಕಾದಂಬರಿ'** ಯ ಕತೃ ನಾಗವರ್ಮನು ▯ದನೇ ರಾಚಮಲ್ಲ ರಕ್ಕಸಗಂಗ ತನ್ನ ಪೋಷಕ ಎಂದು ಹೇಳಿಕೊಂಡಿದ್ದಾನೆ. **'ಛಂದೊಂಬುಧಿ' ಕನ್ನಡ ಛಂದಸ್ಸನ್ನು ಕುರಿತ ಮೊದಲ ಕೃತಿಯಾಗಿದೆ.**

ಕಲೆ ಮತ್ತು ವಾಸ್ತುಶಿಲ್ಪ

ಗಂಗರು ಕಲೆ ಮತ್ತು ವಾಸ್ತುಶಿಲ್ಪಕ್ಕೆ ಅಪಾರ ಪ್ರೋತ್ಸಾಹ ನೀಡಿದರು. ಹಲವಾರು ದೇವಾಲಯಗಳು, ಚೈತ್ಯಾಲಯಗಳು, ಬಸದಿಗಳು ಈ ಕಾಲದಲ್ಲಿ ನಿರ್ಮಾಣವಾದವು. ಅವುಗಳನ್ನು ತಲಕಾಡು, ಕೋಲಾರ, ಮಣ್ಣೆ, ಬೇಗೂರು, ವರುಣ, ಶ್ರವಣಬೆಳಗೊಳ ಮೊದಲಾದ ಸ್ಥಳಗಳಲ್ಲಿ ಕಾಣಬಹುದಾಗಿದೆ.

ಕೋಲಾರದಲ್ಲಿರುವ **ಕೋಲಾರಮ್ಮನ** ದೇವಾಲಯ ಗಂಗರ ಆರಂಭ ಕಾಲಕ್ಕೆ ಸೇರಿದ್ದು. ಈ ದೇವಾಲಯದ ಶಿಖರ ಅತ್ಯಂತ ಸುಂದರವಾಗಿದೆ. ಮಣ್ಣೆಯಲ್ಲಿರುವ **ಕಪಿಲೇಶ್ವರ** ಇಟ್ಟಿಗೆಯಿಂದ ನಿರ್ಮಾಣವಾಗಿದೆ. ಸುತ್ತೂರಿನಲ್ಲಿರುವ **ನಾರಾಯಣ ಸ್ವಾಮಿ ದೇವಾಲಯ, ವರುಣದಲ್ಲಿರುವ ಮಹಾಲಿಂಗೇಶ್ವರ ದೇವಾಲಯ, ನಂದಿಯಲ್ಲಿರುವ ಭೋಗನಂದೀಶ್ವರ ದೇವಾಲಯ, ತಲಕಾಡಿನ ಪಾತಾಳೇಶ್ವರ** ಮತ್ತು **ಮರುಳೇಶ್ವರ, ಬೇಗೂರಿನ ನಾಗೇಶ್ವರ,** ಚಾಮರಾಜನಗರ ತಾಲ್ಲೂಕಿನ **ನರಸಮಂಗಲದ ರಾಮಲಿಂಗೇಶ್ವರ** ಮೊದಲಾದವು ಗಂಗರು ನಿರ್ಮಿಸಿದ ಸುಂದರ ದೇವಾಲಯಗಳು. ಮಂಡ್ಯ ಜಿಲ್ಲೆಯ ನಾಗಮಂಗಲ ತಾಲ್ಲೂಕಿನ **ಕಂಬದಹಳ್ಳಿಯಲ್ಲಿ** ಗಂಗರ ಕಾಲದ **ಪಂಚಕೂಟ ಬಸದಿಯಿದೆ.** ದೇವಾಲಯಗಳ ಕಂಬಗಳ ಬುಡದಲ್ಲಿ ಸಿಂಹದ

ಉಬ್ಬು ಶಿಲ್ಪಗಳಿವೆ. ಇದು ಪಲ್ಲವ ಶೈಲಿಯ ಅನುಕರಣೆಯಾಗಿದೆ. ತಿಪಟೂರು ತಾಲ್ಲೂಕಿನ ಬಾಣಸಂದ್ರ ಸಮೀಪದಲ್ಲಿರುವ **ಅರಳಗುಪ್ಪೆಯ ಕಲ್ಲೇಶ್ವರ ದೇವಾಲಯ** ಗಂಗರ ಕಾಲಕ್ಕೆ ಸೇರಿದ್ದು ಎಂದು ಹೇಳಲಾಗಿದೆ. ಇದರ ಮೇಲ್ಛಾವಣಿಯ ಒಳಭಾಗದ ಮಧ್ಯಭಾಗದ ಭುವನೇಶ್ವರಿಯಲ್ಲಿ ತಾಂಡವ ನೃತ್ಯರೂಪಿ ಶಿವನ ಅತ್ಯಂತ ಸುಂದರ ಶಿಲ್ಪವಿದೆ. ಇದೇ ದೇವಾಲಯದ **ಉಮಾ ಮಹೇಶ್ವರನ ಶಿಲ್ಪವೂ** ಸುಂದರವಾಗಿದೆ. ಕರ್ನಾಟಕದ ಬೇರೆಲ್ಲಿಯೂ ಇದಕ್ಕಿಂತ ಸುಂದರವಾದ ಮತ್ತೊಂದು ಶಿಲ್ಪವಿಲ್ಲ.

ಗಂಗರ ಕಾಲದಲ್ಲಿ ಶ್ರವಣಬೆಳಗೊಳ ಸೇರಿದಂತೆ ಹಲವು ಕಡೆ ಬಸದಿಗಳು ನಿರ್ಮಾಣವಾದವು. ಈ ಬಸದಿಗಳ ವಿಮಾನವು ಮೇಲೆ ಹೋದಂತೆ ಕಿರಿದಾಗುತ್ತದೆ. ಶ್ರವಣಬೆಳಗೊಳದ ಚಂದ್ರಗಿರಿ ಅಥವಾ ಚಿಕ್ಕಬೆಟ್ಟದ ಮೇಲಿರುವ **ಚಂದ್ರಪ್ರಭ ಬಸದಿ** ಮತ್ತು **ಚಾವುಂಡರಾಯ ಬಸದಿ** ಗಂಗರ ಕಾಲದಲ್ಲಿ ನಿಮಾಣವಾದವು. ಚಂದ್ರಪ್ರಭ ಬಸದಿಯನ್ನು ಕ್ರಿ.ಶ. ಸುಮಾರು 800ರಲ್ಲಿ ಎರಡನೇ ಶಿವಮಾರ ನಿರ್ಮಿಸಿದನು. ಇದು 8ನೇ ತೀರ್ಥಂಕರ ಚಂದ್ರಪ್ರಭನಿಗೆ ಸಮರ್ಪಿಸಲಾಗಿರುವ ಬಸದಿ. ಇದರಲ್ಲಿ 3 ಅಡಿ ಎತ್ತರದ ಸುಂದರವಾದ ಚಂದ್ರಪ್ರಭನ ವಿಗ್ರಹವಿದೆ. ಇದರ ಸುಕನಾಸಿಯಲ್ಲಿ ಜ್ವಾಲಮಾಲಿನಿ ಯಕ್ಷ, ಯಕ್ಷಿ, ಮೊದಲಾದವರ ವಿಗ್ರಹಗಳಿವೆ. ಇದರ ಪಕ್ಕದಲ್ಲಿರುವ ಶಾಸನದ ಪ್ರಕಾರ ಇದನ್ನು ಶ್ರೀಪುರುಷನ ಮಗ ಶಿವಮಾರ ನಿರ್ಮಿಸಿದನು. **ಚಾವುಂಡರಾಯ ಬಸದಿ** 22ನೇ ತೀರ್ಥಂಕರ ನೇಮಿನಾಥನಿಗಾಗಿ ನಿರ್ಮಾಣಗೊಂಡಿದೆ. ಇದನ್ನು ಚಾವುಂಡರಾಯ 982ರಲ್ಲಿ ನಿರ್ಮಿಸಿದನು. ಇದು ಎರಡು ಅಂತಸ್ತುಗಳ ರಚನೆಯಾಗಿದ್ದು ಗರ್ಭಗೃಹ, ಸುಖನಾಸಿ, ನವರಂಗ ಮತ್ತು ಮುಖಮಂಟಪವನ್ನು ಒಳಗೊಂಡಿದೆ. ಇದು ಇಲ್ಲಿರುವ ಜಿನಾಲಯಗಳಲೆಲ್ಲಾ ಅತ್ಯಂತ ದೊಡ್ಡದು. ಇದು ಮೂರು ಅಂತಸ್ತಿನ ಸುಂದರ ಗೋಪುರವನ್ನು ಹೊಂದಿದೆ. ಮೇಲಿನ ಅಂತಸ್ತಿನಲ್ಲಿ ಮೂರು ಅಡಿ ಎತ್ತರದ ನೇಮಿನಾಥನ ವಿಗ್ರಹವಿದೆ.

ಕಲಾ ಕ್ಷೇತ್ರಕ್ಕೆ ಗಂಗರ ಬಹಳ ದೊಡ್ಡ ಕೊಡುಗೆಯೆಂದರೆ ಆಧಾರವಿಲ್ಲದೆ ನಿಲ್ಲಿಸಲಾಗಿರುವ **ಮಾನಸ್ತಂಭಗಳು** ಹಾಗೂ **ಬ್ರಹ್ಮದೇವ ಸ್ತಂಭಗಳು**. ಮಾನಸ್ತಂಭಗಳ ಮೇಲ್ಭಾಗದಲ್ಲಿ ಜಿನರ ವಿಗ್ರಹಗಳಿವೆ. ಮಾನಸ್ತಂಭಗಳನ್ನು ಜೈನ ಗ್ರಂಥಗಳಲ್ಲಿ **'ಇಂದ್ರ ಸ್ತಂಭ'**ಗಳೆಂದು ಕರೆಯಲಾಗಿದೆ. ಬ್ರಹ್ಮದೇವ ಸ್ತಂಭಗಳ ಮೇಲ್ಭಾಗದಲ್ಲಿ ಬ್ರಹ್ಮನ ವಿಗ್ರಹಗಳಿವೆ. ಮಾನಸ್ತಂಭಗಳು ದೇಶಾಂದ್ಯಂತ ಕಂಡು ಬರುತ್ತವೆ. ಆದರೆ ಬ್ರಹ್ಮದೇವ ಸ್ತಂಭಗಳು ಕೇವಲ ದಕ್ಷಿಣ ಭಾರತದಲ್ಲಿ ಮಾತ್ರ ಕಂಡು ಬರುತ್ತವೆ. ಇವುಗಳ ತಳಬಾಗದಲ್ಲಿ ಕರವಸ್ತ್ರವನ್ನು ಒಂದು ಕಡೆಯಿಂದ ತೂರಿಸಿ ಮತ್ತೊಂದು ಕಡೆ ತೆಗೆಯಬಹುದೆಂದು ಹೇಳಲಾಗಿದೆ. ಇಂದ್ರಗಿರಿ ಬೆಟ್ಟದಲ್ಲಿ ಚಾವುಂಡರಾಯ ನಿಲ್ಲಿಸಿದ ಸುಂದರ ಕೆತ್ತನೆಯುಳ್ಳ **ತ್ಯಾಗದ ಬ್ರಹ್ಮದೇವ ಸ್ತಂಭ**ವಿದೆ. ಚಂದ್ರಗಿರಿ ಬೆಟ್ಟದಲ್ಲಿರುವ **ಕೂಗೆ ಬ್ರಹ್ಮದೇವ ಸ್ತಂಭವನ್ನು** 974ರಲ್ಲಿ ಎರಡನೇ ಮಾರಸಿಂಹನ ನೆನಪಿಗಾಗಿ ನಿಲ್ಲಿಸಲಾಗಿದೆ.

ಗಂಗರ ಕಾಲದ ಅದ್ವಿತೀಯವಾದ ಸಾಧನೆ ಕಂಡುಬಂದಿರುವುದು ಮೂರ್ತಿ ಶಿಲ್ಪಕಲೆ ಕ್ಷೇತ್ರದಲ್ಲಿ. ಇಂದ್ರಗಿರಿ ಬೆಟ್ಟದ ಮೇಲಿರುವ ಅದ್ವಿತೀಯವಾದ **ಗೊಮ್ಮಟೇಶ್ವರನ ಮೂರ್ತಿ** ಇದಕ್ಕೆ ಉತ್ತಮ ನಿದರ್ಶನವಾಗಿದೆ. ಇದನ್ನು ಗಂಗರ ಮಂತ್ರಿ ಚಾವುಂಡರಾಯ ಕ್ರಿ.ಶ. 983ರಲ್ಲಿ ಕೆತ್ತಿಸಿದನು. 58 ಅಡಿ ಎತ್ತರದ ಜಗತ್ತಿನಲ್ಲೇ ಅತ್ಯಂತ ಸುಂದರವಾದ, ಭವ್ಯವಾದ ಈ ಏಕಶಿಲಾ ಗೊಮ್ಮಟನ ಮೂರ್ತಿಯ ನಿರ್ಮಾಣ ಕಾರ್ಯ **ಯತಿ ಅರಿಷ್ಟನೇಮಿಯ** ಮೇಲ್ವಿಚಾರಣೆಯಲ್ಲಿ ನಡೆಯಿತು. ಈ ಮೂರ್ತಿಯ ಅನುಪಮವಾದ ಸೌಂದರ್ಯ ನೋಡುಗರಲ್ಲಿ ಸಹಜವಾಗಿಯೇ ಭಕ್ತಿಭಾವವನ್ನುಂಟುಮಾಡುತ್ತದೆ. ಇದರ ಮುಖ ಕಿವಿಯ ಕೆಳಭಾಗದಿಂದ 6.6 ಅಡಿ ಎತ್ತರವಿದೆ. ಪಾದ 8.3 ಅಡಿ, ತೋರುಬೆರಳು 3.9 ಅಡಿ, ಮಧ್ಯದ ಬೆರಳು 5 ಅಡಿ ಉದ್ದವಿದೆ. ಬಿಳಿಯ ಬೆಣಚುಕಲ್ಲಿನ ಕಮಲದಲ್ಲಿ ನಿಂತಿರುವಂತೆ ಈ ವಿಗ್ರಹ ಕೆತ್ತಲ್ಪಟ್ಟಿದೆ.

"ಜಗತ್ತಿನಲ್ಲಿ ಈಜಿಪ್ಟಿನಿಂದ ಹೊರಗೆ, ಬೇರೆಲ್ಲೂ ಇದಕ್ಕಿಂತ ಭವ್ಯವಾದ ವಿಗ್ರಹವಿಲ್ಲ. ಈಜಿಪ್ಟಿನಲ್ಲೂ ಇದನ್ನು ಮೀರಿಸುವ ವಿಗ್ರಹವಿಲ್ಲ" ಎಂದು ಕಲಾ ವಿಮರ್ಶಕ **ಫರ್ಗ್ಯೂಸನ್** ಹೇಳಿದ್ದಾರೆ. ಗೊಮ್ಮಟನ ವಿಗ್ರಹದ ಎರಡೂ ಪಕ್ಕದಲ್ಲಿ 6 ಅಡಿ ಎತ್ತರವಾದ ಎರಡು ಚಾಮರ ಬೀಸುವ ಯಕ್ಷ ಮತ್ತು ಯಕ್ಷಿಯ ಸುಂದರ ವಿಗ್ರಹಗಳಿವೆ. ಗೊಮ್ಮಟನ ವಿಗಪ್ರದ ಎದುರಿಗೆ 5 ಅಡಿ ಎತ್ತರವಾಗಿರುವ ಕೈಯಲ್ಲಿ ಗುಳಕಾಯಿ ಹಿಡಿದಿರುವ **ಗುಳಕಾಯಜ್ಜಿಯ** ಸುಂದರ ವಿಗ್ರಹವಿದೆ. ಪದ್ಮಾವತಿದೇವಿ ಅಥವ ಕೂಷ್ಮಾಂಡಿನಿ ದೇವಿಯೇ ಚಾವುಂಡರಾಯನ ಅಹಂಕಾರವನ್ನು ಮುರಿಯಲು ಗುಳಕಾಯಜ್ಜಿ ರೂಪದಲ್ಲಿ ಬಂದಿದ್ದಳೆಂದು ಐತಿಹ್ಯವಿದೆ. ಗಂಗರ ಕಾಲದ ಸುಂದರ ಉಬ್ಬು ಶಿಲ್ಪಗಳಿರುವ ವೀರಗಲ್ಲುಗಳು ಸಾಕಷ್ಟು ಸಂಖ್ಯೆಯಲ್ಲಿ ಲಭ್ಯವಾಗಿವೆ. ತುಮಕೂರು ಜಿಲ್ಲೆಯ ಹೀರೇಗುಂಡಗಲ್‌ನಲ್ಲಿ 20 ವೀರಗಲ್ಲುಗಳು ದೊರೆತಿದ್ದು ಅವುಗಳಲ್ಲಿ ಹೋರಾಟದಲ್ಲಿ ತೊಡಗಿರುವ ಗಂಗ ಅರಸರಾದ ಶಿವಮಾರ ಹಾಗೂ ಶ್ರೀಪುರುಷ ಮತ್ತು ರಾಷ್ಟ್ರಕೂಟ ಅರಸರಾದ ಒಂದನೇ ಕೃಷ್ಣ ಮತ್ತು ಮೂರನೇ ಗೋವಿಂದನ ಉಬ್ಬು ಶಿಲ್ಪಗಳಿವೆ. ಅಲ್ಲದೆ ಗಂಗರ ಕಾಲದ ಹಲವಾರು ಸುಂದರವಾದ ಲೋಹದ ಜಿನರ ವಿಗ್ರಹಗಳು ಲಭ್ಯವಾಗಿವೆ.

ಮಾದರಿ ಪ್ರಶ್ನೆಗಳು

ಒಂದು ಅಂಕದ ಪ್ರಶ್ನೆಗಳು

1. ದುರ್ವಿನೀತನ ಆಸ್ಥಾನಕ್ಕೆ ಭೇಟಿ ನೀಡಿದ್ದ ಪ್ರಸಿದ್ಧ ಸಂಸ್ಕೃತ ಕವಿ ಯಾರು ?
2. ವಿಲಂಥೆ ಕಾಳಗದಲ್ಲಿ ಪಲ್ಲವರನ್ನು ಸೋಲಿಸಿ ಅವರಿಂದ ಉಗ್ರೋದಯ ಕಂಠೀಹಾರವನ್ನು ಕಸಿದುಕೊಂಡ ಗಂಗ ದೊರೆ ಯಾರು ?
3. ಕ್ರಿ.ಶ. 949ರಲ್ಲಿ ನಡೆದ ತಕ್ಕೊಳಂ ಕದನದಲ್ಲಿ ಗಂಗ ದೊರೆ ಎರಡನೆ ಬೂತುಗನಿಂದ ಹತನಾದ ಚೋಳ ಯುವರಾಜ ಯಾರು?
4. ಶ್ರವಣಬೆಳಗೊಳದಲ್ಲಿ ಗೊಮ್ಮಟೇಶ್ವರನ ವಿಗ್ರಹವನ್ನು ಕೆತ್ತಿಸಿದವರು ಯಾರು?

ಕಿರು ಉತ್ತರದ ಪ್ರಶ್ನೆಗಳು

1. ದುರ್ವಿನೀತನ ಸಾಧನೆಗಳನ್ನು ಕುರಿತು ಬರೆಯಿರಿ.
2. ಗಂಗರ ಕಾಲದ ವಾಸ್ತುಶಿಲ್ಪ ಪ್ರಗತಿಯ ಬಗ್ಗೆ ಟಿಪ್ಪಣಿ ಬರೆಯಿರಿ.

ಧೀರ್ಘ ಉತ್ತರದ ಪ್ರಶ್ನೆಗಳು

1. ಗಂಗರ ಕಾಲದ ಸಾಂಸ್ಕೃತಿಕ ಬೆಳವಣಿಗೆಗಳನ್ನು ವಿವರಿಸಿ.

← ಗಂಗರ ಲಾಂಛನ

ಶ್ರವಣಬೆಳಗೊಳದ
ಚಂದ್ರಗಿರಿ ಬೆಟ್ಟದಲ್ಲಿರುವ →
ಚಾವುಂಡರಾಯ ಬಸದಿ

← ಚಂದ್ರಗಿರಿ ಬೆಟ್ಟದಲ್ಲಿರುವ
ಬ್ರಹ್ಮದೇವ ಸ್ತಂಭ

ಶ್ರವಣಬೆಳಗೊಳದ ಇಂದ್ರಗಿರಿ ಬೆಟ್ಟದ ಮೇಲಿರುವ 58 ಅಡಿ ಎತ್ತರದ ಗೊಮ್ಮಟೇಶ್ವರ

←

ಕಾರ್ಲೆಯ ಪ್ರಸಿದ್ಧ ಚೈತ್ಯಾಲಯದ ಒಳನೋಟ

ಅಧ್ಯಾಯ – 7

ಬಾದಾಮಿಯ ಚಾಳುಕ್ಯರು

Chalukyas of Badami

ಬಾದಾಮಿ ಚಾಳುಕ್ಯ ಸಾಮ್ರಾಜ್ಯದ ಸ್ಥಾಪನೆಯೊಂದಿಗೆ ಕರ್ನಾಟಕದ ಚರಿತ್ರೆಯಲ್ಲಿ ನವ ಯುಗವೊಂದು ಆರಂಭವಾಯಿತು. ಕ್ರಿ.ಶ.540 ರಿಂದ 753ರವರೆಗೆ ಎರಡು ಶತಮಾನಗಳ ಅವರ ಆಡಳಿತ ಕಾಲ ಕರ್ನಾಟಕ ಮಾತ್ರವಲ್ಲದೆ ದಕ್ಷಿಣ ಪರ್ಯಾಯ ದ್ವೀಪ ಹಾಗೂ ಭಾರತದ ಚರಿತ್ರೆಯಲ್ಲಿ ಒಂದು ಉಜ್ವಲ ಅಧ್ಯಾಯವಾಗಿದೆ. **ಕರ್ನಾಟಕವನ್ನು ಪ್ರಥಮ ಬಾರಿಗೆ ಏಕೀಕರಿಸಿದ ಕೀರ್ತಿ ಇವರಿಗೆ ಸಲ್ಲುತ್ತದೆ.** ಚಾಳುಕ್ಯರು ಸ್ಥಾಪಿಸಿದ ಸಾಮ್ರಾಜ್ಯ ಪೂರ್ಣವಾಗಿ ಇಂದಿನ ಕರ್ನಾಟಕ, ಮಹಾರಾಷ್ಟ್ರ ಮತ್ತು ಗೋವಾ ಹಾಗೂ ತಮಿಳುನಾಡು, ಆಂಧ್ರ ಪ್ರದೇಶ, ಒಡಿಶಾ, ಮಧ್ಯ ಪ್ರದೇಶ ಮತ್ತು ಗುಜರಾತಿನ ಹಲವಾರು ಪ್ರದೇಶಗಳನ್ನು ಒಳಗೊಂಡಿತ್ತು. ಶಾತವಾಹನರ ನಂತರ ದಕ್ಷಿಣದಲ್ಲಿ ವಿಸ್ತಾರವಾದ ಹಾಗೂ ಸುಭದ್ರವಾದ ಸಾಮ್ರಾಜ್ಯವನ್ನು ಕಟ್ಟಿದ ಕೀರ್ತಿ ಬಾದಾಮಿ ಚಾಳುಕ್ಯರಿಗೆ ಸಲ್ಲುತ್ತದೆ.

ಚಾಳುಕ್ಯರ ಶ್ರೇಷ್ಠ ದೊರೆ ಎರಡನೇ ಪುಲಕೇಶಿಯ ಕಾಲದಲ್ಲಿ ಒಂದು ಹಂತದಲ್ಲಿ ಚಾಳುಕ್ಯರನ್ನು ಎದುರಿಸಿ ನಿಲ್ಲುವ ಸಾಮರ್ಥ್ಯ ಭಾರತದ ಯಾವುದೇ ರಾಜನಿಗೂ ಇರಲಿಲ್ಲ. ದಕ್ಷಿಣದ ಪಲ್ಲವರು, ಉತ್ತರದ ವರ್ಧನರು ಚಾಳುಕ್ಯರಿಂದ ಪರಾಜಿತರಾದರು. ಕರ್ನಾಟಕ ಸಂಸ್ಕೃತಿ ಅಪಾರವಾಗಿ ಬೆಳೆದದ್ದು ಈ ಕಾಲದಲ್ಲೇ. ವಾಸ್ತುಶಿಲ್ಪ ಕ್ಷೇತ್ರದಲ್ಲಿ ಅದ್ಭುತವಾದ ಪ್ರಗತಿಯಾಯಿತು. ಐಹೊಳೆ, ಪಟ್ಟದಕಲ್ಲು, ಬಾದಾಮಿ, ಮಹಾಕೂಟ ಮೊದಲಾದ ಸ್ಥಳಗಳಲ್ಲಿ ಸುಂದರವಾದ ದೇಗುಲಗಳು ನಿರ್ಮಾಣವಾದವು. ಈ ಕಾಲದಲ್ಲಿ ಕರ್ನಾಟಕದಲ್ಲಿ ಸಂಚರಿಸಿದ್ದ **ಚೀನೀ ಯಾತ್ರಿಕ ಹೂಯೆನ್–ತ್ಸಾಂಗ್** ಕನ್ನಡಿಗರು ಅಭಿಮಾನಧನರು, ಯದ್ಧೋತ್ಸಾಹಿಗಳು, ಉಪಕಾರ ಸ್ಮರಣೆಯುಳ್ಳವರು ಆಗಿದ್ದರೆಂದು ಬರೆದಿದ್ದಾನೆ. ಚಾಳುಕ್ಯರು ವೈಷ್ಣವ ಧರ್ಮಾನುಯಾಯಿಗಳಾಗಿದ್ದರೂ ಕೂಡ ಎಲ್ಲ ಧರ್ಮಗಳನ್ನು ಪ್ರೋತ್ಸಾಹಿಸಿದರು. ಈ ಪರಂಪರೆಯನ್ನು ಕರ್ನಾಟಕದ ಮುಂದಿನ ಅರಸರೆಲ್ಲರೂ ಮುಂದುವರಿಸಿದರೆಂಬುದು ಗಮನಾರ್ಹವಾಗಿದೆ. ಕನ್ನಡಿಗರಿಗೆ ರಾಷ್ಟ್ರಮಟ್ಟದಲ್ಲಿ ಒಂದು ಐಡೆಂಟಿಟಿ ದೊರೆತದ್ದು ಚಾಳುಕ್ಯರ ಕಾಲದಲ್ಲೇ ಎಂಬುದು ಗಮನಿಸಬೇಕಾದ ಸಂಗತಿಯಾಗಿದೆ.

ಚಾಳುಕ್ಯರ ಮೂಲ

ಕರ್ನಾಟಕದ ಮತ್ತು ಭಾರತದ ಬಹುತೇಕ ಎಲ್ಲ ರಾಜವಂಶಗಳ ಮೂಲದ ಬಗ್ಗೆ ಇರುವಂತೆಯೇ ಬಾದಾಮಿಯ ಚಾಳುಕ್ಯರ ಮೂಲವನ್ನು ಕುರಿತೂ ಬಿನ್ನಾಭಿಪ್ರಾಯಗಳಿವೆ. ನಿಖರವಾದ ಮಾಹಿತಿಗಳ ಅಲಭ್ಯತೆಯಿಂದಾಗಿ ಅವರ ಮೂಲ ಇನ್ನೂ ನಿಗೂಢವಾಗಿಯೇ ಉಳಿದಿದೆ. ಹೀಗಾಗಿ ವಿದ್ವಾಂಸರು ವಿಭಿನ್ನ ಅಭಿಪ್ರಾಯಗಳನ್ನು ವ್ಯಕ್ತಪಡಿಸಿದ್ದಾರೆ. ಚಾಳುಕ್ಯರ ಶಾಸನಗಳಲ್ಲಿ ಚಾಳುಕ್ಯ ಶಬ್ದದ ವಿವಿಧ ರೂಪಗಳು ಅಂದರೆ ಚಾಳುಕ್ಯ, ಚಾಳಿಕ್ಯ, ಚಾಲ್ಕಿ, ಚಾಲುಕಿ ಮೊದಲಾದವು ಕಂಡು ಬಂದಿವೆ. ರವಿಕೀರ್ತಿಯ ಐಹೊಳೆ ಶಾಸನದಲ್ಲಿ **"ಚಾಳುಕ್ಯ"** ಎಂಬ ಹೆಸರು ಬಳಸಲಾಗಿದೆ. ಹಲವಾರು ದಂತಕತೆಗಳು ಅವರ ಮೂಲದೊಂದಿಗೆ ತಳುಕು ಹಾಕಿಕೊಂಡಿವೆ.

ಕಲ್ಯಾಣ ಚಾಳುಕ್ಯರ ಶ್ರೇಷ್ಠ ದೊರೆಯಾಗಿದ್ದ ಆರನೇ ವಿಕ್ರಮಾದಿತ್ಯನ ಆಸ್ಥಾನ ವಿದ್ವಾಂಸನಾಗಿದ್ದ **ಕಾಶ್ಮೀರ ಕವಿ ಬಿಲ್ಹಣ** ತನ್ನ **'ವಿಕ್ರಮಾಂಕದೇವ ಚರಿತ'** ಎಂಬ ಸಂಸ್ಕೃತ ಕಾವ್ಯದಲ್ಲಿ ಚಾಳುಕ್ಯರ ಮೂಲವನ್ನು ಕುರಿತು ಹೀಗೆ ಬರೆದಿದ್ದಾನೆ.

"ಒಮ್ಮೆ ದೇವರಾಜನಾದ ಇಂದ್ರನು ಭೂಲೋಕದಲ್ಲಿ ಧರ್ಮವನ್ನು ಸ್ಥಾಪಿಸಲು ಹಾಗೂ ದುಷ್ಟರನ್ನು ಶಿಕ್ಷಿಸಲು ಒಬ್ಬ ಸಮರ್ಥನಾದ ನಾಯಕನನ್ನು ಸೃಷ್ಟಿಸುವಂತೆ ಸೃಷ್ಟಿಕರ್ತನಾದ ಬ್ರಹ್ಮನನ್ನು ಪ್ರಾರ್ಥಿಸಿದನು. ಅದನ್ನು ಒಪ್ಪಿದ ಬ್ರಹ್ಮನು ತನ್ನ ಚುಳುಕ (ಬೊಗಸೆ) ದತ್ತ ದೃಷ್ಟಿಸಿದಾಗ ಅದರಿಂದ ಒಬ್ಬ ವೀರ ಯೋಧ ಜನಿಸಿದನು. ಅವನ ವಂಶಜರೇ ಚಾಳುಕ್ಯರೆಂದು ಕರೆಯಲ್ಪಟ್ಟರು." ಬಿಲ್ಹಣನ ಈ ಕಥೆಯನ್ನು ಆಧುನಿಕ ಇತಿಹಾಸಕಾರರು ಪೂರ್ಣವಾಗಿ ತಿರಸ್ಕರಿಸಿದ್ದಾರೆ.

ಖ್ಯಾತ ವಿದ್ವಾಂಸರಾದ **ಡಾ.ಬಿ.ಎಲ್.ರೈಸ್** ಚಾಳುಕ್ಯರು ಮೂಲತಃ ಪರ್ಷಿಯದವರು ಎಂದು ಹೇಳಿದ್ದಾರೆ. ಚಾಳುಕ್ಯರು ಗುಜರಾತ್ ಮತ್ತು ಪಶ್ಚಿಮ ಭಾರತದಲ್ಲಿ ಆಳುತ್ತಿದ್ದ ಸೋಲಂಕಿಗಳು ಹಾಗೂ ಗುರ್ಜರರ ಬುಡಕಟ್ಟಿಗೆ ಸೇರಿದವರು ಎಂದು ಕೆಲವು ಇತಿಹಾಸಕಾರರು ಅಭಿಪ್ರಾಯಪಟ್ಟಿದ್ದಾರೆ. ಒಂದು ಐತಿಹ್ಯದ ಪ್ರಕಾರ ಚಾಳುಕ್ಯರು ಮೂಲತಃ ಆಯೋಧ್ಯೆಯವರು. ಆದರೆ ಬಾದಾಮಿ ಚಾಳುಕ್ಯರ ಶಾಸನಗಳಲ್ಲಿ ಅವರ ಅಯೋಧ್ಯೆ ಮೂಲದ ಬಗ್ಗೆ ಪ್ರಸ್ತಾಪಗಳಿಲ್ಲ. **ಶಾಸನ ತಜ್ಞ ಕೆ.ವಿ. ರಮೇಶ್** ಅಯೋಧ್ಯೆ ಮೂಲ ವಾದವನ್ನು ನಿರಾಕರಿಸಿದ್ದಾರೆ. **ಪ್ರೊ.ಕೆ.ಎ. ನೀಲಕಂಠಶಾಸ್ತ್ರಿಯವರು** ಈ ಎಲ್ಲ ಅಭಿಪ್ರಾಯಗಳನ್ನು ತಳ್ಳಿಹಾಕಿ **"ಕದಂಬರು ಮತ್ತು ರಾಷ್ಟ್ರಕೂಟರಂತೆ ಚಾಳುಕ್ಯರು ಕೂಡ ಸ್ಥಳೀಯರು ಎಂಬುದರಲ್ಲಿ ಯಾವ ಸಂಶಯವೂ ಇಲ್ಲ. ಅವರು ಕರ್ನಾಟಕದವರು ಹಾಗೂ ಅವರ ಮಾತೃಭಾಷೆ ಕನ್ನಡವಾಗಿತ್ತು"** ಎಂದು ಹೇಳಿದ್ದಾರೆ.

ಚಾಳುಕ್ಯರ ಶಾಸನಗಳು ಸಾಕಷ್ಟು ಸಂಖ್ಯೆಯಲ್ಲಿ ಕನ್ನಡದಲ್ಲಿರುವುದು, ರಾಷ್ಟ್ರಕೂಟರ ಶಾಸನಗಳಲ್ಲಿ ಚಾಳುಕ್ಯರ ಸೇನಾ ಬಲವನ್ನು **"ಕರ್ನಾಟ ಬಲ"** ಎಂದು ವರ್ಣಿಸಿರುವುದು, ಗುಜರಾತ್ ಹಾಗೂ ಮೇಮುಲವಾಡದಲ್ಲಿ ಆಳಿದ ಚಾಳುಕ್ಯ ದೊರೆಗಳು ತಮ್ಮ ಹೆಸರಿನ ಮುಂದೆ **"ಅರಸ"** ಎಂಬ ಕನ್ನಡದ ಅಂತ್ಯ ಪ್ರತ್ಯಯ (suffix) ಇಟ್ಟುಕೊಂಡಿರುವುದು, **"ನೋಡುತ್ತ ಗೆಲ್ವಂ"** ಮೊದಲಾದ ಕನ್ನಡದ ಬಿರುದುಗಳನ್ನು ಹೊಂದಿರುವುದು ಅವರು ನಿಶ್ಚಿತವಾಗಿ ಕನ್ನಡ ಮೂಲದವರೆಂಬುದಕ್ಕೆ ಸಾಕ್ಷಿಯಾಗಿವೆ. ಮಹಾರಾಷ್ಟ್ರದ ರಾಜ್ಯ ಪತ್ರ (Gezette)ದಲ್ಲಿ **ಎನ್.ಲಕ್ಷ್ಮೀನಾರಾಯಣರಾವ್** ಚಾಳುಕ್ಯರ ಕನ್ನಡ ಮೂಲವನ್ನು ಸಮರ್ಥಿಸುತ್ತಾ ಶಾಸನಗಳಲ್ಲಿ ಒಂದನೇ ಕೀರ್ತಿವರ್ಮನನ್ನು **"ಕತ್ತಿಯರಸ"** ಎಂದು, ಎರಡನೇ ಕೀರ್ತಿವರ್ಮನನ್ನು **'ಕೀರ್ತಿವರ್ಮರಸ'** ಎಂದು ಕರೆದಿರುವುದನ್ನು ಪ್ರಸ್ತಾಪಿಸಿದ್ದಾರೆ. **ಡಾ.ಪಿ.ಬಿ. ದೇಸಾಯ್** ಅವರು ಚಾಳುಕ್ಯರು ಸ್ಥಳೀಯರು ಹಾಗೂ ಕನ್ನಡಿಗರಾಗಿದ್ದರೆಂಬುದನ್ನು ಅತ್ಯಂತ ಸಮರ್ಥವಾಗಿ ಪ್ರತಿಪಾದಿಸಿದ್ದಾರೆ. ಕದಂಬರಂತೆ ಚಾಳುಕ್ಯರು ಕೂಡ ತಮ್ಮನ್ನು ಮಾನವ್ಯ ಗೋತ್ರದವರೆಂದು ಹಾಗೂ ಹಾರಿತಿಪುತ್ರರೆಂದು ಕರೆದುಕೊಂಡಿರುವುದನ್ನು ಅವರು ಪ್ರಸ್ತಾಪಿಸಿದ್ದಾರೆ. ಚಾಳುಕ್ಯರು ದೇವತೆಗಳ ಸೇನಾಧಿಪತಿಯಾಗಿದ್ದ ಕಾರ್ತಿಕೇಯನನ್ನೂ ಮತ್ತು ಸಪ್ತಮಾತೃಕೆಯರನ್ನು ಪೂಜಿಸುತ್ತಿದ್ದರು. ಮಹಾವಿಷ್ಣುವಿನ ಆರಾಧಕರಾಗಿದ್ದ ಅವರು **ವಿಷ್ಣುವಿನ ವರಾಹ ಅವತಾರವನ್ನು ತಮ್ಮ ಲಾಂಛನವನ್ನಾಗಿ ಮಾಡಿಕೊಂಡರು. ಎಸ್.ಸಿ. ನಂದಿಮಠ್** ಅವರ ಪ್ರಕಾರ ಚಾಳುಕ್ಯ ಎಂಬ ಶಬ್ದ ಕನ್ನಡದ ಸಲ್ಕಿ ಅಥವಾ ಚಲ್ಕಿ ಎಂಬ ಶಬ್ದದಿಂದ ಉಗಮಗೊಂಡಿದೆ. ಅವರ ಪ್ರಕಾರ ಸಲ್ಕಿ ಎಂಬುದು ಒಂದು ಕೃಷಿ ಉಪಕರಣವಾಗಿತ್ತು.

ಪ್ರಾರಂಭದ ಅರಸರು

ಒಂದನೇ ಪುಲಕೇಶಿ (ಕ್ರಿ.ಶ. 540-566)

ಲಭ್ಯವಿರುವ ಮಾಹಿತಿಗಳ ಪ್ರಕಾರ **ಜಯಸಿಂಹ ಹಾಗೂ ಅವನ ಮಗ ರಣರಾಗ ಚಾಳುಕ್ಯವಂಶದ ಮೂಲ ಪುರುಷರು.** ಅವರುಗಳ ಬಗ್ಗೆ ಹೆಚ್ಚಿನ ವಿವರಗಳು ದೊರೆತ್ತಿಲ್ಲ. ಕ್ರಿ.ಶ. 500 ರಿಂದ 540 ರ ಅವಧಿಯಲ್ಲಿ ಜೀವಿಸಿದ್ದಿರಬಹುದಾದ ಅವರಿಬ್ಬರು ಕದಂಬರ ಸಾಮಂತರಾಗಿದ್ದಿರಬಹುದೆಂದು ನಂಬಲಾಗಿದೆ. ರಣರಾಗನ ಮಗನಾದ ಒಂದನೇ ಪುಲಕೇಶಿ ಚಾಳುಕ್ಯ ವಂಶದ ನಿಜವಾದ ಸ್ಥಾಪಕ. ಅವನು ಕ್ರಿ.ಶ. 540 ರಿಂದ 566 ರವರೆಗೆ ಆಳಿದನು. ಈತನೇ ಈ ವಂಶದ ಮೊದಲ ಐತಿಹಾಸಿಕ ವ್ಯಕ್ತಿ. ಇವನ ಕಾಲದಲ್ಲಿ **ಬಾದಾಮಿ** (ಬಾಗಲಕೋಟೆ ಜಿಲ್ಲೆ) **ಚಾಳುಕ್ಯರ ರಾಜಧಾನಿಯಾಯಿತು.** ಇಲ್ಲಿನ ಬೆಟ್ಟದ ಮೇಲೆ ಇವನು ಒಂದು ಬಲಿಷ್ಠವಾದ ಕೋಟೆಯನ್ನು ನಿರ್ಮಿಸಿದನು. ರಕ್ಷಣೆಯ ದೃಷ್ಟಿಯಿಂದ ಅತ್ಯಂತ ಆಯಕಟ್ಟಿನ ಸ್ಥಳವಾಗಿದ್ದರಿಂದ ಬಾದಾಮಿಯನ್ನು ರಾಜಧಾನಿಯಾಗಿ ಮಾಡಿಕೊಳ್ಳಲಾಯಿತು. ಇವನ ಕಾಲದ **ಬಾದಾಮಿ ಬಂಡೆ ಶಾಸನ** ಕ್ರಿ.ಶ. 543 ರಲ್ಲಿ ರಚನೆಯಾಗಿದ್ದು ಅದರಲ್ಲಿ ಈತನನ್ನು **'ಚಾಳುಕ್ಯವಲ್ಲಭೇಶ್ವರ'** ಎಂದು ವರ್ಣಿಸಲಾಗಿದೆ. ಕ್ರಿ.ಶ.540 ರಲ್ಲಿ ಇವನು **ಕದಂಬ ಎರಡನೇ ಕೃಷ್ಣವರ್ಮನನ್ನು** ಸೋಲಿಸಿ ಸ್ವತಂತ್ರ ಚಾಳುಕ್ಯ ರಾಜ್ಯವನ್ನು ಸ್ಥಾಪಿಸಿದನೆಂದು ಡಾ.ಪಿ.ಬಿ.ದೇಸಾಯ್ ಹೇಳಿದ್ದಾರೆ. ಬಪ್ಪುರ ವಂಶದ ದುರ್ಲಭದೇವಿ ಈತನ ರಾಣಿಯಾಗಿದ್ದಳು ಮತ್ತು ಕೀರ್ತಿವರ್ಮ ಹಾಗೂ ಮಂಗಳೇಶ ಇವನ ಇಬ್ಬರು ಮಕ್ಕಳು. ಈತನಿಗೆ **'ಸತ್ಯಾಶ್ರಯ', 'ರಣವಿಕ್ರಮ'** ಮೊದಲಾದ ಬಿರುದುಗಳಿದ್ದವು.

ಒಂದನೇ ಕೀರ್ತಿವರ್ಮ (ಕ್ರಿ.ಶ. 556-596)

ಒಂದನೇ ಪುಲಿಕೇಶಿಯ ನಂತರ ಅವನ ಹಿರಿಯ ಮಗ ಒಂದನೇ ಕೀರ್ತಿವರ್ಮ ಅಧಿಕಾರಕ್ಕೆ ಬಂದನು. ಚಾಳುಕ್ಯ ರಾಜ್ಯವನ್ನು ಸ್ಥಿರಗೊಳಿಸಿದ್ದು ಹಾಗೂ ವಿಸ್ತರಿಸಿದ್ದು ಅವನ ಪ್ರಮುಖ ಸಾಧನೆಯಾಗಿದೆ. ಕದಂಬರನ್ನು ಮತ್ತೆ ಸೋಲಿಸಿ ತನ್ನ ಅಧೀನಕೊಳಪಡಿಸಿಕೊಂಡನು. ಅಂತೆಯೇ ಕೊಂಕಣದ ಮೌರ್ಯರು, ದಕ್ಷಿಣ ಕನ್ನಡದ ಆಳುಪರು ಹಾಗೂ ಬಳ್ಳಾರಿ-ಕರ್ನೂಲ್ ಪ್ರದೇಶವನ್ನು ಆಳುತ್ತಿದ್ದ ನಳರನ್ನು ಸೋಲಿಸಿದನು ಮತ್ತು ನಳನಾಡನ್ನು ತನ್ನ ಅಧೀನಕ್ಕೊಳಪಡಿಸಿಕೊಂಡನು.

ಕೊಂಕಣದ ಮೌರ್ಯರನ್ನು ಸೋಲಿಸಿ ಕೊಂಕಣ ಕರಾವಳಿ ಪ್ರದೇಶದ ಆಡಳಿತ ನಿರ್ವಹಣೆಯನ್ನು ಬಪ್ಪುರ ವಂಶದ ಧ್ರುವರಾಜ ಇಂದ್ರವರ್ಮನಿಗೆ ವಹಿಸಿದನು. ಮಂಗಳೇಶನ **ಮಹಾಕೂಟ ಸ್ತಂಭ ಶಾಸನ**ದಲ್ಲಿ ಕೀರ್ತಿವರ್ಮ ಮಗಧ, ಕೋಸಲ, ಅಂಗ, ವಂಗ, ಕಳಿಂಗ ಮೊದಲಾದ ದೇಶಗಳನ್ನು ಜಯಿಸಿದನೆಂದು ಹೇಳಲಾಗಿದ್ದರೂ ಅವೆಲ್ಲವೂ ಸಾಂಪ್ರದಾಯಿಕ ವರ್ಣನೆಗಳಾಗಿವೆ. ಕದಂಬರ ಸಾಮಂತರಾಗಿದ್ದ ಸೇಂದ್ರಕರು ಚಾಳುಕ್ಯರ ಅಧೀನತೆಯನ್ನು ಒಪ್ಪಿಕೊಂಡರು. ಫಲವಾಗಿ ಕೀರ್ತಿವರ್ಮ ಸೇಂದ್ರಕ ರಾಜ ಸೇನಾನಂದನ ಸೋದರಿಯನ್ನು ವಿವಾಹವಾದನು. ಇವೆಲ್ಲವುಗಳಿಂದಾಗಿ ಚಾಳುಕ್ಯ ರಾಜ್ಯ ಹೆಚ್ಚು ಸ್ಥಿರವಾಯಿತು.

ಕೀರ್ತಿವರ್ಮನ ಆಡಳಿತ ಕಾಲದಲ್ಲಿ ಬಾದಾಮಿಯಲ್ಲಿ ಗುಹಾಲಯಗಳ ನಿರ್ಮಾಣ ಕಾರ್ಯ ಆರಂಭವಾಯಿತು. ಈ ಕಾಲದಲ್ಲಿ ಆರಂಭವಾದ ವೈಷ್ಣವ ಗುಹಾಲಯದ ನಿರ್ಮಾಣಕಾರ್ಯ ಮುಂದೆ ಮಂಗಳೇಶನ ಕಾಲದಲ್ಲಿ ಮುಕ್ತಾಯಗೊಂಡಿತು. ಕೀರ್ತಿವರ್ಮನಿಗೆ ಎರಡನೇ ಪುಲಕೇಶಿ, ವಿಷ್ಣುವರ್ಧನ, ಧಾರಾಶ್ರಯ ಜಯಸಿಂಹ ಮತ್ತು ಬುದ್ಧವರಸ ಎಂಬ ಮಕ್ಕಳಿದ್ದರು.

ಮಂಗಳೇಶ (ಕ್ರಿ.ಶ 596-610)

ಕೀರ್ತಿವರ್ಮನ ಮರಣಾನಂತರ ಅವನ ಹಿರಿಯ ಮಗ ಎರಡನೇ ಪುಲಕೇಶಿ ಇನ್ನೂ ಚಿಕ್ಕ ವಯಸ್ಸಿನವನಾಗಿದ್ದರಿಂದ ಅವನ ಚಿಕ್ಕಪ್ಪ ಮಂಗಳೇಶ ಅಧಿಕಾರವನ್ನು ತನ್ನ ಕೈಗೆ ತೆಗೆದುಕೊಂಡನು. ಈತ ಅಸಾಮಾನ್ಯ ಪರಾಕ್ರಮಿಯಾಗಿದ್ದನು. ಶೈಶವಾವಸ್ಥೆಯಲ್ಲಿದ್ದ ಚಾಳುಕ್ಯ ರಾಜ್ಯವನ್ನು ಮತ್ತಷ್ಟು ಸದೃಢಗೊಳಿಸಿದ್ದು ಅವನ ಸಾಧನೆ. ಉತ್ತರದಲ್ಲಿ ಮಾಳ್ವ, ಗುಜರಾತ್ ಹಾಗೂ ಮಹಾರಾಷ್ಟ್ರವನ್ನು ಆಳುತ್ತಿದ್ದ ಕಟಚೂರಿ ಅಥವಾ ಕಳಚುರಿ ಬುದ್ಧರಾಜನನ್ನು ಮಂಗಳೇಶ ಸೋಲಿಸಿದನು. ಬಹುಶಃ ಕ್ರಿ.ಶ. 601ರಲ್ಲಿ ಈ ಘಟನೆ ಸಂಭವಿಸಿರಬಹುದು. ರೇವತಿ ದ್ವೀಪ (ಇಂದಿನ ರೇಡಿ)ವನ್ನು ಆಳುತ್ತಿದ್ದ ಚಾಳುಕ್ಯರ ಸಾಮಂತ ಸ್ವಾಮಿರಾಜನು ಬಂಡಾಯ ಪ್ರಾರಂಭಿಸಿದಾಗ ಮಂಗಳೇಶ ಅವನನ್ನು ಸೋಲಿಸಿ ಕೊಂದುಹಾಕಿದನು. ಅನಂತರ ಈ ಪ್ರದೇಶದ ಆಡಳಿತವನ್ನು ಕೊಂಕಣ ಪ್ರದೇಶದಲ್ಲಿ ಆಳುತ್ತಿದ್ದ ಧ್ರುವರಾಜ ಇಂದ್ರವರ್ಮನಿಗೆ ವಹಿಸಿದನು. ಈ ಕಾಲದಲ್ಲಿ ರಚನೆಯಾದ ಮಹಾಕೂಟ ಸ್ತಂಭಶಾಸನ ಮಂಗಳೇಶನ ಸಾಧನೆಗಳ ವಿವರಗಳನ್ನೊಳಗೊಂಡಿದೆ. ಮಂಗಳೇಶನಿಗೆ **'ಶ್ರೀಪೃಥ್ವಿವಲಭ'** ಎಂಬ ಬಿರುದಿತ್ತು.

ಮಂಗಳೇಶನ ಕಾಲದಲ್ಲಿ ಬಾದಾಮಿಯ ಸುಂದರ ವೈಷ್ಣವ ಗುಹಾಲಯ ನಿರ್ಮಾಣವಾಯಿತು. ಇದು ಬಾದಾಮಿಯ ಮೂರನೇ ಗುಹಾಲಯ. ಮಂಗಳೇಶ ಚಾಳುಕ್ಯ ಸಿಂಹಾಸನಕ್ಕೆ ನಿಜವಾದ ವಾರಸುದಾರನಾಗಿರಲಿಲ್ಲ. ಅವನು ಕೇವಲ ತನ್ನ ಸೋದರ ಎರಡನೇ ಕೀರ್ತಿವರ್ಮನ ಹಿರಿಯ ಮಗ ಎರಡನೇ ಪುಲಕೇಶಿಯ ಪರವಾಗಿ ಆಡಳಿತ ನಿರ್ವಹಿಸುತ್ತಿದ್ದನು. ಆದರೆ ನಿಜವಾದ ಹಕ್ಕುದಾರ ಪುಲಕೇಶಿ ಪ್ರಾಪ್ತ ವಯಸ್ಸಿಗೆ ಬಂದಾಗಲೂ ಅವನಿಗೆ ಅಧಿಕಾರ ಹಸ್ತಾಂತರಿಸದೆ ತನ್ನ ಮಗನನ್ನೇ ಅಧಿಕಾರಕ್ಕೆ ತರುವ ಪ್ರಯತ್ನ ಮಾಡಿದನು. ಆದರೆ ಪುಲಕೇಶಿ ತನ್ನ ಹಕ್ಕಿಗಾಗಿ ಹೋರಾಡಲು ನಿರ್ಧರಿಸಿದನು. ಅದರ ಫಲವಾಗಿ ಇಬ್ಬರ ನಡುವೆ **ಸಿಂಬಿಗೆ** ಎಂಬಲ್ಲಿ ಘರ್ಷಣೆ ಸಂಭವಿಸಿ ಮಂಗಳೇಶ ಕೊಲ್ಲಲ್ಪಟ್ಟನು. ಪುಲಕೇಶಿ ಕ್ರಿ.ಶ.610ರಲ್ಲಿ ಚಾಳುಕ್ಯ ಸಿಂಹಾಸನವನ್ನೇರಿದನು.

ಎರಡನೇ ಪುಲಕೇಶಿ (ಕ್ರಿ.ಶ. 610 ರಿಂದ 642)

ಎರಡನೇ ಪುಲಕೇಶಿ ಚಾಳುಕ್ಯವಂಶದ ಅತ್ಯಂತ ಶ್ರೇಷ್ಠ ದೊರೆ. ಅವನನ್ನು ಭಾರತದ ಪ್ರಸಿದ್ಧ ದೊರೆಗಳಲ್ಲೊಬ್ಬ ಎಂದು ಪರಿಗಣಿಸಲಾಗಿದೆ. ಅವನ ಕಾಲದಲ್ಲಿ ಚಾಳುಕ್ಯ ರಾಜ್ಯ ಎಲ್ಲ ದಿಕ್ಕುಗಳಲ್ಲೂ ವಿಸ್ತರಿಸಲ್ಪಟ್ಟಿತು. ಅದು ಉತ್ತರದಲ್ಲಿ ನರ್ಮದಾ ನದಿಯವರೆಗೆ ಹಾಗೂ ಪೂರ್ವದಲ್ಲಿ ಕಳಿಂಗದವರೆಗೆ ವಿಸ್ತರಿತು. ಅವನ ಕಾಲದಲ್ಲಿ ಚಾಳುಕ್ಯರ ಅಧಿಕಾರ ಹಾಗೂ ಘನತೆ ಅತ್ಯುನ್ನತ ಹಂತವನ್ನು ತಲುಪಿತು. ಅತ್ಯಂತ ಚಿಕ್ಕ ಚಾಳುಕ್ಯ ರಾಜ್ಯವನ್ನು ವಿಸ್ತಾರವಾದ ಹಾಗೂ ಬಲಿಷ್ಠವಾದ ಸಾಮ್ರಾಜ್ಯವಾಗಿ ಪರಿವರ್ತಿಸಿದ ಕೀರ್ತಿ ಅವನಿಗೆ ಸಲ್ಲುತ್ತದೆ. ಡಾ.ಸೂರ್ಯನಾಥ ಕಾಮತ್ ಅವನನ್ನು **"ಕರ್ನಾಟಕದ ಪ್ರಥಮ ಸಾಮ್ರಾಟ"** ಎಂದು ವರ್ಣಿಸಿದ್ದಾರೆ.

ಸಿಂಹಾಸನಾರೋಹಣ ಮತ್ತು ಅಂತರ್ಯುದ್ಧ.

ಪುಲಕೇಶಿ ಕೀರ್ತಿವರ್ಮನ ಹಿರಿಯ ಮಗ. ತಂದೆ ಮರಣ ಹೊಂದಿದಾಗ ಪುಲಕೇಶಿ ಇನ್ನೂ ಚಿಕ್ಕವಯಸ್ಸಿನವನಾಗಿದ್ದನು. ಅದರಿಂದಾಗಿ ಅವನ ಪರವಾಗಿ ಅವನ ಚಿಕ್ಕಪ್ಪ ಮಂಗಳೇಶ ಆಡಳಿತ ಸೂತ್ರವನ್ನು ತನ್ನ ಕೈಗೆ ತೆಗೆದುಕೊಂಡನು. ಮಂಗಳೇಶ ಸಿಂಹಾನಕ್ಕೆ ನಿಜವಾದ ವಾರಸುದಾರನಲ್ಲದಿದ್ದರೂ ತನ್ನ ನಂತರ ತನ್ನ ಮಗನಿಗೆ ಅಧಿಕಾರವನ್ನು ಹಸ್ತಾಂತರಿಸುವ

ಆಲೋಚನೆ ಮಾಡಿದನು. ಆದರೆ ಪ್ರಾಪ್ತವಯಸ್ಸಿಗೆ ಬಂದ ಪುಲಕೇಶಿ ಸಿಂಹಾಸನಕ್ಕೆ ತನ್ನ ಹಕ್ಕನ್ನು ಸ್ಥಾಪಿಸಲು ನಿರ್ಧರಿಸಿದನು. ಸಾಮಂತರಾದ ಬಾಣರ ಆಶ್ರಯ ಪಡೆದು ತನ್ನ ಚಿಕ್ಕಪ್ಪ ಮಂಗಳೇಶನ ವಿರುದ್ಧ ಸಮರ ಸಾರಿದನು. ಹೀಗೆ ಮಂಗಳೇಶ ಹಾಗೂ ಎರಡನೇ ಪುಲಕೇಶಿಯ ನಡುವೆ ಅಂತರ್ಯುದ್ಧ ಆರಂಭವಾಯಿತು. ಈ ಅಂತರ್ಯುದ್ಧದಲ್ಲಿ ಮಂಗಳೇಶನನ್ನು ಸೋಲಿಸಿದ ಪುಲಕೇಶಿ ಕ್ರಿ.ಶ. 610ರಲ್ಲಿ ಸಿಂಹಾಸನಾರೋಹಣ ಮಾಡಿದನು. ಇಬ್ಬರ ನಡುವಿನ ಕದನ **ಎಳ್ವತ್ತು ಸಿಂಬಿಗೆ** ಎಂಬ ಸ್ಥಳದಲ್ಲಿ ಸಂಭವಿಸಿರಬಹುದು. **ಪೆದ್ದವಡಗೂರು ಎಂಬಲ್ಲಿ ದೊರೆತಿರುವ ಶಾಸನ**ದಲ್ಲಿರುವ ಈ ಸಂಗತಿಯನ್ನು ಕೆ.ವಿ. ರಮೇಶ್ ಬೆಳಕಿಗೆ ತಂದಿದ್ದಾರೆ.

ಎರಡನೇ ಪುಲಕೇಶಿಯ ಪ್ರಾರಂಭದ ವಿಜಯಗಳು.

ಅಧಿಕಾರವನ್ನು ವಹಿಸಿಕೊಂಡಾಗ ಪುಲಕೇಶಿ ಅತ್ಯಂತ ಕಠಿಣ ಪರಿಸ್ಥಿತಿ ಎದುರಿಸಬೇಕಾಯಿತು. ಅಂತರ್ಯುದ್ಧದಿಂದಾಗಿ ರಾಜ್ಯದಲ್ಲಿ ತೀವ್ರ ಅರಾಜಕತೆಯುಂಟಾಗಿತ್ತು. ಹಲವಾರು ಸಾಮಂತರು ಪರಿಸ್ಥಿತಿಯ ಲಾಭ ಪಡೆದು ಸ್ವಾತಂತ್ರ್ಯ ಘೋಷಿಸಿಕೊಳ್ಳಲು ಪ್ರಯತ್ನಿಸುತ್ತಿದ್ದರು. ಆದರೆ ಪುಲಕೇಶಿ ಈ ಪರಿಸ್ಥಿತಿಯನ್ನು ಸಮರ್ಥವಾಗಿ ಎದುರಿಸಿದನು. ಎಲ್ಲಾ ದಂಗೆಗಳನ್ನು ಹತ್ತಿಕ್ಕಿ ಚಾಳುಕ್ಯ ರಾಜ್ಯದ ನಿರ್ವಿವಾದಿತ ಅರಸನಾದನು.

ಎರಡನೇ ಪುಲಕೇಶಿಯ ಆಸ್ಥಾನ ಕವಿ ಹಾಗೂ ದಂಡನಾಯಕನಾಗಿದ್ದ **ರವಿಕೀರ್ತಿ ರಚಿಸಿರುವ ಐಹೊಳೆ ಪ್ರಶಸ್ತಿ ಶಾಸನ** ಎರಡನೇ ಪುಲಕೇಶಿಯ ಸಾಧನೆಗಳ ಬಗ್ಗೆ ಉಪಯುಕ್ತವಾದ ಮಾಹಿತಿಗಳನ್ನು ಒಳಗೊಂಡಿದೆ. ಸಂಸ್ಕೃತದಲ್ಲಿರುವ ಈ ಶಾಸನ ಕ್ರಿ.ಶ. 634 ರಲ್ಲಿ ರಚನೆಯಾಗಿದೆ. **ಹರಿಸೇನ ವಿರಚಿತ ಅಲಹಾಬಾದ್ ಸ್ತಂಭ ಶಾಸನದಂತೆ** ಇದು ಉಪಯುಕ್ತ ದಾಖಲೆಯಾಗಿದೆ. ಇದರಲ್ಲಿ ರವಿಕೀರ್ತಿ ತನ್ನನ್ನು **ಭಾರವಿ** ಮತ್ತು **ಕಾಳಿದಾಸನಿಗೆ** ಹೋಲಿಸಿಕೊಂಡಿರುವುದರಿಂದ ಆ ಇಬ್ಬರು ಮಹಾನ್ ಸಂಸ್ಕೃತ ಕವಿಗಳು ರವಿಕೀರ್ತಿಗಿಂತ ಹಿಂದೆ ಜೀವಿಸಿದ್ದರೆಂಬುದು ಖಚಿತವಾಗುತ್ತದೆ.

ಎರಡನೇ ಪುಲಕೇಶಿ ಅಧಿಕಾರ ವಹಿಸಿಕೊಂಡ ತಕ್ಷಣ **ಅಪ್ಪಾಯಿಕ** ಮತ್ತು **ಗೋವಿಂದ** ಎಂಬ ರಾಷ್ಟ್ರಕೂಟ ಮಂಡಲಾಧಿಪತಿಗಳ ದಂಗೆಯನ್ನು ಎದುರಿಸಬೇಕಾಯಿತು. ಪುಲಕೇಶಿ ಈ ಸೋದರರರನ್ನು ಬೀಮಾ ನದಿಯ ಉತ್ತರ ದಂಡೆಯಲ್ಲಿ ಸೋಲಿಸಿದನು. ಅಪ್ಪಾಯಿಕ ಯುದ್ಧ ಕ್ಷೇತ್ರದಿಂದ ಪಲಾಯನ ಮಾಡಿದನು. ಆದರೆ ಗೋವಿಂದ ಪುಲಕೇಶಿಗೆ ಶರಣಾಗಿ ಅವನ ವಿಶ್ವಾಸ ಗಳಿಸಿದನು. ಅನಂತರ ಪುಲಕೇಶಿ ರಾಜ್ಯ ವಿಸ್ತರಣೆಗೆ ದಂಡಯಾತ್ರೆ ಆರಂಭಿಸಿದನು. ಬೃಹತ್ ಸೈನ್ಯದೊಂದಿಗೆ ಕದಂಬ ರಾಜ್ಯದ ಮೇಲೆ ಧಾಳಿಮಾಡಿದನು. ಕದಂಬ ರಾಜ ಅಜವರ್ಮನನ್ನು ಸೋಲಿಸಿ ಚಾಳುಕ್ಯರ ಸಾರ್ವಭೌಮತ್ವವನ್ನು ಒಪ್ಪಿಕೊಳ್ಳುವಂತೆ ಮಾಡಿದನು. ಅನಂತರ ದಕ್ಷಿಣ ಕನ್ನಡದ **ಅಳುಪರನ್ನು** ಸೋಲಿಸಿದನು. ಅದರ ಫಲವಾಗಿ ಅಳುಪರು ಚಾಳುಕ್ಯರ ಮಿತ್ರರಾದರು. ನಂತರ ತಲಕಾಡಿನ ಗಂಗರನ್ನು ಸೋಲಿಸಿದ ಪುಲಕೇಶಿ ಗಂಗ ದೊರೆ **ದುರ್ವಿನೀತನ** ಮಗಳನ್ನು ವಿವಾಹವಾದನು. ಈಕೆಯ ಮಗನೇ ಪುಲಿಕೇಶಿಯ ನಂತರ ಅಧಿಕಾರಕ್ಕೆ ಬಂದ ಒಂದನೇ ವಿಕ್ರಮಾದಿತ್ಯ ಎಂದು ಹೇಳಲಾಗಿದೆ. ಆದರೆ ಈ ವಿಷಯದಲ್ಲಿ ಗೊಂದಲವಿದೆ. ಈ ಬಗ್ಗೆ ಮೊದಲು ಪ್ರಸ್ತಾಪಿಸಿದವರು ಡಾ.ವೆಂಕಟರಮಣಯ್ಯ. ಆದರೆ ಡಾ. ಪಿ.ಬಿ.ದೇಸಾಯ್ ಅವರ ಪ್ರಕಾರ ದುರ್ವಿನೀತ ಆಳಿದ್ದು ಕ್ರಿ.ಶ.529ರಿಂದ 579ರವರೆಗೆ. ಆದ್ದರಿಂದ ಆಗ ಎರಡನೇ ಪುಲಕೇಶಿ ಇನ್ನೂ ಜನಿಸಿಯೇ ಇರಲಿಲ್ಲ. ಆದರೆ ಡಾ.ಆರೋಕಿಯಸ್ವಾಮಿ ಅವರ ಪ್ರಕಾರ ದುರ್ವಿನೀತ ಕ್ರಿ.ಶ 610ರಿಂದ 655ರವರೆಗೆ ಆಳಿದನು. ಇದನ್ನು ಒಪ್ಪುವುದಾದರೆ ದುರ್ವಿನೀತ ಎರಡನೇ ಪುಲಕೇಶಿಯ ಸಮಕಾಲೀನನಾಗುತ್ತಾನೆ.

ಪುಲಕೇಶಿ ವಾಯವ್ಯ ಭಾಗದಲ್ಲಿ ತನ್ನ ದಂಡಯಾತ್ರೆ ಮುಂದುವರಿಸಿ ಕೊಂಕಣದ ಮೇಲೆ ಧಾಳಿಮಾಡಿ ಅಲ್ಲಿನ ಮೌರ್ಯರನ್ನು ಸೋಲಿಸಿದನು. ಅವರಿಂದ **ಘರಪುರಿ** (ಎಲಿಫೆಂಟ ದ್ವೀಪ)ಯನ್ನು ವಶಪಡಿಸಿಕೊಂಡನು. ಈ ಬಂದರು ಪ್ರಮುಖ ವ್ಯಾಪಾರ ಕೇಂದ್ರವಾಗಿತ್ತು. ಪಶ್ಚಿಮ ಕರಾವಳಿಯಲ್ಲಿ ಉತ್ತರಾಭಿಮುಖವಾಗಿ ಮುಂದುವರಿದು ಕಿಮ್ ನದಿಯ ದಕ್ಷಿಣ ಪ್ರದೇಶವನ್ನು ಆಳುತ್ತಿದ್ದ ಲಾಟರನ್ನು ಸೋಲಿಸಿದನು. ಅನಂತರ ಕಿಮ್ ಮತ್ತು ಮಹಿ ನದಿಗಳ ನಡುವಿನ ಪ್ರದೇಶವನ್ನು ಆಳುತ್ತಿದ್ದ ಗುರ್ಜರರನ್ನು ಮತ್ತು ಗುಜರಾತಿನ ಪೂರ್ವಭಾಗವನ್ನು ಆಳುತ್ತಿದ್ದ ಮಾಳವರನ್ನು ಸೋಲಿಸಿದನು. ಈ ವಿಜಯಗಳಿಂದಾಗಿ ಬಹುತೇಕ ದಕ್ಷಿಣ ಗುಜರಾತ್ ಮತ್ತು ಮಹಾರಾಷ್ಟ್ರ ಚಾಳುಕ್ಯರ ಅಧೀನವಾದವು. ಪುಲಕೇಶಿ ತನ್ನ ಸೋದರರಲ್ಲಿ ಒಬ್ಬನಾಗಿದ್ದ **ಧಾರಾಶ್ರಯ ಜಯಸಿಂಹನನ್ನು ನಾಸಿಕ್ ಪ್ರದೇಶದ ರಾಜ್ಯಪಾಲನಾಗಿ ನೇಮಿಸಿದನು.** ಈತನೇ ಸ್ವತಂತ್ರ **ಗುಜರಾತ್ ಚಾಳುಕ್ಯ ವಂಶದ** ಸ್ಥಾಪಕನಾದನು. ಕನೂಜ್‌ನ ಹರ್ಷವರ್ಧನನ ಏಳಿಗೆಯಿಂದಾಗಿ ಆತಂಕಗೊಂಡ ಲಾಟರು, ಗುರ್ಜರರು ಮತ್ತು ಮಾಳವರು ತಾವಾಗಿಯೇ ಪುಲಕೇಶಿಯ ಅಧೀನತೆ ಒಪ್ಪಿಕೊಂಡರೆಂದು ಹೇಳಲಾಗಿದೆ. ಈ ಎಲ್ಲ

ವಿಜಯಗಳಿಂದಾಗಿ ಪುಲಕೇಶಿ 99000 ಗ್ರಾಮಗಳನ್ನು ಒಳಗೊಂಡ ಮೂರು ಮಹಾರಾಷ್ಟ್ರಗಳ ನಿರ್ವಿವಾದಿತ ಚಕ್ರವರ್ತಿಯಾದನೆಂದು ಐಹೊಳೆ ಶಾಸನದಲ್ಲಿ ಹೇಳಲಾಗಿದೆ.

ವೆಂಗಿ ರಾಜ್ಯದ ಆಕ್ರಮಣ

ಎರಡನೇ ಪುಲಕೇಶಿ ದಖ್ಖನಿನ ಪೂರ್ವ ಭಾಗದಲ್ಲೂ ದಂಡಯಾತ್ರೆ ಕೈಗೊಂಡನು. ಮಧ್ಯಭಾರತದ ಕೋಸಲ ರಾಜ್ಯದ ಅರಸರನ್ನು ಸೋಲಿಸಿದನು. ಕಳಿಂಗರನ್ನು ಸೋಲಿಸಿ ಕೆಲವು ಪ್ರದೇಶಗಳನ್ನು ವಶಪಡಿಸಿಕೊಂಡನು. ಆಂಧ್ರ ಪ್ರದೇಶದ ಪೂರ್ವ ಕರಾವಳಿಯ ಗೋದಾವರಿ ಜಿಲ್ಲೆಯ **ಪಿಷ್ಟಪುರ ಅಥವಾ ಇಂದಿನ ಪೀತಪುರಂ** ಕೋಟೆಯನ್ನು ವಶಪಡಿಸಿಕೊಂಡನು. ಅನಂತರ ವಿಷ್ಣುಕುಂಡಿನ್ ವಂಶದವರ ಆಳ್ವಿಕೆಯಲ್ಲಿದ್ದ ವೆಂಗಿಯ ಮೇಲೆ ಧಾಳಿಮಾಡಿ ಕ್ರಿ.ಶ. 611 ರಲ್ಲಿ ಅದನ್ನು ವಶಪಡಿಸಿಕೊಂಡನು. ಕೃಷ್ಣಾ–ಗೋದಾವರಿ ನದಿಗಳ ಮುಖಜ ಭೂಮಿಯನ್ನು ಹಿಂದೆ ವೆಂಗಿ ಎಂದು ಕರೆಯುತ್ತಿದ್ದರು. ಅನಂತರ ಬಾದಾಮಿಗೆ ಹಿಂದಿರುಗಿದ ಪುಲಕೇಶಿ ತನ್ನ ಸೋದರ **ಕುಬ್ಜ ವಿಷ್ಣುವರ್ಧನನ್ನು ವೆಂಗಿಯ ರಾಜ್ಯಪಾಲನಾಗಿ ನೇಮಿಸಿದನು**. ಈತನಿಂದಲೇ ಪ್ರಸಿದ್ಧವಾದ **ಪೂರ್ವ ಚಾಳುಕ್ಯ ವಂಶ** ಸ್ಥಾಪನೆಯಾಯಿತು. ಮುಂದೆ ಈ ವೆಂಗಿ ಚಾಳುಕ್ಯರು ಹಾಗೂ ಚೋಳರ ನಡುವೆ ವೈವಾಹಿಕ ಸಂಬಂಧಗಳು ಬೆಳೆದವು. ಅದರ ಪರಿಣಾಮವಾಗಿ ಚೋಳರ ಆಡಳಿತದ ಕೊನೆಯ ಘಟ್ಟದಲ್ಲಿ ವೆಂಗಿ ಚಾಳುಕ್ಯರೆ ಚೋಳ ಸಾಮ್ರಾಜ್ಯಕ್ಕೆ ಅಧಿಪತಿಗಳಾದರು.

ಚಾಳುಕ್ಯ–ಪಲ್ಲವ ಸಂಘರ್ಷ

ಪಲ್ಲವರೊಂದಿಗೆ ಪ್ರಥಮ ಸುತ್ತಿನ ಹೋರಾಟ

ಪಲ್ಲವರು ಹಾಗೂ ಚಾಳುಕ್ಯರು ಪಾರಂಪರಿಕ ಶತ್ರುಗಳಾಗಿದ್ದರು. ಆದರೆ ಅದರ ಕಾರಣಗಳು ಮಾತ್ರ ತಿಳಿದು ಬಂದಿಲ್ಲ. ಜೆ.ಎಫ್.ಫ್ಲೀಟ್ ಹೀಗೆ ಹೇಳಿದ್ದಾರೆ: **"ಮೂಲತಃ ಬಾದಾಮಿ ಪಲ್ಲವರ ಭದ್ರ ನೆಲೆಯಾಗಿತ್ತು. ಆದರೆ ಮುಂದೆ ಅಲ್ಲಿಂದ ಹೊರದೂಡಲ್ಪಟ್ಟಿದ್ದರು. ತಮ್ಮ ನೂತನ ನೆಲೆಯಲ್ಲಿ (ಕಂಚಿ ಪ್ರದೇಶ) ಅಧಿಕಾರವನ್ನು ಬಲಪಡಿಸಿಕೊಂಡ ನಂತರ ತಮ್ಮ ಉತ್ತರದ ನೆಲೆಯನ್ನು ವಶಪಡಿಸಿಕೊಳ್ಳಲು ದಂಡಯಾತ್ರೆ ಕೈಗೊಂಡರು. ಇದು ಚಾಳುಕ್ಯ – ಪಲ್ಲವ ಹೋರಾಟಕ್ಕೆ ಕಾರಣವಾಯಿತು."** ಆದರೆ ಖಚಿತವಾದ ಮಾಹಿತಿಗಳು ದೊರೆಯದಿರುವ ಕಾರಣದಿಂದ ಈ ವಿಷಯದಲ್ಲಿ ಖಚಿತವಾಗಿ ಏನನ್ನು ಹೇಳುವುದು ಸಾಧ್ಯವಾಗಿಲ್ಲ.

ವಿಷ್ಣುಕುಂಡಿನ್ನರ ರಾಜ್ಯವಾದ ವೆಂಗಿಯ ದಕ್ಷಿಣ ಭಾಗದ ಪ್ರದೇಶಗಳನ್ನು ಪಲ್ಲವರು ಆಳುತ್ತಿದ್ದರು. **ಕಂಚಿ ಅವರ ರಾಜಧಾನಿಯಾಗಿತ್ತು**. ಉತ್ತರ ಹಾಗೂ ಈಶಾನ್ಯ ಭಾಗದಲ್ಲಿ ಯಶಸ್ವಿ ದಂಡಯಾತ್ರೆಯನ್ನು ಪೂರ್ಣಗೊಳಿಸಿದ ನಂತರ ಪುಲಕೇಶಿ ಪಲ್ಲವರ ಶತ್ರುಗಳಾಗಿದ್ದು ಚೋಳರು, ಪಾಂಡ್ಯರು ಹಾಗೂ ಕೇರಳದ ಅರಸರ ಮೈತ್ರಿ ಸಂಪಾದಿಸಿದನು. ಅನಂತರ ಪಲ್ಲವ ರಾಜ್ಯದ ಮೇಲೆ ಧಾಳಿನಡೆಸಿದನು. ಕಂಚಿಗೆ ಸುಮಾರು 24 ಕಿ.ಮೀ. ದೂರದಲ್ಲಿರುವ **ಪುಳ್ಳಲೂರು** ಎಂಬಲ್ಲಿ ನಡೆದ ನಿರ್ಣಾಯಕ ಕದನದಲ್ಲಿ ಅವನು ಪಲ್ಲವ ರಾಜ **ಒಂದನೇ ಮಹೇಂದ್ರವರ್ಮನನ್ನು** ಸೋಲಿಸಿದನು. **"ಪಲ್ಲವ ದೊರೆ ಕಂಚಿಯ ಕೋಟೆಯೊಳಗೆ ಅದೃಶ್ಯನಾದನು"** ಎಂದು ರವಿಕೀರ್ತಿ ಐಹೊಳೆ ಶಾಸನದಲ್ಲಿ ಬರೆದಿದ್ದಾನೆ. ಆದರೆ ಪಲ್ಲವ ದೊರೆ ಎರಡನೇ ನಂದಿವರ್ಮನ **ಕಾಸಕ್ಕುಡಿ ಶಾಸನದಲ್ಲಿ** ಪಲ್ಲವರು ಪುಳ್ಳಲೂರ್ ಕದನದಲ್ಲಿ ಜಯಶಾಲಿಗಳಾದರೆಂದು ಹೇಳಲಾಗಿದೆ. ಈ ಬಗ್ಗೆ ಅಧ್ಯಯನ ಮಾಡಿರುವ ಬಹುಮಂದಿ ವಿದ್ವಾಂಸರು ಪುಲಕೇಶಿ ಜಯಗಳಿಸಿದನೆಂದು ಮತ್ತು ಪಲ್ಲವ ರಾಜ್ಯದ ಉತ್ತರ ಭಾಗದ ಪ್ರಾಂತ್ಯಗಳನ್ನು ವಶಪಡಿಸಿಕೊಂಡನೆಂದು ಹೇಳಿದ್ದಾರೆ. ಆದರೆ ಕಂಚಿ ಪಲ್ಲವರ ಹಿಡಿತದಲ್ಲೇ ಉಳಿಯಿತು. ಇದು ಪುಲಕೇಶಿಯ ಪ್ರಮುಖ ವಿಜಯಗಳಲ್ಲೊಂದಾಗಿತ್ತು. ಈ ಕದನ ಮುಂದೆ ಚಾಳುಕ್ಯರು ಮತ್ತು ಪಲ್ಲವರ ನಡುವೆ ಸುದೀರ್ಘವಾದ ಸಂಘರ್ಷಕ್ಕೆ ಕಾರಣವಾಯಿತು ಎಂದು ಡಾ.ಕೆ.ಎ. ನೀಲಕಂಠಶಾಸ್ತ್ರಿ ಹೇಳಿದ್ದಾರೆ.

ಚಾಳುಕ್ಯ–ವರ್ಧನ ಸಂಘರ್ಷ (ಹರ್ಷವರ್ಧನನೊಂದಿಗೆ ಘರ್ಷಣೆ)

ವರ್ಧನ ಸಾಮ್ರಾಟ ಹರ್ಷವರ್ಧನನ ವಿರುದ್ಧ ಪಡೆದ ವಿಜಯ ಎರಡನೇ ಪುಲಕೇಶಿಯ ಅತ್ಯಂತ ಮಹತ್ವದ ಸಾಧನೆ. ಹರ್ಷ ಉತ್ತರ ಭಾರತದಲ್ಲಿ ತನ್ನ ಸಾರ್ವಭೌಮತ್ವವನ್ನು ಸ್ಥಾಪಿಸಿದ ನಂತರ ದಕ್ಷಿಣ ಭಾರತದ ಮೇಲೆ ದಂಡಯಾತ್ರೆ ಕೈಗೊಂಡನು. ಆದರೆ ಪುಲಕೇಶಿ ಹರ್ಷನನ್ನು ವಿರೋಧಿಸಲು ನಿರ್ಧರಿಸಿದನು. ನರ್ಮದಾ ನದಿಯ ದಂಡೆಯ ಮೇಲೆ ಇಬ್ಬರೂ ಸಾಮ್ರಾಟರ ನಡುವೆ ನಿರ್ಣಾಯಕವಾದ ಕಾಳಗ ನಡೆದು ಹರ್ಷವರ್ಧನ ಪರಾಜಿತನಾದನು. ಅವನ ಗಜಪಡೆ ಪೂರ್ಣವಾಗಿ ನಾಶವಾಯಿತು. ಪುಲಕೇಶಿಯ ವಿಜಯದ ಬಗ್ಗೆ ಚೀನಿಯಾತ್ರಿಕ **ಹುಯೆನ್–ತ್ಸಾಂಗ್**, ಹರ್ಷನ ಆಸ್ಥಾನ

ವಿದ್ವಾಂಸ **ಬಾಣಭಟ್ಟ** ತಮ್ಮ ಕೃತಿಗಳಲ್ಲಿ ಪ್ರಸ್ತಾಪಿಸಿದ್ದಾರೆ. ಐಹೊಳೆ ಶಾಸನದಲ್ಲಿ ರವಿಕೀರ್ತಿ ಹರ್ಷನ ಸೋಲಿನ ಬಗ್ಗೆ ಪ್ರಸ್ತಾಪಿಸಿ **"ಹರ್ಷನ ಹರ್ಷ ಭೀತಿಯಿಂದ ಕರಗಿ ಹೋಯಿತು"** ಎಂದು ಬರೆದಿದ್ದಾನೆ. ಹುಯೆನ್-ತ್ಸಾಂಗ್ ಹೀಗೆ ಬರೆದಿದ್ದಾನೆ: **"ಸಿಲಾಧಿತ್ಯರಾಜ (ಹರ್ಷ) ಆತ್ಮವಿಶ್ವಾಸದೊಂದಿಗೆ ಸೈನ್ಯದ ನಾಯಕತ್ವ ವಹಿಸಿಕೊಂಡು ಈ ರಾಜ (ಪುಲಕೇಶಿ) ನೊಂದಿಗೆ ಹೋರಾಡಲು ತೆರಳಿದನು. ಆದರೆ ಅವನ ಮೇಲೆ ಪ್ರಭುತ್ವ ಸಾಧಿಸುವುದು ಅಥವಾ ಜಯಿಸುವುದು ಸಾಧ್ಯವಾಗಲಿಲ್ಲ."** ಆದರೆ ಈ ಯಾತ್ರಿಕ ಹರ್ಷ ಸೋತನೆಂದು ನೇರವಾಗಿ ಹೇಳುವುದಿಲ್ಲ. ಈ ರೀತಿ ಹರ್ಷನ ಬಗ್ಗೆ ಪಕ್ಷಪಾತ ತೋರಿದ್ದಾನೆ. ಪುಲಕೇಶಿಯ ಬಗ್ಗೆ ಬರೆಯುವಾಗ **"ಈ ರಾಜನ ಔದಾರ್ಯದ ಪ್ರಭಾವ ಬಹಳ ದೂರಕ್ಕೂ ವಿಸ್ತರಿಸಿತ್ತು ಮತ್ತು ಅವನ ಸಾಮಂತರು ಅವನಿಗೆ ಸಂಪೂರ್ಣವಾಗಿ ವಿಧೇಯರಾಗಿದ್ದರು"** ಎಂದು ಬರೆದಿದ್ದಾನೆ. ಈ ಸೋಲಿನಿಂದಾಗಿ ಹರ್ಷ ನರ್ಮದಾ ನದಿಯನ್ನು ತನ್ನ ಸಾಮ್ರಾಜ್ಯದ ದಕ್ಷಿಣದ ಗಡಿಯೆಂದು ಒಪ್ಪಿಕೊಳ್ಳಬೇಕಾಯಿತು. ಈ ವಿಜಯದಿಂದ ಪುಲಕೇಶಿ ದಖ್ಖನಿನ ನಿರ್ವಿವಾದಿತ ಸಾಮ್ರಾಟನಾದನು ಮತ್ತು **"ದಕ್ಷಿಣಪಥೇಶ್ವರ"** ಎಂಬ ಬಿರುದನ್ನು ಧರಿಸಿದನು.

ಉತ್ತರಪಥೇಶ್ವರ ಹರ್ಷ ಮತ್ತು **ದಕ್ಷಿಣಪಥೇಶ್ವರ ಪುಲಕೇಶಿಯ** ನಡುವೆ ನಡೆದ ಕದನದ ನಿರ್ದಿಷ್ಟ ದಿನಾಂಕದ ಬಗ್ಗೆ ವಿದ್ವಾಂಸರು ವಿಭಿನ್ನ ಅಭಿಪ್ರಾಯ ವ್ಯಕ್ತಪಡಿಸಿದ್ದಾರೆ. ಈ ಕದನ ಕ್ರಿ.ಶ. 634ರಲ್ಲಿ ನಡೆದಿರಬೇಕೆಂದು ಹಲವಾರು ವಿದ್ವಾಂಸರು ಅಭಿಪ್ರಾಯ ಪಟ್ಟಿದ್ದಾರೆ. ಆದರೆ ಏಕಾಭಿಪ್ರಾಯ ಮಾತ್ರ ಮೂಡಿಬಂದಿಲ್ಲ. ಡಾ.ಪಿ.ಬಿ.ದೇಸಾಯ್ ಅವರ ಪ್ರಕಾರ ಕ್ರಿ.ಶ. 630ರ ಲೋಹನೇರ್ ಶಾಸನದಲ್ಲಿ ಈ ಬಗ್ಗೆ ಪ್ರಸ್ತಾಪವಿಲ್ಲದಿರುವುದರಿಂದ ಐಹೊಳೆ ಶಾಸನದ ಕಾಲಕ್ಕಿಂತ (634) ಮುಂಚೆ ಈ ಕದನ ನಡೆದಿರಬಹುದು.

ಪಲ್ಲವರೊಂದಿಗೆ ಎರಡನೇ ಸುತ್ತಿನ ಹೋರಾಟ

ಪಲ್ಲವರೊಂದಿಗೆ ಪ್ರಥಮ ಹೋರಾಟದಲ್ಲಿ ಪುಲಕೇಶಿ ಗಳಿಸಿದ ವಿಜಯ ಬಹಳಕಾಲ ಉಳಿಯಲಿಲ್ಲ. ಮಹೇಂದ್ರವರ್ಮನ ನಂತರ ಅಧಿಕಾರಕ್ಕೆ ಬಂದ ಅವನ ಮಗ **ಒಂದನೇ ನರಸಿಂಹವರ್ಮ** ತನ್ನ ತಂದೆಯ ಸೋಲಿಗೆ ಪ್ರತೀಕಾರ ಪಡೆಯಲು ಅಪೇಕ್ಷಿಸಿದ್ದನು. ಚಾಳುಕ್ಯ ಸಾಮ್ರಾಜ್ಯದ ಮೇಲೆ ದಂಡಯಾತ್ರೆ ಕೈಗೊಳ್ಳಲು ದೊಡ್ಡ ಸೈನ್ಯವನ್ನು ಕಟ್ಟಿದನು. ಈ ಸಂದರ್ಭದಲ್ಲಿ ಎರಡನೇ ಪುಲಕೇಶಿಯೇ ಪಲ್ಲವ ರಾಜ್ಯದ ಮೇಲೆ ಎರಡನೆಯ ಬಾರಿಗೆ ದಾಳಿ ಮಾಡಿದನು. ಮತ್ತೊಮ್ಮೆ ಪಲ್ಲವರನ್ನು ಸೋಲಿಸಿ ತನ್ನ ಸೈನಿಕ ಪಾರಮ್ಯವನ್ನು ಪುನರ್‌ಸ್ಥಾಪಿಸುವುದು ಪುಲಕೇಶಿಯ ಉದ್ದೇಶವಾಗಿದ್ದಂತೆ ತೋರುತ್ತದೆ. ಪಲ್ಲವ ರಾಜ್ಯದ ಹಲವು ಭಾಗಗಳನ್ನು ವಶಪಡಿಸಿಕೊಂಡು ರಾಜಧಾನಿ ಕಂಚಿಯತ್ತ ಮುಂದುವರಿದನು. ಆದರೆ ನರಸಿಂಹವರ್ಮ ಚಾಳುಕ್ಯರನ್ನು **ಪೆರಿಯಾಲ, ಮಣಿಮಂಗಲ** ಮತ್ತು **ಸೂರಮಾರ** ಕದನಗಳಲ್ಲಿ ಸೋಲಿಸಿದನು. ಅವುಗಳಲ್ಲಿ ಕಂಚಿಗೆ 20 ಮೈಲಿ ದೂರದ ಮಣಿಮಂಗಲದಲ್ಲಿ ನಡೆದ ಕದನದಲ್ಲಿ ಪಲ್ಲವರು ನಿರ್ಣಾಯಕ ಜಯಗಳಿಸಿದರು. ಅನಂತರ ಪಲ್ಲವ ಸೈನ್ಯ ಚಾಳುಕ್ಯ ರಾಜ್ಯದ ಮೇಲೆ ದಾಳಿಮಾಡಿತು. **ಬಾದಾಮಿ ಬಳಿ ನಡೆದ ಕಾಳಗದಲ್ಲಿ** ಎರಡನೇ ಪುಲಕೇಶಿ ಕೊಲ್ಲಲ್ಪಟ್ಟನು. (642) ಬಾದಾಮಿ ಅಥವಾ ವಾತಾಪಿ ನರಸಿಂಹವರ್ಮನ ವಶವಾಯಿತು. ಈ ವಿಜಯದ ನೆನಪಿಗಾಗಿ ಅವನು **"ವಾತಾಪಿ ಕೊಂಡನ್"** ಎಂಬ ಬಿರುದು ಧರಿಸಿದನು. ಅಲ್ಲದೆ ಬಾದಾಮಿಯ ಮಧ್ಯಭಾಗದ ಮಲ್ಲಿಕಾರ್ಜುನ ದೇವಾಲಯದ ಹಿಂಬದಿಯ ಬಂಡೆಯ ಮೇಲೆ ಒಂದು **ತಮಿಳು ಶಾಸನವನ್ನು** ಕೆತ್ತಿಸಿದನು.

ನರಸಿಂಹವರ್ಮನಿಗೆ ಚಾಳುಕ್ಯರ ವಿರುದ್ಧ ಹೋರಾಟದಲ್ಲಿ ಅವನ ಸೇನಾನಾಯಕ **ಸಿರುತ್ತೊಂಡರ್** ಹಾಗೂ ಸಿಂಹಳದ ರಾಜಕುಮಾರ **ಮಾನವರ್ಮ** ನೆರವಾದರು. ಬಾದಾಮಿಯ ಮೇಲೆ ನಡೆದ ಧಾಳಿಯ ಸಂದರ್ಭದಲ್ಲಿ ಪರಂಜ್ಯೋತಿ ಸಿರುತ್ತೊಂಡರ್ ಪಲ್ಲವ ಸೈನ್ಯದ ಪ್ರಧಾನ ಸೇನಾ ನಾಯಕನಾಗಿದ್ದನೆ? ಎಂಬ ವಿಷಯದಲ್ಲಿ ಸ್ವಲ್ಪ ಭಿನ್ನಾಭಿಪ್ರಾಯವಿದೆ. ಒಂದನೇ ನರಸಿಂಹವರ್ಮ ತಾನೇ ಸ್ವತಃ ವಾತಾಪಿಯುತ್ತ ತನ್ನ ಸೈನ್ಯವನ್ನು ಮುನ್ನಡೆಸಿದನು ಎಂದು ಕೆಲವು ವಿದ್ವಾಂಸರು ವಾದಿಸಿದ್ದಾರೆ. ಅವರುಗಳ ಪ್ರಕಾರ ಈ **ಪರಂಜ್ಯೋತಿ ಸಿರುತ್ತೊಂಡರ್** ನರಸಿಂಹವರ್ಮನ ಮೊಮ್ಮಗ ಒಂದನೇ ಪರಮೇಶ್ವರ ವರ್ಮನ ಸೇನಾನಾಯಕನಾಗಿದ್ದನು. ತಮಿಳಿನ ಪ್ರಸಿದ್ಧ ಗ್ರಂಥ **ಪೆರಿಯ ಪುರಾಣ**ದಲ್ಲಿ ಪರಮೇಶ್ವರವರ್ಮನ ಸೇನಾಧಿಪತಿಯಾಗಿದ್ದ ಪರಂಜ್ಯೋತಿ ಸಿರುತ್ತೊಂಡರ್ ಚಾಳುಕ್ಯ ದೊರೆ ಎರಡನೇ ಪುಲಕೇಶಿಯ ಮಗ ಮತ್ತು ಉತ್ತರಾಧಿಕಾರಿ ಒಂದನೇ ವಿಕ್ರಮಾದಿತ್ಯನ ಕಾಲದಲ್ಲಿ ಬಾದಾಮಿಯನ್ನು ವಶಪಡಿಸಿಕೊಂಡು ಅಲ್ಲಿಂದ ಅಪಾರ ಸಂಪತ್ತನ್ನು ಕಂಚಿಗೆ ತೆಗೆದುಕೊಂಡು ಹೋದನೆಂದು ಹೇಳಲಾಗಿದೆ. ಆದರೆ ಈ ಬಗ್ಗೆ ಸಮರ್ಥನೀಯವಾದ ಪುರಾವೆಗಳು ದೊರೆತಿಲ್ಲ. ಅಲ್ಲದೆ ಎರಡನೇ ಬಾರಿಗೆ ಪಲ್ಲವರು ಬಾದಾಮಿಯನ್ನು ವಶಪಡಿಸಿಕೊಂಡಿದ್ದು ಕೇವಲ ಕಟ್ಟು ಕಥೆ ಎಂದು **ಡಾ.ಪಿ.ಬಿ.ದೇಸಾಯ್** ಅಭಿಪ್ರಾಯಪಟ್ಟಿದ್ದಾರೆ.

ಒಂದನೇ ನರಸಿಂಹವರ್ಮ ವಾತಾಪಿಯಿಂದ ಹಿಂದಿರುವಾಗ ಅಲ್ಲಿಂದ ಒಂದು ಗಣೇಶನ ವಿಗ್ರಹವನ್ನು ತೆಗೆದುಕೊಂಡು ಹೋದನು. ಅದು ಮುಂದೆ **"ವಾತಾಪಿ ಗಣೇಶ"** ಎಂದು ಪ್ರಸಿದ್ಧವಾಯಿತು. ಅದು ಎರಡನೇ ಪುಲಕೇಶಿ ಪಲ್ಲವ ರಾಜ್ಯದಿಂದ ಹಿಂದೆ ತೆಗೆದುಕೊಂಡು ಬಂದಿದ್ದ ವಿಗ್ರಹವಾಗಿದ್ದಿರಬಹುದು ಎಂಬ ಅನುಮಾನವೂ ಇದೆ. ಚಾಳುಕ್ಯರ ರಾಜಧಾನಿ ಬಾದಾಮಿ ಕ್ರಿ.ಶ. 642 ರಿಂದ 655ರವರೆಗೆ ಪಲ್ಲವರ ನಿಯಂತ್ರಣದಲ್ಲಿತ್ತು. ಈ ಸೋಲು ಹಾಗೂ ರಾಜಧಾನಿ ಶತ್ರುಗಳ ವಾಶವಾದುದು ಚಾಳುಕ್ಯ ಸಾಮ್ರಾಜ್ಯದ ಅಸ್ತಿತ್ವವನ್ನೇ ಅಲುಗಾಡಿಸಿತು. ಬಾದಾಮಿಯನ್ನು ಅನಗತ್ಯವಾಗಿ ಪಲ್ಲವರ ಸೈನ್ಯ ನಾಶಪಡಿಸಿತು. **'ಪೆರಿಯಪುರಾಣ'** ದಲ್ಲಿ ಬಾದಾಮಿಯನ್ನು ನಾಶಮಾಡಿದ್ದರ ಬಗ್ಗೆ ವಿವರಗಳಿವೆ. ಅದರಿಂದಾಗಿ ಕೆಲ ಕಾಲ **ಚಾಳುಕ್ಯರಿಗೆ ರಾಜ, ರಾಜಧಾನಿ ಹಾಗೂ ಸರ್ಕಾರ ಇಲ್ಲದಂತಾಯಿತು**. ಈ ಅವಕಾಶ ಉಪಯೋಗಿಸಿಕೊಂಡು ಕೆಲವು ಸಾಮಂತರು ಸ್ವತಂತ್ರರಾದರು.

ಎರಡನೇ ಪುಲಕೇಶಿಯ ವ್ಯಕ್ತಿತ್ವ

ಎರಡನೇ ಪುಲಕೇಶಿ ನಿಸ್ಸಂಶಯವಾಗಿ ದಕ್ಷಿಣ ಭಾರತದ ಶ್ರೇಷ್ಠ ದೊರೆಗಳಲ್ಲೊಬ್ಬ. ಅವನ ಕಾಲದಲ್ಲಿ ಚಾಳುಕ್ಯ ಸಾಮ್ರಾಜ್ಯ ತನ್ನ ವೈಭವದ ಶಿಖರವನ್ನು ತಲುಪಿತು. ಅವನು ತನ್ನ ಪೂರ್ವಿಕರಿಂದ ಪಡೆದ ಚಿಕ್ಕ ಚಾಳುಕ್ಯ ರಾಜ್ಯವನ್ನು ವಿಸ್ತಾರವಾದ ಸಾಮ್ರಾಜ್ಯವಾಗಿ ಪರಿವರ್ತಿಸಿದನು. ಅದು ಉತ್ತರದಲ್ಲಿ ನರ್ಮದಾ ನದಿಯಿಂದ ದಕ್ಷಿಣದಲ್ಲಿ ಕಾವೇರಿಯವರೆಗೆ ವಿಸ್ತರಿಸಿತ್ತು. ಅವನು ಒಬ್ಬ ಸಮರ್ಥ ಯೋಧ ಹಾಗೂ ಸೇನಾನಾಯಕನಾಗಿದ್ದನು.

ಪುಲಕೇಶಿಯ ಕೀರ್ತಿ ಭಾರತದ ಗಡಿಯಾಚೆಗೂ ಹರಡಿತ್ತು. ಕಿ.ಶ. 625–26ರಲ್ಲಿ ಅವನು ಪರ್ಷಿಯಾದ ಚಕ್ರವರ್ತಿ **ಎರಡನೇ ಖುಸ್ರುವಿನ** ಆಸ್ಥಾನಕ್ಕೆ ರಾಯಬಾರಿಯನ್ನು ಕಳುಹಿಸಿದ್ದನು. ಈ ವಿಷಯವನ್ನು ಅರಬ್ ಪ್ರವಾಸಿ **ತಬರಿ** ಪ್ರಸ್ತಾಪಿಸಿದ್ದಾನೆ. ಅಜಂತಾದ ಒಂದನೇ ಗುಹಾಲಯದ ಗೋಡೆಯೊಂದರ ಮೇಲೆ ಪುಲಕೇಶಿ ಪರ್ಷಿಯ ರಾಯಭಾರಿಯನ್ನು ಸ್ವಾಗತಿಸುತ್ತಿರುವ ಚಿತ್ರವಿದೆ. ಆದರೆ ಈ ಬಗ್ಗೆ ವಿದ್ವಾಂಸರಲ್ಲಿ ಒಮ್ಮತದ ಅಭಿಪ್ರಾಯವಿಲ್ಲ. ಚೀನಿ ಯಾತ್ರಿಕ **ಹುಯೆನ್–ತ್ಸಾಂಗ್** ಈ ಕಾಲದಲ್ಲಿ ಚಾಳುಕ್ಯ ಸಾಮ್ರಾಜ್ಯಕ್ಕೆ ಭೇಟಿ ನೀಡಿದ್ದನು. ಅವನು ಪುಲಕೇಶಿಯ ಹೆಸರನ್ನು **ಪು–ಲ–ಕಿ–ಸೆ** ಎಂದು ಮತ್ತು ಅವನ ರಾಜ್ಯವನ್ನು **ಮಹಾ–ಲೊ–ಚ** ಎಂದು ಕರೆದಿದ್ದಾನೆ.

ಪುಲಕೇಶಿಗೆ ಹಲವಾರು ಬಿರುದುಗಳಿದ್ದವು. ಅವುಗಳಲ್ಲಿ ಮುಖ್ಯವಾದವು **ಸತ್ಯಾಶ್ರಯ, ಪೃಥ್ವೀವಲ್ಲಭ, ಪರಮೇಶ್ವರ, ದಕ್ಷಿಣಪಥೇಶ್ವರ** ಮೊದಲಾದವು. **'ಚಾಳುಕ್ಯ ಸಾರ್ವಭೌಮತ್ವದ ನಿಜವಾದ ಸ್ಥಾಪಕ'** ಎಂಬ ಕೀರ್ತಿ ಅವನಿಗೆ ಸಲ್ಲುತ್ತದೆ.

ಪುಲಕೇಶಿಯ ಉತ್ತರಾಧಿಕಾರಿಗಳು

ಒಂದನೇ ವಿಕ್ರಮಾದಿತ್ಯ (ಕ್ರಿ.ಶ. 655 – 681)

ಪುಲಕೇಶಿಯ ಮರಣಾನಂತರ ಅವನ ಮೂರನೆಯ ಮಗ ಒಂದನೇ ವಿಕ್ರಮಾದಿತ್ಯ ಅಧಿಕಾರಕ್ಕೆ ಬಂದನು. ಅವನು ಕ್ರಿ.ಶ. 655 ರಲ್ಲಿ ಬಾದಾಮಿಯಿಂದ ಪಲ್ಲವರನ್ನು ಹೊರದೂಡಿ ಚಾಳುಕ್ಯರ ರಾಜಕೀಯ ಪುನಶ್ಚೇತನಕ್ಕೆ ಕಾರಣನಾದನು. ಹೀಗೆ ಹದಿಮೂರು ವರ್ಷಗಳ ಅಸ್ಥಿರತೆ ಕೊನೆಗೊಂಡಿತು. ಅನಂತರ ಅವನು ಪಲ್ಲವ ರಾಜ್ಯದ ಮೇಲೂ ಧಾಳಿ ಮಾಡಿದನು. ಗಡ್‌ವಾಲ್ ಶಾಸನದ ಪ್ರಕಾರ ಅವನು ಪಲ್ಲವ ದೊರೆಗಳಾದ ಒಂದನೇ ನರಸಿಂಹವರ್ಮ, ಎರಡನೇ ಮಹೇಂದ್ರವರ್ಮ ಹಾಗೂ ಒಂದನೇ ಪರಮೇಶ್ವರವರ್ಮನೊಂದಿಗೆ ಹೋರಾಡಿದನು. ಕ್ರಿ.ಶ. 670ರಲ್ಲಿ ಅವನು ಕಾಂಚಿಯ ಪಶ್ಚಿಮದಲ್ಲಿ ಮಲ್ಲಿಯೂರ್‌ನಲ್ಲಿ ಹಾಗೂ 674ರಲ್ಲಿ ಕಾವೇರಿ ನದಿಯ ದಕ್ಷಿಣ ದಂಡೆಯ ಉರೈಯೂರ್‌ನಲ್ಲಿ ಸೈನ್ಯದೊಂದಿಗೆ ಬೀಡುಬಿಟ್ಟಿದ್ದ ಬಗ್ಗೆ ಶಾಸನಗಳಲ್ಲಿ ಮಾಹಿತಿಯಿದೆ. ಗಂಗ ಶಾಸನಗಳ ಪ್ರಕಾರ ಕ್ರಿ.ಶ. 670ರಲ್ಲಿ ವಿಳಂಧೆ ಎಂಬ ಸ್ಥಳದಲ್ಲಿ ಚಾಳುಕ್ಯರಿಗೂ ಮತ್ತು ಪಲ್ಲವರಿಗೂ ಘರ್ಷಣೆ ಸಂಭವಿಸಿತು. ಈ ಕದನದಲ್ಲಿ ಚಾಳುಕ್ಯರ ಪರವಾಗಿ ಭಾಗವಹಿಸಿದ್ದ ಗಂಗ ದೊರೆ ಭೂವಿಕ್ರಮನು ಪಲ್ಲವ ಒಂದನೇ ಪರಮೇಶ್ವರವರ್ಮನನ್ನು ಸೋಲಿಸಿದ್ದಲ್ಲದೆ ಅವನಿಂದ **'ಉಗ್ರೋದಯ'** ಎಂಬ ಅಮೂಲ್ಯ ವಜ್ರವನ್ನು ಹೊಂದಿದ್ದ ಕಂಠೀಹಾರವನ್ನು ಕಿತ್ತುಕೊಂಡನೆಂದು ಹೇಳಲಾಗಿದೆ. ವಿಕ್ರಮಾದಿತ್ಯನು ಕೆಲ ಸಮಯ ಕಂಚಿಯನ್ನೂ ವಶಪಡಿಸಿಕೊಂಡಿದ್ದನು. ಆದರೆ ಅವನು ಕಂಚಿಯನ್ನು ನಾಶಪಡಿಸಲಿಲ್ಲ. ಹೀಗೆ ಚಾಳುಕ್ಯರು ಕಳೆದುಕೊಂಡಿದ್ದ ಪ್ರತಿಷ್ಠೆ, ಗೌರವಗಳನ್ನು ಮರಳಿ ಸ್ಥಾಪಿಸಿದ ಕೀರ್ತಿ ಒಂದನೇ ವಿಕ್ರಮಾದಿತ್ಯನಿಗೆ ಸಲ್ಲುತ್ತದೆ. ಅವನು ಧರಿಸಿದ **"ರಾಜಮಲ್ಲ"** ಎಂಬ ಬಿರುದು ಅವನು ಮಲ್ಲರನ್ನು ಅಂದರೆ ಪಲ್ಲವರನ್ನು ಜಯಿಸಿದ್ದನ್ನು ಸೂಚಿಸುತ್ತದೆ. ಅವನ ದಂಡಯಾತ್ರೆಗಳಲ್ಲಿ ಅವನಿಗೆ ಅವನ ಮಗ ವಿನಯಾದಿತ್ಯ ಮತ್ತು ಮೊಮ್ಮಗ ವಿಜಯಾದಿತ್ಯರು ನೆರವು ನೀಡಿದರು.

ಎರಡನೇ ವಿಕ್ರಮಾದಿತ್ಯ (ಕ್ರಿ.ಶ.733–45)

ಒಂದನೇ ವಿಕ್ರಮಾದಿತ್ಯನ ನಂತರ ಅವನ ಮಗ ವಿನಯಾದಿತ್ಯ ಅಧಿಕಾರಕ್ಕೆ ಬಂದನು (681). ಅವನ ನಂತರ ಅವನ ಮಗ **ವಿಜಯಾದಿತ್ಯ** ಕ್ರಿ.ಶ. 696ರಲ್ಲಿ ಅಧಿಕಾರಕ್ಕೆ ಬಂದನು. ಈತನು ತನ್ನ ತಂದೆಯ ಕಾಲದಲ್ಲಿ ಉತ್ತರದ ಗಂಗಾ ಬಯಲಿಗೆ ದಂಡಯಾತ್ರೆ ಕೈಗೊಂಡು ಕನೂಜ್‌ನ ಯಶೋವರ್ಮ(ಸಕಲೋತ್ತರಪಥನಾಥ)ನನ್ನು ಸೋಲಿಸಿದನಾದರೂ ದುರದೃಷ್ಟದಿಂದ ವಿಜಯಾದಿತ್ಯ ಶತ್ರುಗಳಿಗೆ ಸೆರೆಸಿಕ್ಕಿದನು. ಆದರೆ ಮುಂದೆ ಸೆರೆಯಿಂದ ತಪ್ಪಿಸಿಕೊಂಡು ಹಿಂದಿರುಗಿ ಚಾಳುಕ್ಯ ಸಿಂಹಾಸನವನ್ನೇರಿದನು. ವಿಜಯಾದಿತ್ಯನ ನಂತರ ಅವನ ಮಗ ಎರಡನೇ **ವಿಕ್ರಮಾದಿತ್ಯ ಕ್ರಿ.ಶ.** 733ರಲ್ಲಿ ಅಧಿಕಾರಕ್ಕೆ ಬಂದನು. ಅವನು ಚಾಳುಕ್ಯ ಸಂತತಿಯ ಕೊನೆಯ ಅರಸರಲ್ಲಿ ಅತ್ಯಂತ ಶ್ರೇಷ್ಠನಾದವನು. ಪಲ್ಲವ ಎರಡನೇ ನಂದಿವರ್ಮನನ್ನು ಸೋಲಿಸಿ ಕಂಚಿಯನ್ನು ವಶಪಡಿಸಿಕೊಂಡಿದ್ದು ಅವನ ಅತ್ಯಂತ ಪ್ರಮುಖ ಸಾಧನೆ. ಈ ಕಾರ್ಯದಲ್ಲಿ ಅವನಿಗೆ ಗಂಗದೊರೆ ಶ್ರೀಪುರುಷ ನೆರವಾದನು. ಅದರ ನೆನಪಿಗಾಗಿ ಕಂಚಿಯ **ರಾಜಸಿಂಹೇಶ್ವರ** ಅಥವಾ **ಕೈಲಾಸನಾಥ ದೇವಾಲಯದ** ಸ್ತಂಭದ ಮೇಲೆ ಕನ್ನಡ ಶಾಸನವನ್ನು ಬರೆಸಿದನು. ಆದರೆ ಕಂಚಿಯ ನಾಶಕ್ಕೆ ಅವನು ಅವಕಾಶ ನೀಡಲಿಲ್ಲ. ಅದು ಪಲ್ಲವರಿಗೂ, ಚಾಳುಕ್ಯರಿಗೂ ಪ್ರಮುಖ ವ್ಯತ್ಯಾಸ. **"ಅವನು ವಿವೇಚನೆಯಿಂದ ವರ್ತಿಸಿದನು"** ಎಂದು ಪ್ರೊ. ನೀಲಕಂಠಶಾಸ್ತ್ರಿ ಹೇಳಿದ್ದಾರೆ. ವಿಕ್ರಮಾದಿತ್ಯ ಕಂಚಿಯ ಪ್ರಸಿದ್ಧ **ಕೈಲಾಸನಾಥ** ದೇವಾಲಯದ ಅಪಾರ ಸಂಪತ್ತನ್ನು ವಶಪಡಿಸಿಕೊಳ್ಳಬಹುದಾಗಿದ್ದರೂ ಹಾಗೆ ಮಾಡದೆ ಮತ್ತಷ್ಟು ಸಂಪತ್ತನ್ನು ನೀಡಿ ತನ್ನ ಉದಾರತೆಯನ್ನು ಮೆರೆದನು. ಇದು ಪಲ್ಲವರ ನಡವಳಿಕೆಗೆ ತದ್ವಿರುದ್ಧವಾಗಿತ್ತು. ಇದು ಪಲ್ಲವರ ವಿರುದ್ಧ ವಿಕ್ರಮಾದಿತ್ಯನ ಎರಡನೇ ವಿಜಯವಾಗಿತ್ತು. ಹಿಂದೆ ಯುವರಾಜನಾಗಿದ್ದಾಗ ಕ್ರಿ.ಶ. 730ರಲ್ಲಿ ಪಲ್ಲವರನ್ನು ಸೋಲಿಸಿದ್ದನು. ಮುಂದೆ ಯುವರಾಜ ಕೀರ್ತಿವರ್ಮನು ಕಂಚಿಯ ಮೇಲೆ ಯಶಸ್ವಿ ದಾಳಿ ನಡೆಸಿದನು. ಪಟ್ಟದಕಲ್‌ನ ಒಂದು ಶಾಸನದಲ್ಲಿ ವಿಕ್ರಮಾದಿತ್ಯ ಮೂರು ಬಾರಿ ಕಂಚಿಯನ್ನು ಗೆದ್ದ ವಿಚಾರ ಉಲ್ಲೇಖವಾಗಿದೆ. ಅವನ ಕಾಲದಲ್ಲಿ ಅರಬ್ಬರು ಗುಜರಾತನ್ನು ವಶಪಡಿಸಿಕೊಳ್ಳಲು ನಡೆಸಿದ ಯತ್ನವನ್ನು ವಿಫಲಗೊಳಿಸಲಾಯಿತು. ಅವನ ಇಬ್ಬರು ರಾಣಿಯರಾದ **ಲೋಕಮಹಾದೇವಿ** ಮತ್ತು **ತ್ರೈಲೋಕ್ಯ ಮಹಾದೇವಿ** (ಹೈಹಯ ವಂಶದ ಸಹೋದರಿಯರು) ಆಡಳಿತದಲ್ಲಿ ಸಕ್ರಿಯ ಪಾತ್ರವಹಿಸಿದರು. ಅವರು ಕ್ರಮವಾಗಿ ಪಟ್ಟದಕಲ್ಲಿನ **ವಿರುಪಾಕ್ಷ ಹಾಗೂ ಮಲ್ಲಿಕಾರ್ಜುನ ದೇವಾಲಯ**ಗಳನ್ನು ನಿರ್ಮಿಸಿದರು.

ಎರಡನೇ ಕೀರ್ತಿವರ್ಮ (745–57) ಚಾಳುಕ್ಯ ವಂಶದ ಕೊನೆಯ ದೊರೆ. ಕ್ರಿ.ಶ. 753ರಲ್ಲಿ ಅವನನ್ನು ಸೋಲಿಸಿ **ರಾಷ್ಟ್ರಕೂಟ ದಂತಿದುರ್ಗ** ತನ್ನ ಸ್ವಾತಂತ್ರ್ಯ ಘೋಷಿಸಿಕೊಂಡನು. ಮುಂದೆ ದಂತಿದುರ್ಗನ ಉತ್ತರಾಧಿಕಾರಿ ಒಂದನೇ ಕೃಷ್ಣ ಕ್ರಿ.ಶ. 757ರಲ್ಲಿ ಮತ್ತೆ ಕೀರ್ತಿವರ್ಮನನ್ನು ಸೋಲಿಸಿದನು. ಅದರೊಂದಿಗೆ ಎರಡು ಶತಮಾನಗಳ ಚಾಳುಕ್ಯರ ಆಡಳಿತ ಅಂತ್ಯಗೊಂಡಿತು.

ಆಡಳಿತ ವ್ಯವಸ್ಥೆ : ಕೇಂದ್ರ ಸರ್ಕಾರ

ಭಾರತದ ದಕ್ಷಿಣ ಪರ್ಯಾಯದ್ವೀಪದ ಬಹುಭಾಗವನ್ನು ಒಳಗೊಂಡ ವಿಶಾಲವಾದ ಹಾಗೂ ಬಲಿಷ್ಠವಾದ ಸಾಮ್ರಾಜ್ಯವನ್ನು ಕಟ್ಟಿದ ಕೀರ್ತಿ ಚಾಳುಕ್ಯರಿಗೆ ಸಲ್ಲುತ್ತದೆ. ಅಂತೆಯೇ ಒಂದು ಉತ್ತಮ ಆಡಳಿತ ವ್ಯವಸ್ಥೆಯನ್ನು ಸ್ಥಾಪಿಸಿದ ಕೀರ್ತಿಯೂ ಅವರದ್ದೇ ಆಗಿದೆ. ಉತ್ತರ ಭಾರತದ ಮಗಧ ಹಾಗೂ ದಕ್ಷಿಣದ ಶಾತವಾಹನರ ಪ್ರಭಾವ ಸ್ವಲ್ಪ ಮಟ್ಟಿಗೆ ಚಾಳುಕ್ಯರ ಆಡಳಿತ ವ್ಯವಸ್ಥೆಯ ಮೇಲೆ ಕಂಡು ಬರುತ್ತದೆ.

ಈ ಕಾಲದಲ್ಲಿ ಅನುವಂಶಿಕ ರಾಜಪ್ರಭುತ್ವ ಪದ್ಧತಿ ರೂಢಿಯಲ್ಲಿತ್ತು ಮತ್ತು ಎಲ್ಲಾ ಅಧಿಕಾರಗಳು ರಾಜನಲ್ಲಿ ಕೇಂದ್ರೀಕೃತವಾಗಿದ್ದವು. ಅವನೇ ರಾಜ್ಯದ ಮುಖ್ಯಸ್ಥ, ಪ್ರಧಾನ ನ್ಯಾಯಾಧೀಶ ಹಾಗೂ ಸೇನಾಪಡೆಗಳ ಪ್ರಧಾನ ದಂಡನಾಯಕನಾಗಿದ್ದನು. ಅಸ್ತಿತ್ವದಲ್ಲಿದ್ದ ಸಾಮಾಜಿಕ ವ್ಯವಸ್ಥೆಯನ್ನು ಸಂರಕ್ಷಿಸುವುದು ಮತ್ತು ಅದನ್ನು ಬಾಹ್ಯ ಅಪಾಯಗಳಿಂದ ಕಾಪಾಡುವುದು ಅವನ ಕರ್ತವ್ಯವೆಂದು ಭಾವಿಸಲಾಗಿತ್ತು. ಅದಕ್ಕೆ ಪ್ರತಿಯಾಗಿ ಅವನು ಜನರಿಂದ ತೆರಿಗೆಗಳನ್ನು ಸಂಗ್ರಹಿಸುತ್ತಿದ್ದನು. ಭೂಮಿಯ ಒಟ್ಟು ಉತ್ಪಾದನೆಯ 1/6 ಭಾಗವನ್ನು ಕಂದಾಯವಾಗಿ ಸಂಗ್ರಹಿಸಲಾಗುತ್ತಿತ್ತು. ಆ ದಿನಗಳಲ್ಲಿ ಜನರನ್ನು ಕಾಪಾಡುವ ಸಾಮರ್ಥ್ಯವಿದ್ದ ಯಾರನ್ನೇ ಆದರೂ ರಾಜನಾಗಿ ಒಪ್ಪಿಕೊಳ್ಳಲಾಗುತ್ತಿತ್ತು.

ಸಮಾಜದಲ್ಲಿ ರಾಜನಿಗೆ ಅಪಾರ ಗೌರವಿತ್ತು. ಅವನನ್ನು ಎಲ್ಲ ಉದಾತ್ತ ಗುಣಗಳ ಸಾಕಾರ ಮೂರ್ತಿಯೆಂದು ಪರಿಗಣಿಸಲಾಗಿತ್ತು. ಶಾಸನಗಳಲ್ಲಿ ಅವನನ್ನು ಸೂರ್ಯ, ಇಂದ್ರ, ರಾಮ, ವಿಷ್ಣು, ಯುದಿಷ್ಠಿರ, ಅರ್ಜುನ ಮೊದಲಾದವರಿಗೆ ಹೋಲಿಸಲಾಗಿದೆ. ಅವರು **ಪರಮೇಶ್ವರ, ಸತ್ಯಾಶ್ರಯ, ಮಹಾರಾಜಾಧಿರಾಜ** ಮೊದಲಾದ ಬಿರುದುಗಳನ್ನು ಹೊಂದಿದ್ದರು. **ಒಂದನೇ ಪುಲಕೇಶಿಯು "ರಣಪರಾಕ್ರಮ"**, ಮಂಗಳೇಶನು **"ರಣವಿಕ್ರಮ"** ಮತ್ತು ಎರಡನೇ ವಿಕ್ರಮಾದಿತ್ಯನು **"ರಣರಸಿಕ"** ಎಂಬ ಬಿರುದು ಪಡೆದಿದ್ದರು.

ಉತ್ತರಾಧಿಕಾರ

ಉತ್ತರಾಧಿಕಾರಕ್ಕೆ ಸಂಬಂಧಪಟ್ಟಂತೆ ಹಿಂದೂ ಉತ್ತರಾಧಿಕಾರತ್ವದ ನಿಯಮಗಳನ್ನು ಬಹುತೇಕ ಪಾಲಿಸಲಾಗುತ್ತಿತ್ತು. ಅದರಂತೆ ಸಾಮಾನ್ಯವಾಗಿ ರಾಜ ತನ್ನ ಜೀವಿತಕಾಲದಲ್ಲೇ ತನ್ನ ಹಿರಿಯಮಗನನ್ನು ಉತ್ತರಾಧಿಕಾರಿಯಾಗಿ ನೇಮಿಸುತ್ತಿದ್ದನು ಮತ್ತು ಅವನನ್ನು **"ಯುವರಾಜ"** ಎಂದು ಕರೆಯಲಾಗುತ್ತಿತ್ತು. ಆದಾಗ್ಯೂ ಕೆಲವು ಸಂದರ್ಭಗಳಲ್ಲಿ ಈ ನಿಯಮದ ಉಲ್ಲಂಘನೆ ಕಂಡು ಬಂದಿದೆ, ಉದಾಹರಣೆಗೆ ಕೀರ್ತಿವರ್ಮನ ಮರಣಾನಂತರ ಅವನ ಸಹೋದರ ಮಂಗಳೇಶ ಸಿಂಹಾಸನವನ್ನೇರಿದನು. ಅದು ಮುಂದೆ ಅಂತರ್ಯುದ್ಧಕ್ಕೆ ಕಾರಣವಾಗಿ ಕೀರ್ತಿಮರ್ಮನ ಮಗ ಎರಡನೇ ಪುಲಕೇಶಿ ಜಯಗಳಿಸಿ ಅಧಿಕಾರ ಪಡೆದನು. ಯುವರಾಜ ಹಾಗೂ ಇತರ ರಾಜಕುಮಾರರಿಗೆ ಅಂದಿನ ದಿನಮಾನದಲ್ಲಿ ಅತ್ಯುತ್ತಮ ಎಂದು ಪರಿಗಣಿಸಲಾಗಿದ್ದ ಶಿಕ್ಷಣವನ್ನು ನೀಡಲಾಗುತ್ತಿತ್ತು. ಅದು ಸಾಹಿತ್ಯ, ಕಾನೂನು, ತತ್ವಶಾಸ್ತ್ರ, ಯುದ್ಧಕಲೆ, ಆಡಳಿತ ಮೊದಲಾದ ವಿಷಯಗಳನ್ನು ಒಳಗೊಂಡಿತ್ತು. **ರಾಜನ ಪಟ್ಟಾಭಿಷೇಕ ಸಮಾರಂಭ ಪಟ್ಟದಕಲ್‌ನಲ್ಲಿ ನಡೆಯುತ್ತಿತ್ತು.**

ರಾಜ ಆಡಳಿತದ ಕೇಂದ್ರವಾಗಿದ್ದನು. ಪ್ರಾಂತ್ಯಗಳ ರಾಜ್ಯಪಾಲರನ್ನು, ಮಂತ್ರಿಗಳನ್ನು, ಹಿರಿಯ ನಾಗರಿಕ ಹಾಗೂ ಸೈನಿಕ ಅಧಿಕಾರಿಗಳನ್ನು ಅವನೇ ನೇಮಿಸುತ್ತಿದ್ದನು. ಜನಸಾಮಾನ್ಯರ ಸಮಸ್ಯೆಗಳನ್ನು ಅರಿಯಲು ರಾಜ ಆಗಾಗ್ಗೆ ರಾಜ್ಯದಲ್ಲಿ ಪ್ರವಾಸ ಕೈಗೊಳ್ಳುತ್ತಿದ್ದನು. ಸೇನಾಪಡೆಗಳ ಪ್ರಧಾನ ದಂಡನಾಯಕನಾಗಿ ಅವನು ಸ್ವತಃ ಯುದ್ಧಗಳಲ್ಲಿ ಸೈನ್ಯವನ್ನು ಮುನ್ನಡೆಸುತ್ತಿದ್ದನು. ಎರಡನೇ ಪುಲಕೇಶಿ ಯುದ್ಧದಲ್ಲಿ ಹೋರಾಡುತ್ತಲೇ ಹತನಾದನು.

ಚಾಳುಕ್ಯರ ಕಾಲದಲ್ಲಿ ರಾಣಿಯರೂ ಕೂಡ ರಾಜ್ಯಾಡಳಿತದಲ್ಲಿ ಕ್ರಿಯಾಶೀಲ ಪಾತ್ರ ವಹಿಸುತ್ತಿದ್ದರು. ಎರಡನೇ ಪುಲಕೇಶಿಯ ಮಗ **ಚಂದ್ರಾದಿತ್ಯನ ರಾಣಿ ವಿಜಯಭಟ್ಟಾರಿಕ** ತನ್ನ ಪತಿಯ ಮರಣಾನಂತರ ತನ್ನ ಚಿಕ್ಕವಯಸ್ಸಿನ ಮಗನ ರಕ್ಷಕಳಾಗಿ ಕರ್ತವ್ಯ ನಿರ್ವಹಿಸಿದಳು. ಶಾಸನಗಳ ಪ್ರಕಾರ ಎರಡನೇ ವಿಕ್ರಮಾದಿತ್ಯನ ರಾಣಿ ಲೋಕಮಹಾದೇವಿ ಕುರತುಕುಂಟೆ ಪ್ರದೇಶದಲ್ಲಿ ಆಡಳಿತ ನಿರ್ವಹಿಸಿದಳು. ಈಕೆ ಹಾಗೂ ವಿಕ್ರಮಾದಿತ್ಯನ ಮತ್ತೊಬ್ಬ ರಾಣಿ **ತ್ರೈಲೋಕ್ಯ ಮಹಾದೇವಿ** ಪಟ್ಟದಕಲ್‌ನಲ್ಲಿ **ವಿರೂಪಾಕ್ಷ** ಹಾಗೂ **ತ್ರೈಲೋಕ್ಯೆಶ್ವರ ದೇವಾಲಯ**ಗಳನ್ನು ನಿರ್ಮಿಸಿದರು. ರಾಜವಂಶಕ್ಕೆ ಸೇರಿದ ಕುಂಕುಮದೇವಿ, ವಿನಯವತಿ ಸ್ವತಂತ್ರವಾಗಿ ಧಾರ್ಮಿಕ ದತ್ತಿ ನೀಡಿದ್ದಾರೆ. ವಿಜಯಾದಿತ್ಯನ ಸೋದರಿ **ಕುಂಕುಮದೇವಿ** ತನ್ನ ಸೋದರನೊಂದಿಗೆ ಯುದ್ಧಕ್ಷೇತ್ರಕ್ಕೂ ತೆರಳುತ್ತಿದ್ದಳು.

ಮಂತ್ರಿಮಂಡಲ

ಖ್ಯಾತ ಇತಿಹಾಸಕಾರ **ಟಿ.ವಿ.ಮಹಾಲಿಂಗಮ್** ಅವರ ಪ್ರಕಾರ ಚಾಳುಕ್ಯರ ಕಾಲದಲ್ಲಿ ಒಂದು ಮಂತ್ರಿಮಂಡಲ ಅಸ್ತಿತ್ವದಲ್ಲಿದ್ದಿತು. ಯುದ್ಧ ಮತ್ತು ಶಾಂತಿಯ ಮಂತ್ರಿಯಾಗಿದ್ದ **ಸಂಧಿವಿಗ್ರಹಿಕ** ಶಾಸನಗಳನ್ನು ರಚಿಸುತ್ತಿದ್ದನೆಂದು ಹೇಳಲಾಗಿದೆ. ಮಂತ್ರಿಗಳು ರಾಜನಿಂದ ನೇಮಕಗೊಳ್ಳುತ್ತಿದ್ದರು ಮತ್ತು ಮಂತ್ರಿ ಪದವಿ ಅನುವಂಶಿಕವಾಗಿತ್ತು. ಅವರುಗಳಿಗೆ ಸಾಕಷ್ಟು ಅಧಿಕಾರವೂ ಇದ್ದಿತು. ತುರ್ತು ಸಂದರ್ಭಗಳಲ್ಲಿ ಅರ್ಹರಾಜಕುಮಾರನನ್ನು ರಾಜನನ್ನಾಗಿ ನೇಮಿಸುವ ಅಧಿಕಾರ ಅವರಿಗಿತ್ತು. ಕೆಲವೊಮ್ಮೆ ಮಂತ್ರಿಯೊಬ್ಬ ಒಂದಕ್ಕಿಂತ ಹೆಚ್ಚು ಇಲಾಖೆಗಳ ಕರ್ತವ್ಯ ನಿರ್ವಹಿಸಬೇಕಾಗುತ್ತಿತ್ತು. ಉದಾಹರಣೆಗೆ ಭಟ್ಟಿರುದ್ರನಾಗ ಎಂಬ ಮಂತ್ರಿ ಸಂಧಿವಿಗ್ರಹಿಕ ಹಾಗೂ ಅಕ್ಷಪಥಲಾಧಿಕೃತನಾಗಿ ಕರ್ತವ್ಯ ನಿರ್ವಹಿಸಿದನು. ಒಂದನೇ ವಿಕ್ರಮಾದಿತ್ಯನ ಕಾಲದಲ್ಲಿ ಜಯಸೇನ ಸಂಧಿವಿಗ್ರಹಿಕನಾಗಿ ಕಾರ್ಯನಿರ್ವಹಿಸಿದನು. ವಿಜಯಾದಿತ್ಯನ ಆಡಳಿತದಲ್ಲಿ **ಪುಣ್ಯವಲ್ಲಭ** ಸಂಧಿವಿಗ್ರಹಿಕನಾಗಿ ಕಾರ್ಯನಿರ್ವಹಿಸಿದನು. ಸಂಧಿವಿಗ್ರಹಿಯನ್ನು ಹೊರತುಪಡಿಸಿ ಇತರ ಮಂತ್ರಿಗಳ ಬಗ್ಗೆ ಶಾಸನಗಳಲ್ಲಿ ಉಲ್ಲೇಖ ಕಂಡುಬರುವುದಿಲ್ಲ.

ಪ್ರಮುಖ ಅಧಿಕಾರಿಗಳು

ಮಂತ್ರಿಗಳಲ್ಲದೆ ಹಲವಾರು ಉನ್ನತ ಅಧಿಕಾರಿಗಳ ಅಸ್ತಿತ್ವದ ಬಗ್ಗೆ ಅಲ್ಲಲ್ಲಿ ಪ್ರಸ್ತಾಪಗಳಿವೆ ಅಕ್ಷಪಥಲಾಧಿಕೃತ (ದಾಖಲೆಗಳ ವಿಭಾಗದ ಮುಖ್ಯಸ್ಥ), **ದೇಶಾಧಿಪತಿ** (ದೇಶದ ಮುಖ್ಯಸ್ಥ), **ವಿಷಯಪತಿ** (ವಿಷಯದ ಮುಖ್ಯಸ್ಥ), **ಭೋಗಪತಿ**, ಗ್ರಾಮಕೂಟ, ಕರಣ (ಗ್ರಾಮಗಳಲ್ಲಿ ದಾಖಲೆಗಳನ್ನು ಇಡುವ ಅಧಿಕಾರಿ), ದುಟಕ (ಸಂದೇಶವಾಹಕ), ದುರ್ಗಪತಿ (ಕೋಟೆಯ ಮುಖ್ಯಸ್ಥ) ಮೊದಲಾದವರು ಪ್ರಮುಖ ಅಧಿಕಾರಿಗಳಾಗಿದ್ದರು. ಮನೆವೆರ್ಗಡೆ ಮತ್ತು ಬಾಣಸವೆರ್ಗಡೆ ಎಂಬ ಅಧಿಕಾರಿಗಳು ಅರಮನೆಗೆ ಸಂಬಂಧಿಸಿದ ವ್ಯವಹಾರಗಳನ್ನು ನೋಡಿಕೊಳ್ಳುತ್ತಿದ್ದರು.

ಪ್ರಾಂತ್ಯಾಡಳಿತ

ಚಾಳುಕ್ಯ ಸಾಮ್ರಾಜ್ಯವನ್ನು ಆಡಳಿತಾನುಕೂಲಕ್ಕಾಗಿ ಪ್ರಾಂತ್ಯಗಳಾಗಿ ವಿಭಾಗಿಸಲಾಗಿತ್ತು. ಅವುಗಳನ್ನು ದೇಶ, ರಾಷ್ಟ್ರ, ವಿಷಯ ಎಂದು ಕರೆಯಲಾಗುತ್ತಿತ್ತು. ದೇಶದ ಮುಖ್ಯಸ್ಥನನ್ನು ದೇಶಾಧಿಪತಿ ಎಂದು, ವಿಷಯದ ಮುಖ್ಯಾಧಿಕಾರಿಯನ್ನು ವಿಷಯಪತಿ ಎಂದು ಕರೆಯಲಾಗುತ್ತಿತ್ತು. ರಾಷ್ಟ್ರದ ಮುಖ್ಯಸ್ಥನನ್ನು ರಾಷ್ಟ್ರಕೂಟ ಎಂದು ಕರೆಯಲಾಗುತ್ತಿತ್ತು. ಪ್ರಾಂತ್ಯಗಳ ರಾಜ್ಯಪಾಲರು ಸಾಮಾನ್ಯವಾಗಿ ರಾಜವಂಶಕ್ಕೆ ಸೇರಿದವರಾಗಿರುತ್ತಿದ್ದರು. ಹೊಸದಾಗಿ ವಶಪಡಿಸಿಕೊಂಡ ಪ್ರದೇಶಗಳ ಆಡಳಿತವನ್ನು ರಾಜನ ಸಹೋದರರು ಅಥವಾ ಮಕ್ಕಳಿಗೆ ವಹಿಸಲಾಗುತ್ತಿತ್ತು. ಉದಾಹರಣೆಗೆ ಎರಡನೇ ಪುಲಕೇಶಿ ವೆಂಗಿಮಂಡಲವನ್ನು ವಶಪಡಿಸಿಕೊಂಡ ನಂತರ ಅದರ ಆಡಳಿತವನ್ನು ತನ್ನ ಸೋದರ ಕುಬ್ಜವಿಷ್ಣುವರ್ಧನನಿಗೆ ವಹಿಸಿದನು. ಅಂತೆಯೇ ಲಾಟ ಮತ್ತು ಮಾಳವ ಪ್ರದೇಶವನ್ನು ವಶಪಡಿಸಿಕೊಂಡಾಗ ತನ್ನ ಮತ್ತೊಬ್ಬ ಸೋದರ ಜಯಸಿಂಹನನ್ನು ಗುಜರಾತಿನ ರಾಜ್ಯಪಾಲನಾಗಿ ನೇಮಿಸಿದನು. ಕಾನೂನು ಮತ್ತು ಶಿಸ್ತು ಪಾಲನೆ, ಆಂತರಿಕ ಮತ್ತು ಬಾಹ್ಯ ಅಪಾಯಗಳಿಂದ ಪ್ರಾಂತ್ಯದ ರಕ್ಷಣೆ ಮೊದಲಾದವು ರಾಜ್ಯಪಾಲರ ಕರ್ತವ್ಯಗಳಲ್ಲಿ ಸೇರಿದ್ದವು.

ಗ್ರಾಮ ಆಡಳಿತದ ಕೊನೆಯ ಘಟಕವಾಗಿತ್ತು. ಗ್ರಾಮಾಡಳಿತದ ಮುಖ್ಯಾಧಿಕಾರಿಯನ್ನು ಗ್ರಾಮಕೂಟ ಎಂದು ಕರೆಯಲಾಗುತ್ತಿತ್ತು. ಅವನಿಗೆ ಕರಣ ಮೊದಲಾದ ಅಧಿಕಾರಿಗಳು ನೆರವಾಗುತ್ತಿದ್ದರು. ಪಟ್ಟಣಸ್ವಾಮಿ ಅಥವಾ ಪಟ್ಟಣ ಶೆಟ್ಟಿ ನಗರಾಡಳಿತದ ಮುಖ್ಯಧಿಕಾರಿಯಾಗಿದ್ದನು.

ಚಾಳುಕ್ಯರು ಅಪಾರ ಸೇನಾಬಲವನ್ನು ಹೊಂದಿದ್ದರು. ಅವರ ಸೈನ್ಯದ ಸಾಮರ್ಥ್ಯ ಇಡೀ ದೇಶಾದ್ಯಂತ ದಂತ ಕಥೆಯಾಗಿತ್ತು. ಅದು **"ಅಸಂಖ್ಯಾ ಮತ್ತು ಅಜೇಯ ಕರ್ನಾಟ ಬಲ"** ಎಂದು ವರ್ಣಿಸಲ್ಪಟ್ಟಿದೆ. ಅಂತಹ ಬಲವನ್ನು ನಿರ್ನಾಮ ಮಾಡಿದ ಹಿರಿಮೆ ತನ್ನದೆಂದು ರಾಷ್ಟ್ರಕೂಟ ವಂಶದ ಸ್ಥಾಪಕ ದಂತಿದುರ್ಗ ಹೇಳಿಕೊಂಡಿದ್ದಾನೆ.

ಸಾಮಾಜಿಕ ಮತ್ತು ಆರ್ಥಿಕ ವ್ಯವಸ್ಥೆ

ಹಿಂದೆಯೇ ಪ್ರಸ್ತಾಪಿಸಿದಂತೆ ಕರ್ನಾಟಕದ ಚರಿತ್ರೆಯಲ್ಲಿ ಬಾದಾಮಿ ಚಾಳುಕ್ಯರ ಎರಡು ಶತಮಾನಗಳ ಆಡಳಿತಕಾಲ ಅತ್ಯಂತ ಮಹತ್ವದ್ದಾಗಿದೆ. ಪ್ರಥಮಬಾರಿಗೆ ಕನ್ನಡದ ಪ್ರದೇಶಗಳೆಲ್ಲವೂ ಏಕೀಕರಣಗೊಂಡಿದ್ದು ಈ ಕಾಲದಲ್ಲೇ. ಕರ್ನಾಟಕ, ಕುಂತಳ, ವನವಾಸ, ಕೊಂಕಣ, ಪುನ್ನಾಟ, ಮಹಿಷಮಂಡಲ ಮೊದಲಾದ ಹೆಸರುಗಳಿಂದ ಕರೆಯಲ್ಪಡುತ್ತಿದ್ದ ಸಣ್ಣ ಸಣ್ಣ ಪ್ರದೇಶಗಳೆಲ್ಲವೂ ಒಂದು ಗೂಡಿ ಕರ್ನಾಟಕವಾದದ್ದು ಚಾಳುಕ್ಯರ ಕಾಲದಲ್ಲಿ ಎಂಬುದು ಗಮನಾರ್ಹವಾಗಿದೆ. ಕನ್ನಡಿಗರ ಶೌರ್ಯ, ಸಾಹಸಗಳು ಭಾರತದಾದ್ಯಂತ ಪ್ರಚಾರಗೊಂಡಂತೆ ಅವರುಗಳ ಹಿರಿದಾದ ಗುಣಗಳು ರಾಷ್ಟ್ರದ ಇತರ ಭಾಗಗಳ ಜನರ ಗಮನ ಸೆಳೆದವು.

ಚಾಳುಕ್ಯರ ಕಾಲದ ಸಮಾಜದಲ್ಲಿ ವರ್ಣಾಶ್ರಮ ವ್ಯವಸ್ಥೆ ರೂಢಿಯಲ್ಲಿತ್ತು. ಈ ಕಾಲದ ಶಾಸನಗಳಲ್ಲಿ, ಸ್ಮಾರಕಗಳಲ್ಲಿ ಹಾಗೂ **ಚೀನಿಯಾತ್ರಿಕ ಹ್ಯೂಯೆನ್-ತ್ಸಾಂಗ್**ನ ಬರವಣಿಗೆಯಲ್ಲಿ ಈ ಕಾಲದ ಸಾಮಾಜಿಕ ಸ್ಥಿತಿಗತಿಗಳ ಬಗ್ಗೆ ಕೆಲವು ಮಾಹಿತಿಗಳು ದೊರೆಯುತ್ತವೆ. ಸಮಾಜದಲ್ಲಿ ನಾಲ್ಕು ಜಾತಿಗಳು ಹಾಗೂ ವೃತ್ತಿ ಆಧಾರಿತ ಉಪಜಾತಿಗಳು ಅಸ್ತಿತ್ವದಲ್ಲಿದ್ದ ಬಗ್ಗೆ ಚೀನಿ ಯಾತ್ರಿಕ ಪ್ರಸ್ತಾಪಿಸಿದ್ದಾನೆ. ಬ್ರಾಹ್ಮಣರು ಸಮಾಜದಲ್ಲಿ ಉನ್ನತ ಸ್ಥಾನ ಪಡೆದಿದ್ದರು. **ಧ್ರುವಶರ್ಮನೆಂಬ** ಬ್ರಾಹ್ಮಣ ವೈದಿಕ ಸಾಹಿತ್ಯದಲ್ಲಿ ಅಪಾರವಾದ ಅರಿವನ್ನು ಪಡೆದಿದ್ದನು. ಕ್ಷಾತ್ರ ಧರ್ಮವನ್ನು ಪಾಲಿಸುತ್ತಿದ್ದ ಕ್ಷತ್ರಿಯರು ನಂತರದ ಸ್ಥಾನ ಪಡೆದಿದ್ದರು.

ಸಮಾಜದಲ್ಲಿ ಮಹಿಳೆಯರಿಗೆ ಗೌರವದ ಸ್ಥಾನವಿತ್ತು. ರಾಜವಂಶಕ್ಕೆ ಸೇರಿದ ಹಲವು ಸ್ತ್ರೀಯರು ಆಡಳಿತ, ಸಾಹಿತ್ಯ, ಕಲೆ ಮತ್ತಿತರ ಕ್ಷೇತ್ರಗಳಲ್ಲಿ ಆಸಕ್ತಿ ತೋರಿದ್ದರ ಬಗ್ಗೆ ದಾಖಲೆಗಳಿವೆ. ಎರಡನೇ ಪುಲಕೇಶಿಯ ಸೊಸೆ ಅಂದರೆ **ಚಂದ್ರಾದಿತ್ಯನ ರಾಣಿ ವಿಜಯಭಟ್ಟಾರಿಕೆ** ಶ್ರೇಷ್ಠ ಕವಯಿತ್ರಿಯಾಗಿದ್ದಳು. ಈಕೆ **"ಅಭಿನವ ಸರಸ್ವತಿ"** ಎಂಬ ಬಿರುದಿಗೆ ಪಾತ್ರಳಾಗಿದ್ದಳು. ಈಕೆ ತನ್ನನ್ನು **"ಕರ್ನಾಟ ರಾಜಪ್ರಿಯಾ"** ಎಂದು ವರ್ಣಿಸಿಕೊಂಡಿದ್ದಾಳೆ. ಅಲ್ಲದೆ ಈಕೆ ಒಂದನೇ ವಿಕ್ರಮಾದಿತ್ಯನ ಕಾಲದಲ್ಲಿ ಸತಾರ ಪ್ರದೇಶದಲ್ಲಿ ಮಾಂಡಲಿಕಳಾಗಿದ್ದಳು

ವಿನಯಾದಿತ್ಯನ ಮಗಳು **ಕುಂಕುಮದೇವಿ** ಹಾಗೂ ಅವನ **ರಾಣಿ ವಿನಯವತಿ** ಸ್ವತಂತ್ರವಾಗಿ ದಾನ, ದತ್ತಿಗಳನ್ನು ನೀಡಿದ ಬಗ್ಗೆ ದಾಖಲೆಗಳಿವೆ. ಎರಡನೇ ವಿಕ್ರಮಾದಿತ್ಯನ ರಾಣಿಯರಾದ ಹೈಹಯ ವಂಶದ ಸೋದರಿಯರಾದ ಲೋಕಮಹಾದೇವಿ ಹಾಗೂ ತ್ರೈಲೋಕ್ಯ ಮಹಾದೇವಿಯರು ಪಟ್ಟದಕಲ್ಲಿನಲ್ಲಿ ದೇವಾಲಯಗಳನ್ನು ನಿರ್ಮಿಸಿದರು ಹಾಗೂ ಆಡಳಿತದಲ್ಲಿ ಪಾಲ್ಗೊಳ್ಳುತ್ತಿದ್ದರು.

ಚಾಳುಕ್ಯರ ಕಾಲದ ಸಾಮಾಜಿಕ ವ್ಯವಸ್ಥೆಯಲ್ಲಿ ವೇಶ್ಯೆಯರಿಗೂ ಮಹತ್ವದ ಸ್ಥಾನವಿತ್ತು. ಅವರುಗಳೂ ಕೂಡ ಸಾಮಾಜಿಕ ಸೇವಾ ಕಾರ್ಯಗಳಲ್ಲಿ ತೊಡಗಿಸಿಕೊಂಡಿದ್ದರ ಬಗ್ಗೆ ಮಾಹಿತಿಗಳು ದೊರೆತಿವೆ. ವಿಜಯಾದಿತ್ಯನ ಪ್ರೀತಿ ಪಾತ್ರಗಳಾಗಿದ್ದ ವಿನಾಪೋಟಿ ಮಹಾಕೂಟ ದೇವಾಲಯಕ್ಕೆ ಮಾಣಿಕ್ಯಗಳಿಂದ ಕೂಡಿದ ಮೂರ್ತಿಪೀಠ ಹಾಗೂ ಬೆಳ್ಳಿಯ ಛತ್ರಿಯನ್ನು ದಾನ ಮಾಡಿದಳು. ಚಾಲಬ್ಬೆ ಎಂಬ ಮತ್ತೊಬ್ಬ ವೇಶ್ಯೆ ವಿಜಯೇಶ್ವರ ದೇಗುಲಕ್ಕೆ ಮೂರು ಸ್ತಂಭಗಳನ್ನು ಮಾಡಿಸಿಕೊಟ್ಟಳು.

ಈ ಅವಧಿಯಲ್ಲಿ ಕೃಷಿ ಜನಸಾಮಾನ್ಯರ ಪ್ರಧಾನ ವೃತ್ತಿಯಾಗಿತ್ತು. ದೇಶಿಯ ಹಾಗೂ ವಿದೇಶಿ ವ್ಯಾಪಾರಕ್ಕೆ ಹೆಚ್ಚಿನ ಪ್ರೋತ್ಸಾಹ ದೊರೆಯಿತು. ವೃತ್ತಿ ಸಂಘಗಳು ಅಸ್ತಿತ್ವದಲ್ಲಿದ್ದುದು ಈ ಕಾಲದ ವಿಶೇಷವಾಗಿತ್ತು. **"ಐಯ್ಯಾವಳೆ ಐನೂರ್ವರ್"** ಎಂಬ ವರ್ತಕರ ಸಂಘಟನೆ ಅವುಗಳಲ್ಲಿ ಪ್ರಸಿದ್ಧವಾದುದು. ಪರನಾಡುಗಳ ವರ್ತಕರೂ ಈ ಸಂಘದ ಸದಸ್ಯತ್ವ ಪಡೆದು ಕೊಂಡಿದ್ದರು. ಅಲ್ಲದೆ ಇಂತಹ ಸಂಘಗಳು ಸ್ಥಳೀಯ ಆಡಳಿತದಲ್ಲೂ ಕ್ರಿಯಾಶೀಲ ಪಾತ್ರವಹಿಸುತ್ತಿದ್ದವು. ಈ ಸಂಘಟನೆ ಕಲ್ಯಾಣ ಚಾಳುಕ್ಯರು ಹಾಗೂ ಹೊಯ್ಸಳರ ಕಾಲದಲ್ಲೂ ಅಸ್ತಿತ್ವದಲ್ಲಿದ್ದ ಬಗ್ಗೆ ಶಾಸನಾಧಾರಗಳಿವೆ.

ಈ ಕಾಲದ ಜನರ ಉಡುಗೆ-ತೊಡುಗೆಗಳ ಬಗ್ಗೆ, ಆಭರಣಗಳ ಬಗ್ಗೆ, ಕೇಶಾಲಂಕಾರಗಳ ಬಗ್ಗೆ ದೇವಾಲಯಗಳ ಶಿಲ್ಪಗಳಲ್ಲಿ ಉಪಯುಕ್ತವಾದ ಮಾಹಿತಿಗಳು ದೊರೆಯುತ್ತವೆ. ಅಂತೆಯೇ ಜನರ ಗುಣಸ್ವಭಾವಗಳ ಬಗ್ಗೆ ಚೀನೀ ಯಾತ್ರಿಕ **ಹುಯೆನ್-ತ್ಯಾಂಗ್** ಪ್ರಶಂಸೆ ವ್ಯಕ್ತಪಡಿಸಿದ್ದಾನೆ. **ಕನ್ನಡಿಗರು ಅಭಿಮಾನಧನರು, ರಣೋತ್ಸಾಹಿಗಳು, ಉಪಕಾರ ಸ್ಮರಣೆಯುಳ್ಳವರು, ಅಪಕಾರ ಮಾಡಿದವರನ್ನು ಶಿಕ್ಷಿಸುವ ಗುಣವುಳ್ಳವರಾಗಿದ್ದರು** ಎಂದು ಬರೆದಿದ್ದಾನೆ. ಆಶ್ಚರ್ಯವೆಂದರೆ ಇದೇ ಅಭಿಪ್ರಾಯ ಕನ್ನಡ ಶಾಸನದಲ್ಲೂ ವ್ಯಕ್ತವಾಗಿದೆ. ಕ್ರಿ.ಶ. 7ನೇ ಶತಮಾನದ **(ಕ್ರಿ.ಶ 700) ಕಪ್ಪೆ ಅರಭಟ್ಟನ ಬಾದಾಮಿ ಶಾಸನದಲ್ಲಿ** ಕನ್ನಡಿಗರನ್ನು **"ಸಾಧುಗೆ ಸಾಧು, ಮಾಧುರ್ಯಂಗೆ ಮಾಧುರ್ಯಂ, ಬಾಧಿಪ್ಪ ಕಲಿಗೆ ಕಲಿಯುಗ ವಿಪರೀತನ್, ಮಾಧವನೀತಂ ಪೆರನಲ್ಲ"** ಎಂದು ವರ್ಣಿಸಲಾಗಿದೆ.

ಸಾಹಿತ್ಯ

ಚಾಳುಕ್ಯರ ಕಾಲದಲ್ಲಿ ಕನ್ನಡ ಮತ್ತು ಸಂಸ್ಕೃತ ಭಾಷೆಗಳು ಬಳಕೆಯಲ್ಲಿದ್ದವು. ಈ ಕಾಲದ ಕನ್ನಡ ಕೃತಿಗಳಾವುವು ದೊರೆತಿಲ್ಲವಾದರೂ ಕವಿರಾಜಮಾರ್ಗದಲ್ಲಿ ಹೆಸರಿಸಲಾಗಿರುವ ಪ್ರಾಚೀನ ಕನ್ನಡ ಕವಿಗಳಲ್ಲಿ ಹಲವಾರಾದರೂ ಈ ಅವಧಿಯಲ್ಲಿ ಜೀವಿಸಿದ್ದಿರಬಹುದು. ಕ್ರಿ.ಶ. 7ನೇ ಶತಮಾನದಲ್ಲಿ ರಚನೆಯಾಗಿರುವ **ಕಪ್ಪೆ ಅರಭಟ್ಟನ ಬಾದಾಮಿ ಶಾಸನ**ವನ್ನು ಕನ್ನಡದ ಛಂದಸ್ಸಿನಲ್ಲಿ ಬರೆಯಲಾಗಿದೆ. ಶಾಸನಗಳಲ್ಲಿ ನಾಗವರ್ಧನಾಚಾರ್ಯ, ಸುದರ್ಶನಾಚಾರ್ಯ ಮೊದಲಾದ ವಿದ್ವಾಂಸರ ಪ್ರಸ್ತಾಪವಿದೆ. ಕನ್ನಡ ಈ ಅವಧಿಯಲ್ಲಿ ಆಡಳಿತ ಭಾಷೆಯ ಸ್ಥಾನಮಾನ ಪಡೆದಿದ್ದಿತು. ಮಂಗಳೇಶನ **ಬಾದಾಮಿ ಗುಹೆ ಶಾಸನ** (578), **ಕಪ್ಪೆ ಅರಭಟ್ಟನ ಬಾದಾಮಿ ಶಾಸನ,** ಎರಡನೇ ಪುಲಕೇಶಿಯ ಕಾಲದ ಪೆದ್ದವಡುಗೂರು ಶಾಸನ, ಎರಡನೇ ವಿಕ್ರಮಾದಿತ್ಯನ ಕಾಲದ ಪಟ್ಟದಕಲ್ಲಿನ ವಿರೂಪಾಕ್ಷ ದೇವಾಯಲದಲ್ಲಿರುವ ಶಾಸನ ಹಾಗೂ ಕಂಚಿಯ ಕೈಲಾಸ ದೇಗುಲದ ಶಾಸನ ಮೊದಲಾದ ಕನ್ನಡ ಶಾಸನಗಳು ಕನ್ನಡ ಭಾಷೆಗೆ ಚಾಳುಕ್ಯರು ನೀಡಿದ್ದ ಪ್ರಾಮುಖ್ಯತೆಗೆ ನಿದರ್ಶನಗಳಾಗಿವೆ. ಅಂತೆಯೇ ಒಂದನೇ ಪುಲಕೇಶಿಯ **ಬಾದಾಮಿ ಬಂಡೆ ಶಾಸನ,** ಮಂಗಳೇಶ್ವನ **ಮಹಾಕೂಟ ಸ್ತಂಭ ಶಾಸನ,** ಎರಡನೇ ಪುಲಕೇಶಿಯ **ಐಹೊಳೆ ಶಾಸನ**ಗಳನ್ನು ಹಳೆಯ ಕನ್ನಡ ಲಿಪಿಯಲ್ಲಿ ರಚಿಸಲಾಗಿದೆ. ಅಂತೆಯೇ ನಾಣ್ಯಗಳಲ್ಲೂ ಕನ್ನಡ ಭಾಷೆ ಬಳಸಲಾಗಿದೆ.

ಸಂಸ್ಕೃತ ಭಾಷೆ ಹಾಗೂ ಸಾಹಿತ್ಯ ಈ ಅವಧಿಯಲ್ಲಿ ಅಪಾರವಾಗಿ ಬೆಳೆಯಿತು. ಈ ಕಾಲದ ಶಾಸನಗಳು ಸಂಸ್ಕೃತ ಭಾಷೆಯ ಬೆಳವಣಿಗೆಗೆ ನಿದರ್ಶನಗಳಾಗಿವೆ. ರವಿಕೀರ್ತಿಯ ಐಹೊಳೆ ಶಾಸನ ಒಂದು ಕಿರುಕಾವ್ಯವೇ ಆಗಿದೆ. ಶಾಸನದಲ್ಲಿ ರವಿಕೀರ್ತಿ ತನ್ನನ್ನು ಪ್ರಸಿದ್ಧ ಸಂಸ್ಕೃತ ಕವಿಗಳಾದ ಭಾರವಿ ಮತ್ತು ಕಾಳಿದಾಸನಿಗೆ ಹೋಲಿಸಿಕೊಂಡಿದ್ದಾನೆ. ಎರಡನೇ ಪುಲಿಕೇಶಿಯ ಸೊಸೆ, **ಚಂದ್ರಾದಿತ್ಯನ ರಾಣಿ ವಿಜಯಭಟ್ಟಾರಿಕ ಅಥವಾ ವಿಜ್ಜಿಕ ಪ್ರಸಿದ್ಧ ಕವಯಿತ್ರಿಯಾಗಿದ್ದಳು.** ಆಕೆ **"ಕೌಮುದಿ ಮಹೋತ್ಸವ"** ಎಂಬ ಕೃತಿಯನ್ನು ರಚಿಸಿದಳೆಂದು ಹೇಳಲಾಗಿದೆ. **"ಕರ್ನಾಟಕ ಸರಸ್ವತಿ"** ಎಂದು ಖ್ಯಾತಗಳಾಗಿದ್ದ ಆಕೆಯ ಬರವಣಿಗೆಯನ್ನು ಪ್ರಸಿದ್ಧ ವಿದ್ವಾಂಸ ರಾಜಶೇಖರ ('ಕಾವ್ಯಮೀಮಾಂಸ ಮತ್ತು 'ಕರ್ಪೂರಮಂಜರಿ' ಕೃತಿಗಳ ಕರ್ತೃ) ಪ್ರಶಂಸಿಸಿದ್ದಾನೆ. ರಾಜಕುಮಾರ ಕಲ್ಯಾಣವರ್ಮ ಮತ್ತು ರಾಜಕುಮಾರಿ ಕೀರ್ತಿಮತಿಯ ವಿವಾಹ ಈ ಕೃತಿಯ ಕಥಾವಸ್ತುವಾಗಿದೆ. ಕಾಳಿದಾಸನನ್ನು ಹೊರತುಪಡಿಸಿದರೆ ವೈದರ್ಭೀ ಶೈಲಿಯಲ್ಲಿ ಬರೆಯುವ ಸಾಮರ್ಥ್ಯ ಈಕೆಗೆ ಮಾತ್ರ ಇತ್ತು ಎಂದು ರಾಜಶೇಖರ ಹೇಳಿದ್ದಾನೆ. ಕವಿರಾಜಮಾರ್ಗದಲ್ಲಿ ಹೆಸರಿಸಲಾಗಿರುವ ಗಂಗ ದೊರೆ ದುರ್ವಿನೀತ ಈ ಕಾಲದಲ್ಲಿ ಜೀವಿಸಿದ್ದನು. ಅವನು ಸಂಸ್ಕೃತ ಮತ್ತು ಕನ್ನಡದಲ್ಲಿ ಪಂಡಿತನಾಗಿದ್ದನು.

ಧರ್ಮ : ಚಾಳುಕ್ಯರು ವೈಷ್ಣವ ಧರ್ಮಾವಲಂಬಿಗಳಾಗಿದ್ದರು. **'ಪರಮಭಾಗವತ'** ಎಂಬ ಅವರ ಬಿರುದು ಅವರು ವೈಷ್ಣವ ಧರ್ಮಾವಲಂಬಿಗಳು ಎಂಬುದನ್ನು ಸೂಚಿಸುತ್ತದೆ. ಆದರೆ ಅವರು ಶೈವಧರ್ಮವನ್ನೂ ಪ್ರೋತ್ಸಾಹಿಸಿದರು. ಶಿವ ಹಾಗೂ ವಿಷ್ಣುವಿನ ದೇಗುಲಗಳನ್ನು ಅಪಾರ ಸಂಖ್ಯೆಯಲ್ಲಿ ನಿರ್ಮಿಸಿದರು. ಜೈನ ಹಾಗೂ ಬೌದ್ಧಧರ್ಮಗಳೂ ಈ ಕಾಲದಲ್ಲಿ ಜನಪ್ರಿಯವಾಗಿದ್ದವು. ಎರಡನೇ ಪುಲಕೇಶಿಯ ದಂಡನಾಯಕ ರವಿಕೀರ್ತಿ ಜೈನಧರ್ಮೀಯನಾಗಿದ್ದು ಐಹೊಳೆಯಲ್ಲಿ ಮೇಗುತಿ ಜಿನಾಲಯವನ್ನು ನಿರ್ಮಿಸಿದನು. ಬೌದ್ಧಧರ್ಮವೂ ಜನಪ್ರಿಯವಾಗಿದ್ದು ಹುಯೆನ್–ತ್ಸಾಂಗ್‌ನ ಪ್ರಕಾರ ಚಾಳುಕ್ಯ ರಾಜ್ಯದಲ್ಲಿ ಒಂದು ನೂರು ಸಂಘಾರಾಮಗಳು ಮತ್ತು ಹತ್ತು ಸಾವಿರ ಬೌದ್ಧ ಭಿಕ್ಷುಗಳು ಇದ್ದರು. ಚಾಳುಕ್ಯ ದೊರೆಗಳು ಎಲ್ಲ ಧರ್ಮಗಳನ್ನು ಸಮಾನವಾಗಿ ಪ್ರೋತ್ಸಾಹಿಸಿದರು. ಬಾದಾಮಿಯಲ್ಲಿ ಅಕ್ಕ ಪಕ್ಕದಲ್ಲಿ ಶೈವ, ವೈಷ್ಣವ ಹಾಗೂ ಜೈನ ಗುಹಾಲಯಗಳು ನಿರ್ಮಾಣವಾಗಿರುವುದು ಇದಕ್ಕೆ ನಿದರ್ಶನವಾಗಿದೆ.

ಕಲೆ ಮತ್ತು ವಾಸ್ತುಶಿಲ್ಪ

ಕಲೆ ಮತು ವಾಸ್ತುಶಿಲ್ಪದ ಬೆಳವಣಿಗೆ ಒಂದು ಸಮಾಜದ ಬೌದ್ಧಿಕ ಮಟ್ಟದ ನಿರ್ಧಾರಕ್ಕೆ ಅಳತೆಗೋಲಾಗುತ್ತದೆ. ಈ ಕ್ಷೇತ್ರದ ಸಾಧನೆಗಳಿಂದಾಗಿಯೇ ಪ್ರಾಚೀನ ಈಜಿಪ್ಟ್, ಮೆಸೊಪೊಟೇಮಿಯ, ಭಾರತ, ಚೀನಾ ಹಾಗೂ ಗ್ರೀಕ್ ಸಮಾಜಗಳು ಪ್ರಸಿದ್ಧವಾಗಿರುವುದು. ಕಲೆ ಲಲಿತಕಲೆಗಳನ್ನು ಒಳಗೊಂಡಿದೆ. ಅಲ್ಲದೆ ಶಿಲ್ಪಕಲೆ, ಚಿತ್ರಕಲೆ, ಸಂಗೀತ, ಸಾಹಿತ್ಯ ಮೊದಲಾದವುಗಳನ್ನೂ ಅದು ಒಳಗೊಂಡಿದೆ. ವಾಸ್ತುಶಿಲ್ಪವು ಕಲೆಯ ಭಾಗವಾದರೂ ತನ್ನದೆ ವೈಶಿಷ್ಟ್ಯಗಳಿಂದ ಕೂಡಿದೆ. ವಾಸ್ತುಶಿಲ್ಪದ ಭಗ್ನಾವಶೇಷಗಳು ವಿವಿದ ಹಂತಗಳಲ್ಲಿ ಮಾನವನ ವಿಕಾಸದ ಬಗ್ಗೆ ಕಣ್ಣಿಗೆ ಕಾಣುವ ದಾಖಲೆಗಳಾಗಿವೆ. ಇತರ ಮೂಲಗಳಿಂದ ಮಾಹಿತಿಗಳ ಕೊರತೆ ಎದುರಾದಾಗ ಅಥವ ದೊರೆತ ಮಾಹಿತಿಗಳು ಸಂಶಯಾಸ್ಪದವಾಗಿದ್ದಾಗ ಚರಿತ್ರೆಯ ಕೆಲವು ಅಸ್ಪಷ್ಟ ವಿಚಾರಗಳ ಬಗ್ಗೆ ವಾಸ್ತುಶಿಲ್ಪ ನಿಖರವಾದ ಬೆಳಕು ಚೆಲ್ಲುತ್ತದೆ.

ದಕ್ಷಿಣ ಭಾರತದ ಕಲೆ, ವಾಸ್ತುಶಿಲ್ಪದ ಅಧ್ಯಯನವೆಂದರೆ ಪ್ರಧಾನವಾಗಿ ದೇವಾಲಯ ವಾಸ್ತುಶಿಲ್ಪದ ಅಧ್ಯಯನವಾಗಿದೆ. ಏಕೆಂದರೆ ಆರಂಭದಲ್ಲಿ ಹಿಂದೂಗಳು ಲೌಕಿಕ ವಾಸ್ತುಶಿಲ್ಪವನ್ನು ಬಹುತೇಕ ಕಡೆಗಣಿಸಿದ್ದರು. ಕರ್ನಾಟಕ ವಾಸ್ತುಶಿಲ್ಪ ಮತ್ತು ಶಿಲ್ಪಕಲೆಯ ಆಗರವಾಗಲು ಚಾಳುಕ್ಯರು ಹಾಕಿದ ಅಡಿಪಾಯ ಮತ್ತು ಅವರ ಪ್ರೋತ್ಸಾಹವೇ ಕಾರಣ. ಬಾದಾಮಿ ಚಾಳುಕ್ಯರು ಕಲೆ ಮತ್ತು ವಾಸ್ತುಶಿಲ್ಪದ ಮಹಾಪೋಷಕರಾಗಿದ್ದರು. ಅವರ ಕಾಲದ ಸ್ಮಾರಕಗಳನ್ನು **ಗುಹಾಲಯಗಳು** ಮತ್ತು **ಕಟ್ಟಿದ ದೇವಾಯಗಳು** ಎಂದು ಎರಡು ಭಾಗಗಳಾಗಿ ವಿಂಗಡಿಸಬಹುದು. ಚಾಳುಕ್ಯರ ಕಾಲದಲ್ಲಿ **'ಚಾಳುಕ್ಯ ಶೈಲಿ'** ಕಲೆ ಅಭಿವೃದ್ಧಿ ಹೊಂದಿತು.

ಗುಹಾಲಯಗಳು

ಚಾಳುಕ್ಯರು ಪ್ರಾರಂಭದಲ್ಲಿ ಗುಹಾಲಯಗಳನ್ನು ನಿರ್ಮಿಸಿದರು. ಕರ್ನಾಟಕದಲ್ಲಿ ಚಾಳುಕ್ಯರು ಮತ್ತು ತಮಿಳುನಾಡಿನಲ್ಲಿ ಪಲ್ಲವರು ಏಕಕಾಲದಲ್ಲಿ ಗುಹಾಲಯಗಳ ನಿರ್ಮಾಣ ಆರಂಭಿಸಿದರು. ಚಾಳುಕ್ಯರ ಕಾಲದ ಗುಹಾಲಯಗಳನ್ನು ಐಹೊಳೆ ಮತ್ತು ಬಾದಾಮಿಯಲ್ಲಿ ಕಾಣಬಹುದು. ಇವು ಒಂದನೇ ಕೀರ್ತಿವರ್ಮ ಹಾಗೂ ಮಂಗಳೇಶನ ಕಾಲದಲ್ಲಿ ನಿರ್ಮಾಣವಾದವು. ಮಂಗಳೇಶನನ್ನು **'ಚಾಳುಕ್ಯ ವಾಸ್ತುಶಿಲ್ಪದ ಪಿತ'** ಎಂದು ಕರೆಯಲಾಗಿದೆ.

ಐಹೊಳೆಯಲ್ಲಿ ಮೂರು ಗುಹಾಲಯಗಳಿದ್ದು ಒಂದು ಶಿವಾಲಯ, ಮತ್ತೊಂದು ಜಿನಾಲಯ ಹಾಗೂ ಮತ್ತೊಂದು ಬೌದ್ಧ ಗುಹಾಲಯವಾಗಿದೆ. ಇವು ಚಾಳುಕ್ಯರ ಕಾಲದ ಪ್ರಾರಂಭದ ಗುಹಾಲಯಗಳು ಮಂಗಳೇಶನ ಕಾಲದ ಒಂದು ಶಾಸನದಲ್ಲಿ ಇವುಗಳನ್ನು **'ಕಲ್ಮನೆ'** ಎಂದು ಕರೆಯಲಾಗಿದೆ. ಶಿವಾಲಯದಲ್ಲಿರುವ ಸಪ್ತಮಾತೃಕೆಯರ ಶಿಲ್ಪ ಸುಂದರವಾಗಿದೆ. ಈ ಗುಹಾಲಯವನ್ನು **ರಾವಣಪಹಡಿ** ಎಂದು ಕರೆಯಲಾಗಿದೆ. ಇದರ ಒಳಗೋಡೆಯಲ್ಲಿ 10 ಬಾಹುಗಳ ಶಿವನ ಉಬ್ಬುಶಿಲ್ಪವನ್ನು ಕೆತ್ತಲಾಗಿದೆ. ಗುಹಾಲಯಗಳ ನಿರ್ಮಾಣ ಬೌದ್ಧರ ಅನುಕರಣೆಯಾಗಿದೆ. ಜಿನಾಲಯದಲ್ಲಿ ಪಾರ್ಶ್ವನಾಥ ಹಾಗೂ ಇತರ ತೀರ್ಥಂಕರರು ಯಕ್ಷಿಯರ ಜೊತೆಯಲ್ಲಿ ನಿಂತಿರುವ ಬೃಹತ್ ಶಿಲ್ಪಗಳಿವೆ. 3ನೇ ಬೌದ್ಧ ಗುಹಾಲಯ ಅಪೂರ್ಣವಾಗಿದೆ.

ಚಾಳುಕ್ಯರ ರಾಜಧಾನಿಯಾಗಿದ್ದ ಬಾದಾಮಿಯಲ್ಲಿ 4 ಗುಹಾಲಯಗಳಿವೆ. ಇವುಗಳನ್ನು ಇಲ್ಲಿಯ ಅಗಸ್ತ್ಯ ಸರೋವರದ ಪಕ್ಕದಲ್ಲಿರುವ ಬಂಡೆಯ ಕೆಳಭಾಗದಲ್ಲಿ ನಿರ್ಮಿಸಲಾಗಿದೆ. ಇವುಗಳಲ್ಲಿ ಎರಡು ವೈಷ್ಣವಾಲಯಗಳು, ಒಂದು ಶಿವಾಲಯ ಮತ್ತೊಂದು ಜಿನಾಲಯ. ಎಲ್ಲಾ ಗುಹಾಲಯಗಳ ಶಿಲ್ಪಗಳು ಅತ್ಯುತ್ತಮ ಗುಣಮಟ್ಟದ್ದಾಗಿವೆ ಎಂದು ಕಲಾವಿಮರ್ಶಕ

ಪರ್ಸಿ ಬ್ರೌನ್ ಹೇಳಿದ್ದಾರೆ. 2 ಮತ್ತು 3ನೇ ಗುಹಾಲಯಗಳು ವೈಷ್ಣವ ಗುಹಾಲಯಗಳು. 2ನೆಯದು ಅತ್ಯಂತ ಚಿಕ್ಕದು ಹಾಗೂ 3ನೆಯದು ಅತ್ಯಂತ ದೊಡ್ಡದು. 2ನೇ ಗುಹಾಲಯದಲ್ಲಿ ವರಾಹರೂಪಿ ವಿಷ್ಣು ಪೃಥ್ವಿಯನ್ನು (ಭೂ ದೇವಿಯನ್ನು) ತನ್ನ ಎಡಗೈಯಲ್ಲಿ ಮೇಲಕ್ಕೆ ಎತ್ತುತ್ತಿರುವ ದೃಶ್ಯವಿದೆ. ಅಂತೆಯೇ ತ್ರಿವಿಕ್ರಮನ ಶಿಲ್ಪವೂ ಸುಂದರವಾಗಿ ಮೂಡಿದೆ. 3ನೇ ಗುಹಾಲಯದಲ್ಲಿ ಮಹಾವಿಷ್ಣು ಐದು ಹೆಡೆಗಳ ಸರ್ಪದ ಮೇಲೆ ಕುಳಿತಿರುವ ಉಬ್ಬು ಚಿತ್ರವಿದೆ. ವಿಷ್ಣುವಿನ ಜೊತೆಗೆ ಲಕ್ಷ್ಮಿ ಹಾಗೂ ಗರುಡನ ಚಿತ್ರಗಳನ್ನು ಕೆತ್ತಲಾಗಿದೆ. ಇದಲ್ಲದೆ 11 ಅಡಿ ಎತ್ತರವಿರುವ ನರಸಿಂಹನ ನಿಂತಿರುವ ಭಂಗಿಯ ಶಿಲ್ಪ ಹಾಗೂ ವರಾಹ ರೂಪಿ ವಿಷ್ಣುವಿನ ಶಿಲ್ಪ ಅತ್ಯಾಕರ್ಶಕವಾಗಿವೆ.

ಒಂದನೇ ಗುಹಾಲಯ ಶಿವಾಲಯವಾಗಿದ್ದು 4 ಕಂಬಗಳ ಮುಖಮಂಟಪ ಹಾಗೂ 8 ಕಂಬಗಳ ಪ್ರಧಾನ ಪ್ರಾಂಗಣವನ್ನು ಹೊಂದಿದೆ. **5 ಅಡಿ ಎತ್ತರದ 18 ಬಾಹುಗಳುಳ್ಳ ನಟರಾಜನ ಶಿಲ್ಪ, ಅರ್ಧನಾರೀಶ್ವರ, ಮಹಿಷಾಸುರ ಮರ್ಧಿನಿ,** ಪಾರ್ವತಿ ಮತ್ತು ಲಕ್ಷ್ಮಿಯೊಂದಿಗಿರುವ ಹರಿಹರ ಹಾಗೂ **ಗಂಧರ್ವ ದಂಪತಿಗಳ** ಶಿಲ್ಪಗಳು ಆಕರ್ಶಕವಾಗಿವೆ. ನಾಲ್ಕನೆಯದು ಜಿನಾಲಯವಾಗಿದ್ದು ಆದಿನಾಥನಿಗೆ ಮೀಸಲಾಗಿದೆ. ಇದರಲ್ಲಿ ಕಮಲದ ಮೇಲೆ ನಿಂತಿರುವ ಭಂಗಿಯಲ್ಲಿರುವ ಬಾಹುಬಲಿಯ ಮೂರ್ತಿ, ಪಾರ್ಶ್ವನಾಥ ಹಾಗೂ ಇತರ ಶಿಲ್ಪಗಳು ಅಸಾಮಾನ್ಯವಾದವು. ಬಾಹುಬಲಿಯ ಮೂರ್ತಿಯನ್ನು ಕಮಲದ ಮೇಲೆ ನಿಂತಿರುವಂತೆ ಕೆತ್ತಲಾಗಿದ್ದು ಮಾಧವಿಲತೆಗಳು ಅವನ ಕೈಗಳು ಮತ್ತು ಕಾಲುಗಳನ್ನು ಸುತ್ತುವರಿದಿವೆ. ಈ ಗುಹಾಲಯವು ಕಂಬಗಳ ವರಾಂಡ, ಕಂಬಗಳ ಹಜಾರ ಮತ್ತು ಚೌಕಾಕಾರದ ಗರ್ಭಗುಡಿಯನ್ನು ಹೊಂದಿದೆ. ದಕ್ಷಿಣ ಭಾರತದ ಪ್ರಾಚೀನ ಗುಹಾಲಯಗಳಾದ ಇವು ಪಲ್ಲವರಿಗೆ ಮಾದರಿಯಾದವು.

ಕಟ್ಟಿದ ದೇವಾಲಯಗಳು

ದಕ್ಷಿಣ ಭಾರತದಲ್ಲಿ ದೇವಾಲಯಗಳ ನಿರ್ಮಾಣ ಕಾರ್ಯವನ್ನು ಮೊದಲು ಆರಂಭಿಸಿದವರೇ ಚಾಲುಕ್ಯರು. **ಐಹೊಳೆ, ಪಟ್ಟದಕಲ್ಲು, ಬಾದಾಮಿ, ಮಹಾಕೂಟ** ಮೊದಲಾದ ಸ್ಥಳಗಳಲ್ಲಿ ಅವರು ನಿರ್ಮಿಸಿದ ಸುಂದರವಾದ ಮತ್ತು ವೈವಿಧ್ಯಮಯವಾದ ದೇವಾಲಯಗಳನ್ನು ಕಾಣಬಹುದು.

ಐಹೊಳೆ

ಮಲಪ್ರಭಾ ನದಿ ದಂಡೆಯಲ್ಲಿರುವ ಐಹೊಳೆಯನ್ನು **"ದೇವಾಲಯ ವಾಸ್ತುಶಿಲ್ಪದ ತೊಟ್ಟಿಲು"** ಅಥವಾ ಉಗಮಕೇಂದ್ರ ಎಂದು ಕರೆಯಲಾಗಿದೆ. ಇಲ್ಲಿ ವಿವಿಧ ಶೈಲಿ ಮತ್ತು ಆಕಾರದ 150ಕ್ಕೂ ಹೆಚ್ಚು ದೇವಾಲಯಗಳಿವೆ. ಇಲ್ಲಿ ದೇವಾಲಯಗಳ ನಿರ್ಮಾಣಕ್ಕೆ ಸಂಬಂಧಿಸಿದಂತೆ ಹಲವು ಪ್ರಯೋಗಗಳು ನಡೆದವು. ಇದೇ ಬಗೆಯ ಪ್ರಯೋಗಗಳು ಗುಪ್ತರು ಹಾಗೂ ಗುಪ್ತೋತ್ತರ ಕಾಲದಲ್ಲಿ ನಡೆದವು. ಐಹೊಳೆ ದೇವಾಲಯಗಳಲ್ಲಿ **ಲಾಡ್‌ಖಾನ್ ದೇವಾಲಯ, ದುರ್ಗಾ ದೇವಾಲಯ, ಹುಚಮಿಲ್ಲಿ ದೇವಾಲಯ** ಮೊದಲಾದವು ಪ್ರಮುಖವಾದವು.

ಲಾಡ್‌ಖಾನ್ ದೇವಾಲಯ ಅತ್ಯಂತ ಪ್ರಾಚೀನವಾದುದು (ಕ್ರಿ.ಶ. 620)ಎಂದು **ಪರ್ಸಿ ಬ್ರೌನ್** ಹೇಳಿದ್ದಾರೆ. ಇಲ್ಲಿ ಲಾಡ್‌ಖಾನ್ ಎಂಬ ಮುಸ್ಲಿಂ ಫಕೀರನೊಬ್ಬ ವಾಸವಾಗಿದ್ದುದರಿಂದ ದೇವಾಲಯಕ್ಕೆ ಈ ಹೆಸರು ಬಂದಿತು. ಇದೊಂದು ಶಿವದೇವಾಲಯ. 50 ಅಡಿಗಳಷ್ಟು ಉದ್ದವಾಗಿರುವ ಮತ್ತು ಸಮತಟ್ಟಾದ ಮೇಲ್ಚಾವಣಿ ಹೊಂದಿರುವ ಈ ದೇವಾಲಯ ಮೂರುಕಡೆ ಗೋಡೆಗಳಿಂದ ಆವೃತ್ತವಾಗಿದೆ. ಅವುಗಳಲ್ಲಿ ಎರಡು ಗೋಡೆಗಳಲ್ಲಿ ಕಲ್ಲಿನ ಜಾಲಂದ್ರಗಳನ್ನು ಅಳವಡಿಸಲಾಗಿದೆ. ಪೂರ್ವಭಾಗದಲ್ಲಿ ಕಂಬಗಳ ಮುಖಮಂಟಪವಿದೆ. ಮುಖಮಂಟಪದಲ್ಲಿರುವ ಕಂಬಗಳಲ್ಲಿ ಗಂಗೆ ಮತ್ತು ಯಮುನೆಯರ ಸುಂದರ ಶಿಲ್ಪಗಳಿವೆ. ಗರ್ಭಗುಡಿಯಲ್ಲಿ ಶಿವಲಿಂಗವಿದೆ. ಒಂದು ನಂದಿ ಮಂಟಪವೂ ಇದೆ. ಇದರ ಸಮೀಪವೇ ಗೌಡರ ಗುಡಿ ಇದೆ. ಅದರ ಪಕ್ಕದಲ್ಲಿ ಚಕ್ರಗುಡಿ ಇದ್ದು ಇದರಲ್ಲಿ ನಾಗರ ಶೈಲಿ ಶಿಖರವಿದೆ.

ಎರಡನೆಯ ವಿಕ್ರಮಾದಿತ್ಯ ನಿರ್ಮಿಸಿದ **ದುರ್ಗಾದೇವಾಲಯ** ಬೌದ್ಧ ಚೈತ್ಯಾಲಯದ ಮಾದರಿಯಲ್ಲಿ ನಿರ್ಮಾಣವಾಗಿದೆ. ಆದರೆ ಇದು ದುರ್ಗಿಯ ದೇವಾಲಯವಲ್ಲ. ಕೋಟೆ ಅಥವಾ ದುರ್ಗದ ಸಮೀಪದಲ್ಲಿದ್ದುದರಿಂದ ಇದಕ್ಕೆ ಈ ಹೆಸರು ಬಂದಿದೆ. ಐಹೊಳೆಯ ದೇವಾಲಯಗಳಲ್ಲಿ ಅತ್ಯುತ್ತಮವಾದುದು ಎಂದು ಪರಿಗಣಿಸಲಾಗಿರುವ ಈ ದೇವಾಲಯದ ಒಳಭಾಗದಲ್ಲಿ ಗೂಡುಗಳಲ್ಲಿ ಶಿವ ಮತ್ತು ವಿಷ್ಣುವಿನ ಸುಂದರ ಮೂರ್ತಿಗಳಿವೆ. ಇದರ ಹಿಂಬಾಗ ಗಜಪೃಷ್ಠಾಕಾರದಲ್ಲಿದೆ. ಇದರಲ್ಲಿ ಸೂರ್ಯ, ಹರಿಹರ, ಮಹಿಷಾಸುರಮರ್ಧಿನಿ, ಗಂಗಾ, ಯಮುನಾ, ಬ್ರಹ್ಮ ಮತ್ತಿತರ ಮೂರ್ತಿಗಳಿವೆ. ಇದರ ಪಕ್ಕದಲ್ಲಿ **ಸೂರ್ಯನಾರಾಯಣ ಎಂದು ಕರೆಯಲಾಗಿರುವ ಸೂರ್ಯ ದೇಗುಲವಿದೆ**. ಇದರ ಗರ್ಭಗುಡಿಯಲ್ಲಿ ಎರಡೂ

ಕೈಗಳಲ್ಲಿ ಕಮಲ ಹಿಡಿದಿರುವ ಸೂರ್ಯದೇವನ ವಿಗ್ರಹವಿದೆ. ಕ್ರಿ.ಶ. 634ರಲ್ಲಿ ರವಿಕೀರ್ತಿ ನಿರ್ಮಿಸಿದ **ಮೇಗುತಿ ದೇವಾಲಯ** ಒಂದು ಜೈನ ಬಸದಿಯಾಗಿದೆ. ಇದರ ಗೋಡೆಯ ಹೊರಭಾಗದ ಕಲ್ಲಿನ ಮೇಲೆ ರವಿಕೀರ್ತಿ ಎರಡನೇ ಪುಲಿಕೇಶಿಯ ಸಾಧನೆಗಳನ್ನು ವಿವರಿಸುವ ಒಂದು ಮಹತ್ವದ ಶಾಸನವನ್ನು ರಚಿಸಿದ್ದಾನೆ. ಇದೇ **ಪ್ರಸಿದ್ಧ ಐಹೊಳೆ ಶಾಸನ**. ಇದರ ಗುಣಮಟ್ಟ ಹಾಗು ತಾಂತ್ರಿಕ ಅಂಶಗಳು ಮೇಲ್ಮಟ್ಟದ್ದಾಗಿರುವುದು ಕಂಡು ಬರುತ್ತದೆ. ಇದನ್ನು ಐಹೊಳೆಯ ಪೂರ್ವ ಭಾಗದಲ್ಲಿ ಒಂದು ಗುಡ್ಡದ ಮೇಲೆ ನಿರ್ಮಿಸಲಾಗಿದೆ. ಮೇಲಿನ ಗುಡಿ ಎಂಬುದು ಕ್ರಮೇಣ ಮೇಗುತಿ ಎಂದು ಕರೆಯಲ್ಪಟ್ಟಿದೆ.

ಪಟ್ಟದಕಲ್ಲು

ಪಟ್ಟದಕಲ್ಲು ಬಾದಾಮಿಯ ಸಮೀಪದಲ್ಲಿ ಮಲಪ್ರಭಾ ನದಿ ದಂಡೆಯಲ್ಲಿದೆ. ಇದನ್ನು ವಿಶ್ವ ಪಾರಂಪರಿಕ ತಾಣ ಎಂದು ಯುನೆಸ್ಕೋ ಘೋಷಿಸಿದೆ. ಇಲ್ಲಿ ಚಾಳುಕ್ಯ ಅರಸರ ಪಟ್ಟಾಭಿಷೇಕ ಕಾರ್ಯಕ್ರಮ ಜರುಗುತ್ತಿದ್ದುದರಿಂದ ಅದಕ್ಕೆ ಈ ಹೆಸರು ಬಂದಿದೆ. ಇದು ಚಾಳುಕ್ಯರ ವಾಸ್ತುಶಿಲ್ಪದ ಮತ್ತೊಂದು ಪ್ರಸಿದ್ಧ ಕೇಂದ್ರ ಹಾಗೂ ದಕ್ಷಿಣ ಮತ್ತು ಉತ್ತರ ಭಾರತದ ವಾಸ್ತುಶಿಲ್ಪ ಶೈಲಿಗಳ ಸಂಗಮ ಕ್ಷೇತ್ರವೂ ಆಗಿದೆ. ಐಹೊಳೆಯಲ್ಲಿ ನಡೆದ ಪ್ರಯೋಗಗಳ ಫಲಶ್ರುತಿಯಾಗಿ ಇಲ್ಲಿ ಅತ್ಯಂತ ಸುಂದರವಾದ 10 ದೇವಾಲಯಗಳು ನಿರ್ಮಾಣವಾಗಿವೆ. ಅವುಗಳಲ್ಲಿ 9 ಹಿಂದೂ ದೇವಾಲಯಗಳು ಮತ್ತು ಒಂದು ಜಿನಾಲಯವಾಗಿದೆ. 9 ಹಿಂದೂ ದೇವಾಲಯಗಳ ಪೈಕಿ 4 ಚಾಳುಕ್ಯದ್ರಾವಿಡ ಶೈಲಿಯಲ್ಲೂ ಹಾಗೂ 4 ಉತ್ತರ ಭಾರತದ ನಾಗರ ಶೈಲಿಯಲ್ಲೂ ನಿರ್ಮಾಣವಾಗಿವೆ. ಪಾಪನಾಥ ಎರಡೂ ಶೈಲಿಗಳ ಸಂಗಮವಾಗಿದೆ. ವಿರೂಪಾಕ್ಷ, ಮಲ್ಲಿಕಾರ್ಜುನ, ಪಾಪನಾಥ, ಸಂಗಮೇಶ್ವರ, ಗಳಗನಾಥ, ಕಾಡಸಿದ್ದೇಶ್ವರ, ಜಂಬುಲಿಂಗ ಚಂದ್ರಶೇಖರ ಮತ್ತು ಕಾಶಿವಿಶ್ವನಾಥ ಹಿಂದೂ ದೇಗುಲಗಳಾಗಿವೆ. ಇವೆಲ್ಲವೂ ಶಿವಾಲಯಗಳಾಗಿರುವುದು ವಿಶೇಷವಾಗಿದೆ. ಚಾಳುಕ್ಯ ವಾಸ್ತುಶಿಲ್ಪ ಶೈಲಿ ಪ್ರಭುದ್ಧಾವಸ್ಥೆಯನ್ನು ತಲುಪಿದ್ದು ಇಲ್ಲಿಯೇ. ಇವುಗಳಲ್ಲಿ ಅತ್ಯಂತ ಸುಂದರವಾದ ಹಾಗೂ **ಭವ್ಯವಾದ ದೇವಾಲಯ ವಿರೂಪಾಕ್ಷ ದೇವಾಲಯ**. ಇದು ಕಂಚಿಯ ಕೈಲಾಸನಾಥ ದೇವಾಲಯದ ಮಾದರಿಯಲ್ಲಿದೆ. ಇದನ್ನು ಚಾಳುಕ್ಯ ದೊರೆ ಎರಡನೇ ವಿಕ್ರಮಾದಿತ್ಯನ **ರಾಣಿ ಲೋಕಮಹಾದೇವಿ** ತನ್ನ ಪತಿ ಪಲ್ಲವರ ವಿರುದ್ಧ ಗಳಿಸಿದ ವಿಜಯದ ನೆನಪಿಗಾಗಿ ನಿರ್ಮಿಸಿದಳೆಂದು ಹೇಳಲಾಗಿದೆ. ಇದರ ವಾಸ್ತುಶಿಲ್ಪಿ **'ಸರ್ವಸಿದ್ಧಿ ಆಚಾರಿ'** ಮತ್ತು **'ತ್ರಿಭುವನ ಆಚಾರಿ'** ಎಂಬ ಬಿರುದುಗಳನ್ನು ಪಡೆದಿದ್ದ **ಗುಂಡನ್**. ಇದು ಚೌಕಾಕಾರದ ಗೋಪುರವನ್ನು ಹೊಂದಿದೆ. ಗರ್ಭಗುಡಿಯ ಸುತ್ತ ಪ್ರದಕ್ಷಿಣ ಪಥವಿದೆ. ಮುಂಭಾಗದಲ್ಲಿ ಸುಂದರವಾದ ನಂದಿ ಮಂಟಪವಿದೆ. ಈ ದೇವಾಲಯದ ಸೌಂದರ್ಯವನ್ನು ಕುರಿತು ಕಲಾವಿಮರ್ಶಕ **ಪರ್ಸಿ ಬ್ರೌನ್** ಹೀಗೆ ಬರೆದಿದ್ದಾರೆ. **"ಇಡೀ ದೇವಾಲಯದ ಬಾಹ್ಯ ನೋಟದಲ್ಲಿ ದಿಟ್ಟ ಸೌಂದರ್ಯವಿದೆ. ಈ ಸೌಂದರ್ಯ ಹೊರಭಾಗದಲ್ಲಿ ಮತ್ತಷ್ಟು ಎದ್ದು ಕಾಣುತ್ತದೆ"**. ಇದನ್ನು **"ಲೋಕೇಶ್ವರ"** ದೇವಾಲಯ ಎಂದೂ ಕರೆಯುತ್ತಾರೆ. ದೇವಾಲಯದ ಕಂಬಗಳ ಮೇಲೆ ದೇವಾಸುರರು ಕ್ಷೀರ ಸಾಗರವನ್ನು ಕಡೆಯುತ್ತಿರುವ, ಆನೆಗಳ ಮೆರವಣಿಗೆ ಮೊದಲಾದ ಸುಂದರ ಶಿಲ್ಪಗಳನ್ನು ಕಾಣಬಹುದು. ದೇವಿಯರ, ನರ್ತಕಿಯರ ಹಾಗೂ ಮಹಿಳೆಯರ ಆಭರಣಗಳು ಹಾಗೂ ಕೇಶ ವಿನ್ಯಾಸವನ್ನು ಅತ್ಯಂತ ಸುಂದರವಾಗಿ ಕೆತ್ತಲಾಗಿದೆ.

ಮಲ್ಲಿಕಾರ್ಜುನ ದೇವಾಲಯವನ್ನು ವಿರೂಪಾಕ್ಷ ದೇವಾಲಯದ ಮಾದರಿಯಲ್ಲಿ ನಿರ್ಮಿಸಲಾಗಿದೆ. ಇದನ್ನು ಎರಡನೇ ವಿಕ್ರಮಾದಿತ್ಯನ ಮತ್ತೊಬ್ಬ **ರಾಣಿ ತ್ರೈಲೋಕ್ಯ ಮಹಾದೇವಿ** ನಿರ್ಮಿಸಿದಳು. ಇದರ ಕಂಬಗಳ ಮೇಲೆ ಮಂಗ ಮತ್ತು ಮೊಸಳೆ ಹಾಗೂ ಇತರ ಪಂಚತಂತ್ರದ ಕಥೆಗಳನ್ನು ಸುಂದರವಾಗಿ ಕೆತ್ತಲಾಗಿದೆ. ಇದಕ್ಕೆ **ತ್ರೈಲೋಕ್ಯೇಶ್ವರ** ಎಂಬ ಹೆಸರೂ ಇದೆ. ಸರ್ವಸಿದ್ಧಿ ಆಚಾರಿಯ ಶಿಷ್ಯ **ರೇವಡಿ ಓವಜ್ಜ** ಈ ಶಿವದೇವಾಲಯದ ವಾಸ್ತುಶಿಲ್ಪಿ. ಇದರ ಗೋಡೆಗಳ ಮೇಲೆ ರಾಮಾಯಣದ ಘಟನೆಗಳು, ನಟರಾಜ, ಗಜಾಸುರಮರ್ಧನ ಶಿವ ಮೊದಲಾದವನ್ನು ಕೆತ್ತಲಾಗಿದೆ. ಎರಡೂ ದೇವಾಲಯಗಳು ಕ್ರಿ.ಶ 740–45ರ ಅವಧಿಯಲ್ಲಿ ನಿರ್ಮಾಣಗೊಂಡಿದೆ. ಜೈನ ದೇಗುಲವನ್ನು ಜೈನ ನಾರಾಯಣ ದೇಗುಲ ಎಂದು ಸ್ಥಳೀಯರು ಕರೆಯುತ್ತಾರೆ. ಇದನ್ನು ಕಂಚಿಯ ಕೈಲಾಸ ದೇಗುಲದ ಮಾದರಿಯಲ್ಲಿ ನಿರ್ಮಿಸಲಾಗಿದೆ.

ಹಳೆ ಮಹಾಕೂಟ ಮತ್ತು ಹೊಸ ಮಹಾಕೂಟ, ಬಾದಾಮಿ ಮೊದಲಾದ ಸ್ಥಳಗಳಲ್ಲಿ ಚಾಳುಕ್ಯರ ದೇಗುಲಗಳಿವೆ. **ಮಹಾಕೂಟದ ಮಹಾಕೂಟೇಶ್ವರ ದೇವಾಲಯ, ಬಾದಾಮಿಯ ಭೂತನಾಥ, ಮಾಲೆಗಿತ್ತಿ ಶಿವಾಲಯ, ಮೇಲಿನ ಶಿವಾಲಯ ಹಾಗೂ ಕೆಳಗಿನ ಶಿವಾಲಯ** ಹಾಗೂ ಊರಿನ ಒಳಗೆ ಇರುವ **ಜಂಬುಲಿಂಗ ದೇವಾಲಯ** ಮೊದಲಾದವು ಪ್ರಮುಖ ದೇವಾಲಯಗಳಾಗಿವೆ. ಬಾದಾಮಿಯ ಸಮೀಪದಲ್ಲಿರುವ **ಬನಶಂಕರಿ ದೇವಾಲಯವೂ** ಈ ಕಾಲದಲ್ಲೇ ನಿರ್ಮಾಣವಾಯಿತು.

ಮಾದರಿ ಪ್ರಶ್ನೆಗಳು

ಒಂದು ಅಂಕದ ಪ್ರಶ್ನೆಗಳು

1. ಚಾಳುಕ್ಯರ ಮೂಲ ಪುರುಷ ಯಾರು ?
2. 'ಚಾಳುಕ್ಯ ವಾಸ್ತು ಶಿಲ್ಪದ ಪಿತ' ಎಂದು ಯಾರನ್ನು ಕರೆಯಲಾಗಿದೆ.
3. ಐಹೊಳೆ ಶಾಸನದ ಕರ್ತೃ ಯಾರು?
4. ಎರಡನೇ ಪುಲಕೇಶಿಯಿಂದ ಪರಾಜಿತನಾದ ಉತ್ತರ ಭಾರತದ ಸಾಮ್ರಾಟ ಯಾರು ?
5. ಪಟ್ಟದಕಲ್‌ನ ವಿರೂಪಾಕ್ಷ ದೇವಾಲಯದ ಪ್ರಧಾನ ವಾಸ್ತುಶಿಲ್ಪಿ ಯಾರು ?
6. ಬಾದಾಮಿ ಚಾಳುಕ್ಯರ ಕಾಲದಲ್ಲಿ ಅಸ್ತಿತ್ವದಲ್ಲಿದ್ದ ಪ್ರಸಿದ್ಧ ವರ್ತಕರ ಸಂಘಟನೆ ಯಾವುದು ?
7. ಎರಡನೇ ಪುಲಕೇಶಿಯ ಕಾಲದಲ್ಲಿ ಕರ್ನಾಟಕಕ್ಕೆ ಭೇಟಿ ನೀಡಿದ್ದ ಚೀನಿ ಯಾಂತ್ರಿಕ ಯಾರು?
8. 'ದೇವಾಲಯ ವಾಸ್ತುಶಿಲ್ಪದ ತೊಟ್ಟಿಲು' ಎಂದು ಕರೆಯಲ್ಪಟ್ಟಿರುವ ಸ್ಥಳ ಯಾವುದು ?

ಕಿರು ಉತ್ತರದ ಪ್ರಶ್ನೆಗಳು

1. ಬಾದಾಮಿ ಚಾಳುಕ್ಯರ ಕಾಲದ ಗುಹಾಲಯಗಳ ಬಗ್ಗೆ ಟಿಪ್ಪಣಿ ಬರೆಯಿರಿ.
2. ಪಟ್ಟದಕಲ್‌ನ ದೇವಾಲಯಗಳ ಮಹತ್ವವನ್ನು ವಿವರಿಸಿ.

ದೀರ್ಘ ಉತ್ತರದ ಪ್ರಶ್ನೆಗಳು

1. ಬಾದಾಮಿ ಚಾಳುಕ್ಯರ ಚರಿತ್ರೆಯಲ್ಲಿ ಎರಡನೇ ಪುಲಕೇಶಿಯ ಆಡಳಿತದ ಪ್ರಾಮುಖ್ಯತೆಯನ್ನು ನಿರ್ಧರಿಸಿ.
2. ಬಾದಾಮಿ ಚಾಳುಕ್ಯರ ಆಡಳಿತ ವ್ಯವಸ್ಥೆಯನ್ನು ವಿವರಿಸಿ.

ಅಧ್ಯಾಯ – 8

ರಾಷ್ಟ್ರಕೂಟರು
The Rashtrakutas

ರಾಷ್ಟ್ರಕೂಟರ ಆಡಳಿತ ಕಾಲ ಕರ್ನಾಟಕದ ರಾಜಕೀಯ ಹಾಗೂ ಸಾಂಸ್ಕೃತಿಕ ಇತಿಹಾಸದಲ್ಲಿ ಮತ್ತೊಂದು ಉಜ್ವಲ ಅಧ್ಯಾಯವಾಗಿದೆ. ಕ್ರಿ.ಶ. 8ನೇ ಶತಮಾನದ ಮಧ್ಯ ಭಾಗದಿಂದ 10ನೇ ಶತಮಾನದ ಉತ್ತರಾರ್ಧದವರೆಗೆ ಸುಮಾರು ಎರಡು ಶತಮಾನಗಳಿಗೂ ಸ್ವಲ್ಪ ಹೆಚ್ಚು ಕಾಲ ಅವರು ದಕ್ಷಿಣ ಭಾರತದ ರಾಜಕೀಯ ಕ್ಷೇತ್ರದ ಮೇಲೆ ಅಪಾರ ಪ್ರಭಾವ ಹೊಂದಿದ್ದರು. ಅಲ್ಲದೆ ಉತ್ತರ ಭಾರತದ ರಾಜಕೀಯದ ಮೇಲೂ ಪ್ರಭಾವ ಬೀರಿದರು. ರಾಷ್ಟ್ರಕೂಟ ಯುಗದ ಮಹತ್ವವನ್ನು ಕುರಿತು ಡಾ.ಎಸ್.ಕೃಷ್ಣಶಾಸ್ತ್ರಿ ಹೀಗೆ ಬರೆದಿದ್ದಾರೆ.

"ಯಾವುದಾದರೂ ಅವಧಿಯಲ್ಲಿ ಕರ್ನಾಟಕ ಇಡೀ ಭಾರತದ ಭವಿಷ್ಯದ ಮೇಲೆ ಪ್ರಭಾವ ಬೀರಿದ್ದರೆ ಅದು ಈ ಶತಮಾನಗಳಲ್ಲಿ ಮಾತ್ರ . . . 18ನೇ ಶತಮಾನದಲ್ಲಿ ಮರಾಠಾ ಪೇಶ್ವೆಗಳ ಕಾಲದವರೆಗೆ, ವಿಂಧ್ಯಪರ್ವತಗಳ ದಕ್ಷಿಣ ಭಾಗದ ಯಾವ ಶಕ್ತಿಯೂ ಉತ್ತರ ಭಾರತದ ಇತಿಹಾಸದಲ್ಲಿ ಇಷ್ಟೊಂದು ಮಹತ್ವದ ಪಾತ್ರ ವಹಿಸಿರಲಿಲ್ಲ." ರಾಷ್ಟ್ರಕೂಟರು ಆಳಿದ ಕಾಲವನ್ನು **'ಕನೂಜ್ ಸಾಮ್ರಾಜ್ಯ ಯುಗ'** ಎಂದು ಭಾರತದ ಚರಿತ್ರೆಯಲ್ಲಿ ವರ್ಣಿಸಲಾಗಿದೆ. ಆದರೆ ಈ ಕಾಲಕ್ಕೆ **'ಕರ್ನಾಟಕ ಸಾಮ್ರಾಜ್ಯಯುಗ'** ಅಥವಾ **'ರಾಷ್ಟ್ರಕೂಟರ ಯುಗ'** ಎಂದು ಕರೆಯುವುದೇ ಸೂಕ್ತವಾಗಿದೆ.

ಮೂಲ

ರಾಷ್ಟ್ರಕೂಟರ ಮೂಲ ವಿವಾದಾಸ್ಪದವಾಗಿದೆ. ರಾಷ್ಟ್ರಕೂಟ ಅರಸರು **'ಲಟ್ಟಲೂರುಪುರವರಾಧೀಶ್ವರ'** ಎಂಬ ಬಿರುದನ್ನು ಹೊಂದಿದ್ದರಿಂದ ಲಟ್ಟಲೂರು ಅವರ ಮೂಲ ಸ್ಥಾನವಾಗಿರಬಹುದೆಂದು ಭಾವಿಸಲಾಗಿದೆ. ಹಿಂದೆ ಲಟ್ಟಲೂರು ಕರ್ನಾಟಕದ ಒಂದು ಭಾಗವಾಗಿತ್ತು. ಜೆ.ಎಫ್. ಫ್ಲೀಟ್ ಈ ಸ್ಥಳವನ್ನು ಮಹಾರಾಷ್ಟ್ರದ ಉಸ್ಮಾನಾಬಾದ್ ಜಿಲ್ಲೆಯ **ಲಾತೂರು** ಎಂದು ಗುರುತಿಸಿದ್ದಾರೆ. ಇಲ್ಲಿ ಈಗಲೂ ಕನ್ನಡ ಜನಪ್ರಿಯವಾಗಿದೆ.

'ರಾಷ್ಟ್ರಕೂಟ' ಎಂದರೆ ರಾಷ್ಟ್ರ ಎಂಬ ಆಡಳಿತ ವಿಭಾಗದ ಮುಖ್ಯಸ್ಥ. ಈ ಅವಧಿಯಲ್ಲಿ ಪ್ರಾಂತ್ಯಗಳನ್ನು **'ರಾಷ್ಟ್ರ'** ಎಂದು ಕರೆಯಲಾಗುತ್ತಿತ್ತು. ರಾಷ್ಟ್ರಗಳ ಆಡಳಿತದ ಮುಖ್ಯಸ್ಥರನ್ನು **'ರಾಷ್ಟ್ರಕೂಟ'** ಎಂದು ಕರೆಯಲಾಗುತ್ತಿತ್ತು. ಅದೇ ರೀತಿ ಗ್ರಾಮದ ಆಡಳಿತದ ಮುಖ್ಯಸ್ಥನನ್ನು **'ಗ್ರಾಮಕೂಟ'** ಎಂದು ಕರೆಯಲಾಗುತ್ತಿತ್ತು.

ರಾಷ್ಟ್ರಕೂಟರ ಮೂಲದ ಬಗ್ಗೆ ವಿದ್ವಾಂಸರು ವಿಭಿನ್ನ ಅಭಿಪ್ರಾಯಗಳನ್ನು ವ್ಯಕ್ತಪಡಿಸಿದ್ದಾರೆ. ಡಾ. ಫ್ಲೀಟ್ ರಾಷ್ಟ್ರಕೂಟರು ಹಾಗೂ ರಾಥೋಡ ರಜಪೂತರ ನಡುವೆ ಸಂಬಂಧ ಕಲ್ಪಿಸಲು ಯತ್ನಿಸಿದ್ದಾರೆ. ಡಾ.ಸಿ.ವಿ. ವೈದ್ಯ ರಾಷ್ಟ್ರಕೂಟರನ್ನು ಮರಾಠರೆಂದು ಹೇಳಿದ್ದಾರೆ. ಆದರೆ ಇದುವರೆಗೆ ಅವರ ಯಾವುದೇ ಮರಾಠಿ ಶಾಸನವೂ ದೊರೆತಿಲ್ಲ. **ಡಾ.ಬರ್ನೆಲ್** ಅವರು ಪ್ರತಿಪಾದಿಸಿರುವ ರಾಷ್ಟ್ರಕೂಟರ ಆಂಧ್ರ ಮೂಲ ಸಿದ್ಧಾಂತವೂ ವಿದ್ವಾಂಸರ ಮನ್ನಣೆಗೆ ಪಾತ್ರವಾಗಿಲ್ಲ.

ರಾಷ್ಟ್ರಕೂಟರು ಮೂಲತಃ ಕರ್ನಾಟಕದವರು ಎಂಬುದು ಬಹುತೇಕ ಇತಿಹಾಸಕಾರರ ಅಭಿಪ್ರಾಯವಾಗಿದೆ. ಕನ್ನಡ ಅವರ ಮಾತೃಬಾಷೆಯಾಗಿತ್ತು ಹಾಗೂ ಅವರು ಕನ್ನಡ ಸಾಹಿತ್ಯವನ್ನು ಪ್ರೋತ್ಸಾಹಿಸಿದರು. ಕನ್ನಡದ ಮೊದಲ ಕೃತಿ **'ಕವಿರಾಜ ಮಾರ್ಗ'** ಈ ಅವಧಿಯಲ್ಲೇ ರಚನೆಯಾಯಿತು. ಗುಜರಾತಿನಲ್ಲಿ ರಾಷ್ಟ್ರಕೂಟರ ರಾಜ್ಯಪಾಲರುಗಳು ತಮ್ಮ ಸಂಸ್ಕೃತದ ಶಾಸನಗಳಲ್ಲೂ ತಮ್ಮ ಹೆಸರನ್ನು ಕನ್ನಡದಲ್ಲಿ ಬರೆಸಿದ್ದಾರೆ. ರಾಷ್ಟ್ರಕೂಟರ ಬಹುತೇಕ ಶಾಸನಗಳು ಕನ್ನಡದಲ್ಲಿವೆ. ಈ ಆಧಾರದ ಮೇಲೆ **ಡಾ.ಎ.ಎಸ್. ಆಲ್ಟೇಕರ್ "ರಾಷ್ಟ್ರಕೂಟರು ಮೂಲತಃ ಕನ್ನಡಿಗರು"** ಎಂದು ಅಭಿಪ್ರಾಯಪಟ್ಟಿದ್ದಾರೆ. ಮಹಾರಾಷ್ಟ್ರದ ಉತ್ತರ ಭಾಗದ ಎಲಿಚಪುರ ಪ್ರದೇಶದಲ್ಲಿ ಆಳುತ್ತಿದ್ದ **ಗರುಡ ಲಾಂಛನ** ಹೊಂದಿದ್ದ ರಾಷ್ಟ್ರಕೂಟರ ಎರಡು ತಾಮ್ರ ಶಾಸನಗಳು ದೊರೆತ್ತಿದ್ದು ಅವರು ಕರ್ನಾಟಕವನ್ನು ಆಳಿದ ರಾಷ್ಟ್ರಕೂಟರ ಪೂರ್ವಿಕರಾಗಿರಬೇಕು ಎಂದು ಡಾ. ಆಲ್ಟೇಕರ್ ಹೇಳಿದ್ದಾರೆ. ಅಲ್ಲದೆ ಮೂರನೇ ಕೃಷ್ಣನ ಕನ್ನಡ ಶಾಸನವೊಂದು ದೂರದ ಮಧ್ಯ ಪ್ರದೇಶದ ಜಬಲ್‌ಪುರ ಸಮೀಪ ಜುರಾದಲ್ಲಿ

ದೊರೆತಿರುವುದು ಅವರು ಕನ್ನಡಿಗರೆಂಬುದನ್ನು ಸಮರ್ಥಿಸುತ್ತದೆ. **ಕದಂಬರು ಮತ್ತು ಚಾಳುಕ್ಯರಂತೆ ರಾಷ್ಟ್ರಕೂಟರೂ ಕೂಡ ಕನ್ನಡಿಗರಾಗಿದ್ದರು** ಎಂದು ಡಾ.ಪಿ.ಬಿ. ದೇಸಾಯ್ ಹೇಳಿದ್ದಾರೆ. ಮಹಾವಿಷ್ಣುವಿನ ವಾಹನ **ಗರುಡ ರಾಷ್ಟ್ರಕೂಟರ ಲಾಂಛನವಾಗಿತ್ತು.**

ರಾಜಕೀಯ ಇತಿಹಾಸ

ದಂತಿದುರ್ಗ (753–756) ರಾಷ್ಟ್ರಕೂಟ ವಂಶದ ಸ್ಥಾಪಕ. ಅವನು ಪ್ರಾರಂಭದಲ್ಲಿ ಬಾದಾಮಿ ಚಾಳುಕ್ಯರ ಸಾಮಂತನಾಗಿದ್ದನು. ಕ್ರಿ.ಶ. 753ರಲ್ಲಿ ಅವನು ಚಾಳುಕ್ಯ ದೊರೆ ಎರಡನೇ ಕೀರ್ತಿವರ್ಮನನ್ನು ಸೋಲಿಸಿ, ಚಾಳುಕ್ಯ ಸಾಮ್ರಾಜ್ಯದ ಉತ್ತರ ಭಾಗದಲ್ಲಿ ತನಗಾಗಿ ಒಂದು ಸ್ವತಂತ್ರ ರಾಜ್ಯವನ್ನು ಸ್ಥಾಪಿಸಿಕೊಂಡನು. ದಂತಿದುರ್ಗನ ಕ್ರಿ.ಶ. 754ರ **ಎಲ್ಲೋರ ಶಾಸನದಲ್ಲಿ** ಅವನ ಪೂರ್ವಿಕರ ವಿವರಗಳಿವೆ. ಅದರ ಪ್ರಕಾರ ದಂತಿದುರ್ಗ ಎರಡನೇ ಇಂದ್ರನ ಮಗ, ಕರ್ಕನ ಮೊಮ್ಮಗ ಹಾಗೂ ಗೋವಿಂದರಾಜನ ಮರಿಮಗ. ಅವನಿಗೆ **'ಸಾಹಸತುಂಗ'** ಎಂಬ ಬಿರುದಿತ್ತು. ಅವನ ಉತ್ತರಾಧಿಕಾರಿ **ಒಂದನೇ ಕೃಷ್ಣ** (ಕ್ರಿ.ಶ. 756–774). ಈತನು ಕ್ರಿ.ಶ. 757ರಲ್ಲಿ ಚಾಳುಕ್ಯ ಎರಡನೇ ಕೀರ್ತಿವರ್ಮನನ್ನು ಮತ್ತೆ ಸೋಲಿಸುವ ಮೂಲಕ ಚಾಳುಕ್ಯರ ಪ್ರಭುತ್ವವನ್ನು ನಾಶಪಡಿಸಿದನು. ಬಹುಶಃ ಕೀರ್ತಿವರ್ಮ ಈ ಕದನದಲ್ಲಿ ಮರಣ ಹೊಂದಿದನು. ಒಂದನೇ ಕೃಷ್ಣ ಗಂಗವಾಡಿಯ ಮೇಲೂ ದಾಳಿ ಮಾಡಿದನು. ಕ್ರಿ.ಶ. 768ರಲ್ಲಿ ಮನ್ನಾಗರ ಅಥವಾ ಮನಕುಂದದಲ್ಲಿ ಕೃಷ್ಣನ ಸೈನ್ಯ ಬೀಡುಬಿಟ್ಟಿದರ ಬಗ್ಗೆ ಶಾಸನಗಳಲ್ಲಿ ಉಲ್ಲೇಖವಿದೆ. ಗಂಗ ದೊರೆ ಶ್ರೀ ಪುರುಷ ರಾಷ್ಟ್ರಕೂಟರನ್ನು ಸೋಲಿಸಿದನು. ಆದಾಗ್ಯೂ ಗಂಗವಾಡಿಯ ಕೆಲವು ಪ್ರದೇಶಗಳನ್ನು ಕೃಷ್ಣ ವಶಪಡಿಸಿಕೊಂಡನು. ಅವನ ಕಾಲದಲ್ಲಿ **ಎಲ್ಲೋರದ ಪ್ರಸಿದ್ಧ ಕೈಲಾಸ ದೇವಾಲಯ** ನಿರ್ಮಾಣವಾಯಿತು. ಇದನ್ನು ಇತಿಹಾಸಕಾರ ವಿ.ಎ. ಸ್ಮಿತ್ **'ವಿಶ್ವದ ಅದ್ಭುತಗಳಲ್ಲಿ ಒಂದು'** ಎಂದು ವರ್ಣಿಸಿದ್ದಾರೆ.

ಧ್ರುವ (ಕ್ರಿ.ಶ. 780–793)

ಒಂದನೇ ಕೃಷ್ಣನ ನಂತರ ಅವನ ಮಗ **ಎರಡನೇ ಗೋವಿಂದ** ಕ್ರಿ.ಶ. 774ರಿಂದ 780ರವರೆಗೆ ಆಳಿದನು. ಅನಂತರ ಅವನ ಸಹೋದರ ಧ್ರುವ ಕ್ರಿ.ಶ. 780ರಲ್ಲಿ ಅಧಿಕಾರಕ್ಕೆ ಬಂದನು. ಧ್ರುವ ರಾಷ್ಟ್ರಕೂಟ ವಂಶದ ಶ್ರೇಷ್ಠ ಅರಸರಲೊಬ್ಬನಾಗಿದ್ದಾನೆ. ಸಿಂಹಾಸನವೇರುವ ಮೊದಲು ಧ್ರುವ ನಾಸಿಕ್ ಪ್ರದೇಶದ ಮಾಂಡಲಿಕನಾಗಿದ್ದನು. ಈ ಸಮಯದಲ್ಲಿ ಸಹೋದರರ ನಡುವೆ ಅಧಿಕಾರಕ್ಕಾಗಿ ಅಂತರ್ಯುದ್ಧ ಸಂಭವಿಸಿತೆಂದು ಡಾ. ಆಲ್ಟೇಕರ್ ಹೇಳಿದ್ದಾರೆ. ಆದರೆ ಪ್ರಮುಖ ಶಾಸನ ತಜ್ಞರಾದ ಕೆ.ವಿ. ಸುಬ್ರಮಣ್ಯ ಐಯ್ಯರ್ ಅವರ ಪ್ರಕಾರ ಸಾಮ್ರಾಜ್ಯದ ಹಿತವನ್ನು ಹಾಗೂ ಧ್ರುವನ ಸಾಮರ್ಥ್ಯವನ್ನು ಗಣನೆಗೆ ತೆಗೆದುಕೊಂಡು ಎರಡನೇ ಗೋವಿಂದ ಸ್ವಯಂಪ್ರೇರಣೆಯಿಂದ ತಮ್ಮ ಧ್ರುವನಿಗೆ ಅಧಿಕಾರವನ್ನು ಬಿಟ್ಟುಕೊಟ್ಟನು.

ಧ್ರುವ ಅಸಾಮಾನ್ಯ ಸಾಹಸಿಯಾಗಿದ್ದನು. ಅಧಿಕಾರ ವಹಿಸಿಕೊಂಡ ನಂತರ ಅವನು ಮಹತ್ವಾಕಾಂಕ್ಷೆಯ ಉತ್ತರ ಭಾರತದ ದಂಡಯಾತ್ರೆ ಕೈಗೊಂಡನು. ಆಗ ಉತ್ತರ ಭಾರತದ ಪ್ರಮುಖ ರಾಜಕೀಯ ಕೇಂದ್ರವಾಗಿದ್ದ ಕನೂಜ್‌ನ ಮೇಲೆ ಆಧಿಪತ್ಯ ಸ್ಥಾಪಿಸಲು **ಗುರ್ಜರ – ಪ್ರತಿಹಾರ ದೊರೆ ವತ್ಸರಾಜ** ಮತ್ತು ಬಂಗಾಳದ **ಪಾಲದೊರೆ ಧರ್ಮಪಾಲ** ಪ್ರಯತ್ನ ನಡೆಸಿದ್ದರು. **ಕನೂಜ್‌ನ ಅರಸ ಇಂದ್ರಾಯುಧ ಕೇವಲ ನಾಮಮಾತ್ರ ದೊರೆಯಾಗಿದ್ದನು.** ಈ ಸಂದರ್ಭದಲ್ಲಿ ಧ್ರುವ ತನ್ನ ಮಕ್ಕಳಾದ ಗೋವಿಂದ ಮತ್ತು ಇಂದ್ರನ ಸಹಾಯದೊಂದಿಗೆ ನರ್ಮದಾ ನದಿಯನ್ನು ದಾಟಿ ಕನೂಜ್‌ನತ್ತ ಮುನ್ನಡೆದನು. ತನ್ನನ್ನು ತಡೆಯಲು ಯತ್ನಿಸಿದ ಗುರ್ಜರ–ಪ್ರತಿಹಾರ ದೊರೆ ವತ್ಸರಾಜನನ್ನು ಸೋಲಿಸಿದನು. ಅಂತೆಯೇ ಗಂಗಾಬಯಲಿನಲ್ಲಿ ಬಂಗಾಳದ ಧರ್ಮಪಾಲನನ್ನು ನಿರ್ಣಾಯಕವಾಗಿ ಸೋಲಿಸಿದನು. ಧ್ರುವನಿಗೆ ಉತ್ತರ ಭಾರತದಲ್ಲಿ ತನ್ನ ಅಧಿಕಾರವನ್ನು ಸ್ಥಾಪಿಸುವ ಉದ್ದೇಶವಿರಲಿಲ್ಲ. ಆದ್ದರಿಂದಲೇ ಕನೂಜನ್ನು ವಶಪಡಿಸಿಕೊಳ್ಳಲು ಪ್ರಯತ್ನಿಸಲಿಲ್ಲ. ಕೆಲಕಾಲ ಗಂಗಾ ತಟದಲ್ಲಿದ್ದ ಧ್ರುವ ಅನಂತರ ತನ್ನ ರಾಜಧಾನಿಗೆ ಹಿಂದಿರುಗಿದನು. ಈ ಯಶಸ್ವೀ ಉತ್ತರದ ದಂಡಯಾತ್ರೆಯಿಂದ ರಾಷ್ಟ್ರಕೂಟರ ಪ್ರತಿಷ್ಠೆ ಹೆಚ್ಚಿತು. **ಕರ್ಹಾಡ ಶಾಸನದಲ್ಲಿ ಧೃವನು ಮೂರು ಬೆಳ್ಗೊಡೆಗಳನ್ನು ಪಡೆದವನೆಂದು** ಹೇಳಲಾಗಿದೆ.

ಉತ್ತರ ಭಾರತದಿಂದ ಹಿಂದಿರುಗುವಾಗ ವೆಂಗಿ ರಾಜ್ಯದ ಮೇಲೆ ದಾಳಿಮಾಡಿ ವೆಂಗಿ ಚಾಳುಕ್ಯ ದೊರೆ ನಾಲ್ಕನೇ ವಿಷ್ಣುವರ್ಧನನ್ನು ಸೋಲಿಸಿದನು ಮತ್ತು ಅವನ ಮಗಳು ಶೀಲಭಟ್ಟಾರಿಕೆಯನ್ನು ವಿವಾಹವಾದನು. ಅನಂತರ ಗಂಗವಾಡಿಯ ಮೇಲೆ ಧಾಳಿಮಾಡಿದ ಧ್ರುವ ಗಂಗದೊರೆ ಎರಡನೇ ಶಿವಮಾರನನ್ನು ಕ್ರಿ.ಶ. 788ರಲ್ಲಿ **ಮುದುಗುಂದೂರ್** ಕದನದಲ್ಲಿ ಸೋಲಿಸಿದನು. ಶಿವಮಾರನನ್ನು ಬಂಧನದಲ್ಲಿಟ್ಟು ತನ್ನ ಹಿರಿಯ ಮಗ ಸ್ತಂಭನನ್ನು ಗಂಗವಾಡಿಯ ರಾಜ್ಯಪಾಲನಾಗಿ ನೇಮಿಸಿದನು. ಅನಂತರ ಕಂಚಿಯತ್ತ ನುಗ್ಗಿದ ಧ್ರುವ ಪಲ್ಲವ ದೊರೆ ಒಂದನೇ ನಂದಿವರ್ಮನನ್ನು ಸೋಲಿಸಿ ರಾಷ್ಟ್ರಕೂಟರ ಪರಮಾಧಿಕಾರವನ್ನು ಒಪ್ಪಿಕೊಳ್ಳುವಂತೆ ಮಾಡಿದನು. ಇಲ್ಲಿ ಧ್ರುವನ ಈ ಎಲ್ಲಾ ದಿಗ್ವಿಜಯಗಳನ್ನು ಕಾಲಾನುಕ್ರಮದಲ್ಲಿ ಪಟ್ಟಿಮಾಡುವುದು ಕಠಿಣವಾಗಿದೆ.

ಹೀಗೆ ಧ್ರುವ ಉತ್ತರ ಭಾರತ ಹಾಗೂ ದಕ್ಷಿಣಭಾರತದಲ್ಲಿ ತನ್ನ ಸಾಹಸವನ್ನು ಪ್ರದರ್ಶಿಸಿ ರಾಷ್ಟ್ರಕೂಟ ರಾಜ್ಯವನ್ನು ವಿಸ್ತರಿಸಿದ್ದಲ್ಲದೆ ತನ್ನ ವಂಶದ ಕೀರ್ತಿಯನ್ನು ಗಣನೀಯವಾಗಿ ಹೆಚ್ಚಿಸಿದನು. **ಅವನ ಕಾಲದಲ್ಲಿ ರಾಷ್ಟ್ರಕೂಟರನ್ನು ಎದುರಿಸುವ ಸಾಮರ್ಥ್ಯ ಭಾರತದಲ್ಲಿ ಯಾರಿಗೂ ಇರಲಿಲ್ಲ** ಎಂದು ಡಾ.ಆಲ್ಟೇಕರ್ ಹೇಳಿದ್ದಾರೆ. ಅವನಿಗೆ **ಕಲಿವಲ್ಲಭ, ಧಾರಾವರ್ಷ, ಶ್ರೀವಲ್ಲಭ** ಮೊದಲಾದ ಬಿರುದುಗಳಿದ್ದವು. ಅವನ ರಾಣಿ ಶೀಲಭಟ್ಟಾರಿಕೆ ಅಥವಾ ಶೀಲಮಹಾದೇವಿ ಸ್ವತಂತ್ರವಾಗಿ ಧಾನ-ದತ್ತಿಗಳನ್ನು ನೀಡಿರುವ ಉಲ್ಲೇಖಗಳು ಶಾಸನಗಳಲ್ಲಿವೆ.

ಮೂರನೇ ಗೋವಿಂದ (ಕ್ರಿ.ಶ. 793–814)

ರಾಷ್ಟ್ರಕೂಟ ವಂಶದ ಶ್ರೇಷ್ಠ ದೊರೆಗಳಲ್ಲಿ ಒಬ್ಬನಾದ ಮೂರನೇ ಗೋವಿಂದ ಕ್ರಿ.ಶ. 793 ರಲ್ಲಿ ಅಧಿಕಾರಕ್ಕೆ ಬಂದನು. ಅವನು ಧ್ರುವನ ಎರಡನೇ ಮಗ. ಧ್ರುವ ತನ್ನ ಮರಣಕ್ಕೆ ಮೊದಲು ತನ್ನ ಹಿರಿಯ ಮಗ ಸ್ತಂಭನಿಗೆ ಬದಲಾಗಿ ಎರಡನೇ ಮಗ ಗೋವಿಂದನನ್ನು ತನ್ನ ಉತ್ತರಾಧಿಕಾರಿಯಾಗಿ ನೇಮಿಸಿದ್ದನು. ಎರಡು ದಶಕಗಳ ಕಾಲದ ಗೋವಿಂದನ ಆಡಳಿತ ರಾಷ್ಟ್ರಕೂಟರ ಚರಿತ್ರೆಯಲ್ಲಿ ಅತ್ಯಂತ ಮಹತ್ವದ ಯುಗವಾಗಿದೆ. ದಕ್ಷಿಣ ಹಾಗೂ ಉತ್ತರ ಭಾರತದಲ್ಲಿ ಹಲವು ಮಹತ್ವದ ವಿಜಯಗಳನ್ನು ಗಳಿಸಿದ ಅವನು ತಂದೆಯಿಂದ ಪಡೆದ ಸಾಮ್ರಾಜ್ಯವನ್ನು ಮತ್ತಷ್ಟು ವಿಸ್ತರಿಸಿದನು.

ಸ್ತಂಭನ ದಂಗೆ

ಅಧಿಕಾರ ವಹಿಸಿಕೊಂಡ ತಕ್ಷಣ ಮೂರನೇ ಗೋವಿಂದ ತನ್ನ ಸಹೋದರ ಸ್ತಂಭನ ದಂಗೆಯನ್ನು ಎದುರಿಸಬೇಕಾಯಿತು. ಗಂಗವಾಡಿಯ ರಾಜ್ಯಪಾಲನಾಗಿ ಕಾರ್ಯ ನಿರ್ವಹಿಸುತ್ತಿದ್ದ ಸ್ತಂಭ ತನ್ನ ಕಿರಿಯ ಸಹೋದರ ಗೋವಿಂದನನ್ನು ಉತ್ತರಾ-ಧಿಕಾರಿಯಾಗಿ ನೇಮಿಸಿದ ತಂದೆಯ ತೀರ್ಮಾನವನ್ನು ಒಪ್ಪಿಕೊಂಡಿರಲಿಲ್ಲ. ದಕ್ಷಿಣದ 13 ಅರಸರ ಒಂದು ಒಕ್ಕೂಟವನ್ನು ರಚಿಸಿಕೊಂಡ ಅವನು ಸಹೋದರ ಮೂರನೇ ಗೋವಿಂದನ ವಿರುದ್ಧ ದಂಗೆ ಎದ್ದನು. ಪಲ್ಲವರು, ಗಂಗರು, ಚಾಳುಕ್ಯರು, ಮೊದಲಾದವರು ಸ್ತಂಭನ ಬೆಂಬಲಿಗರಾಗಿದ್ದರೆಂದು ಈ ಕಾಲದ **ನವಸಾರಿಕ ಶಾಸನದಿಂದ** ತಿಳಿದುಬರುತ್ತದೆ. ಈ ಬೆಳವಣಿಗೆಯನ್ನು ನಿರೀಕ್ಷಿಸಿದ್ದ ಗೋವಿಂದ ತನ್ನ ಸಹೋದರನನ್ನು ಎದುರಿಸಲು ಸಿದ್ಧನಾಗಿದ್ದನು. ಸ್ತಂಭನ ಬೆಂಬಲಿಗರಲ್ಲಿ ಒಡಕನ್ನು ಸೃಷ್ಟಿಸಲು ಧ್ರುವನ ಕಾಲದಿಂದಲೂ ರಾಷ್ಟ್ರಕೂಟರ ಬಂಧನದಲ್ಲಿದ್ದ ಗಂಗ ರಾಜಕುಮಾರ ಶಿವಮಾರನನ್ನು ಬಿಡುಗಡೆಮಾಡಿದನು. ಆದರೆ ಈ ಬೇಧೋಪಾಯ ತಂತ್ರ ಫಲಿಸದೆ ಶಿವಮಾರ ಸ್ತಂಭನ ಪಕ್ಷವನ್ನು ಸೇರಿಕೊಂಡನು.

ಈ ಬೆಳವಣಿಗೆಯಿಂದ ಹುಟ್ಟು ಯೋಧನಾಗಿದ್ದ ಗೋವಿಂದ ವಿಚಲಿತನಾಗಲಿಲ್ಲ. ಪ್ರಬಲ ಸೈನ್ಯದೊಂದಿಗೆ ತೆರಳಿದ ಅವನು ಸ್ತಂಭ ಹಾಗೂ ಅವನನ್ನು ಬೆಂಬಲಿಸುತ್ತಿದ್ದ ಒಕ್ಕೂಟವನ್ನು ನಿರ್ಣಾಯಕವಾಗಿ ಸೋಲಿಸಿದನು. ಸ್ತಂಭ ಹಾಗೂ ಶಿವಮಾರನ್ನು ಬಂಧಿಸಲಾಯಿತು. ಸ್ತಂಭನನ್ನು ಕ್ಷಮಿಸಿ ಮತ್ತೆ ಗಂಗವಾಡಿಯ ರಾಜ್ಯಪಾಲನನ್ನಾಗಿ ನೇಮಿಸಿದನು. ಆದರೆ ವಿಶ್ವಾಸ ದ್ರೋಹವೆಸಗಿದ ಗಂಗ ರಾಜಕುಮಾರ ಶಿವಮಾರನನ್ನು ಮತ್ತೆ ಬಂಧನದಲ್ಲಿಡಲಾಯಿತು. ಅನಂತರ ಸ್ತಂಭನನ್ನು ಬೆಂಬಲಿಸಿದ್ದ ಪಲ್ಲವರ ಮೇಲೆ ಧಾಳಿ ಮಾಡಿ ಅವರನ್ನು ಸೋಲಿಸಿದನು. ಈ ವಿಜಯಗಳಿಂದಾಗಿ ಮೂರನೇ ಗೋವಿಂದ ದಖ್ಖನಿನ ನಿರ್ವಿವಾದಿತ ಅರಸನಾದನು. ಈ ಅತ್ಯಂತ ಕಠಿಣ ಪರಿಸ್ಥಿತಿಯಲ್ಲಿ ಗೋವಿಂದನಿಗೆ ಅವನ ಕಿರಿಯ ಸಹೋದರ ಹಾಗೂ ಗುಜರಾತಿನ ರಾಜ್ಯಪಾಲನಾಗಿದ್ದ ಇಂದ್ರ (ಗುಜರಾತ್ ರಾಷ್ಟ್ರಕೂಟ ವಂಶದ ಸ್ಥಾಪಕ)ಬೆಂಬಲ ನೀಡಿದನು.

ಉತ್ತರ ಭಾರತದ ದಂಡಯಾತ್ರೆ

ಸಹೋದರ ಸ್ತಂಭನ ದಂಗೆಯನ್ನು ಹತ್ತಿಕ್ಕಿ, ಅವನ ಬೆಂಬಲಿಗರನ್ನು ಸೋಲಿಸಿ ದಖ್ಖನಿನಲ್ಲಿ ತನ್ನ ಅಧಿಕಾರವನ್ನು ಸ್ಥಿರಪಡಿಸಿಕೊಂಡ ನಂತರ ಗೋವಿಂದ ಉತ್ತರ ಭಾರತದತ್ತ ಗಮನ ಹರಿಸಿದನು. ದಕ್ಷಿಣದಲ್ಲಿ ಅವನು ಪಡೆದ ವಿಜಯಗಳು ಉತ್ತರ ಭಾರತದಲ್ಲೂ ತನ್ನ ಅದೃಷ್ಟ ಪರೀಕ್ಷೆಗೆ ಅವನನ್ನು ಪ್ರೇರೇಪಿಸಿದವು. ತಂದೆ ಧ್ರುವನಂತೆ ಅವನು ಉತ್ತರ ಭಾರತದ ಮೇಲೆ ದಂಡಯಾತ್ರೆ ಕೈಗೊಂಡನು. ಧ್ರುವನ ಯಶಸ್ವಿ ದಂಡಯಾತ್ರೆಯ ನಂತರ ಉತ್ತರದ ರಾಜಕೀಯದಲ್ಲಿ ಹಲವು ಮಹತ್ವದ ಬದಲಾವಣೆಗಳಾಗಿದ್ದವು. ಉತ್ತರ ಭಾರತದಲ್ಲಿ ರಾಜಕೀಯ ಪ್ರಾಬಲ್ಯಕ್ಕಾಗಿ ಪಶ್ಚಿಮ ಭಾರತದ ಗುರ್ಜರ-ಪ್ರತಿಹಾರರು ಹಾಗೂ ಬಂಗಾಳದ ಪಾಲ ದೊರೆಗಳ ನಡುವೆ ಹೋರಾಟ ಮುಂದುವರಿದಿತ್ತು. ಹರ್ಷವರ್ಧನನ ಮರಣಾನಂತರವೂ ರಾಜಕೀಯ ಮಹತ್ವವನ್ನು ಉಳಿಸಿಕೊಂಡಿದ್ದ ಕನೂಜ್ ನಗರವನ್ನು ವಶಪಡಿಸಿಕೊಳ್ಳುವುದು ಹಲವಾರು ಅರಸರಿಗೆ ಪ್ರತಿಷ್ಠೆಯ ವಿಷಯವಾಗಿತ್ತು. ಕನೂಜ್‌ನ ಮೇಲೆ ಧಾಳಿ ಮಾಡಿದ ಪಾಲ ದೊರೆ ಧರ್ಮಪಾಲ ಕನೂಜ್‌ನ ಅರಸ ಇಂದ್ರಾಯುಧನನ್ನು ಪದಚ್ಯುತಗೊಳಿಸಿ ಚಕ್ರಾಯುಧನನ್ನು ಸಿಂಹಾಸನದಲ್ಲಿ ಪ್ರತಿಷ್ಠಾಪಿಸಿದ್ದನು. ಆದರೆ ಪ್ರತಿಹಾರರು ಕನೂಜ್‌ನ

ಮೇಲೆ ಅಧಿಕಾರ ಕಳೆದುಕೊಳ್ಳಲು ಸಿದ್ಧರಿರಲಿಲ್ಲ. ವತ್ಸರಾಜನ ಮಗ ಮತ್ತು ಉತ್ತರಾಧಿಕಾರಿ ಎರಡನೇ ನಾಗಭಟ ಕನೂಜ್ ಮೇಲೆ ದಾಳಿಮಾಡಿ ಚಕ್ರಾಯುಧನನ್ನು ಸೋಲಿಸಿದನು. ಆದರೆ ಅವನಿಗೆ ಅಧಿಕಾರದಲ್ಲಿ ಮುಂದುವರಿಯಲು ಅವಕಾಶ ನೀಡಿದನು. **ಈ ದ್ವಿಪಕ್ಷೀಯ ಸಂಘರ್ಷ ರಾಷ್ಟ್ರಕೂಟರ ಪ್ರವೇಶದಿಂದಾಗಿ ತ್ರಿಪಕ್ಷೀಯ ಸಂಘರ್ಷವಾಗಿ ಪರಿವರ್ತನೆಗೊಂಡಿತು** ಹಾಗೂ ಮೂರು ಪ್ರತಿಷ್ಠಿತ ರಾಜವಂಶಗಳು ಗಂಗಾ ಬಯಲಿನ ಮೇಲಿನ ಪ್ರಾಬಲ್ಯಕ್ಕಾಗಿ ತೀವ್ರ ಪೈಪೋಟಿ ನಡೆಸಿದವು. ಶಾಸನವೊಂದರ ಪ್ರಕಾರ ಚಕ್ರಯುಧ ಮತ್ತು ಧರ್ಮಪಾಲ ಗುರ್ಜರ–ಪ್ರತಿಹಾರರ ವಿರುದ್ಧ ರಾಷ್ಟ್ರಕೂಟರ ಸಹಾಯಕ್ಕೆ ಮನವಿ ಮಾಡಿಕೊಂಡಿದ್ದರು

ಮೂರನೇ ಗೋವಿಂದ ತನ್ನ ರಾಜ್ಯದ ರಕ್ಷಣೆಯ ಜವಾಬ್ದಾರಿಯನ್ನು ಸಹೋದರ ಇಂದ್ರನಿಗೆ ವಹಿಸಿ ಅಪಾರ ಸೈನ್ಯದೊಂದಿಗೆ ಭೂಪಾಲ್ ಮತ್ತು ಜಾನ್ಸಿ ಮಾರ್ಗವಾಗಿ ಕನೂಜ್‌ನತ್ತ ಹೊರಟನು. ಮಾರ್ಗ ಮಧ್ಯದಲ್ಲಿ ಬುಂದೇಲ್‌ಖಂಡದಲ್ಲಿ ಪ್ರತಿಹಾರ ದೊರೆ ಎರಡನೇ ನಾಗಭಟನನ್ನು ಸೋಲಿಸಿದನು. ಧರ್ಮಪಾಲನ ಕೈಗೊಂಬೆಯಾಗಿದ್ದ ಕನೂಜ್‌ನ ಅರಸ ಚಕ್ರಾಯುಧ ಮೂರನೇ ಗೋವಿಂದನಿಗೆ ಶರಣಾದನು. ಧರ್ಮಪಾಲನೂ ಕೂಡ ಶರಣಾದನು. ಗೋವಿಂದನ ಈ ಉತ್ತರ ಭಾರತದ ಧಾಳಿ ಬಹುಶಃ ಕ್ರಿ.ಶ. 800 ರಲ್ಲಿ ನಡೆಯಿತು. ಈ ದಂಡಯಾತ್ರೆಯನ್ನು ಕುರಿತು ಅಮೋಘವರ್ಷನ ಕಾಲದ **ಸಂಜನ್ ತಾಮ್ರ ಶಾಸನದಲ್ಲಿ** ಹೀಗೆ ಬರೆಯಲಾಗಿದೆ.

"ಅವನ (ಗೋವಿಂದನ) ಅಶ್ವಗಳು ಹಿಮಾಲಯದ ಝರಿಗಳಲ್ಲಿ ಹರಿಯುತ್ತಿದ್ದ ತಂಪಾದ ನೀರನ್ನು ಕುಡಿದವು ಮತ್ತು ಅವನ ಯುದ್ಧದ ಆನೆಗಳು ಗಂಗಾ ನದಿಯ ಪವಿತ್ರ ಜಲದ ರುಚಿಯನ್ನು ಸವಿದವು. ಅವನ ಮಂಗಳ ಸ್ನಾನದ ಸಮಯದಲ್ಲಿ ನುಡಿಸಲಾದ ಸಂಗೀತದ ವಾದ್ಯಗಳ ಶಬ್ದವನ್ನು ಹಿಮಾಲಯದ ಕಣಿವೆಗಳು ಪ್ರತಿಧ್ವನಿಸಿದವು." ಗೋವಿಂದ ಉತ್ತರ ಭಾರತದ ಯಾವುದೇ ಭಾಗವನ್ನು ತನ್ನ ನೇರ ಆಳ್ವಿಕೆಗೆ ಒಳಪಡಿಸಿಕೊಳ್ಳಲಿಲ್ಲ. ತಂದೆಯಂತೆಯೇ ಅವನ ಉತ್ತರದ ದಂಡಯಾತ್ರೆ ಕೇವಲ ಶಕ್ತಿ ಪ್ರದರ್ಶನಕ್ಕೆ ಸೀಮಿತವಾಗಿತ್ತು. ಉತ್ತರದ ಯಶಸ್ವಿ ದಾಳಿಯಿಂದ ಹಿಂದಿರುಗುವಾಗ ಗೋವಿಂದ ಗುಜರಾತಿನ ಬರೂಚ್ ಜಿಲ್ಲೆಯ ಶ್ರೀಭವನದಲ್ಲಿ ಸ್ವಲ್ಪ ಕಾಲ ವಿಶ್ರಾಂತಿ ಪಡೆದನು. ಈ ಸಮಯದಲ್ಲಿ ಅವನ ಮಗ ಅಮೋಘವರ್ಷ ಜನಿಸಿದನು.

ವೆಂಗಿ ಸಮಸ್ಯೆ ಪರಿಹಾರ

ಉತ್ತರ ಭಾರತದಿಂದ ಹಿಂದಿರುಗಿದ ನಂತರ ಮೂರನೇ ಗೋವಿಂದ ವೆಂಗಿ ರಾಜ್ಯದ ವ್ಯವಹಾರದಲ್ಲಿ ಮಧ್ಯ ಪ್ರವೇಶಿಸಿದನು. ಅಲ್ಲಿ ಅಂತರ್ಯುದ್ಧ ನಡೆಯುತ್ತಿತ್ತು. ಎರಡನೇ ವಿಜಯಾದಿತ್ಯ ರಾಷ್ಟ್ರಕೂಟರ ಅಧಿಕಾರವನ್ನು ವಿರೋಧಿಸಿದ್ದನು. ಮೂರನೇ ಗೋವಿಂದ ವಿಜಯಾದಿತ್ಯನ ಸಹೋದರ ಭೀಮಸಾಲುಕಿಗೆ ಬೆಂಬಲ ನೀಡಿ ಅವನಿಗೆ ವೆಂಗಿಯ ಸಿಂಹಾಸನವನ್ನು ದೊರಕಿಸಿಕೊಟ್ಟನು. ಸಹಜವಾಗಿಯೇ ಅವನು ರಾಷ್ಟ್ರಕೂಟರ ಪರಮಾಧಿಕಾರವನ್ನು ಒಪ್ಪಿಕೊಂಡನು.

ಗೋವಿಂದನ ವಿರುದ್ಧ ದಕ್ಷಿಣದ ಅರಸರ ಒಕ್ಕೂಟ

ಮೂರನೇ ಗೋವಿಂದ ಉತ್ತರ ಭಾರತದ ದಂಡಯಾತ್ರೆಯಲ್ಲಿ ತೊಡಗಿದ್ದಾಗ ದಕ್ಷಿಣದಲ್ಲಿ ಅವನ ಶತ್ರುಗಳು ಅವನ ವಿರುದ್ಧ ಒಂದು ಪ್ರಬಲ ಒಕ್ಕೂಟ ರಚಿಸಿಕೊಂಡರು. ಪಲ್ಲವರು, ಪಾಂಡ್ಯರು, ಗಂಗರು, ಕೇರಳರು ಮೊದಲಾದವರು ಈ ಒಕ್ಕೂಟದಲ್ಲಿ ಸೇರಿದ್ದರು. ಆದರೆ ಗೋವಿಂದ ತೀವ್ರ ಸೇನಾ ಕಾರ್ಯಾಚರಣೆ ನಡೆಸಿ ಈ ಒಕ್ಕೂಟವನ್ನು ಮುರಿದನು. ಕ್ರಿ.ಶ. 805ರ ಒಂದು ಶಾಸನದ ಪ್ರಕಾರ ಅವನು **"ಗಜ (ಆನೆ) ಲಾಂಛನವಿದ್ದ ಗಂಗರ ಧ್ವಜವನ್ನು, ಮೀನಿನ ಲಾಂಛನವಿದ್ದ ಪಾಂಡ್ಯರ ಧ್ವಜವನ್ನು, ಚೋಳರ ಹುಲಿ ಲಾಂಛನವಿದ್ದ ಧ್ವಜವನ್ನು ಹಾಗೂ ಕೇರಳರ ಬಿಲ್ಲಿನ ಧ್ವಜವನ್ನು ಕಸಿದುಕೊಂಡನು."** ಪ್ರತ್ಯೇಕ ಹೋರಾಟದಲ್ಲಿ ಪಲ್ಲವ ದಂತಿವರ್ಮನನ್ನು ಸೋಲಿಸಿದನು ಮತ್ತು ಕೆಲಕಾಲ ಅವನ ರಾಜಧಾನಿ ಕಂಚಿಯನ್ನು ವಶಪಡಿಸಿಕೊಂಡನು. ಗೋವಿಂದನ ಈ ವಿಜಯಗಳಿಂದ ಹೆದರಿದ ಸಿಲೋನಿನ ಅರಸನು ಸ್ವಯಂ ಪ್ರೇರಣೆಯಿಂದ ಗೋವಿಂದನ ಅಧೀನತೆಯನ್ನು ಒಪ್ಪಿಕೊಂಡನು. ತನ್ನ ಶರಣಾಗತಿಯ ಸಂಕೇತವಾಗಿ ತನ್ನ ಹಾಗೂ ತನ್ನ ಪ್ರಧಾನ ಮಂತ್ರಿಯ ಪ್ರತಿಮೆಗಳನ್ನು ಗೋವಿಂದನಿಗೆ ಕಳುಹಿಸಿಕೊಟ್ಟನು. ಈ ಪ್ರತಿಮೆಗಳನ್ನು ವಿಜಯಸ್ತಂಭಗಳಂತೆ ಕಂಚಿಯ ಶಿವ ದೇವಾಲಯದಲ್ಲಿ ಪ್ರತಿಷ್ಠಾಪಿಸಿದನು. ಈ ವಿಜಯದ ನಂತರ ಚೋಳರು, ಚೇರರು ಹಾಗೂ ಪಾಂಡ್ಯರು ತಾವಾಗಿಯೇ ಗೋವಿಂದನಿಗೆ ಕಾಣಿಕೆ ಸಲ್ಲಿಸಿದರು ಎಂದು **ನವಸಾರಿಕ ಶಾಸನದಲ್ಲಿ** ಹೇಳಲಾಗಿದೆ.

ಗೋವಿಂದ ತನ್ನ ಆಡಳಿತದ ಅಂತ್ಯ ಕಾಲದಲ್ಲಿ ತನ್ನ ಚಿಕ್ಕ ವಯಸ್ಸಿನ ಮಗ ಅಮೋಘವರ್ಷನನ್ನು ರಕ್ಷಿಸಲು ಮತ್ತು ಅವನ ಅಧಿಕಾರ ಸ್ವೀಕಾರವನ್ನು ಸುಗಮಗೊಳಿಸಲು ಹಲವು ಕ್ರಮಗಳನ್ನು ಕೈಗೊಂಡನು. ಈ ವೇಳೆಗೆ ಅವನ ಇಬ್ಬರು

ಸಹೋದರರಾದ ಗಂಗವಾಡಿಯ ರಾಜ್ಯಪಾಲ ಸ್ತಂಭ ಹಾಗೂ ಗುಜರಾತಿನ ರಾಜ್ಯಪಾಲನಾಗಿದ್ದ ಇಂದ್ರ ಮರಣ ಹೊಂದಿದ್ದರು. ಗೋವಿಂದ ಇಂದ್ರನ ಮಗ ಕರ್ಕನನ್ನು ತನ್ನ ಮಗ ಅಮೋಘವರ್ಷನ ಪೋಷಕನನ್ನಾಗಿ ನೇಮಿಸಿದನು. ತನ್ನ ಮಗನನ್ನು ಬೆಂಬಲಿಸಬಹುದೆಂಬ ನಿರೀಕ್ಷೆಯಿಂದ ಎರಡನೇ ಬಾರಿಗೆ ಗಂಗ ಶಿವಮಾರನನ್ನು ಸೆರೆಯಿಂದ ಬಿಡುಗಡೆಮಾಡಿದನು. ಕ್ರಿ.ಶ. 814ರಲ್ಲಿ ಗೋವಿಂದ ಮರಣಹೊಂದಿದನು.

ವ್ಯಕ್ತಿತ್ವ

ತಂದೆಗೆ ತಕ್ಕ ಮಗನಾಗಿದ್ದ ಮೂರನೇ ಗೋವಿಂದ ನಿಸ್ಸಂದೇಹವಾಗಿ ರಾಷ್ಟ್ರಕೂಟ ಸಂತತಿಯ ಶ್ರೇಷ್ಠ ದೊರೆಗಳಲ್ಲೊಬ್ಬ. ಅವನೊಬ್ಬ ಅಸಾಧಾರಣ ಸಾಹಸಿ ಹಾಗೂ ಯುದ್ಧೋತ್ಸಾಹಿಯಾಗಿದ್ದನು. ಅವನ ಕಾಲದಲ್ಲಿ ರಾಷ್ಟ್ರಕೂಟರ ಅಧಿಕಾರ ಮತ್ತು ಘನತೆ ಔನ್ನತ್ಯದ ಶಿಖರವನ್ನು ತಲುಪಿತು. ಹಿಮಾಲಯದಿಂದ ಸಿಂಹಳದವರೆಗೆ ಹಾಗೂ ಪಶ್ಚಿಮದಲ್ಲಿ ಸೌರಾಷ್ಟ್ರದಿಂದ ಪೂರ್ವದಲ್ಲಿ ಬಂಗಾಳದವರೆಗೆ ಇಡೀ ದೇಶ ಅವನ ಪರಮಾಧಿಕಾರವನ್ನು ಒಪ್ಪಿಕೊಂಡಿತು. ಡಾ.ಆಲ್ಟೇಕರ್ ಅವನನ್ನು **"ರಾಷ್ಟ್ರಕೂಟರ ಅತ್ಯಂತ ಶ್ರೇಷ್ಠ ದೊರೆ"** ಎಂದು ವರ್ಣಿಸಿದ್ದಾರೆ. ದಕ್ಷಿಣ ಹಾಗೂ ಉತ್ತರ ಭಾರತದ ಬಹುತೇಕ ಅರಸರು ಅವನಿಗೆ ಶರಣಾಗಿದ್ದರು. **"ರಾಷ್ಟ್ರಕೂಟರ ಪ್ರತಿಷ್ಠೆ ಮತ್ತೆಂದೂ ಈ ಮಟ್ಟಕ್ಕೆ ಏರಲಿಲ್ಲ"** ಎಂದೂ ಡಾ. ಆಲ್ಟೇಕರ್ ಹೇಳಿದ್ದಾರೆ.

"ಶ್ರೀಕೃಷ್ಣನ ಜನನದ ನಂತರದ ಯಾದವರಂತೆ ರಾಷ್ಟ್ರಕೂಟರು ಅವನ ಕಾಲದಲ್ಲಿ ಅಜೇಯರಾದರು" ಎಂಬ ಅವನ ಆಸ್ಥಾನ ವಿದ್ವಾಂಸನೊಬ್ಬನ ಹೇಳಿಕೆಯನ್ನು ಅವನ ವಿಜಯಗಳು ಸಮರ್ಥಿಸುತ್ತವೆ. ಮೂರನೇ ಗೋವಿಂದ **'ಪ್ರಭುತವರ್ಷ', 'ಜಗತ್ತುಂಗ', 'ಜನವಲ್ಲಭ', 'ಕೀರ್ತಿನಾರಾಯಣ'** ಮೊದಲಾದ ಬಿರುದುಗಳನ್ನು ಹೊಂದಿದ್ದನು. **ಮಯೂರಖಂಡಿ ಅಥವ ಇಂದಿನ ಮೂರ್ಖಂಡಿ (ಬೀದರ್ ಜಿಲ್ಲೆ) ಅವನ ಕಾಲದಲ್ಲಿ ರಾಷ್ಟ್ರಕೂಟ ಸಾಮ್ರಾಜ್ಯದ ರಾಜಧಾನಿಯಾಗಿತ್ತು.**

ಒಂದನೇ ಅಮೋಘವರ್ಷ (ನೃಪತುಂಗ) (814-878)

ಸಿಂಹಾಸನಾರೋಹಣ ಮತ್ತು ಪ್ರಾರಂಭದ ಸಮಸ್ಯೆಗಳು

ಒಂದನೇ ಅಮೋಘವರ್ಷ ತಂದೆ ಮೂರನೇ ಗೋವಿಂದನ ಮರಣಾನಂತರ ಕ್ರಿ.ಶ. 814ರಲ್ಲಿ ಅಧಿಕಾರಕ್ಕೆ ಬಂದನು. ಅಧಿಕಾರ ವಹಿಸಿಕೊಂಡಾಗ ಅವನ ವಯಸ್ಸು ಕೇವಲ 13 ವರ್ಷಗಳು. ಕ್ರಿ.ಶ .871 ರ **ಸಂಜನ್ ತಾಮ್ರ ಶಾಸನ** ಅವನ ಬಗ್ಗೆ ಉಪಯುಕ್ತವಾದ ಮಾಹಿತಿಗಳನ್ನು ಒಳಗೊಂಡಿದೆ. ಗೋವಿಂದ ತನ್ನ ಮರಣಕ್ಕೆ ಮೊದಲೇ ತನ್ನ ಮಗ ಹಾಗೂ ರಾಜ್ಯದ ರಕ್ಷಣೆಯ ಹೊಣೆಗಾರಿಕೆಯನ್ನು ತನ್ನ ಸಹೋದರ ಇಂದ್ರನ ಮಗ ಹಾಗೂ ಗುಜರಾತಿನ ರಾಜ್ಯಪಾಲನಾದ **ಕರ್ಕನಿಗೆ** ವಹಿಸಿದ್ದನು. ಆದರೆ ಕರ್ಕನನ್ನು ಸಾಮ್ರಾಜ್ಯದ ಹಾಗೂ ರಾಜನ ರಕ್ಷಕನಾಗಿ ನೇಮಿಸಿದ್ದು ಕೆಲವು ರಾಜವಂಶೀಯರ ಹಾಗೂ ಸಾಮಂತರ ಅಸಮಾಧಾನಕ್ಕೆ ಕಾರಣವಾಯಿತು. ಈ ಅಸಮಾಧಾನ ದಂಗೆಯ ಸ್ವರೂಪ ಪಡೆದು ಅಮೋಘವರ್ಷನ ಅಧಿಕಾರಕ್ಕೆ ಅಪಾಯವನ್ನುಂಟುಮಾಡಿತು. ಆದರೆ ಈ ಕಠಿಣ ಪರಿಸ್ಥಿತಿಯಲ್ಲಿ **ಅಕ್ಬರನ ರಕ್ಷಕನಾಗಿದ್ದ ಬೈರಾಮ್ ಖಾನನಂತೆ** ಕಾರ್ಯ ನಿರ್ವಹಿಸಿದ ಕರ್ಕ ಪರಿಸ್ಥಿತಿಯನ್ನು ಸಮರ್ಥವಾಗಿ ಎದುರಿಸಿದನು. ಅವನು ದಂಗೆಗಳನ್ನು ಹತ್ತಿಕ್ಕಿ ರಾಜ್ಯದಲ್ಲಿ ಶಾಂತಿಯನ್ನು ಸ್ಥಾಪಿಸಲು ಎಲ್ಲಾ ಅಗತ್ಯ ಕ್ರಮಗಳನ್ನು ಕೈಗೊಂಡನು. ಕ್ರಿ.ಶ.821 ರ ವೇಳೆಗೆ ಅಮೋಘವರ್ಷನ ಅಧಿಕಾರ ನಿರ್ವಿಘ್ನವಾಯಿತು. ಅನಂತರ ಕರ್ಕ ಗುಜರಾತಿಗೆ ಹಿಂದಿರುಗಿದನು.

ಗಂಗರ ದಂಗೆ

ಅಮೋಘವರ್ಷನ ಆಳ್ವಿಕೆಯ ಆರಂಭದಲ್ಲಿ ಸಂಭವಿಸಿದ ಗಂಗರ ಹಾಗೂ ವೆಂಗಿ ಚಾಳುಕ್ಯರ ದಂಗೆಗಳು ರಾಷ್ಟ್ರಕೂಟರ ಪರಮಾಧಿಕಾರಕ್ಕೆ ದೊಡ್ಡ ಸವಾಲಾಗಿ ಪರಿಣಮಿಸಿದವು. ಮೂರನೇ ಗೋವಿಂದ ತನ್ನ ಮರಣಕ್ಕೆ ಮೊದಲು, ತನ್ನ ಮಗನಿಗೆ ವಿಧೇಯನಾಗಿರುತ್ತಾನೆಂಬ ಭಾವನೆಯಿಂದ ಗಂಗ ರಾಜ ಎರಡನೇ ಶಿವಮಾರನ್ನು ಬಂಧಮುಕ್ತಗೊಳಿಸಿದ್ದನು. ಆದರೆ ಶಿವಮಾರ ಸ್ವತಂತ್ರನಾಗಲು ಯತ್ನಿಸಿದನು. ಹೀಗಾಗಿ ಗಂಗರು ಮತ್ತು ರಾಷ್ಟ್ರಕೂಟರ ನಡುವೆ ಸುದೀರ್ಘ ಹೋರಾಟ ಆರಂಭವಾಯಿತು. **ಹಿರೆಗುಂಡಗಲ್ ಶಾಸನ**ದ ಪ್ರಕಾರ ರಾಷ್ಟ್ರಕೂಟರೊಂದಿಗೆ ಕ್ರಿ.ಶ.816 ರಲ್ಲಿ ನಡೆದ ಹೋರಾಟದಲ್ಲಿ ಶಿವಮಾರ ಕೊಲ್ಲಲ್ಪಟ್ಟನು. ಅನಂತರ ಅಧಿಕಾರಕ್ಕೆ ಬಂದ ಒಂದನೇ ರಾಚಮಲ್ಲ ಹೋರಾಟವನ್ನು ಮುಂದುವರಿಸಿದನು. ಅವನ ಮರಣಾನಂತರ ಅಧಿಕಾರಕ್ಕೆ ಬಂದ ಅವನ ಮಗ ಎರೆಗಂಗ ನೀತಿಮಾರ್ಗನೂ ಹೋರಾಟವನ್ನು ಮುಂದುವರಿಸಿದನು. ಅವನು ಅಮೋಘವರ್ಷನ ಶ್ರೇಷ್ಠ ದಳಪತಿಯಾಗಿದ್ದ ಬಂಕೇಶನನ್ನು **ರಾಜಾರಾಮಡು** ಕದನದಲ್ಲಿ ಸೋಲಿಸಿ ಬಹುತೇಕ ದಕ್ಷಿಣ ಗಂಗವಾಡಿಯನ್ನು ವಶಪಡಿಸಿಕೊಂಡನೆಂದು ಹೇಳಲಾಗಿದೆ. ಕೊನೆಗೆ ಸುದೀರ್ಘ ಹೋರಾಟ ಫಲ ನೀಡದಿದ್ದಾಗ

ಅಮೋಘವರ್ಷ ಗಂಗರೊಂದಿಗೆ ಸ್ನೇಹ ಸಂಬಂಧ ಸ್ಥಾಪಿಸಿಕೊಳ್ಳಲು ನಿರ್ಧರಿಸಿದನು. ಕ್ರಿ.ಶ. 860 ರಲ್ಲಿ ತನ್ನ ಮಗಳು ಚಂದ್ರೋಬಲಬ್ಬೆಯನ್ನು ನೀತಿಮಾರ್ಗನ ಮಗ ರಾಜಕುಮಾರ ಒಂದನೇ ಬೂತುಗನಿಗೆ ವಿವಾಹ ಮಾಡಿಕೊಟ್ಟನು ಹೀಗೆ ಸುದೀರ್ಘ ಹೋರಾಟ ಅಂತ್ಯಗೊಂಡು ಗಂಗರು ರಾಷ್ಟ್ರಕೂಟರ ಪರಮಾಧಿಕಾರವನ್ನು ಒಪ್ಪಿಕೊಂಡರು ಮತ್ತು ಮುಂದಿನ ರಾಷ್ಟ್ರಕೂಟರ ಹೋರಾಟಗಳಲ್ಲಿ ಸಂಪೂರ್ಣ ಸಹಕಾರ ನೀಡಿದರು.

ವೆಂಗಿ ಚಾಳುಕ್ಯರ ದಂಗೆ

ಅಮೋಘವರ್ಷ ಎದುರಿಸಬೇಕಾಗಿ ಬಂದ ಮತ್ತೊಂದು ತೀವ್ರವಾದ ಸವಾಲು ವೆಂಗಿ ಚಾಳುಕ್ಯರ ದಂಗೆ. ವೆಂಗಿಯಲ್ಲಿ ಮೂರನೇ ಗೋವಿಂದನ ಸಹಾಯದಿಂದ ಅಧಿಕಾರಕ್ಕೆ ಬಂದಿದ್ದ ಭೀಮಸಾಲುಕಿಯನ್ನು ಎರಡನೇ ವಿಜಯಾದಿತ್ಯ ಪದಚ್ಯುತ ಗೊಳಿಸಿದ್ದನು. ವೆಂಗಿಯಲ್ಲಿ ಸಿಂಹಾಸನವನ್ನೇರಿದ ವಿಜಯಾದಿತ್ಯ ರಾಷ್ಟ್ರಕೂಟರ ವಿರುದ್ಧ ಯುದ್ಧ ಸಾರಿದನು. ಆದರೆ ರಾಷ್ಟ್ರಕೂಟ ಸೈನ್ಯ ವಿಂಗವಳ್ಳಿಯಲ್ಲಿ ನಡೆದ ಕದನದಲ್ಲಿ ಚಾಳುಕ್ಯರನ್ನು ಸೋಲಿಸಿತು. **"ಅಮೋಘವರ್ಷ ಚಾಳುಕ್ಯರನ್ನು ವಿಂಗವಳ್ಳಿ ಕದನದಲ್ಲಿ ಯಮನಿಗೆ ಬಲಿ ಕೊಟ್ಟನು"** ಎಂದು ಸಾಂಗ್ಲಿ ಶಾಸನದಲ್ಲಿ ಹೇಳಲಾಗಿದೆ. ಈ ಕದನದ ನಂತರ ವೆಂಗಿಯಲ್ಲಿ ಅರಸನಾದ ಮೂರನೇ ವಿಜಯಾದಿತ್ಯ ಅಮೋಘವರ್ಷನೊಂದಿಗೆ ಸ್ನೇಹಯುತ ಸಂಬಂಧವನ್ನು ಸ್ಥಾಪಿಸಿಕೊಂಡನು.

ಸಂಧಾನದ ನೀತಿ

ತನ್ನ ವಿರುದ್ಧ ದಂಗೆ ಎದ್ದವರ ವಿರುದ್ಧ ಹೋರಾಡಿ ಅವರ ದಂಗೆಯನ್ನು ಹತ್ತಿಕ್ಕಿದನಾದರೂ ಅಮೋಘವರ್ಷ ಮೂಲತಃ ಒಬ್ಬ ಶಾಂತಿಪ್ರಿಯ ಚಕ್ರವರ್ತಿ. ಅವನಲ್ಲಿ ತನ್ನ ತಂದೆಯ ಯುದ್ಧೋತ್ಸಾಹ ಇರಲಿಲ್ಲ. ಯುದ್ಧದ ಬದಲು ಸಂಧಾನದ ನೀತಿ ಅನುಸರಿಸಿದ ಅವನು ಗಂಗರು, ಚಾಳುಕ್ಯರು ಹಾಗೂ ಪಲ್ಲವರೊಂದಿಗೆ ಸ್ನೇಹ ಸಂಬಂಧಗಳನ್ನು ಸ್ಥಾಪಿಸಿಕೊಂಡನು. ಮೇಲೆ ಪ್ರಸ್ತಾಪಿಸಿರುವಂತೆ ಗಂಗ ರಾಜಕುಮಾರ ಒಂದನೇ ಬೂತುಗನಿಗೆ ತನ್ನ ಮಗಳನ್ನು ವಿವಾಹ ಮಾಡಿಕೊಟ್ಟನು. ತನ್ನ ಮತ್ತೊಬ್ಬ ಮಗಳು ಶಂಖಳನ್ನು ಪಲ್ಲವ ದೊರೆ ನಂದಿವರ್ಮನಿಗೆ ವಿವಾಹ ಮಾಡಿಕೊಟ್ಟನು. ಪಲ್ಲವ ರಾಜನಿಗೆ ಪಾಂಡ್ಯರ ವಿರುದ್ಧ ರಾಷ್ಟ್ರಕೂಟರ ಸಹಾಯದ ಅಗತ್ಯವಿತ್ತು. ಈ ವಿವಾಹ ಸಂಬಂಧದ ಫಲವಾಗಿ ಎರಡೂ ರಾಜವಂಶಗಳ ನಡುವಿನ ದೀರ್ಘ ಕಾಲದ ಹಗೆತನ ಅಂತ್ಯಗೊಂಡಿತು.

ಅಮೋಘವರ್ಷ ಉತ್ತರದಲ್ಲಿ ಅಂಗ, ವಂಗ, ಮಗಧ ಮೊದಲಾದ ರಾಜ್ಯಗಳನ್ನು ಜಯಿಸಿದನೆಂದು **ಶಿರೂರು ತಾಮ್ರಶಾಸನದಲ್ಲಿ** ಹೇಳಲಾಗಿದ್ದರೂ ಅವೆಲ್ಲವೂ ಕೇವಲ ಸಾಂಪ್ರದಾಯಿಕ ಹೇಳಿಕೆಗಳಾಗಿವೆ. ಅಮೋಘವರ್ಷ **ಮಾನ್ಯಖೇಟ ಅಥವಾ ಮಾನ್ಯಖೇಡ ಎಂಬ ನವನಗರವನ್ನು ನಿರ್ಮಿಸಿ ಅದನ್ನು ತನ್ನ ರಾಜಧಾನಿಯಾಗಿ ಮಾಡಿಕೊಂಡನು.**

ಅಮೋಘವರ್ಷನ ಸಾಂಸ್ಕೃತಿಕ ಸಾಧನೆಗಳು

ಅಪಾರವಾದ ಜನಪರ ಕಾಳಜಿ ಹೊಂದಿದ್ದ ಅಮೋಘವರ್ಷ ತನ್ನ ಪ್ರಜೆಗಳ ಕ್ಷೇಮಾಭಿವೃದ್ಧಿಯಲ್ಲಿ ನಿರಂತರ ಆಸಕ್ತಿ ತೋರಿದನು. **ಸಂಜನ್ ತಾಮ್ರ ಶಾಸನದಲ್ಲಿ** ಒಂದು ಪ್ರಸಂಗವನ್ನು ನಿರೂಪಿಸಲಾಗಿದೆ. ಅದರ ಪ್ರಕಾರ ಒಮ್ಮೆ ಸಾಮ್ರಾಜ್ಯದಲ್ಲಿ ತೀವ್ರ ಬರಗಾಲದ ಪರಿಸ್ಥಿತಿ ನಿರ್ಮಾಣವಾದಾಗ ಅಮೋಘವರ್ಷ ತನ್ನ ಎಡಗೈನ ಒಂದು ಬೆರಳನ್ನು ಕೊಲ್ಲಾಪುರದ ಮಹಾಲಕ್ಷ್ಮಿಗೆ ಕಾಣಿಕೆಯಾಗಿ ಅರ್ಪಿಸಿ, ತನ್ನ ಜನರನ್ನು ರಕ್ಷಿಸುವಂತೆ ಪ್ರಾರ್ಥಿಸಿಕೊಂಡನು. ಸ್ವಲ್ಪ ಸಮಯದಲ್ಲೇ ಪರಿಸ್ಥಿತಿ ಸುಧಾರಿಸಿತು. ತನ್ನ ಪ್ರಜೆಗಳ ಬಗ್ಗೆ ಅವನಿಗಿದ್ದ ಪ್ರಾಮಾಣಿಕ ಕಳಕಳಿಯನ್ನು ಈ ಘಟನೆ ಸೂಚಿಸುತ್ತದೆ.

ಜೈನ ದಾಖಲೆಗಳ ಪ್ರಕಾರ ಅಮೋಘವರ್ಷ ಜೈನದರ್ಮದ ನಿಷ್ಠಾವಂತ ಅನುಯಾಯಿಯಾಗಿದ್ದನು. ಜಿನಸೇನ ಅವನ ಗುರುವಾಗಿದ್ದನು. ದಿಗಂಬರ ಜೈನ ಧರ್ಮವನ್ನು ಅವನು ಪ್ರೋತ್ಸಾಹಿಸಿದನು. ಸಹಜವಾಗಿಯೇ ಅವನು ಆ ಧರ್ಮದ ಅಹಿಂಸಾ ತತ್ವದಿಂದ ಪ್ರಭಾವಿತನಾಗಿದ್ದನು. ಜೈನದರ್ಮದ ಜೊತೆಗೆ ಹಿಂದೂ ಧರ್ಮವನ್ನು ಪ್ರೋತ್ಸಾಹಿಸಿದನು. ಅಲ್ಲದೆ ಹಿಂದೂ ದೇವ, ದೇವಿಯರ ಆರಾಧನೆಯನ್ನು ಅವನು ತ್ಯಜಿಸಲಿಲ್ಲ. ಅವನ ಶಾಸನಗಳು ವಿಷ್ಣು ಸ್ತುತಿಯಿಂದ ಆರಂಭವಾಗುತ್ತವೆ.

ಸ್ವತಃ ಸಾಹಿತಿಯಾಗಿದ್ದ ಅಮೋಘವರ್ಷ ಸಾಹಿತ್ಯದ ಪೋಷಕನಾಗಿದ್ದನು. ಕನ್ನಡದ ಅತ್ಯಂತ ಪ್ರಾಚೀನ ಗ್ರಂಥವಾದ **'ಕವಿರಾಜಮಾರ್ಗ'**ವನ್ನು ಅವನೇ ರಚಿಸಿದನೆಂದು ಭಾವಿಸಲಾಗಿತ್ತು. ಆದರೆ ಇತ್ತೀಚಿನ ಸಂಶೋಧನೆಗಳಿಂದ ಈ ಕೃತಿಯನ್ನು ರಚಿಸಿದವನು ಅವನ ಆಸ್ಥಾನ ಕವಿಯಾಗಿದ್ದ **ಶ್ರೀವಿಜಯ** ಎಂಬುದು ದೃಢಪಟ್ಟಿದೆ. ಅಲ್ಲದೆ **'ಪ್ರಶ್ನೋತ್ತರ ರತ್ನಮಾಲ'** ಎಂಬ ಸಂಸ್ಕೃತ ಕೃತಿಯನ್ನು ಅಮೋಘವರ್ಷ ರಚಿಸಿದನೆಂದು ಹೇಳಲಾಗಿದೆ. ಅವನ ಆಶ್ರಯ ಪಡೆದಿದ್ದ ಕವಿ ಜಿನಸೇನ

'ಆದಿಪುರಾಣ' ಎಂಬ ಕೃತಿಯನ್ನು ರಚಿಸಿದನು. ವೀರಸೇನ **'ಜಯಧವಳಾ'** ಎಂಬ ಕೃತಿಯನ್ನು ರಚಿಸಿದನು. ಮಹಾವೀರಾಚಾರ್ಯ **'ಗಣಿತ ಸಾರಸಂಗ್ರಹ'** ಎಂಬ ಕೃತಿಯನ್ನು ರಚಿಸಿದನು. ಶಕಟಾಯನ **'ಅಮೋಘವೃತ್ತಿ'** ಎಂಬ ಕೃತಿಯನ್ನು ರಚಿಸಿ ಅಮೋಘವರ್ಷನ ಹೆಸರನ್ನು ಚಿರಸ್ಥಾಯಿಗೊಳಿಸಿದನು. ಪ್ರಭಾಚಂದ್ರ, ಉಗ್ರಾದಿತ್ಯ ಮೊದಲಾದ ವಿದ್ವಾಂಸರು ಅವನ ಆಸ್ಥಾನದಲ್ಲಿದ್ದರು.

ಅಮೋಘವರ್ಷನ ಕೊನೆಯ ದಿನಗಳು

ಅಮೋಘವರ್ಷನ ಆಳ್ವಿಕೆಯ ಅಂತ್ಯಕಾಲದಲ್ಲಿ ಅವನ ಮಗ ಎರಡನೇ ಕೃಷ್ಣ ದಂಗೆ ಎದ್ದನು. ಈ ದಂಗೆಯನ್ನು ಸೇನಾನಾಯಕ ಬಂಕೇಶ ಹತ್ತಿಕ್ಕಿದನು ಮತ್ತು ಕೃಷ್ಣನನ್ನು ಸೆರೆಹಿಡಿದನು. ಆದರೆ ಅಮೋಘವರ್ಷ ಅವನನ್ನು ಕ್ಷಮಿಸಿದ್ದಲ್ಲದೆ ಯುವರಾಜನನ್ನಾಗಿ ನೇಮಿಸಿದನು. ಕೊನೆಗೆ ಬಹುಶಃ ಕ್ರಿ.ಶ. 878 ರಲ್ಲಿ ಅಮೋಘವರ್ಷ ಸಿಂಹಾಸನವನ್ನು ತನ್ನ ಮಗ ಎರಡನೇ ಕೃಷ್ಣನಿಗೆ ಬಿಟ್ಟುಕೊಟ್ಟನು. ಈ ಸಿಂಹಾಸನ ತ್ಯಾಗದ ಬಗ್ಗೆ **'ಪ್ರಶ್ನೋತ್ತರ ರತ್ನಮಾಲಾ'** ದಲ್ಲಿ ಪ್ರಸ್ತಾಪವಿದೆ. ಬಂಕೇಶನ ಹೆಸರಿನಲ್ಲಿ ಬಂಕಾಪುರ ಎಂಬ ನೂತನ ನಗರವನ್ನು ನಿರ್ಮಿಸಲಾಯಿತು.

ವ್ಯಕ್ತಿತ್ವ

ನಿಸ್ಸಂದೇಹವಾಗಿ ಒಂದನೇ ಅಮೋಘವರ್ಷ ರಾಷ್ಟ್ರಕೂಟ ಸಂತತಿಯ ಅತ್ಯಂತ ಶ್ರೇಷ್ಠ ದೊರೆಗಳಲ್ಲೊಬ್ಬ. ಅವನ 64 ವರ್ಷಗಳ ಸುದೀರ್ಘ ಆಡಳಿತ ಕಾಲ ಬಹುತೇಕ ಶಾಂತಿಯುತವಾಗಿತ್ತು. ಸಾಮ್ರಾಜ್ಯವನ್ನು ವಿಸ್ತರಿಸಲು ಅವನು ಪ್ರಯತ್ನಿಸದಿದ್ದರೂ, ತಂದೆಯಿಂದ ಪಡೆದಿದ್ದ ಸಾಮ್ರಾಜ್ಯದ ಸ್ವಾತಂತ್ರ್ಯ ಹಾಗೂ ಸಮಗ್ರತೆಯನ್ನು ಕಾಪಾಡುವಲ್ಲಿ ಯಶಸ್ವಿಯಾದನು. ಕ್ರಿ.ಶ. 9ನೇ ಶತಮಾನದ ಮಧ್ಯ ಭಾಗದಲ್ಲಿ ದಖ್ಖನಿನಲ್ಲಿ ಪ್ರವಾಸ ಮಾಡಿದ್ದ ಪರ್ಷಿಯಾದ ವರ್ತಕ **ಸುಲೇಮಾನ್** ತನ್ನ **ಸಿಲ್‌ಸಿಲತ್-ಅಲ್-ತವಾರಿಖ್** ಎಂಬ ಗ್ರಂಥದಲ್ಲಿ ಅಮೋಘವರ್ಷನನ್ನು **ಪ್ರಪಂಚದ ನಾಲ್ವರು ಶ್ರೇಷ್ಠ ಚಕ್ರವರ್ತಿಗಳಲ್ಲಿ ಒಬ್ಬ** ಎಂದು ವರ್ಣಿಸಿದ್ದಾನೆ. ಉಳಿದ ಮೂವರು ಅವನ ಪ್ರಕಾರ ಬಾಗ್ದಾದ್‌ನ ಖಲೀಫ, ಕಾನ್‌ಸ್ಟಾಂಟಿನೋಪಲ್‌ನ ಚಕ್ರವರ್ತಿ (ಪೂರ್ವ ರೋಮನ್ ಸಾಮ್ರಾಜ್ಯ) ಹಾಗೂ ಚೀನಾದ ಚಕ್ರವರ್ತಿ. ಅಮೋಘವರ್ಷನಿಗೆ **'ನೃಪತುಂಗ'**, **'ಶ್ರೀವಲ್ಲಭ'**, **'ವೀರನಾರಾಯಣ'**, **'ಅತಿಶಯಧವಳ'** ಮೊದಲಾದ ಬಿರುದುಗಳಿದ್ದವು.

ಎರಡನೇ ಕೃಷ್ಣ (ಕ್ರಿ.ಶ. 878–914)

ಅಮೋಘವರ್ಷನ ನಂತರ ಅವನ ಮಗ ಎರಡನೇ ಕೃಷ್ಣ ಅಧಿಕಾರಕ್ಕೆ ಬಂದನು. ಕ್ರಿಶ. 878ರಿಂದ 914ರವರೆಗಿನ ತನ್ನ ಅಧಿಕಾರಾವಧಿಯಲ್ಲಿ ಅವನು ತನ್ನ ಬಹುತೇಕ ಸಮಯವನ್ನು ಶತ್ರುಗಳೊಂದಿಗೆ ಹೋರಾಟದಲ್ಲೇ ಕಳೆದನು. ಗುರ್ಜರ-ಪ್ರತಿಹಾರ ದೊರೆ ಭೋಜನೊಂದಿಗೆ ನರ್ಮದೆಯ ತಟದಲ್ಲಿ ಸಂಭವಿಸಿದ ಘರ್ಷಣೆಯಲ್ಲಿ ಕೃಷ್ಣ ಪರಾಜಿತನಾದನು. ಅಂತೆಯೇ ವೆಂಗಿ ಅಥವಾ ಪೂರ್ವ ಚಾಳುಕ್ಯರೊಂದಿಗೆ ತೀವ್ರ ಹೋರಾಟ ನಡೆಸಬೇಕಾಯಿತು. ಇದರಲ್ಲಿ ಅಯಶಸ್ವಿಯಾದ ಕೃಷ್ಣ ವೆಂಗಿ ರಾಜ್ಯದ ಮೇಲೆ ಹತೋಟಿ ಕಳೆದುಕೊಂಡನು.

ಎರಡನೇ ಕೃಷ್ಣನ ಕಾಲದಲ್ಲಿ ತಮಿಳು ಪ್ರದೇಶದ ರಾಜಕೀಯದಲ್ಲಿ ಕ್ಷಿಪ್ರ ಬೆಳವಣಿಗೆಗಳಾದವು. ಪಲ್ಲವರನ್ನು ಸೋಲಿಸಿ ಚೋಳರು ಸ್ವತಂತ್ರ ಪ್ರಭುತ್ವ ಸ್ಥಾಪಿಸಿಕೊಂಡರು. ವಿಜಯಾಲಯ ಚೋಳನ ಮಗ ಒಂದನೇ ಆದಿತ್ಯ ಪಲ್ಲವ ದೊರೆ ಅಪರಾಜಿತವರ್ಮನನ್ನು ಸೋಲಿಸಿ ತೊಂಡೈಮಂಡಲ ಪ್ರದೇಶವನ್ನು ವಶಪಡಿಸಿಕೊಂಡನು. ಪ್ರಬಲ ಶಕ್ತಿಯಾಗಿ ಬೆಳೆಯುತ್ತಿದ್ದ ಚೋಳರ ಬೆಂಬಲ ಪಡೆಯುವ ಉದ್ದೇಶದಿಂದ ಕೃಷ್ಣ ತನ್ನ ಮಗಳನ್ನು ಚೋಳ ದೊರೆ ಒಂದನೇ ಆದಿತ್ಯನಿಗೆ ವಿವಾಹ ಮಾಡಿಕೊಟ್ಟನು. ಆದರೆ ಅದರಿಂದ ಎರಡೂ ಪ್ರಬಲ ರಾಜ ವಂಶಗಳ ನಡುವೆ ಸಂಬಂಧ ಸುಧಾರಿಸುವುದರ ಬದಲು ಸುದೀರ್ಘ ಸಂಘರ್ಷ ಆರಂಭವಾಯಿತು. ರಾಷ್ಟ್ರಕೂಟ ರಾಜಕುಮಾರಿ ಒಂದನೇ ಆದಿತ್ಯನ ಹಿರಿಯ ರಾಣಿಯಾಗಿದ್ದರಿಂದ ಆಕೆಯ ಮಗ ಕನ್ನರ ಚೋಳ ಸಿಂಹಾಸವನ್ನೇರಬಹುದೆಂದು ಕೃಷ್ಣ ಭಾವಿಸಿದ್ದನು. ಆದರೆ ಅವನ ನಿರೀಕ್ಷೆ ಹುಸಿಯಾಗಿ ಆದಿತ್ಯನ ಮತ್ತೊಬ್ಬ ಮಗ ಒಂದನೇ ಪರಾಂತಕ ಸಿಂಹಾಸನವನ್ನೇರಿದನು. ಈ ಹಿನ್ನೆಲೆಯಲ್ಲಿ ಅಸಮಾಧಾನಗೊಂಡ ಕೃಷ್ಣ ತನ್ನ ಮೊಮ್ಮಗ **ಕನ್ನರನಿಗೆ** ಚೋಳ ಸಿಂಹಾಸನ ದೊರಕಿಸಿಕೊಡಲು ಚೋಳ ರಾಜ್ಯದ ಮೇಲೆ ಧಾಳಿ ಮಾಡಿದನು. ಆದರೆ **ಕ್ರಿ.ಶ. 911 ರಲ್ಲಿ ವಲ್ಲಾಳ** (ಇಂದಿನ ತಿರುವಳ್ಳಂ) ದಲ್ಲಿ ನಡೆದ ಕದನದಲ್ಲಿ ಕೃಷ್ಣ ತೀವ್ರ ಪರಾಜಯ ಅನುಭವಿಸಿದನು. ಇದು ರಾಷ್ಟ್ರಕೂಟರ ಪ್ರತಿಷ್ಠೆಗೆ ಭಾರಿ ಕಳಂಕವನ್ನುಂಟುಮಾಡಿತು. ತಂದೆಯಂತೆ ಜೈನ ಧರ್ಮೀಯನಾಗಿದ್ದ ಕೃಷ್ಣ ಪ್ರಸಿದ್ಧ ಜೈನ ವಿದ್ವಾಂಸ ಗುಣಭದ್ರನ ಪ್ರಭಾವಕೊಳಗಾಗಿದ್ದನು.

ಮೂರನೇ ಇಂದ್ರ (ಕ್ರಿ.ಶ. 914–929)

ಎರಡನೇ ಕೃಷ್ಣನ ನಂತರ ಅವನ ಮೊಮ್ಮಗ ಮೂರನೇ ಇಂದ್ರ ಅಧಿಕಾರಕ್ಕೆ ಬಂದನು. ಈತನು ತನ್ನ ಪೂರ್ವಿಕರಾದ ಧ್ರುವ ಮತ್ತು ಮೂರನೇ ಗೋವಿಂದನಂತೆ ಉತ್ತರ ಭಾರತದ ದಂಡಯಾತ್ರೆ ಕೈಗೊಂಡನು. ಈ ವೇಳೆಗೆ ಉತ್ತರದ ರಾಜಕೀಯ ಪರಿಸ್ಥಿತಿ ಬದಲಾಗಿತ್ತು. ಪ್ರಬಲನಾಗಿದ್ದ ಒಂದನೇ ಭೋಜನ ಮರಣಾನಂತರ ಗುರ್ಜರ–ಪ್ರತಿಹಾರ ವಂಶದ ಅಧಿಕಾರ ದುರ್ಬಲಗೊಂಡಿತ್ತು. ಈ ಅವಕಾಶ ಬಳಸಿಕೊಂಡ ಇಂದ್ರ **ಕನೂಜ್ ದಂಡಯಾತ್ರೆ** ಕೈಗೊಂಡನು. ಯಮುನಾ ನದಿಯನ್ನು ದಾಟಿ ಕನೂಜ್ ನಗರವನ್ನು ವಶಪಡಿಸಿಕೊಂಡನು. ಅವನ ಹಿಂದಿನ ಅರಸರು ಕನೂಜನ್ನು ಆಕ್ರಮಿಸಿರಲಿಲ್ಲ. ಸೋತ ಪ್ರತಿಹಾರ ದೊರೆ ಮಹೀಪಾಲ ಓಡಿಹೋದನು. ಅವನನ್ನು ಬೆನ್ನಟ್ಟಲು ಇಂದ್ರ ತನ್ನ ಸಾಮಂತ ವೇಮುಲವಾಡದ ಚಾಳುಕ್ಯ ಎರಡನೇ ನರಸಿಂಹನನ್ನು ಕಳುಹಿಸಿದನು. ಈ ಬಗ್ಗೆ ಬರೆದಿರುವ ಆದಿಕವಿ ಪಂಪ **"ಮಹೀಪಾಲನು ಸಿಡಿಲು ಬಡಿದವನಂತೆ ಹೆದರಿ ಆಹಾರ, ವಿಶ್ರಾಂತಿಯನ್ನು ತೊರೆದು ಓಡಿಹೋದನು"**. ಎಂದು ಹೇಳಿದ್ದಾನೆ. ಆದಾಗ್ಯೂ ಇಂದ್ರ ಕ್ರಿ.ಶ. 916ರಲ್ಲಿ ಹಿಂದಿರುಗಿದ ನಂತರ ಮಹೀಪಾಲ ಕನೂಜನ್ನು ಮರಳಿ ವಶಪಡಿಸಿಕೊಂಡನು. ಹೀಗೆ ಇಂದ್ರ ಮತ್ತೊಮ್ಮೆ ಉತ್ತರ ಭಾರತದಲ್ಲಿ ರಾಷ್ಟ್ರಕೂಟರ ಸೇನಾ ಸಾಮರ್ಥ್ಯವನ್ನು ಯಶಸ್ವಿಯಾಗಿ ಪ್ರದರ್ಶಿಸಿದನು. ಅವನಿಗೆ **'ರಾಜಮಾರ್ತಾಂಡ,' 'ರಟ್ಟಕಂದರ್ಪ'** ಮೊದಲಾದ ಬಿರುದುಗಳಿದ್ದವು.

ಮೂರನೇ ಇಂದ್ರ ನಂತರ ಅವನ ಮಕ್ಕಳಾದ **ಎರಡನೇ ಅಮೋಘವರ್ಷ** ಮತ್ತು **ನಾಲ್ಕನೇ ಗೋವಿಂದ** ಆಳಿದರು. ಅನಂತರ ಮೂರನೇ ಇಂದ್ರನ ಸಹೋದರ **ಮೂರನೇ ಅಮೋಘವರ್ಷ** ಆಳಿದನು. ಅನಂತರ ಕ್ರಿ.ಶ.939ರಲ್ಲಿ ಅವನ ಮಗ ಮೂರನೇ ಕೃಷ್ಣ ಅಧಿಕಾರಕ್ಕೆ ಬಂದನು.

ಮೂರನೇ ಕೃಷ್ಣ (ಕ್ರಿ.ಶ. 939–966)

ಮೂರನೇ ಕೃಷ್ಣ ರಾಷ್ಟ್ರಕೂಟ ವಂಶದ ಕೊನೆಯ ಸಮರ್ಥ ಅರಸನಾಗಿದ್ದನು. ಇವನ ಕಾಲದಲ್ಲಿ ರಾಷ್ಟ್ರಕೂಟ ಸಾಮ್ರಾಜ್ಯ ಹಿಂದೆಂದಿಗಿಂತಲೂ ಹೆಚ್ಚು ವಿಸ್ತಾರವಾಯಿತು ಮತ್ತು ಬಲಿಷ್ಠವಾಯಿತು. ಆದಾಗ್ಯೂ ದೌರ್ಭಾಗ್ಯದ ವಿಷಯವೆಂದರೆ ಅವನು ಮರಣಿಸಿದ ಅರ್ಧ ದಶಕದ ಅವಧಿಯಲ್ಲೇ ರಾಷ್ಟ್ರಕೂಟ ಸಾಮ್ರಾಜ್ಯ ಪತನಗೊಂಡಿತು.

ತಕ್ಕೋಳಂ ಕದನ

ಕೃಷ್ಣ ತನ್ನ ತಂದೆ ಮೂರನೇ ಅಮೋಘವರ್ಷನ ಕಾಲದಲ್ಲೇ ಸಾಮ್ರಾಜ್ಯದ ಆಡಳಿತದ ಜವಾಬ್ದಾರಿ ನಿರ್ವಹಿಸಿ ಅಪಾರ ಆಡಳಿತ ಅನುಭವ ಪಡೆದುಕೊಂಡಿದ್ದನು. ಇವನ ಕಾಲದಲ್ಲಿ ರಾಷ್ಟ್ರಕೂಟರು ಮತ್ತು ಚೋಳರ ನಡುವಿನ ವೈಷಮ್ಯ ಹೆಚ್ಚು ತೀವ್ರವಾಯಿತು. ಚೋಳರು ದಿನೇದಿನೇ ಹೆಚ್ಚು ಹೆಚ್ಚು ಪ್ರಬಲಗೊಳ್ಳುತ್ತಿದ್ದುದು ಸಹಜವಾಗಿಯೇ ರಾಷ್ಟ್ರಕೂಟರ ಆತಂಕಕ್ಕೆ ಕಾರಣವಾಗಿದ್ದಿತು. **ವಲ್ಲಾಳ ಕದನ**ದಲ್ಲಿ ಚೋಳರಿಂದ ಅನುಭವಿಸಿದ ಸೋಲನ್ನು ರಾಷ್ಟ್ರಕೂಟರು ಮರೆತಿರಲಿಲ್ಲ. ಅದರಿಂದಾಗಿಯೇ ಕೃಷ್ಣ ಅಧಿಕಾರ ವಹಿಸಿಕೊಂಡ ತಕ್ಷಣ ಹಿಂದಿನ ಸೋಲಿಗೆ ಪ್ರತೀಕಾರ ಪಡೆಯಲು ಎಲ್ಲ ಅಗತ್ಯ ಸಿದ್ಧತೆಗಳನ್ನು ಮಾಡಿಕೊಂಡನು. ಗಂಗದೊರೆ ಇಮ್ಮಡಿ ಬೂತುಗ ಕೃಷ್ಣನ ಬೆಂಬಲಕ್ಕೆ ನಿಂತನು. ಕೃಷ್ಣನ ಸೋದರಿ ರೇವಕನಿಮ್ಮಡಿಯನ್ನು ಬೂತುಗ ವಿವಾಹವಾಗಿದ್ದನು. ಅಧಿಕಾರಕ್ಕೆ ಬರುವ ಮೊದಲೇ ಕೃಷ್ಣ ಗಂಗವಾಡಿಯ ಮೇಲೆ ಧಾಳಿ ನಡೆಸಿ ಬೂತುಗನ ಅಣ್ಣ ಮುಮ್ಮಡಿ ರಾಚಮಲ್ಲನನ್ನು ಸೋಲಿಸಿ, ಹತ್ಯೆ ಮಾಡಿ ಬೂತುಗನಿಗೆ ಗಂಗವಾಡಿಯ ಸಿಂಹಾಸವನ್ನು ದೊರಕಿಸಿಕೊಟ್ಟಿದ್ದನು. ಅಂತೆಯೇ ಬಾಣರು ಮತ್ತು ವೈಡುಂಬರು ಕೃಷ್ಣನಿಗೆ ಬೆಂಬಲ ನೀಡಿದರು.

ಎಲ್ಲ ಸಿದ್ಧತೆಗಳು ಪೂರ್ಣಗೊಂಡ ನಂತರ ಕೃಷ್ಣ ಚೋಳ ರಾಜ್ಯದ ಮೇಲೆ ದಾಳಿ ಮಾಡಿ ಕಂಚಿ, ತಂಜಾವೂರುಗಳನ್ನು ವಶಪಡಿಸಿಕೊಂಡನು. ಕ್ರಿ.ಶ. 949ರಲ್ಲಿ ರಾಷ್ಟ್ರಕೂಟರು ಹಾಗೂ ಚೋಳರ ನಡುವೆ **ತಕ್ಕೋಳಂ**(ಉತ್ತರ ಆರ್ಕಾಟ್ ಜಿಲ್ಲೆ) ಎಂಬಲ್ಲಿ ಅತ್ಯಂತ ತೀವ್ರವಾದ ಮತ್ತು ನಿರ್ಣಾಯಕವಾದ ಕದನ ಸಂಭವಿಸಿತು. ಚೋಳ ದೊರೆ ಒಂದನೇ ಪರಾಂತಕನ ಸೈನ್ಯವು ಅವನ ಮಕ್ಕಳಾದ ಯುವರಾಜ ರಾಜಾದಿತ್ಯ ಹಾಗೂ ಮತ್ತೊಬ್ಬ ಮಗ ಅರಿಕುಲಕೇಸರಿಯ ನೇತೃತ್ವದಲ್ಲಿತ್ತು. ಕದನ ಭೀಕರವಾಗಿ ಮುಂದುವರಿಯುತ್ತಿದ್ದಾಗ ಆನೆಯ ಮೇಲೆ ಕುಳಿತು ಹೋರಾಡುತ್ತಿದ್ದ ಚೋಳ **ಯುವರಾಜ ರಾಜಾದಿತ್ಯನನ್ನು ಗಂಗ ದೊರೆ ಇಮ್ಮಡಿ ಬೂತುಗ ಕೊಂದುಹಾಕಿದನು.** ಈ ಘಟನೆಯಿಂದ ಚೋಳ ಸೈನ್ಯ ಭಯಗೊಂಡು ಚದುರಿಹೋಯಿತು. ರಾಷ್ಟ್ರಕೂಟರಿಗೆ ಅದ್ಭುತ ಜಯ ಲಭಿಸಿತು. ವಲ್ಲಾಳ ಕದನದ ಸೋಲಿಗೆ ಕೃಷ್ಣ ಪೂರ್ಣ ಪ್ರತೀಕಾರ ಪಡೆದನು. ಚೋಳರಿಗೆ ಈ ಸೋಲು ಎಷ್ಟು ತೀವ್ರವಾಗಿತ್ತೆಂದರೆ ಅದರಿಂದ ಚೇತರಿಸಿಕೊಳ್ಳಲು ಅವರಿಗೆ ಹಲವು ದಶಕಗಳೇ ಬೇಕಾದವು. ಈ ಬಗ್ಗೆ

ಪ್ರಸ್ತಾಪಿಸಿರುವ ಅರಬ್ ಇತಿಹಾಸಕಾರ **ಅಲ್ಬೆರೂನಿ** ತಕ್ಕೊಳಂ ನಂತರ ತಂಜಾವೂರು ವಿನಾಶಗೊಂಡಿತ್ತು ಮತ್ತು ಚೋಳರಿಗೆ ನೂತನ ರಾಜಧಾನಿಯ ಅಗತ್ಯವುಂಟಾಗಿತ್ತು ಎಂದು ಬರೆದಿದ್ದಾನೆ. ಚೋಳ ಯುವರಾಜ ರಾಜಾದಿತ್ಯ ಮರಣೋತ್ತರ **"ಯಾನೈ ಮೇಲ್ತುಂಜಿಯ"** (ಆನೆಯ ಮೇಲೆ ಕುಳಿತಿದ್ದಾಗ ಹತ್ಯೆಗೊಂಡವನು) ಎಂಬ ಬಿರುದಿಗೆ ಪಾತ್ರನಾದನು. ಕ್ರಿಶ 949ರ **ಅತಕೂರು ಕನ್ನಡ ಶಾಸನದಲ್ಲಿ** ತಕ್ಕೊಳಂ ಕದನದಲ್ಲಿ ಮೂರನೇ ಕೃಷ್ಣನ ವಿಜಯದ ಬಗ್ಗೆ ಪ್ರಸ್ತಾಪಿಸಲಾಗಿದೆ. ಇದೇ ಶಾಸನದಲ್ಲಿ **'ಕಲಿ'** ಎಂಬ ಹೆಸರಿನ ಶ್ವಾನ ಕಾಡು ಹಂದಿಯೊಂದಿಗೆ ಸಾಹಸದಿಂದ ಹೋರಾಡಿ ಮಡಿದ ಕುತೂಹಲಕಾರಿ ಸಂಗತಿಯಿದೆ.

ಈ ಪ್ರಚಂಡ ವಿಜಯದ ನಂತರ ಕೃಷ್ಣ ರಾಮೇಶ್ವರದವರೆಗೂ ಮುನ್ನುಗ್ಗಿ ಅಲ್ಲಿ ವಿಜಯ ಸ್ತಂಭವನ್ನು ಸ್ಥಾಪಿಸಿದನು. ಅಲ್ಲದೆ ರಾಮೇಶ್ವರ ಸಮೀಪ ಕೃಷ್ಣೇಶ್ವರ ಮತ್ತು ಗಂಡಮಾರ್ತಾಂಡಾದಿತ್ಯ ದೇವಾಲಯಗಳನ್ನು ನಿರ್ಮಿಸಿದನೆಂದು ಹೇಳಲಾಗಿದೆ. ಚೋಳ ರಾಜ್ಯಕ್ಕೆ ಸೇರಿದ್ದ ತೊಂಡೈಮಂಡಲ ಪ್ರದೇಶವನ್ನು ಮಾತ್ರ ಕೃಷ್ಣ ತನ್ನ ಸಾಮ್ರಾಜ್ಯಕ್ಕೆ ಸೇರಿಸಿಕೊಂಡನು. ಈ ವಿಜಯಗಳ ನೆನಪಿಗಾಗಿ ಅವನು **"ಕಂಚಿಯುಮ್ ತಂಜೈಯುಮ್ ಕೊಂಡ"** (ಕಂಜಿ ಮತ್ತು ತಂಜಾವೂರನ್ನು ವಶಪಡಿಸಿಕೊಂಡವನು) ಎಂಬ ಬಿರುದು ಪಡೆದುಕೊಂಡನು. ಇಮ್ಮಡಿ ಬೂತುಗನ ಸಾಹಸ ಕಾರ್ಯದಿಂದ ಸಂತೋಷಗೊಂಡ ಕೃಷ್ಣ ಅವನಿಗೆ ಬನವಾಸಿ, ಬೆಳುವೊಲ, ಪುಲಿಗೆರೆ ಮೊದಲಾದ ಪ್ರದೇಶಗಳನ್ನು ಬಿಟ್ಟುಕೊಟ್ಟನು.

ಕೃಷ್ಣನ ಇತರ ವಿಜಯಗಳು

ಕೃಷ್ಣ ತನ್ನ ಪೂರ್ವಿಕರಂತೆ ಉತ್ತರ ಭಾರತದ ಮೇಲೂ ದಂಡಯಾತ್ರೆ ಕೈಗೊಂಡನು. ಮಾಳ್ವದ ಪಾರಮಾರ ದೊರೆ **ಸೀಯಕ ಹರ್ಷ**ನನ್ನು ಸೋಲಿಸಿ ರಾಜಧಾನಿ ಉಜ್ಜೈನಿಯನ್ನು ವಶಪಡಿಸಿಕೊಂಡನು. ಈ ದಂಡಯಾತ್ರೆಯಲ್ಲಿ ಗಂಗ ದೊರೆ ಬೂತುಗನ ಉತ್ತರಾಧಿಕಾರಿ ಇಮ್ಮಡಿ ಮಾರಸಿಂಹ ಪ್ರಮುಖ ಪಾತ್ರವಹಿಸಿದನು. ಈ ಬಗ್ಗೆ ಜಬ್ಬಲ್ಪುರ ಸಮೀಪ ಜುರಾ ಎಂಬಲ್ಲಿ ದೊರೆತಿರುವ ಅವನದೆ ಕನ್ನಡ ಶಾಸನದಲ್ಲಿ ವಿವರಗಳು ದೊರೆಯುತ್ತವೆ. ಅನಂತರ ವೆಂಗಿ ಅಥವ ಪೂರ್ವ ಚಾಳುಕ್ಯ ರಾಜ್ಯದ ಮೇಲೆ ಧಾಳಿ ಮಾಡಿದ ಕೃಷ್ಣ ಕ್ರಿ.ಶ. 956ರಲ್ಲಿ ಅಲ್ಲಿನ ಚಾಳುಕ್ಯ ದೊರೆ ಎರಡನೇ ಅಮ್ಮನನ್ನು ಪದಚ್ಯುತಗೊಳಿಸಿ ಅವನ ಸ್ಥಾನದಲ್ಲಿ ಬಾಡಪನನ್ನು ಪ್ರತಿಷ್ಠಾಪಿಸಿದನು. ಆದರೆ ಸ್ವಲ್ಪ ಸಮಯದ ನಂತರ ಎರಡನೇ ಅಮ್ಮ ಸಿಂಹಾಸನವನ್ನು ಮರಳಿ ಪಡೆದುಕೊಂಡನು. ಮತ್ತೆ ಕೃಷ್ಣ ವೆಂಗಿಯ ಮೇಲೆ ದಾಳಿ ಮಾಡಿ ಅಮ್ಮನನ್ನು ಸೋಲಿಸಿ ಅವನ ಅಣ್ಣನಾದ ದಾನಾರ್ಣವನನ್ನು ಸಿಂಹಾಸನದಲ್ಲಿ ಪ್ರತಿಷ್ಠಾಪಿಸಿದನು. ಸೋತ ಅಮ್ಮ ಕಳಿಂಗ ರಾಜ್ಯದಲ್ಲಿ ಆಶ್ರಯ ಪಡೆದುಕೊಂಡನು.

ಮೂರನೇ ಕೃಷ್ಣನ ಈ ಎಲ್ಲ ಸಾಹಸ ಕಾರ್ಯಗಳಿಂದಾಗಿ ರಾಷ್ಟ್ರಕೂಟರ ಕೀರ್ತಿ ಉತ್ತುಂಗಕ್ಕೇರಿತಾದರೂ, ಎಲ್ಲ ಕಡೆಗಳಲ್ಲೂ ಶತ್ರುಗಳು ಹುಟ್ಟಿಕೊಂಡರು. ಅದರಿಂದಾಗಿಯೇ ಅವನು ಮರಣಹೊಂದಿದ ಅರ್ಧ ದಶಕದ ನಂತರ ರಾಷ್ಟ್ರಕೂಟ ಸಾಮ್ರಾಜ್ಯ ನಶಿಸಿಹೋಯಿತು. ಕೃಷ್ಣ ಕನ್ನಡ ಸಾಹಿತ್ಯಕ್ಕೆ ಅಪಾರ ಪ್ರೋತ್ಸಾಹ ನೀಡಿದನು. **ಪೊನ್ನ** ಅವನ ಆಸ್ಥಾನದಲ್ಲಿದ್ದನು. ಅವನಿಗೆ ಕೃಷ್ಣ **"ಉಭಯ ಕವಿ ಚಕ್ರವರ್ತಿ"** ಎಂಬ ಬಿರುದನ್ನು ನೀಡಿ ಸನ್ಮಾನಿಸಿದನು. ಏಕೆಂದರೆ ಪೊನ್ನ ಕನ್ನಡ ಮತ್ತು ಸಂಸ್ಕೃತ ಎರಡೂ ಭಾಷೆಗಳಲ್ಲೂ ಪಾಂಡಿತ್ಯ ಹೊಂದಿದ್ದನು. ಆದಿಕವಿ ಪಂಪ ಕೂಡ ಈ ಕಾಲದಲ್ಲೇ ಜೀವಿಸಿದ್ದನು. ಅವನು ರಾಷ್ಟ್ರಕೂಟರ ಸಾಮಂತರಾಗಿದ್ದ ಮೇಮುಲವಾಡದ ಚಾಳುಕ್ಯ ಎರಡನೇ ಅರಿಕೇಸರಿಯ ಆಸ್ಥಾನದಲ್ಲಿದ್ದನು.

ರಾಷ್ಟ್ರಕೂಟರ ಪತನ

ಕೃಷ್ಣನ ನಂತರ ಅವನ ಕಿರಿಯ ಸೋದರ **ಖೊ▯ಗ** (ಕ್ರಿ.ಶ. 967–972) ಅಧಿಕಾರಕ್ಕೆ ಬಂದನು. ಇವನ ಕಾಲದಲ್ಲಿ ಕ್ರಿ.ಶ. 972ರಲ್ಲಿ **ಪರಮಾರ ದೊರೆ ಸೀಯಕ ಹರ್ಷ** ರಾಷ್ಟ್ರಕೂಟ ರಾಜ್ಯದ ಮೇಲೆ ಧಾಳಿ ಮಾಡಿ ರಾಜಧಾನಿ ಮಾನ್ಯಖೇಟವನ್ನು ಆಕ್ರಮಿಸಿ ನಾಶಪಡಿಸಿದನು. ಅವಮಾನದಿಂದ ಖೊಟ್ಟಿಗ ಮರಣಹೊಂದಿದನು. ಈ ಸೋಲಿನ ಆಘಾತದಿಂದ ರಾಷ್ಟ್ರಕೂಟರಿಗೆ ಚೇತರಿಸಿಕೊಳ್ಳಲು ಸಾಧ್ಯವಾಗಲಿಲ್ಲ. ಖೊಟ್ಟಿಗನ ನಂತರ ಅವನ ಸೋದರ ನಿರುಪಮನ ಮಗ ಇಮ್ಮಡಿ ಕರ್ಕ ಅಧಿಕಾರಕ್ಕೆ ಬಂದನು. ಆದರೆ ಕ್ರಿ.ಶ. 973ರಲ್ಲಿ ಅವನನ್ನು **ಚಾಳುಕ್ಯ ಇಮ್ಮಡಿ ತೈಲಪ** ಪದಚ್ಯುತಗೊಳಿಸಿದನು. ರಾಷ್ಟ್ರಕೂಟರ ನಿಷ್ಠಾವಂತ ಸಾಮಂತನಾಗಿದ್ದ ಗಂಗ ದೊರೆ ಎರಡನೇ ಮಾರಸಿಂಹ ರಾಷ್ಟ್ರಕೂಟ ಪ್ರಭುತ್ವವನ್ನು ಉಳಿಸಲು ತೀವ್ರ ಪ್ರಯತ್ನ ನಡೆಸಿದನು. ಮೂರನೇ ಕೃಷ್ಣನ ಮೊಮ್ಮಗ ನಾಲ್ಕನೇ ಇಂದ್ರನಿಗೆ ಬಂಕಾಪುರದಲ್ಲಿ ಪಟ್ಟಕಟ್ಟಿದನು. ಆದರೆ ಈ ಪ್ರಯತ್ನ ಫಲಿಸಲಿಲ್ಲ. ಇಂದ್ರ ಸಲ್ಲೇಖನ ವ್ರತ ಆಚರಿಸಿ ಪ್ರಾಣ ತ್ಯಜಿಸಿದನು. ಹೀಗೆ ರಾಷ್ಟ್ರಕೂಟರು ಎರಡು ಶತಮಾನಗಳ ಹಿಂದೆ ಚಾಳುಕ್ಯರಿಂದ ಕಿತ್ತುಕೊಂಡಿದ್ದ ಅಧಿಕಾರವನ್ನು ಮತ್ತೆ ಚಾಳುಕ್ಯರಿಗೇ ಬಿಟ್ಟುಕೊಡಬೇಕಾಯಿತು.

ರಾಷ್ಟ್ರಕೂಟರ ಆಡಳಿತ : ಕೇಂದ್ರ ಸರ್ಕಾರ

ಕೇಂದ್ರೀಕರಣ ರಾಷ್ಟ್ರಕೂಟರ ಆಡಳಿತದ ಪ್ರಮುಖ ಲಕ್ಷಣವಾಗಿತ್ತು. ಎಲ್ಲಾ ಅಧಿಕಾರಗಳು ರಾಜನಲ್ಲಿ ಕೇಂದ್ರೀಕೃತವಾಗಿದ್ದವು. ರಾಜತ್ವ ಅನುವಂಶಿಕವಾಗಿತ್ತು. ಸಾಮಾನ್ಯವಾಗಿ ಉತ್ತರಾಧಿಕಾರಿಯ ನೇಮಕಕ್ಕೆ ಸಂಬಂಧಿಸಿದಂತೆ ರಾಜನ ಜ್ಯೇಷ್ಠ ಪುತ್ರನ ಹಕ್ಕಿಗೆ ಮಾನ್ಯತೆ ಇತ್ತು. ರಾಜನ ಮರಣಾನಂತರ ಅವನ ಹಿರಿಯ ಮಗ ಸಿಂಹಾಸನ ಪಡೆಯುತ್ತಿದ್ದನು. ಕೆಲವು ವಿಶೇಷ ಸಂದರ್ಭಗಳಲ್ಲಿ ಈ ನಿಯಮವನ್ನು ಉಲ್ಲಂಗಿಸಿರುವುದು ಕಂಡುಬಂದಿದೆ. ಉದಾಹರಣೆಗೆ ರಾಜ ಧ್ರುವ ಸಾಮ್ರಾಜ್ಯದ ಹಿತದೃಷ್ಟಿಯಿಂದ ತನ್ನ ಹಿರಿಯ ಮಗ ಸ್ತಂಭನಿಗೆ ಬದಲಾಗಿ ಮೂರನೇ ಗೋವಿಂದನನ್ನು ಉತ್ತರಾಧಿಕಾರಿಯಾಗಿ ನಿಯೋಜಿಸಿದ್ದನು. ರಾಜ ಸಾಮಾನ್ಯವಾಗಿ ತನ್ನ ಮರಣಕ್ಕೆ ಮೊದಲೇ ತನ್ನ ಉತ್ತರಾಧಿಕಾರಿಯನ್ನು ನೇಮಿಸುತ್ತಿದ್ದನು. ಅಂತಹ ನಿಯೋಜಿತ ಉತ್ತರಾಧಿಕಾರಿಯನ್ನು **'ಯುವರಾಜ'** ಎಂದು ಕರೆಯಲಾಗುತ್ತಿತ್ತು. ಒಂದು ವೇಳೆ ರಾಜನಿಗೆ ಮಕ್ಕಳಿಲ್ಲದಿದ್ದಲ್ಲಿ ರಾಜನ ಸೋದರರು ಅಧಿಕಾರದ ಹಕ್ಕು ಪಡೆಯುತ್ತಿದ್ದರು. ಯುವರಾಜ ರಾಜಧಾನಿಯಲ್ಲಿದ್ದು ರಾಜನಿಗೆ ಸಹಾಯ ಮಾಡುತ್ತಾ ಆಡಳಿತ ಅನುಭವ ಪಡೆಯುತ್ತಿದ್ದನು. ರಾಜ ರಾಜಧಾನಿಯಲ್ಲಿ ಇಲ್ಲದಿದ್ದಾಗ ಯುವರಾಜ ಎಲ್ಲ ಅಧಿಕಾರವನ್ನು ಚಲಾಯಿಸುತ್ತಿದ್ದನು. ರಾಜನ ಉಳಿದ ಮಕ್ಕಳನ್ನು ಪ್ರಾಂತ್ಯಗಳ ರಾಜ್ಯಪಾಲರಾಗಿ ನೇಮಿಸಲಾಗುತ್ತಿತ್ತು. ಒಂದು ವೇಳೆ ರಾಜನಾದವನು ಅಪ್ರಾಪ್ತ ವಯಸ್ಕನಾಗಿದ್ದರೆ ಅವನಿಗೆ ನೆರವಾಗಲು ಒಬ್ಬ ರಕ್ಷಕ ಅಥವಾ ರಾಜಪ್ರತಿನಿಧಿಯನ್ನು ನೇಮಿಸಲಾಗುತ್ತಿತ್ತು. ಉದಾಹರಣೆಗೆ ಅಮೋಘವರ್ಷನ ರಕ್ಷಕನನ್ನಾಗಿ ಗುಜರಾತಿನ ರಾಜ್ಯಪಾಲ ಕರ್ಕನನ್ನು ನೇಮಿಸಲಾಗಿತ್ತು. ರಾಜ ಕುಟುಂಬದ ಮಹಿಳೆಯರನ್ನು ರಾಜ್ಯಪಾಲ ಅಥವಾ ತತ್ಸಮಾನವಾದ ಉನ್ನತ ಹುದ್ದೆಗಳಿಗೆ ನೇಮಿಸಿದ್ದರ ಬಗ್ಗೆ ಕೆಲವು ಮಾಹಿತಿಗಳಿವೆ. ಧ್ರುವನ ಪತ್ನಿ ಶೀಲಮಹಾದೇವಿ ಪತಿಯೊಂದಿಗೆ ಆಡಳಿತದಲ್ಲಿ ಪಾಲ್ಗೊಳ್ಳುತ್ತಿದ್ದಳು.

ರಾಜನ ಅಧಿಕಾರಗಳು ಮತ್ತು ಕರ್ತವ್ಯಗಳು : ರಾಜನಿಗೆ ಅನಿರ್ಬಂಧಿತ ಅಧಿಕಾರವಿತ್ತು ಮತ್ತು ಅವನು ಕಾರ್ಯಾಂಗ, ಶಾಸಕಾಂಗ ಮತ್ತು ನ್ಯಾಯಾಂಗದ ಮುಖ್ಯಸ್ಥನಾಗಿದ್ದನು. ಆದರೂ ಅವರು ಜನಹಿತವನ್ನು ಗಮನದಲ್ಲಿಟ್ಟುಕೊಂಡು ಆಳುತ್ತಿದ್ದ ಪ್ರಗತಿಪರ ಅರಸರಾಗಿದ್ದರು. ಪ್ರಜೆಗಳ ಸುಖ, ಕ್ಷೇಮ ಸಂತೋಷದ ಬಗ್ಗೆ ಅವರು ಆಸಕ್ತಿ ವಹಿಸುತ್ತಿದ್ದರು. ಒಂದನೇ ಅಮೋಘವರ್ಷ ನೃಪತುಂಗ ತನ್ನ ರಾಜ್ಯದಲ್ಲಿ ಸಂಭವಿಸಿದ ಬೀಕರ ಬರಗಾಲವನ್ನು ನಿವಾರಿಸಲು ಕೊಲ್ಲಾಪುರದ ಮಹಾಲಕ್ಷ್ಮಿಗೆ ತನ್ನ ಕೈಬೆರಳೊಂದನ್ನು ಕಾಣಿಕೆಯಾಗಿ ಅರ್ಪಿಸಿದನೆಂದು **ಸಂಜನ್ ಶಾಸನದಲ್ಲಿ** ಹೇಳಲಾಗಿದೆ.

ರಾಜ ಪ್ರಾಂತೀಯ ರಾಜ್ಯಪಾಲರುಗಳು, ಸೈನ್ಯಾಧಿಕಾರಿಗಳು ಸೇರಿದಂತೆ ಉನ್ನತ ಅಧಿಕಾರಿಗಳನ್ನು ನೇಮಿಸುತ್ತಿದ್ದನು. ಸಾಮಾನ್ಯವಾಗಿ ಅವನೇ ಯುದ್ಧಗಳಲ್ಲಿ ಸೈನ್ಯವನ್ನು ಮುನ್ನಡೆಸುತ್ತಿದ್ದನು. ಎಲ್ಲ ಬಗೆಯ ಆಂತರಿಕ ಮತ್ತು ಬಾಹ್ಯ ಅಪಾಯಗಳಿಂದ ಪ್ರಜೆಗಳನ್ನು ರಕ್ಷಿಸುವುದು ತಮ್ಮ ಕರ್ತವ್ಯವೆಂದು ರಾಷ್ಟ್ರಕೂಟ ದೊರೆಗಳು ಭಾವಿಸಿದ್ದರು. ಶಾಸನಗಳಲ್ಲಿ ಅದರ ಬಗ್ಗೆ ಸಾಕಷ್ಟು ಮಾಹಿತಿ ದೊರೆಯುತ್ತದೆ. ಮೂರನೇ ಗೋವಿಂದ ತನ್ನ ಸರ್ವಸ್ವವನ್ನು ತನ್ನ ಗುರುಗಳು, ಬ್ರಾಹ್ಮಣರು, ಸಜ್ಜನರು ಹಾಗೂ ಮಿತ್ರರ ಸೇವೆಗಾಗಿ ಮೀಸಲಟ್ಟಿದ್ದನೆಂದು ಹೇಳಲಾಗಿದೆ. ಕರ್ಕ ರಾಜನ ಅರಮನೆ ಬ್ರಾಹ್ಮಣರು ನಡೆಸುವ ಹೋಮ, ಧೂಮದಿಂದ ಆವೃತ್ತವಾಗಿತ್ತು. ಧ್ರುವ ಸತ್ಯಪ್ರೇಮಿಯಾಗಿದ್ದು ಯಾಚಿಸಿದವರಿಗೆ ಸಂಪತ್ತನ್ನೆಲ್ಲ ಧಾನ ಮಾಡುತ್ತಿದ್ದನೆಂದು ಶಾಸನಗಳಲ್ಲಿ ಹೇಳಲಾಗಿದೆ. ದಾನ ಧರ್ಮಕ್ಕೆ ಹೆಸರಾಗಿದ್ದ ಅವರುಗಳು ಧರ್ಮನಿರತರಾಗಿ ಸಾಮಾಜಿಕ ವ್ಯವಸ್ಥೆಯನ್ನು ಕಾಪಾಡುತ್ತಾ ಆಡಳಿತ ನಡೆಸಿದರು. ಬ್ರಾಹ್ಮಣರು, ದೇವಾಲಯಗಳು ಹಾಗೂ ಧಾರ್ಮಿಕ ಸಂಸ್ಥೆಗಳಿಗೆ ಉದಾರವಾದ ನೆರವು ನೀಡುತ್ತಿದ್ದರು. ರಾಷ್ಟ್ರಕೂಟರು **'ಪೃಥ್ವೀವಲ್ಲಭ', 'ರಾಜಸಿಂಹ', 'ಪರಮಬಟ್ಟಾರಕ" 'ಪರಮೇಶ್ವರ', 'ಮಹಾರಾಜಾಧಿರಾಜ'** ಮೊದಲಾದ ಬಿರುದುಗಳನ್ನು ಹೊಂದಿದ್ದರು. ಅಮೋಘವರ್ಷ **'ಮಹಾರಾಜಶರ್ವ'** (ಮಹಾರಾಜರಲ್ಲಿ ಈಶ್ವರ) ಎಂಬ ಬಿರುದನ್ನು, ದಂತಿದುರ್ಗ **'ಖಡ್ಗಾವಲೋಕ'** ಎಂಬ ಬಿರುದನ್ನು ಹೊಂದಿದ್ದರು.

ಮಂತ್ರಿಮಂಡಲ

ರಾಜನಿಗೆ ಆಡಳಿತದಲ್ಲಿ ಸಹಾಯಮಾಡಲು ಒಂದು ಮಂತ್ರಿಮಂಡಲ ಅಸ್ತಿತ್ವದಲ್ಲಿದ್ದ ಬಗ್ಗೆ ಪ್ರಸ್ತಾಪವಿದೆ. ರಾಷ್ಟ್ರಕೂಟರ ಕಾಲದಲ್ಲಿ ಸಚಿವ ಸಂಪುಟದಂತಹ ಒಂದು ಮಂಡಳಿ ಇದ್ದ ಬಗ್ಗೆ ಅಮೋಘವರ್ಷನ ಸಂಜನ್ ಶಾಸನದಲ್ಲಿ ಉಲ್ಲೇಖವಿದೆ. ಮೂರನೇ ಗೋವಿಂದನು ಸಭೆಯನ್ನು ಉದ್ದೇಶಿಸಿ **"ನೀವು ನನಗೆ ತಂದೆಯಂತಿದ್ದೀರಿ"** ಎಂದು ಹೇಳಿದನೆಂದು ಅದು ತಿಳಿಸುತ್ತದೆ. ಆದರೆ ಬೇರೆ ಯಾವ ಶಾಸನಗಳಲ್ಲೂ ಈ ಬಗ್ಗೆ ಪ್ರಸ್ತಾಪವಿಲ್ಲ. ಮಂತ್ರಿಮಂಡಲದ ರಚನೆ, ಮಂತ್ರಿಗಳ ಸಂಖ್ಯೆ, ಅವರುಗಳ ಅಧಿಕಾರ ಮೊದಲಾದವುಗಳ ಬಗ್ಗೆ ಯಾವುದೇ ವಿವರಗಳು ಲಭ್ಯವಾಗಿಲ್ಲ. ಯುದ್ಧ ಮತ್ತು ಶಾಂತಿ ವ್ಯವಹಾರಗಳ ಮಂತ್ರಿಯನ್ನು **"ಸಂಧಿವಿಗ್ರಹಿಕ"** ಎಂದು ಕರೆಯಲಾಗುತ್ತಿತ್ತು. ಈತನು ಅತ್ಯಂತ ಪ್ರಮುಖ ಮಂತ್ರಿಯಾಗಿದ್ದನು. ಮೂರನೇ

ಕೃಷ್ಣನ ಕಾಲದಲ್ಲಿ ನಾರಾಯಣನು ಈ ಹುದ್ದೆಯನ್ನು ನಿರ್ವಹಿಸಿದನು. ನಾಲ್ಕನೇ ಗೋವಿಂದನ ಕಾಲದಲ್ಲಿ ವೀಸೋತ್ತರನು ಸಂಧಿವಿಗ್ರಹಿಯಾಗಿದ್ದು ಹಲವಾರು ವಿಶೇಷ ಸೌಲಭ್ಯಗಳನ್ನು ಹೊಂದಿದ್ದನು.

ಅಧಿಕಾರಿಗಳು ರಾಷ್ಟ್ರಕೂಟರ ಕಾಲದ ವಿವಿಧ ಸರ್ಕಾರಿ ಅಧಿಕಾರಿಗಳ ಬಗ್ಗೆ ಅವರ ಕಾಲದ ಶಾಸನಗಳಲ್ಲಿ ಉಲ್ಲೇಖವಿದೆ. ಸಂಧಿವಿಗ್ರಹಿ ಯುದ್ಧ ಮತ್ತು ಶಾಂತಿ ವ್ಯವಹಾರಗಳ ಖಾತೆ ನಿರ್ವಹಿಸುತ್ತಿದ್ದನು. ರಾಜ ಭೂಮಿಯನ್ನು ದಾನ ಮಾಡಿದಾಗ ಅದಕ್ಕೆ ಸಂಬಂಧಿಸಿದ ಸನ್ನದನ್ನು ಸಿದ್ದಪಡಿಸುತ್ತಿದ್ದವನು ಈ ಅಧಿಕಾರಿಯೆ. ಈ ಪದವಿ ಬಹುಶಃ ಅನುವಂಶಿಯವಾಗಿತ್ತು. ಸನ್ನದನ್ನು ಬರೆಯುತ್ತಿದ್ದ ಇತರ ಅಧಿಕಾರಿಗಳ ಬಗೆಗೂ ಶಾಸನಗಳಲ್ಲಿ ಪ್ರಸ್ತಾಪವಿದೆ. 3ನೇ ಗೋವಿಂದನ **ಅಂಜನಾವತಿ ಶಾಸನ**ವನ್ನು ಕುಕ್ಕಯ್ಯ ಎಂಬುವನು ಬರೆದನು. ಅವನು ದಾಖಲೆಗಳ ಅಧಿಕಾರಿ ದೇವಯ್ಯನೊಂದಿಗೆ ಸೇರಿ **ಝುರಿಕಾ ದಾನ ಶಾಸನ**ವನ್ನು ಬರೆದನು. ಮಹಾಸಂಧಿವಿಗ್ರಹಿಕರಿಗೆ ಸಾಮಂತ ಸ್ಥಾನಮಾನ ನೀಡಲಾಗಿತ್ತು. ದಾನ ಶಾಸನಗಳಲ್ಲಿ ಸಾಮಂತ ಸ್ಥಾನಮಾನ ಪಡೆದಿದ್ದ ದಂಡನಾಯಕ ಎಂಬ ಮತ್ತೊಬ್ಬ ಅಧಿಕಾರಿಯ ಬಗ್ಗೆ ಪ್ರಸ್ತಾಪವಿದೆ. ಅಂತೆಯೇ ಮಹಾಮಾತ್ಯ, ಪೂರ್ಣಾಮಾತ್ಯ, ರಾಷ್ಟ್ರಪತಿಗಳು, ವಿಷಯಪತಿಗಳು, ಗ್ರಾಮಕೂಟ, ಆಯುಕ್ತ, ನಿಯುಕ್ತ ಮೊದಲಾದ ಅಧಿಕಾರಿಗಳ ಬಗ್ಗೆ ಉಲ್ಲೇಖವಿದೆ.

ಪ್ರಾಂತ್ಯಾಡಳಿತ : ಆಡಳಿತದ ಅನುಕೂಲತೆಗಾಗಿ ಸಾಮ್ರಾಜ್ಯವನ್ನು ಪ್ರಾಂತ್ಯಗಳಾಗಿ ವಿಭಾಗಿಸಲಾಗಿತ್ತು. ಅವುಗಳನ್ನು **ರಾಷ್ಟ್ರ** ಅಥವಾ **ಮಂಡಲ** ಎಂದು ಕರೆಯಲಾಗುತ್ತಿತ್ತು. ರಾಷ್ಟ್ರಕೂಟ ಸಾಮ್ರಾಜ್ಯದಲ್ಲಿ ಅಂತಹ 20 ರಿಂದ 25 ಪ್ರಾಂತ್ಯಗಳಿದ್ದವು. ರಾಷ್ಟ್ರದ ಮುಖ್ಯಸ್ಥನನ್ನು ರಾಷ್ಟ್ರಪತಿ ಎಂದು ಕರೆಯಲಾಗುತ್ತಿತ್ತು. ಈ ಪದವಿಗೆ ಸಾಮಾನ್ಯವಾಗಿ ರಾಜನ ಮಕ್ಕಳು ಅಥವಾ ಸಹೋದರರನ್ನು ನೇಮಿಸಲಾಗುತ್ತಿತ್ತು. ಕೆಲವು ಸಂದರ್ಭಗಳಲ್ಲಿ ಸೈನ್ಯಾಧಿಕಾರಿಗಳನ್ನು ಈ ಪದವಿಗೆ ನೇಮಿಸಲಾಗುತ್ತಿತ್ತು. ಉದಾಹರಣೆಗೆ ಸೈನ್ಯಧಿಕಾರಿ ಬಂಕೇಶನನ್ನು ಬನವಾಸಿ 12000ದ ರಾಜ್ಯಪಾಲನಾಗಿ ನೇಮಿಸಲಾಗಿತ್ತು. ಈ ಪದವಿ ಅನುವಂಶಿಕವಾಗಿರಲಿಲ್ಲ. ಅವರು ಸಾಮ್ರಾಟನ ವಿಶ್ವಾಸ ಉಳಿಸಿಕೊಂಡಿರುವವರೆಗೆ ಅಧಿಕಾರದಲ್ಲಿರಬಹುದಿತ್ತು. ತಮ್ಮ ಅಧಿಕಾರ ವ್ಯಾಪ್ತಿಯ ಪ್ರದೇಶದಲ್ಲಿ ರಾಷ್ಟ್ರಪತಿಗಳು ರಾಜನಿಗೆ ಸಮಾನವಾದ ಅಧಿಕಾರ ಹೊಂದಿದ್ದರು. ಕಾನೂನು ಶಿಸ್ತುಪಾಲನೆ, ತನ್ನ ಪ್ರದೇಶವನ್ನು ಶತ್ರುಗಳಿಂದ ರಕ್ಷಿಸುವುದು ಅವರ ಕರ್ತವ್ಯಗಳಾಗಿದ್ದವು.

ಸ್ಥಳೀಯ ಆಡಳಿತ: ಪ್ರಾಂತ್ಯಗಳನ್ನು **ವಿಷಯ** (ಆಧುನಿಕ ಜಿಲ್ಲೆ) ಗಳಾಗಿ ವಿಭಾಗಿಸಲಾಗಿತ್ತು. ಅವುಗಳ ಮುಖ್ಯಸ್ಥರನ್ನು **'ವಿಷಯಪತಿ'** ಎಂದು ಕರೆಯಲಾಗುತ್ತಿತ್ತು. ಅವನು ಸಾಮಾನ್ಯವಾಗಿ ರಾಜನಿಂದ ನೇಮಕಗೊಳ್ಳುತ್ತಿದ್ದನು. ಕಂದಾಯ ವಸೂಲಿ ಅವನ ಮುಖ್ಯ ಕೆಲಸವಾಗಿತ್ತು. ಅನೇಕ ಶಾಸನಗಳಲ್ಲಿ ವಿಷಯಗಳ ಪ್ರಸ್ತಾಪವಿದೆ. ಗುಪ್ತರ ಕಾಲದ ಶಾಸನಗಳಲ್ಲೂ ವಿಷಯ –ವಿಷಯಪತಿ, ಮಹಾಸಂಧಿವಿಗ್ರಹಿಕರ ಬಗ್ಗೆ ಪ್ರಸ್ತಾಪವಿದೆ.

ವಿಷಯಗಳನ್ನು ಇಂದಿನ ತಾಲ್ಲೂಕುಗಳಿಗೆ ಹೋಲಿಸಬಹುದಾದ **ಭುಕ್ತಿ, ನಾಡು**ಗಳಾಗಿ ವಿಭಾಗಿಸಲಾಗಿತ್ತು. ಅವುಗಳ ಮುಖ್ಯಸ್ಥರನ್ನು **ಭೋಗಪತಿ** ಎಂದು ಕರೆಯಲಾಗುತ್ತಿತ್ತು. ಗ್ರಾಮ ಆಡಳಿತದ ಕೊನೆಯ ಘಟಕವಾಗಿತ್ತು, ಗ್ರಾಮದ ಮುಖ್ಯಸ್ಥನನ್ನು **ಗ ಡ** (ಗಾವುಂಡ) ಎಂದು ಕರೆಯಲಾಗುತ್ತಿತ್ತು. ಕಾನೂನು ಶಿಸ್ತುಪಾಲನೆ, ಕಂದಾಯದ ವಸೂಲಿ ಅವನ ಕರ್ತವ್ಯಗಳಾಗಿದ್ದವು. ಗ್ರಾಮಗಳು ತಮ್ಮದೆ ಪ್ರತಿನಿಧಿ ಸಭೆಗಳನ್ನು ಹೊಂದಿದ್ದು, ಗ್ರಾಮದ ಹಿರಿಯರು ಅವುಗಳ ಸದಸ್ಯರಾಗಿದ್ದರು. ಅವರನ್ನು ಮಹಾಜನರೆಂದು ಕರೆಯಲಾಗುತ್ತಿತ್ತು.

ಮಹಾಜನರ ಸಭೆಗಳು ಬ್ರಾಹ್ಮಣರು ವಾಸಿಸುತ್ತಿದ್ದ ಅಗ್ರಹಾರಗಳಲ್ಲಿದ್ದವು. ಆಯುಕ್ತ, ನಿಯುಕ್ತ ಎಂಬ ಅಧಿಕಾರಿಗಳು ಬಹುಶಃ ಗ್ರಾಮದ ಆಡಳಿತಕ್ಕೆ ಸಂಬಂಧಿಸಿದ ಅಧಿಕಾರಿಗಳಾಗಿದ್ದರು ಅಥವಾ ಗ್ರಾಮಲೆಕ್ಕಿಗಳಾಗಿದ್ದರು. ಈ ಅಧಿಕಾರಿಗಳ ನೇಮಕದ ವಿಧಾನ ಹಾಗೂ ಅವರ ಕರ್ತವ್ಯಗಳ ಬಗ್ಗೆ ವಿವರಗಳ ದೊರೆಯುವುದಿಲ್ಲ. ಇವರೆಲ್ಲರೂ ಭೂಮಿಯ ಸರ್ವೇಕ್ಷಣೆ, ಕಂದಾಯ ನಿಗದಿ ಮತ್ತು ವಸೂಲಿ ಕಾರ್ಯ ನಿರ್ವಹಿಸುತ್ತಿದ್ದರು.

ಸಾಮಂತರು

ರಾಷ್ಟ್ರಕೂಟ ಸಾಮ್ರಾಜ್ಯದಲ್ಲಿ ಹಲವಾರು ಸಾಮಂತ ರಾಜ್ಯಗಳಿದ್ದವು. ರಾಷ್ಟ್ರಕೂಟರೇ ಪ್ರಾರಂಭದಲ್ಲಿ ಬಾದಾಮಿ ಚಾಳುಕ್ಯರ ಸಾಮಂತರಾಗಿದ್ದರು. ಗಂಗರು, ಬಾಣರು, ನೊಳಂಬರು, ವೈಡುಂಬರು, ಪೂರ್ವಚಾಳುಕ್ಯರು, ವೇಮುಲವಾಡದ ಚಾಳುಕ್ಯರು, ಕೊಂಕಣದ ಶಿಲಾಹಾರರು, ಚೇದಿಯ ಕಲಚುರಿಗಳು ರಾಷ್ಟ್ರಕೂಟರ ಸಾಮಂತರಾಗಿದ್ದರು. ಈ ಸಾಮಂತ ಮನೆತನಗಳೊಂದಿಗೆ ರಾಜವಂಶದವರು ವೈವಾಹಿಕ ಸಂಬಂಧ ಬೆಳೆಸುತ್ತಿದ್ದರು. ಅಂತೆಯೇ ಘರ್ಷಣೆಗಳು ಸಂಭವಿಸುತ್ತಿದ್ದ ದಕ್ಷಿಣ ತೆಲಂಗಾಣ

ಪ್ರದೇಶದಲ್ಲಿ ಆಳುತ್ತಿದ್ದ ಮೇಮುಲವಾಡದ ಚಾಲುಕ್ಯರು ರಾಷ್ಟ್ರಕೂಟರ ಪ್ರಭಾವದಿಂದ ಕನ್ನಡ ಭಾಷೆಯಲ್ಲಿ ಶಾಸನಗಳನ್ನು ಬರೆಸಿದರು. ಈ ವಂಶದ ಅರಿಕೇಸರಿಯೇ ಆದಿಕವಿ ಪಂಪನ ಆಶ್ರಯದಾತನಾಗಿದ್ದನು. ಈ ಸಾಮಂತ ರಾಜರು ಸಾಮ್ರಾಟರಿಗೆ ಅಗತ್ಯವಾದಾಗ ಸೈನ್ಯ ಸಹಾಯ ನೀಡುತ್ತಿದ್ದರು. ಗಂಗರು ಮತ್ತು ರಾಷ್ಟ್ರಕೂಟರು ಚೋಳರ ವಿರುದ್ಧ ಮೈತ್ರಿ ಮಾಡಿಕೊಂಡಿದ್ದರು. ವಾಸ್ತವವಾಗಿ ರಾಷ್ಟ್ರಕೂಟರು ಆಳಿದ್ದು ಚಿಕ್ಕಪ್ರದೇಶವನ್ನು. ಸಾಮ್ರಾಜ್ಯದ ಉಳಿದ ಭಾಗವನ್ನು ಸಾಮಂತರಾದ ಸ್ಥಳಿಯ ನಾಯಕರು ಆಳುತ್ತಿದ್ದರು. ರಾಜ ಸಮರ್ಥನಿದ್ದಾಗ ಮಾತ್ರ ರಾಷ್ಟ್ರಕೂಟರ ಪ್ರಭುತ್ವ ವಿಶಾಲ ಪ್ರದೇಶದ ಮೇಲೆ ಹರಡುತ್ತಿತ್ತು.

ಪರ್ಷಿಯಾದ ಪ್ರವಾಸಿ **ಸುಲೇಮಾನ್** ಹೀಗೆ ಬರೆದಿದ್ದಾನೆ. **"ಭಾರತದಲ್ಲಿ ಒಬ್ಬ ರಾಜನು ತನ್ನ ನೆರೆ ರಾಜ್ಯವನ್ನು ಗೆದ್ದರೆ ಸೋತ ರಾಜನ ಕುಟುಂಬಕ್ಕೆ ಸೇರಿದ ವ್ಯಕ್ತಿಯೊಬ್ಬನನ್ನು ಅದಕ್ಕೆ ರಾಜನನ್ನಾಗಿ ನೇಮಿಸುತ್ತಾನೆ. ಇದಲ್ಲದೆ ಬೇರೆ ರೀತಿಯನ್ನು ಜನರು ಒಪ್ಪುವುದಿಲ್ಲ."** ಸಾಮಂತರು ಅರಸನಿಗೆ ಕಪ್ಪಕಾಣಿಕೆ ಸಲ್ಲಿಸುತ್ತಿದ್ದರು. ಸಾಮಂತ ರಾಜ್ಯಗಳಿಗೆ ಆಂತರಿಕ ಸ್ವಾತಂತ್ರ್ಯವಿತ್ತು.

ಕಂದಾಯ ವ್ಯವಸ್ಥೆ

ಭೂಕಂದಾಯ ಸರ್ಕಾರದ ಪ್ರಮುಖ ವರಮಾನ ಮೂಲವಾಗಿತ್ತು. ಆಯುಕ್ತ, ನಿಯುಕ್ತ ಎಂಬ ಅಧಿಕಾರಿಗಳು ಕಂದಾಯ ನಿಗದಿ ಮತ್ತು ವಸೂಲಿ ಕಾರ್ಯ ನಿರ್ವಹಿಸುತ್ತಿದ್ದರು. ಉತ್ಪಾದನೆಯ 1/4 ಅಥವಾ 1/6 ಭಾಗವನ್ನು ಕಂದಾಯವಾಗಿ ನಿಗದಿ ಮಾಡಲಾಗುತ್ತಿತ್ತು. ರಾಜ ಭೂಮಿಯನ್ನು ದಾನ ಮಾಡಿದಾಗ ಸ್ವೀಕರಿಸಿದವರಿಗೆ ಕಂದಾಯ ವಸೂಲಿ ಹಕ್ಕು ದೊರೆಯುತ್ತಿತ್ತು. **ಚಿಂಚಣಿ ದಾನ ಶಾಸನದಲ್ಲಿ** ರಾಜನಿಗೆ ಸೇರಬೇಕಾದ ಭಾಗವನ್ನು ಸಂಗ್ರಹಿಸುತ್ತಿದ್ದ **'ಧ್ರುವರು'** ಎಂಬ ಅಧಿಕಾರಿಗಳ ಬಗ್ಗೆ ಉಲ್ಲೇಖವಿದೆ. ಈ ಅಧಿಕಾರಿಗಳನ್ನು ಶಾಸನದಲ್ಲಿ **"ರಾಜನ ಕಡೆಯ ಜನರು"** ಎಂದು ಉಲ್ಲೇಖಿಸಲಾಗಿದೆ. ದಾನ ಮಾಡಿದ ಗ್ರಾಮಗಳಿಗೆ ಅಧಿಕಾರಿಗಳು ಪ್ರವೇಶಿಸುವಂತಿರಲಿಲ್ಲ. ಉಳಿದಂತೆ ಅಧಿಕಾರಿಗಳು ವಸೂಲಿಗೆ ಹೋದಾಗ ಅವರಿಗೆ ಜನರೇ ಆಹಾರ ಒದಗಿಸಬೇಕಿತ್ತು. ಸ್ಥಳೀಯ ಹಂತದಲ್ಲಿ ನಾಡಗಾವುಂಡರು, ಪೆರ್ಗಡೆಗಳು, ಇತರರು ಸರ್ಕಾರದ ಪರವಾಗಿ ತೆರಿಗೆ ಸಂಗ್ರಹಿಸುತ್ತಿದ್ದರು. ಈ ತೆರಿಗೆಯಲ್ಲಿ ರಾಜನ ಮತ್ತು ಇವರ ಪಾಲು ಸಮನಾಗಿರುತ್ತಿತ್ತು. ಶಾಸವೊಂದರಲ್ಲಿ ರಾಜ ಮತ್ತು ನಾಡಗಾವುಂಡರ ಪಾಲನ್ನು ತಲಾ 2 ಗದ್ಯಾಣ (ಚಿನ್ನ) ಎಂದು ನಿಗದಿ ಮಾಡಲಾಗಿದೆ.

ವಾಸದ ಮನೆ, ಹೂವಿನ ತೋಟದ ಮೇಲೆ ತೆರಿಗೆಯಿತ್ತು. ಜಾತ್ರೆಗಳ ಸಮಯದಲ್ಲಿ ಸುಂಕ ವಿಧಿಸಲಾಗುತ್ತಿತ್ತು. ವಿದೇಶಗಳಿಂದ ಕೊಂಕಣ ಪ್ರದೇಶಕ್ಕೆ ಬರುತ್ತಿದ್ದ ಹಡಗುಗಳ ಮೇಲೂ ತೆರಿಗೆ ವಿಧಿಸಲಾಗುತ್ತಿತ್ತು. ತೆರಿಗೆಯನ್ನು ವಸ್ತುಗಳ ರೂಪದಲ್ಲಿ ಅಥವಾ ಹಣದ ರೂಪದಲ್ಲಿ ಸಂಗ್ರಹಿಸಲಾಗುತ್ತಿತ್ತು.

ಸೈನ್ಯಾಡಳಿತ

ರಾಷ್ಟ್ರಕೂಟರು ಬಲಿಷ್ಠವಾದ ಸೈನ್ಯವನ್ನು ಹೊಂದಿದ್ದರು. ಅವರು ಪಡೆದ ವಿಜಯಗಳು ಇದಕ್ಕೆ ನಿದರ್ಶನವಾಗಿವೆ. ಭೂಸೈನ್ಯ ಮತ್ತು ಅಶ್ವಪಡೆ ಸೈನ್ಯದ ಮುಖ್ಯ ವಿಭಾಗಗಳಾಗಿದ್ದವು. ಯುದ್ಧಗಳಲ್ಲಿ ಆನೆಗಳನ್ನೂ ಬಳಸಲಾಗುತ್ತಿತ್ತು. ಅಶ್ವಗಳನ್ನು ಅರೇಬಿಯಾದಿಂದ ಆಮದು ಮಾಡಿಕೊಳ್ಳಲಾಗುತ್ತಿತ್ತು. ಪ್ರಾಂತ್ಯಗಳ ರಾಜ್ಯಪಾಲರು ಹಾಗೂ ಸಾಮಂತರು ಸೈನ್ಯವನ್ನು ಹೊಂದಿದ್ದು ರಾಜ ಅದರ ಉಪಯೋಗ ಪಡೆಯಬಹುದಿತ್ತು. ಸೈನಿಕರಿಗೆ ಹಣ ಹಾಗೂ ವಸ್ತುಗಳ ರೂಪದಲ್ಲಿ ವೇತನ ನೀಡಲಾಗುತ್ತಿತ್ತು. ಕತ್ತಿ, ಗುರಾಣಿ, ಈಟಿ, ಬರ್ಜಿ, ಬಿಲ್ಲು ಮತ್ತು ಬಾಣಗಳು ಮುಖ್ಯ ಯುದ್ಧಾಸ್ತ್ರಗಳಾಗಿದ್ದವು. ರಾಷ್ಟ್ರಕೂಟರ ಕಾಲದ ಕರ್ನಾಟಕದ ಸೈನ್ಯ ಅತ್ಯಂತ ಸಮರ್ಥವಾಗಿತ್ತು. ಉತ್ತರ ಭಾರತದ ಸಂಸ್ಕೃತ **ಕವಿ ರಾಜಶೇಖರ** ಕನ್ನಡಿಗರ ಶೌರ್ಯ, ಸಾಹಸಗಳನ್ನು ಪ್ರಶಂಸಿಸಿದ್ದಾನೆ. ಈ ಕಾಲದ ಅಪಾರ ಸಂಖ್ಯೆಯ ವೀರಗಲ್ಲುಗಳ ಮೇಲೆ ಹೀಗೆ ಬರೆಯಲಾಗಿದೆ, **"ಸಾವಿಗೆ ಅಂಜಬೇಡಿ, ಜೀವನ ಕ್ಷಣಿಕವಾದುದು, ಸತ್ಕಾರ್ಯಕ್ಕಾಗಿ ಹೋರಾಡಿ, ಪ್ರತಿಫಲ ನಿಮ್ಮದಾಗುವುದು." "ರಾಷ್ಟ್ರಕೂಟರ ಸೈನ್ಯದಲ್ಲಿ ಆನೆಗಳು, ಅಶ್ವಗಳು ಅಪಾರ ಸಂಖ್ಯೆಯಲ್ಲಿದ್ದವು. ಆದರೆ, ಸೈನ್ಯದ ಬಹುಭಾಗ ಭೂಸೈನ್ಯವೇ ಆಗಿತ್ತು"** ಎಂದು ಅಲ್ ಮಸೂದಿ ಹೇಳಿದ್ದಾನೆ.

ಸಾಮಾಜಿಕ ಪರಿಸ್ಥಿತಿಗಳು

ಈ ಕಾಲದಲ್ಲಿ ರಚನೆಯಾದ ಧಾರ್ಮಿಕ ಕೃತಿಗಳು ಹಾಗೂ ಅರಬ್ ಪ್ರವಾಸಿಗರ ಬರವಣಿಗೆಗಳು ರಾಷ್ಟ್ರಕೂಟರ ಕಾಲದ ಸಾಮಾಜಿಕ ಸ್ಥಿತಿಗತಿಗಳ ಅಧ್ಯಯನಕ್ಕೆ ಸಹಾಯಕವಾಗಿವೆ. ಹಿಂದಿನಿಂದಲೂ ಅಸ್ತಿತ್ವದಲ್ಲಿದ್ದ ನಾಲ್ಕು ಜಾತಿಗಳು ಹಾಗೂ ಇತರ ಉಪಜಾತಿಗಳು ಈ ಕಾಲದಲ್ಲೂ ಅಸ್ತಿತ್ವದಲ್ಲಿದ್ದವು. ಈ ಕಾಲದ ಒಂದು ಮಹತ್ವದ ಬೆಳವಣಿಗೆಯೆಂದರೆ ಮೊದಲ ಮೂರು ವರ್ಗಗಳಿಗೆ ಸೇರಿದವರು ಅಂದರೆ ಬ್ರಾಹ್ಮಣರು, ಕ್ಷತ್ರಿಯರು ಮತ್ತು ವೈಶ್ಯರು ಅನಿವಾರ್ಯವಾದಾಗ ತಮಗಿಂತ ಕೆಳವರ್ಗಗಳ ವೃತ್ತಿಗಳನ್ನು ಅನುಸರಿಸಲು ಧರ್ಮಶಾಸ್ತ್ರಗಳು ಅವಕಾಶ ಕಲ್ಪಿಸಿದ್ದವು. ಬ್ರಾಹ್ಮಣರ ಒಂದು ವರ್ಗ ತಮ್ಮ ಪಾರಂಪರಿಕ

ವೃತ್ತಿಯನ್ನು ಮುಂದುವರಿಸಿತಾದರೂ, ಇತರರು ಸರ್ಕಾರದ ನಾಗರಿಕ ಹಾಗೂ ಸೈನಿಕ ಹುದ್ದೆಗಳಿಗೆ ಸೇರಿಕೊಂಡರು. ಹಲವು ಬ್ರಾಹ್ಮಣರು ಕ್ಷತ್ರಿಯರ ಹಾಗೂ ವೈಶ್ಯರ ವೃತ್ತಿಗಳನ್ನು ಕೈಗೊಂಡರು. ಅಂತಹ ವೃತ್ತಿ ಬದಲಾವಣೆಯ ಸಂದರ್ಭಗಳಲ್ಲಿ ಅವರು ಆ ವೃತ್ತಿಗೆ ನಿಗದಿಯಾಗಿದ್ದ ತೆರಿಗೆಗಳನ್ನು ಪಾವತಿಸಬೇಕಾಗಿತ್ತು. ಮೇಲ್ವರ್ಗಗಳಲ್ಲಿ ಮೇಲು, ಕೀಳು ಭಾವನೆಗಳು ಬೆಳೆದವು. ಪಾರಂಪರಿಕ ವೃತ್ತಿಯಾಗಿದ್ದ ವೇದಾಧ್ಯಯನವನ್ನು ಮುಂದುವರಿಸಿದ ಬ್ರಾಹ್ಮಣರು ಇತರ ವೃತ್ತಿಗಳನ್ನು ಕೈಗೊಂಡ ಬ್ರಾಹ್ಮಣರನ್ನು ಕೀಳು ದೃಷ್ಟಿಯಿಂದ ನೋಡುತ್ತಿದ್ದರು. ಅಂತೆಯೇ ಕ್ಷತ್ರಿಯರಲ್ಲಿ **ಸತ್‌ಕ್ಷತ್ರಿಯರು** ಮತ್ತು **ಸಾಮಾನ್ಯ ಕ್ಷತ್ರಿಯರು** ಎಂಬ ಎರಡು ವರ್ಗಗಳಿದ್ದು, ಮೊದಲ ವರ್ಗದವರು ಅಂದರೆ ಆಳುವ ವರ್ಗಕ್ಕೆ ಸೇರಿದ ಸರದಾರರು ಮತ್ತಿತರರು ಎರಡನೇ ವರ್ಗದವರನ್ನು ಕೀಳಾಗಿ ಕಾಣುತ್ತಿದ್ದರು. ಶೂದ್ರ ವರ್ಗದವರ ಸ್ಥಾನಮಾನಗಳಲ್ಲಿ ಮಹತ್ವದ ಬದಲಾವಣೆಗಳಾದವು. ಆಳ್ವಾರರು ಹಾಗೂ ನಾಯನಾರರು ಸಮಾನತೆಯ ಆಧಾರದಲ್ಲಿ ಭಕ್ತಿ ಪಂಥವನ್ನು ಪ್ರಚಾರ ಮಾಡಿದರು. ಬೇಸಾಯ, ವ್ಯಾಪಾರ ವೃತ್ತಿಗಳ ಜೊತೆಗೆ ಅವರು ಸೈನಿಕ ವೃತ್ತಿಯನ್ನು ಕೈಗೊಂಡಿದ್ದರು. ಅಸ್ಪೃಶ್ಯತೆಯ ಆಚರಣೆಯೂ ರೂಢಿಯಲ್ಲಿದ್ದು ಅವರನ್ನು ಸಮಾಜದ ಮುಖ್ಯವಾಹಿನಿಯಿಂದ ಹೊರಗಿಡಲಾಗಿತ್ತು. ಪರ್ಷಿಯಾ ಮತ್ತು ಅರಬ್ ಪ್ರವಾಸಿಗರಾದ **ಸುಲೇಮಾನ್** ಮತ್ತು **ಅಲ್ ಮಸೂದಿ** (ಅರಬರ ಹಿರೊಡೋಟಸ್) ಈ ಅವಧಿಯ ಸಾಮಾಜಿಕ ವ್ಯವಸ್ಥೆಯ ಬಗ್ಗೆ ಮಾಹಿತಿ ನೀಡಿದ್ದಾರೆ.

ಹಿಂದಿನಂತೆಯೇ ಪಿತೃಪ್ರಧಾನ ಕೌಟುಂಬಿಕ ವ್ಯವಸ್ಥೆ ಮುಂದುವರಿಯಿತು. ರಾಜವಂಶಕ್ಕೆ ಸೇರಿದ ಮಹಿಳೆಯರು ಆಡಳಿತದಲ್ಲಿ ಪಾಲ್ಗೊಳ್ಳುತ್ತಿದ್ದರು. ಅಮೋಘವರ್ಷನ ಮಗಳು ರೇವಕನಿಮ್ಮಡಿ ಎಡತೊರೆ ಪ್ರದೇಶವನ್ನು ಆಳುತ್ತಿದ್ದ ಬಗ್ಗೆ ಆಧಾರಗಳಿವೆ. ದೇವಾಲಯಗಳು, ಅಗ್ರಹಾರಗಳು ಈ ಅವಧಿಯಲ್ಲಿ ಶಿಕ್ಷಣ ಕೇಂದ್ರಗಳಾಗಿದ್ದವು.

ಆರ್ಥಿಕ ಪರಿಸ್ಥಿತಿಗಳು

ಹಿಂದಿನಂತೆಯೇ ಕೃಷಿ ಜನರ ಪ್ರಧಾನ ವೃತ್ತಿಯಾಗಿತ್ತು ಹಾಗೂ ಭೂಕಂದಾಯ ಸರ್ಕಾರದ ಪ್ರಮುಖ ಆದಾಯ ಮೂಲವಾಗಿತ್ತು. ಕೃಷಿಗೆ ಸರ್ಕಾರದ ಪ್ರೋತ್ಸಾಹದ ಬಗ್ಗೆ ಹಾಗೂ ನೀರಾವರಿಗಾಗಿ ಕೆರೆಗಳ ನಿರ್ಮಾಣದ ಬಗ್ಗೆ ಶಾಸನಗಳಲ್ಲಿ ಮಾಹಿತಿಯಿದೆ. ಜೋಳ, ಭತ್ತ, ಎಣ್ಣೆ ಕಾಳುಗಳು, ಹತ್ತಿ ಮೊದಲಾದವು ಪ್ರಮುಖ ಬೆಳೆಗಳಾಗಿದ್ದವು. ಕೊಂಕಣ ಪ್ರದೇಶದಲ್ಲಿ ಅಡಿಕೆ, ತೆಂಗನ್ನು ಬೆಳೆಯಲಾಗುತ್ತಿತ್ತು.

ರಾಷ್ಟ್ರಕೂಟರ ಕಾಲದಲ್ಲಿ ಕೈಗಾರಿಕೆ ಹಾಗೂ ಗಣಿಗಾರಿಕೆಯಲ್ಲಿ ಸಾಕಷ್ಟು ಪ್ರಗತಿಯಾಯಿತು. ಖನಿಜ ಸಂಪತ್ತು ಅಪಾರವಾಗಿತ್ತು. ಬಳ್ಳಾರಿ, ಬಿಜಾಪುರ, ಧಾರವಾಡ ಮೊದಲಾದ ಕಡೆಗಳಲ್ಲಿ ತಾಮ್ರದ ಗಣಿಗಳಿದ್ದವು. ಗೋಲ್ಕೊಂಡ ಪ್ರದೇಶದ ಗಣಿಗಳಲ್ಲಿ ಬೆಲೆಬಾಳುವ ಹರಳುಗಳು ದೊರೆಯುತ್ತಿದ್ದವು. ಗುಜರಾತ್, ಉಜ್ಜೈನಿ ಮೊದಲಾದ ಸ್ಥಳಗಳಲ್ಲಿ ಹತ್ತಿ ಬಟ್ಟೆ ಕೈಗಾರಿಕೆಗಳಿದ್ದವು. ರಾಜಧಾನಿಯಾಗಿದ್ದ ಮಾನ್ಯಖೇಟವು ಆಭರಣಗಳ ತಯಾರಿಕೆಗೆ ಪ್ರಸಿದ್ಧವಾಗಿತ್ತು.

ರಾಷ್ಟ್ರಕೂಟರ ಕಾಲದಲ್ಲಿ ಪಾಶ್ಚಾತ್ಯ ದೇಶಗಳೊಂದಿಗೆ ಉತ್ತಮ ವ್ಯಾಪಾರ ಸಂಪರ್ಕವಿತ್ತು. ಬಹುಶಃ ಈ ವಿದೇಶಿ ವ್ಯಾಪಾರ ಅರಬ್ ವರ್ತಕರ ಮೂಲಕ ನಡೆಯುತ್ತಿತ್ತು. ಈ ವೇಳೆಗಾಗಲೇ ಪಶ್ಚಿಮ ಕರಾವಳಿಯ ಹಲವು ಸ್ಥಳಗಳಲ್ಲಿ ಅರಬ್ ವರ್ತಕರು ವ್ಯಾಪಾರ ಕೇಂದ್ರಗಳನ್ನು ಸ್ಥಾಪಿಸಿಕೊಂಡಿದ್ದರು. ಕಲ್ಯಾಣ, ಬ್ರೋಚ್, ನವಸಾರಿ, ದೇಬಾಲ್ ಮೊದಲಾದವು ಪ್ರಮುಖ ಬಂದರುಗಳಾಗಿದ್ದವು. ತೇಗ, ಶ್ರೀಗಂಧ, ಹತ್ತಿಬಟ್ಟೆ, ಬೆಲೆಬಾಳುವ ಹರಳುಗಳು ಮೊದಲಾದವನ್ನು ರಫ್ತು ಮಾಡಲಾಗುತ್ತಿತ್ತು. ಖರ್ಜೂರ, ದ್ರಾಕ್ಷಾರಸ, ಉತ್ತಮ ದರ್ಜೆ ಅಶ್ವಗಳು, ಗಾಜು, ತವರ ಮೊದಲಾದವನ್ನು ಆಮದು ಮಾಡಿಕೊಳ್ಳಲಾಗುತ್ತಿತ್ತು. ಎತ್ತಿನ ಗಾಡಿಗಳು ಹಾಗೂ ಕತ್ತೆಗಳು ಸಾರಿಗೆಯ ಸಾಧನಗಳಾಗಿದ್ದವು. ಈ ಅವಧಿಯಲ್ಲೂ ವೃತ್ತಿ ಸಂಘಟನೆಗಳು ಅಸ್ತಿತ್ವದಲ್ಲಿದ್ದ ಬಗ್ಗೆ ದಾಖಲೆಗಳಿವೆ. ವ್ಯಾಪಾರ ಹಾಗೂ ವಾಣಿಜ್ಯದ ಪ್ರಗತಿಯಿಂದಾಗಿ ನಾಣ್ಯಗಳ ಚಲಾವಣೆಯ ಪ್ರಮಾಣವೂ ಹೆಚ್ಚಿರುವ ಸಾಧ್ಯತೆಯಿದೆ. ವಿನಿಮಯ ಪದ್ಧತಿ ಮುಂದುವರಿದರೂ ಕೂಡ **ದ್ರಮ್ಮ, ಸುವರ್ಣ, ಗದ್ಯಾಣ, ಕಲಂಜು, ಕಾಸು** ಮೊದಲಾದ ಚಿನ್ನ ಮತ್ತು ಬೆಳ್ಳಿಯ ನಾಣ್ಯಗಳು ಚಲಾವಣೆಯಲ್ಲಿದ್ದವು.

ಧರ್ಮ

ರಾಷ್ಟ್ರಕೂಟರ ಕಾಲದಲ್ಲಿ ಜೈನಧರ್ಮ, ಹಿಂದೂಧರ್ಮ ಹಾಗೂ ಬೌದ್ಧಧರ್ಮಗಳಿಗೆ ಸಮಾನ ಪ್ರೋತ್ಸಾಹ ದೊರೆಯಿತು. ವೈಷ್ಣವ ಧರ್ಮ ಸಂಕೇತವಾದ ಗರುಡನನ್ನು ರಾಜ ಲಾಂ□ನವನ್ನಾಗಿ ಮಾಡಿಕೊಂಡಿದ್ದ ರಾಷ್ಟ್ರಕೂಟರು ವೈಷ್ಣವ ಹಾಗೂ ಶೈವ ದೇವರುಗಳನ್ನು ಆರಾಧಿಸುತ್ತಿದ್ದರು. ಅಮೋಘವರ್ಷ ಜೈನ ದರ್ಮಾವಲಂಬಿಯಾಗಿದ್ದರೂ ಕೊಲ್ಲಾಪುರದ ಮಹಾಲಕ್ಷ್ಮಿಯ ಆರಾಧಕನಾಗಿದ್ದನು. ಎಲ್ಲೋರದಲ್ಲಿ ಸುಂದರವಾದ ಕೈಲಾಸ ದೇಗುಲ ಹಾಗೂ ಎಲಿಫೆಂಟಾದಲ್ಲಿ ಶಿವಾಲಯಗಳು

ನಿರ್ಮಾಣವಾದವು. **ಶಂಕರಾಚಾರ್ಯರು** ಈ ಅವಧಿಯಲ್ಲಿ ಜೀವಿಸಿದ್ದು **ಅದ್ವೈತ ಸಿದ್ಧಾಂತವನ್ನು** ಪ್ರಚಾರ ಮಾಡಿದರು ಹಾಗೂ ಹಿಂದೂ ಧರ್ಮಕ್ಕೆ ಹೆಚ್ಚಿನ ಬಲ ತುಂಬಿದರು. **ಶೃಂಗೇರಿಯಲ್ಲಿ ಶಾರದಾ ಪೀಠವನ್ನು ಸ್ಥಾಪಿಸಿದರು.** ಬಹುತೇಕ ದೊರೆಗಳು ಹಿಂದೂ ಧರ್ಮಾವಲಂಬಿಗಳಾಗಿದ್ದರು.

ಜೈನಧರ್ಮಕ್ಕೆ ರಾಷ್ಟ್ರಕೂಟರು ಅಪಾರ ಪ್ರೋತ್ಸಾಹ ನೀಡಿದರು. ಅಮೋಘವರ್ಷ ಸೇರಿದಂತೆ ಹಲವು ದೊರೆಗಳು ಜೈನ ಧರ್ಮೀಯರಾಗಿದ್ದರು. ಅಮೋಘವರ್ಷ, ಅವನ ದಂಡನಾಯಕ ಬಂಕೇಶ, ಸಾಮಂತ ಗಂಗ ಅರಸರಾದ ನೀತಿಮಾರ್ಗ, ಬೂತುಗ, ಮಾರಸಿಂಹ ಜೈನ ಧರ್ಮಾವಲಂಬಿಗಳಾಗಿದ್ದರು. ಗುಣಭದ್ರ, ಜಿನಸೇನ, ಪಂಪ, ಶ್ರೀವಿಜಯ, ಪೊನ್ನ ಚಾವುಂಡರಾಯ ಮೊದಲಾದ ವಿದ್ವಾಂಸರು ಜೈನ ಧರ್ಮಿಯರಾಗಿದ್ದರು. ಎಲ್ಲೋರ, ಶ್ರವಣಬೆಳಗೊಳ ಮೊದಲಾದ ಕಡೆಗಳಲ್ಲಿ ಜೈನ ಬಸದಿಗಳು ನಿರ್ಮಾಣವಾದವು. ಎರಡನೇ ಕೃಷ್ಣ, ಮೂರನೇ ಇಂದ್ರ ಜೈನಧರ್ಮವನ್ನು ಪಾಲಿಸುತ್ತಿದ್ದರು. ನಾಲ್ಕನೇ ಇಂದ್ರನು ಶ್ರವಣಬೆಳಗೊಳದಲ್ಲಿ ಸಲ್ಲೇಖನ ವ್ರತ ಆಚರಿಸಿ ಪ್ರಾಣ ತ್ಯಜಿಸಿದನು. ಇತಿಹಾಸಕಾರ ಡಾ.ಎ.ಎಸ್. ಅಲ್ಟೇಕರ್ ಪ್ರಕಾರ ಈ ಅವಧಿಯಲ್ಲಿ ಶೇಕಡ 30 ರಷ್ಟು ಪ್ರಜೆಗಳು ಜೈನ ಧರ್ಮಿಯರಾಗಿದ್ದರು.

ಬೌದ್ಧಧರ್ಮ ಈ ಕಾಲದಲ್ಲಿ ಅಷ್ಟೇನು ಜನಪ್ರಿಯವಾಗಿದ್ದಂತೆ ಕಂಡುಬರುವುದಿಲ್ಲ. ದಂತಿದುರ್ಗ ಮತ್ತು ಧ್ರುವ ಸೌರಾಷ್ಟ್ರದ ಬೌದ್ಧ ವಿಹಾರಕ್ಕೆ ದಾನ ನೀಡಿದ್ದಕ್ಕೆ ಶಾಸನಗಳಲ್ಲಿ ಮಾಹಿತಿಯಿದೆ. ಕನ್ಹೇರಿ ಸೇರಿದಂತೆ ಹಲವು ಕಡೆ ಬೌದ್ಧ ವಿಹಾರಗಳಿದ್ದವು. ಅರಬ್ ವರ್ತಕರ ಮೂಲಕ ಇಸ್ಲಾಂಧರ್ಮವೂ ರಾಷ್ಟ್ರಕೂಟ ಸಾಮ್ರಾಜ್ಯವನ್ನು ಪ್ರವೇಶಿಸಿತು. ಇಸ್ಲಾಂ ಧರ್ಮವನ್ನು ರಾಷ್ಟ್ರಕೂಟರು ಅಪಾರವಾಗಿ ಗೌರವಿಸುತ್ತಿದ್ದರೆಂದು **ಅಲ್ ಮಸೂದಿ** ಹೇಳಿದ್ದಾನೆ.

ರಾಷ್ಟ್ರಕೂಟರ ಕಾಲದ ಸಾಹಿತ್ಯ : ಸಂಸ್ಕೃತ ಸಾಹಿತ್ಯ

ರಾಷ್ಟ್ರಕೂಟರ ಕಾಲದಲ್ಲಿ ಸಂಸ್ಕೃತ ಮತ್ತು ಕನ್ನಡ ಸಾಹಿತ್ಯ ಅಪಾರ ಪ್ರಗತಿ ಸಾಧಿಸಿತು. ಎರಡೂ ಭಾಷೆಗಳಲ್ಲಿ ಹಲವಾರು ಉತ್ತಮ ಕೃತಿಗಳು ರಚನೆಯಾವು. ಈ ಕಾಲದ ಬಹುಮಂದಿ ವಿದ್ವಾಂಸರು ಜೈನರೆಂಬುದು ಗಮನಾರ್ಹವಾಗಿದೆ.

ಅಮೋಘವರ್ಷ ನೃಪತುಂಗ ಸ್ವತಃ ಸಂಸ್ಕೃತ ವಿದ್ವಾಂಸನಾಗಿದ್ದು **'ಪ್ರಶ್ನೋತ್ತರ ರತ್ನಮಾಲ'** ಎಂಬ ಕೃತಿಯನ್ನು ರಚಿಸಿದನು. ಅವನ ಆಸ್ಥಾನದಲ್ಲಿ ಹಲವಾರು ಕವಿಗಳಿದ್ದರು. ಅವನ ಗುರುವಾಗಿದ್ದ ಜಿನಸೇನ **'ಆದಿ ಪುರಾಣ''** ಮತ್ತು **'ಪಾರ್ಶ್ವಾಭ್ಯುದಯ'** ಎಂಬ ಕಾವ್ಯಗಳನ್ನು ರಚಿಸಿದನು. ಮಹಾವೀರಾಚಾರ್ಯ **'ಗಣಿತ ಸಾರ ಸಂಗ್ರಹ'** ಎಂಬ ಮಹತ್ವದ ಕೃತಿಯನ್ನು ರಚಿಸಿದನು. ಅಲ್ಲದೆ **'ಚತ್ತೀಸ ಗಣಿತ'** ಎಂಬ ಬೃಹತ್ ಗ್ರಂಥವನ್ನು ರಚಿಸಿದನು. ಇದರ ಶ್ಲೋಕಗಳು ಸಂಸ್ಕೃತದಲ್ಲಿದ್ದು ಅವುಗಳ ವ್ಯಾಖ್ಯಾನ ಕನ್ನಡದಲ್ಲಿದೆ. **'ಶತ್ರಿಂಶಿಕ'** ಹಾಗೂ **'ಜ್ಯೋತಿಷ್ಯ ಪಟಲ'** ಅವನ ಇತರ ಕೃತಿಗಳು. ಶಕಟಾಯನನು **'ಶಬ್ದಾನುಶಾಸನ'** ಎಂಬ ವ್ಯಾಕರಣ ಕೃತಿಯನ್ನು ರಚಿಸಿದನು. ಅಲ್ಲದೆ ಅವನು ಆಶ್ರಯಧಾತನಾಗಿದ್ದ ಅಮೋಘವರ್ಷನನ್ನು ಕುರಿತು **'ಅಮೋಘವೃತ್ತಿ'**ಎಂಬ ಗ್ರಂಥವನ್ನು ರಚಿಸಿದನು. ಹರಿಸೇನ **'ಹರಿವಂಶ'** ಎಂಬ ಕಾವ್ಯವನ್ನು ರಚಿಸಿದನು. ತ್ರಿವಿಕ್ರಮ ಭಟ್ಟ ಎಂಬ ಕವಿ ಮೂರನೇ ಇಂದ್ರನ ಆಸ್ಥಾನ ದಲ್ಲಿದ್ದನು. ಈತನು **'ದಮಯಂತಿ ಕಥಾ', 'ಮದಾಲಸ ಚಂಪೂ', ನಳಚಂಪೂ** ಎಂಬ ಕಾವ್ಯಗಳನ್ನು ರಚಿಸಿದನು. ಹಲಾಯುಧ ಮೂರನೇ ಕೃಷ್ಣನ ಆಸ್ಥಾನದಲ್ಲಿದ್ದನು. ಅವನು **'ಕವಿ ರಹಸ್ಯ'** ಎಂಬ ಕೃತಿಯನ್ನು ರಚಿಸಿದನು. ಅಲ್ಲದೇ ಅವನು **'ಮೃತ ಸಂಜೀವಿನಿ'** ಎಂಬ ಕೃತಿಯನ್ನು ರಚಿಸಿದನು. ಅದೇ ಕಾಲದಲ್ಲಿ ಜೀವಿಸಿದ್ದ ಸೋಮದೇವ ಸೂರಿ **'ಯಶಸ್ತಿಲಕಾ'**ಎಂಬ ಚಂಪೂ ಕಾವ್ಯವನ್ನು ರಚಿಸಿದನು. ಈತನು ಮೂರನೇ ಕೃಷ್ಣನ ಸಾಮಂತನಾಗಿದ್ದ ವೇಮುಲವಾಡದ ಎರಡನೇ ಅರಿಕೇಸರಿಯ ಆಸ್ಥಾನದಲ್ಲಿದ್ದನು. **'ನೀತಿ ವಾಕ್ಯಾಮೃತ'** ಅವನ ಮತ್ತೊಂದು ಕೃತಿ. ವೀರಸೇನ ಮತ್ತು ಜಿನಸೇನರು ಜೊತೆಗೂಡಿ **'ದವಳಾ'** ಮತ್ತು **'ಜಯದವಳಾ'** ಎಂಬ ಕೃತಿಗಳನ್ನು ರಚಿಸಿದರು.

ಕನ್ನಡ ಸಾಹಿತ್ಯ

ಕ್ರಿ.ಶ. 8ನೇ ಶತಮಾನದ ಮಧ್ಯಭಾಗದಿಂದ 10ನೇ ಶತಮಾನದ ಅಂತ್ಯದವರೆಗಿನ ರಾಷ್ಟ್ರಕೂಟರ ಆಡಳಿತ ಕಾಲ ಕನ್ನಡ ಸಾಹಿತ್ಯ ಚರಿತ್ರೆಯಲ್ಲಿ ಒಂದು ಮಹತ್ವದ ಅಧ್ಯಾಯವಾಗಿದೆ. ಈ ಅವಧಿಯಲ್ಲಿ ಹಲವಾರು ಮಹತ್ವದ, ಮೌಲಿಕವಾದ ಕನ್ನಡ ಗ್ರಂಥಗಳು ರಚನೆಯಾದವು. ರಾಷ್ಟ್ರಕೂಟರ ಕಾಲದಲ್ಲಿ ಕನ್ನಡ ಲಿಪಿ, ಭಾಷೆ ಹಾಗೂ ಸಾಹಿತ್ಯ ಅಪಾರ ಪ್ರಗತಿ ಸಾಧಿಸಿದವು. ಕನ್ನಡದ ಅಕ್ಷರಗಳು ಸುಂದರ ರೂಪ ಪಡೆದದ್ದು ಈ ಕಾಲದಲ್ಲೇ. ಅಪಾರ ಸಂಖ್ಯೆಯಲ್ಲಿ ಕನ್ನಡ ಶಾಸನಗಳೂ ರಚನೆಯಾದವು. ಮೂರನೇ ಕೃಷ್ಣನ ಕಾಲದ **ಜುರಾಪ್ರಶಸ್ತಿ** ಒಂದು ಚಿಕ್ಕ ಕಾವ್ಯವೇ ಆಗಿದೆ. ಮೂರನೇ ಕೃಷ್ಣನ ಸಾಧನೆಗಳನ್ನು ವಿವರಿಸುವ ಈ ಶಾಸನದಲ್ಲಿ **"ಶಕ್ತಿವಂತನಾದ ಈ ಆನೆಸವಾರನು ಪಾಂಡ್ಯ ವಂಶವನ್ನು ನಾಶಮಾಡಿದ್ದ ಚೋಳರನ್ನೇ ನಾಶಪಡಿಸಿದನು"**

ಎಂದು ಹೇಳಿದೆ. ಕೃಷ್ಣನ ನೈತಿಕ ಬದುಕಿನ ಬಗ್ಗೆ ಪ್ರಸ್ತಾಪಿಸಿ **"ಈತ ಯಾವತ್ತೂ ಪರಸ್ತ್ರೀಯರತ್ತ ಕಾಮುಕ ದೃಷ್ಟಿ ಹರಿಸಲಿಲ್ಲ"** ಎಂದು ಹೇಳಿದೆ. ಅಲ್ಲದೆ ಈ ಶಾಸನ ಕನ್ನಡ ಭಾಷೆಯ ಬೆಳವಣಿಗೆಗೆ ನಿದರ್ಶನವಾಗಿದೆ.

ಕವಿರಾಜಮಾರ್ಗ

9ನೇ ಶತಮಾನದ ಮಧ್ಯಭಾಗದಲ್ಲಿ ರಚನೆಯಾದ **"ಕವಿರಾಜಮಾರ್ಗ" ಕನ್ನಡದ ಅತ್ಯಂತ ಪ್ರಾಚೀನ ಗ್ರಂಥವಾಗಿದೆ.** ಇದನ್ನು ರಾಷ್ಟ್ರಕೂಟ ಸಾಮ್ರಾಟ ಅಮೋಘವರ್ಷ ನೃಪತುಂಗ ರಚಿಸಿದನೆಂದು ಪ್ರಾರಂಭದಲ್ಲಿ ಭಾವಿಸಲಾಗಿತ್ತಾದರೂ ಈಗ ಇದರ ಕರ್ತೃ ನೃಪತುಂಗನ ಆಸ್ಥಾನ ಕವಿ **ಶ್ರೀವಿಜಯ** ಎಂಬುದು ಖಚಿತಪಟ್ಟಿದೆ. ಈ ಗ್ರಂಥ ಕನ್ನಡನಾಡು, ನುಡಿ, ಭಾಷೆ ಹಾಗೂ ಸಾಹಿತ್ಯದ ಬಗ್ಗೆ ಉಪಯುಕ್ತವಾದ ಮಾಹಿತಿಗಳನ್ನು ಒಳಗೊಂಡಿದೆ. ಇದರಲ್ಲಿ ಪ್ರಾಚೀನ ಕನ್ನಡ ಕವಿಗಳ ಒಂದು ದೊಡ್ಡ ಪಟ್ಟಿಯೇ ಇದೆ. **ಕವೀಶ್ವರ, ಪಂಡಿತಚಂದ್ರ, ಲೋಕಪಾಲ ಪದ್ಯಕವಿಗಳೆಂದು** ಹಾಗೂ **ವಿಮಲ, ಉದಯ, ನಾಗಾರ್ಜುನ, ದುರ್ವಿನೀತ** ಮತ್ತು **ಜಯಬಂಧು** ಮೊದಲಾದವರನ್ನು **ಗದ್ಯಕವಿಗಳೆಂದು** ಹೆಸರಿಸಲಾಗಿದೆ. ಕನ್ನಡನಾಡು ದಕ್ಷಿಣದಲ್ಲಿ ಕಾವೇರಿ ನದಿಯಿಂದ ಉತ್ತರದಲ್ಲಿ ಗೋದಾವರಿ ನದಿಯವರೆಗೆ ವಿಸ್ತರಿಸಿತ್ತು ಎಂದು ಕವಿರಾಜಮಾರ್ಗದ ಕರ್ತೃ ಹೇಳಿದ್ದಾನೆ. **"ಕಾವೇರಿಯಿಂದಮಾ ಗೋದಾವರಿವರಮಿರ್ದ ನಾಡದಾ ಕನ್ನಡದೊಳ್ 1 ಭಾವಿಸಿದ ಜನಪದಂ ವಸುಧಾವಳಯ ವಿಲೀನ ವಿಶದ ವಿಷಯ ವಿಶೇಷಂ 11"** ಎಂದು ಶ್ರೀವಿಜಯ ಬರೆದಿದ್ದಾನೆ. ಕನ್ನಡಿಗರ ಪ್ರೌಢಿಮೆಯ ಬಗ್ಗೆ ಬರೆಯುತ್ತಾ **ಕವಿ ಕೃತಿಗಳನ್ನು ವ್ಯಾಸಂಗ ಮಾಡದಿದ್ದರೂ ಕಾವ್ಯ ಪ್ರಯೋಗಗಳಲ್ಲಿ ಪರಿಣತರಾಗಿದ್ದರು** ಎಂದು ಹೇಳಿದ್ದಾನೆ. ಶ್ರೀವಿಜಯ **'ಕವಿರಾಜಮಾರ್ಗ'**ದ ಒಂದು ಪದ್ಯದಲ್ಲಿ ಹೀಗೆ ಬರೆದಿದ್ದಾನೆ. **"ಪದನರಿದು ನುಡಿಯಲುಂ ನುಡಿದುದ ನರಿಯಲು ಮಾರ್ಪರಾ, ನಾಡವರ್ಗಳ್ ಚದುರರ್ ನಿಜದಿಂ ಕುರಿತೋದದೆಯುಂ ಕಾವ್ಯ ಪ್ರಯೋಗ ಪರಿಣತಮತಿಗಳ್"** ಬಹುಶಃ ಕವಿ ಕನ್ನಡದ ಜನಪದ ಕವಿಗಳನ್ನು ಕುರಿತು ಈ ಮಾತುಗಳನ್ನು ಬರೆದಿರಬಹುದೆಂದು ಭಾವಿಸಲಾಗಿದೆ. ಈ ಕೃತಿ ದಂಡಿಯ ಕಾವ್ಯಾದರ್ಶದ ಮಾದರಿಯಲ್ಲಿದೆ ಎಂದು ಕಂಡುಬಂದರೂ ಇದರಲ್ಲಿ ಕನ್ನಡ ಭಾಷೆ ಹಾಗೂ ಕಾವ್ಯಪರಂಪರೆಯ ವಿಶಿಷ್ಟತೆಗಳನ್ನು, ಪ್ರಕಾರಗಳನ್ನು, ಶೈಲಿಯನ್ನು ಕುರಿತು ವಿಸ್ತೃತವಾದ ಚರ್ಚೆಯಿದೆ. ಶ್ರೀವಿಜಯ **'ಚಂದ್ರ ಪ್ರಭಪುರಾಣ'** ಎಂಬ ಮತ್ತೊಂದು ಕೃತಿಯನ್ನು ರಚಿಸಿದನೆಂದು ಹೇಳಲಾಗಿದ್ದರೂ ಅದು ಲಭ್ಯವಾಗಿಲ್ಲ.

ಆದಿಕವಿ ಪಂಪ

ಈ ಅವಧಿಯ ಅತ್ಯಂತ ಶ್ರೇಷ್ಠ ಕವಿ ಪಂಪ. **ಕನ್ನಡದ ಆದಿಕವಿ** ಎಂದು ವರ್ಣಿತವಾಗಿರುವ ಪಂಪನ ಪೂರ್ವಿಕರು ವೆಂಗಿಮಂಡಲದವರು. ಪಂಪ ಹುಟ್ಟಿದ್ದು (902) ಮತ್ತು ಬಾಲ್ಯದ ದಿನಗಳನ್ನು ಕಳೆದಿದ್ದು ಬನವಾಸಿಯಲ್ಲಾದರೂ ಮುಂದೆ ಅವನು ಹೈದರಾಬಾದ್ ಜಿಲ್ಲೆಯ ವೇಮುಲವಾಡಕ್ಕೆ ತೆರಳಿ ಅಲ್ಲಿನ ಚಾಳುಕ್ಯ ಅರಸ ಎರಡನೇ ಅರಿಕೇಸರಿಯ ಆತ್ಮೀಯನು ಹಾಗೂ ಸೈನ್ಯಾಧಿಕಾರಿಯೂ ಆದನು. (ಕಲಿ ಮತ್ತು ಕವಿ) **ಬಾಣ ಮತ್ತು ಹರ್ಷನ ಸ್ನೇಹದಂತೆ ಪಂಪ ಮತ್ತು ಅರಿಕೇಸರಿಯ ಸ್ನೇಹವೂ ಗಾಢವಾದುದು.**

ಮಹಾಕವಿ ಪಂಪ **'ಆದಿ ಪುರಾಣ'** ಎಂಬ ಧಾರ್ಮಿಕ ಕಾವ್ಯವನ್ನು ಮತ್ತು **'ಪಂಪ ಭಾರತ'**ಎಂಬ ಲೌಕಿಕ ಕಾವ್ಯವನ್ನು ರಚಿಸಿದನು. **ಆದಿಪುರಾಣ** ಜೈನಧರ್ಮದ ಪ್ರಥಮ ತೀರ್ಥಂಕರನಾದ ಆದಿನಾಥ ಅಥವಾ ವೃಷಭದೇವನ ಜೀವನ ವೃತ್ತಾಂತವನ್ನು ಒಳಗೊಂಡಿದೆ, ಅಲ್ಲದೆ ಆತನ ಅನುಯಾಯಿಗಳಾದ ಭರತ ಮತ್ತು ಬಾಹುಬಲಿಗಳ ಕಥೆಯನ್ನು ಒಳಗೊಂಡಿದೆ. ನೀಲಾಂಜನೆಯ ನೃತ್ಯ ಪ್ರಸಂಗ ಹಾಗೂ ಭರತ-ಬಾಹುಬಲಿಗಳ ವೃತ್ತಾಂತವನ್ನು ಪಂಪ ಅತ್ಯಂತ ಮನೋಜ್ಞವಾಗಿ ಚಿತ್ರಿಸಿದ್ದಾನೆ. ಈ ಕಾವ್ಯವನ್ನು ಪಂಪ ತನ್ನ 39ನೇ ವಯಸ್ಸಿನಲ್ಲಿ ರಚಿಸಿದನು. ಅಂದರೆ ಕ್ರಿ.ಶ 941ರಲ್ಲಿ ರಚಿಸಿದನು.

ಪಂಪನ ಮತ್ತೊಂದು ಶ್ರೇಷ್ಠ ಗ್ರಂಥ **'ಪಂಪ ಭಾರತ'** ಅಥವಾ **'ವಿಕ್ರಮಾರ್ಜುನ ವಿಜಯ'**. ತನ್ನ ಕಾವ್ಯಕ್ಕೆ ಪಂಪ ಕೊಟ್ಟ ಹೆಸರು **ವಿಕ್ರಮಾರ್ಜುನ ವಿಜಯ,** ಆದರೆ □ದುಗರು ನೀಡಿದ ಹೆಸರು **ಪಂಪಭಾರತ.** ವ್ಯಾಸನ ಸಂಸ್ಕೃತ ಮಹಾಭಾರತದ ಕಥಾವಸ್ತುವೆ ಈ ಕೃತಿಗೆ ಆಧಾರವಾಗಿದ್ದರೂ ಪಂಪ ಇದನ್ನು ಸ್ವತಂತ್ರ ಕೃತಿಯಂತೆ ರಚಿಸಿದ್ದಾನೆ. ಪಂಪ ತನ್ನ ಆಶ್ರಯಧಾತನಾದ ಅರಿಕೇಸರಿಯನ್ನು ತನ್ನ ಕಥಾನಾಯಕ ಅರ್ಜುನನಿಗೆ ಹೋಲಿಸಿದ್ದಾನೆ. ಕರ್ಣ ಮತ್ತು ದುರ್ಯೋಧನರ ಪಾತ್ರಗಳನ್ನು ಅತ್ಯಂತ ಸುಂದರವಾಗಿ ಚಿತ್ರಿಸಿದ್ದಾನೆ. ಕರ್ಣನನ್ನು ಕುರಿತು ಹೀಗೆ ಬರೆದಿದ್ದಾನೆ. **"ನೆನೆಯದಿರಣ್ಣ ಭಾರತದೊಳಿಂ ಪೆರರಾರುಮನ್ ನೆನೆವೊಡೆ ಕರ್ಣನಂ ನೆನೆಯ"**. ಮತ್ತೊಂದು ಕಡೆ **"ಕರ್ಣ ರಸಾಯನಮಲ್ತೆ ಭಾರತಂ"** ಎಂದು ಹೇಳಿದ್ದಾನೆ.

ಪಂಪನಿಗೆ ತನ್ನ ಬಾಲ್ಯವನ್ನು ಕಳೆದ ಬನವಾಸಿಯ ಬಗ್ಗೆ ಅಪಾರವಾದ ಪ್ರೀತಿಯಿತ್ತು. **"ಅರಂಕುಶವಿಟ್ಟೊಡಂ ನೆನೆವುದೆನ್ನ**

ಮನಂ ಬನವಾಸಿ ದೇಶಮಂ" ಎಂದು ಅವನು ಹೇಳಿದ್ದಾನೆ. **ಮರಿದುಂಬಿಯಾಗಿಯೋ ಅಥವಾ ಕೋಗಿಲೆಯಾಗಿಯೋ ನಂದನವನವಾದ ಬನವಾಸಿ ದೇಶದಲ್ಲಿ ಮತ್ತೆ ಹುಟ್ಟಬೇಕೆಂಬ** ಅಪೇಕ್ಷೆಯನ್ನು ವ್ಯಕ್ತಪಡಿಸಿದ್ದಾನೆ.

ಪಂಪ ಮಹಾಕವಿಯ ಕಾಲವನ್ನು **'ಪಂಪಯುಗ'** ಎಂದು ಕರೆಯಲಾಗಿದೆ. ಈ ಕಾಲದ ಕನ್ನಡ ಸಾಹಿತ್ಯ ಪ್ರೌಢವಾಗಿದೆ ಹಾಗೂ ಸತ್ವಯುತವಾಗಿದೆ. ಇದನ್ನು **'ಕನ್ನಡ ಸಾಹಿತ್ಯದ ಸುವರ್ಣಯುಗ'** ಎಂದೂ ವರ್ಣಿಸಲಾಗಿದೆ. 9ನೇ ಶತಮಾನದಿಂದ ಬಸವೇಶ್ವರರವರೆಗಿನ ಕಾಲವನ್ನು **'ಪಂಪಯುಗ'** ಎಂದು ಕರೆಯಲಾಗಿದೆ. ಈ ಅವಧಿಯ ಬಹುತೇಕ ವಿದ್ವಾಂಸರು ಜೈನರೇ ಆಗಿದ್ದರಿಂದ ಇದನ್ನು ಕೆಲವರು **'ಜೈನಯುಗ'** ಎಂದು ವರ್ಣಿಸಿದ್ದಾರೆ. ಪಂಪನನ್ನು ಕುರಿತು ಹೊಯ್ಸಳರ ಕಾಲದ ಕವಿ ನಾಗಚಂದ್ರ **"ಪಸರಿಪ ಕನ್ನಡಕ್ಕೊಡೆಯನೋರ್ವನೆ ಸತ್ಕವಿ ಪಂಪನಾವಗಂ"** ಎಂದು ಹೇಳಿದ್ದಾನೆ. ಪಂಪನ ಎರಡೂ ಕೃತಿಗಳು ಕನ್ನಡ ಸಾಹಿತ್ಯಕ್ಕೆ ಅಮೂಲ್ಯ ಕೊಡುಗೆಗಳಾಗಿವೆ. ಇವುಗಳು ಮುಂದಿನ ಕವಿಗಳಿಗೆ ಮಾರ್ಗದರ್ಶಿಯಾದವು. ಪಂಪನನ್ನು **'ಕನ್ನಡದ ಕಾಳಿದಾಸ'** ಎಂದು ತೀ.ನಂ.ಶ್ರೀಕಂಠಯ್ಯನವರು ವರ್ಣಿಸಿದ್ದಾರೆ.

ಪೊನ್ನ

ರಾಷ್ಟ್ರಕೂಟರ ಕಾಲದ ಮತ್ತೊಬ್ಬ ಕನ್ನಡ ಕವಿ ಪೊನ್ನ. ಇವನು ಪಂಪನ ಸಮಕಾಲೀನನಾಗಿದ್ದನು. ರಾಷ್ಟ್ರಕೂಟ ಸಾಮ್ರಾಟ ಮೂರನೇ ಕೃಷ್ಣನ ಆಸ್ಥಾನದಲ್ಲಿದ್ದ ಪೊನ್ನ **"ಉಭಯ ಕವಿ ಚಕ್ರವರ್ತಿ"** ಎಂಬ ಬಿರುದನ್ನು ಪಡೆದಿದ್ದನು. ಈತನ ಪ್ರಮುಖ ಧಾರ್ಮಿಕ ಕೃತಿ **"ಶಾಂತಿಪುರಾಣ"**. ಇದು 16ನೇ ಜೈನ ತೀರ್ಥಂಕರ ಶಾಂತಿನಾಥನ ಜೀವನ ವೃತ್ತಾಂತವನ್ನು ಒಳಗೊಂಡಿದೆ. ದಾನಚಿಂತಾಮಣಿ ಅತ್ತಿಮಬ್ಬೆ ಶಾಂತಿಪುರಾಣದ ಒಂದು ಸಹಸ್ರ ಪ್ರತಿಗಳನ್ನು ಬರೆಸಿ ಸುವರ್ಣ ಜಿನ ಪ್ರತಿಮೆಗಳೊಂದಿಗೆ ಅವನ್ನು ದಾನಮಾಡಿದಳೆಂದು ಹೇಳಲಾಗಿದೆ. ತನ್ನ ಕವಿತಾ ಸಾಮರ್ಥ್ಯ ಕನ್ನಡದ ಅಸಗ ಮತ್ತು ಸಂಸ್ಕೃತದ ಕಾಳಿದಾಸನಿಗೆ **"ನೂರ್ಮಡಿ ಮಿಗಿಲು"** ಎಂದು ಹೇಳಿಕೊಂಡಿದ್ದಾನೆ. ಆದರೆ ಈ ಮಾತುಗಳಲ್ಲಿ ಹುರುಳಿಲ್ಲ, ಪಂಪನ ಆದಿಪುರಾಣಕ್ಕೆ ಹೋಲಿಸಿದರೆ ಶಾಂತಿಪುರಾಣ ತೀರಾ ನೀರಸವಾಗಿದೆ ಎಂದು ತ.ಸು. ಶಾಮರಾಯರು ಹೇಳಿದ್ದಾರೆ. ಪೊನ್ನನ ಇತರ ಎರಡು ಕೃತಿಗಳು **'ಜಿನಾಕ್ಷರಮಾಲೆ'** ಮತ್ತು **"ಭುವನೈಕ ರಾಮಾಭ್ಯುದಯ"**. ಕೊನೆಯ ಕೃತಿಯು ಪೂರ್ಣವಾಗಿ ಲಭ್ಯವಾಗಿಲ್ಲ. ಆದರೆ ಅದರ ಕೆಲವು ಪದ್ಯಗಳು ಮಾತ್ರ ಇತರ ಕೆಲವು ಗ್ರಂಥಗಳಲ್ಲಿ ಉಲ್ಲೇಖವಾಗಿವೆ.

ಚಾವುಂಡರಾಯ ಈ ಕಾಲದ ಮತ್ತೊಬ್ಬ ಕನ್ನಡ ಸಾಹಿತಿ. ಅವನು ಗಂಗ ದೊರೆ ನಾಲ್ಕನೇ ರಾಚಮಲ್ಲನ ಮಂತ್ರಿಯಾಗಿದ್ದನು ಮತ್ತು ಶ್ರವಣಬೆಳಗೊಳದ ವಿಖ್ಯಾತ ಬಾಹುಬಲಿಯ ವಿಗ್ರಹವನ್ನು ನಿರ್ಮಿಸಿದವನು. ಅವನು ರಚಿಸಿದ **'ಚಾವುಂಡರಾಯ ಪುರಾಣ'** ಕನ್ನಡದ ಪ್ರಮುಖ ಗದ್ಯ ಗ್ರಂಥವಾಗಿದೆ. ಇದು 63 ಜೈನ ಸಂತರ ಜೀವನ ವೃತ್ತಾಂತವನ್ನು ಒಳಗೊಂಡಿದೆ. ಅವರುಗಳು 24 ತೀರ್ಥಂಕರರು, 12 ಚಕ್ರವರ್ತಿಗಳು, 9 ಬಲದೇವರು, 9 ವಾಸುದೇವರು ಮತ್ತು 9 ಪ್ರತಿವಾಸುದೇವರು. ಇವರನ್ನು **'ಸಲಾಕಾಪುರುಷರು'** ಎಂದು ಕರೆಯಲಾಗಿದೆ.

ಈ ಅವಧಿಯ ಮತ್ತೊಂದು ಪ್ರಮುಖ ಕನ್ನಡ ಕೃತಿ **'ವಡಾ[illegible]ಧನೆ'**. ಇದನ್ನು 10ನೇ ಶತಮಾನದ ಆರಂಭದಲ್ಲಿ (900–920) ಶಿವಕೊಟ್ಯಾಚಾರ್ಯ (ಶಿವಕೋಟಿಯಾಚಾರ್ಯ) ರಚಿಸಿದನೆಂದು ಹೇಳಲಾಗಿದೆ. ಇವನನ್ನು ಪಂಪ ಪೂರ್ವಯುಗದ ದೊಡ್ಡ ಕವಿ ಎಂದು ತ.ಸು. ಶ್ಯಾಮರಾಯರು ಕರೆದಿದ್ದಾರೆ. ಇದನ್ನು **ಕನ್ನಡದ ಪ್ರಥಮ ಗದ್ಯ ಕೃತಿ**ಯೆಂದು ಪರಿಗಣಿಸಲಾಗಿದೆ. ಇದು 19 ಜೈನ ಮುನಿಗಳ ಕಥೆಗಳನ್ನು ಒಳಗೊಂಡಿದೆ. ಈ ಕಥೆಗಳನ್ನು ಬಹುತೇಕ ಸಂಸ್ಕೃತದ **'ಬೃಹತ್ ಕಥಾ ಕೋಶ"** ದಿಂದ ಪಡೆಯಲಾಗಿದೆ. ಇದರ ಗದ್ಯ ಶೈಲಿ ಆಕರ್ಷಕವಾಗಿದೆ. ನೀತಿ ಪ್ರಧಾನವಾಗಿರುವ ಇದರ ಕಥೆಗಳಲ್ಲಿ ಕರ್ಮಸಿದ್ಧಾಂತ, ಪುನರ್ಜನ್ಮ ಮೊದಲಾದ ವಿಷಯಗಳನ್ನು ಚರ್ಚಿಸಲಾಗಿದೆ ಹಾಗೂ ಆ ಕಾಲದ ಶಿಕ್ಷಣ ವ್ಯವಸ್ಥೆ, ವ್ಯಾಪಾರ ಮತ್ತು ವಾಣಿಜ್ಯ, ಮಹಿಳೆಯರ ಸ್ಥಿತಿಗತಿಗಳು, ಮೂಢನಂಬಿಕೆಗಳು ಮೊದಲಾದವುಗಳ ಬಗ್ಗೆ ಮಾಹಿತಿ ದೊರೆಯುತ್ತದೆ. ಪೊನ್ನ ಹೆಸರಿಸಿರುವ ಅಸಗ **"ಕರ್ನಾಟಕ ಕುಮಾರ ಸಂಭವ ಕಾವ್ಯಂ"** ಎಂಬ ಕಾವ್ಯವನ್ನು ರಚಿಸಿದನೆಂದು ಮತ್ತು ಅವನು ರಾಷ್ಟ್ರಕೂಟರ ಅಳ್ವಿಕೆಯ ಆರಂಭ ಕಾಲದಲ್ಲಿ ಜೀವಿಸಿದ್ದಿರಬಹುದೆಂದು ಭಾವಿಸಲಾಗಿದೆ. ಆದರೆ ಈ ಕೃತಿ ಲಭ್ಯವಾಗಿಲ್ಲ. ಅಸಗನ ಪ್ರತಿಭೆಯ ಬಗ್ಗೆ ಕೇಶಿರಾಜ ಅಪಾರ ಪ್ರಶಂಸೆ ವ್ಯಕ್ತಪಡಿಸಿದ್ದಾನೆ.

ರಾಷ್ಟ್ರಕೂಟರ ಕಾಲದ ಎಲ್ಲಾ ಕನ್ನಡ ಕವಿಗಳು ಜೈನರೇ ಆಗಿದ್ದುದು ವಿಶೇಷವಾಗಿತ್ತು. ಪಂಪ, ಪೊನ್ನ, ಚಾವುಂಡರಾಯ, ಶ್ರೀವಿಜಯ, ಶಿವಕೊಟ್ಯಾಚಾರ್ಯ ಎಲ್ಲರೂ ಜೈನರಾಗಿದ್ದರು. ಈ ಯುಗದಲ್ಲಿ ಕನ್ನಡ ಸಾಹಿತ್ಯದ ಬೆಳವಣಿಗೆಗೆ ಸುಭದ್ರವಾದ ಅಡಿಪಾಯ ದೊರೆಯಿತು.

ಕಲೆ ಮತ್ತು ವಾಸ್ತುಶಿಲ್ಪ

ರಾಷ್ಟ್ರಕೂಟರು ಕಲೆ ಮತ್ತು ವಾಸ್ತುಶಿಲ್ಪಕ್ಕೆ ಅಪಾರ ಪ್ರೋತ್ಸಾಹ ನೀಡಿದರು. ಭಾರತೀಯ ಕಲೆ ರಾಷ್ಟ್ರಕೂಟರ ಕಾಲದಲ್ಲಿ ಪರಿಪೂರ್ಣತೆಯ ಹಂತವನ್ನು ತಲುಪಿತೆಂದು ಇತಿಹಾಸಕಾರ **ಗೋಸ್ವಾಮಿ** ಹೇಳಿದ್ದಾರೆ. ರಾಷ್ಟ್ರಕೂಟರ ಕಲೆಯಲ್ಲಿ ಚಾಳುಕ್ಯರ ಪ್ರಭಾವವನ್ನು ಕಾಣಬಹುದು. ಎಲ್ಲೋರ, ಎಲಿಫೆಂಟ, ಜೋಗೇಶ್ವರಿ, ಮಂಡಪೇಶ್ವರ ಮೊದಲಾದವು ರಾಷ್ಟ್ರಕೂಟರ ಕಾಲದ ಕಲೆ ಮತ್ತು ವಾಸ್ತುಶಿಲ್ಪಕ್ಕೆ ಪ್ರಸಿದ್ಧವಾದ ಕೇಂದ್ರಗಳಾಗಿವೆ. ಎಲ್ಲೋರ ರಾಷ್ಟ್ರಕೂಟರ ಕಾಲದ ಅತ್ಯಂತ ಪ್ರಮುಖ ಕಲೆ ಮತ್ತು ವಾಸ್ತುಶಿಲ್ಪ ಕೇಂದ್ರವಾಗಿದೆ. ಇಲ್ಲಿ ಒಟ್ಟು **34 ಗುಹಾಲಯಗಳಿವೆ**. ಅವುಗಳಲ್ಲಿ 12 ಬೌದ್ಧ ಧರ್ಮಕ್ಕೂ, 17 ಹಿಂದೂ ಧರ್ಮಕ್ಕೂ ಹಾಗೂ ಉಳಿದ 5 ಜೈನ ಧರ್ಮಕ್ಕೆ ಸೇರಿದವು.

ಕೈಲಾಸ ದೇವಾಲಯ

ಎಲ್ಲೋರದ ದೇವಾಲಯಗಳಲ್ಲಿ ಅತ್ಯಂತ ಪ್ರಸಿದ್ಧವಾದುದು **ಕೈಲಾಸನಾಥ ದೇವಾಲಯ**. ಇದನ್ನು ರಾಷ್ಟ್ರಕೂಟ ದೊರೆ ಒಂದನೇ ಕೃಷ್ಣ ನಿರ್ಮಿಸಿದನು. ಈ ಅದ್ಭುತ ದೇವಾಲಯವನ್ನು ಬೃಹತ್ ಬಂಡೆಯನ್ನು ಕಡಿದು ನಿರ್ಮಿಸಲಾಗಿದೆ. ಆದರೂ ಇದು ಕಟ್ಟಿದ ದೇವಾಲಯದಂತೆಯೇ ಕಾಣುತ್ತದೆ. ಹೀಗೆ ಇಡೀ ದೇವಾಲಯವನ್ನು ಮೇಲಿನಿಂದ ಕೆಳಗಿನವರೆಗೆ ಬಂಡೆಯನ್ನು ಕಡಿದು ನಿರ್ಮಿಸಲಾಗಿರುವುದು ಜಗತ್ತಿನಲ್ಲಿ ಇದೊಂದೆ. ಈ ದೇಗುಲದ ನಿರ್ಮಾಣ ಇಂದಿಗೂ ಒಂದು ವಿಸ್ಮಯವಾಗಿದೆ. ಸುಮಾರು ನಾಲ್ಕು ಲಕ್ಷ ಟನ್‌ಗಳಷ್ಟು ಕಲ್ಲಿನ ಪುಡಿಯನ್ನು ಇಲ್ಲಿಂದ ಹೊರಗೆ ಸಾಗಿಸಬೇಕಾಯಿತೆಂಬುದನ್ನು ಗಮನಿಸಿದರೆ ದೇಗುಲದ ನಿರ್ಮಾಣ ಎಷ್ಟು ಸಾಹಸದ ಕಾರ್ಯವಾಗಿತ್ತೆಂಬುದು ತಿಳಿಯುತ್ತದೆ. ಇದು ಹಲವು ದೇಗುಲಗಳ ಒಂದು ಬೃಹತ್ ಸಂಕೀರ್ಣವಾಗಿದ್ದು ಒಂದಕ್ಕೊಂದು ಸಂಪರ್ಕವಿಲ್ಲದ ಸ್ವತಂತ್ರ ದೇಗುಲಗಳ ಒಂದು ಗುಂಪಿನಂತೆ ಗೋಚರಿಸುತ್ತದೆ. **ಪಟ್ಟದಕಲ್ಲಿನ ವಿರೂಪಾಕ್ಷ ದೇವಾಲಯದ** ಮಾದರಿಯಲ್ಲಿರುವ ಈ ಕೈಲಾಸ ದೇಗುಲ 276 ಅಡಿ ಉದ್ದ, 154 ಅಡಿ ಅಗಲ ಹಾಗೂ 107 ಅಡಿ ಎತ್ತರವಾಗಿದೆ. ವಿರೂಪಾಕ್ಷ ದೇವಾಲಯದ ಎರಡರಷ್ಟು ದೊಡ್ಡದಾಗಿರುವ ಇದು ನಾಲ್ಕು ಪ್ರಧಾನ ಭಾಗಗಳನ್ನು ಹೊಂದಿದೆ. ಅವುಗಳು ಮುಖ್ಯದೇಗುಲ, ಪಶ್ಚಿಮದಲ್ಲಿರುವ ಮಹಾದ್ವಾರ, ನಂದಿಮಂಟಪ ಹಾಗೂ ಪ್ರಾಂಗಣದ ಸುತ್ತ ಇರುವ ಸಣ್ಣ ಗುಡಿಗಳು. ಇದು ಎರಡು ಅಂತಸ್ತಿನ ದೇವಾಲಯವಾಗಿದೆ. ಕೆಳ ಅಂತಸ್ತಿನಲ್ಲಿ ದೊಡ್ಡ ಗಾತ್ರದ ಆನೆಗಳನ್ನು ಕೆತ್ತಲಾಗಿದೆ. ಗರ್ಭಗುಡಿಯ ಸುತ್ತ ಹೊರಮುಖವಾಗಿ ಐದು ಪರಿವಾರ ದೇವತೆಗಳ ಗುಡಿಗಳನ್ನು ಕೆತ್ತಲಾಗಿದೆ.

ದೇವಾಲಯದ ಗೋಡೆಗಳ ಮೇಲೆ ಹಾಗೂ ಇತರ ಸ್ಥಳಗಳಲ್ಲಿರುವ ಶಿಲ್ಪಗಳು ಅತ್ಯಂತ ಸುಂದರವಾಗಿವೆ. ಪೌರಾಣಿಕ ಸಂಗತಿಗಳನ್ನು ಸುಂದರವಾಗಿ ಕೆತ್ತಲಾಗಿದೆ. **ರಾವಣ ಕೈಲಾಸ ಪರ್ವತವನ್ನು ಅಲುಗಾಡಿಸುತ್ತಿರುವ ದೃಶ್ಯ, ನೃತ್ಯರೂಪಿ ಶಿವ, ತ್ರಿಪುರಾಂತಕ ಶಿವ, ಗಜಾಸುರನನ್ನು ಕೊಲ್ಲುತ್ತಿರುವ ಶಿವ, ಭೈರವ, ಶಿವ ಪಾರ್ವತಿಯರ ವಿವಾಹದ ಶಿಲ್ಪಗಳು** ಅದ್ಭುತವಾಗಿ ಮೂಡಿವೆ. ಇಡೀ ಭರತಖಂಡದ ಈ ವರ್ಗದ ದೇವಾಲಯಗಳಲ್ಲಿ ಇದು ಅಪೂರ್ವವಾದುದು.

ಕಲಾವಿಮರ್ಶಕರು ಈ ದೇಗುಲದ ಅನುಪಮ ಸೌಂದರ್ಯವನ್ನು ಪ್ರಶಂಸಿಸಿದ್ದಾರೆ. ಇತಿಹಾಸಕಾರ ವಿ.ಎ.ಸ್ಮಿತ್ **"ಕೈಲಾಸ ದೇವಾಲಯ ಜಗತ್ತಿನ ಅದ್ಭುತಗಳಲ್ಲಿ ಒಂದು. ಯಾವುದೇ ದೇಶ ಹೆಮ್ಮೆ ಪಡಬಹುದಾದ ಮತ್ತು ಯಾರ ಪ್ರೋತ್ಸಾಹದಲ್ಲಿ ಅದು ನಿರ್ಮಾಣವಾಯಿತೋ ಆ ರಾಜನಿಗೆ ಗೌರವ ತರುವಂತ ವಾಸ್ತುಕೃತಿ"** ಎಂದು ಬರೆದಿದ್ದಾರೆ. ಪ್ರಸಿದ್ಧ ಕಲಾವಿಮರ್ಶಕ ಪರ್ಸಿ ಬ್ರೌನ್ **"ಎಲ್ಲೋರದ ಕೈಲಾಸ ದೇವಾಲಯ ಭಾರತದಲ್ಲಿ ನಿರ್ಮಾಣವಾಗಿರುವ ಅತ್ಯಂತ ಮಹತ್ವದ ಏಕೈಕ ಕಲಾ ಕೃತಿ ಮಾತ್ರವಲ್ಲ, ಆದರೆ ಶಿಲಾವಸ್ತುಶಿಲ್ಪದ ಉದಾಹರಣೆಯಾಗಿ ಇದು ಸರಿಸಾಟಿಯಿಲ್ಲದ್ದು..... ಮನುಷ್ಯರ ಮನಸ್ಸುಗಳು, ಹೃದಯಗಳು ಹಾಗೂ ಕೈಗಳು ಒಂದು ಉದಾತ್ತವಾದ ಗುರಿಯ ಸಾಧನೆಗಾಗಿ ಒಗ್ಗೂಡಿ ಕೆಲಸ ಮಾಡಿರುವ ಅತ್ಯಂತ ವಿರಳ ಸಂದರ್ಭಕ್ಕೆ ಕೈಲಾಸ ದೇವಾಲಯ ನಿದರ್ಶನವಾಗಿದೆ"** ಎಂದು ಬರೆದಿದ್ದಾರೆ.

ಎಲ್ಲೋರದ ಶಾಸನ ರಚಿಸಿರುವ ಕವಿ ಹೀಗೆ ಬರೆದಿದ್ದಾನೆ. **"ಈ ದೇವಾಲಯದ ಭವ್ಯತೆಯನ್ನು ಕಂಡು ಸ್ವರ್ಗದ ನಿವಾಸಿಗಳು ವಿಸ್ಮಯಗೊಂಡು, ಇದು ಸೃಷ್ಟಿಕರ್ತನ ಚಮತ್ಕಾರವೇ ಹೊರತು ಮಾನವ ಸೃಷ್ಟಿಯಲ್ಲ. ಇಲ್ಲದಿದ್ದರೆ 'ಇದು ಇಷ್ಟು ಪರಿಪೂರ್ಣ ಮತ್ತು ಅದ್ಭುತವಾಗಿರಲು ಹೇಗೆ ಸಾಧ್ಯ' ಎಂದು ತಮ್ಮಲ್ಲೇ ಮಾತನಾಡಿಕೊಳ್ಳುತ್ತಿದ್ದರು"**. ರಾವಣ ಕೈಲಾಸ ಪರ್ವತವನ್ನು ಮೇಲೆತ್ತಲು ಪ್ರಯತ್ನಿಸುತ್ತಿರುವ ದೃಶ್ಯವನ್ನು ಕುರಿತು ಎ.ಕೆ. ಆನಂದಕುಮಾರಸ್ವಾಮಿ ಹೀಗೆ ಬರೆದಿದ್ದಾರೆ. **"ಇಲ್ಲಿ ಪರ್ವತದ ಕಂಪನ ಅನುಭವಕ್ಕೆ ಬಂದಿದೆ. ಪಾರ್ವತಿ ಭಯದಿಂದ ಶಿವನ ತೋಳನ್ನು ಹಿಡಿದಿದ್ದಾಳೆ, ಆಕೆಯ ಪರಿಚಾರಿಕೆ ಪಲಾಯನ ಮಾಡುತ್ತಿದ್ದಾಳೆ ಆದರೆ ಮಹಾದೇವ ಮಾತ್ರ ಅಲುಗಾಡದೆ ತನ್ನ ಪಾದವನ್ನು ಕೆಳಗೆ ಅದುಮುತ್ತಿದ್ದಾನೆ."**

1682ರಲ್ಲಿ ಔರಂಗಜೇಬ್ ಈ ದೇವಾಲಯವನ್ನು ನಾಶಪಡಿಸಲು ಪ್ರಯತ್ನಿಸಿದ್ದದಾದರೂ ಅದು ಸಾಧ್ಯವಾಗಲಿಲ್ಲ. ಆದಾಗ್ಯೂ ಅಲ್ಪ ಪ್ರಮಾಣದ ಹಾನಿಯನ್ನು ಉಂಟು ಮಾಡುವಲ್ಲಿ ಸಫಲನಾದನು.

ಇತರ ಗುಹಾಲಯಗಳು

ಎಲ್ಲೋರದ ಇತರ ಗುಹಾಲಯಗಳಲ್ಲಿ ಪ್ರಮುಖವಾದವು **ರಾವಣ-ಕ-ಖಾಯ್, ದಶಾವತಾರ, ರಾಮೇಶ್ವರ, ಧುಮರ್ ಲೀನಾ, ನೀಲಕಂಠ ಗುಹಾಲಯ** ಮೊದಲಾದವು. ದಶಾವತಾರ ಎರಡು ಅಂತಸ್ತುಗಳ ಗುಹಾಲಯ ಮತ್ತು ಅತ್ಯಂತ ದೊಡ್ಡದು. ಕೆಳ ಅಂತಸ್ತಿನ ಹಜಾರ 14 ಕಂಬಗಳನ್ನು ಹೊಂದಿದೆ. ಮೇಲಿನ ಅಂತಸ್ತಿನ ಹಜಾರದಲ್ಲಿ 54 ಕಂಬಗಳಿವೆ. ಒಟ್ಟು 9 ಕಂಬಗಳ 6 ಸಾಲುಗಳಿವೆ. ಇಲ್ಲಿನ ಶಿಲ್ಪಗಳು ಶೈವ ಹಾಗೂ ವೈಷ್ಣವ ಸಂಪ್ರದಾಯಗಳಿಗೆ ಸಂಬಂಧಿಸಿದ ಸಂಗತಿಗಳನ್ನು ಪ್ರತಿಬಿಂಬಿಸುತ್ತವೆ. ಅವುಗಳಲ್ಲಿ ಹಿರಣ್ಯಕಶಿಪುವಿನ ಮರಣದ ಶಿಲ್ಪ ಅತ್ಯಂತ ಆಕರ್ಷಕವಾಗಿದೆ. ಇದರ ಬಗ್ಗೆ ಪ್ರಸಿದ್ಧ ಕಲಾ ವಿಮರ್ಶಕ **ಡಾ. ಆನಂದಕುಮಾರಸ್ವಾಮಿ** ಹೀಗೆ ಬರೆದಿದ್ದಾರೆ. **"ನರಸಿಂಹ ರೂಪಿಯಾದ ದೇವನಿಂದ ಹತನಾದ ದುಷ್ಟ ದಾನವ ದೊರೆಗೆ ಸಂಬಂಧಿಸಿದ ಜನಪ್ರಿಯ ವಿಷಯವನ್ನು ಇದಕ್ಕಿಂತಲೂ ಉತ್ತಮವಾಗಿ ಚಿತ್ರಿಸಿರುವುದನ್ನು ಕಲ್ಪಿಸಿಕೊಳ್ಳುವುದೂ ಕ[illegible]ಣವಾಗುತ್ತದೆ."** ಆದಿಶೇಷನ ಮೇಲೆ ಮಲಗಿರುವ ವಿಷ್ಣು, ಪಾರ್ವತಿ, ವರಾಹ ಹಾಗೂ ತಾಂಡವ ನೃತ್ಯರೂಪಿ ಶಿವನ ಶಿಲ್ಪಗಳು ಅತ್ಯಾಕರ್ಷಕವಾಗಿ ಮೂಡಿವೆ. ಈ ಗುಹಾಲಯದಲ್ಲಿ ದಂತಿದುರ್ಗನ ಶಾಸನವಿದೆ.

ರಾಮೇಶ್ವರ ಗುಹಾಲಯದಲ್ಲಿ ಗಂಗಾಮಾತೆಯ ಬೃಹತ್ ಶಿಲ್ಪವಿದೆ. ಲಿಂಗವಿರುವ ಇದರ ಗರ್ಭಗುಡಿಯ ಎರಡೂ ಬದಿಯಲ್ಲಿ ಬೃಹತ್ ದ್ವಾರಪಾಲಕರ ಶಿಲ್ಪಗಳಿವೆ. **ಧುಮರ ಲೀನಾ** ಗುಹಾಲಯವು 26 ಬೃಹತ್ ಕಂಬಗಳ ವಿಸ್ತಾರವಾದ ಹಜಾರವನ್ನು ಹೊಂದಿದೆ. ಇದರಲ್ಲಿರುವ ದ್ವಾರಪಾಲಕರ ಹಾಗೂ ಪ್ರವೇಶ ದ್ವಾರದ ಮೆಟ್ಟಿಲುಗಳ ಎರಡೂ ಪಾರ್ಶ್ವದಲ್ಲಿರುವ ಸಿಂಹಗಳ ಶಿಲ್ಪಗಳು ಸುಂದರವಾಗಿವೆ.

ಎಲ್ಲೋರದ ಗುಹಾಲಯಗಳಲ್ಲಿ ಐದು ಜಿನಾಲಯಗಳು. ಅವುಗಳಲ್ಲಿ **ಇಂದ್ರ ಸಭಾ, ಚೋಟಾ ಕೈಲಾಸ ಮತ್ತು ಜಗನ್ನಾಥ ಸಭಾ** ಪ್ರಮುಖವಾದುವು. ಇವುಗಳಲ್ಲಿ ಶಾಂತಿನಾಥ, ಪಾರ್ಶ್ವನಾಥ ಹಾಗೂ ಮಹಾವೀರನ ಸುಂದರವಾದ ಶಿಲ್ಪಗಳಿವೆ. ಇಂದ್ರ ಸಭಾ ಗುಹಾಲಯದ ಮೊಗಸಾಲೆಯ ಎರಡೂ ಬದಿಯಲ್ಲಿ ಇಂದ್ರ ಮತ್ತು ಶಚಿದೇವಿಯರ ಬೃಹದಾಕಾರದ ಮೂರ್ತಿಗಳಿವೆ. ಇಂದ್ರ ಸಭಾ ಮತ್ತು ಜಗನ್ನಾಥ ಸಭಾ ಎರಡು ಅಂತಸ್ತಿನ ಗುಹಾಲಯಗಳು. ಚೋಟಾ ಕೈಲಾಸ್ ಗುಹಾಲಯವನ್ನು ಕೈಲಾಸ ದೇವಾಲಯದ ಮಾದರಿಯಲ್ಲೇ ಕೊರೆದು ನಿರ್ಮಿಸಲಾಗಿದೆ. ಎಲ್ಲೋರದ ಬೌದ್ಧ ಗುಹಾಲಯಗಳಲ್ಲಿ ಬುದ್ಧನ ಸುಂದರವಾದ ವಿಗ್ರಹಗಳಿವೆ. **ತೀನ್‌ಥಾಲ್** ಎಂದು ಕರೆಯಲಾಗುವ ಬೌದ್ಧ ಗುಹಾಲಯದಲ್ಲಿ ಕುಳಿತ ಭಂಗಿಯ ಬುದ್ಧನ ವಿಗ್ರಹವಿದೆ. ವಿಶ್ವಕರ್ಮ ಗುಹಾಲಯದಲ್ಲಿ ಕುಳಿತಿರುವ ಭಂಗಿಯ ಬುದ್ಧನ ಶಿಲ್ಪವಿದೆ.

ಎಲಿಫೆಂಟಾ

ರಾಷ್ಟ್ರಕೂಟರ ಕಲೆ ಎಲಿಫೆಂಟ(ಘರಪುರಿ ದ್ವೀಪ)ದಲ್ಲಿ ಪರಿಪೂರ್ಣತೆಯ ಹಂತವನ್ನು ತಲುಪಿತು. ಇದು ಪೋರ್ಚುಗೀಸರ ಅಧೀನದಲ್ಲಿದ್ದ ಕಾಲದಲ್ಲಿ ಇಲ್ಲಿನ ಹಲವಾರು ಶಿಲ್ಪ ಕೃತಿಗಳು ನಾಶವಾದವು. ಎಲ್ಲೋರಕ್ಕೆ ಹೋಲಿಸಿದರೆ ಇಲ್ಲಿನ ಶಿಲ್ಪಗಳ ಗುಣಮಟ್ಟ ಉತ್ತಮವಾಗಿದೆ. ಇಲ್ಲಿನ ಬೃಹತ್ **ಏಕಶಿಲಾ ಆನೆ**ಯಿಂದಾಗಿ ಈ ದ್ವೀಪವನ್ನು **ಪೋರ್ಚುಗೀಸರು** ಎಲಿಫೆಂಟಾ ಎಂದು ಕರೆದರು. ಈಗ ಈ ಆನೆಯನ್ನು **ಮುಂಬೈನ ಜೀಜಾಬಾಯ್ ಉದ್ಯಾನ**ದಲ್ಲಿ ಇಡಲಾಗಿದೆ.

ಇಲ್ಲಿನ ತ್ರಿಮೂರ್ತಿಯ ಗುಹಾಲಯ (ಒಂದನೇ ಗುಹಾಲಯ) ಅತ್ಯಂತ ಪ್ರಮುಖವಾದುದು. ಇದರಲ್ಲಿರುವ 23 ಅಡಿ ಎತ್ತರ, 19½ ಅಡಿ ದಪ್ಪವಾಗಿರುವ ಮಹೇಶಮೂರ್ತಿ ಅಥವಾ ತ್ರಿಮೂರ್ತಿಯ ವಿಗ್ರಹ ಉತ್ಕೃಷ್ಟವಾದುದು. ಇದು ಮೂರು ಮುಖಗಳ ಶಿವನ ವಿಗ್ರಹ. ಫ್ರೆಂಚ್ ಕಲಾವಿಮರ್ಶಕ ಗ್ರೌಸೆಟ್ ಈ ವಿಗ್ರಹದ ಶಿಲ್ಪ ಸೌಂದರ್ಯವನ್ನು ಬಹಳವಾಗಿ ಪ್ರಶಂಸಿಸಿದ್ದಾರೆ. **"ಮನುಷ್ಯನ ಕೈಗಳಿಂದ ನಿರ್ಮಾಣವಾಗಿರುವ ಸರ್ವವ್ಯಾಪಿ ಭಗವಂತನ ಉತ್ಕೃಷ್ಟವಾದ ರೂಪ ನಿಸ್ಸಂಶಯವಾಗಿ ಇಲ್ಲಿದೆ"** ಎಂದು ಗ್ರೌಸೆಟ್ ಹೇಳಿದ್ದಾರೆ. ಶಿವ ಮತ್ತು ಪಾರ್ವತಿಯರ ವಿವಾಹದ ದೃಶ್ಯವನ್ನು ಅತ್ಯಂತ ಸೊಗಸಾಗಿ ಕೆತ್ತಲಾಗಿದೆ. ಅಂತೆಯೇ ಅರ್ಧನಾರೀಶ್ವರ, ಯೋಗೀಶ್ವರ, ಗಂಗಾಧರ ಮೂರ್ತಿ, ರಾವಣಾನುಗ್ರಹ ಮೂರ್ತಿ, ಅಂಧಕಾಸುರವಧಾ, ನಟರಾಜ ಮತ್ತಿತರ ಶಿಲ್ಪಗಳು ಸುಂದರವಾಗಿವೆ. **"ಈ ಬಗೆಯ ಇತರೆಲ್ಲ ರಚನೆಗಳಿಗಿಂತಲೂ ಎಲಿಫೆಂಟ ದೇವಾಲಯ ಉತ್ಕೃಷ್ಟವಾದುದು"** ಎಂದು **ಪರ್ಸಿ ಬ್ರೌನ್** ಹೇಳಿದ್ದಾರೆ.

ಎಲಿಫೆಂಟದ ಗುಹಾಲಯಗಳು ಯಾರ ಕಾಲದಲ್ಲಿ ನಿರ್ಮಾಣವಾದವು ಎಂಬ ವಿಷಯದಲ್ಲಿ ತೀವ್ರ ಜಿಜ್ಞಾಸೆಯಿದೆ. ಬಹುತೇಕ ವಸಾಹತುಶಾಹಿ ಪ್ರಭುತ್ವಕಾಲದ ಇತಿಹಾಸಕಾರರು ಪ್ರಕಾರ ಈ ಗುಹಾಲಯಗಳು ರಾಷ್ಟ್ರಕೂಟರ ಕಾಲದಲ್ಲಿ ಕ್ರಿ.ಶ. 7ನೇ ಶತಮಾನ ಮತ್ತು ಅನಂತರ ನಿರ್ಮಾಣವಾದವು. ಆದರೆ ಈ ಅಭಿಪ್ರಾಯವನ್ನು ಹಲವರು ಒಪ್ಪಿಲ್ಲ. ಭಾರತೀಯ ಪುರಾತತ್ವ ಇಲಾಖೆ (ಐ.ಎಸ್.ಐ) ಮತ್ತು ಯುನೆಸ್ಕೋ ಪ್ರಕಾರ ಈ ಗುಹಾಲಯಗಳನ್ನು ಕ್ರಿ.ಶ 5 ಮತ್ತು 6ನೇ ಶತಮಾನದಲ್ಲಿ ನಿರ್ಮಿಸಲಾಗಿದೆ. 6ನೇ ಶತಮಾನದ ಮಧ್ಯಭಾಗದಲ್ಲಿ ನಿರ್ಮಾಣ ಕಾರ್ಯ ಪೂರ್ಣಗೊಂಡಿದೆ. ಮಧ್ಯಪ್ರದೇಶದ ಮಾಹಿಷ್ಮತಿ ನಗರದಿಂದ ಆಳುತ್ತಿದ್ದ ಕಲಚೂರಿ ಕೃಷ್ಣರಾಜನ ಕಾಲದಲ್ಲಿ ಇವುಗಳು ನಿರ್ಮಾಣವಾದವು ಎಂಬುದು ಕೆಲವರ ವಾದವಾಗಿದೆ.

ಎಲಿಫೆಂಟದಲ್ಲಿ ಒಟ್ಟು 7 ಗುಹಾಲಯಗಳಿವೆ. ಅವುಗಳಲ್ಲಿ 5 ಹಿಂದೂ ಮತ್ತು 2 ಬೌದ್ಧಗುಹೆಗಳು. ಅವುಗಳಲ್ಲಿ ಒಂದನೇಯ ಗುಹಾಲಯ ಅತ್ಯಂತ ವಿಸ್ತಾರವಾದುದು. ಇದರಲ್ಲಿಯೇ ಪ್ರಸಿದ್ಧವಾದ ಮಹೇಶಮೂರ್ತಿ ಅಥವಾ ಸದಾಶಿವನ ವಿಗ್ರಹವಿದೆ. ಇದನ್ನು ಬೌದ್ಧರ ವಿಹಾರದ ಮಾದರಿಯಲ್ಲಿ ನಿರ್ಮಿಸಲಾಗಿದೆ.

ಇತರ ದೇವಾಲಯಗಳು : ರಾಷ್ಟ್ರಕೂಟರ ಕಾಲದ ಕಟ್ಟಿದ ದೇವಾಲಯಗಳಲ್ಲಿ ಸಂಡೂರಿನ ದೇವಾಲಯ, ಕುಕ್ಕನೂರಿನ ನವಲಿಂಗ, ಕೊಣ್ಣೂರಿನ (ಧಾರವಾಡ) ಪರಮೇಶ್ವರ ದೇವಾಲಯ ಮೊದಲಾದವು ಪ್ರಮುಖವಾದವು. ಸಂಡೂರಿನ ದೇವಾಲಯದಲ್ಲಿ ರಾಷ್ಟ್ರಕೂಟ ದೊರೆ ಮೂರನೇ ಇಂದ್ರ ಹಾಗೂ ಅವನ ಮಂತ್ರಿಯ ವಿಗ್ರಹಗಳಿವೆ. ಕೊಣ್ಣೂರಿನ ದೇಗುಲ ಮೂಲತಃ ಜೈನಾಲಯವಾಗಿದ್ದು ಇದನ್ನು ದಂಡನಾಯಕ ಬಂಕೇಶ ನಿರ್ಮಿಸಿದನು. ರಾಜಧಾನಿಯಾಗಿದ್ದ ಮಾನ್ಯಖೇಟದಲ್ಲಿ ಯಾವುದೇ ಸ್ಮಾರಕವೂ ಉಳಿದಿಲ್ಲ. ಇತ್ತೀಚೆಗೆ ಗುಲ್ಬರ್ಗ ಜಿಲ್ಲೆಯ ಭೀಮಾನದಿ ದಂಡೆಯ ಶಿರವಾಳದಲ್ಲಿ ರಾಷ್ಟ್ರಕೂಟರ ಕಾಲದ 20 ದೇವಾಲಯಗಳ ಅವಶೇಷಗಳನ್ನು ಪತ್ತೆ ಹಚ್ಚಲಾಗಿದೆ.

ಮಾದರಿ ಪ್ರಶ್ನೆಗಳು

ಒಂದು ಅಂಕದ ಪ್ರಶ್ನೆಗಳು

1. ರಾಷ್ಟ್ರಕೂಟರ ರಾಜಚಿನ್ಹೆ ಯಾವುದು ?
2. ರಾಷ್ಟ್ರಕೂಟ ವಂಶದ ಸ್ಥಾಪಕ ಯಾರು ?
3. ಎಲ್ಲೋರದ ಸುಪ್ರಸಿದ್ಧ ಕೈಲಾಸ ದೇವಾಲಯ ಯಾವ ಅರಸನ ಕಾಲದಲ್ಲಿ ನಿರ್ಮಾಣವಾಯಿತು ?
4. ಒಂದನೇ ಅಮೋಘವರ್ಷ ತನ್ನ ಕೈಬೆರಳೊಂದನ್ನು ಕಾಣಿಕೆಯಾಗಿ ಕೊಲ್ಲಾಪುರದ ಮಹಾಲಕ್ಷ್ಮಿಗೆ ಅರ್ಪಿಸಿದ್ದರ ಬಗ್ಗೆ ಯಾವ ಶಾಸನದಲ್ಲಿ ಉಲ್ಲೇಖವಿದೆ ?
5. ಪ್ರಸಿದ್ಧ ತಕ್ಕೊಳಂ ಕದನದಲ್ಲಿ ರಾಷ್ಟ್ರಕೂಟ ಮೂರನೇ ಕೃಷ್ಣನ ಪರವಾಗಿ ಹೋರಾಡಿ ಜಯ ತಂದುಕೊಟ್ಟ ಗಂಗ ದೊರೆ ಯಾರು
6. ಆದಿಕವಿ ಪಂಪನ ಆಶ್ರಯದಾತ ಯಾರು?
7. ಕನ್ನಡದ ಪ್ರಥಮ ಗದ್ಯಕೃತಿ ವಡ್ಡಾರಾಧನೆಯ ಕರ್ತೃ ಯಾರು?
8. **'ಉಭಯ ಕವಿ ಚಕ್ರವರ್ತಿ'** ಬಿರುದಾಂಕಿತನಾಗಿದ್ದ ಕನ್ನಡ ಕವಿ ಯಾರು?
9. ಕನೂಜ ನಗರವನ್ನು ವಶಪಡಿಸಿಕೊಳ್ಳಲು ನಡೆದ ತ್ರಿಪಕ್ಷೀಯ ಹೋರಾಟದಲ್ಲಿ ಯಾವ ರಾಜವಂಶಗಳು ಪಾಲ್ಗೊಂಡಿದ್ದವು.

ಕಿರು ಉತ್ತರದ ಪ್ರಶ್ನೆಗಳು

1. ಆದಿಕವಿ ಪಂಪನನ್ನು ಕುರಿತು ಟಿಪ್ಪಣಿ ಬರೆಯಿರಿ.
2. ಎಲ್ಲೋರ ಗುಹಾಲಯಗಳ ಮಹತ್ವವನ್ನು ವಿವರಿಸಿ.

ಧೀರ್ಘ ಉತ್ತರದ ಪ್ರಶ್ನೆಗಳು

1. ರಾಷ್ಟ್ರಕೂಟರ ಕಾಲದಲ್ಲಿ ಕನ್ನಡ ಸಾಹಿತ್ಯ ಕ್ಷೇತ್ರದಲ್ಲಾದ ಬೆಳವಣಿಗೆಯನ್ನು ವಿವರಿಸಿ.
2. ರಾಷ್ಟ್ರಕೂಟರ ಕಾಲದ ವಾಸ್ತು ಶಿಲ್ಪ ಕ್ಷೇತ್ರದ ಪ್ರಗತಿಯನ್ನು ವಿವರಿಸಿ.
3. ರಾಷ್ಟ್ರಕೂಟರ ಚರಿತ್ರೆಯಲ್ಲಿ ಗೋವಿಂದನ ಆಡಳಿತದ ಮಹತ್ವವನ್ನು ವಿವರಿಸಿ.

ಎಲ್ಲೋರದ ಕೈಲಾಸ
ದೇವಾಲಯ ←

ಎಲಿಫೆಂಟಾ ಗುಹಾಲಯಗಳ
ಒಂದು ನೋಟ →

ಎಲಿಫೆಂಟಾ ತ್ರಿಮೂರ್ತಿಯ
ವಿಗ್ರಹ ←

ಐಹೊಳೆಯ ದುರ್ಗಾ
ದೇವಾಲಯ →

ಬಾದಾಮಿ ಚಾಲುಕ್ಯರ
ಲಾಂಛನ ←

ಪಟ್ಟದಕಲ್ಲಿನ ವಿರೂಪಾಕ್ಷ
ದೇವಾಲಯ →

ಬಾದಾಮಿಯ
ಗುಹಾಲಯಗಳು ←

ಬಾದಾಮಿಯ ಗುಹಾಲಯದ
ಒಂದು ನೋಟ →

ಅಧ್ಯಾಯ – 9

ಕಲ್ಯಾಣದ ಚಾಳುಕ್ಯರು

Chalukyas of Kalyana

ಕ್ರಿ.ಶ. 8ನೇ ಶತಮಾನದ ಮಧ್ಯಭಾಗದಲ್ಲಿ ಅಧಿಕಾರವನ್ನು ಕಳೆದುಕೊಂಡಿದ್ದ ಚಾಳುಕ್ಯರು ಎರಡೂಕಾಲು ಶತಮಾನಗಳ ನಂತರ ಮತ್ತೆ ಸಾರ್ವಭೌಮಾಧಿಕಾರವನ್ನು ಮರಳಿ ಪಡೆದುಕೊಳ್ಳುವಲ್ಲಿ ಸಫಲರಾದರು. ಕ್ರಿ.ಶ. 753ರಲ್ಲಿ ಸಾಮಂತರಾಗಿದ್ದ ರಾಷ್ಟ್ರಕೂಟರಿಗೆ ಸಾರ್ವಭೌಮಾಧಿಕಾರವನ್ನು ಒಪ್ಪಿಸಿದ್ದ ಚಾಳುಕ್ಯರು ಮುಂದಿನ ಎರಡು ಶತಮಾನಗಳವರೆಗೆ ಅಧಿಕಾರ ವಂಚಿತರಾಗಿ, ರಾಷ್ಟ್ರಕೂಟರ ಸಾಮಂತರಾಗಿ ಅಸ್ತಿತ್ವವನ್ನು ಉಳಿಸಿಕೊಂಡಿದ್ದರು. 10ನೇ ಶತಮಾನದ ದ್ವಿತೀಯಾರ್ಧದಲ್ಲಿ ರಾಷ್ಟ್ರಕೂಟ ದಂತಿದುರ್ಗನ ಮಾದರಿಯಲ್ಲೇ ಬಂಡಾಯ ನಡೆಸಿದ ಚಾಳುಕ್ಯ ಎರಡನೇ ತೈಲಪ ಕ್ರಿ.ಶ. 973ರಲ್ಲಿ ರಾಷ್ಟ್ರಕೂಟರಿಂದ ಅಧಿಕಾರವನ್ನು ಕಸಿದುಕೊಂಡನು. ಇದು ಕಾಲಚಕ್ರದ ಉರುಳುವಿಕೆ. ಎರಡು ಶತಮಾನಗಳ ಹಿಂದೆ ರಾಷ್ಟ್ರಕೂಟ ದಂತಿದುರ್ಗ ಚಾಳುಕ್ಯ ಎರಡನೇ ಕೀರ್ತಿವರ್ಮನಿಗೆ ಏನು ಮಾಡಿದ್ದನೊ ಅದನ್ನೇ ಚಾಳುಕ್ಯ ಎರಡನೇ ತೈಲಪ ರಾಷ್ಟ್ರಕೂಟ ಎರಡನೇ ಕರ್ಕನಿಗೆ ಮಾಡಿದನು. ಹೀಗೆ ಎರಡೂಕಾಲು ಶತಮಾನಗಳ ನಂತರ ಸಾರ್ವಭೌಮಾಧಿಕಾರವನ್ನು ಮರಳಿಗಳಿಸಿಕೊಂಡ ಚಾಳುಕ್ಯರು **ಕಲ್ಯಾಣವನ್ನು ರಾಜಧಾನಿಯಾಗಿ** ಮಾಡಿಕೊಂಡು ಮತ್ತೆ ಎರಡು ಶತಮಾನಗಳ ಕಾಲ ಆಡಳಿತ ನಡೆಸಿ ಕರ್ನಾಟಕದ ಸಂಸ್ಕೃತಿಯನ್ನು ಮತ್ತಷ್ಟು ಶ್ರೀಮಂತಗೊಳಿಸಿದರು. ಆದಾಗ್ಯೂ ಬಾದಾಮಿ ಚಾಳುಕ್ಯ ವಂಶದೊಂದಿಗೆ ಇಮ್ಮಡಿ ತೈಲಪನ ಸಂಬಂಧವನ್ನು ಖಚಿತವಾಗಿ ಸ್ಥಾಪಿಸಲು ಸ್ಪಷ್ಟವಾದ ಆಧಾರಗಳು ಲಭ್ಯವಾಗಿಲ್ಲದಿದ್ದರೂ ಎರಡೂ ವಂಶಗಳ ಸಂಬಂಧವನ್ನು ಅಲ್ಲಗಳೆಯಲು ಪ್ರಬಲ ಆಧಾರಗಳಿಲ್ಲವಾದ್ದರಿಂದ ಕಲ್ಯಾಣ ಚಾಳುಕ್ಯರು ಬಾದಾಮಿ ಚಾಳುಕ್ಯ ವಂಶಸ್ಥರೇ ಆಗಿದ್ದರೆಂಬುದು ಸಾಮಾನ್ಯ ಅಭಿಪ್ರಾಯವಾಗಿದೆ. ಕಲ್ಯಾಣ ಚಾಳುಕ್ಯರನ್ನು **ಪಶ್ಚಿಮ ಚಾಳುಕ್ಯರು** ಎಂದೂ ಕರೆಯಲಾಗಿದೆ.

ಕಲ್ಯಾಣ ಚಾಳುಕ್ಯರ ಅಧಿಕಾರಾವಧಿ ಅತ್ಯಂತ ಸೂಕ್ಷ್ಮ ರಾಜಕೀಯ ಹಾಗೂ ಸಾಂಸ್ಕೃತಿಕ ಪರಿಸ್ಥಿತಿಯ ಕಾಲವಾಗಿತ್ತು. ಇವರ ಆಡಳಿತದ ಆರಂಭದಲ್ಲೇ ಉತ್ತರ ಭಾರತದ ಮೇಲೆ **ಘಜ್ನಿಯ ಮಹಮೂದ್** ದಾಳಿ ಮಾಡಿ ಅಪಾರವಾದ ಸಂಪತ್ತು ಲೂಟಿ ಮಾಡಿದ್ದಲ್ಲದೆ ನೂರಾರು ದೇವಾಲಯಗಳನ್ನು, ಸಂಪದ್ಭರಿತ ನಗರಗಳನ್ನು ನಾಶಮಾಡಿದನು. ಅಂತೆಯೇ ದಕ್ಷಿಣದಲ್ಲಿ ಪಲ್ಲವರನ್ನು ಅಧಿಕಾರದಿಂದ ಹೊರದೂಡಿ ಚೋಳರು ಸಾರ್ವಭೌಮಾಧಿಕಾರ ಸ್ಥಾಪಿಸಿಕೊಂಡರು. ರಾಷ್ಟ್ರಕೂಟರು ಮತ್ತು ಚೋಳರ ನಡುವಿನ ವೈಷಮ್ಯ ಈ ಅವಧಿಯಲ್ಲೂ ಮುಂದುವರಿಯಿತು. ಹಿಂದೆ ಬಾದಾಮಿ ಚಾಳುಕ್ಯರು ಪಲ್ಲವರೊಂದಿಗೆ ಹೋರಾಡಿದ್ದಂತೆ ಕಲ್ಯಾಣದ ಚಾಳುಕ್ಯರು ಚೋಳರೊಂದಿಗೆ ತೀವ್ರ ಹೋರಾಟ ನಡೆಸಬೇಕಾಯಿತು. ಬಸವೇಶ್ವರರಿಂದ ವೀರಶೈವ ಧರ್ಮ ಸ್ಥಾಪನೆಯಾದುದು ಈ ಕಾಲದ ಮಹತ್ವದ ಬೆಳವಣಿಗೆಯಾಗಿತ್ತು. ವೈದಿಕ ಧರ್ಮದ ವಿರುದ್ಧ ಬಂಡಾಯದ ರೂಪದಲ್ಲಿ ಕಾಣಿಸಿಕೊಂಡ ಈ ಧರ್ಮ ತಳಸಮುದಾಯಗಳ ಜನವರ್ಗಗಳ ಆಶಾಕಿರಣವಾಯಿತು. ಬಸವೇಶ್ವರ ಸೇರಿದಂತೆ ವೀರಶೈವ ಶರಣ, ಶರಣೆಯರಿಂದ ರಚನೆಗೊಂಡ ವಚನ ಸಾಹಿತ್ಯ ಕನ್ನಡ ಭಾಷೆ ಮತ್ತು ಸಾಹಿತ್ಯಕ್ಕೆ ಅಮೂಲ್ಯ ಕೊಡುಗೆಯಾಗಿದೆ. ಅಂತೆಯೇ ಕಲೆ ಮತ್ತು ವಾಸ್ತುಶಿಲ್ಪ ಕ್ಷೇತ್ರದಲ್ಲೂ ಈ ಕಾಲದಲ್ಲಿ ಮಹತ್ವದ ಪ್ರಗತಿಯಾಯಿತು.

ಪ್ರಾರಂಭದ ಅರಸರು

ಇಮ್ಮಡಿ ತೈಲಪ (ಕ್ರಿ.ಶ. 973–997)

ಇಮ್ಮಡಿ ತೈಲಪ ಕ್ರಿ.ಶ. 973ರಲ್ಲಿ ರಾಷ್ಟ್ರಕೂಟ **ಎರಡನೇ ಕರ್ಕನನ್ನು** ಸೋಲಿಸಿ ರಾಷ್ಟ್ರಕೂಟರ ರಾಜಧಾನಿ ಮಾನ್ಯಖೇಟವನ್ನು ವಶಪಡಿಸಿಕೊಂಡು ಅಲ್ಲಿಂದಲೇ ತನ್ನ ಸ್ವತಂತ್ರ ಅಧಿಕಾರ ಪ್ರಾರಂಭಿಸಿದನು. ಹಿಂದಿನ ವರ್ಷ ಕ್ರಿ.ಶ. 972ರಲ್ಲಿ ಮಾಳ್ವದ **ಪಾರಮಾರ ದೊರೆ ಸೀಯಕ ಹರ್ಷ** ರಾಷ್ಟ್ರಕೂಟ ದೊರೆ ಖೊಟ್ಟಿಗನ್ನು ಸೋಲಿಸಿ ರಾಷ್ಟ್ರಕೂಟ ರಾಜಧಾನಿ ಮಾನ್ಯಖೇಟ (ಮಳಖೇಡ)ವನ್ನು ವಶಪಡಿಸಿಕೊಂಡಿದ್ದನು. ಅದರಿಂದಾಗಿ ರಾಷ್ಟ್ರಕೂಟ ಸಾಮ್ರಾಜ್ಯದಲ್ಲಿ ಉದ್ಭವಿಸಿದ ರಾಜಕೀಯ ಅರಾಜಕತೆಯ ಪೂರ್ಣ ಲಾಭವನ್ನು ತೈಲಪ ಪಡೆದುಕೊಂಡನು. ಆರಂಭದಲ್ಲಿ ರಾಷ್ಟ್ರಕೂಟರ ವಿಧೇಯ ಸಾಮಂತನಾಗಿದ್ದ ಗಂಗ ದೊರೆ ಮಾರಸಿಂಹನ ತೀವ್ರ ವಿರೋಧ ಎದುರಾದರೂ ತೈಲಪ ತನ್ನ ಸ್ಥಾನ ಭದ್ರಪಡಿಸಿಕೊಳ್ಳುವಲ್ಲಿ ಯಶಸ್ವಿಯಾದನು.

ಆದರೆ ಉತ್ತರದ **ಪಾರಮಾರ ದೊರೆ ಮುಂಜ**ನಿಂದ 6 ಬಾರಿ ಪರಾಜಿತನಾದನು. ಆದಾಗ್ಯೂ 7 ನೇ ಬಾರಿಗೆ ಕ್ರಿ.ಶ.996ರಲ್ಲಿ ಮುಂಜನನ್ನು ಸೋಲಿಸಿ, ಸೆರೆ ಹಿಡಿಯುವಲ್ಲಿ ತೈಲಪ ಸಫಲನಾದನು. ಸೆರೆಮನೆಯಲ್ಲೇ ಮುಂಜ ಮರಣಹೊಂದಿದನು. ಈ ಬಗ್ಗೆ ಮೇರುತುಂಗನ **'ಪ್ರಬಂಧ ಚಿಂತಾಮಣಿ'** ಎಂಬ ಕೃತಿಯಲ್ಲಿ ಪ್ರಸ್ತಾಪವಿದೆ. ಅಂತೆಯೇ ದಕ್ಷಿಣದಲ್ಲಿ ಪ್ರಬಲನಾಗುತ್ತಿದ್ದ ಚೋಳ ರಾಜರಾಜನನ್ನು ಸೋಲಿಸಿ ಅವನಿಂದ 150 ಆನೆಗಳನ್ನು ಕಸಿದುಕೊಂಡನೆಂದು ಹೇಳಲಾಗಿದೆ. ತೈಲಪನ ಇತರ ವಿಜಯಗಳಲ್ಲಿ ಪಾಂಚಾಲದೇವ ಎಂಬ ಸಾಮಂತನನ್ನು ಸೋಲಿಸಿದ್ದು ಸೇರಿದೆ. ಅವನನ್ನು ಸೋಲಿಸಿದ ತೈಲಪ **'ಪಾಂಚಾಲಮರ್ದನ ಪಾಂಚನನ"** ಎಂಬ ಬಿರುದು ಪಡೆದನು. ಅಂತೆಯೇ ಗುಜರಾತಿನ ಮೂಲರಾಜನನ್ನು ಸೋಲಿಸಿ **"ಗೂರ್ಜರ ಭಯಜ್ವರ"** ಎಂಬ ಬಿರುದು ಪಡೆದನು. ಹೀಗೆ ತೈಲಪ 24ವರ್ಷಗಳ ಕಾಲ ಯಶಸ್ವಿಯಾಗಿ ಆಡಳಿತ ನಡೆಸಿ ಚಾಳುಕ್ಯರ ಅಧಿಕಾರವನ್ನು ಸುಭದ್ರ ಅಡಿಪಾಯದ ಮೇಲೆ ನಿಲ್ಲಿಸಿದನು.

ಸತ್ಯಾಶ್ರಯ (ಕ್ರಿ.ಶ. 997–1008)

ತೈಲಪನ ಮರಣಾನಂತರ ಅವನ ಹಿರಿಯ ಮಗ ಸತ್ಯಾಶ್ರಯ ಅಧಿಕಾರಕ್ಕೆ ಬಂದನು. **'ಇರಿವ ಬೆಡಂಗ'**, **'ಅಕಳಂಕ ಚರಿತ'** ಮೊದಲಾದ ಬಿರುದಾಂಕಿತನಾದ ಇವನು ಚೋಳರೊಂದಿಗೆ ತೀವ್ರ ಹೋರಾಟ ನಡೆಸಬೇಕಾಯಿತು. ಚೋಳರು ಚಾಳುಕ್ಯ ರಾಜ್ಯದ ಮೇಲೆ ದಾಳಿ ನಡೆಸಿ ತುಂಗಭದ್ರಾ ನದಿ ದಂಡೆಯ ಮೇಲೆ ನಡೆದ ಕದನಗಳಲ್ಲಿ ಚಾಳುಕ್ಯರನ್ನು ಸೋಲಿಸಿದರು. ಚೋಳ ಒಂದನೇ ರಾಜರಾಜನ ಮಗ ಯುವರಾಜ **ಒಂದನೇ ರಾಜೇಂದ್ರ**ನ ನೇತೃತ್ವದಲ್ಲಿ ಚೋಳರು ಉತ್ತರದಲ್ಲಿ ಬಿಜಾಪುರ ಜಿಲ್ಲೆಯ ದೋಣೂರ್‌ವರೆಗೂ ಮುನ್ನುಗ್ಗಿ ಇಡೀ ಪ್ರದೇಶವನ್ನು ಲೂಟಿ ಮಾಡಿದ್ದಲ್ಲದೆ ಅಪಾರ ಸಂಖ್ಯೆಯಲ್ಲಿ ಮಹಿಳೆಯರು, ಮಕ್ಕಳು ಹಾಗೂ ಬ್ರಾಹ್ಮಣರನ್ನು ಹತ್ಯೆಮಾಡಿದರೆಂದು ಚಾಳುಕ್ಯ ಶಾಸನಗಳು ತಿಳಿಸುತ್ತವೆ. ಹೋರಾಟದಲ್ಲಿ ಸತ್ಯಾಶ್ರಯನ ತಮ್ಮ ದಸವರ್ಮ ಹತನಾದನು. ತುಂಗಭದ್ರಾ ನದಿಯ ಉತ್ತರ ಭಾಗದ ಪ್ರದೇಶಗಳನ್ನು ಚಾಳುಕ್ಯರು ಮರಳಿ ವಶಪಡಿಸಿಕೊಂಡರಾದರೂ ದಕ್ಷಿಣ ಭಾಗದ ಗಂಗವಾಡಿ, ನೊಳಂಬವಾಡಿ ಮೊದಲಾದ ಪ್ರದೇಶಗಳು ಚೋಳರ ವಶವಾದವು. ತುಂಗಭದ್ರಾ ನದಿ ಎರಡೂ ಸಾಮ್ರಾಜ್ಯಗಳ ನಡುವಿನ ಗಡಿಯಾಯಿತು. ಒಂದನೇ ರಾಜರಾಜನ **ತಿರುವಲಂಗಡು ಶಾಸನ**ದಲ್ಲಿ ಚೋಳರ ವಿಜಯದ ಬಗ್ಗೆ ಪ್ರಸ್ತಾಪವಿದೆ. ಚಾಳುಕ್ಯರು ಮತ್ತು ಚೋಳರ ನಡುವೆ ಒಂದು ಶತಮಾನಕ್ಕೂ ಹೆಚ್ಚು ಕಾಲ ತೀವ್ರವಾದ ಹೋರಾಟ ಮುಂದುವರಿದು ಹಲವು ತೀಕ್ಷ್ಣ ಕದನಗಳು ಸಂಭವಿಸಿದವು. ಸತ್ಯಾಶ್ರಯ ಕೊಂಕಣದ ಮಾಂಡಲಿಕರಾದ ಶಿಲಾಹಾರರ ಅಪರಾಜಿತನನ್ನು ಸೋಲಿಸಿದನು. ಮುಂದುವರಿದು ಗುಜರಾತಿನ ಮೇಲೂ ತನ್ನ ಅಧಿಕಾರ ಸ್ಥಾಪಿಸಿದನು. ಅಲ್ಲಿ ಚಾಲುಕ್ಯ ವಂಶದ ಮೂಲರಾಜನನ್ನು ಸೋಲಿಸಿ ತನ್ನ ಸಾಮಂತನಾಗಿದ್ದ ಚಾಳುಕ್ಯ ವಂಶದ ಗೊಗ್ಗಿರಾಜನ ಸ್ಥಾನವನ್ನು ಬಲಪಡಿಸಿದನು.

ಸತ್ಯಾಶ್ರಯ **'ಕವಿಚಕ್ರವರ್ತಿ'** ರನ್ನನ ಆಶ್ರಯಧಾತನಾಗಿದ್ದನು. ರನ್ನ ತನ್ನ **'ಸಾಹಸಭೀಮ ವಿಜಯ'** ಎಂಬ ಕಾವ್ಯದಲ್ಲಿ ತನ್ನ ಆಶ್ರಯಧಾತನನ್ನು ಮಹಾಭಾರತದ ನಾಯಕ ಭೀಮನೊಂದಿಗೆ ಹೋಲಿಸಿದ್ದಾನೆ.

ಇಮ್ಮಡಿ ಜಯಸಿಂಹ (ಕ್ರಿ.ಶ 1015–1044)

ಸತ್ಯಾಶ್ರಯನ ನಂತರ ಅವನ ಸೋದರ ಯಶೋವರ್ಮ (ದಸವರ್ಮ)ನ ಮಗ **ಐದನೇ ವಿಕ್ರಮಾದಿತ್ಯ** 1008 ರಿಂದ 1015ರವರೆಗೆ ಆಳಿದನು. ಅನಂತರ ಯಶೋವರ್ಮನ ಮತ್ತೊಬ್ಬ ಮಗ ಇಮ್ಮಡಿ ಜಯಸಿಂಹ ಅಧಿಕಾರಕ್ಕೆ ಬಂದನು. ಅವನ ಕಾಲದಲ್ಲಿ ಚಾಳುಕ್ಯ–ಚೋಳ ಸಂಘರ್ಷ ಮುಂದುವರಿಯಿತು. ಒಂದನೇ ರಾಜೇಂದ್ರ ಚೋಳನ ಶಾಸನಗಳಲ್ಲಿ ಅವನು ಚಾಳುಕ್ಯ ರಾಜ್ಯದ ಮೇಲೆ ನಡೆಸಿದ ಧಾಳಿಯ ಬಗ್ಗೆ ಪ್ರಸ್ತಾಪವಿದೆ. ವೆಂಗಿ ಚಾಳುಕ್ಯರ ಆಂತರಿಕ ವ್ಯವಹಾರಗಳಲ್ಲಿ ಚೋಳ ಒಂದನೇ ರಾಜೇಂದ್ರ ಹಾಗೂ ಚಾಳುಕ್ಯ ಇಮ್ಮಡಿ ಜಯಸಿಂಹ ಹಸ್ತಕ್ಷೇಪ ನಡೆಸಿದರು. ಒಂದನೇ ರಾಜೇಂದ್ರ ಚೋಳನ ಸೋದರಿ ಕುಂದವ್ವೆಯನ್ನು ವಿವಾಹವಾಗಿದ್ದ ವೆಂಗಿಯ ಅರಸ ವಿಮಲಾದಿತ್ಯ ಮರಣಹೊಂದಿದ (1018) ನಂತರ ಅಲ್ಲಿ ಅಂತರ್ಯುದ್ಧ ಆರಂಭವಾಗಿತ್ತು. ಚಾಳುಕ್ಯ ಜಯಸಿಂಹ **ಏಳನೇ ವಿಜಯಾದಿತ್ಯ**ನಿಗೆ ಬೆಂಬಲ ನೀಡಿದರೆ, ರಾಜೇಂದ್ರಚೋಳ ತನ್ನ ಸೋದರಿಯ ಮಗ ರಾಜರಾಜ ನರೇಂದ್ರನಿಗೆ ಬೆಂಬಲ ನೀಡಿದನು. ಒಂದನೇ ರಾಜೇಂದ್ರಚೋಳ ಚಾಳುಕ್ಯ ಜಯಸಿಂಹನನ್ನು ಮಸ್ಕಿಯಲ್ಲಿ ನಡೆದ ಕಾಳಗದಲ್ಲಿ ಸೋಲಿಸಿ **ರಾಜರಾಜ ನರೇಂದ್ರ**ನನ್ನು ವೆಂಗಿಯ ಸಿಂಹಾಸನದಲ್ಲಿ ಪ್ರತಿಷ್ಠಾಪಿಸಿದನು. ವಿಜಯಾದಿತ್ಯನಿಗೆ ತನ್ನ ರಾಜ್ಯದಲ್ಲಿ ಆಶ್ರಯ ನೀಡಿದ ಜಯಸಿಂಹ ಅವನನ್ನು ಮಸ್ಕಿ ಪ್ರದೇಶದ ಆಡಳಿತಾಧಿಕಾರಿಯನ್ನಾಗಿ ನೇಮಿಸಿದನು. ಮಂಜನ ಹತ್ಯೆಗೆ ಪ್ರತೀಕಾರ ಪಡೆಯಲು ಪಾರಾಮಾರ ದೊರೆ ಭೋಜ ಚಾಳುಕ್ಯರ ಅಧೀನದ ಉತ್ತರ ಕೊಂಕಣದ ಮೇಲೆ ದಾಳಿ ನಡೆಸಿದನು. ಜಯಸಿಂಹ ಈ ಧಾಳಿಯನ್ನು ವಿಫಲಗೊಳಿಸಿದನು. ಸೇವಣ ದೊರೆ ಮೂರನೇ ಭಿಲ್ಲಮನಿಗೆ ತನ್ನ ಮಗಳನ್ನು ವಿವಾಹ ಮಾಡಿಕೊಟ್ಟನು. ಜಯಸಿಂಹ ಉತ್ತಮ ಆಡಳಿತಗಾರನಾಗಿದ್ದನು.

ಅವನ ಕಾಲದಲ್ಲಿ ಪ್ರಸಿದ್ಧ **ಶಿವಶರಣ ದೇವರ (ಜೇಡರ) ದಾಸಿಮಯ್ಯ** ಜೀವಿಸಿದ್ದನು. **ಜಯಸಿಂಹನ ರಾಣಿ ಸುಗ್ಗಲದೇವಿ ದಾಸಿಮಯ್ಯ ಶಿಷ್ಯೆಯಾಗಿದ್ದಳು.**

ಒಂದನೇ ಸೋಮೇಶ್ವರ (ಕ್ರಿ.ಶ. 1044–1068)

ಜಯಸಿಂಹನ ನಂತರ ಅವನ ಹಿರಿಯ ಮಗ **'ಆಹವಮಲ್ಲ'** ಮತ್ತು **'ತ್ರೈಲೋಕ್ಯಮಲ್ಲ'** ಎಂಬ ಬಿರುದುಗಳನ್ನು ಹೊಂದಿದ್ದ ಒಂದನೇ ಸೋಮೇಶ್ವರ ಚಾಳುಕ್ಯ ಸಿಂಹಾಸನವನ್ನೇರಿದನು. **ಇವನ ಕಾಲದಲ್ಲಿ ಕ್ರಿ.ಶ. 1048ರಲ್ಲಿ ಕಲ್ಯಾಣ ಚಾಳುಕ್ಯರ ರಾಜಧಾನಿಯಾಯಿತು. ಆ ಕಲ್ಯಾಣವೇ ಈಗಿನ ಬಸವಕಲ್ಯಾಣ**

ಚಾಳುಕ್ಯ – ಚೋಳ ಸಂಘರ್ಷ

ಸೋಮೇಶ್ವರನ ಕಾಲದಲ್ಲಿ ಚಾಳುಕ್ಯ–ಚೋಳ ಸಂಘರ್ಷ ತಾರಕಕ್ಕೇರಿತು. ತುಂಗಭದ್ರಾ ಮತ್ತು ವೆಂಗಿ ಪ್ರದೇಶ ಇಬ್ಬರ ನಡುವೆ ಘರ್ಷಣೆಯ ಕೇಂದ್ರಗಳಾದವು. ಚೋಳ ರಾಜರುಗಳಾದ ರಾಜಾಧಿರಾಜ, ಎರಡನೇ ರಾಜೇಂದ್ರ ಹಾಗೂ ವೀರ ರಾಜೇಂದ್ರರೊಂದಿಗೆ ನಿರಂತರವಾಗಿ ಸೋಮೇಶ್ವರ ಹೋರಾಡಬೇಕಾಯಿತು. ಸೋಮೇಶ್ವರ ಅಧಿಕಾರ ವಹಿಸಿಕೊಂಡ ತಕ್ಷಣ ಚೋಳ ರಾಜಾಧಿರಾಜ ದಾಳಿ ನಡೆಸಿದನು. ಧನ್ಯಕಟಕದಲ್ಲಿ ನಡೆದ ಕಾಳಗದಲ್ಲಿ ಚೋಳರು ಚಾಳುಕ್ಯರನ್ನು ಸೋಲಿಸಿ ರಾಜಕುಮಾರನಾದ ವಿಕ್ಕಿ ಹಾಗೂ ವಿಜಯಾದಿತ್ಯರನ್ನು ಓಡಿಸಿದರೆಂದು ಹೇಳಲಾಗಿದೆ. ಅಲ್ಲದೆ ಚಾಳುಕ್ಯ ರಾಜಧಾನಿ **ಕೊಳ್ಳಿಪಕ್ಕೈ** ಅಥವಾ **ಕೊಳ್ಳಿಪಾಕ** (ಕನ್ನಡದ ಶಾಸನಗಳ ಪ್ರಕಾರ) ವನ್ನು ಚೋಳರು ಸುಟ್ಟುಹಾಕಿದರೆಂದು ಚೋಳ ಶಾಸನಗಳು ತಿಳಿಸುತ್ತವೆ. ಮೇಲೆ ಹೆಸರಿಸಿದ ವಿಕ್ಕಿ ಮುಂದೆ ಅಧಿಕಾರಕ್ಕೆ ಬಂದ ಆರನೇ ವಿಕ್ರಮಾದಿತ್ಯನಿರಬಹುದೇ ಎಂಬ ವಿಷಯದಲ್ಲಿ ಬಿನ್ನಾಭಿಪ್ರಾಯವಿದೆ. 1046ರ ಮಣಿಮಂಗಲಂ ಶಾಸನದಲ್ಲಿ ಚೋಳರು ಕಂಪಿಲಿಯನ್ನು ನಾಶಪಡಿಸಿದ್ದರ ಬಗ್ಗೆ ಉಲ್ಲೇಖವಿದೆ. ಮುಂದೆ ಪುಂಡೂರು ಎಂಬಲ್ಲಿ ಕಾಳಗ ನಡೆದು ಚೋಳರು ಜಯಗಳಿಸಿದರು.

ಕೆಲವು ವರ್ಷಗಳ ನಂತರ ಮತ್ತೆ ಚೋಳ ರಾಜಾಧಿರಾಜ ತನ್ನ ತಮ್ಮ ಎರಡನೇ ರಾಜೇಂದ್ರನೊಂದಿಗೆ ಚಾಳುಕ್ಯ ರಾಜ್ಯದ ಮೇಲೆ ದಂಡೆತ್ತಿ ಬಂದನು. ತುಂಗಭದ್ರಾ ನದಿಯನ್ನು ದಾಟಿ ಚೋಳ ಸೈನ್ಯ ಮುನ್ನುಗ್ಗಿತು. ಆಹವಮಲ್ಲ ಸೋಮೇಶ್ವರನ ನೇತೃತ್ವದ ಚಾಳುಕ್ಯ ಸೈನ್ಯ ಹಾಗೂ ಚೋಳರ ನಡುವೆ **ಕ್ರಿ.ಶ. 1054ರಲ್ಲಿ ಕೊಪ್ಪಂ** (ಇಂದಿನ ಕೊಪ್ಪಳ) ನಲ್ಲಿ ಭೀಕರ ಕಾಳಗ ನಡೆಯಿತು. ಆನೆಯ ಮೇಲೆ ಕುಳಿತು ಯುದ್ಧ ಮಾಡುತ್ತಿದ್ದ **ರಾಜಾಧಿರಾಜ** ಕೊಲ್ಲಲ್ಪಟ್ಟನು. ಈ ಹಂತದಲ್ಲಿ ಸೇನೆಯ ನೇತೃತ್ವ ವಹಿಸಿಕೊಂಡ ಎರಡನೇ ರಾಜೇಂದ್ರ ಹೋರಾಟ ಮುಂದುವರಿಸಿ ಚಾಳುಕ್ಯರನ್ನು ಸೋಲಿಸಿದನೆಂದು ಚೋಳ ಶಾಸನಗಳು ತಿಳಿಸುತ್ತವೆ. ಈ ಕದನದಲ್ಲಿ ಸೋಮೇಶ್ವರನ ಸಹೋದರ ಜಯಸಿಂಹ ಕೂಡ ಹತನಾದನು. ಸೋಮೇಶ್ವರನ ಶಾಸನಗಳಲ್ಲಿ ಕೂಡ ರಾಜಾಧಿರಾಜನ ಹತ್ಯೆಯ ಬಗ್ಗೆ ಪ್ರಸ್ತಾಪವಿದ್ದು, ಗದಗ ಮತ್ತು ನವಲಿ ಶಾಸನಗಳ ಆಧಾರದ ಮೇಲೆ ಚೋಳ ದೊರೆಯನ್ನು ಕೊಂದವನು **ಮಹಾಮಾಂಡಲೇಶ್ವರ ಪೆರ್ಮಾಳ ಮಾರರಸ** ಇರಬಹುದು ಎಂದು ಡಾ.ಪಿ.ಬಿ. ದೇಸಾಯ್ ಹೇಳಿದ್ದಾರೆ. ಈ ವಿಜಯದ ಸ್ಮರಣೆಗಾಗಿ ಸೋಮೇಶ್ವರನು ಅಣ್ಣಿಗೇರಿಯಲ್ಲಿ **'ಚೋಳಂಗೊಂಡ ತ್ರೈಪುರುಷ'** ಎಂಬ ದೇಗುಲ ನಿರ್ಮಿಸಿದನು.

ವೆಂಗಿ ರಾಜ್ಯದಲ್ಲಿ ಅಂತಃಕಲಹ

ಸೋಮೇಶ್ವರ ವೆಂಗಿಮಂಡಲ ಅಥವಾ ಪೂರ್ವ ಚಾಳುಕ್ಯ ರಾಜ್ಯದ ಮೇಲೆ ತನ್ನ ಹತೋಟಿ ಸ್ಥಾಪಿಸಲು ಪ್ರಯತ್ನಿಸಿದನು. ಕ್ರಿ.ಶ. 1061ರಲ್ಲಿ ವೆಂಗಿಯ ದೊರೆ ರಾಜರಾಜ ನರೇಂದ್ರ ಮರಣಹೊಂದಿದಾಗ ಸೋಮೇಶ್ವರ ಏಳನೇ ವಿಜಯಾದಿತ್ಯನ ಮಗ ಇಮ್ಮಡಿ ಶಕ್ತಿವರ್ಮನನ್ನು ಬೆಂಬಲಿಸಿದನು. ಚೋಳ ದೊರೆ ವೀರರಾಜೇಂದ್ರ ವೆಂಗಿಯ ಮೇಲೆ ತನ್ನ ಹಿಡಿತ ಉಳಿಸಿಕೊಳ್ಳಲು ರಾಜರಾಜ ನರೇಂದ್ರನ ಮಗ ರಾಜೇಂದ್ರನಿಗೆ ಬೆಂಬಲ ನೀಡಿದನು. ಕ್ರಿ.ಶ. 1062 ರಲ್ಲಿ **ಕೂಡಲ ಸಂಗಮದಲ್ಲಿ ಕಾಳಗ ನಡೆಯಿತು**. ಆದರೆ ಅದರ ಫಲಿತಾಂಶದ ಬಗ್ಗೆ ಖಚಿತ ಮಾಹಿತಿಗಳು ದೊರೆತಿಲ್ಲ. ಚೋಳ ಮೂಲಗಳ ಪ್ರಕಾರ ಸೋಮೇಶ್ವರ ಪರಾಜಿತನಾದನು. ವೆಂಗಿಯ ಅರಸನಾಗಿ ಬಹುಶಃ ರಾಜೇಂದ್ರ ಮುಂದುವರಿದನು. ಈತನೇ ಮುಂದೆ **ಒಂದನೇ ಕುಲೋತ್ತುಂಗ** ಎಂಬ ಬಿರುದಿನೊಂದಿಗೆ ಚೋಳ ಸಿಂಹಾಸನವನವನ್ನೇರಿದನು. ಫಲವಾಗಿ ವೆಂಗಿರಾಜ್ಯ ಚೋಳ ಸಾಮ್ರಾಜ್ಯದಲ್ಲಿ ವಿಲೀನಗೊಂಡಿತು. ಮತ್ತೊಮ್ಮೆ ಚೋಳ ದೊರೆಯನ್ನು ಕೂಡಲಸಂಗಮಕ್ಕೆ ಯುದ್ಧಕ್ಕೆ ಸೋಮೇಶ್ವರ ಆಹ್ವಾನಿಸಿದನೆಂದು, ಆದರೆ ಚೋಳರು ಅಲ್ಲಿಗೆ ಬಂದಾಗ ಸೋಮೇಶ್ವರ ಅಲ್ಲಿರಲಿಲ್ಲವೆಂದು ಚೋಳ ಮೂಲಗಳಿಂದ ತಿಳಿದುಬರುತ್ತದೆ.

ಸೋಮೇಶ್ವರ ಕ್ರಿ.ಶ. 1051 ರಲ್ಲಿ ಉತ್ತರದಲ್ಲಿ ಪಾರಮಾರ ಒಂದನೇ ಭೋಜನನ್ನು ಸೋಲಿಸಿ ರಾಜಧಾನಿ ಧಾರನಗರವನ್ನು ವಶಪಡಿಸಿಕೊಂಡನೆಂದು ಹೇಳಲಾಗಿದೆ. ಮುಂದೆ ಭೋಜನ ಮರಣಾನಂತರ ಪಾರಮಾರ ರಾಜ್ಯದಲ್ಲಿ ರಾಜಕುಮಾರ ಉದಯಾದಿತ್ಯ ಮತ್ತು ಜಯಸಿಂಹನ ನಡುವೆ ಅಂತರ್ಯುದ್ಧ ಏರ್ಪಟ್ಟಾಗ ಸೋಮೇಶ್ವರನ ಮಗ ಆರನೇ ವಿಕ್ರಮಾದಿತ್ಯ

ಜಯಸಿಂಹನನ್ನು ಪಾರಮಾರ ಸಿಂಹಾಸನದಲ್ಲಿ ಪ್ರತಿಷ್ಠಾಪಿಸಿದನು. ಆದರೆ ಈ ವಿಜಯ ತತ್ಕಾಲಿಕವಾಗಿತ್ತು. ಅಲ್ಲದೆ, ಸೋಮೇಶ್ವರ ತ್ರಿಪುರಿಯಲ್ಲಿ ಕಲಚುರಿ ವಂಶದ ಲಕ್ಷ್ಮೀಕರ್ಣನನ್ನು ಸೋಲಿಸಿದನೆಂದು ಹೇಳಲಾಗಿದೆ.

ಸೋಮೇಶ್ವರ ಗುಣಪಡಿಸಲಾಗಿದ ತೀವ್ರ ಸ್ವರೂಪದ ವ್ಯಾಧಿಯಿಂದ ನರಳುತ್ತಿದ್ದನು. ಕೊನೆಗೆ ಕ್ರಿ.ಶ. 1068ರಲ್ಲಿ ಕುರುವತ್ತಿಯಲ್ಲಿ ತುಂಗಭದ್ರಾ ನದಿಯಲ್ಲಿ ಮುಳುಗಿ ಆತ್ಮಹತ್ಯೆ ಮಾಡಿಕೊಂಡನು. ಇದನ್ನು **'ಪರಮಯೋಗ'** ಎಂದು ವರ್ಣಿಸಲಾಗಿದೆ. ಈ ಬಗ್ಗೆ **ಬಳ್ಳಿಗಾವೆ ಶಾಸನದಲ್ಲಿ** ಪ್ರಸ್ತಾಪವಿದೆ. ಕೆಲವು ಮೂಲಗಳ ಪ್ರಕಾರ ಚೋಳರಿಂದ ಅನುಭವಿಸಿದ ಸತತ ಸೋಲುಗಳಿಂದ ಅವಮಾನಿತನಾಗಿ ಸೋಮೇಶ್ವರ ಆತ್ಮಹತ್ಯೆ ಮಾಡಿಕೊಂಡನು. ಸೋಮೇಶ್ವರ ನಿರಂತರವಾಗಿ ಹೋರಾಟ ನಡೆಸಬೇಕಾಯಿತಾದರೂ ಚಾಳುಕ್ಯ ರಾಜ್ಯದ ವಿಸ್ತಾರ ಕಡಿಮೆಯಾಗದಂತೆ ನೋಡಿಕೊಂಡನು.

ಆರನೇ ವಿಕ್ರಮಾದಿತ್ಯ (ಕ್ರಿ.ಶ. 1076 – 1127)

ಕಲ್ಯಾಣ ಚಾಳುಕ್ಯ ವಂಶದ ಅತ್ಯಂತ ಶ್ರೇಷ್ಠ ದೊರೆ ಆರನೇ ವಿಕ್ರಮಾದಿತ್ಯ. ಇವನ ಐದು ದಶಕಗಳ ಆಡಳಿತ ಕಾಲದಲ್ಲಿ ಚಾಳುಕ್ಯ ಸಾಮ್ರಾಜ್ಯದಲ್ಲಿ ಶಾಂತಿ ನೆಲೆಸಿತ್ತು ಹಾಗೂ ಬಾಹ್ಯ ಶತ್ರುಗಳ ಉಪಟಳಗಳಿಂದ ಮುಕ್ತವಾಗಿತ್ತು. ಜನತೆ ನೆಮ್ಮದಿಯಿಂದ ಜೀವನ ನಡೆಸಲು ಸೂಕ್ತ ವಾತಾವರಣವನ್ನು ಅವನು ನಿರ್ಮಿಸಿದನು.

ಸಿಂಹಾಸನಾರೋಹಣ

ಆರನೇ ವಿಕ್ರಮಾದಿತ್ಯ ಒಂದನೇ ಸೋಮೇಶ್ವರನ ದ್ವಿತೀಯ ಪುತ್ರ. ತನ್ನ ನಂತರ ವಿಕ್ರಮಾದಿತ್ಯನೇ ಚಾಳುಕ್ಯ ಚಕ್ರೇಶ್ವರನಾಗಬೇಕೆಂದು ಒಂದನೇ ಸೋಮೇಶ್ವರ ಬಯಸಿದ್ದನಾದರೂ ವಿಕ್ರಮಾದಿತ್ಯ ನಮ್ರತೆಯಿಂದ ತನ್ನ ಅಣ್ಣ ಇಮ್ಮಡಿ ಸೋಮೇಶ್ವರನಿಗೆ ಸಿಂಹಾಸನ ಬಿಟ್ಟುಕೊಟ್ಟನೆಂದು ಬಿಲ್ಹಣ ತನ್ನ **"ವಿಕ್ರಮಾಂಕದೇವ ಚರಿತ"**ದಲ್ಲಿ ಹೇಳಿದ್ದಾನೆ. ಆದರೂ ಅರಸನಾದ ಇಮ್ಮಡಿ ಸೋಮೇಶ್ವರ ಜನರ ಪ್ರೀತಿ ಸಂಪಾದಿಸಿದ್ದ ತನ್ನ ಸೋದರ ವಿಕ್ರಮಾದಿತ್ಯನ ಬಗ್ಗೆ ಸಂಶಯಗೊಂಡನು. ಈ ಹಿನ್ನೆಲೆಯಲ್ಲಿ ಸೋದರರ ನಡುವೆ ಅಂತರ್ಯುದ್ಧ ಅನಿವಾರ್ಯವಾಯಿತು. ಸೋಮೇಶ್ವರನಿಗೆ ಚೋಳ ದೊರೆ ಒಂದನೇ ಕುಲೋತ್ತುಂಗ ಬೆಂಬಲ ನೀಡಿದನು. ವಿಕ್ರಮಾದಿತ್ಯನಿಗೆ ಅವನ ಸೋದರ ಜಯಸಿಂಹ, ಸಾಮಂತರಾದ ಸೇವಣರ ಎರಡನೇ ಸೇವಣಚಂದ್ರ, ಹೊಯ್ಸಳ ಎರೆಯಂಗ, ಹಾನಗಲ್‌ನ ಕದಂಬ ವಂಶದ ಕೀರ್ತಿದೇವ ಮೊದಲಾದವರು ಬೆಂಬಲ ನೀಡಿದರು. ಕ್ರಿ.ಶ. 1076ರಲ್ಲಿ ಸಂಭವಿಸಿದ ಘರ್ಷಣೆಯಲ್ಲಿ ವಿಕ್ರಮಾದಿತ್ಯ ಜಯಗಳಿಸಿ ಚಾಳುಕ್ಯ ಚಕ್ರವರ್ತಿಯಾದನು. **ಕ್ರಿ.ಶ. 1077ರ ಫೆಬ್ರವರಿ 26 ರಂದು ಅವನ ಸಿಂಹಾಸನಾರೋಹಣ ಕಾರ್ಯಕ್ರಮ ನಡೆಯಿತೆಂದು ಡಾ.ಪಿ.ಬಿ ದೇಸಾಯ್ ಹೇಳಿದ್ದಾರೆ.**

ವಿಕ್ರಮಾದಿತ್ಯ ಅಧಿಕಾರ ವಹಿಸಿಕೊಂಡ ನಂತರ **"ಚಾಳುಕ್ಯ ವಿಕ್ರಮ ಶಕೆ"(1076)** ಎಂಬ ನೂತನ ಕಾಲಗಣನೆಯನ್ನು ಆರಂಭಿಸಿದನು. ಗದಗ್‌ನ ಒಂದು ಶಾಸನದಲ್ಲಿ ವಿಕ್ರಮಾದಿತ್ಯ ವಿದೇಶಿ ಅರಸರು ಆರಂಭಿಸಿದ್ದ **'ಶಕಯುಗ'**ವನ್ನು ಕೈಬಿಟ್ಟು ತನ್ನ ಹೆಸರಿನಲ್ಲಿ ನವ ಶಕೆಯನ್ನು ಆರಂಭಿಸಿದನೆಂದು ಹೇಳಲಾಗಿದೆ. ಇದು ಅವನ ಆಡಳಿತ ಕಾಲದಲ್ಲಿ ಮತ್ತು ಅನಂತರವೂ ಐವತ್ತು ವರ್ಷಗಳವರೆಗೆ ಬಳಕೆಯಲ್ಲಿತ್ತು. ಅನಂತರ ಚಾಳುಕ್ಯರ ಅಧಿಕಾರ ದುರ್ಬಲವಾದಂತೆ ಈ ನೂತನ ಕಾಲಗಣನೆ ಪ್ರಾಮುಖ್ಯತೆ ಕಳೆದುಕೊಂಡಿತು.

ಜಯಸಿಂಹನ ದಂಗೆ

ವಿಕ್ರಮಾದಿತ್ಯನ ಐದು ದಶಕಗಳ ಆಡಳಿತ ಕಾಲ ಬಹುತೇಕ ಶಾಂತಿ, ಸುಭಿಕ್ಷತೆಯಿಂದ ಕೂಡಿತ್ತು. ಅದಕ್ಕೆ ಮುಖ್ಯ ಕಾರಣ ಚೋಳರಿಂದ ಯಾವುದೇ ತೊಂದರೆಗಳು ಎದುರಾಗದಿದ್ದುದು. ಅವನ ಸಮಕಾಲೀನ ಚೋಳದೊರೆ ಒಂದನೇ ಕುಲೋತ್ತುಂಗ ಅವನಷ್ಟೇ ಸಮರ್ಥನಾಗಿದ್ದರೂ ವಿಕ್ರಮಾದಿತ್ಯನೊಂದಿಗೆ ಶಕ್ತಿಯ ಪರೀಕ್ಷೆಗೆ ಮುಂದಾಗಲಿಲ್ಲ. ಹಿಂದಿನ ಒಂದು ಶತಮಾನದಷ್ಟು ಸುದೀರ್ಘವಾದ ಪರಸ್ಪರ ಘರ್ಷಣೆಯ ನಿಷ್ಫಲತೆಯನ್ನು ಇಬ್ಬರೂ ಅರಿತುಕೊಂಡಿದ್ದರಿಂದ ಎರಡೂ ರಾಜವಂಶಗಳ ನಡುವಿನ ಸಂಘರ್ಷಕ್ಕೆ ವಿರಾಮ ದೊರೆಯಿತು. ಪ್ರೊ.ಕೆ.ಎ. ನೀಲಕಂಠಶಾಸ್ತ್ರಿಯವರ ಪ್ರಕಾರ **"ವಿಕ್ರಮಾದಿತ್ಯನಿಗೆ ಪಟ್ಟವಾದ ನಂತರ ಅವನೂ ಮತ್ತು ಅವನ ಪ್ರತಿಸ್ಪರ್ಧಿ ಚೊಳ ಕುಲೋತ್ತುಂಗನೂ ತಮ್ಮ ಸಾಮರ್ಥ್ಯಗಳ ಮಿತಿಯನ್ನು ಅರಿತುಕೊಂಡು ಪರಸ್ಪರ ದ್ವೇಷಕಾರಿ ಚಟುವಟಿಕೆಗಳನ್ನು ಸ್ಥಗಿತಗೊಳಿಸಿದರು"**. ಆದಾಗ್ಯೂ ಆಂತರಿಕವಾದ ಸಮಸ್ಯೆಗಳಿಂದ ಚಾಳುಕ್ಯರಾಜ್ಯ ಮುಕ್ತವಾಗಲಿಲ್ಲ. ವಿಕ್ರಮಾದಿತ್ಯನಿಗೆ ಅಧಿಕಾರ ಪಡೆಯಲು ನೆರವಾಗಿದ್ದ ಅವನ ಸೋದರ ನಾಲ್ಕನೇ ಜಯಸಿಂಹ ಕ್ರಿ.ಶ. 1082 ರಲ್ಲಿ ಅಣ್ಣನ ವಿರುದ್ಧ ದಂಗೆ ಎದ್ದನು. ತನಗೆ ನಿಷ್ಠನಾಗಿದ್ದ ಜಯಸಿಂಹನನ್ನು ವಿಕ್ರಮಾದಿತ್ಯ ಯುವರಾಜನಾಗಿ ನೇಮಿಸಿದ್ದನು. ಆದರೂ ಅಣ್ಣನ ಬಗ್ಗೆ ಅಪನಂಬಿಕೆ ಬೆಳೆಸಿಕೊಂಡ ಜಯಸಿಂಹ ಚೋಳ ದೊರೆ

ಒಂದನೇ ಕುಲೋತ್ತುಂಗನ ಸಹಾಯ ಪಡೆದು ದಂಗೆ ಎದ್ದನು. ವಿಕ್ರಮಾದಿತ್ಯ ತನ್ನ ತಮ್ಮನ ಬಂಡಾಯವನ್ನು ಅಡಗಿಸಿದನು ಮತ್ತು ಅವನನ್ನು ಬಂಧಿಸಿದನು. ಆದರೆ ಅನಂತರ ಜಯಸಿಂಹ ಏನಾದನೆಂಬುದು ತಿಳಿದುಬಂದಿಲ್ಲ.

ಮಾಳ್ವ ದಂಡಯಾತ್ರೆ

ವಿಕ್ರಮಾದಿತ್ಯ ತನ್ನ ಅಧಿಕಾರಾವಧಿಯಲ್ಲಿ ಪಾರಮಾರರ ಅಧೀನದ ಮಾಳ್ವ ರಾಜ್ಯದ ಮೇಲೆ ಮೂರು ಬಾರಿ ದಂಡಯಾತ್ರೆ ಕೈಗೊಂಡನು. ಅಧಿಕಾರವಹಿಸಿಕೊಂಡ ತಕ್ಷಣ ಅಂದರೆ ಕ್ರಿ.ಶ. 1077ರಲ್ಲಿ ಅವನು ಮೊದಲ ಬಾರಿಗೆ ಮಾಳ್ವದ ಅರಸ ಪಾರಮಾರ ಉದಯಾದಿತ್ಯನ ವಿರುದ್ಧ ದಂಡೆತ್ತಿ ಹೋದನು. ಆದರೆ ಈ ಬಗ್ಗೆ ಹೆಚ್ಚಿನ ವಿವರಗಳ ದೊರೆತಿಲ್ಲ. ಒಂದು ದಶಕದ ನಂತರ ಕ್ರಿ.ಶ. 1088ರಲ್ಲಿ ಮತ್ತೆ ಧಾಳಿ ಮಾಡಿದನು. ಕ್ರಿ.ಶ. **1089ರ ರಾಯ್‌ಬಾಗ್ ಶಾಸನ**ದಲ್ಲಿ ಅವನು ಮಾಳ್ವದ ಅರಸ ಉದಯಾದಿತ್ಯನನ್ನು ಸೋಲಿಸಿ ಹಿಂದಿರುಗಿದ್ದರ ಬಗ್ಗೆ ಪ್ರಸ್ತಾಪವಿದೆ. ಬಹುಶಃ ಈ ಕದನದಲ್ಲಿ ಉದಯಾದಿತ್ಯ ಮರಣಿಸಿದನು. ವಿಕ್ರಮಾದಿತ್ಯ ಪಾರಮಾರ ಉದಯಾದಿತ್ಯನ ಮಗ ಜಗದ್ದೇವನನ್ನು ಸಿಂಹಾಸನದಲ್ಲಿ ಪ್ರತಿಷ್ಠಾಪಿಸಿದರು. ಆದರೆ ಉದಯಾದಿತ್ಯನ ಮತ್ತೊಬ್ಬ ಮಗ ನರವರ್ಮ ಸಿಂಹಾಸನವನ್ನು ಜಗದ್ದೇವನಿಂದ ಕಸಿದುಕೊಂಡನು. ಈ ಹಿನ್ನೆಲೆಯಲ್ಲಿ ವಿಕ್ರಮಾದಿತ್ಯ ಕ್ರಿ.ಶ. 1097ರಲ್ಲಿ ಮೂರನೇ ಬಾರಿಗೆ ಮಾಳ್ವದ ವಿರುದ್ಧ ದಂಡೆತ್ತಿ ಹೋದನು. **ಧಾರಾನಗರ**ವನ್ನು ವಶಪಡಿಸಿಕೊಂಡು ರಾಜಕುಮಾರ ಜಗದ್ದೇವನಿಗೆ ಪಾರಮಾರ ಸಿಂಹಾಸನವನ್ನು ದೊರಕಿಸಿಕೊಟ್ಟನು. ಈ ರಾಜಕುಮಾರ ಜಗದ್ದೇವನನ್ನು ವಿಕ್ರಮಾದಿತ್ಯ ತನ್ನ ಮಗನಂತೆ ಪ್ರೀತಿಸುತ್ತಿದ್ದನು. ಹೀಗಾಗಿ ಜಗದ್ದೇವ ಪಾರಮಾರ ಸಿಂಹಾಸನವನ್ನೇ ತ್ಯಜಿಸಿ ವಿಕ್ರಮಾದಿತ್ಯನೊಂದಿಗೆ ಕಲ್ಯಾಣಕ್ಕೆ ಒಂದು ಅಲ್ಲಿಯೇ ನೆಲೆಸಿದನು ಹಾಗೂ ವಿಕ್ರಮಾದಿತ್ಯನ ಮುಂದಿನ ಹೋರಾಟಗಳಲ್ಲಿ ಸಕ್ರಿಯವಾಗಿ ಪಾಲ್ಗೊಂಡನು. ಈ ಎಲ್ಲ ದಂಡಯಾತ್ರೆಗಳ ಫಲವಾಗಿ ನರ್ಮದಾ ನದಿಯ ದಕ್ಷಿಣದ ಪಾರಮಾರರ ಪ್ರದೇಶಗಳು ಚಾಳುಕ್ಯರ ಅಧೀನವಾದವು.

ವೆಂಗಿಯನ್ನು ವಶಪಡಿಸಿಕೊಳ್ಳುವ ಪ್ರಯತ್ನ

ವೆಂಗಿಮಂಡಲ ಅಥವಾ ಪೂರ್ವ ಚಾಳುಕ್ಯ ರಾಜ್ಯದ ಮೇಲೆ ಚಾಳುಕ್ಯರು ಈಗಾಗಲೇ ಅಧಿಕಾರ ಕಳೆದುಕೊಂಡಿದ್ದರು. ಆದರೆ ಅದರ ಮೇಲೆ ಮತ್ತೆ ಅಧಿಕಾರ ಸ್ಥಾಪಿಸುವ ಪ್ರಯತ್ನವನ್ನು ವಿಕ್ರಮಾದಿತ್ಯ ಕೈಬಿಡಲಿಲ್ಲ. ರಾಜನೀತಿ ನೈಪುಣ್ಯತೆ ಮತ್ತು ಸೇನಾ ಬಲದ ಮೂಲಕ ವೆಂಗಿ ರಾಜ್ಯವನ್ನು ತನ್ನ ಹಿಡಿತಕ್ಕೆ ತೆಗೆದುಕೊಂಡನು. ವೆಂಗಿಯ ರಾಜನಾಗಿದ್ದ ಎರಡನೇ ರಾಜೇಂದ್ರನು ಒಂದನೇ ಕುಲೋತ್ತುಂಗ ಎಂಬ ಬಿರುದಿನೊಂದಿಗೆ ಚೋಳ ಚಕ್ರವರ್ತಿಯಾದ ನಂತರ ವೆಂಗಿ ಚೋಳ ಸಾಮ್ರಾಜ್ಯದಲ್ಲಿ ವಿಲೀನಗೊಂಡಿತ್ತು. ಅನಂತರ ಕುಲೋತ್ತುಂಗ ವೆಂಗಿಯ ಆಡಳಿತ ನಿರ್ವಹಣೆಗಾಗಿ ಚೋಳ ರಾಜಕುಮಾರರಾದ ಮುಮ್ಮಡಿ ಚೋಳ, ವೀರ ಚೋಳ ಹಾಗೂ ರಾಜರಾಜ ಚೋಳಗಂಗರನ್ನು ಒಬ್ಬರ ನಂತರ ಒಬ್ಬರಂತೆ ನೇಮಿಸಿದನು. ಆದರೆ ವೆಂಗಿಯಲ್ಲಿ ಪರಿಸ್ಥಿತಿ ದಿನೇದಿನೇ ಹದಗೆಡುತ್ತಿತ್ತು. ಈ ಪರಿಸ್ಥಿತಿಯ ಲಾಭ ಪಡೆಯಲು ವಿಕ್ರಮಾದಿತ್ಯ ಪ್ರಯತ್ನಿಸಿದನು. ಅವನ ಆಳ್ವಿಕೆಯ ಕೊನೆಯ ವರ್ಷಗಳಲ್ಲಿ ರಚನೆಯಾದ ಹಲವಾರು ಶಾಸನಗಳು ಆಂಧ್ರ ಪ್ರದೇಶದ ಕರಾವಳಿಯಲ್ಲಿ ದೊರೆತಿವೆ. ವಿಕ್ರಮಾದಿತ್ಯನ ಸೇನಾನಾಯಕ ಅನಂತಪಾಲ ಕ್ರಿ.ಶ. 1116 ರಲ್ಲಿ ಗುಂಟೂರು ಪ್ರದೇಶದಲ್ಲಿ ಆಳುತ್ತಿದ್ದುದು ಕಂಡುಬರುತ್ತದೆ. ಕ್ರಿ.ಶ. 1118ರಲ್ಲಿ ಚೋಳ ದೊರೆ ಒಂದನೇ ಕುಲೋತ್ತುಂಗನು ವೆಂಗಿಯನ್ನು ಆಳುತ್ತಿದ್ದ ತನ್ನ ಮಗ ವಿಕ್ರಮ ಚೋಳನನ್ನು ತನ್ನ ಉತ್ತರಾಧಿಕಾರಿಯಾಗಿ ನೇಮಿಸಲು ಹಿಂದಕ್ಕೆ ಕರೆಸಿಕೊಂಡ ನಂತರ ವೆಂಗಿಯ ಪರಿಸ್ಥಿತಿ ಮತ್ತಷ್ಟು ಹದಗೆಟ್ಟಿತು. ಈ ಹಿನ್ನೆಲೆಯಲ್ಲಿ ಕ್ರಮೇಣ ಕ್ರಿ.ಶ. 1120ರ ವೇಳೆಗೆ ವೆಂಗಿ ಚಾಳುಕ್ಯರ ಹಿಡಿತಕ್ಕೆ ಒಳಗಾಯಿತು ಮತ್ತು ಚಾಳುಕ್ಯರ ಪ್ರಭುತ್ವ ಪೂರ್ವ ಕರಾವಳಿಯವರೆಗೂ ವಿಸ್ತರಿಸಿತು. ಅದೇ ಸಮಯದಲ್ಲಿ ಚಾಳುಕ್ಯರ ಸಾಮಂತನಾಗಿದ್ದ ಹೊಯ್ಸಳ ವಿಷ್ಣುವರ್ಧನ ಚೋಳರನ್ನು ಗಂಗವಾಡಿಯಿಂದ ಹೊರದೂಡಿದನು. ಹೀಗೆ ಚಾಳುಕ್ಯ ಸಾಮ್ರಾಜ್ಯ ಪಶ್ಚಿಮದ ಸಮುದ್ರದಿಂದ ಪೂರ್ವದ ಸಮುದ್ರದವರೆಗೂ ವಿಸ್ತರಿಸಿತು.

ಹೊಯಸಳರ ಬಂಡಾಯ

ವಿಕ್ರಮಾದಿತ್ಯನ ಕಾಲದಲ್ಲಿ ಚಾಳುಕ್ಯ ಸಾರ್ವಭೌಮತ್ವದ ವಿರುದ್ಧ ನಡೆದ ಬಂಡಾಯಗಳಲ್ಲಿ ಸಾಮಂತರಾಗಿದ್ದ ಹೊಯ್ಸಳರ ಬಂಡಾಯ ತೀವ್ರ ಸ್ವರೂಪದ್ದಾಗಿತ್ತು. ವಿಕ್ರಮಾದಿತ್ಯನ ಇಳಿವಯಸ್ಸು ಹಾಗೂ ಅವನ ಶಾಂತಿಯುತ ಆಡಳಿತವನ್ನು ದೌರ್ಬಲ್ಯವೆಂದು ಭಾವಿಸಿ ಹೊಯ್ಸಳ ಒಂದನೇ ಬಲ್ಲಾಳ ಮತ್ತು ಅವನ ಸಹೋದರ ವಿಷ್ಣುವರ್ಧನ ಸ್ವತಂತ್ರರಾಗಲು ಪ್ರಯತ್ನಿಸಿದರು. ಆರಂಭದಲ್ಲೇ ಹೊಯ್ಸಳರನ್ನು ನಿಯಂತ್ರಿಸಲು ವಿಕ್ರಮಾದಿತ್ಯ ಪಾರಮಾರ ಜಗದ್ದೇವನ ನೇತೃತ್ವದಲ್ಲಿ ಸೈನ್ಯವನ್ನು ಕಳುಹಿಸಿದನು. ಕ್ರಿ.ಶ. 1100 ಸುಮಾರಿನಲ್ಲಿ ಈ ಸೈನ್ಯವನ್ನು ಹೊಯ್ಸಳ ಒಂದನೇ ಬಲ್ಲಾಳ ಮತ್ತು ವಿಷ್ಣುವರ್ಧನ ಸೋಲಿಸಿ ಹಿಮ್ಮೆಟ್ಟಿಸಿದರು. ಈ ವಿಜಯದಿಂದ ಉತ್ತೇಜಿತವಾದ ಬಲ್ಲಾಳ ಚಾಳುಕ್ಯರ ಸಾಮಂತರಾದ ಚೆಂಗಾಳ್ವರು ಹಾಗೂ ಉಚ್ಚಂಗಿಯ ಪಾಂಡ್ಯರ ಮೇಲೆ ದಾಳಿ ಮಾಡಿದನು. ಅನಂತರ ತುಂಗಭದ್ರಾ ನದಿಯನ್ನು ದಾಟಿ ಬೆಳುವೊಲ ಪ್ರದೇಶದ

ಮೇಲೂ ದಾಳಿ ಮಾಡಿದನು. ಈ ಹಂತದಲ್ಲಿ ವಿಕ್ರಮಾದಿತ್ಯ ನಂಬಿಕೆಯ ಸಾಮಂತನಾಗಿದ್ದ **ಸಿಂದ ವಂಶದ ಎರಡನೇ ಅಚುಗಿ**ಯನ್ನು ದೊಡ್ಡ ಸೈನ್ಯದೊಂದಿಗೆ ಹೊಯ್ಸಳರ ವಿರುದ್ಧ ಕಳುಹಿಸಿದನು. ಈ ಸೈನ್ಯ ಹೊಯ್ಸಳರನ್ನು ಸೋಲಿಸಿ ಹಿಮ್ಮೆಟ್ಟಿಸಿತು.

ಬಲ್ಲಾಳನ ನಂತರ ಅಧಿಕಾರಕ್ಕೆ ಬಂದ **ವಿಷ್ಣುವರ್ಧನ** ಹೊಯ್ಸಳ ರಾಜ್ಯವನ್ನು ಸ್ವತಂತ್ರಗೊಳಿಸುವ ಪ್ರಯತ್ನವನ್ನು ತೀವ್ರಗೊಳಿಸಿದನು. ಆರಂಭದಲ್ಲಿ ವಿಷ್ಣುವರ್ಧನ ವಿಕ್ರಮಾದಿತ್ಯನ ವಿಶ್ವಾಸಕ್ಕೆ ಪಾತ್ರನಾಗಿದ್ದನು. ಚೋಳರನ್ನು ಸೋಲಿಸಿ ಗಂಗವಾಡಿಯನ್ನು ವಶಪಡಿಸಿಕೊಂಡ ಅವನ ಸಾಹಸವನ್ನು ವಿಕ್ರಮಾದಿತ್ಯ ಮೆಚ್ಚಿಕೊಂಡಿದ್ದನು. ಆದರೆ ಚಾಳುಕ್ಯರ ವಿರುದ್ಧ ವಿಷ್ಣುವರ್ಧನನ ಬಂಡಾಯ ಅವನ ಅತೃಪ್ತಿಗೆ ಕಾರಣವಾಯಿತು. ಕ್ರಿ.ಶ. 1118ರಲ್ಲಿ ಚಾಳುಕ್ಯ ಸೈನ್ಯವನ್ನು **'ಕಣ್ಣೆಗಾಲ'** ದಲ್ಲಿ ನಡೆದ ಕಾಳಗದಲ್ಲಿ ಹೊಯ್ಸಳ ದಳಪತಿ ಗಂಗರಾಜ ಸೋಲಿಸಿದನು. ಈ ವಿಜಯದಿಂದ ಉತ್ತೇಜಿತನಾದ ವಿಷ್ಣುವರ್ಧನ ಹೋರಾಟ ಮುಂದುವರಿಸಿ ಚಾಳುಕ್ಯರ ಸಾಮಂತರಾದ ಹಾನಗಲ್ ಕದಂಬರನ್ನು ಸೋಲಿಸಿದನು. ಮಲಪ್ರಭಾ ನದಿಯವರೆಗೆ ಬೆಳುವೊಲ ಪ್ರದೇಶವನ್ನು ಆಕ್ರಮಿಸಿದನು. ಈಗ ಹೊಯ್ಸಳರ ಬಂಡಾಯದ ತೀವ್ರತೆಯನ್ನು ಅರಿತ ವಿಕ್ರಮಾದಿತ್ಯ ಸ್ವತಃ ತಾನೇ ನಿಷ್ಠ ಸಾಮಂತರೊಡಗೂಡಿ ಹೊಯ್ಸಳರನ್ನು ಎದುರಿಸಿ ಕ್ರಿ.ಶ. 1122ರಲ್ಲಿ **ಹಲಸೂರು** (ಶಿವಮೊಗ್ಗ) ಮತ್ತು **ಹೊಸವೀಡು** (ಮೈಸೂರು) ಕದನಗಳಲ್ಲಿ ಸೋಲಿಸಿದನು. ಹೊಯ್ಸಳರು ತಾವು ವಶಪಡಿಸಿಕೊಂಡಿದ್ದ ಎಲ್ಲ ಪ್ರದೇಶಗಳನ್ನು ಕಳೆದುಕೊಂಡು ಚಾಳುಕ್ಯರ ಸಾರ್ವಭೌಮತ್ವವನ್ನು ಒಪ್ಪಿಕೊಳ್ಳಬೇಕಾಯಿತು.

ಇತರ ವಿಜಯಗಳು

ತನ್ನ ವಿರುದ್ಧ ದಂಗೆ ಎದ್ದ ಇತರ ಹಲವಾರು ಸಾಮಂತ ರಾಜರನ್ನು ವಿಕ್ರಮಾದಿತ್ಯ ಸೋಲಿಸಿದನು. ಪೈವೆಯ ಗೊಗ್ಗಿ ಮತ್ತು ನಾಗವರ್ಮರ ದಂಗೆಯನ್ನು ವಿಕ್ರಮಾದಿತ್ಯನ ಸಹೋದರ ಜಯಸಿಂಹ ಅಡಗಿಸಿದನು. ಶಿಲಾಹಾರ ವಂಶದ ಒಂದನೇ ಭೋಜನ ದಂಗೆಯನ್ನು ದೀರ್ಘ ಹೋರಾಟದ ನಂತರ ಹತ್ತಿಕ್ಕಿದನು ಮತ್ತು ಈ ವಂಶದ ಚಂದಲದೇವಿಯನ್ನು ವಿವಾಹವಾದನು. ಅಂತೆಯೇ ರತ್ನಪುರಿಯ ಚೇದಿ ಜಾಜಲ್ಲದೇವ, ತ್ರಿಪುರಿಯ ಕಲಚುರಿ ರಾಜ ಯಶಃಕರ್ಣನನ್ನು, ಗೋವೆಯ ಕದಂಬ ಜಯಕೇಶಿಯನ್ನು, ಉಚ್ಚಂಗಿಯ ಪಾಂಡ್ಯರನ್ನು ಮತ್ತು ಸೇವಣರನ್ನು ಸೋಲಿಸಿದನು. ಗೋವೆಯ ಕದಂಬ ಎರಡನೇ ಜಯಕೇಶಿಗೆ ತನ್ನ ಮಗಳನ್ನು ವಿವಾಹಮಾಡಿಕೊಟ್ಟನು.

ಆರನೇ ವಿಕ್ರಮಾದಿತ್ಯನ ಸುದೀರ್ಘ ಆಡಳಿತ ಅವನ ಮರಣದೊಂದಿಗೆ ಕ್ರಿ.ಶ. 1127ರಲ್ಲಿ ಅಂತ್ಯಗೊಂಡಿತು. ಅವನ ಕಾಲದಲ್ಲಿ ಚಾಳುಕ್ಯ ಸಾಮ್ರಾಜ್ಯ ದಕ್ಷಿಣದಲ್ಲಿ ಹಾಸನ, ತುಮಕೂರು ಮತ್ತು ಕುಡಪ ಜಿಲ್ಲೆಗಳವರೆಗೆ ಹಾಗೂ ಉತ್ತರದಲ್ಲಿ ನರ್ಮದಾ ನದಿಯವರೆಗೆ ವಿಸ್ತರಿಸಿತ್ತು. ಪೂರ್ವ ಮತ್ತು ಪಶ್ಚಿಮಗಳಲ್ಲಿ ಸಮುದ್ರಗಳೇ ಅವನ ಸಾಮ್ರಾಜ್ಯದ ಮೇರೆಗಳಾಗಿದ್ದವು. ಸಿಂಹಳದ ರಾಜ ವಿಜಯಬಾಹುವಿನ ಆಸ್ಥಾನಕ್ಕೆ ತನ್ನ ರಾಯಭಾರಿಯನ್ನು ಕಳುಹಿಸಿ ರಾಜತಾಂತ್ರಿಕ ಸಂಬಂಧ ಸ್ಥಾಪಿಸಿಕೊಂಡನು. **"ತ್ರಿಭುವನಮಲ್ಲ"** ಎಂಬುದು ವಿಕ್ರಮಾದಿತ್ಯನ ಬಿರುದಾಗಿತ್ತು.

ಅವನ ಕಾಲದಲ್ಲಿ ಕಲ್ಯಾಣ ಅತ್ಯಂತ ಸುಂದರ ನಗರವಾಗಿ ಬೆಳೆದು ಇಡೀ ದೇಶದ ಗಮನ ಸೆಳೆದಿತ್ತು. ಅವನು ಸಾಹಿತ್ಯ ಮತ್ತು ಕಲೆಯ ಮಹಾಪೋಷಕನಾಗಿದ್ದನು. ಅವನ ಆಸ್ಥಾನ ಕವಿಯಾಗಿದ್ದ ಕಾಶ್ಮೀರ ಮೂಲದ ಬಿಲ್ಹಣ **"ವಿಕ್ರಮಾಂಕದೇವ ಚರಿತ"** ಎಂಬ ಮಹತ್ವದ ಸಂಸ್ಕೃತ ಕಾವ್ಯವನ್ನು ರಚಿಸಿದನು. ಇದೊಂದು ಅರೆ ಚಾರಿತ್ರಿಕ ಕೃತಿಯಾಗಿದೆ. ಮತ್ತೊಬ್ಬ ವಿದ್ವಾಂಸನಾಗಿದ್ದ ವಿಜ್ಞಾನೇಶ್ವರ ಹಿಂದೂ ಕಾನೂನಿಗೆ ಸಂಬಂಧಿಸಿದ **"ಮಿತಾಕ್ಷರ"** ಎಂಬ ಕೃತಿಯನ್ನು ರಚಿಸಿದನು. ಕಲ್ಯಾಣ ನಗರದ ಸೌಂದರ್ಯದ ಬಗ್ಗೆ ಹಾಗೂ ವಿಕ್ರಮಾದಿತ್ಯನ ಬಗ್ಗೆ ಬರೆಯುತ್ತಾ **"ಕಲ್ಯಾಣದಂತಹ ನಗರ ಹಿಂದೆಂದೂ ಅಸ್ತಿತ್ವದಲ್ಲಿರಲಿಲ್ಲ, ಇಂದೂ ಅಸ್ತಿತ್ವದಲ್ಲಿಲ್ಲ ಹಾಗೂ ಮುಂದೆಯೂ ಅಸ್ತಿತ್ವಕ್ಕೆ ಬರಲಾರದು ಮತ್ತು ವಿಕ್ರಮಾದಿತ್ಯನಂತಹ ದೊರೆಯನ್ನು ಹಿಂದೆ ಯಾರೂ ನೋಡಿಲ್ಲ ಅಥವಾ ಕೇಳಿಲ್ಲ"** ಎಂದು ಬರೆದಿದ್ದಾನೆ. ವಿಕ್ರಮಾದಿತ್ಯನು **"ರಾಮರಾಜ್ಯವನ್ನು ಪುನರ್‌ಸ್ಥಾಪಿಸಿದನು"** ಎಂದು ಬಿಲ್ಹಣ ಬರೆದಿದ್ದಾನೆ. ಆಳಂದದಲ್ಲಿ ಸಿಕ್ಕಿರುವ ಒಂದು ಶಾಸನದಲ್ಲಿ ವಿಕ್ರಮಾದಿತ್ಯ **ಕಲಿ (ಕಬ್ಬಿಣ) ಯುಗವನ್ನು ಕೃತ (ಸುವರ್ಣ) ಯುಗವಾಗಿ** ಪರಿವರ್ತಿಸಿದನೆಂದು ಹೇಳಲಾಗಿದೆ. ವಿಕ್ರಮಾದಿತ್ಯನ ರಾಣಿ ಕರಹಡದ **ಶಿಲಾಹಾರ ವಂಶದ ಚಂದಲದೇವಿ ಬಹುಮುಖ ಪ್ರತಿಭಾವಂತಳಾಗಿದ್ದು 'ನೃತ್ಯವಿದ್ಯಾಧರಿ', 'ಅಭಿನವ ಸರಸ್ವತಿ'** ಮೊದಲಾದ ಬಿರುದುಗಳನ್ನು ಪಡೆದಿದ್ದಳು. ಈಕೆಯ ಮಗನೇ ವಿಕ್ರಮಾದಿತ್ಯನ ಉತ್ತರಾಧಿಕಾರಿಯಾದ ಮೂರನೇ ಸೋಮೇಶ್ವರ. ವಾಸ್ತುಶಿಲ್ಪ ಕ್ಷೇತ್ರಕ್ಕೂ ವಿಕ್ರಮಾದಿತ್ಯ ಪ್ರೋತ್ಸಾಹ ನೀಡಿದನು. ಇವನ **ದಂಡನಾಯಕ ಮಹಾದೇವ ಇಟಗಿಯಲ್ಲಿ ಪ್ರಸಿದ್ಧ ಮಹಾದೇವ ದೇವಾಲಯ**ವನ್ನು ನಿರ್ಮಿಸಿದನು. ಡಾ.ಬಿ.ಆರ್. ಗೋಪಾಲ್ ವಿಕ್ರಮಾದಿತ್ಯನ ಸಾಧನೆಗಳ ಬಗ್ಗೆ ಹೀಗೆ ಬರೆದಿದ್ದಾರೆ. **"ಎಲ್ಲಾ ದಿಕ್ಕುಗಳಲ್ಲೂ ಶತ್ರುಗಳನ್ನು ಸಂಹರಿಸಿ ಸಾಮಂತರನ್ನು ಆಜ್ಞಾಧಾರಕರನ್ನಾಗಿ ಮಾಡಿ, ರಾಜ್ಯದಲ್ಲಿ ಶಾಂತಿಯನ್ನು ನೆಲೆಗೊಳಿಸಿ, ಪ್ರಜಾರಂಜಕನಾಗಿ, ಕಲಾಪೋಷಕನಾಗಿ, ಕವಿಗಳಿಗೂ ವಿದ್ವಾಂಸರಿಗೂ ಆಶ್ರಯದಾತನಾಗಿ, ಶಿಸ್ತಿನಿಂದ ಸೌಹಾರ್ದದಿಂದ 1126ರವರೆಗೆ ವಿಕ್ರಮಾದಿತ್ಯ ರಾಜ್ಯಭಾರ ಮಾಡಿದನು"**.

ಮೂರನೇ ಸೋಮೇಶ್ವರ (ಕ್ರಿ.ಶ. 1127-1139)

ವಿಕ್ರಮಾದಿತ್ಯನ ಮರಣಾನಂತರ ಅವನ ಮಗ ಮೂರನೇ ಸೋಮೇಶ್ವರ ಅಧಿಕಾರಕ್ಕೆ ಬಂದನು. ಈತನ ಆಡಳಿತ ಬಹುತೇಕ ಶಾಂತಿಯುತವಾಗಿತ್ತು. ಇವನ ಕಾಲದಲ್ಲಿ ಚೋಳ ದೊರೆ ವಿಕ್ರಮ ಚೋಳ ವೆಂಗಿ ರಾಜ್ಯವನ್ನು ಚಾಲುಕ್ಯರಿಂದ ಕಸಿದುಕೊಂಡನು. ಹೊಯ್ಸಳ ವಿಷ್ಣುವರ್ಧನ ಬಹುತೇಕ ಸ್ವತಂತ್ರನಾದನು. ಉಚ್ಚಂಗಿ, ಬನವಾಸಿ, ಹಾನಗಲ್ ಮೊದಲಾದವನ್ನು ಅವನು ವಶಪಡಿಸಿಕೊಂಡನು.

ಸೋಮೇಶ್ವರ ತನ್ನ ಬಹುತೇಕ ಸಮಯವನ್ನು ಕಲ್ಯಾಣ ನಗರದಲ್ಲೇ ಕಳೆದನು. ಧರ್ಮ ಮತ್ತು ಸಾಹಿತ್ಯ ಅವನ ಆಸಕ್ತಿಯ ಕ್ಷೇತ್ರಗಳಾಗಿದ್ದವು. ಶ್ರೇಷ್ಠ ವಿದ್ವಾಂಸನಾಗಿದ್ದ ಅವನು ಸಂಸ್ಕೃತದಲ್ಲಿ **'ಮಾನಸೋಲ್ಲಾಸ'** ಅಥವಾ **'ಅಭಿಲಾಷಿತಾರ್ಥ ಚಿಂತಾಮಣಿ'** ಎಂಬ ವಿಶ್ವಕೋಶದಂತಹ ಗ್ರಂಥವನ್ನು ರಚಿಸಿದನು. ಅವನಿಗೆ **'ಸರ್ವಜ್ಞ ಚಕ್ರವರ್ತಿ'** ಎಂಬ ಬಿರುದಿತ್ತು.

ಮೂರನೇ ಸೋಮೇಶ್ವರನ ನಂತರ **ಇಮ್ಮಡಿ ಜಗದೇಕಮಲ್ಲ** (ಕ್ರಿ.ಶ.1139-1149) ಆಳಿದನು. ಅನಂತರ ಅವನ ತಮ್ಮ **ಮುಮ್ಮಡಿ ತೈಲಪ** (ಕ್ರಿ.ಶ. 1149-1162) ಆಳಿದನು. ಇವನ ಕಾಲದಲ್ಲಿ ಸಾಮಂತನಾಗಿದ್ದ **ಕಲಚುರಿ ಎರಡನೇ ಬಿಜ್ಜಳ** ದಂಗೆ ಎದ್ದು ಕ್ರಿ.ಶ. 1153 ರಿಂದಲೇ ಸ್ವತಂತ್ರ ಆಳ್ವಿಕೆ ಆರಂಭಿಸಿದನು. 1157ರ ಎರಡನೇ ಬಿಜ್ಜಳನ ಚಿಕ್ಕಲಗಿ ಶಾಸನದಲ್ಲಿ ಅವನನ್ನು **'ಮಹಾಭುಜಬಲ ಚಕ್ರವರ್ತಿ"** ಎಂದು ವರ್ಣಿಸಲಾಗಿದೆ. ಮುಂದೆ ಕ್ರಿ.ಶ. 1162 ರಲ್ಲಿ ತೈಲಪನ ಮರಣಾನಂತರ ಕಲ್ಯಾಣವನ್ನು ವಶಪಡಿಸಿಕೊಂಡು ಇಡೀ ಚಾಲುಕ್ಯ ಸಾಮ್ರಾಜ್ಯಕ್ಕೆ ಅರಸನಾದನು. ಹೊಯ್ಸಳರೂ ಕೂಡ ಸ್ವತಂತ್ರರಾದರು. ಅಂತೆಯೇ ಶಿಲಾಹಾರರು, ಕಾಕತೀಯರೂ ಸ್ವತಂತ್ರರಾದರು. ಸುಮಾರು ಇಪ್ಪತ್ತು ವರ್ಷಗಳ ನಂತರ **ನಾಲ್ಕನೇ ಸೋಮೇಶ್ವರ** ಕ್ರಿ.ಶ. 1183ರಲ್ಲಿ ಕಲಚುರಿಗಳಿಂದ ರಾಜ್ಯವನ್ನು ಹಿಂದಕ್ಕೆ ಪಡೆದುಕೊಂಡನು. ಈ ಕಾರ್ಯದಲ್ಲಿ ಸೋಮೇಶ್ವರನಿಗೆ ಕಲಚುರಿ ದಳಪತಿಗಳು ಮುಖ್ಯವಾಗಿ **ಬಮ್ಮರಸ** ನೆರವು ನೀಡಿದರು. ಅವನಿಗೆ **'ಚಾಲುಕ್ಯ ರಾಜ್ಯ ಪ್ರತಿಷ್ಠಾಪಕ'** ಎಂಬ ಬಿರುದು ದೊರೆಯಿತು. ವಿಶೇಷವೆಂದರೆ ಬಮ್ಮರಸನ ತಂದೆ ಕಾವನ ದಂಡನಾಥ ಕಲಚುರಿಗಳ ಪರವಾಗಿ ಹೋರಾಡಿದನು. ಆದರೆ ಪುನರ್‌ಸ್ಥಾಪನೆಗೊಂಡು ಚಾಲುಕ್ಯರ ಅಧಿಕಾರ ಕೇವಲ ನಾಮಮಾತ್ರವಾಗಿತ್ತು. ಚಾಲುಕ್ಯ ರಾಜ್ಯದ ಉತ್ತರ ಭಾಗವನ್ನು ಸೇವಣರು ಹಾಗೂ ದಕ್ಷಿಣ ಭಾಗವನ್ನು ಹೊಯ್ಸಳರು ವಶಪಡಿಸಿಕೊಂಡರು. **ಕಲ್ಯಾಣನಗರ ಸೇವಣ ಐದನೇ ಬಿಲ್ಲಮನ ವಶವಾಯಿತು.** ನಾಲ್ಕನೇ ಸೋಮೇಶ್ವರ 1189ರಲ್ಲಿ ಬನವಾಸಿಗೆ ಪಲಾಯನ ಮಾಡಿದನು. ಅಲ್ಲಿಯೇ 1225ರವರೆಗೂ ಬದುಕಿದ್ದನೆಂದು ತಿಳಿದು ಬರುತ್ತದೆ. ಹೀಗೆ ಎರಡು ಶತಮಾನಗಳ ಕಾಲ ಉತ್ತಮವಾಗಿ ಆಳಿ ಕಲೆ, ವಾಸ್ತುಶಿಲ್ಪ ಹಾಗೂ ಸಾಹಿತ್ಯ ಕ್ಷೇತ್ರಕ್ಕೆ ಅಪಾರ ಕೊಡುಗೆ ನೀಡಿದ ಕಲ್ಯಾಣ ಚಾಲುಕ್ಯ ವಂಶ ಇತಿಹಾಸದ ಪುಟಗಳನ್ನು ಸೇರಿಕೊಂಡಿತು.

ಆಡಳಿತ

ಕಲ್ಯಾಣದ ಚಾಲುಕ್ಯರು ಜನಪರವಾದ ಆಡಳಿತಕ್ಕೆ ಹೆಸರಾಗಿದ್ದರು. ನಿರಂತರ ಹೋರಾಟಗಳು ನಡೆಯುತ್ತಿದ್ದರೂ ಜನಸಾಮಾನ್ಯರು ನೆಮ್ಮದಿಯ ಜೀವನ ನಡೆಸುತ್ತಿದ್ದರು. ಆಡಳಿತದ ವಿಷಯದಲ್ಲಿ ಕಲ್ಯಾಣದ ಚಾಲುಕ್ಯರು ತಮ್ಮ ಪೂರ್ವಿಕರಾದ ಬಾದಾಮಿ ಚಾಲುಕ್ಯರನ್ನು ಅನುಸರಿಸಿದರೆನ್ನಬಹುದು. ರಾಜನೇ ಆಡಳಿತದ ಕೇಂದ್ರವಾಗಿದ್ದನು. ಇದು ರಾಜಪ್ರಭುತ್ವದ ಪ್ರಮುಖ ಲಕ್ಷಣ. ರಾಜನಿಗೆ ಅನಿರ್ಬಂಧಿತವಾದ ಅಧಿಕಾರಗಳಿದ್ದವು. ರಾಜತ್ವ ಅನುವಂಶಿಕವಾಗಿತ್ತು. ಯುವರಾಜ ಆಡಳಿತ ನಿರ್ವಹಣೆಯಲ್ಲಿ ರಾಜನಿಗೆ ನೆರವಾಗುತ್ತಿದ್ದನು. ಅಪರಿಮಿತ ಅಧಿಕಾರವಿದ್ದರೂ ರಾಜರು ಧರ್ಮಶಾಸ್ತ್ರಗಳ ನಿಯಮಗಳನ್ನು ಪಾಲಿಸುತ್ತಿದ್ದರು.

ಹಿಂದಿನಂತೆಯೇ ರಾಜನಿಗೆ ಆಡಳಿತದಲ್ಲಿ ನೆರವಾಗಲು ಒಂದು ಮಂತ್ರಿಮಂಡಲ ಇದ್ದ ಬಗ್ಗೆ ಒಂದನೇ ಸೋಮೇಶ್ವರನ ಕಾಲದ **ಸೂಡಿಯ ಶಾಸನ** ಮಾಹಿತಿ ನೀಡುತ್ತದೆ. ಅದರ ಪ್ರಕಾರ ಮನೆವೆರ್ಗಡೆ, ಇಬ್ಬರು ತಂತ್ರಪಾಲರು, ಒಬ್ಬ ತಂತ್ರದ ಸೇನಬೋವ, ಒಬ್ಬ ಪ್ರಧಾನ ಮತ್ತು ಒಬ್ಬ ಹಡಪದ ರಾಜನಿಗೆ ಆಡಳಿತದಲ್ಲಿ ಸಹಾಯ ಮಾಡುತ್ತಿದ್ದರು. ಆದರೆ ಮಂತ್ರಿಮಂಡಲದ ಸದಸ್ಯರ ಸಂಖ್ಯೆ, ಕಾರ್ಯವ್ಯಾಪ್ತಿ ಮೊದಲಾದವುಗಳ ಬಗ್ಗೆ ವಿವರಗಳು ದೊರೆತಿಲ್ಲ. ಮಂತ್ರಿಗಳ ಜೊತೆಗೆ ಆಡಳಿತದ ನಿರ್ವಹಣೆಯಲ್ಲಿ ರಾಜನಿಗೆ ನೆರವಾಗುತ್ತಿದ್ದ ಅಂತಃಪುರವೆರ್ಗ್ಗಡೆ, ಕಡಿತವೆರ್ಗ್ಗಡೆ, ಥಾಣೆವೆರ್ಗ್ಗಡೆ, ಬಾಣಸವೆರ್ಗ್ಗಡೆ, ಬಂಡಾರಿ, ವಡ್ಡರಾವಳ, ಸಂಧಿವಿಗ್ರಹಿ, ಅಧ್ಯಕ್ಷ, ಸರ್ವಾಧ್ಯಕ್ಷ, ಬಾಹತ್ತರ ನಿಯೋಗಾಧಿಪತಿ, ಪಸಾಯತ ಮೊದಲಾದ ಅಧಿಕಾರಿಗಳ ಬಗ್ಗೆ ಶಾಸನಗಳಲ್ಲಿ ಉಲ್ಲೇಖವಿದೆ. ಹಲವು ಸಂದರ್ಭಗಳಲ್ಲಿ ಒಬ್ಬನೇ ವ್ಯಕ್ತಿ ಹಲವು ಜವಾಬ್ದಾರಿಗಳನ್ನು ನಿರ್ವಹಿಸುತ್ತಿದ್ದನು. ಈ ಬಗ್ಗೆ ಬರೆಯುತ್ತಾ ಡಾ.ಯು.ಎನ್. ಘೋಷಾಲ್ **"ಇತರ ರಾಜವಂಶಗಳಂತೆ ಚಾಲುಕ್ಯರು ಬೇರೆ ಬೇರೆ ಅಧಿಕಾರಗಳು ಒಬ್ಬರಲ್ಲೇ ಸಂಯುಕ್ತವಾಗಿರಲು ಅವಕಾಶ ಕೊಡುತ್ತಿದ್ದರು"** ಎಂದು ಹೇಳಿದ್ದಾರೆ. ಮೂರನೇ ಸೋಮೇಶ್ವರನ **'ಮಾನಸೋಲ್ಲಾಸ'** ಗ್ರಂಥದಲ್ಲಿ ಸಂಧಿವಿಗ್ರಹಿಯು ವಿವಿಧ ಭಾಷೆಗಳನ್ನು ತಿಳಿದವನು, ಸಾಮಂತರೊಂದಿಗೆ ವ್ಯವಹರಿಸುವ ಕೌಶಲವುಳ್ಳವನು, ರಾಜಕೀಯ ಹಾಗೂ ಹಣಕಾಸಿನ ವಿಷಯಗಳಲ್ಲಿ ನಿಪುಣನೂ ಆಗಿರಬೇಕಿತ್ತು ಎಂದು ಹೇಳಲಾಗಿದೆ. ವಿದ್ವಾಂಸನಾಗಿದ್ದ **ದುರ್ಗಸಿಂಹ** (ಕರ್ನಾಟಕ ಪಂಚತಂತ್ರದ ಕರ್ತೃ)**ಎರಡನೇ ಜಯಸಿಂಹನ ಸಂಧಿವಿಗ್ರಹಿಯಾಗಿದ್ದನು.**

ಆಡಳಿತಾನುಕೂಲಕ್ಕಾಗಿ ಸಾಮ್ರಾಜ್ಯವನ್ನು ಪ್ರಾಂತ್ಯಗಳಾಗಿ ವಿಭಾಗಿಸಲಾಗಿತ್ತು. ಅವುಗಳನ್ನು ರಾಷ್ಟ್ರ, ಮಂಡಲ ಎಂದು

ಕರೆಯಲಾಗುತ್ತಿತ್ತು. ಬನವಾಸಿ–12000, ನೊಳಂಬವಾಡಿ–32000, ಗಂಗವಾಡಿ–96000, ಹಲಸಿಗೆ–12000 ಮೊದಲಾದವು ಪ್ರಮುಖ ಪ್ರಾಂತ್ಯಗಳಾಗಿದ್ದವು. ಹೆಸರಿನ ಜೊತೆಯ ಸಂಖ್ಯೆ ಬಹುಶಃ ಒಟ್ಟು ಗ್ರಾಮಗಳ ಸಂಖ್ಯೆಯಾಗಿದ್ದಿರಬಹುದು. ರಾಜಕುಮಾರರು ಹಾಗೂ ರಾಜ ವಂಶಕ್ಕೆ ಸೇರಿದವರನ್ನು ಪ್ರಾಂತಾಧಿಪತಿಗಳಾಗಿ ನೇಮಿಸಲಾಗುತ್ತಿತ್ತು. ಸ್ವತಃ ಎರಡನೇ ತೈಲಪ ರಾಷ್ಟ್ರಕೂಟರ ಆಡಳಿತ ಕಾಲದಲ್ಲಿ ತರ್ದವಾಡಿ ಪ್ರಾಂತ್ಯದ ಆಡಳಿತ ನಿರ್ವಹಿಸುತ್ತಿದ್ದನು. ಕೆಲವೊಮ್ಮೆ ನಿಷ್ಠ ಅಧಿಕಾರಿಗಳನ್ನು ಮಂಡಲಗಳ ಆಡಳಿತದ ಮುಖ್ಯಸ್ಥರಾಗಿ ನೇಮಿಸಲಾಗುತ್ತಿತ್ತು ಮತ್ತು ಅವರನ್ನು ಒಂದು ಮಂಡಲದಿಂದ ಮತ್ತೊಂದು ಮಂಡಲಕ್ಕೆ ವರ್ಗಾಯಿಸಲಾಗುತ್ತಿತ್ತು. ಉದಾಹರಣಗೆ ಮೂರನೇ ಸೋಮೇಶ್ವರನ ಕಾಲದಲ್ಲಿ ಬನವಾಸಿ ಪ್ರಾಂತ್ಯದಲ್ಲಿ ಆಳುತ್ತಿದ್ದ ಬಮ್ಮನಯ್ಯನನ್ನು ಮುಂದೆ ಹಲಸಿಗೆ ಪ್ರಾಂತ್ಯಕ್ಕೆ ವರ್ಗಾಯಿಸಲಾಯಿತು. ಕೆಲವು ಪ್ರಾಂತ್ಯಗಳಲ್ಲಿ ಸೋತ ಅಲ್ಲಿನ ಅರಸರನ್ನೇ ಅಧಿಕಾರದಲ್ಲಿ ಮುಂದುವರಿಸಲಾಗುತ್ತಿತ್ತು. ಚಾಳುಕ್ಯರ ಕಾಲದಲ್ಲಿ ಸಾಮಂತರು ಹಿಂದಿಗಿಂತಲೂ ಹೆಚ್ಚು ಸ್ವಾಯತ್ತಾಧಿಕಾರವನ್ನು ಹೊಂದಿದ್ದರು. ಪ್ರಾಂತ್ಯಗಳನ್ನು ವಿಷಯ, ನಾಡುಗಳಾಗಿ ವಿಭಾಗಿಸಲಾಗಿತ್ತು. ಗ್ರಾಮ ಆಡಳಿತದ ಕೊನೆಯ ಘಟಕವಾಗಿತ್ತು. ಮಹಾಜನರು ಅಲ್ಲಿನ ಆಡಳಿತ ನಿರ್ವಹಿಸುತ್ತಿದ್ದರು. ಹಲವು ಗ್ರಾಮಗಳನ್ನು ಒಳಗೊಂಡ ನಾಡು ಎಂಬ ಘಟಕಕ್ಕೆ **ನಾಳ್ಗಾವುಂಡ, ನಾಡರಸ** ಅಧಿಕಾರಿಯಾಗಿದ್ದನು.

ಸಾಮಾಜಿಕ ಮತ್ತು ಆರ್ಥಿಕ ಸ್ಥಿತಿಗತಿಗಳು

ಈ ಕಾಲದಲ್ಲೂ ಹಿಂದಿನ ವರ್ಣಾಶ್ರಮ ವ್ಯವಸ್ಥೆ ಮುಂದುವರಿಯಿತು. ಈ ಬಗ್ಗೆ **ಮಾನಸೋಲ್ಲಾಸ** ಗ್ರಂಥದಲ್ಲಿ ಮಾಹಿತಿಗಳಿವೆ. ಆದರೆ ಈ ಅವಧಿಯಲ್ಲಿ ಸಾಮಾಜಿಕ ರಚನೆಯಲ್ಲಿ ಹಲವು ಮಹತ್ವದ ಬದಲಾವಣೆಗಳಾದವು. ಬ್ರಾಹ್ಮಣರು ಸಮಾಜದಲ್ಲಿ ಉನ್ನತ ಸ್ಥಾನ ಪಡೆದಿದ್ದರಾದರೂ ಅವರ ಪಾರಮ್ಯಕ್ಕೆ ಸವಾಲು ಎದುರಾಯಿತು. 12ನೇ ಶತಮಾನದಲ್ಲಿ ತಲೆ ಎತ್ತಿದ ವೀರಶೈವ ಧರ್ಮ ಪಾರಂಪರಿಕ ಅಸಮಾನತೆಯನ್ನು ಪ್ರಶ್ನಿಸಿತು. ಬಸವೇಶ್ವರ ಮೊದಲಾದ ಶರಣರು ಸರ್ವಜನ ಸಮಾನತೆಯನ್ನು ಭೋದಿಸಿದರು. ಇದೊಂದು ಸಾಮಾಜಿಕ ಆಂದೋಲನದ ಸ್ವರೂಪ ಪಡೆದು ಜಾತಿ ಪದ್ಧತಿಯ ಬೇರುಗಳು ಸಡಿಲಗೊಂಡಿದ್ದಲ್ಲದೆ, ನಿರ್ಲಕ್ಷಿತರ, ಶೋಷಿತರ ಸಾಮಾಜಿಕ ಸ್ಥಾನಮಾನಗಳಲ್ಲಿ ಮಹತ್ವದ ಬದಲಾವಣೆಗಳಿಗೆ ಕಾರಣವಾಯಿತು. ಅಲ್ಲದೆ ವೀರಶೈವ ಧರ್ಮ ವೃತ್ತಿ ಅಥವಾ ಕಾಯಕಕ್ಕೆ ಮಹತ್ವ ನೀಡಿದ್ದರಿಂದ ಎಲ್ಲ ಬಗೆಯ ವೃತ್ತಿಗಳಿಗೂ ಗೌರವ ದೊರೆಯುವಂತಾಯಿತು.

ಮಹಿಳೆಯರ ಸ್ಥಾನಮಾನದಲ್ಲೂ ಬದಲಾವಣೆಗಳು ಕಂಡುಬಂದವು. ಬಸವಾದಿ ಶರಣರು ಲಿಂಗ ತಾರತಮ್ಯವನ್ನು ವಿರೋಧಿಸಿ ಸ್ತ್ರೀ–ಪುರುಷ ಸಮಾನತೆಗೆ ಆದ್ಯತೆ ನೀಡಿದರು. ಅಕ್ಕ ಮಹಾದೇವಿ ಸೇರಿದಂತೆ ಹಲವು ಶರಣೆಯರು ವಚನಗಳನ್ನು ರಚಿಸಿದರು. ಅಲ್ಲದೆ ಹಿಂದಿನಂತೆಯೇ ರಾಜವಂಶದ ಮಹಿಳೆಯರು ಆಡಳಿತದಲ್ಲಿ ಪಾಲ್ಗೊಳ್ಳುತ್ತಿದ್ದರು. ಜಯಸಿಂಹನ ಸೋದರಿ ಅಕ್ಕದೇವಿ, ಆರನೇ ವಿಕ್ರಮಾದಿತ್ಯನ **ರಾಣಿ ಲಕ್ಷ್ಮೀದೇವಿ** ಆಡಳಿತದಲ್ಲಿ ಕ್ರಿಯಾಶೀಲ ಪಾತ್ರ ನಿರ್ವಹಿಸುತ್ತಿದ್ದರು. ಆರನೇ ವಿಕ್ರಮಾದಿತ್ಯನ ಮತ್ತೊಬ್ಬ **ರಾಣಿ ಕೇತಲದೇವಿ** ಶಿರಗುಪ್ಪ ಪ್ರದೇಶದಲ್ಲಿ ಆಳುತ್ತಿದ್ದಳು.

ಆರ್ಥಿಕವಾಗಿ ಕಲ್ಯಾಣ ಚಾಳುಕ್ಯರ ಕಾಲ ಸಮೃದ್ಧವಾಗಿತ್ತು. ಕೃಷಿ ಆರ್ಥಿಕತೆಯ ಬೆನ್ನೆಲುಬಾಗಿತ್ತು. ಅಂತೆಯೇ ಭೂ ಕಂದಾಯ ರಾಜ್ಯದ ಮುಖ್ಯ ಆದಾಯ ಮೂಲವೂ ಆಗಿತ್ತು. ಕೆರೆ, ಕಾಲುವೆಗಳ ನಿರ್ಮಾಣ ಹಾಗೂ ನಿರ್ವಹಣೆಗೆ ಆದ್ಯತೆ ನೀಡಲಾಗಿತ್ತು. ಪನ್ನಾಯ, ಭತ್ತಾಯ, ತಿಪ್ಪೆಸುಂಕ, ಮನೆವಣ, ಸಂತೆವಣ, ಮದುವೆ ಸುಂಕ ಮೊದಲಾದವು ಇತರ ತೆರಿಗೆಗಳಾಗಿದ್ದವು. ಆದರೆ ಇವುಗಳ ಅರ್ಥ, ಪ್ರಮಾಣ ಸರಿಯಾಗಿ ತಿಳಿದುಬಂದಿಲ್ಲ. ದಂಡದ ಮೂಲಕವೂ ಸರ್ಕಾರಕ್ಕೆ ಅಪಾರ ಆದಾಯ ಸಂಗ್ರಹವಾಗುತ್ತಿತ್ತು. ಅಕ್ರಮವಾಗಿ ಪ್ರವೇಶ ಮಾಡಿದವರು 12 ಗದ್ಯಾಣ, ಮಾತಿಗೆ ತಪ್ಪಿದವರು 12 ಪಣ, ರಾಜಾಜ್ಞೆಯನ್ನು ಉಲ್ಲಂಘಿಸಿದವರು 52 ದ್ರಮ್ಮ ದಂಡ ಪಾವತಿಸಬೇಕಾಗಿತ್ತೆಂದು ಶಾಸನಗಳಲ್ಲಿ ಹೇಳಲಾಗಿದೆ. ವ್ಯಾಪಾರ ಮತ್ತು ವಾಣಿಜ್ಯ ಪ್ರಗತಿ ಹೊಂದಿತು. ಹಿಂದೆ ನಗಣ್ಯವೆಂದು ಪರಿಗಣಿಸಲಾಗಿದ್ದ ವೃತ್ತಿಗಳಿಗೂ ಮಹತ್ವ ದೊರೆಯಿತು.

ಗದ್ಯಾಣ, ದ್ರಮ್ಮ, ಕಲಂಜು, ಕಾಸು, ಮಂಜಡಿ, ಅಕ್ಕಂ, ಪಣ ಮೊದಲಾದ ನಾಣ್ಯಗಳು ಚಲಾವಣೆಯಲ್ಲಿದ್ದವು. ನಾಣ್ಯಗಳನ್ನು ಟಂಕಿಸುತ್ತಿದ್ದ ಟಂಕಸಾಲೆಗಳ ಬಗ್ಗೆ ಶಾಸನಗಳಲ್ಲಿ ಉಲ್ಲೇಖವಿದೆ. ಲಕ್ಕುಂಡಿ, ಕುಡತಿನಿ ಮೊದಲಾದ ಕಡೆಗಳಲ್ಲಿ ಇಂತಹ ಟಂಕಸಾಲೆಗಳಿದ್ದವು.

ವೃತ್ತಿ ಸಂಘಗಳೂ ಅಸ್ತಿತ್ವದಲ್ಲಿದ್ದವು. ಹಿಂದೆಯೇ ಅಸ್ತಿತ್ವಕ್ಕೆ ಬಂದಿದ್ದ **'ಐಯ್ಯಾವೊಳೆ ಐನೂರ್ವರ್'** ಈ ಕಾಲದಲ್ಲೂ ಅಸ್ತಿತ್ವದಲ್ಲಿದ್ದಿತು. ಅದು ದೂರದ ಗುಜರಾತ್ ಹಾಗೂ ತಮಿಳುನಾಡಿನಲ್ಲೂ ಪ್ರಭಾವ ಹೊಂದಿದ್ದು ಅತ್ಯಂತ ಶ್ರೀಮಂತ ಹಾಗೂ ಪ್ರಭಾವಶಾಲಿಯಾಗಿತ್ತು. ಇದಲ್ಲದೆ **ಮಣಿಗ್ರಾಮಮ್, ನಗರಟ್ಟರ್, ಅಂಜುವಣ್ಣಮ್**, ಮೊದಲಾದ ವರ್ತಕ ಸಂಘಟನೆಗಳಿದ್ದವು. ಸ್ಥಳದಿಂದ ಸ್ಥಳಕ್ಕೆ ಸಂಚರಿಸುತ್ತಿದ್ದ ವ್ಯಾಪಾರಿಗಳಿಗೆ ಸರ್ಕಾರ ರಕ್ಷಣೆ ಒದಗಿಸುತ್ತಿತ್ತು.

ಶಿಕ್ಷಣ

ಹಿಂದಿನಂತೆಯೇ ದೇವಾಲಯಗಳು ಶೈಕ್ಷಣಿಕ ಕೇಂದ್ರಗಳಾಗಿದ್ದವು. ದೇವಾಲಯಗಳಿಗೆ ಸೇರಿದಂತೆ ಮಠ ಹಾಗೂ ಅನ್ನಸತ್ರಗಳಿದ್ದವು. ಅಲ್ಲಿ ಶಿಕ್ಷಣಾರ್ಥಿಗಳಿಗೆ ಉಚಿತ ಊಟ ಹಾಗೂ ವಸತಿ ಸೌಲಭ್ಯ ಕಲ್ಪಿಸಲಾಗಿತ್ತು. ಇದಲ್ಲದೆ ಘಟಿಕಾ ಸ್ಥಾನಗಳು, ಅಗ್ರಹಾರಗಳು, ಬ್ರಹ್ಮಪುರಿಗಳು ಶಿಕ್ಷಣ ಪ್ರಸಾರದ ಕೇಂದ್ರಗಳಾಗಿದ್ದವು. ಗುಲ್ಬರ್ಗಾ ಜಿಲ್ಲೆಯ ಚಿತ್ತಾಪುರ ತಾಲ್ಲೂಕಿನ **ನಗಾಯ್**, ಧಾರವಾಡ ಜಿಲ್ಲೆಯ **ಹೊಟ್ಟೂರು**, ಬಿಜಾಪುರದ **ಕಡ್ಲೆವಾಡ**, ಶಿವಮೊಗ್ಗ ಜಿಲ್ಲೆಯ **ಕುಬಟೂರು**, ಬೆಳಗಾವಿ ಜಿಲ್ಲೆಯ **ಸುವರ್ಣಾಕ್ಷಿ** ಮೊದಲಾವು ಪ್ರಮುಖ ಶಿಕ್ಷಣ ಕೇಂದ್ರಗಳಾಗಿದ್ದವು. **"ಒಂದು ಅಥವಾ ಒಂದಕ್ಕಿಂತ ಹೆಚ್ಚು ವಿಷಯಗಳಲ್ಲಿ ವಿಶೇಷ ಅಧ್ಯಯನಕ್ಕೆ ಮೀಸಲಾಗಿದ್ದ ಸಂಸ್ಥೆಗಳೇ ಘಟಿಕಾಸ್ಥಾನಗಳಾಗಿದ್ದವು. ಶಿಕ್ಷಕರು ಮತ್ತು ವಿದ್ಯಾರ್ಥಿಗಳ ಕಲಿಕೆಗಾಗಿ ಮೀಸಲಾಗಿದ್ದ ಗ್ರಾಮ ಅಥವಾ ಪಟ್ಟಣದ ಒಂದು ಪ್ರದೇಶವೇ ಬ್ರಹ್ಮಪುರಿಯಾಗಿತ್ತು"** ಎಂದು ಡಾ.ಪಿ.ಬಿ.ದೇಸಾಯ್ ಹೇಳಿದ್ದಾರೆ. ಶಿಕ್ಷಣ ಕೇಂದ್ರಗಳ ಅದರಲ್ಲೂ ಅಗ್ರಹಾರಗಳ ಸಂಖ್ಯೆಯಲ್ಲಿ ಹೆಚ್ಚಳ ಈ ಕಾಲದ ಅತ್ಯಂತ ಮಹತ್ವದ ಬೆಳವಣಿಗೆಯಾಗಿತ್ತು. ಅದಕ್ಕೆ ಮುಖ್ಯ ಕಾರಣ ರಾಜರುಗಳ ಹಾಗೂ ಸಾಮಂತ ರಾಜರ ಪ್ರೋತ್ಸಾಹ. ಶಿಕ್ಷಣ ಸಂಪೂರ್ಣವಾಗಿ ಉಚಿತವಾಗಿತ್ತು. ಸಂಸ್ಕೃತ ಉನ್ನತ ಶಿಕ್ಷಣದ ಮಾಧ್ಯಮವಾಗಿದ್ದರೂ, ಜೈನರು ಹಾಗೂ ವೀರಶೈವರು ಕನ್ನಡಕ್ಕೆ ಆದ್ಯತೆ ನೀಡಿದ್ದರಿಂದ ಕನ್ನಡ ಭಾಷೆ ಹಾಗೂ ಸಾಹಿತ್ಯ ಅಪಾರವಾಗಿ ಬೆಳೆಯಿತು. ಮಹಿಳೆಯರಿಗೂ ಅದರಲ್ಲೂ ಮೇಲ್ವರ್ಗಗಳಿಗೆ ಸೇರಿದ ಮಹಿಳೆಯರಿಗೆ ಶಿಕ್ಷಣದ ಅವಕಾಶಗಳು ಹೆಚ್ಚಿದ್ದು ಈ ಕಾಲದ ವಿಶೇಷವಾಗಿತ್ತು.

ಸಾಹಿತ್ಯ ಪ್ರಗತಿ : ಸಂಸ್ಕೃತ ಸಾಹಿತ್ಯ

ಕಲ್ಯಾಣ ಚಾಳುಕ್ಯರ ಕಾಲದಲ್ಲಿ ಸಂಸ್ಕೃತ ಭಾಷೆ ಹಾಗೂ ಸಾಹಿತ್ಯ ಮತ್ತಷ್ಟು ಹುಲುಸಾಗಿ ಬೆಳೆಯಿತು. ಎರಡನೇ ಜಯಸಿಂಹನ ಆಸ್ಥಾನ ಕವಿಯಾಗಿದ್ದ **ವಾದಿರಾಜ** ಶ್ರೇಷ್ಠ ವಿದ್ವಾಂಸನಾಗಿದ್ದನು. ಅವನು **'ನ್ಯಾಯ ನಿಶ್ಚಯ ಟೀಕಾ'** ಎಂಬ ಗ್ರಂಥವನ್ನು, **'ಪಾರ್ಶ್ವನಾಥ ಚರಿತಂ'** ಹಾಗೂ 'ಯಶೋಧರ ಚರಿತಂ' ಎಂಬ ಅಲಂಕಾರಿಕ ಕಾವ್ಯಗಳನ್ನು ರಚಿಸಿದನು. ಈ ಅವಧಿಯ ಅತ್ಯಂತ ಪ್ರಸಿದ್ಧ ಸಂಸ್ಕೃತ ವಿದ್ವಾಂಸ **ವಿದ್ಯಾಪತಿ ಬಿಲ್ಹಣ.** ಕನ್ನಡಿಗರ ಉನ್ನತವಾದ ಸಂಸ್ಕೃತಿ ಹಾಗೂ ಆರನೇ ವಿಕ್ರಮಾದಿತ್ಯನ ಉದಾರತೆಯಿಂದ ಆಕರ್ಶಿತನಾಗಿ ತಾನು ಕಾಶ್ಮೀರದಿಂದ ಕಲ್ಯಾಣಕ್ಕೆ ಆಗಮಿಸಿದ್ದಾಗಿ ಅವನು ಹೇಳಿಕೊಂಡಿದ್ದಾನೆ. ಈತ ತನ್ನ ಆಶ್ರಯಧಾತ ಆರನೇ ವಿಕ್ರಮಾದಿತ್ಯನ ಜೀವನ ಹಾಗೂ ಸಾಧನೆಗಳನ್ನು ಒಳಗೊಂಡಿರುವ **'ವಿಕ್ರಮಾಂಕದೇವ ಚರಿತಂ'** ಎಂಬ ಅರೆಚಾರಿತ್ರಿಕ ಕಾವ್ಯವನ್ನು ರಚಿಸಿದನು. ಬಾಣಭಟ್ಟನ **'ಹರ್ಷಚರಿತ'** ದಂತೆ ಬಿಲ್ಹಣನ ಕಾವ್ಯವೂ ಅತ್ಯಂತ ಮಹತ್ವದ್ದಾಗಿದೆ. ಆರನೇ ವಿಕ್ರಮಾದಿತ್ಯನ ಆಸ್ಥಾನದಲ್ಲಿದ್ದ ಮತ್ತೊಬ್ಬ ಶ್ರೇಷ್ಠ ವಿದ್ವಾಂಸ ವಿಜ್ಞಾನೇಶ್ವರ. ಈತ ನ್ಯಾಯಶಾಸ್ತ್ರಕ್ಕೆ ಸಂಬಂಧಿಸಿದ **'ಮಿತಾಕ್ಷರ'** ಎಂಬ ಮೇರು ಕೃತಿಯನ್ನು ರಚಿಸಿದನು. ಇದು ಹಿಂದು ಕಾನೂನು ಗ್ರಂಥ ಯಾಜ್ಞವಲ್ಕ್ಯಸ್ಮೃತಿಯನ್ನು ಕುರಿತ ವ್ಯಾಖ್ಯಾನವಾಗಿದ್ದರೂ ಸ್ವತಂತ್ರ ಕೃತಿಯ ರೂಪದಲ್ಲಿದೆ. ಬಂಗಾಳವನ್ನು ಹೊರತುಪಡಿಸಿದರೆ ಇಡೀ ಭಾರತದಲ್ಲಿ ಇದಕ್ಕೆ ಅಧಿಕೃತ ಹಿಂದೂ ಕಾನೂನು ಗ್ರಂಥದ ಸ್ಥಾನಮಾನವಿದೆ. (ಬಂಗಾಳದಲ್ಲಿ ಜೀಮೂತವಾಹನ ರಚಿಸಿದ **'ದಯಾಭಾಗ'** ಎಂಬ ಕಾನೂನು ಗ್ರಂಥ ಬಳಸುತ್ತಾರೆ). ಚಾಳುಕ್ಯ ದೊರೆ ಮೂರನೇ ಸೋಮೇಶ್ವರ ಸ್ವತಃ ವಿದ್ವಾಂಸನಾಗಿದ್ದು **'ಮಾನಸೋಲ್ಲಾಸ'** ಅಥವಾ **'ಅಭಿಲಾಷಿತಾರ್ಥ ಚಿಂತಾಮಣಿ'** ಎಂಬ ವಿಶ್ವಕೋಶದಂತ ಗ್ರಂಥವನ್ನು ರಚಿಸಿದನು. ಇದರಲ್ಲಿ ರಾಜ್ಯ, ರಾಜನೀತಿ, ಕೋಶ, ಬಲ, ದುರ್ಗ, ಗಣಿತ, ವೈದ್ಯಶಾಸ್ತ್ರ, ರಸಾಯನಶಾಸ್ತ್ರ, ಜ್ಯೋತಿಷ್ಯ, ಸಂಗೀತ, ಚಿತ್ರಕಲೆ, ಸೇರಿದಂತೆ ಹಲವಾರು ವಿಷಯಗಳ ಬಗ್ಗೆ ಚರ್ಚಿಸಲಾಗಿದೆ. ಈತನಿಗೆ **'ಸರ್ವಜ್ಞ ಚಕ್ರವರ್ತಿ'** ಎಂಬ ಬಿರುದಿತ್ತು. ಈತನೇ **'ವಿಕ್ರಮಾಂಕಾಭ್ಯುದಯಂ'** ಎಂಬ ಮತ್ತೊಂದು ಕೃತಿಯನ್ನು ರಚಿಸಿದನು. ಪಾರ್ಶ್ವದೇವನ **'ಸಂಗೀತ ಸಮಯಸಾರ'**, ಇಮ್ಮಡಿ ಜಗದೇಕಮಲ್ಲನ **'ಸಂಗೀತ ಚೂಡಾಮಣಿ'** ಮೊದಲಾದವು ಈ ಕಾಲದ ಇತರ ಸಂಸ್ಕೃತ ಕೃತಿಗಳು. ಭಾರತದ ಪ್ರಸಿದ್ಧ ಗಣಿತಶಾಸ್ತ್ರಜ್ಞ **2ನೇ ಭಾಸ್ಕರ** (1114-1185) ಈ ಅವಧಿಯಲ್ಲಿ ಜೀವಿಸಿದ್ದು **'ಸಿದ್ಧಾಂತ ಶಿರೋಮಣಿ'** ಎಂಬ ಮಹತ್ವದ ಗ್ರಂಥವನ್ನು ರಚಿಸಿದನು. ತಾನು ಬಿಜಾಪುರದ ನಿವಾಸಿಯಾಗಿದ್ದಾಗಿ ಅವನು ಹೇಳಿಕೊಂಡಿದ್ದಾನೆ.

ಕನ್ನಡ ಸಾಹಿತ್ಯ

ಕಲ್ಯಾಣ ಚಾಳುಕ್ಯರು ಕನ್ನಡ ಸಾಹಿತ್ಯದ ಮಹಾ ಪೋಷಕರಾಗಿದ್ದರು ಅವರ ಕಾಲದಲ್ಲಿ ಸಾವಿರಾರು ಸಂಖ್ಯೆಯ ಕನ್ನಡ ಶಾಸನಗಳು ರಚನೆಯಾದವು. ಈ ಕಾಲದ ಕನ್ನಡ ಸಾಹಿತಿಗಳು ಪಂಪನ ಕೃತಿಗಳಿಂದ ಪ್ರಭಾವಿತರಾಗಿದ್ದರು. ಅದರಿಂದಾಗಿ ಪಂಪ ಪರಂಪರೆ ವಚನಕಾರರ ಕಾಲದವರೆಗೂ ಮುಂದುವರಿಯಿತು. ಜೈನೇತರರು ಅಂದರೆ ವೈದಿಕರೂ ಕನ್ನಡದಲ್ಲಿ ಸಾಹಿತ್ಯ ರಚನೆ ಕೈಗೊಂಡಿದ್ದು ಈ ಕಾಲದ ವಿಶೇಷವಾಗಿತ್ತು.

ರನ್ನ : ಈ ಕಾಲದ ಅತ್ಯಂತ ಪ್ರಸಿದ್ಧನಾದ ಕನ್ನಡ **ಕವಿ ರನ್ನ**(949-1020). ಅವನು ಚಾಳುಕ್ಯ ಅರಸರಾದ ಎರಡನೇ ತೈಲಪ

ಹಾಗೂ ಸತ್ಯಾಶ್ರಯನ ಕಾಲದಲ್ಲಿ ಜೀವಿಸಿದ್ದನು. ಪಂಪ, ಪೊನ್ನ ಮತ್ತು ರನ್ನರನ್ನು ಕನ್ನಡದ **'ರತ್ನತ್ರಯರು'** ಎಂದು ವರ್ಣಿಸಲಾಗಿದೆ. ರನ್ನ ಮುಧೋಳದ (ಬಾಗಲಕೋಟೆ ಜಿಲ್ಲೆ) ಒಬ್ಬ ಜೈನ ಬಳೆ ವ್ಯಾಪಾರಿಯ (ಜಿನವಲ್ಲಭ) ಮಗ. ಅಜಿತಸೇನಾಚಾರ್ಯ ಅವನ ಗುರು. ಪಂಪನಂತೆ ರನ್ನನೂ ಒಂದು ಧಾರ್ಮಿಕ ಹಾಗೂ ಒಂದು ಲೌಕಿಕ ಕಾವ್ಯವನ್ನು ರಚಿಸಿದನು. ಅವುಗಳು ಕ್ರಮವಾಗಿ **'ಅಜಿತಪುರಾಣ'** ಮತ್ತು **'ಗದಾಯುದ್ಧ'**. ಅವನ ಧಾರ್ಮಿಕ ಕೃತಿ **'ಅಜಿತ ಪುರಾಣ'** ಎರಡನೇ ತೀರ್ಥಂಕರ ಅಜಿತಸ್ವಾಮಿಯ ಜೀವನ ವೃತ್ತಾಂತವನ್ನು ಒಳಗೊಂಡಿದೆ. ಇದನ್ನು ಅವನು ತನ್ನ ಪೋಷಕಳೂ ಆಗಿದ್ದ ದಾನಚಿಂತಾಮಣಿ ಅತ್ತಿಮಬ್ಬೆಯ ಅಪೇಕ್ಷೆಯಂತೆ ರಚಿಸಿದನು. ಆರಂಭದಲ್ಲಿ ರನ್ನ ಗಂಗರ ಮಂತ್ರಿ ಚಾವುಂಡರಾಯನ ಆಶ್ರಯದಲ್ಲಿದ್ದನು. ರನ್ನನ ಪರಶುರಾಮಚರಿತೆ **'ಸಮರಪರಶುರಾಮ'** ಬಿರುದಾಂಕಿತನಾಗಿದ್ದ ಚಾವುಂಡರಾಯನ ಬದುಕನ್ನು ಕುರಿತದ್ದಾಗಿದೆ. ಈ ಕೃತಿ ಲಭ್ಯವಾಗಿಲ್ಲ. ಶ್ರವಣಬೆಳಗೋಳದ ಚಂದ್ರಗಿರಿ ಬೆಟ್ಟದ ಮೇಲೆ ರನ್ನನ ಹಸ್ತಾಕ್ಷರವಿದೆ. **'ಕವಿರತ್ನ'** ಎಂದು ಅವನು ಕೆತ್ತಿದ್ದಾನೆ.

ಗದಾಯುದ್ಧ ಅಥವಾ **'ಸಾಹಸ ಭೀಮ ವಿಜಯ'** ರನ್ನನ ಮೇರು ಕೃತಿಯಾಗಿದೆ. ಮಹಾಭಾರತದ ಯುದ್ಧದ ಅಂತಿಮ ಭಾಗ ಈ ಕೃತಿಯ ಕಥಾವಸ್ತು. ಆದರೆ ಅಗತ್ಯಕ್ಕೆ ತಕ್ಕಂತೆ ಹೊಸ ಸನ್ನಿವೇಶಗಳನ್ನು ಸೃಷ್ಟಿಸಿರುವ ರನ್ನ ಇಡೀ ಮಹಾಭಾರತದ ಕಥೆಯನ್ನು ತಾನೇ ಹೇಳಿಕೊಂಡಿರುವಂತೆ **'ಸಿಂಹಾವಲೋಕನ ಕ್ರಮ'** ದಲ್ಲಿ ಸಂಕ್ಷಿಪ್ತವಾಗಿ ಹೇಳಿದ್ದಾನೆ. ಪಂಪನಂತೆ ತನ್ನ ಆಶ್ರಯಧಾತನಾಗಿದ್ದ ಇರಿವಬೆಡಂಗ ಸತ್ಯಾಶ್ರಯನನ್ನು ತನ್ನ ಕಥಾನಾಯಕ ಭೀಮನೊಂದಿಗೆ ಹೋಲಿಸಿದ್ದಾನೆ. ಅಲ್ಲದೆ ತನ್ನ ಕೃತಿಯಲ್ಲಿ ಪಂಪ, ಪೊನ್ನರನ್ನು ಸ್ಮರಿಸಿದ್ದಾನೆ. ಈ ಎರಡು ಕೃತಿಗಳಲ್ಲದೆ ರನ್ನ **'ರನ್ನಕಂದ', 'ಚಕ್ರೇಶ್ವರ ಚರಿತೆ'** ಮತ್ತು **'ಪರಶುರಾಮ ಚರಿತೆ'** ಎಂಬ ಕೃತಿಗಳನ್ನು ರಚಿಸಿದನೆಂದು ಹೇಳಲಾಗಿದೆ. ಕೊನೆಯ ಎರಡು ಕೃತಿಗಳು ಲಭ್ಯವಾಗಿಲ್ಲ. ಆದರೆ ರನ್ನಕಂದದ ಕೆಲವು ಪದ್ಯಗಳು ದೊರೆತಿವೆ. ರನ್ನನಿಗೆ ಚಾಲುಕ್ಯ ಸಾಮ್ರಾಟ **'ಕವಿಚಕ್ರವರ್ತಿ'** ಎಂಬ ಬಿರುದನ್ನು ನೀಡಿದ್ದನು. ಪಂಪನ ಬಗ್ಗೆ ಅಪಾರ ಗೌರವ ಹೊಂದಿದ್ದ ರನ್ನ ಅವನನ್ನು ಪ್ರಶಂಸಿಸುತ್ತಾ **"ಗುಣಕ್ಕೆ ಮಚ್ಚರವುಂಟೆ"** ಎಂದು ಹೇಳಿದ್ದಾನೆ. ಪಂಪನಂತೆ ರನ್ನನೂ ದುರ್ಯೋಧನನ ಪಾತ್ರವನ್ನು ಸೊಗಸಾಗಿ ಚಿತ್ರಿಸಿದ್ದಾನೆ.

ರನ್ನನ ಸಮಕಾಲೀನನಾದ **ಒಂದನೇ ನಾಗವರ್ಮ ಕನ್ನಡದ ಮೊದಲ ಜೈನೇತರ ಕವಿ.** ಅವನು **'ಚಂದೊಂಬುಧಿ'** ಮತ್ತು **'ಕರ್ನಾಟಕ ಕಾದಂಬರಿ'** ಎಂಬ ಎರಡು ಕೃತಿಗಳನ್ನು ರಚಿಸಿದ್ದಾನೆ. **ಚಂದೊಂಬುಧಿ ಚಂದಸ್ಸನ್ನು ಕುರಿತ ಪ್ರಥಮ ಕೃತಿಯಾಗಿದೆ**. ಕರ್ನಾಟಕ ಕಾದಂಬರಿ ಬಾಣಭಟ್ಟನ ಸಂಸ್ಕೃತದ ಕಾದಂಬರಿಯ ಭಾಷಾಂತರವಾಗಿದೆ. ಆದಾಗ್ಯೂ ಇದು ಒಂದು ಸ್ವತಂತ್ರವಾದ ಕೃತಿಯಂತಿದ್ದು ಬಾಷಾಂತರಕ್ಕೆ ಮಾದರಿಯಾಗಿದೆ. ಬಹುಶಃ **ಇದು ಕನ್ನಡದ ಪ್ರಥಮ ಪ್ರೇಮಕಾವ್ಯ.**

ಕಲ್ಯಾಣ ಚಾಲುಕ್ಯರ ಕಾಲದ ಒಂದು ಮಹತ್ವದ ಬೆಳವಣಿಗೆಯೆಂದರೆ ವೈದಿಕರೂ ಕೂಡ ಕನ್ನಡ ಭಾಷೆಯ ಬಗ್ಗೆ ಆಸಕ್ತಿ ತೋರಲಾರಂಭಿಸಿದ್ದು. ಸಂಸ್ಕೃತದಲ್ಲಿ ಬರೆದರೆ ಮಾತ್ರ ಗೌರವ ಎಂಬ ಹಿಂದಿನ ಭಾವನೆ ದೂರವಾಗಿದ್ದು ಈ ಕಾಲದ ಒಂದು ವೈಶಿಷ್ಟ್ಯ. ಚಾಲುಕ್ಯ ದೊರೆ ಎರಡನೇ ಜಯಸಿಂಹನ ಕಾಲದಲ್ಲಿ ಅಧಿಕಾರಿಯಾಗಿದ್ದ ಬ್ರಾಹ್ಮಣನಾದ ಎರಡನೇ ಚಾವುಂಡರಾಯ **'ಲೋಕೋಪಕಾರ'** ಎಂಬ ಗ್ರಂಥವನ್ನು ರಚಿಸಿದನು. ವಿಶ್ವಕೋಶದಂತಿರುವ ಈ ಗ್ರಂಥದಲ್ಲಿ ಜ್ಯೋತಿಷ್ಯ, ಕಲೆ, ವೈದ್ಯಶಾಸ್ತ್ರ ಮೊದಲಾದ ವಿಷಯಗಳ ಬಗ್ಗೆ ಪ್ರಸ್ತಾಪಿಸಲಾಗಿದೆ. ಚಾವುಂಡರಾಯನ ಸಮಕಾಲೀನನಾದ **ಚಂದ್ರರಾಜನು** ಕಾಮಶಾಸ್ತ್ರಕ್ಕೆ ಸಂಬಂಧಿಸಿದ **'ಮದನತಿಲಕ'** ಎಂಬ ಕೃತಿಯನ್ನು ರಚಿಸಿದನು. ಇದರಲ್ಲಿ ಇದೇ ವಿಷಯವನ್ನು ಕುರಿತು ಹಿಂದೆ ಕೃತಿಗಳನ್ನು ರಚಿಸಿದ್ದ ವಾತ್ಸಾಯನ, ವೃಶ್ಚಿಕ, ಸ್ವರ್ಣನಾಭ ಮೊದಲಾದವರನ್ನು ಉಲ್ಲೇ[illegible]ಸಿದ್ದಾನೆ.

ದುರ್ಗಸಿಂಹ ಈ ಕಾಲದ ಮತ್ತೊಬ್ಬ ಪ್ರಮುಖ ಕವಿ. ಶೈವಬ್ರಾಹ್ಮಣನಾಗಿದ್ದ ಅವನು **ಎರಡನೇ ಜಯಸಿಂಹನ ಕಾಲದಲ್ಲಿ 'ಮಹಾಸಂಧಿವಿಗ್ರಹಿ'** (ಯುದ್ಧ ಮಂತ್ರಿ)ಯಾಗಿದ್ದನು. ಸಂಸ್ಕೃತ ವಿದ್ವಾಂಸರ ಕುಟುಂಬದ ಹಿನ್ನೆಲೆಯಿಂದ ಬಂದ ಇವನು ವಸುಭಾಗಭಟನ ಸಂಸ್ಕೃತದ 'ಪಂಚತಂತ್ರ'ವನ್ನು **'ಕರ್ನಾಟಕ ಪಂಚತಂತ್ರ'** ಎಂಬ ಹೆಸರಿನಲ್ಲಿ ಭಾಷಾಂತರಿಸಿದನು. ಇದರ ಪಾತ್ರಗಳೆಲ್ಲ ಪ್ರಾಣಿಗಳಾದರೂ ಅವುಗಳು ಮಾತನಾಡುತ್ತವೆ. ವಸುಭಾಗ ಭಟನ ಮೂಲಕೃತಿ ದೊರೆತಿಲ್ಲ.

ಒಂದನೇ ಸೋಮೇಶ್ವರನ ಆಸ್ಥಾನದಲ್ಲಿದ್ದ **ಶ್ರೀಧರಾಚಾರ್ಯ** ಜ್ಯೋತಿಷ್ಯ ಶಾಸ್ತ್ರಕ್ಕೆ ಸಂಬಂಧಿಸಿದ **'ಜಾತಕ ತಿಲಕ'** ಎಂಬ ಕೃತಿಯನ್ನು ರಚಿಸಿದನು. ಅವನೇ ಹೇಳಿಕೊಂಡಿರುವಂತೆ ಇದು **ಜ್ಯೋತಿಷ್ಯಶಾಸ್ತ್ರ ಕುರಿತ ಕನ್ನಡದ ಪ್ರಥಮ ಕೃತಿ** (1049). ತನ್ನ ಕೃತಿಯ ರಚನೆಗೆ ಅವನು ವರಾಹಮಿಹಿರನ ಬೃಹತ್‌ಜಾತಕ ಮತ್ತು ಲಘುಜಾತಕಗಳನ್ನು ಬಳಸಿಕೊಂಡಿದ್ದಾನೆ. **'ಚಂದ್ರಪ್ರಭ ಚರಿತ'** ಎಂಬ ಕಾವ್ಯವನ್ನೂ ರಚಿಸಿದ ಶ್ರೀಧರಾಚಾರ್ಯನಿಗೆ **'ಗದ್ಯ ಪದ್ಯ ವಿಧ್ಯಾಧರ'** ಎಂಬ ಬಿರುದಿತ್ತು.

ನಯಸೇನ ಈ ಕಾಲದ ಮತ್ತೊಬ್ಬ ಜೈನ ಕವಿ. ಜೈನಧರ್ಮ ತನ್ನ ಪ್ರಭಾವವನ್ನು ಕಳೆದುಕೊಳ್ಳುತ್ತಿದ್ದ ದಿನಗಳಲ್ಲಿ ಅದರ ಹಿರಿಮೆಯನ್ನು ಸಾರುವ ಉದ್ದೇಶದಿಂದ **'ಧರ್ಮಾಮೃತ'** ಎಂಬ ಕೃತಿಯನ್ನು ರಚಿಸಿದನು. ಇದು ಹಲವು ಕಥೆಗಳ

ಸಂಗ್ರಹವಾಗಿದೆ. ಆಗ ಸಾಮಾನ್ಯವಾಗಿದ್ದ ಚಂಪೂ ಶೈಲಿಯನ್ನು ಬಿಟ್ಟು ಸರಳವಾದ ಭಾಷೆಯಲ್ಲಿ ಈ ಗ್ರಂಥವನ್ನು ರಚಿಸಿದ್ದಾನೆ. ಕನ್ನಡದಲ್ಲಿ ಸಂಸ್ಕೃತ ಶಬ್ದಗಳ ಬಳಕೆಯನ್ನು ವಿರೋಧಿಸಿರುವ ಅವನು ಕನ್ನಡ ಬಳಸುವ ಕಡೆ ಸಂಸ್ಕೃತ ಬಳಸುವವ ಕವಿಯೇ ಅಲ್ಲ ಎಂದು ಹೇಳಿದ್ದಾನೆ. ಅವನ ಕನ್ನಡ ಪ್ರೇಮ ಅನನ್ಯವಾದುದು.

ಬ್ರಹ್ಮಶಿವ 12ನೇ ಶತಮಾನದ ಮಧ್ಯಭಾಗದಲ್ಲಿ ಜೀವಿಸಿದ್ದ ಮತ್ತೊಬ್ಬ ಜೈನಕವಿ. **'ಸಮಯ ಪರೀಕ್ಷೆ'**, **'ತ್ರೈಲೋಕ್ಯ ಚೂಡಾಮಣಿ'** ಅವನ ಎರಡು ಗ್ರಂಥಗಳು. ಮೊದಲ ಕೃತಿಯಲ್ಲಿ ವಿವಿಧ ಧರ್ಮಗಳ ಬಗ್ಗೆ ತುಲನಾತ್ಮಕ ಅಧ್ಯಯನ ನಡೆಸಿದ್ದಾನೆ. ಎರಡನೆಯ ಗ್ರಂಥದಲ್ಲಿ ಅನ್ಯ ಧರ್ಮಗಳನ್ನು ಟೀಕೆ ಮಾಡಿದ್ದಾನೆ. ಬ್ರಹ್ಮ, ಶಿವ ಮೊದಲಾದ ದೇವರುಗಳು ಅವನ ವಿಗಂಡನೆಗೆ ಗುರಿಯಾಗಿದ್ದಾರೆ. **ಶಾಂತಿನಾಥ** ಈ ಕಾಲದ ಮತ್ತೊಬ್ಬ ಜೈನ ಕವಿ. ಅವನು ಚಾಳುಕ್ಯ ಅರಸ ಎರಡನೇ ಸೋಮೇಶ್ವರ (1068–76)ನ ಕಾಲದಲ್ಲಿ ಬನವಾಸಿಯ ಮಹಾಮಾಂಡಲೇಶ್ವರ ಲಕ್ಷ್ಮಣರಾಜನ ಅಧಿಕಾರಿಯಾಗಿದ್ದನು. ಅವನು **'ಸುಕುಮಾರ ಚರಿತೆ'** ಯನ್ನು ರಚಿಸಿದನು. ಅವನಿಗೆ **ಸಹಜಕವಿ, ಚತುರಕವಿ** ಮೊದಲಾದ ಬಿರುದುಗಳಿದ್ದವು. ಸುಕುಮಾರನ ಕಥೆ ಒಬ್ಬ ವ್ಯಕ್ತಿಯ ಕಥೆಯಾಗಿರದೆ ಹುಟ್ಟು ಮತ್ತು ಸಾವಿನ ಚಕ್ರಕ್ಕೆ ಸಿಕ್ಕಿದ ಆತ್ಮವೊಂದರ ಕಥೆಯಾಗಿದೆ.

12ನೇ ಶತಮಾನದ ಮಧ್ಯಭಾಗದಲ್ಲಿ ಚಾಳುಕ್ಯ ದೊರೆ ಜಗದೇಕಮಲ್ಲನ ಕಾಲದಲ್ಲಿ ಜೀವಿಸಿದ್ದ **ಎರಡನೇ ನಾಗವರ್ಮ** ಶ್ರೇಷ್ಠ ಭಾಷಾಶಾಸ್ತ್ರಜ್ಞ. ಅವನು **'ಕಾವ್ಯಾವಲೋಕನ'** **'ಭಾಷಾಭೂಷಣ'** ಮತ್ತು **'ಅಭಿಧಾನ ವಸ್ತುಕೋಶ'**ಗಳನ್ನು ರಚಿಸಿದನು. **'ಗೋವೈದ್ಯ'** ಗ್ರಂಥವನ್ನು ಬರೆದ ಕೀರ್ತಿವರ್ಮ (ಈತ ರಾಜ ಒಂದನೇ ಸೋಮೇಶ್ವರನ ಮಗ), **'ನೇಮಿನಾಥ ಪುರಾಣ'** ಎಂಬ ಗ್ರಂಥವನ್ನು ಬರೆದ ಕರ್ಣಪಾರ್ಯ ಕೂಡ ಈ ಕಾಲಕ್ಕೆ ಸೇರಿದ ಕವಿಗಳು.

ವಚನ ಸಾಹಿತ್ಯ

ವಚನ ಸಾಹಿತ್ಯ ಕನ್ನಡ ಸಾಹಿತ್ಯ ಲೋಕಕ್ಕೆ ವೀರಶೈವ ಶರಣರು ನೀಡಿದ ಅದ್ಭುತವಾದ ಕೊಡುಗೆ. ವಚನ ಎಂದರೆ ಮಾತು ಎಂದರ್ಥ. ಶೈವಾಗಮಗಳ ಸಾರವನ್ನು ಅತ್ಯಂತ ಸರಳವಾದ ಭಾಷೆಯಲ್ಲಿ ವಿವರಿಸುವುದು, ಅಂದರೆ ಶಿವಾದ್ವೈತವನ್ನು ಜನಸಾಮಾನ್ಯರಿಗೆ ಪರಿಚಯಿಸುವುದು ಶಿವಶರಣರ ಉದ್ದೇಶವಾಗಿತ್ತು. **"ವಚನಗಳನ್ನು ಕನ್ನಡ ಶೈವಾಗಮಗಳೆಂದು ಕರೆಯಲಾಗಿದೆಯಾದರೂ ಅವುಗಳು ಆಗಮಗಳ ಭಾಷಾಂತರಗಳಲ್ಲ, ಶರಣರ ನಡೆ, ನುಡಿಗಳೇ ವಚನಗಳಿಗೆ ಆಧಾರ"** ಎಂದು ತ.ಸು. ಶಾಮರಾಯರು ಹೇಳಿದ್ದಾರೆ.

12ನೇ ಶತಮಾನದವರೆಗಿನ **'ಪಂಪಯುಗದ'** ಬಹುತೇಕ ಕವಿಗಳು ಜೈನರು. ಅವರ ಗ್ರಂಥಗಳಿಗೆ ಸಂಸ್ಕೃತ ಗ್ರಂಥಗಳೇ ಆಧಾರವಾಗಿದ್ದವು. ರಾಜರ ಹಾಗೂ ಪಂಡಿತರ ಮೆಚ್ಚುಗೆ ಗಳಿಸುವ ಉದ್ದೇಶದಿಂದ ಈ ಕವಿಗಳು ತಮ್ಮ ಪ್ರತಿಭೆ, ಪಾಂಡಿತ್ಯಗಳನ್ನು ಬಳಸಿ ಕಾವ್ಯಗಳನ್ನು ರಚಿಸಿದ್ದರಿಂದ ಜನಸಾಮಾನ್ಯರಿಗೆ ಅವುಗಳನ್ನು ಓದುವುದು ಸಾಧ್ಯವಾಗಲಿಲ್ಲ. ಈ ಹಿನ್ನೆಲೆಯಲ್ಲಿ ಜನಸಾಮಾನ್ಯರಿಗೂ ಅರ್ಥವಾಗುವಂತೆ ಸರಳ ಭಾಷೆಯಲ್ಲಿ ವಚನಗಳನ್ನು ರಚಿಸುವ ಮೂಲಕ ಶಿವಶರಣರು ಕನ್ನಡ ಸಾಹಿತ್ಯಕ್ಕೆ ಕ್ರಾಂತಿಕಾರಕ ತಿರುವು ನೀಡಿದರು. ವಚನ ಸಾಹಿತ್ಯದಂತಹ ಸಾಹಿತ್ಯ ಪ್ರಕಾರ ಬೇರಾವುದೇ ಭಾಷೆಯಲ್ಲಿ ಕಂಡುಬಂದಿಲ್ಲವೆಂದರೆ ಅತಿಶಯೋಕ್ತಿಯಾಗಲಾರದು.

ವರ್ಣಾಶ್ರಮ ವ್ಯವಸ್ಥೆಯನ್ನು ಆಧರಿಸಿದ ಧರ್ಮವನ್ನು ತಿರಸ್ಕರಿಸಿದ ಶಿವಶರಣರು ಎಲ್ಲ ವರ್ಗಗಳ ಜನರೂ ಅನುಸರಿಸಲು ಸಾಧ್ಯವಾಗುವಂತಹ ವೀರಶೈವ ಧರ್ಮವನ್ನು ಪ್ರತಿಪಾದಿಸಿದರು. ಗಹನವಾದ ಆಧ್ಯಾತ್ಮಿಕ ತತ್ವಗಳನ್ನು ಸರಳವಾದ ವಚನಗಳ ಮೂಲಕ ವಿವರಿಸಿ ಮೋಕ್ಷದ ದಾರಿಯನ್ನು ಸುಗಮಗೊಳಿದರು. ಮಾನವನನ್ನು ದೇವನನ್ನಾಗಿ ಮಾಡಬಲ್ಲ ಗುಣವಿರುವ ವಚನಗಳನ್ನು **"ಕನ್ನಡದ ಉಪನಿಷತ್ತು"** ಎಂದು ಕರೆಯಲಾಗಿದೆ.

ವಚನಕಾರರಲ್ಲಿ ಸ್ತ್ರೀಯರು, ಪುರುಷರು ಹಾಗೂ ಕೆಳವರ್ಗಗಳಿಗೆ ಸೇರಿದ್ದ, ಆಧ್ಯಾತ್ಮ ಜ್ಞಾನಕ್ಕೆ ಅನರ್ಹರೆಂದು ಪರಿಗಣಿಸಲಾಗಿದ್ದ ಮತ್ತು ಕೀಳು ಎಂದು ಪರಿಗಣಿಸಲ್ಪಟ್ಟಿದ್ದ ವೃತ್ತಿಗಳ ಜನರಿದ್ದಾರೆ. ಮೂಲತಃ ವೀರಶೈವ ಧರ್ಮ ಎಲ್ಲ ವೃತ್ತಿಗಳಿಗೂ ಆದ್ಯತೆ ನೀಡಿತು. **"ಕಾಯಕವೇ ಕೈಲಾಸ"** ಎಂಬುದು ಅದರ ಸಂದೇಶವಾಗಿತ್ತು. **"ನಿರಾಡಂಬರ ಸುಂದರಿಯಂತಿರುವ ವಚನವಾಙ್ಮಯ ಕನ್ನಡಕ್ಕೆ ಮೀಸಲಾದ, ಕನ್ನಡಕ್ಕೆ ಕೋಡು ಮೂಡಿಸಿದ, ಕನ್ನಡಿಗರ ಹಿರಿಯ ಸ್ವತ್ತು"** ಎಂದು ತ.ಸು. ಶಾಮರಾಯರು ಹೇಳಿದ್ದಾರೆ.

ಕೆಲವು ಪ್ರಮುಖ ವಚನಕಾರರು

ದೇವರ ದಾಸಿಮಯ್ಯನನ್ನು ಪ್ರಥಮ ವಚನಕಾರನೆಂದು ಪರಿಗಣಿಸಲಾಗಿದೆ. ಆದರೆ ಸಂಶೋಧಕ **ಡಾ.ಚಿದಾನಂದಮೂರ್ತಿ** ಸೇರಿದಂತೆ ಹಲವು ವಿದ್ವಾಂಸರು ಅವನನ್ನು **ಜೇಡರದಾಸಿಮಯ್ಯ** ಎಂದು ಕರೆದಿದ್ದಾರೆ. ವೃತ್ತಿಯಲ್ಲಿ ನೇಕಾರನಾದ ಅವನ 150 ವಚನಗಳು ಸಿಕ್ಕಿವೆ. ಚಾಳುಕ್ಯದೊರೆ ಜಯಸಿಂಹನ (1015–1042) ರಾಣಿ **ಸುಗ್ಗಲಾದೇವಿ** ಈತನ ಶಿಷ್ಯೆಯಾಗಿದ್ದಳೆಂದು

ಹೇಳಲಾಗಿದೆ. ನಿಸ್ಸೀಮ ಶಿವಭಕ್ತನಾಗಿದ್ದ ಅವನು ಭಗವಂತನನ್ನು ಕುರಿತ **"ಕರಿಯನಿತ್ತಡೊಲ್ಲೆ, ಸಿರಿಯನಿತ್ತೊಡೊಲ್ಲೆ .. ನಿಮ್ಮ ಶರಣರ ಸೂಳ್ನುಡಿಯ ಒಂದರಗಳಿಗೆ ಇತ್ತಡೆ ನಿಮ್ಮನಿತ್ತೆ ಕಾಣಾ ರಾಮನಾಥ"** ಎಂದು ಹೇಳಿದ್ದಾನೆ. ಸಕಲೇಶ ಮಾದರಸ ಮತ್ತೊಬ್ಬ ವಚನಕಾರ. ಅವನ 88 ವಚನಗಳು ದೊರೆತಿವೆ. ಈತನು **"ಸಕಲೇಶ್ವರ"** ಎಂಬ ಅಂಕಿತದಲ್ಲಿ ವಚನಗಳನ್ನು ರಚಿಸಿದ್ದಾನೆ. ದಯೆ ಧರ್ಮದ ಮೂಲ ಎಂದು ಹೇಳಿರುವ ಇವನು ಬಹುದೇವತಾರಾಧನೆಯನ್ನು ಖಂಡಿಸಿದ್ದಾನೆ.

ಅಲ್ಲಮಪ್ರಭು

ವಚನಕಾರರಲ್ಲಿ ಬಹಳ ಪ್ರಸಿದ್ಧನಾದವನು ಅಲ್ಲಮಪ್ರಭು. ಬಳ್ಳಿಗಾವಿಯ ನಿರಹಂಕಾರ ಮತ್ತು ಸುಜ್ಞಾನಿ ಎಂಬ ದಂಪತಿಗಳ ಮಗನಾದ ಈತ ಬಸವಣ್ಣ ಕಲ್ಯಾಣದಲ್ಲಿ ಸ್ಥಾಪಿಸಿದ್ದ ಅನುಭವಮಂಟಪದ ಅಧ್ಯಕ್ಷರಾಗಿದ್ದರು. ಅವರ ಸಮ್ಮುಖದಲ್ಲಿ ಶಿವತತ್ವ, ಶಿವಾಚಾರಗಳಿಗೆ ಸಂಬಂಧಿಸಿದ ಚರ್ಚೆಗಳು ಮುಕ್ತ ವಾತಾವರಣದಲ್ಲಿ ನಡೆಯುತ್ತಿದ್ದವು. ಅಂತಹ ಸಂದರ್ಭಗಳಲ್ಲಿ ಪ್ರಭುದೇವರ ನುಡಿಗಳು ನಿಷ್ಪಕ್ಷಪಾತ ಹಾಗೂ ನಿರ್ದಾಕ್ಷಿಣ್ಯವಾಗಿರುತ್ತಿದ್ದವು. **'ಗುಹೇಶ್ವರ'** ಎಂಬ ಅಂಕಿತದಲ್ಲಿ ವಚನಗಳನ್ನು ರಚಿಸಿರುವ ಪ್ರಭುದೇವ ಮೂರ್ತಿ ಪೂಜೆಯನ್ನು, ಡಂಬಾಚಾರವನ್ನು ಟೀಕಿಸಿದ್ದಾರೆ. ಈ ಮಹಾನ್‌ಜ್ಞಾನಿ ಜಾತಿ, ಮತ, ಪಂಥಗಳಿಗೆ ಅತೀತರಾಗಿದ್ದರು. ಪ್ರಭುದೇವ ತಮ್ಮ ಬೆಡಗಿನ ವಚನಗಳಿಗೆ ಪ್ರಸಿದ್ಧರು. **'ತನ್ನ ತಾನರಿದರೆ ನುಡಿಯೆಲ್ಲ ಪರತತ್ವ', 'ಸಾಸಿವೆಯಷ್ಟು ಸುಖಕ್ಕೆ ಸಾಗರದಷ್ಟು ದುಃಖ', 'ಮಾತೆಂಬುದು ಜ್ಯೋತಿರ್ಲಿಂಗ'** ಎಂಬ ಅವರ ನುಡಿಗಳಿಗೆ ವಿಶಾಲ ಅರ್ಥವಿದೆ. ಈ ದೇವ ಮಾನವನ ಪ್ರಭಾವಕ್ಕೆ ಶಿವ ಶರಣರೆಲ್ಲರೂ ಒಳಗಾಗಿದ್ದರು.

ಬಸವಣ್ಣ

ವಚನಕಾರರಲ್ಲಿ ಅಗ್ರಗಣ್ಯರಾದವರು ಬಸವಣ್ಣ. **'ಕಲ್ಯಾಣಕ್ರಾಂತಿಯ ಹರಿಕಾರ'**, ಅನುಭವಮಂಟಪದ ಸ್ಥಾಪಕ, ವೀರಶೈವಧರ್ಮೋದ್ಧಾರಕ ಬಸವಣ್ಣ ಅದ್ವಿತೀಯ ವಚನಕಾರ. ಇವರು ಮಾದರಸ ಮತ್ತು ಮಾದಲಾಂಬಿಕೆ ಎಂಬ ಶೈವ ಬ್ರಾಹ್ಮಣ ದಂಪತಿಗಳ ಮಗ. ಕಪ್ಪಡಿ ಸಂಗಮದಲ್ಲಿ ಈಶಾನ್ಯ ಗುರುಗಳಲ್ಲಿ ಶಿಕ್ಷಣ ಪಡೆದು ಮುಂದೆ ಕಲ್ಯಾಣಕ್ಕೆ ತೆರಳಿ ಕಲಚೂರಿ ರಾಜ ಎರಡನೇ ಬಿಜ್ಜಳನ ಬಂಡಾರಿ ಮತ್ತು ಮುಂದೆ ಮಂತ್ರಿಯಾದರು. ಶ್ರೇಷ್ಠ ಭಕ್ತರಾಗಿದ್ದು **'ಭಕ್ತಿಭಂಡಾರಿ'** ಎಂದು ಪ್ರಸಿದ್ಧರಾದ ಬಸವಣ್ಣನ ಕೀರ್ತಿ ದೇಶದ ನಾನಾ ಭಾಗಗಳಿಗೆ ಹರಡಿ ಅವರ ದರ್ಶನಕ್ಕಾಗಿ ಶರಣರ ಪ್ರವಾಹವೆ ಕಲ್ಯಾಣಕ್ಕೆ ಹರಿದುಬಂದಿತು.

ಬಸವಣ್ಣನವರ ವಚನಗಳು ಅತ್ಯಂತ ಸರಳವಾಗಿದ್ದು. ಜನಸಾಮಾನ್ಯರಿಗೂ ಸುಲಭವಾಗಿ ಅರ್ಥವಾಗುತ್ತವೆ. **"ಕಳಬೇಡ, ಕೊಲಬೇಡ, ಹುಸಿಯ ನುಡಿಯಲು ಬೇಡ, ತನ್ನ ಬಣ್ಣಿಸಬೇಡ, ಇದಿರ ಹಳಿಯಲು ಬೇಡ, ಇದೇ ಅಂತರಂಗಶುದ್ಧಿ, ಇದೇ ಬಹಿರಂಗ ಶುದ್ಧಿ"** ಎಂಬ ವಚನದಲ್ಲಿ ಬಸವಣ್ಣ ಬದುಕಿನ ಅರ್ಥವನ್ನು, ಗುರಿಯನ್ನು ಹೇಳಿದ್ದಾರೆ. ಸ್ವರ್ಗ, ನರಕಗಳನ್ನು ಕುರಿತು ಸರಳವಾಗ ಹೀಗೆ ಹೇಳಿದ್ದಾರೆ. **"ಸತ್ಯವ ನುಡಿವುದೇ ದೇವ ಲೋಕ, ಮಿಥ್ಯವ ನುಡಿವುದೇ ಮರ್ತ್ಯ ಲೋಕ, ಆಚಾರವೇ ಸ್ವರ್ಗ, ಅನಾಚಾರವೇ ನರಕ, ಅಯ್ಯಾ ಎಂದಡೆ ಸ್ವರ್ಗ, ಎಲವೋ ಎಂದಡೆ ನರಕ."** ಮನುಷ್ಯನ ನಡೆ, ನುಡಿಯ ನಡುವಿನ ಅಂತರವನ್ನು ಟೀಕಿಸುತ್ತಾ, **"ಕಲ್ಲ ನಾಗರ ಕಂಡರೆ ಹಾಲನೆರೆಯೆಂಬರು, ದಿಟದ ನಾಗರ ಕಂಡರೆ ಕೊಲ್ಲೆಂಬರಯ್ಯ, ಉಂಬ ಜಂಗಮ ಬಂದರೆ ನಡೆ ಎಂಬರು, ಉಣ್ಣದ ಲಿಂಗಕ್ಕೆ ಬೋನವ ಹಿಡಿ ಎಂಬರಯ್ಯ"** ಎಂದು ಹೇಳಿದ್ದಾರೆ. ಯಜ್ಞ ಯಾಗಗಳ ಹೆಸರಿನಲ್ಲಿ ಪ್ರಾಣಿಗಳನ್ನು ಬಲಿಕೊಡುವುದನ್ನು ಖಂಡಿಸುತ್ತಾ **"ಮಾತಿನ ಮಾತಿಂಗೆ ನಿನ್ನ ಕೊಂದಹರೆಂದು ಎಲೆ ಹೋತಾ ಅಳುಕಂಡಾ, ವೇದವನೋದಿದವರ ಮುಂದೆ ಅಳು ಕಂಡಾ..... ನೀನತ್ತುದಕ್ಕೆ ತಕ್ಕುದ ಮಾಡುವ ಕೂಡಲ ಸಂಗಮದೇವಾ"** ಎಂದು ಹೇಳಿದ್ದಾರೆ. ದಯೆ, ಅನುಕಂಪಗಳು ಶ್ರೇಷ್ಠ ಮಾನವ ಧರ್ಮ ಎಂಬುದನ್ನು **"ದಯವಿಲ್ಲದ ಧರ್ಮವೇವುದಯ್ಯಾ, ದಯವೇ ಧರ್ಮದ ಮೂಲವಯ್ಯ"** ಎಂಬ ಮಾತಿನ ಮೂಲಕ ಎತ್ತಿ ತೋರಿದ್ದಾರೆ.

ಬಸವಣ್ಣ ಜಾತಿ ಪದ್ಧತಿಯನ್ನು, ಮೇಲು, ಕೀಳು ಭಾವನೆಗಳನ್ನು ವಿರೋಧಿಸಿ ಸರ್ವ ಸಮಾನತೆಯನ್ನು ಬೋಧಿಸಿದರು. **"ಕಾಸಿ ಕಮ್ಮಾರನಾದ, ಬೀಸಿ ಮಡಿವಾಳನಾದ, ವೇದವನೋದಿ ಹಾರುವನಾದ"** ಎಂದು ಹೇಳುವ ಮೂಲಕ ಮೇಲು, ಕೀಳು ಭಾವನೆಗಳನ್ನು ತಿರಸ್ಕರಿಸಿದ್ದಾರೆ. ಅವರಿಗೆ ಅಗಸ, ಕಮ್ಮಾರ, ಬ್ರಾಹ್ಮಣರಲ್ಲಿ ಯಾವ ವ್ಯತ್ಯಾಸವೂ ಕಾಣಲಿಲ್ಲ. ಜಾತಿ ರಹಿತ ಸಮಾಜವನ್ನು ಕಟ್ಟುವುದೇ ಬಸವಣ್ಣನವರ ಗುರಿಯಾಗಿತ್ತು. **"ಇವನಾರವ ಇವನಾರವ ಎಂದೆನಿಸದಿರಯ್ಯ, ಇವ ನಮ್ಮವ, ಇವ ನಮ್ಮವ ಎಂದೆನಿಸಯ್ಯ"** ಎಂದು ಕೂಡಲಸಂಗಮನನ್ನು ಪ್ರಾರ್ಥಿಸಿದ್ದಾರೆ.

ಬಸವಣ್ಣ ಮೂರ್ತಿಪೂಜೆಯನ್ನು, ಬಹುದೇವತಾರಾಧನೆಯನ್ನು ಕಟುವಾಗಿ ಟೀಕಿಸಿದ್ದಾರೆ. **"ದೇವನೊಬ್ಬ ನಾಮ ಹಲವು, ಪರಮ ಪತಿವ್ರತೆಗೆ ಗಂಡನೊಬ್ಬ"** ಎಂದು ಏಕದೇವೋಪಾಸನೆಯ ಮಹತ್ವವನ್ನು ತಿಳಿಸುತ್ತಾರೆ. ದೇವಾಲಯ ನಿರ್ಮಾಣವನ್ನು ವಿರೋಧಿಸುತ್ತಾ **"ಎನ್ನ ದೇಹವೇ ದೇಗುಲ,... ಶಿರ ಹೊನ್ನ ಕಳಶವಯ್ಯ"** ಎಂದು ಹೇಳಿದ್ದಾರೆ. ತಮ್ಮ ವಿರೋಧಿಗಳನ್ನು

ಕುರಿತು **"ಆನೆಯ ಮೇಲೆ ಹೋಹನ ಶ್ವಾನ ಕಚ್ಚಬಲ್ಲುದೇ"** ಎಂದು ಚುಚ್ಚುತ್ತಾರೆ. **"ನುಡಿದರೆ ಮುತ್ತಿನ ಹಾರದಂತಿರಬೇಕು, ನುಡಿದರೆ ಸ್ಪಟಿಕದ ಶಲಾಕೆಯಂತಿರಬೇಕು, ನುಡಿದರೆ ಲಿಂಗಮೆಚ್ಚಿ ಅಹುದೆನಬೇಕು"** ಎಂಬ ಬಸವಣ್ಣನ ಮಾತುಗಳು ಅವರ ಬದುಕಿಗೆ ಹಿಡಿದ ಕನ್ನಡಿಯಂತಿವೆ.

ಅಕ್ಕಮಹಾದೇವಿ.

ಅಕ್ಕಮಹಾದೇವಿ ವಚನಕಾರ್ತಿಯರಲ್ಲಿ ಅಗ್ರಗಣ್ಯಳು ಹಾಗೂ ಕನ್ನಡದ ಮೊದಲ ಕವಯಿತ್ರಿ. ಆಕೆ ಉಡುತಡಿಯ ನಿರ್ಮಲಶೆಟ್ಟಿ ಮತ್ತು ಸುಮತಿ ಎಂಬ ವೀರಶೈವ ದಂಪತಿಗಳ ಮಗಳು. ಅನುಪಮ ಸೌಂದರ್ಯವತಿ ಹಾಗೂ ಪರಮ ಶಿವಭಕ್ತೆಯಾದ ಆಕೆ ಅನಿವಾರ್ಯವಾಗಿ ರಾಜ ಕೌಶಿಕನ್ನು ವಿವಾಹವಾಗಬೇಕಾಯಿತು. ಆದರೆ ಕೆಲಸಮಯದಲ್ಲೇ ಪತಿಯನ್ನು ತೊರೆದು ಬಸವಣ್ಣನ ಕಲ್ಯಾಣಕ್ಕೆ ತೆರಳಿ, ಅಣ್ಣನ ಅನುಭವ ಮಂಟಪದ ಗೋಷ್ಠಿಗಳಲ್ಲಿ ಪಾಲ್ಗೊಂಡು ಅಂತಿಮವಾಗಿ ಚನ್ನಮಲ್ಲಿಕಾರ್ಜುನನ ನೆಲೆ ಶ್ರೀಶೈಲಕ್ಕೆ ತೆರಳುತ್ತಾರೆ.

ಅಕ್ಕನ ವಚನಗಳು ಭಕ್ತಿ ಪ್ರಧಾನವಾಗಿವೆ ಹಾಗೂ ಮಾಧುರ್ಯದಿಂದ ಕೂಡಿವೆ. ಚನ್ನಮಲ್ಲಿಕಾರ್ಜುನನಲ್ಲಿ ಅವಳದು ಅನನ್ಯಭಕ್ತಿ. ಆತನನ್ನು ಕಾಣಬೇಕೆಂಬ ಹಂಬಲ ಎಷ್ಟು ತೀವ್ರವಾಗಿತ್ತೆಂಬುದಕ್ಕೆ ಆಕೆಯ ಈ ವಚನ ಸಾಕ್ಷಿಯಾಗಿದೆ. **"ಚಿಲಿಮಿಲಿಯೆಂದೋಡುವ ಗಿಳಿಗಳಿರಾ ನೀವು ಕಾಣಿರೆ, ನೀವು ಕಾಣಿರೆ ?... ಗಿರಿಗಹ್ವರದೊಳಗಾಡುವ ನವಿಲುಗಳಿರಾ ನೀವು ಕಾಣಿರೆ. ನೀವು ಕಾಣಿರೆ"**. ಭಕ್ತಿ ಚಳುವಳಿಯ ಕಾಲದ ಮೀರಾಬಾಯಿಯಂತೆ ಆಕೆಯ ಭಕ್ತಿ ಅಮರವಾದುದು. ಆಕೆ ಸ್ಥಿತಪ್ರಜ್ಞಳಾಗಿದ್ದು ಸ್ತುತಿ, ನಿಂದನೆಗಳಿಗೆ ಅಂಜಲಿಲ್ಲ. **"ಬೆಟ್ಟದ ಮೇಲೊಂದು ಮನೆಯ ಮಾಡಿ ಮೃಗಗಳಿಗಂಜಿದೊಡೆಂತಯ್ಯಾ, ... ಸಂತೆಯೊಳಗೊಂದು ಮನೆಯ ಮಾಡಿ ಶಬ್ದಕ್ಕೆ ನಾಚಿದೊಡೆಂತಯ್ಯಾ... ಸ್ತುತಿ, ನಿಂದೆಗಳು ಬಂದರೆ ಮನದಲ್ಲಿ ಕೋಪವ ತಾಳದೆ ಸಮಾಧಾನಿಯಾಗಿರಬೇಕು"** ಎಂದು ಅಕ್ಕ ಹೇಳುತ್ತಾಳೆ. ಬಸವಣ್ಣ, ಪ್ರಭುದೇವ, ಚನ್ನಬಸವಣ್ಣ ಸೇರಿದಂತೆ ಎಲ್ಲ ಶರಣರ ಗೌರವಾಧರಗಳಿಗೆ ಅಕ್ಕಮಹಾದೇವಿ ಪಾತ್ರಳಾಗಿದ್ದಳು.

ಚನ್ನಬಸವಣ್ಣ, ಸಿದ್ಧರಾಮ, ಇತರ ಪ್ರಮುಖ ವಚನಕಾರರು, ಅಂತೆಯೇ, ಮುಕ್ತಾಯಕ್ಕ, ಅಜಗಣ್ಣ, ಮಡಿವಾಳ ಮಾಚಯ್ಯ, ಅಂಬಿಗರ ಚೌಡಯ್ಯ, ಮೋಳಿಗೆಯ ಮಾರಯ್ಯ, ಉರಿಲಿಂಗದೇವ ಮೊದಲಾದವರು ಪ್ರಮುಖ ವಚನಕಾರರು. ಈ ಎಲ್ಲ ವಚನಕಾರರು ಕನ್ನಡ ಭಾಷೆಯನ್ನು ಹೊಸ ಎತ್ತರಕ್ಕೆ ಕೊಂಡೊಯ್ದರು.

ಕಲೆ ಮತ್ತು ವಾಸ್ತುಶಿಲ್ಪ

ಕಲ್ಯಾಣದ ಚಾಳುಕ್ಯರು ಹಿಂದಿನ ಬಾದಾಮಿ ಚಾಳುಕ್ಯರು ಹಾಗೂ ರಾಷ್ಟ್ರಕೂಟರಂತೆ ಕಲೆ ಮತ್ತು ವಾಸ್ತುಶಿಲ್ಪದ ಮಹಾ ಪೋಷಕರಾಗಿದ್ದರು. ಆವರ ಕಾಲದ ಸ್ಮಾರಕಗಳನ್ನು ಬೆಳಗಾವಿ, ಧಾರವಾಡ, ಬಳ್ಳಾರಿ ಹಾಗೂ ಹೈದರಾಬಾದ್ ಕರ್ನಾಟಕ ಪ್ರದೇಶದಲ್ಲಿ ಕಾಣಬಹುದಾಗಿದೆ. ಈ ಅವಧಿಯಲ್ಲಿ ಹಾಗೂ ಅನಂತರದ ದಿನಗಳಲ್ಲಿ ದೇವಾಲಯಗಳು ಎಲ್ಲ ಸಾಮಾಜಿಕ ಹಾಗೂ ಸಾಂಸ್ಕೃತಿಕ ಚಟುವಟಿಕೆಗಳ ಕೇಂದ್ರಗಳಾದವು. ಚಾಳುಕ್ಯರಲ್ಲದೆ ಅವರ ಸಾಮಂತರು, ಅಧಿಕಾರಿಗಳು ಕೂಡ ಸುಂದರವಾದ, ಭವ್ಯವಾದ ದೇವಾಲಯಗಳನ್ನು ನಿರ್ಮಿಸಿದರು. ಈ ಕಾಲದ ವಾಸ್ತುಶಿಲ್ಪಿಗಳು ದೇಗುಲ ನಿರ್ಮಾಣದಲ್ಲಿ ಹಲವು ನೂತನ ಪ್ರಯೋಗಗಳನ್ನು ಮಾಡಿದರು. **ಗುಹಾಲಯಗಳ ನಿರ್ಮಾಣ ಕಾರ್ಯವನ್ನು ಈ ಅವಧಿಯಲ್ಲಿ ಪೂರ್ಣವಾಗಿ ಕೈಬಿಡಲಾಯಿತು.**

ಚಾಳುಕ್ಯರ ಕಾಲದಲ್ಲಿ ದಂತ ಹಾಗೂ ಮರದ ಕುಸುರಿ ಕೆಲಸಗಳನ್ನು ಕಲ್ಲಿನಲ್ಲೂ ಮೂಡಿಸುವ ಯಶಸ್ವಿ ಪ್ರಯತ್ನಗಳು ನಡೆದವು. ದೇವಾಲಯದ ರಚನೆಯಲ್ಲೂ ಕೆಲವು ಬದಲಾಣೆಗಳಾದವು. ನವರಂಗಕ್ಕೆ ಹೆಚ್ಚಿನ ಪ್ರಾಧಾನ್ಯತೆ ನೀಡಿರುವುದು ವಿಶೇಷವಾಗಿದೆ. ದೇವಾಲಯಗಳ ಪ್ರವೇಶ ದ್ವಾರಗಳನ್ನು ಅತ್ಯಂತ ಸುಂದರವಾಗಿ ಅಲಂಕರಿಸಲಾಗಿದೆ. ಒಂದೆರಡು ದೇವಾಲಯಗಳನ್ನು ಹೊರತುಪಡಿಸಿದರೆ ಗರ್ಭಗುಡಿಯ ಸುತ್ತ ಪ್ರದಕ್ಷಿಣಾಪಥ ಇಲ್ಲದಿರುವುದು ಮತ್ತೊಂದು ಪ್ರಮುಖ ಲಕ್ಷಣವಾಗಿದೆ. ಡಂಬಳದ **ದೊಡ್ಡಬಸಪ್ಪ ದೇವಾಲಯವನ್ನು** ಬಿಟ್ಟರೆ ಉಳಿದೆಲ್ಲ ದೇವಾಲಯಗಳು ಆಯತಾಕಾರದಲ್ಲಿ ನಿರ್ಮಾಣವಾಗಿರುವುದು ಒಂದು ವಿಶೇಷ. ಡಂಬಳದ ದೇವಾಲಯದ ವಿಮಾನ ಮಾತ್ರ ಕೆಳಗಿನಿಂದ ಮೇಲಿನವರೆಗೂ ನಕ್ಷತ್ರಾಕಾರವಾಗಿದೆ. ಪ್ರವೇಶದ್ವಾರ ದೇವಾಲಯದ ಮುಂಭಾಗದಲ್ಲಿರದೆ ಪಕ್ಕದಲ್ಲಿರುವುದು ಚಾಳುಕ್ಯಶೈಲಿಯ ವಿಶೇಷವಾಗಿದೆ. ಗರ್ಭಗುಡಿಯ ಎರಡೂ ಬದಿಯಲ್ಲಿ ಬೆಳಕಿಗಾಗಿ ಜಾಲಂಧ್ರ ಕಿಟಕಿಗಳನ್ನು ಅಳವಡಿಸಲಾಗಿದೆ.

ಪ್ರಾರಂಭದ ದೇವಾಲಯಗಳಲ್ಲಿ ಗದಗಿನ ಸಮೀಪದ ಕುಕ್ಕನೂರಿನ **ಕಲ್ಲೇಶ್ವರ ದೇವಾಲಯ** ಹಾಗೂ **ನವಲಿಂಗ ದೇವಾಲಯಗಳು** ಮರಳುಗಲ್ಲಿನಿಂದ ನಿರ್ಮಾಣಗೊಂಡಿವೆ. ಮುಂದಿನ ಹಂತದಲ್ಲಿ **ಕ್ಲೋರೈಟಿಕ್ ಷಿಸ್ಟ್** ಎಂಬ ಕಪ್ಪು ಕಲ್ಲನ್ನು ಬಳಸಿ ದೇವಾಲಯ

ನಿರ್ಮಾಣ ಮಾಡಲಾಯಿತು. ಲಕ್ಕುಂಡಿಯ ಜೈನ ದೇವಾಲಯ ಇದಕ್ಕೆ ನಿದರ್ಶನವಾಗಿದೆ. **"ಕಲ್ಲಿನ ಬದಲಾವಣೆ ಶೈಲಿಯ ಬದಲಾವಣೆಗೆ ಪೂರಕವಾಗಿತ್ತು"** ಎಂದು ಖ್ಯಾತ ಕಲಾ ವಿಮರ್ಶಕ **ಹೆನ್ರಿ ಕಸಿನ್ಸ್** ಹೇಳಿದ್ದಾರೆ. ಈ ಕಲ್ಲಿನ ಬಳಕೆಯಿಂದ ಅತ್ಯಂತ ಸೂಕ್ಷ್ಮ ಹಾಗೂ ವಿಸ್ತೃತವಾದ ಕೆತ್ತನೆ ಕಾರ್ಯಗಳಿಗೆ ಅವಕಾಶ ದೊರೆಯಿತು.

ಚಾಳುಕ್ಯ ವಾಸ್ತುಶಿಲ್ಪ ಉನ್ನತ ಹಂತವನ್ನು ತಲುಪಿದ್ದು 12ನೇ ಶತಮಾನದಲ್ಲಿ. ಈ ಹಂತದ ಪ್ರಮುಖ ದೇವಾಲಯಗಳು ಗದಗ್ ಜಿಲ್ಲೆಯ ಲಕ್ಕುಂಡಿಯ **ಕಾಶಿವಿಶ್ವೇಶ್ವರ ದೇವಾಲಯ, ಕುರುವತ್ತಿಯ (ಬಳ್ಳಾರಿ) ಮಲ್ಲಿಕಾರ್ಜುನ ದೇವಾಲಯ ಮತ್ತು ಇಟಗಿಯ ಮಹಾದೇವ ದೇವಾಲಯ.**

ಕಾಶಿವಿಶ್ವೇಶ್ವರ ದೇವಾಲಯ ದ್ವಿಕೂಟ ದೇವಾಲಯವಾಗಿದೆ. ಇದರ ಪ್ರವೇಶದ್ವಾರಗಳು ಸೂಕ್ಷ್ಮ ಕೆತ್ತನೆಗಳಿಂದ ಅಲಂಕೃತಗೊಂಡಿವೆ. ಇದರ ದಕ್ಷಿಣ ದ್ವಾರ ಅತ್ಯಂತ ಸುಂದರವಾದ ಕೆತ್ತನೆಗಳಿಂದ ಕೂಡಿದೆ. ಕುದುರೆ ಸವಾರರು, ಆನೆ ಸವಾರರು ಮತ್ತಿತರ ಕೆತ್ತನೆಗಳು ದಂತದ ಕುಸುರಿ ಕೆಲಸದಂತೆ ಕಾಣುತ್ತವೆ. ಬಳ್ಳಾರಿ ಜಿಲ್ಲೆಯ **ಕುರುವತ್ತಿಯ ಮಲ್ಲಿಕಾರ್ಜುನ ದೇವಾಲಯ**ವು ಸುಂದರ, ಸೂಕ್ಷ್ಮ ಕೆತ್ತನೆಗಳಿಗೆ ಪ್ರಸಿದ್ಧವಾಗಿದೆ. ಇದರ ಶಿಲಾಬಾಲಿಕೆಯರ ವಿಗ್ರಹಗಳು ಅತ್ಯಂತ ಆಕರ್ಷಕವಾಗಿವೆ. ಇದು ಗರ್ಭಗೃಹ, ಅಂತರಾಳ, ನವರಂಗ ಹಾಗೂ ಮುಖಮಂಟಪವನ್ನು ಒಳಗೊಂಡಿದೆ.

ಕೊಪ್ಪಳ ಜಿಲ್ಲೆಯ **ಇಟಗಿಯ ಮಹಾದೇವ ದೇವಾಲಯ** ಕಲ್ಯಾಣ ಚಾಳುಕ್ಯರ ಕಾಲದ ದೇವಾಲಯಗಳಲ್ಲಿ ಪ್ರಸಿದ್ಧವಾದುದು. ಇದನ್ನು 1112ರಲ್ಲಿ 6ನೇ ವಿಕ್ರಮಾದಿತ್ಯನ **ಸೇನಾನಾಯಕ ಮಹಾದೇವ** ನಿರ್ಮಿಸಿದನು. ಇದು ಗರ್ಭಗೃಹ, ಅಂತರಾಳ, ನವರಂಗ ಮತ್ತು ಒಂದು ತೆರೆದ ಮಂಟಪವನ್ನು ಒಳಗೊಂಡಿದೆ. 64 ಕಂಬಗಳ ಮೇಲೆ ನಿಂತಿರುವ ತೆರೆದ ಮಂಟಪದ ಅತ್ಯಂತ ಸುಂದರವಾಗಿದೆ. ಈ ದೇಗುಲದ ಕಂಬಗಳಲ್ಲಿ ಅತ್ಯಂತ ಸೂಕ್ಷ್ಮವಾದ ಕೆತ್ತನೆಗಳಿವೆ. ಈ ಬಗ್ಗೆ ಬರೆಯುತ್ತಾ ಮೀಡೋಸ್ ಟೇಲರ್ **"ಚಿನ್ನ ಅಥವಾ ಬೆಳ್ಳಿಯ ಕೆಲಸವೂ ಇದಕ್ಕಿಂತ ಉತ್ತಮವಾಗಿರಲು ಸಾಧ್ಯವಿಲ್ಲ"** ಎಂದು ಹೇಳಿದ್ದಾರೆ. ಈ ದೇವಾಲಯದಲ್ಲಿರುವ ಒಂದು ಶಾಸನದಲ್ಲಿ ಈ ದೇಗುಲವನ್ನು **'ದೇವಾಲಯಗಳ ಚಕ್ರವರ್ತಿ'** ಎಂದು ವರ್ಣಿಸಲಾಗಿದೆ. **"ಹಳೇಬೀಡಿನ ಹೊಯ್ಸಳೇಶ್ವರ ದೇವಾಲಯವನ್ನು ಬಿಟ್ಟರೆ ಇದು ಕರ್ನಾಟಕದ ಉತ್ಕೃಷ್ಟವಾದ ದೇವಾಲಯ"** ಎಂದು ಹೆನ್ರಿ ಕಸಿನ್ಸ್ ಹೇಳಿದ್ದಾರೆ. ಈ ದೇವಾಲಯದ ಗರ್ಭಗುಡಿಯ ಪ್ರಧಾನ ಲಿಂಗದ ಸುತ್ತಲೂ 13 ಚಿಕ್ಕ ಗುಡಿಗಳಿದ್ದು ಪ್ರತಿಯೊಂದರಲ್ಲೂ ಲಿಂಗವಿದೆ.

ಧಾರವಾಡ ಜಿಲ್ಲೆಯ ಡಂಬಳದಲ್ಲಿರುವ **ದೊಡ್ಡ ಬಸಪ್ಪ ದೇವಾಲಯ** ಮತ್ತೊಂದು ಪ್ರಮುಖ ದೇವಾಲಯ. ಇದು ನಕ್ಷತ್ರಾಕಾರದ ವಿಮಾನವನ್ನು ಹೊಂದಿದೆ. ಇದನ್ನು ಅಜ್ಜಮನಾಯಕ ಎಂಬಾತ ನಿರ್ಮಿಸಿದನು. ಮುಂದಿನ ಹೊಯ್ಸಳ ದೇವಾಲಯಗಳು ಕೂಡ ನಕ್ಷತ್ರಾಕಾರದಲ್ಲಿ ನಿರ್ಮಾಣವಾಗಿರುವುದು ಗಮನಾರ್ಹವಾಗಿದೆ. ಗರ್ಭಗುಡಿಯ ಎದುರಿಗೆ ನಂದಿ ಮಂಟಪದಲ್ಲಿ ಬೃಹತ್ ಬಸವನ ವಿಗ್ರಹ ಇರುವುದರಿಂದಲೇ ಈ ದೇಗುಲಕ್ಕೆ ಈ ಹೆಸರು ಬಂದಿದೆ. 24 ಮೂಲೆಗಳುಳ್ಳ ವಿಮಾನವು ಸುಂದರ ಕೆತ್ತನೆಗಳನ್ನು ಒಳಗೊಂಡಿದೆ.

ಬಳ್ಳಿಗಾವಿಯ (ಶಿವಮೊಗ್ಗ) **ತ್ರಿಪುರಾಂತಕೇಶ್ವರ ದೇವಾಲಯ** ಚಾಳುಕ್ಯರ ಕಾಲದ ಮತ್ತೊಂದು ದ್ವಿಕೂಟ ದೇವಾಲಯ. ಇದರ ಪ್ರವೇಶದ್ವಾರಗಳು ಸುಂದರ ಕತ್ತನೆಯನ್ನು ಒಳಗೊಂಡಿವೆ. ಗುಲ್ಬರ್ಗಾ ಜಿಲ್ಲೆಯ **ಶಿರವಾಳದಲ್ಲಿರುವ ಪಂಚಕೂಟ ಶಿವಾಲಯವು** ಅತ್ಯಂತ ವಿಶಿಷ್ಟ ತಳವಿನ್ಯಾಸವನ್ನು ಹೊಂದಿದೆ. ಇಂತಹ ತಳವಿನ್ಯಾಸದ ದೇಗುಲಗಳು ಇಡೀ ದೇಶದಲ್ಲಿ ಅಪರೂಪ. ಇದು ಐದು ಗರ್ಭಗುಡಿಗಳನ್ನು ಹೊಂದಿದ್ದು '+' ಆಕಾರದ ರಚನೆಯಾಗಿದೆ. ಪ್ರಧಾನ ಗರ್ಭಗುಡಿಗೆ ನಾಲ್ಕು ಭಾಗಗಳಿಂದ ಪ್ರವೇಶದ್ವಾರಗಳಿರುವುದು ವಿಶೇಷವಾಗಿದೆ. **ಗದುಗಿನ ಸರಸ್ವತಿ ದೇವಾಲಯ ಹಾಗೂ ತ್ರಿಕೂಟೇಶ್ವರ ದೇವಾಲಯ, ಉಣಕಲ್ಲಿನ ಚಂದ್ರಮೌಳೇಶ್ವರ ದೇವಾಲಯ, ಹಾವೇರಿಯ ಕಾಡಸಿದ್ದೇಶ್ವರ ದೇವಾಲಯ, ಹಾನಗಲ್ಲಿನ ತಾರಕೇಶ್ವರ ದೇವಾಲಯ, ಜಲಸಂಗ್ವಿಯ ಶಿವದೇವಾಲಯ, ಚೌಡಯ್ಯದಾನಪುರದ ಮುಕ್ತೇಶ್ವರ, ಧಾರವಾಡ ಜಿಲ್ಲೆಯ ಅಣ್ಣಿಗೇರಿಯ ಅಮತೇಶ್ವರ ದೇವಾಲಯ, ದಾವಣಗೆರೆ ಜಿಲ್ಲೆಯ ಬಗಲಿಯಲ್ಲಿರುವ ಕಲ್ಲೇಶ್ವರ ದೇವಾಲಯ ಹಾಗೂ ನೀಲಗುಂದದ ಭೀಮೇಶ್ವರ ದೇಗುಲ** ಮೊದಲಾದ ನೂರಾರು ದೇವಾಲಯಗಳನ್ನು ಚಾಳುಕ್ಯರು ಉತ್ತರ ಕರ್ನಾಟಕದ ವಿವಿಧ ಭಾಗಗಳಲ್ಲಿ ನಿರ್ಮಿಸಿದರು.

ಗದಗ ಜಿಲ್ಲೆಯ **ಲಕ್ಷ್ಮೇಶ್ವರದ ಸೋಮೇಶ್ವರ ದೇವಾಲಯ** ಮತ್ತೊಂದು ಅತ್ಯಂತ ಸುಂದರ ದೇವಾಲಯವಾಗಿದೆ. ಬೀದರ್ ಜಿಲ್ಲೆಯ ಹುಮ್ನಾಬಾದ್ ಸಮೀಪದ **ಜಲಸಂಗ್ವಿಯ ಶಿವಾಲಯ** ಆರನೇ ವಿಕ್ರಮಾದಿತ್ಯನ ಕಾಲದಲ್ಲಿ ನಿರ್ಮಾಣಗೊಂಡಿತು. ಇದು ಸ್ವಲ್ಪ ಮಟ್ಟಿಗೆ ಶಿಥಿಲಗೊಂಡಿದ್ದರೂ ತನ್ನ ಶಿಲ್ಪ ಸೌಂದರ್ಯದಿಂದ ಇಂದಿಗೂ ಪ್ರವಾಸಿಗರನ್ನು ಸೆಳೆಯುತ್ತಿದೆ. ಇದರ ಗೋಡೆಯ ಮೇಲಿರುವ ನೃತ್ಯ ಗಣಪತಿಯ ಶಿಲ್ಪ ಅದ್ಭುತವಾಗಿದೆ. ಇದರಲ್ಲಿರುವ ಮದನಿಕೆಯರ ವಿಗ್ರಹಗಳೂ ಅತ್ಯಂತ ಸುಂದರವಾಗಿವೆ. ಅವುಗಳಲ್ಲಿ ಪ್ರಮುಖವಾದವು **ಸುಂದರ ಕೇಶವಿನ್ಯಾಸದೊಂದಿಗೆ ಸರ್ವಾಭರಣ**

ಭೂಪಿತಳಾಗಿರುವ ಮದನಿಕೆ, ಕನ್ನಡಿಯ ಮುಂದೆ ಅಲಂಕರಿಸಿಕೊಳ್ಳುತ್ತಿರುವ ಸುಂದರಿ ಮೊದಲಾದವು. ಈ ಬಗೆಯ ಶಿಲ್ಪಗಳನ್ನು ಹೊಯ್ಸಳ ಕಾಲದ ಹಳೇಬೀಡಿನ ದೇಗುಲದಲ್ಲಿ ಹಾಗೂ ಬೇಲೂರಿನ ದೇಗುಲದಲ್ಲಿ ಕಾಣಬಹುದಾಗಿದೆ. ವಾಸ್ತುಶಿಲ್ಪದ ಜೊತೆಗೆ ಶಿಲ್ಪಕಲೆಯೂ ಚಾಳುಕ್ಯರ ಕಾಲದಲ್ಲಿ ಅಪಾರವಾದ ಪ್ರಗತಿಯಾಯಿತು.

ಕಲ್ಯಾಣ ಚಾಳುಕ್ಯರ ಕಾಲದಲ್ಲಿ ಹಲವಾರು ಜಿನಾಲಯಗಳು ನಿರ್ಮಾಣವಾದವು. ದಾನಚಿಂತಾಮಣಿ ಅತ್ತಿಮಬ್ಬೆ ನಿರ್ಮಿಸಿದ ಲಕ್ಕುಂಡಿಯ ಬ್ರಹ್ಮಜಿನಾಲಯ ಈ ಕಾಲದಲ್ಲಿ ನಿರ್ಮಾಣಗೊಂಡ ಪ್ರಮುಖ ಜಿನಾಲಯವಾಗಿದೆ. **"ಪಶ್ಚಿಮ ಚಾಳುಕ್ಯರು ಕಲಾಶ್ರೀಮಂತಿಕೆಯ ಹಲವು ಉತ್ಕೃಷ್ಟ ದೇವಾಲಯಗಳನ್ನು ಬಿಟ್ಟು ಹೋಗಿದ್ದಾರೆ ಅವರ ನಿರ್ಮಾಣಗಳು ಭಾರತೀಯ ಕಲಾಪರಂಪರೆಯಲ್ಲಿ ಹೆಮ್ಮೆಯ ಸ್ಥಾನ ಪಡೆದಿವೆ" ಎಂದು ಸೂರ್ಯನಾಥ ಕಾಮತ್** ಬರೆದಿದ್ದಾರೆ.

ಮಾದರಿ ಪ್ರಶ್ನೆಗಳು

ಒಂದು ಅಂಕದ ಪ್ರಶ್ನೆಗಳು

1. ರತ್ನತ್ರಯರಲ್ಲಿ ಒಬ್ಬನಾದ ರನ್ನನಿಗೆ ಆಶ್ರಯಧಾತನಾಗಿ **'ಕವಿಚಕ್ರವರ್ತಿ'** ಎಂಬ ಬಿರುದು ನೀಡಿದ ಚಾಳುಕ್ಯ ದೊರೆ ಯಾರು ?
2. ಪ್ರಥಮ ವಚನಾಕಾರ ಎಂದು ಕರೆಯಲ್ಪಟ್ಟಿರುವವನು ಯಾರು ?
3. ಹಿಂದು ಕಾನೂನು ಗ್ರಂಥ 'ಮಿತಾಕ್ಷರ'ದ ಕರ್ತೃಯಾರು?
4. **'ಸರ್ವಜ್ಞ ಚಕ್ರವರ್ತಿ'** ಬಿರುದಾಂಕಿತನಾದ ಚಾಳುಕ್ಯ ಅರಸ ಯಾರು ?
5. ಕನ್ನಡದ ಮೊದಲ ಜೈನೇತರ ಕವಿ ಯಾರು?
6. ದೇವಾಲಯಗಳ ಚಕ್ರವರ್ತಿ ಎಂದು ಶಾಸನದಲ್ಲಿ ವರ್ಣಿತವಾಗಿರುವ ದೇಗುಲ ಯಾವುದು ?

ಧೀರ್ಘ ಉತ್ತರದ ಪ್ರಶ್ನೆಗಳು

1. ಆರನೇ ವಿಕ್ರಮಾದಿತ್ಯನ ಆಡಳಿತದ ಮಹತ್ವವನ್ನು ವಿವರಿಸಿ.
2. ಕಲ್ಯಾಣ ಚಾಳುಕ್ಯರ ಕಾಲದಲ್ಲಿ ಸಾಹಿತ್ಯಕ್ಷೇತ್ರದಲ್ಲಿ ಆದ ಬೆಳವಣಿಗೆಯನ್ನು ವಿವರಿಸಿ.
3. ವಚನ ಸಾಹಿತ್ಯದ ಪ್ರಾಮುಖ್ಯತೆಯನ್ನು ವಿವರಿಸಿ.

ಅಧ್ಯಾಯ – 10

ಹೊಯ್ಸಳರು

The Hoysalas

ಕರ್ನಾಟಕವನ್ನು ಆಳಿದ ರಾಜ ಮನೆತನಗಳಲ್ಲಿ ಹೊಯ್ಸಳ ವಂಶವೂ ಪ್ರಮುಖವಾದುದು. 10ನೇ ಶತಮಾನದ ಮಧ್ಯ ಭಾಗದಿಂದಲೇ ಹೊಯ್ಸಳರ ರಾಜಕೀಯ ಪರ್ವ ಆರಂಭಗೊಂಡರೂ 11ನೇ ಶತಮಾನದ ಆರಂಭದಲ್ಲಿ ಅವರು ರಾಜಕೀಯವಾಗಿ ಪ್ರಬಲರಾದಂತೆ ಕಂಡುಬರುತ್ತದೆ. ಪ್ರಾರಂಭದಲ್ಲಿ ಕಲ್ಯಾಣ ಚಾಳುಕ್ಯರ ಸಾಮಂತರಾಗಿದ್ದ ಅವರು ಮುಂದೆ 12ನೇ ಶತಮಾನದ ಮಧ್ಯ ಭಾಗದಲ್ಲಿ ಸ್ವತಂತ್ರರಾದರು. ಅಲ್ಲಿಂದ 14ನೇ ಶತಮಾನದ ಮಧ್ಯ ಭಾಗದವರೆಗೂ ಕರ್ನಾಟಕದ ದಕ್ಷಿಣ ಭಾಗದಲ್ಲಿ ಅವರು ಆಡಳಿತ ನಡೆಸಿದರು. ಒಂದು ಹಂತದಲ್ಲಿ ಬಹುತೇಕ ಕರ್ನಾಟಕ ಅವರ ಆಳ್ವಿಕೆಗೆ ಒಳಪಟ್ಟಿತ್ತು. ಅವರ ಆಡಳಿತ ಕಾಲದಲ್ಲಿ ಧರ್ಮ, ಸಾಹಿತ್ಯ, ಕಲೆ ಮತ್ತು ವಾಸ್ತುಶಿಲ್ಪ ಕ್ಷೇತ್ರಗಳಲ್ಲಿ ಗಮನಾರ್ಹ ಪ್ರಗತಿಯಾಯಿತು. ಪ್ರಾರಂಭದಲ್ಲಿ **ಸೊಸೆವೂರು** ಅವರ ರಾಜಕೀಯ ಕೇಂದ್ರವಾಗಿತ್ತು. ಅನಂತರ **ಬೇಲೂರನ್ನು** (ವೇಲಾಪುರ), ಅಂತಿಮವಾಗಿ **ದ್ವಾರಸಮುದ್ರ** (ಹಳೆಬೀಡು) ವನ್ನು ರಾಜಧಾನಿಯಾಗಿ ಮಾಡಿಕೊಂಡು ಆಳಿದರು.

ಮೂಲ

ಹೊಯ್ಸಳರ ಮೂಲ ಇನ್ನು ನಿಗೂಢವಾಗಿಯೇ ಇದೆ. ಅವರ ಮೂಲದ ಸುತ್ತ ಹಲವು ದಂತಕಥೆಗಳು ಹೆಣೆದುಕೊಂಡಿವೆ. ತಮ್ಮ ಶಾಸನಗಳಲ್ಲಿ ಹೊಯ್ಸಳರು ತಮ್ಮನ್ನು ದ್ವಾರಕಾ ಪಟ್ಟಣದ ಯಾದವರ ವಂಶಜರೆಂದು ಹೇಳಿಕೊಂಡಿದ್ದಾರೆ. ಅದಕ್ಕೆ ಪೂರಕವಾಗಿ ಅವರು **'ಯದುಕುಲ ತಿಲಕ', 'ದ್ವಾರಾವತಿ ಪುರವರಾಧೀಶ್ವರ'** ಎಂಬ ಬಿರುದನ್ನು ಹೊಂದಿದ್ದರು. ಕ್ರಿ.ಶ. 1090ರ ಎರೆಯಂಗನ ಒಂದು ಶಾಸನದಲ್ಲಿ ಅವನನ್ನು **'ಯಾದವ ಕ್ಷಿತಿಜದ ಸೂರ್ಯ'** ಎಂದು ವರ್ಣಿಸಲಾಗಿದೆ. ಆದರೆ ಹೊಯ್ಸಳರು ಹಾಗೂ ಯಾದವರ ನಡುವಿನ ಸಂಬಂಧದ ಬಗ್ಗೆ ಯಾವುದೇ ಖಚಿತ ಮಾಹಿತಿ ದೊರೆತಿಲ್ಲ. ಹೊಯ್ಸಳರಂತೆ ಅವರ ಸಮಕಾಲೀನರಾಗಿದ್ದ ಸೇವಣರೂ ಕೂಡ ತಮ್ಮನ್ನು ಯದು ವಂಶದವರೆಂದು ಕರೆದುಕೊಂಡಿದ್ದಾರೆ.

ಆದರೆ ಹೊಯ್ಸಳರು ಸ್ಥಳೀಯರು ಎಂಬುದು ಬಹುತೇಕ ವಿದ್ವಾಂಸರ ಅಭಿಪ್ರಾಯವಾಗಿದೆ. ಅವರ ಶಾಸನಗಳಲ್ಲಿ ಹೊಯ್ಸಳ ವಂಶದ ಮೂಲ ಪುರುಷ ಸಳ ಶಶಕಪುರ ಅಥವಾ ಸೊಸೆವೂರಿನ ನಿವಾಸಿ ಎಂದು ಹೇಳಲಾಗಿದೆ.

ಬಿ.ಎಲ್. ರೈಸ್ ಮೊದಲಾದ ಇತಿಹಾಸಕಾರರ ಪ್ರಕಾರ ಹೊಯ್ಸಳರು ಸ್ಥಳೀಯರು ಹಾಗೂ ಅವರ ಮೂಲಸ್ಥಾನ **ಸೊಸೆವೂರು**. ಈ ಸ್ಥಳವನ್ನು ಚಿಕ್ಕಮಗಳೂರು ಜಿಲ್ಲೆಯ ಮೂಡಿಗೆರೆ ತಾಲ್ಲೂಕಿನ **ಅಂಗಡಿ ಗ್ರಾಮ** ಎಂದು ಗುರುತಿಸಲಾಗಿದೆ. ಕನ್ನಡ ಅವರ ಮಾತೃ ಭಾಷೆಯಾಗಿತ್ತು. **'ಮಲೆಪರೊಳ್‌ಗಂಡ'** ಎಂಬ ಅವರ ಕನ್ನಡ ಬಿರುದು ಅವರು ಮೂಲತಃ ಕನ್ನಡಿಗರು ಹಾಗೂ ಮಲೆನಾಡಿನವರೆಂಬುದನ್ನು ಸೂಚಿಸುತ್ತದೆ. ಈ ಪ್ರದೇಶ ರಾಜಕೀಯವಾಗಿ ನಿರ್ಲಕ್ಷಿಸಲ್ಪಟ್ಟಿದ್ದರಿಂದಲೇ ಹೊಯ್ಸಳರ ರಾಜಕೀಯ ಅಭ್ಯುದಯ ಪ್ರಾರಂಭದಲ್ಲಿ ಯಾವ ಪ್ರಬಲ ರಾಜಕೀಯ ಶಕ್ತಿಯ ಗಮನವನ್ನೂ ಸೆಳೆಯಲಿಲ್ಲ ಎಂದು **ಡಾ.ಡೆರೆಟ್** ಹೇಳಿದ್ದಾರೆ. ಹೊಯ್ಸಳರ ಬಗ್ಗೆ ಪ್ರಥಮ ಮಾಹಿತಿ ಸಂಗಮ್ ಯುಗದ ಸಾಹಿತ್ಯದಲ್ಲಿ ದೊರೆಯುತ್ತದೆಂಬುದು ಕುತೂಹಲದ ಸಂಗತಿಯಾಗಿದೆ. ಕ್ರಿ.ಶ. ಒಂದನೇ ಶತಮಾನದ **'ಪುರನನೂರು'** ಎಂಬ ತಮಿಳು ಕಾವ್ಯದ ಎರಡು ಪದ್ಯಗಳಲ್ಲಿ ಪುಲಿಕಾಡಿಮಲ್ (ಹುಲಿಯನ್ನು ಕೊಂದವನು) ಎಂಬ ಶಬ್ದ ಕಂಡು ಬಂದಿದ್ದು ಅದು ಹೊಯ್ಸಳರ ಮೂಲವನ್ನು ಸೂಚಿಸುತ್ತದೆ ಎಂದು ಭಾವಿಸಲಾಗಿದೆ. ಇದು ನಿಜವಾಗಿದ್ದಲ್ಲಿ ಹೊಯ್ಸಳರ ಇತಿಹಾಸ ಒಂದು ಸಾವಿರ ವರ್ಷಗಳಷ್ಟು ಹಿಂದಕ್ಕೆ ಹೋಗುತ್ತದೆ. ಆದರೆ ಈ ಐತಿಹ್ಯದ ಆಧಾರದ ಮೇಲೆ ಡಾ.ಎಸ್.ಸುಬ್ರಹ್ಮಣ್ಯಂ ಅವರು ಮೈಸೂರು ಪ್ರದೇಶದ ತಮಿಳು ಮೂಲದ ವೆಲಿರ್ ಕುಟುಂಬದೊಂದಿಗೆ ಹೊಯ್ಸಳರನ್ನು ಸಮೀಕರಿಸಿರುವುದನ್ನು ಬಹುತೇಕ ಇತಿಹಾಸಕಾರರು ತಿರಸ್ಕರಿಸಿದ್ದಾರೆ.

ಶಾಸನಗಳ ಪ್ರಕಾರ ಹೊಯ್ಸಳ ವಂಶದ ಮೂಲ ಪುರುಷ ಸಳ. ಅವನ ಬಗ್ಗೆ 12ನೇ ಶತಮಾನದ ಒಂದು ಕಥೆ ಹಲವಾರು ಶಾಸನಗಳಲ್ಲಿ ಪ್ರಸ್ತಾಪವಾಗಿದೆ. ವಿಷ್ಣುವರ್ಧನನ ಕಾಲದ 1117ರ **ಬೇಲೂರು ಶಾಸನ**ದಲ್ಲಿ ಮೊದಲ ಬಾರಿಗೆ ಸಳ

ಹುಲಿಯನ್ನು ಕೊಂದ ಕಥೆ ಪ್ರಸ್ತಾಪವಾಗಿದೆ. ಅದರ ಪ್ರಕಾರ ಒಮ್ಮೆ ಸಳ ತನ್ನ ಮೂಲ ನೆಲೆ ಶಶಕಪುರ (ಸೊಸೆವೂರು)ದ ವಾಸಂತಿಕಾ ದೇವಾಲಯಕ್ಕೆ ಪ್ರಾರ್ಥನೆಗಾಗಿ ತೆರಳಿದ್ದಾಗ, ಹುಲಿಯೊಂದು ದೇವಾಲಯ ಪ್ರವೇಶಿಸಿ ಅಲ್ಲಿ ನೆಲೆಸಿದ್ದ ಜೈನ ಮುನಿ ಸುದತ್ತಾಚಾರ್ಯರ ಮೇಲೆ ಆಕ್ರಮಣ ಮಾಡಲಿತ್ತು. ಆಗ ಜೈನ ಮುನಿಗಳು **'ಪೊಯ್ ಸಳ'** ಅಥವಾ **'ಹೊಯ್ ಸಳ'** ಎಂದು ಆದೇಶಿಸಿದರು. ಅದರಂತೆ ಸಳ ಹುಲಿಯನ್ನು ಕೊಂದನು. ಅದರಿಂದಾಗಿ ಅವನ ವಂಶಕ್ಕೆ **ಹೊಯ್ಸಳ** ಎಂಬ ಹೆಸರು ಬಂದಿತು. **ಸಳ ಹುಲಿಯನ್ನು** (ಕೆಲವು ವಿದ್ವಾಂಸರ ಪ್ರಕಾರ ಸಿಂಹ) **ಕೊಲ್ಲುತ್ತಿರುವ ಚಿತ್ರ ಹೊಯ್ಸಳರ ರಾಜ ಲಾಂಛನವಾಯಿತು.** ಈ ಕಥೆ ಇಂದಿಗೂ ಜನಪ್ರಿಯವಾಗಿದೆ. ಡಾ. ಡಿರೆಟ್ ಇದನ್ನು **'ರೋಮಾಂಚನಕಾರಿ ಕಥೆ'** ಎಂದು ವರ್ಣಿಸಿದ್ದಾರೆ. ಕೆಲವು ಇತಿಹಾಸಕಾರರ ಪ್ರಕಾರ ಈ ಕಥೆ ಹುಲಿಯನ್ನು ಲಾಂಛನವಾಗಿ ಹೊಂದಿದ್ದ ಚೋಳರನ್ನು ಹೊಯ್ಸಳರು ಸೋಲಿಸಿದ್ದನ್ನು ಸೂಚಿಸುತ್ತದೆ. ಹೊಯ್ಸಳರ ರಾಜ್ಯದ ಸ್ಥಾಪನೆಯಲ್ಲಿ ಜೈನ ಧರ್ಮ ಪ್ರಮುಖ ಪಾತ್ರ ವಹಿಸಿರುವುದನ್ನು ಅಲ್ಲಗಳೆಯಲಾಗದು. ಏಕೆಂದರೆ ಗಂಗರ ಪ್ರೋತ್ಸಾಹದಿಂದ ಈ ಧರ್ಮ ಜನಪ್ರಿಯಗೊಂಡಿತ್ತು. ಅಂತಹ ಗಂಗರ ರಾಜ್ಯ ಗಂಗವಾಡಿ ಶೈವರಾದ ಚೋಳರ ವಶವಾದದ್ದನ್ನು ಸಹಿಸಿದ ಜೈನರು ಅಲ್ಲಿಂದ ಚೋಳರನ್ನು ಹೊರದೂಡಲು ಹೊಯ್ಸಳರಿಗೆ ಎಲ್ಲ ರೀತಿಯ ನೆರವನ್ನು ನೀಡಿರುವ ಸಾಧ್ಯತೆಗಳಿವೆ.

ಪ್ರಾರಂಭದ ಹೊಯ್ಸಳ ಅರಸರು

ದೊರೆತಿರುವ ಮಾಹಿತಿಗಳ ಪ್ರಕಾರ ಸಳ ಹೊಯ್ಸಳ ವಂಶದ ಮೂಲ ಪುರುಷನಾದರೂ ಈತ ಕೇವಲ ಕಾಲ್ಪನಿಕ ವ್ಯಕ್ತಿ. ಇತಿಹಾಸಕಾರರ ಪ್ರಕಾರ **ನೃಪಕಾಮ ಹೊಯ್ಸಳ ವಂಶದ ಮೊದಲ ದೊರೆ.** ಈತನ ಆಡಳಿತ ಕಾಲದ ಬಗ್ಗೆ ಖಚಿತ ಮಾಹಿತಿಗಳಿಲ್ಲದಿದ್ದರೂ ಈತ 11ನೇ ಶತಮಾನದ ಪೂರ್ವಾರ್ಧದಲ್ಲಿ ಜೀವಿಸಿದ್ದಿರಬಹುದೆಂದು ಭಾವಿಸಲಾಗಿದೆ. ಕ್ರಿ.ಶ. 1006ರಲ್ಲಿ ತಲಕಾಡು ಸಮೀಪ ಕಲಿಯೂರು ಎಂಬಲ್ಲಿ ನಡೆದ ಕದನದಲ್ಲಿ ಹೊಯ್ಸಳ ನಾಯಕನೊಬ್ಬ ಅಪ್ರಮೇಯ ಎಂಬ ಚೋಳ ಸೈನ್ಯಾಧಿಕಾರಿಯನ್ನು ಎದುರಿಸಿದ ಬಗ್ಗೆ ಶಾಸನವೊಂದರಲ್ಲಿ ಪ್ರಸ್ತಾಪವಿದೆ. ಈ ಹೊಯ್ಸಳ ನಾಯಕ ನೃಪಕಾಮನೇ ಇರಬಹುದೆಂಬುದು ಹಲವು ವಿದ್ವಾಂಸರ ಅಭಿಪ್ರಾಯ. ಇವನು **'ರಾಚಮಲ್ಲಪೆರ್ಮಾಡಿ'** ಎಂಬ ಬಿರುದನ್ನು ಧರಿಸಿದ್ದಾಗಿ ತಿಳಿದು ಬಂದಿದೆ. ಮತ್ತೊಮ್ಮೆ ಈತ ಕ್ರಿ.ಶ. 1026 ರಲ್ಲಿ ಚೋಳರ ಸಾಮಂತರಾಗಿದ್ದ ಕೊಂಗಾಳ್ವರನ್ನು **'ಮಣ್ಣೆ'** ಎಂಬಲ್ಲಿ ಎದುರಿಸಿದನು. ಈ ಕದನಗಳ ಫಲಿತಾಂಶಗಳ ಬಗ್ಗೆ ಖಚಿತವಾಗಿ ಏನನ್ನೂ ಹೇಳಲಾಗದಿದ್ದರೂ ಹೊಯ್ಸಳರ ರಾಜಕೀಯ ಏಳಿಗೆ ಇತರ ರಾಜಕೀಯ ಶಕ್ತಿಗಳ ಗಮನವನ್ನು ಸೆಳೆದಿತ್ತೆಂಬುದನ್ನು ಸೂಚಿಸುತ್ತದೆ. ಈ ನೃಪಕಾಮನೆ ಸಳನಾಗಿರಬಹುದೆಂದು ಅಭಿಪ್ರಾಯವೂ ಇದೆ.

ವಿನಯಾದಿತ್ಯ (ಕ್ರಿ.ಶ.1045–1098)

ಅರ್ಧಶತಮಾನಕ್ಕೂ ಹೆಚ್ಚು ಕಾಲ ಆಳಿದ ವಿನಯಾದಿತ್ಯ ಹೊಯ್ಸಳ ವಂಶದ ಮೊದಲ ಪ್ರಮುಖ ದೊರೆ. ಇವನು ಕಲ್ಯಾಣ ಚಾಳುಕ್ಯ ಸಾಮ್ರಾಟರಾದ ಒಂದನೇ ಸೋಮೇಶ್ವರ, ಎರಡನೇ ಸೋಮೇಶ್ವರ ಹಾಗೂ ಆರನೇ ವಿಕ್ರಮಾದಿತ್ಯನ ಸಾಮಂತನಾಗಿದ್ದನು. ಇವನು ಅಧಿಕಾರಕ್ಕೆ ಬರುವ ವೇಳೆಗಾಗಲೇ ಸಂಪೂರ್ಣ ಗಂಗವಾಡಿ ಪ್ರದೇಶವನ್ನು ಚೋಳರು ಆಕ್ರಮಿಸಿದ್ದರು. ಬದಲಾದ ರಾಜಕೀಯ ಸನ್ನಿವೇಶದಲ್ಲಿ ಚಾಳುಕ್ಯರೊಂದಿಗೆ ಸಂಬಂಧವನ್ನು ಗಟ್ಟಿಗೊಳಿಸಿಕೊಳ್ಳಲು ತನ್ನ ಸಹೋದರಿ **ಹೊಯ್ಸಳ ಮಹಾದೇವಿ**ಯನ್ನು ಚಾಳುಕ್ಯ ಒಂದನೇ ಸೋಮೇಶ್ವರನಿಗೆ ವಿವಾಹ ಮಾಡಿಕೊಟ್ಟನು. ಸೋಮೇಶ್ವರನಿಗೆ ಪರಮಾರ ಜಯಸಿಂಹನ ವಿರುದ್ಧ ಹೋರಾಟದಲ್ಲಿ ಸಹಾಯ ಮಾಡಿದನು. ಈ ಘರ್ಷಣೆಯಲ್ಲಿ ವಿನಯಾದಿತ್ಯನ ಮಗ ಎರೆಯಂಗ ಪ್ರಮುಖ ಪಾತ್ರ ವಹಿಸಿದನು. ಅಂತೆಯೇ ಮುಂದೆ ತನ್ನ ಸಹೋದರನ ವಿರುದ್ಧ ದಂಗೆ ಎದ್ದ ಆರನೇ ವಿಕ್ರಮಾದಿತ್ಯನಿಗೂ ವಿನಯಾದಿತ್ಯ ನೆರವು ನೀಡಿದನು. ಧಾರಾ ನಗರದ ಮೇಲೆ ಚಾಳುಕ್ಯರು ನಡೆಸಿದ ದಾಳಿಯಲ್ಲಿ ಎರಯಂಗ ಪ್ರಮುಖ ಪಾತ್ರ ವಹಿಸಿದನು. ಇವನ ಕಾಲದಲ್ಲಿ **ಬೇಲೂರು ಹೊಯ್ಸಳರ ರಾಜಧಾನಿಯಾಯಿತು.** ಅಲ್ಲಿಂದ **ವಿಷ್ಣುವರ್ಧನನ ಕಾಲದಲ್ಲಿ ರಾಜಧಾನಿಯನ್ನು ಹಳೇಬೀಡು** ಅಥವಾ **ದ್ವಾರಸಮುದ್ರಕ್ಕೆ ಬದಲಾಯಿಸಲಾಯಿತೆಂದು** ಡಾ.ಪಿ.ಬಿ. ದೇಸಾಯ್ ಹೇಳಿದ್ದಾರೆ. ಇವನ ಕಾಲದಲ್ಲಿ ಹೊಯ್ಸಳ ರಾಜ್ಯ ಕಡೂರು, ಹಾಸನ, ತುಮಕೂರು, ವೈನಾಡು ಮೊದಲಾದವುಗಳನ್ನು ಒಳಗೊಂಡಿತ್ತೆಂದು ಹೇಳಲಾಗಿದೆ.

ಒಂದನೇ ಬಲ್ಲಾಳ (ಕ್ರಿ.ಶ. 1100–1108)

ವಿನಯಾದಿತ್ಯನ ನಂತರ ಅವನ ಮಗ ಎರೆಯಂಗ ಕೇವಲ ಎರಡು ವರ್ಷ ಆಳಿದನು. ಅನಂತರ ಅವನ ಮಗ ಒಂದನೇ ಬಲ್ಲಾಳ ಅಧಿಕಾರಕ್ಕೆ ಬಂದನು. ಅವನ ಪೂರ್ವಿಕರು ಚಾಳುಕ್ಯರಿಗೆ ನಿಷ್ಠರಾಗಿದ್ದರೂ ಒಂದನೇ ಬಲ್ಲಾಳ

ಸ್ವತಂತ್ರನಾಗಲು ಪ್ರಯತ್ನಿಸಿದನು. ಈ ಹಿನ್ನೆಲೆಯಲ್ಲಿ ಚಾಳುಕ್ಯ ಸಾಮ್ರಾಟ ಆರನೇ ವಿಕ್ರಮಾದಿತ್ಯ **ಪಾರಮಾರ ರಾಜಕುಮಾರ ಜಗದ್ದೇವನ** ನೇತೃತ್ವದಲ್ಲಿ ಹೊಯ್ಸಳರ ವಿರುದ್ಧ ಬೃಹತ್ ಸೈನ್ಯವನ್ನು ಕಳುಹಿಸಿದನು. ಆದರೆ ಒಂದನೇ ಬಲ್ಲಾಳ ಮತ್ತು ಅವನ ಸೋದರ ವಿಷ್ಣುವರ್ಧನ ಚಾಳುಕ್ಯರ ದಾಳಿಯನ್ನು ಹಿಮ್ಮೆಟ್ಟಿಸಿದರು. ಈ ವಿಜಯದಿಂದ ಸ್ಫೂರ್ತಿಗೊಂಡು ಮೈಸೂರು ಹಾಗೂ ಕೊಡಗನ್ನು ಆಳುತ್ತಿದ್ದ ಚೆಂಗಾಳ್ವರನ್ನು ಕ್ರಿ.ಶ. 1104ರಲ್ಲಿ ಸೋಲಿಸಿದನು. ಅನಂತರ ಉಚ್ಚಂಗಿಯ ಪಾಂಡ್ಯರು ಹೊಯ್ಸಳರ ಅಧಿಕಾರವನ್ನು ಒಪ್ಪಿಕೊಳ್ಳಬೇಕಾಯಿತು. ಮುಂದುವರಿದು ಬಲ್ಲಾಳ ತುಂಗಭದ್ರಾ ನದಿಯನ್ನು ದಾಟಿ ಬೆಳುವೊಲ ಪ್ರದೇಶದ ಮೇಲೆ ದಾಳಿ ಮಾಡಿದನು. ಇದನ್ನು ಗಂಭೀರವಾಗಿ ಪರಿಗಣಿಸಿದ ಆರನೇ ವಿಕ್ರಮಾದಿತ್ಯ ಸಾಮಂತನಾಗಿದ್ದ **ಸಿಂದ ವಂಶದ ಎರಡನೇ ಅಚುಗಿಯನ್ನು** ಹೊಯ್ಸಳರ ವಿರುದ್ಧ ಕಳುಹಿಸಿದನು. ಈ ಬಾರಿ ಸೋತ ಬಲ್ಲಾಳ ಚಾಳುಕ್ಯರ ಪರಮಾಧಿಕಾರವನ್ನು ಒಪ್ಪಿಕೊಂಡನು. ಬಲ್ಲಾಳನಿಗೆ ಮಕ್ಕಳಿರಲಿಲ್ಲವಾದ್ದರಿಂದ ಅವನ ಮರಣಾನಂತರ ಅವನ ಸಹೋದರ ವಿಷ್ಣುವರ್ಧನ ಅಧಿಕಾರಕ್ಕೆ ಬಂದನು. ಬಲ್ಲಾಳನಿಗೆ **'ತ್ರಿಭುವನಮಲ್ಲ'** ಎಂಬ ಬಿರುದಿದ್ದಿತು.

ವಿಷ್ಣುವರ್ಧನ (1108–1152)

ವಿಷ್ಣುವರ್ಧನ ಹೊಯ್ಸಳ ವಂಶದ ಅತ್ಯಂತ ಶ್ರೇಷ್ಠ ದೊರೆ. ಅವನು ಎರೆಯಂಗನ ಎರಡನೇ ಮಗ ಮತ್ತು ಒಂದನೇ ಬಲ್ಲಾಳನ ಕಿರಿಯ ಸಹೋದರನಾಗಿದ್ದನು. ಅತ್ಯಂತ ಚಿಕ್ಕ ಹೊಯ್ಸಳ ರಾಜ್ಯವನ್ನು ಒಂದು ವಿಸ್ತಾರವಾದ ಹಾಗೂ ಬಲಿಷ್ಠವಾದ ರಾಜ್ಯವನ್ನಾಗಿ ಪರಿವರ್ತಿಸಿದ ಕೀರ್ತಿ ಅವನಿಗೆ ಸಲ್ಲುತ್ತದೆ. ಪ್ರಾರಂಭದ ಅರಸರು ಕಲ್ಯಾಣ ಚಾಳುಕ್ಯರ ಸಾಮಂತರಾಗಿದ್ದರು. ವಿಷ್ಣವರ್ಧನ ತನ್ನ ಆಡಳಿತದುದ್ದಕ್ಕೂ ಚಾಳುಕ್ಯರ ಹಿಡಿತದಿಂದ ಹೊಯ್ಸಳ ಪ್ರಭುತ್ವವನ್ನು ಸ್ವತಂತ್ರಗೊಳಿಸಲು ಅವಿರತವಾಗಿ ಶ್ರಮಿಸಿದನು. ಅವನ ಕಾಲದಲ್ಲಿ ಹೊಯ್ಸಳ ರಾಜ್ಯ ಎಲ್ಲ ದಿಕ್ಕುಗಳಲ್ಲೂ ವಿಸ್ತರಿಸಿತು ಮತ್ತು ಅವನ ಕಾಲದಲ್ಲಿ ಕಲೆ ಮತ್ತು ವಾಸ್ತುಶಿಲ್ಪ ಕ್ಷೇತ್ರದಲ್ಲಿ ಅಪಾರ ಪ್ರಗತಿಯಾಯಿತು. ಈ ಕಾರಣಗಳಿಂದಾಗಿ ಅವನನ್ನು **'ಹೊಯ್ಸಳ ರಾಜ್ಯದ ನಿಜವಾದ ನಿರ್ಮಾಪಕ'** ಎಂದು ವರ್ಣಿಸಲಾಗಿದೆ. ಸಹೋದರ ಒಂದನೇ ಬಲ್ಲಾಳನ ಕಾಲದಲ್ಲೇ ವಿಷ್ಣುವರ್ಧನ ಅಪಾರ ಆಡಳಿತಾನುಭವ ಪಡೆದುಕೊಂಡಿದ್ದನು. ಶಾಸನವೊಂದರಲ್ಲಿ **ಈ ಸೋದರರನ್ನು ರಾಮ-ಲಕ್ಷಣರಿಗೆ ಹೋಲಿಸಲಾಗಿದೆ.** ಬಲ್ಲಾಳನೊಂದಿಗೆ ಸೇರಿ ಹೊಯ್ಸಳ ರಾಜ್ಯವನ್ನು ವಿಸ್ತರಿಸಲು ಪ್ರಯತ್ನಿಸಿದ್ದನು.

ಗಂಗವಾಡಿಯ ಆಕ್ರಮಣ

ವಿಷ್ಣುವರ್ಧನ ತನ್ನ ನಾಲ್ಕು ದಶಕಗಳ ಆಡಳಿತದುದ್ದಕ್ಕೂ ರಾಜ್ಯ ವಿಸ್ತರಣೆಗಾಗಿ ನಿರಂತರ ಹೋರಾಟ ನಡೆಸಿದನು. ಮೊದಲು ಚೋಳರ ಅಧೀನದಲ್ಲಿದ್ದ ಗಂಗವಾಡಿಯ ಮೇಲೆ ದಾಳಿ ಮಾಡಿದನು. ಗಂಗವಾಡಿಯಲ್ಲಿ ಆಳುತ್ತಿದ್ದ ಚೋಳರು ಸ್ಥಳೀಯರ ದೃಷ್ಟಿಯಲ್ಲಿ ಪರಕೀಯರೆನಿಸಿದ್ದರು. ಈ ಪ್ರದೇಶದಲ್ಲಿ ಚೋಳರ ಆಡಳಿತವನ್ನು ಸಹಿಸಿಕೊಳ್ಳುವುದು ವಿಷ್ಣುವರ್ಧನಿಗೆ ಸಾಧ್ಯವಾಗಲಿಲ್ಲ. ಅವನು ದಂಡಯಾತ್ರೆಯನ್ನು ಕೈಗೊಂಡ ಸಮಯ ಅತ್ಯಂತ ಸೂಕ್ತವಾಗಿತ್ತು. ಏಕೆಂದರೆ ಚೋಳ ದೊರೆ ಒಂದನೇ ಕುಲೋತ್ತುಂಗ ವೆಂಗಿ ರಾಜ್ಯದ ವ್ಯವಹಾರಗಳಲ್ಲಿ ಮುಳುಗಿಹೋಗಿದ್ದನು. ಗಂಗರಾಜನ ನಾಯಕತ್ವದ ಹೊಯ್ಸಳ ಸೈನ್ಯ 1116ರಲ್ಲಿ ಅದಿಯಮನ ನಾಯಕತ್ವದ ಚೋಳ ಸೈನ್ಯವನ್ನು ಸೋಲಿಸಿತು. ತಲಕಾಡು ಆಗ ತಗಡೂರಿನ ಅಡಿಗೈಮಾನ್ ಕುಟುಂಬದವರ ಅಳ್ವಿಕೆಯಲ್ಲಿತ್ತು. ಅವರು ಚೋಳರ ಸಾಮಂತರಾಗಿದ್ದರು. ಈ ರಾಜ್ಯಪಾಲ ಅದಿಯಮ ಕದನದಲ್ಲಿ ಕೊಲ್ಲಲ್ಪಟ್ಟಿರಬಹುದೆಂದು ಭಾವಿಸಲಾಗಿದೆ. ಅಲ್ಲದೆ ಆದಿಯಮನ ಸಹಾಯಕ್ಕೆ ಧಾವಿಸಿದ ಚೋಳ ಸೈನ್ಯಧಿಕಾರಿಗಳಾದ ದಾಮೋದರ ಮತ್ತು ನರಸಿಂಗವರ್ಮನೂ ಪರಾಜಿತರಾದರು. ದಾಮೋದರ ಕಂಚಿಗೆ ಪಲಾಯನ ಮಾಡಿದನು. ನರಸಿಂಗದೇವ ದಕ್ಷಿಣಕ್ಕೆ ಪಲಾಯನ ಮಾಡಿದನು. ತಲಕಾಡು ಸೇರಿದಂತೆ ಪೂರ್ಣ ಗಂಗವಾಡಿ ಪ್ರದೇಶ ಹೊಯ್ಸಳರ ವಶವಾಯಿತು.

ಈ ವಿಜಯದ ನೆನಪಿಗಾಗಿ ವಿಷ್ಣವರ್ಧನ **'ತಲಕಾಡುಗೊಂಡ' ಹಾಗೂ 'ವೀರಗಂಗ'** ಎಂಬ ಬಿರುದುಗಳನ್ನು ಪಡೆದನು. ಅಲ್ಲದೆ ಚೋಳರ ವಿರುದ್ಧ ಪಡೆದ ವಿಜಯದ ನೆನಪಿಗಾಗಿ ತಲಕಾಡಿನಲ್ಲಿ ಮತ್ತು ಬೇಲೂರಿನಲ್ಲಿ ಕ್ರಮವಾಗಿ **ಕೀರ್ತಿನಾರಾಯಣ** ಹಾಗೂ **ವಿಜಯನಾರಾಯಣ** ದೇವಾಲಯಗಳನ್ನು ನಿರ್ಮಿಸಿದನು.

ಗಂಗವಾಡಿಯನ್ನು ವಶಪಡಿಸಿಕೊಂಡ ನಂತರ ಮೈಸೂರಿನ ಈಶಾನ್ಯ ಭಾಗದಲ್ಲಿ ಚೋಳ ಸೈನ್ಯವನ್ನು ಬೆನ್ನಟ್ಟಿದ ವಿಷ್ಣವರ್ಧನ ಚೋಳರಿಂದ ಕೋಲಾರ ಮತ್ತು ನಂಗಿಲಿಯನ್ನು ವಶಪಡಿಸಿಕೊಂಡನು. ಅಲ್ಲದೆ ಅವನು ನಿಡುಗಲ್ಲಿನ ಚೋಳರು ಹಾಗೂ ಕೊಂಗಾಳ್ವರನ್ನು ಸೋಲಿಸಿದನೆಂದು ಹೇಳಲಾಗಿದೆ. ಡಾ. ಡೆರೆಟ್ ಅವರ ಪ್ರಕಾರ ಅವನು ಕೊಂಗಾಳ್ವ ರಾಜಕುಮಾರಿಯೊಬ್ಬಳನ್ನು ವಿವಾಹವಾದನು. ಅದೇ ಸಮಯದಲ್ಲಿ ಅವನ ಮತ್ತೊಬ್ಬ ಸೇನಾನಾಯಕ ಪುಣಿಸರಾಜ ನೀಲಗಿರಿ, ಸೇಲಂ ಹಾಗೂ ಕೊಯಮತ್ತೂರು ಪ್ರದೇಶಗಳನ್ನು ವಶಪಡಿಸಿಕೊಂಡನು. ಅವನ ಕೆಲವು ಶಾಸನಗಳ ಪ್ರಕಾರ

ವಿಷ್ಣುವರ್ಧನ ಕಂಚಿಯನ್ನು ವಶಪಡಿಸಿಕೊಂಡಿದ್ದಲ್ಲದೆ ಮಧುರೆಯ ಪಾಂಡ್ಯರನ್ನು ಸೋಲಿಸಿ ರಾಮೇಶ್ವರದವರೆಗೂ ತನ್ನ ವಿಜಯ ಯಾತ್ರೆಯನ್ನು ಮುಂದುವರಿಸಿದನು. **'ಕಂಚಿಗೊಂಡ'** ಎಂಬ ಮತ್ತೊಂದು ಬಿರುದನ್ನು ಧರಿಸಿದನು. ಆದರೆ ರಾಮೇಶ್ವರದವರೆಗೂ ವಿಜಯ ಯಾತ್ರೆಯನ್ನು ಮುಂದುವರಿಸಿದ್ದು ಸಂದೇಹಾಸ್ಪದವಾಗಿದೆ.

ಚಾಳುಕ್ಯರೊಂದಿಗೆ ಘರ್ಷಣೆ

ಚೋಳರನ್ನು ಗಂಗವಾಡಿಯಿಂದ ಹೊರದೂಡಿದ ನಂತರ ವಿಷ್ಣುವರ್ಧನ ಚಾಳುಕ್ಯ ಸಾರ್ವಭೌಮರತ್ತ ತನ್ನ ಗಮನ ಹರಿಸಿದನು. ಆಗಿನ ಕಲ್ಯಾಣ ಚಾಳುಕ್ಯ ಸಾಮ್ರಾಟ 6ನೇ ವಿಕ್ರಮಾದಿತ್ಯ ಇಳಿವಯಸ್ಸಿನ ಹಾಗೂ ಶಾಂತಿಪ್ರಿಯ ಅರಸನಾಗಿದ್ದನು. ಈ ಅವಕಾಶವನ್ನು ಬಳಸಿಕೊಂಡು ವಿಷ್ಣುವರ್ಧನ ತನ್ನನ್ನು ಹಾಗೂ ತನ್ನ ರಾಜ್ಯವನ್ನು ಚಾಳುಕ್ಯರ ಹಿಡಿತದಿಂದ ಮುಕ್ತಗೊಳಿಸಲು ನಿರ್ಧರಿಸಿದನು. ಹೊಯ್ಸಳ ಪ್ರಭುತ್ವವನ್ನು ಸ್ವತಂತ್ರಗೊಳಿಸಲು ಪ್ರಯತ್ನಿಸಿದ ಪ್ರಥಮ ದೊರೆ ಎಂಬ ಹೆಗ್ಗಳಿಕೆಗೆ ಅವನು ಪಾತ್ರನಾಗಿದ್ದಾನೆ. ಈ ಕಾರ್ಯವನ್ನು ಅವನು ಸೋದರ ಒಂದನೇ ಬಲ್ಲಾಳನೊಂದಿಗೆ ಅಧಿಕಾರಕ್ಕೆ ಬರುವ ಮೊದಲೇ ಆರಂಭಿಸಿದ್ದನು.

ಮೊದಲು ಅತ್ಯಂತ ಎಚ್ಚರಿಕೆಯಿಂದ ಚಾಳುಕ್ಯ ಸಾಮಂತರ ಮೇಲೆ ದಂಡೆತ್ತಿಹೋದನು. **ಉಚ್ಚಂಗಿಯ ಪಾಂಡ್ಯರನ್ನು ದುಮ್ಮೆ** ಎಂಬಲ್ಲಿ ನಡೆದ ಕದನದಲ್ಲಿ ಸೋಲಿಸಿ ಅವರ ಅಧೀನದಲ್ಲಿದ್ದ **ನೊಳಂಬವಾಡಿಯನ್ನು 1117ರಲ್ಲಿ ವಶಪಡಿಸಿಕೊಂಡನು.** ಅನಂತರ ಒಳ್ಳಾರಿ (ಬಳ್ಳಾರೆ) ಯನ್ನು ವಶಪಡಿಸಿಕೊಂಡನು ಮತ್ತು ತುಂಗಭದ್ರಾ ನದಿಯನ್ನು ದಾಟಿ **ಕುಮ್ಮಟ ಕೋಟೆ**ಯನ್ನು ವಶಪಡಿಸಿಕೊಂಡನು. ಅವನ ಶಾಸನವೊಂದು ಉತ್ತರದ ಗದಗ್‌ನಲ್ಲಿ ದೊರೆತಿವೆ. ಈ ಸಂದರ್ಭದಲ್ಲಿ **ರಾಜಕುಮಾರ ಜಗದ್ದೇವನ** ನಾಯಕತ್ವದ ಚಾಳುಕ್ಯ ಸೈನ್ಯ ಹೊಯ್ಸಳ ರಾಜ್ಯದ ಮೇಲೆ ದಾಳಿಮಾಡಿತು. ಆದರೆ ಹೊಯ್ಸಳ ಸೇನಾನಿ ಗಂಗರಾಜ ಚಾಳುಕ್ಯ ಸೈನ್ಯವನ್ನು 1118ರಲ್ಲಿ ಹಾಸನ ಜಿಲ್ಲೆಯ **'ಕಣ್ಣೆಗಾಲ'** ಎಂಬಲ್ಲಿ ನಡೆದ ಕದನದಲ್ಲಿ ಸೋಲಿಸಿದನು.

ಮೇಲೆ ಪ್ರಸ್ತಾಪಿಸಿದ ವಿಜಯಗಳಿಂದ ಉತ್ತೇಜಿತವಾದ ವಿಷ್ಣುವರ್ಧನ ಚಾಳುಕ್ಯರ ವಿರುದ್ಧ ಹೋರಾಟವನ್ನು ತೀವ್ರಗೊಳಿಸಿದನು. ಚಾಳುಕ್ಯರ ಸಾಮಂತರಾದ ಕದಂಬರನ್ನು ಸೋಲಿಸಿ ಹಾನಗಲ್ ಕೋಟೆಯನ್ನು ವಶಪಡಿಸಿಕೊಂಡರು. ಈ ಸಂದರ್ಭದಲ್ಲಿ ಚಾಳುಕ್ಯರ ವಿರುದ್ಧ ದಂಗೆ ಎದ್ದ ಉಚ್ಚಂಗಿಯ ಪಾಂಡ್ಯರು ಹಾಗೂ ಗೋವಾದ ಕದಂಬ ಎರಡನೇ ಜಯಕೇಶಿಯನ್ನು ತನ್ನತ್ತ ಸೆಳೆದುಕೊಂಡನು. ಈ ವೇಳೆಗೆ ಹೊಯ್ಸಳರ ದಂಗೆಯ ತೀವ್ರತೆಯನ್ನು ಅರಿತ ವಿಕ್ರಮಾದಿತ್ಯ ಸ್ವತಃ ತಾನೇ ಸಾಮಂತನಾಗಿದ್ದ ಯಲಬುರ್ಗದ ಸಿಂದ ವಂಶದ ಎರಡನೇ ಅಚುಗಿ ಹಾಗೂ ಅವನ ಮಗ ಪೆರ್ಮಾಡಿಯ ಜೊತೆಗೂಡಿ ಪ್ರಬಲ ಸೈನ್ಯದೊಂದಿಗೆ ವಿಷ್ಣುವರ್ಧನನ್ನು ಎದುರಿಸಿದನು. ಎರಡೂ ಸೈನ್ಯಗಳ ನಡುವೆ 1122 ರಲ್ಲಿ ಶಿವಮೊಗ್ಗ ಜಿಲ್ಲೆಯ **ಹಲಸೂರು** ಹಾಗೂ ಮೈಸೂರು ಸೀಮೆಯ **ಹೊಸವೀಡು** ಎಂಬ ಸ್ಥಳಗಳಲ್ಲಿ ನಡೆದ ಭೀಕರ ಕದನಗಳಲ್ಲಿ ಹೊಯ್ಸಳರು ಪರಾಜಿತರಾದರು. ಚಾಳುಕ್ಯ ಸೈನ್ಯ ಹೊಯ್ಸಳರನ್ನು ಅವರ ರಾಜ್ಯಕ್ಕೆ ಹಿಮ್ಮೆಟ್ಟಿಸಿತು. ಹೊಯ್ಸಳರು ತಮ್ಮ ರಾಜ್ಯದ ಬೆಟ್ಟ ಪ್ರದೇಶದಲ್ಲಿ ಆಶ್ರಯ ಪಡೆಯಬೇಕಾಯಿತು. ಈ ಸೋಲಿನ ಫಲವಾಗಿ ವಿಷ್ಣುವರ್ಧನ ಚಾಳುಕ್ಯರ ಸಾರ್ವಭೌಮತ್ವವನ್ನು ಒಪ್ಪಿಕೊಳ್ಳಬೇಕಾಯಿತು ಮತ್ತು ವಿಕ್ರಮಾದಿತ್ಯ ಬದುಕಿರುವವರೆಗೂ ತನ್ನ ಸೈನಿಕ ಕಾರ್ಯಾಚರಣೆಗಳನ್ನು ನಿಲ್ಲಿಸಬೇಕಾಯಿತು. ಅಲ್ಲದೆ ತಾನು ವಶಪಡಿಸಿಕೊಂಡಿದ್ದ ಎಲ್ಲ ಪ್ರದೇಶಗಳನ್ನು ಕಳೆದು ಕೊಳ್ಳಬೇಕಾಯಿತು. ಸಿಂದಗೇರ್‌ನಲ್ಲಿ ದೊರೆತಿರುವ ಒಂದು ಶಾಸನದಲ್ಲಿ ವಿಷ್ಣುವರ್ಧನನ್ನು ಚಾಳುಕ್ಯರ ಸಾಮಂತರಲ್ಲಿ **'ಮಕುಟ ಮಣಿ'** ಎಂದು ವರ್ಣಿಸಲಾಗಿದೆ. ಪಾಂಡ್ಯರು ಹಾಗೂ ಗೋವೆಯ ಕದಂಬರು ಕೂಡ ಸೋತು ಚಾಳುಕ್ಯರ ಪರಮಾಧಿಕಾರವನ್ನು ಒಪ್ಪಿಕೊಳ್ಳಬೇಕಾಯಿತು.

6ನೇ ವಿಕ್ರಮಾದಿತ್ಯನ ಮರಣಾನಂತರ ಅವನ ಉತ್ತರಾಧಿಕಾರಿ ಮೂರನೇ ಸೋಮೇಶ್ವರನ ಕಾಲದಲ್ಲಿ ವಿಷ್ಣುವರ್ಧನ ಚಾಳುಕ್ಯರೊಂದಿಗೆ ತನ್ನ ಹೋರಾಟವನ್ನು ಪುನರಾರಂಭಿಸಿದನು. ಸುದೀರ್ಘ ಹೋರಾಟದ ನಂತರ ಅವನು ಕದಂಬರನ್ನು ಸೋಲಿಸಿ ಹಾನಗಲ್, ಬಂಕಾಪುರ ಮತ್ತು ಉಚ್ಚಂಗಿ ಕೋಟೆಗಳನ್ನು ವಶಪಡಿಸಿಕೊಂಡನು. ಆದರೆ ಬಂಕಾಪುರವನ್ನು ಹೊರತುಪಡಿಸಿ ಉಳಿದವನ್ನು ಕಳೆದುಕೊಳ್ಳಬೇಕಾಯಿತು. ಬಂಕಾಪುರವನ್ನು ತನ್ನ ಬದಲಿ ರಾಜಧಾನಿಯಾಗಿ ಮಾಡಿಕೊಂಡನು. 1149ರ ಒಂದು ಶಾಸನದ ಪ್ರಕಾರ ವಿಷ್ಣುವರ್ಧನನ ಕಾಲದಲ್ಲಿ ಹೊಯ್ಸಳ ರಾಜ್ಯವು ಕೊಂಗುನಾಡು, ನಂಗಿಲಿ, ಗಂಗವಾಡಿ, ನೊಳಂಬವಾಡಿ, ಬನವಾಸಿ, ಬೆಳುವೊಲ, ಹಾನಗಲ್, ಹುಲಿಗೆರೆ ಹಾಗೂ ಬಂಕಾಪುರವನ್ನು ಒಳಗೊಂಡಿತ್ತು. ಇದು ಅವನ ಅಧಿಕಾರದ ಅತ್ಯುನ್ನತ ಹಂತ. ವಿಷ್ಣುವರ್ಧನ ಕ್ರಿ.ಶ. 1152ರಲ್ಲಿ ಮರಣ ಹೊಂದಿರಬಹುದೆಂದು ಕೆ.ಎ.ನೀಲಕಂಠಶಾಸ್ತ್ರಿ, ಎಸ್.ಕೆ.ಐಯ್ಯಂಗಾರ್ ಮತ್ತು ಪಿ.ಬಿ. ದೇಸಾಯ್ ಅಭಿಪ್ರಾಯ ಪಟ್ಟಿದ್ದಾರೆ. ಡಾ.ಡಿರೆಟ್ ಮತ್ತು ಇತರರ ಪ್ರಕಾರ ಅವನು 1141ರಲ್ಲೇ ಮರಣಹೊಂದಿದನು.

ಸಾಂಸ್ಕೃತಿಕ ಸಾಧನೆಗಳು

ವಿಷ್ಣುವರ್ಧನ ಕಲೆ ಮತ್ತು ವಾಸ್ತುಶಿಲ್ಪ, ಧರ್ಮ ಮತ್ತು ಸಾಹಿತ್ಯದ ಮಹಾ ಪೋಷಕನಾಗಿದ್ದನು. ಮುಖ್ಯವಾಗಿ ಕಲೆ ಮತ್ತು ವಾಸ್ತುಶಿಲ್ಪ ಕ್ಷೇತ್ರದಲ್ಲಿ ಅವನ ಕಾಲದಲ್ಲಿ ಅಪಾರ ಪ್ರಗತಿಯಾಯಿತು. ಬೇಲೂರಿನ ಸುಂದರವಾದ **ಚನ್ನಕೇಶವ ದೇವಾಲಯ** ಅವನ ಕಾಲದಲ್ಲಿ ನಿರ್ಮಾಣವಾಯಿತು. ಈ ದೇಗುಲದ ಶಿಲಾಬಾಲಿಕೆಯರ ವಿಗ್ರಹಗಳು ಅತ್ಯಂತ ಸುಂದರವಾಗಿ ಕೆತ್ತಲ್ಪಟ್ಟಿವೆ. ಅಲ್ಲದೆ ಬೇಲೂರಿನ **ಕಪ್ಪೆ ಚನ್ನಿಗರಾಯ ದೇವಾಲಯವೂ** ಅವನ ಕಾಲದಲ್ಲಿ ನಿರ್ಮಾಣವಾಯಿತು. **ತಲಕಾಡಿನ ಕೀರ್ತಿ ನಾರಾಯಣ,** ಬೇಲೂರು, ಗದಗ್ ಮತ್ತು ಬಂಕಾಪುರದಲ್ಲಿರುವ ವಿಜಯನಾರಾಯಣ ದೇವಾಲಯಗಳು, ದೊಡ್ಡ ಗದ್ದವಳ್ಳಿಯ **ಲಕ್ಷ್ಮೀದೇವಿ ದೇವಾಲಯ,** ಮೇಲುಕೋಟೆಯ **ತಿರುನಾರಾಯಣ ದೇವಾಲಯ** ಮೊದಲಾದವು ವಿಷ್ಣುವರ್ಧನನ ಕಾಲದಲ್ಲಿ ನಿರ್ಮಾಣವಾದವು. ಹಳೇಬೀಡಿನ ಹೊಯ್ಸಳೇಶ್ವರ ದೇವಾಲಯವನ್ನು ಅವನ ಸೇನಾನಿ ಕೇತಮಲ್ಲ ಇದೇ ಅವಧಿಯಲ್ಲಿ ನಿರ್ಮಿಸಿದನು. ಶಾಸನವೊಂದರಲ್ಲಿ ಅವನನ್ನು **'ಏಕಾದಶಾವತಾರನ್'** (ವಿಷ್ಣುವಿನ 11ನೇ ಅವತಾರ) ಎಂದು ವರ್ಣಿಸಲಾಗಿದೆ.

ವಿಷ್ಣುವರ್ಧನನ ಕಾಲದಲ್ಲಿ ಶ್ರೀ ವೈಷ್ಣವ ಧರ್ಮ ಕರ್ನಾಟಕವನ್ನು ಪ್ರವೇಶಿಸಿತು. ಈ ಕಾಲದಲ್ಲಿ **ರಾಮಾನುಚಾರ್ಯರು** ಕರ್ನಾಟಕಕ್ಕೆ ಬಂದರು. **ಮೇಲುಕೋಟೆ ಶ್ರೀವೈಷ್ಣವ ಧರ್ಮದ ಪ್ರಮುಖ ಕೇಂದ್ರವಾಯಿತು.** ಪ್ರಾರಂಭದಲ್ಲಿ ವಿಷ್ಣುವರ್ಧನ ಜೈನ ಧರ್ಮಾವಲಂಬಿಯಾಗಿದ್ದು ಬಿಟ್ಟಿದೇವ ಎಂಬ ಹೆಸರನ್ನು ಹೊಂದಿದ್ದನೆಂದು ಮತ್ತು ಅವನನ್ನು ರಾಮಾನುಜರು ಶ್ರೀವೈಷ್ಣವ ಧರ್ಮಕ್ಕೆ ಮತಾಂತರಿಸಿದರು ಎಂದು ಹೇಳಲಾಗಿದೆ. ಆದರೆ ಡೆರೆಟ್ ಸೇರಿದಂತೆ ಹಲವಾರು ಇತಿಹಾಸಕಾರು ಈ ಅಭಿಪ್ರಾಯವನ್ನು ತಿರಸ್ಕರಿಸಿದ್ದಾರೆ. ಅವರ ಪ್ರಕಾರ ವಿಷ್ಣುವರ್ಧನ ಎಂಬ ಹೆಸರನ್ನು ಸ್ವೀಕರಿಸಿದನೆಂಬ ಕಾರಣದಿಂದಲೇ ಅವನು ಜೈನಧರ್ಮದಿಂದ ವೈಷ್ಣವ ಧರ್ಮಕ್ಕೆ ಮತಾಂತರಗೊಂಡನೆಂದು ಹೇಳಲಾಗದು. ವೈಷ್ಣವ ಧರ್ಮವನ್ನು ಸ್ವೀಕರಿಸಿದ ನಂತರವೂ ಅವನು ಜೈನ ಧರ್ಮಕ್ಕೆ ಪ್ರೋತ್ಸಾಹ ಮುಂದುವರಿಸಿದನು. ಅವನ **ರಾಣಿ ಶಾಂತಲ** ಜೈನಧರ್ಮದ ನಿಷ್ಠಾವಂತ ಅನುಯಾಯಿಯಾಗಿದ್ದಳು. ಅವಳು ಶ್ರವಣಬೆಳಗೊಳದಲ್ಲಿ **ಸವತಿಗಂಧವಾರಣ ಬಸದಿಯನ್ನು** ನಿರ್ಮಿಸಿದಳು. ಅವನ ಸೇನಾನಿಗಳಾದ ಗಂಗರಾಜ ಮತ್ತು ಪುಣಿಸರಾಜ ಜೈನಧರ್ಮವಲಂಬಿಗಳಾಗಿದ್ದರು. ಗಂಗರಾಜ **'ಮಹಾಪ್ರಚಂಡ ದಂಡನಾಯಕ', 'ಮಹಾಸಾಮಂತಾಧಿಪತಿ'** ಮೊದಲಾದ ಬಿರುದುಗಳನ್ನು ಹೊಂದಿದ್ದನು. ಜೈನ ವಿದ್ವಾಂಸ **ರಾಜಾದಿತ್ಯ** ಈ ಕಾಲದಲ್ಲಿ ಜೀವಿಸಿದ್ದನು. ಅವನು ಗಣಿತ ಶಾಸ್ತ್ರವನ್ನು ಕುರಿತು **'ಕ್ಷೇತ್ರಗಣಿತ', 'ವ್ಯವಹಾರ ಗಣಿತ'** ಹಾಗೂ **'ಲೀಲಾವತಿ'** ಎಂಬ ಕೃತಿಗಳನ್ನು ಕನ್ನಡದಲ್ಲಿ ರಚಿಸಿದನು. **ಪ್ರಭಾಚಂದ್ರ** ಈ ಕಾಲದ ಮತ್ತೊಬ್ಬ ಪ್ರಸಿದ್ಧ ಜೈನ ವಿದ್ವಾಂಸನಾಗಿದ್ದನು.

ವಿಷ್ಣುವರ್ಧನನ ವ್ಯಕ್ತಿತ್ವ

ವಿಷ್ಣುವರ್ಧನನ ಆಡಳಿತಕಾಲ ಹೊಯ್ಸಳ ಚರಿತ್ರೆಯಲ್ಲಿ ಒಂದು ಉಜ್ವಲ ಅಧ್ಯಾಯವಾಗಿದೆ. ಚಾಳುಕ್ಯರ ಹಿಡಿತದಿಂದ ತನ್ನ ರಾಜ್ಯವನ್ನು ಸ್ವತಂತ್ರಗೊಳಿಸುವುದು ಅವನಿಗೆ ಸಾಧ್ಯವಾಗದಿದ್ದರೂ ಅವನ ಕಾಲದಲ್ಲಿ ಹೊಯ್ಸಳ ರಾಜ್ಯದ ಮೇಲೆ ಚಾಳುಕ್ಯರ ಅಧಿಕಾರ ಕೇವಲ ನೆಪ ಮಾತ್ರವಾಗಿತ್ತು. ತನ್ನ ಆಳ್ವಿಕೆಯ ಅಂತ್ಯ ಕಾಲದಲ್ಲಿ ಅವನು ವಾಸ್ತವವಾಗಿ ಸ್ವತಂತ್ರನಾಗಿಯೇ ಆಳಿದನು. ಈ ಬಗ್ಗೆ ಡಾ.ಪಿ.ಬಿ.ದೇಸಾಯಿ ಹೀಗೆ ಬರೆದಿದ್ದಾರೆ. **"ಸ್ವತಂತ್ರನಾಗುವ ಅವನ ಪ್ರಯತ್ನಗಳನ್ನು ವಿಕ್ರಮಾದಿತ್ಯ ವಿಫಲಗೊಳಿಸಿದನಾದರೂ ವಿಷ್ಣುವರ್ಧನನ ಸಾಧನೆಗಳು ಗೌಣವಾದವುಗಳಲ್ಲ. ಅವನ ಪ್ರಭಾವ ಉತ್ತರದಲ್ಲಿ ಬೆಳವೊಲ ಮತ್ತು ಬಳ್ಳಾರಿಯವರೆಗೂ ವಿಸ್ತರಿಸಿತ್ತು ಮತ್ತು ತನ್ನ ಅಧಿಕಾರದ ಉತ್ತರಾರ್ಧದಲ್ಲಿ ಅವನು ಬಹುತೇಕ ಸ್ವತಂತ್ರನಾಗಿಯೇ ಆಳಿದನು."**

ವಿಷ್ಣುವರ್ಧನ ನಿಸ್ಸಂದೇಹವಾಗಿ ಒಬ್ಬ ಶ್ರೇಷ್ಠ ಯೋಧ ಹಾಗೂ ಮಹತ್ವಾಕಾಂಕ್ಷಿ ಅರಸನಾಗಿದ್ದನು. ಅವನ ಕಾಲದಲ್ಲಿ ಹೊಯ್ಸಳ ರಾಜ್ಯ ವಿಸ್ತಾರವಾಯಿತು ಹಾಗೂ ಬಲಗೊಂಡಿತು. **ಹಳೇಬೀಡು ಅಥವಾ ದ್ವಾರಸಮುದ್ರ ರಾಜಧಾನಿಯಾಯಿತು.** ಅವನು ಯುದ್ಧ ಕಲೆಯಲ್ಲಿ ನಿಪುಣನಾಗಿದ್ದನು. ಚೋಳರು ಹಾಗೂ ಚಾಳುಕ್ಯರ ವಿರುದ್ಧ ಅವನ ವಿಜಯಗಳು ಅದಕ್ಕೆ ನಿದರ್ಶನಗಳಾಗಿವೆ. **ಪ್ರೊ.ಎಸ್.ಕೆ. ಐಯ್ಯಂಗಾರ್** ಅವನನ್ನು **"ಹೊಯ್ಸಳ ರಾಜ್ಯದ ನಿಜವಾದ ನಿರ್ಮಾಪಕ"** ಎಂದು ವರ್ಣಿಸಿದ್ದಾರೆ.

ವಿಷ್ಣುವರ್ಧನ ತನ್ನ ಹೆಸರಿನಲ್ಲಿ ನಾಣ್ಯಗಳನ್ನು ಟಂಕಿಸಿ ಚಲಾವಣೆಗೆ ತಂದ ಮೊದಲ ಹೊಯ್ಸಳ ದೊರೆ. ಅವನು ಚಿನ್ನದ ನಾಣ್ಯಗಳನ್ನು ಚಲಾವಣೆಗೆ ತಂದನು. ಕೆಲವು ನಾಣ್ಯಗಳ ಮೇಲೆ **'ಶ್ರೀತಲಕಾಡುಗೊಂಡ'** ಮತ್ತು **'ಶ್ರೀನೊಳಂಬವಾಡಿಗೊಂಡ'** ಎಂಬ ಹೆಸರನ್ನು ಕಾಣಬಹುದಾಗಿದೆ. ಈ ನಾಣ್ಯಗಳ ಇನ್ನೊಂದು ಮುಖದಲ್ಲಿ ಶಾರ್ದೂಲ (ಹುಲಿ)ದ ಚಿತ್ರವಿದೆ.

ಎರಡನೇ ಬಲ್ಲಾಳ (ಕ್ರಿ.ಶ.1173–1220)

ವಿಷ್ಣುವರ್ಧನನ ಮರಣಾನಂತರ ಅವನ ಮಗ ಒಂದನೇ ವಿಜಯನರಸಿಂಹ ಅಧಿಕಾರಕ್ಕೆ ಬಂದನು. ಅವನ ದುರ್ಬಲ ಆಳ್ವಿಕೆಯ ಕಾಲದಲ್ಲಿ ಹೊಯ್ಸಳರ ಶತ್ರುಗಳು ಪ್ರಬಲರಾದರು. ನೊಳಂಬವಾಡಿ ಹೊಯ್ಸಳರ ಕೈತಪ್ಪಿತು. ಈ ಅವಧಿಯಲ್ಲಿ **ಕಲಚುರಿ ಎರಡನೇ ಬಿಜ್ಜಳ ಚಾಳುಕ್ಯರಿಂದ** ಅಧಿಕಾರವನ್ನು ಕಸಿದುಕೊಂಡನು. ಅಲ್ಲದೆ ಕಲಚುರಿಗಳು ಹೊಯ್ಸಳರನ್ನು ಸೋಲಿಸಿ ಬನವಾಸಿಯನ್ನು ವಶಪಡಿಸಿಕೊಂಡರು. ಕೊಂಗಾಳ್ವರು ಹಾಗೂ ಚೆಂಗಾಳ್ವರು ದಂಗೆ ಎದ್ದರು. ಈ ದಂಗೆಗಳನ್ನು ನರಸಿಂಹ ಹತ್ತಿಕ್ಕಿದನಾದರೂ ಅವನ ವಿರುದ್ಧ ಅವನ ಮಗ ಎರಡನೇ ಬಲ್ಲಾಳನೇ ದಂಗೆ ಎದ್ದು ಕ್ರಿ.ಶ.1173ರಲ್ಲಿ ಅಧಿಕಾರವನ್ನು ಕಸಿದುಕೊಂಡನು. ಎರಡನೇ ಬಲ್ಲಾಳ ಹೊಯ್ಸಳ ವಂಶದ ಮತ್ತೊಬ್ಬ ಸಮರ್ಥ ದೊರೆ. ಅವನ ಆಡಳಿತ ಕಾಲದಲ್ಲಿ ಹೊಯ್ಸಳ ವಂಶದ ಕೀರ್ತಿ ಉತ್ತುಂಗಕ್ಕೇರಿತು. ಎಲ್ಲ ದಿಕ್ಕುಗಳಲ್ಲೂ ರಾಜ್ಯವನ್ನು ವಿಸ್ತರಿಸಿದ ಬಲ್ಲಾಳ **'ದಕ್ಷಿಣ ಚಕ್ರವರ್ತಿ', 'ಹೊಯ್ಸಳ ಚಕ್ರವರ್ತಿ'** ಎಂಬ ಬಿರುದುಗಳನ್ನು ಧರಿಸಿದನು. ಅವನ ಕಾಲದಲ್ಲಿ ಕಲಚುರಿಗಳೂ ಹಾಗೂ ಚಾಳುಕ್ಯರು ಅಧಿಕಾರ ಕಳೆದುಕೊಂಡಿದ್ದರಿಂದ ಹೊಯ್ಸಳರು ಸ್ವತಂತ್ರರಾದರು ಮತ್ತು ಎರಡನೇ ಬಲ್ಲಾಳ **ಹೊಯ್ಸಳರ ಪ್ರಥಮ ಸ್ವತಂತ್ರ ಅರಸನಾದನು.** ವಿಷ್ಣುವರ್ಧನನ ಕನಸು ಬಲ್ಲಾಳನ ಕಾಲದಲ್ಲಿ ನನಸಾಯಿತು. ಈ ಕಾಲದಲ್ಲೇ ಉತ್ತರ ಭಾರತದ ರಾಜಕೀಯದಲ್ಲಿ ಒಂದು ಮಹತ್ವದ ಬೆಳವಣಿಗೆಯಾಯಿತು. 1192ರಲ್ಲಿ **ಘುರ್‌ನ ಮುಹಮ್ಮದ್ ಎರಡನೇ ತರೈನ್ ಕದನದಲ್ಲಿ ಪೃಥ್ವೀರಾಜನನ್ನು ಸೋಲಿಸಿ ಡೆಲ್ಲಿ ಸುಲ್ತಾನಾಧಿಪತ್ಯಕ್ಕೆ ಅಸ್ತಿಭಾರ ಹಾಕಿದನು.**

ಬಲ್ಲಾಳ ಅಸಾಮಾನ್ಯ ಪರಾಕ್ರಮಿಯಾಗಿದ್ದನು. ತನ್ನ ವಿರುದ್ಧ ಬಂಡಾಯವೆದ್ದ ಚೆಂಗಾಳ್ವರು ಮತ್ತು ಕೊಂಗಾಳ್ವರನ್ನು ಹತ್ತಿಕ್ಕಿದನು. 1177 ರಲ್ಲಿ **ಪಾಂಡ್ಯರನ್ನು ಸೋಲಿಸಿ ಉಚ್ಚಂಗಿ ಕೋಟೆಯನ್ನು ವಶಪಡಿಸಿಕೊಂಡನು.** ಅನಂತರ ಬನವಾಸಿಯ ಮೇಲೆ ದಾಳಿ ನಡೆಸಿದನು. ಆದರೆ ಅದನ್ನು ವಶಪಡಿಸಿಕೊಳ್ಳಲಿಲ್ಲ.

ಬಲ್ಲಾಳನ ಕಾಲದಲ್ಲಿ ಕಲಚುರಿಗಳಿಂದ ಚಾಳುಕ್ಯ ನಾಲ್ಕನೇ ಸೋಮೇಶ್ವರ ಕಲ್ಯಾಣವನ್ನು ಪುನರಾಕ್ರಮಿಸಿಕೊಂಡರೂ ಚಾಳುಕ್ಯರ ಸಾರ್ವಭೌಮತ್ವ ಪುನರ್‌ಸ್ಥಾಪನೆಯಾಗಲಿಲ್ಲ. ಚಾಳುಕ್ಯರ ದೌರ್ಬಲ್ಯದ ಲಾಭ ಪಡೆಯಲು ದಕ್ಷಿಣದ ಹೊಯ್ಸಳರು ಮತ್ತು ಉತ್ತರದ ಸೇವಣರು ತೀವ್ರ ಪ್ರಯತ್ನ ನಡೆಸಿದರು. ಸೇವಣ ದೊರೆ ಐದನೇ ಭೀಮನನ್ನು ಎದುರಿಸಲಾಗದೆ ಸೋಮೇಶ್ವರ ಬನವಾಸಿಗೆ ತೆರಳಿ ಕದಂಬರ ಆಶ್ರಯ ಪಡೆದನು. ಈ ಹಂತದಲ್ಲಿ ಚಾಳುಕ್ಯರ ಸಾಮಂತರಾಗಿದ್ದ ಹೊಯ್ಸಳರು ಹಾಗೂ ಸೇವಣರ ನಡುವೆ ತೀವ್ರ ಘರ್ಷಣೆ ಸಂಭವಿಸಿತು ಹಾಗೂ **ಕರ್ನಾಟಕ ಇಬ್ಬರ ನಡುವೆ ಹಂಚಿಕೆಯಾಯಿತು.** ಬಲ್ಲಾಳನ ನೇತೃತ್ವದ ಹೊಯ್ಸಳರು ಹಾಗೂ **ಐದನೇ ಬಿಲ್ಲಮನ** ನೇತೃತ್ವದ ಸೇವಣರ ನಡುವೆ ಕ್ರಿ.ಶ. 1190 ರಲ್ಲಿ ತುಂಗಭದ್ರಾ ತೀರದ **ಸೊರಟೂರ್**‌ನಲ್ಲಿ ತೀವ್ರ ಕಾಳಗ ನಡೆದು ಬಲ್ಲಾಳ ವಿಜಯಶಾಲಿಯಾದನು. ಅದರಿಂದಾಗಿ ಸಂಪದ್ಭರಿತವಾದ ಬೆಳುವೊಲ (ಅಣ್ಣಿಗೇರಿ–ಗದಗ) ಪ್ರದೇಶ ಅವನ ವಶವಾಯಿತು. ಲಕ್ಕುಂಡಿ ಅವನ ತತ್ಕಾಲಿಕ ರಾಜಧಾನಿಯಾಯಿತು. ಮಲಪ್ರಭಾ ನದಿ ಹೊಯ್ಸಳ ಮತ್ತು ಸೇವಣ ರಾಜ್ಯಗಳ ನಡುವಿನ ಗಡಿಯಾಯಿತು. ಈ ವಿಜಯದೊಂದಿಗೆ ಹೊಯ್ಸಳರ ಸ್ವಾತಂತ್ರ್ಯದ ಪರ್ವ ಆರಂಭವಾಯಿತು. ಇದರ ನೆನಪಿಗಾಗಿ ಬಲ್ಲಾಳ ಹೊಸ ಶಕೆಯನ್ನು ಆರಂಭಿಸಿದನು ಮತ್ತು ಸಾರ್ವಭೌಮತ್ವದ ಸಂಕೇತವಾಗಿ **'ಮಹಾರಾಜಾಧಿರಾಜ', 'ರಾಜಪರಮೇಶ್ವರ', 'ಸಮಸ್ತ ಭುವನಾಶ್ರಯ', 'ಯಾದವ ಚಕ್ರವರ್ತಿ'** ಮೊದಲಾದ ಬಿರುದುಗಳನ್ನು ಧರಿಸಿದನು. 1196ರ ಒಂದು ಶಾಸನದಲ್ಲಿ ಬಲ್ಲಾಳ ಬನವಾಸಿ, ಹಾನಗಲ್, ಹಲಸಿ, ಹುಲಿಗೆರೆ **(ಲಕ್ಷ್ಮೇಶ್ವರ)** ನೊಳಂಬವಾಡಿ, ಬೆಳುವೊಲ ಮೊದಲಾದ ಪ್ರದೇಶಗಳ ಮೇಲೆ ಅಧಿಕಾರ ಹೊಂದಿದ್ದನೆಂದು ಉಲ್ಲೇಖಿಸಲಾಗಿದೆ.

ಆದರೆ ಹೊಯ್ಸಳ–ಸೇವಣ ಸಂಘರ್ಷ ಅಲ್ಲಿಗೆ ಅಂತ್ಯಗೊಳ್ಳಲಿಲ್ಲ. ಭಿಲ್ಲಮನ ಮೊಮ್ಮಗ ಎರಡನೇ ಸಿಂಘಣ ಹೊಯ್ಸಳರಿಂದ ಬೆಳುವೊಲ ಪ್ರದೇಶವನ್ನು ಕಸಿದುಕೊಂಡನು. ಹೀಗಾಗಿ ಹೊಯ್ಸಳರು ತುಂಗಭದ್ರಾ ನದಿಯ ಉತ್ತರಭಾಗದ ಎಲ್ಲ ಪ್ರದೇಶವನ್ನು ಕಳೆದುಕೊಂಡರು.

ಬಲ್ಲಾಳ ದಕ್ಷಿಣದಲ್ಲಿ ಚೋಳ ರಾಜ್ಯದ ವ್ಯವಹಾರಗಳಲ್ಲೂ ಹಸ್ತಕ್ಷೇಪ ಮಾಡಿದನು. ಬಹುಶಃ ಅವನು ಚೋಳ ವಂಶದ ಚೋಳ ಮಹಾದೇವಿಯನ್ನು ವಿವಾಹವಾಗಿದ್ದನು ಹಾಗೂ ತನ್ನ ಮಗಳನ್ನು ಚೋಳ ದೊರೆ ಮೂರನೇ ಕುಲೋತ್ತುಂಗನಿಗೆ ವಿವಾಹ ಮಾಡಿಕೊಟ್ಟಿದ್ದನು. ಸಾಮಂತನಾಗಿದ್ದ **ಮಾರವರ್ಮ ಸುಂದರ ಪಾಂಡ್ಯ** ಚೋಳರ ವಿರುದ್ಧ ದಂಗೆ ಎದ್ದು ಮೂರನೇ ಕುಲೋತ್ತುಂಗನನ್ನು ಪದಚ್ಯುತಗೊಳಿಸಿದಾಗ ಬಲ್ಲಾಳ ತನ್ನ ಮಗ ಎರಡನೇ ನರಸಿಂಹನ ನೇತೃತ್ವದಲ್ಲಿ ಸೈನ್ಯವನ್ನು ಕಳುಹಿಸಿ ಕುಲೋತ್ತುಂಗನನ್ನು ಮತ್ತೆ ಅಧಿಕಾರದಲ್ಲಿ ಪುನರ್ ಪ್ರತಿಷ್ಠಾಪಿಸಿದನು. ಅದರಿಂದಾಗಿ ಅವನಿಗೆ **'ಚೋಳರಾಜ್ಯ ಪ್ರತಿಷ್ಠಾಚಾರ್ಯ'** ಎಂಬ ಬಿರುದು ಪ್ರಾಪ್ತವಾಯಿತು.

ಎರಡನೇ ಬಲ್ಲಾಳ ಹೊಯ್ಸಳ ಸಂತತಿಯ ಪ್ರಥಮ ಸಾರ್ವಭೌಮ ಅರಸ. ಅವನ ಕಾಲದಲ್ಲಿ ಹೊಯ್ಸಳ ರಾಜ್ಯ ಸ್ವತಂತ್ರ ಅಸ್ತಿತ್ವ ಪಡೆಯಿತು. ಮಹತ್ವಾಕಾಂಕ್ಷೆಯ ಅರಸನಾಗಿದ್ದ ಅವನು ತನ್ನ ವಂಶದ ಕೀರ್ತಿಯನ್ನು ಉತ್ತುಂಗಕ್ಕೇರಿಸಿದನು. ಸಾಹಿತ್ಯ ಹಾಗೂ ಕಲೆಯ ಪೋಷಕನಾಗಿದ್ದ ಅವನು ಸಾಹಿತಿಗಳಿಗೆ ಆಶ್ರಯ ನೀಡಿದ್ದನು ಹಾಗೂ ಹಲವಾರು ದೇಗುಲಗಳನ್ನು ನಿರ್ಮಿಸಿದನು. **ಕವಿಚಕ್ರವರ್ತಿ ಜನ್ನ** ಅವನ ಆಸ್ಥಾನದಲ್ಲಿದ್ದನು. ಅವನು **'ಯಶೋಧರ ಚರಿತ್ರೆ'** ಎಂಬ ಶ್ರೇಷ್ಠ ಕಾವ್ಯವನ್ನು ರಚಿಸಿದನು. ರುದ್ರಭಟ್ಟನು **'ಜಗನ್ನಾಥ ವಿಜಯ'**ವನ್ನು, ನೇಮಿಚಂದ್ರನು **'ಲೀಲಾವತಿ'** ಹಾಗೂ **'ನೇಮಿನಾಥ ಪುರಾಣ'** ಅಥವಾ **'ಅರ್ಧನೇಮಿಪುರಾಣ'**ವನ್ನು ರಚಿಸಿದನು. ಹಳೇಬೀಡಿನ **ಕೇದಾರೇಶ್ವರ, ಅಮೃತಾಪುರದ ಅಮೃತೇಶ್ವರ,** ಅರಸೀಕೆರೆಯ **ಈಶ್ವರ** ಮೊದಲಾದ ದೇವಾಲಯಗಳು ಇವನ ಕಾಲದಲ್ಲಿ ನಿರ್ಮಾಣವಾದವು. ಅವನು ಮರಣಹೊಂದಿದಾಗ ಅವನ ಗರುಡನಾಗಿದ್ದ ಲಕ್ಷ್ಮ, ಲಕ್ಷ್ಮನ ಪತ್ನಿ ಸುಗ್ಗಲದೇವಿ ಹಾಗೂ ಒಂದು ಸಾವಿರ ಇತರ ಗರುಡರು ಪ್ರಾಣತ್ಯಾಗ ಮಾಡಿದರು.

ಎರಡನೇ ನರಸಿಂಹ (ಕ್ರಿ.ಶ. 1220–1235)

ಎರಡನೇ ಬಲ್ಲಾಳನ ನಂತರ ಅವನ ಮಗ ಎರಡನೇ ನರಸಿಂಹ ಅಧಿಕಾರಕ್ಕೆ ಬಂದನು. ತಂದೆಯ ಕಾಲದಲ್ಲೇ ಯುವರಾಜನಾಗಿ ಅಪಾರ ಅನುಭವ ಪಡೆದಿದ್ದ ನರಸಿಂಹನಿಗೆ ಉತ್ತರದ ಸೇವಣರನ್ನು ಎದುರಿಸುವುದು ಹಾಗೂ ದಕ್ಷಿಣದಲ್ಲಿ ಚೋಳರನ್ನು ರಕ್ಷಿಸುವುದು ಕಠಿಣವಾಗಲಿಲ್ಲ. ಯುವರಾಜನಾಗಿದ್ದಾಗ ಚೋಳ ಮೂರನೇ ಕುಲೋತ್ತುಂಗನಿಗೆ ಪಾಂಡ್ಯರ ವಿರುದ್ಧ ಸಹಾಯ ಮಾಡಿದ್ದನು. ಮತ್ತೆ ಚೋಳ ದೊರೆ ಮೂರನೇ ರಾಜರಾಜನಿಗೆ ಪಾಂಡ್ಯರಿಂದ ಸಂಕಷ್ಟ ಎದುರಾದಾಗ ನರಸಿಂಹ ಚೋಳ ದೊರೆಯ ಸಹಾಯಕ್ಕೆ ಧಾವಿಸಿದನು. ಚೋಳರಿಂದ ಕಣ್ಣಾನೂರು ಪ್ರದೇಶವನ್ನು ಪಡೆದುಕೊಂಡು ಅಲ್ಲಿ ಚೋಳರ ಸಹಾಯಕ್ಕಾಗಿ ತನ್ನ ಮಗ ಸೋಮೇಶ್ವರನ ನೇತೃತ್ವದಲ್ಲಿ ಸೈನ್ಯವನ್ನು ನೆಲೆಗೊಳಿಸಿದನು. ಆದಾಗ್ಯೂ ಚೋಳರ ಅಧಿಕಾರ ಸ್ಥಿರವಾಗಲಿಲ್ಲ. ಚೋಳರ ಸಾಮಂತನಾದ ಕಾಡವ ನಾಯಕ ಕೊಪ್ಪೆರುಂಜಿಗ ಮೂರನೇ ರಾಜರಾಜನನ್ನು ಸೋಲಿಸಿ ಸೇಂದಮಂಗಲಮ್‌ನಲ್ಲಿ ಬಂಧನದಲ್ಲಿಟ್ಟನು. ಮತ್ತೆ ಸೈನ್ಯದೊಂದಿಗೆ ತಮಿಳುನಾಡಿಗೆ ತೆರಳಿದ ನರಸಿಂಹ ರಾಜರಾಜನನ್ನು ಸೆರೆಯಿಂದ ಬಿಡಿಸಿ ಸಿಂಹಾಸನದಲ್ಲಿ ಪ್ರತಿಷ್ಠಾಪಿಸಿದನು. ಪಾಂಡ್ಯದೊರೆ ಮಾರವರ್ಮ ಸುಂದರ ಪಾಂಡ್ಯನನ್ನು ಮಹೇಂದ್ರಮಂಗಳಮ್‌ನಲ್ಲಿ ಸೋಲಿಸಿದನು. ಹೀಗೆ ನರಸಿಂಹ **'ಚೋಳ ರಾಜ್ಯ ಪುನರ್‌ಸ್ಥಾಪಕ'** ನೆಂದು ಪ್ರಶಂಸಿಸಲ್ಪಟ್ಟನು. **ಕಣ್ಣಾನೂರು ಪ್ರದೇಶ ಹೊಯ್ಸಳ ರಾಜ್ಯದ ಭಾಗವಾಯಿತು.** ಚೋಳ ರಾಜ್ಯದಲ್ಲಿ ಹೊಯ್ಸಳರ ಕೀರ್ತಿ ಹೆಚ್ಚಿತು.

ನರಸಿಂಹ ಚೋಳರ ವ್ಯವಹಾರದಲ್ಲಿ ಮಗ್ನನಾಗಿದ್ದಾಗ **ಸೇವಣ ದೊರೆ ಮಹಾದೇವ** ಹೊಯ್ಸಳರ ಪ್ರದೇಶಗಳ ಮೇಲೆ ದಾಳಿ ನಡೆಸಿದನು. ಆದರೆ ಅವನು ಹೊಯ್ಸಳರಿಂದ ಪರಾಜಿತನಾದನೆಂದು ಹೊಯ್ಸಳ ಶಾಸನಗಳು ಹೇಳುತ್ತವೆ. ಅದರ ಆಧಾರದ ಮೇಲೆ **ಎ.ಎಸ್.ಆಲ್ಟೇಕರ್** ಮಹಾದೇವ ಹೊಯ್ಸಳರಿಂದ ಪರಾಜಿತನಾದನೆಂಬುದು ವಾಸ್ತವದ ಸಂಗತಿ ಎಂದು ಹೇಳಿದ್ದಾರೆ.

ನರಸಿಂಹ ಸಾಹಿತ್ಯ ಮತ್ತು ಕಲೆಯ ಮಹಾಪೋಷಕನೂ ಆಗಿದ್ದನು. ಹಲವಾರು ಸಂಸ್ಕೃತ ಹಾಗೂ ಕನ್ನಡ ಕವಿಗಳು ಅವನ ಆಸ್ಥಾನದಲ್ಲಿದ್ದರು. ಅವರಲ್ಲಿ ಪ್ರಮುಖನಾದವನು **ಎರಡನೇ ವಿದ್ಯಾಚಕ್ರವರ್ತಿನ್.** ಅವನ ಕಾಲದಲ್ಲಿ ಹರಿಹರದ **ಹರಿಹರೇಶ್ವರ,** ಹಾರ್ನಹಳ್ಳಿಯ **ಸೋಮೇಶ್ವರ ಮತ್ತು ಕೇಶವ,** ಬಸ್ರಾಳ್‌ನ **ಮಲ್ಲಿಕಾರ್ಜುನ** ಮೊದಲಾದ ದೇವಾಲಯಗಳು ನಿರ್ಮಾಣವಾದವು.

ನರಸಿಂಹನ ಮರಣಾನಂತರ ಅವನ ಮಗ ಸೋಮೇಶ್ವರ ಸಿಂಹಾಸನವನ್ನೇರಿದನು. ಅವನ ಕಾಲದಲ್ಲಿ ಉತ್ತರದ ಸೇವಣರು ಹೊಯ್ಸಳರಿಗೆ ಸೇರಿದ ತುಂಗಭದ್ರಾ ನದಿಯ ದಕ್ಷಿಣ ಭಾಗದ ಹಲವು ಪ್ರದೇಶಗಳನ್ನು ವಶಪಡಿಸಿಕೊಂಡರು. ದಕ್ಷಿಣದಲ್ಲಿ ಚೋಳ ದೊರೆ ಮೂರನೇ ರಾಜೇಂದ್ರನು ಹೊಯ್ಸಳರನ್ನು ಧಿಕ್ಕರಿಸಿದನು. ಪ್ರಾರಂಭದಲ್ಲಿ ಈ ರಾಜೇಂದ್ರ ಸೋಮೇಶ್ವರನನ್ನು **"ಮಾಮ"** ಎಂದು ಕರೆಯುತ್ತಿದ್ದ ಬಗ್ಗೆ ದಾಖಲೆಗಳಿವೆ. ಈ ಹಿನ್ನೆಲೆಯಲ್ಲಿ ಸೋಮೇಶ್ವರ ಚೋಳರ ವಿರುದ್ಧ ಪಾಂಡ್ಯರನ್ನು ಬೆಂಬಲಿಸಿದನು. ಸೋಮೇಶ್ವರ ಕಣ್ಣಾನೂರನ್ನು ತನ್ನ ಖಾಯಂ ನೆಲೆಯಾಗಿ ಮಾಡಿಕೊಂಡನು. ಕ್ರಿ.ಶ. 1253ರ ಒಂದು ಶಾಸನದ ಪ್ರಕಾರ ಅವನ ಇಬ್ಬರು ಮಕ್ಕಳಾದ ಮೂರನೇ ನರಸಿಂಹ ಹಾಗೂ ರಾಮನಾಥನ ನಡುವೆ ತೀವ್ರ ಭಿನ್ನಾಭಿಪ್ರಾಯಗಳು ಉಂಟಾದದ್ದರ ಹಿನ್ನೆಲೆಯಲ್ಲಿ **ಸೋಮೇಶ್ವರ ತನ್ನ ರಾಜ್ಯವನ್ನು ಇಬ್ಭಾಗ ಮಾಡಿದನು. ಉತ್ತರದ ಭಾಗವನ್ನು (ದ್ವಾರ ಸಮುದ್ರ)ನರಸಿಂಹನಿಗೂ ಮತ್ತು ದಕ್ಷಿಣದ ಭಾಗವನ್ನು ರಾಮನಾಥನಿಗೂ ನೀಡಿದನು.** ಸ್ವತಃ ಸೋಮೇಶ್ವರ ರಾಮನಾಥನೊಂದಿಗೆ ಕಣ್ಣಾನೂರ್‌ನಲ್ಲಿ ನೆಲೆಸಿದನು ಮತ್ತು ಒಂದನೇ ಜಾತವರ್ಮ ಸುಂದರ ಪಾಂಡ್ಯನೊಂದಿಗೆ ನಡೆದ ಹೋರಾಟದಲ್ಲಿ ಕೊಲ್ಲಲ್ಪಟ್ಟನು. ಮುಂದೆ ಮೂರನೇ ಬಲ್ಲಾಳನ ಕಾಲದಲ್ಲಿ ಎರಡೂ ಭಾಗಗಳು ಮತ್ತೆ ಒಂದುಗೂಡಿದವು.

ಮೂರನೇ ಬಲ್ಲಾಳ (ಕ್ರಿ.ಶ.1291–1342)

ಸೋಮೇಶ್ವರನ ಮರಣಾನಂತರ ಸುಮಾರು ನಾಲ್ಕು ದಶಕಗಳವರೆಗೆ ಮೂರನೇ ನರಸಿಂಹ ಹೊಯ್ಸಳ ರಾಜ್ಯದ ಉತ್ತರ ಭಾಗವನ್ನು ಹಾಗೂ ರಾಮನಾಥ ದಕ್ಷಿಣ ಭಾಗವನ್ನು ಆಳಿದರು. ಇಬ್ಬರ ನಡುವೆ ವೈಷಮ್ಯ ಮುಂದುವರಿದಿದ್ದರಿಂದ ಹೊಯ್ಸಳರು ದುರ್ಬಲರಾದರು. ನರಸಿಂಹನ ನಿಧನಾನಂತರ ಅವನ ಮಗ ಮೂರನೇ ಬಲ್ಲಾಳ ಕ್ರಿ.ಶ. 1291ರಲ್ಲಿ ಸಿಂಹಾಸನವನ್ನೇರಿದನು. ಅಂತೆಯೇ 1295ರಲ್ಲಿ ರಾಮನಾಥನ ನಂತರ ಅವನ ಮಗ ವಿಶ್ವನಾಥ ಅಧಿಕಾರಕ್ಕೆ ಬಂದನು. ಅವನನ್ನು ಪದಚ್ಯುತಗೊಳಿಸಿದ ಬಲ್ಲಾಳ **ಕ್ರಿ.ಶ. 1301 ರ ವೇಳೆಗೆ ಹೊಯ್ಸಳ ರಾಜ್ಯದ ಎರಡೂ ಭಾಗಗಳನ್ನು ಒಂದುಗೂಡಿಸಿದನು.**

ಮೂರನೇ ಬಲ್ಲಾಳ ಹೊಯ್ಸಳ ವಂಶದ ಕೊನೆಯ ಶ್ರೇಷ್ಠ ದೊರೆ. ಅವನು ತನ್ನ ಅಧಿಕಾರಾವಧಿಯಲ್ಲಿ ನಿರಂತರವಾಗಿ ಶತ್ರುಗಳೊಂದಿಗೆ ಹೋರಾಡಬೇಕಾಯಿತು. ಪ್ರಾರಂಭದಲ್ಲಿ ದೇವಗಿರಿಯ ಸೇವಣ ರಾಮಚಂದ್ರನೊಂದಿಗೆ ಹೋರಾಡಬೇಕಾಯಿತು. ಅನಂತರ ಎರಡು ಬಾರಿ ಡೆಲ್ಲಿ ಸುಲ್ತಾನರ ದಾಳಿಯನ್ನು ಎದುರಿಸಬೇಕಾಯಿತು. ಅದರ ನಡುವೆ ಪಾಂಡ್ಯ ರಾಜ್ಯದ ಆಂತರಿಕ ವ್ಯವಹಾರಗಳಲ್ಲಿ ಪಾಲ್ಗೊಳ್ಳಬೇಕಾಯಿತು. ಈ ಎಲ್ಲ ಸಮಸ್ಯೆಗಳನ್ನು ಜಾಣ್ಮೆಯಿಂದ ಎದುರಿಸಿ ಹೊಯ್ಸಳ ರಾಜ್ಯದ ಅಸ್ತಿತ್ವವನ್ನು ಉಳಿಸಿಕೊಂಡಿದ್ದು ಬಲ್ಲಾಳನ ಸಾಧನೆಯೆಂದೇ ಹೇಳಬೇಕು.

ದೇವಗಿರಿಯ ರಾಮಚಂದ್ರ ಸ್ವತಃ 1296ರಲ್ಲಿ **ಡೆಲ್ಲಿಯ ಅಲಾವುದ್ದೀನ್ ಖಿಲ್ಜಿಯಿಂದ** ಪರಾಜಿತನಾಗಿದ್ದರೂ ಹೊಯ್ಸಳರ ಮೇಲಿನ ವೈಷಮ್ಯವನ್ನು ತೊರೆದಿರಲಿಲ್ಲ. ಕ್ರಿ.ಶ. 1303 ರಲ್ಲಿ ಹೊಳಲ್ಕೆರೆ ಬಳಿ ಸೇವಣರೊಂದಿಗೆ ನಡೆದ ಕದನದಲ್ಲಿ ಹೊಯ್ಸಳ ಸೇನಾನಿ ಸೋಮಯ್ಯ ದಂಡನಾಯಕ ಹತನಾದನು. ಅನಂತರ ಕ್ರಿ.ಶ. 1305ರಲ್ಲಿ ಸ್ವತಃ ಸೈನ್ಯವನ್ನು ಮುನ್ನಡೆಸಿದ ಬಲ್ಲಾಳ ರಾಮಚಂದ್ರನನ್ನು ಸೋಲಿಸಿ ಅವನಿಂದ ಬನವಾಸಿ, ಸಂತಲಿಗೆ, ಕೂಗಲಿ ಮೊದಲಾದವುಗಳನ್ನು ಕಸಿದುಕೊಂಡನು. 1303ರಲ್ಲಿ ಅಳುಪರನ್ನು ಸೋಲಿಸಿ ತುಳುವ ನಾಡನ್ನು ವಶಪಡಿಸಿಕೊಂಡನು.

ಅನಂತರ ಬಲ್ಲಾಳ ಪಾಂಡ್ಯ ರಾಜ್ಯದ ವಿದ್ಯಮಾನಗಳತ್ತ ಗಮನ ಹರಿಸಿದನು. ಅಲ್ಲಿ **ಮಾರವರ್ಮ ಕುಲಶೇಖರ ಪಾಂಡ್ಯನ** ಹತ್ಯೆಯ ನಂತರ ಅವನ ಮಕ್ಕಳಾದ **ಸುಂದರಪಾಂಡ್ಯ** ಹಾಗೂ **ವೀರಪಾಂಡ್ಯನ** ನಡುವೆ ಅಧಿಕಾರಕ್ಕಾಗಿ ಅಂತರ್ಯುದ್ಧ ಆರಂಭವಾಗಿತ್ತು. ಬಲ್ಲಾಳ ಸುಂದರ ಪಾಂಡ್ಯನಿಗೆ ಸಹಾಯಮಾಡಲು 1310ರಲ್ಲಿ ಕಣ್ಣಾನೂರಿಗೆ ತೆರಳಿದನು. ಅದೇ ಸಂದರ್ಭದಲ್ಲಿ ಡೆಲ್ಲಿಯ ಸುಲ್ತಾನ ಅಲಾವುದ್ದೀನ್ ಖಿಲ್ಜಿಯ ದಂಡನಾಯಕ **ಮಲಿಕ್ ಕಾಫರ್** 1311ರ ಪ್ರಾರಂಭದಲ್ಲಿ ಹೊಯ್ಸಳ ರಾಜ್ಯದ ಮೇಲೆ ದಾಳಿ ಮಾಡಿದನು. ಅವನಿಗೆ ಹೊಯ್ಸಳರ ಶತ್ರುವಾಗಿದ್ದ ದೇವಗಿರಿಯ ರಾಮಚಂದ್ರನ ನೆರವೂ ಸಿಕ್ಕಿತು. ಸುದ್ದಿ ತಿಳಿದ ಬಲ್ಲಾಳ ರಾಜಧಾನಿಗೆ ಹಿಂದಿರುಗಿ ತೀವ್ರ ಹೋರಾಟ ನಡೆಸಿದನಾದರೂ ಸೋತು ಅಪಾರ ಸಂಪತ್ತನ್ನು ಕಾಫರ್‌ನಿಗೆ ಒಪ್ಪಿಸಬೇಕಾಯಿತು. ಅಲ್ಲದೆ ತನ್ನ ಮಗನನ್ನು ಕಾಫರ್‌ನೊಂದಿಗೆ ಡೆಲ್ಲಿಗೆ ಕಳುಹಿಸಬೇಕಾಯಿತು. ಡೆಲ್ಲಿಯಲ್ಲಿ ಹೊಯ್ಸಳ ರಾಜಕುಮಾರನನ್ನು ಉಚಿತವಾಗಿ ನಡೆಸಿಕೊಂಡ ಸುಲ್ತಾನ ಎರಡು ವರ್ಷಗಳ ನಂತರ ದ್ವಾರಸಮುದ್ರಕ್ಕೆ ಕಳುಹಿಸಿಕೊಟ್ಟನು. ಕಾಫರನ ದಾಳಿಯಿಂದ ನಾಶವಾಗಿದ್ದ ದ್ವಾರಸಮುದ್ರವನ್ನು 1316ರ ವೇಳೆಗೆ ಬಲ್ಲಾಳ ಪುನರ್ ನಿರ್ಮಿಸಿದನು. ಈ ನಡುವೆ ಮದುರೆಯಲ್ಲಿ ನಡೆಯುತ್ತಿದ್ದ ಅಂತರ್ಯುದ್ಧದಲ್ಲಿ ಸುಂದರಪಾಂಡ್ಯ ಜಯಗಳಿಸಿ ಅಧಿಕಾರಕ್ಕೆ ಬಂದನು. ತಿರುವಣ್ಣಾಮಲೈ ಪ್ರದೇಶ ಹೊಯ್ಸಳರಿಗೆ ದೊರೆಯಿತು.

ಡೆಲ್ಲಿಯಲ್ಲಿ ಖಿಲ್ಜಿಗಳ ನಂತರ ತುಘಲಕರು ಅಧಿಕಾರಕ್ಕೆ ಬಂದರು. ಈ ವಂಶದ **ಮುಹಮ್ಮದ್ ಬಿನ್ ತುಘಲಕ್** ಕ್ರಿ.ಶ. 1327ರಲ್ಲಿ ದ್ವಾರಸಮುದ್ರದ ಮೇಲೆ ದಂಡಯಾತ್ರೆ ಕಳುಹಿಸಿದನು. ಈ ಬಾರಿಯೂ ಬಲ್ಲಾಳ ಪರಾಜಿತನಾದನು. ದ್ವಾರಸಮುದ್ರವನ್ನು ಮುಸ್ಲಿಂ ಸೈನ್ಯ ಲೂಟಿ ಮಾಡಿದ್ದಲ್ಲದೆ ನಾಶಪಡಿಸಿತು. ಬಲ್ಲಾಳ ತಿರುವಣ್ಣಾಮಲೈಗೆ ಹಿಮ್ಮೆಟ್ಟಿದನು. ಮಧುರೆ ಮುಸ್ಲಿಂ ಗವರ್ನರ್ ಅಧೀನಕೊಳಪಟ್ಟಿತು. ಆದರೆ ಬಲ್ಲಾಳ ತನ್ನ ರಾಜ್ಯದ ಸ್ವತಂತ್ರ ಅಸ್ತಿತ್ವವನ್ನು ಉಳಿಸಿಕೊಳ್ಳುವಲ್ಲಿ ಸಫಲನಾದನು. ತನ್ನ ಮಗ ವಿರೂಪಾಕ್ಷನಿಂದ ರಾಜ್ಯದ ರಕ್ಷಣೆ ಅಸಾಧ್ಯ ಎಂಬುದನ್ನು ಅರಿತ ಬಲ್ಲಾಳ ಸಂಗಮ ಸಹೋದರರಲ್ಲಿ ಹಿರಿಯನಾದ ಹರಿಹರನನ್ನು ಉತ್ತರದ ಪ್ರದೇಶಗಳ ರಕ್ಷಣೆಗೆ ನೇಮಿಸಿ ಅವನಿಗೆ ಸ್ವತಂತ್ರ ನಿರ್ಧಾರಗಳನ್ನು ತೆಗೆದುಕೊಳ್ಳುವ ಅಧಿಕಾರ ನೀಡಿದನೆಂದು ಹೇಳಲಾಗಿದೆ. ಹೀಗೆ **ವಿಜಯನಗರ ಸಾಮ್ರಾಜ್ಯದ ಸ್ಥಾಪನೆಗೆ ಬಲ್ಲಾಳ ನೇರವಾಗಿ ಕಾರಣನಾದನು.**

ಮೂರನೇ ಬಲ್ಲಾಳನ ಬದುಕು ದುರಂತದಲ್ಲಿ ಕೊನೆಗೊಂಡಿತು. ತನ್ನ ರಾಜ್ಯದ ಸ್ವಾತಂತ್ರ್ಯಕ್ಕಾಗಿ ಹೋರಾಡಿದ ಅವನು ಮಧುರೆಯಲ್ಲಿ ಮುಸ್ಲಿಮರ ಆಡಳಿತವನ್ನು ಅಂತ್ಯಗೊಳಿಸಲೂ ಪ್ರಯತ್ನಿಸಿದನು. 1342ರಲ್ಲಿ ಅವನು ಕಣ್ಣಾನೂರು ಕೋಟೆಗೆ ಮುತ್ತಿಗೆ ಹಾಕಿದನು. ಅಲ್ಲಿ ಮಧುರೆಯ ಸುಲ್ತಾನ ಬಲಿಷ್ಠವಾದ ಸೈನ್ಯವನ್ನು ನೆಲೆಗೊಳಿಸಿದ್ದನು. ಮಧುರೆಯ ಸುಲ್ತಾನಾಧಿಪತ್ಯ 1335ರಲ್ಲಿ ಸ್ಥಾಪನೆಯಾಗಿತ್ತು. ಈ ಸಂದರ್ಭದಲ್ಲಿ ಮಧುರೆಯ ಸುಲ್ತಾನನಾಗಿದ್ದ **ಘಿಯಾಸುದ್ದೀನ್** ಮೋಸದಿಂದ ಬಲ್ಲಾಳನನ್ನು

ಸೆರೆಹಿಡಿದು ಅಮಾನುಷವಾಗಿ ಕೊಲ್ಲಿಸಿದನು. **ಬಲ್ಲಾಳನ ಪಾರ್ಥಿವ ಶರೀರವನ್ನು ಮಧುರೆಯ ಕೋಟೆಯ ಹೆಬ್ಬಾಗಿಲಿನಲ್ಲಿ ತೂಗುಹಾಕಿದ್ದನ್ನು ಪ್ರತ್ಯಕ್ಷ ಕಂಡಿದ್ದಾಗಿ ಇಬನ್ ಬಟೂಟ ಬರೆದಿದ್ದಾನೆ.** ಹೀಗೆ 80 ವರ್ಷದ ಬಲ್ಲಾಳ ದುರಂತ, ಕ್ರೂರ ಸಾವನ್ನು ಕಂಡನು.

ಡಾ.ಪಿ.ಬಿ. ದೇಸಾಯ್ ಬಲ್ಲಾಳನನ್ನು **"ಭಾರತದ ಚರಿತ್ರೆಯ ಸಮರ್ಥ ಹಾಗೂ ವರ್ಣರಂಜಿತ ವ್ಯಕ್ತಿ"** ಎಂದು ವರ್ಣಿಸಿದ್ದಾರೆ. ತನ್ನ ಅರ್ಧ ಶತಮಾನದ ಸುದೀರ್ಘ ಆಡಳಿತದುದ್ದಕ್ಕೂ ಮುಸಲ್ಮಾನರ ದಾಳಿಯಿಂದ ದಕ್ಷಿಣ ಭಾರತವನ್ನು ರಕ್ಷಿಸಲು ತನ್ನಿಂದ ಸಾಧ್ಯವಿರುವುದನ್ನೆಲ್ಲಾ ಮಾಡಿದನು. ಅವನ ಆದರ್ಶಗಳು ಹಾಗೂ ಶ್ರಮ ಮುಂದೆ ವಿಜಯನಗರ ಸಾಮ್ರಾಜ್ಯದ ಸ್ಥಾಪನೆಗೆ ಕಾರಣವಾದವು. **"ಅವನ ಬದುಕು ಮುಸಲ್ಮಾನರ ದಾಳಿಗಳ ವಿರುದ್ಧ ನಿರಂತರ ಹೋರಾಟವಾಗಿತ್ತು"** ಎಂದು **ಎಂ.ವಿ. ಕೃಷ್ಣರಾವ್** ಹೇಳಿದ್ದಾರೆ. ಬಲ್ಲಾಳ ದಕ್ಷಿಣ ಭಾರತದ ಹಾಗೂ ಹೊಯ್ಸಳರ ಇತಿಹಾಸದ ಮೇಲೆ ಅಪಾರವಾದ ಪ್ರಭಾವ ಬೀರಿದ್ದಾನೆ. ಡಾ.ಪಿ.ಬಿ.ದೇಸಾಯ್ ಹೀಗೆ ಬರೆದಿದ್ದಾರೆ. **"ಇಡೀ ದಕ್ಷಿಣ ಭಾರತ ಪರಕೀಯ ದಾಳಿಕೋರರ ಬೀಕರ ಆಕ್ರಮಣಕ್ಕೆ ತುತ್ತಾಗಿದ್ದ ಭಾರತದ ಇತಿಹಾಸದ ಅತ್ಯಂತ ವಿಷಮ ಸಂದರ್ಭದಲ್ಲಿ ಅವನು ಸ್ವಾತಂತ್ರ್ಯದ ಯೋಧನಾಗಿ ಮತ್ತು ಜನತೆಯ ರಕ್ಷಕನಾಗಿ ಕಾಣಿಸಿಕೊಂಡನು. ವಿಜಯನಗರ ಸಾಮ್ರಾಜ್ಯದ ಭವಿಷ್ಯದ ಭವ್ಯತೆಗೆ ಕಾರಣೀಭೂತನಾದನು. 1342ರಲ್ಲಿ ಮಧರೆಯಲ್ಲಿ ಶತ್ರುವಿನ ವಿಶ್ವಾಸದ್ರೋಹಕ್ಕೆ ಬಲಿಯಾದ ಅವನು ಹುತಾತ್ಮನಾಗಿ ಅಮರನಾದನು."**

ಡೆಲ್ಲಿ ಸುಲ್ತಾನರುಗಳ ದಾಳಿಗಳ ಗಂಭೀರತೆಯನ್ನು ಅರ್ಥಮಾಡಿಕೊಳ್ಳದೆ ಬಲ್ಲಾಳ ಪಾಂಡ್ಯರಾಜ್ಯದ ವ್ಯವಹಾರದಲ್ಲಿ ತಲ್ಲೀನನಾದದ್ದಕ್ಕೆ ಭಾರೀ ಬೆಲೆ ತೆರಬೇಕಾಯಿತೆಂಬ ವಾದವಿದ್ದರೂ, ಬಲ್ಲಾಳನಿಂದ ಮುಸಲ್ಮಾನರ ಭಾರಿ ಸೈನ್ಯವನ್ನು ಹಿಮ್ಮೆಟ್ಟಿಸಲು ಸಾಧ್ಯವಿತ್ತೆ ಎಂಬುದು ಚರ್ಚಾಸ್ಪದವಾಗಿದೆ. ಅಲ್ಲದೆ ದಕ್ಷಿಣದ ಉಳಿದ ಮೂರು ಹಿಂದೂ ರಾಜ್ಯಗಳು ಅಂದರೆ **ಯಾದವ, ಕಾಕತೀಯ** ಹಾಗೂ **ಪಾಂಡ್ಯ** ರಾಜ್ಯಗಳು ಮುಸ್ಲಿಂ ದಾಳಿಗಳಿಂದಾಗಿ ತಮ್ಮ ಅಸ್ತಿತ್ವವನ್ನು ಕಳೆದುಕೊಂಡವೆಂಬುದನ್ನು ಗಮನಿಸಬೇಕಾಗುತ್ತದೆ.

ಹೊಯ್ಸಳ ವಂಶದ ಕೊನೆಯ ದೊರೆ **ನಾಲ್ಕನೇ ವಿರೂಪಾಕ್ಷ ಬಲ್ಲಾಳ** (1342–46). ಅವನ ಕಾಲದಲ್ಲಿ ಹೊಯ್ಸಳ ರಾಜ್ಯ ಹೆಚ್ಚಿನ ವಿರೋಧವಿಲ್ಲದೆ ಅಗತಾನೇ ಸ್ಥಾಪನೆಗೊಂಡಿದ್ದ ವಿಜಯನಗರ ಸಾಮ್ರಾಜ್ಯದಲ್ಲಿ ವಿಲೀನಗೊಂಡಿತು. ಹೊಯ್ಸಳ ಸೇನಾನಿಗಳು, ಸಾಮಂತರು ವಿಜಯನಗರದ ಸಾರ್ವಭೌಮತ್ವವನ್ನು ಒಪ್ಪಿಕೊಂಡರು. ವಿರೂಪಾಕ್ಷನೂ ಮಧುರೆಯ ಸುಲ್ತಾನನೊಂದಿಗೆ ಹೋರಾಡಿ ಮಡಿದನು. ಮುಂದೆ ವಿಜಯನಗರದ ಅರಸ ಬುಕ್ಕರಾಯನ ಕಾಲದಲ್ಲಿ ಮಧುರೆಯ ಸುಲ್ತಾನಾಧಿಪತ್ಯ ಅಂತ್ಯಗೊಂಡಿತು. ಹೊಯ್ಸಳರ ಪತನದೊಂದಿಗೆ ಕರ್ನಾಟಕದ ಚರಿತ್ರೆಯಲ್ಲಿ ಮತ್ತೊಂದು ಮಹತ್ವದ ಅಧ್ಯಾಯ ಅಂತ್ಯಗೊಂಡಿತು.

ಹೊಯ್ಸಳರ ಆಡಳಿತ

ಹೊಯ್ಸಳರು ಮೊದಲೇ ಅಸ್ತಿತ್ವದಲ್ಲಿದ್ದ ಶ್ರೀಮಂತ ಆಡಳಿತ ಪರಂಪರೆಯನ್ನು ಮುಂದುವರಿಸಿದ್ದಲ್ಲದೆ ಹಿಂದೂ ಧರ್ಮಶಾಸ್ತ್ರಗಳಿಗನುಸಾರವಾಗಿ ಆಡಳಿತ ನಡೆಸಿದರು. **'ದುಷ್ಟ ನಿಗ್ರಹ, ಶಿಷ್ಟ ಪರಿಪಾಲನೆ'** ಯನ್ನು ಹೊಯ್ಸಳ ಅರಸರು ತಮ್ಮ ಕರ್ತವ್ಯವೆಂದು ಭಾವಿಸಿದ್ದರು.

ಕೇಂದ್ರ ಸರ್ಕಾರ :

ಹೊಯ್ಸಳರು ಹಿಂದಿನ ಗಂಗರ ಹಾಗೂ ಚಾಳುಕ್ಯರ ಆಡಳಿತ ಪದ್ಧತಿಯನ್ನು ಮುಂದುವರಿಸಿದರು. ಆಡಳಿತ ಬಹುಮಟ್ಟಿಗೆ ಕೇಂದ್ರೀಕೃತವಾಗಿತ್ತು. ರಾಜ ಆಡಳಿತದ ಕೇಂದ್ರವಾಗಿದ್ದನು. ಅವನ ಸ್ಥಾನ ಅತ್ಯುಚ್ಚವಾಗಿತ್ತು. ಕಾರ್ಯಾಂಗ, ಶಾಸಕಾಂಗ ಹಾಗೂ ನ್ಯಾಯಾಂಗದ ಎಲ್ಲಾ ಅಧಿಕಾರಗಳು ಅವನ ಕೈಲಿದ್ದವು. ಅನಿರ್ಬಂಧಿತ ಅಧಿಕಾರವಿದ್ದರೂ ಹೊಯ್ಸಳ ದೊರೆಗಳು ನಿರಂಕುಶ ಪ್ರಭುಗಳಂತೆ ತೋರುವುದಿಲ್ಲ. ಅವರೆಲ್ಲರೂ ಪ್ರಗತಿಪರ ನಿಲುವಿನ ಅರಸರಾಗಿದ್ದರು. ರಾಜನ ಅಧಿಕಾರದ ಮೇಲೆ ಹಲವಾರು ನಿರ್ಬಂಧಗಳಿದ್ದವು. ಅವರು ಹಿಂದಿನ ಸಂಪ್ರದಾಯಗಳನ್ನು ಪಾಲಿಸಬೇಕಿತ್ತು. ಮಂತ್ರಿಮಂಡಲ ರಾಜರು ನಿರಂಕುಶರಂತೆ ವರ್ತಿಸದಂತೆ ತಡೆಯುತ್ತಿತ್ತು. ಹಿಂದೂ ಧರ್ಮಶಾಸ್ತ್ರಗಳ ನಿಯಮಗಳನ್ನು ಅವರು ಪಾಲಿಸುತ್ತಿದ್ದರು.

ಹೊಯ್ಸಳ ಅರಸರು ಕರ್ನಾಟಕದ ಉದಾತ್ತ ಪರಂಪರೆಯಂತೆ ಎಲ್ಲ ಧರ್ಮಗಳನ್ನು ಸಮಾನವಾಗಿ ಪ್ರೋತ್ಸಾಹಿಸಿದರು ಮತ್ತು ಧಾರ್ಮಿಕ ಸಂಸ್ಥೆಗಳಿಗೆ ಉದಾರವಾದ ಕೊಡುಗೆಗಳನ್ನು ನೀಡಿದರು. ಎಲ್ಲ ಧರ್ಮಗಳನ್ನು ರಕ್ಷಿಸುವುದು ಅವರ ಕರ್ತವ್ಯವಾಗಿತ್ತು. ಧಾರ್ಮಿಕ ವಿಷಯಗಳಲ್ಲಿ ಅವರು ಅತ್ಯಂತ ಎಚ್ಚರಿಕೆಯಿಂದ ವ್ಯವಹರಿಸುತ್ತಿದ್ದರು. ಯಾವುದೇ ಒಂದು

ಧರ್ಮಕ್ಕೆ ಹೆಚ್ಚಿನ ಮನ್ನಣೆ ನೀಡಿದರೆ ಸಾಮಾಜಿಕ ವ್ಯವಸ್ಥೆಯ ಅಡಿಪಾಯಕ್ಕೆ ಅಪಾಯವುಂಟಾಗುತ್ತದೆ ಎಂಬುದನ್ನು ಅವರು ಅರಿತಿದ್ದರು. ಆದರೂ ರಾಜನ ಮೇಲೆ ಪುರೋಹಿತ ವರ್ಗದವರ ಪ್ರಭಾವ ಅಪಾರವಾಗಿತ್ತು. ಆಧ್ಯಾತ್ಮಿಕ ಹಾಗೂ ಲೌಕಿಕ ವಿಷಯಗಳಿಗೆ ಸಂಬಂಧಿಸಿದಂತೆ ಅರಸರು ಪುರೋಹಿತರ ಸಲಹೆ ಪಡೆಯುತ್ತಿದ್ದರು.

ಅರಸರ ಜೊತೆಯಲ್ಲಿ ಅವರ ರಾಣಿಯರೂ ಆಡಳಿತದಲ್ಲಿ ಸಕ್ರಿಯವಾಗಿ ಪಾಲ್ಗೊಳ್ಳುತ್ತಿದ್ದ ಬಗ್ಗೆ ಮಾಹಿತಿಗಳಿವೆ. ಎರಡನೇ ಬಲ್ಲಾಳನ **ರಾಣಿ ಉಮಾದೇವಿ** ತನ್ನ ಪತಿಯೊಂದಿಗೆ ಯುದ್ಧಗಳಲ್ಲಿ ಪಾಲ್ಗೊಳ್ಳುತ್ತಿದ್ದಳು. ಸ್ವತಃ ಸೈನ್ಯದೊಂದಿಗೆ ಬೆಳಗುತ್ತಿಗೆ ತೆರಳಿ ಅಲ್ಲಿ ಸಿಂದ ವಂಶದ ಮೂರನೇ ಈಶ್ವರ ದೇವನ ಬಂಡಾಯವನ್ನು ಹತ್ತಿಕ್ಕಿದಳು. ರಾಜ ಯುದ್ಧಕ್ಕೆ ತೆರಳಿದಾಗ ರಾಜ್ಯದ ಆಡಳಿತವನ್ನು ನಿರ್ವಹಿಸುತ್ತಿದ್ದಳು. ಬಲ್ಲಾಳನ ಮತ್ತೊಬ್ಬ **ರಾಣಿ ಅಭಿನವ ಕೇತಲಾದೇವಿ** ಕುಂದವಾಡದ ಗೌಡರು ಮತ್ತು ಶೆಟ್ಟಿಗಳಿಗೆ ಬುಧವಾರದಂದು ವಾರದ ಸಂತೆ ಏರ್ಪಡಿಸುವಂತೆ ಆದೇಶ ನೀಡಿದ್ದಳು. ವಿಷ್ಣುವರ್ಧನನ **ರಾಣಿ ಶಾಂತಲಾದೇವಿ** ಶ್ರವಣಬೆಳಗೊಳದಲ್ಲಿ ಸವತಿ ಗಂಧವಾರಣ ಬಸದಿಯನ್ನು ನಿರ್ಮಿಸಿದಳು. ಅಲ್ಲದೆ ಆಕೆ ಆಡಳಿತದಲ್ಲಿ ಪತಿಗೆ ನೆರವಾಗುತ್ತಿದ್ದಳು.

ಮಂತ್ರಿಮಂಡಲ

ಹೊಯ್ಸಳರ ಕಾಲದಲ್ಲಿ ರಾಜನಿಗೆ ಸಹಾಯ ಮೊದಲು ಬಂದು ಮಂತ್ರಿಮಂಡಲ ಅಸ್ತಿತ್ವದಲ್ಲಿದ್ದ ಬಗ್ಗೆ ಮಾಹಿತಿಗಳು ದೊರೆತಿವೆ. ಮಂತ್ರಿಮಂಡಲ 5 ಸದಸ್ಯರನ್ನು ಹೊಂದಿದ್ದರಿಂದ ಅದನ್ನು **"ಪಂಚಪ್ರಧಾನ"** ಎಂದು ಕರೆಯಲಾಗುತ್ತಿತ್ತು. **ಸಂಧಿವಿಗ್ರಹಿ, ಶ್ರೀಕರಣಾಧಿಕಾರಿ, ಹಿರಿಯಭಂಡಾರಿ, ಸೇನಾಧಿಪತಿ** ಮತ್ತು **ಮಹಾಪಸಾಯತ** ಮಂತ್ರಿಮಂಡಲದ ಸದಸ್ಯರಾಗಿದ್ದರು.

ಮಂತ್ರಿಗಳ ನೇಮಕದಲ್ಲಿ ವಿಶೇಷ ಎಚ್ಚರ ವಹಿಸಲಾಗುತ್ತಿತ್ತು. ಆಡಳಿತದಲ್ಲಿ ಅನುಭವ ಉಳ್ಳವರು, ಪ್ರಾಮಾಣಿಕರು, ಸೇವಾ ಮನೋಭಾವದವರು ಹಾಗೂ ರಾಜನಿಷ್ಠರನ್ನು ಮಂತ್ರಿಗಳಾಗಿ ನೇಮಿಸಲಾಗುತ್ತಿತ್ತು. ರಾಜನ ಪ್ರವಾಸಗಳಲ್ಲಿ ಹಾಗೂ ದಂಡಯಾತ್ರೆಗಳಲ್ಲಿ ಮಂತ್ರಿಗಳು ಪಾಲ್ಗೊಳ್ಳುತ್ತಿದ್ದರು. ಪ್ರಾರಂಭದಲ್ಲಿ ಮಂತ್ರಿಗಳು ಅಪಾರ ಪ್ರಭಾವ ಹೊಂದಿದ್ದರು. ರಾಜನ ಅಪೇಕ್ಷೆ ಮತ್ತು ಪ್ರಜೆಗಳ ಕ್ಷೇಮದ ನಡುವೆ ಸಾಮರಸ್ಯ ತರುವ ಸಾಹಸದ ಕೆಲಸವನ್ನು ಅವರು ಮಾಡುತ್ತಿದರು. ಗಂಗವಾಡಿ ಮತ್ತು ನೊಳಂಬವಾಡಿ ಪ್ರಾಂತ್ಯಗಳ ನಡುವಿನ ಗಡಿ ವಿವಾದವನ್ನು ಬಗೆಹರಿಸುವಲ್ಲಿ ಪಂಚಪ್ರಧಾನರು ಮಹತ್ವದ ಪಾತ್ರವಹಿಸಿದರು. ಆದರೆ 13ನೇ ಶತಮಾನದ ನಂತರ ಅಂದರೆ ಎರಡನೇ ಬಲ್ಲಾಳನ ಕಾಲದಲ್ಲಿ ಹಾಗೂ ಅನಂತರ ಪಂಚಪ್ರಧಾನರ ಪ್ರಭಾವ ಕಡಿಮೆಯಾಯಿತು. ಕೊನೆಯ ಹಂತದಲ್ಲಿ ಮಂತ್ರಿಮಂಡಲವೇ ಇಲ್ಲದಂತಾಗಿ ಸಮರ್ಥರಾದ ಸೇನಾಧಿಪತಿಗಳೇ ಮಂತ್ರಿಗಳಾಗಿ ಕೆಲಸ ಮಾಡಿದರು. ವಿಷ್ಣುವರ್ಧನನ ಕಾಲದಲ್ಲಿ **ಪುಣಿಸಮಯ್ಯ ದಂಡನಾಯಕ 'ಸಂಧಿವಿಗ್ರಹಿ'** ಯಾಗಿದ್ದನು. 3ನೇ ಬಲ್ಲಾಳನ ಕಾಲದಲ್ಲಿ **ಸೋಮಯ್ಯ ದಂಡನಾಯಕ ಮಹಾಪ್ರಧಾನನಾಗಿದ್ದನು.** ಆದಾಗ್ಯೂ ಸಾಮ್ರಾಜ್ಯದ ಏಳಿಗೆಯಲ್ಲಿ ಪಂಚಪ್ರಧಾನರ ಪಾತ್ರ ಮಹತ್ವದ್ದಾಗಿತ್ತು. ಅರಸರು ಅಗತ್ಯವಾದಾಗಲೆಲ್ಲ ಮಂತ್ರಿಗಳೊಂದಿಗೆ ಸಮಾಲೋಚಿಸುತ್ತಿದ್ದರು. ಮಂತ್ರಿಗಳ ಸಂಖ್ಯೆ ಹೆಚ್ಚಾಗಿ **'ಪಂಚಪ್ರಧಾನ'** ಎಂಬ ಹೆಸರು ಕಣ್ಮರೆಯಾದಂತೆ ತೋರುತ್ತದೆ.

ಕರ್ನಾಟಕದ ಚರಿತ್ರೆಯಲ್ಲಿ ಒಂದು ಪರಿಪೂರ್ಣವಾದ ಮಂತ್ರಿಮಂಡಲ ಅಸ್ತಿತ್ವಕ್ಕೆ ಬಂದಿದ್ದು ಮೊದಲ ಬಾರಿಗೆ ಹೊಯ್ಸಳರ ಕಾಲದಲ್ಲೇ. ಮಂತ್ರಿಗಳ ಕೆಲಸ ಕಾರ್ಯಗಳನ್ನು ಬಹುಮಟ್ಟಿಗೆ ನಿಗದಿಪಡಿಸಲಾಗಿತ್ತು. ಉದಾಹರಣೆಗೆ ಹಿರಿಯ ಭಂಡಾರಿ ಸರ್ಕಾರದ ಆದಾಯ ಮತ್ತು ವೆಚ್ಚಗಳು, ಖಜಾನೆಗೆ ತೆಗೆದುಕೊಳ್ಳಬೇಕಾದ ವಸ್ತುಗಳ ಬಗ್ಗೆ ಅರಿವು ಹೊಂದಿರಬೇಕಿತ್ತು. **ಮರಿಯಾನೆ ದಂಡನಾಯಕ** ಮತ್ತು **ಹುಳ್ಳಯ್ಯ ಪ್ರಸಿದ್ಧ ಭಂಡಾರಿಗಳಾಗಿದ್ದರು.** ಮಾಣಿಕ್ಯದ ಭಂಡಾರಿ, ಕೋಶಾಧ್ಯಕ್ಷ, ಮಾಣಿಕ್ಯ ಭಂಡಾರದ ಅಧ್ಯಕ್ಷ ಮೊದಲಾದವರು ಭಂಡಾರದ ಇತರ ಅಧಿಕಾರಿಗಳಾಗಿದ್ದರು. ಮಂತ್ರಿ ಸ್ಥಾನ ಕೆಲವೊಮ್ಮೆ ಅನುವಂಶಿಯವಾಗಿತ್ತು. ಹರಿಹರ ಎಂಬಾತ ಎರಡನೇ ನರಸಿಂಹನ ಕಾಲದಲ್ಲಿ **'ಅನ್ವಯಾಗತ ಪ್ರಧಾನ'** ಎನಿಸಿಕೊಂಡಿದ್ದನು.

ಪ್ರಾಂತ್ಯಾಡಳಿತ

ಆಡಳಿತಾನುಕೂಲತೆಗಾಗಿ ರಾಜ್ಯವನ್ನು ಹಲವಾರು ಪ್ರಾಂತ್ಯಗಳಾಗಿ ಅಥವಾ ಮಂಡಲಗಳಾಗಿ ವಿಭಾಗಿಸಲಾಗಿತ್ತು. ಪ್ರಾಂತ್ಯಗಳ ಸಂಖ್ಯೆ ಕಾಲದಿಂದ ಕಾಲಕ್ಕೆ ಬದಲಾವಣೆಯಾಗುತ್ತಿತ್ತು. ವಿಷ್ಣವರ್ಧನನ ಕಾಲದಲ್ಲಿ ತಲಕಾಡು, ಕೊಂಗುನಾಡು, ನಂಗಲಿ, ಗಂಗವಾಡಿ, ನೊಳಂಬವಾಡಿ, ಬನವಾಸಿ ಮೊದಲಾದವು ಮುಖ್ಯ ಪ್ರಾಂತ್ಯಗಳಾಗಿದ್ದವು. ಸಾಮಾನ್ಯವಾಗಿ ರಾಜನ ಬಂಧುಗಳು, ರಾಣಿಯರ ಬಳಗದವರು ಅಥವಾ ರಾಜ್ಯಕ್ಕೆ ಅತಿಶಯವಾದ ಸೇವೆ ಸಲ್ಲಿಸಿದರು ಮಂಡಲಿಕರಾಗಿ ನೇಮಕಗೊಳ್ಳುತ್ತಿದ್ದರು. ಯುವರಾಜರು ಹಾಗೂ ರಾಣಿಯರು ಒಮ್ಮೊಮ್ಮೆ ಮಂಡಲಿಕರಾಗಿ ನೇಮಕಗೊಳ್ಳುತ್ತಿದ್ದರು. **ವಿಷ್ಣುವರ್ಧನನ ರಾಣಿ ಬೊಮ್ಮಲಾದೇವಿ 'ಅಸಂದಿ 500'ರ ಸೀಮೆಯನ್ನು ಆಳುತ್ತಿದ್ದಳು. ಎರಡನೇ ಬಲ್ಲಾಳ ರಾಣಿ ಚೋಳ ಮಹಾದೇವಿ 'ಕುಂಬಳ'ವನ್ನು**

ಆಳುತ್ತಿದ್ದಳು. ಶಾಂತಲಾದೇವಿಯ ಸೋದರನ ಪುತ್ರ ಬಲ್ಲೆಯನಾಯಕ **'ಮಾಳಿಗಿ'**ಯ ಮಂಡಲಿಕನಾಗಿದ್ದನು. ಕೆಲವೊಮ್ಮೆ ಈ ಪದವಿ ಅನುವಂಶಿಕವಾಗಿತ್ತು. ಪ್ರಾಂತ್ಯಾಡಳಿತ ಕೇಂದ್ರಾಡಳಿತದ ಪ್ರತಿರೂಪವಾಗಿತ್ತು. ರಾಜ್ಯಪಾಲರು ನಾಗರಿಕ ಹಾಗೂ ಸೈನಿಕ ಕರ್ತವ್ಯಗಳನ್ನು ನಿರ್ವಹಿಸಬೇಕಿತ್ತು. ಶಾಂತಿ ಮತ್ತು ಶಿಸ್ತು ಪಾಲನೆ, ಆಂತರಿಕ ಹಾಗೂ ಬಾಹ್ಯ ಶತ್ರುಗಳಿಂದ ಪ್ರಜೆಗಳನ್ನು ರಕ್ಷಿಸುವುದು ಅವರ ಕರ್ತವ್ಯಗಳಲ್ಲಿ ಸೇರಿದ್ದವು. ಅವರು ತಮ್ಮದೇ ಸೈನ್ಯವನ್ನು ಹೊಂದಿದ್ದರು. ಗಡಿ ಪ್ರದೇಶದ ವ್ಯಾಪಾರ ಕೇಂದ್ರಗಳನ್ನು ಪ್ರತ್ಯೇಕ ಪ್ರಾಂತ್ಯಗಳಾಗಿ ರಚಿಸಲಾಗುತ್ತಿತ್ತು. ಕೆಲವೊಮ್ಮೆ ಸಣ್ಣ ಜಿಲ್ಲೆಗಳನ್ನು ಪ್ರಾಂತ್ಯಗಳಾಗಿ ರಚಿಸಿ ಪ್ರಬಲರಾದ ರಾಜ್ಯಪಾಲರ ನಿಯಂತ್ರಣಕ್ಕೆ ಒಳಪಡಿಸಲಾಗುತ್ತಿತ್ತು.

ಗಡಿ ಪ್ರಾಂತ್ಯಗಳ ಮಾಂಡಲಿಕರು ದಂಗೆ ಏಳುವ ಸಾಧ್ಯತೆಗಳಿದ್ದುದರಿಂದ ರಾಜ ಸದಾ ಜಾಗರೂಕನಾಗಿರಬೇಕಾಗಿತ್ತು. ಅಂತಹ ಮಾಂಡಲಿಕರ ಚಟುವಟಿಕೆಗಳನ್ನು ಗಮನಿಸಲು ರಾಜ ಉನ್ನತಾಧಿಕಾರಿಯೊಬ್ಬನನ್ನು ನೇಮಿಸುತ್ತಿದ್ದನು. ಇದು ಚಾಳುಕ್ಯರ ಕಾಲದ ಪದ್ಧತಿಯಾಗಿತ್ತು. ಹಿರಿಯಣ್ಣ ದಂಡನಾಯಕ, ಕವನಯ್ಯ ದಂಡನಾಯಕ ಎರಡನೇ ಬಲ್ಲಾಳನ ಕಾಲದಲ್ಲಿ ರಾಜ್ಯದ ಉತ್ತರ ಭಾಗದಲ್ಲಿ ಅಂತಹ ಅಧಿಕಾರಿಗಳಾಗಿದ್ದರು. ಅಂತೆಯೇ ಸಿಂಗಣ್ಣ ದಂಡನಾಯಕ, ಅಮ್ಮಣ್ಣ, ಸೋಮಯ್ಯ ಮೊದಲಾದವರು ದಕ್ಷಿಣ ಭಾಗದ ಅಧಿಕಾರಿಗಳಾಗಿದ್ದರು.

ಸ್ಥಳೀಯ ಆಡಳಿತ

ಪ್ರಾಂತ್ಯಗಳನ್ನು **'ನಾಡು'** ಗಳಾಗಿ ವಿಭಾಗಿಸಲಾಗಿತ್ತು, ನಾಡುಗಳ ಸಂಖ್ಯೆಯಲ್ಲಿ ಪ್ರಾಂತ್ಯದಿಂದ ಪ್ರಾಂತ್ಯಕ್ಕೆ ವ್ಯತ್ಯಾಸವಿತ್ತು. ಗಂಗವಾಡಿ ಪ್ರಾಂತ್ಯ 14 ನಾಡುಗಳನ್ನು ಒಳಗೊಂಡಿತ್ತು. ಅವುಗಳ ಮುಖ್ಯಸ್ಥನನ್ನು **'ನಾಡ ಹೆಗ್ಗಡೆ'** ಎಂದು ಕರೆಯಲಾಗುತ್ತಿತ್ತು. ಅಲ್ಲದೆ ಅವರನ್ನು **'ಹೆಗ್ಗಡೆಕರಣ', 'ರಾಜ್ಯಾಧ್ಯಕ್ಷಕರಣ'** ಎಂಬ ಹೆಸರುಗಳಿಂದಲೂ ಕರೆಯಲಾಗುತ್ತಿತ್ತು. ಪ್ರಾಂತ್ಯದ ಗವರ್ನರನ ನಿಯಂತ್ರಣದಲ್ಲಿದ್ದ ಅವರುಗಳು ನಾಗರಿಕ ಹಾಗೂ ಸೈನಿಕ ಕರ್ತವ್ಯಗಳನ್ನು ನಿರ್ವಹಿಸುತ್ತಿದ್ದರು. ಈ ನಾಡ ಹೆಗ್ಗಡೆಗೆ ಸುಂಕವೆಗ್ಗಡೆ, ದಂಡಯವೆಗ್ಗಡೆ ಮೊದಲಾದವರು ಕಂದಾಯ ವಸೂಲಿಯಲ್ಲಿ ಸಹಾಯ ಮಾಡುತಿದ್ದರು. ಶಾಸನಗಳಲ್ಲಿ ನಾಡಪ್ರಭು, ನಾಡಗೌಡ, ನಾಡಸೇನಬೋವ ಎಂಬ ಅಧಿಕಾರಿಗಳ ಬಗ್ಗೆ ಪ್ರಸ್ತಾಪವಿದೆ.

ಗ್ರಾಮ ಆಡಳಿತದ ಕೊನೆಯ ಘಟಕವಾಗಿತ್ತು. ಪ್ರತಿಗ್ರಾಮದಲ್ಲಿ ಗ್ರಾಮ ಸಭೆಯಿದ್ದು ಅದನ್ನು **'ಮಹಾಸಭಾ'** ಎಂದು ಕರೆಯಲಾಗುತ್ತಿತ್ತು. ಹಿಂದಿನ ಗ್ರಾಮ ಸಭೆಗಳ ರಚನೆ ಹಾಗೂ ಕರ್ತವ್ಯಗಳನ್ನು ಹೊಯ್ಸಳರ ಕಾಲದಲ್ಲೂ ಉಳಿಸಿಕೊಳ್ಳಲಾಯಿತು. ಮಹಾಸಭಾ ತನ್ನದೆ ಭೂಮಿ ಹಾಗೂ ಆದಾಯವನ್ನು ಹೊಂದಿತ್ತು. ಗ್ರಾಮವೊಂದರ ಮಹಾಜನರು ದೇವಾಲಯಕ್ಕೆ ಭೂಮಿಯನ್ನು, ಕೆಲವು ತೆರಿಗೆಗಳ ಆದಾಯವನ್ನು ಕೊಡಮಾಡಿದ್ದ ಬಗ್ಗೆ ಇತಿಹಾಸಕಾರ **ಯು.ಎನ್. ಗೋಪಾಲ್** ಬರೆದಿದ್ದಾರೆ. ಪಟ್ಟಣಗಳ ಆಡಳಿತವನ್ನು ಪಟ್ಟಣಶೆಟ್ಟಿ ನೋಡಿಕೊಳ್ಳುತ್ತಿದ್ದನು.

ಸಾಮಂತ ರಾಜ್ಯಗಳು

ಹೊಯ್ಸಳ ರಾಜ್ಯ ಹಲವಾರು ಸಾಮಂತ ರಾಜ್ಯಗಳನ್ನು ಹೊಂದಿತ್ತು. ಹೊಯ್ಸಳರೇ ಪ್ರಾರಂಭದಲ್ಲಿ ಕಲ್ಯಾಣ ಚಾಳುಕ್ಯರ ಸಾಮಂತರಾಗಿದ್ದರು. ಚೆಂಗಾಳ್ವರು, ಕೊಂಗಾಳ್ವರು, ನೊಳಂಬರು, ನಿಡುಗಲ್ಲ ಚೋಳರು ಮೊದಲಾದವರು ಹೊಯ್ಸಳರ ಸಾಮಂತರಾಗಿದ್ದರು. ಅವರು ತಮ್ಮ ರಾಜ್ಯದಲ್ಲಿ ಬಹುತೇಕ ಸ್ವತಂತ್ರರಾಗಿರುತ್ತಿದ್ದರು. ಅವರು ತಮ್ಮದೇ ಸೈನ್ಯವನ್ನು ಹೊಂದಿದ್ದರು ಮತ್ತು ಅಗತ್ಯವಾದಾಗ ರಾಜನಿಗೆ ಅದರ ಸಹಾಯ ಒದಗಿಸುತ್ತಿದ್ದರು. ಕೆಲವೊಮ್ಮೆ ಒಬ್ಬ ಸಾಮಂತನನ್ನು ಇತರ ಸಾಮಂತ ರಾಜರ ಮೇಲೆ ಹತೋಟಿ ಇಟ್ಟುಕೊಳ್ಳಲು ಚಕ್ರವರ್ತಿ ನೇಮಿಸುತ್ತಿದ್ದನು.

ಸೈನ್ಯ ವ್ಯವಸ್ಥೆ

ಹೊಯ್ಸಳರು ಬಲಿಷ್ಠವಾದ ಸೈನ್ಯವನ್ನು ಹೊಂದಿದ್ದರು. ಹೊಯ್ಸಳರ ಸೈನ್ಯ ವ್ಯವಸ್ಥೆ ಉಳಿಗಮಾನ್ಯ ವ್ಯವಸ್ಥೆಯ ಲಕ್ಷಣಗಳನ್ನು ಹೊಂದಿತ್ತು. ಹೊಯ್ಸಳ ಸೈನ್ಯ ರಾಜನ ಬೆಂಗಾವಲು ಪಡೆ, ಪ್ರಾಂತ್ಯಾಧಿಕಾರಿಗಳು ಒದಗಿಸುತ್ತಿದ್ದ ಸೇನಾತುಕಡಿಗಳು ಹಾಗೂ ದಂಡಯಾತ್ರೆಯ ಸಂದರ್ಭಗಳಲ್ಲಿ ನೇಮಿಸಿಕೊಳ್ಳಲಾಗುತ್ತಿದ್ದ ಕೂಲಿ ಸಿಪಾಯಿಗಳನ್ನು ಒಳಗೊಂಡಿತ್ತು. ರಾಜ ಸೇನಾಪಡೆಗಳ ಸರ್ವೋಚ್ಚ ನಾಯಕನಾಗಿದ್ದನು. ಸೈನ್ಯದಲ್ಲಿ ಅಶ್ವಪಡೆ ಹೆಚ್ಚು ಪ್ರಾಮುಖ್ಯತೆ ಪಡೆದಿತ್ತು. ವಿಷ್ಣುವರ್ಧನನ ಕಾಲದಲ್ಲಿ **ಅಶ್ವಗಳನ್ನು ಕಾಂಬೋಜದಿಂದ ಆಮದು ಮಾಡಿಕೊಳ್ಳಲಾಗುತ್ತಿತ್ತು** ಎಂದು ಹೇಳಲಾಗಿದೆ. ಅಶ್ವಗಳಿಗೆ ತರಬೇತಿ ನೀಡಲು ಪ್ರತ್ಯೇಕವಾದ ಕೇಂದ್ರಗಳಿದ್ದವು. ಅಶ್ವ ಪಡೆಯ ಮುಖ್ಯಸ್ಥರನ್ನು ಅಶ್ವಾಧ್ಯಕ್ಷ ಹಾಗೂ **ತುರಂಗಸಾಹಿನಿ** ಎಂದು ಕರೆಯಲಾಗುತ್ತಿತ್ತು. ಹಳೇಬೀಡಿನ ಕೇದಾರೇಶ್ವರ ದೇವಾಲಯದ ಗೋಡೆಗಳ ಮೇಲಿನ ಚಿತ್ರಗಳಿಂದ ಆ ಕಾಲದ ಅಶ್ವ ಸವಾರರ ಆಯುಧಗಳು ಹಾಗೂ ಪೋಷಾಕಿನ ಬಗ್ಗೆ ಮಾಹಿತಿ ದೊರೆಯುತ್ತದೆ.

ಸೈನ್ಯಕ್ಕೆ ಎಲ್ಲ ವರ್ಗದ ಜನರನ್ನೂ ಸೇರಿಸಿಕೊಳ್ಳಲಾಗುತ್ತಿತ್ತು. ಬ್ರಾಹ್ಮಣರು, ವೈಶ್ಯರು, ಅಕ್ಕಸಾಲಿಗರು, ಬೇಡರು, ನಾಪಿತರು ಮೊದಲಾದ ಜನಾಂಗದವರು ಸೈನ್ಯದಲ್ಲಿದ್ದರು. ಕೆಲವು ಪ್ರಸಿದ್ಧ ದಂಡನಾಯಕರು ಬ್ರಾಹ್ಮಣರಾಗಿದ್ದರು. ಆನೆಗಳು ಕೂಡ ಸೈನ್ಯ ವ್ಯವಸ್ಥೆಯ ಮುಖ್ಯ ಭಾಗವಾಗಿದ್ದವು. **ಗಜಪಡೆಯ ಮುಖ್ಯಸ್ಥನನ್ನು ಗಜಸಾಹಿನಿ ಎಂದು ಕರೆಯಲಾಗುತ್ತಿತ್ತು**. ಬೇಡರು ಉತ್ತಮ ಬಿಲ್ಲುಗಾರರಾಗಿದ್ದರಿಂದ ಅವರನ್ನು ಸೈನ್ಯಕ್ಕೆ ಸೇರಿಸಿಕೊಳ್ಳಲಾಗುತ್ತಿತ್ತು.

ಹೊಯ್ಸಳ ಸೈನ್ಯ ವ್ಯವಸ್ಥೆಯ ಒಂದು ಪ್ರಮುಖ ಲಕ್ಷಣ **'ಗರುಡ' ಪದ್ದತಿ**. ಗರುಡರು ರಾಜನ ವಿಶೇಷ ಅಂಗರಕ್ಷಕರಾಗಿದ್ದು ರಾಜನನ್ನು ಅವನ ಮರಣದವರೆಗೂ ಅತ್ಯಂತ ನಿಷ್ಠೆಯಿಂದ ಅನುಸರಿಸುತ್ತಿದ್ದರು. ಅವರ ಸ್ಥಾನ ವಿಶಿಷ್ಟವಾದುದಾಗಿತ್ತು. ಗರುಡರ ಸ್ಥಾನ ಪಡೆಯುವುದೆಂದರೆ ಯೋಧರಿಗೆ ದೊರಕುತ್ತಿದ್ದ ಅತ್ಯುನ್ನತ ಗೌರವವಾಗಿತ್ತು. ತಮ್ಮ ಬದುಕನ್ನು ರಾಜನ ಬದುಕಿನೊಂದಿಗೆ ಗುರುತಿಸಿಕೊಂಡಿದ್ದ ಅವರು ರಾಜ ಮರಣಹೊಂದಿದ್ದಾಗ ಆತ್ಮಹತ್ಯೆ ಮಾಡಿಕೊಳ್ಳುತ್ತಿದ್ದರು. 1220ರ **ಬೇಲೂರು ಶಾಸನದಲ್ಲಿ ಇಮ್ಮಡಿ ವೀರಬಲ್ಲಾಳನ ಗರುಡನಾಗಿದ್ದ ಕುವರ ಲಕ್ಷ್ಮನ ಬಗ್ಗೆ** ಉಲ್ಲೇಖವಿದೆ. ಅವನು ತನ್ನಂತ ಒಂದು ಸಾವಿರ ಅಂಗರಕ್ಷಕ ಯೋಧರ ಪಡೆಯ ನಾಯಕನಾಗಿದ್ದನು. ಅವರೆಲ್ಲರೂ ಹಾಗೂ **ಲಕ್ಷ್ಮನ ಪತ್ನಿ ಸುಗ್ಗಲದೇವಿ** ಬಲ್ಲಾಳನ ಗರುಡರಾಗಿದ್ದರು. ಅವರೆಲ್ಲರೂ ಬಲ್ಲಾಳನಿಗಾಗಿ ಜೀವಿಸುವ ಹಾಗೂ ಪ್ರತಿಜ್ಞೆಮಾಡಿದ್ದರು. ಬಲ್ಲಾಳ ಕೂಡ ಲಕ್ಷ್ಮನನ್ನು ತನ್ನ ಮಗನಂತೆಯೇ ನೋಡಿಕೊಳ್ಳುತ್ತಿದ್ದನು. ಬಲ್ಲಾಳನು ಮರಣಿಸಿದಾಗ ಲಕ್ಷ್ಮ, ಅವನ ಪತ್ನಿ ಹಾಗೂ ಒಂದು ಸಾವಿರ ಗರುಡರು ಕೂಡ ಪ್ರಾಣತ್ಯಾಗ ಮಾಡಿದರು. ಈ ಯೋಧರನ್ನು ಜಪಾನಿನ **ಸಮುರಾಯ್ ಯೋಧರಿಗೆ** ಹೋಲಿಸಬಹುದು. ಹೊಯ್ಸಳರ ವಿಜಯಗಳಿಗೆ ನಿಸ್ವಾರ್ಥ, ನಿಷ್ಠಾವಂತ ಯೋಧವರ್ಗ ಕಾರಣವಾಗಿತ್ತು. ವಿಷ್ಣುವರ್ಧನನಿಗೆ **ಚೋಕಿಮಯ್ಯ ಗರುಡನಾಗಿದ್ದನು.**

ಸಾಮಾಜಿಕ ಪರಿಸ್ಥಿತಿಗಳು

ಹಿಂದಿನಂತೆಯೇ ಹೊಯ್ಸಳರ ಕಾಲದಲ್ಲೂ ಚತುರ್ವರ್ಣ ವ್ಯವಸ್ಥೆ ರೂಢಿಯಲ್ಲಿದ್ದಿತು. ಅರಸರು ರೂಢಿಗತವಾಗಿದ್ದ ವ್ಯವಸ್ಥೆಯ ರಕ್ಷಣೆ ತಮ್ಮ ಕರ್ತವ್ಯವೆಂದು ಭಾವಿಸಿದ್ದರು. ಬ್ರಾಹ್ಮಣ ವರ್ಗದವರಿಗೆ ವಿಶೇಷ ಸ್ಥಾನಮಾನಗಳಿದ್ದವು. ಅರಸರು ಅವರನ್ನು ಗೌರವದಿಂದ ಕಾಣುತ್ತಿದ್ದರು ಹಾಗೂ ಉದಾರವಾಗಿ ಭೂಮಿ ಹಾಗೂ ಹಣವನ್ನು ಅವರಿಗೆ ದಾನವಾಗಿ ನೀಡುತ್ತಿದ್ದರು. ಜಾತಿ ಪದ್ಧತಿಯ ಕಟ್ಟಳೆಗಳು ಕಠಿಣವಾಗಿದ್ದರೂ ಹಲವಾರು ಬ್ರಾಹ್ಮಣರು ದಂಡನಾಯಕರಾಗಿ ಸೇವೆ ಸಲ್ಲಿಸಿದ ನಿದರ್ಶನಗಳು ದೊರೆಯುತ್ತವೆ. ವೈಶ್ಯರೂ ಕೂಡ ಸೇನಾನಿಗಳಾಗಿ ಸೇವೆ ಸಲ್ಲಿಸಿದ ನಿದರ್ಶನಗಳಿವೆ. ಗರುಡ ಪದ್ಧತಿ ಅಸ್ತಿತ್ವದಲ್ಲಿದ್ದುದು ಗಮನಾರ್ಹ ಅಂಶವಾಗಿದೆ. ರಾಜನಿಗಾಗಿ ಬದುಕಿ, ರಾಜನಿಗಾಗಿ ಪ್ರಾಣಾರ್ಪಣೆ ಮಾಡಿಕೊಳ್ಳುವ ಒಂದು ನೂತನ ವರ್ಗ ಈ ಕಾಲದಲ್ಲಿ ಹುಟ್ಟಿಕೊಂಡಿದ್ದು ವಿಶೇಷವಾಗಿತ್ತು. ರೈತರು ಬೇಸಾಯದ ಜೊತೆಗೆ ಸೇನೆಯಲ್ಲೂ ಸೇವೆ ಸಲ್ಲಿಸುತ್ತಿದ್ದರು. ಅಪಾರ ಸಂಖ್ಯೆಯಲ್ಲಿರುವ ವೀರಗಲ್ಲುಗಳು ಅವರ ಬಲಿದಾನವನ್ನು ಸಾರುತ್ತವೆ. ಬೇಲೂರು ಶಾಸನದಲ್ಲಿ ಎರಡನೇ ಬಲ್ಲಾಳನ ಗರುಡನಾಗಿದ್ದ ಕುವರ ಲಕ್ಷ್ಮ ಮತ್ತು ಇತರ 1000 ಗರುಡರು ಬಲ್ಲಾಳ ಮರಣಹೊಂದಿದಾಗ ಆತ್ಮಾರ್ಪಣೆ ಮಾಡಿಕೊಂಡ ಬಗ್ಗೆ ಉಲ್ಲೇಖವಿದೆ.

ಅರಸು ಮನೆತನದವರು, ಸರದಾರರು ಹಾಗೂ ಶ್ರೀಮಂತರನ್ನು ಹೊರತುಪಡಿಸಿದರೆ ಉಳಿದವರು ಏಕಪತ್ನಿತ್ವ ಪದ್ಧತಿ ಅನುಸರಿಸುತ್ತಿದ್ದರು. ಮಹಿಳೆಯರಿಗೆ ಸಮಾಜದಲ್ಲಿ ಉನ್ನತ ಸ್ಥಾನವಿದ್ದಿತು. ಎರಡನೇ ಬಲ್ಲಾಳನ ರಾಣಿಯರಾದ **ಉಮಾದೇವಿ** ಹಾಗೂ **ಅಭಿನವ ಕೇತಲದೇವಿ** ಆಡಳಿತದಲ್ಲಿ ಪಾಲ್ಗೊಳ್ಳುತ್ತಿದ್ದರ ಜೊತೆಗೆ ಪತಿ ಬಲ್ಲಾಳನೊಂದಿಗೆ ಯುದ್ಧಗಳಲ್ಲೂ ಭಾಗವಹಿಸುತ್ತಿದ್ದರು. **ವಿಷ್ಣುವರ್ಧನನ ರಾಣಿ ಶಾಂತಲಾದೇವಿ ನೃತ್ಯ ವಿಶಾರದೆಯಾಗಿದ್ದಳು** ಹಾಗೂ ಆಡಳಿತದಲ್ಲಿ ಕ್ರಿಯಾಶೀಲ ಪಾತ್ರ ವಹಿಸುತ್ತಿದ್ದಳು. ಜೈನಳಾಗಿದ್ದ ಆಕೆ ಶ್ರವಣಬೆಳಗೊಳದಲ್ಲಿ ಒಂದು ಬಸದಿಯನ್ನು ನಿರ್ಮಿಸಿದಳು. **ಕವಯತ್ರಿ ಕಂತಿ** ಕೂಡ ಈ ಕಾಲದಲ್ಲಿ ಜೀವಿಸಿದ್ದಳು. ಸಹಗಮನ ಪದ್ಧತಿ ರೂಢಿಯಲ್ಲಿದ್ದರೂ ಅದು ಬಹುತೇಕ ಸಮಾಜದ ಮೇಲ್ವರ್ಗಗಳಿಗೆ ಸೀಮಿತವಾಗಿತ್ತು. ಜೈನ ಧರ್ಮೀಯರಲ್ಲಿ ಸಲ್ಲೇಖನ ವ್ರತ ಅನುಸರಿಸಿ ಮರಣವನ್ನು ಸ್ವಾಗತಿಸುವ ಸಂಪ್ರದಾಯವಿದ್ದಿತು. ಪುರುಷರು ಹಾಗೂ ಸ್ತ್ರೀಯರು ಆಭರಣಪ್ರಿಯರಾಗಿದ್ದು ವಿವಿಧ ಬಗೆಯ ಆಭರಣಗಳನ್ನು ಧರಿಸುತ್ತಿದ್ದರು. ಸಂಗೀತ, ನೃತ್ಯ, ನಾಟಕ ಮೊದಲಾದವುಗಳು ಜನರ ಮನೋರಂಜನೆಗಳಾಗಿದ್ದವು. ವೀರಶೈವ ಧರ್ಮದ ಏಳಿಗೆಯಿಂದಾಗಿ ಮಹಿಳೆಯರು ಸಮಾಜದ ಮುಖ್ಯವಾಹಿನಿಗೆ ಬರುವಂತಾಯಿತು ಹಾಗೂ ಅವರ ಮೇಲಿನ ಹಲವು ಬಗೆಯ ನಿರ್ಬಂಧಗಳು ಸಡಿಲಗೊಂಡವು.

ಶಿಕ್ಷಣಕ್ಕೆ ಪ್ರೋತ್ಸಾಹ ನೀಡಿದ ಹೊಯ್ಸಳರು ಹಲವಾರು ಅಗ್ರಹಾರಗಳನ್ನು ಸ್ಥಾಪಿಸಿದರು. ಬಳ್ಳಿಗಾವಿ, ಸೋಮನಾಥಪುರ, ಕಡಬ, ನುಗ್ಗೇಹಳ್ಳಿ ಮೊದಲಾದವು ಪ್ರಮುಖ ಅಗ್ರಹಾರಗಳಾಗಿದ್ದವು. ಪ್ರಮುಖ ದೇವಾಲಯಗಳು ನಿರ್ಮಾಣವಾದ

ಸ್ಥಳಗಳಲ್ಲೂ ಅಗ್ರಹಾರಗಳು ಬೆಳೆದವು. ರಾಮನುಜಾಚಾರ್ಯರೊಂದಿಗೆ ಕರ್ನಾಟಕಕ್ಕೆ ವಲಸೆ ಬಂದ ಶ್ರೀ ವೈಷ್ಣವರಿಗಾಗಿ ಅಗ್ರಹಾರಗಳು ಸ್ಥಾಪನೆಯಾದವು. ಮೇಲುಕೋಟೆ ಧಾರ್ಮಿಕ ಹಾಗೂ ಶೈಕ್ಷಣಿಕ ಕೇಂದ್ರವಾಗಿ ಬೆಳೆಯಿತು.

ಆರ್ಥಿಕ ಪರಿಸ್ಥಿತಿಗಳು

ಕೃಷಿ ಜನರ ಮುಖ್ಯ ವೃತ್ತಿಯಾಗಿತ್ತು ಹಾಗೂ ಭೂಕಂದಾಯ ರಾಜ್ಯದ ಪ್ರಧಾನ ಆದಾಯ ಮೂಲವಾಗಿದ್ದಿತು. ಹೊಯ್ಸಳ ಅರಸರು ಕೃಷಿಗೆ ಅಪಾರ ಪ್ರೋತ್ಸಾಹ ನೀಡಿದರು. ಕೆರೆ, ಕಾಲುವೆಗಳನ್ನು ನಿರ್ಮಿಸಿ ನೀರಾವರಿ ಸೌಕರ್ಯ ಒದಗಿಸಿದರು. ರೈತರಿಗೆ ಸರ್ಕಾರದಿಂದ ಸಾಲ ಸೌಲಭ್ಯವೂ ದೊರೆಯುತ್ತಿತ್ತು. ಹೊಸದಾಗಿ ಭೂಮಿಯನ್ನು ಸಾಗುವಳಿಗೆ ಒಳಪಡಿಸಿದ ಸಂದರ್ಭಗಳಲ್ಲಿ ತೆರಿಗೆ ವಿನಾಯಿತಿ ನೀಡಲಾಗುತ್ತಿತ್ತು. ಹೊಯ್ಸಳರು ಅಪಾರ ಸಂಖ್ಯೆಯ ಕೆರೆಗಳನ್ನು ನಿರ್ಮಿಸಿದರು. ಅರಸರಲ್ಲದೆ ಮಂತ್ರಿಗಳು, ದಂಡನಾಯಕರು, ಶ್ರೀಮಂತ ವರ್ತಕರು ಕೂಡ ಕೆರೆಗಳನ್ನು ನಿರ್ಮಿಸಿದ ಬಗ್ಗೆ ಮಾಹಿತಿಗಳು ದೊರೆತಿವೆ.

ಕೆರೆ, ಕಟ್ಟೆಗಳ ನಿರ್ಮಾಣವನ್ನು ಪವಿತ್ರ ಕಾರ್ಯವೆಂದು ಭಾವಿಸಲಾಗಿತ್ತು. ರಾಜಧಾನಿ ದ್ವಾರಸಮುದ್ರ ಸೇರಿದಂತೆ ಹಲವು ಕಡೆ ಕೆರೆಗಳನ್ನು ನಿರ್ಮಿಸಲಾಯಿತು. **ವಿಷ್ಣು ಸಾಗರ, ತೊಂಡನೂರ ಕೆರೆ, ಶಾಂತಿ ಸಾಗರ, ಬಲ್ಲಾಳರಾಯ ಸಮುದ್ರ** ಮೊದಲಾದ ಕೆರೆಗಳು ಈಗಲೂ ಅಸ್ತಿತ್ವದಲ್ಲಿವೆ. ಗ್ರಾಮಗಳ ಮುಖ್ಯಸ್ಥರಿಗೆ ಕೆರೆಗಳ, ಕಾಲುವೆಗಳ ನಿರ್ವಹಣೆಯ ಜವಾಬ್ದಾರಿಯನ್ನು ವಹಿಸಲಾಗಿತ್ತು. ರಾಜ **ವೀರಬಲ್ಲಾಳನ ದಂಡನಾಯಕ ವೀರಯ್ಯ ನಾಲ್ಕು ಕೆರೆಗಳನ್ನು ನಿರ್ಮಿಸಿದ** ಬಗ್ಗೆ ಶಾಸನವೊಂದರಲ್ಲಿ ಉಲ್ಲೇಖವಿದೆ. 14ನೇ ಶತಮಾನದ ಆರಂಭದ ಒಂದು ಶಾಸನದ ಪ್ರಕಾರ ನದಿಯ ನೀರನ್ನು ಕಾಲುವೆಗಳ ಮೂಲಕ ಕೃಷಿಗೆ ಬಳಸಿಕೊಳ್ಳಲಾಗುತ್ತಿತ್ತು. ಕೃಷಿ ಉತ್ಪನ್ನಗಳ ಮಾರಾಟಕ್ಕೆ ಸಂತೆಗಳನ್ನು ಏರ್ಪಡಿಸಲಾಗುತ್ತಿತ್ತು.

ವ್ಯಾಪಾರ ಹಾಗೂ ವಾಣಿಜ್ಯಕ್ಕೆ ಹೊಯ್ಸಳರಿಂದ ಅಪಾರ ಪ್ರೋತ್ಸಾಹ ದೊರೆಯಿತು. ದೇಶೀಯ ಹಾಗೂ ವಿದೇಶಿ ವ್ಯಾಪಾರ ಅಪಾರವಾಗಿ ಅಬಿವೃದ್ಧಿ ಹೊಂದಿತು. ಕೇರಳ ಹಾಗು ತಮಿಳುನಾಡು ಭಾಗಗಳ ವ್ಯಾಪಾರಿಗಳೂ ಹೊಯ್ಸಳ ರಾಜ್ಯಕ್ಕೆ ಬಂದು ನೆಲೆಸಿ ವ್ಯಾಪಾರ ನಡೆಸುತ್ತಿದ್ದರು. **1188ರ ಬಾಣಾವರ ಶಾಸನ**ದಲ್ಲಿ ವಿದೇಶಗಳಿಂದ ಅಶ್ವಗಳು, ಆನೆಗಳು ಹಾಗೂ ಮುತ್ತು ರತ್ನಗಳನ್ನು ಆಮದು ಮಾಡಿಕೊಂಡು ಅರಸರಿಗೆ ಮಾರುತ್ತಿದ್ದ **ಕಮ್ಮಟಚಟ್ಟ ಶೆಟ್ಟಿ** ಎಂಬ ವರ್ತಕನ ಬಗ್ಗೆ ಪ್ರಸ್ತಾಪವಿದೆ. ಅವನ ಸಹೋದರ **ದಾಸಶೆಟ್ಟಿ** ವ್ಯಾಪಾರ ವಸ್ತುಗಳನ್ನು ದೂರದ ಸ್ಥಳಗಳಿಗೆ ಸಾಗಿಸುವ ಕಾರ್ಯದಲ್ಲಿ ತೊಡಗಿದ್ದನು. ಸೋಮೇಶ್ವರ ಹಾಗೂ ಮೂರನೇ ಬಲ್ಲಾಳನ ಕಾಲದಲ್ಲಿ **ಕುಂಜನಾಂಬಿ ಶೆಟ್ಟಿ** ಎಂಬ ವರ್ತಕ ಮಾಳ್ವ, ಕಳಿಂಗ, ಚೋಳ ಹಾಗೂ ಪಾಂಡ್ಯ ರಾಜರುಗಳಿಗೆ ಅಗತ್ಯವಾದ ವಸ್ತುಗಳನ್ನು ಸರಬರಾಜು ಮಾಡುತ್ತಿದ್ದನು. ವರ್ತಕರಿಗೆ ಸಂಪೂರ್ಣವಾದ ರಕ್ಷಣೆ ನೀಡಲಾಗುತ್ತಿತ್ತು ಹಾಗೂ ಹಲವು ಸಂದರ್ಭಗಳಲ್ಲಿ ಅವರಿಗೆ ಸ್ಥಳೀಯ ಆಡಳಿತ ನಿರ್ವಹಣೆಯ ಜವಾಬ್ದಾರಿಯನ್ನು ವಹಿಸಲಾಗುತ್ತಿತ್ತು. ಉತ್ತಮ ದರ್ಜೆಯ ಹತ್ತಿ ಬಟ್ಟೆ, ತೆಂಗು, ಅಡಿಕೆ, ದಂತ, ಸಾಂಬಾರ ವಸ್ತುಗಳನ್ನು ರಫ್ತು ಮಾಡಲಾಗುತ್ತಿತ್ತು. ಅಶ್ವಗಳು, ಆನೆಗಳು, ಬೆಲೆಯುಳ್ಳ ಹರಳುಗಳು ಮೊದಲಾದವನ್ನು ಆಮದು ಮಾಡಿಕೊಳ್ಳಲಾಗುತ್ತಿತ್ತು. ದೇವಾಲಯಗಳ ನಿರ್ಮಾಣದಿಂದ ಅಪಾರ ಸಂಖ್ಯೆ ಜನರಿಗೆ ಉದ್ಯೋಗವಕಾಶಗಳು ದೊರೆಯುತ್ತಿದ್ದವು.

ಧಾರ್ಮಿಕ ಪರಿಸ್ಥಿತಿಗಳು

ಹೊಯ್ಸಳರು ಎಲ್ಲ ಧರ್ಮಗಳಿಗೂ ಸಮಾನ ಪ್ರೋತ್ಸಾಹ ನೀಡಿದರು. **"ಸಕಲ ಸಮಯ ರಕ್ಷಾಮಣಿ"** ಎಂಬ ಬಿರುದು ಇದಕ್ಕೆ ಸಾಕ್ಷಿಯಾಗಿದೆ. ಜೈನಧರ್ಮ, ಹಿಂದೂಧರ್ಮದ ಎರಡು ಶಾಖೆಗಳಾದ ವೈಷ್ಣವ ಮತ್ತು ಶೈವಧರ್ಮಗಳು ಜನಪ್ರಿಯವಾಗಿದ್ದವು. ಬೌದ್ಧಧರ್ಮ ಈ ವೇಳೆಗಾಗಲೇ ಅವನತಿ ಹೊಂದಿತ್ತು.

ಜೈನಧರ್ಮ

ಜೈನಧರ್ಮ ಬಹಳ ಹಿಂದಿನಿಂದಲೂ ಕರ್ನಾಟಕದಲ್ಲಿ ಜನಪ್ರಿಯತೆ ಗಳಿಸಿಕೊಂಡಿತ್ತು. **"ದಕ್ಷಿಣ ಭಾರತದ ಜೈನಧರ್ಮದ ಇತಿಹಾಸವೆಂದರೆ ಕರ್ನಾಟಕದ ಜೈನಧರ್ಮದ ಇತಿಹಾಸವೇ ಆಗಿದೆ"** ಎಂದು ಬಿ.ಎ. ಸಾಲೆತೊರೆ ಹೇಳಿದ್ದಾರೆ. 15ನೇ ಶತಮಾನದ ಒಂದು ಶಾಸನವು ಕರ್ನಾಟಕವನ್ನು ಜೈನಧರ್ಮದ ವಾಸದ ಮನೆಯಾಗಿತ್ತು ಎಂದು ವರ್ಣಿಸಿದೆ. ಗಂಗರು ಮತ್ತು ರಾಷ್ಟ್ರಕೂಟರು ಅದರ ಮಹಾ ಪೋಷಕರಾಗಿದ್ದರು. ಪ್ರಾರಂಭದ ಹೊಯ್ಸಳ ದೊರೆಗಳೂ ಜೈನಧರ್ಮದ ಅನುಯಾಯಿಗಳಾಗಿದ್ದರು. ಹೊಯ್ಸಳ ವಂಶದ ಸ್ಥಾಪಕ ಸಳ, ಅವನಿಗೆ ರಾಜ್ಯ ಸ್ಥಾಪನೆಗೆ ನೆರವಾದ ಸುದತ್ತ ಮುನಿಗಳು ಜೈನರಾಗಿದ್ದರು. ಪ್ರಾರಂಭದ ವಿನಯಾದಿತ್ಯ, ಎರೆಯಂಗ ಮೊದಲಾದ ಅರಸರು ನಿಷ್ಠಾವಂತ ಜೈನರಾಗಿದ್ದು ಜೈನ ಬಸದಿಗಳನ್ನು ನಿರ್ಮಿಸಿದರು. ಒಂದನೇ ಬಲ್ಲಾಳನು ಜೈನನಾಗಿದ್ದ ಮರಿಯಾನೆ ದಂಡನಾಯಕನ ಮೂವರು

ಪುತ್ರಿಯರನ್ನು ವಿವಾಹವಾದನು. ಹೊಯ್ಸಳರ ಪ್ರಸಿದ್ಧ ಅರಸ ವಿಷ್ಣುವರ್ಧನ ಪ್ರಾರಂಭದಲ್ಲಿ ಜೈನ ಧರ್ಮಾವಲಂಬಿಯಾಗಿದ್ದು ನಂತರ ರಾಮಾನುಜರ ಪ್ರಭಾವದಿಂದ ಶ್ರೀವೈಷ್ಣವ ಧರ್ಮವನ್ನು ಸ್ವೀಕರಿಸಿದನು. ಅವನ ಆಡಳಿತ ಕಾಲದಲ್ಲಿ ಜೈನ ಧರ್ಮ ಉಚ್ಛ್ರಾಯ ಹಂತ ತಲುಪಿತ್ತು. ಅವನ ರಾಣಿ ಶಾಂತಲೆ ಹಾಗೂ ದಂಡನಾಯಕರಾದ ಗಂಗರಾಜ ಮೊದಲಾದವರು ಜೈನ ಧರ್ಮೀಯರಾಗಿದ್ದರು. ಶ್ರವಣಬೆಳಗೊಳ ಜೈನರ ಯಾತ್ರಾಸ್ಥಳವಾಗಿ ಪ್ರಸಿದ್ಧವಾಯಿತು. **ರಾಣಿ ಶಾಂತಲೆ ಇಲ್ಲಿ ಸವತಿಗಂಧವಾರಣ ಬಸದಿಯನ್ನು 1123 ರಲ್ಲಿ ನಿರ್ಮಿಸಿದಳು**. ಈ ಕಾಲದ ಇಬ್ಬರು ವರ್ತಕರು **ತೇರಿನ ಬಸದಿಯನ್ನು** 1117ರಲ್ಲಿ ನಿರ್ಮಿಸಿದರು. ರಾಜಧಾನಿ ದ್ವಾರಸಮುದ್ರ, ತಲಕಾಡು ಮೊದಲಾದವು ಕೂಡ ಜೈನಧರ್ಮದ ಕೇಂದ್ರಗಳಾಗಿದ್ದವು. ವಿಷ್ಣುವರ್ಧನ ಶ್ರೀವೈಷ್ಣವಧರ್ಮ ಸ್ವೀಕರಿಸಿದ ನಂತರವೂ ಜೈನ ಧರ್ಮಕ್ಕೆ ಪ್ರೋತ್ಸಾಹವನ್ನು ಮುಂದುವರಿಸಿದನು. ಅವನ ದಳಪತಿ **ಗಂಗರಾಜ ಶಾಸನ ಬಸದಿಯನ್ನು** 1117 ರಲ್ಲಿ ಶ್ರವಣಬೆಳಗೊಳದಲ್ಲಿ ನಿರ್ಮಿಸಿದನು. ಅವನ ಪತ್ನಿ ಲಕ್ಷ್ಮಿ 1118ರಲ್ಲಿ **ಎರಡುಕಟ್ಟೆ ಬಸದಿಯನ್ನು** ನಿರ್ಮಿಸಿದಳು. ಗಂಗರಾಜ ಶ್ರವಣಬೆಳಗೊಳದ ಸಮೀಪ **ಜಿನನಾಥಪುರ** ಎಂಬ ಗ್ರಾಮವನ್ನು ನಿರ್ಮಿಸಿದನು. ರಾಣಿ ಶಾಂತಲೆಯ ಮರಣ ನಂತರ ಆಕೆಯ ನೆನೆಪಿಗಾಗಿ ವಿಷ್ಣುವರ್ಧನ ಶಿವಗಂಗೆಯಲ್ಲಿ **ಶಾಂತೇಶ್ವರ ಬಸದಿಯನ್ನು** ನಿರ್ಮಿಸಿದನು. ವಿಷ್ಣುವರ್ಧನನ ಉತ್ತರಾಧಿಕಾರಿಗಳಾದ ಒಂದನೇ ನರಸಿಂಹ, ಎರಡನೇ ಬಲ್ಲಾಳ ಮತ್ತಿತರರೂ ಜೈನಧರ್ಮವನ್ನು ಪ್ರೋತ್ಸಾಹಿಸಿದರು. ಒಂದನೇ ನರಸಿಂಹನ ಭಂಡಾರಿಯಾಗಿದ್ದ ಹುಳ್ಳಯ್ಯ ಶ್ರವಣಬೆಳಗೊಳದಲ್ಲಿ **ಭಂಡಾರಿ ಬಸದಿಯನ್ನು** ನಿರ್ಮಿಸಿದನು. 1159ರಲ್ಲಿ ನಿರ್ಮಾಣವಾದ ಈ ಬಸದಿಗೆ ರಾಜ ನರಸಿಂಹ **"ಭವ್ಯ ಚೂಡಾಮಣಿ ಬಸದಿ"** ಎಂದು ಹೆಸರಿಸಿದನು ಮತ್ತು ಸವಣೂರು ಗ್ರಾಮವನ್ನು ಅದಕ್ಕೆ ದತ್ತಿ ನೀಡಿದನು. ಎರಡನೇ ಬಲ್ಲಾಳನ ಬ್ರಾಹ್ಮಣ ಮಂತ್ರಿ ಚಂದ್ರಮೌಳಿಯ ಜೈನ ಪತ್ನಿ ಅಚಿಯಕ್ಕ 1181ರಲ್ಲಿ ಶ್ರವಣಬೆಳಗೊಳದಲ್ಲಿ **ಅಕ್ಕನ ಬಸದಿಯನ್ನು** ನಿರ್ಮಿಸಿದಳು. ಇಲ್ಲಿನ ಬಸದಿಗಳಲ್ಲಿ ಹೊಯ್ಸಳ ಶೈಲಿಯಲ್ಲಿ ನಿರ್ಮಾಣಗೊಂಡಿರುವುದು ಇದೊಂದೆ. ಎರಡನೇ ಬಲ್ಲಾಳನ ಕಾಲದಲ್ಲಿ ಪಟ್ಟಣ ಸ್ವಾಮಿಯಾಗಿದ್ದ ಹಾಗೂ ಮಂತ್ರಿಯಾಗಿದ್ದ ನಾಗದೇವ 1195ರಲ್ಲಿ **ನಾಗರ ಜಿನಾಲಯ**ವನ್ನು ನಿರ್ಮಿಸಿದನು. ಹೀಗೆ ಜೈನಧರ್ಮ ಹೊಯ್ಸಳರ ಪ್ರೋತ್ಸಾಹದಿಂದ ಹೆಚ್ಚು ಜನಪ್ರಿಯವಾಯಿತು. ಮುಂದೆ ಶ್ರೀವೈಷ್ಣವ, ಮಾಧ್ವ ಮತ ಹಾಗೂ ಮುಖ್ಯವಾಗಿ ವೀರಶೈವ ಧರ್ಮಗಳ ಏಳಿಗೆಯಿಂದಾಗಿ ಜೈನಧರ್ಮ ತನ್ನ ಪ್ರಭಾವವನ್ನು ಕಳೆದುಕೊಂಡಿತು.

ಶೈವಧರ್ಮ

ಕರ್ನಾಟಕ ಪ್ರದೇಶದಲ್ಲಿ ಹಿಂದೆಯೇ ಶೈವಧರ್ಮದ ಶಾಖೆಗಳಾದ ಪಾಶುಪತ ಹಾಗೂ ಕಳಾಮುಖಾ ಅಸ್ತಿತ್ವದಲ್ಲಿದ್ದವು. ಹೊಯ್ಸಳರ ಕಾಲದಲ್ಲಿ ಕರ್ನಾಟಕದ ಉತ್ತರ ಭಾಗದಲ್ಲಿ ವೀರಶೈವ ಧರ್ಮ ಅಪಾರ ಜನಪ್ರಿಯತೆಗಳಿಸಿತು. ಕಲ್ಯಾಣ ಕ್ರಾಂತಿಯ ನಂತರ ಹಲವಾರು ಶಿವಶರಣರು ತಮ್ಮ ವಚನ ಸಾಹಿತ್ಯದೊಂದಿಗೆ ಕರ್ನಾಟಕದ ದಕ್ಷಿಣ ಭಾಗಕ್ಕೆ ಅಂದರೆ ಹೊಯ್ಸಳ ರಾಜ್ಯಕ್ಕೆ ವಲಸೆ ಬಂದರು. ಅವರಿಗೆ ಈ ಭಾಗದಲ್ಲಿ ಆಶ್ರಯ ದೊರೆತು ವೀರಶೈವ ಧರ್ಮ ಈ ಭಾಗದಲ್ಲಿ ಜನಪ್ರಿಯವಾಯಿತು. ಶಿವಗಂಗೆ, ಎಡೆಯೂರು ಮೊದಲಾದವು ಮುಂದೆ ವೀರಶೈವ ಧರ್ಮದ ಪ್ರಧಾನ ಕೇಂದ್ರಗಳಾಗಿ ಬೆಳೆದವು. ಹರಿಹರ, ರಾಘವಾಂಕ, ಕೆರೆಯ ಪದ್ಮರಸ ಮೊದಲಾದವರು ಈ ಕಾಲದಲ್ಲಿ ಜೀವಿಸಿದ್ದ ಪ್ರಮುಖ ವೀರಶೈವ ಕವಿಗಳು.

ವೈಷ್ಣವಧರ್ಮ

ಹೊಯ್ಸಳರ ಕಾಲದಲ್ಲಿ ರಾಮಾನುಚಾರ್ಯರ ಪ್ರಭಾವದಿಂದಾಗಿ ಶ್ರೀವೈಷ್ಣವಧರ್ಮ ಜನಪ್ರಿಯವಾಯಿತು. ಚೋಳರು ಆಳುತ್ತಿದ್ದ ತಮಿಳುನಾಡಿನಲ್ಲಿ ವೈಷ್ಣವಧರ್ಮ ಪ್ರಚಾರಕ್ಕೆ ಸಂಬಂಧಿಸಿದಂತೆ ಅಸಹನೀಯ ವಾತಾವರಣವಿದ್ದುದರಿಂದ ರಾಮಾನುಜರು ಕರ್ನಾಟಕಕ್ಕೆ ಬಂದರು. ಇಲ್ಲಿ ವಿಷ್ಣುವರ್ಧನನ್ನು ಜೈನ ಧರ್ಮದಿಂದ ಶ್ರೀವೈಷ್ಣವಧರ್ಮಕ್ಕೆ ಪರಿವರ್ತಿಸಿದರೆಂದು ಹೇಳಲಾಗಿದ್ದರೂ ಅದಕ್ಕೆ ಪುಷ್ಟಿ ನೀಡುವ ಆಧಾರಗಳು ದೊರೆತಿಲ್ಲ. ಆದರೂ ಹೊಯ್ಸಳರ ಪ್ರೋತ್ಸಾಹದಿಂದ ಮೇಲುಕೋಟೆಯನ್ನು ಕೇಂದ್ರವಾಗಿ ಮಾಡಿಕೊಂಡು ರಾಮಾನುಜರು ಎರಡು ದಶಕಗಳ ಕಾಲ ಕರ್ನಾಟಕದಲ್ಲಿ ಶ್ರೀವೈಷ್ಣವ ಧರ್ಮವನ್ನು ಪ್ರಚಾರ ಮಾಡಿದರು. ತೊಣ್ಣೂರಿನಲ್ಲಿ ಅವರು **'ತಿರುಮಲ ಸಾಗರ'** ಎಂಬ ಕೆರೆಯನ್ನು ನಿರ್ಮಿಸಿದರು. ವಿಷ್ಣುವರ್ಧನ ಶ್ರೀವೈಷ್ಣವ ಧರ್ಮಕ್ಕೆ ಅಪಾರ ಬೆಂಬಲ ನೀಡಿದನು ಮತ್ತು ಹಲವಾರು ವೈಷ್ಣವ ದೇವಾಲಯಗಳನ್ನು ನಿರ್ಮಿಸಿದನು. ಮುಂದಿನ ಬಹುತೇಕ ಹೊಯ್ಸಳ ದೊರೆಗಳು ಶ್ರೀವೈಷ್ಣವಧರ್ಮವನ್ನು ಪ್ರೋತ್ಸಾಹಿಸಿದರು. ರಾಜ ಸೋಮೇಶ್ವರನು 1236ರಲ್ಲಿ ಸೇವಣ ರಾಜ್ಯಕ್ಕೆ ಸೇರಿದ್ದ ಪಂಡರಾಪುರದ ವಿಠಲ ದೇವಾಲಯಕ್ಕೆ ದತ್ತಿ ನೀಡಿದ ಬಗ್ಗೆ ಉಲ್ಲೇಖಗಳಿವೆ.

ಹೊಯ್ಸಳರ ಕಾಲದಲ್ಲೇ ಮಧ್ವಾಚಾರ್ಯರು ದ್ವೈತ ಸಿದ್ಧಾಂತವನ್ನು ಪ್ರಚಾರ ಮಾಡಿದರು. ಕನ್ನಡ ನಾಡಿನವರೇ ಆದ ಹಾಗೂ ಹೊಯ್ಸಳ ರಾಜ್ಯದಲ್ಲೇ ಜನಿಸಿದ ಮಧ್ವರು ಬೋಧಿಸಿದ ಮಾಧ್ವ ಮತ ಕರ್ನಾಟಕದಲ್ಲಿ ಹೆಚ್ಚು ಜನಪ್ರಿಯವಾಯಿತು. ಅವರು ಉಡುಪಿಯಲ್ಲಿ ಸ್ಥಾಪಿಸಿದ ಅಷ್ಟ ಮಠಗಳು ಇಂದಿಗೂ ವೈಷ್ಣವಧರ್ಮವನ್ನು ಅಥವಾ ದ್ವೈತ ಸಿದ್ಧಾಂತವನ್ನು ಪ್ರಚಾರ ಮಾಡುವ ಕಾರ್ಯ ಮುಂದುವರಿಸಿವೆ. ರಾಮಾನುಜರು ಹಾಗೂ ಮಧ್ವಾಚಾರ್ಯರು ಬೋಧಿಸಿದ ಶ್ರೀವೈಷ್ಣವ ಮತ್ತು ದ್ವೈತ ಮತಗಳಿಗೆ ಕರ್ನಾಟಕ ಆಶ್ರಯ ನೀಡಿದ್ದು ಗಮನಾರ್ಹವಾಗಿದೆ. ಮಹಾವಿಷ್ಣು ಕೇಂದ್ರಿತ ಎರಡೂ ಪಂಥಗಳ ಜನಪ್ರಿಯತೆಯಿಂದಾಗಿ ವೈಷ್ಣವ ದೇವಾಲಯಗಳ ನಿರ್ಮಾಣಕ್ಕೆ ಪ್ರೋತ್ಸಾಹ ದೊರೆಯಿತು.

ಹೊಯ್ಸಳರ ಕಾಲದ ಕನ್ನಡ ಸಾಹಿತ್ಯ

ಹೊಯ್ಸಳರು ಕನ್ನಡ ಸಾಹಿತ್ಯಕ್ಕೆ ಅಪಾರವಾದ ಪ್ರೋತ್ಸಾಹ ನೀಡಿದರು. ಈ ಅವಧಿಯನ್ನು ಕವಿಚರಿತ್ರಕಾರರು **'ಹರಿಹರ ಯುಗ'** ಎಂದು ಗುರುತಿಸುತ್ತಾರೆ. ಬಸವಾದಿ ಶರಣರನ್ನು ಹರಿಹರ ಯುಗಕ್ಕೆ ಸೇರಿಸುತ್ತಾರೆ.

ನಾಗಚಂದ್ರ

ನಾಗಚಂದ್ರ ಹೊಯ್ಸಳ ದೊರೆ ಒಂದನೇ ಬಲ್ಲಾಳನ ಕಾಲದಲ್ಲಿ ಜೀವಿಸಿದ್ದ ಪ್ರತಿಭಾವಂತ ಜೈನಕವಿ. ತನ್ನನ್ನು **'ಅಭಿನವ ಪಂಪ'** ಎಂದು ಕರೆದುಕೊಂಡಿದ್ದ ಈತ **'ಮಲ್ಲಿನಾಥಪುರಾಣ'** ಮತ್ತು **'ರಾಮಚಂದ್ರಚರಿತಪುರಾಣ'** ಎಂಬ ಎರಡು ಜೈನ ಕಾವ್ಯಗಳನ್ನು ರಚಿಸಿದನು. ಮಲ್ಲಿನಾಥಪುರಾಣ 19ನೇ ತೀರ್ಥಂಕರನ ಜೀವನ ವೃತ್ತಾಂತವಾಗಿದೆ. ಪಂಪನ ಬಗ್ಗೆ ಅಪಾರ ಅಭಿಮಾನ ಹೊಂದಿದ್ದ ನಾಗಚಂದ್ರ ಪಂಪನನ್ನು ಕುರಿತು **"ಪಸರಿಪ ಕನ್ನಡಕ್ಕೊಡೆಯನೋರ್ವನೇ ಸತ್ಕವಿ ಪಂಪನಾವಗಂ"** ಎಂದು ಬರೆದಿದ್ದಾನೆ.

'ರಾಮಚಂದ್ರಚರಿತ ಪುರಾಣ' ಅಥವಾ **'ಪಂಪ ರಾಮಾಯಣ'** ಜೈನ ಸಂಪ್ರದಾಯದ ಪ್ರಕಾರ ರಚನೆಯಾಗಿರುವ ಮೊದಲ ರಾಮಾಯಣವಾಗಿದೆ. ನಾಗಚಂದ್ರನ ಕವಿತಾ ಪ್ರತಿಭೆ ಈ ಕಾವ್ಯದಲ್ಲಿ ಪರಿಪೂರ್ಣವಾಗಿ ಅರಳಿ ನಿಂತಿದೆ. ನಾಗಚಂದ್ರ ರಾಮಾಯಣದ ಕಥೆಯನ್ನು ಭಿನ್ನವಾಗಿ ನಿರೂಪಿಸಿದ್ದಾನೆ. ಇಲ್ಲಿ ಯಜ್ಞಯಾಗಗಳು, ಋಷಿ ಮುನಿಗಳು ಇಲ್ಲ. ರಾಮ ವಿಷ್ಣುವಿನ ಅವತಾರವಲ್ಲ. ಅವನು ಜೈನರ 63 ಶಲಾಕಾಪುರುಷರಲ್ಲಿ ಒಬ್ಬನಾದ ಬಲದೇವ. ಲಕ್ಷ್ಮಣ ವಾಸುದೇವ, ರಾವಣ ಪ್ರತಿವಾಸುದೇವ. ರಾವಣನನ್ನು ಲಕ್ಷ್ಮಣ ವಧಿಸುತ್ತಾನೆ. ಇಲ್ಲಿಯ ಹನುಮಂತ ಸಂಸಾರಿ, ಸಮುದ್ರಕ್ಕೆ ಸೇತುವೆ ನಿರ್ಮಿಸುವುದಿಲ್ಲ. ಆದರೆ ಎಲ್ಲರೂ ಸಮುದ್ರವನ್ನು ಹಾರುತ್ತಾರೆ. ನಾಗಚಂದ್ರ ರಾವಣನ ಪಾತ್ರವನ್ನು ಅದ್ಭುತವಾಗಿ ಚಿತ್ರಿಸಿದ್ದಾನೆ.

ನಾಗಚಂದ್ರನ ಎರಡೂ ಕೃತಿಗಳಲ್ಲಿ ಅವನ ಜೈನ ಧರ್ಮಾಭಿಮಾನ ಉತ್ತಮವಾಗಿ ಅಭಿವ್ಯಕ್ತಿಗೊಂಡಿದೆ. ಅವನು ರಾಜರನ್ನು ವೈಭವೀಕರಿಸುವುದಕ್ಕೆ ವಿರೋಧಿಯಾಗಿದ್ದನು. **"ಅಭಿನವಪಂಪ"** ಎಂಬ ಬಿರುದು ಅವನಿಗೆ ಅನ್ವರ್ಥವಾಗಿದೆ. ಈತನ ಸಮಕಾಲೀನಳಾದ ಕವಯಿತ್ರಿ **'ಅಭಿನವವಾಗ್ದೇವಿ' ಕಂತಿಯು 'ಕಂತಿ–ಹಂಪರ ಸಮಸ್ಯೆಗಳು'** ಎಂಬ ಕಿರುಗ್ರಂಥ ರಚಿಸಿದಳು. **ರಾಜಾದಿತ್ಯ** ಈ ಕಾಲದ ಮತ್ತೊಬ್ಬ ಕವಿ ಮತ್ತು ಗಣಿತಶಾಸ್ತ್ರಜ್ಞ, ಅವನು ಹೊಯ್ಸಳ ದೊರೆ ವಿಷ್ಣುವರ್ಧನನ ಆಸ್ಥಾನದಲ್ಲಿದ್ದನು. **ಕ್ಷೇತ್ರಗಣಿತ, ವ್ಯವಹಾರ ಗಣಿತ** ಮತ್ತು **ಲೀಲಾವತಿ** ಗಣಿತಶಾಸ್ತ್ರಕ್ಕೆ ಸಂಬಂಧಿಸಿದ ಅವನ ಗ್ರಂಥಗಳು.

ಹರಿಹರ

ಹರಿಹರ ಈ ಅವಧಿಯ ಅತ್ಯಂತ ಶ್ರೇಷ್ಠ ಕವಿ. ಈತನನ್ನು ಕನ್ನಡ ಸಾಹಿತ್ಯದ **'ಯುಗ ಪ್ರವರ್ತಕ'** ಎಂದು ಬಣ್ಣಿಸಲಾಗಿದೆ. ಹಂಪೆಯಲ್ಲಿ ಜನಿಸಿದ ಈತ ಕೆಲಕಾಲ ಹೊಯ್ಸಳ ದೊರೆ ಒಂದನೇ ನರಸಿಂಹ ಬಲ್ಲಾಳನ ಕರಣಿಕನಾಗಿದ್ದನು. ಹರಿಹರ **'ರಗಳೆ ಕವಿ'** ಎಂದೇ ಪ್ರಸಿದ್ಧನಾಗಿದ್ದಾನೆ. **'ಪಂಪಾಶತಕ'**, **'ರಕ್ಷಾಶತಕ'**, **'ಮುಡಿಗೆಯ ಅಷ್ಟಕ'** , **'ಗಿರಿಜಾ ಕಲ್ಯಾಣ'**, **'ಬಸವರಾಜ ದೇವರ ರಗಳೆ'** ಮೊದಲಾದವು ಅವನ ಪ್ರಮುಖ ಗ್ರಂಥಗಳು. ಶತಕಗಳಲ್ಲಿ ಅವನ ಶಿವ ಭಕ್ತಿ ಎದ್ದು ಕಾಣುತ್ತದೆ. ಹರಿಹರ ಕೂಡ ಮಹಾರಾಜರನ್ನು ಸ್ತುತಿಸುವುದನ್ನು ವಿರೋಧಿಸುತ್ತಿದ್ದನು.

'ಗಿರಿಜಾಕಲ್ಯಾಣ' ಹರಿಹರನ ಒಂದು ಸುಂದರ ಚಂಪೂ ಕಾವ್ಯ. ಗಿರಿಜೆ ಇದರ ಕಥಾನಾಯಕಿ. ಮನ್ಮಥದಹನದ ಪ್ರಸಂಗ, ಗಿರಿಜೆಯ ಘೋರ ತಪಸ್ಸಿನ ಪ್ರಸಂಗ, ಕೊನೆಯಲ್ಲಿ ತಪಸ್ಸಿಗೆ ಮೆಚ್ಚಿ ಶಿವ ಗಿರಿಜೆಯನ್ನು ವರಿಸುವುದು ಮೊದಲಾದವು ಅತ್ಯಂತ ಮನೋಜ್ಞವಾಗಿ ಚಿತ್ರಿತವಾಗಿವೆ. **'ರಗಳೆಗಳು'** ಶಿವಶರಣರ ಜೀವನ ವೃತ್ತಾಂತವನ್ನು ನಿರೂಪಿಸುವ ಕೃತಿಗಳಾಗಿವೆ. ತಮಿಳಿನ ಶಕ್ಕಿಲಾರ್‌ನ **'ಪೆರಿಯಪುರಾಣ'**ದ ಶೈವ ಸಂತರ ಕಥೆಗಳ ಆಧಾರದ ಮೇಲೆ ಹರಿಹರ ರಗಳೆಗಳನ್ನು ರಚಿಸಿದ್ದಾನೆ.

ಅವನ ರಗಳೆಗಳಲ್ಲಿ **'ಬಸವರಾಜದೇವರ ರಗಳೆ'** ಬಹಳ ಮಹತ್ವವಾದುದು. ಇದು ಬಸವೇಶ್ವರರ ಜೀವನ ವೃತ್ತಾಂತವನ್ನು ಒಳಗೊಂಡಿದೆ. ಹರಿಹರ ಒಟ್ಟು 106 ರಗಳೆಗಳನ್ನು ರಚಿಸಿರಬಹುದು ಎಂದು ಭಾವಿಸಲಾಗಿದೆ. **'ನಂಬಿಯಣ್ಣನ ರಗಳೆ', ತಿರುನೀಲಕಂಠರ ರಗಳೆ, ಮಹಾದೇವಿಯಕ್ಕನ ರಗಳೆ', ಪ್ರಭುದೇವರ ರಗಳೆ, ರೇವಣಸಿದ್ದೇಶ್ವರ ರಗಳೆ, ವೀರಭದ್ರದೇವರ ರಗಳೆ, 'ಗುಂಡಯ್ಯನ ರಗಳೆ'** ಪ್ರಮುಖವಾದವು. ಮುಂದಿನ ವೀರಶೈವ ಕವಿಗಳಿಗೆ ಹರಿಹರನೇ ಆದರ್ಶನಾದನು.

ರಾಘವಾಂಕ

ಈತ ಹರಿಹರನ ಸೋದರಳಿಯ, ಅಂದರೆ ತಂಗಿಯ ಮಗ ಮತ್ತು ಶಿಷ್ಯ. ಹರಿಹರನಷ್ಟೇ ಪ್ರತಿಭಾವಂತನಾದ ರಾಘವಾಂಕ **'ಷಟ್ಪದಿ ಬ್ರಹ್ಮ'** ಎಂದು ಪ್ರಸಿದ್ಧನಾಗಿದ್ದಾನೆ. ಅವನು **'ಹರಿಶ್ಚಂದ್ರಕಾವ್ಯ' ,'ವೀರೇಶ ಚರಿತ'**, ಸಿದ್ದರಾಮ ಪುರಾಣ, **'ಸೋಮನಾಥ ಚರಿತೆ', 'ಶರಭಚರಿತೆ'** ಮತ್ತು **'ಹರಿಹರ ಮಹತ್ವ'** ಎಂಬ 6 ಗ್ರಂಥಗಳನ್ನು ರಚಿಸಿದನೆಂದು ಹೇಳಲಾಗಿದ್ದರೂ ಕೊನೆಯ ಎರಡು ಗಂಥ್ರಗಳು ಲಭ್ಯವಾಗಿಲ್ಲ.

'ಹರಿಶ್ಚಂದ್ರ ಕಾವ್ಯ' ರಾಘವಾಂಕನ ಕೃತಿರತ್ನ. ಈ ಕಾವ್ಯದಲ್ಲಿ ಮಾನವನಾದ ಹರಿಶ್ಚಂದ್ರನನ್ನು ಸ್ತುತಿಸಿರುವ ಕಾರಣದಿಂದ ಹರಿಹರನು ಕೋಪಗೊಂಡು ರಾಘವಾಂಕನ ಹಲ್ಲುಗಳನ್ನು ಉದುರಿಸಿದನೆಂಬ ದಂತಕಥೆಯಿದೆ. ಇದೊಂದು ಅತ್ಯಂತ ಸುಂದರ ಕಾವ್ಯವಾಗಿದೆ. ಇದನ್ನು ತನ್ನ **'ಕಾವ್ಯ ಕನ್ನಿಕೆ'** ಎಂದು ರಾಘವಾಂಕ ಕರೆದಿದ್ದಾನೆ. ಹರಿಶ್ಚಂದ್ರನ ಕಥೆ ಹೊಸದಲ್ಲದಿದ್ದರೂ ರಾಘವಾಂಕನ ಪ್ರತಿಭೆಯಿಂದಾಗಿ ಚಿರನೂತನವಾದ ರೂಪವನ್ನು ಪಡೆದಿದೆ. ಹರಿಶ್ಚಂದ್ರನ ಪಾತ್ರ ಸೃಷ್ಟಿ ಅಮೋಘವಾಗಿದೆ. ರಾಜ್ಯವನ್ನು ಕಳೆದುಕೊಂಡು ಹರಿಶ್ಚಂದ್ರ ತನ್ನ ರಾಜಧಾನಿಯಿಂದ ಹೊರನಡೆದ ಸನ್ನಿವೇಶವನ್ನು ಚಿತ್ರಿಸುವಾಗ **"ಪುರದ ಪುಣ್ಯಂ ಪುರುಷ ರೂಪಿಂದೆ ಪೋಗುತಿದೆ"** ಎಂದು ಕವಿ ಹೇಳುತ್ತಾನೆ.

'ಸಿದ್ದರಾಮ ಚರಿತೆ' ಸೊನ್ನಲಿಗೆಯ ಕಾಯಕಯೋಗಿ ಸಿದ್ದರಾಮನ ಜೀವನ ವೃತ್ತಾಂತವಾಗಿದೆ. ಶ್ರೇಷ್ಠ ಭಕ್ತನಾಗಿದ್ದ ಅವನು ಪರಶಿವನನ್ನು ಒಲಿಸಿಕೊಂಡಿದ್ದನು. ಅವನ ಲೋಕ ಕಲ್ಯಾಣದ ಕಾರ್ಯಗಳು, ಅವನು ಮೆರೆದ ಪವಾಡಗಳು ಈ ಕಾವ್ಯದಲ್ಲಿ ಸೊಗಸಾಗಿ ಮೂಡಿವೆ. **'ಸೋಮನಾಥ ಚರಿತೆ'** ಆದಯ್ಯ ಎಂಬ ಶಿವಶರಣನ ಜೀವನ ವೃತ್ತಾಂತವಾಗಿದೆ. **'ವಿರೇಶಚರಿತೆ'** ದಕ್ಷಯಜ್ಞವನ್ನು ವೀರಭದ್ರ ನಾಶಮಾಡಿದ ಕಥೆಯನ್ನು ಒಳಗೊಂಡಿದೆ.

ಕೆರೆಯ ಪದ್ಮರಸ ಹೊಯ್ಸಳರ ಕಾಲದ ಮತ್ತೊಬ್ಬ ಕವಿ. ಎರಡನೇ ನರಸಿಂಹ ಬಲ್ಲಾಳನ ಮಂತ್ರಿಯಾಗಿದ್ದ ಅವನು ಬೇಲೂರಿನಲ್ಲಿ ದೊಡ್ಡ ಕೆರೆಯನ್ನು ಕಟ್ಟಿಸಿದ್ದರಿಂದ ಅವನಿಗೆ ಕೆರೆಯ ಪದ್ಮರಸ ಎಂಬ ಹೆಸರು ಬಂದಿತು. ಅವನು **'ದೀಕ್ಷಾಬೋಧೆ'** ಎಂಬ ಧಾರ್ಮಿಕ ಗ್ರಂಥವನ್ನು ರಚಿಸಿದನು. ಇದು ರಗಳೆಯ ರೂಪದಲ್ಲಿದ್ದು ಶಿವಾದ್ವೃತವನ್ನು ಕುರಿತ ಗ್ರಂಥವಾಗಿದೆ.

ಪಾಲ್ಕುರಿಕೆ ಸೋಮನಾಥ ಕೂಡ ರಾಘವಾಂಕನ ಸಮಕಾಲೀನ. ಈತ ತೆಲುಗು ಕವಿ. ಈತನ **'ಬಸವ ಪುರಾಣ'** ಭೀಮಕವಿಯ ಕನ್ನಡ ಬಸವ ಪುರಾಣಕ್ಕೆ ಆಧಾರವಾಯಿತು. ಈತನು ಕನ್ನಡದಲ್ಲಿ **'ಸದ್ಗುರು ರಗಳೆ' , 'ಚನ್ನಬಸವ ರಗಳೆ'** ಮೊದಲಾದ ಗ್ರಂಥಗಳನ್ನು ರಚಿಸಿದನು.

ನೇಮಿಚಂದ್ರ ಹರಿಹರನ ಸಮಕಾಲೀನ ಕವಿ. ಈತ **'ಲೀಲಾವತಿ'** ಮತ್ತು **'ನೇಮಿನಾಥ ಪುರಾಣ'** ಎಂಬ ಎರಡು ಕಾವ್ಯಗಳನ್ನು ರಚಿಸಿದ್ದಾನೆ. ಅವನಿಗೆ **"ಚತುರ್ಭಾಷಾ ಕವಿಚಕ್ರವರ್ತಿ", "ಕವಿರಾಜಮಲ್ಲ"** ಮೊದಲಾದ ಬಿರುದುಗಳಿದ್ದವು. ಶೃಂಗಾರ ಕಾವ್ಯವಾಗಿರುವ **'ಲೀಲಾವತಿ'**ಯಲ್ಲಿ ಬನವಾಸಿಯ ರಾಜಕುಮಾರ ಕಂದರ್ಪದೇವ ತನ್ನ ಕನಸಿನಲ್ಲಿ ಕಾಣಿಸಿಕೊಂಡ ಸುಂದರಿ ಲೀಲಾವತಿಯನ್ನು ಹುಡುಕಲು ಮಂತ್ರಿ ಪುತ್ರ ಮಕರಂದನೊಂದಿಗೆ ತೆರಳಿದ್ದು ಹಾಗೂ ಕೊನೆಯಲ್ಲಿ ಲೀಲಾವತಿ ಕಂದರ್ಪನ ಸಮಾಗಮದ ಕಥೆ ಸೊಗಸಾಗಿ ನಿರೂಪಿತವಾಗಿದೆ. **'ನೇಮಿನಾಥ ಪುರಾಣ'** 22ನೇ ತೀರ್ಥಂಕರ ನೇಮಿನಾಥನ ಜೀವನ ವೃತ್ತಾಂತವನ್ನು ಒಳಗೊಂಡಿದೆ. ಇದು ಸಂಪೂರ್ಣವಾಗಿಲ್ಲದಿರುವುದರಿಂದ ಇದನ್ನು 'ಅರ್ಧನೇಮಿ ಪುರಾಣ'ವೆಂದು ಕರೆಯಲಾಗಿದೆ. ಬಹುಷಃ ಈ ಕೃತಿ ಪೂರ್ಣಗೊಳ್ಳುವ ಮೊದಲೇ ನೇಮಿಚಂದ್ರ ಮರಣಿಸಿರಬಹುದು.

ರುದ್ರಭಟ್ಟ (1200) ನೇಮಿಚಂದ್ರನ ಸಮಕಾಲೀನ. ಈತನು ವೀರ ಬಲ್ಲಾಳನ ಮಂತ್ರಿ ಚಂದ್ರಮೌಳಿಯ ಆಶ್ರಯದಲ್ಲಿದ್ದನು. ಬ್ರಾಹ್ಮಣನಾದ ಈತ **'ಜಗನ್ನಾಥ ವಿಜಯ'** ಎಂಬ ಕಾವ್ಯವನ್ನು ಬರೆದನು. ವಿಷ್ಣು ಪುರಾಣದ ಕೃಷ್ಣನ ಕಥಾಭಾಗ ಇದಕ್ಕೆ ಆಧಾರ. ಶ್ರೀಕೃಷ್ಣನ ಜನನದಿಂದ ಬಾಣಾಸುರನ ವಧೆಯವರೆಗಿನ ಈ ಕಥೆಯಲ್ಲಿ ಶ್ರೀಕೃಷ್ಣನ ಕೊಳಲ ಗಾನಕ್ಕೆ ಗೋಪಿಯರು ಆಕರ್ಶಿತರಾಗುವ, ಶಿಶುಪಾಲನು ಶ್ರೀಕೃಷ್ಣನನ್ನು ನಿಂದಿಸುವ ಪ್ರಸಂಗಗಳು ಬಹಳ ಸೊಗಸಾಗಿವೆ.

ಮೇಲೆ ಪ್ರಸ್ತಾಪಿಸಿದ ಕವಿಗಳಲ್ಲದೆ **'ನಿರ್ವಾಣ ಲಕ್ಷೀಪತಿ'** ಮತ್ತು **'ಗೊಮ್ಮಟಸ್ತುತಿ'** ರಚಿಸಿದ ಬೊಪ್ಪಣ ಪಂಡಿತ, **'ಚಂದ್ರಪ್ರಭ**

ಪುರಾಣ' ರಚಿಸಿದ ಅಗ್ಗಳ, **'ಹರಿವಂಶಾಭ್ಯುದಯ'** ಮತ್ತು **'ಜೀವ ಸಂಬೋಧನೆ'** ಗ್ರಂಥಗಳನ್ನು ರಚಿಸಿದ ಬಂಧುವರ್ಮ, **'ಪಾರ್ಶ್ವನಾಥ ಪುರಾಣ'** ರಚಿಸಿದ ಪಾರ್ಶ್ವಪಂಡಿತ ಈ ಕಾಲದ ಪ್ರಮುಖ ಕವಿಗಳು. ಇವರೆಲ್ಲರೂ ಜೈನರೇ ಆಗಿದ್ದರು.

ಜನ್ನ

ಹೊಯ್ಸಳರ ಕಾಲದ ಮತ್ತೊಬ್ಬ ಶ್ರೇಷ್ಠ ಕವಿ ಜನ್ನ. ಈತ ಪಂಪ, ರನ್ನನಂತೆ ಪ್ರತಿಭಾವಂತ ಕವಿಯಾಗಿದ್ದನು. ಈತನು ಎರಡನೇ ಬಲ್ಲಾಳನ ಆಸ್ಥಾನದಲ್ಲಿದ್ದನು. ಈತನ ಕುಟುಂಬದವರೆಲ್ಲರೂ ಕವಿಗಳೆ. ತಂದೆ ಶಂಕರ ದೊಡ್ಡ ಕವಿಯಾಗಿ **'ಸುಮನೋಬಾಣ'** ಎಂಬ ಬಿರುದು ಪಡೆದಿದ್ದನು. ಈತನ ಸೋದರಿ **'ಸೂಕ್ತಿ ಸುದಾರ್ಣವ'ದ** ಕರ್ತೃ ಮಲ್ಲಿಕಾರ್ಜುನನ ಪತ್ನಿ. ಈ ದಂಪತಿಗಳ ಪುತ್ರನೇ ಪ್ರಸಿದ್ಧ ವ್ಯಾಕರಣಕಾರ ಕೇಶಿರಾಜ. ಈತ ಎರಡನೇ ಬಲ್ಲಾಳನಿಂದ **'ಕವಿಚಕ್ರವರ್ತಿ'** ಎಂಬ ಬಿರುದು ಪಡೆದಿದ್ದರೂ ಮಾನವರನ್ನು ಹೊಗಳುವುದನ್ನು ಒಪ್ಪಲಿಲ್ಲ.

ಜನ್ನ **'ಯಶೋಧರ ಚರಿತೆ'** ಮತ್ತು **'ಅನಂತನಾಥ ಪುರಾಣ'** ಎಂಬ ಎರಡು ಜೈನ ಧರ್ಮಗ್ರಂಥಗಳನ್ನು ರಚಿಸಿದನು. 'ಯಶೋಧರ ಚರಿತೆ'ಯ ಕಥೆ ಅತ್ಯಂತ ಕುತೂಹಲಕಾರಿಯಾದುದು. **ಅಭಯ ರುಚಿ** ಮತ್ತು **ಅಭಯಮತಿ** ಎಂಬ ಚಿಕ್ಕವಯಸ್ಸಿನ ಅಣ್ಣತಂಗಿಯರು ತಮ್ಮನ್ನು ಬಲಿಕೊಡಲು ಸಿದ್ಧನಾಗಿದ್ದ ಮಾರಿಯ ಭಕ್ತ ಮಾರಿದತ್ತ ಎಂಬ ರಾಜನಿಗೆ ಅಹಿಂಸೆಯನ್ನು ಭೋದಿಸಿದ್ದು ಇದರ ಕಥಾವಸ್ತು. ಬಲಿ ಕೊಡುವುದಕ್ಕಾಗಿ ಎಳೆತಂದಿದ್ದರೂ ನಿರ್ಭಯರಾಗಿದ್ದ ಅಭಯರುಚಿ, ಅಭಯಮತಿಯನ್ನು ನೀವು ಯಾರು ಎಂದು ಮಾರಿದತ್ತ ಕೇಳಿದಾಗ ಅಭಯರುಚಿ ತನ್ನ ಏಳು ಜನ್ಮಗಳ ಕಥೆಯನ್ನು ಹೇಳುತ್ತಾನೆ. ಚಕ್ರವರ್ತಿಯಾಗಿದ್ದ ಯಶೋಧರ ತನ್ನ ರಾಣಿ ಅಮೃತಮತಿ ಅಷ್ಟಾವಂಕನೆಂಬ ಮಹಾ ಕುರೂಪಿಯನ್ನು ಮೋಹಿಸಿದಾಗ ವೈರಾಗ್ಯಪರನಾಗಿ ತಪಸ್ಸಿಗೆ ತೆರಳಲು ಸಿದ್ಧನಾಗುತ್ತಾನೆ. ಆಗ ಅಮೃತಮತಿ ವಿಷಪ್ರಯೋಗ ಮಾಡಿ ಯಶೋಧರ ಮತ್ತು ಅವನ ತಾಯಿಯನ್ನು ಕೊಲ್ಲುತ್ತಾಳೆ. ಅವರು ಹಲವು ಜನ್ಮಗಳನ್ನೆತ್ತಿ, ಅಪಾರ ಸಂಕಟಗಳನ್ನು ಅನುಭವಿಸಿ ಕೊನೆಗೆ ಅಭಯರುಚಿ, ಅಭಯಮತಿಯಾಗಿ ಜನಿಸುತ್ತಾರೆ. ಈ ಕಥೆಯನ್ನು ಕೇಳಿದ ಮಾರಿದತ್ತ ಪ್ರಾಣಿ ಹಿಂಸೆಯನ್ನು ನಿಲ್ಲಿಸಿ ಧರ್ಮಪರನಾಗುತ್ತಾನೆ. ಈ ಕೃತಿಗೆ ಸಂಸ್ಕೃತದ **ವಾದಿರಾಜನ 'ಯಶೋಧರ ಚರಿತೆ'** ಆಧಾರವಾದರೂ ಇದೊಂದು ಸ್ವತಂತ್ರ ಕೃತಿಯಾಗಿದೆ.

'ಅನಂತನಾಥ ಪುರಾಣ' 14ನೇ ತೀರ್ಥಂಕರ ಅನಂತನಾಥನ ಜೀವನ ವೃತ್ತಾಂತವಾಗಿದೆ. ಜನ್ನ ತನ್ನ ಪಾಂಡಿತ್ಯವನ್ನೆಲ್ಲ ಬಳಸಿ ಈ ಗ್ರಂಥ ರಚಿಸಿದ್ದಾನೆ. ಅನಂತನಾಥನ ಪೂರ್ವಾಶ್ರಮದ ಶೃಂಗಾರಮಯ ಜೀವನವನ್ನು ವಿವರಿಸಲು ತನ್ನ ಪ್ರತಿಭೆಯನ್ನು ಪೂರ್ಣವಾಗಿ ಬಳಸಿಕೊಂಡಿದ್ದಾನೆ. ಈ ಗ್ರಂಥದ ಅಂತ್ಯದಲ್ಲಿ ವಾಸುದೇವರ ಪೂರ್ವಜನ್ಮದ ಕಥೆ ಅತ್ಯಂತ ರೋಚಕವಾಗಿದೆ. ಮುಂದೆ ವಾಸುದೇವನಾದ ಸುಷೇಣ ಪೌದನಪುರದ ರಾಜ. ಅವನ ಪತ್ನಿ ಅನುಪಮ ಸೌಂದರ್ಯವತಿಯಾದ ಸುನಂದೆಯನ್ನು ರಾಜನ ಮಿತ್ರ ಚಂಡಶಾಸನನು ಮೋಹಿಸಿ ಅಪಹರಿಸಿಕೊಂಡು ಹೋಗುತ್ತಾನೆ. ಆದರೆ ಆಕೆ ಅವನಿಗೆ ವಶವಾಗದೆ ಮರಣಿಸಲು ಚಂಡಶಾಸನನೂ ಅವಳೊಂದಿಗೆ ಸಹಗಮನ ಮಾಡುತ್ತಾನೆ. ಇಲ್ಲಿ ಜನ್ನ ಸೃಷ್ಟಿಸಿರುವ ವಿಶೇಷವೆಂದರೆ ಹೆಣ್ಣಿನೊಂದಿಗೆ ಗಂಡು ಸಹಗಮನ ಮಾಡುವುದು.

ಜನ್ನನ ಎರಡೂ ಕೃತಿಗಳ ನಾಯಕಿಯರಲ್ಲಿ ಅಪಾರ ಅಂತರವಿದೆ. ಅಮೃತಮತಿ ಪರ ಪುರುಷನ ಸಂಗ ಮಾಡಿ ಪತಿಗೆ ದ್ರೋಹ ಬಗೆದರೆ, ಸುನಂದೆ ತನ್ನನ್ನು ಕದ್ದೊಯ್ದವನನ್ನು ತಿರಸ್ಕರಿಸಿ ತನ್ನ ಪಾತಿವ್ರತ್ಯವನ್ನು ಕಾಪಾಡಿಕೊಳ್ಳುತ್ತಾಳೆ.

ಆಂಡಯ್ಯ ಕವಿ ಜನ್ನನ ಸಮಕಾಲೀನ. ಈತನ ಕನ್ನಡ ಪ್ರೇಮ ಅಪಾರವಾದುದು. ಸಂಸ್ಕೃತದ ಸೋಂಕಿಲ್ಲದಂತೆ **'ಕಬ್ಬಿಗರ ಕಾವ್ಯ'** ಎಂಬ ಅಚ್ಚಗನ್ನಡ ಕಾವ್ಯವನ್ನು ರಚಿಸಿದ್ದಾನೆ. ಸ್ವಕಲ್ಪಿತವಾದ ಕಥೆಯನ್ನು ಆಂಡಯ್ಯ ಸುಂದರವಾಗಿ ಹೆಣೆದಿದ್ದಾನೆ. ತನ್ನ ಕಾವ್ಯದಲ್ಲಿ ಪಂಪನಂತೆ ತಾಯ್ನಾಡಾದ ಕನ್ನಡನಾಡನ್ನು ಅತಿಶಯವಾಗಿ ಹೊಗಳಿದ್ದಾನೆ. ಜೈನನಾದ ಈತ ತನ್ನ ಕಾವ್ಯದಲ್ಲಿ ಹಿಂದೂಧರ್ಮವನ್ನು ತೆಗಳದೆ ಜಾಣ್ಮೆಯಿಂದ ತನ್ನ ಧರ್ಮದ ಹಿರಿಮೆಯನ್ನು ಎತ್ತಿ ತೋರಿದ್ದಾನೆ.

ಕೇಶಿರಾಜ ಈ ಕಾಲದ ಸುಪ್ರಸಿದ್ಧ ವ್ಯಾಕರಣಕಾರ. ಈತನ ತಂದೆ ಮಲ್ಲಿಕಾರ್ಜುನ **'ಸೂಕ್ತಿ ಸುಧಾರ್ಣವ'** ಎಂಬ ಗ್ರಂಥವನ್ನು ರಚಿಸಿದನು. ಕೇಶಿರಾಜ **'ಶಬ್ಧಮಣಿದರ್ಪಣ'**ಎಂಬ ಮಹತ್ವದ ವ್ಯಾಕರಣ ಗ್ರಂಥವನ್ನು ರಚಿಸಿದನು.

ಹೀಗೆ ಹೊಯ್ಸಳರ ಕಾಲದಲ್ಲಿ ಕನ್ನಡ ಸಾಹಿತ್ಯಲೋಕ ಶ್ರೀಮಂತವಾಯಿತು. ಅಪಾರ ಸಂಖ್ಯೆಯ ಗ್ರಂಥಗಳು **ಚಂಪೂ, ರಗಳೆ** ಹಾಗೂ **ಷಟ್ಪದಿಯ** ರೂಪದಲ್ಲಿ ರಚನೆಯಾದವು. ಈ ಅವಧಿಯ ಕನ್ನಡ ಕವಿಗಳು ಬಹುಪಾಲು ಜೈನರೇ ಆಗಿದ್ದುದು ವಿಶೇಷವಾಗಿದೆ.

ಸಂಸ್ಕೃತ ಸಾಹಿತ್ಯ

ಹೊಯ್ಸಳರ ಕಾಲದಲ್ಲಿ ಸಂಸ್ಕೃತ ಭಾಷೆ ಮತ್ತು ಸಾಹಿತ್ಯಕ್ಕೂ ಪ್ರೋತ್ಸಾಹ ದೊರೆಯಿತು. ಈ ಅವಧಿಯಲ್ಲಿ ವಿದ್ಯಾಚಕ್ರವರ್ತಿಗಳೆಂದು ಖ್ಯಾತರಾದ ಸಂಸ್ಕ್ಕೃತ ವಿದ್ವಾಂಸರ ಮನೆತನವಿದ್ದಿತು. ಈ ಕುಟುಂಬದ ಕವಿಗಳಿಗೆ **'ಸಕಲ ವಿದ್ಯಾಚಕ್ರವರ್ತಿ'** ಎಂಬ ಅನುವಂಶಿಕ ಬಿರುದಿತ್ತು. ಈ ವಂಶದ ಎರಡನೇ ವಿದ್ಯಾಚಕ್ರವರ್ತಿ ಎರಡನೇ ನರಸಿಂಹನ ಕಾಲದಲ್ಲಿ **'ಗದ್ಯಕರ್ಣಾಮೃತ'** ಎಂಬ ಗ್ರಂಥವನ್ನು ರಚಿಸಿದನು. ಈತನನ್ನು ಚಾಳುಕ್ಯರು, ಹೊಯ್ಸಳರು ಹಾಗೂ ಚೋಳರು ಗೌರವಿಸಿದರು. ಈತನಿಗೆ ಪಾಂಡ್ಯ ದೊರೆ **'ವಲ್ಲಭ'** ಎಂಬ ಬಿರುದು ನೀಡಿದ್ದನು. ಈತನ ಮೊಮ್ಮಗ ಮೂರನೇ ವಿದ್ಯಾಚಕ್ರವರ್ತಿ **'ರುಕ್ಮಿಣೀ ಕಲ್ಯಾಣ'** ಎಂಬ ಕಾವ್ಯವನ್ನು ರಚಿಸಿದನು.

ಹೊಯ್ಸಳರ ಕಾಲದಲ್ಲಿ ಇಬ್ಬರು ಧರ್ಮ ಸುಧಾರಕರು ಧರ್ಮ ಪ್ರಚಾರ ಕಾರ್ಯ ನಡೆಸಿದರು. ಅವರು ತಮಿಳುನಾಡಿನಿಂದ ಬಂದ ರಾಮಾನುಜಾಚಾರ್ಯರು ಹಾಗೂ ಸ್ಥಳೀಯರೇ ಆದ ಮಧ್ವಾಚಾರ್ಯರು. ರಾಮಾನುಜಾಚಾರ್ಯರ ಕೃತಿಗಳಲ್ಲಿ ಕೆಲವು ಅವರು ಕರ್ನಾಟಕದಲ್ಲಿದ್ದಾಗ ರಚನೆಯಾಗಿರಬಹುದು. ಆದರೆ ಯಾವ ಕೃತಿಗಳನ್ನು ಅವರು ಕನ್ನಡ ನೆಲದಲ್ಲಿ ರಚಿಸಿದರು ಎಂದು ಖಚಿತವಾಗಿ ಹೇಳಲಾಗದಿದ್ದರೂ ಅವರ ಕೃತಿಗಳಾದ **ವೇದಾಂತ ಸಾರ, ವೇದಾಂತ ದೀಪ, ವೇದಾಂತ ಸಂಗ್ರಹ, ಶ್ರೀ ಭಾಷ್ಯ** ಮೊದಲಾದವನ್ನು ಇಲ್ಲಿ ಹೆಸರಿಸಿದರೆ ಅಪ್ರಸ್ತುತವೆನಿಸದು. ಮಧ್ವಾಚಾರ್ಯರು ಹೊಯ್ಸಳ ಪ್ರಭುತ್ವದ ಕೊನೆಯ ಭಾಗದಲ್ಲಿ ಧರ್ಮ ಪ್ರಚಾರ ನಡೆಸಿದರು. ಅವರು **'ಗೀತ ತಾತ್ಪರ್ಯ ನಿರ್ಣಯ', 'ಮಹಾಭಾರತ ತಾತ್ಪರ್ಯ ನಿರ್ಣಯ'** ಮೊದಲಾದ ಕೃತಿಗಳನ್ನು ರಚಿಸಿದರು. ಅವರ ಶಿಷ್ಯರಾದ ತ್ರಿವಿಕ್ರಮ ಪಂಡಿತ **'ಉಷಾಹರಣ'** ಎಂಬ ಕಾವ್ಯವನ್ನು, ನಾರಾಯಣ ಪಂಡಿತ **'ಮಧ್ವ ವಿಜಯ', 'ಮಣಿಮಂಜರಿ'** ಮೊದಲಾದ ಕೃತಿಗಳನ್ನು ರಚಿಸಿದರು.

ಕಲೆ ಮತ್ತು ವಾಸ್ತುಶಿಲ್ಪ

ಹೊಯ್ಸಳರ ಕಾಲದಲ್ಲಿ ಕಲೆ ಮತ್ತು ವಾಸ್ತುಶಿಲ್ಪ ಕ್ಷೇತ್ರದಲ್ಲಿ ಅಸಾಧಾರಣವಾದ ಪ್ರಗತಿಯಾಯಿತು. ಅವರು ಚಾಳುಕ್ಯರ ಸಾಮಂತರಾಗಿದ್ದುದರಿಂದ ಚಾಳುಕ್ಯ ವಾಸ್ತುಶಿಲ್ಪ ಶೈಲಿಯಿಂದ ಸಹಜವಾಗಿಯೇ ಪ್ರಭಾವಿತರಾಗಿದ್ದರು. ಹೆನ್ರಿ ಕಸಿನ್ಸ್ ಸೇರಿದಂತೆ ಹಲವು ಕಲಾ ವಿಮರ್ಶಕರ ಪ್ರಕಾರ **ಹೊಯ್ಸಳ ವಾಸ್ತುಶಿಲ್ಪ ಕೆಲವು ಬದಲಾವಣೆಗಳೊಂದಿಗೆ ಚಾಳುಕ್ಯ ಶೈಲಿಯ ಮುಂದುವರಿಕೆಯಾಗಿದೆ.** ಆದರೆ ಬಿ.ಎಲ್. ರೈಸ್, ಈ.ಬಿ. ಹ್ಯಾವಲ್, ಆರ್ ನರಸಿಂಹಾಚಾರ್ ಮೊದಲಾದವರು **'ಹೊಯ್ಸಳ ಶೈಲಿ'** ಎಂಬ ಪದದ ಬಳಕೆ ಸೂಕ್ತವಾಗಿದೆ ಎಂದು ಅಭಿಪ್ರಾಯಪಟ್ಟಿದ್ದಾರೆ. ಚಾಳುಕ್ಯರಂತೆ ಹೊಯ್ಸಳರೂ ಕೂಡ ನೂರಾರು ದೇವಾಲಯಗಳನ್ನು ನಿರ್ಮಿಸಿದರು. ಹೊಯ್ಸಳ ಶೈಲಿ ಸರಳತೆ ಮತ್ತು ಸಂಕೀರ್ಣತೆಯ ಸಂಗಮವಾಗಿದೆ.

ಹೊಯ್ಸಳ ಶೈಲಿಯ ಲಕ್ಷಣಗಳು

ಹೊಯ್ಸಳ ವಾಸ್ತುಶಿಲ್ಪ ಶೈಲಿ ಈ ಕೆಳಗಿನ ಪ್ರಧಾನ ಲಕ್ಷಣಗಳನ್ನು ಒಳಗೊಂಡಿದೆ. ಅವುಗಳು –

1) ಹೊಯ್ಸಳ ದೇವಾಲಯಗಳು ಬಹುತೇಕ ನಕ್ಷತ್ರಾಕಾರವಾಗಿವೆ.

2) ಬಹುತೇಕ ದೇವಾಲಯಗಳನ್ನು 4 ರಿಂದ 5 ಅಡಿ ಎತ್ತರವಾದ ವೇದಿಕೆಯ ಮೇಲೆ ನಿರ್ಮಿಸಲಾಗಿದೆ. ಈ ವೇದಿಕೆಯು ಕೂಡ ನಕ್ಷತ್ರಾಕಾರವಾಗಿದೆ. ವೇದಿಕೆ ವಿಸ್ತಾರವಾಗಿದ್ದು ಅದನ್ನು ಪ್ರದಕ್ಷಿಣೆ ಪಥವಾಗಿ ಬಳಸಬಹುದಾಗಿದೆ. ಯಾವುದೇ ಹೊಯ್ಸಳ ದೇವಾಲಯದಲ್ಲಿ ಒಳಭಾಗದಲ್ಲಿ ಪ್ರದಕ್ಷಿಣೆ ಪಥವಿಲ್ಲ.

3) ದೇವಾಲಯಗಳ ಹೊರ ಗೋಡೆಗಳನ್ನು ಅಲಂಕಾರಿಕ ಕೆತ್ತನೆಗಳಿಗೆ ಅವಕಾಶವಾಗುವಂತೆ ಅಡ್ಡಲಾಗಿ ವಿಭಜಿಸಿ ಮೂಲೆಗಳು ಬರುವಂತೆ ನಿರ್ಮಿಸಲಾಗಿದೆ. ಇದು ಹೊಯ್ಸಳ ಶೈಲಿಯ ಪ್ರಮುಖ ವೈಶಿಷ್ಟ್ಯ. ಗೋಡೆಗಳು ಅಂಕುಡೊಂಕಾಗಿರುವುದರಿಂದ ಅಲ್ಲಿನ ಶಿಲ್ಪಗಳ ಸೌಂದರ್ಯ ನೆಳಲು, ಬೆಳಕಿನ ಹೊಂದಾಣಿಕೆಯಿಂದಾಗಿ ದಿನದ ಬೇರೆ ಬೇರೆ ಸಮಯದಲ್ಲಿ ಬೇರೆ ಬೇರೆಯಾಗಿ ಕಾಣುತ್ತದೆ. ವೇದಿಕೆಯ ಮೇಲೆ ದೇವಾಲಯದ ಗೋಡೆಯ ತಳಭಾಗದಲ್ಲಿ ವಿವಿಧ ಪ್ರಾಣಿಗಳ, ಬಳ್ಳಿಗಳ, ಹೂವುಗಳ ಚಿತ್ರಗಳನ್ನು ಆಕರ್ಷಕವಾಗಿ ಕೆತ್ತಲಾಗಿದೆ. ಕೆಳಭಾಗದ ಶಿಲಾಪಟ್ಟಿಕೆಯಲ್ಲಿ ಶಕ್ತಿ, ದೃಢತೆಯ ಸಂಕೇತವಾಗಿ ಆನೆಗಳ ಸಾಲನ್ನು ಕೆತ್ತಲಾಗಿದೆ. ಎರಡನೆಯ ಪಟ್ಟಿಕೆಯಲ್ಲಿ ವೇಗದ ಸಂಕೇತವಾಗಿ ಅಶ್ವಾರೋಹಿಗಳ ಸಾಲನ್ನು ಮತ್ತು ಮೂರನೆಯ ಸಾಲಿನಲ್ಲಿ ಹೂವು, ಲತೆಗಳ ಚಿತ್ರಗಳನ್ನು ಕೆತ್ತಲಾಗಿದೆ. ಗೋಡೆ ಮತ್ತು ಮೇಲ್ಛಾವಣಿ ಸಂಧಿಸುವ ಸ್ಥಳದಲ್ಲಿ ಸುಂದರವಾದ ಶಿಲಾ ಬಾಲಿಕೆಯರ ವಿಗ್ರಹಗಳಿವೆ.

4) ಗೋಡೆಗಳ ಮಧ್ಯ ಭಾಗದಲ್ಲಿ ಸುಂದರವಾಗಿ ಅಲಂಕರಿಸಲಾಗಿರುವ ದೇವಕೋಷ್ಠಗಳಲ್ಲಿ ನಾಲ್ಕು ಅಡಿ ಎತ್ತರವಾದ ಶಿವ, ವಿಷ್ಣು, ಸರಸ್ವತಿ, ನರಸಿಂಹ ಮೊದಲಾದ ದೇವದೇವತೆಗಳ ಬೃಹತ್ ವಿಗ್ರಹಗಳಿವೆ.

5) ಹೊಯ್ಸಳರ ಬಹುತೇಕ ದೇವಾಲಯಗಳಲ್ಲಿ ಸಳ ಹುಲಿಯನ್ನು ಕೊಲ್ಲುತ್ತಿರುವ ಚಿತ್ರವನ್ನು ಪ್ರಧಾನವಾದ ಸ್ಥಳದಲ್ಲಿ ಕೆತ್ತಲಾಗಿದೆ.

6) ಹೊಯ್ಸಳ ದೇವಾಲಯಗಳಲ್ಲಿ ಒಂದಕ್ಕಿಂತ ಹೆಚ್ಚು ಗರ್ಭಗುಡಿಗಳಿವೆ. ಅವುಗಳ ಸಂಖ್ಯೆಯ ಆಧಾರದ ಮೇಲೆ ದೇವಾಲಯಗಳನ್ನು **ಏಕಕೂಟ, ದ್ವಿಕೂಟ, ತ್ರಿಕೂಟ, ಚತುಷ್ಕೂಟ ಮತ್ತು ಪಂಚಕೂಟ** ಎಂದು ವರ್ಗೀಕರಿಸಬಹುದು. ಬೇಲೂರಿನ ಚನ್ನಕೇಶವ ಏಕಕೂಟ ದೇವಾಲಯ, ಹಳೇಬೀಡಿನ ಹೊಯ್ಸಳೇಶ್ವರ ದ್ವಿಕೂಟ, ಸೋಮನಾಥಪುರದ ಕೇಶವ ತ್ರಿಕೂಟ, ದೊಡ್ಡಗದ್ದವಳ್ಳಿಯ ಲಕ್ಷ್ಮಿ ದೇಗುಲ ಚತುಷ್ಕೂಟ ಹಾಗೂ ಗೋವಿಂದನ ಹಳ್ಳಿಯ ಪಂಚಲಿಂಗ ಪಂಚಕೂಟ ದೇವಾಲಯವಾಗಿದೆ.

7) ಸಾಮಾನ್ಯವಾಗಿ ಹೊಯ್ಸಳ ದೇವಾಲಯಗಳು ಗರ್ಭಗೃಹ, ಸುಖನಾಸಿ, ಕಂಬಗಳುಳ್ಳ ನವರಂಗವನ್ನು ಹೊಂದಿವೆ. ಕೆಲವು ದೇವಾಲಯಗಳಲ್ಲಿ ಕಂಬಗಳುಳ್ಳ ತೆರೆದ ಮಂಟಪ ಅಥವಾ ಮುಖ ಮಂಟಪವಿದೆ.

8) ಹೊಯ್ಸಳ ದೇವಾಲಯಗಳಲ್ಲಿ ಗೋಪುರಗಳು ಅಥವಾ ಶಿಖರಗಳು ಗರ್ಭಗುಡಿಯ ಮೇಲ್ಭಾಗದಲ್ಲಿ ನಿರ್ಮಾಣವಾಗಿವೆ. ಈ ಗೋಪುರಗಳೂ ಅಥವಾ ವಿಮಾನಗಳೂ ಕೂಡ ನಕ್ಷತ್ರಾಕಾರವಾಗಿವೆ. ತಳಭಾಗದಲ್ಲಿ ಆರಂಭಗೊಳ್ಳುವ ಅಂತರ್ಬಾಹ್ಯ ಕೋನಗಳು ವಿಮಾನದ ತುದಿಯವರೆಗೂ ಮುಂದುವರಿಯುತ್ತವೆ. ಆದರೆ ವಿಮಾನಗಳ ಗಾತ್ರ ಮೇಲೇರಿದಂತೆ ಕಡಿಮೆಯಾಗುತ್ತಾ ಸಾಗುತ್ತದೆ.

9) ಕಡತದ ಯಂತ್ರದಲ್ಲಿ (Lathe) ಸಿದ್ದಪಡಿಸಲಾದ ಕಂಬಗಳು ಹೊಯ್ಸಳ ಶೈಲಿಯ ಇನ್ನೊಂದು ಪ್ರಧಾನ ಲಕ್ಷಣ. ಈ ಕಂಬಗಳಲ್ಲಿ ಸುಂದರವಾದ, ಸೂಕ್ಷ್ಮವಾದ ಕೆತ್ತನೆಯಿದೆ. ಅಂತೆಯೇ ದೇವಾಲಯದ ಮೇಲ್ಚಾವಣಿಯ ಒಳಭಾಗವನ್ನು ಸುಂದರವಾದ ಕೆತ್ತನೆಗಳಿಂದ ಅಲಂಕರಿಸಲಾಗಿದೆ. ನವರಂಗದಲ್ಲಿ ಜಾಲಂಧ್ರಗಳನ್ನು ಅಳವಡಿಸಲಾಗಿದೆ.

ಪ್ರಮುಖ ದೇವಾಲಯಗಳು

ಹೊಯ್ಸಳರು ನೂರಾರು ದೇವಾಲಯಗಳನ್ನು ನಿರ್ಮಿಸಿದರು. ಅವುಗಳಲ್ಲಿ ಅತ್ಯಂತ ಪ್ರಮುಖವಾದವು **ಬೇಲೂರಿನ ಚನ್ನಕೇಶವ, ಹಳೇಬೀಡಿನ ಹೊಯ್ಸಳೇಶ್ವರ ಹಾಗೂ ಸೋಮನಾಥಪುರದ ಕೇಶವ ದೇವಾಲಯ**. ಇವುಗಳನ್ನು ಹೊಯ್ಸಳ ಶೈಲಿಯ ಉತ್ಕೃಷ್ಟ ದೇವಾಲಯಗಳೆಂದು ಪರಿಗಣಿಸಲಾಗಿದೆ.

ಬೇಲೂರಿನ ಚನ್ನಕೇಶವ ದೇವಾಲಯವನ್ನು ರಾಜ ವಿಷ್ಣುವರ್ಧನ ಚೋಳರ ವಿರುದ್ಧ ಜಯ ಸಾಧಿಸಿದ್ದರ ನೆನಪಿಗಾಗಿ 1117ರಲ್ಲಿ ನಿರ್ಮಿಸಿದನು. ಶಿಲುಬೆಯಾಕಾರದ ಈ ಸುಂದರ ಏಕಕೂಟ ದೇವಾಲಯ ಗರ್ಭಗುಡಿ, ಸುಖನಾಸಿ ಮತ್ತು ಕಂಬಗಳುಳ್ಳ ನವರಂಗವನ್ನು ಒಳಗೊಂಡಿದೆ. ಇದರ ಕಂಬಗಳು ಹಾಗೂ ಮೇಲ್ಚಾವಣಿಯ ಒಳಭಾಗ ಸುಂದರವಾದ ಕೆತ್ತನೆಗಳಿಂದ ಕೂಡಿವೆ. ಗರ್ಭಗುಡಿಯಲ್ಲಿ 9 ಅಡಿ ಎತ್ತರದ ಅತ್ಯಂತ ಸುಂದರವಾದ ಚನ್ನಕೇಶವನ ಮೂರ್ತಿಯಿದೆ. ದೇವಾಲಯಕ್ಕೆ ಮೂರು ಪ್ರವೇಶ ದ್ವಾರಗಳಿವೆ. ಮುಂಭಾಗದ ಪ್ರವೇಶ ದ್ವಾರದ ಎರಡೂ ಬದಿಯಲ್ಲಿ ದ್ವಾರಪಾಲಕರ ವಿಗ್ರಹಗಳಿವೆ. ಈ ದೇವಾಲಯ ಹೆಚ್ಚು ಪ್ರಸಿದ್ಧವಾಗಿರುವುದು ಶಿಲಾಬಾಲಿಕೆಯರ ವಿಗ್ರಹಗಳಿಂದ. ದೇವಾಲಯದ ಹೊರಭಾಗದಲ್ಲಿ ಹಾಗೂ ಒಳಭಾಗದಲ್ಲಿ ಅಸಾಮಾನ್ಯ ಸೌಂದರ್ಯದ ಮದನಿಕೆಯರ ವಿಗ್ರಹಗಳಿವೆ. ಅವುಗಳಲ್ಲಿ ಪ್ರಮುಖವಾದವು **ಗಿಳಿಯೊಂದಿಗೆ ಮಾತನಾಡುತ್ತಿರುವ ಸುರಸುಂದರಿ, ಕನ್ನಡಿಯಲ್ಲಿ ತನ್ನ ಸೌಂದರ್ಯವನ್ನು ನೋಡಿಕೊಳ್ಳುತ್ತಿರುವ ದರ್ಪಣ ಸುಂದರಿ, ನೃತ್ಯ ಸುಂದರಿ, ಮೃದಂಗವನ್ನು ನುಡಿಸುತ್ತಿರುವ ಸುಂದರಿಯ ವಿಗ್ರಹಗಳು** ಅತ್ಯಾಕರ್ಷಕವಾಗಿವೆ. ಈ ದೇಗುಲದ ಪ್ರಧಾನ ಪ್ರವೇಶ ದ್ವಾರದ ಮೇಲೆ ಎತ್ತರವಾದ ಗೋಪುರವಿದ್ದು ಅದನ್ನು ವಿಜಯನಗರದ ಕಾಲದಲ್ಲಿ ನಿರ್ಮಿಸಲಾಯಿತು. ಈ ದೇವಾಲಯದ **ಪ್ರಧಾನ ಶಿಲ್ಪಗಳು** ದಾಸೋಜ ಮತ್ತು ಅವನ ಮಗ **ಚಾವಣನಿಂದ** ಕೆತ್ತಲ್ಪಟ್ಟಿವೆ

ಹಳೇಬೀಡಿನ ಹೊಯ್ಸಳೇಶ್ವರ ದೇಗುಲ ಹೊಯ್ಸಳರ ದೇವಾಲಯಗಳಲ್ಲಿ ಉತ್ಕೃಷ್ಟವಾದುದು ಎಂದು ವಿದ್ವಾಂಸರು ಅಭಿಪ್ರಾಯಪಟ್ಟಿದ್ದಾರೆ. ಇದನ್ನು ವಿಷ್ಣುವರ್ಧನನ **ದಂಡನಾಯಕ ಕೇತಮಲ್ಲ** ನಿರ್ಮಿಸಿದನು. ಇದು ಎರಡು ಗರ್ಭಗುಡಿಗಳನ್ನು ಹೊಂದಿರುವ **ದ್ವಿಕೂಟ ದೇವಾಲಯ**. ಇದು ಕೂಡ ವಿಸ್ತಾರವಾದ ವೇದಿಕೆಯ ಮೇಲೆ ನಿರ್ಮಾಣವಾಗಿದ್ದು ಹೊರಭಾಗದಲ್ಲಿ ಅತ್ಯಂತ ಸುಂದರವಾದ ಕೆತ್ತನೆಗಳನ್ನು ಕಾಣಬಹುದು. ದೇವಾಲಯದ ಹೊರಗೋಡೆಯ ಮೇಲೆ ರಾಮಾಯಣ ಮತ್ತು ಮಹಾಭಾರತದ ಘಟನೆಗಳ ಸುಂದರವಾದ ಶಿಲ್ಪಗಳಿವೆ. ದೇವಾಲಯದ ಅಧಿಷ್ಠಾನದಲ್ಲಿ ಸಾಲು ಸಾಲಾಗಿ ಆನೆಗಳ,

ಸಿಂಹಗಳ, ಅಶ್ವಾರೋಹಿಗಳ ಸುಂದರವಾದ ಶಿಲ್ಪಗಳಿವೆ. ಈ ಚಿತ್ರಪಟ್ಟಿಕೆಗಳು ಇಡೀ ದೇವಾಲಯದ ಸುತ್ತಲೂ ಇವೆ. ಇದರಲ್ಲಿ ಎರಡು ಗರ್ಭಗುಡಿಗಳು, ಎರಡು ನಂದಿ ಮಂಟಪಗಳಿದ್ದು ಗರ್ಭಗುಡಿಗಳಲ್ಲಿ ಬೃಹತ್ ಶಿವಲಿಂಗಗಳಿವೆ. ಅವುಗಳನ್ನು ಹೊಯ್ಸಳೇಶ್ವರ ಮತ್ತು ಶಾಂತಲೇಶ್ವರ ಎಂದು ಕರೆಯಲಾಗಿದೆ. ಭಾರತೀಯ ವಾಸ್ತುಶಿಲ್ಪ ಇತಿಹಾಸದಲ್ಲಿ ಇದೊಂದು ಅಪೂರ್ವ ಕಲಾಕೃತಿಯಾಗಿದೆ. ಇದು ಕರ್ನಾಟಕದ ಅತ್ಯಂತ ಸುಂದರ ದೇವಾಲಯವಾಗಿದೆ.

ಸೋಮನಾಥಪುರದ ಕೇಶವ ದೇವಾಲಯ ಮೂರು ಗರ್ಭಗುಡಿಗಳು ಮತ್ತು ನಕ್ಷತ್ರಾಕಾರದ ಗೋಪುರಗಳನ್ನು ಹೊಂದಿದ್ದು ತ್ರಿಕೂಟ ದೇವಾಲಯವಾಗಿದೆ. ಇದನ್ನು ಮೂರನೇ ನರಸಿಂಹನ ದಂಡನಾಯಕ ಸೋಮ ನಿರ್ಮಿಸಿದನು. (1268) ಇತರ ದೇವಾಲಯಗಳಂತೆಯೇ ಇದು ಕೂಡ ವಿಸ್ತಾರವಾದ ವೇದಿಕೆಯ ಮೇಲೆ ನಿರ್ಮಾಣವಾಗಿದೆ. ದೇವಾಲಯದ ಪ್ರಧಾನ ವಿಗ್ರಹ ಕೇಶವನ ಮೂರ್ತಿ ಕಳೆದುಹೋಗಿದೆ. ಉಳಿದ ಜನಾರ್ಧನ ಹಾಗೂ ವೇಣುಗೋಪಾಲನ ಮೂರ್ತಿಗಳು ಸುಂದರವಾಗಿವೆ. ಇತರ ದೇಗುಲಗಳಂತೆಯೇ ಈ ದೇವಾಲಯದ ಗೋಡೆಯ ಹೊರ ಭಾಗದಲ್ಲಿ ಆನೆಗಳು, ಅಶ್ವಾರೋಹಿಗಳು, ಲತೆಗಳು, ಶಾರ್ದೂಲಗಳ ಸುಂದರ ಕೆತ್ತನೆಯ ಸಾಲುಗಳ ಜೊತೆಗೆ ಮಹಾಕಾವ್ಯಗಳಾದ ರಾಮಾಯಣ, ಮಹಾಭಾರತ ಹಾಗೂ ಭಾಗವತದ ಕಥೆಗಳನ್ನು ಅತ್ಯಂತ ಸುಂದರವಾಗಿ ಕೆತ್ತಲಾಗಿದೆ. ಇಡೀ ದೇವಾಲಯದ ಸುತ್ತ ವಿಸ್ತಾರವಾದ ಚೌಕಾಕಾರದ ಪ್ರಾಂಗಣವಿದೆ. ಈ ಎಲ್ಲ ದೇವಾಲಯಗಳಲ್ಲಿ ಅಂದಿನ ಸಾಮಾಜಿಕ, ಧಾರ್ಮಿಕ ಪರಿಸ್ಥಿತಿಗಳು ಹಾಗೂ ಸಂಗೀತ, ನೃತ್ಯ ಮೊದಲಾದ ವಿಷಯಗಳ ಬಗ್ಗೆ ಅತ್ಯಂತ ಉಪಯುಕ್ತವಾದ ಮಾಹಿತಿಗಳು ದೊರೆಯುತ್ತವೆ. ಈ ಮೂರು ದೇವಾಲಯಗಳ ಅಪೂರ್ವ ಸೌಂದರ್ಯವನ್ನು ಎಲ್ಲ ಕಲಾ ವಿಮರ್ಶಕರೂ ಅಪಾರವಾಗಿ ಪ್ರಶಂಸಿಸಿದ್ದಾರೆ.

ಇತರ ಪ್ರಮುಖ ದೇವಾಲಯಗಳು

ಹೊಯ್ಸಳರು ನಿರ್ಮಿಸಿದ ಇತರ ಪ್ರಮುಖ ದೇವಾಲಯಗಳು **ದೊಡ್ಡಗದ್ದವಳ್ಳಿಯ ಲಕ್ಷ್ಮಿದೇವಿ ದೇವಾಲಯ,** ತಲಕಾಡಿನ **ಕೀರ್ತಿನಾರಾಯಣ ದೇವಾಲಯ,** ಕೋರಮಂಗಲದ **ಭೂಕೇಶ್ವರ,** ಅಮೃತಾಪುರದ **ಅಮೃತೇಶ್ವರ,** ಅರಸೀಕೆರೆಯ **ಈಶ್ವರ,** ಬಸ್ರಾಳಿನ **ಲಕ್ಷ್ಮೀನಾರಾಯಣ,** ಮೇಲುಕೋಟೆಯ **ಚಲುವ ನಾರಾಯಣ,** ನುಗ್ಗೇಹಳ್ಳಿಯ **ಸದಾಶಿವ** ಮತ್ತು **ಲಕ್ಷ್ಮೀನರಸಿಂಹ,** ಹೊಸಹೊಳಲಿನ **ಲಕ್ಷ್ಮೀನಾರಾಯಣ,** ಗೋವಿಂದನಹಳ್ಳಿಯ **ಪಂಚಲಿಂಗ ದೇವಾಲಯ, ಹರಿಹರದ ಹರಿಹರೇಶ್ವರ, ಬಳ್ಳಿಗಾವಿಯ ಕೇದಾರೇಶ್ವರ** ಮೊದಲಾದವು. ಹೊಯ್ಸಳರ ಹೆಚ್ಚಿನ ದೇವಾಲಯಗಳು ಕರ್ನಾಟಕದ ದಕ್ಷಿಣ ಭಾಗದಲ್ಲಿ ಕಂಡುಬರುತ್ತವೆ.

ಶಿಲ್ಪಕಲೆ ಕ್ಷೇತ್ರದಲ್ಲೂ ಅದ್ಭುತವಾದ ಪ್ರಗತಿಯಾಯಿತು. ಈ ಕಾಲದ ಎಲ್ಲ ದೇಗುಲಗಳು ಶಿಲ್ಪ ಸೌಂದರ್ಯಕ್ಕೆ ಹೆಸರಾಗಿವೆ. ದೇವಾಲಯಗಳಲ್ಲಿರುವ ವಿವಿಧ ದೇವರುಗಳ ಮೂರ್ತಿಗಳು, ವಿಶೇಷವಾಗಿ ಶಿಲಾಬಾಲಿಕೆಯರ ವಿಗ್ರಹಗಳು ಅದ್ವಿತೀಯವಾಗಿವೆ. ಹೊಯ್ಸಳರ ಬಹುತೇಕ ದೇವಾಲಯಗಳು ಸೂಕ್ಷ್ಮಾತಿ ಸೂಕ್ಷ್ಮವಾದ ಕೆತ್ತನೆಗಳಿಂದ ಹೆಸರಾಗಿದ್ದು ಅಂತಹ ದೇವಾಲಯಗಳು ಭಾರತದ ಇತರ ಭಾಗಗಳಲ್ಲಿ ಕಂಡು ಬರುವುದು ತೀರ ವಿರಳ.

ಹೊಯ್ಸಳರ ಕಾಲದ ಶಿಲ್ಪಿಗಳು

ಹೊಯ್ಸಳರ ಕಾಲದ ಕೆಲವು ಶಿಲ್ಪಿಗಳ ಹೆಸರುಗಳು ಕೆಲವು ಶಿಲ್ಪಗಳ ಕೆಳಭಾಗದಲ್ಲಿ ಕಂಡುಬಂದಿವೆ. ಅವರಲ್ಲಿ ಬಳ್ಳಿಗಾಮೆ ಸೀಮೆಯವರಾದ **ದಾಸೋಜ** ಹಾಗೂ **ಚಾವಣ** ಪ್ರಮುಖರು. ದಾಸೋಜ ಬೇಲೂರು ದೇವಾಲಯದ ಎರಡು ಶಿಲಾಬಾಲಿಕೆಯರ ವಿಗ್ರಹಗಳನ್ನು ಹಾಗೂ ಚಾವಣ ನಾಲ್ಕು ಶಿಲಾಬಾಲಿಕೆಯರ ವಿಗ್ರಹಗಳನ್ನು ಕೆತ್ತಿದನು. **ಮಲ್ಲೋಜ, ಮಲ್ಲಿಯಣ್ಣ** ಮತ್ತು **ನಾಗೋಜ** ಇತರ ಪ್ರಮುಖ ಶಿಲ್ಪಿಗಳು. ಇವರ ಶಿಲ್ಪಕೃತಿಗಳೂ ಬೇಲೂರು ದೇವಾಲಯದಲ್ಲಿವೆ. **ಮಲ್ಲಿತಮ್ಮ** ಮತ್ತೊಬ್ಬ ಪ್ರಸಿದ್ಧ ಶಿಲ್ಪಿ. ಈತ ಅಮೃತೇಶ್ವರ ದೇವಾಲಯ, ಹಾರನಹಳ್ಳಿಯ ಕೇಶವ ದೇವಾಲಯ ಹಾಗೂ ನುಗ್ಗೇಹಳ್ಳಿಯ ಲಕ್ಷ್ಮೀನರಸಿಂಹ ದೇವಾಲಯದ ಹಲವಾರು ವಿಗ್ರಹಗಳನ್ನು ಕೆತ್ತಿದವನು. ಸೋಮನಾಥಪುರದ ಕೇಶವ ದೇವಾಲಯದ 40 ಶಿಲ್ಪಗಳಲ್ಲಿ ಮಲ್ಲಿತಮ್ಮನ ಹೆಸರಿದೆ. ಗೋವಿಂದನಹಳ್ಳಿಯ ಪಂಚಲಿಂಗ ದೇವಾಲಯದ ಎರಡು ದ್ವಾರ ಪಾಲಕರ ವಿಗ್ರಹಗಳಲ್ಲೂ ಅವನ ಹೆಸರಿದೆ. ಬೈಕೋಜಿ, ಕಾಳಿದಾಸಿ, ಮಾಬ, ಹರಿಪ ಮತ್ತಿರರು ಹೊಯ್ಸಳೇಶ್ವರ ದೇವಾಲಯದ ನಿರ್ಮಾಣದಲ್ಲಿ ವಾಸ್ತುಶಿಲ್ಪಿ ಕೇದಾರೋಜನಿಗೆ ನೆರವಾದ ಶಿಲ್ಪಿಗಳು.

ಜಕ್ಕಣನೆಂಬ ಶಿಲ್ಪಿ ತುರುವೇಕೆರೆಯ ಮೂಲ ಸಂಕೇಶ್ವರ ದೇವಾಲಯದ ಸೌಂದರ್ಯವನ್ನು ಹೆಚ್ಚಿಸಲು ಶ್ರಮಿಸಿದನು. ಆದರೆ ಹೊಯ್ಸಳರ ಎಲ್ಲಾ ಪ್ರಸಿದ್ಧ ದೇವಾಲಯಗಳನ್ನು ಜಕ್ಕಣನೇ ನಿರ್ಮಿಸಿದನೆಂಬುದು ಸಾಮಾನ್ಯ ನಂಬಿಕೆಯಾಗಿದೆ. ಆದರೆ ಇದಕ್ಕೆ ಖಚಿತವಾದ ಆಧಾರಗಳಿಲ್ಲ. **ಚಂದಯ್ಯ, ಬಾಲಯ್ಯ, ಮಸಣಿತಮ್ಮ** ಮೊದಲಾದವರು ಈ ಕಾಲದ ಇತರ ಶಿಲ್ಪಿಗಳು.

ಮಾದರಿ ಪ್ರಶ್ನೆಗಳು

ಒಂದು ಅಂಕದ ಪ್ರಶ್ನೆಗಳು

1. ಹೊಯ್ಸಳ ವಂಶದ ಮೂಲ ಪುರುಷ ಸಳನ ಜೈನ ಗುರು ಯಾರು ?
2. ಬೇಲೂರಿನ ಚನ್ನಕೇಶವ ದೇವಾಲಯವನ್ನು ಯಾರು ನಿರ್ಮಿಸಿದರು ?
3. ತಮಿಳುನಾಡಿನಿಂದ ಕರ್ನಾಟಕ್ಕೆ ಬಂದ ರಾಮಾನುಜಾಚಾರ್ಯರಿಗೆ ಆಶ್ರಯ ನೀಡಿದ ಹೊಯ್ಸಳ ದೊರೆ ಯಾರು ?
4. ಎರಡನೇ ಬಲ್ಲಾಳ ಮರಣಿಸಿದಾಗ ಅವನೊಂದಿಗೆ ಪ್ರಾಣ ತ್ಯಾಗ ಮಾಡಿದ ಅವನ 'ಗರುಡ' ಯಾರು ?
5. ಡೆಲ್ಲಿಯ ಸುಲ್ತಾನರಾದ ಅಲಾವುದ್ದೀನ್ ಖಿಲ್ಜಿ ಮತ್ತು ಮುಹಮ್ಮದ್ – ಬಿನ್– ತಘಲಕನ ಧಾಳಿಗಳನ್ನು ಎದುರಿಸಿದ ಹೊಯ್ಸಳ ಅರಸ ಯಾರು?
6. ಹೊಯ್ಸಳ ದೊರೆ ಮೂರನೇ ಬಲ್ಲಾಳನ ದೇಹವನ್ನು ಮಧುರೆಯ ಕೋಟೆಯ ಹೆಬ್ಬಾಗಿಲಿನಲ್ಲಿ ತೂಗು ಹಾಕಿದ್ದನ್ನು ಪ್ರತ್ಯಕ್ಷ ಕಂಡಿದ್ದಾಗಿ ಬರೆದಿರುವವನು ಯಾರು ?
7. 'ರಗಳೆ ಕವಿ' ಎಂದು ಕರೆಯಲ್ಪಟ್ಟಿರುವವರು ಯಾರು ?

ದೀರ್ಘ ಉತ್ತರದ ಪ್ರಶ್ನೆಗಳು

1. ವಿಷ್ಣುವರ್ಧನನ ಸಾಧನೆಗಳನ್ನು ವಿವರಿಸಿ.
2. ಹೊಯ್ಸಳ ಶೈಲಿ ವಾಸ್ತುಶಿಲ್ಪದ ಲಕ್ಷಣಗಳನ್ನು ವಿವರಿಸಿ
3. ಹೊಯ್ಸಳರ ಕಾಲದ ಕನ್ನಡ ಸಾಹಿತ್ಯದ ಬೆಳವಣಿಗೆಯನ್ನು ವಿವರಿಸಿ
4. ಹೊಯ್ಸಳರ ಆಡಳಿತದ ವ್ಯವಸ್ಥೆಯನ್ನು ವಿವರಿಸಿ.

ಬಳ್ಳಿಗಾವಿಯ ಕೇದಾರೇಶ್ವರ
ದೇವಾಲಯ

ಬೇಲೂರಿನ ಚೆನ್ನಕೇಶವ
ದೇವಾಲಯ

ಹಳೇಬೀಡಿನ ಹೋಯ್ಸಳೇಶ್ವರ
ದೇವಾಲಯ

ತಲಕಾಡಿನ ಕೀರ್ತಿನಾರಾಯಣ
ದೇವಾಲಯ

ಸೋಮನಾಥಪುರದ ಕೇಶವ
ದೇವಾಲಯ

ಹೊಸಹೊಳಲು
ಲಕ್ಷ್ಮೀನರಸಿಂಹ ದೇವಾಲಯ

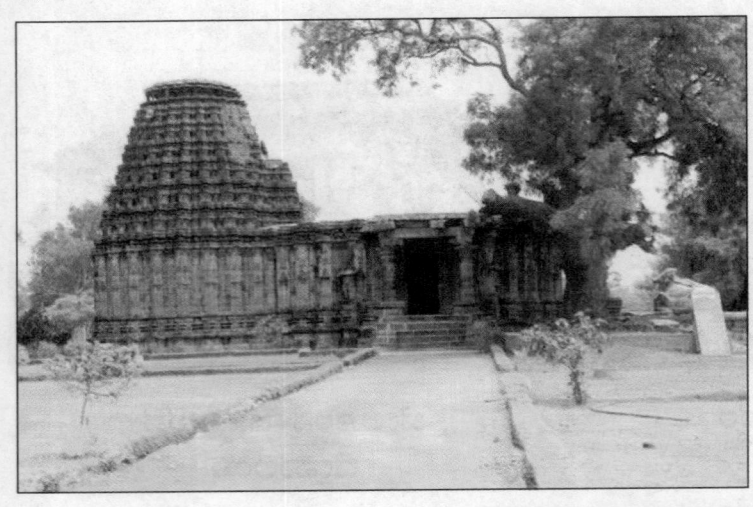

← ದೊಡ್ಡಬಸಪ್ಪ ದೇವಾಲಯ, ಡಂಬಳ

ಲಕ್ಷ್ಮೇಶ್ವರದ ಸೋಮೇಶ್ವರ ದೇವಾಲಯ →

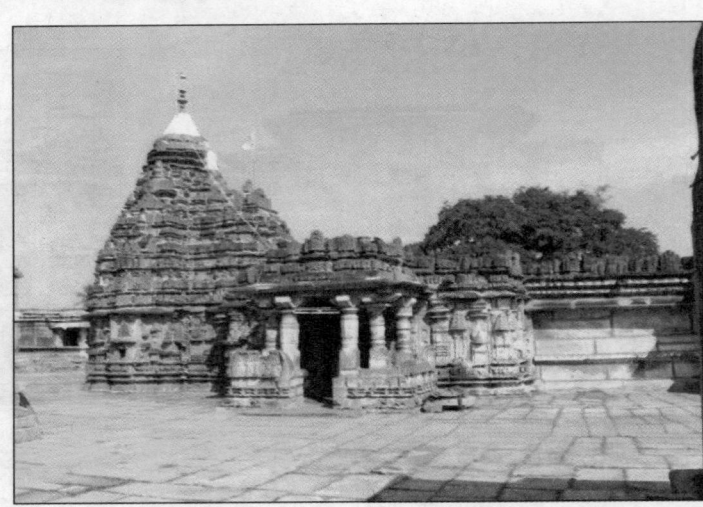

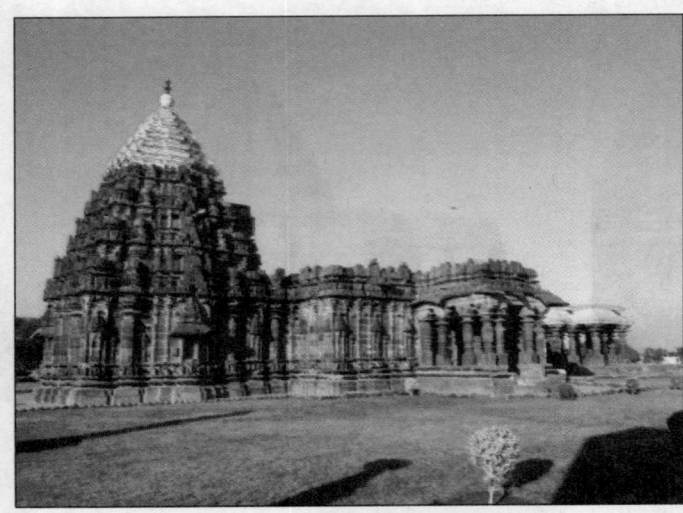

← ಇಟಗಿಯ ಮಹಾದೇವ ದೇವಾಲಯ

ಅಧ್ಯಾಯ – 11

ಧಾರ್ಮಿಕ ಚಳುವಳಿಗಳು

Religious Movements

ಕರ್ನಾಟಕ ಪ್ರಾರಂಭದಿಂದಲೂ ಹಲವು ಧರ್ಮ ಸಂಪ್ರದಾಯಗಳ ತವರೂರಾಗಿತ್ತು. ಶೈವಧರ್ಮ, ವೈಷ್ಣವಧರ್ಮ, ಜೈನಧರ್ಮ, ಬೌದ್ಧಧರ್ಮ ಪ್ರಾಚೀನ ಕಾಲದಿಂದಲೂ ಜನಮನ್ನಣೆ ಪಡೆದಿದ್ದವು. ತಾಳಗುಂದದಲ್ಲಿ ಅತ್ಯಂತ ಪ್ರಾಚೀನ ಶಿವಾಲಯವಿದೆ. ಬಾದಾಮಿಯಲ್ಲಿ ಪ್ರಾಚೀನ ವೈಷ್ಣವ ಗುಹಾಲಯವಿದೆ. ಐಹೊಳೆಯಲ್ಲಿ ಪ್ರಾಚೀನ ಜಿನಾಲಯವಿದೆ. ಜೈನಧರ್ಮ ಹಾಗೂ ಬೌದ್ಧಧರ್ಮ ಮೌರ್ಯರ ಕಾಲದಲ್ಲಿ ಕರ್ನಾಟಕ ಪ್ರವೇಶಿಸಿದ್ದವು. ಮೌರ್ಯ ಸಾಮ್ರಾಜ್ಯದ ಸ್ಥಾಪಕ **ಚಂದ್ರಗುಪ್ತ ಮೌರ್ಯ** ಜೈನಧರ್ಮ ಸ್ವೀಕರಿಸಿ ಕರ್ನಾಟಕಕ್ಕೆ ಬಂದು ಶ್ರವಣಬೆಳಗೊಳದಲ್ಲಿ ಮರಣಹೊಂದಿದನು. ಅಶೋಕ ಬೌದ್ಧ ಧರ್ಮದ ಪ್ರಚಾರಕ್ಕೆ ಬನವಾಸಿ ಮತ್ತು ಮಹಿಷಮಂಡಳಕ್ಕೆ ಧರ್ಮಪ್ರಚಾರಕರನ್ನು ಕಳುಹಿಸಿದ್ದನು. ಎಲ್ಲ ಧರ್ಮೀಯರು ಪರಸ್ಪರ ಗೌರವದಿಂದ ಸಹಬಾಳ್ವೆ ನಡೆಸಿದ ನಾಡು ಕರ್ನಾಟಕ. ಈ ನೆಲವನ್ನು ಆಳಿದ ಅರಸರೆಲ್ಲರೂ ಎಲ್ಲ ಧರ್ಮಗಳನ್ನು ಸಮಾನವಾಗಿ ಪ್ರೋತ್ಸಾಹಿಸಿದರು. **"ಸಕಲ ಸಮಯ ರಕ್ಷಾಮಣಿ"** ಎಂಬ ಬಿರುದು ಅದಕ್ಕೆ ನಿದರ್ಶನವಾಗಿದೆ. ಇಂತಹ ಕರ್ನಾಟಕದಲ್ಲೇ ಹಿಂದೂ ಧರ್ಮದ ಸುಧಾರಣೆ ಮತ್ತು ಪುನಶ್ಚೇತನ ಕಾರ್ಯ ಆರಂಭಗೊಂಡಿದ್ದು ಎಂಬುದು ಗಮನಾರ್ಹವಾಗಿದೆ. ಮುಖ್ಯವಾಗಿ ಬೌದ್ಧಧರ್ಮದ ಹೆಚ್ಚುತ್ತಿದ್ದ ಜನಪ್ರಿಯತೆಯಿಂದಾಗಿ ಹಿಂದೂ ಧರ್ಮದ ಅಡಿಪಾಯವೇ ಅಲುಗಾಡಲಾರಂಭಿಸಿದ್ದ ಸಮಯದಲ್ಲಿ ಶಂಕರಾಚಾರ್ಯರು ಆಪತ್ಬಾಂಧವರಂತೆ ಕಾಣಿಸಿಕೊಂಡರು. ಅವರಿಂದ ಆರಂಭಗೊಂಡ ಹಿಂದೂ ಧರ್ಮದ ಪುನಶ್ಚೇತನದ ಕಾರ್ಯ ಮುಂದೆ ರಾಮಾನುಜಾಚಾರ್ಯರು, ಮಧ್ವಾಚಾರ್ಯರು ಹಾಗೂ ಬಸವೇಶ್ವರರಿಂದ ಮುಂದುವರಿಯಿತು. ಈ ನಾಲ್ವರು ಧರ್ಮಸುಧಾರಕರಲ್ಲಿ ಶಂಕರರು ಹಾಗೂ ರಾಮಾನುಜರು ನೆರೆ ರಾಜ್ಯಗಳವರಾಗಿದ್ದರೂ ಕರ್ನಾಟಕದಲ್ಲಿ ಸಂಚರಿಸಿ ಧರ್ಮಪ್ರಚಾರ ಕಾರ್ಯ ನಡೆಸಿದರು. ಮಧ್ವರು ಮತ್ತು ಬಸವಣ್ಣನವರು ಕರ್ನಾಟಕದವರೇ ಆಗಿದ್ದರು. ಹಿಂದೂ ಧರ್ಮದ ಎರಡು ಪ್ರಧಾನ ಶಾಖೆಗಳಾದ ಶೈವ ಧರ್ಮ ಮತ್ತು ವೈಷ್ಣವ ಧರ್ಮಗಳ ಸುಧಾರಣಾ ಕಾರ್ಯವನ್ನು ಈ ನಾಲ್ವರು ಸಂತರು ನಡೆಸಿದರು. ಕ್ರಿ.ಶ. 8ನೇ ಶತಮಾನದಲ್ಲಿ ಶಂಕರರು, 11ನೇ ಶತಮಾನದಲ್ಲಿ ರಾಮಾನುಜರು, 12ನೇ ಶತಮಾನದಲ್ಲಿ ಬಸವೇಶ್ವರರು ಹಾಗೂ 13ನೇ ಶತಮಾನದಲ್ಲಿ ಮಧ್ವರು ಈ ಸಾಮಾಜೊ-ಧಾರ್ಮಿಕ ಸುಧಾರಣಾ ಚಳುವಳಿಯ ನೇತಾರರಾಗಿದ್ದರು.

ಶಂಕರಾಚಾರ್ಯ (788–820)

ಬಾಲ್ಯಜೀವನ : ಅದ್ವೈತ ವೇದಾಂತದ ಪ್ರತಿಪಾದಕರಾದ ಶಂಕರಾಚಾರ್ಯರ ಜೀವನದ ಬಗ್ಗೆ ಆನಂದಗಿರಿಯ **'ಶಂಕರ ವಿಜಯ'**, ವಿದ್ಯಾರಣ್ಯರ **'ಶಂಕರ ವಿಜಯ'** ಮೊದಲಾದ ಗ್ರಂಥಗಳು ಉಪಯುಕ್ತವಾದ ಮಾಹಿತಿ ಒಳಗೊಂಡಿವೆ. ಇತ್ತೀಚಿನ ದಿನಗಳಲ್ಲಿ ಶಂಕರರ ಬದುಕು ಮತ್ತು ಅವರು ಪ್ರತಿಪಾದಿಸಿದ ಅದ್ವೈತ ಸಿದ್ಧಾಂತವನ್ನು ಕುರಿತು ಹಲವಾರು ಕೃತಿಗಳು ರಚನೆಯಾಗಿವೆ. ಅವುಗಳಲ್ಲಿ ಟಿ.ಎಂ.ಪಿ ಮಹಾದೇವನ್ ರಚಿಸಿರುವ **'ಶಂಕರಾಚಾರ್ಯ'**, ವೈ.ಕೆ. ಮೆನನ್ ಅವರ **'ದಿ ಮೈಂಡ್ ಆಫ್ ಆದಿ ಶಂಕರ'**, ವಿ.ಸೇತುರಾಮನ್ ಅವರ **'ಶಂಕರ ಭಗವತ್ಪಾದ'**, ಎಸ್.ಜಿ. ಮುದ್ಗಲ್ ಅವರ **'ಅದ್ವೈತ ಆಫ್ ಶಂಕರ'**, ಎನ್.ಇಶಯೇವ (Isayeva) ಅವರ **'ಶಂಕರ್ ಅಂಡ್ ಇಂಡಿಯನ್ ಫಿಲಾಸಫಿ'** ಮೊದಲಾದವು ಅತ್ಯಂತ ಪ್ರಮುಖವಾದವು.

ಶಂಕರರು ಕ್ರಿ.ಶ. 788ರಲ್ಲಿ ಕೇರಳದ ಪೆರಿಯಾರ್ ನದಿದಂಡೆಯ **ಕಾಲಟಿ** ಅಥವಾ ಕಾಲಡಿ ಎಂಬ ಗ್ರಾಮದಲ್ಲಿ ಜನಿಸಿದರು. ವಾಸ್ತವದಲ್ಲಿ ಅವರ ಜೀವಿತಾವಧಿಯ ಬಗ್ಗೆ ಇನ್ನೂ ಗೊಂದಲಗಳಿವೆ. ಇತ್ತೀಚೆಗೆ ಕಾಂಬೋಡಿಯದಲ್ಲಿ ಶಂಕರರ ಶಿಷ್ಯ ಶಿವಸೋಮ ಎಂಬಾತ ಬರೆಸಿರುವ ಕ್ರಿ.ಶ. 880ರ ಶಾಸನವೊಂದು ದೊರೆತಿರುವುದರಿಂದ ಶಂಕರರು ಕ್ರಿ.ಶ. 820ರಲ್ಲಿ ಮರಣಿಸಿದರು ಎಂಬ ಹೇಳಿಕೆಗೆ ಸಮರ್ಥನೆ ದೊರೆತಿದೆ. ಅಂದರೆ ಶಂಕರರು ಬದುಕಿದ್ದು ಕೇವಲ 32 ವರ್ಷಗಳು ಎಂಬ ನಂಬಿಕೆಯಿದೆ. ಕೇವಲ 32 ವರ್ಷಗಳು ಜೀವಿಸಿದ್ದರೂ ಕೂಡ ಅಸಾಧ್ಯವಾದದ್ದನ್ನು ಸಾಧಿಸಿದ ಕೀರ್ತಿ ಅವರಿಗೆ ಸಲ್ಲುತ್ತದೆ.

ಶಂಕರರ ತಂದೆ, ತಾಯಿಯರಾದ ಶಿವಗುರು ಮತ್ತು ಆರ್ಯಾಂಬ ಕೇರಳದ ನಂಬೂದರಿ ಬ್ರಾಹ್ಮಣರಾಗಿದ್ದರು. ಶಂಕರರು 5 ವರ್ಷದ ಬಾಲಕನಾಗಿದ್ದಾಗಲೇ ಅವರ ತಂದೆ ಶಿವಗುರು ಮರಣ ಹೊಂದಿದರು. ಚಿಕ್ಕ ವಯಸ್ಸಿನಲ್ಲೇ ಶಂಕರರು ಅಸಾಧಾರಣ ಪ್ರತಿಭಾವಂತರಾಗಿದ್ದು ತಮ್ಮ 7ನೇ ವಯಸ್ಸಿನಲ್ಲೇ ವೈದಿಕ ಜ್ಞಾನವನ್ನು ಕರಗತ ಮಾಡಿಕೊಂಡಿದ್ದರು ಎಂದು ಹೇಳಲಾಗಿದೆ. ಈ ಕಾರಣಕ್ಕಾಗಿಯೇ ಅವರ ಅನುಯಾಯಿಗಳು ಶಂಕರರನ್ನು ಸಾಕ್ಷಾತ್ ಶಿವನ ಅವತಾರವೆಂದು ನಂಬುತ್ತಾರೆ. ತನಗಿದ್ದ ಒಬ್ಬನೇ ಮಗನಾದ ಶಂಕರ ಕುಟುಂಬದ ಜವಾಬ್ದಾರಿಯನ್ನು ವಹಿಸಿಕೊಳ್ಳಬೇಕು, ಗೃಹಸ್ಥನಾಗಬೇಕು ಎಂಬುದು ತಾಯಿಯ ಬಯಕೆಯಾಗಿತ್ತು. ಆದರೆ ಶಂಕರರ ಬದುಕಿನ ಗುರಿಯೇ ಬೇರೆಯಾಗಿತ್ತು. ತಾಯಿಯನ್ನು ಒಪ್ಪಿಸಿ, ಆಕೆಯ ಜೀವನಕ್ಕೆ ವ್ಯವಸ್ಥೆ ಕಲ್ಪಿಸಿ ಶಂಕರರು ತಮ್ಮ 8ನೇ ವಯಸ್ಸಿನಲ್ಲಿ ಮನೆಯನ್ನು ತ್ಯಜಿಸಿ ಸನ್ಯಾಸಿಯಾದರು.

ಜ್ಞಾನದಾಹವನ್ನು ತಣಿಸಿಕೊಂಡ ಶಂಕರರು

ಶಂಕರರು ಜನಿಸಿದ್ದು ಅತ್ಯಂತ ಕ್ಲಿಷ್ಟ ಧಾರ್ಮಿಕ ಪರಿಸ್ಥಿತಿ ಇದ್ದ ಸಮಯದಲ್ಲಿ ಎಂಬುದು ಗಮನಾರ್ಹವಾದುದು. ಟಿ.ಎಂ.ಪಿ. ಮಹಾದೇವನ್ ಹೀಗೆ ಬರೆದಿದ್ದಾರೆ. **"ಶಂಕರರು ಜನಿಸಿದ ಕಾಲದಲ್ಲಿ ಧಾರ್ಮಿಕ ಮತ್ತು ಸಾಮಾಜಿಕ ಕ್ಷೋಭೆಯಿತ್ತು, ವಿವಿಧ ಧಾರ್ಮಿಕ ಸಿದ್ಧಾಂತಗಳ ನಡುವೆ ಸಂಘರ್ಷ ಮತ್ತು ಕಚ್ಚಾಟವಿತ್ತು. ವಿವಿಧ ಧರ್ಮಗಳ ಅನುಯಾಯಿಗಳು ಮತ್ತು ಮುಖಂಡರು ತಮ್ಮ ಧರ್ಮವನ್ನೇ ಆಕ್ರಮಣಕ್ಕೆ ಆಯುಧವನ್ನಾಗಿ ಬಳಸಿಕೊಳ್ಳುತ್ತಿದ್ದರು."** ಅಲ್ಲದೆ ಬೌದ್ಧಧರ್ಮದ ಅಪಾರ ಜನಪ್ರಿಯತೆಯಿಂದಾಗಿ ಹಿಂದೂ ಧರ್ಮದ ಅಸ್ತಿತ್ವಕ್ಕೆ ಅಪಾಯ ಎದುರಾಗಿತ್ತು ಮತ್ತು ಬೌದ್ಧಧರ್ಮವೇ ಜನಪ್ರಿಯ ಧರ್ಮವಾಗಿ ಹಿಂದೂ ಧರ್ಮದ ಸ್ಥಾನವನ್ನು ಪಡೆದುಕೊಳ್ಳುವ ಪರಿಸ್ಥಿತಿ ನಿರ್ಮಾಣವಾಗಿತ್ತು ಎಂದು **ನಿನಿಯನ್ ಸ್ಮಾರ್ಟ್** (Ninian Smart) ತಮ್ಮ **'ರಿಲಿಜನ್ಸ್ ಆಫ್ ಏಷ್ಯಾ'** ಕೃತಿಯಲ್ಲಿ ಬರೆದಿದ್ದಾರೆ. ಈ ಅಭಿಪ್ರಾಯಕ್ಕೆ ಪೂರಕವಾಗಿ ಎಲ್.ಪಿ.ಶರ್ಮ ತಮ್ಮ **'ಏನ್ಸಿಯಂಟ್ ಹಿಸ್ಟರಿ ಆಫ್ ಇಂಡಿಯ'** ಎಂಬ ಕೃತಿಯಲ್ಲಿ ಹೀಗೆ ಬರೆದಿದ್ದಾರೆ. **"ಬೌದ್ಧಧರ್ಮ ಒಂದು ಕಾಲದಲ್ಲಿ ಭಾರತೀಯರಿಗೆ ಧಾರ್ಮಿಕ ಏಕತೆಯನ್ನು ಒದಗಿಸಿತ್ತು. ಏಕೆಂದರೆ ಇಡೀ ದೇಶಾದ್ಯಂತ ಬೌದ್ಧಧರ್ಮವು ಅತ್ಯಂತ ಪ್ರಭಾವ ಶಾಲಿ ಧರ್ಮವಾಗಿದ್ದ ಕಾಲವೊಂದಿತ್ತು."** ಇಂತಹ ಪರಿಸ್ಥಿತಿಯಲ್ಲಿ ಶಂಕರರು ಕಾಣಿಸಿಕೊಂಡರು.

ಸನ್ಯಾಸತ್ವ ಸ್ವೀಕರಿಸಿದ ನಂತರ ತಮ್ಮ ಜ್ಞಾನದಾಹವನ್ನು ತಣಿಸಿಕೊಳ್ಳಲು ಶಂಕರರು ಒಬ್ಬ ಸಮರ್ಥ ಗುರುವಿನ ಅನ್ವೇಷಣೆ ಆರಂಭಿಸಿದರು. ನರ್ಮದಾ ನದಿ ದಂಡೆಯಲ್ಲಿ **ಗೌಡಪಾದರ ಶಿಷ್ಯರಾಗಿದ್ದ ಗೋವಿಂದ ಭಗವತ್ಪಾದ** ಎಂಬ ಗುರುವಿನ ಶಿಷ್ಯರಾಗಿ ಮೂರುವರೆ ವರ್ಷಗಳ ಕಾಲ ಶಂಕರರು ಅಧ್ಯಯನ ನಡೆಸಿದರು. ಅನಂತರ ಪ್ರಸಿದ್ಧ ಶಿಕ್ಷಣ ಕೇಂದ್ರವಾಗಿದ್ದ ಕಾಶಿಗೆ ತೆರಳಿ ಬ್ರಹ್ಮಸೂತ್ರಗಳು, ಉಪನಿಷತ್‌ಗಳು ಹಾಗೂ ಭಗವದ್ಗೀತೆಯ ಬಗ್ಗೆ ಆಳವಾದ ಅಧ್ಯಯನ ಮಾಡಿದರು. ಇಲ್ಲಿಯೇ ಅವರು ಸದಾನಂದ ಎಂಬ ಮೊದಲ ಶಿಷ್ಯನನ್ನು ಸ್ವೀಕರಿಸಿದ್ದು. ಅನಂತರ ಬದರಿಕಾಶ್ರಮಕ್ಕೆ ತೆರಳಿ ಪ್ರಸಿದ್ಧ ಯತಿ ಗೌಡಪಾದರ ದರ್ಶನಾಶೀರ್ವಾದ ಪಡೆದರು. ಅನಂತರ ಕಾಶಿಗೆ ಹಿಂದಿರುಗಿ ತಮ್ಮ ಪ್ರಸಿದ್ಧವಾದ ವ್ಯಾಖ್ಯಾನ ಕೃತಿಗಳನ್ನು ರಚಿಸಿದರು.

ಭಾರತ ಪರ್ಯಟನೆ

ಶಂಕರರು ದೇಶಾದ್ಯಂತ ವ್ಯಾಪಕವಾಗಿ ಸಂಚರಿಸಿದರು ಹಾಗೂ ಸಂಚಾರದ ಅವಧಿಯಲ್ಲಿ ಹಲವು ಖ್ಯಾತನಾಮರೊಂದಿಗೆ ಧಾರ್ಮಿಕ ಮತ್ತು ಆಧ್ಯಾತ್ಮಿಕ ವಿಷಯಗಳ ಬಗ್ಗೆ ಚರ್ಚೆ, ವಾದ ನಡೆಸಿದರು. ಅವರು ಮೂರು ಬಾರಿ ಭಾರತಾದ್ಯಂತ ಕಾಲ್ನಡಿಗೆಯಲ್ಲಿ ಸಂಚರಿಸಿದರೆಂದು ಹೇಳಲಾಗಿದೆ. ಕಾಶ್ಮೀರ, ನೇಪಾಳ, ಬದರಿ, ದ್ವಾರಕೆ, ಕಂಚಿ, ಶೃಂಗೇರಿ, ಜಗನ್ನಾಥಪುರಿ ಮೊದಲಾದ ಪುಣ್ಯಕ್ಷೇತ್ರಗಳನ್ನು ಸಂದರ್ಶಿಸಿದರು. **"ಅವರು ದೇಶದ ಒಂದು ಕೊನೆಯಿಂದ ಮತ್ತೊಂದು ಕೊನೆಗೆ ಕಾಲ್ನಡಿಗೆಯಲ್ಲೇ ಸಂಚರಿಸಿದರು"** ಎಂದು ಗೋಲ್ವಾಲ್ಕರ್ ಹೇಳಿದ್ದಾರೆ. ನೇಪಾಳದಿಂದ ರಾಮೇಶ್ವರದವರೆಗೆ ಶಂಕರರು ಕೈಗೊಂಡ ಯಾತ್ರೆಗಳನ್ನು **"ವಿಜಯ ಯಾತ್ರೆಗಳು"** ಎಂದು ಮಹಾದೇವನ್ ವರ್ಣಿಸಿದ್ದಾರೆ. ವಿ.ಸೇತುರಾಮನ್ ಶಂಕರರ ಪ್ರವಾಸಗಳನ್ನು **"ಭಾರತ ಪರ್ಯಟನೆ"** ಎಂದು ಕರೆದಿದ್ದಾರೆ. ಎಸ್.ಜಿ.ಮುದ್ಗಲ್ ಶಂಕರರ ಪ್ರವಾಸವನ್ನು ಕುರಿತು ಹೀಗೆ ಬರೆದಿದ್ದಾರೆ. **"ಅವರು ತಮ್ಮ ಶಿಷ್ಯರೊಂದಿಗೆ ಸ್ಥಳದಿಂದ ಸ್ಥಳಕ್ಕೆ ಸಂಚರಿಸಿದರು. ತಾವು ಹೋದಲ್ಲೆಲ್ಲಾ ತಮ್ಮ ಎದುರಾಳಿ ತತ್ವಜ್ಞಾನಿಗಳೊಂದಿಗೆ ವಾದ ನಡೆಸಿದರು ಮತ್ತು ತಮ್ಮ ನಿಷ್ಠುರ, ತರ್ಕಬದ್ಧವಾದ ವಾದದಿಂದ ಅವರುಗಳನ್ನು ಜಯಿಸಿದರು. ಅದು ಒಂದು ರೀತಿಯಲ್ಲಿ ಅವರು ಬಂದರು, ಅವರು ವಾದಿಸಿದರು ಮತ್ತು ಅವರು ಗೆದ್ದರು"** ಎಂಬ ಪ್ರಸಂಗವಾಗಿತ್ತು. **"ಭಾರತೀಯ ದಾರ್ಶನಿಕರಲ್ಲಿ ಶಂಕರರು ಹೆಚ್ಚು ಕ್ರಿಯಾಶೀಲರಾಗಿದ್ದರು. ಹಿಮಾಲಯದ ಬದರಿನಾಥದಿಂದ ದಕ್ಷಿಣದ ಕನ್ಯಾಕುಮಾರಿಯವರೆಗೆ ದೇಶದ ಉದ್ದಗಲಕ್ಕೂ ಸಂಚರಿಸಿದರು"** ಎಂದು ಎಸ್.ಜಿ. ಮುದ್ಗಲ್ ಹೇಳಿದ್ದಾರೆ.

ಶಂಕರರು ಭಾರತವನ್ನು ಆಧ್ಯಾತ್ಮಿಕವಾಗಿ ಜಯಿಸುವ ಗುರಿಯನ್ನು ಹೊಂದಿದ್ದರು. ತಮ್ಮ ದೇಶ ಪರ್ಯಟನೆಯ ಕಾಲದಲ್ಲಿ ಹಲವಾರು ಧಾರ್ಮಿಕ ನಾಯಕರು ಹಾಗೂ ಚಿಂತಕರೊಂದಿಗೆ ಚರ್ಚೆ ನಡೆಸಿದರು. ತಮ್ಮ ವಿರೋಧಿಗಳನ್ನು ಸೋಲಿಸಿ, ತಮ್ಮ ಸಿದ್ಧಾಂತದತ್ತ ಸೆಳೆದುಕೊಂಡು ಅದ್ವೈತ ಸಿದ್ಧಾಂತದ ಪಾರಮ್ಯ ಸ್ಥಾಪಿಸುವುದು ಶಂಕರರ ಉದ್ದೇಶವಾಗಿತ್ತು. ಅಂತಹ ಒಂದು ಚರ್ಚೆಯಲ್ಲಿ ಖ್ಯಾತ ಮೀಮಾಂಸ ಸಿದ್ಧಾಂತದ ಪ್ರತಿಪಾದಕರಾಗಿದ್ದ **ಕುಮಾರಿಲರ ಶಿಷ್ಯರಾದ ಮಾಹಿಷ್ಮತಿ ನಗರದಲ್ಲಿದ್ದ ಮಂಡನ ಮಿಶ್ರರನ್ನು** ಶಂಕರರು ಸೋಲಿಸಿದರು. ಈ ವಾದ ವಿವಾದ ಮಂಡನರ ಪತ್ನಿ **ಭಾರತಿದೇವಿಯ** ಮಧ್ಯಸ್ಥಿಕೆಯಲ್ಲಿ ನಡೆಯಿತು. ಕೊನೆಗೆ ಮಂಡನರು ಮತ್ತು ಅವರ ಪತ್ನಿ ಶಂಕರರ ಶಿಷ್ಯರಾದರು. ಮಂಡನ ಮಿಶ್ರ ಮುಂದೆ **'ಸುರೇಶ್ವರಾಚಾರ್ಯ'** ಎಂಬ ಹೆಸರು ಪಡೆದು ಶಂಕರರು ಸ್ಥಾಪಿಸಿದ್ದ ಶೃಂಗೇರಿ ಶಾರದಾ ಪೀಠದ ಮುಖ್ಯಸ್ಥರಾದರು. ಶೃಂಗೇರಿಯ ಶಾರದಾ ಪೀಠವನ್ನು ಭಾರತೀದೇವಿಯ ಗೌರವಾರ್ಥವಾಗಿ ಸ್ಥಾಪಿಸಲಾಯಿತು ಎಂದು ಹೇಳಲಾಗಿದೆ.

ಶಂಕರರ ವೈದಿಕ ಧರ್ಮದ ಪುನಶ್ಚೇತನ ಕಾರ್ಯಕ್ಕೆ ಆ ಕಾಲದ ಹಲವಾರು ಅರಸರ ಬೆಂಬಲ ದೊರೆಯಿತು. ಈ ಬಗ್ಗೆ ಬರೆಯುತ್ತಾ **ಅರುಣ್ ಶೌರಿ "ಅವರನ್ನು (ಶಂಕರರು) ಎಲ್ಲ ಕಡೆಗಳಲ್ಲೂ ಒಂದೇ ಬಗೆಯ ಭಕ್ತಿ ಭಾವದಿಂದ ಬರಮಾಡಿಕೊಳ್ಳಲಾಯಿತು. ರಾಜ ಸುಧನ್ವ (ಉಜ್ಜೈನಿ) ತನ್ನ ಆಸ್ಥಾನಿಕರೊಂದಿಗೆ ಅವರ ಪ್ರವಚನ ಸಭೆಗಳಲ್ಲಿ ಭಾಗವಹಿಸುತ್ತಿದ್ದನು. ಶಂಕರರು ಅವನ ಆಸ್ಥಾನಕ್ಕೆ ಭೇಟಿ ನೀಡಿದಾಗ ರಾಜ ಅವರ ಪಾದಗಳನ್ನು ತೊಳೆದು ಅವರನ್ನು ಉನ್ನತ ಪೀಠದ ಮೇಲೆ ಕುಳಿತುಕೊಳ್ಳುವಂತೆ ಮಾಡಿದನು. ನೇಪಾಳದಲ್ಲೂ ಅವರನ್ನು ರಾಜನ ಅತಿಥಿಯಂತೆ ಸ್ವಾಗತಿಸಲಾಯಿತು."** ಎಂದು ಹೇಳಿದ್ದಾರೆ. ದಕ್ಷಿಣ ಭಾರತದಲ್ಲಿ ಚೋಳರು ಮತ್ತು ಪಾಂಡ್ಯರು ಶಂಕರರ ಅದ್ವೈತ ಸಿದ್ಧಾಂತವನ್ನು ಬೆಂಬಲಿಸಿದರು.

ಮಠಗಳ ಸ್ಥಾಪನೆ

ಶಂಕರರು ತಮ್ಮ ಭಾರತ ಪರ್ಯಟನೆಯ ಕಾಲದಲ್ಲಿ ದೇಶದ ನಾಲ್ಕು ಭಾಗಗಳಲ್ಲಿ **ನಾಲ್ಕು ಮಠಗಳನ್ನು ಸ್ಥಾಪಿಸಿದರು.** ಅವುಗಳು

1) ಉತ್ತರದಲ್ಲಿ ಉತ್ತರಾಂಚಲದ ಬದರಿಯಲ್ಲಿ **ಜ್ಯೋತಿರ್ ಪೀಠ**
2) ದಕ್ಷಿಣದಲ್ಲಿ ಕರ್ನಾಟಕದ ಶೃಂಗೇರಿಯಲ್ಲಿ **ಶಾರದಾ ಪೀಠ**
3) ಪೂರ್ವದಲ್ಲಿ ಒರಿಸ್ಸಾದ ಜಗನ್ನಾಥ ಪುರಿಯಲ್ಲಿ **ಗೋವರ್ಧನ ಪೀಠ** ಮತ್ತು
4) ಪಶ್ಚಿಮದಲ್ಲಿ ಗುಜರಾತಿನ ದ್ವಾರಕೆಯಲ್ಲಿ **ಕಾಳಿಕಾ ಪೀಠ**

14ನೇ ಶತಮಾನದ ಶಾಸನವೊಂದರಲ್ಲಿ ಶೃಂಗೇರಿಯಲ್ಲಿ ಶಂಕರರು ಧರ್ಮಪೀಠ ಸ್ಥಾಪಿಸಿದ ಬಗ್ಗೆ ಪ್ರಸ್ತಾಪವಿದೆ.

ಈ ನಾಲ್ಕು ಮುಖ್ಯ ಮಠಗಳ ಜೊತೆಗೆ ಶಂಕರರು ಉತ್ತರಪ್ರದೇಶದ **ಕಾಶೀ** (ವಾರಣಾಸಿ) ಯಲ್ಲಿ ಮತ್ತು ತಮಿಳುನಾಡಿನ ಕಂಚಿಯಲ್ಲಿ ಎರಡು ಉಪಪೀಠಗಳನ್ನು ಸ್ಥಾಪಿಸಿದರು. ಶಂಕರರ ನಾಲ್ಕು ಮಠಗಳನ್ನು **ಚಾರ್‌ದಾಮ್**‌ಗಳೆಂದು ಕರೆಯಲಾಗಿದೆ. ಇಂದಿಗೂ ಇವುಗಳಿಗೆ ಯತಿಗಳು ಕಾಲ್ನಡಿಗೆಯಲ್ಲಿ ಯಾತ್ರೆ ಕೈಗೊಳ್ಳುವುದು ವಾಡಿಕೆಯಾಗಿದೆ. ಶಂಕರರು ಬೌದ್ಧ ಧರ್ಮವನ್ನು ತೀವ್ರವಾಗಿ ಟೀಕಿಸಿದರೂ ಕೂಡ ಆ ಧರ್ಮದ ಮೊನಾಸ್ಟರಿ ವ್ಯವಸ್ಥೆಯಿಂದ ಪ್ರಭಾವಿತರಾಗಿದ್ದರೆಂಬುದಕ್ಕೆ ಅವರು ಮಠಗಳನ್ನು ಸ್ಥಾಪಿಸಿದ್ದು ನಿದರ್ಶನವಾಗಿದೆ. ಬೌದ್ಧ ಮೊನಾಸ್ಟರಿ ಅಥವಾ ಮಠಗಳಲ್ಲಿ ಧರ್ಮ ಪ್ರಚಾರಕ್ಕೆ ಭಿಕ್ಷುಗಳನ್ನು ತರಬೇತುಗೊಳಿಸುವ ರೀತಿಯಲ್ಲಿ ತಮ್ಮ ಧರ್ಮದ ಪ್ರಚಾರಕ್ಕೆ ಸನ್ಯಾಸಿಗಳನ್ನು ಸಿದ್ಧಗೊಳಿಸಲು ಬೌದ್ಧರ ಮಾದರಿಯಲ್ಲಿ ಮಠಗಳನ್ನು ಸ್ಥಾಪಿಸಿದರು. **"ಕೌಪೀನವಂತ ಬಲುಭಾಗ್ಯವಂತ"** ಎಂದು ಆರಂಭವಾಗುವ ಅವರ ಶ್ಲೋಕಗಳು ಸನ್ಯಾಸಿಗಳ ಸರಳವಾದ ಬದುಕಿನ ಮಹತ್ವವನ್ನು ಸಾರುತ್ತವೆ.

ಸಮಾಜ ಸುಧಾರಕರಾಗಿ ಶಂಕರರು ಹಲವು ಕೆಟ್ಟ ಸಂಪ್ರದಾಯಗಳನ್ನು, ಕ್ರೂರ ಧಾರ್ಮಿಕ ಪದ್ಧತಿಗಳನ್ನು ನಿವಾರಿಸಿದರು. ಅವರ ದೃಷ್ಟಿಯಲ್ಲಿ ಸನ್ಯಾಸವೆಂದರೆ ಜೀವನದ ಜವಾಬ್ದಾರಿಗಳಿಂದ ನುಣುಚಿಕೊಳ್ಳುವುದಾಗಿರದೆ ಸಮಾಜಕ್ಕೆ ನಿಸ್ವಾರ್ಥವಾಗಿ ಸೇವೆ ಸಲ್ಲಿಸುವುದಾಗಿತ್ತು. ಸನ್ಯಾಸಿಯಾದವನು ತಾಯಿಯ ಅಂತ್ಯ ಸಂಸಾರವನ್ನು ಮಾಡಬಾರದೆಂಬ ಮೂಢನಂಬಿಕೆಯನ್ನು ತಿರಸ್ಕರಿಸಿ ತಾವೇ ತಮ್ಮ ತಾಯಿಯ ಅಂತ್ಯಕ್ರಿಯಾದಿಗಳನ್ನು ನೇರವೇರಿಸಿದರು. ಶಂಕರರು ದೇವರ ಮೂರ್ತಿಯ ಆರಾಧನೆಯನ್ನು ವಿರೋಧಿಸಲಿಲ್ಲ. ಅವರು ಶಿವ, ವಿಷ್ಣು, ಸೂರ್ಯ, ಗಣೇಶ, ಕುಮಾರ, ಶಕ್ತಿ ಅಥವಾ ದೇವಿಯರ ಸಾಮೂಹಿಕ ಆರಾಧನೆಯನ್ನು ಜನಪ್ರಿಯಗೊಳಿಸಿದರು. ಆ ದಿನಗಳಲ್ಲಿ ಜನಪ್ರಿಯವಾಗಿದ್ದ ಸಂಪ್ರದಾಯಗಳ ನಡುವೆ ಸಮನ್ವಯ ಸಾಧಿಸುವುದು ಅವರ ಉದ್ದೇಶವಾಗಿದ್ದಂತೆ ತೋರುತ್ತದೆ. ಪರಸ್ಪರ ವಿರೋಧಿ ಸಂಪ್ರದಾಯಗಳನ್ನು ಒಗ್ಗೂಡಿಸುವುದು,

ಏಕತೆ ಸಾಧಿಸುವುದು ಅವರ ಗುರಿಯಾಗಿತ್ತು. ಅದರಿಂದಾಗಿ ಶಂಕರರನ್ನು **"ಷಣ್ಮತ ಸ್ಥಾಪನಾಚಾರ್ಯ"** ಎಂದು ಕರೆಯಲಾಗಿದೆ. ಶಂಕರರು ತಮ್ಮ ಎರಡನೇ ಕೈಲಾಸ ಯಾತ್ರೆಯ ಸಮಯದಲ್ಲಿ ಕೇದಾರನಾಥದಲ್ಲಿ ಕ್ರಿ.ಶ. 820ರಲ್ಲಿ ತಮ್ಮ 32ನೇ ವಯಸ್ಸಿನಲ್ಲಿ ಮರಣಹೊಂದಿದರು.

ಅದ್ವೈತ ಸಿದ್ಧಾಂತ

ಶಂಕರರು ಪ್ರತಿಪಾದಿಸಿದ ಸಿದ್ಧಾಂತವನ್ನು **'ಅದ್ವೈತ ಸಿದ್ಧಾಂತ'** ಅಥವಾ **'ಅದ್ವೈತ ವೇದಾಂತ'** ಎಂದು ಕರೆಯಲಾಗಿದೆ. ಆದರೆ ಶಂಕರರು ಎಲ್ಲೂ ತಮ್ಮ ಸಿದ್ಧಾಂತವನ್ನು ಅದ್ವೈತ ಎಂದು ಕರೆದಿಲ್ಲ. ತಾವು ಪ್ರತಿಪಾದಿಸಿದ ತತ್ವವನ್ನು **ಉಪನಿಷತ್ತಿನ ದರ್ಶನ** ಎಂದಷ್ಟೇ ಕರೆದಿದ್ದಾರೆ. ಅದ್ವೈತವೆಂದರೆ ಒಂದು ಮತ್ತು ಎರಡಲ್ಲದ್ದು. ಶಂಕರರ ಪ್ರಕಾರ ಜೀವಾತ್ಮ ಮತ್ತು ಪರಮಾತ್ಮ ಎರಡೂ ಒಂದೇ, ಅವು ಬೇರೆ ಬೇರೆಯಲ್ಲ. ಆತ್ಮನು ಪರಮಾತ್ಮ ಅಥವಾ ಬ್ರಹ್ಮನ ಒಂದು ಭಾಗ, ಬ್ರಹ್ಮ ಮಾತ್ರವೇ ನಿತ್ಯ, ಬ್ರಹ್ಮ ಮಾತ್ರವೇ ಸತ್ಯ. **"ಬ್ರಹ್ಮ ಸತ್ಯಂ ಜಗನ್‌ಮಿಥ್ಯಂ"** ಎಂದು ಶಂಕರರು ಹೇಳಿದರು. ಬ್ರಹ್ಮನ ಭಾಗವಾಗಿರುವ ಆತ್ಮನಿಗೆ ಪ್ರತ್ಯೇಕ ಅಸ್ತಿತ್ವವಿಲ್ಲ. ಬ್ರಹ್ಮವೇ ಅಂತಿಮ ಸತ್ಯ, ಅದೊಂದೇ ನಿಜವಾದ ಅಸ್ತಿತ್ವವುಳ್ಳದ್ದು,ಅದು ಎಲ್ಲರಲ್ಲೂ, ಎಲ್ಲೆಲ್ಲೂ, ಎಲ್ಲಕಾಲಕ್ಕೂ ಇರುವಂಥದ್ದು. ಅದೇ ಬ್ರಹ್ಮ, ಉಳಿದೆಲ್ಲವೂ ಮಿಥ್ಯ ಅಥವಾ ಮಾಯೆ. ಈ ಜಗತ್ತು ಕೂಡ ಕೇವಲ ಮಾಯೆ ಅಥವಾ ಭ್ರಮೆ. ಅದಕ್ಕೆ ಪ್ರತ್ಯೇಕ ಅಸ್ತಿತ್ವವಿಲ್ಲ. ಬ್ರಹ್ಮ ನಿರ್ಗುಣ ಮತ್ತು ನಿರಾಕಾರ. ಅಂದರೆ ಬ್ರಹ್ಮ ಗುಣ ಮತ್ತು ಆಕಾರ ರಹಿತನಾದವನು. ಆತ ಸ್ವಯಂ ಪ್ರಕಾಶಕ. ಶಂಕರರ ಸಿದ್ಧಾಂತದಲ್ಲಿ **ಪರಮಾರ್ಥ** ಮತ್ತು **ವ್ಯವಹಾರ** ಎಂಬ ಎರಡು ಭಾಗಗಳಿದ್ದು ಪರಮಾರ್ಥ ಮಾತ್ರ ನಿಜವಾದದ್ದು, ಆದರೆ ವ್ಯವಹಾರ ನಿಜವಲ್ಲದ್ದು.

ಜೀವಾತ್ಮನು ಪರಮಾತ್ಮ ಅಥವಾ ಬ್ರಹ್ಮನ ಅಂಶವಾಗಿದ್ದರೂ ಅಜ್ಞಾನ ಅಥವಾ ಅವಿದ್ಯೆ ಬ್ರಹ್ಮನ ನಿಜ ಸ್ವರೂಪವನ್ನು ಅಂದರೆ ಜೀವಾತ್ಮ ಮತ್ತು ಪರಮಾತ್ಮನ ನಿಜವಾದ ಸಂಬಂಧವನ್ನು ಮರೆಮಾಚಿದೆ. ಶಂಕರರು **"ಅಹಂ ಬ್ರಹ್ಮಾಸ್ಮಿ"** (**"ನಾನೇ ಬ್ರಹ್ಮನು"**) ಎಂದು ಹೇಳಿಕೊಂಡರು. ಜೀವಾತ್ಮನು ತಾನೇ ಬ್ರಹ್ಮ ಎಂಬ ಸತ್ಯವನ್ನು ಅರಿಯುವುದೇ ಬ್ರಹ್ಮಜ್ಞಾನ ಅಥವಾ ಆತ್ಮಜ್ಞಾನ. ಬ್ರಹ್ಮಜ್ಞಾನವನ್ನು ಪಡೆಯಲು ಜ್ಞಾನಮಾರ್ಗವನ್ನು ಅನುಸರಿಸಬೇಕು. ಬ್ರಹ್ಮಜ್ಞಾನ ಪಡೆದವನು ಮಾಯೆಯನ್ನು ಗೆಲ್ಲುತ್ತಾನೆ, ಅಜ್ಞಾನ ಅಥವಾ ಅಂಧಕಾರದಿಂದ ಹೊರಬಂದು ಜೀವಾತ್ಮ-ಪರಮಾತ್ಮಗಳೆರಡೂ ಒಂದೇ ಎಂಬ ನಿತ್ಯ ಸತ್ಯವನ್ನು ಅರಿಯುತ್ತಾನೆ. ಬ್ರಹ್ಮನ ಅರಿವೇ ಆನಂದ, ಅದೇ ಮೋಕ್ಷ, ನಾನು ಬೇರೆ, ಬ್ರಹ್ಮ ಬೇರೆ ಅಲ್ಲ ಎಂಬ ಅರಿವೇ ಮೋಕ್ಷಕ್ಕೆ ಕಾರಣವಾಗಬಲ್ಲ ದಾರಿ.

ಶಂಕರರು **ಜ್ಞಾನಮಾರ್ಗಕ್ಕೆ** ಹೆಚ್ಚಿನ ಆದ್ಯತೆ ನೀಡಿದರು ಜ್ಞಾನ ಮಾರ್ಗದಿಂದ ಮಾತ್ರವೇ ಮೋಕ್ಷ ಸಾಧನೆ ಸಾಧ್ಯ ಎಂದು ಹೇಳಿದರಾದರೂ ಅವರು ಭಕ್ತಿ ಮಾರ್ಗವನ್ನು ತಿರಸ್ಕರಿಸಲಿಲ್ಲ. ಕೇವಲ ಕರ್ಮಮಾರ್ಗವನ್ನು ಮಾತ್ರ ಅವರು ಒಪ್ಪಲಿಲ್ಲ. ಮೋಕ್ಷ ಅಥವಾ ಮುಕ್ತಿ ಪಡೆಯುವುದು ಜೀವಾತ್ಮನ ಪರಮ ಗುರಿಯಾಗಿದೆ. ಮೋಕ್ಷವೆಂದರೆ ಜೀವಾತ್ಮನು ಪರಮಾತ್ಮ ಅಥವಾ ಬ್ರಹ್ಮನಲ್ಲಿ ಲೀನವಾಗುವುದು. ಪುನರ್ಜನ್ಮದ ಸಂಕೋಲೆಯಿಂದ ಶಾಶ್ವತ ಬಿಡುಗಡೆ ಪಡೆಯುವುದೇ ಮುಕ್ತಿ. ಮುಕ್ತಿ ಪಡೆಯಲು ಜ್ಞಾನ ಮಾರ್ಗಕ್ಕೆ ಶಂಕರರು ಆದ್ಯತೆ ನೀಡಿದರಾದರೂ ಅದು ಸಾಮಾನ್ಯ ಜನರಿಗೆ ಕಷ್ಟ ಸಾಧ್ಯವಾಗಿದ್ದರಿಂದ ಭಕ್ತಿ ಮಾರ್ಗವನ್ನು ಬೋಧಿಸಿದರು. ಆತ್ಮ ಪರಮಾತ್ಮನಲ್ಲಿ ಲೀನವಾಗುವ ಕ್ರಿಯೆ ಅಂತಿಮ ಹಂತದ ಸಮಾಧಿ ಸ್ಥಿತಿಯಲ್ಲಿ ನಡೆಯುತ್ತದೆ. ಹೀಗೆ ಆತ್ಮನು ನಿರ್ಗುಣನು, ನಿರಾಕಾರನು ಆದ ಬ್ರಹ್ಮನಲ್ಲಿ ಲೀನವಾಗುವುದನ್ನು ಶಬ್ದಗಳಲ್ಲಿ ವಿವರಿಸುವುದು ಸಾಧ್ಯವಿಲ್ಲ. ಅದನ್ನು ಶಂಕರರು **"ಅನಿರ್ವಚನೀಯ ಆನಂದ"** ಎಂದು ವರ್ಣಿಸಿದರು. ಅಂದರೆ ಅದನ್ನು ಅನುಭವಿಸಬೇಕೇ ಹೊರತು ವಿವರಿಸಲು ಸಾಧ್ಯವಿಲ್ಲ, ಅದು ಭಾಷೆ, ಶಬ್ದಕ್ಕೆ ನಿಲುಕದ್ದು ಎಂದು ಹೇಳಿದರು.

ವೇದಗಳ ಪಾರಮ್ಯವನ್ನು ಎತ್ತಿ ಹಿಡಿದ ಶಂಕರರು

ಶಂಕರರ ಪ್ರಕಾರ ವೇದಗಳು ನಿತ್ಯ ನೂತನವಾದವು ಹಾಗೂ ಅಸ್ಖಲಿತವಾದವು. ವೇದಗಳು **ಅಪೌರುಷೇಯ** ಎಂಬ ವಾದ ಅವರಿಂದ ಮತ್ತಷ್ಟು ಬಲಗೊಂಡಿತು. ಅವುಗಳ ಅಧ್ಯಯನವನ್ನು ಶಂಕರರು ಬ್ರಾಹ್ಮಣರು, ಕ್ಷತ್ರಿಯರು ಹಾಗೂ ವೈಶ್ಯರಿಗೆ ಮಾತ್ರ ಸೀಮಿತಗೊಳಿಸಿದರು. ಶೂದ್ರರು ಹಾಗೂ ಸ್ತ್ರೀಯರು ಅವುಗಳನ್ನು ಅಧ್ಯಯನ ಮಾಡುವುದನ್ನು ನಿಷೇಧಿಸಿದರು. ಮನುಧರ್ಮ ಶಾಸ್ತ್ರದ ನಿಬಂಧನೆಗಳನ್ನು ಎತ್ತಿ ಹಿಡಿದ ಅವರು ಮನು ಹೇಳಿರುವುದೆಲ್ಲವೂ ಮನುಕುಲಕ್ಕೆ ದಿವ್ಯೌಷಧವಾಗಿದೆ ಎಂದು ಹೇಳಿದರು. ಈ ದೃಷ್ಟಿಯಿಂದ ವಿಶ್ಲೇಷಿಸಿದರೆ ಶಂಕರರು ತಮ್ಮ ಸುಧಾರಿತ ಹಿಂದೂ ಧರ್ಮವನ್ನು ಸಮಾಜದ ಮೇಲ್ವರ್ಗಗಳಿಗೆ ಸೀಮಿತಗೊಳಿಸಿದರೆಂದು ಹೇಳಬೇಕಾಗುತ್ತದೆ. ಸಮಾಜದ ಅತ್ಯಂತ ಕೆಳವರ್ಗಗಳ ಬಗ್ಗೆ ಅವರಲ್ಲಿ ಅಸಹನೆ ಇದ್ದದ್ದು ಕಂಡುಬರುತ್ತದೆ.

ಶಂಕರರು ತಮ್ಮ ಅದ್ವೈತ ವೇದಾಂತವು **ಟೀಕಾತೀತವಾದುದು** ಎಂಬ ನಿಲುವು ಹೊಂದಿದ್ದರು. **"ಉಪನಿಷತ್‌ಗಳನ್ನು ಆಧರಿಸಿದ ಅದ್ವೈತ ಪ್ರಶ್ನಾತೀತವಾದುದು"** ಎಂದು ಅವರು ಹೇಳಿದರು. ತಮ್ಮ ಸಿದ್ಧಾಂತ **ಆಕ್ಷೇಪಗಳಿಂದ ಮುಕ್ತವಾದುದು,** ಉಳಿದೆಲ್ಲವೂ ಅಸತ್ಯವಾದವು ಅಥವಾ ಅದ್ವೈತಕ್ಕಿಂತ ಕೀಳಾದವು ಎಂಬುದು ಅವರ ನಿಲುವಾಗಿತ್ತು. ಹೀಗೆ ತಾವು ಪ್ರತಿಪಾದಿಸಿದ **ಅದ್ವೈತ ಸಿದ್ಧಾಂತವು ಸರ್ವಶ್ರೇಷ್ಠವಾದುದು** ಎಂಬ ನಿಲುವು ಹೊಂದಿದ್ದರು.

ಅನ್ಯ ಧರ್ಮಗಳ ಖಂಡನೆ

ಶಂಕರರು ಇತರ ಧರ್ಮಗಳ ಬಗ್ಗೆ ತೀವ್ರ ಅಸಹನೆ ಹೊಂದಿದ್ದರು. ಬೌದ್ಧಧರ್ಮ, ಜೈನಧರ್ಮ, ಮೀಮಾಂಸ, ಸಂಖ್ಯಾ, ವೈಶೇಶಿಕ ಮತ್ತಿತರ ಧರ್ಮ ಸಿದ್ಧಾಂತಗಳನ್ನು ಕಟುವಾಗಿ ಟೀಕಿಸಿದರು. ಅವರು ಒಂದು ರೀತಿಯಲ್ಲಿ ಅನ್ಯಧರ್ಮ ವಿರೋಧಿ ನೀತಿ ಅನುಸರಿಸಿದರು. ಬೌದ್ಧಧರ್ಮದ ಮಾಯಾವಾದವನ್ನು ಹಾಗೂ ಧರ್ಮಪ್ರಸಾರಕ್ಕೆ ಸನ್ಯಾಸಿಗಳಿಗೆ ತರಬೇತಿ ನೀಡುವ ಬೌದ್ಧರ ವ್ಯವಸ್ಥೆಯನ್ನು ಒಪ್ಪಿಕೊಂಡರಾದರೂ ಬೌದ್ಧಧರ್ಮವನ್ನು ಕಟುವಾಗಿ ಟೀಕಿಸಿದರು. ಬೌದ್ಧಧರ್ಮದ ಅವನತಿಗೆ ಶಂಕರರು ಬಹುಪಾಲು ಕಾರಣರಾದರೆಂದು ಹೇಳಲಾಗಿದೆ. ಅನ್ಯ ಧರ್ಮಗಳ ಬಗ್ಗೆ ಅವರ ಟೀಕೆಗಳನ್ನು ಅವರು ರಚಿಸಿರುವ **'ವೇದಾಂತಸೂತ್ರ ಭಾಷ್ಯ'** ಎಂಬ ಗ್ರಂಥದಲ್ಲಿ ನೋಡಬಹುದಾಗಿದೆ. ಅಂತೆಯೇ ಅವರ ಮತ್ತೊಂದು ಗ್ರಂಥ **'ಬ್ರಹ್ಮಸೂತ್ರ ಭಾಷ್ಯ'** ದಲ್ಲೂ ಅಂತಹ ಟೀಕೆಗಳು ಕಂಡುಬರುತ್ತವೆ. ಬೌದ್ಧರ ಮಾಯವಾದದ ಕಲ್ಪನೆಯನ್ನು ಶಂಕರರು ಒಪ್ಪಿಕೊಂಡಿದ್ದಕ್ಕಾಗಿ ಅವರನ್ನು **'ಪ್ರಚ್ಛನ್ನ ಬೌದ್ಧ'** ಎಂದ ಟೀಕಿಸಲಾಗಿದೆ.

ಶಂಕರರ ಕೃತಿಗಳು

ಶಂಕರರು ಶ್ರೇಷ್ಠ ವಿದ್ವಾಂಸರಾಗಿದ್ದರು. ಬದುಕಿದ್ದು ಕೇವಲ 32 ವರ್ಷಗಳೇ ಆದರೂ ಅವರ ಸಾಧನೆಗಳು ಹಿರಿದಾದವು. ತಮ್ಮ ಅದ್ವೈತ ಸಿದ್ಧಾಂತಕ್ಕೆ ಪೂರಕವಾದ ಹಲವಾರು ಗ್ರಂಥಗಳನ್ನು ಅವರ ಸಂಸ್ಕೃತದಲ್ಲಿ ರಚಿಸಿದರು. ಬಾದರಾಯಣ ಬ್ರಹ್ಮಸೂತ್ರವನ್ನು ಕುರಿತು ಅವರು **'ಬ್ರಹ್ಮಸೂತ್ರ ಭಾಷ್ಯ'** ಎಂಬ ವ್ಯಾಖ್ಯಾನವನ್ನು, ಭಗವದ್ಗೀತೆಯನ್ನು ಕುರಿತು **'ಶಂಕರ ಭಾಷ್ಯ'** ಎಂಬ ವ್ಯಾಖ್ಯಾನವನ್ನು ರಚಿಸಿದರು. ಶಂಕರರು **ಪ್ರಸ್ಥಾನತ್ರಯಗಳಾದ ಉಪನಿಷತ್ತುಗಳು, ಬ್ರಹ್ಮಸೂತ್ರಗಳು ಮತ್ತು ಭಗವದ್ಗೀತೆಗೆ** ಬರೆದಿರುವ ಭಾಷ್ಯಗಳು ಇಂದಿಗೂ ಜನಪ್ರಿಯವಾಗಿದೆ. **'ವೇದಾಂತಸೂತ್ರ ಭಾಷ್ಯ', 'ವಿವೇಕ ಚೂಡಾಮಣಿ', 'ಆನಂದಲಹರಿ', 'ಸೌಂದರ್ಯಲಹರಿ', 'ಶಿವಾನಂದಲಹರಿ',** ಮೊದಲಾದವು ಶಂಕರರ ಪ್ರಮುಖ ಕೃತಿಗಳು. ಅವರು ರಚಿಸಿದ ಸ್ತೋತ್ರಗಳಲ್ಲಿ **"ಭಜಗೋವಿಂದಂ"** ಹೆಚ್ಚು ಜನಪ್ರಿಯವಾಗಿದೆ. ತಮ್ಮ ಸ್ತೋತ್ರಗಳ ಮೂಲಕ ಅನನ್ಯವಾದ ಭಕ್ತಿಯನ್ನು ಪ್ರದರ್ಶಿಸಿದ್ದಾರೆ. ಸ್ತೋತ್ರ ಮಾಡುತ್ತಿರುವಾಗ ಅವರು ತಮ್ಮೆದುರೇ ಇರುವ ದೇವ, ದೇವಿಯೊಂದಿಗೆ ಮಾತನಾಡುತ್ತಿರುವಂತೆ ತಮ್ಮ ಭಕ್ತಿಭಾವವನ್ನು ತೆರೆದಿಟ್ಟಿದ್ದಾರೆ. ಅವರ ವ್ಯಾಖ್ಯಾನ ಗ್ರಂಥಗಳಲ್ಲಿ ಪ್ರಸಿದ್ಧವಾದುದು **'ಬ್ರಹ್ಮಸೂತ್ರಭಾಷ್ಯ'**. ಅಂತೆಯೇ ವ್ಯಾಖ್ಯಾನೇತರ ಕೃತಿಗಳಲ್ಲಿ ಪ್ರಮುಖವಾದುದು **'ಉಪದೇಶಸಹಸ್ರಿ'**.

ಶಂಕರರು ಭಾರತೀಯ ಸಂತ ಪರಂಪರೆಯಲ್ಲಿ ಮಹತ್ವದ ಸ್ಥಾನ ಪಡೆದಿದ್ದಾರೆ. ಉಪನಿಷದ್‌ಗಳಲ್ಲಿ ಪ್ರತಿಪಾದಿತವಾಗಿದ್ದ ವೇದಾಂತ ಸಿದ್ಧಾಂತವನ್ನು ಪುನರುತ್ಥಾನಗೊಳಿಸಿದ್ದು ಅವರ ಹಿರಿದಾದ ಸಾಧನೆ. ವೈದಿಕ ಧರ್ಮಗ್ರಂಥಗಳ ಬಗ್ಗೆ ಅವರಿಗೆ ಅಪಾರವಾದ ಅರಿವಿತ್ತು. ಅದ್ವೈತ ವೇದಾಂತವನ್ನು ಪ್ರಚಾರ ಮಾಡಲು ದೇಶಾದ್ಯಂತ ವ್ಯಾಪಕವಾಗಿ ನಿರಂತರವಾಗಿ ಸಂಚರಿಸಿದರು. ಇದರ ಆಧಾರದ ಮೇಲೆ **"ಭಾರತ ತಮ್ಮ ಆಳ್ವಿಕೆಗೆ ಪೂರ್ವದಲ್ಲಿ ಒಂದು ರಾಷ್ಟ್ರವಾಗಿರಲಿಲ್ಲ"** ಎಂಬ ಬ್ರಿಟಿಷರ ವಾದವನ್ನು ಹಲವರು ಅಲ್ಲಗಳೆದಿದ್ದಾರೆ. **"ಭಾರತ ಯಾವತ್ತೂ ಒಂದು ರಾಷ್ಟ್ರವಾಗಿತ್ತು ಎಂಬುದಕ್ಕೆ ಶಂಕರರ ಬದುಕಿಗಿಂತಲೂ ಬೇರೆ ಸಾಕ್ಷಿ ಬೇಕಾಗಿಲ್ಲ"** ಎಂದು ಹಲವರು ವಿಶ್ಲೇಷಿಸಿದ್ದಾರೆ.

"ಶಂಕರರು ಭಾರತವನ್ನು ಸಾಂಸ್ಕೃತಿಕವಾಗಿ ಏಕೀಕರಿಸಿದರು. ಅವರಲ್ಲಿ ರಾಮಕೃಷ್ಣ ಮತ್ತು ವಿವೇಕಾನಂದರ ವ್ಯಕ್ತಿತ್ವಗಳು ಏಕೀಭವಿಸಿದ್ದವು" ಎಂದು ಜವಹರ್‌ಲಾಲ್ ನೆಹರು ಬರೆದಿದ್ದಾರೆ. ಶಂಕರರು ವೈದಿಕ ಧರ್ಮವನ್ನು ಪುನಶ್ಚೇತನಗೊಳಿಸುವುದರ ಜೊತೆಗೆ ಜಾತಿ ವ್ಯವಸ್ಥೆಯನ್ನು ಗಟ್ಟಿಗೊಳಿಸಿದರೆಂಬುದು ಗಮನಾರ್ಹವಾಗಿದೆ.

ರಾಮಾನುಜಾಚಾರ್ಯ (1017–1137)

ಬಾಲ್ಯ ಜೀವನ : ವಿಶಿಷ್ಟಾದ್ವೈತ ಸಿದ್ಧಾಂತದ ಶ್ರೇಷ್ಠ ಪ್ರತಿಪಾದಕರಾದ ರಾಮಾನುಜಾಚಾರ್ಯರು 1017ರಲ್ಲಿ ಮದ್ರಾಸ್ (ಚೆನ್ನೈ)ಗೆ ಸಮೀಪದ ಶ್ರೀಪೆರಂಬುದೂರ್‌ನಲ್ಲಿ ಜನಿಸಿದರು. ಅಸೂರಿ ಕೇಶವ ಸೋಮಯಾಜಿ ಮತ್ತು ಕಾಂತಿಮತಿ ಅವರ ತಂದೆ, ತಾಯಿಯರು. ಕಾಂತಿಮತಿ ಶ್ರೀರಂಗಂ ಮಠದ ಮುಖ್ಯಸ್ಥರಾಗಿದ್ದ, ಮಹಾಜ್ಞಾನಿಯಾಗಿದ್ದ ಯಾಮುನಾಚಾರ್ಯರ

ಮೊಮ್ಮಗಳು ಹಾಗೂ ಯಾಮುನಾಚಾರ್ಯರ ಪ್ರಮುಖ ಶಿಷ್ಯರಾಗಿದ್ದ ಶ್ರೀಶೈಲಪೂರ್ಣರ ಸಹೋದರಿಯಾಗಿದ್ದರು. ರಾಮಾನುಜರ ಅನುಯಾಯಿಗಳಾದ ಶ್ರೀವೈಷ್ಣವರು ರಾಮಾನುಜರನ್ನು **ವಾಸುಕಿಯ ಅವತಾರ**ವೆಂದೇ ನಂಬುತ್ತಾರೆ.

ರಾಮಾನುಜರು **ಕಂಚಿಯ ಯಾದವಪ್ರಕಾಶ್** ಎಂಬ ಪ್ರಸಿದ್ಧ ಅದ್ವೈತ ಗುರುಗಳ ಬಳಿ ವೇದಾಧ್ಯಯನ ಆರಂಭಿಸಿದರು. ಆದರೆ ಸ್ವಲ್ಪ ಸಮಯದ ನಂತರ ಗುರು–ಶಿಷ್ಯರ ನಡುವೆ ತಾತ್ವಿಕ ಭಿನ್ನಾಭಿಪ್ರಾಯಗಳು ತಲೆದೋರಿದವು. ಗುರುವಿನ ಅದ್ವೈತ ನಿಲುವು ರಾಮಾನುಜರಿಗೆ ಒಪ್ಪಿಗೆಯಾಗಲಿಲ್ಲ. ಅದರ ಪರಿಣಾಮವಾಗಿ ರಾಮಾನುಜರು ಯಾದವಪ್ರಕಾಶರ ಶಿಷ್ಯತ್ವವನ್ನು ತೊರೆಯಬೇಕಾಯಿತು. ಅನಂತರ ಅವರು ಕಂಚೀಪೂರ್ಣರ ಶಿಷ್ಯರಾಗಿ ಅಧ್ಯಯನ ಮುಂದುವರಿಸಿದರು. ಕಾಂಚೀಪೂರ್ಣರು ಶ್ರೀರಂಗಂನ ಪೀಠಸ್ಥರಾಗಿದ್ದ ಯಾಮುನಾಚಾರ್ಯರ ಶಿಷ್ಯರು. ಜಾತಿಯಲ್ಲಿ ಶೂದ್ರರಾಗಿದ್ದ ಕಾಂಚೀಪೂರ್ಣರಲ್ಲಿ ಅತ್ಯಂತ ವಿಧೇಯವಾಗಿ ನಡೆದುಕೊಂಡ ರಾಮಾನುಜರು ತಮ್ಮ ಜ್ಞಾನದಾಹವನ್ನು ಸಾಕಷ್ಟು ತಣಿಸಿಕೊಂಡರು. ಕಾಂಚೀಪೂರ್ಣರೆ ರಾಮಾನುಜರ ಜ್ಞಾನಸಂಪತ್ತು ಹಾಗೂ ಅವರ ವ್ಯಕ್ತಿತ್ವದ ಹಿರಿಮೆಯನ್ನು ಯಾಮುನಾಚಾರ್ಯರಿಗೆ ತಿಳಿಸಿದರು. ಒಮ್ಮೆ ಯಾಮುನಾಚಾರ್ಯರ ಮತ್ತೊಬ್ಬ ಶಿಷ್ಯರಾದ ಗೋಷ್ಠೀಪೂರ್ಣರು ಯಾಮುನರ ಸೂಚನೆಯಂತೆ ಒಂದು ಮಂತ್ರವನ್ನು ರಾಮಾನುಜರಿಗೆ ಉಪದೇಶಿಸಿ ಅದನ್ನು ಯಾರಿಗೂ ತಿಳಿಸದಂತೆ ಗೌಪ್ಯವಾಗಿಡಬೇಕೆಂದು ಸೂಚಿಸಿದರು. ಆದರೆ ರಾಮಾನುಜರು ಎತ್ತರವಾದ ಸ್ಥಳದಲ್ಲಿ ನಿಂತು ದೇವಾಲಯದಲ್ಲಿ ನೆರೆದಿದ್ದ ಜನರೆಲ್ಲರಿಗೂ ಕೇಳುವಂತೆ ಸದ್ಗತಿಗೆ ಸಹಾಯಕವಾಗುವುದೆಂದು ಹೇಳಲಾದ ಮಂತ್ರವನ್ನು ಗಟ್ಟಿಯಾಗಿ ಉಚ್ಚರಿಸಿದರು. ಈ ಸಂಗತಿ ತಿಳಿದ ಗೋಷ್ಠೀಪೂರ್ಣರು ಗುರುವಾಜ್ಞೆಯನ್ನು ಉಲ್ಲಂಘಿಸಿದ್ದಕ್ಕೆ ರಾಮಾನುಜರಿಗೆ ನರಕ ಪ್ರಾಪ್ತಿಯಾಗುತ್ತದೆಂದು ಹೇಳಿದರು. ಆಗ ರಾಮಾನುಜರು ವಿನಯದಿಂದಲೇ, ಮಂತ್ರವನ್ನು ಕೇಳಿದ ಸಾವಿರಾರು ಜನರಿಗೆ ಸದ್ಗತಿ ದೊರೆಯುವುದಾದರೆ ತಾವು ನರಕಕ್ಕೆ ಹೋಗಲು ಸಿದ್ಧವಿರುವುದಾಗಿ ತಿಳಿಸಿದರು. ವೈಯಕ್ತಿಕ ಹಿತಕ್ಕಿಂತಲೂ ಸಮಷ್ಟಿಯ ಹಿತವೇ ಮುಖ್ಯ ಎಂಬ ರಾಮಾನುಜರ ನಿಲುವಿನಿಂದ ಪ್ರಭಾವಿತರಾದ ಗೋಷ್ಠೀಪೂರ್ಣರು ರಾಮಾನುಜರನ್ನು ಅಪ್ಪಿಕೊಂಡು ತಮ್ಮ ಸಂತೋಷವನ್ನು ವ್ಯಕ್ತಪಡಿಸಿದರು. ರಾಮಾನುಜರ ಸಾಂಸಾರಿಕ ಬದುಕು ಉತ್ತಮವಾಗಿರಲಿಲ್ಲ. ಅವರ ಆಧ್ಯಾತ್ಮ ಸಾಧನೆಗೆ ಪತ್ನಿಯೇ ತೊಡಕಾದಾಗ ಪತ್ನಿಯನ್ನು ಆಕೆಯ ತವರಿಗೆ ಕಳುಹಿಸಿ ಸನ್ಯಾಸವನ್ನು ಸ್ವೀಕರಿಸಿದರು.

ಶ್ರೀರಂಗಂ ಪೀಠಾಧ್ಯಕ್ಷರಾದ ರಾಮಾನುಜರು

ಯಾಮುನಾಚಾರ್ಯ ಶ್ರೀರಂಗಂ ಮಠದ ಮುಖ್ಯಸ್ಥರಾಗಿದ್ದರು. ಅವರಿಗೆ ಸಾಕಷ್ಟು ವಯಸ್ಸಾಗಿತ್ತು. ಈ ಹಿನ್ನೆಲೆಯಲ್ಲಿ ತಮ್ಮ ಉತ್ತರಾಧಿಕಾರಿಯ ಶೋಧನೆಯಲ್ಲಿ ತೊಡಗಿದ್ದ ಅವರಿಗೆ ರಾಮಾನುಜರ ಹಿರಿಮೆಯ ಬಗ್ಗೆ ತಿಳಿದಿತ್ತು. ರಾಮಾನುಜರೇ ತಮ್ಮ ಉತ್ತರಾಧಿಕಾರಿಯಾಗಬೇಕೆಂಬುದು ಅವರ ಅಪೇಕ್ಷೆಯಾಗಿತ್ತು. ಈ ಕಾರಣದಿಂದಲೇ ತಮ್ಮ ಶಿಷ್ಯರಲ್ಲೊಬ್ಬರಾಗಿದ್ದ ಮಹಾಪೂರ್ಣರ ಮೂಲಕ ರಾಮಾನುಜರಿಗೆ ಶ್ರೀವೈಷ್ಣವ ದೀಕ್ಷೆ ಕೊಡಿಸಿದ್ದರು. ಆದರೆ ರಾಮನುಜರನ್ನು ಅಧಿಕೃತವಾಗಿ ತಮ್ಮ ಉತ್ತರಾಧಿಕಾರಿಯಾಗಿ ನೇಮಿಸುವ ಮೊದಲೇ ಯಾಮುನಾಚಾರ್ಯರು ಮರಣಹೊಂದಿದ್ದರು. ಅನಂತರ ಅವರ ಅನುಯಾಯಿಗಳಲ್ಲಿ ಕಲಹವುಂಟಾದದ್ದರ ಹಿನ್ನೆಲೆಯಲ್ಲಿ ಶ್ರೀರಂಗಂಗೆ ಬರುವಂತೆ ರಾಮಾನುಜರನ್ನು ಆಮಂತ್ರಿಸಲಾಯಿತು. ಅಲ್ಲಿಗೆ ತೆರಳಿದ ರಾಮನುಜರು ಯಾಮುನಾಚಾರ್ಯರ ಅಪೇಕ್ಷೆ ಹಾಗೂ ಜನರ ಬಯಕೆಯಂತೆ ಶ್ರೀರಂಗಂ ಪೀಠದ ಮುಖ್ಯಸ್ಥರಾದರು. ಅಲ್ಲದೆ ಶ್ರೀರಂಗಂನ ರಂಗನಾಥಸ್ವಾಮಿ ದೇವಾಲಯದ ಆಡಳಿತದ ಜವಾಬ್ದಾರಿಯನ್ನು ವಹಿಸಿಕೊಂಡರು. ಅನಂತರ **"ಯತಿರಾಜ"**ರೆಂದು ಕರೆಯಲ್ಪಟ್ಟರು.

ಧರ್ಮ ಪ್ರಚಾರಕಾರ್ಯ

ಶ್ರೀರಂಗಂ ಮಠದ ಮುಖ್ಯಸ್ಥರಾದ ನಂತರ ರಾಮಾನುಜರು ಶ್ರೀವೈಷ್ಣವ ಧರ್ಮದ ಪ್ರಚಾರಕ್ಕೆ ತಮ್ಮನ್ನು ಪೂರ್ಣವಾಗಿ ತೊಡಗಿಸಿಕೊಂಡರು. ಅಪಾರ ಸಂಖ್ಯೆಯಲ್ಲಿ ಜನರು ಅವರ ಅನುಯಾಯಿಗಳಾಗಿ, ಶ್ರೀವೈಷ್ಣವ ಧರ್ಮವನ್ನು ಸ್ವೀಕರಿಸಿದರು. ಹಿಂದೆ ಕಂಚಿಯಲ್ಲಿ ಅವರ ಗುರುವಾಗಿದ್ದ ಯಾದವಪ್ರಕಾಶರೂ ರಾಮನುಜರ ಅನುಯಾಯಿಯಾದದ್ದು ವಿಶೇಷವಾಗಿತ್ತು.

ರಾಮಾನುಜರು ಶ್ರೀವೈಷ್ಣವ ಧರ್ಮದ ಪ್ರಚಾರಕ್ಕಾಗಿ ದೇಶದ ವಿವಿಧ ಭಾಗಗಳಲ್ಲಿ ಸಂಚರಿಸಿದರು. ಆಯ್ದ ಶಿಷ್ಯರ ತಂಡದೊಂದಿಗೆ ಸಂಚಾರ ಕೈಗೊಂಡ ಅವರು ಶ್ರೀಕೃಷ್ಣನ ದ್ವಾರಕೆ, ಮಥುರ ಮೊದಲಾದವನ್ನು ಸಂದರ್ಶಿಸಿದರು. ಅನಂತರ ಬದರಿಗೆ ತೆರಳಿ ಅಲ್ಲಿಂದ ಕಾಶ್ಮೀರಕ್ಕೆ ಪ್ರಯಾಣಿಸಿದರು. ಕಾಶ್ಮೀರದಲ್ಲಿ ಅವರ ಜನಪ್ರಿಯತೆಯನ್ನು ಸಹಿಸದ ಕೆಲವರು ಅವರನ್ನು ಕೊಲ್ಲಲು ಪ್ರಯತ್ನಿಸಿದರೆಂದು, ತಪ್ಪಿಸಿಕೊಂಡ ರಾಮಾನುಜರು ಕಾಶಿಗೆ ಹಿಂದಿರುಗಿದರೆಂದು ಹೇಳಲಾಗಿದೆ. ಅಲ್ಲಿಂದ ಜಗನ್ನಾಥಪುರಿಗೆ ಭೇಟಿ ನೀಡಿದ ಅವರು ಕೊನೆಗೆ ತಿರುಪತಿ, ಕಂಚಿ ಮಾರ್ಗವಾಗಿ ಶ್ರೀರಂಗಂಗೆ ಹಿಂದಿರುಗಿದರು.

ಉತ್ತರದ ಪ್ರವಾಸದ ಕಾಲದಲ್ಲಿ ಅವರು ಹಲವಾರು ಪಂಡಿತರೊಂದಿಗೆ ವಾದ ವಿವಾದ ನಡೆಸಿ ಅವರನ್ನು ಸೋಲಿಸಿದರು. ಉತ್ತರದಲ್ಲಿ ಹಲವರು ಅವರ ಶಿಷ್ಯರಾದರು. ಅದರ ಪರಿಣಾಮವಾಗಿಯೇ ಉತ್ತರ ಭಾರತದಲ್ಲಿ ಭಕ್ತಿ ಚಳುವಳಿ ಬೆಳೆಯಿತು. ರಾಮಾನಂದರು, ಕಬೀರರು ರಾಮಾನುಜರ ಪಂಥಕ್ಕೆ ಸೇರಿದ ಸಂತರಾಗಿದ್ದರು.

ಕರ್ನಾಟಕಕ್ಕೆ ವಲಸೆ ಬಂದ ರಾಮಾನುಜರು

ರಾಮಾನುಜರು ಶ್ರೀರಂಗಂಗೆ ಹಿಂದಿರುಗುವ ವೇಳೆಗೆ ಅವರ ಹಾಗೂ ಶ್ರೀವೈಷ್ಣವ ಧರ್ಮದ ಜನಪ್ರಿಯತೆಯೂ ಹೆಚ್ಚಾಗಿದ್ದಿತು. ಇದು ಅಂದಿನ **ಚೋಳ ದೊರೆ ಎರಡನೇ ಕುಲೋತ್ತುಂಗ(ಕ್ರಿಮಿಕಂಠ ಚೋಳ)**ನ ಅಸಮಾದಾನಕ್ಕೆ ಕಾರಣವಾಯಿತೆಂದು ಹೇಳಲಾಗಿದೆ. ಚೋಳರು ಶೈವಧರ್ಮದ ನಿಷ್ಠಾವಂತ ಅನುಯಾಯಿಗಳಾಗಿದ್ದರು. ರಾಜ ಕುಲೋತ್ತುಂಗ ಶ್ರೀವೈಷ್ಣವ ಧರ್ಮ ಪ್ರಚಾರಕ್ಕೆ ಅಡ್ಡಿಯುಂಟು ಮಾಡಿದನೆಂದು ಹೇಳಲಾಗಿದೆ. ರಾಮಾನುಜರ ಶಿಷ್ಯನಾಗಿದ್ದ ಕೂರೇಶನು ತಾನೇ ರಾಮಾನುಜನೆಂದು ಹೇಳಿಕೊಂಡು ಚೋಳರಾಜನ ಆಸ್ಥಾನಕ್ಕೆ ತೆರಳಿದ್ದಾಗ, ಶಿವಪಾರಮ್ಯವನ್ನು ಒಪ್ಪಿಕೊಳ್ಳಲು ನಿರಾಕರಿಸಿದನು. ಆಗ ಅವನ ಕಣ್ಣುಗಳನ್ನು ಕೀಳಿಸಲಾಯಿತೆಂದು ಹೇಳಲಾಗಿದೆ. ಈ ಹಿನ್ನೆಲೆಯಲ್ಲಿ ತಮ್ಮ ಜೀವಕ್ಕೆ ಅಪಾಯವಿದೆಯೆಂದು ಭಾವಿಸಿದ ರಾಮಾನುಜರು ಕರ್ನಾಟಕಕ್ಕೆ ವಲಸೆ ಬಂದರು ಎಂದು ಹೇಳಲಾಗಿದೆ. ಆದರೆ ಈ ವಿಷಯದಲ್ಲಿ ಇಂದಿಗೂ ಭಿನ್ನಾಭಿಪ್ರಾಯಿಗಳಿವೆ. ಚೋಳರು ಧರ್ಮಾಂಧರಾಗಿರಲಿಲ್ಲವೆಂಬುದನ್ನು ಸಮರ್ಥಿಸುವ ಪ್ರಯತ್ನಗಳನ್ನು ಕೆಲವು ವಿದ್ವಾಂಸರು ನಡೆಸಿದ್ದಾರೆ. ಕುಲೋತ್ತುಂಗ ಬಹುಶಃ ಅಧಿರಾಜೇಂದ್ರ ಚೋಳ ಅಥವಾ ವೀರರಾಜೇಂದ್ರ ಚೋಳನಿರಬೇಕೆಂದು ಪ್ರೊ. ಕೆ.ಎ. ನೀಲಕಂಠಶಾಸ್ತ್ರಿ ಹೇಳಿದ್ದಾರೆ.

ರಾಮಾನುಜರು ಸತ್ಯಮಂಗಲದ ಮೂಲಕ ಕರ್ನಾಟಕವನ್ನು ಪ್ರವೇಶಿಸಿ ಕಾವೇರಿ ನದಿಪಾತ್ರದಲ್ಲಿ ಪ್ರಯಾಣಿಸಿ ರಾಮನಾಥಪುರ, ಮಿರ್ಲೆ, ಸಾಲಿಗ್ರಾಮಗಳಲ್ಲಿ ಸ್ವಲ್ಪ ಸಮಯ ತಂಗಿದ್ದು ಮೇಲುಕೋಟೆಗೆ ತಲುಪಿದರು. ಈ ಅವಧಿಯಲ್ಲಿ ಕರ್ನಾಟಕದ ದಕ್ಷಿಣದ ಭಾಗವನ್ನು ಆಳುತ್ತಿದ್ದ ಹೊಯ್ಸಳರಿಗೂ ಚೋಳರಿಗೂ ತೀವ್ರ ದ್ವೇಷವಿತ್ತು. ಹೀಗಾಗಿ ರಾಮನುಜರಿಗೆ ಕರ್ನಾಟಕ ಸುರಕ್ಷಿತವಾದ ನೆಲೆಯಾಗಿತ್ತು. **ಹೊಯ್ಸಳ ದೊರೆ ವಿಷ್ಣುವರ್ಧನ**ನ ಮೂಲ ಹೆಸರು ಬಿಟ್ಟಿದೇವ ಅಥವಾ ಬಿಟ್ಟಿಗ. ಅವನು ಜೈನಧರ್ಮದ ಅನುಯಾಯಿಯಾಗಿದ್ದನು. ರಾಮಾನುಜರು ಅವನ ಮಗಳು ಪದ್ಮಳ ವ್ಯಾಧಿಯನ್ನು ಗುಣಪಡಿಸಿದರೆಂದು, ಅದರಿಂದ ಸಂತಸಗೊಂಡ ಬಿಟ್ಟಿಗ ಜೈನಧರ್ಮ ತ್ಯಜಿಸಿ ಶ್ರೀವೈಷ್ಣವ ಧರ್ಮಕ್ಕೆ ಮತಾಂತರಗೊಂಡು ವಿಷ್ಣುವರ್ಧನ ಎಂಬ ಹೆಸರು ಪಡೆದನೆಂದು ಹೇಳಲಾಗಿದೆ. ಆದರೆ ಅದಕ್ಕೆ ಪೂರಕವಾದ ಆಧಾರಗಳು ದೊರೆತಿಲ್ಲ. ಮೊದಲಿನಿಂದಲೂ ವಿಷ್ಣುವರ್ಧನ ವೈಷ್ಣವ ಧರ್ಮಾನುಯಾಯಿಯೇ ಆಗಿದ್ದನೆಂದು ಹಲವು ವಿದ್ವಾಂಸರು ವಾದಿಸಿದ್ದಾರೆ.

ರಾಮಾನುಜರು ಹೊಯ್ಸಳರ ಪ್ರೋತ್ಸಾಹದಿಂದ ಸುಮಾರು ಎರಡು ದಶಕಗಳ ಕಾಲ ಕರ್ನಾಟಕದ ವಿವಿದ ಭಾಗಗಳಲ್ಲಿ ಸಂಚರಿಸಿ ಶ್ರೀವೈಷ್ಣವ ಧರ್ಮವನ್ನು ಪ್ರಚಾರವಾಡಿದರು. **ಮೇಲುಕೋಟೆ** ಮತ್ತು ಕೆರೆ ತೊಣ್ಣೂರು ಅವರ ಕಾರ್ಯಕ್ಷೇತ್ರಗಳಾಗಿದ್ದವು. ಇಂದಿಗೂ **ಮೇಲುಕೋಟೆ ಶ್ರೀವೈಷ್ಣವ ಧರ್ಮದ ಮುಖ್ಯ ಕೇಂದ್ರವಾಗಿಯೇ ಉಳಿದಿದೆ.** ಮೇಲುಕೋಟೆಯಲ್ಲಿ ರಾಮಾನುಜರು **ಚಲುವನಾರಾಯಣಸ್ವಾಮಿ**ಯನ್ನು ಪ್ರತಿಷ್ಠಾಪಿಸಿದರು. **ಕೆರೆ ತೊಣ್ಣೂರಿನಲಿ ನಂಬಿ ನಾರಾಯಣ ದೇವಾಲಯ** ನಿರ್ಮಿಸಿದರು. ಅವರ ಪ್ರಭಾವದಿಂದ ಹೊಯ್ಸಳ ದೊರೆ ವಿಷ್ಣುವರ್ಧನ ಹಲವಾರು ವೈಷ್ಣವ ದೇವಾಲಯಗಳನ್ನು ನಿರ್ಮಿಸಿದನು. ರಾಮಾನುಜರು ದಲಿತರನ್ನು ತಮ್ಮ ಧರ್ಮಕ್ಕೆ ಸೇರಿಸಿಕೊಂಡಿದ್ದಲ್ಲದೆ ಅವರಿಗೆ ಕೆಲವು ನಿರ್ದಿಷ್ಟ ದಿನಗಳಲ್ಲಿ ಮೇಲುಕೋಟೆಯಲ್ಲಿ ದೇವಾಲಯ ಪ್ರವೇಶಕ್ಕೆ ಅವಕಾಶ ಕಲ್ಪಿಸಿದರು. ಜಾತಿ ಕಟ್ಟಳೆಗಳನ್ನು ತಿರಸ್ಕರಿಸಿ ಸರ್ವಸಮಾನತೆಯನ್ನು ಸ್ಥಾಪಿಸುವ ದಿಸೆಯಲ್ಲಿ ಇದೊಂದು ಸಣ್ಣ ಆದರೆ ದಿಟ್ಟ ಪ್ರಯತ್ನವಾಗಿತ್ತು.

ರಾಮಾನುಜರ ಮರಣ

ರಾಮಾನುಜರು 1098ರಿಂದ 1122ರವರೆಗೆ ಕರ್ನಾಟಕದಲ್ಲಿ ಇದ್ದರೆಂದು ಡಾ.ಸೂರ್ಯನಾಥ ಕಾಮತ್ ಹೇಳಿದ್ದಾರೆ. ಈ ಅವಧಿಯಲ್ಲಿ ಅವರು ಹೆಚ್ಚು ಸಮಯವನ್ನು ಮೇಲುಕೋಟೆಯಲ್ಲಿ ಕಳೆದರು. ಮುಂದೆ ಕುಲೋತ್ತುಂಗ ಮರಣಹೊಂದಿದ ವಿಷಯ ತಿಳಿದು ರಾಮಾನುಜರು ಶ್ರೀರಂಗಂಗೆ ಹಿಂದಿರುಗಿದರು. ಶ್ರೀವೈಷ್ಣವ ಧರ್ಮವನ್ನು ತಮಿಳುನಾಡಿನಾದ್ಯಂತ ಪ್ರಚಾರ ಮಾಡಿದರು. 1137ರಲ್ಲಿ ತಮ್ಮ 120ನೇ ವಯಸ್ಸಿನಲ್ಲಿ ಶ್ರೀರಂಗಂನಲ್ಲಿ ರಾಮಾನುಜರು ಮರಣಹೊಂದಿದರು.

ವಿಶಿಷ್ಟಾದ್ವೈತ ಸಿದ್ಧಾಂತ

ರಾಮಾನುಜರು ಪ್ರತಿಪಾದಿಸಿದ ಸಿದ್ಧಾಂತವನ್ನು **ವಿಶಿಷ್ಟಾದ್ವೈತ ಸಿದ್ಧಾಂತ**ವೆಂದು ಕರೆಯಲಾಗಿದೆ. ಇದು ಶಂಕರರ

ಅದ್ವೈತ ಸಿದ್ಧಾಂತಕ್ಕಿಂತ ಸ್ವಲ್ಪ ಭಿನ್ನವಾಗಿದೆ. ವಿಶಿಷ್ಟಾದ್ವೈತ ಸಿದ್ಧಾಂತ ಪ್ರಾಚೀನ ಕಾಲದಿಂದಲೂ ಅಸ್ತಿತ್ವದಲ್ಲಿದ್ದಿತು. ವೈಷ್ಣವ ಸಂತರಾದ ಆಳ್ವಾರರು ಇದನ್ನು ಈಗಾಗಲೇ ಬೋಧಿಸಿದ್ದರು. ರಾಮಾನುಜರ ಅನುಯಾಯಿಗಳು **ಶ್ರೀವೈಷ್ಣವರೆಂದು** ಕರೆಯಲ್ಪಟ್ಟರು. ಶ್ರೀವೈಷ್ಣವ ಧರ್ಮದ ತತ್ವಗಳನ್ನು ಭಗವಂತನಾದ ವರದರಾಜನು ಕಾಂಚೀಪೂರ್ಣರ ಮೂಲಕ ರಾಮಾನುಜರಿಗೆ ಉಪದೇಶಿಸಿದನು ಎಂದು ಹೇಳಲಾಗಿದೆ. ರಾಮಾನುಜರ ಪ್ರಕಾರ ಮಹಾವಿಷ್ಣುವೇ ಏಕೈಕ ಪರಬ್ರಹ್ಮ. ಆತನನ್ನು ಲಕ್ಷ್ಮಿಯ ಜೊತೆಗೆ ಪೂಜಿಸಬೇಕು. ಲಕ್ಷ್ಮಿಯು ದೈವಾನುಗ್ರಹದ ಸಂಕೇತ. ಆಕೆಯ ಮೂಲಕವೇ ಜೀವಾತ್ಮನು ಪರಮಾತ್ಮನ ಕೃಪೆಯನ್ನು ಗಳಿಸಬೇಕು.

ರಾಮಾನುಜರು ಶಂಕರರ ಅದ್ವೈತ ಸಿದ್ಧಾಂತವನ್ನು ತಿರಸ್ಕರಿಸಿದರು. ಅಂತೆಯೇ ಶಂಕರರ ನಿರ್ಗುಣ ಹಾಗೂ ನಿರಾಕಾರ ಬ್ರಹ್ಮನ ಕಲ್ಪನೆಯನ್ನು ವಿರೋಧಿಸಿದರು. ಅವರ ಪ್ರಕಾರ ನಿರಾಕಾರ ಬ್ರಹ್ಮನ ಆರಾಧನೆಯನ್ನು ವೇದಾಂತ ಸೂತ್ರಗಳಲ್ಲಿ ಪ್ರತಿಪಾದಿಸಲಾಗಿಲ್ಲ. ರಾಮಾನುಜರ ಪ್ರಕಾರ ಪರಮಾತ್ಮ ಸುಗುಣ, ಅವನು ಎಲ್ಲ ಉದಾತ್ತ ಗುಣಗಳನ್ನು ಹೊಂದಿರುವವನು. ಸೌಂದರ್ಯ, ದಯೆ, ನ್ಯಾಯ ಮೊದಲಾದ ಉದಾತ್ತವಾದ ಗುಣಗಳ ನಿಧಿ ಪರಮಾತ್ಮ. ಅಂತಹ ಭಗವಂತನೇ ನಮ್ಮ ಭಕ್ತಿಗೆ ಅರ್ಹನಾದವನು, ಅವನು ನಿತ್ಯನೂ ಹಾಗೂ ಚೇತನಾಚೇತನ ವಸ್ತುಗಳಲ್ಲಿ ವ್ಯಾಪಿಸಿರುವವನು. ಶಂಕರರಂತೆ **ಪ್ರಸ್ಥಾನತ್ರಯಗಳನಿಸಿದ್ದ ಉಪನಿಷತ್‌ಗಳು, ಬ್ರಹ್ಮಸೂತ್ರಗಳು ಹಾಗೂ ಭಗವದ್ಗೀತೆ** ತಮ್ಮ ಸಿದ್ಧಾಂತಕ್ಕೆ ಮೂಲ ತಳಹದಿ ಎಂಬುದನ್ನು ರಾಮಾನುಜರು ಒಪ್ಪಿಕೊಂಡರು.

ರಾಮಾನುಜರು ಶಂಕರರ ಮಾಯಾವಾದವನ್ನು ತಿರಸ್ಕರಿಸಿದರು. ಅವರ ಪ್ರಕಾರ ಮಾಯೆ ಭಗವಂತನ ಶಕ್ತಿ ಮತ್ತು ಅವನ ನಿಯಂತ್ರಣಕ್ಕೆ ಒಳಪಟ್ಟಿದ್ದು. ಅವರು ಪ್ರಪಂಚದ ಅಸ್ತಿತ್ವವನ್ನು ಮೂರು ಭಾಗಗಳಾಗಿ ವಿಂಗಡಿಸಿದರು. ಅವುಗಳು **ಈಶ್ವರ (ಬ್ರಹ್ಮ), ಚಿತ್** (ಆತ್ಮ) ಮತ್ತು **ಅಚಿತ್** (ಪ್ರಪಂಚ). ಅವರ ಪ್ರಕಾರ ಈಶ್ವರ ಮಾತ್ರ ಸ್ವತಂತ್ರ ಹಾಗೂ ಚಿತ್ ಮತ್ತು ಅಚಿತ್ ಅವನ ಅಧೀನವಾದವು ಮತ್ತು ಅಸ್ವತಂತ್ರವಾದವು. ಚಿತ್ ಮತ್ತು ಅಚಿತ್ ಈಶ್ವರನಿಂದ ಬೇರೆಯಾಗಿ ಕಂಡರೂ ಅವನಿಲ್ಲದೆ ಅವುಗಳ ಅಸ್ತಿತ್ವವಿಲ್ಲ. ಈ ವಿಶ್ವ ಭಗವಂತನ ಅಥವ ಈಶ್ವರನ ಸೃಷ್ಟಿಯಾಗಿದೆ. ಮಾನವನ ಜೀವನ, ಅವನ ಅಸ್ತಿತ್ವ ಹಾಗೂ ಅವನ ಕ್ರಿಯೆಗಳೆಲ್ಲವೂ ಈಶ್ವರಾಧೀನ.

ರಾಮಾನುಜರು ಮೋಕ್ಷ ಸಾಧನೆಗೆ **ಭಕ್ತಿ ಮಾರ್ಗ**ವನ್ನು ಬೋಧಿಸಿದರು. ಈ ಭಕ್ತಿಪಂಥ ಹಿಂದೆಯೇ ಆಳ್ವಾರರಿಂದ ಬೋಧಿಸಲ್ಪಟ್ಟಿತ್ತು. ಪ್ರೀತಿ ಮತ್ತು ಅರ್ಪಣಾ ಭಾವನೆಯಿಂದ ಜೀವಾತ್ಮನು ಪರಮಾತ್ಮನನ್ನು ಆಶ್ರಯಿಸುವುದೇ ನಿಜವಾದ ಭಕ್ತಿ. ವೇದಾಧ್ಯಯನದಿಂದ ಮೋಕ್ಷ ಪ್ರಾಪ್ತಿಯಾಗುವುದಿಲ್ಲ. ಅದಕ್ಕೆ ಭಗವಂತನಲ್ಲಿ ಅಚಲವಾದ ನಿಷ್ಠೆ, ಭಕ್ತಿ ಅಗತ್ಯವಾಗಿದೆ. ರಾಮಾನುಜರ ಪ್ರಕಾರ ಮೋಕ್ಷ ಅಥವಾ ಮುಕ್ತಿಯಲ್ಲೂ ಭಗವಂತನೊಂದಿಗೆ ಜೀವಾತ್ಮನು ಸಂಪೂರ್ಣವಾಗಿ ಲೀನಗೊಳ್ಳುವುದು ಸಾಧ್ಯವಿಲ್ಲ. ಏಕೆಂದರೆ ಭಗವಂತ ಸರ್ವಶಕ್ತ, ಸರ್ವಾಂತರ್ಯಾಮಿ ಹಾಗೂ ಸರ್ವಸ್ವ. ಆದರೆ ಜೀವಾತ್ಮನ ಶಕ್ತಿ, ಸಾಮರ್ಥ್ಯಗಳು ಮಿತವಾದವು. ಮಿತ ಶಕ್ತಿಯ ಜೀವಾತ್ಮನು ಅಪರಿಮಿತ ಶಕ್ತಿಯ ಭಗವಂತನೊಂದಿಗೆ ಸಮಾನತೆ ಸಾಧಿಸುವುದು ಸಾಧ್ಯವಿಲ್ಲ. ಆದರೆ ಅದೇ ಸಂದರ್ಭದಲ್ಲಿ ಜೀವಾತ್ಮನು ಭಗವಂತನಿಂದ ಪೂರ್ಣವಾಗಿ ಭಿನ್ನವೂ ಅಲ್ಲ. ರಾಮಾನುಜರು ಆತ್ಮ ಮತ್ತು ಪರಮಾತ್ಮನ ಸಂಬಂಧವನ್ನು ಮಾನವನ ಶರೀರಕ್ಕೆ ಹೋಲಿಸಿದ್ದಾರೆ. ಹೇಗೆ ಮನುಷ್ಯನ ಶರೀರದ ಕೈಗಳು, ಕಾಲುಗಳು ಮತ್ತು ಇತರ ಅಂಗಗಳು ಪ್ರತ್ಯೇಕವಾಗಿದ್ದರೂ ಅವುಗಳು ಇಡೀ ಶರೀರದ ನಿಯಂತ್ರಣಕ್ಕೆ ಒಳಪಟ್ಟಿವೆಯೋ ಹಾಗೆಯೇ ಭಗವಂತನು ಇಡೀ ಜಗತ್ತನ್ನು ಒಳಗೊಂಡಿದ್ದಾನೆ ಮತ್ತು ಆತ್ಮಗಳು ಹಾಗೂ ಜಗತ್ತು ಅವನ ಭಾಗವಾಗಿವೆ ಮತ್ತು ಅವನನ್ನು ಅವಲಂಬಿಸಿವೆ. ಮೋಕ್ಷ ಅಥವಾ ಮುಕ್ತಿಯಲ್ಲೂ ಜೀವಾತ್ಮ ತನ್ನ ಪ್ರತ್ಯೇಕತೆ ಕಳೆದುಕೊಳ್ಳುವುದಿಲ್ಲ. ಆದರೆ ಭಗವಂತನ ಸಾನಿಧ್ಯವನ್ನು ಅನುಭವಿಸುತ್ತಾನೆ. ಜೀವಾತ್ಮನು ಪರಮಾತ್ಮನಿಂದಲೇ ಬಂದವನಾಗಿದ್ದರೂ ಕೊನೆಗೆ ಪರಮಾತ್ಮನಲ್ಲಿ ಐಕ್ಯವಾಗುವನೆಂಬ ಅದ್ವೈತದ ಕಲ್ಪನೆಯನ್ನು ರಾಮಾನುಜರು ಒಪ್ಪಲಿಲ್ಲ.

ರಾಮಾನುಜರು ಭಕ್ತಿಯ ಮೂರು ಹಂತಗಳನ್ನು ಗುರುತಿಸಿದ್ದಾರೆ. ಅವುಗಳು **ಪರಭಕ್ತಿ, ಪರಜ್ಞಾನ** ಮತ್ತು **ಪರಮಭಕ್ತಿ.** ದೈವಸಾಕ್ಷಾತ್ಕಾರವನ್ನು ಉತ್ಕಟವಾಗಿ ಬಯಸುವ ಮನಃಸ್ಥಿತಿ ಪರಭಕ್ತಿ, ಪರಭಕ್ತಿಯಿಂದ ಲಭಿಸುವ ಸಾಕ್ಷಾತಾರ ಪರಜ್ಞಾನ. ಈ ಸಾಕ್ಷಾತ್ಕಾರದ ಆನಂದ ಶಾಶ್ವತವಾಗಿರಬೇಕೆಂಬ ಆಪೇಕ್ಷೆಯೇ ಪರಮಭಕ್ತಿ. ಪರಮಾತ್ಮಾನುಭವದ ನಿತ್ಯಾನಂದವನ್ನು ಹೊಂದುವುದೇ ಭಕ್ತಿಯ ಗುರಿ ಎಂದು ರಾಮಾನುಜರು ಹೇಳಿದ್ದಾರೆ. ರಾಮಾನುಜರು ಭಗವಂತನ ಸಾಕ್ಷಾತ್ಕಾರಕ್ಕೆ ಅಥವಾ ಮೋಕ್ಷ ಸಾಧನೆಗೆ ಭಕ್ತಿಯ ಜೊತೆಗೆ '**ಪ್ರಪತ್ತಿ**' ಯನ್ನು ಬೋಧಿಸಿದರು. ಭಕ್ತಿ ಎಂದರೆ ಭಗವಂತನನ್ನು ನಿರಂತರವಾಗಿ ಧ್ಯಾನಿಸುವುದು ಮತ್ತು ಪ್ರಪತ್ತಿ ಎಂದರೆ ಭಗವಂತನಿಗೆ ಸಂಪೂರ್ಣವಾಗಿ ಶರಣಾಗುವುದು. ಇದು ಮೋಕ್ಷಕ್ಕೆ ನೇರವಾದ ಮಾರ್ಗ ಹಾಗೂ ಎಲ್ಲ ವರ್ಗಗಳ ಜನರಿಗೂ ಅನುಸರಿಸಲು ಸಾಧ್ಯವಾಗುವ ಸುಲಭ ಮಾರ್ಗ. ಭಕ್ತಿಮಾರ್ಗದಲ್ಲಿ ನಡೆದು ಭಗವಂತನಿಗೆ ಅಂದರೆ

ನಾರಾಯಣನಿಗೆ ಸಂಪೂರ್ಣವಾಗಿ ಶರಣಾಗುವ ಮೂಲಕ ಎಲ್ಲರೂ ಮುಕ್ತಿ ಪಡೆಯಬಹುದೆಂದು ಅವರು ಸಾರಿದರು.

ರಾಮಾನುಜರು ಜಾತಿ ಪದ್ಧತಿಯನ್ನು ಕಟುವಾಗಿ ವಿರೋಧಿಸಿದರು ಮತ್ತು ತಮ್ಮ ತತ್ವ ಸಿದ್ಧಾಂತವನ್ನು ಜಾತಿ ಭೇದವೆಣಿಸದೆ ಎಲ್ಲ ವರ್ಗಗಳ ಜನರಿಗೂ ಬೋಧಿಸಿದರು. ಭಗವಂತ ತನಗೆ ಶರಣಾದವರನ್ನೆಲ್ಲ ರಕ್ಷಿಸುತ್ತಾನೆ ಎಂದು ಹೇಳಿದ ಅವರು ದೇವಾಲಯಗಳಿಗೆ ಕೆಳವರ್ಗಗಳ ಜನರಿಗೂ ಪ್ರವೇಶಾವಕಾಶ ಕಲ್ಪಿಸಿದರು. ಅಸ್ಪೃಶ್ಯರನ್ನು ಅವರು **"ತಿರುಕುಲತ್ತರ್"** ಎಂದು ಕರೆದರು. ಬ್ರಾಹ್ಮಣ ಪಾರಮ್ಯವಿದ್ದ ಅಂದಿನ ಸಮಾಜಿಕ ವ್ಯವಸ್ಥೆಯಲ್ಲಿ ಅಬ್ರಾಹ್ಮಣರಿಗೂ ಮೋಕ್ಷದ ದಾರಿಯನ್ನು ತೆರೆದಿಟ್ಟ ಒಬ್ಬ ಶ್ರೇಷ್ಠ ಸಂತ ರಾಮಾನುಜರು.

ಹೀಗೆ ರಾಮಾನುಜರು ಬೋಧಿಸಿದ ವಿಶಿಷ್ಟಾದ್ವೈತ ಸಿದ್ಧಾಂತ ಶಂಕರರ ಅದ್ವೈತ ಸಿದ್ಧಾಂತಕಿಂತ ಸ್ವಲ್ಪ ಭಿನ್ನವಾದುದು. ಹಲವು ವಿಶೇಷತೆಗಳಿಂದ ಕೂಡಿದ ಅದ್ವೈತ ಸಿದ್ಧಾಂತವೇ ರಾಮಾನುಜರ ವಿಶಿಷ್ಟಾದ್ವೈತ ಸಿದ್ಧಾಂತವಾಗಿದೆ. ಆದ್ದರಿಂದಲೇ ರಾಮಾನುಜರ ಸಿದ್ಧಾಂತವನ್ನು **"ಸ್ವಲ್ಪ ಮಾರ್ಪಡಿಸಲಾದ ಅದ್ವೈತ ಸಿದ್ಧಾಂತ"** ಎಂದು ವಿಶ್ಲೇಷಿಸಲಾಗಿದೆ. ಅದನ್ನು **"ವಿಶೇಷಣ ಯುಕ್ತವಾದ ಅದ್ವೈತ"** ಎಂದೂ ಕರೆಯಲಾಗಿದೆ. ರಾಮಾನುಜರು ಪ್ರತಿಪಾದಿಸಿದ ಶ್ರೀವೈಷ್ಣವ ಧರ್ಮ ದೇಶಾದ್ಯಂತ ಜನಪ್ರಿಯವಾಯಿತು. ದಕ್ಷಿಣ ಭಾರತದಲ್ಲಿ ಅದರ ಜನಪ್ರಿಯತೆಗೆ ಹೊಯ್ಸಳರ, ವಿಜಯನಗರದ ಅರಸರ, ಮೈಸೂರಿನ ಒಡೆಯರ ಹಾಗೂ ಹಲವಾರು ಸ್ಥಳೀಯ ಪಾಳೆಗಾರರ ಪ್ರೋತ್ಸಾಹ ಕಾರಣವಾಯಿತು. ರಾಮಾನುಜರ ಶ್ರೀವೈಷ್ಣವ ಸಂಪ್ರದಾಯವು **ತೆಂಗಲೈ** (ದಕ್ಷಿಣ ಸಂಪ್ರದಾಯ) ಎಂದು, ಮುಂದೆ ವೇದಾಂತ ದೇಶಿಕರಿಂದ ಪ್ರತಿಪಾದಿಸಲ್ಪಟ್ಟ ಶ್ರೀವೈಷ್ಣವ ಪರಂಪರೆಯು **ಬಡಗಲೈ** (ಉತ್ತರ ಸಂಪ್ರದಾಯ) ಎಂದು ಹೆಸರಾದವು.

ರಾಮಾನುಜರ ಕೃತಿಗಳು

ರಾಮಾನುಜರು ಶ್ರೇಷ್ಠ ವಿದ್ವಾಂಸರಾಗಿದ್ದರು. ವಿಶಿಷ್ಟಾದ್ವೈತ ಸಿದ್ಧಾಂತಕ್ಕೆ ಸಂಬಂಧಿಸಿದ ಒಂಬತ್ತು ಗ್ರಂಥಗಳನ್ನು ಸಂಸ್ಕೃತದಲ್ಲಿ ರಚಿಸಿದ್ದಾರೆ. ಅವುಗಳಲ್ಲಿ ಮುಖ್ಯವಾದವು. **'ವೇದಾಂತ ಸಾರ', 'ವೇದಾಂತ ಸಂಗ್ರಹ', 'ವೇದಾಂತ ದೀಪ', 'ಶ್ರೀಭಾಷ್ಯ', 'ಗೀತಭಾಷ್ಯ'** ಮೊದಲಾದವು. ತಮ್ಮ **ವೇದಾಂತ ಸಂಗ್ರಹ** ಎಂಬ ಗ್ರಂಥದಲ್ಲಿ ಶಂಕರರ ಅದ್ವೈತ ಸಿದ್ಧಾಂತವನ್ನು ಖಂಡಿಸಿದ್ದಾರೆ. **"ಶ್ರೀಭಾಷ್ಯ"** ವನ್ನು ರಾಮಾನುಜರ ಶ್ರೇಷ್ಠ ಕೃತಿಯೆಂದು ಪರಿಗಣಿಸಲಾಗಿದೆ.

ಬಸವೇಶ್ವರ (1132–1168) ಮತ್ತು ವೀರಶೈವ ಧರ್ಮ

ವೀರಶೈವ ಧರ್ಮದ ಉಗಮ

ಶೈವ ಧರ್ಮದ ಒಂದು ಪ್ರಮುಖ ಶಾಖೆ ವೀರಶೈವ ಧರ್ಮ. ಪಾಶುಪತ, ಕಾಳಾಮುಖ, ಲಕುಲೀಷ ಮೊದಲಾದವು ಶೈವಧರ್ಮದ ಇತರ ಶಾಖೆಗಳು. ವೀರಶೈವ ಧರ್ಮದ ಉಗಮ ಅಥವಾ ಮೂಲ ಇನ್ನು ನಿಗೂಢವಾಗಿಯೇ ಇದೆ. ಜೆ.ಎಫ್. ಫ್ಲೀಟ್ ಅವರ ಪ್ರಕಾರ **"ಲಿಂಗಧಾರಿಗಳಾದ ಶಿವಭಕ್ತರ ಅಥವಾ ಶಿವನ ಆರಾಧಕರ ಒಂದು ನೂತನ ವರ್ಗ 'ವೀರಶೈವರು' ಅಥವಾ 'ಲಿಂಗಾಯತರು' ಎಂದು ಕರೆಯಲ್ಪಟ್ಟಿತು."** ವೀರಶೈವ ಧರ್ಮದ ಸಂಪ್ರದಾಯದ ಪ್ರಕಾರ ಪಂಚಾಚಾರ್ಯರೆಂದು ಪ್ರಸಿದ್ಧರಾದ ಏಕೋರಾಮ, ಪಂಡಿತಾರಾಧ್ಯ, ರೇವಣ, ಮರುಳ ಮತ್ತು ವಿಶ್ವಾರಾಧ್ಯ ಈ ಧರ್ಮದ ಮೂಲ ಪುರುಷರು. ಆದರೆ ಬಸವೇಶ್ವರರ ಪ್ರಯತ್ನಗಳ ಫಲವಾಗಿ ಈ ಧರ್ಮ ಜನಪ್ರಿಯವಾಯಿತು ಎಂಬ ವಿಷಯದಲ್ಲಿ ಏಕಾಭಿಪ್ರಾಯವಿದೆ. ಬಹುತೇಕ ವೀರಶೈವರ ದೃಷ್ಟಿಯಲ್ಲಿ ಬಸವೇಶ್ವರರೇ ವೀರಶೈವ ಧರ್ಮದ ಸ್ಥಾಪಕರು.

ಬಸವೇಶ್ವರರ ಪ್ರಾರಂಭಿಕ ಜೀವನ

ಪಾಲ್ಕುರಿಕೆ ಸೋಮನಾಥನ ತೆಲಗಿನ **'ಬಸವಪುರಾಣಮು'**, ಹರಿಹರ ಕವಿಯ **'ಬಸವರಾಜದೇವರ ರಗಳೆ'** ಮತ್ತು ಭೀಮ ಕವಿಯ **'ಬಸವ ಪುರಾಣ'** ಬಸವಣ್ಣನವರನ್ನು ಕುರಿತ ಪ್ರಮುಖ ಕೃತಿಗಳಾಗಿವೆ. ಬಸವ, ಬಸವಣ್ಣ ಎಂಬ ಹೆಸರುಗಳಿಂದ ಹೆಚ್ಚು ಪ್ರಸಿದ್ಧರಾಗಿರುವ ಬಸವೇಶ್ವರ ಬಿಜಾಪುರ ಜಿಲ್ಲೆಯ ಇಂಗಳೇಶ್ವರ ಬಾಗೇವಾಡಿಯಲ್ಲಿ 1132ರಲ್ಲಿ ಜನಿಸಿದರು. ಬಾಗೇವಾಡಿ ಒಂದು ಪ್ರಸಿದ್ಧ ಅಗ್ರಹಾರವಾಗಿತ್ತು. ಅವರು ಶೈವ ಬ್ರಾಹ್ಮಣ ದಂಪತಿಗಳಾದ ಮಾದರಸ ಮತ್ತು ಮಾದಲಾಂಬಿಕೆಯರ ಮಗ. ಮಾದರಸ ಅಗ್ರಹಾರದ ಸಭೆಯ ಮುಖ್ಯಸ್ಥನಾಗಿದ್ದನು ಎಂದು ಡಾ.ಪಿ.ಬಿ. ದೇಸಾಯಿ ಹೇಳಿದ್ದಾರೆ. ಬಾಲ್ಯದಲ್ಲೇ ತಂದೆ–ತಾಯಿಯರನ್ನು ಕಳೆದುಕೊಂಡ ಬಸವಣ್ಣನವರು ಅಜ್ಜಿಯ ಪೋಷಣೆಯಲ್ಲಿ ಬೆಳೆದರು. ಅವರನ್ನು ಶಿವ ಅಥವಾ ಶಿವನ ವಾಹನ ನಂದಿಯ ಅವತಾರವೆಂದು ಪರಿಗಣಿಸಲಾಗಿದೆ. ವೈದಿಕ ಸಂಪ್ರದಾಯಗಳನ್ನು

ತಿರಸ್ಕರಿಸಿ ತಮ್ಮ 16ನೇ ವಯಸ್ಸಿನಲ್ಲೇ ಜನಿವಾರವನ್ನು ಕಿತ್ತೊಗೆದು, **"ಕರ್ಮಲತೆಯಂತೆ ಇದ್ದ ಜನಿವಾರವನ್ನು ಕಿತ್ತು ಬಿಸುಟು"**, ಮನೆಯನ್ನು ತೊರೆದ ಬಸವಣ್ಣ ಕೃಷ್ಣ ಮತ್ತು ಮಲಪ್ರಭಾ ನದಿಗಳ **ಸಂಗಮ ಕ್ಷೇತ್ರವಾದ ಕೂಡಲಸಂಗಮಕ್ಕೆ** ತೆರಳಿದರು. ಅಲ್ಲಿ ಶೈವರಾದ ಈಶಾನ್ಯ ಗುರುಗಳ ಬಳಿ ಶಿವದೀಕ್ಷೆ ಹಾಗೂ ಉತ್ತಮ ಶಿಕ್ಷಣ ಪಡೆದರು. ಕೂಡಲಸಂಗಮ ಪವಿತ್ರ ಕ್ಷೇತ್ರದಲ್ಲಿ ಬಸವಣ್ಣ 12 ವರ್ಷಗಳ ಕಾಲ ನೆಲೆಸಿದ್ದರು. **"ಈ ಪವಿತ್ರ ಕ್ಷೇತ್ರದಲ್ಲಿ ನೆಲೆಸಿದ್ದರಿಂದ ಬಸವಣ್ಣನವರಿಗೆ ಅಪಾರ ಪ್ರಯೋಜನವಾಯಿತು. ಅವರ ದೃಷ್ಟಿ ವಿಶಾಲವಾಯಿತು. ಅವರ ಅರಿವಿನ ಸೀಮೆ ವಿಸ್ತಾರವಾಯಿತು ಮತ್ತು ಅವರಿಗೆ ತಮ್ಮ ಜೀವನದ ಧ್ಯೇಯ ಗೋಚರಿಸಿತು"** ಎಂದು ಡಾ.ಪಿ.ಬಿ. ದೇಸಾಯಿ ಹೇಳಿದ್ದಾರೆ.

ಶಿಕ್ಷಣ ಮುಕ್ತಾಯವಾದ ನಂತರ ಕನಸಿನಲ್ಲಿ ಕಾಣಿಸಿಕೊಂಡ ಶಿವನ ಆದೇಶದಂತೆ ಮತ್ತು ತಮ್ಮ ಅಂತರಾತ್ಮದ ಪ್ರೇರಣೆಯಂತೆ ಬಸವಣ್ಣ ಕಲ್ಯಾಣ ಚಾಳುಕ್ಯರ ಪ್ರಬಲ ಸಾಮಂತನಾದ ಕಲಚೂರಿ ವಂಶದ **ಎರಡನೇ ಬಿಜ್ಜಳನ ರಾಜಧಾನಿ ಮಂಗಳವಾಡಕ್ಕೆ ತೆರಳಿದರು**. ಅಲ್ಲಿ ಬಿಜ್ಜಳನ ಭಂಡಾರದಲ್ಲಿ ಕರಣಿಕರಾಗಿ ವೃತ್ತಿ ಆರಂಭಿಸಿದರು. ಬಿಜ್ಜಳನ ಪ್ರಮುಖ ಅಧಿಕಾರಿಯಾಗಿದ್ದ ಸೋದರ ಮಾವ ಬಲದೇವನ ಮಗಳು ಗಂಗಾಂಬಿಕೆಯನ್ನು ವಿವಾಹವಾದರು. ಜೊತೆಗೆ ಭಂಡಾರಿ ಸಿದ್ದರಸನ ಮಗಳಾದ ನೀಲಾಂಬಿಕೆ ಅಥವಾ ನೀಲಲೋಚನೆಯನ್ನು ವಿವಾಹವಾದರು. ಮುಂದೆ ಬಸವಣ್ಣನ ಅಪಾರವಾದ ಜ್ಞಾನವನ್ನು ಗಮನಿಸಿದ ಬಿಜ್ಜಳ ಅವರನ್ನು ತನ್ನ ಭಂಡಾರಿಯಾಗಿ ನೇಮಿಸಿಕೊಂಡನು. ಈ ಸಂದರ್ಭದಲ್ಲೇ ಎರಡನೇ ಬಿಜ್ಜಳ ಚಾಳುಕ್ಯ ಸಾರ್ವಭೌಮ ಮೂರನೇ ತೈಲಪನ ವಿರುದ್ಧ ದಂಗೆ ಎದ್ದು ಕಲ್ಯಾಣವನ್ನು ಆಕ್ರಮಿಸಿ ತಾನೇ ಚಕ್ರವರ್ತಿಯಾದನು. ಅವನೊಂದಿಗೆ ಬಸವಣ್ಣನವರೂ ಕಲ್ಯಾಣಕ್ಕೆ ತೆರಳಿದರು. ಮುಂದೆ **ಬಿಜ್ಜಳನ ಪ್ರಧಾನ ಮಂತ್ರಿಯಾದರು.** ಅಲ್ಲಿಂದ ಮುಂದಕ್ಕೆ ಕಲ್ಯಾಣ ಬಸವಣ್ಣನವರ ಸಾಮಾಜಿಕ ಮತ್ತು ಧಾರ್ಮಿಕ ಚಟುವಟಿಕೆಗಳ ಕೇಂದ್ರವಾಯಿತು. ಕಲ್ಯಾಣ ನಗರ ಆಗ ದಕ್ಷಿಣ ಭಾರತದ ಪ್ರಮುಖ ಸಾಂಸ್ಕೃತಿಕ ಚಟುವಟಿಕೆಗಳ ಕೇಂದ್ರವಾಗಿ ಪ್ರಸಿದ್ಧವಾಗಿತ್ತು. ಬಸವಣ್ಣನವರ ಖ್ಯಾತಿ ಬಹುಬೇಗನೆ ಹರಡಿ ದೂರ ದೂರದ ಪ್ರದೇಶಗಳಿಂದ ಶಿವಶರಣರು ಕಲ್ಯಾಣಕ್ಕೆ ಬರಲಾರಂಭಿಸಿದರು. ಬಳ್ಳಿಗಾವಿಯ ಅಲ್ಲಮಪ್ರಭು, ಸೊನ್ನಲಿಗೆಯ ಸಿದ್ಧರಾಮ, ಉಡುತಡಿಯ ಮಹಾದೇವಿಯಕ್ಕ, ಕಾಶ್ಮೀರದ ಮೋಳಿಗೆಯ ಮಾರಯ್ಯ ಸೇರಿದಂತೆ ಹಲವಾರು ಪ್ರಮುಖ ಶಿವಶರಣರು ಬಸವಣ್ಣನ ಕಲ್ಯಾಣಕ್ಕೆ ಬಂದರು. ಬಸವಣ್ಣ ಸ್ಥಾಪಿಸಿದ್ದ ಅನುಭವ ಮಂಟಪ ಶರಣ ಧರ್ಮದ ಚರ್ಚಾಗೋಷ್ಠಿಯಾಯಿತು.

ಬಸವೇಶ್ವರರ ಬೋಧನೆಗಳು

ಬಹುತೇಕ ಲಿಂಗಾಯತರ ಅಥವಾ ವೀರಶೈವರ ದೃಷ್ಟಿಯಲ್ಲಿ ಬಸವಣ್ಣನವರೇ ವೀರಶೈವ ಧರ್ಮದ ಸ್ಥಾಪಕರು. ಆದರೆ ವಾಸ್ತವದ ಸಂಗತಿಯೆಂದರೆ ಬಸವಣ್ಣನವರಿಗಿಂತ ಮೊದಲೇ ಈ ಧರ್ಮ ಅಸ್ತಿತ್ವದಲ್ಲಿತ್ತು. ಅದನ್ನು ಬಸವಣ್ಣ ಜನಪ್ರಿಯಗೊಳಿಸಿದರು. ಈ ಧರ್ಮದ ಪ್ರಕಾರ ಶಕ್ತಿಯೊಡಗೂಡಿದ ಶಿವನೇ ಸರ್ವೋತ್ತಮನಾದ ದೇವರು. ಶಿವನಲ್ಲದೆ ಅನ್ಯ ದೈವಕ್ಕೆ ಶರಣಾಗಬಾರದು ಎಂಬ ತೀವ್ರ ಶಿವಭಕ್ತಿಯನ್ನು ಬಸವಣ್ಣ ಬೋಧಿಸಿದರು. ಇದೊಂದು ಏಕದೇವೋಪಾಸಕ ಧರ್ಮವಾಗಿದೆ. ಬಸವಣ್ಣ ಪ್ರತಿಪಾದಿಸಿದ ಸಿದ್ಧಾಂತ **'ಶಕ್ತಿ ವಿಶಿಷ್ಟಾದ್ವೈತ'**ವೆಂದು ಹೆಸರಾಗಿದೆ. 12ನೇ ಶತಮಾನದ ಆದಿಭಾಗದಲ್ಲಿ **ಶ್ರೀಕರಪಂಡಿತನು** ರಚಿಸಿದ **'ಶ್ರೀಕರಭಾಷ್ಯ'** ಎಂಬ ಕೃತಿಯಲ್ಲಿ ವೀರಶೈವ ಸಿದ್ಧಾಂತವನ್ನು ಚರ್ಚಿಸಲಾಗಿದೆ.

ಬಸವಣ್ಣನ ಪ್ರಕಾರ ಪರಮಾತ್ಮನಲ್ಲಿ ಲೀನವಾಗುವುದೇ ಜೀವಾತ್ಮನ ಪರಮೋಚ್ಚ ಗುರಿ. ಮೋಕ್ಷ ಅಥವಾ ಮುಕ್ತಿಯನ್ನು ಸಾಧಿಸಲು ಗುರುಸೇವೆ, ಲಿಂಗಪೂಜೆ, ಜಂಗಮರ ಬಗ್ಗೆ ಪೂಜ್ಯಭಾವನೆ ಸೇರಿದಂತೆ ಎಂಟು ನಿಯಮಗಳನ್ನು (ಅಷ್ಟಾವರಣ) ಪಾಲಿಸಬೇಕೆಂದು ಅವರು ಕರೆ ನೀಡಿದರು. ಉಳಿದ ನಿಯಮಗಳು ವಿಭೂತಿ ಧರಿಸುವುದು, ರುದ್ರಾಕ್ಷಿಯನ್ನು ಧರಿಸುವುದು, ಪಾದೋದಕ ಮತ್ತು ಪ್ರಸಾದವನ್ನು ಸ್ವೀಕರಿಸುವುದು ಹಾಗೂ ಓಂ ನಮಃ ಶಿವಾಯ ಎಂಬ ಪಂಚಾಕ್ಷರಿ ಮಂತ್ರವನ್ನು ಜಪಿಸುವುದು.

"ದೇವನೊಬ್ಬ ನಾಮ ಹಲವು" ಎಂದು ಹೇಳಿದ ಬಸವಣ್ಣ ಏಕದೇವೋಪಾಸನೆಗೆ ಆದ್ಯತೆ ನೀಡಿದರು. ಬಹುದೇವತಾ ರಾಧನೆಯನ್ನು ಕಟುವಾಗಿ ಟೀಕಿಸಿದ ಅವರ ಪ್ರಕಾರ ಬಹುದೇವತಾರಾಧಕರು ನಿಜವಾದ ಭಕ್ತರೇ ಅಲ್ಲ **"ಹಲವು ದೈವದೆಂಜಲತಿಂಬವರನೇನೆಂಬೆ"** ಎಂದು ಟೀಕಿಸಿದ್ದಾರೆ. ತಾವು ಬೋಧಿಸಿದ್ದನ್ನು ತಾವೇ ಆಚರಿಸಿದ ಬಸವಣ್ಣ ಇತರರಿಗೆ ಮಾರ್ಗದರ್ಶಿಯಾದರು. ವೀರಶೈವ ದರ್ಶದಲ್ಲಿ ಗುರುವು ಭಕ್ತಿಯ, ಲಿಂಗವು ಜ್ಞಾನದ ಮತ್ತು ಜಂಗಮವು ವೈರಾಗ್ಯದ ಸಂಕೇತವೆಂದು ಭಾವಿಸಲಾಗಿದೆ. ಆದ್ದರಿಂದ ವೀರಶೈವ ಧರ್ಮದಲ್ಲಿ **ಭಕ್ತಿ–ಜ್ಞಾನ–ವೈರಾಗ್ಯದ ಸಮನ್ವಯತೆ**ಗೆ ಮಹತ್ವ ನೀಡಲಾಗಿದೆ.

ಬಸವಣ್ಣನವರ ಬೋಧನೆಗಳು ಅತ್ಯಂತ ಸರಳವಾಗಿದ್ದವು. ಅವರ ಖ್ಯಾತಿ ಹರಡಿದಂತೆ ಅಪಾರ ಸಂಖ್ಯೆಯ ಜನರು ಮುಖ್ಯವಾಗಿ ಸಮಾಜದ ಕೆಳವರ್ಗಗಳ ಜನರು ಅವರ ಅನುಯಾಯಿಗಳಾದರು. ದೂರ ದೂರದ ಸ್ಥಳಗಳಿಂದ ಜನರು

ಅವರ ದರ್ಶನಕ್ಕಾಗಿ ಕಲ್ಯಾಣ ನಗರಕ್ಕೆ ಆಗಮಿಸಿದರು. ವೈದಿಕ ಧರ್ಮದ ಬಗ್ಗೆ ಜಿಗುಪ್ಸೆಗೊಂಡಿದ್ದ ಮಹಿಳೆಯರು ಹಾಗೂ ದೀನ ದಲಿತರಿಗೆ ಬಸವಣ್ಣ ಬೋಧಿಸಿದ ಧರ್ಮ ಹೊಸ ಸ್ವಾತಂತ್ರ್ಯವನ್ನು ಹಾಗೂ ಗೌರವಯುತವಾಗಿ ಜೀವಿಸುವ ಅವಕಾಶವನ್ನು ಕಲ್ಪಿಸಿತು. ಕೆಲವೇ ವರ್ಗಗಳ ಏಕಸ್ವಾಮ್ಯವಾಗಿದ್ದ ವೈದಿಕಧರ್ಮ ವ್ಯಕ್ತಿ ಸ್ವಾತಂತ್ರ್ಯವನ್ನು ಕಸಿದುಕೊಂಡಿತ್ತೆನ್ನುವುದು ಗಮನಾರ್ಹವಾಗಿದೆ. ಹೊಸಧರ್ಮ ಧ್ವನಿಯಿಲ್ಲದವರಿಗೆ ಧ್ವನಿಯಾಯಿತು. ಈ ಕಾರಣದಿಂದಾಗಿಯೇ ವೀರಶೈವ ಧರ್ಮ ಜನಪ್ರಿಯವಾಯಿತು.

ಬಸವಣ್ಣ ವಚನಗಳ ಮೂಲಕವೇ ತಮ್ಮ ಧರ್ಮವನ್ನು ಬೋಧಿಸಿದರು. ಅದುವರೆಗೆ ಸಂಸ್ಕೃತ ಭಾಷೆಯಲ್ಲಿ ಮಾತ್ರವೇ ಬೋಧಿಸಲಾಗುತ್ತಿದ್ದ ಆಧ್ಯಾತ್ಮದ ಗಹನವಾದ ವಿಚಾರಗಳನ್ನು ಅತ್ಯಂತ ಸರಳವಾದ ಕನ್ನಡ ಭಾಷೆಯಲ್ಲಿ ಸಾಮಾನ್ಯರಿಗೂ ಅರ್ಥವಾಗುವಂತೆ ವಚನಗಳ ಮೂಲಕ ಬೋಧಿಸಿದರು. ಸಂಸ್ಕೃತ ಹಾಗೂ ಕನ್ನಡ ಭಾಷೆಗಳಲ್ಲಿ ಅದುಬ ಪಾಂಡಿತ್ಯ ಹೊಂದಿದ್ದ ಅವರು ರಚಿಸಿದ ವಚನಗಳು ಕನ್ನಡ ಸಾಹಿತ್ಯಕ್ಕೆ ಅಮೂಲ್ಯ ಕೊಡುಗೆಗಳಾಗಿವೆ. ತಮ್ಮ ವಚನಗಳಲ್ಲಿ ಸಮಾಜದ ಓರೆಕೋರೆಗಳನ್ನು ತಿದ್ದುವ, ಜಾತಿ ಆಧಾರಿತ ಅಸಮಾನತೆಯನ್ನು ನಿವಾರಿಸುವ, ಶತಮಾನಗಳ ಕಾಲದಿಂದಲೂ ಅಸ್ತಿತ್ವದಲ್ಲಿದ್ದ ಮೌಢ್ಯಗಳನ್ನು ತಿದ್ದುವ, ಸರ್ವಸಮಾನತೆಯನ್ನು ಬೋಧಿಸುವ ಪ್ರಯತ್ನ ಮಾಡಿದರು. ವಚನಗಳು **"ಕನ್ನಡದ ಉಪನಿಷತ್ತುಗಳು"** ಎಂದು ಪರಿಗಣಿಸಲ್ಪಟ್ಟಿವೆ.

ಜಾತಿಪದ್ಧತಿಯ ತಿರಸ್ಕಾರ

ಬಸವಣ್ಣ ಒಬ್ಬ ಶ್ರೇಷ್ಠ ಸಮಾಜ ಸುಧಾರಕ. ಧರ್ಮ ಸುಧಾರಣೆಗಿಂತ ಸಾಮಾಜಿಕ ಸುಧಾರಣೆಗೆ ಅವರು ಹೆಚ್ಚು ಮಹತ್ವ ನೀಡಿದರು. ಜಾತಿಪದ್ಧತಿ ಹಾಗೂ ಸಾಮಾಜಿಕ ಅಸಮಾನತೆಗಳನ್ನು ಅವರು ಕಟುವಾಗಿ ಟೀಕಿಸಿದರು. ಅವುಗಳು ಹಾಗೂ ಅಸ್ಪೃಶ್ಯತೆಯ ವಿರುದ್ಧ ಅವರು ಧರ್ಮಯುದ್ಧವನ್ನೇ ನಡೆಸಿದರು. ಅವರ ಪ್ರಕಾರ ಯಾವುದೇ ವ್ಯಕ್ತಿಯ ಸಾಮಾಜಿಕ ಸ್ಥಾನಮಾನ ಅವನ ಗುಣ, ನಡತೆ ಮತ್ತು ಅವನ ಒಳ್ಳೆಯ ಕಾರ್ಯಗಳ ಮೇಲೆ ನಿರ್ಧಾರವಾಗಬೇಕೇ ಹೊರತು ಅವನ ಹುಟ್ಟಿನಿಂದಲ್ಲ ಎಂದು ಹೇಳಿದರು. ಅವರ ಪ್ರಕಾರ ಭಕ್ತಿಪಂಥ ಜಾತಿ ಅಥವಾ ಬಣ್ಣವನ್ನು ಮೀರಿದುದು. ಶಿವಶರಣರೆಲ್ಲರೂ ಸಮಾನರೆಂಬುದು ಅವರ ನಿಲುವಾಗಿತ್ತು. ಭಗವಂತನ ದೃಷ್ಟಿಯಲ್ಲಿ ಮಾನವರೆಲ್ಲರೂ ಸಮಾನರು, ಅವರು ಜಗತ್ತಿನ ಯಾವುದೇ ಭಾಗದಲ್ಲಿದ್ದರೂ ಭಗವಂತನಿಗೆ ಸಮಾನ ಹತ್ತಿರದಲ್ಲಿರುತ್ತಾರೆ. ಕೆಳವರ್ಗಕ್ಕೆ ಸೇರಿದ **ಸಮಗಾರ ಹರಳಯ್ಯ, ಅಂಬಿಗರ ಚೌಡಯ್ಯ, ಮಡಿವಾಳ ಮಾಚಯ್ಯ** ಶರಣರಾಗಿ ವಚನಗಳನ್ನು ರಚಿಸಲು ಸಾಧ್ಯವಾದದ್ದು ಬಸವಣ್ಣನ ಸಾಮಾಜಿಕ ಕ್ರಾಂತಿಯಿಂದಲೇ.

ಬಸವಣ್ಣ ಜಾತಿರಹಿತ ಸಮಾಜದ ನಿರ್ಮಾಣದ ಉದ್ದೇಶವನ್ನು ಹೊಂದಿದ್ದರು. ಪುರೋಹಿತಶಾಹಿ ಸೃಷ್ಟಿಸಿದ್ದ ಕೃತಕ ಗೋಡೆಗಳನ್ನು ನಾಶಪಡಿಸುವುದು ಅವರ ಪರಮ ಗುರಿಯಾಗಿತ್ತು. ವೇದಗಳನ್ನು ಓದಿದವರು ಮೇಲು, ವೈದಿಕ ಜ್ಞಾನವಿಲ್ಲದವರು ಕೀಳು ಎಂಬ ವಾದವನ್ನು ತಿರಸ್ಕರಿಸಿದರು. ಶಿವನನ್ನು ಸರ್ವೋತ್ತಮನೆಂದು ಆರಾಧಿಸುವವರೆಲ್ಲರೂ ಸಮಾನರು ಎಂದು ಹೇಳಿದ ಅವರು ಜಾತಿ ಭೇದವೆಣಿಸದೆ ಎಲ್ಲರಿಗೂ ತಮ್ಮ ಧರ್ಮವನ್ನು ಬೋಧಿಸಿದರು. ಅವರ ಕ್ರಾಂತಿಕಾರಿ ವಿಚಾರಗಳು ಸನಾತನ ಹಿಂದೂ ಧರ್ಮದ ಅಡಿಪಾಯವನ್ನೇ ಅಲುಗಾಡಿಸಿದವು. ಹುಟ್ಟನ್ನು ಆಧರಿಸಿ ಜಾತಿಯನ್ನು ನಿರ್ಧರಿಸುವುದನ್ನು ವಿರೋಧಿಸಿದ ಅವರು **"ಕಾಸಿ ಕಮ್ಮಾರನಾದ, ಬೀಸಿ ಮಡಿವಾಳನಾದ, ವೇದವನೋದಿ ಹಾರವನಾದ, ಕರ್ಣದೊಳಗೆ ಜನಿಸಿದವರುಂಟೆ ಜಗದೊಳಗೆ"** ಎಂದು ಪ್ರಶ್ನಿಸಿದ್ದಾರೆ. ಮೇಲು–ಕೀಳು, ಬಡವ–ಬಲ್ಲಿದ ಭಾವನೆಗಳನ್ನು ದೂರ ಮಾಡಲು ಶ್ರಮಿಸಿದರು. ಪರಸ್ಪರ ಗೌರವ ಭಾವನೆ ಬೆಳೆಸಿಕೊಳ್ಳುವಂತೆ ಕರೆ ನೀಡಿದರು. ಎಲ್ಲರೊಳಗೊಂದಾಗಲು ಪ್ರಯತ್ನಿಸಿದ ಬಸವಣ್ಣ **"ಇವನಾರವ, ಇವನಾರವ ಎಂದೆನಿಸಿದಿರಯ್ಯಾ, ಇವ ನಮ್ಮವ ಇವ ನಮ್ಮವ ಎಂದೆನಿಸಯ್ಯಾ"** ಎಂದು ಭಗವಂತನಲ್ಲಿ ಪ್ರಾರ್ಥಿಸಿದ್ದಾರೆ. ಮನುಷ್ಯನನ್ನು ಮನುಷ್ಯನಂತೆ ಕಂಡ ದೇವಮಾನವ ಬಸವಣ್ಣ ಅಸ್ಪೃಶ್ಯರೊಂದಿಗೆ ಭೋಜನ ಸ್ವೀಕರಿಸುತ್ತಿದ್ದರು. **ಸಂಬೋಳಿನಾಗಿದೇವ** ಎಂಬ ಅಸ್ಪೃಶ್ಯ ಶರಣನ ಮನೆಯಲ್ಲಿ ಭೋಜನ ಸ್ವೀಕರಿಸಿ ಚತುರ್ವರ್ಣ ಜಾತಿ ವ್ಯವಸ್ಥೆಗೆ ಸವಾಲು ಹಾಕಿದರು. ಅದರಿಂದಾಗಿ ಪುರೋಹಿತವರ್ಗದ ಅವಕೃಪೆಗೂ ಪಾತ್ರರಾದರು. ತಾವೇ ಮುಂದೆ ನಿಂತು ಅಂತರಜಾತಿ ವಿವಾಹ ನೆರವೇರಿಸಿದರು. ಅದರ ಮೂಲಕ ಸಮಾಜದ ಎಲ್ಲ ಅನಿಷ್ಟಗಳಿಗೂ ಮೂಲವಾಗಿದ್ದ ಜಾತಿ ಪದ್ಧತಿಯ ಕಟ್ಟುಪಾಡುಗಳು ಸಡಿಲಗೊಳ್ಳಲು ಕಾರಣರಾದರು. ಹುಟ್ಟಿನಿಂದ ಕುಲವನ್ನು ಅಳೆಯಬಾರದೆಂದು ಹೇಳುತ್ತಾ, **"ವ್ಯಾಸ ಬೋಯಿತಿ ಮಗ, ಮಾರ್ಕಂಡೇಯ ಮಾತಂಗಿಯ ಮಗ...... ಅಗಸ್ತ್ಯ ಕಬ್ಬಿಗ, ದೂರ್ವಾಸ ಮಚ್ಚಿಗ"** ಎಂದು ಹೇಳುವ ಮೂಲಕ ಜಾತಿವಾದಿಗಳ ಬಾಯಿ ಮುಚ್ಚಿಸಿದ ಬಸವಣ್ಣ ತನ್ನ ಬಗ್ಗೆ ಹೇಳಿಕೊಳ್ಳುತ್ತ, **"ಉತ್ತಮ ಕುಲದಲ್ಲಿ ಹುಟ್ಟಿದನೆಂಬ ಕಷ್ಟತನದ ಹೊರೆಯ ಹೊರಿಸದಿರಯ್ಯ"** ಎಂದು ಭಗವಂತನಿಗೆ ಮೊರೆಯಿಡುತ್ತಾರೆ.

ಸ್ತ್ರೀ – ಪುರುಷ ಸಮಾನತೆ

ಬಸವಣ್ಣ ಸ್ತ್ರೀ – ಪುರುಷ ಸಮಾನತೆಯನ್ನು ಎತ್ತಿ ಹಿಡಿದರು. ಮೋಕ್ಷ ಸಾಧನೆಗೆ ಇಬ್ಬರಿಗೂ ಸಮಾನ ಅವಕಾಶಗಳಿವೆ ಎಂದು ಹೇಳಿದ ಅವರು ಪುರುಷರಂತೆ ಮಹಿಳೆಯರಿಗೂ ಲಿಂಗ ಧರಿಸಲು ಅವಕಾಶ ನೀಡಿದರು. **'ಸತಿಪತಿಗಳೊಲಿದ ಭಕ್ತಿ ಹಿತವಪ್ಪುದು ಶಿವಗೆ'** ಎಂದು ಹೇಳಿದ ಅವರು ಎಲ್ಲ ಧಾರ್ಮಿಕ ಕ್ರಿಯೆಗಳಲ್ಲೂ ಪುರುಷರೊಂದಿಗೆ ಸ್ತ್ರೀಯರೂ ಭಾಗವಹಿಸಲು ಅವಕಾಶ ಕಲ್ಪಿಸಿದರು. ವಿಧವಾ ವಿವಾಹಕ್ಕೆ ಅವರು ಪ್ರೋತ್ಸಾಹ ನೀಡಿದರು. ಅಕ್ಕಮಹಾದೇವಿ, ಗಂಗಾಂಬಿಕೆ, ಮುಕ್ತಾಯಕ್ಕ ಮೊದಲಾದವರು ಪ್ರಮುಖ ಶರಣೆಯರಾಗಿದ್ದರು. ಅವರುಗಳೂ ಕೂಡ ವಚನಗಳನ್ನು ರಚಿಸಿದ್ದಾರೆ. ಅನುಭವಮಂಟಪದಲ್ಲಿನ ಚರ್ಚೆಗಳಲ್ಲಿ ಅವರೂ ಭಾಗವಹಿಸುತ್ತಿದ್ದರು. ಸಮಾಜವಾದಿ ಚಿಂತಕರಾಗಿದ್ದ ಬಸವಣ್ಣ ಒಂದು ಮಹತ್ವದ ಸಾಮಾಜಿಕ ಕ್ರಾಂತಿಯ ಹರಿಕಾರರಾದರು. ಲಿಂಗ ಸಮಾನತೆಯನ್ನು ಪ್ರತಿಪಾದಿಸಿದ ಬಸವಣ್ಣ ಸಹಸ್ರಾರು ವರ್ಷಗಳಿಂದ ಕಡೆಗಣಿಸಲ್ಪಟ್ಟಿದ್ದ, ಶೋಷಣೆಗೆ ಒಳಗಾಗಿದ್ದ, ಸ್ವಾತಂತ್ರ್ಯದಿಂದ ವಂಚಿತರಾಗಿದ್ದ ಮಹಿಳೆಯರಿಗೆ ಮೊದಲ ಬಾರಿಗೆ ಪುರುಷ ಸಮಾನ ಸ್ಥಾನಮಾನ ನೀಡಿ ಸಮಾಜದ ಅತಿ ದೊಡ್ಡ ಅನ್ಯಾಯವನ್ನು ನಿವಾರಿಸಿದರು.

ಅಹಿಂಸೆ

ಬಸವಣ್ಣ ಎಲ್ಲ ಬಗೆಯ ಹಿಂಸೆಯನ್ನು ವಿರೋಧಿಸಿ ಮಹಾವೀರ ಮತ್ತು ಬುದ್ಧರಂತೆ ಅಹಿಂಸಾ ತತ್ವಕ್ಕೆ ಆದ್ಯತೆ ನೀಡಿದರು. ಯಜ್ಞಯಾಗಗಳ ಹೆಸರಿನಲ್ಲಿ ಪ್ರಾಣಿಗಳನ್ನು ಬಲಿಕೊಡುವುದನ್ನು ತೀವ್ರವಾಗಿ ಖಂಡಿಸಿದರು. ಎಲ್ಲ ಜೀವಿಗಳು ಭಗವಂತನ ಸೃಷ್ಟಿ. ಆದ್ದರಿಂದ ಎಲ್ಲರಿಗೂ ಬದುಕಲು ಸಮಾನವಾದ ಹಕ್ಕಿದೆ ಮತ್ತು ಯಾರಿಗೂ ಮತ್ತೊಬ್ಬನ ಜೀವವನ್ನು ತೆಗೆಯುವ ಹಕ್ಕಿಲ್ಲ ಎಂದು ಹೇಳಿದರು. ದಯೆ, ಅನುಕಂಪ, ಮಾನವೀಯತೆ ಮೊದಲಾದ ಮೌಲ್ಯಗಳನ್ನು ಪ್ರತಿಪಾದಿಸಿದ ಅವರು **"ದಯವೇ ಧರ್ಮದ ಮೂಲವಯ್ಯ"** ಎಂದು ಹೇಳಿದರು. ದಯೆ, ಅನುಕಂಪಗಳಿಲ್ಲದ ಧರ್ಮವಾವುದು? ಎಂದು ಹೇಳಿದರು. ಪ್ರಾಣಿಬಲಿಯನ್ನೊಳಗೊಂಡ ಧಾರ್ಮಿಕ ಕ್ರಿಯೆಗಳನ್ನು ಅವರು ವಿರೋಧಿಸಿದರು. **"ಮಾನವೀಯತೆಯಿಲ್ಲದ, ಕೇವಲ ಶಾಸ್ತ್ರಪಾರಂಗತನಾದ ಪಂಡಿತನಲ್ಲಿ, ಯಜ್ಞಕ್ಕೆ ಆಹುತಿಯಾದ ಮೇಕೆ ಅನುಕಂಪವನ್ನು ಮೂಡಿಸಬಲ್ಲುದೆ ಮತ್ತು ಅವನ ಕಣ್ಣುಗಳಲ್ಲಿ ನೀರನ್ನು ತರಿಸಬಲ್ಲದೆ"** ಎಂದು ಮಾರ್ಮಿಕವಾಗಿ ಪ್ರಶ್ನಿಸುತ್ತಾರೆ. ಜೀವವನ್ನು ಕೊಡಲಾಗದವರಿಗೆ ಜೀವವನ್ನು ತೆಗೆಯುವ ಅಧಿಕಾರವಿಲ್ಲ ಎಂಬುದು ಅವರ ನಿಲುವಾಗಿತ್ತು.

ಮೂರ್ತಿಪೂಜೆಗೆ ವಿರೋಧ

ಬಸವಣ್ಣ ಮೂರ್ತಿಪೂಜೆಯನ್ನು ತೀವ್ರವಾಗಿ ವಿರೋಧಿಸಿದರು. **"ಮೂರ್ತಿಪೂಜೆ ರಸವಿಲ್ಲದ ಬಿದಿರನ ಎಲೆಗಳನ್ನು ಜಗಿದಂತೆ, ಬೆಣ್ಣೆಯಿಲ್ಲದ ನೀರನ್ನು ಕಡೆದಂತೆ ಮತ್ತು ಮರಳಿನ ಹಗ್ಗವನ್ನು ಹೊಸೆದಂತೆ ವ್ಯರ್ಥ"** ಎಂದು ಸ್ಪಷ್ಟವಾಗಿ ಹೇಳಿದರು. ಅವರು ಸೃಷ್ಟಿಯ ಸಕಲ ವಸ್ತುಗಳಲ್ಲೂ ಪರಮಾತ್ಮನನ್ನು ಕಂಡರು. ಮನದಲ್ಲಿ ನಿಜವಾದ ಭಕ್ತಿಯಿಲ್ಲದೆ ಕಲ್ಲಿನ ಮೂರ್ತಿಗಳಿಗೆ ಆಹಾರವನ್ನು ಅರ್ಪಿಸುವುದನ್ನು ಅವರು ಟೀಕಿಸಿದರು. **"ಉಂಬ ಜಂಗಮ ಬಂದರೆ ನಡೆಯೆಂಬರು, ಉಣ್ಣದ ಲಿಂಗಕ್ಕೆ ಬೋನವ ಹಿಡಿವರಯ್ಯ"** ಎಂದು ಜನರ ದ್ವಂದ್ವ ನಿಲುವನ್ನು ಟೀಕಿಸಿದರು.

ದೇವಾಲಯಗಳ ನಿರ್ಮಾಣಕ್ಕೆ ವಿರೋಧ

ಮೂರ್ತಿ ಪೂಜೆಯನ್ನು ವಿರೋಧಿಸಿದಂತೆಯೇ ಬಸವಣ್ಣ ದೇವಾಲಯಗಳ ನಿರ್ಮಾಣವನ್ನೂ ವಿರೋಧಿಸಿದರು. **'ಎನ್ನ ದೇಹವೇ ದೇಗುಲ, ಕಾಲೇ ಕಂಬ, ಶಿರ ಹೊನ್ನ ಕಳಶ'** ಎಂದು ಹೇಳಿದ ಅವರು **"ಸ್ಥಾವರಕಳಿವುಂಟು ಜಂಗಮಕಳಿವಿಲ್ಲ'** ಎಂದು ಹೇಳಿದರು. ದೇಹವೇ ದೇಗುಲವಾದ್ದರಿಂದ ಭಗವಂತ ದೇಹದಲ್ಲಿ ನೆಲೆಸಬೇಕಾದರೆ ಮನಸ್ಸು ಪರಿಶುದ್ಧವಾಗಿರಬೇಕು ಎಂದು ಹೇಳಿದ ಬಸವಣ್ಣ, ಪವಿತ್ರ ಮನಸ್ಸಿನವರಿಗೆ ಮಾತ್ರ ಭಗವಂತನನ್ನು ಕಾಣಲು ಸಾಧ್ಯ ಎಂದು ಹೇಳಿದರು. ಸರ್ವಾಂತರ್ಯಾಮಿಯಾದ ಭಗವಂತನನ್ನು ದೇವಾಲಯಗಳಲ್ಲಿ ಕಟ್ಟಿಹಾಕುವುದು ಮೂರ್ಖತನವೆಂಬುದು ಅವರ ನಿಲುವಾಗಿತ್ತು. ಮಿತ ವೆಚ್ಚದ, ಎಲ್ಲರಿಗೂ ಅನುಸರಿಸಲು ಸಾಧ್ಯವಾಗುವಂತಹ ಧರ್ಮವನ್ನು ಬೋಧಿಸಿದರು. ಭಕ್ತಿಯ ಪ್ರದರ್ಶನಕ್ಕಾಗಿ ದೇವಾಲಯಗಳ ನಿರ್ಮಾಣವನ್ನು ಅವರು ವಿರೋಧಿಸಿದರು. ಭಗವಂತನ ಸೇವೆ, ಜಂಗಮರ ಸೇವೆ ತೋರಿಕೆಯದಾಗಬಾರದು ಎಂಬುದು ಅವರ ನಿಲುವಾಗಿತ್ತು. **"ಮಾಡಿದೆನೆಂಬುದು ಮನದಲಿ ಹೊಳೆದರೆ ಏಡಿಸಿ ಕಾಡಿತ್ತು ಶಿವನ ಡಂಗುರ, ಮಾಡಿದಿರೆನ್ನದಿರಾ ಲಿಂಗಕ್ಕೆ, ಮಾಡಿದಿರೆನ್ನದಿರಾ ಜಂಗಮಕ್ಕೆ"** ಎಂದು ಹೇಳುವ ಮೂಲಕ ವಿನೀತ ಭಾವವನ್ನು ತೋರಿದ್ದಾರೆ.

ಭಕ್ತಿಗೆ ಆದ್ಯತೆ

ಬಸವಣ್ಣ ಜ್ಞಾನಕ್ಕಿಂತ ಭಕ್ತಿಗೆ ಹೆಚ್ಚಿನ ಆದ್ಯತೆ ನೀಡಿದರು. ಭಕ್ತಿ ಪಂಥದ ಜನಪ್ರಿಯತೆಗೆ ಬಸವಣ್ಣನ ಕೊಡುಗೆ ಅಪಾರವಾದುದು. ಸ್ವತಃ ಶ್ರೇಷ್ಠ ಭಕ್ತನಾಗಿದ್ದ ಬಸವಣ್ಣ **'ಭಕ್ತಿ ಬಂಢಾರಿ'** ಎಂದೇ ಹೆಸರಾಗಿದ್ದರು. ಅವರ ಪ್ರಕಾರ ಭಗವಂತನಲ್ಲಿ ನಿಷ್ಕಲ್ಮಶವಾದ ಹಾಗೂ ನಿಶ್ಚಲವಾದ ಭಕ್ತಿ ಮೋಕ್ಷಕ್ಕೆ ಏಕೈಕ ಮಾರ್ಗ. ಶ್ರದ್ಧೆ ಮತ್ತು ನಂಬಿಕೆ ದೇವರ ಅನುಗ್ರಹ ಮತ್ತು ಅಶ್ರದ್ಧೆ ವಿಷವಿದ್ದಂತೆ. ಅವರ ಪ್ರಕಾರ ಮಾನವ ಪ್ರೇಮವೇ ಭಗವದ್‌ಪ್ರೇಮ. **"ಭಗವಂತ ವೇದ ಪ್ರಿಯನೂ ಅಲ್ಲ, ನಾದ (ಸಂಗೀತ) ಪ್ರಿಯನೂ ಅಲ್ಲ, ಕೇವಲ ಭಕ್ತಿಪ್ರಿಯ"** ಎಂದು ಘೋಷಿಸಿದರು. ತಮ್ಮ ಬಯಕೆಗಳನ್ನು ದೂರಮಾಡಿ ಮನಸ್ಸಿನಲ್ಲಿ ಭಕ್ತಿಯನ್ನು ತುಂಬುವಂತೆ ಅವರು ಭಗವಂತನಲ್ಲಿ ಪ್ರಾರ್ಥಿಸುತ್ತಿದ್ದರು. **"ಅಯ್ಯಾ ಅಯ್ಯಾ ಎಂದು ಕರೆವುತ್ತಲಿದ್ದೇನೆ, ಅಯ್ಯಾ ಅಯ್ಯಾ ಎಂದು ಒರಲುತ್ತಲಿದ್ದೇನೆ, ಓ ಎನ್ನಲಾಗದೆ ಅಯ್ಯಾ? ಅಕಟಕಟ ನಿನಗಿಂತು ಕರುಣವಿಲ್ಲ"** ಎಂಬ ಮಾತುಗಳು ಭಗವಂತನ ದರ್ಶನಕ್ಕಾಗಿ ಅವನ ಮನಸ್ಸು ಎಷ್ಟು ಹಂಬಲಿಸುತ್ತಿತ್ತು ಎಂಬುದನ್ನು ತೋರಿಸುತ್ತದೆ. **"ಅತ್ತಲಿತ್ತ ಹೋಗದಂತೆ ಹೆಳವನ ಮಾಡಯ್ಯ ತಂದೆ, ಸುತ್ತಿ ಸುಳಿದು ನೋಡದಂತೆ ಅಂಧಕನ ಮಾಡಯ್ಯ, ಮತ್ತೊಂದ ಕೇಳದಂತೆ ಕಿವುಡನ ಮಾಡಯ್ಯ"** ಎಂದು ಭಗವಂತನನ್ನು ಪ್ರಾರ್ಥಿಸಿದ್ದಾರೆ. **"ಭಕ್ತಿ ಮುಕ್ತಿಗಿಂತಲೂ ಮಿಗಿಲು"** ಎಂದು ಪರಿಗಣಿಸಿದ್ದ ಅವರು ಪ್ರತಿಯೊಬ್ಬ ವ್ಯಕ್ತಿಯೂ ಹಾವಿನ ಬಾಯಿಗೆ ಸಿಕ್ಕಿದ ಕಪ್ಪೆಯಂತಾಗದೆ ಶಾಶ್ವತ ಆನಂದದ ಬಗ್ಗೆ ಚಿಂತಿಸಬೇಕೆಂದು ಕರೆ ನೀಡಿದರು. ಇಂದ್ರಿಯ ನಿಗ್ರಹದ ಅಗತ್ಯವನ್ನು ಒತ್ತಿ ಹೇಳಿದ ಅವರು ಕಾಮ, ಕ್ರೋಧ, ಲೋಭ, ಮೋಹ, ಮಧ, ಮತ್ಸರಗಳನ್ನು ತ್ಯಜಿಸುವಂತೆ ಕರೆನೀಡಿದರು. ಪರಧನ ಮತ್ತು ಪರಸ್ತ್ರೀ ವ್ಯಾಮೋಹವನ್ನು ಕಟುವಾಗಿ ಟೀಕಿಸಿದರು. ಒಂದು ಸಮಾಜ ಉನ್ನತ ಹಂತಕ್ಕೆ ಏರಬೇಕಾದರೆ ಜನರು ನೀತಿಯುತ ಜೀವನ ನಡೆಸಬೇಕು.

ಬಸವಣ್ಣ ಸನ್ಯಾಸವನ್ನು ಬೋಧಿಸಲಿಲ್ಲ, ತಪಸ್ಸಿನಲ್ಲಿ ಅವರಿಗೆ ವಿಶ್ವಾಸವಿರಲಿಲ್ಲ. ಉಪವಾಸ, ದೇಹದಂಡನೆಯನ್ನು ಅವರು ವಿರೋಧಿಸಿದರು. ನಿಜವಾದ ಭಕ್ತಿಯಿಲ್ಲದಿದ್ದರೆ, ಪರಿಶುದ್ಧ ಮನಸ್ಸಿರದಿದ್ದರೆ ದೇಹದಂಡನೆಯ ಮೂಲಕವೂ ಭಗವಂತನನ್ನು ಒಲಿಸಿಕೊಳ್ಳುವುದು ಸಾಧ್ಯವಿಲ್ಲ. ನಿಷ್ಕಲ್ಮಶವಾದ ಮನಸ್ಸಿಲ್ಲದೆ ತೋರಿಕೆಗಾಗಿ ಧರ್ಮದ ಸಂಕೇತಗಳನ್ನು ಧರಿಸುವುದರಿಂದ ಯಾವ ಪ್ರಯೋಜನವೂ ಇಲ್ಲ ಎಂದು ಹೇಳಿದರು. ವೇದಗಳನ್ನು ತಿಳಿದವನು ಜ್ಞಾನಿಯಲ್ಲ ಆದರೆ **ಕೂಡಲಸಂಗಮನಲ್ಲಿ ವಿಶ್ವಾಸ ಹೊಂದಿರುವವನು ಜ್ಞಾನಿ** ಎಂದು ಹೇಳಿದ ಅವರ ದೃಷ್ಟಿಯಲ್ಲಿ ಭಗವಂತನಿಗೆ ಪೂರ್ಣವಾಗಿ ಶರಣಾಗುವುದೇ ನಿಜವಾದ ಭಕ್ತಿ.

ಮೂಢ ನಂಬಿಕೆಗಳಿಗೆ ವಿರೋಧ

ಬಸವಣ್ಣ ಎಲ್ಲ ಮೂಢ ನಂಬಿಕೆಗಳನ್ನು, ಅರ್ಥಶೂನ್ಯ ಧಾರ್ಮಿಕ ಕ್ರಿಯೆಗಳನ್ನು ವಿರೋಧಿಸಿದರು. ತೀರ್ಥಯಾತ್ರೆ, ಪವಿತ್ರ ತೀರ್ಥಗಳಲ್ಲಿ ಸ್ನಾನ ಮಾಡುವುದು, ಅಶ್ವತ್ಥ ವೃಕ್ಷಗಳನ್ನು ಪೂಜಿಸುವುದು, ಪ್ರಾರ್ಥನೆಯ ಕುರುಹಾಗಿ ಕೆನ್ನೆಗಳಿಗೆ ಬಡಿದುಕೊಳ್ಳುವುದನ್ನು ತೀವ್ರವಾಗಿ ವಿರೋಧಿಸಿದರು. **"ಬತ್ತುವ ಜಲವ, ಒಣಗುವ ಮರವ ನಂಬುವವರು ನಿಮ್ಮನೆತ್ತ ಬಲ್ಲರು ಕೂಡಲಸಂಗಮದೇವ"** ಎಂದು ಪ್ರಶ್ನಿಸುತ್ತಾರೆ.

ಮನುಷ್ಯನ ದ್ವಂದ್ವ ನಿಲುವುಗಳನ್ನು ಬಸವಣ್ಣ ಕಟುವಾಗಿ ಟೀಕಿಸಿದರು. ಕಲ್ಲ ನಾಗನನ್ನು ಪೂಜಿಸುವ ಆದರೆ ಜೀವಂತ ನಾಗನನ್ನು ಕೊಲ್ಲುವ, ಹಸಿದ ಜಂಗಮನಿಗೆ ಆಹಾರ ನೀಡದೆ ತಿನ್ನಲಾರದ ಲಿಂಗಕ್ಕೆ ಆಹಾರ ನೀಡುವುದನ್ನು ತೀವ್ರವಾಗಿ ಟೀಕಿಸಿದರು. ಆಚಾರ ಮತ್ತು ವಿಚಾರಗಳ ಸಮನ್ವಯತೆಯ ಅಗತ್ಯವನ್ನು ಒತ್ತಿ ಹೇಳಿದರು. **"ಕಲ್ಲನಾಗರಕಂಡರೆ ಹಾಲನೆರೆಯೆಂಬರು, ದಿಟದನಾಗರ ಕಂಡರೆ ಕೊಲ್ಲೆಂಬರಯ್ಯ"** ಎಂದು ಜನರ ಮೌಢ್ಯವನ್ನು ಜರಿಯುತ್ತಾರೆ. ಅಂತೆಯೇ ಮನುಷ್ಯ ತನ್ನ ಲೋಪಗಳನ್ನು ತಿದ್ದಿಕೊಳ್ಳದೆ ಅನ್ಯರ ನಡುವಳಿಕೆಯಲ್ಲಿ ದೋಷವನ್ನು ಹುಡುಕುವ ಪ್ರಯತ್ನವನ್ನು ಟೀಕಿಸುತ್ತಾ **"ಲೋಕದ ಡೊಂಕ ನೀವೇಕೆ ತಿದ್ದುವಿರಿ, ನಿಮ್ಮ ನಿಮ್ಮ ತನುವ ಸಂತೈಸಿಕೊಳ್ಳಿ, ನಿಮ್ಮ ನಿಮ್ಮ ಮನವ ಸಂತೈಸಿಕೊಳ್ಳಿ"** ಎಂದು ಎಚ್ಚರಿಸುತ್ತಾರೆ.

ಸ್ವರ್ಗ, ನರಕಗಳ ಇರುವಿಕೆಯನ್ನು ಬಸವಣ್ಣ ತಿರಸ್ಕರಿಸಿದರು. **"ಸತ್ಯವ ನುಡಿವುದೇ ಸ್ವರ್ಗ, ಮಿಥ್ಯವ ನುಡಿವುದೇ ನರಕ", "ಆಚಾರವೇ ಸ್ವರ್ಗ, ಅನಾಚಾರವೇ ನರಕ"** ಎಂದು ಹೇಳಿದ ಅವರು ಅದನ್ನು ಇನ್ನೂ ಸರಳಗೊಳಿಸಿ **"ಅಯ್ಯಾ ಎಂದರೆ ಸ್ವರ್ಗ, ಎಲವೋ ಎಂದರೆ ನರಕ"** ಎಂದು ಹೇಳಿದರು. ಜನರು ಸತ್ಯವಂತರಾಗಿ, ನೀತಿವಂತರಾಗಿ, ಸರಳವಾದ ಜೀವನ ನಡೆಸಬೇಕೆಂಬುದು ಅವರ ಅಪೇಕ್ಷೆಯಾಗಿತ್ತು. **"ಮರ್ತ್ಯವೆಂಬುದು ಕರ್ತಾರನ ಕಮ್ಮಟ, ಇಲ್ಲಿ ಸಲ್ಲುವವರು ಅಲ್ಲಿಯೂ ಸಲ್ಲುವರು"** ಎಂದು ಹೇಳುವ ಮೂಲಕ ಇಹಲೋಕದಲ್ಲಿ ಸತ್ಯ ಶುದ್ಧವಾದ ಜೀವನ ನಡೆಸುವಂತೆ ಕರೆ ನೀಡಿದ್ದಾರೆ. ಪರಿಶುದ್ದವಾದ ಬದುಕಿನ ಬಗ್ಗೆ ತಮ್ಮ ವಚನದಲ್ಲಿ ಹೀಗೆ ಹೇಳಿದ್ದಾರೆ. **"ಕಳಬೇಡ, ಕೊಲಬೇಡ, ಹುಸಿಯ ನುಡಿಯಲು**

ಬೇಡ, ಅನ್ಯರಿಗೆ ಅಸಹ್ಯಪಡಬೇಡ, ತನ್ನ ಬಣ್ಣಿಸಬೇಡ, ಇದಿರ ಹಳಿಯಲು ಬೇಡ, ಇದೇ ಅಂತರಂಗ ಶುದ್ಧಿ, ಇದೇ ಬಹಿರಂಗ ಶುದ್ಧಿ". ನಮ್ಮ ನಡತೆ, ಮಾತು ಇತರಿಗೆ ನೋವುಂಟು ಮಾಡಬಾರದೆಂಬುದು ಅವರ ನಿಲುವಾಗಿತ್ತು. **"ನುಡಿದರೆ ಸ್ಪಟಿಕದ ಶಲಾಕೆಯಂತಿರಬೇಕು, ನುಡಿದರೆ ಮುತ್ತಿನ ಹಾರದಂತಿರಬೇಕು, ನುಡಿದರೆ ಮಾಣಿಕ್ಯದ ದೀಪ್ತಿಯಂತಿರಬೇಕು, ನುಡಿದರೆ ಲಿಂಗ ಮೆಚ್ಚಿ ಅಹುದಹುದೆನಬೇಕು"** ಎಂದು ಹೇಳಿದ್ದಾರೆ.

ಕಾಯಕದ ಮಹತ್ವ

ಬಸವಣ್ಣ ಕಾಯಕಕ್ಕೆ ಮಹತ್ವ ನೀಡಿದರು. ಅವರ ದೃಷ್ಟಿಯಲ್ಲಿ **ಕಾಯಕವೇ ಕೈಲಾಸವಾಗಿತ್ತು**. ಪ್ರತಿಯೊಬ್ಬನೂ ದುಡಿದು ತಿನ್ನಬೇಕೆಂಬುದು ಅವರ ಅಪೇಕ್ಷೆಯಾಗಿತ್ತು. ಕಾಯಕದಲ್ಲಿ ಮೇಲು, ಕೀಳು ಎಂಬುದನ್ನು ಅವರು ವಿರೋಧಿಸಿದರು. ಯಾವುದೇ ಕಾಯಕ ಮೇಲೂ ಅಲ್ಲ ಅಥವಾ ಕೀಳೂ ಅಲ್ಲ. ಸಮಗಾರನ ವೃತ್ತಿ ಅರ್ಚಕನ ವೃತ್ತಿಯಷ್ಟೇ ಪವಿತ್ರವಾದುದು. ಮಾಡುವ ಕೆಲಸದಲ್ಲಿ ಶ್ರದ್ಧೆಯಿಡುವಂತೆ ಕರೆ ನೀಡಿದ ಅವರು ಮೋಜಿನ ಬದುಕನ್ನು ತ್ಯಜಿಸುವಂತೆ ತಮ್ಮ ಅನುಯಾಯಿಗಳಿಗೆ ಸೂಚಿಸಿದರು. ಎಲ್ಲರೂ ಸತ್ಯ, ಶುದ್ಧವಾದ ಕಾಯಕವನ್ನು ಕೈಗೊಳ್ಳಬೇಕು. ಭಕ್ತರು ಮಾತ್ರವಲ್ಲದೆ ಜಂಗಮರು, ಗುರುಗಳೂ ಕೂಡ ಕಾರ್ಯನಿರತರಾಗಿರಬೇಕು. ಆದರೆ ಕಾಯಕದಿಂದ ಗಳಿಸಿದ ಧನವನ್ನು ಉಪಭೋಗಕ್ಕೆ ಮಾತ್ರವಲ್ಲದೆ ಸಮಷ್ಟಿಯ ಹಿತಕ್ಕೆ ಬಳಸಬೇಕು. ಶಿವಧ್ಯಾನದಲ್ಲಿ ತೊಡಗಿದರೂ ಕಾಯಕವನ್ನು ಮರೆಬಾರದು.

ಬಸವಣ್ಣನ ಪವಾಡಗಳು

ಬಸವಣ್ಣನವರಿಗೆ ದೈವಿಕ ಶಕ್ತಿ ಇತ್ತೆಂದು ಹೇಳಲಾಗಿದೆ. ಅವರು ತಮ್ಮ ಪವಾಡಗಳ ಮೂಲಕ ರಾಜ ಮತ್ತು ತಮ್ಮ ಅನುಯಾಯಿಗಳನ್ನು ಅಚ್ಚರಿಗೊಳಿಸಿದ್ದರೆಂದು ಹರಿಹರ ತನ್ನ **'ಬಸವರಾಜದೇವರ ರಗಳೆ'** ಯಲ್ಲಿ ಹೇಳಿದ್ದಾನೆ. ಅವನ ಪ್ರಕಾರ ಬಸವಣ್ಣ 108 ಪವಾಡಗಳನ್ನು ಪ್ರದರ್ಶಿಸಿದ್ದರು. ಅವನ ಪ್ರಕಾರ ಒಮ್ಮೆ ಬಿಜ್ಜಳನ ಆಸ್ಥಾನದಲ್ಲಿ ಸಭಾಸದನೊಬ್ಬ ರಾಜನಿಗೆ ಒಂದು ಸುಗಂಧಭರಿತ ಪುಷ್ಪವನ್ನು ನೀಡಿದನು. ರಾಜ ಅದನ್ನು ಬಸವಣ್ಣನಿಗೆ ನೀಡಿದನು. ಅದನ್ನು ಬಸವಣ್ಣ ತನ್ನ ಆತ್ಮಲಿಂಗಕ್ಕೆ ಸಮರ್ಪಿಸಿದರು. ಹಲವರು ಅದಕ್ಕೆ ಆಕ್ಷೇಪಿಸಿದಾಗ, ಬಸವಣ್ಣ ತಾನು ಅರ್ಪಿಸಿದ ಪುಷ್ಪವನ್ನು ಶಿವನು ಸ್ವೀಕರಿಸಿದ್ದಾನೆಂದು ಹೇಳಿದರು. ಪರೀಕ್ಷಿಸಲಾಗಿ ನಗರದ ದೇವಾಲಯಗಳ ಲಿಂಗದ ಮೇಲೆ ಬಸವಣ್ಣ ಅರ್ಪಿಸಿದ ಪುಷ್ಪದ ದಳಗಳು ಗೋಚರಿಸಿದವು. ಮತ್ತೊಂದು ಸಂದರ್ಭದಲ್ಲಿ ಜಂಗಮನಂತೆ ನಟಿಸಿದ ವ್ಯಕ್ತಿಯೊಬ್ಬ ಬಸವಣ್ಣನಿಗೆ ಲಿಂಗವೆಂದು ತರಕಾರಿಯೊಂದನ್ನು ನೀಡಿದನು. ಬಸವಣ್ಣ ಅವನ್ನು ಪೂಜಿಸಿದಾಗ ಅದು ಲಿಂಗವಾಗಿ ಪರಿವರ್ತನೆಗೊಂಡಿತು. ಹೀಗೆ ಪವಾಡಗಳನ್ನು ಮೆರೆದು ಪವಾಡ ಪುರುಷನಾದರು. ಆದರೆ ಬಸವಣ್ಣ ತನ್ನನ್ನು ಪವಾಡ ಪುರುಷನೆಂದಾಗಲಿ ಅಥವಾ ಪ್ರವಾದಿಯೆಂದಾಗಲಿ ಕರೆದುಕೊಳ್ಳಲು ಬಯಸಲಿಲ್ಲ. **"ತನಗಿಂತ ಕಿರಿಯರಿಲ್ಲ, ಶಿವಭಕ್ತರಿಗಿಂತ ಹಿರಿಯರಿಲ್ಲ"** ಎಂದು ಅವರು ಹೇಳುತ್ತಿದ್ದರು. ಸಾಮಾನ್ಯ ಮಾನವನಾಗಿ ಜನಿಸಿದ ಬಸವಣ್ಣ ತಮ್ಮ ಸಾಧನೆಯ ಮೂಲಕವೇ ದೇವಮಾನವನಾದರು. ಸಾಧನೆಯ ಹಾದಿಯಲ್ಲಿ ಅವರು ತಮ್ಮ ತೊಳಲಾಟವನ್ನು ವಚನಗಳ ಮೂಲಕ ತೋಡಿಕೊಂಡಿದ್ದಾರೆ. **"ಏಕೆ ಹುಟ್ಟಿಸಿದೆ ಈ ಇಹಲೋಕ ದುಃಖಿಯ, ಪರಲೋಕ ದೂರನ"** ಎಂಬ ಮಾತುಗಳ ಮೂಲಕ ತಮ್ಮ ಪರಿತಾಪವನ್ನು ತೋಡಿಕೊಂಡಿದ್ದಾರೆ.

ಸಮಕಾಲೀನರ ದೃಷ್ಟಿಯಲ್ಲಿ ಬಸವಣ್ಣ

ಸಾಮಾಜಿಕ ಕ್ರಾಂತಿಯ ಹರಿಕಾರನಾದ ಬಸವಣ್ಣ ಭಾರತ ಕಂಡ ಅತ್ಯಂತ ಶ್ರೇಷ್ಠ ಸಾಮಾಜೊ-ಧಾರ್ಮಿಕ ಸುಧಾರಕನೆಂಬುದು ನಿರ್ವಿವಾದದ ಸಂಗತಿ. ಅವರ ಸಮಕಾಲೀನ ಶರಣರು ಅವರ ಹಿರಿಮೆಯನ್ನು ಗುರುತಿಸಿದ್ದಾರೆ. ಅಲ್ಲಮಪ್ರಭು ಬಸವಣ್ಣನನ್ನು **"ಶಿವಸಮಯ ಪ್ರತಿಷ್ಠಾಚಾರ್ಯ"** ಎಂದು ಕರೆದಿದ್ದಾರೆ. ಚನ್ನಬಸವಣ್ಣ ಮತ್ತು ಸಿದ್ದರಾ ಮರ ದೃಷ್ಟಿಯಲ್ಲಿ ಅವರು **"ಪ್ರಥಮ ಗುರು"**. ವೀರಶೈವ ಕವಿಗಳು ರಚಿಸಿರುವ ಧಾರ್ಮಿಕ ಕೃತಿಗಳೆಲ್ಲವೂ **"ಬಸವಲಿಂಗಾಯ ನಮಃ"** ಎಂಬ ಪ್ರಾರ್ಥನೆಯೊಂದಿಗೆ ಪ್ರಾರಂಭವಾಗುತ್ತವೆ. **"ಅನಾದಿ ಪರಶಿವ ವೀರಶೈವ ಧರ್ಮವನ್ನು ಸ್ಥಾಪಿಸಲು ಬಸವನಾಗಿ ಜನಿಸಿದ"** ಎಂದು ಅಕ್ಕಮಹಾದೇವಿ ವರ್ಣಿಸಿದ್ದಾರೆ. ಮಡಿವಾಳ ಮಾಚಯ್ಯ ತನ್ನ ಒಂದು ವಚನದಲ್ಲಿ **"ಎತ್ತೆತ್ತ ನೋಡಿದರೆ ಅತ್ತತ್ತ ಬಸವನೆಂಬ ಬಳ್ಳಿ"** ಎಂದು ಬರೆದಿದ್ದಾರೆ.

ಬಸವಣ್ಣ ಅಪಾರ ಸಂಖ್ಯೆಯ ವಚನಗಳನ್ನು ರಚಿಸಿದ್ದಾರೆ. ಸರಳವಾದ ಬಾಷೆಯಲ್ಲಿರುವ ಈ ವಚನಗಳು ಕನ್ನಡ ಸಾಹಿತ್ಯವನ್ನು ಶ್ರೀಮಂತಗೊಳಿಸಿವೆ. ಖ್ಯಾತ ಸಂಶೋಧಕರರಾದ ಡಾ.ಚಿದಾನಂದಮೂರ್ತಿಯವರು ಬಸವಣ್ಣನನ್ನು ಕುರಿತು ಹೀಗೆ ಬರೆದಿದ್ದಾರೆ.

"ಬಸವಣ್ಣ ಬಹುಮುಖ ವ್ಯಕ್ತಿತ್ವದ ಅಪೂರ್ವ ವ್ಯಕ್ತಿ, ದೈವಭಕ್ತ, ಭಂಡಾರಿ, ಸಾಮಾಜಿಕ ಆಂದೋಲನಕಾರ, ಮಾನವತಾವಾದಿ, ಸಾಹಿತಿ, ಎಲ್ಲವೂ ಅವನಲ್ಲಿ ಮೇಳೈಸಿ ಅವನನ್ನು ಕರ್ನಾಟಕ ಮಾತ್ರವಲ್ಲದೆ ಭಾರತದ ಚರಿತ್ರೆಯಲ್ಲಿ ಚಿರಸ್ಥಾಯಿಗೊಳಿಸಿವೆ".

ಅನುಭವಮಂಟಪ

ಕಲ್ಯಾಣದಲ್ಲಿ ಅನುಭವಮಂಟಪದ ಸ್ಥಾಪನೆ ಬಸವಣ್ಣನ ಅತ್ಯಂತ ಮಹತ್ವದ ಸಾಧನೆ. ಅದು ಶ್ರೇಷ್ಠ ಶರಣ-ಶರಣೆಯರನ್ನು ಒಳಗೊಂಡ **ವೀರಶೈವ ಧರ್ಮದ ಸಂಸತ್** ಆಗಿತ್ತು. ವೀರಶೈವ ಧರ್ಮದ ಸಿದ್ಧಾಂತಗಳಲ್ಲಿ ನಂಬಿಕೆಯುಳ್ಳವ ರೆಲ್ಲರಿಗೂ ಅದನ್ನು ಸೇರಲು ಮುಕ್ತ ಅವಕಾಶವಿತ್ತು. ಸರ್ವ ಸಮಾನತೆ ತತ್ವಕ್ಕೆ ಅನುಭವಮಂಟಪದಲ್ಲಿ ಆದ್ಯತೆ ನೀಡಲಾಗಿತ್ತು.

ಅನುಭವಮಂಟಪದ ಕಾರ್ಯ ಕಲಾಪಗಳನ್ನು ಪ್ರಜಾಪ್ರಭುತ್ವದ ಮಾದರಿಯಲ್ಲಿ ನಡೆಸಲಾಗುತ್ತಿತ್ತು. ಮಹಾನ್ ಜ್ಞಾನಿಯಾಗಿದ್ದ ಅಲ್ಲಮಪ್ರಭು ಇಲ್ಲಿನ ಗೋಷ್ಠಿಗಳ ಅಧ್ಯಕ್ಷತೆ ವಹಿಸುತ್ತಿದ್ದರು. ಶ್ರೇಷ್ಠ ಶಿವಭಕ್ತರು ದೇಶದ ನಾನಾ ಭಾಗಗಳಿಂದ ಇಲ್ಲಿಗೆ ಆಗಮಿಸಿ ಆಧ್ಯಾತ್ಮ ಸಂಬಂಧದ ಗಹನವಾದ ಚರ್ಚೆಗಳಲ್ಲಿ ಪಾಲ್ಗೊಂಡರು. ಅಲ್ಲಿ ಲಿಂಗಭೇದವಿರಲಿಲ್ಲ, ಬ್ರಾಹ್ಮಣ-ಅಬ್ರಾಹ್ಮಣ ಎಂಬ ಭೇದವಿರಲಿಲ್ಲ, ಬಡವ-ಬಲ್ಲಿದ ಎಂಬ ಭೇದವಿರಲಿಲ್ಲ, ಪ್ರಾದೇಶಿಕ ಭಿನ್ನತೆಗಳಿರಲಿಲ್ಲ. ಅಲ್ಲಿದ್ದವರೆಲ್ಲರೂ ಶಿವಶರಣರೆಂಬ ಒಂದೇ ವರ್ಗದವರು.

ಅನುಭವ ಮಂಟಪದಲ್ಲಿ ಎಲ್ಲ ಸದಸ್ಯರಿಗೂ ತಮ್ಮ ಅಭಿಪ್ರಾಯಗಳನ್ನು ವ್ಯಕ್ತಪಡಿಸಲು ಮುಕ್ತವಾದ ಅವಕಾಶವಿತ್ತು. ವಾಕ್‌ಸ್ವಾತಂತ್ರ್ಯ ಮತ್ತು ಚಿಂತನ ಸ್ವಾತಂತ್ರ್ಯವನ್ನು ಗೌರವಿಸಲಾಗುತ್ತಿತ್ತು. ವೀರಶೈವ ಧರ್ಮಕ್ಕೆ ಸಂಬಂಧಿಸಿದ ಎಲ್ಲಾ ಮಹತ್ವದ ವಿಚಾರಗಳನ್ನು ಇಲ್ಲಿ ಚರ್ಚಿಸಲಾಗುತ್ತಿತ್ತು ಮತ್ತು ಒಟ್ಟಾಭಿಪ್ರಾಯದ ಆಧಾರದ ಮೇಲೆ ತೀರ್ಮಾನಗಳನ್ನು ಕೈಗೊಳ್ಳಲಾಗುತ್ತಿತ್ತು. ಶ್ರೇಷ್ಠ ಚಿಂತಕರ ಈ ಸಭೆಯಲ್ಲಿ ವೀರಶೈವ ಸಿದ್ಧಾಂತ ಒಂದು ಖಚಿತ ಸ್ವರೂಪ ಪಡೆಯಿತು. ಇದನ್ನು **'ವಚನಮಂಟಪ'**, **'ಮಹಾಮನೆ'** ಎಂದೂ ಕರೆಯಲಾಗಿದೆ. ಶತಮಾನಗಳಿಂದಲೂ ಹತ್ತಿಕ್ಕಲಾಗಿದ್ದ ಅಭಿವ್ಯಕ್ತಿ ಸ್ವಾತಂತ್ರ್ಯಕ್ಕೆ ಮೊದಲ ಬಾರಿಗೆ ಬಸವಣ್ಣನ ಮಹಾಮನೆಯಲ್ಲಿ ಪ್ರಾಮುಖ್ಯತೆ ಸಿಕ್ಕಿತು. ಅನುಭವಮಂಟಪವನ್ನು ಕುರಿತು **ಚನ್ನಪ್ಪ ಉತ್ತಂಗಿಯವರು** 1932ರಲ್ಲಿ ಒಂದು ಚಿಕ್ಕದಾದ ಆದರೆ ಅದ್ಭುತವಾದ ಕೃತಿಯನ್ನು ಪ್ರಕಟಿಸಿದ್ದಾರೆ. ಅವರು ಅನುಭವ ಮಂಟಪವನ್ನು **"ವೀರಶೈವ ಧರ್ಮದ ಹೃದಯ"** ಎಂದು ಕರೆದಿರುತ್ತಾರೆ.

ಅನುಭವಮಂಟಪ ಶ್ರೇಷ್ಠ ಅನುಭಾವಿ ಸಂತರ ಸಮಾವೇಶದ ಒಂದು ವೇದಿಕೆಯಾಗಿತ್ತು. ಅಲ್ಲಮಪ್ರಭು, ಚನ್ನಬಸವಣ್ಣ, ಸಿದ್ದರಾಮ, ಬಸವಣ್ಣ ಮೊದಲಾದವರು ಅದರ ಪ್ರಮುಖ ಸದಸ್ಯರಾಗಿದ್ದರು. ಎಲ್ಲರೂ ಬೌದ್ಧಿಕವಾಗಿ ದೈತ್ಯರು. ಅಕ್ಕಮಹಾದೇವಿ, ಮುಕ್ತಾಯಕ್ಕ, ನೀಲಲೋಚನೆ, ಗಂಗಾಂಬಿಕೆ ಮೊದಲಾದವರು ಅವರ ಪ್ರಮುಖ ಮಹಿಳಾ ಸದಸ್ಯರಾಗಿದ್ದರು. ಕೆಳವರ್ಗಗಳಿಗೆ ಸೇರಿದ ಸಮಗಾರ ಹರಳಯ್ಯ, ದೋಹರ ಕಕ್ಕಯ್ಯ, ಮಡಿವಾಳ ಮಾಚಯ್ಯ, ಮಾದಾರ ದೂಳಯ್ಯ, ಲಿಂಗಮ್ಮ, ಸತ್ಯಕ್ಕ, ತಿಮ್ಮವ್ವ ಮೊದಲಾದ ಸ್ತ್ರೀ, ಪುರುಷರು ಇಲ್ಲಿನ ಗೋಷ್ಠಿಗಳಲ್ಲಿ ಪ್ರಮುಖ ಪಾತ್ರವಹಿಸುತ್ತಿದ್ದರು. ಅವರೆಲ್ಲರೂ ವಚನಗಳನ್ನು ರಚಿಸುವ ಮೂಲಕ ಕನ್ನಡ ಭಾಷೆ ಮತ್ತು ಸಾಹಿತ್ಯವನ್ನು ಶ್ರೀಮಂತಗೊಳಿಸಿದ್ದಾರೆ.

ಬಸವಣ್ಣನ ಅಂತ್ಯ

ಬಸವಣ್ಣನವರ ಸಮಾಜ ಸುಧಾರಣೆ ಅದರಲ್ಲೂ ಅಸ್ಪೃಶ್ಯತೆ ಮತ್ತು ಜಾತಿ ಪದ್ಧತಿಯ ವಿರುದ್ಧ ಅವರ ಹೋರಾಟಕ್ಕೆ ಪಟ್ಟಭದ್ರ ಹಿತಾಸಕ್ತಿಗಳಿಂದ ತೀವ್ರ ವಿರೋಧ ಆರಂಭದಲ್ಲೇ ವ್ಯಕ್ತವಾಗಿತ್ತು. ಬ್ರಾಹ್ಮಣ ಪಾರಮ್ಯವನ್ನು ಅವರು ತಿರಸ್ಕರಿಸಿದ್ದು ಪುರೋಹಿತಶಾಹಿಯನ್ನು ಕೆರಳಿಸಿತ್ತು. ಅವರೆಲ್ಲರೂ ಬಸವಣ್ಣನ ವಿರುದ್ಧ ಪಿತೂರಿ ನಡೆಸಿದರು. ಸಾಮಾಜಿಕ ಸ್ವಾಸ್ಥ್ಯವನ್ನು ಕದಡುತ್ತಿದ್ದಾರೆ, ಖಜಾನೆಯ ಹಣವನ್ನು ಶರಣರ ದಾಸೋಹಕ್ಕೆ ದುರುಪಯೋಗ ಮಾಡಿಕೊಳ್ಳುತ್ತಿದ್ದಾರೆಂದು ಬಸವಣ್ಣನ ಮೇಲೆ ರಾಜನಿಗೆ ದೂರು ನೀಡಿದರು. ಎಲ್ಲಕ್ಕಿಂತ ಮುಖ್ಯವಾಗಿ ಬಸವಣ್ಣ **ಸಮಗಾರ ಹರಳಯ್ಯನ ಮಗ ಹಾಗೂ ಬ್ರಾಹ್ಮಣ ಮಧುವರಸನ ಮಗಳ ನಡುವೆ ಅಂತರ ಜಾತಿ ವಿವಾಹವನ್ನು ಏರ್ಪಡಿಸಿದ್ದು** ಕಲ್ಯಾಣದಲ್ಲಿ ಕೋಲಾಹಲಕ್ಕೆ ಕಾರಣವಾಯಿತು. ಸಂಪ್ರದಾಯ ನಿಷ್ಠರು ಈ ವಿವಾಹ ಶಾಸ್ತ್ರನಿಷಿದ್ಧವಾದುದು ಎಂದು ಕೂಗೆಬ್ಬಿಸಿ, ವರ್ಣಸಂಕರವನ್ನು ತಡೆಯುವಂತೆ ಬಿಜ್ಜಳನನ್ನು ಒತ್ತಾಯಿಸಿದರು. ಅಂತಹ ಸಂದರ್ಭಕ್ಕೆ ಕಾಯುತ್ತಿದ್ದವನಂತೆ ಬಿಜ್ಜಳ ತಪ್ಪಿತಸ್ಥರನ್ನು ಮರಣಶಿಕ್ಷೆಗೆ ಗುರಿಪಡಿಸಿದನು. ಇದರಿಂದ ಶರಣರೆಲ್ಲರೂ ಕುಪಿತರಾದರು. ಬಿಜ್ಜಳನನ್ನು ಹತ್ಯೆಮಾಡಲು ನಿರ್ಧರಿಸಿದರು. ಅದನ್ನು ಒಪ್ಪದ ಬಸವಣ್ಣ ಕೂಡಲಸಂಗಮಕ್ಕೆ ತೆರಳಿದರು. ಬಿಜ್ಜಳನ ರಾಜಕೀಯ ವಿರೋಧಿಗಳು ಇದರ ದುರ್ಲಾಭ ಪಡೆದರು. ಬಿಜ್ಜಳನ ಹತ್ಯೆಯಾಯಿತು. ಸಾಕಷ್ಟು ಸಂಖ್ಯೆಯಲ್ಲಿ ಶರಣರೂ ಹತರಾದರು, ಕಲ್ಯಾಣ ಅಶಾಂತಿಯ ಬೀಡಾಯಿತು. ಈ ಬೆಳವಣಿಗೆಯಿಂದಾಗಿ ನೊಂದ

ಬಸವಣ್ಣ ಕ್ರಿ.ಶ. 1167–68ರಲ್ಲಿ ಕೂಡಲಸಂಗಮದಲ್ಲಿ ಲಿಂಗೈಕ್ಯರಾದರು. ಅವರ ಹಠಾತ್ ನಿಧನ ಹಾಗೂ ಕಲ್ಯಾಣದ ವಿಪ್ಲವದಿಂದಾಗಿ ಬಸವಣ್ಣ ಬಹಳ ಎಚ್ಚರಿಕೆಯಿಂದ ರೂಪಿಸಿದ್ದ ಹೊಸ ಸಾಮಾಜಿಕ ವ್ಯವಸ್ಥೆ ಕುಸಿಯಿತು. ಶರಣರೆಲ್ಲರು ಚದುರಿ ಹೋದರು.

ಬಸವಣ್ಣ ಎಷ್ಟು ವರ್ಷ ಜೀವಿಸಿದ್ದರು ಎಂಬುದನ್ನು ನಿರ್ದಿಷ್ಟವಾಗಿ ಹೇಳುವುದು ಸಾಧ್ಯವಾಗಿಲ್ಲ. ಡಾ.ಪಿ.ಬಿ.ದೇಸಾಯ್ ಅವರು ಬಸವಣ್ಣ 1132ರಿಂದ 1168ರವರೆಗೆ 36 ವರ್ಷಗಳ ಕಾಲ ಜೀವಿಸಿದ್ದರು ಎಂಬ ಸಾಂಪ್ರದಾಯಿಕ ನಂಬಿಕೆಯನ್ನು ವಿರೋಧಿಸಿದ್ದಾರೆ. ಅವರ ಪ್ರಕಾರ ಬಸವಣ್ಣ 60ಕ್ಕೂ ಹೆಚ್ಚು ವರ್ಷ ಜೀವಿಸಿದ್ದರು. ಮೊದಲ 16 ವರ್ಷಗಳ ಕಾಲ ಬಾಗೇವಾಡಿಯಲ್ಲೂ, ನಂತರದ 12 ವರ್ಷ ಕೂಡಲಸಂಗಮದಲ್ಲೂ, ಅನಂತರ 21 ವರ್ಷಗಳ ಕಾಲ ಬಿಜ್ಜಳನ ಮಂಗಳವಾಡದಲ್ಲೂ ಹಾಗೂ ಅಂತಿಮವಾಗಿ 15 ವರ್ಷಗಳ ಕಾಲವನ್ನು ಕಲ್ಯಾಣ ನಗರದಲ್ಲಿ ಧರ್ಮ ಪ್ರಚಾರದಲ್ಲಿ ಕಳೆದರು. ಹೀಗೆ ಬಸವಣ್ಣ 60 ವರ್ಷಕ್ಕೂ ಸ್ವಲ್ಪ ಹೆಚ್ಚು ಕಾಲ ಜೀವಿಸಿದ್ದಿರಬೇಕೆಂದು ಡಾ.ದೇಸಾಯ್ ಅಭಿಪ್ರಾಯಪಟ್ಟಿದ್ದಾರೆ.

ಬಸವಣ್ಣ ಶ್ರೇಷ್ಠ ದಾರ್ಶನಿಕ, ಸಂತ ಹಾಗೂ ಸಮಾಜ ಸುಧಾರಕ. ಧಾರ್ಮಿಕ ಕ್ಷೇತ್ರದಲ್ಲಿ ಒಂದು ದೊಡ್ಡ ಕ್ರಾಂತಿಯನ್ನು ಹುಟ್ಟು ಹಾಕಿದ ಅವರನ್ನು **"ಕರ್ನಾಟಕದ ಮಾರ್ಟಿನ್ ಲೂಥರ್"** ಎಂದು ಕರೆಯಲಾಗಿದೆ. ಅವರು ಬೋಧಿಸಿದ ತತ್ವಗಳು ಸಾರ್ವಕಾಲಿಕವಾದವು. ಅಂದಿನಂತೆ ಇಂದಿಗೂ ಅವುಗಳು ಪ್ರಸ್ತುತವಾಗಿವೆ. ಜೀವಾತ್ಮ ಮತ್ತು ಪರಮಾತ್ಮನ ನಡುವೆ ಪುರೋಹಿತರ ಮಧ್ಯಸ್ಥಿಕೆಗೆ ಅವರು ಅವಕಾಶ ನೀಡಲಿಲ್ಲ. ವ್ಯಕ್ತಿ ತಾನು ಮಾಡಬೇಕಾದ ಲಿಂಗಪೂಜೆಯನ್ನು ತಾನೇ ಮಾಡಬೇಕೆ ವಿನಃ ಬೇರೊಬ್ಬರಿಂದ ಮಾಡಿಸಲಾಗದು. ತನ್ನ ಮೋಕ್ಷ ಸಾಧನೆಗೆ ತಾನೇ ಪ್ರಯತ್ನಿಸಬೇಕು. ಭಗವಂತನ ಪೂಜೆಗೆ ಒಳ್ಳೆಯ ಸಮಯ ಎಂಬುದಿಲ್ಲ. ಇಳಿವಯಸ್ಸಿಗೆ ಕಾಯದೆ ವ್ಯಕ್ತಿ ಸದೃಢವಾಗಿದ್ದಾಗಲೇ ಲಿಂಗಪೂಜೆಯನ್ನು ಮಾಡಬೇಕು. **"ಎಮ್ಮವರು ಬೆಸಗೊಂಡರೆ ಶುಭಲಗ್ನವೆನ್ನಿರಯ್ಯ"** ಎಂದು ಹೇಳಿದ ಅವರು ಪರಶಿವನ ಆರಾಧನೆಗೆ ಎಲ್ಲ ಸಮಯವೂ ಶ್ರೇಷ್ಠ ಎಂದು ಹೇಳಿದರು. ಬಸವಣ್ಣ ಆರಂಭಿಸಿದ **"ಜ್ಞಾನಾನ್ನ ದಾಸೋಹ"** ಕಾರ್ಯವನ್ನು ಇಂದಿಗೂ ಹಲವು ವೀರಶೈವ ಮಠಗಳು ನಡೆಸಿಕೊಂಡು ಹೋಗುತ್ತಿರುವುದು ಗಮನಾರ್ಹವಾಗಿದೆ.

ಮಧ್ವಾಚಾರ್ಯರು (1238–1317)

ಬಾಲ್ಯಜೀವನ : ಬಸವೇಶ್ವರರಂತೆ ಮಧ್ವಾಚಾರ್ಯರೂ ಕನ್ನಡದ ನೆಲದಲ್ಲಿ ಜನಿಸಿದವರು. ಅವರು ಉಡುಪಿಯ ಸಮೀಪದ ಪಾಜಕ (ಬಳ್ಳೆ) ಎಂಬ ಗ್ರಾಮದಲ್ಲಿ 1238ರಲ್ಲಿ ಜನಿಸಿದರು. ನಾರಾಯಣ ಪಂಡಿತ ಅವರ **"ಮಾಧ್ವ ವಿಜಯಂ"** ಮತ್ತು **"ಮಣಿಮಂಜರಿ"** ಎಂಬ ಕೃತಿಗಳು ಮಧ್ವಾಚಾರ್ಯರ ಬದುಕು ಮತ್ತು ಬೋಧನೆಗಳ ಬಗ್ಗೆ ಮಾಹಿತಿಯನ್ನು ಒಳಗೊಂಡಿವೆ. ತುಳು ಬ್ರಾಹ್ಮಣರಾದ ನುಡುವಂತಿಲ್ಲಾಯ (ಮಧ್ಯಗೇಹ ಭಟ್ಟ) ಮತ್ತು ವೇದವತಿ ಅವರ ತಂದೆ ಮತ್ತು ತಾಯಿ. **ಮಧ್ವರ ಬಾಲ್ಯದ ಹೆಸರು ವಾಸುದೇವ,** ಮಾಧ್ವ ಪರಂಪರೆಯಲ್ಲಿ ಅವರನ್ನು ವಾಯುವಿನ ಅವತಾರವೆಂದು ಪರಿಗಣಿಸಲಾಗಿದೆ. ಮಧ್ವರೇ ತಮ್ಮ ಕೃತಿಗಳಲ್ಲಿ ತಾವು ವಾಯುವಿನ ಮೂರನೇ ಅವತಾರವೆಂದು ಹೇಳಿಕೊಂಡಿದ್ದಾರೆ. ಹನುಮಾನ್ ಮತ್ತು ಭೀಮ ವಾಯಿವಿನ ಮೊದಲ ಹಾಗೂ ಎರಡನೇ ಅವತಾರ. ಅವರ ಅಪಾರವಾದ ದೈಹಿಕ ಶಕ್ತಿಯ ಬಗ್ಗೆ ಹಲವಾರು ದಂತ ಕಥೆಗಳಿವೆ. ಅಂತಹ ಒಂದು ಕಥೆ 13ನೇ ಶತಮಾನದ ಸಂಸ್ಕೃತದ ಒಂದು ಶಾಸನದಲ್ಲಿ ಪ್ರಸ್ತಾಪವಾಗಿದೆ. ಅದರ ಪ್ರಕಾರ ಮೂಡಿಗೆರೆ ತಾಲ್ಲೂಕಿನ ಮಾವಿನಕೆರೆ ಸಮೀಪ ತುಂಗಾ ನದಿಗೆ ಅಡ್ಡಲಾಗಿ ಹಾಕಲಾಗಿರುವ ಒಂದು ದೊಡ್ಡ ಬಂಡೆಯನ್ನು ಮಾಧ್ವರು ಒಂದೇ ಕೈಯಿಂದ ತಂದು ಹಾಕಿದರೆಂದು, ಊರಿನ ಜನರೆಲ್ಲರಿಂದ ಸಾಧ್ಯವಾಗದಿದ್ದ ಕಾರ್ಯವನ್ನು ಮಧ್ವರೊಬ್ಬರೆ ಸುಲಭವಾಗಿ ಮಾಡಿದವರೆಂದು ಈ ಶಾಸನದಲ್ಲಿ ಹೇಳಲಾಗಿದೆ.

ಬಾಲ್ಯದಲ್ಲೇ ಅಸಾಧಾರಣ ಬುದ್ಧಿವಂತರಾಗಿದ್ದ ಮಧ್ವರು ಹುಟ್ಟೂರಿನಲ್ಲೇ ಪ್ರಾರಂಭಿಕ ಶಿಕ್ಷಣ ಪಡೆದರು. ಅನಂತರ ಉಡುಪಿಗೆ ತೆರಳಿ ಅದ್ವೈತಿಗಳಾಗಿದ್ದ **ಗುರು ಅಚ್ಯುತಪ್ರೇಕ್ಷಾಚಾರ್ಯ**ರ ಬಳಿ ವೇದಾಧ್ಯಯನ ಕೈಗೊಂಡರು. ಅಚ್ಯುತಪ್ರೇಕ್ಷರು ಮಧ್ವರಿಗೆ ಸನ್ಯಾಸ ದೀಕ್ಷೆ ನೀಡಿ **"ಆನಂದತೀರ್ಥ"** ಎಂಬ ಹೆಸರು ನೀಡಿದರು. ರಾಮಾನುಚಾರ್ಯರು ಹೇಗೆ ಅದ್ವೈತ ಗುರುಗಳಾದ ಕಂಚಿಯ ಯಾದವಪ್ರಕಾಶರೊಂದಿಗೆ ತಾತ್ವಿಕ ಭಿನ್ನಾಭಿಪ್ರಾಯ ಹೊಂದಿದ್ದರೊ ಹಾಗೆಯೇ ಮಧ್ವಾಚಾರ್ಯರೂ ತಮ್ಮ ಗುರು ಅಚ್ಯುತಪ್ರೇಕ್ಷಾಚಾರ್ಯರೊಂದಿಗೆ ತಾತ್ವಿಕ ಭಿನ್ನಾಭಿಪ್ರಾಯ ಬೆಳಸಿಕೊಂಡರು. ಆದರೆ ಗುರುಗಳು ಮಧ್ವರ ಸ್ವತಂತ್ರ ಚಿಂತನೆಯನ್ನು ಪ್ರೋತ್ಸಾಹಿಸಿದರು ಮತ್ತು ಮುಂದೆ ಅವರೂ ಮಾಧ್ವರ ಅನುಯಾಯಿಯಾದರು.

ದೇಶಸಂಚಾರ

ಮಧ್ವರು ಶಿಕ್ಷಣ ಮುಗಿದ ನಂತರ ತಮ್ಮ ಸ್ವತಂತ್ರವಾದ ದ್ವೈತ ಸಿದ್ಧಾಂತವನ್ನು ಪ್ರಚಾರ ಮಾಡಲು ದೇಶಾದ್ಯಂತ ಕಾಲ್ನಡಿಗೆಯಲ್ಲಿ ವ್ಯಾಪಕ ಪ್ರವಾಸ ಕೈಗೊಂಡರು. ಈ ಪ್ರವಾಸದ ಕಾಲದಲ್ಲಿ ಹಲವಾರು ಅದ್ವೈತ ವಿದ್ವಾಂಸರನ್ನು ವಾದದಲ್ಲಿ ಸೋಲಿಸಿ ತಮ್ಮ ಸಿದ್ಧಾಂತದತ್ತ ಸೆಳೆದುಕೊಂಡರು. ಕಳಿಂಗದ ರಾಜಪ್ರತಿನಿಧಿಗಳಾಗಿದ್ದ ನರಹರಿತೀರ್ಥರನ್ನು ದ್ವೈತ ಧರ್ಮಕ್ಕೆ ಪರಿವರ್ತಿಸಿದರು. ಈ **ನರಹರಿತೀರ್ಥ**ರ ಪೂರ್ವಾಶ್ರಮದ ಹೆಸರು ಶಾಮಶಾಸ್ತ್ರಿ. ಅವರು ಕಳಿಂಗದ ಪೂರ್ವ ಗಂಗ ವಂಶದ ಬಾಲಕ ದೊರೆ ಎರಡನೇ ನರಸಿಂಹನ ರಾಜಪ್ರತಿನಿಧಿಯಾಗಿದ್ದರು. ಅವರು ವೈಷ್ಣವ ಧರ್ಮ ಸ್ವೀಕರಿಸಿ ಒರಿಸ್ಸಾ ಹಾಗೂ ಆಂಧ್ರ ಭಾಗದಲ್ಲಿ ದ್ವೈತ ಧರ್ಮವನ್ನು ಪ್ರಚಾರ ಮಾಡಿದರು. ಅದ್ವೈತ ವಿದ್ವಾಂಸರಾಗಿದ್ದ **ಶೋಬನ ಶಾಸ್ತ್ರಿ** ವಾದದಲ್ಲಿ ಸೋತು ಮಧ್ವರ ಅನುಯಾಯಿಗಳಾದರು. ಶೃಂಗೇರಿ ಶಾರದಾ ಪೀಠದ ಮುಖ್ಯಸ್ಥರನ್ನು ವಾದದಲ್ಲಿ ಸೋಲಿಸಿದರು. ಈ ಕಾರಣದಿಂದ ಕುಪಿತರಾದ ಹಾಗೂ ಮಧ್ವರ ದ್ವೈತ ಸಿದ್ಧಾಂತದ ಏಳಿಗೆಯನ್ನು ಸಹಿಸದ ಕೆಲವು ಅದ್ವೈತಿಗಳು ಮಧ್ವರ ಹತ್ಯೆಗೆ ಪ್ರಯತ್ನಿಸಿದರೆಂದು, ಆದರೆ ಅವರ ಪ್ರಯತ್ನ ವಿಫಲವಾಯಿತು ಎಂದು ಹೇಳಲಾಗಿದೆ. ಆದಾಗ್ಯೂ ಮಧ್ವರ ಕೃತಿಗಳ ಹಸ್ತಪ್ರತಿಗಳನ್ನು ಕಾಸರಗೋಡಿನ ಸಮೀಪ ಸುಟ್ಟು ಹಾಕಿದರೆಂದು, ಅಲ್ಲಿನ ರಾಜ ಜಯಸಿಂಹನು ಉಳಿದ ಹಸ್ತಪ್ರತಿಗಳನ್ನು ಮಧ್ವರಿಗೆ ಹಿಂದಿರುಗಿಸಿದನೆಂದು ಹೇಳಲಾಗಿದೆ. ಮಧ್ವರು ಬಹುತೇಕ ದಕ್ಷಿಣ ಭಾರತದ ಪುಣ್ಯ ಕ್ಷೇತ್ರಗಳಾದ ರಾಮೇಶ್ವರ, ಕಂಚಿ, ಶ್ರೀರಂಗಂ ಮೊದಲಾದವನ್ನು ಸಂದರ್ಶಿಸಿದರು. ಒಟ್ಟು ಮಧ್ವರು ಎರಡು ಬಾರಿ ದೇಶ ಪರ್ಯಟನೆ ನಡೆಸಿದರು. ಬದರಿ, ಹರಿದ್ವಾರ, ಕಾಶಿಗಳನ್ನು ಸಂದರ್ಶಿಸಿದರು ಅವರು ಉತ್ತರದ ಯಾತ್ರೆ ಕೈಗೊಂಡಾಗ ಡೆಲ್ಲಿಯಲ್ಲಿ ಗುಲಾಮ ಸಂತತಿಯ ಬಲ್ಬನ್ ಸುಲ್ತಾನನಾಗಿದ್ದನು. ಬದರಿಕಾಶ್ರಮದಲ್ಲಿ ಅವರು ವೇದವ್ಯಾಸರ ದರ್ಶನ ಪಡೆದರು ಮತ್ತು ಅವರ ಪ್ರೇರಣೆಯಂತೆ ತಮ್ಮ ಮಹತ್ವದ **ಬ್ರಹ್ಮಸೂತ್ರ ಭಾಷ್ಯ**ವನ್ನು ರಚಿಸಿದರು.

ಅಷ್ಟ ಮಠಗಳ ಸ್ಥಾಪನೆ

ಮಧ್ವರು ದ್ವಾರಕೆಯಿಂದ ಹಿಂದಿರುಗುವಾಗ ತಮ್ಮೊಂದಿಗೆ ಶ್ರೀಕೃಷ್ಣ ಮತ್ತು ಬಲರಾಮರ ವಿಗ್ರಹಗಳನ್ನು ತೆಗೆದುಕೊಂಡು ಬಂದರು. ಶ್ರೀಕೃಷ್ಣನ ವಿಗ್ರಹವನ್ನು ಉಡುಪಿಯಲ್ಲೂ ಮತ್ತು ಬಲರಾಮನ ವಿಗ್ರಹವನ್ನು ಮಲ್ಪೆಯಲ್ಲೂ ಪ್ರತಿಷ್ಠಾಪಿಸಿದರು. ಉಡುಪಿಯಲ್ಲಿ ಶ್ರೀಕೃಷ್ಣನ ವಿಗ್ರಹದೊಂದಿಗೆ ಕೃಷ್ಣ ಮಠವನ್ನು ಸ್ಥಾಪಿಸಿದರು. ಶ್ರೀಕೃಷ್ಣನ ಪೂಜೆಗೆ ತಮ್ಮ 8 ಮಂದಿ ಸನ್ಯಾಸಿ ಶಿಷ್ಯರನ್ನು ನೇಮಿಸಿದರು. ಮುಂದೆ ಅವರೆ ಅಷ್ಟ ಮಠದ ಯತಿಗಳೆಂದು ಪ್ರಖ್ಯಾತರಾದರು. ಅವರಿಂದ ಸ್ಥಾಪನೆಯಾದ ಎಂಟು ಮಠಗಳು **ಪಲಿಮಾರು ಮಠ, ಅದಮಾರು ಮಠ, ಕೃಷ್ಣಾಪುರ ಮಠ, ಪುತ್ತಿಗೆ ಮಠ, ಶಿರೂರು ಮಠ, ಸೋದೆ ಮಠ, ಕಾಣಿಯೂರು ಮಠ, ಹಾಗೂ ಪೇಜಾವರ ಮಠ**. ಈ ಎಂಟು ಶಿಷ್ಯರು ಶ್ರೀಕೃಷ್ಣನ ಪೂಜಾ ಕಾರ್ಯವನ್ನು ಎರಡು ತಿಂಗಳಿಗೊಬ್ಬರಂತೆ ಪರ್ಯಾಯದಂತೆ ನಡೆಸಬೇಕೆಂಬ ನಿಯಮವನ್ನು ಮಾಡಿದರು. ಮುಂದೆ ಮಧ್ವರ ಅನುಯಾಯಿಗಳಾದ ವಾದಿರಾಜರ ಕಾಲದಲ್ಲಿ ಈ ಪರ್ಯಾಯ ವ್ಯವಸ್ಥೆಯನ್ನು ಎರಡು ವರ್ಷಗಳಿಗೆ ಬದಲಾಯಿಸಲಾಯಿತು. ಇಂದಿಗೂ ಈ ಪರ್ಯಾಯ ವ್ಯವಸ್ಥೆ ಮುಂದುವರಿಯುತ್ತಿದೆ. ಮಧ್ವರು ದ್ವೈತ ಸಿದ್ಧಾಂತವನ್ನು ದೇಶಾದ್ಯಂತ ಜನಪ್ರಿಯಗೊಳಿಸಿ ತಮ್ಮ 79ನೇ ವಯಸ್ಸಿನಲ್ಲಿ 1317ರಲ್ಲಿ ಬದರಿಕಾಶ್ರಮದಲ್ಲಿ ಮರಣಹೊಂದಿದರು.

ದ್ವೈತ ಸಿದ್ಧಾಂತ

ವೈದಿಕ ಧರ್ಮಗ್ರಂಥಗಳನ್ನು ಅಸಮರ್ಪಕವಾಗಿ ಅರ್ಥಮಾಡಿಕೊಳ್ಳಲಾಗಿದೆ ಎಂದು ಭಾವಿಸಿದ ಮಧ್ವರು ತಮ್ಮದೇ ಹೊಸ ಸಿದ್ಧಾಂತವನ್ನು ಮಂಡಿಸಿದರು. ಮಧ್ವಾಚಾರ್ಯರು ಪ್ರತಿಪಾದಿಸಿದ ನೂತನ ಸಿದ್ಧಾಂತವು **ದ್ವೈತ ಸಿದ್ಧಾಂತ**ವೆಂದು ಕರೆಯಲ್ಪಟ್ಟಿದೆ. ಈ ದ್ವೈತ ಸಿದ್ಧಾಂತ ಅಥವಾ ವೇದಾಂತವು ಶಂಕರರ ಹಾಗೂ ರಾಮಾನುಜರ ಅದ್ವೈತ ಮತ್ತು ವಿಶಿಷ್ಟಾದ್ವೈತ ಸಿದ್ಧಾಂತಗಳಿಗಿಂತ ಭಿನ್ನವಾಗಿದೆ. ದ್ವೈತವೆಂದರೆ ಎರಡು, ಒಂದಲ್ಲದ್ದು. ಜೀವಾತ್ಮ ಮತ್ತು ಪರಮಾತ್ಮ ಒಂದೇ ಎಂಬ ಶಂಕರರ ವಾದವನ್ನು ಮಧ್ವರು ತಿರಸ್ಕರಿಸಿದರು. ಅವರ ಪ್ರಕಾರ ಜೀವಾತ್ಮ ಮತ್ತು ಪರಮಾತ್ಮ ಎರಡೂ ಪ್ರತ್ಯೇಕವಾದವು. ಪರಮಾತ್ಮ ಅಪರಿಮಿತ ಶಕ್ತಿಯನ್ನು ಹೊಂದಿರುವವನು, ಅವನು ಸ್ವತಂತ್ರನು. ಜೀವಾತ್ಮ ಮತ್ತು ವಿಶ್ವವು ಪರತಂತ್ರವಾದುದು ಮತ್ತು ಪರಮಾತ್ಮನ ಅಧೀನವಾದುದು. ಅಸ್ವತಂತ್ರನಾದ ಹಾಗೂ ಮಿತಶಕ್ತಿಯ ಜೀವಾತ್ಮ ಪರಮಾತ್ಮನೊಂದಿಗೆ ಸಮಾನತೆಯನ್ನು ಪಡೆಯುವುದು ಸಾಧ್ಯವಿಲ್ಲ. ಮೋಕ್ಷ ಅಥವಾ ಮುಕ್ತಿಯಲ್ಲೂ ಈ ಪ್ರತ್ಯೇಕತೆ ಉಳಿದಿರುತ್ತದೆ. ಜೀವಾತ್ಮ ಮತ್ತು ಪರಮಾತ್ಮನ ಏಕತೆ ಸಾಧ್ಯವೇ ಇಲ್ಲ. ಆದರೆ ಮೋಕ್ಷದಲ್ಲಿ ಜೀವಾತ್ಮನು ಪರಮಾತ್ಮನ ಅನುಗ್ರಹದ ಪರಮ ಸುಖವನ್ನು ಅನುಭವಿಸುತ್ತಾನೆ.

ಮಧ್ವರ ಪ್ರಕಾರ ವಿಷ್ಣು ಅಥವಾ ಹರಿಯೇ ಪರಬ್ರಹ್ಮ, ಅವನೇ ಸರ್ವೋತ್ತಮನು, ದೋಷ ರಹಿತನು, ಸಚ್ಚಿದಾನಂದ

ಸ್ವರೂಪನು, ಸರ್ವಾಂತರ್ಯಾಮಿಯೂ ಹಾಗೂ ನಿತ್ಯನು. ಅವನೇ ಸೃಷ್ಟಿ, ಸ್ಥಿತಿ ಮತ್ತು ಲಯಕ್ಕೆ ಕಾರಣಕರ್ತನು. ವೇದೋಪನಿಷತ್ತುಗಳಲ್ಲಿ ವರ್ಣಿಸಲ್ಪಟ್ಟಿರುವ ಪರಬ್ರಹ್ಮನು ಈತನೆ. ಮಧ್ವರು ಜೀವಾತ್ಮ ಮತ್ತು ಪರಮಾತ್ಮನ ಸಂಬಂಧವನ್ನು ಸೇವಕ ಮತ್ತು ಯಜಮಾನನ ಸಂಬಂಧಕ್ಕೆ ಹೋಲಿಸಿದ್ದಾರೆ. ಹೇಗೆ ಸೇವಕನು ಯಜಮಾನನೊಂದಿಗೆ ಸಮಾನತೆ ಪಡೆಯಲು ಸಾಧ್ಯವಿಲ್ಲವೋ ಹಾಗೆಯೇ ಜೀವಾತ್ಮನು ಪರಮಾತ್ಮನೊಂದಿಗೆ ಸಮಾನತೆ ಪಡೆಯುವುದು ಸಾಧ್ಯವಿಲ್ಲ.

ಮಧ್ವರು ಶಂಕರರ ಮಾಯಾವಾದವನ್ನು ತಿರಸ್ಕರಿಸಿದರು. ಅವರ ಪ್ರಕಾರ ಈ ವಿಶ್ವವು ಮಾಯೆಯಲ್ಲ ಸತ್ಯವಾದುದು, ಅದು ಪರಮಾತ್ಮನ ಸೃಷ್ಟಿ ಹಾಗೂ ಅವನ ಅಧೀನವಾದುದು. ಮಧ್ವರು ಪಂಚಭೇದಗಳ ಕಲ್ಪನೆಯನ್ನು ಮುಂದಿಟ್ಟಿದ್ದಾರೆ. ಅವುಗಳು 1) ಪರಮಾತ್ಮ ಮತ್ತು ಜೀವಾತ್ಮರ ಭೇದ 2) ಪರಮಾತ್ಮ ಮತ್ತು ಜಗತ್ತು ಅಥವಾ ಜಡವಸ್ತು ಭೇದ 3) ಜೀವಾತ್ಮ ಮತ್ತು ಜಡವಸ್ತು ಭೇದ 4) ಜೀವಾತ್ಮರುಗಳ ನಡುವಿನ ಭೇದ ಹಾಗೂ 5) ಜಡವಸ್ತುಗಳ ನಡುವಿನ ಭೇದ. ಈ ಐದು ಬಗೆಯ ಭೇದಗಳು ನಿತ್ಯವು, ನಿರಂತರವೂ ಆದವುಗಳು. ಆದ್ದರಿಂದ ಈ ಜಗತ್ತು ಶಂಕರರು ಹೇಳುವಂತೆ ಕೇವಲ ಮಾಯೆಯಲ್ಲ.

ಭಕ್ತಿಮಾರ್ಗಕ್ಕೆ ಆದ್ಯತೆ

ಮಧ್ವರು ಮೋಕ್ಷಸಾಧನೆಗೆ ಭಕ್ತಿಮಾರ್ಗಕ್ಕೆ ಆದ್ಯತೆ ನೀಡಿದರು ಮತ್ತು ಗುರುವಿನ ಅಗತ್ಯವನ್ನು ಒತ್ತಿ ಹೇಳಿದರು. ಮಧ್ವರ ಸಿದ್ಧಾಂತದಲ್ಲಿ ಭಕ್ತಿಗೆ ಪರಮೋಚ್ಛ ಸ್ಥಾನ ನೀಡಲಾಗಿದೆ. ಸಂಸಾರ ಬಂಧನದಿಂದ ಬಿಡುಗಡೆ ಪಡೆಯಲು ಭಕ್ತಿಯೇ ಸಾಧನ. ಭಗವಂತನನ್ನು ಮರೆತು ಈ ಜಗತ್ತಿನಲ್ಲಿ ಮಾತ್ರ ಆಸಕ್ತನಾಗಿರುವುದಾಗಲಿ ಅಥವಾ ಜಗತ್ತಿನ ಬಗ್ಗೆ ತನ್ನ ಕರ್ತವ್ಯವನ್ನು ಕಡೆಗಣಿಸಿ ಕೇವಲ ಧಾರ್ಮಿಕ ಜೀವನ ನಡೆಸುತ್ತಾ ಭಕ್ತಿ ಮಾಡುವುದಾಗಲಿ ಸಾಧುವಲ್ಲ. ಈ ಜಗತ್ತಿನ ಬಗ್ಗೆ ನಮ್ಮ ಕರ್ತವ್ಯವನ್ನು ಶ್ರದ್ಧೆಯಿಂದ ನಿರ್ವಹಿಸಬೇಕು. **"ನಿನ್ನ ಕರ್ತವ್ಯವನ್ನು ನೀನು ಮಾಡು, ಅದಕ್ಕೆ ಪ್ರತಿಫಲವಾಗಿ ದೊರೆಯುವ ಫಲವನ್ನು ಅನುಭವಿಸು. ನಿನ್ನ ಕರ್ತವ್ಯ ಮಾಡುವಾಗ ಮತ್ತು ಅದರ ಫಲವನ್ನು ಅನುಭವಿಸುವಾಗ ಸರ್ವೋತ್ತಮನಾದ ಹರಿಯ ಪಾದಗಳಲ್ಲಿ ಮನಸ್ಸನ್ನು ಕೇಂದ್ರೀಕರಿಸು"** ಎಂದು ಮಾಧ್ವರು ಹೇಳಿದ್ದಾರೆ. ಮಧ್ವರು **"ಮಹಾಭಾರತ ತಾತ್ಪರ್ಯ ನಿರ್ಣಯ"** ದಲ್ಲಿ ಭಕ್ತಿಯ ಬಗ್ಗೆ ಹೀಗೆ ಬರೆದಿದ್ದಾರೆ. **"ಮಹಾತ್ಮ್ಯ ಜ್ಞಾನ ಪೂರ್ವಸ್ತು ಸದೃಢ ಸರ್ವತೋಧಿಕಃ ಸ್ನೇಹೋಭಕ್ತಿರಿತಿ ಪ್ರೋಕ್ತಃ"**. ಭಕ್ತಿ ಎಂದರೆ ದೃಢವಾದ ಸ್ನೇಹ. ಈ ಸ್ನೇಹವು ಇತರ ವಸ್ತುಗಳ ಮೇಲಿನ ಸ್ನೇಹಕ್ಕೆ ಮಿಗಿಲಾಗಿರಬೇಕು ಮತ್ತು ಮಹಾತ್ಮ್ಯ ಜ್ಞಾನ ಪೂರ್ವಕವಾಗಿಬೇಕು. ಅಂದರೆ ಭಕ್ತಿಯಲ್ಲಿ ಜ್ಞಾನ ಹಾಗೂ ಪ್ರೀತಿ ಸಮ್ಮಿಳಿತಗೊಂಡಿರಬೇಕು. ಅಂತಹ ಭಕ್ತಿ ಇದ್ದಾಗಲೇ ಭಗವಂತನನ್ನು ಏಕಾಗ್ರತೆಯಿಂದ ಧ್ಯಾನಮಾಡುವುದು ಸಾಧ್ಯವಾಗುತ್ತದೆ. ಇಂತಹ ಭಕ್ತಿ ಕೇವಲ ಮೋಕ್ಷ ಸಾಧನೆಗೆ ಮಾತ್ರವಲ್ಲದೆ ಇಹಲೋಕದಲ್ಲಿ ನೆಮ್ಮದಿಯ ಜೀವನ ನಡೆಸಲೂ ಅಗತ್ಯವಾಗಿದೆ ಎಂದು ಮಧ್ವರು ಪ್ರತಿಪಾದಿಸಿದರು. ಭಕ್ತಿಯಿಲ್ಲದಿದ್ದರೆ ಕರ್ಮದಿಂದಾಗಲಿ ಅಥವಾ ಜ್ಞಾನದಿಂದಾಗಲಿ ಯಾವುದೇ ಪ್ರಯೋಜನವಾಗುವುದಿಲ್ಲ ಎಂದು ಹೇಳಿದರು. ಮಧ್ವರು ಹರಿ ಅಥವಾ ವಿಷ್ಣು ಸರ್ವೋತ್ತಮನೆಂದು ಹೇಳಿದರೂ ಕೂಡ ಇತರ ದೇವರುಗಳ ಆರಾಧನೆಯನ್ನು ಖಂಡಿಸಲಿಲ್ಲ. ಅವರ ಪ್ರಕಾರ ಶಿವ ಸೇರಿದಂತೆ ಇತರ ದೇವರುಗಳು ಹರಿಯ ನಂತರದ ಸ್ಥಾನದಲ್ಲಿರುವವರು.

ಮಧ್ವರ ಕೃತಿಗಳು

ಮಧ್ವರು ಸಂಸ್ಕೃತ ಭಾಷೆಯಲ್ಲಿ ಅಪಾರ ಪಾಂಡಿತ್ಯ ಪಡೆದಿದ್ದರು. ವೈದಿಕ ಗ್ರಂಥಗಳಾದ ವೇದಗಳು, ಉಪನಿಷತ್ತುಗಳು ಹಾಗೂ ಭಗವದ್ಗೀತೆಯ ಬಗ್ಗೆ ಅವರ ಅರಿವು ಆಗಾಧವಾಗಿತ್ತು. ಅವರು ಸಂಸ್ಕೃತದಲ್ಲಿ ರಚಿಸಿರುವ 37 ಕೃತಿಗಳು ಲಭ್ಯವಾಗಿವೆ. ಅವುಗಳಲ್ಲಿ ಮುಖ್ಯವಾದವು **ಬ್ರಹ್ಮಸೂತ್ರಭಾಷ್ಯ, ಗೀತಭಾಷ್ಯ, ಗೀತತಾತ್ಪರ್ಯ ನಿರ್ಣಯ, ಮಹಾಭಾರತ ತಾತ್ಪರ್ಯ ನಿರ್ಣಯ, ಭಾಗವತ ತಾತ್ಪರ್ಯ ನಿರ್ಣಯ, ಮಾಯವಾದ ಖಂಡನೆ** ಮೊದಲಾದವು.

ಮಾಧ್ವ ಮತದ ಜನಪ್ರಿಯತೆ

ಮಧ್ವರು ಪ್ರತಿಪಾದಿಸಿದ ದ್ವೈತ ಸಿದ್ಧಾಂತ ಅವರ ಕಾಲದಲ್ಲೇ ಅಪಾರ ಜನ ಬೆಂಬಲ ಪಡೆದುಕೊಂಡಿತ್ತು. ಅವರ ಮರಣಾನಂತರವು ಅವರ ಸಿದ್ಧಾಂತ ಜನಪ್ರಿಯತೆಯನ್ನು ಉಳಿಸಿಕೊಂಡಿದ್ದಲ್ಲದೆ ಮತ್ತಷ್ಟು ಹೆಚ್ಚಿಸಿಕೊಂಡಿತು. ಕರ್ನಾಟಕದಲ್ಲಿ ಹಾಗೂ ಕರ್ನಾಟಕದ ಹೊರಗೂ ಮಧ್ವರ ದ್ವೈತ ಸಿದ್ಧಾಂತ ಜನಪ್ರಿಯಗೊಳ್ಳಲು ಅವರ ಅನುಯಾಯಿಗಳ ಪರಿಶ್ರಮವೂ ಕಾರಣವಾಯಿತು. ಮಾಧ್ವ ಧರ್ಮದ ಅನುಯಾಯಿಗಳಾದ **ನರಹರಿತೀರ್ಥ, ಅಕ್ಷೋಭತೀರ್ಥ, ವಿಜಯೇಂದ್ರ, ವಾದಿರಾಜ, ರಾಘವೇಂದ್ರಸ್ವಾಮಿ** ಮೊದಲಾದವರು ಮಾಧ್ವ ಧರ್ಮವನ್ನು ಜನಪ್ರಿಯಗೊಳಿಸಿದರು. ಜಯತೀರ್ಥರು ಮಧ್ವರ ಕೃತಿಗಳನ್ನು ಕುರಿತು ವ್ಯಾಖ್ಯಾನಗಳನ್ನು ರಚಿಸಿದರು. ಮಾಧ್ವ ಪರಂಪರೆಗೆ ಸೇರಿದ **ಶ್ರೀಪಾದರಾಯರು** ಹಾಗೂ **ವ್ಯಾಸರಾಯರು** ವಿಜಯನಗರ ಚಕ್ರವರ್ತಿಗಳೊಂದಿಗೆ ನಿಕಟ ಸಂಪರ್ಕ ಹೊಂದಿದ್ದರು. ಕೃಷ್ಣದೇವರಾಯ ವ್ಯಾಸರಾಯರ ಶಿಷ್ಯನಾಗಿದ್ದನು.

ವಿಜಯನಗರ ಸಾಮ್ರಾಜ್ಯದ ಕಾಲದಲ್ಲೇ ಪುರಂದರದಾಸರು ಹಾಗೂ ಕನಕದಾಸರು ಕನ್ನಡದಲ್ಲಿ ಭಕ್ತಿ ಪ್ರಧಾನವಾದ ಕೀರ್ತನೆಗಳನ್ನು ರಚಿಸಿದರು. ದಾಸಸಾಹಿತ್ಯವೆಂಬ ವಿಶಿಷ್ಟ ಸಾಹಿತ್ಯ ಪ್ರಕಾರ ಬೆಳೆಯಿತು ಹಾಗೂ ಕರ್ನಾಟಕ ಸಂಗೀತವೂ ಬೆಳೆಯಿತು. ಮಾಧ್ವ ಪರಂಪರೆಗೆ ಸೇರಿದ ಕನಕದಾಸರು ಜಾತಿ ಪದ್ಧತಿಯ ವಿರುದ್ಧ ಅವಿರತವಾದ ಹೋರಾಟ ನಡೆಸಿದ್ದು ವಿಶೇಷವಾಗಿತ್ತು.

ಪುರಂದರದಾಸರನ್ನು **"ಕರ್ನಾಟಕ ಸಂಗೀತದ ಪಿತಾಮಹ"** ಎಂದು ಕರೆಯಲಾಗಿದೆ. ಪೂರ್ವ ಭಾರತದ ಬಂಗಾಳ ಪ್ರಾಂತ್ಯದ ಶ್ರೇಷ್ಠ ಸಂತರಾದ ಚೈತನ್ಯರು ದ್ವೈತ ಸಿದ್ಧಾಂತದಿಂದ ಪ್ರಭಾವಿತರಾಗಿದ್ದರು. ಮಾಧ್ವ ಪರಂಪರೆಗೆ ಸೇರಿದ ಹಲವಾರು ಮಠಗಳು ಕರ್ನಾಟಕದ ವಿವಿಧ ಭಾಗಗಳಲ್ಲಿ ಸ್ಥಾಪನೆಯಾದವು. ಅವುಗಳಲ್ಲಿ **ಮಂತ್ರಾಲಯದ ರಾಘವೇಂದ್ರ ಮಠ, ಹೊಳೆನರಸೀಪುರದ ಉತ್ತರಾಧಿಮಠ, ಸೋಸಲೆಯ ವ್ಯಾಸರಾಯ ಮಠ, ಮುಳಬಾಗಿಲಿನ ಶ್ರೀಪಾದರಾಯರ ಮಠ** ಮೊದಲಾದವು ಪ್ರಮುಖವಾದವು. ಇವೆಲ್ಲವೂ ಹಾಗೂ ಉಡುಪಿಯ ಅಷ್ಟ ಮಠಗಳು ಇಂದಿಗೂ ಮಧ್ವ ಧರ್ಮವನ್ನು ಪ್ರಚಾರಮಾಡುವ ಕಾರ್ಯವನ್ನು ಮುಂದುವರಿಸುತ್ತಿವೆ. ಉಡುಪಿ ಮಧ್ವ ಧರ್ಮದ ಅತ್ಯಂತ ಪ್ರಮುಖ ಕೇಂದ್ರವಾಗಿದೆ.

ಹೀಗೆ ಕರ್ನಾಟಕದಲ್ಲಿ ಹಲವಾರು ಧಾರ್ಮಿಕ ಪಂಥಗಳು ಹುಟ್ಟಿಕೊಂಡವು. ವಿವಿದ ಪಂಥಗಳಿಗೆ ಸೇರಿದ ಜನರು ಪರಸ್ಪರ ಗೌರವದಿಂದ ಸೌಹಾರ್ಧಯುತವಾಗಿ ಜೀವನ ನಡೆಸಿದರು. ಇಲ್ಲಿನ ಅರಸರು ಎಲ್ಲಾ ಧಾರ್ಮಿಕ ಪಂಥಗಳನ್ನು ಸಮಾನವಾಗಿ ಬೆಂಬಲಿಸಿದರು. ಈ ಎಲ್ಲಾ ಧಾರ್ಮಿಕ ಚಳುವಳಿಗಳ ತವರೂರಾಗಿರುವ ಕರ್ನಾಟಕವನ್ನು ರಾಷ್ಟ್ರಕವಿ ಕುವೆಂಪು ತಮ್ಮ ನಾಡಗೀತೆಯಲ್ಲಿ **'ಸರ್ವ ಜನಾಂಗದ ಶಾಂತಿಯ ತೋಟ'** ಎಂದು ಕರೆದಿರುವುದು ಅರ್ಥಪೂರ್ಣವಾಗಿದೆ.

ಮಾದರಿ ಪ್ರಶ್ನೆಗಳು

ಒಂದು ಅಂಕದ ಪ್ರಶ್ನೆಗಳು

1. ಶಂಕರಾಚಾರ್ಯರು ಕರ್ನಾಟಕದಲ್ಲಿ ಸ್ಥಾಪಿಸಿದ ಮಠ ಯಾವುದು ?
2. ರಾಮಾನುಜಾಚಾರ್ಯರು ಯಾರ ಆಳ್ವಿಕೆಯ ಕಾಲದಲ್ಲಿ ಕರ್ನಾಟಕಕ್ಕೆ ಬಂದರು ?
3. ಬಸವೇಶ್ವರರನ್ನು ತನ್ನ ಪ್ರಧಾನ ಮಂತ್ರಿಯಾಗಿ ನೇಮಿಸಿಕೊಂಡ ಬಿಜ್ಜಳ ಯಾವ ರಾಜವಂಶಕ್ಕೆ ಸೇರಿದವನು?
4. ಬಸವೇಶ್ವರ ಅನುಭವಮಂಟಪವನ್ನು ಎಲ್ಲಿ ಸ್ಥಾಪಿಸಿದರು ?
5. ಉಡುಪಿಯ ಅಷ್ಟಮಠಗಳನ್ನು ಯಾರು ಸ್ಥಾಪಿಸಿದರು ?
6. **ಹೊಂದಿಸಿ ಬರೆಯಿರಿ**

ಎ		ಬಿ
1. ಶಂಕರಾಚಾರ್ಯ	–	ಶಕ್ತಿ ವಿಶಿಷ್ಟಾದ್ವೈತ ಸಿದ್ಧಾಥಂತ
2. ರಾಮಾನುಜಾಚಾರ್ಯ	–	ದ್ವೈತ ಸಿದ್ಧಾಂತ
3. ಬಸವೇಶ್ವರ	–	ಅದ್ವೈತ ಸಿದ್ಧಾಂತ
4. ಮಧ್ವಚಾರ್ಯ	–	ವಿಶಿಷ್ಟಾದ್ವೈತ ಸಿದ್ಧಾಂತ

ದೀರ್ಘ ಉತ್ತರದ ಪ್ರಶ್ನೆಗಳು

1. ಶಂಕರಾಚಾರ್ಯರು ಪ್ರತಿಪಾದಿಸಿದ ಅದ್ವೈತ ಸಿದ್ಧಾಂತದ ಮಹತ್ವವನ್ನು ವಿವರಿಸಿ.
2. "ಶಂಕರರು ಭಾರತವನ್ನು ಸಾಂಸ್ಕೃತಿಕವಾಗಿ ಏಕೀಕರಿಸಿದರು" ಈ ಹೇಳಿಕೆಯನ್ನು ವಿವರಿಸಿ.
3. 12ನೇ ಶತಮಾನದಲ್ಲಿ ಬಸವೇಶ್ವರರ ನೇತೃತ್ವದಲ್ಲಿ ನಡೆದ ಸಾಮಾಜಿಕ ಕ್ರಾಂತಿಯ ಮಹತ್ವವನ್ನು ವಿವರಿಸಿ.

ಇಇ

ಅಧ್ಯಾಯ – 12

ವಿಜಯನಗರ ಸಾಮ್ರಾಜ್ಯ

Vijayanagara Empire

ವಿಜಯನಗರ ಸಾಮ್ರಾಜ್ಯದ ಸ್ಥಾಪನೆ ಭಾರತದ ಚರಿತ್ರೆಯಲ್ಲಿ, ವಿಶೇಷವಾಗಿ ದಕ್ಷಿಣ ಭಾರತದ ಚರಿತ್ರೆಯಲ್ಲಿ ಅತ್ಯಂತ ಮಹತ್ವದ ಘಟನೆಯಾಗಿದೆ. 14ನೇ ಶತಮಾನದ ಪ್ರಾರಂಭದಲ್ಲಿ ಡೆಲ್ಲಿಯ ಸುಲ್ತಾನರಾದ **ಅಲಾವುದ್ದೀನ್ ಖಿಲ್ಜಿ** ಹಾಗೂ **ಮುಹಮ್ಮದ್ ಬಿನ್ ತುಘಲಕ್** ದಕ್ಷಿಣ ಭಾರತದ ಮೇಲೆ ನಡೆಸಿದ ವಿನಾಶಕಾರಿ ದಾಳಿಗಳಿಂದಾಗಿ ದಕ್ಷಿಣದಲ್ಲಿ ಅಸ್ತಿತ್ವದಲ್ಲಿದ್ದ ಹಿಂದೂ ರಾಜ್ಯಗಳಾದ **ಹೊಯ್ಸಳ, ಪಾಂಡ್ಯ, ಯಾದವ** ಹಾಗೂ **ಕಾಕತೀಯ** ರಾಜ್ಯಗಳು ಪತನಗೊಂಡವು. ಅದರಿಂದ ಸೃಷ್ಟಿಯಾದ ಶೂನ್ಯವನ್ನು ವಿಜಯನಗರ ಸಾಮ್ರಾಜ್ಯ ಸಮರ್ಥವಾಗಿ ತುಂಬಿತು. ಹಿಂದೂಧರ್ಮ, ಸಮಾಜ ಮತ್ತು ಸಂಸ್ಕೃತಿಯ ಅಸ್ತಿತ್ವಕ್ಕೆ ತೀವ್ರ ಅಪಾಯ ಎದುರಾಗಿದ್ದ ಸಂದರ್ಭದಲ್ಲಿ ಈ ಸಾಮ್ರಾಜ್ಯ ಉದಯವಾಯಿತು. ಅದು ದಕ್ಷಿಣದ ಮೇಲೆ ನಿರಂತರವಾಗಿ ನಡೆಯುತ್ತಿದ್ದ ವಿನಾಶಕಾರಿ ಮುಸ್ಲಿಂ ದಾಳಿಯನ್ನು ತಡೆಯಿತು ಹಾಗೂ ಎರಡು ಶತಮಾನಗಳಿಗೂ ಹೆಚ್ಚು ಕಾಲ ಹಿಂದೂ ಸಂಸ್ಕೃತಿ ಮತ್ತು ಧರ್ಮವನ್ನು ಯಶಸ್ವಿಯಾಗಿ ರಕ್ಷಿಸಿತು. ಭಾರತದ ಸನಾತನ ಸಂಸ್ಕೃತಿ ಹಾಗೂ ಧರ್ಮವನ್ನು ಎತ್ತಿ ಹಿಡಿದ ಈ ವಿಜಯನಗರ ಸಾಮ್ರಾಜ್ಯ ಭಾರತದ ಕೊನೆಯ ಅತ್ಯಂತ ವಿಸ್ತಾರವಾದ ಹಾಗೂ ವೈಭವಯುತವಾದ ಹಿಂದೂ ಸಾಮ್ರಾಜ್ಯವಾಗಿತ್ತು. ಈ ಸಾಮ್ರಾಜ್ಯದ ಅರಸರು ಇಡೀ ದಕ್ಷಿಣ ಭಾರತವನ್ನು ಮೊದಲ ಬಾರಿಗೆ ಏಕ ಆಳ್ವಿಕೆಗೆ ಒಳಪಡಿಸಿದ್ದಲ್ಲದೆ ಆಡಳಿತ, ಧರ್ಮ, ಸಾಹಿತ್ಯ, ಕಲೆ ಮತ್ತು ವಾಸ್ತುಶಿಲ್ಪ ಹಾಗೂ ಸಾಮಾಜಿಕ ಮತ್ತು ಆರ್ಥಿಕ ರಂಗಗಳಲ್ಲಿ ಅಪಾರವಾದ ಪ್ರಗತಿಗೆ ಕಾರಣರಾದರು. ಈ ಸಾಮ್ರಾಜ್ಯವನ್ನು **"ಕರ್ನಾಟಕ ಸಾಮ್ರಾಜ್ಯ"** ಎಂದು ಕರೆಯುವುದೇ ಹೆಚ್ಚು ಸೂಕ್ತವಾದುದು ಎಂಬ ಅಭಿಪ್ರಾಯವನ್ನು ಹಲವು ವಿದ್ವಾಂಸರು ವ್ಯಕ್ತಪಡಿಸಿದ್ದಾರೆ.

ಮೂಲ

ವಿಜಯನಗರ ಸಾಮ್ರಾಜ್ಯವನ್ನು 1336 ರಲ್ಲಿ ಸಂಗಮ ಸಹೋದರರಾದ **ಹರಿಹರ** ಮತ್ತು **ಬುಕ್ಕರಾಯ** ಅಥವಾ **ಹಕ್ಕ ಮತ್ತು ಬುಕ್ಕ** ಸ್ಥಾಪಿಸಿದರು. ಈ ಸಂಗಮ ಸೋದರರ ಮೂಲವನ್ನು ಕುರಿತಂತೆ ಮತ್ತು ವಿಜಯನಗರದ ಸ್ಥಾಪನೆಗೆ ಕಾರಣವಾದ ಸನ್ನಿವೇಶಗಳನ್ನು ಕುರಿತಂತೆ ತೀವ್ರವಾದ ಭಿನ್ನಾಭಿಪ್ರಾಯಗಳಿವೆ. 1901ರಲ್ಲಿ **ರಾಬರ್ಟ್ ಸಿವೆಲ್** ಅವರ **"ಮರೆತುಹೋದ ಸಾಮ್ರಾಜ್ಯ"** ಎಂಬ ಮಹತ್ವದ ಗ್ರಂಥ ಪ್ರಕಟವಾದ ದಿನದಿಂದಲೂ ಈ ವಿಷಯವಾಗಿ ತೀವ್ರವಾದ ಚರ್ಚೆಗಳು ನಡೆಯುತ್ತಿವೆ. ಇತಿಹಾಸಕಾರರು ವಿಭಿನ್ನವಾದ ಸಿದ್ಧಾಂತಗಳನ್ನು ಮಂಡಿಸಿದ್ದಾರೆ. ಅವುಗಳಲ್ಲಿ ಎರಡು ಬಹಳ ಮುಖ್ಯವಾದವು.

1. ತೆಲುಗು ಅಥವಾ ಆಂಧ್ರ ಮೂಲ ಸಿದ್ಧಾಂತ.
2. ಕರ್ನಾಟಕ ಅಥವಾ ಹೊಯ್ಸಳ ಮೂಲ ಸಿದ್ಧಾಂತ.

1. ತೆಲುಗು ಮೂಲ ಸಿದ್ಧಾಂತ :– ಇದನ್ನು **ಆಂಧ್ರ** ಅಥವಾ **ಕಾಕತೀಯ ಮೂಲ** ಸಿದ್ಧಾಂತ ಎಂದು ಕರೆಯಲಾಗಿದೆ. ಈ ಸಿದ್ಧಾಂತದ ಪ್ರಬಲ ಪ್ರತಿಪಾದಕರು ತೆಲುಗಿನ ಇತಿಹಾಸಕಾರರಾದ **ಪ್ರೊ.ಎನ್.ವೆಂಕಟರಮಣಯ್ಯ**. ಅವರ ವಾದವನ್ನು **ಪ್ರೊ.ಕೆ.ಎ.ನೀಲಕಂಠಶಾಸ್ತ್ರಿ, ಬಿ.ಸೂರ್ಯನಾರಾಯಣರಾವ್** ಮೊದಲಾದವರು ಬೆಂಬಲಿಸಿದ್ದಾರೆ. 16ನೇ ಶತಮಾನದಲ್ಲಿ ರಚನೆಯಾದ ಕೆಲವು ಸಂಸ್ಕೃತ ಗ್ರಂಥಗಳಾದ **'ವಿದ್ಯಾರಣ್ಯ ಕಾಲಜ್ಞಾನ', 'ವಿದ್ಯಾರಣ್ಯ ವೃತ್ತಾಂತ', 'ರಾಜಕಾಲ ನಿರ್ಣಯ'** ಮೊದಲಾದವು ಹಾಗೂ ಕೆಲವು ಮುಸ್ಲಿಂ ಬರಹಗಾರರ ಕೃತಿಗಳು ಈ ಸಿದ್ಧಾಂತಕ್ಕೆ ಆಧಾರವಾಗಿವೆ. ಈ ಸಿದ್ಧಾಂತದ ಪ್ರಕಾರ ಹಕ್ಕ ಮತ್ತು ಬುಕ್ಕ **ವಾರಂಗಲ್‌ನ ಕಾಕತೀಯ ದೊರೆ ಪ್ರತಾಪರುದ್ರದೇವನ ಕೋಶಾಧಿಕಾರಿಗಳಾಗಿದ್ದರು**. ಮುಹಮ್ಮದ್ ಬಿನ್ ತುಘಲಕನ ದಾಳಿಯ ಕಾಲದಲ್ಲಿ ಪ್ರತಾಪರುದ್ರದೇವ ಸೋತು ಕೊಲ್ಲಲ್ಪಟ್ಟಾಗ ಈ ಸಹೋದರರು ಒಂದು ಸಣ್ಣ ಸೈನ್ಯದೊಂದಿಗೆ ಕಂಪಿಲ ರಾಜ್ಯದ ದೊರೆ ಕಂಪಿಲರಾಯನ ಸೇವೆಗೆ ಸೇರಿಕೊಂಡರು. ಮುಂದೆ ಸುಲ್ತಾನನ ಸೈನ್ಯ ಕಂಪಿಲ ರಾಜ್ಯವನ್ನು ವಶಪಡಿಸಿಕೊಂಡಾಗ ಈ ಸೋದರರನ್ನು ಬಂಧಿಸಿ ಡೆಲ್ಲಿಗೆ ಕರೆದೊಯ್ದು ಇಸ್ಲಾಂಗೆ ಮತಾಂತರಿಸಲಾಯಿತು. ನಂತರ ಅವರನ್ನು ಆನೆಗೊಂದಿ ಪ್ರದೇಶಕ್ಕೆ ಆಡಳಿತ ನಿರ್ವಹಣೆಗೆ ಕಳುಹಿಸಲಾಯಿತು. ಅಲ್ಲಿ ಈ ಸಹೋದರರು ವಿದ್ಯಾರಣ್ಯರ ಪ್ರಭಾವಕ್ಕೊಳಗಾಗಿ ಹಿಂದೂ ಧರ್ಮಕ್ಕೆ ಹಿಂದಿರುಗಿದ್ದಲ್ಲದೆ ವಿಜಯನಗರ ಸಾಮ್ರಾಜ್ಯವನ್ನು ಸ್ಥಾಪಿಸಿದರು. ವಿದ್ಯಾರಣ್ಯರ

ಗೌರವಾರ್ಥವಾಗಿ ತಾವು ತುಂಗಭದ್ರಾತೀರದಲ್ಲಿ ನಿರ್ಮಿಸಿದ ರಾಜಧಾನಿ ನಗರವನ್ನು **'ವಿದ್ಯಾನಗರ'** ಎಂದು ಕರೆದರು. ಅನಂತರ ಅದು ವಿಜಯನಗರವಾಯಿತು. ತೆಲುಗು ಮೂಲ ಸಿದ್ಧಾಂತದ ಪ್ರಕಾರ ಹಂಪೆ, ವಾರಂಗಲ್ಲಿನ ಕಾಕತೀಯರ ನಿಯಂತ್ರಣದಲ್ಲಿತ್ತೇ ಹೊರತು ಹೊಯ್ಸಳರ ನಿಯಂತ್ರಣದಲ್ಲಿರಲಿಲ್ಲ. ವಿಜಯನಗರ ಹಾಗೂ ಕಾಕತೀಯರ ರಾಜ ಚಿನ್ಹೆಗಳು ಹಾಗೂ ಆಡಳಿತ ವಿಭಾಗಗಳಾದ ಸ್ಥಳ, ನಾಡು ಒಂದೇ ಆಗಿರುವುದರಿಂದ ಸಂಗಮ ಸಹೋದರರು ಆಂಧ್ರ ಮೂಲದವರು ಎಂಬುದು ಸ್ಪಷ್ಟವಾಗುತ್ತದೆ ಎಂದು ವೆಂಕಟರಮಣಯ್ಯ ವಾದಿಸಿದ್ದಾರೆ. ಅವರು ತಮ್ಮ ವಾದವನ್ನು ಸಮರ್ಥಿಸಲು ಆಂಧ್ರದ ನೆಲ್ಲೂರು ಜಿಲ್ಲೆಯ **ಗೋಜಲವೀಡು** ಎಂಬ ಸ್ಥಳದಲ್ಲಿ ದೊರೆತಿರುವ ಒಂದು ಶಾಸನವನ್ನು ಉದಾಹರಿಸಿದ್ದಾರೆ. ಅವರ ಪ್ರಕಾರ ಈ ಶಾಸನ ಶಕವರ್ಷ 1236 ಅಥವಾ ಕ್ರಿ.ಶ. 1314ರಲ್ಲಿ ರಚನೆಯಾಗಿದೆ. ಈ ಶಾಸನದಲ್ಲಿ ಪ್ರಸ್ತಾಪವಾಗಿರುವ ಬುಕ್ಕರಾಯ ಒಡೆಯ ಬೇರಾರೂ ಆಗಿರದೆ ಪ್ರತಾಪರುದ್ರನ ಅಧೀನ ಅಧಿಕಾರಿಯಾಗಿದ್ದನು.

ತೆಲುಗು ಮೂಲ ಸಿದ್ಧಾಂತವನ್ನು **ಬಿ.ಎ. ಸಾಲೆತೊರೆ, ಫಾದರ್ ಹೆರಾಸ್** ಮತ್ತು **ಡಾ.ಪಿ.ಬಿ. ದೇಸಾಯಿ** ಸಂಪೂರ್ಣವಾಗಿ ತಿರಸ್ಕರಿಸಿದ್ದಾರೆ. ಸಾಲತೊರೆ ಅವರ ಪ್ರಕಾರ ಸಂಗಮ ಸಹೋದರರು ಯಾವ ಸ್ಥಳದಲ್ಲಿ ವಿಜಯನಗರವನ್ನು ನಿರ್ಮಿಸಿದರೋ ಆ ಸ್ಥಳ ಹೊಯ್ಸಳರ ಅಧೀನದಲ್ಲಿತ್ತೇ ಹೊರತು ಕಾಕತೀಯರ ಅಧೀನದಲ್ಲಿರಲಿಲ್ಲ. ಅಲ್ಲದೆ ಕಾಕತೀಯರ ಹಾಗೂ ವಿಜಯನಗರ ಅರಸರ ರಾಜ ಚಿನ್ಹೆ ಮತ್ತು ಆಡಳಿತ ವಿಭಾಗಗಳಲ್ಲಿ ಹೋಲಿಕೆ ಇದೆ ಎಂಬ ಕಾರಣದಿಂದ ಎರಡೂ ರಾಜವಂಶಗಳ ಮೂಲ ಪುರುಷರು ಒಂದೇ ಮೂಲದವರೆಂದು ಹೇಳುವುದು ಸಮಂಜಸವಲ್ಲ. ಏಕೆಂದರೆ ಹೊಯ್ಸಳರು, ಚೋಳರು ಮತ್ತು ಪಲ್ಲವರು ಹುಲಿಯನ್ನು ರಾಜಲಾಂಛನವಾಗಿ ಹೊಂದಿದ್ದರೂ ಕೂಡ ಈ ರಾಜವಂಶಗಳ ಸ್ಥಾಪಕರು ಒಂದೇ ಮೂಲದವರಾಗಿರಲಿಲ್ಲ. ಅಲ್ಲದೆ ವಿಜಯನಗರ ಅರಸರ **ರಾಜಲಾಂಛನ ಚಾಳುಕ್ಯರ ವರಾಹ ಲಾಂಛನವನ್ನು ಹೋಲುತ್ತದೆ.**

ತಮ್ಮ ವಾದದ ಸಮರ್ಥನೆಗೆ ಸಾಲೆತೊರೆ 1374ರ ಬುಕ್ಕರಾಯನ ಕಾಲದ ಒಂದು ಶಾಸನವನ್ನು ಬಳಸಿಕೊಂಡಿದ್ದಾರೆ. ಅದರಲ್ಲಿ ಆಂಧ್ರದ ಕೆಲವು ಬ್ರಾಹ್ಮಣರಿಗೆ ಬುಕ್ಕರಾಯ ನೀಡಿದ ಉಡುಗೊರೆಗಳ ಬಗ್ಗೆ ವಿವರಗಳಿವೆ. ಶಾಸನದಲ್ಲಿ ಬ್ರಾಹ್ಮಣರನ್ನು ಆಂಧ್ರದಿಂದ ಬಂದವರೆಂದು ಹೆಸರಿಸಲಾಗಿದೆ. ಒಂದು ವೇಳೆ ಸಂಗಮ ಸಹೋದರರು ಆಂಧ್ರದಿಂದಲೇ ಬಂದವರಾಗಿದ್ದರೆ ಈ ಬ್ರಾಹ್ಮಣರನ್ನು **"ನಮ್ಮ ದೇಶವಾದ ಆಂಧ್ರದಿಂದ ಬಂದವರು"** ಎಂದು ಹೆಸರಿಸಬೇಕಿತ್ತು ಎಂದು ಸಾಲೆತೊರೆ ವಾದಿಸಿದ್ದಾರೆ. ಅಲ್ಲದೆ ಎರಡನೇ ಹರಿಹರನ ಒಂದು ಶಾಸನದಲ್ಲಿ ಅವನನ್ನು **ಆಂಧ್ರರಾದ ಮದಗಜಗಳಿಗೆ ಸಿಂಹದಂತೆ** ಇದ್ದನು ಎಂದು ಹೇಳಲಾಗಿದೆ. ಆ ದಿನಗಳಲ್ಲಿ ರಾಜವಂಶಸ್ಥರಿಗೆ ತಮ್ಮ ಮೂಲ ಸ್ಥಾನದ ಬಗ್ಗೆ ಹೇಳಿಕೊಳ್ಳುವುದು ಹೆಮ್ಮೆಯ ವಿಷಯವಾಗಿತ್ತು. ಉದಾಹರಣೆಗೆ **ಬಂಗಾಳದ ಸೇನರು** ಹಾಗೂ **ಬಿಹಾರದ ಮಿಥಿಲಾ ವಂಶದ ಸ್ಥಾಪಕರು ತಮ್ಮನ್ನು ಕನ್ನಡಿಗರೆಂದು ಹೇಳಿಕೊಂಡಿದ್ದಾರೆ.** ಆದರೆ ವಿಜಯನಗರದ ಅರಸರು ಎಲ್ಲಿಯೂ ತಾವು ಆಂಧ್ರ ಮೂಲದವರೆಂದು ಹೇಳಿಕೊಂಡಿಲ್ಲ.

ಡಾ.ಪಿ.ಬಿ.ದೇಸಾಯಿ ಅವರ ಪ್ರಕಾರ ವೆಂಕಟರಮಣಯ್ಯನವರು ಗೋಜಲವೀಡು ಶಾಸನವನ್ನು ಸರಿಯಾಗಿ ಗ್ರಹಿಸಿಯೇ ಇಲ್ಲ. ದೇಸಾಯಿ ಅವರ ಪ್ರಕಾರ ಈ ಶಾಸನ ರಚನೆಯಾಗಿರುವುದು 1374ರಲ್ಲಿ ಮತ್ತು ವೆಂಕಟರಮಣಯ್ಯ ಹೇಳುವಂತೆ 1314 ರಲ್ಲಿ ಅಲ್ಲ. ಆದ್ದರಿಂದ ಬುಕ್ಕರಾಯ ಪ್ರತಾಪರುದ್ರನ ಸಮಕಾಲೀನನೂ ಅಲ್ಲ ಮತ್ತು ಅವರಿಬ್ಬರ ನಡುವೆ ಸಂಪರ್ಕ ಕಲ್ಪಿಸುವ ಯಾವ ಮಾಹಿತಿಯೂ ಶಾಸನದಲ್ಲಿಲ್ಲ. 1374ರಲ್ಲಿ ಬುಕ್ಕರಾಯ ಸ್ವತಂತ್ರ ಅರಸನಾಗಿ ಆಳುತ್ತಿದ್ದನು. ಅಲ್ಲದೆ ಗೋಜಲವೀಡು ಶಾಸನದಲ್ಲಿ ಬುಕ್ಕರಾಯನ **'ಅರಿರಾಯವಿಭಾಡ', 'ಭಾಷೆಗೆ ತಪ್ಪುವ ರಾಯರ ಗಂಡ'** ಎಂಬ ಕನ್ನಡ ಬಿರುದುಗಳ ಪ್ರಸ್ತಾಪವಿದೆ. ಆದ್ದರಿಂದ ಶಾಸನದಲ್ಲಿ ಪ್ರಸ್ತಾಪವಾಗಿರುವ ಬುಕ್ಕರಾಯ ವಿಜಯನಗರದ ಸಹ ಸ್ಥಾಪಕ ಒಂದನೇ ಬುಕ್ಕರಾಯನಲ್ಲದೆ ಬೇರಾರೂ ಅಲ್ಲ. ಅಲ್ಲದೆ ಈ ಶಾಸನ ಕಾಕತೀಯರದ್ದಾಗಿರದೆ ವಿಜಯನಗರದ ಶಾಸನವಾಗಿದೆ ಎಂದು ಡಾ.ದೇಸಾಯಿ ಅಭಿಪ್ರಾಯಪಟ್ಟಿದ್ದಾರೆ.

ಮುಸ್ಲಿಂ ಆಧಾರಗಳ ಬಗ್ಗೆ ಅಪಾರ ಜ್ಞಾನ ಹೊಂದಿದ್ದ **ಪ್ರೊ.ಎಚ್.ಕೆ. ಶೇರ್ವಾನಿಯವರ** ಪ್ರಕಾರ ಹಕ್ಕ ಮತ್ತು ಬುಕ್ಕರನ್ನು ಇಸ್ಲಾಂ ಧರ್ಮಕ್ಕೆ ಮತಾಂತರಿಸಲಾಗಿತ್ತು ಎಂಬುದಕ್ಕೆ ಯಾವುದೇ ದಾಖಲೆಗಳಿಲ್ಲ. ಜಾತಿಪದ್ಧತಿಯ ಕಟ್ಟಳೆಗಳು ತೀರಾ ಕಠಿಣವಾಗಿದ್ದ ಆ ಕಾಲಘಟ್ಟದಲ್ಲಿ ಇಸ್ಲಾಂಗೆ ಮತಾಂತರಗೊಂಡವರು ಮರಳಿ ಹಿಂದೂ ಧರ್ಮಕ್ಕೆ ಪರಿವರ್ತನೆಗೊಳ್ಳುವುದು ತೀರಾ ಕಠಿಣವಾಗಿತ್ತು ಮತ್ತು ಅಂತಹವರು ಮತ್ತೆ ಹಿಂದೂಗಳ ಬೆಂಬಲ ಪಡೆದು ಸಾಮ್ರಾಜ್ಯ ಸ್ಥಾಪಿಸಿದರು ಎಂಬುದು ಅವಾಸ್ತವಿಕವೆನಿಸುತ್ತದೆ. ಒಂದು ವೇಳೆ ಅವರುಗಳು ವಾರಂಗಲ್‌ನ ಪ್ರತಾಪರುದ್ರನ ಸೇವೆಯಲ್ಲಿದ್ದಿದ್ದರೆ ಆ ರಾಜ್ಯದ ಪತನಾನಂತರ ಈ ಸೋದರರು ನಿಷ್ಠ ಸೇವಕರಂತೆ ಅಲ್ಲಿಯೇ ಉಳಿದು ಜನರ ರಕ್ಷಣೆ ಮಾಡದೆ ವಾರಂಗಲ್‌ನ ಶತ್ರು ರಾಜ್ಯವಾಗಿದ್ದ ಕಂಪಿಲ ರಾಜ್ಯದ ಸೇವೆಗೆ ಸೇರಿಕೊಂಡಿದ್ದೇಕೆ? ಎಂಬುದು ಕೆಲವು ವಿದ್ವಾಂಸರ ಪ್ರಶ್ನೆಯಾಗಿದೆ.

2. ಕರ್ನಾಟಕ ಅಥವಾ ಹೊಯ್ಸಳ ಮೂಲ ಸಿದ್ಧಾಂತ : ಫಾದರ್ ಹೆರಾಸ್, ಎಸ್.ಕೆ.ಐಯ್ಯಂಗಾರ್, ಎಚ್.ಕೃಷ್ಣಶಾಸ್ತ್ರಿ, ಬಿ.ಎ. ಸಾಲತೊರೆ, ಪಿ.ಬಿ.ದೇಸಾಯಿ ಮತ್ತಿತರರು ಈ ಸಿದ್ಧಾಂತದ ಪ್ರಮುಖ ಪ್ರತಿಪಾದಕರು. ಈ ವಿದ್ವಾಂಸರ ಪ್ರಕಾರ **ಹಕ್ಕ**

ಮತ್ತು ಬುಕ್ಕ ಹೊಯ್ಸಳ ದೊರೆ ಮೂರನೇ ವೀರಬಲ್ಲಾಳನ ಸೇವೆಯಲ್ಲಿದ್ದರು. ಫಾದರ್ ಹೆರಾಸ್ ಅವರ ಪ್ರಕಾರ 3ನೇ ವೀರಬಲ್ಲಾಳನೇ ಮುಸಲ್ಮಾನರ ದಾಳಿಯನ್ನು ತಡೆಯಲು ವಿಜಯನಗರ ಎಂಬ ನಗರವನ್ನು ನಿರ್ಮಿಸಿದ್ದನು ಮತ್ತು ಎಸ್.ಕೆ. ಐಯ್ಯಂಗಾರ್ ಅವರ ಪ್ರಕಾರ ಹಕ್ಕ ಮತ್ತು ಬುಕ್ಕರು ಬಲ್ಲಾಳನೊಂದಿಗೆ ಸಹಕರಿಸಿ ಕೆಲಸ ಮಾಡಿದರು. ಪ್ರಾರಂಭದಲ್ಲಿ ಈ ನಗರವನ್ನು ಬಲ್ಲಾಳನ ಮಗ ವಿರೂಪಾಕ್ಷನ ನೆನಪಿಗಾಗಿ ವಿಜಯ ವಿರೂಪಾಕ್ಷಪುರ ಎಂದು ಕರೆಯಲಾಯಿತು. ಮುಂದೆ ಅದು ವಿಜಯನಗರವಾಯಿತು. ಈ ಭಾಗದ ರಕ್ಷಣೆಯ ಜವಾಬ್ದಾರಿಯನ್ನು ಹರಿಹರನಿಗೆ ವಹಿಸಿ ಅವನಿಗೆ **'ಮಹಾಮಾಂಡಲೇಶ್ವರ'** ಎಂಬ ಬಿರುದು ನೀಡಲಾಯಿತು. ಬಲ್ಲಾಳನ ಮರಣಾನಂತರ ಅವನ ಸೈನ್ಯಾಧಿಕಾರಿಗಳು ಹಾಗೂ ಸಾಮಂತರು ಸಂಗಮ ಸೋದರರನ್ನು ಹೊಯ್ಸಳರ ನಿಜವಾದ ಉತ್ತರಾಧಿಕಾರಿಗಳು ಎಂದು ಪರಿಗಣಿಸಿ ಅವರ ಅಧೀನತೆಯನ್ನು ಒಪ್ಪಿಕೊಂಡರು. ಇದು ಸಂಗಮ ಸೋದರರು ಹಾಗೂ ಹೊಯ್ಸಳರ ನಡುವಿನ ನಿಕಟ ಸಂಬಂಧವನ್ನು ಸೂಚಿಸುತ್ತದೆ. ಅಲ್ಲದೆ ವಿಜಯನಗರದ ಅರಸರು ಸಾರ್ವಭೌಮ ಬಿರುದುಗಳನ್ನು ಧರಿಸಿದ್ದು ವೀರಬಲ್ಲಾಳನ ಮರಣಾನಂತರವೇ ಎಂಬುದು ಗಮನಾರ್ಹವಾಗಿದೆ.

ಫಾದರ್ ಹೆರಾಸ್ ವಿಜಯನಗರವನ್ನು ಪ್ರಾರಂಭದಲ್ಲಿ ವಿದ್ಯಾನಗರ ಎಂದು ಕರೆಯಲಾಗುತ್ತಿತ್ತು ಎಂಬ ವಾದವನ್ನು ತಿರಸ್ಕರಿಸಿದ್ದಾರೆ. ವಿಜಯನಗರ ಸಾಮ್ರಾಜ್ಯ ಸ್ಥಾಪನೆಯಾದಾಗ ಶೃಂಗೇರಿಯ ಗುರುಗಳಾಗಿದ್ದವರು **ಶ್ರೀ ಭಾರತೀ ತೀರ್ಥರೇ ಹೊರತು ವಿದ್ಯಾರಣ್ಯರಲ್ಲ**. ಆದ್ದರಿಂದ ವಿದ್ಯಾರಣ್ಯರು ಹಕ್ಕ, ಬುಕ್ಕರಿಗೆ ಸಾಮ್ರಾಜ್ಯ ಸ್ಥಾಪನೆಗೆ ನೆರವಾದರು ಎಂಬ ವಾದದಲ್ಲಿ ಹುರಳಿಲ್ಲ. ವಿದ್ಯಾರಣ್ಯರು ವಿಜಯನಗರ ಸ್ಥಾಪನೆಯಾದಾಗ ಕಾಶಿಯಲ್ಲಿ ಅಧ್ಯಯನ ಮಾಡುತ್ತಿದ್ದರು. ಅವರು ಶೃಂಗೇರಿಗೆ ಹಿಂದಿರುಗಿದ್ದು 1356ರಲ್ಲಿ. ಹೆರಾಸ್ ಅವರ ಪ್ರಕಾರ ಹೊಯ್ಸಳ ಮೂರನೇ ಬಲ್ಲಾಳನ ಸೋದರಳಿಯ ಬಳ್ಳಪ್ಪ ದಂಡನಾಯಕ ಒಂದನೇ ಹರಿಹರನ ಮಗಳನ್ನು ವಿವಾಹವಾಗಿದ್ದನು. ಈ ಬಳ್ಳಪ್ಪ ದಂಡನಾಯಕನ ತಂದೆ ಸೋಮಯ್ಯ ಹೊಯ್ಸಳ ದೊರೆ ಮೂರನೇ ಬಲ್ಲಾಳನ ಸೋದರಿಯನ್ನು ವಿವಾಹವಾಗಿದ್ದನು. ಇದು ತೆಲುಗು ಮೂಲ ಸಿದ್ಧಾಂತದ ಪ್ರತಿಪಾದಕರು ಹೇಳುವಂತೆ ಹೊಯ್ಸಳರು ಮತ್ತು ಸಂಗಮ ಸೋದರರ ನಡುವೆ ದ್ವೇಷವಿರಲಿಲ್ಲ ಆದರೆ ನಿಕಟವಾದ ಸಂಬಂಧವಿತ್ತು ಎಂಬುದನ್ನು ಸೂಚಿಸುತ್ತದೆ.

ಹಲವು ವಾಸ್ತವಾಂಶಗಳು ವಿಜಯನಗರ ಸ್ಥಾಪಕರ ಕನ್ನಡ ಮೂಲವನ್ನು ಸಮರ್ಥಿಸುತ್ತವೆ. ವಿಜಯನಗರಕ್ಕೆ ಸಂಬಂಧಿಸಿದಂತೆ ದೊರೆತಿರುವ 7,000ಕ್ಕೂ ಹೆಚ್ಚಿನ ಶಾಸನಗಳಲ್ಲಿ ಅರ್ಧಕ್ಕಿಂತ ಹೆಚ್ಚು ಶಾಸನಗಳು ಕನ್ನಡದಲ್ಲಿವೆ. ಅಲ್ಲದೆ ನೆರೆಯ ತಮಿಳುನಾಡು ಮತ್ತು ಆಂಧ್ರ ಪ್ರದೇಶಗಳಲ್ಲಿ ದೊರೆತಿರುವ ಹೆಚ್ಚಿನ ಶಾಸನಗಳು ಕನ್ನಡದಲ್ಲಿವೆ. ವಿಜಯನಗರ ಹಾಗೂ ಕದಂಬರ ನಾಣ್ಯಗಳಲ್ಲಿ ಹೋಲಿಕೆಯಿರುವುದು ಕೂಡ ವಿಜಯನಗರದ ಸ್ಥಾಪಕರ ಕನ್ನಡ ಮೂಲವನ್ನು ಸೂಚಿಸುತ್ತದೆ.

ಗಂಗಾದೇವಿ ತನ್ನ ಚಾರಿತ್ರಿಕ ಕಾವ್ಯ **"ಮಧುರಾ ವಿಜಯಂ"**ನಲ್ಲಿ ವಿಜಯನಗರದ ಭೂಪ್ರದೇಶವನ್ನು **'ಕರ್ನಾಟ'** ಎಂದು, ವಿಜಯನಗರ ಸೈನ್ಯವನ್ನು **'ಕರ್ನಾಟ ಸೇನೆ'** ಎಂದು ಹಾಗೂ ಒಂದನೇ ಬುಕ್ಕರಾಯನನ್ನು **"ಕರ್ನಾಟಕುಲದ ಕೀರ್ತಿ"** ಎಂದು ವರ್ಣಿಸಿದ್ದಾಳೆ. ತೆಲುಗು ಕವಿ ವಲ್ಲಭಾಚಾರ್ಯ ತನ್ನ **'ಕ್ರೀಡಾಭಿರಾಮಮ್'** ಎಂಬ ಕೃತಿಯಲ್ಲಿ ವಿಜಯನಗರದ ಅರಸ ಒಂದನೇ ಬುಕ್ಕರಾಯನನ್ನು **"ಕರ್ನಾಟಕ ಕ್ಷಿತಿನಾಥ"** ಎಂದು ವರ್ಣಿಸಿದ್ದಾನೆ. ಶ್ರೀನಾಥ 2ನೇ ದೇವರಾಯನನ್ನು **"ಕರ್ನಾಟಕ ಕ್ಷಿತಿಪಾಲ"** ಎಂದು ವರ್ಣಿಸಿದ್ದಾನೆ ಮತ್ತು ವಿಜಯನಗರ ಸಾಮ್ರಾಜ್ಯವನ್ನು **"ಕನ್ನಡ ರಾಜ್ಯಲಕ್ಷ್ಮಿ"** ಎಂದು ವರ್ಣಿಸಿದ್ದಾನೆ. ನಂದಿ ತಿಮ್ಮನ ಕೃಷ್ಣದೇವರಾಯನನ್ನು **'ಕರ್ನಾಟ ಮಹಿಷ'** ಎಂದು ವರ್ಣಿಸಿದ್ದಾನೆ. ತೆಲುಗು ಕವಿಗಳಲ್ಲಿ ಶ್ರೇಷ್ಠನಾದ ಅಲ್ಲಸಾನಿ ಪೆದ್ದನ ತನ್ನ **"ಮನುಚರಿತಮು"** ಕಾವ್ಯದಲ್ಲಿ ಕೃಷ್ಣದೇವರಾಯನನ್ನು **"ಕನ್ನಡ ರಾಜ್ಯ ರಮಾರಮಣ"** ಎಂದು ವರ್ಣಿಸಿದ್ದಾನೆ. ಸ್ವತಃ ಕೃಷ್ಣದೇವರಾಯ **'ಆಮುಕ್ತಮಾಲ್ಯದ'** ಎಂಬ ತೆಲುಗು ಕಾವ್ಯದಲ್ಲಿ ತನ್ನನ್ನು **"ಕನ್ನಡ ರಾಯ"** ಎಂದು ಕರೆದುಕೊಂಡಿದ್ದಾನೆ. ಫೆರಿಷ್ತಾ ಕೂಡ ವಿಜಯನಗರದ ಅರಸರನ್ನು **"ಕರ್ನಾಟಿಕ್‌ನ ರಾಯರು"** ಎಂದು ವರ್ಣಿಸಿರುವುದನ್ನು ಡಾ.ಪಿ.ಬಿ.ದೇಸಾಯಿ ತೋರಿಸಿಕೊಟ್ಟಿದ್ದಾರೆ. ಎರಡನೇ ಹರಿಹರನ ಶಾಸನಗಳಲ್ಲಿ ಅವನನ್ನು ಆಂಧ್ರದ ರಾಜನ ಶತ್ರು ಎಂದು ವರ್ಣಿಸಲಾಗಿದೆ. ಒಂದು ಶಾಸನದಲ್ಲಿ ಅವನನ್ನು ಸಿಂಹಕ್ಕೂ ಹಾಗೂ ಆಂಧ್ರದ ರಾಜನನ್ನು ಆನೆಗೂ ಹೋಲಿಸಲಾಗಿದೆ. ಇದು ವಿಜಯನಗರದ ಮತ್ತು ಆಂಧ್ರದ ಅರಸರ ನಡುವೆ ಸ್ನೇಹ ಸಂಬಂಧಗಳಿರದೆ ವೈರತ್ವವಿತ್ತು ಎಂಬುದನ್ನು ಸೂಚಿಸುತ್ತದೆ. ಕೃಷ್ಣದೇವರಾಯನ ಸಂಸ್ಕೃತದ **"ಜಾಂಬವತಿ ಕಲ್ಯಾಣಂ"** ನಲ್ಲಿ ಆರಾಧ್ಯ ದೈವ ವಿರೂಪಾಕ್ಷನನ್ನು **"ಕರ್ನಾಟಕ ರಾಜ್ಯ ರಕ್ಷಾಮಣಿ"** ಎಂದು ವರ್ಣಿಸಲಾಗಿದೆ.

ಇನ್ನೂ ಹಲವು ಸಂಗತಿಗಳು ವಿಜಯನಗರ ಸ್ಥಾಪಕರ ಕನ್ನಡ ಮೂಲವನ್ನು ಬೆಂಬಲಿಸುತ್ತವೆ. ಹೊಯ್ಸಳರಂತೆ ಸಂಗಮ ಸೋದರರೂ ಕೂಡ ಹಂಪೆಯ ಶ್ರೀ ವಿರೂಪಾಕ್ಷ ಮತ್ತು ಬೇಲೂರಿನ ಚನ್ನಕೇಶವನ ಆರಾಧಕರಾಗಿದ್ದರು. ಅವರ ಬಿರುದುಗಳು ಕನ್ನಡದಲ್ಲಿದ್ದವು ಮತ್ತು ಅವುಗಳನ್ನು ತಮಿಳು ಹಾಗೂ ತೆಲುಗು ಶಾಸನಗಳಲ್ಲೂ ಹಾಗೆಯೇ ಬಳಸಲಾಗಿದೆ. **'ಚಿಕ್ಕದೇವರಾಜ**

ವಂಶಾವಳಿ' ಗ್ರಂಥದಲ್ಲಿ ವಿಜಯನಗರದ ಸ್ಥಾಪಕರನ್ನು ಕರ್ನಾಟಕದ ಕುರುಬ ಜಾತಿಗೆ ಸೇರಿದವರೆಂದು ಹೇಳಲಾಗಿದೆ. ರಾಬರ್ಟ್ ಸಿವೆಲ್ ಕೂಡ ಅವರನ್ನು ಕುರುಬರು ಎಂದು ಹೇಳಿದ್ದಾನೆ.

ಇತ್ತೀಚಿನ ದಿನಗಳಲ್ಲಿ ಆಂಧ್ರ ಪ್ರದೇಶದ ಕೆಲವು ಇತಿಹಾಸಕಾರೂ ಕೂಡ ವಿಜಯನಗರದ ಸ್ಥಾಪಕರು ಕನ್ನಡ ಮೂಲದವರು ಎಂಬುದನ್ನು ಸಮರ್ಥಿಸಿದ್ದಾರೆ. ಆಂಧ್ರದ ಖ್ಯಾತ ಇತಿಹಾಸಕಾರರಾದ **ಕೆ. ಸತ್ಯನಾರಾಯಣ** ಹೀಗೆ ಹೇಳಿದ್ದಾರೆ: **"ವಿಜಯನಗರದ ಸ್ಥಾಪಕರು ಕರ್ನಾಟಕದವರು. ಅನೇಕ ದಾನ ಶಾಸನಗಳು ಅವರನ್ನು ಕರ್ನಾಟಕದ ಅರಸರೆಂದು ಮತ್ತು ಅವರ ಅಧೀನ ಸಾಮಂತ ರಾಜರನ್ನು ಕರ್ನಾಟಕದ ಪ್ರಭುಗಳೆಂದು ಹೇಳುತ್ತವೆ. ವಿಜಯನಗರದ ಅರಸರು ತಮ್ಮ ಕುಲದೈವ ವಿರೂಪಾಕ್ಷನ ಹೆಸರನ್ನು ಶಾಸನಗಳ ಕೊನೆಯಲ್ಲಿ ತಾಯ್ನುಡಿಯಾದ ಕನ್ನಡದಲ್ಲೇ ಬರೆಸಿದ್ದಾರೆ. ಮೂರನೆಯ ಮನೆತನದ ಕೊನೆಯವರೆಗೂ ಅವರು ವಿರೂಪಾಕ್ಷನ ಹೆಸರಿನಲ್ಲೇ ಸಹಿ ಹಾಕಿರುವುದು ಸ್ಪಷ್ಟವಾಗಿದೆ. ಕರ್ನಾಟಕದ ಭುವನೇಶ್ವರಿಯ ಕರ್ಣಕುಂಡಲಗಳು ಶಾಶ್ವತವಾಗಿರುವಂತೆ ಮಾಡಿದವರು (ಅವಳಿಗೆ ವೈದವ್ಯ ಪ್ರಾಪ್ತಿಯಾಗದಂತೆ ಮಾಡಿದವರು) ಎಂದು ಶಾಸನಗಳು ಹೇಳುತ್ತವೆ".**

ವಿಜಯನಗರ ಅರಸರ ಸಂಸ್ಕೃತ ಶಾಸನಗಳಲ್ಲೂ ಅವರ ಕುಲದೈವ **"ಶ್ರೀ ವಿರೂಪಾಕ್ಷ"**ನ ಹೆಸರನ್ನು ಕನ್ನಡದಲ್ಲೇ ಬರೆಸಿದ್ದಾರೆ. ಅವರ ಕನ್ನಡ ಬಿರುದುಗಳಾದ **"ಮೂರು ರಾಯರ ಗಂಡ"**, **"ಭಾಷೆಗೆ ತಪ್ಪುವ ರಾಯರ ಗಂಡ"** ಮೊದಲಾದವನ್ನು ಅದೇ ರೀತಿಯಲ್ಲಿ ಸಂಸ್ಕೃತ, ತೆಲಗು ಮತ್ತು ತಮಿಳು ಶಾಸನಗಳಲ್ಲಿ ಬಳಸಲಾಗಿದೆ. ಇವೆಲ್ಲವೂ ವಿಜಯನಗರದ ಸ್ಥಾಪಕರಾದ ಸಂಗಮ ಸಹೋದರರ ಕನ್ನಡ ಅಥವಾ ಕರ್ನಾಟಕ ಮೂಲ ಸಿದ್ಧಾಂತವನ್ನು ಬೆಂಬಲಿಸುತ್ತವೆ.

ಸಂಗಮ ವಂಶ (1336–1485)

ವಿಜಯನಗರ ಸಾಮ್ರಾಜ್ಯ 1336ರಲ್ಲಿ ಸ್ಥಾಪನೆಯಾಯಿತು. ಪ್ರವಾಹದ ರೀತಿಯಲ್ಲಿ ನುಗ್ಗಿ ಬರುತ್ತಿದ್ದ ಮುಸ್ಲಿಂ ದಾಳಿಗಳಿಂದಾಗಿ ದಕ್ಷಿಣದಲ್ಲಿ ಅಸ್ತಿತ್ವದಲ್ಲಿದ್ದ ಯಾದವ, ಕಾಕತೀಯ, ಹೊಯ್ಸಳ ಹಾಗೂ ಪಾಂಡ್ಯ ರಾಜ್ಯಗಳು ಅವಸಾನ ಹೊಂದಿದ್ದವು. ಅದರಿಂದಾಗಿ ಸೃಷ್ಟಿಯಾದ ರಾಜಕೀಯ ಶೂನ್ಯವನ್ನು ಪರಿಣಾಮಕಾರಿಯಾಗಿ ತುಂಬಿದ್ದೇ ವಿಜಯನಗರ. ಸುಮಾರು ಎರಡೂ ಕಾಲ ಶತಮಾನಗಳವರೆಗೆ ದಕ್ಷಿಣ ಭಾರತಕ್ಕೆ ರಾಜಕೀಯ ಸ್ಥಿರತೆಯನ್ನು ವಿಜಯನಗರದ ಅರಸರು ನೀಡಿದರು.

ವಿಜಯನಗರದ ಸ್ಥಾಪಕರನ್ನು **ಸಂಗಮ ಸಹೋದರರು** ಎಂದು ಕರೆಯಲಾಗಿದೆ. ಆ ಐವರು ಸೋದರರು ಹರಿಹರ, ಬುಕ್ಕರಾಯ, ಕಂಪಣ, ಮಾರಪ್ಪ ಮತ್ತು ಮುದ್ದಪ್ಪ. ವಿಜಯನಗರವನ್ನು ಆಳಿದ ಮೊದಲ ರಾಜವಂಶವನ್ನು **ಸಂಗಮ ವಂಶ**ವೆಂದು ಕರೆಯಲಾಗಿದೆ. ಉಳಿದ ರಾಜವಂಶಗಳು **ಸಾಳುವ, ತುಳುವ ಹಾಗೂ ಅರವೀಡು ವಂಶಗಳು.**

ಒಂದನೇ ಹರಿಹರ (1336–1356)

ಒಂದನೇ ಹರಿಹರ ವಿಜಯನಗರ ಸಾಮ್ರಾಜ್ಯ ಹಾಗೂ ಸಂಗಮ ವಂಶದ ಸ್ಥಾಪಕ. ಪ್ರಾರಂಭದಲ್ಲಿ ಮಹಾಮಾಂಡಲೇಶ್ವರನಾಗಿದ್ದ ಅವನು ಹೊಯ್ಸಳ ದೊರೆ ಮೂರನೇ ವೀರಬಲ್ಲಾಳನ ಮರಣಾನಂತರ (1342) **'ಪೂರ್ವಪಶ್ಚಿಮ ಸಮುದ್ರಾಧೀಶ್ವರ'**, **'ಮಹಾರಾಜಾಧಿರಾಜ'**, **'ರಾಜಪರಮೇಶ್ವರ'**, **'ಮಹಾರಾಯ'** ಮೊದಲಾದ ಸಾರ್ವಭೌಮ ಬಿರುದುಗಳನ್ನು ಧರಿಸಿದನು.

ಒಂದನೇ ಹರಿಹರ ವಿಸ್ತರಣಾ ನೀತಿ ಅನುಸರಿಸಿ ವಿಜಯನಗರವನ್ನು ಗಮನಾರ್ಹವಾಗಿ ವಿಸ್ತರಿಸಿದನು. ಅವನ ಕಾಲದಲ್ಲಿ ಸಂಪೂರ್ಣ ಹೊಯ್ಸಳ ರಾಜ್ಯ ವಿಜಯನಗರ ಸಾಮ್ರಾಜ್ಯದಲ್ಲಿ ವಿಲೀನಗೊಂಡಿತು. ನಾಲ್ಕನೇ ಬಲ್ಲಾಳ ಅಥವಾ ವಿರೂಪಾಕ್ಷ ಬಲ್ಲಾಳನ ಮರಣದೊಂದಿಗೆ (1346) ಹೊಯ್ಸಳ ವಂಶ ಅಂತ್ಯಗೊಂಡಿತು. 1347ರಲ್ಲಿ ಕದಂಬರನ್ನು ಸೋಲಿಸಿ ಬನವಾಸಿ ಪ್ರದೇಶವನ್ನು ವಶಪಡಿಸಿಕೊಂಡನು. ಅನಂತರ ಮಧುರೆಯ ಸುಲ್ತಾನನತ್ತ ಗಮನ ಹರಿಸಿದನು. ಮಧುರೆಯ ಸುಲ್ತಾನ ರಾಜನಾರಾಯಣ ಶಂಬುವರಾಯ ಎಂಬ ಅರಸನನ್ನು ಸೆರೆಯಲ್ಲಿಟ್ಟಿದ್ದನು. ಹರಿಹರ ಸೈನ್ಯವನ್ನು ಕಳುಹಿಸಿ ಶಂಬುವರಾಯನನ್ನು ಬಿಡುಗಡೆಮಾಡಿಸಿದನು. ಮಧುರೆ ಮತ್ತು ವಿಜಯನಗರದ ನಡುವಿನ ಹೋರಾಟ ಸುಮಾರು ಮೂರು ದಶಕಗಳಿಗೂ ಹೆಚ್ಚು ಕಾಲ ಮುಂದುವರಿಯಿತು. ಬಿಡುಗಡೆಗೊಂಡ ಶಂಬುವರಾಯನನ್ನು ಅಧಿಕಾರದಲ್ಲಿ ಪುನರ್‌ಸ್ಥಾಪಿಸಲಾಯಿತು. ಹರಿಹರ ಪಶ್ಚಿಮ ಕರಾವಳಿಯ ಬಾರಕೂರ್‌ನಲ್ಲಿ, ಅನಂತಪುರ ಜಿಲ್ಲೆಯ ಗುತ್ತಿಯಲ್ಲಿ ಕೋಟೆಗಳನ್ನು ನಿರ್ಮಿಸಿದನು. ಬಾದಾಮಿಯ ಹಳೆಯ ಕೋಟೆಯನ್ನು ಬಲಗೊಳಿಸಿದನು. ಉದಯಗಿರಿಯನ್ನು ಕೋಟೆಯಾಗಿ ಪರಿವರ್ತಿಸಿದನು. ಎಲ್ಲ ವಿಜಯಗಳ ನಂತರ ಸಹೋದರರೊಂದಿಗೆ 1346ರಲ್ಲಿ ಶೃಂಗೇರಿಗೆ ಭೇಟಿ ನೀಡಿದನು. ಹರಿಹರನ ಕಾಲದಲ್ಲಿ 1347ರಲ್ಲಿ ವಿಜಯನಗರದ ಉತ್ತರ ಭಾಗದಲ್ಲಿ ಬಹಮನಿ ಸಾಮ್ರಾಜ್ಯ ಸ್ಥಾಪನೆಯಾಯಿತು. ಮುಂದಿನ ದಿನಗಳಲ್ಲಿ ಎರಡೂ ಸಾಮ್ರಾಜ್ಯಗಳ ನಡುವೆ ತೀವ್ರ ಹೋರಾಟ ನಡೆಯಿತು.

ಒಂದನೇ ಬುಕ್ಕರಾಯ (1356–1377)

ಒಂದನೇ ಹರಿಹರನ ಮರಣಾನಂತರ ಅವನ ಸಹೋದರ ಒಂದನೇ ಬುಕ್ಕರಾಯ ಅಧಿಕಾರಕ್ಕೆ ಬಂದನು. ಅಸಾಮಾನ್ಯ ಪರಾಕ್ರಮಿಯಾಗಿದ್ದ ಬುಕ್ಕರಾಯನ ಆಡಳಿತ ಕಾಲದಲ್ಲಿ ವಿಜಯನಗರ ಸಾಮ್ರಾಜ್ಯ ಎಲ್ಲ ಭಾಗಗಳಲ್ಲೂ ವಿಸ್ತರಿಸಲ್ಪಟ್ಟಿತು. ಈ ಕಾಲದಲ್ಲೇ ವಿಜಯನಗರ ಹಾಗೂ ಬಹಮನಿ ಸಾಮ್ರಾಜ್ಯಗಳ ನಡುವೆ ಘರ್ಷಣೆಯೂ ಆರಂಭವಾಯಿತು.

ರಾಜಗಂಭೀರ ರಾಜ್ಯದ ಆಕ್ರಮಣ

ದಕ್ಷಿಣ ಭಾಗದಲ್ಲಿ ಬುಕ್ಕರಾಯ ತಮಿಳುನಾಡಿನ ಶಂಬುವರಾಯ ಹಾಗೂ ಮಧುರೆಯ ಸುಲ್ತಾನನೊಂದಿಗೆ ಹೋರಾಡಬೇಕಾಯಿತು. 1359–60 ರಲ್ಲಿ ಬುಕ್ಕರಾಯನ ಮಗ ಕುಮಾರ ಕಂಪಣನ ನೇತೃತ್ವದ ವಿಜಯನಗರ ಸೈನ್ಯ ಶಂಭುವರಾಯನ ರಾಜ್ಯದ ಮೇಲೆ ದಾಳಿ ಮಾಡಿತು. ಈ ಶಂಬುವರಾಯನ್ನು ಹರಿಹರನ ಕಾಲದಲ್ಲಿ ಮಧುರೆಯ ಸುಲ್ತಾನನ ಬಂಧನದಿಂದ ಬಿಡುಗಡೆ ಮಾಡಿಸಿ ಅಧಿಕಾರದಲ್ಲಿ ಪುನರ್‌ಪ್ರತಿಷ್ಠಾಪಿಸಲಾಗಿತ್ತು. ಆಗ ವಿಜಯನಗರದ ಅಧಿಪತ್ಯ ಒಪ್ಪಿಕೊಂಡಿದ್ದ ಅವನು ಅನಂತರ ಸ್ವತಂತ್ರನಾಗಿದ್ದನು. ಅವನ ಪೂರ್ಣ ಹೆಸರು **ರಾಜಗಂಭೀರ ರಾಜನಾರಾಯಣ ಶಂಬುವರಾಯ**. ಅವನು ತಮಿಳುನಾಡಿನ ಚೆಂಗಲ್‌ಪೇಟೆ, ಉತ್ತರ ಆರ್ಕಾಟ್ ಮತ್ತು ದಕ್ಷಿಣ ಆರ್ಕಾಟ್ ಜಿಲ್ಲೆಗಳನ್ನೊಳಗೊಂಡ ರಾಜ್ಯವನ್ನು ಆಳುತ್ತಿದ್ದನು. ಈ ರಾಜ್ಯವನ್ನು **"ರಾಜಗಂಭೀರ ರಾಜ್ಯ"** ಎಂದು ಕರೆಯಲಾಗುತ್ತಿತ್ತು. ಕುಮಾರ ಕಂಪಣನೊಂದಿಗೆ ನಡೆದ ಹೋರಾಟದಲ್ಲಿ ಬಹುಶಃ ರಾಜನಾರಾಯಣ ಶಂಬುವರಾಯ ಕೊಲ್ಲಲ್ಪಟ್ಟನು. ಅವನ ರಾಜ್ಯವನ್ನು ವಿಜಯನಗರ ಸಾಮ್ರಾಜ್ಯದಲ್ಲಿ ವಿಲೀನಗೊಳಿಸಿಕೊಳ್ಳಲಾಯಿತು.

ಮಧುರೆಯ ಆಕ್ರಮಣ

ಬುಕ್ಕರಾಯನ ಕಾಲದ ಮಹತ್ವದ ಸಾಧನೆಯೆಂದರೆ ಮಧುರೆಯ ವಿಮೋಚನೆ. 1335ರಲ್ಲಿ ಮಧುರೆ ಸುಲ್ತಾನಾಧಿಪತ್ಯ ಸ್ಥಾಪನೆಯಾಗಿತ್ತು. ಸುಲ್ತಾನರ ಆಳ್ವಿಕೆಯಲ್ಲಿ ಜನರು ಅಪಾರ ಸಂಕಷ್ಟಗಳಿಗೆ ಗುರಿಯಾಗಿದ್ದರು. ಹಲವಾರು ದೇವಾಲಯಗಳನ್ನು ಸುಲ್ತಾನರು ನಾಶಪಡಿಸಿದ್ದರು. ಕುಮಾರ ಕಂಪಣನ ನೇತೃತ್ವದ ವಿಜಯನಗರ ಸೈನ್ಯ ಮಧುರೆಯ ಮೇಲೆ ದಾಳಿ ಮಾಡಿತು. ಈ ದಾಳಿಯ ದಿನಾಂಕದ ಬಗ್ಗೆ ವಿದ್ವಾಂಸರಲ್ಲಿ ಒಮ್ಮತವಿಲ್ಲ. ಡಾ.ಎ.ಕೃಷ್ಣಸ್ವಾಮಿಯವರು ತಮ್ಮ **"ದಿ ತಮಿಳ್ ಕಂಟ್ರಿ ಅಂಡರ್ ವಿಜಯನಗರ್"** ಎಂಬ ಗ್ರಂಥದಲ್ಲಿ 1371ರ ಏಪ್ರಿಲ್–ಮೇ ತಿಂಗಳಲ್ಲಿ ಈ ದಾಳಿ ನಡೆಯಿತೆಂದು ಹೇಳಿದ್ದಾರೆ. ಆಗ ಮಧುರೆಯಲ್ಲಿ ಆಳುತ್ತಿದ್ದ ಸುಲ್ತಾನ **ಫಖ್ರುದ್ದೀನ್ ಮುಬಾರಕ್ ಷಾ**. ಕಂಪಣ ಸುಲ್ತಾನನ್ನು ಸೋಲಿಸಿ, ಹತ್ಯೆಮಾಡಿ ಮಧುರೆಯನ್ನು ಆಕ್ರಮಿಸಿದನು. ಅದರೊಂದಿಗೆ ಮಧುರೆ ಸುಲ್ತಾನಾಧಿಪತ್ಯ ಅಂತ್ಯಗೊಂಡಿತು. ಈ ವಿಜಯದ ಫಲವಾಗಿ ಸಂಪೂರ್ಣ ತಮಿಳುನಾಡು ಹಾಗೂ ಕೇರಳ ವಿಜಯನಗರದ ಅಧೀನಕ್ಕೊಳಪಟ್ಟವು. ಬುಕ್ಕರಾಯ ಕಂಪಣನನ್ನೇ ತಮಿಳು ಪ್ರದೇಶದ ರಾಜ್ಯಪಾಲನಾಗಿ ನೇಮಿಸಿದನು. ಕಂಪಣನ ಈ ಮಹತ್ವದ ಸಾಧನೆಗಳನ್ನು ಆತನೊಂದಿಗೆ ದಂಡಯಾತ್ರೆಯಲ್ಲಿ ಪಾಲ್ಗೊಂಡಿದ್ದ ಆತನ ಪತ್ನಿ ಗಂಗಾದೇವಿ ತನ್ನ ಸಂಸ್ಕೃತ ಕಾವ್ಯ **"ಮಧುರಾ ವಿಜಯಂ"** ನಲ್ಲಿ ವಿವರಿಸಿದ್ದಾಳೆ.

ಕಂಪಣ ತಮಿಳು ಪ್ರದೇಶದಲ್ಲಿ ಹದಗೆಟ್ಟಿದ್ದ ಕಾನೂನು ಪರಿಸ್ಥಿತಿಯನ್ನು ಸುಧಾರಿಸಿದನು. ಬ್ರಾಹ್ಮಣರಿಗೆ ತಮ್ಮ ಧಾರ್ಮಿಕ ಕ್ರಿಯೆಗಳನ್ನು ನಡೆಸಲು ಸ್ವಾತಂತ್ರ್ಯ ನೀಡಿದನು. ಗೋಹತ್ಯೆಯನ್ನು ನಿಷೇಧಿಸಿದನು. ಮಧುರೆಯ ಸುಲ್ತಾನರಿಂದ ಹಾನಿಗೊಳಗಾಗಿದ್ದ ಮಧುರೆ, ಚಿದಂಬರಂ, ಶ್ರೀರಂಗಂ ಮೊದಲಾದ ದೇಗುಲಗಳ ಜೀರ್ಣೋದ್ಧಾರ ಮಾಡಿಸಿದನು. ಜನಸಾಮಾನ್ಯರಿಗೆ ಸಂಪೂರ್ಣ ರಕ್ಷಣೆ ಒದಗಿಸಲಾಯಿತು. ಅರಾಜಕತೆಯಿಂದಾಗಿ ತಿರುಪತಿಗೆ ಸಾಗಿಸಲಾಗಿದ್ದ ರಂಗನಾಥನ ವಿಗ್ರಹವನ್ನು ಮತ್ತೆ ಶ್ರೀರಂಗಂನಲ್ಲಿ ಪ್ರತಿಷ್ಠಾಪಿಸಲಾಯಿತು.

ಬಹಮನಿಗಳೊಂದಿಗೆ ಘರ್ಷಣೆ.

ಬುಕ್ಕರಾಯನ ಕಾಲದಲ್ಲಿ ಮೊದಲ ಬಾರಿಗೆ ವಿಜಯನಗರ ಹಾಗೂ ಬಹಮನಿ ಅರಸರ ನಡುವೆ ತುಂಗಭದ್ರಾ ಹಾಗೂ ಕೃಷ್ಣಾ ನದಿಗಳ ನಡುವಿನ ಪ್ರದೇಶ (ದೋಅಬ್)ದ ಮೇಲಿನ ಪ್ರಭುತ್ವಕ್ಕಾಗಿ ಹೋರಾಟ ಆರಂಭವಾಯಿತು. ಈ ಹೋರಾಟ ಎರಡು ಶತಮಾನಗಳ ಕಾಲ ನಿರಂತರವಾಗಿ ಮುಂದುವರಿಯಿತು. ದೋಅಬ್ ಪ್ರದೇಶದ ಭೂಮಿ ಅತ್ಯಂತ ಫಲವತ್ತಾಗಿತ್ತು. ಸಹಜವಾಗಿಯೇ ಎರಡೂ ಸಾಮ್ರಾಜ್ಯಗಳ ಅರಸರು ಆಕರ್ಷಿತರಾದರು. ಅಲ್ಲದೆ ವಿಜಯನಗರ ಸಾಮ್ರಾಜ್ಯದ ಅಪಾರವಾದ ಸಂಪತ್ತು ಬಹಮನಿ ಸುಲ್ತಾನರ ಅಸೂಯೆಗೆ ಕಾರಣವಾಗಿತ್ತು.

ಈ ಘರ್ಷಣೆಗಳ ಬಗ್ಗೆ ಖಚಿತವಾದ ಮಾಹಿತಿಗಳು ದೊರೆಯದಿರುವುದು ದುರಂತವೇ ಸರಿ. ಸಮಕಾಲೀನ ಮುಸ್ಲಿಂ ಬರಹಗಾರ **ಮುಹಮ್ಮದ್ ಕಾಸಿಂ ಫೆರಿಷ್ತಾ** ಈ ಬಗ್ಗೆ ವಿವರವಾಗಿ ಪ್ರಸ್ತಾಪಿಸಿದ್ದಾನಾದರೂ ಅವನ ಬರವಣಿಗೆ ಏಕಪಕ್ಷೀಯವಾಗಿದೆ. ಬಹಮನಿ ಸುಲ್ತಾನರ ಪಕ್ಷಪಾತಿಯಾಗಿದ್ದ ಅವನು ವಾಸ್ತವಾಂಶಗಳನ್ನು ಮರೆಮಾಚಿರುವುದು ಸ್ಪಷ್ಟವಾಗಿ ತಿಳಿಯುತ್ತದೆ.

ಬುಕ್ಕರಾಯನ ಸಮಕಾಲಿನ ಬಹಮನಿ ಸುಲ್ತಾನ ಒಂದನೇ ಮುಹಮ್ಮದ್ ಷಾ ಮದ್ಯದ ಅಮಲಿನಲ್ಲಿ ತನ್ನ ಆಸ್ಥಾನಕ್ಕೆ ಡೆಲ್ಲಿಯಿಂದ ಆಗಮಿಸಿದ್ದ 300 ಮಂದಿ ಸಂಗೀತಗಾರರಿಗೆ ವೇತನ ನೀಡುವಂತೆ ಬುಕ್ಕರಾಯನನ್ನು ಒತ್ತಾಯಿಸಿದನು. ಕೆರಳಿದ ಬುಕ್ಕರಾಯ ಸುಲ್ತಾನನ ಈ ಬೇಡಿಕೆಯನ್ನು ತಿರಸ್ಕರಿಸಿದನು ಮತ್ತು ಪ್ರತಿಯಾಗಿ ರಾಯಚೂರು, ಮುದ್ಗಲ್ ಸೇರಿದಂತೆ ಕೃಷ್ಣಾ ನದಿಯ ದಕ್ಷಿಣದ ಪ್ರದೇಶಗಳನ್ನೆಲ್ಲ ತನಗೆ ಒಪ್ಪಿಸುವಂತೆ ಸುಲ್ತಾನನ್ನು ಒತ್ತಾಯಿಸಿದನು. ಸುಲ್ತಾನ ಈ ಬೇಡಿಕೆಯನ್ನು ತಿರಸ್ಕರಿಸಿದಾಗ ಬುಕ್ಕರಾಯ ತುಂಗಭದ್ರೆಯನ್ನು ದಾಟಿ ಮುದ್ಗಲ್ ಕೋಟೆಗೆ ಮುತ್ತಿಗೆ ಹಾಕಿದನು. ಫೆರಿಷ್ತಾನ ಪ್ರಕಾರ ಸುಲ್ತಾನನಿಂದ ಸೋತ ಬುಕ್ಕರಾಯ ಒಪ್ಪಂದ ಮಾಡಿಕೊಂಡು ಸಂಗೀತಗಾರರಿಗೆ ವೇತನ ನೀಡಲು ಒಪ್ಪಿಕೊಂಡನು. ಆದರೆ ಹಿಂದೂ ದಾಖಲೆಗಳ ಪ್ರಕಾರ ಬುಕ್ಕರಾಯ ಜಯಶೀಲನಾದನು. ಮುದ್ಕಲ್ ಕೋಟೆಯನ್ನು ವಶಪಡಿಸಿಕೊಂಡು ಅಲ್ಲಿದ್ದವರನ್ನೆಲ್ಲ ಹತ್ಯೆ ಮಾಡಿದನು. ಆದರೆ ವಿಜಯನಗರದ ಸೇನಾಧಿಪತಿ ಮಲ್ಲಿನಾಥ ತೀವ್ರವಾಗಿ ಗಾಯಗೊಂಡನು. ಈ ಪರಸ್ಪರ ವಿರುದ್ಧವಾದ ಮಾಹಿತಿಗಳನ್ನು ಅತ್ಯಂತ ಎಚ್ಚರಿಕೆಯಿಂದ ಪರಿಶೀಲಿಸಬೇಕಾಗಿದೆ. ಎರಡೂ ಪಕ್ಷಗಳ ನಡುವಿನ ಈ ಮೊದಲ ಸಂಘರ್ಷ 1367ರಲ್ಲಿ ಸಂಭವಿಸಿತು. ಮುಹಮ್ಮದ್ ಷಾನ ಉತ್ತರಾಧಿಕಾರಿ ಮುಜಾಹಿದ್ ಷಾ 1375–76ರಲ್ಲಿ ವಿಜಯನಗರದ ಮೇಲೆ ದಾಳಿ ಮಾಡಿ ಅದೊನಿಯನ್ನು (ಆದವಾನಿ) ಮುತ್ತಿದನಾದರೂ ಜಯಗಳಿಸಲು ಸಾಧ್ಯವಾಗಲಿಲ್ಲ. ಕೊನೆಗೆ 1378ರಲ್ಲಿ ಅವನ ಹತ್ಯೆಯಾಯಿತು. ಅದಕ್ಕೆ ಮೊದಲೇ ಬುಕ್ಕರಾಯ ಮರಣಿಸಿದ್ದನು.

ನಿಸ್ಸಂಶಯವಾಗಿ ಬುಕ್ಕರಾಯ ಸಂಗಮ ವಂಶದ ಒಬ್ಬ ಶ್ರೇಷ್ಠ ದೊರೆ. ಅವನ ಕಾಲದಲ್ಲಿ ಇಡೀ ದಕ್ಷಿಣ ಭಾರತ ವಿಜಯನಗರದ ಪ್ರಭುತ್ವಕ್ಕೊಳಪಟ್ಟಿತ್ತು. ಮದುರೆಯ ಸುಲ್ತಾನನ್ನು ಸೋಲಿಸಿದ್ದು ಅವನ ಪ್ರಮುಖ ಸಾಧನೆ. ಅವನ ಕಾಲದಲ್ಲಿ ವಿಜಯನಗರ ಸೈನಿಕವಾಗಿ ಹಾಗೂ ಆರ್ಥಿಕವಾಗಿ ಬಲಿಷ್ಠವಾಯಿತು. ವಿಜಯನಗರದ ಅರಸರನ್ನು ಸದಾ ದ್ವೇಷಿಸುತ್ತಿದ್ದ ಫೆರಿಷ್ತಾ ಕೂಡ ಮೆಚ್ಚುಗೆಯಿಂದ ಹೀಗೆ ಬರೆದಿದ್ದಾನೆ.

"ಬಹಮನಿ ಅರಸರು ಕೇವಲ ಶೌರ್ಯ ಸಾಹಸಗಳಿಂದಾಗಿ ಪ್ರಸಿದ್ಧರಾಗಿದ್ದಾರೆ. ಆದರೆ ಅಧಿಕಾರ, ಸಂಪತ್ತು ಮತ್ತು ಸಾಮ್ರಾಜ್ಯದ ವಿಸ್ತಾರದಲ್ಲಿ ವಿಜಯನಗರದ ಅರಸರು ಬಹಮನಿ ಅರಸರಿಗಿಂತಲೂ ಶ್ರೇಷ್ಠರಾಗಿದ್ದಾರೆ. ಮಲಬಾರ್, ಸಿಲೋನ್ ಮತ್ತು ಇತರ ದೇಶಗಳ ಅರಸರು ಅವರ ಆಸ್ಥಾನದಲ್ಲಿ ರಾಯಭಾರಿಗಳನ್ನು ಇರಿಸಿದ್ದಾರೆ ಮತ್ತು ಪ್ರತಿ ವರ್ಷವೂ ಬೆಲೆಬಾಳುವ ಉಡುಗೊರೆಗಳನ್ನು ಕಳುಹಿಸುತ್ತಾರೆ."

ಬುಕ್ಕರಾಯ ಸಾಹಿತ್ಯ, ಸಂಸ್ಕೃತಿಗೆ ಅಪಾರ ಪ್ರೋತ್ಸಾಹ ನೀಡಿದನು. ಧಾರ್ಮಿಕ ಸಾಮರಸ್ಯಕ್ಕೆ ಆದ್ಯತೆ ನೀಡಿದನು. ಅವನ ಕಾಲದ **ಶ್ರವಣಬೆಳಗೊಳ ಶಾಸನದ** ಪ್ರಕಾರ ವೈಷ್ಣವರು ಮತ್ತು ಜೈನರ ನಡುವಿನ ಸ್ಥಳೀಯವಾದ ಧಾರ್ಮಿಕ ವಿವಾದವನ್ನು ತೃಪ್ತಿಕರವಾಗಿ ಬಗೆಹರಿಸಿದನು. ಅವನ ಕಾಲದಲ್ಲಿ ಪ್ರಸಿದ್ಧ ವಿದ್ವಾಂಸರಾದ ಸಾಯಣಾಚಾರ್ಯ, ಮಾಧವಾಚಾರ್ಯ, ವಿದ್ಯಾರಣ್ಯ ಮೊದಲಾದವರು ಹಲವಾರು ಮಹತ್ವ ಗ್ರಂಥಗಳನ್ನು ಸಂಸ್ಕೃತದಲ್ಲಿ ರಚಿಸಿದರು. ಕಂಪಣನ ಪತ್ನಿ ಗಂಗಾದೇವಿ **'ಮಧುರಾ ವಿಜಯಂ'** ಅಥವಾ **'ಕುಮಾರ ಕಂಪಣರಾಯ ಚರಿತಂ'** ಎಂಬ ಕಾವ್ಯವನ್ನು ರಚಿಸಿದಳು. ಬುಕ್ಕರಾಯನಿಗೆ **'ವೇದಮಾರ್ಗ ಪ್ರತಿಷ್ಠಾಪಕ', 'ತ್ರೈಸಮುದ್ರಾಧಿಪತಿ', 'ಮಹಾರಾಜಾಧಿರಾಜ', 'ಹಿಂದೂರಾಯ ಸುರತ್ರಾಣ'** ಮೊದಲಾದ ಬಿರುದುಗಳಿದ್ದವು. ಮುಂದಿನ ವಿಜಯನಗರದ ವೈಭವಕ್ಕೆ ಬುಕ್ಕರಾಯ ಭದ್ರ ಬುನಾದಿ ಹಾಕಿದನು. ಚೀನಾದ ಮಿಂಗ್ ಸಾಮ್ರಾಟನ ಆಸ್ಥಾನಕ್ಕೆ ಬುಕ್ಕರಾಯ 1574ರಲ್ಲಿ ರಾಯಭಾರಿಯನ್ನು ಕಳುಹಿಸಿದನು.

ಬುಕ್ಕರಾಯನ ಉತ್ತರಾಧಿಕಾರಿಗಳು

ಒಂದನೇ ಬುಕ್ಕರಾಯನ ನಂತರ ಅವನ ಮಗ **ಎರಡನೇ ಹರಿಹರ** (1377–1404) ಅಧಿಕಾರಕ್ಕೆ ಬಂದನು. ಅವನು 27 ವರ್ಷಗಳ ಕಾಲ ಆಳಿದನು. ಈತನ ಕಾಲದಲ್ಲಿ ಪೂರ್ವ ಭಾಗದಲ್ಲಿ ವಿಸ್ತರಣಾ ನೀತಿ ಕೈಗೊಳ್ಳಲಾಯಿತು. ರೆಡ್ಡಿಗಳನ್ನು ಸೋಲಿಸಿ ಅಡ್ಡಂಕಿ ಮತ್ತು ಶ್ರೀಶೈಲಂ ಪ್ರದೇಶಗಳನ್ನು ವಶಪಡಿಸಿಕೊಂಡನು. ಕೊಂಕಣ ಮತ್ತು ಉತ್ತರ ಕರ್ನಾಟಕ ಪ್ರದೇಶ ಮೇಲೂ ದಾಳಿ ಮಾಡಿದನು. ಗೋವ ಹಾಗೂ ಕೊಂಕಣ ಪ್ರದೇಶವನ್ನು ವಶಪಡಿಸಿಕೊಂಡನು. ಕೊಂಕಣ ತೀರದ ಚೌಲ್ ಹಾಗೂ ದಾಬೋಲ್ ಬಂದರುಗಳು ವಿಜಯನಗರದ ವಶವಾದವು.ಬಹಮನಿಗಳೊಂದಿಗೆ ಈ ಅವಧಿಯಲ್ಲಿ ಘರ್ಷಣೆ ಮುಂದುವರಿಯಿತು. 1398ರಲ್ಲಿ ಅವನು ಬಹಮನಿ ಹಾಗೂ ವೇಲಮರ ಸಂಯುಕ್ತ ಸೈನ್ಯವನ್ನು ಸೋಲಿಸಿದನು.

ಹರಿಹರನ ನಂತರ ಅವನ ಮಕ್ಕಳಾದ **ಎರಡನೇ ವಿರೂಪಾಕ್ಷ** ಮತ್ತು **ಎರಡನೇ ಬುಕ್ಕ** ಕೆಲಕಾಲ ಆಳಿದರು. 1406ರಲ್ಲಿ ಹರಿಹರನ ಮತ್ತೊಬ್ಬ ಮಗ ಒಂದನೇ ದೇವರಾಯ ಅಧಿಕಾರಕ್ಕೆ ಬಂದನು.

ಒಂದನೇ ದೇವರಾಯ (1406–1422) ಆರಂಭದಲ್ಲೇ ಬಹಮನಿ ಸುಲ್ತಾನ **ಫಿರೂಜ್ ಷಾ**ನಿಂದ ಪರಾಜಿತನಾದನು. ಈ ಸಂದರ್ಭದಲ್ಲಿ ಫೆರಿಷ್ತಾ ಒಂದು ಪ್ರಣಯ ಪ್ರಸಂಗವನ್ನು ಪ್ರಸ್ತಾಪಿಸಿದ್ದಾನೆ. ದೇವರಾಯ ಮುದ್ಗಲ್‌ನ ಅಕ್ಕಸಾಲಿಗನ ಮಗಳು ಪಾರ್ಥಲಳನ್ನು ವಿವಾಹವಾಗಲು ಬಯಸಿ ಮುದ್ಗಲ್ ಮೇಲೆ ದಾಳಿ ಮಾಡಿ ಪರಾಜಿತನಾದನು. ಆದರೆ ಈ ಬಗ್ಗೆ ಇತರ

ಮೂಲಗಳಿಂದ ಮಾಹಿತಿ ದೊರೆತಿಲ್ಲ. ಒಂದನೇ ದೇವರಾಯ ತನ್ನ ಆಳ್ವಿಕೆಯ ಕೊನೆಯಲ್ಲಿ ಫಿರೂಜ್ ಷಾನನ್ನು ಸೋಲಿಸಿದನು. ಅವಮಾನದಿಂದ ಫಿರೂಜ್ 1422 ರಲ್ಲಿ ಮರಣಿಸಿದನು. ಬಹುತೇಕ ದೋಬ್ ಪ್ರದೇಶ ವಿಜಯನಗರದ ಅಧೀನವಾಯಿತು.

ದೇವರಾಯ ಹಲವಾರು ಜನೋಪಯೋಗಿ ಕಾರ್ಯಗಳನ್ನು ಕೈಗೊಂಡನು. ತುಂಗಭದ್ರಾ ನದಿಯ ನೀರನ್ನು ಕಾಲುವೆ ಮೂಲಕ ರಾಜಧಾನಿಗೆ ಹರಿಸಿದನು. ನೀರಾವರಿ ಉದ್ದೇಶದಿಂದ ಹರಿದ್ರಾ ನದಿಗೆ ಅಣೆಕಟ್ಟು ನಿರ್ಮಿಸಿದನು. ಇವನ ಕಾಲದಲ್ಲಿ ಇಟಲಿಯ **ನಿಕೊಲೊ ಕಾಂಟಿ** ವಿಜಯನಗರಕ್ಕೆ 1420ರಲ್ಲಿ ಭೇಟಿ ನೀಡಿದನು. **"ವಿಜಯನಗರವು 60 ಮೈಲಿ ಸುತ್ತಳತೆ ಹೊಂದಿದೆ. ಅದರ ರಕ್ಷಣೆಗೆ 90000 ಯೋಧರಿದ್ದಾರೆ"** ಎಂದು ಅವನು ಬರೆದಿದ್ದಾನೆ. ಅಲ್ಲದೆ **"ಇದರ ರಾಜ ಭಾರತದ ಇತರ ಎಲ್ಲ ಅರಸರಿಗಿಂತ ಹೆಚ್ಚು ಪ್ರಬಲನಾಗಿದ್ದಾನೆ"** ಎಂದು ಕಾಂಟಿ ಬರೆದಿದ್ದಾನೆ. ದೇವರಾಯನ ನಂತರ ಅವನ ಮಕ್ಕಳಾದ **ರಾಮಚಂದ್ರ** (1422) ಮತ್ತು **ವಿಜಯರಾಯ**(1422–24) ಕೆಲಕಾಲ ಆಳಿದರು.

ಎರಡನೇ ದೇವರಾಯ 1424–1446

ಎರಡನೇ ದೇವರಾಯ ಸಂಗಮ ವಂಶದ ಅತ್ಯಂತ ಶ್ರೇಷ್ಠ ದೊರೆ. ಅವನು ವಿಜಯರಾಯ ಅಥವಾ ವಿಜಯ ಭೂಪತಿಯ ಮಗ. **ಪ್ರೌಢದೇವರಾಯ** ಎಂಬ ಹೆಸರಿನಿಂದಲೇ ಪ್ರಸಿದ್ಧನಾಗಿರುವ ಇವನಿಗೆ **"ಪ್ರತಾಪ ದೇವರಾಯ"**, **"ಅಭಿನವ ವೀರದೇವರಾಯ"** ಮೊದಲಾದ ಬಿರುದುಗಳಿದ್ದವು. ಅವನ ಶಾಸನಗಳು ಸಾಮ್ರಾಜ್ಯದ ಎಲ್ಲ ಭಾಗಗಳಲ್ಲೂ ದೊರೆತಿವೆ. ತಂದೆಯ ಕಾಲದಲ್ಲಿ ಯುವರಾಜನಾಗಿದ್ದು ಆಡಳಿತದ ಹೊಣೆಗಾರಿಕೆಯನ್ನು ನಿರ್ವಹಿಸಿದ್ದನು. 1422 ರಲ್ಲಿ ಬಹಮನಿ ಸುಲ್ತಾನನ ದಾಳಿಯನ್ನು ಹಿಮ್ಮೆಟ್ಟಿಸಿ ಸಾಮ್ರಾಜ್ಯವನ್ನು ರಕ್ಷಿಸಿದ್ದನು. ಈ ಸೋಲಿನ ಪರಿಣಾಮವಾಗಿ ಬಹಮನಿ ಸುಲ್ತಾನ ತನ್ನ ರಾಜಧಾನಿಯನ್ನು ಗುಲ್ಬರ್ಗದಿಂದ ಉತ್ತರ ಭಾಗದ, ಸುರಕ್ಷಿತವಾದ ಬೀದರ್‌ಗೆ 1423ರಲ್ಲಿ ವರ್ಗಾಯಿಸಬೇಕಾಯಿತು.

ಗಜಪತಿಗಳೊಂದಿಗೆ ಘರ್ಷಣೆ

ವಿಜಯನಗರದ ಅರಸರು ಬಹಮನಿ ಸುಲ್ತಾನರೊಂದಿಗೆ ಹೋರಾಟದಲ್ಲಿ ನಿರತವಾಗಿದ್ದ ಸಂದರ್ಭದಲ್ಲಿ ಒರಿಸ್ಸಾದ ಗಜಪತಿ ದೊರೆಗಳು ತಮ್ಮ ಅಧಿಕಾರವನ್ನು ಹೆಚ್ಚಿಸಿಕೊಂಡಿದ್ದರು. ಎರಡನೇ ದೇವರಾಯ ಅಧಿಕಾರ ವಹಿಸಿಕೊಂಡ ಸ್ವಲ್ಪ ಸಮಯದಲ್ಲೇ ಗಜಪತಿ ದೊರೆ ನಾಲ್ಕನೇ ಭಾನುದೇವ ರಾಜಮಂಡ್ರಿ ರಾಜ್ಯದ ಮೇಲೆ ದಾಳಿ ಮಾಡಿದ್ದಲ್ಲದೆ 1427ರಲ್ಲಿ ಕೊಂಡವೀಡನ್ನು ವಶಪಡಿಸಿಕೊಂಡನು. ರಾಜಮಂಡ್ರಿಯ ರೆಡ್ಡಿಗಳು ವಿಜಯನಗರದ ಸಾಮಂತರಾಗಿದ್ದರು. ದೇವರಾಯ ಪ್ರತಿದಾಳಿ ನಡೆಸಿ ಗಜಪತಿ ದೊರೆಯನ್ನು ಸೋಲಿಸಿ, ಹಿಮ್ಮೆಟ್ಟಿಸಿ ರಾಜಮಂಡ್ರಿಯ ಅರಸನನ್ನು ಸಿಂಹಾಸನದಲ್ಲಿ ಮತ್ತೆ ಪ್ರತಿಷ್ಠಾಪಿಸಿದನು ಮತ್ತು ಕೊಂಡವೀಡನ್ನು ಮರಳಿ ವಶಪಡಿಸಿಕೊಂಡನು. ಮತ್ತೆ 1436ರಲ್ಲಿ ಭಾನುದೇವನ ಉತ್ತರಾಧಿಕಾರಿ ಕಪಿಲೇಂದ್ರ ರಾಜಮಂಡ್ರಿಯನ್ನು ವಶಪಡಿಸಿಕೊಳ್ಳಲು ನಡೆಸಿದ ಪ್ರಯತ್ನವನ್ನು ದೇವರಾಯ ವಿಫಲಗೊಳಿಸಿದನು.

ಕಪಿಲೇಂದ್ರ ರಾಜಮಂಡ್ರಿಯನ್ನು ವಶಪಡಿಸಿಕೊಳ್ಳಲು ಮತ್ತೊಮ್ಮೆ 1443 ರಲ್ಲಿ ಪ್ರಯತ್ನಿಸಿದನು. ದೇವರಾಯ ಮಲ್ಲಪ್ಪ ಒಡೆಯನ ನೇತೃತ್ವದಲ್ಲಿ ಪ್ರಬಲ ಸೈನ್ಯವನ್ನು ರೆಡ್ಡಿಗಳ ಸಹಾಯಕ್ಕೆ ಕಳುಹಿಸಿದನು. ಕಪಿಲೇಂದ್ರ ಸೋತು ಹಿಂದಿರುಗಿದನು. ರೆಡ್ಡಿಗಳ ರಕ್ಷಣೆಗಾಗಿ ಮಲ್ಲಪ್ಪ ಒಡೆಯನ ನಾಯಕತ್ವದ ವಿಜಯನಗರ ಸೈನ್ಯ ರಾಜಮಂಡ್ರಿಯಲ್ಲೇ ನೆಲೆಗೊಂಡಿತು. ದೇವರಾಯನ ಮಹಾಪ್ರಧಾನಿ ಮಲ್ಲಪ್ಪ ಒಡೆಯನು ರಾಜಮಂಡ್ರಿ ಪ್ರದೇಶದಲ್ಲಿ ಆಳುತ್ತಿದ್ದ ಬಗ್ಗೆ ಸಮಕಾಲೀನ ಗ್ರಂಥಗಳಲ್ಲಿ ಪ್ರಸ್ತಾಪವಿದೆ. ದೇವರಾಯ ಗಜಪತಿಗಳ ವಿರುದ್ಧ ಮೂರು ಬಾರಿಯೂ ಜಯಗಳಿಸಿದನು. ಅದರ ಫಲವಾಗಿ ಪೂರ್ವ ಕರಾವಳಿಯ ಮೇಲೆ ವಿಜಯನಗರದ ಸಾರ್ವಭೌಮತ್ವ ಅಬಾಧಿತವಾಗಿ ಮುಂದುವರಿಯಿತು.

ಬಹಮನಿಗಳೊಂದಿಗೆ ಯುದ್ಧ

ದೇವರಾಯ ಬಹಮನಿ ಸುಲ್ತಾನರೊಂದಿಗೆ ಎರಡು ಯುದ್ಧಗಳನ್ನು ನಡೆಸಬೇಕಾಯಿತು. 1436ರಲ್ಲಿ ಬಹಮನಿ ಸುಲ್ತಾನ ಒಂದನೇ ಅಹಮದ್ ಷಾ ನಿಧನನಾದನು ಮತ್ತು ಎರಡನೇ ಅಲಾವುದ್ದೀನ್ ಅಧಿಕಾರಕ್ಕೆ ಬಂದನು. ಅಧಿಕಾರ ವಹಿಸಿಕೊಂಡ ತಕ್ಷಣ ನೂತನ ಸುಲ್ತಾನ ತನ್ನ ಸಹೋದರ ಮುಹಮ್ಮದ್ ಖಾನ್‌ನನ್ನು ಅಪಾರ ಸೈನ್ಯದೊಂದಿಗೆ ವಿಜಯನಗರ ಅರಸನಿಂದ **'ಕಾಣಿಕೆಯ ಬಾಕಿ'**ಯನ್ನು ವಸೂಲಿ ಮಾಡಲು ಕಳುಹಿಸಿದನು. ಫೆರಿಷ್ತಾನ ಪ್ರಕಾರ ದೇವರಾಯ ಪರಾಜಿತನಾದನು ಮತ್ತು ಭಾರಿ ಪ್ರಮಾಣದ ಹಣ, ಆನೆಗಳು ಹಾಗೂ ನರ್ತಕಿಯರನ್ನು ಸುಲ್ತಾನನಿಗೆ ಒಪ್ಪಿಸಿ ಸಂಧಿ ಮಾಡಿಕೊಳ್ಳಬೇಕಾಯಿತು. ಮುದಗಲ್ ಕೋಟೆಯನ್ನು ಬಹಮನಿಗಳು ವಶಪಡಿಸಿಕೊಂಡರೆಂದು ಹೇಳಲಾಗಿದ್ದರೂ, ಈ ಕೋಟೆಯಲ್ಲಿ ದೊರೆತಿರುವ 1436ರ ಶಾಸನ ಕೋಟೆ ವಿಜಯನಗರದ ಅಧೀನದಲ್ಲಿದ್ದುದನ್ನು ಸೂಚಿಸುತ್ತದೆ. ವರದಣ್ಣ ನಾಯಕ ಎಂಬ ಅಧಿಕಾರಿ ಈ ಕೋಟೆಯ ರಕ್ಷಣೆಯ ಜವಾಬ್ದಾರಿಯನ್ನು ನಿರ್ವಹಿಸುತ್ತಿದ್ದನು.

ಸುಲ್ತಾನ ಅಲಾವುದ್ದೀನ್ 1443ರಲ್ಲಿ 2ನೇ ಬಾರಿಗೆ ವಿಜಯನಗರದ ಮೇಲೆ ದಾಳಿ ನಡೆಸಿದನು. 2ನೇ ದೇವರಾಯನೇ ಈ ದಾಳಿಗೆ ಕಾರಣನಾದನೆಂದು ಫೆರಿಷ್ತಾ ಹೇಳಿದ್ದಾನೆ. ಎರಡನೇ ದೇವರಾಯ ಬಹಮನಿ ರಾಜ್ಯವನ್ನು ವಶಪಡಿಸಿಕೊಳ್ಳುವ ಉದ್ದೇಶದಿಂದಲೇ ತನ್ನ ಸೈನ್ಯಕ್ಕೆ ಮುಸಲ್ಮಾನ ಬಿಲ್ಲುಗಾರರನ್ನು ನೇಮಿಸಿಕೊಂಡಿದ್ದು ಹಾಗೂ ತನ್ನ ಅಶ್ವಪಡೆಯನ್ನು ಬಲಪಡಿಸಲು ಕ್ರಮ ಕೈಗೊಂಡಿದ್ದರ ಬಗ್ಗೆ ಅವನು ಪ್ರಸ್ತಾಪಿಸಿದ್ದಾನೆ. ಆದರೆ 1443ರಲ್ಲಿ ವಿಜಯನಗರಕ್ಕೆ ಭೇಟಿ ನೀಡಿದ್ದ ಪರ್ಷಿಯದ ರಾಯಭಾರಿ **ಅಬ್ದುರ್ ರಜಾಕ್‌ನ** ಪ್ರಕಾರ ಯುದ್ಧಕ್ಕೆ ನಿಜವಾದ ಕಾರಣವೇನೆಂದರೆ ದೇವರಾಯನ ಆಂತರಿಕ ಸಮಸ್ಯೆಗಳ ದುರ್ಲಾಭ ಪಡೆಯಲು ಮತ್ತು ವಿಜಯನಗರದ ಭೂಪ್ರದೇಶಗಳನ್ನು ವಶಪಡಿಸಿಕೊಳ್ಳಲು ಸುಲ್ತಾನ ಅಪೇಕ್ಷಿಸಿದ್ದು. ಏಳು ಲಕ್ಷ ವರಾಹಗಳಷ್ಟು ಭಾರಿ ಹಣವನ್ನು ನೀಡುವಂತೆ ಸುಲ್ತಾನ ದೇವರಾಯನನ್ನು ಒತ್ತಾಯಿಸಿದನು. ದೇವರಾಯ ನಿರಾಕರಿಸಿದ್ದರಿಂದ ಯುದ್ಧ ಅನಿವಾರ್ಯವಾಯಿತು. ಆದರೆ ಬಹಮನಿ ಸುಲ್ತಾನನಿಗೆ ತನ್ನ ಉದ್ದೇಶವನ್ನು ಈಡೇರಿಸಿಕೊಳ್ಳುವುದು ಸಾಧ್ಯವಾಗಲಿಲ್ಲ. ದೇವರಾಯ ತನ್ನ ಸಾಮ್ರಾಜ್ಯವನ್ನು ರಕ್ಷಿಸಿಕೊಳ್ಳುವಲ್ಲಿ ಯಶಸ್ವಿಯಾದನು. ಈ ಹೋರಾಟದಲ್ಲಿ ದೇವರಾಯನ ಮಗ ಹತನಾದನೆಂದು ಫೆರಿಷ್ತಾ ಹೇಳಿದ್ದರೂ ಅದನ್ನು ಇತಿಹಾಸಕಾರರು ತಿರಸ್ಕರಿಸಿದ್ದಾರೆ. ಮುದ್ಗಲ್ ಕೋಟೆಯೂ ವಿಜಯನಗರದಲ್ಲೇ ಉಳಿಯಿತು.

ಸಿಂಹಳ ದಂಡಯಾತ್ರೆ

ಆರಂಭದಿಂದಲೂ ಸಿಂಹಳ ವಿಜಯನಗರದ ಸಾಮಂತ ರಾಜ್ಯವಾಗಿತ್ತು. ಆದರೆ ಅದು ಕಾಲಕಾಲಕ್ಕೆ ಕಪ್ಪ, ಕಾಣಿಕೆಯನ್ನು ಪಾವತಿಸುತ್ತಿರಲಿಲ್ಲ. ದೇವರಾಯ ತನ್ನ ಸಮರ್ಥ ಸೈನ್ಯಾಧಿಕಾರಿಯಾಗಿದ್ದ **ಲಕ್ಕಣ ದಂಡನಾಯಕನ** ನೇತೃತ್ವದಲ್ಲಿ ಒಂದು ನೌಕಾ ದಂಡಯಾತ್ರೆಯನ್ನು ಸಿಂಹಳದ ಮೇಲೆ ಕಳುಹಿಸಿದನು. ಈ ದಂಡಯಾತ್ರೆ ಯಶಸ್ವಿಯಾಯಿತು ಮತ್ತು ಸಿಂಹಳದ ಅರಸ **ನಾಲ್ಕನೇ ಪರಾಕ್ರಮಬಾಹು** ವಿಜಯನಗರದ ಸಾರ್ವಭೌಮತ್ವವನ್ನು ಒಪ್ಪಿಕೊಂಡು ಕಪ್ಪಕಾಣಿಕೆ ನೀಡಲು ಸಮ್ಮತಿಸಿದನು. ಹೀಗೆ ಸಿಂಹಳ ಮತ್ತೆ ವಿಜಯನಗರದ ಅಧೀನ ರಾಜ್ಯವಾಯಿತು. ಈ ಸಾಧನೆಗಾಗಿ ದೇವರಾಯ ಲಕ್ಕಣ ದಂಡನಾಯಕನಿಗೆ **"ದಕ್ಷಿಣ ಸಮುದ್ರಾಧೀಶ್ವರ"** ಎಂಬ ಬಿರುದನ್ನು ನೀಡಿ ಗೌರವಿಸಿದನು.

ದೇವರಾಯನ ಹತ್ಯೆಗೆ ಯತ್ನ

ಅಬ್ದುರ್ ರಜಾಕ್‌ನ ಪ್ರಕಾರ 1443 ರಲ್ಲಿ 2ನೇ ದೇವರಾಯನನ್ನು ಕೊಲ್ಲಲು ಅವನ ಸಹೋದರನೊಬ್ಬ ಪ್ರಯತ್ನ ನಡೆಸಿದನು. ರಜಾಕನ ಪ್ರಕಾರ ಈ ಹಂತಕನು ತಾನು ನಿರ್ಮಿಸಿದ್ದ ನೂತನ ಅರಮನೆಗೆ □ತಣಕ್ಕೆ ಬರುವಂತೆ ರಾಜ, ಸರದಾರರು ಹಾಗೂ ಪ್ರಮುಖ ಅಧಿಕಾರಿಗಳನ್ನು ಆಹ್ವಾನಿಸಿದನು. ಅದರಂತೆ ತನ್ನ ಅರಮನೆಗೆ ಬಂದವರನ್ನೆಲ್ಲ ಕೊಲ್ಲಿಸಿದನು. ಆದರೆ ದೇವರಾಯ ಮಾತ್ರ ಅನಾರೋಗ್ಯದ ಕಾರಣದಿಂದ ಅಲ್ಲಿಗೆ ಹೋಗಲಾಗಲಿಲ್ಲ. ಈ ಹಂತಕ ಸೋದರ ರಾಜನನ್ನು ತಾನೇ ಕರೆದೊಯ್ಯುವ ನೆಪದಲ್ಲಿ ಅರಮನೆಗೆ ತೆರಳಿದನು ಮತ್ತು ಅರಮನೆಯಲ್ಲಿ ರಾಜನೊಬ್ಬನೇ ಇದ್ದುದ್ದನ್ನು ಕಂಡು ಅವನನ್ನು ಇರಿದು ತೀವ್ರವಾಗಿ ಗಾಯಗೊಳಿಸಿದನು. ಅನಂತರ ಅರಮನೆಯ ಉಪ್ಪರಿಗೆಗೆ ತೆರಳಿ ತಾನೇ ಅರಸನೆಂದು ಘೋಷಿಸಿಕೊಂಡನು. ಆದರೆ ಅರಸ ಬದುಕಿರುವುದನ್ನು ಗಮನಿಸಿದ ಅರಮನೆಯ ಕಾವಲು ಪಡೆಯ ಯೋಧರು ಹಂತಕನನ್ನು ಹಿಡಿದು ಕೊಂದರು. ಹೀಗೆ ಎರಡನೇ ದೇವರಾಯ ಆಶ್ಚರ್ಯಕರ ರೀತಿಯಲ್ಲಿ ಪ್ರಾಣಾಪಾಯದಿಂದ ಪಾರಾದನು. ಈ ಸಂದರ್ಭದಲ್ಲೇ ಬಹಮನಿ ಸುಲ್ತಾನನು ವಿಜಯನಗರದ ಮೇಲೆ ದಾಳಿ ನಡೆಸಿದನು ಮತ್ತು 7 ಲಕ್ಷ ವರಾಹಗಳನ್ನು ಕೊಡುವಂತೆ ದೇವರಾಯನನ್ನು ಒತ್ತಾಯಿಸಿದನು. ಬಹುಶಃ ದೇವರಾಯನ ಹತ್ಯೆಗೆ ನಡೆದ ಪ್ರಯತ್ನದ ಬಗ್ಗೆ ಸುಲ್ತಾನನಿಗೆ ಮೊದಲೇ ತಿಳಿದಿತ್ತು. ಆದರೆ ದೇವರಾಯ ಈ ಬಿಕ್ಕಟ್ಟಿನಿಂದ ತಾನು ಪಾರಾದುದಲ್ಲದೆ ಸಾಮ್ರಾಜ್ಯವನ್ನು ಪಾರು ಮಾಡಿದನು.

ವ್ಯಕ್ತಿತ್ವ

ಎರಡನೇ ದೇವರಾಯ ನಿಸ್ಸಂದೇಹವಾಗಿ ಸಂಗಮ ವಂಶದ ಅತ್ಯಂತ ಶ್ರೇಷ್ಠ ದೊರೆ. ವಿಜಯನಗರದ ಚರಿತ್ರೆಯಲ್ಲಿ ಅವನು ಕೃಷ್ಣದೇವರಾಯನ ನಂತರದ ಸ್ಥಾನ ಪಡೆದಿದ್ದಾನೆ. ಅವನು ಹಲವಾರು ತೀವ್ರ ಸ್ವರೂಪದ ಸಮಸ್ಯೆಗಳನ್ನು ಎದುರಿಸಬೇಕಾಗಿ ಬಂದರೂ ಕೂಡ ಸಾಮ್ರಾಜ್ಯದ ಸಮಗ್ರತೆಯನ್ನು ಕಾಪಾಡುವಲ್ಲಿ ಯಶಸ್ವಿಯಾದನು ಹಾಗೂ ಸಾಮ್ರಾಜ್ಯವನ್ನು ಮತ್ತಷ್ಟು ವಿಸ್ತರಿಸಿದನು. ವಿಜಯನಗರಕ್ಕೆ ಸೇರಿದ ಪ್ರದೇಶಗಳನ್ನು ವಶಪಡಿಸಿಕೊಳ್ಳಲು ಬಹಮನಿ ಸುಲ್ತಾನರು ಹಾಗೂ ಒರಿಸ್ಸಾದ ಗಜಪತಿ ದೊರೆಗಳು ನಡೆಸಿದ ಪ್ರಯತ್ನಗಳನ್ನು ಅವನು ವಿಫಲಗೊಳಿಸಿದನು. ಸಿಂಹಳದ ಅರಸ ಅವನಿಗೆ ಕಪ್ಪಕಾಣಿಕೆ ನೀಡುತ್ತಿದ್ದನು. ಕೇರಳದ ಕ್ವಿಲಾನ್‌ನ ಅರಸ ಹಾಗೂ ಕೊಚಿನ್ ಅರಸನೂ ದೇವರಾಯನಿಗೆ ಕಾಣಿಕೆ ನೀಡುತ್ತಿದ್ದರು.

ಎರಡನೇ ದೇವರಾಯನ ಕಾಲದಲ್ಲಿ ವಿಜಯನಗರಕ್ಕೆ ಭೇಟಿ ನೀಡಿದ್ದ **ಪರ್ಷಿಯದ ರಾಯಭಾರಿ ಅಬ್ದುರ್ ರಜಾಕ್** ರಾಜಧಾನಿ ವಿಜಯನಗರ, ರಾಜನ ಆಸ್ಥಾನ ಹಾಗೂ ಸಾಮ್ರಾಜ್ಯದ ಜನತೆಯ ಬಗ್ಗೆ ಪ್ರಶಂಶಾತ್ಮಕವಾದ ಮಾಹಿತಿಗಳನ್ನು ನೀಡಿದ್ದಾನೆ. ಅವನ ಪ್ರಕಾರ ಎರಡನೇ ದೇವರಾಯನ ಸಾಮ್ರಾಜ್ಯ ಶ್ರೀಲಂಕಾದಿಂದ ಗುಲ್ಬರ್ಗಾದವರೆಗೆ ಹಾಗೂ ಬಂಗಾಳದಿಂದ

ಮಲಬಾರ್‌ವರೆಗೆ ವಿಸ್ತರಿಸಿತ್ತು. ರಾಜಧಾನಿ ವಿಜಯನಗರದ ಬಗ್ಗೆ ಬರೆಯುತ್ತಾ **"ಇಂತಹಾ ನಗರವನ್ನು ಕಣ್ಣುಗಳು ಹಿಂದೆಂದೂ ನೋಡಿಲ್ಲ ಮತ್ತು ಈ ನಗರಕ್ಕೆ ಸಮಾನವಾದುದು ಪ್ರಪಂಚದಲ್ಲೆಲ್ಲಿಯೂ ಅಸ್ತಿತ್ವದಲ್ಲಿದ್ದ ಬಗ್ಗೆ ಕಿವಿಗಳೂ ಕೇಳಿಲ್ಲ"** ಎಂದು ಹೇಳಿದ್ದಾನೆ. ರಜಾಕನ ಪ್ರಕಾರ **ಇಡೀ ಹಿಂದೂಸ್ತಾನದಲ್ಲಿ ದೇವರಾಯನಿಗಿಂತ ಪ್ರಬಲನಾದ ಮತ್ತೊಬ್ಬ ಅರಸನಿರಲಿಲ್ಲ.**

ಸ್ವತಃ ಸಾಹಿತಿಯಾಗಿದ್ದ ಎರಡನೇ ದೇವರಾಯ ಸಂಸ್ಕೃತದಲ್ಲಿ **'ಮಹಾನಾಟಕ ಸುಧಾನಿಧಿ'** ಮತ್ತು **'ರತಿ ರತ್ನ ಪ್ರದೀಪಿಕೆ'** ಎಂಬ ಗ್ರಂಥಗಳನ್ನು ರಚಿಸಿದನು. ಅಲ್ಲದೆ ಬಾದರಾಯಣನ ಬ್ರಹ್ಮಸೂತ್ರವನ್ನು ಕುರಿತು **'ಬ್ರಹ್ಮಸೂತ್ರ ವೃತ್ತಿ'** ಎಂಬ ವ್ಯಾಖ್ಯಾನವನ್ನು ರಚಿಸಿದನು. ಅವನ ಆಸ್ಥಾನದಲ್ಲಿ **ದಿಂಡಿಮ** ಎಂಬ ಸಂಸ್ಕೃತ ಕವಿ ಹಾಗೂ ಪ್ರಸಿದ್ಧ ತೆಲುಗು ಕವಿ **ಶ್ರೀನಾಥ** ಆಶ್ರಯ ಪಡೆದಿದ್ದರು. ಶ್ರೀನಾಥ ಆಸ್ಥಾನದಲ್ಲಿ ನಡೆದ ಸಾಹಿತ್ಯ ಸಂಬಂಧವಾದ ಚರ್ಚೆಯಲ್ಲಿ ದಿಂಡಿಮನನ್ನು ಸೋಲಿಸಿದಾಗ **'ಕನಕಾಭಿಷೇಕ'** ನಡೆಸಿ ಅವನನ್ನು ದೇವರಾಯ ಗೌರವಿಸಿದನು. ಅಲ್ಲದೆ ಶ್ರೀನಾಥನಿಗೆ **'ಕವಿ ಸಾರ್ವಭೌಮ'** ಎಂಬ ಬಿರುದನ್ನು ನೀಡಿದನು. ಹಲವಾರು ಮಹತ್ವದ ಕನ್ನಡ ಕೃತಿಗಳೂ ಈ ಕಾಲದಲ್ಲಿ ರಚನೆಯಾದವು. ದೇವರಾಯನ ಮಂತ್ರಿ ಹಾಗೂ ದಂಡನಾಯಕನಾಗಿದ್ದ ಲಕ್ಕಣ ದಂಡೇಶ **'ಶಿವತತ್ವ ಚಿಂತಾಮಣಿ'** ಎಂಬ ಗ್ರಂಥವನ್ನು, ಕುಮಾರವ್ಯಾಸ **'ಕರ್ನಾಟಕ ಭಾರತದ ಕಥಾಮಂಜರಿ'** ಎಂಬ ಮಹಾನ್ ಕಾವ್ಯವನ್ನು, ಭಾಸ್ಕರ **'ಜೀವಂಧರ ಚರಿತೆ'**, ವಿಜಯಣ್ಣ **'ದ್ವಾದಶಾನುಪ್ರೇಕ್ಷೆ'** ಎಂಬ ಕೃತಿಯನ್ನು ರಚಿಸಿದರು. ಹೀಗೆ ದೇವರಾಯ ಕನ್ನಡ, ತೆಲುಗು ಹಾಗೂ ಸಂಸ್ಕೃತ ಸಾಹಿತ್ಯಕ್ಕೆ ಅಪಾರ ಪ್ರೋತ್ಸಾಹ ನೀಡಿದನು. ಶಾಸನವೊಂದರಲ್ಲಿ ಇವನನ್ನು **ಧಾರಾ ನಗರದ ಭೋಜರಾಜನಿಗೆ ಹೋಲಿಸಲಾಗಿದೆ.**

ಎರಡನೇ ದೇವರಾಯ ತನ್ನ ಉದಾರ ಧಾರ್ಮಿಕ ನೀತಿಗೆ ಹೆಸರಾಗಿದ್ದನು. ಎಲ್ಲ ಧರ್ಮಗಳನ್ನು ಅವನು ಗೌರವಿಸುತ್ತಿದ್ದನು. ಮುಸಲ್ಮಾನರನ್ನು ಅಪಾರ ಸಂಖ್ಯೆಯಲ್ಲಿ ಸೈನ್ಯಕ್ಕೆ ನೇಮಿಸಿಕೊಂಡನು. ಅವರಿಗಾಗಿ ರಾಜಧಾನಿಯಲ್ಲಿ ಒಂದು ಮಸೀದಿಯನ್ನು ನಿರ್ಮಿಸಿದನು ಮತ್ತು ಕೊರಾನಿನ ಪ್ರತಿಯೊಂದನ್ನು ಸಿಂಹಾಸನದ ಸಮೀಪದಲ್ಲಿ ಅಲಂಕೃತ ಮೇಜಿನ ಮೇಲೆ ಇರಿಸಿದ್ದನು ಎಂದು ಫೆರಿಷ್ತಾ ಹೇಳಿದ್ದಾನೆ. ರಾಜಧಾನಿಯಲ್ಲಿ ಅವನು ಒಂದು ಜೈನ ದೇವಾಲಯವನ್ನು ನಿರ್ಮಿಸಿದನು. ಅವನ ಕಾಲದಲ್ಲಿ ವೀರಶೈವ ಧರ್ಮ ಪುನಶ್ಚೇತನಗೊಂಡಿತು. ಸ್ವತಃ ಅವನೇ ವೀರಶೈವನಾಗಿದ್ದನೆಂಬ ಅಭಿಪ್ರಾಯವಿದೆ. ಅವನಿಗೆ **'ವೀರಶೈವಾಗಮ ಸಾರಸಂಪನ್ನ'** ಎಂಬ ಬಿರುದಿತ್ತು. ಚಾಮರಸ, ಮಗ್ಗೆಯ ಮಾಯಿದೇವ, ಕರಾಸ್ಥಲದ ನಾಗಿದೇವ, ಗುರುಬಸವ, ಕಲ್ಲುಮಠದ ಪ್ರಭುದೇವ, ಜಕ್ಕಣಾರ್ಯ ಅವನ ಆಶ್ರಿತ ವೀರಶೈವ ಕವಿಗಳಾಗಿದ್ದರು. ಅವನ ದಂಡನಾಯಕ ಲಕ್ಕಣ ದಂಡೇಶ ವೀರಶೈವ ಧರ್ಮವನ್ನು ಪ್ರೋತ್ಸಾಹಿಸಿದನು.

ಎರಡನೇ ದೇವರಾಯ ಕಲೆ ಮತ್ತು ವಾಸ್ತುಶಿಲ್ಪದ ಮಹಾಪೋಷಕನಾಗಿದ್ದನು. ಹಂಪೆಯ ಪ್ರಸಿದ್ಧವಾದ **ಹಜಾರ ರಾಮ ದೇವಾಲಯ** ಇವನ ಕಾಲದಲ್ಲಿ ನಿರ್ಮಾಣವಾಯಿತು. ಕಾರ್ಕಳದ 45 ಅಡಿ ಎತ್ತರದ ಗೊಮ್ಮಟನ ವಿಗ್ರಹ ಈ ಕಾಲದಲ್ಲೇ ನಿರ್ಮಾಣವಾಯಿತು. ದೇವರಾಯನಿಗೆ **"ಗಜಬೇಂಟೆಕಾರ"** ಎಂಬ ಬಿರುದಿತ್ತು. ನಿರಂತರವಾಗಿ ಹೋರಾಟ ನಡೆಸಬೇಕಾಯಿತಾದರೂ ಉತ್ತಮ ಆಡಳಿತ ನೀಡಿದನು.

ಮಲ್ಲಿಕಾರ್ಜುನ (1446–1465)

ಎರಡನೇ ದೇವರಾಯನ ಮರಣಾನಂತರ ಅವನ ಮಗ ಮಲ್ಲಿಕಾರ್ಜುನ ಅಧಿಕಾರಕ್ಕೆ ಬಂದನು. ಅವನಿಗೆ **ಇಮ್ಮಡಿ ದೇವರಾಯ** ಅಥವಾ **ಎರಡನೇ ಪ್ರೌಢದೇವರಾಯ** ಎಂಬ ಹೆಸರಿತ್ತು. ಆದರೆ ಇವನು ತನ್ನ ತಂದೆ ಎರಡನೇ ದೇವರಾಯನಿಗೆ ಸೂಕ್ತ ಉತ್ತರಾಧಿಕಾರಿಯಾಗಿರಲಿಲ್ಲ. ಈ ಅವಕಾಶ ಬಳಸಿಕೊಂಡು ಬಿಜಾಪುರ ಸುಲ್ತಾನ ಹಾಗೂ ಗಜಪತಿ ದೊರೆ ಪ್ರತ್ಯೇಕವಾಗಿ ಆದರೆ ಏಕಕಾಲದಲ್ಲಿ ವಿಜಯನಗರದ ಮೇಲೆ ದಾಳಿ ಮಾಡಿದರು. 1450ರಲ್ಲಿ ನಡೆದ ತೀಕ್ಷ್ಣವಾದ ಕದನದಲ್ಲಿ ಮಲ್ಲಿಕಾರ್ಜುನ ಶತ್ರುಗಳನ್ನು ಸೋಲಿಸಿ ಹಿಮ್ಮೆಟ್ಟಿಸಿದನು. ಆದಾಗ್ಯೂ ತನ್ನ ಬಲವನ್ನು ವೃದ್ಧಿಸಿಕೊಂಡ **ಗಜಪತಿ ದೊರೆ ಕಪಿಲೇಂದ್ರ** ಅಥವಾ ಕಪಿಲೇಶ್ವರ ವಿಜಯನಗರದ ಸಾಮಂತ ರಾಜ್ಯವಾಗಿದ್ದ ರಾಜಮಂಡ್ರಿಯನ್ನು ವಶಪಡಿಸಿಕೊಂಡನು. ಮುಂದುವರಿದು ಅವನು ಕೊಂಡವೀಡು ಕೋಟೆಯನ್ನು ವಿಜಯನಗರದಿಂದ ಕಸಿದುಕೊಂಡನು ಮತ್ತು ತನ್ನ ಮಗ ಹಮ್ಮೀರನನ್ನು ಅಲ್ಲಿನ ರಾಜ್ಯಪಾಲನಾಗಿ ನೇಮಿಸಿನು. ಹಮ್ಮೀರ ಹಾಗೂ ಅವನ ಮಗ ಕುಮಾರ ಕಪಿಲೇಶ್ವರ ಮಹಾಪಾತ್ರನು 1466ರ ವೇಳೆಗೆ ವಿಜಯನಗರಕ್ಕೆ ಸೇರಿದ ಪೂರ್ವಭಾಗದ ಕೊಂಡಪಲ್ಲಿ, ಅದ್ದಂಕಿ, ವಿನುಕೊಂಡ, ಉದಯಗಿರಿ, ಚಂದ್ರಗಿರಿ ಹಾಗೂ ಕಂಚಿಯನ್ನು ವಶಪಡಿಸಿಕೊಂಡು ದಕ್ಷಿಣದಲ್ಲಿ ರಾಮೇಶ್ವರದವರೆಗೂ ವಿಜಯಯಾತ್ರೆ ಮುಂದುವರಿಸಿದ್ದನೆಂದು ಮಣ್ಣೂರಿನಲ್ಲಿ (ದಕ್ಷಿಣ ಆರ್ಕಾಟ್ ಜಿಲ್ಲೆ) ದೊರೆತಿರುವ ಶಾಸನಗಳಿಂದ ತಿಳಿದುಬರುತ್ತದೆ.

ಹೀಗೆ ಪೂರ್ವಭಾಗದಲ್ಲಿ ಗಜಪತಿಗಳಿಂದ ಅನುಭವಿಸಿದ ಸೋಲುಗಳಿಂದ ವಿಜಯನಗರದ ಪ್ರತಿಷ್ಠೆಗೆ ಕಳಂಕವುಂಟಾಯಿತು. ರಾಜ್ಯದಲ್ಲಿ ಅಶಾಂತಿ, ಅವಿಧೇಯತೆಗಳು ಹೆಚ್ಚಿದವು. ಈ ಹಿನ್ನೆಲೆಯಲ್ಲಿ ಮಲ್ಲಿಕಾರ್ಜುನನ್ನು ಪದಚ್ಯುತಗೊಳಿಸಿದ ಅವನ ಚಿಕ್ಕಪ್ಪ ಪ್ರತಾಪದೇವರಾಯನ ಮಗ ವಿರೂಪಾಕ್ಷ ಅಧಿಕಾರದ ಗದ್ದುಗೆಯನ್ನೇರಿದನು.

ವಿರೂಪಾಕ್ಷ (1465–1485)

ವಿರೂಪಾಕ್ಷ ಸಂಗಮ ವಂಶದ ಕೊನೆಯ ದೊರೆ. ಅವನು ಅತ್ಯಂತ ದುರ್ಬಲನಾಗಿದ್ದನು. ವಿಲಾಸಪ್ರಿಯನಾಗಿದ್ದ ಅವನು ತನ್ನ ಬಹುತೇಕ ಸಮಯವನ್ನು ಮದ್ಯಪಾನ ಹಾಗೂ ಸ್ತ್ರೀಯರ ಸಹವಾಸದಲ್ಲಿ ಕಳೆದನು. ಈ ಅವಕಾಶ ಬಳಸಿಕೊಂಡು ಬಹಮನಿ ರಾಜ್ಯದ ಪ್ರಧಾನ ಮಂತ್ರಿ **ಮಹಮೂದ್ ಗವಾನ್** ಕೊಂಕಣ ಪ್ರದೇಶದ ಮೇಲೆ ದಾಳಿ ಮಾಡಿ ಪ್ರತಿಷ್ಠಿತ **ಖೇಲ್ನ ಕೋಟೆಯನ್ನು** ಹಾಗೂ 1470ರಲ್ಲಿ ಗೋವಾ ಸೇರಿದಂತೆ ಪಶ್ಚಿಮ ಕರಾವಳಿಯ ಹಲವಾರು ಬಂದರುಗಳನ್ನು ವಶಪಡಿಸಿಕೊಂಡನು. ಅದರಿಂದ ವಿಜಯನಗರಕ್ಕೆ ತೀವ್ರ ಹಿನ್ನಡೆಯಾಯಿತು. ವಿದೇಶಿ ಅಶ್ವಗಳನ್ನು ತರಿಸಿಕೊಳ್ಳುವ ಕಾರ್ಯಕ್ಕೆ ತೀವ್ರ ಅಡ್ಡಿಯಾಯಿತು.

ಆದರೆ ಈ ಕಠಿಣ ಸಂದರ್ಭದಲ್ಲಿ ವಿಜಯನಗರಕ್ಕೆ ಆಪತ್ಬಾಂದವನಾಗಿ ಬಂದವನು **ಸಾಳುವ ನರಸಿಂಹ**. ಅವನು ಚಂದ್ರಗಿರಿಯ ರಾಜ್ಯಪಾಲನಾಗಿದ್ದನು. 1470ರಲ್ಲಿ ಗಜಪತಿ ದೊರೆ ಕಪಿಲೇಂದ್ರನು ಮರಣಹೊಂದಿದ ನಂತರ ಅವನ ಮಕ್ಕಳಾದ ಹಮ್ಮೀರ ಮತ್ತು ಪುರುಷೋತ್ತಮನ ನಡುವೆ ಅಂತರ್ಯುದ್ಧ ಆರಂಭವಾಯಿತು. ಈ ಅವಕಾಶ ಬಳಸಿಕೊಂಡ ಬಹಮನಿ ಸುಲ್ತಾನ ಮೂರನೇ ಮುಹಮ್ಮದ್ ಷಾ ಗಜಪತಿಗಳನ್ನು ಸೋಲಿಸಿ ಕಂಚಿಯ ದೇವಾಲಯಗಳನ್ನು ಲೂಟಿ ಮಾಡಿದನು. ಆದರೆ ಈ ಸಂಪತ್ತಿನೊಂದಿಗೆ ಬೀದರ್‌ಗೆ ಹಿಂದಿರುಗುತ್ತಿದ್ದಾಗ ಸಾಳುವ ನರಸಿಂಹನ ದಂಡನಾಯಕ ಈಶ್ವರ ನಾಯಕ ದಾಳಿಮಾಡಿ **ಕುಂದುಕೂರ್** ಎಂಬಲ್ಲಿ ಬಹಮನಿ ಸೈನ್ಯವನ್ನು ಸೋಲಿಸಿ ಲೂಟಿ ಮಾಡಿದ್ದ ಸಂಪತ್ತನ್ನು ವಶಪಡಿಸಿಕೊಂಡನು. ಇದರಿಂದ ತೀವ್ರ ಆಕ್ರೋಶಗೊಂಡ ಮುಹಮ್ಮದನು ಆದಿಲ್‌ಖಾನ್ ನೇತೃತ್ವಲ್ಲಿ ಮತ್ತೊಂದು ಸೈನ್ಯವನ್ನು ಕಳುಹಿಸಿದನು. ಅದನ್ನು ಸೋಲಿಸಿದ ಈಶ್ವರ ನಾಯಕ ಪೆನುಕೊಂಡೆಯನ್ನು ವಶಪಡಿಸಿಕೊಂಡನು. ಈ ನಡುವೆ ವಿರೂಪಾಕ್ಷನನ್ನು 1485ರಲ್ಲಿ ಅವನ ಹಿರಿಯ ಮಗನೇ ಹತ್ಯೆಮಾಡಿದನು. ಸಾಮ್ರಾಜ್ಯದಲ್ಲಿ ತೀವ್ರ ಅಶಾಂತಿಯುಂಟಾಯಿತು. ಈ ಸಂದರ್ಭದಲ್ಲಿ ಸಾಳುವ ನರಸಿಂಹ ಅಧಿಕಾರವನ್ನು ವಶಪಡಿಸಿಕೊಂಡನು. ಹೀಗೆ ವಿಜಯನಗರದ ಸ್ಥಾಪನೆಗೆ ಕಾರಣವಾಗಿದ್ದ ಸಂಗಮ ವಂಶ 150 ವರ್ಷಗಳ ನಂತರ ಅಧಿಕಾರ ಕಳೆದುಕೊಂಡಿತು. 1485ರಲ್ಲಿ ಸಾಳುವ ವಂಶ ಅಧಿಕಾರಕ್ಕೆ ಬಂದಿತು. ಇದು **ಮೊದಲ ಅಧಿಕಾರ ಕಸಿಯುವಿಕೆ ಅಥವಾ ಅಧಿಕಾರಾಕ್ರಮಣ (First Usurpation)**. ಮುಂದೆ ಮತ್ತೆ ಎರಡು ಬಾರಿ ಇಂತಹ ಘಟನೆಗಳು ಸಂಭವಿಸಿದವು. ಸಾಮ್ರಾಜ್ಯದ ಹಿತದೃಷ್ಟಿಯಿಂದ ಇದೊಂದು ಉತ್ತಮ ಬೆಳವಣಿಗೆಯಾಗಿತ್ತು. ಈತನ ಕಾಲದಲ್ಲಿ **ರಷ್ಯಾದ ಪ್ರವಾಸಿ ನಿಕಿಟಿನ್ ವಿಜಯನಗರಕ್ಕೆ ಭೇಟಿ ನೀಡಿದ್ದನು.**

ಸಾಳುವ ವಂಶ (1485–1505) : ಒಂದನೇ ನರಸಿಂಹ (1485–1490)

ಸಾಳುವ ನರಸಿಂಹ ಸಂಗಮ ವಂಶದಿಂದ 1485ರಲ್ಲಿ ಅಧಿಕಾರವನ್ನು ಕಸಿದುಕೊಂಡನು. ನರಸಿಂಹನು ಸಾಳುವ ಗುಂಡನ ಮಗ. ಮಲ್ಲಿಕಾರ್ಜುನನ ಕಾಲದಲ್ಲಿ **ನರಸಿಂಹ ಚಂದ್ರಗಿರಿ ಪ್ರಾಂತ್ಯದ ಮಹಾಮಾಂಡಲೇಶ್ವರನಾಗಿ ಆಳುತ್ತಿದ್ದನು.** ಮಲ್ಲಿಕಾರ್ಜುನನ ಮರಣಾನಂತರ ಬಂದ ಅರಸರ ದೌರ್ಬಲ್ಯದ ಲಾಭ ಪಡೆದು ತನ್ನ ಪ್ರಭಾವವನ್ನು ವಿಸ್ತರಿಸಿಕೊಂಡನು. ಹಾಗೂ ವಿಜಯನಗರದ ಪರವಾಗಿ ಶತ್ರುಗಳ ವಿರುದ್ಧ ಹೋರಾಡಿದನು. 1469ರಲ್ಲಿ ಗಜಪತಿ ರಾಜ್ಯದ ಮೇಲೆ ದಾಳಿಮಾಡಿ ಉದಯಗಿರಿಯನ್ನು ವಶಪಡಿಸಿಕೊಂಡನು. ಪಾಂಡ್ಯರಾಜ **ಭುವನೈಕವೀರ ಸಮರಕೋಲಾಹಲ** ತೊಂಡೈಮಂಡಲ ಪ್ರದೇಶದ ಮೇಲೆ ನಡೆಸಿದ ದಾಳಿಯನ್ನು ವಿಫಲಗೊಳಿಸಿದನು. ಅನಂತರ ಆಂಧ್ರ ಪ್ರದೇಶದ ಕರಾವಳಿಯನ್ನು ವಶಪಡಿಸಿಕೊಂಡನು. 1480ರಲ್ಲಿ ಕೊಂಡವೀಡು ಮತ್ತು ಮಚಲೀಪಟ್ಟಣಗಳನ್ನು ವಶಪಡಿಸಿಕೊಂಡನು. ಬಹಮನಿ ರಾಜ್ಯದ ಪ್ರಧಾನ ಮಂತ್ರಿ ಮಹಮೂದ್ ಗವಾನನ ಹತ್ಯೆಯಿಂದ ಉದ್ಭವಿಸಿದ ಪರಿಸ್ಥಿತಿಯ ಲಾಭ ಪಡೆದು ಬಹಮನಿ ಸೈನ್ಯವನ್ನು 1481ರಲ್ಲಿ **ಕಂದುಕೂರ್** ಕದನಲ್ಲಿ ನರಸಿಂಹನ ಸೇನಾನಾಯಕ **ಈಶ್ವರ ನಾಯಕ** ಸೋಲಿಸಿದನು. ಈಶ್ವರ ನಾಯಕ ನೆಲ್ಲೂರು, ಚಿಂಗಲ್‌ಪೇಟೆ, ಜಿಂಜಿ, ಕೊಯಮತ್ತೂರು, ಸೇಲಂ, ಶ್ರೀರಂಗಪಟ್ಟಣ, ಬೆಂಗಳೂರು, ಅನಂತಪುರ, ಕಡಪ ಮೊದಲಾದವನ್ನು ವಶಪಡಿಸಿಕೊಂಡನು. ಉಮ್ಮತ್ತೂರಿನ ನಾಯಕರ ದಂಗೆಯನ್ನು ದಮನ ಮಾಡಿದನು. ಈ ಅವಧಿಯಲ್ಲಿ ವಿರೂಪಾಕ್ಷ ಕೇವಲ ನೆಪಮಾತ್ರಕ್ಕೆ ವಿಜಯನಗರದ ಅರಸನಾಗಿದ್ದನು. ಅವನ ಹತ್ಯೆಯ ನಂತರ 1485ರಲ್ಲಿ ಸಾಳುವ ನರಸಿಂಹ ವಿಜಯನಗರದ ಚಕ್ರವರ್ತಿಯಾದನು. **"ನರಸಿಂಹನ ಅಧಿಕಾರಾಕ್ರಮಣದ ಉದ್ದೇಶ ವೈಯಕ್ತಿಕ ಮಹತ್ವಾಕಾಂಕ್ಷೆಯಾಗಿರದೆ ಸಾಮ್ರಾಜ್ಯದ ಹಿತವನ್ನು ಕಾಪಾಡುವುದಾಗಿತ್ತು"** ಎಂದು ಡಾ.ಕೃಷ್ಣಸ್ವಾಮಿ ಹೇಳಿದ್ದಾರೆ **(ದಿ ತಮಿಳ್ ಕಂಟ್ರ ಅಂಡರ್ ವಿಜಯನಗರ)**. ಈ ಅಧಿಕಾರದ ಬದಲಾವಣೆಗೆ ಜನರ ಬೆಂಬಲವಿತ್ತು ಮತ್ತು ಅದು ರಕ್ತಪಾತ ರಹಿತವಾಗಿತ್ತು.

ಅಧಿಕಾರವಹಿಸಿಕೊಂಡ ಆರಂಭದಲ್ಲೇ ನರಸಿಂಹ ಹಲವಾರು ಸಮಸ್ಯೆಗಳನ್ನು ಎದುರಿಸಬೇಕಾಯಿತು. ಪೂರ್ವದ ಗಜಪತಿ ದೊರೆ ಪುರುಷೋತ್ತಮ ಗಜಪತಿಯು ಉದಯಗಿರಿ ಮತ್ತು ಕೊಂಡವೀಡು ಕೋಟೆಗಳನ್ನು ವಶಪಡಿಸಿಕೊಂಡನು. ಗಜಪತಿಯನ್ನು ಹಿಮ್ಮೆಟ್ಟಿಸಲು ನಡೆಸಿದ ಪ್ರಯತ್ನಗಳು ವಿಫಲವಾಗಿ ನರಸಿಂಹನೇ ಸೆರೆಯಾದನು. ಕೊನೆಗೆ ಉದಯಗಿರಿ ಹಾಗೂ ಸುತ್ತಲಿನ ಪ್ರದೇಶಗಳನ್ನು ಗಜಪತಿಗೆ ಒಪ್ಪಿಸಿ ಬಿಡುಗಡೆ ಪಡೆದನು. ಅಂತೆಯೇ ಗೋವಾ, ಬೆಳಗಾವಿ, ಕೊಂಡವೀಡು, ರಾಯಚೂರು,

ಮುದ್ಗಲ್ ಕೋಟೆಗಳ ಪುನರಾಕ್ರಮಣದ ಪ್ರಯತ್ನಗಳೂ ಫಲಕಾರಿಯಾಗಲಿಲ್ಲ. ಆದರೆ ತುಳುನಾಡನ್ನು ಗೆದ್ದುಕೊಂಡಿದ್ದರಿಂದ ಹೊನ್ನಾವರ, ಭಟ್ಕಳ ಮಂಗಳೂರು ಮೊದಲಾದ ಪಶ್ಚಿಮ ಕರಾವಳಿಯ ಬಂದರುಗಳು ವಿಜಯನಗರದ ಅಧೀನವಾದದ್ದರಿಂದ ಅರಬ್ಬರ ಮೂಲಕ ಅಶ್ವಗಳನ್ನು ತರಿಸಿಕೊಳ್ಳುವುದು ಸಾಧ್ಯವಾಯಿತು. ನ್ಯೂನಿಜ್‌ನ ಪ್ರಕಾರ **ಓರ್ಮುಜ್ ಮತ್ತು ಏಡನ್‌**ನಿಂದ ಅಶ್ವಗಳನ್ನು ತರಿಸಿಕೊಂಡು ಅಶ್ವಪಡೆಯನ್ನು ಬಲಪಡಿಸಿದನು. ಹೀಗೆ ಅತ್ಯಂತ ಕಷ್ಟಕಾಲದಲ್ಲಿ ವಿಜಯನಗರವನ್ನು ಸಂರಕ್ಷಿಸಿದ ಕೀರ್ತಿ ಸಾಳುವ ನರಸಿಂಹನಿಗೆ ಸಲ್ಲುತ್ತದೆ. ಅವನು 1490ರ ಅಕ್ಟೋಬರ್‌ನಲ್ಲಿ ನಿಧನನಾದನು.

ಇಮ್ಮಡಿ ನರಸಿಂಹ (1491–1505) (ನರಸನಾಯಕ)

ಸಾಳುವ ನರಸಿಂಹನಿಗೆ ಇಬ್ಬರು ಚಿಕ್ಕವಯಸ್ಸಿನ ಪುತ್ರರಿದ್ದರು. ಹೀಗಾಗಿ ನರಸಿಂಹ ತನ್ನ ದಂಡನಾಯಕನಾಗಿದ್ದ ತುಳುವ ನರಸನಾಯಕನನ್ನು ರಾಜಪ್ರತಿನಿಧಿಯಾಗಿ ನೇಮಿಸಿ ತನ್ನ ಮಕ್ಕಳ ರಕ್ಷಣೆಯ ಜವಾಬ್ದಾರಿಯನ್ನು ಅವನಿಗೆ ವಹಿಸಿದ್ದನು. ನರಸಿಂಹನ ಹಿರಿಯ ಮಗ ತಿಮ್ಮಭೂಪಾಲನನ್ನು ಸಿಂಹಾಸನಕ್ಕೆ ತಂದ ನರಸನಾಯಕ ಆಡಳಿತ ಜವಾಬ್ದಾರಿಯನ್ನು ತಾನೇ ನಿರ್ವಹಿಸಿದನು. ಆದರೆ ತಿಮ್ಮಭೂಪನ ಹತ್ಯೆಯಾಯಿತು. ತಕ್ಷಣ ನರಸನಾಯಕ ಸಾಳುವ ನರಸಿಂಹನ ಎರಡನೆಯ ಮಗ ಇಮ್ಮಡಿ ನರಸಿಂಹನನ್ನು ಸಿಂಹಾಸನದಲ್ಲಿ ಪ್ರತಿಷ್ಠಾಪಿಸಿದನು. ಆದರೆ ಇಮ್ಮಡಿ ನರಸಿಂಹ ನರಸನಾಯಕನನ್ನು ಕಡೆಗಣಿಸಿದ್ದರಿಂದ ಅತೃಪ್ತಗೊಂಡ ನರಸನಾಯಕ ರಾಜ ಇಮ್ಮಡಿ ನರಸಿಂಹನನ್ನು ಪೆನುಕೊಂಡೆಯಲ್ಲಿ ಬಂಧನದಲ್ಲಿಟ್ಟು ತಾನೇ ವಿಜಯನಗರದ ಸರ್ವಾಧಿಕಾರಿಯಾದನು. 1491ರಿಂದ 1503ರವರೆಗೆ ಬಹುತೇಕ ನಿಜವಾದ ಅರಸನಂತೆಯೇ ಆಳಿದನು.

ನರಸನಾಯಕನು ಬಿಜಾಪುರದ ಸುಲ್ತಾನ ಮತ್ತು ಬಹಮನಿ ಸುಲ್ತಾನನ ನಡುವಿನ ವಿರಸದ ಲಾಭ ಪಡೆದು ರಾಯಚೂರು ಮತ್ತು ಮುದ್ಗಲ್ ಕೋಟೆಗಳನ್ನು ವಶಪಡಿಸಿಕೊಂಡನು. ಪಾಂಡ್ಯರು ಹಾಗೂ ಚೋಳರ ಬಂಡಾಯಗಳನ್ನು ದಮನ ಮಾಡಿದನು. ಉಮ್ಮತ್ತೂರಿನ ನಾಯಕನ ಬಂಡಾಯವನ್ನು ಹತ್ತಿಕ್ಕಿದನು. ಇದೇ ಅವಧಿಯಲ್ಲಿ 1498ರಲ್ಲಿ ಪೋರ್ಚುಗೀಸ್ ನಾವಿಕ **ವಾಸ್ಕೋಡಗಾಮ ಕಲ್ಲಿಕೋಟೆಗೆ ಆಗಮಿಸುವ ಮೂಲಕ ಭಾರತಕ್ಕೆ ನೂತನ ಸಮುದ್ರಮಾರ್ಗವನ್ನು ಶೋಧಿಸಿದನು.** 1503ರಲ್ಲಿ ನರಸನಾಯಕ ನಿಧನನಾದನು. ಅನಂತರ ಅವನ ಹಿರಿಯ ಮಗ ತುಳುವ ನರಸಿಂಹ ಅಥವ ವೀರನರಸಿಂಹ ತಂದೆಯ ಸ್ಥಾನವನ್ನಲಂಕರಿಸಿದನು. 1505ರಲ್ಲಿ ಪೆನುಕೊಂಡದಲ್ಲಿ ಬಂಧನಲ್ಲಿದ್ದ ಇಮ್ಮಡಿ ನರಸಿಂಹನ ಕೊಲೆಯಾಯಿತು. ತಕ್ಷಣ ತುಳುವ ನರಸಿಂಹ ವಿಜಯನಗರದ ಚಕ್ರವರ್ತಿಯಾದನು.

ತುಳುವ ವಂಶ (1505–1565)

ತುಳುವ ವಂಶ ವಿಜಯನಗರವನ್ನು ಆಳಿದ ಮೂರನೇ ರಾಜವಂಶ. ಈ ವಂಶವನ್ನು ಅಧಿಕಾರಕ್ಕೆ ತಂದವನು ನರಸ ನಾಯಕನಾದರೂ **ಈ ವಂಶದ ಮೊದಲ ದೊರೆ ವೀರನರಸಿಂಹ.** ಇದನ್ನು **ಎರಡನೇ 'ಆದಿಕಾರ ಕಸಿಯುವಿಕೆ'** ಅಥವಾ **'ಅಧಿಕಾರಾಕ್ರಮಣ'** (Second Usurpation) ಎಂದು ಕರೆಯಲಾಗಿದೆ. 1505 ರಲ್ಲಿ ಅಧಿಕಾರಕ್ಕೆ ಬಂದ ತುಳವ ವಂಶ ಮುಂದೆ **ತಾಳಿಕೋಟೆ** ಕದನ ನಡೆಯುವವರೆಗೂ ಅಧಿಕಾರದಲ್ಲಿತ್ತು. 1550 ರಿಂದ 1565 ರವರೆಗೆ ಈ ವಂಶದ ಸದಾಶಿವರಾಯ ಕೇವಲ ನೆಪಮಾತ್ರಕ್ಕೆ ಚಕ್ರವರ್ತಿಯಾಗಿದ್ದನು. ಈ ಅವಧಿಯಲ್ಲಿ ಅರವೀಡು ವಂಶ ರಾಮರಾಯ ಸರ್ವಾಧಿಕಾರಿಯಾಗಿ ಆಡಳಿತ ನಡೆಸಿದನು. ಒಂದು ರೀತಿಯಲ್ಲಿ ರಾಮರಾಯ ಹಿಂದೆ ನರಸನಾಯಕ ಮಾಡಿದ್ದ ಕೆಲಸವನ್ನೇ ಮಾಡಿದನೆನ್ನಬಹುದು.

ತುಳುವ ವೀರನರಸಿಂಹ 1503 ರಿಂದ 1509 ರವರೆಗೆ ಆಳಿದನು. ಅವನ ಆಳ್ವಿಕೆಯಲ್ಲಿ ವಿಜಯನಗರ ತೀವ್ರ ಸಂಕಟದ ಸ್ಥಿತಿ ಎದುರಿಸಬೇಕಾಯಿತು. ಆಂತರಿಕ ಬಂಡಾಯಗಳ ಜೊತೆಗೆ ಬಿಜಾಪುರದ ಸುಲ್ತಾನನ ದಾಳಿಯನ್ನು ಎದುರಿಸಬೇಕಾಯಿತು. ಆಂತರಿಕ ದಂಗೆಗಳನ್ನು ಬಹುತೇಕ ದಮನ ಮಾಡಿದನು. 1509ರಲ್ಲಿ ಅವನು ಮರಣಹೊಂದಿದ ನಂತರ ಅವನ ಸಹೋದರ ಅಂದರೆ **ನರಸನಾಯಕನ ಎರಡನೆಯ ಮಗ ಕೃಷ್ಣದೇವರಾಯ ಸಿಂಹಾಸನವನ್ನೇರಿದನು.**

ಕೃಷ್ಣದೇವರಾಯ (1509–1529)

ಕೃಷ್ಣದೇವರಾಯ ವಿಜಯನಗರದ ಅತ್ಯಂತ ಶ್ರೇಷ್ಠ ಅರಸ. ಅವನ ಕಾಲದಲ್ಲಿ ವಿಜಯನಗರ ಸಾಮ್ರಾಜ್ಯದ ಅಧಿಕಾರ ಮತ್ತು ಕೀರ್ತಿ ಗಮನಾರ್ಹವಾಗಿ ಹೆಚ್ಚಿದವು. ಅದು ತನ್ನ ವೈಭವದ ಶಿಖರವನ್ನು ತಲುಪಿತು. ಅವನ ಆಸ್ಥಾನಕ್ಕೆ ಭೇಟಿ ನೀಡಿದ್ದ ವಿದೇಶಿ ಪ್ರವಾಸಿಗರೆಲ್ಲರೂ ಅವನ ವ್ಯಕ್ತಿತ್ವ, ಸಾಧನೆಗಳನ್ನು ಕುರಿತು ಮಹತ್ವದ ಮಾಹಿತಿಗಳನ್ನು ನೀಡಿದ್ದಾರೆ. **'ಮರೆತುಹೋದ ಸಾಮ್ರಾಜ್ಯ'ದ (The Forgotten Empire)** ಕರ್ತೃ ರಾಬರ್ಟ್ ಸಿವೆಲ್ ಅವರ ಪ್ರಕಾರ **"ಅವನ ಆಡಳಿತ ಕಾಲ ವಿಜಯನಗರದ ಅಪಾರ ಯಶಸ್ಸಿನ ಕಾಲವಾಗಿತ್ತು. ಆಗ ಅದರ ಸೈನ್ಯಗಳು ಎಲ್ಲೆಡೆಗಳಲ್ಲೂ ಜಯಭೇರಿ ಸಾಧಿಸಿದವು ಮತ್ತು ನಗರ ಅತ್ಯಂತ ಸಂಪದ್ಭರಿತವಾಗಿತ್ತು".**

ಕೃಷ್ಣದೇವರಾಯ ತುಳುವ ವಂಶದ ನರಸನಾಯಕನ ಎರಡನೇ ಮಗ. ನರಸನಾಯಕನ ಮರಣಾನಂತರ ಅಧಿಕಾರಕ್ಕೆ ಬಂದ ಅವನ ಹಿರಿಯ ಮಗ ವೀರನರಸಿಂಹ ತನ್ನ ತಮ್ಮ ಕೃಷ್ಣದೇವರಾಯನ ಕಣ್ಣುಗಳನ್ನು ಕೀಳಿಸಿ ತನಗೆ ತೋರಿಸುವಂತೆ ಆದೇಶಿಸಿದ್ದನೆಂದು, ಆದರೆ ಮಂತ್ರಿ ಸಾಳುವ ತಿಮ್ಮರಸ ಕೃಷ್ಣದೇವರಾಯನನ್ನು ರಕ್ಷಿಸಿದನೆಂದು ನ್ಯೂನಿಜ್ ಹೇಳಿದ್ದಾನೆ. ಆದರೆ ಸಹೋದರರ ನಡುವೆ ಅನ್ಯೋನ್ಯ ಸಂಬಂಧವಿತ್ತು ಎಂಬ ಬಗ್ಗೆ ಕೆಲವು ಶಾಸನಗಳಿಂದ ತಿಳಿದುಬರುತ್ತದೆ. ಸಹೋದರನ ಮರಣಾನಂತರ ಕೃಷ್ಣದೇವರಾಯ 1509ರಲ್ಲಿ ವಿಜಯನಗರ ಚಕ್ರವರ್ತಿಯಾಗಿ ಅಧಿಕಾರ ವಹಿಸಿಕೊಂಡನು (ಆಗಸ್ಟ್ 8). ಅವನ ಪಟ್ಟಾಭಿಷೇಕ **1510 ಜನವರಿ 24** ರಂದು ನಡೆಯಿತು.

1509ರಲ್ಲಿ ವಿಜಯನಗರದ ಪರಿಸ್ಥಿತಿ

ಕೃಷ್ಣದೇವರಾಯ ಅಧಿಕಾರ ವಹಿಸಿಕೊಂಡಾಗ ವಿಜಯನಗರ ಸಾಮ್ರಾಜ್ಯ ಅತ್ಯಂತ ಕಠಿಣ ಪರಿಸ್ಥಿತಿಯನ್ನು ಎದುರಿಸುತ್ತಿತ್ತು. ಅದು ಆಂತರಿಕ ಹಾಗು ಬಾಹ್ಯ ಶತ್ರುಗಳನ್ನು ಹೊಂದಿತ್ತು. ಉಮ್ಮತ್ತೂರಿನ ಗಂಗರಾಜ ಸೇರಿದಂತೆ ಹಲವು ಪಾಳೆಯಗಾರರು ಸ್ವತಂತ್ರರಾಗಲು ಯತ್ನಿಸುತ್ತಿದ್ದರು. ಸಾಮ್ರಾಜ್ಯದ ಪೂರ್ವದ ಗಡಿಯಲ್ಲಿ ಒರಿಸ್ಸಾದ ಗಜಪತಿ ದೊರೆಗಳು ವಿಜಯನಗರಕ್ಕೆ ಸೇರಿದ್ದ ಹಲವು ಪ್ರದೇಶಗಳನ್ನು ವಶಪಡಿಸಿಕೊಂಡಿದ್ದರು. 1491 ರಲ್ಲಿ ಉದಯಗಿರಿಯನ್ನು ಅವರು ಆಕ್ರಮಿಸಿದ್ದರು. ಈ ವೇಳೆಗೆ ಬಹಮನಿ ಸಾಮ್ರಾಜ್ಯ ವಿಸರ್ಜನೆಗೊಂಡಿದ್ದರೂ ಬಿಜಾಪುರದ ಆದಿಲ್ ಷಾಹಿ ಸುಲ್ತಾನರು ವಿಜಯನಗರದ ಪ್ರಬಲ ಶತ್ರುಗಳಾಗಿದ್ದರು. ಪಶ್ಚಿಮ ಕರಾವಳಿಯಲ್ಲಿ ಪ್ರಬಲರಾಗಿದ್ದ ಪೋರ್ಚುಗೀಸರಿಂದಲೂ ಅಪಾಯ ಎದುರಾಗುವ ಸಂಭವಗಳಿದ್ದವು. ಸಂಗಮ ವಂಶದ ಕೊನೆಯ ಅರಸರು ಸಾಮ್ರಾಜ್ಯದ ಹಿತವನ್ನು ರಕ್ಷಿಸುವಲ್ಲಿ ವಿಫಲರಾಗಿದ್ದರು. ಸಾಳುವ ನರಸಿಂಹ ಹಾಗೂ ತುಳುವ ನರಸನಾಯಕರಿಂದಲೂ ಪರಿಸ್ಥಿತಿಯನ್ನು ಸುಧಾರಿಸುವುದು ಸಾಧ್ಯವಾಗಿರಲಿಲ್ಲ. ಆದರೆ ಕೃಷ್ಣದೇವರಾಯ ಈ ಕಠಿಣ ಪರಿಸ್ಥಿತಿಯನ್ನು ಸಮರ್ಥವಾಗಿ ಎದುರಿಸಿದನು ಮತ್ತು ಶತ್ರುಗಳ ಸೊಕ್ಕನ್ನು ಮುರಿದು ಸಾಮ್ರಾಜ್ಯದ ಸಮಗ್ರತೆಯನ್ನು ಕಾಪಾಡಿದನು. ಅಧಿಕಾರವಹಿಸಿಕೊಂಡ ತಕ್ಷಣ ಅನುಭವಿಯಾಗಿದ್ದ ಸಾಳುವ ತಿಮ್ಮರಸನನ್ನು ತನ್ನ ಪ್ರಧಾನ ಮಂತ್ರಿಯಾಗಿ ನೇಮಿಸಿಕೊಂಡನು.

ಆಂತರಿಕ ದಂಗೆಗಳ ದಮನ

ಸಿಂಹಾಸನವನ್ನೇರಿದ ತಕ್ಷಣ ಕೃಷ್ಣದೇವರಾಯ ಆಂತರಿಕ ದಂಗೆಗಳನ್ನು ದಮನ ಮಾಡಲು ಗಮನ ಹರಿಸಬೇಕಾಯಿತು. ಸಾಮ್ರಾಜ್ಯದ ಮಧ್ಯಭಾಗದಲ್ಲಿ ಉಮ್ಮತ್ತೂರಿನ ಪಾಳೆಯಗಾರ ಗಂಗರಾಜ ದಂಗೆ ಎದ್ದು ಸ್ವಾತಂತ್ರ್ಯ ಘೋಷಿಸಿಕೊಂಡಿದ್ದನು. ಅಲ್ಲದೆ ಅವನು ಶಿವನಸಮುದ್ರ ಹಾಗೂ ಶ್ರೀರಂಗಪಟ್ಟಣ ಕೋಟೆಗಳನ್ನು ಬಲಪಡಿಸಿದ್ದನು. 1510ರ ಮಾರ್ಚ್ ತಿಂಗಳಲ್ಲಿ ಅವನ ಮೇಲೆ ದಂಡೆತ್ತಿ ಹೋದ ಕೃಷ್ಣದೇವರಾಯ ಗಂಗರಾಜನನ್ನು ಸೋಲಿಸಿ ಶಿವನಸಮುದ್ರ ಹಾಗೂ ಶ್ರೀರಂಗಪಟ್ಟಣಗಳನ್ನು ವಶಪಡಿಸಿಕೊಂಡನು. ತಪ್ಪಿಸಿಕೊಳ್ಳಲು ಯತ್ನಿಸುತ್ತಿದ್ದಾಗ ಶಿವನಸಮುದ್ರದ ಬಳಿ ಕಾವೇರಿ ನದಿಯಲ್ಲಿ ಮುಳುಗಿ ಗಂಗರಾಜ ಮರಣಹೊಂದಿದನು. ಈ ಇಡೀ ಪ್ರದೇಶವನ್ನು ನೂತನ ಪ್ರಾಂತ್ಯವಾಗಿ ರಚಿಸಿ ಶ್ರೀರಂಗಪಟ್ಟಣವನ್ನು ರಾಜಧಾನಿಯಾಗಿ ಮಾಡಿ ತಿಮ್ಮರಸನ ಸಹೋದರ ಸಾಳುವ ಗೋವಿಂದರಾಜನನ್ನು ರಾಜ್ಯಪಾಲನಾಗಿ ನೇಮಿಸಿದನು.

ಸುಲ್ತಾನರೊಂದಿಗೆ ಯುದ್ಧ

ರಾಯಚೂರು ಪ್ರದೇಶ ಪ್ರಾರಂಭದಿಂದಲೂ ವಿಜಯನಗರ ಹಾಗೂ ಬಹಮನಿ ಸಾಮ್ರಾಜ್ಯಗಳ ನಡುವೆ ತೀವ್ರ ಘರ್ಷಣೆಯ ಕೇಂದ್ರವಾಗಿತ್ತು. 1510ರಲ್ಲಿ ಬೀದರ್‌ನ ಸುಲ್ತಾನ **ಮುಹಮ್ಮದ್ ಷಾ** ಮತ್ತು ಬಿಜಾಪುರದ ಸುಲ್ತಾನ **ಯೂಸಫ್ ಆದಿಲ್ ಷಾ** ಜೊತೆಗೂಡಿ ವಿಜಯನಗರದ ವಿರುದ್ಧ ಜಿಹಾದ್ ಅಥವಾ ಧರ್ಮಯುದ್ಧ ಘೋಷಿಸಿದರು ಮತ್ತು ರಾಯಚೂರಿನ ಮೇಲೆ ದಾಳಿ ಮಾಡಿದರು. ಕೃಷ್ಣದೇವರಾಯ ಅವರನ್ನು **ದೋಣಿ** ಎಂಬ ಸ್ಥಳದಲ್ಲಿ ಸೋಲಿಸಿದನು. ಮತ್ತೊಮ್ಮೆ ಬಿಜಾಪುರದ ಯೂಸಫ್ ಆದಿಲ್‌ಷಾನನ್ನು **ಕೋವಿಲಕೊಂಡದ** ಬಳಿ ಸೋಲಿಸಿದನು. ಕದನದಲ್ಲಿ ಯೂಸಫ್ ಷಾ ಮರಣಹೊಂದಿದನು ಮತ್ತು 1512ರಲ್ಲಿ ಮುದ್ಗಲ್ ಮತ್ತು ರಾಯಚೂರು ಕೃಷ್ಣದೇವರಾಯನ ವಶವಾದವು. 1512 ರಲ್ಲಿ ಕೃಷ್ಣದೇವರಾಯ ಮಂಗಳೂರನ್ನು ವಶಪಡಿಸಿಕೊಡನು.

ಕಳಿಂಗ ದಂಡಯಾತ್ರೆ

ದಂಗೆಗಳನ್ನು ದಮನ ಮಾಡಿ ಸಾಮ್ರಾಜ್ಯದಲ್ಲಿ ಶಾಂತಿ ಮತ್ತು ಸ್ಥಿರತೆಯನ್ನು ಸ್ಥಾಪಿಸಿದ ನಂತರ ಹಾಗೂ ಉತ್ತರದ ಶತ್ರುಗಳನ್ನು ಹಿಮ್ಮೆಟ್ಟಿಸಿದ ನಂತರ ಕೃಷ್ಣದೇವರಾಯ ಪೂರ್ವ ಭಾಗದ ಶತ್ರುವಾಗಿದ್ದ ಒರಿಸ್ಸಾದ ಗಜಪತಿ ದೊರೆಯತ್ತ ತನ್ನ ಗಮನ ಹರಿಸಿದನು. ಗಜಪತಿ ಪ್ರತಾಪರುದ್ರ ವಿಜಯನಗರದ ಮೇಲೆ ದಾಳಿಮಾಡಿ ಪೂರ್ವ ಭಾಗದ ಉದಯಗಿರಿ ಮತ್ತು

ಕೊಂಡವೀಡು ಸೇರಿದಂತೆ ಹಲವಾರು ಪ್ರದೇಶಗಳನ್ನು ವಶಪಡಿಸಿಕೊಂಡಿದ್ದನು. ಈ ಎಲ್ಲಾ ಪ್ರದೇಶಗಳನ್ನು ಮರಳಿ ವಶಪಡಿಸಿಕೊಳ್ಳುವ ಉದ್ದೇಶದಿಂದ ಕೃಷ್ಣದೇವರಾಯ 1513ರ ಅಂತ್ಯಭಾಗದಲ್ಲಿ ತನ್ನ ಪ್ರಸಿದ್ಧವಾದ ಕಳಿಂಗ ದಂಡಯಾತ್ರೆಯನ್ನು ಕೈಗೊಂಡನು.

ಅತ್ಯಂತ ತೀವ್ರವಾದ ಮತ್ತು ಸುದೀರ್ಘವಾದ ಹೋರಾಟದ ನಂತದ 1514ರ ಜೂನ್ (9 ರಂದು) ತಿಂಗಳಲ್ಲಿ ಕೃಷ್ಣದೇವರಾಯ ಅಭೇದ್ಯವೆನಿಸಿದ್ದ **ಉದಯಗಿರಿ** ಕೋಟೆಯನ್ನು ವಶಪಡಿಸಿಕೊಂಡನು. ಈ ಕದನದಲ್ಲಿ ಎರಡೂ ಪಕ್ಷಗಳೂ ಅಪಾರ ನಷ್ಟ ಅನುಭವಿಸಿದವು. ಉದಯಗಿರಿಯಿಂದ ಬಾಲಕೃಷ್ಣನ ವಿಗ್ರಹವನ್ನು ತಂದು ವಿಜಯನಗರದ ಕೃಷ್ಣಸ್ವಾಮಿ ದೇವಾಲಯದಲ್ಲಿ ಪ್ರತಿಷ್ಠಾಪಿಸಿದನು.

1515ರ ಪ್ರಾರಂಭದಲ್ಲಿ ಮತ್ತೆ ದಂಡಯಾತ್ರೆ ಆರಂಭಿಸಿದ ಅವನು ಕುಂದಕೂರ್, ವಿನುಕೊಂಡ, ಅಡ್ಡಂಕಿ, ಬೆಲ್ಲಮಕೊಂಡ, ನಾಗಾರ್ಜುನಕೊಂಡ, ಕೇತವರಂ ಮೊದಲಾದ ಕೋಟೆಗಳನ್ನು ವಶಪಡಿಸಿಕೊಂಡನು. ಅನಂತರ ಅವನು ಅತ್ಯಂತ ಪ್ರಬಲವಾದ **ಕೊಂಡವೀಡು** ಕೋಟೆಗೆ ಮುತ್ತಿಗೆ ಹಾಕಿದನು. ತೀವ್ರಹೋರಾಟದ ನಂತರ (ಜೂನ್ 23) 1515ರಲ್ಲಿ ಅದನ್ನು ವಶಪಡಿಸಿಕೊಂಡನು. ಇಲ್ಲಿ ಅವನು ಒರಿಸ್ಸಾದ ಗಜಪತಿ ದೊರೆಯ ಮಗ ರಾಜಕುಮಾರ ವೀರಭದ್ರನನ್ನು ಸೆರೆಹಿಡಿದನು. ಅನಂತರ ತಿರುಪತಿಗೆ ತೆರಳಿ ಅಲ್ಲಿಂದ ಶ್ರೀಶೈಲಕ್ಕೆ ಭೇಟಿ ನೀಡಿ ವಿಜಯನಗರಕ್ಕೆ ಹಿಂದಿರುಗಿದನು. 1515ರ ಡಿಸೆಂಬರ್‌ನಲ್ಲಿ ಮೂರನೇ ದಂಡಯಾತ್ರೆ ಕೈಗೊಂಡ ಕೃಷ್ಣದೇವರಾಯ **ವಿಜಯವಾಡ** ಅಥವಾ ಬೆಜವಾಡ ಕೋಟೆಯನ್ನು ಗಜಪತಿಗಳಿಂದ ಕಸಿದುಕೊಂಡನು. ಈ ಸಂದರ್ಭದಲ್ಲಿ **ಶ್ರೀಕಾಕುಳಂನ ಮಧುಸೂಧನ**ನೆಂದು ಹೆಸರಾದ ವಿಷ್ಣುವು ಸ್ವಪ್ನದಲ್ಲಿ ಕಾಣಿಸಿಕೊಂಡು **'ಆಮುಕ್ತಮಾಲ್ಯದ'** ರಚಿಸುವಂತೆ ತನಗೆ ಆದೇಶಿಸಿದನೆಂದು ಸ್ವತಃ ಕೃಷ್ಣದೇವರಾಯನೇ ಹೇಳಿಕೊಂಡಿದ್ದಾನೆ. ಅನಂತರ **ಕೊಂಡಪಲ್ಲಿ** ಕೋಟೆಗೆ ಮುತ್ತಿಗೆ ಹಾಕಿದ ಅವನು ಅದನ್ನು ಎರಡು ತಿಂಗಳ ನಂತರ ವಶಪಡಿಸಿಕೊಂಡನು. ಅನಂತರ ವಿಜಯನಗರದ ಪಡೆಗಳು ರಾಜಮಹೇಂದ್ರಿ, ತೆಲಂಗಾಣ ಹಾಗೂ ಸಂಪೂರ್ಣ ವೆಂಗಿನಾಡನ್ನು ವಶಪಡಿಸಿಕೊಂಡವು. ಗೋಲ್ಕೊಂಡ ಹಾಗೂ ಬೀದರ್‌ನ ಸುಲ್ತಾನರ ಬೆಂಬಲವಿದ್ದಾಗ್ಯೂ ಗಜಪತಿ ದೊರೆ ಸತತ ಸೋಲನ್ನು ಅನುಭವಿಸಿದನು. ಪೂರ್ವದಲ್ಲಿ ಸಿಂಹಾಚಲಂವರೆಗೂ ತನ್ನ ವಿಜಯಯಾತ್ರೆ ಮುಂದುವರಿಸಿದ ಕೃಷ್ಣದೇವರಾಯ ಗಜಪತಿಗಳ ರಾಜಧಾನಿ **ಕಟಕ್ ನಗರದ** ಮೇಲೆ ದಾಳಿ ನಡೆಸಿದನು. ಕೊನೆಗೆ ಗಜಪತಿ ದೊರೆ ಪ್ರತಾಪರುದ್ರ ಸಂಧಿಗೆ ಮನವಿ ಮಾಡಿಕೊಂಡನು. ಅದಕ್ಕೆ ಕೃಷ್ಣದೇವರಾಯ ಸಮ್ಮತಿಸಿದನು. ಅದರ ಪ್ರಕಾರ ಗಜಪತಿ ದೊರೆ ತನ್ನ ಮಗಳು **ತುಕ್ಕದೇವಿ** ಅಥವಾ **ಜಗನ್ಮೋಹಿನಿಯನ್ನು** ಕೃಷ್ಣದೇವರಾಯನಿಗೆ ವಿವಾಹ ಮಾಡಿಕೊಟ್ಟನು. ಅದಕ್ಕೆ ಪ್ರತಿಯಾಗಿ ಕೃಷ್ಣಾ ನದಿಯ ಉತ್ತರ ಭಾಗದ ಎಲ್ಲಾ ಪ್ರದೇಶಗಳನ್ನು ಹಿಂದಕ್ಕೆ ಪಡೆದನು. ಅದರೊಂದಿಗೆ ಕೃಷ್ಣದೇವರಾಯನ ಮಹತ್ವದ ಕಳಿಂಗ ದಂಡಯಾತ್ರೆ ಅಂತ್ಯಗೊಂಡಿತು. ಈ ದಂಡಯಾತ್ರೆ 1513ರಿಂದ 1518ರವರೆಗೆ ಐದು ವರ್ಷಗಳ ಕಾಲ ಮೂರು ಹಂತಗಳಲ್ಲಿ ಮುಂದುವರಿಯಿತು. ಕೃಷ್ಣದೇವರಾಯ ಇದರ ನೆನಪಿಗಾಗಿ **'ಗಜಪತಿ ಸಪ್ತಾಂಗಹರಣ'** ಎಂಬ **ಬಿರುದನ್ನು ಧರಿಸಿದನು.**

ಗೋಲ್ಕೊಂಡದೊಂದಿಗೆ ಘರ್ಷಣೆ

ಕೃಷ್ಣದೇವರಾಯ ಒರಿಸ್ಸಾದ ದಂಡಯಾತ್ರೆಯಲ್ಲಿ ತೊಡಗಿದ್ದಾಗ ಗೋಲ್ಕೊಂಡದ **ಕುಲಿ ಕುತಬ್ ಖಾನ್** ವಿಜಯನಗರಕ್ಕೆ ಸೇರಿದ ಪಾಂಗಲ್, ಗುಂಟೂರು, ವಾರಂಗಲ್ ಮೊದಲಾದವನ್ನು ವಶಪಡಿಸಿಕೊಂಡನು. ಕೊಂಡವೀಡು ಕೋಟೆಯ ಮೇಲೂ ದಾಳಿ ಮಾಡಿದನು. ಸಾಳುವ ತಿಮ್ಮನ ನೇತೃತ್ವದ ವಿಜಯನಗರ ಸೈನ್ಯ ಕುತುಬ್ ಖಾನ್‌ನನ್ನು ಸೋಲಿಸಿತು ಮತ್ತು ಅವನಿಂದ ಕಾಣಿಕೆ ವಸೂಲಿ ಮಾಡಿತು.

ರಾಯಚೂರು ದಂಡಯಾತ್ರೆ

ಕಳಿಂಗ ದಂಡಯಾತ್ರೆಯಂತೆಯೇ ಕೃಷ್ಣದೇವರಾಯನ ರಾಯಚೂರು ದಂಡಯಾತ್ರೆಯೂ ಪ್ರಸಿದ್ಧವಾದುದು. ಕೃಷ್ಣದೇವರಾಯ ಕಳಿಂಗ ದಂಡಯಾತ್ರೆಯಲ್ಲಿ ನಿರತನಾಗಿದ್ದಾಗ ಬಿಜಾಪುರದ ಸುಲ್ತಾನ ಯೂಸೆಫ್ ಷಾನ ಉತ್ತರಾಧಿಕಾರಿ **ಇಸ್ಮಾಯಿಲ್ ಆದಿಲ್ ಷಾ** ರಾಯಚೂರನ್ನು ಪುನಃ ವಶಪಡಿಸಿಕೊಂಡಿದ್ದನು. ಕಳಿಂಗ ದಂಡಯಾತ್ರೆಯಿಂದ ಹಿಂದಿರುಗಿದ ನಂತರ ರಾಯಚೂರು ದಂಡಯಾತ್ರೆ ಕೈಗೊಳ್ಳಲು ಕೃಷ್ಣದೇವರಾಯ ಸಕಲ ಸಿದ್ಧತೆ ನಡೆಸಿದನು. ಎಲ್ಲ ಸಿದ್ದತೆಗಳು ಪೂರ್ಣಗೊಂಡ ನಂತರ ಅವನು ಭಾರಿ ಸೈನ್ಯದೊಂದಿಗೆ ರಾಯಚೂರಿನ ಮೇಲೆ ದಾಳಿ ಮಾಡಿದನು. **ನ್ಯೂನಿಜ್** ಈ ದಂಡಯಾತ್ರೆಯ ಬಗ್ಗೆ ಉಪಯುಕ್ತವಾದ ಮಾಹಿತಿಯನ್ನು ನೀಡಿದ್ದಾನೆ. ಈತನು ನೀಡಿರುವ ಮಾಹಿತಿ ಬಿಟ್ಟರೆ ರಾಯಚೂರು ಯುದ್ಧದ ವರ್ಣನೆ ಬೇರೆಲ್ಲೂ ದೊರೆಯುವುದಿಲ್ಲ. ಈ ಯುದ್ಧದಲ್ಲಿ ಭಾಗವಹಿಸಿದ್ದ ಪೋರ್ಚುಗೀಸರಿಂದ ಮಾಹಿತಿಯನ್ನು ಕೇಳಿ ಬರೆದಿರುವುದರಿಂದ ನ್ಯೂನಿಜ್‌ನ ವರದಿ **ಪ್ರತ್ಯಕ್ಷ ವರದಿ**ಯೇ ಆಗಿದೆ.

ವಿಜಯನಗರದ ಸೈನ್ಯ ಸುಮಾರು 7,36,000 ಸೈನಿಕರನ್ನು ಮತ್ತು 550 ಆನೆಗಳನ್ನು ಹೊಂದಿತ್ತು. ಇಡೀ ಸೈನ್ಯ 11

ವಿಭಾಗಗಳನ್ನು ಮುಂದುವರಿದು ರಾಯಚೂರಿನ ಪೂರ್ವಭಾಗದ ಮಲ್ಲಾಪುರದಲ್ಲಿ ಬೀಡು ಬಿಟ್ಟಿತು. ಸುಲ್ತಾನ್ ಇಸ್ಮಾಯಿಲನೂ ತನ್ನ ಪಡೆಗಳೊಂದಿಗೆ ಆಗಮಿಸಿ ರಾಯಚೂರಿನ ಉತ್ತರ ಭಾಗದಲ್ಲಿ ಶಿಬಿರ ಹೂಡಿದನು. **ರಾಬರ್ಟ್ ಸಿವೆಲ್** ಎಲ್ಲ ದಾಖಲೆಗಳನ್ನು ಪರಿಶೀಲಿಸಿ ರಾಯಚೂರು ಕದನ 1520ರ ಮೇ 19ರಂದು **ಗೊಬ್ಬೂರು** ಎಂಬಲ್ಲಿ ಜರುಗಿತು ಎಂದು ಹೇಳಿದ್ದಾನೆ.

ರಾಯಚೂರು ಕದನ ಒಂದು ನಿರ್ಣಾಯಕವಾದ ಕದನವಾಗಿತ್ತು. ಸುಲ್ತಾನನು ಪ್ರಾರಂಭದಲ್ಲಿ ಗೆಲುವು ಸಾಧಿಸಿದನು. ಆದರೆ ಸಿವೆಲ್ ಹೇಳಿರುವಂತೆ ಎಂದಿನಂತೆ ಕೃಷ್ಣದೇವರಾಯ ಧೈರ್ಯದಿಂದ ಸಾವನ್ನೆದುರಿಸಲು ನಿರ್ಧರಿಸಿದನು. ಕದನವನ್ನು ಕುರಿತು ಸಿವೆಲ್ ಹೀಗೆ ಬರೆದಿದ್ದಾನೆ.

"ತನ್ನ ಅಶ್ವವನ್ನೇರಿದ ರಾಯ ತನ್ನ ಉಳಿದೆಲ್ಲಾ ಸೇನಾ ವಿಭಾಗಗಳಿಗೆ ಮುನ್ನಡೆಯುವಂತೆ ಆದೇಶಿಸಿದನು ಮತ್ತು ಈಗ ಅವ್ಯವಸ್ಥೆಯಿಂದ ಕೂಡಿದ್ದ ಮುಸಲ್ಮಾನ ಸೈನ್ಯದ ಮೇಲೆ ಭಾರಿ, ಪ್ರಹಾರ ಮಾಡಿದನು. ಅದರ ಫಲವಾಗಿ ಸಂಪೂರ್ಣ ಜಯ ಲಭಿಸಿತು. ಏಕೆಂದರೆ ಅವನ ರಭಸದ ದಾಳಿಯಿಂದಾಗಿ ಚದುರಿದ ಮುಸ್ಲಿಂ ಸೈನ್ಯ ಮತ್ತೆ ಒಂದುಗೂಡಲಾಗದೆ ಪಲಾಯನ ಮಾಡಿತು. ಅವನು ಅವರನ್ನು ನದಿಯವರೆಗೂ ಹಿಮ್ಮೆಟ್ಟಿಸಿದನು ಮತ್ತು ನದಿಯಲ್ಲಿ ಅತ್ಯಂತ ಘೋರ ಕಗ್ಗೊಲೆ ಸಂಭವಿಸಿತು ಮತ್ತು ಶತ್ರುಗಳ ಇಡೀ ಸೈನ್ಯ ಪಲಾಯನ ಮಾಡಿತು". ಬಿಜಾಪುರದ ಪ್ರಧಾನ ಸೇನಾನಾಯಕ **ಸಲಬತ್ ಖಾನ್**ನನ್ನು ಸೆರೆಹಿಡಿಯಲಾಯಿತು.

ಕೃಷ್ಣಾ ನದಿಯನ್ನು ದಾಟಿದ ವಿಜಯನಗರದ ಸೈನ್ಯ ಸುಲ್ತಾನನ ಶಿಬಿರದ ಮೇಲೆ ದಾಳಿಮಾಡಿತು. ಇಸ್ಮಾಯಿಲ್ ಆದಿಲ್ ಷಾ ತಪ್ಪಿಸಿಕೊಂಡನಾದರೂ ಅವನ ಸೈನ್ಯ ಪೂರ್ಣವಾಗಿ ನಾಶವಾಯಿತು. ಸಿವೆಲ್‌ನ ಪ್ರಕಾರ ತೀವ್ರವಾಗಿ ಭಯಗೊಂಡ ಸುಲ್ತಾನ ತನ್ನ ಶತ್ರುವಿನ (ರಾಯನ) ಜೀವಿತ ಕಾಲದಲ್ಲಿ ಮತ್ತೆಂದು ವಿಜಯನಗರದ ಮೇಲೆ ದಾಳಿಮಾಡುವ ಸಾಹಸವನ್ನು ಮಾಡಲಿಲ್ಲ. ಗೊಬ್ಬೂರು ಕದನದ ನಂತರ 1520ರ ಜೂನ್ ತಿಂಗಳಲ್ಲಿ ರಾಯಚೂರು ಕೋಟೆಗೆ ಮುತ್ತಿಗೆ ಹಾಕಲಾಯಿತು. ಅದನ್ನು ರಕ್ಷಿಸಿಕೊಳ್ಳಲು ಬಿಜಾಪುರ ಸೈನ್ಯ ತೀವ್ರ ಹೋರಾಟ ನಡೆಸಿತು. **ಕ್ರಿಸ್ಟೋವಾವೊ ಫಿಗ್ಯುರೇಡೊ** ಎಂಬ ಪೋರ್ಚುಗೀಸ್ ಅಧಿಕಾರಿಯ ನೇತೃತ್ವದ ಫಿರಂಗಿಪಡೆ ಮುಂಚೂಣಿಯಲ್ಲಿ ನಿಂತು ಹೋರಾಡಿತು. ಅವರ ಬಂದೂಕುಗಳು ಪರಿಣಾಮಕಾರಿಯಾಗಿದ್ದವು. ಸುಮಾರು 20 ಪೋರ್ಚುಗೀಸ್ ಬಂದೂಕುದಾರಿ ಸೈನಿಕರು ರಾಯಚೂರು ಕದನದಲ್ಲಿ ಮಹತ್ವದ ಪಾತ್ರವಹಿಸಿದರು. ಕೊನೆಗೆ ಕೋಟೆ ವಿಜಯನಗರದ ವಶವಾಯಿತು. ಅದೇ ವರ್ಷ ನಡೆದ ಮಹಾನವಮಿ ಉತ್ಸವದ ಸಂದರ್ಭದಲ್ಲಿ ಕೃಷ್ಣದೇವರಾಯ ಪೊರ್ಚುಗೀಸರ ಅಧಿಕಾರಿ ಫಿಗ್ಯುರೇಡೊನಿಗೆ ವಿಶೇಷವಾಗಿ ಸನ್ಮಾನ ಮಾಡಿದನು.

ರಾಯಚೂರು ಕದನದ ಪರಿಣಾಮಗಳು ಬಿಜಾಪುರಕ್ಕೆ ವಿನಾಶಕಾರಿಯಾಗಿದ್ದವು. ಇಸ್ಮಾಯಿಲ್ ಆದಿಲ್ ಷಾನ ಅಧಿಕಾರ ಮತ್ತು ಘನತೆಗೆ ಸರಿಪಡಿಸಲಾಗದ ಹಾನಿಯುಂಟಾಯಿತು. ಕೊನೆಗೆ ಹತಾಶನಾದ ಅವನು ತನ್ನ ಪ್ರದೇಶಗಳನ್ನು ಹಿಂದಿರುಗಿಸುವಂತೆ ಕೃಷ್ಣದೇವರಾಯನಿಗೆ ಮನವಿ ಮಾಡಿದನು. ಈ ಮನವಿಯನ್ನು ಪರಿಶೀಲಿಸುವುದಕ್ಕೆ ಮೊದಲು ಸುಲ್ತಾನನು ತನ್ನ ಪಾದಗಳನ್ನು ಚುಂಬಿಸಬೇಕೆಂಬ ಶರತ್ತನ್ನು ಕೃಷ್ಣದೇವರಾಯ ವಿಧಿಸಿದನು. ಅದಕ್ಕಾಗಿ ನಿಗದಿಯಾಗಿದ್ದ ದಿನಾಂಕದಂದು ಸುಲ್ತಾನ ಆಗಮಿಸದಿದ್ದಾಗ ರಾಯ ಬಿಜಾಪುರದ ಮೇಲೆ ದಾಳಿ ಮಾಡಿ, ಕೋಟೆಯನ್ನು 1522 ರಲ್ಲಿ ವಶಪಡಿಸಿಕೊಂಡನು. ಸುಲ್ತಾನನ ಅರಮನೆಯಲ್ಲಿ ಕೆಲವು ದಿನಗಳನ್ನು ಕಳೆದ ರಾಯ ಗುಲ್ಬರ್ಗಾದತ್ತ ನಡೆದನು. ಬಿಜಾಪುರದ ಮುತ್ತಿಗೆ ಬಗ್ಗೆ ಶಾಸನಾಧಾರಗಳಿದ್ದಾಗ್ಯೂ ನ್ಯೂನಿಜ್ ಪ್ರಸ್ತಾಪಿಸಿರುವ ಪಾದಚುಂಬನದ ಕಥೆಗೆ ಇತರ ಮೂಲಗಳಿಂದ ಸಮರ್ಥನೆ ದೊರೆತಿಲ್ಲ.

ಬಹಮನಿ ರಾಜ್ಯದ ಪುನರ್‌ಸ್ಥಾಪನೆ.

ಕೃಷ್ಣದೇವರಾಯ ಬಹಮನಿ ರಾಜ್ಯದ ಆಂತರಿಕ ವ್ಯವಹಾರಗಳಲ್ಲಿ ಹಸ್ತಕ್ಷೇಪ ನಡೆಸಬೇಕಾಗಿ ಬಂದಿತು. ಬಿಜಾಪುರದ ಇಸ್ಮಾಯಿಲ್ ಆದಿಲ್ ಷಾ ಹಾಗೂ ಬಹಮನಿ ಪ್ರಧಾನಿ ಅಮೀರ್ ಬರೀದ್ ನಡುವೆ ತೀವ್ರ ವೈಷಮ್ಯವಿತ್ತು. ಇಸ್ಮಾಯಿಲ್ ಆದಿಲ್ ಷಾನ ವಿರುದ್ಧ ಅಮೀರ್ ಬರೀದ್ ಕೃಷ್ಣದೇವರಾಯನ ನೆರವು ಕೇಳಿದನು. ಒಪ್ಪಿದ ಕೃಷ್ಣದೇವರಾಯ ಕೆಳದಿಯ ಸದಾಶಿವ ನಾಯಕನ ಜೊತೆಗೂಡಿ ಗುಲ್ಬರ್ಗಾದತ್ತ ಮುನ್ನಡೆದನು. ಆಗ ಗುಲ್ಬರ್ಗಾ ಆದಿಲ್ ಷಾಹಿಗಳ ಹತೋಟಿಯಲ್ಲಿತ್ತು. ತೀವ್ರಹೋರಾಟದ ನಂತರ ಗುಲ್ಬರ್ಗಾ ಕೋಟೆ ಕೃಷ್ಣದೇವರಾಯನ ವಶವಾಯಿತು. ಹೋರಾಟದಲ್ಲಿ ಅಪಾರ ಪರಾಕ್ರಮ ಪ್ರದರ್ಶಿಸಿದ **ಸದಾಶಿವ ನಾಯಕ**ನಿಗೆ ಕೃಷ್ಣದೇವರಾಯ **'ಕೋಟೆ ಕೋಲಾಹಲ'** ಎಂಬ ಬಿರುದು ನೀಡಿ ಗೌರವಿಸಿದನು. ಗುಲ್ಬರ್ಗಾದಿಂದ ಕೃಷ್ಣದೇವರಾಯ ಬೀದರ್‌ಗೆ ತೆರಳಿ ಅಲ್ಲಿ ಬಿಜಾಪುರಿಗಳ ಬಂಧನದಲ್ಲಿದ್ದ ಬಹಮನಿ ಸುಲ್ತಾನ **ಎರಡನೇ ಮಹಮೂದ್ ಷಾನನ್ನು** ಬಿಡುಗಡೆ ಮಾಡಿ ಗುಲ್ಬರ್ಗಾಕ್ಕೆ ಕರೆತಂದು ಬಹಮನಿ ಸಿಂಹಾಸನದಲ್ಲಿ ಪ್ರತಿಷ್ಠಾಪಿಸಿದನು. ಅಮೀರ್ ಬರೀದ್ ಮಂತ್ರಿಯಾಗಿ ಮುಂದುವರಿದನು. ಈ ಘಟನೆ ಯಾವಾಗ ಸಂಭವಿಸಿತು ಎಂಬ ಬಗ್ಗೆ ಭಿನ್ನಾಭಿಪ್ರಾಯವಿದೆ. ಬಹುಶಃ 1514ರ ಜುಲೈ ಅಥವಾ ಆಗಸ್ಟ್ ತಿಂಗಳ ಪ್ರಾರಂಭದಲ್ಲಿ ಸಂಭವಿಸಿರಬಹುದೆಂದು ಹೇಳಲಾಗಿದೆ.

ನೆಪಮಾತ್ರಕ್ಕಾದರೂ ಬಹಮನಿ ರಾಜ್ಯ ಅಸ್ತಿತ್ವದಲ್ಲಿರುವರೆಗೂ ದಖ್ಖನ ಸುಲ್ತಾನರಿಗೆ ನೆಮ್ಮದಿ ಇರುವುದಿಲ್ಲವೆಂಬುದು ಕೃಷ್ಣದೇವರಾಯನಿಗೆ ತಿಳಿದಿತ್ತು. ಬಹಮನಿ ರಾಜ್ಯದ ಪುನರ್‌ಸ್ಥಾಪನೆಯ ಪ್ರಯತ್ನ ಅವನ ರಾಜಕೀಯ ಮುತ್ಸದ್ದಿತನಕ್ಕೆ ಪ್ರಮುಖ ಉದಾಹರಣೆಯಾಗಿದೆ. ಅದರ ನೆನಪಿಗಾಗಿ ಅವನು **"ಯವನರಾಜ್ಯ ಸ್ಥಾಪನಾಚಾರ್ಯ"** ಎಂಬ ಬಿರುದು ಪಡೆದನು.

ಇದೇ ಸಂದರ್ಭದಲ್ಲಿ ಕೃಷ್ಣದೇವರಾಯ ಸಿಂಹಳದ ಆಂತರಿಕ ದಂಗೆಯನ್ನು ಹತ್ತಿಕ್ಕಿ ಏಳನೇ ವಿಜಯಬಾಹುವಿನ ಮಗ ಭುವನೈಕ ಬಾಹುವನ್ನು ಸಿಂಹಾಸನದಲ್ಲಿ ಪ್ರತಿಷ್ಠಾಪಿಸಿದನು.

ಪೋರ್ಚುಗೀಸರೊಂದಿಗೆ ಸಂಬಂಧಗಳು

ಕೃಷ್ಣದೇವರಾಯ ಪೋರ್ಚುಗೀಸರೊಂದಿಗೆ ಸ್ನೇಹಯುತ ಸಂಬಂಧಗಳನ್ನು ಸ್ಥಾಪಿಸಿಕೊಂಡಿದ್ದನು. ಪೋರ್ಚುಗೀಸರೊಂದಿಗೆ ಅವನ ಸಂಬಂಧಗಳು ಎರಡು ಮುಖ್ಯ ಸಂಗತಿಗಳ ಮೇಲೆ ಆಧರಿಸಿದ್ದವು.

ಅವುಗಳು 1) ಬಿಜಾಪುರದ ಬಗ್ಗೆ ಸಮಾನ ವೈರತ್ವ ಮತ್ತು

2) ವಿಜಯನಗರಕ್ಕೆ ಪೋರ್ಚುಗೀಸರು ಪರ್ಷಿಯದ ಅಶ್ವಗಳನ್ನು ಸರಬರಾಜು ಮಾಡುತಿದ್ದುದು.

1909ರಲ್ಲಿ **ಪೋರ್ಚುಗೀಸ್ ಗವರ್ನರ್ ಆಲ್ಬುಕರ್ಕ್ ತನ್ನ ರಾಯಭಾರಿ ಫ್ರಯರ್ ಲೂಯಿಯನ್ನು ಕೃಷ್ಣದೇವರಾಯನ ಆಸ್ಥಾನಕ್ಕೆ ಕಳುಹಿಸಿದನು.** ಬಿಜಾಪುರದ ಸುಲ್ತಾನನಿಂದ ಗೋವಾವನ್ನು ವಶಪಡಿಸಿಕೊಳ್ಳಲು ಕೃಷ್ಣದೇವರಾಯ ಪೋರ್ಚುಗೀಸರಿಗೆ ಸಹಾಯ ಮಾಡಿದನು. ಅಲ್ಲದೆ ಅವರಿಗೆ ಭಟ್ಕಳದ ಸಮೀಪ ಕೋಟೆಯೊಂದನ್ನು ನಿರ್ಮಿಸಿಕೊಳ್ಳಲು ಅನುಮತಿ ನೀಡಿದನು. ಅದಕ್ಕೆ ಪ್ರತಿಯಾಗಿ ಪೋರ್ಚುಗೀಸರು ಕೃಷ್ಣದೇವರಾಯನಿಗೆ ರಾಯಚೂರು ಕೋಟೆಯನ್ನು ವಶಪಡಿಸಿಕೊಳ್ಳಲು ತಮ್ಮ ಫಿರಂಗಿ ಹಾಗು ಬಂದೂಕುಧಾರಿಗಳ ನೆರವು ನೀಡಿದರು. ಅಲ್ಲದೆ ಅವರು ವಿಜಯನಗರ ಸೈನ್ಯಕ್ಕೆ ಅಗತ್ಯವಾಗಿದ್ದ ಉತ್ತಮ ದರ್ಜೆಯ ಪರ್ಷಿಯನ್ ಅಶ್ವಗಳನ್ನು ಸರಬರಾಜು ಮಾಡಿದರು. ಆದರೆ ಕಲ್ಲಿಕೋಟೆಯ ವಿರುದ್ಧ ಪೋರ್ಚುಗೀಸರಿಗೆ ಕೃಷ್ಣದೇವರಾಯ ಯಾವುದೇ ಸಹಾಯ ನೀಡಲಿಲ್ಲ. ಪೋರ್ಚುಗೀಸರೂ ಕೂಡ ಗೋವೆಯನ್ನು ಆದಿಲ್ ಷಾಹಿಗಳು ಮರಳಿ ಆಕ್ರಮಿಸಬಹುದೆಂಬ ಭೀತಿಯಿಂದ ಅವರೊಂದಿಗೆ ಉತ್ತಮ ಸಂಪರ್ಕ ಹೊಂದಲು ಯತ್ನಿಸಿದನು. ಆದರೆ ಕೃಷ್ಣದೇವರಾಯ ವಿಜಯನಗರದ ಹಿತಕ್ಕೆ ಧಕ್ಕೆಯಾಗದಂತೆ ಚತುರತೆಯಿಂದ ಕಾರ್ಯ ನಿರ್ವಹಿಸಿದನು.

ರಾಯನ ಅಂತಿಮ ದಿನಗಳು

ಕೃಷ್ಣದೇವರಾಯನ ಕೊನೆಯ ದಿನಗಳು ಸಂತೋಷದಾಯಕವಾಗಿರಲಿಲ್ಲ. ನ್ಯೂನಿಜ್‌ನ ಪ್ರಕಾರ ಅವನ ಉತ್ತರಾಧಿಕಾರಿಯಾಗಲಿದ್ದ ಅವನ ಮಗ ತಿರುಮಲರಾಯ ವಿಷಪ್ರಯೋಗದಿಂದ ಮರಣ ಹೊಂದಿದನು. ಸಾಳುವ ತಿಮ್ಮರಸನನ್ನು ಸಂಶಯಿಸಿ ಅವನನ್ನು ಹಾಗೂ ಅವನ ಮಗ ತಿಮ್ಮ ದಂಡನಾಯಕನನ್ನು ಬಂಧನದಲ್ಲಿಟ್ಟನು. ಅನಂತರ ಅವರ ಕಣ್ಣುಗಳನ್ನು ಕೀಳಿಸಿದನು. ಇದೊಂದು ಅನುಚಿತ ಕ್ರಮವಾಗಿತ್ತು. ಆದರೂ ಈ ಸಂಗತಿಯನ್ನು ನ್ಯೂನಿಜ್ ವಿನಃ ಬೇರಾರೂ ಹೇಳಿಲ್ಲ ಎಂಬುದು ಗಮನಾರ್ಹ. ಈ ಸಂದರ್ಭದಲ್ಲಿ ಬಿಜಾಪುರದ ಸುಲ್ತಾನ ತಾನು ಕಳೆದುಕೊಂಡಿದ್ದ ಪ್ರದೇಶಗಳನ್ನು ಮರಳಿ ವಶಪಡಿಸಿಕೊಳ್ಳಲು ಯತ್ನಿಸಿದನು. ಆದರೆ ಅವನನ್ನು ಸೋಲಿಸಿ ಹಿಮ್ಮೆಟ್ಟಿಸಲಾಯಿತು. ಕೃಷ್ಣದೇವರಾಯ 1529ರ ಅಂತ್ಯಭಾಗದಲ್ಲಿ ಮರಣಹೊಂದಿದನು.

ಕೃಷ್ಣದೇವರಾಯನ ಸಾಂಸ್ಕೃತಿಕ ಸಾಧನೆಗಳು

ಕೃಷ್ಣದೇವರಾಯನ ಸಾಂಸ್ಕೃತಿಕ ಸಾಧನೆಗಳು ಅವನ ಸೈನಿಕ ಸಾಧನೆಗಳಷ್ಟೇ ಮಹತ್ವವಾದವು. ಅವನು ಸಾಹಿತ್ಯ ಧರ್ಮ, ಕಲೆ ಮತ್ತು ವಾಸ್ತುಶಿಲ್ಪದ ಮಹಾ ಪೋಷಕನಾಗಿದ್ದನು.

ಕಲೆ ಮತ್ತು ವಾಸ್ತುಶಿಲ್ಪದ ಪೋಷಕ

ಕೃಷ್ಣದೇವರಾಯ ಕಲೆ ಮತ್ತು ವಾಸ್ತುಶಿಲ್ಪಕ್ಕೆ ಅಪಾರ ಪ್ರೋತ್ಸಾಹ ನೀಡಿದನು. 1510 ರಲ್ಲಿ ಅವನು ಹಂಪೆಯ ವಿರೂಪಾಕ್ಷ ದೇವಾಲಯಕ್ಕೆ ಸೇರಿದಂತೆ ಒಂದು ಕಲ್ಯಾಣಮಂಟಪವನ್ನು ನಿರ್ಮಿಸಿದನು. **ಹಜಾರ ರಾಮಸ್ವಾಮಿ** ದೇವಾಲಯವನ್ನು ವಿಸ್ತರಿಸಿದನು. **ಹಂಪೆಯ ಸುಪ್ರಸಿದ್ಧ ವಿಠಲಸ್ವಾಮಿ ದೇವಾಲಯದ ಮುಂಭಾಗದ ಕಲ್ಲಿನ ರಥ, ಕಲ್ಯಾಣಮಂಟಪ ಹಾಗೂ ನೂರುಕಂಬಗಳ ಮಂಟಪದ ನಿರ್ಮಾಣ** ಈ ಕ್ಷೇತ್ರದಲ್ಲಿ ಅವನ ಪ್ರಮುಖ ಸಾಧನೆಗಳು. ಈ ದೇಗುಲ ಸಂಗೀತ ಸ್ತಂಭಗಳಿಗೆ ಹೆಸರಾಗಿದೆ.

ಕೃಷ್ಣಸ್ವಾಮಿ ದೇವಾಲಯವೂ ಅವನ ಕಾಲದಲ್ಲೇ ನಿರ್ಮಾಣವಾಯಿತು. ಹೊಸಪೇಟೆಯ ಹತ್ತಿರವಿರುವ ಅನಂತಶಯನ ಹಳ್ಳಿಯಲ್ಲಿ **ಅನಂತಶಯನ ಗುಡಿಯನ್ನು** ನಿರ್ಮಿಸಿದನು. ಅದರ ಸುತ್ತ ತನ್ನ ಮಗ ತಿರುಮಲನ ಹೆಸರಿನಲ್ಲಿ ಒಂದು ನಗರವನ್ನು

ನಿರ್ಮಿಸಿದನು. **ಲಕ್ಷ್ಮೀನರಸಿಂಹನ** (ಉಗ್ರನರಸಿಂಹ) ಬೃಹತ್ ವಿಗ್ರಹವೂ ಅವನ ಕಾಲದಲ್ಲೆ ನಿರ್ಮಾಣವಾಯಿತು. ಹಂಪೆಯ ಹೊರಗೂ ಸಾಮ್ರಾಜ್ಯದ ವಿವಿಧ ಭಾಗಗಳಲ್ಲಿ ಅವನು ಹಲವಾರು ಸಾವಿರಕಂಬದ ಮಂಟಪಗಳನ್ನು ಹಾಗೂ ರಾಜಗೋಪುರಗಳನ್ನು ನಿರ್ಮಿಸಿದನು. ಹಂಪೆಯ ಸಮೀಪ ಕೃಷ್ಣದೇವರಾಯನ ಪ್ರೀತಿಯ ತಾಯಿ ನಾಗಲಾದೇವಿಯ ಹೆಸರಿನಲ್ಲಿ **ನಾಗಲಾಪುರ** ಎಂಬ ಅಗ್ರಹಾರವನ್ನು, ನಾಗಸಮುದ್ರ ಎಂಬ ಕೆರೆಯನ್ನು **ಪುರೋಹಿತ ರಂಗನಾಥ ದೀಕ್ಷಿತ** ನಿರ್ಮಿಸಿದನು. ಈಗ ಹೊಸಪೇಟೆ ಎಂದು ಪ್ರಸಿದ್ಧವಾಗಿರುವ **ತಿರುಮಲದೇವಿಯರ ಪಟ್ಟಣ** ಎಂಬ ಹೊಸ ನಗರವನ್ನು ಕೃಷ್ಣದೇವರಾಯ ನಿರ್ಮಿಸಿದನು. ಅದರ ಪಕ್ಕದಲ್ಲಿ **ಕೃಷ್ಣಾಪುರ**ವನ್ನು ತನ್ನ ಹೆಸರಿನಲ್ಲಿ ನಿರ್ಮಿಸಿದನು.

ಈ ಹೊಸ ನಗರಗಳಿಗೆ ಕುಡಿಯುವ ನೀರನ್ನು ಒದಗಿಸಲು ಹಾಗೂ ನೀರಾವರಿ ಸೌಲಭ್ಯಕ್ಕಾಗಿ ಒಂದು ಬೃಹತ್ ಕೆರೆಯನ್ನು ನಿರ್ಮಿಸಿದನು. ಎರಡು ಗುಡ್ಡಗಳನ್ನು ಸೇರಿಸಿ ಕೆರೆ ನಿರ್ಮಿಸಲಾಯಿತು ಎಂದು **ಪಯಸ್** ಹೇಳಿದ್ದಾನೆ. 1521ರಲ್ಲಿ ಹಂಪೆಯ ಉತ್ತರಕ್ಕೆ **ವಲ್ಲಭಪುರದ ಬಳಿ ತುಂಗಭದ್ರಾ ನದಿಗೆ ಅಣೆಕಟ್ಟು ನಿರ್ಮಿಸಿದನು.** ಬಸವಣ್ಣ ಕಾಲುವೆ ನಿರ್ಮಿಸಿ ಅಣೆಕಟ್ಟೆಯ ನೀರನ್ನು ಹೊಸದಾಗಿ ನಿರ್ಮಿಸಲಾದ ಉಪನಗರಗಳಿಗೆ ಒದಗಿಸಲಾಯಿತು.

ಸಾಹಿತ್ಯಕ್ಕೆ ಪ್ರೋತ್ಸಾಹ

ಸ್ವತಃ ಕೃಷ್ಣದೇವರಾಯ ಒಬ್ಬ ಪ್ರತಿಭಾವಂತ ಸಾಹಿತಿ. ಅವನು ತೆಲುಗಿನಲ್ಲಿ **'ಆಮುಕ್ತಮಾಲ್ಯದ'** ಎಂಬ ಗ್ರಂಥವನ್ನು ರಚಿಸಿದನು. ಅದರ ಮುನ್ನಡಿಯಲ್ಲಿ ತಾನು **'ಜಾಂಬವತಿ ಕಲ್ಯಾಣ', ಮದಾಲಸ ಚರಿತ, 'ರಸಮಂಜರಿ'** ಮತ್ತು **'ಸಕಲ ಕಥಾಸಾರಸಂಗ್ರಹ'** ಎಂಬ ಕೃತಿಗಳನ್ನು ರಚಿಸಿದ್ದಾಗಿ ಹೇಳಿಕೊಂಡಿದ್ದಾನೆ. ಆದರೆ ಅವುಗಳಲ್ಲಿ **'ಜಾಂಬವತಿ ಕಲ್ಯಾಣ'** (ನಾಟಕ) ಮಾತ್ರ ದೊರೆತಿದೆ.

ತೆಲುಗು ಸಾಹಿತ್ಯದ ಮಹಾಪೋಷಕನಾಗಿದ್ದು, **'ಆಂಧ್ರ ಭೋಜ'** ಎಂದು ಖ್ಯಾತನಾಗಿದ್ದ ಕೃಷ್ಣದೇವರಾಯನ ಆಸ್ಥಾನದಲ್ಲಿ **'ಅಷ್ಟದಿಗ್ಗಜರು'** ಎಂದು ಪ್ರಸಿದ್ಧರಾಗಿದ್ದ 8 ತೆಲುಗು ಕವಿಗಳಿದ್ದರು. ಅವರಲ್ಲಿ ಶ್ರೇಷ್ಠನಾದ ಅಲ್ಲಸಾನಿ ಪೆದ್ದನನಿಗೆ **'ಆಂಧ್ರಕವಿ ಪಿತಾಮಹ'** ಎಂಬ ಬಿರುದಿತ್ತು. ಅವನು **'ಮನುಚರಿತಮು'** ಎಂಬ ಕಾವ್ಯವನ್ನು ರಚಿಸಿದನು. ಮತ್ತೊಬ್ಬ ತೆಲುಗುಕವಿ ನಂದಿತಿಮ್ಮನ **'ಪಾರಿಜಾತ ಅಪಹರಣಮು'** ಎಂಬ ಕಾವ್ಯವನ್ನು ರಚಿಸಿದನು. ಸ್ವತಂತ್ರ ತೆಲುಗು ಸಾಹಿತ್ಯದ ಆರಂಭವನ್ನು ಈ ಕಾಲದಿಂದ ಗುರುತಿಸಲಾಗುತ್ತದೆ. **ತೆನಾಲಿ ರಾಮಕೃಷ್ಣ, ದೂರ್ಜಟಿ** ಮೊದಲಾದವರು ಇತರ ತೆಲುಗು ಕವಿಗಳಾಗಿದ್ದರು. ಕೃಷ್ಣದೇವರಾಯನ ಅಪೇಕ್ಷೆಯಂತೆ ನಂದಿತಿಮ್ಮನನು ಕುಮಾರವ್ಯಾಸ ಭಾರತದ ಮುಂದುವರಿದ ಭಾಗ ಅಂದರೆ ಮಹಾಭಾರತದ ಕೊನೆಯ 8 ಪರ್ವಗಳನ್ನು **'ಕರ್ನಾಟ ಕೃಷ್ಣರಾಯ ಭಾರತ'** ಎಂಬ ಹೆಸರಿನಲ್ಲಿ ರಚಿಸಿದನು.

ಹಲವಾರು ಕನ್ನಡ ಕೃತಿಗಳು ಇವನ ಕಾಲದಲ್ಲಿ ರಚನೆಯಾದವು. ಅವುಗಳಲ್ಲಿ ಮಲ್ಲಣಾರ್ಯನ **'ವೀರಶೈವಾಮೃತ',** ನಂಜುಂಡನ **'ಕುಮಾರರಾಮನ ಕಥೆ'** ಮೊದಲಾದವು ಪ್ರಮುಖವಾದವು. ಕೃಷ್ಣದೇವರಾಯನ ಗುರುಗಳಾದ **ವ್ಯಾಸರಾಯರು,** ಅವರ ಶಿಷ್ಯರಾದ **ಪುರಂದರದಾಸರು** ಮತ್ತು **ಕನಕದಾಸರು** ಅಪಾರ ಸಂಖ್ಯೆಯ ಕೀರ್ತನೆಗಳನ್ನು ರಚಿಸಿದರು. ಅವರಿಂದ ಕರ್ನಾಟಕ ಸಂಗೀತ ಹುಟ್ಟಿಕೊಂಡಿತು.

ಧಾರ್ಮಿಕ ನೀತಿ

ಕೃಷ್ಣದೇವರಾಯ ತಿರುಪತಿಯ ವೆಂಕಟೇಶ್ವರನ ಪರಮಭಕ್ತನಾಗಿದ್ದನು. ಅಲ್ಲಿಗೆ ಅವನು ಆಗಾಗ್ಗೆ ಭೇಟಿ ನೀಡುತ್ತಿದ್ದನು. **ತಿರುಪತಿ ದೇವಾಲಯದಲ್ಲಿ ಕೃಷ್ಣದೇವರಾಯ ಮತ್ತು ಅವನ ಇಬ್ಬರು ರಾಣಿಯರಾದ ಚಿನ್ನಾದೇವಿ ಮತ್ತು ತಿರುಮಲದೇವಿಯರ ಕಂಚಿನ ಪ್ರತಿಮೆಗಳನ್ನು ಕಾಣಬಹುದು.** ಕೈಮುಗಿದು ನಿಂತಿರುವ ಈ ವಿಗ್ರಹಗಳಲ್ಲಿ ಅವರ ಹೆಸರನ್ನು ಕನ್ನಡದಲ್ಲಿ ಬರೆಯಲಾಗಿದೆ.

ಭಕ್ತಿ ಚಳುವಳಿಯ ಶ್ರೇಷ್ಠ ವೈಷ್ಣವ ಸಂತರಾದ **ವಲ್ಲಭಾಚಾರ್ಯ** ಮತ್ತು **ಚೈತನ್ಯ ಮಹಾಪ್ರಭು** ಅವನ ಆಸ್ಥಾನಕ್ಕೆ ಭೇಟಿ ನೀಡಿದ್ದರು. ವಲ್ಲಭಾಚಾರ್ಯರನ್ನು ಕನಕಾಭಿಷೇಕ ಮಾಡಿ ಅವನು ಗೌರವಿಸಿದನು. ಅವನ ಗುರುವಾಗಿದ್ದ ವ್ಯಾಸತೀರ್ಥರ ಬಗ್ಗೆ ಅವನಿಗೆ ಅಪಾರ ಗೌರವಾದರಗಳಿದ್ದವು.

ಕೃಷ್ಣದೇವರಾಯ ವೈಷ್ಣವನಾಗಿದ್ದರೂ ಉದಾರ ಧಾರ್ಮಿಕ ನೀತಿಗೆ ಹೆಸರಾಗಿದ್ದನು. ಶೈವಧರ್ಮವನ್ನೂ ಅವನು ಪ್ರೋತ್ಸಾಹಿಸಿದನು. ಅಂತೆಯೇ ಮುಸಲ್ಮಾನರು ಹಾಗೂ ಕ್ರೈಸ್ತರಿಗೂ ಧಾರ್ಮಿಕ ಸ್ವಾತಂತ್ರ್ಯ ನೀಡಿದ್ದನು. **ಸಾಮ್ರಾಜ್ಯದಲ್ಲಿ ಎಲ್ಲ ಧರ್ಮಗಳವರಿಗೂ ನೆಲೆಸಲು ಸ್ವಾತಂತ್ರ್ಯವಿತ್ತು** ಎಂದು ಬಾರ್ಬೊಸ ಹೇಳಿದ್ದಾನೆ.

ಜನಪರ ಆಡಳಿತಗಾರ

ಕೃಷ್ಣದೇವರಾಯ ಒಬ್ಬ ಪ್ರಗತಿಪರ ಅರಸನಾಗಿದ್ದು ಅಪಾರ ಜನಪರ ಕಾಳಜಿ ಹೊಂದಿದ್ದನು. ಪ್ರತಿ ವರ್ಷ ತನ್ನ ರಾಜ್ಯದ ವಿವಿಧ ಭಾಗಗಳಲ್ಲಿ ಪ್ರವಾಸ ಕೈಗೊಂಡು ರೈತರ ಮತ್ತು ಸಾಮಾನ್ಯ ಜನರ ಸಮಸ್ಯೆಗಳನ್ನು ಕೇಳಿ, ಸ್ಥಳದಲ್ಲೇ ಪರಿಹಾರ ನೀಡುತ್ತಿದ್ದನು. ತನ್ನ ಮಂತ್ರಿಗಳು ಹಾಗೂ ಅಧಿಕಾರಿಗಳ ಮೇಲೆ ಬಿಗಿ ನಿಯಂತ್ರಣ ಹೊಂದಿದ್ದನು ಮತ್ತು ಅವರುಗಳು ತಪ್ಪು ಮಾಡಿದಾಗ ಶಿಕ್ಷಿಸುತ್ತಿದ್ದನು.

ಕೃಷ್ಣದೇವರಾಯ ಉತ್ತಮವಾದ ಆಡಳಿತವನ್ನು ಸ್ಥಾಪಿಸಿದ್ದನು. ಒಟ್ಟು ಉತ್ಪಾದನೆಯ 1/3 ಭಾಗವನ್ನು ಕಂದಾಯವಾಗಿ ನಿಗದಿ ಮಾಡಿದ್ದನು. ಪೋರ್ಚುಗೀಸ್ ಎಂಜಿನಿಯರನ ನೆರವು ಪಡೆದು ರಾಜಧಾನಿಯ ಸುತ್ತಲಿನ ಪ್ರದೇಶಗಳ ಒಣಭೂಮಿಗೆ ನೀರಾವರಿ ಸೌಲಭ್ಯ ಕಲ್ಪಿಸಿದನು. ವಿವಾಹ ಸುಂಕ ಸೇರಿದಂತೆ ಹಲವು ಜನ ವಿರೋಧಿ ತೆರಿಗೆಗಳನ್ನು ರದ್ದು ಪಡಿಸಿದನು. ವಿದೇಶಿ ಪ್ರವಾಸಿಗರಾದ **ಪಯಸ್,(1520)**ಮತ್ತು **ಬಾರ್ಬೋಸ** (1500–11)ಅವನ ಕಾಲದಲ್ಲಿ ವಿಜಯನಗರಕ್ಕೆ ಭೇಟಿ ನೀಡಿದ್ದರು. ಅವರೆಲ್ಲರೂ ಸಾಮ್ರಾಜ್ಯದ ಸಮೃದ್ಧಿಯ ಬಗೆಗೆ ಉಪಯುಕ್ತವಾದ ಮಾಹಿತಿಗಳನ್ನು ನೀಡಿದ್ದಾರೆ. ಪಯಸ್‌ನ ಪ್ರಕಾರ ವಿಜಯನಗರ ಸಮೃದ್ಧವಾಗಿದ್ದು, ಆಹಾರ ಧಾನ್ಯಗಳು, ತರಕಾರಿಗಳು, ಹಣ್ಣುಗಳು ಹಾಗು ಜಾನುವಾರುಗಳನ್ನು ಅತ್ಯಂತ ಕಡಿಮೆ ಬೆಲೆಯಲ್ಲಿ ಮರಾಟ ಮಾಡಲಾಗುತ್ತಿತ್ತು.

ಬಾರ್ಬೋಸನ ಪ್ರಕಾರ ನಗರದ ರಸ್ತೆಗಳಲ್ಲಿ ಆಭರಣಗಳು, ವಜ್ರಗಳು, ಮುತ್ತುಗಳು ಮತ್ತು ಕಸೂತಿ ಕೆಲಸ ಮಾಡಿದ ರೇಷ್ಮೆಯ ವಸ್ತ್ರಗಳನ್ನು ಮಾರಾಟ ಮಾಡಲಾಗುತ್ತಿತ್ತು. **"ವಿಜಯನಗರ ಯಾವಾಗಲೂ ಎಲ್ಲಾ ದೇಶಗಳ ಮತ್ತು ಎಲ್ಲಾ ಧರ್ಮಗಳ ಜನರಿಂದ ತುಂಬಿರುತ್ತಿತ್ತು"** ಎಂದು ಅವನು ಹೇಳಿದ್ದಾನೆ.

ವ್ಯಕ್ತಿತ್ವ

ಕೃಷ್ಣದೇವರಾಯ ಭಾರತದ ಚರಿತ್ರೆಯ ಪ್ರಸಿದ್ಧ ದೊರೆಗಳಲ್ಲಿ ಒಬ್ಬನಾಗಿದ್ದಾನೆ. ಅತ್ಯಂತ ಸಾಹಸಿ ಹಾಗೂ ಕ್ರಿಯಾಶೀಲ ಯೋಧನಾಗಿದ್ದ ಅವನು ತನ್ನ ಅಧಿಕಾರಾವಧಿಯುದ್ದಕ್ಕೂ ನಡೆಸಿದ ಎಲ್ಲಾ ಯುದ್ಧಗಳಲ್ಲೂ ಜಯಶಾಲಿಯಾದನು. ಉತ್ತರದ ಮಹಮದೀಯ ಶತ್ರುಗಳ ಹಾಗೂ ಪೂರ್ವಭಾಗದ ಗಜಪತಿ ದೊರೆಯ ಅಹಂಕಾರವನ್ನು ಅಡಗಿಸಿದನು. ಪಯಸ್‌ನ ಪ್ರಕಾರ **"ಅವನು ಅತ್ಯಂತ ಸುಶಿಕ್ಷಿತ ಹಾಗೂ ಪರಿಪೂರ್ಣ ದೊರೆಯಾಗಿದ್ದನು. ..... ಅವನು ಒಬ್ಬ ಶ್ರೇಷ್ಠ ಅರಸ ಮತ್ತು ನ್ಯಾಯಶೀಲ ನಡತೆಯ ವ್ಯಕ್ತಿಯಾಗಿದ್ದನು."**

ಕೃಷ್ಣದೇವರಾಯ ಒಬ್ಬ ವಾಸ್ತವ ಪ್ರಜ್ಞೆಯುಳ್ಳ ಅರಸನಾಗಿದ್ದನು. ಸೋತ ಶತ್ರುಗಳ ಬಗ್ಗೆ ಅವನು ಉದಾರವಾಗಿ ನಡೆದುಕೊಳ್ಳುತ್ತಿದ್ದನು. ತಾನು ಸೆರೆಹಿಡಿದಿದ್ದ ಗಜಪತಿ ರಾಜಕುಮಾರ ವೀರಭದ್ರನನ್ನು ಪ್ರಾಂತ್ಯವೊಂದರ ರಾಜ್ಯಪಾಲನಾಗಿ ನೇಮಿಸಿದನು. ಅದು ಕೃಷ್ಣದೇವರಾಯನ ರಾಜಕೀಯ ಮುತ್ಸದ್ದಿತನವನ್ನು ತೋರುತ್ತದೆ ಎಂದು ಕೃಷ್ಣಶಾಸ್ತ್ರಿ ಹೇಳಿದ್ದಾರೆ. ಅವನ ಸೈನ್ಯ ಅವನಿಗೆ ಪೂರ್ಣವಾಗಿ ವಿಧೇಯವಾಗಿತ್ತು. ತಾನೇ ಸ್ವತಃ ಕದನಗಳಲ್ಲಿ ಸೈನ್ಯವನ್ನು ಮುನ್ನಡೆಸುತ್ತಿದ್ದನು. ಗಾಯಗೊಂಡ ಸೈನಿಕರಿಗೆ ಸೂಕ್ತ ಚಿಕಿತ್ಸೆ ಒದಗಿಸುತ್ತಿದ್ದನು. ಅವನ ಸೈನಿಕರು ಅವನನ್ನು ಪ್ರೀತಿಸುತ್ತಿದ್ದರು ಹಾಗೂ ಅವನಿಗಾಗಿ ಪ್ರಾಣಾರ್ಪಣೆ ಮಾಡಲು ಸಿದ್ದರಾಗಿದ್ದರು. ಪಯಸ್ ಹೇಳುವಂತೆ **"ಅವನು ಮಹಾನ್ ಸಾಹಸಿಯಾಗಿದ್ದನು ಮತ್ತು ಎಲ್ಲಾ ವಿಷಯಗಳಲ್ಲೂ ಪರಿಪೂರ್ಣನಾಗಿದ್ದನು."** ಪ್ರೊ. ಕೃಷ್ಣಶಾಸ್ತ್ರಿಯವರು ಹೀಗೆ ಬರೆದಿದ್ದಾರೆ **"ಇತಿಹಾಸದ ಪುಟಗಳ ಮೇಲೆ ಬೆಳಕು ಚಲ್ಲಿದ ದಕ್ಷಿಣ ಭಾರತದ ಸಾಮ್ರಾಟರಲ್ಲಿ ಅವನು ಶ್ರೇಷ್ಠನು."**

ಡಾ.ಈಶ್ವರಿ ಪ್ರಸಾದ್ ಅವರ ಪ್ರಕಾರ **"ಕೃಷ್ಣದೇವರಾಯನೊಂದಿಗೆ ಹೋಲಿಸುವ ಅರ್ಹತೆಯುಳ್ಳ ಸಾಮ್ರಾಟರು ದಕ್ಷಿಣ ಭಾರತದ ಹಿಂದೂ, ಮುಸ್ಲಿಂ ಅರಸರಲ್ಲಿ ಯಾರೂ ಇಲ್ಲ"**. ಈ ಅವಧಿಯಲ್ಲಿ ಭಾರತದ ಮೇಲೆ ದಾಳಿ ಮಾಡಿದ **ಬಾಬರ್** ತನ್ನ ಆತ್ಮಚರಿತ್ರೆಯಲ್ಲಿ **ವಿಜಯನಗರದ ಅರಸನನ್ನು ಭಾರತದ ಅತ್ಯಂತ ಪ್ರಬಲ ದೊರೆಯೆಂದು** ವರ್ಣಿಸಿದ್ದಾನೆ.

ಕೃಷ್ಣದೇವರಾಯ **ಆಂಧ್ರ, ಕರ್ನಾಟಕ,** ಹಾಗೂ **ತಮಿಳುನಾಡನ್ನು** ಒಳಗೊಂಡಿದ್ದ ವಿಶಾಲ ಸಾಮ್ರಾಜ್ಯವನ್ನು ಆಳಿದನು. ಅಂದರೆ ಅವನ ರಾಜ್ಯದಲ್ಲಿ ಮೂರು ಪ್ರಧಾನ ಭಾಷೆಗಳ ಜನರಿದ್ದರು. ಕನ್ನಡಿಗರು ಹಾಗೂ ತೆಲುಗರ ವಿಶ್ವಾಸಗಳಿಸಿದಂತೆ ತಮಿಳರ ವಿಶ್ವಾಸವನ್ನು ಗಳಿಸಿದನು. ತಮಿಳುನಾಡಿನ ಹಲವಾರು ದೇವಾಲಯಗಳಿಗೆ ರಾಜಗೋಪುರಗಳನ್ನು, ಕಲ್ಯಾಣ ಮಂಟಪಗಳನ್ನು ನಿರ್ಮಿಸಿದನು ಹಾಗೂ ಅವುಗಳಿಗೆ ಅಪಾರ ದತ್ತಿ ನೀಡಿದನು. ಅವನ ತೆಲುಗು ಕೃತಿ **'ಆಮುಕ್ತಮಾಲ್ಯದ'** ದ ವಿಷಯ ತಮಿಳುನಾಡಿಗೆ ಸಂಬಂಧಿಸಿದ್ದು. ಹೀಗೆ **ಕನ್ನಡಿಗನಾದ ಕೃಷ್ಣದೇವರಾಯ ತಮಿಳರಿಗೆ ಪ್ರಿಯವಾದ ವಿಷಯದ ಮೇಲೆ ತೆಲುಗು ಭಾಷೆಯಲ್ಲಿ ಕೃತಿ ರಚನೆ ಮಾಡಿದ್ದು ಗಮನಾರ್ಹವಾಗಿದೆ**. ಎಲ್ಲ ಭಾಷಿಕರನ್ನು ಅವನು ಒಂದೇ ರೀತಿ ಕಾಣುತ್ತಿದ್ದನೆಂಬುದಕ್ಕೆ ಇದು ನಿದರ್ಶನವಾಗಿದೆ. ಈ ಕೃತಿಯಲ್ಲಿ ಕನ್ನಡ ಮತ್ತು ತುಳು ಶಬ್ದಗಳು ಕಂಡುಬಂದಿವೆ.

ಅಚ್ಯುತರಾಯ (1529–42)

ಕೃಷ್ಣದೇವರಾಯ ಮರಣಹೊಂದಿದ ನಂತರ ಅವನ ಮಲಸಹೋದರ ಅಚ್ಯುತರಾಯ ಅಧಿಕಾರಕ್ಕೆ ಬಂದನು. ಕೃಷ್ಣದೇವರಾಯನೇ ತನ್ನ ಮಗ ತಿರುಮಲನ ಅಕಾಲ ಮರಣದ ನಂತರ ಅಚ್ಯುತರಾಯನನ್ನು ತನ್ನ ಉತ್ತರಾಧಿಕಾರಿಯಾಗಿ ನೇಮಿಸಿದ್ದನು. ಆದರೆ ಕೃಷ್ಣದೇವರಾಯನ ಮಗಳು **ತಿರುಮಲಾಂಬೆ** (ಮೋಹನಾಂಗಿ)ಯನ್ನು ವಿವಾಹವಾಗಿದ್ದ **ಅರವೀಡು ವಂಶದ ರಾಮರಾಯ** (ಅಳಿಯ ರಾಮರಾಯ) ಕೃಷ್ಣದೇವರಾಯನ 18 ತಿಂಗಳ ಮಗನನ್ನು ಅಧಿಕಾರಕ್ಕೆ ತರಲು ಪ್ರಯತ್ನಿಸಿದನು. ಆದರೆ ಮುಂದೆ ರಾಮರಾಯ ಮತ್ತು ಅಚ್ಯುತರಾಯನ ನಡುವೆ ಹೊಂದಾಣಿಕೆ ಏರ್ಪಟ್ಟು ರಾಮರಾಯನಿಗೆ ಕೆಲ'ಮಟ್ಟಿನ ಆಡಳಿತಾಧಿಕಾರ ದೊರೆಯಿತು. ಈ ಆಂತರಿಕ ಕಲಹದ ಲಾಭ ಪಡೆದ ಗಜಪತಿ ಹಾಗೂ ಬಿಜಾಪುರದ ಸುಲ್ತಾನ ವಿಜಯನಗರ ಮೇಲೆ ದಾಳಿ ಮಾಡಿದರು. ಗಜಪತಿ ಪ್ರತಾಪರುದ್ರನ ದಾಳಿಯನ್ನು ಹಿಮ್ಮೆಟ್ಟಿಸಲಾಯಿತು. ಆದರೆ ಬಿಜಾಪುರದ ಇಸ್ಮಾಯಿಲ್ ಆದಿಲ್ ಷಾ ಮಾತ್ರ ರಾಯಚೂರು ಮತ್ತು ಮುದ್ಗಲ್ ಕೋಟೆಗಳನ್ನು ವಶಪಡಿಸಿಕೊಂಡನು. ಆದಾಗ್ಯೂ ಅವುಗಳನ್ನು ಅವನಿಗೆ ಬಹಳ ಕಾಲ ಉಳಿಸಿಕೊಳ್ಳಲಾಗಲಿಲ್ಲ. ಅದೇ ಸಂದರ್ಭಲ್ಲಿ ಗೋಲ್ಕೊಂಡ ಸುಲ್ತಾನನ ದಾಳಿಯನ್ನು ಹಿಮ್ಮೆಟ್ಟಿಸಲಾಯಿತು. ಅಚ್ಯುತರಾಯನು ಅತ್ಯಂತ ಕಠಿಣ ಪರಿಸ್ಥಿತಿಯಲ್ಲಿ ವಿಜಯನಗರದ ಹಿತವನ್ನು ಕಾಪಾಡಲು ಪ್ರಯತ್ನಿಸಿದನು. ಆದರೆ ಕೃಷ್ಣದೇವರಾಯನಿಗೆ ಹೋಲಿಸಿದರೆ ಈತನ ಆಡಳಿತ ತೀರಾಸಪ್ಪೆ ಎನಿಸುತ್ತದೆ. ಈ ಕಾಲದಲ್ಲಿ ವಿಜಯನಗರಕ್ಕೆ ಭೇಟಿ ನೀಡಿದ್ದ ನ್ಯೂನಿಜ್(1535–37) ಈತನನ್ನು **'ಸುಳ್ಳುಗಾರ, ಪುಕ್ಕಲು ಮನುಷ್ಯ'** ಎಂದು ವರ್ಣಿಸಿದ್ದಾನೆ.

ಸದಾಶಿವರಾಯ (1543–70)

1542ರಲ್ಲಿ ಅಚ್ಯುತರಾಯನ ಮರಣಾನಂತರ ಅವನ ಮಗ ಬಾಲಕ **ಒಂದನೇ ವೆಂಕಟ** ಅಧಿಕಾರಕ್ಕೆ ಬಂದನು. ಮತ್ತೆ ಆಂತರಿಕ ಸಂಘರ್ಷ ಏರ್ಪಟ್ಟಿತು. ಅಚ್ಯುತನ ಭಾವಮೈದುನನಾಗಿದ್ದ ಸಲಕರಾಜು ತಿರುಮಲ ಈಗ ರಾಜಪ್ರತಿನಿಧಿಯಾಗಿ ಆಳಲಾರಂಭಿಸಿದನು. ಅವನ ಬಗ್ಗೆ ಸಂಶಯಗೊಂಡ ಅವನ ಸೋದರಿ (ಅಚ್ಯುರಾಯನ ಪತ್ನಿ ಹಾಗೂ ವೆಂಕಟನ ತಾಯಿ) ಮಹಾರಾಣಿ ವರದಾದೇವಿ ಬಿಜಾಪುರದ ಇಬ್ರಾಹಿಂನ ನೆರವು ಕೋರಿದಳು. ಬಿಜಾಪುರದ ಸೈನ್ಯ ವಿಜಯನಗರ ಪ್ರವೇಶಿಸಿದ್ದರಿಂದ ಗೊಂದಲದ ಪರಿಸ್ಥಿತಿಯುಂಟಾಯಿತು. ಸಲಕರಾಜು ತಿರುಮಲನು ವೆಂಕಟ ಹಾಗೂ ಅವನ ಕುಟುಂಬದವರನ್ನು ಕೊಲ್ಲಿಸಿದನು. ಕೊನೆಗೆ ಸಲಕರಾಜು ತಿರುಮಲನ ದುರಾಡಳಿತಕ್ಕೆ ರಾಮರಾಯ ಅಂತ್ಯ ಹಾಡಿದನು. ತಿರುಮಲ ತುಂಗಭದ್ರಾ ದಂಡೆಯಲ್ಲಿ ಹತನಾದನು. ಈ ಹಂತದಲ್ಲಿ ಅಳಿಯ ರಾಮರಾಯ ಅಚ್ಯುತನ ತಮ್ಮ ರಂಗರಾಯನ ಮಗ **ಸದಾಶಿವರಾಯ**ನನ್ನು ಸಿಂಹಾನದಲ್ಲಿ ಪ್ರತಿಷ್ಠಾಪಿಸಿದನು. ಪ್ರಾರಂಭದಲ್ಲಿ ಬಾಲಕ ಸದಾಶಿವರಾಯನ ಪ್ರತಿನಿಧಿಯಾಗಿ 1543 ರಿಂದ 1550 ರವರೆಗೆ ಅಧಿಕಾರ ನಡೆಸಿದ ರಾಮರಾಯ 1550ರಲ್ಲಿ ಸದಾಶಿವನನ್ನು ಚಂದ್ರಗಿರಿಯಲ್ಲಿ ಬಂಧನದಲ್ಲಿಟ್ಟು ತಾನೇ ಸರ್ವಾಧಿಕಾರಿಯಾದನು.

ಅಳಿಯ ರಾಮರಾಯ (1550–1565)

ರಾಮರಾಯ ಅರವೀಡು ವಂಶಕ್ಕೆ ಸೇರಿದವನು. ಮುಹಮ್ಮದ್ ಬಿನ್ ತುಘಲಕ್‌ನ ದಖ್ಖಿನ್ ದಾಳಿಯ ಕಾಲದಲ್ಲಿ ಅವನ ವಿರುದ್ಧ ಹೋರಾಡಿದ್ದ ಪ್ರಸಿದ್ಧ ಅರವೀಡು ನಾಯಕ **ಸೋಮದೇವರಾಯನ** ವಂಶದವನೆಂದು ರಾಮರಾಯನನ್ನು ಗುರುತಿಸಲಾಗಿದೆ. ಈ ವಂಶದ ಹಲವರು ವಿಜಯನಗರಕ್ಕೆ ಅಪಾರ ಸೇವೆ ಸಲ್ಲಿಸಿದ್ದರು. ರಾಮರಾಯನ ಸಾಮರ್ಥ್ಯವನ್ನು ಗುರುತಿಸಿ ಕೃಷ್ಣದೇವರಾಯ ಅವನಿಗೆ ತನ್ನ ಮಗಳು ತಿರುಮಲಾಂಬೆ ಅಥವಾ ಮೋಹನಾಂಗಿಯನ್ನು ವಿವಾಹ ಮಾಡಿಕೊಟ್ಟಿದ್ದನು. ಹೀಗಾಗಿ ಅವನು **ಅಳಿಯ ರಾಮರಾಯ**ನೆಂದೇ ಪ್ರಸಿದ್ಧನಾದನು ಮತ್ತು ವಿಜಯನಗರದಲ್ಲಿ ಅಪಾರ ಪ್ರಾಮುಖ್ಯತೆ ಪಡೆದನು. ಕೃಷ್ಣದೇವರಾಯನ ಮತ್ತೊಬ್ಬ ಮಗಳು ವೆಂಗಳಾಂಬೆಯನ್ನು ರಾಮರಾಯನ ಸೋದರ ತಿರುಮಲನಿಗೆ ವಿವಾಹ ಮಾಡಿಕೊಡಲಾಗಿತ್ತು. ಸದಾಶಿವನನ್ನು ಸಿಂಹಾಸನದಲ್ಲಿ ಕೂರಿಸಿದ ರಾಮರಾಯ 1543ರಿಂದ 1550ರವರೆಗೆ ರಾಜಪ್ರತಿನಿಧಿಯಾಗಿ ಆಳಿದನು. 1550ರಲ್ಲಿ ಸದಾಶಿವರಾಯನನ್ನು ಚಂದ್ರಗಿರಿಯಲ್ಲಿ ಬಂಧನದಲ್ಲಿಟ್ಟು ಸಮಸ್ತ ಅಧಿಕಾರವನ್ನು ತನ್ನ ಕೈಗೆ ತೆಗೆದುಕೊಂಡು ಸರ್ವಾಧಿಕಾರಿಯಾದನು. ತನ್ನ ಸಹೋದರರಾದ **ತಿರುಮಲ ಮತ್ತು ವೆಂಕಟಾದ್ರಿ**ಯನ್ನು ಕ್ರಮವಾಗಿ ಮಂತ್ರಿ ಹಾಗೂ ಸೇನಾದಂಡನಾಕನಾಗಿ ನೇಮಿಸಿದನು. ಹೀಗೆ 1550 ರಿಂದ ತಾಳಿಕೋಟೆ ಕದನದವರೆಗೆ ಅಂದರೆ 1565 ರವರೆಗೆ ಸರ್ವಾಧಿಕಾರಿಯಾಗಿ ಆಳಿದನು. ಆದರೆ ತನ್ನನ್ನು ಸಾಮ್ರಾಟನೆಂದು ಘೋಷಿಸಿಕೊಳ್ಳಲಿಲ್ಲ. **ಇದು ಮೂರನೇ ಅಧಿಕಾರಾಕ್ರಮಣ (Third Usurpation)**

ಆಡಳಿತಾತ್ಮಕ ಬದಲಾವಣೆಗಳು

ರಾಮರಾಯ ಉತ್ತಮ ಆಡಳಿತಗಾರನೂ, ರಾಜಕೀಯ ಮುತ್ಸದ್ಧಿಯೂ ಹಾಗೂ ಮಹತ್ವಾಂಕಾಕ್ಷಿಯೂ ಆಗಿದ್ದನು. ಅವನ ಕಾಲದಲ್ಲಿ ವಿಜಯನಗರದ ಕೀರ್ತಿ, ಪ್ರತಿಷ್ಠೆಗಳು ಉತ್ತುಂಗಕ್ಕೇರಿದವು. ಆದರೆ ಅವನ ಕಾಲದಲ್ಲೇ ಸಂಭವಿಸಿದ ತಾಳಿಕೋಟೆ ಕದನದಿಂದಾಗಿ ವಿಜಯನಗರ ತನ್ನೆಲ್ಲ ವೈಭವವನ್ನು ಕಳೆದುಕೊಂಡಿತು.

ಪ್ರಾರಂಭದಲ್ಲಿ ರಾಮರಾಯ ತನ್ನ ಅಧಿಕಾರವನ್ನು ಸುಭದ್ರಗೊಳಿಸಿಕೊಳ್ಳಲು ಹಲವಾರು ಕ್ರಮಗಳನ್ನು ಕೈಗೊಂಡನು. ಸಾಮ್ರಾಜ್ಯದ ಹಲವು ನಿಷ್ಠ ಅಧಿಕಾರಿಗಳನ್ನು ವಜಾಮಾಡಿ ಅವರ ಸ್ಥಾನಗಳಿಗೆ ತನ್ನ ಬೆಂಬಲಿಗರನ್ನು ನೇಮಿಸಿದನು. ವಿಜಯನಗರ ಸೈನ್ಯಕ್ಕೆ ಸುಮಾರು 3000 ಮುಸ್ಲಿಂ ಸೈನಿಕರನ್ನು ಹೊಸದಾಗಿ ನೇಮಿಸಿಕೊಂಡನು. ಬಿಜಾಪುರದ ಸೇವೆಯಿಂದ ವಜಾ ಮಾಡಲ್ಪಟ್ಟಿದ್ದ ಇಬ್ಬರು **ಗಿಲಾನಿ ಸಹೋದರ**ರನ್ನು ವಿಜಯನಗರದ ಸೈನ್ಯಾಧಿಕಾರಿಗಳಾಗಿ ನೇಮಿಸಿಕೊಂಡನು. ಇವೆಲ್ಲವೂ ಆರಂಭದಲ್ಲಿ ಅವನಿಗೆ ತನ್ನ ಅಧಿಕಾರ ಬಲಪಡಿಸಿಕೊಳ್ಳಲು ನೆರವಾದರೂ ಮುಂದೆ ವಿಜಯನಗರದ ಸರ್ವನಾಶಕ್ಕೆ ಕಾರಣವಾದವು. ವಿಶೇಷವಾಗಿ ಸೈನ್ಯದ ಜವಾಬ್ದಾರಿ ಹುದ್ದೆಗಳನ್ನು ಮುಸಲ್ಮಾನರಿಗೆ ನೀಡಿದ್ದು ವಿಜಯನಗರದ ಇತರ ಅಧಿಕಾರಿಗಳ ಅಸಂತೋಷಕ್ಕೆ ಕಾರಣವಾಯಿತು.

ಷಾಹಿ ಸುಲ್ತಾನರೊಂದಿಗೆ ಸಂಬಂಧಗಳು

ರಾಮರಾಯನ ಅಧಿಕಾರಾವಧಿಯಲ್ಲಿ ದಖನ್ನಿನ ಷಾಹಿ ರಾಜ್ಯಗಳು ತೀವ್ರ ಅಂತಃಕಲಹದಲ್ಲಿ ತೊಡಗಿದ್ದವು. ಈ ಸುಲ್ತಾನರ ನಡುವೆ ತೀವ್ರ ದ್ವೇಷ, ಅಸೂಯೆಗಳಿದ್ದವು. ಈ ಅವಕಾಶವನ್ನು ವಿಜಯನಗರದ ಹಿತಕ್ಕಾಗಿ ಬಳಸಿಕೊಳ್ಳಲು ರಾಮರಾಯ ನಿರ್ಧರಿಸಿದನು. ಸುಲ್ತಾನರ ಆಂತರಿಕ ವ್ಯವಹಾರಗಳಲ್ಲಿ ಯಶಸ್ವಿಯಾಗಿ ಹಸ್ತಕ್ಷೇಪ ಮಾಡಿದ ವಿಜಯನಗರದ ಅರಸರಲ್ಲಿ ರಾಮರಾಯನೇ ಮೊದಲಿಗ ಎನ್ನಬಹುದು. ಷಾಹಿ ರಾಜ್ಯಗಳ ನಡುವೆ ಏಕತೆ ಮೂಡದಂತೆ, ಅವುಗಳು ಎಲ್ಲ ಕಾಲದಲ್ಲೂ ಪರಸ್ಪರ ಹೋರಾಟದಲ್ಲಿ ತೊಡಗಿರುವಂತೆ ಮಾಡುವುದು ಅವನ ಉದ್ದೇಶವಾಗಿತ್ತು. ಸನ್ನಿವೇಶದ ಅಗತ್ಯಕ್ಕೆ ಅನುಗುಣವಾಗಿ ಒಬ್ಬ ಸುಲ್ತಾನನಿಗೆ ಮತ್ತೊಬ್ಬ ಸುಲ್ತಾನನ ವಿರುದ್ಧ ಸಹಾಯಮಾಡಿದನು. ಯಾರನ್ನು ಶಾಶ್ವತವಾಗಿ ದ್ವೇಷಿಸದೆ, ಯಾರೊಂದಿಗೆ ಶಾಶ್ವತ ಒಪ್ಪಂದ ಮಾಡಿಕೊಳ್ಳದೆ ವಿಜಯನಗರದ ಹಿತವನ್ನು ಕಾಪಾಡುವುದು ಅವನ ವಿದೇಶಾಂಗ ನೀತಿಯ ಮುಖ್ಯ ಗುರಿಯಾಗಿತ್ತು. ಆದರೆ ಸುಲ್ತಾನರನ್ನು ಪರಸ್ಪರ ಎತ್ತಿಕಟ್ಟುವ ಕುಟಿಲ ನೀತಿಯನ್ನು ಅವನು ಅನುಸರಿಸಲಿಲ್ಲ. ತಾನಾಗಿಯೇ ಯಾವ ಸುಲ್ತಾನನಿಗೂ ಸಹಾಯ ಮಾಡಲು ಮುಂದಾಗಲಿಲ್ಲ. ಆದರೆ ಅವರಾಗಿಯೇ ಸಹಾಯ ಅಪೇಕ್ಷಿಸಿದಾಗ ಮಾತ್ರ ಸಹಾಯ ನೀಡಿದನು. ಸುಮಾರು ಎರಡು ದಶಕಗಳ ಕಾಲ ಅವನ ಜಾಣ್ಮೆಯ ನಡೆ ವಿಜಯನಗರಕ್ಕೆ ವರದಾನವಾಯಿತು. ಅವನ ನೆರವು ಪಡೆದು ಸುಲ್ತಾನರು ತಮ್ಮ ತಮ್ಮಲ್ಲೇ ಹೋರಾಟ ನಡೆಸಿದರು. ಫಲವಾಗಿ ಷಾಹಿ ರಾಜ್ಯಗಳು ದುರ್ಬಲಗೊಂಡವು ಮತ್ತು ವಿಜಯನಗರದ ವೈಭವ ತನ್ನ ಪರಾಕಾಷ್ಠೆಯನ್ನು ತಲುಪಿತು. **ಯಾವುದೇ ಒಬ್ಬ ಯಶಸ್ವಿ ದೊರೆ ಮಾಡಬಹುದಾದದ್ದನ್ನೇ ರಾಮರಾಯನೂ ಮಾಡಿದನು**. ಅವನ ತಂತ್ರ ಫಲಿಸಿದ್ದರೆ ಅವನನ್ನು ಸರ್ವಶ್ರೇಷ್ಠ ದೊರೆಯೆಂದು, ಶ್ರೇಷ್ಠ ರಾಜಕೀಯ ಮುತ್ಸದ್ದಿಯೆಂದು ಕೊಂಡಾಡಲಾಗುತ್ತಿತ್ತು. ಆದರೆ ತಾಳಿಕೋಟೆ ಕದನದಲ್ಲಿ ಅವನು ಸೋತದ್ದರಿಂದ ಅವನ ಮಹತ್ವಾಕಾಂಕ್ಷೆಯ ರಾಜಕೀಯ ನಡೆ ಕಟು ಟೀಕೆಗೆ ಗುರಿಯಾಗಿದೆ.

ಈಗ ದಖ್ಖನಿನ ಷಾಹಿ ರಾಜ್ಯಗಳ ಸುಲ್ತಾನರೊಂದಿಗೆ ರಾಮರಾಯನ ಸಂಬಂಧಗಳನ್ನು ಸಂಕ್ಷಿಪ್ತವಾಗಿ ಪರಿಶೀಲಿಸೋಣ. ದಖ್ಖನಿನ ಐದು ಷಾಹಿ ರಾಜ್ಯಗಳ ಪೈಕಿ **ಬೀರಾರ್** ರಾಜ್ಯವನ್ನು ಹೊರತುಪಡಿಸಿ ಉಳಿದ **ಬಿಜಾಪುರ, ಅಹಮದ್‌ನಗರ, ಬೀದರ್** ಮತ್ತು **ಗೋಲ್ಕೊಂಡ** ರಾಜ್ಯಗಳ ಸುಲ್ತಾನರ ನಡುವೆ ತೀವ್ರ ವೈಷಮ್ಯವಿತ್ತು. ತನ್ನ ಹಿತಾಸಕ್ತಿಯ ರಕ್ಷಣೆಗೆ ವಿಜಯನಗರವೂ ಈ ಸಂಘರ್ಷದಲ್ಲಿ ಪಾಲ್ಗೊಳ್ಳಬೇಕಾಯಿತು. **ರಾಯಚೂರು, ಮುದ್ಗಲ್, ಕಲ್ಯಾಣ ಮತ್ತು ಶೊಲಾಪುರ ವಿವಾದಿತ ಪ್ರದೇಶಗಳಾಗಿದ್ದವು.**

ಪ್ರಾರಂಭದಲ್ಲಿ ಬಿಜಾಪುರ ಹಾಗೂ ಅಹಮದ್‌ನಗರದ ನಡುವೆ ತೀವ್ರ ಘರ್ಷಣೆ ಸಂಭವಿಸಿತು. ರಾಮರಾಯ ಅಹಮದ್‌ನಗರ, ಬೀದರ್ ಮತ್ತು ಗೋಲ್ಕೊಂಡ ಸುಲ್ತಾನರೊಂದಿಗೆ ಸೇರಿ ಬಿಜಾಪುರದ ಮೇಲೆ 1543 ರಲ್ಲಿ ದಾಳಿ ಮಾಡಿ ಇಬ್ರಾಹಿಂ ಆದಿಲ್ ಷಾನನ್ನು ಸೋಲಿಸಿದನು. ಶೊಲಾಪುರ ಮತ್ತು ಕಲ್ಯಾಣ ಅಹಮದ್‌ನಗರದ ವಶವಾದವು. ಅನಂತರ ಇಬ್ರಾಹಿಂ ಅಹಮದ್‌ನಗರದ ಸುಲ್ತಾನ್ ಬರ್ಹಾನ್ ನಿಜಾಮ್ ಷಾನೊಂದಿಗೆ ಒಡಂಬಡಿಕೆ ಮಾಡಿಕೊಂಡು ವಿಜಯನಗರದ ಮೇಲೆ ದಾಳಿ ಮಾಡಿದನು. ಆದರೆ ರಾಮರಾಯ ಪ್ರತಿತಂತ್ರ ಹೂಡಿ ಬರ್ಹಾನ್ ನಿಜಾಮ್ ಷಾನನ್ನು ತನ್ನತ್ತ ಸೆಳೆದುಕೊಂಡು ಬಿಜಾಪುರದ ಇಬ್ರಾಹಿಂ ಆದಿಲ್ ಷಾನನ್ನು ಸೋಲಿಸಿ ಹಿಮ್ಮೆಟ್ಟಿಸಿದನು ಹಾಗೂ ರಾಯಚೂರು ಮತ್ತು ಮುದ್ಗಲ್ ಕೋಟೆಗಳನ್ನು ವಶಪಡಿಸಿಕೊಂಡನು.

1553ರಲ್ಲಿ ಬರ್ಹಾನ್ ನಿಜಾಮ್ ಷಾ ನಿಧನನಾಗಿ **ಒಂದನೇ ಹುಸೇನ್ ನಿಜಾಮ್ ಷಾ** ಅಹಮದ್‌ನಗರದ ಸುಲ್ತಾನನಾದನು. ಅವನು ಗೋಲ್ಕೊಂಡದ ಇಬ್ರಾಹಿಂ ಕುತುಬ್ ಷಾನೊಂದಿಗೆ ಒಪ್ಪಂದ ಮಾಡಿಕೊಂಡನು. ಬಿಜಾಪುರ ಮತ್ತು ಅಹಮದ್‌ನಗರದ ನಡುವಿನ ಘರ್ಷಣೆ ಮುಂದುವರಿಯಿತು. 1557ರಲ್ಲಿ ಇಬ್ರಾಹಿಂ ಆದಿಲ್ ಷಾ ನಿಧನನಾಗಿ ಅವನ ಮಗ ಒಂದನೇ ಅಲಿ ಆದಿಲ್ ಷಾ ಸುಲ್ತಾನನಾದನು. ಇವನು ತನ್ನ ರಾಜ್ಯವನ್ನು ಉಳಿಸಿಕೊಳ್ಳಲು ರಾಮರಾಯನ ಸಹಾಯವನ್ನು ಪಡೆಯಲು ನಿರ್ಧರಿಸಿದನು. ರಾಮರಾಯನು ಅವನಿಗೆ ನೆರವು ನೀಡಲು ಒಪ್ಪಿಕೊಂಡನು. ಈತನನ್ನು ರಾಮರಾಯ ತನ್ನ

ದತ್ತುಪುತ್ರನಂತೆ ಪ್ರೀತಿಸುತ್ತಿದ್ದನು. ರಾಮರಾಯನ ಬೆಂಬಲ ಪಡೆದ ಅಲಿ ಆದಿಲ್ ಷಾ ಕಲ್ಯಾಣ ಮತ್ತು ಶೋಲಾಪುರಗಳನ್ನು ಹಿಂದಿರುಗಿಸುವಂತೆ ಅಹಮದ್‌ನಗರ ಹುಸೇನ್ ಷಾನನ್ನು ಒತ್ತಾಯಿಸಿದನು. 1557–58 ರಲ್ಲಿ ಅಹಮದ್‌ನಗರದ ಮೇಲೆ ಬಿಜಾಪುರ ಹಾಗೂ ವಿಜಯನಗರದ ಸಂಯುಕ್ತ ಸೈನ್ಯದಾಳಿ ಮಾಡಿ ಹುಸೇನ್ ಷಾನನ್ನು ಸೋಲಿಸಿತು. ಅಹಮದ್‌ನಗರಕ್ಕೆ ಹೆಚ್ಚು ಹಾನಿಯಾಯಿತು. ಕಲ್ಯಾಣ ಬಿಜಾಪುರದ ವಶವಾಯಿತು. ಬಿಜಾಪುರದ ವಿರುದ್ಧ ಸೇಡು ತೀರಿಸಿಕೊಳ್ಳಲು ನಿರ್ಧರಿಸಿದ ಹುಸೇನ್ ಷಾ ಗೋಲ್ಕೊಂಡ ಸುಲ್ತಾನನಿಗೆ ತನ್ನ ಮಗಳನ್ನು ವಿವಾಹ ಮಾಡಿ ಮೈತ್ರಿ ಬೆಳೆಸಿದನು. ಅನಂತರ ಹುಸೇನ್ ಷಾ ಹಾಗೂ ಇಬ್ರಾಹಿಂ ಕುತುಬ್ ಷಾ ಸಂಯುಕ್ತವಾಗಿ ಕಲ್ಯಾಣದ ಮೇಲೆ ದಾಳಿ ಮಾಡಿದರು. ಈಗ ಅಲಿ ಆದಿಲ್ ಷಾ, ರಾಮರಾಯ ಹಾಗೂ ಬೀದರ್‌ನ ಅಲಿ ಬರೀದ್ ಷಾ ಅವರುಗಳ ಸಂಯುಕ್ತ ಸೈನ್ಯ 1563ರಲ್ಲಿ ಅಹಮದ್‌ನಗರ ಮೇಲೆ ಎರಡನೇ ಬಾರಿಗೆ ದಾಳಿ ಮಾಡಿತು. ಹುಸೇನ್ ನಿಜಾಮ್ ಷಾ ಪರಾಜಿತನಾದನು. ಅವನ ರಾಜ್ಯ ಶತ್ರು ಸೈನ್ಯದಿಂದ ತೀವ್ರ ಹಾನಿಗೆ ಒಳಗಾಯಿತು. ರಾಜಧಾನಿ ಅಹಮದ್‌ನಗರಕ್ಕೂ ತೀವ್ರ ಹಾನಿ ಸಂಭವಿಸಿತು. ಸಂಭವಿಸಿದ ಹಾನಿಯ ಬಗ್ಗೆ ಫೆರಿಷ್ತಾ ಅತಿ ರಂಜಿಸಿ ವರ್ಣನೆ ಮಾಡಿದ್ದಾನೆ. ಹೀಗೆ ರಾಮರಾಯ ತನ್ನ ಸಾಮ್ರಾಜ್ಯದ ಹಿತವನ್ನು ಕಾಪಾಡುವಲ್ಲಿ ಸಫಲನಾದನು. ವಿಜಯನಗರ ಅತ್ಯಂತ ಬಲಿಷ್ಠ ಸಾಮ್ರಾಜ್ಯವಾಗಿ ಹೊರಹೊಮ್ಮಿತು. ರಾಮರಾಯ ರಾಜನಿರ್ಮಾಪಕನಾದನು.

ಅದೇ ಸಂದರ್ಭದಲ್ಲಿ ಷಾಹಿ ರಾಜ್ಯಗಳು ಹೆಚ್ಚು ದುರ್ಬಲಗೊಂಡವು. ಅದರಲ್ಲೂ ಅಹಮದ್‌ನಗರ ಹೆಚ್ಚು ಸಂಕಷ್ಟಗಳಿಗೆ ಗುರಿಯಾಯಿತು. ಹುಸೇನ್ ನಿಜಾಮ್ ಷಾ ರಾಮರಾಯನ ಬಗ್ಗೆ ತೀವ್ರ ದ್ವೇಷ ಬೆಳಸಿಕೊಂಡನು. ತನ್ನ ರಾಜ್ಯಕ್ಕಾದ ಅನಾಹುತಗಳಿಗೆ ರಾಮರಾಯನೇ ಕಾರಣ ಎಂದು ಅವನು ಭಾವಿಸಿದನು. ಅಲ್ಲದೆ ಪ್ರಾರಂಭದಲ್ಲಿ ತನ್ನನ್ನು ಬೆಂಬಲಿಸಿದ್ದ ರಾಮರಾಯ ಅನಂತರ ತನ್ನ ವಿರುದ್ಧವೇ ತಿರುಗಿ ಬಿದ್ದದ್ದು ಅವನ ದ್ವೇಷಕ್ಕೆ ಪ್ರಮುಖ ಕಾರಣವಾಗಿತ್ತು. ಈ ಹಿನ್ನೆಲೆಯಲ್ಲಿ ವಿಜಯನಗರದ ವಿರುದ್ಧ ಸುಲ್ತಾನರ ಒಕ್ಕೂಟ ರಚಿಸುವ ಪ್ರಯತ್ನಕ್ಕೆ ಚಾಲನೆ ದೊರೆಯಿತು. ವಿಜಯನಗರದ ಹೆಚ್ಚುತ್ತಿದ್ದ ಪ್ರಾಬಲ್ಯ ವಾಸ್ತವದಲ್ಲಿ ಸುಲ್ತಾನರ ಆತಂಕಕ್ಕೆ ಕಾರಣವಾಗಿತ್ತು. ತಮ್ಮ ದ್ವೇಷವನ್ನು ಮರೆತು ಒಂದುಗೂಡದಿದ್ದರೆ ತಮ್ಮ ಅಸ್ತಿತ್ವವನ್ನೇ ಕಳೆದುಕೊಳ್ಳಬೇಕಾಗುತ್ತದೆ ಎಂಬುದು ಅವರಿಗೆ ಮನವರಿಕೆಯಾಯಿತು. ತಮ್ಮ ಅಸ್ತಿತ್ವವೇ ಅಪಾಯದಲ್ಲಿದೆ ಎಂದು ತಿಳಿದಾಗ ಧರ್ಮದ ಆಧಾರದ ಮೇಲೆ ಒಂದುಗೂಡಲು ನಿರ್ಧರಿಸಿದರು. ತಮ್ಮ ತಮ್ಮಲ್ಲೇ ಹೋರಾಡುವಾಗ ವಿಜಯನಗರದ ನೆರವನ್ನು ಪಡೆಯಲು ಅವರಿಗೆ ಧರ್ಮ ಅಡ್ಡಿಯಾಗಿರಲಿಲ್ಲ. ಈಗ ತಮ್ಮ ಅಧಿಕಾರವನ್ನು ಉಳಿಸಿಕೊಳ್ಳುವುದು ಮುಖ್ಯವಾದಾಗ ಧರ್ಮದ ಹೆಸರಿನಲ್ಲಿ ಒಂದುಗೂಡಿ ವಿಜಯನಗರದ ವಿರುದ್ಧ **'ಜಿಹಾದ್'** ಅಥವಾ ಧರ್ಮಯುದ್ಧ ಘೋಷಣೆ ಮಾಡಿದರು.

ಅಲ್ಲದೆ ಸುಲ್ತಾನರಲ್ಲಿ ಒಳಜಗಳಗಳ ಸೃಷ್ಟಿಗೆ ರಾಮರಾಯನ ಒಡೆದು ಆಳುವ ನೀತಿ ಕಾರಣವಾಯಿತು ಎಂಬುದು ಸಮರ್ಥನೀಯವಾಗಿಲ್ಲ. ವಾಸ್ತವದಲ್ಲಿ ಅವನು **'ಒಡೆದು ಆಳುವ'** ನೀತಿ ಅನುಸರಿಸಿದನೆಂಬ ಅಭಿಪ್ರಾಯವೇ ಅಸಮರ್ಥನೀಯವಾದುದು. ಸುಲ್ತಾನರನ್ನು ಒಡೆಯುವ ಅಗತ್ಯವೇ ಇರಲಿಲ್ಲ. ಏಕೆಂದರೆ ಅವರು ಯಾವತ್ತೂ ಒಂದಾಗಿರಲೇ ಇಲ್ಲ. ಐದು ಷಾಹಿ ರಾಜ್ಯಗಳು ಹುಟ್ಟಿಕೊಂಡ ದಿನದಿಂದಲೂ ಆ ಸುಲ್ತಾನರುಗಳ ನಡುವೆ ಹೊಂದಾಣಿಕೆ ಏರ್ಪಟ್ಟಿರಲೇ ಇಲ್ಲ. ಆದ್ದರಿಂದ ರಾಮರಾಯ ಅವರ ನಡುವಿನ ವೈಮನಸ್ಸಿಗೆ ಕಾರಣನಲ್ಲ. ಈ ಸಂಬಂಧ ನ್ಯೂನಿಜ್ ಹೀಗೆ ಬರೆದಿದ್ದಾನೆ.

"ಮೂರರ (ಮುಸಲ್ಮಾನರು) ನಡುವೆ ಪರಸ್ಪರ ವಿಶ್ವಾಸವಿಲ್ಲ ಮತ್ತು ಅವರುಗಳು ನಾಯಿಗಳಂತೆ ಕಚ್ಚಾಡುತ್ತಾರೆ ಹಾಗೂ ಒಬ್ಬರು ಮತ್ತೊಬ್ಬರ ವಿನಾಶವನ್ನು ಬಯಸುತ್ತಾರೆ". ಇದು ಸುಲ್ತಾನರ ಸ್ವಭಾವವಾಗಿತ್ತು. ಆದ್ದರಿಂದ ಅವರ ನಡುವಿನ ವೈಷಮ್ಯಕ್ಕೆ ರಾಮರಾಯನನ್ನು ಹೊಣೆ ಮಾಡಲಾಗದು.

ತಾಳಿಕೋಟೆ ಕದನ (ರಕ್ಕಸಗಿ–ತಂಗಡಗಿ) 1565

1565ರಲ್ಲಿ ನಡೆದ ತಾಳಿಕೋಟೆ ಕದನ ಭಾರತದ ಚರಿತ್ರೆಯಲ್ಲಿ ದಾಖಲಾಗಿರುವ ಅತ್ಯಂತ ವಿನಾಶಕಾರಿ ಕದನಗಳಲ್ಲಿ ಒಂದಾಗಿದೆ. ಇದು ಪ್ರಖ್ಯಾತವಾದ ವಿಜಯನಗರ ಸಾಮ್ರಾಜ್ಯದ ಭವಿಷ್ಯವನ್ನು ನಿರ್ಧರಿಸಿದ ಕದನ. ಈ ಕದನಲ್ಲಿ ವಿಜಯನಗರ ಅನುಭವಿಸಿದ ಸೋಲಿನಿಂದಾಗಿ ಸಾಮ್ರಾಜ್ಯ ತನ್ನ ಅಸ್ತಿತ್ವವನ್ನು ಕಳೆದುಕೊಳ್ಳದಿದ್ದರೂ, ಅದು ತನ್ನ ಹಿಂದಿನ ವೈಭವ ಹಾಗೂ ರಾಜಕೀಯ ಮಹತ್ವವನ್ನು ಕಳೆದುಕೊಂಡಿತು. ಅದರಿಂದಾಗಿ ಉಂಟಾದ ರಾಜಕೀಯ ಶೂನ್ಯವನ್ನು ತುಂಬುವುದು ಸಾಧ್ಯವಾಗಲಿಲ್ಲ. ದಕ್ಷಿಣ ಭಾರತ ರಾಜಕೀಯ ಹಾಗೂ ಸಾಂಸ್ಕೃತಿಕ ಏಕತೆಯನ್ನು ಶಾಶ್ವತವಾಗಿ ಕಳೆದುಕೊಂಡಿತು.

ಕಾರಣಗಳು

ತಾಳಿಕೋಟೆ ಕದನಕ್ಕೆ ಕಾರಣವಾದ ಕೆಲವು ಅಂಶಗಳನ್ನು ಈ ಕೆಳಗೆ ಚರ್ಚಿಸಲಾಗಿದೆ.

1) ಅಹಮದ್‌ನಗರದಲ್ಲಿ ವಿಜಯನಗರ ಸೈನ್ಯ ನಡೆಸಿದ ದೌರ್ಜನ್ಯಗಳು.

ನಿಜಾಮ್ ಷಾಹಿ ರಾಜ್ಯವಾದ ಅಹಮದ್‌ನಗರದಲ್ಲಿ ವಿಜಯನಗರ ಸೈನ್ಯ ನಡೆಸಿದ ದೌರ್ಜನ್ಯಗಳು ತಾಳಿಕೋಟೆ

ಕದನಕ್ಕೆ ಪ್ರಮುಖ ಕಾರಣವಾದವು ಎಂದು ಫೆರಿಷ್ತ ಹೇಳಿದ್ದಾನೆ. 1563ರಲ್ಲಿ ಬಿಜಾಪುರ, ಬೀದರ್ ಮತ್ತು ವಿಜಯನಗರ ಸಂಯುಕ್ತ ಸೈನ್ಯಗಳು ಅಹಮದ್‌ನಗರದ ಮೇಲೆ ದಾಳಿ ನಡೆಸಿದ್ದವು. ಹುಸೇನ್ ನಿಜಾಮ್‌ಷಾ ಪರಾಜಿತನಾದನು ಹಾಗೂ ಅಹಮದ್‌ನಗರ ರಾಜ್ಯವನ್ನು ಧ್ವಂಸಗೊಳಿಸಲಾಯಿತು. ಫೆರಿಷ್ತಾನ ಪ್ರಕಾರ **"ದೌಲತಾಬಾದ್‌ನಿಂದ ಅಹಮದ್‌ನಗರದವರೆಗೆ ಜನವಸತಿಯ ಕುರುಹುಗಳೇ ಕಾಣದಂತಹ ರೀತಿಯಲ್ಲಿ ಇಡೀ ದೇಶವನ್ನು ನಾಶಪಡಿಸಲಾಯಿತು. ಇಂತಹದೊಂದು ಸಂದರ್ಭಕ್ಕಾಗಿಯೇ ಕಾಯುತ್ತಿದ್ದ ವಿಜಯನಗರದ ಧರ್ಮದ್ರೋಹಿಗಳು ಯಾವುದೇ ಕ್ರೌರ್ಯವನ್ನೂ ನಡೆಸದೆ ಬಿಡಲಿಲ್ಲ. ಮುಸಲ್ಮಾನ ಮಹಿಳೆಯರ ಮಾನಭಂಗ ಮಾಡಲಾಯಿತು. ಮಸೀದಿಗಳನ್ನು ನೆಲಸಮ ಮಾಡಲಾಯಿತು ಮತ್ತು ಪವಿತ್ರ ಕುರಾನಿಗೂ ಗೌರವ ತೋರಲಿಲ್ಲ"**

ಫೆರಿಷ್ತಾನ ಈ ಮೇಲಿನ ಹೇಳಿಕೆಯನ್ನು ಗಂಭೀರವಾಗಿ ಪರಿಗಣಿಸಬೇಕಾದ ಅಗತ್ಯವಿಲ್ಲ. ಏಕೆಂದರೆ ವಿಜಯನಗರ ಸೈನ್ಯ ಏಕಾಂಗಿಯಾಗಿ ಅಹಮದ್‌ನಗರದ ಮೇಲೆ ದಾಳಿ ನಡೆಸಿರಲಿಲ್ಲ. ಬಿಜಾಪುರ ಹಾಗೂ ಬೀದರ್ ಸುಲ್ತಾನರ ಸೈನ್ಯಗಳ ಜೊತೆಯಲ್ಲಿ ದಾಳಿ ನಡೆಸಿದ್ದಾಗ ನಡೆದ ದೌರ್ಜನ್ಯಗಳಿಗೆ ವಿಜಯನಗರ ಸೈನ್ಯ ಎಷ್ಟರಮಟ್ಟಿಗೆ ಹೊಣೆಯಾಗಿತ್ತು ಎಂಬುದು ಚರ್ಚಾಸ್ಪದ ವಿಚಾರವಾಗಿದೆ. ವಿಜಯನಗರದ ಬಗೆಗಿನ ಫೆರಿಷ್ತಾನ ಹೇಳಿಕೆ ದುರುದ್ದೇಶ ಪೂರಿತವಾಗಿದೆ. ಅಲ್ಲದೆ ಆ ಕಾಲದಲ್ಲಿ ಶತ್ರುಗಳ ಪ್ರದೇಶಗಳನ್ನು ನಾಶಪಡಿಸುವುದು ಸಾಮಾನ್ಯವಾಗಿತ್ತು. ಬಹಮನಿ ಸುಲ್ತಾನರು ವಿಜಯನಗರ ಮೇಲೆ ದಾಳಿ ನಡೆಸಿದಾಗಲೆಲ್ಲ ನಡೆಸಿದ ಅಮಾನುಷ ದೌರ್ಜನ್ಯಗಳನ್ನು ಸ್ವತಃ ಫೆರಿಷ್ತಾ ವೈಭವೀಕರಿಸಿದ್ದಾನೆ. ಮುಸಲ್ಮಾನರು ಹಿಂದೂಗಳ ಮೇಲೆ ನಡೆಸಿದ ದೌರ್ಜನ್ಯಗಳನ್ನು ಶಬ್ದಗಳಿಂದ ವಿವರಿಸಲು ಸಾಧ್ಯವಿಲ್ಲ. ಆದ್ದರಿಂದ ವಿಜಯನಗರದ ಸೈನಿಕರು ನಡೆಸಿದ ದೌರ್ಜನ್ಯಗಳು ತಾಳಿಕೋಟೆ ಕದನಕ್ಕೆ ಕಾರಣವಾದವು ಎಂಬ ಆರೋಪ ಸಮರ್ಥನೀಯವಲ್ಲ.

2) ರಾಮರಾಯನ ಆಕ್ರಮಣಕಾರಿ ವಿದೇಶಾಂಗ ನೀತಿ : ರಾಮರಾಯ ಅನುಸರಿಸಿದ ಆಕ್ರಮಕಾರಿ ಅಥವಾ ಮಹತ್ವಾಕಾಂಕ್ಷೆಯ ವಿದೇಶಾಂಗ ನೀತಿ ಹಾಗೂ ದಖನ್ ಮುಸ್ಲಿಂ ರಾಜ್ಯಗಳ ಆಂತರಿಕ ವ್ಯವಹಾರಗಳಲ್ಲಿ ಅವನ ಹಸ್ತಕ್ಷೇಪ ತಾಳಿಕೋಟೆ ಕದನಕ್ಕೆ ಮತ್ತೊಂದು ಕಾರಣವೆಂದು ಕೆಲವು ವಿದ್ವಾಂಸರು ಅಭಿಪ್ರಾಯಪಟ್ಟಿದ್ದಾರೆ. ವಿಜಯನಗರದ ಅರಸರಲ್ಲಿ ದಖ್ಖನಿನ ಮುಸ್ಲಿಂ ರಾಜ್ಯಗಳ ಆಂತರಿಕ ವ್ಯವಹಾರಗಳಲ್ಲಿ ಯಶಸ್ವಿಯಾಗಿ ಮಧ್ಯಪ್ರವೇಶ ಮಾಡಿದ ಮೊದಲ ಅರಸ ರಾಮರಾಯ ಎಂಬುದು ವಾಸ್ತವ ಸಂಗತಿ. ಅವನೊಬ್ಬ ರಾಜಕೀಯ ಮುತ್ಸದ್ಧಿ. 1543 ರಿಂದ 1551 ರವರೆಗೆ ನಡೆದ ಯುದ್ಧಗಳಲ್ಲಿ ಬಿಜಾಪುರದ ವಿರುದ್ಧ ಅಹಮದ್‌ನಗರ ಮತ್ತು ಗೋಲ್ಕೊಂಡ ಸುಲ್ತಾನರಿಗೆ ರಾಮರಾಯ ಸಹಾಯ ಮಾಡಿದನು. ಅನಂತರ ಬಿಜಾಪುರ ಹಾಗೂ ಅಹಮದ್‌ನಗರದ ನಡುವಿನ ವೈಷಮ್ಯ ಮುಂದುವರಿಯಿತಾದರೂ ರಾಮರಾಯ ಮಾತ್ರ ಪಕ್ಷಾಂತರಮಾಡಿ ಅಹಮದ್‌ನಗರದ ವಿರುದ್ಧ ಬಿಜಾಪುರಕ್ಕೆ ಬೆಂಬಲ ನೀಡಿದನು. ರಾಮರಾಯ ತನ್ನನ್ನು ತೊರೆದು ಬಿಜಾಪುರದ ಪಕ್ಷವಹಿಸಿದ್ದು ಬಹುಶಃ ಅಹಮದ್‌ನಗರದ ಸುಲ್ತಾನ **ಹುಸೇನ್ ನಿಜಾಮ್ ಷಾನ** ಆಕ್ರೋಶಕ್ಕೆ ಕಾರಣವಾಯಿತು.

ಆದರೆ ಈ ಆರೋಪದಲ್ಲೂ ಹುರಳಿಲ್ಲ. ಅಂದರೆ ರಾಮರಾಯನ ಆಕ್ರಮಣಕಾರಿ ವಿದೇಶಾಂಗ ನೀತಿ ವಿಜಯನಗರದ ವಿರುದ್ಧ ಸುಲ್ತಾನರ ಒಕ್ಕೂಟ ಏರ್ಪಡಲು ಕಾರಣವಾಯಿತೆಂಬ ವಾದ ಅಸಮರ್ಥನೀಯವಾಗಿದೆ. ಏಕೆಂದರೆ ರಾಮರಾಯನಿಗೆ ಸಾಮ್ರಾಜ್ಯ ವಿಸ್ತರಣೆಯ ದಾಹವಿರಲಿಲ್ಲ. ಅವನು ಕೇವಲ ದಖ್ಖನಿನಲ್ಲಿ ಶಕ್ತಿಯ ಸಮತೋಲನವನ್ನು ಕಾಪಾಡುವ ಉದ್ದೇಶವನ್ನು ಹೊಂದಿದ್ದನು. ವಾಸ್ತವವಾಗಿ ಗೋಲ್ಕೊಂಡ ಮತ್ತು ಅಹಮದ್‌ನಗರದ ವಿರುದ್ದ ಬೀದರ್ ರಾಜ್ಯವನ್ನು ರಕ್ಷಿಸಿದವನೇ ರಾಮರಾಯ. ವಿಜಯನಗರದ ಹಿತದೃಷ್ಟಿಯಿಂದ ರಾಮರಾಯ ಯಾರೊಂದಿಗೂ ಶಾಶ್ವತ ದ್ವೇಷ ಸಾಧಿಸದೆ, ಯಾರೊಂದಿಗೂ ಖಾಯಂ ಒಪ್ಪಂದ ಮಾಡಿಕೊಳ್ಳದೆ ಶಕ್ತಿಯ ಸಮತೋಲನವನ್ನು ಕಾಪಾಡಲು ಯತ್ನಿಸಿದನು.

3) ಸುಲ್ತಾನರ ಬಗ್ಗೆ ರಾಮರಾಯನ ಅಹಂಕಾರದ ವರ್ತನೆ

ತಾಳಿಕೋಟೆ ಕದನದ ದುರಂತಕ್ಕೆ ರಾಮರಾಯನ ಅಹಂಕಾರದ ವರ್ತನೆಯು ಕಾರಣವೆಂದು ಹಲವು ವಿದ್ವಾಂಸರು ಆರೋಪಿಸಿದ್ದಾರೆ. ಅವರು ಸುಲ್ತಾನರ ಬಗ್ಗೆ ರಾಮರಾಯನ ಅಹಂಕಾರದ ವರ್ತನೆಯನ್ನು ಟೀಕಿಸಿದ್ದಾರೆ. ವಾಸ್ತವವಾಗಿಯೂ ಅವನಿಗೆ ಸುಲ್ತಾನರ ಬಗ್ಗೆ ಯಾವ ಗೌರವ ಭಾವನೆಯು ಇರಲಿಲ್ಲ. ಅಲ್ಲದೆ ಅವರುಗಳ ರಾಯಭಾರಿಗಳನ್ನು ತೀರಾ ನಿಕೃಷ್ಟವಾಗಿ ನಡೆಸಿಕೊಂಡನು.

ಆದರೆ ರಾಮರಾಯ ಇಸ್ಲಾಂ ಧರ್ಮವನ್ನು ದ್ವೇಷಿಸುತ್ತಿರಲಿಲ್ಲ. ಅವನು ಅಪಾರ ಸಂಖ್ಯೆಯ ಮುಸಲ್ಮಾನರನ್ನು ವಿಜಯನಗರ ಸೈನ್ಯಕ್ಕೆ ನೇಮಿಸಿಕೊಂಡಿದ್ದನು. **ಗಿಲಾನಿ ಸಹೋದರರು** ಎಂಬ ಮುಸ್ಲಿಮರನ್ನು ಸೈನ್ಯಾಧಿಕಾರಿಗಳಾಗಿ ನೇಮಿಸಿದನು. ಇಸ್ಲಾಂ ಧರ್ಮದ ಬಗ್ಗೆ ಅವನಿಗೆ ಅಪಾರ ಗೌರವವಿತ್ತು. ಬಿಜಾಪುರದ ಒಂದನೇ ಆಲಿ ಆದಿಲ್‌ಷಾನನ್ನು ತನ್ನ ಮಗನಂತೆಯೇ ನಡೆಸಿಕೊಂಡನು. ಕೃಷ್ಣದೇವರಾಯನೂ ಕೂಡ ಬಿಜಾಪುರದ ಸುಲ್ತಾನನ ಬಗ್ಗೆ ಅಹಂಕಾರದಿಂದಲೇ ವರ್ತಿಸಿದ್ದನು. ತನ್ನ ಪ್ರದೇಶಗಳನ್ನು ತನಗೆ ಹಿಂದಿರುಗಿಸುವಂತೆ ಬಿಜಾಪುರದ ಸುಲ್ತಾನ ಕೇಳಿಕೊಂಡಾಗ ತನ್ನ ಪಾದಗಳನ್ನು

ಚುಂಬಿಸುವಂತೆ ಕೃಷ್ಣದೇವರಾಯ ಒತ್ತಾಯಿಸಿದ್ದನು ಎಂದು **ನ್ಯೂನಿಜ್** ಹೇಳಿದ್ದಾನೆ. ವಿಜಯೀ ಅರಸರು ಈ ರೀತಿ ನಡೆದುಕೊಳ್ಳುವುದು ಆ ದಿನಗಳಲ್ಲಿ ಸಾಮಾನ್ಯವಾಗಿತ್ತು. ಆದ್ದರಿಂದ ಸುಲ್ತಾನರ ಬಗ್ಗೆ ರಾಮರಾಯನ ವರ್ತನೆ ಅಸಹಜವಾದುದೇನೂ ಆಗಿರಲಿಲ್ಲ. ಸುಲ್ತಾನರುಗಳು ಕೂಡ ವಿಜಯನಗರದ ಅರಸರ ಬಗ್ಗೆ ನಿಕೃಷ್ಟ ಭಾವನೆ ಹೊಂದಿದ್ದರು. ಉದಾಹರಣೆಗೆ ಬಹಮನಿ ಸುಲ್ತಾನ ಮುಹಮ್ಮದ್ ಷಾ ತನ್ನ ಆಸ್ಥಾನಕ್ಕೆ ಬಂದಿದ್ದ 300 ಸಂಗೀತಗಾರರಿಗೆ ವೇತನ ನೀಡುವಂತೆ ಬುಕ್ಕರಾಯನನ್ನು ಕೇಳಿದ್ದು ಅಹಂಕಾರದ ವರ್ತನೆಯಲ್ಲದೆ ಬೇರೇನೂ ಅಲ್ಲ.

4) ವಿಜಯನಗರ ಮತ್ತು ಮುಸ್ಲಿಂ ರಾಜ್ಯಗಳ ನಡುವಿನ ಪಾರಂಪರಿಕ ವೈಷಮ್ಯ

ವಿಜಯನಗರ ಮತ್ತು ದಖ್ಖನ್ ಮುಸ್ಲಿಂ ರಾಜ್ಯಗಳ ನಡುವೆ ಪ್ರಾರಂಭದಿಂದಲೂ ಇದ್ದ ವೈಷಮ್ಯ ತಾಳಿಕೋಟೆ ಕದನಕ್ಕೆ ಅತ್ಯಂತ ಮಹತ್ವದ ಕಾರಣ ಎಂಬುದು ನಿರ್ವಿವಾದದ ಸಂಗತಿಯಾಗಿದೆ. ಬಹಮನಿ ಸುಲ್ತಾನರು ವಿಜಯನಗರದ ಬಗ್ಗೆ ಹೊಂದಿದ್ದ ಹಗೆತನವನ್ನು ದಖ್ಖನಿನ ಸುಲ್ತಾನರು ಬಳುವಳಿಯಾಗಿ ಪಡೆದುಕೊಂಡಿದ್ದರು. ವಿಜಯನಗರದ ಹೆಚ್ಚುತ್ತಿದ್ದ ಪ್ರಾಬಲ್ಯದಿಂದ ಈ ಸುಲ್ತಾನರು ಆತಂಕಗೊಂಡಿದ್ದರು. ವಿಜಯನಗರ ಹೆಚ್ಚು, ಹೆಚ್ಚು ಪ್ರಬಲಗೊಂಡಂತೆಲ್ಲಾ ದಖ್ಖನಿನ ಮುಸ್ಲಿಂ ರಾಜ್ಯಗಳು ಹೆಚ್ಚು ಹೆಚ್ಚು ದುರ್ಬಲಗೊಳ್ಳುತ್ತಾ ಹೋದವು. ಈ ಬೆಳವಣಿಗೆ ಸುಲ್ತಾನರಲ್ಲಿ ಅಭದ್ರತೆಯ ಭಾವನೆಯನ್ನುಂಟುಮಾಡಿತು. ಅವರುಗಳು ತಮ್ಮ ಅಸ್ತಿತ್ವವೇ ಅಪಾಯದಲ್ಲಿದೆ ಎಂದು ಭಾವಿಸಿದರು. ಆದ್ದರಿಂದ ಡಾ.ಪಿ.ಬಿ.ದೇಸಾಯಿ ಅವರ ಪ್ರಕಾರ **"ವಿಜಯನಗರದ ವಿರುದ್ಧ ಸುಲ್ತಾನರೆಲ್ಲರೂ ಒಂದುಗೂಡಿ ಒಂದು ಒಕ್ಕೂಟ ರಚಿಸಿಕೊಳ್ಳಲು ನಿಜವಾದ ಕಾರಣವೇನೆಂದರೆ ವಿಜಯನಗರದ ಸೈನಿಕ ಶಕ್ತಿಯ ಬಗ್ಗೆ ಅವರಿಗಿದ್ದ ಭೀತಿ, ತೀವ್ರ ಅಸೂಯೆ ಮತ್ತು ದ್ವೇಷ ಹಾಗೂ ಈ ಹಿಂದೂ ಸಾಮ್ರಾಜ್ಯದ ಬಗ್ಗೆ ಅವರ ಧಾರ್ಮಿಕ ಮತ್ಸರ"**. ರಾಮರಾಯನ ನೇತೃತ್ವದಲ್ಲಿ ವಿಜಯನಗರದ ಹೆಚ್ಚುತ್ತಿದ್ದ ಶಕ್ತಿಯ ವಿರುದ್ಧ ವೈಯಕ್ತಿಕವಾಗಿ ಸುಲ್ತಾನರು ಅಸಹಾಯಕರಾಗಿದ್ದರು. ಆದ್ದರಿಂದಲೇ ಅವರು ಸಂಘಟಿತರಾಗಿ ವಿಜಯನಗರವನ್ನು ಎದುರಿಸಲು ನಿರ್ಧರಿಸಿದರು.

5) ವಿಜಯನಗರದ ವಿರುದ್ಧ ಸುಲ್ತಾನರ ಒಕ್ಕೂಟ

ಅಹಮದ್‌ನಗರದ ಸುಲ್ತಾನ ಹುಸೇನ್ ನಿಜಾಮ್ ಷಾ ರಾಮರಾಯನನ್ನು ತೀವ್ರವಾಗಿ ದ್ವೇಷಿಸುತ್ತಿದ್ದನು. ತನ್ನ ರಾಜ್ಯಕ್ಕೆ ಒದಗಿದ ಎಲ್ಲ ಸಂಕಷ್ಟಗಳಿಗೂ ರಾಮರಾಯನೇ ಕಾರಣನೆಂದು ಅವನು ಭಾವಿಸಿದ್ದನು. ಹೀಗಾಗಿ ಸುಲ್ತಾನರನ್ನು ಒಂದುಗೂಡಿಸುವ ಕಾರ್ಯವನ್ನು ಅವನೇ ಆರಂಭಿಸಿದನು. ವಿಜಯನಗರದ ವಿರುದ್ಧ ಒಂದುಗೂಡುವಂತೆ ಧರ್ಮದ ಹೆಸರಿನಲ್ಲಿ ಅವನು ಎಲ್ಲ ಸುಲ್ತಾನರಿಗೂ ಮನವಿ ಮಾಡಿದನು. ಗೋಲ್ಗೊಂಡದ ಸುಲ್ತಾನ ಇಬ್ರಾಹಿಂ ಕುತುಬ್ ಷಾನ ಮಧ್ಯಸ್ಥಿಕೆಯಲ್ಲಿ ಬಿಜಾಪುರದ ಸುಲ್ತಾನ ಅಲಿ ಆದಿಲ್ ಷಾ ಮತ್ತು ಅಹಮದ್‌ನಗರದ ಸುಲ್ತಾನ ಹುಸೇನ್ ನಿಜಾಮ್ ಷಾ ತಮ್ಮ ಹಳೆಯ ದ್ವೇಷವನ್ನು ಮರೆತು ಒಂದುಗೂಡಿದರು. ಹಿಂದೆ ಅವರಿಬ್ಬರೂ ತಮಗೆ ಅಗತ್ಯವಾಗಿದ್ದಾಗ ರಾಮರಾಯನ ಸಹಾಯ ಪಡೆದುಕೊಂಡು ಪರಸ್ಪರ ಹೋರಾಡಿದ್ದರು. ಆದರೆ ಈಗ ಕೃತಘ್ನರಾದ ಇಬ್ಬರೂ ವಿಜಯನಗರದ ವಿರುದ್ಧ ಒಂದುಗೂಡಿದರು. ಈ ಸಂಬಂಧವನ್ನು ಬಲಪಡಿಸಲು ಬಿಜಾಪುರದ ಸುಲ್ತಾನ ಅಲಿ ಆದಿಲ್ ಷಾನು ನಿಜಾಮ್ ಷಾನ ಮಗಳು **ಚಾಂದಬೀಬಿಯನ್ನು** ವಿವಾಹವಾದನು. ಅವನಿಗೆ ಶೊಲಾಪುರವನ್ನು ವರದಕ್ಷಿಣೆಯ ರೂಪದಲ್ಲಿ ನೀಡಲಾಯಿತು. ಅಲ್ಲದೆ ನಿಜಾಮ್ ಷಾನ ಹಿರಿಯ ಮಗ ಮೂರ್ತಜ ಬಿಜಾಪುರದ ಅಲಿ ಆದಿಲ್ ಷಾನ ಸಹೋದರಿ **ಹಾದಿಯ್ಯಾ ಸುಲ್ತಾನಾಳನ್ನು** ವಿವಾಹವಾದನು. ಹೀಗೆ ಪರಸ್ಪರ ದ್ವೇಷಿಸುತ್ತಿದ್ದ ಇಬ್ಬರು ಸುಲ್ತಾನರು ಒಂದುಗೂಡಿದರು. ಅನಂತರ ಬೀದರ್‌ನ ಆಲಿ ಬರೀದ್ ಷಾ ಮತ್ತು ಗೋಲ್ಗೊಂಡದ ಸುಲ್ತಾನ ಇಬ್ರಾಹಿಂ ಕುತುಬ್ ಷಾ ಈ ಒಕ್ಕೂಟವನ್ನು ಸೇರಿಕೊಂಡರು. ಇಬ್ರಾಹಿಂ ಕುತುಬ್ ಷಾ ಈಗಾಗಲೇ ಹುಸೇನ್ ನಿಜಾಮ್ ಷಾನ ಮತ್ತೊಬ್ಬ ಮಗಳನ್ನು ವಿವಾಹವಾಗಿದ್ದನು. ಆದರೆ ಬೀರಾರ್‌ನ ಸುಲ್ತಾನ ತುಫಲ್ ಖಾನ್ ಮಾತ್ರ ನಿಜಾಮ್ ಷಾನ ಬಗೆಗಿನ ದ್ವೇಷದಿಂದಾಗಿ ಈ ಒಕ್ಕೂಟ ಸೇರಲು ನಿರಾಕರಿಸಿದನು. ಹೀಗೆ ವಿಜಯನಗರದ ವಿರುದ್ಧ ನಾಲ್ವರು ಸುಲ್ತಾನರನ್ನು ಒಳಗೊಂಡ ಒಂದು ಪ್ರಬಲ ರಾಜಕೀಯ ಒಕ್ಕೂಟ ಏರ್ಪಟ್ಟಿತು. ಇದೊಂದು ಅವಕಾಶವಾದಿ ಒಕ್ಕೂಟವಾಗಿತ್ತು ಮತ್ತು ಸುಲ್ತಾನರು ತಮ್ಮ ವೈಯಕ್ತಿಕ ಹಿತಾಸಕ್ತಿಗಳ ರಕ್ಷಣೆಗೆ ಧರ್ಮವನ್ನು ಬಳಸಿಕೊಂಡರು.

ನಿರ್ಣಾಯಕ ಕದನ – 23 ಜನವರಿ 1565

ಒಕ್ಕೂಟವನ್ನು ರಚಿಸಿಕೊಂಡ ನಂತರ ಸುಲ್ತಾನರು ಯುದ್ಧ ಸಿದ್ಧತೆ ಆರಂಭಿಸಿದರು. ಭಾರಿ ಪ್ರಮಾಣದಲ್ಲಿ ಸೈನ್ಯವನ್ನು ಸಂಗ್ರಹಿಸಿದರು. ಎಲ್ಲ ಸಿದ್ಧತೆಗಳು ಪೂರ್ಣಗೊಂಡ ನಂತರ ವಿಜಯನಗರದ ಮೇಲೆ ದಾಳಿ ನಡೆಸಲು ಅವರಿಗೆ ಒಂದು ನೆಪ ಬೇಕಿತ್ತು. ಬಿಜಾಪುರದ ಸುಲ್ತಾನ ತನ್ನ ರಾಯಭಾರಿಯನ್ನು ವಿಜಯನಗರಕ್ಕೆ ಕಳುಹಿಸಿ ತಕ್ಷಣ ರಾಯಚೂರು, ಮುದ್ಗಲ್ ಮತ್ತು ಇತರ ಕೋಟೆಗಳನ್ನು ತನಗೆ ಹಿಂದಿರುಗಿಸಬೇಕೆಂದು ಒತ್ತಾಯಿಸಿದನು. ಅವನು ನಿರೀಕ್ಷಿಸಿದ್ದಂತೆ ಅವನ ಬೇಡಿಕೆಯನ್ನು ರಾಮರಾಯ ತಿರಸ್ಕರಿಸಿದ್ದಲ್ಲದೆ ಅವನ ರಾಯಭಾರಿಯನ್ನು ಅವಮಾನಕರ ಈ ರೀತಿಯಲ್ಲಿ ಆಸ್ಥಾನದಿಂದ ಹೊರಹಾಕಿದನು.

ಈಗ ಸುಲ್ತಾನರು ವಿಜಯನಗರದ ವಿರುದ್ಧ ಯುದ್ಧ ಘೋಷಿಸಿದರು. 1564ರ ಡಿಸೆಂಬರ್ 25 ರಂದು ವಿಜಯನಗರದ ಮೇಲೆ ದಾಳಿ ಮಾಡಲು ಸುಲ್ತಾನರ ಸಂಯುಕ್ತ ಸೈನ್ಯ ಬಿಜಾಪುರದಿಂದ ದಕ್ಷಿಣಾಭಿಮುಖವಾಗಿ ಹೊರಟಿತು. ಮಾರ್ಗ ಮಧ್ಯದಲ್ಲಿ ತಾಳಿಕೋಟೆ ಬಳಿ ಸುಲ್ತಾನರು ಶಿಬಿರ ಹೂಡಿದರು. ಅಲ್ಲಿಯೇ ಹೋರಾಟ ಸಂಭವಿಸಿದ್ದರಿಂದ ಇದನ್ನು ತಾಳಿಕೋಟೆ ಕದನ ಎಂದು ಕರೆಯಲಾಗಿದೆ. ರಾಮರಾಯ ಕಳುಹಿಸಿದ ಮಂಚೂಣಿ ವಿಜಯನಗರ ಸೈನ್ಯಕ್ಕೆ ಸಂಯುಕ್ತ ಮುಸ್ಲಿಂ ಸೈನ್ಯವನ್ನು ಕೃಷ್ಣಾ ನದಿಯನ್ನು ದಾಟದಂತೆ ತಡೆಯುವುದು ಸಾಧ್ಯವಾಗಲಿಲ್ಲ. ರಾಮರಾಯನೇ ಅಪಾರ ಸೈನ್ಯದೊಂದಿಗೆ ಕೃಷ್ಣಾ ನದಿಯತ್ತ ಸಾಗಿದನು. 1565ರ ಜನವರಿ 23ರಂದು ನಿರ್ಣಾಯಕವಾದ ಕದನ ಸಂಭವಿಸಿತು. ಈ ಕದನ ಎಲ್ಲಿ ನಡೆಯಿತು ಎಂಬ ವಿಷಯದಲ್ಲಿ ಭಿನ್ನಾಭಿಪ್ರಾಯಗಳಿವೆ. ಪ್ರೊ. ನೀಲಕಂಠಶಾಸ್ತ್ರಿಯವರ ಪ್ರಕಾರ ವಿಜಯನಗರ ಸೈನ್ಯ ಕೃಷ್ಣಾ ನದಿಯ ದಕ್ಷಿಣ ಭಾಗದ **ರಕ್ಕಸಗಿ** ಮತ್ತು **ತಂಗಡಗಿ** ಗ್ರಾಮಗಳ ಬಳಿ ಬೀಡು ಬಿಟ್ಟಿತ್ತು. ಆದರೆ ವಾಸ್ತವವಾಗಿ ಕದನ ನಡೆದದ್ದು **ಬನ್ನಿಹಟ್ಟಿ** ಎಂಬ ಸ್ಥಳದಲ್ಲಿ. ಇದು ಮಸ್ಕಿ ಮತ್ತು ಅದರ ಉಪ ನದಿಯೊಂದರ ಸಂಗಮ ಸ್ಥಳ. ಇದು ಕೃಷ್ಣೆಯ ದಕ್ಷಿಣಕ್ಕೆ 19 ಕಿ.ಮೀ. ದೂರದಲ್ಲಿದೆ. ಇಲ್ಲಿಯೇ ಕದನ ನಡೆಯಿತೆಂದು ಪ್ರೊ. ಬಾ.ರಾ. ಗೋಪಾಲ್ ಹೇಳಿದ್ದಾರೆ. ಪ್ರೊ. ಶರ್ವಾನಿಯವರ ಪ್ರಕಾರವೂ ಕದನ **ಬನ್ನಿಹಟ್ಟಿ**ಯಲ್ಲಿಯೇ ನಡೆಯಿತು. ಡಾ.ಪಿ.ಬಿ. ದೇಸಾಯ್ ಪ್ರಕಾರ ಮುಸ್ಲಿಂ ಸೈನ್ಯದಲ್ಲಿ ಸುಮಾರು ಮೂರು ಲಕ್ಷ ಯೋಧರಿದ್ದರು. ವಿಜಯನಗರ ಸೈನ್ಯದಲ್ಲಿ ಸುಮಾರು ಆರು ಲಕ್ಷ ಯೋಧರಿದ್ದರು.

ರಾಮರಾಯ ಮತ್ತು ಅವನ ಇಬ್ಬರು ಸೋದರರು ಅತ್ಯಂತ ಪರಾಕ್ರಮದಿಂದ ಹೋರಾಡಿದರು ಮತ್ತು ವಿಜಯನಗರ ಗೆಲುವಿನ ಅಂಚಿನಲ್ಲಿತ್ತು. ಈ ನಿರ್ಣಾಯಕ ಘಟ್ಟದಲ್ಲಿ ವಿಜಯನಗರ ಸೈನ್ಯದ ಇಬ್ಬರು ಮುಸ್ಲಿಂ ಸೈನ್ಯಾಧಿಕಾರಿಗಳಾದ **ಗಿಲಾನಿ ಸೋದರರು ರಾಮರಾಯನಿಗೆ ದ್ರೋಹ ಬಗೆದು ಶತ್ರು ಪಕ್ಷವನ್ನು ಸೇರಿಕೊಂಡರು.** ಅದರಿಂದಾಗಿ ಉದ್ಭವಿಸಿದ ಗೊಂದಲದ ಪರಿಸ್ಥಿತಿಯ ಲಾಭ ಪಡೆದು ಸುಲ್ತಾನರ ಮೀಸಲು ಅಶ್ವಪಡೆ ರಾಮರಾಯನನ್ನು ಬಂಧಿಸುವಲ್ಲಿ ಯಶಸ್ವಿಯಾಯಿತು. ತಕ್ಷಣ ಹುಸೇನ್ ನಿಜಾಮ್ ಷಾ ರಾಮರಾಯನ ಶಿರಚ್ಛೇದ ಮಾಡಿದನು ಮತ್ತು **"ಈಗ ನಾನು ನಿನ್ನ ವಿರುದ್ಧ ಸೇಡು ತೀರಿಸಿಕೊಂಡಿದ್ದೇನೆ. ದೇವರು ನನಗೆ ತಾನು ಬಯಸಿದ್ದನ್ನು ಮಾಡಲಿ"** ಎಂದು ಉದ್ಘರಿಸಿದನು. ಬಿಜಾಪುರದ ಸುಲ್ತಾನ ಅಲಿ ಆದಿಲ್ ಷಾ ರಾಮರಾಯನ ರಕ್ಷಣೆಗೆ ನಿಲ್ಲಬಹುದೆಂಬ ಸಂಶಯ ನಿಜಾಮ್ ಷಾನಿಗಿತ್ತು. ಅದರಿಂದಾಗಿಯೇ ಅಲಿ ಆದಿಲ್ ಷಾ ತನ್ನ ಬಿಡಾರಕ್ಕೆ ಆಗಮಿಸುವ ಮೊದಲೇ ನಿಜಾಮ್ ಷಾ ರಾಮರಾಯನ ಶಿರಚ್ಛೇದ ಮಾಡಿದನು. ರಾಮರಾಯನ ಶಿರವನ್ನು ಯುದ್ಧ ಕ್ಷೇತ್ರದಲ್ಲಿ ಪ್ರದರ್ಶಿಸಲಾಯಿತು. ಗಾಬರಿಗೊಂಡ ವಿಜಯನಗರ ಯೋಧರು ಯುದ್ಧಕ್ಷೇತ್ರದಿಂದ ಪಲಾಯನ ಮಾಡಿದರು. ವೆಂಕಟಾದ್ರಿ ಕೊಲ್ಲಲ್ಪಟ್ಟನು. ತಿರುಮಲ ತಕ್ಷಣ ರಾಜಧಾನಿಗೆ ಹಿಂದಿರುಗಿದನು ಮತ್ತು ಅಪಾರವಾದ ಸಂಪತ್ತು ಹಾಗೂ ನೆಪಮಾತ್ರಕ್ಕೆ ಅರಸನಾಗಿದ್ದ ಸದಾಶಿವರಾಯನೊಂದಿಗೆ ಪೆನುಕೊಂಡ ಕೋಟೆಗೆ ತೆರಳಿದನು. ರಾಬರ್ಟ್ ಸಿವೆಲ್ ಅವರ ಪ್ರಕಾರ 550 ಆನೆಗಳ ಮೇಲೆ ಸಾಗಿಸಲಾದ ಭಾರಿ ಸಂಪತ್ತಿನ ಮೌಲ್ಯ 100 ದಶಲಕ್ಷ ಪೌಂಡ್‌ಗಳಿಗೂ ಹೆಚ್ಚಾಗಿತ್ತು.

ಕದನದ ಪರಿಣಾಮಗಳು

ತಾಳಿಕೋಟೆ ಅಥವಾ **ಬನ್ನಿಹಟ್ಟಿ ಕದನ** ನಿರ್ಣಾಯಕವಾದ ಕದನವಾಗಿತ್ತು. ವಿಜಯನಗರ ನಿರ್ಣಾಯಕ ಸೋಲು ಅನುಭವಿಸಿತು. ಸಾಮ್ರಾಜ್ಯ ತನ್ನೆಲ್ಲ ವೈಭವವನ್ನು ಕಳೆದುಕೊಂಡಿತು. ರಾಜಧಾನಿಯ ರಕ್ಷಣೆಗೆ ಯಾವುದೇ ಪ್ರಯತ್ನ ನಡೆಯಲಿಲ್ಲ. ವಿಜಯಿ ಮುಸ್ಲಿಂ ಸೈನ್ಯ ಸುಲಭವಾಗಿ ರಾಜಧಾನಿ ವಿಜಯನಗರವನ್ನು ವಶಪಡಿಸಿಕೊಂಡಿತು. 5 ತಿಂಗಳ ಕಾಲ ನಗರವನ್ನು ವ್ಯವಸ್ಥಿತವಾಗಿ ಲೂಟಿಮಾಡಲಾಯಿತು ಹಾಗೂ ಧ್ವಂಸ ಮಾಡಲಾಯಿತು. ಎಣಿಕೆಗೆ ಸಿಗದಷ್ಟು ನಿರಪರಾಧಿ ಜನರನ್ನು ಕೊಲ್ಲಲಾಯಿತು. 1567 ರಲ್ಲಿ ನಗರಕ್ಕೆ ಭೇಟಿ ನೀಡಿದ್ದ ಇಟಲಿಯ ಪ್ರವಾಸಿ **ಸೀಜರ್ ಫ್ರೆಡರಿಕ್** ಪ್ರಕಾರ **"ನಗರ ನಿರ್ಜನವಾಗಿತ್ತು, ಅದರ ಕಟ್ಟಡಗಳು ಕ್ರೂರ ಪ್ರಾಣಿಗಳ ವಾಸಸ್ಥಳಗಳಾಗಿದ್ದವು."** ನಗರದ ಪರಿಸ್ಥಿತಿಯನ್ನು ಕುರಿತು ರಾಬರ್ಟ್ ಸಿವೆಲ್ ಹೀಗೆ ಬರೆದಿದ್ದಾರೆ. **"ಶತ್ರುಗಳು (ಮುಸ್ಲಿಮರು) ಜನರನ್ನು ನಿರ್ದಾಕ್ಷಿಣ್ಯವಾಗಿ ಹತ್ಯೆ ಮಾಡಿದರು, ದೇವಾಲಯಗಳು ಮತ್ತು ಅರಮನೆಗಳನ್ನು ನೆಲಸಮ ಮಾಡಿದರು... ಬೆಂಕಿ ಮತ್ತು ಖಡ್ಗ, ಹಾರೆಗಳು ಮತ್ತು ಕೊಡಲಿಗಳೊಂದಿಗೆ ಪ್ರತಿ ದಿನವೂ ವಿಧ್ವಂಸ ಕಾರ್ಯವನ್ನು ಮುಂದುವರಿಸಿದರು. ವಿಶ್ವದ ಇತಿಹಾಸದಲ್ಲಿ ಹಿಂದೆಂದೂ ಇಷ್ಟೊಂದು ಸುಂದರವಾದ, ಸಂಪದ್ಭರಿತವಾದ ನಗರದ ಮೇಲೆ ಇಷ್ಟೊಂದು ಭೀಕರವಾದ ವಿನಾಶಕೃತ್ಯ ಇಷ್ಟೊಂದು ಶೀಘ್ರವಾಗಿ ನಡೆದಿರಲಾರದು. ಒಂದು ದಿನ ಸಂಪದ್ಭರಿತವಾಗಿದ್ದ, ಶ್ರೀಮಂತ ಹಾಗೂ ಉದ್ಯಮಶೀಲ ಜನರಿಂದ ತುಂಬಿ ಮೆರೆದ ನಗರ, ಮರುದಿನವೇ ವರ್ಣನಾತೀತವಾದ ನರಹತ್ಯೆಯ ಭೀಕರ ದೃಶ್ಯಗಳೊಂದಿಗೆ ವಿನಾಶಗೊಂಡಿತ್ತು."** ಈ ಲೂಟಿಯಲ್ಲಿ ಸ್ಥಳೀಯರು ಕೂಡ ಪಾಲ್ಗೊಂಡಿದ್ದರು.

ಇದೊಂದು ರಾಷ್ಟ್ರೀಯ ದುರಂತವಾಗಿತ್ತು. ಹಂಪೆಗೆ ಭೇಟಿ ನೀಡದ ಹೊರತು, ಆ ಭವ್ಯ ನಗರದ ಅವಶೇಷಗಳನ್ನು ನೋಡದ ಹೊರತು ವಿನಾಶದ ಅಗಾಧತೆ, ಗಂಭೀರತೆ ಅರಿವಾಗುವುದಿಲ್ಲ. ಭೌತಿಕ ಸಂಪತ್ತಿನ ವಿನಾಶ ಈ ರಾಷ್ಟ್ರೀಯ ದುರಂತದ ಒಂದು ಭಾಗವಷ್ಟೆ. ಅದರ ಸಾಂಸ್ಕೃತಿಕ ಸಂಪತ್ತಿನ ನಾಶ ಹಾಗೂ ರಾಜಕೀಯ ಅಸ್ಥಿರತೆಯ ಪರಿಸ್ಥಿತಿಗಳು

ಮರುಸ್ಥಾಪನೆಗೊಂಡಿದ್ದು ನಿಜಕ್ಕೂ ದೊಡ್ಡ ದುರಂತವಾಗಿತ್ತು. ವಿಜಯನಗರ ಸ್ಥಿರತೆ ಮತ್ತು ಪ್ರಗತಿಯ ಸಂಕೇತವಾಗಿತ್ತು. ಮತ್ತು ಅದರ ಪತನದಿಂದ ದಕ್ಷಿಣ ಭಾರತ ಆರಾಜಕತೆ, ದಬ್ಬಾಳಿಕೆ ಮತ್ತು ಶೋಷಣೆಯ ಬೀಡಾಯಿತು.

ತಾಳಿಕೋಟೆ ನಿರ್ಣಾಯಕವಾದ ಕದನವಾದರೂ ವಿಜಯನಗರ ಸಾಮ್ರಾಜ್ಯ ತನ್ನ ಅಸ್ತಿತ್ವವನ್ನು ಪೂರ್ಣವಾಗಿ ಕಳೆದುಕೊಳ್ಳಲಿಲ್ಲ. ಸುಲ್ತಾನರಿಗೆ ಅಪಾರವಾದ ಲಾಭವೇನೂ ಆಗಲಿಲ್ಲ. ಅವರ ನಡುವಿನ ಏಕತೆ ಬಹಳ ದಿನ ಉಳಿಯಲಿಲ್ಲ ಮತ್ತು ಹಿಂದಿನ ದ್ವೇಷ, ವೈಷಮ್ಯ ಮತ್ತೆ ಮರುಕಳಿಸಿತು. ಪರಸ್ಪರ ಹೋರಾಟದಿಂದಾಗಿ ಈ ಮುಸ್ಲಿಂ ರಾಜ್ಯಗಳು ಎಷ್ಟು ದುರ್ಬಲವಾದವೆಂದರೆ ಅವುಗಳನ್ನು ವಶಪಡಿಸಿಕೊಳ್ಳುವುದು ಮುಂದೆ ಮುಘಲರಿಗೆ ಹೆಚ್ಚು ಸುಲಭವಾಯಿತು. ವಿಜಯನಗರ ಸಾಮ್ರಾಜ್ಯ ಅರವೀಡು ವಂಶದ ಅರಸರ ಆಳ್ವಿಕೆಯಲ್ಲಿ ಇನ್ನೂ ಒಂದು ಶತಮಾನದವರೆಗೆ ಮುಂದುವರಿಯಿತು, ಆದರೆ ಅದು ತನ್ನ ಹಿಂದಿನ ವೈಭವವನ್ನು ಮತ್ತೆ ಪಡೆಯಲಿಲ್ಲ.

ವಿಜಯನಗರದ ಸೋಲಿಗೆ ಕಾರಣಗಳು

ತಾಳಿಕೋಟೆ ಕದನದಲ್ಲಿ ವಿಜಯನಗರ ಅನುಭವಿಸಿದ ಹೀನಾಯ ಸೋಲಿಗೆ ಹಲವಾರು ಕಾರಣಗಳನ್ನು ಹೆಸರಿಸಲಾಗಿದೆ. ಅವುಗಳಲ್ಲಿ ಕೆಲವನ್ನು ಈ ಕೆಳಗೆ ಚರ್ಚಿಸಲಾಗಿದೆ.

1) ವಿಜಯನಗರ ಸೈನ್ಯದ ಅಸಮರ್ಥತೆ

ವಿಜಯನಗರದ ಸೋಲಿಗೆ ಬಹುಮುಖ್ಯವಾದ ಕಾರಣ ಅದರ ಸೈನ್ಯದ ಅಸಮರ್ಥತೆ. ಕೇವಲ ಸಂಖ್ಯಾಬಾಹುಳ್ಳದಿಂದ ಪ್ರಯೋಜನವಾಗಲಿಲ್ಲ. ಅದು ಶತ್ರು ಸೈನ್ಯದಂತೆ ಸುಸಜಿತವಾಗಿರಲಿಲ್ಲ. ಅಶ್ವಪಡೆಯೂ ಕೃಷ್ಣದೇವರಾಯನ ಕಾಲದಷ್ಟು ಬಲಿಷ್ಠವಾಗಿರಲಿಲ್ಲ. ವಿಜಯನಗರದ ಅಶ್ವಪಡೆ ಬಹುತೇಕ ಸ್ಥಳೀಯ ಅಶ್ವಗಳನ್ನು ಒಳಗೊಂಡಿತ್ತು. ಏಕೆಂದರೆ ರಾಮರಾಯ ಪರ್ಷಿಯದ ಅಶ್ವಗಳ ಆಮದನ್ನು ನಿಲ್ಲಿಸಿದ್ದನು.

2) ಕೆಳದರ್ಜೆಯ ಆಯುಧಗಳು.

ವಿಜಯನಗರ ಸೈನಿಕರ ಆಯುಧಗಳ ಗುಣಮಟ್ಟ ಕೆಳದರ್ಜೆಯದಾಗಿತ್ತು. ವಿಜಯನಗರ ಸೈನಿಕರ ಹೊಂದಿದ್ದ ಈಟಿಗಳು ಕೇವಲ 7 ಅಡಿ ಉದ್ದವಾಗಿದ್ದವು. ಆದರೆ ಸುಲ್ತಾನಗರ ಸೈನಿಕರ ಈಟಿಗಳು 15 ರಿಂದ 16 ಅಡಿ ಉದ್ದವಾಗಿದ್ದವು. ಅಂತೆಯೇ ಮುಸ್ಲಿಂ ಯೋಧರು ಲೋಹದ ಬಿಲ್ಲುಗಳನ್ನು ಹೊಂದಿದ್ದರೆ ವಿಜಯನಗರದ ಬಿಲ್ಲುಗಾರರು ಬಿದಿರಿನ ಬಿಲ್ಲುಗಳನ್ನು ಹೊಂದಿದ್ದರು. ಹೀಗೆ ಕಳಪೆ ಗುಣಮಟ್ಟದ ಆಯುಧಗಳನ್ನು ಹೊಂದಿದ್ದ ವಿಜಯನಗರದ ಯೋಧರು ಉತ್ತಮ ಆಯುಧಗಳನ್ನು ಹೊಂದಿದ್ದ ಸುಲ್ತಾನರ ಸೈನಿಕರೊಂದಿಗೆ ಸಮರ್ಥವಾಗಿ ಹೋರಾಡುವಲ್ಲಿ ವಿಫಲರಾದರು.

3) ದುರ್ಬಲ ಫಿರಂಗಿ ಪಡೆ

ವಿಜಯನಗರದ ದುರ್ಬಲವಾದ ಫಿರಂಗಿ ಪಡೆಯೂ ಸೋಲಿಗೆ ಮತ್ತೊಂದು ಕಾರಣವಾಯಿತು. ಸುಲ್ತಾನರ ಫಿರಂಗಿ ಪಡೆ ಬಲಿಷ್ಠವಾಗಿತ್ತು ಮತ್ತು ಸಮರ್ಥನಾದ **ಚಲಬಿ ರುಮಿಖಾನ್**ನ ನಾಯಕತ್ವದಲ್ಲಿತ್ತು. ಈ ರುಮಿಖಾನನೇ ರಾಮರಾಯನನ್ನು ಬಂಧಿಸಿ ನಿಜಾಂ ಷಾನ ಬಳಿಗೆ ಕರೆದೊಯ್ದವನು. ಆದರೆ ಐರೋಪ್ಯ ಬಾಡಿಗೆ ಸಿಪಾಯಿಗಳು ಹಾಗೂ ಗೋವಾದ ಕ್ರೈಸ್ತರನ್ನು ಒಳಗೊಂಡಿದ್ದ ವಿಜಯನಗರದ ಫಿರಂಗಿ ಪಡೆ ಅತ್ಯಂತ ದುರ್ಬಲವಾಗಿತ್ತು.

4) ಮುಸಲ್ಮಾನ ಸೈನ್ಯಾಧಿಕಾರಿಗಳ ದ್ರೋಹ

ರಾಮರಾಯನಿಂದ ನೇಮಕಗೊಂಡಿದ್ದ ಮುಸ್ಲಿಂ ಸೈನ್ಯಾಧಿಕಾರಿಗಳಾದ **ಗಿಲಾನಿ ಸೋದರರ ವಿಶ್ವಾಸ ದ್ರೋಹ** ವಿಜಯನಗರದ ಸೋಲಿಗೆ ಬಹಳ ಮುಖ್ಯವಾದ ಕಾರಣವಾಯಿತು. ಬಿಜಾಪುರದ ಸೇವೆಯಿಂದ ವಜಾಮಾಡಲ್ಪಟ್ಟಿದ್ದ ಗಿಲಾನಿ ಸೋದರರನ್ನು ನಂಬಿ ರಾಮರಾಯ ತನ್ನ ಸೈನ್ಯಾಧಿಕಾರಿಗಳಾಗಿ ನೇಮಿಸಿಕೊಂಡಿದ್ದನು. ಅವರಿಬ್ಬರೂ ತಲಾ 80,000 ಸೈನಿಕರ ನಾಯಕತ್ವ ಹೊಂದಿದ್ದರು. ಅವರ ನೇಮಕ ರಾಮರಾಯನ ದೂರದೃಷ್ಟಿಯ ಕೊರತೆಗೆ ನಿದರ್ಶನವಾಗಿದೆ. ಕದನದಲ್ಲಿ ವಿಜಯನಗರ ಗೆಲ್ಲುವ ಎಲ್ಲ ಸೂಚನೆಗಳಿದ್ದಾಗ ಈ ಸೋದರರು ವಿಜಯನಗರಕ್ಕೆ ದ್ರೋಹ ಬಗೆದು ಶತ್ರುಗಳನ್ನು ಸೇರಿಕೊಂಡರು. ರಾಮರಾಯನಿಗೆ ಬೆನ್ನಲ್ಲಿ ಚೂರಿ ಹಾಕಿದರು. ಇಟಲಿಯ ವೆನಿಸ್ ನಗರದ ವರ್ತಕ ಮತ್ತು ಪ್ರವಾಸಿ **ಸೀಜರ್ ಫ್ರೆಡರಿಕ್**(1530–1603) ಮತ್ತು ಫ್ರೆಂಚ್ ಪ್ರವಾಸಿ ಮತ್ತು ಇಂಡಾಲಜಿಸ್ಟ್ ಅಬ್ರಾಹಂ ಅಂಕೆಟಿಲ್ ಡು ಪೆರ್ರಾನ್ (1731–1805) ಅವರುಗಳು ಕೂಡ **ವಿಜಯನಗರ ಸೋಲಿಗೆ ಈ ಮುಸ್ಲಿಂ ಸೇನಾನಿಗಳ ದ್ರೋಹವೇ ಕಾರಣ ಎಂದು ಹೇಳಿದ್ದಾರೆ.**

5) ರಾಮರಾಯನ ಅತಿಯಾದ ಆತ್ಮವಿಶ್ವಾಸ

ರಾಮರಾಯನ ಅತಿಯಾದ ಆತ್ಮವಿಶ್ವಾಸವೂ ವಿಜಯನಗರದ ಸೋಲಿಗೆ ಭಾಗಶಃ ಕಾರಣವಾಯಿತು. ರಾಮರಾಯ ತನ್ನ ಸೈನ್ಯ ಸಾಮರ್ಥ್ಯದ ಬಗ್ಗೆ ಅತಿಯಾದ ವಿಶ್ವಾಸ ಹೊಂದಿದ್ದನು ಮತ್ತು ಸುಲ್ತಾನರ ಸೈನ್ಯ ಸಾಮರ್ಥ್ಯವನ್ನು ಕಡೆಗಣಿಸಿದನು. ಸುಲ್ತಾನರ ಒಗ್ಗಟ್ಟು ಹೆಚ್ಚು ಕಾಲ ಉಳಿಯುವುದಿಲ್ಲ ಎಂದು ಅವನು ಭಾವಿಸಿದ್ದನು. ಸುಲ್ತಾನರ ಯುದ್ಧ ಸಿದ್ಧತೆಯ ಬಗ್ಗೆ ಮಾಹಿತಿ ದೊರೆತಿದ್ದರೂ ಕೂಡ ಅವನು ಯಾವುದೇ ಮುಂಜಾಗ್ರತೆಯ ಕ್ರಮಗಳನ್ನು ಕೈಗೊಳ್ಳಲಿಲ್ಲ. ವಿಜಯನಗರದ ರಕ್ಷಣೆಯ ವ್ಯವಸ್ಥೆಯನ್ನು ಬಲಪಡಿಸಲಿಲ್ಲ. ಈ ಅತಿಯಾದ ಆತ್ಮವಿಶ್ವಾಸಕ್ಕೆ ಅವನು ದೊಡ್ಡ ಬೆಲೆಯನ್ನೇ ಕೊಡಬೇಕಾಯಿತು.

ಅಲ್ಲದೆ ರಾಮರಾಯನಿಗೆ ಹಾಗೂ ಅವನ ತಮ್ಮಂದಿರಾದ ತಿರುಮಲ ಮತ್ತು ವೆಂಕಟಾದ್ರಿಗೆ 70 ವರ್ಷಕ್ಕೂ ಹೆಚ್ಚು ವಯಸ್ಸಾಗಿತ್ತು. ಅದರಿಂದಾಗಿ ವಿಜಯನಗರ ಸೈನ್ಯಕ್ಕೆ ಸಮರ್ಥನಾಯಕತ್ವ ಒದಗಿಸುವುದು ಅವರಿಗೆ ಸಾಧ್ಯವಾಗಲಿಲ್ಲ. ವಿರೋಧಿಗಳಾದ ಸುಲ್ತಾನರ ಪಕ್ಷದಲ್ಲಿ ಹಲವಾರು ಉತ್ಸಾಹಿ ಯುವ ನಾಯಕರುಗಳಿದ್ದರು. ರಾಮರಾಯನ ಸಹೋದರ ತಿರುಮಲ ರಾಜಧಾನಿಯನ್ನು ರಕ್ಷಿಸಲು ಪ್ರಯತ್ನಿಸಬಹುದಾಗಿತ್ತು. ವಿಜಯನಗರದ ಕೋಟೆ ಅಭೇಧ್ಯವಾಗಿತ್ತು. ಆದರೆ ಅವನು ಹೇಡಿಯಂತೆ ಅಪಾರ ಸಂಪತ್ತಿನೊಂದಿಗೆ ರಾಜಧಾನಿಯನ್ನು ತೊರೆದು ಓಡಿಹೋದನು. ಈ ಎಲ್ಲಾ ಕಾರಣಗಳಿಂದಾಗಿ ವಿಜಯನಗರ ತೀವ್ರವಾದ ಸೋಲನ್ನು ಅನುಭವಿಸಬೇಕಾಯಿತು.

ವಿಜಯನಗರದ ಆಡಳಿತ

ವಿಜಯನಗರದ ಅರಸರು ಹಿಂದಿನ ಹೊಯ್ಸಳ, ಪಾಂಡ್ಯ, ಕಾಕತೀಯ ಮೊದಲಾದವರ ಆಡಳಿತ ವ್ಯವಸ್ಥೆಯನ್ನು ಬಳುವಳಿಯಾಗಿ ಪಡೆದಿದ್ದರು. ಹಿಂದಿನ ಆಡಳಿತ ವ್ಯವಸ್ಥೆಯಲ್ಲಿ ಸೂಕ್ತವಾದ ಬದಲಾವಣೆಗಳನ್ನು ಜಾರಿಗೆ ತರುವ ಮೂಲಕ ಅವರು ಉತ್ತಮವಾದ ಆಡಳಿತವನ್ನು ರೂಪಿಸಿದರು. ಹಿಂದೂ ಧರ್ಮ ಮತ್ತು ಸಂಸ್ಕೃತಿಯ ರಕ್ಷಣೆಗಾಗಿ ಸ್ಥಾಪನೆಯಾದ ವಿಜಯನಗರದ ಆಡಳಿತ ಸಹಜವಾಗಿಯೇ ಹಿಂದೂ ಧರ್ಮಶಾಸ್ತ್ರಗಳಿಗನುಣವಾಗಿತ್ತು. ಖ್ಯಾತ ಇತಿಹಾಸಕಾರ ಕೆ.ಎಂ. ಪಣಿಕ್ಕರ್ ವಿಜಯನಗರ **"ಮೂಲಭೂತವಾಗಿ ಒಂದು ಸೈನಿಕ ರಾಜ್ಯವಾಗಿತ್ತು"** ಎಂದು ಹೇಳಿದ್ದಾರೆ. ಮಂತ್ರಿಗಳೂ ಕೂಡ ಸೇನಾದಂಡನಾಯಕರಾಗಿದ್ದುದು ಈ ಹೇಳಿಕೆಯನ್ನು ಪುಷ್ಟೀಕರಿಸುತ್ತದೆ.

ಕೇಂದ್ರ ಸರ್ಕಾರ ಮತ್ತು ರಾಜನ ಅಧಿಕಾರಿಗಳು

ವಿಜಯನಗರದಲ್ಲಿ ಆಡಳಿತ ಅನಗತ್ಯವಾಗಿ ಕೇಂದ್ರೀಕೃತವಾಗಿದ್ದಂತೆ ಕಂಡುಬರುವುದಿಲ್ಲ. ಅಧಿಕಾರ ವಿಕೇಂದ್ರಿಕರಣಕ್ಕೆ ವಿಜಯನಗರ ಅರಸರು ಅಗತ್ಯ ಗಮನ ನೀಡಿದ್ದರು. ರಾಜತ್ವ ಅನುವಂಶಿಕವಾಗಿದ್ದು ರಾಜ ತನ್ನ ಜೀವಿತ ಕಾಲದಲ್ಲೇ ತನ್ನ ಉತ್ತರಾಧಿಕಾರಿಯನ್ನು ನೇಮಿಸುತ್ತಿದ್ದನು. ಹೀಗೆ ನೇಮಕಗೊಂಡ ಉತ್ತರಾಧಿಕಾರಿಯನ್ನು **'ಯುವರಾಜ'** ಎಂದು ಕರೆಯಲಾಗುತ್ತಿತ್ತು. ಸಾಮಾನ್ಯವಾಗಿ ಪ್ರಧಾನ ರಾಣಿಯ ಹಿರಿಯ ಮಗನನ್ನು ಯುವರಾಜನಾಗಿ ನೇಮಿಸಲಾಗುತ್ತಿತ್ತು. ಈ ಕ್ರಮ ಹಿಂದೂ ಧರ್ಮಶಾಸ್ತ್ರಗಳ ನಿಯಮಗಳಿಗೆ ಅನುಸಾರವಾಗಿತ್ತು. ಆದರೆ ಈ ನಿಯಮವನ್ನು ಹಲವಾರು ಸಂದರ್ಭಗಳಲ್ಲಿ ಉಲ್ಲಂಘಿಸಲಾಗಿದೆ. 1485ರಲ್ಲಿ ಸಂಗಮ ವಂಶದಿಂದ ಸಾಳುವ ನರಸಿಂಹ ಅಧಿಕಾರ ಕಸಿದುಕೊಂಡನು. 1505 ರಲ್ಲಿ ಸಾಳುವ ವಂಶದವರಿಂದ ಅಧಿಕಾರವನ್ನು ತುಳುವ ವೀರನರಸಿಂಹ ಕಿತ್ತುಕೊಂಡನು. ಮುಂದೆ ಅರವೀಡು ವಂಶ ಅಧಿಕಾರಕ್ಕೆ ಬಂದಿತು.

ರಾಜ ಎಲ್ಲಾ ಅಧಿಕಾರದ ಕೇಂದ್ರವಾಗಿದ್ದನು. ಅವನೇ ಕಾರ್ಯಾಂಗ, ಶಾಸಕಾಂಗ ಮತ್ತು ನ್ಯಾಯಾಂಗದ ವರಿಷ್ಠ ಅಧಿಕಾರಿ. ಅಲ್ಲದೆ ಸೇನಾಪಡೆಯ ಪ್ರಧಾನ ದಂಡನಾಯಕನೂ ಅವನೇ ಆಗಿದ್ದನು. ವಿಜಯನಗರದ ಅರಸರು ಅನಿಯಂತ್ರಿತ ಅಧಿಕಾರಗಳನ್ನು ಹೊಂದಿದ್ದರೂ ಧರ್ಮಶಾಸ್ತ್ರಗಳ ನಿಯಮಗಳಿಗನುಸಾರವಾಗಿ ಆಡಳಿತ ನಡೆಸುತ್ತಿದ್ದರು. ಪ್ರಗತಿಪರ ನಿರಂಕುಶ ಪ್ರಭುಗಳಾಗಿ ಜನತೆಯ ಅಶೋತ್ತರಗಳಿಗೆ ಸ್ಪಂದಿಸುತ್ತಿದ್ದರು.

"ರಾಜನಾದವನು ಯಾವಾಗಲೂ ಧರ್ಮದೃಷ್ಟಿಯಿಂದ ರಾಜ್ಯವಾಳಬೇಕು" ಎಂದು ಕೃಷ್ಣದೇವರಾಯ ತನ್ನ **'ಆಮುಕ್ತಮಾಲ್ಯ'**ದ ಎಂಬ ತೆಲುಗು ಗ್ರಂಥದಲ್ಲಿ ಹೇಳಿದ್ದಾನೆ. ಅಲ್ಲದೆ ರಾಜನ ಕರ್ತವ್ಯಗಳ ಬಗೆಗೂ ಪ್ರಸ್ತಾಪಿಸಿದ್ದಾನೆ. ಪ್ರಜಾಕಲ್ಯಾಣ ತಮ್ಮ ಪ್ರಧಾನ ಕರ್ತವ್ಯ ಎಂದು ಭಾವಿಸಿದ್ದ ಅರಸರು ಹಿಂದಿನ ಸತ್‌ಸಂಪ್ರಾಯಗಳನ್ನು ಅನುಸರಿಸುತ್ತಿದ್ದರು.

ಮಂತ್ರಿಮಂಡಲ

ರಾಜನಿಗೆ ಆಡಳಿತದಲ್ಲಿ ಸಹಾಯ ಮಾಡಲು **ಕೌಟಿಲ್ಯನ ಮಂತ್ರಿ ಪರಿಷದ್ ಮಾದರಿಯ ಒಂದು ಮಂತ್ರಿಮಂಡಲವಿತ್ತು.** ಮಂತ್ರಿಮಂಡಲದ ನಿಖರವಾದ ಸದಸ್ಯರ ಸಂಖ್ಯೆಯ ಬಗ್ಗೆ ಖಚಿತ ಮಾಹಿತಿ ಇಲ್ಲದಿದ್ದರೂ, ಶಿವಾಜಿಯ ಅಷ್ಟಪ್ರಧಾನ ಮಂತ್ರಿಮಂಡಲದಂತೆ ವಿಜಯನಗರ ಮಂತ್ರಿಮಂಡಲದಲ್ಲೂ ಎಂಟು ಮಂತ್ರಿಗಳಿದ್ದರು ಎಂದು ಭಾವಿಸಲಾಗಿದೆ. ಮಂತ್ರಿಗಳು

ರಾಜನಿಂದ ನೇಮಕಗೊಳ್ಳುತ್ತಿದ್ದರು ಮತ್ತು ಅವನು ಬಯಸುವವರೆಗೆ ಅಧಿಕಾರದಲ್ಲಿರುತ್ತಿದ್ದರು. ಕೆಲವು ಸಂದರ್ಭಗಳಲ್ಲಿ ಮಂತ್ರಿ ಪದವಿ ಅನುವಂಶಿಕವಾಗಿತ್ತು. ಅಂತೆಯೇ ಒಬ್ಬನೇ ವ್ಯಕ್ತಿ ಹಲವು ರಾಜರ ಕಾಲದಲ್ಲಿ ಮಂತ್ರಿಯಾಗಿ ಮುಂದುವರಿದ ನಿದರ್ಶನಗಳಿವೆ. ಮಂತ್ರಿಗಳು ಕೆಲವು ಅರ್ಹತೆಗಳನ್ನು ಹೊಂದಿರಬೇಕಿತ್ತು. ಟಿ.ವಿ.ಮಹಾಲಿಂಗಂ ಅವರ ಪ್ರಕಾರ **ಮಂತ್ರಿಯು ವಿದ್ವಾಂಸನಾಗಿರಬೇಕಿತ್ತು. ಅಧರ್ಮಕ್ಕೆ ಹೆದರುವವನೂ, ರಾಜನೀತಿಯಲ್ಲಿ ನಿಪುಣನೂ, 50 ರಿಂದ 70 ವರ್ಷ ವಯೋಮಿತಿಯವನೂ ಹಾಗೂ ಆರೋಗ್ಯವಂತನೂ ಆಗಿರಬೇಕೆಂಬ ನಿಯಮವಿತ್ತು.**

ಮಂತ್ರಿಮಂಡಲದ ಅಧಿಕಾರಗಳು, ಕೆಲಸ ಕಾರ್ಯಗಳು ರಾಜನ ವ್ಯಕ್ತಿತ್ವವನ್ನು ಅವಲಂಬಿಸಿದ್ದವು. ಅಮಾತ್ಯ ಅಥವಾ ಮಹಾಪ್ರಧಾನಿ ಮಂತ್ರಿಮಂಡಲದ ಮುಖ್ಯಸ್ಥನಾಗಿದ್ದನು. ಅವನು ರಾಜನ ನಂತರದ ಸ್ಥಾನ ಪಡೆದಿದ್ದನು. ರಾಜನ ಅನುಪಸ್ಥಿತಿಯಲ್ಲಿ ಪ್ರಧಾನಿ ಮಂತ್ರಿಮಂಡಲದ ಸಭೆಗಳ ಅಧ್ಯಕ್ಷತೆ ವಹಿಸುತ್ತಿದ್ದನು. **ನ್ಯೂನಿಜ್‌ನ ಪ್ರಕಾರ ಎರಡನೇ ದೇವರಾಯ 20 ಮಂತ್ರಿಗಳನ್ನು ಹೊಂದಿದ್ದನು.**

ಎಲ್ಲ ಮಂತ್ರಿಗಳು ಸೇನಾದಂಡನಾಯಕರಾಗಿರುತ್ತಿದ್ದರು. ಉದಾಹರಣೆಗೆ ಮುದ್ದದಂಡನಾಯಕ ಒಂದನೇ ಬುಕ್ಕರಾಯನ ಕಾಲದಲ್ಲಿ ಹಾಗೂ ಸಾಳುವ ತಿಮ್ಮರಸ ಕೃಷ್ಣದೇವರಾಯನ ಕಾಲದಲ್ಲಿ ಮಹಾಪ್ರಧಾನಿಗಳು ಹಾಗೂ ದಂಡನಾಯಕರು ಆಗಿದ್ದರು. ಮಂತ್ರಿಮಂಡಲದ ಸಲಹೆ ಮತ್ತು ಸಹಕಾರದಿಂದ ಅರಸ ಆಡಳಿತ ನಡೆಸುತ್ತಿದ್ದನು. ಆದರೆ ಮಂತ್ರಿಗಳ ಸಲಹೆಯನ್ನು ಅರಸ ಅಗತ್ಯವಾದರೆ ತಿರಸ್ಕರಿಸಬಹುದಿತ್ತು. ಸಾಮಾನ್ಯವಾಗಿ ಮಂತ್ರಿಮಂಡಲದ ಸಭೆಗಳು **'ವೆಂಕಟವಿಲಾಸಮಂಟಪ'** ಎಂಬ ಸಭಾಂಗಣದಲ್ಲಿ ನಡೆಯುತ್ತಿದ್ದವು.

ಮಂತ್ರಿಮಂಡಲದ ಜೊತೆಗೆ ಒಂದು **"ಇಂಪೀರಿಯಲ್ ಕೌನ್ಸಿಲ್"** ಅಸ್ತಿತ್ವದಲ್ಲಿದ್ದ ಬಗ್ಗೆ **ಟಿ.ವಿ. ಮಹಾಲಿಂಗಂ** ಪ್ರಸ್ತಾಪಿಸಿದ್ದಾರೆ. ಅದು ನಾಯಕರು, ಪಾಳೆಗಾರರು, ಕವಿಗಳು, ಕಲಾವಿದರು, ವರ್ತಕರು ಮೊದಲಾದವರನ್ನು ಒಳಗೊಂಡಿತ್ತು. ರಾಜ ಈ ಸಮಿತಿಯೊಂದಿಗೆ ಆಗಾಗ್ಗೆ ಸಮಾಲೋಚಿಸುತ್ತಿದ್ದನು. ಆದರೆ ಇದು ವಿಧಿಬದ್ಧವಾದ ಸಮಿತಿಯಾಗಿರಲಿಲ್ಲ ಮತ್ತು ಅದರ ಸದಸ್ಯರನ್ನು ತುರ್ತುಪರಿಸ್ಥಿತಿಗಳಲ್ಲಿ ಪ್ರತ್ಯೇಕವಾಗಿ ಅಥವಾ ಗುಂಪುಗಳಲ್ಲಿ ಭೇಟಿಯಾಗಿ ರಾಜ ಚರ್ಚಿಸುತ್ತಿದ್ದನು. ರಾಜ ಪ್ರವಾಸದಲ್ಲಿದ್ದಾಗ ರಾಜನ ಆದೇಶಗಳನ್ನು ಬರೆದುಕೊಳ್ಳಲಾಗುತ್ತಿತ್ತು. ಅಂತಹ ಅಧಿಕಾರಿಗೆ **'ಶಾಸನಾಚಾರ್ಯ'** ಎಂದು ಕರೆಯಲಾಗುತ್ತಿತ್ತು.

ಕಾರ್ಯಾಲಯ

ವಿಜಯನಗರದಲ್ಲಿ ಒಂದು ಕಾರ್ಯಾಲಯ ಅಸ್ತಿತ್ವದಲ್ಲಿದ್ದ ಬಗ್ಗೆ ಉಲ್ಲೇಖಗಳಿವೆ. **ಅಬ್ದುರ್ ರಜಾಕ್** ಮತ್ತು **ನ್ಯೂನಿಜ್** ಈ ಬಗ್ಗೆ ಪ್ರಸ್ಥಾಪಿಸಿದ್ದಾರೆ. ರಜಾಕನ ಪ್ರಕಾರ ರಾಜನ ಅರಮನೆಯ ಬಲಭಾಗದಲ್ಲಿ ಒಂದು 40 ಕಂಬಗಳ ಸಭಾಂಗಣವಿತ್ತು, ಅದನ್ನು **'ದಿವಾನ್ ಖಾನ'** ಎಂದು ಕರೆಯಲಾಗುತ್ತಿತ್ತು. ಅದರ 30 ಗಜ ಉದ್ದ ಮತ್ತು 6 ಗಜ ಅಗಲವಾದ ಗ್ಯಾಲರಿಯಲ್ಲಿ ದಾಖಲೆ ಪತ್ರಗಳನ್ನು ಸಂಗ್ರಹಿಸಿಡಲಾಗುತ್ತಿತ್ತು. ರಾಜನ ಕಾರ್ಯದರ್ಶಿಗಳ ದಾಖಲೆ ಪುಸ್ತಕಗಳ ಬಗೆಗೂ ನ್ಯೂನಿಜ್ ಪ್ರಸ್ತಾಪಿಸಿದ್ದಾನೆ. ಕಾರ್ಯದರ್ಶಿಗಳನ್ನು **'ರಾಯಸ'** ಎಂದು ಕರೆಯಲಾಗುತ್ತಿತ್ತು. ಅವರು ವಿವಿಧ ಇಲಾಖೆಗಳ ಕೆಲಸ ಕಾರ್ಯಗಳನ್ನು ನೋಡಿಕೊಳ್ಳುತ್ತಿದ್ದರು. ಬಿ.ಎ. ಸಾಲತೊರೆಯವರ ಪ್ರಕಾರ ಪ್ರಧಾನ ಕಾರ್ಯದರ್ಶಿಯನ್ನು **'ರಾಯಸ್ವಾಮಿ'** ಎಂದು ಕರೆಯಲಾಗುತ್ತಿತ್ತು. ಅಧಿಕೃತ ದಾಖಲೆಗಳಿಗೆ ಕಾಗದವನ್ನು ಬಳಸಲಾಗುತ್ತಿತ್ತು. ಅಧಿಕಾರಿಗಳ ಅಗತ್ಯವನ್ನು ಕುರಿತು ಬರೆಯುತ್ತಾ ಕೃಷ್ಣದೇವರಾಯ **"ಆಡಳಿತದಲ್ಲಿ ಪರಿಣತರಾದ ಜನರನ್ನು ತನ್ನ ಸುತ್ತಲೂ ಇಟ್ಟುಕೊಂಡು ರಾಜ ಆಡಳಿತ ನಡೆಸಬೇಕು"** ಎಂದು ಹೇಳಿದ್ದಾನೆ. ಮುಂದುವರಿದು ಅವನು **"ವಿವಿಧ ಅಧಿಕಾರಿಗಳ ಸಹಕಾರವಿಲ್ಲದೆ ಏನನ್ನೂ ಸಾಧಿಸುವುದು ಸಾಧ್ಯವಿಲ್ಲ"** ಎಂದು ಹೇಳಿದ್ದಾನೆ.

ಕಂದಾಯ ಆಡಳಿತ-ರಾಜ್ಯದ ಆದಾಯ ಮೂಲಗಳು

ಭೂಕಂದಾಯ ರಾಜ್ಯದ ಪ್ರಮುಖ ಆದಾಯ ಮೂಲವಾಗಿತ್ತು. ಆಸ್ತಿ ತೆರಿಗೆ, ವಾಣಿಜ್ಯ ತೆರಿಗೆ, ವೃತ್ತಿ ತೆರಿಗೆಗಳು, ಸೈನಿಕ ತೆರಿಗೆ, ನ್ಯಾಯಾಲಗಳ ಮೂಲಕ ಸಂಗ್ರಹಿಸಲಾಗುತ್ತಿದ್ದ ದಂಡಗಳು ಮೊದಲಾದವು ಸರ್ಕಾರದ ಇತರ ಆದಾಯ ಮೂಲಗಳಾಗಿದ್ದವು.

ಭೂಮಿಯನ್ನು ಒಣಭೂಮಿ, ನೀರಾವರಿ ಭೂಮಿ ಎಂದು ವಿಭಾಗಿಸಲಾಗಿತ್ತು ಮತ್ತು ಭೂಮಿಯ ಗುಣಮಟ್ಟದ ಹಾಗೂ ಬೆಳೆಗಳ ಆಧಾರದ ಮೇಲೆ ಕಂದಾಯವನ್ನು ನಿಗದಿ ಮಾಡಲಾಗುತ್ತಿತ್ತು. ಇದನ್ನು **'ರಾಯರೇಖಾ ಪದ್ಧತಿ'** ಎಂದು ಕರೆಯಲಾಗುತ್ತಿತ್ತು. ಬಿಜಾಪುರ, ಸವಣೂರು ಹಾಗೂ ಮರಾಠ ಸರ್ಕಾರಗಳೂ ಇದೇ ಪದ್ಧತಿ ಅನುಸರಿಸಿದವು. ಸಾಮಾನ್ಯವಾಗಿ 1/4 ಭಾಗದಿಂದ 1/6 ಭಾಗವನ್ನು ಕಂದಾಯವಾಗಿ (ಒಟ್ಟು ಉತ್ಪಾದನೆ) ನಿಗದಿ ಮಾಡಲಾಗುತ್ತಿತ್ತು. ಬ್ರಾಹ್ಮಣರು ಹಾಗೂ ದೇವಾಲಯಗಳ ಭೂಮಿಯ ಮೇಲೆ ಅತ್ಯಂತ ಕಡಿಮೆ ಕಂದಾಯ ವಿಧಿಸಲಾಗುತ್ತಿತ್ತು. ವಾಸದ ಮನೆಗಳು, ಅಶ್ವಗಳು, ಜಾನುವಾರುಗಳ ಮೇಲೂ ತೆರಿಗೆ ವಿಧಿಸಲಾಗಿತ್ತು. ಆಮದು ಮತ್ತು ರಫ್ತು ಸುಂಕ, ಮತ್ತು ದೇಶೀಯ ವಾಣಿಜ್ಯ ತೆರಿಗೆ ಮೊದಲಾದವು ಇತರ ಆದಾಯ ಮೂಲಗಳಾಗಿದ್ದವು. ವಿವಾಹಗಳು, ಸಭೆಗಳು ಹಾಗೂ ಸಾಮಾಜಿಕ ಸಂಘಟನೆಗಳ

ಮೇಲೂ ತೆರಿಗೆ ವಿಧಿಸಲಾಗುತ್ತಿತ್ತು. ಕೃಷ್ಣದೇವರಾಯನ ಕೊಂಡವೀಡು ಶಾಸನ ತೆರಿಗೆಯ ವ್ಯಾಪ್ತಿಗೆ ಒಳಪಟ್ಟಿದ್ದ 57 ವಸ್ತುಗಳು ಮತ್ತು ತೆರಿಗೆಯ ಪ್ರಮಾಣದ ಬಗ್ಗೆ ವಿವರಗಳನ್ನು ಒಳಗೊಂಡಿದೆ. ಸದಾಶಿವರಾಯನ ಒಂದು ಶಾಸನದಲ್ಲಿ **ನಾಪಿತರಿಗೆ ತೆರಿಗೆ ವಿನಾಯಿತಿ ನೀಡಿದ್ದರ ಬಗ್ಗೆ ಮಾಹಿತಿಯಿದೆ.** ಎಲ್ಲ ಬಗೆಯ ವೃತ್ತಿಗಳ ಮೇಲೂ ತೆರಿಗೆ ವಿಧಿಸಲಾಗುತ್ತಿತ್ತು. **1427ರ ತಿರುವರ್ರಿಯೂರು ಶಾಸನದಲ್ಲಿ ತೆರಿಗೆ ವ್ಯಾಪ್ತಿಗೆ ಒಳಪಡದ ಯಾವ ವೃತ್ತಿಯೂ ಇರಲಿಲ್ಲ ಎಂದು ಹೇಳಲಾಗಿದೆ. ಕೃಷ್ಣದೇವರಾಯ ವಿವಾಹದ ಮೇಲಿನ ತೆರಿಗೆಯನ್ನು ರದ್ದುಪಡಿಸಿದನು.** ಅವನು ತನ್ನ **'ಆಮುಕ್ತ ಮಾಲ್ಯದ'** ಗ್ರಂಥದಲ್ಲಿ ರೈತರನ್ನು ಶೋಷಿಸದಂತೆ ಅಧಿಕಾರಿಗಳಿಗೆ ಸೂಚಿಸಿದ್ದಾನೆ. ರೈತರನ್ನು ಶೋಷಿಸಿದ್ದು ಗಮನಕ್ಕೆ ಬಂದರೆ ಅಂತಹ ಅಧಿಕಾರಿಗಳನ್ನು ರಾಜ ಶಿಕ್ಷಿಸುತ್ತಿದ್ದನೆಂದು **ಬಾರ್ಬೋಸ** ಹೇಳಿದ್ದಾನೆ. ದೇವಾಲಯಗಳ ನಿರ್ವಹಣೆಗೆ ಹಾಗೂ ಸೈನ್ಯದ ಮತ್ತು ಕೋಟೆಗಳ ನಿರ್ವಹಣೆಗೆ ಪ್ರತ್ಯೇಕ ತೆರಿಗೆ ವಿಧಿಸಲಾಗುತ್ತಿತ್ತು. ವೇಶ್ಯಾವೃತ್ತಿಯ ಮೇಲೂ ತೆರಿಗೆ ವಿಧಿಸಲಾಗುತ್ತಿತ್ತು. ತೆರಿಗೆಗಳನ್ನು ಹಣ ಅಥವಾ ವಸ್ತುಗಳ ಮೂಲಕ ಪಾವತಿಸಲು ಅವಕಾಶವಿತ್ತು.

ಕಂದಾಯ ಇಲಾಖೆಯನ್ನು **'ಅಥವಣಿ'** ಎಂದು ಕರೆಯಲಾಗುತ್ತಿತ್ತು. ಪ್ರಕೃತಿ ವಿಕೋಪದ ಸಂದರ್ಭಗಳಲ್ಲಿ ಸರ್ಕಾರವು ತೆರಿಗೆ ವಿನಾಯಿತಿ ನೀಡುತ್ತಿತ್ತು. ಕಂದಾಯ ಮಂತ್ರಿ ಕಂದಾಯ ಇಲಾಖೆಯ ವ್ಯವಹಾರಗಳನ್ನು ನೋಡಿಕೊಳ್ಳುತ್ತಿದ್ದನು. ಜನರ ಮೇಲಿನ ತೆರಿಗೆಗಳ ಭಾರ ಅಧಿಕವಾಗಿತ್ತು. ಟಿ.ವಿ.ಮಹಾಲಿಂಗಂ ಅವರ ಪ್ರಕಾರ **"ಕೆಲವು ಅರಸರು ರಾಜ್ಯದ ಆದಾಯ ಹೆಚ್ಚಿಸಲು ಎಲ್ಲ ಸಂದರ್ಭಗಳನ್ನು ಬಳಸಿಕೊಳ್ಳುತ್ತಿದ್ದರು ಮತ್ತು ತೆರಿಗೆಗಳನ್ನು ವಸೂಲಿ ಮಾಡಲು ಕಠಿಣ ಕ್ರಮಗಳನ್ನು ಕೈಗೊಳ್ಳುತ್ತಿದ್ದರು. ಕೆಲವೊಮ್ಮೆ ತೆರಿಗೆ ಪಾವತಿಸಲು ಜನರು ತಮ್ಮ ಭೂಮಿಯನ್ನು ಮಾರಾಟ ಮಾಡಬೇಕಾಗುತ್ತಿತ್ತು. ಸಹನೆ ಮೀರಿದಾಗ ರೈತರು ಪ್ರತಿಭಟಿಸುತ್ತಿದ್ದರು ಅಥವಾ ವಲಸೆ ಹೋಗುತ್ತಿದ್ದರು."** ಬಳ್ಳಾರಿಯ ಒಂದು ಶಾಸನದಲ್ಲಿ ರೈತರ ಒಂದು ದೊಡ್ಡ ಗುಂಪು ತುಂಗಭದ್ರಾ ನದಿಯ ಆಚೆಗೆ ವಲಸೆ ಹೋದ ಬಗ್ಗೆ ಉಲ್ಲೇಖವಿದೆ. ಅದು ಗಮನಕ್ಕೆ ಬಂದಾಗ ರಾಜನು ರೈತರು ಹಿಂದಿರುಗಿ ಸಾಗುವಳಿ ಕಾರ್ಯ ಮುಂದುವರಿಸಿದರೆ ಅವರಿಗೆ ಎಲ್ಲ ರಕ್ಷಣೆ, ನೀಡಲಾಗುವುದೆಂದು ಭರವಸೆ ನೀಡಿದನು.

ತೆರಿಗೆಗಳ ಮೂಲಕ ಸಂಗ್ರಹವಾದ ಆದಾಯದಲ್ಲಿ ಬಹುಭಾಗವನ್ನು ಸೈನ್ಯದ ನಿರ್ವಹಣೆಗೆ ವೆಚ್ಚ ಮಡಲಾಗುತ್ತಿತ್ತು. ಏಕೆಂದರೆ ಶತ್ರುಗಳಿಂದ ರಾಜ್ಯವನ್ನು ರಕ್ಷಿಸಲು ದೊಡ್ಡ ಸೈನ್ಯ ಅಗತ್ಯವಾಗಿತ್ತು. ಲೋಕೋಪಯೋಗಿ ಕಾರ್ಯಗಳಾದ ಕೆರೆ ಕಾಲುವೆಗಳ ನಿರ್ಮಾಣಕ್ಕೆ ಹಾಗೂ ದೇವಾಲಯಗಳ ನಿರ್ಮಾಣಕ್ಕೂ ಅಪಾರ ಹಣವನ್ನು ಖರ್ಚು ಮಾಡುತ್ತಿದ್ದರು. ಅರಮನೆಯ ನಿರ್ವಹಣೆಗೂ ಹೆಚ್ಚು ಹಣ ವೆಚ್ಚವಾಗುತ್ತಿತ್ತು.

ನ್ಯಾಯಾಡಳಿತ

ರಾಜನ ನ್ಯಾಯಾಲಯ ಸರ್ವೋಚ್ಚ ನ್ಯಾಯಾಲಯವಾಗಿತ್ತು. ಕೃಷ್ಣದೇವರಾಯ ಸ್ವತಃ ನ್ಯಾಯಾಸ್ಥಾನದಲ್ಲಿ ಕುಳಿತು ಮೊಕದ್ದಮೆಗಳನ್ನು ವಿಚಾರಿಸುತ್ತಿದ್ದನು. ಪ್ರಧಾನಿ ಮುಖ್ಯ ನ್ಯಾಯಾದೀಶನಾಗಿ ಕರ್ತವ್ಯ ನಿರ್ವಹಿಸುತ್ತಿದ್ದ ಬಗ್ಗೆ ಅಬ್ದುರ್ ರಜಾಕ್ ಪ್ರಸ್ತಾಪಿಸಿದ್ದಾನೆ. ಸಾಳುವ ತಿಮ್ಮರಸ **'ಧರ್ಮಪ್ರತಿಪಾಲಕ'** ಎಂಬ ಬಿರುದನ್ನು ಹೊಂದಿದ್ದು ರಜಾಕನ ಮಾತನ್ನು ಸಮರ್ಥಿಸುತ್ತದೆ. ಪ್ರಾಂತ್ಯಗಳಲ್ಲಿ ರಾಜ್ಯಪಾಲರು ವ್ಯಾಜ್ಯಗಳನ್ನು ತೀರ್ಮಾನಿಸುತ್ತಿದ್ದರು. ಗ್ರಾಮ ಸಭೆಗಳು, ದೇವಾಲಯಗಳ ಧರ್ಮದರ್ಶಿಗಳು, ಜಾತಿಗಳ ಮುಖ್ಯಸ್ಥರು ಕೂಡ ವ್ಯಾಜ್ಯಗಳನ್ನು ತೀರ್ಮಾನಿಸುತ್ತಿದ್ದರು. ಅವರುಗಳು ಭೂಮಿಯನ್ನು ಮುಟ್ಟುಗೋಲು ಹಾಕಿಕೊಳ್ಳುವುದು, ಶಿಕ್ಷೆ ವಿಧಿಸುವುದು ಸೇರಿದಂತೆ ಪೂರ್ಣ ಪ್ರಮಾಣದ ನ್ಯಾಯಾಲಯದ ಅಧಿಕಾರವನ್ನು ಚಲಾಯಿಸುತ್ತಿದ್ದರು.

ನ್ಯಾಯ ನೀಡಿಕೆಯಲ್ಲಿ ಧರ್ಮಶಾಸ್ತ್ರಗಳ, ಸ್ಮೃತಿಗಳ ನಿಯಮಗಳನ್ನು ಅನುಸರಿಸಲಾಗುತ್ತಿತ್ತು. ಶಿಕ್ಷೆಗಳು ಕಠಿಣವಾಗಿದ್ದವು. ರಾಜದ್ರೋಹಕ್ಕೆ ಮರಣಶಿಕ್ಷೆ ವಿಧಿಸಲಾಗುತ್ತಿತ್ತು. ಮರಣದಂಡನೆ, ಅಂಗಚ್ಛೇಧನ, ಸೆರೆವಾಸ, ದಂಡವಿಧಿಸುವುದು ಮೊದಲಾದವು ಸಾಮಾನ್ಯ ಶಿಕ್ಷೆಗಳಾಗಿದ್ದವು. ಮರಣಶಿಕ್ಷೆಗೆ ಗುರಿಪಡಿಸಲಾದವರ ಬಗ್ಗೆ ಸಹಾನುಭೂತಿ ತೋರುತ್ತಿದ್ದ ಕೃಷ್ಣದೇವರಾಯ ಅಂತಹವರಿಗೆ ಮೂರು ಬಾರಿ ಮೇಲ್ಮನವಿ ಸಲ್ಲಿಸಲು ಅವಕಾಶವಿರಬೇಕೆಂದು ಹೇಳಿದ್ದಾನೆ. ಬ್ರಾಹ್ಮಣರಿಗೆ ಮರಣ ಶಿಕ್ಷೆಯಿಂದ ವಿನಾಯಿತಿಯಿತ್ತು. ಸಾಳುವ ತಿಮ್ಮರಸ ಮತ್ತು ಅವನ ಮಗ ರಾಜ ದ್ರೋಹದ ಆಪಾದನೆಗೆ ಗುರಿಯಾಗಿದ್ದರೂ ಅವರನ್ನು ಕೊಲ್ಲದೆ ಕೇವಲ ಅವರ ಕಣ್ಣುಗಳನ್ನು ಮಾತ್ರ ಕೀಳಿಸಿ ಸೆರೆಯಲ್ಲಿಡಲಾಯಿತು. ಕಳ್ಳತನ ಮಾಡಿದವರಿಗೆ ಒಂದು ಕಾಲು ಮತ್ತು ಒಂದು ಕೈಯನ್ನು ಕತ್ತರಿಸಲಾಗುತ್ತಿತ್ತು. **ಅಗ್ನಿದಿವ್ಯ ಪರೀಕ್ಷೆ** ಸಾಮಾನ್ಯವಾಗಿತ್ತು.

ಕಾನೂನು ಮತ್ತು ಶಿಸ್ತು ಪಾಲನೆಗೆ ಒಂದು ಸುಸಜ್ಜಿತ ಪೊಲೀಸ್ ಇಲಾಖೆಯಿತ್ತು. ವಿಜಯನಗರದಲ್ಲೇ 12000 ಪೊಲೀಸರಿದ್ದರೆಂದು ಹೇಳಲಾಗಿದೆ. ಪ್ರಾಂತ್ಯಗಳಲ್ಲಿ ನಾಯಕರ ನೇತೃತ್ವದ ಕಾವಲುಕಾರರು ಪೊಲೀಸ್ ಕರ್ತವ್ಯಗಳನ್ನು ನಿರ್ವಹಿಸುತ್ತಿದ್ದರು. ಅವರುಗಳಿಗೆ ತೆರಿಗೆ ರಹಿತ ಭೂಮಿಯನ್ನು ನೀಡಲಾಗುತ್ತಿತ್ತು. ಗ್ರಾಮಸ್ಥರೂ ಕೂಡ ಅವರಿಗೆ ನಗದು ಹಾಗೂ ಧಾನ್ಯ ರೂಪದಲ್ಲಿ ಅವರ ಜೀವನ ನಿರ್ವಹಣೆಗೆ ನೆರವಾಗುತ್ತಿದ್ದರು.

ಸೈನ್ಯಾಡಳಿತ

ವಿಜಯನಗರದ ಅರಸರು ಪ್ರಬಲವಾದ ಸೈನ್ಯವನ್ನು ಹೊಂದಿದ್ದರು. ಸೈನಿಕ ಇಲಾಖೆಯನ್ನು **ಕಂದಾಚಾರ** ಎಂದು ಕರೆಯಲಾಗುತ್ತಿತ್ತು. ಅದರ ಮುಖ್ಯಸ್ಥನೇ ದಂಡನಾಯಕ. ವಿಜಯನಗರದಲ್ಲಿ ಎರಡು ಬಗೆಯ ಸೈನ್ಯಗಳಿದ್ದವು. ಅವುಗಳು ರಾಜನ ನೇರ ನಿಯಂತ್ರಣದ **ಸ್ಥಾಯೀ ಸೈನ್ಯ** ಮತ್ತು **ಸಾಮಂತರ ಸೈನ್ಯ**. ಬಾರ್ಬೋಸನ ಪ್ರಕಾರ ಕೃಷ್ಣದೇವರಾಯನ ಸ್ಥಾಯಿ ಸೈನ್ಯ ಒಂದು ಲಕ್ಷ ಪದಾತಿ ಪಡೆ, 20,000 ಆಶ್ವಾರೋಹಿಗಳು ಹಾಗೂ 900 ಆನೆಗಳನ್ನು ಹೊಂದಿತ್ತು. ಬಹುಶಃ ಅವನು ಪ್ರಸ್ತಾಪಿಸಿರುವುದು ಕೇವಲ ರಾಜನ ಅಂಗರಕ್ಷಕ ಪಡೆಯ ಬಗ್ಗೆ ಮಾತ್ರ. ರಜಾಕನ ಪ್ರಕಾರ ವಿಜಯನಗರ ಸೈನ್ಯದಲ್ಲಿ 11 ಲಕ್ಷ ಯೋಧರಿದ್ದರು. ಪಯಸ್‌ನ ಪ್ರಕಾರ ಸಾಮ್ರಾಜ್ಯ 2 ದಶಲಕ್ಷ ಯೋಧರನ್ನು ಯುದ್ಧಕ್ಷೇತ್ರಕ್ಕೆ ಕಳುಹಿಸುವಷ್ಟು ಸಾಮರ್ಥ್ಯ ಹೊಂದಿತ್ತು. ಬಹುಶಃ ಇದು ಉತ್ಪ್ರೇಕ್ಷೆಯಾಗಿದೆ. ಪ್ರತಿಯೊಬ್ಬ ನಾಯಕನೂ ನಿಗದಿತ ಸಂಖ್ಯೆಯ ಯೋಧರನ್ನು ಹೊಂದಿದ್ದು, ಅಗತ್ಯವಾದಾಗ ರಾಜನ ಸೇವೆಗೆ ಒದಗಿಸಬೇಕಾಗಿತ್ತು. ಸೈನ್ಯದಲ್ಲಿ ಗಜಪಡೆ, ಅಶ್ವಪಡೆ, ಪದಾತಿ ಪಡೆ ಹಾಗೂ ಫಿರಂಗಿ ಪಡೆಗಳಿದ್ದವು. ನೌಕಾಪಡೆಯೂ ಪ್ರಬಲವಾಗಿತ್ತು. ಅಶ್ವಗಳನ್ನು ಪರ್ಷಿಯ ಮತ್ತು ಅರೇಬಿಯದಿಂದ ಆಮದು ಮಾಡಿಕೊಳ್ಳಲಾಗುತ್ತಿತ್ತು.

ರಾಜ ಸೇನಾಪಡೆಯ ಪ್ರಧಾನ ದಂಡನಾಯಕನಾಗಿರುತ್ತಿದ್ದನು. ಆತನಿಗೆ ದಂಡನಾಯಕರು ನೆರವಾಗುತ್ತಿದ್ದರು. ಸೈನಿಕರನ್ನು ಉತ್ತಮವಾಗಿ ನೋಡಿಕೊಳ್ಳಲಾಗುತ್ತಿತ್ತು ಮತ್ತು ಸಾಹಸಿ ಯೋಧರನ್ನು ಪುರಸ್ಕರಿಸಲಾಗುತ್ತಿತ್ತು. ಈಟಿ, ಭರ್ಜಿ, ಬಿಲ್ಲು ಮತ್ತು ಬಾಣ, ಕತ್ತಿ ಮತ್ತು ಗುರಾಣಿ ಮೊದಲಾದವು ಪ್ರಮುಖ ಆಯುಧಗಳಾಗಿದ್ದವು. ಗಜಪಡೆ ಬಲಿಷ್ಠವಾಗಿತ್ತು. ರಜಾಕನ ಪ್ರಕಾರ **"ಆನೆಗಳು ಪರ್ವತಗಳಂತೆ ದೊಡ್ಡದಾಗಿದ್ದವು ಮತ್ತು ರಾಕ್ಷಸರಂತೆ ಬೃಹದಾಕಾರವಾಗಿದ್ದವು."**

ಫಿರಂಗಿ ಪಡೆಯನ್ನು ಯುದ್ಧಗಳಲ್ಲಿ ಬಳಸುವ ಕಾರ್ಯ ವಿಜಯನಗರ ಕಾಲದಲ್ಲಿ ಆರಂಭವಾಯಿತು. ರಾಯಚೂರು ಕೋಟೆಯನ್ನು ವಶಪಡಿಸಿಕೊಳ್ಳಲು ಕೃಷ್ಣದೇವರಾಯ ಪೋರ್ಚುಗೀಸರ ಫಿರಂಗಿ ಪಡೆಯನ್ನು ಬಳಸಿಕೊಂಡನು. **ಫಿಗ್ಯುರೇಡೊ** ನೇತೃತ್ವದಲ್ಲಿ 20 ಮಂದಿ ಪೋರ್ಚುಗೀಸ್ ಬಂದೂಕುದಾರಿಗಳು ಈ ಯುದ್ಧದಲ್ಲಿ ವಿಜಯನಗರಕ್ಕೆ ನೆರವಾದರು.

ಪ್ರಾಂತ್ಯಾಡಳಿತ

ಸಾಮ್ರಾಜ್ಯವನ್ನು ಪ್ರಾಂತ್ಯಗಳಾಗಿ ವಿಭಾಗಿಸಲಾಗಿತ್ತು. ಅವುಗಳನ್ನು ರಾಜ್ಯ ಮತ್ತು ಮಂಡಲಗಳೆಂದು ಕರೆಯಲಾಗುತ್ತಿತ್ತು. ಆದರೆ ಪ್ರಾಂತ್ಯಗಳ ಸಂಖ್ಯೆಯ ಬಗ್ಗೆ ಖಚಿತ ಮಾಹಿತಿ ದೊರೆತಿಲ್ಲ. **ಪಯಸ್‌ನ** ಪ್ರಕಾರ ಸಾಮ್ರಾಜ್ಯದಲ್ಲಿ ಸುಮಾರು 200 ಪ್ರಾಂತ್ಯಗಳಿದ್ದವು. **ಕೃಷ್ಣಶಾಸ್ತ್ರಿಗಳ ಪ್ರಕಾರ** ಆರು ದೊಡ್ಡ ಪ್ರಾಂತ್ಯಗಳಿದ್ದವು. **ಟಿ.ವಿ.ಮಹಾಲಿಂಗಂ** ಅವರ ಪ್ರಕಾರ ವಿಜಯನಗರ ಸಾಮ್ರಾಜ್ಯ ಒಂಭತ್ತು ಪ್ರಾಂತ್ಯಗಳನ್ನು ಹೊಂದಿತ್ತು.

ಪ್ರಾಂತ್ಯಗಳಲ್ಲಿ ರಾಜನಿಂದ ನೇಮಕಗೊಂಡ ರಾಜ್ಯಪಾಲರು ಆಡಳಿತ ನಡೆಸುತ್ತಿದ್ದರು. ಸಾಮಾನ್ಯವಾಗಿ ರಾಜಕುಮಾರರನ್ನು ಅಥವಾ ರಾಜ ಕುಟುಂಬದ ಸದಸ್ಯರನ್ನು ಈ ಹುದ್ದೆಗಳಿಗೆ ನೇಮಿಸಲಾಗುತ್ತಿತ್ತು. ಒಂದನೇ ಹರಿಹರನ ಕಾಲದಲ್ಲಿ ಅವನ ಸೋದರ **ಮಾರಪ್ಪ ಚಂದ್ರಗುತ್ತಿ ರಾಜ್ಯದ** ಹಾಗೂ **ಕಂಪಣ ಉದಯಗಿರಿಯ ರಾಜ್ಯದ ರಾಜ್ಯಪಾಲರಾಗಿದ್ದರು. ಮುದ್ದಪ್ಪ ಮುಳಬಾಗಿಲು ಪ್ರದೇಶದ ರಾಜ್ಯಪಾಲನಾಗಿದ್ದನು.** ರಾಜ್ಯಪಾಲರಿಗೆ ಅಪಾರ ಅಧಿಕಾರವಿತ್ತು. ಅವರು ತಮ್ಮ ಹೆಸರನಲ್ಲಿ ನಾಣ್ಯಗಳನ್ನು ಟಂಕಿಸಬಹುದಿತ್ತು. ಅವರು ತಮ್ಮದೇ ಸೈನ್ಯ ಹೊಂದಿರುತ್ತಿದ್ದರು. ಪ್ರಾಂತ್ಯದಲ್ಲಿ ಶಾಂತಿ ಮತ್ತು ಶಿಸ್ತುಪಾಲನೆ, ಕಂದಾಯ ಮತ್ತು ಇತರರ ತೆರಿಗೆಗಳ ವಸೂಲಿ ಮೊದಲಾದ ಕರ್ತವ್ಯಗಳ ಜೊತೆಗೆ ನ್ಯಾಯಾಧೀಶರಾಗಿಯೂ ಕಾರ್ಯ ನಿರ್ವಹಿಸುತ್ತಿದ್ದರು. ರಾಜ್ಯಪಾಲರನ್ನು ಒಂದು ಪ್ರಾಂತ್ಯದಿಂದ ಮತ್ತೊಂದು ಪ್ರಾಂತ್ಯಕ್ಕೆ ವರ್ಗಾಯಿಸಲಾಗುತಿತ್ತು. ಪ್ರಾಂತ್ಯದ ಆದಾಯದಲ್ಲಿ ನಿಗದಿತ ಭಾಗವನ್ನು ತಪ್ಪದೆ ಸಕಾಲದಲ್ಲಿ ರಾಜನಿಗೆ ಸಲ್ಲಿಸಬೇಕಿತ್ತು. ಎರಡನೇ ದೇವರಾಯನ ಕಾಲದಲ್ಲಿ ಲಕ್ಕಣದಂಡೇಶ ಹಲವು ಪ್ರಾಂತ್ಯಗಳ ಆಡಳಿತವನ್ನು ನಿರ್ವಹಿಸಿದನು ಮತ್ತು ತನ್ನ ಹೆಸರಿನಲ್ಲಿ ನಾಣ್ಯಗಳನ್ನು ಟಂಕಿಸಿದನು.

ಪ್ರಾಂತ್ಯಗಳನ್ನು ಕರ್ನಾಟಕ ಭಾಗದಲ್ಲಿ ವಿಷಯ, ಸೀಮೆ, ಸ್ಥಳಗಳಾಗಿ ವಿಭಾಗಿಸಲಾಗಿತ್ತು ಮತ್ತು ತಮಿಳುನಾಡು ಭಾಗದಲ್ಲಿ ಕುರ್‍ರಂ ಅಥವಾ ಕೊಟ್ಟಮ್, ನಾಡು ಮೊದಲಾದ ಚಿಕ್ಕ ಆಡಳಿತ ಘಟಕಗಳಾಗಿ ವಿಭಾಗಿಸಲಾಯಿತು. ಗ್ರಾಮ ಆಡಳಿತ ಕೊನೆಯ ಹಂತವಾಗಿತ್ತು. ಗ್ರಾಮಸಭೆ ಗ್ರಾಮದ ಆಡಳಿತವನ್ನು ನೋಡಿಕೊಳ್ಳುತ್ತಿತ್ತು. ಗೌಡ ಮತ್ತು ಶಾನುಭೋಗ ಗ್ರಾಮದ ಮುಖ್ಯ ಅಧಿಕಾರಿಗಳಾಗಿದ್ದರು. ತಳವಾರ ಶಿಸ್ತುಪಾಲನೆ ಅಧಿಕಾರಿಯಾಗಿದ್ದನು. ಗೌಡ ಗ್ರಾಮದ ಜನತೆ ಮತ್ತು ಕೇಂದ್ರ ಸರ್ಕಾರದ ನಡುವೆ ಸೇತುವಾಗಿದ್ದನು. ಕಂದಾಯ ಮತ್ತು ಇತರ ತೆರಿಗೆಗಳ ವಸೂಲಿ ಅವನ ಕರ್ತವ್ಯವಾಗಿತ್ತು. ತನ್ನ ಸೇವೆಗೆ ಪ್ರತಿಯಾಗಿ ಅವನು ಗೌಡ ಕೊಡುಗೆ ಅಥವಾ ತೆರಿಗೆ ರಹಿತ ಭೂಮಿಯನ್ನು ಪಡೆಯುತ್ತಿದ್ದನು. ಶಾನುಭೋಗ ಕಂದಾಯದ ದಾಖಲೆ ಇಡುತ್ತಿದ್ದನು.

ನಾಯಂಕರ ಪದ್ಧತಿ

ನೆರೆಹೊರೆಯ ರಾಜ್ಯಗಳೊಂದಿಗೆ ನಿರಂತರ ಹೋರಾಟ ಅನಿವಾರ್ಯವಾಗಿದ್ದರಿಂದ ತಮ್ಮ ಅಸ್ತಿತ್ವವನ್ನು ಉಳಿಸಿಕೊಳ್ಳಲು ಬೃಹತ್ ಸೈನ್ಯವನ್ನು ಹೊಂದುವುದು ಅರಸರಿಗೆ ಅನಿವಾರ್ಯವಾಗಿತ್ತು. ರಾಜನೊಬ್ಬನಿಗೇ ದೊಡ್ಡ ಸೈನ್ಯವನ್ನು ಕಟ್ಟುವುದು ಅಸಾಧ್ಯವಾಗಿತ್ತು. ಆದ್ದರಿಂದ ಭೂಮಿಯ ಒಡೆಯನಾಗಿದ್ದ ಅರಸನು ತನ್ನ ವಿಶ್ವಾಸಕ್ಕೆ ಪಾತ್ರರಾದ ವ್ಯಕ್ತಿಗಳಿಗೆ ಭೂಮಿಯನ್ನು ಬಹುಮಾನ ರೂಪದಲ್ಲಿ ನೀಡುತ್ತಿದ್ದನು. ಹೀಗೆ **ಅರಸನಿಂದ ಭೂಮಿಯನ್ನು ಪಡೆದವರು ನಾಯಕರೆಂದು ಕರೆಯಲ್ಪಡುತ್ತಿದ್ದರು.** ಅವರುಗಳು ನಿಗದಿತ ಸಂಖ್ಯೆಯ ಸೈನ್ಯವನ್ನು ಹೊಂದಿದ್ದು, ಅದನ್ನು ಅಗತ್ಯವಾದಾಗ ರಾಜನಿಗೆ ಒದಗಿಸಬೇಕಾಗಿತ್ತು. ಅಲ್ಲದೆ ರಾಜನಿಗೆ ವಾರ್ಷಿಕ ಪೊಗದಿಯನ್ನು ಸಲ್ಲಿಸಬೇಕಾಗಿತ್ತು. ಹೀಗೆ ಒಬ್ಬ **ನಾಯಕನಿಗೆ ಅಥವಾ ಪಾಳೆಗಾರನಿಗೆ ಸೈನಿಕ ಸೇವೆ ಸಲ್ಲಿಸಬೇಕೆಂಬ ಶರತ್ತಿನ ಮೇಲೆ ಭೂಮಿಯನ್ನು ನೀಡುವ ಪದ್ಧತಿಯನ್ನು ನಾಯಂಕರ ಪದ್ಧತಿ ಎಂದು ಕರೆಯಲಾಗಿದೆ.** ಅಂತಹ ಭೂಮಿಯನ್ನು **'ಅಮರಂ'** ಎಂದೂ, ಅವುಗಳನ್ನು ಪಡೆದುಕೊಂಡವರನ್ನು **ಅಮರನಾಯಕ**ರೆಂದು ಕರೆಯಲಾಗುತ್ತಿತ್ತು. ಕೆಳದಿ, ಚಿತ್ರದುರ್ಗ, ಹಾಗಲವಾಡಿ, ತರೀಕೆರೆ, ಯಲಹಂಕ, ಮಾಗಡಿ ನಾಯಕರು ಮೊದಲಾದವರು ಅಮರನಾಯಕರಾಗಿದ್ದರು. ಶಾಸನವೊಂದರಲ್ಲಿ ಸದಾಶಿವರಾಯ ಶ್ರೀರಂಗಪಟ್ಟಣ ಸೀಮೆಯನ್ನು ನಂಜಯ್ಯ ಎಂಬುವನಿಗೆ ಅಮರಮಾಗಣಿಯಾಗಿ ನೀಡಿದ್ದ ಬಗ್ಗೆ ಉಲ್ಲೇಖವಿದೆ. ಈ ಅಮರನಾಯಕರು ರಾಜನಿಗೆ ಅಗತ್ಯವಾದಾಗಲೆಲ್ಲ ಸೈನ್ಯ ಸೇವೆಯನ್ನು ಒದಗಿಸುವ ಶರತ್ತಿನ ಮೇಲೆ ರಾಜನಿಂದ ಭೂಮಿಯನ್ನು ಪಡೆಯುತ್ತಿದ್ದರು. ಕೆಳದಿಯ ಸದಾಶಿವನಾಯಕ ಗುಲ್ಬರ್ಗಾವನ್ನು ವಶಪಡಿಸಿಕೊಳ್ಳಲು ಕೃಷ್ಣದೇವರಾಯನಿಗೆ ನೆರವಾಗಿ **'ಕೋಟೆ ಕೋಲಾಹಲ"**ಎಂಬ ಬಿರುದು ಪಡೆದನು. ನಾಯಕರ ಸ್ಥಾನ ಪ್ರಾಂತ್ಯಗಳ ರಾಜ್ಯಪಾಲರ ಸ್ಥಾನಕ್ಕಿಂತ ಭಿನ್ನವಾಗಿತ್ತು. ನಾಯಕ ಸೈನಿಕ ಮತ್ತು ಹಣಕಾಸಿನ ಜವಾಬ್ದಾರಿ ಹೊಂದಿದ್ದ ಸಾಮಂತನಾಗಿದ್ದನು. ತನ್ನ ಪ್ರದೇಶದ ಆಡಳಿತದಲ್ಲಿ ಅವನಿಗೆ ಹೆಚ್ಚು ಸ್ವಾತಂತ್ರ್ಯವಿತ್ತು. ಅವನನ್ನು ಒಂದು ಪ್ರದೇಶದಿಂದ ಮತ್ತೊಂದಕ್ಕೆ ವರ್ಗಾಯಿಸುವಂತಿರಲಿಲ್ಲ. ಅವನ ಹುದ್ದೆ ವ್ಯಕ್ತಿಗತವಾಗಿತ್ತು. ಆದರೆ ಮುಂದೆ ಕೇಂದ್ರ ಸರ್ಕಾರ ದುರ್ಬಲಗೊಂಡಾಗ ಈ ಹುದ್ದೆ ಅನುವಂಶಿಕವಾಯಿತು. ಅದರ ಫಲವಾಗಿ ಕೆಳದಿ ನಾಯಕರ ರಾಜ್ಯ, ಮದುರೆ ರಾಜ್ಯ ಮೊದಲಾದವು ಹುಟ್ಟಿಕೊಂಡವು.

ಅಮರನಾಯಕರು, ಸಾಮಂತರು ರಾಜಧಾನಿಯ ತಾಜಾ ಸುದ್ದಿಗಳ ಬಗ್ಗೆ ನೇರವಾಗಿ ವರದಿ ತರಿಸಿಕೊಳ್ಳಲು ವಿಜಯನಗರದಲ್ಲಿ **'ಸ್ಥಾನಾಪತಿ'** ಎಂಬ ತಮ್ಮ ಪ್ರತಿನಿಧಿಗಳನ್ನು ನೇಮಿಸಿಕೊಂಡಿದ್ದರು. ಮಧುರೆಯ ನಾಯಕ ಕಾಶಿವಿಶ್ವನಾಥ ನಾಯನಯ್ಯನ ಅನಾಮಿಕ ಸ್ಥಾನಾಪತಿ ತನ್ನ ಒಡೆಯನಿಗೆ ಬರೆದು ಕಳುಹಿಸಿದ ವಿಜಯನಗರದ ವೃತ್ತಾಂತ **'ರಾಯವಾಚಕ'** ಎಂದು ಕರೆಯಲ್ಪಟ್ಟಿದೆ.

ಪ್ರತಿಯೊಬ್ಬ ನಾಯಕನೂ ಹೊಂದಿರಬೇಕಿದ್ದ ಸೈನ್ಯ ಸಂಖ್ಯೆಯನ್ನು ರಾಜನೇ ನಿರ್ಧರಿಸುತ್ತಿದ್ದನು. ಅದು ಅವನು ಪಡೆಯುತ್ತಿದ್ದ ಕಂದಾಯದ ಪ್ರಮಾಣವನ್ನು ಅವಲಂಬಿಸಿತ್ತು. ಅರಸನ ಪಟ್ಟಾಭಿಷೇಕ, ಹುಟ್ಟು ಹಬ್ಬಗಳ ದಿನದಂದು ಈ ನಾಯಕರು ವಿಶೇಷ ಕಾಣಿಕೆ ಸಲ್ಲಿಸಬೇಕಾಗಿತ್ತು. ಅವಿಧೇಯ ನಾಯಕರನ್ನು ಶಿಕ್ಷಿಸಲಾಗುತ್ತಿತ್ತು. ಈ ಪದ್ಧತಿಯಿಂದ ಅನುಕೂಲಗಳಿದ್ದಂತೆ ಅನಾನುಕೂಲಗಳೂ ಇದ್ದವು. ಅನುವಂಶಿಕ ಅಧಿಕಾರವನ್ನು ಹೊಂದಿದ್ದರಿಂದ ಹಲವು ನಾಯಕರು ಮುಂದೆ ಸ್ವತಂತ್ರರಾದರು. ಉದಾಹರಣೆಗೆ ಕೆಳದಿ, ಚಿತ್ರದುರ್ಗ ಮೊದಲಾದವು. ಈ ನಾಯಕ ಪದ್ಧತಿ ಒಂದು ಬಗೆಯಲ್ಲಿ ಮಧ್ಯಕಾಲೀನ ಯೂರೋಪಿನ ಊಳಿಗಮಾನ್ಯ ವ್ಯವಸ್ಥೆಯನ್ನು ಹೋಲುತ್ತದೆ.

ವಿಜಯನಗರ ಹಿಂದೂ ಸಾಮ್ರಾಜ್ಯ. ಬಹುಸಂಖ್ಯಾತ ಪ್ರಜೆಗಳು ಹಿಂದೂಗಳು. ಆದರೆ **ಇಲ್ಲಿನ ಆಡಳಿತ ಮುಸ್ಲಿಂ ರಾಜ್ಯಗಳ ಆಡಳಿತಕ್ಕಿಂತ ಭಿನ್ನವಾಗಿತ್ತೆ?** ಜನಸಾಮಾನ್ಯರ ಸಮಸ್ಯೆಗಳ ಬಗ್ಗೆ ಸರ್ಕಾರ ಸ್ಪಂದಿಸುತ್ತಿತ್ತೆ? ಎಂಬ ಪ್ರಶ್ನೆಗಳು ಸಹಜವಾಗಿ ಏಳುತ್ತವೆ. ಅಧಿಕ ಕರಭಾರದಿಂದ ರೈತರು ವಲಸೆಹೋದ ದೃಷ್ಟಾಂತಗಳು ವಿಜಯನಗರದಲ್ಲಿ ಕಂಡುಬರುತ್ತವೆ. ಅಪಾರ ಸಂಖ್ಯೆಯ ಸೈನ್ಯದ ವೆಚ್ಚ ಸರಿದೂಗಿಸಲು ಜನರ ಮೇಲೆ ಹೆಚ್ಚಿನ ತೆರಿಗೆ ಅನಿವಾರ್ಯವಾಗಿತ್ತು. ಎಲ್ಲ ವೃತ್ತಿಗಳು ತೆರಿಗೆ ವ್ಯಾಪ್ತಿಗೆ ಒಳಪಟ್ಟಿದ್ದವು. ಸಂಪತ್ತು ಕೆಲವೇ ವ್ಯಕ್ತಿಗಳಲ್ಲಿ ಕೇಂದ್ರಿಕೃತವಾಗಿತ್ತು. ಸಮಕಾಲೀನ ಸಾಹಿತ್ಯದಲ್ಲಿ ಕೆಲವು ಒಳನೋಟಗಳು ಕಂಡುಬರುತ್ತವೆ. ಕುಮಾರವ್ಯಾಸ ತನ್ನ ಭಾರತದಲ್ಲಿ ಒಂದು ಸಂದರ್ಭವನ್ನು ಹೀಗೆ ವರ್ಣಿಸಿದ್ದಾನೆ. **"ಅರಸು ರಾಕ್ಷಸ, ಮಂತ್ರಿಯೆಂಬುವ ಮೊರೆವ ಪುಲಿ, ಪರಿವಾರ ಹದ್ದಿನ ನೆರವಿ, ಉರಿಉರಿಯುತಿದೆ ದೇಶ, ಬಡವರ ಭಿನ್ನಪವಿನ್ನಾರು ಕೇಳುವರು".** ಅಂತೆಯೇ ದಾಸರ ಕೀರ್ತನೆಯಲ್ಲಿ **'ಉತ್ತಮ ಪ್ರಭುತ್ವ ಲೊಳಲೊಟ್ಟೆ'** ಎಂಬ ಮಾತುಗಳು ಬರುತ್ತವೆ. ಯಾವ ಕಾಲವನ್ನು ಕರ್ನಾಟಕ ಚರಿತ್ರೆಯ ಸುವರ್ಣಯುಗವೆಂದು ಕೊಂಡಾಡಲಾಗಿದೆಯೋ ಆ ಕಾಲದಲ್ಲೇ ಇವುಗಳು ರಚನೆಯಾಗಿವೆ. ಈ ಮಾತುಗಳನ್ನು ಯಾರನ್ನು ಕುರಿತು ಹೇಳಲಾಗಿದೆ ನಿಜಕ್ಕೂ ವಿಜಯನಗರದ ಕಾಲದಲ್ಲಿ ಜನಪರವಾದ ಆಡಳಿತವಿದ್ದಿತೆ ಎಂಬ ಸಂದೇಹ ಸಹಜವಾಗಿಯೇ ಏಳುತ್ತದೆ. ಉತ್ತರಿಸುವುದು ಕಠಿಣವಾಗಿದೆ. ಈ ಸಂದರ್ಭದಲ್ಲಿ ಡೆಲ್ಲಿ ಸುಲ್ತಾನರ ಪ್ರಭುತ್ವದ ಬಗ್ಗೆ ಖ್ಯಾತ ಕವಿ **ಅಮೀರ್ ಖುಸ್ರು** ಹೇಳಿದ ಒಂದು ಮಾತನ್ನು ನೆನಪಿಸಿಕೊಳ್ಳುವುದು ಅಪ್ರಸ್ತುತವೆನಿಸಲಾರದು. ಅವನು ಹೀಗೆ ಹೇಳಿದ್ದಾನೆ" **ಅರಸನ ಕಿರೀಟದ ಪ್ರತಿಯೊಂದು ರತ್ನವೂ ಬಡ ರೈತರ ದಃಖಭರಿತ ಕಣ್ಣುಗಳಿಂದ ಬಿದ್ದ ರಕ್ತದ ದೃವೀಕೃತ ಹನಿಗಳಾಗಿವೆ."**

ಸಾಮಾಜಿಕ ಪರಿಸ್ಥಿತಿಗಳು

ಜಾತಿಪದ್ಧತಿ

ವಿಜಯನಗರದ ಅರಸರು ಹಿಂದೂ ಸಾಮಾಜಿಕ ವ್ಯವಸ್ಥೆ ಮತ್ತು ಧರ್ಮವನ್ನು ಎರಡು ಶತಮಾನಗಳಿಗೂ ಹೆಚ್ಚುಕಾಲ ಅತ್ಯಂತ ಸಮರ್ಥವಾಗಿ ರಕ್ಷಿಸಿದರು. ಇದು ಭಾರತದ ಕೊನೆಯ ಹಿಂದೂ ಸಾಮ್ರಾಜ್ಯ. ಅದರ ಅರಸರು ವರ್ಣಾಶ್ರಮ ಪದ್ಧತಿ ಆಧಾರಿತವಾದ ಸಾಮಾಜಿಕ ವ್ಯವಸ್ಥೆಯನ್ನು ಸಂರಕ್ಷಿಸುವುದು ತಮ್ಮ ಕರ್ತವ್ಯವೆಂದು ಭಾವಿಸಿದ್ದರು. **'ಸರ್ವ ವರ್ಣಾಶ್ರಮ ಧರ್ಮಗಳನ್ನೂ ಪಾಲಿಸುತ್ತಾ'** ಎಂಬ ಶಾಸನಗಳಲ್ಲಿ ಕಂಡುಬರುವ ವಾಕ್ಯ ಅವರು ಅಸ್ತಿತ್ವದಲ್ಲಿದ್ದ ಸಾಮಾಜಿಕ ವ್ಯವಸ್ಥೆಯನ್ನು ರಕ್ಷಿಸಿದರೆಂಬುದನ್ನು ಸೂಚಿಸುತ್ತದೆ. **"ಹಿಂದೂಗಳ ಸಾಮಾಜಿಕ ಐಕ್ಯತೆಯನ್ನು ಕಾಪಾಡಲು ಅರಸರಿಗಿದ್ದ ಕಾಳಜಿ ಅವರು ಧರಿಸಿದ್ದ ಬಿರಿದುಗಳಿಂದ ಸ್ಪಷ್ಟವಾಗಿ ಗೋಚರಿಸುತ್ತದೆ"** ಎಂದು ಟಿ.ವಿ.ಮಹಾಲಿಂಗಂ ಹೇಳಿದ್ದಾರೆ.

ವಿಜಯನಗರದ ಕಾಲದಲ್ಲಿ ಸಮಾಜ ಹಿಂದಿನಂತೆ ಬ್ರಾಹ್ಮಣ, ಕ್ಷತ್ರಿಯ, ವೈಶ್ಯ ಮತ್ತು ಶೂದ್ರ ಜಾತಿಗಳು ಮತ್ತು ಹಲವಾರು ಉಪಜಾತಿಗಳಾಗಿ ವಿಭಜನೆಗೊಂಡಿತ್ತು. ಕುತೂಹಲದ ಸಂಗತಿಯೆಂದರೆ ಕ್ಷತ್ರಿಯ ಎಂಬ ಹೆಸರು ಸಮಕಾಲೀನ ದಾಖಲೆಗಳಲ್ಲಿ ಕಂಡುಬರದಿರುವುದು. ಜಾತಿ ಪದ್ಧತಿ ಅತ್ಯಂತ ಕಠಿಣವಾಗಿತ್ತು ಮತ್ತು ಎಲ್ಲ ಸಾಮಾಜಿಕ ಕಟ್ಟಳೆಗಳನ್ನು ಕಟ್ಟುನಿಟ್ಟಾಗಿ ಪಾಲಿಸಲಾಗುತ್ತಿತ್ತು. ಜಾತಿಯ ಕಟ್ಟುಪಾಡುಗಳನ್ನು ಜಾರಿಗೊಳಿಸಲು ಜಾತಿಗಳ ಮುಖಂಡರಿಗೆ ಸರ್ಕಾರ ನೆರವಾಗುತ್ತಿತ್ತು. ಆದರೆ ಸೇನಾಪಡೆಗೆ ಎಲ್ಲಾ ಜಾತಿಗಳ ಜನರನ್ನು ನೇಮಿಸಿಕೊಳ್ಳಲಾಗುತ್ತಿತ್ತು. ಮಾದರ ಜಾತಿಯ ಯೋಧನೊಬ್ಬನ ಮರಣದ ನೆನಪಿಗಾಗಿ ಸ್ಥಾಪಿಸಲಾದ ಒಂದು ವೀರಗಲ್ಲು ದೊರೆತಿದೆ. ಸ್ಥಳೀಯ ಸಮಿತಿಗಳು ಎಲ್ಲ ಜಾತಿಗಳ ಪ್ರತಿನಿಧಿಗಳನ್ನು ಒಳಗೊಂಡಿದ್ದವು. ಅರಸರು ಸಾಮಾಜಿಕ ಒಗ್ಗಟ್ಟನ್ನು ಮೂಡಿಸಲು ಪ್ರಯತ್ನಿಸಿದರಾದರೂ. ವಿವಿಧ ವರ್ಗಗಳ ಜನರ ನಡುವೆ ಘರ್ಷಣೆಗಳು ಅಸಾಮಾನ್ಯವೇನೂ ಆಗಿರಲಿಲ್ಲ.

ಬ್ರಾಹ್ಮಣರ ಸ್ಥಾನಮಾನ

ವಿಜಯನಗರ ಕಾಲದ ಸಮಾಜದಲ್ಲಿ ಬ್ರಾಹ್ಮಣರು ಅತ್ಯಂತ ಗೌರವಯುತವಾದ ಹಾಗೂ ಮಹತ್ವದ ಸ್ಥಾನ ಪಡೆದಿದ್ದರು. ಅವರಿಗೆ ಹಲವು ವಿಶೇಷ ಸೌಲಭ್ಯಗಳಿದ್ದವು. ಮರಣಶಿಕ್ಷೆಯಿಂದ ಅವರಿಗೆ ವಿನಾಯಿತಿಯಿತ್ತು. ಅವರು ಯಾವುದೇ ಅಪರಾಧ ಮಾಡಿದ್ದರೂ ಅವರಿಗೆ ಮರಣಶಿಕ್ಷೆ ವಿಧಿಸುವಂತಿರಲಿಲ್ಲ. ಬ್ರಾಹ್ಮಣರು ಆಡಳಿತಗಾರರಾಗಿದ್ದರು ಹಾಗೂ ಸೇನಾದಂಡನಾಯಕರೂ ಆಗಿದ್ದರು. ಮಾಧವ ಒಂದನೇ ಬುಕ್ಕರಾಯನ ಮಂತ್ರಿಯಾಗಿದ್ದನು. ಈ **ಮಾಧವ ಮಂತ್ರಿ** ಕೈಗೊಂಡ ಲೋಕೋಪಯೋಗಿ ಕಾರ್ಯಗಳ ಬಗ್ಗೆ ಶಾಸನಗಳಲ್ಲಿ ಉಲ್ಲೇಖಗಳಿವೆ. ಸಾಮಾಜಿಕ, ರಾಜಕೀಯ ಹಾಗೂ ಧಾರ್ಮಿಕ ವಿಷಯಗಳಿಗೆ ಸಂಬಂಧಿಸಿದಂತೆ ಅವರಿಗೆ ಅಪಾರವಾದ ಪ್ರಭಾವವಿತ್ತು. ಅರಸರು ಅವರೊಂದಿಗೆ ಸಮಾಲೋಚಿಸದೆ ಏನನ್ನೂ ಮಾಡುತ್ತಿರಲಿಲ್ಲ.

ಸಾಮಾನ್ಯವಾಗಿ ಬ್ರಾಹ್ಮಣರು ಪ್ರಾಮಾಣಿಕತೆ ಹಾಗೂ ಸರಳತೆಗೆ ಹೆಸರಾಗಿದ್ದರು. ಅವರು ತೊಡುತ್ತಿದ್ದ ವಸ್ತ್ರ ಅತ್ಯಂತ ಸರಳವಾಗಿತ್ತು. ಅವರ ಬಗ್ಗೆ ನ್ಯೂನಿಜ್ ಹೀಗೆ ಬರೆದಿದ್ದಾನೆ: **"ಪ್ರಾಮಾಣಿಕರು, ವ್ಯಾಪಾರದಲ್ಲಿ ತೀಕ್ಷ್ಣ ಬುದ್ಧಿಯುಳ್ಳವರು, ಲೆಕ್ಕಪತ್ರದಲ್ಲಿ ನಿಷ್ಣಾತರು, ತೆಳುದೇಹಿಗಳು ಆದರೆ ಶ್ರಮದಾಯಕ ಕೆಲಸಗಳಿಗೆ ಅನರ್ಹರು."** ಬ್ರಾಹ್ಮಣರನ್ನು ಕುರಿತು ಬರೆಯುತ್ತಾ ಕೃಷ್ಣದೇವರಾಯ **"ಅರಸನು ಯಾವಾಗಲೂ ಬ್ರಾಹ್ಮಣರ ಹಿರಿಮೆಯನ್ನು ಹೆಚ್ಚಿಸಲು ಪ್ರಯತ್ನಿಸಬೇಕು"** ಎಂದು ಹೇಳಿದ್ದಾನೆ.

ಆದರೆ ಬ್ರಾಹ್ಮಣರು ತಾವು ಶ್ರೇಷ್ಠರೆಂದು ಭಾವಿಸಿಕೊಂಡು ಇತರರನ್ನು ಕೀಳು ದೃಷ್ಟಿಯಿಂದ ನೋಡುತ್ತಿದ್ದರು. ಅದರಲ್ಲೂ ಕೆಳಜಾತಿಗಳ ಜನರನ್ನು ನಿಕೃಷ್ಟವಾಗಿ ಕಾಣುತ್ತಿದ್ದರು ಮತ್ತು ಧರ್ಮದ ಹೆಸರಿನಲ್ಲಿ ಶೋಷಿಸುತ್ತಿದ್ದರು. ಸಂಪ್ರದಾಯನಿಷ್ಠರಾಗಿದ್ದ ಅವರು, ಸಾಮಾಜಿಕ ವ್ಯವಸ್ಥೆಯಲ್ಲಿ ಯಾವುದೇ ಬದಲಾವಣೆಯನ್ನು ವಿರೋಧಿಸುತ್ತಿದ್ದರು. ವೀರಶೈವರು ಸಮಾಜದಲ್ಲಿ ಮತ್ತೊಂದು ಪ್ರಬಲ ವರ್ಗವಾಗಿದ್ದರು. ಹಲವು ವೀರಶೈವರು ರಾಜ್ಯದ ಹಿರಿಯ ಪ್ರಭಾವಶಾಲಿ ಅಧಿಕಾರಿಗಳಾಗಿದ್ದರು. ಲಕ್ಕಣದಂಡೇಶ ಎರಡನೇ ದೇವರಾಯನ ದಂಡನಾಯಕನಾಗಿದ್ದನು. ಕೆಳದಿ ನಾಯಕರು ಸೇರಿದಂತೆ ಹಲವು ಅಮರನಾಯಕರು, ಪಾಳೆಯಗಾರರೂ ವೀರಶೈವರಾಗಿದ್ದರು. ವೀರಶೈವರು ಮೂಲತಃ ಜಾತಿಪದ್ಧತಿಯ ವಿರೋಧಿಗಳಾಗಿದ್ದರು.

ಸಾಮಾಜಿಕ ಅನಿಷ್ಟಗಳ ವಿರುದ್ಧ ಧರ್ಮಯುದ್ಧ

ಟಿ.ವಿ. ಮಹಾಲಿಂಗಂ ಅವರ ಪ್ರಕಾರ ವಿವಿಧ ಜಾತಿ, ಮತಗಳ ಜನರಲ್ಲಿ ಸಾಮಾಜಿಕ ಪ್ರಜ್ಞೆ ಮೂಡಿದ್ದು ವಿಜಯನಗರ ಕಾಲದ ಸಾಮಾಜಿಕ ಚರಿತ್ರೆಯ ಪ್ರಮುಖ ಲಕ್ಷಣವಾಗಿತ್ತು. ವೀರಶೈವ ಧರ್ಮ ಜಾತಿಪದ್ಧತಿ, ಅಸ್ಪೃಶ್ಯತೆ ಹಾಗೂ ಇತರ ಸಾಮಾಜಿಕ ಅನಿಷ್ಟಗಳ ನಿವಾರಣೆಗೆ ನೀಡಿದ ಕೊಡುಗೆ ಅಪಾರವಾದುದು. ಹರಿದಾಸರಾದ ಪುರಂದರರು, ಕನಕದಾಸರು, ಕವಿ ಸರ್ವಜ್ಞ, ವೇಮನ ಮೊದಲಾದವರು ಜಾತಿಪದ್ಧತಿಯ ವಿರುದ್ದ ಅವಿರತ ಹೋರಾಟ ನಡೆಸಿದರು. ಅವರು ಎಲ್ಲ ಜಾತಿಗಳ ಜನರ ನಡುವೆ

ಸಮಾನತೆ ತರಲು ಶ್ರಮಿಸಿದರು. ಅಲ್ಲದೆ, ಆರ್ಥಿಕ ಅಭ್ಯುದಯದ ಫಲವಾಗಿ ಕೆಲವು ಕೆಳಜಾತಿಗಳ ಜನರು ಮೇಲಿನ ಜಾತಿಗಳ ಜನರು ಹೊಂದಿದ್ದಂತಹ ಸೌಲಭ್ಯಗಳನ್ನು ಪಡೆಯಲು ಯತ್ನಿಸಿದರು. ಅದಾಗ್ಯೂ ಕೆಳಜಾತಿಗಳಾದ ದೊಂಬರು, ವಲಂಗೈ ಮತ್ತು ಇಡಂಗೈ (ಎಡಗೈ ಮತ್ತು ಬಲಗೈ) ವರ್ಗಗಳಿಗೆ ಸೇರಿದ ಜನರು ಜೋಪಡಿಗಳಲ್ಲಿ ಕಡುಬಡತನದ ಜೀವನ ನಡೆಸುತ್ತಿದ್ದು, ಎಲ್ಲ ಸೌಲಭ್ಯಗಳಿಂದ ವಂಚಿತರಾಗಿದ್ದರು.

ಮಹಿಳೆಯರ ಸ್ಥಾನಮಾನ

ಮಹಿಳೆಯರು ಸಮಾಜದಲ್ಲಿ ಗೌರವಯುತ ಸ್ಥಾನ ಪಡೆದಿದ್ದರು. ರಾಜವಂಶದ ಮಹಿಳೆಯರು ರಾಜನೊಂದಿಗೆ ರಣರಂಗಕ್ಕೂ ತೆರಳುತ್ತಿದ್ದರು. ಹಲವರು ಶ್ರೇಷ್ಠ ಸಾಹಿತಿಗಳಾಗಿದ್ದರು. ಒಂದನೇ ಬುಕ್ಕರಾಯನ ಮಗ ಕುಮಾರ ಕಂಪಣನ ಪತ್ನಿ ಗಂಗಾದೇವಿ ಪತಿಯೊಂದಿಗೆ ಮಧುರೆ ದಂಡಯಾತ್ರೆಯಲ್ಲಿ ಪಾಲ್ಗೊಂಡಿದ್ದಳು ಮತ್ತು ತಾನು ಪ್ರತ್ಯಕ್ಷವಾಗಿ ನೋಡಿದ ಘಟನೆಗಳನ್ನು ಒಳಗೊಂಡ **'ಮಧುರಾ ವಿಜಯಂ'** ಎಂಬ ಮಹತ್ವದ ಸಂಸ್ಕೃತ ಕಾವ್ಯವನ್ನು ರಚಿಸಿದಳು. ಅಂತೆಯೇ ತಿರುಮಲಾಂಬ, ಅಚ್ಯುತರಾಯ ಮತ್ತು ವರದಾಂಬ ಇವರ ವಿವಾಹವನ್ನು ನಿರೂಪಿಸುವ **'ವರದಾಂಬಿಕ ಪರಿಣಯ'** ಎಂಬ ಕಾವ್ಯವನ್ನು ರಚಿಸಿದಳು. ರಾಮರಾಯನ ಪತ್ನಿ ಮೋಹನಾಂಗಿ **'ಮಾರೀಚ ಪರಿಣಯಮು'** ಎಂಬ ಕಾವ್ಯವನ್ನು ರಚಿಸಿದಳು. ನ್ಯೂನಿಜ್‌ನ ಪ್ರಕಾರ ವಿಜಯನಗರದ ಅರಸ ಮಹಿಳಾ ಕುಸ್ತಿಪಟುಗಳನ್ನು, ಮಹಿಳಾ ಜ್ಯೋತಿಷಿಗಳನ್ನು ಮತ್ತು ಕಣಿ ಹೇಳುವವರನ್ನು ಮತ್ತು ಲೆಕ್ಕಪತ್ರಗಳನ್ನು ಬರೆಯುವ ಮಹಿಳೆಯರನ್ನು ಹೊಂದಿದ್ದನು. ದೇವದಾಸಿ ಪದ್ಧತಿ ರೂಢಿಯಲ್ಲಿತ್ತು. ಅಂತೆಯೇ ಗುಲಾಮಗಿರಿಯೂ ಅಸ್ತಿತ್ವದಲ್ಲಿತ್ತು. ಶ್ರೀಮಂತರ ಸೇವೆಗೆ ಸ್ತ್ರೀ ಹಾಗೂ ಪುರುಷ ಗುಲಾಮರಿದ್ದರು. ವೇಶ್ಯಾವೃತ್ತಿಯು ಜನಪ್ರಿಯವಾಗಿತ್ತು. ಈ ವೃತ್ತಿಯ ಮೇಲೂ ತೆರಿಗೆ ವಿಧಿಸಲಾಗುತ್ತಿತು. ದಿವಾಳಿಯಾದ ಸಾಲಗಾರರನ್ನು ಸಾಲ ಕೊಟ್ಟವನ ಆಸ್ತಿ ಎಂದು ಪರಿಗಣಿಸಲಾಗುತ್ತಿತ್ತು. ಪಿತೃಪ್ರಧಾನ ಕುಟುಂಬ ಪದ್ಧತಿ ಸಾಮಾನ್ಯವಾಗಿದ್ದರೂ, ಕರಾವಳಿ ಪ್ರದೇಶದಲ್ಲಿ ಮಾತೃ ಪ್ರಧಾನ ಕುಟುಂಬ ಪದ್ಧತಿಯಿತ್ತು. ಅದಕ್ಕೆ **ಅಳಿಯಸಂತಾನ ಪದ್ಧತಿ** ಎಂದು ಕರೆಯುತ್ತಿದ್ದರು.

ಸತಿ ಪದ್ಧತಿ

ಸತಿ ಪದ್ಧತಿ ಅಸ್ತಿತ್ವದಲ್ಲಿದ್ದ ಬಗ್ಗೆ ವಿವಿಧ ಮೂಲಗಳಿಂದ ಮಾಹಿತಿಗಳು ದೊರೆಯುತ್ತವೆ. ವಿದೇಶಿ ಪ್ರವಾಸಿಗರಾದ **ಬಾರ್ಬೋಸ, ನ್ಯೂನಿಜ್, ಸೀಜರ್ ಫ್ರೆಡರಿಕ್** ಮೊದಲಾದವರು ಸತಿ ಪದ್ಧತಿ ರೂಢಿಯಲ್ಲಿದ್ದ ಬಗ್ಗೆ ಮಾಹಿತಿ ನೀಡಿದ್ದಾರೆ. ವಿವಾಹ ನಿಶ್ಚಯವಾಗಿದ್ದ ಹೆಣ್ಣು ಮಕ್ಕಳೂ ಕೂಡ ತಮ್ಮ ಭಾವಿ ಗಂಡಂದಿರು ಮರಣಿಸಿದರೆ ಅವರೊಂದಿಗೆ ಚಿತೆಯೇರಬೇಕಾಗಿತ್ತು. ಸತ್ತವರನ್ನು ಹೂಳುವ ಕ್ರಮ ಅನುಸರಿಸುತ್ತಿದ್ದ ಲಿಂಗಾಯಿತರು ಪತಿಯ ಶವದೊಂದಿಗೆ ಪತ್ನಿಯನ್ನು ಹೂಳುತ್ತಿದ್ದ ಬಗ್ಗೆ ನ್ಯೂನಿಜ್ ಬರೆದಿದ್ದಾನೆ. ಕೆಲವು ಶಾಸನಗಳ ಪ್ರಕಾರ ಸತಿ ಪದ್ಧತಿ ಕಡ್ಡಾಯವಾಗಿರಲಿಲ್ಲ. ಆದರೆ ವಿಧವೆಯರು ಬದುಕಲು ಬಯಸುತ್ತಿರಲಿಲ್ಲ. ಅವರಿಗೆ ಅಸಹನೀಯವಾದ ನರಕಸದೃಶ್ಯವಾದ ಬದುಕಿಗಿಂತಲೂ ಸಾವೇ ಪ್ರಿಯವಾಗಿ ಕಾಣುತ್ತಿತ್ತು. ಅದಾಗ್ಯೂ ಸತಿ ಪದ್ಧತಿ ಸಮಾಜದ ಕೇವಲ ಮೇಲ್ವರ್ಗಗಳಿಗೆ ಮಾತ್ರ ಸೀಮಿತವಾಗಿತ್ತು ಎಂಬುದು ಗಮನಾರ್ಹವಾಗಿದೆ. ಅರಸರು ಮರಣಿಸಿದಾಗ ಅವರ ಪತ್ನಿಯರು ಸತಿಪದ್ಧತಿ ಅನುಸರಿಸುತ್ತಿದ್ದರು. ಪತಿ ಮರಣಿಸಿದ 2 ಅಥವಾ 3 ತಿಂಗಳ ನಂತರ ವಿಧವೆಯರು ಪ್ರಾಣಾರ್ಪಣೆ ಮಾಡಿಕೊಳ್ಳುತ್ತಿದ್ದರು ಎಂದು ನ್ಯೂನಿಜ್ ಹೇಳಿದ್ದಾರೆ. ಅಚ್ಯುತರಾಯ ಮರಣಹೊಂದಿದಾಗ ಅವನ 500 ಪತ್ನಿಯರು ಸಹಗಮನ ಮಾಡಿದರು ಎಂದು ನ್ಯೂನಿಜ್ ಹೇಳಿದ್ದಾನೆ.

ಈ ಅವಧಿಯಲ್ಲಿ ಏಕಪತ್ನಿತ್ವ ಪದ್ಧತಿ ಸಾಮಾನ್ಯ ನಿಯಮವಾಗಿದ್ದರೂ ಶ್ರೀಮಂತ ವರ್ಗಗಳಲ್ಲಿ ಬಹುಪತ್ನಿತ್ವ ಪದ್ಧತಿಯೂ ರೂಢಿಯಲ್ಲಿತ್ತು. ಅರಸರು ದೊಡ್ಡ ರಾಣೀವಾಸವನ್ನು ಹೊಂದಿದ್ದರು. ರಾಣಿವಾಸದ ಮಹಿಳೆಯರಲ್ಲಿ ಹಲವರನ್ನು ರಾಣಿಯರೆಂದು ಪರಿಗಣಿಸಲಾಗುತ್ತಿತ್ತು. ಕೃಷ್ಣದೇವರಾಯ 12 ರಾಣಿಯರನ್ನು ಹೊಂದಿದ್ದನು. ಬಾಲ್ಯವಿವಾಹ ಪದ್ಧತಿ ಸಾಮಾನ್ಯವಾಗಿತ್ತು. ವರದಕ್ಷಿಣೆ ಪದ್ಧತಿ ಆಚರಣೆಯಲ್ಲಿದ್ದಿತು. ಅಹಮದ್‌ನಗರದ ಸುಲ್ತಾನ ತನ್ನ ಮಗಳು ಚಾಂದಬೀಬಿಯನ್ನು ಬಿಜಾಪುರದ ಸುಲ್ತಾನ ಅಲಿ ಆದಿಲ್ ಷಾನಿಗೆ ವಿವಾಹಮಾಡಿಕೊಟ್ಟ ಸಂದರ್ಭದಲ್ಲಿ ವರದಕ್ಷಿಣೆ ರೂಪದಲ್ಲಿ ಶೋಲಾಪುರವನ್ನು ನೀಡಿದನು. ಕೃಷ್ಣದೇವರಾಯ ಗಜಪತಿ ರಾಜಕುಮಾರಿ ಜಗನ್ಮೋಹಿನಿಯನ್ನು ವಿವಾಹವಾದಾಗ ಹಲವಾರು ಗ್ರಾಮಗಳನ್ನು ವರದಕ್ಷಿಣೆ ರೂಪದಲ್ಲಿ ನೀಡಲಾಯಿತು. ಈ ಪದ್ಧತಿಗೆ ವಿರುದ್ಧವಾಗಿ 1553ರಲ್ಲಿ ಬ್ರಾಹ್ಮಣ ಸಮುದಾಯದವರು ಕನ್ಯಾದಾನ **ಪದ್ಧತಿ** ಜಾರಿಗೆ ತಂದು ವರದಕ್ಷಿಣೆ ಕೊಡುವುದು ಹಾಗೂ ತೆಗೆದುಕೊಳ್ಳುವುದನ್ನು ನಿರ್ಬಂಧಿಸುವ ಯತ್ನ ನಡೆಸಿದರು.

ಆಹಾರ ಮತ್ತು ಹಬ್ಬಗಳು

ಬ್ರಾಹ್ಮಣರು ಮತ್ತು ಲಿಂಗಾಯಿತರನ್ನು ಹೊರತುಪಡಿಸಿದರೆ ಉಳಿದವರೆಲ್ಲರೂ ಮಾಂಸಾಹಾರಿಗಳಾಗಿದ್ದರು. ಅಕ್ಕಿ, ಮಾಂಸ, ಬೆಣ್ಣೆ, ಜೇನುತುಪ್ಪ, ತರಕಾರಿಗಳು, ಮಾವಿನ ಹಣ್ಣು, ಬಾಳೆ ಹಣ್ಣು ಮೊದಲಾದ ಹಣ್ಣುಗಳು ಜನರ ದೈನಂದಿನ ಆಹಾರದಲ್ಲಿ

ಸೇರಿದ್ದವು. ಪಯಸ್‌ನ ಪ್ರಕಾರ ರಾಜಧಾನಿಯಲ್ಲಿ ಎಲ್ಲ ಅಗತ್ಯ ವಸ್ತುಗಳು ಅಗ್ಗವಾಗಿದ್ದವು. **"ಕುರಿಯ ಮಾಂಸ ಚೊಕ್ಕಟವಾಗಿರುತ್ತದೆ. ಇಲ್ಲಿನ ಕಟುಕರ ಮನೆಗಳ ಸ್ವಚ್ಛತೆ ಬೇರಾವ ದೇಶದಲ್ಲೂ ಕಂಡುಬರುವುದಿಲ್ಲ. ಸೇನೆ ಬೀಡು ಬಿಟ್ಟಿದ್ದ ಪ್ರದೇಶಗಳಲ್ಲೂ ಕುರಿ, ಕೋಳಿ, ಮೇಕೆ, ಹಂದಿ, ಮೊಲ ಮತ್ತು ಪಕ್ಷಿಗಳ ಮಾಂಸವನ್ನು ಹೇರಳವಾಗಿ ಮಾರುತ್ತಿದ್ದರು. ಅಕ್ಕಿ ಸೇರಿದಂತೆ, ದವಸಧಾನ್ಯಗಳು ಯಥೇಚ್ಛವಾಗಿ ದೊರೆಯುತ್ತಿದ್ದವು. ರಾಯಚೂರಿನಂತಹ ಬೆಂಗಾಡು ಪ್ರದೇಶಲ್ಲೂ ಅಗತ್ಯವಾದುದೆಲ್ಲವೂ ಹೇರಳವಾಗಿ ಸಿಗುತ್ತಿದ್ದುದು ಆಶ್ಚರ್ಯ"** ಎಂದು ನ್ಯೂನಿಜ್ ಹೇಳಿದ್ದಾನೆ. ಎಲ್ಲ ವರ್ಗಗಳ ಜನರು ಎಲೆ ಅಡಿಕೆ ಜಗಿಯುತ್ತಿದ್ದರು. ಸಮಾನ್ಯವಾಗಿ ಊಟವಾದ ನಂತರ ಎಲೆ ಅಡಿಕೆ ತಿನ್ನುತ್ತಿದ್ದರು. ಬಹಳ ಜನರು ದಿನವಿಡೀ ಎಲೆ ಅಡಿಕೆ ಜಗಿಯುತ್ತಿದ್ದರು. ಅರಸರೂ ಕೂಡ ಮೇಲಿಂದ ಮೇಲೆ ಎಲೆ ಅಡಿಕೆ ಜಗಿಯುತ್ತಿದ್ದರು.

ಮಹಾನವಮಿ ವಿಜಯನಗರ ಕಾಲದಲ್ಲಿ ಅತ್ಯಂತ ಮಹತ್ವದ ಹಬ್ಬವಾಗಿತ್ತು. ಅದನ್ನು ರಾಕ್ಷಸರನ್ನು ಕೊಂದ ದುರ್ಗಾಮಾತೆಯ ಗೌರವಾರ್ಥವಾಗಿ 9 ದಿನಗಳ ಕಾಲ ವೈಭವದಿಂದ ಆಚರಿಸಲಾಗುತ್ತಿತ್ತು. ಈ ಹಬ್ಬವನ್ನು ಅತ್ಯಂತ ವಿಜೃಂಭಣೆಯಿಂದ ಆಚರಿಸಲಾಗುತ್ತಿದ್ದ ಬಗ್ಗೆ ವಿದೇಶಿ ಪ್ರವಾಸಿಗರು ಮುಖ್ಯವಾಗಿ ಪಯಸ್ ಪ್ರಸ್ತಾಪಿಸಿದ್ದಾರೆ. ದೀಪಾವಳಿ, ಹೋಳಿ ಇತರ ಪ್ರಮುಖ ಹಬ್ಬಗಳಾಗಿದ್ದವು. ಸಂಗೀತ, ನೃತ್ಯ, ನಾಟಕ, ಕುಸ್ತಿ, ಕತ್ತಿಕಾಳಗ ಮೊದಲಾದವು ಮನರಂಜನೆಗಳಾಗಿದ್ದವು. ಪಯಸ್‌ನ ಪ್ರಕಾರ ಕೃಷ್ಣದೇವರಾಯ ಪ್ರತಿನಿತ್ಯ ಕುಸ್ತಿ ಮಾಡುತ್ತಿದ್ದನು. ಅಲ್ಲದೆ ಅವನ ಪ್ರಕಾರ ವಿಜಯನಗರದಲ್ಲಿ ಸರ್ಕಾರದಿಂದ ವೇತನ ಪಡೆಯುತ್ತಿದ್ದ ಒಂದು ಸಾವಿರ ಕುಸ್ತಿಪಟುಗಳಿದ್ದರು. ಬೇಟೆ, ಕುದುರೆ ಸವಾರಿ ಶ್ರೀಮಂತರ ಮನರಂಜನೆಗಳಾಗಿದ್ದವು.

ಉಡುಪು ಮತ್ತು ಆಭರಣಗಳು

ಮೇಲ್ವರ್ಗಗಳ ಮತ್ತು ಮಧ್ಯಮ ವರ್ಗಗಳ ಜನರು ಬೆಲೆಬಾಳುವ ವಸ್ತ್ರಗಳನ್ನು ಧರಿಸುತ್ತಿದ್ದರು. ಅರಸರು, ಸರದಾರರು, ಧನಿಕ ವರ್ತಕರು ಜರತಾರಿ ರೇಷ್ಮೆ ಉಡುಪುಗಳನ್ನು ಧರಿಸುತ್ತಿದ್ದರು. ಜನಸಾಮಾನ್ಯರು ಅತ್ಯಂತ ಕೆಳದರ್ಜೆಯ ನೂಲಿನ ಬಟ್ಟೆಯನ್ನು ಧರಿಸುತ್ತಿದ್ದರು. ಜನರು ಆಭರಣಪ್ರಿಯರಾಗಿದ್ದರು. ಸ್ತ್ರೀಪುರುಷರೆಲ್ಲರೂ ವಿವಿಧ ಬಗೆಯ ಆಭರಣಗಳನ್ನು ಧರಿಸುತ್ತಿದ್ದರು. ಬಳೆ, ಉಂಗುರ, ಡಾಬು, ಕಾಲುಂಗರ, ಮೂಗುತಿ, ಕಿವಿಯೋಲೆ, ಕಂಠೀಹಾರ ಮೊದಲಾದ ಆಭರಣಗಳನ್ನು ಧರಿಸುತ್ತಿದ್ದರು. **ರಜ್ಜಾಕ್‌ನ ಪ್ರಕಾರ ಜನರಿಗೆ ಗುಲಾಬಿ ಹೂವುಗಳು ಆಹಾರದಷ್ಟೇ ಮುಖ್ಯವಾಗಿದ್ದವು.**

ಆರ್ಥಿಕ ಸ್ಥಿತಿಗತಿಗಳು

ವಿಜಯನಗರ ಇತರ ರಾಜ್ಯಗಳಿಗೆ ಹೋಲಿಸಿದರೆ ಶ್ರೀಮಂತ ಸಾಮ್ರಾಜ್ಯವಾಗಿತ್ತು. ಅಲ್ಲದೆ ಸಾಮ್ರಾಜ್ಯ ಜನ ನಿಬಿಡವಾಗಿತ್ತು. ಟಿ.ವಿ. ಮಹಾಲಿಂಗಂ ಅವರ ಪ್ರಕಾರ ಸಾಮ್ರಾಜ್ಯದಲ್ಲಿ 14 ದಶಲಕ್ಷ ಜನರಿದ್ದರು. ವಿದೇಶಿ ಪ್ರವಾಸಿಗರಾದ ಬಾರ್ಬೋಸ, ಪಯಸ್, ಅಬ್ದುರ್ ರಜ್ಜಾಕ್, ನಿಕಿಟಿನ್ ಮೊದಲಾದವರು ವಿಜಯನಗರದ ಸಂಪತ್ತನ್ನು ಕಂಡು ಪ್ರಭಾವಿತರಾಗಿದ್ದರು. **"ವಿಜಯನಗರದ ಅರಸ ಅಪಾರ ಸಂಪತ್ತನ್ನು ಹೊಂದಿದ್ದನು"** ಎಂದು ಪಯಸ್ ಹೇಳಿದ್ದಾನೆ. **"ರಾಜನ ಖಜಾನೆಯು ಅಪಾರವಾದ ಚಿನ್ನದ ರಾಶಿಯಿಂದ ತುಂಬಿತ್ತು"** ಎಂದು ಅಬ್ದುರ್ ರಜ್ಜಾಕ್ ಹೇಳಿದ್ದಾನೆ. ಮೇಲ್ವರ್ಗಗಳು ಅಥವಾ ಕೆಳವರ್ಗಗಳೆಂಬ ಭೇದವಿಲ್ಲದೆ ಎಲ್ಲರೂ ಆಭರಣಗಳನ್ನು ಧರಿಸುತ್ತಿದ್ದರು ಎಂದು ಅವರು ಬರೆದಿದ್ದಾನೆ.

"ರಾಜಧಾನಿ ವಿಜಯನಗರ ಜಗತ್ತಿನಲ್ಲಿಯೇ ಒಂದು ಮಹಾ ನಗರವಾಗಿತ್ತು. ಅದು ರೋಂ ನಗರದಷ್ಟು ದೊಡ್ಡದಾಗಿತ್ತು" ಎಂದು ಪಯಸ್ ಹೇಳಿದ್ದಾನೆ. ಅಲ್ಲಿ ಒಂದು ಲಕ್ಷ ಮನೆಗಳಿದ್ದವೆಂದು ಹೇಳಿದ್ದಾನೆ. ಅದರ ಸುತ್ತಮುತ್ತ ಕೃಷ್ಣಾಪುರ, ತಿರುಮಲದೇವಿ ಪಟ್ಟಣ, ತಿರುಮಲರಾಯಪುರ, ಕಮಲಾಪುರ ಮೊದಲಾದ ಉಪನಗರಗಳನ್ನು ನಿರ್ಮಿಸಿ ಕುಡಿಯುವ ನೀರು ಸೇರಿದಂತೆ ಎಲ್ಲಾ ಸೌಕರ್ಯಗಳನ್ನು ಒದಗಿಸಲಾಗಿತ್ತು. ರಜ್ಜಾಕ್ ಮತ್ತು ಪಯಸ್ ನಗರದ ಸಂಪತ್ತು ಮತ್ತು ಸೌಂದರ್ಯವನ್ನು ಬಹಳವಾಗಿ ಹೊಗಳಿದ್ದಾರೆ. ಮುತ್ತು, ರತ್ನ, ವಜ್ರಗಳನ್ನು ಬೀದಿ ಬೀದಿಗಳಲ್ಲಿ ಮಾರಲಾಗುತ್ತಿತ್ತು ಎಂದು ಅವರು ಹೇಳಿದ್ದಾರೆ.

ಟಿ.ವಿ.ಮಹಾಲಿಂಗಂ ಸಾಮ್ರಾಜ್ಯದ ಜನರನ್ನು ಎರಡು ಪ್ರಧಾನ ವರ್ಗಗಳಾಗಿ ವಿಂಗಡಿಸಿದ್ದಾರೆ. ಅವುಗಳು **ಬಳಕೆದಾರರು ಮತ್ತು ಉತ್ಪಾದಕರು**. ಬಳಕೆದಾರ ವರ್ಗದಲ್ಲಿ ಸರದಾರರು, ಸರ್ಕಾರಿ ಅಧಿಕಾರಿಗಳು, ಸೈನಿಕರು, ಪೊಲೀಸರು, ಉಪಾಧ್ಯಾಯರು, ಅರ್ಚಕರು, ವ್ಯಾಪಾರಿಗಳು, ಮೊದಲಾದವರು ಸೇರಿದ್ದರು. ಉತ್ಪಾದಕ ವರ್ಗದಲ್ಲಿ ರೈತರು, ಕುಶಲಕರ್ಮಿಗಳು, ನೇಕಾರರು, ತೈಲ ಉತ್ಪಾದಕರು, ಬಡಗಿಗಳು, ಕಮ್ಮಾರರು, ಅಕ್ಕಸಾಲಿಗರು ಮತ್ತಿತರರು ಸೇರಿದ್ದರು.

ಮೇಲ್ವರ್ಗಗಳಿಗೆ ಸೇರಿದ ಸರದಾರರು, ಪಾಳೆಗಾರರು, ಉನ್ನತ ಸರ್ಕಾರಿ ಅಧಿಕಾರಿಗಳು ಮತ್ತಿತರರು ಉತ್ತರ ಭಾರತದ ಅದೇ ವರ್ಗಗಳ ಜನರಂತೆ ವಿಲಾಸಿ ಜೀವನ ನಡೆಸುತ್ತಿದ್ದರು. ಅವರು ವಿಸ್ತಾರವಾದ ಮನೆಗಳಲ್ಲಿ ವಾಸಿಸುತ್ತಿದ್ದರು. ಉಪಾಧ್ಯಾಯರು, ವಿದ್ವಾಂಸರು, ವೈದ್ಯರು, ಸೈನಿಕರು, ಮತ್ತಿತರರನ್ನು ಒಳಗೊಂಡಿದ್ದ ಮಧ್ಯಮ ವರ್ಗದ ಜನರು

ಶ್ರೀಮಂತರಲ್ಲದಿದ್ದರೂ ಉತ್ತಮ ಜೀವನ ನಡೆಸುತ್ತಿದ್ದರು. ಬೇಸಾಯಗಾರರು, ಕಾರ್ಮಿಕರು, ಸಣ್ಣಪುಟ್ಟ ವ್ಯಾಪಾರಿಗಳು, ಹಾಗೂ ಗುಲಾಮರು ತೀರಾ ಬಡತನದ ಜೀವನ ನಡೆಸುತ್ತಿದ್ದರು. ಬೇಸಾಯಗಾರರ ಬವಣೆಗಳಿಗೆ ಅಧಿಕ ಕರಭಾರ ಕಾರಣವಾಗಿದ್ದಿತು. ತೆರಿಗೆಯ ಹೊರೆಯನ್ನು ತಾಳಲಾಗದೆ ಬೇಸಾಯಗಾರು ವಲಸೆ ಹೋದ ನಿದರ್ಶನಗಳಿವೆ. ಶ್ರೀಮಂತರು ಹಾಗೂ ಬಡವರ ನಡುವೆ ಅಪಾರ ಅಂತರವಿತ್ತು. ಸಂಪತ್ತು ಕೆಲವೇ ವ್ಯಕ್ತಿಗಳಲ್ಲಿ ಕೇಂದ್ರೀಕೃತವಾಗಿತ್ತು. ವಿದೇಶಿ ಪ್ರವಾಸಿಗರು ಕೇವಲ ನಗರಗಳಿಗೆ ಭೇಟಿ ನೀಡಿ ಅಲ್ಲಿ ಅಪಾರವಾದ ಸಂಪತ್ತು ನೋಡಿದರು. ಅವರುಗಳು ಗ್ರಾಮೀಣ ಪ್ರದೇಶಗಳ ಬಡತನವನ್ನು ನೋಡಲಿಲ್ಲ. ಆದಾಗ್ಯೂ ರೈತರು, ಕಾರ್ಮಿಕರು, ಗುಲಾಮರು, ಸಣ್ಣವ್ಯಾಪಾರಿಗಳ ಕಡು ಬಡತನದ ಜೀವನದ ಬಗ್ಗೆ ನ್ಯೂನಿಜ್, ನಿಕಿಟಿನ್, ವರ್ತೆಮ ಮತ್ತಿತರರು ಪ್ರಸ್ತಾಪಿಸಿದ್ದಾರೆ. ಕನಕದಾಸರು ತಮ್ಮ ರಾಮಧಾನ್ಯ ಚರಿತೆಯಲ್ಲಿ ಸೂಚ್ಯವಾಗಿ ಬಡವ-ಬಲ್ಲಿದ, ಉಚ್ಚ-ನೀಚರ ನಡುವಿನ ಅಂತರವನ್ನು, ತಾರತಮ್ಯವನ್ನು ಪ್ರಸ್ತಾಪಿಸಿದ್ದಾರೆ. ಬಹುಪಾಲು ಪುರುಷರು ಸೊಂಟದ ಕೆಳಭಾಗವನ್ನು ಮುಚ್ಚುವಷ್ಟು ಮಾತ್ರ ಬಟ್ಟೆ ತೊಡುತ್ತಿದ್ದರು.

ಕೈಗಾರಿಕೆಗಳು

ಜನರ ಅಗತ್ಯಗಳು ಕಡಿಮೆ ಇದ್ದುದರಿಂದ ಸಾಮ್ರಾಜ್ಯ ಸ್ವಪರಿಪೂರ್ಣವಾಗಿತ್ತು. ಜನರ ಅಗತ್ಯಗಳನ್ನು ಪೂರೈಸುವ ಹಲವು ಬಗೆಯ ಕೈಗಾರಿಕೆಗಳಿದ್ದವು. ಹತ್ತಿ, ಸಕ್ಕರೆ, ಎಣ್ಣೆ, ಬಣ್ಣಗಳು, ತೆಂಗಿನನಾರು, ಚಾಪೆ, ಮೊದಲಾದವು ಕೃಷಿ ಆಧಾರಿತವಾದ ಕೈಗಾರಿಕೆಗಳಾಗಿದ್ದವು. ಕರ್ನೂಲು ಮತ್ತು ಅನಂತಪುರದಲ್ಲಿ ವಜ್ರದ ಗಣಿಗಳಿದ್ದವು. ಬಟ್ಕಳದಲ್ಲಿ ಕಬ್ಬಿಣ ಅಧಿರು, ಮೈಸೂರು ಪ್ರದೇಶದಲ್ಲಿ ತಾಮ್ರ ಮತ್ತು ಗಂಧಕ ದೊರೆಯುತ್ತಿದ್ದವು. ಹಟ್ಟಿ ಪ್ರದೇಶದಲ್ಲಿ ಚಿನ್ನದ ಗಣಿಗಳಿದ್ದವು. ನೂಲುವುದು, ನೇಯುವುದು, ಮರಗೆಲಸ ಬಹಳ ಜನಪ್ರಿಯ ವೃತ್ತಿಗಳಾಗಿದ್ದವು. ಮಡಿಕೆ ಮಾಡುವುದು ಗ್ರಾಮಾಂತರ ಪ್ರದೇಶಗಳಿಗೆ ಸೀಮಿತವಾಗಿತ್ತು. ಕೊಯಮತ್ತೂರು, ಪುಲಿಕಾಟ್, ಬುದೇಹಾಳ್, ಗುಂಟೂರು ಹತ್ತಿಬಟ್ಟೆ ಉತ್ಪಾದನೆಗೆ ಹೆಸರಾಗಿದ್ದವು. ಯುದ್ಧಾಸ್ತ್ರಗಳ ತಯಾರಿಕೆ, ಬಂಡಿಗಳ ತಯಾರಿಕೆ ಕೂಡ ಪ್ರಮುಖ ಉದ್ದಿಮೆಗಳಾಗಿದ್ದವು. ಚಿನ್ನವನ್ನು ಅಪಾರ ಪ್ರಮಾಣದಲ್ಲಿ ಉತ್ಪಾದಿಸಲಾಗುತ್ತಿತ್ತು. ಆಭರಣಗಳ ತಯಾರಿಕೆ ದೊಡ್ಡ ಉದ್ಯಮವಾಗಿತ್ತು ಮತ್ತು ಅಪಾರ ಸಂಖ್ಯೆಯ ಜನರಿಗೆ ಉದ್ಯೋಗ ನೀಡಿತ್ತು. ಎಲ್ಲ ವರ್ಗಗಳ ಜನರು ವಿವಿಧ ಬಗೆಯ ಆಭರಣಗಳನ್ನು ಧರಿಸುತ್ತಿದ್ದರ ಬಗ್ಗೆ ವಿದೇಶಿ ಪ್ರವಾಸಿಗರು ಆಶ್ಚರ್ಯ ವ್ಯಕ್ತಪಡಿಸಿದ್ದಾರೆ. ಯುದ್ಧಾಸ್ತ್ರಗಳ ತಯಾರಿಕೆಯು ದೊಡ್ಡ ಉದ್ಯಮವಾಗಿತ್ತು. ಕತ್ತಿ-ಗುರಾಣಿಗಳು, ಬಿಲ್ಲು-ಬಾಣಗಳು, ಕಿರುಗತ್ತಿಗಳು, ಕೊಡಲಿಗಳು, ಈಟಿಗಳು ಮೊದಲಾದುವುಗಳನ್ನು ತಯಾರಿಸಲಾಗುತ್ತಿತ್ತು. ಚರ್ಮದ ಪಾದರಕ್ಷೆಗಳನ್ನು ತಯಾರಿಸುವುದು ಕೂಡ ಮತ್ತೊಂದು ಪ್ರಮುಖ ಉದ್ಯಮವಾಗಿತ್ತು.

ವ್ಯಾಪಾರ ಮತ್ತು ವಾಣಿಜ್ಯ

ವಿಜಯನಗರದ ಆರ್ಥಿಕ ಅಭಿವೃದ್ಧಿಗೆ ದೇಶೀಯ ಮತ್ತು ವಿದೇಶಿ ವ್ಯಾಪಾರ ಬಹುಪಾಲು ಕಾರಣವಾಗಿತ್ತು. ವಿಜಯನಗರ ಹಾಗೂ ಇತರ ನಗರಗಳ ನಡುವೆ ಉತ್ತಮ ರಸ್ತೆ ಸಂಪರ್ಕ ಕಲ್ಪಿಸಲಾಗಿತ್ತು. ಬಂಡಿಗಳು ಮತ್ತು ಭಾರ ಹೊರುವ ಪ್ರಾಣಿಗಳ ಮೂಲಕ ವ್ಯಾಪಾರದ ಸರಕುಗಳನ್ನು ಸ್ಥಳದಿಂದ ಸ್ಥಳಕ್ಕೆ ಸಾಗಿಸಲಾಗುತ್ತಿತ್ತು. ಗೋವಾದಿಂದ ಬಂಕಾಪುರದ ಮೂಲಕ ರಾಜಧಾನಿಗೆ ರಸ್ತೆ ಮಾರ್ಗವಿತ್ತು. ರಾಜಧಾನಿಯಿಂದ ಹೊನ್ನಾವರದ ಮೂಲಕ ಭಟ್ಕಳಕ್ಕೆ ರಸ್ತೆ ಮಾರ್ಗವಿತ್ತು. ಚಂದ್ರಗಿರಿ, ತಿರುಪತಿಯಿಂದ ರಾಜಧಾನಿಗೆ, ರಾಜಧಾನಿಯಿಂದ ಶಿವನಸಮುದ್ರ ಮತ್ತು ಶ್ರೀರಂಗಪಟ್ಟಣದವರೆಗೆ, ರಾಜಧಾನಿಯಿಂದ ಕಾಳಹಸ್ತಿ, ತಿರುಪತಿ, ಕಂಚಿ, ತಿರುವಣ್ಣಾಮಲೈ, ಚಿದಂಬರಂ, ರಾಮೇಶ್ವರಂ ಮತ್ತು ಧನುಷ್ಕೋಡಿಗೆ ರಸ್ತೆ ಮಾರ್ಗಗಳಿದ್ದವು.

ಹಿಂದೂ ಮಹಾಸಾಗರದ ದ್ವೀಪಗಳು, ಮಲಯ ದ್ವೀಪಸಮೂಹ, ಬರ್ಮ, ಚೀನಾ, ಅರೇಬಿಯ, ಪರ್ಷಿಯ, ದಕ್ಷಿಣ ಆಫ್ರಿಕಾ, ಅಬಿಸೀನಿಯ ಹಾಗೂ ಪೋರ್ಚುಗಲ್‌ಗಳೊಂದಿಗೆ ವಿಜಯನಗರ ವ್ಯಾಪಾರ ಸಂಪರ್ಕಹೊಂದಿತ್ತು. ಆರಂಭದಲ್ಲಿ ಅರಬ್ಬರ ಹಿಡಿತದಲ್ಲಿದ್ದ ವಿದೇಶ ವ್ಯಾಪಾರ 16ನೇ ಶತಮಾನದಿಂದ ಪೋರ್ಚುಗೀಸರ ಕೈ ಸೇರಿತು.

ರಫ್ತು

ಅಕ್ಕಿ, ಕಬ್ಬಿಣ, ಸಕ್ಕರೆ, ಗೋಧಿ, ಸಜ್ಜೆ, ಶ್ರೀಗಂಧದಿಂದ ತಯಾರಿಸಿದ ವಸ್ತುಗಳು, ಸಾಂಬಾರ ಪದಾರ್ಥಗಳು, ತೇಗದ ಮರ, ನೀಲಿ, ಸುಗಂಧದ್ರವ್ಯಗಳನ್ನು ರಫ್ತು ಮಾಡಲಾಗುತ್ತಿತ್ತು. ಅಕ್ಕಿಯನ್ನು ಸಿಲೋನಿಗೂ, ತೆಂಗಿನಕಾಯಿಯನ್ನು ಏಡನ್ ಮತ್ತು ಓರ್ಮಾಜ್‌ಗೂ, ಕಬ್ಬಿಣದ ಅದಿರನ್ನು ಅರಬ್ ದೇಶಗಳಿಗೂ ರಫ್ತು ಮಾಡಲಾಗುತ್ತಿತ್ತು. ಭಾರತದ ಜವಳಿಗೆ ಓರ್ಮಜ್, ಮಲಕ್ಕಾ, ಪೆಗು ಮತ್ತು ಸುಮಾತ್ರದಲ್ಲಿ ಅಪಾರ ಬೇಡಿಕೆಯಿತ್ತು.

ಆಮದು

ಅಶ್ವಗಳು, ಆನೆಗಳು, ಹವಳ, ಚೀನಾದ ರೇಷ್ಮೆ ಬಟ್ಟೆ, ಮುತ್ತುಗಳು ಮೊದಲಾದವನ್ನು ಆಮದು ಮಾಡಿಕೊಳ್ಳಲಾಗುತ್ತಿತ್ತು. ಓರ್ಮಜ್‌ನಿಂದ ಅಶ್ವಗಳನ್ನು, ಪೆಗು ಮತ್ತು ಸಿಲೋನಿನಿಂದ ಆನೆಗಳನ್ನು, ತಾಮ್ರ, ಪಾದರಸ, ಚಿನ್ನ, ಬೆಳ್ಳಿ, ಸೀಸ, ತವರ ಮೊದಲಾವವನ್ನು ಏಡನ್, ಜೆಡ್ಡಾ, ಮೆಕ್ಕಾ ಮತ್ತಿತರ ಸ್ಥಳಗಳಿಂದ ಆಮದು ಮಾಡಿಕೊಳ್ಳಲಾಗುತ್ತಿತ್ತು. ಹೆಚ್ಚು ಬೆಲೆಬಾಳುವ ಮುತ್ತು ರತ್ನಗಳನ್ನು ಪೆಗು, ಸಿಲೋನ್ ಮತ್ತು ಓರ್ಮಜ್‌ನಿಂದ ಆಮದು ಮಾಡಿಕೊಳ್ಳಲಾಗುತ್ತಿತ್ತು. ಅಬ್ದುರ್ ರಜಾಕನ ಪ್ರಕಾರ ಸಾಮ್ರಾಜ್ಯ 300 ಬಂದರುಗಳನ್ನು ಹೊಂದಿತ್ತು. ಕಲ್ಲಿಕೋಟೆ ಪಶ್ಚಿಮ ಕರಾವಳಿಯ ಪ್ರಮುಖ ಬಂದರಾಗಿತ್ತು. ಮಂಗಳೂರು, ಭಟ್ಕಳ, ಹೊನ್ನಾವರ, ಭೈಂದೂರು ಪಶ್ಚಿಮ ಕರಾವಳಿಯ ಇತರ ಪ್ರಮುಖ ಬಂದರುಗಳು. ಸಾಮ್ರಾಜ್ಯದ ರಾಜಧಾನಿ ವಿಜಯನಗರ ಪ್ರಧಾನ ವ್ಯಾಪಾರ ಕೇಂದ್ರವಾಗಿತ್ತು. ಪಯಸ್‌ನ ಪ್ರಕಾರ ನಗರದ ಬೀದಿಗಳು ಮತ್ತು ಮಾರುಕಟ್ಟೆಗಳು ಭಾರಹೊರುವ ಪ್ರಾಣಿಗಳಿಂದ ಮತ್ತು ಬಂಡಿಗಳಿಂದ ತುಂಬಿರುತ್ತಿದ್ದು ಜನಸಂಚಾರಕ್ಕೆ ತೀವ್ರ ಅಡ್ಡಿಯಾಗುತ್ತಿತ್ತು. ಬಾರ್ಬೋಸನ ಪ್ರಕಾರ ಪ್ರತಿಯೊಂದು ಖಂಡದಿಂದಲೂ ಇಲ್ಲಿಗೆ ವರ್ತಕರು ಬರುತ್ತಿದ್ದರು ಮತ್ತು ಇಲ್ಲಿನ ಭಾರೀ ಪ್ರಮಾಣದ ಆಭರಣಗಳ ಮತ್ತು ಅಮೂಲ್ಯ ಮುತ್ತು, ರತ್ನಗಳ ವ್ಯಾಪಾರವನ್ನು ಕಂಡು ಆಶ್ಚರ್ಯಚಕಿತರಾಗಿದ್ದರು. ಪಶ್ಚಿಮ ಕರಾವಳಿಯ ಮಲಬಾರ್ ಪ್ರಮುಖ ವಾಣಿಜ್ಯ ಕೇಂದ್ರವಾಗಿತ್ತು. ವೃತ್ತಿ ಸಂಘಗಳು ಅಸ್ತಿತ್ವದಲ್ಲಿದ್ದವು.

ಪಟ್ಟಣಗಳು ಮತ್ತು ನಗರಗಳು

ವಿಜಯನಗರ ಸಾಮ್ರಾಜ್ಯದಲ್ಲಿ ಅಪಾರ ಸಂಖ್ಯೆಯ ಅಭಿವೃದ್ಧಿ ಹೊಂದಿದ ಪಟ್ಟಣಗಳು ಹಾಗೂ ನಗರಗಳಿದ್ದವು. ವ್ಯಾಪಾರ ಮತ್ತು ವಾಣಿಜ್ಯದ ಪ್ರಗತಿ ನಗರಗಳ ಏಳಿಗೆಗೆ ಕಾರಣವಾಯಿತು. ಅವುಗಳಲ್ಲಿ ಪ್ರಮುಖವಾದವು ಅಂಕೋಲ, ಆನೆಗೊಂದಿ, ಭಟ್ಕಳ, ಬಾರಕೂರು, ಬಂಕಾಪುರ, ಹೊನ್ನಾವರ, ಮಂಗಳೂರು, ಮಧುರೆ, ಪೆನುಕೊಂಡ, ರಾಯಚೂರು, ಉದಯಗಿರಿ, ತಂಜಾವೂರು ಮೊದಲಾದವು ವಾಣಿಜ್ಯ ಕೇಂದ್ರಗಳಾಗಿ ಬೆಳೆದವು. ಸಾಮಂತ ರಾಜ್ಯಗಳ ಏಳಿಗೆಯಿಂದಾಗಿ ಚಿತ್ರದುರ್ಗ, ಮಧುಗಿರಿ, ಸೊಂದ, ಗೇರುಸೊಪ್ಪ, ಬಿದನೂರು, ಬೆಂಗಳೂರು, ಹರಪನಹಳ್ಳಿ, ಚನ್ನಪಟ್ಟಣ ಮೊದಲಾದವು ವಾಣಿಜ್ಯ ಕೇಂದ್ರಗಳಾಗಿ ಬೆಳೆದವು. ರಾಜಧಾನಿ ವಿಜಯನಗರ (ಹಂಪೆ) ಪ್ರಸಿದ್ಧ ವಾಣಿಜ್ಯ ಕೇಂದ್ರವಾಗಿತ್ತು. ಭಾರಿ ಸಂಖ್ಯೆಯ ವರ್ತಕರನ್ನು ಅದು ಆಕರ್ಷಿಸುತ್ತಿತ್ತು. ವಿಜಯನಗರದ ಅಪಾರ ಸಂಪತ್ತನ್ನು ಅದು ಪ್ರತಿನಿಧಿಸುತ್ತಿತ್ತು.

ಕೃಷಿ

ಕೃಷಿ ಜನರ ಪ್ರಧಾನ ವೃತ್ತಿಯಾಗಿತ್ತು ಮತ್ತು ಭೂಕಂದಾಯ ರಾಜ್ಯದ ಮುಖ್ಯ ಆದಾಯ ಮೂಲವಾಗಿತ್ತು. ಆದ್ದರಿಂದ ಸರ್ಕಾರ ಕೃಷಿಯನ್ನು ಪ್ರೋತ್ಸಾಹಿಸಲು ಕ್ರಮಗಳನ್ನು ಕೈಗೊಂಡಿತು. ಕೆರೆಗಳು, ಅಣೆಕಟ್ಟುಗಳು, ನಾಲೆಗಳನ್ನು ನಿರ್ಮಿಸಿ ಕೃಷಿಗೆ ನೀರಾವರಿ ಸೌಲಭ್ಯ ಒದಗಿಸಲಾಯಿತು. ಕೃಷ್ಣದೇವರಾಯ **'ಆಮುಕ್ತಮಾಲ್ಯದ'** ಗ್ರಂಥದಲ್ಲಿ ರಾಜ್ಯ ಚಿಕ್ಕದಾಗಿದ್ದರೆ ಕೆರೆಗಳು ಮತ್ತು ಕಾಲುವೆಗಳ ನಿರ್ಮಾಣದಿಂದ ಅದರ ಸಂಪತ್ತು ಹೆಚ್ಚುತ್ತದೆ ಎಂದು ಹೇಳಿದ್ದಾನೆ. 1369ರಲ್ಲಿ ಭಾಸ್ಕರನೆಂಬ ರಾಜಕುಮಾರ ಕಡಪ ಜಿಲ್ಲೆಯಲ್ಲಿ ನಿರ್ಮಿಸಿದ ದೊಡ್ಡ ಕೆರೆ ಈಗಲೂ ಬಳಕೆಯಲ್ಲಿದೆ. ಎರಡನೇ ಬುಕ್ಕರಾಯನ ಸೂಚನೆಯಂತೆ **ಸಿಂಗಯ ಭಟ್ಟನೆಂಬ ತಂತ್ರಜ್ಞಾನಿ ಹೊನ್ನಹೊಳೆಯಿಂದ ಪೆನುಕೊಂಡದವರೆಗೆ ನಾಲೆ ನಿರ್ಮಿಸಿದನು.** 1521ರಲ್ಲಿ ಕೃಷ್ಣದೇವರಾಯ ಕೊರಗಲ್‌ನಲ್ಲಿ ಬೃಹತ್ ಅಣೆಕಟ್ಟು ನಿರ್ಮಿಸಿದನು. **ಬುಕ್ಕಸಮುದ್ರ, ವ್ಯಾಸಸಮುದ್ರ, ಕೃಷ್ಣರಾಯಸಾಗರ, ಸದಾಶಿವಸಾಗರ** ಮೊದಲಾದವು ಪ್ರಮುಖ ನೀರಾವರಿ ಕೆರೆಗಳಾಗಿದ್ದವು. ಕಮಲಾಪುರ ಕೆರೆ, ರಾಯರ ಕಾಲುವೆ, ಬಸವ ಕಾಲುವೆ, ಹಂಪೆಯ ಸುತ್ತಲಿನ ಕೆರೆಗಳು ಮತ್ತು ಕಾಲುವೆಗಳು. ಭತ್ತ, ರಾಗಿ, ಗೋದಿ, ಕಬ್ಬು, ಜೋಳ, ದ್ವಿದಳ ಧಾನ್ಯಗಳು ಮುಖ್ಯ ಬೆಳೆಗಳಾಗಿದ್ದವು. ಬಳ್ಳಾರಿ ಪ್ರದೇಶದಲ್ಲಿ **ಬಯಕಾರ ರಾಮಪ್ಪ** ಎಂಬ ಅಧಿಕಾರಿ ಮಾವಿನಹಳ್ಳಿ, ಹುಲಿಕುಂಟ ಮೊದಲಾದ ಸ್ಥಳಗಳಲ್ಲಿ 16 ಕೆರೆಗಳನ್ನು ನಿರ್ಮಿಸಿದನು. ಈ ಕಾಲದ ಒಂದು ಶಾಸನದಲ್ಲಿ ತಾಯಿ ತನ್ನ ಮಗನಿಗೆ **"ಕೆರೆಯಂ ಕಟ್ಟಿಸು, ಬಾವಿಯಂ ಸವೆಸು ..."** ಎಂದು ಹೇಳುತ್ತಿದ್ದ ಬಗ್ಗೆ ಉಲ್ಲೇಖವಿದೆ.

"ಎಲ್ಲೆಲ್ಲಿ ಸಾಧ್ಯವಿತ್ತೋ ಅಲ್ಲೆಲ್ಲಾ ಕೆರೆಗಳನ್ನು ನಿರ್ಮಿಸಲಾಗಿದೆ. ಹೊಸದಾಗಿ ಕೆರೆಗಳನ್ನು ನಿರ್ಮಿಸಲು ಅವಕಾಶವೇ ಇಲ್ಲದಂತಾಗಿದೆ" ಎಂದು 19ನೇ ಶತಮಾನದ ಪ್ರಾರಂಭದಲ್ಲಿ ಈ ಪ್ರದೇಶವನ್ನು ನೋಡಿದ್ದ **ಥಾಮಸ್ ಮನ್ರೊ** ಹೇಳಿದ್ದಾನೆ. ಕೆರೆಗಳನ್ನು ಕಟ್ಟಿಸಿದ ವ್ಯಕ್ತಿಗಳಿಗೆ ರಾಜರು ತೆರಿಗೆ ರಹಿತ ಭೂಮಿಯನ್ನು ನೀಡುತ್ತಿದ್ದರು. ಕೆರೆಗಳ ಕೆಳಗಿನ ಜಮೀನನ್ನು ಹಾಗೆ ಕೊಡುಗೆಯಾಗಿ ನೀಡಿದಾಗ ಅದಕ್ಕೆ **ಕಟ್ಟುಕೊಡಿಗೆ** ಎಂದು ಕರೆಯಲಾಗುತ್ತಿತ್ತು.

ನಾಣ್ಯಗಳು

ವಿಜಯನಗರದ ಅರಸರು ಉತ್ತಮವಾದ ನಾಣ್ಯ ವ್ಯವಸ್ಥೆಯನ್ನು ಜಾರಿಗೆ ತಂದಿದ್ದರು. ಈ ಕಾಲದಲ್ಲಿದ್ದ ಚಿನ್ನದ ನಾಣ್ಯಗಳು

ವಿಜಯನಗರದ ಸಮೃದ್ಧ ಆರ್ಥಿಕ ಸ್ಥಿತಿಯನ್ನು ಸೂಚಿಸುತ್ತವೆ. ವರಾಹ ಈ ಕಾಲದ ಪ್ರಮಾಣಬದ್ಧ ಚಿನ್ನದ ನಾಣ್ಯವಾಗಿತ್ತು. ಅದರ ತೂಕ 52 ಗ್ರೇನ್‌ಗಳಾಗಿತ್ತು. ಅರ್ಧವರಾಹ 26 ಗ್ರೇನ್ ತೂಕ ಹೊಂದಿತ್ತು. 13 ಗ್ರೇನ್ ತೂಕದ ಕಾಲುವರಾಹ, 5.5 ಗ್ರೇನ್ ತೂಕದ ಪಣಂಗಳು ಚಲಾವಣೆಯಲ್ಲಿದ್ದವು. ಹೊನ್ನು, ಗದ್ಯಾಣ, ಪಗೋಡ ಇತರ ಬಂಗಾರ ನಾಣ್ಯಗಳಾಗಿದ್ದವು. ಪಣ, ದುಡ್ಡು, ಕಾಸು ಎಂಬ ತಾಮ್ರದ ನಾಣ್ಯಗಳು ಚಲಾವಣೆಯಲ್ಲಿದ್ದವು. ಎರಡನೇ ದೇವರಾಯನ ಕಾಲದಲ್ಲಿ ಮೊದಲ ಬಾರಿಗೆ ಬೆಳ್ಳಿಯ ನಾಣ್ಯವನ್ನು ಚಲಾವಣೆಗೆ ತರಲಾಗಿತ್ತು. **60 ಬೆಳ್ಳಿಯ ನಾಣ್ಯಗಳಿಗೆ ಒಂದು ವರಾಹ ಸಮನಾಗಿತ್ತು.**

ನಾಣ್ಯಗಳ ಮೇಲೆ ನಂದಿ, ಆನೆ, ಸಿಂಹ, ವರಾಹ ಚಿತ್ರಗಳಲ್ಲದೆ, ಹನುಮಾನ್, ಗರುಡ, ವೆಂಕಟೇಶ, ಬಾಲಕೃಷ್ಣ, ಮೊದಲಾದ ದೇವರುಗಳ ಚಿತ್ರಗಳನ್ನು ಮುದ್ರಿಸಲಾಗಿದೆ. ದೇವನಾಗರಿ, ಕನ್ನಡ ಮತ್ತು ತೆಲುಗು ಲಿಪಿಗಳನ್ನು ನಾಣ್ಯಗಳಲ್ಲಿ ಬಳಸಲಾಗಿದೆ. ನಾಣ್ಯಗಳ ಇನ್ನೊಂದು ಮುಖದಲ್ಲಿ ರಾಜರ ಹೆಸರಿದೆ. ಶ್ರೀ ವೀರಬುಕ್ಕರಾಯ, ಶ್ರೀ ಪ್ರತಾಪಹರಿಹರ, ಶ್ರೀ ಪ್ರತಾಪದೇವರಾಯ ಮೊದಲಾದ ಹೆಸರುಗಳು ನಾಣ್ಯಗಳ ಮೇಲೆ ಕಂಡು ಬಂದಿವೆ. ಸಾಮಂತರು ಟಂಕಿಸಿದ ನಾಣ್ಯಗಳು ಸಾಮ್ರಾಟರ ನಾಣ್ಯಗಳ ಅನುಕರಣೆಯಾಗಿದ್ದವು. ಚಿನ್ನ, ಬೆಳ್ಳಿ, ಹಾಗೂ ತಾಮ್ರದ ಅಪಾರ ಸಂಖ್ಯೆಯ ನಾಣ್ಯಗಳು ದೊರೆತಿರುವುದು ವಿಜಯನಗರ ಸಂಪದ್ಭರಿತವಾಗಿತ್ತೆಂಬುದನ್ನು ಸೂಚಿಸುತ್ತದೆ.

ನಾಣ್ಯಗಳನ್ನು ಕೇಂದ್ರ ಸರ್ಕಾರ ಹಾಗೂ ಹಲವು ಪ್ರಾಂತ್ಯಾಧಿಕಾರಿಗಳು ಟಂಕಿಸುತ್ತಿದ್ದರು. ಕೆಲವೊಮ್ಮೆ ಖಾಸಗಿ ವ್ಯಕ್ತಿಗಳಿಗೂ ನಾಣ್ಯ ಟಂಕಿಸುವ ಅಧಿಕಾರ ನೀಡಲಾಗುತ್ತಿತ್ತು. ಅದರಿಂದ ಸ್ಥಳದಿಂದ ಸ್ಥಳಕ್ಕೆ ಸಂಚರಿಸುತ್ತಿದ್ದ ವರ್ತಕರಿಗೆ ಅನಾನುಕೂಲವಾಗುತ್ತಿತ್ತು. **ಸೀಜರ್ ಫ್ರೆಡರಿಕ್** ತನಗಾದ ಕಹಿ ಅನುಭವದ ಬಗ್ಗೆ ಬರೆಯುತ್ತಾ ಸಾಮ್ರಾಜ್ಯದ ಬೇರೆ ಬೇರೆ ಪ್ರದೇಶಗಳಲ್ಲಿ ಸಂಚರಿಸುತ್ತಿದ್ದ **ತನಗೆ ಒಂದು ದಿನ ಪಡೆದ ಹಣ ಮತ್ತೊಂದು ದಿನಕ್ಕೆ ಅನುಪಯುಕ್ತವಾಗುತ್ತಿತ್ತು ಎಂದು ಹೇಳಿದ್ದಾನೆ.**

ಅಪಾರ ಸಂಖ್ಯೆಯ ಚಿನ್ನದ ನಾಣ್ಯಗಳು ಚಲಾವಣೆಯಲ್ಲಿದ್ದುದು ವಿಜಯನಗರದ ಅಪಾರ ಶ್ರೀಮಂತಿಕೆಯ ದ್ಯೋತಕವಾಗಿತ್ತು. **ವರ್ತೆಮನ** ಪ್ರಕಾರ ವಿಜಯನಗರದ ಅರಸ ಜಗತ್ತಿನಲ್ಲಿಯೇ ಅತ್ಯಂತ ಶ್ರೀಮಂತನಾಗಿದ್ದನು. ತುಂಬಿ ತುಳುಕುತ್ತಿದ್ದ ಖಜಾನೆಯ ಬಗ್ಗೆ ಪಯಸ್ **"ಪ್ರತಿಯೊಬ್ಬ ಅರಸ ಮರಣಹೊಂದಿದಾಗಲೂ ಅವನು ಹೊಂದಿದ್ದ ಖಜಾನೆಗೆ ಬೀಗಮುದ್ರೆ ಹಾಕಲಾಗುತ್ತಿತ್ತು ಮತ್ತು ತೀರಾ ಅಗತ್ಯವಾಗದ ಹೊರತು ಅವುಗಳನ್ನು ತೆರೆಯುತ್ತಿರಲಿಲ್ಲ"** ಎಂದು ಹೇಳಿದ್ದಾನೆ. ತಾಳಿಕೋಟೆ ಕದನಾನಂತರ ತಿರುಮಲ 550 ಆನೆಗಳ ಮೇಲೆ ಭಾರೀ ಸಂಪತ್ತನ್ನು ಹೇರಿಕೊಂಡು ಪೆನುಕೊಂಡೆಗೆ ತೆರಳಿದನು. ಅದರ ಮೌಲ್ಯ ಒಂದು ನೂರು ದಶಲಕ್ಷ ಪೌಂಡ್‌ಗಳಾಗಿತ್ತು ಎಂದು ಅಂದಾಜಿಸಲಾಗಿದೆ.

ತಾಳಿಕೋಟೆ ಕದನದ ನಂತರ ವಿಜಯನಗರದಲ್ಲಿ ಲೂಟಿಯಲ್ಲಿ ಪಾಲ್ಗೊಂಡ ಮುಸ್ಲಿಂ ಸಂಯುಕ್ತ ಸೈನ್ಯದ ಪ್ರತಿಯೊಬ್ಬ ಸೈನಿಕನೂ ಭಾರಿ ಪ್ರಮಾಣದಲ್ಲಿ ಚಿನ್ನ, ಒಡವೆ, ಆಯುಧಗಳು, ಅಶ್ವಗಳು ಮತ್ತು ಗುಲಾಮರನ್ನು ಪಡೆದು ಶ್ರೀಮಂತನಾದನು.

ಧಾರ್ಮಿಕ ಸ್ಥಿತಿಗತಿಗಳು

ವಿಜಯನಗರ ಸಾಮ್ರಾಜ್ಯವು ಉತ್ತರದಿಂದ ಮುನ್ನುಗ್ಗಿ ಬರುತ್ತಿದ್ದ ಇಸ್ಲಾಂನ ಪ್ರವಾಹವನ್ನು ತಡೆದು ಹಿಂದೂ ಧರ್ಮ ಮತ್ತು ಸಂಸ್ಕೃತಿಯನ್ನು ರಕ್ಷಿಸುವ ಉದ್ದೇಶದಿಂದ ಸ್ಥಾಪನೆಯಾಯಿತಾದರೂ ವಿಜಯನಗರ ಸಾಮ್ರಾಟರು ಎಲ್ಲ ಧರ್ಮಗಳನ್ನು ಗೌರವಿಸಿದರು ಮತ್ತು ಎಲ್ಲ ಧರ್ಮೀಯರಿಗೂ ಪೂರ್ಣ ಧಾರ್ಮಿಕ ಸ್ವಾತಂತ್ರ್ಯ ನೀಡಿದ್ದರೆಂಬುದು ಗಮನಾರ್ಹವಾಗಿದೆ. ವಿಜಯನಗರ ಅರಸರ ಪರಧರ್ಮ ಸಹಿಷ್ಣುತೆಯನ್ನು ಎಲ್ಲ ವಿದೇಶಿ ಪ್ರವಾಸಿಗರೂ ಪ್ರಶಂಸಿಸಿದ್ದಾರೆ. ಹಿಂದುಗಳು, ಮುಸಲ್ಮಾನರು, ಕ್ರೈಸ್ತರು, ಜೈನರು ಮೊದಲಾದವರು ಪರಸ್ಪರ ಗೌರವ, ಸಹಕಾರದಿಂದ ಜೀವನ ನಡೆಸಲು ಅನುವುಮಾಡಿಕೊಡಲಾಗಿತ್ತು. ಧರ್ಮದೊಂದಿಗೆ ರಾಜಕೀಯವನ್ನು ಬೆರೆಸದೆ ಉದಾರ ಧಾರ್ಮಿಕ ನೀತಿಯನ್ನು ವಿಜಯನಗರದ ಅರಸರು ಅನುಸರಿಸಿದರು.

ಹಿಂದೂ ಧರ್ಮ : ಶೈವಧರ್ಮ

ವಿಜಯನಗರದ ಕಾಲವನ್ನು ಹಿಂದೂ ಧರ್ಮದ ಔನ್ನತ್ಯದ ಕಾಲವೆನ್ನಬಹುದು. ಈ ಧರ್ಮದ ಎರಡು ಪ್ರಧಾನ ಶಾಖೆಗಳಾದ ಶೈವಧರ್ಮ ಮತ್ತು ವೈಷ್ಣವಧರ್ಮಗಳಿಗೆ ಅರಸರಿಂದ ಸಮಾನವಾದ ಪ್ರೋತ್ಸಾಹ ದೊರೆಯಿತು. ವಿಜಯನಗರದ ಪ್ರಥಮ ರಾಜವಂಶ ಸಂಗಮ ವಂಶದ ಅರಸರು ಶೈವ ಪಂಥೀಯರಾಗಿದ್ದರು. ಕಾಳಾಮುಖ, ಪಾಶುಪತ, ವೀರಶೈವ ಮೊದಲಾದವು ಶೈವಧರ್ಮದ ಜನಪ್ರಿಯ ಶಾಖೆಗಳಾಗಿದ್ದವು. ಕಾಳಾಮುಖ ಶೈವ ಪಂಥದ **ಕಾಶೀವಿಲಾಸ ಕ್ರಿಯಾಶಕ್ತಿ** ಒಂದನೇ ಹರಿಹರನ ರಾಜಗುರುಗಳಾಗಿದ್ದರು. ಹಂಪೆಯ ಶ್ರೀವಿರೂಪಾಕ್ಷ ವಿಜಯನಗರ ಅರಸರ ಇಷ್ಟದೈವ. ವಿಶೇಷವಾಗಿ ಈ ಕಾಲದಲ್ಲಿ ವೀರಶೈವ ಧರ್ಮ ರಾಜಾಶ್ರಯ ಪಡೆಯಿತು. ಕಲ್ಯಾಣ ಕ್ರಾಂತಿಯ ನಂತರ ಶರಣರೆಲ್ಲರೂ ಚದುರಿಹೋಗಿದ್ದರು. ವಿಜಯನಗರ ಕಾಲದಲ್ಲಿ ವಚನ ಸಾಹಿತ್ಯವನ್ನು ಸಂಗ್ರಹಿಸುವ ಕಾರ್ಯ ನಡೆಯಿತು. ಎರಡನೇ ದೇವರಾಯನ ಕಾಲದಲ್ಲಿ ಅವನ

ದಂಡನಾಯಕ ಲಕ್ಕಣ ದಂಡೇಶ ಮೊದಲಾದವರು ವೀರಶೈವಧರ್ಮದ ಪುನಶ್ಚೇತನಕ್ಕೆ ಕಾರಣರಾದರು. ತೊಂಟದ ಸಿದ್ದಲಿಂಗ ಯತಿಗಳು ಹಾಗೂ ಅವರ ಶಿಷ್ಯರು ವೀರಶೈವ ಧರ್ಮವನ್ನು ಜನಪ್ರಿಯಗೊಳಿಸಿದರು. **ಲಕ್ಷಣದಂಡೇಶ 'ಶಿವತತ್ವ ಚಿಂತಾಮಣಿ'** ಎಂಬ ಗ್ರಂಥವನ್ನೂ, **ಸಿದ್ಧಲಿಂಗ ಯತಿಗಳು 'ಷಟ್‌ಸ್ಥಲ ಜ್ಞಾನ ಸಾರಾಮೃತ'** ಎಂಬ ಗ್ರಂಥವನ್ನು ರಚಿಸಿದರು. ವಿಜಯನಗರದ ಸಾಮಂತರಾದ ಕೆಳದಿಯ ನಾಯಕರು ವೀರಶೈವಧರ್ಮನ್ನು ಪ್ರೋತ್ಸಾಹಿಸಿದರು. ಆದರೆ ಸಂಗಮ ವಂಶದ ಪತನಾನಂತರ ಶೈವಧರ್ಮಕ್ಕೆ ರಾಜ ಪ್ರೋತ್ಸಾಹ ಕಡಿಮೆಯಾಯಿತು. ವಿಜಯನಗರ ಕಾಲದಲ್ಲಿ ನಿರ್ಮಾಣಗೊಂಡ ಶೈವ ದೇವಾಲಯಗಳ ಸಂಖ್ಯೆಯೂ ತೀರಾ ಕಡಿಮೆ.

ವೈಷ್ಣವಧರ್ಮ

ವೈಷ್ಣವಧರ್ಮವೂ ರಾಜಾಶ್ರಯ ಪಡೆಯಿತು. ಸಾಳುವ ಮತ್ತು ವಿಶೇಷವಾಗಿ ತುಳುವ ವಂಶಗಳ ಅರಸರು ವೈಷ್ಣವ ಧರ್ಮವನ್ನು ಪ್ರೋತ್ಸಾಹಿಸಿದರು. ತುಳುವ ವಂಶದ ಆಡಳಿತ ಕಾಲದಲ್ಲಿ ವೈಷ್ಣವಧರ್ಮ ಉಚ್ರಾಯ ಸ್ಥಿತಿಯನ್ನು ತಲುಪಿತು. ಹಲವಾರು ಪ್ರಮುಖ ವೈಷ್ಣವ ದೇವಾಲಯಗಳು ಈ ಕಾಲದಲ್ಲಿ ನಿರ್ಮಾಣವಾದವು. ಕೃಷ್ಣದೇವರಾಯ, ಅಚ್ಯುತರಾಯ, ಸದಾಶಿವರಾಯರು ವೈಷ್ಣವಧರ್ಮವನ್ನು ಪ್ರೋತ್ಸಾಹಿಸಿದರು. ವೇದಾಂತದೇಶಿಕರು ಹಲವು ಮಹತ್ವದ ಕೃತಿಗಳನ್ನು ರಚಿಸಿದರು. ಹರಿದಾಸ ಪಂಥದ ಜನಪ್ರಿಯತೆಯಿಂದಾಗಿ ದ್ವೈತ ಧರ್ಮ ಹೆಚ್ಚು ಬೆಳೆಯಿತು. **ಶ್ರೀಪಾದರಾಜರು, ವಾಸರಾಯರು, ಪುರಂದರದಾಸರು, ಕನಕದಾಸರು** ಮೊದಲಾದವರು ಮಾಧ್ವ ಧರ್ಮವನ್ನು ಅಂದರೆ ದ್ವೈತ ಧರ್ಮವನ್ನು ಜನಪ್ರಿಯಗೊಳಿಸಿದರು. ಹರಿದಾಸರು ಕನ್ನಡದಲ್ಲಿ ಅಪಾರ ಸಂಖ್ಯೆಯ ಕೀರ್ತನೆಗಳನ್ನು ರಚಿಸಿದರು.

ಶಂಕರರು ಪ್ರತಿಪಾದಿಸಿದ್ದ ಅದ್ವೈತವೂ ಈ ಅವಧಿಯಲ್ಲಿ ಜನಪ್ರಿಯವಾಯಿತು. ಶೃಂಗೇರಿ ಅದ್ವೈತ ಧರ್ಮ ಕೇಂದ್ರವಾಗಿ ಬೆಳೆಯಿತು. ಇಲ್ಲಿ ಶಂಕರರು ಸ್ಥಾಪಿಸಿದ್ದ ಮಠದ ಗುರುಗಳಾದ ಭಾರತೀತೀರ್ಥ, ವಿದ್ಯಾರಣ್ಯ ಮೊದಲಾದವರು ವಿಜಯನಗರ ಅರಸು ಮನೆತನದೊಂದಿಗೆ ನಿಕಟ ಸಂಬಂಧಗಳನ್ನು ಹೊಂದಿದ್ದರು. ಸಾಯಣ, ಮಾಧವ, ವಿದ್ಯಾರಣ್ಯ ಮತ್ತಿತರರು ಹಿಂದೂ ಧರ್ಮಗ್ರಂಥಗಳ ಮೇಲೆ ವ್ಯಾಖ್ಯಾನಗಳನ್ನು ರಚಿಸಿದರು. ಈ ಹಿನ್ನೆಲೆಯಲ್ಲಿ ಸಂಗಮ ದೊರೆಗಳು **'ವೇದಮಾರ್ಗ ಪ್ರತಿಷ್ಠಾಚಾರ್ಯ'** ಮೊದಲಾದ ಬಿರುದುಗಳನ್ನು ಧರಿಸಿದರು. ಅಪಾರ ಸಂಖ್ಯೆಯ ಭವ್ಯವಾದ ವೈಷ್ಣವ ದೇವಾಲಯಗಳನ್ನು ವಿಜಯನಗರದ ಅರಸರು ನಿರ್ಮಿಸಿದರು.

ಜೈನ ಮತ್ತು ಬೌದ್ಧಧರ್ಮ

ಜೈನಧರ್ಮ ಬಹಳ ಹಿಂದಿನಿಂದಲೂ ಕರ್ನಾಟಕದಲ್ಲಿ ರಾಜಾಶ್ರಯ ಅನುಭವಿಸಿತ್ತು. ವಿಜಯನಗರದ ಸಾಮಂತರಾದ ಕಾರ್ಕಳದ ಭೈರರು, ಚೌಟರು ಮತ್ತಿತರರು ಜೈನಧರ್ಮೀಯರಾಗಿದ್ದು ಅದನ್ನು ಪ್ರೋತ್ಸಾಹಿಸಿದರು. ಹಲವಾರು ಜೈನರು ವಿಜಯನಗರದಲ್ಲಿ ಪ್ರಮುಖ ಹುದ್ದೆಗಳನ್ನು ಪಡೆದುಕೊಂಡಿದ್ದರು. ಜೈನನಾಗಿದ್ದ ಇರುಗಪ್ಪ ಎರಡನೇ ಹರಿಹರನ ದಂಡನಾಯಕನಾಗಿದ್ದನು. **ಮೂಡಬಿದಿರೆಯ ಸಾವಿರಕಂಬದ ಬಸದಿ** ಈ ಕಾಲದಲ್ಲಿ ನಿರ್ಮಾಣವಾಯಿತು. **ಕಾರ್ಕಳ, ವೇಣೂರು ಮೊದಲಾದ ಸ್ಥಳಗಳಲ್ಲಿ ಗೊಮ್ಮಟೇಶ್ವರನ ವಿಗ್ರಹಗಳು ಸ್ಥಾಪನೆಯಾದವು.** ಒಂದನೇ ಬುಕ್ಕರಾಯನ ಕಾಲದಲ್ಲಿ ಶ್ರವಣಬೆಳಗೊಳದಲ್ಲಿ ಜೈನರು ಮತ್ತು ಶ್ರೀವೈಷ್ಣವರ ನಡುವೆ ಉಂಟಾದ ಧಾರ್ಮಿಕ ವಿವಾದವನ್ನು ಎರಡೂ ಪಕ್ಷಗಳವರಿಗೂ ಸಮಾಧಾನವಾಗುವಂತೆ ಬಗೆಹರಿಸಲಾದ ಬಗ್ಗೆ ಶ್ರವಣಬೆಳಗೊಳ ಶಾಸನದಲ್ಲಿ ಪ್ರಸ್ತಾಪಿಸಲಾಗಿದೆ.

ಬೌದ್ಧಧರ್ಮ ಬಹಳ ಹಿಂದೆಯೇ ಜನಮನ್ನಣೆಯನ್ನು ಕಳೆದುಕೊಂಡಿತ್ತು. ವಿಜಯನಗರದ ಅರಸರು ಕ್ರೈಸ್ತ ಧರ್ಮೀಯರಿಗೂ ಆಶ್ರಯ ನೀಡಿದ್ದರು. ಕ್ರೈಸ್ತರು ಸೆಂಟ್ ಥೋಮ್ ಮತ್ತು ನಾಗಪಟ್ಟಣಂನಲ್ಲಿ ಚರ್ಚ್‌ಗಳನ್ನು ನಿರ್ಮಿಸಿಕೊಂಡಿದ್ದರು. ಕ್ರೈಸ್ತರ ಧರ್ಮ ಪ್ರಚಾರಕಾರ್ಯಕ್ಕೂ ಯಾವುದೇ ಅಡ್ಡಿಗಳಿರಲಿಲ್ಲವೆಂಬುದು ಗಮನಾರ್ಹವಾಗಿದೆ.

ಇಸ್ಲಾಂ ಧರ್ಮ

ವಿಜಯನಗರ ಅರಸರು ಮುಸಲ್ಮಾನ ಶತ್ರುಗಳೊಂದಿಗೆ ನಿರಂತರವಾಗಿ ಹೋರಾಟ ನಡೆಸಿದರಾದರೂ ಇಸ್ಲಾಂ ಧರ್ಮಕ್ಕೆ ಯಾವುದೇ ಸಂದರ್ಭದಲ್ಲಿ ಅಗೌರವ ತೋರಲಿಲ್ಲ. ಮುಸಲ್ಮಾರನ್ನು ದ್ವೇಷಿಸಲು ಕಾರಣಗಳಿದ್ದರೂ ಅವರು ಹಾಗೆ ಮಾಡದಿದ್ದುದು ವಿಶೇಷವೆನಿಸುತ್ತದೆ. ಆರಂಭದಿಂದಲೂ ವಿಜಯನಗರದ ಅರಸರು ತಮ್ಮ ಸೈನ್ಯಕ್ಕೆ ಮುಸಲ್ಮಾನರನ್ನು ನೇಮಿಸಿಕೊಳ್ಳುತ್ತಿದ್ದರು. ಸಂಗಮ ದೊರೆ ಎರಡನೇ ದೇವರಾಯ ಹೆಚ್ಚು ಸಂಖ್ಯೆಯ ಮುಸಲ್ಮಾರನ್ನು ಸೈನ್ಯಕ್ಕೆ ನೇಮಿಸಿಕೊಂಡನು. ರಾಜಧಾನಿಯಲ್ಲಿ ಅವರಿಗಾಗಿ ಪ್ರತ್ಯೇಕ ಬಡಾವಣೆ ಮತ್ತು ಮಸೀದಿಯನ್ನು ನಿರ್ಮಿಸಿಕೊಟ್ಟನು. ತನ್ನ ಸಿಂಹಾಸನದ ಎದುರು ಪವಿತ್ರ ಖುರಾನಿನ ಪ್ರತಿಯನ್ನು ಇಡಲು ವ್ಯವಸ್ಥೆ ಮಾಡಿದ್ದನು. ರಾಮರಾಯನ ಕಾಲದಲ್ಲಿ ಬಿಜಾಪುರದಿಂದ ಹೊರದೂಡಲ್ಪಟ್ಟಿದ್ದ **ಗಿಲಾನಿ**

ಸಹೋದರರನ್ನು ಸೈನ್ಯಾಧಿಕಾರಿಗಳಾಗಿ ನೇಮಿಸಲಾಯಿತು. ರಾಮರಾಯನ ಈ ದುಡುಕಿನ ನಿರ್ಧಾರವೇ ತಾಳಿಕೋಟೆ ಕದನದಲ್ಲಿ ವಿಜಯನಗರದ ಸೋಲಿಗೆ ಕಾರಣವಾಯಿತು. ವಿಜಯನಗರದ ಹಲವಾರು ಕಟ್ಟಡಗಳನ್ನು ಹಿಂದೂ–ಮುಸ್ಲಿಂ ಶೈಲಿಯಲ್ಲಿ ನಿರ್ಮಿಸಲಾಗಿದೆ. ಹೀಗೆ ವಿಜಯನಗರದ ಅರಸರು ಪ್ರಜೆಗಳಿಗೆ ಸಂಪೂರ್ಣ ಧಾರ್ಮಿಕ ಸ್ವಾತಂತ್ರ್ಯ ನೀಡಿದರು. ಎಲ್ಲ ಧರ್ಮಗಳಿಗೂ ಸಮಾನ ಗೌರವ, ಪ್ರೋತ್ಸಾಹ ನೀಡಿದರು.

ಬಾರ್ಬೋಸ, ಕೃಷ್ಣದೇವರಾಯನ ಧರ್ಮ ಸಹಿಷ್ಣತೆ ನೀತಿಯನ್ನು ಬಹಳವಾಗಿ ಪ್ರಶಂಸಿಸಿದ್ದಾನೆ. **"ಈ ರಾಜ ಎಷ್ಟು ಸ್ವಾತಂತ್ರ್ಯ ನೀಡಿದ್ದಾನೆಂದರೆ ಯಾರು ಬೇಕಾದರೂ ಈ ರಾಜ್ಯಕ್ಕೆ ಬರಬಹುದು ಮತ್ತು ಹೋಗಬಹುದು ಹಾಗೂ ಇಲ್ಲಿ ತಮ್ಮ ಧರ್ಮಾನುಸಾರವಾಗಿ ನೆಲೆಸಬಹುದು. ಅವನು ಕ್ರೈಸ್ತನೇ, ಯಹೂದಿಯೇ ಅಥವಾ ಯಾವ ಧರ್ಮದವನು ಎಂಬ ಪ್ರಶ್ನೆಗಳನ್ನು ಯಾರೂ ಕೇಳುವುದಿಲ್ಲ".**

ಸಾಹಿತ್ಯ ಪ್ರಗತಿ : ಕನ್ನಡ ಸಾಹಿತ್ಯ

ವಿಜಯನಗರ ಕಾಲದಲ್ಲಿ ಕನ್ನಡ ಸಾಹಿತ್ಯ ಕ್ಷೇತ್ರದಲ್ಲಿ ಅಪಾರವಾದ ಪ್ರಗತಿಯಾಯಿತು. ಕೆಲವು ಅರಸರು ಸ್ವತಃ ವಿದ್ವಾಂಸರಾಗಿದ್ದರು. ಬಹುತೇಕ ಎಲ್ಲ ಅರಸರು ಸಾಹಿತ್ಯಕ್ಕೆ ಅಪಾರ ಪ್ರೋತ್ಸಾಹ ನೀಡಿದರು. ವೈದಿಕ ಧರ್ಮ, ವೀರಶೈವ ಧರ್ಮ ಹಾಗೂ ಜೈನ ಧರ್ಮಕ್ಕೆ ಸಂಬಂಧಿಸಿದ ಮಹತ್ವದ ನೂರಾರು ಗ್ರಂಥಗಳು ಈ ಅವಧಿಯಲ್ಲಿ ರಚನೆಯಾದವು. ಈ ಕಾಲದ ಕನ್ನಡ ಕವಿಗಳ ಸಂಖ್ಯೆ ಸುಮಾರು 200. ಆದರೆ ಎಲ್ಲರೂ ರಾಜಾಶ್ರಯ ಪಡೆದವರಲ್ಲ. ವಿಜಯನಗರದ ಅರಸರು ಭಾಷಾ ಭೇದ ಮಾಡಲಿಲ್ಲ.

ಜೈನ ಸಾಹಿತ್ಯ

ಕನ್ನಡ ಸಾಹಿತ್ಯಕ್ಕೆ ಜೈನರ ಕೊಡುಗೆ ಅಪಾರವಾದುದು. ಆದಾಗ್ಯೂ ವಿಜಯನಗರ ಕಾಲದ ಜೈನ ಕವಿಗಳ ಸಂಖ್ಯೆ ಬಹಳ ಕಡಿಮೆ. ಅದರಲ್ಲೂ ರತ್ನಾಕರವರ್ಣಿಯನ್ನು ಹೊರತುಪಡಿಸಿದರೆ ಉಳಿದವರು ಅಷ್ಟೇನು ಶ್ರೇಷ್ಠರಲ್ಲ.

ಹಿಂದೆ ನಯಸೇನನ ಕಾಲದಿಂದಲೂ ಜೈನ ಸಾಹಿತಿಗಳು ಜೈನ ಧರ್ಮದ ತತ್ವಗಳನ್ನು, ನೀತಿಗಳನ್ನು ಜನರಿಗೆ ತಲುಪಿಸಲು ಕಥೆಗಳನ್ನು ಮಾಧ್ಯಮವಾಗಿ ಬಳಸಿಕೊಂಡಿದ್ದರು. ಅದೇ ಕ್ರಮವನ್ನು ಈ ಅವಧಿಯಲ್ಲೂ ಮುಂದುವರಿಸಲಾಯಿತು. ಭಾಸ್ಕರನೆಂಬ ಕವಿ 1425ರಲ್ಲಿ **'ಜೀವಂಧರ ಚರಿತೆ'**ಎಂಬ ಕೃತಿಯನ್ನು ರಚಿಸಿದನು. ಇದು ರಾಜಪುರಿಯ ಜೀವಂಧರನ ವೃತ್ತಾಂತವಾಗಿದೆ. ಬಾಹುಬಲಿಯ **'ನಾಗಕುಮಾರನ ಕಥೆ'**ಹಾಗೂ ಶೃತಕೀರ್ತಿಯ **'ವಿಜಯಕುಮಾರಿ ಕಥೆ'** ಈ ಪ್ರಕಾರಕ್ಕೆ ಸೇರುತ್ತವೆ.

ತೆರಕಣಾಂಬಿಯ ಬೊಮ್ಮರಸ **'ಜೀವಂಧರ ಸಾಂಗತ್ಯ'**, **'ಸನತ್ಕುಮಾರ ಚರಿತೆ'**ಎಂಬ ಕೃತಿಗಳನ್ನು ರಚಿಸಿದನು. ಜೀವಂಧರ ಸಾಂಗತ್ಯ ರಾಜಪುರಿಯ ರಾಜ ಸತ್ಯಂಧರನ ಮಗ ಜೀವಂಧರನ ಕಥೆಯನ್ನು ಒಳಗೊಂಡಿದೆ. ಇದರಲ್ಲಿ 1450 ಸಾಂಗತ್ಯ ಪದ್ಯಗಳಿವೆ. **'ಸನತ್ಕುಮಾರ ಚರಿತೆ'** ಹಸ್ತಿನಾಪುರದ ರಾಜಕುಮಾರ ಸನತ್ಕುಮಾರನ ಕಥೆಯನ್ನು ಒಳಗೊಂಡಿದೆ.

ರತ್ನಾಕರವರ್ಣಿ : ಈತ ವಿಜಯನಗರ ಕಾಲದ ಶ್ರೇಷ್ಠ ಜೈನ ಕವಿ. ಇವನು **'ಭರತೇಶ ವೈಭವ'**, **'ಅಪರಾಜತೇಶ್ವರ ಶತಕ'**, **'ತ್ರಿಲೋಕ ಶತಕ'**, **'ರತ್ನಾಕರಾಧೀಶ್ವರ ಶತಕ'**ಎಂಬ ಕೃತಿಗಳನ್ನು ರಚಿಸಿದ್ದಾನೆ. ಇವನು ಕಾರ್ಕಳದ ಅರಸ ಭೈರವರಾಜನ ಆಸ್ಥಾನ ಕವಿ ಎಂದು ದೇವಚಂದ್ರ ಹೇಳಿದ್ದಾನೆ.

'ಭರತೇಶ ವೈಭವ'ಅವನ ಶ್ರೇಷ್ಠ ಕೃತಿ. ಇದು ಭರತ ಚಕ್ರವರ್ತಿಯ ಕಥೆಯನ್ನು ಒಳಗೊಂಡಿದೆ. ಭರತ ಪ್ರಥಮ ತೀರ್ಥಂಕರ ಆದಿನಾಥನ ಮಗ. ತಂದೆ ನಿರ್ವಾಣ ಹೊಂದಿದ ನಂತರ ಇಡೀ ಜಗತ್ತಿನ ಒಡೆಯನಾಗಬೇಕೆಂಬ ಮಹತ್ವಾಕಾಂಕ್ಷೆಯಿಂದ ಎಲ್ಲಾ ರಾಜರನ್ನು ಗೆಲ್ಲುತ್ತಾನೆ. ಆದರೆ ಅವನ ತಮ್ಮ ಬಾಹುಬಲಿ ಮಾತ್ರ ಅಣ್ಣನಿಗೆ ಶರಣಾಗಲು ನಿರಾಕರಿಸುತ್ತಾನೆ. ಅಣ್ಣ, ತಮ್ಮನ ನಡುವಿನ ಮಲ್ಲಯುದ್ಧ, ದೃಷ್ಟಿಯುದ್ಧ ಮತ್ತು ಜಲಯುದ್ಧದ ಪ್ರಸಂಗಗಳನ್ನು ಮತ್ತು ಭರತನು ತನ್ನ ಚಕ್ರವನ್ನು ಪ್ರಯೋಗಿಸುವ ಪ್ರಸಂಗಗಳನ್ನು ರತ್ನಾಕರವರ್ಣಿ ಕೈಬಿಟ್ಟಿದ್ದಾನೆ. ಯುದ್ಧ ಮಾಡದೆ ತನ್ನ ಮೃದು ನುಡಿಗಳಿಂದಲೇ, ಯುದ್ಧಕ್ಕೆ ಸಿದ್ಧನಾಗಿದ್ದ ಬಾಹುಬಲಿಯನ್ನು ನಾಚಿಕೆಯಿಂದ ತಲೆ ತಗ್ಗಿಸುವಂತೆ ಮಾಡುತ್ತಾನೆ. ಹೀಗೆ ಮೂಲ ಕಥೆಯಲ್ಲಿ ಬದಲಾವಣೆ ಮಾಡಿದ್ದಾನೆ. ಈ ಕೃತಿಯಲ್ಲಿ ರತ್ನಾಕರವರ್ಣಿ ಭೋಗ–ಯೋಗಗಳ ಸಮನ್ವಯತ್ವವನ್ನು ಪ್ರತಿಪಾದಿಸಿದ್ದಾನೆ. ಈ ಕೃತಿಯನ್ನು ಕುವೆಂಪು **'ಜಗತ್‌ಕೃತಿ'**ಎಂದು ವರ್ಣಿಸಿದ್ದಾರೆ. ಈ ಕೃತಿಯನ್ನು ಕೇವಲ 9 ತಿಂಗಳಲ್ಲಿ ರಚಿಸಿದ್ದಾಗಿ ಕವಿ ಹೇಳಿಕೊಂಡಿದ್ದಾನೆ.

ಈ ಅವಧಿಯ ಇತರ ಜೈನ ಕವಿಗಳಲ್ಲಿ ಪ್ರಮುಖರಾದ ವಿಜಯಣ್ಣ **'ದ್ವಾದಶಾನುಪ್ರೇಕ್ಷೆ'**ಎಂಬ ಜೈನಧರ್ಮಕ್ಕೆ ಸಂಬಂಧಿಸಿದ ಕೃತಿಯನ್ನು, ಶಿಶುಮಾಯಣ **'ತ್ರಿಪುರದಹನ ಸಾಂಗತ್ಯ'**ಮತ್ತು **'ಅಂಜನಾ ಚರಿತೆ'**ಎಂಬ ಕೃತಿಗಳನ್ನು, ಮೂರನೇ ಮಂಗರಸ **'ಜಯನೃಪಕಾವ್ಯ'**, **'ಶ್ರೀಪಾಲ ಚರಿತೆ'**ಮೊದಲಾದ ಕೃತಿಗಳನ್ನು, ವಿದ್ಯಾನಂದ **'ಕಾವ್ಯಸಾರ'**ಎಂಬ ಕೃತಿಯನ್ನು ರಚಿಸಿದನು.

ವೀರಶೈವ ಸಾಹಿತ್ಯ

ವಿಜಯನಗರದ ಸಂಗಮ ದೊರೆ ಪ್ರೌಢದೇವರಾಯ (ಎರಡನೇ ದೇವರಾಯ)ನ ಕಾಲದಲ್ಲಿ ವೀರಶೈವ ಸಾಹಿತ್ಯಕ್ಕೆ ಹೆಚ್ಚು ಪ್ರೋತ್ಸಾಹ ದೊರೆಯಿತು. ಅವನಿಗೆ **'ವೀರಶೈವಾಗಮ ಸಾರ ಸಂಪನ್ನ'** ಎಂಬ ಬಿರುದಿತ್ತು. ವಿಜಯನಗರ ಕಾಲ ವೀರಶೈವ ಧರ್ಮದ ಪುನರುಜ್ಜೀವನದ ಕಾಲವಾಗಿತ್ತು. ಈ ಅವಧಿಯಲ್ಲಿ ರಚನೆಯಾದ ವೀರಶೈವ ಪುರಾಣಗಳು ಸಂಖ್ಯೆಯ ದೃಷ್ಟಿಯಿಂದ ಮಾತ್ರವಲ್ಲದೆ ಕಾವ್ಯಗುಣದಿಂದಲೂ ಬಹಳ ಶ್ರೀಮಂತವಾಗಿವೆ ಎಂದು ತ.ಸು. ಶ್ಯಾಮರಾಯರು ಹೇಳಿದ್ದಾರೆ. **"ಬಸವೇಶ್ವರಾದಿಗಳ ಜೀವನ ಚರಿತ್ರೆಯನ್ನು ವೀರಶೈವ ತತ್ವಗಳೊಂದಿಗೆ ತಿಳಿಸಿ ಹೇಳುವ ಕಾವ್ಯಗಳೆ ವೀರಶೈವ ಪುರಾಣಗಳು"** ಎಂದು ಎಂ.ಆರ್. ಶ್ರೀನಿವಾಸಮೂರ್ತಿ ಹೇಳಿದ್ದಾರೆ. ಈ ಕಾಲದಲ್ಲಿ ಜಕ್ಕಣಾರ್ಯ ಸೇರಿದಂತೆ 101 ವಿರಕ್ತರು ಹಿಂದಿನ ವಚನಕಾರರ ವಚನಗಳನ್ನು ಸಂಗ್ರಹಿಸುವ ಮಹಾಕಾರ್ಯ ನಡೆಸಿದರು. ಅಂತೆಯೇ ತೋಂಟದ ಸಿದ್ದಲಿಂಗ ಯತಿಗಳು ಮತ್ತು ಅವರ ಶಿಷ್ಯರು ಸ್ವತಂತ್ರವಾಗಿ ವಚನಗಳನ್ನು ರಚಿಸಿದರು. ಪವಾಡ ಪುರುಷರಾದ ಸಿದ್ದಲಿಂಗ ಯತಿಗಳು ರಚಿಸಿದ ವಚನ ಗ್ರಂಥ **'ಷಟ್‌ಸ್ಥಲ ಜ್ಞಾನಸಾರಾಮೃತ'** ಅವರ ಸಮಾಧಿ ಸ್ಥಳವಾದ ಎಡೆಯೂರು ಶಿವಭಕ್ತರ ಪುಣ್ಯ ಸ್ಥಳವಾಗಿದೆ. ಅವರ ಶಿಷ್ಯರಾದ ಸ್ವತಂತ್ರ ಸಿದ್ದಲಿಂಗೇಶ್ವರ ಹಾಗೂ ಗುಮ್ಮಳಾಪುರದ ಸಿದ್ದಲಿಂಗೇಶ್ವರರು ಕೂಡ ವಚನಗಳನ್ನು ರಚಿಸಿದ್ದಾರೆ. ಗುಮ್ಮಳಾಪುರದ ಸಿದ್ಧಲಿಂಗ **'ಶೂನ್ಯ ಸಂಪಾದನೆ'**ಯಂಥ ವಿಶಿಷ್ಟ ಸಂಕಲನ ಗ್ರಂಥವನ್ನು ಸಿದ್ದಪಡಿಸಿದರು.

ಲಕ್ಷಣದಂಡೇಶ : ಪ್ರೌಢದೇವರಾಯನ ಮಹಾದಂಡನಾಯಕ ಹಾಗೂ ಮಂತ್ರಿಯಾಗಿದ್ದ ಲಕ್ಕಣದಂಡೇಶ **'ಶಿವತತ್ವ ಚಿಂತಾಮಣಿ'** ಎಂಬ ಮಹತ್ವದ ಗ್ರಂಥವನ್ನು ರಚಿಸಿದನು. ಇದರಲ್ಲಿ ಕರ್ನಾಟಕ, ಆಂಧ್ರ, ತಮಿಳುನಾಡು, ಕೇರಳ, ಮಹಾರಾಷ್ಟ್ರ ಹಾಗೂ ಗುಜರಾತಿನ ಶಿವಶರಣರ ಕಥೆಗಳಿವೆ. ಪಂಚಾಕ್ಷರಿ, ವಿಭೂತಿ, ರುದ್ರಾಕ್ಷಿಗಳ ಮಹಿಮೆ, ದೀಕ್ಷಾ ಕ್ರಮ ಮೊದಲಾದವುಗಳನ್ನು ಒಳಗೊಂಡ ಈ ಗ್ರಂಥ ವೀರಶೈವ ಧರ್ಮದ ಕೈಪಿಡಿಯಂತಿದೆ. ಈ ಗ್ರಂಥವನ್ನು ಕವಿ ಸಿದ್ದನಂಜೇಶ **'ಶಿವತತ್ವ ಚಿಂತಾಮಣಿ ಶಾಸ್ತ್ರ'** ಎಂದು ವರ್ಣಿಸಿದ್ದಾನೆ. ಇದು 7000 ಪದ್ಯಗಳನ್ನು ಒಳಗೊಂಡ ಬೃಹತ್ ಕಾವ್ಯವಾಗಿದೆ.

ಚಾಮರಸ : ಕೃಷ್ಣದೇವರಾಯನ ಕಾಲದಲ್ಲಿ ಜೀವಿಸಿದ್ದ **ಚಾಮರಸ** ಅಲ್ಲಮ ಪ್ರಭುವಿನ ಜೀವನ ವೃತ್ತಾಂತವನ್ನು **'ಪ್ರಭುಲಿಂಗಲೀಲೆ'** ಎಂಬ ಹೆಸರಿನಲ್ಲಿ ರಚಿಸಿದ್ದಾನೆ. ಹರಿಹರ ರಚಿಸಿದ್ದ ಅಲ್ಲಮನ ಜೀವನ ಚರಿತ್ರೆಗಿಂತ ಪ್ರಭುಲಿಂಗಲೀಲೆ ಭಿನ್ನವಾಗಿದೆ. ಹರಿಹರನ ಪ್ರಕಾರ ಪತ್ನಿ ಕಾಮಲತೆಯ ಆಕಾಲ ಸಾವಿನಿಂದ ದುಃಖಕ್ಕೊಳಗಾಗಿ ಅಲ್ಲಮಪ್ರಭು ವೈರಾಗ್ಯಪರನಾದನು. ಆದರೆ ಚಾಮರಸನ ಕೃತಿಯಲ್ಲಿ ಕಾಮಲತೆಯ ಪ್ರಸ್ತಾಪವೇ ಇಲ್ಲ. ಇಲ್ಲಿ ಪ್ರಭುದೇವ ಸಾಕ್ಷಾತ್ ಶಿವನ ಅವತಾರ. ಪಾರ್ವತಿ ಅಲ್ಲಮನ ಪರೀಕ್ಷೆಗಾಗಿ ಮಾಯೆಯನ್ನು ಕಳುಹಿಸಿದ್ದು, ಅಲ್ಲಮನನ್ನು ಒಲಿಸಿಕೊಳ್ಳಲಾಗದೆ ಮಾಯೆ ಕೈಲಾಸಕ್ಕೆ ಹಿಂದಿರುಗಿದ ಪ್ರಸಂಗವನ್ನು ಕವಿ ಮನೋಜ್ಞವಾಗಿ ವರ್ಣಿಸಿದ್ದಾನೆ. **'ದ್ಯುಮಣಿ ಅಲ್ಲಮ ಸಿಕ್ಕನಾದನು ತಮದ ಮಾಯೆಗೆ'** ಎಂದು ಕವಿ ಬರೆದಿದ್ದಾನೆ. ಪರಮವೈರಾಗ್ಯ ಮೂರ್ತಿ ಅಲ್ಲಮನ ಮೇರು ಸದೃಶ್ಯವಾದ ವ್ಯಕ್ತಿತ್ವವನ್ನು ಭಾಮಿನೀಷಟ್ಪದಿಯ ಈ ಕೃತಿಯಲ್ಲಿ ಚಾಮರಸ ಅದ್ಭುತವಾಗಿ ಚಿತ್ರಿಸಿದ್ದಾನೆ. ಇದು ತೆಲುಗು, ತಮಿಳು, ಮರಾಠಿ, ಸಂಸ್ಕೃತ ಭಾಷೆಗಳಿಗೆ ಭಾಷಾಂತರವಾಗಿರುವುದು ಅದರ ಮಹತ್ವವನ್ನು ಸೂಚಿಸುತ್ತದೆ.

ಮಗ್ಗೆಯ ಮಾಯಿದೇವ (1420) : ಇವನು ಈ ಅವಧಿಯ ಶತಕಕಾರರಲ್ಲಿ ಪ್ರಮುಖನಾದವನು. ಈತನು **'ಅನುಭವ ಸೂತ್ರ'**, **'ಶಿವಸೂತ್ರ'** ಎಂಬ ಸಂಸ್ಕೃತ ಗಂಥಗಳನ್ನು ಮತ್ತು **'ಪ್ರಭುನೀತಿ'**, **'ಏಕೋತ್ತರಶತಸ್ಥಲ ಷಟ್ಪದಿ'**, **'ಷಟ್‌ಸ್ಥಲಗದ್ಯ'**, **'ಶತಕತ್ರಯ'** ಮೊದಲಾದ ಕನ್ನಡ ಗ್ರಂಥಗಳನ್ನು ರಚಿಸಿದನೆಂದು ಹೇಳಲಾಗಿದೆ. ಆದರೆ ಈಗ ದೊರೆತಿರುವುದು **'ಶತಕತ್ರಯ'** ಮಾತ್ರ. ಇದರಲ್ಲಿ **'ಶಿವಾಧವಶತಕ'**, **'ಶಿವವಲ್ಲಭಶತಕ'** ಮತ್ತು **'ಐಪುರೀಶ್ವರ ಶತಕ'** ಎಂಬ ಮೂರು ಶತಕಗಳಿವೆ. ಮಾಯಿದೇವನನ್ನು ಹಲವಾರು ವೀರಶೈವ ಕವಿಗಳು ಬಹಳವಾಗಿ ಹೊಗಳಿದ್ದಾರೆ.

ನಿಜಗುಣಶಿವಯೋಗಿ : ನಿಜಗುಣಶಿವಯೋಗಿ ಈ ಅವಧಿಯ ಮಹಾನ್ ದಾರ್ಶನಿಕ. ಈತನು ಕಾವೇರಿ ತೀರದ ಚಿಕ್ಕರಾಜ್ಯವೊಂದರ ಅರಸನಾಗಿದ್ದನೆಂದೂ, ವೈರಾಗ್ಯಪರನಾಗಿ ಕೊಳ್ಳೇಗಾಲದ ಸಮೀಪದ ಶಂಭುಲಿಂಗನ ಬೆಟ್ಟದಲ್ಲಿ ತಪಸ್ಸನ್ನಾಚರಿಸಿದನೆಂದು ಹೇಳಲಾಗಿದೆ. ಈತನು **'ಅನುಭವಸಾರ'**, **'ಕೈವಲ್ಯ ಪದ್ಧತಿ'**, **'ಪರಮಾನುಭವ ಬೋಧೆ'**, **'ಪರಮಾರ್ಥ ಗೀತೆ'**, **'ವಿವೇಕ ಚಿಂತಾಮಣಿ'**, **'ಪರಮಾರ್ಥ ಪ್ರಕಾಶಿಕೆ'** ಗ್ರಂಥಗಳನ್ನು ರಚಿಸಿದನು. **'ಅನುಭವಸಾರ'** ಗುರು-ಶಿಷ್ಯರ ಸಂವಾದ ರೂಪದಲ್ಲಿದ್ದು ಸಕಲ ವೇದಾಂತ ಸಾರವನ್ನು ತಿಳಿಸುವ ಗ್ರಂಥವಾಗಿದೆ. **'ವಿವೇಕ ಚಿಂತಾಮಣಿ'** ಪುರಾಣ, ಇತಿಹಾಸ, ವೇದಾಂತ, ವೈದ್ಯಶಾಸ್ತ್ರ ಮೊದಲಾದ ವಿಷಯಗಳನ್ನು ಒಳಗೊಂಡು ವಿಶ್ವಕೋಶದ ರೂಪದಲ್ಲಿದೆ. ಇದು ಸಂಸ್ಕೃತ ಹಾಗೂ ಮರಾಠಿ ಭಾಷೆಗಳಿಗೂ ಭಾಷಾಂತರವಾಗಿದೆ.

ಗುಬ್ಬಿಯ ಮಲ್ಲಣಾರ್ಯ : ಇವನು ತುಮಕೂರು ಜಿಲ್ಲೆ ಗುಬ್ಬಿಯ ಪ್ರಸಿದ್ಧ ಶಿವಶರಣ ಮಲ್ಲಣನ ಮಗ. **'ಭಾವಚಿಂತಾರತ್ನ’** **'ವೀರಶೈವಾಮೃತ ಪುರಾಣ’** **'ಪುರಾತನರ ರಗಳೆ’** ಎಂಬ ಮೂರು ಕಾವ್ಯಗಳನ್ನು ರಚಿಸಿದನು. ಆದರೆ ಪುರಾತನರ ರಗಳೆ ದೊರೆತಿಲ್ಲ. ಉಳಿದೆರೆಡೂ ಕೃತಿಗಳಲ್ಲೂ ಅವನ ದೈವಭಕ್ತಿ, ಆಧ್ಯಾತ್ಮಜ್ಞಾನ ಸ್ಪಷ್ಟವಾಗಿ ಪ್ರಕಟಗೊಂಡಿವೆ. **'ಭಾವಚಿಂತಾರತ್ನ’**ದಲ್ಲಿ ಪಂಚಾಕ್ಷರಿ ಮಂತ್ರದ ಮಹಿಮೆಯನ್ನು ವಿವರಿಸಲಾಗಿದೆ. **'ವೀರಶೈವಾಮೃತ ಪುರಾಣ'** 7100 ಪದ್ಯಗಳನ್ನು ಒಳಗೊಂಡ ಬೃಹತ್ ಕಾವ್ಯ. ಇದು ವೀರಶೈವ ಸಿದ್ಧಾಂತದ ವಿಶ್ವಕೋಶದಂತಿದೆ. ಮಲ್ಲಣಾರ್ಯ **'ಬಸವ ಪುರಾಣ'** ವನ್ನು ಓದಿ ಹೇಳುತ್ತಿದ್ದನು. ಅದರಿಂದಾಗಿ **'ಬಸವ ಪುರಾಣದ ಮಲ್ಲಣಾರ್ಯ’** ಎಂದೇ ಪ್ರಸಿದ್ಧನಾಗಿದ್ದನು. ಹಿಂದೆಯೇ (1369) **ಭೀಮಕವಿ** ತೆಲುಗಿನ ಪಾಲ್ಕುರಿಕೆ ಸೋಮನಾಥನ ಕೃತಿಯ ಆಧಾರದ ಮೇಲೆ **'ಬಸವ ಪುರಾಣ'** ವನ್ನು ರಚಿಸಿದ್ದನು.

ಇತರ ವೀರಶೈವ ಕವಿಗಳು : ಈ ಯುಗದ ಇತರ ವೀರಶೈವ ಕವಿಗಳಲ್ಲಿ ಪ್ರಮುಖರಾದ ಚತುರ್ಮುಖ ಬೊಮ್ಮರಸ **'ರೇವಣ ಸಿದ್ದೇಶ್ವರ ಪುರಾಣ’** ವನ್ನು, ಸಿಂಗಿರಾಜ **'ಸಿಂಗಿರಾಜ ಪುರಾಣ’** ವನ್ನು, ನಂಜುಂಡ ಕವಿ **'ಕುಮಾರರಾಮನ ಸಾಂಗತ್ಯ’** ವನ್ನು, ಕಿಕ್ಕೇರಿಯಾರಾಧ್ಯ ನಂಜಂಡ **'ಭೈರವೇಶ್ವರ ಕಾವ್ಯ’** ವನ್ನು, ವಿರೂಪಾಕ್ಷಪಂಡಿತ **'ಚನ್ನಬಸವ ಪುರಾಣ’** ವನ್ನು, ಸಿದ್ಧನಂಜೇಶ **'ರಾಘವಾಂಕ ಚರಿತೆ'** **'ಬಸವ ಶತಕ'** ಎಂಬ ಕೃತಿಗಳನ್ನು, ವೀರಭದ್ರಕವಿ **'ವೀರಭದ್ರ ವಿಜಯ’** ಎಂಬ ಕಾವ್ಯವನ್ನು ರಚಿಸಿದನು. **ವಿರಕ್ತ ತೋಂಟದಾರ್ಯ, ಶಾಂತೇಶ** (ಮಲ್ಲಣಾರ್ಯನ ಮಗ), **ಗುರುಲಿಂಗ ವಿಭು, ಸುರಂಗಕವಿ, ಕರಸ್ಥಲದ ನಾಗಿದೇವ, ಶಂಕರದೇವ** ಮೊದಲಾದವರು ಈ ಕಾಲದ ಇತರ ವೀರಶೈವ ಕವಿಗಳು. ಷಡಕ್ಷರದೇವ (1655) ಮಂಡ್ಯ ಜಿಲ್ಲೆಯ ಮಳವಳ್ಳಿ ತಾಲ್ಲೂಕಿನ ದನಗೂರು ಗ್ರಾಮದಲ್ಲಿ ಜನಿಸಿದನು. ಯಳಂದೂರಿನಲ್ಲಿ ಮಠಾಧಿಪತಿಯಾಗಿದ್ದ ಅವನು **'ರಾಜಶೇಖರ ವಿಲಾಸ’** **'ವೃಷಬೇಂದ್ರ ವಿಜಯ’** **'ಶಬರಶಂಕರ ವಿಲಾಸ’** ಎಂಬ ಕೃತಿಗಳನ್ನು ರಚಿಸಿದನು. ಕಥೆಗಳ ರೂಪದಲ್ಲಿ ವೀರಶೈವ ಧರ್ಮದ ತಿರುಳನ್ನು ಬೋಧಿಸುವುದು ಇವುಗಳ ಉದ್ದೇಶವಾಗಿತ್ತು.

ವೈದಿಕ ಸಾಹಿತ್ಯ: ಕುಮಾರವ್ಯಾಸ

ವಿಜಯನಗರ ಕಾಲ ವೈದಿಕ ಪರಂಪರೆಯ ಪುನರುಜ್ಜೀವನ ಕಾಲವಾಗಿತ್ತು. ಈ ಕಾಲದ ವೈದಿಕ ಕವಿಗಳಲ್ಲಿ ಕುಮಾರವ್ಯಾಸ ಅಗ್ರಗಣ್ಯನು. ಅವನು ಮೂಲ ಹೆಸರು **ಗದುಗಿನ ನಾರಣಪ್ಪ**. ಗದುಗಿನ ಸಮೀಪದ ಕೋಳಿವಾಡ ಅವನ ಹುಟ್ಟೂರು. ತಂದೆ ಲಕ್ಕರಸ ಅಥವಾ ಲಕ್ಷ್ಮಣದೇವ ಒಂದನೇ ದೇವರಾಯನ ಮಂತ್ರಿಯಾಗಿದ್ದನೆಂದು ಹೇಳಲಾಗಿದೆ. **'ಕರ್ನಾಟಕ ಭಾರತ ಕಥಾಮಂಜರಿ'** ಕುಮಾರವ್ಯಾಸನ ಮೇರುಕೃತಿ. ವ್ಯಾಸನ ಸಂಸ್ಕೃತದ **'ಮಹಾಭಾರತ'** ಕುಮಾರವ್ಯಾಸನ ಕೃತಿಗೆ ಆಧಾರವಾಗಿದ್ದರೂ ಇದು ಕೇವಲ ಭಾಷಾಂತರವಾಗಿರದೆ ಸ್ವತಂತ್ರ್ಯ ಕೃತಿಯ ರೂಪದಲ್ಲಿದೆ. ಹಿಂದೆ ಪಂಪ ಬರೆದಿದ್ದ ಭಾರತವನ್ನು ಕುಮಾರವ್ಯಾಸ ಆಮೂಲಾಗ್ರವಾಗಿ ಓದಿದ್ದನೆಂಬುದರಲ್ಲಿ ಸಂಶಯವಿಲ್ಲ. ಪಂಪನ ಕೃತಿಯಲ್ಲಿ ಬರುವ ಶ್ರೀಕೃಷ್ಣ ಸಂಧಾನ ಪ್ರಸಂಗದಲ್ಲಿ ವಿಧುರನು ದುರ್ಯೋಧನನ ರಕ್ಷಣೆಗೆ ಇಟ್ಟುಕೊಂಡಿದ್ದ ಧನುಸ್ಸನ್ನು ಮುರಿಯುವುದು, ಕರ್ಣನು ಕುಂತಿಯನ್ನು ಗಂಗಾನದಿಯ ದಂಡೆಯಲ್ಲಿ ಸಂಧಿಸುವ ಮುನ್ನ ಸೂರ್ಯನು ಪ್ರತ್ಯಕ್ಷನಾಗಿ ಎಚ್ಚರಿಸುವ ಪ್ರಸಂಗ ಕುಮಾರವ್ಯಾಸ ಭಾರತದಲ್ಲೂ ಕಂಡುಬರುತ್ತವೆ. ಈ ಪ್ರಸಂಗಗಳು ವ್ಯಾಸ ಭಾರತದಲ್ಲಿಲ್ಲ. ಇಲ್ಲಿಯೂ ಕುಮಾರವ್ಯಾಸ ಸ್ವಂತಿಕೆಯನ್ನು ಪ್ರದರ್ಶಿಸಿದ್ದಾನೆ. ಉದಾಹರಣೆಗೆ ಅಹಂಕಾರದಿಂದ ಸಿಂಹಾಸನಲ್ಲಿ ಕುಳಿತಿದ್ದ ದುರ್ಯೋಧನ ಸಿಂಹಾಸನ ಸಹಿತವಾಗಿ ತನ್ನ ಕಾಲ ಮೇಲೆ ಬೀಳುವಂತೆ ಶ್ರೀಕೃಷ್ಣ ಭೂಮಿಯನ್ನು ಒತ್ತುವ ಪ್ರಸಂಗ ನಾರಣಪ್ಪನ ಸೃಷ್ಟಿ.

ಕುಮಾರವ್ಯಾಸನ ಅದ್ಭುತ ಕವಿತಾಶಕ್ತಿ, ಶಕ್ತಿಯುತ ಪಾತ್ರ ಸಂಯೋಜನೆ, ಘಟನೆಗಳ ಸತ್ವಯುತ ನಿರೂಪಣೆ ಅವನ ಕೃತಿಯಲ್ಲಿ ಸ್ಪಷ್ಟವಾಗಿ ಗೋಚರಿಸುತ್ತವೆ. ಅವನ ದೃಷ್ಟಿಯಲ್ಲಿ ಶ್ರೀಕೃಷ್ಣ ಇಡೀ ಭಾರತದ ಸೂತ್ರಧಾರ ಮತ್ತು ಕಥಾನಾಯಕ. ತನ್ನ ಸಾಮರ್ಥ್ಯದ ಬಗ್ಗೆ ಹೇಳಿಕೊಳ್ಳುತ್ತ **'ಹಲಗೆ ಬಳಪವ ಹಿಡಿಯದೊಂದಗ್ಗಳಿಕೆ, ಪದವಿಟ್ಟಳುಪದೊಂದಗ್ಗಳಿಕೆ...''** ಎಂದು ಹೇಳಿಕೊಂಡಿದ್ದಾನೆ. ಅವನು ಉಪಮಾತೀತ. ಏಕಮೇವಾದ್ವಿತೀಯನಾದ ಕವಿ. ಮುಂದಿನ ಕವಿಗಳಿಗೆಲ್ಲ ಅವನೇ ಆದರ್ಶನಾದನು. ಮಹಾಕವಿಯಾಗಿದ್ದರೂ ಅವನು ಅತ್ಯಂತ ವಿನಯವಂತ. ತನ್ನ ಮೂಲಕ ಸ್ವತಃ ನಾರಯಣನೇ ಕಾವ್ಯ ರಚನೆ ಮಾಡಿಸಿದ್ದಾನೆ, **ಅವನೇ ಕವಿ ತಾನು ಲಿಪಿಕಾರ ಮಾತ್ರ ಎಂದು ಹೇಳಿಕೊಂಡಿದ್ದಾನೆ**. ಅವನ ಕಾವ್ಯವನ್ನು ಕುರಿತು ಕುವೆಂಪು ಹೀಗೆ ಹೇಳಿದ್ದಾರೆ. **"ಕುಮಾರವ್ಯಾಸನು ಹಾಡಿದನೆಂದರೆ ಕಲಿಯುಗ ದ್ವಾಪರವಾಗುವುದು, ಭಾರತ ಕಣ್ಣಲಿ ಕುಣಿಯುವುದು, ಮೈಯಲಿ ಮಿಂಚಿನ ಹೊಳೆ ತುಳುಕಾಡುವುದು."**

ಕುಮಾರವ್ಯಾಸನನ್ನು **'ರೂಪಕ ಸಾಮ್ರಾಜ್ಯ ಚಕ್ರವರ್ತಿ'** ಎಂದು ವಿಮರ್ಶಕರು ಹೊಗಳಿದ್ದಾರೆ. ಅವನು ನೀಡಿರುವ ರೂಪಕಗಳಲ್ಲಿ ಕೆಲವು ಹೀಗಿವೆ **'ಕಡ್ಡಿ ತಡೆವುದೇ ಕಡಲ'**, **'ಕುರುಬರೂರಲಿ ಗಾಜು ಮಾಣಿಕ್ಯ’** **'ಎಳಲತೆಯ ಕುಡಿ ಮಾಳಿಗೆಗೆ ತೋಲೆಯೇ’** ಕುಮಾರವ್ಯಾಸ ಭಾರತದ ಮೊದಲ 10 ಪರ್ವಗಳನ್ನು ಮಾತ್ರ ರಚಿಸಿದನು. ಉಳಿದ ಎಂಟು ಪರ್ವಗಳನ್ನು ನಂದಿ ತಿಮ್ಮನ ಕೃಷ್ಣದೇವರಾಯನ ಅಪೇಕ್ಷೆಯಂತೆ 'ಕೃಷ್ಣರಾಯ ಭಾರತ ಕಥಾಮಂಜರಿ' ಎಂಬ ಹೆಸರಿನಲ್ಲಿ ರಚಿಸಿದನು. ಪಂಪ ಭಾರತದಲ್ಲಿ

ವೀರರಸ ಪ್ರಧಾನವಾಗಿದ್ದರೆ, ಕುಮಾರವ್ಯಾಸ ಭಾರತದಲ್ಲಿ ವೀರರಸದ ಜೊತೆಗೆ ಭಕ್ತಿರಸವೂ ಪ್ರಧಾನವಾಗಿದೆ. ತನ್ನ ಕಾವ್ಯವನ್ನು ಕುಮಾರವ್ಯಾಸ 'ಕಾವ್ಯಕ್ಕೆಲ್ಲ ಗುರು' ಎಂದು ವರ್ಣಿಸಿದ್ದಾನೆ. ಪಂಪ **ಭಾರತ ಕಲಿತವರ ಕಾಮಧೇನುವಾದರೆ, ಕುಮಾರವ್ಯಾಸ ಭಾರತ ಕಲಿಯದವರ ಕಾಮಧೇನು** ಎಂದು ವರ್ಣಿಸಲ್ಪಟ್ಟಿದೆ.

ಕುಮಾರ ವಾಲ್ಮೀಕಿ (1500) : ಈತ ಈ ಯುಗದ ಮತ್ತೊಬ್ಬ ಶ್ರೇಷ್ಠ ವೈದಿಕ ಕವಿ. ಈತನ ಮೂಲ ಹೆಸರು **ತೊರವೆಯ ನರಹರಿ.** ಕುಮಾರವ್ಯಾಸ ವ್ಯಾಸ ಭಾರತವನ್ನು ಕನ್ನಡಕ್ಕೆ ತಂದಂತೆ, ಕುಮಾರವಾಲ್ಮೀಕಿ ವಾಲ್ಮೀಕಿ ರಾಮಾಯಣವನ್ನು ಕನ್ನಡಕ್ಕೆ ತಂದನು. ಇವನು ಕುಮಾರವ್ಯಾಸನಂತೆ ಮಹಾಕವಿಯಲ್ಲದಿದ್ದರೂ ರಾಮಾಯಣದ ಕಥೆಯನ್ನು ಸರಳವಾಗಿ ನಿರೂಪಿಸಿದ್ದಾನೆ. ಇವನೊಬ್ಬ ಭಕ್ತ ಕವಿ. ರಾಮಾಯಣದ ಕಥೆಯನ್ನು ಶಿವನು ಪಾರ್ವತಿಗೆ ಹೇಳಿದಂತೆ ಬರೆದಿದ್ದಾನೆ. ಅವನ ದೃಷ್ಟಿಯಲ್ಲಿ ರಾಮ ಸಾಕ್ಷಾತ್ ಮಹಾವಿಷ್ಣು, ಅಂತೆಯೇ ಸೀತೆ ಸಕ್ಷಾತ್ ಲಕ್ಷ್ಮಿ, ಜಗನ್ಮಾತೆ. ಈತನ ಕೃತಿ **'ತೊರವೆ ರಾಮಾಯಣ'** ಎಂದು ಪ್ರಸಿದ್ಧವಾಗಿದೆ. ಇದು 5,000ಕ್ಕೂ ಹೆಚ್ಚು ಪದ್ಯಗಳನ್ನು ಒಳಗೊಂಡಿದೆ. ಈತನು **'ಮೈರಾವಣ ಕಾಳಗ'** ಎಂಬ ಕೃತಿಯನ್ನು ರಚಿಸಿದನೆಂದು ಹೇಳಲಾಗಿದೆ.

ಚಾಟು ವಿಠಲನಾಥ ಸಂಸ್ಕೃತದಲ್ಲಿ ಶುಕಮುನಿ ರಚಿಸಿದ್ದ ಭಾಗವತವನ್ನು ಕನ್ನಡಕ್ಕೆ ತಂದನು. ಈತನ ನಿಜವಾದ ಹೆಸರು **ಸದಾನಂದ ಯೋಗಿ.** ಕಥೆಗಳ ಬಂಢಾರವಾಗಿದ್ದ ಭಾಗವತವನ್ನು ಬಹಳ ಸರಳವಾಗಿ ಕನ್ನಡದಲ್ಲಿ ನಿರೂಪಿಸಿದ್ದಾನೆ.

ಲಕ್ಷ್ಮೀಶ (1530) : ಈತ ಕುಮಾರವ್ಯಾಸ ಯುಗದ ಮತ್ತೊಬ್ಬ ಮಹಾಕವಿ. ಈತ ಗುಲ್ಬರ್ಗಾ ಜಿಲ್ಲೆಯ ಸುರಪುರ ತಾಲ್ಲೂಕಿನ ದೇವಾಪುರದವನು ಎಂದು ಕೆಲವರು ಹೇಳಿದರೆ ಮತ್ತೆ ಕೆಲವರ ಪ್ರಕಾರ ಈತ ಕಡೂರು ಜಿಲ್ಲೆಯ ದೇವನೂರಿನವನು. **'ಜೈಮಿನಿ ಭಾರತ'** ಈತನ ಮೇರು ಕೃತಿ. ಇದು ಸಂಸ್ಕೃತದ ಜೈಮಿನಿ ಭಾರತದ ಕನ್ನಡ ರೂಪವಾಗಿದೆ. ಇದು ಪಾಂಡವರ ಅಶ್ವಮೇಧಯಾಗದ ಕಥೆಯನ್ನು ಒಳಗೊಂಡಿದೆ. ಇದರಲ್ಲಿ ನಿರೂಪಿತವಾಗಿರುವ ಯೌವನಾಶ್ವ, ನೀಲಧ್ವಜ, ಚಂಡಿ, ಸುಧನ್ವ, ಪ್ರಮೀಳೆ, ಚಂದ್ರಹಾಸ ಮೊದಲಾದವರ ಕಥೆಗಳು ತುಂಬಾ ಮನೋಜ್ಞವಾಗಿವೆ. ಈತನ ಕಾವ್ಯ, ಪಂಡಿತ ಪಾಮರರಿಗೂ ಪ್ರಿಯವಾಗಿದೆ.

ಇತರ ವೈದಿಕ ಕವಿಗಳು : ಇತರ ವೈದಿಕ ಕವಿಗಳಲ್ಲಿ ಪ್ರಮುಖರಾದವರು ಸೋಮನಾಥ, ತಿರುಮಲಭಟ್ಟ, ನರಹರಿ, ರಂಗನಾಥ, ಗೋವಿಂದ ಮೊದಲಾದವರು. ಸೋಮನಾಥ **'ಅಕ್ರೂರ ಚರಿತೆ'**ಯನ್ನು ರಚಿಸಿದನು. ಇದು ಕೃಷ್ಣ–ಬಲರಾಮರ ಜನನದಿಂದ ಕಂಸವಧೆಯವರೆಗಿನ ಕಥೆಯನ್ನು ಒಳಗೊಂಡಿದೆ. ಕೆಳದಿಯ ಅರಸ ವೆಂಕಟಪ್ಪನ ಆಶ್ರಿತನಾದ ತಿರುಮಲಭಟ್ಟ **'ಶಿವಗೀತೆ'**ಯನ್ನು, ನರಹರಿ **'ಪ್ರಹ್ಲಾದ ಚರಿತೆ'**ಯನ್ನು, ರಂಗನಾಥ (1675) **'ಅನುಭವಾಮೃತ'** ಎಂಬ ಅದ್ವೈತ ಸಿದ್ಧಾಂತಕ್ಕೆ ಸಂಬಂಧಿಸಿದ ಕೃತಿಯನ್ನು ರಚಿಸಿದನು. **'ಕರ್ನಾಟಕ ಶಬ್ದಾನುಶಾಸನ'** ಬರೆದ ಭಟ್ಟಾಕಳಂಕನು ಈ ಕಾಲಕ್ಕೆ ಸೇರಿದವನು.

ದಾಸ ಸಾಹಿತ್ಯ

12ನೇ ಶತಮಾನದಲ್ಲಿ ಬಸವಾದಿ ಶರಣರು ನಡೆಸಿದ ಧರ್ಮ ಕ್ರಾಂತಿಯಿಂದ ವೈದಿಕ ಧರ್ಮದ ಅಡಿಪಾಯವೇ ಅಲುಗಾಡಿತು. ಈ ಹಿನ್ನೆಲೆಯಲ್ಲಿ ವೈದಿಕ ಧರ್ಮದ ಪುನಶ್ಚೇತನ ಕಾರ್ಯ ಮಧ್ವಾಚಾರ್ಯರಿಂದ ಆರಂಭವಾಗಿತ್ತು. ವಚನ ಸಾಹಿತ್ಯಕ್ಕೆ ಪರ್ಯಾಯವಾಗಿ, ವಿಜಯನಗರ ಕಾಲದಲ್ಲಿ ದಾಸ ಸಾಹಿತ್ಯ ಹುಟ್ಟಿತು. ದಾಸಕೂಟದ ಪ್ರಮುಖರಾದ **ಶ್ರೀಪಾದರಾಜರು,** ಅವರ ಶಿಷ್ಯ **ವ್ಯಾಸರಾಯ.** ಅವರ ಶಿಷ್ಯರಾದ **ವಾದಿರಾಜರು, ಪುರಂದರದಾಸ** ಮತ್ತು **ಕನಕದಾಸ** ಮೊದಲಾದವರು ಅಪಾರ ಸಂಖ್ಯೆಯ ಕೀರ್ತನೆಗಳನ್ನು ರಚಿಸಿದರು. ಕನ್ನಡದಲ್ಲಿ ಮೊದಲು ಕೀರ್ತನೆಗಳನ್ನು ರಚಿಸಿದವರು **ನರಹರಿ ತೀರ್ಥರು. ಮೊಟ್ಟಮೊದಲ ಹರಿದಾಸ ಕೀರ್ತನೆಯೆಂದು ಪ್ರಸಿದ್ಧವಾಗಿರುವುದು ಇವರ "ಎಂತು ಮರುಳಾದೆ ನಾ ಎಂತು ಮರಳಾದೆ".** ಅವರ ನಂತರ ಶ್ರೀಪಾದರಾಜರು ದಾಸ ಸಾಹಿತ್ಯವನ್ನು ಬೆಳೆಸಿದರು. ಅವರ ಶಿಷ್ಯರಾದ ವ್ಯಾಸರಾಯರು ಕೃಷ್ಣದೇವರಾಯನ ಗುರುಗಳಾಗಿದ್ದರು. ಅವರ ಶಿಷ್ಯರೇ ಪುರಂದರದಾಸರು, ಕನಕದಾಸರು, ವಾದಿರಾಜರು ಮೊದಲಾದವರು. ಮೊದಲ ಬಾರಿಗೆ ದಾಸ ಸಾಹಿತ್ಯವನ್ನು ಸಂಗ್ರಹಿಸುವ ಕಾರ್ಯ ನಡೆಸಿದವರು **ಬಾಸೆಲ್ ಮಿಷನ್**ನ **ರೆ. ಹರ್ಮನ್ ಮೋಗ್ಲಿಂಗ್.** ಅವರು 1850ರಲ್ಲಿ ಆಯ್ದ ದಾಸರ ಕೀರ್ತನೆಗಳನ್ನೊಳಗೊಂಡ **'ದಾಸರ ಪದಗಳು'** ಎಂಬ ಕೃತಿ ಪ್ರಕಟಿಸಿದರು.

ಹರಿದಾಸರಲ್ಲಿ ಶ್ರೇಷ್ಠರಾದ ಪುರಂದರದಾಸರು ನೂರಾರು ಕೀರ್ತನೆಗಳನ್ನು ರಚಿಸಿದ್ದಾರೆ. ಅವುಗಳನ್ನು **"ಪುರಂದರೋಪನಿಷತ್"** ಎಂದು ಕರೆಯಲಾಗಿದೆ. ಲೋಕಾನುಭವದಿಂದಾಗಿ ಮೂಡಿರುವ ಅವರ ಕೀರ್ತನೆಗಳಲ್ಲಿ ಜಾತಿಪದ್ಧತಿ, ಮಡಿ ಮೈಲಿಗೆ ಭಾವನೆಗಳ ಬಗ್ಗೆ ಟೀಕೆಯಿದೆ. ಈ ಕಾಲದಲ್ಲಿ ಕರ್ನಾಟಕ ಸಂಗೀತಕ್ಕೆ ಭದ್ರಬುನಾದಿ ಸಿಕ್ಕಿತು. ಪುರಂದರರನ್ನು **ಕರ್ನಾಟಕ ಸಂಗೀತದ ಪಿತಾಮಹಾ** ಎಂದು ಕರೆಯಲಾಗಿದೆ. ಅವರ ಕೀರ್ತನೆಗಳಲ್ಲಿ **'ಕೆರೆಯ ನೀರನು ಕೆರೆಗೆ ಚಲ್ಲಿ', 'ಗುಮ್ಮನ ಕರೆಯದಿರೆ ಅಮ್ಮ', 'ಆಚಾರವಿಲ್ಲದೆ ನಾಲಿಗೆ'** ಅತ್ಯಂತ ಜನಪ್ರಿಯವಾದುವು. **'ದಾಸರೆಂದರೆ ಪುರಂದರದಾಸರಯ್ಯ'** ಎಂದು ಗುರುಗಳಿಂದಲೇ ಹೊಗಳಿಸಿಕೊಂಡವರು ಪುರಂದರದಾಸರು.

ಕನಕದಾಸರು, ಪುರಂದರದಾಸರಂತೆ, ವ್ಯಾಸರಾಯರ ಶಿಷ್ಯ. ಹರಿಕೀರ್ತನೆಗಳಲ್ಲದೆ ಕನಕದಾಸರು **'ಮೋಹನ ತರಂಗಿಣಿ'**, **'ನಳ ಚರಿತೆ'** **'ಹರಿಭಕ್ತಿ ಸಾರ'**, **'ರಾಮಧಾನ್ಯ ಚರಿತೆ'** ಎಂಬ ಕಾವ್ಯಗಳನ್ನು ರಚಿಸಿದ್ದಾರೆ. ದಾರವಾಡದ ಬಾಡ ಗ್ರಾಮದ ಬೀರಪ್ಪ – ಬಚ್ಚಮ್ಮನವರ ಪುತ್ರನಾಗಿ ಜನಿಸಿದ ಕನಕರು ತಮ್ಮ ಬದುಕಿನ ಬಹುಭಾಗವನ್ನು ತಿರುಪತಿಯಲ್ಲಿ ಕಳೆದು ಕೊನೆಯಲ್ಲಿ ಕಾಗಿನೆಲೆಯ ಕೇಶವನ ಸನ್ನಿಧಿಯಲ್ಲಿ ಮರಣಿಸಿದರೆಂದು ಹೇಳಲಾಗಿದೆ. ಪುರಂದರದಾಸರಿಗಿಂತಲೂ ಜಾತಿ ವ್ಯವಸ್ಥೆಯನ್ನು, ಡಂಬಾಚಾರವನ್ನು ಕನಕರು ಕಟುವಾಗಿ ಟೀಕಿಸಿದ್ದಾರೆ. **'ಕುಲಕುಲವೆಂದು ಹೊಡೆದಾಡದಿರಿ, ನಿಮ್ಮ ಕುಲದ ನೆಲೆಯನೇನಾದರು ಬಲ್ಲಿರಾ"** ಎಂದು ಪ್ರಶ್ನಿಸುತ್ತಾರೆ. **"ಅಜ್ಞಾನಿಗಳ ಕೂಡೆ ಅಧಿಕ ಸ್ನೇಹಕ್ಕಿಂತ ಸುಜ್ಞಾನಿಗಳ ಕೂಡೆ ಜಗಳವೇ ಲೇಸು"** ಎಂದು ಸಲಹೆ ನೀಡುತ್ತಾರೆ. ರಾಮಧಾನ್ಯ ಚರಿತೆಯಲ್ಲಿ ಜನಸಾಮಾನ್ಯರ ದಿನ ನಿತ್ಯದ ಆಹಾರವಾಗಿದ್ದ ರಾಗಿಯ ಹಿರಿಮೆಯನ್ನು ಎತ್ತಿ ತೋರಿದ್ದಾರೆ ಮತ್ತು ಸಮಾಜದಲ್ಲಿದ್ದ ಮೇಲು, ಕೀಳು ಭಾವನೆಗಳನ್ನು, ಅಸಮತೆ, ಅನ್ಯಾಯಗಳನ್ನು ಟೀಕಿಸಿದ್ದಾರೆ.

ಸಂಸ್ಕೃತ ಸಾಹಿತ್ಯ

ವಿಜಯನಗರದ ಕಾಲದಲ್ಲಿ ಸಂಸ್ಕೃತ ಸಾಹಿತ್ಯ ಅಪಾರವಾಗಿ ಬೆಳೆಯಿತು. ಒಂದನೇ ಬುಕ್ಕರಾಯನ ಕಾಲದಲ್ಲಿ ಜೀವಿಸಿದ್ದ ಸಾಯಣಾಚಾರ್ಯ, ಮಾಧವಚಾರ್ಯ ಮತ್ತು ವಿದ್ಯಾರಣ್ಯರು ಶ್ರೇಷ್ಠ ಸಂಸ್ಕೃತ ವಿದ್ವಾಂಸರಾಗಿದ್ದರು. ಸಾಯಣ ಮತ್ತು ಮಾಧವರು **'ವೇದಾರ್ಥ ಪ್ರಕಾಶ'** ಎಂಬ ವೇದಗಳನ್ನು ಕುರಿತ ಮಹತ್ವದ ವ್ಯಾಖ್ಯಾನವನ್ನು ರಚಿಸಿದರು. ಇದನ್ನು ನಾಲ್ಕು ವೇದಗಳಿಗೆ ಕೀಲಿಕೈ ಎಂದು ವರ್ಣಿಸಲಾಗಿದೆ. ಇದರ ರಚನೆಯಲ್ಲಿ ಅವರಿಗೆ ಹಲವು ವಿದ್ವಾಂಸರು ನೆರವಾದರು. ಸಾಯಣ ರಚಿಸಿದ ಇತರ ಗ್ರಂಥಗಳು **'ಯಜ್ಞತಂತ್ರ ಸುಧಾನಿಧಿ'** **'ಪುರುಷಾರ್ಥ ಸುಧಾನಿಧಿ'** **'ಪ್ರಾಯಶ್ಚಿತ್ತ ಸುಧಾನಿಧಿ'** ಮೊದಲಾದವು. ಶೃಂಗೇರಿ ಶಾರದಪೀಠದ 12ನೇ ಜಗದ್ಗುರುಗಳಾದ ವಿದ್ಯಾರಣ್ಯರು **'ಪರಾಶರ ಮಾಧವೀಯ'** **'ಶಂಕರವಿಜಯ'**, **'ಸರ್ವದರ್ಶನ ಸಂಗ್ರಹ'**, **'ಪಂಚದಶೀ'**, **'ಸಂಗೀತಸಾರ'**, **'ಜೀವನ್ಮುಕ್ತಿ ವಿವೇಕ'**, **'ಅನುಭೂತಿ ಪ್ರಕಾಶ'**, ಮೊದಲಾದ ಕೃತಿಗಳನ್ನು ರಚಿಸಿದರು.

ಕೆಲವು ಅರಸರು ಸ್ವತಃ ಸಂಸ್ಕೃತದಲ್ಲಿ ಗ್ರಂಥಗಳನ್ನು ರಚಿಸಿದ್ದಾರೆ. ಎರಡನೇ ದೇವರಾಯ **'ಮಹಾನಾಟಕ ಸುಧಾನಿಧಿ'**, **'ರತಿರತ್ನ ಪ್ರದೀಪಿಕಾ'** ಎಂಬ ಗ್ರಂಥಗಳನ್ನು, ಸಾಳುವ ನರಸಿಂಹ **'ರಾಮಾಭ್ಯುದಯ'** ಎಂಬ ಗ್ರಂಥವನ್ನು ರಚಿಸಿದರು. ಕೃಷ್ಣದೇವರಾಯ **'ಜಾಂಬವತಿ ಕಲ್ಯಾಣ'** ಎಂಬ ನಾಟಕವನ್ನು ರಚಿಸಿದನು. ಕುಮಾರ ಕಂಪಣನ ಪತ್ನಿ ಗಂಗಾದೇವಿ **'ಮಧುರಾ ವಿಜಯಂ'** ಅಥವಾ **'ಕುಮಾರಕಂಪಣರಾಯ ಚರಿತ'** ಎಂಬ ಕಾವ್ಯವನ್ನು ರಚಿಸಿದಳು. ಇದರಲ್ಲಿ ಒಂದನೇ ಬುಕ್ಕರಾಯನ ಮಗ ಕಂಪಣನ ಮಧುರೆಯ ದಂಡಯಾತ್ರೆಯನ್ನು ವಿವರಿಸಲಾಗಿದೆ. **'ಮಧುರಾ ವಿಜಯಂ'** ಭಾರತದ ಚರಿತ್ರೆಯಲ್ಲಿ **ಕವಯಿತ್ರಿಯೊಬ್ಬಳು ಬರೆದ ಮೊದಲ ಸಂಸ್ಕೃತ ಇತಿಹಾಸ ಕಾವ್ಯ** ಎಂದು ಪ್ರಶಂಸಿಸಲ್ಪಟ್ಟಿದೆ. ಎರಡನೇ ರಾಜನಾಥ ಡಿಂಡಿಮನ **'ಸಾಳುವಾಭ್ಯುದಯಂ'** ಎಂಬ ಗ್ರಂಥವನ್ನು, ಮೂರನೇ ರಾಜನಾಥ ಡಿಂಡಿಮ **'ಅಚ್ಯುತರಾಯಾಭ್ಯುದಯಂ'** ಎಂಬ ಕೃತಿಯನ್ನು ರಚಿಸಿದನು. ತಿರುಮಲಾಂಬ **'ವರದಾಂಬಿಕ ಪರಿಣಯ'** ಎಂಬ ಕಾವ್ಯವನ್ನು ರಚಿಸಿದಳು. ಈಕೆಯು ರಾಣಿವಾಸದವರಿಗೆ ಕಾವ್ಯಗಳನ್ನು ಓದಿ ಹೇಳುತ್ತಿದ್ದಳು. ಹೀಗಾಗಿ ಇವಳನ್ನು **ಓದುವ ತಿರುಮಲಾಂಬ** ಎಂದು ಕರೆಯಲಾಗುತ್ತಿತ್ತು. ಸೋಮನಾಥನ **'ವ್ಯಾಸಯೋಗಿ ಚರಿತ'** ವ್ಯಾಸರಾಯರ ಬದುಕನ್ನು ಕುರಿತದ್ದಾಗಿದೆ. ಸ್ವತಃ ವ್ಯಾಸರಾಯರು ದ್ವೈತ ಸಿದ್ಧಾಂತವನ್ನು ಕುರಿತು **'ತಾತ್ಪರ್ಯ ಚಂದ್ರಿಕ'** **'ನ್ಯಾಯಾಮೃತ'** ಮತ್ತು **'ತರ್ಕತಾಂಡವ'** ಎಂಬ ಕೃತಿಗಳನ್ನು ರಚಿಸಿದರು. ವಾದಿರಾಜರು **'ಯುಕ್ತಿ ಮಲ್ಲಿಕಾ'**, **'ನ್ಯಾಯರತ್ನಾವಳಿ'** ಮೊದಲಾದ ಗ್ರಂಥಗಳನ್ನು ರಚಿಸಿದರು.

ಅಲಂಕಾರ, ಸಂಗೀತ, ನಾಟಕ, ಆಯುರ್ವೇದ ವೈದ್ಯಶಾಸ್ತ್ರಕ್ಕೆ ಸಂಬಂಧಿಸಿದ ಹಲವಾರು ಕೃತಿಗಳು ಈ ಕಾಲದಲ್ಲಿ ರಚನೆಯಾದವು. ಸಾಯಣನ **'ಅಲಂಕಾರ ಸುಧಾನಿಧಿ'**, **'ರೇವಣ್ಣಭಟ್ಟನ 'ಸಂಗೀತ ಮುಕ್ತಾವಳಿ'**, **ಲಕ್ಷ್ಮೀನಾರಾಯಣನ 'ಸಂಗೀತ ಸೂರ್ಯೋದಯ'** ಪ್ರಮುಖ ಕೃತಿಗಳು. ಸಾಯಣನ ಸೂಚನೆಯಂತೆ ಏಕಾಂಬರನಾಥನು ಬರೆದ **'ಆಯುರ್ವೇದ ಸುಧಾನಿಧಿ'** ವೈದ್ಯಶಾಸ್ತ್ರಕ್ಕೆ ಸಂಬಂಧಿಸಿದ ಮಹತ್ವದ ಕೃತಿಯಾಗಿದೆ. ಈ ವರ್ಗಕ್ಕೆ ಸೇರಿದ ಇತರ ಕೃತಿಗಳು ಲಕ್ಷ್ಮಣ ಪಂಡಿತನ **'ವೈದ್ಯರಾಜ ವಲ್ಲಭ'** ನರಸಿಂಹಶಾಸ್ತ್ರಿಯ **'ವೈದ್ಯಸಾರ ಸಂಗ್ರಹ'** ಮೊದಲಾದುವು. ಒಂದನೇ ಅರುಣಗಿರಿನಾಥನ **'ಸೋಮವಲ್ಲೀ ಯೋಗಾನಂದ ಪ್ರಹಸನ'**, ವೆಂಕಟನಾಥನ **'ಸಂಕಲ್ಪ ಸೂರ್ಯೋದಯ'** ಭಾಸ್ಕರನ **'ಉನ್ಮತ್ತ ರಾಘವ'** ಕೃಷ್ಣಮಿಶ್ರನ **'ಪ್ರಭೋಧ ಚಂದ್ರೋದಯ'** ಮೊದಲಾದವು ಪ್ರಮುಖ ನಾಟಕಗಳು. ಈ ಅವಧಿಯಲ್ಲಿ ಪಾಲ್ಕುರಿಕೆ ಸೋಮನಾಥ ವೀರಶೈವ ದರ್ಶನವನ್ನು ವಿವರಿಸಲು ಭಾಷ್ಯೆಗಳನ್ನು ಬರೆದನು. ಅವುಗಳಲ್ಲಿ **'ಸೋಮನಾಥ ಭಾಷ್ಯ'**, **'ರುದ್ರಭಾಷ್ಯ'**, **'ಅಷ್ಟಕ'**, **'ಪಂಚಕ'**, **'ನಮಸ್ಕಾರ ಗದ್ಯ'**, **'ಚತುರ್ವೇದ ತಾತ್ಪರ್ಯ ಸಂಗ್ರಹ'** ಮೊದಲಾದುವು ಮುಖ್ಯವಾದುವು. ಅಂತೆಯೇ ವೀರಶೈವ ಸಿದ್ಧಾಂತವನ್ನು ವಿವರಿಸಲು ಶ್ರೀಪತಿ ಪಂಡಿತನು **'ಶ್ರೀಕರ ಭಾಷ್ಯ'**ವನ್ನು ಬರೆದನು. ಇದು ಶಕ್ತಿವಿಶಿಷ್ಟಾದ್ವೈತದ ಮಹಾಗ್ರಂಥವೆಂದು ಖ್ಯಾತವಾಗಿದೆ. ಕೆಳದಿಯ ನಾಯಕ ಬಸವ ಭೂಪಾಲನು **'ಶಿವತತ್ವ ರತ್ನಾಕರ'** ಎಂಬ ಬೃಹತ್ ವಿಶ್ವಕೋಶವನ್ನು ರಚಿಸಿದನು. ಇದು ಮೂರನೇ ಸೋಮೇಶ್ವರನ ಮಾನಸೋಲ್ಲಾಸಕ್ಕಿಂತಲೂ ಗಾತ್ರ ಹಾಗೂ ವಿಷಯ ವ್ಯಾಪ್ತಿಯಲ್ಲಿ ದೊಡ್ಡದು.

ತೆಲುಗು ಸಾಹಿತ್ಯ

ವಿಜಯನಗರ ಕಾಲದಲ್ಲಿ ತೆಲುಗು ಸಾಹಿತ್ಯ ಅಪಾರವಾದ ಪ್ರಗತಿ ಸಾಧಿಸಿತು. ಎರಡನೇ ದೇವರಾಯನ ಕಾಲದಲ್ಲಿ **ಶ್ರೀನಾಥ ಪ್ರಸಿದ್ಧ** ತೆಲುಗು ವಿದ್ವಾಂಸನಾಗಿದ್ದನು. ಅವನು **'ಹರಿವಿಲಾಸಮು'** ಎಂಬ ಕಾವ್ಯವನ್ನು ರಚಿಸಿದನು. ಅವನನ್ನು ಕನಕಾಭಿಷೇಕದ ಮೂಲಕ ದೇವರಾಯ ಗೌರವಿಸಿದನು.

ಕೃಷ್ಣದೇವರಾಯನ ಕಾಲ ತೆಲುಗು ಸಾಹಿತ್ಯದ **'ಸುವರ್ಣಯುಗ'** ಅವನು **'ಆಂಧ್ರ ಭೋಜರಾಜ'** ಎಂದು ಪ್ರಖ್ಯಾತನಾಗಿದ್ದನು. ಸ್ವತಃ ಅವನು ತೆಲುಗಿನಲ್ಲಿ **'ಆಮುಕ್ತಮಾಲ್ಯದ'** ಎಂಬ ಗ್ರಂಥವನ್ನು ರಚಿಸಿದ್ದಾನೆ. ಕನ್ನಡರಾಯ ಕೃಷ್ಣದೇವರಾಯನು ತಮಿಳು ಮೂಲದ ಗೋದಾದೇವಿಯ ಕಥೆಯನ್ನು ತೆಲುಗಿನಲ್ಲಿ ರಚಿಸಿದನು. ಅವನ ಆಸ್ಥಾನದಲ್ಲಿ **ಅಷ್ಟದಿಗ್ಗಜ**ರೆಂದು ಪ್ರಸಿದ್ಧರಾದ ಎಂಟು ಜನ ತೆಲುಗು ಕವಿಗಳಿದ್ದರು. ಅವರುಗಳು. ಅಲ್ಲಸಾನಿ ಪೆದ್ದನ, ನಂದಿ ತಿಮ್ಮನ, ಮಲ್ಲನ, ಪಿಂಗಳಿ ಸೂರನ, ರಾಮಭದ್ರಕವಿ, ರಾಮರಾಜ ಭೂಷಣ, ದೂರ್ಜಟಿ ಮತ್ತು ತೆನಾಲಿ ರಾಮಕೃಷ್ಣ ಇವರಲ್ಲಿ ಬಹಳ ಪ್ರಸಿದ್ಧನಾದವನು ಅಲ್ಲಸಾನಿ ಪೆದ್ದನ. ಈತನು **'ಮನು ಚರಿತಮು'** ಎಂಬ ಪ್ರಬುದ್ಧ ಕಾವ್ಯವನ್ನು ರಚಿಸಿದನು. ನಂದಿತಿಮ್ಮನನು **'ಪಾರಿಜಾತಾಪಹರಣಮು'** ಎಂಬ ಕಾವ್ಯವನ್ನು ರಚಿಸಿದನು. ತೆನಾಲಿ ರಾಮಕೃಷ್ಣ **'ಪಾಂಡುರಂಗ ಮಹಾತ್ಮ್ಯಮು'** ಎಂಬ ಕಾವ್ಯವನ್ನು ರಚಿಸಿದನು. ಇದನ್ನು ತೆಲುಗಿನ ಪಂಚಮಹಾಕಾವ್ಯಗಳಲ್ಲಿ ಒಂದು ಎಂದು ಪರಿಗಣಿಸಲಾಗಿದೆ. ಮಲ್ಲನ **'ರಾಜಶೇಖರ ಚರಿತ್ರಮು'** ರಾಮಭದ್ರ **'ರಾಮಾಭ್ಯುದಯಮು'**, ದೂರ್ಜಟಿಯು **'ಶ್ರೀ ಕಾಳಹಸ್ತಿ ಮಹಾತ್ಮ್ಯಮು'** ವನ್ನು, ಪಿಂಗಳಿ ಸೂರನ **'ರಾಘವ ಪಾಂಡವೀಯಮು'**, ರಾಮರಾಜಭೂಷಣ **'ವಸುಚರಿತ್ರಮು'** ಎಂಬ ಕೃತಿಯನ್ನು ರಚಿಸಿದರು. ಅಲ್ಲದೆ ಕೃಷ್ಣದೇವರಾಯನ ಮಗಳು, ಅಳಿಯ ರಾಮರಾಯನ ಪತ್ನಿ ಮೋಹನಾಂಗಿ **'ಮಾರೀಚ ಪರಿಣಯಮು'** ಎಂಬ ಶೃಂಗಾರ ಕಾವ್ಯವನ್ನು ರಚಿಸಿದಳು. ಆದರೆ ಈ ಕಾವ್ಯದ ಕೆಲವು ಭಾಗಗಳಷ್ಟೇ ದೊರಕಿವೆ. ಕೃಷ್ಣದೇವರಾಯನ ಮಗಳ ಹಾಗೂ ರಾಣಿಯ ಹೆಸರು ತಿರುಮಲಾಂಬೆ ಆಗಿದ್ದರಿಂದ ತನ್ನ ಮಗಳನ್ನು ಅವನು ಪ್ರೀತಿಯಿಂದ **ಮೋಹನಾಂಗಿ** ಎಂದು ಕರೆಯುತ್ತಿದ್ದನು ಎಂದು ಆಕೆಯೇ ಹೇಳಿಕೊಂಡಿದ್ದಾಳೆ.

ತಮಿಳು ಸಾಹಿತ್ಯ

ವಿಜಯನಗರದ ಅರಸರು ತಮಿಳು ಭಾಷೆ ಹಾಗೂ ಸಾಹಿತ್ಯವನ್ನೂ ಪ್ರೋತ್ಸಾಹಿಸಿದರು. **ಕುಮಾರ ಸರಸ್ವತಿ** ಎಂಬ ತಮಿಳು ವಿದ್ವಾಂಸ ಕೃಷ್ಣದೇವರಾಯ ಮತ್ತು ಗಜಪತಿ ರಾಜಕುಮಾರಿ ಜಗನ್ಮೋಹಿನಿಯ ವಿವಾಹವನ್ನು ವರ್ಣಿಸುವ ಕೃತಿಯನ್ನು ಬರೆದನು. ಅರುಣಗಿರಿನಾಥ, ಮಂಡಲಪುರುಷ, ಜ್ಞಾನಪ್ರಕಾಶರ್, ತತ್ವಪ್ರಕಾಶರ್, ಹರಿಹರ ಮೊದಲಾದ ತಮಿಳು ಕವಿಗಳು ಕೃಷ್ಣದೇವರಾಯನ ಆಸ್ಥಾನದಲ್ಲಿದ್ದರು. ಜ್ಞಾನಪ್ರಕಾಶರ್ ಕೃಷ್ಣದೇವರಾಯನ ಸ್ತುತಿರೂಪವಾದ **'ಮಂಜರಿಪ್ಪಾ'** ಎಂಬ ಕೃತಿಯನ್ನು ಬರೆದನು. ಈತನ ಮತ್ತೊಂದು ಕೃತಿ **'ಕಚ್ಚಿಕಲಂಬಕಂ'** ತಾರುವಾರೂರ್ ದೇವಾಲಯದ ಅರ್ಚಕನಾಗಿದ್ದ ತತ್ವಪ್ರಕಾಶರ್ ಕೃಷ್ಣದೇವರಾಯನನ್ನು ಪ್ರಶಂಸಿಸಿ ಪದ್ಯಗಳನ್ನು ರಚಿಸಿದ್ದಾನೆ. ತಮಿಳು ಶೈವಕವಿ ಹರಿಹರದಾಸನು **'ಇರು ಸಮಯ ವಿಳಕ್ಕಮ್'** ಎಂಬ ಕೃತಿಯನ್ನು ರಚಿಸಿದನು. ಶೈವ ಸಿದ್ಧಾಂತ ಕುರಿತು ಹೆಚ್ಚು ತಮಿಳು ಕೃತಿಗಳು ರಚನೆಯಾದವು. ಪರಂಜ್ಯೋತಿಯಾರ್‌ನ **'ತಿರುವಿಳಯಾಡಲ್'** ಶಿವಲೀಲೆಯನ್ನು ಕುರಿತದ್ದಾಗಿದೆ.

ವಿಜಯನಗರದ ಕಾಲದ ಕಲೆ ಮತ್ತು ವಾಸ್ತುಶಿಲ್ಪ

ವಿಜಯನಗರದ ಸಾಮ್ರಾಟರು ವಾಸ್ತುಶಿಲ್ಪದ ಮಹಾ ಪೋಷಕರಾಗಿದ್ದರು. ಅವರ ಕಾಲದಲ್ಲಿ ಕಲೆ ಮತ್ತು ವಾಸ್ತುಶಿಲ್ಪ ಕ್ಷೇತ್ರದಲ್ಲಿ ಅಪಾರ ಪ್ರಗತಿಯಾಯಿತು. ವಿಜಯನಗರದ ಅರಸರು ಹಿಂದಿನ ಚಾಳುಕ್ಯ, ಪಾಂಡ್ಯ, ಚೋಳ ಹಾಗೂ ಹೊಯ್ಸಳರ ವಾಸ್ತುಶಿಲ್ಪ ಶೈಲಿಗಳನ್ನು ಅನುಸರಿಸಿದರಾದರೂ ಬದಲಾದ ಪರಿಸ್ಥಿತಿಯ ಅಗತ್ಯಕ್ಕೆ ತಕ್ಕಂತೆ ಕೆಲವು ಬದಲಾವಣೆಗಳನ್ನು ಮಾಡಿ ವಿಶಿಷ್ಟವಾದ, **'ವಿಜಯನಗರ ಶೈಲಿ'**, ವಾಸ್ತುಶಿಲ್ಪವನ್ನು ಅಭಿವೃದ್ಧಿಪಡಿಸಿದರು. ಇದನ್ನು ಕಲಾವಿಮರ್ಶಕ ಪರ್ಸಿ ಬ್ರೌನ್ **'ದ್ರಾವಿಡ ಶೈಲಿಯ ವಿಕಸಿತ ರೂಪ'** ಎಂದಿದ್ದಾರೆ. ವಿಜಯನಗರ (ಹಂಪಿ) ಸಂಪೂರ್ಣವಾಗಿ ನಾಶವಾಗಿದ್ದರೂ ಅದು ಮರೆತುಹೋದ ಸಾಮ್ರಾಜ್ಯದ ಭವ್ಯತೆಯನ್ನು ನೆನಪಿಗೆ ತರುತ್ತದೆ. ಪ್ರಸಿದ್ಧ ಕಲಾವಿಮರ್ಶಕ **ಪರ್ಸಿ ಬ್ರೌನ್** ಹೀಗೆ ಬರೆದಿದ್ದಾರೆ. **"ಹಂಪೆ ಸಂಪೂರ್ಣವಾಗಿ ನಾಶವಾಗಿದೆ. ಎಲ್ಲೆಲ್ಲಿಯೂ ಪಾಳುಬಿದ್ದ ದೇವಾಲಯಗಳು, ಮಂಟಪಗಳು, ಮುರಿದ ವಿಗ್ರಹಗಳು ಕಾಣಿಸುತ್ತವೆ. ಆದರೂ ಇಲ್ಲಿರುವ ಭಗ್ನಾವಶೇಷಗಳು, ವಿಜಯನಗರ ಪೂರ್ವದ ಅತ್ಯಂತ ಪ್ರಸಿದ್ಧ ರಾಜಧಾನಿಯಾಗಿದ್ದ ಕಾಲದ ಭವ್ಯತೆಯನ್ನು ಸ್ವಲ್ಪ ಮಟ್ಟಿಗೆ ಉಳಿಸಿಕೊಂಡಿವೆ." "ಈ ನಗರ 60 ಮೈಲಿ ಸುತ್ತಳತೆ ಹೊಂದಿತ್ತು"** ಎಂದು ನಿಕೊಲೊ ಕಾಂಟಿ ಬರೆದಿದ್ದಾನೆ. **"ನಗರ ಏಳು ಸುತ್ತಿನ ಕೋಟೆಯಿಂದ ಆವೃತ್ತವಾಗಿತ್ತು"** ಎಂದು ಅಬ್ದುರ್ ರಜ್ಞಾಕ್ ಬರೆದಿದ್ದಾನೆ. ಪಯಸ್‌ನ ಪ್ರಕಾರ ಅದು **ರೋಮ್ ನಗರದಷ್ಟೆ ದೊಡ್ಡದಾಗಿತ್ತು ಮತ್ತು ಸುಂದರವಾಗಿತ್ತು**. ಅವನ ಪ್ರಕಾರ **ರಾಜನ ಅರಮನೆ ಲಿಸ್ಬನ್ ನಗರದ ಅರಮನೆಗಳಿಗಿಂತಲೂ ವಿಸ್ತಾರವಾಗಿತ್ತು**.

ವಿಜಯನಗರ ವಾಸ್ತುಶಿಲ್ಪದ ಲಕ್ಷಣಗಳು

ಈ ಕೆಳಗಿನವು ವಿಜಯನಗರ ಶೈಲಿ ವಾಸ್ತುಶಿಲ್ಪದ ಕೆಲವು ಪ್ರಧಾನ ಲಕ್ಷಣಗಳಾಗಿವೆ.

1) ದೇವಾಲಯ ಸುತ್ತ ಸದೃಢವಾದ ಗೋಡೆಯ ನಿರ್ಮಾಣ ವಿಜಯನಗರ ಶೈಲಿಯ ಮುಖ್ಯ ಲಕ್ಷಣಗಳಲ್ಲೊಂದು ಬಹುಶಃ ಇಂತಹ ಗೋಡೆಗಳನ್ನು ಆಕ್ರಮ ಪ್ರವೇಶವನ್ನು ನಿರ್ಬಂಧಿಸುವುದಕ್ಕಾಗಿ ನಿರ್ಮಿಸಲಾಗಿದೆ.

2) ವಿಜಯನಗರದ ದೇವಾಲಯಗಳಲ್ಲಿ ಎತ್ತರವಾದ ಪ್ರವೇಶದ್ವಾರವಿದೆ. ಈ ಪ್ರವೇಶದ್ವಾರದ ಮೇಲೆ ಎತ್ತರವಾದ ಪಿರಮಿಡ್ ಆಕಾರದ ಗೋಪುರ ನಿರ್ಮಿಸಲಾಗಿದೆ. ಪ್ರವೇಶದ್ವಾರ ಗ್ರಾನೈಟ್ ಕಲ್ಲಿನಿಂದ ನಿರ್ಮಿತವಾಗಿದೆ. ಗೋಪುರದ ನಿರ್ಮಾಣಕ್ಕೆ ಇಟ್ಟಿಗೆ, ಮರ ಹಾಗೂ ಗಾರೆಯನ್ನು ಬಳಸಲಾಗಿದೆ ಹಾಗೂ ಅವುಗಳನ್ನು ಸುಂದರ ಶಿಲ್ಪಗಳಿಂದ ಅಲಂಕರಿಸಲಾಗಿದೆ. ಈ ಪ್ರವೇಶದ್ವಾರ ಹಾಗೂ ಗೋಪುರಗಳು ದೇವಾಲಯಗಳ ಭವ್ಯತೆಯನ್ನು ಹೆಚ್ಚಿಸಿವೆ. ಕಂಚಿಯ ಏಕಾಂಬರನಾಥ ದೇಗುಲದ ಗೋಪುರ ಅದ್ಭುತವಾಗಿದೆ. ಇದು 188 ಅಡಿ ಎತ್ತರವಾಗಿದ್ದು 10 ಅಂತಸ್ತುಗಳನ್ನು ಹೊಂದಿದೆ.

3) ದೇವಾಲಯದ ನಿರ್ಮಾಣಕ್ಕೆ ಹಿಂದೆ ಬಳಸುತ್ತಿದ್ದ ಸೋಪು ಕಲ್ಲನ್ನು ಕೈಬಿಟ್ಟು **ಗ್ರಾನೈಟ್** ಶಿಲೆಯನ್ನು ಬಳಕೆ ಮಾಡಲಾಯಿತು. ಆದಾಗ್ಯೂ ಕೆಲವು ದೇವದೇವಿಯರ ವಿಗ್ರಹಗಳನ್ನು ಕಡುಹಸಿರುಬಣ್ಣದ ಕ್ಲೋರೈಟ್ ಕಲ್ಲಿನಿಂದ ಕೆತ್ತಲಾಗಿದೆ. ಪ್ರಾರಂಭದ ದೇವಾಲಯಗಳಲ್ಲಿ ಗಾರೆಯನ್ನೇ ಬಳಸದಿರುವುದು ವಿಶೇಷವಾಗಿದೆ.

4) ವಿಜಯನಗರ ದೇವಾಲಯಗಳಲ್ಲಿ ಪ್ರಧಾನ ಗರ್ಭಗುಡಿಯ ಸ್ವಲ್ಪ ವಾಯವ್ಯ ಭಾಗದಲ್ಲಿ ಪ್ರತ್ಯೇಕ ದೇವಿಯ ಗುಡಿಯನ್ನು ಕಾಣಬಹುದು. ಇದನ್ನು **'ಅಮ್ಮನವರ ಗುಡಿ'** ಎಂದು ಕರೆಯಲಾಗಿದೆ. ಚೋಳರ ಕಾಲದಲ್ಲಿ ಆರಂಭವಾದ ಈ ಸಂಪ್ರದಾಯ ವಿಜಯನಗರದ ಕಾಲದಲ್ಲಿ ಒಂದು ಸಾಮಾನ್ಯ ನಿಯಮವಾಯಿತು.

5) ಹಂಪೆಯ ಬಹುತೇಕ ದೇವಾಲಯಗಳಲ್ಲಿ ಗರ್ಭಗೃಹ ಮತ್ತು ಅಂತರಾಳದ ಸುತ್ತ ಕಂಬಗಳುಳ್ಳ ರಕ್ಷಿತ ಪ್ರದಕ್ಷಿಣ ಪ್ರಕಾರವಿದೆ.

6) **ಕಲ್ಯಾಣ ಮಂಟಪ**ದ ವಿಜಯನಗರ ದೇವಾಲಯ ವಾಸ್ತುಶಿಲ್ಪದ ಮತ್ತೊಂದು ಪ್ರಮುಖ ಲಕ್ಷಣವಾಗಿದೆ. ಇದು ಸಾಮಾನ್ಯವಾಗಿ ತೆರೆದ ಕಂಬಗಳ ಮಂಟಪವಾಗಿದ್ದು, ಅದರ ಮಧ್ಯಭಾಗದ ವೇದಿಕೆ ಸ್ವಲ್ಪ ಎತ್ತರವಾಗಿರುತ್ತದೆ. ವಾರ್ಷಿಕ ಕಲ್ಯಾಣ ಮಹೋತ್ಸವದ ಸಂದರ್ಭದಲ್ಲಿ ಭಗವಂತನ ಮತ್ತು ಅವನ ಪ್ರೇಯಸಿಯ ಪ್ರತಿಮೆಗಳನ್ನು ಎತ್ತರದ ವೇದಿಕೆಯ ಮೇಲೆ ಮೂರ್ತಿ ಪೀಠದಲ್ಲಿ ಇಡಲಾಗುತ್ತಿತ್ತು. ಈ ಮಂಟಪಗಳ ಕಂಬಗಳ ಸಂಖ್ಯೆ ಎಷ್ಟೇ ಇದ್ದರೂ ಕೂಡ ಇವುಗಳನ್ನು **ಸಾವಿರಕಂಬದ ಮಂಟಪಗಳು** ಎಂದು ಕರೆಯಲಾಗಿದೆ. ಕಂಬಗಳು ಹಾಗೂ ಮೇಲ್ಚಾವಣಿ ಸುಂದರ ಕೆತ್ತನೆಗಳಿಂದ ಅಲಂಕೃತಗೊಂಡಿವೆ. ವೆಲ್ಲೂರಿನ ಜಲಕಂಠೇಶ್ವರ ದೇವಾಲಯದ ಕಲ್ಯಾಣ ಮಂಟಪವನ್ನು **"ಸಮೃದ್ಧ ಹಾಗೂ ಅತ್ಯಂತ ಸುಂದರವಾದ ರಚನೆ"** ಎಂದು ಪರ್ಸಿ ಬ್ರೌನ್ ವರ್ಣಿಸಿದ್ದಾರೆ.

7) ವಿಜಯನಗರ ದೇವಾಲಯಗಳ ಮತ್ತೊಂದು ಲಕ್ಷಣವೆಂದರೆ ಏಕಶಿಲಾ ಕಂಬಗಳು. ಈ ಕಂಬಗಳು ಚೌಕಾಕಾರವಾಗಿದ್ದು ಅದರ ಸುತ್ತಲೂ ಅಷ್ಟ ಮುಖಗಳ, ಅಷ್ಟಕೋನಾಕೃತಿಯ ಚಿಕ್ಕ ಚಿಕ್ಕ ಕಂಬಗಳನ್ನು ಕೆತ್ತಲಾಗಿದೆ. ಈ ಎಲ್ಲ ಕಂಬಗಳನ್ನು ಒಂದೇ ಕಲ್ಲಿನಿಂದ ಕೆತ್ತಲಾಗಿದೆ. **"ಅವುಗಳ ಸಮಸ್ಯಾತ್ಮಕವಾದ, ಸಂಕೀರ್ಣವಾದ ಕೆತ್ತನೆ, ವಿಸ್ಮಯಕಾರಿಯಾಗಿರುವಂತೆಯೇ ಒಂದೊಂದು ಶಿಲಾ ಸ್ತಂಭವೂ ಕಲ್ಲಿನಲ್ಲಿ ಕೆತ್ತಲ್ಪಟ್ಟಿರುವ ಚಿತ್ರ ನಾಟಕದಂತಿವೆ"** ಎಂದು ಪರ್ಸಿ ಬ್ರೌನ್ ಹೇಳಿದ್ದಾರೆ.

8) ದೇವಾಲಯಗಳ ಗೋಡೆಗಳ ಹೊರಭಾಗವನ್ನು ಸುಂದರವಾದ ಕೆತ್ತನೆಗಳಿಂದ ಅಲಂಕರಿಸಿರುವುದು ಮತ್ತೊಂದು ಲಕ್ಷಣವಾಗಿದೆ. **ಹಂಪೆಯ ಹಜಾರರಾಮ ದೇವಾಲಯ** ಇದಕ್ಕೆ ಪ್ರಮುಖ ನಿದರ್ಶನವಾಗಿದೆ.

9) ವಿಜಯನಗರ ಕಾಲದ ದೇವಾಲಯಗಳು ಎತ್ತರವಾದ ಅದಿಷ್ಠಾನಗಳ ಮೇಲೆ ನಿರ್ಮಾಣವಾಗಿವೆ.

10) ವಿಜಯನಗರ ಕಾಲದ ಸ್ಮಾರಕಗಳನ್ನು ಪ್ರಧಾನವಾಗಿ ಮೂರು ಭಾಗಗಳಾಗಿ ವರ್ಗೀಕರಿಸಬಹುದು. ಅವುಗಳು, **ಧಾರ್ಮಿಕ ಸ್ಮಾರಕಗಳು, ಲೌಕಿಕ ಸ್ಮಾರಕಗಳು** ಹಾಗೂ **ರಕ್ಷಣಾ ಸಂಬಂಧದ ಸ್ಮಾರಕಗಳು,** ದೇವಾಲಯಗಳು ಧಾರ್ಮಿಕ ವಾಸ್ತುಶಿಲ್ಪಕ್ಕೆ ನಿದರ್ಶನವಾಗಿವೆ. ಅರಮನೆಗಳು, ತೆರೆದ ಮಂಟಪಗಳು, ಸ್ನಾನಗೃಹಗಳು, ಲಾಯಗಳು ಮೊದಲಾದವು ಲೌಕಿಕ ವಾಸ್ತುಶಿಲ್ಪ ಸ್ಮಾರಕಗಳು. ಈ ಕಟ್ಟಡಗಳ ಅಡಿಪಾಯಕ್ಕೆ ಕಲ್ಲನ್ನು ಬಳಸಲಾಗಿದೆ. ಆದರೆ ಕಟ್ಟಡದ ನಿರ್ಮಾಣಕ್ಕೆ ಕಲ್ಲು, ಮರ, ಲೋಹ ಹಾಗೂ ಇಟ್ಟಿಗೆಯನ್ನು ಬಳಸಲಾಗಿದೆ. ಕಂಬಗಳು ಕಲ್ಲು ಅಥವಾ ಮರದವಾಗಿದ್ದವು.

ಕೋಟೆಗಳು, ವೀಕ್ಷಣಾ ಗೋಪುರಗಳು ಮತ್ತು ಪ್ರವೇಶ ದ್ವಾರಗಳು ರಕ್ಷಣಾಸಂಬಂಧದ ವಾಸ್ತುಶಿಲ್ಪಕ್ಕೆ ನಿದರ್ಶನಗಳು. ವಿಜಯನಗರದ ರಕ್ಷಣೆಗಾಗಿ ಬೃಹದಾಕಾರದ, ಸದೃಢವಾದ ಕೋಟೆಯನ್ನು ಬೃಹತ್ ಗಾತ್ರದ ಗ್ರಾನೈಟ್ ಬಂಡೆಗಳನ್ನು

ಬಳಸಿ ನಿರ್ಮಿಸಲಾಗಿದೆ. ಪ್ರವೇಶದ್ವಾರಗಳಲ್ಲಿ (Gateway) ಕೆಲವು ಸಾಮಾನ್ಯವಾಗಿದ್ದರೆ ಕೆಲವು ಬೃಹದಾಕಾರವಾಗಿದ್ದು, ಸುಂದರ ಕೆತ್ತನೆಗಳಿಂದ ಕೂಡಿವೆ ಮತ್ತು ರಕ್ಷಕ ದೇವರುಗಳ ಗುಡಿಗಳನ್ನು ಒಳಗೊಂಡಿವೆ.

ಹಂಪೆಯ ಸ್ಮಾರಕಗಳು : ಹಂಪೆ ವಿಜಯನಗರ ವಾಸ್ತುಶಿಲ್ಪದ ಪ್ರಮುಖ ಕೇಂದ್ರ. ಭಾರತದ ಬೇರಾವ ಐತಿಹಾಸಿಕ ನಗರವೂ ಇಲ್ಲಿರುವಷ್ಟು ಸಂಖ್ಯೆಯ ವೈವಿಧ್ಯಮಯವಾದ ದೇವಾಲಯಗಳನ್ನು ಹಾಗೂ ಇತರ ಸ್ಮಾರಕಗಳನ್ನು ಹೊಂದಿಲ್ಲ. ವಿಷ್ಣು, ಶಿವ, ಜೈನ ದೇವಾಲಯಗಳು ಅಕ್ಕಪಕ್ಕದಲ್ಲಿರುವುದು ಇಲ್ಲಿನ ವಿಶೇಷವಾಗಿದೆ. ಇಲ್ಲಿನ ಸ್ಮಾರಕಗಳಲ್ಲಿ ಕೆಳಗಿನವು ಪ್ರಮುಖವಾದವು.

ಕೋಟೆ ಪ್ರದೇಶದ ಸ್ಮಾರಕಗಳು : ಹಂಪೆಯ ಕೋಟೆ ಪ್ರದೇಶದಲ್ಲಿ ಹಲವು ಪ್ರಮುಖ ಸ್ಮಾರಕಗಳಿವೆ. ಅವುಗಳು ಅರಮನೆಯ ಅಡಿಪಾಯ, **ಮಹಾನವಮಿ ದಿಬ್ಬ, ರಾಜನ ಸಂದರ್ಶನ ಸಭಾಂಗಣದ ಅವಶೇಷ, ರಾಣಿಯರ ಸ್ನಾನಗೃಹ, ಹಜಾರರಾಮ ದೇವಾಲಯ** ಮೊದಲಾದವು. ರಾಜನ ಅರಮನೆ ಈ ಪ್ರದೇಶದ ಪ್ರಧಾನ ಕಟ್ಟಡವಾಗಿತ್ತು. ಆದರೆ ಅದರ ಕಲ್ಲಿನ ಅಡಿಪಾಯ ಹೊರತು ಬೇರೇನು ಉಳಿದಿಲ್ಲ. ಅದನ್ನು ನೋಡಿದ್ದ ವಿದೇಶಿ ಪ್ರವಾಸಿಗರು ಅದರ ವೈಭವವನ್ನು ವರ್ಣಿಸಿದ್ದಾರೆ. ರಜಾಕನ ಪ್ರಕಾರ ರಾಜನ ಸಂದರ್ಶನದ ಸಭಾಂಗಣ ಇತರ ಎಲ್ಲ ಕಟ್ಟಡಗಳಿಗಿಂತ ಎತ್ತರವಾಗಿತ್ತು. ಮಹಾನವಮಿ ದಿಬ್ಬವನ್ನು **ದಸರಾ ದಿಬ್ಬ, ಸಿಂಹಾಸನ ವೇದಿಕೆ** ಎಂದು ಕರೆಯಲಾಗಿದೆ. ಇದು ಇಲ್ಲಿನ ಮತ್ತೊಂದು ಪ್ರಮುಖ ಸ್ಮಾರಕ. ಪಯಸ್‌ನ ಪ್ರಕಾರ ಇದನ್ನು ಕೃಷ್ಣದೇವರಾಯ ಕಳಿಂಗ ದಂಡಯಾತ್ರೆಯಿಂದ ಹಿಂದಿರುಗಿದ ನಂತರ ನಿರ್ಮಿಸಲಾಯಿತು. ಇದು 12 ಮೀಟರ್ ಎತ್ತರವಾಗಿದ್ದು ಪಶ್ಚಿಮ ಭಾಗದಲ್ಲಿ ಮೆಟ್ಟಿಲುಗಳಿವೆ. ಬಹುಶಃ ಇದು ಮೂಲತಃ ಹಲವು ಉಪ್ಪರಿಗೆಗಳ ಸಭಾಂಗಣವಾಗಿದ್ದಿತು. ಇದರ ಸಮೀಪದಲ್ಲಿ ಸುಂದರವಾದ ಪುಷ್ಕರಿಣಿ ಇದೆ. 1985ರಲ್ಲಿ ಶೋಧಿಸಲಾದ ಇದು 22 ಮೀಟರ್ ಸುತ್ತಳತೆ ಹೊಂದಿದ್ದು 7 ಮೀಟರ್ ಆಳವಾಗಿದೆ.

ರಾಣಿಯರ ಸ್ನಾನಗೃಹ : ಇದು ಒಂದು ಚೌಕಾಕಾರದ ಕಟ್ಟಡ. ಇದು ಹೊರಭಾಗದಲ್ಲಿ ಸರಳವಾಗಿದ್ದು, ಒಳಭಾಗದಲ್ಲಿ ಅಲಂಕೃತಗೊಂಡಿದೆ. ಮಧ್ಯಭಾಗದಲ್ಲಿ 15 ಚದರ ಮೀಟರ್ ವಿಸ್ತೀರ್ಣದ ಮತ್ತು 1.8 ಮೀಟರ್ ಆಳವಾದ ಈಜು ಕೊಳವನ್ನು ಹೊಂದಿದೆ. ಸುತ್ತಲೂ ಮೊಗಸಾಲೆ ಮತ್ತು ಮುಂಚಾಚಿದ ಕೈಸಾಲೆಗಳಿವೆ.

ಹಜಾರರಾಮ ದೇವಾಲಯ : ಈ ದೇವಾಲಯ ಚಿಕ್ಕದಾದರೂ ಅತ್ಯಂತ ಸುಂದರ ಕೆತ್ತನೆಗಳಿಂದ ಕೂಡಿದೆ. ಶ್ರೀರಾಮಚಂದ್ರನಿಗೆ ಮೀಸಲಾಗಿರುವ ಈ ದೇಗುಲ ದೇವ ಹಾಗೂ ದೇವಿಯ ಗರ್ಭಗುಡಿಗಳು, ಕಲ್ಯಾಣಮಂಟಪ ಮತ್ತು ಇತರ ಪರಿವಾರ ದೇವತೆಗಳ ಗುಡಿಗಳನ್ನು ಒಳಗೊಂಡಿದೆ. ಈ ದೇಗುಲದ ಗೋಡೆಗಳ ಹೊರಭಾಗದಲ್ಲಿ ರಾಮಾಯಣ ಮತ್ತು ಮಹಾಭಾರತದ ದೃಷ್ಯಗಳನ್ನು ಕೆತ್ತಲಾಗಿದೆ. ಅವುಗಳಲ್ಲಿ ಮುಖ್ಯವಾದವು **ಋಷ್ಯಶೃಂಗ ಮುನಿ ಪುತ್ರಕಾಮೇಷ್ಠಿ ಯಾಗ ನಡೆಸುತ್ತಿರುವ ದೃಷ್ಯ, ಶಿವ ಧನುಸ್ಸನ್ನು ಹಲವಾರು ಜನರು ಸೀತಾ ಸ್ವಯಂವರಕ್ಕಾಗಿ ಆಸ್ಥಾನಕ್ಕೆ ಕೊಂಡೊಯ್ಯುತ್ತಿರುವುದು, ರಾಮ ಏಳು ಮರಗಳ ಮೂಲಕ ಬಾಣ ಪ್ರಯೋಗಿಸಿರುವುದು** ಮೊದಲಾದವು. ಈ ದೇವಾಲಯವನ್ನು ಎರಡನೇ ದೇವರಾಯ ರಾಜಕುಟುಂಬದವರ ಪೂಜೆಗಾಗಿ ವಿಶೇಷವಾಗಿ ನಿರ್ಮಿಸಿದನು. 1521ರಲ್ಲಿ ಕೃಷ್ಣದೇವರಾಯ ಇದರ ಕಲ್ಯಾಣ ಮಂಟಪವನ್ನು ನಿರ್ಮಿಸಿದನು.**"ಅಸ್ತಿತ್ವದಲ್ಲಿರುವ ಹಿಂದೂ ದೇವಾಲಯ ವಾಸ್ತುಶಿಲ್ಪಕ್ಕೆ ಹಜಾರರಾಮ ದೇವಾಲಯ ಅತ್ಯಂತ ಪರಿಪೂರ್ಣ ನಿದರ್ಶನವಾಗಿದೆ"** ಎಂದು ಕಲಾವಿಮರ್ಶಕ **ಲಾಂಗ್ ಹಸ್ಟ್** ಹೇಳಿದ್ದಾರೆ. ಈ ದೇಗುಲದ ಮತ್ತೊಂದು ವಿಶೇಷವೆಂದರೆ ಮಂಟಪಕ್ಕೆ ಆಧಾರವಾಗಿ ನಿಲ್ಲಿಸಿರುವ ಸುಂದರ ಕೆತ್ತನೆಗಳಿಂದ ಕೂಡಿರುವ ನಾಲ್ಕು ಕಪ್ಪುಕಲ್ಲಿನ ಕಂಬಗಳು.

ಜನಾನಾ ಪ್ರದೇಶದ ಸ್ಮಾರಕಗಳು : ಕಮಲ ಮಹಲ್ ಈ ಪ್ರದೇಶದ ಅತ್ಯಂತ ಪ್ರಮುಖ ಸ್ಮಾರಕ. ಇದನ್ನು ಸ್ಥಳೀಯರು **ಚಿತ್ರಾಂಗಿ ಮಹಲ್** ಎಂದು ಕರೆಯುತ್ತಾರೆ. ಇದು ನಗರದಲ್ಲಿ ಉಳಿದಿರುವ ಲೌಕಿಕ ಕಟ್ಟಡಗಳಲ್ಲಿ ಅತ್ಯಂತ ಸುಂದರವಾದುದು. ಇದು ಎರಡು ಉಪ್ಪರಿಗೆಗಳ ತೆರೆದ ಮಂಟಪ. ನೆಲಮಹಡಿ ಸುಂದರ ಕೆತ್ತನೆಯ ಅಧಿಷ್ಠಾನವನ್ನು ಮತ್ತು 24 ಚೌಕಾಕಾರದ ಕಂಬಗಳನ್ನು ಹೊಂದಿದೆ. ಮೇಲಿನ ಮಹಡಿಯಲ್ಲಿ ಕಿಟಕಿಗಳಿರುವ ಕೈಸಾಲೆಗಳಿವೆ. ಇದನ್ನು ಇಂಡೋ-ಸಾರ್ಸನಿಕ್ ಶೈಲಿಯಲ್ಲಿ ಇಟ್ಟಿಗೆ, ಗಾರೆಯನ್ನು ಬಳಸಿ ನಿರ್ಮಿಸಲಾಗಿದೆ.

ಈ ಪ್ರದೇಶದ ಅತ್ಯಂತ ಪ್ರಮುಖ ದೇವಾಲಯ **'ಪಟ್ಟದ ಎಲ್ಲಮ್ಮ'** ದೇವಾಲಯ. ಈಕೆ ನಗರದ ರಕ್ಷಕ ದೇವತೆ. ಕುರುಬ ಮತಸ್ಥರು ಈಗಲೂ ಇಲ್ಲಿ ಪೂಜಾಕಾರ್ಯ ನಡೆಸುತ್ತಾರೆ.

ಆನೆಗಳ ಲಾಯ ಜನಾನಾ ಭಾಗದ ಹೊರಭಾಗದಲ್ಲಿದೆ. ಇದು ಉದ್ದವಾದ, ಭೌವ್ಯವಾದ ಮತ್ತು ಸುಂದರವಾದ ಕಟ್ಟಡ. ಇದರಲ್ಲಿ 11 ಲಾಯಗಳಿದ್ದು ಪ್ರತಿಯೊಂದರ ಮೇಲೂ ಭೌವ್ಯವಾದ ಗೋಪುರಗಳಿವೆ.

ಹಂಪೆ ಮತ್ತು ಕಮಲಾಪುರ ನಡುವಿನ ಪ್ರದೇಶದ ಸ್ಮಾರಕಗಳು

ಕೃಷ್ಣ ದೇವಾಲಯ : ಇದು ಈ ಭಾಗದ ಪ್ರಮುಖ ದೇವಾಲಯಗಳಲ್ಲೊಂದು. ಇಲ್ಲಿನ ಒಂದು ಶಾಸನದ ಪ್ರಕಾರ ಕೃಷ್ಣದೇವರಾಯ ಉದಯಗಿರಿಯ ದೇವಾಲಯದಿಂದ ತಂದ ಬಾಲಕೃಷ್ಣನ ವಿಗ್ರಹವನ್ನು ಈ ದೇವಾಲಯದಲ್ಲಿ ಪ್ರತಿಷ್ಠಾಪಿಸಿದನು. ಇದು ಸ್ವಾಮಿ ಹಾಗೂ ಅಮ್ಮನ ಗರ್ಭಗುಡಿಗಳನ್ನು ಮತ್ತು ಹಲವಾರು ಪರಿವಾರ ದೇವರುಗಳ ಗುಡಿಗಳನ್ನು ಒಳಗೊಂಡಿದೆ. ದೇವಾಲಯದ ಅರ್ಧಮಂಟಪದ ಒಂದು ಕಂಬದ ಮೇಲೆ ಅಪರೂಪದ ಕಲ್ಕಿ ಸೇರಿದಂತೆ ವಿಷ್ಣುವಿನ ಎಲ್ಲಾ ಹತ್ತು ಅವತಾರಗಳನ್ನು ಕೆತ್ತಲಾಗಿದೆ. ಅಶ್ವದ ಶಿರವನ್ನು ಹೊಂದಿರುವ ಕಲ್ಕಿಯನ್ನು ಕುಳಿತಿರುವ ಭಂಗಿಯಲ್ಲಿ ಕೆತ್ತಲಾಗಿದೆ.

ಲಕ್ಷ್ಮೀನರಸಿಂಹನ ವಿಗ್ರಹ : ಇದು 6.7 ಮೀಟರ್ ಎತ್ತರವಾದ ಬೃಹತ್ ಏಕಶಿಲಾ ವಿಗ್ರಹ. ಇದೊಂದು ಅತ್ಯಂತ ಜಾಗರೂಕತೆಯಿಂದ ಕೆತ್ತಲ್ಪಟ್ಟಿರುವ ಪರಿಪೂರ್ಣವಾದ ವಿಗ್ರಹ. ನಾಲ್ಕು ಬಾಹುಗಳ ಕುಳಿತಿರುವ ಭಂಗಿಯ ಈ ವಿಗ್ರಹದ ಎಡತೊಡೆಯ ಮೇಲೆ ಲಕ್ಷ್ಮೀಯ ವಿಗ್ರಹವಿತ್ತು. ಈಗ ಲಕ್ಷ್ಮೀಯ ವಿಗ್ರಹ ಕಾಣೆಯಾಗಿದೆ. ಸಾಕಷ್ಟು ಶಿಥಿಲವಾಗಿದ್ದರೂ ಈ ವಿಗ್ರಹ ಇಂದಿಗೂ ಹಂಪೆಯ ಅದ್ಭುತ ಸ್ಮಾರಕವಾಗಿ ಪ್ರವಾಸಿಗರನ್ನು ಸೆಳೆಯುತ್ತಿದೆ. ಇದು 1528 ರಲ್ಲಿ ಕೃಷ್ಣದೇವರಾಯನ ಕಾಲದಲ್ಲಿ ಕೆತ್ತಲ್ಪಟ್ಟಿತು.

ಸಾಸಿವೆ ಕಾಳು ಮತ್ತು ಕಡಲೆಕಾಳು ಗಣೇಶನ ವಿಗ್ರಹಗಳು : ಕೃಷ್ಣ ದೇವಾಲಯದ ಸಮೀಪದಲ್ಲಿ ಎರಡು ಬೃಹತ್ ಗಣೇಶನ ವಿಗ್ರಹಗಳಿವೆ. ಇವು ಹೇಮಕೂಟ ಪರ್ವತದ ಇಳಿಜಾರು ಪ್ರದೇಶದಲ್ಲಿವೆ. ಸಾಸಿವೆ ಕಾಳು ಗಣೇಶ 2.4 ಮೀಟರ್ ಎತ್ತರವಾಗಿದ್ದು ದೊಡ್ಡದಾದ ತೆರೆದ ಮಂಟಪದಲ್ಲಿದೆ. ಕಡಲೆ ಕಾಳು ಗಣೇಶ ಮತ್ತೊಂದು ಏಕಶಿಲಾ ವಿಗ್ರಹ. ಇದು 4.5 ಮೀಟರ್ ಎತ್ತರವಾಗಿದೆ ಮತ್ತು ಇದನ್ನು ತೆರೆದ ಕಂಬಗಳ ಮಂಟಪವಿರುವ ದೊಡ್ಡ ಗುಡಿಯಲ್ಲಿ ಪ್ರತಿಷ್ಠಾಪಿಸಲಾಗಿದೆ.

ವಿರೂಪಾಕ್ಷ ದೇವಾಲಯ : ವಿರೂಪಾಕ್ಷ ಅಥವಾ ಪಂಪಾಪತಿ ದೇವಾಲಯ ಹಂಪೆಯ ದೇವಾಲಯಗಳಲ್ಲಿ ಅತ್ಯಂತ ಪ್ರಾಚೀನವಾದುದು ಮತ್ತು ಪವಿತ್ರವಾದುದು ಎಂದು ಪರಿಗಣಿಸಲ್ಪಟ್ಟಿದೆ. ಇದು ಪ್ರಸ್ತುತ ಸ್ವರೂಪವನ್ನು ಪಡೆದುಕೊಂಡಿದ್ದು ಕೃಷ್ಣದೇವರಾಯನ ಕಾಲದಲ್ಲಿ. ಪೂರ್ವ ಭಾಗದ ಪ್ರಧಾನ ಪ್ರವೇಶದ್ವಾರದ ಮೇಲ್ಭಾಗದ ಬೃಹತ್ ಗೋಪುರ 9 ಮಹಡಿಗಳನ್ನು ಹೊಂದಿದ್ದು 52 ಮೀಟರ್ ಎತ್ತರವಾಗಿದೆ. ಸಾಹಿತ್ಯಿಕ ಆಧಾರಗಳ ಪ್ರಕಾರ ಈ ಗೋಪುರವನ್ನು ಎರಡನೇ ದೇವರಾಯನ ಅಧಿಕಾರಿಯಾದ **ಪ್ರೊಲಂಗಟಿ ತಿಪ್ಪ** ನಿರ್ಮಿಸಿದನೆಂದು ತಿಳಿದು ಬರುತ್ತದೆ. ಈ ದೇವಾಲಯವನ್ನು ದುರಸ್ತಿಮಾಡಿದ ಕೃಷ್ಣದೇವರಾಯ ಒಂದು **ಕಲ್ಯಾಣ ಮಂಟಪವನ್ನು** ನಿರ್ಮಿಸಿದನು. ಈ ಕಲ್ಯಾಣಮಂಟಪದ ಮೇಲ್ಛಾವಣಿಯ ಒಳಭಾಗದಲ್ಲಿ **ವಿದ್ಯಾರಣ್ಯರ ಚಿತ್ರ, ಅರ್ಜುನ ಮತ್ಸ್ಯಯಂತ್ರವನ್ನು ಭೇದಿಸುತ್ತಿರುವುದು, ದಶಾವತಾರ ಚಿತ್ರಗಳು,** ದಿಕ್ಪಾಲರು, **ಕಾಮದಹನ ಮತ್ತು ತ್ರಿಪುರಾರಿ** ಶಿವ ಮೊದಲಾದ ಸುಂದರ ಚಿತ್ರಗಳನ್ನು ಬಿಡಿಸಲಾಗಿದೆ.

ವಿಠಲ ದೇವಾಲಯ (ತುಂಗಾಭದ್ರ ನದಿತೀರದ ದೇವಾಲಯಗಳು)

ವಿಜಯನಗರದ (ಹಂಪೆ) ದೇವಾಲಯಗಳಲ್ಲೆಲ್ಲಾ ಅತ್ಯಂತ ಭವ್ಯವಾದುದು ತುಂಗಭದ್ರಾ ದಂಡೆಯ ಮೇಲಿರುವ ವಿಠಲ ದೇವಾಲಯ. ಸಂಗಮ ವಂಶದ ಆಡಳಿತ ಕಾಲದಲ್ಲಿ ಆರಂಭವಾದ ಇದರ ನಿರ್ಮಾಣ ಕಾರ್ಯ ಮುಂದೆ ಕೃಷ್ಣದೇವರಾಯ ಹಾಗೂ ಅಚ್ಯುತರಾಯನ ಕಾಲದಲ್ಲಿ ಮುಂದುವರಿಯಿತಾದರೂ ಇದು ಪೂರ್ಣಗೊಳ್ಳಲೇ ಇಲ್ಲ. ಇದು ವಿಜಯನಗರ ಶೈಲಿಗೆ ಅತ್ಯುತ್ತಮ ನಿದರ್ಶನವಾಗಿದ್ದು, ಇದಕ್ಕೆ ಹೋಲಿಕೆಯೇ ಇಲ್ಲ. ಇದು ಮೂರು ಗೋಪುರಗಳನ್ನು ಹೊಂದಿದೆಯಾದರೂ ಅವು ಶಿಥಲವಾಗಿವೆ. ದಕ್ಷಿಣ ಭಾಗದ ಗೋಪುರ ಹೆಚ್ಚು ಸುಂದರವಾಗಿದೆ. ಈ ಭಗವಾನ್ ಮಹಾವಿಷ್ಣುವಿನ ದೇವಾಲಯವು ಗರ್ಭಗೃಹ, ತೆರೆದ ಮಹಾಮಂಪಟ, ಮುಚ್ಚಿರುವ ಅರ್ಧಮಂಟಪ ಮತ್ತು ಪ್ರದಕ್ಷಿಣ ಪ್ರಾಕಾರವನ್ನು ಒಳಗೊಂಡಿದೆ.

ವಿಸ್ತಾರವಾದ ಮಹಾಮಂಟಪ 1.5 ಮೀಟರ್ ಎತ್ತರದ ಅಲಂಕೃತ ಅಧಿಷ್ಠಾನದ ಮೇಲಿದೆ. ಅಧಿಷ್ಠಾನದಲ್ಲಿ ಅಶ್ವಗಳ, ಯೋಧರ ಹಾಗೂ ಹಂಸಗಳ ಚಿತ್ರಗಳನ್ನು ಸಾಲು ಸಾಲಾಗಿ ಕೆತ್ತಲಾಗಿದೆ. ಈ ಮಂಟಪದಲ್ಲಿ ತಲಾ 12 ಅಡಿ ಎತ್ತರದ 56 ಅತ್ಯಂತ ಸುಂದರವಾದ ಏಕಶಿಲಾ ಕಂಬಗಳಿವೆ. ಅವುಗಳು **ಸಂಗೀತ ಸ್ತಂಭಗಳೆಂದು** ಪ್ರಸಿದ್ಧವಾಗಿವೆ.

ಈ ದೇಗುಲದ ಮುಂಭಾಗದಲ್ಲಿ 16 ಅಡಿ ಎತ್ತರವಾದ ಅತ್ಯಂತ ಸುಂದರವಾದ **ಕಲ್ಲಿನ ರಥವಿದೆ.** ಇದು ದೇಗುಲದ ಸೌಂದರ್ಯವನ್ನು ಮತ್ತಷ್ಟು ಹೆಚ್ಚಿಸಿದೆ. ಅದ್ಭುತವಾದ ರೀತಿಯಲ್ಲಿ ಕೆತ್ತಲ್ಪಟ್ಟಿರುವ ಈ ರಥವನ್ನು ಕಲಾವಿಮರ್ಶಕರು ಬಹಳವಾಗಿ ಪ್ರಶಂಸಿದ್ದಾರೆ. ಮೂಲ ರಥದ ಮೇಲೆ ಸುಂದರವಾದ ಗೋಪುರವಿದ್ದಿತು. ಆದರೆ ಅದು ಈಗ ನಾಶವಾಗಿದೆ.

ಹಂಪೆಯ ಇತರ ದೇವಾಲಯಗಳು : **ಪಟ್ಟಾಭಿರಾಮ ದೇವಾಲಯ** ಹಂಪೆಯ ದೇವಾಲಯಗಳಲೆಲ್ಲಾ ಅತ್ಯಂತ ದೊಡ್ಡದು.

ಇದನ್ನು ಅಚ್ಯುತರಾಯ ನಿರ್ಮಿಸಿದನು. **ಉದ್ಧಾನ ವೀರಭದ್ರೇಶ್ವರ, ಚಂಡಿಕೇಶ್ವರ,** ನೆಲಮಟ್ಟದಿಂದ ಕೆಳಗಿರುವ ಪ್ರಸನ್ನ ವಿರೂಪಾಕ್ಷ ಮೊದಲಾದವು ಹಂಪೆಯ ಇತರ ಪ್ರಮುಖ ದೇವಾಲಯಗಳು.

ಇತರ ಸ್ಥಳಗಳಲ್ಲಿರುವ ವಿಜಯನಗರದ ಸ್ಮಾರಕಗಳು : ಶೃಂಗೇರಿಯ ವಿದ್ಯಾಶಂಕರ ದೇವಾಲಯ, ಪೆನುಕೊಂಡೆ ಕೋಟೆಯಲ್ಲಿರುವ ಗಗನಮಹಲ್, ಚಂದ್ರಗಿರಿ ಕೋಟೆಲ್ಲಿರುವ ರಾಜಾಮಹಲ್ ಮತ್ತು ರಾಣಿಮಹಲ್, ತಾಡಪತ್ರಿಯ ಚಿಂತಲರಾಯ ದೇಗುಲ, ಮೂಡಬಿದಿರೆಯ ಸಾವಿರಕಂಬಗಳ ಬಸದಿ, ಮಧುರೆಯ ತೈಮೂರ ನಾಯಕನ ಅರಮನೆ ಮೊದಲಾದವು ಈ ಕಾಲದ ಇತರ ಸ್ಮಾರಕಗಳು. ತಾಡಪತ್ರಿಯ ದೇಗುಲವನ್ನು ಕೃಷ್ಣದೇವರಾಯನ ರಾಜ್ಯಪಾಲನೊಬ್ಬ ನಿರ್ಮಿಸಿದನು.

ಲೇಪಾಕ್ಷಿ (ಹಿಂದೂಪುರ ಜಿಲ್ಲೆ)ಯಲ್ಲಿ ಕೂರ್ಮಶೈಲ ಎಂಬ ಬೆಟ್ಟವಿದೆ. ಇಲ್ಲಿ **ಪಾಪನಾಶೇಶ್ವರ, ವೀರಭದ್ರ, ದುರ್ಗಾ** ಮೊದಲಾದ ದೇವಾಲಯಗಳಿವೆ. ಇವೆಲ್ಲವನ್ನು ಒಟ್ಟಾಗಿ ಲೇಪಾಕ್ಷಿ ದೇವಾಲಯಗಳೆಂದು ಕರೆಯುತ್ತಾರೆ. ಇಲ್ಲಿನ ಅಪೂರ್ಣ ನಾಟ್ಯಗೃಹ ಅತ್ಯಂತ ಸುಂದರವಾಗಿದೆ. 25 ಅಡಿ ಎತ್ತರದ ಏಳು ಹೆಡೆಗಳ ನಾಗನ ಅಡಿಯಲ್ಲಿರುವ ನಾಗಲಿಂಗ, 28 ಅಡಿ ಎತ್ತರದ ಏಕಶಿಲಾ ನಂದಿ, ಸಪ್ತರ್ಷಿಗಳ ಹಾಗೂ ಅಷ್ಟದಿಕ್ಪಾಲಕರ ವಿಗ್ರಹಗಳು ಸುಂದರವಾಗಿವೆ.

ದಕ್ಷಿಣ ಭಾರತದ ಹಲವು ದೇವಾಲಯಗಳನ್ನು ದುರಸ್ತಿಮಾಡಿ ಕಲ್ಯಾಣ ಮಂಟಪಗಳು ಮತ್ತು ಗೋಪುರಗಳನ್ನು ನಿರ್ಮಿಸಿದರು. ವೆಲ್ಲೂರಿನ ಜಲಕಂಠೇಶ್ವರ, ಕಂಚಿಯ ವರದರಾಜ ಮತ್ತು ಏಕಾಂಬರನಾಥ, ತಿರುಚನಾಪಳ್ಳಿಯ ಜಂಬುಕೇಶ್ವರ, ಚಿದಂಬರಂನ ಪಾರ್ವತಿ ದೇವಾಲಯಗಳಲ್ಲಿ ಕಲ್ಯಾಣ ಮಂಟಪ ನಿರ್ಮಿಸಿದರು. ಅಂತೆಯೇ, ಬೇಲೂರು, ಶ್ರೀರಂಗಂ, ಶ್ರೀಶೈಲಂ ಮೊದಲಾದ ಸ್ಥಳಗಳ ದೇವಾಲಯಗಳಿಗೆ ಭವ್ಯವಾದ **'ರಾಯಗೋಪುರ'**ಗಳನ್ನು ನಿರ್ಮಿಸಿದರು.

ಚಿತ್ರಕಲೆ

ವಿಜಯನಗರದ ಕಾಲದಲ್ಲಿ ಚಿತ್ರಕಲೆಯ ಕ್ಷೇತ್ರದಲ್ಲೂ ಅಪಾರವಾದ ಪ್ರಗತಿಯಾಯಿತು. ಹಂಪೆಯ ವಿರೂಪಾಕ್ಷ ದೇವಾಲಯ, ಲೇಪಾಕ್ಷಿಯ ವೀರಭದ್ರ ದೇವಾಲಯ, ಚಿತ್ತೂರು ಜಿಲ್ಲೆಯ ಮದನಪಲ್ಲಿ ದೇವಾಲಯ, ಕುಂಭಕೋಣಂನ ರಾಮಸ್ವಾಮಿ ದೇವಾಲಯ ಮೊದಲಾದವುಗಳ ಗೋಡೆಗಳು ಹಾಗೂ ಮೇಲ್ಚಾವಣಿಯ ಒಳಭಾಗದಲ್ಲಿ ಸುಂದರವಾದ ಚಿತ್ರಗಳನ್ನು ಕಾಣಬಹುದಾಗಿದೆ. ಸಾಮಾನ್ಯವಾಗಿ ದೇವಾಲಯುಗಳ ಚಿತ್ರಗಳು ದೇವಾಲಯುದ ಪ್ರಧಾನ ಮೂರ್ತಿಗೆ ಸಂಬಂಧಿಸಿದವಾಗಿರುತ್ತಿದ್ದವು. ಉದಾಹರಣೆಗೆ **ಕುಂಬಕೋಣಂನ ರಾಮಸ್ವಾಮಿ ದೇವಾಲಯ**ದಲ್ಲಿರುವ ಚಿತ್ರಗಳು ಶ್ರೀರಾಮನ ಬುದಕಿಗೆ ಸಂಬಂಧಿಸಿದವುಗಳಾಗಿವೆ. ಕರ್ನಾಟಕ ಭಾಗದಲ್ಲಿರುವ ವಿಜಯನಗರ ಕಾಲದ ದೇವಾಲಯಗಳಲ್ಲಿ ಮಹಾಭಾರತ, ರಾಮಾಯಣ, ಪುರಾಣಗಳು ಮೊದಲಾದವುಗಳಲ್ಲಿ ಕಂಡುಬರುವ ದೃಷ್ಟಾಂತಗಳನ್ನು ಚಿತ್ರಿಸಲಾಗಿದೆ. ಎಡೆಯೂರಿನ ತೊಂಟದ ಸಿದ್ಧಲಿಂಗೇಶ್ವ ದೇವಾಲಯದಲ್ಲಿ ಶಿವನ ಬದುಕಿಗೆ ಸಂಬಂಧಿಸಿದ ಚಿತ್ರಗಳನ್ನು ಬಿಡಿಸಲಾಗಿದೆ. ವಿಜಯನಗರದ ರಾಜನ ಅರಮನೆಯೊಂದರ ಬಗ್ಗೆ ಪ್ರಸ್ತಾಪಿಸಿರುವ ಪೋರ್ಚುಗೀಸ್ ಪ್ರವಾಸಿ ಪಯಸ್ ಅರಮನೆಯ ದ್ವಾರದಲ್ಲಿ ಇಬ್ಬರು ರಾಜರ ಬೃಹದಾಕಾರದ ಚಿತ್ರಗಳನ್ನು ನೋಡಿದ್ದಾಗಿ ಹೇಳಿದ್ದಾನೆ. ಬಲಭಾಗದಲ್ಲಿ ಕೃಷ್ಣದೇವರಾಯನ ತಂದೆ ನರಸನಾಯಕನ ಚಿತ್ರ ಮತ್ತು ಎಡಭಾಗದಲ್ಲಿ ಕೃಷ್ಣದೇವರಾಯನ ಚಿತ್ರವಿತ್ತು. ಇಬ್ಬರೂ ರಾಜಪೋಷಾಕಿನಲ್ಲಿರುವಂತೆ ಚಿತ್ರಿಸಲಾಗಿತ್ತು. ಎರಡು ಅಂತಸ್ತಿನ ಈ ಅರಮನೆ ಕಮಲ ಮಹಲ್ ಆಗಿರಬೇಕು ಎಂದು ವಸುಂಧರಾ ಫಿಲಿಯೊಜಾ ಊಹಿಸಿದ್ದಾರೆ. ಈ ಅರಮನೆಯ ಕೆಳ ಅಂತಸ್ತಿನ ಒಂದು ಸಭಾಂಗಣದಲ್ಲಿ ಪೋರ್ಚುಗೀಸರೂ ಸೇರಿದಂತೆ ಅರಮನೆಗೆ ಬಂದು ಹೋದ ಎಲ್ಲ ವಿದೇಶಿಯರ ಜೀವನ ಶೈಲಿ ತೋರಿಸುವ ಚಿತ್ರಗಳಿದ್ದವು ಎಂದು ಪಯಸ್ ಹೇಳಿದ್ದಾನೆ. ರಾಣಿಯರು ಮತ್ತು ಅರಮನೆಯ ನಿವಾಸಿಗಳು ಬೇರೆ ಬೇರೆ ದೇಶಗಳ ಜನರ ಜೀವನ ಶೈಲಿಯನ್ನು ತಿಳಿದುಕೊಳ್ಳಲು ಅನುಕೂಲವಾಗುವಂತೆ ಈ ಚಿತ್ರಗಳನ್ನು ಬಿಡಿಸಲಾಗಿತ್ತೆಂದು ಪಯಸ್ ಹೇಳಿದ್ದಾನೆ. ಆದರೆ ಈ ಯಾವುದೇ ಚಿತ್ರಗಳು ಈಗ ಉಳಿದಿಲ್ಲ.

ಹಂಪೆಯ ವಿರೂಪಾಕ್ಷ ದೇವಾಲಯದಲ್ಲಿ ಕೃಷ್ಣದೇವರಾಯ ನಿರ್ಮಿಸಿದ ಕಲ್ಯಾಣ ಮಂಟಪದ ಮೇಲ್ಚಾವಣಿಯ ಒಳಭಾಗದಲ್ಲಿ **ಗಿರಿಜಾ ಕಲ್ಯಾಣ, ಕಾಮದಹನಮೂರ್ತಿ, ತ್ರಿಪುರ ಸಂಹಾರ, ಮಹಾವಿಷ್ಣುವಿನ ದಶಾವತಾರಗಳು, ಅರ್ಜುನ ಮತ್ಸ್ಯ ಯಂತ್ರವನ್ನು ಭೇದಿಸುತ್ತಿರುವ** ಸುಂದರವಾದ ಚಿತ್ರಗಳಿವೆ. ಅಲ್ಲದೆ ಇಲ್ಲಿ ಸನ್ಯಾಸಿಯೊಬ್ಬರ ಮರವಣಿಗೆಯ ಸುಂದರವಾದ ಚಿತ್ರವಿದೆ. ಈ ಸನ್ಯಾಸಿ ವ್ಯಾಸರಾಯರು ಆಥವ ವಿದ್ಯಾರಣ್ಯರು ಆಗಿರಬಹುದೆಂದು ಊಹಿಸಲಾಗಿದೆ. ಅಬ್ದುರ್ ರಜ್ಜಾಕ್ ಸರದಾರರ ಮಹಲುಗಳಲ್ಲಿ ಚಿರತೆಗಳು, ಹುಲಿಗಳು, ಸಿಂಹಗಳು ಮೊದಲಾದ ಪ್ರಾಣಿಗಳ ಚಿತ್ರಗಳು ಜೀವಂತವಾಗಿರುವಂತೆ ತೋರುತ್ತಿದ್ದವು ಎಂದು ಹೇಳಿದ್ದಾನೆ.

ಲೇಪಾಕ್ಷಿಯ ವೀರಭದ್ರ ದೇವಾಲಯದಲ್ಲಿ **ಗಿರಿಜಾ ಕಲ್ಯಾಣ, ಶ್ರೀರಾಮ ಪಟ್ಟಾಭಿಷೇಕ, ಭೂಕೈಲಾಸ, ಅರ್ಧನಾರೀಶ್ವರ, ದ್ರೌಪದಿ ಕಲ್ಯಾಣ** ಮೊದಲಾದ ಸುಂದರವಾದ ಚಿತ್ರಗಳನ್ನು ಬಿಡಿಸಲಾಗಿದೆ. ಗಿರಿಜೆ ಅಥವಾ ಪಾರ್ವತಿಯ ವಿವಾಹದ ಚಿತ್ರ,

ಅತ್ಯಂತ ಸುಂದರವಾಗಿದ್ದು ವಿಷ್ಣು ಸೇರಿದಂತೆ ಹಲವಾರು ದೇವರುಗಳು, ಋಷಿಮುನಿಗಳು ಪಾಲ್ಗೊಂಡಿರುವುದನ್ನು ಅದ್ಭುತವಾಗಿ ಚಿತ್ರಿಸಲಾಗಿದೆ. ಅರ್ಜುನನ ತಪಸ್ಸಿನ ಚಿತ್ರಗಳು ಸುಂದರವಾಗಿವೆ. **ಲೇಪಾಕ್ಷಿಯನ್ನು ಈ ಕಾರಣಕ್ಕಾಗಿ ಶೈವರ ಅಜಂತಾ** ಎಂದು ವರ್ಣಿಸಲಾಗಿದೆ.

ಮುಂದೆ ಅರವೀಡು ವಂಶದ ಎರಡನೇ ವೆಂಕಟನ ಕಾಲದಲ್ಲಿ ಅವನ ಮನವಿಯ ಮೇರೆಗೆ ವೆಲ್ಲೂರಿನ ಜೆಸುಯಿಟ್ ಪಾದ್ರಿಯು ಅಲೆಗ್ಸಾಂಡರ್ ಫ್ರೆ ಎಂಬ ವರ್ಣ ಚಿತ್ರಕಾರನನ್ನು ವೆಂಕಟನ ಆಸ್ಥಾನಕ್ಕೆ ಕಳುಹಿಸಿಕೊಟ್ಟಿದ್ದನು. ಅವನು 1602 ರವರೆಗೂ ವೆಂಕಟನ ಆಸ್ಥಾನದಲ್ಲಿದ್ದನು. ಅವನ ನಂತರ ಇಟಲಿಯ **ಬಾರ್ಥೋಲೋಮಿಯೊ** ವೆಂಕಟನ ಆಸ್ಥಾನಕ್ಕೆ ಬಂದು ರಾಜನ ಒಂದು ಸುಂದರವಾದ ಚಿತ್ರವನ್ನು ಬಿಡಿಸಿದನು. ಅದನ್ನು ರಾಜ ಬಹಳವಾಗಿ ಮೆಚ್ಚಿಕೊಂಡನು. 1611ರಲ್ಲಿ ಬಾರ್ಥೋಲೋಮಿಯೊ ಅಲ್ಲಿಂದ ಹಿಂದಿರುಗಿದನು.

ಹೀಗೆ ವಿಜಯನಗರದ ಕಾಲದಲ್ಲಿ ಚಿತ್ರಕಲೆಗೆ ಅಪಾರವಾದ ಪ್ರೋತ್ಸಾಹ ದೊರೆಯಿತು. ಈ ಎಲ್ಲ ಚಿತ್ರಗಳ ಸೂಕ್ಷ್ಮ ಅಧ್ಯಯನದಿಂದ ಆ ಕಾಲದ ಜೀವನ ಶೈಲಿ, ಜನರ ವೇಷಭೂಷಣಗಳು, ಆಭರಣಗಳು ಮೊದಲಾದವುಗಳ ಬಗ್ಗೆ ಉಪಯುಕ್ತವಾದ ಮಾಹಿತಿಗಳು ದೊರೆಯುತ್ತವೆ.

ಶಿಲ್ಪಕಲೆ

ಶಿಲ್ಪಕಲೆ ಕ್ಷೇತ್ರದಲ್ಲೂ ಈ ಕಾಲದಲ್ಲಿ ಅಸಾಧಾರಣ ಪ್ರಗತಿಯಾಯಿತು. ವಿಜಯನಗರ ಕಾಲದ ಎಲ್ಲ ದೇವಾಲಯಗಳಲ್ಲೂ ಅತ್ಯಂತ ಸುಂದರವಾದ ದೇವರುಗಳ ವಿಗ್ರಹಗಳನ್ನು ಕಾಣಬಹುದಾಗಿದೆ. ಹಜಾರ ರಾಮಸ್ವಾಮಿದೇವಾಲಯದ ಗೋಡೆಗಳ ಮೇಲೆ ರಾಮಾಯಣ ಮತ್ತು ಮಹಾಭಾರತದ ಸುಂದರವಾದ ದೃಶ್ಯಗಳ ಶಿಲ್ಪಗಳಿವೆ. ದೇವಾಲಯದ ಗೋಡೆಗಳ ಹೊರಭಾಗದಲ್ಲಿ **ರಾಮಾಯಣ, ಕೃಷ್ಣಲೀಲೆ, ರಾವಣ ವಧೆ, ಪುತ್ರಕಾಮೇಷ್ಠಿಯಾಗದ** ಉಬ್ಬುಶಿಲ್ಪ ಪಟ್ಟಿಕೆಗಳಿವೆ. ಇದೇ ದೇವಾಲಯದ ಒಂದು ಕಂಬದ ಮೇಲೆ ಮಹಾವಿಷ್ಣುವನ್ನು ಅಶ್ವಾರೋಹಿಯಾಗಿ ಕೆತ್ತಲಾಗಿದೆ. ವಿಠಲ ದೇಗುಲದ ಮುಂಬಾಗದ ಕಲ್ಲಿನ ರಥದಲ್ಲಿ ಸಿಪಾಯಿಗಳು, ಕುದುರೆ ಸವಾರರು, ಬೇಟೆಗಾರರು, ಪೋರ್ಚುಗೀಸರು, ಅರಬರು ಮೊದಲಾದ ವಿದೇಶಿಯರ ಉಬ್ಬುಶಿಲ್ಪಗಳನ್ನು ಕಾಣಬಹುದು. ತಿರುಪತಿಯ ದೇವಾಲಯದಲ್ಲಿ ಕೃಷ್ಣದೇವರಾಯ ಮತ್ತು ಅವನ ಇಬ್ಬರು ರಾಣಿಯರ ಸುಂದರವಾದ ಕಂಚಿನ ವಿಗ್ರಹಗಳಿವೆ. ಸಾಸುವೆಕಾಳು ಗಣಪತಿ, ಕಡಲೆಕಾಳು ಗಣಪತಿ, ಲಕ್ಷ್ಮೀನರಸಿಂಹ ಮೊದಲಾದ ವಿಗ್ರಹಗಳು, ಶಿಲ್ಪಕಲಾಕ್ಷೇತ್ರದಲ್ಲಾದ ಪ್ರಗತಿಗೆ ನಿದರ್ಶನಗಳಾಗಿವೆ. ಅಂತೆಯೇ ಕಾರ್ಕಳ ಮತ್ತು ವೇಣೂರಿನಲ್ಲಿರುವ ಗೊಮ್ಮಟೇಶ್ವರನ ವಿಗ್ರಹಗಳು ಮೊದಲಾದುವು ಅತ್ಯಂತ ಸುಂದರವಾಗಿವೆ.

ಮಾದರಿ ಪ್ರಶ್ನೆಗಳು

ಒಂದು ಅಂಕದ ಪ್ರಶ್ನೆಗಳು

1. ರಾಬರ್ಟ್ ಸಿವೆಲ್ ವಿಜಯನಗರದ ಬಗ್ಗೆ ಬರೆದ ಗ್ರಂಥ ಯಾವುದು ?
2. ಒಂದನೇ ದೇವರಾಯನ ಕಾಲದಲ್ಲಿ ವಿಜಯನಗರಕ್ಕೆ ಭೇಟಿ ನೀಡಿದ ಇಟಲಿಯ ಪ್ರವಾಸಿ ಯಾರು?
3. 'ವಿಜಯನಗರದಂತಹ ನಗರವನ್ನು ಕಣ್ಣುಗಳು ನೋಡಿಲ್ಲ, ಕಿವಿಗಳು ಕೇಳಿಲ್ಲ" ಎಂದು ಬರೆದಿರುವ ವಿದೇಶೀಯ ಯಾರು?
4. ಯವನ ರಾಜ್ಯ ಸ್ಥಾಪನಾಚಾರ್ಯ ಬಿರುದನ್ನು ಪಡೆದಿದ್ದ ವಿಜಯನಗರದ ಅರಸ ಯಾರು?
5. ಕೃಷ್ಣದೇವರಾಯನ ಆಸ್ಥಾನಕ್ಕೆ ಬಂದಿದ್ದ ಪೋರ್ಚುಗೀಸ್ ರಾಯಭಾರಿ ಯಾರು?
6. ತಾಳಿಕೋಟೆ ಕದನದಲ್ಲಿ ವಿಜಯನಗರಕ್ಕೆ ದ್ರೋಹ ಬಗೆದ ಮುಸ್ಲಿಂ ಸೇನಾನಿಗಳು ಯಾರು?
7. ಚಾಮರಸ ರಚಿಸಿದ 'ಪ್ರಭುಲಿಂಗಲೀಲೆ' ಯಾರ ಬದುಕನ್ನು ಕುರಿತ ಕಾವ್ಯವಾಗಿದೆ.?
8. ಕುವೆಂಪು ಅವರಿಂದ 'ಜಗತ್‌ಕೃತಿ' ಎಂದು ವರ್ಣಿತವಾಗಿರುವ ರತ್ನಾಕರವರ್ಣಿಯ ಕೃತಿ ಯಾವುದು?
9. 'ದಾಸರ ಪದಗಳು' ಎಂಬ ಹರಿದಾಸರ ಕೀರ್ತನೆಗಳನ್ನೊಳಗೊಂಡ ಕೃತಿಯನ್ನು ಮೊದಲು ಪ್ರಕಟಿಸಿದವರು ಯಾರು?

10. 'ಭಾರತದ ಚರಿತ್ರೆಯಲ್ಲಿ ಕವಯತ್ರಿಯೊಬ್ಬರು ಬರೆದ ಪ್ರಥಮ ಸಂಸ್ಕೃತಿ ಐತಿಹಾಸಿಕ ಕಾವ್ಯ' ಎಂಬ ಹೆಗ್ಗಳಿಕೆಗೆ ಪಾತ್ರವಾಗಿರುವ ಕಾವ್ಯ ಯಾವುದು.

ಕಿರು ಉತ್ತರದ ಪ್ರಶ್ನೆಗಳು

1. ವಿಜಯನಗರ ಸ್ಥಾಪಕರ ಮೂಲಕ್ಕೆ ಸಂಬಂಧಿಸಿದ ಸಿದ್ಧಾಂತಗಳನ್ನು ವಿವರಿಸಿ

2. ವಿಜಯನಗರಕ್ಕೆ ಭೇಟಿ ನೀಡಿದ ವಿದೇಶಿಯರನ್ನು ಕುರಿತು ಬರೆಯಿರಿ

3. ವಿಜಯನಗರ ಶೈಲಿ ವಾಸ್ತುಶಿಲ್ಪದ ಲಕ್ಷಣಗಳನ್ನು ಬರೆಯಿರಿ.

ದೀರ್ಘ ಉತ್ತರದ ಪ್ರಶ್ನೆಗಳು

1. ವಿಜಯನಗರ ಚರಿತ್ರೆಯಲ್ಲಿ ಕೃಷ್ಣದೇವರಾಯನ ಆಡಳಿತ ಕಾಲದ ಮಹತ್ವವನ್ನು ವಿವರಿಸಿ.

2. ತಾಳಿಕೋಟೆ ಕದನದ ಕಾರಣಗಳು ಮತ್ತು ಪರಿಣಾಮಗಳನ್ನು ಚರ್ಚಿಸಿ

3. ವಿಜಯನಗರ ಕಾಲದಲ್ಲಿ ಕನ್ನಡ ಸಾಹಿತ್ಯ ಕ್ಷೇತ್ರದಲ್ಲಾದ ಬೆಳವಣಿಗೆಯನ್ನು ವಿವರಿಸಿ.

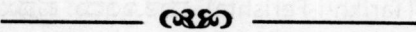

ಅಧ್ಯಾಯ – 13

ಬಹಮನಿ ಸಾಮ್ರಾಜ್ಯ
Bahamani Empire

14ನೇ ಶತಮಾನದ ಪೂರ್ವಾರ್ಧಭಾಗದಲ್ಲಿ ದಖ್ಖನಿನ ರಾಜಕೀಯದಲ್ಲಿ ಮಹತ್ವದ ಬೆಳವಣಿಗೆಗಳಾದವು. ಅವುಗಳಲ್ಲಿ ಒಂದು ವಿಜಯನಗರ ಸಾಮ್ರಾಜ್ಯದ ಸ್ಥಾಪನೆಯಾದರೆ ಮತ್ತೊಂದು ಬಹಮನಿ ಸಾಮ್ರಾಜ್ಯದ ಸ್ಥಾಪನೆ. ಕ್ರಿ.ಶ. 1347ರಲ್ಲಿ ಸ್ಥಾಪನೆಯಾದ ಬಹಮನಿ ಸಾಮ್ರಾಜ್ಯ ಸುಮಾರು ಒಂದೂವರೆ ಶತಮಾನಗಳ ಕಾಲ ಅಸ್ತಿತ್ವದಲ್ಲಿದ್ದಿತು. ಈ ಅವಧಿಯಲ್ಲಿ ಬಹಮನಿ ಸುಲ್ತಾನರು ಆಡಳಿತ, ಸಾಹಿತ್ಯ, ಕಲೆ ಮತ್ತು ವಾಸ್ತುಶಿಲ್ಪ ಕ್ಷೇತ್ರಗಳಿಗೆ ಅನುಪಮವಾದ ಕೊಡುಗೆಗಳನ್ನು ನೀಡಿದರು. **ಗುಲ್ಬರ್ಗಾ ಅವರ ರಾಜಧಾನಿಯಾಗಿತ್ತು.**

ಆಧಾರಗಳು : ಬಹಮನಿ ಸಾಮ್ರಾಜ್ಯದ ಇತಿಹಾಸದ ಅಧ್ಯಯನಕ್ಕೆ ಹಲವಾರು ಗ್ರಂಥಗಳು ಸಹಾಯಕವಾಗಿವೆ. ಬಹಮನಿ ಸಾಮ್ರಾಜ್ಯದ ಸ್ಥಾಪಕನಾದ ಅಲಾವುದ್ದೀನ್ ಬಹಮನ್ ಷಾನ ಆಸ್ಥಾನ ವಿದ್ವಾಂಸನಾಗಿದ್ದ **ಇಸಾಮಿ** ಪರ್ಷಿಯನ್ ಭಾಷೆಯಲ್ಲಿ ರಚಿಸಿರುವ **'ಫುತುಹ್–ಉಸ್–ಸಲಾತಿನ್'** (Futuh-us-Salatin) ಮಹತ್ವದ ಆಕರ ಗ್ರಂಥವಾಗಿದೆ. ಫೆರಿಷ್ತಾ ರಚಿಸಿರುವ **"ತಾರಿಖ್–ಇ–ಫೆರಿಷ್ತಾ"** (Tarikh-i-Ferishta) ಮತ್ತೊಂದು ಪ್ರಮುಖ ಆಕರ ಗ್ರಂಥವಾಗಿದೆ. ಇವಲ್ಲದೆ ತಬಾತಬಾ **(ಬುರ್ಹಾನ್–ಇ–ಮಾಸಿರ್),** ಮಹಮೂದ್ ಗವಾನ್, ರಷ್ಯಾದ ಪ್ರವಾಸಿ **ನಿಕಿಟಿನ್** ಮೊದಲಾದವರ ಬರವಣಿಗೆಗಳು, ಸುಲ್ತಾನರಿಂದ ಟಂಕಿಸಲ್ಪಟ್ಟ ನಾಣ್ಯಗಳು, ಅವರು ನಿರ್ಮಿಸಿದ ಸ್ಮಾರಕಗಳು ಬಹಮನಿ ಸಾಮ್ರಾಜ್ಯದ ಇತಿಹಾಸದ ಅಧ್ಯಯನಕ್ಕೆ ಉಪಯುಕ್ತ ಮಾಹಿತಿಯನ್ನು ನೀಡುತ್ತವೆ.

ಸಾಮ್ರಾಜ್ಯದ ಸ್ಥಾಪನೆ

ಅಲಾವುದ್ದೀನ್ ಖಿಲ್ಜಿ(1296–1316)ಯ ಕಾಲದಲ್ಲಿ ಮೊದಲ ಬಾರಿಗೆ ದಕ್ಷಿಣ ಭಾರತದ ಮೇಲೆ ಮಹಮದೀಯರ ದಾಳಿಗಳು ಆರಂಭವಾದವು. ಆದರೆ ವಾಸ್ತವವಾಗಿ ದಖ್ಖನ್ ಡೆಲ್ಲಿಯ ಆಧಿಪತ್ಯಕ್ಕೆ ಒಳಪಟ್ಟಿದ್ದು ಮುಹಮ್ಮದ್–ಬಿನ್–ತುಘಲಕ್ (1325–51)ನ ಕಾಲದಲ್ಲಿ. ಮುಹಮ್ಮದ್ ತನ್ನ ಆಳ್ವಿಕೆಯ ಪ್ರಾರಂಭದಲ್ಲಿ ಬಹುತೇಕ ದಖನ್ ಹಾಗೂ ದಕ್ಷಿಣ ಭಾರತದ ಬಹುಭಾಗವನ್ನು ತನ್ನ ನೇರ ಆಡಳಿತಕ್ಕೆ ಒಳಪಡಿಸಿಕೊಂಡನು. 1327ರಲ್ಲಿ ತನ್ನ ರಾಜಧಾನಿಯನ್ನು ಡೆಲ್ಲಿಯಿಂದ ದಖ್ಖನಿನ ದೌಲತಾಬಾದ್‌ಗೆ ವರ್ಗಾಯಿಸಿದನು. ಹಿಂದೆಂದೂ ಡೆಲ್ಲಿ ಸುಲ್ತಾನಾಧಿಪತ್ಯದ ಅಧಿಕಾರ ಹಾಗೂ ಘನತೆ ಇಷ್ಟೊಂದು ಎತ್ತರಕ್ಕೆ ಏರಿರಲಿಲ್ಲವೆಂಬುದು ಗಮನಾರ್ಹವಾಗಿದೆ. ಸಮಕಾಲೀನ ಇತಿಹಾಸಕಾರ **ಬರಾನಿಯ** ಪ್ರಕಾರ ಮುಹಮ್ಮದ್ ತುಘಲಕ್‌ನ ಕಾಲದಷ್ಟು ವರಮಾನ ವಿವಿಧ ಭಾಗಗಳಿಂದ ಡೆಲ್ಲಿಯ ಖಜಾನೆಗೆ ಹಿಂದೆಂದೂ ಹರಿದು ಬಂದಿರಲಿಲ್ಲ. ಆದರೆ ಮುಹಮ್ಮದನ ವಿಜಯಗಳು ಕ್ಷಣಿಕವಾಗಿದ್ದವು. ಕೇವಲ ಒಂದು ದಶಕದ ಅವಧಿಯಲ್ಲಿ ಅವನು ದಕ್ಷಿಣ ಭಾರತದ ಮೇಲಿನ ನಿಯಂತ್ರಣವನ್ನು ಬಹುತೇಕ ಕಳೆದುಕೊಂಡನು.

ಆರಂಭದಲ್ಲಿ **ಖುತ್ಲುಗ್ ಖಾನ್**‌ನನ್ನು ದಖ್ಖನಿನ ವೈಸರಾಯ್ ಆಗಿ **ಮುಹಮ್ಮದ್** ನೇಮಿಸಿದ್ದನು. ಆದರೆ ಆತನ ಜನಪ್ರಿಯತೆಯನ್ನು ಸಹಿಸದ ಡೆಲ್ಲಿಯ ಪ್ರಭಾವಿ ಸರದಾರರ ಪಿತೂರಿಯಿಂದಾಗಿ ಅವನನ್ನು ಪದಚ್ಯುತಗೊಳಿಸಿ ಅವನ ಸೋದರ **ಐನ್–ಉಲ್–ಮುಲ್ಕ್**‌ನನ್ನು ವೈಸರಾಯ್ ಆಗಿ ನೇಮಿಸಲಾಯಿತು. ಈ ಬಗ್ಗೆ ಬರೆಯುತ್ತ ಇಸಾಮಿ **"ಒಳ್ಳೆಯದೆಲ್ಲವೂ ದಖ್ಖನಿನಿಂದ ನಿರ್ಗಮಿಸುತ್ತಿದೆ ಎಂದು ಗೋಡೆಗಳು ಕೂಗಿ ಹೇಳುತ್ತಿವೆ"** ಎಂದು ಹೇಳಿದ್ದಾನೆ. ಸ್ವಲ್ಪ ಸಮಯದ ನಂತರ ಐನ್–ಉ–ಮುಲ್ಕ್ ಸ್ಥಾನದಲ್ಲಿ **ಇಮಾದ್–ಉಲ್–ಮುಲ್ಕ್** ನನ್ನು ದಖ್ಖನಿನ ವೈಸರಾಯ್ ಹುದ್ದೆಗೆ ನೇಮಿಸಲಾಯಿತು. ಅದೇ ಸಂದರ್ಭದಲ್ಲಿ ಅಜೀಜುದ್ದೀನ್ ಖಮ್ಮರ್‌ನನ್ನು ಮಾಳ್ವದ ರಾಜ್ಯಪಾಲನಾಗಿ ನೇಮಿಸಲಾಯಿತು. ಈತನು ಸುಲ್ತಾನನಿಗೆ ಅವಿಧೇಯರಾಗಿದ್ದರೆಂದು ಸಂಶಯಿಸಲಾದ 80 (ವಿದೇಶಿ) ಅಮೀರರನ್ನು ಕ್ರೂರವಾಗಿ ಕೊಲ್ಲಿಸಿದನು. ಇದರಿಂದ ಅಕ್ರೋಶಗೊಂಡ ಗುಜರಾತಿನ ಅಮೀರರು ದಂಗೆ ಎದ್ದು 1345ರಲ್ಲಿ ಖಮ್ಮರ್‌ನನ್ನು ಹತ್ಯೆ ಮಾಡಿದರು. ದೌಲತಾಬಾದ್ ಕೋಟೆಯನ್ನು ವಶಪಡಿಸಿಕೊಂಡ ಈ ಬಂಡಾಯಗಾರ ಅಮೀರರು ತಮ್ಮಲ್ಲಿ ಒಬ್ಬನಾಗಿದ್ದ **ಇಸ್ಮಾಯಿಲ್ ಮುಖ್**‌ನನ್ನು ದಖ್ಖನಿನ ಸುಲ್ತಾನನಾಗಿ ಆಯ್ಕೆ ಮಾಡಿದರು. ನೂತನ ಸುಲ್ತಾನ ಇಸ್ಮಾಯಿಲ್ ತನ್ನ ಬೆಂಬಲಿಗ ಸರದಾರರಿಗೆ ಬಿರುದುಗಳು ಹಾಗೂ ಜಾಗೀರುಗಳನ್ನು ನೀಡಿ ತೃಪ್ತಿಪಡಿಸಿದನು. ನೂರುದ್ದೀನ್‌ನಿಗೆ **"ಖ್ವಾಜಾ–ಇ–ಜಹಾನ್"** ಎಂಬ ಬಿರುದನ್ನು ಹಾಗೂ **ಹಸನ್ ಗಂಗು** ಎಂಬ

ಸರದಾರನಿಗೆ **'ಜಾಫರ್ ಖಾನ್'** ಎಂಬ ಬಿರುದನ್ನು ನೀಡಿದನು. ಈ ಬಂಡಾಯವನ್ನು ಹತ್ತಿಕ್ಕಲು ಸ್ವತಃ ಸುಲ್ತಾನ್ ಮುಹಮ್ಮದ್–ಬಿನ್–ತುಘಲಕ್ ದಖ್ಖನಿಗೆ ಬಂದನು. ಹೋರಾಟದಲ್ಲಿ ಖ್ವಾಜ ಜಹಾನ್ ಕೊಲ್ಲಲ್ಪಟ್ಟನು. ಆದರೆ ಹಸನ್ ಗಂಗು ಅಥವಾ ಜಾಫರ್ ಖಾನ್ ಸುಲ್ತಾನನ ಪಡೆಗಳನ್ನು ಸೋಲಿಸುವಲ್ಲಿ ಸಫಲನಾದನು. ಅದರಿಂದ ಪ್ರಭಾವಿತರಾದ ದಖ್ಖನಿನ ಅಮೀರರು ಇಸ್ಮಾಯಿಲ್ ಖಾನ್ ಸ್ಥಾನದಲ್ಲಿ ಹಸನ್ ಗಂಗುವನ್ನು ದಖ್ಖನಿನ ಸುಲ್ತಾನನಾಗಿ ಆಯ್ಕೆ ಮಾಡಿದರು. ಹಸನ್‌ಗಂಗು 1347ರ ಆಗಸ್ಟ್ 11 ರಂದು **ಅಲಾವುದ್ದೀನ್ ಹಸನ್ ಬಹಮನ್ ಷಾ** ಎಂಬ ಬಿರುದಿನೊಂದಿಗೆ ಸಿಂಹಾಸನವನ್ನೇರಿದನು.

ಅಲಾವುದ್ದೀನ್ ಹಸನ್ ಬಹಮನ್ ಷಾ (1347–58)

ಇವನು ಬಹಮನಿ ಸಾಮ್ರಾಜ್ಯದ ಸ್ಥಾಪಕ ಹಾಗೂ ಪ್ರಥಮ ಸುಲ್ತಾನ. ಈತನ ಬಾಲ್ಯ ಜೀವನದ ಬಗ್ಗೆ ಹೆಚ್ಚಿನ ಮಾಹಿತಿಗಳು ಲಭ್ಯವಾಗಿಲ್ಲ. ಕ್ರಿ.ಶ. 1290ರಲ್ಲಿ ಜನಿಸಿದ ಹಸನ್ ತಾನು ಪರ್ಷಿಯದ ಸಸನೀಡ್ ವಂಶದ ಬಹಮನ್‌ಷಾನ ವಂಶಜನೆಂದು ಹೇಳಿಕೊಂಡಿದ್ದಾನೆ. ಫೆರಿಷ್ತಾ ತನ್ನ **"ತಾರಿಖ್–ಇ–ಫೆರಿಷ್ತಾ"** ಗಂಥದಲ್ಲಿ ಬೇರೆಯದೇ ಕಥೆಯನ್ನು ಹೇಳಿದ್ದಾನೆ. ಅವನ ಪ್ರಕಾರ ಹಸನ್ ಡೆಲ್ಲಿಯ ನಿವಾಸಿಯಾಗಿದ್ದು ಗಂಗು ಎಂಬ ಬ್ರಾಹ್ಮಣನ ಸೇವಕನಾಗಿದ್ದನು. ಒಮ್ಮೆ ಅವನು ಬೇಸಾಯದಲ್ಲಿ ತೊಡಗಿದ್ದಾಗ ಅವನಿಗೆ ಚಿನ್ನದ ನಾಣ್ಯಗಳು ತುಂಬಿದ್ದ ತಾಮ್ರದ ಪಾತ್ರೆಯೊಂದು ಸಿಕ್ಕಿತು. ಅವನು ಅದನ್ನು ತನ್ನ ಯಜಮಾನನಿಗೆ ತಲುಪಿಸಿದನು. ಅವನ ಪ್ರಾಮಾಣಿಕತೆಯಿಂದ ಪ್ರಭಾವಿತನಾದ ಬ್ರಾಹ್ಮಣ ಈ ವಿಷಯವನ್ನು ಸುಲ್ತಾನನ ಗಮನಕ್ಕೆ ತಂದನು. ತಕ್ಷಣ ಸುಲ್ತಾನ ಹಸನ್‌ನನ್ನು ಒಂದು ನೂರು ಅಶ್ವಗಳ ಪಡೆಯ ನಾಯಕನಾಗಿ ನೇಮಿಸಿದನು. ಜ್ಯೋತಿಷಿಯಾಗಿದ್ದ ಬ್ರಾಹ್ಮಣ ಮುಂದೆ ಸುಲ್ತಾನನಾಗುತ್ತಾನೆ ಎಂದು ಗ್ರಹಿಸಿ, ಸುಲ್ತಾನನಾದರೆ **'ಗಂಗು ಬಹಮನ್'** ಎಂಬ ಬಿರುದನ್ನು ಧರಿಸುತ್ತೇನೆ ಎಂಬ ವಚನವನ್ನು ಹಸನ್‌ನಿಂದ ಪಡೆದನು. ಆದರೆ ಫೆರಿಷ್ತಾನ ಈ ಕಥೆಗೆ ಪೂರಕವಾಗಿ ಯಾವುದೇ ಆಧಾರಗಳು ದೊರೆತಿಲ್ಲ.

ಹಸನ್ ಬಹಮನ್ ಷಾ ಆರಂಭದಿಂದಲೇ ಅತ್ಯಂತ ಕಠಿಣ ಪರಿಸ್ಥಿತಿ ಎದುರಿಸಬೇಕಾಯಿತು. ಹಲವರು ತುಘಲಕ್ ಪ್ರಭುತ್ವದ ಪುನರ್‌ಸ್ಥಾಪನೆಯನ್ನು ಬಯಸಿದ್ದರು. ಇಸ್ಮಾಯಿಲ್ ಮುಖ್‌ನ ಅನುಯಾಯಿಗಳು ಮತ್ತೆ ಇಸ್ಮಾಯಿಲ್‌ನನ್ನು ಅಧಿಕಾರಕ್ಕೆ ತರಲು ಪ್ರಯತ್ನಿಸುತ್ತಿದ್ದರು. ಅಲ್ಲದೆ ಸ್ಥಳೀಯ ಹಿಂದೂ ನಾಯಕರು ತಮ್ಮ ಸ್ವಾತಂತ್ರ್ಯವನ್ನು ಮರಳಿ ಪಡೆಯಲು ಪ್ರಯತ್ನಗಳನ್ನು ನಡೆಸಿದ್ದರು. ಜೊತೆಗೆ ಬಹಮನಿ ಸಾಮ್ರಾಜ್ಯದ ದಕ್ಷಿಣ ಭಾಗದಲ್ಲಿ ಎರಡು ಹಿಂದೂ ರಾಜ್ಯಗಳು ಅಸ್ತಿತ್ವದಲ್ಲಿದ್ದವು. ಅವುಗಳು **ವಿಜಯನಗರ ಸಾಮ್ರಾಜ್ಯ** ಮತ್ತು **ಕಪಯನಾಯಕನ ಅಳ್ವಿಕೆಯಲ್ಲಿದ್ದ ವಾರಂಗಲ್ ರಾಜ್ಯ**. ಈ ಕಠಿಣ ಪರಿಸ್ಥಿತಿಯನ್ನು ಹಸನ್ ಬಹಮನ್ ಷಾ ಅತ್ಯಂತ ಸಮರ್ಥವಾಗಿ ಎದುರಿಸಿದನು ಮತ್ತು ಬಹಮನಿ ಸಾಮ್ರಾಜ್ಯವನ್ನು ಬಹಳವಾಗಿ ವಿಸ್ತರಿಸಿದನು. 1350ರಲ್ಲಿ ವಾರಂಗಲ್ ಮೇಲೆ ದಾಳಿ ನಡೆಸಿದ ಅವನು ಕಪಯನಾಯಕನನ್ನು ಸೋಲಿಸಿ ಅವನಿಂದ ಕಾಣಿಕೆ ಪಡೆದನು. ಪೋಚ ರೆಡ್ಡಿಯನ್ನು ಸೋಲಿಸಿ ಅವನಿಂದ **ಗುಲ್ಬರ್ಗಾವನ್ನು** ವಶಪಡಿಸಿಕೊಂಡನು. ಅದಕ್ಕೆ **ಅಶನಾಬಾದ್ ಎಂದು ಪುನರ್ ನಾಮಕರಣಮಾಡಿ ಅದನ್ನು ತನ್ನ ರಾಜಧಾನಿಯಾಗಿ ಮಾಡಿಕೊಂಡನು**. ಅಕ್ಕಲಕೋಟೆ, ಮಹೇಂದ್ರಿ, ಕಲ್ಯಾಣಿ, ಮುಧೋಳ, ಜಮಖಂಡಿ ಮೊದಲಾದವುಗಳನ್ನು ವಶಪಡಿಸಿಕೊಂಡನು. ಹೀಗೆ ಹಸನ್ ಭೀಮ ನದಿಯಿಂದ ಅದೋನಿಯವರೆಗೆ ಮತ್ತು ಚೌಲ್‌ನಿಂದ ಬೀದರ್‌ವರೆಗೆ ವಿಸ್ತರಿಸಿದ ಒಂದು ದೊಡ್ಡ ಸಾಮ್ರಾಜ್ಯವನ್ನು ತನಗಾಗಿ ಸ್ಥಾಪಿಸಿಕೊಂಡನು. ತನ್ನ ವಿರುದ್ಧ ಬಂಡಾಯವೆದ್ದ ಖಿರ್‌ಖಾನ್ ಹಾಗೂ ಹಿಂದಿನ ಸುಲ್ತಾನ ಇಸ್ಮಾಯಿಲ್‌ರನ್ನು ಸೋಲಿಸಿ ಕೊಲ್ಲಿಸಿದನು. ಬಹುತೇಕ ತೆಲಂಗಾಣವನ್ನು ವಶಪಡಿಸಿಕೊಂಡನಾದರು **ರಾಜಮಂಡ್ರಿಯ ಕಾಟಯ ವೇಮನಿಂದ** ಸೋಲು ಅನುಭವಿಸಿದನು.

ಉದಾರವಾದಿಯಾಗಿದ್ದ ಹಸನ್ ಹಿಂದೂಗಳ ಮೇಲಿನ **ಜಿಜಿಯ ತೆರಿಗೆಯನ್ನು ರದ್ದುಪಡಿಸಿದನು.** ತನ್ನ ರಾಜ್ಯವನ್ನು ನಾಲ್ಕು ಪ್ರಾಂತ್ಯಗಳಾಗಿ ವಿಭಾಗಿಸಿ ಪ್ರತಿಯೊಂದಕ್ಕೂ ರಾಜ್ಯಪಾಲರನ್ನು ನೇಮಿಸಿದನು. ಅಧಿಕಾರಿಗಳಿಗೆ ಉನ್ನತ ಬಿರುದುಗಳು ಹಾಗೂ ಸ್ಥಾನಮಾನ ನೀಡಿ ಡೆಲ್ಲಿಯಂತೆಯೇ ಒಂದು ಆಳುವ ವರ್ಗವನ್ನು ಸೃಷ್ಟಿಸಿದನು. **ಮಲ್ಲಿಕ್ ಸೈಫುದ್ದೀನ್ ಘೋರಿ** ಎಂಬ ಸರದಾರನ ಮಗಳನ್ನು ತನ್ನ ಮಗನಿಗೆ ವಿವಾಹ ಮಾಡಿಕೊಂಡಿದ್ದಲ್ಲದೆ ಅವನನ್ನು ತನ್ನ ಪ್ರಧಾನ ಮಂತ್ರಿಯಾಗಿ ನೇಮಿಸಿಕೊಂಡನು. ಸ್ವಸಾಮರ್ಥ್ಯದಿಂದ ಮೇಲೆ ಬಂದ ಅವನು ಅತ್ಯಂತ ಸಮರ್ಥನೂ, ಮಹತ್ವಕಾಂಕ್ಷಿಯೂ ಆಗಿದ್ದನು. ರಾಜ್ಯ ಸ್ಥಾಪನೆ ಹಾಗೂ ಅದರ ರಕ್ಷಣೆಗೆ ಹೆಚ್ಚು ಗಮನ ನೀಡಬೇಕಾಗಿದ್ದರಿಂದ ಆಡಳಿತ ಸುಧಾರಣೆಗೆ ಗಮನ ಹರಿಸಲು ಅವನಿಗೆ ಸಾಧ್ಯವಾಗಲಿಲ್ಲ.

ಒಂದನೇ ಮುಹಮ್ಮದ್ ಷಾ (1358–1375)

ಬಹಮನ್ ಷಾನ ಮರಣಾನಂತರ ಅವನ ಹಿರಿಯಮಗ ಒಂದನೇ ಮುಹಮ್ಮದ್ ಷಾ ಅಧಿಕಾರಕ್ಕೆ ಬಂದನು. ಅವನ ಆಡಳಿತಕ್ಕೆ **ಅಬ್ಬಾಸಿದ್ ಖಲೀಫರ** ಮನ್ನಣೆ ದೊರೆಯಿತು. ಅದರಿಂದಾಗಿ ಶುಕ್ರವಾರದ ಪ್ರಾರ್ಥನೆ (ಕುತ್ಬ) ಯಲ್ಲಿ ತನ್ನ ಹೆಸರನ್ನು ಸೇರಿಸಲು ಹಾಗೂ ನಾಣ್ಯಗಳನ್ನು ಟಂಕಿಸಲು ಸುಲ್ತಾನನಿಗೆ ಅನುಮತಿ ದೊರೆಯಿತು.

ಮುಹಮ್ಮದ್ ಷಾ ಬಹಮನಿ ಸಾಮ್ರಾಜ್ಯವನ್ನು ಸುಭದ್ರಗೊಳಿಸದ್ದಲ್ಲದೆ ಮತ್ತಷ್ಟು ವಿಸ್ತರಿಸಿದನು. ಆರಂಭದಲ್ಲೇ ವಿಜಯನಗರ ಹಾಗೂ ವಾರಂಗಲ್ ಅರಸರೊಂದಿಗೆ ಹೋರಾಡಬೇಕಾಯಿತು. ಉಮರ್ ಬಹಾದೂರ್ ಖಾನ್ ನೇತೃತ್ವದಲ್ಲಿ ಬಹಮನಿ ಸೈನ್ಯ ತೆಲಂಗಾಣದ ಮೇಲೆ ದಾಳಿ ಮಾಡಿತು. ಹೋರಾಟದಲ್ಲಿ ಕಪಯನಾಯಕನ ಮಗ ವಿನಾಯಕದೇವ ಹತನಾದನು. ಕೊನೆಗೆ ಕಪಯನಾಯಕ ಬಹಮನಿ ಸುಲ್ತಾನನೊಂದಿಗೆ ಒಪ್ಪಂದ ಮಾಡಿಕೊಂಡು ಗೋಲ್ಕೊಂಡ ಕೋಟೆಯನ್ನು ಬಿಟ್ಟುಕೊಡುವುದರ ಜೊತೆಗೆ ಅಪಾರ ಪ್ರಮಾಣದ ಯುದ್ಧ ವೆಚ್ಚವನ್ನು ಕೊಡಬೇಕಾಯಿತು. ಜೊತೆಗೆ ಕಪಯನಾಯಕ ಹಸಿರು ನೀಲಿ ಬಣ್ಣದ ಅತ್ಯಂತ ಬೆಲೆ ಬಾಳುವ ಹರಳನ್ನು ಹೊಂದಿದ್ದ ಸಿಂಹಾಸನವನ್ನು (Turquoise Throne) ಸುಲ್ತಾನನಿಗೆ ಕಾಣಿಕೆಯಾಗಿ ನೀಡಿದನು. ಅದು ಸುಲ್ತಾನರ ಅಧಿಕೃತ ಸಿಂಹಾಸನವಾಯಿತು.

ಒಂದನೇ ಮುಹಮ್ಮದ್ ಷಾನ ಕಾಲದಲ್ಲಿ ಮೊದಲ ಬಾರಿಗೆ ವಿಜಯನಗರ ಹಾಗೂ ಬಹಮನಿ ಸಾಮ್ರಾಜ್ಯಗಳ ನಡುವೆ ಘರ್ಷಣೆ ಸಂಭವಿಸಿತು. ಡೆಲ್ಲಿಯಿಂದ ಆಗಮಿಸಿದ್ದ 300 ಜನ ಸಂಗೀತಗಾರರಿಗೆ ವೇತನ ನೀಡುವಂತೆ ಮುಹಮ್ಮದ್ ವಿಜಯನಗರದ ದೊರೆ ಬುಕ್ಕರಾಯನನ್ನು ಒತ್ತಾಯಿಸಿದನು. ಈ ಸಂಗೀತಗಾರರು ಬಹಮನಿ ಪ್ರಧಾನಮಂತ್ರಿ ಸೈಫುದ್ದೀನ್ ಘುರಿಯ ಮಗಳ ವಿವಾಹ ಸಂದರ್ಭದಲ್ಲಿ ಗುಲ್ಬರ್ಗಾಕ್ಕೆ ಆಗಮಿಸಿದ್ದರು. 1360ರಲ್ಲಿ ನಡೆದ ಘರ್ಷಣೆಯಲ್ಲಿ ಫೆರಿಷ್ತಾನ ಪ್ರಕಾರ ವಿಜಯನಗರದ ಸೈನ್ಯ ಸೋಲು ಅನುಭವಿಸಿತು. ಪರಿಣಾಮವಾಗಿ ಬುಕ್ಕರಾಯ ಸಂಗೀತಗಾರರಿಗೆ ವೇತನ ನೀಡಲು ಸಮ್ಮತಿಸಿದನು. ಬಹಮನಿ ಹಾಗೂ ವಿಜಯನಗರದ ನಡುವೆ ಸಂಭವಿಸಿದ ಈ ಮೊದಲ ಘರ್ಷಣೆ ರಾಜಕೀಯ ಹಾಗೂ ಆರ್ಥಿಕ ಕಾರಣಗಳಿಗಾಗಿ ಸಂಭವಿಸಿತೇ ಹೊರತು ಧಾರ್ಮಿಕ ಕಾರಣಗಳಿಗಾಗಿ ಅಲ್ಲವೆಂಬುದು ಗಮನಾರ್ಹವಾಗಿದೆ.

ಒಂದನೇ ಮುಹಮ್ಮದ್ ಒಬ್ಬ ಸಮರ್ಥ ಸುಲ್ತಾನನಾಗಿದ್ದನು. ತಂದೆಯಿಂದ ಪಡೆದ ಸಾಮ್ರಾಜ್ಯವನ್ನು ಸದೃಢಗೊಳಿಸಿದನು. ರಾಜ್ಯದಲ್ಲಿ ಉತ್ತಮ ಆಡಳಿತವನ್ನು ಸ್ಥಾಪಿಸಿದನು. ತಂದೆಯ ಕಾಲದಲ್ಲಿ **ಪ್ರಧಾನ ಮಂತ್ರಿಯಾಗಿದ್ದ ಸೈಫುದ್ದೀನ್ ಘುರಿ**ಯನ್ನು ಅದೇ ಸ್ಥಾನದಲ್ಲಿ ಮುಂದುವರಿಸಿದನು. ಸುಲ್ತಾನನ ಆಸ್ಥಾನದ ಶಿಷ್ಟಾಚಾರವನ್ನು ಎತ್ತಿಹಿಡಿದನು. ಕುರಾನಿನ ನಿಬಂಧನೆಗಳಿಗೆ ವಿರುದ್ಧವಾದುದು ಎಂಬ ಕಾರಣಕ್ಕೆ ಮದ್ಯಪಾನವನ್ನು ತ್ಯಜಿಸಿದನು. ಸಾಮ್ರಾಜ್ಯ ನಾಲ್ಕು **ತರಫ್** ಅಥವಾ ಪ್ರಾಂತ್ಯಗಳಾಗಿ ವಿಭಾಗಿಸಲ್ಪಟ್ಟಿತ್ತು. ಅವುಗಳು **ಬೀದರ್, ಗುಲ್ಬರ್ಗಾ, ಬೀರಾರ್** ಮತ್ತು **ದೌಲತಾಬಾದ್**. ಪ್ರತಿಯೊಂದು ಪ್ರಾಂತ್ಯಕ್ಕೂ ರಾಜ್ಯಪಾಲನನ್ನು ಅಥವಾ ತರಫ್‌ದಾರನನ್ನು ನೇಮಿಸಲಾಯಿತು. ಪ್ರಮುಖ ಪ್ರಾಂತ್ಯವಾಗಿದ್ದ ಗುಲ್ಬರ್ಗಾ ಪ್ರಾಂತ್ಯಕ್ಕೆ ಒಬ್ಬ ಮಲಿಕ್ ನಾಯಿಬ್‌ನನ್ನು ನೇಮಿಸಲಾಯಿತು. ಸೈನಿಕ ವ್ಯವಸ್ಥೆಯನ್ನು ಪುನರ್ ರಚಿಸಲಾಯಿತು. ಸೇನೆಯ ಪ್ರಧಾನ ದಂಡನಾಯಕನನ್ನು **ಅಮಿರ್-ಉಲ್-ಉಮರ** ಎಂದು ಕರೆಯಲಾಗುತ್ತಿತ್ತು. ಮೊದಲ ಬಾರಿಗೆ ಫಿರಂಗಿ ಪಡೆಯನ್ನು ರೂಪಿಸಿದ ಕೀರ್ತಿ ಒಂದನೇ ಮುಹಮ್ಮದನಿಗೆ ಸಲ್ಲುತ್ತದೆ. ದಕ್ಷಿಣ ಭಾರತದಲ್ಲಿ ವಿಜಯನಗರದ ವಿರುದ್ಧ ಮೊದಲ ಬಾರಿಗೆ ಸಿಡಿಮದ್ದನ್ನು ಬಳಸಿದವನು ಈತನೇ. **ಮೀರ್-ಇ-ನೌಬತ್** ಫಿರಂಗಿ ಪಡೆಯ ಮುಖ್ಯಸ್ಥನಾಗಿದ್ದನು. ಸಿಡಿಮದ್ದಿನ ಬಳಕೆ ಹೆಚ್ಚಿದ್ದರಿಂದಾಗಿ ಕೋಟೆಗಳ ವಾಸ್ತುಶಿಲ್ಪದಲ್ಲಿ ಬದಲಾವಣೆ ಮಾಡಬೇಕಾಯಿತು. ಕಲೆ ಮತ್ತು ವಾಸ್ತುಶಿಲ್ಪಕ್ಕೆ ಪ್ರೋತ್ಸಾಹ ನೀಡಿದ ಅವನು ರಾಜಧಾನಿ ಗುಲ್ಬರ್ಗಾವನ್ನು ಸುಂದರ ಸ್ಮಾರಕಗಳಿಂದ ಅಲಂಕರಿಸಿದನು.

ಮುಹಮ್ಮದ್ ಷಾನ ಉತ್ತರಾಧಿಕಾರಿಗಳು

ಒಂದನೇ ಮುಹಮ್ಮದ್ ಷಾನ ನಂತರ 22 ವರ್ಷಗಳ ಅವಧಿಯಲ್ಲಿ ಒಟ್ಟು ಐವರು ಸುಲ್ತಾನರು ಆಳಿದರು. ಹಲವರು ಕೆಲವೇ ತಿಂಗಳುಗಳ ಕಾಲ ಆಳಿದರು. ಮುಹಮ್ಮದ್ ಷಾನ ನಂತರ ಅವನ ಮಗ ಅಲಾವುದ್ದೀನ್ ಮುಜಾಹಿದ್ ಷಾ 1375ರಿಂದ 1378ರವರೆಗೆ ಆಳಿದನು. 1378ರಲ್ಲಿ ಅವನನ್ನು ಚಿಕ್ಕಪ್ಪನ ಮಗ ದಾವೂದ್ ಹತ್ಯೆಮಾಡಿದನು. ಆದರೆ ಕೆಲವೇ ದಿನಗಳಲ್ಲಿ ದಾವೂದ್ ಕೂಡ ಕೊಲ್ಲಲ್ಪಟ್ಟನು. ಅನಂತರ ದಾವೂದನ ಸಹೋದರ **ಎರಡನೇ ಮುಹಮ್ಮದ್‌ನನ್ನು** ಸಿಂಹಾಸನಕ್ಕೆ ತರಲಾಯಿತು. ಈತನು 19 ವರ್ಷಗಳ (1378-97) ಕಾಲ ಆಳಿದನು. ಶಾಂತಿಪ್ರಿಯನಾಗಿದ್ದ ಅವನ ಆಡಳಿತ ಕಾಲದಲ್ಲಿ ರಾಜ್ಯದಲ್ಲಿ ಸಂಪೂರ್ಣ ಶಾಂತಿ ನೆಲೆಸಿತ್ತು. ಸ್ವತಃ ಪರ್ಷಿಯನ್ ಮತ್ತು ಅರಾಬಿಕ್ ವಿದ್ವಾಂಸನಾಗಿದ್ದ ಅವನು ಹಲವಾರು ಸಾಹಿತಿಗಳಿಗೆ ಪೋಷಕನಾಗಿದ್ದನು. ಬಡ ಹಾಗೂ ಅನಾಥ ಮಕ್ಕಳಿಗಾಗಿ ಶಾಲೆಗಳನ್ನು ಸ್ಥಾಪಿಸಿದನು. ಗುಲ್ಬರ್ಗಾ, ಬೀದರ್, ದೌಲತಾಬಾದ್, ಎಲಿಚ್‌ಪುರ ಮೊದಲಾದ ನಗರಗಳಲ್ಲಿ ಶಿಕ್ಷಣ ಸಂಸ್ಥೆಗಳನ್ನು ಸ್ಥಾಪಿಸಿದನು. ರಾಜ್ಯದಲ್ಲಿ ಕ್ಷಾಮ ಪರಿಸ್ಥಿತಿ ತಲೆದೋರಿದಾಗ ಗುಜರಾತ್ ಮತ್ತು ಮಾಳ್ವದಿಂದ ಧಾನ್ಯಗಳನ್ನು ತರಿಸಿ ಹಂಚಿದನು.

ಎರಡನೇ ಮುಹಮ್ಮದ್‌ನ ನಂತರ ಅವನ ಮಗ ಘಿಯಾಸುದ್ದೀನ್ 1397ರಲ್ಲಿ ಅಧಿಕಾರಕ್ಕೆ ಬಂದನು. ಆದರೆ ತುರ್ಕಿಸರದಾರು ಅವನ ಕಣ್ಣುಗಳನ್ನು ಕೀಳಿಸಿ ಅವನ ಮಲ ಸಹೋದರ ಷಂಶುದ್ದೀನ್‌ನನ್ನು ಅಧಿಕಾರಕ್ಕೆ ತಂದರು. ಆದರೆ ಅದೇ ವರ್ಷ ನವೆಂಬರ್‌ನಲ್ಲಿ ಷಂಶುದ್ದೀನ್‌ನನ್ನು ಪದಚ್ಯುತಗೊಳಿಸಿ ಒಂದನೇ ಮುಹಮ್ಮದ್ ಷಾನ ದತ್ತು ಪುತ್ರನಾಗಿದ್ದ ಫಿರೋಜ್ ಅಧಿಕಾರಕ್ಕೆ ಬಂದನು.

ಫಿರೂಜ್ ಷಾ (1397–1422)

ಫಿರೂಜ್ 1397ರ ನವೆಂಬರ್ ತಿಂಗಳಲ್ಲಿ **ತಾಜುದ್ದೀನ್ ಫಿರೂಜ್ ಷಾ** ಎಂಬ ಬಿರುದಿನೊಂದಿಗೆ ಸಿಂಹಾಸನವನ್ನೇರಿದನು. ತನ್ನ 25 ವರ್ಷಗಳ ಆಡಳಿತ ಕಾಲದಲ್ಲಿ ಅವನು ವಿಜಯನಗರ ಸೇರಿದಂತೆ ಶತ್ರುಗಳೊಂದಿಗೆ ನಿರಂತರವಾಗಿ ಹೋರಾಟ ನಡೆಸಬೇಕಾಯಿತು. ಸಾಗರದಲ್ಲಿ ತನ್ನ ವಿರುದ್ಧ ನಡೆದ ಬಂಡಾಯವನ್ನು ಹತ್ತಿಕ್ಕಿದನು. ಅದೇ ಸಮಯದಲ್ಲಿ ನಡೆದ ವಿಜಯನಗರದ ದಾಳಿಯನ್ನು ಹಿಮ್ಮೆಟ್ಟಿಸಿದನು. ಪೂರ್ವಭಾಗದಲ್ಲಿ ತೆಲಂಗಾಣದಲ್ಲಿ **ಕಾಟಯ ವೇಮನಿಂದ** ಸೋಲು ಅನುಭವಿಸಿದನು. ಅದೇ ಸಂದರ್ಭದಲ್ಲಿ 1398ರಲ್ಲಿ ಮಧ್ಯ ಏಷ್ಯಾದ, ಸಮರ್ಖಂಡದ ಪ್ರಬಲ ಸಾಮ್ರಾಟ **ಕುಂಟ ತೈಮೂರ್** ಭಾರತದ ಮೇಲೆ ಧಾಳಿ ನಡೆಸಿದನು. ಈ ಸುದ್ದಿ ತಿಳಿದ ತಕ್ಷಣ ಫಿರೂಜ್ ಷಾ ತೈಮೂರನ ಬಳಿಗೆ ತನ್ನ ಧೂತನನ್ನು ಕಳುಹಿಸಿ ಸಹಾಯ ಹಸ್ತ ಚಾಚಿಸಿದನು. ತೈಮೂರ್ ಫಿರೂಜ್‌ನ ಅಧಿಕಾರಕ್ಕೆ ಮಾನ್ಯತೆ ನೀಡಿದ್ದಲ್ಲದೆ ಗುಜರಾತ್ ಮತ್ತು ಮಾಳ್ವ ಪ್ರದೇಶಗಳ ಅಧಿಪತ್ಯವನ್ನು ಅವನಿಗೆ ನೀಡಿದನು ಹಾಗೂ ದಕ್ಷಿಣದ ಮೇಲೆ ದಾಳಿ ಮಾಡಿದರೆ ಅವನ ರಾಜ್ಯದ ಮೇಲೆ ದಾಳಿಮಾಡುವುದಿಲ್ಲವೆಂಬ ಭರವಸೆ ನೀಡಿದನು.

ಇದೇ ಅವಧಿಯಲ್ಲಿ ವಿಜಯನಗರದ ಅರಸ ಒಂದನೇ ದೇವರಾಯನಿಗೆ ಸಂಬಂಧಿಸಿದ ಪ್ರಣಯ ಪ್ರಸಂಗವೊಂದನ್ನು ಫೆರಿಷ್ತಾ ಪ್ರಸ್ತಾಪಿಸಿದ್ದಾನೆ. ಅದರ ಪ್ರಕಾರ ದೇವರಾಯ ಮುದ್ಕಲ್‌ನ ಅಕ್ಕಸಾಲಿಗನೊಬ್ಬನ ಮಗಳು, ಅನುಪಮ ಸೌಂದರ್ಯವತಿಯಾಗಿದ್ದ **ಪಾರ್ಥಲ್‌**ಳನ್ನು ವಿವಾಹವಾಗಲು ಅಪೇಕ್ಷಿಸಿದನು. ಆದರೆ ಯುವತಿ ನಿರಾಕರಿಸಿದಾಗ ದೇವರಾಯ ಸುಲ್ತಾನನ ಅಧೀನದಲ್ಲಿದ್ದ ಮುದ್ಕಲ್ ಮೇಲೆ ದಾಳಿ ಮಾಡಿದನು. ಫಿರೂಜ್ ದೇವರಾಯನನ್ನು ಸೋಲಿಸಿ ಹಿಮ್ಮೆಟ್ಟಿಸಿದನು. ಕೊನೆಗೆ ಸೋತ ದೇವರಾಯ ಒಂದು ಅವಮಾನಕಾರಿ ಒಪ್ಪಂದಕ್ಕೆ ಸಹಿ ಹಾಕಿ ತನ್ನ ಮಗಳನ್ನು ಸುಲ್ತಾನ್ ಫಿರೂಜ್‌ನಿಗೆ ವಿವಾಹ ಮಾಡಿಕೊಟ್ಟನು. ಅಲ್ಲದೆ ಅಪಾರ ಪ್ರಮಾಣದ ಹಣವನ್ನು ಹಾಗೂ ಬಂಕಾಪುರವನ್ನು ಸುಲ್ತಾನನಿಗೆ ನೀಡಿದನು. ಸುಲ್ತಾನ ಪಾರ್ಥಲಳನ್ನು ತನ್ನ ಮಗ ಹಸನ್‌ಖಾನ್‌ನಿಗೆ ವಿವಾಹ ಮಾಡಿಕೊಂಡನು. ಆದರೆ ಫೆರಿಷ್ತಾ ಪ್ರಸ್ತಾಪಿಸಿರುವ ಈ ಪ್ರಣಯ ಪ್ರಸಂಗ ಹಾಗೂ ದೇವರಾಯ ತನ್ನ ಮಗಳನ್ನು ಸುಲ್ತಾನನಿಗೆ ವಿವಾಹ ಮಾಡಿಕೊಟ್ಟ ಬಗ್ಗೆ ಇತರ ಮೂಲಗಳಿಂದ ಯಾವುದೇ ಮಾಹಿತಿ ದೊರೆತಿಲ್ಲ.

ಆದರೆ ದೇವರಾಯ ಸುಲಭವಾಗಿ ಸೋಲು ಒಪ್ಪಿಕೊಳ್ಳಲಿಲ್ಲ. ಸುಲ್ತಾನ ರಾಜಮಂಡ್ರಿಯ ಮೇಲೆ ದಾಳಿ ಮಾಡಿದ ಸಂದರ್ಭದಲ್ಲಿ ದೇವರಾಯ ಬಹಮನಿ ರಾಜ್ಯದ ಮೇಲೆ ಧಾಳಿ ನಡೆಸಿ ಬಹಮನಿ ಸೈನ್ಯವನ್ನು ಸೋಲಿಸಿದನು. ಈ ಸೋಲು ಫಿರೂಜ್‌ನ ಕೀರ್ತಿಗೆ ಕಳಂಕ ತಂದಿತು. ತನ್ನ ಮಗ ಹಸನ್‌ನಿಗೆ ಅಧಿಕಾರವನ್ನು ವಹಿಸಿಕೊಟ್ಟು ಅಧಿಕಾರ ಸ್ಥಾನದಿಂದ ದೂರ ಸರಿದನು. ಅದೇ ಸಂದರ್ಭದಲ್ಲಿ ಡೆಲ್ಲಿಯಿಂದ ಗುಲ್ಬರ್ಗಾಕ್ಕೆ 1402ರಲ್ಲಿ ಆಗಮಿಸಿದ್ದ ಪ್ರಸಿದ್ಧ ಸೂಫಿಸಂತ **ಹಜ್ರತ್ ಗೇಸು ದರಾಜ್ ಬಂದೇ ನವಾಜ್** ಅವರ ಅವಕೃಪೆಗೂ ಪಾತ್ರನಾದನು. ಈ ಅವಕಾಶವನ್ನು ಬಳಸಿಕೊಂಡ ಫಿರೂಜ್‌ನ ಸಹೋದರ ಅಹಮದ್ 1422ರ ಕೊನೆಯ ಭಾಗದಲ್ಲಿ ಸಿಂಹಾಸನವನ್ನು ವಶಪಡಿಸಿಕೊಂಡನು.

ಸುಲ್ತಾನ್ ಫಿರೂಜ್ ಅತ್ಯಂತ ಮೇಧಾವಿಯಾದ ಅರಸನಾಗಿದ್ದನು. ಹಿಂದೂ ಪ್ರಜೆಗಳನ್ನು ಮುಖ್ಯವಾಗಿ ತನ್ನ ರಾಣಿವಾಸದ ಹಿಂದೂ ಮಹಿಳೆಯರನ್ನು ಅವನು ಅತ್ಯಂತ ಉದಾರವಾಗಿ ನಡೆಸಿಕೊಂಡನು. ಅವನ ಕಾಲದಲ್ಲಿ ದಖನ್ ಸಂಸ್ಕೃತಿ ಎಂಬ ಮಿಶ್ರ ಸಂಸ್ಕೃತಿ ಬೆಳೆಯಿತು. ವಿಜಯನಗರದೊಂದಿಗೆ ಅವನು ನಡೆಸಿದ ಯುದ್ಧಗಳು ರಾಜಕೀಯ ಪ್ರೇರಿತವಾಗಿದ್ದವು. ತನ್ನ ವಿರುದ್ಧ ಬಂಡಾಯ ಸಾರಿದ್ದ ಈಗಿನ ಮಧ್ಯಪ್ರದೇಶದ ಸಣ್ಣ ಹಿಂದೂ ಅರಸ ಖೇರ್ಲದ ನರಸಿಂಗರಾಯನನ್ನು ಸೋಲಿಸಿದನಾದರೂ ಅವನನ್ನು ಪದಚ್ಯುತಗೊಳಿಸದೆ ಔದಾರ್ಯದಿಂದ ನಡೆಸಿಕೊಂಡನು.

ಸ್ವತಃ ಕವಿಯಾಗಿದ್ದ ಅವನು ಹಲವು ಭಾಷೆಗಳನ್ನು ತಿಳಿದಿದ್ದನು. ಸಾಹಿತ್ಯ ಮತ್ತು ಕಲೆಗೆ ಅಪಾರ ಪ್ರೋತ್ಸಾಹ ನೀಡಿದನು. ತನ್ನ ಆಸ್ಥಾನದಲ್ಲಿ ಹಲವಾರು ಪ್ರಸಿದ್ಧ ವಿದ್ವಾಂಸರಿಗೆ ಆಶ್ರಯ ನೀಡಿದ್ದನು. **ಸೂಫಿಸಂತ ಗೇಸು ದರಾಜ್ ಬಂದೇ ನವಾಜ್** ಮೊದಲಾದವರಿಗೆ ಉದಾರವಾಗಿ ಆರ್ಥಿಕ ನೆರವು ನೀಡಿದನು. ಸುಂದರ ಹಸ್ತಾಕ್ಷರ ನಿಪುಣನಾಗಿದ್ದ ಆತನು ಪವಿತ್ರ ಗ್ರಂಥ ಕುರಾನಿನ ಪ್ರತಿ ತಯಾರಿಸುತ್ತಿದ್ದನು. ವಾಸ್ತುಶಿಲ್ಪಕ್ಕೆ ಪ್ರೋತ್ಸಾಹ ನೀಡಿದ ಅವನು ಗುಲ್ಬರ್ಗಾ ನಗರವನ್ನು ಸುಂದರಗೊಳಿಸಿದನು. ಭೀಮಾನದಿಯ ತಟದಲ್ಲಿ ವಿಶಾಲವಾದ ರಸ್ತೆಗಳನ್ನು ಹೊಂದಿದ್ದ **"ಫಿರೋಜಾಬಾದ್"** ನಗರವನ್ನು ನಿರ್ಮಿಸಿದನು. ಇವನು **ಗುಲ್ಬರ್ಗಾದ ಕೊನೆಯ ಬಹಮನಿ ಸುಲ್ತಾನ.**

ಅಹಮದ್‌ಷಾ (1422–1436)

ರಾಜಧಾನಿ ಬದಲಾವಣೆ

ಷಹಾಬುದ್ದೀನ್ ಅಹಮದ್ ಷಾ 1422ರ ಸೆಪ್ಟಂಬರ್‌ನಲ್ಲಿ ಅಧಿಕಾರಕ್ಕೆ ಬಂದನು. ಇವನ ಕಾಲದ ಅತ್ಯಂತ ಮಹತ್ವದ ಬೆಳವಣಿಗೆಯೆಂದರೆ **ರಾಜಧಾನಿಯನ್ನು ಗುಲ್ಬರ್ಗಾದಿಂದ ಬೀದರ್‌ಗೆ ವರ್ಗಾಯಿಸಿದ್ದು**. ಬೀದರ್ ಬಹಮನಿ ಸಾಮ್ರಾಜ್ಯದ ಕೇಂದ್ರ ಸ್ಥಾನದಲ್ಲಿತ್ತು. ಅಲ್ಲದೆ ಅಲ್ಲಿನ ಹಿತಕರವಾದ ವಾತಾವರಣ, ಫಲವತ್ತಾದ ಭೂಮಿ ಸುಲ್ತಾನನ ಗಮನ ಸೆಳೆದಿತ್ತು. ಗುಲ್ಬರ್ಗಾದಲ್ಲಿ 1422 ಸೆಪ್ಟಂಬರ್‌ನಲ್ಲಿ ಸುಲ್ತಾನ್ ಅಹಮದ್‌ನ ಪೋಷಕ ಹಾಗೂ ಹಿತಚಿಂತಕನಾಗಿದ್ದ **ಸಂತ ಹಜ್ರತ್ ಗೇಸು ದರಾಜ್‌ರ** ಮರಣ ತೀವ್ರ ದುಃಖವನ್ನುಂಟುಮಾಡಿತು. ಗುಲ್ಬರ್ಗಾದಲ್ಲಿ ನಡೆಯುತ್ತಿದ್ದ ರಾಜಕೀಯ ಪಿತೂರಿಗಳು, ಅಲ್ಲಿನ ನಿಸ್ಸತ್ವಗೊಂಡಿದ್ದ ಭೂಮಿ ರಾಜಧಾನಿಯ ಬದಲಾವಣೆಗೆ ಕಾರಣವಾದವು. ರಾಜಧಾನಿಯ ಬದಲಾವಣೆಯಂತಹ ಮಹತ್ವದ ನಿರ್ಧಾರವನ್ನು ರಾಜಕೀಯ ದೃಷ್ಟಿಕೋನದಿಂದಲೂ ವಿಶ್ಲೇಷಿಸಲಾಗಿದೆ. ಗುಲ್ಬರ್ಗಾ ವಿಜಯನಗರಕ್ಕೆ ಅತ್ಯಂತ ಸಮೀಪದಲ್ಲಿತ್ತು. ಹೀಗಾಗಿ ಅದು ಪದೇ ಪದೇ ಅಪಾಯಕ್ಕೆ ಗುರಿಯಾಗುತ್ತಿತ್ತು. ಈ ಹಿನ್ನೆಲೆಯಲ್ಲಿ ಸುರಕ್ಷತೆಯ ದೃಷ್ಟಿಯಿಂದ **ರಾಜಧಾನಿಯನ್ನು ಗುಲ್ಬರ್ಗಾಕ್ಕೆ ಉತ್ತರದಲ್ಲಿದ್ದ ಬೀದರ್‌ಗೆ ವರ್ಗಾಯಿಸಲಾಯಿತು** ಎಂದು ವಿಶ್ಲೇಷಿಸಲಾಗಿದೆ.

ವರ್ಗಾವಣೆಗೆ ಮೊದಲು ರಾಜಕುಮಾರ ಮುಹಮ್ಮದ್‌ನ ಉಸ್ತುವಾರಿಯಲ್ಲಿ ಕೋಟೆ ಹಾಗೂ ಅರಮನೆಗಳ ನಿರ್ಮಾಣ ಕಾರ್ಯ ಕೈಗೊಳ್ಳಲಾಯಿತು. **1423 ರಲ್ಲಿ ಅಧಿಕೃತವಾಗಿ ರಾಜಧಾನಿಯನ್ನು ಬೀದರ್‌ಗೆ** ಬದಲಾಯಿಸಲಾಯಿತು. ಬೀದರ್ ನಗರಕ್ಕೆ **'ಮುಹಮ್ಮದಾಬಾದ್'** ಎಂದು ಪುನರ್ ನಾಮಕರಣ ಮಾಡಲಾಯಿತು. ತನ್ನ ಬೆಂಬಲಿಗ ಸರದಾರನಾಗಿದ್ದ **ಖಲಾಫ್ ಹಸನ್‌ನನ್ನು ಪ್ರಧಾನ ಮಂತ್ರಿಯಾಗಿ ನೇಮಿಸಿಕೊಂಡನು.**

ಅಹಮದ್ ಷಾನ ವಿಜಯಗಳು : ಷಹಾಬುದ್ದೀನ್ ಅಹಮದ್ ಷಾ **ಬೀದರ್‌ನ ಬಹಮನಿ ಸುಲ್ತಾನರಲ್ಲಿ ಮೊದಲನೆಯವನು.** ಆರಂಭದಲ್ಲೇ ಅವನು ವಿಜಯನಗರದ ಮೇಲೆ ದಾಳಿ ನಡೆಸಿದನು. ತನ್ನ ಸೋದರ ಸುಲ್ತಾನ್ ಫಿರೂಜ್ ವಿಜಯನಗರದಿಂದ ಅನುಭವಿಸಿದ ಸೋಲನ್ನು ಅಹಮದ್ ಷಾ ಮರೆತಿರಲಿಲ್ಲ. ವಿಜಯನಗರದ **ಎರಡನೇ ದೇವರಾಯ** ಸೋತು ಕಾಣಿಕೆಯ ಹಿಂಬಾಕಿಯನ್ನು ಪಾವತಿಸಿದನು. ಸುಲ್ತಾನನ ಸೇನಾನಿ ಅಬ್ದುಲ್ ಲತೀಫ್ ಖಾನ್ ವಾರಂಗಲ್ ಮೇಲೆ ದಾಳಿಮಾಡಿ **ಅನಪೋತ ವೇಲಮನನ್ನು** ಸೋಲಿಸಿ ವಾರಂಗಲ್‌ನ್ನು ವಶಪಡಿಸಿಕೊಂಡನು. ತನ್ನ ಸ್ಥಾನವನ್ನು ಸುಭದ್ರಗೊಳಿಸಿಕೊಳ್ಳಲು ಖಾಂದೇಶ್‌ನ ರಾಜಕುಮಾರಿಯೊಂದಿಗೆ ತನ್ನ ಮಗ ಅಲಾವುದ್ದೀನನ ವಿವಾಹ ನೆರವೇರಿಸಿದನು.

ಅಹಮದ್ ಷಾ ಗುಜರಾತ್ ಮತ್ತು ಮಾಳ್ವ ನಡುವಿನ ಘರ್ಷಣೆಯಲ್ಲಿ ಪಾಲ್ಗೊಳ್ಳುವ ಮೂಲಕ ಅನಗತ್ಯವಾಗಿ ತೀವ್ರ ಪರಾಜಯ ಅನುಭವಿಸಿದನು. ಬಹಮನಿ ಹಾಗೂ ಮಾಳ್ವದ ಸಂಯುಕ್ತ ಸೈನ್ಯವನ್ನು ಗುಜರಾತಿನ ಸುಲ್ತಾನ ಅಹಮದ್‌ಷಾ ನಿರ್ಣಾಯಕವಾಗಿ ಸೋಲಿಸಿದನು. ಈ ಘರ್ಷಣೆಯ ಸಂದರ್ಭದಲ್ಲಿ ಬಹಮನಿ ಸರದಾರರ ಎರಡು ಬಣಗಳ ನಡುವಿನ ವೈಷಮ್ಯ ಪ್ರಕಟಗೊಂಡಿತು. **ದಖ್ಖನಿ** ಮತ್ತು **ಅಫಾಕಿ ಸರದಾರ** ಗುಂಪುಗಳ ನಡುವೆ ಮೊದಲಿನಿಂದಲೂ ವೈಷಮ್ಯವಿತ್ತು. ಸುಲ್ತಾನ್ ಅಹಮದ್ ಷಾ ಗುಜರಾತಿನೊಂದಿಗೆ ಹೋರಾಡುತ್ತಿದ್ದ ಸಂದರ್ಭದಲ್ಲಿ ದಖ್ಖನಿ ಸರದಾರರು ಗುಜರಾತಿನ ಸುಲ್ತಾನನ್ನು ಬೆಂಬಲಿಸಿದರು. ಸುಲ್ತಾನನ ಸಂಕಷ್ಟದ ಪರಿಸ್ಥಿತಿಯ ಲಾಭ ಪಡೆದು ತೆಲಂಗಾಣದ ಹಿಂದೂ ಅರಸರು ಸ್ವತಂತ್ರರಾದರು. ತೀವ್ರ ಆಘಾತಕ್ಕೊಳಗಾದ ಸುಲ್ತಾನ 1436ರಲ್ಲಿ ನಿಧನನಾದನು.

ಸುಲ್ತಾನ್ ಅಹಮದ್ ಷಾ ಕೂಡ ಹಿಂದಿನ ಸುಲ್ತಾನ ಫಿರೂಜ್‌ನಂತೆಯೇ ಉದಾರವಾದಿ ಅರಸನಾಗಿದ್ದನು. ಈತನ ಕಾಲದಲ್ಲಿ ಹಿಂದೂ–ಮುಸ್ಲಿಂ ಸಂಸ್ಕೃತಿಗಳ ಪರಸ್ಪರ ಸಂಯೋಜನೆ ಮುಂದುವರಿಯಿತು. ಇಸ್ಲಾಂ ಧಾರ್ಮಿಕ ವಿಧಿಗಳನ್ನು ತಪ್ಪದೆ ಪಾಲಿಸುತ್ತಿದ್ದ ಅವನು ಸರಳವಾದ ಜೀವನ ನಡೆಸಿದನು. ಹೀಗಾಗಿ ಪ್ರಜೆಗಳು ಅವನನ್ನು **'ವಲೀ'** ಅಥವಾ ಸಂತನಂತೆ ಗೌರವಿಸುತ್ತಿದ್ದರು.

ಅಹಮದ್ ಷಾನ ಕಾಲದಲ್ಲಿ ಅತ್ಯಂತ ಬಲಿಷ್ಠವಾದ ಬೀದರ್ ಕೋಟೆ ನಿರ್ಮಾಣವಾಯಿತು. ಬೀದರ್‌ನ ಪ್ರಸಿದ್ಧ **ಸೋಲಾಖಾಂಬ** ಮಸೀದಿ ನಿರ್ಮಾಣವಾಯಿತು. ಅಂತೆಯೇ ಸುಂದರವಾದ **ತಖ್ತ್‌ಮಹಲ್** ಅರಮನೆಯನ್ನು ಬೀದರ್ ಕೋಟೆಯ ಒಳಗೆ ನಿರ್ಮಿಸಲಾಯಿತು.

ಎರಡನೇ ಅಲಾವುದ್ದೀನ್ ಅಹಮದ್ (1436–1458)

ಅಹಮದ್ ಷಾನ ನಂತರ ಅವನ ಮಗ ಎರಡನೇ ಅಲಾವುದ್ದೀನ್ ಅಹಮದ್ (ಜಾಫರ್ ಖಾನ್)1436ರಲ್ಲಿ ಅಧಿಕಾರಕ್ಕೆ ಬಂದನು. ತಕ್ಷಣ ಸಹೋದರ ಮುಹಮ್ಮದ್‌ನ ನಾಯಕತ್ವದಲ್ಲಿ ವಿಜಯನಗರದ ಮೇಲೆ ಸೈನ್ಯ ಕಳುಹಿಸಿದನು. ಸೋತ ವಿಜಯನಗರ ದೊರೆ ಎರಡನೇ ದೇವರಾಯ ಒಪ್ಪಂದ ಮಾಡಿಕೊಂಡು ಭಾರಿ ಮೊತ್ತದ ಕಾಣಿಕೆಯನ್ನು,

ಉಡುಗೊರೆಗಳನ್ನು ಸುಲ್ತಾನನಿಗೆ ನೀಡಿದನು. ಸುಲ್ತಾನನ ಪ್ರಧಾನಿ ದಿಲಾವರ್ ಖಾನ್ ಸಂಗಮೇಶ್ವರದ ರಾಜನನ್ನು ಸೋಲಿಸಿದನು. ಆತನ ಮಗಳು **ಜಬ ▯ತ್ರಳನ್ನು** ಸುಲ್ತಾನ ವಿವಾಹ ಮಾಡಿಕೊಂಡನು. ಮತ್ತೆ 1444 ರಲ್ಲಿ ವಿಜಯನಗರದೊಂದಿಗೆ ಘರ್ಷಣೆ ಸಂಭವಿಸಿತು. ಮುದ್ಗಲ್ ಕೋಟೆ ದೇವರಾಯನ ವಶವಾಯಿತು. ಒಪ್ಪಂದ ಮಾಡಿಕೊಂಡ ಸುಲ್ತಾನ ವಿಜಯನಗರದ ಮೇಲೆ ದಾಳಿ ಮಾಡದಿರಲು ಒಪ್ಪಿಕೊಂಡನು. 1447ರಲ್ಲಿ ಪಶ್ಚಿಮ ಕರಾವಳಿಯ ಸ್ವತಂತ್ರ ರಾಜ್ಯಗಳನ್ನು ವಶಪಡಿಸಿಕೊಳ್ಳುವ ಪ್ರಯತ್ನದಲ್ಲಿ ಸುಲ್ತಾನನ ಸೇನಾನಿ ಖಲಾಫ್ ಹಸನ್ ಹತನಾದನು. ಸುಲ್ತಾನ್ ಎರಡನೇ ಅಲಾವುದ್ದೀನನ ಕಾಲದಲ್ಲಿ ಸ್ಥಳೀಯ ಅಥವಾ **ದಖ್ಖನಿ ಸರದಾರರು** ಹಾಗೂ ವಿದೇಶಿ ಅಥವಾ **ಅಫಾಕಿ ಸರದಾರಾರ ನಡುವಿನ ವೈಷಮ್ಯ ತೀವ್ರ ಸ್ವರೂಪ ಪಡೆಯಿತು.** ಅಲಾವುದ್ದೀನ್ ಆಫಾಕಿಗಳನ್ನು ಉನ್ನತ ಸ್ಥಾನಗಳಿಗೆ ನೇಮಕ ಮಾಡಿದನು. ತನ್ನ ಸೋದರಿಯರು ಹಾಗೂ ಮಗಳನ್ನು ಅಫಾಕಿಗಳಿಗೆ ವಿವಾಹ ಮಾಡಿಕೊಟ್ಟನು. ದಖನಿ ಸರದಾರರನ್ನು ಪ್ರಮುಖ ಸ್ಥಾನಗಳಿಂದ ವಜಾ ಮಾಡಿದನು. ಅದರ ಪರಿಣಾಮವಾಗಿ ಎರಡೂ ಬಣಗಳ ನಡುವಿನ ದ್ವೇಷ ಮತ್ತಷ್ಟು ಹೆಚ್ಚಿತು. ಈ ಸಂದರ್ಭದಲ್ಲಿ ಸುಲ್ತಾನನ ಭಾವ ಜಲಾಲ್‌ಖಾನ್ ದಂಗೆ ಎದ್ದನು. ಈ ದಂಗೆಯನ್ನು ಆಫಾಕಿಗಳಲ್ಲಿ ಒಬ್ಬನಾಗಿದ್ದ ಮಹಮೂದ್ ಗವಾನ್‌ನ ಮೂಲಕ ಅಡಗಿಸಲಾಯಿತು. ಈ ಸಂದರ್ಭದಲ್ಲಿ **ಚಾಕಣ ದುರ್ಘಟನೆ** ಸಂಭವಿಸಿತು. 1446ರಲ್ಲಿ ಖೇಲ್ನಾದ ಅರಸನ ಬಂಡಾಯವನ್ನು ಹತ್ತಿಕ್ಕಲು ಸುಲ್ತಾನ ಪರ್ದೇಸಿಗಳ ಸೈನ್ಯ ಕಳುಹಿಸಿದ್ದನು. ಸೋತ ಪರ್ದೇಸಿಗಳು ಚಾಕಣ ಕೋಟೆಯಲ್ಲಿ ಆಶ್ರಯ ಪಡೆದರು. ದಖ್ಖನಿಗಳ ಚಾಡಿ ಮಾತನ್ನು ನಂಬಿದ ಸುಲ್ತಾನ ನೂರಾರು ಪರ್ದೇಗಳನ್ನು ಕ್ರೂರವಾಗಿ ಕೊಲ್ಲಿಸಿದನು. ಆತನಿಗೆ ನಿಜಸ್ಥಿತಿ ಅರಿವಾದಾಗ ನೂರಾರು ದಖ್ಖನಿಗಳು ಸುಲ್ತಾನನ ಕೋಪಕ್ಕೆ ಗುರಿಯಾಗಿ ಹತರಾದರು. ಅದರಿಂದಾಗಿ ದಖ್ಖನಿ ಮತ್ತು ಪರ್ದೇಸಿ(ಅಫಾಕಿ)ಗಳ ವೈಷಮ್ಯ ಮತ್ತಷ್ಟು ಹೆಚ್ಚಿತು.

ಅಲಾವುದ್ದೀನನ ಮರಣಾನಂತರ ಅವನ ಮಗ **ಹುಮಾಯೂನ್** ಅಧಿಕಾರಕ್ಕೆ ಬಂದನು. ಅತ್ಯಂತ ಕ್ರೂರಿಯಾಗಿದ್ದ ಅವನು ತನ್ನ ವಿರೋಧಿಗಳನ್ನು ಕ್ರೂರವಾಗಿ ಕೊಲ್ಲಿಸಿದನು. ಅವನ ಕಾಲದಲ್ಲಿ **ಮಹಮೂದ್ ಗವಾನ್ ಪ್ರಧಾನ ಮಂತ್ರಿಯಾಗಿ ನೇಮಕಗೊಂಡನು.** ಹುಮಾಯೂನ್ 1461ರಲ್ಲಿ ತನ್ನ ಸೇವಕಿಯಿಂದಲೇ ಹತ್ಯೆಯಾದ ನಂತರ ಅವನ ಮಗ **ಮೂರನೇ ನಿಜಾಮುದ್ದೀನ್ ಅಹಮದ್** ಅಧಿಕಾರಕ್ಕೆ ಬಂದನು. 1463ರಲ್ಲಿ ಅವನು ಮರಣಿಸಿದಾಗ ಅವನ 10 ವರ್ಷದ ಸೋದರ **ಮೂರನೇ ಮುಹಮ್ಮದ್(1463–82)** ಅಧಿಕಾರಕ್ಕೆ ಬಂದನು. ರಾಜಮಾತೆ **ಮಖ್‌ದುಮ–ಇ–ಜಹಾನ್ ನರ್ಗಿಸ್ ಬೇಗಂ** ಅಧಿಕಾರ ಸೂತ್ರವನ್ನು ತನ್ನ ಕೈಗೆ ತೆಗೆದುಕೊಂಡಳು. ಅಫಾಕಿ ಸರದಾರರಲ್ಲಿ ಒಬ್ಬನಾಗಿದ್ದ ಮಹಮೂದ್ ಗವಾನ್ ಪ್ರಧಾನಿಯಾಗಿ ನೇಮಕಗೊಂಡನು. ಅವನಿಗೆ **'ಖ್ವಾಜ–ಇ–ಜಹಾನ್'** ಎಂಬ ಬಿರುದನ್ನು ನೀಡಲಾಯಿತು. ರಾಜಮಾತೆ ಸ್ವಇಚ್ಛೆಯಿಂದ ನೇಪತ್ಯಕ್ಕೆ ತೆರಳಿದಳು. ಅದರೊಂದಿಗೆ ಬಹಮನಿ ಸಾಮ್ರಾಜ್ಯದ ಚರಿತ್ರೆಯಲ್ಲಿ **ಗವಾನನ ಯುಗ** ಆರಂಭವಾಯಿತು.

ಮಹಮೂದ್ ಗವಾನ್

ಪ್ರಾರಂಭಿಕ ಜೀವನ : ಮಹಮೂದ್ ಗವಾನ್ 1411 ರಲ್ಲಿ ಪರ್ಷಿಯದ ಕ್ಯಾಸ್ಪಿಯನ್ ಪ್ರಾಂತ್ಯದ ಗವಾನ್ ಎಂಬ ಗ್ರಾಮದಲ್ಲಿ ಜನಿಸಿದನು. ಅವನು 1447ರಲ್ಲಿ ಬಹಮನಿ ರಾಜ್ಯದ ರಾಜಧಾನಿ ಬೀದರ್‌ಗೆ ಆಗಮಿಸಿದನು. ಆಗ ಎರಡನೇ ಅಲಾವುದ್ದೀನ್ (1436–1458) ಸುಲ್ತಾನನಾಗಿದ್ದನು. ಗವಾನನ ಪ್ರಾಮಾಣಿಕತೆ, ವಿದ್ವತ್ತು ಮೊದಲಾದ ಗುಣಗಳಿಂದ ಆಕರ್ಷಿತನಾದ ಸುಲ್ತಾನ ಅವನನ್ನು ತನ್ನ ಸೇವೆಗೆ ಸೇರಿಸಿಕೊಂಡನು. ಸುಲ್ತಾನ್ ಅಲಾವುದ್ದೀನ್ ಮತ್ತು ಅವನ ಉತ್ತರಾಧಿಕಾರಿ ಹುಮಾಯೂನನ ಕಾಲದಲ್ಲಿ ಗವಾನ್ ಅತ್ಯಂತ ಪ್ರಾಮಾಣಿಕತೆ ಹಾಗೂ ನಿಷ್ಠೆಯಿಂದ ಸೇವೆ ಸಲ್ಲಿಸಿದನು. ಆ ದಿನಗಳಲ್ಲಿ ಸುಲ್ತಾನರು ದಖ್ಖನಿನ ಮುಸ್ಲಾನರಿಗಿಂತಲೂ ಅಫಾಕಿ ಮುಸಲ್ಮಾನರನ್ನು ಹೆಚ್ಚು ನಂಬುತ್ತಿದ್ದರು. ಅದರಿಂದಾಗಿ ಸುಲ್ತಾನರ ವಿಶ್ವಾಸಗಳಿಸುವುದು ಗವಾನನಿಗೆ ಹೆಚ್ಚು ಕಷ್ಟವಾಗಲಿಲ್ಲ. 1455 ರಲ್ಲಿ ಸುಲ್ತಾನ್ ಅಹಮದ್ ಷಾ ನ ಭಾವ ಜಲಾಲ್‌ಖಾನ್ ತೆಲಂಗಾಣದಲ್ಲಿ ದಂಗೆ ಎದ್ದಾಗ ಅದನ್ನು ಹತ್ತಿಕ್ಕಲು ಸುಲ್ತಾನ ಗವಾನನನ್ನು ಕಳುಹಿಸಿದನು. ಗವಾನ್ ಈ ದಂಗೆಯನ್ನು ದಮನ ಮಾಡಿದನು.

ಪ್ರಧಾನ ಮಂತ್ರಿಯಾಗಿ ಗವಾನ್

1458ರಲ್ಲಿ ಸುಲ್ತಾನ್ ಅಲಾವುದ್ದೀನ್ ಅಹಮದ್ ಷಾನ ಮರಣಾನಂತರ ಹುಮಾಯೂನ್ ಸುಲ್ತಾನನಾದನು. ಅಧಿಕಾರಕ್ಕೆ ಬಂದ ನಂತರ ನೂತನ ಸುಲ್ತಾನ ಗವಾನ್‌ನನ್ನು ಪ್ರಧಾನ ಮಂತ್ರಿಯಾಗಿ ನೇಮಿಸಿಕೊಂಡನು. 1461 ರಲ್ಲಿ ಹುಮಾಯೂನ್ ನಿಧನನಾದಾಗ ಅವನ 8 ವರ್ಷ ವಯಸ್ಸಿನ ಮಗ ನಿಜಾಮ್ ಷಾ (ಮೂರನೇ ನಿಜಾಮುದ್ದೀನ್ ಅಹಮದ್) ಸುಲ್ತಾನನಾದನು. ಅವನ ಅಲ್ಪಾವಧಿಯ ಆಡಳಿತ ಕಾಲದಲ್ಲಿ ವಿಧವಾರಾಣಿ **ಮುಖ್‌ದುಮ–ಇ–ಜಹಾನ್ ನರ್ಗಿಸ್ ಬೇಗಂ** ಮತ್ತು ಪ್ರಧಾನ ಮಂತ್ರಿ ಗವಾನ್ ಆಡಳಿತವನ್ನು ನಿರ್ವಹಿಸಿದರು. ಸಮರ್ಥ ಸುಲ್ತಾನನಿಲ್ಲದ ಸಂದರ್ಭದ ಲಾಭ ಪಡೆಯಲು ಶತ್ರುಗಳು

ಪ್ರಯತ್ನಿಸಿದರು. ಆದರೆ ಗವಾನ್ ಒರಿಸ್ಸಾದ ಗಜಪತಿ ದೊರೆ ಕಪಿಲೇಂದ್ರನ ದಾಳಿಯನ್ನು ಹಿಮ್ಮೆಟ್ಟಿಸಿದನು. 1462ರಲ್ಲಿ ಮಾಳ್ವಾದ ಸುಲ್ತಾನ ಮುಹಮ್ಮದ್ ಖಲ್ಜಿ ಬಹಮನಿ ರಾಜ್ಯದ ಮೇಲೆ ದಾಳಿ ಮಾಡಿ ಬೀರಾರ್, ದೌಲತಾಬಾದ್ ಮೊದಲಾದವುಗಳನ್ನು ವಶಪಡಿಸಿಕೊಂಡು, ರಾಜಧಾನಿ ಬೀದರ್ ಕೋಟೆಗೆ ಮುತ್ತಿಗೆ ಹಾಕಿದನು. ಈ ಸಂದಿಗ್ಧ ಪರಿಸ್ಥಿತಿಯಲ್ಲಿ ಗವಾನ್ ಎಳೆಯ ಪ್ರಾಯದ ಸುಲ್ತಾನನ್ನು ರಕ್ಷಿಸಿದ್ದಲ್ಲದೆ, ಗುಜರಾತಿನ ಸುಲ್ತಾನ ಮಹಮೂದನ ಸಹಾಯ ಪಡೆದುಕೊಂಡು ಮಾಳ್ವಾದ ಸುಲ್ತಾನನನ್ನು ಸೋಲಿಸಿ ರಾಜ್ಯದಿಂದ ಹೊರದೂಡಿದನು.

ಸುಲ್ತಾನ್ ನಿಜಾಮ್‌ಷಾ 1463ರ ಜುಲೈ 30ರಂದು ನಿಧನನಾದನು. ಅನಂತರ ಅವನ ಕಿರಿಯ ಸಹೋದರ ಮೂರನೇ ಮುಹಮ್ಮದ್ ಷಾ ಸುಲ್ತಾನನಾದನು. ಆಗ ಅವನಿಗೆ ಕೇವಲ 10 ವರ್ಷ ವಯಸ್ಸು. ಅದೇ ಸಂದರ್ಭದಲ್ಲಿ ವಿಧವಾ ರಾಣಿ ಕೂಡ ಸಕ್ರಿಯ ರಾಜಕೀಯದಿಂದ ನಿವೃತ್ತಳಾಗಲು ನಿರ್ಧರಿಸಿದಳು. ರಾಜಮಾತೆಯ ವಿಶ್ವಾಸ ಪಡೆದಿದ್ದ ಗವಾನ್ ಪ್ರಧಾನ ಮಂತ್ರಿಯಾಗಿ ಮುಂದುವರಿದನು ಮತ್ತು ನೂತನ ಸುಲ್ತಾನನಿಂದ **'ಮಲಿಕ್-ಉಲ್-ತಜ್ಜರ್'** ಎಂಬ ಮಹತ್ವದ ಬಿರುದು ಪಡೆದನು.

ಗವಾನನ ಸೈನಿಕ ಸಾಧನೆಗಳು : ಮಹಮೂದ್ ಗವಾನ್ ಒಬ್ಬ ಶ್ರೇಷ್ಠ ಸೇನಾನಾಯಕ ಹಾಗೂ ರಾಜಕೀಯ ಮುತ್ಸದ್ಧಿಯಾಗಿದ್ದನು. ಅವನ ಅಧಿಕಾರಾವಧಿಯಲ್ಲಿ ಬಹಮನಿ ರಾಜ್ಯದ ಕೀರ್ತಿ ಅತ್ಯುನ್ನತ ಹಂತವನ್ನು ತಲುಪಿತು ಹಾಗೂ ಅದರ ಗಡಿಗಳು ಪೂರ್ವದಲ್ಲಿ ಒಡಿಶಾದಿಂದ ಪಶ್ಚಿಮದಲ್ಲಿ ಗೋವಾದವರೆಗೆ ವಿಸ್ತರಿಸಿದವು. ಗವಾನನು ಸೇನಾ ಕಾರ್ಯಾಚರಣೆ ಮೂಲಕ ಗೋವಾ, ಕೊಂಕಣ, ಹುಬ್ಬಳ್ಳಿ, ಬೆಳಗಾವಿ, ಬಾಗಲಕೋಟೆ ಹಾಗೂ ಕೃಷ್ಣಾ-ಗೋದಾವರಿ ನದಿಗಳ ನಡುವಿನ ಪ್ರದೇಶವನ್ನು ವಶಪಡಿಸಿಕೊಂಡನು. ಮಾಳ್ವಾದ ಸುಲ್ತಾನ, ಒಡಿಶಾದ ಗಜಪತಿ ದೊರೆ ಹಾಗೂ ವಿಜಯನಗರದ ಅರಸನ ವಿರುದ್ಧ ಜಯಗಳಿಸಿದನು. ಮಹತ್ವಾಕಾಂಕ್ಷಿಯಾಗಿದ್ದ ಗವಾನ್ ನಿರಂತರವಾದ ಹೋರಾಟಗಳ ಮೂಲಕ ಬಹಮನಿ ರಾಜ್ಯವನ್ನು ಎಲ್ಲ ದಿಕ್ಕುಗಳಲ್ಲೂ ವಿಸ್ತರಿಸಿದನು. 1466ರಲ್ಲಿ ಅವನು ಮಾಳ್ವಾದ ಸುಲ್ತಾನನ್ನು ಸೋಲಿಸಿ ಎಲಿಚ್‌ಪುರ, ಮಾಹುಲ್ ಮೊದಲಾದವುಗಳನ್ನು ವಶಪಡಿಸಿಕೊಂಡನು.

1469ರಲ್ಲಿ ಗವಾನ್ ಕೊಂಕಣ ಪ್ರದೇಶದ **ಸಂಗಮೇಶ್ವರದ** ಮೇಲೆ ದಾಳಿಮಾಡಿದನು. ಈ ಪ್ರಥಮ ದಾಳಿ ವಿಫಲವಾಯಿತು. ಮತ್ತೆ 1470-71ರಲ್ಲಿ ಗವಾನ್ ದಾಳಿ ನಡೆಸಿ ದುರ್ಗಮವಾಗಿದ್ದ ಖೇಲ್ನ ಕೋಟೆಯನ್ನು ವಶಪಡಿಸಿಕೊಂಡನು. ಅನಂತರ ಸಂಗಮೇಶ್ವರದ ಮೇಲೆ ದಾಳಿ ಮಾಡಿ ಅಲ್ಲಿನ ದೊರೆ ಜಖುರಾಯ್‌ನನ್ನು ಸೋಲಿಸಿದನು. ಪಶ್ಚಿಮ ಕರಾವಳಿ ಪ್ರದೇಶದಲ್ಲಿ ತನ್ನ ಸೇನಾಕಾರ್ಯಾಚರಣೆಯನ್ನು ಮುಂದುವರಿಸಿ 1470ರಲ್ಲಿ ಗೋವಾವನ್ನು ವಶಪಡಿಸಿಕೊಂಡನು. ಅದನ್ನು ವಿಜಯನಗರದ ಅರಸ ಸಂಗಮ ವಂಶದ ವಿರೂಪಾಕ್ಷನನ್ನು ಸೋಲಿಸುವ ಮೂಲಕ ವಶಪಡಿಸಿಕೊಂಡನು. ಅನಂತರ ದಕ್ಷಿಣದತ್ತ ಮುಂದುವರಿದು ಹುಬ್ಬಳ್ಳಿ, ಬೆಳಗಾವಿ ಹಾಗೂ ಬಾಗಲಕೋಟೆಯನ್ನು ವಶಪಡಿಸಿಕೊಂಡನು.

1478 ರಲ್ಲಿ ಗವಾನ್ ಗಜಪತಿ ರಾಜ್ಯದ ಮೇಲೆ ದಾಳಿ ಮಾಡಿ **ರಾಜ ಕಪಿಲೇಂದ್ರನನ್ನು** ಸೋಲಿಸಿ ಕೊಂಡಪಲ್ಲಿ, **ಕೊಂಡವೀಡು** ಮತ್ತು **ರಾಜಮಂಡ್ರಿಯನ್ನು** ವಶಪಡಿಸಿಕೊಂಡನು. ಈ ದಾಳಿಯ ಅವಧಿಯಲ್ಲಿ ಹಲವಾರು ದೇವಾಲಯಗಳನ್ನು ನಾಶಪಡಿಸಿದನು. ಪೂರ್ವ ಕರಾವಳಿಯಲ್ಲಿ ದಕ್ಷಿಣಾಭಿಮುಖವಾಗಿ ಮುಂದುವರಿದು ಕಂಚಿಯನ್ನು ಪ್ರವೇಶಿಸಿ ಅಲ್ಲಿನ ದೇವಾಲಯಗಳನ್ನು ಲೂಟಿ ಮಾಡಿ ಅಪಾರವಾದ ಸಂಪತ್ತಿನೊಂದಿಗೆ ತನ್ನ ರಾಜಧಾನಿಗೆ ಹಿಂದಿರುಗಿದನು. ಈ ದಂಡಯಾತ್ರೆಗಳಲ್ಲಿ ಸುಲ್ತಾನ ಮುಹಮ್ಮದ್ ಕೂಡ ಪಾಲ್ಗೊಂಡಿದ್ದನು. ತಾನು ಪ್ರದರ್ಶಿಸಿದ ಸಾಹಸಕ್ಕಾಗಿ ಸುಲ್ತಾನನು **"ಲಷ್ಕರಿ"** (ವೀರಯೋಧ) ಎಂಬ ಬಿರುದನ್ನು ಪಡೆದನು. ಅವನ ಈ ವಿಜಯಗಳ ಫಲವಾಗಿ ಬಹಮನಿ ರಾಜ್ಯ ಪಶ್ಚಿಮದ ಸಮುದ್ರದಿಂದ ಪೂರ್ವದ ಸಮುದ್ರದವರೆಗೆ ವಿಸ್ತರಿಸಿತು. ಅದು ಉತ್ತರದಲ್ಲಿ ಖಾಂದೇಶ್ ಗಡಿಯಿಂದ ದಕ್ಷಿಣದಲ್ಲಿ ತುಂಗಭದ್ರಾ ನದಿಯವರೆಗೆ, ನೈರುತ್ಯ ಭಾಗದಲ್ಲಿ ಗೋವಾದಿಂದ ಈಶಾನ್ಯ ಭಾಗದಲ್ಲಿ ಒರಿಸ್ಸಾದವರೆಗೆ ವಿಸ್ತರಿಸಿತು.

ಆಡಳಿತ ಸುಧಾರಣೆಗಳು

ಮಹಮೂದ್ ಶ್ರೇಷ್ಠ ಯೋಧನಾಗಿದ್ದಂತೆ ಸಮರ್ಥ ಆಡಳಿತಗಾರನೂ ಆಗಿದ್ದನು. ಅವನು ಸಾಮ್ರಾಜ್ಯವನ್ನು ಎಂಟು ಪ್ರಾಂತ್ಯಗಳಾಗಿ ವಿಭಾಗಿಸಿದನು. ಮೊದಲು ಕೇವಲ 4 ಪ್ರಾಂತ್ಯಗಳಿದ್ದವು. ಪ್ರಾಂತ್ಯಗಳನ್ನು **'ತರಫ್'** ಎಂದು ಕರೆಯಲಾಗುತ್ತಿತ್ತು. ಎಂಟು ಪ್ರಾಂತ್ಯಗಳು ಯಾವುವೆಂದರೆ **ಬೀದರ್, ದೌಲತಾಬಾದ್, ಬಿಜಾಪುರ, ಗುಲ್ಬರ್ಗ, ಜನ್ನಾರ್, ರಾಜಮಹೇಂದ್ರಿ, ವಾರಂಗಲ್** ಮತ್ತು **ಮಾಹುಲ್**.

ಗವಾನ್ ಪ್ರಾಂತ್ಯಗಳ ರಾಜ್ಯಪಾಲರ ಅಥವಾ **ತರಫ್‌ದಾರರ** ಅಧಿಕಾರವನ್ನು ಕಡಿಮೆ ಮಾಡಲು ಕ್ರಮಗಳನ್ನು ಕೈಗೊಂಡನು. ಕೇಂದ್ರ ಸರ್ಕಾರ ಅಥವಾ ಸುಲ್ತಾನನ ಅಧಿಕಾರವನ್ನು ಬಲಪಡಿಸುವುದು ಅವನ ಉದ್ದೇಶವಾಗಿತ್ತು. ಹಿಂದೆ ತರಫ್‌ದಾರರು ಅಪಾರವಾದ ಅಧಿಕಾರವನ್ನು ಹೊಂದಿದ್ದರು. ಪ್ರಾಂತ್ಯದ ವ್ಯಾಪ್ತಿಗೆ ಒಳಪಟ್ಟ ಕೋಟೆಗಳಲ್ಲಿ ನಿಯೋಜಿಸಲಾಗಿದ್ದ ಸೇನಾಪಡೆಗಳ

ನಾಯಕರನ್ನು ತರಫ್‌ದಾರನೇ ನೇಮಿಸುತ್ತಿದ್ದನು. ಅಂದರೆ ಪ್ರಾಂತ್ಯದ ವ್ಯಾಪ್ತಿಯ ಕೋಟೆಗಳೆಲ್ಲವೂ ಅವನ ನಿಯಂತ್ರಣಕ್ಕೆ ಒಳಪಟ್ಟಿದ್ದವು. ಈಗ ಗವಾನ್ ಒಂದು ನೂತನ ಆದೇಶ ಹೊರಡಿಸಿ ತರಫ್‌ದಾರರಿಗೆ ತಮ್ಮ ಅಧಿಕಾರವ್ಯಾಪ್ತಿಯ ಒಂದು ಕೋಟೆಯ ಮೇಲೆ ಮಾತ್ರ ನಿಯಂತ್ರಣ ಹೊಂದಲು ಅವಕಾಶ ನೀಡಿ ಉಳಿದ ಕೋಟೆಗಳ ನಿಯಂತ್ರಣವನ್ನು ಸುಲ್ತಾನನ ನೇರ ಅಧೀನಕ್ಕೊಳಪಡಿಸಿದನು. ಈ ಕೋಟೆಗಳ ರಕ್ಷಣೆಯ ಜವಾಬ್ದಾರಿಯನ್ನು ಕಿಲ್ಲೆದಾರರು ಮತ್ತು ಜಾಗೀರುದಾರರಿಗೆ ವಹಿಸಿಕೊಡಲಾಯಿತು. ಸುಲ್ತಾನನಿಂದ ನೇಮಕಗೊಳ್ಳುತ್ತಿದ್ದ ಅವರುಗಳು ನೇರವಾಗಿ ಸುಲ್ತಾನನಿಗೇ ಹೊಣೆಯಾಗಿದ್ದರು. ಪ್ರಾಂತ್ಯಗಳನ್ನು ಸರ್ಕಾರ್ (ಜೆಲ್ಲೆ)ಗಳು ಮತ್ತು ಪರಗಣ(ತಾಲ್ಲೂಕು)ಗಳಾಗಿ ವಿಭಾಗಿಸಲಾಗಿತ್ತು.

ಸೈನಿಕ ವ್ಯವಸ್ಥೆಯಲ್ಲಿ ಕೆಲವು ಬದಲಾವಣೆಗಳನ್ನು ಮಾಡಲಾಯಿತು. ಮನ್‌ಸಬ್‌ದಾರರು ನಿಗದಿಪಡಿಸಿದಷ್ಟು ಸಂಖ್ಯೆಯ ಸೈನಿಕರನ್ನು ಹೊಂದಿರುವುದನ್ನು ಕಡ್ಡಾಯ ಮಾಡಲಾಯಿತು. ತಪ್ಪಿತಸ್ಥರನ್ನು ಕಠಿಣ ಶಿಕ್ಷೆಗೆ ಗುರಿಪಡಿಸಲಾಗುತ್ತಿತ್ತು.

ಕಂದಾಯ ಆಡಳಿತ

ಗವಾನ್ ರಾಜ್ಯದ ಅರ್ಥವ್ಯವಸ್ಥೆಯನ್ನು ಬಲಪಡಿಸಲು ಹಲವಾರು ಕ್ರಮಗಳನ್ನು ಕೈಗೊಂಡನು. ವ್ಯಾಪಕವಾಗಿದ್ದ ಭ್ರಷ್ಟಾಚಾರಕ್ಕೆ ಕಡಿವಾಣ ಹಾಕಿದನು. ಕಂದಾಯ ಪದ್ಧತಿಯಲ್ಲಿ ಬದಲಾವಣೆಗಳನ್ನು ಮಾಡಿದನು. ಕೃಷಿ ಭೂಮಿಯನ್ನು ಸಮರ್ಪಕವಾಗಿ ಅಳತೆ ಮಾಡಿಸಿ ಫಲವತ್ತತೆಯ ಆಧಾರದ ಮೇಲೆ ವರ್ಗೀಕರಿಸಲಾಯಿತು. ಒಟ್ಟು ಉತ್ಪಾದನೆಯ 1/3 ಭಾಗದಿಂದ 1/2 ಭಾಗದವರೆಗೆ ಕಂದಾಯವನ್ನು ನಿಗದಿ ಮಾಡಲಾಗುತ್ತಿತ್ತು.

ಶಿಕ್ಷಣ ಮತ್ತು ಸಾಹಿತ್ಯ

ಗವಾನ್ ಶಿಕ್ಷಣಕ್ಕೆ ಅಪಾರ ಪ್ರೋತ್ಸಾಹ ನೀಡಿದನು. ಬಹಮನಿ ರಾಜ್ಯದ ರಾಜಧಾನಿ ಬೀದರ್‌ನಲ್ಲಿ ಅವನು ಒಂದು ಉನ್ನತ ಶಿಕ್ಷಣ ಸಂಸ್ಥೆಯನ್ನು ಸ್ಥಾಪಿಸಿದನು. ಅದನ್ನು **'ಗವಾನ್ ಮದ್ರಸಾ'** ಎಂದು ಕರೆಯಲಾಗುತ್ತಿತ್ತು. ಈ ಕಾಲೇಜಿಗಾಗಿ ಅವನು ಒಂದು ಭವ್ಯವಾದ ಮೂರು ಮಹಡಿಗಳ ಕಟ್ಟಡವನ್ನು ನಿರ್ಮಿಸಿದನು. ಅದರ ಅವಶೇಷವನ್ನು ಈಗಲೂ ಕಾಣಬಹುದು. ಈ ಕಾಲೇಜಿಗೆ ಹೊಂದಿಕೊಂಡಂತೆ ಸುಮಾರು 4000 ಗ್ರಂಥಗಳನ್ನು ಒಳಗೊಂಡ ಗ್ರಂಥಾಲಯವನ್ನು ಸ್ಥಾಪಿಸಿದ್ದನು. ಕಾಲೇಜಿನ ಭೋದಕರು ಮತ್ತು ವಿದ್ಯಾರ್ಥಿಗಳಿಗೆ ಉಚಿತ ವಸತಿ ಮತ್ತು ಊಟದ ವ್ಯವಸ್ಥೆಯನ್ನು ಕಲ್ಪಿಸಲಾಗಿತ್ತು.

ಗವಾನ್ ಸಾಹಿತ್ಯಕ್ಕೂ ಅಪಾರ ಪ್ರೋತ್ಸಾಹ ನೀಡಿದನು. ಸ್ವತಃ ಸಾಹಿತಿಯಾಗಿದ್ದ ಅವನು ಪರ್ಷಿಯನ್ ಭಾಷೆಯಲ್ಲಿ **'ದಿವಾನ್-ಇ-ಅಸರ್', 'ರೌಜತ್-ಉಲ್-ಇನ್ಶಾ', 'ಮನಜಿರ್-ಉಲ್- ಇನ್ಶಾ'** ಮತ್ತಿತರ ಗ್ರಂಥಗಳನ್ನು ರಚಿಸಿದನೆಂದು ಫೆರಿಷ್ತಾ ಹೇಳಿದ್ದಾನೆ. ನಾಸಿರಿ, ಜಾಮಿ ಈ ಕಾಲದ ಪ್ರಮುಖ ಕವಿಗಳು, ಗವಾನ್ ತನ್ನ ಬಿಡುವಿನ ವೇಳೆಯನ್ನು ವಿದ್ವಾಂಸರ ಸಂಪರ್ಕದಲ್ಲಿ ಕಳೆಯುತ್ತಿದ್ದನು. ತನ್ನ ಬಹುಪಾಲು ಆದಾಯವನ್ನು ಜನೋಪಯೋಗಿ ಕಾರ್ಯಗಳಿಗೆ ಬಳಸಿದನು. ಪ್ರಸಿದ್ಧ **ಪರ್ಷಿಯನ್ ಕವಿ ಜಾಮಿ** ಗವಾನನ್ನು **"ತನ್ನ ಯುಗದ ಮೇಧಾವಿ"** ಎಂದು ವರ್ಣಿಸಿದ್ದಾನೆ.

ಗವಾನನ ದುರಂತ ಅಂತ್ಯ

ಗವಾನ್ ತನ್ನ ಬದುಕಿನ ಅತ್ಯುನ್ನತ ಹಂತವನ್ನು ತಲುಪಿದ್ದ ಸಂದರ್ಭದಲ್ಲೇ ಅವನ ಜೀವನ ಇದ್ದಕ್ಕಿದಂತೆ ತೀರಾ ಅನಿರೀಕ್ಷಿತ ತಿರುವು ಪಡೆದು ದುರಂತದಲ್ಲಿ ಕೊನೆಗೊಂಡಿತು. ಅವನ ಹೆಚ್ಚುತ್ತಿದ್ದ ಜನಪ್ರಿಯತೆ, ಪ್ರಭಾವ ಮತ್ತು ಅವನು ಜಾರಿಗೆ ತಂದ ಆಡಳಿತ ಸುಧಾರಣೆಗಳು, ಮುಖ್ಯವಾಗಿ ತರಫ್‌ದಾರರ ಅಧಿಕಾರವನ್ನು ಕಡಿಮೆ ಮಾಡಿದ್ದು ದಖ್ಖನಿ ಸರದಾರರ ಅಸೂಯೆಗೆ ಕಾರಣವಾಯಿತು. ಆರಂಭದಿಂದಲೂ ಬಹಮನಿ ಆಸ್ಥಾನದ ಸರದಾರರಲ್ಲಿ ಎರಡು ವಿರೋಧಿ ಸರದಾರರ ಬಣಗಳಿದ್ದವು. ಅವುಗಳು **ದಖ್ಖನಿಗಳು** ಅಥವಾ ಹಳಬರು ಮತ್ತು **ಅಫಾಕಿಗಳು** ಅಥವಾ ಹೊಸಬರು. ಅಫಾಕಿಗಳನ್ನು **ಪರದೇಸಿಗಳು** ಅಥವಾ **ವಿದೇಶಿಯರು** ಎಂದೂ ಕರೆಯಲಾಗುತ್ತಿತ್ತು.

ದಖ್ಖನಿ ಸರದಾರರು ಒಂದು ಶತಮಾನಕ್ಕೂ ಹಿಂದೆಯೇ ಬಹಮನಿ ರಾಜ್ಯಕ್ಕೆ ಆಗಮಿಸಿದ್ದರು. ಅವರೂ ವಿದೇಶಿಯರೇ ಆಗಿದ್ದರೂ ಕೂಡ ಸ್ಥಳೀಯ ಪರಿಸ್ಥಿತಿಗಳಿಗೆ ಹೊಂದಿಕೊಂಡು ಸ್ಥಳೀಯರೇ ಆಗಿಹೋಗಿದ್ದರು. ಅವರಲ್ಲಿ ಮತಾಂತರಗೊಂಡ ಹಿಂದೂಗಳು ಸೇರಿದ್ದರು. ಆದರೆ ಪರದೇಶಿಗಳು ಅಥವಾ ಅಫಾಕಿಗಳು ಪಶ್ಚಿಮ ಏಷ್ಯಾದಿಂದ ಹೊಸದಾಗಿ ಆಗಮಿಸಿದವರಾಗಿದ್ದರು. ಆಗ ಪಶ್ಚಿಮ ಏಷ್ಯಾದ ವಿವಿಧ ಭಾಗಗಳಿಂದ ಉದ್ಯೋಗ ಹುಡುಕಿಕೊಂಡು ಮುಸಲ್ಮಾನರು ಭಾರತಕ್ಕೆ ಬರುವುದು ಸಾಮಾನ್ಯವಾಗಿತ್ತು. ಅವರುಗಳು ಸುಲ್ತಾನರ ವಿಶ್ವಾಸ ಗಳಿಸಲು ಶ್ರದ್ಧೆಯಿಂದ ಕೆಲಸ ಮಾಡುತ್ತಿದ್ದುದರಿಂದ ಸುಲ್ತಾನರೂ ಅವರನ್ನು ಪ್ರೋತ್ಸಾಹಿಸುತ್ತಿದ್ದರು. ಅದರಿಂದಾಗಿ ಎರಡೂ ಗುಂಪುಗಳ ಸರದಾರರ ನಡುವೆ ದ್ವೇಷ, ಅಸೂಯೆಗಳು ಬೆಳೆದು ಪಿತೂರಿಗಳು ಮತ್ತು ಪ್ರತಿಪಿತೂರಿಗಳು ಸಾಮಾನ್ಯವಾಗಿದ್ದವು. ಎರಡೂ ವರ್ಗದ ಸರದಾರರು ಮುಸಲ್ಮಾನರು

ಹಾಗೂ ವಿದೇಶಿ ಮೂಲದವರೇ ಆಗಿದ್ದರೂ ಕೂಡ ಅವರಲ್ಲಿ ಧಾರ್ಮಿಕ ಭಿನ್ನತೆಗಳಿದ್ದವು. **ದಖ್ಖನಿಗಳು ಸುನ್ನಿ ಮುಸಲ್ಮಾನರಾಗಿದ್ದರೆ, ಅಫಾಕಿಗಳು ಷಿಯಾ ಮುಸಲ್ಮಾನರಾಗಿದ್ದರು.**

ಗವಾನನ ಹೆಚ್ಚುತ್ತಿದ್ದ ಅಧಿಕಾರ ಮತ್ತು ಪ್ರಭಾವದಿಂದ ಅಸೂಯೆಗೊಂಡ ದಖ್ಖನಿಗಳು ಅವನ ಹತ್ಯೆಗೆ ಸಂಚು ರೂಪಿಸಿದರು. **ಮಲಿಕ್ ಹಸನ್ ನಿಜಾಮ್-ಉಲ್-ಮುಲ್ಕ್** ಎಂಬ ತರಫ್‌ದಾರ ಈ ಗುಂಪಿನ ಮುಖಂಡನಾಗಿದ್ದನು. ಗವಾನನ ವಿರುದ್ಧ ಅವರುಗಳು ರಾಜದ್ರೋಹದ ಆರೋಪ ಹೊರಿಸಿದರು. ಅದನ್ನು ಸಮರ್ಥಿಸಲು ಅವರುಗಳು ಒಡಿಶಾದ ದೊರೆ ಪುರುಷೋತ್ತಮನನ್ನು ಬಹಮನಿ ರಾಜ್ಯದ ಮೇಲೆ ದಾಳಿಮಾಡಲು ಆಹ್ವಾನಿಸಿ ಗವಾನ್ ಪತ್ರ ಬರೆದಂತೆ ಒಂದು ಸುಳ್ಳು ಪತ್ರವನ್ನು ಸೃಷ್ಟಿಸಿ ಅದಕ್ಕೆ ಕಳವು ಮಾಡಲಾಗಿದ್ದ ಗವಾನನ ಅಧಿಕೃತ ಮುದ್ರೆಯನ್ನು ಹಾಕಿದರು. ಈ ನಕಲಿ ಪತ್ರವನ್ನು ಸುಲ್ತಾನ ಮೂರನೇ ಮುಹಮ್ಮದ್ ಷಾನಿಗೆ ತಲುಪಿಸಿದರು. ಸದಾ ಮದ್ಯಪಾನದಲ್ಲೇ ಮುಳುಗಿರುತ್ತಿದ್ದ ಸುಲ್ತಾನ ಈ ಬಗ್ಗೆ ಯಾವುದೇ ವಿಚಾರಣೆ ನಡೆಸದೆ ಗವಾನನನ್ನು ರಾಜದ್ರೋಹಿ ಎಂದು ಪರಿಗಣಿಸಿ ಮರಣಶಿಕ್ಷೆಗೆ ಗುರಿಪಡಿಸಿದನು. **1481 ರ ಏಪ್ರಿಲ್ 5 ರಂದು ಸುಲ್ತಾನನ ಆದೇಶದಂತೆ ಅವನ ಗುಲಾಮ ಜೌಹರ್ ಗವಾನನ ಶಿರಚ್ಛೇಧ ಮಾಡಿದನು.** ಆಗ ಗವಾನನಿಗೆ 70 ವರ್ಷ ವಯಸ್ಸಾಗಿತ್ತು.

ಗವಾನನನ್ನು ರಾಜದ್ರೋಹದ ಆರೋಪದ ಮೇಲೆ ಗಲ್ಲಿಗೇರಿಸಿದ್ದು ಅನುಚಿತವಾಗಿತ್ತು ಮತ್ತು ಅಸಮಂಜಸವಾಗಿತ್ತು. ಅದರಿಂದಾಗಿ ಬಹಮನಿ ರಾಜ್ಯದ ಅಸ್ತಿತ್ವಕ್ಕೆ ಕೊಡಲಿ ಪೆಟ್ಟು ಬಿದ್ದಿತು. ತನ್ನ ಮರಣದ ಸಂದರ್ಭದಲ್ಲಿ ಗವಾನ್ ಸುಲ್ತಾನನಿಗೆ ಹೀಗೆ ಹೇಳಿದ್ದನೆಂದು ಹೇಳಲಾಗಿದೆ. **"ನನ್ನಂತಹ ವಯೊವೃದ್ಧನ ಸಾವು ನನಗೆ ಗಹನವಾಗಿ ಕಾಣುತ್ತಿಲ್ಲ. ಆದರೆ ಇದರಿಂದ ನಿನ್ನ ರಾಜ್ಯ ಮತ್ತು ನಿನ್ನ ಕೀರ್ತಿ ಸರ್ವನಾಶವಾಗುತ್ತದೆ"**. ಗವಾನನ ಭವಿಷ್ಯ ನಿಜವಾಯಿತು. ಸುಲ್ತಾನನಿಗೆ ಸ್ವಲ್ಪ ಸಮಯದಲ್ಲೇ ತನ್ನ ತಪ್ಪಿನ ಅರಿವಾಯಿತು. ಪಶ್ಚಾತ್ತಾಪ ಮತ್ತು ದುಃಖದಿಂದಾಗಿ ಹಾಗೂ ಅತಿಯಾದ ಮದ್ಯಪಾನದಿಂದ ಒಂದು ವರ್ಷದ ನಂತರ 1482 ಮಾರ್ಚ್ 27 ರಂದು ನಿಧನನಾದನು. ಹೀಗೆ ಸಮರ್ಥ ಮಂತ್ರಿ ಹಾಗೂ ಸಮರ್ಥ ಸುಲ್ತಾನನ ಅನಿರೀಕ್ಷಿತ ಮರಣದಿಂದ ಬಹಮನಿ ರಾಜ್ಯ ▯ಥಗೊಳ್ಳುವುದು ಅನಿವಾರ್ಯವಾಯಿತು.

"ಅಂತಹ ನಿಷ್ಠಾವಂತ ಸೇವಕನ ಹತ್ಯೆ ಒಂದು ಘೋರ ಅಪರಾಧವಾಗಿತ್ತು ಮತ್ತು ಎಲ್ಲಕ್ಕಿಂತ ಮುಖ್ಯವಾಗಿ ಅದು ಬಹಮನಿ ವಂಶದ ವಿನಾಶವನ್ನು ತ್ವರಿತಗೊಳಿಸಿತು" ಎಂದು ಈಶ್ವರಿ ಪ್ರಸಾದ್ ಹೇಳಿದ್ದಾರೆ. ಮಿಡೋಸ್ ಟೇಲರ್ ಅವರ ಮಾತಿನಲ್ಲಿ ಹೇಳುವುದಾದರೆ **"ಈ ವೃದ್ಧ ಮಂತ್ರಿಯ ಅನುಚಿತ ಶಿರಚ್ಛೇಧದೊಂದಿಗೆ ಬಹಮನಿ ರಾಜ್ಯದ ಸಾಂಘಿಕ ಶಕ್ತಿಯೇ ಉಡುಗಿಹೋಯಿತು"**.

ವ್ಯಕ್ತಿತ್ವ : ಮಧ್ಯಕಾಲೀನ ಕರ್ನಾಟಕದ ಚರಿತ್ರೆಯಲ್ಲಿ ಮಹಮೂದ್ ಗವಾನ್ ಅತ್ಯಂತ ಆಕರ್ಶಕ ವ್ಯಕ್ತಿಯಾಗಿದ್ದಾನೆ. ಅವನು 15ನೇ ಶತಮಾನದ ದಖ್ಖನಿನ ಅತ್ಯುತ್ತಮ ರಾಜಕೀಯ ಮುತ್ಸದ್ಧಿ. ಅವನು ಬಹಮನಿ ರಾಜ್ಯದ ಕೀರ್ತಿಯನ್ನು ಅಭೂತ ಪೂರ್ವವಾಗಿ ಹೆಚ್ಚಿಸಿದನು. ಕಾರ್ಯಕ್ಷಮತೆಯಲ್ಲಿ ಅವನಿಗೆ ಸರಿಸಾಟಿಯಾದವರು ಯಾರೂ ಇರಲಿಲ್ಲ. ಬಹಮನಿ ಆಸ್ಥಾನದ ಅಫಾಕಿ ಮತ್ತು ದಖ್ಖನಿ ಸರದಾರರ ನಡುವೆ ಸಮತೋಲನ ಸಾಧಿಸಲು ಅಧಿಕಾರ ಸ್ಥಾನಗಳನ್ನು ಇಬ್ಬರಿಗೂ ಸಮನಾಗಿ ಹಂಚಲು ಯತ್ನಿಸಿದನು. ಸುಲ್ತಾನರು ಹಾಗೂ ರಾಜ್ಯಕ್ಕೆ ಅತ್ಯಂತ ನಿಷ್ಠೆ ಹಾಗೂ ಪ್ರಾಮಾಣಿಕತೆಯಿಂದ ಸೇವೆ ಸಲ್ಲಿಸಿದನು. ಈಶ್ವರಿ ಪ್ರಸಾದ್ ಅವರ ಪ್ರಕಾರ **"ಅವನ ಇಡೀ ಬದುಕನ್ನು 'ನಿಷ್ಠೆ' ಎಂಬ ಒಂದು ಶಬ್ದದಿಂದ ಚಿತ್ರಿಸಬಹುದು. ಅವನು ತನ್ನ ಪ್ರಭುಗಳಿಗೆ ಎಷ್ಟೊಂದು ನಿಷ್ಠೆಯಿಂದ ಸೇವೆ ಸಲ್ಲಿಸಿದನೆಂದರೆ ಅಂತಹವರನ್ನು ನಮ್ಮ ಚರಿತ್ರೆಯಲ್ಲೆಲ್ಲಿಯೂ ಕಾಣುವುದು ಬಹಳ ಕಠಿಣ"**. ಗವಾನನ ಜೀವನ ಚರಿತ್ರಕಾರರಾದ ಎಚ್.ಕೆ.ಶೇರ್ವಾನಿ ಯವರ ಪ್ರಕಾರ, **"ಗವಾನ್ ಒಬ್ಬ ರಾಜಕೀಯ ಮುತ್ಸದ್ದಿಯಾಗಿ, ಒಬ್ಬ ಯೋಧನಾಗಿ, ಒಬ್ಬ ಆಡಳಿತಗಾರನಾಗಿ ಮತ್ತು ಒಬ್ಬ ಸಾಹಿತಿಯಾಗಿ ತನ್ನ ಶ್ರೇಷ್ಠತೆಯನ್ನು ಮೆರೆದನು"**.

ಆದರೂ ಗವಾನನ ವ್ಯಕ್ತಿತ್ವ ದೋಷಮುಕ್ತವಾಗಿರಲಿಲ್ಲ. ಅವನಲ್ಲಿ ಆ ಕಾಲದ ಇತರ ಮುಸ್ಲಿಂ ಆಡಳಿತಗಾರರಲ್ಲಿ ಸಾಮಾನ್ಯವಾಗಿದ್ದ ಕೆಲವು ದೋಷಗಳಿದ್ದವು. ಅವನೊಬ್ಬ ಧರ್ಮಾಂಧನಾಗಿದ್ದನು. ಧಾರ್ಮಿಕ ಅಸಹನೆ ಅವನ ವ್ಯಕ್ತಿತ್ವದ ಕಪ್ಪುಚುಕ್ಕೆಯಾಗಿತ್ತು. ತನ್ನ ದಂಡಯಾತ್ರೆಗಳ ಕಾಲದಲ್ಲಿ ಅವನು ಹಲವಾರು ದೇವಾಲಯಗಳನ್ನು ನಾಶಪಡಿಸಿದನು.

ಬಹಮನಿ ಸಾಮ್ರಾಜ್ಯದ ಪತನ

ಮಹಮೂದ್ ಗವಾನನ ದುರಂತ ಸಾವು ಹಾಗೂ ಸುಲ್ತಾನ್ ಮೂರನೇ ಮುಹಮ್ಮದ್ ಷಾನ ಅನಿರೀಕ್ಷಿತ ಮರಣ ಬಹಮನಿ ಸಾಮ್ರಾಜ್ಯದ ತ್ವರಿತ ಪತನಕ್ಕೆ ಕಾರಣವಾಯಿತು. ಮುಹಮ್ಮದ್ ಷಾನ ಮರಣಾನಂತರ ಅವನ 12 ವರ್ಷದ ಮಗ **ಷಿಹಾಬುದ್ದೀನ್ ಮಹಮೂದ್** ಅಧಿಕಾರಕ್ಕೆ ಬಂದನು. ಅವನು 1482ರಿಂದ 1518ರವರೆಗೆ ಆಳಿದನು. ಗವಾನನ ನಂತರ ಪ್ರಧಾನಿಯಾಗಿ ನೇಮಕಗೊಂಡಿದ್ದ **ಮಲಿಕ್ ಹಸನ್ ನಿಜಾಮ್-ಉಲ್-ಮುಲ್ಕ್** ಈಗ ರಾಜ ರಕ್ಷಕನೂ ಆದನು. ಆದರೆ

ಸಾಕಷ್ಟು ಮಂದಿ ಅಫಾಕಿಗಳು ಭಯದಿಂದ ರಾಜ್ಯವನ್ನು ತೊರೆದರು. ಉಳಿದ ದಖ್ಖನಿಗಳ ನಡುವೆಯೂ ಭಿನ್ನಾಭಿಪ್ರಾಯ ಮೂಡಿದವು. ನೂತನ ಪ್ರಧಾನಿಯಾದ ಮಲಿಕ್ ಹಸನ್‌ನನ್ನು ಬಿಜಾಪುರದ ಗವರ್ನರ್ ಯೂಸಫ್ ಆದಿಲ್, ಬೀರಾರ್‌ನ ಗವರ್ನರ್ ಇಮಾದ್-ಉಲ್-ಮುಲ್ಕ್ ತೀವ್ರವಾಗಿ ವಿರೋಧಿಸಿದರು. ಅಲ್ಲದೆ ಗವಾನನ ಹತ್ಯೆಗೆ ಮಲಿಕ್ ಹಸನ್ ಕಾರಣವೆಂಬುದು ಸುಲ್ತಾನನಿಗೆ ತಿಳಿದ ವಿಷಯವೇ ಆಗಿತ್ತು. ತನ್ನ ಹತ್ಯೆಗೆ ಸಂಚು ನಡೆಸಿದರೆಂಬ ಕಾರಣಕ್ಕೆ ಸುಲ್ತಾನ ಮಲಿಕ್ ಹಸನ್ ಸೇರಿದಂತೆ ಅಪಾರ ಸಂಖ್ಯೆಯ ದಖ್ಖನಿಗಳನ್ನು ಕೊಲ್ಲಿಸಿದನು. ಈ ಸನ್ನಿವೇಶದ ಲಾಭ ಪಡೆದು ಬಂಡಾಯವೆದ್ದ **ಖಾಸಿಂ ಬರೀದ್** ಸುಲ್ತಾನನ ಮೇಲೆ ಒತ್ತಡ ಹೇರಿ ಪ್ರಧಾನ ಮಂತ್ರಿಯಾಗಿ ನೇಮಕಗೊಂಡನು. ಈ ಹಂತದಲ್ಲಿ ಬಿಜಾಪುರದ ಯೂಸಫ್ ಆದಿಲ್ ಖಾನ್ ಪ್ರಬಲನಾದನು ಹಾಗೂ ಸುಲ್ತಾನನ ವಿಶ್ವಾಸ ಗಳಿಸಿದನು. ಈ ಸಂದರ್ಭವನ್ನು ಬಳಸಿಕೊಂಡ ವಿಜಯನಗರದ ಅರಸ ಸಾಳುವ ನರಸಿಂಹನ ಸೇನಾನಾಯಕ ಈಶ್ವರನಾಯಕ **ಕುಂದುಕೂರ್ ಕದನದಲ್ಲಿ** ಬಹಮನಿಗಳನ್ನು ಸೋಲಿಸಿದನು. ಅಂತೆಯೇ ಗಜಪತಿ ಪುರುಷೋತ್ತಮ ಪೂರ್ವ ಕರಾವಳಿಯನ್ನು ಬಹುತೇಕ ವಶಪಡಿಸಿಕೊಂಡನು. ಸುಲ್ತಾನ್ ಮಹಮೂದ್ ಪ್ರಧಾನಿ ಖಾಸಿಂ ಬರೀದ್‌ನ ಕೈಗೊಂಬೆಯಾದನು. ಮಹಮೂದನ ನಂತರ 1518ರಲ್ಲಿ ಅಧಿಕಾರಕ್ಕೆ ಬಂದ ನಾಲ್ಕನೇ ಅಹಮದ್ ಷಾ ಕೂಡ ಕಾಸಿಂ ಬರೀದ್‌ನ ಮಗ ಅಮಿರ್ ಆಲಿ ಬರೀದ್‌ನ ಕೈಗೊಂಬೆಯಾದನು. ನಂತರ ಬಂದ ಅರಸರ ಪರಿಸ್ಥಿತಿಯೂ ಭಿನ್ನವಾಗಿರಲಿಲ್ಲ. **ಕಲೀಂ ಉಲ್ಲಾ ಷಾ** (1526-28) **ಬಹಮನಿ ವಂಶದ ಕೊನೆಯ ಸುಲ್ತಾನ**. ಹೀಗೆ ಗವಾನನ ಮರಣಾನಂತರ ದುರ್ಬಲಗೊಂಡ ಬಹಮನಿ ಸಾಮ್ರಾಜ್ಯ ಅಫಾಕಿ ಮತ್ತು ದಖ್ಖನಿ ಸರದಾರರ ನಡುವಿನ ಕಿತ್ತಾಟದಿಂದ ಛಿದ್ರಗೊಂಡಿತು. ಅದರ ಸ್ಥಾನದಲ್ಲಿ ಐದು ಸ್ವತಂತ್ರ ಷಾಹಿ ರಾಜ್ಯಗಳು ಹುಟ್ಟಿಕೊಂಡವು. ಅವುಗಳು ಯಾವುವೆಂದರೆ

1. **ಬಿಜಾಪುರದ ಆದಿಲ್ ಷಾಹಿ ರಾಜ್ಯ** : ಇದನ್ನು 1489ರಲ್ಲಿ ಯೂಸಫ್ ಆದಿಲ್ ಷಾ ಸ್ಥಾಪಿಸಿದನು. ಮುಂದೆ 1686 ರಲ್ಲಿ ಈ ರಾಜ್ಯವನ್ನು **ಔರಂಗಜೇಬ್** ಮುಘಲ್ ಸಾಮ್ರಾಜ್ಯಕ್ಕೆ ಸೇರಿಸಿಕೊಂಡನು.
2. **ಅಹಮದ್‌ನಗರದ ನಿಜಾಮ್ ಷಾಹಿ ರಾಜ್ಯ** : ಇದನ್ನು 1490ರಲ್ಲಿ ಮಲಿಕ್ ಅಹಮದ್ ಸ್ಥಾಪಿಸಿದನು. 1636ರಲ್ಲಿ ಈ ರಾಜ್ಯವನ್ನು **ಷಾ ಜಹಾನ್** ಮುಘಲ್ ಸಾಮ್ರಾಜ್ಯಕ್ಕೆ ಸೇರಿಸಿಕೊಂಡನು.
3. **ಬೀರಾರ್‌ನ ಇಮಾದ್ ಷಾಹಿ ರಾಜ್ಯ** : ಇದನ್ನು 1490ರಲ್ಲಿ ಫತೇವುಲ್ಲಾ ಇಮಾದ್ ಷಾ ಸ್ಥಾಪಿಸಿದನು. ಮುಂದೆ 1574ರಲ್ಲಿ ಇದನ್ನು ಅಹಮದ್‌ನಗರಕ್ಕೆ ಸೇರಿಸಿಕೊಳ್ಳಲಾಯಿತು.
4. **ಗೋಲ್ಕೊಂಡದ ಕುತುಬ್ ಷಾಹಿ ರಾಜ್ಯ** : ಇದನ್ನು 1512ರಲ್ಲಿ ಕುತುಬ್-ಉಲ್-ಮುಲ್ಕ್ ಸ್ಥಾಪಿಸಿದನು. 1687ರಲ್ಲಿ ಇದನ್ನು **ಔರಂಗಜೇಬ್** ವಶಪಡಿಸಿಕೊಂಡನು.
5. **ಬೀದರ್‌ನ ಬರೀದ್ ಷಾಹಿ ರಾಜ್ಯ** : 1526ರಲ್ಲಿ ಇದನ್ನು ವಜೀರ್ ಅಮಿರ್ ಅಲಿ ಬರೀದ್ ಸ್ಥಾಪಿಸಿದನು. ಮುಂದೆ 1619ರಲ್ಲಿ ಇದು ಬಿಜಾಪುರ ರಾಜ್ಯದಲ್ಲಿ ಸೇರ್ಪಡೆಯಾಯಿತು.

ಬಹಮನಿ ಸುಲ್ತಾನರ ಆಡಳಿತ : ಕೇಂದ್ರ ಸರ್ಕಾರ

ಬಹಮನಿ ಸುಲ್ತಾನರ ಒಂದೂವರೆ ಶತಮಾನದ ಆಡಳಿತ ಕಾಲ ಕರ್ನಾಟಕದ ಚರಿತ್ರೆಯಲ್ಲಿ ಒಂದು ಅತ್ಯಂತ ಮಹತ್ವದ ಕಾಲವಾಗಿದೆ. ತುಂಗಭದ್ರಾ ನದಿಯ ಉತ್ತರ ಭಾಗದ ಕನ್ನಡ ಪ್ರದೇಶಗಳು ಸೇರಿದಂತೆ ಇಂದಿನ ಮಹಾರಾಷ್ಟ್ರ, ತೆಲಂಗಾಣ ಮತ್ತು ಆಂಧ್ರ ಪ್ರದೇಶದ ಬಹುಭಾಗವನ್ನು ಆಳಿದ ಬಹಮನಿ ಸುಲ್ತಾನರು ಉತ್ತರ ಭಾರತವನ್ನು ಆಳಿದ ಸುಲ್ತಾನರ ಆಡಳಿತ ವ್ಯವಸ್ಥೆಯನ್ನು ಕೆಲವು ಬದಲಾವಣೆಗಳೊಂದಿಗೆ ತಮ್ಮ ರಾಜ್ಯದಲ್ಲಿ ಅಳವಡಿಸಿಕೊಂಡರು.

ಇತರ ಎಲ್ಲ ಕೇಂದ್ರೀಕೃತ ಆಡಳಿತ ವ್ಯವಸ್ಥೆಗಳಂತೆಯೇ ಬಹಮನಿ ರಾಜ್ಯದಲ್ಲೂ ಸುಲ್ತಾನನೇ ಎಲ್ಲ ಅಧಿಕಾರದ ಕೇಂದ್ರವಾಗಿದ್ದನು. ಅವನೇ ಸರ್ಕಾರದ ಮುಖ್ಯಸ್ಥ, ಶ್ರೇಷ್ಠ ನ್ಯಾಯಾಧೀಶ ಹಾಗೂ ಪ್ರಧಾನ ಸೇನಾದಂಡನಾಯಕ. ಧರ್ಮ ಸಂಬಂಧದ ವಿಷಯಗಳಲ್ಲೂ ಅವನದೆ ಅಂತಿಮ ಅಧಿಕಾರ. ಅವನೇ ಭೂಮಿಯ ಮೇಲಿನ ದೇವರ ಪ್ರತಿನಿಧಿ. ಅವನು ಅಪರಿಮಿತವಾದ ಅಧಿಕಾರ ಹೊಂದಿದ್ದನು. ಪ್ರಮುಖ ಅಧಿಕಾರಿಗಳು, ಮಂತ್ರಿಗಳು, ಪ್ರಾಂತ್ಯಾಧಿಕಾರಿಗಳು ಮೊದಲಾದವರನ್ನು ಅವನು ನೇಮಿಸುತ್ತಿದ್ದನು. ಒಟ್ಟಿನಲ್ಲಿ ಸುಲ್ತಾನ ನಿರಂಕುಶಾಧಿಕಾರ ಹೊಂದಿದ್ದನು.

ಮಂತ್ರಿಗಳು : ಸುಲ್ತಾನನಿಗೆ ಆಡಳಿತದಲ್ಲಿ ನೆರವಾಗಲು ಒಂದು ಮಂತ್ರಿಮಂಡಲವಿದ್ದಿತು. **ವಕೀಲ್-ಉಸ್-ಸುಲ್ತಾನತ್**(ಪ್ರಧಾನ ಮಂತ್ರಿ) ಡೆಲ್ಲಿ ಸುಲ್ತಾನಾಧಿಪತ್ಯದ **"ನಾಯಿಬ್ ಸುಲ್ತಾನ್"** ನಂತೆ ಕಾರ್ಯ ನಿರ್ವಹಿಸುತ್ತಿದ್ದನು. ಅಲ್ಲದೆ ಅವನು ವಿಶೇಷ ಸಂದರ್ಭಗಳಲ್ಲಿ ರಾಜಪ್ರತಿನಿಧಿಯಾಗಿಯೂ ಕೆಲಸ ಮಾಡುತ್ತಿದ್ದನು. **ವಜೀರ್-ಇ-ಕುಲ್** ಲೆಕ್ಕ ಪತ್ರಗಳ ತಪಾಸಣೆಗಾರನಾಗಿದ್ದನು. **ಅಮಿರ್-ಇ-ಜುಮ್ಲಾ** ಹಣಕಾಸು ಸಚಿವನಾಗಿದ್ದನು. **ವಜೀರ್-ಇ- ಅಶ್ರಾಫ್** ವಿದೇಶಾಂಗ ಸಚಿವನಾಗಿದ್ದನು. **ಸಾದರ್-ಇ-**

ಜಹಾನ್ ನ್ಯಾಯಾಂಗ ಇಲಾಖೆಯ ಮುಖ್ಯಸ್ಥನಾಗಿದ್ದನು ಹಾಗೂ ಧಾರ್ಮಿಕ ವಿಚಾರಗಳೂ ಅವನ ವ್ಯಾಪ್ತಿಗೆ ಸೇರಿದ್ದವು. ಪೇಶ್ವ ಎಂಬ ಮಂತ್ರಿ ವಕೀಲ್‌ನಿಗೆ ನೆರವಾಗುತ್ತಿದ್ದನು. ನಜೀರ್ ಹಣಕಾಸು ಇಲಾಖೆಯ ಉಪ ಮುಖ್ಯಸ್ಥನಾಗಿದ್ದನು. ಕೊತ್ವಾಲ್ ಪೊಲೀಸ್ ಇಲಾಖೆಯ ಮುಖ್ಯಸ್ಥನಾಗಿದ್ದನು. ಮಂತ್ರಿಗಳು ಸುಲ್ತಾನನಿಂದ ನೇಮಕಗೊಳ್ಳುತ್ತಿದ್ದರು. ಅವರು ಕೇವಲ ಸುಲ್ತಾನ ಬಯಸಿದಾಗ ಸಲಹೆಗಳನ್ನು ನೀಡಬಹುದಾಗಿತ್ತು.

ಸುಲ್ತಾನರು ಬಹುತೇಕ ತೀರ್ಮಾನಗಳನ್ನು ದರ್ಬಾರ್ ಮತ್ತು ದಿವಾನ್ ಸಭೆಗಳಲ್ಲಿ ಕೈಗೊಳ್ಳುತ್ತಿದ್ದರು. ದರ್ಬಾರ್ ಸಭೆಗಳಲ್ಲಿ ಮಂತ್ರಿಗಳು, ಸರದಾರರು ಮತ್ತು ಪ್ರಮುಖ ಅಧಿಕಾರಿಗಳು ಪಾಲ್ಗೊಳ್ಳುತ್ತಿದ್ದರು. ಪ್ರತಿ ಶುಕ್ರವಾರ ದರ್ಬಾರ್ ನಡೆಯುತ್ತಿತ್ತು. ದಿವಾನ್ ಸಭೆಗಳನ್ನು ಮಂತ್ರಿಗಳೊಂದಿಗೆ ಸುಲ್ತಾನ ಪ್ರತಿದಿನ ನಡೆಸುತ್ತಿದ್ದನು. ಈ ಸಭೆಗಳಲ್ಲಿ ಪ್ರಮುಖವಾದ ತೀರ್ಮಾನಗಳನ್ನು ತೆಗೆದುಕೊಳ್ಳಲಾಗುತ್ತಿತ್ತು.

ಪ್ರಾಂತ್ಯಾಡಳಿತ

ಬಹಮನಿ ರಾಜ್ಯವನ್ನು ಆಡಳಿತಾನುಕೂಲಕ್ಕಾಗಿ ಪ್ರಾಂತ್ಯಗಳಾಗಿ ವಿಭಾಗಿಸಲಾಗಿತ್ತು. ಪ್ರಾಂತ್ಯಗಳನ್ನು **"ತರಫ್"** ಎಂದು ಕರೆಯಲಾಗುತ್ತಿತ್ತು. ಅವುಗಳ ಮುಖ್ಯಸ್ಥರನ್ನು **"ತರಫ್‌ದಾರ್"** ಎಂದು ಕರೆಯಲಾಗುತ್ತಿತ್ತು. ಬಹಮನಿ ರಾಜ್ಯದ ಸ್ಥಾಪಕ ಅಲಾವುದ್ದೀನ್ ಬಹಮನ್ ಷಾ ತನ್ನ ರಾಜ್ಯವನ್ನು ನಾಲ್ಕು ತರಫ್‌ಗಳಾಗಿ ವಿಭಾಗಿಸಿದ್ದನು. ಅವುಗಳು ಗುಲ್ಬರ್ಗಾ, ಬೀದರ್, ಬೀರಾರ್ ಮತ್ತು ದೌಲತಾಬಾದ್. ಮುಂದೆ ಮಹಮೂದ್ ಗವಾನ್ ಕಾಲದಲ್ಲಿ ತರಫ್‌ಗಳ ಸಂಖ್ಯೆ ಎಂಟಕ್ಕೆ ಹೆಚ್ಚಿತು. ಅವುಗಳು ಗುಲ್ಬರ್ಗಾ, ಬೀದರ್, ಬಿಜಾಪುರ, ದೌಲತಾಬಾದ್, ರಾಜಮಂಡ್ರಿ, ವಾರಂಗಲ್, ಜುನ್ನಾರ್ ಮತ್ತು ಮಾಹುಲ್. ತಮ್ಮ ತರಫ್‌ನಲ್ಲಿ ತರಫ್‌ದಾರರು ಬಹುತೇಕ ಸರ್ವಾಧಿಕಾರಿಗಳಾಗಿದ್ದರು. ತರಫ್‌ಗಳ ರಕ್ಷಣೆ, ಯುದ್ಧ ಕಾಲದಲ್ಲಿ ಸುಲ್ತಾನನಿಗೆ ಸೈನ್ಯ ಸಹಾಯ ನೀಡುವುದು ಅವರ ಕರ್ತವ್ಯಗಳಾಗಿದ್ದವು. ತರಫ್‌ದಾರರನ್ನು ವರ್ಗಾವಣೆ ಮಾಡುವ ಅಧಿಕಾರ ಸುಲ್ತಾನನಿಗಿತ್ತು. ಕೆಲವೊಮ್ಮೆ ಮಂತ್ರಿಗಳು ತರಫ್‌ದಾರರಾಗಿ ಕೆಲಸ ನಿರ್ವಹಿಸುತ್ತಿದ್ದರು. ಉದಾಹರಣೆಗೆ ಪ್ರಧಾನ ಮಂತ್ರಿಯಾಗಿದ್ದ ಗವಾನ್ ಬಿಜಾಪುರದ ತರಫ್‌ದಾರನಾಗಿಯೂ ಕಾರ್ಯ ನಿರ್ವಹಿಸುತ್ತಿದ್ದನು. ಗವಾನ್ ತರಫ್‌ದಾರರ ಅಧಿಕಾರವನ್ನು ಗಣನೀಯವಾಗಿ ಕಡಿಮೆ ಮಾಡಿದನು. ತರಫ್‌ನಲ್ಲಿ ಒಂದಕ್ಕಿಂತ ಹೆಚ್ಚು ಸಂಖ್ಯೆಯ ಕೋಟೆಗಳಿದ್ದರೆ ಒಂದು ಕೋಟೆಯ ನಿಯಂತ್ರಣವನ್ನು ತರಫ್‌ದಾರನಿಗೆ ಬಿಟ್ಟು ಉಳಿದ ಕೋಟೆಗಳ ಮೇಲಿನ ನಿಯಂತ್ರಣವನ್ನು ಕೇಂದ್ರ ಸರ್ಕಾರಕ್ಕೆ ವರ್ಗಾಯಿಸಿದನು. ತರಫ್‌ದಾರರಿಗೆ ನೇರವಾಗಿ ವೇತನ ಪಾವತಿಸುವ ಕ್ರಮ ಕೈಗೊಂಡನು. ತರಫ್‌ದಾರರು ಕೇಂದ್ರದ ವಿರುದ್ಧ ದಂಗೆ ಏಳುವ ಸಾಧ್ಯತೆಗಳನ್ನು ಕಡಿಮೆ ಮಾಡಲು ಈ ಎಲ್ಲ ಅಗತ್ಯ ಕ್ರಮಗಳನ್ನು ಅವನು ಕೈಗೊಂಡನು. ಅದರಿಂದಾಗಿಯೇ ಅವನ ವಿರುದ್ಧ ಪಿತೂರಿಯಲ್ಲಿ ತರಫ್‌ದಾರರೂ ಸೇರಿಕೊಂಡರು.

ತರಫ್‌ಗಳಲ್ಲಿ ತರಫ್‌ದಾರನಲ್ಲದೆ ಅನಿಫ್, ಕಿಲ್ಲೇದಾರ್, ಕೊತ್ವಾಲ್, ಮುಗ್ದಮ್ (ಗ್ರಾಮಾಧಿಕಾರಿ) ಮೊದಲಾದ ಅಧಿಕಾರಿಗಳಿದ್ದರು. ತರಫ್‌ಗಳನ್ನು ಸರ್ಕಾರ್‌ಗಳಾಗಿ, ಸರ್ಕಾರ್‌ಗಳನ್ನು ಪರಗಣಗಳಾಗಿ ವಿಭಾಗಿಸಲಾಗಿತ್ತು. ಗ್ರಾಮ ಆಡಳಿತದ ಕೊನೆಯ ಘಟಕವಾಗಿತ್ತು.

ಸೈನ್ಯಾಡಳಿತ : ಬಹಮನಿ ಸುಲ್ತಾನರು ಸುಸಜ್ಜಿತವಾದ, ಬಲಿಷ್ಠವಾದ ಸೈನ್ಯವನ್ನು ಹೊಂದಿದ್ದರು. ಸಾಮಾನ್ಯವಾಗಿ ಸುಲ್ತಾನನೇ ಸೇನೆಯ ಪರಮೋಚ್ಚ ದಂಡನಾಯಕನಾಗಿರುತ್ತಿದ್ದನು. ಅವನ ನಂತರದ ಸ್ಥಾನದಲ್ಲಿ ಸೇನೆಯ ಮುಖ್ಯಸ್ಥನಾಗಿದ್ದವನು **ಅಮಿರ್–ಉಲ್–ಉಮ್ರಾ**. ಅವನ ಅಧೀನದಲ್ಲಿ 1000, 500, 300, 100 ಸೈನಿಕರ ತುಕಡಿಗಳ ಸೇನಾನಾಯಕರಿದ್ದರು. ಫೌಜುದಾರರು ಸರ್ಕಾರದಿಂದ ನಿಗದಿತ ಪ್ರಮಾಣದ ಹಣ ಪಡೆದು ನಿಗದಿತ ಸಂಖ್ಯೆಯ ಸೈನ್ಯ ಪಡೆಯನ್ನು ಸಿದ್ದಗೊಳಿಸುತ್ತಿದ್ದರು. ಕೆಲವೊಮ್ಮೆ ಅವರು ಸುಲ್ತಾನನಿಗೆ ಸುಳ್ಳು ಲೆಕ್ಕ ತೋರಿಸಿ ಮೋಸ ಮಾಡುವುದೂ ಇತ್ತು. ಪ್ರಧಾನ ಮಂತ್ರಿ ಗವಾನ್ ಮೋಸವನ್ನು ತಪ್ಪಿಸಲು ಗೂಢಚಾರರಿಂದ ರಹಸ್ಯ ವರದಿ ತರಿಸಿಕೊಳ್ಳುತ್ತಿದ್ದನು. ಸೇನಾ ನೆಲೆಗಳನ್ನು ಲಷ್ಕರ್ ಎಂದು ಕರೆಯಲಾಗುತ್ತಿತ್ತು. ಸುಲ್ತಾನರ ಸೈನ್ಯದಲ್ಲಿ ಅಶ್ವ ಪಡೆ ಪ್ರಮುಖವಾಗಿತ್ತು. ಅರೇಬಿಯಾದಿಂದ ತರಿಸಿಕೊಳ್ಳಲಾದ ಅಶ್ವಗಳನ್ನು ಹೊಂದಿದ್ದ ಅಶ್ವ ಪಡೆ ಅತ್ಯಂತ ಬಲಿಷ್ಠವಾಗಿತ್ತು.

ಕಲೆ ಮತ್ತು ವಾಸ್ತುಶಿಲ್ಪ

ಬಹಮನಿ ಸುಲ್ತಾನರ ಕಾಲದಲ್ಲಿ ವಾಸ್ತುಶಿಲ್ಪ ಕ್ಷೇತ್ರದಲ್ಲಿ ಅಪಾರವಾದ ಪ್ರಗತಿಯಾಯಿತು. ಅವರ ವಾಸ್ತುಶಿಲ್ಪ ಶೈಲಿಯನ್ನು **"ದಖ್ಖನಿ ಶೈಲಿ", "ಹಿಂದೂ–ಮುಸ್ಲಿಂ ಶೈಲಿ"** ಎಂದು ಕರೆಯಲಾಗಿದೆ. ಡೆಲ್ಲಿ ಸುಲ್ತಾನಾಧಿಪತ್ಯದ ಕಾಲದಲ್ಲಿ ಉತ್ತರ ಭಾರತದಲ್ಲಿ ರೂಪುಗೊಂಡ ಹಿಂದೂ–ಮುಸ್ಲಿಂ ಶೈಲಿಯನ್ನು ಸ್ಥಳೀಯ ಅಗತ್ಯಕ್ಕೆ ತಕ್ಕಂತೆ ಬದಲಾಯಿಸಿಕೊಂಡು ಕೋಟೆಗಳು, ಮಸೀದಿಗಳು, ಸಮಾಧಿಗಳು ಹಾಗೂ ಅರಮನೆಗಳನ್ನು ನಿರ್ಮಿಸಿದರು. ವಾಸ್ತವದಲ್ಲಿ ಲೌಕಿಕ ಕಟ್ಟಡಗಳಿಗಿಂತ ಧಾರ್ಮಿಕ ಕಟ್ಟಡಗಳು ಹೆಚ್ಚಿನ ಸಂಖ್ಯೆಯಲ್ಲಿ ನಿರ್ಮಾಣವಾದವು. **ಗೋಪುರಗಳು ಮತ್ತು ಕಮಾನುಗಳು ಬಹಮನಿ ವಾಸ್ತುಶಿಲ್ಪದ ಪ್ರಧಾನ ಲಕ್ಷಣಗಳು.**

ಗುಲ್ಬರ್ಗಾದ ಕೋಟೆ ಬಹಮನಿ ಅರಸರು ನಿರ್ಮಿಸಿದ ಸ್ಮಾರಕಗಳಲ್ಲಿ ಮೊದಲನೆಯದು. ಇದನ್ನು ಬಹಮನಿ ರಾಜ್ಯದ ಸ್ಥಾಪಕ ಅಲಾವುದೀನ್ ಬಹಮನ್ ಷಾ ನಿರ್ಮಿಸಿದನು. ಮೂರು ಕಿ.ಮೀ. ಸುತ್ತಳತೆಯ ಈ ಕೋಟೆ 50 ಅಡಿಗಳಷ್ಟು ದಪ್ಪ ಗೋಡೆಯನ್ನು ಹಾಗೂ ಸುತ್ತಲೂ ಕಂದಕವನ್ನು ಹೊಂದಿದೆ.

ಗುಲ್ಬರ್ಗಾದ ಕೋಟೆಯ ಒಳಭಾಗದಲ್ಲಿರುವ ಒಂದನೇ ಮುಹಮ್ಮದ್ ಷಾ ನಿರ್ಮಿಸಿದ **ಜಾಮಿ ಮಸೀದಿ** ಅತ್ಯಂತ ಸುಂದರವಾಗಿದೆ. 1367ರಲ್ಲಿ ನಿರ್ಮಾಣಗೊಂಡಿರುವ ಇದು 216 ಅಡಿ ಉದ್ದ ಹಾಗೂ 176 ಅಡಿ ಅಗಲವಾಗಿದೆ. ಇದರಲ್ಲಿರುವ ಪ್ರಾರ್ಥನಾ ಸಭಾಂಗಣ 5000 ಜನರು ಪ್ರಾರ್ಥಿಸಲು ಸಾಧ್ಯವಾಗುವಷ್ಟು ವಿಶಾಲವಾಗಿದೆ. ಇದು ಸ್ಪೇನಿನ **ಕಾರ್ಡೋವ ನಗರದ ಮಸೀದಿಯನ್ನು ಹೋಲುತ್ತದೆ** ಎಂದು ಕಲಾವಿಮರ್ಶಕರು ಅಭಿಪ್ರಾಯಪಟ್ಟಿದ್ದಾರೆ.

ಗುಲ್ಬರ್ಗಾದ ಮತ್ತೊಂದು ಪ್ರಮುಖ ಮಸೀದಿ **ಷಾ ಬಜಾರ್ ಮಸೀದಿ**. ಇದು ಕೂಡ ಒಂದನೇ ಮುಹಮ್ಮದ್ ಷಾನ ಕಾಲದಲ್ಲೇ ನಿರ್ಮಾಣವಾಯಿತು. ಇದರಲ್ಲಿ ಪ್ರಾರ್ಥನೆಗಾಗಿ 150x60 ಅಡಿ ವಿಶಾಲವಾದ ಹಜಾರವಿದೆ.

ಗುಲ್ಬರ್ಗಾ ನಗರದ ಸಮೀಪದಲ್ಲಿ ಸುಲ್ತಾನರಾದ ಮುಜಾಹಿದ್, ದಾವೂದ್, ಫಿರೋಜ್ ಮೊದಲಾದವರ ಸಮಾಧಿಗಳಿವೆ. ಈ ಪ್ರದೇಶವನ್ನು **'ಹಫ್ತ್ ಗುಂಬಜ್'** ಸಂಕೀರ್ಣ ಎಂದು ಕರೆಯಲಾಗಿದೆ. ಎಲ್ಲ ಸಮಾಧಿಗಳು ವಿಶಾಲವಾಗಿದೆ. ಇವುಗಳಲ್ಲಿ ಫಿರೋಜ್ ಷಾನ ಸಮಾಧಿ ಕಟ್ಟಡ ಅತ್ಯಂತ ದೊಡ್ಡದು ಹಾಗೂ ಜೋಡಿ ಗುಮ್ಮಟಗಳನ್ನು ಹೊಂದಿದೆ. ಇದು 158 ಅಡಿ ಉದ್ದ, 78 ಅಡಿ ಅಗಲ ಹಾಗೂ 72 ಅಡಿ ಎತ್ತರವಾಗಿದೆ. ಇದು ಎರಡು ಮಾಳಿಗೆಗಳ ಕಟ್ಟಡವಾಗಿದೆ. ಗುಲ್ಬರ್ಗಾದಲ್ಲಿರುವ **ಸೂಫಿ ಸಂತ ಬಂದೇ ನವಾಜ್‌ರ ದರ್ಗಾ** ಮತ್ತೊಂದು ಸುಂದರ ಸ್ಮಾರಕವಾಗಿದೆ. ಬಹುತೇಕ ಸಮಾಧಿಗಳು ಗುಲ್ಬರ್ಗಾದಲ್ಲೇ ಇರುವ ಅಲಾವುದ್ದೀನ್ ಬಹಮನ್ ಷಾನ ಸಮಾಧಿಯನ್ನು ಹೋಲುತ್ತವೆ.

1423ರಲ್ಲಿ ಗುಲ್ಬರ್ಗಾದಿಂದ ರಾಜಧಾನಿಯನ್ನು ಬೀದರ್‌ಗೆ ವರ್ಗಾಯಿಸುವುದರೊಂದಿಗೆ ಬಹಮನಿ ವಾಸ್ತುಶಿಲ್ಪ ಎರಡನೇ ಹಂತವನ್ನು ಪ್ರವೇಶಿಸಿತು. ಈ ಹಂತದಲ್ಲಿ ಪರ್ಷಿಯನ್ ಶೈಲಿಯ ಪ್ರಭಾವ ಹೆಚ್ಚಾಗಿರುವುದು ಕಂಡು ಬರುತ್ತದೆ. ಇಲ್ಲಿಯೂ ಕೂಡ ಗುಲ್ಬರ್ಗಾದಂತೆಯೇ ಕೋಟೆಗಳು, ಮಸೀದಿಗಳು, ಸಮಾಧಿಗಳು, ಅರಮನೆಗಳು ನಿರ್ಮಾಣವಾದವು.

ಶಿಥಿಲಾವಸ್ಥೆಯಲ್ಲಿರುವ **ಬೀದರ್ ಕೋಟೆ** ಗುಲ್ಬರ್ಗಾ ಕೋಟೆಗಿಂತಲೂ ದೊಡ್ಡದಾಗಿದ್ದು ಏಳು ಪ್ರವೇಶದ್ವಾರಗಳನ್ನು ಹೊಂದಿದೆ. ಈ ಕೋಟೆಯನ್ನು ಷಿಹಾಬುದ್ದೀನ್ ಅಹಮದ್ (1422–1436) ನಿರ್ಮಿಸಿದನು. ಕೋಟೆಯ ಒಳಗೆ **ರಂಗೀನ್ ಮಹಲ್, ತಖ್ತ್ ಮಹಲ್, ದಿವಾನ್–ಇ–ಆಮ್, ಗಗನ ಮಹಲ್, ಜನಾನ ಮಹಲ್** ಮೊದಲಾದ ಅರಮನೆಗಳಿವೆ. ಇವೆಲ್ಲವೂ ಪರ್ಷಿಯನ್ ಶೈಲಿಯಲ್ಲಿ ನಿರ್ಮಾಣಗೊಂಡಿವೆ. ಇವೆಲ್ಲವುಗಳ ಗೋಡೆಗಳನ್ನು ಪರ್ಷಿಯನ್ ಶೈಲಿಯಲ್ಲಿ ಆಕರ್ಷಕವಾದ ಬಣ್ಣಗಳಿಂದ ಅಲಂಕರಿಸಲಾಗಿದೆ. ತಖ್ತ್ ಮಹಲ್ ಮತ್ತು ದಿವಾನ್–ಇ–ಆಮ್‌ಗಳನ್ನು ಶಿಹಾಬುದ್ದೀನ್ ಅಹಮದ್ ಷಾ 1424ರಲ್ಲಿ ನಿರ್ಮಿಸಿದನು. ತಖ್ತ್ ಮಹಲ್‌ನ ಗೋಡೆಗಳನ್ನು ಪಿಂಗಾಣಿ ಬಿಲ್ಲೆಗಳಿಂದ ಅಲಂಕರಿಸಲಾಗಿದೆ.

ಬೀದರ್‌ನ ಮಸೀದಿಗಳಲ್ಲಿ ಅಹಮದ್ ಷಾನ ಕಾಲದಲ್ಲಿ ನಿರ್ಮಾಣವಾದ **ಸೋಲಾ ಖಾಂಬ** ಮಸೀದಿ ಅತ್ಯಂತ ವಿಶಾಲವಾದುದು ಹಾಗೂ ಸುಂದರವಾದುದು.

ಬೀದರ್‌ನ ಸಮೀಪದ **ಅಷ್ಟೂರ್‌ನಲ್ಲಿ** 12 ಸುಲ್ತಾನರ ಸಮಾಧಿಗಳಿವೆ. ಅವುಗಳಲ್ಲಿ ಮುಖ್ಯವಾದವು **ಅಹಮದ್ ಷಾ 'ವಲಿ'**, ಎರಡನೇ ಅಲಾವುದ್ದೀನ್ ಮಹಮೂದ್ ಷಾನ ಸಮಾಧಿ ಮೊದಲಾದವು. ಇವುಗಳ ಪೈಕಿ 'ವಲಿ' ಯ ಸಮಾಧಿ ವರ್ಣ ವಿನ್ಯಾಸಗಳು ಮತ್ತು ವರ್ಣ ಚಿತ್ರಗಳಿಂದ ಅಲಂಕೃತಗೊಂಡಿದ್ದು ಅತ್ಯಂತ ಸುಂದರವಾಗಿವೆ.

ಬೀದರ್‌ನ ಕಟ್ಟಡಗಳಲ್ಲಿ ಅತ್ಯಂತ ಪ್ರಮುಖವಾದುದು ಪ್ರಧಾನ ಮಂತ್ರಿ ಮಹಮೂದ್ ಗವಾನ್ ನಿರ್ಮಿಸಿದ ಕಾಲೇಜು ಕಟ್ಟಡ. ಇದನ್ನು **ಗವಾನ್ ಮದ್ರಸಾ** ಎಂದು ಕರೆಯಲಾಗಿದೆ. 1472ರ ನಿರ್ಮಾಣಗೊಂಡಿರುವ ಈ ಕಟ್ಟಡವು ಮೂರು ಮಾಳಿಗೆಗಳನ್ನು ಹೊಂದಿದ್ದು 250 ಅಡಿ ಉದ್ದ, 180 ಅಡಿ ಅಗಲ ಹಾಗೂ 56 ಅಡಿ ಎತ್ತರದ ವಿಶಾಲ ಕಟ್ಟಡವಾಗಿದೆ. ಇದು ಅದ್ಯಾಪಕರ ಕೊಠಡಿಗಳು, ಬೋಧನಾ ಕೊಠಡಿಗಳು, ಒಂದು ಗ್ರಂಥಾಲಯ ಹಾಗೂ ಒಂದು ಮಸೀದಿಯನ್ನು ಒಳಗೊಂಡಿದೆ. ಎರಡು ಮೂಲೆಗಳಲ್ಲಿ 70 ಅಡಿ ಎತ್ತರದ ಸ್ತಂಭಗೋಪುರಗಳಿದ್ದು (Minarets) ಅವುಗಳ ಮೇಲೆ ಗುಮ್ಮಟಗಳಿವೆ. ಈ ಗೋಪುರಗಳ ಮುಂಭಾಗವು ಬಹುವರ್ಣದ ಹೆಂಚಿನ ಬಿಲ್ಲೆಗಳಿಂದ ಅಲಂಕರಿಸಲ್ಪಟ್ಟಿದೆ. ಪರ್ಷಿಯಾದಲ್ಲಿರುವ ಈ ಬಗೆಯ ಕಟ್ಟಡಗಳಿಗಿಂತ ಇದು ಹೆಚ್ಚು ಸುಂದರವಾಗಿದೆ ಎಂಬುದು ವಿದ್ವಾಂಸರ ಅಭಿಪ್ರಾಯವಾಗಿದೆ. ಭಗ್ನಾವಸ್ಥೆಯಲ್ಲೂ ಇದು ತನ್ನ ಹಿಂದಿನ ವೈಭವವನ್ನು ನೋಡುಗರಿಗೆ ನೆನಪಿಸುತ್ತದೆ. **"ಒಟ್ಟಿನಲ್ಲಿ ಹೇಳುವುದಾದರೆ ಇಡೀ ಕಟ್ಟಡವನ್ನೇ ಸಮರ್ಖಂಡದ ರಿಜಿಸ್ತಾನದಿಂದ ಸ್ಥಳಾಂತರಿಸಿದಂತಿದೆ"** ಎಂದು **ಪರ್ಸಿ ಬ್ರೌನ್** ಹೇಳಿದ್ದಾರೆ.

ಮಾದರಿ ಪ್ರಶ್ನೆಗಳು

ಒಂದು ಅಂಕದ ಪ್ರಶ್ನೆಗಳು

1. ಬಹಮನಿ ಸಾಮ್ರಾಜ್ಯದ ಸ್ಥಾಪಕ ಯಾರು ?

2. ಫೆರಿಷ್ತಾನ ಗ್ರಂಥದ ಹೆಸರೇನು ?

3. ಗವಾನ್ ಮದ್ರಸಾ ಕಟ್ಟಡದ ಅವಶೇಷ ಎಲ್ಲಿದೆ?

4. ಬೀದರ್ ಕೋಟೆ ಯಾವ ಸುಲ್ತಾನನ ಕಾಲದಲ್ಲಿ ನಿರ್ಮಾಣವಾಯಿತು?

ದೀರ್ಘ ಉತ್ತರ ಪ್ರಶ್ನೆಗಳು

1. ಬಹಮನಿ ಸಾಮ್ರಾಜ್ಯಕ್ಕೆ ಮಹಮೂದ್ ಗವಾನನ ಕೊಡುಗೆಗಳನ್ನು ವಿವರಿಸಿ.

ಅಧ್ಯಾಯ – 14

ಬಿಜಾಪುರದ ಆದಿಲ್ ಷಾಹಿಗಳು

Adil Shahis of Bijapur

ಬಹಮನಿ ಸಾಮ್ರಾಜ್ಯದ ಉತ್ತರಾಧಿಕಾರಿ ರಾಜ್ಯಗಳಲ್ಲಿ ಬಿಜಾಪುರದ ಆದಿಲ್ ಷಾಹಿ ರಾಜ್ಯ ಪ್ರಮುಖವಾದದು. 1481ರಲ್ಲಿ ಬಹಮನಿ ಪ್ರಧಾನ ಮಂತ್ರಿಯಾಗಿದ್ದ ಮಹಮೂದ್ ಗವಾನ್‌ನನ್ನು ಅತ್ಯಂತ ಕ್ರೂರವಾಗಿ ಕೊಲ್ಲಿಸಿದ ನಂತರ ಉಂಟಾದ ರಾಜಕೀಯ ಕಂಪನಗಳು ಬಹಮನಿ ಸಾಮ್ರಾಜ್ಯವನ್ನೇ ಬಲಿತೆಗೆದುಕೊಂಡವು. ಬಹಮನಿ ಸಾಮ್ರಾಜ್ಯವು ಕೇವಲ 25 ವರ್ಷಗಳ ಅಂತರದಲ್ಲಿ ಛಿದ್ರಗೊಂಡು ತನ್ನ ಅಸ್ತಿತ್ವವನ್ನೇ ಕಳೆದುಕೊಂಡಿತು. ಅದರ ಪತನಾನಂತರ ಹುಟ್ಟಿಕೊಂಡ ಐದು ಸ್ವತಂತ್ರ ಷಾಹಿ ರಾಜ್ಯಗಳಲ್ಲಿ **ಬಿಜಾಪುರದ ಆದಿಲ್ ಷಾಹಿ ರಾಜ್ಯ ಪ್ರಮುಖವಾದುದು.** ಉಳಿದ ಷಾಹಿ ರಾಜ್ಯಗಳು **ಅಹಮದ್‌ನಗರದ ನಿಜಾಂ ಷಾಹಿ ರಾಜ್ಯ, ಬೀದರ್‌ನ ಬರೀದ್ ಷಾಹಿ ರಾಜ್ಯ, ಬೀರಾರ್‌ನ ಇಮಾದ್ ಷಾಹಿ ರಾಜ್ಯ ಹಾಗೂ ಗೋಲ್ಕೊಂಡದ ಕುತುಬ್ ಷಾಹಿ ರಾಜ್ಯ.**

ಬಿಜಾಪುರದ ಆದಿಲ್ ಷಾಹಿಗಳ ಇತಿಹಾಸದ ಅಧ್ಯಯನಕ್ಕೆ ಕೆಲವು ಪರ್ಷಿಯನ್ ಹಾಗೂ ಉರ್ದು ಕೃತಿಗಳು, ಕನ್ನಡ ಮತ್ತು ಮರಾಠಿ ಭಾಷೆಯಲ್ಲಿರುವ ಕೆಲವು ಶಾಸನಗಳು ಹಾಗೂ ಹಲವು ಪಾಶ್ಚಾತ್ಯ ಪ್ರವಾಸಿಗರ ಬರವಣಿಗೆಗಳು ಸಹಾಯಕವಾಗಿವೆ. ಫೆರಿಷ್ತಾ ಬರೆದಿರುವ (1606) **'ತಾರೀಖ್–ಇ–ಫೆರಿಷ್ತಾ'** ಅತ್ಯಂತ ಮುಖ್ಯ ಆಕರ ಗ್ರಂಥವಾಗಿದೆ. ಮುಲ್ಲಾ ನುಸ್ರತಿಯ **'ಆಲಿ ನಾಮಾ'**, ಷಿರಾಜಿಯ **'ತಜ್‌ಕೀರತ್–ಉಲ್–ಮುಲೂಕ್'**, ಜುಬೇರಿಯ **'ಬಸಾತಿನ್–ಉಸ್–ಸಲಾತಿನ್'** ಮೊದಲಾದ ಇತರ ಪರ್ಷಿಯನ್ ಕೃತಿಗಳು ಆದಿಲ್ ಷಾಹಿಗಳ ಬಗ್ಗೆ ಉಪಯುಕ್ತವಾದ ಮಾಹಿತಿ ಒಳಗೊಂಡಿವೆ. ಅಂತೆಯೇ ಇಟಲಿಯ ಪ್ರವಾಸಿ **ಲುಡೊವಿಕೊ ವರ್ತೆಮ**, ಇಂಗ್ಲೆಂಡಿನ ವರ್ತಕ **ರಾಲ್ಫ್‌ಫಿಚ್(1550–1611)**, ಫ್ರೆಂಚ್ ಪ್ರವಾಸಿಗಳಾದ **ವೈದ್ಯ ಫ್ರಾಂಕಾಯಿಸ್ ಬೆರ್ನಿಯರ್** (1620–1688). **(Travels in Mogul India 1656-1668)**ಹಾಗೂ ರತ್ನಗಳ ವ್ಯಾಪಾರಿ **ಟವರ್ನಿಯರ್ (1605–1689) ('Travels in India by Jean Baptiste Tavernier')** ಮುಘಲ್ ಸಾಮ್ರಾಜ್ಯದಲ್ಲಿ ಹೆಚ್ಚು ಸಂಚರಿಸಿದ್ದರೂ ಬಿಜಾಪುರಕ್ಕೂ ಭೇಟಿ ನೀಡಿದ್ದರಿಂದ ಇವರ ಬರವಣಿಗೆಗಳು ಆದಿಲ್ ಷಾಹಿಗಳ ಬಗ್ಗೆ ಬೆಳಕು ಚೆಲ್ಲುತ್ತದೆ.

ಯೂಸಫ್ ಆದಿಲ್‌ಖಾನ್ (1489–1510)

ಈತ ಬಿಜಾಪುರದ ಆದಿಲ್ ಷಾಹಿ ವಂಶದ ಸ್ಥಾಪಕ. 1489ರಲ್ಲಿ ಈತನು ಬಹುತೇಕ ಸ್ವತಂತ್ರವಾದ ಬಿಜಾಪುರ ರಾಜ್ಯವನ್ನು ಸ್ಥಾಪಿಸಿಕೊಂಡನು. ಆದರೂ ನೆಪಮಾತ್ರಕ್ಕೆ ಬಹಮನಿ ಸುಲ್ತಾನನ ಪರಮಾಧಿಕಾರವನ್ನು ಒಪ್ಪಿಕೊಂಡಿದ್ದನು ಮತ್ತು **"ಷಾ"** ಎಂಬ ಧರಿಸಲಿಲ್ಲ. ಯೂಸಫ್ ಆದಿಲ್‌ಖಾನನ ಬಾಲ್ಯದ ಬಗ್ಗೆ ಗೊಂದಲಗಳಿವೆ. ಫೆರಿಷ್ತಾನ ಪ್ರಕಾರ ಇವನು ಟರ್ಕಿಯ ಸುಲ್ತಾನ ಎರಡನೇ ಮುರಾದನ ಮಗನಾಗಿದ್ದನು. ಕೌಟುಂಬಿಕ ಕಲಹಗಳ ಪರಿಣಾಮವಾಗಿ ಭಾರತಕ್ಕೆ ಬಂದ ಇವನು ಸ್ವಂತ ಶಕ್ತಿಯ ಮೂಲಕವೇ ಉನ್ನತ ಸ್ಥಾನಕ್ಕೇರಿ ಬಹಮನಿ ಪ್ರಧಾನ ಮಂತ್ರಿ ಮಹಮೂದ್ ಗವಾನನ ಆಪ್ತನಾದನು ಹಾಗೂ ಗವಾನನ ಸಹಾಯದಿಂದ ಬಿಜಾಪುರದ ತರಫ್‌ದಾರನಾಗಿ ನೇಮಕಗೊಂಡನು. ಮುಂದೆ ಗವಾನನ ಹತ್ಯೆಯ ನಂತರ ಖಾಸಿಂ ಬರೀದ್ ಬೀದರ್‌ನಲ್ಲಿ ನಿರಂಕುಶಾಧಿಕಾರ ಪಡೆದುಕೊಂಡಾಗ ಯೂಸಪ್ ಆದಿಲ್‌ಖಾನನೂ ಬಿಜಾಪುರದಲ್ಲಿ ಬಹುತೇಕ ಸ್ವತಂತ್ರನಾದನು. ಆದರೆ ಇವನು ಟರ್ಕಿಯ ಸುಲ್ತಾನನ ಮಗ ಎಂಬುದನ್ನು ವಿದ್ವಾಂಸರು ಒಪ್ಪಿಲ್ಲ.

ವಿಸ್ತರಣಾ ನೀತಿ

ಯೂಸಫ್ ಖಾನನು ಆರಂಭದಿಂದಲೇ ರಾಜ್ಯ ವಿಸ್ತಾರಣಾ ಕಾರ್ಯ ಆರಂಭಿಸಿದನು. ಕೊಂಕಣದ ಬಹಾದೂರ್ ಗಿಲಾನಿಯನ್ನು ಸೋಲಿಸಿ ಅವನಿಂದ ಜಮಖಂಡಿಯನ್ನು ವಶಪಡಿಸಿಕೊಂಡನು. ಅದೇ ಸಂದರ್ಭದಲ್ಲಿ ಬೀದರ್‌ನಲ್ಲಿ ಸರ್ವಾಧಿಕಾರಿಯಾಗಿದ್ದ ಖಾಸಿಂ ಬರೀದ್, ಯೂಸಫ್‌ಖಾನನ ಏಳಿಗೆಯನ್ನು ಸಹಿಸದೆ ಬಿಜಾಪುರ ರಾಜ್ಯವನ್ನು ದಮನ ಮಾಡಲು ನಿರ್ಧರಿಸಿದನು. ಅವನು ವಿಜಯನಗರದ ನರಸನಾಯಕ ಮತ್ತು ಕೊಂಕಣದ ಸುಲ್ತಾನ ಬಹಾದೂರ್

ಗಿಲಾನಿಯೊಂದಿಗೆ ಹೊಂದಾಣಿಕೆ ಮಾಡಿಕೊಂಡನು. ಈ ಪ್ರಬಲ ಒಕ್ಕೂಟವನ್ನು ಎದುರಿಸಲು ಸಾಧ್ಯವಿಲ್ಲವೆಂಬುದನ್ನು ಅರಿತ ಯೂಸಫ್‌ಖಾನ್ ನರಸನಾಯಕನೊಂದಿಗೆ ಒಪ್ಪಂದ ಮಾಡಿಕೊಂಡು ರಾಯಚೂರು ಮತ್ತು ಮುದ್ಗಲ್ ಕೋಟೆಗಳನ್ನು ವಿಜಯನಗರಕ್ಕೆ ಒಪ್ಪಿಸಿದನು. ಅಂತೆಯೇ ಬಹಾದ್ದೂರ್ ಗಿಲಾನಿಗೆ ಜಮಖಂಡಿಯನ್ನು ಹಿಂದಿರುಗಿಸಿದನು. ಅನಂತರ ಖಾಸಿಂ ಬರೀದನ ಮೇಲೆ ಯುದ್ಧ ಹೂಡಿ ಅವನನ್ನು ಸೋಲಿಸಿದನು. ಅನಂತರ ವಿಜಯನಗರದ ಮೇಲೆ ದಾಳಿ ಮಾಡಿ ತಾನೇ ಬಿಟ್ಟುಕೊಟ್ಟಿದ್ದ ರಾಯಚೂರು ಮತ್ತು ಮದ್ಗಲ್ ಕೋಟೆಗಳನ್ನು 1493ರಲ್ಲಿ ಮರಳಿ ವಶಪಡಿಸಿಕೊಂಡನು. ಮುಂದೆ ಗುಲ್ಬರ್ಗಾ, ಕಲ್ಯಾಣ ಹಾಗೂ ಸಾಗರ ಪ್ರದೇಶವನ್ನು ಆಳುತ್ತಿದ್ದ ದಸ್ತೂರ್ ದಿನಾರ್ ವಿರುದ್ಧ 1500ರ ಪ್ರಾರಂಭದಲ್ಲಿ ಯುದ್ಧಮಾಡಿ, ಅವನನ್ನು ಸೋಲಿಸಿ, ಹತ್ಯೆಮಾಡಿ ಅವನ ಎಲ್ಲ ಪ್ರದೇಶಗಳನ್ನು ವಶಪಡಿಸಿಕೊಂಡನು.

ಪೋರ್ಚುಗೀಸರೊಂದಿಗೆ ಸಂಘರ್ಷ

ಯೂಸಫ್ ಆದಿಲ್‌ಖಾನನ ಅಧಿಕಾರಾವಧಿಯಲ್ಲೇ ಭಾರತಕ್ಕೆ **1498ರಲ್ಲಿ ಸಮುದ್ರ ಮಾರ್ಗ ಶೋಧಿಸಲ್ಪಟ್ಟು** ಪೋರ್ಚುಗೀಸರು ವ್ಯಾಪಾರಕ್ಕಾಗಿ ಭಾರತಕ್ಕೆ ಆಗಮಿಸಿದರು. ಅದುವರೆಗೆ ಅರಬರ ಹಿಡಿತದಲ್ಲಿದ್ದ ಭಾರತದ ಸಾಗರೋತ್ತರ ವ್ಯಾಪಾರ ಈಗ ಪೋರ್ಚುಗೀಸರ ವಶವಾಯಿತು. ಅದರಿಂದ ಅಸಮಾಧಾನಗೊಂಡ ಅರಬರು ಗುಜರಾತ್, ಬಿಜಾಪುರ ಹಾಗೂ ಅಹಮದ್‌ನಗರ ಸುಲ್ತಾನರ ನೆರವು ಯಾಚಿಸಿದರು. ಆಗ **ಕ್ಯಾಂಬೆ** ಬಂದರು ಗುಜರಾತಿನ ಸುಲ್ತಾನನ, **ಚೌಲ್** ಅಹಮದ್‌ನಗರ ಸುಲ್ತಾನನ ಮತ್ತು **ಗೋವಾ** ಹಾಗೂ **ದೆಬಾಲ್** ಬಿಜಾಪುರ ಸುಲ್ತಾನನ ಅಧೀನದಲ್ಲಿದ್ದವು. ಬಹಮನಿ ಸಾಮ್ರಾಜ್ಯಕ್ಕೆ ಸೇರಿದ್ದ ಗೋವಾವನ್ನು ಐನ್.ಉಲ್-ಮುಲ್ಕ್ ಎಂಬ ಜಾಗೀರುದಾರನು ಆಳುತ್ತಿದ್ದನು. ಅವನನ್ನು ತನ್ನ ಪರಮಾಧಿಕಾರವನ್ನು ಒಪ್ಪಿಕೊಳ್ಳುವಂತೆ ಮಾಡಿದ್ದ ಯೂಸಫ್‌ಖಾನ್ ಗೋವಾದ ಮೇಲೆ ಹತೋಟಿ ಪಡೆದುಕೊಂಡಿದ್ದನು. 1507ರಲ್ಲಿ ಚೌಲ್‌ನಲ್ಲಿ ನಡೆದ ಘರ್ಷಣೆಯಲ್ಲಿ ಬಿಜಾಪುರ, ಗುಜರಾತ್ ಮತ್ತು ಈಜಿಪ್ಟಿನ ಸುಲ್ತಾನರ ಸಂಯುಕ್ತ ಸೈನ್ಯ ಪೋರ್ಚುಗೀಸರನ್ನು ಸೋಲಿಸಿತು. ಈ ಕಾಳಗದಲ್ಲಿ ಭಾರತದಲ್ಲಿ ಪೋರ್ಚುಗೀಸ್ ಗವರ್ನರ್ ಆಗಿದ್ದ **ಆಲ್ಮೀಡ (Almeida)** ನ ಮಗ ಲಾರೆಂಕೊ ಹತನಾದನು. ಆಲ್ಮೀಡನ ನಂತರ ಪೋರ್ಚುಗೀಸರ ಗವರ್ನರ್ ಆಗಿ ಬಂದ **ಅಲ್ಬುಕರ್ಕ್** ವಿಜಯನಗರದ ಅರಸ ಕೃಷ್ಣದೇವರಾಯನ ಬೆಂಬಲ ಪಡೆದು 1510ರ ಫೆಬ್ರವರಿಯಲ್ಲಿ ಗೋವಾವನ್ನು ವಶಪಡಿಸಿಕೊಂಡನು. ಆದರೆ ಯೂಸಫ್‌ಖಾನ್ ಅದೇ ವರ್ಷ ಮೇ ತಿಂಗಳಲ್ಲಿ ಗೋವಾವನ್ನು ಮರಳಿ ವಶಪಡಿಸಿಕೊಂಡನು ಮತ್ತು 1510ರಲ್ಲಿ ಬೀದರ್‌ನ ಬಹಮನಿ ಸುಲ್ತಾನನೊಂದಿಗೆ ಸೇರಿ ವಿಜಯನಗರದ ಮೇಲೆ ಧರ್ಮಯುದ್ಧ ಘೋಷಿಸಿದನು. **ಕೋವಿಲಕೊಂಡದ ಬಳಿ ನಡೆದ ಕದನದಲ್ಲಿ ಕೃಷ್ಣದೇವರಾಯನಿಂದ ಸೋತು ಕೊಲ್ಲಲ್ಪಟ್ಟನು.**

ಯೂಸಫ್ ಆದಿಲ್‌ಖಾನ್ ಷಿಯಾ ಧರ್ಮದ ಕಟ್ಟಾ ಅನುಯಾಯಿಯಾಗಿದ್ದನು. ಷಿಯಾ ಧರ್ಮವನ್ನು ರಾಜ್ಯದ ಅಧಿಕೃತ ಧರ್ಮವೆಂದು ಘೋಷಿಸಿದನು. ಈ ವಿಷಯದಲ್ಲಿ ಹಲವರಿಂದ ತೀವ್ರ ವಿರೋಧ ಎದುರಿಸಬೇಕಾಗಿ ಬಂದರೂ ತನ್ನ ನಿರ್ಧಾರಕ್ಕೆ ಅಂಟಿಕೊಂಡನು. ಯೂಸಫ್ ಹಿಂದೂ ಯುವತಿಯನ್ನು ವಿವಾಹವಾಗಿದ್ದನು. ಉದಾರ ಧಾರ್ಮಿಕ ನೀತಿ ಅನುಸರಿಸಿದ ಅವನು ಹಿಂದೂಗಳನ್ನು ಸರ್ಕಾರದ ಉನ್ನತ ಹುದ್ದೆಗಳಿಗೆ ನೇಮಿಸಿದನು ಮತ್ತು ಹಿಂದೂಗಳ ಮೇಲಿನ **'ಜಜಿಯ' ತೆರಿಗೆಯನ್ನು ರದ್ದುಪಡಿಸಿದನು.** ಬಿಜಾಪುರಕ್ಕೆ ಭೇಟಿನೀಡಿದ್ದ **ಇಟಲಿಯ ಪ್ರವಾಸಿ ಲುಡೊವಿಕೊ ವರ್ತೆಮ** ಯೂಸಫ್‌ನನ್ನು **'ಶಕ್ತಿ ಶಾಲಿಯಾದ ಶ್ರೀಮಂತ ಸುಲ್ತಾನ'** ಎಂದು ವರ್ಣಿಸಿದ್ದಾನೆ.

ಇಸ್ಮಾಯಿಲ್ ಆದಿಲ್‌ಖಾನ್ (1510–1534)

ಯೂಸಫ್ ಆದಿಲ್‌ಖಾನ್ ಯುದ್ಧದಲ್ಲಿ ಹತನಾದ ನಂತರ ಅವನ ಮಗ ಇಸ್ಮಾಯಿಲ್ ಆದಿಲ್‌ಖಾನ್ ಅಧಿಕಾರಕ್ಕೆ ಬಂದನು. ಅವನಿನ್ನೂ ಅಪ್ರಾಪ್ತ ಬಾಲಕನಾಗಿದ್ದರಿಂದ ರಾಜಪ್ರತಿನಿಧಿಯಾಗಿ ಕಮಾಲ್‌ಖಾನ್ ಆಡಳಿತ ನಡೆಸಿದನು. ಈ ಅವಕಾಶ ಬಳಸಿಕೊಂಡು ಪೋರ್ಚುಗೀಸ್ ಗವರ್ನರ್ ಅಲ್ಬುಕರ್ಕ್ 1510ರಲ್ಲಿ ಗೋವಾವನ್ನು ಅಂತಿಮವಾಗಿ ವಶಪಡಿಸಿಕೊಂಡನು. ಕಮಾಲ್‌ಖಾನ್ ತಾನೇ ಸುಲ್ತಾನನಾಗಲು ಪಿತೂರಿ ನಡೆಸಿದಾಗ ಅವನನ್ನು ಕೊಲ್ಲಿಸಿ ಇಸ್ಮಾಯಿಲ್‌ಖಾನ್ ತಾನೇ ಅಧಿಕಾರ ಸೂತ್ರವನ್ನು ವಹಿಸಿಕೊಂಡನು. ತನ್ನ ಅಧಿಕಾರವನ್ನು ಬಲಪಡಿಸಿಕೊಳ್ಳಲು ದಖ್ಖನಿ ಸರದಾರರನ್ನು ಉನ್ನತ ಸ್ಥಾನಗಳಿಂದ ಕಿತ್ತುಹಾಕಿ ಅವರ ಸ್ಥಾನಗಳಿಗೆ ಅಫಾಕಿ(ಪರ್ದೇಸಿ) ಸರದಾರರನ್ನು ನೇಮಿಸಿದನು.

ವಿಜಯನಗರದೊಂದಿಗೆ ಘರ್ಷಣೆ

ಇಸ್ಮಾಯಿಲ್ ಮತ್ತು ಕಮಾಲ್‌ಖಾನ್ ನಡುವೆ ಅಧಿಕಾರಕ್ಕಾಗಿ ಹೋರಾಟ ನಡೆಯುತ್ತಿದ್ದಾಗ ವಿಜಯನಗರದ ಚಕ್ರವರ್ತಿ

ಕೃಷ್ಣದೇವರಾಯ 1512ರಲ್ಲಿ ಪೂರ್ಣವಾಗಿ ರಾಯಚೂರು ದೋಬ್ ಪ್ರದೇಶವನ್ನು ವಶಪಡಿಸಿಕೊಂಡನು. ಮುಂದೆ ಕೃಷ್ಣದೇವರಾಯ ಕಳಿಂಗ ದಂಡಯಾತ್ರೆಯಲ್ಲಿ ಮುಳುಗಿದ್ದ ಸಂದರ್ಭದಲ್ಲಿ ಇಸ್ಮಾಯಿಲ್‌ಖಾನ್ ರಾಯಚೂರನ್ನು ವಶಪಡಿಸಿಕೊಳ್ಳುವಲ್ಲಿ ಯಶಸ್ವಿಯಾದನು. ಆದರೆ ಕೃಷ್ಣದೇವರಾಯ 1520ರಲ್ಲಿ ರಾಯಚೂರು ದಂಡಯಾತ್ರೆ ಕೈಗೊಂಡು ಇಸ್ಮಾಯಿಲ್‌ಖಾನ್‌ನನ್ನು ಸೋಲಿಸಿ ರಾಯಚೂರನ್ನು ಮರಳಿ ವಶಪಡಿಸಿಕೊಂಡನು. ಅಲ್ಲದೆ 1522ರಲ್ಲಿ ಬಿಜಾಪುರವನ್ನು ವಶಪಡಿಸಿಕೊಂಡು ಅಲ್ಲಿಯೇ ಕೆಲಕಾಲ ಬೀಡುಬಿಟ್ಟಿದ್ದನು. ಹೀಗೆ ಇಸ್ಮಾಯಿಲ್ ಕೃಷ್ಣದೇವರಾಯನಿಂದ ಹಲವು ಬಾರಿ ಪರಾಜಿತನಾದನು. ಆದರೂ ತನ್ನ ಹೋರಾಟ ಮುಂದುವರಿಸಿದ ಅವನು ಕೊನೆಗೆ ಕೃಷ್ಣದೇವರಾಯನ ಮರಣಾನಂತರ 1530ರಲ್ಲಿ ರಾಯಚೂರು ಮತ್ತು ಮುದ್ಗಲ್ ಕೋಟೆಗಳನ್ನು ವಶಪಡಿಸಿಕೊಳ್ಳುವಲ್ಲಿ ಸಫಲನಾದನು.

ಬೀದರ್‌ನ ಅಮೀರ್ ಬರೀದ್‌ನೊಂದಿಗೆ ಸಂಘರ್ಷ

ಖಾಸಿಂ ಬರೀದ್‌ನ ನಂತರ ಅವನ ಮಗ **ಅಮೀರ್ ಬರೀದ್** ಬೀದರ್‌ನಲ್ಲಿ ಸರ್ವಾಧಿಕಾರಿಯಾದನು. ಬಿಜಾಪುರದ ಪ್ರಬಲ ಶತ್ರುವಾಗಿದ್ದ ಅವನು ಇಸ್ಮಾಯಿಲ್ ಆದಿಲ್ ಖಾನನ ವಿರುದ್ಧ ಅವನ ಶತ್ರುಗಳನ್ನು ಎತ್ತಿಕಟ್ಟುವ ಕೆಲಸ ಮಾಡಿದನು. ಬರೀದ್‌ನ ಬೆಂಬಲದೊಂದಿಗೆ ದಸ್ತೂರ್ ದಿನಾರ್‌ನ ದತ್ತುಪುತ್ರ ಜಹಾಂಗೀರ್ ಬಿಜಾಪುರದ ಅಧೀನದಲ್ಲಿದ್ದ ಗುಲ್ಬರ್ಗಾವನ್ನು ವಶಪಡಿಸಿಕೊಂಡನು. ಅದು ಹಿಂದೆ ಅವನ ತಂದೆಯ ಅಧೀನದಲ್ಲಿದ್ದಿತು. ಆದರೆ ಇಸ್ಮಾಯಿಲ್ ಗುಲ್ಬರ್ಗಾ ಸೇರಿದಂತೆ ಬರೀದ್ ವಶಪಡಿಸಿಕೊಂಡಿದ್ದ ಎಲ್ಲ ಪ್ರದೇಶಗಳನ್ನು ಅವನಿಂದ ಕಸಿದುಕೊಂಡನು. ಅನಂತರ ಅಮೀರ್ ಬರೀದ್ ಅಹಮದ್‌ನಗರ, ಗೋಲ್ಕೊಂಡ ಮತ್ತು ಬೀರಾರ್‌ನ ಸುಲ್ತಾನರ ಸಹಾಯದೊಂದಿಗೆ ಬಿಜಾಪುರದ ಮೇಲೆ ದಾಳಿ ನಡೆಸಿದನಾದರೂ ಸೋತು ಹಿಂದಿರುಗಬೇಕಾಯಿತು. ಅನಂತರ ಬಿಜಾಪುರದ ಹತ್ತು ಸಾವಿರ ಸೈನಿಕರನ್ನೊಳಗೊಂಡ ಸೈನ್ಯ ಅಸದ್‌ಖಾನ್ ನೇತೃತ್ವದಲ್ಲಿ ಬೀದರ್ ಮೇಲೆ ದಾಳಿ ಮಾಡಿ ಅಮೀರ್ ಬರೀದ್‌ನನ್ನು ಸೋಲಿಸಿ ಸೆರೆಹಿಡಿದು ಬಿಜಾಪುರಕ್ಕೆ ಕರೆತಂದಿತು. ಅಮೀರ್ ಬರೀದ್ ಬಿಜಾಪುರದ ಸರದಾರನಾಗಲು ಒಪ್ಪಿಕೊಂಡು ತನ್ನ ಜೀವ ಉಳಿಸಿಕೊಂಡನು.

ಇಸ್ಮಾಯಿಲ್ ಗೋಲ್ಕೊಂಡದ ಮೇಲೆ ನಡೆಸಿದ ದಾಳಿ ಅವನ ಕೊನೆಯ ದಾಳಿಯಾಯಿತು. ಕೋವಿಲಕೊಂಡವನ್ನು ಅವನ ಸೈನ್ಯ ಮತ್ತಿತಾದರೂ ಅದನ್ನು ವಶಪಡಿಸಿಕೊಳ್ಳುವುದು ಸಾಧ್ಯವಾಗಲಿಲ್ಲ. ಈ ವೇಳೆಗೆ ಅನಾರೋಗ್ಯದಿಂದ ಬಳಲುತ್ತಿದ್ದ ಇಸ್ಮಾಯಿಲ್ 1534 ಆಗಸ್ಟ್ ತಿಂಗಳಲ್ಲಿ ಮರಣಹೊಂದಿದನು.

ಇಸ್ಮಾಯಿಲ್ ತನ್ನ ಆಡಳಿತ ಕಾಲದುದ್ದಕ್ಕೂ ಹೋರಾಟದಲ್ಲೇ ತೊಡಗಬೇಕಾಯಿತು. ಸಮರ್ಥ ಯೋಧನಾಗಿದ್ದ ಅವನು ಕೃಷ್ಣದೇವರಾಯನನ್ನು ಹೊರತುಪಡಿಸಿ ಉಳಿದೆಲ್ಲ ಶತ್ರುಗಳ ವಿರುದ್ಧ ಜಯಗಳಿಸಿದನು. ತನ್ನ ಸಹೋದರಿಯನ್ನು ಬಹಮನಿ ಸುಲ್ತಾನ ಮಹಮೂದನ ಮಗ ಅಹಮದ್‌ನಿಗೆ ವಿವಾಹ ಮಾಡಿಕೊಟ್ಟನು. ಅಂತೆಯೇ ತನ್ನ ಮತ್ತೊಬ್ಬ ಸೋದರಿಯನ್ನು ಅಹಮದ್‌ನಗರದ **ಬರ್ಹಾನ್ ನಿಜಾಮ್ ಷಾನಿಗೆ** ವಿವಾಹ ಮಾಡಿಕೊಟ್ಟನು. ಆದರೆ ವರದಕ್ಷಿಣೆಯ ರೂಪದಲ್ಲಿ ಸೊಲ್ಲಾಪುರವನ್ನು ನಿಜಾಮ್ ಷಾನಿಗೆ ನೀಡುವುದಾಗಿ ಹೇಳಿದ್ದರೂ ಹಾಗೆ ಮಾಡದೆ ವಚನ ಭ್ರಷ್ಟನಾದನು. ಅದರಿಂದಾಗಿಯೇ ಮುಂದೆ ಬಿಜಾಪುರ ಮತ್ತು ಅಹಮದ್‌ನಗರದ ನಡುವೆ ತೀವ್ರ ದ್ವೇಷ ಬೆಳೆಯಿತು. **ಷಿಯಾ ಧರ್ಮಾವಲಂಬಿಯಾಗಿದ್ದ ಇಸ್ಮಾಯಿಲ್ ಷಿಯಾ ಧರ್ಮವನ್ನು ಪ್ರೋತ್ಸಾಹಿಸಿದನು.**

ಒಂದನೇ ಇಬ್ರಾಹಿಂ ಆದಿಲ್ ಷಾ (1535–57)

ಇಸ್ಮಾಯಿಲ್ ಆದಿಲ್‌ಖಾನನ ಮರಣಾನಂತರ ಅವನ ಹಿರಿಯ ಮಗ ಮಲ್ಲುಖಾನ್ 1534ರಲ್ಲಿ ಅಧಿಕಾರಕ್ಕೆ ಬಂದನು. ಆದರೆ ಅವನು ತೀರಾ ದುರ್ಬಲನಾಗಿದ್ದನು. ಆದ್ದರಿಂದ ಅವನನ್ನು ಪದಚ್ಯುತಗೊಳಿಸಿ 1535ರಲ್ಲಿ ಇಸ್ಮಾಯಿಲ್‌ನ ಮತ್ತೊಬ್ಬ ಮಗ ಒಂದನೇ ಇಬ್ರಾಹಿಂ ಆದಿಲ್ ಷಾನನ್ನು ಅಧಿಕಾರಕ್ಕೆ ತರಲಾಯಿತು. ಇವನು ಅಧಿಕಾರಕ್ಕೆ ಬರುವ ವೇಳೆಗೆ ಬಹಮನಿ ಸಾಮ್ರಾಜ್ಯ ಅಸ್ತಿತ್ವವನ್ನು ಕಳೆದುಕೊಂಡಿದ್ದರಿಂದ **ಇಬ್ರಾಹಿಂ "ಷಾ" ಎಂಬ ಬಿರುದನ್ನು ಧರಿಸಿದನು. ಬಿಜಾಪುರದ ಆದಿಲ್ ಷಾಹಿ ರಾಜ್ಯ ಈಗ ಸಂಪೂರ್ಣವಾಗಿ ಸ್ವತಂತ್ರ್ಯ ರಾಜ್ಯವಾಯಿತು.**

ವಿಜಯನಗರದ ಆಂತರಿಕ ವ್ಯವಹಾರಗಳಲ್ಲಿ ಹಸ್ತಕ್ಷೇಪ

ಇಬ್ರಾಹಿಂ ಆದಿಲ್ ಷಾನ ಅಧಿಕಾರಾವಧಿಯ ಆರಂಭದಲ್ಲಿ ಅಸದ್‌ಖಾನ್ ಪ್ರಧಾನ ಮಂತ್ರಿಯಾಗಿ ಕಾರ್ಯ ನಿರ್ವಹಿಸಿದನು. ಅವನಿಗೆ ಈಗಾಗಲೇ ಬೆಳಗಾವಿಯನ್ನು ಜಾಗೀರಾಗಿ ನೀಡಲಾಗಿತ್ತು. ಅಸದ್‌ಖಾನ್ ಚತುರ ರಾಜನೀತಿ ನಿಪುಣನಾಗಿದ್ದನು.

ಈ ಸಂದರ್ಭದಲ್ಲಿ ವಿಜಯನಗರದಲ್ಲಿ ತೀವ್ರ ಸ್ವರೂಪದ ರಾಜಕೀಯ ಗೊಂದಲಗಳು ಉಂಟಾಗಿ ಇಬ್ರಾಹಿಂನಿಗೆ ವಿಜಯನಗರದ ವ್ಯವಹಾರಗಳಲ್ಲಿ ಮಧ್ಯೆ ಪ್ರವೇಶಿಸುವ ಅವಕಾಶ ಲಭಿಸಿತು. **ಅಚ್ಯುತರಾಯ ವಿಜಯನಗರದ ಅರಸನಾಗಿದ್ದನು.** ಕೃಷ್ಣದೇವರಾಯನ ಮಗಳನ್ನು ವಿವಾಹವಾಗಿದ್ದ **ರಾಮರಾಯ** (ಅಳಿಯ ರಾಮರಾಯ) ತಾನೇ ಅಧಿಕಾರ ವಶಪಡಿಸಿಕೊಳ್ಳಲು ಯತ್ನಿಸಿದನು. ಈ ಹಂತದಲ್ಲಿ ಅಚ್ಯುತರಾಯನ ಭಾವಮೈದುನನಾದ ಸಲಕರಾಜು ತಿರುಮಲನು ವಿಜಯನಗರದ ಸಮಸ್ಯೆ ಪರಿಹರಿಸಲು ನೆರವಾಗುವಂತೆ ಸುಲ್ತಾನ್ ಇಬ್ರಾಹಿಂನನ್ನು ಆಹ್ವಾನಿಸಿದನು. ಇಬ್ರಾಹಿಂ ತನ್ನ ಪ್ರತಿನಿಧಿಯಾಗಿ ಪ್ರಧಾನಿ ಅಸದ್ ಖಾನ್‌ನನ್ನು ವಿಜಯನಗರಕ್ಕೆ ಕಳುಹಿಸಿ ತನ್ನ ಶ್ರಮಕ್ಕೆ ಪ್ರತಿಫಲವಾಗಿ ಆರು ಲಕ್ಷ ಹಣವನ್ನು ಪಡೆದನು. 1542ರಲ್ಲಿ ಅಚ್ಯುತರಾಯ ಮರಣಹೊಂದಿದನು. ಅವನ ಮಗ ಬಾಲಕ ಒಂದನೇ ವೆಂಕಟನನ್ನು ಸಿಂಹಾಸನದಲ್ಲಿ ಕೂರಿಸಿ ಸಲಕರಾಜು ತಿರುಮಲ ರಾಜಪ್ರತಿನಿಧಿಯಾಗಿ ಆಳಲಾರಂಭಿಸಿದನು. ಅವನ ಬಗ್ಗೆ ಸಂಶಯಗೊಂಡ ಅವನ ಸೋದರಿ (ರಾಜ ವೆಂಕಟನ ತಾಯಿ) **ಮಹಾರಾಣಿ ವರದಾದೇವಿ** ಮತ್ತೆ ಇಬ್ರಾಹಿಂನ ನೆರವು ಕೋರಿದಳು. ಬಿಜಾಪುರ ಸೈನ್ಯ ವಿಜಯನಗರ ಪ್ರವೇಶಿಸಿತು. ತಿರುಮಲನು ಬಾಲಕ ರಾಜ ವೆಂಕಟ ಮತ್ತು ಅವನ ಕುಟುಂಬದವರನ್ನು ಕ್ರೂರವಾಗಿ ಕೊಲ್ಲಿಸಿದನು. ಕೊನೆಗೆ ಅಳಿಯ ರಾಮರಾಯ ತಿರುಮಲನನ್ನು ಸೋಲಿಸಿ ಕೊಂದುಹಾಕಿದನು. ಅನಂತರ ಸದಾಶಿವರಾಯನಿಗೆ ಪಟ್ಟ ಕಟ್ಟಿದ ರಾಮರಾಯ ತಾನೇ ಸರ್ವಾಧಿಕಾರಿಯಾದನು. ಈ ಸಂದರ್ಭದಲ್ಲಿ ಇಬ್ರಾಹಿಂ ವಿಜಯನಗರಕ್ಕೆ ಸೇರಿದ್ದ ಆದವಾನಿಯನ್ನು ಗೆಲ್ಲಲು ಪ್ರಯತ್ನಿಸಿ ವಿಫಲನಾದನು.

ಸೊಲ್ಲಾಪುರ ಸಮಸ್ಯೆ

ಶೊಲ್ಲಾಪುರ (ಸೊಲ್ಲಾಪುರ) ವಿಷಯದಲ್ಲಿ ಬಿಜಾಪುರ ಮತ್ತು ಅಹಮದ್‌ನಗರ ಸುಲ್ತಾನರ ನಡುವೆ ತೀವ್ರ ಭಿನ್ನಾಭಿಪ್ರಾಯ ಉಂಟಾಗಿತ್ತು. ಇಸ್ಮಾಯಿಲ್ ಖಾನ್ ತನ್ನ ಸೋದರಿಯನ್ನು ಬರ್ಹಾನ್ ನಿಜಾಮ್ ಷಾನಿಗೆ ವಿವಾಹ ಮಾಡಿಕೊಟ್ಟಿದ್ದ ಸಂದರ್ಭದಲ್ಲಿ ಸೊಲ್ಲಾಪುರವನ್ನು ವರದಕ್ಷಿಣೆ ರೂಪದಲ್ಲಿ ಕೊಡಲು ಒಪ್ಪಿದ್ದು ಅನಂತರ ತನ್ನ ನಿರ್ಧಾರ ಬದಲಿಸಿದ್ದನು. ಅಲ್ಲದೆ **ಸುಲ್ತಾನ ಇಬ್ರಾಹಿಂ ಸುನ್ನಿ ಧರ್ಮಾವಲಂಬಿಯಾಗಿದ್ದರೆ ನಿಜಾಮ್ ಷಾ ಷಿಯಾ ಧರ್ಮಾವಲಂಬಿಯಾಗಿದ್ದನು.** ಬರ್ಹಾನ್ ನಿಜಾಮ್ ಷಾ ಬೀದರ್‌ನ ಅಮೀರ್ ಬರೀದ್‌ನ ಸಹಾಯದೊಂದಿಗೆ ಬಿಜಾಪುರದ ಮೇಲೆ 1542ರಲ್ಲಿ ದಾಳಿ ಮಾಡಿದನು. ಆದರೆ ಇಬ್ರಾಹಿಂನ ಸೇನಾನಿ ಅಸದ್‌ಖಾನ್ ಈ ದಾಳಿಯನ್ನು ವಿಫಲಗೊಳಿಸಿದನು. ಅನಂತರ 1549–52ರ ನಡುವೆ ಮತ್ತೆ ನಿಜಾಮ್ ಷಾ ವಿಜಯನಗರದ ರಾಮರಾಯನ ಸಹಾಯದೊಂದಿಗೆ ದಾಳಿಮಾಡಿ ಕಲ್ಯಾಣಿ ಕೋಟೆ ಹಾಗೂ ಸೊಲ್ಲಾಪುರವನ್ನು ವಶಪಡಿಸಿಕೊಂಡನು. ಅದೇ ಸಂದರ್ಭದಲ್ಲಿ ರಾಮರಾಯನು ರಾಯಚೂರು ದೋಬ್‌ನ್ನು ಬಿಜಾಪುರದಿಂದ ಕಸಿದುಕೊಂಡನು.

ಸುಲ್ತಾನ್ ಇಬ್ರಾಹಿಂ ಸುನ್ನಿ ಧರ್ಮದ ಅನುಯಾಯಿಯಾಗಿದ್ದನು ಮತ್ತು ಅದಕ್ಕೆ ರಾಜ್ಯದ ಅಧಿಕೃತ ಧರ್ಮದ ಸ್ಥಾನಮಾನ ನೀಡಿದನು. ಉನ್ನತ ಹುದ್ದೆಗಳಿಗೆ ದಖ್ಖನಿ ಸರದಾರರನ್ನು ನೇಮಿಸಿದನು. **ಪರ್ಷಿಯನ್ ಭಾಷೆಯ ಬದಲು ಮರಾಠಿ ಮತ್ತು ಕನ್ನಡವನ್ನು ಆಡಳಿತ ಭಾಷೆಗಳಾಗಿ ಮಾಡಿದನು.** ಅದರಿಂದಾಗಿ ಹಿಂದೂಗಳಿಗೆ ಉದ್ಯೋಗಾವಕಾಶಗಳು ಲಭ್ಯವಾದವು. ಸುಲ್ತಾನನ ಈ ಕ್ರಮಗಳಿಂದ ಅತೃಪ್ತರಾದ ಹಲವು ಸರದಾರರು ಸುಲ್ತಾನ್ ಇಬ್ರಾಹಿಂನ ಸಹೋದರ ಅಬ್ದುಲ್ಲಾನನ್ನು ಅಧಿಕಾರಕ್ಕೆ ತರಲು ಪ್ರಯತ್ನಿಸಿದರು. ಅಬ್ದುಲ್ಲಾನಿಗೆ ಆಶ್ರಯ ನೀಡಿದ ಪೋರ್ಚುಗೀಸರು ಬಿಜಾಪುರಕ್ಕೆ ಸೇರಿದ್ದ ಸಾಲ್ಸೆಟ್ ಬಂದರನ್ನು ವಶಪಡಿಸಿಕೊಂಡರು. ಇಬ್ರಾಹಿಂ 1557ರಲ್ಲಿ ನಿಧನನಾದನು.

ಒಂದನೇ ಅಲಿ ಆದಿಲ್ ಷಾ (1557–1580)

ಇಬ್ರಾಹಿಂನ ಮರಣಾನಂತರ ಅವನ ಮಗ ಒಂದನೇ ಅಲಿ ಆದಿಲ್ ಷಾ ಅಧಿಕಾರದ ಗದ್ದುಗೆ ಏರಿದನು. ಸೊಲ್ಲಾಪುರ ಹಾಗೂ ಕಲ್ಯಾಣಿ ಕೋಟೆಗಳನ್ನು ಮರಳಿ ಪಡೆಯುವುದು ಈತನ ಮಹತ್ವಾಕಾಂಕ್ಷೆಯಾಗಿತ್ತು. ಈ ಉದ್ದೇಶದಿಂದ ವಿಜಯನಗರದ ರಾಮರಾಯನೊಂದಿಗೆ ಮೈತ್ರಿ ಮಾಡಿಕೊಂಡನು. ರಾಮರಾಯನ ಮಗ ನಿಧನನಾದಾಗ ಅಲಿ ಆದಿಲ್ ಷಾ ವಿಜಯನಗರಕ್ಕೆ ತೆರಳಿ ಸಂತಾಪ ಸೂಚಿಸಿದನು. ಅದಕ್ಕೆ ಪ್ರತಿಯಾಗಿ ಅಹಮದ್‌ನಗರದ ನಿಜಾಮ್ ಷಾನು ಗೋಲ್ಕೊಂಡ ಮತ್ತು ಬೀದರ್ ಸುಲ್ತಾನರೊಂದಿಗೆ ಒಪ್ಪಂದ ಮಾಡಿಕೊಂಡನು. 1557–58ರಲ್ಲಿ ಅಲಿ ಆದಿಲ್ ಷಾನ ಸೈನ್ಯ ವಿಜಯನಗರದ ಬೆಂಬಲದೊಂದಿಗೆ ಅಹಮದ್‌ನಗರದ ಮೇಲೆ ದಾಳಿ ಮಾಡಿತು. ಸೋತ ನಿಜಾಮ್ ಷಾ ಕಲ್ಯಾಣಿ ಕೋಟೆಯನ್ನು ಬಿಜಾಪುರಕ್ಕೆ ಬಿಟ್ಟುಕೊಟ್ಟನು. ಅಹಮದ್‌ನಗರ ಹೆಚ್ಚು ಹಾನಿಗೆ ಒಳಗಾಯಿತು. ಈ ಅವಧಿಯಲ್ಲಿ ಅಲಿ ಆದಿಲ್ ಷಾ ಮತ್ತು ರಾಮರಾಯನ ನಡುವೆ ಆತ್ಮೀಯವಾದ ಸಂಬಂಧವಿತ್ತು. ಅಲಿಯನ್ನು ರಾಮರಾಯ ತನ್ನ

ದತ್ತುಪುತ್ರನಂತೆಯೇ ನೋಡಿಕೊಂಡನು. 1563ರಲ್ಲಿ ಎರಡನೇ ಬಾರಿಗೆ ಅಲಿ ಆದಿಲ್ ಷಾ ವಿಜಯನಗರದ ಹಾಗೂ ಬೀದರ್‌ನ ಬೆಂಬಲದೊಂದಿಗೆ ಅಹಮದ್‌ನಗರದ ಮೇಲೆ ದಾಳಿ ಮಾಡಿ ನಿಜಾಮ್ ಷಾನನ್ನು ಸೋಲಿಸಿದನು. ಆದರೆ ಅಲಿ ಆದಿಲ್ ಷಾ ಮತ್ತು ವಿಜಯನಗರದ ಸಂಬಂಧ ಬಹಳ ಕಾಲ ಉಳಿಯಲಿಲ್ಲ. ಆರಂಭದಲ್ಲಿ ರಾಮರಾಯನ ನೆರವು ಪಡೆದು ತಮ್ಮ ತಮ್ಮಲ್ಲೇ ಹೋರಾಡಿದ ಸುಲ್ತಾನರುಗಳು ಕೊನೆಗೆ ತಮ್ಮ ನಡುವಿನ ದ್ವೇಷವನ್ನು ಮರೆತು ಒಂದಾಗಲು ನಿರ್ಧರಿಸಿದರು. ಅಲಿ ಆದಿಲ್ ಷಾ ಮತ್ತು ಹುಸೇನ್ ನಿಜಾಮ್ ಷಾ ತಮ್ಮ ಎರಡೂ ರಾಜ್ಯಗಳ ದೀರ್ಘಕಾಲದ ವೈಷಮ್ಯವನ್ನು ಕೊನೆಗೊಳಿಸಲು ನಿರ್ಧರಿಸಿದರು. ಅಲಿ ಆದಿಲ್ ಷಾನು ಹುಸೇನ್ ನಿಜಾಮ್ ಷಾನ ಮಗಳು **ಚಾಂದಬೀಬಿಯನ್ನು** ವಿವಾಹವಾದನು ಮತ್ತು ವರದಕ್ಷಿಣೆಯ ರೂಪದಲ್ಲಿ ಸೊಲ್ಲಾಪುರವನ್ನು ಪಡೆದನು. ಅಂತೆಯೇ ನಿಜಾಮ್ ಷಾನ ಮಗ ಮೂರ್ತಜ ಆದಿಲ್ ಷಾನ ಸೋದರಿ **ಹಾದಿಯ್ಯಾ ಸುಲ್ತಾನಾಳನ್ನು** ವರಿಸಿದನು. ಇವರಿಬ್ಬರ ಜೊತೆಗೆ ಗೋಲ್ಕೊಂಡದ ಇಬ್ರಾಹಿಂ ಕುತುಬ್ ಷಾ ಮತ್ತು ಬೀದರ್‌ನ ಅಲಿ ಬರೀದ್ ಷಾ ಸೇರಿಕೊಂಡರು. ಈ ನಾಲ್ವರ ಸಂಯುಕ್ತ ಸೈನ್ಯ **1565ರಲ್ಲಿ ತಾಳಿಕೋಟೆ ಕದನದಲ್ಲಿ ವಿಜಯನಗರವನ್ನು ಸಂಪೂರ್ಣವಾಗಿ ಸೋಲಿಸಿತು**. ರಾಮರಾಯ ಕೊಲ್ಲಲ್ಪಟ್ಟನು ಮತ್ತು ವಿಜಯನಗರ ಸಾಮ್ರಾಜ್ಯ ಪತನಹೊಂದಿತು.

ವಿಜಯನಗರದ ವಿರುದ್ಧ ಯುದ್ಧದಲ್ಲಿ ಅದ್ಭುತವಾದ ಜಯಗಳಿಸಿದ ಹುಮ್ಮಸ್ಸಿನಲ್ಲಿ ಅಲಿ ಆದಿಲ್ ಷಾ ಮತ್ತು ನಿಜಾಮ್‌ಷಾ ಪೋರ್ಚುಗೀಸರ ನಿಯಂತ್ರಣದಲ್ಲಿದ್ದ **ಗೋವಾದ** ಮೇಲೆ ದಾಳಿ ಮಾಡಿದರು. ಆದರೆ 1571ರಲ್ಲಿ ಪೋರ್ಚುಗೀಸರಿಂದ ಪರಾಜಿತರಾದರು. ಅಲಿಯು ವಿಜಯನಗರಕ್ಕೆ ಸೇರಿದ್ದ ಆದವಾನಿ ಕೋಟೆಯನ್ನು 1568ರಲ್ಲಿ ವಶಪಡಿಸಿಕೊಂಡನು. ಪೆನುಕೊಂಡೆಯ ಮೇಲೆ ನಡೆಸಿದ ಅವನ ದಾಳಿ ವಿಫಲವಾಯಿತು. 1580ರ ಏಪ್ರಿಲ್‌ನಲ್ಲಿ ಅಲಿ ಆದಿಲ್ ಷಾ ತನ್ನ ಸೇವಕರಿಂದಲೇ ಹತ್ಯೆಗೀಡಾದನು.

ಒಂದನೇ ಅಲಿ ಆದಿಲ್ ಷಾನ ಕಾಲದಲ್ಲಿ ಬಿಜಾಪುರ ಕೋಟೆಯ ನಿರ್ಮಾಣ ಕಾರ್ಯ ಪೂರ್ಣಗೊಂಡಿತು. ನಗರಕ್ಕೆ ಕುಡಿಯುವ ನೀರಿಗಾಗಿ ಒಂದು ಜಲಾಶಯವನ್ನು ನಿರ್ಮಿಸಿದನು. ಬಿಜಾಪುರದಲ್ಲಿರುವ **ಜುಮ್ಮಾ ಮಸೀದಿ, ಗಗನ ಮಹಲ್** ಮೊದಲಾದ ಸುಂದರ ಸ್ಮಾರಕಗಳು ಈತನ ಕಾಲದಲ್ಲಿ ನಿರ್ಮಾಣವಾದವು.

ಎರಡನೇ ಇಬ್ರಾಹಿಂ ಆದಿಲ್ ಷಾ 1580–1627

ಒಂದನೇ ಅಲಿ ಆದಿಲ್ ಷಾನಿಗೆ ಮಕ್ಕಳಿರಲಿಲ್ಲವಾದ್ದರಿಂದ ಅವನ ಸೋದರನ ಮಗ ಎರಡನೇ ಇಬ್ರಾಹಿಂ ಆದಿಲ್ ಷಾನನ್ನು ಷಿಯಾ ಸರದಾರರರು ಅಧಿಕಾರಕ್ಕೆ ತಂದರು. ಈತನನ್ನು ಬಿಜಾಪುರದ ಆದಿಲ್ ಷಾಹಿ ಸುಲ್ತಾನರಲ್ಲೆಲ್ಲಾ ಅತ್ಯಂತ **'ಶ್ರೇಷ್ಠ ಸುಲ್ತಾನ'** ಎಂದು ಪರಿಗಣಿಸಲಾಗಿದೆ.

ಆಂತರಿಕ ಅಸ್ಥಿರತೆ : ಇಬ್ರಾಹಿಂ ಅಧಿಕಾರ ವಹಿಸಿಕೊಂಡಾಗ ಕೇವಲ 9 ವರ್ಷದ ಬಾಲಕನಾಗಿದ್ದನು. ಅದರಿಂದಾಗಿ ಅಲಿ ಆದಿಲ್ ಷಾನ ವಿಧವಾ ರಾಣಿ ಚಾಂದ್‌ಬೀಬಿಯು ಕಾಮಲ್ ಖಾನ್ ಎಂಬ ಸರದಾರನನ್ನು ರಾಜಪ್ರತಿನಿಧಿಯಾಗಿ ನೇಮಿಸಿಕೊಂಡು ಆಡಳಿತ ನಡೆಸಿದಳು. ಆದರೆ ಕಾಮಲ್ ಖಾನ್ ಸರ್ವಾಧಿಕಾರಿಯಾಗಲು ಯತ್ನಿಸಿದ್ದರಿಂದ ಅವನನ್ನು ಕೊಲ್ಲಿಸಿ ಹಾಜಿ ಕಿಶ್ವರ್ ಖಾನ್‌ನನ್ನು ರಾಜಪ್ರತಿನಿಧಿಯಾಗಿ ನೇಮಿಸಿದಳು. ಕಿಶ್ವರ್ ಖಾನ್ ಕೂಡ ಅಹಂಕಾರ ವರ್ತನೆ, ಅಧಿಕಾರದ ಮಹತ್ವಾಕಾಂಕ್ಷೆಯಿಂದ ಸರದಾರರ ಹಾಗೂ ಚಾಂದ್‌ಬೀಬಿಯ ಅಸಮಾಧಾನಕ್ಕೆ ಗುರಿಯಾದನು. ತನ್ನ ಪದಚ್ಯುತಿಗೆ ಒಳಸಂಚು ನಡೆಯುತ್ತಿದೆಂಬುದನ್ನು ತಿಳಿದುಕೊಂಡ ಅವನು ಚಾಂದ್‌ಬೀಬಿಯನ್ನು ಸತಾರ ಕೋಟೆಯಲ್ಲಿ ಬಂಧನದಲ್ಲಿಟ್ಟನು. ಆಕೆಯ ಪ್ರೇರಣೆಯಿಂದಲೇ ಅವಳ ಸಹೋದರ ಅಹಮದ್‌ನಗರದ ಸುಲ್ತಾನ ಮೂರ್ತಜ ಬಿಜಾಪುರದ ಮೇಲೆ ದಾಳಿ ಮಾಡಿದ್ದಾನೆಂದು ಚಾಂದ್‌ಬೀಬಿಯ ಮೇಲೆ ಅರೋಪ ಹೊರಿಸಲಾಯಿತು. ಆದರೆ ಇತರ ಸೈನ್ಯಾಧಿಕಾರಿಗಳು ಅವನ ವಿರುದ್ಧ ತಿರುಗಿಬಿದ್ದರು. ಕೊನೆಗೆ ಕಿಶ್ವರ್ ಖಾನ್ ಅಹಮದ್‌ನಗರಕ್ಕೆ ತೆರಳಿದನು. **ಇಖ್ಲಾಸ್ ಖಾನ್** ರಾಜಪ್ರತಿನಿದಿಯಾಗಿ ನೇಮಕಗೊಂಡನು. ಚಾಂದ್‌ಬೀಬಿ ಮತ್ತೆ ಬಾಲಕ ರಾಜನ ರಕ್ಷಕಳಾದಳು ಮತ್ತು ಅಫ್ಜಲ್ ಖಾನ್‌ನನ್ನು ಪ್ರಧಾನ ಮಂತ್ರಿಯಾಗಿ ನೇಮಿಸಿಕೊಂಡಳು (ಪೇಶ್ವೆ). ಆದರೆ ಇಖ್ಲಾಸ್ ಖಾನ್ ಮತ್ತು ಅಫ್‌ಜಲ್ ಖಾನ್ ಕೂಡ ಹೊಂದಾಣಿಕೆಯಿಂದ ನಡೆದುಕೊಳ್ಳಲಿಲ್ಲ. ಕೊನೆಗೆ **ದಿಲಾವರ್‌ಖಾನ್** ಸರ್ವಾಧಿಕಾರಿಯಾದನು. ದಿಲಾವರ್‌ಖಾನ್ ರಾಜ್ಯದಲ್ಲಿ ಶಾಂತಿ ನೆಲೆಗೊಳ್ಳುವಂತೆ ಮಾಡಿದನು. ಸುಲ್ತಾನ ಇಬ್ರಾಹಿಂನ ಸಹೋದರಿಯನ್ನು ಅಹಮದ್‌ನಗರದ ರಾಜಕುಮಾರ ಹುಸೇನ್ (ಮೂರ್ತಜ ನಿಜಾಮ್ ಷಾನ ಮಗ) ನಿಗೆ 1582ರಲ್ಲಿ ವಿವಾಹ ಮಾಡಿಸಿದನು. ಬಿಜಾಪುರದ ರಾಜಕುಮಾರಿಯೊಂದಿಗೆ ಚಾಂದ್ ಬೀಬಿಯು ತವರು ಮನೆ ಅಹಮದ್‌ನಗರಕ್ಕೆ ತೆರಳಿದಳು. ಅಲ್ಲದೆ ಗೋಲ್ಕೊಂಡದ ಸುಲ್ತಾನನ ಸೋದರಿ ತಾಜ್

ಸುಲ್ತಾನಾಳನ್ನು ತರುಣ ಸುಲ್ತಾನ ಇಬ್ರಾಹಿಂನೊಂದಿಗೆ ವಿವಾಹ ಮಾಡಿಸಿದನು. ಹೀಗೆ ನೆರೆಯ ರಾಜ್ಯಗಳೊಂದಿಗೆ ಸ್ನೇಹ ಸಂಬಂಧ ಸ್ಥಾಪಿಸಿ ಬಿಜಾಪುರದಲ್ಲಿ ಶಾಂತಿ ನೆಲೆಸುವಂತೆ ಮಾಡಿ ಎಂಟು ವರ್ಷಗಳಿಗೂ ಹೆಚ್ಚು ಕಾಲ(1582–1591) ಸಮರ್ಪಕವಾಗಿ ಆಡಳಿತ ನಿರ್ವಹಿಸಿದನು. ಕೊನೆಯಲ್ಲಿ ಸುಲ್ತಾನನ ಅವಕೃಪೆಗೆ ಗುರಿಯಾದ ಅವನನ್ನು ಸತಾರ ಕೋಟೆಯಲ್ಲಿ ಬಂಧನದಲ್ಲಿಡಲಾಯಿತು.

ಇಬ್ರಾಹಿಂನ ನೇರ ಆಡಳಿತ

ದಿಲಾವರ್ ಖಾನ್‌ನ ಪತನಾನಂತರ ಎರಡನೇ ಇಬ್ರಾಹಿಂ ಅಧಿಕಾರ ಸೂತ್ರವನ್ನು ತನ್ನ ಕೈಗೆ ತೆಗೆದುಕೊಂಡನು. ಅಹಮದ್ ನಗರದ ಸುಲ್ತಾನ ಎರಡನೇ ಬರ್ಹಾನ್ ನಿಜಾಮ್ ಷಾ ಬಿಜಾಪುರದ ಮೇಲೆ ನಡೆಸಿದ ದಾಳಿಯನ್ನು ಹಿಮ್ಮೆಟ್ಟಿಸಿದನು. ಹಲವಾರು ಪಾಳೆಯಗಾರರು ದಂಗೆ ಎದ್ದಾಗ ಮಜುಂಖಾನ್ ನೇತೃತ್ವದ ಬಿಜಾಪುರದ ಸೈನ್ಯ ದಂಗೆಗಳನ್ನು ದಮನ ಮಾಡಿ ಅವರುಗಳಿಂದ ಕಪ್ಪ ವಸೂಲಿ ಮಾಡಿತು. ಅಲ್ಲದೆ ಸುಲ್ತಾನನ ತಮ್ಮ ಇಸ್ಮಾಯಿಲ್ ಕೂಡ ದಂಗೆ ಎದ್ದನು. ಅವನಿಗೆ ಅಹಮದ್‌ನಗರದ ಸುಲ್ತಾನ ಹಾಗೂ ಹಲವು ಸರದಾರರ ಬೆಂಬಲವಿದ್ದಿತು. ಆದರೆ ಈ ದಂಗೆಯನ್ನು ಸುಲ್ತಾನ್ ಇಬ್ರಾಹಿಂ ದಮನ ಮಾಡಿದನು. ಇಸ್ಮಾಯಿಲ್ ಹತನಾದನು. ಸುಲ್ತಾನನ ಮತ್ತೊಬ್ಬ ಸೇನಾನಿ ವಹಾಬ್ ಖಾನ್ ಪೂರ್ವದಲ್ಲಿ ಕರ್ನೂಲ್‌ವರೆಗಿನ ಪ್ರದೇಶಗಳನ್ನು ವಶಪಡಿಸಿಕೊಂಡನು.

ಬೀದರ್‌ನ ಆಕ್ರಮಣ :ಎರಡನೇ ಇಬ್ರಾಹಿಂನ ಬಹಳ ದೊಡ್ಡ ಸಾಧನೆಯೆಂದರೆ ಬೀದರ್‌ನ ಬರೀದ್ ಷಾಹಿ ರಾಜ್ಯವನ್ನು ವಶಪಡಿಸಿಕೊಂಡಿದ್ದು. ಅದನ್ನು ವಶಪಡಿಸಿಕೊಳ್ಳಲು ಬಿಜಾಪುರ ಮತ್ತು ಅಹಮದ್‌ನಗರದ ನಡುವೆ ಸ್ಪರ್ಧೆಯೇ ನಡೆದಿತ್ತು. ಅಹಮದ್‌ನಗರದ **ಮಲ್ಲಿಕ್ ಅಂಬರ್** ಬೀದರ್ ಮೇಲೆ ದಾಳಿ ನಡೆಸಿದ್ದನಾದರೂ ಕೇವಲ ಅಪಾರ ಕಾಣಿಕೆ ಪಡೆದು ಹಿಂದಿರುಗಿದ್ದನು. ಬೀದರ್‌ನ ಸುಲ್ತಾನ ಮಿರ್ಜಾ ಆಲಿ ಬರೀದ್ ಮೊಘಲರ ಅಧೀನತೆಯನ್ನು ಒಪ್ಪಿಕೊಳ್ಳಲು ಸಿದ್ದನಾಗಿದ್ದರೂ ಅವರಿಂದ ಯಾವುದೇ ನೆರವು ದೊರೆಯಲಿಲ್ಲ. ಈ ವೇಳೆಗಾಗಲೇ ಮುಘಲ್ ಸಾಮ್ರಾಟ ಜಹಾಂಗೀರ್‌ನೊಂದಿಗೆ ಉತ್ತಮ ಬಾಂಧವ್ಯ ಸ್ಥಾಪಿಸಿಕೊಂಡಿದ್ದ ಇಬ್ರಾಹಿಂ ಬೀದರ್‌ನ ಮೇಲೆ ದಾಳಿಮಾಡಿ ಸುಲಭವಾಗಿ ಅದನ್ನು ವಶಪಡಿಸಿಕೊಂಡನು. **1619ರಲ್ಲಿ ಬೀದರ್ ಬಿಜಾಪುರ ರಾಜ್ಯದಲ್ಲಿ ವಿಲೀನಗೊಂಡಿತು. ಬರೀದ್ ಷಾಹಿ ವಂಶ ಅಂತ್ಯಗೊಂಡಿತು**. ಮಿರ್ಜಾ ಆಲಿ ಬರೀದ್ ಮತ್ತು ಅವನ ಕುಟುಂಬವನ್ನು ಬಿಜಾಪುರಕ್ಕೆ ಕರೆತಂದು ಜಾಗೀರು ಮತ್ತು ನಿವೃತ್ತಿ ವೇತನ ನೀಡಿ ಜೀವನಕ್ಕೆ ವ್ಯವಸ್ಥೆ ಮಾಡಲಾಯಿತು.

ಬಿಜಾಪುರ ಮತ್ತು ಮುಘಲರು

ಮುಘಲ್ ಸಾಮ್ರಾಟ ಅಕ್ಬರ್ ಉತ್ತರ ಭಾರತ ಹಾಗೂ ಮಧ್ಯ ಭಾರತವನ್ನು ಜಯಿಸಿದ ನಂತರ ದಕ್ಷಿಣ ಭಾರತದತ್ತ ತನ್ನ ಗಮನ ಹರಿಸಿದನು. ಆಗ ದಕ್ಷಿಣದಲ್ಲಿ ನಾಲ್ಕು ಮುಸ್ಲಿಂ ರಾಜ್ಯಗಳಿದ್ದವು. ಅವುಗಳು **ಬಿಜಾಪುರ, ಅಹಮದ್‌ನಗರ, ಗೋಲ್ಕೊಂಡ ಮತ್ತು ಖಾಂದೇಶ್**. ಬೀರಾರ್ ರಾಜ್ಯವು ಅಹಮದ್‌ನಗರ ರಾಜ್ಯದಲ್ಲಿ ಸೇರಿಹೋಗಿತ್ತು. ಬೀದರ್ ತನ್ನ ಪ್ರಾಮುಖ್ಯತೆಯನ್ನು ಕಳೆದುಕೊಂಡಿತ್ತು. 1591 ರಲ್ಲಿ **ಅಕ್ಬರ್** ಈ ನಾಲ್ಕೂ ರಾಜ್ಯಗಳಿಗೆ ತನ್ನ ರಾಯಭಾರಿಗಳನ್ನು ಕಳುಹಿಸಿ ತನ್ನ ಸಾರ್ವಭೌಮತ್ವವನ್ನು ಒಪ್ಪಿಕೊಳ್ಳುವಂತೆ ಸುಲ್ತಾನರನ್ನು ಒತ್ತಾಯಿಸಿದನು. ಆದರೆ ದಖ್ಖನ್ ಸುಲ್ತಾನರು ಅಕ್ಬರನ ಒತ್ತಾಯಕ್ಕೆ ಮಣಿಯಲಿಲ್ಲ. ಈ ಹಿನ್ನೆಲೆಯಲ್ಲಿ ಮುಘಲ್ ಸೈನ್ಯ ದೊಡ್ಡ ಪ್ರಮಾಣದಲ್ಲಿ ದಕ್ಷಿಣದತ್ತ ನುಗ್ಗಿ ಬಂದಿತು. 1595 ರಲ್ಲಿ ಅಹಮದ್‌ನಗರದ ಮೇಲೆ ದಾಳಿ ಮಾಡಿ ಕೋಟೆಯನ್ನು ಮುತ್ತಿತು. ಈ ಸೈನ್ಯಕ್ಕೆ ಅಕ್ಬರನ ಮಗ ಮುರಾದ್ ಹಾಗೂ ಅಬ್ದುರ್ ರಹೀಮ್ ನಾಯಕರಾಗಿದ್ದರು. ಚಾಂದಬೀಬಿ ನೇತೃತ್ವದಲ್ಲಿ ಅಹಮದ್‌ನಗರದ ಸೈನ್ಯ ಪರಾಕ್ರಮದಿಂದ ಹೋರಾಡಿತಾದರೂ ಕೊನೆಗೆ 1596ರಲ್ಲಿ ಒಪ್ಪಂದ ಏರ್ಪಟ್ಟು ಬೀರಾರ್ ಪ್ರಾಂತ್ಯವನ್ನು ಚಾಂದ್‌ಬೀಬಿ ಮುಘಲರಿಗೆ ಬಿಟ್ಟುಕೊಡಬೇಕಾಯಿತು.

ಅಹಮದ್‌ನಗರದ ಸೋಲು ದಖ್ಖನ್ ಸುಲ್ತಾನರಲ್ಲಿ ಆತಂಕ ಉಂಟುಮಾಡಿತು. ಈಗ ಬೀಜಾಪುರ, ಅಹಮದ್‌ನಗರ ಮತ್ತು ಗೋಲ್ಕೊಂಡದ ಸಂಯುಕ್ತ ಸೈನ್ಯ ಬಿಜಾಪುರದ ಸೊಹೈಲ್‌ಖಾನ್ ನೇತೃತ್ವದಲ್ಲಿ ಮುಘಲರ ವಶವಾಗಿದ್ದ ಬೀರಾರ್ ಮೇಲೆ ದಾಳಿ ಮಾಡಿತು. 1597ರ ಫೆಬ್ರವರಿ 8–9ರಂದು **ಗೋದಾವರಿ ನದಿ ದಂಡೆಯ ಸೋನ್‌ಪೇಟ್‌ನಲ್ಲಿ ನಡೆದ ಕಾಳಗದಲ್ಲಿ** ಈ ಸಂಯುಕ್ತ ಸೈನ್ಯವನ್ನು ಮುಘಲರು ಸೋಲಿಸಿದರು. 1600 ರಲ್ಲಿ ಮತ್ತೆ ಮುಘಲ್ ಸೈನ್ಯ ಅಕ್ಬರ್‌ನ ಮತ್ತೊಬ್ಬ ಮಗ ದನಿಯಾಲ್ ನೇತೃತ್ವದಲ್ಲಿ ಅಹಮದ್‌ನಗರ ಕೋಟೆಗೆ ಮುತ್ತಿಗೆ ಹಾಕಿತು. ಮುಘಲರೊಂದಿಗೆ ಸಂಧಾನಕ್ಕೆ ಯತ್ನಿಸಿದ ಚಾಂದ್‌ಬೀಬಿಯನ್ನು ಅವಳ ಸೈನಿಕರೇ ಕೊಂದುಹಾಕಿದರು. 1601ರಲ್ಲಿ ಒಪ್ಪಂದ ಏರ್ಪಟ್ಟು ಅಹಮದ್‌ನಗರ,

ಬಾಲಘಾಟ್ ಹಾಗೂ ತೆಲಂಗಾಣದ ಹಲವು ಭಾಗಗಳು ಮುಘಲರ ಅಧೀನವಾದವು. ಉಳಿದ ಅಹಮದ್‌ನಗರ ರಾಜ್ಯಕ್ಕೆ ಅರಸನಾಗಿ ಉಳಿದ ಮೂರ್ತಜ ನಿಜಾಮ್ ಷಾ ಮುಘಲರ ಅಧೀನತೆ ಒಪ್ಪಿಕೊಂಡನು. **ಈಗ ಪರೇಂದ ಕೋಟೆ ಅಹಮದ್‌ನಗರದ ರಾಜಧಾನಿಯಾಯಿತು.** ಅನಂತರ 1601 ರಲ್ಲಿ ಅಸಿರ್‌ಘಡ ಸೇರಿದಂತೆ ಪೂರ್ಣ **ಖಾಂದೇಶ್ ರಾಜ್ಯವನ್ನು ಅಕ್ಬರ್ ವಶಪಡಿಸಿಕೊಂಡನು.** ಈಗ ಮತ್ತಷ್ಟು ಆತಂಕಗೊಂಡ ಇಬ್ರಾಹಿಂ ಆದಿಲ್ ಷಾ ತನ್ನ ಮಗಳನ್ನು ಅಕ್ಬರನ ಮಗ ದನಿಯಾಲ್‌ಗೆ 1604ರ ಜೂನ್ ತಿಂಗಳಲ್ಲಿ ವಿವಾಹ ಮಾಡಿಕೊಟ್ಟನು. ಆದರೆ 1605 ರಲ್ಲಿ ಅಕ್ಬರ್ ಮರಣ ಹೊಂದಿದ್ದರಿಂದ ಬಿಜಾಪುರ ಮತ್ತು ಗೋಲ್ಕೊಂಡ ತಮ್ಮ ಅಸ್ತಿತ್ವ ಉಳಿಸಿಕೊಂಡವು.

ಅಕ್ಬರನ ನಂತರ ಚಕ್ರವರ್ತಿಯಾದ **ಜಹಾಂಗೀರ್** ದಖನ್ ಮುಸ್ಲಿಂ ರಾಜ್ಯಗಳನ್ನು ವಶಪಡಿಸಿಕೊಳ್ಳುವ ಕಾರ್ಯ ಮುಂದುವರಿಸಿದನು. ದೂರಾಲೋಚನೆಯಿಂದ ಜಹಾಂಗೀರನ ಅಧೀನತೆಯನ್ನು ಒಪ್ಪಿಕೊಂಡ ಇಬ್ರಾಹಿಂ ಅಹಮದ್‌ನಗರದ ಮಲ್ಲಿಕ್ ಅಂಬರ್ ವಿರುದ್ಧ ಮುಘಲರಿಗೆ ಸಹಾಯಮಾಡಲು ಸಮ್ಮತಿಸಿದನು. ಮಲ್ಲಿಕ್ ಅಂಬರ್ ಈಗ ಗೋಲ್ಕೊಂಡ ಸುಲ್ತಾನನ ಸಹಾಯದೊಂದಿಗೆ ಆದಿಲ್ ಷಾಹಿ ರಾಜ್ಯದ ಮೇಲೆ ದಾಳಿ ಮಾಡಿದನು. ಮುಘಲ್ ಸೈನ್ಯ ಇಸ್ಮಾಯಿಲ್‌ನ ನೆರವಿಗೆ ಧಾವಿಸಿತು. ಆದರೆ ಬಿಜಾಪುರ ಹಾಗೂ ಮುಘಲರ ಸಂಯುಕ್ತ ಸೈನ್ಯವನ್ನು ಅಂಬರ್ 1624ರ ನವೆಂಬರ್‌ನಲ್ಲಿ ಅಹಮದ್‌ನಗರ ಸಮೀಪ ಭಟ್‌ವಾಡಿಯಲ್ಲಿ ಸೋಲಿಸಿದನು. ಮುಂದುವರಿದು **ಅಂಬರ್ ಇಬ್ರಾಹಿಂ ನಿರ್ಮಿಸಿದ್ದ ನವರಸಪುರವನ್ನು ಹಾಳುಗೆಡವಿದನು** ಮತ್ತು ಸೊಲ್ಲಾಪುರವನ್ನು ವಶಪಡಿಸಿಕೊಂಡನು. ಅಂಬರ್ 1626ರ ಮೇ ತಿಂಗಳಲ್ಲಿ ಮರಣ ಹೊಂದಿದನು. ಒಂದು ವರ್ಷದ ನಂತರ 1627ರ ಸೆಪ್ಟೆಂಬರ್‌ನಲ್ಲಿ ಇಬ್ರಾಹಿಂ ಕೂಡ ನಿಧನನಾದನು.

ಇಬ್ರಾಹಿಂನ ಸಾಂಸ್ಕೃತಿಕ ಸಾಧನೆಗಳು

ಸುಲ್ತಾನ್ ಎರಡನೇ ಇಬ್ರಾಹಿಂ ಆದಿಲ್ ಷಾ ಬಹುಮುಖ ವ್ಯಕ್ತಿತ್ವದ ಅರಸನಾಗಿದ್ದನು. ಸ್ವತಃ ಸುನ್ನಿ ಮುಸಲ್ಮಾನನಾಗಿದ್ದರೂ ಎಲ್ಲ ಧರ್ಮಗಳನ್ನು ಪ್ರೋತ್ಸಾಹಿಸಿದನು. ಉದಾರ ನೀತಿಗೆ ಹೆಸರಾಗಿದ್ದ ಅವನು ಬ್ರಾಹ್ಮಣರು ಮತ್ತು ಮರಾಠರಿಗೆ ಉನ್ನತ ಸರ್ಕಾರಿ ಹಾಗೂ ಸೈನಿಕ ಹುದ್ದೆಗಳನ್ನು ನೀಡಿದನು. ಫೆರಿಷ್ತಾನ ಪ್ರಕಾರ ಅವನು **'ಜಗದ್ಗುರು'** ಎಂದು ಪ್ರಸಿದ್ಧನಾಗಿದ್ದನು. ಸಂಗೀತದಲ್ಲಿ ಅವನಿಗೆ ಅಪಾರ ಆಸಕ್ತಿಯಿತ್ತು. ಸ್ವತಃ ಅವನು ಉತ್ತಮ ಸಂಗೀತಗಾರನಾಗಿದ್ದನು. ಸಂಗೀತವನ್ನು ಕುರಿತು ಅವನು **'ಕಿತಾಬ್-ಇ-ನವರಸ್'** ಎಂಬ ಗ್ರಂಥವನ್ನು ಉರ್ದು ಭಾಷೆಯಲ್ಲಿ ರಚಿಸಿ ಹಿಂದೂ ಸಂಗೀತವನ್ನು ಮುಸಲ್ಮಾನರಿಗೆ ಪರಿಚಯಿಸಿದನು. ಈ ಗ್ರಂಥವು ಸರಸ್ವತಿಯ ಸ್ತುತಿಯೊಂದಿಗೆ ಆರಂಭವಾಗುವುದು ವಿಶೇಷವಾಗಿದೆ. **'ನವರಸಪುರ'** ಎಂಬ ನೂತನ ರಾಜಧಾನಿಯನ್ನು ನಿರ್ಮಿಸಿದನು. ಅವನ ಆಸ್ಥಾನದಲ್ಲಿ ಹಲವಾರು ಪ್ರಸಿದ್ಧ ವಿದ್ವಾಂಸರಿದ್ದರು. ಫೆರಿಷ್ತಾ ಈ ಕಾಲದಲ್ಲೇ (1606) **'ತಾರೀಖ್-ಇ-ಫೆರಿಷ್ತಾ'** ಎಂಬ ಗ್ರಂಥವನ್ನು ರಚಿಸಿದನು. ಹಸನ್ ಷೌಕಿ **'ಫತ್‌ನಾಮ ನಿಜಾಮ್ ಷಾ'** ಮತ್ತು **'ಮೆಜಬಾನಿ ನಾಮ ಆದಿಲ್ ಷಾ'** ಎಂಬ ಕೃತಿಗಳನ್ನು ಉರ್ದು ಭಾಷೆಯಲ್ಲಿ ರಚಿಸಿದನು. ಅಬ್ದುಲ್ ಎಂಬ ಮತ್ತೊಬ್ಬ ವಿದ್ವಾಂಸ **'ಇಬ್ರಾಹಿಂ ನಾಮ'** ಎಂಬ ಕೃತಿಯನ್ನು ಉರ್ದು ಭಾಷೆಯಲ್ಲಿ ಬರೆದನು.

ವಾಸ್ತು ಶಿಲ್ಪ ಕ್ಷೇತ್ರಕ್ಕೂ ಇಬ್ರಾಹಿಂ ಅಪಾರ ಪ್ರೋತ್ಸಾಹ ನೀಡಿದನು. ಬಿಜಾಪುರದಲ್ಲಿ **ಆನಂದ ಮಹಲ್, ಮಿಹ್‌ತರ್ ಮಹಲ್, ಮಲಿಕಾ ಜಹಾನ್ ಮಸೀದಿ, ತಾಜ್ ಸುಲ್ತಾನಾ ಸಮಾಧಿ** ಮೊದಲಾದವು ಅವನ ಕಾಲದಲ್ಲಿ ನಿಮಾಣವಾದವು. ಇಬ್ರಾಹಿಂನ ಕಾಲದ ಶ್ರೇಷ್ಠ ರಚನೆ ಅವನದೇ ಘೋರಿಯಾಗಿರುವ ಸುಂದರವಾದ **'ಇಬ್ರಾಹಿಂ ರೋಜಾ'**. ಇದು ಮುಂದೆ ಮುಹಮ್ಮದ್ ಆದಿಲ್ ಷಾನ ಕಾಲದಲ್ಲಿ ಪೂರ್ಣಗೊಂಡಿತು. ರಾಜಾ ತೋದರಮಲ್‌ನ ಕಂದಾಯ ಪದ್ಧತಿಯನ್ನು ಕೆಲವು ಬದಲಾವಣೆಗಳೊಂದಿಗೆ ತನ್ನ ರಾಜ್ಯದಲ್ಲಿ ಜಾರಿಗೆ ತಂದನು. ವ್ಯಾಪಾರ ಮತ್ತು ವಾಣಿಜ್ಯ ಈತನ ಕಾಲದಲ್ಲಿ ಪ್ರಗತಿಹೊಂದಿತು. ಹಿಂದೂ ಮತ್ತು ಮುಸ್ಲಿಂ ಪ್ರಜೆಗಳ ನಡುವೆ ಸಾಮರಸ್ಯ ಉಂಟುಮಾಡಲು ಪ್ರಯತ್ನಿಸಿದನು.

ಮುಹಮ್ಮದ್ ಆದಿಲ್ ಷಾ (1627-1656)

ಎರಡನೇ ಇಬ್ರಾಹಿಂ ಆದಿಲ್ ಷಾನ ಮರಣಾನಂತರ ಅವನ ಅಪೇಕ್ಷೆಯಂತೆ ಅವನ ಎರಡನೇ ಮಗ ಮುಹಮ್ಮದ್ ಆದಲ್ ಷಾ 1627ರಲ್ಲಿ ಸಿಂಹಾಸನವನ್ನೇರಿದನು. ಪ್ರತಿಭಟಿಸಿದ ಅವನ ಹಿರಿಯ ಸೋದರ ದರ್ವೇಶ್‌ನ ಕಣ್ಣುಗಳನ್ನು ಕೀಳಲಾಯಿತು. ಮುಹಮ್ಮದನಿಗೆ ದಖ್ಖನಿ ಸರದಾರರಾದ ಮುಸ್ತಫಾ ಖಾನ್ ಹಾಗೂ ದೌಲತ್‌ಖಾನ್ ನೆರವಾದರು. ದೌಲತ್ ಖಾನ್‌ನಿಗೆ **'ಖವಾಸ್ ಖಾನ್'** ಎಂಬ ಬಿರುದು ನೀಡಲಾಯಿತು.

ಮುಹಮ್ಮದ್ ಮತ್ತು ಮುಘಲರು

ಮುಹಮ್ಮದನ ಸಮಕಾಲೀನ ಮುಘಲ್ ಚಕ್ರವರ್ತಿ ಷಾ ಜಹಾನ್ (1628–58) ದಖ್ಖನಿನ ಮುಸ್ಲಿಂ ರಾಜ್ಯಗಳನ್ನು ವಶಪಡಿಸಿಕೊಳ್ಳಲು ನಿರ್ಧರಿಸಿದನು. ಮೊದಲು ಅಹಮದ್‌ನಗರದ ಮೇಲೆ ದಾಳಿ ಮಾಡಲು ನಿರ್ಧರಿಸಿದನು. ಅದಕ್ಕೆ ಕಾರಣವೂ ಇದ್ದಿತು. ಷಾ ಜಹಾನ್ ಅಹಮ್ಮದ್‌ನಗರದ ಮೇಲೆ ದಾಳಿ ಮಾಡಲು ಖಾನ್ ಜಹಾನ್ ಲೂದಿ ನೇತೃತ್ವದಲ್ಲಿ ಸೈನ್ಯ ಕಳುಹಿಸಿದ್ದನು, ಆದರೆ ಅವನು ಷಾ ಜಹಾನನ ವಿರುದ್ಧವೇ ದಂಗೆ ಎದ್ದು ಅಹಮದ್‌ನಗರದಲ್ಲಿ ಆಶ್ರಯ ಪಡೆದಿದ್ದನು. ಈ ಹಿನ್ನೆಲೆಯಲ್ಲಿ ಮುಘಲ್ ಸೈನ್ಯ ಅಹಮದ್‌ನಗರದ ಮೇಲೆ ದಾಳಿ ಮಾಡಿತು. ಅದಕ್ಕೂ ಮುಂಚೆ ಷಾ ಜಹಾನ್ ಬಿಜಾಪುರದೊಂದಿಗೆ ಒಂದು ರಹಸ್ಯ ಒಪ್ಪಂದ ಮಾಡಿಕೊಂಡನು. ಅದರ ಪ್ರಕಾರ ಬಿಜಾಪುರ ಮುಘಲರಿಗೆ ಅಹಮದ್‌ನಗರದ ವಿರುದ್ಧ ಸಹಾಯ ಮಾಡಬೇಕು ಮತ್ತು ಅದಕ್ಕೆ ಪ್ರತಿಯಾಗಿ ಅಹಮದ್‌ನಗರದ 1/3 ಭಾಗವನ್ನು ಮುಘಲರು ಬಿಜಾಪುರಕ್ಕೆ ಬಿಟ್ಟುಕೊಡಬೇಕೆಂದು ತೀರ್ಮಾನವಾಯಿತು. ಆಗ ಬಿಜಾಪುರ ಸರದಾರರಲ್ಲಿ ಎರಡು ಗುಂಪುಗಳಾದವು. ಮುಸ್ತಫಾ ಖಾನ್ ಮುಘಲರ ಪರವಾಗಿದ್ದರೆ, ದಲತ್‌ಖಾನ್ ಮುಘಲರೊಂದಿಗೆ ಒಪ್ಪಂದಕ್ಕೆ ವಿರುದ್ಧವಾಗಿದ್ದನು. ಮುಘಲರೂ ಕೂಡ ಒಪ್ಪಂದವನ್ನು ಪ್ರಾಮಾಣಿಕವಾಗಿ ಜಾರಿಗೆ ತರಲಿಲ್ಲ. 1629ರಲ್ಲಿ ಮುಘಲ್ ಸೈನ್ಯ ಅಹಮದ್‌ನಗರದ ಮೇಲೆ ದಾಳಿಮಾಡಿ ಹಲವಾರು ಪ್ರದೇಶಗಳನ್ನು ವಶಪಡಿಸಿಕೊಂಡು ಬಿಜಾಪುರದ ಉತ್ತರದ ಗಡಿಯಲ್ಲಿದ್ದ ಪರೇಂದ ಕೋಟೆಗೆ ಮುತ್ತಿಗೆ ಹಾಕಿತು. ಈ ಹಂತದಲ್ಲಿ ಸಹಾಯಕ್ಕಾಗಿ ಅತ್ಯಂತ ಧೈನ್ಯದಿಂದ ಮೂರ್ತಜ ನಿಜಾಮ್ ಷಾ ಕೇಳಿಕೊಂಡಾಗ ಮುಹಮ್ಮದ್ ಷಾ ಅಹಮದ್ ನಗರಕ್ಕೆ ಬೆಂಬಲ ನೀಡಿದನು. ಅವರ ಸಂಯುಕ್ತ ಸೈನ್ಯ ಮುಘಲರ ವಿರುದ್ಧ ಜಯ ಸಾಧಿಸಿತು ಮತ್ತು ಮುಘಲರು ಪರೇಂದ ಕೋಟೆಯ ಮುತ್ತಿಗೆ ತೆರವು ಮಾಡಬೇಕಾಯಿತು.

ಈ ಹಂತದಲ್ಲಿ ಅಹಮದ್‌ನಗರದಲ್ಲಿ ಕ್ಷಿಪ್ರ ರಾಜಕೀಯ ಬೆಳವಣಿಗೆಗಳಾದವು. ಬಂಧನದಲ್ಲಿದ್ದ ಮಲಿಕ್ ಅಂಬರ್‌ನ ಮಗ ಫಾತ್‌ಖಾನ್‌ನನ್ನು ಬಿಡುಗಡೆ ಮಾಡಿದ ಸುಲ್ತಾನ ಅವನನ್ನು ರಾಜ್ಯದ ಪೇಶ್ವೆಯಾಗಿ ನೇಮಿಸಿದನು. ಅದು ದುಡುಕಿನ ತೀರ್ಮಾನವಾಗಿತ್ತು. ನೂತನ ಪೇಶ್ವೆ ಫಾತ್‌ಖಾನ್ ಮುಘಲರೊಂದಿಗೆ ಸೇರಿಕೊಂಡು ಸುಲ್ತಾನ ಮೂರ್ತಜ ನಿಜಾಮ್ ಷಾನನ್ನು ವಿಷಪ್ರಯೋಗದ ಮೂಲಕ ಕೊಲ್ಲಿಸಿ, ಅವನ ಏಳು ವರ್ಷದ ಮಗನನ್ನು ಸಿಂಹಾಸನದಲ್ಲಿ ಕೂರಿಸಿದನು. ಅವನೇ 3ನೇ ಹುಸೇನ್ ನಿಜಾಮ್ ಷಾ. ಈ ನಡುವೆ ಅಸಫ್ ಖಾನ್(ಷಾ ಜಹಾನನ ಮಾವ) ನೇತೃತ್ವದ ಮುಘಲ್ ಸೈನ್ಯ 1631ರ ಕೊನೆ ಭಾಗದಲ್ಲಿ ಬಿಜಾಪುರದ ಮೇಲೆ ದಾಳಿ ಮಾಡಿತಾದರೂ ಅದು ಯಶಸ್ವಿಯಾಗಲಿಲ್ಲ. **ಮಲಿಕ್ – ಇ– ಮೈದಾನ್** ಎಂಬ ಮುಘಲರ ಫಿರಂಗಿಯನ್ನು ಬಿಜಾಪುರಿಗಳು ವಶಪಡಿಸಿಕೊಂಡರು. ಇಂದಿಗೂ ಅದು ಬಿಜಾಪುರದಲ್ಲಿದೆ. ಮುರಾರಿ ಜಗದೇವ್ ನಾಯಕತ್ವದ ಮರಾಠ ಸೈನ್ಯ ಮುಘಲರನ್ನು ಬಿಜಾಪುರದಿಂದ ಹಿಮ್ಮೆಟ್ಟಿಸುವಲ್ಲಿ ಯಶಸ್ವಿಯಾಯಿತು. ಈ ವೈಫಲ್ಯದಿಂದ ಅಸಮಾಧಾನಗೊಂಡ ಷಾ ಜಹಾನ್ ಅಸಫ್ ಖಾನ್ ಸ್ಥಾನದಲ್ಲಿ ಮಹಬತ್ ಖಾನ್‌ನನ್ನು ನೇಮಿಸಿದನು. 1633ರಲ್ಲಿ ಫಾತ್‌ಖಾನ್ ರಾಜಧಾನಿ ದೌಲತಾಬಾದ್ ಕೋಟೆಯನ್ನು ಮುಘಲರಿಗೆ ಒಪ್ಪಿಸಿದನು. ಫಾತ್‌ಖಾನ್ ಕೂಡ ಮುಘಲರ ಸೇವೆಗೆ ಸೇರಿಕೊಂಡನು. ಅದರೊಂದಿಗೆ ಅಹಮದ್‌ನಗರ ನಿಜಾಮ್ ಷಾಹಿ ರಾಜ್ಯ ತನ್ನ ಸ್ವತಂತ್ರ ಅಸ್ತಿತ್ವ ಕಳೆದುಕೊಂಡು ಮುಘಲ್ ಸಾಮ್ರಾಜ್ಯದಲ್ಲಿ ವಿಲೀನಗೊಂಡಿತು. ಬಿಜಾಪುರದ ನೆರವಿನಿಂದ ಷಹಜಿ ಅಹಮದ್‌ನಗರದ ಪರವಾದ ಹೋರಾಟ ಮುಂದುವರಿಸಿದರೂ ಅದು ಸಫಲವಾಗಲಿಲ್ಲ. ಮುಂದೆ ಷಹಜಿ ಬಿಜಾಪುರದ ಸೇವೆಗೆ ಸೇರಿಕೊಂಡನು

ಈಗ ಷಾ ಜಹಾನ್ ಬಿಜಾಪುರದತ್ತ ಗಮನ ಹರಿಸಿದನು ಮತ್ತು ಅಹಮದ್‌ನಗರದಿಂದ ವಶಪಡಿಸಿಕೊಂಡಿದ್ದ ಪ್ರದೇಶಗಳನ್ನು ಹಿಂದಿರುಗಿಸುವಂತೆ ಮತ್ತು ಷಹಜಿಯನ್ನು ರಾಜ್ಯದಿಂದ ಹೊರದೂಡುವಂತೆ ಬಿಜಾಪುರದ ಸುಲ್ತಾನನನ್ನು ಒತ್ತಾಯಿಸಿದನು. ಆದರೆ ಬಿಜಾಪುರದಿಂದ ಸೂಕ್ತ ಪ್ರತಿಕ್ರಿಯೆ ಬಾರದಿದ್ದಾಗ ಖಾನ್–ಇ–ಜಹಾನ್ ನೇತೃತ್ವದ ಮುಘಲ್ ಸೈನ್ಯ ಬಿಜಾಪುರದ ಮೇಲೆ ದಾಳಿ ಮಾಡಿತು. ಅದೇ ಸಮಯದಲ್ಲಿ ಬಿಜಾಪುರದಲ್ಲಿ ಮುಘಲ್ ವಿರೋಧಿಯಾಗಿದ್ದ ದೌಲತ್ ಖಾನ್ ಕೊಲೆಯಾದನು ಹಾಗೂ ಮುಸ್ತಫಾಖಾನ್ ಪ್ರಾಮುಖ್ಯತೆ ಪಡೆದನು. ಕೊನೆಗೆ ಬಿಜಾಪುರದ ಸುಲ್ತಾನ ಮುಘಲರೊಂದಿಗೆ ಒಪ್ಪಂದ ಮಾಡಿಕೊಳ್ಳಲು ನಿರ್ಧರಿಸಿದನು. ಅದರಂತೆ **1636ರಲ್ಲಿ ಒಪ್ಪಂದ ಏರ್ಪಟ್ಟು** ಮುಹಮ್ಮದ್ ಆದಿಲ್ ಷಾ ನಿಜಾಮ್ ಷಾಹಿ ಕೋಟೆಗಳಾದ ಉದ್ಗೀರ್ ಮತ್ತು ಔಸಗಳನ್ನು ಮುಘಲರಿಗೆ ಒಪ್ಪಿಸಿದನು. ಅಲ್ಲದೆ ಮುಘಲರ ಸಾರ್ವಭೌಮತ್ವವನ್ನು ಒಪ್ಪಿಕೊಂಡು 20 ಲಕ್ಷ ರೂ ಯುದ್ಧ ವೆಚ್ಚವನ್ನು ಪಾವತಿಸಿದನು. ನಿಜಾಮ್ ಷಾಹಿ ಪ್ರದೇಶಗಳನ್ನು ಮುಘಲರಿಗೆ ಬಿಟ್ಟುಕೊಡುವವರೆಗೆ ಷಹಜಿಯನ್ನು ಬಿಜಾಪುರದ ಸೇವೆಗೆ ಸೇರಿಸಿಕೊಳ್ಳದಿರಲು ಒಪ್ಪಿದನು. ಇವೆಲ್ಲದಕ್ಕೆ ಪ್ರತಿಯಾಗಿ ಮುಘಲರು ಅಹಮದ್‌ನಗರಕ್ಕೆ ಸೇರಿದ ವಾರ್ಷಿಕ 80 ಲಕ್ಷ ರೂ. ಆದಾಯವುಳ್ಳ ಕೊಂಕಣ, ಚಾಕ, ಪರೇಂದ, ಸೊಲ್ಲಾಪುರ ಸೇರಿದಂತೆ 50 ಪರಗಣಗಳನ್ನು ಬಿಜಾಪುರಕ್ಕೆ ಒಪ್ಪಿಸಿದರು. ಉಳಿದ ಅಹಮದ್‌ನಗರ ಮುಘಲರ ಅಧೀನವಾಯಿತು. ಹೀಗೆ ಬಿಜಾಪುರ ತನ್ನ ಸ್ವಾತಂತ್ರ್ಯವನ್ನು ಕೆಲಮಟ್ಟಿಗೆ ಕಳೆದುಕೊಂಡರೂ ಮುಘಲರ ಅಧೀನ ರಾಜ್ಯವಾಗಿ ತನ್ನ ಅಸ್ತಿತ್ವ ಉಳಿಸಿಕೊಂಡಿತು.

ರಾಜ್ಯ ವಿಸ್ತರಣೆ

1636ರಲ್ಲಿ ಮುಘಲರೊಂದಿಗೆ ಏರ್ಪಟ್ಟ ಒಪ್ಪಂದದಿಂದ ಬಿಜಾಪುರಕ್ಕೆ ಒಂದು ಲಾಭವಾಯಿತು. ದಕ್ಷಿಣ ಹಾಗೂ ಪೂರ್ವ ಭಾಗದಲ್ಲಿ ರಾಜ್ಯ ವಿಸ್ತರಣೆಗೆ ಮುಹಮ್ಮದ್ ಷಾನಿಗೆ ಅವಕಾಶ ಮುಕ್ತವಾಗಿತ್ತು. **ರಣದುಲ್ಲಾ ಖಾನ್** ನೇತೃತ್ವದ ಬಿಜಾಪುರ ಸೈನ್ಯ ಮೊದಲು 1637ರಲ್ಲಿ ಕೆಳದಿ ರಾಜ್ಯದ ಮೇಲೆ ದಾಳಿಮಾಡಿ ವೀರಭದ್ರ ನಾಯಕನನ್ನು ಸೋಲಿಸಿ ಅವನಿಂದ 30 ಲಕ್ಷ ಹೊನ್ನು ಕಪ್ಪವನ್ನು ವಸೂಲಿ ಮಾಡಲಾಯಿತು. ಅನಂತರ ರಣದುಲ್ಲಾ ಖಾನ್ ಹಾಗೂ ಷಹಜಿ ಭೋನ್ಸ್ಲೆ ಜೊತೆಗೂಡಿ 1638ರಲ್ಲಿ ಕೆಂಪೇಗೌಡನನ್ನು ಸೋಲಿಸಿ ಬೆಂಗಳೂರನ್ನು ವಶಪಡಿಸಿಕೊಂಡರು. ಅಂತೆಯೇ ಶಿರ, ಚಿಕ್ಕನಾಯಕನಹಳ್ಳಿ, ತುಮಕೂರು, ಬೇಲೂರು ಮೊದಲಾದವು ಬಿಜಾಪುರದ ವಶವಾದವು. ಕೆಂಪೇಗೌಡನಿಗೆ ಮಾಗಡಿಯನ್ನು ನೀಡಲಾಯಿತು. **ಬೆಂಗಳೂರನ್ನು ಷಹಜಿಗೆ ಜಾಗೀರಾಗಿ ನೀಡಲಾಯಿತು.** ಈ ಜಾಗೀರು ಬೆಂಗಳೂರು, ಶಿರ, ದೊಡ್ಡಬಳ್ಳಾಪುರ, ಕೋಲಾರ ಹಾಗೂ ಹೊಸಕೋಟೆಗಳನ್ನು ಒಳಗೊಂಡಿತ್ತು. ಆದರೆ ಶ್ರೀರಂಗಪಟ್ಟಣದ ಮೇಲೆ ನಡೆಸಲಾದ ದಾಳಿಯನ್ನು ಮೈಸೂರಿನ ಅರಸ **ಕಂಠೀರವ ನರಸರಾಜ ಒಡೆಯ** ವಿಫಲಗಳಿಸಿದನು. 1643ರಲ್ಲಿ ರಣದುಲ್ಲಾ ಖಾನ್ ನಿಧನನಾದನು. ಮೂರನೇ ಹಂತದಲ್ಲಿ, ಮುಸ್ತಫಾ ಖಾನ್ ನೇತೃತ್ವದ ಬಿಜಾಪುರಿಗಳು ವಿಜಯನಗರದ ಕೊನೆಯ ರಾಜ ವಂಶವಾದ **ಅರವೀಡು ವಂಶದ ಕೊನೆಯ ದೊರೆ ಶ್ರೀರಂಗನನ್ನು** ಸೋಲಿಸಿ ಅವನಿಂದ ವೆಲ್ಲೂರು, ಜಿಂಜಿ, ಮೊದಲಾದವನ್ನು ವಶಪಡಿಸಿಕೊಂಡರು. ಜಿಂಜಿಯ ರೂಪಾನಾಯಕ್ ತೀವ್ರ ಪ್ರತಿರೋಧ ಒಡ್ಡಿದನಾದರೂ ಕೊನೆಗೆ ಶರಣಾದನು. 1648ರಲ್ಲಿ ಜಿಂಜಿ ಬಿಜಾಪುರದ ವಶವಾಯಿತು.

ಶಿವಾಜಿಯ ಬಂಡಾಯ – ಷಹಜಿಯ ಬಂಧನ

ದಕ್ಷಿಣ ಬಾಗದಲ್ಲಿ ಬಿಜಾಪುರಿಗಳು ದಿಗ್ವಿಜಯ ಸಾಧಿಸುತ್ತಿದ್ದಾಗ ಉತ್ತರದಲ್ಲಿ ಷಹಜಿಯ ಮಗ ಶಿವಾಜಿ ತನ್ನದೇ ಸ್ವತಂತ್ರ ರಾಜ್ಯ ಕಟ್ಟುವ ಕಾರ್ಯವನ್ನು ಆರಂಭಿಸಿದನು. ಅವನು 1646ರಲ್ಲಿ ತೋರಣ, ಕೊಂಡಾಣೆ ಹಾಗೂ ಪುರಂದರ್ ಕೋಟೆಗಳನ್ನು ಬಿಜಾಪುರದಿಂದ ಕಿತ್ತುಕೊಂಡನು. ಇದರಿಂದ ಆಕ್ರೋಶಗೊಂಡ ಮುಹಮ್ಮದ್ ಷಾ ಶಿವಾಜಿಯ ತಂದೆ ಷಹಜಿಯನ್ನು 1648ರ ಜುಲೈ ತಿಂಗಳಲ್ಲಿ ಬಂಧಿಸಿದನು. ಶಿವಾಜಿ ತನ್ನ ಆಕ್ರಮಣ ನೀತಿಯನ್ನು ನಿಲ್ಲಿಸಿ ಮುಘಲರು ಹಾಗೂ ಬಿಜಾಪುರದಲ್ಲಿ ಷಹಜಿಯ ಮಿತ್ರರ ನೆರವು ಪಡೆದು ತಂದೆಯನ್ನು ಬಿಡಿಸಿಕೊಂಡನು. **ಕೊಂಡಾಣೆ ಕೋಟೆಯನ್ನು** ಬಿಜಾಪುರಕ್ಕೆ ಹಿಂದಿರುಗಿಸಿದನು. ಈ ಮಧ್ಯೆ 1653ರಲ್ಲಿ **ಔರಂಗಜೇಬ್** ದಖ್ಖನಿನ ರಾಜ್ಯಪಾಲನಾಗಿ ನಿಯೋಜಿತನಾದ್ದರಿಂದ ಮತ್ತೆ ಬಿಜಾಪುರಕ್ಕೆ ಆತಂಕದ ದಿನಗಳು ಎದುರಾದವು. ಮುಹಮ್ಮದ್ ಆದಿಲ್ ಷಾ 1656ರ ನವೆಂಬರ್ 4ರಂದು ಮರಣ ಹೊಂದಿದನು.

ಮುಹಮ್ಮದನ ವ್ಯಕ್ತಿತ್ವ : ಮುಹಮ್ಮದ್ ಆದಿಲ್ ಷಾ, ಆದಿಲ್ ಷಾಹಿ ವಂಶದ ಮತ್ತೊಬ್ಬ ಶ್ರೇಷ್ಠ ದೊರೆ. ಅವನ ಅಧಿಕಾರಾವಧಿಯಲ್ಲಿ ಆದಿಲ್ ಷಾಹಿ ಪ್ರಭುತ್ವ ಉನ್ನತಿಯ ಶಿಖರವನ್ನು ತಲುಪಿತು. ಅದರ ಆದಾಯವೂ ಕೂಡ ಗಣನೀಯವಾಗಿ ಹೆಚ್ಚಿತು. **ಸರ್ ಜಾದುನಾಥ್ ಸರ್ಕಾರ್** ಪ್ರಕಾರ ಬಿಜಾಪುರವು ಏಳು ಕೋಟಿ ಎಂಬತ್ನಾಲ್ಕು ಲಕ್ಷ ರೂಪಾಯಿಗಳ ವಾರ್ಷಿಕ ವರಮಾನ ಹೊಂದಿತ್ತು ಮತ್ತು ಐದು ಕೋಟಿ ಇಪ್ಪತ್ತೈದು ಲಕ್ಷ ರೂಪಾಯಿಗಳು ಸಾಮಂತರಿಂದ ಕಾಣಿಕೆ ರೂಪದಲ್ಲಿ ಬರುತ್ತಿತ್ತು. ರಾಜ್ಯದ ಸೈನ್ಯ ಶಕ್ತಿಯೂ ವೃದ್ಧಿಸಿತು ಮತ್ತು ರಾಜ್ಯ ಹಿಂದೆಂದಿಗಿಂತಲೂ ಹೆಚ್ಚು ವಿಸ್ತಾರಗೊಂಡಿತು. ಆದರೆ ಅವನ ಮರಣದೊಂದಿಗೆ ಅವನತಿಯೂ ಆರಂಭವಾಯಿತು.

ವಾಸ್ತುಶಿಲ್ಪದ ಪೋಷಕನಾಗಿದ್ದ ಈತನ ಅವಧಿಯಲ್ಲಿ ಬಿಜಾಪುರದ ಸುಪ್ರಸಿದ್ಧ **ಗೋಲಗುಂಬಜ್** ನಿರ್ಮಾಣವಾಯಿತು. ಅದಲ್ಲದೆ **ಅಸರ್ ಮಹಲ್** ಕೂಡ ನಿರ್ಮಾಣವಾಯಿತು. ಈತನ ಕಾಲದಲ್ಲಿ ಡಚ್ಚರಿಗೆ ರಾಜ್ಯದ ಪಶ್ಚಿಮ ಕರಾವಳಿಯ ಪ್ರಮುಖ ಬಂದರಾಗಿದ್ದ **ವೆಂಗುರ್ಲೆಯಲ್ಲಿ** ವ್ಯಾಪಾರ ಕೇಂದ್ರ ಆರಂಬಿಸಲು ಅನುಮತಿ ನೀಡಲಾಯಿತು. **ಫ್ರೆಂಚ್** ಪ್ರವಾಸಿ, ರತ್ನಗಳ **ವ್ಯಾಪಾರಿ ಟವರ್ನಿಯರ್** ಈ ಕಾಲದಲ್ಲಿ ಬಿಜಾಪುರಕ್ಕೆ ಭೇಟಿ ನೀಡಿದ್ದನು.

ಎರಡನೇ ಅಲಿ ಆದಿಲ್ ಷಾ (1656–1672)

ಮುಹಮ್ಮದ್ ಆದಿಲ್ ಷಾನ ನಿಧನಾನಂತರ ಅವನ ಮಗ ಎರಡನೇ ಅಲಿ ಆದಿಲ್ ಷಾ ಸಿಂಹಾಸನಾರೂಢನಾದನು. ಅವನು ಮುಘಲರು ಹಾಗೂ ಶಿವಾಜಿಯಿಂದ ತನ್ನ ರಾಜ್ಯವನ್ನು ರಕ್ಷಿಸಿಕೊಳ್ಳಲು ಹೆಣಗಾಡಬೇಕಾಯಿತು. ಎರಡನೇ ಅಲಿ ಆದಿಲ್ ಷಾ ಅಧಿಕಾರ ವಹಿಸಿಕೊಳ್ಳುವ ಮೊದಲೇ ಮುಘಲ್ ಚಕ್ರವರ್ತಿ ಷಾ ಜಹಾನನ ಮಗ ಔರಂಗಜೇಬ್ ದಖ್ಖನಿನ ಗವರ್ನರ್ ಆಗಿ ಅಧಿಕಾರ ವಹಿಸಿಕೊಂಡಿದ್ದನು. ಔರಂಗಜೇಬನಿಗೆ ದಖ್ಖನಿನ ಬಿಜಾಪುರ ಮತ್ತು ಗೋಲ್ಕೊಂಡ ರಾಜ್ಯಗಳು

ಷಿಯಾ ರಾಜ್ಯಗಳೆಂಬ ಕಾರಣಕ್ಕೆ ಅವುಗಳ ಬಗ್ಗೆ ಆಕ್ರೋಶವಿತ್ತು. 1636ರಲ್ಲಿ ಮುಘಲರು ಮತ್ತು ಬಿಜಾಪುರದ ನಡುವೆ ಏರ್ಪಟ್ಟ ಒಪ್ಪಂದ ಕೇವಲ 20 ವರ್ಷ ಜಾರಿಯಲ್ಲಿತ್ತು. ಔರಂಗಜೇಬ್ ಆದಿಲ್ ಷಾಹಿ ಸರದಾರರನ್ನು ಹಣ ಹಾಗೂ ಅಧಿಕಾರದ ಆಮಿಷ ಒಡ್ಡಿ ತನ್ನತ್ತ ಸೆಳೆಯಲಾರಂಭಿಸಿದನು. **"ಅಲಿ ಅದಿಲ್ ಷಾ ಹಿಂದಿನ ಸುಲ್ತಾನ ಮುಹಮ್ಮದ್ ಆದೀಲ್ ಷಾನ ನಿಜವಾದ ಪುತ್ರನಲ್ಲ"** ಎಂಬುದು ಔರಂಗಜೇಬನ ವಾದವಾಗಿತ್ತು. ಬಿಜಾಪುರಿ ಕರ್ನಾಟಕ ಭಾಗದ ನಾಯಕರುಗಳನ್ನು ದಂಗೆ ಏಳಲು ಪ್ರಚೋದಿಸಿದನು. ಈಗ ಬಿಜಾಪುರದ ಮೇಲೆ ದಾಳಿ ಮಾಡಲು ತಂದೆ ಷಾ ಜಹಾನನ ಅನುಮತಿ ಪಡೆಯಲು ಗೋಲ್ಕೊಂಡದ ಮಾಜಿ ಪ್ರಧಾನ ಸೈನ್ಯಾಧಿಕಾರಿ ಮೀರ್ ಜುಮ್ಲಾನನ್ನು ಡೆಲ್ಲಿಗೆ ಕಳುಹಿಸಿದನು. ಮೀರ್ ಜುಮ್ಲಾನನ್ನು ಈಗಾಗಲೇ ಔರಂಗಜೇಬ್ ತನ್ನತ್ತ ಸೆಳೆದುಕೊಂಡಿದ್ದನು. ಕೊನೆಗೂ ಷಾ ಜಹಾನನ ಅನುಮತಿ ದೊರೆತು ಮುಘಲ್ ಸೈನ್ಯ ಮೀರ್ ಜುಮ್ಲಾ ನೇತೃತ್ವದಲ್ಲಿ ಬಿಜಾಪುರಿಗಳನ್ನು ಸೋಲಿಸಿ 1657ರಲ್ಲಿ ಬೀದರ್ ಕೋಟೆಯನ್ನು ವಶಪಡಿಸಿಕೊಂಡಿತು. ಅನಂತರ ಮುಘಲ್ ಸೈನ್ಯ ಕಲ್ಯಾಣಿ ಕೋಟೆಗೆ ಮುತ್ತಿಗೆ ಹಾಕಿತು. ಸ್ವತಃ ಔರಂಗಬೇಬ್ ಅಲ್ಲಿ ಹಾಜರಿದ್ದು 1657ರ ಆಗಸ್ಟ್‌ನಲ್ಲಿ ಕೋಟೆಯನ್ನು ವಶಪಡಿಸಿಕೊಂಡನು. ಆದರೆ ಈ ವೇಳೆಗೆ ಷಾ ಜಹಾನನ ಹಿರಿಯ ಮಗ ದಾರಾನ ಮಧ್ಯ ಪ್ರವೇಶದಿಂದಾಗಿ ದಾಳಿಯನ್ನು ನಿಲ್ಲಿಸಿ 1657ರಲ್ಲಿ ಬಿಜಾಪುರದೊಂದಿಗೆ ಒಂದು ಒಪ್ಪಂದ ಮಾಡಿಕೊಳ್ಳಲಾಯಿತು. ಅದರ ಪ್ರಕಾರ ಎರಡನೇ ಅಲಿ ಆದಿಲ್ ಷಾ ಬೀದರ್, ಕಲ್ಯಾಣಿ, ಪರೇಂದ ಮೊದಲಾದ ಕೋಟೆಗಳನ್ನು ಮುಘಲರಿಗೆ ಬಿಟ್ಟುಕೊಡುವುದರ ಜೊತೆಗೆ ಒಂದೂವರೆ ಕೋಟಿ ರೂಪಾಯಿಗಳ ಯುದ್ಧ ವೆಚ್ಚವನ್ನು ಕೊಡಲು ಒಪ್ಪಿಕೊಂಡನು. ಆದರೆ ಈ ಒಪ್ಪಂದ ಕಾರ್ಯಗತಗೊಳ್ಳುವ ಮೊದಲೇ ಡೆಲ್ಲಿಯಲ್ಲಿ ಅಂತರ್ಯುದ್ಧ ಆರಂಭವಾಗಿ ಔರಂಗಜೇಬ್ ಡೆಲ್ಲಿಗೆ ತೆರಳಿದನು. ಪರೇಂದ ಕೋಟೆ ಬಿಜಾಪುರದಲ್ಲೆ ಉಳಿಯಿತು. ಯುದ್ಧ ವೆಚ್ಚವನ್ನೂ ಸುಲ್ತಾನ ನೀಡಲಿಲ್ಲ.

1658ರಲ್ಲಿ ಔರಂಗಜೇಬ್ ಮುಘಲ್ ಸಾಮ್ರಾಟನಾದನು. ಅವನ ಆದೇಶದಂತೆ 1665ರ ನವೆಂಬರ್‌ನಲ್ಲಿ **ರಾಜ ಜೈಸಿಂಗ್** ನೇತೃತ್ವದ ಮುಘಲ್ ಸೈನ್ಯ ಶಿವಾಜಿಯ ಬೆಂಬಲದೊಂದಿಗೆ ಬಿಜಾಪುರದ ಮೇಲೆ ದಾಳಿ ಮಾಡಿತು. ಬಿಜಾಪುರಿಗಳು ತೀವ್ರ ಪ್ರತಿರೋಧ ಒಡ್ಡಿದರು. ಅವರಿಗೆ ಗೋಲ್ಕೊಂಡದ ಬೆಂಬಲವೂ ದೊರೆಯಿತು. ಫಲವಾಗಿ ಜೈಸಿಂಗ್ ಸೋತು ಹಿಮ್ಮೆಟ್ಟಬೇಕಾಯಿತು. ಸದ್ಯಕ್ಕೆ ಬಿಜಾಪುರ ತನ್ನ ಅಸ್ತಿತ್ವವನ್ನು ಉಳಿಸಿಕೊಳ್ಳುವಲ್ಲಿ ಸಫಲವಾಯಿತು.

ಬಿಜಾಪುರ ಮತ್ತು ಶಿವಾಜಿ

ಮೊದಲ ಹಂತದ ಮುಘಲರ ದಾಳಿಯಿಂದ ಪಾರಾದ ನಂತರ ಆಲಿ ಆದಿಲ್ ಷಾ ಶಿವಾಜಿಯತ್ತ ಗಮನ ಹರಿಸಿದನು. ಈ ವೇಳೆಗಾಗಲೇ ಶಿವಾಜಿ ಸಾಕಷ್ಟು ಪ್ರಬಲನಾಗಿದ್ದನು. ಬಿಜಾಪುರಕ್ಕೆ ಸೇರಿದ್ದ ಹಲವಾರು ಪ್ರದೇಶಗಳನ್ನು ವಶಪಡಿಸಿಕೊಂಡಿದ್ದನು. ಶಿವಾಜಿಯನ್ನು ದಮನ ಮಾಡಲು ಆಲಿ ಆದಿಲ್ ಷಾನು ತನ್ನ ಬಲಿಷ್ಠ ಸೇನಾನಿ **ಅಫ್‌ಜಲ್ ಖಾನ್‌ನನ್ನು** ಭಾರಿ ಸೈನ್ಯದೊಂದಿಗೆ ಕಳುಹಿಸಿದನು. 1659ರಲ್ಲಿ ದಾಳಿ ಮಾಡಿದ ಖಾನ್ ಶಿವಾಜಿಯಿಂದ ಕೆಲವು ಪ್ರದೇಶಗಳನ್ನು ಕಸಿದುಕೊಂಡನಾದರೂ ಕೊನೆಗೆ ಶಿವಾಜಿಯಿಂದಲೇ ಹತನಾದನು. ಅವನ ಬೃಹತ್ ಸೈನ್ಯ ಸೋತು ಓಡಿಹೋಯಿತು. ಬಿಜಾಪುರಕ್ಕೆ ಸೇರಿದ್ದ ಭಾರಿ ಪ್ರಮಾಣದ ಶಸ್ತ್ರಾಸ್ತ್ರಗಳು ಶಿವಾಜಿಯ ವಶವಾದವು. ಅನಂತರ ಶಿವಾಜಿ ಪನ್ಹಾಲ ಕೋಟೆಯನ್ನು 1660ರಲ್ಲಿ ವಶಪಡಿಸಿಕೊಂಡನಾದರೂ ಹೆಚ್ಚುಕಾಲ ಉಳಿಸಿಕೊಳ್ಳಲಾಗಲಿಲ್ಲ. ಕೊನೆಗೆ ಶಿವಾಜಿಯೊಂದಿಗೆ ಹೊಂದಾಣಿಕೆ ಮಾಡಿಕೊಳ್ಳುವುದು ಅಲಿ ಆದಿಲ್ ಷಾನಿಗೆ ಅನಿವಾರ್ಯವಾಯಿತು.

ಅದೇ ಸಂದರ್ಭದಲ್ಲಿ ಬಿಜಾಪುರಿ ಕರ್ನಾಟಕ ಭಾಗದಲ್ಲಿ ಮಧುರೆ ಹಾಗೂ ತಂಜಾವೂರಿನ ನಾಯಕರು ಬಿಜಾಪುರ ಸುಲ್ತಾನನ ವಿರುದ್ಧ ದಂಗೆ ಎದ್ದರು. ಷಹಜಿ ನಾಯಕತ್ವದ ಬಿಜಾಪುರ ಸೈನ್ಯ ತಂಜಾವೂರನ್ನು ವಶಪಡಿಸಿಕೊಂಡಿತು. ಮಧುರೆಯ ನಾಯಕ ಅಪಾರ ಹಣ ನೀಡಿ ತನ್ನನ್ನು ರಕ್ಷಿಸಿಕೊಂಡನು.

ಎರಡನೇ ಅಲಿ ಆದಿಲ್ ಷಾ 1672 ನವೆಂಬರ್ 24 ರಂದು ಮರಣಿಸಿದನು. ಉರ್ದು ಭಾಷೆಯ ಪೋಷಕನಾಗಿದ್ದ ಇವನ ಆಸ್ಥಾನದಲ್ಲಿ **ಮುಲ್ಲಾ ನುಸ್ರತಿ, ಮಿಯಾನ್ ಹಾನಿಸ್** ಹಾಗೂ **ಮಿರ್ಜನ್ ಮರ್ಸಿಯಾ** ಎಂಬ ಉರ್ದು ಕವಿಗಳಿದ್ದರು. ಮುಲ್ಲಾ ನುಸ್ರತಿ **'ಗುಲಿಸ್ತಾನ್-ಇ-ಇಷ್ಕ್', 'ಅಲಿನಾಮ' , 'ಸಿಕಂದರ್ ನಾಮ'** ಎಂಬ ಕೃತಿಗಳನ್ನು ರಚಿಸಿದನು.

ಸಿಕಂದರ್ ಆದಿಲ್ ಷಾ (1672–86)

ಆದಿಲ್ ಷಾಹಿ ವಂಶದ ಕೊನೆಯ ಸುಲ್ತಾನನಾಗಿ ಸಿಕಂದರ್ ಆದಿಲ್ ಷಾ 1672ರಲ್ಲಿ ಅಧಿಕಾರ ವಹಿಸಿಕೊಂಡನು. ಆಗ ಅವನಿಗೆ ಕೇವಲ ನಾಲ್ಕು ವರ್ಷಗಳು. ಅವನು ಎರಡನೇ ಆಲಿ ಆದಿಲ್ ಷಾನ ಮಗ. ಸುಲ್ತಾನನ ಅಪ್ರಾಪ್ತ ವಯಸ್ಸಿನ ಲಾಭ

ಪಡೆಯಲು ಸರದಾರರಲ್ಲಿ ಆಂತರಿಕ ಕಲಹಗಳು ಆರಂಭವಾದವು. ಪ್ರಭಾವಿ ಸರದಾರರಾದ ಖವಾಸ್ ಖಾನ್ ಹಾಗೂ ಬಹ್‌ಲೂಲ್ ಖಾನ್ ನಡುವೆ ತೀವ್ರ ಸಂಘರ್ಷ ಏರ್ಪಟ್ಟಿತು. ಹಲವರು ಹತರಾದರು. ಕೊನೆಗೆ ಖವಾಸ್ ಖಾನ್‌ನನ್ನು ಬಹ್‌ಲೂಲ್ ಖಾನ್ ಕೊಲ್ಲಿಸಿದನು. ಬಹ್‌ಲೂಲ್ ಕೂಡ 1677ರಲ್ಲಿ ಮರಣಿಸಿದನು. ಕೊನೆಗೆ **ಸಿದಿ ಮಸೂದ್ ರಾಜಪ್ರತಿನಿಧಿ ಹಾಗೂ ಪ್ರಧಾನ ಮಂತ್ರಿಯಾಗಿ ಆಡಳಿತ ನಿರ್ವಹಿಸಿದನು.**

ಶಿವಾಜಿಯ ದಾಳಿಗಳು : ಬಿಜಾಪುರದಲ್ಲಿ ರಾಜಕೀಯ ಅಸ್ಥಿರತೆ ಮುಂದುವರಿಯುತ್ತಿದ್ದಾಗ ಶಿವಾಜಿ 1673ರ ಮಾರ್ಚ್ ತಿಂಗಳಲ್ಲಿ ಪ್ರಸಿದ್ಧ **ಪನಾಲಿ ಕೋಟೆ**ಯನ್ನು ಬಿಜಾಪುರಿಗಳಿಂದ ವಶಪಡಿಸಿಕೊಂಡನು. ಸತಾರ ಕೂಡ ಅವನ ವಶವಾಯಿತು. ಹುಬ್ಬಳಿಯನ್ನು ಅವನು ಲೂಟಿ ಮಾಡಿದನು. ಮುಂದುವರಿದು ಪಶ್ಚಿಮ ಕರಾವಳಿಯ ಕರ್ನಾಟಕ ಭಾಗದ ಅಂಕೋಲ, ಕಾರವಾರ, ಕದ್ರಿ ಮೊದಲಾದವನ್ನು ವಶಪಡಿಸಿಕೊಂಡನು. ಕೆಲವು ಆದಿಲ್‌ಷಾಹಿ ಗವರ್ನರ್‌ಗಳಿಂದ ಕಪ್ಪ ಪಡೆದನು. ಅಲ್ಲದೆ **ಗೋಲ್ಕೊಂಡದ ಪ್ರಧಾನ ಮಂತ್ರಿ ಮಾದಣ್ಣ**ನೊಂದಿಗೆ ಮುಘಲರು ಹಾಗೂ ಆದಿಲ್ ಷಾಹಿಗಳ ವಿರುದ್ಧ ಒಪ್ಪಂದ ಮಾಡಿಕೊಂಡನು. ಅನಂತರ ದಕ್ಷಿಣದಲ್ಲಿ ಜಿಂಜಿ, ವೆಲ್ಲೂರ್‌ಗಳನ್ನು ವಶಪಡಿಸಿಕೊಂಡನು.

ಬಿಜಾಪುರದ ಮೇಲೆ ಮುಘಲರ ದಾಳಿ

ಔರಂಗಜೇಬ್ ಬಿಜಾಪುರವನ್ನು ವಶಪಡಿಸಿಕೊಳ್ಳಲೇಬೇಕೆಂದು ತೀರ್ಮಾನಿಸಿದ್ದನು. ಅವನ ಸೂಚನೆಯಂತೆ ದಖ್ಖನಿನ ಮುಘಲ್ ರಾಜ್ಯಪಾಲ **ಬಹಾದೂರ್ ಖಾನ್** 1676ರಲ್ಲಿ ಬಿಜಾಪುರದ ಮೇಲೆ ದಾಳಿ ಮಾಡಿದನು. ಆದರೆ ಅದಿಲಾಬಾದ್ ಬಳಿ ನಡೆದ ಕದನದಲ್ಲಿ ಬಿಜಾಪುರ ಸೈನ್ಯ ಅವನನ್ನು ಸೋಲಿಸಿತು. 1677ರಲ್ಲಿ ಅವನನ್ನು ಹಿಂದಕ್ಕೆ ಕರೆಸಿಕೊಂಡ ಔರಂಗಜೇಬ್ **ದಿಲೇರ್ ಖಾನ್‌ನನ್ನು** ದಖ್ಖನ್ ರಾಜ್ಯಪಾಲನಾಗಿ ನೇಮಿಸಿದನು. **ದಿಲೇರ್ ಖಾನ್** 1679ರ ಡಿಸೆಂಬರ್‌ನಲ್ಲಿ ಬಿಜಾಪುರದ ದಾಳಿ ಮಾಡಿದನು. ಬಿಜಾಪುರದ ನೆರವಿಗೆ ಧಾವಿಸಿದ ಮರಾಠ ಅಶ್ವಪಡೆ ಮುಘಲರ ಸಂಪರ್ಕ ಮಾರ್ಗಗಳನ್ನು ಕಡಿದು ಹಾಕಿ ಅವರ ಸಮಸ್ಯೆಗಳು ಉಲ್ಬಣಿಸುವಂತೆ ಮಾಡಿತು. ಹೀಗೆ ದಿಲೇರ್ ಖಾನ್‌ನ ದಾಳಿಯೂ ವಿಫಲವಾದಾಗ ಅವನ ಸ್ಥಾನದಲ್ಲಿ ಔರಂಗಜೇಬ್ ತನ್ನ ಮಗ **ಆಜಮ್‌ನನ್ನು** 1680ರಲ್ಲಿ ದಖ್ಖನಿನ ರಾಜ್ಯಪಾಲನಾಗಿ ನೇಮಿಸಿದನು. ಈ ರಾಜಕುಮಾರ ಆಜಮ್ ಬಿಜಾಪುರ ಸುಲ್ತಾನ ಸಿಕಂದರ್‌ನ ಸೋದರಿ **ಪಾದಷಾ ಬೀಬಿಯನ್ನು** 1679ರಲ್ಲಿ ವಿವಾಹವಾಗಿದ್ದನು. 1682ರ ವೇಳೆಗೆ ಸ್ವತಃ ಔರಂಗಜೇಬನೇ ದಖ್ಖನಿಗೆ ಆಗಮಿಸಿದನು. ಅವನು ಬಿಜಾಪುರದ ಸುಲ್ತಾನ್ ಸಿಕಂದರ್ ಷಾನಿಗೆ ಮರಾಠರ ವಿರುದ್ಧ ಹೋರಾಡಲು 5000 ಅಶ್ವ ಸೈನಿಕರ ಒಂದು ತುಕಡಿಯನ್ನು ಕಳುಹಿಸಿಕೊಡುವಂತೆ ಹಾಗೂ ಮುಘಲ್ ವಿರೋಧಿ ಮಂತ್ರಿಯಾಗಿದ್ದ ಷಾರ್ಜಾ ಖಾನ್‌ನನ್ನು ವಜಾ ಮಾಡುವಂತೆ ಒತ್ತಾಯಿಸಿದನು. ಈ ಒತ್ತಾಯಕ್ಕೆ ಸಿಕಂದರ್ ಮಣಿಯದಿದ್ದಾಗ ಮುಘಲ್ ಸೈನ್ಯ ಆಜಮ್ ನೇತೃತ್ವದಲ್ಲಿ ಬಿಜಾಪುರದ ಮೇಲೆ ದಾಳಿ ಮಾಡಿ 1685ರ ಏಪ್ರಿಲ್ 1 ರಂದು ರಾಜಧಾನಿ ಬಿಜಾಪುರ ಕೋಟೆಗೆ ಮುತ್ತಿಗೆ ಹಾಕಿತು. ಈ ವೇಳೆಗೆ ಬಿಜಾಪುರದಲ್ಲಿ ಸಿದಿ ಮಸೂದ್ ರಾಜೀನಾಮೆ ನೀಡಿ ಅವನ ಸ್ಥಾನದಲ್ಲಿ ಆಘಾ ಖುಸ್ರು ವಜೀರನಾಗಿ ನೇಮಕಗೊಂಡಿದ್ದನು.

ಬಿಜಾಪುರಿಗಳು ತಮ್ಮ ರಾಜಧಾನಿಯ ಸುತ್ತಲಿನ ಪ್ರದೇಶವನ್ನು ತಾವೇ ಹಾಳುಗೆಡವಿದ್ದರು. ಮುಘಲರಿಗೆ ಆಹಾರ ಹಾಗೂ ನೀರು ಸಿಗದಂತೆ ಮಾಡಿದ್ದರು. ಒಂದು ಹಂತದಲ್ಲಿ ಮುಘಲ್ ಸೈನ್ಯ ಹಸಿವಿನಿಂದ ನರಳಬೇಕಾದ ಪರಿಸ್ಥಿತಿ ನಿರ್ಮಾಣವಾಗಿತ್ತು. ಆದರೂ ಆಜಮ್ ದೃಢವಾಗಿ ನಿಂತನು. 15 ತಿಂಗಳಾದರೂ ಕೋಟೆ ವಶವಾಗದಿದ್ದಾಗ ಸ್ವತಃ ಔರಂಗಜೇಬ್ 1686ರ ಜುಲೈ 3ರಂದು ಬಿಜಾಪುರಕ್ಕೆ ತೆರಳಿ ಕಾರ್ಯಾಚರಣೆ ಮೇಲ್ವಿಚಾರಣೆ ವಹಿಸಿಕೊಂಡನು. ಮುಘಲರ ದೃಢ ನಿರ್ಧಾರ ಬಿಜಾಪುರಿಗಳ ಆತ್ಮಸ್ಥೈರ್ಯವನ್ನು ಕುಂದಿಸಿತು. ಜೊತೆಗೆ ಕೋಟೆಯೊಳಗೆ ತೀವ್ರ ಆಹಾರದ ಕೊರತೆ ತಲೆದೋರಿತು. ಕೊನೆಗೆ ಅನ್ಯಮಾರ್ಗವಿಲ್ಲದೆ **ಸಿಕಂದರ್ ಷಾ 1686ರ ಸೆಪ್ಟಂಬರ್ 14ರಂದು ಮುಘಲರಿಗೆ ಶರಣಾದನು.** ಅವನಿಗೆ ವಾರ್ಷಿಕ ಒಂದು ಲಕ್ಷ ರೂಪಾಯಿ ನಿವೃತ್ತಿ ವೇತನ ನೀಡಿ **ದೌಲತಾಬಾದ್ ಕೋಟೆಯಲ್ಲಿ ಬಂಧನದಲ್ಲಿಡಲಾಯಿತು.** ಸೆರೆಯಲ್ಲೇ 1700ರಲ್ಲಿ ತನ್ನ 32ನೇ ವಯಸ್ಸಿನಲ್ಲಿ ಸಿಕಂದರ್ ನಿಧನನಾದನು. ಬಿಜಾಪುರವನ್ನು ಮುಘಲ್ ಸಾಮ್ರಾಜ್ಯದಲ್ಲಿ ವಿಲೀನ ಗೊಳಿಸಲಾಯಿತು. ಹೀಗೆ **286 ವರ್ಷಗಳ ಕಾಲ ಅಸ್ತಿತ್ವದಲ್ಲಿದ್ದ ಪ್ರತಿಷ್ಠಿತ ಆದಿಲ್ ಷಾಹಿಗಳ ರಾಜ್ಯವಾಗಿದ್ದ ಬಿಜಾಪುರ ತನ್ನ ಅಸ್ತಿತ್ವವನ್ನು ಕಳೆದುಕೊಂಡಿತು.**

ಸಾಂಸ್ಕೃತಿಕ ಕೊಡುಗೆಗಳು : ಅರಾಬಿಕ್ ಸಾಹಿತ್ಯ

ಆದಿಲ್‌ಷಾಹಿ ಸುಲ್ತಾನರು **ಅರಾಬಿಕ್, ಪರ್ಷಿಯನ್** ಹಾಗೂ **ಉರ್ದು** ಭಾಷೆಗಳು ಹಾಗೂ ಸಾಹಿತ್ಯಕ್ಕೆ ಅಪಾರ ಪ್ರೋತ್ಸಾಹ ನೀಡಿದರು. ಈ ಎಲ್ಲ ಭಾಷೆಗಳ ಹಲವಾರು ವಿದ್ವಾಂಸರು ಅವರ ಆಸ್ಥಾನದಲ್ಲಿ ಆಶ್ರಯ ಪಡೆದಿದ್ದರು. ಅರಬ್

ವರ್ತಕರೊಂದಿಗೆ ಅರಾಬಿಕ್ ಭಾಷೆಯು ಮೊದಲು ದಕ್ಷಿಣ ಭಾರತದ ಪಶ್ಚಿಮ ಕರಾವಳಿಯನ್ನು ಪ್ರವೇಶಿಸಿತು. ಈ ಭಾಷೆಯ ಜನಪ್ರಿಯತೆಯ ಬಗ್ಗೆ **ಅಲ್ ಮಸೂದಿ** ಹಾಗೂ **ಇಬನ್ ಬಟೂಟ** ಮಾಹಿತಿ ನೀಡಿದ್ದಾರೆ. ಭಾರತದ ಪಶ್ಚಿಮ ಕರಾವಳಿ ಅರೇಬಿಯ, ಇರಾಕ್ ಹಾಗೂ ಈಜಿಪ್ಟ್‌ನೊಂದಿಗೆ ನಿಕಟ ವ್ಯಾಪಾರ ಸಂಪರ್ಕ ಹೊಂದಿದ್ದರಿಂದ ಅರಾಬಿಕ್ ಭಾಷೆ ಈ ಭಾಗದಲ್ಲಿ ಬೆಳೆಯಿತು. ಡೆಲ್ಲಿ ಸುಲ್ತಾನಾದಿಪತ್ಯ ಸ್ಥಾಪನೆಯಾದ ಮೇಲೆ **ಡೆಲ್ಲಿ ಇಸ್ಲಾಮಿಕ್ ಶಿಕ್ಷಣದ ಕೇಂದ್ರವಾಯಿತು.** ಅನಂತರ ಅಲಾವುದ್ದೀನ್ ಖಿಲ್ಜಿ ಹಾಗೂ ಮುಹಮ್ಮದ್ ತುಘಲಕ್‌ರ ಕಾಲದಲ್ಲಿ ಇಸ್ಲಾಂ ದಕ್ಷಿಣ ಭಾರತವನ್ನು ಪ್ರವೇಶಿಸಿದ್ದರಿಂದ ದೇವಗಿರಿ ಅಥವಾ **ದೌಲತಾಬಾದ್ ಇಸ್ಲಾಮಿಕ್ ಶಿಕ್ಷಣ ಹಾಗೂ ಸಂಸ್ಕೃತಿಯ ಕೇಂದ್ರವಾಗಿ ಬೆಳೆಯಿತು.** ಬಹಮನಿ ಅರಸರು ಅರಾಬಿಕ್ ಭಾಷೆಯನ್ನು ಪ್ರೋತ್ಸಾಹಿಸಿದರು. ಹಲವು ಆದಿಲ್‌ಷಾಹಿ ಅರಸರೂ ಅರಾಬಿಕ್ ಭಾಷೆಗೆ ಪ್ರೋತ್ಸಾಹ ನೀಡಿದರು. ಯೂಸಫ್ ಆದಿಲ್ ಖಾನನು **ಸೈಯದ್ ಅಹಮದ್ ಹರಾವಿ** ಮತ್ತು **ಮೌಲಾನ ಗೈತುದ್ದೀನ್** ಎಂಬ ಅರಾಬಿಕ್ ವಿದ್ವಾಂಸರಿಗೆ ಆಶ್ರಯ ನೀಡಿದ್ದನು. ಅಂತೆಯೇ ಎರಡನೇ ಇಬ್ರಾಹಿಂ ಆದಿಲ್‌ಷಾನು **ಹಬೀಬುಲ್ಲಾ** ಮತ್ತಿತರ ಅರಾಬಿಕ್ ವಿದ್ವಾಂಸರಿಗೆ ಆಶ್ರಯ ನೀಡಿದ್ದನು. **ಬಿಜಾಪುರವು ಅರಾಬಿಕ್ ಅಧ್ಯಯನದ ಕೇಂದ್ರವಾಗಿ ಬೆಳೆಯಿತು.**

ಉರ್ದು ಸಾಹಿತ್ಯ ಉರ್ದು ಭಾಷೆ ದಕ್ಷಿಣದಲ್ಲಿ ಜನಪ್ರಿಯಗೊಳ್ಳುವುದಕ್ಕೆ ಒಂದು ಶತಮಾನ ಹಿಂದೆಯೇ ಡೆಲ್ಲಿಯಲ್ಲಿ ಜನಪ್ರಿಯಗೊಂಡಿತ್ತು. **ಮಹಮೂದ್ ಶೇರ್ವಾನಿಯವರ** ಪ್ರಕಾರ **ಪರ್ಷಿಯನ್, ಪಂಜಾಬಿ ಮತ್ತು ಸಿಂಧಿ ಭಾಷೆಗಳ ಮಿಲನದಿಂದ ಉರ್ದುಭಾಷೆ ಹುಟ್ಟಿಕೊಂಡಿತು.** ಅಲಾವುದ್ದೀನ್ ಖಿಲ್ಜಿಯ ಸೈನ್ಯ ಶಿಬಿರಗಳಲ್ಲಿ ಪರ್ಷಿಯನ್ ಮತ್ತು ಭಾರತೀಯ ಭಾಷೆಗಳ ಪರಸ್ಪರ ಸಂವಹನದಿಂದಾಗಿ ಈ ಭಾಷೆ ಹುಟ್ಟಿತೆಂದು ಕೆಲವರು ಅಭಿಪ್ರಾಯಪಟ್ಟಿದ್ದಾರೆ. **ಮುಹಮ್ಮದ್ ಹುಸೇನ್ ಆಜಾದರ** ಪ್ರಕಾರ **ಪರ್ಷಿಯನ್ ಮತ್ತು ಬ್ರಜ್ ಭಾಷೆಗಳ ಮಿಶ್ರಣದಿಂದ ಉರ್ದು ಉದಯವಾಯಿತು.** ಮೊದಲು ಉರ್ದು ಭಾಷೆಯಲ್ಲಿ ಕವಿತೆಗಳನ್ನು ಬರೆದವನು **ಅಮಿರ್ ಖುಸ್ರು.** ಅನಂತರ ಹಲವು ಸೂಫಿ ಹಾಗೂ ಭಕ್ತಿಪಂಥದ ಸಂತರು ಧರ್ಮಪ್ರಚಾರಕ್ಕೆ ಈ ಭಾಷೆಯನ್ನು ಬಳಸಿದರು. ಆದರೆ **ದಖ್ಖನ್ ಈ ಭಾಷೆಯ ತೊಟ್ಟಿಲು ಎಂದು ಕರೆಯಲ್ಪಟ್ಟಿದೆ.** ದಖ್ಖನ್‌ನಲ್ಲಿ ಈ ಭಾಷೆಯಲ್ಲಿ ಮೊದಲು ಬರೆಯಲು ಆರಂಭಿಸಿದವರು ಗುಲ್ಬರ್ಗಾದ ಪ್ರಸಿದ್ಧ ಸೂಫಿ ಸಂತ **ಖ್ವಾಜ ಗೇಸು ದರಾಜ್ ಬಂದೇ ನವಾಜ್.** ಈ ಭಾಷೆಯಲ್ಲಿ ರಚನೆಯಾದ ಅತ್ಯಂತ ಪ್ರಾಚೀನ ಅನುಭಾವಿ ಸಾಹಿತ್ಯದ ಗದ್ಯ ಕೃತಿಯೆಂದರೆ ಗೇಸು ದರಾಜ್‌ರ **'ಮಿರಾಜುಲ್-ಆಶಿಕನ್.'** ಬಿಜಾಪುರದ **ಷಾ ಮಿರಾಂಜಿ ಷಮ್ಸುಲ್** ಎಂಬ ಉರ್ದು ಕವಿ **'ಖುಷ್‌ನಾಮ'** ಮತ್ತು **'ಖುಷ್‌ನಘ್ಜ'** (Khushnaghz) ಎಂಬ ಕಾವ್ಯಗಳನ್ನು ರಚಿಸಿದನು. ಈ ಅನುಭಾವಿ ಕವಿಯ ಎರಡೂ ಕೃತಿಗಳ ಕಥಾವಸ್ತು ಖುಷ್‌ಮದ್ ಎಂಬ ಯುವತಿಯು ತನ್ನ ಆಧ್ಯಾತ್ಮದ ಹಸಿವನ್ನು ಹೇಗೆ ತಣಿಸಿಕೊಂಡಳೆಂಬುದು. ಎರಡನೇ ಅಲಿ ಆದಿಲ್ ಷಾನ ಆಸ್ಥಾನದಲ್ಲಿದ್ದ **ಅಬ್ದುಲ್ 'ಇಬ್ರಾಹಿಂ ನಾಮ'** ಎಂಬ ಕೃತಿಯನ್ನು ರಚಿಸಿದನು. ಇದರಲ್ಲಿ ಬಿಜಾಪುರ ನಗರದ ಸೌಂದರ್ಯ, ಸುಲ್ತಾನನ ಆಸ್ಥಾನ, ಅರಮನೆಗಳು, ಉದ್ಯಾನಗಳು ಹಾಗೂ ಸುಂದರ ಮಹಿಳೆಯರ ಬಗ್ಗೆ ವರ್ಣನೆಯಿದೆ. ಎರಡನೇ ಇಬ್ರಾಹಿಂ ಆದಿಲ್ ಷಾನ ಆಸ್ಥಾನದಲ್ಲಿದ್ದ **ಹಸನ್ ಷೌಕಿಯು** ಬಹು ದೊಡ್ಡ ಕವಿಯಾಗಿದ್ದನು. ಅವನು **'ಫತ್ ನಾಮ ನಿಜಾಮ್ ಷಾ'** ಮತ್ತು **'ಮೆಜಬಾನಿ ನಾಮ ಆದಿಲ್ ಷಾ'** ಎಂಬ ಮಹತ್ವದ ಕಾವ್ಯಗಳನ್ನು ರಚಿಸಿದನು. ಫತ್ ನಾಮ ನಿಜಾಮ್ ಷಾ ಕೃತಿಯಲ್ಲಿ ಸುಲ್ತಾನರುಗಳ ಸಂಯುಕ್ತ ಸೈನ್ಯವು ತಾಳಿಕೋಟೆ ಕದನದಲ್ಲಿ ಜಯಗಳಿಸಿದ್ದರ ಬಗ್ಗೆ ವಿವರಗಳಿವೆ. **'ಮೆಜಬಾನಿ ನಾಮ'**ವು ಆದಿಲ್ ಷಾನ ವಿವಾಹದ ಕಥಾವಸ್ತುವನ್ನು ಹೊಂದಿದೆ. ಆದಿಲ್ ಷಾಹಿಗಳ ಆಸ್ಥಾನದಲ್ಲಿದ್ದ **ಬರ್ಹಾನುದ್ದೀನ್ ಜಾನಮ್** ಎಂಬ ಮತ್ತೊಬ್ಬ ವಿದ್ವಾಂಸ **'ಇರ್ಷಾದ್ ನಾಮ'** ಎಂಬ ಕೃತಿ ರಚಿಸಿದನು.

ಎರಡನೇ ಅಲಿ ಆದಿಲ್ ಷಾನ ಆಸ್ಥಾನದ ಪ್ರಸಿದ್ಧ ವಿದ್ವಾಂಸನಾಗಿದ್ದ **ಮುಲ್ಲಾ ನುಸ್ರತಿ 'ಗುಲಿಸ್ತಾನ್-ಇ-ಇಷ್ಕ್', 'ಅಲಿನಾಮ'** ಹಾಗೂ **'ಸಿಕಂದರ್ ನಾಮ'** ಎಂಬ ಕೃತಿಗಳನ್ನು ರಚಿಸಿದನು. ಅಲಿನಾಮದಲ್ಲಿ ಎರಡನೇ ಅಲಿ ಆದಿಲ್ ಷಾನು ಔರಂಗಜೇಬ್ ಮತ್ತು ಶಿವಾಜಿಯೊಂದಿಗೆ ನಡೆಸಿದ ಯುದ್ಧಗಳ ವರ್ಣನೆಯಿದೆ. ಕುರುಡನಾಗಿದ್ದ **ಸೈಯದ್ ಮಿರಾನ್ ಮಿಯಾನ್ ಖಾನ್** ಕೂಡ ಈ ಕಾಲದ ಪ್ರಮುಖ ಉರ್ದು ಕವಿಯಾಗಿದ್ದನು. ಸುಲ್ತಾನ್ ಎರಡನೇ ಇಬ್ರಾಹಿಂ ಆದಿಲ್ ಷಾ ಸ್ವತಃ ವಿದ್ವಾಂಸನಾಗಿದ್ದು ಉರ್ದು ಭಾಷೆಯಲ್ಲಿ **'ಕಿತಾಬ್-ಇ-ನವರಸ್'** ಎಂಬ ಸಂಗೀತವನ್ನು ಕುರಿತ ಮಹತ್ವದ ಕೃತಿಯನ್ನು ರಚಿಸಿದನು.

ಪರ್ಷಿಯನ್ ಪರ್ಷಿಯನ್ ಭಾಷೆಗೂ ಅಪಾರ ಪ್ರಾಮುಖ್ಯತೆ ದೊರೆಯಿತು. ಡೆಲ್ಲಿ ಹಾಗೂ ಗುಲ್ಬರ್ಗಾದಂತೆಯೇ ಬಿಜಾಪುರದಲ್ಲೂ ಪರ್ಷಿಯನ್ ಭಾಷೆಗೆ ರಾಜ ಪ್ರೋತ್ಸಾಹ ದೊರೆಯಿತು. ಆದರೆ ಪರ್ಷಿಯನ್ ಮೇಲ್ವರ್ಗಗಳ ಜನರ ಭಾಷೆಯಾಗಿಯೇ ಉಳಿಯಿತು. ಬಿಜಾಪುರದ ಹಲವಾರು ಆದಿಲ್ ಷಾಹಿ ದೊರೆಗಳು ಸ್ವತಃ ಪರ್ಷಿಯನ್ ಭಾಷೆಯಲ್ಲಿ

ವಿದ್ವಾಂಸರಾಗಿದ್ದರು. ಯೂಸಫ್ ಆದಿಲ್ ಖಾನ್ ಪರ್ಷಿಯನ್ ಭಾಷೆಯಲ್ಲಿ ಉತ್ತಮ ಕವಿಯಾಗಿದ್ದನೆಂದು ಫೆರಿಷ್ತಾ ಹೇಳಿದ್ದಾನೆ. ಒಂದನೇ ಆಲಿ ಆದಿಲ್ ಷಾ ಪರ್ಷಿಯನ್ ಭಾಷೆ ಹಾಗೂ ಸಾಹಿತ್ಯಕ್ಕೆ ಅಪಾರ ಪ್ರೋತ್ಸಾಹ ನೀಡಿದನು. ಸುಲ್ತಾನ್ ಎರಡನೇ ಇಬ್ರಾಹಿಂ ಆದಿಲ್ ಷಾನ ಆಸ್ಥಾನದಲ್ಲಿದ್ದ ಫೆರಿಷ್ತಾ **'ತಾರೀಖ್-ಇ-ಫೆರಿಷ್ತಾ'** ಎಂಬ ಮಹತ್ವದ ಗ್ರಂಥವನ್ನು ಪರ್ಷಿಯನ್ ಭಾಷೆಯಲ್ಲಿ ಬರೆದನು. ಇದು ಭಾರತದಲ್ಲಿ ಮುಸ್ಲಿಂ ಇತಿಹಾಸಕ್ಕೆ ಸಂಬಂಧಿಸಿದ ಕೃತಿಯಾಗಿದೆ. ಧರ್ಮ, ಆಧ್ಯಾತ್ಮ ಮೊದಲಾದ ವಿಷಯಗಳನ್ನು ಕುರಿತಂತೆ ಪರ್ಷಿಯನ್ ಭಾಷೆಯಲ್ಲಿ ಗ್ರಂಥಗಳು ರಚನೆಯಾದವು. **ಜುಹುರಿ, ಮಲ್ಲಿಕ್ ಕುಮ್ಮಿ** ಮೊದಲಾದವರು ಇತರ ಪರ್ಷಿಯನ್ ವಿದ್ವಾಂಸರಾಗಿದ್ದರು.

ಕಲೆ ಮತ್ತು ವಾಸ್ತುಶಿಲ್ಪ

ಕಲೆ ಮತ್ತು ವಾಸ್ತುಶಿಲ್ಪ ಕ್ಷೇತ್ರಕ್ಕೆ ಆದಿಲ್ ಷಾಹಿ ಸುಲ್ತಾನರ ಕೊಡುಗೆ ಅಪೂರ್ವವಾದುದು. **ದಖ್ಖನಿ ವಾಸ್ತುಶಿಲ್ಪ** ತನ್ನ ಔನ್ನತ್ಯವನ್ನು ತಲುಪಿದ್ದು ಆದಿಲ್ ಷಾಹಿಗಳ ಕಾಲದಲ್ಲೇ. ಕರ್ನಾಟಕದ ಭವ್ಯ ಕಲಾ ಪರಂಪರೆಯಲ್ಲಿ ಆದಿಲ್ ಷಾಹಿಗಳ ಕಾಲದ, ಅದರಲ್ಲೂ ಬಿಜಾಪುರದ ಸ್ಮಾರಕಗಳಿಗೆ ಅತ್ಯಂತ ಮಹತ್ವದ ಸ್ಥಾನವಿದೆ. ಒಂದು ಕಾಲದಲ್ಲಿ **'ದಕ್ಷಿಣ ಭಾರತದ ರಾಣಿ'** ಎನಿಸಿದ್ದ ಬಿಜಾಪುರ ಇಂದು ದುಸ್ಥಿತಿಯಲ್ಲಿದೆ. ಆದಾಗ್ಯೂ ಇಲ್ಲಿ **'ಬಿಜಾಪುರಿ ಶೈಲಿ'**ಯ ಸ್ಮಾರಕಗಳು ಬಿಜಾಪುರದ ಹಿಂದಿನ ವೈಭವವನ್ನು ವೀಕ್ಷಕರ ಸ್ಮರಣೆಗೆ ತರುತ್ತವೆ. ಇಲ್ಲಿನ ಕೆಲವು ಸ್ಮಾರಕಗಳು ಮುಘಲರ ಕಾಲದ ಪ್ರಸಿದ್ಧ ಸ್ಮಾರಕಗಳಿಗೆ ಸರಿಸಾಟಿಯಾಗಿ ನಿಲ್ಲಬಲ್ಲವು.

ಆದಿಲ್ ಷಾಹಿಗಳು ಅಪಾರ ಸಂಖ್ಯೆಯ ಸುಂದರವಾದ ಅರಮನೆಗಳು, ಮಸೀದಿಗಳು, ಗೋರಿಗಳು ಹಾಗೂ ಕೋಟೆಗಳನ್ನು ನಿರ್ಮಿಸಿದರು. ಇವುಗಳಲ್ಲಿ ಸಮಾಧಿಗಳು ಅತ್ಯಂತ ಸುಂದರ ರಚನೆಗಳಾಗಿವೆ. **ಗುಮ್ಮಟಗಳು, ಕಮಾನುಗಳು, ಗೋಪುರಗಳು, ಸ್ತಂಭ ರಹಿತವಾದ ಹಾಜಾರಗಳು, ಅಲಂಕರಣದ ಉಬ್ಬುಶಿಲ್ಪಗಳು ಆದಿಲ್ ಷಾಹಿ ಶೈಲಿಯ ಲಕ್ಷಣಗಳಾಗಿವೆ.**

ಬಿಜಾಪುರದ ಕೋಟೆ ಅದ್ಭುತವಾದ ರಚನೆಯಾಗಿದ್ದು ಐದು ಮಹಾದ್ವಾರಗಳನ್ನು ಹೊಂದಿದ್ದು ಸುತ್ತಲೂ ಕಂದಕವಿದೆ. ಇದರ ನಿರ್ಮಾಣ ಯೂಸಫ್ ಆದಿಲ್ ಖಾನ್ ಕಾಲದಲ್ಲಿ ಆರಂಭಗೊಂಡು ಒಂದನೇ ಅಲಿ ಆದಿಲ್ ಷಾನ ಕಾಲದಲ್ಲಿ ಮುಕ್ತಾಯಗೊಂಡಿತು. ಇದರ ಗೋಡೆ 20 ಅಡಿಗಳಷ್ಟು ದಪ್ಪವಾಗಿದೆ. ಮಹಾದ್ವಾರಗಳಿಗೆ ಪ್ರತ್ಯೇಕ ಹೆಸರು ನೀಡಲಾಗಿದೆ. ಅವುಗಳು ಮೆಕ್ಕಾ ದ್ವಾರ, ಶಹಪುರ ದ್ವಾರ, ಬಹಮನಿ ದ್ವಾರ, ಅಲ್ಲಾಪುರ ದ್ವಾರ ಹಾಗೂ ಫತೇ ದ್ವಾರ.

ಆದಿಲ್ ಷಾಹಿಗಳು ನಿರ್ಮಿಸಿದ ಮಸೀದಿಗಳಲ್ಲಿ ಅತ್ಯಂತ ಪ್ರಮುಖವಾದುದು **ಬಿಜಾಪುರದ ಜಾಮಿ ಮಸೀದಿ**. ಇದನ್ನು ಒಂದನೇ ಅಲಿ ಆದಿಲ್ ಷಾ ನಿರ್ಮಿಸಿದನು. ಈ ಭವ್ಯ ಸ್ಮಾರಕ ನೋಡುಗರನ್ನು ಸೆಳೆಯುತ್ತದೆ. ಇದು 450 ಅಡಿ ಉದ್ದ ಹಾಗೂ 225 ಅಡಿ ಅಗಲವಾಗಿದೆ. ಭವ್ಯವಾದ ದೊಡ್ಡ ಕಮಾನುಗಳು, ಅತ್ಯಂತ ಸುಂದರವಾದ ಸ್ತಂಭ ಗೋಪುರಗಳು, ಗಾರೆಯಿಂದ ರಚಿಸಲಾಗಿರುವ ಉಬ್ಬು ಚಿತ್ರಗಳು ಹಾಗೂ ಇಲ್ಲಿ ಬಳಸಲಾಗಿರುವ ಬಂಗಾರ, ಹಸಿರು, ಕೆಂಪು ಬಣ್ಣಗಳಿಂದಾಗಿ ಇದು ಅತ್ಯಂತ ಸುಂದರವಾದ ಸ್ಮಾರಕವೆನಿಸಿದೆ. ಶುಕ್ರವಾರದ ಪ್ರಾರ್ಥನೆಗಾಗಿಯೇ ಈ ವಿಶಾಲ ಮಸೀದಿಯನ್ನು ನಿರ್ಮಿಸಲಾಗಿದೆ.

ಬಿಜಾಪುರದಲ್ಲಿರುವ ಸಮಾಧಿಗಳಲ್ಲಿ ಅತ್ಯಂತ ಮನೋಹರವಾದುದು **ಇಬ್ರಾಹಿಂ ರೋಜಾ**. ಇದನ್ನು ಎರಡನೇ ಇಬ್ರಾಹಿಂ ಆದಿಲ್ ಷಾನ ಕಾಲದಲ್ಲಿ 1626ರಲ್ಲಿ ನಿರ್ಮಿಸಲಾಯಿತು. ಇದು ಅವನದೇ ಸಮಾಧಿಯಾಗಿದೆ. ಇದೊಂದು **ಅವಳಿ ಸ್ಮಾರಕ. ಅಂದರೆ ಇದರಲ್ಲಿ ಒಂದು ಸಮಾಧಿ ಮತ್ತೊಂದು ಮಸೀದಿ**. ಎರಡೂ ಸ್ಮಾರಕಗಳು ಚೌಕಾಕಾರದ ವಿನ್ಯಾಸ ಹೊಂದಿದ್ದು ಅವುಗಳ ನಾಲ್ಕೂ ಮೂಲೆಗಳಲ್ಲಿ ನಾಲ್ಕು ಸ್ತಂಭ ಗೋಪುರಗಳಿವೆ. ಮಧ್ಯದಲ್ಲಿ ಗುಮ್ಮಟವಿದೆ ಹಾಗೂ ಗುಮ್ಮಟಗಳ ಮೇಲೆ ಕಳಶವನ್ನು ಇಡಲಾಗಿದೆ. ಸಮಾಧಿ ಕಟ್ಟಡದಲ್ಲಿ ಇಬ್ರಾಹಿಂ, ಅವನ ರಾಣಿ ತಾಜ್ ಸುಲ್ತಾನಾ ಹಾಗೂ ಮಕ್ಕಳ ಗೋರಿಗಳಿವೆ. ಎರಡೂ ಕಟ್ಟಡಗಳನ್ನು ಎತ್ತರವಾದ ವೇದಿಕೆಯ ಮೇಲೆ ನಿರ್ಮಿಸಲಾಗಿದೆ. ಕಮಲದ ದಳಗಳಿಂದ ಹೊರಹೊಮ್ಮಿರುವಂತೆ ಗುಮ್ಮಟವನ್ನು ನಿರ್ಮಿಸಲಾಗಿದೆ. ಇದನ್ನು ಖ್ಯಾತ ಕಲಾ ವಿಮರ್ಶಕ ಡಾ. ಹೆನ್ರಿ ಕಸಿನ್ಸ್ **'ದಕ್ಷಿಣದ ತಾಜ್ ಮಹಲ್'** ಎಂದು ಕರೆದಿದ್ದಾರೆ. **"ಇದು ಮಾನವನ ಹಸ್ತಕೌಶಲದ ಒಂದು ಪರಿಪೂರ್ಣ ನಿದರ್ಶನವಾಗಿದೆ"** ಎಂದು ಪರ್ಸಿ ಬ್ರೌನ್ ಹೇಳಿದ್ದಾರೆ. ಸಮಾಧಿಯ ಗೋಡೆಗಳು ಹಾಗೂ ಕಂಬಗಳನ್ನು ಕುರಾನಿನ ವಾಕ್ಯಗಳು, ಹೂಬಳ್ಳಿಗಳು ಮೊದಲಾದ ಚಿತ್ರಗಳಿಂದ ಸುಂದರವಾಗಿ ಅಲಂಕರಿಸಲಾಗಿದೆ. **"ಭವ್ಯತೆಯಲ್ಲಿ ಇದಕ್ಕೆ ಮಿಗಿಲಾದುದು ಜಗತ್ತಿನಲ್ಲಿ ಬೇರೊಂದಿಲ್ಲ"** ಎಂದು ಫರ್ಗ್ಯುಸನ್ ಹೇಳಿದ್ದಾರೆ. **"ಇದು ಆದಿಲ್ ಷಾಹಿಗಳ ಉತ್ಕೃಷ್ಟ ನಿರ್ಮಾಣ"** ಎಂದು ಹೆನ್ರಿ ಕಸಿನ್ಸ್ ಪ್ರಶಂಸೆ ವ್ಯಕ್ತಪಡಿಸಿದ್ದಾರೆ. **ಇದರ ವಿನ್ಯಾಸ ಆಗ್ರಾದ ತಾಜ್ ಮಹಲ್ ರೀತಿಯಲ್ಲೇ ಇದೆ** ಎಂದು ಹ್ಯಾವೆಲ್ ಹೇಳಿದ್ದಾರೆ.

ಗೋಲಗುಂಬಜ್ ಬಿಜಾಪುರದ ಮತ್ತೊಂದು ಅದ್ಭುತ ರಚನೆಯಾಗಿದೆ. ಇದನ್ನು ಮುಹಮ್ಮದ್ ಆದಿಲ್ ಷಾ ನಿರ್ಮಿಸಿದನು. **ಇದು ಮುಹಮ್ಮದನದೇ ಗೋರಿಯಾಗಿದೆ.** ಚೌಕಾಕಾರದ ಈ ಭಾರಿ ಕಟ್ಟಡ 18000 ಚದರ ಅಡಿ ಪ್ರದೇಶವನ್ನು ವ್ಯಾಪಿಸಿದೆ. ಮಧ್ಯಭಾಗದಲ್ಲಿ ಅತ್ಯಂತ ದೊಡ್ಡದಾದ ಗುಮ್ಮಟವಿದೆ. ಕಟ್ಟಡದ ನಾಲ್ಕು ಮೂಲೆಗಳಲ್ಲಿ ಅಷ್ಟಕೋನಾಕಾರದ ಸ್ತಂಭಗೋಪುರಗಳಿವೆ. ಒಂದೊಂದು ಏಳು ಅಂತಸ್ತುಗಳನ್ನು ಹೊಂದಿದೆ. ತಳಭಾಗದಲ್ಲಿ ಗುಮ್ಮಟದ ವ್ಯಾಸ 124 ಅಡಿ ಇದ್ದು ಗಾತದ್ರಲ್ಲಿ ಭಾರತದಲ್ಲಿ **ಅತ್ಯಂತ ದೊಡ್ಡದು** ಹಾಗೂ ಜಗತ್ತಿನಲ್ಲಿ ನಾಲ್ಕನೆಯದಾಗಿದೆ. ಈ ಗುಮ್ಮಟವನ್ನು ಇಬ್ರಾಹಿಂ ರೋಜಾದ ಗುಮ್ಮಟಗಳಂತೆ ಕಮಲದ ದಳಗಳಿಂದ ಹೊರ ಹೊಮ್ಮಿರುವಂತೆ ನಿರ್ಮಿಸಲಾಗಿದೆ. ಒಂದೊಂದು ಕಮಲದ ದಳವೂ ಹತ್ತು ಅಡಿ ಎತ್ತರವಾಗಿವೆ. ಈ ಅಸಾದೃಶ್ಯವಾದ ಗುಮ್ಮಟದ ಒಳಭಾಗದಲ್ಲಿ ಪ್ರಸಿದ್ಧವಾದ **"ಪಿಸುಮಾತಿನ ಗ್ಯಾಲರಿ"** ಇದೆ (Whispering Gallery). ಇದು ಜಗತ್ತಿನಲ್ಲಿಯೇ ಅಪರೂಪವಾದುದು ಹಾಗೂ ಇದರ ನಿರ್ಮಾಣ ವಾಸ್ತುಶಿಲ್ಪಗಳಿಗೆ ಸವಾಲಾಗಿದೆ. ಗೋಲಗುಮ್ಮಟದ ನೆಲಮಾಳಿಗೆಯಲ್ಲಿ ಮುಹಮ್ಮದ್ ಮತ್ತು ರಾಣಿಯರ ಸಮಾಧಿಗಳಿವೆ. ಕಲಾ ವಿಮರ್ಶಕ ಪರ್ಸಿ ಬ್ರೌನ್ ಪ್ರಕಾರ **"ಇದು ಅದ್ಭುತತೆಯ ದೃಷ್ಟಿಯಿಂದ ನಿಸ್ಸಂಶಯವಾಗಿ ಭಾರತೀಯ ವಾಸ್ತು ಶಿಲ್ಪದ ಮಹೋನ್ನತ ರಚನೆಯಾಗಿದೆ."**

ಬಿಜಾಪುರದ ಇತರ ಸ್ಮಾರಕಗಳಲ್ಲಿ **ಮೆಹತರ್ ಮಹಲ್, ಗಗನ ಮಹಲ್, ಅಸರ್ ಮಹಲ್** ಮೊದಲಾದವು ಮುಖ್ಯವಾದವು. ಇಬ್ರಾಹಿಂ ಆದಿಲ್ ಷಾನ ಕಾಲದಲ್ಲಿ 1620ರಲ್ಲಿ ನಿರ್ಮಿಸಲಾಗಿರುವ **ಮೆಹತರ್ ಮಹಲ್** ಅರಮನೆಯಾಗಿರದೆ ಕೇವಲ ಮಸೀದಿಯೊಂದರ ಪ್ರವೇಶ ದ್ವಾರವಾಗಿದೆ. ಇದು ಸಮೃದ್ಧವಾಗಿ ಅಲಂಕರಿಸಲ್ಪಟ್ಟಿದ್ದು ಆಕರ್ಷಕ ರಚನೆಯಾಗಿದೆ. **ಗಗನ ಮಹಲ್** 1561ರಲ್ಲಿ ನಿರ್ಮಾಣಗೊಂಡಿದ್ದು ಈಗ ಮೇಲ್ಚಾವಣಿಯೇ ಇಲ್ಲವಾಗಿದೆ. ಇದನ್ನು ಅರಮನೆಯಾಗಿ ಹಾಗೂ ದರ್ಬಾರ್ ಸಭಾಂಗಣವಾಗಿ ಬಳಸಲಾಗುತ್ತಿತ್ತು. ಅಸರ್ ಮಹಲನ್ನು ಮುಹಮ್ಮದ್ ಆದಿಲ್ ಷಾ ನಿರ್ಮಿಸಿದನು. ಇದರ ಒಳಭಾಗದ ಗೋಡೆಗಳಲ್ಲಿ ಬಗೆಬಗೆಯ ಪ್ರಾಣಿ, ಪಕ್ಷಿಗಳ ಸುಂದರ ಚಿತ್ರಗಳಿವೆ. ಎರಡು ಭಾರಿ ಗಾತ್ರದ ಮರದ ಕಂಬಗಳಿವೆ. ಬಿಜಾಪುರದಲ್ಲೇ ಇರುವ **ಆನಂದ ಮಹಲ್** ಈಗ ಸರ್ಕಾರಿ ಕಛೇರಿಯಾಗಿ ಬಳಸಲ್ಪಡುತ್ತಿದೆ.

ಮೇಲೆ ಪ್ರಸ್ತಾಪಿಸಿದ ಸ್ಮಾರಕಗಳಲ್ಲದೆ ಬಿಜಾಪುರದಲ್ಲಿರುವ **ಬಾರಾಕಮಾನ್ ಗೋರಿ, ಜಲಮಂದಿರ್, ಮೆಕ್ಕಾ ಮಸೀದಿ, ಮಲಿಕ್-ಇ-ಜಹಾನ್ ಮಸೀದಿ, ರಂಗೀನ್ ಮಸೀದಿ, ಬುಖಾರಿ ಮಸೀದಿ, ಇಖ್ಲಾಸ್ ಖಾನ್ ಮಸೀದಿ, ಗುಲ್ಬರ್ಗದ ರಮ್ಜ-ಇ-ಷೇಖ್, ರಾಯಚೂರಿನ ಏಕ್ ಮಿನಾರ್ ಕಿ ಮಸೀದಿ** ಮೊದಲಾದವು ಇತರ ಸ್ಮಾರಕಗಳಾಗಿವೆ.

ಚಿತ್ರಕಲೆ

ದಖ್ಖನಿನಲ್ಲಿ ದಖ್ಖನಿ ಚಿತ್ರಶೈಲಿ ಅಭಿವೃದ್ಧಿ ಹೊಂದಿತು. ಆದಿಲ್ ಷಾಹಿಗಳು ಈ ಚಿತ್ರಕಲೆಗೆ ಅಪಾರ ಪ್ರೋತ್ಸಾಹ ನೀಡಿದರು. ಅಸರ್ ಮಹಲ್, ಇಬ್ರಾಹಿಂ ರೋಜ ಮೊದಲಾದ ಕಟ್ಟಡಗಳಲ್ಲಿ ಸುಂದರವಾದ ವರ್ಣ ಚಿತ್ರಗಳಿವೆ. ಅಸರ್ ಮಹಲ್‌ನಲ್ಲಿ ಪ್ರಾಣಿ, ಪಕ್ಷಿಗಳ ಹಾಗೂ ಮನುಷ್ಯರ ಸುಂದರ ವರ್ಣ ಚಿತ್ರಗಳಿವೆ. ಯೂಸಫ್ ಆದಿಲ್ ಷಾ ಬೇರೆಬೇರೆ ದೇಶಗಳಿಂದ ಚಿತ್ರಕಾರರನ್ನು ಕರೆಸಿಕೊಂಡಿದ್ದನೆಂದು ಹೇಳಲಾಗಿದೆ. ಇಬ್ರಾಹಿಂ ಆದಿಲ್ ಷಾ, ಅಲಿ ಆದಿಲ್ ಷಾ ಮೊದಲಾದ ಸುಲ್ತಾನರು ಚಿತ್ರಕಲೆಗೆ ಅಪಾರ ಪ್ರೋತ್ಸಾಹ ನೀಡಿದರು. ಬಿಜಾಪುರ ಶೈಲಿ ಚಿತ್ರಕಲೆಯಲ್ಲಿ ಸಿದ್ಧಗೊಂಡ ಮೊದಲ ಕೃತಿ **'ನಜ್ಮುಲ್ ಉಲೂಮ್'**. ಇದರಲ್ಲಿ 876 ಸುಂದರ ಚಿತ್ರಗಳಿವೆ. ಇದು ಬಹುಷಃ 1570ರಲ್ಲಿ ರಚನೆಯಾಗಿರಬಹುದು. ವಿಶ್ವದ ಸೃಷ್ಠಿಗೆ ಸಂಬಂಧಿಸಿದ **'ಅಜೈಬುಲ್-ಮಖ್ಲುಕತ್'** 1560ರಲ್ಲಿ ರಚನೆಯಾದ ಸಚಿತ್ರ ಕೃತಿಯಾಗಿದೆ. ಭಾವಚಿತ್ರಗಳ ರಚನೆಯಲ್ಲೂ ಈ ಕಾಲದಲ್ಲಿ ಪ್ರಗತಿಯಾಯಿತು. ಅವುಗಳಲ್ಲಿ ಬಹಳ ಮುಖ್ಯವಾದುದು **ಎರಡನೇ ಇಬ್ರಾಹಿಂ ಆದಿಲ್ ಷಾನ ಸುಂದರ ಭಾವಚಿತ್ರ, ಇದು ಈಗ ಬಿಕನೀರ್‌ನ ಲಾಲ್‌ಗರ್ ಅರಮನೆಯಲ್ಲಿದೆ.** ಬಿಜಾಪುರದ ಪತನಾನಂತರ ಬಿಕನೀರ್‌ನ ರಾಜ ಕರಣ್ ಸಿಂಗ್ ಇದನ್ನು ಬಿಜಾಪುರದಿಂದ ತೆಗೆದುಕೊಂಡು ಹೋಗಿರಬಹುದು. ಈ ಚಿತ್ರದಲ್ಲಿ ಇಬ್ರಾಹಿಂನನ್ನು 25 ವರ್ಷದ ಯುವಕನಂತೆ ಸುಂದರವಾಗಿ ಚಿತ್ರಸಲಾಗಿದೆ. ಅಲ್ಲದೆ ಈತನ ಕೆಲವು ಭಾವಚಿತ್ರಗಳು ಬ್ರಿಟಿಷ್ ಮ್ಯೂಸಿಯಂನಲ್ಲಿವೆ. ಅಂತಹ ಒಂದು ಚಿತ್ರದಲ್ಲಿ ಸುಲ್ತಾನನು ಗಿಟಾರ್ ನುಡಿಸುತ್ತಿರುವಂತೆ ಚಿತ್ರಿಸಲಾಗಿದೆ. **ಗೋಯಂಕ ಸಂಗ್ರಹ**ದಲ್ಲಿರುವ ಒಂದು ಚಿತ್ರದಲ್ಲಿ ಅವನು ಒಂದು ಕೈಯಲ್ಲಿ ಏಕ್ತಾರವನ್ನು, ಮತ್ತೊಂದು ಕೈಯಲ್ಲಿ ಪುಸ್ತಕವನ್ನು ಹಿಡಿದಿದ್ದಾನೆ. ಈ ಕಾಲದ ಅರಮನೆ, ಮಸೀದಿ ಹಾಗೂ ಇತರ ಕಟ್ಟಡಗಳ ಗೋಡೆಗಳ ಮೇಲೆ **ಬೇಟೆಯ ದೃಶ್ಯಗಳು, ಮಲ್ಲಯುದ್ಧ, ಆಸ್ಥಾನದ ದೃಶ್ಯಗಳು, ಪ್ರೇಮಿಗಳ ಚಿತ್ರ, ಗಜಗಳ ಕಾಳಗದ ದೃಶ್ಯ**, ಮೊದಲಾದವು ಕಂಡು ಬಂದಿವೆ. ಈ ಕಾಲದಲ್ಲಿ **'ರತನ್ ಕಾಳಿಯನ್'** ಹಾಗೂ **'ನಮಾತ್ ನಾಮ'** ಎಂಬ ಸಚಿತ್ರ ಗ್ರಂಥಗಳು ರಚನೆಯಾದವು. ಮುಹಮ್ಮದ್ ಆದಿಲ್ ಷಾನ ಕಾಲದಲ್ಲಿ **'ಖಾವರ್ ನಾಮ'** ಮತ್ತು **'ದಿವಾನ್-ಇ-ಉರ್ಫಿ'** ಎಂಬ ಸಚಿತ್ರ ಕೃತಿಗಳು ರಚನೆಯಾದವು. ಎರಡನೇ ಅಲಿ ಆದಿಲ್ ಷಾನ ಕಾಲದ ಕೆಲವು

ಹಂಪೆಯ ವಿರೂಪಾಕ್ಷ
ದೇವಾಲಯದ ಗೋಪುರ

ಹಂಪೆಯ ವಿಜಯವಿಠಲ
ದೇವಾಲಯ

ಹಂಪೆಯ ಹಜಾರರಾಮ ದೇವಾಲಯದ ಗೋಡೆಯ
ಮೇಲಿನ ಉಬ್ಬುಶಿಲ್ಪ

ಲೇಪಾಕ್ಷಿಯಲ್ಲಿರುವ ಬೃಹತ್
ನಾಗಲಿಂಗ ಶಿಲ್ಪ

ವಿಠಲ ದೇವಾಲಯ ಮುಂಭಾಗದ ಕಲ್ಲಿನ ರಥ

ಲೇಪಾಕ್ಷಿ ವೀರಭದ್ರ ದೇವಾಲಯ

ಬಿಜಾಪುರದ ಇಬ್ರಾಹಿಂ
ರೋಜಾ   ←

ಬೀದರ್ ಕೋಟೆ   →

←   ಬೀದರ್‌ನ ಗವಾನ್ ಮದ್ರಸಾ

ಬಿಜಾಪುರದ
ಗೋಲಗುಂಬಜ್   →

ಭಾವಚಿತ್ರಗಳು ದೊರೆತಿದ್ದು ಇವು ಇಬ್ರಾಹಿಂ ಆದಿಲ್ ಷಾನ ಕಾಲದ ಭಾವಚಿತ್ರಗಳಿಗಿಂತ ಕಳಪೆ ಗುಣಮಟ್ಟದ್ದಾಗಿವೆ. ಇವುಗಳು ಬಿಜಾಪುರದ ವಸ್ತುಸಂಗ್ರಹಾಲಯದಲ್ಲಿವೆ. ಹೀಗೆ ಬಿಜಾಪುರ ದಕ್ಷಿಣದಲ್ಲಿ ಪ್ರಮುಖ ಚಿತ್ರಕಲೆಯ ಕೇಂದ್ರವಾಗಿ ಬೆಳೆಯಿತು. ಆದಿಲ್ ಷಾಹಿಗಳ ಕಾಲದಲ್ಲಿ ಸುಂದರ ಬರವಣಿಗೆ ಕಲೆಯೂ (Calligraphy) ಬೆಳೆಯಿತು. ಈ ಕಾಲದ ಶಾಸನಗಳು, ನಾಣ್ಯಗಳ ಮೇಲಿನ ಬರಹ, ಹಸ್ತಪ್ರತಿಗಳು ಸುಂದರ ಲಿಪಿಗೆ ನಿದರ್ಶನವಾಗಿದೆ.

ಮಾದರಿ ಪ್ರಶ್ನೆಗಳು

ಒಂದು ಅಂಕದ ಪ್ರಶ್ನೆಗಳು

1. ಬಿಜಾಪುರದ ಆದಿಲ್ ಷಾಹಿ ವಂಶದ ಸ್ಥಾಪಕ ಯಾರು□
2. ಸಂಗೀತಕ್ಕೆ ಸಂಬಂಧಿಸಿದ **'ಕಿತಾಬ್– ಇ– ನವರಸ್'** ಎಂಬ ಕೃತಿಯನ್ನು ರಚಿಸಿದ ಬಿಜಾಪುರದ ಸುಲ್ತಾನ ಯಾರು□
3. ಬಿಜಾಪುರದ ಸುಪ್ರಸಿದ್ಧ **'ಇಬ್ರಾಹಿಂ ರೋಜಾ'** ಯಾರ ಕಾಲದಲ್ಲಿ ನಿರ್ಮಾಣವಾಯಿತು.
4. ಬಿಜಾಪುರದ ಸಮೀಪ **'ನವರಸಪುರ'** ಎಂಬ ನಗರವನ್ನು ನಿರ್ಮಿಸಿದವರು
5. ವಿಶ್ವ ವಿಖ್ಯಾತ ಗೋಲಗುಂಬಜ್ ನ ನಿರ್ಮಾತೃ ಯಾರು□

10 ಅಂಕದ ಪ್ರಶ್ನೆಗಳು

1. ಎರಡನೇ ಇಬ್ರಾಹಿಂ ಆದಿಲ್ ಷಾನ ಸಾಧನೆಗಳನ್ನು ವಿವರಿಸಿ.
2. **'ಬಿಜಾಪುರಿ ಶೈಲಿ'** ವಾಸ್ತು ಶಿಲ್ಪಕ್ಕೆ ಆದಿಲ್ ಷಾಹಿಗಳ ಕೊಡುಗೆಗಳನ್ನು ವಿವರಿಸಿ.

ಅಧ್ಯಾಯ – 15

ಕೆಳದಿಯ ನಾಯಕರು

Nayakas of Keladi

ವಿಜಯನಗರದ ಪತನಾನಂತರ ಕರ್ನಾಟಕದಲ್ಲಿ ಉದಯವಾದ ಪ್ರಮುಖ ರಾಜ್ಯಗಳಲ್ಲಿ ಕೆಳದಿ ರಾಜ್ಯವೂ ಒಂದು. ಮೈಸೂರಿನಂತೆ ಕೆಳದಿ ರಾಜ್ಯವೂ ವಿಜಯನಗರದ ಶ್ರೀಮಂತ ಸಾಂಸ್ಕೃತಿಕ ಪರಂಪರೆಯನ್ನು ಮುಂದುವರಿಸಿತು. 16ನೇ ಶತಮಾನದ ಆದಿಭಾಗದಿಂದ 18ನೇ ಶತಮಾನದ ಆರನೇ ದಶಕದವರೆಗೆ (1499–1763) 260 ವರ್ಷಗಳ ಕಾಲ ಅಸ್ತಿತ್ವದಲ್ಲಿದ್ದ ಈ ರಾಜ್ಯ ತನ್ನ ಔನ್ನತ್ಯದ ಕಾಲದಲ್ಲಿ ಶಿವಮೊಗ್ಗ, ಚಿಕ್ಕಮಗಳೂರು, ದಕ್ಷಿಣ ಕನ್ನಡ ಮತ್ತು ಕಾಸರಗೋಡು ಜಿಲ್ಲೆಗಳನ್ನು ಹಾಗೂ ಹಾಸನ, ಕೊಡಗು, ತುಮಕೂರು, ಚಿತ್ರದುರ್ಗ, ಧಾರವಾಡ ಮತ್ತು ಉತ್ತರ ಕನ್ನಡ ಜಿಲ್ಲೆಗಳ ಹಲವು ಭಾಗಗಳನ್ನು ಒಳಗೊಂಡಿತ್ತು. **ಪ್ರಾರಂಭದಲ್ಲಿ ಕೆಳದಿ ರಾಜಧಾನಿಯಾಗಿತ್ತು. ಮುಂದೆ 1560ರಲ್ಲಿ ಇಕ್ಕೇರಿಯನ್ನು ರಾಜಧಾನಿ ಮಾಡಿಕೊಂಡರು. ಅನಂತರ 1639ರಲ್ಲಿ ಬಿದನೂರನ್ನು ರಾಜಧಾನಿಯಾಗಿ ಮಾಡಿಕೊಂಡು ಆಳಿದರು. ಗಂಡಬೇರುಂಢ ಕೆಳದಿ ಅರಸರ ರಾಜಲಾಂಛನವಾಗಿತ್ತು.**

ಕೆಳದಿ ನಾಯಕ ವಂಶದ ಇತಿಹಾಸದ ಅಧ್ಯಯನಕ್ಕೆ ವಿವಿಧ ಮೂಲಗಳಿಂದ ವಿಫುಲವಾದ ಆಧಾರಗಳು ದೊರೆಯುತ್ತವೆ. ಅವುಗಳಲ್ಲಿ ಲಿಂಗಣ್ಣ ಕವಿ ಕನ್ನಡದಲ್ಲಿ ರಚಿಸಿರುವ **'ಕೆಳದಿ ನೃಪವಿಜಯ'**, ಬಸವಪ್ಪ ನಾಯಕನ ಸಂಸ್ಕೃತದ **'ಶಿವತತ್ವರತ್ನಾಕರ'** ಮೊದಲಾದ ಸಮಕಾಲೀನ ಸಾಹಿತ್ಯ ಕೃತಿಗಳು, ಅಪಾರ ಸಂಖ್ಯೆಯ ಶಾಸನಗಳು, ಗೋವಾದಲ್ಲಿ ದೊರೆತಿರುವ ಪೋರ್ಚುಗೀಸರ ದಾಖಲೆಗಳು, ಬ್ರಿಟಿಷರ, ಮರಾಠರ ಹಾಗೂ ಮೈಸೂರಿನ ದಾಖಲೆಗಳಲ್ಲದೆ **ಇಟಲಿಯ ಪ್ರವಾಸಿ ಪಿಯೆಟ್ರೊ ಡೆಲ್ಲ ವೆಲ್, ಇಂಗ್ಲೆಂಡಿನ ಯಾತ್ರಿಕ ಪೀಟರ್ ಮಂಡಿ, ಡಾ. ಜಾನ್ ಫ್ರೈಯರ್(1650–1733), ಅಲೆಕ್ಸಾಂಡರ್ ಹಾಮಿಲ್ಟನ್‌ರ** ವರದಿಗಳು ಮೊದಲಾದವು ಪ್ರಮುಖ ಆಕರಗಳಾಗಿವೆ.

ಸ್ಥಾಪನೆ : ಕೆಳದಿ ನಾಯಕ ವಂಶದ ಸ್ಥಾಪಕರು ಚೌಡಪ್ಪ ಮತ್ತು ಭದ್ರಪ್ಪ ಸೋದರರು. ಅವರು ವೀರಶೈವ ಧರ್ಮವನ್ನು ಅನುಸರಿಸುತ್ತಿದ್ದ ಕೃಷಿಕರಾಗಿದ್ದರು. ಈ ಸೋದರರು ರಾಜ್ಯ ಕಟ್ಟಿದ ಬಗ್ಗೆ ಹಲವು ಐತಿಹ್ಯಗಳಿವೆ. ಅವುಗಳಲ್ಲಿ ಒಂದರ ಪ್ರಕಾರ ಚೌಡಪ್ಪ ತನ್ನ ಜಮೀನಿನಲ್ಲಿ ಕೆಲಸ ಮಾಡಿ ಆಯಾಸಗೊಂಡು ಮಲಗಿದ್ದಾಗ ಸರ್ಪವೊಂದು ಹೆಡೆಬಿಚ್ಚಿ ಅವನಿಗೆ ನೆರಳು ನೀಡಿತ್ತು. ಅದನ್ನು ಅವನ ತಾಯಿ ನೋಡಿದ ತಕ್ಷಣ ಅದು ಮಾಯವಾಯಿತು. ಚೌಡಪ್ಪನನ್ನು ಎಚ್ಚರಗೊಳಿಸಿದ ತಾಯಿ ತಾನು ಕಂಡ ವಿಸ್ಮಯವನ್ನು ವಿವರಿಸಿದಳು ಅಷ್ಟರಲ್ಲೇ ಮತ್ತೆ ಕಾಣಿಸಿಕೊಂಡ ಸರ್ಪವು ತನ್ನ ಹೆಡೆಯನ್ನು ಒಂದು ಸ್ಥಳದಲ್ಲಿ ಬಡಿಯಿತು. ಆಶ್ಚರ್ಯ ಚಕಿತನಾದ ಚೌಡಪ್ಪ ಆ ಸ್ಥಳವನ್ನು ಅಗೆದಾಗ ಅಲ್ಲಿ ಅಪಾರ ಚಿನ್ನವೂ ಮತ್ತು **ನಾಗಮುರಿ ಎಂಬ ಖಡ್ಗ**ವು ದೊರೆತವು. ಅವುಗಳಿಂದ ಚೌಡಪ್ಪ ರಾಜ್ಯವನ್ನು ಕಟ್ಟಿದನು.

ಮತ್ತೊಂದು ಐತಿಹ್ಯದ ಪ್ರಕಾರ ಜಂಗಮನೊಬ್ಬ ಚೌಡಪ್ಪನಿಗೆ ಸ್ವಪ್ನದಲ್ಲಿ ಕಾಣಿಸಿಕೊಂಡು ಕೆಳದಿಯ ಸಮೀಪದಲ್ಲಿ ಸೀಗೆವಳ್ಳಿ ಎಂಬ ಸ್ಥಳದಲ್ಲಿ ನಿರ್ಲಕ್ಷಿತವಾದ ಒಂದು ಲಿಂಗವಿರುವುದಾಗಿ ಮತ್ತು ಅದನ್ನು ಪೂಜಿಸಿದರೆ ಒಳಿತಾಗುವುದೆಂದು ತಿಳಿಸಿದನು. ಮಾರನೆಯ ದಿನ ಚೌಡಪ್ಪ ಸೂಚಿತ ಸ್ಥಳ ಪರಿಶೀಲಿಸಿದಾಗ ಸುಂದರ ರಾಮೇಶ್ವರ ಲಿಂಗವು ಪತ್ತೆಯಾಯಿತು. ಅಲ್ಲಿಯೇ ದೇಗುಲ ನಿರ್ಮಿಸಿ ಭಕ್ತಿಯಿಂದ ಪೂಜಿಸಿದ್ದರಿಂದ ಚೌಡಪ್ಪನಿಗೆ ರಾಜ್ಯ ಪ್ರಾಪ್ತಿಯಾಯಿತು. ಈ ಐತಿಹ್ಯಗಳ ಬಗ್ಗೆ **ಕೆಳದಿ ನೃಪವಿಜಯದಲ್ಲಿ** ಪ್ರಸ್ತಾಪಿಸಲಾಗಿದೆ. ಇವುಗಳಿಂದ ಒಂದು ಅಂಶವು ಸ್ಪಷ್ಟವಾಗುತ್ತದೆ. ಚೌಡಪ್ಪನಿಗೆ ದೊರೆತ ಆರ್ಥಿಕ ಶಕ್ತಿಯಿಂದಾಗಿ ಅವನಿಗೆ ರಾಜಕೀಯ ಶಕ್ತಿಯೂ ಲಭಿಸಿತು. ತಮ್ಮದೇ ಸೈನ್ಯ ಕಟ್ಟಿಕೊಂಡ ಚೌಡಪ್ಪ ಮತ್ತು ಭದ್ರಪ್ಪ ಸೋದರರು ಕೆಳದಿ ಪ್ರದೇಶದಲ್ಲಿ ಪ್ರಭಾವಿ ವ್ಯಕ್ತಿಗಳಾದರು ಮತ್ತು ವಿಜಯನಗರಕ್ಕೆ ವಿಧೇಯರಾಗಿ ನಡೆದುಕೊಂಡರು. ಅದರಿಂದ ಪ್ರಸನ್ನರಾದ ವಿಜಯನಗರದ ಅರಸರಾದ ನರಸನಾಯಕ ಹಾಗೂ ಕೃಷ್ಣದೇವರಾಯ ಈ ಸೋದರರನ್ನು ಸತ್ಕರಿಸಿ ಅವರಿಗೆ ಕೆಳದಿ, ಇಕ್ಕೇರಿ, ಪೆರ್ಬಯಲು, ಮೋದೂರು, ಯಲಗಳಲೆ, ಕಲಸೆ ಮತ್ತು ಲಾಟವಾಡಿ ಎಂಬ ಏಳು ಮಾಗಣಿಗಳ ಅಥವಾ ಆಡಳಿತ ವಿಭಾಗಗಳನ್ನು ನೀಡಿದರು. ಹೀಗೆ ಕೆಳದಿ ನಾಯಕರು ವಿಜಯನಗರದ **ಅಮರನಾಯಕ**ರಾಗಿ ತಮ್ಮ ರಾಜಕೀಯ ಜೀವನ ಆರಂಭಿಸಿದರು. ಚೌಡಪ್ಪ ನಾಯಕನು 1499ರಿಂದ 1513ರವರೆಗೆ ಆಳಿದನು.

ಸದಾಶಿವ ನಾಯಕ (1514–1563)

ಚೌಡಪ್ಪನ ನಂತರ ಅವನ ಮಗ ಸದಾಶಿವ ನಾಯಕ ಅಧಿಕಾರಕ್ಕೆ ಬಂದನು. ವಿಜಯನಗರ ಚಕ್ರವರ್ತಿಗಳಿಗೆ ಪರಮ ನಿಷ್ಠನಾಗಿದ್ದ ಸದಾಶಿವ ಕೃಷ್ಣದೇವರಾಯನೊಂದಿಗೆ ಗುಲ್ಬರ್ಗ ದಾಳಿಯಲ್ಲಿ ಪಾಲ್ಗೊಂಡು ಗುಲ್ಬರ್ಗಾ ಕೋಟೆಯನ್ನು ವಶಪಡಿಸಿಕೊಳ್ಳುವಲ್ಲಿ ಮಹತ್ವದ ಪಾತ್ರವಹಿಸಿ ಕೃಷ್ಣದೇವರಾಯನಿಂದ **'ಕೋಟೆ ಕೋಲಾಹಲ'** ಎಂಬ ಬಿರುದು ಪಡೆದನು. ಅಹಮದ್‌ನಗರ, ಬೀದರ್, ಬಿಜಾಪುರ ಸುಲ್ತಾನರ ಸೈನ್ಯಗಳನ್ನು ಸೋಲಿಸಿದನು. ವಿಜಯನಗರದ ವಿರುದ್ಧ ದಂಗೆ ಎದ್ದ ಹಲವಾರು ನಾಯಕರನ್ನು ಸೋಲಿಸಿದನು. ಚಂದ್ರಗುತ್ತಿಯ ನಾಯಕ, ಬಂಕಾಪುರದ ಮಾದರಸ ಮತ್ತು ತರೀಕೆರೆಯ ಸಾಳುವ ತಿಮ್ಮ ಮೊದಲಾದ ನಾಯಕರ ಬಂಡಾಯವನ್ನು ದಮನ ಮಾಡಿದನು. ಈ ವಿಜಯಗಳಿಂದಾಗಿ ವಿಜಯನಗರ ಅರಸರಿಂದ **'ಏಕಾಂಗ ವೀರ', 'ಪಡುವಣ ಸಮುದ್ರಾಧೀಶ್ವರ', 'ಶತ್ರುಸಪ್ತಾಂಗ ಹರಣ'** ಮೊದಲಾದ ಬಿರುದುಗಳನ್ನು ಪಡೆದುದಲ್ಲದೆ ಚಂದ್ರಗುತ್ತಿ, ಬಾರಕೂರು ಮತ್ತು ಮಂಗಳೂರು ಪಾಂತ್ರಗಳನ್ನು (ಅಮರಂ) ಪಡೆದುಕೊಂಡನು.

ಸದಾಶಿವ ನಾಯಕ ಅಸಾಧಾರಣ ಪರಾಕ್ರಮಿಯಾಗಿದ್ದನು. ಸದಾಶಿವಪುರ ಸೇರಿದಂತೆ ಹಲವು ಅಗ್ರಹಾರಗಳನ್ನು ನಿರ್ಮಿಸಿದನು. **ಕೆಳದಿಯ ರಾಮೇಶ್ವರ ದೇಗುಲದ** ನಿರ್ಮಾಣವನ್ನು ಪೂರ್ಣಗೊಳಿಸಿದನು. 1560ರಲ್ಲಿ **ರಾಜಧಾನಿಯನ್ನು ಕೆಳದಿಯಿಂದ ಇಕ್ಕೇರಿಗೆ** ಬದಲಾಯಿಸಿದನು. **ಮದುಗ ಕೆರೆಯನ್ನು ನಿರ್ಮಿಸಿದನು.** ವೀರಶೈವನಾಗಿದ್ದರೂ ಎಲ್ಲ ಧರ್ಮ ಮತ್ತು ಪಂಥಗಳಿಗೆ ಪ್ರೋತ್ಸಾಹ ನೀಡಿದನು. ಈತನ ಕಾಲದಲ್ಲಿ ಇಕ್ಕೇರಿಯ ಅತ್ಯಂತ ಸುಂದರವಾದ **ಅಘೋರೇಶ್ವರ ದೇವಾಲಯ** ನಿರ್ಮಾಣವಾಯಿತು.

ಸದಾಶಿವ ನಾಯಕನ ನಂತರ ಅವನ ಹಿರಿಯ ಮಗ **ದೊಡ್ಡ ಸಂಕಣ್ಣ ನಾಯಕ** 1563ರಿಂದ 1570ರವರೆಗೆ ಆಳಿದನು. ವಿಜಯನಗರ ಸಾಮ್ರಾಟನ ಆದೇಶದಂತೆ ಗೋವೆಯ ಮೇಲೆ ದಾಳಿ ಮಾಡಿ ಪೋರ್ಚುಗೀಸರನ್ನು ಸೋಲಿಸಿದನು. ಇವನ ಆಡಳಿತ ಕಾಲದಲ್ಲೇ ವಿನಾಶಕಾರಿಯಾದ **ತಾಳಿಕೋಟೆ ಕದನ** ಸಂಭವಿಸಿತು. ಆದಾಗ್ಯೂ ವಿಜಯನಗರ ಅರಸರ ಬಗ್ಗೆ ಅವನ ನಿಷ್ಠೆ ಕಡಿಮೆಯಾಗಲಿಲ್ಲ. ದೊಡ್ಡ ಸಂಕಣ್ಣ ನಾಯಕನು ರಾಮರಾಯನಿಂದ **'ಭುಜುಕೀರ್ತಿ'** ಎಂಬ ಬಿರುದನ್ನು ಗಳಿಸಿದನು. ದೊಡ್ಡ ಸಂಕಣ್ಣ ನಂತರ ಅವನ ತಮ್ಮ **ಚಿಕ್ಕ ಸಂಕಣ್ಣ ನಾಯಕ** ಅಧಿಕಾರ ಪಡೆದನು. ಅವನು 1570ರಿಂದ 1580ರವರೆಗೆ ಆಳಿದನು. ಈತನು ಗೇರುಸೊಪ್ಪ, ಸೋದೆ ರಾಜರನ್ನು ಸೋಲಿಸಿ ಅವರಿಂದ ಕಪ್ಪ ಸಂಗ್ರಹಿಸಿದನು.

ಒಂದನೇ ವೆಂಕಟಪ್ಪ ನಾಯಕ (1586–1629)

1586ರಲ್ಲಿ ಅಧಿಕಾರಕ್ಕೆ ಬಂದ ಇವನು ದೊಡ್ಡ ಸಂಕಣ್ಣ ನಾಯಕನ ಮಗ. **ಹಿರಿಯ ವೆಂಕಟಪ್ಪ ನಾಯಕ** ಎಂದೂ ಕರೆಯಲ್ಪಟ್ಟಿರುವ ಈತನನ್ನು ಡಾ॥ ಕೆ.ಎನ್. ಚಿಟ್ನಿಸ್ **"ಕೆಳದಿ ಅರಸರಲೆಲ್ಲ ಅತ್ಯಂತ ಸಮರ್ಥ ಮತ್ತು ಘನವಂತ"** ಎಂದು ವರ್ಣಿಸಿದ್ದಾರೆ. ಇವನ ಕಾಲದಲ್ಲಿ ಕೆಳದಿ ರಾಜ್ಯವು ಬಹುತೇಕ ಸ್ವತಂತ್ರವಾಯಿತು.

ವೆಂಕಟಪ್ಪ ನಾಯಕ ಕೆಳದಿ ರಾಜ್ಯವನ್ನು ಮತ್ತಷ್ಟು ಬಲಪಡಿಸಿದನು. ಬಿಜಾಪುರದ ಆದಿಲ್ ಷಾಹಿಗಳ ದಾಳಿಯನ್ನು ಹಿಮ್ಮೆಟ್ಟಿಸಿ ಅದರ ನೆನಪಿಗಾಗಿ ಹಾನಗಲ್‌ನಲ್ಲಿ ವಿಜಯಸ್ತಂಭ ಸ್ಥಾಪಿಸಿದನು. **ಗೇರುಸೊಪ್ಪೆಯ ರಾಣಿ ಚನ್ನಭೈರಾದೇವಿಯನ್ನು** ಸೋಲಿಸಿ ಆಕೆಯ ರಾಜ್ಯವನ್ನು ವಶಪಡಿಸಿಕೊಂಡನಲ್ಲದೆ ಮೆಣಸಿನ ವ್ಯಾಪಾರದ ಮೇಲೆ ಹಿಡಿತ ಸಾಧಿಸಿದನು. **ಉಲ್ಲಾಳದ ರಾಣಿ ಕಿರಿಯ ಅಬ್ಬಕ್ಕದೇವಿಯ** ಸಹಾಯದಿಂದ ಪೋರ್ಚುಗೀಸರನ್ನು 1618ರಲ್ಲಿ ಮಂಗಳೂರಿನಲ್ಲಿ ಸೋಲಿಸಿದನು. ಪಶ್ಚಿಮ ಕರಾವಳಿಯಲ್ಲಿ ಚಂದ್ರಗಿರಿ ನದಿಯವರೆಗೆ ತನ್ನ ಅಧಿಕಾರವನ್ನು ವಿಸ್ತರಿಸಿದನು. ಬೇಲೂರಿನ ವೆಂಕಟಾದ್ರಿ ನಾಯಕ ಸೇರಿದಂತೆ ಹಲವಾರು ನಾಯಕರನ್ನು ವಿರುದ್ಧ ವಿಜಯ ಸಾಧಿಸಿದನು. 1623ರಲ್ಲಿ ಗೋವಾದ ಪೋರ್ಚುಗೀಸ್ ರಾಯಭಾರಿಯ ಜೊತೆಯಲ್ಲಿ ಇಕ್ಕೇರಿಗೆ ಭೇಟಿ ನೀಡಿದ್ದ ಇಟಲಿಯ ಪ್ರವಾಸಿ **ಪಿಯೆಟ್ರೋ ಡೆಲ್ಲ ವೆಲ್** ವೆಂಕಟಪ್ಪನನ್ನು **'ಉತ್ತಮ ಸೇನಾನಿ'** ಎಂದು ಪ್ರಶಂಸಿಸಿದ್ದಾನೆ.

ವೆಂಕಟಪ್ಪ ನಾಯಕ ಸಾಹಿತ್ಯ, ಸಂಸ್ಕೃತಿಯ ಪೋಷಕನಾಗಿದ್ದನು. ವೀರಶೈವ ಧರ್ಮದ ಅನುಯಾಯಿಯಾಗಿದ್ದರೂ ಜೈನ, ವೈಷ್ಣವ, ಇಸ್ಲಾಂ ಧರ್ಮಗಳನ್ನು ಪ್ರೋತ್ಸಾಹಿಸಿದನು. ಕವಲೆದುರ್ಗ ಕೋಟೆಯನ್ನು ಬಲಪಡಿಸಿ ಅದಕ್ಕೆ **ಭುವನಗಿರಿದುರ್ಗ** ಎಂದು ಹೆಸರಿಸಿದನು ಮತ್ತು 1627ರಲ್ಲಿ ಒಂದು ಮಸೀದಿಯನ್ನು ನಿರ್ಮಿಸಿದನು. ಶೃಂಗೇರಿ ಮಠ ಸೇರಿದಂತೆ ಹಲವಾರು ಮಠ ಹಾಗೂ ದೇವಾಲಯಗಳಿಗೆ ಉದಾರವಾಗಿ ದಾನ, ದತ್ತಿಗಳನ್ನು ನೀಡಿದನು. ಈತನ ಆಸ್ಥಾನದಲ್ಲಿದ್ದ ತಿರುಮಲ ಭಟ್ಟ **'ಕರ್ನಾಟಕ ಶಿವಗೀತೆ'** ಎಂಬ ಕನ್ನಡ ಕೃತಿಯನ್ನು, ಭಟ್ಟೋಜಿ ದೀಕ್ಷಿತನು ಸಂಸ್ಕೃತದಲ್ಲಿ **'ತತ್ವ ಕೌಸ್ತುಭ'** ಎಂಬ ಕೃತಿಯನ್ನು, ಅಶ್ವಪಂಡಿತ ಸಂಸ್ಕೃತದಲ್ಲಿ ಅಶ್ವಶಾಸ್ತ್ರಕ್ಕೆ ಸಂಬಂಧಪಟ್ಟ **'ಮಾನಪ್ರಿಯ'** ಎಂಬ ಕೃತಿಯನ್ನು ಸಂಸ್ಕೃತದಲ್ಲಿ ರಚಿಸಿದನು.

ವೆಂಕಟಪ್ಪ ನಾಯಕ ನಂತರ ಅವನ ಮೊಮ್ಮಗ (ಮಗ ಭದ್ರಪ್ಪನ ಮಗ) **ವೀರಭದ್ರ ನಾಯಕ** 1629ರಲ್ಲಿ ಅಧಿಕಾರಕ್ಕೆ ಬಂದನು. ಈತನ ಕಾಲದಲ್ಲಿ (1629–45) ಕೆಳದಿ ರಾಜ್ಯ ಹಲವು ಅಪಾಯಗಳನ್ನು ಎದುರಿಸಬೇಕಾಯಿತು. 1637ರಲ್ಲಿ ಬಿಜಾಪುರದ ಸೇನಾನಿ **ರಣದುಲ್ಲಾ ಖಾನನು** ದಾಳಿಮಾಡಿ ಇಕ್ಕೇರಿಗೆ ಅಪಾರ ಹಾನಿ ಉಂಟುಮಾಡಿದನು. ಇಕ್ಕೇರಿ, ಸೊರಬ ಮೊದಲಾದವು ಬಿಜಾಪುರದ ವಶವಾದವು. ವೀರಭದ್ರ ನಾಯಕ ಬಿಜಾಪುರದ ಆದಿಲ್ ಷಾಹಿಗಳ ಸಾಮಂತನಾಗಿ ವಾರ್ಷಿಕ ಕಪ್ಪ ನೀಡಲು ಸಮ್ಮತಿಸಿದನು. ಅಲ್ಲದೆ ರಣದುಲ್ಲಾ ಖಾನ್‌ನಿಗೆ 30 ಲಕ್ಷ ಹೊನ್ನು ಯುದ್ಧ ವೆಚ್ಚ ನೀಡಬೇಕಾಯಿತು. **1639ರಲ್ಲಿ ರಾಜಧಾನಿಯನ್ನು ಬಿದನೂರಿಗೆ ವರ್ಗಾಯಿಸಿದನು.** 1637ರಲ್ಲಿ **ಪೀಟರ್ ಮಂಡಿಯನ್ನು** ಒಳಗೊಂಡ ಬ್ರಿಟಿಷರ ನಿಯೋಗವೊಂದು ಇವನ ಆಸ್ಥಾನಕ್ಕೆ ಬಂದು ಭಟ್ಕಳದಲ್ಲಿ ವ್ಯಾಪಾರ ಕೇಂದ್ರ ಸ್ಥಾಪಿಸಿಕೊಳ್ಳಲು ಅನುಮತಿ ಪಡೆದುಕೊಂಡಿತು.

ಶಿವಪ್ಪ ನಾಯಕ (1645–60)

ಕೆಳದಿ ಅರಸರಲ್ಲಿ ಅತ್ಯಂತ ಶ್ರೇಷ್ಠನಾದವನು ಶಿವಪ್ಪ ನಾಯಕ. ಇವನ ಆಡಳಿತ ಕಾಲದಲ್ಲಿ ಕೆಳದಿ ರಾಜ್ಯದ ವೈಭವ ಉನ್ನತಿಯ ಶಿಖರವನ್ನು ತಲುಪಿತು. ಅವನು ರಾಜ್ಯವನ್ನು ವಿಸ್ತರಿಸುವುದರ ಜೊತೆಗೆ ಉತ್ತಮ ಆಡಳಿತವನ್ನು ರೂಪಿಸಿದನು. ಸರ್ಕಾರಕ್ಕೆ ಮತ್ತು ರೈತರಿಗೆ ಅನುಕೂಲಕರವಾಗಿದ್ದ **'ಶಿಸ್ತು'** ಎಂಬ ಕಂದಾಯ ವ್ಯವಸ್ಥೆಯನ್ನು ಜಾರಿಗೆ ತಂದನು. ಅಲ್ಲದೆ ವಾಸ್ತುಶಿಲ್ಪ ಕ್ಷೇತ್ರಕ್ಕೆ ಅಪಾರ ಪ್ರೋತ್ಸಾಹ ನೀಡಿದನು. ಈ ಸಾಧನೆಗಳಿಂದಾಗಿ ಅವನನ್ನು ಕರ್ನಾಟಕದ ಪ್ರಮುಖ ಅರಸರಲ್ಲೊಬ್ಬ ಎಂದು ಪರಿಗಣಿಸಲಾಗಿದೆ. ಶಿವಪ್ಪ ನಾಯಕ ಚಿಕ್ಕ ಸಂಕಣ್ಣ ನಾಯಕನ ಮೊಮ್ಮಗ (ಸಿದ್ದಪ್ಪನ ಮಗ). ವೀರಭದ್ರ ನಾಯಕನ ಕಾಲದಲ್ಲೇ ಆಡಳಿತಾನುಭವ ಪಡೆದುಕೊಂಡಿದ್ದ ಅವನನ್ನು ಆಸ್ಥಾನಿಕರು ಅಧಿಕಾರದ ಗದ್ದುಗೆಗೇರಿಸಿದರು.

ವಿಜಯನಗರ ದೊರೆ ಶ್ರೀರಂಗನಿಗೆ ಆಶ್ರಯ : ಶಿವಪ್ಪ ನಾಯಕನ ಕಾಲದ ಒಂದು ಮಹತ್ವದ ಬೆಳವಣಿಗೆಯೆಂದರೆ **ವಿಜಯನಗರದ ಅರಸ ಮೂರನೇ ಶ್ರೀರಂಗರಾಯನು** ಕೆಳದಿ ಅರಸನ ಆಶ್ರಯ ಕೋರಿದ್ದು. ಬಿಜಾಪುರ ಮತ್ತು ಗೋಲ್ಕಾಂಡದ ಸುಲ್ತಾನರು ವಿಜಯನಗರಕ್ಕೆ ಸೇರಿದ ಎಲ್ಲ ಪ್ರದೇಶಗಳನ್ನು ವಶಪಡಿಸಿಕೊಂಡರು. ರಾಜಧಾನಿ ಚಂದ್ರಗಿರಿಯನ್ನು ಕಳೆದುಕೊಂಡ ಶ್ರೀರಂಗನು ನೆಲೆಯೇ ಇಲ್ಲದಂತಾದನು. ಹೀಗೆ **'ಸಾಮ್ರಾಜ್ಯವಿಲ್ಲದ ಸಾಮ್ರಾಟ'** ನಾದ ಶ್ರೀರಂಗನಿಗೆ ಶಿವಪ್ಪ ನಾಯಕ ಆಶ್ರಯ ನೀಡಿ ವಿಜಯನಗರ ಸಾಮ್ರಾಜ್ಯಕ್ಕೆ ತನ್ನ ವಂಶದ ನಿಷ್ಠೆಯನ್ನು ಮತ್ತೊಮ್ಮೆ ಪ್ರದರ್ಶಿಸಿದನು. ಶ್ರೀರಂಗನಿಗೆ ಬೇಲೂರಿನಲ್ಲಿ ಪುನರ್ವಸತಿ ಕಲ್ಪಿಸಿದನು. ಬೇಲೂರು ಮತ್ತು ಸಕ್ಕರೆ ಪಟ್ಟಣಗಳನ್ನು ಐಗೂರಿನ (ಬಲಂ) ಪಾಳೆಯಗಾರನಿಂದ ಕಿತ್ತುಕೊಂಡು ಶ್ರೀರಂಗನಿಗೆ ನೀಡಿದನು. ಶ್ರೀರಂಗನು 1653ರಿಂದ 1659ರ ಬೇಲೂರಿನಲ್ಲಿದ್ದ ಬಗ್ಗೆ ಶಾಸನಗಳಿಂದ ಖಚಿತ ಮಾಹಿತಿ ದೊರಕುತ್ತದೆ.

ಪೋರ್ಚುಗೀಸರೊಂದಿಗೆ ಘರ್ಷಣೆ : ಪೋರ್ಚುಗೀಸರ ವಿರುದ್ಧ ಗೆಲುವು ಸಾಧಿಸಿದ್ದು ಶಿವಪ್ಪ ನಾಯಕನ ಮತ್ತೊಂದು ಪ್ರಮುಖ ಸಾಧನೆ. ಮೊದಲಿನಿಂದಲೂ ಪೋರ್ಚುಗೀಸರಿಂದ ಕೆಳದಿ ಅರಸರಿಗೆ ಕಿರುಕುಳವಿದ್ದಿತು. ಹಿಂದೆಯೇ ವೆಂಕಟಪ್ಪ ನಾಯಕ 1618ರಲ್ಲಿ ಪೋರ್ಚುಗೀಸರನ್ನು ಸೋಲಿಸಿದ್ದನು. ಈಗ ಶಿವಪ್ಪ ನಾಯಕ 1652ರಲ್ಲಿ ಪೋರ್ಚುಗೀಸರನ್ನು ಮತ್ತೊಮ್ಮೆ ಸೋಲಿಸಿ ಅವರನ್ನು ಮಂಗಳೂರು, ಕುಂದಾಪುರ ಮತ್ತು ಹೊನ್ನಾವರದಿಂದ ಹೊರದೂಡಿದನು. ಅದರ ಫಲವಾಗಿ ಪಶ್ಚಿಮ ಕರಾವಳಿ ಮತ್ತು ಅದರ ಮೂಲಕ ನಡೆಯುತ್ತಿದ್ದ ವ್ಯಾಪಾರ ಮುಖ್ಯವಾಗಿ ಕಾಳುಮೆಣಸಿನ ವ್ಯಾಪಾರ ಕೆಳದಿ ರಾಜ್ಯದ ಹತೋಟಿಗೆ ಒಳಗಾಯಿತು. ಪಶ್ಚಿಮ ಕರಾವಳಿಯ ದಕ್ಷಿಣ ಭಾಗದಲ್ಲಿ ತನ್ನ ವಿಜಯಯಾತ್ರೆ ಮುಂದುವರಿಸಿ ಕಾಸರಗೋಡಿನ ಚಂದ್ರಗಿರಿ ನದಿಯನ್ನು ದಾಟಿ ಸ್ಥಳೀಯ ನಾಯಕರನ್ನು ಸೋಲಿಸಿ ನೀಲೇಶ್ವರದಲ್ಲಿ ಒಂದು ವಿಜಯಸ್ತಂಭವನ್ನು ನೆಟ್ಟನು. ಮಂಗಳೂರಿನಲ್ಲಿ ಸುಭದ್ರ ಕೋಟೆಯನ್ನು ಕಟ್ಟಿಸಿದನು. ಕಾಸರಗೂಡಿನ ಸಮೀಪ ಸಮುದ್ರಕ್ಕೆ ಹೊಂದಿಕೊಂಡಂತೆ **ಬೇಕಲ್ ಕೋಟೆಯನ್ನು** ನಿರ್ಮಿಸಿದನು.

ಆದಿಲ್ ಷಾಹಿಗಳ ವಿರುದ್ಧ ಬಂಡಾಯ : ವೀರಭದ್ರ ನಾಯಕನ ಕಾಲದಲ್ಲಿ ಕೆಳದಿ ರಾಜ್ಯವು ಬಿಜಾಪುರದ ಸಾಮಂತ ರಾಜ್ಯವಾಗಿದ್ದಿತು. 1656ರಲ್ಲಿ ಬಿಜಾಪುರದ ಮುಹಮ್ಮದ್ ಆದಿಲ್ ಷಾ ನಿಧನನಾದನು. ಅದರ ಫಲವಾಗಿ ಆ ರಾಜ್ಯದಲ್ಲಿ ಅರಾಜಕತೆಯುಂಟಾಯಿತು. ಈ ಅವಕಾಶವನ್ನು ಬಳಸಿಕೊಂಡ ಶಿವಪ್ಪ ನಾಯಕನು ತನ್ನ ಸ್ವಾತಂತ್ರ್ಯ ಘೋಷಿಸಿಕೊಂಡಿದ್ದಲ್ಲದೆ ವೀರಭದ್ರನ ಕಾಲದಲ್ಲಿ ಕಳೆದುಕೊಂಡಿದ್ದ ಇಕ್ಕೇರಿ, ಸೊರಬ, ಮಹದೇವಪುರ, ಉಡುಗಣಿ, ಸಕ್ಕರೆಪಟ್ಟಣ, ಮೊದಲಾದವುಗಳನ್ನು ಮತ್ತೆ ವಶಪಡಿಸಿಕೊಂಡನು. ಅದೇ ಸಂದರ್ಭದಲ್ಲಿ ನೆರೆಯ ಸೋದೆ, ಬೆಳಗುತ್ತಿ, ತುರುವೇಕೆರೆ ಪಾಳೆಯಗಾರರನ್ನು ಸೋಲಿಸಿ ಅವರಿಂದ ಕಪ್ಪ ಪಡೆದನು.

ಮೈಸೂರಿನ ಮೇಲೆ ದಾಳಿ : ಶಿವಪ್ಪ ನಾಯಕ 1659ಗಲ್ಲಿ ಮೈಸೂರು ರಾಜ್ಯದ ಮೇಲೆ ದಾಳಿ ಮಾಡಿ ಶ್ರೀರಂಗಪಟ್ಟಣ ಕೋಟೆಗೆ ಮುತ್ತಿಗೆ ಹಾಕಿದನು. ಅವನಿಗೆ ಹೊಳೆನರಸೀಪುರದ ಲಕ್ಷ್ಮಪ್ಪ ನಾಯಕನೂ ನೆರವಾದನು. ಇದು ಮೈಸೂರು ಮತ್ತು ಕೆಳದಿ ವಂಶಗಳ ನಡುವಿನ ಪಾರಂಪರಿಕ ವೈಷಮ್ಯದ ಮುಂದುವರಿದ ಭಾಗವಾಗಿತ್ತು. ಮೈಸೂರಿನ ಅರಸ ದೊಡ್ಡ ದೇವರಾಜ ಆಗತಾನೇ ಅಧಿಕಾರಕ್ಕೆ ಬಂದಿದ್ದನು. ಆದರೂ ಅವನು ಪರಾಕ್ರಮದಿಂದ ಹೋರಾಡಿ ಕೆಳದಿ ಸೈನ್ಯವನ್ನು ಸೋಲಿಸಿ ಹಿಮ್ಮೆಟ್ಟಿಸಿದನು. ಅಲ್ಲದೆ ಚಿಕ್ಕನಾಯಕನ ಹಳ್ಳಿಯನ್ನು ಶಿವಪ್ಪ ನಾಯಕ ಕಳೆದುಕೊಳ್ಳಬೇಕಾಯಿತು. ಅಪಾರ ನಷ್ಟದೊಂದಿಗೆ ಹಿಂದಿರುಗಿದ ಶಿವಪ್ಪ ನಾಯಕ 1660ರ ಮಧ್ಯ ಭಾಗದಲ್ಲಿ ಮರಣಹೊಂದಿದನು.

ಶಿವಪ್ಪ ನಾಯಕನ ಕಂದಾಯ ವ್ಯವಸ್ಥೆ

ಶಿವಪ್ಪ ನಾಯಕನ ಸೈನಿಕ ಸಾಧನೆಗಳಿಗಿಂತಲೂ ಹೆಚ್ಚು ಪ್ರಸಿದ್ಧವಾದುದು ಅವನು ರೂಪಿಸಿದ ಕಂದಾಯ ವ್ಯವಸ್ಥೆ. ಶಿವಪ್ಪ ನಾಯಕ ಕೃಷಿ ಕ್ಷೇತ್ರಕ್ಕೆ ಅಪಾರ ಪ್ರೋತ್ಸಾಹ ನೀಡಿದನು. ಭೂ ಕಂದಾಯ ಸರ್ಕಾರದ ಪ್ರಧಾನ ಆದಾಯ ಮೂಲವಾಗಿದ್ದರಿಂದ ಬೇಸಾಯವನ್ನು ಉತ್ತೇಜಿಸುವುದು ಅನಿವಾರ್ಯವೂ ಆಗಿದ್ದಿತು. ಅವನು ಜಾರಿಗೆ ತಂದ ಕಂದಾಯ ವ್ಯವಸ್ಥೆಯನ್ನು ಮುಘಲ್ ಸಾಮ್ರಾಟ ಅಕ್ಬರನ ಕಾಲದಲ್ಲಿ **ದಿವಾನ ತೋದರಮಲ್** ರೂಪಿಸಿದ್ದ ಕಂದಾಯ ಪದ್ಧತಿಗೆ ಹೋಲಿಸಲಾಗಿದೆ. ಶಿವಪ್ಪ ನಾಯಕನ ಕಂದಾಯ ಪದ್ಧತಿಯನ್ನು **'ಶಿಸ್ತು'** ಎಂದು ಕರೆಯಲಾಗಿದೆ. ಅದರ ಪ್ರಕಾರ ಭೂಮಿಯನ್ನು ಅಳತೆ ಮಾಡಿಸಿ ಫಲವತ್ತತೆ ಅಥವಾ ಮಣ್ಣಿನ ಗುಣಮಟ್ಟದ ಆಧಾರದ ಮೇಲೆ ಐದು ಭಾಗಗಳಾಗಿ ವಿಭಾಗಿಸಿದನು. ಅವುಗಳು ಉತ್ತಮ, ಮಧ್ಯಮ, ಕನಿಷ್ಠ, ಅಧಮ ಮತ್ತು ಅಧಮಾಧಮ. ರಾಜ್ಯದ ಎಲ್ಲ ಭೂಮಿಯನ್ನು ನೀರಾವರಿಗೆ ಒಳಪಡಿಸಿದನು. ಉತ್ಪಾದನಾ ವೆಚ್ಚವನ್ನು ವೈಜ್ಞಾನಿಕವಾಗಿ ಲೆಕ್ಕ ಹಾಕಿ ಅದನ್ನು ಕಳೆದು ಭೂ ಕಂದಾಯವನ್ನು ನಿಗದಿ ಮಾಡಲಾಯಿತು. ಹಿಂದಿನ ಐದು ವರ್ಷಗಳ ಉತ್ಪಾದನೆಯ ಆಧಾರದ ಮೇಲೆ ಪ್ರತಿ ವರ್ಗದ ಭೂಮಿಯ ಸರಾಸರಿ ಉತ್ಪಾದನೆಯನ್ನು ಕಂಡುಕೊಂಡು ಅದರ 1/3 ಭಾಗವನ್ನು ಕಂದಾಯವಾಗಿ ನಿಗದಿಪಡಿಸಲಾಯಿತು. ಅಡಿಕೆ ಬೆಳೆಗೆ ತೆರಿಗೆ ವಿಧಿಸುವಾಗ ಅರಮನೆಗೆ ಸೇರಿದ ಅಡಿಕೆ ತೋಟಗಳ ಇಳುವರಿಯನ್ನು ಗಮನಕ್ಕೆ ತೆಗೆದುಕೊಳ್ಳಲಾಗುತ್ತಿತ್ತು. ಬಿ.ಎಲ್.ರೈಸ್ ಅವರ ಪ್ರಕಾರ 1000 ಅಡಿಕೆ ಮರಗಳಿಗೆ 7 ರಿಂದ 25 ವರಹಗಳನ್ನು ತೆರಿಗೆಯಾಗಿ ವಿಧಿಸಲಾಗುತ್ತಿತ್ತು. ಕೆಳದಿ ರಾಜ್ಯದ ಬಹುಭಾಗ ಮಲೆನಾಡು ಪ್ರದೇಶವಾಗಿದ್ದರಿಂದ ಭಾರಿ ಪ್ರಮಾಣದಲ್ಲಿ ಅಡಿಕೆ ಉತ್ಪಾದನೆಯಾಗುತ್ತಿತ್ತು. **ರೈಸ್** ಮತ್ತು **ಬುಕಾನನ್** ಶಿವಪ್ಪ ನಾಯಕನ ಶಿಸ್ತನ್ನು ಪ್ರಶಂಸಿಸಿದ್ದಾರೆ. ಈ **'ಶಿಸ್ತು'** ಎಷ್ಟು ಜನಪ್ರಿಯವಾಗಿತ್ತೆಂದರೆ ಶಿವಪ್ಪ ನಾಯಕ **'ಶಿಸ್ತಿನ ಶಿವಪ್ಪ ನಾಯಕ'** ಎಂದು ಹೆಸರಾದನು.

ಶಿವಪ್ಪ ನಾಯಕನ ಸಂಸ್ಕೃತಿಕ ಸಾಧನೆಗಳು

ಶಿವಪ್ಪ ನಾಯಕನು ಕೇವಲ ಹದಿನೈದು ವರ್ಷಗಳ ಕಾಲ ಆಳಿದರೂ ಕೂಡ ಧರ್ಮ, ವಾಸ್ತುಶಿಲ್ಪ ಮೊದಲಾದ ಕ್ಷೇತ್ರಗಳಿಗೆ ಅಪಾರ ಪ್ರೋತ್ಸಾಹ ನೀಡಿದನು. ಉದಾರ ಧಾರ್ಮಿಕ ನೀತಿ ಅನುಸರಿಸಿದ ಅವನು ಎಲ್ಲ ಧರ್ಮಗಳನ್ನು ಪ್ರೋತ್ಸಾಹಿಸಿದನು. ವೀರಶೈವ ಧರ್ಮ ರಾಜ್ಯದ ಅಧಿಕೃತ ಧರ್ಮವಾಗಿತ್ತು. ವೀರಶೈವ ಮಠಗಳು ಅಪಾರ ಸಂಖ್ಯೆಯಲ್ಲಿ ಸ್ಥಾಪನೆಯಾದವು. ಅದರಲ್ಲೂ **ಕೆಳದಿಯ ಮಹಂತಿ ಮಠ, ಆನಂದಪುರದ ಜಂಗಮ ಮಠಗಳಿಗೆ** ಅಪಾರವಾದ ಧಾನ, ದತ್ತಿಗಳನ್ನು ನೀಡಿದನು. ಈ ಮಠಗಳಲ್ಲಿ ಅಕ್ಷರ ದಾಸೋಹ ಮತ್ತು ಅನ್ನ ದಾಸೋಹಕ್ಕೆ ವ್ಯವಸ್ಥೆ ಮಾಡಲಾಗಿತ್ತು. ಕಾಶಿಯಲ್ಲಿ ಒಂದು ಮಠವನ್ನು ಸ್ಥಾಪಿಸಿದನು. ಅದೇ **ಜಂಗಮವಾಡಿ ಮಠ**. ಇಂದು ಅಸ್ತಿತ್ವದಲ್ಲಿರುವ ಈ ಮಠದಲ್ಲಿ ಶಿವಪ್ಪ ನಾಯಕನ ತೈಲ ಚಿತ್ರವಿದೆ. ಕ್ರೈಸ್ತ ಧರ್ಮಕ್ಕೂ ಅವನು ಆಶ್ರಯ ನೀಡಿದನು. ಅವನ ರಾಜ್ಯದಲ್ಲಿ 6000 ಕ್ರೈಸ್ತರಿದ್ದರೆಂದು ವಿದೇಶಿ ಪಾದ್ರಿ ಸಂತ ಮಾರಿಯಾ ಹೇಳಿದ್ದಾನೆ. ಶೃಂಗೇರಿಯ ಶಾರದಾ ಪೀಠಕ್ಕೂ ಅಪಾರ ಪ್ರೋತ್ಸಾಹ ನೀಡಿದನು. ಗೋವಾದ ಕ್ರೈಸ್ತ ಕೃಷಿಕರನ್ನು ತನ್ನ ರಾಜ್ಯಕ್ಕೆ ಅಹ್ವಾನಿಸಿ ಅವರಿಗೆ ಭೂಮಿಯನ್ನು ನೀಡಿದನು. ಅಂತೆಯೇ ಕೊಂಕಿಣಿ, ಕೋಮಟಿ ಮೊದಲಾದ ವರ್ತಕ ಸಮುದಾಯದವರಿಗೆ ಬಿದನೂರಿಗೆ ಒಂದು ನೆಲೆಸಲು ಆಹ್ವಾನಿಸಿದನು.

ವಾಸ್ತುಶಿಲ್ಪಕ್ಕೂ ಪ್ರೋತ್ಸಾಹ ನೀಡಿದ ಶಿವಪ್ಪ ನಾಯಕ ಶಿವಮೊಗ್ಗದಲ್ಲಿ **ಬೇಸಿಗೆ ಅರಮನೆ** ನಿರ್ಮಿಸಿದನು. ಇದನ್ನು ಪೂರ್ಣವಾಗಿ ತೇಗದ ಮರದಿಂದ ನಿರ್ಮಿಸಲಾಗಿದ್ದು ಸುಂದರ ಕೆತ್ತನೆಗಳಿಂದ ಕೂಡಿದೆ. ಈ ಶಿವಪ್ಪ ನಾಯಕನ ಅರಮನೆಯ ಮುಂಭಾಗದಲ್ಲಿ ವಿಶಾಲವಾದ ಹಜಾರವಿದ್ದು ಎತ್ತರವಾದ ಮರದ ಕಂಬಗಳಿವೆ. ಹಿಂಭಾಗದಲ್ಲಿ ಎರಡು ಅಂತಸ್ತುಗಳಿವೆ. ಮೇಲಿನ ಅಂತಸ್ತಿಗೆ ಹೋಗಲು ಎರಡೂ ಕಡೆ ಮರದ ಮೆಟ್ಟಿಲುಗಳಿವೆ.

ಹೀಗೆ ಶಿವಪ್ಪ ನಾಯಕನ ಕಾಲದಲ್ಲಿ ಕೆಳದಿ ರಾಜ್ಯ ಅಪಾರ ಪ್ರಗತಿ ಹೊಂದಿತು. ವ್ಯಾಪಾರ ವೃದ್ಧಿಸಿತು. ರಾಜ್ಯ ಸಂಪದ್ಭರಿತವಾಯಿತು. ಡಾ|| ಜಿ.ಎಸ್.ದೀಕ್ಷಿತ್ ಅವರ ಪ್ರಕಾರ **"ಶಿವಪ್ಪ ನಾಯಕನ ಆಡಳಿತ ಕಾಲದಲ್ಲಿ ಕೆಳದಿ ಅರಸು ಮನೆತನದ ಪ್ರಭಾವ ಮತ್ತು ವೈಭವಗಳು ಶಿಖರಪ್ರಾಯವಾಗಿದ್ದವು."**

ರಾಣಿ ಚನ್ನಮ್ಮಾಜಿ (1671–97)

ಶಿವಪ್ಪ ನಾಯಕನ ನಂತರ ಅವನ ಮಲ ಸಹೋದರ ಚಿಕ್ಕ ವೆಂಕಟಪ್ಪ (1660–62) ಹಾಗೂ ಶಿವಪ್ಪನ ಮಗ ಭದ್ರಪ್ಪ (1662–64) ಅಲ್ಪ ಕಾಲ ಆಳಿದರು. ಅನಂತರ ಭದ್ರಪ್ಪನ ಸಹೋದರ ಅಂದರೆ ಶಿವಪ್ಪನ ಮತ್ತೊಬ್ಬ ಮಗ **ಹಿರಿಯ ಸೋಮಶೇಖರ ನಾಯಕ** 1664ರಿಂದ 1671ರವರೆಗೆ ಆಳಿದನು. ಇವನ ಕಾಲದಲ್ಲಿ ಪೋರ್ಚುಗೀಸರು 1671ರಲ್ಲಿ ಇವನೊಂದಿಗೆ ಒಪ್ಪಂದ ಮಾಡಿಕೊಂಡು ಮಂಗಳೂರು, ಹೊನ್ನಾವರ ಮತ್ತು ಕುಂದಾಪುರದಲ್ಲಿ ಮತ್ತೆ ವ್ಯಾಪಾರ ಕೇಂದ್ರಗಳನ್ನು ಸ್ಥಾಪಿಸಿದರು. 1671ರಲ್ಲಿ ಈತನ ಹತ್ಯೆಯಾಯಿತು. ಅನಂತರ ಈತನ ರಾಣಿ ಚನ್ನಮ್ಮಾಜಿ ತಾನೇ ಆಡಳಿತಾಧಿಕಾರವನ್ನು ವಹಿಸಿಕೊಂಡಳು.

ರಾಣಿ ಚನ್ನಮ್ಮ 26 ವರ್ಷ ಸುದೀರ್ಘವಾಗಿ, ಯಶಸ್ವಿಯಾಗಿ ಆಳಿದಳು. ಪತಿಯ ಹತ್ಯೆಗೆ ಕಾರಣರಾದವರನ್ನು ಹಾಗೂ ತನ್ನ ವಿರುದ್ಧ ನಿಂತವರನ್ನು ಹತ್ತಿಕ್ಕಿದಳು. 1674ರಲ್ಲಿ ಮೈಸೂರಿನ ಚಿಕ್ಕದೇವರಾಜ ಒಡೆಯನ **ದಳವಾಯಿ ಕುಮಾರಯ್ಯನು** ಸೋದೆಯ ಅರಸ ಮತ್ತು ಬಲಮ್‌ನ ಪಾಳೆಗಾರನ ಜೊತೆಗೂಡಿ ಕೆಳದಿ ರಾಜ್ಯದ ಮೇಲೆ ದಾಳಿ ಮಾಡಿದನು. ಈ ಸೈನ್ಯವನ್ನು ಚನ್ನಮ್ಮಾಜಿ ಹಾಸನದ ಸಮೀಪ ನಡೆದ ಕಾಳಗದಲ್ಲಿ ಸೋಲಿಸಿದಳು ಮತ್ತು ವಸ್ತಾರೆ ಕೋಟೆಯನ್ನು ವಶಪಡಿಸಿಕೊಂಡಳು. ಬಸವಾಪಟ್ಟಣ ಮತ್ತು ಹುಲಿಕೆರೆಯನ್ನು ವಶಪಡಿಸಿಕೊಂಡಳು. ಹುಲಿಕೆರೆಯ ಹೆಸರನ್ನು **'ಚನ್ನಗಿರಿ'** ಎಂದು ಬದಲಾಯಿಸಿದಳು. ಮುಂದೆ ಮರಾಠ **ಛತ್ರಪತಿ ಸಾಂಭಾಜಿ** ಹಾಗೂ **ಗೋಲ್ಕೊಂಡ** ಸೈನ್ಯ ಜೊತೆಗೂಡಿ ಮೈಸೂರಿನ ಮೇಲೆ 1682ರಲ್ಲಿ ದಾಳಿ ಮಾಡಿದಾಗ ಕೆಳದಿಯ ಸೈನ್ಯವು ಅವರೊಂದಿಗೆ ಸೇರಿಕೊಂಡಿತು. ಆದರೆ ಈ **ತ್ರಿಕೂಟ ಸೈನ್ಯವನ್ನು ಬಾಣಾವರ** ಬಳಿ ನಡೆದ ಕದನದಲ್ಲಿ **ಚಿಕ್ಕದೇವರಾಜ** ಸೋಲಿಸಿದನು.

ರಾಣಿ ಚನ್ನಮ್ಮಾಜಿಯ ಬಹಳ ದೊಡ್ಡ ಸಾಹಸವೆಂದರೆ **ಮುಘಲ್ ಸಾಮ್ರಾಟ ಔರಂಗಜೇಬನ** ವಿರುದ್ಧ ಹೋರಾಡುತ್ತಿದ್ದ **ಮರಾಠ ಛತ್ರಪತಿ ರಾಜಾರಾಮ**ನಿಗೆ ಆಶ್ರಯ ನೀಡಿದ್ದು. ರಾಜರಾಮನನ್ನು ಸುರಕ್ಷಿತವಾಗಿ ಜಿಂಜಿಗೆ ಕಳುಹಿಸಿದಳು. ಅದರಿಂದಾಗಿ ಮುಘಲರ ದಾಳಿ ಎದುರಿಸಬೇಕಾಯಿತು. ಪರಾಕ್ರಮದಿಂದ ಹೋರಾಡಿದರೂ ಅಪರಿಮಿತ ಮುಘಲ್ ಸೈನ್ಯದ ಮುಂದೆ ಸೋತ ರಾಣಿ 18 ಲಕ್ಷ ವರಹ ಯುದ್ಧ ವೆಚ್ಚವನ್ನು ಮುಘಲರಿಗೆ ನೀಡಬೇಕಾಯಿತು ಎಂದು ಪೋರ್ಚುಗೀಸ್ ದಾಖಲೆಗಳಿಂದ ತಿಳಿದುಬಂದಿದೆ.

ರಾಣಿ ಚನ್ನಮ್ಮಾಜಿ 1697ರಲ್ಲಿ ಮರಣಹೊಂದಿದಾಗ ಆಕೆಯ ದತ್ತು ಪುತ್ರ ಹಿರಿಯ ಬಸವಪ್ಪ ನಾಯಕ (1697–1714) ಅಧಿಕಾರಕ್ಕೆ ಬಂದನು. ವಿದ್ವಾಂಸನಾಗಿದ್ದ ಅವನು **'ಶಿವತತ್ವ ರತ್ನಾಕರ'** ಎಂಬ ಸಂಸ್ಕೃತ ವಿಶ್ವಕೋಶವನ್ನು ರಚಿಸಿದನು. ಇದು ಮೂರನೇ ಸೋಮೇಶ್ವರ **'ಮಾನಸೋಲ್ಲಾಸ'** ಎಂಬ ವಿಶ್ವಕೋಶಕ್ಕಿಂತಲೂ ಆಕಾರ ಹಾಗೂ ವಿಷಯ ವ್ಯಾಪ್ತಿಯಲ್ಲಿ ಹಿರಿದಾದುದು. ಇದರಲ್ಲಿ ಹದಿಮೂರು ಸಾವಿರಕ್ಕೂ ಹೆಚ್ಚು ಶ್ಲೋಕಗಳಿವೆ. ಇದಲ್ಲದೆ ಈತ **'ಸುಭಾಷಿತ ಸುರಧ್ರುಮ'** ಎಂಬ ನೀತಿ ಗ್ರಂಥವನ್ನು ಹಾಗೂ **'ಸೂಕ್ತಿಸುಧಾಕರ'** ಎಂಬ ಕನ್ನಡ ಮತ್ತು ಸಂಸ್ಕೃತ ಎರಡೂ ಭಾಷೆ ಬಳಕೆಯಿರುವ ದ್ವಿಭಾಷಾಕೃತಿ ರಚಿಸಿದನು. ಈ ಕಾಲದಲ್ಲಿ ಕೆಳದಿ ಗಂಗಾದೇವಿ **'ಕೆಳದಿ ರಾಜ್ಯಾಭ್ಯುದಯಮ್'** ಎಂಬ ಕನ್ನಡ ಕೃತಿಯನ್ನು ರಚಿಸಿದಳು. ಆದರೆ ಇದು ಕೇವಲ ಭಾಗಶಃ ಲಭ್ಯವಾಗಿದೆ.

ಬಸವಪ್ಪ ನಾಯಕನ ನಂತರ ಅವನ ಹಿರಿಯ ಮಗ **ಇಮ್ಮಡಿ ಸೋಮಶೇಖರ ನಾಯಕ** 1714ರಿಂದ 1739ರವರೆಗೆ ಆಳಿದನು. ಇವನು 1727ರಲ್ಲಿ ಮರಾಠ ಪೇಶ್ವೆ ಒಂದನೇ ಬಾಜೀರಾಯನಿಗೆ ಸೋತು ಚೌತ್ ಮತ್ತು **ಸರ್ದೇಶ್‌ಮುಖಿ** ರೂಪದಲ್ಲಿ ಅಪಾರ ಕಾಣಿಕೆ ನೀಡಬೇಕಾಯಿತು. ಇವನ ನಂತರ ಕಿರಿಯ ಅಥವಾ **ಇಮ್ಮಡಿ ಬಸಪ್ಪ ನಾಯಕ** (1739–1754) ಅಧಿಕಾರಕ್ಕೆ ಬಂದನು. **ಮಾಯಕೊಂಡ ಕದನದಲ್ಲಿ** (1748) ಚಿತ್ರದುರ್ಗದ ಮದಕರಿ ನಾಯಕನನ್ನು ಕೊಂದವನು ಈತನೆ. ಇವನ ಕಾಲದಲ್ಲಿ ಮರಾಠರು ಸುಲಿಗೆಗಾಗಿ ಹಲವು ಭಾರಿ ಕೆಳದಿ ರಾಜ್ಯದ ಮೇಲೆ ದಾಳಿ ಮಾಡಿದರು. ಅದರಿಂದಾಗಿ ರಾಜ್ಯ ಆರ್ಥಿಕವಾಗಿ ದುರ್ಬಲವಾಯಿತು. ಇವನು ಮಹಾಪಂಡಿತನಾಗಿದ್ದನು. ಈತನ ಕಾಲವನ್ನು **"ಕೆಳದಿ ಸಾಹಿತ್ಯದ ಸುಗ್ಗಿಯ ಕಾಲ"** ಎಂದು ಸಾ.ಶಿ.ಮರುಳಯ್ಯ ವರ್ಣಿಸಿದ್ದಾರೆ. ಈ ಕಾಲದಲ್ಲಿ ಲಿಂಗಣ್ಣ ಕವಿ **"ಕೆಳದಿ ನೃಪವಿಜಯ", "ಪಾರ್ವತಿ ಪರಿಣಯ"** ಎಂಬ ಕೃತಿಗಳನ್ನು ರಚಿಸಿದನು. ವೆಂಕ ಕವಿ **'ನರಹರಿ ವಿಜಯ'** ಎಂಬ ಕೃತಿ ರಚಿಸಿದನು. ಇವನ

ಮರಣಾನಂತರ 1754ರಲ್ಲಿ ಇವನ ದತ್ತು ಪುತ್ರ **ಚನ್ನಬಸವ ನಾಯಕ** ಪಟ್ಟಕ್ಕೆ ಬಂದನು. ಆದರೆ ಆಡಳಿತ ಸೂತ್ರ ಬಸಪ್ಪ ನಾಯಕನ **ರಾಣಿ ವೀರಮ್ಮಾಜಿಯ** ಕೈಸೇರಿತು. ಈಕೆ ಚನ್ನಬಸವ ನಾಯಕನನ್ನು ಕೊಲ್ಲಿಸಿ ಚಿಕ್ಕವಯಸ್ಸಿನ ಮೂರನೇ ಸೋಮಶೇಖರನನ್ನು ದತ್ತು ಪಡೆದು ತಾನೇ ಆಡಳಿತ ಮುಂದುವರಿಸಿದಳು. ಆದರೆ ಈಕೆ ತನ್ನ ಅನೈತಿಕ ಜೀವನದಿಂದಾಗಿ ರಾಜ್ಯದ ಜನರ ವಿಶ್ವಾಸ ಕಳೆದುಕೊಂಡಳು. ಈ ಸಂದರ್ಭವನ್ನು ಹೈದರ್ ಅಲಿ ಬಳಸಿಕೊಂಡನು. 1763ರಲ್ಲಿ ಬಿದನೂರಿನ ಮೇಲೆ ದಾಳಿ ಮಾಡಿದ ಅವನು ಶರಣಾಗುವಂತೆ ವೀರಮ್ಮಾಜಿಗೆ ಸೂಚಿಸಿದನು. ಆದರೆ ಒಪ್ಪದ ಆಕೆ ಒಂದು ವರ್ಷ ರಾಜಧಾನಿಯ ರಕ್ಷಣೆಗಾಗಿ ಹೋರಾಡಿದಳು. ಕೊನೆಗೆ ದತ್ತು ಪುತ್ರ ಸೋಮಶೇಖರ ನಾಯಕನೊಂದಿಗೆ ಬಲ್ಲಾಳರಾಯನ ದುರ್ಗಕ್ಕೆ ಓಡಿ ಹೋದಳು. ಬಿದನೂರು ಸೇರಿದಂತೆ ಇಡೀ ಕೆಳದಿ ರಾಜ್ಯ ಹೈದರನ ವಶವಾಯಿತು. 1761ರಲ್ಲಿ ನಡೆದ ಮೂರನೇ ಪಾಣಿಪಟ್ ಕದನದಲ್ಲಿ ತೀವ್ರ ಸೋಲು ಅನುಭವಿಸಿದ್ದ ಮರಾಠರಿಗೆ ತಮ್ಮ ಸಾಮಂತ ರಾಜ್ಯವಾಗಿದ್ದ ಕೆಳದಿಯನ್ನು ರಕ್ಷಿಸಿಕೊಳ್ಳಲಾಗಲಿಲ್ಲ. ರಾಣಿ ಹಾಗೂ ಆಕೆಯ ದತ್ತು ಪುತ್ರನನ್ನು ಬಂಧಿಸಿ ಮಧುಗಿರಿ ಕೋಟೆಯಲ್ಲಿ ಸೆರೆಯಲ್ಲಿಡಲಾಯಿತು. 1767ರಲ್ಲಿ ಮರಾಠರು ವೀರಮ್ಮಾಜಿಯನ್ನು ರಕ್ಷಿಸಿ ಪುಣೆಯಲ್ಲಿ ತಮ್ಮ ರಕ್ಷಣೆಯಲ್ಲಿಟ್ಟುಕೊಂಡರು. ಬಿದನೂರಿನಲ್ಲಿ ಹೈದರ್‌ನಿಗೆ ಅಪಾರವಾದ ಸಂಪತ್ತು ದೊರೆಯಿತು. ಬಿದನೂರಿಗೆ **'ಹೈದರ್ ನಗರ'** ಎಂದು ನಾಮಕರಣ ಮಾಡಲಾಯಿತು. ಹೀಗೆ ಎರಡೂವರೆ ಶತಮಾನಗಳಿಗೂ ಸ್ವಲ್ಪ ಹೆಚ್ಚು ಕಾಲ ವೈಭವಯುತವಾಗಿ ಆಳಿದ ಪ್ರತಿಷ್ಠಿತ ರಾಜವಂಶವೊಂದು ಕಣ್ಮರೆಯಾಯಿತು. ಸ್ವತಂತ್ರ ಹಾಗೂ ಸಂಪದ್ಭರಿತವಾದ ಬಿದನೂರು ರಾಜ್ಯ ತನ್ನ ಅಸ್ತಿತ್ವವನ್ನು ಕಳೆದುಕೊಂಡಿತು.

ಮಾದರಿ ಪ್ರಶ್ನೆಗಳು

ಒಂದು ಅಂಕದ ಪ್ರಶ್ನೆಗಳು

1. ಕೆಳದಿ ಲಿಂಗಣ್ಣ ಕವಿ ವಿರಚಿತ ಕಾವ್ಯ ಯಾವುದು ?
2. 'ಶಿವತತ್ವ ರತ್ನಾಕರ' ಸಂಸ್ಕೃತ ವಿಶ್ವಕೋಶವನ್ನು ರಚಿಸಿದ ಕೆಳದಿ ಅರಸ ಯಾರು ?
3. ಕೆಳದಿ ಶಿವಪ್ಪ ನಾಯಕನ ಆಶ್ರಯ ಪಡೆದ ವಿಜಯನಗರದ 'ಸಾಮ್ರಾಜ್ಯವಿಲ್ಲದ ಸಾಮ್ರಾಟ' ಯಾರು ?
4. ಶಿಸ್ತು ಎಂಬ ಹೆಸರಿನ ಕಂದಾಯ ಪದ್ಧತಿಯನ್ನು ಜಾರಿಗೆ ತಂದ ಅರಸ ಯಾರು ?
5. 1763ರಲ್ಲಿ ಬಿದನೂರನ್ನು ವಶಪಡಿಸಿಕೊಳ್ಳುವ ಮೂಲಕ ಕೆಳದಿ ರಾಜ್ಯದ ಅವಸಾನಕ್ಕೆ ಕಾರಣನಾದವನು ಯಾರು?

10 ಅಂಕದ ಪ್ರಶ್ನೆಗಳು

1. ಶಿವಪ್ಪನಾಯಕನ ಸಾಧನೆಗಳನ್ನು ವಿವರಿಸಿ.

ಅಧ್ಯಾಯ – 16

ಪ್ರಾರಂಭದ ಮೈಸೂರಿನ ಒಡೆಯರು
Early Wodeyars of Mysore

ವಿಜಯನಗರ ಸಾಮ್ರಾಜ್ಯದ ಪತನಾನಂತರ ಕರ್ನಾಟಕ ಭಾಗದಲ್ಲಿ ಸ್ವತಂತ್ರ ಅಸ್ತಿತ್ವ ಪಡೆದುಕೊಂಡ ರಾಜ್ಯಗಳಲ್ಲಿ ಮೈಸೂರು ಪ್ರಮುಖವಾದುದು. 15ನೇ ಶತಮಾನದ ಪ್ರಾರಂಭದಲ್ಲಿ ಸ್ಥಾಪನೆಗೊಂಡು, 1565ರಲ್ಲಿ ತಾಳಿಕೋಟೆ ಕದನದ ಸೋಲಿನಿಂದಾಗಿ ವಿಜಯನಗರ ಶಿಥಿಲಗೊಂಡ ನಂತರ ಸ್ವತಂತ್ರ ಅಸ್ತಿತ್ವ ಪಡೆದ ಮೈಸೂರು ಮುಂದಿನ ದಿನಗಳಲ್ಲಿ ರಾಜಕೀಯವಾಗಿ ಅಪಾರ ಪ್ರಾಮುಖ್ಯತೆ ಗಳಿಸಿಕೊಂಡಿತು. ಒಟ್ಟು ಐದು ಶತಮಾನಗಳ ಕಾಲ ಅಸ್ತಿತ್ವದಲ್ಲಿದ್ದ ಈ ರಾಜ್ಯದ ಅರಸರು ಕರ್ನಾಟಕದ ಸಂಸ್ಕೃತಿಗೆ ಕೊಟ್ಟ ಕೊಡುಗೆ ಅಪಾರವಾದುದು. ಈ ಒಡೆಯರ್ ವಂಶದ ಒಟ್ಟು 25 ಅರಸರ ಪೈಕಿ **ರಾಜ ಒಡೆಯರು, ಕಂಠೀರವ ನರಸರಾಜ ಒಡೆಯರು, ಚಿಕ್ಕದೇವರಾಜ ಒಡೆಯರು, ಮೂರನೇ ಕೃಷ್ಣರಾಜ ಒಡೆಯರು, ನಾಲ್ವಡಿ ಕೃಷ್ಣರಾಜ** ಒಡೆಯರು ಅತ್ಯಂತ ಪ್ರಮುಖರಾದವರು. ಈ ವಂಶದ ಬಹುತೇಕ ಅರಸರು ಸಾಹಿತ್ಯ, ಕಲೆ, ವಾಸ್ತುಶಿಲ್ಪ, ಧರ್ಮ ಹಾಗೂ ಲಲಿತಕಲೆಗಳ ಪೋಷಕರಾಗಿದ್ದು ಕರ್ನಾಟಕದ ಇತಿಹಾಸ ಹಾಗೂ ಸಂಸ್ಕೃತಿಯನ್ನು ಶ್ರೀಮಂತಗೊಳಿಸಿದ್ದಾರೆ. ಹಲವು ಒಡೆಯರು ಸ್ವತಃ ವಿದ್ವಾಂಸರಾಗಿದ್ದು ಅಪಾರ ಸಂಖ್ಯೆಯ ಕೃತಿಗಳನ್ನು ಕನ್ನಡದಲ್ಲಿ ರಚಿಸಿದ್ದಾರೆ. ವಿಜಯನಗರ ಕಾಲದ ಶ್ರೀಮಂತ ಸಾಂಸ್ಕೃತಿಕ ಪರಂಪರೆಯನ್ನು ಪೋಷಿಸಿ ಬೆಳೆಸಿದ ಕೀರ್ತಿಯೂ ಈ ಅರಸರಿಗೆ ಸಲ್ಲುತ್ತದೆ.

ಒಡೆಯರ ಮೂಲ

ಮೈಸೂರನ್ನು ಧೀರ್ಘ ಕಾಲ ಆಳಿದ ಒಡೆಯರ್ ವಂಶದ ಮೂಲದ ಬಗ್ಗೆ ಇನ್ನೂ ಗೊಂದಲಗಳಿವೆ. ಖಚಿತ ಸಾಕ್ಷಾಧಾರಗಳು ದೊರಕದೇ ಇರುವುದೇ ಇದಕ್ಕೆ ಮುಖ್ಯ ಕಾರಣ. ಅರಮನೆಯ ಮೂಲದ ದಾಖಲೆಗಳ ಪ್ರಕಾರ ದ್ವಾರಕಾ ನಗರದ ಪುರಾಣ ಪ್ರಸಿದ್ಧವಾದ ಶ್ರೀಕೃಷ್ಣನ ಯದು ವಂಶಕ್ಕೆ ಸೇರಿದ **ಯದುರಾಯ** (ವಿಜಯ) ಮತ್ತು **ಕೃಷ್ಣರಾಯ** ಎಂಬ ಸಹೋದರರು ಒಡೆಯರ್ ವಂಶದ ಸ್ಥಾಪಕರು. ಈ ಐತಿಹ್ಯದ ಪ್ರಕಾರ ಮೈಸೂರಿನಲ್ಲಿ ಆಳುತ್ತಿದ್ದ ಚಾಮರಾಜ ಒಡೆಯ 1399ರಲ್ಲಿ ನಿಧನನಾದನು. ಆಗ ಅವನ ಪತ್ನಿ ದೇವಾಜಮ್ಮಣ್ಣಿ ಮತ್ತು ಆಕೆಯ ಮಗಳು ಚಿಕ್ಕದೇವರಸಿಯರು ಕಾರುಗಹಳ್ಳಿಯ ಪಾಳೇಗಾರ **ಮಾರನಾಯಕ**ನಿಂದ ತೊಂದರೆ ಅನುಭವಿಸಬೇಕಾಯಿತು. ಅವನು ರಾಜಕುಮಾರಿಯನ್ನು ತನಗೆ ವಿವಾಹಮಾಡಿಕೊಡಬೇಕೆಂದು ಒತ್ತಾಯಿಸುತ್ತಿದ್ದನು. ರಾಜಕುಮಾರಿಯನ್ನು ವಿವಾಹವಾಗಿ ಮೈಸೂರಿಗೆ ತಾನೇ ಅರಸನಾಗಬೇಕೆಂಬುದು ಮಾರನಾಯಕನ ಅಪೇಕ್ಷೆಯಾಗಿತ್ತು. ಈ ಸಂಕಟದ ಸಮಯದಲ್ಲಿ ಯದುರಾಯ ಮತ್ತು ಕೃಷ್ಣರಾಯರು ಮಾರನಾಯಕನನ್ನು ಕೊಂದು ರಾಣಿ ಮತ್ತು ರಾಜಕುಮಾರಿಯನ್ನು ಕಾಪಾಡಿದರು. ಇದರಿಂದ ಸಂತಸಗೊಂಡ ರಾಜಕುಮಾರಿಯು ಯದುರಾಯನನ್ನೇ ವರಿಸಿದಳು. ಹೀಗೆ ಯದುರಾಯ **'ಒಡೆಯ'** ಎಂಬ ಬಿರುದನ್ನು ಧರಿಸಿ ಮೈಸೂರಿನ ಅರಸನಾದನು. ಅವನಿಂದ ಸ್ಥಾಪಿಸಲ್ಪಟ್ಟ ವಂಶವು **ಒಡೆಯರ್ ವಂಶವೆಂದು** ಹೆಸರಾಯಿತು.

ಇದು ಜನಪ್ರಿಯ ಐತಿಹ್ಯವಾಗಿದ್ದರೂ ಇದನ್ನು ಇತಿಹಾಸಕಾರರು ಒಪ್ಪಿಲ್ಲ. ಒಡೆಯರ್ ವಂಶದ ಮೂಲ ಪುರುಷರು ಹೊಯ್ಸಳ ಅಥವಾ ಕಾಕತೀಯ ವಂಶಕ್ಕೆ ಸೇರಿದವರಾಗಿರಬಹುದೆಂದು **ಪ್ರೊ.ಎಸ್.ಕೆ. ಐಯ್ಯಂಗಾರ್** ಹೇಳಿದ್ದಾರೆ. ಒಡೆಯರು ತಮ್ಮನ್ನು ಚಂದ್ರವಂಶದವರೆಂದು ಹೇಳಿಕೊಂಡಿರುವದರಿಂದ ಅವರು ಚಂದ್ರವಂಶದವರೇ ಆಗಿದ್ದ ಹೊಯ್ಸಳ ವಂಶಕ್ಕೆ ಸೇರಿದವರಾಗಿದ್ದಿರಬಹುದೆಂದು ಊಹಿಸಲಾಗಿದೆ. ಮೈಸೂರು ಆಗ ಪ್ರತಿಷ್ಠಿತ ರಾಜಕೀಯ ಕೇಂದ್ರವೇನೂ ಆಗಿರದಿದ್ದರಿಂದ ದ್ವಾರಕಾ ನಗರದಿಂದ ಯುದುರಾಯ ಮತ್ತು ಕೃಷ್ಣರಾಯ ಇಲ್ಲಿಗೆ ಬರಲು ಯಾವ ಆಕರ್ಷಣೆಗಳೂ ಇರಲಿಲ್ಲ. ಆದ್ದರಿಂದ ಒಡೆಯರ್ ವಂಶದ ಸ್ಥಾಪಕರು ಸ್ಥಳೀಯರೇ ಹೊರತು ದೂರದ ದ್ವಾರಕೆಯಿಂದ ಬಂದವರಲ್ಲ ಎಂಬುದು ವಿದ್ವಾಂಸರ ಅಭಿಪ್ರಾಯವಾಗಿದೆ. ಆ ದಿನಗಳಲ್ಲಿ ತಮ್ಮ ವಂಶದ ಘನತೆಯನ್ನು ಹೆಚ್ಚಿಸಿಕೊಳ್ಳಲು ಪುರಾಣ ಪ್ರಸಿದ್ಧ ವಂಶಗಳೊಂದಿಗೆ ಸಂಬಂಧ ಕಲ್ಪಿಸಿಕೊಳ್ಳುವುದು ಸಾಮಾನ್ಯವಾಗಿತ್ತು. **ಯದುಗಿರಿ** ಅಥವಾ **ಯಾದವಗಿರಿ** ಎಂದು ಕರೆಯಲ್ಪಡುತ್ತಿದ್ದ

ಮೇಲುಕೋಟೆಯ ಚೆಲುವರಾಯಸ್ವಾಮಿ ಹೊಯ್ಸಳರು ಹಾಗೂ ಮೈಸೂರಿನ ಒಡೆಯರಿಗೆ ಆರಾಧ್ಯ ದೈವವಾಗಿದ್ದುದು ಒಡೆಯರ ಮೂಲ ಪುರುಷರು ಸ್ಥಳೀಯರೇ ಆಗಿದ್ದರೆಂಬುದನ್ನು ಸೂಚಿಸುತ್ತದೆ. ಅಂತೆಯೇ ತೊಂಡನೂರು ಅಥವಾ ಕೆರೆತೊಣ್ಣೂರಿಗೆ ಯಾದವಪುರ ಎಂಬ ಹೆಸರಿದ್ದಿತು. ಬಹುಶಃ ಒಡೆಯರ ವಂಶದ ಮೂಲ ಪುರುಷರು ಈ ಭಾಗದಿಂದ ಬಂದವರಾಗಿದ್ದರಿಂದ ಅವರು ಯಾದವ ಮೂಲದವರೆಂದು ಕರೆಯಲ್ಪಟ್ಟಿರಬಹುದು.

ಯದುರಾಯನ ನಂತರ ಒಂದನೇ ಚಾಮರಾಜ ಒಡೆಯ ಅಥವಾ ಬೆಟ್ಟದ ಚಾಮರಾಜ ಒಡೆಯ, ಒಂದನೇ ತಿಮ್ಮರಾಜ ಒಡೆಯ, ಎರಡನೇ ಚಾಮರಾಜ ಒಡೆಯ, ಮೂರನೇ ಚಾಮರಾಜ ಒಡೆಯ, ಎರಡನೇ ತಿಮ್ಮರಾಜ ಒಡೆಯ, ನಾಲ್ಕನೇ ಚಾಮರಾಜ ಒಡೆಯ (ಬೋಳ ಚಾಮರಾಜ) ಹಾಗೂ ಬೆಟ್ಟದ ದೇವರಾಜ ಒಡೆಯ ಆಳಿದರು. ಇವರೆಲ್ಲರೂ 1423ರಿಂದ 1578ರವರೆಗೆ ಒಂದೂವರೆ ಶತಮಾನ ಕಾಲ ಮೈಸೂರನ್ನು ಆಳಿದರು.

ರಾಜ ಒಡೆಯ (1578–1617)

1578ರಲ್ಲಿ ಅಧಿಕಾರಕ್ಕೆ ಬಂದ ರಾಜ ಒಡೆಯ ಪ್ರಾರಂಭದ ಮೈಸೂರು ಒಡೆಯರಲ್ಲಿ ಅತ್ಯಂತ ಪ್ರಮುಖನು. ಈತನ ಕಾಲದಲ್ಲಿ ಮೈಸೂರು ಒಂದು ಪ್ರಮುಖ ರಾಜಕೀಯ ಶಕ್ತಿಯಾಗಿ ಬೆಳೆಯಿತು. ಈತನು ಬೋಳ ಚಾಮರಾಜ ಒಡೆಯನ ಮಗ ಹಾಗೂ **ಒಡೆಯರ್ ಮನೆತನದ ಒಂಬತ್ತನೆಯ ದೊರೆ.**

ರಾಜ ಒಡೆಯ ಅಧಿಕಾರಕ್ಕೆ ಬರುವ ವೇಳೆಗೆ ಭಾರತದ ಹಾಗೂ ಕರ್ನಾಟಕದ ರಾಜಕೀಯ ಪರಿಸ್ಥಿತಿಗಳು ಬದಲಾಗಿದ್ದವು. 1565ರಲ್ಲಿ **ತಾಳಿಕೋಟೆ** ಕದನ ಜರುಗಿ ವಿಜಯನಗರ ಅವನತಿ ಹೊಂದಿತ್ತು. ಅರವೀಡು ವಂಶದವರು ಪೆನುಕೊಂಡೆಯನ್ನು ರಾಜಧಾನಿಯಾಗಿ ಮಾಡಿಕೊಂಡಿದ್ದರು. **ಒಂದನೇ ಶ್ರೀರಂಗ** (1573–86) ಮತ್ತು **ಎರಡನೇ ವೆಂಕಟಪತಿ** (1586–1614) ರಾಜ ಒಡೆಯನ ಸಮಕಾಲೀನ ವಿಜಯನಗರದ ಅರವೀಡು ವಂಶದ ಅರಸರಾಗಿದ್ದರು. ಶ್ರೀರಂಗಪಟ್ಟಣ ವಿಜಯನಗರದ ಪ್ರಾಂತೀಯ ರಾಜಕೀಯ ಕೇಂದ್ರವಾಗಿದ್ದು ಅಲ್ಲಿ **ತಿರುಮಲ** ರಾಜಪ್ರತಿನಿಧಿಯಾಗಿದ್ದನು. ಉತ್ತರ ಭಾರತದಲ್ಲಿ **ಅಕ್ಬರ್** (1556–1605) ಮುಘಲ್ ಸಾಮ್ರಾಟನಾಗಿದ್ದನು.

ರಾಜ ಒಡೆಯ ಅಧಿಕಾರ ವಹಿಸಿಕೊಂಡಾಗಲೂ ಮೈಸೂರು ಕೇವಲ ಒಂದು ಚಿಕ್ಕ ಪಾಳೇಪಟ್ಟಾಗಿ ಉಳಿದಿದ್ದಿತು. ಅದು ಕೇವಲ 33 ಹಳ್ಳಿಗಳನ್ನು ಹೊಂದಿತ್ತು ಮತ್ತು ಕೇವಲ 300 ಸೈನಿಕರ ಸೈನ್ಯವನ್ನು ಹೊಂದಿತ್ತು. ಅದರ ವಾರ್ಷಿಕ ಆದಾಯ 25000 ಗದ್ಯಾಣಗಳಾಗಿತ್ತು. ಅದಕ್ಕೆ ಹೋಲಿಸಿದರೆ ನೆರೆಯ ಕಳಲೆ ರಾಜ್ಯವು 47 ಗ್ರಾಮಗಳನ್ನು ಹಾಗೂ ವಾರ್ಷಿಕ 40,000 ಗದ್ಯಾಣಗಳ ವರಮಾನವನ್ನು ಹೊಂದಿತ್ತು. ಮೈಸೂರಿನ ಸುತ್ತಲೂ ಹಲವಾರು ಪ್ರಬಲ ಪಾಳೆಗಾರರಿದ್ದರು. ಅವರಾರೂ ಶ್ರೀರಂಗಪಟ್ಟಣದ ವಿಜಯನಗರದ ಪ್ರತಿನಿಧಿ ತಿರುಮಲನ ನಿಯಂತ್ರಣದಲ್ಲಿರಲಿಲ್ಲವೆಂಬುದು ತಿಳಿದುಬರುತ್ತದೆ.

ಶ್ರೀರಂಗಪಟ್ಟಣದ ಆಕ್ರಮಣ – 1610

ರಾಜ ಒಡೆಯ ಚಿಕ್ಕ ಮೈಸೂರು ಪಾಳೆಪಟ್ಟನ್ನು ಒಂದು ಬಲಿಷ್ಠ ಹಾಗೂ ಸಾಕಷ್ಟು ವಿಸ್ತಾರವಾದ ರಾಜ್ಯವಾಗಿ ಪರಿವರ್ತಿಸಿದನು. ಅವನ ಕಾಲದಲ್ಲಿ ಶ್ರೀರಂಗಪಟ್ಟಣದಲ್ಲಿ ತಿರುಮಲ ವಿಜಯನಗರದ ರಾಜಪ್ರತಿನಿಧಿಯಾಗಿದ್ದನು. ಅವನು ಅತ್ಯಂತ ದುರ್ಬಲನಾಗಿದ್ದನು. ಈ ಅವಕಾಶವನ್ನು ಬಳಸಿಕೊಂಡ ರಾಜ ಒಡೆಯ 1610ರಲ್ಲಿ ತಿರುಮಲನನ್ನು ಸೋಲಿಸಿ ಶ್ರೀರಂಗಪಟ್ಟಣವನ್ನು ವಶಪಡಿಸಿಕೊಂಡನು. ತಿರುಮಲನಿಗೆ ವಿಜಯನಗರದ ದೊರೆ ವೆಂಕಟಪತಿರಾಯ ಸಹಾಯ ನೀಡಲು ನಿರಾಕರಿಸಿದನು. ಅವರಿಬ್ಬರ ನಡುವೆ ಹಲವಾರು ಕಾರಣಗಳಿಂದ ಅಸಮಾಧಾನವಿದ್ದಿತು. ವಾಸ್ತವದಲ್ಲಿ ವೆಂಕಟಪತಿ ಶ್ರೀರಂಗಪಟ್ಟಣದಲ್ಲಿ ರಾಜ ಒಡೆಯನೇ ತನ್ನ ಪ್ರತಿನಿಧಿಯಾಗಬೇಕೆಂದು ಬಯಸಿದ್ದನು. 1612ರಲ್ಲಿ ವೆಂಕಟಪತಿಯು ಶ್ರೀರಂಗಪಟ್ಟಣವನ್ನು ಅನುವಂಶಿಕ ಸೊತ್ತಾಗಿ ನೀಡುವ ಒಂದು ತಾಮ್ರಫಲಕ ಸನ್ನದನ್ನು ಹೊರಡಿಸಿದನು. ಈ ಶಾಸನ ದೊರೆಯದಿದ್ದರೂ 5ನೇ ಚಾಮರಾಜ ಒಡೆಯನ 1622ರ ಒಂದು ಶಾಸನದಲ್ಲಿ ಈ ಬಗ್ಗೆ ಪ್ರಸ್ತಾಪಿಸಲಾಗಿದೆ. ಶ್ರೀರಂಗಪಟ್ಟಣವನ್ನು ಕಳೆದುಕೊಂಡ ತಿರುಮಲ ತಲಕಾಡು ಸಮೀಪ ಮಾಲಂಗಿಗೆ ತೆರಳಿ ಅಲ್ಲಿ ನೆಲೆಸಿದನು. ಈ ಸಂದರ್ಭದಲ್ಲೇ ರಾಜ ಒಡೆಯ ತಿರುಮಲನ ಪತ್ನಿ **ಆಲಮೇಲಮ್ಮನ** ಆಭರಣಗಳನ್ನು ಕಿತ್ತುಕೊಂಡನೆಂದು ಮತ್ತು ಆಕೆ ಒಡೆಯರಿಗೆ ಮಕ್ಕಳಾಗದಿರಲಿ ಎಂದು **ಶಾಪಕೊಟ್ಟಳೆಂಬ** ಐತಿಹ್ಯವಿದೆ.

1610ರಲ್ಲಿ ರಾಜ ಒಡೆಯ ಶ್ರೀರಂಗಪಟ್ಟಣವನ್ನು ತನ್ನ ರಾಜಧಾನಿಯಾಗಿ ಮಾಡಿಕೊಂಡನು. ವಿಜಯನಗರಕ್ಕೆ ಸೇರಿದ ರತ್ನಸಿಂಹಾಸನವು ಅವನ ವಶವಾಗಿ ಅದನ್ನೇ ರಾಜ ಒಡೆಯ ಬಳಸಲಾರಂಭಿಸಿದನು. **1610ರಲ್ಲಿ ಶ್ರೀರಂಗಟ್ಟಣದಲ್ಲಿ**

ವಿಜಯನಗರದ ಮಾದರಿಯಲ್ಲಿ **ದಸರಾ ಉತ್ಸವದ ಆಚರಣೆಯನ್ನು ಮೊದಲ ಬಾರಿಗೆ ಆರಂಭಿಸಿ ಪ್ರತಿ ವರ್ಷ ಮುಂದುವರಿಸಿಕೊಂಡು ಹೋದನು.** ಗೋವಿಂದ ವೈದ್ಯನ **'ಕಠೀರವ ನರಸರಾಜ ವಿಜಯ** 'ಕಾವ್ಯದಲ್ಲಿ ಮಹಾನವಮಿ, ವಿಜಯದಶಮಿ ಹಾಗೂ ಜಂಬೂಸವಾರಿಗಳನ್ನು ಮೂರು ಸಂಧಿಗಳಲ್ಲಿ ವರ್ಣಿಸಲಾಗಿದೆ. ಹೀಗೆ ಮೈಸೂರು ರಾಜ್ಯ ವಿಜಯನಗರದ ಸಾಂಸ್ಕೃತಿಕ ಉತ್ತರಾಧಿಕಾರಿಯಾಗುವ ನಿಟ್ಟಿನಲ್ಲಿ ಹೆಜ್ಜೆಯಿಟ್ಟಿತು. ರಾಜ ಒಡೆಯನು **ಉಮ್ಮತ್ತೂರು, ತೆರಕಣಾಂಬಿ, ಹರದನಹಳ್ಳಿ, ಮೂಗೂರು, ರಾಮಸಮುದ್ರ, ಅಕ್ಕಿ ಹೆಬ್ಬಾಳು, ಯಳಂದೂರು** (ಹದಿನಾಡು) **ಹೆಗ್ಗಡದೇವನಕೋಟೆ,** ಬನ್ನೂರು, **ಕನ್ನಂಬಾಡಿ** ಮೊದಲಾದವುಗಳನ್ನು ವಶಪಡಿಸಿಕೊಂಡು ಮೈಸೂರು ರಾಜ್ಯವನ್ನು ವಿಸ್ತರಿಸಿದನು.

ಮೈಸೂರಿನಲ್ಲಿ ವಿಲೀನಗೊಂಡ ಕಳಲೆ ರಾಜ್ಯ

ರಾಜ ಒಡೆಯ ಮೈಸೂರು ರಾಜ್ಯದ ರಕ್ಷಣೆಗೆ ಅಗತ್ಯವಾದ ಕ್ರಮಗಳನ್ನು ಕೈಗೊಂಡನು. ಉಮ್ಮತ್ತೂರಿನ ಪಾಳೆಗಾರನು ಶ್ರೀರಂಗಪಟ್ಟಣದ ವಿಷಯದಲ್ಲಿ ರಾಜ ಒಡೆಯನೊಂದಿಗೆ ಘರ್ಷಣೆಗಿಳಿದನು. ಈ ಹಿನ್ನೆಲೆಯಲ್ಲಿ ರಾಜ ಒಡೆಯ ಮೈಸೂರಿನ ರಕ್ಷಣೆಗೆ ಕಳಲೆ ಅರಸ ಮಲ್ಲರಾಜನ ನೆರವು ಪಡೆಯಲ್ಲಿ ನಿರ್ಧರಿಸಿದನು. ಅದರಂತೆ 1614ರಲ್ಲಿ ಕಳಲೆಯ ಅರಸ ಹಾಗೂ ತನ್ನ ಸೋದರಳಿಯನಾದ ಕರಿಕಾಲು ಮಲ್ಲರಾಜ ಹಾಗೂ ರಾಜ ಒಡೆಯನ ನಡುವೆ ಒಂದು ಒಪ್ಪಂದ ಏರ್ಪಟ್ಟಿತು. ಅದನ್ನು **'ಭಾಷಾಪತ್ರ'** ಎಂದು ಕರೆಯಲಾಗಿದೆ. ಅದರ ಪ್ರಕಾರ ರಾಜ ಒಡೆಯ ಮತ್ತು ಅವನ ಉತ್ತರಾಧಿಕಾರಿಗಳು ಮೈಸೂರು, ಶ್ರೀರಂಗಪಟ್ಟಣ, ಕಳಲೆ ಮತ್ತು ಭವಿಷ್ಯದಲ್ಲಿ ಆಕ್ರಮಿಸಿ ರಾಜ್ಯಕ್ಕೆ ಸೇರ್ಪಡೆಗೊಳ್ಳುವ ಪ್ರದೇಶಗಳನ್ನು ಒಳಗೊಂಡ ಸಮಸ್ತ ರಾಜ್ಯವನ್ನು ಆಳುವುದು ಹಾಗೂ ಕಳಲೆ ಮಲ್ಲರಾಜನ ವಂಶದವರು ಅನುವಂಶಿಕವಾಗಿ ಮೈಸೂರಿನ ಸರ್ವಾಧಿಕಾರಿ ಮತ್ತು ದಳವಾಯಿ (ಸೇನಾ ಮುಖ್ಯಸ್ಥ) ಹುದ್ದೆಗಳನ್ನು ಅನುಭವಿಸಿಕೊಂಡು ಬರಬೇಕು ಎಂದು ಒಡಂಬಡಿಕೆಯಾಯಿತು. **ಕರಿಕಾಲ ಮಲ್ಲರಾಜ 1614ರಲ್ಲಿ ಮೊದಲ ದಳವಾಯಿಯಾಗಿ ನಿಯುಕ್ತನಾದನು.** ಎರಡೂ ವಂಶಗಳ ನಡುವೆ ವಿವಾಹ ಸಂಬಂಧಗಳು ಮುಂದುವರಿದವು. ಈ ಭಾಷಾಪತ್ರವನ್ನು ಶ್ರೀ ಚಾಮುಂಡೇಶ್ವರಿ ಅಮ್ಮನವರ ಸನ್ನಿಧಿಯಲ್ಲಿ ಮಾಡಿಕೊಳ್ಳಲಾಯಿತು. ಕರಿಕಾಲ ಮಲ್ಲರಾಜನಿಗೆ ಕಳಲೆಯಲ್ಲಿ ಹೆಚ್ಚು ಕೆಲಸ ಕಾರ್ಯಗಳಿದ್ದುದರಿಂದ ತನ್ನ ಮೊಮ್ಮಗ ನಂದಿನಾಥನನ್ನು ಶ್ರೀರಂಗಪಟ್ಟಣಕ್ಕೆ ಕಳುಹಿಸಿದನು. ಈ ನಂದಿನಾಥನು 1616ರಲ್ಲಿ ಎರಡನೇ ದಳವಾಯಿಯಾಗಿ ನಿಯುಕ್ತನಾದನು. ಈತನು ಮೈಸೂರು ರಾಜ್ಯದ ವಿಸ್ತರಣೆಗೆ ರಾಜ ಒಡೆಯನಿಗೆ ನೆರವಾದನು.

ರಾಜ ಒಡೆಯ ಸಾಹಿತ್ಯ, ಸಂಸ್ಕೃತಿಯ ಪೋಷಕನಾಗಿದ್ದನು. ಶ್ರೀರಂಗಪಟ್ಟಣ, ಮೇಲುಕೋಟೆ ಮೊದಲಾದ ದೇವಾಲಯಗಳನ್ನು ಜೀರ್ಣೋದ್ಧಾರ ಮಾಡಿಸಿದನು. ಅವನ ಪ್ರೋತ್ಸಾಹದಿಂದ ತಿರುಮಲ ಐಯ್ಯಂಗಾರ್ **'ಕರ್ಣ ವೃತ್ತಾಂತ'** ಎಂಬ ಕೃತಿಯನ್ನು ಹಾಗೂ ಸಿಂಗಾರಯ್ಯಂಗಾರ್ **'ಶ್ರೀರಂಗ ಮಹಾತ್ಮೆ'** ಎಂಬ ಕೃತಿಯನ್ನು ರಚಿಸಿದರು. ರಾಜ ಒಡೆಯನನ್ನು **"ಮೈಸೂರು ರಾಜ್ಯದ ನಿರ್ಮಾಪಕ"** ಎಂದು ಕರೆಯಲಾಗಿದೆ. ಎಂ. ಶಾಮರಾವ್ ಅವರ ಪ್ರಕಾರ **"ಮೈಸೂರು ರಾಜವಂಶವು ಪ್ರಮುಖ ರಾಜಕೀಯ ಶಕ್ತಿ ಎಂಬುದನ್ನು ತನ್ನ ಸಮಕಾಲೀನರಿಗೆ ಮನದಟ್ಟು ಮಾಡಿದ ಮೊದಲ ಅರಸ ಈತ".** ರಾಜ ಒಡೆಯನು ಕ್ರಿ.ಶ. 1617ರ ಜೂನ್ 20 ರಂದು ಮೇಲುಕೋಟೆಯಲ್ಲಿ ನಿಧನನಾದನು.

ಚಾಮರಾಜ ಒಡೆಯ (1617–1637)

ರಾಜ ಒಡೆಯ ಮರಣಹೊಂದುವ ಮೊದಲೇ ಆತನ ಮಕ್ಕಳೆಲ್ಲ ಮರಣಿಸಿದ್ದರಿಂದ, ಅವನ ಮೊಮ್ಮಗ ಅಂದರೆ ರಾಜ ಒಡೆಯನ ಎರಡನೇ ಮಗ ನರಸರಾಜನ ಮಗ **5ನೇ ಚಾಮರಾಜ ಒಡೆಯ** ಪಟ್ಟಕ್ಕೆ ಬಂದನು. ಈತ ಮೈಸೂರು ರಾಜ್ಯದ ವಿಸ್ತರಣೆಯನ್ನು ಮುಂದುವರಿಸಿ ಚನ್ನಪಟ್ಟಣ ಪ್ರದೇಶವನ್ನು ಪೂರ್ಣವಾಗಿ ವಶಪಡಿಸಿಕೊಂಡನು. ಕೆಳದಿ ಅರಸರ ಸಹಾಯ ಪಡೆದುಕೊಂಡಿದ್ದ ಪಿರಿಯಾಪಟ್ಟಣದ ನಂಜುಂಡ ಅರಸನನ್ನು ಸೋಲಿಸಿ ಅವನು ತನ್ನ ಅಧಿಕಾರವನ್ನು ಒಪ್ಪಿಕೊಳ್ಳುವಂತೆ ಮಾಡಿದನು. ಮೈಸೂರಿಗೆ ವಾರ್ಷಿಕ 3,000 ವರಾಹಗಳನ್ನು ಕಾಣಿಕೆಯಾಗಿ ನೀಡಲು ನಂಜುಂಡ ಅರಸ ಒಪ್ಪಿಕೊಂಡನು. ಅನಂತರ ಬೇಲೂರಿನ ಮೇಲೆ ದಾಳಿ ಮಾಡಿ ಅಲ್ಲಿನ ರಾಜ ವೆಂಕಟಾದ್ರಿ ನಾಯಕನನ್ನು ಸೋಲಿಸಿ ಅವನಿಂದ ಚನ್ನರಾಯಪಟ್ಟಣವನ್ನು ವಶಪಡಿಸಿಕೊಂಡನು. ನಾಗಮಂಗಲವೂ ಅವನ ವಶವಾಯಿತು. ಮೈಸೂರಿನ ಸೈನ್ಯ ಪಡೆಯನ್ನು ಮತ್ತಷ್ಟು ಬಲಪಡಿಸಿದ ಚಾಮರಾಜ ಶ್ರೀರಂಗಪಟ್ಟಣದಲ್ಲಿ ಒಂದು ಆಯುಧಾಗಾರವನ್ನು ಸ್ಥಾಪಿಸಿದನು.

ಸ್ವತಃ ವಿದ್ವಾಂಸನಾಗಿದ್ದ ಚಾಮರಾಜನು **'ಚಾಮರಾಜೋಕ್ತಿವಿಲಾಸ'** ಎಂಬ ಗ್ರಂಥವನ್ನು ರಚಿಸಿದನು. ಇದು ವಾಲ್ಮೀಕಿ ರಾಮಾಯಣದ ಕನ್ನಡ ರೂಪವಾಗಿದೆ.

ಕಂಠೀರವ ನರಸರಾಜ ಒಡೆಯ (1638–1659)

ಚಾಮರಾಜ ಒಡೆಯನ ನಂತರ ಅವನ ಚಿಕ್ಕಪ್ಪ **ಇಮ್ಮಡಿ ರಾಜ ಒಡೆಯನಿಗೆ** ಪಟ್ಟವಾಯಿತು. ಆದರೆ ಆತನನ್ನು ದಳವಾಯಿ ವಿಕ್ರಮರಾಯ ಕೊಲ್ಲಿಸಿದನು. ಅನಂತರ ಬೆಟ್ಟದ ಚಾಮರಾಜ ಒಡೆಯ (ರಾಜ ಒಡೆಯನ ತಮ್ಮ)ನ ಮಗ **ಕಂಠೀರವ ನರಸರಾಜ ಒಡೆಯ** ಅಧಿಕಾರಕ್ಕೆ ಬಂದನು. **ಈತನು ಒಡೆಯರ್ ವಂಶದ ಹನ್ನೆರಡನೆಯ ದೊರೆ.**

ಅಸಾಮಾನ್ಯ ಸಾಹಸಿಯೂ, ಯುದ್ಧಕಲೆಯಲ್ಲಿ ಪರಿಣತನೂ, ರಾಜಕೀಯ ಮುತ್ಸದ್ದಿಯೂ ಆಗಿದ್ದ ಈತನಿಗೆ **'ರಣಧೀರ'** ಎಂಬ ಬಿರುದಿತ್ತು. ಮಲ್ಲಯುದ್ಧದಲ್ಲಿ ನಿಪುಣನಾಗಿದ್ದ ಈತನು ಮಾರುವೇಶದಲ್ಲಿ ತಿರುಚನಾಪಳ್ಳಿಗೆ ತೆರಳಿ ಅಲ್ಲಿ ಒಬ್ಬ ಪ್ರಸಿದ್ಧ ಜಟ್ಟಿಯನ್ನು ಸೋಲಿಸಿದನು. ಅಧಿಕಾರ ವಹಿಸಿಕೊಂಡ ತಕ್ಷಣ ದಳವಾಯಿ ವಿಕ್ರಮರಾಯನನ್ನು ಕೊಲ್ಲಿಸಿ ಅವನ ಸ್ಥಾನದಲ್ಲಿ ತಿಮ್ಮರಾಜನನ್ನು ದಳವಾಯಿಯಾಗಿ ನೇಮಿಸಿದನು.

ಕಂಠೀರವ ನರಸರಾಜನ ಕಾಲದಲ್ಲಿ **ಮೂರನೇ ವೆಂಕಟ** (1635–1642) ಹಾಗೂ **ಮೂರನೇ ಶ್ರೀರಂಗ** (1642–1658) **ವಿಜಯನಗರ ಅರಸರಾಗಿದ್ದರು. ಮುಹಮ್ಮದ್ ಆದಿಲ್ ಷಾ ಬಿಜಾಪುರದ ಸುಲ್ತಾನನಾಗಿದ್ದನು.** ಇಕ್ಕೇರಿಯ **ವೀರಭದ್ರ ನಾಯಕ** ಮತ್ತು **ಶಿವಪ್ಪ ನಾಯಕ,** ಮಾಗಡಿಯ **ಇಮ್ಮಡಿ ಕೆಂಪೇಗೌಡ** ಹಾಗೂ ಮಧುರೆಯ ತಿರುಮಲ ನಾಯಕ ಕಂಠೀರವನ ಸಮಕಾಲೀನರಾಗಿದ್ದರು.

ಕಂಠೀರವ ನರಸರಾಜ ಅಧಿಕಾರ ವಹಿಸಿಕೊಂಡ ಕೇವಲ ಎರಡು ತಿಂಗಳ ನಂತರ ಶ್ರೀರಂಗಪಟ್ಟಣದ ಮೇಲೆ ಬಿಜಾಪುರದ ಸೇನಾನಿ **ರಣದುಲ್ಲಾಖಾನ್ ದಾಳಿ** ಮಾಡಿದನು. ಬೆಂಗಳೂರನ್ನು ವಶಪಡಿಸಿಕೊಂಡು, ಕೆಂಪೇಗೌಡನನ್ನು ಮಾಗಡಿಗೆ ಕಳುಹಿಸಿದ ನಂತರ ಶ್ರೀರಂಗಪಟ್ಟಣದ ಮೇಲೆ ದಾಳಿ ಮಾಡಿದನು. 1638ರ ಡಿಸೆಂಬರ್‌ನಲ್ಲಿ ಉಗ್ರಕಾಳಗ ನಡೆಯಿತು. ಕಂಠೀರವ ಬಿಜಾಪುರದ ಸೈನ್ಯವನ್ನು ಸೋಲಿಸಿ ಹಿಮ್ಮೆಟ್ಟಿಸಿದನು. ಅನಂತರ 1642ರವರೆಗೂ ಬಿಜಾಪುರಿಗಳು ಮೈಸೂರಿನ ಮೇಲೆ ಪದೇಪದೇ ದಾಳಿ ಮಾಡಿದರೂ ಕೂಡ ಮೈಸೂರನ್ನು ಗೆಲ್ಲಲಾಗಲಿಲ್ಲ.

ಕಂಠೀರವ ಬಿಜಾಪುರಿಗಳೊಂದಿಗೆ ಹೋರಾಡುತ್ತಿದ್ದ ಕಾಲದಲ್ಲಿ ಮೈಸೂರು ರಾಜ್ಯದಲ್ಲಿ ಹಲವು ಬಂಡಾಯಗಳು ಸಂಭವಿಸಿದವು. ಈ ಬಂಡಾಯಗಳಿಗೆ ಮಧುರೆಯ ನಾಯಕ ಹಾಗೂ ಬಿಜಾಪುರಿಗಳ ಚಿತಾವಣೆ ಕಾರಣವಾಗಿತ್ತು. ಕಂಠೀರವ ಮಧುರೆಯ ನಾಯಕನನ್ನು ಸೋಲಿಸಿ ಅವನಿಂದ ನಲ್ಲೂರು, ಚೆಂಗಪ್ವಾಡಿ ಮೊದಲಾದ ಕೋಟೆಗಳನ್ನು ವಶಪಡಿಸಿಕೊಂಡನು. ಹೊಳೆನರಸೀಪುರದ ನಾಯಕನ ದಂಗೆಯನ್ನು ಹತ್ತಿಕ್ಕಲಾಯಿತು. ಬಿಜಾಪುರ ಸುಲ್ತಾನನ ಚಿತಾವಣೆಯಿಂದ ದಂಗೆ ಎದ್ದ ಪಿರಿಯಾಪಟ್ಟಣದ ನಂಜುಂಡ ಅರಸನನ್ನು 1646ರಲ್ಲಿ **ಸೋಲಿಸಿ ಪಿರಿಯಾಪಟ್ಟಣ ಕೋಟೆಯನ್ನು ಕಂಠೀರವ ವಶಪಡಿಸಿಕೊಂಡನು**. ನಂಜುಂಡ ಅರಸು ಹತನಾದನು.

ಆಂತರಿಕ ಸಮಸ್ಯೆಗಳನ್ನು ನಿವಾರಿಸಿಕೊಂಡ ನಂತರ ಮತ್ತೆ ಕಂಠೀರವ ಬಿಜಾಪುರಿಗಳತ್ತ ಗಮನ ಹರಿಸಿದನು. ಬಿಜಾಪುರಿ ದಳಪತಿ ಮುಸ್ತಾಫಾ ಖಾನ್ ನೇತೃತ್ವದ ಬೃಹತ್ ಸೈನ್ಯವನ್ನು ಕಂಠೀರವ 1647ರಲ್ಲಿ **ತುರುವೇಕೆರೆ ಸಮೀಪ ನಡೆದ ಕಾಳಗದಲ್ಲಿ ಸೋಲಿಸಿದನು**. ಕಂಠೀರವನ ಈ ವಿಜಯವನ್ನು ಈ ಸಮಯದಲ್ಲಿ ಶ್ರೀರಂಗಪಟ್ಟಣಕ್ಕೆ ಭೇಟಿ ನೀಡಿದ್ದ ಇಟಲಿಯ ಕ್ರೈಸ್ತ ಧರ್ಮಪ್ರಚಾರಕ **ಸಿನ್ನಾಮಿ** ದೃಢಪಡಿಸಿದ್ದಾನೆ. ಗೋವಿಂದ ವೈದ್ಯನು ತನ್ನ **'ಕಂಠೀರವ ನರಸರಾಜ ವಿಜಯ'** ದಲ್ಲಿ ಈ ವಿಜಯದ ಬಗ್ಗೆ ಪ್ರಸ್ತಾಪಿಸಿದ್ದಾನೆ. ವಿಜಯನಗರದ ಅರಸ ಮೂರನೇ ಶ್ರೀರಂಗನೇ ಬಿಜಾಪುರಿಗಳಿಂದ ಹಾಗೂ ಗೋಲ್ಕೊಂಡ ಸುಲ್ತಾನನಿಂದ ತೀವ್ರ ಪರಾಜಯ ಅನುಭವಿಸಿ ದಕ್ಷಿಣದ ಅಪಾರ ಭೂ ಪ್ರದೇಶವನ್ನು ಕಳೆದುಕೊಂಡಾಗ (1647) ಕಂಠೀರವ ಬಿಜಾಪುರಿಗಳನ್ನು ಸೋಲಿಸಿ ತನ್ನ ರಾಜ್ಯವನ್ನು ಕಾಪಾಡಿಕೊಂಡಿದ್ದು ಗಮನಾರ್ಹ ಸಾಧನೆಯೇ ಸರಿ. ಕೊನೆಗೆ ಚಂದ್ರಗಿರಿಯಿಂದಲೂ ಹೊರದೂಡಲ್ಪಟ್ಟ ಶ್ರೀರಂಗ ತನ್ನ ಇಡೀ ರಾಜ್ಯವನ್ನೇ ಕಳೆದುಕೊಂಡು ಕೆಲಕಾಲ ಕಂಠೀರವನ ಆಶ್ರಯವನ್ನು, ಅನಂತರ ಕೆಳದಿಯ ಶಿವಪ್ಪನಾಯಕನ ಆಶ್ರಯವನ್ನು ಪಡೆಯಬೇಕಾಯಿತು. ಅವನು **'ಸಾಮ್ರಾಜ್ಯವಿಲ್ಲದ ಸಾಮ್ರಾಟ'**ನಾದನು. **ಶಿವಪ್ಪನಾಯಕ ಶ್ರೀರಂಗನಿಗೆ ಬೇಲೂರಿನಲ್ಲಿ ಆಶ್ರಯ ಕಲ್ಪಿಸಿದನು.**

ಕಂಠೀರವ ಮೈಸೂರು ರಾಜ್ಯವನ್ನು ಬಲಪಡಿಸಿದನು ಹಾಗೂ ವಿಸ್ತರಿಸಿದನು. ಅವನ ರಾಜ್ಯ ದಕ್ಷಿಣದಲ್ಲಿ ಸತ್ಯಮಂಗಲ ಹಾಗೂ ದಣ್ಣಾಯಕನ ಕೋಟೆ, ಪಶ್ಚಿಮದಲ್ಲಿ ಬೆಟ್ಟದಪುರ ಮತ್ತು ಅರಕಲಗೂಡು ಮತ್ತು **ಉತ್ತರದಲ್ಲಿ ಹೊಸೂರಿನವರೆಗೆ** ವಿಸ್ತರಿಸಿತ್ತು. ಮಾಗಡಿಯ ಇಮ್ಮಡಿ ಕೆಂಪೇಗೌಡ ಕಂಠೀರವನಿಗೆ ಕಪ್ಪ ಕೊಡಬೇಕಾಯಿತು. ಅವನ ಕಾಲದಲ್ಲಿ ಮೈಸೂರು **ಸ್ವತಂತ್ರ ರಾಜ್ಯವಾಯಿತು.** ಶ್ರೀರಂಗಪಟ್ಟಣದಲ್ಲಿ ಟಂಕಸಾಲೆಯನ್ನು ಸ್ಥಾಪಿಸಿದ ಅವನು **'ಕಂಠೀರಾಯ ವರಾಹ'** ಎಂಬ

ಚಿನ್ನದ ನಾಣ್ಯಗಳನ್ನು 1645ರಲ್ಲಿ ಟಂಕಿಸಿ ಚಲಾವಣೆಗೆ ತಂದನು. **'ಆನೆ ಕಾಸು'** ಎಂಬ ತಾಮ್ರದ ನಾಣ್ಯಗಳನ್ನು ಟಂಕಿಸಿದನು. ಇವನ ಕಾಲದಲ್ಲಿ **ಬಂಗಾರದೊಡ್ಡಿ** ಎಂಬ ನಾಲೆಯನ್ನು ಕಾವೇರಿ ನದಿಯ ಮೇಲೆ ನಿರ್ಮಿಸಲಾಯಿತು. ಹಲವಾರು ಸಾಹಿತಿಗಳಿಗೆ ಕಂಠೀರವ ಆಶ್ರಯ ನೀಡಿದ್ದನು. ಅವನ ಆಸ್ಥಾನ ಕವಿಯಾಗಿದ್ದ ಗೋವಿಂದ ವೈದ್ಯ **'ಕಂಠೀರವ ನರಸರಾಜ ವಿಜಯ'** ಎಂಬ ಮಹತ್ವದ ಗ್ರಂಥವನ್ನು ರಚಿಸಿದನು. ಭಾಸ್ಕರನು **'ಬೇಹಾರ ಗಣಿತ'** ವನ್ನು ಹಾಗೂ ತಿಮ್ಮರಸನು **'ಮಾರ್ಕಂಡೇಯ ರಾಮಾಯಣ'** ವನ್ನು ರಚಿಸಿದನು. ಕಂಠೀರವನ ಕಾಲದಲ್ಲಿ ನವರಾತ್ರಿ ಅಥವಾ ದಸರಾ ಉತ್ಸವ ಮತ್ತಷ್ಟು ಮೆರುಗು ಪಡೆಯಿತು. ಕಂಠೀರವನು ತನ್ನ ನಲವತ್ತೈದನೇ ವಯಸ್ಸಿನಲ್ಲಿ 1659ರಲ್ಲಿ ನಿಧನನಾದನು. ಶ್ರೀರಂಗಪಟ್ಟಣದ ನರಸಿಂಹ ದೇವಾಲಯ ಇವನ ಕಾಲದಲ್ಲಿ ನಿರ್ಮಾಣವಾಯಿತು. ವೈಷ್ಣವಧರ್ಮ ಜನಪ್ರಿಯವಾಗಿತ್ತು. ಆದರೂ ಎಲ್ಲ ಧರ್ಮಗಳಿಗೂ ಪ್ರೋತ್ಸಾಹ ದೊರೆಯಿತು.

ದೊಡ್ಡದೇವರಾಜ ಒಡೆಯ (1659–1673)

ಕಂಠೀರವ ನರಸರಾಜನ ಮರಣಾನಂತರ ದೊಡ್ಡದೇವರಾಜ ಒಡೆಯನಿಗೆ ಪಟ್ಟವಾಯಿತು. ಈತನು ಅಧಿಕಾರ ವಹಿಸಿಕೊಂಡ ತಕ್ಷಣ ಅಂದರೆ 1659ರಲ್ಲಿ **ಕೆಳದಿಯ ಶಿವಪ್ಪನಾಯಕ** ಶ್ರೀರಂಗಪಟ್ಟಣದ ಮೇಲೆ ದಾಳಿ ಮಾಡಿದನು. ಆದರೆ ದೇವರಾಜ ಒಡೆಯ ಶಿವಪ್ಪನಾಯಕನ ದಾಳಿಯನ್ನು ವಿಫಲಗೊಳಿಸಿದನು. ಸೋತು ಹಿಂದಿರುಗುತ್ತಿದ್ದ ಕೆಳದಿ ಸೈನ್ಯವನ್ನು ಬೆನ್ನಟ್ಟಿ ಅವರಿಂದ ಚಿಕ್ಕನಾಯಕನಹಳ್ಳಿ ಕೋಟೆಯನ್ನು ವಶಪಡಿಸಿಕೊಂಡನು. ಇವುಗಳನ್ನು ವಿಜಯನಗರದ ಮಾಜಿ ದೊರೆ ಶ್ರೀರಂಗನಿಂದ ಕಸಿದುಕೊಂಡನು. ಈ ವಿಜಯಗಳ ಫಲವಾಗಿ ಶ್ರೀರಂಗನು ಮಧುರೆಯ ನಾಯಕನ ಆಶ್ರಯಕ್ಕೆ ತೆರಳಬೇಕಾಯಿತು. ಹೀಗೆ ದೊಡ್ಡದೇವರಾಜನು ಪಳೆಯುಳಿಕೆಯಂತಿದ್ದ ವಿಜಯನಗರ ಅರವೀಡು ರಾಜವಂಶವನ್ನು ಕೊನೆಗೊಳಿಸಿದನು.

ದೊಡ್ಡದೇವರಾಜನು **ಮಧುರೆಯ ಚೊಕ್ಕನಾಥ ನಾಯಕನನ್ನು** 1667ರಲ್ಲಿ ನಡೆದ **ಈರೋಡು ಕದನದಲ್ಲಿ** ಸೋಲಿಸಿದನು. ತನ್ನ ಆಶ್ರಯಕ್ಕೆ ಬಂದಿದ್ದ ಶ್ರೀರಂಗನ ಪರವಾಗಿ ಮಧುರೆಯ ನಾಯಕನು ಇತರ ನಾಯಕರೊಂದಿಗೆ ಸೇರಿ ಮೈಸೂರಿನ ಮೇಲೆ ದಾಳಿ ಮಾಡಿದ್ದನು. ಮಧುರೆಯ ನಾಯಕನಿಂದ ಈರೋಡು ಮತ್ತು ಧರ್ಮಪುರಿಗಳನ್ನು ದೇವರಾಜ ಕಸಿದುಕೊಂಡನು. ಈ ಕಾರ್ಯದಲ್ಲಿ ದೇವರಾಜನಿಗೆ ನೆರವಾದವನು ದಳವಾಯಿ ಕುಮಾರಯ್ಯ. ತಿರುಚನಾಪಳ್ಳಿಯವರೆಗೂ ಮುನ್ನುಗ್ಗಿದ ಕುಮಾರಯ್ಯ ಚೊಕ್ಕನಾಥನಿಂದ ಅಪಾರ ಕಾಣಿಕೆ ಪಡೆದು ಹಿಂದಿರುಗಿದನು. ಅಂತೆಯೇ ಮಾಗಡಿಯ ಮುಮ್ಮಡಿ ಕೆಂಪೇಗೌಡನಿಂದ ಕುಣಿಗಲ್, ಹುಲಿಯೂರು ದುರ್ಗಾ ಮೊದಲಾದವನ್ನು ಗೆದ್ದುಕೊಂಡನು. ಈ ವಿಜಯಗಳಿಂದ ಸಂತೃಪ್ತನಾದ ದೊಡ್ಡದೇವರಾಜ ತನ್ನ ದಳವಾಯಿ ಕುಮಾರಯ್ಯನಿಗೆ **"ಅರಿರಾಜಹರಣ ಶಾರ್ದೂಲ"** ಎಂಬ ಬಿರುದು ನೀಡಿ ಗೌರವಿಸಿದರು. **1663ರಲ್ಲಿ ಹೊಳೆನರಸೀಪುರದ ನರಸಿಂಹನಾಯಕನನ್ನು ಸೋಲಿಸಿ ಹೊಳೆನರಸೀಪುರವನ್ನು ಮೈಸೂರು ರಾಜ್ಯಕ್ಕೆ ಸೇರಿಸಿಕೊಳ್ಳಲಾಯಿತು.**

ದೊಡ್ಡದೇವರಾಜ ಒಡೆಯನು ವಾಸ್ತುಶಿಲ್ಪ ಹಾಗೂ ಸಾಹಿತ್ಯದ ಪೋಷಕನೂ ಆಗಿದ್ದನು. **ಮೈಸೂರಿನ ಚಾಮುಂಡಿಬೆಟ್ಟಕ್ಕೆ ಮೆಟ್ಟಿಲುಗಳನ್ನು ಮಾಡಿಸಿದ್ದಲ್ಲದೆ ಬೆಟ್ಟದ ಮಧ್ಯಭಾಗದಲ್ಲಿ ಬೃಹತ್ ನಂದಿಯ ವಿಗ್ರಹವನ್ನು ಪ್ರತಿಷ್ಠಾಪಿಸಿದನು.** ಇವನ ಆಸ್ಥಾನ ವಿದ್ವಾಂಸನಾಗಿದ್ದ ಕವಿ ಚಾಮಯ್ಯ **'ದೊಡ್ಡದೇವರಾಯ ಸಾಂಗತ್ಯ'** ಎಂಬ ಗ್ರಂಥವನ್ನು ರಚಿಸಿದನು. ದೊಡ್ಡದೇವರಾಜ ರಾಜ್ಯ ಪ್ರವಾಸದಲ್ಲಿದ್ದಾಗ ಚಿಕ್ಕನಾಯಕನಹಳ್ಳಿಯಲ್ಲಿ ನಿಧನನಾದನು. ಈ ಕಾಲದಲ್ಲಿ ವ್ಯಾಪಾರ ಸಂಬಂಧದ ಚರ್ಚೆಗಾಗಿ **ಫ್ರೆಂಚ್ ಪ್ರತಿನಿಧಿ ಫ್ಲೇಕನ್** 1671ರಲ್ಲಿ ಮೈಸೂರಿಗೆ ಬಂದಿದ್ದನು. ಅದರೊಂದಿಗೆ ಪಾಶ್ಚಾತ್ಯರೊಂದಿಗೆ ಮೈಸೂರಿನ ಸಂಪರ್ಕ ಆರಂಭವಾಯಿತು.

ಚಿಕ್ಕದೇವರಾಜ ಒಡೆಯ (1673–1704)

ಚಿಕ್ಕದೇವರಾಜ ಒಡೆಯ ಮೈಸೂರಿನ ಅರಸು ಮನೆತನದ ಅತ್ಯಂತ ಶ್ರೇಷ್ಠ ಅರಸ. ಬಿಜಾಪುರ, ಮಧುರೆ, ಇಕ್ಕೇರಿ, ಮರಾಠರು ಮೊದಲಾದವರನ್ನು ಸೋಲಿಸಿ ಮೈಸೂರು ರಾಜ್ಯದ ಕೀರ್ತಿಯನ್ನು ಉತ್ತುಂಗಕ್ಕೇರಿಸಿದ್ದಲ್ಲದೆ ಮುಘಲ್ ಸಾಮ್ರಾಟ ಔರಂಗಜೇಬನೊಂದಿಗೆ ರಾಜತಾಂತ್ರಿಕ ಸಂಬಂಧ ಸ್ಥಾಪಿಸಿಕೊಂಡು ರಾಷ್ಟ್ರಮಟ್ಟದಲ್ಲಿ ಮೈಸೂರಿನ ಘನತೆಯನ್ನು ಮೆರೆಸಿದ ಚಿಕ್ಕದೇವರಾಜ ಮೈಸೂರಿನ ಚರಿತ್ರೆಯಲ್ಲಿ ಅತ್ಯಂತ ಮಹತ್ವದ ಸ್ಥಾನ ಪಡೆದುಕೊಂಡಿದ್ದಾನೆ. ಅವನ ಕಾಲದಲ್ಲಿ ಆಡಳಿತ ಹಾಗೂ ಸಾಂಸ್ಕೃತಿಕ ಕ್ಷೇತ್ರಗಳಲ್ಲಿ ಅಪಾರವಾದ ಪ್ರಗತಿಯಾಯಿತು. **ಈತನು ಒಡೆಯರ್ ಸಂತತಿಯ ಹದಿನಾಲ್ಕನೇ ದೊರೆ.**

ಚಿಕ್ಕದೇವರಾಜ ಅಧಿಕಾರಕ್ಕೆ ಬರುವ ವೇಳೆಗೆ ಕೆಲವು ಮಹತ್ವದ ರಾಜಕೀಯ ಬದಲಾವಣೆಗಳಾಗಿದ್ದವು. ವಿಜಯನಗರ ಸಾಮ್ರಾಜ್ಯವು ತನ್ನ ನೆಪಮಾತ್ರದ ಅಸ್ತಿತ್ವವನ್ನು ಕಳೆದುಕೊಂಡಿತ್ತು. ಬಿಜಾಪುರದ ಸುಲ್ತಾನರು ತಮ್ಮ ಅಧಿಕಾರವನ್ನು ಉಳಿಸಿಕೊಳ್ಳಲು

ಮುಘಲರೊಂದಿಗೆ ತೀವ್ರ ಹೋರಾಟದಲ್ಲಿ ತೊಡಗಿದ್ದರು. 1686ರಲ್ಲಿ ಬಿಜಾಪುರ ರಾಜ್ಯವು ಮುಘಲರ ವಶವಾಯಿತು. ಮುಘಲ್ ಸಾಮ್ರಾಟ ಔರಂಗಜೇಬ್ ಮರಾಠರ ವಿರುದ್ಧ ಹೋರಾಟವನ್ನು ತೀವ್ರಗೊಳಿಸಿದ್ದನು. ಆದಾಗ್ಯೂ ಮೈಸೂರು ಮರಾಠರ ದಾಳಿಗಳನ್ನು ಎದುರಿಸಬೇಕಾಯಿತು. ಇಂತಹ ಕಾಲಘಟ್ಟದಲ್ಲಿ ಮೈಸೂರಿನ ಅರಸನಾದ ಚಿಕ್ಕದೇವರಾಜನು ಮೈಸೂರು ರಾಜ್ಯವನ್ನು ಎಲ್ಲ ದಿಕ್ಕುಗಳಲ್ಲೂ ವಿಸ್ತರಿಸಿ ಅದನ್ನು ಒಂದು ಬಲಿಷ್ಠ ರಾಜಕೀಯ ಶಕ್ತಿಯನ್ನಾಗಿ ಪರಿವರ್ತಿಸಿದನು. ಈ ಎಲ್ಲ ಕಾರಣಗಳಿಂದಾಗಿ ಚಿಕ್ಕ ದೇವರಾಜನ ಆಡಳಿತ ಕಾಲ ಮೈಸೂರಿನ ಚರಿತ್ರೆಯಲ್ಲಿ ಅತ್ಯಂತ ಸ್ಮರಣೀಯವಾದುದು.

ಚಿಕ್ಕದೇವರಾಜನು 1659 ರಿಂದ 1673ರವರೆಗೆ ಆಳಿದ ದೇವರಾಜ ಒಡೆಯನ ಕಿರಿಯ ಸಹೋದರನ ಪುತ್ರ, ಚಿಕ್ಕದೇವರಾಜನ ತಂದೆಯನ್ನು ದೊಡ್ಡದೇವರಾಜ ಎಂದೇ ಕರೆಯಲಾಗಿದೆ. ದೇವರಾಜ ಒಡೆಯನಿಗೆ ಮಕ್ಕಳಿರಲಿಲ್ಲವಾದ್ದರಿಂದ ಅವನ ಸೋದರನ ಪುತ್ರ ಚಿಕ್ಕದೇವರಾಜನಿಗೆ 1673ರಲ್ಲಿ ಪಟ್ಟವಾಯಿತು. ದೊಡ್ಡಪ್ಪ ದೇವರಾಜ ಒಡೆಯನ (1659–1673) ಕಾಲದಲ್ಲೇ ಯುವರಾಜನಾಗಿ ನಿಯೋಜಿತನಾಗಿದ್ದರಿಂದ ಆಡಳಿತಾನುಭವ ಪಡೆದುಕೊಳ್ಳಲು ಅವಕಾಶ ದೊರೆತಿತ್ತು. ಹಲವು ಯುದ್ಧಗಳಲ್ಲೂ ಪಾಲ್ಗೊಂಡಿದ್ದನು. ಹೀಗಾಗಿ ಅವನು ಸಮರ್ಥ ಯೋಧನೂ, ಉತ್ತಮ ಆಡಳಿತಗಾರನು ಹಾಗೂ ಶ್ರೇಷ್ಠ ವಿದ್ವಾಂಸನೂ ಆಗಿದ್ದನು.

ಮಧುರೆಯ ಪಾಂಡ್ಯರೊಂದಿಗೆ ಘರ್ಷಣೆ : ಚಿಕ್ಕದೇವರಾಜ ಅಧಿಕಾರ ವಹಿಸಿಕೊಂಡ ಆರಂಭದಲ್ಲೇ ಪೂರ್ವ ದಿಕ್ಕಿನಲ್ಲಿ ರಾಜ್ಯ ವಿಸ್ತರಣೆ ಆರಂಭಿಸಿದನು. ಮಧುರೆಯ ಪಾಂಡ್ಯ ದೊರೆ ಚೊಕ್ಕನಾಥ ನಾಯಕನನ್ನು ಸೋಲಿಸಿ ಅವನಿಂದ ಪರಾಮಾತ್ರಿಪುರ, ಮಳಲಿ, ಶಾಲ್ಯ (ಸೇಲಂ) ಸಾದಮಂಗಲಂ, ಅನಂತಗಿರಿ, ತೊರೆನಾಡು, ಅರಿಯಲೂರು ಮೊದಲಾದವನ್ನು ವಶಪಡಿಸಿಕೊಂಡನು. ಈ ಭಾಗದಲ್ಲಿ ತಿರುಚಿನಾಪಳ್ಳಿಯವರೆಗೂ ತನ್ನ ರಾಜ್ಯವನ್ನು ವಿಸ್ತರಿಸಿ ಅಪಾರವಾದ ಸಂಪತ್ತಿನೊಂದಿಗೆ ಚಿಕ್ಕದೇವಾಜ ತನ್ನ ರಾಜ್ಯಕ್ಕೆ ಹಿಂದಿರುಗಿದನು. ಅವನ ಈ ವಿಜಯಗಳ ಬಗ್ಗೆ 1675ರ ಬೇಲೂರು ಶಾಸನದಲ್ಲಿ ಉಪಯುಕ್ತ ಮಾಹಿತಿಗಳು ದೊರಕುತ್ತವೆ.

ಬಿಜಾಪುರದ ವಿರುದ್ಧ ಸೇನಾ ಕಾರ್ಯಾಚರಣೆ : ಚಿಕ್ಕದೇವರಾಜ ಉತ್ತರದಲ್ಲಿ ಬಿಜಾಪುರಿಗಳನ್ನು ಸೋಲಿಸಿ ಅವರಿಂದ ಕೇತಸಮುದ್ರ, ಕಂಡಿಕೆರೆ, ಗೂಳೂರು, ಹಂದಲಗೆರೆ, ತುಮಕೂರು, ಹೊನ್ನವಳ್ಳಿ ಮೊದಲಾದವನ್ನು ವಶಪಡಿಸಿಕೊಂಡನು. ಅನಂತರ **"ಮುಷ್ಟಕ"** ಎಂಬ ಬಿರುದನ್ನು ಹೊಂದಿದ್ದ ಪಾಳೆಗಾರ ನರಸಪ್ಪನಾಯಕನನ್ನು ಸೋಲಿಸಿ ಅವನಿಂದ **ಜಡಕನದುರ್ಗ**ವನ್ನು ವಶಪಡಿಸಿಕೊಂಡು ಅದಕ್ಕೆ **ಚಿಕ್ಕದೇವರಾಯನ ದುರ್ಗ** ಎಂದು ನಾಮಕರಣಮಾಡಿದನು. ಮುಂದುವರಿದು ಮಧುಗಿರಿ, ಮಿಡಿಗೇಶಿ, ಬಿಜ್ಜಾವರ ಮೊದಲಾದವನ್ನು ವಶಪಡಿಸಿಕೊಂಡನು.

1674ರಲ್ಲಿ ಮೈಸೂರು ಸೈನ್ಯ ದಳವಾಯಿ **ಕುಮಾರಯ್ಯ**ನ ನೇತೃತ್ವದಲ್ಲಿ ಕೆಳದಿ ರಾಜ್ಯದ ಮೇಲೆ ದಾಳಿ ಮಾಡಿತು. ದಳವಾಯಿ ಕುಮಾರಯ್ಯನಿಗೆ ಸೋದೆಯ ಅರಸನು ಹಾಗೂ ಬಲಮ್ ಪಾಳೆಯಗಾರನೂ ನೆರವಾದರು. ಆದರೆ ಮೈಸೂರಿನ ಸೈನ್ಯವನ್ನು ಕೆಳದಿಯ ರಾಣಿ ಚನ್ನಮ್ಮಾಜಿಯು ಹಾಸನದ ಸಮೀಪ ನಡೆದ ಕಾಳಗದಲ್ಲಿ ಸೋಲಿಸಿದಳು. ಮೈಸೂರಿಗೆ ಸೇರಿದ್ದ **ವಸ್ತಾರೆ ಕೋಟೆ** ಆಕೆಯ ವಶವಾಯಿತು.

ಮೈಸೂರಿನ ಮೇಲೆ ಮರಾಠರ ದಾಳಿಗಳು

ಮರಾಠರು ಶಿವಾಜಿಯ ನಾಯಕತ್ವದಲ್ಲಿ ಮುಘಲರೊಂದಿಗೆ ಯಶಸ್ವಿ ಹೋರಾಟ ನಡೆಸಿ ತಮಗಾಗಿ ಚಿಕ್ಕ ಸ್ವತಂತ್ರ ರಾಜ್ಯವೊಂದನ್ನು ಸ್ಥಾಪಿಸಿಕೊಳ್ಳವಲ್ಲಿ ಸಫಲರಾಗಿದ್ದರು. ಮಹಾನ್ ಪರಾಕ್ರಮಿಯಾಗಿದ್ದ ಶಿವಾಜಿ 1677 ರಲ್ಲಿ ಮೈಸೂರಿನ ಮೇಲೆ ದಾಳಿಮಾಡಿ ಶ್ರೀರಂಗಪಟ್ಟಣಕ್ಕೆ ಮುತ್ತಿಗೆ ಹಾಕಿದ್ದನು. ಚಿಕ್ಕದೇವರಾಜ ಶಿವಾಜಿಯನ್ನು ಸೋಲಿಸಿ ಹಿಮ್ಮೆಟ್ಟಿಸಿದ್ದಾಗಿ ಮತ್ತು ಈ ವಿಜಯದ ನೆನಪಿಗಾಗಿ **"ಅಪ್ರತಿಮ ವೀರ"** ಎಂಬ ಬಿರುದನ್ನು ಧರಿಸಿದ್ದಾಗಿ ಹೇಳಿಕೊಂಡಿದ್ದಾನೆ. ಈತನೇ ರಚಿಸಿರುವ **"ಚಿಕ್ಕದೇವರಾಜ ಭಿನ್ನಪ"** ಎಂಬ ಗ್ರಂಥದಲ್ಲಿ **"ಕನ್ನಡ ನಾಡಂ ಪೊಕ್ಕ ಶಿವಾಜಿಯ ಸೊರ್ಕಂ ಮುರಿದಿಕ್ಕೆ ಅಪ್ರತಿಮ ವೀರಾಭಿಖ್ಯಾನಂ ತಾಳ್ವಂ"** ಎಂಬ ವಾಕ್ಯವಿದೆ.

ಆದರೆ ಚಿಕ್ಕದೇವರಾಜ ಮತ್ತು ಶಿವಾಜಿ ಮುಖಾಮುಖಿಯಾಗಿದ್ದರೆ ಎಂಬ ವಿಷಯದಲ್ಲಿ ಬಿನ್ನಾಭಿಪ್ರಾಯಗಳಿವೆ. ಶಿವಾಜಿ ಶ್ರೀರಂಗಪಟ್ಟಣವನ್ನು ಲೂಟಿ ಮಾಡಿದ ಬಗ್ಗೆ ಮಾಹಿತಿಗಳು ಲಭ್ಯವಾಗಿದ್ದರೂ ಚಿಕ್ಕದೇವರಾಜನೊಂದಿಗೆ ಯುದ್ಧ ಮಾಡಿದ್ದರ ಬಗ್ಗೆ ಮಾಹಿತಿಗಳು ದೊರೆತಿಲ್ಲ. ಆದಾಗ್ಯೂ **ಶಿವಾಜಿಯನ್ನು ಸೋಲಿಸಿ ಹಿಮ್ಮೆಟ್ಟಿಸಿದ ಕೀರ್ತಿಯನ್ನು ಚಿಕ್ಕದೇವರಾಜನಿಗೆ ನಿರಾಕರಿಸುವುದು ಸಮಂಜಸವೆನಿಸುವುದಿಲ್ಲ.**

ಶಿವಾಜಿಯ ನಂತರವೂ ಮರಾಠರು ಮೈಸೂರಿನ ಮೇಲೆ ದಾಳಿಗಳನ್ನು ಮುಂದುವರಿಸಿದರು. **ಸಾಂಭಾಜಿಯ ಸೈನ್ಯಾಧಿಕಾರಿಗಳಾದ ಚೈತಜಿ ಕಾಟ್ಕರ್** ಹಾಗೂ **ದಾದಾಜಿ ಕಾಕಡೆ** 1681 ರಲ್ಲಿ ಮೈಸೂರಿನ ಮೇಲೆ ದಾಳಿ ಮಾಡಿದಾಗ ಅವರನ್ನು ಮಂಡ್ಯ ಸಮೀಪ ಚಿಕ್ಕದೇವರಾಜ ಸೋಲಿಸಿದನು. ಮರಾಠ ದಳಪತಿಗಳನ್ನು ಕೊಲ್ಲಲಾಯಿತು. ಈ ಕದನದಲ್ಲಿ ಪರಾಕ್ರಮದಿಂದ ಹೋರಾಡಿ ಮರಾಠ ದಳಪತಿಗಳನ್ನು ಹತ್ಯೆಮಾಡಿದವನು **ಕಳಲೆಯ ದೊಡ್ಡಯ್ಯ**. ಮರಾಠರು ದಾಳಿ ಮಾಡಿದಾಗ ದಳವಾಯಿ ಕುಮಾರಯ್ಯ ತಿರುಚಿನಾಪಳ್ಳಿ ಮುತ್ತಿಗೆಯಲ್ಲಿ ತೊಡಗಿದ್ದನು. ಹಿಂದಿರುಗುವಂತೆ ಒಡೆಯರಿಂದ ಸೂಚನೆ ಬಂದಾಗ ಕುಮಾರಯ್ಯ ತಾನು ಹಿಡಿದ ಕಾರ್ಯವನ್ನು ನಿಲ್ಲಿಸಿ ಹಿಂದಿರುಗುವುದು ಉಚಿತವಲ್ಲವೆಂದು ಭಾವಿಸಿ ಮುತ್ತಿಗೆ ಮುಂದುವರಿಸಲು ಅಗತ್ಯ ಸೈನ್ಯವನ್ನು ಉಳಿಸಿಕೊಂಡು ಉಳಿದ ಸೈನ್ಯವನ್ನು ತನ್ನ ಸೋದರನ ಮಗ ದೊಡ್ಡಯ್ಯನ ನೇತೃತ್ವದಲ್ಲಿ ಶ್ರೀರಂಗಪಟ್ಟಣದ ರಕ್ಷಣೆಗೆ ಕಳುಹಿಸಿದನು. ದೊಡ್ಡಯ್ಯ ಒಂದು ತಂತ್ರ ಹೂಡಿ 3000 ಎತ್ತುಗಳ ಕೊಂಬುಗಳಿಗೆ ಉರಿಯುವ ಪಂಜುಗಳನ್ನು ಕಟ್ಟಿ ಮರಾಠ ಶಿಬಿರದ ಮೇಲೆ ನುಗ್ಗಿಸಿದನು. ಅದೇ ಸಂದರ್ಭದಲ್ಲಿ ಹಿಂಬದಿಯಿಂದ ದಾಳಿ ನಡೆಸಿದ ದೊಡ್ಡಯ್ಯ ಮರಾಠರನ್ನು ಸೋಲಿಸಿದನು ಮತ್ತು ಇಬ್ಬರು ಮರಾಠ ಸೈನ್ಯಾಧಿಕಾರಿಗಳನ್ನು ಹತ್ಯೆ ಮಾಡಿದನು. ದೊಡ್ಡಯ್ಯನ ಪರಾಕ್ರಮದಿಂದ ಸಂತಸಗೊಂಡ ಚಿಕ್ಕದೇವರಾಜ ಅವನಿಗೆ **"ಅರಿರಾಜ ಗಜ ಕಂಠೀರವ"** ಎಂಬ ಬಿರುದು ನೀಡಿ ಗೌರವಿಸಿದನು. 1682ರಲ್ಲಿ ದಳವಾಯಿ ಕುಮಾರಯ್ಯನ ನಿವೃತ್ತಿಯ ನಂತರ ದೊಡ್ಡಯನನ್ನು ದಳವಾಯಿಯಾಗಿ ನೇಮಿಸಿಕೊಂಡನು. ಮತ್ತೆ ಮರಾಠ ಛತ್ರಪತಿ ಸಾಂಭಾಜಿಯು ಕೆಳದಿಯ ಚನ್ನಮ್ಮಾಜಿ ಹಾಗೂ ಗೋಲ್ಕೊಂಡ ಸುಲ್ತಾನನ ಬೆಂಬಲದೊಂದಿಗೆ ಮೈಸೂರಿನ ಮೇಲೆ 1682ರಲ್ಲಿ ದಾಳಿ ಮಾಡಿದನು. ಈ ತ್ರಿಕೂಟ ಸೈನ್ಯವನ್ನು **ಬಾಣಾವರದ ಬಳಿ ನಡೆದ ಕಾಳಗದಲ್ಲಿ** ಚಿಕ್ಕದೇವರಾಜ ಸೋಲಿಸಿದನು. ಅಲ್ಲದೆ ಚಿಕ್ಕದೇವರಾಜ **ಶಿವಾಜಿಯ ಹಿರಿಯ ಸಹೋದರ ಎಕೋಜಿಯ ಬೆಂಗಳೂರು ಜಹಗೀರಿಗೆ** ಸೇರಿದ್ದ ಕೆಂಗೇರಿ, ತ್ಯಾಮಗೊಂಡ್ಲು ಹಾಗೂ ಚಿಕ್ಕನಹಳ್ಳಿಯನ್ನು ವಶಪಡಿಸಿಕೊಂಡನು. ಹೀಗೆ ಹಲವಾರು ಕದನಗಳಲ್ಲಿ ಮರಾಠರನ್ನು ಸೋಲಿಸಿದ ಚಿಕ್ಕದೇವರಾಜ **'ಮಹಾರಾಷ್ಟ್ರ ಭೂಪಾಲ ಜಾಲರಿಪು'** ಎಂಬ ಬಿರುದು ಧರಿಸಿದನು.

ಮುಘಲರೊಂದಿಗೆ ರಾಜತಾಂತ್ರಿಕ ಸಂಬಂಧ

ಚಿಕ್ಕದೇವರಾಜ ಒಬ್ಬ ರಾಜಕೀಯ ಮುತ್ಸದ್ದಿಯಾಗಿದ್ದನು. ಕೇವಲ ನಿರಂತರವಾದ ಯುದ್ಧಗಳಿಂದಲೇ ತನ್ನ ರಾಜ್ಯವನ್ನು ಸಂರಕ್ಷಿಸಿಕೊಳ್ಳುವುದು ಹಾಗೂ ತನ್ನ ರಾಜ್ಯಕ್ಕೆ ಸ್ಥಿರತೆಯನ್ನು ಒದಗಿಸುವುದು ಅಸಾಧ್ಯವೆಂಬುದನ್ನು ಅವನು ಅರಿತಿದ್ದನು. ಮರಾಠರ ನಿರಂತರವಾದ ದಾಳಿಗಳಿಂದ ಮೈಸೂರು ರಾಜ್ಯ ಸದಾ ಆತಂಕದ ಪರಿಸ್ಥಿತಿಗಳನ್ನು ಎದುರಿಸಬೇಕಾಗಿ ಬಂದಿತ್ತು. ಈ ಹಿನ್ನೆಲೆಯಲ್ಲಿ ಚಿಕ್ಕದೇವರಾಜ ಮುಘಲ್ ಸಾಮ್ರಾಟ **ಔರಂಗಜೇಬನೊಂದಿಗೆ** ಸ್ನೇಹ ಸಂಬಂಧಗಳನ್ನು ಸ್ಥಾಪಿಸಿಕೊಳ್ಳಲು ಮುಂದಾದನು. ಮುಘಲರನ್ನು ಎದುರುಹಾಕಿಕೊಂಡು **ಬಿಜಾಪುರ** ಹಾಗೂ **ಗೋಲ್ಕೊಂಡ** ರಾಜ್ಯಗಳು ಕ್ರಮವಾಗಿ 1686 ಮತ್ತು 1687ರಲ್ಲಿ ತಮ್ಮ ಅಸ್ತಿತ್ವವನ್ನೇ ಕಳೆದುಕೊಂಡಿದ್ದ ವಿಚಾರ ಚಿಕ್ಕದೇವರಾಜನಿಗೆ ತಿಳಿಯದ ವಿಷಯವೇನೂ ಆಗಿರಲಿಲ್ಲ.

ಔರಂಗಜೇಬನನ್ನು ಎದುರಿಸಿ ನಿಲ್ಲುವಷ್ಟು ಸಾಮರ್ಥ್ಯ ಮೈಸೂರಿಗೆ ಇಲ್ಲವೆಂಬುದು ಅವನಿಗೆ ತಿಳಿದಿತ್ತು. ಈ ಕಾರಣದಿಂದ ಮೊಘಲರೊಂದಿಗೆ ರಾಜತಾಂತ್ರಿಕ ಸಂಬಂಧ ಸ್ಥಾಪಿಸಿಕೊಂಡು ಮರಾಠರ ದಾಳಿಗಳಿಂದ ಶಾಶ್ವತ ರಕ್ಷಣೆ ಪಡೆಯುವುದು ಚಿಕ್ಕದೇವರಾಜನ ಆಲೋಚನೆಯಾಗಿತ್ತು. ಅವನ ರಾಜಕೀಯ ದೂರದೃಷ್ಟಿಗೆ ಇದು ಉತ್ತಮ ನಿದರ್ಶನವಾಗಿದೆ.

ಚಿಕ್ಕದೇವರಾಜನಿಗೆ ಬೆಂಗಳೂರನ್ನು ವಶಪಡಿಸಿಕೊಂಡು ತನ್ನ ರಾಜ್ಯವನ್ನು ವಿಸ್ತರಿಸಬೇಕೆಂದು ಅಪೇಕ್ಷೆಯಿತ್ತು. ಬೆಂಗಳೂರು ಷಹಜಿಯ ಹಿರಿಯ ಮಗ ಹಾಗೂ ಶಿವಾಜಿಯ ಸಹೋದರ ಎಕೋಜಿಯ ಜಹಗೀರಾಗಿತ್ತು. ಈ ಜಹಗೀರಿಗೆ ಸೇರಿದ್ದ ಕೆಂಗೇರಿ, ಚಿಕ್ಕನಹಳ್ಳಿ ಮತ್ತು ತ್ಯಾಮಗೊಂಡ್ಲುಗಳನ್ನು ಚಿಕ್ಕದೇವರಾಜ ವಶಪಡಿಸಿಕೊಂಡ ಸಂದರ್ಭದಲ್ಲಿ ತಂಜಾವೂರಿನಲ್ಲಿದ್ದ ಎಕೋಜಿ ಇನ್ನು ಬೆಂಗಳೂರನ್ನು ಉಳಿಸಿಕೊಳ್ಳುವುದು ಅಸಾಧ್ಯ ಎಂಬುದನ್ನು ಅರಿತು ಅದನ್ನು ಚಿಕ್ಕದೇವರಾಜನಿಗೆ ಮೂರು ಲಕ್ಷ ವರಾಹಗಳಿಗೆ ಮಾರಾಟ ಮಾಡಲು ನಿರ್ಧರಿಸಿದ್ದನು. ಆದರೆ ಈ ವ್ಯವಹಾರ ಪೂರ್ಣಗೊಳ್ಳುವ ಮೊದಲೇ **ಔರಂಗಜೇಬನ ಸೇನಾನಿ ಖಾಸಿಂ ಖಾನನು** 1687 ರಲ್ಲಿ ಬೆಂಗಳೂರನ್ನು ವಶಪಡಿಸಿಕೊಂಡನು. ಬಿಜಾಪುರ ಮತ್ತು ಗೋಲ್ಕೊಂಡ ರಾಜ್ಯಗಳನ್ನು ಗೆದ್ದ ನಂತರ ಮುಘಲರು ದಕ್ಷಿಣದತ್ತ ಮುನ್ನುಗ್ಗಿದ್ದರು. ಈ ಸಂದರ್ಭದಲ್ಲಿ ಚಿಕ್ಕದೇವರಾಜ ಬೆಂಗಳೂರನ್ನು ಪಡೆದುಕೊಳ್ಳುವ ಸಂಬಂಧ ಮುಘಲರೊಂದಿಗೆ ಮಾತುಕತೆ ನಡೆಸಿದನು. ಮುಘಲರೂ ಕೂಡ ಬೆಂಗಳೂರು ಪ್ರದೇಶವನ್ನು ಖಾಯಂ ಆಗಿ ಹಿಡಿದಿಟ್ಟುಕೊಳ್ಳುವುದು ಕಠಿಣವೆಂಬುದನ್ನು ಅರಿತು ಮಿತ್ರ ರಾಜನೊಬ್ಬನಿಗೆ ಅದನ್ನು ವಹಿಸಿಕೊಡಲು ಸಿದ್ದರಾಗಿದ್ದರು. ಮೈಸೂರಿನ ದಳವಾಯಿಗಳು ಮರಾಠ ದಳಪತಿಗಳನ್ನು ಸೋಲಿಸಿ ಹತ್ಯೆಮಾಡಿದ್ದ ವಿಚಾರ ಔರಂಗಜೇಬನಿಗೆ

ತಿಳಿದಿತ್ತು. ಅಲ್ಲದೆ 1686ರಲ್ಲಿ ಬಿಜಾಪುರದ ವಿರುದ್ಧ ಮುಘಲರಿಗೆ ಮೈಸೂರು ನೆರವು ನೀಡಿತ್ತು. ಈ ಕಾರಣದಿಂದ ಔರಂಗಜೇಬ್ ಮೈಸೂರಿನ ಬಗ್ಗೆ ಮೃದುವಾಗಿದ್ದನು. ಈ ಹಿನ್ನೆಲೆಯಲ್ಲಿ ಮಾತುಕತೆಗಳು ಫಲಪ್ರದವಾಗಿ **ಮುಘಲರು ಬೆಂಗಳೂರನ್ನು 1687ರಲ್ಲಿ ಚಿಕ್ಕದೇವರಾಜನಿಗೆ ಗುತ್ತಿಗೆ ರೂಪದಲ್ಲಿ ನೀಡಿದರು.** ಚಿಕ್ಕದೇವರಾಜ ಗುತ್ತಿಗೆ ಹಣ ಹಾಗೂ ನಿಗದಿತವಾದ ವಾರ್ಷಿಕ ಪೊಗದಿಯನ್ನು ಮುಘಲರಿಗೆ ನೀಡಲು ಒಪ್ಪಿಕೊಂಡನು. ಈ ಮೊದಲು ಚಿಕ್ಕದೇವರಾಜ ಬೆಂಗಳೂರನ್ನು ಮೂರು ಲಕ್ಷ ಚಿನ್ನದ ಪಗೋಡಗಳಿಗೆ ಮುಘಲರಿಂದ ಕೊಂಡುಕೊಂಡನೆಂದು ಭಾವಿಸಲಾಗಿತ್ತು. ಆದರೆ ಇತ್ತೀಚೆಗೆ ಬೆಳಕಿಗೆ ಬಂದಿರುವ ಪರ್ಷಿಯನ್ ದಾಖಲೆಗಳಿಂದ ಕೇವಲ ಗುತ್ತಿಗೆ ರೂಪದಲ್ಲಿ ಪಡೆದುಕೊಂಡನೆಂಬುದು ಖಚಿತಪಟ್ಟಿದೆ. **ಚಿಕ್ಕದೇವರಾಜ ಔರಂಗಜೇಬನ ಸಾರ್ವಭೌಮತ್ವವನ್ನು ಒಪ್ಪಿಕೊಂಡನು.**

ಮುಘಲರೊಂದಿಗೆ ತನ್ನ ಸಂಬಂಧವನ್ನು ಮತ್ತಷ್ಟು ಗಟ್ಟಿಗೊಳಿಸಿಕೊಳ್ಳಲು ಚಿಕ್ಕದೇವರಾಜ 1699 ರಲ್ಲಿ ತನ್ನ ಮಂತ್ರಿ **ಕರಣಿಕ ಲಿಂಗಣ್ಣಯ್ಯನನ್ನು ರಾಯಭಾರಿಯಾಗಿ ಔರಂಗಾಬಾದಿನ ಔರಂಗಜೇಬನ ಆಸ್ಥಾನಕ್ಕೆ ಕಳುಹಿಸಿದನು.** ಈ ರಾಯಭಾರಿಯನ್ನು ಆತ್ಮೀಯವಾಗಿ ಬರಮಾಡಿಕೊಂಡ ಔರಂಗಜೇಬ್ ಚಿಕ್ಕದೇವರಾಜ ಕಳುಹಿಸಿದ್ದ ಉಡುಗೊರೆಗಳನ್ನು ಸ್ವೀಕರಿಸಿದನು. ಚಿಕ್ಕದೇವರಾಜನಿಗೆ **'ರಾಜ ಜಗದೇವ'** ಎಂಬ ಬಿರುದನ್ನು ಹಾಗೂ **'ಚಿಕ್ಕದೇವರಾಜ ಅಹಮದ್ ಷಾಹಿ'** ಎಂಬ ಬರಹವಿದ್ದ ಒಂದು ರಾಜಮುದ್ರೆಯನ್ನು ಔರಂಗಜೇಬ್ ನೀಡಿದನು. ಮುಂದಿನ ತನ್ನ ಎಲ್ಲ ಪತ್ರವ್ಯವಹಾರಗಳಲ್ಲೂ ಚಿಕ್ಕದೇವರಾಜ ಈ ಮುದ್ರೆಯನ್ನು ಬಳಸುತ್ತಿದ್ದನು. ಅಂದರೆ ಚಿಕ್ಕದೇವರಾಜ ಔರಂಗಜೇಬನ ಪರಮಾಧಿಕಾರವನ್ನು ಒಪ್ಪಿಕೊಂಡನೆಂಬುದು ಇದರಿಂದ ಸ್ಪಷ್ಟವಾಗುತ್ತದೆ. ಆದರೆ ಇದರಿಂದ ಚಿಕ್ಕದೇವರಾಜನ ಅರಸುತನಕ್ಕೆ ಯಾವ ಧಕ್ಕೆಯೂ ಆಗಲಿಲ್ಲವೆಂಬುದು ಗಮನಾರ್ಹವಾಗಿದೆ.

ಔರಂಗಜೇಬನಿಂದ ಚಿಕ್ಕದೇವರಾಜನ ಅಧಿಕಾರಕ್ಕೆ ಮನ್ನಣೆ ಸಿಕ್ಕಿದ್ದರಿಂದಾಗಿ ಚಿಕ್ಕದೇವರಾಜನ ಘನತೆ, ಗೌರವಗಳು ಹೆಚ್ಚಾದವು. ತನ್ನ ಪ್ರಜೆಗಳ ದೃಷ್ಟಿಯಲ್ಲಿ ಮಾತ್ರವಲ್ಲದೆ ತನ್ನ ಸ್ಥಳೀಯ ಶತ್ರುಗಳ ದೃಷ್ಟಿಯಲ್ಲೂ ಚಿಕ್ಕದೇವರಾಜನ ಮತ್ತು ಮೈಸೂರು ರಾಜ್ಯದ ಗೌರವ ಹೆಚ್ಚಿತು. ಅಲ್ಲದೆ ಬೆಂಗಳೂರಿನ ಸೇರ್ಪಡೆಯಿಂದಾಗಿ ಮೈಸೂರು ರಾಜ್ಯದ ವಿಸ್ತಾರವೂ ಹೆಚ್ಚಿತು.

ಚಿಕ್ಕದೇವರಾಜ ನಿಸ್ಸಂಶಯವಾಗಿ ಮೈಸೂರಿನ ಅತ್ಯಂತ ಪ್ರಮುಖ ದೊರೆ. ಚಿಕ್ಕದಾಗಿದ್ದ ಮೈಸೂರು ರಾಜ್ಯವನ್ನು ವಿಸ್ತರಿಸಿ ಅದನ್ನು ಒಂದು ಪ್ರಬಲ ರಾಜಕೀಯ ಶಕ್ತಿಯಾಗಿ ಮಾರ್ಪಡಿಸಿದನು. ಮುಘಲ್ ಅಸ್ಥಾನದೊಂದಿಗೆ ಸಂಪರ್ಕ ಸ್ಥಾಪಿಸಿಕೊಳ್ಳುವ ಮೂಲಕ ಅಂದಿನ ಭಾರತದ ನಕ್ಷೆಯಲ್ಲಿ ಮೈಸೂರಿಗೂ ಸ್ಥಾನ ಕಲ್ಪಿಸಿದನು. ಅವನ ಕಾಲದಲ್ಲಿ ಮೈಸೂರು ಪೂರ್ವದಲ್ಲಿ ಸೇಲಂನಿಂದ ಪಶ್ಚಿಮದಲ್ಲಿ ಬೇಲೂರು ಮತ್ತು ಕೊಡಗಿನವರೆಗೆ, ಉತ್ತರದಲ್ಲಿ ಬಾಬಾಬುಡನ್‌ಗಿರಿಯಿಂದ ದಕ್ಷಿಣದಲ್ಲಿ ಅಣ್ಣಾಮಲೈ ಮತ್ತು ಪಳನಿ ಪರ್ವತ ಶ್ರೇಣಿಯವರೆಗೆ ವಿಸ್ತರಿಸಿತ್ತು. ಚಿಕ್ಕದೇವರಾಜ **'ಮಹಾರಾಜಾಧಿರಾಜ', 'ಅಪ್ರತಿಮ ವೀರ', 'ಕರ್ನಾಟಕ ಚಕ್ರವರ್ತಿ', 'ತೆಂಕಣರಾಜ', 'ನವಕೋಟಿ ನಾರಾಯಣ'** ಮೊದಲಾದ ಬಿರುದುಗಳನ್ನು ಹೊಂದಿದ್ದನು. ಸುಮಾರು 31 ವರ್ಷಗಳವರೆಗೆ ಅತ್ಯಂತ ಸಮರ್ಥವಾಗಿ ಆಳಿದ ಚಿಕ್ಕದೇವರಾಜ ತನ್ನ 59ನೇ ವಯಸ್ಸಿನಲ್ಲಿ 1704 ರಲ್ಲಿ ಮರಣಹೊಂದಿದನು.

ಚಿಕ್ಕದೇವರಾಜನ ಕಾಲದ ಆಡಳಿತ ವ್ಯವಸ್ಥೆ.

ಚಿಕ್ಕದೇವರಾಜ ಮೈಸೂರು ರಾಜ್ಯವನ್ನು ವಿಸ್ತರಿಸಿದ್ದಲ್ಲದೆ ಅತ್ಯಂತ ಉತ್ತಮವಾದ ಆಡಳಿತ ವ್ಯವಸ್ಥೆಯನ್ನು ರೂಪಿಸಿದನು. ಪ್ರಾರಂಭದ ಒಡೆಯರುಗಳು ವಿಜಯನಗರದ ಆಡಳಿತ ಪದ್ಧತಿಯನ್ನು ಕೆಲವು ಮಾರ್ಪಾಡುಗಳೊಂದಿಗೆ ಅನುಸರಿಸುತ್ತಿದ್ದರು. ಚಿಕ್ಕದೇವರಾಜ ಆಡಳಿತ ವ್ಯವಸ್ಥೆಯನ್ನು ಪುನಾರಚಿಸಿದನು. ಅವನ ಆಡಳಿತ ವ್ಯವಸ್ಥೆಯ ಮೇಲೆ ಮುಘಲರ ಪ್ರಭಾವ ಕಂಡುಬರುತ್ತದೆ.

ಮಂತ್ರಿ ಪರಿಷತ್ : ಚಿಕ್ಕದೇವರಾಜನು ಆಡಳಿತದ ವಿಷಯಗಳಲ್ಲಿ ಸಲಹೆ ಪಡೆಯಲು ಒಂದು ಮಂತ್ರಿ ಪರಿಷತ್ತನ್ನು ರಚಿಸಿಕೊಂಡಿದ್ದನು. ಅದರ ಸದಸ್ಯರಾಗಿದ್ದವರು **ವಿಶಾಲಾಕ್ಷ ಪಂಡಿತ, ತಿರುಮಲ ಐಯ್ಯಂಗಾರ್, ಷಡಕ್ಷರಯ್ಯ, ಲಕ್ಷ್ಮೀಪತಿ ಚಿಕುಪಾದ್ಯಾಯ ಮತ್ತು ಲಿಂಗಣ್ಣಯ್ಯ.** ಮಂತ್ರಿ ಪರಿಷತ್‌ನಲ್ಲಿ ವಿವಿಧ ಧರ್ಮಗಳವರಿದ್ದರು. ಜೈನನಾಗಿದ್ದ ವಿಶಾಲಾಕ್ಷಪಂಡಿತ ಆರಂಭದಲ್ಲಿ ಪ್ರಧಾನ ಮಂತ್ರಿಯಾಗಿದ್ದನು. ಅವನ ಮರಣಾನಂತರ **ತಿರುಮಲ ಐಯ್ಯಂಗಾರ್ ಪ್ರಧಾನ ಮಂತ್ರಿಯಾದನು.** ಈ ಮಂತ್ರಿಗಳಲ್ಲದೆ ದಳವಾಯಿಗಳು ಅರಸನಿಗೆ ನೆರವಾಗುತ್ತಿದ್ದರು. ದಳವಾಯಿಗಳಾದ ಕುಮಾರಯ್ಯ, ದೊಡ್ಡಯ್ಯ, ದೇವಯ್ಯ ಮೊದಲಾದವರು ರಾಜ್ಯವಿಸ್ತರಣೆ ಹಾಗೂ ರಕ್ಷಣೆಯಲ್ಲಿ ಪ್ರಮುಖ ಪಾತ್ರ ವಹಿಸಿದರು. ಸಾಮಾನ್ಯವಾಗಿ ಚಿಕ್ಕದೇವರಾಜ ಪ್ರಮುಖ ತೀರ್ಮಾನಗಳನ್ನು ತೆಗೆದುಕೊಳ್ಳುವ ಮೊದಲು ಮಂತ್ರಿಗಳೊಂದಿಗೆ ಸಮಾಲೋಚಿಸುತ್ತಿದನು.

ಆಡಳಿತ ಸುಧಾರಣೆಗಳು : ಚಿಕ್ಕದೇವರಾಜ ಆಡಳಿತ ಕ್ಷೇತ್ರದಲ್ಲಿ ಮಹತ್ವದ ಬದಲಾಣೆಗಳನ್ನು ಮಾಡಿದನು. ಮುಘಲರು,

ಮರಾಠರು ಹಾಗೂ ದಖ್ಖನಿನ ಮುಸ್ಲಿಂ ರಾಜ್ಯಗಳ ಆಡಳಿತ ಪದ್ಧತಿಗಳ ಮುಖ್ಯಾಂಶಗಳು ಸಮ್ಮಿಳಿತಗೊಂಡ ಹೊಸ ಆಡಳಿತ ವ್ಯವಸ್ಥೆ ಜಾರಿಗೆ ತಂದನು. ಹಿಂದೆ ಇದ್ದ 72 ಆಡಳಿತ ಘಟಕಗಳ ಸಂಖ್ಯೆನ್ನು ಈಗ 84ಕ್ಕೆ ಹೆಚ್ಚಿಸಿದನು. ಪ್ರತಿಯೊಂದು ಆಡಳಿತ ಘಟಕದಲ್ಲೂ ಒಬ್ಬ ಸುಭೇಧಾರ, ಅವನಿಗೆ ನೆರವಾಗಲು ಒಬ್ಬ ಪಾರುಪತ್ಯಗಾರ, ಮೂವರು ದಾಖಲೆ ಬರೆಯುವವರು, ಆರು ಗುಮಾಸ್ತರು, ಒಬ್ಬ ರಾಯಸದವನು ಮೊದಲಾದವರನ್ನು ನೇಮಿಸಲಾಗಿತ್ತು. ಸುಭೇದಾರನ ಸಿಬ್ಬಂದಿಯ ಸಂಖ್ಯೆ ಆಡಳಿತ ಘಟಕದ ವಿಸ್ತಾರವನ್ನು ಅವಲಂಬಿಸಿತ್ತು. ಪ್ರತಿ ಘಟಕದಲ್ಲೂ ಒಬ್ಬ ಅಂಚೆ ಹರಿಕಾರನಿದ್ದು ಪತ್ರಗಳನ್ನು ರವಾನಿಸುವ ಕರ್ತವ್ಯ ನಿರ್ವಹಿಸುತ್ತಿದ್ದನು. ಸುಧಾರಿತ ಅಂಚೆ ವ್ಯವಸ್ಥೆ ಈ ಕಾಲದಲ್ಲಿ ಜಾರಿಗೆ ಬಂದಿತು.

ಪ್ರತಿ ಆಡಳಿತ ಘಟಕದಲ್ಲೂ ಕಾನೂನು ಮತ್ತು ಶಿಸ್ತುಪಾಲನೆಗೆ ಅಗತ್ಯವಾದ ಸೈನ್ಯವನ್ನಿಡಲಾಗಿತ್ತು. ಒಬ್ಬ ಕಿಲ್ಲೇದಾರ, ಒಬ್ಬ ಥಾಣಾದಾರ, ಒಬ್ಬ ಗುರಿಕಾರ, ಮೂವರು ಶಿರಸ್ತೆದಾರರು, ಹೋಬಳಿದಾರರು, ಓಲೆಕಾರರು, ಕೊಂಬಿನವನು, ತಮಟೆಯವನು, ಮತ್ತಿತರರು ಘಟಕದ ರಕ್ಷಣೆಯ ಕರ್ತವ್ಯ ನಿರ್ವಹಿಸುತ್ತಿದ್ದರು. ಪ್ರತಿಯೊಂದು ಆಡಳಿತ ಘಟಕವನ್ನು ಹೋಬಳಿಗಳಾಗಿ ವಿಭಾಗಿಸಲಾಗಿತ್ತು. ಪ್ರತಿ ಹೋಬಳಿಯೂ 8ರಿಂದ 16 ಹಳ್ಳಿಗಳಿಂದ ಕೂಡಿದ್ದು ದೊಡ್ಡ ಹಳ್ಳಿಯ ಹೆಸರನ್ನು ಹೋಬಳಿಗೆ ಇಡಲಾಗುತ್ತಿತ್ತು. ಅಧಿಕಾರಿಗಳ ವೇತನವನ್ನು ಬಾಗಶಃ ಹಣದ ಮೂಲಕ ಹಾಗೂ ಬಾಗಶಃ ವಸ್ತುಗಳ ರೂಪದಲ್ಲಿ ನೀಡಲಾಗುತ್ತಿತ್ತು. ಅಲ್ಲದೆ ಅವರಿಗೆ ಕಡ್ಡಾಯ ಕಾಣಿಕೆ, ಮನೆ ತೆರಿಗೆ ಮೊದಲಾದ ತೆರಿಗೆಗಳಿಂದ ವಿನಾಯಿತಿ ನೀಡಲಾಗುತ್ತಿತ್ತು.

ಅಠಾರ ಕಚೇರಿ ವ್ಯವಸ್ಥೆ

ಇದು ಅತ್ಯಂತ ಮಹತ್ವದ ಆಡಳಿತ ಸುಧಾರಣೆಯಾಗಿತ್ತು. ಚಿಕ್ಕದೇವರಾಜ ಮುಘಲರ ಮಾದರಿಯಲ್ಲಿ 18 ಶಾಖೆಗಳನ್ನು ಒಳಗೊಂಡ ಅಠಾರ ಕಛೇರಿ ಎಂಬ ಕೇಂದ್ರ ಆಡಳಿತ ಕಛೇರಿ ಸ್ಥಾಪಿಸಿದನು. ಅಂದರೆ ಆಡಳಿತದ ನಿರ್ವಹಣೆಗೆ 18 ಇಲಾಖೆಗಳನ್ನು ಸ್ಥಾಪಿಸಿದನು. ಅವುಗಳು 1) ನಿರೂಪದ ಚಾವಡಿ (ಸಾರ್ವಜನಿಕರಿಂದ ಅಹವಾಲುಗಳನ್ನು ಸ್ವೀಕರಿಸುವುದು), 2) ಆಯಕಟ್ಟಿನ ಚಾವಡಿ (84 ಆಡಳಿತ ಘಟಕಗಳ ನಾಗರಿಕ ಹಾಗೂ ಸೈನಿಕ ಲೆಕ್ಕ ಪತ್ರ ಇಲಾಖೆ), 3) ಮೈಸೂರು ಹೋಬಳಿ ವಿಚಾರದ ಚಾವಡಿ, 4) ಪಟ್ಟಣದ ಹೋಬಳಿ ವಿಚಾರದ ಚಾವಡಿ, 5) ಸೀಮೆಯ ಕಂದಾಚಾರದ ಚಾವಡಿ, 6) ಬಾಗಿಲ ಕಂದಾಚಾರದ ಚಾವಡಿ, 7) ಸುಂಕದ ಚಾವಡಿ, 8) ಪೊಮ್ಮಿನ ಚಾವಡಿ (ಬ್ರಾಹ್ಮಣರು, ಅಧಿಕಾರಿಗಳು ಮತ್ತಿತರ ವಿಶೇಷ ವರ್ಗದ ಜನರಿಂದ ಕನಿಷ್ಟ ಸುಂಕ ಸಂಗ್ರಹಿಸುವ ಇಲಾಖೆ), 9) ತೋಡಾದಯದ ಇಲಾಖೆ (ಶ್ರೀರಂಗಪಟ್ಟಣದಲ್ಲಿ ನಿರ್ದಿಷ್ಟ ವರ್ಗಗಳವರಿಂದ ಪ್ರವೇಶ ಶುಲ್ಕ ವಸೂಲಿ ಇಲಾಖೆ), 10) ಪಟ್ಟಣ ಹೋಬಳಿ ಅಷ್ಟಗ್ರಾಮದ ಚಾವಡಿ, 11) ಮೈಸೂರು ಹೋಬಳಿ ಅಷ್ಟಗ್ರಾಮದ ಚಾವಡಿ 12) ಬೆಣ್ಣೆಯ ಚಾವಡಿ, 13) ಪಟ್ಟಣದ ಚಾವಡಿ, 14) ಬೇಹಿನ ಚಾವಡಿ, (ಗೂಢಚಾರ ವಿಭಾಗ), 15) ಸಮ್ಮುಖದ ಚಾವಡಿ, 16) ದೇವಸ್ಥಾನದ ಚಾವಡಿ, 17) ಕಬ್ಬಿಣದ ಚಾವಡಿ, ಮತ್ತು 18) ಹೊಗೆಸೊಪ್ಪಿನ ಚಾವಡಿ.

ಪ್ರತಿಯೊಂದು ಚಾವಡಿ ಅಥವ ಇಲಾಖೆಯಲ್ಲೂ ಒಬ್ಬ ಗೊತ್ತುದಾರ (ಮೇಲ್ವಿಚಾರಕ), ಮೂವರು ದಫ್ತರದವರು (ದಾಖಲೆಗಳನ್ನು ಇಡುವವರು), ಗುಮಾಸ್ತರು, ರಾಯಸದವರು (ಬರೆಯುವವರು), ದಫೇದಾರ, ಊಳಿಗದವರು, ಗೊಲ್ಲ, ಕಾವಲುಗಾರ ಹಾಗೂ ದೀವಟಿಗೆಯವನು ಇರುತ್ತಿದ್ದರು. ಪ್ರತಿಯೊಂದು ಚಾವಡಿಯ ದೈನಂದಿನ ಕಾರ್ಯ ಚಟುವಟಿಕೆಗಳ ಬಗ್ಗೆ ರಾಜನಿಗೆ ವರದಿ ಸಲ್ಲಿಸಬೇಕಾಗಿತ್ತು. ಗೂಢಚಾರರಿಂದಲೂ ರಾಜ ಪ್ರತ್ಯೇಕ ವರದಿ ತರಿಸಿಕೊಳ್ಳುತ್ತಿದ್ದನು. ಈ 18 ಇಲಾಖೆಗಳ ಪರಿಕಲ್ಪನೆ ಮುಘಲರದ್ದಾದರೂ ಚಿಕ್ಕದೇವರಾಜ ಸ್ಥಳೀಯ ಅಗತ್ಯಕ್ಕೆ ತಕ್ಕಂತೆ ಕೆಲವು ಮಾರ್ಪಾಡು ಮಾಡಿಕೊಂಡನು.

ಬಾರಾಬಲೂತಿ ವ್ಯವಸ್ಥೆ ಅಥವಾ ಆಯಗಾರ ಪದ್ಧತಿ

ಗ್ರಾಮಗಳನ್ನು ಸ್ವಾವಲಂಬಿ ಅಥವಾ ಸ್ವಪರಿಪೂರ್ಣವಾಗಿ ಮಾಡುವ ಉದ್ದೇಶದಿಂದ ಜಾರಿಗೆ ತರಲಾದ ವ್ಯವಸ್ಥೆಯೇ ಬಾರಾಬಲೂತಿ ವ್ಯವಸ್ಥೆ. ಗ್ರಾಮಸ್ಥರ ಅವಶ್ಯಕತೆಗಳು ಹಾಗೂ ಸೇವೆಗಳು ಗ್ರಾಮ ಮಟ್ಟದಲ್ಲೇ ಪೂರೈಕೆಯಾಗುವಂತೆ ನೋಡಿಕೊಳ್ಳುವುದು ಈ ವ್ಯವಸ್ಥೆಯ ಉದ್ದೇಶವಾಗಿತ್ತು. 12 ವ್ಯಕ್ತಿಗಳು (ಅಧಿಕಾರಿಗಳು) ಗ್ರಾಮದ ಆಡಳಿತ ಮತ್ತು ಅಗತ್ಯಗಳನ್ನು ನೋಡಿಕೊಳ್ಳುತ್ತಿದ್ದರು. ಅವರುಗಳು ಗೌಡ (ಗ್ರಾಮ ಮುಖ್ಯಸ್ಥ), ಶಾನುಭೋಗ (ಗ್ರಾಮಲೆಕ್ಕಿಗ), ಬ್ರಾಹ್ಮಣ (ಜ್ಯೋತಿಷಿ), ಕಮ್ಮಾರ, ತಳವಾರ, ಅಕ್ಕಸಾಲಿಗ, ಕುಂಬಾರ, ಅಗಸ, ಬಡಗಿ, ಕ್ಷೌರಿಕ, ತೋಟಿ (ಜಲಗಾರ) ಮತ್ತು ನೀರುಗಂಟಿ (ಕೆರೆಗಳ ತೂಬುಗಳನ್ನು ನಿಯಂತ್ರಿಸುವವನು). ಈ 12 ಅಧಿಕಾರಿಗಳಿಗೆ ಅವರ ಸ್ಥಾನಕ್ಕನುಗುಣವಾಗಿ ವೇತನ ನೀಡಲಾಗುತ್ತಿತ್ತು. ಗೌಡ ಮತ್ತು ಶಾನುಭೋಗ ಗ್ರಾಮಸ್ಥರ ಬೆಳೆಯಲ್ಲಿ ಒಂದು ಪಾಲನ್ನು ಪಡೆಯುತ್ತಿದ್ದರು. ಉಳಿದವರಿಗೆ ರೈತರು ತಲಾ ಒಂದು ಹೊರೆ ತೆನೆಸಹಿತವಾದ ಹುಲ್ಲು ಮತ್ತು ನಿಗದಿಪಡಿಸಿದಷ್ಟು ಧಾನ್ಯವನ್ನು ನೀಡಬೇಕಾಗಿದ್ದಿತು. ಬೇಸಾಯಗಾರರಿಗೆ

ಇದು ದೊಡ್ಡ ಹೊರೆಯಾಗಿದ್ದರೂ ಅನಿವಾರ್ಯವಾಗಿತ್ತು. ಈ ವ್ಯವಸ್ಥೆಯ ಬಗ್ಗೆ ಪ್ರಸ್ತಾಪಿಸಿರುವ **ಬುಕಾನನ್** ರೈತರು ನೀಡುತ್ತಿದ್ದ ಧಾನ್ಯದ ಪ್ರಮಾಣದ ಬಗ್ಗೆ ವಿವರ ನೀಡಿದ್ದಾನೆ. ಅವನ ಪ್ರಕಾರ ಬ್ರಾಹ್ಮಣನಿಗೆ 5 ಸೇರು, ಗೌಡನಿಗೆ 8 ಸೇರು, ಶಾನುಭೋಗನಿಗೆ 10 ಸೇರು, ಕುಂಬಾರ, ಅಗಸ, ಅಕ್ಕಸಾಲಿಗ, ಕಮ್ಮಾರ, ಬಡಗಿ ಮತ್ತು ಕ್ಷೌರಿಕನಿಗೆ ತಲಾ 2 ಸೇರು, ನೀರುಗಂಟಿಗೆ 1 ಸೇರಿನಂತೆ ಧಾನ್ಯವನ್ನು ರೈತರು ನೀಡಬೇಕಾಗಿದ್ದಿತು. ಈ ವ್ಯವಸ್ಥೆ ಇಂದಿಗೂ ಹಲವು ಗ್ರಾಮಗಳಲ್ಲಿ ರೂಢಿಯಲ್ಲಿದ್ದು ಕಮ್ಮಾರ, ಕ್ಷೌರಿಕ, ಬಡಗಿ ಹಾಗೂ ಅಗಸನಿಗೆ ಧಾನ್ಯದಲ್ಲಿ ಪಾಲುನೀಡುವ ವಾಡಿಕೆಯಿದೆ.

ಕಂದಾಯ ವ್ಯವಸ್ಥೆ

ಚಿಕ್ಕದೇವರಾಜನ ಕಾಲದಲ್ಲಿ ಹಿಂದಿನಂತೆಯೇ ಭೂಕಂದಾಯ ರಾಜ್ಯದ ಮುಖ್ಯ ಆದಾಯ ಮೂಲವಾಗಿತ್ತು. ಭೂಮಿಯ ಗುಣಮಟ್ಟ, ನೀರಾವರಿ ಸೌಲಭ್ಯದ ಆದಾರದ ಮೇಲೆ 1/4, 1/3 ಹಾಗೂ 1/2 ಭಾಗವನ್ನು ಭೂಕಂದಾಯವಾಗಿ ವಿಧಿಸಲಾಗುತ್ತಿತ್ತು. ಸರ್ಕಾರ ಒದಗಿಸುವ ನೀರಾವರಿ ಸೌಲಭ್ಯ ಪಡೆದು ಬೆಳೆದ ಬೆಳೆಗೆ ಅರ್ಧಬಾಗವನ್ನು ಕಂದಾಯವಾಗಿ ವಿಧಿಸಲಾಗುತ್ತಿತ್ತು. ಉಳಿದ ಭೂಮಿಗೆ 1/4 ಭಾಗ ಕಂದಾಯ ವಿಧಿಸಲಾಗುತ್ತಿತ್ತು. ಅತಿವೃಷ್ಟಿ, ಅನಾವೃಷ್ಟಿಯ ಸಂದರ್ಭಗಳಲ್ಲಿ, ಕಂದಾಯದಲ್ಲಿ ರಿಯಾಯಿತಿ ನೀಡಲಾಗುತ್ತಿತ್ತು. ಕಂದಾಯ ಹಾಗೂ ಇತರ ತೆರಿಗೆಗಳ ಕಟ್ಟುನಿಟ್ಟಿನ ಸಂಗ್ರಹ ಹಾಗೂ ಆಡಳಿತದಲ್ಲಿ ಮಿತವ್ಯಯ ಸಾದಿಸಿ ಖಜಾನೆಯಲ್ಲಿ 9 ಕೋಟಿ ಪಗೋಡಗಳನ್ನು ಕೂಡಿಟ್ಟದ್ದರಿಂದ ಚಿಕ್ಕದೇವರಾಜನಿಗೆ **"ನವಕೋಟಿ ನಾರಾಯಣ"** ಎಂಬ ಬಿರುದು ದೊರೆಯಿತು. ರೈತರ ಮೇಲಿನ ತೆರಿಗೆಗಳ ಭಾರ ಅಧಿಕವಾಗಿತ್ತು. ರೈತರು ಬಂಡಾಯದ ಮೂಲಕ ಪ್ರತಿಭಟನೆ ಸೂಚಿಸಿದ ಘಟನೆಗಳೂ ನಡೆದವು. **ಮಾರ್ಕ್ ವಿಲ್ಕ್ಸ್ ನಂಜನಗೂಡು ಪ್ರದೇಶದಲ್ಲಿ ನಡೆದ ಜಂಗಮರ ದಂಗೆ** ಬಗ್ಗೆ ಪ್ರಸ್ತಾಪಿಸಿದ್ದಾನೆ. ಈ ದಂಗೆಯನ್ನು ಕ್ರೂರವಾಗಿ ದಮನ ಮಾಡಲಾಯಿತು ಮತ್ತು ದಂಗೆಯ ಮುಖಂಡರನ್ನು ಹತ್ಯೆ ಮಾಡಲಾಯಿತು.

ಶ್ರೀರಂಗಪಟ್ಟಣದ ಬಳಿ ಕಾವೇರಿ ನದಿಗೆ ಅಣೆಕಟ್ಟೆಯನ್ನು ನಿರ್ಮಿಸಿ **ಚಿಕ್ಕದೇವರಾಜ ನಾಲೆ** ಮತ್ತು **ದೊಡ್ಡ ದೇವರಾಜ** ನಾಲೆ ಎಂಬ ಎರಡು ನಾಲೆಗಳನ್ನು ನಿರ್ಮಿಸಿದನು ಮತ್ತು ಆ ಮೂಲಕ ಕೃಷಿಗೆ ಪ್ರೋತ್ಸಾಹ ನೀಡಿದನು. ಭೂಕಂದಾಯದ ಜೊತೆಗೆ ಮನೆ ತೆರಿಗೆ, ಹುಲ್ಲುಗಾವಲು ತೆರಿಗೆ, ಮಗ್ಗದ ತೆರಿಗೆ, ಕುರಿ ತೆರಿಗೆ, ಜಾನುವಾರುಗಳನ್ನು ಮಾರಿದ್ದಕ್ಕೆ ತೆರಿಗೆ, ವಿವಾಹ ತೆರಿಗೆ ಮೊದಲಾದವನ್ನು ವಸೂಲಿ ಮಾಡಲಾಗುತ್ತಿತ್ತು. ಅಲ್ಲದೆ ತೆಂಗು, ಹುಣಸೆ, ಹಲಸು, ಬಾಳೆ, ಅಡಿಕೆ ಮೊದಲಾದವುಗಳ ಮೇಲೂ ತೆರಿಗೆ ವಿಧಿಸಲಾಗುತ್ತಿತ್ತು. ಹಣ್ಣಿನ ಮರಗಳ ಮೇಲೂ ತೆರಿಗೆಯಿತ್ತು.

ವಾಸ್ತುಶಿಲ್ಪಕ್ಕೆ ಪ್ರೋತ್ಸಾಹ : ಚಿಕ್ಕದೇವರಾಜರ ಕಾಲದಲ್ಲಿ ವಾಸ್ತುಶಿಲ್ಪಕ್ಕೆ ಪ್ರೋತ್ಸಾಹ ದೊರೆಯಿತು. ವೈಷ್ಣವ ಧರ್ಮಾನುಯಾಯಿಯಾಗಿದ್ದ ಚಿಕ್ಕದೇವರಾಜ ಹಲವಾರು ವೈಷ್ಣವ ದೇವಾಲಯಗಳನ್ನು ನಿರ್ಮಿಸಿದನು. ಗುಂಡ್ಲುಪೇಟೆಯ **ಪರವಾಸು ದೇವಾಲಯ**, ವರಕೋಡಿನ **ವರದರಾಜ ದೇವಾಲಯ**, ಬೆಂಗಳೂರು ಕೋಟೆಯಲ್ಲಿರುವ **ವೆಂಕಟರಮಣ ದೇವಾಲಯ**, ಮೈಸೂರಿನ **ಶ್ವೇತವರಾಹ ದೇವಾಲಯ**, ಹರದನಹಳ್ಳಿಯ **ಗೋಪಾಲಕೃಷ್ಣ ದೇವಾಲಯ** ಚಿಕ್ಕದೇವರಾಜ ನಿರ್ಮಿಸಿದ ಪ್ರಧಾನ ದೇವಾಲಯಗಳು. ಗುಂಡ್ಲುಪೇಟೆಯ ಪರವಾಸುದೇವ ದೇಗುಲವು ಗರ್ಭಗುಡಿ, ಸುಕನಾಸಿ, ಪ್ರದಕ್ಷಿಣಪಥ ಹಾಗೂ ಶಿಲುಬೆಯಾಕಾರದ ವಿಶಾಲವಾದ ನವರಂಗವನ್ನು ಹೊಂದಿದೆ. ಅದರ ಕಂಬಗಳ ಮೇಲೆ ವಿಷ್ಣುವಿನ ದಶಾವತಾರಗಳ, ಮಾರುತಿ, ಸಿಂಹಗಳು, ಗಣೇಶ ಇತ್ಯಾದಿ ಉಬ್ಬ ಚಿತ್ರಗಳಿವೆ. ಒಂದು ಕಂಬದಲ್ಲಿ ಚಿಕ್ಕದೇವರಾಜ ಆಸ್ಥಾನಿಕರ ಜೊತೆ ಕುಳಿತಿರುವ ಶಿಲ್ಪವಿದೆ. ಗರ್ಭಗೃಹದಲ್ಲಿ ಅನಂತನ (ನಾಗ) ಮೇಲೆ ಕುಳಿತಿರುವ ಸುಂದರ ಪರವಾಸುದೇವನ ವಿಗ್ರಹವಿದೆ.

ಸಾಹಿತ್ಯ

ಚಿಕ್ಕದೇವರಾಜ ಸ್ವತಃ ವಿದ್ವಾಂಸನಾಗಿದ್ದು ತನ್ನ ಆಸ್ಥಾನದಲ್ಲಿ ಹಲವಾರು ವಿದ್ವಾಂಸರಿಗೆ ಆಶ್ರಯ ನೀಡಿದ್ದನು. ಅವನ ಆಸ್ಥಾನದಲ್ಲಿ ಸಾಹಿತಿಗಳ ಒಂದು ದೊಡ್ಡ ಪಡೆಯೇ ಇದ್ದಿತು. **ತಿರುಮಲಾರ್ಯ, ಸಿಂಗರಾರ್ಯ, ಚಿಕುಪಾಧ್ಯಾಯ, ತಿಮ್ಮಕವಿ, ಮಲ್ಲಿಕಾರ್ಜುನ, ಸಂಚಿ ಹೊನ್ನಮ್ಮ, ಶೃಂಗಾರಮ್ಮ** ಅವನ ಆಸ್ಥಾನದಲ್ಲಿದ್ದ ಕವಿಗಳು ಹಾಗೂ ಕವಯಿತ್ರಿಯರು. ಈ ಸಾಹಿತಿಗಳು ಚಿಕ್ಕದೇವರಾಯನನ್ನು **'ನೂತನ ಸಾಹಿತ್ಯ ಬ್ರಹ್ಮ'** ಎಂದು ಪ್ರಶಂಸಿಸಿದ್ದಾರೆ. ಈ ಎಲ್ಲಾ ಸಾಹಿತಿಗಳು ಕನ್ನಡ ಸಾಹಿತ್ಯಕ್ಕೆ ಅಮೂಲ್ಯವಾದ ಕೊಡುಗೆ ನೀಡಿದ್ದಾರೆ.

ಸ್ವತಃ ಚಿಕ್ಕದೇವರಾಜನು **'ಚಿಕ್ಕದೇವರಾಜ ಭಿನ್ನಪ', 'ಗೀತ ಗೋಪಾಲ', 'ಭಾಗವತ ಟೀಕೆ,' 'ಭಾರತ ಟೀಕೆ', ಶೇಷಧರ್ಮ'** ಮೊದಲಾದ ಕೃತಿಗಳನ್ನು ರಚಿಸಿದ್ದಾನೆ.

ಮಂತ್ರಿಯೂ ಆಗಿದ್ದ ತಿರುಮಲಾರ್ಯ (ತಿರುಮಲ ಐಯ್ಯಂಗಾರ್) ಈ ಕಾಲದ ಶ್ರೇಷ್ಠ ಸಾಹಿತಿಗಳಲ್ಲೊಬ್ಬನಾಗಿದ್ದನು. ಅವನು **'ಚಿಕ್ಕದೇವರಾಜ ವಿಜಯ'**, **'ಚಿಕ್ಕದೇವರಾಜ ವಂಶಾವಳಿ'**, **'ಅಪ್ರತಿಮವೀರ ಚರಿತ'**, **'ಚಿಕ್ಕದೇವರಾಜ ಶತಕ'** ಮೊದಲಾದ ಕೃತಿಗಳನ್ನು ರಚಿಸಿದನು. ಕನ್ನಡ ಮತ್ತು ಸಂಸ್ಕೃತ ಎರಡೂ ಭಾಷೆಗಳಲ್ಲೂ ಅವನಿಗೆ ಪಾಂಡಿತ್ಯವಿತ್ತು. ಟಿ.ನರಸೀಪುರ ಮತ್ತು ಚಾಮರಾಜನಗರದಲ್ಲಿ ಸಿಕ್ಕಿರುವ ಎರಡು ಸಂಸ್ಕೃತ ಶಾಸನಗಳನ್ನು ಈತನೇ ರಚಿಸಿದ್ದಾನೆ. ಈತನು ಸಂಸ್ಕೃತದಲ್ಲಿ **'ಶ್ರೀಯದುಗಿರಿ ನಾರಾಯಣಸ್ತವ'**, **'ಶ್ರೀಯದುಗಿರಿ ನಾಯಕಿಸ್ತವ'**, **'ಶ್ರೀಲಕ್ಷ್ಮೀನೃಸಿಂಹಸ್ತವ'** ಮತ್ತು **'ಶ್ರೀಪರವಾಸುದೇವಸ್ತವ'** ಎಂಬ ಕೃತಿಗಳನ್ನು ರಚಿಸಿದ್ದಾನೆ. ಈತನ ಸಹೋದರ **ಸಿಂಗರಾರ್ಯ ಕನ್ನಡದ ಮೊದಲ ನಾಟಕ 'ಮಿತ್ರವಿಂದಾ ಗೋವಿಂದ'** ವನ್ನು ರಚಿಸಿದನು. ಮತ್ತೊಬ್ಬ ಮಂತ್ರಿ ಲಕ್ಷ್ಮೀಪತಿ ಚಿಕುಪಾಧ್ಯಾಯನು **'ದಿವ್ಯ ಸೂರಿ ಚರಿತ'**, **'ವೆಂಕಟಗಿರಿ ಮಹಾತ್ಮೆ'**, **'ಪಶಿಚುರಂಗ ಮಹಾತ್ಮೆ'**, **'ಯಾದವಗಿರಿ ಮಹಾತ್ಮೆ'**, **'ಕಮಲಾಚಲ ಮಹಾತ್ಮೆ'** ಮೊದಲಾದ ಕೃತಿಗಳನ್ನು ರಚಿಸಿದನು.

ಮಹಿಳೆಯರು ಈ ಕಾಲದಲ್ಲಿ ಸಾಹಿತ್ಯ ರಚನೆ ಮಾಡಿದ್ದು ವಿಶೇಷವಾಗಿತ್ತು. ಅದರಲ್ಲೂ ಚಿಕ್ಕದೇವರಾಜನ ಊಳಿಗದವಳಾಗಿದ್ದ **ಸಂಚಿ ಹೊನ್ನಮ್ಮ** ಕೆಳವರ್ಗಕ್ಕೆ ಸೇರಿದವಳಾಗಿದ್ದರೂ ಬೌದ್ಧಿಕವಾಗಿ ಬೆಳೆದು **'ಹದಿಬದೆಯ ಧರ್ಮ'** ಎಂಬ ಮಹತ್ವದ ಕೃತಿಯನ್ನು ರಚಿಸಿದಳು. ಮತ್ತೊಬ್ಬ ಕವಯತ್ರಿಯಾಗಿದ್ದ **ಶೃಂಗಾರಮ್ಮ 'ಪದ್ಮಿನಿ ಕಲ್ಯಾಣ'** ಎಂಬ ಕಾವ್ಯವನ್ನು ರಚಿಸಿದಳು. ಇವಲ್ಲದೆ ತಿಮ್ಮಕವಿಯ **'ಯಾದವಗಿರಿ ಮಹಾತ್ಮೆ'**, ಮಲ್ಲಿಕಾರ್ಜುನನ **'ಶ್ರೀರಂಗ ಮಹಾತ್ಮೆ'** ಇತರ ಪ್ರಮುಖ ಕೃತಿಗಳು.

ಚಿಕ್ಕದೇವರಾಜನನ್ನು ಕುರಿತು ಕೆಲವು ತೆಲುಗು ಕೃತಿಗಳೂ ರಚನೆಯಾಗಿರುವುದು ವಿಶೇಷವಾಗಿದೆ. ಅವುಗಳು **'ಚಿಕ್ಕದೇವರಾಯ ವಿಲಾಸಮು'**, **'ಚಿಕ್ಕದೇವರಾಯೋದಾಹರಣಮು'** ಮತ್ತು **'ಚಿಕ್ಕದೇವರಾಯ ಚಾಟುಪದ್ಯಾಲು.'**

ಚಿಕ್ಕದೇವರಾಜನ ಆಡಳಿತ ಕಾಲ ಮೈಸೂರಿನ ಚರಿತ್ರೆಯಲ್ಲಿ ಅತ್ಯಂತ ಮಹತ್ವದ ಕಾಲವಾಗಿದೆ. ಎಲ್ಲ ಕ್ಷೇತ್ರಗಳಲ್ಲೂ ಮೈಸೂರಿನ ಪ್ರಗತಿಗೆ ಅವನು ಕಾರಣನಾದನು. ಆದರೆ ಅವನ ಮರಣಾನಂತರ ಮೈಸೂರಿನಲ್ಲಿ ಒಡೆಯರು ಅಧಿಕಾರ ಕಳೆದುಕೊಂಡು ನೇಪಥ್ಯಕ್ಕೆ ಸರಿದರು ಮತ್ತು ದಳವಾಯಿಗಳು ಪ್ರಬಲರಾದರು.

ದಳವಾಯಿಗಳ ಆಡಳಿತ ಕಾಲ (1704–1760)

18ನೇ ಶತಮಾನದ ಆರಂಭದಿಂದ ಮಧ್ಯಭಾಗದವರೆಗೆ ಸುಮಾರು ಅರ್ಧಶತಮಾನದ ಕಾಲ ಮೈಸೂರು ರಾಜ್ಯದ ಆಡಳಿತ ಸೂತ್ರವನ್ನು ಹಿಡಿದಿದ್ದವರು ದಳವಾಯಿಗಳು. ಈ ಅವಧಿಯನ್ನು **ದಳವಾಯಿಗಳ ಆಡಳಿತ ಕಾಲ**ವೆಂದು ಕರೆಯಲಾಗಿದೆ. ಈ ಅವಧಿಯಲ್ಲಿ ಒಡೆಯರು ನೇಪತ್ಯಕ್ಕೆ ಸರಿದು ದಳವಾಯಿಗಳೇ ಸರ್ವಾಧಿಕಾರಿಗಳಾಗಿ ಆಡಳಿತ ನಡೆಸಿದರು. ಮೈಸೂರಿನ ಚರಿತ್ರೆಯಲ್ಲಿ ಇದು ಪರಿವರ್ತನೆಯ ಕಾಲ.

18ನೇ ಶತಮಾನದ ಪ್ರಥಮಾರ್ಧದಲ್ಲಿ ಭಾರತದಾದ್ಯಂತ ಸಾಹಸಿ ಸರದಾರರು, ಸೇನಾಧಿಕಾರಿಗಳು ಆಳರಸನ್ನು ಬದಿಗೊತ್ತಿ ರಾಜ್ಯಾಧಿಕಾರವನ್ನು ತಮ್ಮ ಕೈವಶಮಾಡಿಕೊಂಡು, **ರಾಜನಿರ್ಮಾಪಕ**ರಂತೆ ಮೆರೆದ ಕಾಲ. ಡೆಲ್ಲಿಯಲ್ಲಿ ಔರಂಗಜೇಬನ ಮರಣಾನಂತರ (1707) ಸರದಾರರಾದ **ಸೈಯದ್ ಸಹೋದರರು** ರಾಜ ನಿರ್ಮಾಪಕರಾದರು. ಮಹಾರಾಷ್ಟ್ರದಲ್ಲಿ ಛತ್ರಪತಿಗಳಿಂದ **ಪೇಶ್ವೆಗಳು** ಅಧಿಕಾರವನ್ನು ಕಸಿದುಕೊಂಡರು. ಮುಘಲ್ ಸರದಾರನಾಗಿದ್ದ ಚಿನ್ ಕುಲಿಚ್ ಖಾನ್ ಅಥವಾ ನಿಜಾಮ್–ಉಲ್–ಮುಲ್ಕ್ ಆಸಫ್ ಜಾ 1724ರಲ್ಲಿ **ಸ್ವತಂತ್ರ ಹೈದರಾಬಾದ್** ರಾಜ್ಯವನ್ನು ಸ್ಥಾಪಿಸಿಕೊಂಡನು. ಅಂತೆಯೇ ಮುರ್ಷಿದ್ ಕುಲಿ ಖಾನ್ 1717ರಲ್ಲಿ **ಸ್ವತಂತ್ರ ಬಂಗಾಳ** ರಾಜ್ಯ ಸ್ಥಾಪಿಸಿದನು. 1740ರಲ್ಲಿ ಆಲಿವರ್ದಿಖಾನ್ ಬಂಗಾಳದಲ್ಲಿ ಸ್ವಾತಂತ್ರ್ಯ ಘೋಷಿಸಿಕೊಂಡನು. 1722ರಲ್ಲಿ ಸಾದತ್‌ಖಾನ್ **ಔದ್ ರಾಜ್ಯ** ಸ್ಥಾಪಿಸಿಕೊಂಡನು. ಅದೇ ರೀತಿಯಲ್ಲಿ ಮೈಸೂರಿನಲ್ಲಿ ಚಿಕ್ಕದೇವರಾಜ ಒಡೆಯನ ಮರಣಾನಂತರ (1704) ಸೇನಾ ಮುಖ್ಯಸ್ಥನಾಗಿದ್ದ ದಳವಾಯಿ ಅರಸನನ್ನು ಮೂಲೆಗೊತ್ತಿ ಸರ್ವಾಧಿಕಾರಿಯಾದನು. ಇದೇ ಅವಧಿಯಲ್ಲಿ ಐರೋಪ್ಯರಾದ ಬ್ರಿಟಿಷರು ಮತ್ತು ಫ್ರೆಂಚರು ದಕ್ಷಿಣ ಭಾರತದ ರಾಜಕೀಯ ವ್ಯವಹಾರಗಳಲ್ಲಿ ಹಸ್ತಕ್ಷೇಪ ನಡೆಸಲಾರಂಭಿಸಿದರು ಮತ್ತು ಭಾರತದಲ್ಲಿ ತಮ್ಮದೇ ರಾಜ್ಯ ಕಟ್ಟುವ ಕನಸು ಕಾಣಲಾರಂಭಿಸಿದ್ದರು. ಫಲವಾಗಿ ಅವರ ನಡುವೆ **'ಕರ್ನಾಟಿಕ್ ಯುದ್ಧ"** ಗಳು ಸಂಭವಿಸಿದವು.

ಮೈಸೂರಿನ ಚರಿತ್ರೆಯಲ್ಲಿ ದಳವಾಯಿ (ದಳದ ಬಾಯಿ ಅಥವಾ ಮುಖ್ಯಸ್ಥ)ಸ್ಥಾನ ಸುದೀರ್ಘವಾದ ಇತಿಹಾಸವನ್ನು ಹೊಂದಿದೆ. ಈ ಮೊದಲೇ ಪ್ರಸ್ತಾಪಿಸಿರುವಂತೆ ರಾಜ ಒಡೆಯರು ಆಳುತ್ತಿದ್ದಾಗ 1614ರಲ್ಲಿ ಉಮ್ಮತ್ತೂರಿನ ಪಾಳೆಯಗಾರನಿಂದ

ಶ್ರೀರಂಗಪಟ್ಟಣದ ವಿಷಯದಲ್ಲಿ ಮೈಸೂರಿಗೆ ಅಪಾಯ ಎದುರಾದಾಗ ಮೈಸೂರನ್ನು ರಕ್ಷಿಸಲು ರಾಜ ಒಡೆಯನು ತನ್ನ ಸೋದರಳಿಯ ಹಾಗೂ ಕಳಲೆ ರಾಜ್ಯದ ಅರಸನೂ ಆಗಿದ್ದ ಕರಿಕಾಲು ಮಲ್ಲರಾಜನೊಂದಿಗೆ **'ಭಾಷಾಪತ್ರ'** ಎಂಬ ಒಡಂಬಡಿಕೆ ಮಾಡಿಕೊಂಡನು. ಅದರ ಪ್ರಕಾರ ಮೈಸೂರು ಹಾಗೂ ಕಳಲೆಯನ್ನು ಒಳಗೊಂಡ ರಾಜ್ಯ ಹಾಗೂ ಮುಂದೆ ಸೇರ್ಪಡೆಗೊಳ್ಳುವ ಪ್ರದೇಶಗಳಿಗೆ ಮೈಸೂರು ಒಡೆಯರೇ ಅರಸರಾಗಿರುವುದು ಮತ್ತು ಮೈಸೂರಿನ ಸರ್ವಾಧಿಕಾರಿ ಹಾಗೂ ದಳವಾಯಿಗಳಾಗಿ ಕಳಲೆ ಅರಸರು ಸೇವೆ ಸಲ್ಲಿಸುವುದು ಎಂದು ಒಪ್ಪಂದವಾಯಿತು. ಅದರಂತೆ ಕಳಲೆ ಕರಿಕಾಲ ಮಲ್ಲರಾಜ ಮೊದಲ ದಳವಾಯಿಯಾಗಿ ನೇಮಕಗೊಂಡನು. ಎರಡು ವರ್ಷಗಳ ನಂತರ ದಳವಾಯಿ ಹುದ್ದೆಯನ್ನು ಮಲ್ಲರಾಜ ತ್ಯಜಿಸಿದಾಗ ಅವನ ಮೊಮ್ಮಗ ನಂದಿನಾಥ 1616ರಲ್ಲಿ ಎರಡನೇ ದಳವಾಯಿಯಾದನು. ಕಳಲೆ ಅರಸರು ಕಳಲೆಯ ದೊರೆತನವನ್ನು ಉಳಿಸಿಕೊಂಡೇ ಮೈಸೂರಿನ ದಳವಾಯಿಗಳಾಗಿ ಕಾರ್ಯ ನಿರ್ವಹಿಸಿದರು. ಕಳಲೆ ಹಾಗೂ ಮೈಸೂರಿನ ಅರಸು ಮನೆತನಗಳ ನಡುವೆ ರಕ್ತ ಸಂಬಂಧ (ವೈವಾಹಿಕ ಸಂಬಂಧ)ವೂ ಮುಂದುವರಿಯಿತು. ದಳವಾಯಿಗಳಾದ ನಂದಿನಾಥಯ್ಯ, ಕುಮಾರಯ್ಯ, ದೊಡ್ಡಯ್ಯ, ವೀರರಾಜಯ್ಯ, ದೇವರಾಜಯ್ಯ, ನಂಜರಾಜಯ್ಯ ಮೊದಲಾದವರು ಮೈಸೂರು ರಾಜ್ಯದ ವಿಸ್ತರಣೆಯಲ್ಲಿ ಪ್ರಧಾನ ಪಾತ್ರ ವಹಿಸಿದರು. ತಮ್ಮದೇ ರಾಜ್ಯವಿದ್ದರೂ ತಾವು ಗೆದ್ದ ಪ್ರದೇಶಗಳನ್ನು ಮೈಸೂರಿಗೆ ಸೇರಿಸುತ್ತಾ, ಮೈಸೂರಿನ ಖಜಾನೆಯನ್ನು ತುಂಬುತ್ತಾ ನಡೆದರು. ಒಡೆಯರ ಪ್ರಶಂಸೆಯನ್ನು ಪಡೆದರು.

ದಳವಾಯಿ ಸಹೋದರರು

ಮೈಸೂರಿನ ಇತಿಹಾಸದಲ್ಲಿ ದಳವಾಯಿ ಸೋದರರರೆಂದೇ ಖ್ಯಾತರಾಗಿರುವ **ದಳವಾಯಿ ದೇವರಾಜಯ್ಯ** ಮತ್ತು **ನಂಜರಾಜಯ್ಯ** ಮಹತ್ವದ ಸ್ಥಾನ ಪಡೆದಿದ್ದಾರೆ. ಚಿಕ್ಕದೇವರಾಜನ ಮರಣಕಾಲದವರೆಗೆ ದಳವಾಯಿಗಳು ಕೇವಲ ಸೇನಾ ಮುಖ್ಯಸ್ಥರಾಗಿ ಕಾರ್ಯ ನಿರ್ವಹಿಸಿದರು. ಆದರೆ 1704ರಲ್ಲಿ ಚಿಕ್ಕದೇವರಾಜನ ಮರಣಾನಂತರ ಅಧಿಕಾರಕ್ಕೆ ಬಂದ ಅವನ ಉತ್ತರಾಧಿಕಾರಿಗಳು ಅತ್ಯಂತ ದುರ್ಬಲರಾಗಿದ್ದರಿಂದ ಅಧಿಕಾರ ದಳವಾಯಿಗಳ ಕೈಸೇರಿತು. 1704ರಲ್ಲಿ ಅಧಿಕಾರಕ್ಕೆ ಬಂದ **ಎರಡನೇ ಕಂಠೀರವ** ಕಿವುಡನು, ಮೂಕನೂ ಆಗಿದ್ದನು. ಅದರಿಂದಾಗಿ ಕಳಲೆ ದಳವಾಯಿಗಳೇ ರಾಜ್ಯಾಡಳಿತ ನಡೆಸಬೇಕಾಯಿತು. ಮುಂದೆ ಬಂದ ಅರಸರೂ ದಳವಾಯಿಗಳ ಕೈಗೊಂಬೆಗಳಾದರು. **ಆರನೇ ಚಾಮರಾಜ** ಒಡೆಯ ದಳವಾಯಿ ದೇವರಾಜನನ್ನು ಪದಚ್ಯುತಗಳಿಸಿದನಾದರೂ ಅವನ ಪ್ರಯತ್ನ ವಿಫಲವಾಗಿ ತಾನೇ ಬಂಧಿಯಾಗಿ ಕಬ್ಬಾಳದುರ್ಗ ಸೇರಬೇಕಾಯಿತು. ಅವನ ಮರಣಾನಂತರ **1734ರಲ್ಲಿ ಬಾಲಕ ಎರಡನೇ ಕೃಷ್ಣರಾಜನನ್ನು ಪಟ್ಟಕ್ಕೆ ತರಲಾಯಿತು.** ಈಗ ದಳವಾಯಿ ದೇವರಾಜನ ಅಧಿಕಾರಕ್ಕೆ ವಿರೋಧವೇ ಇಲ್ಲದಂತಾಯಿತು. ಅದೇ ಸಂದರ್ಭದಲ್ಲಿ ಸರ್ವಾಧಿಕಾರಿಯಾಗಿದ್ದ ನಂಜರಾಜ ಅರಸ ಮರಣಿಸಿದ್ದರಿಂದ ಅವನ ಸ್ಥಾನದಲ್ಲಿ ದಳವಾಯಿ ದೇವರಾಜನ ತಮ್ಮ **ಕಾರಾಚೂರಿ ನಂಜರಾಜಯ್ಯನನ್ನು ಸರ್ವಾಧಿಕಾರಿಯಾಗಿ ನೇಮಿಸಲಾಯಿತು.** ಅಂದಿನಿಂದ ಈ ಸೋದರರು ಮೈಸೂರಿನಲ್ಲಿ ನಿರಂಕುಶರಾಗಿ ಆಳಿದರು.

ದಳವಾಯಿ ದೇವರಾಜಯ್ಯನು ಹಲವಾರು ಕದನಗಳಲ್ಲಿ ಶತ್ರುಗಳನ್ನು ಸೋಲಿಸಿ ಮೈಸೂರಿಗೆ ಜಯ ತಂದುಕೊಟ್ಟಿದ್ದನು. 1726ರಲ್ಲಿ ಪೇಶ್ವೆ ಬಾಜೀರಾಯನು ಶ್ರೀರಂಗಪಟ್ಟಣದ ಮೇಲೆ ದಾಳಿ ಮಾಡಿದನು. ದೇವರಾಜಯ್ಯನು ಪರಾಕ್ರಮದಿಂದ ಹೋರಾಡಿ ಮರಾಠರನ್ನು ಸೋಲಿಸಿದನು. ಮರಾಠರು ಇದು ಶ್ರೀರಂಗಪಟ್ಟಣವಲ್ಲ **ಫಿರಂಗಿ ಪಟ್ಟಣ** ಎಂದುಕೊಂಡು ಹಿಂದಿರುಗಬೇಕಾಯಿತು. 1735ರಲ್ಲಿ ಮುಘಲ್ ಸಾಮ್ರಾಟನ ಪ್ರತಿನಿಧಿಯಾಗಿ ಆರ್ಕಾಟ್‌ನ ನವಾಬ ದೋಸ್ತ್ ಆಲಿ ಮೈಸೂರಿನ ಮೇಲೆ ದಾಳಿ ಮಾಡಿದನು. ಈ ಸೈನ್ಯವನ್ನು ದಳವಾಯಿ ದೇವರಾಜಯ್ಯನು ಚನ್ನಪಟ್ಟಣದ ಬಳಿ **ಕೈಲಾಂಚ**ದಲ್ಲಿ ಸೋಲಿಸಿದನು. ಮುರಾದ್ ಖಾನ್, ಸಿಕಂದರ್ ಖಾನ್, ಬಹದೂರ್ ಖಾನ್ ಮೊದಲಾದ ಸೇನಾನಿಗಳು ಈ ಕದನದಲ್ಲಿ ಕೊಲ್ಲಲ್ಪಟ್ಟರು. ಹೀಗೆ ಮುಘಲ್ ಸೈನ್ಯವನ್ನು ಪರಾಭವಗೊಳಿಸಿ ಮೈಸೂರಿನ ಹಿರಿಮೆಯನ್ನು ದಳವಾಯಿ ದೇವರಾಜಯ್ಯ ಹೆಚ್ಚಿಸಿದನು. ಈ ಹೋರಾಟದ ಬಗ್ಗೆ ಕವಿ ನೂರೊಂದಯ್ಯ ತನ್ನ **'ಸೌಂದರ ಕಾವ್ಯ'** ದಲ್ಲಿ ವರ್ಣಿಸಿದ್ದಾನೆ. ಮುಂದೆ ದೇವರಾಜಯ್ಯ ದಳವಾಯಿತನವನ್ನು ತನ್ನ ತಮ್ಮ ನಂಜರಾಜಯ್ಯನಿಗೆ ವಹಿಸಿಕೊಟ್ಟು ಆಂತರಿಕ ಆಡಳಿತ ವ್ಯವಹಾರಗಳಲ್ಲಿ ತೊಡಗಿಕೊಂಡನು. ಸ್ವಲ್ಪ ಸಮಯದಲ್ಲೇ ಸೋದರರ ನಡುವೆ ಭಿನ್ನಾಭಿಪ್ರಾಯಗಳು ಮೂಡಿದವು. ಕೊನೆಗೆ 1757ರಲ್ಲಿ ರಾಜಕೀಯದಿಂದ ದೂರವಾಗಿ ದೇವರಾಜಯ್ಯ ಸತ್ಯಮಂಗಲಕ್ಕೆ ತೆರಳಿದನು. ಅಲ್ಲಿಯೇ 1758ರಲ್ಲಿ ಮರಣಹೊಂದಿದನು. ಅನಂತರ ಕಾರಾಚೂರಿ ನಂಜರಾಜಯ್ಯ ಸರ್ವಾಧಿಕಾರಿ ಹಾಗೂ ದಳವಾಯಿ ಹುದ್ದೆಗಳೆರಡನ್ನು ಒಬ್ಬನೇ ನಿರ್ವಹಿಸಿದನು. ಅವನ ಮಗ ವೀರರಾಜಯ್ಯನನ್ನು ದಳವಾಯಿಯಾಗಿ ಎರಡನೇ ಕೃಷ್ಣರಾಜನು ನೇಮಿಸಿದನೆಂದು ಹೇಳಲಾಗಿದ್ದರೂ ನಂಜರಾಜಯ್ಯನೇ ನಿರಂಕುಶಾಧಿಕಾರ ಚಲಾಯಿಸಿದನು.

ನಂಜರಾಜನ ನೇತೃತ್ವದ ಮೈಸೂರು ಸೈನ್ಯ 1746ರ ಆಗಸ್ಟ್‌ನಲ್ಲಿ ಬೆಂಗಳೂರು ಸಮೀಪದ ದೇವನಹಳ್ಳಿ ಕೋಟೆಗೆ ಮುತ್ತಿಗೆ ಹಾಕಿತು. **ದೊಡ್ಡಬಳ್ಳಾಪುರದ ಪಾಳೆಯಗಾರ ರಂಗೇಗೌಡ** ಮರಾಠರು ಮತ್ತು ಮುಘಲರ ಸಹಾಯದಿಂದ ಕೋಟೆಯನ್ನು ವಶಪಡಿಸಿಕೊಂಡಿದ್ದನು. 1747ರ ಏಪ್ರಿಲ್‌ನಲ್ಲಿ ದೇವನಹಳ್ಳಿಯನ್ನು ನಂಜರಾಜ ವಶಪಡಿಸಿಕೊಂಡನು. 1750ರ ದಶಕದ ಆರಂಭದಲ್ಲಿ ನಂಜರಾಜಯ್ಯ ಹೈದರಾಬಾದ್ ಹಾಗೂ ಕರ್ನಾಟಿಕ್‌ನಲ್ಲಿ ನಡೆದ ಅಂತರ್ಯುದ್ಧಗಳಲ್ಲಿ ಭಾಗಿಯಾದನು. ಹೈದರಾಬಾದಿನಲ್ಲಿ ನಾಸಿರ್‌ಜಂಗನಿಗೂ, ಕರ್ನಾಟಿಕ್‌ನಲ್ಲಿ ಮುಹಮ್ಮದ್ ಆಲಿಗೂ ಸಹಾಯ ಮಾಡಿದನು. ಮುಹಮದ್ ಆಲಿ ತಿರುಚನಾಪಳ್ಳಿ ಕೋಟೆಯನ್ನು ಮೈಸೂರಿಗೆ ಕೊಡುವ ಭರವಸೆ ನೀಡಿದ್ದನಾದರೂ ಮುಂದೆ ಅದರಂತೆ ನಡೆದುಕೊಳ್ಳಲಿಲ್ಲ. 1751ರಲ್ಲಿ ನಂಜರಾಜ ಹೈದರ್ ಆಲಿ ಸಹಿತ ಮೈಸೂರು ಸೈನ್ಯದೊಂದಿಗೆ ತಿರುಚಿನಾಪಳ್ಳಿಯನ್ನು ಮುತ್ತಿದನು. 1751–55ರವರೆಗೆ ಮುಂದುವರಿದ ಈ ಮುತ್ತಿಗೆ ವಿಫಲವಾಗಿ ಮೈಸೂರಿಗೆ 3 ರಿಂದ 4 ಕೋಟಿ ರೂಪಾಯಿಗಳ ನಷ್ಟ ಸಂಭವಿಸಿತು. ಅದರಿಂದಾಗಿ ರಾಜ್ಯದ ಆರ್ಥಿಕ ಪರಿಸ್ಥಿತಿ ಹದಗೆಟ್ಟಿತು. ಮುಹಮ್ಮದಾಲಿ ಮತ್ತು ಬ್ರಿಟಿಷರಿಂದ ಅವನು ಮೋಸಹೋದನು. ಆದರೆ ಈ ಬೆಳವಣಿಗೆಯಿಂದ **ಹೈದರ್ ಆಲಿಗೆ** ಸಹಾಯವಾಯಿತು. ಅವನು 1755ರಲ್ಲಿ **ದಿಂಡಿಗಲ್ ಫೌಜುದಾರನಾಗಿ ನೇಮಕಗೊಂಡನು**. ನಂಜರಾಜ ಮತ್ತು ದೇವರಾಜನ ಹತಾಶ ಸ್ಥಿತಿಯ ಲಾಭ ಪಡೆದು ಅವರನ್ನು 1756ರಲ್ಲಿ ಪದಚ್ಯುತಗೊಳಿಸಲು ಅರಸನ ಬೆಂಬಲಿಗರು ಪ್ರಯತ್ನಿಸಿದರು. ದಳವಾಯಿ ಸೋದರರಿಬ್ಬರೂ ಸೇರಿ ಈ ಪ್ರಯತ್ನವನ್ನು ವಿಫಲಗೊಳಿಸಿ ಪಿತೂರಿಗಾರರನ್ನು ಸೆರೆಹಿಡಿದು ಶಿಕ್ಷಿಸಿದರು. ಈ ಸಂದರ್ಭದಲ್ಲಿ ಕರಾಚೂರಿ ನಂಜರಾಜಯ್ಯನು ರಾಜ ಕೃಷ್ಣರಾಜ ಒಡೆಯನ್ನು ಕೊಲ್ಲಲು ಪ್ರಯತ್ನಿಸಿದನೆಂದು ಅದರಿಂದ ಬೇಸರಗೊಂಡ ದೇವರಾಜಯ್ಯ ಸತ್ಯಮಂಗಲಕ್ಕೆ ತೆರಳಿದನೆಂಬುದನ್ನು ಮೇಲೆ ಪ್ರಸ್ತಾಪಿಸಲಾಗಿದೆ. ಅಲ್ಲಿಂದ ಮುಂದೆ ನಂಜರಾಜಯ್ಯನೇ ರಾಜ್ಯದ ಎಲ್ಲ ಜವಾಬ್ದಾರಿಗಳನ್ನು ನಿರ್ವಹಿಸಿದನು.

1750ರ ದಶಕದ ಎರಡನೇ ಭಾಗದಲ್ಲಿ ಮೈಸೂರಿನ ಪರಿಸ್ಥಿತಿ ದಿನೇ ದಿನೇ ಹದಗೆಡಲಾರಂಭಿಸಿತು. ರಾಜ್ಯದ ಖಜಾನೆ ಬರಿದಾಗಿತ್ತು. ಹೈದರ್ ಹೆಚ್ಚು ಹೆಚ್ಚು ಬಲಿಷ್ಠನಾಗುತ್ತಿದ್ದನು. ನಂಜರಾಜನಿಗೆ ಪರಿಸ್ಥಿತಿ ನಿಭಾಯಿಸುವುದು ಕಠಿಣವಾಯಿತು. ಅವನ ಶತ್ರುಗಳೂ ಹೆಚ್ಚಾಗುತ್ತಿದ್ದರು. ಅರಮನೆಯವರು ಬಹಿರಂಗವಾಗಿಯೇ ನಂಜರಾಜನ ವಿರುದ್ಧ ಹೈದರನಿಗೆ ಬೆಂಬಲ ನೀಡಲಾರಂಭಿಸಿದರು. ಹೈದರನನ್ನು ಬಳಸಿಕೊಂಡು ದಳವಾಯಿಗಳಿಂದ ಅಧಿಕಾರವನ್ನು ಮರಳಿ ಪಡೆದುಕೊಳ್ಳುವುದು ಅವರ ಉದ್ದೇಶವಾಗಿತ್ತು. 1757ರಲ್ಲಿ ಮರಾಠರು ಮೈಸೂರಿನ ಮೇಲೆ ದಾಳಿ ಮಾಡಿದರು. ಸೋತ ನಂಜರಾಜ 32 ಲಕ್ಷ ರೂ.ಗಳನ್ನು ನೀಡಲು ಒಪ್ಪಿಕೊಂಡನು. ಆದರೆ ಖಜಾನೆಯಲ್ಲಿ ಹಣವಿಲ್ಲದಿದ್ದರಿಂದ ಮೈಸೂರು ರಾಜ್ಯದ 13 ತಾಲ್ಲೂಕುಗಳನ್ನು ಮರಾಠರಿಗೆ ಒತ್ತೆ ಇಟ್ಟನು. 1758ರಲ್ಲಿ **ಹರಿಪಂತ ಫಡಕೆ** ಮತ್ತು **ಆನಂದರಾವ್ ರಾಸ್ತೆ** ನೇತೃತ್ವದ ಮರಾಠ ಸೈನ್ಯ ಬಾಕಿ ವಸೂಲಿಗಾಗಿ ಮೈಸೂರಿನ ಮೇಲೆ ದಾಳಿ ಮಾಡಿತು. ಈ ಬಾರಿ ಹೈದರ್ ಮರಾಠರನ್ನು ಸೋಲಿಸಿ ಅವರಿಂದ ಒತ್ತೆ ಇಡಲಾಗಿದ್ದ ಬೆಂಗಳೂರು ಮತ್ತಿತರ ಪ್ರದೇಶಗಳನ್ನು ಕಸಿದುಕೊಂಡನು. ಈ ಮಧ್ಯೆ ಅರಸನ ಪಕ್ಷದವರು ಹೈದರ್ ಆಲಿ ಮತ್ತು ಖಂಡೇರಾವ್ ಜೊತೆ ಸೇರಿ ನಂಜರಾಜಯ್ಯನ ಪದಚ್ಯುತಿಗೆ ಪಿತೂರಿ ನಡೆಸಿದರು. ವೇತನ ಪಾವತಿಯಾಗದಿದ್ದರಿಂದ ಅತೃಪ್ತಗೊಂಡಿದ್ದ ಸೈನಿಕರನ್ನು ನಂಜರಾಜಯ್ಯನ ಮನೆ ಮುಂದೆ ಧರಣಿ ಕೂರುವಂತೆ ಮಾಡಿದರು. ಪರಿಸ್ಥಿತಿಯನ್ನು ನಿಭಾಯಿಸಲು ಸಾಧ್ಯವಾಗದ ನಂಜರಾಜಯ್ಯ ನಿವೃತ್ತನಾಗುವ ಅಪೇಕ್ಷೆ ವ್ಯಕ್ತಪಡಿಸಿದನು. ಹೈದರ್ ಇದರ ಲಾಭ ಪಡೆದು ಬಾಕಿ ವೇತನವನ್ನು ಶೀಘ್ರದಲ್ಲೇ ಪಾವತಿಸುವ ಭರವಸೆ ನೀಡಿ ಸೈನಿಕರ ಮುಷ್ಕರವನ್ನು ನಿಲ್ಲಿಸಿದನು. ಹೀಗೆ 1759ರಲ್ಲಿ ನಂಜರಾಜ ಅಧಿಕಾರದಿಂದ ನಿರ್ಗಮಿಸಿದನು. ಅನಂತರ ಕೊಣನೂರಿಗೆ ತೆರಳಿದ ನಂಜರಾಜ ಅಲ್ಲಿಯೇ 1766ರಲ್ಲಿ ನಿಧನನಾದನು. 1761ರ ವೇಳೆಗೆ ಮೈಸೂರಿನಲ್ಲಿ ಸಂಪೂರ್ಣ ಅಧಿಕಾರವನ್ನು ತನ್ನ ಕೈವಶಮಾಡಿಕೊಂಡ ಹೈದರ್ ಆಲಿ 1761ರಿಂದ 1782ರವರೆಗೆ ಸರ್ವಾಧಿಕಾರಿಯಾಗಿ ಮೈಸೂರನ್ನು ಆಳಿದನು.

ದಳವಾಯಿಗಳ ಕಾಲದ ಕನ್ನಡ ಸಾಹಿತ್ಯ

ಕಳಲೆ ದಳವಾಯಿಗಳಲ್ಲಿ ಕನ್ನಡ ಸಾಹಿತ್ಯಕ್ಕೆ ಅಪಾರ ಪ್ರೋತ್ಸಾಹ ನೀಡಿದವರು ಕಳಲೆ ವೀರರಾಜ (1714–1728)ಮತ್ತು ಅವನ ಕಿರಿಯ ಮಗ ಕಾರಾಚೂರಿ ನಂಜರಾಜ ಅಥವಾ ಕಳಲೆ ನಂಜರಾಜ (1739–1759). ಚೆನ್ನಯ್ಯ, ರಂಗಯ್ಯ ಮತ್ತು ಚೆಲುವಾಂಬೆ ವೀರರಾಜನ ಕಾಲದ ಪ್ರಮುಖ ಕವಿಗಳು. ವೀರರಾಜನ ಆಶ್ರಿತ ಕವಿಯಾಗಿದ್ದ ಚನ್ನಯ್ಯ **'ಪದ್ಮಿನಿ ಪುರಾಣ'** ಎಂಬ ಕೃತಿಯನ್ನು ರಚಿಸಿದನು. ಚೆಲುವಾಂಬೆ ವೀರರಾಜನ ತಮ್ಮನ ಮಗಳು ಹಾಗೂ ದೊಡ್ಡ ಕೃಷ್ಣರಾಜ ಒಡೆಯನ ಪಟ್ಟಮಹಿಷಿ, ಈಕೆಯು **'ವರನಂದೀ ಕಲ್ಯಾಣ', ತಲಕಾವೇರೀ ಮಹಾತ್ಮ್ಯ, ವೆಂಕಟಚಲ ಮಹಾತ್ಮ್ಯ ಲಾಲೀಪದ, ಅಲುಮೇಲುಮಂಗೆ ಲಾಲೀಪದ** ಮೊದಲಾದ ಕೃತಿಗಳನ್ನು ರಚಿಸಿದಳು ಎಂದು ಹೇಳಲಾಗಿದೆ. ಸ್ವತಃ ದಳವಾಯಿ ವೀರರಾಜನು **'ಸಕಲ ವೈದ್ಯ**

ಸಂಹಿತ ಸಾರಾರ್ಣವ' ಎಂಬ ವೈದ್ಯ ಶಾಸ್ತ್ರಕ್ಕೆ ಸಂಬಂಧಿಸಿದ ಬೃಹತ್ ಗ್ರಂಥವನ್ನು ರಚಿಸಿದನು. ದಳವಾಯಿ ದೇವರಾಜನ ಆಶ್ರಯ ಪಡೆದಿದ್ದ ರಂಗಯ್ಯ **'ಕಾವೇರಿ ಮಹಾತ್ಮ್ಯ'** ಎಂಬ ಕಾವ್ಯವನ್ನು ರಚಿಸಿದನು.

ಕಳಲೆ ನಂಜರಾಜ ಅಥವಾ ಕಾರಾಚುರಿ ನಂಜರಾಜಯ್ಯ ಸ್ವತಃ ವಿದ್ವಾಂಸನಾಗಿದ್ದು ಹಲವಾರು ಕೃತಿಗಳನ್ನು ರಚಿಸಿದ್ದಾನೆ. ಈತನನ್ನು ಸಮಕಾಲೀನ ಸಂಸ್ಕೃತ ಹಾಗೂ ಕನ್ನಡ ಕೃತಿಗಳಲ್ಲಿ **'ನೂತನ ಭೋಜರಾಜ** ಎಂದು ವರ್ಣಿಸಲಾಗಿದೆ. ಈತನು 18 ಕೃತಿಗಳನ್ನು ರಚಿಸಿದನೆಂದು ಹೇಳಲಾಗಿದೆ. ಅವುಗಳಲ್ಲಿ ಪ್ರಮುಖವಾದವು **ಕಕುದ್ಗಿರಿ ಮಾಹಾತ್ಮ್ಯ, ಗರಳಪುರಿ ಮಹಿಮಾದರ್ಶ, ಶಿವಭಕ್ತ ವಿಲಾಸ ದರ್ಪಣ, ಹಾಲಾಸ್ಯ ಮಹಾತ್ಮ್ಯ, ಭಾರತ ತಾತ್ಪರ್ಯಟೀಕೆ, ಶಿವಧರ್ಮೋತ್ತರ ಟೀಕು, ಲಿಂಗಪುರಾಣ, ಶಿವಗೀತೆ** ಮೊದಲಾದವು. ಆದರೆ ಇವುಗಳಲ್ಲಿ ಪ್ರಕಟಗೊಂಡಿರುವುದು ಕೇವಲ **'ಹಾಲಾಸ್ಯ ಮಹಾತ್ಮ್ಯ'** ಮಾತ್ರ. ಈತನ ಕೃತಿಗಳ ಹಸ್ತಪ್ರತಿಗಳು ಮೈಸೂರು ವಿಶ್ವವಿದ್ಯಾಲಯದ ಕನ್ನಡ ಅಧ್ಯಯನ ಸಂಸ್ಥೆಯ ಹಸ್ತಪ್ರತಿ ವಿಭಾಗದಲ್ಲಿವೆ. ಈತನ ಆಶ್ರಿತ ಕವಿಯಾಗಿದ್ದ ನೂರೊಂದಯ್ಯ **"ಸೌಂದರ ಕಾವ್ಯ"** ಎಂಬ ಕೃತಿಯನ್ನು ರಚಿಸಿದನು.

ಹಾಲಾಸ್ಯ ಮಹಾತ್ಮ್ಯ ಬರೆದ ವೆಂಕಟೇಶ ಹಾಗೂ **ಲಿಂಗಪುರಾಣ** ಬರೆದ ಕಳಲೆ ಲಿಂಗರಾಜ ನಂಜರಾಜಯ್ಯನ ಆಶ್ರಿತ ಕವಿಗಳಾಗಿದ್ದರು. ಆದರೆ ಅವರ ಕೃತಿಗಳು ಲಭ್ಯವಾಗಿಲ್ಲ. ಈ ಕಾಲದ ವಿಶೇಷವೇನೆಂದರೆ ಹಿಂದೆ ಒಡೆಯರ ಆಶ್ರಯದಲ್ಲಿ ವೈಷ್ಣವ ಪರವಾದ ಕೃತಿಗಳು ಮಾತ್ರ ರಚನೆಯಾಗಿದ್ದವು ಆದರೆ **ದಳವಾಯಿಗಳ ಕಾಲದಲ್ಲಿ ಶೈವಪರವಾದ ಸಾಹಿತ್ಯ ರಚನೆಯಾಯಿತು.** ಇದಕ್ಕೆ **ಕಾರಾಚೂರಿ ನಂಜರಾಜ ವೀರಶೈವ ಧರ್ಮಾವಂಬಿಯಾಗಿದ್ದುದು ಪ್ರಮುಖ ಕಾರಣವಾಗಿದ್ದಿತು.**

ಮಾದರಿ ಪ್ರಶ್ನೆಗಳು

ಒಂದು ಅಂಕದ ಪ್ರಶ್ನೆಗಳು

1. ಮೈಸೂರು ರಾಜ್ಯದಲ್ಲಿ ವಿಜಯನಗರದ ಮಾದರಿ ದಸರಾ ಉತ್ಸವದ ಆಚರಣೆಯನ್ನು ಆರಂಭಿಸಿದವರು ಯಾರು?
2. ಪ್ರಥಮ ದಸರಾ ಉತ್ಸವ ಯಾವ ವರ್ಷ ಆರಂಭವಾಯಿತು?
3. ಮೈಸೂರಿನಲ್ಲಿ ಕಳಲೆ ರಾಜ್ಯ ವಿಲೀನಗೊಳ್ಳಲು ಕಾರಣವಾದ ಒಪ್ಪಂದ ಯಾವುದು ?
4. ಮುಘಲ್ ಸಾಮ್ರಾಟ ಔರಂಗಜೇಬನೊಂದಿಗೆ ರಾಜತಾಂತ್ರಿಕ ಸಂಬಂಧ ಸ್ಥಾಪಿಸಿಕೊಂಡ ಮೈಸೂರಿನ ದೊರೆ ಯಾರು ?
5. 'ನವಕೋಟಿ ನಾರಾಯಣ ಎಂಬ ಬಿರುದು ಹೊಂದಿದ್ದ ಮೈಸೂರಿನ ಅರಸ ಯಾರು ?
6. ಶಿವಾಜಿಯನ್ನು ಸೋಲಿಸಿ 'ಅಪ್ರತಿಮವೀರ' ಎಂಬ ಬಿರುದು ಧರಿಸಿದ ಮೈಸೂರಿನ ದೊರೆ ಯಾರು ?
7. ಕನ್ನಡದ ಪ್ರಥಮ ನಾಟಕ ಎಂದು ಪರಿಗಣಿತವಾಗಿರುವ 'ಮಿತ್ರವಿಂದ ಗೋವಿಂದ' ವನ್ನು ರಚಿಸಿದವರು ಯಾರು?
8. 'ನೂತನ ಭೋಜರಾಜ' ಎಂದು ಪ್ರಶಂಸಿಸಲ್ಪಟ್ಟಿರುವ ಮೈಸೂರಿನ ದಳವಾಯಿ ಯಾರು?

ಹತ್ತು ಅಂಕದ ಪ್ರಶ್ನೆಗಳು

1. ಚಿಕ್ಕದೇವರಾಜ ಒಡೆಯನ ಆಡಳಿತ ಸುಧಾರಣೆಗಳನ್ನು ವಿವರಿಸಿ.
2. ಮುಘಲರೊಂದಿಗೆ ಚಿಕ್ಕದೇವರಾಜನ ಸಂಬಂಧಗಳನ್ನು ವಿವರಿಸಿ.

ಅಧ್ಯಾಯ – 17

ಹೈದರ್ ಅಲಿ
Hydar Ali

18ನೇ ಶತಮಾನ ಮಧ್ಯಭಾಗ ಎರಡು ಮಹತ್ವದ ಬೆಳವಣಿಗೆಗಳಿಗೆ ಸಾಕ್ಷಿಯಾಯಿತು. ಒಂದು, ದೇಶೀಯ ರಾಜಕೀಯ ಶಕ್ತಿಗಳಾದ ಮುಘಲರು ಮತ್ತು ಮರಾಠರು ಅವನತಿ ಹೊಂದಿದ್ದು. ಮತ್ತೊಂದು ಬೆಳವಣಿಗೆಯೆಂದರೆ ಬ್ರಿಟಿಷರು ರಾಜಕೀಯವಾಗಿ ಬಲಿಷ್ಠರಾದುದು. **1757ರ ಪ್ಲಾಸಿ ಕದನದಲ್ಲಿ** ಜಯಗಳಿಸಿದ ಬ್ರಿಟಿಷರು ಸಂಪದ್ಭರಿತವಾದ ಬಂಗಾಳ ಪ್ರಾಂತ್ಯವನ್ನು ವಶಪಡಿಸಿಕೊಂಡರು. ಅದೇ ಸಮಯದಲ್ಲಿ ದಖ್ಖನಿನಲ್ಲಿ ಬ್ರಿಟಿಷರು ಮತ್ತು ಫ್ರೆಂಚರ ನಡುವೆ ರಾಜಕೀಯ ಪ್ರಾಬಲ್ಯಕ್ಕಾಗಿ ತೀವ್ರ ಸ್ವರೂಪದ ಕರ್ನಾಟಿಕ್ ಯುದ್ಧಗಳು ಸಂಭವಿಸಿ ಅಂತಿಮವಾಗಿ ಬ್ರಿಟಿಷರು ಜಯಗಳಿಸಿ ಕರ್ನಾಟಿಕ್ ಮತ್ತು ಹೈದರಾಬಾದ್‌ನಲ್ಲಿ ತಮ್ಮ ಪ್ರಭಾವ ಸ್ಥಾಪಿಸಿಕೊಂಡರು. ಈ ಹಂತದಲ್ಲಿ ಹೈದರ್ ಅಲಿ ದಕ್ಷಿಣ ಭಾರತದ ರಾಜಕೀಯ ರಂಗದಲ್ಲಿ ಕಾಣಿಸಿಕೊಂಡನು. ವಿಜಯನಗರ ಪತನಾನಂತರ ಮೈಸೂರು ರಾಜ್ಯ ಒಡೆಯರ ಆಳ್ವಿಕೆಯಲ್ಲಿ ಒಂದು ಪ್ರಮುಖ ರಾಜಕೀಯ ಶಕ್ತಿಯಾಗಿ ಬೆಳೆದಿತ್ತು. ಆದರೆ ಚಿಕ್ಕದೇವರಾಜರು 1704ರಲ್ಲಿ ಮರಣಿಸಿದ ನಂತರ 1760ರವರೆಗೆ ಕಳಲೆಯ ದಳವಾಯಿಗಳು ಮೈಸೂರನ್ನು ಸರ್ವಾಧಿಕಾರಿಗಳಾಗಿ ಆಳಿದರು. ಕೊನೆಯ ದಳವಾಯಿ ನಂಜರಾಜನ ಪ್ರೋತ್ಸಾಹದಿಂದಲೇ ಬೆಳೆದ ಹೈದರ್ ಅಲಿ 1761ರ ವೇಳೆಗೆ ಮೈಸೂರಿನ ಸರ್ವಾಧಿಕಾರಿಯಾದನು ಹಾಗೂ ಸಣ್ಣ ರಾಜ್ಯವಾಗಿದ್ದ ಮೈಸೂರನ್ನು ಎಲ್ಲ ದಿಕ್ಕುಗಳಲ್ಲೂ ವಿಸ್ತರಿಸಿ ಅದನ್ನು ವಿಸ್ತಾರವಾದ ಹಾಗೂ ಬಲಿಷ್ಠವಾದ ರಾಜ್ಯವಾಗಿ ಪರಿವರ್ತಿಸಿದನು. ಹೈದರ್ ಅಲಿ ಮತ್ತು ಅವನ ಮಗ ಟಿಪ್ಪು 18ನೇ ಶತಮಾನದ ದ್ವಿತೀಯಾರ್ಧದಲ್ಲಿ ತಮ್ಮ ರಾಜ್ಯದ ಸ್ವಾತಂತ್ರ್ಯವನ್ನು ರಕ್ಷಿಸಿಕೊಳ್ಳಲು ಬ್ರಿಟಿಷರೊಂದಿಗೆ ತೀವ್ರ ಹೋರಾಟವನ್ನು ನಡೆಸಿದರು. ಆದರೆ ದುರಾದೃಷ್ಟದಿಂದ ಅವರ ಪ್ರಯತ್ನಗಳು ವಿಫಲವಾದವು.

ಪ್ರಾರಂಭಿಕ ಜೀವನ : ಹೈದರನ ಬಾಲ್ಯದ ಬಗ್ಗೆ ಹೆಚ್ಚಿನ ಮಾಹಿತಿಗಳು ಲಭ್ಯವಾಗಿಲ್ಲ. ಅವನ ಪೂರ್ವಿಕರು ಅರೇಬಿಯಾದ ಕುರಾಯಿಷ್ ಪಂಗಡಕ್ಕೆ ಸೇರಿದವರಾಗಿದ್ದರು. ಅವರು 16ನೇ ಶತಮಾನದ ಕೊನೆಯ ಭಾಗದಲ್ಲಿ ಕರ್ನಾಟಕಕ್ಕೆ ಬಂದರು. ಹೈದರ್ ಕೋಲಾರ ಜಿಲ್ಲೆಯ ಬೂದಿಕೋಟೆಯಲ್ಲಿ 1721ರಲ್ಲಿ ಜನಿಸಿದನು. ಅವನ ತಂದೆ ಯೋಧನಾಗಿದ್ದ ಫತೇ ಮುಹಮ್ಮದ್ ಪ್ರಾರಂಭದಲ್ಲಿ ಶಿರಾದ ನವಾಬನ ಸೇವೆಯಲ್ಲಿದ್ದನು. ಅನಂತರ ದೊಡ್ಡಬಳ್ಳಾಪುರದ ನವಾಬ ಅಬ್ದುಲ್ ರಸೂಲ್‌ನ ಸೇವೆಗೆ ಸೇರಿಕೊಂಡನು. ಅವನು 1728ರಲ್ಲಿ ಮರಣಹೊಂದಿದಾಗ ಹೈದರ್‌ನಿಗೆ ಕೇವಲ ಏಳು ವರ್ಷಗಳು. ಬಡತನದ ಕಾರಣದಿಂದಾಗಿ ಹೈದರನಿಗೆ ಉತ್ತಮ ಶಿಕ್ಷಣ ಪಡೆಯುವುದು ಸಾಧ್ಯವಾಗದೆ, ಕೊನೆಯವರೆಗೂ ಅನಕ್ಷರಸ್ಥನಾಗಿಯೇ ಉಳಿದನು. ತನ್ನ ಸಮೀಪದ ಬಂಧು ಹೈದರ್ ಸಾಹೇಬನ ನೆರವಿನಿಂದ ಮೈಸೂರಿನ ದಳವಾಯಿ ನಂಜರಾಜನ ಸೈನ್ಯದಲ್ಲಿ 1738ರಲ್ಲಿ ಸಿಪಾಯಿಯಾಗಿ ಸೇರಿಕೊಂಡನು.

ಹೈದರ್‌ನ ಏಳಿಗೆ

1746ರಲ್ಲಿ ಮೈಸೂರು ಸೈನ್ಯ ದೇವನಹಳ್ಳಿಗೆ ಮುತ್ತಿಗೆ ಹಾಕಿದ್ದ ಸಂದರ್ಭದಲ್ಲಿ ಹೈದರ್ ತನ್ನ ಸಾಮರ್ಥ್ಯ ಮತ್ತು ಜಾಣ್ಮೆಯನ್ನು ಪ್ರದರ್ಶಿಸಿ ನಂಜರಾಜನ ಗಮನ ಸೆಳೆದನು. ತಕ್ಷಣ ನಂಜರಾಜ ಹೈದರ್‌ನನ್ನು 200 ಸಿಪಾಯಿಗಳು ಮತ್ತು 50 ಅಶ್ವಗಳ ನಾಯಕನಾಗಿ ನೇಮಿಸಿದನು. ಇದು ಹೈದರ್‌ನ ಕೀರ್ತಿಯುತ ಬದುಕಿನ ಆರಂಭ. ಅನಂತರ ಹಂತ ಹಂತವಾಗಿ ಹೈದರ್ ಸ್ವಸಾಮರ್ಥ್ಯದಿಂದಲೇ ತನ್ನ ಸ್ಥಾನವನ್ನು ಉತ್ತಮ ಪಡಿಸಿಕೊಂಡನು. ಅದೃಷ್ಟವೂ ಅವನ ನೆರವಿಗೆ ಬಂದಿತು.

1750ರಲ್ಲಿ ಹೈದರ್‌ನನ್ನು ಒಳಗೊಂಡ ಮೈಸೂರು ಸೈನ್ಯವನ್ನು ಹೈದರಾಬಾದಿನ ಸಿಂಹಾಸನಕ್ಕೆ ನಡೆಯುತ್ತಿದ್ದ ಅಂತರ್ಯುದ್ಧದಲ್ಲಿ ನಾಸಿರ್‌ಜಂಗನಿಗೆ ಸಹಾಯಮಾಡಲು ಕಳುಹಿಸಲಾಯಿತು. ನಾಸಿರ್‌ಜಂಗ್ ಕೊಲ್ಲಲ್ಪಟ್ಟಾಗ (1750 ಡಿಸೆಂಬರ್ 16) ಅವನ ಸಂಪತ್ತಿನ ಬಹುಭಾಗವನ್ನು ಹೈದರ್ ತನ್ನ ವಶಕ್ಕೆ ತೆಗೆದುಕೊಂಡನು. ಅದರ ಸಹಾಯದಿಂದ ಮುಂದೆ 500 ಯೋಧರು ಮತ್ತು 200 ಅಶ್ವಗಳನ್ನು ಒಳಗೊಂಡ ತನ್ನದೇ ಸೈನ್ಯವನ್ನು ಕಟ್ಟಿದನು ಮತ್ತು ಅದಕ್ಕೆ ಫ್ರೆಂಚರಿಂದ ತರಬೇತಿ ಕೊಡಿಸಿದನು.

ದಿಂಡಿಗಲ್ ಫೌಜುದಾರನಾಗಿ ಹೈದರ್ : ದ್ವಿತೀಯ ಕರ್ನಾಟಕ ಯುದ್ಧದ ಸಂದರ್ಭದಲ್ಲಿ ಆರ್ಕಾಟನ ಸಿಂಹಾನಕ್ಕಾಗಿ ಹೋರಾಡುತ್ತಿದ್ದ ಮುಹಮ್ಮದ್ ಅಲಿಯು ತನ್ನ ವಿರೋಧಿ ಚಂದಾಸಾಹೇಬನ ವಿರುದ್ಧ ನಂಜರಾಜನ ಸಹಾಯವನ್ನು ಕೇಳಿದ್ದನು ಮತ್ತು ಅದಕ್ಕೆ ಪ್ರತಿಯಾಗಿ ತಿರುಚನಾಪಳ್ಳಿ ಮತ್ತು ಅದರ ದಕ್ಷಿಣ ಭಾಗದ ಪ್ರದೇಶಗಳನ್ನು ಮೈಸೂರಿಗೆ ಬಿಟ್ಟು ಕೊಡುವುದಾಗಿ ತಿಳಿಸಿದ್ದನು. ಅದಕ್ಕೆ ಸಮ್ಮತಿಸಿದ ನಂಜರಾಜ ತಿರುಚನಾಪಳ್ಳಿಗೆ ಸೈನ್ಯದೊಂದಿಗೆ ತೆರಳಿ ಚಂದಾಸಾಹೇಬ ಮತ್ತು ಫ್ರೆಂಚ್‌ರೊಂದಿಗೆ ಹೋರಾಡಿದನು. ಈ ನಡುವೆ ಬ್ರಿಟಿಷರು ಆರ್ಕಾಟನ್ನು ವಶಪಡಿಸಿಕೊಂಡರು. ಚಂದಾಸಾಹೇಬ ಹತನಾದನು. ಅನಂತರ ಮಹಮ್ಮದ್ ಅಲಿ ನವಾಬನಾದನು. ಆದರೆ ಕರ್ನಾಟಿಕ್‌ನ ನವಾಬನಾದ ನಂತರ, ಬ್ರಿಟಿಷರ ಚಿತಾವಣೆಯಿಂದ ತಿರುಚನಾಪಳ್ಳಿಯನ್ನು ಬಿಟ್ಟುಕೊಡಲು ನಿರಾಕರಿಸಿದನು. ಈ ಹಿನ್ನೆಲೆಯಲ್ಲಿ 1751ರಲ್ಲಿ ತಿರುಚಿನಾಪಳ್ಳಿಯನ್ನು ವಶಪಡಿಸಿಕೊಳ್ಳಲು ವೀರಣ್ಣ ನಾಯಕತ್ವದಲ್ಲಿ ಹೈದರ್‌ನನ್ನು ಒಳಗೊಂಡ ಒಂದು ಪ್ರಬಲ ಸೈನ್ಯವನ್ನು ನಂಜರಾಜ ಕಳುಹಿಸಿದನು. 1755ರವರೆಗೂ ಮುಂದುವರಿದ ತಿರುಚನಾಪಳ್ಳಿಯ ಮುತ್ತಿಗೆ ವಿಫಲರಾದರೂ ಆ ಸಂದರ್ಭದಲ್ಲಿ ಹೈದರ್ ತೋರಿದ ಸಾಹಸ, ಯುದ್ಧ ಕೌಶಲ ನಂಜರಾಜನ ಗಮನ ಸೆಳೆಯಿತು. ಈ ವೇಳೆಗೆ ಹೈದರ್‌ನ ಸೈನ್ಯದ ಬಲ 1500 ಅಶ್ವಗಳು ಮತ್ತು 3000 ಸೈನಿಕರಿಗೆ ಹೆಚ್ಚಿತ್ತು. **1755 ರಲ್ಲಿ ಹೈದರ್ ದಿಂಡಿಗಲ್ ಫೌಜುದಾರನಾಗಿ ನೇಮಕಗೊಂಡನು.** ತಿರುಚನಾಪಳ್ಳಿ ಮುತ್ತಿಗೆಯಿಂದ ಮೈಸೂರಿಗೆ 3 ರಿಂದ 4 ಕೋಟಿ ರೂಪಾಯಿಗಳ ನಷ್ಟವಾಯಿತು. ಈ ಬೆಳವಣಿಗೆಯಿಂದ ಹೈದರ್ ಅಲಿಗೆ ಲಾಭವಾಯಿತು.

ದಿಂಡಿಗಲ್‌ನ ಫೌಜುದಾರನಾಗಿ ಹೈದರ್ ಸ್ಥಳೀಯ ಪಾಳೆಯಗಾರರಾದ ಪಳನಿಯ ಅಮ್ಮಿನಾಯಕ, ವಿರೂಪಾಕ್ಷಿಯ ಅಪ್ಪಿನಾಯಕ ಮೊದಲಾದವರನ್ನು ಹತ್ತಿಕ್ಕಿ ಕಾನೂನು, ಸುವ್ಯವಸ್ಥೆ ಮರುಸ್ಥಾಪಿಸಿದನು ಹಾಗೂ ಜನರ ಗೌರವಕ್ಕೆ ಪಾತ್ರನಾದನು. ಅದರಿಂದಾಗಿ ಸಹಜವಾಗಿಯೇ ಅವನ ಪ್ರಭಾವ ಹೆಚ್ಚಿತು.

ಮೈಸೂರಿನ ಸರ್ವಾಧಿಕಾರಿಯಾಗಿ ಹೈದರ್

1750ರ ದಶಕದ ಅಂತ್ಯ ಭಾಗದಲ್ಲಿ ಸಂಭವಿಸಿದ ಎರಡು ಮಹತ್ವದ ಘಟನೆಗಳು ಹೈದರ್‌ನಿಗೆ ಮೈಸೂರಿನ ಸರ್ವಾಧಿಕಾರಿಯಾಗಲು ಸಹಾಯಕವಾದವು. 1757ರಲ್ಲಿ ಪೇಶ್ವೆ ಬಾಲಾಜಿ ಬಾಜೀರಾಯನ ನೇತೃತ್ವದಲ್ಲಿ ಮರಾಠರು ಮೈಸೂರಿನ ಮೇಲೆ ದಾಳಿ ಮಾಡಿದರು. ಸೋತ ನಂಜರಾಜ ಅವಮಾನಕಾರಿ ಒಪ್ಪಂದಕ್ಕೆ ಸಹಿ ಮಾಡಿ 32ಲಕ್ಷ ರೂಪಾಯಿಗಳನ್ನು ನೀಡಲು ಒಪ್ಪಿಕೊಂಡನು. ಆದರೆ ಖಜಾನೆಯಲ್ಲಿ ಹಣವಿರಲಿಲ್ಲ. ಬೇರೆ ಮಾರ್ಗವಿಲ್ಲದೆ ನಂಜರಾಜ ಮೈಸೂರು ರಾಜ್ಯದ 13 ತಾಲ್ಲೂಕುಗಳನ್ನು ಮರಾಠರಿಗೆ ಒತ್ತೆಯಿಟ್ಟನು. 1758ರಲ್ಲಿ ಮರಾಠ ಸೈನ್ಯ **ಹರಿಪಂತ್ ಫಡಕೆ** ಮತ್ತು **ಆನಂದರಾವ್ ರಾಸ್ತೆ** ನೇತೃತ್ವದಲ್ಲಿ ಬಾಕಿ ವಸೂಲಿಗಾಗಿ ಮೈಸೂರಿನ ಮೇಲೆ ದಾಳಿ ಮಾಡಿತು. ಈ ಬಾರಿ ಹೈದರ್ ಅಲಿ ಮರಾಠರೊಂದಿಗೆ ಹೋರಾಡಿ ಅವರನ್ನು ಸೋಲಿಸಿ ಬೆಂಗಳೂರು ಸೇರಿದಂತೆ ಒತ್ತೆಯಿಡಲಾಗಿದ್ದ ಹಲವಾರು ಪ್ರದೇಶಗಳನ್ನು ಕಸಿದುಕೊಂಡನು. ಈ ಸಾಹಸ ಕಾರ್ಯಕ್ಕಾಗಿ ಮೈಸೂರಿನ ಮಹಾರಾಜ ಚಿಕ್ಕ ಕೃಷ್ಣರಾಜ ಒಡೆಯರು ಹೈದರನಿಗೆ **'ನವಾಬ್ ಹೈದರ್ ಅಲಿ ಖಾನ್ ಬಹಾದೂರ್'** ಎಂಬ ಬಿರುದು ನೀಡಿ ಸನ್ಮಾನಿಸಿದರು. ನಂಜರಾಜನ ವಿರುದ್ಧ ಹೈದರ್‌ನನ್ನು ಬಳಸಿಕೊಳ್ಳುವ ಖಚಿತ ಉದ್ದೇಶ ಅರಸು ಮನೆತನದವರಿಗೆ, ವಿಶೇಷವಾಗಿ ಜಯಲಕ್ಷ್ಮಣ್ಣಿ ಅವರಿಗೆ ಇದ್ದಿತು.

1758ರಲ್ಲಿ ವೇತನ ಪಾವತಿಯಲ್ಲಿ ವಿಳಂಬವನ್ನು ಪ್ರತಿಭಟಿಸಿ ಮೈಸೂರಿನ ಯೋಧರು ದಂಗೆ ಎದ್ದರು. ಈ ಹಂತದಲ್ಲಿ ರಾಜವಂಶದ ಬೆಂಬಲಿಗರು ನಂಜರಾಜನನ್ನು ಪದಚ್ಯುತಗೊಳಿಸಲು ಪಿತೂರಿ ನಡೆಸಿದ್ದರು. ಪಿತೂರಿಯಲ್ಲಿ ಹೈದರ್ ಮತ್ತು ದಿವಾನ್ ಖಂಡೇರಾವ್ ಕೂಡ ಭಾಗಿಯಾಗಿದ್ದರು. ಈ ಪಿತೂರಿಯ ಭಾಗವಾಗಿ ಸೈನಿಕರನ್ನು ನಂಜರಾಜನ ಮನೆಯ ಮುಂದೆ ಧರಣಿ ನಡೆಸುವಂತೆ ಪ್ರೇರೇಪಿಸಿದರು. ಖಜಾನೆ ಖಾಲಿಯಾಗಿದ್ದರಿಂದ ನಂಜರಾಜ ಅಸಹಾಯಕನಾಗಿದ್ದನು. ಈ ಬಿಕ್ಕಟ್ಟಿನ ಸಂದರ್ಭದಲ್ಲಿ ಹೈದರ್ ಬಾಕಿ ವೇತನದ ಸ್ವಲ್ಪ ಭಾಗವನ್ನು ಪಾವತಿಸಿ ಉಳಿದುದನ್ನು ಶೀಘ್ರದಲ್ಲಿ ಪಾವತಿಸುವ ಭರವಸೆ ನೀಡಿ ಸೈನಿಕರನ್ನು ಸಮಾಧಾನಗೊಳಿಸಿದನು. ಈ ಕ್ರಮದಿಂದ ಹೈದರನ ಪ್ರಭಾವ ಮತ್ತಷ್ಟು ಹೆಚ್ಚಿತು.

ಈಗಾಗಲೇ ನಂಜರಾಜನಿಗೆ ಅಪಾರ ಹಣವನ್ನು ಮುಂಗಡವಾಗಿ ನೀಡಿದ್ದ ಹೈದರ್ ಅದಕ್ಕೆ ಪ್ರತಿಯಾಗಿ ಅಪಾರ ಸಂಖ್ಯೆಯ ತಾಲ್ಲೂಕುಗಳಲ್ಲಿ ಕಂದಾಯ ವಸೂಲಿ ಅಧಿಕಾರವನ್ನು ಪಡೆದುಕೊಂಡಿದ್ದನು. 1759ರಲ್ಲಿ ನಂಜರಾಜ ತಾನಾಗಿಯೇ ಅಧಿಕಾರ ತ್ಯಜಿಸಿದನು. ಈ ವೇಳೆಗೆ ಹೈದರನ ಬಗ್ಗೆ ಸಂಶಯಗೊಂಡ ಒಡೆಯರು ಅವನ ಪದಚ್ಯುತಿಗೆ ಪ್ರಯತ್ನಿಸಿದರು. ಹೈದರ್‌ನ ಆಪ್ತನಾಗಿದ್ದ **ದಿವಾನ್ ಖಂಡೇರಾಯನೂ** ಈ ಸಂಚಿನಲ್ಲಿ ಸೇರಿದ್ದನು. ಹೈದರ್ ಬೆಂಗಳೂರಿಗೆ ಪಲಾಯನ ಮಾಡಿದನು. ಅನಂತರ 1761ರ ಜುಲೈ ತಿಂಗಳಲ್ಲಿ ತನ್ನೆಲ್ಲ ಬಲದೊಂದಿಗೆ ದಾಳಿ ಮಾಡಿ ಶ್ರೀರಂಗಪಟ್ಟಣವನ್ನು ಆಕ್ರಮಿಸಿದನು. ತನ್ನ

ವಿರುದ್ಧ ಸಂಚು ನಡೆಸಿದವರನ್ನು ದಮನ ಮಾಡಿ ರಾಜನನ್ನು ದಿಗ್ಬಂಧನದಲ್ಲಿಟ್ಟು ತಾನೇ ಸರ್ವಾಧಿಕಾರಿಯಾದನು. ಹೀಗೆ ಒಡೆಯರು ಮತ್ತು ಅವರ ಬೆಂಬಲಿಗರು ಮೊದಲು ಹೈದರ್‌ನನ್ನು ಬಳಸಿಕೊಂಡು ನಂಜರಾಜನ ಪದಚ್ಯುತಿಗೆ ಪಿತೂರಿ ನಡೆಸಿದರು. ನಂಜರಾಜನ ಪತನಾನಂತರ ಹೈದರ್ ಪ್ರಬಲವಾಗಿ ಬೆಳೆದಾಗ ಆರಂಭದಲ್ಲೇ ಅವನನ್ನು ಹತ್ತಿಕ್ಕಲು ಅವನ ವಿರುದ್ಧ ಸಂಚು ರೂಪಿಸಿದರು. ಅಧಿಕಾರವನ್ನು ಕಳೆದುಕೊಂಡಿದ್ದ ಒಡೆಯರು ಮರಳಿ ಅಧಿಕಾರ ಪಡೆಯಲು ಪ್ರಯತ್ನಿಸಿದ್ದು ಸಹಜವಾಗಿತ್ತು ಮತ್ತು ನ್ಯಾಯೋಚಿತವಾಗಿತ್ತು. ಆದರೆ ಈಗಾಗಲೇ ಅಧಿಕಾರದ ರುಚಿ ನೋಡಿದ್ದ ಹೈದರ್ ಅದನ್ನು ಕಳೆದುಕೊಳ್ಳಲು ಸಿದ್ಧನಾಗಿರಲಿಲ್ಲ. ತನ್ನ ವಿರುದ್ಧ ಪಿತೂರಿಯನ್ನು ರೂಪಿಸಿದ್ದ ದಿವಾನ ಖಂಡೇರಾಯನನ್ನು ಬಂಧಿಸಿ ಬೆಂಗಳೂರಿನ ಜೈಲಿನಲ್ಲಿಟ್ಟನು. ಆದರೆ ಮಹಾರಾಜನನ್ನು ಪದಚ್ಯುತಗೊಳಿಸಲು ಪ್ರಯತ್ನಿಸದೆ ಸಾರ್ವಜನಿಕವಾಗಿ ಅವರನ್ನು ಗೌರವಿಸುವಂತೆ ನಟಿಸುತ್ತಾ ತನ್ನನ್ನು ಮಹಾರಾಜರ **'ಕಾರ್ಯಕರ್ತ'** ಎಂದು ವರ್ಣಿಸಿಕೊಂಡು ಆಡಳಿತ ನಡೆಸಿದನು.

ರಾಜ್ಯ ವಿಸ್ತರಣೆ

ಹೈದರ್ ತನ್ನ ಅಧಿಕಾರವನ್ನು ಭದ್ರಪಡಿಸಿಕೊಂಡ ನಂತರ ರಾಜ್ಯ ವಿಸ್ತರಣಾ ಕಾರ್ಯ ಕೈಗೊಂಡನು. 1762ರಲ್ಲಿ ಅವನು ಶಿರಾ, ಹೊಸಕೋಟೆ ಮತ್ತು ದೊಡ್ಡಬಳ್ಳಾಪುರಗಳನ್ನು ವಶಪಡಿಸಿಕೊಂಡನು. ಅಂತೆಯೇ ನಂದಿದುರ್ಗ, ರಾಯದುರ್ಗ, ಮಡಕಶಿರ, ಹರಪನಹಳ್ಳಿ, ಚಿಕ್ಕಬಳ್ಳಾಪುರ, ಗುಡಿಬಂಡೆ ಮೊದಲಾದವುಗಳನ್ನು ವಶಪಡಿಸಿಕೊಂಡನು.

ಬಿದನೂರಿನ ಆಕ್ರಮಣ : 1763ರಲ್ಲಿ ಹೈದರ್ ಕೆಳದಿ ನಾಯಕರ ಸಂಪದ್ಭರಿತ ಹಾಗೂ ಪ್ರಬಲವಾಗಿದ್ದ ಬಿದನೂರು ರಾಜ್ಯದ ಮೇಲೆ ದಾಳಿ ಮಾಡಿದನು. ಒಂದು ವರ್ಷದ ಮುತ್ತಿಗೆಯ ನಂತರ ಬಿದನೂರು ಕೋಟೆ ಸೇರಿದಂತೆ ಇಡೀ ರಾಜ್ಯ ಅವನ ವಶವಾಯಿತು. **ರಾಣಿ ವೀರಮ್ಮಾಜಿ ಮತ್ತು ಆಕೆಯ ದತ್ತು ಪುತ್ರ ಮೂರನೇ ಸೋಮಶೇಖರ ನಾಯಕನನ್ನು ಮಧುಗಿರಿ ಕೋಟೆಯಲ್ಲಿ ಬಂಧನದಲ್ಲಿಡಲಾಯಿತು.** ಬಿದನೂರಿನ ಅಪಾರ ಸಂಪತ್ತು ಹೈದರ್‌ನ ವಶವಾಯಿತು. ಬಿದನೂರಿಗೆ **'ಹೈದರ್‌ನಗರ'** ಎಂದು ಮರುನಾಮಕರಣ ಮಾಡಿದನು. ಈ ಕಾರ್ಯದಲ್ಲಿ ಹೈದರ್‌ನಿಗೆ ಚಿತ್ರದುರ್ಗದ 5ನೇ ಮದಕರಿ **ನಾಯಕ** ನೆರವು ನೀಡಿದನು. ತನ್ನ ದಂಡಯಾತ್ರೆಯನ್ನು ಮುಂದುವರಿಸಿದ ಹೈದರ್ ಮಂಗಳೂರು, ಭಟ್ಕಳ, ಹೊನ್ನಾವರ, ಬಲ್ಲಾಳರಾಯನ ದುರ್ಗ ಮೊದಲಾದವುಗಳನ್ನು ವಶಪಡಿಸಿಕೊಂಡನು. ಅಲ್ಲದೆ ಪಶ್ಚಿಮ ಕರಾವಳಿಯಲ್ಲಿ ನೌಕಾ ನೆಲೆಗಳನ್ನು ಸ್ಥಾಪಿಸಿದನು. ಅನಂತರ ಪಶ್ಚಿಮ ಕರಾವಳಿಯಲ್ಲಿ ವಿಜಯಯಾತ್ರೆ ಮುಂದುವರಿಸಿ ಬಹುತೇಕ ಮಲಬಾರ್ ಕರಾವಳಿ ಪ್ರದೇಶವನ್ನು ವಶಪಡಿಸಿಕೊಂಡನು. ಆದರೆ ಅಲ್ಲಿನ ನಾಯರ್‌ಗಳನ್ನು ಪೂರ್ಣವಾಗಿ ದಮನ ಮಾಡುವುದು ಸಾಧ್ಯವಾಗಲಿಲ್ಲ.

ಹೈದರ್ ಮತ್ತು ಮರಾಠರು : ಹೈದರ್‌ನ ಕಾಲದಲ್ಲಿ ಮರಾಠರು ಮೂರು ಬಾರಿ ಮೈಸೂರಿನ ಮೇಲೆ ದಾಳಿ ನಡೆಸಿದರು. ಆದರೆ ಮರಾಠರ ವಿರುದ್ಧ ಹೋರಾಟದಲ್ಲಿ ಹೈದರ್ ಯಶಸ್ಸು ಕಾಣಲಿಲ್ಲ. 1764ರ ಪ್ರಾರಂಭದಲ್ಲಿ 4ನೇ ಪೇಶ್ವೆ ಮಾಧವರಾಯನ ನೇತೃತ್ವದಲ್ಲಿ ಮರಾಠರು ಮೈಸೂರಿನ ಮೇಲೆ ದಾಳಿ ನಡೆಸಿದರು ಮತ್ತು ಬಾಣಾವರ, ಹಗಲವಾಡಿ, ಸಾವನಗಿರಿ ದುರ್ಗ ಮೊದಲಾದವನ್ನು ವಶಪಡಿಸಿಕೊಂಡರು. **ರಟ್ಟಿಹಳ್ಳಿ** ಕದನದಲ್ಲಿ ಮತ್ತು **ಅನವಟ್ಟಿ** ಕದನದಲ್ಲಿ ಹೈದರ್ ಸೋಲು ಅನುಭವಿಸಿದನು. ಹೈದರ್‌ನ ವಿರುದ್ಧ ಮರಾಠರಿಗೆ ಮದಕರಿ ನಾಯಕ ಸಹಾಯ ಮಾಡಿದನು. ಮರಾಠರು ಮುಂದುವರಿದು ಬಿದನೂರಿನ ಮೇಲೆ ದಾಳಿ ಮಾಡಿದರು. ಹೈದರ್ ಸಂಧಿ ಮಾಡಿಕೊಳ್ಳಲು ನಿರ್ಧರಿಸಿದನು. ಅದರಂತೆ **ಬಿದನೂರು ಒಪ್ಪಂದ** ಏರ್ಪಟ್ಟು ಹೈದರ್ ಮರಾಠರಿಗೆ 35 ಲಕ್ಷ ರೂಪಾಯಿಗಳನ್ನು ನೀಡಲು ಮತ್ತು ತುಂಗಭದ್ರಾ ನದಿಯ ಉತ್ತರ ಭಾಗದ ಪ್ರದೇಶಗಳನ್ನು ಬಿಟ್ಟುಕೊಡಲು ಸಮ್ಮತಿಸಿದನು.

1766 ರಲ್ಲಿ ಎರಡನೇ ಬಾರಿಗೆ ಮರಾಠರು ಪೇಶ್ವೆ ಮಾಧವರಾಯನ ನೇತೃತ್ವದಲ್ಲಿ ದಾಳಿ ಮಾಡಿದರು. ಮಧುಗಿರಿಯನ್ನು ವಶಪಡಿಸಿಕೊಂಡು ಬಂಧನದಲ್ಲಿದ್ದ **ಬಿದನೂರಿನ ರಾಣಿ ವೀರಮ್ಮಾಜಿ ಮತ್ತು ಸೋಮಶೇಖರ ನಾಯಕನನ್ನು ಬಿಡುಗಡೆ ಮಾಡಿದರು.** ಮತ್ತೆ ಹೈದರ್ ಸಂಧಿ ಮಾಡಿಕೊಂಡು 33 ಲಕ್ಷ ರೂಗಳ ಪೊಗದಿ ನೀಡಲು ಒಪ್ಪಿಕೊಂಡನು.

ಮಲಬಾರ್‌ನ ಆಕ್ರಮಣ : ಹೈದರ್ ಕಣ್ಣಾನೂರಿನ ಅಲಿರಾಜನ ಆಮಂತ್ರಣದ ಮೇರೆಗೆ ಮಲಬಾರ್‌ನ ಮೇಲೆ 1766ರ ಫೆಬ್ರವರಿಯಲ್ಲಿ ದಾಳಿ ಮಾಡಿದನು. ಬಲಿಯಪಟ್ಟಣ, ಕೊಟ್ಟಾಯಂ, ಕಡತನಾಡ್ ಮೊದಲಾದವನ್ನು ವಶಪಡಿಸಿಕೊಂಡು ಕಲ್ಲಿಕೋಟೆಯ ಜಾಮೊರಿನ್ ರಾಜ್ಯದ ಗಡಿ ತಲುಪಿದನು. ಜಾಮೊರಿನ್ ತನ್ನ ಅರಮನೆಯನ್ನು ಸ್ಫೋಟಿಸಿಕೊಂಡು ಆತ್ಮಹತ್ಯೆ ಮಾಡಿಕೊಂಡನು. ಜಾಮೊರಿನ್ನನ ರಾಜ್ಯ ಹೈದರ್‌ನ ವಶವಾಯಿತು. ಆದರೆ ಅವನು ಹಿಂದಿರುಗಿದ ತಕ್ಷಣ ಮಲಬಾರಿನ ನಾಯರ್‌ಗಳು ಹಾಗೂ ಇತರರು ದಂಗೆ ಎದ್ದರು. ಮತ್ತೆ ಹೈದರ್ 1773ರಲ್ಲಿ ಕೊಡಗನ್ನು ವಶಪಡಿಸಿಕೊಂಡ ನಂತರ ಮಲಬಾರ್ ಮೇಲೆ ದಾಳಿ ಮಾಡಿದನು. ಅವನನ್ನು ಎದುರಿಸಲಾಗದೆ ಕೇರಳದ ಅರಸರು ಶರಣಾದರು. ಉತ್ತರ ಮಲಬಾರಿನ ಆಡಳಿತದ ಹೊಣೆಯನ್ನು ಶ್ರೀನಿವಾಸರಾವ್ ಮತ್ತು ಸರ್ದಾರ್‌ಖಾನ್‌ಗೆ ವಹಿಸಿದನು. ಕೊಚ್ಚಿನ್ ಕೂಡ ಅವನ ಅಧಿಕಾರವನ್ನು

ಒಪ್ಪಿಕೊಂಡಿತು. ಕೇವಲ ತಿರುವಾಂಕೂರ್ ರಾಜ್ಯ ಮಾತ್ರ ಸ್ವತಂತ್ರವಾಗಿ ಉಳಿಯಿತು. ಆದಾಗ್ಯೂ ಮಲಬಾರ್ ಪ್ರದೇಶದ ಹಿಂದೂ ರಾಜರುಗಳನ್ನು ಪೂರ್ಣವಾಗಿ ದಮನ ಮಾಡುವುದು ಹೈದರ್‌ನಿಗೆ ಸಾಧ್ಯವಾಗಲಿಲ್ಲ.

ಬ್ರಿಟಿಷರೊಂದಿಗೆ ಹೈದರ್‌ನ ಸಂಬಂಧಗಳು

ಪ್ರಾರಂಭದಲ್ಲಿ ಹೈದರ್‌ನಿಗೆ ಬ್ರಿಟಿಷರ ಬಗ್ಗೆ ದ್ವೇಷದ ಭಾವನೆಗಳಿರಲಿಲ್ಲ. ವಾಸ್ತವವಾಗಿ ಅವನು ಮರಾಠರ ವಿರುದ್ಧ ಅವರ ನೆರವು ಪಡೆಯಲು ಹಲವು ಬಾರಿ ಯತ್ನಿಸಿದ್ದನು. ಅಲ್ಲದೆ ಹೊನ್ನಾವರದಲ್ಲಿ ತಮ್ಮ ವ್ಯಾಪಾರ ಕೇಂದ್ರ ಸ್ಥಾಪಿಸಲು ಕೂಡ ಅವರಿಗೆ ಅನುಮತಿ ನೀಡಿದ್ದನು. ಆದರೆ ಬ್ರಿಟಿಷರು ಮಾತ್ರ ಹೈದರ್‌ನೊಂದಿಗೆ ಸ್ನೇಹ ಸಂಬಂಧ ಸ್ಥಾಪಿಸಿಕೊಳ್ಳಲು ಆಸಕ್ತಿ ತೋರಲಿಲ್ಲ. ಇದೇ ಹೈದರ್ ಬ್ರಿಟಿಷರನ್ನು ದ್ವೇಷಿಸಲು ಕಾರಣವಾಯಿತು.

ಈ ಕೆಳಗಿನ ಅಂಶಗಳು ಹೈದರ್ ಮತ್ತು ಬ್ರಿಟಿಷರ ನಡುವೆ ದ್ವೇಷ ಬೆಳೆಯಲು ಇತರ ಕಾರಣಗಳಾಗಿದ್ದವು.

1) ಬ್ರಿಟಿಷರು ತಿರುಚನಾಪಳ್ಳಿಯನ್ನು ಮೈಸೂರಿಗೆ ಒಪ್ಪಿಸದಂತೆ ಮುಹಮ್ಮದ್ ಅಲಿಯನ್ನು ತಡೆದಿದ್ದರು. ಈ ಕಾರಣದಿಂದ ಸರ್ವಾಧಿಕಾರಿ ನಂಜರಾಜ ಅಸಮಾಧಾನಗೊಂಡಿದ್ದನು. ನಂಜರಾಜನು ಬ್ರಿಟಿಷರ ಬಗ್ಗೆ ಬೆಳೆಸಿಕೊಂಡಿದ್ದ ದ್ವೇಷವನ್ನು ಹೈದರ್ ಆಲಿ ಬಳುವಳಿಯಾಗಿ ಪಡೆದನು.

2) 1766 ರಲ್ಲಿ ಹೈದರ್ ಮಲಬಾರನ್ನು ವಶಪಡಿಸಿಕೊಂಡಿದ್ದು ಬ್ರಿಟಿಷರ ಅಸಮಾಧಾನ ಮತ್ತು ತೀವ್ರ ಆತಂಕಕ್ಕೆ ಕಾರಣವಾಗಿತ್ತು. ಮುಖ್ಯವಾಗಿ ಬಾಂಬೆ ಬ್ರಿಟಿಷ್ ಸರ್ಕಾರ ಹೈದರ್‌ನ ಉದ್ದೇಶಗಳ ಬಗ್ಗೆ ಆತಂಕಕ್ಕೊಳಗಾಯಿತು.

3) ಹೈದರ್ ಮತ್ತು ಫ್ರೆಂಚರ ನಡುವೆ ಬೆಳೆಯುತ್ತಿದ್ದ ಸ್ನೇಹ ಸಂಬಂಧ ಬ್ರಿಟಿಷರ ಆತಂಕಕ್ಕೆ ಮತ್ತೊಂದು ಕಾರಣವಾಗಿತ್ತು. ಹಿಂದೆ ತಿರುಚನಾಪಳ್ಳಿಯನ್ನು ವಶಪಡಿಸಿಕೊಳ್ಳುವ ಪ್ರಯತ್ನ ನಡೆದಾಗಲೇ ಹೈದರ್ ಫ್ರೆಂಚರ ನೆರವು ಪಡೆದಿದ್ದನು. ಮುಂದೆ **ಕೆವಲಿಯರ್, ಡಿ ಲ ಟೂರ್** ಮೊದಲಾದ ಫ್ರೆಂಚ್ ಸೈನ್ಯಾಧಿಕಾರಿಗಳು ಹೈದರ್‌ನ ಸೇವೆಗೆ ಸೇರಿಕೊಂಡಿದ್ದು ಬ್ರಿಟಿಷರ ಭಯಕ್ಕೆ ಕಾರಣವಾಗಿತ್ತು. ಜೇಮ್ಸ್ ಮಿಲ್ ಹೇಳಿರುವಂತೆ ಫ್ರೆಂಚರ ಅಸ್ತಿತ್ವವೇ ಬ್ರಿಟಿಷರ ತೀವ್ರ ಆತಂಕಕ್ಕೆ ಕಾರಣವಾಗಿತ್ತು. ಅದರಿಂದಾಗಿ ಹೈದರ್ ಮತ್ತು ಅವನ ಮಿತ್ರರಾದ ಫ್ರೆಂಚರ ಪ್ರತಿಯೊಂದು ಚಟುವಟಿಕೆಯನ್ನೂ ಬ್ರಿಟಿಷರು ಸಂಶಯದಿಂದಲೇ ನೋಡುವಂತಾಯಿತು.

4) ಬ್ರಿಟಿಷರ ವಿರೋಧಿಗಳಿಗೆ ಹೈದರ್ ಬೆಂಬಲ ನೀಡುತ್ತಿದ್ದುದು ಕೂಡ ಇಬ್ಬರ ನಡುವೆ ಘರ್ಷಣೆಗೆ ಕಾರಣವಾಯಿತು. ಕರ್ನಾಟಿಕ್ ನವಾಬ ಮುಹಮ್ಮದ್ ಅಲಿಯ ಹಿರಿಯ ಸಹೋದರ ಮತ್ತು ಶತ್ರುವಾಗಿದ್ದ ಮಫೂಜ್ ಖಾನ್‌ನಿಗೆ ಹೈದರ್ ಆಶ್ರಯ ನೀಡಿದ್ದನು. ಅಲ್ಲದೆ ಮುಹಮ್ಮದ್ ಅಲಿಯ ಪ್ರತಿಸ್ಪರ್ಧಿ ಚಂದಾಸಾಹೇಬನ ಮಗ **ರಾಜಾ ಸಾಹೇಬ**ನಿಗೂ ಹೈದರ್ ಬೆಂಬಲ ನೀಡಿದ್ದನು. ಅದಕ್ಕೆ ಪ್ರತಿಯಾಗಿ ಬ್ರಿಟಿಷರು ವೆಲ್ಲೂರ್‌ನಲ್ಲಿ ಬಲಿಷ್ಠ ಸೈನ್ಯವನ್ನು ನೆಲೆಗೊಳಿಸಿದರು. ಇದು ಹೈದರ್‌ನ ಕೋಪವನ್ನು ಹೆಚ್ಚಿಸಿತು.

5) ಇವುಗಳಲ್ಲದೆ ಹೈದರನ ನಾಯಕತ್ವದಲ್ಲಿ ಮೈಸೂರಿನ ಏಳಿಗೆಯನ್ನು ಬ್ರಿಟಿಷರು ಭಾರತದಲ್ಲಿ ತಮ್ಮ ಅಧಿಕಾರಕ್ಕೆ ದೊಡ್ಡ ಅಪಾಯ ಎಂದೇ ಭಾವಿಸಿದ್ದರು. ಹೈದರ್‌ನ ಉದ್ದೇಶಗಳ ಬಗ್ಗೆ ಬ್ರಿಟಿಷರಲ್ಲಿ ಸಂಶಯ ಹಾಗೂ ಆತಂಕ ಉಂಟಾಯಿತು. ಅವನ ನೇತೃತ್ವದಲ್ಲಿ ಮೈಸೂರು ಒಂದು ವಿಸ್ತಾರವಾದ, ಬಲಿಷ್ಠವಾದ ರಾಜಕೀಯ ಶಕ್ತಿಯಾಗಿ ಬೆಳೆಯುವುದನ್ನು ಅವರು ಸಹಿಸಲಿಲ್ಲ.

ಮೇಲಿನ ಎಲ್ಲಾ ಅಂಶಗಳು ಬ್ರಿಟಿಷರು ಮತ್ತು ಹೈದರನ ನಡುವೆ ಘರ್ಷಣೆಗೆ ಕಾರಣವಾದವು.

ಮೊದಲನೇ ಮೈಸೂರು ಯುದ್ಧ (1767–69)

ಹೈದರ್ ಬ್ರಿಟಿಷರೊಂದಿಗೆ ಮರಾಠರ ವಿರುದ್ಧ ಒಪ್ಪಂದ ಮಾಡಿಕೊಳ್ಳಲು ಬಯಸಿದ್ದನು. ಆದರೆ ಅವನ ಅಪೇಕ್ಷೆಗೆ ವಿರುದ್ಧವಾಗಿ ಅವನ ವಿರುದ್ಧವೇ ಬ್ರಿಟಿಷರು, ಮರಾಠರು ಹಾಗೂ ಹೈದರಾಬಾದಿನ ನಿಜಾಮ್ ಅಲಿಯೊಂದಿಗೆ ಒಪ್ಪಂದ ಮಾಡಿಕೊಂಡರು. ಆದರೆ ಹೈದರ್ ಕುಶಲತೆಯಿಂದ ತನ್ನ ಮಗ ಟಿಪುವನ್ನು ಹೈದರಾಬಾದಿಗೆ ಕಳುಹಿಸಿ ನಿಜಾಮನನ್ನು ತನ್ನತ್ತ ಸೆಳೆದುಕೊಂಡನು ಮತ್ತು ಮರಾಠರನ್ನು ಬ್ರಿಟಿಷರಿಂದ ದೂರಮಾಡಿದನು. ಹೈದರ್ ಮತ್ತು ನಿಜಾಮ್ ಸಂಯುಕ್ತವಾಗಿ ಕರ್ನಾಟಿಕ್ ಪ್ರದೇಶದ ಮೇಲೆ ದಾಳಿ ಮಾಡಲು ನಿರ್ಧರಿಸಿದರು.

1767 ರಲ್ಲಿ ಹೈದರ್ ಮತ್ತು ನಿಜಾಮನ ಸಂಯುಕ್ತ ಸೈನ್ಯ ಕರ್ನಾಟಿಕ್ ಮೇಲೆ ದಾಳಿ ನಡೆಸುವುದರೊಂದಿಗೆ ಒಂದನೇ

ಮೈಸೂರು ಯುದ್ಧ ಆರಂಭವಾಯಿತು. ಆದರೆ ಈ ಸಂಯುಕ್ತ ಸೈನ್ಯವನ್ನು **ಚಂಗಮ** ಮತ್ತು ಅನಂತರ **ತಿರುವಣ್ಣಾಮಲೈನಲ್ಲಿ** ನಡೆದ ಕಾಳಗದಲ್ಲಿ ಬ್ರಿಟಿಷ್ ಸೇನಾನಿ **ಕರ್ನಲ್ ಜೋಸೆಫ್ ಸ್ಮಿತ್** ಸೋಲಿಸಿದಾಗ ಹೆದರಿದ ನಿಜಾಮ ಹೈದರ್‌ನನ್ನು ತ್ಯಜಿಸಿ ಮತ್ತೆ ಬ್ರಿಟಿಷರ ಪಕ್ಷ ಸೇರಿಕೊಂಡನು ಮತ್ತು ಹೈದರ್‌ನನ್ನು ಅಧಿಕಾರವನ್ನು ಅನ್ಯಾಯದಿಂದ ಕಸಿದುಕೊಂಡವನೆಂದು ಘೋಷಿಸಿದನು.

ಆದಾಗ್ಯೂ ಹೈದರ್ ಏಕಾಂಗಿಯಾಗಿಯೇ ಯುದ್ಧ ಮುಂದುವರಿಸಿ 1767ರ ನವೆಂಬರ್‌ನಲ್ಲಿ **ತಿರುಪತ್ತೂರು, ವಣಿಯಂಬಾಡಿ ಮತ್ತು ಅಂಬೂರ್**‌ಗಳನ್ನು ವಶಪಡಿಸಿಕೊಂಡನು. ಆದರೆ ಬ್ರಿಟಿಷರು ಅವುಗಳನ್ನು ಅವನಿಂದ ಕಸಿದುಕೊಂಡರು. ಅಂತೆಯೇ ಪಶ್ಚಿಮ ಕರಾವಳಿಯಲ್ಲಿ ಬ್ರಿಟಿಷರು ವಶಪಡಿಸಿಕೊಂಡಿದ್ದ ಮಂಗಳೂರನ್ನು ಹೈದರನ ಮಗ ಟಿಪು 1768ರ ಪ್ರಾರಂಭದಲ್ಲಿ ಅವರಿಂದ ಕಸಿದುಕೊಂಡನು. ಇಡೀ ಕರ್ನಾಟಿಕ್ ಪ್ರದೇಶವನ್ನು ಹೈದರ್‌ನ ಸೈನ್ಯ ವ್ಯವಸ್ಥಿತವಾಗಿ ಲೂಟಿ ಮಾಡಿತು. ಈ ಭಾಗದ ಜನರ ಮೇಲೆ ಅಮಾನುಷ ದೌರ್ಜನ್ಯ ನಡೆಯಿತು. ಹೈದರ್ ಬೆಂಗಳೂರಿಗೆ ಹಿಂದಿರುಗಿದಾಗ ಬ್ರಿಟಿಷರು ಸತ್ಯಮಂಗಲ, ಧರ್ಮಪುರ, ತೆಂಗ್ರಿಕೋಟೆ, ಕೊಯಮತ್ತೂರು, ನಾಮಕ್ಕಲ್ ಮೊದಲಾದವನ್ನು ಆಕ್ರಮಿಸಿದರು. ಈ ಹಂತದಲ್ಲಿ 1768ರ ಸೆಪ್ಟೆಂಬರ್‌ನಲ್ಲಿ ಹೈದರ್ ಒಪ್ಪಂದ ಮಾಡಿಕೊಳ್ಳಲು ಮುಂದೆ ಬಂದನು. ಆದರೆ ಕಠಿಣ ಶರತ್ತುಗಳನ್ನು ಹಾಕಿ ಬ್ರಿಟಿಷರು ಉತ್ತಮ ಅವಕಾಶ ಕಳೆದುಕೊಂಡರು.

ಹೈದರ್ ಅಧೀರನಾಗಲಿಲ್ಲ. 1769ರ ಪ್ರಾರಂಭದ ವೇಳೆಗೆ ಮುಳಬಾಗಿಲು ಹಾಗೂ ಕರೂರನ್ನು ವಶಪಡಿಸಿಕೊಂಡನು. ಅನಂತರ 1769ರ ಪ್ರಾರಂಭದಲ್ಲಿ ಹೈದರ್ ಪ್ರಬಲ ಸೈನ್ಯದೊಂದಿಗೆ ಮದರಾಸಿನ ಮೇಲೆ ದಾಳಿ ನಡೆಸಿದನು. ತೀವ್ರ ಆಂತಕಕ್ಕೊಳಗಾದ ಬ್ರಿಟಿಷರು ಹೈದರ್‌ನೊಂದಿಗೆ ಸಂಧಾನದ ಮಾತುಕತೆ ಆರಂಭಿಸಿದರು. ಹೈದರ್‌ನನ್ನು ಕರ್ನಾಟಿಕ್‌ನಿಂದ ಹೊರದೂಡುವುದು ಸುಲಭವಲ್ಲ ಎಂಬುದು ಬ್ರಿಟಿಷರಿಗೆ ಅರಿವಾಗಿತ್ತು. ಸಂಧಿಯ ಪ್ರಸ್ತಾವನೆಯೊಂದಿಗೆ **ಕ್ಯಾಪ್ಟನ್ ಬ್ರೂಕ್** (Brooke) ನನ್ನು ಹೈದರ್‌ನ ಬಳಿಗೆ ಕಳುಹಿಸಿದರು. ಸಾಕಷ್ಟು ಚರ್ಚೆಯ ನಂತರ ಕೊನೆಗೆ 1769 ಏಪ್ರಿಲ್ 4 ರಂದು **ಮದ್ರಾಸ್ ಒಪ್ಪಂದ** ಏರ್ಪಟ್ಟಿತು.

ಮದ್ರಾಸ್ ಒಪ್ಪಂದ

ಮದ್ರಾಸ್ ಒಪ್ಪಂದದೊಂದಿಗೆ ಒಂದನೇ ಮೈಸೂರು ಯುದ್ಧ ಅಂತ್ಯಗೊಂಡಿತು. ಈ ಒಪ್ಪಂದದ ಪ್ರಕಾರ ಎರಡೂ ಪಕ್ಷಗಳವರು ವಶಪಡಿಸಿಕೊಂಡಿದ್ದ ಪ್ರದೇಶಗಳು ಹಾಗೂ ಯುದ್ಧ ಕೈದಿಗಳನ್ನು ವಿನಿಮಯ ಮಾಡಿಕೊಳ್ಳಲು ಸಮ್ಮತಿಸಿದರು. ಆದರೂ ಹೈದರ್ ಕರೂರ್ ಮತ್ತು ಅದರ ಸುತ್ತಲಿನ ಪ್ರದೇಶಗಳನ್ನು ಉಳಿಸಿಕೊಂಡನು. ಈ ಒಪ್ಪಂದ ರಕ್ಷಣಾತ್ಮಕ ಒಪ್ಪಂದವಾಗಿತ್ತು. **ಅದರ ಪ್ರಕಾರ ಬ್ರಿಟಿಷರು ಯುದ್ಧ ಕಾಲದಲ್ಲಿ ಹೈದರ್‌ನಿಗೆ ಸಹಾಯ ಮಾಡಲು ಒಪ್ಪಿಕೊಂಡರು.** ಹಿಂದೆಯೇ ಪ್ರಸ್ತಾಪಿಸಿದಂತೆ ಮರಾಠರ ವಿರುದ್ಧ ಬ್ರಿಟಿಷರ ನೆರವು ಪಡೆಯುವುದು ಹೈದರನ ನಿಜವಾದ ಉದ್ದೇಶವಾಗಿತ್ತು. ತನ್ನ ಉದ್ದೇಶವನ್ನು ಮದ್ರಾಸ್ ಒಪ್ಪಂದದ ಮೂಲಕ ಈಡೇರಿಸಿಕೊಂಡನು. ಇದೊಂದು ಏಕಪಕ್ಷೀಯ ಒಪ್ಪಂದವಾಗಿದ್ದು ಬ್ರಿಟಿಷರಿಗೆ ತೀವ್ರ ಅವಮಾನಕಾರಿಯಾಗಿತ್ತು. ತಮ್ಮ ಅಧಿಕಾರ ಕೇಂದ್ರದಲ್ಲಿಯೇ (ಮದ್ರಾಸ್) ಅವರು ಇಂತಹ ಒಪ್ಪಂದವನ್ನು ಮಾಡಿಕೊಳ್ಳಬೇಕಾಯಿತು. **"ಈ ಒಪ್ಪಂದದೊಂದಿಗೆ ಹೈದರ್, ತನ್ನ ವಿನಾಶದೊಂದಿಗೆ ಅಂತ್ಯಗೊಳ್ಳುತ್ತದೆ ಎಂದು ಬಿಂಬಿಸಲ್ಪಟ್ಟಿದ್ದ ಯುದ್ಧವನ್ನು ಯಶಸ್ವಿಯಾಗಿ ಮುಕ್ತಾಯಗೊಳಿಸಿದನು"** ಎಂದು ಫ್ರೆಂಚ್ ಅಧಿಕಾರಿ ಡಿ. ಲ ಟೂರ್ ಬರೆದಿದ್ದಾನೆ.

ಮೈಸೂರಿನ ಮೇಲೆ ಮರಾಠರ ದಾಳಿ : 1770ರಲ್ಲಿ **ಪೇಶ್ವೆ ಮಾಧವರಾಯ**ನ ನೇತೃತ್ವದಲ್ಲಿ ಮರಾಠರು 3ನೇ ಬಾರಿಗೆ ಮೈಸೂರಿನ ಮೇಲೆ ದಾಳಿ ಮಾಡಿದರು. ಆದರೆ ಬ್ರಿಟಿಷರು ಹೈದರ್‌ನಿಗೆ ಸಹಾಯ ಮಾಡದೆ 1769ರ ಮದ್ರಾಸ್ ಒಪ್ಪಂದವನ್ನು ಉಲ್ಲಂಘಿಸಿದರು. ಹೈದರ್ ಶ್ರೀರಂಗಪಟ್ಟಣ ಸಮೀಪದ **ಮೋತಿತಲಾಬ್‌ನಲ್ಲಿ ನಡೆದ ಕದನ**ದಲ್ಲಿ ಪರಾಜಿತನಾದನು (1771) ಹೈದರಾಲಿಗೆ ಇದು ಅತ್ಯಂತ ವಿನಾಶಕಾರಿ ಸೋಲಾಗಿತ್ತು. ಮರಾಠರು ಶ್ರೀರಂಗಪಟ್ಟಣಕ್ಕೆ ಮುತ್ತಿಗೆ ಹಾಕಿದಾಗ ಹೈದರ್ ಅವರೊಂದಿಗೆ 1772ರ ಜೂನ್ ತಿಂಗಳಲ್ಲಿ **ಶ್ರೀರಂಗಪಟ್ಟಣ ಒಪ್ಪಂದ** ಮಾಡಿಕೊಂಡನು. ಅದರ ಪ್ರಕಾರ ಹೈದರ್ ಕೋಲಾರ, ಬೆಂಗಳೂರು, ಹೊಸಕೋಟೆ, ಚಿಕ್ಕಬಳ್ಳಾಪುರ, ದೊಡ್ಡಬಳ್ಳಾಪುರ, ಶಿರಾ ಮತ್ತು ಮಧುಗಿರಿಯನ್ನು ಮರಾಠರಿಗೆ ಬಿಟ್ಟುಕೊಟ್ಟನು. ಅಲ್ಲದೆ 60ಲಕ್ಷ ರೂಪಾಯಿಗಳನ್ನು ನೀಡಲು ಒಪ್ಪಿಕೊಂಡನು. ಅದರ ಪರಿಣಾಮವಾಗಿ ಮೈಸೂರು ರಾಜ್ಯದ ವಿಸ್ತಾರ ಗಣನೀಯವಾಗಿ ಕಡಿಮೆಯಾಯಿತು. 1772ರಲ್ಲಿ ಪೇಶ್ವೆ ಮಾಧವರಾಯ ಮರಣಹೊಂದಿದನು. **ಐದನೇ ಪೇಶ್ವೆ ನಾರಾಯಣರಾಯನನ್ನು ಹತ್ಯೆ ಮಾಡಿ ಅವನ ಚಿಕ್ಕಪ್ಪ ರಘುನಾಥರಾಯ ಪೇಶ್ವೆಯಾದನು.** ಅವನ ಅಧಿಕಾರವನ್ನು ಹೈದರ್ ಮಾನ್ಯ ಮಾಡಿದನು ಮತ್ತು ವಾರ್ಷಿಕ 6 ಲಕ್ಷ ರೂಪಾಯಿಗಳನ್ನು ಕಾಣಿಕೆಯಾಗಿ ನೀಡಲು ಒಪ್ಪಿಕೊಂಡನು. ಅದಕ್ಕೆ ಪ್ರತಿಯಾಗಿ ನೂತನ ಪೇಶ್ವೆ ಹಿಂದೆ ಮಾಧವರಾಯ ವಶಪಡಿಸಿಕೊಂಡಿದ್ದ ಮೈಸೂರಿನ ಎಲ್ಲ ಪ್ರದೇಶಗಳನ್ನು ಹೈದರ್‌ನಿಗೆ ಹಿಂದಿರುಗಿಸಿದರು.

ಚಿತ್ರದುರ್ಗದ ಆಕ್ರಮಣ : ಹೈದರ್ ಪ್ರಾರಂಭದ ದಿನಗಳಲ್ಲಿ ಚಿತ್ರದುರ್ಗದ **5ನೇ ಮದಕರಿ ನಾಯಕನೊಂದಿಗೆ** ಸ್ನೇಹಯುತ ಸಂಬಂಧ ಹೊಂದಿದ್ದನು. ಬಿದನೂರನ್ನು ವಶಪಡಿಸಿಕೊಳ್ಳಲು ಅವನ ನೆರವನ್ನು ಪಡೆದುಕೊಂಡಿದ್ದನು. ಆದರೆ ಮುಂದೆ ಇಬ್ಬರ ನಡುವೆ ಭಿನ್ನಾಭಿಪ್ರಾಯಗಳು ತಲೆದೋರಿದವು. 1779ರಲ್ಲಿ ಹೈದರ್ ದಾಳಿ ನಡೆಸಿ ಚಿತ್ರದುರ್ಗ ಕೋಟೆ ಸೇರಿದಂತೆ ಇಡೀ ರಾಜ್ಯವನ್ನು ವಶಪಡಿಸಿಕೊಂಡನು. ಮದಕರಿ ನಾಯಕನನ್ನು ಶ್ರೀರಂಗಪಟ್ಟಣದಲ್ಲಿ ಬಂಧನದಲ್ಲಿಡಲಾಯಿತು. ಅಲ್ಲಿಯೇ ಅವನು 1779ರಲ್ಲೇ ಮರಣಹೊಂದಿದನು.

ಎರಡನೇ ಮೈಸೂರು ಯುದ್ಧ (1780–84)

1770ರಲ್ಲಿ ಮರಾಠರು ಮೈಸೂರಿನ ಮೇಲೆ ದಾಳಿ ನಡೆಸಿದ್ದಾಗ ಹೈದರ್‌ನಿಗೆ ಸಹಾಯ ಮಾಡಲು ನಿರಾಕರಿಸಿ ಬ್ರಿಟಿಷರು ಮದ್ರಾಸ್ ಒಪ್ಪಂದವನ್ನು ಉಲ್ಲಂಘಿಸಿದ್ದರು. ಅವಮಾನಿತವಾದ ಹೈದರ್ ಅಂದಿನಿಂದಲೂ ಬ್ರಿಟಿಷರನ್ನು ಶಿಕ್ಷಿಸಲು ಸೂಕ್ತ ಸಂದರ್ಭಕ್ಕಾಗಿ ಕಾಯುತ್ತಿದ್ದನು.

1780ರಲ್ಲಿ **ನಾನಾ ಫಡ್ನವೀಸ್** ನೇತೃತ್ವದಲ್ಲಿ **ಮಹದಾಜಿ ಸಿಂಧಿಯ, ಹೈದರಾಬಾದಿನ ನಿಜಾಮ** ಮತ್ತು ಹೈದರ್ ಅಲಿಯನ್ನು ಒಳಗೊಂಡ ಒಂದು ಪ್ರಬಲ ಒಕ್ಕೂಟ ಬ್ರಿಟಿಷರ ವಿರುದ್ಧ ಏರ್ಪಟ್ಟಿತು. ಏಕಕಾಲದಲ್ಲಿ ಎಲ್ಲರೂ ಬ್ರಿಟಿಷರ ಮೇಲೆ ಯುದ್ಧ ಘೋಷಿಸಲು ನಿರ್ಧರಿಸಿದರು. ಅದರಂತೆ ಮಹದಾಜಿ ಸಿಂಧಿಯ ಬಂಗಾಳ ಮತ್ತು ಒರಿಸ್ಸಾದ ಮೇಲೂ, ನಾನಾ ಬಾಂಬೆ ಪ್ರೆಸಿಡೆನ್ಸಿ ಮೇಲೂ, ನಿಜಾಮ ಉತ್ತರ ಸರ್ಕಾರಗಳ ಮೇಲೂ ಮತ್ತು ಹೈದರ್ ಕರ್ನಾಟಿಕ್ ಮೇಲೂ ದಾಳಿ ನಡೆಸಲು ನಿರ್ಧಾರವಾಯಿತು.

ಯೂರೋಪಿನಲ್ಲಿ ಬ್ರಿಟನ್ ಮತ್ತು ಫ್ರಾನ್ಸ್ ನಡುವೆ ಯುದ್ಧ ಆರಂಭವಾದ ಹಿನ್ನೆಲೆಯಲ್ಲಿ ಬ್ರಿಟಿಷರು ಭಾರತದ ಪಶ್ಚಿಮ ಕರಾವಳಿಯ ಫ್ರೆಂಚರ ನೆಲೆಯಾಗಿದ್ದ ಮಾಹೆಯನ್ನು 1779 ಮಾರ್ಚ್ ತಿಂಗಳಲ್ಲಿ ವಶಪಡಿಸಿಕೊಂಡರು. ಇದು ಎರಡನೇ ಮೈಸೂರು ಯುದ್ಧಕ್ಕೆ ತಕ್ಷಣದ ಕಾರಣವಾಯಿತು. ಮಾಹೆಯ ಮೂಲಕ ಹೈದರ್ ಫ್ರೆಂಚರಿಂದ ಶಸ್ತ್ರಾಸ್ತ್ರಗಳನ್ನು ತರಿಸಿಕೊಳ್ಳುತ್ತಿದ್ದನು. ಆದ್ದರಿಂದ ಅದು ತನ್ನ ರಕ್ಷಣೆಯಲ್ಲಿದೆ ಎಂದು ಭಾವಿಸಿದ್ದನು. ಅದನ್ನು ವಶಪಡಿಸಿಕೊಳ್ಳುವ ಮೂಲಕ ತನ್ನ ತಾಟಸ್ಥ್ಯ ನೀತಿಯನ್ನು ಉಲ್ಲಂಘಿಸಿದ್ದಾರೆ ಎಂದು ಆರೋಪಿಸಿ ಹೈದರ್ ಬ್ರಿಟಿಷರ ಮೇಲೆ ಯುದ್ಧ ಸಾರಿದನು. ಆದರೆ ಒಕ್ಕೂಟದ ಇತರ ಸದಸ್ಯರು ಅವನನ್ನು ಬೆಂಬಲಿಸಲಿಲ್ಲ. ನಿಜಾಮನಿಗೆ ಗುಂಟೂರನ್ನು ಹಿಂದಿರುಗಿಸಿದ ಬ್ರಿಟಿಷರು ಅವನನ್ನು ತಮ್ಮತ್ತ ಸೆಳೆದುಕೊಂಡರು. ಅದೇ ಸಂದರ್ಭದಲ್ಲಿ ಬ್ರಿಟಿಷರೊಂದಿಗೆ ಎರಡನೇ ಆಂಗ್ಲೋ-ಮರಾಠ ಯುದ್ಧದಲ್ಲಿ ತೊಡಗಿದ್ದ ಮರಾಠರು ಹೈದಾರಾಲಿಗೆ ನೆರವು ನೀಡಲಾಗಲಿಲ. ಆದರೂ ಹೈದರ್ ದೃಢ ನಿರ್ಧಾರದಿಂದ ಯುದ್ಧ ಮುಂದುವರಿಸಿದನು.

ಹೈದರ್ 80000 ಯೋಧರೊಂದಿಗೆ 1780ರ ಜುಲೈನಲ್ಲಿ ಕರ್ನಾಟಕ್ ಮೇಲೆ ಭಾರಿ ಪ್ರಮಾಣದ ದಾಳಿ ನಡೆಸಿದನು. **ಎಡ್ಮಂಡ್ ಬರ್ಕ್ ಈ ದಾಳಿಯನ್ನು ಘೋರ ವಿನಾಶಕಾರಿ ಹಿಮಪಾತಕ್ಕೆ ಹೋಲಿಸಿದ್ದಾರೆ.** ಕೇವಲ ಮೂರು ತಿಂಗಳ ಅವಧಿಯಲ್ಲಿ ಅವನು ಪೋರ್ಟೋನೋವೊ, ಕಾಂಜೀವರಂ, ಟ್ರಿಂಕಾಮಲೈ, ಅರ್ನಿ ಮೊದಲಾದವುಗಳನ್ನು ವಶಪಡಿಸಿಕೊಂಡನು. ಬ್ರಿಟಿಷ್ **ಕರ್ನಲ್ ಬೈಲಿ** 1780ರ ಅಕ್ಟೋಬರ್‌ನಲ್ಲಿ ಪರಾಜಿತನಾದನು. ಅವನನ್ನು ಸೆರೆಹಿಡಿಯಲಾಯಿತು. ಇದು ಬ್ರಿಟಿಷರಿಗೆ ತೀವ್ರ ಆಘಾತವನ್ನುಂಟು ಮಾಡಿತು. **ಕರ್ನಲ್ ಫ್ಲೆಚರ್** ಕೊಲ್ಲಲ್ಪಟ್ಟನು ಮತ್ತು **ಮೇಜರ್ ಮನ್ರೊ** (ಬಕ್ಸಾರ್ ಕದನದ ವಿಜೇತ) ಗಾಬರಿಯಿಂದ ಮದ್ರಾಸಿಗೆ ಪಲಾಯನ ಮಾಡಿದನು. ಹೈದರ್ 1780ರ ಅಕ್ಟೋಬರ್ ವೇಳೆಗೆ ಆರ್ಕಾಟ್ ಸೇರಿದಂತೆ ಬಹುತೇಕ ಕರ್ನಾಟಿಕ್‌ನ ಒಡೆಯನಾದನು. ಅಂಬೂರ್, ಕೈಲಾಸ್‌ಗರ್ಫ್, ಜಿಂಜಿ, ವಾಂಡಿವಾಷ್ ಮೊದಲಾದವು ಅವನ ಅಧೀನವಾದವು. ಬ್ರಿಟಿಷರು ತಮ್ಮ ಪ್ರತಿಷ್ಠೆ ಕಳೆದುಕೊಂಡರು. **ಆಲ್‌ಫ್ರೆಡ್ ಲ್ಯಾಲ್** ಅವರ ಪ್ರಕಾರ **"ಭಾರತದಲ್ಲಿ ಬ್ರಿಟಿಷರ ಅದೃಷ್ಟ ಅತ್ಯಂತ ಕನಿಷ್ಠ ಮಟ್ಟಕ್ಕೆ ಇಳಿಯಿತು"**.

1781ರಲ್ಲಿ ಪರಿಸ್ಥಿತಿ ಬದಲಾಯಿತು. ಬಂಗಾಳದಿಂದ ಆಗಮಿಸಿದ ಬ್ರಿಟಿಷ್ ಪ್ರಧಾನ ಸೇನಾದಂಡನಾಯಕ **ಸರ್. ಐರ್ ಕೂಟ್** (ವಾಂಡಿವಾಷ್ ಕದನದ ವಿಜಯಿ) 1781ರ ಜುಲೈ 10 ರಂದು **ಪೋರ್ಟೋನೋವೊ** ಕದನದಲ್ಲಿ ಹೈದರ್‌ನನ್ನು ಸೋಲಿಸಿದನು. ಅದೇ ವರ್ಷ ಅಕ್ಟೋಬರ್‌ನಲ್ಲಿ ನಡೆದ ಪೊಳ್ಳಿಲೂರ್ ಮತ್ತು ಸೋಲಿಂಗೂರ್ ಕದನಗಳಲ್ಲೂ ಹೈದರ್ ಸೋತನು. ಈ ಮಧ್ಯೆ **ಬ್ರಿಟಿಷರು ಮರಾಠರೊಂದಿಗೆ 1782ರ ಮೇ 17 ರಂದು ಸಲಬಾಯ್ ಒಪ್ಪಂದ** ಮಾಡಿಕೊಂಡರು. ಅದರಿಂದಾಗಿ ಒಂದನೇ ಮರಾಠ ಯುದ್ಧ ಅಂತ್ಯಗೊಂಡಿತು ಮತ್ತು ಬ್ರಿಟಿಷರಿಗೆ ತಮ್ಮ ಪೂರ್ಣ ಸಾಮರ್ಥ್ಯವನ್ನು ಹೈದರ್ ವಿರುದ್ಧ ಬಳಸಲು ಸಾಧ್ಯವಾಯಿತು. ಅದಕ್ಕೆ ಮೊದಲೇ ಮದ್ರಾಸ್ **ಗವರ್ನರ್ ವೈಟ್ ಹಿಲ್**‌ನನ್ನು ವಜಾ ಮಾಡಿ ಅವನ

ಸ್ಥಾನಕ್ಕೆ ಐರ್ ಕೂಟ್‌ನನ್ನು ನೇಮಿಸಲಾಗಿತ್ತು. ಆದರೆ ಟಿಪ್ಪು 1782ರ ಪ್ರಾರಂಭದಲ್ಲಿ **ಅಣ್ಣಗುಡಿ ಕದನದಲ್ಲಿ ಕರ್ನಲ್ ಬ್ರೈತ್ ವೇಟ್‌**ನನ್ನು ಸೋಲಿಸಿ ಅವನನ್ನು ಸೆರೆಹಿಡಿದನು. ಬ್ರಿಟಿಷರು ಪಶ್ಚಿಮ ಕರಾವಳಿಯಲ್ಲಿ ಬಿದನೂರು ಮತ್ತು ಮಂಗಳೂರನ್ನು ವಶಪಡಿಸಿಕೊಂಡರಾದರೂ ಟಿಪ್ಪು ಅವುಗಳನ್ನು ಮರಳಿ ವಶಪಡಿಸಿಕೊಂಡನು. ಈ ಮಧ್ಯೆ **ಹೈದರ್ ಕ್ಯಾನ್ಸರ್‌ನಿಂದಾಗಿ 1782ರ ಡಿಸೆಂಬರ್ 7 ರಂದು ತನ್ನ 60ನೇ ವಯಸ್ಸಿನಲ್ಲಿ ಚಿತ್ತೂರು ಸಮೀಪ ನರಸಿಂಗರಾಯನ ಪೇಟೆಯಲ್ಲಿ ನಿಧನನಾದನು.** 1783ರಲ್ಲಿ ಯುರೋಪಿನಲ್ಲಿ ಯುದ್ಧ ಅಂತ್ಯಗೊಂಡಿತು. 1784ರ ಮಾರ್ಚ್ 11 ರಂದು **ಮಂಗಳೂರು ಒಪ್ಪಂದ** ಏರ್ಪಟ್ಟು ಎರಡನೇ ಮೈಸೂರು ಯುದ್ಧ ಅಂತ್ಯಗೊಂಡಿತು.

ನಾಲ್ಕು ವರ್ಷಗಳ ಕಾಲದ ಯುದ್ಧದಿಂದ ಎರಡೂ ಪಕ್ಷಗಳು ಅಪಾರ ನಷ್ಟ ಅನುಭವಿಸಿದ್ದವು. ಈ ಹಿನ್ನೆಲೆಯಲ್ಲಿ ಮಂಗಳೂರು ಒಪ್ಪಂದಕ್ಕೆ ಟಿಪ್ಪು ಮತ್ತು ಬ್ರಿಟಿಷರು ಸಹಿ ಹಾಕಿದರು. ಅದರ ಪ್ರಕಾರ ಯುದ್ಧ ಕೈದಿಗಳ ಹಾಗೂ ವಶಪಡಿಸಿಕೊಂಡ ಪ್ರದೇಶಗಳ ವಿನಿಮಯಕ್ಕೆ ಇಬ್ಬರೂ ಸಮ್ಮತಿಸಿದರು. ಹೀಗೆ ಎರಡನೇ ಮೈಸೂರು ಯುದ್ಧ ಯಾವುದೇ ಪಕ್ಷಕ್ಕೆ ಸೋಲು ಅಥವಾ ಗೆಲುವಿಲ್ಲದೆ ಅಂತ್ಯಗೊಂಡಿತು.

ಹೈದರ್‌ನ ವ್ಯಕ್ತಿತ್ವ

ಭಾರತದ ಚರಿತ್ರೆಯಲ್ಲಿ ಹೈದರ್ ಒಬ್ಬ ಆಕರ್ಷಕ ವ್ಯಕ್ತಿಯಾಗಿದ್ದಾನೆ. ಅವನು ಪೂರ್ಣವಾಗಿ ಸ್ವಪ್ರಯತ್ನದಿಂದಲೇ ಮೇಲೆ ಬಂದವನು. ದಕ್ಷಿಣ ಭಾರತದ ರಾಜಕೀಯ ದಿಗಂತದಲ್ಲಿ ಅವನು ಉಲ್ಕೆಯಂತೆ ಕಾಣಿಸಿಕೊಂಡನು. ಅವನು ಅಧಿಕಾರವನ್ನು ಬಲಪ್ರಯೋಗದಿಂದ ಕಸಿದುಕೊಂಡು ನಿರಂಕುಶನಾಗಿ ಆಳಿದರೂ ಅವನಿಗೆ ಜನ ಬೆಂಬಲವಿತ್ತು. ನಿರಕ್ಷರಿಯಾಗಿದ್ದರೂ ಅವನಿಗೆ ಅದ್ಭುತವಾದ ನೆನಪಿನ ಶಕ್ತಿಯಿತ್ತು. ಅವನೊಬ್ಬ ಅಸಾಮಾನ್ಯ ಸಾಹಸಿ. ಸೋಲಿನಲ್ಲಾಗಲಿ ಅಥವಾ ಗೆಲುವಿನಲ್ಲಾಗಲಿ ಅವನು ಮಾನಸಿಕ ಸಮತೋಲನವನ್ನು ಕಳೆದುಕೊಳ್ಳುತ್ತಿರಲಿಲ್ಲ. **"ಅವನೊಬ್ಬ ಹುಟ್ಟು ಯೋಧ"** ಎಂದು ಬೌರಿಂಗ್ ಹೇಳಿದ್ದಾರೆ. **"ಮುಸಲ್ಮಾನ ಅರಸರಲ್ಲೆಲ್ಲಾ ಅವನು ಹೆಚ್ಚು ಸಹನಶೀಲನಾಗಿದ್ದನು"** ಎಂದು ಮಾರ್ಕ್ ವಿಲ್ಕ್ಸ್ ಹೇಳಿದ್ದಾರೆ. **"ಇಂದಿಗೂ ಅವನ ಹೆಸರನ್ನು ಮೈಸೂರಿನಲ್ಲಿ ಅಭಿಮಾನದಿಂದ ಅಲ್ಲದಿದ್ದರೂ, ಗೌರವದಿಂದ ಸ್ಮರಿಸಲಾಗುತ್ತಿದೆ"** ಎಂದು ಬೌರಿಂಗ್ ಹೇಳಿದ್ದಾರೆ.

ಹೈದರ್ ತನ್ನ ಬಹುತೇಕ ಸಮಯವನ್ನು ರಾಜ್ಯ ವಿಸ್ತರಣೆ, ಮರಾಠರು ಮತ್ತು ಬ್ರಿಟಿಷರೊಂದಿಗೆ ಹೋರಾಟದಲ್ಲೇ ಕಳೆಯಬೇಕಾಗಿ ಬಂದದ್ದರಿಂದ ಆಡಳಿತ ವ್ಯವಸ್ಥೆಯನ್ನು ಬಲಪಡಿಸಲು ಕ್ರಮಗಳನ್ನು ಕೈಗೊಳ್ಳಲಾಗಲಿಲ್ಲ. ಆದಾಗ್ಯೂ ಅವನ ಆಡಳಿತ ವ್ಯವಸ್ಥೆ ಇತರ ಸಮಕಾಲೀನ ಅರಸರ ಆಡಳಿತ ವ್ಯವಸ್ಥೆಗಿಂತಲೂ ಉತ್ತಮವಾಗಿತ್ತು. ಅವನ ಕಾಲದಲ್ಲಿ ಮೈಸೂರು ಎಲ್ಲ ದಿಕ್ಕುಗಳಲ್ಲೂ ವಿಸ್ತರಿಸ್ಪಟ್ಟಿತು. ಅದು ಒಂದು ಬಲಿಷ್ಠ ರಾಜಕೀಯ ಶಕ್ತಿಯಾಗಿ ಬೆಳೆಯಿತು. ಈ ಕಾರಣದಿಂದಲೇ ಬ್ರಿಟಿಷರ ಗಮನವನ್ನು ಸೆಳೆಯಿತು. ಹೈದರ್ ಬ್ರಿಟಿಷರ ವಿಸ್ತರಣಾ ನೀತಿಯನ್ನು ತಡೆಯಲು ತನ್ನ ಶಕ್ತಿ ಮೀರಿ ಹೋರಾಡಿದನು. ಆದರೆ ಮರಾಠರು ಮತ್ತು ನಿಜಾಮ ಬ್ರಿಟಿಷರಿಗೆ ಬೆಂಬಲ ನೀಡಿದ್ದರಿಂದ ಅವನ ಪ್ರಯತ್ನ ವಿಫಲವಾಯಿತು ಮತ್ತು ಬ್ರಿಟಿಷರು ಮತ್ತಷ್ಟು ಪ್ರಬಲರಾದರು. ರಾಜಕೀಯ ಮುತ್ಸದ್ಧಿಯಾಗಿದ್ದ ಅವನು ಬ್ರಿಟಿಷರ ವಿರುದ್ಧ ಫ್ರೆಂಚರ ನೆರವು ಪಡೆಯಲು ಪ್ರಯತ್ನಿಸಿದ್ದರ ಜೊತೆಗೆ ಸ್ಥಳೀಯರಾದ ಮರಾಠರು ಹಾಗೂ ನಿಜಾಮನ ಬೆಂಬಲ ಪಡೆಯಲೂ ಪ್ರಯತ್ನಿಸಿದನು.

ಹೈದರ್ ಅಪಾರವಾದ ಸಾಮಾನ್ಯ ಜ್ಞಾನವನ್ನು ಹೊಂದಿದ್ದನು. ಅವನಿಗೆ ಭಾರತದ ರಾಜಕೀಯ ಪರಿಸ್ಥಿತಿಗಳ ಪೂರ್ಣವಾದ ಅರಿವಿತ್ತು. ಅಂತೆಯೇ ಬ್ರಿಟಿಷರ ಉದ್ದೇಶಗಳನ್ನು ಅರ್ಥಮಾಡಿಕೊಂಡಿದ್ದನು. ಆದ್ದರಿಂದಲೇ ಮರಾಠರೊಂದಿಗೆ ದ್ವೇಷವನ್ನು ಮರೆತು ಅವರ ಸಹಕಾರ ಪಡೆದು ಬ್ರಿಟಿಷರ ವಿರುದ್ಧ ಹೋರಾಡಲು ಯತ್ನಿಸಿದನು. ಅಸಾಮಾನ್ಯ ಯೋಧನಾಗಿದ್ದ ಅವನು ಅದ್ಭುತ ಯುದ್ಧ ಕೌಶಲ ಪ್ರದರ್ಶಿಸಿದನು. ಬ್ರಿಟಿಷರ ವಿರುದ್ಧ ರಾಕೆಟ್‌ಗಳನ್ನು ಪರಿಣಾಮಕಾರಿಯಾಗಿ ಬಳಸಿದನು. 1780ರ ಪುಳ್ಳಿಲೂರ್ ಕದನದ ಸಂದರ್ಭದಲ್ಲಿ ಬ್ರಿಟಿಷರ ಶಸ್ತ್ರಾಗಾರವನ್ನು ರಾಕೆಟ್ ಮೂಲಕ ಸ್ಫೋಟಿಸಿದ್ದರಿಂದ ಕರ್ನಲ್ ವಿಲಿಯಂ ಬೈಲಿ ಶರಣಾಗಬೇಕಾಯಿತು. ಬ್ರಿಟಿಷರು ಭಾರತದಲ್ಲಿ ಹಿಂದೆಂದೂ ಅನುಭವಿಸದಿದ್ದ ಪ್ರಮಾಣದ ತೀವ್ರ ಸೋಲು ಮತ್ತು ಅವಮಾನವನ್ನು ಹೈದರ್‌ನಿಂದ ಅನುಭವಿಸಬೇಕಾಯಿತು. ರಾಜಕೀಯ ಮುತ್ಸದ್ದಿಯಾಗಿದ್ದ ಹೈದರ್ ಬ್ರಿಟಿಷರ ತಂತ್ರಗಳಿಗೆ ಪ್ರತಿತಂತ್ರಗಳನ್ನು ರೂಪಿಸುವಲ್ಲಿ ನಿಪುಣನಾಗಿದ್ದನು. ಈ ಹಿನ್ನೆಲೆಯಲ್ಲಿ ಕ್ಯಾಪ್ಟನ್ ಮನ್ರೊ ಹೈದರ್‌ನನ್ನು **ಪ್ರಷ್ಯಾದ ಎರಡನೇ ಫ್ರೆಡರಿಕ್‌ನಿಗೆ** ಹೋಲಿಸಿದ್ದಾನೆ.

ಹೈದರ್‌ನ ಧಾರ್ಮಿಕ ನೀತಿಯನ್ನು ಕೆಲವು ಬ್ರಿಟಿಷ್ ಇತಿಹಾಸಕಾರರು ತೀವ್ರವಾಗಿ ಟೀಕಿಸಿದ್ದಾರೆ. **"ಅವನು ಧರ್ಮ, ನೀತಿಗಳಿಲ್ಲದೆ ನಿರ್ಲಜ್ಯ ವ್ಯಕ್ತಿಯಾಗಿದ್ದನು"** ಎಂದು ವಿ.ಎ.ಸ್ಮಿತ್ ಟೀಕಿಸಿದ್ದಾರೆ. ಆದರೆ ಹೈದರ್ ಮತಾಂಧನಾಗಿರಲಿಲ್ಲ.

ಹಿಂದೂಗಳ ನವರಾತ್ರಿ ಹಬ್ಬದಲ್ಲಿ ಅವನು ಪಾಲ್ಗೊಳ್ಳುತ್ತಿದ್ದನು. ಬಹುಸಂಖ್ಯಾತ ಪ್ರಜೆಗಳಾದ ಹಿಂದೂಗಳ ಧಾರ್ಮಿಕ ವ್ಯವಹಾರಗಳಲ್ಲಿ ಅವನು ಹಸ್ತಕ್ಷೇಪ ಮಾಡುತ್ತಿರಲಿಲ್ಲ. ಅವನು ಧರ್ಮದೊಂದಿಗೆ ರಾಜಕೀಯವನ್ನು ಬೆರೆಸಲಿಲ್ಲ. 18ನೇ ಶತಮಾನದ ಪ್ರಕ್ಷುಬ್ಧ ಪರಿಸ್ಥಿತಿಯಲ್ಲಿ **ಅಜ್ಞಾತ ಸ್ಥಿತಿಯಿಂದ ಅತ್ಯುನ್ನತ ಅಧಿಕಾರ ಸ್ಥಾನಕ್ಕೇರಿದ ಹೈದರ್ ಅಲಿ ಭಾರತದ ಚರಿತ್ರೆಯಲ್ಲಿ ಒಬ್ಬ ಶ್ರೇಷ್ಠ ವ್ಯಕ್ತಿಯಾಗಿದ್ದಾನೆ.**

"ಅವನ ಕ್ರೌರ್ಯಗಳು ಮರೆತುಹೋಗಿದ್ದು, ಅವನ ಸಾಹಸ ಮತ್ತು ಯಶಸ್ಸು ಇಂದಿಗೂ ಜನರ ಮನಸ್ಸಿನಲ್ಲಿ ಉಳಿದುಕೊಂಡಿವೆ". ಎಂದು ಬೌರಿಂಗ್ ಹೇಳಿದ್ದಾರೆ. **"ಭಾರತದ ಚರಿತ್ರೆಯಲ್ಲಿ ಹೈದರಾಲಿ ಒಬ್ಬ ಅಸಾಮಾನ್ಯ ವ್ಯಕ್ತಿಯಾಗಿ ಸ್ಥಾನ ಪಡೆದಿದ್ದಾನೆ".** ಎಂದು ನೆಹರು ಹೇಳಿದ್ದಾರೆ. ಎಡ್ಮಂಡ್ ಬರ್ಕ್ ಹೈದರ್‌ನ ಬಗ್ಗೆ ಹೀಗೆ ಬರೆದಿದ್ದಾರೆ. **"ಹೈದರ್ ಬ್ರಿಟಿಷರ ಅತ್ಯಂತ ಪ್ರಬಲ ಶತ್ರುವಾಗಿದ್ದರೂ ಆ ಕಾರಣಕ್ಕಾಗಿ ಅವನ ಸದ್ಗುಣಗಳನ್ನು, ಉದಾತ್ತ ಗುಣಧರ್ಮವನ್ನು ಮರೆಮಾಚುವುದು ನಾಚಿಕೆಗೇಡು ಮತ್ತು ನೀಚತನವಾಗುತ್ತದೆ."** ಮಾರ್ಕ್‌ವಿಲ್ಕ್ಸ್ ಹೀಗೆ ಬರೆದಿದ್ದಾರೆ. **"ಹೈದರ್‌ನಲ್ಲಿ ಏನೇ ಅರೆಕೊರೆಗಳಿದ್ದರೂ ಯಾವುದೇ ಧರ್ಮದ ಅನುಯಾಯಿಗಳಾದರೂ ಅವನನ್ನು ಧಾರ್ಮಿಕ ಸಹಿಷ್ಣುತೆಯ ಒಂದು ಮಾದರಿಯಾಗಿ ಪರಿಗಣಿಸಬಹುದಾಗಿತ್ತು".**

ಮಾದರಿ ಪ್ರಶ್ನೆಗಳು

ಒಂದು ಅಂಕದ ಪ್ರಶ್ನೆಗಳು

1. ಹೈದರ್ ಅಲಿಯ ಜನ್ಮಸ್ಥಳ ಯಾವುದು ?
2. 1763ರಲ್ಲಿ ಬಿದನೂರನ್ನು ವಶಪಡಿಸಿಕೊಂಡಾಗ ಅಲ್ಲಿ ಯಾರು ಆಳುತ್ತಿದ್ದರು?
3. ಒಂದನೇ ಆಂಗ್ಲೋ-ಮೈಸೂರು ಯುದ್ಧ ಯಾವ ಒಪ್ಪಂದದೊಂದಿಗೆ ಅಂತ್ಯಗೊಂಡಿತು?
4. ಹೈದರ್‌ನಿಂದ ಪರಾಜಿತನಾದ ಚಿತ್ರದುರ್ಗದ ಕೊನೆಯ ಅರಸ ಯಾರು ?
5. "ಭಾರತದಲ್ಲಿ ಬ್ರಿಟಿಷರ ಅದೃಷ್ಟ ಅತ್ಯಂತ ಕನಿಷ್ಠ ಮಟ್ಟಕ್ಕೆ ಇಳಿಯಿತು" ಈ ಮಾತನ್ನು ಯಾರು ಯಾವ ಸಂದರ್ಭದಲ್ಲಿ ಹೇಳಿದರು ?

ಹತ್ತು ಅಂಕದ ಪ್ರಶ್ನೆಗಳು

1. ಹೈದರ್ ಅಲಿ ಮತ್ತು ಬ್ರಿಟಿಷರ ಸಂಬಂಧಗಳನ್ನು ಚರ್ಚಿಸಿ.
2. ರಾಜ್ಯ ಸ್ಥಾಪಕನಾಗಿ ಹೈದರ್ ಅಲಿಯ ಸಾಧನೆಗಳನ್ನು ವಿವರಿಸಿ.

ಅಧ್ಯಾಯ – 18

ಟಿಪು ಸುಲ್ತಾನ್
Tipu Sultan

ಬಾಲ್ಯ ಜೀವನ : 'ಮೈಸೂರಿನ ಹುಲಿ' ಎಂದೇ ಪ್ರಸಿದ್ಧನಾಗಿದ್ದ ಟಿಪು ಸುಲ್ತಾನ್ ಅಸಾಮಾನ್ಯ ಪರಾಕ್ರಮಿಯಾಗಿದ್ದನು. ಸ್ವಾಭಿಮಾನಿ ಹಾಗೂ ಸ್ವಾತಂತ್ರ್ಯ ಪ್ರೇಮಿಯಾಗಿದ್ದ ಅವನು ಬ್ರಿಟಿಷ್ ವಸಾಹತುಶಾಹಿ ಪ್ರಭುತ್ವದ ವಿರುದ್ಧ ನಿರಂತರವಾಗಿ ಹೋರಾಡಿದನು. ಹೋರಾಡುತ್ತಲೇ ಪ್ರಾಣಾರ್ಪಣೆ ಮಾಡಿಕೊಂಡ ಟಿಪು 18ನೇ ಶತಮಾನದ ಭಾರತ ಕಂಡ ಅಸಾಮಾನ್ಯ ವ್ಯಕ್ತಿಯಾಗಿದ್ದಾನೆ. ಬ್ರಿಟಿಷರಿಂದ ಭಾರತಕ್ಕೆ ಎದುರಾಗಬಹುದಾದ ಅಪಾಯವನ್ನು ಅರಿತಿದ್ದ ಭಾರತದ ಮೊದಲ ಅರಸನಾಗಿದ್ದ ಅವನು ಆ ಅಪಾಯವನ್ನು ತಪ್ಪಿಸಲು ಏಕಾಂಗಿಯಾಗಿ, ಪ್ರಾಮಾಣಿಕವಾಗಿ ಪ್ರಯತ್ನಿಸಿದನು.

ಹೈದರ್‌ಅಲಿಯ ಹಿರಿಯ ಮಗನಾದ ಟಿಪು 1750ರ ನವೆಂಬರ್ 10 ರಂದು ದೇವನಹಳ್ಳಿಯಲ್ಲಿ ಜನಿಸಿದನು. ಅವನ ತಾಯಿ ಫಖ್ರುನ್ನಿಸ. ಆರ್ಕಾಟ್‌ನ ಸಂತ **ಟಿಪುಮಸ್ತಾನ್ ಔಲಿಯನ** ಬಗ್ಗೆ ಹೈದರನಿಗೆ ಅಪಾರ ಗೌರವವಿದ್ದುದರಿಂದ ತನ್ನ ಮಗನಿಗೆ ಟಿಪು ಎಂದು ಹೆಸರಿಸಿದನು. ಹೈದರ್ ತಾನು ಅನಕ್ಷರಸ್ಥನಾಗಿದ್ದರೂ ತನ್ನ ಮಗನಿಗೆ ಉತ್ತಮ ಶಿಕ್ಷಣ ಕೊಡಿಸಿದನು. **ಗೋವರ್ಧನ ಪಂಡಿತ** ಮತ್ತು **ಮೌಲ್ವಿ ಒಬೇದುಲ್ಲಾ** ಟಿಪುವಿನ ಗುರುಗಳಾಗಿದ್ದರು. ಹೈದರನ ನಿಕಟವರ್ತಿಯಾಗಿದ್ದ **ಘಾಜಿ ಖಾನ್**‌ನಿಂದ ಟಿಪು ಸೈನಿಕ ಶಿಕ್ಷಣ ಪಡೆದನು. ಮುಂದೆ ತಂದೆಯೊಂದಿಗೆ ಹಲವಾರು ಕದನಗಳಲ್ಲಿ ಪಾಲ್ಗೊಂಡು ಸಮರ ಕಲೆಯಲ್ಲಿ ಅಪಾರ ಅನುಭವ ಪಡೆದುಕೊಂಡನು. ಹೈದರ್ ತನ್ನ ಮಗನಿಗೆ ಒಂದು ದೊಡ್ಡ ಗ್ರಂಥ ಭಂಡಾರವನ್ನು ಕೊಡುಗೆಯಾಗಿ ನೀಡಿದ್ದನು. ಅದನ್ನು ಟಿಪುವಿನ ವಿವಾಹದ ಸಂದರ್ಭದಲ್ಲಿ ಉಡುಗೊರೆಯಾಗಿ ನೀಡಿದ್ದನು. ಅದು ಹಲವು ಭಾಷೆಗಳ ಅಮೂಲ್ಯ ಗ್ರಂಥಗಳನ್ನು ಒಳಗೊಂಡಿತ್ತು.

1766 ರಿಂದ ಅಂದರೆ ತನ್ನ 16ನೇ ವಯಸ್ಸಿನಿಂದಲೇ ಟಿಪ್ಪು ತನ್ನ ತಂದೆಯ ದಂಡಯಾತ್ರೆಗಳಲ್ಲಿ ಪಾಲ್ಗೊಳ್ಳಲಾರಂಭಿಸಿದನು. 1766ರಲ್ಲಿ ತಂದೆಯೊಂದಿಗೆ ಮಲಬಾರ್ ದಂಡಯಾತ್ರೆಯಲ್ಲಿ ಪಾಲ್ಗೊಂಡನು ಮತ್ತು ಬಾಲಂನ ಪಾಳೆಯಗಾರನ ವಿರುದ್ಧ ತನ್ನ ಸಾಹಸವನ್ನು ಪ್ರದರ್ಶಿಸಿದನು. ಒಂದನೇ ಮೈಸೂರು ಯುದ್ಧದ ಆರಂಭದಲ್ಲಿ 1767ರಲ್ಲಿ ಹೈದರಾಬಾದಿಗೆ ತೆರಳಿ ಹೈದರ್ ಮತ್ತು ನಿಜಾಮನ ನಡುವೆ ಮೈತ್ರಿ ಏರ್ಪಡಿಸಿದನು. ಪ್ರಥಮ ಮೈಸೂರು ಯುದ್ಧದ ಕಾಲದಲ್ಲಿ ತಿರುಪತ್ತೂರು ಮತ್ತು ವಾಣಿಯಂಬಾಡಿಗಳನ್ನು ವಶಪಡಿಸಿಕೊಳ್ಳಲು ತನ್ನ ತಂದೆಗೆ ನೆರವಾದನು. ಎರಡನೇ ಮೈಸೂರು ಯುದ್ಧದಲ್ಲೂ ಟಿಪು ಪ್ರಮುಖ ಪಾತ್ರ ವಹಿಸಿದನು. 1782ರ ಪ್ರಾರಂಭದಲ್ಲಿ **ಅಣ್ಣಗುಡಿ ಕದನದಲ್ಲಿ ಬ್ರೈತ್ ವೇಟ್** ನಾಯಕತ್ವದ ಬ್ರಿಟಿಷ್ ಸೈನ್ಯವನ್ನು ಸೋಲಿಸಿ ಸೇನಾ ನಾಯಕ ಸೇರಿದಂತೆ ಇಡೀ ಬ್ರಿಟಿಷ್ ಸೈನ್ಯವನ್ನು ಸೆರೆಹಿಡಿದದ್ದು ಅವನ ಪ್ರಮುಖ ಸಾಧನೆ.

ಸಿಂಹಾಸನಾರೋಹಣ : ಹೈದರ್ ಮರಣಹೊಂದಿದಾಗ ಟಿಪು ಮಲಬಾರಿನಲ್ಲಿದ್ದನು. ಪೂರ್ಣಯ್ಯನಿಂದ ತನ್ನ ತಂದೆಯ ಮರಣದ ರಹಸ್ಯ ಸುದ್ದಿ ತಿಳಿದು ತಕ್ಷಣ ನರಸಿಂಗರಾಯನ ಪೇಟೆಗೆ ತೆರಳಿ ಮುಖ್ಯ ಸೈನ್ಯವನ್ನು ಸೇರಿಕೊಂಡನು. 1782ರ ಡಿಸೆಂಬರ್ 29 ರಂದು **"ನವಾಬ್ ಟಿಪ್ಪು ಸುಲ್ತಾನ್ ಬಹದ್ದೂರ್"** ಎಂಬ ಬಿರುದಿನೊಂದಿಗೆ ಅಧಿಕಾರ ವಹಿಸಿಕೊಂಡನು. ಮುಂದೆ ಎರಡನೇ ಮೈಸೂರು ಯುದ್ಧ ಮುಕ್ತಾಯಗೊಂಡ ನಂತರ **1784ರ ಮೇ 4** ರಂದು ಅಧಿಕೃತವಾಗಿ ಪಟ್ಟಾಭಿಷಿಕ್ತನಾದನು.

ಟಿಪು ತಂದೆಯಿಂದ ಒಂದು ವಿಸ್ತಾರವಾದ ರಾಜ್ಯವನ್ನು ಬಳುವಳಿಯಾಗಿ ಪಡೆದಿದ್ದನು. ಅಲ್ಲದೆ ತಂದೆಯ ಗುಣಗಳನ್ನು ಮೈಗೂಡಿಸಿಕೊಂಡಿದ್ದನು. ತಂದೆಯಂತೆ ಅವನು ಅಸಾಮಾನ್ಯ ಸಾಹಸಿಯಾಗಿದ್ದನು. ಬ್ರಿಟಿಷರ ಬಗ್ಗೆ ಅವನಿಗೂ ತೀವ್ರ ದ್ವೇಷವಿತ್ತು. ಅದನ್ನು ಕೂಡ ತನ್ನ ತಂದೆಯಿಂದ ಬಳುವಳಿಯಾಗಿ ಪಡೆದಿದ್ದನು. ತನ್ನ ಮರಣಕ್ಕೆ ಮುಂಚೆ ಹೈದರ್ ಟಿಪುವಿಗೆ ಬರೆದ ಪತ್ರದಲ್ಲಿ ಬ್ರಿಟಿಷರು ಅವನ ಪ್ರಬಲ ಶತ್ರುಗಳಾಗಿದ್ದರಿಂದ ಅವರೊಂದಿಗೆ ಅತ್ಯಂತ ಎಚ್ಚರಿಕೆಯಿಂದ ವ್ಯವಹರಿಸಬೇಕೆಂದು ಸೂಚಿಸಿದ್ದನು. ಬ್ರಿಟಿಷರನ್ನು ಸೋಲಿಸಲು ಐರೋಪ್ಯರ ಅದರಲ್ಲೂ ಫ್ರೆಂಚರ ನೆರವನ್ನು ಪಡೆಯುವಂತೆ ಹೈದರ್‌ನೇ ಟಿಪುವಿಗೆ ಸೂಚಿಸಿದ್ದನು.

ಎರಡನೇ ಮೈಸೂರು ಯುದ್ಧದ ಮುಂದುವರಿಕೆ : ಟಿಪು ಅಧಿಕಾರ ವಹಿಸಿಕೊಂಡಾಗ ಎರಡನೇ ಮೈಸೂರು ಯುದ್ಧ ಇನ್ನೂ ನಡೆಯುತ್ತಿತ್ತು. ಅದನ್ನು ಮುಂದುವರಿಸಲು ಟಿಪು ನಿರ್ಧರಿಸಿದನು. ಹೈದರನ ಸಾವಿನ ಲಾಭ ಪಡೆಯಲು ನಿರ್ಧರಿಸಿದ ಬ್ರಿಟಿಷರು ಯುದ್ಧವನ್ನು ತೀವ್ರಗೊಳಿಸಿದರು. ಅಲ್ಲದೇ 1782ರಲ್ಲಿ **ಸಲಬಾಯ್ ಒಪ್ಪಂದ**ದೊಂದಿಗೆ ಒಂದನೇ ಆಂಗ್ಲೋ-ಮರಾಠ ಯುದ್ಧ ಅಂತ್ಯಗೊಂಡಿದ್ದರಿಂದ ಮೈಸೂರಿನ ವಿರುದ್ಧ ಯುದ್ಧ ಮುಂದುವರಿಸುವುದು ಅವರಿಗೆ ಸುಲಭವಾಯಿತು. **ಜನರಲ್ ಮ್ಯಾಥ್ಯೂಸ್** ಬಿದನೂರು ಮತ್ತು ಮಂಗಳೂರನ್ನು ವಶಪಡಿಸಿಕೊಂಡನು. ಬಿದನೂರಿನ ರಾಜ್ಯಪಾಲನಾಗಿದ್ದ **ಷೇಖ್ ಅಯಾಜ್** ಮೈಸೂರಿಗೆ ದ್ರೋಹ ಬಗೆದನು. ಆದರೆ ಟಿಪು 1783 ರಲ್ಲಿ ಬಿದನೂರು ಮತ್ತು ಮಂಗಳೂರನ್ನು ಪುನರಾಕ್ರಮಿಸಿಕೊಂಡನು. ಬಿದನೂರಿನಲ್ಲಿ ಜನರಲ್ ಮ್ಯಾಥ್ಯೂಸ್‌ನನ್ನು ಸೆರೆಹಿಡಿದನು. ಮಂಗಳೂರಿನಲ್ಲಿದ್ದ **ಜನರಲ್ ಕ್ಯಾಂಪ್‌ಬೆಲ್**ನಿಗೆ ಸೈನ್ಯ ಸಮೇತ ಸುರಕ್ಷಿತವಾಗಿ ತಲಚೇರಿಗೆ ತೆರಳಲು ಅನುಮತಿ ನೀಡಿದನು. ಆದರೆ ಮ್ಯಾಥ್ಯೂಸ್ ಮಾತ್ರ ಟಿಪುವಿನ ಬಂಧನದಲ್ಲಿದ್ದಾಗಲೇ ಹತನಾದನು.

ಮಂಗಳೂರು ಒಪ್ಪಂದ – 1784

1784ರ ಮಾರ್ಚ್ 11 ರಂದು ಏರ್ಪಟ್ಟ ಮಂಗಳೂರು ಒಪ್ಪಂದೊಂದಿಗೆ ಎರಡನೇ ಮೈಸೂರು ಯುದ್ಧ ಅಂತ್ಯಗೊಂಡಿತು. ಸುದೀರ್ಘವಾದ ಯುದ್ಧದಿಂದಾಗಿ ಎರಡೂ ಪಕ್ಷಗಳವರೂ ತೀವ್ರ ನಷ್ಟಕ್ಕೆ ಗುರಿಯಾಗಿದ್ದರು. ಆದ್ದರಿಂದ ಈ ಒಪ್ಪಂದ ಮಾಡಿಕೊಂಡರು. ಯುದ್ಧ ಕೈದಿಗಳ ಹಾಗೂ ವಶಪಡಿಸಿಕೊಂಡ ಪ್ರದೇಶಗಳ ವಿನಿಮಯಕ್ಕೆ ಒಪ್ಪಂದ ಅವಕಾಶ ಮಾಡಿಕೊಟ್ಟಿತು. ತನ್ನ ಪ್ರದೇಶಗಳನ್ನು ಹಿಂದಕ್ಕೆ ಪಡೆದ ಟಿಪು ಕರ್ನಾಟಿಕ್ ಮೇಲೆ ತನ್ನ ಹಕ್ಕನ್ನು ಬಿಟ್ಟುಕೊಟ್ಟನು. ಪರಸ್ಪರರ ಶತ್ರುಗಳಿಗೆ ಸಹಾಯ ಮಾಡದಿರಲು ಇಬ್ಬರೂ ಒಪ್ಪಿಕೊಂಡರು.

ಮಂಗಳೂರು ಒಪ್ಪಂದದಿಂದ ಬ್ರಿಟಿಷರಿಗೆ ತೃಪ್ತಿಯಾಗಲಿಲ್ಲ. ಗವರ್ನರ್-ಜನರಲ್ ವಾರೆನ್ ಹೇಸ್ಟಿಂಗ್ಸ್ ಅದನ್ನು **"ಅವಮಾನಕಾರಿ ಒಪ್ಪಂದ"** ಎಂದು ವರ್ಣಿಸಿದನು. ಒಪ್ಪಂದ ಏರ್ಪಡಲು ಕಾರಣನಾಗಿದ್ದ **ಮದ್ರಾಸಿನ ಗವರ್ನರ್ ಮೆಕಾರ್ಟ್ನಿ**ಯನ್ನು ಟೀಕಿಸುತ್ತಾ ಅವನು **"ಈ ಲಾರ್ಡ್ ಮೆಕಾರ್ಟ್ನಿ ಎಂಥ ಮನುಷ್ಯ? ಒಪ್ಪಂದ ಏರ್ಪಟ್ಟಿದ್ದರೂ ಕೂಡ ಅವನು ಕರ್ನಾಟಿಕ್ ಪ್ರದೇಶವನ್ನು ಕಳೆದುಕೊಳ್ಳುತ್ತಾನೆ ಎಂದು ನನಗಿಸುತ್ತದೆ"** ಎಂದು ಹೇಸ್ಟಿಂಗ್ಸ್ ಹೇಳಿದನು. ಸತತ ಸೋಲುಗಳು ಹಾಗೂ ಆರ್ಥಿಕ ಸಮಸ್ಯೆಗಳಿಂದಾಗಿ ಬ್ರಿಟಿಷರು ಈ ಅವಮಾನಕಾರಿ ಒಪ್ಪಂದಕ್ಕೆ ಸಹಿಹಾಕಬೇಕಾಯಿತು. ಯುದ್ಧದಲ್ಲಿ ಪಾಲ್ಗೊಂಡಿದ್ದ **ಕ್ಯಾಪ್ಟನ್ ಮನ್ರೊ** ಮಾತ್ರ ಒಪ್ಪಂದ ತಾತ್ಕಾಲಿಕವಾದುದು ಮತ್ತು ಮುಂದೆ ಸೇಡು ತೀರಿಸಿಕೊಳ್ಳುವುದು ಬ್ರಿಟಿಷರಿಗೆ ಸಾಧ್ಯವಾಗುತ್ತದೆ ಎಂದು ಭಾವಿಸಿದ್ದನು. ಈ ಒಪ್ಪಂದ ಟಿಪುವಿಗೆ ದೊರೆತ ವಿಜಯವಾಗಿತ್ತು. ಅವನ ಕೀರ್ತಿ, ಪ್ರಭಾವ ಮತ್ತಷ್ಟು ಹೆಚ್ಚಿತು. ಇದು **ಭಾರತದಲ್ಲಿ ಬ್ರಿಟಿಷರು ಮತ್ತು ಭಾರತದ ಅರಸನೊಬ್ಬನ ನಡುವೆ ಸಮಾನತೆಯ ಆಧಾರದ ಮೇಲೆ ಏರ್ಪಟ್ಟು ಕೊನೆಯ ಒಪ್ಪಂದವಾಗಿತ್ತು.**

ಮರಾಠರೊಂದಿಗೆ ಯುದ್ಧ : ಟಿಪ್ಪು ಬ್ರಿಟಿಷರೊಂದಿಗೆ ಹೋರಾಟದಲ್ಲಿ ತೊಡಗಿದ್ದ ಸಂದರ್ಭವನ್ನು ಹಲವಾರು ಸಾಮಂತರು ತಮ್ಮ ಲಾಭಕ್ಕೆ ಬಳಸಿಕೊಳ್ಳಲು ಯತ್ನಿಸಿದರು. ನರಗುಂದದ **ದೇಸಾಯಿ ವೆಂಕಟರಾವ್** ಮೈಸೂರಿಗೆ ಪೊಗದಿ ಕೊಡುವುದನ್ನು ನಿಲ್ಲಿಸಿದನು. ಅದೇ ಸಂದರ್ಭದಲ್ಲಿ ಅವನಿಗೆ ಮರಾಠರು ಬೆಂಬಲ ನೀಡಿದರು. ಮರಾಠರು ಮತ್ತು ನಿಜಾಮ ಸಂಯುಕ್ತವಾಗಿ ಮೈಸೂರಿನ ಮೇಲೆ ದಾಳಿ ಮಾಡಲು ನಿರ್ಧರಿಸಿದರು. ಟಿಪು 1785ರಲ್ಲಿ ನರಗುಂದದ ಮೇಲೆ ದಾಳಿಮಾಡಿ ದೇಸಾಯಿಯನ್ನು ಬಂಧಿಸಿದನು. ಅನಂತರ ಕಿತ್ತೂರು, ಅದೋನಿ, ಸಂಡೂರು, ಕೊಪ್ಪಳ, ಸವಣೂರು, ರಾಮದುರ್ಗ, ಖಾನಾಪುರ ಮೊದಲಾದವುಗಳನ್ನು ವಶಪಡಿಸಿಕೊಂಡನು 1785ರಲ್ಲಿ **ಕಿತ್ತೂರಿನ ರಾಜನಾಗಿದ್ದ ಮಲ್ಲಸರ್ಜನನ್ನು ಸೆರೆಹಿಡಿದು ಕಬ್ಬಾಳ ದುರ್ಗ ಕೋಟೆಯಲ್ಲಿ ಬಂಧನದಲ್ಲಿಟ್ಟನು.** ಅದೇ ಸಂದರ್ಭದಲ್ಲಿ ಕೊಡಗಿನಲ್ಲಿ ಬಂಡಾಯವನ್ನು ಹತ್ತಿಕ್ಕಿದನು. ಮಲಬಾರ್ ಪ್ರದೇಶದಲ್ಲೂ ಶಾಂತಿ ಸ್ಥಾಪಿಸಿದನು. ಕೊನೆಗೆ ಟಿಪು ಮತ್ತು ಮರಾಠರ ನಡುವೆ 1787ರ ಏಪ್ರಿಲ್‌ನಲ್ಲಿ **ಗಜೇಂದ್ರಗಢ** ಒಪ್ಪಂದ ಏರ್ಪಟ್ಟಿತು. ಅದರ ಪ್ರಕಾರ ಟಿಪ್ಪು ಕೆಲವು ಪ್ರದೇಶಗಳನ್ನು ಮರಾಠರಿಗೆ ಹಿಂದಿರುಗಿಸಿದ್ದಲ್ಲದೆ ಪೊಗದಿಯನ್ನು ಕೊಡಲು ಒಪ್ಪಿಕೊಂಡನು. ಈ ದಂಡಯಾತ್ರೆಯಿಂದ ಹಿಂದಿರುವಾಗ ಹರಪ್ಪನಹಳ್ಳಿ ಮತ್ತು ರಾಯದುರ್ಗದ ನಾಯಕರನ್ನು ಬಂಧಿಸಿ ಕಬ್ಬಾಳದುರ್ಗದಲ್ಲಿ ಸೆರೆಯಲ್ಲಿಟ್ಟನು.

ಮೂರನೇ ಮೈಸೂರು ಯುದ್ಧ (1790–92) : ಕಾರಣಗಳು

1) 1784ರ ಮಂಗಳೂರು ಒಪ್ಪಂದದಿಂದ ಟಿಪು ಮತ್ತು ಬ್ರಿಟಿಷರ ನಡುವೆ ಶಾಶ್ವತ ಶಾಂತಿ ಏರ್ಪಡಲಿಲ್ಲ. ಬ್ರಿಟಿಷರಂತೂ

ಅದನ್ನು ಅವಮಾನವೆಂದೇ ಭಾವಿಸಿದ್ದರು. ಅದರಿಂದ ಟಿಪ್ಪುವಿಗೂ ತೃಪ್ತಿಯಾಗಿರಲಿಲ್ಲ. ಆದ್ದರಿಂದ ಅದೊಂದು ಕೇವಲ ಯುದ್ಧ ನಿಲುಗಡೆ (Armistice) ಒಪ್ಪಂದವಾಗಿತ್ತು. ನಿಕಟ ಭವಿಷ್ಯದಲ್ಲಿ ಮತ್ತೊಂದು ಯುದ್ಧ ಅನಿವಾರ್ಯ ಎಂಬುದು ಇಬ್ಬರಿಗೂ ತಿಳಿದಿತ್ತು. ಯುದ್ಧದ ನಿರೀಕ್ಷೆಯಲ್ಲಿ ಎರಡೂ ಪಕ್ಷದವರೂ ಸಿದ್ಧತೆ ಆರಂಭಿಸಿದರು.

2) ಬ್ರಿಟಿಷರನ್ನು ಭಾರತದಿಂದ ಹೊರದೂಡಬೇಕೆಂಬುದು ಟಿಪುವಿನ ದೃಢ ನಿರ್ಧಾರವಾಗಿತ್ತು. ಈ ಉದ್ದೇಶದಿಂದಲೇ ಬ್ರಿಟಿಷರ ವಿರುದ್ಧ ಸಹಾಯ ಪಡೆಯಲು ಫ್ರಾನ್ಸ್, ಟರ್ಕಿ, ಆಫ್‌ಘಾನಿಸ್ತಾನ ಮೊದಲಾದ ದೇಶಗಳಿಗೆ ತನ್ನ ರಾಯಭಾರಿಗಳನ್ನು ಕಳುಹಿಸಿದನು. ಆದರೆ ಅವನಿಗೆ ದೊರೆತದ್ದು ಕೇವಲ ಸಹಾಯದ ಭರವಸೆಗಳು ಮಾತ್ರ. ಫ್ರಾನ್ಸ್‌ನಲ್ಲಿ **1789ರಲ್ಲಿ ಮಹಾಕ್ರಾಂತಿ** ಸಂಭವಿಸಿ ಲೂಯಿ ದೊರೆಗಳು ಪದಚ್ಯುತರಾಗಿದ್ದರು ಮತ್ತು ಯಾವುದೇ ಸ್ಥಿರ ಸರ್ಕಾರ ಅಸ್ತಿತ್ವಕ್ಕೆ ಬಂದಿರಲಿಲ್ಲ. ಆದಾಗ್ಯೂ ಟಿಪು ಅಧೀರನಾಗದೆ ತನ್ನ ಸಿದ್ಧತೆಗಳನ್ನು ಮುಂದುವರೆಸಿದನು. ಸಹಜವಾಗಿಯೇ ಅವನ ಚಟುವಟಿಕೆಗಳು ಬ್ರಿಟಿಷರ ಗಮನ ಸೆಳೆದವು ಮತ್ತು ಅವರ ಆತಂಕ ಹೆಚ್ಚಿತು.

3) 1786ರಲ್ಲಿ **ಲಾರ್ಡ್ ಕಾರ್ನ್‌ವಾಲೀಸ್** ಗವರ್ನರ್ – ಜನರಲ್ ಆಗಿ ಭಾರತಕ್ಕೆ ಆಗಮಿಸಿದ್ದು ಯುದ್ಧದ ಪರಿಸ್ಥಿತಿ ನಿರ್ಮಾಣಗೊಳ್ಳಲು ಕಾರಣವಾಯಿತು. ಅವನಿಗೆ ಭಾರತದಲ್ಲಿ ಯಾವುದೇ ಯುದ್ಧದಲ್ಲಿ ತೊಡಗದಂತೆ ನಿರ್ದೇಶನವಿದ್ದರೂ ಅವನು ಭಾರತದಲ್ಲಿ ಬ್ರಿಟಿಷ್ ಸಾಮ್ರಾಜ್ಯವನ್ನು ಕಟ್ಟಲು ನಿರ್ಧರಿಸಿದನು. ಭಾರತದಲ್ಲಿ ಬ್ರಿಟಿಷ್ ಪ್ರಭುತ್ವದ ವಿಸ್ತರಣೆಗೆ ಮೈಸೂರು ರಾಜ್ಯವನ್ನು ನಾಶಪಡಿಸುವುದು ಅಗತ್ಯವೆಂಬುದನ್ನು ಅವನು ಅರಿತಿದ್ದನು. ಅಲ್ಲದೆ ಬ್ರಿಟನ್ನಿಗೆ ಅಮೆರಿಕದ 13 ವಸಾಹತುಗಳನ್ನು ಕಳೆದುಕೊಂಡಿದ್ದರಿಂದ ಆಗಿದ್ದ ನಷ್ಟವನ್ನು ಭಾರತದಲ್ಲಿ ತುಂಬಿಕೊಡುವುದು ಅವನ ಅಪೇಕ್ಷೆಯಾಗಿತ್ತು. ಇದರ ಜೊತೆಗೆ ಕಾರ್ನ್‌ವಾಲೀಸ್‌ನಿಗೆ ಒಂದು ವೈಯಕ್ತಿಕ ಉದ್ದೇಶವಿತ್ತು. ಅಮೆರಿಕ ಸ್ವಾತಂತ್ರ್ಯ ಸಂಗ್ರಾಮದ ಕಾಲದಲ್ಲಿ 1781 ಅಕ್ಟೋಬರ್ 19ರಂದು ಪ್ರಸಿದ್ಧ **ಯಾರ್ಕ್‌ಟೌನ್** ಕದನದಲ್ಲಿ **ಜನರಲ್ ವಾಷಿಂಗ್‌ಟನ್**‌ನಿಂದ ಅನುಭವಿಸಿದ್ದ ಸೋಲಿನಿಂದಾಗಿ ಕಳೆದುಕೊಂಡಿದ್ದ ಗೌರವವನ್ನು ಮರಳಿ ಪಡೆಯುವುದು ಅವನ ಉದ್ದೇಶವಾಗಿತ್ತು. ಅದಕ್ಕೆ ಟಿಪುವಿನಂತಹ ಬ್ರಿಟಿಷರ ಪ್ರಬಲ ಶತ್ರುವಿನ ವಿರುದ್ಧ ಗೆಲುವು ಅಗತ್ಯವಾಗಿತ್ತು.

4) ಮೈಸೂರು ಮತ್ತು ತಿರುವಾಂಕೂರ್ ನಡುವೆ ಇದ್ದ ವಿವಾದವೊಂದು ಮೂರನೇ ಮೈಸೂರು ಯುದ್ಧಕ್ಕೆ ತಕ್ಷಣದ ಕಾರಣವಾಯಿತು. ತಿರುವಾಂಕೂರಿನ **ರಾಜ ರಾಮವರ್ಮ** (ಧರ್ಮರಾಜ) ತನ್ನ ದಿವಾನನಾದ ರಾಜಕೇಶವದಾಸ್ ಮೂಲಕ ಮಾತುಕತೆ ನಡೆಸಿ 1789ರಲ್ಲಿ ಡಚ್ಚರಿಂದ **ಕ್ರ್ಯಾಂಗನೂರು** ಮತ್ತು **ಅಯಕೊಟ್ಟಾ** ಕೋಟೆಗಳನ್ನು ಕೊಂಡುಕೊಂಡನು ಮತ್ತು ಅವುಗಳನ್ನು ಬ್ರಿಟಿಷರಿಗೆ ಹಸ್ತಾಂತರಿಸಲು ಸಿದ್ಧತೆ ನಡೆಸಿದ್ದನು. ಇದು ಟಿಪುವಿನ ಅಸಮಾಧಾನಕ್ಕೆ ಕಾರಣವಾಯಿತು. ವಾಸ್ತವದಲ್ಲಿ ಈ ಕೋಟೆಗಳು ಮೈಸೂರಿನ ಸಾಮಂತ ರಾಜ್ಯವಾಗಿದ್ದ ಕೊಚಿನ್ ರಾಜ್ಯದ ಗಡಿಯೊಳಗೆ ಇದ್ದುದರಿಂದ ಹಾಗೂ ಮಲಬಾರಿನ ಮೇಲೆ, ಅದರ ಮೂಲಕ ಪಶ್ಚಿಮ ಕರಾವಳಿಯ ಮೇಲೆ ತನ್ನ ಹಿಡಿತವನ್ನು ಉಳಿಸಿಕೊಳ್ಳಲು ಇವು ಅಗತ್ಯವಾಗಿದ್ದರಿಂದ ಇವುಗಳನ್ನು ಕೊಂಡುಕೊಳ್ಳಲು ಟಿಪು ಡಚ್ಚರೊಂದಿಗೆ ಮಾತುಕತೆ ನಡೆಸಿದ್ದನು. ಈ ಹಿನ್ನೆಲೆಯಲ್ಲಿ ಕೋಟೆಗಳನ್ನು ಡಚ್ಚರಿಗೆ ಹಿಂದಿರುಗಿಸುವಂತೆ ಟಿಪು ತಿರುವಾಂಕೂರಿನ ಅರಸನನ್ನು ಒತ್ತಾಯಿಸಿದನು. ಆದರೆ ರಾಮವರ್ಮ ಈ ಒತ್ತಡಕ್ಕೆ ಮಣಿಯದಿದ್ದಾಗ ಟಿಪು **ತಿರುವಾಂಕೂರ್‌ನ ನೆಡುಂಕೊಟ್ಟಾ ಕೋಟೆ**ಯ ಮೇಲೆ 1789ರ ಡಿಸೆಂಬರ್ 29 ರಂದು ದಾಳಿ ಮಾಡಿದನು. ತಿರುವಾಂಕೂರ್ ಬ್ರಿಟಿಷರ ಮಿತ್ರ ರಾಜ್ಯವಾಗಿತ್ತು. ಸಹಜವಾಗಿಯೇ ಬ್ರಿಟಿಷರು ಅದನ್ನು ಬೆಂಬಲಿಸಿದರು. ಹೀಗೆ ಮೈಸೂರು–ತಿರುವಾಂಕೂರಿನ ನಡುವಿನ ವಿವಾದ ಮೂರನೇ ಮೈಸೂರು ಯುದ್ಧಕ್ಕೆ ಕಾರಣವಾಯಿತು.

5) ಯುದ್ಧದ ಆರಂಭದಲ್ಲೇ ಕಾರ್ನ್‌ವಾಲೀಸ್ ಮರಾಠರೊಂದಿಗೆ 1790ರ ಜೂನ್‌ನಲ್ಲಿ ಮತ್ತು ನಿಜಾಮನೊಂದಿಗೆ 1790ರ ಜುಲೈನಲ್ಲಿ ಒಪ್ಪಂದಗಳನ್ನು ಮಾಡಿಕೊಂಡನು. ಹೀಗೆ ಟಿಪುವಿನ ವಿರುದ್ಧ **ತ್ರಿಪಕ್ಷೀಯ ಒಕ್ಕೂಟ** ಏರ್ಪಟ್ಟಿತು. ಟಿಪು ಏಕಾಂಗಿಯಾಗಿಯೇ ಬ್ರಿಟಿಷರ ಹಾಗೂ ಅವರೊಂದಿಗೆ ಸೇರಿಕೊಂಡಿದ್ದ ಸ್ಥಳೀಯರಾದ ಮರಾಠರು ಮತ್ತು ನಿಜಾಮನೊಂದಿಗೆ ಹೋರಾಡಬೇಕಾಯಿತು.

ಯುದ್ಧದ ಗತಿ

1790ರ ಮೇ 24 ರಂದು ಬ್ರಿಟಿಷ್ ಸೈನ್ಯ **ಜನರಲ್ ವಿಲಿಯಂ ಮಿಡೋಸ್** ನೇತೃತ್ವದಲ್ಲಿ ಗೆಜ್ಜಲಹಟ್ಟಿ ಕಣಿವೆ ಮೂಲಕ ಮೈಸೂರಿನ ಮೇಲೆ ದಾಳಿ ಮಾಡುವುರೊಂದಿಗೆ ಮೂರನೇ ಆಂಗ್ಲೊ–ಮೈಸೂರು ಯುದ್ಧ ಆರಂಭವಾಯಿತು. ಆರಂಭದಲ್ಲಿ ಟಿಪು ಅದ್ಭುತವಾದ ಯುದ್ಧ ಕೌಶಲ ಪ್ರದರ್ಶಿಸಿ ಬ್ರಿಟಿಷರ ಮುನ್ನಡೆಯನ್ನು ತಡೆದನು. ಈ ಬಗ್ಗೆ ನಿಯಂತ್ರಣ

ಮಂಡಳಿಯ ಹೆನ್ರಿ ದಂಡಾಸ್‌ನಿಗೆ ಬರೆಯುತ್ತಾ ಕಾರ್ನ್‌ವಾಲೀಸ್ ಹೀಗೆ ಹೇಳಿದ್ದಾನೆ. **"ನಾವು ಸಮಯ ವ್ಯರ್ಥ ಮಾಡಿಕೊಂಡಿದ್ದೇವೆ ಮತ್ತು ನಮ್ಮ ಶತ್ರು ತನ್ನ ಪ್ರತಿಷ್ಠೆಯನ್ನು ಹೆಚ್ಚಿಸಿಕೊಂಡಿದ್ದಾನೆ. ಇವೆರೆಡೂ ಯುದ್ಧದ ಅಮೂಲ್ಯ ಸಂಗತಿಗಳಾಗಿವೆ"**.

1791ರ ಜನವರಿ 29 ರಂದು ಸ್ವತಃ ಕಾರ್ನ್‌ವಾಲೀಸ್ ಸೇನೆಯ ನಾಯಕತ್ವ ವಹಿಸಿಕೊಂಡು ಟಿಪುವಿನ ರಾಜ್ಯದ ಮೇಲೆ ದಾಳಿ ನಡೆಸಿದನು. 1791ರ ಮಾರ್ಚ್ ವೇಳೆಗೆ **ಅಂಬೂರು, ವೆಲ್ಲೂರು** ಮತ್ತು **ಬೆಂಗಳೂರು** ಅವನ ವಶವಾದವು. ಬೆಂಗಳೂರಿಗೆ ಫೆಬ್ರವರಿ 5ರಂದು ಬ್ರಿಟಿಷರು ಮುತ್ತಿಗೆ ಹಾಕಿದರು. ಸೇನಾ ಕಾರ್ಯಾಚರಣೆ ಯೋಜನೆಯನ್ನು **ಕೊಲಿನ್ ಮೆಕೆನ್ಸಿ** ರೂಪಿಸಿದ್ದನು. ಮಾರ್ಚ್ 21ರಂದು ಬೆಂಗಳೂರು ಕೋಟೆ ಬ್ರಿಟಿಷರ ವಶವಾಯಿತು. ಮುಂದುವರಿದು ಕಾರ್ನ್‌ವಾಲೀಸ್ ಶ್ರೀರಂಗಪಟ್ಟಣಕ್ಕೆ 15 ಕಿ.ಮೀ ದೂರದ **ಅರಕೆರೆಗೆ** ಬಂದನು. **ಅರಕೆರೆ ಕದನ** ಮೇ 15ರಂದು ನಡೆಯಿತು. ಟಿಪು ತೀವ್ರ ಪ್ರತಿರೋಧ ಒಡ್ಡಿದನಾದರೂ ಬ್ರಿಟಿಷರನ್ನು ಹಿಮ್ಮೆಟ್ಟಿಸಲಾಗಲಿಲ್ಲ. ಆದರೆ ತೀವ್ರ ಮಳೆ ಹಾಗೂ ಅಗತ್ಯ ವಸ್ತುಗಳ ಕೊರತೆಯಿಂದಾಗಿ ಬ್ರಿಟಿಷರು ಮೇ ತಿಂಗಳಲ್ಲಿ ಬೆಂಗಳೂರಿಗೆ ಹಿಂದಿರುಗಿದರು. ಕೆಲ ಸಮಯದ ನಂತರ ಯುದ್ಧವನ್ನು ಪುನರಾರಂಭಿಸಿದ ಬ್ರಿಟಿಷರು ಶ್ರೀರಂಗಪಟ್ಟಣ ಕೋಟೆಯ ಸುತ್ತಮುತ್ತಲಿನ ಪ್ರದೇಶಗಳನ್ನು ವಶಪಡಿಸಿಕೊಂಡರು. ಸಕಾಲದಲ್ಲಿ ಅವರ ಸಹಾಯಕ್ಕೆ ಮರಾಠರು ಮತ್ತು ನಿಜಾಮ ಆಗಮಿಸಿದರು. ಪರಶುರಾಮ್ ಬಾವ್ ನೇತೃತ್ವದ ಮರಾಠ ಸೈನ್ಯ ಉತ್ತರ ಭಾಗದಲ್ಲಿ ದಾಳಿ ಮಾಡಿ ಧಾರವಾಡವನ್ನು ವಶಪಡಿಸಿಕೊಂಡು ಶ್ರೀರಂಗಪಟ್ಟಣದತ್ತ ಮುಂದುವರಿಯಿತು. **ಹರಿಪಂತ್** ನೇತೃತ್ವದ ಮತ್ತೊಂದು ಮರಾಠ ಪಡೆ ಕರ್ನೂಲ್ ಮೂಲಕ ಸಾಗಿ ಕಾರ್ನ್‌ವಾಲೀಸ್‌ನನ್ನು ಸೇರಿಕೊಂಡಿತು. **ಮಹಬತ್ ಜಂಗ್** ನಾಯಕತ್ವದ ನಿಜಾಮನ ಸೈನ್ಯವೂ ಬ್ರಿಟಿಷರನ್ನು ಸೇರಿಕೊಂಡಿತು. 1792ರ ಫೆಬ್ರವರಿ 6ರಂದು ರಾತ್ರಿ ಕಾವೇರಿ ನದಿಯನ್ನು ದಾಟಿದ ಬ್ರಿಟಿಷ್ ಸೈನ್ಯ ಸಂಗಮ್ ಮೂಲಕ ದ್ವೀಪವನ್ನು ಪ್ರವೇಶಿಸಿ ಶ್ರೀರಂಗಪಟ್ಟಣ ಕೋಟೆಗೆ ಮುತ್ತಿಗೆ ಹಾಕಿತು. ಈ ಮುತ್ತಿಗೆಯನ್ನು ತೆರವುಗೊಳಿಸಲು ಟಿಪ್ಪುವಿನ ಪ್ರಯತ್ನಗಳೆಲ್ಲ ವಿಫಲವಾದವು. ಕೊನೆಗೆ ಅನ್ಯಮಾರ್ಗವಿಲ್ಲದೆ ಟಿಪು ಬ್ರಿಟಿಷರೊಂದಿಗೆ **1792ರ ಮಾರ್ಚ್ 18 ರಂದು ಶ್ರೀರಂಗಪಟ್ಟಣ ಒಪ್ಪಂದ** ಮಾಡಿಕೊಳ್ಳಬೇಕಾಯಿತು.

ಶ್ರೀರಂಗಪಟ್ಟಣ ಒಪ್ಪಂದ – 1792

ಶ್ರೀರಂಗಪಟ್ಟಣ ಒಪ್ಪಂದ ಪೂರ್ಣವಾಗಿ ಏಕಪಕ್ಷೀಯವಾಗಿತ್ತು. ಅದರ ಷರತ್ತುಗಳು ಅತ್ಯಂತ ಕಠಿಣವಾಗಿದ್ದವು. ಒಪ್ಪಂದ ಈ ಕೆಳಗಿನ ಷರತ್ತುಗಳನ್ನು ಒಳಗೊಂಡಿತ್ತು.

1) ಟಿಪು **ತನ್ನ ರಾಜ್ಯದ ಅರ್ಧ ಭಾಗವನ್ನು ಬ್ರಿಟಿಷರಿಗೆ ಬಿಟ್ಟುಕೊಡಬೇಕಾಯಿತು.**

2) ಟಿಪು **ಬ್ರಿಟಿಷರಿಗೆ ಮೂರು ಕೋಟಿ, ಮೂವತ್ತು ಲಕ್ಷ ರೂಪಾಯಿಗಳನ್ನು ಯುದ್ಧ ವೆಚ್ಚವಾಗಿ ಕೊಡಬೇಕಾಯಿತು.**

3) ಯುದ್ಧ ವೆಚ್ಚದ ಕೊನೆಯ ಕಂತನ್ನು ಪಾವತಿಸುವವರೆಗೆ ತನ್ನ ಇಬ್ಬರು ಮಕ್ಕಳನ್ನು ಬ್ರಿಟಿಷರಲ್ಲಿ ಒತ್ತೆ ಇಡಬೇಕಾಯಿತು. ತನ್ನ ಮಕ್ಕಳಾದ **ಮುಯಿಜುದ್ದೀನ್** ಮತ್ತು **ಅಬ್ದುಲ್ ಖಾಲಿಕ್**‌ರನ್ನು ಬ್ರಿಟಿಷರಲ್ಲಿ ಒತ್ತೆಯಿಟ್ಟನು. ವಾಸ್ತವದಲ್ಲಿ ಫೆಬ್ರವರಿ 23ರಂದೇ ಟಿಪು ಸಂಧಿಯ ಪ್ರಸ್ತಾಪ ಮಾಡಿದ್ದನು. ಬ್ರಿಟಿಷರ ಶರತ್ತುಗಳನ್ನು ಒಪ್ಪಿ 26ರಂದೇ ತನ್ನ ಇಬ್ಬರು ಮಕ್ಕಳನ್ನು ಒತ್ತೆಯಾಳುಗಳಾಗಿ ಬ್ರಿಟಿಷರಲ್ಲಿಗೆ ಕಳುಹಿಸಿದ್ದನು. ಅವರನ್ನು ಸ್ವತಃ ಕಾರ್ನ್‌ವಾಲೀಸ್ ಗೌರವದಿಂದ ಬರಮಾಡಿಕೊಂಡಿದ್ದನು.

4) ಯುದ್ಧ ಕೈದಿಗಳ ವಾಪಸಾತಿಗೆ ಒಪ್ಪಂದ ಅವಕಾಶ ಕಲ್ಪಿಸಿತು.

5) ಕೊಡಗಿಗೆ ಸ್ವಾತಂತ್ರ್ಯ ನೀಡಲು ಟಿಪು ಒಪ್ಪಿಕೊಳ್ಳಬೇಕಾಯಿತು. ಆದರೆ ಅದು ಬ್ರಿಟಿಷರ ನಿಯಂತ್ರಣಕ್ಕೆ ಒಳಪಟ್ಟಿತು.

ಶ್ರೀರಂಗಪಟ್ಟಣ ಒಪ್ಪಂದ ಟಿಪುವಿಗೆ ತೀವ್ರ ಅವಮಾನಕಾರಿಯಾಗಿತ್ತು. ಅದು ಅವನ ಅಧಿಕಾರ ಮತ್ತು ಪ್ರತಿಷ್ಠೆಗೆ ಭಾರಿ ಪೆಟ್ಟುಕೊಟ್ಟಿತು ಮತ್ತು ಅವನನ್ನು ಸೈನಿಕವಾಗಿ, ಆರ್ಥಿಕವಾಗಿ ದುರ್ಬಲಗೊಳಿಸಿತು. ಅವನ ರಾಜ್ಯ ಅರ್ಧದಷ್ಟು ಕಡಿಮೆಯಾಯಿತು. ಟಿಪು ಬ್ರಿಟಿಷರಿಗೆ ಬಿಟ್ಟುಕೊಟ್ಟ ರಾಜ್ಯದ ಅರ್ಧ ಭಾಗ, ಅವನ ನಿಯಂತ್ರಣದಲ್ಲೇ ಉಳಿದ ಭಾಗಕ್ಕಿಂತ ಚಿಕ್ಕದಾಗಿತ್ತು. ವರಮಾನದ ಲೆಕ್ಕ ಪತ್ರಗಳನ್ನು ತಯಾರಿಸುವಾಗ ಟಿಪುವಿನ ಅಧಿಕಾರಿಗಳು ಕೈಚಳಕ ತೋರಿಸಿ ಬ್ರಿಟಿಷರಿಗೆ ಒಪ್ಪಿಸಿದ ಪ್ರದೇಶದ ವರಮಾನವನ್ನು ಹೆಚ್ಚು ತೋರಿಸಿ ಟಿಪುವಿನ ಭಾಗದ ವರಮಾನವನ್ನು ಅರ್ಧಭಾಗದಷ್ಟು ಕಡಿಮೆ ತೋರಿಸಿದರು. ಹೀಗೆ ಸುಳ್ಳು ಲೆಕ್ಕ ತೋರಿಸಿ ಟಿಪು ಬ್ರಿಟಿಷರಿಗೆ ನೀಡಿದ್ದಕಿಂತ ಹೆಚ್ಚು ವಿಸ್ತಾರವಾದ ಪ್ರದೇಶವನ್ನು ತನಗೆ ಉಳಿಸಿಕೊಂಡನು. ಅವನಿಂದ ಕಸಿದುಕೊಳ್ಳಲಾದ ಪ್ರದೇಶಗಳಲ್ಲಿ ಮಲಬಾರ್, ಬಾರಾಮಹಲ್ ಹಾಗೂ ದಿಂಡಿಗಲ್ ಗಳನ್ನು ಬ್ರಿಟಿಷರು ಪಡೆದುಕೊಂಡರು. ಕೃಷ್ಣ ಮತ್ತು ಪೆನ್ನಾರ್ ನದಿಗಳ ನಡುವಿನ ಪ್ರದೇಶವನ್ನು ನಿಜಾಮನಿಗೆ ನೀಡಲಾಯಿತು.

ತುಂಗಭದ್ರಾ ನದಿಯ ಉತ್ತರ 'ಭಾಗದ ಪ್ರದೇಶಗಳನ್ನು ಮರಾಠರು ಪಡೆದರು. ಒಪ್ಪಂದದಿಂದ ಕಾರ್ನ್‌ವಾಲೀಸನಿಗೆ ತೃಪ್ತಿಯಾಯಿತು. ಈ ಬಗ್ಗೆ ಹೆನ್ರಿ ದಂಡಾಸ್‌ನಿಗೆ ಹೀಗೆ ಬರೆದನು. **"ನಾವು ನಮ್ಮ ಮಿತ್ರರನ್ನು ಪ್ರಬಲರನ್ನಾಗಿ ಮಾಡದೆ ನಮ್ಮ ಶತ್ರುವನ್ನು ದುರ್ಬಲಗೊಳಿಸಿದ್ದೇವೆ"**.

ಮೂರನೇ ಮೈಸೂರು ಯುದ್ಧದ ಗೆಲುವಿನಿಂದ ಭಾರತದಲ್ಲಿ ಬ್ರಿಟಿಷರ ಪ್ರಭಾವ ಹೆಚ್ಚಿತು. ಅವರ ಅಧಿಕಾರದ ಪ್ರದೇಶ ವಿಸ್ತರಿಸಿತು. ಅವರ ಅತ್ಯಂತ ಪ್ರಬಲ ಶತ್ರುರಾಜ್ಯವಾಗಿದ್ದ ಮೈಸೂರು ದುರ್ಬಲಗೊಂಡಿತು. ಆದಾಗ್ಯ ಕೆಲವು ಬ್ರಿಟಿಷರು ಈ ಒಪ್ಪಂದವನ್ನು ಟೀಕಿಸಿದರು. ಯುದ್ಧವನ್ನು ಮುಂದುವರಿಸಿದ್ದರೆ ಮೈಸೂರಿನ ಸ್ವತಂತ್ರ ಅಸ್ತಿತ್ವವನ್ನೇ ನಾಶಮಾಡಿ ನಾಲ್ಕನೇ ಮೈಸೂರು ಯುದ್ಧವನ್ನು ತಡೆಯಬಹುದಿತ್ತು ಎಂಬುದು ಅವರ ವಾದವಾಗಿತ್ತು. ವಿಶೇಷವೆಂದರೆ ಯುದ್ಧ ನಡೆದದ್ದು ತಿರುವಾಂಕೂರಿನ ರಕ್ಷಣೆಗಾಗಿಯಾದರೂ ಒಪ್ಪಂದದಲ್ಲಿ ಮಾತ್ರ ತಿರುವಾಂಕೂರ್‌ನ ಪ್ರಸ್ತಾಪವೇ ಇರಲಿಲ್ಲ.

ನಾಲ್ಕನೇ ಮೈಸೂರು ಯುದ್ಧ(1799)

ಶ್ರೀರಂಗಪಟ್ಟಣ ಒಪ್ಪಂದದ ಅವಮಾನವನ್ನು □ರ್ಣಿಸಿಕೊಳ್ಳುವುದು ಟಿಪ್ಪುವಿನಂತ ಸ್ವಾಭಿಮಾನಿ ಅರಸನಿಗೆ ಸಾಧ್ಯವಾಗಲಿಲ್ಲ. ಬ್ರಿಟಿಷರ ಬಗ್ಗೆ ಅವನ ಆಕ್ರೋಶ ಈ ಅವಮಾನದಿಂದ ಮತ್ತಷ್ಟು ಹೆಚ್ಚಿತು. ಮೂರನೇ ಮೈಸೂರು ಯುದ್ಧ ಮುಕ್ತಾಯಗೊಂಡ ತಕ್ಷಣ ಟಿಪು ಯುದ್ಧದಿಂದ ಸಂಭವಿಸಿದ ಹಾನಿಯನ್ನು ಸರಿಪಡಿಸಲು ಹಾಗೂ ಇತರ ಆಂತರಿಕ ಸಮಸ್ಯೆಗಳನ್ನು ನಿವಾರಿಸಲು ಗಮನ ನೀಡಿದನು. ಕೃಷಿ, ವ್ಯಾಪಾರ ಮತ್ತು ವಾಣಿಜ್ಯವನ್ನು ಅಭಿವೃದ್ಧಿಪಡಿಸಲು ಕ್ರಮಗಳನ್ನು ಕೈಗೊಂಡನು. ಬ್ರಿಟಿಷರಿಗೆ ಕೊಡಬೇಕಾಗಿದ್ದ ಯುದ್ಧ ವೆಚ್ಚವನ್ನು ಪೂರ್ಣವಾಗಿ ಪಾವತಿಸಿ ಒತ್ತೆಯಿಡಲಾಗಿದ್ದ ತನ್ನ ಮಕ್ಕಳನ್ನು ಬಿಡಿಸಿಕೊಂಡನು.

ಆಂತರಿಕ ಸಮಸ್ಯೆಗಳನ್ನು ನಿವಾರಿಸಿಕೊಂಡ ನಂತರ ಬ್ರಿಟಿಷರ ವಿರುದ್ಧ ಪ್ರತಿಕಾರಕ್ಕೆ ರಹಸ್ಯವಾಗಿ ಸಿದ್ಧತೆ ಆರಂಭಿಸಿದನು. ಮತ್ತೆ ಫ್ರಾನ್ಸ್‌ನ ನೆಪೋಲಿಯನನ ಸಹಾಯ ಪಡೆಯಲು ಪ್ರಯತ್ನಿಸಿದನು. ಟರ್ಕಿ, ಆಫ್‌ಘಾನಿಸ್ತಾನ ಹಾಗೂ ಇತರ ದೇಶಗಳಿಗೆ ತನ್ನ ಧೂತರನ್ನು ಕಳುಹಿಸಿದನು. ಬ್ರಿಟಿಷರ ವಿರುದ್ಧ **'ಜಿಹಾದ್'** ಕೈಗೊಳ್ಳಲು ಮುಸ್ಲಿಂ ದೇಶಗಳ ನೆರವು ಕೇಳಿದನು. ಫ್ರೆಂಚರ ಅಧೀನದಲ್ಲಿದ್ದ **ಮಾರಿಷಸ್ ದ್ವೀಪಕ್ಕೆ** ತನ್ನ ಧೂತನನ್ನು ಕಳುಹಿಸಿ ಬ್ರಿಟಿಷರ ವಿರುದ್ಧ ಸಂಯುಕ್ತ ಸೇನಾ ಕಾರ್ಯಚರಣೆ ಕೈಗೊಳ್ಳಲು ಪ್ರಸ್ತಾವನೆಯನ್ನು ಫ್ರೆಂಚರ ಮುಂದೆ ಮಂಡಿಸಿದನು. ಈ ಬಾರಿಯೂ ಅವನಿಗೆ ದೊರೆತದ್ದು ಕೇವಲ ಸಹಾಯದ ಭರವಸೆ ಮಾತ್ರ. **ಆಫ್‌ಘಾನಿಸ್ತಾನದ ಸುಲ್ತಾನ ಜಮಾನ್ ಷಾ** ಟಿಪುವಿಗೆ ಬೆಂಬಲ ನೀಡಲು ಆಸಕ್ತನಾಗಿದ್ದರೂ ತನ್ನದೇ ಆಂತರಿಕ ಸಮಸ್ಯೆಗಳಲ್ಲಿ ಮುಳುಗಿದ್ದನು. ಅಂತೆಯೇ **ಫ್ರಾನ್ಸ್‌ನ ಸೈನ್ಯಾಧಿಕಾರಿ ನೆಪೋಲಿಯನ್** ಟಿಪುವಿಗೆ ಬೆಂಬಲ ನೀಡಲು ಸಿದ್ಧನಾಗಿದ್ದರೂ ಅವನೇ 1798ರ ಈ□ಪ್ಟ್ ದಂಡೆಯಾತ್ರೆಯ ಸಮಯದಲ್ಲಿ **ನೈಲ್ ನದಿ ಯುದ್ಧದಲ್ಲಿ** ಬ್ರಿಟಿಷರಿಂದ ಪರಾ□ತನಾಗಿ ತನ್ನ ನೌಕಾ ಪಡೆಯನ್ನು ಕಳೆದುಕೊಂಡನು.

ಬ್ರಿಟಿಷರ ವಿರುದ್ಧ ವಿದೇಶೀಯರ ಸಹಾಯ ದೊರೆಯದಿದ್ದರೂ ನಿರಾಶನಾಗದೆ ಟಿಪು ತನ್ನ ಯುದ್ಧ ಸಿದ್ಧತೆಗಳನ್ನು ಮುಂದುವರಿಸಿದನು. ಫ್ರೆಂಚರನ್ನು ತನ್ನ ಸೈನ್ಯಕ್ಕೆ ನೇಮಿಸಿಕೊಂಡನು. ಅವರಿಗೆ ತನ್ನ ರಾಜ್ಯದಲ್ಲಿ **'ಜಾಕೊಬಿನ್ ಕ್ಲಬ್'** ಸ್ಥಾಪಿಸಲು ಅವಕಾಶ ನೀಡಿದನು. ತಾನೇ ಅದರ ಸದಸ್ಯನಾಗಿ ತನ್ನನ್ನು **'ಸಿಟಿಜನ್ ಟಿಪು'** ಎಂದು ಕರೆಯಲು ಅನುಮತಿ ನೀಡಿದನು. ತನ್ನ ಅರಮನೆಯ ಹೊರಗೆ **ಸ್ವಾತಂತ್ರ್ಯ ವೃಕ್ಷವನ್ನು** ನೆಡಿಸಿದನು. ರಾಜಧಾನಿಯ ರಕ್ಷಣಾ ವ್ಯವಸ್ಥೆಯನ್ನು ಬಲಪಡಿಸಿದನು. ಸೈನ್ಯವನ್ನು ಸನ್ನದ್ಧಗೊಳಿಸಿದನು.

1798 ಏಪ್ರಿಲ್‌ನಲ್ಲಿ **ಲಾರ್ಡ್ ವೆಲ್ಲೆಸ್ಲಿ** ಗವರ್ನರ್- ಜನರಲ್ ಆಗಿ ಭಾರತಕ್ಕೆ ಆಗಮಿಸಿದ್ದು ಭಾರತದ ರಾಜಕೀಯ ಚಿತ್ರಣವನ್ನೇ ಬದಲಾಯಿಸಿತು. ಇಡೀ ಭಾರತವನ್ನು ಬ್ರಿಟಿಷರ ಪ್ರಭುತ್ವಕ್ಕೆ ಒಳಪಡಿಸುವುದು ಅವನ ಉದ್ದೇಶವಾಗಿತ್ತು. ಈ ಉದ್ದೇಶದಿಂದಲೇ ಅವನು ಸಹಾಯಕ ಸೈನ್ಯ ಪದ್ಧತಿಯನ್ನು ಜಾರಿಗೆ ತಂದನು. ಅದಕ್ಕೆ ಸಹಿ ಹಾಕಲು ಟಿಪು ನಿರಾಕರಿಸಿದಾಗ ಹಿಂದಿನ ತ್ರಿಪಕ್ಷೀಯ ಒಪ್ಪಂದವನ್ನು ಪುನರು□ವನಗೊಳಿಸಿದ ವೆಲ್ಲೆಸ್ಲಿ 1799ರ ಫೆಬ್ರವರಿ 22 ರಂದು ಟಿಪುವಿನ ವಿರುದ್ಧ ಯುದ್ಧ ಘೋಷಿಸಿದನು. ಆತನೇ ಹೇಳಿರುವಂತೆ **"ಬ್ರಿಟಿಷರೊಂದಿಗೆ ಟಿಪುವಿನ ಯುದ್ಧದ ಉದ್ದೇಶ ರಾಜ್ಯ ವಿಸ್ತರಣೆಯಾಗಲೀ ಅಥವಾ ತನಗಾಗಿದ್ದ ನಷ್ಟ ತುಂಬಿಕೊಳ್ಳುವುದಾಗಲಿ ಅಥವಾ ತನ್ನ ರಕ್ಷಣೆಗಾಗಲಿ ಆಗಿರಲಿಲ್ಲ. ಆದರೆ ಭಾರತದಲ್ಲಿ ಬ್ರಿಟಿಷರ ಪ್ರಭುತ್ವವನ್ನು ನಾಶಪಡಿಸುವುದೇ ಆಗಿತ್ತು"**. ನೆಪೋಲಿಯನ್ ಈ□ಪ್ಟನ ಮೂಲಕ ಭಾರತಕ್ಕೆ ಧಾವಿಸಬಹುದೆಂಬ ಆತಂಕದಲ್ಲಿದ್ದ ಬ್ರಿಟಿಷರು ಅದಕ್ಕೆ ಮೊದಲೇ ಮೈಸೂರನ್ನು ಆಕ್ರಮಿಸಿಕೊಳ್ಳಲು ನಿರ್ಧರಿಸಿದರು. **1798ರಲ್ಲಿ ಬ್ರಿಟಿಷರ ಸಹಾಯಕ ಸೈನ್ಯ ಒಪ್ಪಂದಕ್ಕೆ ಸಹಿ ಹಾಕಿದ್ದ ಹೈದರಾಬಾದಿನ ನಿಜಾಮ** ಬ್ರಿಟಿಷರಿಗೆ ಸಂಪೂರ್ಣ ಬೆಂಬಲ ನೀಡಿದನು. ಆದರೆ ಮರಾಠರು ಯಾವುದೇ ಸಹಾಯ ನೀಡಲಿಲ್ಲ.

ಯುದ್ಧದ ಪಥ

ನಾಲ್ಕನೇ ಮೈಸೂರು ಯುದ್ಧ ಅಲ್ಪಾವಧಿಯದ್ದಾಗಿದ್ದರೂ ಕೂಡ ನಿರ್ಣಾಯಕ ಯುದ್ಧವಾಗಿತ್ತು. **ಜನರಲ್ ಹ್ಯಾರಿಸ್, ಕರ್ನಲ್ ಆರ್ಥರ್ ವೆಲ್ಲೆಸ್ಲಿ, ಜನರಲ್ ಸ್ಟೂಯರ್ಟ್** ಮೊದಲಾದವರ ನೇತೃತ್ವದಲ್ಲಿ ಬ್ರಿಟಿಷ್ ಪಡೆಗಳು ಮೈಸೂರಿನ ಮೇಲೆ ಮೂರು ಭಾಗಗಳಿಂದ ಭಾರಿ ದಾಳಿ ನಡೆಸಿದವು. ಟಿಪುವಿನ ರಕ್ಷಣೆಯ ಪ್ರಯತ್ನಗಳು ಆರಂಭದಿಂದಲೇ ವಿಫಲವಾದವು. ಟಿಪು ಈಗಾಗಲೇ ಅರ್ಧ ರಾಜ್ಯವನ್ನು ಕಳೆದುಕೊಂಡು ಆರ್ಥಿಕವಾಗಿ ಹಾಗೂ ಸೈನಿಕವಾಗಿ ದುರ್ಬಲನಾಗಿದ್ದನು. ಪಶ್ಚಿಮದ ಕೊಡಗಿನ ಗಡಿಯ **ಸಿದ್ದೇಶ್ವರ**ದಲ್ಲಿ 1799ರ ಮಾರ್ಚ್ 6 ರಂದು ನಡೆದ ಕದನದಲ್ಲಿ **ಜನರಲ್ ಸ್ಟೂಯರ್ಟ್**ನಿಂದ ಮೊದಲ ಸೋಲು ಅನುಭವಿಸಿದನು. ಅನಂತರ ಮಾರ್ಚ್ 27ರಂದು **ಶ್ರೀರಂಗಪಟ್ಟಣದ ಪೂರ್ವಕ್ಕೆ 40 ಕಿ.ಮೀ ದೂರದ ಮಳವಳ್ಳಿ** ಕದನದಲ್ಲಿ **ಜನರಲ್ ಜಾರ್ಜ್ ಹ್ಯಾರಿಸ್**ನಿಂದ ಪರಾ□ತನಾದನು. ಈ ಕದನದಲ್ಲಿ **ಕರ್ನಲ್ ಆರ್ಥರ್** ವೆಲ್ಲೆಸಿ ಕೂಡ ಜನರಲ್ ಹ್ಯಾರಿಸ್ ಜೊತೆಗಿದ್ದನು. ತಕ್ಷಣ ಟಿಪು ತನ್ನ ರಾಜಧಾನಿಗೆ ಹಿಂದಿರುಗಿದನು. ಅದು ಬಹುಶಃ ಅವನ ವಿವೇಚನಾರಹಿತ, ಆತುರದ ತೀರ್ಮಾನವಾಗಿತ್ತು. ಏಪ್ರಿಲ್ 5ರಂದು ಶ್ರೀರಂಗಪಟ್ಟಣಕ್ಕೆ ಬ್ರಿಟಿಷರು ಮುತ್ತಿಗೆ ಹಾಕಿದರು. ಈ ಮುತ್ತಿಗೆಗೆ ಮೇ 4ರವರೆಗೂ ಮುಂದುವರಿಯಿತು. ಮೇ 2ರಂದು ಬ್ರಿಟಿಷರು ಶ್ರೀರಂಗಪಟ್ಟಣ ಕೋಟೆಯಲ್ಲಿ ಬಿರುಕು ಉಂಟುಮಾಡಿದರು. ಮೇ 4ರಂದು ಬ್ರಿಟಿಷ್ ಸೇನಾಪಡೆ ಕೋಟೆ ಪ್ರವೇಶಿಸಿತು. ಟಿಪು ಹೋರಾಡುತ್ತಲೇ ಮೇ 4ರಂದು ಕೊಲ್ಲಲ್ಪಟ್ಟನು. ಕೋಟೆ ಬ್ರಿಟಿಷರ ವಶವಾಯಿತು. ಅತ್ಯಂತ ಆಪತ್ತಿನ ಸಮಯದಲ್ಲಿ ಅವನ ನಂಬಿಕೆಯ ಮಂತ್ರಿ **ಮೀರ್ ಸಾದಕ್** ಮತ್ತು ಅವನ ಸಂಗಡಿಗರ ದ್ರೋಹ ಟಿಪುವಿನ ಸೋಲಿಗೆ ಪ್ರಮುಖ ಕಾರಣವಾಯಿತು. ಅಂದರೆ ವಿದ್ರೋಹ ಟಿಪುವಿನ ಸೋಲಿಗೆ ಮುಖ್ಯ ಕಾರಣವಾಯಿತು. ಮುತ್ತಿಗೆಯ ಸಂದರ್ಭದಲ್ಲಿ ಟಿಪು ಸಂಧಿಗೆ ಪ್ರಯತ್ನಿಸಿದ್ದನು. ಆದರೆ ಬ್ರಿಟಿಷರು ಅತ್ಯಂತ ಕಠಿಣ ಷರತ್ತುಗಳನ್ನು ಹಾಕಿದ್ದರಿಂದ ಟಿಪು ನಿರಾಕರಿಸಿದ್ದನು. **'ನರಿಯಂತೆ ನೂರು ವರ್ಷ ಬಾಳುವುದಕ್ಕಿಂತ ಹುಲಿಯಂತೆ ಒಂದು ದಿನ ಬದುಕುವುದೇ ಮೇಲು'** ಎಂದು ಟಿಪು ಭಾವಿಸಿದ್ದನು.

ಪರಿಣಾಮಗಳು

1) ಟಿಪು 1799 ರ ಮೇ 4 ರಂದು ಮರಣ ಹೊಂದಿದನು (ಅವನ ಸಿಂಹಾಸನಾರೋಹಣ ಸಮಾರಂಭವು ಮೇ 4ರಂದೇ (1784) ನಡೆದಿತ್ತೆಂಬುದು ಗಮನಾರ್ಹವಾಗಿದೆ). ಅದರೊಂದಿಗೆ ಮೈಸೂರಿನ ಚರಿತ್ರೆಯಲ್ಲಿ ಉಜ್ವಲ ಅಧ್ಯಾಯವೊಂದು ಅಂತ್ಯಗೊಂಡಿತು. ಮೈಸೂರಿನ ಹುಲಿಯ ಘರ್ಜನೆ ಸ್ತಬ್ಧಗೊಂಡಿತು. ಭಾರತದಲ್ಲಿ ಬ್ರಿಟಿಷ್ ಪ್ರಭುತ್ವದ ವಿಸ್ತರಣೆಗೆ ಇದ್ದ ಅತ್ಯಂತ ದೊಡ್ಡ ಅಡ್ಡಿ ನಿವಾರಣೆಯಾಯಿತು. ಅವನ ಮರಣಾನಂತರವೇ **"ಇನ್ನು ಭಾರತ ನಮ್ಮದು"** ಎಂದು ಹೇಳುವುದು ಬ್ರಿಟಿಷರಿಗೆ ಸಾಧ್ಯವಾಯಿತು. ಈಗ ಬ್ರಿಟಿಷರು ನಿಜವಾಗಿ ಭಾರತದ ಸಾರ್ವಭೌಮರಾದರು. ಟಿಪು ಕೊಲ್ಲಲ್ಪಟ್ಟ ಸ್ಥಳದಲ್ಲಿ ಒಂದು ಶಿಲಾ ಫಲಕವನ್ನು ಸ್ಥಾಪಿಸಲಾಗಿದೆ. ಅದರಲ್ಲಿ **"ಟಿಪುವಿನ ಮೃತದೇಹ ಇಲ್ಲಿ ಸಿಕ್ಕಿತು"** ಎಂದು ಬರೆಯಲಾಗಿದೆ.

2) ಮೈಸೂರು ರಾಜ್ಯ 2ನೇ ಬಾರಿಗೆ ವಿಭಜನೆಯಾಯಿತು. ಬ್ರಿಟಿಷರು ಕೆನರಾ ಕರಾವಳಿ, ಕೊಯಮತ್ತೂರು, ವೈನಾಡ್ ಹಾಗೂ ಧರ್ಮಪುರಂಗಳನ್ನು ತಮ್ಮ ಅಧೀನಕ್ಕೆ ತೆಗೆದುಕೊಂಡರು. ಮೈಸೂರು ರಾಜ್ಯದ ಕರಾವಳಿ ಪ್ರದೇಶವು ಪೂರ್ಣವಾಗಿ ಅವರ ವಶವಾಯಿತು. ಅಲ್ಲದೆ ಮಲಬಾರ್ ಕರಾವಳಿ ಮತ್ತು ಕರ್ನಾಟಿಕ್ ನಡುವಿನ ಘಟ್ಟದ ಕೆಳಗಿನ ಪ್ರದೇಶವೆಲ್ಲವೂ ಮತ್ತು ಶ್ರೀರಂಗಪಟ್ಟಣ ಅವರ ಅಧೀನವಾದವು. ಅವೆಲ್ಲವೂ ಹಾಗೂ ಬಳ್ಳಾರಿ ಮದ್ರಾಸ್ ಪ್ರಾಂತ್ಯದಲ್ಲಿ ಸೇರಿದವು. ಗುತ್ತಿ, ಗುರ್‍ರಂಕೊಂಡ □ಲ್ಲೆಗಳು ಮತ್ತು ಚಿತ್ರದುರ್ಗದ ಒಂದು ಭಾಗವನ್ನು (ಕೋಟೆಯನ್ನು ಹೊರತುಪಡಿಸಿ) ನಿಜಾಮನಿಗೆ ನೀಡಲಾಯಿತು. ಮರಾಠರಿಗೆ ಸೋಂದ ಮತ್ತು ಹರಪನಹಳ್ಳಿ □ಲ್ಲೆಗಳನ್ನು, ಆನೆಗೊಂದಿ ಹಾಗೂ ಬಿದನೂರಿನ ಮೇಲ್ಭಾಗದ ಘಟ್ಟ ಪ್ರದೇಶವನ್ನು ನೀಡಲಾಯಿತಾದರೂ ಅವುಗಳನ್ನು ಅವರು ತಿರಸ್ಕರಿಸಿದರು. ಏಕೆಂದರೆ ಸಹಾಯಕ ಸೈನ್ಯ ಒಪ್ಪಂದದ ಕರಾರುಗಳನ್ನು ಒಪ್ಪಬೇಕೆಂದು ಬ್ರಿಟಿಷರು ಶರತ್ತು ಹಾಕಿದ್ದರು. ಅವುಗಳನ್ನು ಪ್ರತ್ಯೇಕವಾಗಿ ಮೈಸೂರು ಸರ್ಕಾರದ ಅಧೀನಕ್ಕೆ ಒಪ್ಪಿಸಲಾಯಿತು. ಉಳಿದ ಮೈಸೂರು ರಾಜ್ಯವನ್ನು ಹಿಂದಿನ ಒಡೆಯರ್ ರಾಜವಂಶಕ್ಕೆ ಹಿಂದಿರುಗಿಸಲಾಯಿತು. ಮೂರನೇ ಕೃಷ್ಣರಾಜ ಒಡೆಯರ್ ಮೈಸೂರಿನ ನೂತನ ಅರಸರಾದರು.

3) ಟಿಪುವಿನ ಪತನದೊಂದಿಗೆ ಮೈಸೂರಿನಲ್ಲಿ ಮುಸಲ್ಮಾನರ ಆಳ್ವಿಕೆ ಅಂತ್ಯಗೊಂಡಿತು. ಭಾರತದಲ್ಲಿ ಬ್ರಿಟಿಷ್ ಪ್ರಭುತ್ವದ ಸ್ಥಾಪನೆಯ ಹಾದಿ ಸುಗಮಗೊಂಡಿತು. ಟಿಪ್ಪುವಿನ ಕುಟುಂಬದ ಸದಸ್ಯರನ್ನು ಮೊದಲು ವೆಲ್ಲೂರ್‌ನಲ್ಲಿ ಬಂಧನದಲ್ಲಿ

ಡಲಾಯಿತು. ಅನಂತರ ಅವರನ್ನು ಕಲ್ಕತ್ತಾಕ್ಕೆ ಸ್ಥಳಾಂತರಿಸಲಾಯಿತು. ಈ ಕುಟುಂಬಕ್ಕೆ 2ಲಕ್ಷ 40 ಸಾವಿರ ಕಂಠೀರಾಯಿ ಪಗೋಡೆಗಳನ್ನು ವಾರ್ಷಿಕ ನಿವೃತ್ತಿ ವೇತನವಾಗಿ ನೀಡಲಾಯಿತು.

4. ಟಿಪುವಿನ ಮರಣ ನಂತರ ಗವರ್ನರ್-ಜನರಲ್ ಲಾರ್ಡ್ ವೆಲ್ಲೆಸಿ ಸಹೋದರ **ಆರ್ಥರ್ ವೆಲ್ಲೆಸ್ಲಿಯನ್ನು ಶ್ರೀರಂಗಪಟ್ಟಣದ ಮಿಲಿಟರಿ ಗವರ್ನರ್** ಆಗಿ ನೇಮಿಸಲಾಯಿತು. ಅಲ್ಲದೆ ಗವರ್ನರ್-ಜನರಲ್ ಕಮೀಷನ್ ರಚನೆಯಾಯಿತು. ಅದರಲ್ಲಿ ಜನರಲ್ ಹ್ಯಾರಿಸ್, ಆರ್ಥರ್ ವೆಲ್ಲೆಸ್ಲಿ, ವಿಲಿಯಂ ಕಿರ್ಕ್‌ಪ್ಯಾಟ್ರಿಕ್, ಬ್ಯಾರಿ ಕ್ಲೋಸ್ ಸದಸ್ಯರಾಗಿದ್ದರು. ಮೇಜರ್ ಮನ್ರೋ ಮತ್ತು ಮಾಲ್ಕಂ ಕಾರ್ಯದರ್ಶಿಗಳಾದರು.

ಟಿಪುವಿನ ವ್ಯಕ್ತಿತ್ವ : ಆಧುನಿಕ ಭಾರತದ ಚರಿತ್ರೆಯಲ್ಲಿ ಟಿಪು ಅತ್ಯಂತ ಮಹತ್ವದ ಸ್ಥಾನ ಪಡೆದಿದ್ದಾನೆ. ಅವನು ದೈವ ಭೀತಿಯುಳ್ಳ, ಶುದ್ಧ ಚಾರಿತ್ರ್ಯವುಳ್ಳ ವ್ಯಕ್ತಿಯಾಗಿದ್ದು, ತನ್ನ ವರ್ಗದವರಲ್ಲಿ ಸಾಮಾನ್ಯವಾಗಿದ್ದ ದುರ್ಗುಣಗಳಿಂದ ಮುಕ್ತನಾಗಿದ್ದನು. ಅವನೊಬ್ಬ ಸುಶಿಕ್ಷಿತ ಅರಸನಾಗಿದ್ದನು. ಕನ್ನಡ, ಉರ್ದು, ಪರ್ಷಿಯನ್ ಮತ್ತು ಅರಾಬಿಕ್ ಭಾಷೆಗಳು ಅವನಿಗೆ ತಿಳಿದಿದ್ದವು. ಅವನಿಗೆ ಫ್ರೆಂಚ್ ಭಾಷೆಯ ಅರಿವೂ ಇತ್ತು. ಅವನು ಬ್ರಿಟನ್ ಮತ್ತು ಫ್ರಾನ್ಸ್ ನಡುವಿನ ಸಂಬಂಧಗಳನ್ನು ಅರಿತಿದ್ದನು. ಅವನೊಬ್ಬ ಅಸಾಮಾನ್ಯ ಯೋಧ ಮತ್ತು ಚಾಣಾಕ್ಷ ದಂಡನಾಯಕನಾಗಿದ್ದನು. ಬ್ರಿಟಿಷರ ಅಧೀನತೆಯನ್ನು ಒಪ್ಪಿಕೊಂಡು ಬದುಕುವುದಕ್ಕಿಂತ ವೀರಮರಣವೇ ಉತ್ತಮವೆಂದು ಅವನು ಭಾವಿಸಿದ್ದನು. **"ಮೈಸೂರಿನ ಹುಲಿ"** ಎಂದೇ ಪ್ರಸಿದ್ಧನಾಗಿದ್ದನು. ತನ್ನ ಮರಣದವರೆಗೂ ಬ್ರಿಟಿಷರನ್ನು ಭಾರತದಿಂದ ಹೊರದೂಡಲು ತನ್ನ ಶಕ್ತಿ ಮೀರಿ ಪ್ರಯತ್ನಿಸಿದನು ಮತ್ತು ಸ್ವಾತಂತ್ರ್ಯಕ್ಕಾಗಿ ಹೋರಾಡುತ್ತಲೇ ಮಡಿದನು. ಈ ಕಾರಣದಿಂದ ಪ್ರೊ. ಬಿ. ಷೇಖ್ ಅಲಿ ಹಾಗೂ ಹಲವು ವಿದ್ವಾಂಸರು ಟಿಪುವನ್ನು **'ಹುತಾತ್ಮ'** ಎಂದು ವರ್ಣಿಸಿದ್ದಾರೆ. ಆದರೆ ಕೆಲವು ಇತಿಹಾಸಕಾರರು ಟಿಪುವನ್ನು ಹುತಾತ್ಮನೆಂದು ಕರೆಯುವುದು ಸಮಂಜಸವಲ್ಲ ಎಂದು ಅಭಿಪ್ರಾಯಪಟ್ಟಿದ್ದಾರೆ. ಏಕೆಂದರೆ ಅವನು ಹೋರಾಡಿದ್ದು ಅವನ ಅಧಿಕಾರವನ್ನು ಉಳಿಸಿಕೊಳ್ಳಲಿಕ್ಕಾಗಿ ಮಾತ್ರ. ಭಾರತದಲ್ಲಿ ಬ್ರಿಟಿಷ್ ಪ್ರಭುತ್ವವನ್ನು ನಾಶಪಡಿಸುವುದೇ ಅವನ ಗುರಿಯಾಗಿತ್ತು ಎಂಬುದನ್ನು ಸ್ವತಃ ಲಾರ್ಡ್ ವೆಲ್ಲೆಸ್ಲಿಯೇ ಒಪ್ಪಿಕೊಂಡಿರುವುದು ಗಮನಾರ್ಹವಾಗಿದೆ. ಬ್ರಿಟಿಷರು ಅವನನ್ನು ಎಷ್ಟು ದ್ವೇಷಿಸುತ್ತಿದ್ದರೋ ಅಷ್ಟೇ ಅವನ ಬಗ್ಗೆ ಭಯಭೀತರಾಗಿದ್ದರು. **"ಅವನ ಆಡಳಿತ ಯುದ್ಧದೊಂದಿಗೆ ಆರಂಭವಾಯಿತು ಮತ್ತು ಯುದ್ಧದೊಂದಿಗೆ ಅಂತ್ಯಗೊಂಡಿತು"** ಎಂದು ಡಾ.ಪಿ.ಬಿ. ದೇಸಾಯ್ ಹೇಳಿದ್ದಾರೆ.

ಧಾರ್ಮಿಕ ನೀತಿ

ಟಿಪುವಿನ ಧಾರ್ಮಿಕ ನೀತಿಯ ಬಗ್ಗೆ ತೀವ್ರ ಬಿನ್ನಾಭಿಪ್ರಾಯಗಳಿವೆ. ಇಂದೂ ಕೂಡ ಅದರ ಬಗ್ಗೆ ಸಾರ್ವಜನಿಕ ಚರ್ಚೆಗಳು ನಡೆಯುತ್ತಿವೆ. **ಮೊಹಿಬುಲ್ ಹಸನ್** ಅವರ ಪ್ರಕಾರ, **"ಅವನು ಧರ್ಮ ಮತ್ತು ರಾಜಕೀಯವನ್ನು ಪ್ರತ್ಯೇಕವಾಗಿಟ್ಟಿದ್ದನು ಮತ್ತು ತನ್ನ ವೈಯಕ್ತಿಕ ನಂಬಿಕೆಗಳು ಆಡಳಿತ ನೀತಿಗಳ ಮೇಲೆ ಪ್ರಭಾವ ಬೀರದಂತೆ ಎಚ್ಚರವಹಿಸಿದ್ದನು"**. ಆದರೆ ಟಿಪು ಹಲವು ಸಂದರ್ಭಗಳಲ್ಲಿ ಮತಾಂಧನಾಗಿ ವರ್ತಿಸಿದ ಉದಾಹರಣೆಗಳಿವೆ. ಮಲಬಾರ್, ಮಂಗಳೂರು ಮತ್ತು ಕೊಡಗಿನಲ್ಲಿ ಅವನು ಅಪಾರ ಸಂಖ್ಯೆಯ ಹಿಂದೂಗಳು ಮತ್ತು ಕ್ರೈಸ್ತರನ್ನು ಕೊಲ್ಲಿಸಿದನು ಹಾಗೂ ಇಸ್ಲಾಂ ಧರ್ಮಕ್ಕೆ ಮತಾಂತರಿಸಿದನು. ಟಿಪುವಿನ ಮಗ ಗುಲಾಮ್ ಮುಹಮ್ಮದ್ ತನ್ನ **'ದಿ ಹಿಸ್ಟರಿ ಆಫ್ ಹೈದರ್ ಷಾ ಅಲಿಯಾಸ್ ಹೈದರ್ ಅಲಿಖಾನ್ ಬಹಾದೂರ್ ಅಂಡ್ ಹಿಸ್ ಸನ್ ಟಿಪು ಸುಲ್ತಾನ್'** ಎಂಬ ಗ್ರಂಥದಲ್ಲಿ ಮಲಬಾರ್ ಪ್ರದೇಶದಲ್ಲಿ ಲಕ್ಷಾಂತರ ಹಿಂದೂಗಳು ಮತ್ತು ಕ್ರೈಸ್ತರನ್ನು ಇಸ್ಲಾಂಗೆ ಮತಾಂತರಿಸಿದನು ಎಂದು ಹೇಳಿದ್ದಾನೆ ತಮ್ಮ ಪೂರ್ವಿಕರನ್ನು ಟಿಪು ಕೊಲ್ಲಿಸಿದ್ದನೆಂಬ ಕಾರಣಕ್ಕಾಗಿ ಇಂದಿಗೂ ಮೇಲುಕೋಟೆ ಹಾಗೂ ಶ್ರೀರಂಗಪಟ್ಟಣದ ಬ್ರಾಹ್ಮಣ ಸಮುದಾಯದವರು ದೀಪಾವಳಿಯನ್ನು ಶೋಕದಿನವನ್ನಾಗಿ ಆಚರಿಸುತ್ತಾರೆ. ಟಿಪುವಿನ ಖಡ್ಗದ ಮೇಲೆ ಪರ್ಷಿಯನ್ ಭಾಷೆಯಲ್ಲಿ ಹೀಗೆ ಬರೆಯಲಾಗಿತ್ತು. **"ನನ್ನ ವಿಜಯದ ಖಡ್ಗ ಮುಸ್ಲಿಂಮೇತರರನ್ನು ಅಂದರೆ ಕಾಫಿರರನ್ನು ಕೊಲ್ಲುವ ಸಿಡಿಲು"**. ಇವೆಲ್ಲವೂ ಅವನ ಅಸಹಿಷ್ಣತೆಗೆ ನಿದರ್ಶನಗಳಾಗಿವೆ. ತನ್ನ ರಾಜ್ಯವನ್ನು ಟಿಪು **'ಖುದಾಭಾದ್'** ಎಂದು ಕರೆದಿದ್ದಾನೆ. ಈ ಆದಾರದ ಮೇಲೆ ವಸಾಹತುಶಾಹಿ ಇತಿಹಾಸಕಾರರು ಟಿಪುವಿನ ರಾಜ್ಯ **'ಧರ್ಮಾಧಾರಿತ ರಾಜ್ಯ'** ಆಗಿತ್ತು ಮತ್ತು ಅದು ಜಾತ್ಯಾತೀತ ರಾಜ್ಯವಾಗಿರಲಿಲ್ಲ ಎಂದು ಹೇಳಿದ್ದಾರೆ.

ಟಿಪುವಿನ ಧರ್ಮಾಂಧತೆಯ ಬಗ್ಗೆ ಟೀಕೆಗಳಿದ್ದಾಗ್ಯೂ ಅವನು ತನ್ನ ರಾಜ್ಯದ ಹಿಂದೂಗಳನ್ನು ಉತ್ತಮವಾಗಿ ನಡೆಸಿಕೊಂಡನೆಂಬುದನ್ನು ಅಲ್ಲಗಳೆಯಲಾಗದು. ಕೆಲವು ಹಿಂದೂಗಳನ್ನು ಆಡಳಿತದ ಉನ್ನತ ಸ್ಥಾನಗಳಿಗೆ ನೇಮಿಸಿದ್ದನು. ಪೂರ್ಣಯ್ಯ ಅವನ ಕಂದಾಯ ಮಂತ್ರಿಯಾಗಿದ್ದನು. ಕೃಷ್ಣರಾವ್ ಅವನ ಖಜಾನೆಯ ಅಧಿಕಾರಿಯಾಗಿದ್ದನು. ಚಾಮಯ್ಯ

ಐಯ್ಯಂಗಾರ್ ಅಂಚೆ ಮತ್ತು ಪೋಲೀಸ್ ಇಲಾಖೆಯ ಮುಖ್ಯಸ್ಥನಾಗಿದ್ದನು. ಅವನ ತಮ್ಮ ರಂಗ ಐಯ್ಯಂಗಾರ್ ಸರ್ಕಾರದ ಉನ್ನತ ಹುದ್ದೆಯಲ್ಲಿದ್ದನು. ಶ್ರೀನಿವಾಸರಾಯ ಮತ್ತು ಅಪ್ಪಾಜಿರಾಯ ಟಿಪುವಿನ ವಿಶ್ವಾಸಕ್ಕೆ ಪಾತ್ರರಾಗಿದ್ದರು. ಸುಬ್ಬರಾಯ ಎಂಬಾತ ಟಿಪುವಿನ ಪೇಷ್ಕರನಾಗಿದ್ದನು. ನಾಗಪ್ಪಯ್ಯ ಕೊಡಗಿನ ಫೌಜುದಾರನಾಗಿ ನೇಮಕಗೊಂಡಿದ್ದನು. ಮರಾಠನಾಗಿದ್ದ ಶಿವಾಜಿರಾಯ 3,000 ಅಶ್ವ ಪಡೆಯ ನಾಯಕನಾಗಿದ್ದನು. ರಾಮರಾಯ ಎಂಬ ಮತ್ತೊಬ್ಬ ಹಿಂದೂ ಅಶ್ವಪಡೆಯ ನಾಯಕನಾಗಿದ್ದನು. ಶ್ರೀಪತಿರಾಯ ಎಂಬ ಮತ್ತೊಬ್ಬ ಹಿಂದೂ ಸೈನ್ಯಾಧಿಕಾರಿಯನ್ನು ರೋಷನ್ ಖಾನ್‌ನೊಂದಿಗೆ ಬಂಡಾಯಗಾರರನ್ನು ದಮನ ಮಾಡಲು ನೇಮಿಸಲಾಗಿತ್ತು. ಹರಿದಾಸಿಮಯ್ಯ ಎಂಬ ಹಿಂದೂ ಬಾರಮಹಲ್‌ನ ಅಮಲ್ದಾರನಾಗಿ ನೇಮಕಗೊಂಡಿದ್ದನು. ಇವೆಲ್ಲವೂ ಟಿಪು ಹಿಂದೂ ದ್ವೇಷಿಯಾಗಿರಲಿಲ್ಲ ಎಂಬುದಕ್ಕೆ ನಿದರ್ಶನಗಳಾಗಿವೆ. ಅದರಲ್ಲೂ ಮರಾಠಿ ಬ್ರಾಹ್ಮಣ ಸಮುದಾಯಕ್ಕೆ ಸೇರಿದವರು ಸರ್ಕಾರಿ ಹುದ್ದೆಗಳನ್ನು ಪಡೆದುಕೊಂಡಿದ್ದರು. ಶೃಂಗೇರಿ ಮಠದೊಂದಿಗೆ ಅವನು ಉತ್ತಮ ಸಂಬಂಧ ಹೊಂದಿದ್ದನು. ಇದು ಅವನು ಶೃಂಗೇರಿ ಮಠಕ್ಕೆ ಕನ್ನಡದಲ್ಲಿ ಬರೆದ 30 ಪತ್ರಗಳಿಂದ ತಿಳಿಯುತ್ತದೆ. ಶೃಂಗೇರಿಯ ಶ್ರೀ ಶಂಕರಾಚಾರ್ಯ ಮಠದ ಗುರುಗಳ ಮನವಿಯ ಮೇರೆಗೆ 1791ರ ಮರಾಠರ ದಾಳಿಯ ಕಾಲದಲ್ಲಿ ಹಾನಿಗೊಳಗಾಗಿದ್ದ ಶಾರದ ದೇಗುಲದ ವಿಗ್ರಹದ ಪುನರ್ ಪ್ರತಿಸ್ಥಾಪನೆಗೆ ಖಜಾನೆಯಿಂದ ಹಣ ಬಿಡುಗಡೆ ಮಾಡಿದನು. ತನ್ನ ಒಂದು ಪತ್ರದಲ್ಲಿ ಶೃಂಗೇರಿ ಗುರುಗಳನ್ನು 'ಜಗದ್ಗುರು' ಎಂದು ಬಣ್ಣಿಸಿ ಅವರಂತಹ ಯೋಗಿಗಳು ಇರುವುದರಿಂದಲೇ ರಾಜ್ಯದಲ್ಲಿ ಮಳೆ ಮತ್ತು ಬೆಳೆ ಉತ್ತಮವಾಗಿದೆ ಎಂದು ಹೇಳಿದ್ದಾನೆ. ತನ್ನ ಒಂದು ಪತ್ರದಲ್ಲಿ ಟಿಪು **"ಪ್ರಕೃತಿ ವಿಕೋಪಗಳನ್ನು ತಡೆಗಟ್ಟಲು, ಜನರ ಕ್ಷೇಮ ಮತ್ತು ವೈರಿಗಳ ದಮನಕ್ಕೆ ಪ್ರಾರ್ಥಿಸಿ"** ಎಂದು ಶೃಂಗೇರಿ ಗುರುಗಳನ್ನು ಕೇಳಿಕೊಂಡಿದ್ದಾನೆ. ತನ್ನ ರಾಜಧಾನಿ ಶ್ರೀರಂಗಪಟ್ಟಣದ ರಂಗನಾಥ, ನರಸಿಂಹ ಹಾಗೂ ಗಂಗಾಧರೇಶ್ವರ ದೇವಾಲಯಗಳ ಪೂಜಾ ಕಾರ್ಯಗಳಲ್ಲಿ ಅವನು ಹಸ್ತಕ್ಷೇಪ ಮಾಡಲಿಲ್ಲ. ರಾಜ್ಯದ ಹಲವಾರು ದೇವಾಲಯಗಳಿಗೆ ಮುಖ್ಯವಾಗಿ ನಂಜನಗೂಡು, ಶ್ರೀರಂಗಪಟ್ಟಣ, ಕಳಲೆ, ಮೇಲುಕೋಟೆ ದೇವಾಲಯಗಳಿಗೆ ಬೆಳ್ಳಿಯ ವಸ್ತುಗಳನ್ನು ದಾನ ಮಾಡಿದನು. ಅವನು ಮಲಬಾರಿನ ನಾಯರ್‌ಗಳು, ಮಂಗಳೂರಿನ ಕ್ರೈಸ್ತರು ಹಾಗೂ ಕೊಡಗಿನ ರಾಜನ ಬಗ್ಗೆ ಕಠಿಣವಾಗಿ ವರ್ತಿಸಿದ್ದರೆ, ಅವರುಗಳು ಬ್ರಿಟಿಷರೊಂದಿಗೆ ಶಾಮೀಲಾಗಿದ್ದುದೇ ಮುಖ್ಯ ಕಾರಣವಾಗಿತ್ತು ಎಂದು **ಡಾ.ಬಿ ಷೇಕ್ ಅಲಿ** ಹೇಳಿದ್ದಾರೆ. ಮುಸ್ಲಿಂ ಮಾಪಿಳ್ಳೆಗಳನ್ನೂ ಅವನು ಕಠಿಣವಾಗಿ ನಡೆಸಿಕೊಂಡನು. ಸವಣೂರು, ಕಡಪ ಹಾಗೂ ಕರ್ನೂಲಿನ ನವಾಬರ ಮೇಲೂ ಅವನು ದಾಳಿ ನಡೆಸಿದನು. ಅವನು ಮರಾಠರಿಗಿಂತಲೂ ನಿಜಾಮನನ್ನು ಹೆಚ್ಚು ದ್ವೇಷಿಸುತ್ತಿದ್ದನು. ಅವನ ಕಾಠಿಣ್ಯತೆ ರಾಜಕೀಯ ಪ್ರೇರಿತವಾಗಿತ್ತೇ ಹೊರತು ಧರ್ಮ ಪ್ರೇರಿತವಾದುದಾಗಿರಲಿಲ್ಲ. ವಸಾಹತುಶಾಹಿ ಚರಿತ್ರೆಕಾರರು ಉದ್ದೇಶಪೂರ್ವವಾಗಿ ನಮ್ಮ ಇತಿಹಾಸವನ್ನು ತಿರುಚಿದ್ದಾರೆಂದು ಡಾ. ಷೇಖ್ ಅಲಿ ಅಭಿಪ್ರಾಯ ವ್ಯಕ್ತಪಡಿಸಿದ್ದಾರೆ.

ಬ್ರಿಟಿಷ್ ಸಾಮ್ರಾಜ್ಯಶಾಹಿ ಇತಿಹಾಸಕಾರರು ಟಿಪುವಿನ ಧರ್ಮಾಂಧತೆಯನ್ನು ಕಟುವಾಗಿ ಟೀಕಿಸಿದ್ದಾರೆ. **ಮಾರ್ಕ್ ವಿಲ್ಕ್ಸ್** ಟಿಪುವಿನ ಸಮಕಾಲೀನನಾಗಿದ್ದನು. ಅವರು ಟಿಪುವಿನ ಬಗ್ಗೆ ಹೀಗೆ ಬರೆದಿದ್ದಾರೆ.

"ಅವನ ಕರಾಳವೂ, ಅಸಹಿಷ್ಣುವೂ ಆದ ಧರ್ಮಾಂಧತೆ . . . . ಮಿತಿಯೇ ಇಲ್ಲದ ಹಿಂಸಾಚಾರ, ಅವನ ಆಳ್ವಿಕೆಯ ಬಗ್ಗೆ ಜಿಗುಪ್ಸೆ, ಅವನ ರಾಜ್ಯದ ಎಲ್ಲಾ ಹಿಂದೂಗಳನ್ನು ಒಂದುಗೂಡಿಸಿತು. . . . . ಕತ್ತಿಯ ಅಲುಗಿನ ಆಧಾರದ ಮೇಲೆ ಧರ್ಮ ಪ್ರಸಾರ ಮಾಡಿದ ಕಟ್ಟಕಡೆಯ ಮುಸ್ಲಿಮ್ ರಾಜಕುಮಾರ ಅವನಾಗಿದ್ದ."

"ಕೇಂಬ್ರಿಡ್ಜ್ ಹಿಸ್ಟರಿ ಆಫ್ ಇಂಡಿಯಾ" ಸಂಪುಟಗಳ ಸಂಪಾದಕ **ಡಾಡ್ವೆಲ್** ಹೀಗೆ ಬರೆದಿದ್ದಾರೆ. **"ಅವನು (ಟಿಪು) ಕ್ರೂರ ಭಾವೋದ್ರೇಕಗಳ ಹಾಗೂ ಆಕಾಶಗಾಮಿ ಮಹತ್ವಾಕಾಂಕ್ಷೆಗಳ ವ್ಯಕ್ತಿಯಾಗಿದ್ದನು. . . . ಅವರನ್ನು (ಹಿಂದೂ ಪ್ರಜೆಗಳನ್ನು) ಅವನು ಕ್ರೂರವಾಗಿ ಹಿಂಸಿಸಿದನು. .... ಅವನ ತಂದೆ ಬುದ್ಧಿವಂತನೂ, ಸಹಿಷ್ಣುತೆಯ ಗುಣವುಳ್ಳವನೂ ಆಗಿದ್ದ. ಇವನ ಸ್ವಭಾವ ಅವನದಕ್ಕೆ ತದ್ವಿರುದ್ಧವಾದುದಾಗಿತ್ತು."** **ಎಲ್.ಬಿ. ಬೌರಿಂಗ್** ಟಿಪುವನ್ನು ಕುರಿತು ಹೀಗೆ ಬರೆದಿದ್ದಾರೆ. **"ಅವನು ಘಜ್ನಿಯ ಮಹಮೂದ್, ನಾದಿರ್ ಷಾ ಮತ್ತು 'ಖೂನಿ' (ಕೊಲೆಗಾರ) ಎಂಬ ಉಪನಾಮವನ್ನೇ ಹೊಂದಿದ್ದ ಡೆಲ್ಲಿಯ ಪಠಾಣ ಸುಲ್ತಾನ ಅಲಾವುದ್ದೀನ್ ಅವರಿಗೆ ಪ್ರತಿಸ್ಪರ್ಧಿಯೇ ಆಗಿದ್ದನು."** **ಕಿರ್ಕ್ ಪ್ಯಾಟ್ರಿಕ್** ಟಿಪುವನ್ನು **"ಅಸಹಿಷ್ಣುತೆಯ ಮತದ್ವೇಷಿ"** ಎಂದು ಟೀಕಿಸಿದ್ದಾರೆ.

ಭಾರತದಲ್ಲಿ ಬ್ರಿಟಿಷ್ ಪ್ರಭುತ್ವದ ಸ್ಥಾಪನೆಗೆ ಪ್ರಬಲ ಅಡ್ಡಿಯಾಗಿದ್ದ ಟಿಪುವಿನ ವಿರುದ್ಧ ಅವನ ರಾಜ್ಯದ ಬಹುಸಂಖ್ಯಾತ ಹಿಂದೂ ಪ್ರಜೆಗಳನ್ನು ಎತ್ತಿಕಟ್ಟುವುದು ಮತ್ತು ಅವರ ದೃಷ್ಟಿಯಲ್ಲಿ ಬ್ರಿಟಿಷರನ್ನು ಹಿಂದೂಗಳ ರಕ್ಷಕರು ಎಂದು ಬಿಂಬಿಸುವುದು ಬ್ರಿಟಿಷ್ ಇತಿಹಾಸಕಾರರ ಉದ್ದೇಶವಾಗಿತ್ತು ಎಂಬುದು ನಿಜವಾದರೂ ಅವರ ಅಭಿಪ್ರಾಯಗಳನ್ನು ಸುಲಭವಾಗಿ ತಿರಸ್ಕರಿಸುವಂತಿಲ್ಲ.

ಪ್ರಗತಿಪರ ನಿಲುವಿನ ಆಡಳಿತಗಾರ

ಟಿಪು ಒಬ್ಬ ಪ್ರಗತಿಪರ ನಿಲುವಿನ ಉತ್ತಮ ಆಡಳಿತಗಾರನಾಗಿದ್ದನು ಎಂಬುದನ್ನು ಭಾರತೀಯ ಹಾಗೂ ಹಲವು ಬ್ರಿಟಿಷ್ ಇತಿಹಾಸಕಾರರು ಒಪ್ಪಿಕೊಂಡಿದ್ದಾರೆ. ಡಾ. ಎಂ.ಎಚ್.ಗೋಪಾಲ್ ಅವರ ಪ್ರಕಾರ **"ಟಿಪುವಿನ ಆಡಳಿತ ಅತ್ಯಂತ ಉತ್ತಮವಾಗಿತ್ತು ಮತ್ತು ಸಮಕಾಲೀನ ಇತರ ರಾಜ್ಯಗಳಿಗಿಂತ ಅವನ ಪ್ರಜೆಗಳು ಹೆಚ್ಚು ಸಂತೋಷವಾಗಿದ್ದರು."** ಸರ್.ಜಾನ್ ಶೋರ್ ಅವರ ಪ್ರಕಾರ **"ಅವನ ರಾಜ್ಯದಲ್ಲಿ ಬೇಸಾಯಗಾರರಿಗೆ ಪೂರ್ಣ ರಕ್ಷಣೆಯಿತ್ತು, ಅವರ ಶ್ರಮಕ್ಕೆ ಪ್ರೋತ್ಸಾಹ ಹಾಗೂ ಪ್ರತಿಫಲವಿತ್ತು."**

ಟಿಪು ಕೃಷಿ, ಕೈಗಾರಿಕೆ ಮತ್ತು ವ್ಯಾಪಾರಕ್ಕೆ ಅಪಾರವಾದ ಪ್ರೋತ್ಸಾಹ ನೀಡಿದನು. **ಕರ್ನಾಟಕದಲ್ಲಿ ರೇಷ್ಮೆ ಕೈಗಾರಿಕೆಯನ್ನು ಆರಂಭಿಸಿದ ಕೀರ್ತಿ ಅವನಿಗೆ ಸಲ್ಲುತ್ತದೆ.** ರೇಷ್ಮೆ ಹುಳು ಸಾಕಣೆಯನ್ನು ಪರಿಚಯಿಸಲು ಚೀನೀ ಪರಿಣತರನ್ನು ಕರೆಸಿಕೊಂಡನು. ಚಿನ್ನ, ಹೊಗೆಸೊಪ್ಪು, ಶ್ರೀಗಂಧದ ಮರ, ಅಮೂಲ್ಯವಾದ ಲೋಹಗಳು, ಆನೆಗಳು, ಮೆಣಸು, ಅಡಿಕೆ, ಏಲಕ್ಕಿ ಮೊದಲಾದವುಗಳ ವ್ಯಾಪಾರವನ್ನು ಸರ್ಕಾರದ ಏಕಸ್ವಾಮ್ಯಕ್ಕೆ ಒಳಪಡಿಸಿದನು. ಶ್ರೀರಂಗಪಟ್ಟಣದಲ್ಲಿ ಕಾಗದದ ಕಾರ್ಖಾನೆ, ಕೊಯಮತ್ತೂರು, ಸತ್ಯಮಂಗಲ, ಸೇಲಂ ಮೊದಲಾದ ಸ್ಥಳಗಳಲ್ಲಿ ರೇಷ್ಮೆ ಹಾಗೂ ಹತ್ತಿಬಟ್ಟೆ ಕಾರ್ಖಾನೆಗಳನ್ನು ಸ್ಥಾಪಿಸಿದನು. ಉತ್ತಮ ದರ್ಜೆಯ ಸಕ್ಕರೆ ತಯಾರಿಸಲು ಚೀನಿ ಪರಿಣತರನ್ನು ಬರಮಾಡಿಕೊಳ್ಳಲಾಯಿತು. ಟಿಪು ತನ್ನದೆ ಸರಕು ಸಾಗಣೆ ಹಡಗು ಪಡೆ ಹೊಂದಿದ್ದನು. ಶ್ರೀಗಂಧದ ಮರವನ್ನು ಹೆಚ್ಚಾಗಿ ಚೀನಾದೇಶಕ್ಕೆ ರಫ್ತು ಮಾಡಲಾಗುತ್ತಿತ್ತು. ಲಾಭದಾಯಕವಾಗಿದ್ದ ಮೆಣಸಿನ ವ್ಯಾಪಾರದ ಮೇಲೆ ಬ್ರಿಟಿಷರು ತಮ್ಮ ಏಕಸ್ವಾಮ್ಯ ಕಳೆದುಕೊಂಡರು. ಇಂಗ್ಲೆಂಡನ್ನು ಹೊರತುಪಡಿಸಿ ಇತರ ದೇಶಗಳೊಂದಿಗೆ ವ್ಯಾಪಾರವನ್ನು ಪ್ರೋತ್ಸಾಹಿಸಿದನು. ಇವೆಲ್ಲದರಿಂದಾಗಿ ಟಿಪು **"ಮಲಿಕತ್ ತುಜರ್"** ಅಥವ **'ವರ್ತಕರ ರಾಜ'** ಎಂದು ಕರೆಯಲ್ಪಟ್ಟನು.

ಕೃಷಿ ಕ್ಷೇತ್ರಕ್ಕೂ ಅಪಾರ ಪ್ರೋತ್ಸಾಹ ನೀಡಿದನು. ಬಂಜರು ಭೂಮಿಯನ್ನು ರೈತರಿಗೆ ನೀಡಿ ಪ್ರಾರಂಭದ ಕೆಲವು ವರ್ಷಗಳವರೆಗೆ ಕಂದಾಯ ವಿಧಿಸುತ್ತಿರಲಿಲ್ಲ. ರೈತರ ಶೋಷಣೆಯನ್ನು ತಡೆಯಲು ಕ್ರಮ ಕೈಗೊಂಡನು. ಕಂದಾಯ ವಸೂಲಿಯಲ್ಲಿ ಮಧ್ಯವರ್ತಿಗಳ ಹಾವಳಿಯನ್ನು ತಪ್ಪಿಸಿದನು. ಧಾರ್ಮಿಕ ಸಂಸ್ಥೆಗಳ ಹೊರತಾಗಿ ಜಾಗೀರುಗಳ ನೀಡಿಕೆಯನ್ನು ನಿಲ್ಲಿಸಿದನು. ರೈತರಿಗೆ ನೇಗಿಲುಗಳು ಮತ್ತು ಬಿತ್ತನೆ ಬೀಜಗಳನ್ನು ಕೊಳ್ಳಲು ತಕಾವಿ ಸಾಲಗಳನ್ನು ನೀಡಲಾಯಿತು. ವಾಣಿಜ್ಯ ಬೆಳೆಗಳಿಗೆ ಪ್ರೋತ್ಸಾಹ ನೀಡಿದನು. ತೆಂಗು, ಶ್ರೀಗಂಧ, ಅಡಿಕೆ, ಹುಣಸೆ ಹಣ್ಣಿನ ಮರಗಳನ್ನು ರಾಜ್ಯಾದಂತ ಬೆಳೆಸಲು ಕ್ರಮಗಳನ್ನು ಕೈಗೊಳ್ಳಲಾಯಿತು. ನೀರಾವರಿಗಾಗಿ ಕೆರೆಗಳನ್ನು ನಿರ್ಮಿಸಿದನು. ಕೃಷ್ಣರಾಜಸಾಗರ ನಿರ್ಮಾಣವಾಗಿರುವ ಸ್ಥಳದಲ್ಲಿ ಟಿಪು ಒಂದು ಅಣೆಕಟ್ಟನ್ನು ನಿರ್ಮಿಸಲು ಬಯಸಿದ್ದನೆಂಬುದು ಅಲ್ಲಿ ಸಿಕ್ಕಿರುವ ಒಂದು ಶಾಸನದಿಂದ ತಿಳಿದು ಬಂದಿದೆ. ಗ್ರಾಮದ ಅಧಿಕಾರಿಗಳಿಗೆ ಹಣದ ರೂಪದಲ್ಲಿ ವೇತನ ನೀಡುವ ಪದ್ಧತಿ ಆರಂಭಿಸಲಾಯಿತು. ಹೊಸ ಹೊಸ ಪ್ರಯೋಗಗಳನ್ನು ಮಾಡುವುದರಲ್ಲಿ ಟಿಪುವಿಗೆ ಅಪಾರ ಆಸಕ್ತಿಯಿತ್ತು. 1792ರಲ್ಲಿ ಒಂದು ನೂತನ ನಿಯಮ ಜಾರಿಗೆ ತಂದನು. ಅದರ ಪ್ರಕಾರ ಅಪರಾಧ ಸಾಬೀತಾದ ಪ್ರಕರಣಗಳಲ್ಲಿ ಅಪರಾಧಿಗೆ ಜುಲ್ಮಾನೆ ವಿಧಿಸಲ್ಪಟ್ಟರೆ ಅವನು ಜುಲ್ಮಾನೆಯ ಪ್ರತಿಯೊಂದು ಪಗೋಡಕ್ಕೆ ಬದಲಾಗಿ ತನ್ನ ಗ್ರಾಮದ ಮುಂಭಾಗದಲ್ಲಿ ಎರಡು ಮಾವಿನ ಗಿಡಗಳನ್ನು ನೆಟ್ಟು ನಿರ್ದಿಷ್ಟ ಸಮಯದವರೆಗೆ ಪೋಷಿಸಬೇಕೆಂದು ಸೂಚಿಸಲಾಯಿತು. ಅಂತಹುದೇ ಮತ್ತೊಂದು ಪ್ರಯೋಗ ಮಾಡಲಾಯಿತು. ಅದರಂತೆ ಸಾರ್ವಜನಿಕರಿಂದ ಠೇವಣಿ ಹಣ ಸ್ವೀಕರಿಸಿ ದುರ್ಬಲ ವರ್ಗದ ಠೇವಣಿದಾರರಿಗೆ ಒಂದು ವರ್ಷಕ್ಕೆ ಅವರ ಠೇವಣಿಯ ಮೇಲೆ ಶೇಕಡ 50% ರಷ್ಟು ಬಡ್ಡಿ ಅಥವಾ ಲಾಭವನ್ನು ನೀಡುವಂತೆ ಅಧಿಕಾರಿಗಳಿಗೆ ಸೂಚಿಸಲಾಯಿತು. ಅಂತೆಯೇ ಮಧ್ಯಮ ವರ್ಗದವರಿಗೆ ಶೇಕಡ 25% ರಷ್ಟು ಹಾಗೂ ಮೇಲ್ವರ್ಗದವರಿಗೆ ಶೇಕಡ 12 ರಷ್ಟು ಬಡ್ಡಿಯನ್ನು ನೀಡಲು ಸೂಚಿಸಲಾಗಿತ್ತು.

ಟಿಪ್ಪು ರಕ್ಷಣೆಗೆ ಸಂಬಂಧಿಸಿದಂತೆ ಪರಿಣಾಮಕಾರಿ ನೂತನ ಶಸ್ತ್ರಾಸ್ತ್ರಗಳ ಅವಿಷ್ಕಾರಕ್ಕೆ ಆದ್ಯತೆ ನೀಡಿದನು. ಐರೋಪ್ಯರಿಗೇ ತಿಳಿಯದಿದ್ದ **ರಾಕೆಟ್ ತಂತ್ರಜ್ಞಾನವನ್ನು** ಅಭಿವೃದ್ಧಿಪಡಿಸಿದ್ದು ಅವನ ಪ್ರಮುಖ ಸಾಧನೆಯಾಗಿತ್ತು. ಈ ಯುದ್ಧ ರಾಕೆಟ್ ಗಳು ಎರಡು ಕಿಲೋಮೀಟರ್‌ವರೆಗೆ ಹಾರಬಲ್ಲವಾಗಿದ್ದವು. ಹಿಂದೆ ಹೈದರ್ ಕಾಲದಲ್ಲೇ 2ನೇ ಮೈಸೂರು ಯುದ್ಧದಲ್ಲೂ ರಾಕೆಟ್‌ಗಳನ್ನು ಬ್ರಿಟಿಷರ ವಿರುದ್ಧ ಬಳಸಲಾಗಿತ್ತು. ಅವುಗಳನ್ನು ಮತ್ತಷ್ಟು ಸುಧಾರಿಸಿದ ಟಿಪು ಬ್ರಿಟಿಷರ ವಿರುದ್ಧ ಪರಿಣಾಮಕಾರಿಯಾಗಿ ಬಳಸಿದನು. ಟಿಪುವಿನ ಸೂಚನೆಯಂತೆ ಜೈನುಲ್ ಅಬಿದಿನ್ ಶುಸ್ತರಿ **"ಫಾತುಲ್ ಮುಜಾಹಿದೀನ್"** ಎಂಬ ಹೆಸರಿನ ಒಂದು ರಕ್ಷಣಾ ಕೈಪಿಡಿಯನ್ನು ಸಿದ್ಧಪಡಿಸಿದನು. ವಿದೇಶಗಳಿಂದ ಪರಿಣತರನ್ನು ಕರೆಸಿಕೊಂಡು ಫಿರಂಗಿಗಳು, ತುಪಾಕಿಗಳು ಮತ್ತಿತರ ರಕ್ಷಣಾ ಆಯುಧಗಳನ್ನು ತಯಾರಿಸಲು ಕ್ರಮಕೈಗೊಂಡನು. ಬುಕಾನನ್ ತನ್ನ ಪ್ರವಾಸ ಕಥನದಲ್ಲಿ ಫಿರಂಗಿಗಳು, ತುಫಾಕಿಗಳು, ಗಾಜು, ಕಾಗದ, ದೊಡ್ಡ ಫಿರಂಗಿಗಳು ಮೊದಲಾದವುಗಳ ಉತ್ಪಾದನೆ ಬಗ್ಗೆ ವಿವರಗಳನ್ನು

ನೀಡಿದ್ದಾನೆ. ಶ್ರೀರಂಗಪಟ್ಟಣದಲ್ಲೇ ಶಸ್ತ್ರಾಸ್ತ್ರಗಳನ್ನು ತಯಾರಿಸುವ ಐದು ಕಾರ್ಖಾನೆಗಳನ್ನು ಸ್ಥಾಪಿಸಿದನು. ಅಮೆರಿಕದ **ಮೇರಿಲ್ಯಾಂಡ್ ರಾಜ್ಯದ ನಾಸ (NASA) ಕಛೇರಿಯ ಗೋಡೆಯ ಮೇಲೆ** ಟಿಪು ಸೈನ್ಯ ರಾಕೆಟ್‌ಗಳನ್ನು ಬ್ರಿಟಿಷರ ವಿರುದ್ಧ ಬಳಸುತ್ತಿರುವ ಒಂದು ಚಿತ್ರವನ್ನು ತೂಗುಹಾಕಿದ್ದನ್ನು ತಾವು ನೋಡಿದ್ದಾಗಿ **ಮಾಜಿ ರಾಷ್ಟ್ರಪತಿ ದಿವಂಗತ ಅಬ್ದುಲ್ ಕಲಾಂ** ಹೇಳಿದ್ದಾರೆ. ಟಿಪುವಿನ ರಾಕೆಟ್ ತಂತ್ರಜ್ಞಾನವನ್ನು ಬಳಸಿಕೊಂಡು ಬ್ರಿಟಿಷರು ತಮ್ಮದೇ ಸುಧಾರಿತ ಯುದ್ಧ ರಾಕೆಟ್‌ಗಳನ್ನು ಅಭಿವೃದ್ಧಿಪಡಿಸಿದರು. **ವಿಲಿಯಂ ಕಾಂಗ್ರೀವ್ ಅಭಿವೃದ್ಧಿಪಡಿಸಿದ ರಾಕೆಟ್‌ಗಳು"ಕಾಂಗ್ರೀವ್ ರಾಕೆಟ್" ಎಂದು ಹೆಸರಾದವು.**

ಟಿಪುವಿನ ಜನಪರವಾದ ಕಾಳಜಿಯನ್ನು ಕೆಲವು ಆಂಗ್ಲ ಇತಿಹಾಸಕಾರೂ ಪ್ರಶಂಸಿಸಿದ್ದಾರೆ. **ಜೇಮ್ಸ್ ಮಿಲ್ ಕೂಡ ಬ್ರಿಟಿಷರ ಆಡಳಿತದ ಪ್ರದೇಶಗಳಿಗಿಂತಲೂ ಟಿಪುವಿನ ರಾಜ್ಯ ಸಂಪದ್ಭರಿತವಾಗಿತ್ತು** ಎಂದು ಹೇಳಿದ್ದಾರೆ. ಟಿಪುವಿನ ರಾಜ್ಯದ ಸ್ಥಿತಿಗತಿಗಳ ಬಗ್ಗೆ ಮೂರನೇ ಮೈಸೂರು ಯುದ್ಧದಲ್ಲಿ ಭಾಗವಹಿಸಿದ್ದ **ಲೆಫ್ಟಿನೆಂಟ್ ಎಡ್ವರ್ಡ್ ಮೂರ್** (Edward Moore) ಹೀಗೆ ಬರೆದಿದ್ದಾರೆ. **"ಅಪರಿಚಿತ ದೇಶದಲ್ಲಿ ಪ್ರವಾಸಮಾಡುತ್ತಿರುವ ವ್ಯಕ್ತಿಯೊಬ್ಬ ಅದು ಬೇಸಾಯದಲ್ಲಿ ಉತ್ತಮವಾಗಿರುವುದನ್ನು, ಉದ್ಯಮಶೀಲರಾದ ಜನರಿಂದ ತುಂಬಿರುವುದನ್ನು, ನೂತನವಾಗಿ ನಗರಗಳು ಸ್ಥಾಪನೆಯಾಗಿರುವುದನ್ನು, ವಾಣಿಜ್ಯದ ಪ್ರಗತಿಯನ್ನು, ನಗರಗಳ ವಿಸ್ತರಣೆ ಮತ್ತು ಜನರ ಸಂತೋಷಕ್ಕೆ ಪೂರಕವಾದ ಪ್ರಗತಿಯಾಗಿರುವುದನ್ನು ಕಂಡು ಸಹಜವಾಗಿಯೇ ಅದು ಜನಪರವಾದ ಸರ್ಕಾರದ ನಿಯಂತ್ರಣದಲ್ಲಿದೆ ಎಂದು ತೀರ್ಮಾನಿಸುತ್ತಾನೆ. ಇದುವೆ ಟಿಪ್ಪುವಿನ ದೇಶದ ಚಿತ್ರಣ ಮತ್ತು ಇದು ಅದರ ಸರ್ಕಾರದ ಬಗ್ಗೆ ನಮ್ಮ ಅಭಿಪ್ರಾಯವಾಗಿದೆ."** ಆದಾಗ್ಯೂ ಕೆಲವು ಬ್ರಿಟಿಷ್ ವಿದ್ವಾಂಸರು ಟಿಪುವನ್ನು ಒಬ್ಬ ರಾಕ್ಷಸನಂತೆ ಚಿತ್ರಿಸಿದ್ದಾರೆ. ಅವನಿಂದ ಕರ್ನಾಟಕದ ಜನರನ್ನು ರಕ್ಷಿಸಿದ ಕೀರ್ತಿ ತಮ್ಮದು ಎಂದು ಹೇಳಿಕೊಂಡಿದ್ದಾರೆ. **"ಹೈದರ್ ರಾಜ್ಯವನ್ನು ಕಟ್ಟಲು ಜನಿಸಿದರೆ, ಟಿಪು ಅದನ್ನು ಕಳೆದುಕೊಳ್ಳಲು ಜನಿಸಿದನು."** ಎಂದೂ ಮಾರ್ಕ್ ವಿಲ್ಕ್ಸ್ ಹೇಳಿದ್ದಾರೆ. ಟಿಪು ತಂದೆಯ ರಾಜನೀತಿ ನೈಪುಣ್ಯತೆ ಹೊಂದಿರಲಿಲ್ಲ ಎಂಬುದು ಅವನ ವ್ಯಕ್ತಿತ್ವದ ಕೊರತೆಯಾಗಿತ್ತು. ಜನಸಾಮಾನ್ಯರ ಭಾಷೆಯನ್ನು ಕಡೆಗಾಣಿಸಿ **ಪರ್ಷಿಯನ್ ಭಾಷೆಯನ್ನು 1792ರಲ್ಲಿ ಆಡಳಿತ ಭಾಷೆಯಾಗಿ** ಮಾಡಿಕೊಂಡಿದ್ದರಿಂದ, ರಾಜ್ಯದ ನಿಜವಾದ ವಾರಸುದಾರರಾಗಿದ್ದ ಒಡೆಯರ್ ಮನೆತನದವರೊಂದಿಗೆ ಕಠಿಣವಾಗಿ ನಡೆದುಕೊಂಡಿದ್ದರಿಂದ ಒಂದು ವರ್ಗದ ಜನರಲ್ಲಿ ಅವನ ಬಗ್ಗೆ ಅಸಮಾಧಾನವುಂಟಾಗಿತ್ತೆಂಬುದನ್ನು ಅಲ್ಲಗಳೆಯಲಾಗದು. ಕಂದಾಯ ಇಲಾಖೆಯಲ್ಲಿ ಹೆಚ್ಚಿನ ಅಧಿಕಾರಿಗಳು ಮುಸಲ್ಮಾನರಾಗಿದ್ದರು ಹಾಗೂ ಅವರೆಲ್ಲರೂ ಅವಿದ್ಯಾವಂತರಾಗಿದ್ದರಿಂದ ಕಂದಾಯದ ಸಂಗ್ರಹ ಇಳಿಮುಖವಾಯಿತು ಎಂದು **ಕಿರ್ಮಾನಿ** ಬರೆದಿದ್ದಾನೆ. 1796ರಲ್ಲಿ ಒಂಬತ್ತನೇ ಚಾಮರಾಜ ಒಡೆಯರ ನಿಧನಾನಂತರ ಮೈಸೂರಿನ ಸಿಂಹಾಸನಕ್ಕೆ ಉತ್ತರಾಧಿಕಾರಿಯೇ ನೇಮಕವಾಗಲಿಲ್ಲ. **1798ರಲ್ಲಿ ಟಿಪುವಿನ ರಾಜ್ಯದ 37 ಅಸೋಫ್‌ದಾರರ ಪೈಕಿ (ಅಸೋಫ್–ಪ್ರಾಂತ್ಯ) ಒಬ್ಬ ಹಿಂದೂವೂ ಇರಲಿಲ್ಲ** ಎಂದು **ಡುಬುಚ್** ಎಂಬ ಫ್ರೆಂಚ್ ಲೇಖಕ ಹೇಳಿದ್ದಾನೆ. ಈ ಸಂಗತಿಗಳನ್ನು ಹೊರತುಪಡಿಸಿದರೆ, ಟಿಪುವಿಗೆ ತನ್ನ ಪ್ರಜೆಗಳ ಕ್ಷೇಮದ ಬಗ್ಗೆ ಅಪಾರ ಕಾಳಜಿಯಿತ್ತು. ಸಂಪೂರ್ಣ ಪಾನ ನಿಷೇಧವನ್ನು ಜಾರಿಗೆ ತರುವ ಅಪೇಕ್ಷೆ ಅವನಿಗಿತ್ತು. ದೇವದಾಸಿ ಪದ್ಧತಿಯನ್ನು ನಿಲ್ಲಿಸಲು ಆದೇಶ ನೀಡಿದ್ದನು. ಅನಾಥ ಹೆಣ್ಣು ಮಕ್ಕಳಿಗಾಗಿ ಅನಾಥಾಲಯಗಳನ್ನು ಸ್ಥಾಪಿಸುವಂತೆ ಸೂಚಿಸಿದ್ದನು.

"ಹೈದರಾಲಿ ಮತ್ತು ಟಿಪು ಸುಲ್ತಾನರಿಬ್ಬರೂ ಬ್ರಿಟಿಷರ ವಸಾಹತುಶಾಹಿಯ ವಿರುದ್ಧ ಹೋರಾಡಿ ಈಸ್ಟ್ ಇಂಡಿಯಾ ಕಂಪನಿ ಸ್ಥಾಪಿಸಲು ಹೊರಟಿದ್ದ ಪಭುತ್ವವನ್ನು ಸಂಪೂರ್ಣ ನಿರ್ನಾಮ ಮಾಡುವ ಹಂತಕ್ಕೆ ತಲುಪಿ, ಬ್ರಿಟಿಷರಿಗೆ ವಿಪರೀತವಾದ ಯಾತನೆಯನ್ನು ತಂದೊಡ್ಡಿದ್ದರು" ಎಂದು ಜವಹರ್‌ಲಾಲ್ ನೆಹರು ಬರೆದಿದ್ದಾರೆ. ಖ್ಯಾತ ಇತಿಹಾಸಕಾರ **ತಾರಾಚಂದ್** ಹೀಗೆ ಬರೆದಿದ್ದಾರೆ. **"ಮೈಸೂರಿನ ಸುಲ್ತಾನರಾದ ಹೈದರಾಲಿ ಮತ್ತು ಟಿಪು ಕನ್ನಡನಾಡಿನ ರಕ್ಷಣೆಗಾಗಿ ಹೋರಾಡಿ ತಮ್ಮ ಸಾಮರ್ಥ್ಯ ಪ್ರದರ್ಶಿಸಿದರು...... 4ನೇ ಮೈಸೂರು ಯುದ್ಧದಲ್ಲಿ ಟಿಪು ತನ್ನ ಪ್ರಭಾವವನ್ನು ಯಶಸ್ವಿಯಾಗಿ ಪ್ರದರ್ಶಿಸಿದನು. ಅವನ ಮಂತ್ರಿಗಳೇ ಅವನಿಗೆ ದ್ರೋಹ ಬಗೆದರು. ಆದಾಗ್ಯೂ ಟಿಪು ಶರಣಾಗಲು ಒಪ್ಪದೇ ಧೈರ್ಯದಿಂದ ತನ್ನ ಶ್ರೀರಂಗಪಟ್ಟಣ ಕೋಟೆಯನ್ನು ಉಳಿಸಿಕೊಳ್ಳಲು ಕೊನೆಯವರೆಗೂ ಹೋರಾಡಿ ಹುತಾತ್ಮನಾದನು."**

ಟಿಪು ವೆಲ್ಲೆಸ್ಲಿಯ ಅಪೇಕ್ಷೆಯಂತೆ **ಸಹಾಯಕ ಸೈನ್ಯ** ಒಡಂಬಡಿಕೆಗೆ ಸಹಿ ಹಾಕಿದ್ದರೆ ತನ್ನ ಅಧಿಕಾರ ಉಳಿಸಿಕೊಳ್ಳಬಹುದಾಗಿತ್ತು. **ಹಾಗಾಗಿದ್ದರೆ ಒಡೆಯರ್ ವಂಶಕ್ಕೆ ಯಾವತ್ತೂ ಅಧಿಕಾರ ದೊರೆಯುತ್ತಿರಲಿಲ್ಲ** ಎಂಬುದು ಗಮನಾರ್ಹವಾದ ಸಂಗತಿಯಾಗಿದೆ.

ಕಲೆ ಮತ್ತು ವಾಸ್ತು ಶಿಲ್ಪಕ್ಕೂ ಟಿಪು ಅಪಾರ ಪ್ರೋತ್ಸಾಹ ನೀಡಿದನು. ಅವನ ಕಾಲದಲ್ಲಿ ಶ್ರೀರಂಗಪಟ್ಟಣದ ಸುಂದರವಾದ **ದರಿಯದೌಲತ್ ಅರಮನೆ**, ಬೆಂಗಳೂರಿನ ಬೇಸಿಗೆ ಅರಮನೆ ಮೊದಲಾದವು ನಿರ್ಮಾಣವಾದವು. ಶ್ರೀರಂಗಪಟ್ಟಣದಲ್ಲಿ

ಹೈದರ್ ಮತ್ತು ಟಿಪುವಿನ ಸಮಾಧಿ ಸ್ಥಳ **ಗುಂಬಜ್** ಟಿಪುವಿನ ಕಾಲದಲ್ಲಿ ನಿರ್ಮಾಣವಾಯಿತು. ಕಪ್ಪು ಅಮೃತಶಿಲೆಯಿಂದ ನಿರ್ಮಿಸಲಾಗಿರುವ ಈ ಸಮಾಧಿ ಅತ್ಯಂತ ಸುಂದರವಾಗಿದೆ. ಅದರ ಸುತ್ತಲೂ ಸುಂದರವಾದ ಉದ್ಯಾನವಿದ್ದು, ದೇಶ ವಿದೇಶಗಳ ವಿವಿಧ ಬಗೆಯ ಮರಗಳನ್ನು ಬೆಳೆಸಲಾಗಿದೆ. ದರಿಯದೌಲತ್ ಅರಮನೆಯ ಗೋಡೆಗಳ ಮೇಲೆ ಯುದ್ಧಗಳ ದೃಶ್ಯಗಳೂ ಸೇರಿದಂತೆ ಸುಂದರವಾದ ಚಿತ್ರಗಳಿವೆ.

ವ್ಯಂಗ್ಯಚಿತ್ರಗಳಿಗೆ ವಸ್ತುವಾದ ಟಿಪು

ಭಾರತದಲ್ಲಿ ಬ್ರಿಟಿಷರು ಟಿಪುವಿನ ಬಗ್ಗೆ ಮಾತ್ರ ಅಪಾರವಾದ ಭಯ ಹೊಂದಿದ್ದರು. **'ಮೈಸೂರಿನ ಹುಲಿ'** ಟಿಪು ಬ್ರಿಟಿಷರಿಗೆ **'ವಾಘ್ರ ಸ್ವಪ್ನ"** ವಾಗಿದ್ದನು. ಬ್ರಿಟನ್ನಿನಲ್ಲೂ ಟಿಪು ತನ್ನ ಬ್ರಿಟಿಷ್ ದ್ವೇಷದಿಂದಾಗಿ ದಂತಕಥೆಯೇ ಆಗಿದ್ದನು. ಬ್ರಿಟಿಷರ ಪರಮಶತ್ರುವಾಗಿದ್ದ ಟಿಪು ಇಗ್ಲೆಂಡಿನಲ್ಲಿ ಹಲವು ವ್ಯಂಗ್ಯಚಿತ್ರಗಳಿಗೆ ವಸ್ತುವಾಗಿದ್ದನೆಂಬುದು ಕುತೂಹಲಕಾರಿ ಸಂಗತಿಯಾಗಿದೆ. 1791ರಲ್ಲಿ **ಜೇಮ್ಸ್ ಗಿಲ್‌ರೇ** ಎಂಬ ವ್ಯಂಗ್ಯಚಿತ್ರಕಾರ ಬರೆದ **'The Comming On of the Monsoons or The Retreat from Seringapatam'** ಎಂಬ ವ್ಯಂಗ್ಯಚಿತ್ರದಲ್ಲಿ ಕಾರ್ನ್‌ವಾಲೀಸ್ ಟಿಪುವಿಗೆ ಹೆದರಿ ತನ್ನ ಹೇಸರಗತ್ತೆಯ ಮೇಲೆ ಕುಳಿತು ಪಲಾಯನ ಮಾಡುತ್ತಿರುವಂತೆ, ಅದನ್ನು ಟಿಪು ಶ್ರೀರಂಗಪಟ್ಟಣ ಕೋಟೆಯ ಮೇಲಿನಿಂದ ನೋಡಿ ನಗುತ್ತಾ ಮೂತ್ರವಿಸರ್ಜನೆ ಮಾಡುತ್ತಿರುವಂತೆ ಚಿತ್ರಿಸಲಾಗಿದೆ. ಚಿತ್ರದಲ್ಲಿ ಕಾರ್ನ್‌ವಾಲೀಸ್ ಟೋಪಿ ಹಾರಿಹೋಗಿದೆ, ಕತ್ತಿ ಕೈಜಾರಿದೆ ಮತ್ತು ಪಿಸ್ತುಲು ಕೆಳಗೆ ಬಿದ್ದಿರುವಂತೆ ಚಿತ್ರಿಸಲಾಗಿದೆ. ಈ ವರ್ಣಚಿತ್ರ ಈಗಲೂ ಲಂಡನ್ನಿನ **National Portrait Gallery** ಯಲ್ಲಿದೆ. ಟಿಪುವನ್ನು 1799ರಲ್ಲಿ ಬ್ರಿಟಿಷರು ಕೊಂದಿದ್ದೂ ಸಹ ವ್ಯಂಗ್ಯ ಚಿತ್ರಗಳಿಗೆ ವಿಷಯವಾಯಿತು. 1799ರ ಅಕ್ಟೋಬರ್‌ನಲ್ಲಿ ಪ್ರಕಟವಾದ ಒಂದು ವ್ಯಂಗ್ಯಚಿತ್ರದಲ್ಲಿ ಟಿಪುವನ್ನು ಹತ್ಯೆ ಮಾಡಿದ ನಂತರ ಅವನ ಅಂತಃಪುರದ ರಾಣಿಯರ ಮೇಲೆ ಬ್ರಿಟಿಷರು ಅತ್ಯಾಚಾರ ನಡೆಸುತ್ತಿರುವುದನ್ನು ಚಿತ್ರಿಸಲಾಗಿದೆ. ಈ ಚಿತ್ರದ ಶೀರ್ಷಿಕೆ **'The Death of Tipu or Besieging The Heram'**. ಈ ಚಿತ್ರವನ್ನು ಯಾರು ಬಿಡಿಸಿದರೆಂಬುದು ತಿಳಿದಿಲ್ಲ. ಟಿಪುವಿನ ಬಗ್ಗೆ ತಮಗಿದ್ದ ದ್ವೇಷದಿಂದಾಗಿ ಟಿಪುವಿನ ಹುಲಿಯ ಲಾಂಛನಕ್ಕೆ ವಿರುದ್ಧವಾಗಿ ಬ್ರಿಟಿಷರು ಸಿಂಹ ಲಾಂಛನವನ್ನು ಬಳಸಿಕೊಂಡರು. ಟಿಪುವಿನ ಹತ್ಯೆಗೆ ಕಾರಣರಾದ ಬ್ರಿಟಿಷ್ ಸೈನಿಕರಿಗೆ ಇಂಗ್ಲೆಂಡಿನಲ್ಲಿ ನೀಡಲಾದ **'ಸೆರಿಂಗಪಟಂ ಪದಕ'** ದಲ್ಲಿ ಸಿಂಹ ಹುಲಿಯನ್ನು ಕೊಲ್ಲುತ್ತಿರುವ ಚಿತ್ರವಿದೆ. ಟಿಪು ಕೂಡ ಬ್ರಿಟಿಷರ ಮೇಲೆ ದಾಳಿ ಮಾಡುತ್ತಿರುವ ಯಂತ್ರಹುಲಿಯನ್ನು ತಯಾರಿಸಿದ್ದನು. ಈ ಯಂತ್ರಹುಲಿಯನ್ನು ಈಗಲೂ ಲಂಡನ್ನಿನ **ವಿಕ್ಟೋರಿಯ ಮತ್ತು ಅಲ್ಬರ್ಟ್ ಮ್ಯೂಸಿಯಂ**ನಲ್ಲಿಡಲಾಗಿದೆ. ಇದರ ಹಿಡಿಕೆಯನ್ನು ತಿರುಗಿಸಿದರೆ ಹುಲಿಯ ಘರ್ಜನೆ ಹಾಗೂ ಬ್ರಿಟಿಷ್ ಸೈನಿಕನ ನರಳುವಿಕೆ ಶಬ್ದ ಕೇಳುತ್ತದೆ.

ಮಾದರಿ ಪ್ರಶ್ನೆಗಳು

ಒಂದು ಅಂಕದ ಪ್ರಶ್ನೆಗಳು

1. ಎರಡನೇ ಮೈಸೂರು ಯುದ್ಧ ಯಾವ ಒಪ್ಪಂದದೊಂದಿಗೆ ಅಂತ್ಯಗೊಂಡಿತು ?
2. ಟಿಪು ಮತ್ತು ಬ್ರಿಟಿಷರ ನಡುವೆ ಮೂರನೇ ಆಂಗ್ಲೋ– ಮೈಸೂರು ಯುದ್ಧ ಸಂಭವಿಸಿದಾಗ ಬ್ರಿಟಿಷ್ ಭಾರತದ ಗವರ್ನರ್–ಜನರಲ್ ಆಗಿದ್ದವನು ಯಾರು ?
3. 1799ರಲಿ ಮಳವಳ್ಳಿ ಕದನದಲ್ಲಿ ಟಿಪುವನ್ನು ಸೋಲಿಸಿದ ಬ್ರಿಟಿಷ್ ಸೈನ್ಯಾಧಿಕಾರಿ ಯಾರು?
4. ಟಿಪುವಿನ ಪತನಾನಂತರ ಮೈಸೂರಿನ ಅರಸರಾದವರು ಯಾರು ?
5. ಟಿಪುವಿನ ರಾಕೆಟ್‌ನ ಆಧಾರದ ಮೇಲೆ ಬ್ರಿಟಿಷರು ಸಿದ್ದಪಡಿಸಿದ ರಾಕೆಟ್‌ಗಳ ಹೆಸರೇನು ?

ದೀರ್ಘ ಉತ್ತರದ ಪ್ರಶ್ನೆಗಳು

1. ಮೂರು ಮತ್ತು ನಾಲ್ಕನೇ ಆಂಗ್ಲೋ–ಮೈಸೂರು ಯುದ್ಧಗಳ ಕಾರಣಗಳು ಮತ್ತು ಪರಿಣಾಮಗಳನ್ನು ವಿವರಿಸಿ.
2. ಟಿಪು ಮತ್ತು ಬ್ರಿಟಿಷರ ನಡುವಿನ ಸಂಬಂಧಗಳನ್ನು ಚರ್ಚಿಸಿ.

ಅಧ್ಯಾಯ – 19

ಆಧುನಿಕ ಮೈಸೂರು

Modern Mysore

ಮೂರನೇ ಕೃಷ್ಣರಾಜ ಒಡೆಯರ್ (1799–1831)

1799ರಲ್ಲಿ ಟಿಪು ಮರಣಹೊಂದಿದ ನಂತರ ಬ್ರಿಟಿಷರು ಹಿಂದಿನ ಅರಸು ಮನೆತನವಾಗಿದ್ದ ಒಡೆಯರ್ ವಂಶವನ್ನು ಅಧಿಕಾರದಲ್ಲಿ ಪುನರ್‌ಪ್ರತಿಷ್ಠಾಪಿಸಿದರು. ಹೈದರ್ ಮತ್ತು ಟಿಪುವಿನ ವಿರುದ್ಧ ಹೋರಾಟದಲ್ಲಿ ಬ್ರಿಟಿಷರಿಗೆ ಮೈಸೂರಿನ ಅರಸುಮನೆತನದವರು ರಹಸ್ಯವಾಗಿ ಭಾರಿ ಪ್ರಮಾಣದಲ್ಲಿ ಹಣ ಸಹಾಯ ಮಾಡಿದ್ದರು. ಅದಕ್ಕೆ ಪ್ರತಿಯಾಗಿ ಅವರನ್ನು ಅಧಿಕಾರದಲ್ಲಿ ಪ್ರತಿಷ್ಠಾಪಿಸುವ ಭರವಸೆಯನ್ನು ಬ್ರಿಟಿಷರು ಮಹಾರಾಣಿ ಲಕ್ಷ್ಮಮ್ಮಣ್ಣಿ (ಎರಡನೇ ಕೃಷ್ಣರಾಜ ಒಡೆಯರ ಪಟ್ಟ ಮಹಿಷಿ) ಅವರಿಗೆ ನೀಡಿದ್ದರು. ಈ ಸಂಬಂಧ 1782ರಲ್ಲಿ ಬ್ರಿಟಿಷರೊಂದಿಗೆ ರಹಸ್ಯ ಒಪ್ಪಂದವೊಂದು ಏರ್ಪಟ್ಟಿತ್ತು. ಲಕ್ಷ್ಮಮ್ಮಣ್ಣಿ ಪರವಾಗಿ ತಿರುಮಲರಾಯ ಸಂಧಾನದಲ್ಲಿ ಪಾಲ್ಗೊಂಡಿದ್ದನು. 1782ರ ಅಕ್ಟೋಬರ್ 28 ರಂದು ತಂಜಾವೂರ್‌ನಲ್ಲಿ ಒಪ್ಪಂದಕ್ಕೆ ಮದ್ರಾಸ್ ಬ್ರಿಟಿಷ್ ಗವರ್ನರ್ ಮೆಕಾರ್ಟ್ನಿಯ ಪರವಾಗಿ ತಂಜಾವೂರ್‌ನಲ್ಲಿ **ಬ್ರಿಟಿಷ್ ರೆಸಿಡೆಂಟ್ ಆಗಿದ್ದ ಸಲ್ಲಿವಾನ್ ಮತ್ತು ಲಕ್ಷ್ಮಮ್ಮಣ್ಣಿ ಪರವಾಗಿ ತಿರುಮಲರಾಯ ಸಹಿ ಹಾಕಿದ್ದರು**. ಅದನ್ನು **ಸಹಯೋಗದ ಒಪ್ಪಂದ** (Collaboration Treaty)ಎಂದು ಕರೆಯಲಾಗಿದೆ. ಅದರ ಪ್ರಕಾರ ಹೈದರ್ ಮತ್ತು ಟಿಪುವಿನ ವಿರುದ್ಧ ಹೋರಾಟದಲ್ಲಿ ಬ್ರಿಟಿಷರಿಗೆ ಹಣಕಾಸಿನ ಸಹಾಯ ನೀಡಲು ಮಹಾರಾಣಿ ಒಪ್ಪಿಕೊಂಡಿದ್ದರು. ಅದರಂತೆ 1799 ರ ಜೂನ್ 30 ರಂದು 5 ವರ್ಷದ ಬಾಲಕ **ಮುಮ್ಮಡಿ ಕೃಷ್ಣರಾಜ ಒಡೆಯ** (ಒಂಬತ್ತನೇ ಚಾಮರಾಜ ಒಡೆಯರ ಮಗ) ರನ್ನು ಮೈಸೂರಿನ ಸಿಂಹಾಸನದಲ್ಲಿ ಪ್ರತಿಷ್ಠಾಪಿಸಲಾಯಿತು. **ಜನರಲ್ ಹ್ಯಾರಿಸ್‌ನ** ಮೇಲ್ವಿಚಾರಣೆಯಲ್ಲಿ ಈ ಸಮಾರಂಭ ಜರುಗಿತು. ಕೃಷ್ಣರಾಜರ ಪರವಾಗಿ ಆಡಳಿತದ ಹೊಣೆಗಾರಿಕೆಯನ್ನು ನಿರ್ವಹಿಸಲು ಪೂರ್ಣಯ್ಯನನ್ನು ದಿವಾನನಾಗಿ ನೇಮಿಸಲಾಯಿತು. ಹೀಗೆ ಟಿಪುವಿನ ಮರಣಾನಂತರ ಒಡೆಯರ್ ವಂಶಸ್ಥರು ಅಧಿಕಾರವನ್ನು ಮರಳಿ ಪಡೆದುಕೊಂಡರು.

ಶ್ರೀರಂಗಪಟ್ಟಣ ಸಹಾಯಕ ಸೈನ್ಯ ಒಪ್ಪಂದ (1799)

ಮೈಸೂರಿನ ನೂತನ ಸರ್ಕಾರ ಮತ್ತು ಬ್ರಿಟಿಷರ ನಡುವೆ 1799ರ ಜುಲೈ 8 ರಂದು **ಸಹಾಯಕ ಸೈನ್ಯ ಒಪ್ಪಂದ** ಏರ್ಪಟ್ಟಿತು. ಅದಕ್ಕೆ ಮೈಸೂರಿನ ಪರವಾಗಿ ಮಹಾರಾಣಿ ಲಕ್ಷ್ಮಮ್ಮಣ್ಣಿ ಹಾಗೂ ಬ್ರಿಟಿಷರ ಪರವಾಗಿ ಜನರಲ್ ಹ್ಯಾರಿಸ್, ಆರ್ಥರ್ ವೆಲ್ಲೆಸ್ಲಿ, ಬ್ಯಾರಿಕ್ಲೋಸ್ ಮತ್ತಿತರರು ಸಹಿ ಹಾಕಿದರು. ಅದು ಈ ಕೆಳಕಂಡ ಅಂಶಗಳನ್ನು ಒಳಗೊಂಡಿತ್ತು.

1) ಮೈಸೂರು ಸಂಸ್ಥಾನ ತನ್ನ ವಿದೇಶಾಂಗ ವ್ಯವಹಾರಗಳು ಹಾಗೂ ರಕ್ಷಣೆಯ ಹೊಣೆಗಾರಿಕೆಯನ್ನು ಬ್ರಿಟಿಷ್ ಈಸ್ಟ್ ಇಂಡಿಯಾ ಕಂಪನಿಗೆ ವಹಿಸಿಕೊಟ್ಟಿತು.

2) ಬ್ರಿಟಿಷರ ನಿಯಂತ್ರಣದ ಒಂದು ಸಹಾಯಕ ಸೈನ್ಯವನ್ನು ಮೈಸೂರಿನಲ್ಲಿ ನೆಲೆಗೊಳಿಸುವುದಕ್ಕೆ ಒಪ್ಪಂದ ಅನುವು ಮಾಡಿಕೊಟ್ಟಿತು. ಈ ಸೈನ್ಯದ ನಿರ್ವಹಣಾ ವೆಚ್ಚಕ್ಕಾಗಿ ಮೈಸೂರು ಸರ್ಕಾರ **ವರ್ಷಕ್ಕೆ 7 ಲಕ್ಷ ಕಂಠೀರಾಯ ಪಗೋಡ**ಗಳನ್ನು ಅಂದರೆ 24 1/2 ಲಕ್ಷ ರೂಪಾಯಿಗಳನ್ನು 12 ಕಂತುಗಳಲ್ಲಿ ಪಾವತಿಸಲು ಒಪ್ಪಿತು. ಒಂದು ಕಂಠೀರಾಯ ಪಗೋಡ ಮೂರೂವರೆ ರೂಪಾಯಿಗಳಿಗೆ ಸಮನಾಗಿತ್ತು.

3) ಪೊಗದಿಯನ್ನು ನೀಡಲು ವಿಫಲವಾದರೆ ಮೈಸೂರಿನ ಆಡಳಿತವನ್ನು ಬ್ರಿಟಿಷರು ವಹಿಸಿಕೊಳ್ಳಲು ಒಪ್ಪಂದ ಅವಕಾಶ ಕಲ್ಪಿಸಿತು.

4) ಕಂಪನಿಯ ಅನುಮತಿಯಿಲ್ಲದೆ ಮೈಸೂರಿನ ಅರಸ ಬ್ರಿಟಿಷರನ್ನು ಹೊರತುಪಡಿಸಿ ಇತರ ಐರೋಪ್ಯರನ್ನು ತನ್ನ ಸೇವೆಗೆ ನೇಮಿಸಿಕೊಳ್ಳುವುದನ್ನು ಒಪ್ಪಂದ ಪ್ರತಿಬಂಧಿಸಿತು.

5) ಕಂಪನಿಯ ಅನುಮತಿಯಿಲ್ಲದೆ ಮೈಸೂರಿನ ಅರಸ ವಿದೇಶೀಯರೊಂದಿಗೆ ಪತ್ರ ವ್ಯವಹಾರ ನಡೆಸುವುದನ್ನು ಒಪ್ಪಂದ ನಿರ್ಬಂಧಿಸಿತು.

6) ರಾಜಧಾನಿಯಿಂದ ದೂರದಲ್ಲಿದ್ದ ಕೋಟೆಗಳನ್ನು ನಾಶಪಡಿಸಲು ಮೈಸೂರಿನ ಅರಸ ಒಪ್ಪಿಕೊಂಡನು.

7) ಮೈಸೂರು ಸಂಸ್ಥಾನವನ್ನು ಆಂತರಿಕ ಹಾಗೂ ಬಾಹ್ಯ ಶತ್ರುಗಳಿಂದ ರಕ್ಷಿಸುವ ಹೊಣೆಗಾರಿಕೆಯನ್ನು ಬ್ರಿಟಿಷರು ವಹಿಸಿಕೊಂಡರು.

8) ಒಪ್ಪಂದದ ಪ್ರಕಾರ ಮೈಸೂರಿನಲ್ಲಿ ಒಬ್ಬ ಬ್ರಿಟಿಷ್ ರೆಸಿಡೆಂಟ್‌ನನ್ನು ನೆಲೆಗೊಳಿಸಲಾಯಿತು. **ಪ್ರಥಮ ರೆಸಿಡೆಂಟ್ ಆಗಿ ಲೆಫ್ಟಿನಂಟ್ ಕರ್ನಲ್ ಸರ್. ಬ್ಯಾರಿ ಕ್ಲೋಸ್**‌ನನ್ನು ನೇಮಿಸಲಾಯಿತು. ಆತನ ಸಲಹೆ, ಸೂಚನೆಗಳನ್ನು ರಾಜ ಮತ್ತು ದಿವಾನರು ಪಾಲಿಸಬೇಕಿತ್ತು. ರೆಸಿಡೆಂಟನು ಮೈಸೂರು ರಾಜ್ಯದ ಬೆಳವಣಿಗೆಗಳ ಬಗ್ಗೆ ಮದ್ರಾಸಿನ ಗವರ್ನರ್‌ನಿಗೆ ವರದಿ ಮಾಡಬೇಕಾಗಿತ್ತು ಮತ್ತು ಮೈಸೂರು ರಾಜ್ಯದಿಂದ ಕಾಣಿಕೆಯನ್ನು ವಸೂಲಿ ಮಾಡಬೇಕಿತ್ತು.

ಹೀಗೆ ಸಹಾಯಕ ಸೈನ್ಯ ಒಪ್ಪಂದಕ್ಕೆ ಸಹಿ ಹಾಕುವ ಮೂಲಕ ಮೈಸೂರು ತನ್ನ ಸ್ವತಂತ್ರ ಅಸ್ತಿತ್ವವನ್ನು ಕಳೆದುಕೊಂಡು ಬ್ರಿಟಿಷರ ಆಶ್ರಿತ ರಾಜ್ಯವಾಯಿತು. ಟಿಪುವಿನ ಮರಣಾನಂತರ ಮೈಸೂರು ರಾಜ್ಯವನ್ನು ವಿಭಜಿಸಲಾಗಿತ್ತು. ಅತ್ಯಂತ ಚಿಕ್ಕದಾದ **ಒಟ್ಟು 8 ಜಿಲ್ಲೆಗಳನ್ನು ಒಳಗೊಂಡ, ಸಮುದ್ರ ಸಂಪರ್ಕವಿಲ್ಲದ ಮೈಸೂರು ರಾಜ್ಯವನ್ನು ಒಡೆಯರ ಆಳ್ವಿಕೆಗೆ ಬಿಟ್ಟುಕೊಡಲಾಯಿತು.**

ಮೈಸೂರಿನಲ್ಲಿ ನೆಲೆಗೊಳಿಸಲಾದ ಸಹಾಯಕ ಸೈನ್ಯದ ಪ್ರಥಮ ದಂಡನಾಯಕನಾಗಿ **ಕರ್ನಲ್ ಆರ್ಥರ್ ವೆಲ್ಲೆಸ್ಲಿ** ನೇಮಕಗೊಂಡನು. ಗವರ್ನರ್-ಜನರಲ್ ವೆಲ್ಲೆಸ್ಲಿಯ ಸಹೋದರರನಾಗಿದ್ದ ಈ ಆರ್ಥರ್ ವೆಲ್ಲೆಸ್ಲಿ ಮುಂದೆ **ಡ್ಯೂಕ್ ಆಫ್ ವೆಲ್ಲಿಂಗ್‌ಟನ್** ಆದರು. ಈ ಡ್ಯೂಕ್‌ನ ನೇತೃತ್ವದಲ್ಲೇ ಮಿತ್ರರಾಷ್ಟ್ರಪಡೆಗಳು 1815ರಲ್ಲಿ ಪ್ರಸಿದ್ಧವಾದ **ವಾಟರ್‌ಲೂ** ಕದನದಲ್ಲಿ ನೆಪೋಲಿಯನ್‌ನನ್ನು ಸೋಲಿಸಿದವು. 1799ರ ಸಹಾಯಕ ಸೈನ್ಯ ಒಪ್ಪಂದ ಒಂದು **ಅಸಮಾನ ಒಪ್ಪಂದವಾಗಿತ್ತು ಎಂದು ಇವಾನ್ಸ್ ಬೆಲ್** ವರ್ಣಿಸಿದ್ದಾರೆ. ಈ **"ಒಪ್ಪಂದದ ಮೂಲಕ ಮೈಸೂರಿನಲ್ಲಿ ಟಿಪುವಿನಂತಹ ಮತ್ತೊಬ್ಬ ಅರಸ ತಲೆ ಎತ್ತದಂತೆ ಮಾಡಲಾಯಿತು"**. ಎಂದು ಡಾಡ್‌ವೆಲ್ ಹೇಳಿದ್ದಾರೆ. **"ಹೊರನೋಟಕ್ಕೆ ಮೈಸೂರು ಬ್ರಿಟಿಷರ ಅಧೀನದ ರಾಜ್ಯವಾಗಿ ಕಾಣದಂತೆ ಆದರೆ ಅದನ್ನು ನಿಜವಾಗಿಯೂ ಬ್ರಿಟಿಷರ ಅಧೀನ ರಾಜ್ಯವಾಗಿ ಮಾಡುವಲ್ಲಿ ಗವರ್ನರ್-ಜನರಲ್ (ವೆಲ್ಲೆಸ್ಲಿ) ತನ್ನ ಜಾಣ್ಮೆಯನ್ನು ಪ್ರದರ್ಶಿಸಿದನು"** ಎಂದು ಥಾರ್ನ್‌ಟನ್(Thornton) ಹೇಳಿದ್ದಾರೆ. ಅಂದಿನ ದಿನಗಳಲ್ಲಿ ಮೈಸೂರು ಭಾರತದಲ್ಲಿ ಬ್ರಿಟಿಷರಿಗೆ ಅತ್ಯಧಿಕ ಮೊತ್ತದ ಪೊಗದಿ ನೀಡುವ ರಾಜ್ಯವಾಗಿತ್ತು. ಹೀಗೆ ಬ್ರಿಟಿಷರು ಮೈಸೂರನ್ನು ತಮ್ಮ ನೇರ ಆಡಳಿತಕ್ಕೆ ಒಳಪಡಿಸಿಕೊಳ್ಳದೆ ಆಶ್ರಿತ ರಾಜ್ಯವಾಗಿ ಪರಿವರ್ತಿಸಿಕೊಂಡು ಒಂದು ಅತ್ಯಂತ ಮುಖ್ಯ ಆದಾಯ ಮೂಲವಾಗಿ ಮಾಡಿಕೊಂಡರು. ವಸಾಹತು ಪ್ರಭುತ್ವದ ವಿರುದ್ಧ ಹೋರಾಡಿದ್ದ ಟಿಪುವಿನ ನಂತರ ಮೈಸೂರು ಬ್ರಿಟಿಷ್ ವಸಾಹತುಶಾಹಿ ಪ್ರಭುತ್ವದ ಅಧೀನಕ್ಕೆ ಒಳಗಾದುದು ದುರಂತವೇ ಸರಿ.

ದಿವಾನ್ ಪೂರ್ಣಯ್ಯ

3ನೇ ಕೃಷ್ಣರಾಜ ಒಡೆಯರ ಆಡಳಿತ ಕಾಲವನ್ನು ಎರಡು ಭಾಗಗಳಾಗಿ ವಿಭಾಗಿಸಬಹುದು. ಅವುಗಳು

1) 1799 ರಿಂದ 1811 ರವರೆಗೆ. ಈ ಅವಧಿಯಲ್ಲಿ ಪೂರ್ಣಯ್ಯ ದಿವಾನರಾಗಿ ಮಹಾರಾಜರ ಪರವಾಗಿ ಆಡಳಿತ ನಡೆಸಿದರು.

2) 1811 ರಿಂದ 1831ರವರೆಗೆ ಈ ಅವಧಿಯಲ್ಲಿ 3ನೇ ಕೃಷ್ಣರಾಜ ಒಡೆಯ ತಾವೇ ನೇರವಾಗಿ ಆಡಳಿತ ನಡೆಸಿದರು.

ಪ್ರಾರಂಭಿಕ ಜೀವನ : ಪ್ರಾರಂಭದ 12 ವರ್ಷಗಳ ಕಾಲ ಮಹಾರಾಜರ ಪರವಾಗಿ ಪೂರ್ಣಯ್ಯ ಆಡಳಿತ ನಡೆಸಿದರು. ಪೂರ್ಣಯ್ಯನ ಪೂರ್ವಿಕರು ಮರಾಠಿ ಮಾತೃ ಭಾಷೆಯ ಮಾಧ್ವ ಬ್ರಾಹ್ಮಣರಾಗಿದ್ದರು. ಮೂಲತಃ ಮಹಾರಾಷ್ಟ್ರದ ರತ್ನಗಿರಿಯವರಾದ ಅವರು ಶಿವಾಜಿಯ ಕಾಲದಲ್ಲಿ ತಮಿಳುನಾಡಿನ ತಂಜಾವೂರಿಗೆ, ಅನಂತರ ಕೊಯಮತ್ತೂರಿಗೆ ವಲಸೆ ಹೋಗಿದ್ದರು. ಕೊಯಮತ್ತೂರು ಜಿಲ್ಲೆಯ ತಿರುಕ್ಕಂಬೂರ್ ಎಂಬಲ್ಲಿ 1732 ರಲ್ಲಿ ಪೂರ್ಣಯ್ಯ ಜನಿಸಿದರು. ಕೃಷ್ಣಚಾರ್ಯ ಮತ್ತು ಲಕ್ಷ್ಮಿಯಮ್ಮ ಅವನ ತಂದೆ ತಾಯಿಯರು. ಪೂರ್ಣಯ್ಯ ಕೊಯಮತ್ತೂರಿನ ರಂಗಶೆಟ್ಟಿ ಎಂಬ ವರ್ತಕನ ಬಳಿ ಗುಮಾಸ್ತನಾಗಿ ತನ್ನ ವೃತ್ತಿ ಜೀವನ ಆರಂಭಿಸಿದರು. ಅನಂತರ ಶ್ರೀರಂಗಪಟ್ಟಣದ ವರ್ತಕ ಅನ್ನದಾನ ಶೆಟ್ಟಿಯ ಬಳಿ ಉದ್ಯೋಗಕ್ಕೆ ಸೇರಿದರು. ಈ ಅವಧಿಯಲ್ಲೇ ತಮ್ಮ ಬುದ್ಧಿವಂತಿಕೆ ಹಾಗೂ ಪ್ರಾಮಾಣಿಕತೆಯ ಮೂಲಕ ಮೈಸೂರಿನ ಸರ್ವಾಧಿಕಾರಿ ಹೈದರ್ ಆಲಿಯ ಗಮನ ಸೆಳೆದರು. ಮುಂದೆ ಹೈದರನ ಸೇವೆಗೆ ಸೇರಿದ

ಅವರು ಹೈದರ್ ಮತ್ತು ಅವನ ಮಗ ಟಿಪುವಿನ ಹಣಕಾಸು ಸಚಿವನಾಗಿ ಸೇವೆ ಸಲ್ಲಿಸಿದರು. ಟಿಪುವಿನ ಮರಣಾನಂತರ ಅವರು ಬ್ರಿಟಿಷರಿಗೆ ಶರಣಾದರು ಮತ್ತು ಟಿಪುವಿನ ಮಗ ಪತೇ ಹೈದರ್‌ನನ್ನು ಮೈಸೂರಿನ ಸಿಂಹಾಸನದಲ್ಲಿ ಪ್ರತಿಷ್ಠಾಪಿಸುವಂತೆ ಬ್ರಿಟಿಷರಲ್ಲಿ ಮನವಿ ಮಾಡಿಕೊಂಡಿದ್ದನು. ಒಡೆಯರ್ ವಂಶಕ್ಕೆ ಅಧಿಕಾರ ನೀಡುವುದನ್ನು ಪೂರ್ಣಯ್ಯ ವಿರೋಧಿಸಿದ್ದರು. ಈ ಬಗ್ಗೆ ಜನರಲ್ ಹ್ಯಾರಿಸ್ ಕೂಡ ಬರೆದಿದ್ದಾರೆ. ಆದರೆ ಲಾರ್ಡ್ ವೆಲ್ಲೆಸ್ಲಿ ಪೂರ್ಣಯ್ಯನ ಮನವಿಯನ್ನು ತಿರಸ್ಕರಿಸಿ ಒಡೆಯರ್ ವಂಶಕ್ಕೆ ಅಧಿಕಾರ ಮರಳಿಸಲು ನಿರ್ಧರಿಸಿದರು. ಈ ಕಾರಣದಿಂದಲೇ ಮಹಾರಾಣಿ ಲಕ್ಷ್ಮಮ್ಮಣ್ಣಿ (ಇಮ್ಮಡಿ ಕೃಷ್ಣರಾಜ ಒಡೆಯರ ವಿಧವೆ ಹಾಗೂ ಮುಮ್ಮಡಿ ಕೃಷ್ಣರಾಜ ಒಡೆಯರ ಅಜ್ಜಿ) ಅವರಿಗೆ ಪೂರ್ಣಯ್ಯ ದಿವಾನನಾಗುವುದು ಇಷ್ಟವಿರಲಿಲ್ಲ. ಆದರೂ ಬ್ರಿಟಿಷರು ಪೂರ್ಣಯ್ಯನ ಆಡಳಿತಾನುಭವವನ್ನು ಗಮನಿಸಿ ಅವರನ್ನು **ಮೈಸೂರಿನ ದಿವಾನ್ ಮತ್ತು ರೀಜೆಂಟ್** ಆಗಿ 1799 ರ ಜುಲೈ 1 ರಂದು ನೇಮಿಸಿದರು.

ದಿವಾನರಾಗಿ ಪೂರ್ಣಯ್ಯನವರ ಸಾಧನೆಗಳು

ಕಾನೂನು ಮತ್ತು ಸುವ್ಯವಸ್ಥೆಯ ಪುನರ್‌ಸ್ಥಾಪನೆ

ಪೂರ್ಣಯ್ಯನ ನೇತೃತ್ವದ ನೂತನ ಸರ್ಕಾರ ಹಲವಾರು ಗಂಭೀರ ಸಮಸ್ಯೆಗಳನ್ನು ಎದುರಿಸಬೇಕಾಯಿತು. ಅವುಗಳಲ್ಲಿ ಮುಖ್ಯವಾದವು

1) ರಾಜ್ಯದಲ್ಲಿ ಕಾನೂನು ಸುವ್ಯವಸ್ಥೆಯನ್ನು ಪುನರ್‌ಸ್ಥಾಪಿಸುವುದು
2) ನಾಲ್ಕನೇ ಆಂಗ್ಲೋ–ಮೈಸೂರು ಯುದ್ಧದಿಂದ ಸಂಭವಿಸಿದ್ದ ಹಾನಿಯನ್ನು ಸರಿಪಡಿಸುವುದು.
3) ಬದಲಾದ ರಾಜಕೀಯ ಪರಿಸ್ಥಿತಿಗಳಿಗನುಗುಣವಾಗಿ ಆಡಳಿತ ವ್ಯವಸ್ಥೆಯನ್ನು ಪುನರ್‌ರಚಿಸುವುದು ಮತ್ತು
4) ಸಹಾಯಕ ಸೈನ್ಯ ಒಪ್ಪಂದದ ಕರಾರುಗಳನ್ನು ಅನುಷ್ಠಾನಗೊಳಿಸುವುದು.

1799 ರಿಂದ 1811 ರವರೆಗಿನ ಕಾಲವನ್ನು **ಪರಿವರ್ತನೆಯ ಕಾಲ**ವೆಂದು ಕರೆಯಲಾಗಿದೆ. ಈ ಅವಧಿಯಲ್ಲಿ **ರೆಸಿಡೆಂಟ್ ಬ್ಯಾರಿ ಕ್ಲೋಸ್** ಹಾಗೂ **ಸಹಾಯಕ ಸೈನ್ಯದ ಕಮಾಂಡರ್ ಕರ್ನಲ್ ಆರ್ಥರ್ ವೆಲ್ಲೆಸ್ಲಿ**ಯ ಸಹಕಾರದೊಂದಿಗೆ ದಿವಾನ್ ಪೂರ್ಣಯ್ಯ ರಾಜ್ಯಕ್ಕೆ ಉತ್ತಮ ನಾಯಕತ್ವ ನೀಡಿದರು. ದಿವಾನರಾಗಿ ಅಧಿಕಾರ ವಹಿಸಿಕೊಂಡ ನಂತರ ಪೂರ್ಣಯ್ಯ ತೆಗೆದುಕೊಂಡ ಪ್ರಮುಖ ನಿರ್ಧಾರಗಳಲ್ಲಿ ಹಿಂದಿನ ಎಲ್ಲ ಕಂದಾಯದ ಬಾಕಿ ಮನ್ನಾ ಮಾಡಿದ್ದು ಮಹತ್ವದ್ದಾಗಿತ್ತು.

ರಾಜ್ಯದಲ್ಲಿ ಕಾನೂನು ಮತ್ತು ಸುವ್ಯವಸ್ಥೆಯನ್ನು ಪುನರ್‌ಸ್ಥಾಪಿಸುವುದು ಪೂರ್ಣಯ್ಯನ ಮುಂದಿದ್ದ ದೊಡ್ಡ ಸವಾಲಾಗಿತ್ತು. ಟಿಪುವಿನ ಪತನಾನಂತರ ಹಲವಾರು ಪಾಳೆಯಗಾರರು ಕೃಷ್ಣರಾಜ ಒಡೆಯರನ್ನು ವಿರೋಧಿಸಿ ಸ್ವತಂತ್ರರಾಗಲು ಪ್ರಯತ್ನ ನಡೆಸಿದ್ದರು. ಟಿಪುವಿನ ಬಂಧನದಿಂದ ಬಿಡುಗಡೆಗೊಂಡಿದ್ದ **ಧೊಂಡಿಯ ವಾಘ್** ಮತ್ತು ಮಂಜರಾಬಾದ್ ಅಥವಾ ಹಳೆಯ ಬಾಲಂನ (ಈಗಿನ ಸಕಲೇಶಪುರ) ಪಾಳೆಗಾರ **ವೆಂಕಟಾದ್ರಿ ನಾಯಕ** ಬ್ರಿಟಿಷರ ವಿರುದ್ಧ ಬಂಡಾಯದ ಬಾವುಟ ಹಾರಿಸಿದ್ದರು. ಅಲ್ಲದೆ ಟಿಪುವಿನ ಸೈನ್ಯವನ್ನು ವಿಸರ್ಜಿಸಿದ್ದರಿಂದ ಅಪಾರ ಸಂಖ್ಯೆಯ ಸೈನಿಕರು ನಿರುದ್ಯೋಗಿಗಳಾಗಿದ್ದರು. ಅವರುಗಳು ರಾಜ್ಯಾದ್ಯಂತ ಅಲೆದಾಡುತ್ತಾ ದಂಗೆ ಎದ್ದ ಪಾಳೆಗಾರರನ್ನು ಕೂಡಿಕೊಂಡು ರಾಜ್ಯದಲ್ಲಿ ಅರಾಜಕತೆಯನ್ನು ಸೃಷ್ಟಿಸಿದ್ದರು. ಆರ್ಥರ್ ವೆಲ್ಲೆಸ್ಲಿ ನಾಯಕತ್ವದ ಸಹಾಯಕ ಸೈನ್ಯ 1800ರ ಸೆಪ್ಟಂಬರ್ 10 ರಂದು **ಕೋನಗಲ್** ಬಳಿ ನಡೆದ ತೀವ್ರ ಕಾಳಗದಲ್ಲಿ ಧೊಂಡಿಯ ವಾಘನನ್ನು ಸೋಲಿಸಿತು. ಧೊಂಡಿಯ ಕೊಲ್ಲಲ್ಪಟ್ಟನು. 1802 ರಲ್ಲಿ ಬಾಲಂನ ವೆಂಕಟಾದ್ರಿ ನಾಯಕನನ್ನು ಬಂಧಿಸಿ ನೇಣುಹಾಕಲಾಯಿತು. ಹೀಗೆ ಸಹಾಯಕ ಸೈನ್ಯದ ನೆರವಿನಿಂದ ಪೂರ್ಣಯ್ಯ ರಾಜ್ಯಾದ್ಯಂತ ಕಾನೂನು ಮತ್ತು ಸುವ್ಯವಸ್ಥೆಯನ್ನು ಪುನರ್‌ಸ್ಥಾಪಿಸುವಲ್ಲಿ ಯಶಸ್ವಿಯಾದರು.

ಸೈನ್ಯ ಮತ್ತು ಪೊಲೀಸ್ ವ್ಯವಸ್ಥೆ : ರಾಜ್ಯದ ಆಂತರಿಕ ಭದ್ರತೆಯ ದೃಷ್ಟಿಯಿಂದ ಒಂದು ಪ್ರತ್ಯೇಕ ಸೈನ್ಯವನ್ನು ಕಟ್ಟುವ ಅಗತ್ಯವನ್ನು ಪೂರ್ಣಯ್ಯ ಮನಗಂಡರು. ವಿಸರ್ಜಿತ ಟಿಪು ಸೈನ್ಯದ ಯೋಧರನ್ನು ಮರುನೇಮಕ ಮಾಡಿಕೊಂಡು ಒಂದು ಪ್ರತ್ಯೇಕ ಸೈನ್ಯವನ್ನು ಕಟ್ಟಿದರು. ಈ ಸೈನ್ಯ ಎರಡನೇ ಆಂಗ್ಲೋ–ಮರಾಠ ಯುದ್ಧದ ಕಾಲದಲ್ಲಿ ಬ್ರಿಟಿಷರ ಪರವಾಗಿ ಹೋರಾಡಿತು. ಅಲ್ಲದೆ ದಂಗೆಗಳನ್ನು ದಮನ ಮಾಡುವ ಕಾರ್ಯದಲ್ಲಿ ಇದು ಮಹತ್ವದ ಪಾತ್ರ ವಹಿಸಿತು.

ಇದಲ್ಲದೆ **'ಕಂದಾಚಾರ'** ಎಂಬ ಹೆಸರಿನ ಒಂದು ಪೊಲೀಸ್ ಪಡೆಯನ್ನು ಪೂರ್ಣಯ್ಯ ವ್ಯವಸ್ಥೆಗೊಳಿಸಿದರು. ಕಂದಾಚಾರ ಪೊಲೀಸರು ಬಹುತೇಕ ಕೃಷಿಕರಾಗಿದ್ದರು. ಹಾಗಾಗಿ ಅವರ ಸೇವೆಯನ್ನು ಅವರು ವಾಸಮಾಡುತ್ತಿದ್ದ ಸ್ಥಳಕ್ಕೆ ಸೀಮಿತಗೊಂಡಂತೆ

ಬಳಸಿಕೊಳ್ಳಲಾಗುತ್ತಿತ್ತು. ಅವರ ವೇತನವನ್ನು ಭಾಗಶಃ ಹಣದ ಮೂಲಕ ಹಾಗೂ ಭಾಗಶಃ ಬಂಜರು ಭೂಮಿಯನ್ನು ಮಂಜೂರು ಮಾಡುವ ಮೂಲಕ ನೀಡಲಾಗುತ್ತಿತ್ತು. ಕಂದಾಚಾರ ಪೊಲೀಸರು ಅಂಚೆ ಕರ್ತವ್ಯಗಳನ್ನೂ ನಿರ್ವಹಿಸಬೇಕಿತ್ತು.

ಆಡಳಿತದ ಪುನರಚನೆ : ಪೂರ್ಣಯ್ಯ ರಾಜ್ಯವನ್ನು ಮೂರು ವಿಭಾಗಗಳಾಗಿ ವಿಭಜಿಸಿದರು. ಅವುಗಳು **1) ಪಟ್ನ ಅಷ್ಟಗ್ರಾಮ 2) ಚಿತ್ರದುರ್ಗ 3) ನಗರ.** ವಿಭಾಗಗಳನ್ನು ಜಿಲ್ಲೆಗಳು ಹಾಗೂ ತಾಲ್ಲೂಕುಗಳಾಗಿ ಮರುವಿಂಗಡಣೆ ಮಾಡಲಾಯಿತು. ಆಗ ರಾಜ್ಯದ ಒಟ್ಟು ವಿಸ್ತಾರ ಸುಮಾರು 29,000 ಚದರ ಮೈಲಿಗಳಾಗಿತ್ತು ಮತ್ತು ರಾಜ್ಯ 22 ಲಕ್ಷ ಜನಸಂಖ್ಯೆಯನ್ನು ಹೊಂದಿತ್ತು. ರಾಜ್ಯದ ನಿಖರವಾದ ನಕ್ಷೆಯನ್ನು ಮೊದಲ ಬಾರಿಗೆ 1808 ರಲ್ಲಿ ತಯಾರಿಸಲಾಯಿತು. **ಶ್ರೀರಂಗಪಟ್ಟಣದಿಂದ ರಾಜಧಾನಿಯನ್ನು ಮೈಸೂರಿಗೆ ವರ್ಗಾಯಿಸಲಾಯಿತು.**

ನ್ಯಾಯಾಡಳಿತ : ನ್ಯಾಯಡಳಿತ ವ್ಯವಸ್ಥೆಯನ್ನು ಸುಧಾರಿಸಲು ಪೂರ್ಣಯ್ಯ ಪ್ರಯತ್ನಿಸಿದರು. ಆಗ ರಾಜ್ಯದಲ್ಲಿ ಪ್ರತ್ಯೇಕ ನ್ಯಾಯಾಂಗ ಇಲಾಖೆ ಇರಲಿಲ್ಲ. ಅಮಲ್ದಾರರು, ಫೌಜುದಾರರು ಮೊದಲಾದ ಕಂದಾಯ ಅಧಿಕಾರಿಗಳು ಪೋಲೀಸರ ಸಹಾಯದಿಂದ ವ್ಯಾಜ್ಯಗಳನ್ನು ತೀರ್ಮಾನಿಸುತ್ತಿದ್ದರು. ಅವರುಗಳು ಆಗಾಗ್ಗೆ ದಿವಾನರಿಗೆ ವರದಿಗಳನ್ನು ಕಳುಹಿಸಬೇಕಿತ್ತು. ದಿವಾನರೇ ರಾಜ್ಯ ಅತ್ಯುನ್ನತ ನ್ಯಾಯಾಧೀಶನಾಗಿದ್ದರು. ಮರಣ ಶಿಕ್ಷೆಗಳು ಕಾರ್ಯಗತವಾಗಲು ಅವರ ಸಮ್ಮತಿ ಅಗತ್ಯವಾಗಿತ್ತು. ಹಿಂದೂಗಳ ವ್ಯಾಜ್ಯಗಳನ್ನು ಹಿಂದೂ ಕಾನೂನಿನ ಅನ್ವಯ ಹಾಗೂ ಮುಸಲ್ಮಾನರ ವ್ಯಾಜ್ಯಗಳನ್ನು ಮುಸ್ಲಿಂ ಕಾನೂನಿನ ಅನ್ವಯ ತೀರ್ಮಾನಿಸಲಾಗುತ್ತಿತ್ತು. 1805 ರಲ್ಲಿ ಮೈಸೂರಿನಲ್ಲಿ ಒಂದು ಪ್ರತ್ಯೇಕ ಅದಾಲತ್ ನ್ಯಾಯಾಲಯವನ್ನು ಸ್ಥಾಪಿಸಲಾಯಿತು. ಅದು ನ್ಯಾಯಾಧೀಶರಾಗಿ **ಇಬ್ಬರು ಬಕ್ಷಿಗಳನ್ನು ಹೊಂದಿತ್ತು.** ಅವರುಗಳು **ವ್ಯಾಸರಾಯ** ಮತ್ತು **ಅಹಮದ್ ಖಾನ್,** ಅಲ್ಲದೆ ಇಬ್ಬರು ಶಿರಸ್ತೇದಾರರನ್ನು ಹಾಗೂ ಗೌರವಾನ್ವಿತ ಕುಟುಂಬಗಳಿಗೆ ಸೇರಿದ ಆರು ಸದಸ್ಯರನ್ನು ಒಳಗೊಂಡು ಒಂದು ಪಂಚಾಯತ್ ಅನ್ನು ಒಳಗೊಂಡಿತ್ತು. ಈ ಪಂಚಾಯತ್‌ಗೆ ಒಬ್ಬ ಮುಸ್ಲಿಂ ಖಾಜಿ ಹಾಗೂ ಒಬ್ಬ ಬ್ರಾಹ್ಮಣ ಪಂಡಿತ ನೆರವಾಗುತ್ತಿದ್ದರು.

ಕಂದಾಯ ಆಡಳಿತ : ಪೂರ್ಣಯ್ಯ ಹೈದರ್ ಮತ್ತು ಟಿಪು ಕಾಲದಲ್ಲಿ ಹಣಕಾಸಿನ ಮಂತ್ರಿಯಾಗಿ ಸೇವೆ ಸಲ್ಲಿಸಿದ್ದರು. ಈ ಅನುಭವದ ಹಿನ್ನೆಲೆಯಲ್ಲಿ ಅವರು ರಾಜ್ಯದ ಹಣಕಾಸಿನ ಪರಿಸ್ಥಿತಿಯನ್ನು ಸುಧಾರಿಸಲು ಯತ್ನಿಸಿದರು. ಅವರು ದಿವಾನರಾಗಿ ಅಧಿಕಾರ ವಹಿಸಿಕೊಂಡಾಗ ರಾಜ್ಯದ ಖಜಾನೆ ಬರಿದಾಗಿತ್ತು. ಅಲ್ಲದೆ ಬ್ರಿಟಿಷರಿಗೆ ಕೊಡಬೇಕಾಗಿದ್ದ ಪೊಗದಿಯಿಂದಾಗಿ ವೆಚ್ಚಗಳು ಹೆಚ್ಚಾಗಿದ್ದವು. ಭೂ ಕಂದಾಯ ರಾಜ್ಯದ ಬಹುಮುಖ್ಯ ಆದಾಯ ಮೂಲವಾಗಿತ್ತು. ರಾಜ್ಯದ ಆದಾಯದ ಶೇಕಡ 90 ಭಾಗ ಈ ಮೂಲದಿಂದಲೇ ಸಂಗ್ರಹವಾಗುತ್ತಿತ್ತು. ಪೂರ್ಣಯ್ಯ ಕಂದಾಯದ ವಸೂಲಿಗೆ ಕ್ರಮಗಳನ್ನು ಕೈಗೊಂಡರು. ಅಮಲ್‌ದಾರರು, ಶಿರಸ್ತೆದಾರರು, ಶೇಖ್‌ದಾರರು, ಶ್ಯಾನುಭೋಗರು ಕಂದಾಯ ವಸೂಲಿ ಅಧಿಕಾರಿಗಳಾಗಿದ್ದರು. ಭೂಮಾಪನ ಕಾರ್ಯವನ್ನು ಕೈಗೊಳ್ಳಲಾಯಿತಾದರೂ ಅದು ಯಶಸ್ವಿಯಾಗಲಿಲ್ಲ. **ಸಾಯರ್ ಅಥವಾ ಮಾರಾಟ ತೆರಿಗೆ** ಮತ್ತೊಂದು ಆದಾಯ ಮೂಲವಾಗಿತ್ತು.

ಪೂರ್ಣಯ್ಯ ಅರಣ್ಯ ಸಂಪನ್ಮೂಲವನ್ನು ಹೆಚ್ಚಿಸಲು ಕ್ರಮ ಕೈಗೊಂಡರು. ಶ್ರೀಗಂಧದ ಮರಗಳ ಮರಾಟದಿಂದ ರಾಜ್ಯಕ್ಕೆ 1803–1806 ರ ಅವಧಿಯಲ್ಲಿ 1,90,450 ಪಗೋಡ ಆದಾಯ ದೊರೆಯಿತು. ಶ್ರೀಗಂಧದ ರಫ್ತನ್ನು ನಿಷೇಧಿಸಿದ್ದ ಟಿಪ್ಪು ಅಪಾರವಾದ ಶ್ರೀಗಂಧವನ್ನು ಸಂಗ್ರಹಿಸಿಟ್ಟಿದ್ದನು ಈ ಶ್ರೀಗಂಧವನ್ನು ಬ್ರಿಟಿಷ್ ಕಂಪನಿಗೆ ಮಾರಲಾಯಿತು. ಪೂರ್ಣಯ್ಯನ ಕಾಲದ ಸರಾಸರಿ ಆದಾಯ 27,84,327 ಕಂಠೀರಾಯ ಪಗೋಡಗಳಾಗಿತ್ತು. ಬ್ರಿಟಿಷರಿಗೆ ಕೊಡಬೇಕಿದ್ದ ಪೊಗದಿಯ ಕಂತುಗಳನ್ನು ಸಕಾಲದಲ್ಲಿ ಪಾವತಿಸಿದ್ದಲ್ಲದೆ, 2ನೇ ಆಂಗ್ಲೊ–ಮರಾಠ ಯುದ್ಧಕಾಲದಲ್ಲಿ ಬ್ರಿಟಿಷರಿಗೆ ಆರ್ಥಿಕ ನೆರವನ್ನು ನೀಡಿದರು. ವ್ಯಾಪಾರ ಮತ್ತು ವಾಣಿಜ್ಯ ಪ್ರಗತಿಗೂ ಪೂರ್ಣಯ್ಯ ಕ್ರಮಗಳನ್ನು ಕೈಗೊಂಡರು.

ಪೂರ್ಣಯ್ಯನ ಕಂದಾಯ ನೀತಿ ದೋಷ ಮುಕ್ತವಾಗಿರಲಿಲ್ಲ. ಕಂದಾಯದ ಸಂಗ್ರಹಣೆಯನ್ನು ಹೆಚ್ಚಿಸುವ ಭರದಲ್ಲಿ ಬೇಸಾಯಗಾರರ ಹಿತವನ್ನು ಅವರು ಕಡೆಗಣಿಸಿದರು. ರಾಜ್ಯದ ಆದಾಯ ಹೆಚ್ಚಿದಂತೆ ಅವರ ಖಾಸಗಿ ಆದಾಯವೂ ಹೆಚ್ಚುತ್ತಿತ್ತು. ಏಕೆಂದರೆ ಸಂಗ್ರಹವಾದ ಒಟ್ಟು ಕಂದಾಯದಲ್ಲಿ ಶೇಕಡ 5 ರಷ್ಟು ಕಮಿಷನ್ ಅವರಿಗೆ ದೊರೆಯುತ್ತಿತ್ತು.

"ಪೂರ್ಣಯ ಹಣಕಾಸಿನ ವಿಚಾರಲ್ಲಿ ಚತುರನಾಗಿದ್ದರೂ ಅವರೊಬ್ಬ ಅನುಕಂಪವಿಲ್ಲದ ಮಂತ್ರಿಯಾಗಿದ್ದರು." ಎಂದು ಡಾ.ಕೆ.ವೆಂಕಟಸುಬ್ಬ ಶಾಸ್ತ್ರಿ ಹೇಳಿದ್ದಾರೆ. **"ದಿವಂಗತ ದಿವಾನರ ಪ್ರತಿಭೆಯಲ್ಲವೂ ಕಂದಾಯದ ಸಂಗ್ರಹಣೆಗೆ ಸೀಮಿತವಾಗಿತ್ತು. ಅವರು ಪ್ರಜೆಗಳ ಹಿತಾಸಕ್ತಿಗಳ ಬಗ್ಗೆ ಅಲಕ್ಷ್ಯ ತೋರಿದರು"** ಎಂದು ಸ್ವತಃ ಮುಮ್ಮಡಿಯವರೇ ಬರೆದಿದ್ದಾರೆ.

ತಮ್ಮ ಅಧಿಕಾರಾವಧಿಯಲ್ಲಿ ಪೂರ್ಣಯ್ಯ ಸರ್ಕಾರದ ಹಣವನ್ನು ದುರುಪಯೋಗ ಮಾಡಿಕೊಂಡಿದ್ದರ ಬಗ್ಗೆ ದಾಖಲೆಗಳಿವೆ. ಈ ಬಗ್ಗೆ ತನಿಖೆ ನಡೆದು ಕೊನೆಗೆ ಪೂರ್ಣಯ್ಯ 6,69,750 ಕಂಠೀರಾಯ ಪಗೋಡಗಳನ್ನು ಖಜಾನೆಗೆ ಹಿಂದಿರುಗಿಸಬೇಕಾಯಿತು. ಅವರು ಶುದ್ಧ ಹಸ್ತನಾಗಿರಲಿಲ್ಲ ಎಂಬುದಕ್ಕೆ ಇದು ನಿದರ್ಶನವಾಗಿದೆ.

ಲೋಕೋಪಯೋಗಿ ಕಾರ್ಯಗಳು : ಪೂರ್ಣಯ್ಯ ಹಲವಾರು ಲೋಕೋಪಯೋಗಿ ಕಾರ್ಯಗಳನ್ನು ಕೈಗೊಂಡರು. ಮೈಸೂರು ಕೋಟೆಯೊಳಗೆ ಒಂದು ಅರಮನೆ ನಿರ್ಮಿಸಿದರು. ಬೆಂಗಳೂರಿಗೆ ಕುಡಿಯುವ ನೀರು ಸರಬರಾಜಿಗೆ **ಸಂಪಂಗಿ ಕೆರೆಯನ್ನು** ನಿರ್ಮಿಸಿದರು. ಶ್ರೀರಂಗಪಟ್ಟಣದ ಬಳಿ ಕಾವೇರಿ ನದಿಗೆ ಸೇತುವೆ ನಿರ್ಮಿಸಿ ಅದಕ್ಕೆ **"ವೆಲ್ಲೆಸ್ಲಿ ಸೇತುವೆ"** ಎಂದು ನಾಮಕರಣಮಾಡಿದರು. ಬೆಂಗಳೂರು ಸಮೀಪ **ಬ್ಯಾರಿ ಕ್ಲೋಸ್** ನೆನಪಿಗಾಗಿ **'ಕ್ಲೋಸ್ ಪೇಟೆ'** ಎಂಬ ನವನಗರ ನಿರ್ಮಿಸಿದರು. ಅದೇ **ಈಗಿನ ರಾಮನಗರವಾಗಿದೆ.** ಸಾಗರಕಟ್ಟೆ ಬಳಿ ಕಾವೇರಿ ನದಿಗೆ ಅಡ್ಡಲಾಗಿ ಅಣೆಕಟ್ಟು ನಿರ್ಮಿಸಿದರು. ರಾಜ್ಯದ ಹಲವು ಕಡೆ ಧರ್ಮಛತ್ರಗಳನ್ನು ನಿರ್ಮಿಸಿದರು. ಅವುಗಳು ಪೂರ್ಣಯ್ಯನ ಛತ್ರಗಳೆಂದು ಪ್ರಸಿದ್ಧವಾದವು. **1806ರವರೆಗೂ ಶ್ರೀರಂಗಪಟ್ಟಣ ಸಹಾಯಕ ಸೈನ್ಯದ ಕೇಂದ್ರವಾಗಿತ್ತು.** 1806ರಲ್ಲಿ ಸಹಾಯಕ ಸೈನ್ಯದ ನೆಲೆಯನ್ನು ಬೆಂಗಳೂರಿಗೆ ವರ್ಗಾಯಿಸಲಾಯಿತು.

ರಾಜೀನಾಮೆ : 1810ರ ವೇಳೆಗೆ ದಿವಾನರು ಮತ್ತು ಮಹಾರಾಜರ ನಡುವಿನ ಭಿನ್ನಾಭಿಪ್ರಾಯಗಳು ತೀವ್ರ ಸ್ವರೂಪ ಪಡೆದವು. ಪೂರ್ಣಯ್ಯನಿಗೆ ಮಹಾರಾಜರ ಬಗ್ಗೆ ಹೆಚ್ಚಿನ ಗೌರವವಿರಲಿಲ್ಲ. ದಿವಾನರು ತಮ್ಮನ್ನು ಕಡೆಗಣಿಸುತ್ತಿದ್ದಾನೆ ಎಂಬ ಭಾವನೆ ಮಹಾರಾಜರಲ್ಲುಂಟಾಯಿತು. ಆಡಳಿತದಲ್ಲಿ ಮಹಾರಾಜರ ಹಸ್ತಕ್ಷೇಪವನ್ನು ದಿವಾನರು ಸಹಿಸುತ್ತಿರಲಿಲ್ಲ. ಮಹಾರಾಜರ ಬಗ್ಗೆ ಅಗೌರವ ತೋರದಂತೆ **ರೆಸಿಡೆಂಟ್ ಎ.ಹೆಚ್. ಕೋಲ್** ನೀಡಿದ ಸಲಹೆಯನ್ನು ಪೂರ್ಣಯ್ಯ ತಿರಸ್ಕರಿಸಿದರು. ಸರ್ಕಾರದ ಉನ್ನತ ಸ್ಥಾನಗಳಿಗೆ ತಮ್ಮ ಬೆಂಬಲಿಗರನ್ನೇ ನೇಮಿಸಿದರು. ಅಲ್ಲದೆ ದಿವಾನ್ ಪದವಿಯನ್ನು ಅನುವಂಶಿಕ ಪದವಿಯಾಗಿ ಪರಿವರ್ತಿಸುವಂತೆ ಕಂಪನಿ ಸರ್ಕಾರಕ್ಕೆ ಪತ್ರ ಬರೆದರು. ಈ ಕಾರಣಗಳಿಂದ ದಿವಾನರು ಹಾಗೂ ಮಹಾರಾಜರ ನಡುವೆ ಭಿನ್ನಾಭಿಪ್ರಾಯ ತಲೆದೋರಿತು. ಮಹಾರಾಜರು ತಾವೇ ಅಧಿಕಾರವನ್ನು ವಹಿಸಿಕೊಳ್ಳುವ ಅಪೇಕ್ಷೆಯನ್ನು ರೆಸಿಡೆಂಟ್ ಎ.ಹೆಚ್.ಕೋಲ್ ಬಳಿ ವ್ಯಕ್ತಪಡಿಸಿದರು. ಮದ್ರಾಸ್ ಸರ್ಕಾರ ರಾಜೀನಾಮೆ ಸಲ್ಲಿಸುವಂತೆ ಪೂರ್ಣಯ್ಯನಿಗೆ ಸೂಚಿಸಿತು. ಅದರಂತೆ ಪೂರ್ಣಯ್ಯ 1811 ರ ಡಿಸೆಂಬರ್ 24ರಂದು ರಾಜೀನಾಮೆ ನೀಡಿದರು. ಅವರಿಗೆ ಯಳಂದೂರು ತಾಲ್ಲೂಕನ್ನು ಜಾಗೀರಾಗಿ ನೀಡಲಾಯಿತು. ಪೂರ್ಣಯ್ಯ 1812ರ ಮಾರ್ಚ್ ತಿಂಗಳ 27ರಂದು ಶ್ರೀರಂಗಪಟ್ಟಣದಲ್ಲಿ ನಿಧನನಾದರು.

ಕೃಷ್ಣರಾಜ ಒಡೆಯರ ನೇರ ಆಡಳಿತ (1812–1831)

1812ರ ಜನವರಿಯಲ್ಲಿ ಮೈಸೂರಿನ ಆಡಳಿತ ಸೂತ್ರವನ್ನು ತಮ್ಮ ಕೈಗೆ ತೆಗೆದುಕೊಂಡ ಮುಮ್ಮಡಿ ಕೃಷ್ಣರಾಜ 1831ರವರೆಗೆ ದಿವಾನರ ಸಹಾಯದಿಂದ ಆಡಳಿತ ನಡೆಸಿದರು. ಆದರೆ ಅವರಿಗೆ ಆಡಳಿತ ಅನುಭವದ ಕೊರತೆಯಿತ್ತು. ಪೂರ್ಣಯ್ಯನ ನಂತರ ಬಂದ ದಿವಾನರುಗಳು ಭ್ರಷ್ಟರಾಗಿದ್ದರು. ಅವರುಗಳು ಕಂದಾಯದ ವಸೂಲಿ ಹೆಸರಿನಲ್ಲಿ ರೈತರ ಮೇಲೆ ದೌರ್ಜನ್ಯ ನಡೆಸಿದರು. ಇವೆಲ್ಲದರ ಫಲವಾಗಿ 1831ರಲ್ಲಿ ನಗರ ಪ್ರದೇಶದಲ್ಲಿ ರೈತರ ದಂಗೆ ಸಂಭವಿಸಿತು. ಈ ಅವಕಾಶವನ್ನು ಬಳಸಿಕೊಂಡ ಕಂಪನಿಯ ಸರ್ಕಾರ ಕೃಷ್ಣರಾಜರನ್ನು ಪದಚ್ಯುತಗೊಳಿಸಿ ಮೈಸೂರಿನ ಆಡಳಿತವನ್ನು ತಾನೇ ವಹಿಸಿಕೊಂಡಿತು.

ಮುಮ್ಮಡಿ ಕೃಷ್ಣರಾಜ 1794ರ ಜುಲೈ 14ರಂದು ಜನಿಸಿದರು. ಆತನ ತಂದೆ ಒಂಭತ್ತನೇ ಚಾಮರಾಜ ಒಡೆಯರ್ ಮತ್ತು ತಾಯಿ ಕೆಂಪನಂಜಮ್ಮಣ್ಣಿ. ಮಹಾರಾಣಿ ಲಕ್ಷ್ಮಮ್ಮಣ್ಣಿಯ ಪ್ರೀತಿಯ ಪೋಷಣೆಯಲ್ಲಿ ಬೆಳೆದ ಅವರು ಬಾಲ್ಯದಲ್ಲಿ ಉತ್ತಮ ಸಾಮಾನ್ಯ ಹಾಗೂ ಸೈನಿಕ ಶಿಕ್ಷಣ ಪಡೆದರು. ಆದರೆ ಅವರು ಅಧಿಕಾರ ವಹಿಸಿಕೊಳ್ಳುವ ಮೊದಲೇ ದುರಾದೃಷ್ಟದಿಂದ ಲಕ್ಷ್ಮಮ್ಮಣ್ಣಿ 1810ರ ಫೆಬ್ರವರಿಯಲ್ಲಿ ನಿಧನರಾದರು.

ಆಡಳಿತ ಸುಧಾರಣೆಗಳು

ಮುಮ್ಮಡಿ ಕೃಷ್ಣರಾಜ ಒಡೆಯರು ದಿವಾನ್ ಪೂರ್ಣಯ್ಯ ರೂಪಿಸಿದ್ದ ಆಡಳಿತ ವ್ಯವಸ್ಥೆಯನ್ನು ಕೆಲವು ಬದಲಾವಣೆಗಳೊಂದಿಗೆ ಮುಂದುವರಿಸಿದರು. ಅಧಿಕಾರ ವಹಿಸಿಕೊಂಡ ತಕ್ಷಣ ಭಕ್ಷಿ ಬಾಲಾಜಿರಾಯನನ್ನು ದಿವಾನನಾಗಿ ನೇಮಿಸಿದರು. 9 ತಿಂಗಳ ನಂತರ ಆ ಸ್ಥಾನಕ್ಕೆ ರಾಮರಾವ್ ನೇಮಕಗೊಂಡನು. ಅವನು 1817ರವರೆಗೂ ದಿವಾನ್ ಸ್ಥಾನದಲ್ಲಿ ಮುಂದುವರಿದನು.

ರಾಜ್ಯವನ್ನು 6 ಫೌಜುದಾರಿಗಳಾಗಿ ವಿಭಾಗಿಸಲಾಯಿತು. ಅವುಗಳು **1) ಬೆಂಗಳೂರು 2) ಮಧುಗಿರಿ 3) ಚಿತ್ರದುರ್ಗ 4) ಅಷ್ಟಗ್ರಾಮ 5) ಮಂಜರಾಬಾದ್ ಮತ್ತು 6) ನಗರ.** ಅವುಗಳನ್ನು 125 ತಾಲ್ಲೂಕುಗಳಾಗಿ ವಿಭಾಗಿಸಲಾಯಿತು. ಫೌಜುದಾರಿಗಳ ಆಡಳಿತವನ್ನು ಫೌಜುದಾರರು ನಿರ್ವಹಿಸುತ್ತಿದ್ದರು. ಪ್ರತಿಯೊಬ್ಬ ಫೌಜುದಾರನು ತನ್ನ ನಿಯಂತ್ರಣದಲ್ಲಿ ಒಂದು ಚಿಕ್ಕ ಸೈನಿಕ ತುಕಡಿಯನ್ನು ಹೊಂದಿರುತ್ತಿದ್ದನು. ಅವನಿಗೆ ಶಿರಸ್ತೇದಾರ್, ಅಮಲ್ದಾರ್, ಮುನ್ಷಿ ಮೊದಲಾದ ಅಧಿಕಾರಿಗಳು ನೆರವಾಗುತ್ತಿದ್ದರು. ಸುಭೇದಾರ, ಪೇಷ್ಕರ್, ಶಿರಸ್ತೇದಾರ ಮೊದಲಾದವರು ತಾಲ್ಲೂಕು ಮಟ್ಟದ ಅಧಿಕಾರಿಗಳಾಗಿದ್ದರು. ಕೇಂದ್ರ ಸರ್ಕಾರ 18 ಇಲಾಖೆಗಳನ್ನು ಒಳಗೊಂಡಿತ್ತು. ಅರಸ ಆಗಾಗ್ಗೆ ದಿವಾನರು ಹಾಗೂ ಫೌಜುದಾರರೊಂದಿಗೆ ಆಡಳಿತ ವಿಷಯಗಳ ಬಗ್ಗೆ ಚರ್ಚೆ ನಡೆಸುತ್ತಿದ್ದರು.

ಸೈನ್ಯಾಡಳಿತ ವ್ಯವಸ್ಥೆ : ಮುಮ್ಮಡಿ ಕೃಷ್ಣರಾಜರ ಕಾಲದಲ್ಲಿ ಮೈಸೂರು ಸೈನ್ಯ ಪದಾತಿ ಪಡೆ, ಅಶ್ವಪಡೆ ಹಾಗೂ ರಾಜನ ಅಂಗರಕ್ಷಕ ಪಡೆಯನ್ನು ಒಳಗೊಂಡಿತ್ತು. ಅಶ್ವ ಪಡೆಯನ್ನು **'ಸಿಳ್ಳೆದಾರರು'** ಎಂದು ಕರೆಯಲಾಗುತ್ತಿತ್ತು. ಅದು 3839 ಯೋಧರನ್ನು ಮತ್ತು 3845 ಅಶ್ವಗಳನ್ನು ಹೊಂದಿತ್ತು. ಈ ಪಡೆಯ ನಿರ್ವಹಣೆಗಾಗಿ ಪ್ರತಿ ವರ್ಷ ಸರ್ಕಾರ 3,00,520 ಕಂಠೀರಾಯ ಪಗೋಡಗಳನ್ನು ಖರ್ಚುಮಾಡುತ್ತಿತ್ತು. ಪದಾತಿ ಸೈನ್ಯವನ್ನು **'ಬಾರ್‌'** ಎಂದು ಕರೆಯಲಾಗುತ್ತಿತ್ತು. ಅದು 5990 ಸೈನಿಕರನ್ನು ಹೊಂದಿತ್ತು. ಅದರ ನಿರ್ವಹಣೆಗಾಗಿ ವರ್ಷಕ್ಕೆ 1,16,846 ಕಂಠೀರಾಯ ಪಗೋಡಗಳನ್ನು ವೆಚ್ಚ ಮಾಡಲಾಗುತ್ತಿತ್ತು. ಈ ಪಡೆಗಳ ಜೊತೆಗೆ ಅರಸ ಪ್ರತ್ಯೇಕ ಅಂಗರಕ್ಷಕ ಪಡೆಯನ್ನು ಹೊಂದಿದ್ದರು. 500 ಸೈನಿಕರನ್ನು ಒಳಗೊಂಡಿದ್ದ ಈ ಪಡೆಯನ್ನು **ಬಾರ್ಗೀರ್** ಎಂದು ಕರೆಯಲಾಗುತ್ತಿತ್ತು.

ಪೂರ್ಣಯ್ಯ ರೂಪಿಸಿದ್ದ ಕಂದಾಚಾರ ಪೊಲೀಸ್ ಪಡೆಯನ್ನು ಮುಂದುವರಿಸಲಾಯಿತು. ಮೈಸೂರು ಸೈನ್ಯದ ಅಶ್ವಪಡೆ **ಪಿಂಡಾರಿಗಳನ್ನು** ದಮನ ಮಾಡಲು ಬ್ರಿಟಿಷರಿಗೆ ನೆರವಾಯಿತು. ಅಲ್ಲದೆ 1817–18 ರಲ್ಲಿ ನಡೆದ **ಮೂರನೇ ಆಂಗ್ಲೊ–ಮರಾಠ** ಯುದ್ಧದಲ್ಲೂ ಬ್ರಿಟಿಷರ ಪರವಾಗಿ ಹೋರಾಡಿತು. ಕಿತ್ತೂರಿನ ವಿರುದ್ಧ ಬ್ರಿಟಿಷರು ನಡೆಸಿದ ಹೋರಾಟದಲ್ಲೂ ಮೈಸೂರಿನ ಸೈನ್ಯ ಪಾಲ್ಗೊಂಡಿತ್ತು. ಮೈಸೂರಿನ ಅಶ್ವ ಪಡೆಯ ಸೇವೆಯನ್ನು ಆಗಿನ ಗವರ್ನರ್–ಜನರಲ್ **ಲಾರ್ಡ್ ಹೇಸ್ಟಿಂಗ್ಸ್** ಬಹಳವಾಗಿ ಪ್ರಶಂಸಿಸಿದನು. ಮೈಸೂರಿನ ಅಶ್ವಪಡೆಯ ಕಮಾಂಡರ್ ಆಗಿದ್ದ **ಭಕ್ಷಿ ಭೀಮಾರಾವ್**‌ನಿಗೆ ಮದ್ರಾಸ್ ಸರ್ಕಾರ ಮಾಸಿಕ 800 ರೂಪಾಯಿಗಳ ಪಿಂಚಣಿಯನ್ನು ಮಂಜೂರು ಮಾಡಿತು. ಮಹಾರಾಜರೂ ಅವನನ್ನು ಗೌರವಿಸಿದನು. ಮತ್ತೊಬ್ಬ ಸೈನ್ಯಾಧಿಕಾರಿಯಾಗಿದ್ದ **ಭಕ್ಷಿ ರಾಮರಾವ್**‌ನನ್ನೂ ಗೌರವಿಸಲಾಯಿತು. ಮಹಾರಾಜರು ರಾಮರಾವ್‌ನಿಗೆ ಜಹಗೀರಿನ ಜೊತೆಗೆ 6000 ರೂಪಾಯಿಗಳನ್ನು ನಗದಾಗಿ ನೀಡಿದರು.

ಕಂದಾಯ ಆಡಳಿತ : ಭೂಕಂದಾಯ ರಾಜ್ಯದ ಬಹು ಮುಖ್ಯ ಆದಾಯ ಮೂಲವಾಗಿತ್ತು. ರಾಜ್ಯದ ಒಟ್ಟು ಆದಾಯದ ಶೇಕಡ 90 ಭಾಗ ಈ ಮೂಲದಿಂದಲೇ ಸಂಗ್ರಹವಾಗುತ್ತಿತ್ತು. ಸಾಯರ್ ಅಥವಾ ಮಾರಾಟ ತೆರಿಗೆ, ಅಬ್ಕಾರಿ ತೆರಿಗೆ ಮೊದಲಾದವು ಇತರ ಆದಾಯ ಮೂಲಗಳಾಗಿದ್ದವು. ರಾಜ್ಯದ ಕಂದಾಯದ ಆದಾಯವನ್ನು ಹೆಚ್ಚಿಸುವ ಉದ್ದೇಶದಿಂದ ಕೃಷ್ಣರಾಜ **'ಶರತ್ ಪದ್ಧತಿ'** ಎಂಬ ನೂತನ ಒಪ್ಪಂದ ವ್ಯವಸ್ಥೆಯನ್ನು ಜಾರಿಗೆ ತಂದರು. ಈ ಹೊಸ ವ್ಯವಸ್ಥೆಯ ಪ್ರಕಾರ ಪ್ರತಿ ತಾಲ್ಲೂಕಿನ ಅಮಲ್ದಾರನೂ ನಿರ್ದಿಷ್ಟ ಮೊತ್ತದ ಭೂಕಂದಾಯವನ್ನು ವಸೂಲಿ ಮಾಡಿ, ನಿಗದಿತ ಸಮಯದ ಒಳಗಾಗಿ ಸರ್ಕಾರದ ಖಜಾನೆಗೆ ಪಾವತಿಸಬೇಕಿತ್ತು. ಈ ನೂತನ ಪದ್ಧತಿ ವಾಸ್ತವವಾಗಿ ಸರ್ಕಾರ ಮತ್ತು ಕಂದಾಯ ಅಧಿಕಾರಿಗಳ ನಡುವಿನ ಒಪ್ಪಂದವಾಗಿತ್ತು. ಅದರ ಪ್ರಕಾರ ಪ್ರತಿಯೊಬ್ಬ ಅಮಲ್ದಾರನೂ **"ತಾನು ನಿಗದಿತ ಮೊತ್ತದ ಕಂದಾಯವನ್ನು ವಸೂಲಿ ಮಾಡಿ ಖಜಾನೆಗೆ ಪಾವತಿಸುತ್ತೇನೆ."** ಎಂದು ಸರ್ಕಾರಕ್ಕೆ ಮುಚ್ಚಳಿಕೆ ಬರೆದುಕೊಡಬೇಕಿತ್ತು. ಇದನ್ನು **'ಶರತ್ ಮುಚ್ಚಳಿಕೆ'** ಎಂದು ಕರೆಯಲಾಗುತ್ತಿತ್ತು. ಒಂದು ವೇಳೆ ಕಂದಾಯದ ಸಂಗ್ರಹದಲ್ಲಿ ಕೊರತೆಯಾದರೆ ಸಂಬಂಧಪಟ್ಟ ಅಮಲ್ದಾರ ಆ ಕೊರತೆಯನ್ನು ತುಂಬಿ ಕೊಡಬೇಕಾಗಿತ್ತು. ಈ ಹೊಸ ಒಪ್ಪಂದ ಪದ್ಧತಿಯಿಂದ ಸರ್ಕಾರಕ್ಕೆ ತನ್ನ ಆದಾಯವನ್ನು ಹೆಚ್ಚಿಸಿಕೊಳ್ಳಲು ಸಹಾಯವಾಯಿತಾದರೂ ರೈತರು ಮಾತ್ರ ಅಧಿಕಾರಿಗಳ ತೀವ್ರ ದೌರ್ಜನ್ಯಕ್ಕೆ ಒಳಗಾದರು ಮತ್ತು ಅದರ ಪರಿಣಾಮಗಳು ವಿನಾಶಕಾರಿಯಾಗಿದ್ದವು.

ಕಂದಾಯ ಸಂಗ್ರಹಣೆಯಲ್ಲಿ ಇಳಿಕೆ : ಮೇಜರ್ ಇವಾನ್ಸ್ ಬೆಲ್ ಅವರ ಪ್ರಕಾರ ಪೂರ್ಣಯ್ಯ ದಿವಾನ್ ಪದವಿ ತ್ಯಜಿಸಿದಾಗ ಸರ್ಕಾರ ಖಜಾನೆಯಲ್ಲಿ ಎರಡು ದಶಲಕ್ಷ ಪೌಂಡ್‌ಗಳಷ್ಟು ಮೀಸಲು ನಿಧಿ ಇದ್ದಿತು. ಕೃಷ್ಣರಾಜ ಒಡೆಯ ಅಧಿಕಾರ ವಹಿಸಿಕೊಂಡ ನಂತರ ಆಡಳಿತ ವೆಚ್ಚ ಗಣನೀಯವಾಗಿ ಹೆಚ್ಚಿತು. ಅದಕ್ಕೆ ಕಾರಣ ಕೃಷ್ಣರಾಜರ ಅತಿಯಾದ ಕೊಡುಗೆಗಳು ಹಾಗೂ ದುಂದುವೆಚ್ಚ. ಆದರೆ ಅದಕ್ಕೆ ಅನುಗುಣವಾಗಿ ರಾಜ್ಯದ ಆದಾಯ ಮಾತ್ರ ಹೆಚ್ಚಲಿಲ್ಲ. ವಾಸ್ತವವಾಗಿ

ರಾಜ್ಯದ ಆದಾಯ ಕಡಿಮೆಯಾಗುತ್ತಾ ಹೋಯಿತು. ಉದಾಹರಣೆಗೆ 1811–12ರಲ್ಲಿ ರಾಜ್ಯದ ವಾರ್ಷಿಕ ಆದಾಯ 28,27,677 ಕಂಠೀರಾಯ ಪಗೋಡಗಳಾಗಿತ್ತು. ಅದು 1814–15ರ ವೇಳೆಗೆ 21,28,539 ಪಗೋಡಗಳಿಗೆ ಇಳಿಯಿತು. 1824–25ರರಲ್ಲಿ ಅದು 19,57,806 ಕಂಠೀರಾಯ ಪಗೋಡಗಳಿಗೆ ಇಳಿಯಿತು. ಕಂದಾಯದ ಸಂಗ್ರಹಣೆಯಲ್ಲಾದ ತೀವ್ರ ಇಳಿಕೆಗೆ ಮೂಲಭೂತವಾಗಿ ಆಡಳಿತದ ಎಲ್ಲ ಹಂತಗಳಲ್ಲಿದ್ದ ಭ್ರಷ್ಟಾಚಾರ ಕಾರಣವಾಗಿತ್ತು. ಅಲ್ಲದೆ ಹಲವಾರು ಪದಾರ್ಥಗಳ ಬೆಲೆಗಳು ಕಡಿಮೆಯಾದುದು ಹಾಗೂ ಮಹಾರಾಜರು ದೇವಾಲಯಗಳು ಹಾಗೂ ಧಾರ್ಮಿಕ ಸಂಸ್ಥೆಗಳಿಗೆ ಉದಾರವಾಗಿ ಭೂಮಿಯನ್ನು ಇನಾಂ ರೂಪದಲ್ಲಿ ನೀಡಿದ್ದು ಕೂಡ ಕಂದಾಯದ ಇಳಿಕೆಗೆ ಕಾರಣವಾದವು.

ರಾಜ್ಯದ ಈ ಬೆಳವಣಿಗೆಗಳನ್ನು ಕುರಿತು **ರೆಸಿಡೆಂಟ್ ಎ.ಹೆಚ್.ಕೋಲ್** ಮದ್ರಾಸಿನ ಗವರ್ನರ್– **ಥಾಮಸ್ ಮನ್ರೊ**ಗೆ ವರದಿ ಮಾಡಿದರು. ಮನ್ರೊ 1825ರ ಸೆಪ್ಟಂಬರ್ 16ರಂದು ಪರಿಸ್ಥಿತಿಯನ್ನು ಖುದ್ದು ಪರಿಶೀಲಿಸಲು ಮೈಸೂರಿಗೆ ಆಗಮಿಸಿದರು. ಈ ಸಂದರ್ಭದಲ್ಲಿ ಆಡಳಿತ ವೆಚ್ಚವನ್ನು ಕಡಿಮೆ ಮಾಡುವಂತೆ ಮಹಾರಾಜರಿಗೆ ಸೂಚಿಸಿದರು. ಅವರ ಸೂಚನೆಯಂತೆ 1825ರ ನವೆಂಬರ್‌ನಲ್ಲಿ ದಿವಾನ್ ಬಾಬುರಾವ್‌ನನ್ನು ಸೇವೆಯಿಂದ ವಜಾಮಾಡಲಾಯಿತು. ಆದರೆ ಪರಿಸ್ಥಿತಿ ಸುಧಾರಿಸಲಿಲ್ಲ. ಕೊನೆಗೆ **ನಗರ ವಿಪ್ಲವ** ಸಂಭವಿಸಿ ಮಹಾರಾಜ ಕೃಷ್ಣರಾಜ ಅಧಿಕಾರ ಕಳೆದುಕೊಳ್ಳಬೇಕಾಯಿತು.

ನಗರ ದಂಗೆ (ವಿಪ್ಲವ) (1830–31) : ಕಾರಣಗಳು

1) ಕೆಳದಿ ರಾಜ್ಯ ವಿಜಯನಗರದ ಪತನಾನಂತರ ಅಸ್ತಿತ್ವಕ್ಕೆ ಬಂದಿತ್ತು. ನಗರ ಅಥವಾ ಬಿದನೂರು ಅದರ ರಾಜಧಾನಿಯಾಗಿತ್ತು. 1763ರಲ್ಲಿ ಹೈದರ್ ಆಲಿ ವಶಪಡಿಸಿಕೊಳ್ಳುವವರೆಗೂ ಅದು ಸಂಪದ್ಭರಿತವಾಗಿತ್ತು. ಈ ರಾಜ್ಯದ ಜನರ ವಿಶ್ವಾಸವನ್ನು ಗಳಿಸುವ ಯಾವುದೇ ಪ್ರಾಮಾಣಿಕ ಪ್ರಯತ್ನವನ್ನು ಹಿಂದಿನ ಮೈಸೂರಿನ ಅರಸರು ನಡೆಸಿರಲಿಲ್ಲ. ಅದರಿಂದಾಗಿ ಈ ಭಾಗದ ಜನರು ಮೈಸೂರಿನ ಅರಸರನ್ನು ತಮ್ಮ ಅರಸರೆಂದು ಮಾನ್ಯ ಮಾಡಲೇ ಇಲ್ಲ. ಮೈಸೂರಿನ ಆಡಳಿತದ ವಿರುದ್ಧ ಬಂಡಾಯಗಳು ಆಗಾಗ್ಗೆ ನಡೆಯುತ್ತಿದ್ದವು. ಹಿಂದೆ **ಧೋಂಡಿಯ ವಾಘ** ಬ್ರಿಟಿಷರ ವಿರುದ್ಧ ಹೋರಾಟಕ್ಕೆ ಈ ಪ್ರದೇಶವನ್ನು ತನ್ನ ಕೇಂದ್ರವಾಗಿ ಮಾಡಿಕೊಂಡಿದ್ದನು. 1830ರ ದಂಗೆಯ ಸಂದರ್ಭದಲ್ಲಿ ನಗರ ಫೌಜುದಾರಿಯಲ್ಲಿ 25 ತಾಲ್ಲೂಕುಗಳಿದ್ದವು. ಈ ತಾಲ್ಲೂಕುಗಳ ಅಮಲ್ದಾರರ ದಬ್ಬಾಳಿಕೆ ಹಾಗೂ ಶೋಷಣೆಯ ವಿರುದ್ಧವೇ ಇಲ್ಲಿ ರೈತ ದಂಗೆ ನಡೆದದ್ದು.

2) ಮೈಸೂರು ಸಂಸ್ಥಾನದ ಆಡಳಿತ ವ್ಯವಸ್ಥೆಯಲ್ಲಿದ್ದ ವ್ಯಾಪಕ ಭ್ರಷ್ಟಾಚಾರ ನಗರ ದಂಗೆಗೆ ಮತ್ತೊಂದು ಮುಖ್ಯ ಕಾರಣವಾಗಿತ್ತು. ಮಹಾರಾಜನ ಸುತ್ತಲೂ ಭ್ರಷ್ಟ ಅಧಿಕಾರಿ ವರ್ಗವಿತ್ತು. ದಿವಾನ, ಶಿರಸ್ತೇದಾರರು, ಅಮಲ್ದಾರರು ಹಾಗೂ ಬಹುತೇಕ ಎಲ್ಲ ಹಿರಿಯ ಅಧಿಕಾರಿಗಳು ಭ್ರಷ್ಟರಾಗಿದ್ದರು ಮತ್ತು ಸ್ವಜನ ಪಕ್ಷಪಾತಿಗಳಾಗಿದ್ದರು. ಬಹುತೇಕ ಉನ್ನತ ಅಧಿಕಾರಿಗಳು ದಿವಾನ ಅಥವಾ ರಾಜನ ಆಸ್ಥಾನದ ಪ್ರಮುಖ ವ್ಯಕ್ತಿಗಳ ಸಂಬಂಧಿಕರಾಗಿದ್ದರು. ಉದಾಹರಣೆಗೆ ನಗರ ಫೌಜುದಾರಿಯ ಬಹುತೇಕ ಉನ್ನತ ಅಧಿಕಾರಿಗಳು ಹಾನಗಲ್ ಕೃಷ್ಣರಾವ್ ಮತ್ತು ಅಣ್ಣಿಗೇರಿ ಗೋಪಾಲ್‌ರಾವ್ ಕುಟುಂಬಗಳಿಗೆ ಸೇರಿದವರಾಗಿದ್ದರು. ಅಲ್ಲದೆ ಇವರೆಲ್ಲರೂ ಮರಾಠಿ ಬ್ರಾಹ್ಮಣರಾಗಿದ್ದು 1799ರಿಂದ 1805ರವರೆಗೆ ನಗರದ ಫೌಜುದಾರನಾಗಿ ಪೂರ್ಣಯ್ಯನಿಂದ ನೇಮಕಗೊಂಡಿದ್ದ ಭಕ್ಷಿ ರಾಮರಾವ್‌ನ ಸಂಬಂಧಿಕರಾಗಿದ್ದರು. ಅವನ ನಂತರ ಫೌಜುದಾರರಾಗಿ ಕೆಲಸ ನಿರ್ವಹಿಸಿದ್ದ ಸರ್ವೋತ್ತಮ್ ರಾವ್, ಪಂಪಯ್ಯ, ಬಾಲಕೃಷ್ಣರಾವ್ ಮತ್ತು ಕೃಷ್ಣರಾವ್ ಎಲ್ಲರೂ ರಾಮರಾವ್‌ನ ಸಂಬಂಧಿಗಳೇ ಆಗಿದ್ದರು. ಕೃಷ್ಣರಾಜ ಒಡೆಯರ ಕಾಲದಲ್ಲಿ ಇವರೆಲ್ಲರೂ ಸರ್ಕಾರ ಹಾಗೂ ರೈತರಿಗೆ ಮೋಸ ಮಾಡಿ ಅಪಾರ ಸಂಪತ್ತು ಸಂಗ್ರಹಿಸಿಕೊಂಡಿದ್ದರು. ಈ ರಾಮರಾವ್ ಕೃಷ್ಣರಾಜರ ದಿವಾನರಾಗಿಯೂ ಸೇವೆ ಸಲ್ಲಿಸಿದ್ದು ರಾಜಧಾನಿಯಲ್ಲಿ ಪ್ರಭಾವಿ ವ್ಯಕ್ತಿಯಾಗಿದ್ದನು. ಈ ಫೌಜುದಾರಿಯ 7 ಅಮಲ್ದಾರರು ಮಹಾರಾಜರ ಆಪ್ತ ಸಲಹೆಗಾರನಾಗಿದ್ದ ವೀಣೆ ವೆಂಕಟಸುಬ್ಬಯ್ಯನ ಸಂಬಂಧಿಕರಾಗಿದ್ದರು. ಈ ಅಧಿಕಾರಿಗಳು ಜನರ ಹಿತಕ್ಕಿಂತ ತಮ್ಮ ಸ್ವಂತ ಹಿತಕ್ಕೆ ಹೆಚ್ಚು ಗಮನ ನೀಡಿದರು. ಅಧಿಕಾರಿಗಳ ಮೇಲೆ ಮಹಾರಾಜರಿಗೆ ಸಾಕಷ್ಟು ನಿಯಂತ್ರಣವಿರಲಿಲ್ಲ.

3) ಹೊಸದಾಗಿ ಜಾರಿಗೆ ತರಲಾದ ಕಂದಾಯ ಪದ್ಧತಿ **'ಶರತ್ ಪದ್ಧತಿ'** ನಗರ ದಂಗೆಗೆ ಪ್ರಮುಖ ಕಾರಣವಾಗಿತ್ತು. ಅದರ ಪ್ರಕಾರ ಅಮಲ್ದಾರರು ಒಂದು ನಿರ್ದಿಷ್ಟ ಮೊತ್ತದ ಕಂದಾಯವನ್ನು ಸಂಗ್ರಹಿಸಿ ಖಜಾನೆಗೆ ಸಂದಾಯ ಮಾಡುವುದಾಗಿ ಮುಚ್ಚಳಿಕೆ ಬರೆದುಕೊಡಬೇಕಿತ್ತು. ಅದರಿಂದಾಗಿ ಕಂದಾಯ ವಸೂಲಿಯ ಅಧಿಕಾರವನ್ನು ಅತ್ಯಂತ ಹೆಚ್ಚು ಕಂದಾಯ ವಸೂಲಿ ಮಾಡಿಕೊಡಲು ಸಿದ್ಧವಿರುವವರಿಗೆ ಮಾರಾಟ ಮಾಡುವ ಪದ್ಧತಿ ಬೆಳೆಯಿತು.

ಫೌಜುದಾರಿ ಹುದ್ದೆಯನ್ನು 5000 ರೂಪಾಯಿಗಳಿಗೆ ಹಾಗೂ ಅಮಲ್ದಾರ ಹುದ್ದೆಯನ್ನು 1000 ರೂಪಾಯಿಗಳಿಗೆ ಮಾರಾಟ ಮಾಡಲಾಗುತ್ತಿತ್ತು ಎಂದು **ಇವಾನ್ಸ್ ಬೆಲ್** ಬರೆದಿದ್ದಾರೆ. ಅಮಲ್ದಾರ ತಾಲ್ಲೂಕಿನಲ್ಲಿ ಕೇವಲ ಕಾರ್ಯಾಂಗದ ಮುಖ್ಯಸ್ಥನಾಗಿರದೆ, ಅತ್ಯುನ್ನತ ನ್ಯಾಯಾಧೀಶನೂ ಆಗಿರುತ್ತಿದ್ದನು. ಆದರೆ ಜನಸಾಮಾನ್ಯರನ್ನು ಶೋಷಿಸಲು ತಮ್ಮ ಅಧಿಕಾರವನ್ನು ಬಳಸಿಕೊಳ್ಳುತ್ತಿದ್ದರು. ಹೀಗೆ ಅಮಲ್ದಾರರು ಮತ್ತು ಫೌಜುದಾರನ ದೌರ್ಜನ್ಯ ಹಾಗೂ ಶೋಷಣೆ ನಗರ ದಂಗೆಗೆ ಮುಖ್ಯ ಕಾರಣವಾಯಿತು. ಅಧಿಕಾರಿಗಳ ದೌರ್ಜನ್ಯಗಳ ವಿರುದ್ಧ ರೈತರು ಮಹಾರಾಜರಿಗೆ ಸಲ್ಲಿಸಿದ ದೂರುಗಳು ಭ್ರಷ್ಟ ಅಧಿಕಾರಿಗಳ ಕೈಚಳಕದಿಂದಾಗಿ ಮಹಾರಾಜರಿಗೆ ತಲುಪಲೇ ಇಲ್ಲ.

4) ನಗರ ಪ್ರದೇಶದ ರೈತರು ಹಲವು ವರ್ಷಗಳಿಂದ ಕಂದಾಯದ ಬಾಕಿಯನ್ನು ಉಳಿಸಿಕೊಂಡಿದ್ದರು. 1828ರ ವೇಳೆಗೆ ಬಾಕಿ ಉಳಿದಿದ್ದ ಕಂದಾಯದ ಮೊತ್ತ 13 ಲಕ್ಷ ರೂಪಾಯಿಗಳಾಗಿತ್ತು. 1827ರಲ್ಲಿ 7 1/2 ಲಕ್ಷ ರೂಪಾಯಿಗಳ ಕಂದಾಯದ ಬಾಕಿಯನ್ನು ಮಹಾರಾಜರ ಅನುಮತಿ ಪಡೆಯದೆ ಮನ್ನಾ ಮಾಡಲಾಗಿತ್ತು. ಮಹಾರಾಜ ಈ ಕ್ರಮವನ್ನು ಅಸಿಂಧುಗೊಳಿಸಿ **ಫ�ಜುದಾರನಾಗಿದ್ದ ಕೃಷ್ಣರಾವ್‌ನನ್ನು 1827ರಲ್ಲಿ ವಜಾಮಾಡಿ ಅವನ ಸ್ಥಾನದಲ್ಲಿ ವೀರರಾಜ ಅರಸ್‌ನನ್ನು ಫ�ಜುದಾರ್ ಆಗಿ ನೇಮಿಸಿದರು.** ನೂತನ ಫೌಜುದಾರ ಕಂದಾಯದ ಬಾಕಿಯನ್ನು ವಸೂಲಿ ಮಾಡಲು ಕ್ರಮಗಳನ್ನು ಕೈಗೊಂಡನು ಹಾಗೂ ಹಿಂದಿನ ಫೌಜುದಾರನ ಅವ್ಯವಹಾರಗಳ ಬಗ್ಗೆ ತನಿಖೆ ಆರಂಭಿಸಿದನು. ಅದರಿಂದ ಹೆದರಿದ ಹಿಂದಿನ ಫೌಜುದಾರನ ಬೆಂಬಲಿಗರು ಹಾಗೂ ಹಾಲಿ ಅಮಲ್ದಾರರು ಅತೃಪ್ತ ರೈತರನ್ನು ದಂಗೆ ಏಳುವಂತೆ ಪ್ರಚೋದಿಸಿದ್ದಲ್ಲದೆ ತಾವೂ ಕೂಡ ತಮ್ಮ ಬೆಂಬಲಿಗರೊಂದಿಗೆ ದಂಗೆ ಎದ್ದವರೊಂದಿಗೆ ಸೇರಿಕೊಂಡರು.

ದಂಗೆಯ ಪಥ

ನಗರ ದಂಗೆಯ ನಾಯಕನಾಗಿದ್ದವನು **ಸಾದರ ಮಲ್ಲ**. ಅವನು ಕುಂಸಿಯ ರೈತನೊಬ್ಬನ ಮಗ. ಬಾಲಾಪರಾಧಿಯಾಗಿದ್ದ ಅವನು ಹಲವು ದರೋಡೆ ಪ್ರಕರಣಗಳಲ್ಲಿ ಬಂಧಿಸಲ್ಪಟ್ಟು ಜೈಲು ಶಿಕ್ಷೆ ಅನುಭವಿಸಿದ್ದನು. ಜೈಲಿನಿಂದ ಬಿಡುಗಡೆಯಾದ ನಂತರ ಅವನು ನಗರದ ಕೊನೆಯ ಅರಸ **ಚನ್ನಬಸವ ನಾಯಕನ ಧಾರ್ಮಿಕ ಗುರುವಾಗಿದ್ದ ವಸಂತಯ್ಯ ಎಂಬ ಲಿಂಗಾಯತ ಜಂಗಮನ ಬಳಿ ಸೇವೆಗೆ ಸೇರಿಕೊಂಡನು**. ಆ ಜಂಗಮ ಮರಣಹೊಂದಿದ ನಂತರ ಅವನ ಬಳಿಯಿದ್ದ ನಗರದ ಅರಸನಿಗೆ ಸೇರಿದ ರಾಜಮುದ್ರೆಯನ್ನು ಕದ್ದು ಅದನ್ನು ಬಳಸಿಕೊಂಡು ತಾನು ನಗರದ ಅರಸ ದೊಡ್ಡ ಬಸವಪ್ಪನ ಮಗ ಎಂದು ಹೇಳಿಕೊಳ್ಳಲಾರಂಭಿಸಿದನು. 1812ರಲ್ಲಿ ಮತ್ತೆ ದರೋಡೆ ಪ್ರಕರಣವೊಂದರಲ್ಲಿ ಕೆನರಾದಲ್ಲಿ ಬಂಧಿಸಲ್ಪಟ್ಟು ದೀರ್ಘಾವಧಿ ಜೈಲು ಶಿಕ್ಷೆಗೆ ಗುರಿಯಾದನು. ಜೈಲಿನಿಂದ ಬಿಡುಗಡೆಯಾಗುವ ಸಂದರ್ಭದಲ್ಲಿ ತನ್ನ ಹೆಸರನ್ನು **ಬೂದಿ ಬಸವಪ್ಪ, ನಗರ ಖಾವಿಂದ್** ಎಂದು ಬದಲಾಯಿಸಿಕೊಂಡನು ಮತ್ತು ಅದೇ ಹೆಸರಿನಲ್ಲಿ ಕೆನರಾ ಜಿಲ್ಲಾ ನ್ಯಾಯಾಲಯದಿಂದ ಒಂದು ರಹದಾರಿ ಪತ್ರವನ್ನು ಪಡೆದುಕೊಂಡನು. ಕ್ರಮೇಣ ಜನರು ಅವನನ್ನು ನಗರದ ಅರಸನೆಂದು ಒಪ್ಪಿಕೊಂಡರು ಮತ್ತು 1830 ರ ಏಪ್ರಿಲ್‌ನಲ್ಲಿ ಅವನನ್ನು ನಗರದ ಸಿಂಹಾಸನದಲ್ಲಿ ಪ್ರತಿಷ್ಠಾಪಿಸಿದರು. ನಗರದ ನೂತನ ಫೌಜುದಾರ ವೀರರಾಜ ಅರಸ್‌ನನ್ನು ವಿರೋಧಿಸುತ್ತಿದ್ದ ಕೆಲವು ಹಿಂದಿನ ಫೌಜುದಾರರು ಹಾಗೂ ಹಾಲಿ ಅಮಲ್ದಾರರು ಅವನನ್ನು ಬೆಂಬಲಿಸಿದರು. ಜನರು ತನ್ನ ಬೆಂಬಲಿಸಿದರೆ ತಾನು ಕಂದಾಯದ ಎಲ್ಲ ಬಾಕಿಯನ್ನು ಮನ್ನಾ ಮಾಡುವುದಾಗಿ ಮತ್ತು ಕಂದಾಯದ ದರವನ್ನು ಕಡಿಮೆ ಮಾಡುವುದಾಗಿ ಬೂದಿ ಬಸವಪ್ಪ ಘೋಷಿಸಿದನು.

ನಗರ ಪ್ರದೇಶದ ಜನರಲ್ಲಿ ಮೊದಲಿನಿಂದಲೂ ಮೈಸೂರಿನ ಅರಸರ ಬಗ್ಗೆ ಗೌರವವಿರಲಿಲ್ಲ. ಕೆಳದಿ ರಾಜ್ಯದ ಪುನರ್ ಸ್ಥಾಪನೆಯನ್ನು ಬಯಸಿದ್ದ ಅವರು ಬೂದಿ ಬಸವಪ್ಪನನ್ನು ಬೆಂಬಲಿಸಿದರು. ಈಗ ಅವನು ತನ್ನದೆ ಒಂದು ಚಿಕ್ಕ ಸೈನ್ಯವನ್ನು ಕಟ್ಟಿಕೊಂಡು ಜನರಿಗೆ ದಂಗೆ ಏಳುವಂತೆ ಮತ್ತು ಕಂದಾಯದ ಪಾವತಿಯನ್ನು ನಿಲ್ಲಿಸುವಂತೆ ಜನರಿಗೆ ಕರೆ ನೀಡಿದನು. ದಂಗೆ ಮೊದಲು **ಚನ್ನಗಿರಿ ತಾಲ್ಲೂಕಿನಲ್ಲಿ** ಆರಂಭವಾಯಿತು. ಅಲ್ಲಿ **ಗೋಪಾಲರಾವ್** ದಂಗೆಯ ನಾಯಕನಾಗಿದ್ದನು. ಹಲವಾರು ಹಿಂದಿನ ಪಾಳೆಯಗಾರರು ತಮ್ಮ ಸ್ವಾರ್ಥ ಸಾಧನೆಗೆ ಬಂಡಾಯಗಾರರನ್ನು ಸೇರಿಕೊಂಡರು. ತರಿಕೆರೆಯ ಪಾಳೆಯಗಾರ **ರಂಗಪ್ಪ ನಾಯಕ** ತನ್ನ ಮಗ **ಹನುಮಪ್ಪ ನಾಯಕ** ಹಾಗೂ ಸೋದರಳಿಯ ಸರ್ಜಪ್ಪ ನಾಯಕನೊಂದಿಗೆ ಬಂಡಾಯಗಾರರನ್ನು ಸೇರಿಕೊಂಡನು. ಹಾನಗಲ್, ಹೊಳೆಹೊನ್ನೂರು, ಚಿತ್ರದುರ್ಗ, ಹೊಳಲ್ಕೆರೆ, ತರೀಕೆರೆ, ಹೊನ್ನಾಳಿ, ಬಸವಾಪಟ್ಟಣ ಮೊದಲಾದ ಭಾಗಗಳ ಜನರು ದಂಗೆಯಲ್ಲಿ ಪಾಲ್ಗೊಂಡರು. ಬೇಡ ಜಾತಿಗೆ ಸೇರಿದ ಕಂದಾಚಾರ ಪೊಲೀಸರಲ್ಲಿ ಬಹಳ ಮಂದಿ ಬಂಡಾಯಗಾರರನ್ನು ಸೇರಿಕೊಂಡರು. ಹೀಗೆ ನಗರ ಬಂಡಾಯ ತೀವ್ರ ಸ್ವರೂಪ ಪಡೆದುಕೊಂಡಾಗ 1830ರ ನವೆಂಬರ್‌ನಲ್ಲಿ ಫೌಜುದಾರ ವೀರರಾಜ ಅರಸ್‌ನನ್ನು ಹಿಂದಕ್ಕೆ ಕರೆಸಿಕೊಂಡು ಅವನ

ಸ್ಥಾನದಲ್ಲಿ ಪುನಃ ಕೃಷ್ಣರಾವ್‌ನನ್ನು ನಗರದ ಫೌಜುದಾರ್ ಆಗಿ ನೇಮಿಸಲಾಯಿತು. ಹೀಗೆ ಭಕ್ಷಿ ರಾಮರಾವ್ ಹಾಗೂ ಅವನ ಸಂಬಂಧಿಗಳು ಮಹಾರಾಜರ ಮೇಲೆ ಪ್ರಭಾವ ಬೀರಿ ಎರಡು ವರ್ಷಗಳ ಹಿಂದೆ ಹಣಕಾಸಿನ ಅವ್ಯವಹಾರದ ಆರೋಪದ ಮೇಲೆ ವಜಾಗೊಂಡಿದ್ದ ಕೃಷ್ಣರಾವ್‌ನನ್ನು ಮತ್ತೆ ನಗರದ ಫೌಜುದಾರನಾಗಿ ನೇಮಿಸುವಲ್ಲಿ ಸಫಲರಾದರು. ಆದರೆ ನೂತನ ಫೌಜುದಾರನಿಗೆ ಪರಿಸ್ಥಿತಿಯನ್ನು ನಿಯಂತ್ರಿಸುವುದು ಸಾಧ್ಯವಾಗಲಿಲ್ಲ. ಅದರಿಂದಾಗಿ ನಗರ ಪ್ರದೇಶದಲ್ಲಿ ವಾಸ್ತವವಾಗಿ ದ್ವಿಸರ್ಕಾರ ವ್ಯವಸ್ಥೆ ಜಾರಿಗೆ ಬಂದಿತು.

ಎಲ್ಲೆಲ್ಲಿಯೂ ಗೊಂದಲ, ಅರಾಜಕತೆ ಹಾಗೂ ದರೋಡೆಯ ಪರಿಸ್ಥಿತಿ ನಿರ್ಮಾಣವಾಯಿತು. ಪರಿಸ್ಥಿತಿ ತೀವ್ರಸ್ವರೂಪ ಪಡೆಯುತ್ತಿದ್ದಾಗ ಮತ್ತೆ ಕೃಷ್ಣರಾವ್‌ನನ್ನು ಪದಚ್ಯುತಿಗೊಳಿಸಿ ಅವನ ಸ್ಥಾನದಲ್ಲಿ ಸೈನ್ಯಾಧಿಕಾರಿಯೂ ಆಗಿದ್ದ ಅಣ್ಣಪ್ಪನನ್ನು ಫೌಜುದಾರ್ ಆಗಿ ನೇಮಿಸಲಾಯಿತು.

ಮಹಾರಾಜ ಕೃಷ್ಣರಾಜ ಒಡೆಯರ್ ಚನ್ನರಾಯಪಟ್ಟಣ, ತುಮಕೂರು, ಗುಬ್ಬಿ, ಬಾಣಾವರ ಮೊದಲಾದ ಪ್ರದೇಶಗಳಿಗೆ ಭೇಟಿ ನೀಡಿದನಾದರೂ ರೈತರ ಸಮಸ್ಯೆಗಳನ್ನು ಕೇಳಲು ನಿರಾಕರಿಸಿದರು. ಬಂಡಾಯಗಾರರ ವಿರುದ್ಧ ಕಠಿಣ ಕ್ರಮಗಳನ್ನು ಕೈಗೊಳ್ಳಲು ಅಧಿಕಾರಿಗಳಿಗೆ ಆದೇಶಿಸಿದರು. ಆದರೆ ರಾಜ್ಯದ ಸೇನಾಪಡೆಗೆ ದಂಗೆಯನ್ನು ಹತ್ತಿಕ್ಕುವುದು ಸಾಧ್ಯವಾಗಲಿಲ್ಲ. **ಕ್ಯಾಪ್ಟನ್ ರಾಕ್ ಫೋರ್ಟ್** ನಾಯಕತ್ವದ ಇಡೀ ಸಹಾಯಕ ಸೈನ್ಯವನ್ನು ಬಳಸಿಕೊಳ್ಳಲಾಯಿತು ಮತ್ತು ಮದರಾಸಿನಿಂದ ಹೆಚ್ಚುವರಿ ಸೈನ್ಯವನ್ನು ಕರೆಸಿಕೊಳ್ಳಲಾಯಿತು. 1831ರ ಮೇ ತಿಂಗಳ ವೇಳೆಗೆ ದಂಗೆಯನ್ನು ಪೂರ್ಣವಾಗಿ ದಮನ ಮಾಡಲಾಯಿತು. **ಬೂದಿ ಬಸವಪ್ಪನನ್ನು ಬಂಧಿಸಿ ನೇಣುಹಾಕಲಾಯಿತು.** 1831ರ ಮೇ 1ರಂದು ಮದ್ರಾಸ್ ಗವರ್ನರ್ **ಲೂಷಿಂಗ್‌ಟನ್** ಮೈಸೂರು ಸಂಸ್ಥಾನಕ್ಕೆ ಭೇಟಿ ನೀಡಿ ಮಹಾರಾಜನೊಂದಿಗೆ ಪರಿಸ್ಥಿತಿಯ ಬಗ್ಗೆ ಚರ್ಚಿಸಿದರು.

ಕೃಷ್ಣರಾಜ ಒಡೆಯರ ಪದಚ್ಯುತಿ

ಮಹಾರಾಜ ಮುಮ್ಮಡಿ ಕೃಷ್ಣರಾಜ ನಗರ ದಂಗೆಯನ್ನು ಹತ್ತಿಕ್ಕುವಲ್ಲಿ ಸಫಲರಾದರೂ ಕೂಡ ಕಂಪನಿ ಸರ್ಕಾರ ಈ ಘಟನೆಯನ್ನು ನೆಪವಾಗಿ ಬಳಸಿಕೊಂಡು ಅವರನ್ನು ಪದಚ್ಯುತಗೊಳಿಸಲು ನಿರ್ಧರಿಸಿತು. ಮಹಾರಾಜರ ದುರಾಡಳಿತದಿಂದ ದಂಗೆ ಸಂಭವಿಸಿತು ಎಂದು ಕಂಪನಿ ಸರ್ಕಾರ ಭಾವಿಸಿತು. ಈ ಸಂಬಂಧ **ಗವರ್ನರ್-ಜನರಲ್ ವಿಲಿಯಂ ಬೆಂಟಿಂಕ್** ಮಹಾರಾಜರಿಗೆ ಪತ್ರ ಬರೆದು ಮೈಸೂರಿನ ಆಡಳಿತವನ್ನು ಕಂಪನಿಯ ಸರ್ಕಾರವೇ ವಹಿಸಿಕೊಳ್ಳಲು ನಿರ್ಧರಿಸಿರುವ ಬಗ್ಗೆ ತಿಳಿಸಿದರು. ಅದರಂತೆ **ಕೃಷ್ಣರಾಜರನ್ನು ಪದಚ್ಯುತಗೊಳಿಸಿ 1831ರ ಅಕ್ಟೋಬರ್ 19 ರಂದು ಮೈಸೂರಿನ ಆಡಳಿತವನ್ನು ಬ್ರಿಟಿಷರೇ ವಹಿಸಿಕೊಂಡರು.** 1799ರ ಶ್ರೀರಂಗಪಟ್ಟಣ ಸಹಾಯಕ ಸೈನ್ಯ ಒಪ್ಪಂದದ 4 ಮತ್ತು 5ನೇ ವಿಧಿಗಳ ಪ್ರಕಾರ ಈ ಕ್ರಮ ಕೈಗೊಳ್ಳಲಾಯಿತು. ಕೃಷ್ಣರಾಜ ಒಡೆಯರಿಗೆ ವಾರ್ಷಿಕ ಒಂದು ಲಕ್ಷ ಸ್ಟಾರ್ ಪಗೋಡಗಳ ಪಿಂಚಣಿಯನ್ನು ಮಂಜೂರು ಮಾಡಲಾಯಿತು ಮತ್ತು ಮೈಸೂರಿನ ಅರಮನೆಯಲ್ಲಿ ವಾಸಿಸಲು ಅವಕಾಶ ನೀಡಲಾಯಿತು.

ಪದಚ್ಯುತಗೊಳಿಸುವ ಮೂಲಕ ಕೃಷ್ಣರಾಜರನ್ನು ಅವಮಾನಿಸಲಾಯಿತು. ದಂಗೆಯನ್ನು ದಮನ ಮಾಡಿದ ನಂತರ ಅದರ **'ಉಗಮ, ಬೆಳವಣಿಗೆ ಮತ್ತು ದಮನ'**ದ ಬಗ್ಗೆ ಪರಿಶೀಲಿಸಿ ವರದಿ ಮಾಡಲು ಕಂಪನಿ ಸರ್ಕಾರ ಒಂದು ವಿಚಾರಣಾ ಸಮಿತಿಯನ್ನು ನೇಮಿಸಿತು. ಅದರಲ್ಲಿ ಮೇಜರ್ ಜನರಲ್ ಹಾಕರ್, ಕರ್ನಲ್ ಡಬ್ಲು ಮಾರಿಸನ್, ಜೆ.ಎಂ. ಮ್ಯಾಕ್ಲಿಯಾಡ್ ಮತ್ತು ಲೆಫ್ಟಿನಂಟ್ ಕರ್ನಲ್ (ಮುಂದೆ ಸರ್.ಮಾರ್ಕ್)ಕಬ್ಬನ್ ಸದಸ್ಯರಾಗಿದ್ದರು. ಅದು 1833ರ ಡಿಸೆಂಬರ್‌ನಲ್ಲಿ ವರದಿ ಸಲ್ಲಿಸಿತು. ವರದಿಯಲ್ಲಿ ದಂಗೆಗೆ ಕೃಷ್ಣರಾಜರ ದುರಾಡಳಿತವೇ ಕಾರಣ ಎಂದು ಹೇಳಿರಲಿಲ್ಲ. ವಿಲಿಯಂ ಬೆಂಟಿಂಕ್ ಕೂಡ ತಾನು ಆತುರದ ನಿರ್ಧಾರ ತೆಗೆದುಕೊಂಡಿದ್ದನ್ನು ಅರಿತುಕೊಂಡು ಕೃಷ್ಣರಾಜ ಒಡೆಯರಿಗೆ ಅಧಿಕಾರವನ್ನು ಹಿಂದಿರುಗಿಸುವಂತೆ ಕಂಪನಿಯ ನಿರ್ದೇಶಕರ ಮಂಡಳಿಗೆ ಶಿಫಾರಸ್ಸು ಮಾಡಿದರು. ಆದರೆ ಅವರ ಶಿಫಾರಸ್ಸು ತಿರಸ್ಕೃತವಾಯಿತು.

ಕೃಷ್ಣರಾಜರು ತಮ್ಮ ಮಿತ್ರರು ಹಾಗೂ ಹಿತೈಷಿಗಳ ಮೂಲಕ ಅಧಿಕಾರವನ್ನು ಮರಳಿ ಪಡೆಯುವ ಪ್ರಯತ್ನಗಳನ್ನು ಮುಂದುವರಿಸಿದನು. 1865ರ ಜೂನ್ 18 ರಂದು 2 1/2 ವರ್ಷದ ಬಾಲಕ ಚಾಮರಾಜೇಂದ್ರ ಒಡೆಯನನ್ನು ದತ್ತು ಸ್ವೀಕರಿಸಿ ಅದಕ್ಕೆ ಮಾನ್ಯತೆ ನೀಡುವಂತೆ ಕಂಪನಿ ಸರ್ಕಾರಕ್ಕೆ ಮನವಿ ಮಾಡಿದರು. ಮಹಾರಾಜರ ಪರವಾಗಿ **ಸರ್. ಎಚ್.ರಾಲಿನ್‌ಸನ್** ನೇತೃತ್ವದ ಒಂದು ನಿಯೋಗ ಭಾರತದ ವ್ಯವಹಾರಗಳ ಕಾರ್ಯದರ್ಶಿಯನ್ನು ಭೇಟಿಯಾಗಿ ಮನವಿ ಸಲ್ಲಿಸಿತು. ದತ್ತಕದ ವಿಚಾರ ಬ್ರಿಟನ್ನಿನ ಸಂಸತ್ತಿನ **ಹೌಸ್ ಆಫ್ ಕಾಮನ್ಸ್**‌ನಲ್ಲಿ 1867ರ ಫೆಬ್ರವರಿ 22ರಂದು ಚರ್ಚಿಸಲ್ಪಟ್ಟು ಮಹಾರಾಜರ ಪರವಾಗಿ ಒಂದು ನಿರ್ಣಯ ಅಂಗೀಕಾರವಾಯಿತು. ಅದರಂತೆ 1867ರ ಏಪ್ರಿಲ್ 16ರಂದು **ಭಾರತದ**

ವ್ಯವಹಾರಗಳ ಕಾರ್ಯದರ್ಶಿ ಸರ್. ಸ್ಟಾಫೋರ್ಡ್ ನಾರ್ಥ್‌ಕೋರ್ಟ್ ಕೃಷ್ಣರಾಜರ ದತ್ತುಪುತ್ರನಿಗೆ ಅಧಿಕಾರ ಹಿಂದಿರುಗಿಸುವ ಸರ್ಕಾರದ ನಿರ್ಧಾರವನ್ನು ಹೌಸ್ ಆಫ್ ಕಾಮನ್ಸ್‌ನಲ್ಲಿ ಪ್ರಕಟಿಸಿದರು. ದತ್ತುಪುತ್ರ ಪ್ರಾಪ್ತ ವಯಸ್ಸಿಗೆ ಬಂದಾಗ ಆತನನ್ನು ಸಿಂಹಾಸನದಲ್ಲಿ ಪ್ರತಿಷ್ಠಾಪಿಸಲಾಗುವುದು ಎಂಬ ಭರವಸೆಯನ್ನು ಕೃಷ್ಣರಾಜರಿಗೆ ನೀಡಲಾಯಿತು. ಈ ತೃಪ್ತಿಯಿಂದಲೇ ಕೃಷ್ಣರಾಜ ಒಡೆಯ 1868ರ ಮಾರ್ಚ್ 27ರಂದು ನಿಧನನಾದರು. ಆಗ **ಬೆಂಜಮಿನ್ ಡಿಸ್ರೇಲಿ ಬ್ರಿಟನ್ನಿನ ಪ್ರಧಾನ ಮಂತ್ರಿಯಾಗಿದ್ದರು.**

1831 ರಿಂದ 1868 ರವರೆಗೆ ಸುಮಾರು 37 ವರ್ಷಗಳ ಕಾಲ ಮುಮ್ಮಡಿ ಕೃಷ್ಣರಾಜ ಒಡೆಯರ್ ಅಧಿಕಾರವನ್ನು ಮರಳಿ ಗಳಿಸಲು ಅವಿರತವಾಗಿ ಶ್ರಮಿಸಿದರು. ಅಪಾರವಾದ ಅವಮಾನವನ್ನು ಅನುಭವಿಸಿದನು. ಮೈಸೂರನ್ನು ಆಳಿದ ಕಮೀಷನರುಗಳಾದ ಕಬ್ಬನ್, ಬೌರಿಂಗ್ ಅನಗತ್ಯವಾಗಿ ಮಹಾರಾಜರನ್ನು ಅವಮಾನಿಸಿದರು. ಬ್ರಿಟಿಷ್ ಸಾಮ್ರಾಜ್ಯದಲ್ಲಿ ಮೈಸೂರನ್ನು ವಿಲೀನಗೊಳಿಸಬೇಕೆಂಬುದು ಅವರುಗಳ ನಿಲುವಾಗಿತ್ತು. ಆದರೆ ಮುಮ್ಮಡಿ ಕೃಷ್ಣರಾಜ ಎಲ್ಲ ಬಗೆಯ ಅವಮಾನವನ್ನು ಎದುರಿಸುತ್ತಾ ತನ್ನ ಪ್ರಯತ್ನಗಳನ್ನು ಮುಂದುವರಿಸಿದರು. 1857ರ ದಂಗೆಯ ಸಂದರ್ಭದಲ್ಲಿ ಬ್ರಿಟಿಷರಿಗೆ ಸಂಪೂರ್ಣವಾದ ನಿಷ್ಠೆಯನ್ನು ತೋರಿದರು.

ತಮಗಾದ ಅನ್ಯಾಯ, ಅವಮಾನ ಹಾಗೂ ತಮ್ಮ ಸಹಾಯಕತೆಯನ್ನು ಕೃಷ್ಣರಾಜ ತಮ್ಮ ಇಂಗ್ಲಿಷ್ ಮಿತ್ರರಿಗೆ ನಮ್ರವಾಗಿ ನಿವೇದಿಸಿಕೊಂಡನು. ಫಲವಾಗಿ ಹಲವಾರು ಬ್ರಿಟಿಷ್ ಅಧಿಕಾರಿಗಳು, ಬ್ರಿಟಿಷ್ ಸಂಸತ್ತಿನ ಸದಸ್ಯರು ಮಹಾರಾಜರನ್ನು ಬೆಂಬಲಿಸಿದರು. ರಾಜ್ಯದ ಅಧಿಕಾರವನ್ನು ಅವರಿಗೆ ಹಿಂದಿರುಗಿಸುವಂತೆ ಬ್ರಿಟಿಷ್ ಸರ್ಕಾರದ ಮೇಲೆ ಒತ್ತಡ ಹೇರಿದರು. ಕೊನೆಗೆ ಅವರೆಲ್ಲರ ಪ್ರಯತ್ನಗಳು ಫಲಿಸಿದವು. ಮುಮ್ಮಡಿಯವರ ಸಹನೆ, ಅಸಹಾಯಕ ಸ್ಥಿತಿ ಜನರ ಮೇಲೂ ಪ್ರಭಾವ ಬೀರಿ ಜನ ಸಾಮಾನ್ಯರು ಕೂಡ ಅಧಿಕಾರ ಹಿಂದಿರುಗಿಸುವಂತೆ ಭಾರತದ ಬ್ರಿಟಿಷ್ ಸರ್ಕಾರಕ್ಕೆ ಮೇಲಿಂದ ಮೇಲೆ ಮನವಿಗಳನ್ನು ಸಲ್ಲಿಸಿದರು. ಅವೆಲ್ಲದರ ಫಲವಾಗಿ ಕೃಷ್ಣರಾಜರ ದತ್ತುಪುತ್ರ ಚಾಮರಾಜೇಂದ್ರ ಒಡೆಯರಿಗೆ ಅಧಿಕಾರವನ್ನು ಅನುಭವಿಸುವ ಯೋಗ ದೊರೆಯಿತು. 1881ರಲ್ಲಿ ಐದು ದಶಕಗಳ ಕಾಲದ ಕಮಿಷನರ್ ಆಳ್ವಿಕೆ ಅಂತ್ಯಗೊಂಡು ರಾಜ್ಯಾಧಿಕಾರ ಒಡೆಯರ್ ವಂಶಕ್ಕೆ ಮರಳಿತು. ಅಂದರೆ ಕೃಷ್ಣರಾಜರು ಮರಣಿಸಿದ 13 ವರ್ಷಗಳ ನಂತರ ಸಂಸ್ಥಾನದ ಆಡಳಿತಾಧಿಕಾರ ಒಡೆಯರ್ ವಂಶಕ್ಕೆ ಮರಳಿತು.

ಮೂರನೇ ಕೃಷ್ಣರಾಜ ಒಡೆಯರ ಕಾಲದ ಕನ್ನಡ ಸಾಹಿತ್ಯ

ಹೊಸಗನ್ನಡ ಸಾಹಿತ್ಯದ ಅರುಣೊದಯದ ಕಾಲ

ಮೂರನೇ ಕೃಷ್ಣರಾಜರು ಸ್ವತಃ ವಿದ್ವಾಂಸರಾಗಿದ್ದು ತಮ್ಮ ಅಧಿಕಾರದ ಅವಧಿಯಲ್ಲಿ ಕವಿಗಳಿಗೆ, ವಿದ್ವಾಂಸರಿಗೆ ಆಶ್ರಯಧಾತರಾಗಿದ್ದರು. ಅವರು ಉದಾರಿಗಳಾಗಿದ್ದು ದಾನ, ಧರ್ಮಗಳಿಗೆ ಹೆಸರಾಗಿದ್ದರು. **"ಕೃಷ್ಣರಾಜ ಭೂಪ – ಮನೆಯಲ್ಲಿ ದೀಪ"** ಎಂಬ ಗಾದೆ ಮಾತು ಅವರ ವಿಷಯದಲ್ಲಿ ಉತ್ಪ್ರೇಕ್ಷೆಯೆನಿಸಲಾರದು.

ಕೃಷ್ಣರಾಜರ ಕಾಲದಲ್ಲಿ ಅಂದರೆ 19ನೇ ಶತಮಾನದ ಮೊದಲ 7 ದಶಕಗಳ ಕಾಲದಲ್ಲಿ ಕನ್ನಡ ಸಾಹಿತ್ಯ ವಿಫುಲವಾಗಿ ಬೆಳೆಯಿತು. ಸ್ವತಃ ಸಂಸ್ಕೃತ ಹಾಗೂ ಕನ್ನಡದಲ್ಲಿ ಮಹಾನ್ ವಿದ್ವಾಂಸರಾಗಿದ್ದ ಅವರು ಹಲವಾರು ವಿದ್ವಾಂಸರಿಗೆ ಆಶ್ರಯ ನೀಡಿದ್ದರು. ಅವರಲ್ಲಿ ಪ್ರಮುಖರು **ಯಾದವ ಕಬ್ಬಿಗ, ಕೆಂಪುನಾರಾಯಣ, ಬಸವಪ್ಪಶಾಸ್ತ್ರಿ, ಮುದ್ದಗಿರಿ ನಂಜಪ್ಪ, ಅಳಿಯ ಲಿಂಗರಾಜ, ಶ್ರೀನಿವಾಸ ಕವಿ, ದೇವಲಾಪುರದ ನಂಜುಂಡ, ಮಲೆಯೂರು ದೇವಚಂದ್ರ, ವೆಂಕಟರಾಮಶಾಸ್ತ್ರಿ, ತಮ್ಮಯ್ಯ ಕವಿ, ವೀಣೆ ವೆಂಕಟಸುಬ್ಬಯ್ಯ, ಶಾಂತರಾಜ ಪಂಡಿತ** ಮೊದಲಾದವರು. ಈ ಕನ್ನಡ ಸಾಹಿತಿಗಳ ಜೊತೆಗೆ ಹಲವು ಸಂಸ್ಕೃತ ಪಂಡಿತರೂ ಅವರ ಆಸ್ಥಾನದಲ್ಲಿದ್ದರು. ಅವರ ಕಾಲದ ಬಹುತೇಕ ವಿದ್ವಾಂಸರು ಉಭಯ ಭಾಷಾ ಪಂಡಿತರಾಗಿದ್ದರು. ಕವಿಜನರಿಗೆ ಆಶ್ರಯಧಾತರಾಗಿದ್ದ ಅವರು **'ಕನ್ನಡದ ಬೋಜರಾಜ'** ಎಂಬ ಬಿರುದಿಗೆ ಪಾತ್ರರಾಗಿದ್ದರು. ಅವರ ಪ್ರೋತ್ಸಾಹದಿಂದ ಕನ್ನಡ ಸಾಹಿತ್ಯದ ಎಲ್ಲ ಪ್ರಕಾರಗಳಲ್ಲಿ ಮಹತ್ವದ ಗ್ರಂಥಗಳು ರಚನೆಯಾದವು. ಈ ಕಾರಣದಿಂದ ಅವರ ಕಾಲವನ್ನು **'ಹೊಸಗನ್ನಡ ಸಾಹಿತ್ಯದ ಅರುಣೋದಯ ಕಾಲ'** ಎಂದು ವರ್ಣಿಸಲಾಗಿದೆ. ಗದ್ಯ ಸಾಹಿತ್ಯಕ್ಕೆ ಈ ಕಾಲದಲ್ಲಿ ಅಪಾರ ಮಹತ್ವ ದೊರೆಯಿತು. ಈ ಕಾಲದಲ್ಲಿ ರಚನೆಯಾದಷ್ಟು ಗದ್ಯ ಕೃತಿಗಳು ಹಿಂದೆಂದೂ ರಚನೆಯಾಗಿರಲಿಲ್ಲ. ಆದ್ದರಿಂದ ಈ ಕಾಲವನ್ನು ಕನ್ನಡ **'ಗದ್ಯ ಸಾಹಿತ್ಯದ ಸುವರ್ಣಯುಗ'** ಎಂದು ವರ್ಣಿಸಲಾಗಿದೆ.

ಗದ್ಯ ಸಾಹಿತ್ಯದ ಸುವರ್ಣಯುಗ : ಕೃಷ್ಣರಾಜರು ಪ್ರಾಚೀನ ಹಾಗೂ ನವೋದಯಗಳ ಸಂಧಿ ಕಾಲದಲ್ಲಿ ಜೀವಿಸಿದ್ದವರು. ಅವರು ಕನ್ನಡ ಹಾಗೂ ಸಂಸ್ಕೃತದಲ್ಲಿ ಅಪಾರ ಪಾಂಡಿತ್ಯ ಪಡೆದಿದ್ದರು. ಅಲ್ಲದೆ ವ್ಯವಹಾರಕ್ಕೆ ಅಗತ್ಯವಾದಷ್ಟು ಹಿಂದೂಸ್ತಾನಿ,

ಮರಾಠಿ ಭಾಷೆಗಳನ್ನು ತಿಳಿದಿದ್ದರು. ಅಂತೆಯೇ ಪರ್ಷಿಯನ್ ಮತ್ತು ತೆಲುಗು ಭಾಷೆಗಳ ಪರಿಚಯವೂ ಅವರಿಗಿತ್ತು. ಇಂಗ್ಲಿಷ್ ಭಾಷೆಯನ್ನು ತಕ್ಕಮಟ್ಟಿಗೆ ಕಲಿತಿದ್ದರು. ಹೀಗೆ ಬಹುಭಾಷಾ ವಿಶಾರದರಾಗಿದ್ದ ಕೃಷ್ಣರಾಜರು ತಮ್ಮ ವೈವಿಧ್ಯಮಯವಾದ ಗ್ರಂಥಗಳ ಮೂಲಕ ಕನ್ನಡ ಸಾರಸ್ವತ ಲೋಕವನ್ನು ಶ್ರೀಮಂತಗೊಳಿಸಿದರು.

ಗದ್ಯ ಸಾಹಿತ್ಯದ ಬಗ್ಗೆ ಕೃಷ್ಣರಾಜರು ಅಪಾರ ಒಲವು ಹೊಂದಿದ್ದರೆಂಬುದು ಅವರ ಕೃತಿಗಳಿಂದ ಸ್ಪಷ್ಟವಾಗುತ್ತದೆ. ಎರಡು, ಮೂರು ಕೃತಿಗಳನ್ನು ಹೊರತುಪಡಿಸಿದರೆ ಅವರ ಕೃತಿಗಳೆಲ್ಲವು ಗದ್ಯ ರೂಪದಲ್ಲಿವೆ. ಅಲ್ಲದೆ ಅವರ ಗದ್ಯದಲ್ಲೂ ವೈವಿಧ್ಯತೆ ಇದೆ. ಆದ್ದರಿಂದಲೇ ಅವರನ್ನು **"ಕನ್ನಡ ಗದ್ಯ ಸಾಹಿತ್ಯದ ಸೌರ್ವಭೌಮ"** ಎಂದು ಕೆಲವರು ವರ್ಣಿಸಿದ್ದಾರೆ. ಅವರಿಂದ ಪೋಷಿತರಾದ ಸಾಹಿತಿಗಳು ಗದ್ಯ ಗ್ರಂಥಗಳನ್ನೇ ಹೆಚ್ಚು ಸಂಖ್ಯೆಯಲ್ಲಿ ರಚಿಸಿದ್ದಾರೆ. **"ಪದ್ಯಂ ವಧ್ಯಂ, ಗದ್ಯಂ ಹೃದ್ಯಂ"**ಎಂಬ ಮುದ್ದಣನ ಮಾತು ಈ ಕಾಲಕ್ಕೆ ಸೂಕ್ತವಾಗಿ ಅನ್ವಯಿಸುತ್ತದೆ. ಈ ಕಾಲದ ಗದ್ಯ ಗ್ರಂಥಗಳಿಂದ ಆಧುನಿಕ ಗದ್ಯ ಸಾಹಿತ್ಯಕ್ಕೆ ಸುಭದ್ರ ಅಡಿಪಾಯ ದೊರೆಯಿತು.

ಕೃಷ್ಣರಾಜರ ಕೃತಿಗಳು

ಮೂರನೇ ಕೃಷ್ಣರಾಜರು ಇಷ್ಟೇ ಗ್ರಂಥಗಳನ್ನು ರಚಿಸಿದ್ದಾರೆಂದು ಖಚಿತವಾಗಿ ಹೇಳುವುದು ಸಾಧ್ಯವಿಲ್ಲ. ಅವರ ಕೃತಿಗಳಲ್ಲಿ ಸಾಮಾನ್ಯವಾಗಿ ಕೆಲವು ಹೆಗ್ಗುರುತುಗಳು ಕಂಡು ಬರುತ್ತವೆ. ಕೆಲವು ಗ್ರಂಥಗಳ ಕೊನೆಯಲ್ಲಿ ಬಿರುದುಗಳು, ಆರಂಭಿಸಿದ ಹಾಗೂ ಮುಕ್ತಾಯ ಮಾಡಿದ ಸಂವತ್ಸರಗಳು ಇವೆ. ತಾವು **"ಲೋಕೋಪಕಾರಾರ್ಥವಾಗಿ"** ಕೃತಿಗಳನ್ನು ರಚಿಸಿದ್ದಾಗಿ ಅವರು ಹೇಳಿಕೊಂಡಿದ್ದಾರೆ. ಸಂಸ್ಕೃತದ ಮಹತ್ವದ ಸಾಹಿತ್ಯವನ್ನು ಕನ್ನಡಕ್ಕೆ ತರಬೇಕೆಂಬ ಮಹದಾಸೆ ಅವರಿಗಿತ್ತೆಂದು ಕಾಣುತ್ತದೆ.

3ನೇ ಕೃಷ್ಣರಾಜರ ಸಾಹಿತ್ಯವನ್ನು **ಶ್ರೀನಿವಾಸ ಹಾವನೂರರು** ಈ ಕೆಳಗಿನಂತೆ ವರ್ಗೀಕರಿಸಿದ್ದಾರೆ.

1) **ದೇವತಾ ಸ್ತುತಿಗಳು** – 'ಚಾಮುಂಡಾ ಲಘು ನಿಘಂಟು', 'ರಾಮಕಥಾ ಪುಷ್ಪಮಂಜರಿ', ಕೃಷ್ಣ ಕಥಾ ಪುಷ್ಪಮಂಜರಿ ಮೊದಲಾದವು.

2) **ಶಾಸ್ತ್ರವಿಷಯಗಳು** – 'ತತ್ವನಿಧಿ', 'ಗ್ರಹಣಧರ್ಪಣ', 'ಸಂಖ್ಯಾರತ್ನ ಕೋಶ', 'ಚತುರಂಗ ಸಾರಸರ್ವಸ್ವ', 'ಚಕ್ರಮಂಜರಿ', 'ಜಾತಕ ಸಾಮ್ರಾಜ್ಯ ಟೀಕೆ' ಮೊದಲಾದವು.

3) **ಕವಿತೆ – 'ನಂಜುಂಡ ಶತಕ'**, ಭಾಮಾಕ (ಯಕ್ಷಗಾನ), ದಕ್ಷಾಧ್ವರಯಜ್ಞ ಕಥೆ (ಯಕ್ಷಗಾನ), ಪ್ರಸನ್ನಕೃಷ್ಣ ಕೊರವಂಜಿ ಕಥೆ (ಯಕ್ಷಗಾನ) ಮೊದಲಾದವು.

4) **ಮಹಾತ್ಮ್ಯ ಗ್ರಂಥಗಳು** – ಅಖಂಡ ಕಾವೇರಿ ಮಹಾತ್ಮ್ಯ, ಅರ್ಕಪುಷ್ಕರಿಣಿಮಹಾತ್ಮ್ಯ, ಕಾಶೀಖಂಡ, ಗಯಚರಿತ್ರೆ, 'ತಲಕಾವೇರಿ ಮಹಾತ್ಮ್ಯ', 'ಶಿವಧರ್ಮೋತ್ತರಖಂಡ', 'ಚುಂಚನಕಟ್ಟೆ ಮಹಾತ್ಮ್ಯ', ಶ್ರೀಶೈಲ ಮಹಾತ್ಮ್ಯ, ಹರದತ್ತಾಚಾರ್ಯರ ಚರಿತ್ರೆ, ಹಾಲಾಸ್ಯ ಮಹಾತ್ಮ್ಯ, ನಳೋಪಖ್ಯಾನ ಮೊದಲಾದವು.

5) **ಕಾವ್ಯಗದ್ಯ** – ಆಧ್ಯಾತ್ಮ ರಾಮಾಯಣ ಟೀಕೆ, ಕೃಷ್ಣಕಥಾ ಸಾರಸಂಗ್ರಹ, ರಾಮಕಥಾ ಕಲ್ಪವೃಕ್ಷ, ಕೃಷ್ಣಕಥಾ ರತ್ನಾಕರ, ಭಾಗವತ ಟೀಕಾ, ರಾಮಾಯಣ ಟೀಕಾ ಮೊದಲಾದವು.

6) **ಕಥೆಗಳು** – ಸೌಗಂಧಿಕಾ ಪರಿಣಯ (ಇದು ಪದ್ಯರೂಪದಲ್ಲೂ ಇದೆ), ಪಂಚತಂತ್ರ ಕಥೆ, ಬೇತಾಳ ಪಂಚವಿಂಶತಿ ಕಥೆ, ಬತ್ತೀಸಪತ್ಥಳಿ ಕಥೆ ಮೊದಲಾದವು.

7) **ನಾಟಕ ಗದ್ಯ** – ಮಾಲವಿಕಾಗ್ನಿ ಮಿತ್ರ, ವಿಕ್ರಮೋರ್ವಶೀಯ ಮತ್ತು ಶಾಕುಂತಲ ನಾಟಕ ನವೀನ ಟೀಕೆ. ಈ ಮೂರು ಕೃತಿಗಳನ್ನು **"ಕೃಷ್ಣರಾಜವಾಣಿವಿಲಾಸ ರತ್ನಾಕರ"** ಎಂಬ ಹೆಸರಿನಲ್ಲಿ ಗದ್ಯಾನುವಾದ ಮಾಡಿದ್ದಾರೆ. ಇವಲ್ಲದೆ ಉತ್ತರ ರಾಮಚರಿತ್ರ ಕಥೆ, ವತ್ಸರಾಜಕಥೆ ಈ ವರ್ಗಕ್ಕೆ ಸೇರಿದ ಕೃತಿಗಳು.

ಮೇಲಿನ ಕೃತಿಗಳಲ್ಲಿ ಸೌಗಂಧಿಕಾ ಪರಿಣಯ, ನಂಜುಂಡ ಶತಕ ಸೇರಿದಂತೆ 3–4 ಕೃತಿಗಳನ್ನು ಬಿಟ್ಟರೆ ಉಳಿದೆಲ್ಲವೂ ಗದ್ಯ ಗ್ರಂಥಗಳೇ ಆಗಿವೆ. ಇವೆಲ್ಲವನ್ನೂ ಕೃಷ್ಣರಾಜರೇ ರಚಿಸಿದರೆ ಎಂಬುದು ಸಂದೇಹಾಸ್ಪದ. ಕೆಲವು ಕೃತಿಗಳನ್ನು ಆಸ್ಥಾನ ವಿದ್ವಾಂಸರಿಂದ ಬರೆಸಿರಬಹುದೆಂದು ಆರ್. ನರಸಿಂಹಾಚಾರ್ ಮತ್ತಿತರ ಕವಿ ಚರಿತ್ರಕಾರರು ಅಭಿಪ್ರಾಯಪಟ್ಟಿದ್ದಾರೆ. ಆದಾಗ್ಯೂ ಅವರ ಗ್ರಂಥಗಳ ವೈವಿಧ್ಯತೆ ಹಾಗೂ ಸಂಖ್ಯೆಯನ್ನು ಗಮನಿಸಿದರೆ ಅವರ ಆಗಾಧ ಸಾಹಿತ್ಯ ಸೇವೆ ಸ್ಪಷ್ಟವಾಗುತ್ತದೆ.

ಮುದ್ರಣ : ಕೃಷ್ಣರಾಜರ ಕಾಲದಲ್ಲಿ 1842ರ ಸುಮಾರಿಗೆ ಅರಮನೆಯಲ್ಲಿ ಕಲ್ಲಿನ ಅಚ್ಚುಕೂಟ ಸ್ಥಾಪಿಸಲಾಗಿದ್ದು ಹಲವಾರು ಗ್ರಂಥಗಳನ್ನು ಸಚಿತ್ರವಾಗಿ ಮುದ್ರಿಸಲಾಗಿತ್ತೆಂದು ಶ್ರೀನಿವಾಸ ಹಾವನೂರರು ಹೇಳಿದ್ದಾರೆ. ದೇವಲಾಪುರದ ನಂಜುಂಡನ **'ಕೃಷ್ಣಭಕ್ತಿ ಸಾರ'** ಎಂಬ ಗ್ರಂಥದಲ್ಲಿ ಈ ಶಿಲಾಮುದ್ರಣ ಯಂತ್ರದ ಪ್ರಸ್ತಾಪವಿರುವುದನ್ನು ಹಾವನೂರರು ಗುರುತಿಸಿದ್ದಾರೆ. ಕೃಷ್ಣರಾಜರ ಬಹತೇಕ ಕೃತಿಗಳ ಹಸ್ತಪ್ರತಿಗಳು ಮೈಸೂರು ವಿ.ವಿ.ದ ಕನ್ನಡ ಅಧ್ಯಯನ ಸಂಸ್ಥೆಯ ಸಂಗ್ರಹದಲ್ಲಿವೆ.

ಕೆಲವು ಕೃತಿಗಳ ಕಿರುಪರಿಚಯ : ಸೌಗಂಧಿಕಾ ಪರಿಣಯ

ಇದು ಮುಮ್ಮಡಿಯವರ ಅತ್ಯಂತ ಮಹತ್ವದ ಗದ್ಯ ಗ್ರಂಥ. ಇದು ಪದ್ಯ ಹಾಗೂ ನಾಟಕ ರೂಪದಲ್ಲಿದೆ. ಇದು ಯಾವುದೇ ಕೃತಿಯ ಅನುವಾದವಾಗಿರದೆ ಬಹುಮಟ್ಟಿಗೆ ಸ್ವತಂತ್ರವಾದ ಕೃತಿಯಾಗಿದೆ. ತಮ್ಮದು ನವೀನ ಕಥೆಯೆಂದು ಕೃಷ್ಣರಾಜರೇ ಹೇಳಿಕೊಂಡಿದ್ದಾರೆ. ಇದರ ಕಥಾವಸ್ತು ಶಾಪಗ್ರಸ್ತನಾದ ದೇವೇಂದ್ರನನ್ನು ಕುರಿತದ್ದು. ದೂರ್ವಾಸ ಮುನಿಗಳ ಶಾಪದಿಂದಾಗಿ ದೇವೇಂದ್ರ ಭೂಲೋಕದಲ್ಲಿ ರತ್ನಪುರಿಯ ರಾಜ ಸುಚರಿತ್ರನ ಮಗ ಸುಗಂಧರಾಜನಾಗಿ ಹುಟ್ಟುತ್ತಾನೆ. ಅಂತೆಯೇ ಶಚಿದೇವಿಯೂ ಸೌಗಂಧಿಕಾದೇವಿ ಎಂಬ ಹೆಸರಿನಲ್ಲಿ ಕಳಿಂಗ ರಾಜನ ಮಗಳಾಗಿ ಜನಿಸುತ್ತಾಳೆ. ಆಕೆಯ ಸ್ವಯಂವರದ ಸಂದರ್ಭದಲ್ಲಿ ಸುಗಂಧರಾಜ ಎಂಟು ಪಣಗಳನ್ನು ಗೆದ್ದು ಸೌಗಂಧಿಕೆಯನ್ನು ವಿವಾಹವಾಗುತ್ತಾನೆ. ಮುಂದೆ ಶಾಪ ವಿಮೋಚನೆಯಾಗಿ ಇಂದ್ರ ಪದವಿಯನ್ನು ಪಡೆಯುತ್ತಾನೆ. ಈ ಕೃತಿಯಲ್ಲಿ ಉದ್ದಕ್ಕೂ ಕೃಷ್ಣರಾಜರು ಚಾಮುಂಡೇಶ್ವರಿಯನ್ನು, ನಂಜುಂಡೇಶ್ವರನನ್ನು ಸ್ತುತಿಸಿರುವುದು ವಿಶೇಷವಾಗಿದೆ. ಒಟ್ಟಾರೆ ಇದೊಂದು ಸುಂದರವಾದ ಕೃತಿ.

ವತ್ಸರಾಜನ ಕಥೆ : ಇದರ ಮತ್ತೊಂದು ಹೆಸರು **'ಶ್ರೀ ಕೃಷ್ಣರಾಜ ಸೂಕ್ತ ಮುಕ್ತಾವಳಿ'**. ಇದು ಸಂಸ್ಕೃತದ ಹರ್ಷನ ರತ್ನಾವಳಿ ನಾಟಕದ ಕನ್ನಡ ಗದ್ಯಾನುವಾದಂತಿದೆ. ಕೌಸಾಂಬಿಯ ರಾಜ ವತ್ಸರಾಜ ಸಿಂಹಳದ ರಾಜಕುಮಾರಿ ರತ್ನಾವಳಿಯನ್ನು ವಿವಾಹವಾಗುವ ಪ್ರಸಂಗವನ್ನು ಅತ್ಯಂತ ಕುತೂಹಲಕರ ರೀತಿಯಲ್ಲಿ ವರ್ಣಿಸಲಾಗಿದೆ.

ಶಾಕುಂತಲ ನಾಟಕ ನವೀನ ಟೀಕೆ : ಇದು ಕಾಳಿದಾಸನ ಶಾಕುಂತಲ ನಾಟಕವನ್ನು ಕನ್ನಡಕ್ಕೆ ತರುವ ಪ್ರಥಮ ಪ್ರಯತ್ನವಾಗಿದೆ. ನಾಟಕದಲ್ಲಿ ಕೆಲವು ಹೊಸಕಲ್ಪನೆಗಳನ್ನು ಸೇರಿಸಿದ್ದಾರೆ. ಉದಾಹರಣೆಗೆ ಶಾಕುಂತಲೆ ತನ್ನ ಮಗನಿಗೇ ಪಟ್ಟಕಟ್ಟಬೇಕೆಂಬ ಷರತ್ತನ್ನು ವಿಧಿಸಿ ದುಶ್ಯಂತನನ್ನು ವಿವಾಹವಾಗುವುದು ಮತ್ತು ಆರಂಭದಲ್ಲಿ ಬರುವ ದುಶ್ಯಂತನ ಪ್ರತಿಷ್ಠಾನಗರದ ವೈಭವ ಮೊದಲಾದವು.

ಆಧ್ಯಾತ್ಮ ರಾಮಾಯಣ :ಇದರ ಕಥಾವಸ್ತುವನ್ನು ಬ್ರಹ್ಮಾಂಡ ಪುರಾಣದಿಂದ ಆಯ್ಕೆ ಮಾಡಿಕೊಳ್ಳಲಾಗಿದೆ. ಇದು ಉಮಾ–ಮಹೇಶ್ವರರ ಸಂವಾದ ರೂಪದಲ್ಲಿದೆ. ಆರಂಭದಲ್ಲಿ ಮೈಸೂರು ಅರಸರ ಇತಿಹಾಸವನ್ನು ಸಂಕ್ಷಿಪ್ತವಾಗಿ ಪ್ರಸ್ತಾಪಿಸಲಾಗಿದೆ. ಯಥಾಪ್ರಕಾರ ಕೆಲವು ಕಲ್ಪನೆಗಳು ಕಥೆಯಲ್ಲಿ ಪ್ರವೇಶ ಪಡೆದಿವೆ. ಉದಾಹರಣೆಗೆ ರಾಮನು ಮಾಯಾಜಿಂಕೆಯನ್ನು ಹಿಡಿಯಲು ಹೋಗುವಾಗ ತನ್ನ ಪರ್ಣಕುಟೀರದಲ್ಲಿ ಮಾಯಾ ಸೀತೆಯನ್ನು ಇಟ್ಟು ಹೋಗುತ್ತಾನೆ. ನಿಜ ಸೀತೆ ಆಗ ಭೂಗರ್ಭದೊಳಗೆ ಸೇರಿಕೊಳ್ಳುತ್ತಾಳೆ. ರಾವಣ ಈ ಮಾಯಾ ಸೀತೆಯನ್ನು ಅಪಹರಿಸಿಕೊಂಡು ಹೋಗುವನು. ಮುಂದೆ ಅಗ್ನಿ ಪರೀಕ್ಷೆಯ ಸಂದರ್ಭದಲ್ಲಿ ಮಾಯಾ ಸೀತೆ ಅದೃಶ್ಯಳಾಗಿ ನಿಜ ಸೀತೆಯು ಭೂಮಿಯಿಂದ ಉದ್ಭವಿಸಿ ಬರುತ್ತಾಳೆ. ಈ ಕೃತಿಯಲ್ಲಿ ಕೆಲವು ಕಡೆ ವೈರಾಗ್ಯ–ಆಧ್ಯಾತ್ಮ ತತ್ವಗಳ ಭೋಧನೆ ಇರುವುದರಿಂದ ಇದಕ್ಕೆ ಆಧ್ಯಾತ್ಮ ರಾಮಾಯಣ ಎಂಬ ಹೆಸರು ನೀಡಲಾಗಿದೆ.

ಕೃಷ್ಣ ಕಥಾ ಸಾರಸಂಗ್ರಹದಲ್ಲಿ ಭಾರತ, ಭಾಗವತ, ಬ್ರಹ್ಮಾಂಡ ಹಾಗೂ ಸ್ಕಂದ ಪುರಾಣಗಳಲ್ಲಿ ಬರುವ ವಿಶ್ವಸೃಷ್ಟಿಯಿಂದ ಆರಂಭಿಸಿ ಶ್ರೀಕೃಷ್ಣನಿಗೆ ಸಂಬಂಧಿಸಿದ ಎಲ್ಲ ವಿಚಾರಗಳ ವಿವರಣೆ ಇದೆ. ಅಂತ್ಯದಲ್ಲಿ ಮಹಾವಿಷ್ಣುವಿನ ಹತ್ತು ಅವತಾರಗಳ ಬಗ್ಗೆ ವಿವರಿಸಲಾಗಿದೆ. ರಾಮಾವತಾರ ಭಾಗದಲ್ಲಿ ಬಹುತೇಕ ರಾಮಾಯಣವೇ ವಿವರಿಸಲ್ಪಟ್ಟಿದೆ. ಇದು ಅತ್ಯಂತ ಸರಳವಾದ ಗದ್ಯ ರೂಪದಲ್ಲಿದೆ.

ಗಯ ಚರಿತ್ರೆ ಟೀಕು : ಇದರ ಆರಂಭದಲ್ಲಿ **"ಮಹಾಭಾರತೋಕ್ತಮಾದ ಗಯ ಚರಿತ್ರೆಯ ಟೀಕನ್ನು ಬರೆಯುವುದಕ್ಕೆ"** ಎಂಬ ಮಾತು ಕಂಡುಬಂದಿದ್ದರೂ ಮಹಾಭಾರತದಲ್ಲಿ ಈ ಕಥೆ ಎಲ್ಲಿಯೂ ಪ್ರಸ್ತಾಪವಾಗಿಲ್ಲ. ಆದರೆ ಇದು ಕಂಡು ಬರುವುದು **'ಪುರಾಣ ನಾಮ ಚೂಡಾಮಣಿ'ಯಲ್ಲಿ** ಎಂಬುದು ಗಮನಾರ್ಹ. ಶ್ರೀಕೃಷ್ಣನಿಗೆ ಅಪಚಾರವೆಸಗಿದ ಗಯ ಎಂಬ ಗಂಧರ್ವನು ಹೆದರಿ ಅರ್ಜುನನ ರಕ್ಷಣೆ ಯಾಚಿಸುತ್ತಾನೆ. ಅರ್ಜುನ ರಕ್ಷಣೆಯ ಅಭಯ ನೀಡುತ್ತಾನೆ. ಮುಂದೆ ಇದು ಕೃಷ್ಣಾರ್ಜುನರ ಯುದ್ಧಕ್ಕೆ ಕಾರಣವಾಗಿ ಯುದ್ಧ ನೋಡಲು ಬಂದ ಪರಶಿವನು ಯುದ್ಧವನ್ನು ನಿಲ್ಲಿಸಿದ್ದಲ್ಲದೆ ಅರ್ಜುನನಿಗೆ ಪಾಶುಪತಾಸ್ತ್ರವನ್ನು ನೀಡುತ್ತಾನೆ ಎಂಬುದು ಈ ಕೃತಿಯ ಕಥಾವಸ್ತು.

ಹೀಗೆ ಕೃಷ್ಣರಾಜರು 60ಕ್ಕೂ ಹೆಚ್ಚು ವೈವಿಧ್ಯಮಯವಾದ ಗ್ರಂಥಗಳನ್ನು ರಚಿಸುವ ಮೂಲಕ ಕನ್ನಡ ಸಾಹಿತ್ಯವನ್ನು ಶ್ರೀಮಂತಗೊಳಿಸಿದರು. ಅವರ ಆಸ್ಥಾನದಲ್ಲಿ ಸದಾ ಸಾಹಿತ್ಯ ಸಂಬಂಧವಾದ ಚರ್ಚೆಗಳು ನಡೆಯುತ್ತಿದ್ದವು. ಅಂತಹ ಸಂದರ್ಭಗಳಲ್ಲಿ ಯಾರಿಗೂ ಸೋಲಿನಿಂದ ಅವಮಾನವಾಗದಂತೆ ಎಚ್ಚರ ವಹಿಸಿ ಎಲ್ಲರನ್ನು ಉಚಿತವಾಗಿ ಸತ್ಕರಿಸುತ್ತಿದ್ದರು. ಅವರ ಗದ್ಯದಲ್ಲಿ ವೈವಿದ್ಯತೆಯಿದೆ. ಸುದೀರ್ಘವಾದ ವಾಕ್ಯ ರಚನೆಯಿದ್ದರೂ ಅವರ ಗದ್ಯ ಸರಳವಾದುದು ಎಂಬುದು ಗಮನಾರ್ಹವಾಗಿದೆ.

ಕೃಷ್ಣರಾಜರ ಆಶ್ರಿತ ಕವಿಗಳು : ಕೆಂಪುನಾರಾಯಣ

ಕೃಷ್ಣರಾಜರ ಆಶ್ರಿತ ಕವಿಗಳಲ್ಲಿ ಪ್ರಸಿದ್ಧನಾದವನು ಕೆಂಪುನಾರಾಯಣ. ಈತನ ಮೂಲ ಹೆಸರು ನಾರಾಯಣ ಶರ್ಮ. ಮುದ್ರಾಮಂಜೂಷದ ಕೊನೆಯಲ್ಲಿ **"ಶ್ರೀ ನಾರಾಯಣ ಶರ್ಮ ವಿರಚಿತಮಪ್ಪ ಚಂಪೂ ಗ್ರಂಥದಲ್ಲಿ"** ಎಂಬ ವಾಕ್ಯವಿದೆ. ಬಹುಶಃ ಕೆಂಪುನಾರಾಯಣ ಅವನ ರೂಢನಾಮವಾಗಿರಬೇಕು. ತಾನು ಬ್ರಾಹ್ಮಣನೆಂದು ಹೇಳಿಕೊಂಡಿರುವುದನ್ನು ಬಿಟ್ಟರೆ ಬೇರೆ ವಿವರಗಳನ್ನು ನೀಡಿಲ್ಲ. **'ಮುದ್ರಾಮಂಜೂಷ'** ಕೆಂಪುನಾರಾಯಣನ ಏಕೈಕ ಗದ್ಯ ಕೃತಿಯಾಗಿದೆ. ಇದನ್ನು ಅವನು 1823ರಲ್ಲಿ ರಚಿಸಿದನು. ಈ ಕೃತಿ ಹಳೆಗನ್ನಡ, ನಡುಗನ್ನಡ ಮತ್ತು ಹೊಸಗನ್ನಡದ ಸಂಗಮವಾಗಿದೆ. ಪ್ರಾಚೀನ ಹಾಗೂ ನವ್ಯ ಗದ್ಯ ಶೈಲಿಯ ಸೇತುವೆ ಎಂದು ವರ್ಣಿಸಲ್ಪಟ್ಟಿರುವ ಈ ಗ್ರಂಥ ಪಾಶ್ಚಾತ್ಯರ ಪ್ರಭಾವಕ್ಕೆ ಮುಂಚಿನ ಐತಿಹಾಸಿಕ ಕಾದಂಬರಿಯಾಗಿದೆ. **"ಹೊಸಗನ್ನಡ ಗದ್ಯ ಸಾಹಿತ್ಯಕ್ಕೆ ಇವನು ತನ್ನ ಮುದ್ರಾಮಂಜೂಷದ ಮೂಲಕ ನಾಂದಿ ಹಾಡಿದನು"** ಎಂದು ತ.ಸು. ಶಾಮರಾಯರು ಬರೆದಿದ್ದಾರೆ. **"ಅವನ ಗದ್ಯ ಪ್ರೌಢವಾದುದಾದರೂ ಲಲಿತವಾಗಿದೆ, ಶಕ್ತಿಯುತವಾಗಿದೆ ಮತ್ತು ಸಾರವತ್ತಾಗಿದೆ"** ಎಂದು ಶ್ಯಾಮರಾಯರು ಬರೆದಿದ್ದಾರೆ.

ಕೆಂಪುನಾರಾಯಣನ ಗ್ರಂಥಕ್ಕೆ ವಿಶಾಖದತ್ತನ ಸಂಸ್ಕೃತದ **ಮುದ್ರಾರಾಕ್ಷಸ'** ಎಂಬ ನಾಟಕವೇ ಆಧಾರವಾಗಿದ್ದರೂ ಅವನು ಎಲ್ಲಿಯೂ ವಿಶಾಖದತ್ತನನ್ನು ಹೆಸರಿಸಿಲ್ಲ. ಮಹಾಕವಿ ರನ್ನ ತನ್ನ 'ಗಧಾಯುದ್ಧ' ಕ್ಕೆ ಮೂಲವಾದ ಪಂಪ ಭಾರತ ಮತ್ತು ಪಂಪನನ್ನು ಸ್ಮರಿಸದೆ, ಬಾಣ ಮತ್ತು ಕಾಳಿದಾಸನನ್ನು ಸ್ಮರಿಸಿದಂತೆ, ಕೆಂಪುನಾರಾಯಣನೂ ವಿಶಾಖದತ್ತನನ್ನು ನೆನೆಯದೆ ಪುರಾಣಗಳನ್ನು ಹೆಸರಿಸಿದ್ದಾನೆ. ಚಾಣುಕ್ಯ-ಚಂದ್ರಗುಪ್ತನ ಕಥೆ ಮೊದಲು ಕನ್ನಡ ಸಾಹಿತ್ಯದಲ್ಲಿ ಕಾಣಿಸಿಕೊಂಡಿದ್ದು ವಡ್ಡಾರಾಧನೆಯ (10ನೇ ಶತಮಾನ) **'ಚಾಣಕ್ಯರಿಸಿಯ ಕಥೆ'** ರೂಪದಲ್ಲಿ. ವಿಷ್ಣುಪುರಾಣ, ಬೃಹತ್ಕತೆ ಮೊದಲಾದ ಕೃತಿಗಳಲ್ಲಿ ಕಂಡುಬರುವ ವಿವರಗಳನ್ನು ಸಂಗ್ರಹಿಸಿದರೂ ಕೆಂಪುನಾರಾಯಣ ಇದನ್ನು ಸ್ವತಂತ್ರ ಗ್ರಂಥದ ರೂಪದಲ್ಲಿ ರಚಿಸಿದ್ದಾನೆ ಎಂಬುದು ಗಮನಾರ್ಹವಾಗಿದೆ.

ಭಾರತದ ಪ್ರಥಮ ಸಾಮ್ರಾಜ್ಯ ಚಂದ್ರಗುಪ್ತ ಮೌರ್ಯನಿಂದ ಸ್ಥಾಪಿತವಾದ ಮೌರ್ಯಸಾಮ್ರಾಜ್ಯ. ಚಾಣಕ್ಯನೆಂಬ ಬ್ರಾಹ್ಮಣನು ನಂದರನ್ನು ಪದಚ್ಯುತಗೊಳಿಸಿ ಚಂದ್ರಗುಪ್ತ ಮೌರ್ಯನನ್ನು ಪಾಟಲೀಪುತ್ರದ ಸಿಂಹಾಸನದಲ್ಲಿ ಪ್ರತಿಷ್ಠಾಪಿಸಿದ್ದು, ನಂದರ ಮಂತ್ರಿಯಾಗಿದ್ದ ಸ್ವಾಮಿಭಕ್ತ, ಅಮಾತ್ಯ ರಾಕ್ಷಸನ ತಂತ್ರಗಳಿಗೆ ಪ್ರತಿ ತಂತ್ರಗಳನ್ನು ಹೂಡಿ ಕೊನೆಯಲ್ಲಿ ಅಮಾತ್ಯ ರಾಕ್ಷಸನನ್ನು ಚಂದ್ರಗುಪ್ತನ ಮಂತ್ರಿಯಾಗುವಂತೆ ಮಾಡಿ ಕೊನೆಗೆ ತಪೋವನಕ್ಕೆ ತೆರಳುವುದು ಇದರ ಕಥಾ ವಸ್ತು. ಇಡೀ ಕಥೆ ಅತ್ಯಂತ ಕುತೂಹಲಕಾರಿಯಾದದು ಮತ್ತು □ದುಗರ ಆಸಕ್ತಿಯನ್ನು ಹಿಡಿದಿಟ್ಟುಕೊಳ್ಳುವಂತಹುದು. ಚಾಣುಕ್ಯನ ಪಾತ್ರ ಚಿತ್ರಣ □ದುಗರ ಮನಸ್ಸಿನಲ್ಲಿ ಬಹಳ ಕಾಲ ನಿಲ್ಲುತ್ತದೆ. ಅಂತೆಯೇ ರಾಕ್ಷಸನ ಸ್ವಾಮಿಭಕ್ತ ಚಂದನದಾಸನ ಮಿತ್ರಪ್ರೇಮ ಮೊದಲಾದವು ಅದ್ಭುತವಾಗಿ ಮೂಡಿಬಂದಿವೆ. ಈ ಗದ್ಯ ಕೃತಿಯ ಮೂಲಕ ಕೆಂಪುನಾರಾಯಣ ಕನ್ನಡ ಗದ್ಯ ಸಾಹಿತ್ಯಕ್ಕೆ ಭದ್ರವಾದ ಅಡಿಪಾಯ ಒದಗಿಸಿದನು. ಎಲ್ಲ ವಯೋಮಾನದವರೂ ಆಸಕ್ತಿಯಿಂದ □ದಬಹುದಾದ ಅತ್ಯುತ್ತಮ ಕೃತಿ ಇದಾಗಿದೆ.

ಅಳಿಯ ಲಿಂಗರಾಜ (1823-74)

ಮುಮ್ಮಡಿ ಕೃಷ್ಣರಾಜ ಒಡೆಯರ ಆಸ್ಥಾನದ ಕವಿಗಳಲ್ಲಿ ಬಹುಶಃ ಅತ್ಯಂತ ಪ್ರಸಿದ್ಧನಾದವನು ಅಳಿಯ ಲಿಂಗರಾಜ. 19ನೇ ಶತಮಾನದ ಕನ್ನಡ ಸಾಹಿತ್ಯ ಚರಿತ್ರೆಯಲ್ಲಿ ಈತ 3ನೇ ಕೃಷ್ಣರಾಜರ ನಂತರದ ಸ್ಥಾನದಲ್ಲಿದ್ದಾನೆ. ಈತ ಕಳಲೆ ಗ್ರಾಮದವನು. ಬಾಲ್ಯದಿಂದಲೂ 3ನೇ ಕೃಷ್ಣರಾಜರ ಪೋಷಣೆಯಲ್ಲಿ ಬೆಳೆದ ಇವನಿಗೆ ಕೃಷ್ಣರಾಜರು ತಮ್ಮ ಪುತ್ರಿಯರಾದ ದೊಡ್ಡ ಪುಟ್ಟತಾಯಮ್ಮಣ್ಣಿ ಮತ್ತು ಚಿಕ್ಕ ಪುಟ್ಟತಾಯಮ್ಮಣ್ಣಿಯನ್ನು ಕೊಟ್ಟು ವಿವಾಹ ಮಾಡಿದ್ದಲ್ಲದೆ ಅಪಾರ ಸಂಪತ್ತನ್ನು ನೀಡಿದ್ದರು. ಆದ್ದರಿಂದಲೇ ಅವನು **ಅಳಿಯ ಲಿಂಗರಾಜ** ಎಂದು ಹೆಸರಾದನು.

ಲಿಂಗರಾಜ ಆ ಕಾಲದ ಕವಿಗಳಲ್ಲಿ ಅಗ್ರಗಣ್ಯನಾಗಿದ್ದನು. ಕನ್ನಡ ಮತ್ತು ಸಂಸ್ಕೃತ ಭಾಷೆಗಳಲ್ಲಿ ಅವನಿಗೆ ಅಪಾರ ಪಾಂಡಿತ್ಯವಿತ್ತು. ಸಂಗೀತ, ನಾಟಕ, ಯಕ್ಷಗಾನದಲ್ಲಿ ಅವನಿಗೆ ಅಪಾರ ಆಸಕ್ತಿಯಿತ್ತು.

ಲಿಂಗರಾಜ 50ಕ್ಕೂ ಹೆಚ್ಚು ಕೃತಿಗಳನ್ನು ರಚಿಸಿದ್ದಾನೆ. ಮಾವ ಕೃಷ್ಣರಾಜರು ಗದ್ಯ ಗ್ರಂಥಗಳನ್ನು ರಚಿಸಿದರೆ ಲಿಂಗರಾಜ ಪದ್ಯ ಗ್ರಂಥಗಳನ್ನು ರಚಿಸಿದ್ದಾನೆ. ಬಹುಶಃ ಮಾವನಿಗೆ ಪ್ರತಿಸ್ಪರ್ಧಿಯಾಗಲು ಇಚ್ಚಿಸಲಿಲ್ಲವೇನೋ? ಆದರೂ ತನ್ನ ಕೃತಿಗಳಲ್ಲಿ ಅಲ್ಲಲ್ಲಿ ಗದ್ಯವನ್ನು ಬಳಸಿದ್ದಾನೆ. ಅವನ ಕೃತಿಗಳಲ್ಲಿ ಪ್ರಮುಖವಾದವು **ನರಪತಿ ಚರಿತೆ, ಪ್ರಭಾವತಿ ಪರಿಣಯ, ಗಿರಿಜಾ ಕಲ್ಯಾಣ, ನಳಕೂಬರ ವಿಲಾಸ, ಗಯಚರಿತ್ರೆ, ವೀರಭದ್ರಶತಕ, ಮಹಾಲಿಂಗಶತಕ,** ಮೊದಲಾದವು. ಅಲ್ಲದೆ ಸುಮಾರು 36–37 ಯಕ್ಷಗಾನ ಪ್ರಸಂಗಗಳನ್ನು ರಚಿಸಿದ್ದಾನೆ.

ಲಿಂಗರಾಜನ ಸಾಹಿತ್ಯ ಕೃಷಿಗೆ ಅವನ ಮಾವ ಹಾಗೂ ಮಡದಿಯರ ಬೆಂಬಲವಿತ್ತು. **'ನರಪತಿ ಚರಿತೆ'** ಚಂಪೂ ಶೈಲಿಯಲ್ಲಿರುವ ಒಂದು ಅಲಂಕಾರ ಗ್ರಂಥ. ಇದು ಮಾವನಾದ ಕೃಷ್ಣರಾಜನನ್ನು ಕುರಿತ ಸ್ತುತಿಪರವಾದ ಕೃತಿ. ಈ ಕೃತಿಯನ್ನು ತಿರುಮಲಾರ್ಯನ **'ಅಪ್ರತಿಮವೀರ ಚರಿತೆ'** ಮಾದರಿಯಲ್ಲಿ ರಚಿಸಿದ್ದಾನೆ.

'ಪ್ರಭಾವತಿ ಪರಿಣಯ' ಲಿಂಗರಾಜನ ಮಹಾಕಾವ್ಯವಾಗಿದೆ. ಇದು ವಾರ್ಧಿಕ ಷಟ್ಪದಿಯಲ್ಲಿರುವ ಬೃಹತ್ ಗ್ರಂಥ. ಹರಿವಂಶದಲ್ಲಿ ಬರುವ ರುಕ್ಮಣೀ ಕುಮಾರನು ಧನುಜಸುತೆ ಪ್ರಭಾವತಿಯನ್ನೊಲಿಸಿ ಪರಿಣಯವಾದ ಕಥೆಯನ್ನು ಇದು ಒಳಗೊಂಡಿದೆ. ಲಿಂಗರಾಜನ **'ಗಿರಿಜಾ ಕಲ್ಯಾಣ'** ಸಾಂಗತ್ಯ ರೂಪದಲ್ಲಿದೆ. ಇವಲ್ಲದೆ ಲಿಂಗರಾಜ **'ವೀರಭದ್ರಶತಕ', 'ಮಹಾಲಿಂಗಶತಕ', 'ವೀರೇಶ ತಾರಾವಳಿ', 'ವೀರೇಶಾಷ್ಟಕ', ವೀರಭದ್ರಾಷ್ಟಕ** ಮೊದಲಾದ ಸ್ತೋತ್ರ ಕೃತಿಗಳನ್ನು ರಚಿಸಿದ್ದಾನೆ. ತನ್ನ ಮನೆ ದೇವರು ಅಮಚವಾಡಿಯ ವೀರಭದ್ರಸ್ವಾಮಿಯ ಬಗ್ಗೆ ತನ್ನ ಅಪಾರವಾದ ಭಕ್ತಿಯನ್ನು ತೋರ್ಪಡಿಸಿದ್ದಾನೆ.

ಲಿಂಗರಾಜನಿಗೆ ನಾಟಕ, ಯಕ್ಷಗಾನದಲ್ಲಿ ಅಪಾರವಾದ ಆಸಕ್ತಿಯಿತ್ತು. ಅವನು ಸುಮಾರು 36–37 ಯಕ್ಷಗಾನ ಪ್ರಸಂಗಗಳನ್ನು ರಚಿಸಿದ್ದಾನೆ. ರಾಮಾಯಣ ಆದರಿಸಿದ ಅವನ ಯಕ್ಷಗಾನ ಕೃತಿಗಳು **ಲವಕುಶರ ಕಥೆ, ಚೂಡಾಮಣಿ, ಅಂಗದ ಸಂಧಾನ, ಸೀತಾ ಸ್ವಯಂವರ, ಲಂಕಾದಹನ, ವಾಲಿ ಸುಗ್ರೀವರ ಕಾಳಗ, ವನವಾಸ ರಾಮಾಯಣ, ಸೀತಾಪಹರಣ, ಮೈರಾವಣ ಕಥೆ,** ಮೊದಲಾದವು. ಮಹಾಭಾರತವನ್ನು ಆಧರಿಸಿ ಅವನು ರಚಿಸಿದ ಯಕ್ಷಗಾನ ಪ್ರಸಂಗಗಳು–**ಕೃಷ್ಣಾರ್ಜುನರ ಕಾಳಗ, ಗಯ ಚರಿತ್ರೆ, ದ್ರೌಪದಿ ಸ್ವಯಂವರ, ಬಭ್ರುವಾಹನ ಕಾಳಗ, ವಿರಾಟಪರ್ವ, ಇಂದ್ರಕೀಲ, ಸುಧನ್ವ ಕಾಳಗ** ಮೊದಲಾದವು. ಇವಲ್ಲದೆ ಶಿವ ಪುರಾಣದ ಆಧಾರದ ಮೇಲೆ **ಜಲಂದರ ಕಾಳಗ** ಹಾಗೂ ಭಾಗವತದ ಆಧಾರದ ಮೇಲೆ **ಮದಾಲಸಾ ಪರಿಣಯ** ಎಂಬ ಯಕ್ಷಗಾನ ರೂಪಕವನ್ನು ರಚಿಸಿದನು.

ಈ ಯಕ್ಷಗಾನ ಪ್ರಸಂಗಗಳು ಒಂದೊಂದು 100 ಪದ್ಯಗಳನ್ನು ಒಳಗೊಂಡಿದೆ. ಅವನ ಯಕ್ಷಗಾನ ಕೃತಿಗಳಲ್ಲಿ **ಅಂಗದ ಸಂಧಾನ, ಜಲಂಧರ ಕಾಳಗ, ಮದಾಲಸಾ ಪರಿಣಯ, ಕೃಷ್ಣಾರ್ಜುನರ ಕಾಳಗ, ಚೂಡಾಮಣಿ, ಇಂದ್ರಕೀಲ** ಈ ಆರು **ಮಹಾಯಕ್ಷಗಾನ ಕಾವ್ಯಗಳೆಂದು ಪರಿಗಣಿಸಲ್ಪಟ್ಟಿವೆ.** ಮುಮ್ಮಡಿಯವರ ಕಾಲದಲ್ಲಿ **'ಅರಮನೆ ನಾಟಕ ಸಂಘ'** ಸ್ಥಾಪನೆಯಾಗಿತ್ತು. ಲಿಂಗರಾಜ ತಾನೇ ಬರೆದ ನಾಟಕಗಳನ್ನು ನುರಿತ ನಟರು ಅಭಿನಯಿಸುತ್ತಿದ್ದುದನ್ನು ರಾತ್ರಿಯಿಡೀ ಕುಳಿತು ನೋಡಿ ಆನಂದಿಸುತ್ತಿದ್ದನು. ಲಿಂಗರಾಜನಷ್ಟು ಯಕ್ಷಗಾನ ಪ್ರಸಂಗಗಳನ್ನು ಬರೆದವರು ತೀರ ವಿರಳ.

ಲಿಂಗರಾಜ ಬಹುಮುಖ ಪ್ರತಿಭಾವಂತ ಕವಿಯಾಗಿದ್ದನು. ಅವನ ಕಾವ್ಯಗಳ ವಸ್ತುವಿನಲ್ಲಿ ತೀರಾ ಹೊಸದೇನೂ ಇರದಿದ್ದರೂ ಅವನ ವಿಶಿಷ್ಟ ಶೈಲಿಯಿಂದಾಗಿ ಅವನು ಬರೆದುದೆಲ್ಲವೂ ನವೀನವಾಗಿ ಕಾಣುತ್ತದೆ. ಮುಮ್ಮಡಿಯವರು ಅವನ ಪ್ರತಿಭೆಯನ್ನು ಮೆಚ್ಚಿ **"ಉಬಯ ಕವಿತಾ ವಿಶಾರದ"** ಎಂಬ ಬಿರುದನ್ನು ನೀಡಿ ಗೌರವಿಸಿದ್ದರು. ಲಿಂಗರಾಜನಲ್ಲಿ ಅಪಾರವಾದ ಸಂಪತ್ತು ಇದ್ದರೂ ಉದಾರಿಯಾಗಿ, ವಿನಯವಂತನಾಗಿ, ಸಹೃದಯನಾಗಿ, ವಿದ್ವಾಂಸರ ಸಂಪರ್ಕದಲ್ಲಿ ಹೆಚ್ಚು ಸಮಯ ಕಳೆಯುತ್ತಿದ್ದನು. ತನ್ನ ಮಾವನನಂತೆ ಅವನೂ ವಿದ್ವಾಂಸರಿಗೆ ಆಶ್ರಯಧಾತನಾಗಿದ್ದನು. ಅವರಲ್ಲಿ ಪ್ರಮುಖನಾದ **ಮುದ್ದಗಿರಿಯ ನಂಜಯ್ಯ** ಎಂಬ ಕವಿ ಯಕ್ಷಗಾನದಲ್ಲಿ ಅಪಾರ ಆಸಕ್ತಿ ಹೊಂದಿದ್ದನು. ಅವನು ಲಿಂಗರಾಜನ ಪ್ರೋತ್ಸಾಹದಿಂದ **'ತ್ರಿಪುರ ದಹನ', 'ರಾಧಾವಿಲಾಸ', 'ಸೋಮಶೇಖರ ಚಿತ್ರಶೇಖರ ಕಥೆ', 'ಚಂದ್ರಹಾಸನ ಕಥೆ',** ಮೊದಲಾದ ಯಕ್ಷಗಾನ ಪ್ರಸಂಗಗಳನ್ನು ರಚಿಸಿದನು.

ಲಿಂಗರಾಜನ ಯಕ್ಷಗಾನ ರೂಪಕಗಳಲ್ಲಿ **ಕೃಷ್ಣಾರ್ಜುನರ ಕಾಳಗ** ಶ್ರೇಷ್ಠ ಕೃತಿಯಾಗಿದೆ. ಮಹಾಭಾರತದಲ್ಲಿ ಕಂಡುಬರುವ ಒಂದು ಚಿಕ್ಕ ಪ್ರಸಂಗವನ್ನು ವಿಸ್ತರಿಸಿ ಬರೆದಿದ್ದಾನೆ. ಪಾಂಡವರು ವನವಾಸದಲ್ಲಿದ್ದಾಗ ಗಯನೆಂಬ ಗಂಧರ್ವ ಶ್ರೀಕೃಷ್ಣನ ಕೋಪಕ್ಕೆ ಗುರಿಯಾಗಿ ಅರ್ಜುನನ ರಕ್ಷಣೆ ಪಡೆದದ್ದು, ಮುಂದೆ ನಡೆದ ಕೃಷ್ಣಾರ್ಜುನರ ಬೀಕರ ಕಾಳಗ ಕೊನೆಗೆ

ದೇವಾನುದೇವತೆಗಳು ಆಗಮಿಸಿ ಯುದ್ಧವನ್ನು ನಿಲ್ಲಿಸಿದ್ದು ಇದರ ಕಥಾವಸ್ತು. ಮುಮ್ಮಡಿಯವರ ಗಯ ಚರಿತ್ರೆಯ ಕಥಾವಸ್ತುವು ಇದೇ ಆಗಿದ್ದರೂ ಲಿಂಗರಾಜ ಅದನ್ನು ಸ್ವಲ್ಪ ರೂಪಾಂತರಿಸಿದ್ದಾನೆ. ಲಿಂಗರಾಜನ 'ಇಂದ್ರಕೀಲ' ಯಕ್ಷಗಾನ ಪ್ರಸಂಗವು ಭಾರವಿಯ ಕಿರಾತಾರ್ಜುನೀಯ ಕಾವ್ಯದ ಮಾದರಿಯಲ್ಲಿದೆ.

ದೇವಚಂದ್ರ (1770–1841)

ಮಲೆಯೂರು ದೇವಚಂದ್ರ ಈ ಕಾಲದ ಮತ್ತೊಬ್ಬ ಪ್ರಸಿದ್ಧ ವಿದ್ವಾಂಸ. ಈತ ಕೃಷ್ಣರಾಜರ ತಂದೆಯ (ಚಾಮರಾಜ ಒಡೆಯರು) ಕಾಲದಲ್ಲಿ ಆಸ್ಥಾನದೊಂದಿಗೆ ಗುರುತಿಸಿಕೊಂಡಿದ್ದನು. ಜೈನ ಕವಿಯಾಗಿದ್ದ ದೇವಚಂದ್ರನಿಗೆ ಮಲೆಯೂರು (ಕನಕಗಿರಿ) ಪಾರ್ಶ್ವನಾಥ ಕುಲದೈವ. ಅವನು **'ರಾಜಾವಳಿ ಕಥಾಸಾರ'**, **'ರಾಮಕಥಾವತಾರ'**, **'ಪೂಜ್ಯಪಾದ ಚರಿತೆ, ಸುಮೇರು ಶತಕ, ಯಕ್ಷಗಾನ ಪ್ರವಚನ ಸಿದ್ಧಾಂತ** ಮೊದಲಾದ ಕೃತಿಗಳನ್ನು ರಚಿಸಿದನು.

ದೇವಚಂದ್ರನ ಅತ್ಯಂತ ಮಹತ್ವದ ಗ್ರಂಥ **ರಾಜಾವಳಿ ಕಥಾಸಾರ**. ಇದನ್ನು ಅವನೂ 1838ರಲ್ಲಿ ರಚಿಸಿದನು. ಈ ಗ್ರಂಥವನ್ನು ತಾನು ರಾಜಮನೆತನದ ಮಹಿಷಿ ದೇವೀರಮ್ಮಣ್ಣಿಯ ಅಪೇಕ್ಷೆಯಂತೆ ರಚಿಸಿದ್ದಾಗಿ ಹೇಳಿಕೊಂಡಿದ್ದಾನೆ. ಆದರೆ ಈ ಕೃತಿಯ ರಚನೆಗೆ ಕಾರಣನಾದವನು **ಕರ್ನಲ್ ಕೊಲಿನ್ ಮೆಕೆಂಜಿ** ಎಂಬುದು ಗಮನಾರ್ಹ. ಮೆಕೆಂಜಿಯನ್ನು ಬ್ರಿಟಿಷರು ಮೈಸೂರಿನ ಸರ್ವೆಕಾರ್ಯಕ್ಕಾಗಿ ಟಿಪುವಿನ ಮರಣಾನಂತರ ನೇಮಿಸಿದ್ದರು. ಅವನು ತನ್ನ ಕಾರ್ಯ ನಿಮಿತ್ತ ಮಲೆಯೂರು ಗ್ರಾಮಕ್ಕೆ 1804ರಲ್ಲಿ ಭೇಟಿನೀಡಿದ್ದಾಗ ಕನಕಗಿರಿಯ ಸ್ಥಳ ಪುರಾಣದ ಬಗ್ಗೆ ವಿಚಾರಿಸಿದನು. ಆಗ ದೇವಚಂದ್ರ ತಾನು ರಚಿಸಿದ್ದ ಪೂಜ್ಯಪಾದ ಚರಿತೆಯನ್ನು ಓದಿ ಹೇಳಿದನು. ಅದರಿಂದ ಪ್ರಭಾವಿತನಾದ ಮೆಕೆಂಜಿ **"ಕರ್ನಾಟಕ ದೇಶದೋಳ್ ನಡೆದ ಪ್ರಪಂಚಗಳನ್ನೆಲ್ಲ ಕ್ರೋಢೀಕರಿಸಿ"** ಬರೆದು ಕೊಡುವಂತೆ ತಿಳಿಸಿದ್ದರ ಫಲವಾಗಿ **'ರಾಜಾವಳಿ ಕಥಾಸಾರ'** ರಚನೆಯಾಯಿತು. **"ಈ ಕೃತಿ ಉದ್ದೇಶದಲ್ಲಿ ಕಲ್ಹಣನ ರಾಜತರಂಗಿಣಿಯನ್ನು ಹೋಲುತ್ತದೆ"** ಎಂದು ಡಾ.ಎಂ. ಚಿದಾನಂದಮೂರ್ತಿ ಹೇಳಿದ್ದಾರೆ. ರಾಜಾವಳಿ ಕಥಾಸಾರ ಬಹುತೇಕ ಜನಪ್ರಿಯ ಐತಿಹ್ಯಗಳ ಆಧಾರದ ಮೇಲೆ ರಚನೆಯಾದ ಗ್ರಂಥ. ಆದಾಗ್ಯೂ ಆ ಕಾಲದ ಇತಿಹಾಸ, ಧರ್ಮ, ಸಂಸ್ಕೃತಿ, ಕವಿಕೃತಿ ಮೊದಲಾದವುಗಳ ಬಗ್ಗೆ ತಿಳಿಯಲು ಉಪಯುಕ್ತವಾಗಿದೆ. ಇದರಲ್ಲಿ ದೇವಚಂದ್ರ ತನ್ನ ಹಿಂದಿನ ಕವಿಗಳ ಬಗ್ಗೆ ಪ್ರಸ್ತಾಪಿಸಿದ್ದಾನೆ. ಮುಖ್ಯವಾಗಿ ಸಾಮಂತಭದ್ರ, ನಾಗಚಂದ್ರ, ಕಂತಿ, ನೇಮಿಚಂದ್ರ, ಹಸ್ತಿಮಲ್ಲಾಚಾರ್ಯ, ಕೇಶವವರ್ಣಿ, ವಿಜಯಣ್ಣ, ರತ್ನಾಕರವರ್ಣಿ ಮೊದಲಾದವರ ಬಗ್ಗೆ ಉಪಯುಕ್ತ ಮಾಹಿತಿ ನೀಡಿದ್ದಾನೆ. ಆದರೆ ಅವನ ವಿವರಗಳಲ್ಲಿ ಕೆಲವು ಅಸಂಗತಗಳು ಕಂಡುಬರುತ್ತವೆ. ಆದ್ದರಿಂದ ಈ ಕೃತಿಯ ಮಾಹಿತಿಗಳನ್ನು ಎಚ್ಚರಿಕೆಯಿಂದ ಬಳಸಬೇಕಾಗುತ್ತದೆ. ಇದರಲ್ಲಿ ಮೈಸೂರು ಅರಸರ ವಂಶಾವಳಿ ಇದೆ. ಮೂರನೇ ಕೃಷ್ಣರಾಜ ಒಡೆಯರನ್ನು **ಸಕಲ ಶಾಸ್ತ್ರ ಪಾರಂಗತ** ಎಂದು ವರ್ಣಿಸಿದ್ದಾನೆ.

ರಾಮ ಕಥಾವತಾರ ದೇವಚಂದ್ರನ ಮತ್ತೊಂದು ಕೃತಿ. ಇದರಲ್ಲಿ ರಾಮಾಯಾಣದ ಕಥೆಯನ್ನು ಜೈನ ಸಂಪ್ರದಾಯಗಳಿಗೆ ಅನುಗುಣವಾಗಿ ಬಳಸಿಕೊಳ್ಳಲಾಗಿದೆ. ಇದನ್ನು 1797ರಲ್ಲಿ ಅಂದರೆ ಕೃಷ್ಣರಾಜರು ಅಧಿಕಾರಕ್ಕೆ ಬರುವ ಮೊದಲೇ ಬರೆದಿರಬೇಕೆಂದು ಭಾವಿಸಲಾಗಿದೆ. ಇದು ಹೊಯ್ಸಳರ ಕಾಲದ ಕವಿ ನಾಗಚಂದ್ರನ **"ರಾಯಚಂದ್ರಚರಿತ ಪುರಾಣ"** ದ ಕಥೆಯ ವಿಸ್ತೃತ ರೂಪವಾಗಿದೆ. ಈ ಕೃತಿಯಲ್ಲಿ ದೇವಚಂದ್ರನ ಸ್ವಂತಿಕೆ ಎಷ್ಟಿದೆ ಎಂಬುದನ್ನು ನಿರ್ಧರಿಸುವುದು ಕಠಿಣವಾಗಿದೆ. ಇದೊಂದು ಸಂಕಲನ ಗ್ರಂಥವಾಗಿದೆ. ಚಾವುಂಡರಾಯ ಪುರಾಣ ಸೇರಿದಂತೆ ಹಿಂದಿನ ಕೆಲವು ಕೃತಿಗಳಿಂದ ಪದ್ಯ, ಗದ್ಯ ಭಾಗಗಳನ್ನು ಸಂಗ್ರಹಿಸಿ ಈ ಕೃತಿ ಸಿದ್ದಪಡಿಸಿದ್ದಾನೆ.

ಬಸವಪ್ಪಶಾಸ್ತ್ರಿ (1843–91)

3ನೇ ಕೃಷ್ಣರಾಜ ಒಡೆಯರ ಆಸ್ಥಾನದಲ್ಲಿದ್ದ ಮತ್ತೊಬ್ಬ ಪ್ರತಿಭಾನ್ವಿತ ಕವಿ ಬಸವಪ್ಪಶಾಸ್ತ್ರಿಗಳು. ಇವರು ಜನಿಸಿದ್ದು ಬೆಂಗಳೂರು ಜಿಲ್ಲೆಯ ನಾರುಸಂದ್ರದಲ್ಲಿ 1843ರಲ್ಲಿ. ಅವರ ತಂದೆ ಮಹದೇವ ಶಾಸ್ತ್ರಿಗಳು 3ನೇ ಕೃಷ್ಣರಾಜ ಒಡೆಯರ ಪುರೋಹಿತರಾಗಿದ್ದರು. ಹೀಗಾಗಿ ಚಿಕ್ಕವಯಸ್ಸಿನಲ್ಲೇ ಬಸವಪ್ಪ ಶಾಸ್ತ್ರಿಗಳಿಗೆ ಅರಮನೆಯ ಸಂಪರ್ಕವಿತ್ತು. ಅಳಿಯ ಲಿಂಗರಾಜ, ಗರಳಪುರಿ ಶಾಸ್ತ್ರಿ ಮೊದಲಾದ ವಿದ್ವಾಂಸರ ಒಡನಾಟದಿಂದಾಗಿ ಅವರಲ್ಲಿ ಸಾಹಿತ್ಯದಲ್ಲಿ ಆಸಕ್ತಿ ಮೂಡಿತು. ಕನ್ನಡ ಮತ್ತು ಸಂಸ್ಕೃತ ಭಾಷೆಗಳಲ್ಲಿ ಅವರು ಅದ್ವಿತೀಯ ಪಂಡಿತರಾಗಿದ್ದರು. ತಮ್ಮ 18ನೇ ವಯಸ್ಸಿನಲ್ಲಿ ಅವರು **'ಕೃಷ್ಣರಾಜಾಭ್ಯುದಯ'** ಎಂಬ ಕಿರುಕೃತಿಯನ್ನು ರಚಿಸಿದ್ದರು.

ನಾಟಕ ಶಾಸ್ತ್ರಿಗಳ ಆಸಕ್ತಿಯ ಕ್ಷೇತ್ರವಾಗಿತ್ತು. ಅರಮನೆಯ ನಾಟಕ ಮಂಡಲಿಗೆ ಅವರು ನಾಟಕ ಬರೆದು ಕೊಡುವ

ಮೂಲಕ ಕನ್ನಡ ರಂಗಭೂಮಿಯ ಬೆಳವಣಿಗೆಗೆ ಕಾರಣರಾದರು. ಅವರು ಸಂಸ್ಕೃತದಿಂದ ಕನ್ನಡಕ್ಕೆ ಭಾಷಾಂತರಿಸಿದ ನಾಟಕಗಳು ಯಾವುವೆಂದರೆ **'ಕರ್ನಾಟಕ ಶಾಕುಂತಲ ನಾಟಕ'**, **'ಕನ್ನಡ ವಿಕ್ರಮೋರ್ವಶೀಯ ನಾಟಕ'**, **'ಕನ್ನಡ ಉತ್ತರರಾಮ ಚರಿತ ನಾಟಕ'**, (ಭವಭೂತಿ) **'ಕನ್ನಡ ರತ್ನಾವಳಿ (ಹರ್ಷ) ನಾಟಕ'**, **'ಕರ್ನಾಟಕ ಚಂಡ ಕೌಶಿಕ (ಕ್ಷಮೀಶ್ವರ ಕವಿ) ನಾಟಕ'** ಮತ್ತು **'ಮಾಲತಿ ಮಾಧವ'**. **'ಶಾಕುಂತಲ'** ಅತ್ಯುತ್ತಮ ಭಾಷಾಂತರವೆನಿಸಿದೆ. ಈ ಆರೂ ನಾಟಕಗಳು ಅರಮನೆಯ ರಂಗಭೂಮಿಗಾಗಿಯೇ ಬರೆದವುಗಳಾಗಿದ್ದವು.

ವಿಲಿಯಂ ಶೇಕ್ಸ್‌ಪಿಯರ್‌ನ ಒಥೆಲೊ ನಾಟಕವನ್ನು ಬಸವಪ್ಪ ಶಾಸ್ತ್ರಿ **'ಶೂರಸೇನ ಚರಿತ್ರೆ'** ಎಂಬ ಹೆಸರಿನಲ್ಲಿ ಭಾಷಾಂತರಿಸಿದರು. ಮೂಲಕೃತಿಗಳಿಗೆ ಎಲ್ಲಿಯೂ ಚ್ಯುತಿಯಾಗಿದ್ದಂತೆ ಭಾಷಾಂತರ ಮಾಡಿರುವುದು ಅವರ ಹೆಗ್ಗಳಿಕೆ. ಬಸವಪ್ಪ ಶಾಸ್ತ್ರಿ **'ಕನ್ನಡ ನಾಟಕ ಪಿತಾಮಹ"**, **'ಅಭಿನವ ಕಾಳಿದಾಸ'** ಎಂಬ ಬಿರುದುಗಳಿಗೆ ಪಾತ್ರರಾಗಿದ್ದರು.

ಭಾಷಾಂತರಗಳಲ್ಲದೆ ಅವರು ಕೆಲವು ಸ್ವತಂತ್ರ ಕೃತಿಗಳನ್ನು ರಚಿಸಿದ್ದಾರೆ. ಅವುಗಳು **'ಸಾವಿತ್ರಿ ಚರಿತೆ'**, **'ದಮಯಂತಿ ಸ್ವಯಂವರ'**, **'ನೀತಿಸಾರ ಸಂಗ್ರಹ'**, **'ರೇಣುಕಾ ವಿಜಯ'**, **'ಶಂಕರಶತಕ'**, **'ಕನ್ನಡ ವೈರಾಗ್ಯ ಶತಕ'**, **'ಕನ್ನಡ ನೀತಿ ಶತಕ'**, **ಬರ್ತೃಹರಿ ಸುಭಾಷಿತ** ಮೊದಲಾದವು. ಷಟ್ಪದಿಯ ರೂಪದಲ್ಲಿರುವ **'ದಮಯಂತಿ ಸ್ವಯಂವರ'** ಅವರ ಸ್ವತಂತ್ರ ಗ್ರಂಥಗಳಲ್ಲಿ ಪ್ರಮುಖವಾದುದು. ಇವರಲ್ಲಿ ದಮಯಂತಿಯ ವರ್ಣನೆ ಹೀಗಿದೆ. **"ಮದ್ದಾನೆಯ ನಡಿಗೆಯನ್ನು, ಚಂದ್ರಬಿಂಬದಂತಹ ಮನೋಹರವಾದ ಮುಖವನ್ನು, ನೈದಿಲೆಯ ದಳದಂತಹ ಕಣ್ಣುಗಳನ್ನು, ಮಲ್ಲಿಗೆಯ ಮೊಗ್ಗಿನಂತಹ ಹಲ್ಲುಗಳನ್ನು ಉಳ್ಳ, ಕಾಮಧ್ವಜದಂತಿರುವ ದಮಯಂತಿಯನ್ನು ನಳನು ನೋಡಿದನು"**.

ಬಸವಪ್ಪ ಶಾಸ್ತ್ರಿಗಳಿಗೆ ಇಂಗ್ಲಿಷ್ ಜ್ಞಾನ ಅಷ್ಟಾಗಿ ಇರಲಿಲ್ಲ. ಆದರೂ ಶ್ರೀ ಸುಬ್ಬರಾಯ ಎಂಬುವರಿಂದ ಓದಿಸಿ ಕೇಳಿ ಒಥೆಲೊ ನಾಟಕವನ್ನು ಭಾಷಾಂತರಿಸಿದ್ದಾಗಿ ಹೇಳಿಕೊಂಡಿದ್ದಾರೆ. ಈ ನಾಟಕವನ್ನು ಅವರು 1883ರಲ್ಲಿ ಭಾಷಾಂತರಿಸಿದರು. ಆ ವೇಳೆಗೆ ಕೃಷ್ಣರಾಜರು ಮರಣಿಸಿ 15 ವರ್ಷಗಳಾಗಿದ್ದವು. ಬಸವಪ್ಪ ಶಾಸ್ತ್ರಿಗಳ ಹೆಚ್ಚಿನ ಕೃತಿಗಳು ಕೃಷ್ಣರಾಜರು ಗತಿಸಿದ ನಂತರ ರಚನೆಯಾದವುಗಳು. ಬಸವಪ್ಪ ಶಾಸ್ತ್ರಿಗಳಿಗೆ ದಿವಾನ್ ರಂಗಾಚಾರ್ಲು ಅಪಾರ ಪ್ರೋತ್ಸಾಹ ನೀಡಿದರು. ಅಲ್ಲದೆ ಬಸವಪ್ಪ ಶಾಸ್ತ್ರಿಗಳಿಗೆ **'ಅಭಿನವ ಕಾಳಿದಾಸ'** ಎಂಬ ಬಿರುದನ್ನು ಮೈಸೂರು ಸರ್ಕಾರ ನೀಡಿ ಗೌರವಿಸಿತು.

ದೇವಲಾಪುರದ ನಂಜುಂಡ ಕವಿ : ಮೂರನೇ ಕೃಷ್ಣರಾಜ ಒಡೆಯರ ಕಾಲದ ಮತ್ತೊಬ್ಬ ಆಶ್ರಿತ ಕವಿ ದೇವಲಾಪುರದ ನಂಜುಂಡ. ಕೆಲವು ಕವಿಚರಿತ್ರಕಾರರು ಈತನನ್ನು ದ್ಯಾವಲಾಪುರದ ನಂಜಪ್ಪನೆಂದು ಕರೆದಿದ್ದಾರೆ. ಈ ವೀರಶೈವ ಕವಿಯ ಹುಟ್ಟೂರು ದೇವಾಲಾಪುರ. ಈತನ ಕೃತಿಗಳು ಬಹುತೇಕ ಕೃಷ್ಣರಾಜರನ್ನು ಕುರಿತ ಸ್ತುತಿಪರವಾದವು. ಅವುಗಳಲ್ಲಿ ಮುಖ್ಯವಾದವು **'ಕೃಷ್ಣರಾಜ ಪಟ್ಟಾಭಿಷೇಕ ವರ್ಣನೆ'**, **'ಕೃಷ್ಣರಾಜ ಭೋಗಾವಳಿ'**, **'ಸೌಗಂಧಿಕಾ ಪರಿಣಯ'**, **'ಕೃಷ್ಣರಾಜ ಶೃಂಗಾರ ಶತಕ'**, **'ಕೃಷ್ಣರಾಜೇಂದ್ರ ವೃತ್ತ ರತ್ನಾವಳಿ ಟೀಕೆ'**, **'ಕೃಷ್ಣರಾಜೇಂದ್ರ ಗೀತೆ'**, **'ಕೃಷ್ಣರಾಜೇಂದ್ರ ಭಕ್ತಿಸಾರ'** ಮೊದಲಾದವು. ಈ ಕೃತಿಗಳು ಷಟ್ಪದಿ, ಸಾಂಗತ್ಯ, ವೃತ್ತ, ಕಂದ ಹಾಗೂ ಯಕ್ಷಗಾನ ರೂಪದಲ್ಲಿವೆ. ನಂಜುಂಡನ **'ಸೌಗಂಧಿಕಾ ಪರಿಣಯ'** ಕೃಷ್ಣರಾಜ ಒಡೆಯರ ಅದೇ ಹೆಸರಿನ ಕೃತಿಯ ಸಂಕ್ಷಿಪ್ತ ರೂಪವಾಗಿದೆ ಮತ್ತು ಸಾಂಗತ್ಯ ರೂಪದಲ್ಲಿದೆ. ತನ್ನ ಆಶ್ರಯದಾತನಾಗಿದ್ದ ಕೃಷ್ಣರಾಜರನ್ನು ಕುರಿತು ಕವಿ ಹೀಗೆ ಬರೆದಿದ್ದಾನೆ. **"ಸಲಹಿದೊಡೆಯನು, ಬುದ್ಧಿವಿಧ್ಯೆಯ ಕಲಿಸಿರುವ ಗುರು, ಅನ್ನಪ್ರದನು ನೀನು, ನಿನ್ನ ಸುಗುಣಾವಳಿಯ ವರ್ಣಿಸೆ ಎನ್ನ ಜನ್ಮಕೆ ಫಲವಿದು"**.

ಯಾದವ ಕಬ್ಬಿಗ : 3ನೇ ಕೃಷ್ಣರಾಜರ ಆಶ್ರಯದಲ್ಲಿದ್ದ ಮತ್ತೊಬ್ಬ ಕವಿ ದೊಡ್ಡಬಳ್ಳಾಪುರದ ಯಾದವ ಕಬ್ಬಿಗ. ಈತ ಮಾಧ್ವ ಸಂಪ್ರದಾಯಕ್ಕೆ ಸೇರಿದವನು. ಈತನು ಹಳೆಗನ್ನಡ ಗದ್ಯದಲ್ಲಿ **'ಕಲಾವತಿ ಪರಿಣಯ'** ಎಂಬ ಗ್ರಂಥವನ್ನು ಬರೆದಿದ್ದಾನೆ. (1815) ವಚನ ಕಾವ್ಯ ಗದ್ಯ ರೂಪದಲ್ಲಿರುವ ಇದನ್ನು ಗೋವಿಂದ ಪೈಯವರು **ಕನ್ನಡದ ಮೊದಲ ಕಾದಂಬರಿ** ಎಂದು ಕರೆದಿದ್ದಾರೆ. ಸ್ವಕಲ್ಪಿತ ಕಥೆಯನ್ನು ಕಬ್ಬಿಗ ವಚನ ಕಾವ್ಯವಾಗಿ ಬರೆದಿದ್ದಾನೆ.

ಇತರ ಕವಿಗಳು : ಮೇಲೆ ಪ್ರಸ್ತಾಪಿಸಿದ ಪ್ರಮುಖರ ವಿದ್ವಾಂಸರಲ್ಲದೆ ಕೃಷ್ಣರಾಜರ ಆಸ್ಥಾನದಲ್ಲಿ ಇನ್ನು ಹಲವಾರು ಕವಿಗಳಿದ್ದರು. ಅವರಲ್ಲೊಬ್ಬನಾದ ತಮ್ಮಯ್ಯಕವಿ **'ರಾಜವಂಶ ರತ್ನಪ್ರಭೆ'** ಎಂಬ ಚಂಪೂ ಕಾವ್ಯವನ್ನು, ಮುದ್ದಗಿರಿ ನಂಜಪ್ಪ, **'ಕೃಷ್ಣರಾಜೇಂದ್ರವಿಲಾಸ'** ಎಂಬ ಗ್ರಂಥವನ್ನು, ಸೀತಾರಾಮ ಸೂರಿ **'ಸಹಸ್ರಾಯ ಕಥೆ'**, ವೆಂಕಟರಾಮ ಶಾಸ್ತ್ರಿಯು **ಅಮರುಕಟೀಕೆ, 'ಧನುರ್ಮಾಸ ಮಹಿಮೆ,' 'ಗಜಗೌರಿ ವ್ರತದ ಕಥೆ'** ಮೊದಲಾದ ಕೃತಿಗಳನ್ನು ರಚಿಸಿದರು. ರಾಮಕೃಷ್ಣಶಾಸ್ತ್ರಿಯು ತಾನೇ ಬರೆದ **'ಭುವನ ಪ್ರದೀಪಿಕೆ'** ಎಂಬ ಸಂಸ್ಕೃತ ಗ್ರಂಥಕ್ಕೆ ಕನ್ನಡ ಟೀಕೆಯನ್ನು ಬರೆದಿದ್ದಾನೆ.

ಕೆಳದಿಯ ರಾಮಲಿಂಗೇಶ್ವರ
ದೇವಾಲಯ ←

ಶಿವಮೊಗ್ಗದ ಶಿವಪ್ಪನಾಯಕನ
ಅರಮನೆ →

ಇಕ್ಕೇರಿಯ ಅಘೋರೇಶ್ವರ
ದೇವಾಲಯ ←

ಶ್ರೀರಂಗಪಟ್ಟಣದ ಗುಂಬಜ್ →

← ಮೈಸೂರಿನ ಚಾಮುಂಡಿ ಬೆಟ್ಟದ
ಮೇಲಿರುವ ನಂದಿ

ಮೈಸೂರಿನ ಅಂಬಾವಿಲಾಸ   →
ಅರಮನೆ

← ಮೈಸೂರಿನ ಚಾಮುಂಡಿ ಬೆಟ್ಟದ
ಮೇಲಿರುವ ಚಾಮುಂಡೇಶ್ವರಿ
ದೇಗುಲದ ಗೋಪುರ

ಹೀಗೆ ಮುಮ್ಮಡಿಯವರ ಕಾಲದಲ್ಲಿ ವಿಫುಲವಾದ ಸಾಹಿತ್ಯ ಸೃಷ್ಟಿಯಾಯಿತು. ಅವರ ಆಶ್ರಿತ ಕವಿಗಳಲ್ಲಿ ಜೈನರು, ವೀರಶೈವರು, ಬ್ರಾಹ್ಮಣ ಕವಿಗಳೆಲ್ಲರೂ ಇದ್ದರು. ಅವರುಗಳು ವೈವಿಧ್ಯಮಯವಾದ ಗ್ರಂಥಗಳನ್ನು ಕನ್ನಡದಲ್ಲಿ ರಚಿಸಿ ಕನ್ನಡ ಭಾಷೆ ಮತ್ತು ಸಾಹಿತ್ಯವನ್ನು ಶ್ರೀಮಂತಗೊಳಿಸಿದರು. ಗದ್ಯ ಕೃತಿಗಳನ್ನು ಹೆಚ್ಚಾಗಿ ರಚಿಸುವ ಮೂಲಕ ಕನ್ನಡ ಗದ್ಯ ಸಾಹಿತ್ಯದ ಬೆಳವಣಿಗೆಗೆ ಭದ್ರ ಅಡಿಪಾಯ ರೂಪಿಸಿದರು.

ದಸರಾ ಉತ್ಸವ : ಮುಮ್ಮಡಿ ಕೃಷ್ಣರಾಜರ ಕಾಲದಲ್ಲಿ ನವರಾತ್ರಿ ಅಥವಾ ದಸರಾ ಹಬ್ಬದ ಆಚರಣೆ ಮೈಸೂರಿನಲ್ಲಿ **1805ರ ನಂತರ ಆರಂಭವಾಯಿತು,** ಈ ಅವಧಿಯ ಮತ್ತೊಂದು ಮಹತ್ವದ ಬೆಳವಣಿಗೆಯೆಂದರೆ ದಸರಾ ಕಾರ್ಯಕ್ರಮಗಳನ್ನು ವೀಕ್ಷಿಸಲು ಅಪೇಕ್ಷಿಸಿದ ಬಿಳಿಯ ಅತಿಥಿಗಳಿಗಾಗಿ 1814ರಿಂದ ಒಂದು ದಿನ ಪ್ರತ್ಯೇಕವಾಗಿ ದಸರಾ ಉತ್ಸವ ನಡೆಸಲು ಆರಂಭಿಸಲಾಯಿತು. ಇದನ್ನು **ಯೂರೋಪಿಯನ್ ದರ್ಬಾರ್** ಎಂದೇ ಕರೆಯಲಾಯಿತು. ಮುಮ್ಮಡಿಯವರ ಕಾಲದಲ್ಲಿ ಹೆಚ್ಚು ಸಂಭ್ರಮದಿಂದ ದಸರಾ ಉತ್ಸವವನ್ನು ಆಚರಿಸಲಾಗುತ್ತಿತ್ತು.

ಮಾದರಿ ಪ್ರಶ್ನೆಗಳು

ಒಂದು ಅಂಕದ ಪ್ರಶ್ನೆಗಳು

1. ಮೈಸೂರು ಸಂಸ್ಥಾನದ ಆಡಳಿತಾಧಿಕಾರ ಒಡೆಯರ ವಂಶಕ್ಕೆ ಹಿಂದಿರುಗಿಸಲ್ಪಟ್ಟಾಗ ಮೊದಲ ದಿವಾನರಾಗಿ ನೇಮಕಗೊಂಡವರು ಯಾರು ?
2. ಮೈಸೂರಿನ ಪ್ರಥಮ ಬ್ರಿಟಿಷ್ ರೆಸಿಡೆಂಟ್ ಯಾರು ?
3. ಮೈಸೂರು ಸಂಸ್ಥಾನದಲ್ಲಿ ನೆಲೆಗೊಳಿಸಲ್ಪಟ್ಟ ಸಹಾಯಕ ಸೈನ್ಯದ ಪ್ರಥಮ ಕಮಾಂಡರ್ ಯಾರು ?
4. 1830-31ರ ನಗರ ರೈತ ದಂಗೆಯ ನಾಯಕ ಯಾರು ?
5. ಮುಮ್ಮಡಿ ಕೃಷ್ಣರಾಜ ಒಡೆಯರ ಪದಚ್ಯುತಿಗೆ ಕಾರಣವಾದ ಘಟನೆ ಯಾವುದು ?
6. 'ರಾಜಾವಳಿ ಕಥಾಸಾರ'ದ ಕರ್ತೃ ಯಾರು ?

ಹತ್ತು ಅಂಕದ ಪ್ರಶ್ನೆಗಳು

1. ನಗರ ರೈತ ದಂಗೆಯ ಕಾರಣಗಳು ಮತ್ತು ಪರಿಣಾಮಗಳನ್ನು ವಿವರಿಸಿ.
2. ಮುಮ್ಮಡಿ ಕೃಷ್ಣರಾಜ ಒಡೆಯರ ಕಾಲದಲ್ಲಿ ಕನ್ನಡ ಸಾಹಿತ್ಯ ಕ್ಷೇತ್ರದಲ್ಲಾದ ಬೆಳವಣಿಗೆಯನ್ನು ವಿವರಿಸಿ.

ಅಧ್ಯಾಯ – 20

ಮೈಸೂರಿನಲ್ಲಿ ಕಮೀಷನರುಗಳ ಆಡಳಿತ (1831–81)

Mysore under Commissioners Rule

1830–31ರ ನಗರ ದಂಗೆಯನ್ನು ನೆಪವನ್ನಾಗಿ ಮಾಡಿಕೊಂಡು ಮುಮ್ಮಡಿ ಕೃಷ್ಣರಾಜ ಒಡೆಯರನ್ನು ಪದಚ್ಯುತಗೊಳಿಸಿದ ಬ್ರಿಟಿಷರು ಮೈಸೂರು ಸಂಸ್ಥಾನದ ಆಡಳಿತವನ್ನು ನೇರವಾಗಿ ತಮ್ಮ ಕೈಗೆ ತೆಗೆದುಕೊಂಡರು. 1831ರಿಂದ 1881 ರವರೆಗೆ ಮೈಸೂರು ನೇರವಾಗಿ ಬ್ರಿಟಿಷರ ಆಳ್ವಿಕೆಯಲ್ಲಿತ್ತು.

ಈ ಅವಧಿಯಲ್ಲಿ **'ಕಮೀಷನರ್'** ಎಂಬ ಅಧಿಕಾರಿಗಳು ಆಡಳಿತವನ್ನು ನಿರ್ವಹಿಸಿದ್ದರಿಂದ ಈ ಐದು ದಶಕಗಳ ಕಾಲವನ್ನು **ಕಮೀಷನರುಗಳ ಆಡಳಿತ ಕಾಲವೆಂದು** ಕರೆಯಲಾಗಿದೆ. ಈ ಅವಧಿ ಆಧುನಿಕ ಮೈಸೂರಿನ ಚರಿತ್ರೆಯಲ್ಲಿ ಒಂದು ಅತ್ಯಂತ ಮಹತ್ವದ ಹಂತವಾಗಿದೆ. ಈ ಕಾಲಘಟ್ಟದಲ್ಲಿ ಅಸ್ತಿತ್ವದಲ್ಲಿದ್ದ ಹಿಂದೂ ಮಾದರಿ ಆಡಳಿತ ವ್ಯವಸ್ಥೆಯನ್ನು ಕೈಬಿಟ್ಟು ಬ್ರಿಟಿಷ್ ಮಾದರಿ ಆಡಳಿತ ವ್ಯವಸ್ಥೆಯನ್ನು ಜಾರಿಗೆ ತರಲಾಯಿತು. 1881ರ ವೇಳೆಗೆ, ಅಂದರೆ ಮತ್ತೆ ಆಡಳಿತ ಒಡೆಯರ್ ವಂಶಕ್ಕೆ ಮರಳುವ ವೇಳೆಗೆ, ಮೈಸೂರು ಸಂಸ್ಥಾನ ಭಾರತದಲ್ಲಿ ಒಂದು ಸುವ್ಯವಸ್ಥಿತ, ಶಾಂತಿಯುತ ಹಾಗೂ ಉತ್ತಮ ಆಡಳಿತ ಹೊಂದಿದ ರಾಜ್ಯವೆಂದು ಪರಿಗಣಿಸಲ್ಪಟ್ಟಿತ್ತು.

ಮೈಸೂರು ಸಂಸ್ಥಾನವು 1831ರ ಅಕ್ಟೋಬರ್ 19 ರಂದು ಬ್ರಿಟಿಷರ ನೇರ ಆಡಳಿತ ಅಂದರೆ ಕಮೀಷನರ್ ಆಡಳಿತಕ್ಕೆ ಒಳಗಾಯಿತು. ಪ್ರಾರಂಭದಲ್ಲಿ ಇಬ್ಬರು ಕಮೀಷನರುಗಳನ್ನು ನೇಮಿಸಲಾಯಿತು. ಒಬ್ಬ **ಹಿರಿಯ ಕಮೀಷನರ್** ಮತ್ತೊಬ್ಬ **ಕಿರಿಯ ಕಮೀಷನರ್** (Senior Commissioner and Junior Commissioner). ಹಿರಿಯ ಕಮೀಷನರ್‌ನನ್ನು ಗವರ್ನರ್–ಜನರಲ್‌ನು ಮತ್ತು ಕಿರಿಯ ಕಮೀಷನರ್‌ನನ್ನು ಮದ್ರಾಸ್ ಸರ್ಕಾರವೂ ನೇಮಿಸಿತು. 1832ರವರೆಗೆ ಇಬ್ಬರೂ ಕಮೀಷನರ್‌ಗಳೂ ಮದ್ರಾಸ್ ಸರ್ಕಾರದ ನಿಯಂತ್ರಣಕ್ಕೊಳಪಟ್ಟಿದ್ದರು. ಅನಂತರ ಅವರು ಭಾರತ ಸರ್ಕಾರ ಅಂದರೆ ಕಲ್ಕತ್ತಾ ಸರ್ಕಾರದ ನಿಯಂತ್ರಣಕೊಳ್ಳಪಟ್ಟರು.

ಮೊದಲ ಹಿರಿಯ ಕಮೀಷನರ್ ಆಗಿ ಕರ್ನಲ್ ಬ್ರಿಗ್ಸ್ ಮತ್ತು **ಮೊದಲ ಕಿರಿಯ ಕಮೀಷನರ್ ಆಗಿ ಸಿ.ಎಂ. ಲೂಷಿಂಗ್‌ಟನ್** ನೇಮಕಗೊಂಡರು. ಹಿರಿಯ ಕಮೀಷನರ್ ಅಧಿಕಾರ ವಹಿಸಿಕೊಳ್ಳುವ ಮೊದಲೇ ಅಂದರೆ 1831 ಅಕ್ಟೋಬರ್‌ನಲ್ಲಿ ಕಿರಿಯ ಕಮಿಷನರ್ ಲೂಷಿಂಗ್‌ಟನ್ ಅಧಿಕಾರ ವಹಿಸಿಕೊಂಡರು. ಅವರು ಆಗಿನ ಮದ್ರಾಸ್ ಗವರ್ನರ್ ಎಸ್.ಆರ್.ಲೂಷಿಂಗ್‌ಟನ್‌ನ ಸಹೋದರನಾಗಿದ್ದರು. ಅಧಿಕಾರ ವಹಿಸಿಕೊಂಡ ತಕ್ಷಣ ಲೂಷಿಂಗ್‌ಟನ್ ಕೆಲವು ಮಹತ್ವದ ಆಡಳಿತಾತ್ಮಕ ನಿರ್ಧಾರಗಳನ್ನು ತೆಗೆದುಕೊಂಡರು. ಹಿಂದಿನ ದಿವಾನ ಪೂರ್ಣಯ್ಯನ ಸಂಬಂಧಿಕನಾದ ವೆಂಕಟರಮಣಯ್ಯನನ್ನು ದಿವಾನನಾಗಿ ನೇಮಿಸಿದರು ಹಾಗೂ ಧಾರ್ಮಿಕ ಸಂಸ್ಥೆಗಳಿಗೆ ಹಿಂದೆ ನೀಡಲಾಗಿದ್ದ ಎಲ್ಲ ದತ್ತಿಗಳನ್ನು ರದ್ದುಪಡಿಸಿದರು. 1831ರ ಡಿಸೆಂಬರ್‌ನಲ್ಲಿ ಹಿರಿಯ ಕಮೀಷನರ್ ಆಗಿ ಕರ್ನಲ್ ಬ್ರಿಗ್ಸ್ ಅಧಿಕಾರ ವಹಿಸಿಕೊಂಡರು. ಅವರು ಲೂಷಿಂಗ್‌ಟನ್ ತೆಗೆದುಕೊಂಡಿದ್ದ ಎಲ್ಲ ನಿರ್ಧಾರಗಳನ್ನು ರದ್ದುಪಡಿಸಿದರು. ಬಾಬುರಾವ್‌ನನ್ನು ದಿವಾನನಾಗಿ ನೇಮಿಸಿದರು ಮತ್ತು ಹಿಂದೆ ಕೃಷ್ಣರಾಜ ಒಡೆಯರು ನೀಡಿದ್ದ ಎಲ್ಲ ಧಾರ್ಮಿಕ ದತ್ತಿಗಳನ್ನು ಹಿಂದಿನ ಫಲಾನುಭವಿಗಳಿಗೆ ಹಿಂದಿರುಗಿಸಿದನು. ಅದರ ಫಲವಾಗಿ ಹಿರಿಯ ಮತ್ತು ಕಿರಿಯ ಕಮೀಷನರುಗಳ ನಡುವೆ ತೀವ್ರ ಭಿನ್ನಾಭಿಪ್ರಾಯಗಳು ಮೂಡಿದವು. ಕೊನೆಗೆ ಹಿರಿಯ ಕಮೀಷನರ್ **ಕರ್ನಲ್ ಬ್ರಿಗ್ಸ್ 1832ರ ನವೆಂಬರ್‌ನಲ್ಲಿ ತಮ್ಮ ಹುದ್ದೆಗೆ ರಾಜೀನಾಮೆ ಸಲ್ಲಿಸಿದರು** ಮತ್ತು ಇಬ್ಬರು ಕಮೀಷನರುಗಳ ಬದಲು ಒಬ್ಬನೇ ಕಮೀಷನರ್‌ನನ್ನು ನೇಮಿಸುವಂತೆ ಕೇಂದ್ರ ಸರ್ಕಾರಕ್ಕೆ ಸಲಹೆ ಮಾಡಿದರು. ಅವರ ಸಲಹೆಯನ್ನು ಸರ್ಕಾರ 1834ರ ಏಪ್ರಿಲ್‌ನಲ್ಲಿ ಕಾರ್ಯಗತ ಮಾಡಿತು ಮತ್ತು **ಕರ್ನಲ್ ಮಾರಿಸನ್‌ರನ್ನು ಪ್ರಥಮ ಕಮೀಷನರ್** ಆಗಿ ನೇಮಿಸಿತು. **ಕರ್ನಲ್ ಬ್ರಿಗ್ಸ್‌ರನ್ನು ನಾಗಪುರ ಸಂಸ್ಥಾನದ ರೆಸಿಡೆಂಟ್** ಆಗಿ ನೇಮಿಸಲಾಯಿತು. **ಕಿರಿಯ ಕಮೀಷನರ್ ಮತ್ತು ದಿವಾನ್ ಪದವಿಗಳನ್ನು ರದ್ದುಪಡಿಸಲಾಯಿತು.** 1834ರ ಜೂನ್ 6ರಂದು ಮಾರ್ಕ್ ಕಬ್ಬನ್‌ರನ್ನು ಕಮೀಷನರ್ ಆಗಿ ನೇಮಿಸಲಾಯಿತು. ಆ ಸ್ಥಾನದಲ್ಲಿ ಕಾರ್ಯ ನಿರ್ವಹಿಸುತ್ತಿದ್ದ **ಕರ್ನಲ್ ಮಾರಿಸನ್‌ರನ್ನು ಕಲ್ಕತ್ತೆಯ ಸುಪ್ರೀಂ**

ಕೌನ್ಸಿಲ್‌ನ ಸದಸ್ಯರಾಗಿ ನೇಮಿಸಲಾಯಿತು. ಹೀಗೆ ಇಬ್ಬರು ಕಮೀಷನರುಗಳ ಮೂಲಕ ಆಡಳಿತ ನಡೆಸುವ ಪ್ರಯೋಗಕ್ಕೆ ಅಂತ್ಯ ಹಾಡಲಾಯಿತು. 1827ರಿಂದ 1834ರ ಜೂನ್‌ವರೆಗೆ ಮೈಸೂರಿನ ರೆಸಿಡೆಂಟ್ ಆಗಿದ್ದ **ಜೆ.ಎ.ಕಾಸಾ ಮೇಜರ್ ಅವರನ್ನು ತಿರುವಾಂಕೂರ್ ಸಂಸ್ಥಾನದ ರೆಸಿಡೆಂಟ್** ಆಗಿ ವರ್ಗಾಯಿಸಲಾಯಿತು.

ಮಾರ್ಕ್ ಕಬ್ಬನ್ (1834-1861)

ಪ್ರಾರಂಭಿಕ ಜೀವನ : ಮಾರ್ಕ್ ಕಬ್ಬನ್ 1785ರಲ್ಲಿ ಜನಿಸಿದರು. ಅವರ ತಂದೆ ಒಬ್ಬ ಪಾದ್ರಿ. 1801ರಲ್ಲಿ ತಮ್ಮ 16ನೇ ವಯಸ್ಸಿನಲ್ಲಿ ಭಾರತಕ್ಕೆ ಬಂದ ಕಬ್ಬನ್ ಮದ್ರಾಸ್ ಪದಾತಿ ಪಡೆಯಲ್ಲಿ ಸೈನಿಕನಾಗಿ ತಮ್ಮ ವೃತ್ತಿಯನ್ನು ಆರಂಭಿಸಿದರು. ಪಿಂಡಾರಿಗಳನ್ನು ದಮನ ಮಾಡುವ ಕಾರ್ಯದಲ್ಲಿ ಕ್ರಿಯಾಶೀಲ ಪಾತ್ರ ವಹಿಸಿದರು ಮತ್ತು ಕರ್ನಲ್ ಪದವಿಗೆ ಬಡ್ತಿ ಪಡೆದರು. ಕಬ್ಬನ್ ಮೈಸೂರಿನ ಸೇವೆಗೆ ಸೇರಿಕೊಂಡಿದ್ದು ಅವರ ಸೋದರಮಾವ ಇತಿಹಾಸಕಾರ ಮಾರ್ಕ್ ವಿಲ್ಕ್ಸ್‌ನ ಸಹಾಯದಿಂದ. ಮಾರ್ಕ್ ಕಬ್ಬನ್ ಮೈಸೂರಿನ ಕಮೀಷನರ್–ಜನರಲ್ ಆಗಿ, ನಗರ ದಂಗೆಯ ಬಗ್ಗೆ ತನಿಖೆ ನಡೆಸಲು ಗವರ್ನರ್–ಜನರಲ್ ರಚಿಸಿದ ಸಮಿತಿಯ ಸದಸ್ಯನಾಗಿ ಮತ್ತು 1833ರಿಂದ ಮೈಸೂರಿನ ಕಿರಿಯ ಕಮೀಷನರ್ ಆಗಿ ಕಾರ್ಯ ನಿರ್ವಹಿಸಿದರು.

1834ರಲ್ಲಿ ಮೈಸೂರಿಗೆ ಒಬ್ಬನೇ ಕಮೀಷನರ್‌ನ್ನು ನೇಮಿಸುವ ತೀರ್ಮಾನವಾದ ನಂತರ ಮಾರ್ಕ್ ಕಬ್ಬನ್ ಕಮೀಷನರ್ ಆಗಿ ನೇಮಕಗೊಂಡರು. (ಜೂನ್ 6). ಆಗ ಅವರಿಗೆ 49 ವರ್ಷಗಳು. 1834ರಿಂದ 1861 ರವರೆಗೆ ಸತತವಾಗಿ 27 ವರ್ಷಗಳು ಕಾಲ ಮೈಸೂರಿನ ಕಮೀಷನರ್ ಆಗಿದ್ದ ಕಬ್ಬನ್ ರಾಜ್ಯದ ಅಭಿವೃದ್ಧಿಗೆ ಕೊಟ್ಟ ಕೊಡುಗೆ ಅಪಾರ.

ಆಡಳಿತ ಸುಧಾರಣೆಗಳು

ಕಬ್ಬನ್ ಆಡಳಿತ ಕಾಲವನ್ನು ಎರಡು ಭಾಗಗಳಾಗಿ ವಿಭಾಗಿಸಬಹುದು. ಮೊದಲ ಭಾಗ 1834ರಿಂದ 1855 ರವರೆಗೆ ಮತ್ತು ಎರಡನೇ ಅವಧಿ 1856ರಿಂದ 1861ರವರೆಗೆ. ಮೊದಲ ಅವಧಿಯಲ್ಲಿ ಕಬ್ಬನ್ ಸರ್ಕಾರದ ವಿವಿಧ ಇಲಾಖೆಗಳ ದೋಷಗಳನ್ನು ಸರಿಪಡಿಸಲು, ಭ್ರಷ್ಟಾಚಾರವನ್ನು ನಿರ್ಮೂಲ ಮಾಡಿ ರಾಜ್ಯದ ಆದಾಯವನ್ನು ಹೆಚ್ಚಿಸಲು, ಕೃಷಿಕರನ್ನು ಶೋಷಣೆ ಮತ್ತು ದಬ್ಬಾಳಿಕೆಯಿಂದ ರಕ್ಷಿಸಲು ಹಾಗೂ ಅಸ್ತಿತ್ವದಲ್ಲಿದ್ದ ಆಡಳಿತ ವ್ಯವಸ್ಥೆಯನ್ನು ಉಳಿಸಿಕೊಳ್ಳಲು ಪ್ರಯತ್ನ ನಡೆಸಿದರು. ಎರಡನೆಯ ಅವಧಿಯಲ್ಲಿ ಆಡಳಿತಾತ್ಮಕ ಬದಲಾವಣೆಯನ್ನು ಜಾರಿಗೆ ತರಲು ಪ್ರಯತ್ನಿಸಿದರು. ಈ ಅವಧಿಯನ್ನು **'ಪರಿವರ್ತನೆಯ ಕಾಲ'** ಎಂದು ಕರೆಯಲಾಗಿದೆ.

ಕಬ್ಬನ್ ಅಧಿಕಾರ ವಹಿಸಿಕೊಂಡಾಗ ರಾಜ್ಯದಲ್ಲಿ 6 ಫೌಜುದಾರಿಗಳಿದ್ದವು. ಕಬ್ಬನ್ ಅವುಗಳನ್ನು ನಾಲ್ಕು ವಿಭಾಗಳಾಗಿ ಪುನರಚಿಸಿದರು. ಅವುಗಳು, **1) ಬೆಂಗಳೂರು 2) ಚಿತ್ರದುರ್ಗ 3) ಪಟ್ಟಣ ಅಷ್ಟಗ್ರಾಮ** ಮತ್ತು **4) ನಗರ** (ಬಿದನೂರು). ಪ್ರತಿಯೊಂದು ವಿಭಾಗವನ್ನು ಒಬ್ಬ ಐರೋಪ್ಯ ಸೂಪರಿಂಟೆಂಡೆಂಟನ ನಿಯಂತ್ರಣಕ್ಕೆ ಒಳಪಡಿಸಲಾಯಿತು. ಅವರುಗಳು ನ್ಯಾಯಾಧೀಶರಾಗಿಯೂ ಕಾರ್ಯ ನಿರ್ವಹಿಸುತ್ತಿದ್ದರು. ಈ ವಿಭಾಗಗಳು ಒಟ್ಟು 120 ತಾಲ್ಲೂಕುಗಳನ್ನು ಒಳಗೊಂಡಿದ್ದವು. ಮುಂದೆ ಅವುಗಳ ಸಂಖ್ಯೆಯನ್ನು ಕಡಿಮೆ ಮಾಡಲಾಯಿತು. ಚಿಕ್ಕ ತಾಲ್ಲೂಕುಗಳನ್ನು ದೊಡ್ಡ ತಾಲ್ಲೂಕುಗಳಲ್ಲಿ ವಿಲೀನಗೊಳಿಸಲಾಯಿತು. ತಾಲ್ಲೂಕುಗಳಲ್ಲಿ ಹಿಂದಿನಂತೆಯೇ ಅಮಲ್ದಾರರು ಆಡಳಿತಾಧಿಕಾರಿಗಳಾಗಿ ಮುಂದುವರಿದರು. ಅಮಲ್ದಾರರು ನೇರವಾಗಿ ಕಮಿಷನರ್‌ನೊಂದಿಗೆ ವ್ಯವಹರಿಸಲು ಅವಕಾಶ ನೀಡಲಾಯಿತು. ಅಮಲ್ದಾರರು ಹಾಗೂ ಸೂಪರಿಂಟೆಂಡೆಂಟರು ಕಂದಾಯ ಅಧಿಕಾರಿಯಾಗಿದ್ದರ ಜೊತೆಗೆ ನ್ಯಾಯಾಧೀಶರಾಗಿಯೂ ಕೆಲಸ ಮಾಡುತ್ತಿದ್ದರು.

ತಾಲ್ಲೂಕುಗಳನ್ನು ಹೋಬಳಿಗಳಾಗಿ ವಿಭಾಗಿಸಲಾಯಿತು. ಅವುಗಳ ಮುಖ್ಯಾಧಿಕಾರಿಯನ್ನು ಹೋಬಳಿದಾರ ಅಥವಾ ಶೇಕ್‌ದಾರ ಎಂದು ಕರೆಯಲಾಗುತ್ತಿತ್ತು. **ಫೌಜುದಾರ್ ಹುದ್ದೆಯನ್ನು ರದ್ದುಪಡಿಸಲಾಯಿತು.** ಕೇವಲ ಐರೋಪ್ಯರನ್ನು ಮಾತ್ರ ಉನ್ನತ ಸ್ಥಾನಗಳಿಗೆ ನೇಮಿಸಲಾಯಿತು.

ಕಬ್ಬನ್ 1834 ರಲ್ಲಿ ರಾಜ್ಯದ **ರಾಜಧಾನಿಯನ್ನು ಮೈಸೂರಿನಿಂದ ಬೆಂಗಳೂರಿಗೆ ವರ್ಗಾಯಿಸಿದರು.** ಟಿಪುವಿನ ಅರಮನೆ ಸರ್ಕಾರಿ ಕಾರ್ಯಾಲಯವಾಯಿತು. ಆಡಳಿತವನ್ನು ಸರಳೀಕರಿಸುವ ಉದ್ದೇಶದಿಂದ ಹಿಂದಿನಿಂದಲೂ ಅಸ್ತಿತ್ವದಲ್ಲಿದ್ದ ಅಠಾರ ಕಛೇರಿಗಳ ಬದಲು 9 ಇಲಾಖೆಗಳನ್ನು ಸ್ಥಾಪಿಸಿದನು. ಅವುಗಳು ಕಂದಾಯ, ಅಂಚೆ, ಪೊಲೀಸ್, ಲೋಕೋಪಯೋಗಿ, ಸೈನಿಕ, ಆರೋಗ್ಯ, ನ್ಯಾಯಾಂಗ, ಪಶುಸಂಗೋಪನೆ ಮತ್ತು ಸಾರ್ವಜನಿಕ ಶಿಕ್ಷಣ. ಪ್ರತಿಯೊಂದು ಇಲಾಖೆಯೂ ಒಬ್ಬ ಪ್ರತ್ಯೇಕ ಅಧಿಕಾರಿಯ ನಿಯಂತ್ರಣದಲ್ಲಿತ್ತು. ಕಂದಾಯ ಇಲಾಖೆಯ ಮುಖ್ಯಸ್ಥನನ್ನು ಮುಖ್ಯ ಶಿರಸ್ತೇದಾರ ಎಂದು

ಕರೆಯಲಾಗುತ್ತಿತ್ತು. ಅವನ ಕರ್ತವ್ಯಗಳು ದಿವಾನನ ಕರ್ತವ್ಯಗಳಿಗೆ ಸಮಾನವಾಗಿದ್ದವು. ಅಂಚೆ, ಪೊಲೀಸ್ ಮತ್ತು ಸೈನಿಕ ಇಲಾಖೆಗಳನ್ನು ಹೊರತುಪಡಿಸಿ ಉಳಿದ ಇಲಾಖೆಗಳ ಮುಖ್ಯಸ್ಥರಾಗಿ ಐರೋಪ್ಯರನ್ನು ನೇಮಿಸಲಾಯಿತು. ಎಲ್ಲ ಇಲಾಖಾ ಮುಖ್ಯಸ್ಥರು ನೇರವಾಗಿ ಕಮೀಷನರ್‌ನ ನಿಯಂತ್ರಣಕ್ಕೊಳಪಟ್ಟಿದ್ದರು.

ಆಡಳಿತದ ಕೆಳಹಂತದಲ್ಲಿ **ಕನ್ನಡದಲ್ಲೆ ದಾಖಲೆಗಳನ್ನು ಇಡುವ ಕ್ರಮ ಜಾರಿಯಾಯಿತು. ಆಡಳಿತದಲ್ಲಿ ಮರಾಠಿ ಬಳಕೆಯನ್ನು ರದ್ದುಮಾಡಲಾಯಿತು.** ಹೀಗೆ **ಡಬಲ್ ದಫ್ತರ್** ಪದ್ಧತಿಯನ್ನು ಕಬ್ಬನ್ ನಿಲ್ಲಿಸಿದನು.

ನ್ಯಾಯಾಡಳಿತ : ನ್ಯಾಯಾಡಳಿತ ವ್ಯವಸ್ಥೆಯನ್ನು ಪುನಾರಚಿಸಲಾಯಿತು. ಕಬ್ಬನ್ 85 ತಾಲ್ಲೂಕು ನ್ಯಾಯಾಲಯಗಳನ್ನು ಸ್ಥಾಪಿಸಿದರು. ಅವುಗಳಲ್ಲಿ ಅಮಲ್ದಾರರು ನ್ಯಾಯಾಧೀಶರಾಗಿದ್ದರು. ಅಲ್ಲದೆ 8 ಸಾದರ್ ಮುನ್ಸೀಫ್ ನ್ಯಾಯಾಲಯಗಳು, 4 ಸೂಪರಿಂಟೆಂಡೆಂಟ್ ನ್ಯಾಯಾಲಯಗಳು, ಒಂದು ಹುಜೂರ್ ಅದಾಲತ್, ಒಂದು ಕಮೀಷನರ್ ನ್ಯಾಯಾಲಯವನ್ನು ಸ್ಥಾಪಿಸಿದನು. ಕೊನೆಯ ಎರಡು ಮೇಲ್ಮನವಿ ವಿಚಾರಿಸುವ ನ್ಯಾಯಾಲಯಗಳಾಗಿದ್ದವು. 1855ರಲ್ಲಿ ಗವರ್ನರ್-ಜನರಲ್ ಡಾಲ್‌ಹೌಸಿ ರಾಜ್ಯಕ್ಕೆ ಭೇಟಿ ನೀಡಿದಾಗ ಕಬ್ಬನ್ ಪ್ರತ್ಯೇಕ ಜುಡಿಷಿಯಲ್ ಕಮೀಷನರ್ ನೇಮಕಕ್ಕೆ ಮನವಿ ಮಾಡಿದರು. ಅದರಂತೆ 1856ರಲ್ಲಿ ಒಬ್ಬ **ಪ್ರತ್ಯೇಕ ಜುಡಿಷಿಯಲ್ ಕಮೀಷನರ್**‌ನನ್ನು ನೇಮಿಸಿ ಕಮೀಷನರ್‌ನ ಕೆಲಸದ ಒತ್ತಡವನ್ನು ಕಡಿಮೆ ಮಾಡಲಾಯಿತು. ಹೀಗೆ ಉನ್ನತ ಮಟ್ಟದಲ್ಲಿ **ಕಾರ್ಯಾಂಗದಿಂದ ನ್ಯಾಯಾಂಗವನ್ನು ಪ್ರತ್ಯೇಕಿಸಲಾಯಿತು.**

ಮರಣಶಿಕ್ಷೆ ವಿಧಿಸಿದ ಸಂದರ್ಭಗಳಲ್ಲಿ ಅವುಗಳನ್ನು ಕಾರ್ಯಗತಗೊಳಿಸುವ ಮೊದಲು ಕೇಂದ್ರ ಸರ್ಕಾರದ ಅನುಮೋದನೆ ಪಡೆಯಬೇಕಿತ್ತು. ಸಾಮಾನ್ಯವಾಗಿ **ನ್ಯಾಯಾಲಯಗಳಲ್ಲಿ ಕನ್ನಡವನ್ನು** ಬಳಸಲಾಗುತ್ತಿತ್ತು.

ಪೊಲೀಸ್ ವ್ಯವಸ್ಥೆಯ ಸುಧಾರಣೆ : ಕಂದಾಚಾರ ಪೊಲೀಸ್ ಪಡೆಯನ್ನು ಸುಧಾರಿಸಲಾಯಿತು. ಪೊಲೀಸರಿಗೆ ಮೊದಲ ಬಾರಿಗೆ ಸಮವಸ್ತ್ರಗಳನ್ನು ನೀಡಲಾಯಿತು. ಸಾಮಾನ್ಯವಾಗಿ ಪೋಲಿಸರನ್ನು ಆ ದಿನಗಳಲ್ಲಿ ತಳವಾರರು, ತೋಟಿಗಳು ನೀರಗಂಟಿಗಳು, ಕಾವಲುಗಾರರು ಎಂದು ಕರೆಯಲಾಗುತ್ತಿತ್ತು. ಪಟೇಲರು ಮತ್ತು ಶಾನುಭೋಗರು ಪೊಲೀಸ್ ಕಾರ್ಯ ನಿರ್ವಹಿಸುತ್ತಿದ್ದರು. ರಾಜ್ಯದ ಸೈನಿಕರಿಗೂ ಸಮವಸ್ತ್ರ ನೀಡಲಾಯಿತು. ರಾಜನ ಖಾಸಗಿ ಅಂಗರಕ್ಷಕ ಪಡೆಯನ್ನು ವಿಸರ್ಜಿಸಲಾಯಿತು. ಹಿಂದಿನ ಪಾಳೆಯಗಾರರ ಮೇಲೆ ಹೆಚ್ಚಿನ ಹಿಡಿತ ಸಾಧಿಸುವ ಉದ್ದೇಶದಿಂದ ಅವರಿಗೆ ಅವರ ಸ್ಥಾನಮಾನಕ್ಕೆ ತಕ್ಕಂತೆ ಪಿಂಚಣಿ ನೀಡುವ ವ್ಯವಸ್ಥೆ ಮಾಡಲಾಯಿತು. ಕಬ್ಬನ್ ಆಡಳಿತ ಕಾಲದಲ್ಲಿ 1857ರಲ್ಲಿ ಬ್ರಿಟಿಷರ ವಿರುದ್ಧ ಮಹಾದಂಗೆ ಸಂಭವಿಸಿತು. ದಂಗೆಯ ಕಾಲದಲ್ಲಿ ಮೈಸೂರಿನ ಜನಸಾಮಾನ್ಯರ ಪ್ರತಿಕ್ರಿಯೆಗಳ ಬಗ್ಗೆ ಮಾಹಿತಿ ಕೇಳಿ ಗವರ್ನರ್-ಜನರಲ್ ಕಳುಹಿಸಿದ್ದ 1858ರ ಫೆಬ್ರವರಿ 26ರ ಸುತ್ತೋಲೆಗೆ ಉತ್ತರಿಸಿದ ಕಬ್ಬನ್ **"ಬ್ರಾಹ್ಮಣವರ್ಗದವರು ಅತೃಪ್ತರು ಮತ್ತು ವಿರೋಧಿಗಳಾಗಿದ್ದಾರೆ. ದೊಡ್ಡ ಸಾಹುಕಾರರು, ಸಣ್ಣಪಾಳೆಯಗಾರರು ಹಾಗೂ ಗ್ರಾಮಗಳ ಮುಖ್ಯಸ್ಥರು ನಮ್ಮ ಆಳ್ವಿಕೆಯ ವಿರೋಧಿಗಳಾಗಿದ್ದಾರೆ ಮತ್ತು ಬ್ರಿಟಿಷ್ ಸರ್ಕಾರದ ಬಗ್ಗೆ ಅವಿಶ್ವಾಸ ಹೊಂದಿದ್ದಾರೆ"** ಎಂದು ಬರೆದರು.

ಕಂದಾಯ ಆಡಳಿತ : ರಾಜ್ಯದ ಆದಾಯವನ್ನು ಹೆಚ್ಚಿಸಲು ಕಬ್ಬನ್ ಕ್ರಮಗಳನ್ನು ಕೈಗೊಂಡರು. ಮದ್ರಾಸ್ ಪ್ರಾಂತ್ಯದ ಮಾದರಿಯಲ್ಲಿ **ರೈತವಾರಿ ಪದ್ಧತಿಯ**ನ್ನು ಜಾರಿಗೆ ತಂದರು. ಕಂದಾಯದ ದರವನ್ನು ಕಡಿಮೆ ಮಾಡಲಾಯಿತು ಹಾಗೂ ಧಾನ್ಯಗಳ ರೂಪದಲ್ಲಿ ಕಂದಾಯದ ವಸೂಲಿಯನ್ನು ಕೈಬಿಡಲಾಯಿತು. ಕಂತುಗಳಲ್ಲಿ ಕಂದಾಯ ಪಾವತಿಸಲು ರೈತರಿಗೆ ಅವಕಾಶ ನೀಡಲಾಯಿತು. ಆದಾಗ್ಯೂ, ಹೊಸ ರೈತವಾರಿ ಪದ್ಧತಿಯಿಂದ ರೈತ ಸಮುದಾಯಕ್ಕೆ ಹೆಚ್ಚಿನ ಪ್ರಯೋಜನವಾಗಲಿಲ್ಲವೆಂಬುದು ಗಮನಾರ್ಹವಾಗಿದೆ.

ವಿಭಾಗ ಮಟ್ಟದಲ್ಲಿ ಸೂಪರಿಂಟೆಂಡೆಂಟರು ಹಾಗೂ ತಾಲ್ಲೂಕು ಮಟ್ಟದಲ್ಲಿ ಅಮಲ್ದಾರರು ಕಂದಾಯ ಸಂಗ್ರಹದ ಅಧಿಕಾರ ಹೊಂದಿದ್ದರು. ಕೆಳಹಂತದಲ್ಲಿ ಶಾನುಭೋಗರಿಂದ ಸಂಗ್ರಹವಾದ ಕಂದಾಯ ಶೇಕ್‌ದಾರರ ಮೂಲಕ ಅಮಲ್ದಾರರಿಗೆ ತಲುಪುತ್ತಿತ್ತು. ತಾಲ್ಲೂಕು ಹಾಗೂ ವಿಭಾಗ ಮಟ್ಟದಲ್ಲಿ ಖಜಾನೆಗಳನ್ನು ಸ್ಥಾಪಿಸಲಾಯಿತು.

ಕಬ್ಬನ್ ವ್ಯಾಪಾರ ಮತ್ತು ವಾಣಿಜ್ಯವನ್ನು ಪ್ರೋತ್ಸಾಹಿಸಲು ಕ್ರಮಗಳನ್ನು ಕೈಗೊಂಡರು. ಎಲ್ಲ ಪೀಡಕ ತೆರಿಗೆಗಳನ್ನು ರದ್ದುಪಡಿಸಿದರು. 769 ವಸ್ತುಗಳ ಮೇಲಿನ ಮಾರಾಟ ತೆರಿಗೆಯನ್ನು ರದ್ದುಪಡಿಸಿದರು. ಉದಾಹರಣೆಗೆ ದ್ವಿದಳ ಧಾನ್ಯಗಳು, ಕಾಫೀ, ಸಾಂಬಾರ ವಸ್ತುಗಳು, ಉರವಲು (ಸೌದೆ), ಗಂಧದ ಎಣ್ಣೆ, ತರಕಾರಿಗಳ ಮೇಲಿನ ಮಾರಾಟ ತೆರಿಗೆ ರದ್ದಾಯಿತು. ಈ ಕ್ರಮದಿಂದ ಸರಕುಗಳ ಸಾಗಾಟ ಸುಲಭಗೊಂಡು ವ್ಯಾಪಾರ ಮತ್ತು ವಾಣಿಜ್ಯ ಪ್ರಗತಿ ಹೊಂದಿತು. **ಕಡೂರು, ಹಾಸನ,**

ಮಂಜರಾಬಾದ್, ನಗರ ಮತ್ತು ಶಿವಮೊಗ್ಗ ಜಿಲ್ಲೆಗಳಲ್ಲಿ ಕಾಫಿ ಕೃಷಿ ಆರಂಭವಾಯಿತು. ಒಟ್ಟು 1,60,000 ಎಕರೆ ಪ್ರದೇಶದಲ್ಲಿ ಕಾಫಿ ಬೇಸಾಯ ಆರಂಭಗೊಂಡಿತು. ಈ ಎಲ್ಲಾ ಕ್ರಮಗಳಿಂದಾಗಿ ರಾಜ್ಯದ ಆದಾಯ ಹೆಚ್ಚಿತು. ಕಬ್ಬನ್ ಅಧಿಕಾರ ವಹಿಸಿಕೊಂಡಾಗ ರಾಜ್ಯದ ವಾರ್ಷಿಕ ಆದಾಯ 68 ಲಕ್ಷ ರೂಗಳಾಗಿತ್ತು. 1855–56ರ ವೇಳೆಗೆ ಅದು 84 ಲಕ್ಷ ರೂಪಾಯಿಗಳಿಗೆ ಹೆಚ್ಚಿತು. 1857ರ ವೇಳೆಗೆ ಕಬ್ಬನ್ ರಾಜ್ಯದ ಹಿಂದಿನ ಎಲ್ಲ 85 ಲಕ್ಷ ರೂಪಾಯಿಗಳ ಸಾಲವನ್ನು ಮರುಪಾವತಿ ಮಾಡಿದ್ದರು. ಅಲ್ಲದೆ ಅವರು ಅಧಿಕಾರ ತ್ಯಜಿಸಿದಾಗ 40 ಲಕ್ಷ ರೂಪಾಯಿಗಳಷ್ಟು ಹೆಚ್ಚುವರಿ ಹಣ ಭಂಡಾರದಲ್ಲಿತ್ತು. ಅಂದರೆ 40 ಲಕ್ಷ ಮೌಲ್ಯದ ಬ್ರಿಟಿಷ್ ಭದ್ರತಾ ಪತ್ರಗಳನ್ನು ಕೊಂಡು ಖಜಾನೆಯಲ್ಲಿಟ್ಟಿದ್ದರು. ಹಣಕಾಸಿನ ವಿಚಾರದಲ್ಲಿ ಕಬ್ಬನ್ನನಿಗೆ **ಕೊಲ್ಲಂ ವೆಂಕಟರಾವ್** ಎಂಬ ಸ್ಥಳೀಯ ಅನುಭವಿ ಅಧಿಕಾರಿಯ ನೆರವು ದೊರೆಯಿತು. **1853ರಲ್ಲಿ ಕಂಠೀರಾಯ ಪಗೋಡದ ಬದಲು ಬ್ರಿಟಿಷರ ರೂಪಾಯಿಗಳನ್ನು ಚಲಾವಣೆಗೆ ತರಲಾಯಿತು.**

ಲೋಕೋಪಯೋಗಿ ಕಾರ್ಯಗಳು : ಕಬ್ಬನ್ ಹಲವಾರು ಲೋಕೋಪಯೋಗಿ ಕಾರ್ಯಗಳನ್ನು ಕೈಗೊಂಡರು. ಬೆಂಗಳೂರು ಹಾಗೂ ಪ್ರಮುಖ ನಗರಗಳ ನಡುವೆ ಸಂಪರ್ಕ ಕಲ್ಪಿಸುವ 1600 ಮೈಲಿಗಳ ರಸ್ತೆ ಮಾರ್ಗ ಅವರ ಕಾಲದಲ್ಲಿ ನಿರ್ಮಾಣವಾಯಿತು. ಮದ್ದೂರು, ಹೊಸಕೋಟೆ, ಭದ್ರಾವತಿ, ಶಿವಮೊಗ್ಗ ಮತ್ತು ಹಿರಿಯೂರ್‌ನಲ್ಲಿ ಸೇತುವೆಗಳು ನಿರ್ಮಾಣವಾದವು.

ಸುಮಾರು 350 ಮೈಲಿಗಳ ತಂತಿ ಮಾರ್ಗವೂ ನಿರ್ಮಾಣವಾಯಿತು. **ರಾಜ್ಯದ ಮೊದಲ ರೈಲುಮಾರ್ಗ ಬೆಂಗಳೂರು ಮತ್ತು ಜೋಲಾರಪೇಟೆ ನಡುವೆ 1859ರಲ್ಲಿ ನಿರ್ಮಾಣವಾಯಿತು.** ಅದನ್ನು ಮದ್ರಾಸ್ ರೈಲ್ವೆ ಕಂಪನಿ ನಿರ್ಮಿಸಿತು. 1856ರಲ್ಲಿ **ಪ್ರತ್ಯೇಕ ಲೋಕೋಪಯೋಗಿ** ಇಲಾಖೆಯನ್ನು ಸ್ಥಾಪಿಸಲಾಯಿತು. ಅದು ಒಬ್ಬ ಮುಖ್ಯ ಎಂಜಿನಿಯರ್, 11 ಹಿರಿಯ ಹಾಗೂ 19 ಕಿರಿಯ ಅಧಿಕಾರಿಗಳನ್ನು ಒಳಗೊಂಡಿತ್ತು. ಅರಣ್ಯಗಳ ರಕ್ಷಣೆಗಾಗಿ ಒಬ್ಬ ಕನ್ಸರ್ವೇಟರ್ ಹಾಗೂ ತರಬೇತಿ ಪಡೆದ ನೌಕರರನ್ನು ಒಳಗೊಂಡ ಒಂದು ಪ್ರತ್ಯೇಕ ಇಲಾಖೆಯನ್ನು ಸ್ಥಾಪಿಸಲಾಯಿತು.

ಕಬ್ಬನ್ ರಾಜ್ಯದಲ್ಲಿ ವೈದ್ಯಕೀಯ ಸೌಲಭ್ಯಗಳನ್ನು ಉತ್ತಮಪಡಿಸಲು ಯತ್ನಿಸಿದರು. ತಾಲ್ಲೂಕು ಹಾಗೂ ವಿಭಾಗೀಯ ಕೇಂದ್ರಗಳಲ್ಲಿ ಐರೋಪ್ಯ ವೈದ್ಯಾಧಿಕಾರಿಗಳನ್ನು ನೇಮಿಸಿದರು. 1838ರಲ್ಲಿ ಬೆಂಗಳೂರಿನ ಪೇಟೆ ಬೀದಿಯಲ್ಲಿ ಒಂದು ಆಸ್ಪತ್ರೆಯನ್ನು ಸ್ಥಾಪಿಸಲಾಯಿತು. 1846ರಲ್ಲಿ ಬೆಂಗಳೂರು ಕೋಟೆಯ ಪ್ರವೇಶದ್ವಾರದ ಸಮೀಪ 70 ಹಾಸಿಗೆಗಳ ಒಂದು ದೊಡ್ಡ ಆಸ್ಪತ್ರೆಯನ್ನು ನಿರ್ಮಿಸಲಾಯಿತು. 1841ರಲ್ಲಿ ಕೃಷ್ಣರಾಜ ಒಡೆಯರು ಬೆಂಗಳೂರಿನಲ್ಲಿ ಒಂದು ಹೆರಿಗೆ ಆಸ್ಪತ್ರೆಯನ್ನು ಸ್ಥಾಪಿಸಿದರು. 1845ರಲ್ಲಿ ಒಂದು ಕುಷ್ಟ ರೋಗಿಗಳ ಚಿಕಿತ್ಸಾ ಕೇಂದ್ರ ಹಾಗೂ ಒಂದು ಬುದ್ಧಿ ಮಾಂದ್ಯರ ಪುನರ್ವಸತಿ ಕೇಂದ್ರವನ್ನು ಸ್ಥಾಪಿಸಲಾಯಿತು.

ಶಿಕ್ಷಣ : ಕಬ್ಬನ್ನನ ಕಾಲದಲ್ಲಿ ಶಿಕ್ಷಣ ಕ್ಷೇತ್ರದಲ್ಲೂ ಗಮನಾರ್ಹ ಪ್ರಗತಿಯಾಯಿತು. 1835ರಲ್ಲಿ ಗವರ್ನರ್– ಜನರಲ್ ಲಾರ್ಡ್ ವಿಲಿಯಂ ಬೆಂಟಿಂಕ್ ಇಂಗ್ಲಿಷ್ ಶಿಕ್ಷಣವನ್ನು ಜಾರಿಗೆ ತರುವ ಮಹತ್ವದ ನಿರ್ಧಾರವನ್ನು ತೆಗೆದುಕೊಂಡಿದ್ದರು. ಅದರ ಪರಿಣಾಮಗಳು ಮೈಸೂರಿನಲ್ಲೂ ಕಂಡುಬಂದವು. 1840 ರಲ್ಲಿ **ವೆಸ್ಲಿಯನ್ ಮಿಷನ್** ಮೈಸೂರಿನಲ್ಲಿ ಒಂದು ಇಂಗ್ಲೀಷ್ ಶಾಲೆಯನ್ನು ಆರಂಭಿಸಿತು. **ಆಧುನಿಕ ಮೈಸೂರಿನ ಚರಿತ್ರೆಯಲ್ಲಿ 1840ನೇ ವರ್ಷವನ್ನು ಆಧುನಿಕ ಶಿಕ್ಷಣ ಪದ್ಧತಿಯ ಆರಂಭದ ವರ್ಷವೆಂದು ಗುರುತಿಸಲಾಗಿದೆ.** 1842 ರಲ್ಲಿ ಅದೇ ಸಂಸ್ಥೆಯ ವತಿಯಿಂದ ಬೆಂಗಳೂರಿನಲ್ಲೂ ಅಂತಹುದೇ ಶಾಲೆ ಸ್ಥಾಪನೆಯಾಯಿತು. ಅದೇ ಸಂಸ್ಥೆ ತುಮಕೂರು, ಹಾಸನ ಮತ್ತು ಶಿವಮೊಗ್ಗದಲ್ಲೂ ಶಿಕ್ಷಣ ಸಂಸ್ಥೆಗಳನ್ನು ಸ್ಥಾಪಿಸಿತು. 1841 ರಲ್ಲಿ ಬೆಂಗಳೂರಿನಲ್ಲಿ **ಲಂಡನ್ ಮಿಷನ್** ಸಂಸ್ಥೆಯ **ಶ್ರೀಮತಿ ಸಿವೆಲ್** ಎರಡು ಬಾಲಕಿಯರ ಶಾಲೆಗಳನ್ನು ಸ್ಥಾಪಿಸಿದರು. 1858 ರಲ್ಲಿ ಒಂದು ಪ್ರೌಢಶಾಲೆ ಬೆಂಗಳೂರಿನಲ್ಲಿ ಸ್ಥಾಪನೆಯಾಯಿತು. 1840 ರಲ್ಲಿ ಬೆಂಗಳೂರಿನಲ್ಲಿ **ಪ್ರಥಮ ಮುದ್ರಣಾಲಯ** ಸ್ಥಾಪನೆಯಾಯಿತು. ಅದೇ ವರ್ಷ **ವೆಸ್ಲಿಯನ್ ಮಿಷನ್** ಸಂಸ್ಥೆಯ ಜೇಮ್ಸ್ **'ಬೆಂಗಳೂರ್ ಹೆರಾಲ್ಡ್'** ಎಂಬ ಪತ್ರಿಕೆಯನ್ನು ಆರಂಭಿಸಿದನು. ಅಂತೆಯೇ ಭಾಷ್ಯಂ ತಿರುಮಲಾಚಾರ್ **'ಮೈಸೂರು ವೃತ್ತಾಂತ ಬೋಧಿನಿ'** ಎಂಬ ಕನ್ನಡ ಪತ್ರಿಕೆಯನ್ನು ಪ್ರಾರಂಭಿಸಿದರು. ಪತ್ರಿಕೆಯ ಆರಂಭಕ್ಕೆ ಮುಮ್ಮಡಿಯವರೂ ಧನ ಸಹಾಯ ನೀಡಿದರು. 1858 ರಲ್ಲಿ ಬೆಂಗಳೂರಿನಲ್ಲಿ ವೆಸ್ಲಿಯನ್ ಮಿಷನ್‌ನ **ಜೆ. ಗ್ಯಾರೆಟ್** ಅವರ **ನಿರ್ದೇಶನದಲ್ಲಿ ಸರ್ಕಾರಿ ಮುದ್ರಣಾಲಯ ಸ್ಥಾಪನೆಯಾಯಿತು.** 1849ರಲ್ಲಿ ಜಾನ್. ಗಾರೆಟ್ ಸಂಪಾದಿಸಿದ **ಭಗವದ್ಗೀತೆಯ ಪ್ರಥಮ ಕನ್ನಡ ಭಾಷಾಂತರವನ್ನು ಪ್ರಕಟಿಸಲಾಯಿತು.** ಇದನ್ನು ವೆಸ್ಲಿಯನ್ ಮಿಷನ್ ಪ್ರೆಸ್ ಪ್ರಕಟಿಸಿತು. ಅದಕ್ಕೆ ಅಗತ್ಯವಾದ ಹಣಕಾಸಿನ ನೆರವನ್ನು ಕಬ್ಬನ್ ನೀಡಿದನು.

1856 ರಲ್ಲಿ ಪ್ರತ್ಯೇಕ **ಸಾರ್ವಜನಿಕ ಶಿಕ್ಷಣ ಇಲಾಖೆಯನ್ನು** ಸ್ಥಾಪಿಸಲಾಯಿತು. **ಕ್ಯಾಪ್ಟನ್ ಸ್ಟೀಫನ್ ಈ ಇಲಾಖೆಯ ಪ್ರಥಮ ನಿರ್ದೇಶಕರಾಗಿ ನೇಮಕಗೊಂಡರು.** 1857 ರಲ್ಲಿ ಜುಡಿಷಿಯಲ್ ಕಮೀಷನರ್ ತಾಲ್ಲೂಕು ಮಟ್ಟದಲ್ಲಿ ಸ್ಥಳೀಯ ಭಾಷಾ ಶಾಲೆಗಳು ಹಾಗೂ ವಿಭಾಗ ಮಟ್ಟದಲ್ಲಿ ಇಂಗ್ಲಿಷ್ ಹಾಗೂ ಸ್ಥಳೀಯ ಭಾಷಾ ಶಾಲೆಗಳನ್ನು ಸ್ಥಾಪಿಸುವ ಬಗ್ಗೆ ಒಂದು ಯೋಜನೆಯನ್ನು ಸಿದ್ಧಪಡಿಸಿ **ಸರ್ಕಾರಕ್ಕೆ** ಸಲ್ಲಿಸಿದನು.

ವ್ಯಕ್ತಿತ್ವ : ಕಬ್ಬನ್ ಒಬ್ಬ ಉತ್ತಮ ಆಡಳಿತಗಾರನಾಗಿದ್ದರು. ರಾಜ್ಯದಲ್ಲಿ ಅವರು ಉತ್ತಮ ಹಾಗೂ ಸ್ಥಿರವಾದ ಆಡಳಿತವನ್ನು ಸ್ಥಾಪಿಸಿದರು. ಆದರೆ ಅಸ್ತಿತ್ವದಲ್ಲಿದ್ದ ದೇಶೀಯ ಆಡಳಿತ ವ್ಯವಸ್ಥೆಯನ್ನು ಹೆಚ್ಚೇನು ಬದಲಾಯಿಸಲಿಲ್ಲ. ಅವರ ಕಾಲದಲ್ಲಿ ಮೈಸೂರು ಗಮನಾರ್ಹವಾದ ಪ್ರಗತಿ ಸಾಧಿಸಿತು. ಅವರು ಒಬ್ಬ ಅತ್ಯುತ್ತಮ ರಾಜನೀತಿ ನಿಪುಣನಾಗಿದ್ದರು. 1859ರಲ್ಲಿ ಮೈಸೂರು ಸರ್ಕಾರದ ನಿಯಂತ್ರಣಾಧಿಕಾರವನ್ನು ಕೇಂದ್ರ ಸರ್ಕಾರದಿಂದ ಮದ್ರಾಸ್ ಸರ್ಕಾರಕ್ಕೆ ವರ್ಗಾಯಿಸಬೇಕೆಂಬ ಪ್ರಸ್ತಾವನೆಯನ್ನು ಕಬ್ಬನ್ ತೀವ್ರವಾಗಿ ವಿರೋಧಿಸಿದರು. ಫಲವಾಗಿ ಆ ಪ್ರಸ್ತಾವನೆಯನ್ನು **ವೈಸ್‌ರಾಯ್ ಲಾರ್ಡ್ ಕ್ಯಾನಿಂಗ್** ಹಿಂತೆಗೆದುಕೊಂಡರು. 1861 ರಲ್ಲಿ ಅನಾರೋಗ್ಯದ ಕಾರಣದಿಂದ ಕಮಿಷನರ್ ಹುದ್ದೆಗೆ ರಾಜೀನಾಮೆ ನೀಡಿದ ಕಬ್ಬನ್ ಇಂಗ್ಲೆಂಡಿಗೆ ಪ್ರಯಾಣ ಮಾಡಿದರು. ಆದರೆ ಮಾರ್ಗದಲ್ಲೇ ಸೂಯೆಜ್ ಬಳಿ 1861 ರ ಏಪ್ರಿಲ್ 23ರಂದು ಮರಣ ಹೊಂದಿದರು. ಅವರ ನೆನಪು ಮೈಸೂರು ರಾಜ್ಯದಲ್ಲಿ ಇನ್ನೂ ಹಸಿರಾಗಿದೆ.

ಲೆವಿನ್ ಬೆಂಥಾಮ್ ಬೌರಿಂಗ್ (1862–70)

ಎಲ್.ಬಿ. ಬೌರಿಂಗ್ 1824 ರಲ್ಲಿ ಜನಿಸಿದರು. ಅವರ ತಂದೆ ಸರ್ ಜಾರ್ಜ್ ಬೌರಿಂಗ್. ಐ.ಸಿ.ಎಸ್. ಪರೀಕ್ಷೆ ಮುಗಿಸಿ ಭಾರತಕ್ಕೆ ಬಂದ ಬೌರಿಂಗ್ 1843 ರಲ್ಲಿ ಬಂಗಾಳದ ಆಡಳಿತ ಸೇವೆಗೆ ಸೇರಿಕೊಂಡರು. 1847 ರವರೆಗೆ **ಲಾಹೋರ್‌ನಲ್ಲಿ ರೆಸಿಡೆಂಟ್** ಆಗಿ, 1849 ರಿಂದ 1854 ರವರೆಗೆ **ಪಂಜಾಬಿನ ಉಪ ಕಮೀಷನರ್** ಆಗಿ ಕಾರ್ಯ ನಿರ್ವಹಿಸಿದರು. ಆಗ ಜಾನ್ ಲಾರೆನ್ಸ್ ಮುಖ್ಯ ಕಮೀಷನರ್ ಆಗಿದ್ದರು. 1854 ರಿಂದ 1858 ರವರೆಗೆ ಸೈನ್ಯಾಧಿಕಾರಿಯಾಗಿ ಕೆಲಸ ನಿರ್ವಹಿಸಿದ ಅವರು 1858 ರಿಂದ 1862 ರವರೆಗೆ ಭಾರತದ ಪ್ರಥಮ ವೈಸರಾಯ್ **ಲಾರ್ಡ್ ಕ್ಯಾನಿಂಗ್‌ನ ಖಾಸಗಿ ಕಾರ್ಯದರ್ಶಿಯಾಗಿ** ಉಪಯುಕ್ತ ಸೇವೆ ಸಲ್ಲಿಸಿದರು. 1862 ರ ಏಪ್ರಿಲ್ 21 ರಂದು ಮೈಸೂರಿನ ಕಮೀಷನರ್ ಆಗಿ ನೇಮಕಗೊಂಡರು. ಅವರ ಆಡಳಿತ ಕಾಲದಲ್ಲಿ ಮಹತ್ವದ ಆಡಳಿತ ಸುಧಾರಣೆಗಳು ಜಾರಿಯಾದವು ಮತ್ತು ಮೈಸೂರು ಸಂಸ್ಥಾನವು **ರೆಗ್ಯುಲೇಷನ್** ಪ್ರಾಂತ್ಯವಾಯಿತು.

ಆಡಳಿತ ಸುಧಾರಣೆಗಳು.

ಬೌರಿಂಗ್ ಒಬ್ಬ ಉತ್ತಮ ಆಡಳಿತಗಾರನಾಗಿದ್ದರು. ಪಂಜಾಬಿನ ಪ್ರಯೋಗಗಳಲ್ಲಿ ಭಾಗಿಯಾಗಿದ್ದ ಅವರು ಮೈಸೂರಿನ ಆಡಳಿತವನ್ನೂ ಪಂಜಾಬಿನ ಮಾದರಿಯಲ್ಲಿ ಬದಲಾಯಿಸಲು ನಿರ್ಧರಿಸಿದರು. ಸಂಸ್ಥಾನದಲ್ಲಿ ಅಸ್ತಿತ್ವದಲ್ಲಿದ್ದ ಹಿಂದೂ ಮಾದರಿ ಆಡಳಿತದ ಸ್ಥಾನದಲ್ಲಿ ಬ್ರಿಟಿಷ್ ಮಾದರಿ ಆಡಳಿತವನ್ನು ಜಾರಿಗೆ ತರಲು ಉದ್ದೇಶಿಸಿದ್ದರು.

ಬೌರಿಂಗ್ ಮೈಸೂರು ಸಂಸ್ಥಾನವನ್ನು ಮೂರು ಆಡಳಿತ ವಿಭಾಗಗಳಾಗಿ ವಿಭಾಗಿಸಿದರು. ಅವುಗಳು **(1) ನಂದಿದುರ್ಗ, (2) ಪಟ್ಟ ಅಷ್ಟಗ್ರಾಮ, (3) ನಗರ (ಬಿದನೂರು). ನಂದಿದುರ್ಗ** ವಿಭಾಗವು ಬೆಂಗಳೂರು, ಕೋಲಾರ ಮತ್ತು ತುಮಕೂರು ಜಿಲ್ಲೆಗಳನ್ನು ಒಳಗೊಂಡಿತು. ಪಟ್ಟ ಅಷ್ಟಗ್ರಾಮವು ಮೈಸೂರು ಮತ್ತು ಹಾಸನ ಜಿಲ್ಲೆಗಳನ್ನು ಹಾಗೂ ನಗರ ವಿಭಾಗವು ಶಿವಮೊಗ್ಗ, ಕಡೂರ್ ಮತ್ತು ಚಿತ್ರದುರ್ಗ ಜಿಲ್ಲೆಗಳನ್ನು ಒಳಗೊಂಡಿತ್ತು. ಪ್ರತಿಯೊಂದು ವಿಭಾಗವನ್ನು ಒಬ್ಬ ಐರೋಪ್ಯ ಸೂಪರಿಂಟೆಂಡೆಂಟ್‌ನ ನಿಯಂತ್ರಣಕ್ಕೆ ಒಳಪಡಿಸಲಾಯಿತು. 1869ರ ನಂತರ ಈ ಸ್ಥಾನಕ್ಕೆ ಕಮೀಷನರ್‌ನನ್ನು ನೇಮಿಸಲಾಯಿತು. ಜಿಲ್ಲೆಗಳ ಆಡಳಿತ ನಿರ್ವಹಣೆಗೆ ಪ್ರತಿ ಜಿಲ್ಲೆಗೆ ಒಬ್ಬ ಡೆಪ್ಯೂಟಿ ಸೂಪರಿಂಟೆಂಡೆಂಟ್ ಮತ್ತು ಅವನ ಸಹಾಯಕ್ಕೆ ಸಹಾಯಕ ಸೂಪರಿಂಟೆಂಡೆಂಟ್‌ನನ್ನು ನೇಮಿಸಲಾಯಿತು. 1869 ರಲ್ಲಿ ಈ ಹುದ್ದೆಗಳ ಹೆಸರನ್ನು ಡೆಪ್ಯೂಟಿ ಕಮೀಷನರ್ (ಉಪ ಆಯುಕ್ತರು) ಹಾಗೂ ಅಸಿಸ್ಟೆಂಟ್ ಕಮೀಷನರ್ (ಸಹಾಯಕ ಆಯುಕ್ತರು) ಎಂದು ಬದಲಾಯಿಸಲಾಯಿತು. ಸಂಸ್ಥಾನದ ಕಮೀಷನರ್ ಹುದ್ದೆಯ ಹೆಸರನ್ನು **ಮುಖ್ಯ ಕಮೀಷನರ್** ಎಂದು ಬದಲಾಯಿಸಲಾಯಿತು. **ಬೌರಿಂಗ್ ಮೈಸೂರು ಮತ್ತು ಕೊಡಗಿನ ಪ್ರಥಮ ಮುಖ್ಯ ಕಮೀಷನರ್ ಆದರು.** ಕೆಳಹಂತದ ಹುದ್ದೆಗಳಿಗೆ ಮದ್ರಾಸ್ ಮೂಲದವರನ್ನು ನೇಮಕಮಾಡಿದ್ದು ಸ್ಥಳೀಯರ ಅಸಮಾಧಾನಕ್ಕೆ ಕಾರಣವಾಯಿತು.

ನ್ಯಾಯಾಡಳಿತ : ಬೌರಿಂಗ್ ಸಂಸ್ಥಾನದ ನ್ಯಾಯಾಡಳಿತ ವ್ಯವಸ್ಥೆಯನ್ನು ಪೂರ್ಣವಾಗಿ ಪುನರಚಿಸಿದರು. ಕಾರ್ಯಾಂಗದಿಂದ ನ್ಯಾಯಾಂಗವನ್ನು ಪ್ರತ್ಯೇಕಿಸಲು ಪ್ರಾಮಾಣಿಕ ಪ್ರಯತ್ನ ನಡೆಸಿದರು. ತಾಲ್ಲೂಕು ಮಟ್ಟದಲ್ಲಿ ಮುನ್ಸೀಫ್ ನ್ಯಾಯಾಲಯಗಳನ್ನು ಸ್ಥಾಪಿಸಿ ಅಮಲ್ದಾರರನ್ನು ನ್ಯಾಯಾಂಗದ ಜವಾಬ್ದಾರಿಯಿಂದ ಮುಕ್ತಗೊಳಿಸಲಾಯಿತು. ಹಿಂದೆ ಸ್ಥಾಪನೆಯಾಗಿದ್ದ ಹುಜೂರ್ ಅದಾಲತ್ ಮತ್ತು ಸಾದರ್ ಮುನ್ಸೀಫ್ ನ್ಯಾಯಾಲಯಗಳನ್ನು ರದ್ದುಪಡಿಸಲಾಯಿತು. ಪುನರಚನೆಗೊಂಡ ನ್ಯಾಯಾಡಳಿತ ವ್ಯವಸ್ಥೆ ರಾಜ್ಯಮಟ್ಟದಲ್ಲಿ ನ್ಯಾಯಾಂಗ ಆಯುಕ್ತರ (Judicial Commissioner) ನ್ಯಾಯಾಲಯ, ವಿಭಾಗ ಮಟ್ಟದಲ್ಲಿ ಸೂಪರಿಂಟೆಂಡೆಂಟರ ನ್ಯಾಯಾಲಯಗಳು, ಜಿಲ್ಲಾ ಮಟ್ಟದಲ್ಲಿ ಡೆಪ್ಯೂಟಿ ಹಾಗೂ ಸಹಾಯಕ ಸುಪರಿಂಟೆಂಡೆಂಟರ ನ್ಯಾಯಾಲಗಳನ್ನು ಒಳಗೊಂಡಿತ್ತು. 1869 ರಲ್ಲಿ ಸಹಾಯಕ ಸೂಪರಿಂಟೆಂಡೆಂಟರ ಸ್ಥಾನದಲ್ಲಿ **ಜುಡಿಷಿಯಲ್ ಅಸಿಸ್ಟೆಂಟ್**ರನ್ನು ನೇಮಿಸಲಾಯಿತು.

ಬೌರಿಂಗ್ ಜೈಲುಗಳ ವ್ಯವಸ್ಥೆಯನ್ನು ಸುಧಾರಿಸಲು ಕ್ರಮಗಳನ್ನು ಕೈಗೊಂಡರು. 1868 ರಲ್ಲಿ 53,787 ರೂಪಾಯಿಗಳ ವೆಚ್ಚದಲ್ಲಿ ಬೆಂಗಳೂರಿನ ಕೇಂದ್ರ ಕಾರಾಗೃಹವನ್ನು ನಿರ್ಮಿಸಲಾಯಿತು. ಅಂತೆಯೇ ಶಿವಮೊಗ್ಗ ಹಾಗೂ ಕೋಲಾರದಲ್ಲೂ ಕಾರಾಗೃಹಗಳನ್ನು ನಿರ್ಮಿಸಲಾಯಿತು. 1864ರಲ್ಲಿ ರಿಜಿಸ್ಟ್ರೇಷನ್ ಕಾಯಿದೆಯನ್ನು ಜಾರಿಗೆ ತರಲಾಯಿತು ಮತ್ತು ಎಲ್ಲ ಸ್ಥಿರ ಆಸ್ತಿಗಳ ವರ್ಗಾವಣೆಗಳ ನೋಂದಣಿಯುನ್ನು ಕಡ್ಡಾಯ ಮಾಡಲಾಯಿತು. ಛಾಪಾ ಕಾಗದ (Stamp Paper)ಗಳ ಬಳಕೆ ಆರಂಭವಾಯಿತು. ಪ್ರತ್ಯೇಕ ನೋಂದಣಿ ಇಲಾಖೆ ಸ್ಥಾಪನೆಯಾಯಿತು.

ಕಂದಾಯ ಸುಧಾರಣೆಗಳು : ಬೌರಿಂಗ್ ರಾಜ್ಯದಾದ್ಯಂತ ಏಕರೂಪದ ಕಂದಾಯ ವ್ಯವಸ್ಥೆಯನ್ನು ಜಾರಿಗೆ ತರಲು ಯತ್ನಿಸಿದರು. 1868ರಲ್ಲಿ **ಬಾಂಬೆ ಪ್ರಾಂತ್ಯದ ಮಾದರಿಯ ಕಂದಾಯ ಪದ್ಧತಿ**ಯನ್ನು ಜಾರಿಗೆ ತಂದನು. ಅವರ ದೃಷ್ಟಿಯಲ್ಲಿ ಮದ್ರಾಸ್ ಪ್ರಾಂತ್ಯದ ಕಂದಾಯು ವ್ಯವಸ್ಥೆಗಿಂತ ಬಾಂಬೆ ಪ್ರಾಂತ್ಯದ ಕಂದಾಯು ವ್ಯವಸ್ಥೆ ಹೆಚ್ಚು ವೈಜ್ಞಾನಿಕವಾಗಿತ್ತು. ಭೂಮಿಯನ್ನು ಅಳತೆ ಮಾಡಿ, ಗುಣಮಟ್ಟದ ಆಧಾರದ ಮೇಲೆ ಅದನ್ನು ವರ್ಗೀಕರಿಸಿ ಅನಂತರ ಕಂದಾಯುವನ್ನು ನಿಗದಿಪಡಿಸಲಾಯಿತು. ಬೆಂಗಳೂರು ತಾಲ್ಲೂಕಿನಲ್ಲಿ ಒಂದು ಎಕರೆ ಒಣ ಭೂಮಿಗೆ 3 ರೂಪಾಯಿ ಕಂದಾಯು ನಿಗದಿಯಾಗಿತ್ತು. ಭೂಮಾಪನ ಕಾರ್ಯವನ್ನು **ದಕ್ಷಿಣ ಮರಾಠ ಸರ್ವೇಕ್ಷಣ ಅಧೀಕ್ಷರನಾಗಿದ್ದ ಡಬ್ಲೂ.ಸಿ. ಅಂಡರ್‌ಸನ್‌ಗೆ** ವಹಿಸಲಾಯಿತು. ಭೂಮಿಯನ್ನು ಅಳತೆ ಮಾಡುವ, ಮಣ್ಣಿನ ಗುಣದ ಆಧಾರದ ಮೇಲೆ ವರ್ಗೀಕರಿಸುವ ಹಾಗೂ ಕಂದಾಯ ನಿಗದಿಮಾಡುವ ಅಧಿಕಾರವನ್ನು ಅವನಿಗೆ ವಹಿಸಲಾಯಿತು.

ರೈತರಿಗೆ ಸುಲಭ ಕಂತುಗಳಲ್ಲಿ ಕಂದಾಯ ಪಾವತಿಸಲು ಅವಕಾಶ ನೀಡಲಾಯಿತು. ರಾಜ್ಯವು ಬ್ರಿಟಿಷ್ ಸರ್ಕಾರಕ್ಕೆ ಕೊಡಬೇಕಾಗಿದ್ದ ಸಬ್ಸಿಡಿಯನ್ನು ನಗದು ರೂಪದಲ್ಲೇ ಪಾವತಿಸಬೇಕಾಗಿದ್ದರಿಂದ ಕಂದಾಯುವನ್ನು ನಗದು ರೂಪದಲ್ಲೇ ವಸೂಲು ಮಾಡಲಾಗುತ್ತಿತ್ತು. ತಾಲ್ಲೂಕು ಮಟ್ಟದಲ್ಲಿ ಅಮಲ್ದಾರರು ಕಂದಾಯ ಸಂಗ್ರಹದ ಅಧಿಕಾರಿಯಾಗಿದ್ದರು. ಈ ಕಾರ್ಯದಲ್ಲಿ ಅವರಿಗೆ ಶೇಕ್‌ದಾರರು ನೆರವಾಗುತ್ತಿದ್ದರು. ಶಾನುಭೋಗರು, ಬೇಸಾಯುಗಾರರು ಹಾಗೂ ಸರ್ಕಾರದ ನಡುವಿನ ಕೊಂಡಿಯಾಗಿದ್ದರು. ಎಲ್ಲ ರೈತರಿಗೂ ಪಟ್ಟಾಗಳನ್ನು ನೀಡಲಾಗಿತ್ತು. ಅದರಲ್ಲಿ ಜಮೀನಿನ ವಿವರಗಳು ಹಾಗೂ ಪಾವತಿಸ ಬೇಕಾಗಿದ್ದ ಕಂದಾಯದ ವಿವರಗಳಿದ್ದವು. ಕಂದಾಯಕ್ಕೆ ಸಂಬಂಧಿಸಿದ ವಿವಾದಗಳನ್ನು ಜಮಾಬಂದಿ ಪ್ರವಾಸದ ಕಾಲದಲ್ಲಿ ಪರಿಹರಿಸಬೇಕೆಂದು ಅಧಿಕಾರಿಗಳಿಗೆ ಸೂಚಿಸಲಾಗಿತ್ತು. ಅದಾಗ್ಯೂ ಈ ಕಾಲದಲ್ಲೂ ಕಂದಾಯದಲ್ಲಿ ಏಕರೂಪತೆ ಬರಲಿಲ್ಲ. ರೈತವಾರಿ ಪದ್ಧತಿಯಿಂದ ರೈತರಿಗೆ ಯುವುದೇ ಪ್ರಯೋಜವಾಗಲಿಲ್ಲ. ವಸಾಹತುಶಾಹಿ ಸರ್ಕಾರದ ಖಜಾನೆಗೆ ಹೆಚ್ಚಿನ ಹಣ ಬಂದಿತಾದರೂ ರೈತರ ಸಮಸ್ಯೆಗಳು ಉಲ್ಬಣಿಸಿದವು. **ಈ ದೋಷಪೂರಿತವಾದ ಕಂದಾಯು ವ್ಯವಸ್ಥೆಯು 1874–78 ರ ತೀವ್ರ ಕ್ಷಾಮಕ್ಕೆ ಕಾರಣವಾಯಿತು. ಸುಮಾರು 10 ಲಕ್ಷ ಜನರು ಮರಣಿಸಿದರು.** ಶಾನುಭೋಗರು ಹಾಗೂ ಇತರ ಅಧಿಕಾರಿಗಳು ರೈತರನ್ನು ತೀವ್ರ ಶೋಷಣೆಗೆ ಒಳಪಡಿಸಿದರು.

ಇನಾಮ್ ಭೂಮಿಗೆ ಸಂಬಂಧಿಸಿದ ವಿಷಯುಗಳನ್ನು ನೋಡಿಕೊಳ್ಳಲು ಒಂದು **ಇನಾಮ್ ಆಯೋಗ**ವನ್ನು ಸ್ಥಾಪಿಸಲಾಯಿತು. 1868 ರಲ್ಲಿ ಒಂದು ಇನಾಮ್ ಕಾಯಿದೆಯನ್ನು ಜಾರಿಗೆ ತರಲಾಯಿತು.

ಬೌರಿಂಗ್ 1866ರಲ್ಲಿ ಉಣ್ಣೆಯ ರಗ್ಗುಗಳು, ಹುಣಸೆಹಣ್ಣು, ಚರ್ಮ, ಹತ್ತಿ, ಅಫೀಮು, ಕೆಂಪು ಮೆಣಸಿನಕಾಯಿ ಸೇರಿದಂತೆ 13 ವಸ್ತುಗಳ ಮೇಲಿನ ಮಾರಾಟ ತೆರಿಗೆಯನ್ನು ರದ್ದುಪಡಿಸಿದರು. ಅದೇ ಸಂದರ್ಭದಲ್ಲಿ ಎಲೆ, ಅಡಿಕೆ, ಹೊಗೆಸೊಪ್ಪು, ರೇಷ್ಮೆ, ತೆಂಗಿನಕಾಯಿ, ಏಲಕ್ಕಿ, ಮೆಣಸು ಮೊದಲಾದ ವಸ್ತುಗಳ ಮೇಲೆ ಮಾರಾಟ ತೆರಿಗೆಯನ್ನು ವಿಧಿಸಲಾಯಿತು. ಅಮಲ್ದಾರರು ಈ ತೆರಿಗೆಯನ್ನು ಸಂಗ್ರಹಿಸುತ್ತಿದ್ದರು. ಕಾಫಿ ಬೇಸಾಯಕ್ಕೆ ಹೆಚ್ಚಿನ ಪ್ರೋತ್ಸಾಹ ನೀಡಲಾಯಿತು.

ಶೈಕ್ಷಣಿಕ ಸುಧಾರಣೆಗಳು : ಬೌರಿಂಗ್ ಶಿಕ್ಷಣಕ್ಕೂ ಹೆಚ್ಚಿನ ಪ್ರೋತ್ಸಾಹ ನೀಡಿದರು. 1868 ರಲ್ಲಿ ಅವರು **ಬಿ.ಎಲ್. ರೈಸ್ ಸಿದ್ಧಪಡಿಸಿದ್ದ ಹೋಬಳಿ ಶಿಕ್ಷಣ ಯೋಜನೆಯನ್ನು** ಜಾರಿಗೆ ತಂದರು ಮತ್ತು ಪ್ರತಿ ಹೋಬಳಿಯಲ್ಲೂ ಒಂದು ಶಾಲೆಯನ್ನು ಪ್ರಾರಂಭಿಸಲು ಕ್ರಮಗಳನ್ನು ಕೈಗೊಂಡರು. 1868–69 ರಲ್ಲಿ 146 ಹೋಬಳಿ ಶಾಲೆಗಳನ್ನು ತೆರೆಯಲಾಯಿತು. 1870 ರಲ್ಲಿ ಬೆಂಗಳೂರಿನಲ್ಲಿ 39, ಕೋಲಾರದಲ್ಲಿ 69, ತುಮಕೂರಿನಲ್ಲಿ 23, ಮೈಸೂರಿನಲ್ಲಿ 45, ಹಾಸನದಲ್ಲಿ 21, ಶಿವಮೊಗ್ಗದಲ್ಲಿ 16, ಕಡೂರಿನಲ್ಲಿ 12 ಮತ್ತು ಚಿತ್ರದುರ್ಗದಲ್ಲಿ 14 ಹೋಬಳಿ ಶಾಲೆಗಳಿದ್ದವು. ಒಟ್ಟಾರೆ ರಾಜ್ಯದಲ್ಲಿ 239 ಹೋಬಳಿ ಶಾಲೆಗಳಿದ್ದವು. 1868–69 ರಲ್ಲಿ ಬೆಂಗಳೂರಿನಲ್ಲಿ, ಶ್ರೀನಿವಾಸಪುರದಲ್ಲಿ ಹಾಗೂ ಚಿಂತಾಮಣಿಯಲ್ಲಿ ಬಾಲಕಿಯರ ಶಾಲೆಗಳು ಸ್ಥಾಪನೆಯಾದವು. ಅಲ್ಲದೆ ಖಾಸಗಿ ಶಾಲೆಗಳಿಗೂ ಅನುದಾನ ನೀಡಲಾಯಿತು.

ನೂತನ ಇಲಾಖೆಗಳ ಸ್ಥಾಪನೆ ಮತ್ತು ಇಲಾಖಾ ಸುಧಾರಣೆಗಳು : ಬೌರಿಂಗ್ ಹಲವಾರು ಹೊಸ ಇಲಾಖೆಗಳನ್ನು ಸ್ಥಾಪಿಸಿದನು. ಅವುಗಳಲ್ಲಿ ಮುಖ್ಯವಾದವು ಲೆಕ್ಕ ಪತ್ರಗಳ ಇಲಾಖೆ. ಕಾಗದ ಪತ್ರಗಳ ನೊಂದಣಿ ಇಲಾಖೆ, ಭೂಸರ್ವೇಕ್ಷಣ ಇಲಾಖೆ ಮೊದಲಾದವು. 1868 ರಲ್ಲಿ ನೀರಾವರಿ ಇಲಾಖೆಯನ್ನು ಸ್ಥಾಪಿಸಲಾಯಿತು. ಲೋಕೋಪಯೋಗಿ ಇಲಾಖೆಯನ್ನು ಪುನಾರಚಿಸಲಾಯಿತು.

ರಾಜ್ಯದ ಪೊಲೀಸ್ ಇಲಾಖೆಯನ್ನು ಮದ್ರಾಸ್ ಪ್ರಾಂತ್ಯದ ಮಾದರಿಯಲ್ಲಿ ಪುನಾರಚಿಸಲಾಯಿತು. 1862 ರಲ್ಲಿ **ಭಾರತೀಯ ದಂಡಸಂಹಿತೆ** (ಇಂಡಿಯನ್ ಪೀನಲ್ ಕೋಡ್) ಯನ್ನು ರಾಜ್ಯದಲ್ಲಿ ಜಾರಿಗೆ ತರಲಾಯಿತು. ಉನ್ನತ ದರ್ಜೆಯ ಐರೋಪ್ಯ ಅಧಿಕಾರಗಳ ಸಂಖ್ಯೆಯನ್ನು ಹೆಚ್ಚಿಸಲಾಯಿತು. ಹೀಗೆ ಅತ್ಯಂತ ವ್ಯವಸ್ಥಿತವಾದ ರೀತಿಯಲ್ಲಿ ಮೈಸೂರು ಸಂಸ್ಥಾನದಲ್ಲಿ ವಸಾಹತುಶಾಹಿ ಆಡಳಿತ ವ್ಯವಸ್ಥೆಯನ್ನು ಜಾರಿಗೆ ತರಲಾಯಿತು. ಸಹಜವಾಗಿಯೇ ಆಡಳಿತದ ವೆಚ್ಚವೂ ಹೆಚ್ಚಾಯಿತು.

ಲೋಕೋಪಯೋಗಿ ಕಾರ್ಯಗಳು : ಬೌರಿಂಗ್ ಲೋಕೋಪಯೋಗಿ ಕಾರ್ಯಗಳಿಗಾಗಿ ಅಪಾರ ಹಣವನ್ನು ವೆಚ್ಚ ಮಾಡಿದರು. 1864 ರಲ್ಲಿ 4,50,000 ರೂಪಾಯಿಗಳ ವೆಚ್ಚದಲ್ಲಿ ಬೆಂಗಳೂರಿನಲ್ಲಿ **ಅಠಾರ ಕಛೇರಿ ಕಟ್ಟಡವನ್ನು** ನಿರ್ಮಿಸಲಾಯಿತು. ಪ್ರಸ್ತುತ ಈ ಕಟ್ಟಡದಲ್ಲಿ ಶ್ರೇಷ್ಠ ನ್ಯಾಯಾಲಯ(High Court)ವಿದೆ. **ಸೆಂಟ್ರಲ್ ಕಾಲೇಜ್ ಕಟ್ಟಡ** ಹಾಗೂ ಬೆಂಗಳೂರು **ಮ್ಯೂಸಿಯಂ ಕಟ್ಟಡವನ್ನು** ನಿರ್ಮಿಸಲಾಯಿತು. 1867 **ಬೌರಿಂಗ್ ಆಸ್ಪತ್ರೆ**ಯನ್ನು 2,16,464 ರೂಪಾಯಿಗಳ ವೆಚ್ಚದಲ್ಲಿ ನಿರ್ಮಿಸಲಾಯಿತು. ಕೋಲಾರ, ಚಿಕ್ಕಮಗಳೂರು ಹಾಸನ, ಚಿತ್ರದುರ್ಗ ಹಾಗೂ ತುಮಕೂರಿನಲ್ಲಿ ಜಿಲ್ಲಾ ಆಸ್ಪತ್ರೆಗಳನ್ನು ಸ್ಥಾಪಿಸಲಾಯಿತು. ಹಲವಾರು ಜಿಲ್ಲೆ ಹಾಗೂ ತಾಲ್ಲೂಕು ಕಛೇರಿ ಕಟ್ಟಡಗಳನ್ನು ನಿರ್ಮಿಸಲಾಯಿತು. ಅಂತೆಯೇ ಚನ್ನಪಟ್ಟಣದ ಬಳಿ ಅರ್ಕಾವತಿ ನದಿಗೆ ಸೇತುವೆ ನಿರ್ಮಿಸಲಾಯಿತು. ಮೈಸೂರು, ಬೆಂಗಳೂರು, ಕೋಲಾರ ಮತ್ತು ತುಮಕೂರಿನಲ್ಲಿ ಪುರಸಭೆಗಳನ್ನು ಸ್ಥಾಪಿಸಲಾಯಿತು. ಹಲವಾರು ಹಳೆಯ ಕೆರೆಗಳು ಹಾಗೂ ನಾಲೆಗಳನ್ನು ದುರಸ್ತಿ ಮಾಡಲಾಯಿತು. ಅವುಗಳಲ್ಲಿ ಶಿವಮೊಗ್ಗ ಜಿಲ್ಲೆಯ ಅತ್ಯಂತ ದೊಡ್ಡದಾದ ಸೂಳೆಕೆರೆಯೂ ಸೇರಿದ್ದಿತು. ರಸ್ತೆಗಳ ನಿರ್ಮಾಣಕ್ಕೂ ಬೌರಿಂಗ್ ಆದ್ಯತೆ ನೀಡಿದರು. ಬೆಂಗಳೂರಿನಲ್ಲಿ ಕಬ್ಬನ್ ಹೆಸರಿನಲ್ಲಿ ಸುಮಾರು 300 ಎಕರೆ ವಿಸ್ತಾರವಾದ **ಕಬ್ಬನ್ ಪಾರ್ಕ್**ನ್ನು ನಿರ್ಮಿಸಲಾಯಿತು.

ಬೌರಿಂಗ್ 1870ರಲ್ಲಿ ರಾಜೀನಾಮೆ ನೀಡಿದರು. ನಿವೃತ್ತಿಯ ನಂತರ 1871ರಲ್ಲಿ ಅವರು **"ದಿ ಈಸ್ಟರ್ನ್ ಎಕ್ಸಪೀರಿಯನ್ಸ್"** ಎಂಬ ಕೃತಿಯನ್ನು ರಚಿಸಿದರು. ಅಲ್ಲದೆ **"ರೂಲರ್ಸ್ ಆಫ್ ಇಂಡಿಯಾ"** ಮಾಲಿಕೆಯಲ್ಲಿ **"ಹೈದರ್ ಅಲಿ ಅಂಡ್ ಟಿಪುಸುಲ್ತಾನ್ ಅಂಡ್ ದಿ ಸ್ಟ್ರಗಲ್ ವಿಥ್ ದಿ ಮುಸಲ್ಮಾನ್ ಪವರ್ಸ್ ಆಫ್ ದಿ ಸೌಥ್"** ಎಂಬ ಪುಸ್ತಕವನ್ನು ರಚಿಸಿದರು. 1868ರಲ್ಲಿ ಬಿ.ಎಲ್ ರೈಸ್ ಅವರು ಬೆಂಗಳೂರಿನಲ್ಲಿ **'ಲಿಟರರಿ ಅಂಡ್ ಸೈಂಟಿಫಿಕ್ ಇನ್‌ಸ್ಟಿಟ್ಯೂಟ್'** ಅನ್ನು ಸ್ಥಾಪಿಸಿದ್ದರು. ಅದನ್ನು ಮುಂದೆ ಬೌರಿಂಗ್ ಅವರ ನೆನಪಿಗಾಗಿ **"ಬೌರಿಂಗ್ ಇನ್‌ಸ್ಟಿಟ್ಯೂಟ್** ಎಂದು ಕರೆಯಲಾಯಿತು. ಈಗ ಇದು ಬೆಂಗಳೂರಿನ ಒಂದು ಪ್ರತಿಷ್ಠಿತ **ಸ್ಪೋರ್ಟ್ಸ್‌ಕ್ಲಬ್** ಆಗಿದೆ.

ಬೌರಿಂಗ್ ನಂತರ **ರಿಚರ್ಡ್ ಮೀಡ್** (1870–75), **ಸಿ.ಬಿ. ಸ್ಯಾಂಡರ್ಸ್** (1875–78) ಮತ್ತು **ಜೆ.ಡಿ. ಗೋರ್ಡನ್** (1878–81) ಮುಖ್ಯ ಕಮಿಷನರ್ ಆಗಿ ಕೆಲಸ ಮಾಡಿದರು. 1881ರಲ್ಲಿ ಮತ್ತೆ ಒಡೆಯರಿಗೆ ಸಂಸ್ಥಾನದ ಆಡಳಿತವನ್ನು ಹಸ್ತಾಂತರಿಸಲಾಯಿತು. 10ನೇ ಚಾಮರಾಜೇಂದ್ರ ಒಡೆಯರ್ ಮೈಸೂರಿನ ಮಹಾರಾಜರಾದರು.

ಮಾದರಿ ಪ್ರಶ್ನೆಗಳು

ಒಂದು ಅಂಕದ ಪ್ರಶ್ನೆಗಳು

1. ಮೈಸೂರು ಸಂಸ್ಥಾನದ ಮೊದಲ ಕಮೀಷನರ್ ಯಾರು □
2. ಮೈಸೂರು ಸಂಸ್ಥಾನದ ರಾಜಧಾನಿಯನ್ನು ಮೈಸೂರಿನಿಂದ ಬೆಂಗಳೂರಿಗೆ ವರ್ಗಾಯಿಸಿದವರು ಯಾರು ?
3. ಮೈಸೂರು ಸಂಸ್ಥಾನದಲ್ಲಿ ನಿರ್ಮಾಣಗೊಂಡ ಮೊದಲ ರೈಲುಮಾರ್ಗ ಯಾವುದು ?
4. ಮೈಸೂರು ಸಂಸ್ಥಾನದಲ್ಲಿ ಹೋಬಳಿ ಶಿಕ್ಷಣ ಯೋಜನೆಯನ್ನು ಜಾರಿಗೆ ತಂದ ಕಮೀಷನರ್ ಯಾರು □

ಅಧ್ಯಾಯ – 21

ಒಡೆಯರ್ ವಂಶಕ್ಕೆ ಮರಳಿದ ಅಧಿಕಾರ
(Rendition of Mysore)

1831 ರಲ್ಲಿ ಕಳೆದುಕೊಂಡಿದ್ದ ರಾಜ್ಯಾಧಿಕಾರವನ್ನು ಮರಳಿ ಪಡೆಯಲು ಮೂರನೇ ಕೃಷ್ಣರಾಜ ಒಡೆಯರು ಸತತವಾಗಿ ಮೂರುವರೆ ದಶಕಗಳ ಕಾಲ ನಡೆಸಿದ ಪ್ರಯತ್ನಗಳು ಕೊನೆಗೂ ಫಲ ನೀಡಿದವು. ಅವರ ದತ್ತುಪುತ್ರ 18 ವರ್ಷದ 10ನೇ ಚಾಮರಾಜ ಒಡೆಯರನ್ನು 1881ರ ಮಾರ್ಚ್ 25 ರಂದು ಮೈಸೂರಿನ ಮಹಾರಾಜರೆಂದು ಘೋಷಿಸಲಾಯಿತು. ಸಮಾರಂಭದಲ್ಲಿ ಬ್ರಿಟಿಷ್ ಸರ್ಕಾರದ ಪ್ರತಿನಿಧಿಯಾಗಿ **ಮದ್ರಾಸ್ ಗವರ್ನರ್ ಡಬ್ಲ್ಯು.ಪಿ.ಆಡಮ್ಸ್ ಉಪಸ್ಥಿತರಿದ್ದರು.** ಆ ಸಂದರ್ಭದಲ್ಲಿ ಮಹಾರಾಜರು ಒಂದು **'ಸನ್ನದು'**ಗೆ (Instrument of Transfer) ಸಹಿ ಹಾಕಬೇಕಾಯಿತು. ಅದರ ಪ್ರಕಾರ ಅಸ್ತಿತ್ವದಲ್ಲಿದ್ದ ಆಡಳಿತ ಪದ್ಧತಿಯನ್ನು ಬದಲಾಯಿಸದಿರಲು ಹಾಗೂ ಬ್ರಿಟಿಷರಿಗೆ ವಾರ್ಷಿಕ 35 ಲಕ್ಷ ರೂಪಾಯಿಗಳನ್ನು ಪೊಗದಿಯಾಗಿ ನೀಡಲು ಒಪ್ಪಿಕೊಂಡರು. ಅಲ್ಲದೆ ಸಹಾಯಕ ಸೈನ್ಯ ಪದ್ಧತಿಯ ಇತರ ಕರಾರುಗಳಿಗೂ ಸಮ್ಮತಿಸಿದರು.

ಮುಖ್ಯವಾಗಿ ಇತರ ಸಂಸ್ಥಾನಗಳೊಂದಿಗಾಗಲಿ, ವಿದೇಶಗಳೊಂದಿಗಾಗಲಿ ಸ್ವತಂತ್ರವಾಗಿ ಸಂಪರ್ಕ ಸ್ಥಾಪಿಸಿಕೊಳ್ಳುವುದನ್ನು, **ಕೋಟೆಗಳನ್ನು ನಿರ್ಮಿಸುವುದನ್ನು, ಶಸ್ತ್ರಾಸ್ತ್ರಗಳನ್ನು, ಆಫೀಮನ್ನು, ಉಪ್ಪನ್ನು ತಯಾರಿಸುವುದನ್ನು, ವಿದೇಶಿಯರನ್ನು ಸೇವೆಗೆ ಸೇರಿಸಿಕೊಳ್ಳುವುದನ್ನು** ಈ ಒಪ್ಪಂದ ನಿರ್ಬಂಧಿಸಿತು. ಒಡೆಯರ ಅಧಿಕಾರದ ಮೇಲೆ ಹಲವು ಮಿತಿಗಳನ್ನು ಹೇರಿ ಅಧಿಕಾರ ಹಸ್ತಾಂತರಿಸಲಾಯಿತು. ಹೀಗೆ ಕಮಿಷನರ್ ಆಡಳಿತ ಅಂತ್ಯಗೊಂಡು ಮೈಸೂರಿನಲ್ಲಿ ಮತ್ತೆ ಒಡೆಯರ ಆಡಳಿತ ಆರಂಭವಾಯಿತು. ಮುಖ್ಯ ಕಮೀಷನರ್ ಆಗಿದ್ದ **ಜೆ.ಡಿ. ಗೋರ್ಡನ್ ರೆಸಿಡೆಂಟ್** ಆಗಿ ನೇಮಕಗೊಂಡರು. ಮುಂದೆ ಮೈಸೂರಿನಲ್ಲಿ **ಅಠಾರ ಕಛೇರಿ (ಜಿಲ್ಲಾಧಿಕಾರಿ ಕಛೇರಿ) ನಿರ್ಮಾಣವಾದಾಗ ಅದರ ಮುಂಭಾಗದಲ್ಲಿ ಗೋರ್ಡನ್ ಅವರ ಕಂಚಿನ ಪ್ರತಿಮೆಯನ್ನು ಸ್ಥಾಪಿಸಲಾಯಿತು.** ಕಮಿಷನರ್ ಹುದ್ದೆ ರದ್ದಾಯಿತು ಮತ್ತು ದಿವಾನ್ ಹುದ್ದೆಯನ್ನು ಮತ್ತೆ ಸ್ಥಾಪಿಸಲಾಯಿತು. 1881ರಲ್ಲಿ ರಂಗಾಚಾರ್ಲು ಅವರನ್ನು ನೂತನ ಮಹಾರಾಜರು ಮೈಸೂರಿನ ದಿವಾನರನ್ನಾಗಿ ನೇಮಿಸಿದರು. ಆಗ **ಲಾರ್ಡ್ ರಿಪ್ಪನ್ ಭಾರತದ ಗವರ್ನರ್– ಜನರಲ್ ಆಗಿದ್ದರು.**

1881ರಿಂದ 1947ರವರೆಗೆ ಅಂದರೆ ಸ್ವತಂತ್ರ ಭಾರತದ ಒಕ್ಕೂಟದಲ್ಲಿ ಮೈಸೂರು ಸಂಸ್ಥಾನ ವಿಲೀನಗೊಳ್ಳುವರೆಗೆ ಮೈಸೂರು ಸಂಸ್ಥಾನದಲ್ಲಿ ಮಹಾರಾಜರ ಹೆಸರಿನಲ್ಲಿ, ಅವರ ಪರವಾಗಿ ಆಡಳಿತ ನಡೆಸಿದವರು ದಿವಾನರು. ದಿವಾನ್ ಸಿ.ರಂಗಾಚಾರ್ಲು ಅವರಿಂದ ಆರ್ಕಾಟ್ ರಾಮಸ್ವಾಮಿ ಮುದಲಿಯಾರ್‌ವರೆಗಿನ ಕಾಲವನ್ನು ಆಧುನಿಕ ಮೈಸೂರು ಚರಿತ್ರೆಯಲ್ಲಿ **'ದಿವಾನರ ಆಡಳಿತ ಕಾಲ'** ಎಂದು ಕರೆಯಲಾಗಿದೆ. ಈ ಅವಧಿಯಲ್ಲಿ ಮೈಸೂರು ಸಂಸ್ಥಾನ ವಿವಿಧ ಕ್ಷೇತ್ರಗಳಲ್ಲಿ ಅಪಾರವಾದ ಪ್ರಗತಿ ಸಾಧಿಸಿತು. ಇಡೀ ಬ್ರಿಟಿಷ್ ಭಾರತದಲ್ಲಿ ಅದು **'ಮಾದರಿ ಸಂಸ್ಥಾನ'** ಎಂಬ ಹೆಗ್ಗಳಿಕೆಗೆ ಪಾತ್ರವಾಯಿತು. ಇದಕ್ಕೆ ಈ ಅವಧಿಯಲ್ಲಿ ಆಳಿದ ದಿವಾನರುಗಳ ಪರಿಶ್ರಮ, ದೂರದೃಷ್ಟಿ ಕಾರಣವಾದಂತೆ ಮಹಾರಾಜರಾದ ನಾಲ್ವಡಿ ಕೃಷ್ಣರಾಜ ಒಡೆಯರ ಸೂಕ್ತವಾದ ಮಾರ್ಗದರ್ಶನ, ಜನಪರಕಾಳಜಿ, ರಾಜ್ಯದ ಪ್ರಗತಿಯ ಬಗ್ಗೆ ಅವರಿಗಿದ್ದ ಬದ್ಧತೆಯೂ ಕಾರಣವಾಗಿದ್ದಿತು. ಮುಂದಿನ ಕೆಲವು ಪುಟಗಳಲ್ಲಿ ದಿವಾನರುಗಳ ಕಾಲದಲ್ಲಿ ಮೈಸೂರು ಸಂಸ್ಥಾನ ಸಾಧಿಸಿದ ಪ್ರಗತಿಯ ಕಿರುಪರಿಚಯವಿದೆ.

ದಿವಾನರ ಆಡಳಿತ

ದಿವಾನ್ ಸಿ. ರಂಗಾಚಾರ್ಲು (1881–83)

ಪ್ರಾರಂಭಿಕ ಜೀವನ : ರಂಗಾಚಾರ್ಲು 1831ರಲ್ಲಿ ಮದ್ರಾಸ್ ಸಮೀಪದ ವೀರವಳ್ಳಿಯ ಬಡ ಕುಟುಂಬದಲ್ಲಿ ಜನಿಸಿದರು. ಮದ್ರಾಸ್‌ನ ಪ್ರಸಿದ್ಧ ಪ್ರೆಸಿಡೆನ್ಸಿ ಕಾಲೇಜಿನಲ್ಲಿ ಅಧ್ಯಯನ ನಡೆಸಿದರು. ಪದವಿ ಪಡೆದ ನಂತರ ಲೋಕಸೇವಾ ಪರೀಕ್ಷೆಯಲ್ಲಿ ಉತ್ತೀರ್ಣರಾಗಿ 1850ರಲ್ಲಿ ಮದ್ರಾಸ್‌ನ ಕಲೆಕ್ಟೋರೇಟ್ ಕಛೇರಿಯಲ್ಲಿ **ಡೆಪ್ಯೂಟಿ ಆಡಿಟರ್** (ಉಪ ಲೆಕ್ಕಪರಿಶೋಧಕರಾಗಿ)

ಆಗಿ ವೃತ್ತಿಯನ್ನು ಆರಂಭಿಸಿದರು. 1857ರಲ್ಲಿ **ನೆಲ್ಲೂರ್‌ನಲ್ಲಿ ಶಿರಸ್ತೇದಾರ್** ಆಗಿ ನೇಮಕಗೊಂಡರು. 1859ರಲ್ಲಿ ಬಡ್ತಿ ಪಡೆದು **ರಾಜಮಂಡ್ರಿಯ ಡೆಪ್ಯೂಟಿ ಕಲೆಕ್ಟರ್** ಆಗಿ ನೇಮಕಗೊಂಡರು. 1864ರಲ್ಲಿ **ಟೇಲರ್ ನೇತೃತ್ವದ ರೈಲ್ವೆ ಆಯೋಗದ ಸಹಾಯಕರಾಗಿ ಅವರನ್ನು ನೇಮಿಸಲಾಯಿತು.** 1868ರಲ್ಲಿ ಅವರ ಸೇವೆಯನ್ನು ಮೈಸೂರು ಸಂಸ್ಥಾನಕ್ಕೆ ವರ್ಗಾಯಿಸಲಾಯಿತು. ದಿವಾನರಾಗಿ ನೇಮಕಗೊಳ್ಳುವ ಮೊದಲು ಅವರು ರಾಜ್ಯದ ಕಂದಾಯ ಕಾರ್ಯದರ್ಶಿಯಾಗಿ ಕೆಲಸ ನಿರ್ವಹಿಸಿದ್ದರು. 1881ರ ಮಾರ್ಚ್‌ನಲ್ಲಿ ಅವರನ್ನು ಮೈಸೂರು ಸಂಸ್ಥಾನದ ದಿವಾನರಾಗಿ ನೇಮಿಸಲಾಯಿತು. ದಿವಾನರಿಗೆ ನೆರವಾಗಲು ಇಬ್ಬರ ಸಲಹಾ ಸಮಿತಿಯನ್ನು ರಚಿಸಲಾಯಿತು. ದಿವಾನರಾಗಿ ತಮ್ಮ ಅಲ್ಪಾವಧಿಯ ಆಡಳಿತ ಕಾಲದಲ್ಲಿ ರಂಗಾಚಾರ್ಲು ರಾಜ್ಯಕ್ಕೆ ಸಲ್ಲಿಸಿದ ಸೇವೆ ಸ್ಮರಣೀಯವಾಗಿದೆ.

ಆರ್ಥಿಕ ಸಮಸ್ಯೆಗಳು ಹಾಗೂ ಉಳಿತಾಯ ಕ್ರಮಗಳು

ದಿವಾನರಾಗಿ ನೇಮಕಗೊಳ್ಳುವ ವೇಳೆಗೆ ರಂಗಾಚಾರ್ಲು ಅಪಾರವಾದ ಆಡಳಿತ ಅನುಭವ ಪಡೆದುಕೊಂಡಿದ್ದರು. ದಿವಾನರಾಗಿ ಅವರು ಅಧಿಕಾರ ವಹಿಸಿಕೊಂಡಾಗ ರಾಜ್ಯದಲ್ಲಿ ತೀವ್ರ ಆರ್ಥಿಕ ಸಮಸ್ಯೆಗಳಿದ್ದವು. 1874ರಿಂದ ಸತತವಾಗಿ ಮುಂದುವರಿದಿದ್ದ ಬರಗಾಲ ಪರಿಸ್ಥಿತಿಗಳಿಂದಾಗಿ ರಾಜ್ಯದ ಹಣಕಾಸು ಪರಿಸ್ಥಿತಿ ತೀರಾ ಹದಗೆಟ್ಟಿತ್ತು. ರಾಜ್ಯ ಸರ್ಕಾರ ಕೇಂದ್ರ ಸರ್ಕಾರದಿಂದ ವಾರ್ಷಿಕ ಶೇಕಡ 5ರ ಬಡ್ಡಿಯಲ್ಲಿ 80 ಲಕ್ಷ ರೂಪಾಯಿಗಳ ಸಾಲವನ್ನು ಪಡೆದುಕೊಂಡಿತ್ತು. ಅದರಿಂದಾಗಿ ಸರ್ಕಾರಿ ವೆಚ್ಚವನ್ನು ಗಣನೀಯವಾಗಿ ಕಡಿಮೆ ಮಾಡುವುದು ಅಗತ್ಯವಾಗಿತ್ತು. ಏಕೆಂದರೆ ಯಾವುದೇ ಹೊಸ ತೆರಿಗೆಗಳನ್ನು ವಿಧಿಸುವುದು ಅಂದಿನ ಪರಿಸ್ಥಿತಿಯಲ್ಲಿ ಸಾಧ್ಯವಿರಲಿಲ್ಲ. ಅಲ್ಲದೆ ಮೈಸೂರು ಬ್ರಿಟಿಷರಿಗೆ ಕೊಡಬೇಕಾಗಿದ್ದ **ಪೊಗದಿಯನ್ನು 24 1/2ಲಕ್ಷರೂಪಾಯಿಗಳಿಂದ 35ಲಕ್ಷರೂಪಾಯಿಗಳಿಗೆ ಹೆಚ್ಚಿಸಿದ್ದು ಸಂಸ್ಥಾನಕ್ಕೆ ದೊಡ್ಡ ಆರ್ಥಿಕ ಹೊರೆಯಾಗಿತ್ತು.**

ಮಿತವ್ಯಯದ ಕ್ರಮವಾಗಿ ದಿವಾನ್ ರಂಗಾಚಾರ್ಲು ಅಪಾರ ಸಂಖ್ಯೆಯ ಸರ್ಕಾರಿ ನೌಕರರನ್ನು ಉದಾರ ನಿವೃತ್ತಿ ವೇತನ ನೀಡಿ ನಿವೃತ್ತಿಗೊಳಿಸಿದರು. ಲೋಕೋಪಯೋಗಿ ಕಾರ್ಯಗಳ ಮೇಲಿನ ವೆಚ್ಚವನ್ನು ಶೇಕಡ 50 ರಷ್ಟು ಕಡಿಮೆ ಮಾಡಿದರು. ಡೆಪ್ಯೂಟಿ ಕಮೀಷನರುಗಳ ವೇತನವನ್ನು ಕಡಿಮೆ ಮಾಡಲಾಯಿತು. 27 ಸಹಾಯಕ ಆಯುಕ್ತರ ಹುದ್ದೆಗಳನ್ನು ರದ್ದುಪಡಿಸಲಾಯಿತು. ಐರೋಪ್ಯ ಸಹಾಯಕ ಆಯುಕ್ತರ ಬದಲಿಗೆ ಅರ್ಹ ಸ್ಥಳೀಯರನ್ನು ನೇಮಕ ಮಾಡಲಾಯಿತು. ಎಲ್ಲ ಉನ್ನತ ಹುದ್ದೆಗಳಿಗೂ ಐರೋಪ್ಯರನ್ನೇ ನೇಮಕ ಮಾಡಲಾಗುತ್ತಿದ್ದ ಕಾಲದಲ್ಲಿ ಇದು ಒಂದು ಸಾಹಸದ ಕೆಲಸವೇ ಆಗಿತ್ತು. ಆಡಳಿತ ವೆಚ್ಚಕ್ಕೆ ಕಡಿವಾಣ ಹಾಕುವ ಉದ್ದೇಶದಿಂದ ಹಾಸನ ಮತ್ತು ಚಿತ್ರದುರ್ಗ ಜಿಲ್ಲೆಗಳನ್ನು ರದ್ದು ಪಡಿಸಲಾಯಿತು. ಅಂತೆಯೇ 9 ತಾಲ್ಲೂಕುಗಳನ್ನು ರದ್ದುಪಡಿಸಲಾಯಿತು. ನಾಲ್ಕು ಮುನ್ಸೀಫ್ ನ್ಯಾಯಾಲಯಗಳನ್ನು ರದ್ದುಪಡಿಸಲಾಯಿತು. ಜೈಲುಗಳ ಸಂಖ್ಯೆಯನ್ನು 9ರಿಂದ 3ಕ್ಕೆ ಇಳಿಸಲಾಯಿತು. ಸೈನಿಕ ವೆಚ್ಚವನ್ನು ಕಡಿಮೆ ಮಾಡಲಾಯಿತು.

ಕೇಂದ್ರ ಸರ್ಕಾರಕ್ಕೆ ಪತ್ರ ಬರೆದ ದಿವಾನರು ಸಾಲದ ಮೇಲಿನ ಬಡ್ಡಿಯ ದರವನ್ನು ಶೇಕಡ 5ರಿಂದ 4ಕ್ಕೆ ಇಳಿಸುವಂತೆ ಮನವಿ ಮಾಡಿಕೊಂಡರು. ಕೇಂದ್ರ ಸರ್ಕಾರ ಈ ಮನವಿಯನ್ನು ಒಪ್ಪಿಕೊಂಡಿತು. ಅಲ್ಲದೆ 80 ಲಕ್ಷ ರೂಪಾಯಿಗಳ ಸಾಲವನ್ನು 41 ವಾರ್ಷಿಕ ಕಂತುಗಳಲ್ಲಿ ಮರುಪಾವತಿಸುವುದಕ್ಕೆ ಸಂಬಂಧಿಸಿದಂತೆ ಕೇಂದ್ರ ಸರ್ಕಾರದೊಂದಿಗೆ ಒಂದು ಒಪ್ಪಂದ ಮಾಡಿಕೊಳ್ಳಲಾಯಿತು. ಅಲ್ಲದೆ ಸಾಲದ ಬಹುಭಾಗವನ್ನು ಬರಪರಿಹಾರವೆಂದು ಪರಿಗಣಿಸುವಂತೆ ಕೇಂದ್ರ ಸರ್ಕಾರ ಮನವೊಲಿಸುವಲ್ಲಿ ಸಫಲರಾದರು.

ಈ ಎಲ್ಲ ಕ್ರಮಗಳ ಮೂಲಕ ದಿವಾನರು ರಾಜ್ಯದ ಆದಾಯ ಮತ್ತು ವೆಚ್ಚದ ನಡುವೆ ಸಮತೋಲನ ಸಾಧಿಸುವಲ್ಲಿ ಯಶಸ್ವಿಯಾದರು.

ಪ್ರಜಾಪ್ರತಿನಿಧಿ ಸಭೆಯ ಸ್ಥಾಪನೆ

ದಿವಾನರಾಗಿ ರಂಗಾಚಾರ್ಲು ಅವರ ಅತ್ಯಂತ ಮಹತ್ವದ ಸಾಧನೆ 1881ರಲ್ಲಿ **ಮೈಸೂರು ಪ್ರಜಾಪ್ರತಿನಿಧಿ ಸಭೆಯನ್ನು** ಸ್ಥಾಪಿಸಿದ್ದು. ದಿವಾನರು ಉದಾರ ಆಡಳಿತ ನೀತಿಗೆ ಹೆಸರಾಗಿದ್ದರು. ಪ್ರಜೆಗಳಿಗೂ ಆಡಳಿತದಲ್ಲಿ ಪಾಲ್ಗೊಳ್ಳಲು ಅವಕಾಶ ನೀಡಬೇಕೆಂಬುದು ಅವರ ಅಪೇಕ್ಷೆಯಾಗಿತ್ತು. ಅಧಿಕಾರ ವಹಿಸಿಕೊಂಡ ತಕ್ಷಣ ಮಹಾರಾಜರೊಂದಿಗೆ ಸಮಾಲೋಚಿಸಿ 1881ರಲ್ಲಿ ಮೈಸೂರಿನಲ್ಲಿ ಪ್ರಜಾಪ್ರತಿನಿಧಿ ಸಭೆಯನ್ನು ಸ್ಥಾಪಿಸಿದರು. ಅದನ್ನು **"ಮೈಸೂರು ಸಂಸ್ಥಾನದ ಎಲ್ಲಾ ತಾಲ್ಲೂಕುಗಳ ರೈತರ ಮತ್ತು ವರ್ತಕ ವರ್ಗದ ಪ್ರತಿನಿಧಿಗಳ ಸಭೆ"** ಎಂದು ಕರೆಯಲಾಯಿತು. ಅದು ಜಿಲ್ಲಾಧಿಕಾರಿಗಳಿಂದ ಆಯ್ಕೆ ಮಾಡಲ್ಪಟ್ಟ ಜಮೀನುದಾರರು ಹಾಗೂ ವರ್ತಕರನ್ನು ಒಳಗೊಂಡಿತ್ತು. ಅದರ ಪ್ರಥಮ ಅಧಿವೇಶನ 1881ರ ಅಕ್ಟೋಬರ್ 7 ರಂದು

ದಸರಾ ಹಬ್ಬದ ಸಂದರ್ಭದಲ್ಲಿ ಜರುಗಿತು. ಅದರಲ್ಲಿ 144 ಆಯ್ದ ಪ್ರತಿನಿಧಿಗಳು ಭಾಗವಹಿಸಿದ್ದರು. ಅದರ ಮುಂದೆ ದಿವಾನರು ಸರ್ಕಾರದ ನೀತಿಗಳು ಹಾಗೂ ಕಾರ್ಯಕ್ರಮಗಳನ್ನು ವಿವರಿಸಿದರು. ಅದು ಶಾಸನಬದ್ಧ ಸಂಸ್ಥೆಯಲ್ಲದಿದ್ದರೂ ಪ್ರಾತಿನಿಧಿಕ ಸರ್ಕಾರದ ಸ್ಥಾಪನೆಯ ದಿಸೆಯಲ್ಲಿ ಒಂದು ಮಹತ್ವದ ಕ್ರಮವಾಗಿತ್ತು. **ಇಂತಹ ಪ್ರತಿನಿಧಿ ಸಭೆ ಅಂದು ಭಾರತದ ಯಾವುದೇ ಸಂಸ್ಥಾನದಲ್ಲೂ ರಚನೆಯಾಗಿರಲಿಲ್ಲ** ಎಂಬುದು ಗಮನಾರ್ಹವಾದ ಸಂಗತಿಯಾಗಿದೆ.

ಅಭಿವೃದ್ಧಿ ಕಾರ್ಯಗಳು

ದಿವಾನ್ ರಂಗಾಚಾರ್ಲು ರಾಜ್ಯದ ಪ್ರಗತಿಗೆ ಬಹಳವಾಗಿ ಶ್ರಮಿಸಿದರು. ರಸ್ತೆಗಳು ಹಾಗೂ ರೈಲು ಮಾರ್ಗಗಳ ನಿರ್ಮಾಣಕ್ಕೆ ಅವರು ಆದ್ಯತೆ ನೀಡಿದರು. ವ್ಯಾಪಾರ ಮತ್ತು ವಾಣಿಜ್ಯದ ಬೆಳವಣಿಗೆಯಿಂದಾಗಿ ರೈಲುಮಾರ್ಗದ ನಿರ್ಮಾಣ ಅನಿವಾರ್ಯವೂ ಆಗಿದ್ದಿತು. **1882ರಲ್ಲಿ ಬೆಂಗಳೂರು-ಮೈಸೂರು ರೈಲು ಮಾರ್ಗ ನಿರ್ಮಾಣವಾಯಿತು.** ಬೆಂಗಳೂರಿನಿಂದ ತಿಪಟೂರುವರೆಗೆ ರೈಲು ಮಾರ್ಗ ನಿರ್ಮಾಣ ಕಾರ್ಯ ಕೈಗೊಳ್ಳಲು ಸಾರ್ವಜನಿಕರಿಂದ 20 ಲಕ್ಷ ರೂಪಾಯಿಗಳ ಸಾಲವನ್ನು ಪಡೆದರು.

ದಿವಾನ್ ರಂಗಾಚಾರ್ಲು ಮೈಸೂರಿನ ಪ್ರಗತಿಗೆ ಅತ್ಯಂತ ಪ್ರಾಮಾಣಿಕವಾಗಿ ಶ್ರಮಿಸಿದರು. 1881ರಲ್ಲಿ ಕೋಲಾರದಲ್ಲಿ ಚಿನ್ನದ ಗಣಿ ಉದ್ಯಮಕ್ಕೆ ಸಂಬಂಧಿಸಿದಂತೆ **ಟೇಲರ್ ಕಂಪನಿ**ಯೊಂದಿಗೆ ಒಪ್ಪಂದ ಮಾಡಿಕೊಂಡರು. ಉದ್ಯಮ ಆರಂಭವಾದ ನಂತರ ರಾಜ್ಯಕ್ಕೆ ಕಂಪನಿಯ ಆದಾಯದ ಶೇಕಡ 5 ರಷ್ಟು ಲಾಭಾಂಶ ಬರುವಂತಾಯಿತು. ದಿವಾನರ ಉತ್ತಮ ಆರ್ಥಿಕ ನೀತಿಗಳಿಂದಾಗಿ ರಾಜ್ಯದ ವಾರ್ಷಿಕ ಆದಾಯ 1880-81ರಲ್ಲಿ 101 ಲಕ್ಷ ರೂಪಾಯಿಗಳಿದ್ದು 1881-82ರ ವೇಳೆಗೆ 108 ಲಕ್ಷ ರೂಪಾಯಿಗಳಿಗೆ ಹೆಚ್ಚಿತು. ಬೆಂಗಳೂರಿನ ಬಳಿ ಆಂಗ್ಲೊ-ಇಂಡಿಯನ್ನರಿಗಾಗಿ **'ವೈಟ್ ಫೀಲ್ಡ್'** ಎಂಬ ನೂತನ ಬಡಾವಣೆಯನ್ನು ನಿರ್ಮಿಸಿದರು. ರಂಗಾಚಾರ್ಲು ಅವರ ಕಾಲದಲ್ಲಿ 1882ರಲ್ಲಿ ಬೆಂಗಳೂರಿಗೆ ಕುಡಿಯುವ ನೀರನ್ನು ಬದಗಿಸಲು **ಸ್ಯಾಂಕಿ ಕೆರೆಯನ್ನು ನಿರ್ಮಿಸಲಾಯಿತು.** ಅದನ್ನು ಕರ್ನಲ್ ರಿರ್ಚ್ಡ್ ಸ್ಯಾಂಕಿ ನಿರ್ಮಿಸಿದರು. 1876-78ರ ತೀವ್ರ ಬರಗಾಲದ ಹಿನ್ನಲೆಯಲ್ಲಿ ಕುಡಿಯುವ ನೀರಿನ ಸಮಸ್ಯೆ ನಿವಾರಿಸಲು ಈ ಕೆರೆಯನ್ನು ನಿರ್ಮಿಸಲಾಯಿತು. ಇದನ್ನು ಸ್ಥಳಿಯರು **ಗಂಧದ ಕೋಟಿ** ಕೆರೆ ಎಂದು ಕರೆಯುತ್ತಿದ್ದರು.

ಶಿಕ್ಷಣ

ದಿವಾನ್ ರಂಗಾಚಾರ್ಲು ಶಿಕ್ಷಣಕ್ಕೆ ಅಪಾರ ಪ್ರೋತ್ಸಾಹ ನೀಡಿದರು. 1881ರಲ್ಲಿ **ಮೈಸೂರಿನಲ್ಲಿ ಮಹಾರಾಣಿ ಬಾಲಕಿಯರ ಪ್ರೌಢಶಾಲೆ ಸ್ಥಾಪನೆಯಾಯಿತು.** ಇದು ಮೈಸೂರಿನಲ್ಲಿ ಸ್ಥಾಪನೆಯಾದ ಪ್ರಥಮ ಬಾಲಕಿಯರ ಶಾಲೆ. ಆರಂಭದಲ್ಲಿ ಜಗನ್ಮೋಹನ ಅರಮನೆಯ ಆವರಣದಲ್ಲಿ ನಡೆಯುತ್ತಿದ್ದ ಈ ಶಾಲೆಯನ್ನು 1882ರಲ್ಲಿ ನಾರಾಯಣಶಾಸ್ತ್ರಿ ರಸ್ತೆಯಲ್ಲಿರುವ ಸ್ವಂತ ಕಟ್ಟಡಕ್ಕೆ ವರ್ಗಾಯಿಸಲಾಯಿತು. ಬಡ ಪ್ರತಿಭಾವಂತ ವಿದ್ಯಾರ್ಥಿಗಳು ಉನ್ನತ ಶಿಕ್ಷಣ ಪಡೆಯಲು ಅನುಕೂಲವಾಗುವಂತೆ ವಿದ್ಯಾರ್ಥಿ ವೇತನ ನೀಡುವ ಯೋಜನೆಯನ್ನು ಜಾರಿಗೆ ತಂದರು. ಈ ಯೋಜನೆಯಿಂದ ಲಾಭ ಪಡೆದವರಲ್ಲಿ ವಿಶ್ವೇಶ್ವರಯ್ಯನವರೂ ಒಬ್ಬರು.

ದಿವಾನ್ ರಂಗಾಚಾರ್ಲು ಸಾಹಿತಿಗಳಿಗೂ ಪ್ರೋತ್ಸಾಹ ನೀಡಿದರು. ಅವರ ಪ್ರೋತ್ಸಾಹದಿಂದ ಬಸವಪ್ಪ ಶಾಸ್ತ್ರಿಗಳು ಹಲವಾರು ಇಂಗ್ಲಿಷ್ ಹಾಗೂ ಸಂಸ್ಕೃತ ಕೃತಿಗಳನ್ನು ಕನ್ನಡಕ್ಕೆ ಭಾಷಾಂತರಿಸಿದರು. ಅವರು ಕಾಳಿದಾಸನ **'ಶಾಕುಂತಲ'** ನಾಟಕ; ಭವಭೂತಿಯ **'ಉತ್ತರ ರಾಮಚರಿತೆ'** ಮೊದಲಾದ ಸಂಸ್ಕೃತ ಕೃತಿಗಳನ್ನು ಕನ್ನಡಕ್ಕೆ ಭಾಷಾಂತರಿಸಿದರು. ಅವರಿಗೆ ರಂಗಾಚಾರ್ಲು **'ಕರ್ನಾಟಕ ಕಾಳಿದಾಸ'** ಎಂಬ ಬಿರುದನ್ನು ನೀಡಿದರು.

ದುರಾದೃಷ್ಟದಿಂದ ರಂಗಾಚಾರ್ಲು ಅವರು ಹೆಚ್ಚು ಕಾಲ ಆಡಳಿತ ನಡೆಸಲಾಗಲಿಲ್ಲ. 1883ರ ಜನವರಿ 20 ರಂದು ಅವರು ಅಕಾಲ ಮರಣಕ್ಕೆ ಗುರಿಯಾದರು.

ರಂಗಾಚಾರ್ಲು ಅವರದು ಕಳಂಕರಹಿತವಾದ ವ್ಯಕ್ತಿತ್ವ. ತಮ್ಮ ಅಲ್ಪಾವಧಿಯ ಆಡಳಿತ ಕಾಲದಲ್ಲಿ ಸಂಸ್ಥಾನಕ್ಕೆ ಉತ್ತಮ ಸೇವೆ ಸಲ್ಲಿಸಿದರು. ಅವರ ಅಪಾರವಾದ ಸೇವೆಯನ್ನು ಪರಿಗಣಿಸಿ ಬ್ರಿಟಿಷ್ ಸರ್ಕಾರ ಅವರಿಗೆ **"ಕಂಪಾನಿಯನ್ ಆಫ್ ದಿ ಇಂಡಿಯನ್ ಎಂಪೈರ್"** ಎಂಬ ಬಿರುದನ್ನು ನೀಡಿ ಗೌರವಿಸಿತು. ಮಹಾರಾಜರು ಅವರ ಕುಟುಂಬಕ್ಕೆ ಎರಡು ಲಕ್ಷ ರೂಪಾಯಿಗಳನ್ನು ನೀಡಿದರು. 1885ರಲ್ಲಿ ಅವರ ಸ್ಮರಣಾರ್ಥವಾಗಿ ಮೈಸೂರಿನಲ್ಲಿ ಪುರಭವನವನ್ನು ನಿರ್ಮಿಸಲಾಯಿತು.

ಸರ್.ಕೆ. ಶೇಷಾದ್ರಿ ಐಯ್ಯರ್ (1883-1901)

ಪ್ರಾರಂಭಿಕ ಜೀವನ : ಕುಮಾರಪುರಂ ಶೇಷಾದ್ರಿ ಐಯ್ಯರ್ 1845ರ ಜೂನ್ 1ರಂದು ಪಾಲ್ಘಾಟ್ ಜಿಲ್ಲೆಯ ಹಳ್ಳಿಯೊಂದರಲ್ಲಿ ಜನಿಸಿದರು. ಮದ್ರಾಸ್ ವಿಶ್ವವಿದ್ಯಾನಿಲಯದಿಂದ 1866ರಲ್ಲಿ ಬಿ.ಎ ಪದವಿಯನ್ನು ಹಾಗೂ 1874ರಲ್ಲಿ ಕಾನೂನು ಪದವಿಯನ್ನು ಪಡೆದರು. ಅವರು ಕಲ್ಲಿಕೋಟೆಯ ಕಲೆಕ್ಟರ್ ಕಛೇರಿಯಲ್ಲಿ ಭಾಷಾಂತರಕಾರರಾಗಿ ತಮ್ಮ ವೃತ್ತಿ ಆರಂಭಿಸಿದರು. ಅಲ್ಲಯೇ ರಂಗಾಚಾರ್ಲು ಅವರ ಸಂಪರ್ಕಕ್ಕೆ ಬಂದರು. 1868ರಲ್ಲಿ ಅವರನ್ನು ರಂಗಾಚಾರ್ಲು ಮೈಸೂರಿಗೆ ಕರೆದುಕೊಂಡರು ಬಂದರು. ಅಷ್ಟಗ್ರಾಮದ ಜುಡಿಷಿಯಲ್ ಶಿರಸ್ತೇದಾರ್ ಆಗಿ ಮೈಸೂರು ಸಂಸ್ಥಾನದಲ್ಲಿ ತಮ್ಮ ವೃತ್ತಿ ಆರಂಭಿಸಿದರು. ಮುಂದೆ 1879ರಲ್ಲಿ ಅವರು **ತುಮಕೂರಿನ ಡೆಪ್ಯೂಟಿ ಕಮೀಷನರ್** ಆಗಿ ನೇಮಕಗೊಂಡರು. ಅಷ್ಟಗ್ರಾಮ ವಿಭಾಗದ ಸೆಶನ್ಸ್ ಜಡ್ಜ್ ಆಗಿಯೂ ಕೆಲ ಕಾಲ ಸೇವೆ ಸಲ್ಲಿಸಿದರು. ದಿವಾನರಾಗುವ ಮೊದಲು ಕೆಲಕಾಲ ದಿವಾನರ ಕಛೇರಿಯಲ್ಲಿ ವಿಶೇಷ ಕರ್ತವ್ಯದ ಮೇಲೆ ನಿಯೋಜಿತರಾಗಿದ್ದರು. ಆಡಳಿತಾನುಭವ ಪಡೆಯಲು ಅದು ಸಹಾಯಕವಾಯಿತು. ಐಯ್ಯರ್ ಬಗ್ಗೆ ಅಪಾರ ವಿಶ್ವಾಸ ಹೊಂದಿದ್ದ ರಂಗಾಚಾರ್ಲು ತಮ್ಮ ಮರಣಕ್ಕೆ ಮೊದಲು ಅವರನ್ನು ದಿವಾನರಾಗಿ ನೇಮಿಸುವಂತೆ ಮಹಾರಾಜರಿಗೆ ಸಲಹೆ ನೀಡಿದ್ದರು. ಅದರಂತೆ ಮಹಾರಾಜ ಚಾಮರಾಜೇಂದ್ರ ಒಡೆಯರು ಐಯ್ಯರ್ ಅವರನ್ನು 1883 ರ ಜನವರಿಯಲ್ಲಿ ದಿವಾನರಾಗಿ ನೇಮಿಸಿದರು. ಐಯ್ಯರ್ 18 ವರ್ಷಗಳ ಕಾಲ ದಿವಾನರಾಗಿದ್ದರು. ಈ ಅವಧಿಯಲ್ಲಿ ಮೈಸೂರು ಗಮನಾರ್ಹ ಪ್ರಗತಿ ಸಾಧಿಸಿತು.

ಹಣಕಾಸಿನ ಸಮಸ್ಯೆಗಳ ನಿವಾರಣೆಗೆ ಕ್ರಮಗಳು : ಐಯ್ಯರ್ ದಿವಾನರಾಗಿ ಅಧಿಕಾರ ಸ್ವೀಕರಿಸಿದಾಗ ರಾಜ್ಯ ಆರ್ಥಿಕ ಪರಿಸ್ಥಿತಿ ಇನ್ನು ಸುಧಾರಿಸಿರಲಿಲ್ಲ. ಮೈಸೂರಿನ ವಾರ್ಷಿಕ ಪೊಗದಿಯನ್ನು 24 1/2 ಲಕ್ಷ ರೂಪಾಯಿಗಳಿಂದ 35 ಲಕ್ಷ ರೂಪಾಯಿಗಳಿಗೆ ಹೆಚ್ಚಿಸಲಾಗಿತ್ತು. ಹೆಚ್ಚಿಸಲಾಗಿದ್ದ 10 1/2 ಲಕ್ಷ ರೂಪಾಯಿಗಳನ್ನು 1896 ರವರೆಗೆ ಮನ್ನಾ ಮಾಡುವಂತೆ ದಿವಾನ್ ಐಯ್ಯರ್ ಭಾರತ ಸರ್ಕಾರಕ್ಕೆ ಮನವಿ ಮಾಡಿದರು. **ಮೈಸೂರಿನ ರೆಸಿಡೆಂಟ್** ಆಗಿದ್ದ **ಜೆ.ಬಿ.ಲ್ಯಾಲ್** ಕೂಡ ಈ ಮನವಿಯನ್ನು ಬೆಂಬಲಿಸಿದರು. ಕೇಂದ್ರ ಸರ್ಕಾರ ಅವರ ಮನವಿಯನ್ನು ಒಪ್ಪಿಕೊಂಡಿತು. ಅದರಂತೆ 1896ರವರೆಗೂ ಹೆಚ್ಚುವರಿ ಪೊಗದಿಯನ್ನು ಮನ್ನಾ ಮಾಡಲಾಯಿತು. ಆದರೆ ಬೆಂಗಳೂರಿನ **ಕಂಟೋನ್‌ಮೆಂಟ್** ಪ್ರದೇಶದ ವರಮಾನವನ್ನು ಮೈಸೂರು ಸರ್ಕಾರಕ್ಕೆ ವರ್ಗಾಯಿಸಬೇಕೆಂಬ ಅವರ ಮನವಿಯನ್ನು ಕೇಂದ್ರ ಸರ್ಕಾರ ಒಪ್ಪಲಿಲ್ಲ.

ರೈಲುಮಾರ್ಗ ನಿರ್ಮಾಣ : ರಂಗಾಚಾರ್ಲು ಅವರಂತೆ ಐಯ್ಯರ್ ಕೂಡ ರೈಲುಮಾರ್ಗ ನಿರ್ಮಾಣಕ್ಕೆ ಹೆಚ್ಚು ಆದ್ಯತೆ ನೀಡಿದರು. 1884ರಲ್ಲಿ ಬೆಂಗಳೂರಿನಿಂದ ಗುಬ್ಬಿಯವರೆಗೆ, 1889ರಲ್ಲಿ ಹರಿಹರದವರೆಗೆ ಮತ್ತು 1893ರಲ್ಲಿ ಹಿಂದೂಪುರದವರೆಗೆ ರೈಲುಮಾರ್ಗವನ್ನು ವಿಸ್ತರಿಸಲಾಯಿತು. **ಮೈಸೂರು- ನಂಜನಗೂಡು ರೈಲುಮಾರ್ಗ 1891ರಲ್ಲಿ ನಿರ್ಮಾಣವಾಯಿತು.** 1893ರಲ್ಲಿ ಕೋಲಾರ ಚಿನ್ನದ ಗಣಿ ಮಾರ್ಗ ನಿರ್ಮಾಣವಾಯಿತು. 1899ರಲ್ಲಿ ಬೀರೂರು ಮತ್ತು ಶಿವಮೊಗ್ಗ ನಡುವೆ ರೈಲುಮಾರ್ಗ ನಿರ್ಮಿಸಲಾಯಿತು. ಈ ಎಲ್ಲ ರೈಲುಮಾರ್ಗಗಳನ್ನು **ಸದರನ್ ಮರಾಠ ರೈಲ್ವೆ ಕಂಪನಿ** ನಿರ್ಮಿಸಿತು. ರೈಲುಮಾರ್ಗಗಳ ನಿರ್ಮಾಣಕ್ಕೆ ಅಗತ್ಯವಾಗಿದ್ದ ಅಪಾರ ಪ್ರಮಾಣದ ಹಣವನ್ನು ವೆಚ್ಚ ಮಾಡಲು ಸರ್ಕಾರಕ್ಕೆ ಸಾಧ್ಯವಿಲ್ಲದಿದ್ದರಿಂದ ರೈಲುಮಾರ್ಗಗಳ ನಿರ್ಮಾಣ ಕಾರ್ಯವನ್ನು ಈ ಕಂಪನಿಗೆ ವಹಿಸಲಾಯಿತು.

ಕೈಗಾರಿಕೆ ಮತ್ತು ಕೃಷಿ ಪ್ರಗತಿ

ಐಯ್ಯರ್ ಕಾಲದಲ್ಲಿ ಕೈಗಾರಿಕಾ ಕ್ಷೇತ್ರದಲ್ಲೂ ಮೈಸೂರು ಸಾಕಷ್ಟು ಪ್ರಗತಿ ಸಾಧಿಸಿತು. 1886ರಲ್ಲಿ ಕೋಲಾರದಲ್ಲಿ ಚಿನ್ನದ ನಿಕ್ಷೇಪವನ್ನು ಹೊರತೆಗೆಯುವ ಕಾರ್ಯ ಆರಂಭವಾಯಿತು. ಅದರಿಂದಾಗಿ ರಾಜ್ಯ ಸರ್ಕಾರಕ್ಕೆ ವಾರ್ಷಿಕ 7 ಲಕ್ಷ ರೂಪಾಯಿಗಳ ಆದಾಯ ಬರುವಂತಾಯಿತು. 1894ರಲ್ಲಿ ರಾಜ್ಯದ ಖನಿಜ ಸಂಪತ್ತಿನ ಶೋಧನೆಗಾಗಿ **ಭೂಗರ್ಭಶಾಸ್ತ್ರ ಇಲಾಖೆ(Department of Geology)**ಯನ್ನು ಸ್ಥಾಪಿಸಲಾಯಿತು. **ರಾಬರ್ಟ್ ಬ್ರೂಸ್ ಫೂಟ್** ಅದರ ಪ್ರಥಮ ನಿರ್ದೇಶಕರಾದರು. ಅಲ್ಲದೆ ಭೂಗರ್ಭಶಾಸ್ತ್ರವನ್ನು ಸೆಂಟ್ರಲ್ ಕಾಲೇಜಿನಲ್ಲಿ ಪಠ್ಯ ಕ್ರಮದಲ್ಲಿ ಐಚ್ಛಿಕ ವಿಷಯವಾಗಿ ಸೇರಿಸಲಾಯಿತು. 1884ರಲ್ಲಿ ಬೆಂಗಳೂರಿನಲ್ಲಿ **ಮೈಸೂರು ಸ್ಪಿನ್ನಿಂಗ್ ಅಂಡ್ ಮ್ಯಾನುಫ್ಯಾಕ್ಚರಿಂಗ್ ಮಿಲ್** ಸ್ಥಾಪಿಸಲಾಯಿತು. ಮುಂದೆ 1887ರಲ್ಲಿ ಅದಕ್ಕೆ ಉಣ್ಣೆ, ಹತ್ತಿ ಹಾಗೂ ರೇಷ್ಮೆ ಉತ್ಪಾದಕ ಘಟಕಗಳನ್ನು ಸೇರಿಸಲಾಯಿತು.

ಕೃಷಿ ಕ್ಷೇತ್ರಕ್ಕೂ ಅಪಾರ ಪ್ರೋತ್ಸಾಹ ದೊರೆಯಿತು. 1898ರಲ್ಲಿ **ಕೃಷಿ ಬ್ಯಾಂಕ್‌ಗಳನ್ನು** ರೈತರ ಅನುಕೂಲಕ್ಕಾಗಿ ಸ್ಥಾಪಿಸಲಾಯಿತು. 1898ರಲ್ಲಿ **ಕೃಷಿ ನಿರ್ದೇಶನಾಲಯುವನ್ನು** ಸ್ಥಾಪಿಸಲಾಯಿತು. ಚಿತ್ರದುರ್ಗ ಜಿಲ್ಲೆಯ ಹಿರಿಯೂರು ಸಮೀಪ **ಮಾರಿಕಣಿವೆ**

ಜಲಾಶಯವನ್ನು ನಿರ್ಮಿಸಿ ವೇದಾವತಿ ನದಿಯ ನೀರನ್ನು ಬರಡು ಭೂಮಿಗೆ ಒದಗಿಸಲಾಯಿತು. ಈ ಯೋಜನೆಗೆ 39 ಲಕ್ಷ ರೂಪಾಯಿಗಳನ್ನು ವೆಚ್ಚ ಮಾಡಲಾಯಿತು. ಅದರಿಂದ 27000 ಎಕರೆ ಭೂಮಿಗೆ ನೀರಾವರಿ ಸೌಕರ್ಯ ದೊರೆಯಿತು. ಮುಂದೆ ಅದನ್ನು **ವಾಣಿವಿಲಾಸ ಸಾಗರ** ಎಂದು ಹೆಸರಿಸಲಾಯಿತು. ಅದರ ನಿರ್ಮಾಣ ಕಾರ್ಯಕ್ಕೆ ಮದ್ರಾಸ್ ಸರ್ಕಾರದಿಂದ ವಿರೋಧ ವ್ಯಕ್ತವಾಯಿತು. ಸತತ ಪತ್ರ ವ್ಯವಹಾರದ ನಂತರ 1899ರಲ್ಲಿ ಮದ್ರಾಸ್ ಸರ್ಕಾರ ತನ್ನ ವಿರೋಧವನ್ನು ಹಿಂತೆಗೆದುಕೊಂಡಿತು. ಅಂದಿನಿಂದಲೂ ಮೈಸೂರಿನ ನೀರಾವರಿ ಯೋಜನೆಗಳ ಬಗ್ಗೆ ಮದ್ರಾಸ್ ಬ್ರಿಟಿಷ್ ಸರ್ಕಾರ ಮಲತಾಯಿ ಧೋರಣೆ ಅನುಸರಿಸುತ್ತಲೇ ಬಂದಿತು. 1889ರಲ್ಲಿ ಕಂದಾಯ ಪದ್ಧತಿಯಲ್ಲಿ ಕೆಲವು ಸೂಕ್ತ ಬದಲಾವಣೆ ತರಲಾಯಿತು. ಬೇಸಾಯಗಾರರ ಹಿತರಕ್ಷಣೆಗೆ ಕ್ರಮಕೈಗೊಳ್ಳಲಾಯಿತು. ಗೇಣಿದಾರರು ಮತ್ತು ಇನಾಂದಾರರ ಹಕ್ಕುಗಳನ್ನು ಸ್ಪಷ್ಟಪಡಿಸಲಾಯಿತು. ವಿವಾದಗಳ ಪರಿಹಾರಕ್ಕೆ ಒಂದು **ರೆವಿನ್ಯೂ ಟ್ರೈಬ್ಯುನಲ್** ಸ್ಥಾಪಿಸಲಾಯಿತು. ಅರಣ್ಯದ ವರಮಾನವನ್ನು ಹೆಚ್ಚಿಸಲು ಕ್ರಮಗಳನ್ನು ಕೈಗೊಳ್ಳಲಾಯಿತು. 1888 ರಲ್ಲಿ ದಸರಾ ಹಬ್ಬದ ಸಂದರ್ಭದಲ್ಲಿ ಮೈಸೂರಿನಲ್ಲಿ ಪ್ರಥಮ ಬಾರಿಗೆ ಕೈಗಾರಿಕೆ ಮತ್ತು ಕೃಷಿ ವಸ್ತುಪ್ರದರ್ಶನವನ್ನು ಏರ್ಪಡಿಸಲಾಯಿತು. ಅಕ್ರಮ ಸಾರಾಯಿ ಉತ್ಪಾದನೆ ಹಾಗೂ ಮಾರಾಟವನ್ನು ತಡೆಯಲು ಕ್ರಮಗಳನ್ನು ಕೈಗೊಳ್ಳಲಾಯಿತು. ಅರಾಕ್ ಅಥವಾ ಸಾರಾಯಿ ಉತ್ಪಾದನೆ ಹಾಗೂ ವಿತರಣೆಯನ್ನು ಪ್ರತ್ಯೇಕಿಸಲಾಯಿತು ಮತ್ತು ಕೇಂದ್ರೀಕರಿಸಲಾಯಿತು. **ಮದ್ರಾಸಿನ ಪ್ಯಾರಿ ಅಂಡ್ ಕಂಪನಿ** ರಾಜ್ಯದಲ್ಲಿ ಸಾರಾಯಿ ಉತ್ಪಾದನಾ ಘಟಕಗಳನ್ನು ಸ್ಥಾಪಿಸಿತು. ಇವುಗಳ ಫಲವಾಗಿ ರಾಜ್ಯದ ಅಬ್ಕಾರಿ ಆದಾಯ 1881 ರಲ್ಲಿ 10 ಲಕ್ಷ ರೂಪಾಯಿಗಳಿದ್ದದ್ದು 1892ರ ವೇಳೆಗೆ 30 ಲಕ್ಷಕ್ಕೆ ಹೆಚ್ಚಿತು. ಈಚಲು ಮರಗಳಿಂದ ಸಾರಾಯಿ ಸಂಗ್ರಹಿಸಲು ಸರ್ಕಾರದಿಂದ ಪರವಾನಗಿ ಪಡೆಯುವುದನ್ನು ಕಡ್ಡಾಯ ಮಾಡಲಾಯಿತು.

ಯಡತೊರೆಯ ಬಳಿ ಕಾವೇರಿ ನದಿಗೆ ಸೇತುವೆಯನ್ನು ನಿರ್ಮಿಸಲಾಯಿತು. ಅಂತೆಯೇ ಹೊಳೆನರಸೀಪುರ ಬಳಿ ಹೇಮಾವತಿ ನದಿಗೆ ಸೇತುವೆ ನಿರ್ಮಿಸಲಾಯಿತು. **ಚಾಮರಾಜೇಂದ್ರ ವಾಟರ್ ವರ್ಕ್ಸ್** ಹೆಸರಿನಲ್ಲಿ 1894ರಲ್ಲಿ ಬೆಂಗಳೂರಿಗೆ 18 ಕಿ.ಮೀ ದೂರದಲ್ಲಿ **ಹೆಸರುಘಟ್ಟ ಜಲಾಶಯ** ನಿರ್ಮಿಸಿ ಬೆಂಗಳೂರಿಗೆ ಕುಡಿಯುವ ನೀರನ್ನು ಸರಬರಾಜು ಮಾಡಿದ್ದು ಐಯ್ಯರ್‌ರವರ ಮತ್ತೊಂದು ಪ್ರಮುಖ ಸಾಧನೆ.

ಆಡಳಿತ ಸುಧಾರಣೆಗಳು

ಆಡಳಿತದಲ್ಲಿ ದಕ್ಷತೆಯನ್ನು ಹೆಚ್ಚಿಸಲು ದಿವಾನರು ಕ್ರಮಗಳನ್ನು ಕೈಗೊಂಡರು. 1884 ರಲ್ಲಿ ಮೈಸೂರಿನಲ್ಲಿ ಒಬ್ಬ ಐರೋಪ್ಯ ಮುಖ್ಯ ನ್ಯಾಯಾಧೀಶ ಹಾಗೂ ಇಬ್ಬರು ಇತರ ನ್ಯಾಯಾಧೀಶರನ್ನು ಒಳಗೊಂಡ **ಪ್ರಧಾನ ನ್ಯಾಯಾಲಯವನ್ನು** ಸ್ಥಾಪಿಸಲಾಯಿತು. ಈ ಅವಧಿಯಲ್ಲಿ ಪೋಲಿಸ್ ವ್ಯವಸ್ಥೆಯನ್ನು ಆಧುನೀಕರಣ ಆರಂಭವಾಯಿತು. 1885ರ ನವೆಂಬರ್ 1ರಂದು **ಎಲ್. ರಿಕೆಟ್ಸ್ (L. Riketts)** ಅವರನ್ನು ಮೈಸೂರು ಸಂಸ್ಥಾನದ **ಪ್ರಥಮ ಇನ್‌ಸ್ಪೆಕ್ಟರ್ ಜನರಲ್ ಆಫ್ ಪೊಲೀಸ್** ಆಗಿ ನೇಮಿಸಲಾಯಿತು. 1892ರಲ್ಲಿ ಬೆಂಗಳೂರಿನಲ್ಲಿ ಒಂದು **ಪೊಲೀಸ್ ತರಬೇತಿ ಶಾಲೆಯನ್ನು** ಸ್ಥಾಪಿಸಲಾಯಿತು. **ಹಳೆಯ ಅಂಚೆ ವ್ಯವಸ್ಥೆಯನ್ನು ಬ್ರಿಟಿಷ್ ಅಂಚೆ ವ್ಯವಸ್ಥೆಯೊಂದಿಗೆ 1889** ರಲ್ಲಿ ವಿಲೀನಗೊಳಿಸಲಾಯಿತು. ಸರ್ಕಾರದ ಉನ್ನತ ಹುದ್ದೆಗಳಿಗೆ ನೇಮಕ ಮಾಡಿಕೊಳ್ಳಲು **1891 ರಲ್ಲಿ ಮೈಸೂರು ಲೋಕಸೇವಾ ಪರೀಕ್ಷೆಗಳನ್ನು ಆರಂಭಿಸಲಾಯಿತು.** ಆದರೆ ಪರೀಕ್ಷೆಯನ್ನು ತೆಗೆದುಕೊಳ್ಳಲು ಎಲ್ಲ ಭಾರತೀಯ ನಾಗರಿಕರಿಗೂ ಅವಕಾಶ ನೀಡಿದ್ದನ್ನು ಪ್ರತಿನಿಧಿ ಸಭೆಯ ಸದಸ್ಯರು ತೀವ್ರವಾಗಿ ವಿರೋಧಿಸಿದರು. ಎಂ. ವೆಂಕಟಕೃಷ್ಣಯ್ಯ (ತಾತಯ್ಯ), ಸಿ. ಶ್ರೀನಿವಾಸಾಚಾರ್, ಅಂಬಳೆ ಅಣ್ಣಯ್ಯ ಪಂಡಿತ ಮೊದಲಾದ ಸದಸ್ಯರು ಸ್ಥಳೀಯ ಪ್ರತಿಭಾವಂತರ ಹಿತರಕ್ಷಣೆಗೆ ಒತ್ತಾಯಿಸಿದರು. ಅದರ ಫಲವಾಗಿ ಮೈಸೂರು ಬ್ರಾಹ್ಮಣರು ಹಾಗೂ ಮದ್ರಾಸಿ ಬ್ರಾಹ್ಮಣರ ನಡುವೆ ತೀವ್ರ ಸಂಘರ್ಷ ಏರ್ಪಟ್ಟಿತು. 1881ರ ನಂತರ ಸರ್ಕಾರ ಉನ್ನತ ಹುದ್ದೆಗಳಿಗೆ ಕೇವಲ ಮದ್ರಾಸಿ ಬ್ರಾಹ್ಮಣರು ನೇಮಕಗೊಂಡರು. ಐಯ್ಯರ್ ಕಾಲದಲ್ಲಿ ಅವರ ಸಂಬಂಧಿಕರಿಗೆ ಉನ್ನತ ಹುದ್ದೆಗಳು ದೊರೆತವು. **ದಿವಾನ್ ಅಯ್ಯರ್ ಪುತ್ರ ಶೇಷಾದ್ರಿ ದೊರೆಸ್ವಾಮಿ ಐಯ್ಯರ್** ಮತ್ತು **ಅವರ ಅಳಿಯ ಸುಬ್ರಮಣ್ಯ ಐಯ್ಯರ್ ಇನ್‌ಸ್ಪೆಕ್ಟರ್ ಜನರಲ್ ಆಫ್ ಪೊಲೀಸ್** ಆಗಿ ಕಾರ್ಯ ನಿರ್ವಹಿಸಿದರು. ಎಲ್ಲ ಇಲಾಖೆಗಳ ಮುಖ್ಯಸ್ಥರು ಮೈಸೂರೇತರ ಬ್ರಾಹ್ಮಣರಾಗಿದ್ದರು. ಬ್ರಿಟಿಷರು ತೆರವು ಮಾಡಿದ ಸ್ಥಾನಗಳು ಹಾಗೂ ಹೊಸದಾಗಿ ಸೃಷ್ಟಿಯಾದ ಸ್ಥಾನಗಳು ಮದ್ರಾಸಿಗರ ಪಾಲಾದವು. ಸ್ಥಳೀಯ ಬ್ರಾಹ್ಮಣರನ್ನು ಅಧಿಕಾರ ಸ್ಥಾನಗಳಿಂದ ವ್ಯವಸ್ಥಿತವಾಗಿ ದೂರವಿಡಲಾಯಿತು. ಇದನ್ನು ಮೈಸೂರು ಬ್ರಾಹ್ಮಣ ವರ್ಗದ ಮುಖಂಡರಾದ ವೆಂಕಟಕೃಷ್ಣಯ್ಯ (ತಾತಯ್ಯ) ಮೊದಲಾದವರು ತೀವ್ರವಾಗಿ ವಿರೋಧಿಸಿದರು. ಐಯ್ಯರ್ ಆಡಳಿತವನ್ನು **'ವಿದೇಶಿ ಆಡಳಿತ'** ಎಂದು ಟೀಕಿಸಲಾಗುತ್ತಿತ್ತು. ಮುಂದೆ 1912ರಲ್ಲಿ ಸ್ಪರ್ಧಾಪರೀಕ್ಷೆಯನ್ನು ಮೈಸೂರಿಗರಿಗೆ ಸೀಮಿತಗೊಳಿಸಲಾಯಿತು. 1891ರಲ್ಲಿ **ರಾಜ್ಯದ ಸರ್ಕಾರಿ ನೌಕರರಿಗಾಗಿ ಜೀವ ವಿಮಾ**

ಯೋಜನೆಯನ್ನು ಜಾರಿಗೆ ತರಲಾಯಿತು. 1892ರಲ್ಲಿ ಚಾಮರಾಜ ಒಡೆಯರ ಆಸಕ್ತಿಯಿಂದ ಮೈಸೂರಿನಲ್ಲಿ **ಚಾಮರಾಜೇಂದ್ರ ಮೃಗಾಲಯ** ಸ್ಥಾಪನೆಯಾಯಿತು. 1892ರಲ್ಲಿ ವೈಸರಾಯ್ ಲ್ಯಾನ್ಸ್‌ಡೌನ್ ಮೈಸೂರಿಗೆ ಭೇಟಿ ನೀಡಿದ್ದರ ಸ್ಮರಣಾರ್ಥ ಲ್ಯಾನ್ಸ್‌ಡೌನ್ ಬಜಾರ್(ಬಿಲ್ಡಿಂಗ್) ನಿರ್ಮಿಸಲಾಯಿತು.

ನಾಲ್ವಡಿ ಕೃಷ್ಣರಾಜ ಒಡೆಯರ ಪಟ್ಟಾಭಿಷೇಕ ಮತ್ತು ವಿವಾಹ

ಮಹಾರಾಜ ಚಾಮರಾಜೇಂದ್ರ ಒಡೆಯರು ಕಲ್ಕತ್ತಾಗೆ ಭೇಟಿ ನೀಡಿದ್ದ ಸಂದರ್ಭದಲ್ಲಿ 1894ರ ಡಿಸೆಂಬರ್ 28 ರಂದು ಅಕಾಲ ಮರಣಕ್ಕೆ ಗುರಿಯಾದರು. ಅವರಿಗೆ ಆಗ ಕೇವಲ 32 ವರ್ಷಗಳು. ಅವರ ಮಗ **ನಾಲ್ಮಡಿ ಕೃಷ್ಣರಾಜ ಒಡೆಯರನ್ನು** 1895ರಲ್ಲಿ (ಫೆಬ್ರವರಿ 1) **ರೆಸಿಡೆಂಟ್ ಕರ್ನಲ್ ಹೆಂಡರ್‌ಸನ್** ಸಿಂಹಾಸನದಲ್ಲಿ ಪ್ರತಿಷ್ಠಾಪಿಸಿದರು. ನೂತನ ಅರಸರು ಇನ್ನು 10 ವರ್ಷದ ಬಾಲಕನಾಗಿದ್ದರಿಂದ **ಮಹಾರಾಣಿ ಕೆಂಪನಂಜಮ್ಮಣಿ ಅವರನ್ನು ರೀಜೆಂಟ್** ಆಗಿ ನೇಮಿಸಿ ಆಕೆಗೆ ನೆರವಾಗಲು ಮೂವರು ಸದಸ್ಯರು ಒಂದು ಸಮಿತಿಯನ್ನು ರಚಿಸಲಾಯಿತು. ಮಹಾರಾಣಿ ಕೆಂಪನಜಮ್ಮಣ್ಣಿ ಹಾಗೂ ದಿವಾನರಾದ ಶೇಷಾದ್ರಿ ಐಯ್ಯರ್ ಅವರ ನೇತೃತ್ವದಲ್ಲಿ ನಾಲ್ವಡಿ **ಕೃಷ್ಣರಾಜರ ವಿವಾಹವನ್ನು ಸೌರಾಷ್ಟ್ರದ ಪಾರಮಾರ ರಜಪೂತ ರಾಜವಂಶಕ್ಕೆ ಸೇರಿದ ಮಹಾರಾಣಿ ಪ್ರತಾಪಕುಮಾರಿ ಲಕ್ಷ್ಮೀವಿಲಾಸ ಸನ್ನಿಧಾನ ಅವರೊಂದಿಗೆ 1900ರ ಜೂನ್ 6ರಂದು ನೆರವೇರಿಸಲಾಯಿತು.** ಈ ವಿವಾಹ ಮೈಸೂರಿನ ಜಗನ್ಮೋಹನ ಅರಮನೆಯಲ್ಲಿ ವಿಶೇಷವಾಗಿ ನಿರ್ಮಿಸಲಾದ ಬೃಹತ್ ಸಭಾಂಗಣದಲ್ಲಿ ವೈಭವದಿಂದ ನಡೆಯಿತು. ಆಗ ಇನ್ನೂ ಅಂಬಾವಿಲಾಸ ಅರಮನೆ ನಿರ್ಮಾಣ ಹಂತದಲ್ಲಿದ್ದಿತು. ಈ ವಿವಾಹ ಸಂದರ್ಭದಲ್ಲಿ **ರೆಸಿಡೆಂಟ್ ಕರ್ನಲ್ ರಾಬರ್ಟ್‌ಸನ್** ಮೊದಲಾದ ಗಣ್ಯರು ಪಾಲ್ಗೊಂಡಿದ್ದರು. ಈ ವಧು-ವರರ ಸುಂದರವಾದ ತೈಲ ಚಿತ್ರವನ್ನು ಪ್ರಸಿದ್ಧ ಚಿತ್ರಕಾರ **ರಾಜರವಿವರ್ಮ** ರಚಿಸಿದ್ದಾರೆ. ಇದು **ಮೈಸೂರು ರಾಜವಂಶ ಹಾಗೂ ರಜಪೂತ ರಾಜವಂಶದ ನಡುವೆ ನೆರವೇರಿದ ಪ್ರಥಮ ವಿವಾಹ ಎಂಬುದು ಗಮನಾರ್ಹವಾಗಿದೆ.** ಈ ಸಂಬಂಧ ಏರ್ಪಡಲು 1895ರಲ್ಲಿ ಮೈಸೂರಿನ ರೆಸಿಡೆಂಟ್ ಆಗಿದ್ದ ಡಬ್ಲ್ಯೂ. ಮ್ಯಾಕ್‌ವರ್ತ ಹಾಗೂ ರಜಪುಟಾಣದ ಹಲವು ರೆಸಿಡೆಂಟರು ನಡೆಸಿದ ಪ್ರಯತ್ನಗಳು ಕಾರಣವಾದವು.

ಅಂಬಾವಿಲಾಸ ಅರಮನೆಯ ನಿರ್ಮಾಣ

ನೂತನ ಮೈಸೂರು ಅರಮನೆಯ ನಿರ್ಮಾಣಕಾರ್ಯ 1897ರಲ್ಲಿ ಆರಂಭವಾಯಿತು ಮತ್ತು 1912ರಲ್ಲಿ ಮುಕ್ತಾಯವಾಯಿತು. ಅದಕ್ಕೆ 41 ಲಕ್ಷ ರೂಪಾಯಿಗಳ ವೆಚ್ಚವಾಯಿತು. ಈ ಅಂಬಾ ವಿಲಾಸ ಅರಮನೆಯ ವಾಸ್ತುಶಿಲ್ಪಿ **ಹೆನ್ರಿ ಇರ್ವಿನ್(1841-1922).** ಇದನ್ನು **ಇಂಡೂ-ಸಾರ್ಸನಿಕ್ ಶೈಲಿ**ಯಲ್ಲಿ ನಿರ್ಮಿಸಲಾಗಿದ್ದು ಇದನ್ನು **'ವಾಸ್ತುಶಿಲ್ಪದ ವಿಸ್ಮಯ'** ಎಂದು ಪರಿಗಣಿಸಲಾಗಿದೆ. ಅದೇ ಸ್ಥಳದಲ್ಲಿ ಹಿಂದೆ ಇದ್ದ ಮರದ ಹಳೆಯ ಅರಮನೆ ಜಯಲಕ್ಷ್ಮಿ ಮತ್ತು ಕಾಂತರಾಜ ಅರಸ್ ಅವರ ವಿವಾಹದ ಸಂದರ್ಭದಲ್ಲಿ ಅಂದರೆ 1897ರ ಫೆಬ್ರವರಿ 27ರಂದು ಅಗ್ನಿ ಅನಾಹುತದಿಂದಾಗಿ ಸುಟ್ಟು ಹೋಗಿತ್ತು. ವಾಸ್ತುಶಿಲ್ಪಿ ಹೆನ್ರಿ ಇರ್ವಿನ್ ಸ್ಮರಣಾರ್ಥ ಮೈಸೂರಿನ ರಸ್ತೆಯೊಂದಕ್ಕೆ ಇರ್ವಿನರ್ ಹೆಸರನ್ನು ಇಡಲಾಯಿತು.

1898-99ರಲ್ಲಿ ಸಂಸ್ಥಾನದಲ್ಲಿ ಭೀಕರವಾದ **ಬ್ಯುಬೋನಿಕ್ ಪ್ಲೇಗ್** ಸಾಂಕ್ರಾಮಿಕ ರೋಗ ಕಾಣಿಸಿಕೊಂಡಿತು. ಬೊಂಬಾಯಿ ಪ್ರಾಂತ್ಯದಲ್ಲಿ ಕಾಣಿಸಿಕೊಂಡ ಈ ಮಾರಕ ಪಿಡುಗು ಬೆಂಗಳೂರಿಗೂ ವ್ಯಾಪಿಸಿ ಸುಮಾರು 4000 ಜನರು ಮರಣ ಹೊಂದಿದರು. ಈ ಕಾರಣದಿಂದ ಸಂತ್ರಸ್ತ ಜನರನ್ನು **ಮಲ್ಲೇಶ್ವರಂ** ಮತ್ತು **ಬಸವನಗುಡಿ** ಪ್ರದೇಶಕ್ಕೆ ತಾತ್ಕಾಲಿಕವಾಗಿ ಸ್ಥಳಾಂತರಿಸಲಾಯಿತು. ಮುಂದೆ ಈ ಎರಡೂ ನೂತನ ಬಡಾವಣೆಗಳಾಗಿ ಅಭಿವೃದ್ಧಿ ಹೊಂದಿದವು. ಈಗಿನ **ಮೈಸೂರಿನ ಜಿಲ್ಲಾಧಿಕಾರಿ ಕಛೇರಿ ಕಟ್ಟಡವನ್ನು 1891ರಲ್ಲಿ ನಿರ್ಮಿಸಲಾಯಿತು.** ಅದನ್ನು **ಅಠಾರ ಕಛೇರಿ** ಎಂದು ಕರೆಯಲಾಗುತ್ತಿತ್ತು. **ಈ ಕಟ್ಟಡದ ಮುಂಭಾಗದಲ್ಲಿ ಮೈಸೂರಿನ ಕೊನೆಯ ಕಮೀಷನರ್ ಜೆ.ಡಿ.ಗೋರ್ಡನ್‌ರ ಕಂಚಿನ ಪ್ರತಿಮೆಯನ್ನು ಸ್ಥಾಪಿಸಲಾಗಿದೆ.**

ಜಲವಿದ್ಯುತ್ ಉತ್ಪಾದನೆ : ಐಯ್ಯರ್ ಅವರ ಕಾಲದ ಅತ್ಯಂತ ಮಹತ್ವದ ಸಾಧನೆ ಶಿವನ ಸಮುದ್ರದ ಬಳಿ **ಜಲವಿದ್ಯುತ್ ಉತ್ಪಾದನಾ ಕೇಂದ್ರವನ್ನು** ಸ್ಥಾಪಿಸಿದ್ದು. 1899-1900ರಲ್ಲಿ ಆರಂಭಿಸಲಾದ ಅದರ ನಿರ್ಮಾಣಕಾರ್ಯ ಎರಡು ವರ್ಷಗಳ ಒಳಗೇ ಪೂರ್ಣಗೊಂಡಿತು. ಇದು ಏಷ್ಯಾದಲೇ ಪ್ರಥಮ ಜಲವಿದ್ಯುತ್ ಕೇಂದ್ರವಾಗಿತ್ತು. (ಬೊಂಬಾಯಿ ಪ್ರಾಂತ್ಯಕ್ಕೆ ಸೇರಿದ ಬೆಳಗಾವಿ ಜಿಲ್ಲೆಯ ಗೋಕಾಕದ ಜಲಪಾತದ ಬಳಿ 1887ರಲ್ಲಿ ಪ್ರಾಯೋಗಿಕವಾಗಿ ಜಲವಿದ್ಯುತ್ ಉತ್ಪಾದಿಸಲಾಗಿತ್ತು). ಇಲ್ಲಿ ಉತ್ಪಾದಿಸಲಾದ ವಿದ್ಯುತ್ತನ್ನು ಮೊದಲು 1902ರಲ್ಲಿ **ಕೋಲಾರದ ಚಿನ್ನದ ಗಣಿಗೆ** ಸರಬರಾಜು

ಮಾಡಲಾಯಿತು. 1905ರಲ್ಲಿ ಬೆಂಗಳೂರಿಗೆ ವಿದ್ಯುತ್ತನ್ನು ಒದಗಿಸಲಾಯಿತು. **ಬೆಂಗಳೂರು ವಿದ್ಯುತ್ತನ್ನು ಪಡೆದ ದೇಶದ ಪ್ರಥಮ ನಗರವಾಯಿತು.**

ಪ್ರಜಾಪ್ರಭುತ್ವ ವ್ಯವಸ್ಥೆಗೆ ಬೆಂಬಲ : ದಿವಾನ್ ಐಯ್ಯರ್ ಪ್ರಜಾಪ್ರಭುತ್ವ ವ್ಯವಸ್ಥೆಯಲ್ಲಿ ಅಪಾರ ವಿಶ್ವಾಸ ಹೊಂದಿದ್ದರು. ಪ್ರತಿನಿಧಿ ಸಭೆಗೆ ಸದಸ್ಯರನ್ನು ನಾಮಕರಣಮಾಡುವ ಅಧಿಕಾರವನ್ನು 1885ರಲ್ಲಿ ಸ್ಥಳೀಯ ಮಂಡಳಿಗಳಿಗೆ ನೀಡಲಾಯಿತು. 1891ರಲ್ಲಿ ಚುನಾವಣಾ ಪದ್ಧತಿಯನ್ನು ಜಾರಿಗೆ ತರಲಾಯಿತು. ಪದವೀಧರರಿಗೆ ಮತದಾನದ ಹಕ್ಕು ನೀಡಲಾಯಿತು. ಪ್ರತಿನಿಧಿಗಳು ಹಾಗೂ ಮತದಾರರಿಗೆ ಆಸ್ತಿ ಆಧಾರಿತ ಅರ್ಹತೆಗಳನ್ನು ನಿಗದಿ ಮಾಡಲಾಯಿತು. 1887ರ ನಂತರ ಪ್ರತಿನಿಧಿ ಸಭೆಯ ಸದಸ್ಯರ ಹೆಸರನ್ನು ಸರ್ಕಾರಿ ಪತ್ರ (ಗೆಜೆಟ್) ದಲ್ಲಿ ಪ್ರಕಟಿಸುವ ಕಾರ್ಯ ಆರಂಭವಾಯಿತು. 1894ರಲ್ಲಿ ಪ್ರತಿನಿಧಿ ಸಭೆಯ **ಸದಸ್ಯರ ಅಧಿಕಾರಾವಧಿಯನ್ನು ಮೂರು ವರ್ಷಗಳಿಗೆ ವಿಸ್ತರಿಸಲಾಯಿತು.** 1886ರ ವೇಳೆಗೆ ಪ್ರತಿನಿಧಿ ಸಭೆಯ ಸದಸ್ಯರ ಸಂಖ್ಯೆಯನ್ನು 250ಕ್ಕೆ ಹೆಚ್ಚಿಸಲಾಗಿತ್ತು.

ಶಿಕ್ಷಣ

ಐಯ್ಯರ್ ಶಿಕ್ಷಣ ಕ್ಷೇತ್ರಕ್ಕೆ ಅಪಾರ ಪ್ರೋತ್ಸಾಹ ನೀಡಿದರು. ಪ್ರತಿನಿಧಿ ಸಭೆಯ ಮುಂದೆ ಮಾತನಾಡುತ್ತಾ ಎಲ್ಲ ವರ್ಗಗಳ ಜನರಿಗೂ ಪ್ರಾಥಮಿಕ ಶಿಕ್ಷಣ ದೊರೆಯುವಂತಾಗಬೇಕು ಎಂಬುದೇ ಸರ್ಕಾರದ ಗುರಿಯಾಗಿದೆ ಎಂದು ಹೇಳಿದರು. 1892ರಲ್ಲಿ ಮೈಸೂರಿನಲ್ಲಿ **ಕೈಗಾರಿಕಾ ತರಬೇತಿ ಸಂಸ್ಥೆಯನ್ನು** ಸ್ಥಾಪಿಸಿದರು. 1894 ರಲ್ಲಿ **ಮೈಸೂರಿನ ಮಹಾರಾಜ ಕಾಲೇಜನ್ನು ಪ್ರಥಮದರ್ಜೆ ಕಾಲೇಜಾಗಿ ಪರಿವರ್ತಿಸಿದರು.** ಅಂತೆಯೇ 1901ರಲ್ಲಿ ಮಹಾರಾಣಿ ಬಾಲಕಿಯರ ಪ್ರೌಢ ಶಾಲೆಯನ್ನು **ಮಹಾರಾಣಿ ಕಾಲೇಜಾಗಿ** ಪರಿವರ್ತಿಸಲಾಯಿತು. ಮಹಿಳಾ ಶಿಕ್ಷಣಕ್ಕೆ ಆದ್ಯತೆ ನೀಡಲಾಯಿತು. ತುಮಕೂರಿನಲ್ಲಿ ಎಂಪ್ರೆಸ್ ಬಾಲಕಿಯರ ಪ್ರೌಢಶಾಲೆ ಹಾಗೂ ಬೆಂಗಳೂರಿನಲ್ಲಿ ಬಾಲಿಕಾ ಪಾಠಶಾಲೆ ಸ್ಥಾಪಿಸಲಾಯಿತು. ಅಲ್ಲದೆ ಅಪಾರ ಸಂಖ್ಯೆಯ ಪ್ರಾಥಮಿಕ, ಮಾಧ್ಯಮಿಕ ಮತ್ತು ಸಂಸ್ಕೃತ ಶಾಲೆಗಳನ್ನು ರಾಜ್ಯದ ವಿವಿಧ ಭಾಗಗಳಲ್ಲಿ ಸ್ಥಾಪಿಸಲಾಯಿತು. ಕನ್ನಡ ಭಾಷೆ ಹಾಗೂ ಸಾಹಿತ್ಯದ ಅಭಿವೃದ್ಧಿಗಾಗಿ 1887 **'ಕರ್ನಾಟಕ ಭಾಷೋಜ್ಜೀವಿನಿ ಸಭಾ'** ಸ್ಥಾಪನೆಯಾಯಿತು. ಹಿಂದಿನ ಹೋಬಳಿ ಶಿಕ್ಷಣ ಯೋಜನೆಯನ್ನು ಕೈಬಿಡಲಾಯಿತು. ಶಿಕ್ಷಣದ ವಿಚಾರದಲ್ಲಿ ಸ್ಥಳೀಯ ಮಂಡಳಿಗಳಿಗೆ ಹೆಚ್ಚಿನ ಅಧಿಕಾರ ನೀಡಲಾಯಿತು. ಶಾಲೆಗಳ ಅಭಿವೃದ್ಧಿಯಲ್ಲಿ ಸ್ಥಳೀಯರ ಪಾಲ್ಗೊಳ್ಳುವಿಕೆಗೆ ಅವಕಾಶ ನೀಡಲಾಯಿತು. 1886ರಲ್ಲಿ **ವೈಸ್‌ರಾಯ್ ಡಫರಿನ್** ಮೈಸೂರಿಗೆ ಭೇಟಿ ನೀಡಿದ್ದರ ನೆನಪಿಗಾಗಿ ಇಂದಿನ ದೇವರಾಜ ಮಾರುಕಟ್ಟೆ ಎದುರು ಚಿಕ್ಕ ಗಡಿಯಾರ ನಿರ್ಮಿಸಲಾಯಿತು. **ಅದೇ ಢಫರಿನ್ ಕ್ಲಾಕ್**

ರಾಜ್ಯದಲ್ಲಿ ಶಾಸನಗಳನ್ನು ಶೋಧಿಸಿ ಪ್ರಕಟಿಸುವ ಕಾರ್ಯಕ್ಕಾಗಿ ಬಿ.ಎಲ್. ರೈಸ್ ನೇತೃತ್ವಲ್ಲಿ **ಪುರಾತತ್ವ ಇಲಾಖೆಯನ್ನು 1885ರಲ್ಲಿ ಸ್ಥಾಪಿಸಲಾಯಿತು. ಬಿ. ಎಲ್ ರೈಸ್ ಅದರ ಪ್ರಥಮ ನಿರ್ದೇಶಕರಾಗಿ ನೇಮಕಗೊಂಡರು.** ಅವರು ಸುಮಾರು 9000 ಶಾಸನಗಳನ್ನು ಸಂಗ್ರಹಿಸಿ ಪ್ರಕಟಿಸಿದರು. ಜೊತೆಗೆ ಅಪಾರ ಸಂಖ್ಯೆಯ ಹಸ್ತಪ್ರತಿಗಳನ್ನು ಸಂಗ್ರಹಿಸಿ ಓರಿಯಂಟಲ್ ಲೈಬ್ರರಿಗೆ ನೀಡಿದರು. 1891ರಲ್ಲಿ ಮೈಸೂರಿನಲ್ಲಿ **"ಓರಿಯೆಂಟಲ್ ಮಾನುಸ್ಕ್ರಿಪ್ಟ್ಸ್ ಲೈಬ್ರರಿ"** (Oriental Manuscripts Library) ಸ್ಥಾಪಿಸಲಾಯಿತು. ಮುಂದೆ ಇದನ್ನು **'ಓರಿಯಂಟಲ್ ರಿಸರ್ಚ್ ಇನ್‌ಸ್ಟಿಟ್ಯೂಟ್'** ಎಂದು ಹೆಸರಿಸಲಾಯಿತು. ಇದರ ಸ್ಥಾಪನೆಗೆ ವಿದ್ವಾಂಸರಾದ ಎಂ.ಎನ್.ಕೆ.ರಾವ್, ಎಂ. ಹಿರಿಯಣ್ಣ, ಎ. ಮಹದೇವಶಾಸ್ತ್ರಿ ಮೊದಲಾದವರು ನೆರವು ನೀಡಿದರು. 1905ರಲ್ಲಿ ಇಲ್ಲಿಯೇ **ಕೌಟಿಲ್ಯನ ಅರ್ಥಶಾಸ್ತ್ರದ ಹಸ್ತಪ್ರತಿ** ದೊರೆಯಿತು. ಅದನ್ನು 1909ರಲ್ಲಿ **ರುದ್ರಪಟ್ಟಣ ಶಾಮಶಾಸ್ತ್ರಿಯವರು** (1868–1944) ಸಂಪಾದಿಸಿ ಪ್ರಕಟಿಸಿದರು. ಅವರೇ ಅದನ್ನು **ಇಂಗ್ಲಿಷ್‌ಗೆ ಭಾಷಾಂತರಿಸಿ 1915ರಲ್ಲಿ ಪ್ರಕಟಿಸಿದರು.** ಬೆಂಗಳೂರಿನ ವಿಕ್ಟೋರಿಯ ಆಸ್ಪತ್ರೆಯನ್ನು ವಿಕ್ಟೋರಿಯ ರಾಣಿಯ ಸುವರ್ಣ ಮಹೋತ್ಸವದ ಸಂದರ್ಭದಲ್ಲಿ ಸ್ಥಾಪಿಸಲಾಯಿತು. ಐಯ್ಯರರ ಪ್ರೋತ್ಸಾಹದಿಂದ ಬಸವಪ್ಪಶಾಸ್ತ್ರಿಗಳು ಹಲವಾರು ಇಂಗ್ಲಿಷ್ ಹಾಗೂ ಸಂಸ್ಕೃತ ಗ್ರಂಥಗಳನ್ನು ಕನ್ನಡಕ್ಕೆ ಭಾಷಾಂತರಿಸಿದರು.

ವ್ಯಕ್ತಿತ್ವ

ಐಯ್ಯರ್ 1901ರ ಆಗಸ್ಟ್ ತಿಂಗಳಲ್ಲಿ ದಿವಾನ್ ಪದವಿಯಿಂದ ನಿವೃತ್ತರಾರು. ಅನಂತರ ಕೆಲ ದಿನಗಳಲ್ಲೆ 1901ರ ಸೆಪ್ಟೆಂಬರ್ 13 ರಂದು ನಿಧನರಾದರು. ಅವರ 18 ವರ್ಷಗಳ ಆಡಳಿತ ಆಧುನಿಕ ಮೈಸೂರಿನ ಚರಿತ್ರೆಯಲ್ಲಿ ಅತ್ಯಂತ ಮಹತ್ವದ ಕಾಲವಾಗಿದೆ. ಅವರ ಕಾಲದಲ್ಲಿ ಮೈಸೂರು ಪ್ರಗತಿಪರ ರಾಜ್ಯವೆಂದು ಹೆಸರಾಯಿತು. ಅವರ ಸೇವೆ

ಮಹಾರಾಣಿಯವರ ಹಾಗೂ ಬ್ರಿಟಿಷ್ ಸರ್ಕಾರದ ಪ್ರಶಂಸೆಗೆ ಪಾತ್ರವಾಯಿತು. 1900 ರಲ್ಲಿ ರಾಜ್ಯಕ್ಕೆ ಭೇಟಿ ನೀಡಿದ್ದ **ವೈಸ್‌ರಾಯ್ ಲಾರ್ಡ್. ಕರ್ಜನ್** ರಾಜ್ಯದ ಪ್ರಗತಿಯಿಂದ ಪ್ರಭಾವಿತನಾಗಿದ್ದು ಐಯ್ಯರ್ ಹೆಸರಿನಲ್ಲಿ ಒಂದು ಸೂಕ್ತವಾದ ಸ್ಮಾರಕವನ್ನು ನಿರ್ಮಿಸುವಂತೆ ಸಲಹೆ ನೀಡಿದ್ದರು. ಅದರಂತೆ **ಬೆಂಗಳೂರಿನ ಕಬ್ಬನ್ ಪಾರ್ಕ್‌ನಲ್ಲಿ** ಒಂದು ಸುಂದರವಾದ ಸ್ಮಾರಕವನ್ನು ನಿರ್ಮಿಸಲಾಯಿತು. ಅದರ ಮುಂಭಾಗದಲ್ಲಿ ಐಯ್ಯರ್ ಅವರ **6 ಅಡಿ ಎತ್ತರದ ಒಂದು ಸುಂದರವಾದ ಕಂಚಿನ ಪ್ರತಿಮೆಯನ್ನು ಸ್ಥಾಪಿಸಲಾಯಿತು.** 1913ರಲ್ಲಿ ಪ್ರತಿಮೆಯ ಅನಾವರಣ ಕಾರ್ಯ ನಡೆಸಿದ ವೈಸ್‌ರಾಯ್ **ಲಾರ್ಡ್ ಹಾರ್ಡಿಂಜ್** ಐಯ್ಯರರ ಕಾರ್ಯವನ್ನು ಶ್ಲಾಘಿಸುತ್ತಾ **"ಅವರ (ಐಯ್ಯರ್) ಕಾರ್ಯವನ್ನು ಆ ಕಾಲದ ಮೈಸೂರಿನ ಇತಿಹಾಸದ ಪ್ರತಿ ಪುಟದಲ್ಲೂ ಬರೆಯಲಾಗಿದೆ"** ಎಂದು ಹೇಳಿದರು.

ಐಯ್ಯರ್ ದಿವಾನರಾಗಿದ್ದ ಸಮಯದಲ್ಲಿ **ಸ್ವಾಮಿ ವಿವೇಕಾನಂದರು** ಮೈಸೂರಿಗೆ ಭೇಟಿ ನೀಡಿದ್ದರು. ಚಿಕಾಗೊ ಧರ್ಮ ಸಮ್ಮೇಳನದಲ್ಲಿ ಪಾಲ್ಗೊಳ್ಳಲು ಅಮೆರಿಕಗೆ ತೆರಳುವ ಮೊದಲು ಮೈಸೂರಿಗೆ ಬಂದಿದ್ದ ಸಂದರ್ಭದಲ್ಲಿ ಅವರು ಚಾಮರಾಜೇಂದ್ರ ಒಡೆಯರ ಅತಿಥಿಯಾಗಿದ್ದರು. ಸ್ವಾಮಿ ವಿವೇಕಾನಂದರ ಅಮೆರಿಕ ಪ್ರಯಾಣಕ್ಕೆ ಅಗತ್ಯವಾಗಿದ್ದ ಹಣಕಾಸಿನ ನೆರವನ್ನು ಮಹಾರಾಜರು ನೀಡಿದರು. ಅದನ್ನು ಸ್ಮರಿಸಿದ **ವಿವೇಕಾನಂದರು,** ಮಹಾರಾಜರಿಗೆ ಬರೆದ ಪತ್ರದಲ್ಲಿ **"ನಿಮ್ಮ ನೆರವಿನಿಂದ ನಾನು ಈ ದೇಶಕ್ಕೆ ಬರಲು ಸಾಧ್ಯವಾಯಿತು"** ಎಂದು ಹೇಳಿದ್ದಾರೆ. ಐಯ್ಯರ್ ವಾಸಿಸುತ್ತಿದ್ದ ಬೆಂಗಳೂರಿನ ಮನೆ **ಕುಮಾರ ಕೃಪಾ ಕರ್ನಾಟಕ ಸರ್ಕಾರದ ಅತಿಥಿ ಗೃಹವಾಗಿದೆ.** ಐಯ್ಯರ್ ಪ್ರಯತ್ನದಿಂದಾಗಿ **ಥಿಯೊಸೋಫಿಕಲ್ ಸೊಸೈಟಿಯ ಒಂದು ಶಾಖೆ ಬೆಂಗಳೂರಿನಲ್ಲಿ ಸ್ಥಾಪನೆಯಾಯಿತು.**

ಐಯ್ಯರ್ ಆಡಳಿತ ಟೀಕಾತೀತವಾಗೇನೂ ಇರಲಿಲ್ಲವೆಂಬುದು ಗಮನಾರ್ಹವಾಗಿದೆ. 1881ರಲ್ಲಿ ಒಡೆಯರ ಅಧಿಕಾರದ ಪುನರ್‌ಸ್ಥಾಪನೆಯಿಂದ ಹೆಚ್ಚು ಲಾಭವಾದದ್ದು ಮದ್ರಾಸ್ ಮೂಲದ ಬ್ರಾಹ್ಮಣ ವರ್ಗದವರಿಗೆ. ರಂಗಚಾರ್ಲು ಮತ್ತು ಐಯ್ಯರ್ ಕಾಲದಲ್ಲಿ ತಮಿಳು ಬ್ರಾಹ್ಮಣರ ಪ್ರಭಾವ ಮೈಸೂರಿನಲ್ಲಿ ಹೆಚ್ಚಾಯಿತು. ಉನ್ನತ ಸರ್ಕಾರಿ ಹುದ್ದೆಗಳೆಲ್ಲ ಅವರ ಪಾಲಾದವು. ಇದು ಸ್ಥಳೀಯ ಬ್ರಾಹ್ಮಣರ ಅಸಮಾಧಾನಕ್ಕೆ ಕಾರಣವಾಗಿ ಮದ್ರಾಸಿ ಬ್ರಾಹ್ಮಣರು ಮತ್ತು ಸ್ಥಳೀಯ ಬ್ರಾಹ್ಮಣರ ನಡುವೆ ದೊಡ್ಡ ಸಂಘರ್ಷವೇ ಆರಂಭವಾಯಿತು. ಐಯ್ಯರ್ 1891 ರಲ್ಲಿ ಲೋಕಸೇವಾ ಪರೀಕ್ಷೆಯನ್ನು ಜಾರಿಗೆ ತಂದಿದ್ದು ಪರೋಕ್ಷವಾಗಿ ತಮಿಳು ಬ್ರಾಹ್ಮಣರಿಗೆ ಸಹಾಯ ಮಾಡುವುದಕ್ಕಾಗಿಯೆ. ಆ ದಿನಗಳಲ್ಲಿ ಮೈಸೂರಿಗರಿಗಿಂತ ಮದ್ರಾಸಿಗಳು ಹೆಚ್ಚು ವಿದ್ಯಾರ್ಹತೆಗಳನ್ನು ಹೊಂದಿದ್ದರು. 1894ರಲ್ಲಿ ನಡೆದ ಎರಡನೇ ಪರೀಕ್ಷೆಯಲ್ಲಿ ಹಾಜರಾಗಿದ್ದ 23 ಅಭ್ಯರ್ಥಿಗಳಲ್ಲಿ ಇಬ್ಬರು ಮಾತ್ರ ಮೈಸೂರಿಗರಾಗಿದ್ದರು. ಅಲ್ಲದೆ ದಿವಾನರು ಹಾಗೂ ಅವರಿಂದ ನೇಮಕಗೊಂಡ ಮದ್ರಾಸಿ ಬ್ರಾಹ್ಮಣ ಅಧಿಕಾರಿಗಳು ಮಹಾರಾಜರಿಗಿಂತಲೂ ಬ್ರಿಟಿಷರಿಗೆ ಹೆಚ್ಚು ನಿಷ್ಠರಾಗಿದ್ದರು. ಹೀಗಾಗಿ ಸ್ಥಳೀಯ ಬ್ರಾಹ್ಮಣರು ತಮ್ಮ ಅತೃಪ್ತಿಯನ್ನು ಬಹಿರಂಗವಾಗಿಯೇ ಹೊರಹಾಕಲಾರಂಭಿಸಿರು. ಮದ್ರಾಸಿ ದಿವಾನರಾದ ಐಯ್ಯರ ಆಡಳಿತವನ್ನು ಅವರು ಟೀಕಿಸಲಾರಂಭಿಸಿದರು. ಐಯ್ಯರ ಆಡಳಿತವನ್ನು **"ವಿದೇಶಿ ಆಡಳಿತ"**ವೆಂದು ಟೀಕಿಸಲಾಯಿತು. 1901ರಲ್ಲಿ ಐಯ್ಯರ್ ದಿವಾನಗಿರಿ ಮುಕ್ತಾಯಗೊಂಡು ಮದ್ರಾಸಿಗರ ಪಾರಮ್ಯ ಅಂತ್ಯಗೊಂಡಿತು. 1901ರಲ್ಲಿ ಸ್ಥಳೀಯ ಬ್ರಾಹ್ಮಣರಾದ **ಪಿ.ಎನ್. ಕೃಷ್ಣಮೂರ್ತಿ** ದಿವಾನರಾದದ್ದು ಸ್ಥಳೀಯ ಬ್ರಾಹ್ಮಣರ ಸಂತಸಕ್ಕೆ ಕಾರಣವಾದರೆ ಬ್ರಾಹ್ಮಣೇತರರ ಆತಂಕಕ್ಕೆ ಕಾರಣವಾಯಿತು. ಮುಂದೆ ಬ್ರಾಹ್ಮಣ – ಅಬ್ರಾಹ್ಮಣ ಸಂಘರ್ಷ ಆರಂಭಗೊಂಡಿತು. ಐಯ್ಯರ್ ದಿವಾನರಾಗಿ ಹಲವು ಅಭಿವೃದ್ಧಿ ಕಾರ್ಯಗಳನ್ನು ಕೈಗೊಂಡಿದ್ದು ಸ್ತುತ್ಯಾರ್ಹವಾದರೂ ಅವರು ತಮ್ಮವರಿಗೆ ಹಾಗೂ ಮದ್ರಾಸಿ ಬ್ರಾಹ್ಮಣರಿಗೆ ಅಧಿಕಾರ ಸ್ಥಾನಗಳನ್ನು ಹೆಚ್ಚಾಗಿ ನೀಡಿದ್ದು ಸ್ಥಳೀಯರ ಆಕ್ರೋಶಕ್ಕೆ ಕಾರಣವಾಯಿತು. ಐಯ್ಯರ್ ಕೆಲಮಟ್ಟಿಗೆ ಅಹಂಕಾರಿಗಳಾಗಿದ್ದರು. ಸ್ವಜನ ಪಕ್ಷಪಾತ ಅವರ ಮೇಲಿದ್ದ ಪ್ರಮುಖ ಅರೋಪವಾಗಿತ್ತು.

ಪಿ.ಎನ್. ಕೃಷ್ಣಮೂರ್ತಿ (1901-1906)

ಶ್ರೇಷಾದ್ರಿ ಐಯ್ಯರ್ ಅವರ ನಿವೃತ್ತಿಯ ನಂತರ ದಿವಾನ್ ಪೂರ್ಣಯ್ಯನ ವಂಶಸ್ಥರಾಗಿದ್ದ **ಪೂರ್ಣಯ್ಯ ನರಸಿಂಗರಾವ್ (ಪಿ.ಎನ್.) ಕೃಷ್ಣಮೂರ್ತಿ** 1901ರಲ್ಲಿ ಮೈಸೂರಿನ ದಿವಾನರಾಗಿ ನೇಮಕವಾದರು. ಅವರು ಬೆಂಗಳೂರಿನ ಸೆಂಟ್ರಲ್ ಕಾಲೇಜಿನ ವಿದ್ಯಾರ್ಥಿ. ಮದ್ರಾಸ್ ವಿಶ್ವವಿದ್ಯಾಲಯದ ಕಾನೂನು ಪದವೀದರರಾದ ಅವರು 1870ರಲ್ಲಿ ಮೈಸೂರು ಸಂಸ್ಥಾನದ ಸೇವೆಗೆ ಸೇರಿಕೊಂಡರು. ಕಂದಾಯ ಇಲಾಖೆಯಲ್ಲಿ ಅಸಿಸ್ಟಂಟ್ ಸೂಪರಿಂಟೆಂಡೆಂಟ್ ಆಗಿ ಸೇವೆ ಆರಂಭಿಸಿದ ಅವರು ಮುಂದೆ ತುಮಕೂರು ಜಿಲ್ಲಾಧಿಕಾರಿಯಾಗಿ, ಮೈಸೂರಿನ ಪ್ರಧಾನ ನ್ಯಾಯಾಲಯ (Chief Court)ದ ಮುಖ್ಯ ನ್ಯಾಯಾಧೀಶರಾಗಿ ಕೆಲಸ ಮಾಡಿದರು. 1895ರಲ್ಲಿ ಅಪ್ರಾಪ್ತ ವಯಸ್ಸಿನ ನಾಲ್ವಡಿ ಕೃಷ್ಣರಾಜ ಒಡೆಯರಿಗೆ

ಪಟ್ಟವಾಯಿತು. ಈ ಹಿನ್ನೆಲೆಯಲ್ಲಿ ಮಹಾರಾಣಿ ಕೆಂಪನಂಜಮ್ಮಣ್ಣಿಯವರು ರೀಜೆಂಟ್ (ರಾಜಪ್ರತಿನಿಧಿ) ಆಗಿ ಆಡಳಿತ ವಹಿಸಿಕೊಂಡರು. ಅವರ ನೇತೃತ್ವದಲ್ಲಿ ರಚನೆಯಾದ **ಕೌನ್ಸಿಲ್ ಆಫ್ ರೀಜೆನ್ಸಿ** (ರಾಜಪ್ರತಿನಿಧಿ ಸಮಿತಿ)ಯ ಸದಸ್ಯರಾಗಿಯೂ ಕೃಷ್ಣಮೂರ್ತಿ ಕೆಲಸ ಮಾಡಿದರು. 1901ರ ಮಾರ್ಚ್ ತಿಂಗಳಲ್ಲಿ ಕೃಷ್ಣಮೂರ್ತಿ ದಿವಾನರಾಗಿ ನೇಮಕಗೊಂಡರು. 1901ರಲ್ಲೆ ಮಹಾರಾಣಿ ಕೆಂಪನಂಜಮ್ಮಣ್ಣಿ ನಿಧನರಾದಾಗ ಕೃಷ್ಣಮೂರ್ತಿಯವರೇ ಮಹಾರಾಜರ ಹೆಸರಿನಲ್ಲಿ ಆಡಳಿತ ನಿರ್ವಹಿಸಿದರು. 1902ರಲ್ಲಿ ಪ್ರಾಪ್ತ ವಯಸ್ಕರಾದಾಗ ಅಂದರೆ 18 ವರ್ಷ ತುಂಬಿದಾಗ ನಾಲ್ವಡಿಯವರು ಅಧಿಕಾರ ವಹಿಸಿಕೊಂಡರು. **1902ರ ಆಗಸ್ಟ್ 8ರಂದು ನಾಲ್ವಡಿ ಕೃಷ್ಣರಾಜ ಒಡೆಯರ್ ಅವರ ಸಿಂಹಾಸನಾರೋಹಣ ಕಾರ್ಯಕ್ರಮ ಮೈಸೂರಿನ ಜಗನ್ಮೋಹನ ಅರಮನೆಯಲ್ಲಿ ವೈಭವದಿಂದ ನಡೆಯಿತು.** ವೈಸ್‌ರಾಯ್ ಲಾರ್ಡ್ ಕರ್ಜನ್ ಸ್ವತಃ ಸಮಾರಂಭದಲ್ಲಿ ಉಪಸ್ಥಿತರಿದ್ದರು. ಕೃಷ್ಣಮೂರ್ತಿ ದಿವಾನರಾದದ್ದು ಮೈಸೂರು ಬ್ರಾಹ್ಮಣರಿಗೆ ಸಂತಸ ಉಂಟು ಮಾಡಿದರೂ ಬ್ರಾಹ್ಮಣೇತರರ ಅಸಮಾಧಾನಕ್ಕೆ ಕಾರಣವಾಯಿತು. ಆದರೂ 20 ವರ್ಷಗಳ ನಂತರ ಸ್ಥಳೀಯರೊಬ್ಬರು ದಿವಾನರಾದುದು ಉತ್ತಮ ಬೆಳವಣಿಗೆಯಾಗಿತ್ತು. ಅದರೊಂದಿಗೆ ಮದ್ರಾಸಿ ಬ್ರಾಹ್ಮಣರ ಪಾರುಪತ್ಯ ಅಂತ್ಯಗೊಂಡಿತು.

ದಿವಾನ್ ಕೃಷ್ಣಮೂರ್ತಿ ಹಿಂದಿನ ಅಭಿವೃದ್ಧಿ ಕಾರ್ಯಗಳನ್ನು ಮುಂದುವರಿಸಿದರು. ಇವರ ಕಾಲದಲ್ಲಿ ಶಿವನಸಮುದ್ರದ ವಿದ್ಯುತ್ ಉತ್ಪಾದನಾ ಕೇಂದ್ರ ಕಾರ್ಯಾರಂಭ ಮಾಡಿತು. 1902ರಲ್ಲಿ ಕೋಲಾರದ ಚಿನ್ನದ ಗಣಿಗೆ ಹಾಗೂ ಹೆಚ್ಚುವರಿ ವಿದ್ಯುತ್ತನ್ನು 1905ರಲ್ಲಿ ಬೆಂಗಳೂರಿಗೂ ಒದಗಿಸಲಾಯಿತು. **ಇಡೀ ದೇಶದಲ್ಲೇ ವಿದ್ಯುತ್ತನ್ನು ಪಡೆದ ಮೊದಲ ನಗರವೆಂಬ ಹೆಗ್ಗಳಿಕೆಗೆ ಬೆಂಗಳೂರು ಪ್ರಾಪ್ತವಾಯಿತು.** ಬೆಂಗಳೂರು ಮತ್ತು ಶಿವನ ಸಮುದ್ರದ ನಡುವಿನ 147 ಕಿ.ಮೀ ಉದ್ದವಾದ ವಿದ್ಯುತ್ ವಾಹಕಮಾರ್ಗ ದೇಶದಲ್ಲೇ ಅತ್ಯಂತ ಉದ್ದವಾದ ಮಾರ್ಗವಾಗಿತ್ತು. 1906ರ ಜೂನ್ ತಿಂಗಳಲ್ಲಿ ಕೃಷ್ಣಮೂರ್ತಿ ನಿವೃತ್ತರಾದರು.

ವಿ.ಪಿ. ಮಾಧವ ರಾವ್ (1906–09)

ದಿವಾನ್ ಕೃಷ್ಣಮೂರ್ತಿಯವರ ನಿವೃತ್ತಿಯ ನಂತರ **ವಿಶ್ವನಾಥ ಪಾಟಂಕರ್ (ವಿ.ಪಿ) ಮಾಧವ ರಾವ್** ಮೈಸೂರಿನ ದಿವಾನರಾಗಿ ನೇಮಕಗೊಂಡರು. ವಾಸ್ತವವಾಗಿ ಕೃಷ್ಣಮೂರ್ತಿಯವರನ್ನು ದಿವಾನರಾಗಿ ನೇಮಿಸುವ ಸಂದರ್ಭದಲ್ಲಿ ಆ ಪದವಿಗೆ ಮಾಧವ ರಾವ್ ಹೆಸರೂ ಕೇಳಿ ಬಂದಿತ್ತು. ಆದರೆ ಅವರು ಮೈಸೂರು ಸಂಸ್ಥಾನದಲ್ಲಿ ಹುಟ್ಟಿದವರಲ್ಲಿ ಎಂಬ ಕಾರಣಕ್ಕೆ ಮೈಸೂರು ಬ್ರಾಹ್ಮಣ ಮುಖಂಡರು ಮಾಧವ ರಾವ್ ನೇಮಕವನ್ನು ವಿರೋಧಿಸಿದ್ದರು.

ಮಾಧವ ರಾವ್ 1850 ಫೆಬ್ರವರಿ 10ರಂದು ಕುಂಬಕೋಣಂನಲ್ಲಿ ಜನಿಸಿದರು. ಅವರು **ತಂಜಾವೂರ್ ಮರಾಠಿ ದೇಶಸ್ಥ ಬ್ರಾಹ್ಮಣ ಕುಟುಂಬಕ್ಕೆ ಸೇರಿದವರಾಗಿದ್ದರು.** ಅವರ ತಂದೆ ವಿಶ್ವನಾಥ ರಾವ್ ಮದ್ರಾಸ್ ಸರ್ಕಾರದ ನ್ಯಾಯಾಂಗ ಇಲಾಖೆಯಲ್ಲಿ ಸೇವೆಯಲ್ಲಿದ್ದರು. ಕುಂಬಕೋಣಂನಲ್ಲಿ ಪ್ರಾರಂಭಿಕ ಶಿಕ್ಷಣ ಪಡೆದ ಅವರು 1869ರಲ್ಲಿ ಮದ್ರಾಸ್ ವಿಶ್ವವಿದ್ಯಾಲಯದಿಂದ ಬಿ.ಎ ಪದವಿ ಪಡೆದರು. ಅದೇ ವರ್ಷ ಲಂಡನ್ ಮಿಷನ್ ನಡೆಸುತ್ತಿದ್ದ ಮೈಸೂರಿನ ರಾಯಲ್ ಸ್ಕೂಲ್‌ನ ಮುಖ್ಯೋಪಾಧ್ಯಾಯರಾಗಿ ನೇಮಕಗೊಂಡರು. ಆ ಸಂದರ್ಭದಲ್ಲೇ ಅವರ ದಕ್ಷತೆಯನ್ನು ಗುರುತಿಸಿದ ರಂಗಾಚಾರ್ಲು, ಮಾಧವ ರಾವ್ ಅವರನ್ನು ಅರಮನೆಯ ಟ್ಯೂಟರ್ ಆಗಿ ನೇಮಿಸಿದರು. ಅಲ್ಲಿಂದ ಮಾಧವ ರಾವ್ ಅವರ ಮೈಸೂರು ಸಂಸ್ಥಾನದ ಸೇವೆ ಆರಂಭವಾಯಿತು. 1898ರವರೆಗೆ ಅವರು **ಸಂಸ್ಥಾನದ ಇನ್‌ಸ್ಪೆಕ್ಟರ್ ಜನರಲ್ ಆಫ್ ಪೊಲೀಸ್** ಆಗಿ ಸಮರ್ಥವಾಗಿ ಕಾರ್ಯನಿರ್ವಹಿಸಿದರು. 1898ರಿಂದ 1901ರವರೆಗೆ ಪ್ಲೇಗ್ ಕಮೀಷನರ್ ಆಗಿ ಉತ್ತಮವಾಗಿ ಕಾರ್ಯನಿರ್ವಹಿಸಿದರು. ಈ ಅವಧಿಯಲ್ಲಿ ಆರೋಗ್ಯ ಮತ್ತು ನೈರ್ಮಲ್ಯ ವ್ಯವಸ್ಥೆಗೆ ಆದ್ಯತೆ ನೀಡಿದ ಅವರು ಪ್ಲೇಗ್ ಹರಡದಂತೆ ತಡೆಯುವ ಕ್ರಮವಾಗಿ ಇಲಿಗಳನ್ನು ನಾಶ ಮಾಡುವ ಬೃಹತ್ ಕಾರ್ಯಕ್ರಮ ಹಮ್ಮಿಕೊಂಡರು. ಅವರ ಕ್ರಮಕ್ಕೆ ರಾಜ್ಯ ಮತ್ತು ಹೊರಗಿನಿಂದಲೂ ಪ್ರಶಂಸೆ ವ್ಯಕ್ತವಾಯಿತು. **"ಮಾಧವ ರಾವ್‌ರಂತಹ ವ್ಯಕ್ತಿಗಳಿರುವ ಸಂಸ್ಥಾನದಲ್ಲಿ ಯಾರು ತಾನೇ ಜೀವಿಸಲು ಬಯಸುವುದಿಲ್ಲ ?"**ಎಂದು ಪಯೋನೀರ್ ಪತ್ರಿಕೆ ಬರೆಯಿತು.

ಮಾಧವ ರಾವ್ ಅವರನ್ನು ಬಾಂಬೆ ಪ್ರಾಂತ್ಯದ ಕಂದಾಯ ವ್ಯವಸ್ಥೆ ಅಧ್ಯಯನಕ್ಕೆ ಮೈಸೂರು ಸರ್ಕಾರ ಕಳುಹಿಸಿತ್ತು. ಅಲ್ಲಿಂದ ಹಿಂದಿರುಗಿದ ನಂತರ ಅವರನ್ನು ಮೈಸೂರಿನ **ಪ್ರಥಮ ರೆವಿನ್ಯೂ ಕಮೀಷನರ್** ಆಗಿ 1902ರಲ್ಲಿ ನೇಮಿಸಲಾಯಿತು. ಈ ಹುದ್ದೆಯಲ್ಲಿ 1904ರವರೆಗೂ ಮುಂದುವರಿದರು. 1904ರಿಂದ 1906ರವರೆಗೆ ಅವರು **ತಿರುವಾಂಕೂರ್ ಸಂಸ್ಥಾನದ ದಿವಾನರಾಗಿ ಸೇವೆ ಸಲ್ಲಿಸಿದರು.** ಅಲ್ಲಿ ಅವರು ಮಾಡಿದ ಉತ್ತಮ ಕಾರ್ಯಗಳನ್ನು ಗಮನಿಸಿ ಅವರನ್ನು 1906ರ ಜೂನ್ 30ರಂದು ಮೈಸೂರು ಸಂಸ್ಥಾನದ ದಿವಾನರಾಗಿ ನೇಮಿಸಲಾಯಿತು.

ದಿವಾನ್ ಮಾಧವ ರಾವ್ ಕಾಲದ ಅತ್ಯಂತ ಮಹತ್ವದ ಬೆಳವಣಿಗೆಯೆಂದರೆ 1907ರ ಮಾರ್ಚ್‌ನಲ್ಲಿ **ನ್ಯಾಯವಿಧಾಯಕ ಸಭೆ (Legislative Council)** ಯ ಸ್ಥಾಪನೆ. ಈಗಾಗಲೇ ಅಸ್ತಿತ್ವದಲ್ಲಿದ್ದ ದಿವಾನರ ಸಲಹಾ ಮಂಡಲಿಯ ಮೂವರು ಸದಸ್ಯರ ಜೊತೆಗೆ 10ಕ್ಕೆ ಕಡಿಮೆ ಇಲ್ಲದಂತೆ ಹಾಗೂ 15ಕ್ಕಿಂತ ಹೆಚ್ಚದಂತೆ ಸದಸ್ಯರನ್ನು ಒಳಗೊಂಡಂತೆ ಈ ಮೇಲ್ಮನೆಯನ್ನು ಸ್ಥಾಪಿಸಲಾಯಿತು. ಅವರಲ್ಲಿ ಇಬ್ಬರು ಸದಸ್ಯರನ್ನು ಪ್ರಜಾಪ್ರತಿನಿಧಿ ಸಭೆ ಅಥವಾ ಕೆಳಮನೆಯ ಸದಸ್ಯರು ಆಯ್ಕೆ ಮಾಡಬೇಕಿತ್ತು. 1908ರಲ್ಲಿ ವೃತ್ತಪತ್ರಿಕಾ ನಿಯಂತ್ರಣ ಕಾಯಿದೆಯನ್ನು ಜಾರಿಗೆ ತಂದಿದ್ದರಿಂದ ದಿವಾನರು ತೀವ್ರ ಟೀಕೆಗೆ ಗುರಿಯಾಗಬೇಕಾಯಿತು. ಕೆಲವು ಪತ್ರಿಕೆಗಳ ಪ್ರಕಟಣೆ ನಿಂತು ಹೋಯಿತು. **ಮೈಸೂರು ಸ್ಟಾಂಡರ್ಡ್** ಹಾಗೂ **ವೃತ್ತಾಂತ ಚಿಂತಾಮಣಿ ಪತ್ರಿಕೆಗಳು ಮುಚ್ಚಿದವು.**

ಅರಣ್ಯಗಳ ರಕ್ಷಣೆಗೆ ಕ್ರಮಗಳನ್ನು ಕೈಗೊಂಡಿದ್ದು, ಪಶುವೈದ್ಯ ಇಲಾಖೆಯ ಸ್ಥಾಪನೆ ದಿವಾನರ ರಚನಾತ್ಮಕ ಕಾರ್ಯಗಳಾಗಿದ್ದವು. ಬರಗಾಲಗಳ ಸಮಯದಲ್ಲಿ ಜನರಿಗೆ ನೆರವು ನೀಡುವ ಉದ್ದೇಶದಿಂದ ದಿವಾನ್ ಮಾಧವ ರಾವ್ ಒಂದು **"ಫ್ಯಾಮಿನ್ ರಿಸರ್ವ್ ಫಂಡ್"** ಸ್ಥಾಪಿಸಿದರು. ಅಡಿಕೆ ಮೇಲಿನ ತೆರಿಗೆಯನ್ನು ರದ್ದುಪಡಿಸುವ ಮೂಲಕ ಅಡಿಕೆ ಬೆಳೆಗಾರರ ಬಹುದಿನಗಳ ಬೇಡಿಕೆಯನ್ನು ಈಡೇರಿಸಿದರು. ಅದರಿಂದ ಸರ್ಕಾರಕ್ಕೆ ವಾರ್ಷಿಕ 4 ಲಕ್ಷ ರೂಪಾಯಿ ತೆರಿಗೆ ನಷ್ಟವಾಯಿತಾದರೂ ಅಡಿಕೆ ಉತ್ಪಾದನೆ ಹೆಚ್ಚಿದ್ದರಿಂದ ಸರ್ಕಾರಕ್ಕೆ ಪರೋಕ್ಷ ಲಾಭವಾಯಿತು. ದಿವಾನ್ ಮಾದವ ರಾವ್ ತಮ್ಮ ಅಧಿಕಾರಾವಧಿಯಲ್ಲಿ **ಬ್ರಾಹ್ಮೇಣತರರಿಗೆ** ಅಪಾರ ಬೆಂಬಲ ಮತ್ತು ಹೆಚ್ಚಿನ ಸವಲತ್ತುಗಳನ್ನು ನೀಡಿದರು. ಮೈಸೂರು ಬ್ರಾಹ್ಮಣರು ಸರ್ಕಾರಿ ಹುದ್ದೆಗಳನ್ನು ತಮ್ಮ ಏಕಸ್ವಾಮ್ಯವಾಗಿ ಮಾಡಿಕೊಂಡಿದ್ದರು. ಅಲ್ಲದೆ ಮೈಸೂರಿನಲ್ಲಿ ಹುಟ್ಟಿದವರಲ್ಲವೆಂಬ ಕಾರಣಕ್ಕೆ 1902ರಲ್ಲಿ ಮಾಧವ ರಾವ್ ದಿವಾನರಾಗುವುದಕ್ಕೆ ಸ್ಥಳೀಯ ಬ್ರಾಹ್ಮಣರು ಅಡ್ಡಗಾಲು ಹಾಕಿದ್ದರು. ಈ ಹಿನ್ನೆಲೆಯಲ್ಲಿ ಮೈಸೂರು ಬ್ರಾಹ್ಮಣರ ಪ್ರಾಬಲ್ಯ ಮುರಿಯಲು ದಿವಾನರು ಬ್ರಾಹ್ಮಣೇತರರಿಗೆ ಬೆಂಬಲ ನೀಡಿದರು. ಶಿಕ್ಷಣ ಸೌಲಭ್ಯಗಳನ್ನು ಹೆಚ್ಚಿಸಲು ಹಿಂದುಳಿದ ಕೋಮಿನ ವಿದ್ಯಾರ್ಥಿಗಳಿಗಾಗಿ ವಿದ್ಯಾರ್ಥಿ ನಿಲಯಗಳನ್ನು ತೆರೆಯಲು ಎಲ್ಲ ಕೋಮುಗಳ ಮುಖಂಡರನ್ನು ಉತ್ತೇಜಿಸಿದರು. ಅದರ ಫಲವಾಗಿ ಲಿಂಗಾಯತ ಹಾಗೂ ಒಕ್ಕಲಿಗ ಸಂಘಗಳು ಹುಟ್ಟಿಕೊಂಡವು. ಒಕ್ಕಲಿಗರು **ಕೆ.ಎಚ್. ರಾಮಯ್ಯ ನೇತೃತ್ವದಲ್ಲಿ ಒಕ್ಕಲಿಗರ ಸಂಘ ಸ್ಥಾಪಿಸಿಕೊಂಡರು** ಮತ್ತು ತಮ್ಮ ಕೋಮಿನ ವಿದ್ಯಾರ್ಥಿಗಳಿಗೆ ಹಾಸ್ಟೆಲ್‌ಗಳನ್ನು ಸ್ಥಾಪಿಸಿದರು. ಲಿಂಗಾಯುತರ **ಲಿಂಗಾಯುತ್ ಎಜುಕೇಷನ್ ಅಸೋಸಿಯೇಷನ್** ಸ್ಥಾಪನೆಯಾಯಿತು. **ಚಿತ್ರದುರ್ಗದ ಮುರುಘರಾಜೇಂದ್ರ ಸ್ವಾಮಿಗಳು 'ಜಯದೇವ ಹಾಸ್ಟೆಲ್'** ಗಳನ್ನು ಆರಂಭಿಸಿದರು. ಇವುಗಳಿಗೆ ಸರ್ಕಾರ ಧನಸಹಾಯ ನೀಡಿತು. ಹಿಂದುಳಿದ ವರ್ಗದ ವಿದ್ಯಾರ್ಥಿಗಳಿಗಾಗಿ ಸರ್ಕಾರವೇ ವಿದ್ಯಾರ್ಥಿನಿಲಯಗಳನ್ನು ಆರಂಭಿಸಿತು. ಈ ಅವಧಿಯಲ್ಲೇ **ಸಿ.ಆರ್.ರೆಡ್ಡಿ ಒಕ್ಕಲಿಗರ ಮುಖಂಡರಾಗಿ** ಹಾಗೂ **ಎಂ. ಬಸವಯ್ಯ ಲಿಂಗಾಯುತರ ಮುಖಂಡರಾಗಿ ಜನಪ್ರಿಯರಾದರು.** ಅವರುಗಳು ತಮ್ಮ ಸಮುದಾಯದ ವಿದ್ಯಾರ್ಥಿಗಳಿಗೆ ವಿದ್ಯಾರ್ಥಿ ವೇತನ ಹಾಗೂ ಶುಲ್ಕ ವಿನಾಯಿತಿಗೆ ಹಾಗೂ ಸರ್ಕಾರಿ ಹುದ್ದೆಗಳಲ್ಲಿ ಮೀಸಲಾತಿಗೆ ಹೋರಾಡಲಾರಂಭಿಸಿದರು.

ಮಾಧವ ರಾವ್ 1909ರ ಮಾರ್ಚ್ 31ರಂದು ದಿವಾನ್ ಪದವಿಯಿಂದ ನಿವೃತ್ತರಾದರು. ಅನಂತರ ಬರೋಡ ಸಂಸ್ಥಾನದ ದಿವಾನರಾಗಿ 1910 ರಿಂದ 1913 ರವರೆಗೆ ಕೆಲಸ ಮಾಡಿದರು. **ಮೂರು ಸಂಸ್ಥಾನಗಳ ದಿವಾನರಾಗಿ ಕೆಲಸ ಮಾಡಿದ ಹೆಗ್ಗಳಿಕೆ ಅವರದು.** ಅನಂತರ ಸ್ವಾತಂತ್ರ್ಯ ಸಂಗ್ರಾಮ ಹಾಗೂ ಏಕೀಕರಣ ಚಳುವಳಿಯಲ್ಲಿ ತಮ್ಮನ್ನು ಸಕ್ರಿಯವಾಗಿ ತೊಡಗಿಸಿಕೊಂಡರು.

ಟಿ. ಆನಂದ ರಾವ್ (1909–12)

ವಿ.ಪಿ. ಮಾಧವರಾವ್ ಅವರ ನಿವೃತ್ತಿಯ ನಂತರ ಮೈಸೂರಿನ ದಿವಾನರಾಗಿ ನೇಮಕಗೊಂಡ **ತಂಜಾವೂರ್ ಆನಂದ ರಾವ್** (1852–1919) **ತಂಜಾವೂರ್‌ನ ಪ್ರತಿಷ್ಠಿತ ಮರಾಠಿ ದೇಶಸ್ಥ ಬ್ರಾಹ್ಮಣ ಕುಟುಂಬಕ್ಕೆ ಸೇರಿದ್ದವರಾಗಿದ್ದರು.** ಅವರದು ಪ್ರಸಿದ್ಧ ಆಡಳಿಗಾರರ ಕುಟುಂಬವಾಗಿತ್ತು. ಅವರ ತಂದೆ **ಸರ್. ತಂಜಾವೂರ್ ಮಾಧವ ರಾವ್** (1828–1891) ತಿರುವಾಂಕೂರ್ ಸಂಸ್ಥಾನದ ದಿವಾನರಾಗಿ 1857ರಿಂದ 1872ರವರೆಗೆ ಕಾರ್ಯನಿರ್ವಹಿಸಿದ್ದರು. ಅಲ್ಲದೆ 1873ರಿಂದ 1875ರವರೆಗೆ ಇಂದೂರ್ ಸಂಸ್ಥಾನದ ಹಾಗೂ 1875ರಿಂದ 1882ರವರೆಗೆ ಬರೋಡ ಸಂಸ್ಥಾನದ ದಿವಾನರಾಗಿ ಕಾರ್ಯನಿರ್ವಹಿಸಿದ್ದರು. **ಆನಂದರಾವ್ ಅವರ ಮಾವ** (ಪತ್ನಿಯ ತಂದೆ) **ತಂಜಾವೂರ್ ರಾಮರಾವ್ ಕೂಡ** ತಿರುವಾಂಕೂರ್ ಸಂಸ್ಥಾನದ ದಿವಾನರಾಗಿ (1887–92) ಸೇವೆ ಸಲ್ಲಿಸಿದ್ದರು. ಅಲ್ಲದೆ ಆನಂದ ರಾವ್ ಅವರ ಚಿಕ್ಕಪ್ಪನ ಮಗ **ದಿವಾನ್ ಬಹಾದೂರ್ ರಾಯ್ ರಘುನಾಥ ರಾವ್** (1831–1912) ಇಂದೂರ್ ಸಂಸ್ಥಾನದ ದಿವಾನರಾಗಿ 1875ರಿಂದ 1880ರವರೆಗೆ ಹಾಗೂ 1886ರಿಂದ 1888ರವರೆಗೆ ಸೇವೆ ಸಲ್ಲಿಸಿದ್ದರು. ರಘುನಾಥ ರಾವ್ ಅವರ ತಂದೆ **ರಾಯ್ ವೆಂಕಟ ರಾವ್**

ಕೂಡ 1821ರಿಂದ 1829ರವರೆಗೆ ತಿರುವಾಂಕೂರ್ ಸಂಸ್ಥಾನದ ದಿವಾನರಾಗಿ ಸೇವೆ ಸಲ್ಲಿಸಿದ್ದರು. ಶ್ರೇಷ್ಠ ದೇಶಾಭಿಮಾನಿಯಾಗಿದ್ದ ದಿವಾನ್ ರಘನಾಥ ರಾವ್ **ಮದ್ರಾಸ್ ಮಹಾಜನ ಸಭಾ** ಹಾಗೂ **ಭಾರತೀಯ ರಾಷ್ಟೀಯ ಕಾಂಗ್ರೆಸ್ ಸ್ಥಾಪಕರಲ್ಲೊಬ್ಬರಾಗಿದ್ದರು.**

ತಂಜಾವೂರ್ ಆನಂದ ರಾವ್ ಜನಿಸಿದ್ದು 1852ರ ಮೇ 15ರಂದು ತಿರುವನಂತಪುರಂ (ತಿರುವಾಂಕೂರ್ ಸಂಸ್ಥಾನದ ರಾಜಧಾನಿ)ನಲ್ಲಿ. ಮದ್ರಾಸ್‌ನ ಪ್ರೆಸಿಡೆನ್ಸಿ ಕಾಲೇಜಿನಲ್ಲಿ 1871ರಲ್ಲಿ ಬಿ.ಎ.ಪದವಿ ಪಡೆದ ಆನಂದ ರಾವ್ 1873ರಲ್ಲಿ ಮೈಸೂರಿನ ಆಡಳಿತ ಸೇವೆಗೆ ಸೇರಿದರು. ಆರಂಭದಲ್ಲಿ ರಂಗಾಚಾರ್ಲು ಅವರ ಆಪ್ತ ಸಹಾಯಕರಾಗಿ ವೃತ್ತಿ ಬದುಕು ಆರಂಭಿಸಿದರು. 1876ರಲ್ಲಿ ಬೆಂಗಳೂರಿನ ಅಸಿಸ್ಟಂಟ್ ಕಮೀಷನರ್ ಆಗಿ ನೇಮಕಗೊಂಡರು. ಮುಂದೆ 1879ರಿಂದ 1883ರವರೆಗೆ ಅರಮನೆ ಲೆಕ್ಕಪತ್ರ ಅಧಿಕಾರಿಯಾಗಿ, 1883ರಿಂದ 1886ರವರೆಗೆ ಹಾಸನ ಮತ್ತು ಕಡೂರ್ ನ ಅಸಿಸ್ಟಂಟ್ ಕಮೀಷನರ್ ಆಗಿ ಮತ್ತು ಅಲ್ಲಿಯೇ ಕೆಲಕಾಲ ಬದಲಿ ಡೆಪ್ಯುಟಿ ಕಮೀಷನರ್ ಆಗಿ, 1889ರಿಂದ 1897ರವರೆಗೆ ದಿವಾನರಿಗೆ ಮುಖ್ಯ ಕಾರ್ಯದರ್ಶಿಯಾಗಿ ಸೇವೆ ಸಲ್ಲಿಸಿದರು. ಮುಂದೆ 1904ರಲ್ಲಿ ರೆವಿನ್ಯೂ ಕಮೀಷನರ್ ಆಗಿ ನೇಮಕಗೊಂಡರು. 1906ರಿಂದ 1909ರವರೆಗೆ ಮೈಸೂರು ಲೆಜಿಸ್ಲೇಟಿವ್ ಕೌನ್ಸಿಲ್‌ನ ಸದಸ್ಯರಾಗಿ ಕಾರ್ಯನಿರ್ವಹಿಸಿದರು. ಅವರ ಸಾಮರ್ಥ್ಯ ಹಾಗೂ ಆಡಳಿತಾನುಭವವನ್ನು ಗುರುತಿಸಿದ ಮಹಾರಾಜ ನಾಲ್ವಡಿ ಕೃಷ್ಣರಾಜ ಒಡೆಯರ್ ಅವರನ್ನು 1909ರ ಏಪ್ರಿಲ್ 1ರಂದು ಮೈಸೂರಿನ ದಿವಾನರಾಗಿ ನೇಮಕ ಮಾಡಿದರು.

1909ರಿಂದ 1912ರವರೆಗೆ ಮೈಸೂರು ಸಂಸ್ಥಾನದ ದಿವಾನರಾಗಿ ಕೆಲಸ ಮಾಡಿದ ಆನಂದ ರಾವ್ ಸಂಸ್ಥಾನದ ಏಳಿಗೆಗೆ ತಮ್ಮದೆ ಕಿರುಕಾಣಿಕೆಯನ್ನು ನೀಡಿದ್ದಾರೆ. ಅವರ ಕಾಲದಲ್ಲಿ ಮೈಸೂರಿನ **ಅಂಬಾವಿಲಾಸ ಅರಮನೆಯ** ನಿರ್ಮಾಣ ಕಾರ್ಯ ಮುಕ್ತಾಯಗೊಂಡಿತು. ಬಾಂಬೆ ಪ್ರಾಂತ್ಯ ಸರ್ಕಾರದಲ್ಲಿ ಸಹಾಯಕ ಎಂಜಿನಿಯರ್ ಆಗಿದ್ದ ವಿಶ್ವೇಶ್ವರಯ್ಯನವರ ಸಾಮರ್ಥ್ಯವನ್ನು ಗುರುತಿಸಿ ಅವರನ್ನು ಸಂಸ್ಥಾನಕ್ಕೆ ಆಹ್ವಾನಿಸಿ 1909ರಲ್ಲಿ ಮುಖ್ಯ ಎಂಜಿನಿಯರ್ ಆಗಿ ನೇಮಿಸಿದ್ದು ಆನಂದರಾಯರೆ. ವಿಶ್ವೇಶ್ವರಯ್ಯನವರ ನೇತೃತ್ವದಲ್ಲಿ ಕನ್ನಂಬಾಡಿ ಜಲಾಶಯದ ನಿರ್ಮಾಣಕಾರ್ಯ ಇವರ ಕಾಲದಲ್ಲೇ 1911ರಲ್ಲಿ ಆರಂಭವಾಯಿತು. ಇವರ ಕಾಲದಲ್ಲೇ ಮೈಸೂರಿನಲ್ಲಿ ಮಹಾರಾಜ ನಾಲ್ವಡಿ ಕೃಷ್ಣರಾಜ ಒಡೆಯರು **ಪಿ.ಕೆ. ಸ್ಯಾನಿಟೋರಿಯಂ** ಎಂಬ ಕ್ಷಯರೋಗದ ಆಸ್ಪತ್ರೆಯನ್ನು ಸ್ಥಾಪಿಸಿದರು. ಬೆಂಗಳೂರಿನ ಸುಪ್ರಸಿದ್ಧವಾದ **ಮಿಂಟೊ ಕಣ್ಣಿನ ಆಸ್ಪತ್ರೆ** ಸ್ಥಾಪನೆಯಲ್ಲಿ ಆನಂದ್ ರಾವ್ ಪ್ರಮುಖ ಪಾತ್ರವಹಿಸಿದರು. ವೈಸರಾಯ್ ಲಾರ್ಡ್ ಮಿಂಟೊ 1909ರ ಅಕ್ಟೋಬರ್‌ನಲ್ಲಿ ಮೈಸೂರಿಗೆ ಭೇಟಿ ನೀಡಿದರು. ಅದರ ನೆನೆಪಿಗಾಗಿ ಕಣ್ಣಿನ ಆಸ್ಪತ್ರೆಗೆ ಭವ್ಯವಾದ ಕಟ್ಟಡವನ್ನು ನಿರ್ಮಿಸಿ ಅದಕ್ಕೆ ಮಿಂಟೊ ಹೆಸರನ್ನು ನೀಡಲಾಯಿತು. ಈ ಆಸ್ಪತ್ರೆ 1913ರ ಜನವರಿಯಲ್ಲಿ ಕಾರ್ಯಾರಂಭ ಮಾಡಿತು. ದಿವಾನ್ ಆನಂದ ರಾವ್ ಕಾಲದ ಮತ್ತೊಂದು ಬಹಳ ದೊಡ್ಡ ಕಾರ್ಯವೆಂದರೆ 1911ರಲ್ಲಿ **ಮೈಸೂರ್ ಎಕಾನಾಮಿಕ್ ಕಾನ್ಫರೆನ್ಸ್** ಪ್ರಾರಂಭಿಸಿದ್ದು. ಅದು ಮುಂದೆ ರಾಜ್ಯಾದಂತ ಆರ್ಥಿಕ ಸಮ್ಮೇಳನಗಳನ್ನು ನಡೆಸಿ ಜನರಲ್ಲಿ ರಾಜ್ಯದ ಆರ್ಥಿಕ ಪ್ರಗತಿಯ ಬಗ್ಗೆ ಆಸಕ್ತಿ ಮೂಡಿಸುವ ಪ್ರಯತ್ನಗಳನ್ನು ನಡೆಸಿತು.

ಟಾಟಾ ಇನ್‌ಸ್ಟಿಟ್ಯೂಟ್ ಸ್ಥಾಪನೆ

ದಿವಾನ್ ಆನಂದ ರಾವ್ ಕಾಲದಲ್ಲಿ ಪ್ರತಿಷ್ಠಿತವಾದ **'ಇಂಡಿಯನ್ ಇನ್‌ಸ್ಟಿಟ್ಯೂಟ್ ಆಫ್ ಸೈನ್ಸ್'(I.I.Sc–ಐ.ಐ ಎಸ್‌ಸಿ.)** ಬೆಂಗಳೂರಿನಲ್ಲಿ 1909ರಲ್ಲಿ ಸ್ಥಾಪನೆಯಾಯಿತು. ಅದನ್ನು ಜಿವನ್‌ಶೆಟ್ಜಿ ಟಾಟಾ ಸ್ಥಾಪಿಸಿದ್ದರಿಂದ ಅದನ್ನು **'ಟಾಟಾ ಇನ್‌ಸ್ಟಿಟ್ಯೂಟ್'** ಎಂದು ಕರೆಯಲಾಗುತ್ತಿತ್ತು. ಮಹಾರಾಜ ನಾಲ್ವಡಿ ಕೃಷ್ಣರಾಜರು ಈ ಸಂಸ್ಥೆಗೆ 372 ಎಕರೆ ಭೂಮಿಯನ್ನು ನೀಡಿದರು. ಅಲ್ಲದೆ 5 ಲಕ್ಷ ರೂಪಾಯಿ ಪ್ರಾರಂಭಿಕ ಕೊಡುಗೆಯಾಗಿ ನೀಡಿದ್ದಲ್ಲದೆ ವಾರ್ಷಿಕ 50,000ರೂಗಳ ಅನುದಾನ ನೀಡಿದರು. ಈ ಸಂಸ್ಥೆ 1911ರಲ್ಲಿ ವಿದ್ಯುಕ್ತವಾಗಿ ಕಾರ್ಯಾರಂಭ ಮಾಡಿತು. 1911ರ ಜುಲೈ ತಿಂಗಳಲ್ಲಿ ಮೊದಲ ತಂಡದ ವಿದ್ಯಾರ್ಥಿಗಳನ್ನು ಸೇರಿಸಿಕೊಳ್ಳಲಾಯಿತು. ಎಂ. **ಡಬ್ಲ್ಯು ಟ್ರಾವರ್ಸ್(M.W. Travers)** ಅವರು ಐ.ಐ.ಎಸ್‌.ಸಿ.ಯ **ಪ್ರಥಮ ನಿರ್ದೇಶಕರಾಗಿ 1909ರಿಂದ 1914ರವರೆಗೆ ಕಾರ್ಯನಿರ್ವಹಿಸಿದರು. ಈ ಸಂಸ್ಥೆಯ ಪ್ರಥಮ ಭಾರತೀಯ ನಿರ್ದೇಶಕರಾಗಿ ನೊಬೆಲ್ ಪ್ರಶಸ್ತಿ ವಿಜೇತ ಸರ್.ಸಿ.ವಿ.ರಾಮನ್ 1933ರಿಂದ 1937ರವರೆಗೆ ಕಾರ್ಯನಿರ್ವಹಿಸಿದರು.** ಅವರು ಸಂಸ್ಥೆಯ ನಾಲ್ಕನೇ ನಿರ್ದೇಶಕರಾಗಿದ್ದರು. ಗುಣಮಟ್ಟದ ಶಿಕ್ಷಣ ನೀಡಿಕೆ ಮತ್ತು ಸಂಶೋಧನೆಗೆ ಈ ಸಂಸ್ಥೆ ಜಾಗತಿಕ ಮಟ್ಟದಲ್ಲಿ ಖ್ಯಾತಿ ಪಡೆದಿದೆ. 1912ರ ನವೆಂಬರ್ 10ರಂದು ಆನಂದ ರಾವ್ ನಿವೃತ್ತರಾದರು. ಅವರಿಗೆ ಮಹಾರಾಜರು **'ಪ್ರಧಾನ ಶಿರೋಮಣಿ'** ಎಂಬ ಬಿರುದನ್ನು ನೀಡಿ ಗೌರವಿಸಿದ್ದರು. ಆನಂದರಾವ್ 1919ರ ಜುಲೈ 19ರಂದು ಮರಣ ಹೊಂದಿದರು.

ಸರ್. ಎಂ. ವಿಶ್ವೇಶ್ವರಯ್ಯ (1912-18)

ಆಧುನಿಕ ಮೈಸೂರಿನ ನಿರ್ಮಾಪಕರಲ್ಲಿ ಒಬ್ಬರಾದ ವಿಶ್ವೇಶ್ವರಯ್ಯ 1861ರ ಸೆಪ್ಟಂಬರ್ 15ರಂದು ಚಿಕ್ಕಬಳ್ಳಾಪುರ ತಾಲ್ಲೂಕಿನ ಮುದ್ದೇನಹಳ್ಳಿಯಲ್ಲಿ ಜನಿಸಿದರು. ಮೋಕ್ಷಗುಂಡಂ ಶ್ರೀನಿವಾಸ ಶಾಸ್ತ್ರಿ ಮತ್ತು ವೆಂಕಟಲಕ್ಷಮ್ಮ ಅವರ ತಂದೆ ತಾಯಿಯರು. ಅವರ ಪೂರ್ವಿಕರು ಆಂಧ್ರ ಪ್ರದೇಶದ ಕರ್ನೂಲ್ ಜಿಲ್ಲೆಯ ಮೋಕ್ಷಗುಂಡಂನಿಂದ ವಲಸೆ ಬಂದಿದ್ದರು. ಬಡತನದ ಹಿನ್ನೆಲೆಯಿದ್ದರೂ ಪ್ರತಿಭಾವಂತ ವಿದ್ಯಾರ್ಥಿಯಾಗಿದ್ದ ವಿಶ್ವೇಶ್ವರಯ್ಯ 1881ರಲ್ಲಿ ಬೆಂಗಳೂರಿನ ಸೆಂಟ್ರಲ್ ಕಾಲೇಜಿನಿಂದ ಬಿ.ಎ. ಪದವಿ ಪಡೆದರು. ಅವರ ಪ್ರತಿಭೆ ಮತ್ತು ನಡವಳಿಕೆಯಿಂದ ಕಾಲೇಜಿನ ಆಂಗ್ಲ ಪ್ರಾಂಶುಪಾಲರಾಗಿದ್ದ **ಚಾರ್ಲ್ಸ್ ವಾಟರ್ಸ್** ಪ್ರಭಾವಿತರಾಗಿದ್ದು ತಾವುಗಳು ಬಳಸುತ್ತಿದ್ದ ಬಂಗಾರದ ಕಫ್‌ಲಿಂಕ್ಸನ್ನು ಮತ್ತು ಒಂದು ನಿಘಂಟನ್ನು ವಿಶ್ವೇಶ್ವರಯ್ಯನವರಿಗೆ ನೀಡಿದ್ದು ವಿಶೇಷವಾಗಿತ್ತು. ಅವುಗಳನ್ನು ವಿಶ್ವೇಶ್ವರಯ್ಯನವರು ಬಹಳ ಹೆಮ್ಮೆಯಿಂದ ಬಳಸುತ್ತಿದ್ದರು. ಪದವಿ ಶಿಕ್ಷಣದ ಸಂದರ್ಭದಲ್ಲಿ ಮನೆಪಾಠ ಹೇಳಿ ಹಣಗಳಿಸುತ್ತಿದ್ದರು. ಅನಂತರ ಮೈಸೂರು ಸರ್ಕಾರದ ವಿದ್ಯಾರ್ಥಿ ವೇತನ ಪಡೆದು **ಪೂನಾದ ವಿಜ್ಞಾನ ಕಾಲೇಜಿನಲ್ಲಿ** ಅಧ್ಯಯನ ಮುಂದುವರಿಸಿ ಸಿವಿಲ್ ಎಂಜಿನಿಯರಿಂಗ್ ಪದವಿ ಪಡೆದರು. ಈಗ ಈ ಕಾಲೇಜನ್ನು ಸರ್ಕಾರಿ ಎಂಜಿನಿಯರಿಂಗ್ ಕಾಲೇಜು ಎಂದು ಕರೆಯಲಾಗುತ್ತಿದೆ. ಅನಂತರ 1884ರಲ್ಲಿ ಬಾಂಬೆ ಪ್ರಾಂತ್ಯದಲ್ಲಿ ಸಹಾಯಕ ಎಂಜಿನಿಯರ್ ಆಗಿ ವೃತ್ತಿ ಆರಂಭಿಸಿದರು.

ವಿಶ್ವೇಶ್ವರಯ್ಯ 24 ವರ್ಷಗಳ ಕಾಲ ಬಾಂಬೆ ಪ್ರಾಂತ್ಯ ಸರ್ಕಾರದ ಸೇವೆಯಲ್ಲಿದ್ದು ವಿವಿಧ ಹುದ್ದೆಗಳಲ್ಲಿ ಕೆಲಸ ನಿರ್ವಹಿಸಿ ಉತ್ತಮ ಹೆಸರು ಗಳಿಸಿದರು. 1908 ರಲ್ಲಿ ಸ್ವಯಂ ನಿವೃತ್ತಿ ಪಡೆಯಲು ನಿರ್ಧರಿಸಿದರು. ನಿವೃತ್ತಿಗೆ ಮುಂಚೆ ಸ್ವಲ್ಪ ಕಾಲ ಹೈದರಾಬಾದ್ ನಿಜಾಮನ ಆಹ್ವಾನದ ಮೇರೆಗೆ ವಿಶೇಷ ಎಂಜಿನಿಯರ್‌ರಾಗಿ ಕೆಲಸ ಮಾಡಿದರು. ಆಗ ಹೈದರಾಬಾದ್ ನಗರದಲ್ಲಿ ಒಳಚರಂಡಿ ವ್ಯವಸ್ಥೆಯನ್ನು ಸುಧಾರಿಸಲು ಮತ್ತು ನಗರವನ್ನು ಪದೇ ಪದೇ ಕಾಡುತ್ತಿದ್ದ ನೆರೆ ಹಾವಳಿಯಿಂದ ರಕ್ಷಿಸಲು ಒಂದು ಸಮಗ್ರ ಯೋಜನೆಯನ್ನು ಸಿದ್ಧಪಡಿಸಿದರು. 1909 ರ ನವೆಂಬರ್ 15 ರಂದು ನಾಲ್ವಡಿ ಕೃಷ್ಣರಾಜ ಒಡೆಯರ ಆಹ್ವಾನವನ್ನು ಒಪ್ಪಿ ಮೈಸೂರು ಸಂಸ್ಥಾನದ ಮುಖ್ಯ ಎಂಜಿನಿಯರ್ ಆಗಿ ಅಧಿಕಾರ ವಹಿಸಿಕೊಂಡರು. ಮಹಾರಾಜರ ಪರವಾಗಿ ದಿವಾನ್ ಟಿ.ಆನಂದ ರಾವ್ ವಿಶ್ವೇಶ್ವರಯ್ಯನವರನ್ನು ಮೈಸೂರು ಸಂಸ್ಥಾನಕ್ಕೆ ಆಹ್ವಾನಿಸಿದರು. ಸರ್ಕಾರ ಕೈಗಾರಿಕೆಗಳಿಗೆ ಮತ್ತು ತಾಂತ್ರಿಕ ಶಿಕ್ಷಣಕ್ಕೆ ಪ್ರೋತ್ಸಾಹ ನೀಡಬೇಕೆಂಬ ಷರತ್ತಿನೊಡನೆ ಮುಖ್ಯ ಎಂಜಿನಿಯರ್ ಆಗಿ ಮೈಸೂರಿನ ಸೇವೆಗೆ ಸೇರಿಕೊಂಡರು. ಮುಂದೆ ಮೂರು ವರ್ಷಗಳ ನಂತರ **1912 ರ ನವೆಂಬರ್ 12 ರಂದು ಮೈಸೂರು ದಿವಾನರಾಗಿ ನೇಮಕಗೊಂಡರು.** ಅವರು ದಿವಾನರಾಗಿದ್ದ ಅವಧಿಯಲ್ಲಿ ಮೈಸೂರು ಸಂಸ್ಥಾನ ಕೃಷಿ, ಕೈಗಾರಿಕೆ, ಶಿಕ್ಷಣ ಸೇರಿದಂತೆ ವಿವಿಧ ಕ್ಷೇತ್ರಗಳಲ್ಲಿ ಅಪಾರ ಪ್ರಗತಿ ಸಾಧಿಸಿತು.

ಕೃಷಿ ಮತ್ತು ನೀರಾವರಿ - ಕೃಷ್ಣರಾಜ ಸಾಗರ ಅಣೆಕಟ್ಟು ನಿರ್ಮಾಣ

ಕೃಷಿ ಹಾಗೂ ನೀರಾವರಿ ಕ್ಷೇತ್ರಗಳಲ್ಲಿ ರಾಜ್ಯ ಅಪಾರವಾದ ಪ್ರಗತಿ ಸಾಧಿಸಿತು. 124 ಅಡಿ ಎತ್ತರವಾದ **ಕೃಷ್ಣರಾಜ ಸಾಗರ ಅಣೆಕಟ್ಟನ್ನು** ನಿರ್ಮಿಸಿದ್ದು ವಿಶ್ವೇಶ್ವರಯ್ಯನವರ ಅತ್ಯಂತ ಮಹತ್ವದ ಸಾಧನೆ. 1911ರ ನವೆಂಬರ್‌ನಲ್ಲಿ ಈ ಅಣೆಕಟ್ಟೆಯ ನಿರ್ಮಾಣ ಕಾರ್ಯವನ್ನು ಅವರು ಕೈಗೊಂಡಾಗ ಮದ್ರಾಸ್ ಪ್ರಾಂತ್ಯ ಸರ್ಕಾರದ ತೀವ್ರ ವಿರೋಧ ಎದುರಾಯಿತು. ಆದರೆ ವಿಶ್ವೇಶ್ವರಯ್ಯ ಗವರ್ನರ್- ಜನರಲ್ ಮಿಂಟೋಗೆ ಅಣೆಕಟ್ಟೆಯ ನಿರ್ಮಾಣದ ಅಗತ್ಯವನ್ನು ವಿವರಿಸಿ ಅನುಮತಿ ದೊರಕಿಸಿಕೊಂಡರು. ಅಣೆಕಟ್ಟೆಯ ನಿರ್ಮಾಣದಿಂದ ಮದ್ರಾಸ್ ಪ್ರಾಂತ್ಯದ ರೈತರ ಹಿತಾಸಕ್ತಿಗೆ ಯಾವುದೇ ರೀತಿಯಲ್ಲೂ ಧಕ್ಕೆಯಾಗುವುದಿಲ್ಲವೆಂಬುದನ್ನು ಕೇಂದ್ರ ಸರ್ಕಾರಕ್ಕೆ ಮನದಟ್ಟು ಮಾಡಿಕೊಟ್ಟರು. ಆದಾಗ್ಯೂ ಮದ್ರಾಸ್ ಸರ್ಕಾರ ವಿರೋಧ ವ್ಯಕ್ತಪಡಿಸಿತು. ಕೊನೆಗೆ ಈ ವಿಷಯವನ್ನು ಒಂದು **ಆರ್ಬಿಟ್ರೇಷನ್ ಕಮಿಟಿಗೆ** ವಹಿಸಲಾಯಿತು. **ಸರ್.ಎಚ್ ಡಿ. ಗ್ರಿಫಿನ್ (Griffin)ಆರ್ಬಿಟ್ರೇಟರ್ ಆಗಿ ಮತ್ತು ಭಾರತ ಸರ್ಕಾರದ ಇನ್‌ಸ್ಪೆಕ್ಟರ್ ಜನರಲ್ ಆಫ್ ಇರಿಗೇಷನ್ ಎಂ. ನೆದರ್‌ಸೋಲ್ (M.Nethersole) ಅವರನ್ನು ಅಸೆಸರ್ (Assessor) ಆಗಿ ನೇಮಿಸಲಾಯಿತು. ಆರ್ಬಿಟ್ರೇಷನ್ ಕಮಿಟಿಯು** ಅಣೆಕಟ್ಟು ನಿರ್ಮಾಣ ಕೈಗೊಳ್ಳಲು ಮೈಸೂರು ಸರ್ಕಾರಕ್ಕೆ ಅನುಮತಿ ನೀಡಿತು. ತ್ವರಿತಗತಿಯಲ್ಲಿ ಅಣೆಕಟ್ಟೆಯ ನಿರ್ಮಾಣ ಕಾರ್ಯ ಮುಂದುವರಿಯಿತು. ಒಂದು ಹಂತದಲ್ಲಿ ಹಣಕಾಸಿನ ತೀವ್ರ ಕೊರತೆ ಎದುರಾದಾಗ ಮಹಾರಾಜ ಕೃಷ್ಣರಾಜ ಒಡೆಯರು ಉಪಯೋಗಿಸದೆ ಇದ್ದ ಅರಮನೆಯ ಚಿನ್ನದ ಆಭರಣಗಳನ್ನು ಬೊಂಬಾಯಿಯಲ್ಲಿ ಮಾರಾಟ ಮಾಡಿ ಅಣೆಕಟ್ಟೆಯ ನಿರ್ಮಾಣಕ್ಕೆ ಅಗತ್ಯವಾಗಿದ್ದ ಹಣವನ್ನು ಒದಗಿಸಿದರು. ಈ ವಿಷಯದಲ್ಲಿ ಒಡೆಯರ್ ವಂಶದ ಮಹಿಳೆಯರ ಅಪಾರವಾದ ತ್ಯಾಗವನ್ನು ಸ್ಮರಿಸುವುದು ಅಗತ್ಯವಾಗಿದೆ.

ಸ್ಥಳೀಯವಾಗಿಯೇ ಸಿದ್ದಪಡಿಸಲಾದ ವಿಶಿಷ್ಟವಾದ ಕಡಿಮೆ ಖರ್ಚಿನ ಗಾರೆಯನ್ನು ಬಳಸಿ ಈ ಬೃಹತ್ ಅಣೆಕಟ್ಟನ್ನು ನಿರ್ಮಿಸಲಾಯಿತು. ಅಂತೆಯೇ ಸ್ವಯಂ ಚಾಲಿತ ಬಾಗಿಲುಗಳನ್ನು ಅಳವಡಿಸಿರುವುದು ಈ ಅಣೆಕಟ್ಟೆಯ ವಿಶೇಷವಾಗಿದೆ. ಇಂತಹ ಬಾಗಿಲುಗಳನ್ನು ಮುಂಬೈನ **ಖಡಕ್‌ವಾಸ್ಲಾ ಅಣೆಕಟ್ಟು** ಹಾಗೂ ಗ್ವಾಲಿಯರ್‌ನ **ತಿಗ್ರಾ ಅಣೆಕಟ್ಟಿನಲ್ಲಿ** ಮಾತ್ರ ಅಳವಡಿಸಲಾಗಿದೆ. ಈ ಅಣೆಕಟ್ಟೆಯ ನಿರ್ಮಾಣದಿಂದಾಗಿ ಬರಗಾಲಪೀಡಿತ ಮಂಡ್ಯ ಜಿಲ್ಲೆಯ ಲಕ್ಷಾಂತರ ಎಕರೆ ಬರಡು ಭೂಮಿಗೆ ನೀರಾವರಿ ಸೌಕರ್ಯ ದೊರೆಯುವಂತಾಯಿತು. ಈ ಜಲಾಶಯ ಆ ದಿನಗಳಲ್ಲಿ ಏಷ್ಯಾದ ಅತಿ ದೊಡ್ಡ ಜಲಾಶಯವಾಗಿತ್ತು. ಅದರ ನಿರ್ಮಾಣಕ್ಕೆ ಸುಮಾರು 5 ಕೋಟಿ ರೂಪಾಯಿಗಳು ವೆಚ್ಚವಾದವು. ಮುಂದೆ 1918ರಿಂದ 1924ರವರೆಗೆ ಹಣಕಾಸಿನ ಸಮಸ್ಯೆಗಳಿಂದಾಗಿ ಅಣೆಕಟ್ಟೆಯ ಕಾರ್ಯ ಸ್ಥಗಿತಗೊಂಡಿತ್ತು. ಆದರೆ 1931ವೇಳೆಗೆ ಅಣೆಕಟ್ಟೆಯ ಕಾರ್ಯ ಮುಕ್ತಾಯಗೊಂಡಿತು. ವಿಶ್ವೇಶ್ವರಯ್ಯ ಅಣೆಕಟ್ಟೆಯ ನಿರ್ಮಾಣದಲ್ಲಿ ಅಪಾರ ಆಸಕ್ತಿವಹಿಸಿದರು. ಸ್ವತಃ ನಿರ್ಮಾಣದ ಸ್ಥಳದಲ್ಲಿ ಹಾಜರಿರುತ್ತಿದ್ದು, ಪ್ರತಿಯೊಂದು ಅಂಶವನ್ನು ಸೂಕ್ಷ್ಮವಾಗಿ ಪರಿಶೀಲಿಸುತ್ತಿದ್ದರು. ಅವರ ಶ್ರದ್ಧೆ, ಹಿಡಿದ ಕೆಲಸವನ್ನು ಪೂರ್ಣಗೊಳಿಸುವ ಛಲದಿಂದಾಗಿ ಸುಂದರವಾದ ಹಾಗೂ ಬಲಿಷ್ಠವಾದ ಅಣೆಕಟ್ಟು ನಿರ್ಮಾಣವಾಯಿತು. ಅಣೆಕಟ್ಟೆಯ ನಿರ್ಮಾಣದಿಂದಾಗಿ ಭೂಮಿ ಕಳೆದುಕೊಂಡವರಿಗೆ ಬೇರೆ ಕಡೆ ಭೂಮಿಯನ್ನು ನೀಡಲಾಯಿತು.

ಕೃಷಿ ಅಭಿವೃದ್ಧಿಗೂ ದಿವಾನರು ಕ್ರಮಗಳನ್ನು ಕೈಗೊಂಡರು. 1913ರಲ್ಲಿ ಬೆಂಗಳೂರು ಸಮೀಪ **ಹೆಬ್ಬಾಳದಲ್ಲಿ ಒಂದು ಕೃಷಿ ಶಾಲೆಯನ್ನು** ಆರಂಭಿಸಿದರು. ಅದು ಈಗ ಕೃಷಿ ವಿಶ್ವವಿದ್ಯಾಲಯವಾಗಿದೆ. ಚನ್ನಪಟ್ಟಣದಲ್ಲಿ ಒಂದು **ರೇಷ್ಮೆ ಸಂಶೋಧನಾ ಕೇಂದ್ರವನ್ನು** ಹಾಗೂ **ನಾಗನಹಳ್ಳಿಯಲ್ಲಿ ಒಂದು ಕೃಷಿ ಸಂಶೋಧನಾ ಕೇಂದ್ರವನ್ನು** ಸ್ಥಾಪನೆ ಮಾಡಿದರು.

ಶಿಕ್ಷಣ

ಶಿಕ್ಷಣಕ್ಕೆ ವಿಶ್ವೇಶ್ವರಯ್ಯನವರು ಅಪಾರ ಪ್ರೋತ್ಸಾಹ ನೀಡಿದರು. 1913ರಲ್ಲಿ ಕಡ್ಡಾಯ ಪ್ರಾಥಮಿಕ ಶಿಕ್ಷಣ ಯೋಜನೆಯನ್ನು ಜಾರಿಗೆ ತಂದರು. ಗ್ರಾಮಾಂತರ ಪ್ರದೇಶಗಳಲ್ಲಿ ಅಪಾರ ಸಂಖ್ಯೆಯ ಪ್ರಾಥಮಿಕ ಶಾಲೆಗಳನ್ನು ಆರಂಭಿಸಿದರು. ಮುಸ್ಲಿಂ ಬಾಲಕಿಯರಿಗಾಗಿ ಪ್ರತ್ಯೇಕ ಉರ್ದು ಶಾಲೆಗಳನ್ನು ಆರಂಭಿಸಿದರು. ಹಿಂದುಳಿದ ವರ್ಗಗಳ ವಿದ್ಯಾರ್ಥಿಗಳಿಗೆ ವಿದ್ಯಾರ್ಥಿ ವೇತನ ನೀಡುವ ಯೋಜನೆಯನ್ನು ಜಾರಿಗೆ ತಂದರು. ರಾಜ್ಯದ ಪ್ರತಿಭಾವಂತ ವಿದ್ಯಾರ್ಥಿಗಳಿಗೆ ಹೆಚ್ಚಿನ ಶಿಕ್ಷಣಕ್ಕೆ ವಿದೇಶಗಳಿಗೆ ತೆರಳಲು ವಿದ್ಯಾರ್ಥಿವೇತನ ನೀಡುವ ಯೋಜನೆಯನ್ನು ಜಾರಿಗೆ ತಂದರು. ತಾಂತ್ರಿಕ ಶಿಕ್ಷಣಕ್ಕೆ ಆದ್ಯತೆ ನೀಡಿದ ದಿವಾನರು ಮೈಸೂರಿನಲ್ಲಿ 1914ರಲ್ಲಿ **ಚಾಮರಾಜೇಂದ್ರ ತಾಂತ್ರಿಕ ಸಂಸ್ಥೆ** ಹಾಗೂ ಬೆಂಗಳೂರಿನಲ್ಲಿ 1916ರಲ್ಲಿ **ಸರ್ಕಾರಿ ಎಂಜಿನಿಯರಿಂಗ್ ಕಾಲೇಜನ್ನು** ಸ್ಥಾಪಿಸಿದರು. ಅದನ್ನು ಈಗ **ವಿಶ್ವೇಶ್ವರಯ್ಯ ಕಾಲೇಜ್ ಆಫ್ ಎಂಜಿನಿಯರಿಂಗ್ ಎಂದು ಕರೆಯಲಾಗಿದೆ.** ಮೈಸೂರಿನ ಚಾಮರಾಜೇಂದ್ರ ತಾಂತ್ರಿಕ ಸಂಸ್ಥೆ ಕಟ್ಟಡವನ್ನು 1913ರಲ್ಲಿ ಚಾಮರಾಜೇಂದ್ರ ಒಡೆಯರ್ ನೆನೆಪಿಗಾಗಿ ನಿರ್ಮಿಸಲಾಯಿತು. ಅದರ ಒಟ್ಟು ವೆಚ್ಚ 2,41,214ರೂಪಾಯಿಗಳು.

ಮೈಸೂರು ವಿಶ್ವವಿದ್ಯಾಲಯ ಸ್ಥಾಪನೆ

ಶಿಕ್ಷಣ ಕ್ಷೇತ್ರದಲ್ಲಿ ವಿಶ್ವೇಶ್ವರಯ್ಯನವರ ಅತ್ಯಂತ ಮಹತ್ವದ ಸಾಧನೆ **1916 (ಜುಲೈ 27)ರಲ್ಲಿ ಮೈಸೂರು ವಿಶ್ವವಿದ್ಯಾಲಯವನ್ನು** ಸ್ಥಾಪಿಸಿದ್ದು. ಅದು ಭಾರತದಲ್ಲಿ ಬ್ರಿಟಿಷ್ ಪ್ರಭುತ್ವದ ಹೊರಗೆ ಸ್ಥಾಪನೆಯಾದ ಪ್ರಥಮ ವಿಶ್ವವಿದ್ಯಾಲಯವಾಗಿತ್ತು, ಅಲ್ಲಿಯವರೆಗೆ ರಾಜ್ಯದ ಕಾಲೇಜುಗಳು ಮದ್ರಾಸ್ ವಿಶ್ವವಿದ್ಯಾಲಯದ ವ್ಯಾಪ್ತಿಗೆ ಸೇರಿದ್ದವು. ಈ ಹಿನ್ನೆಲೆಯಲ್ಲಿ ರಾಜ್ಯಕ್ಕೆ ಒಂದು ಪ್ರತ್ಯೇಕ ವಿಶ್ವವಿದ್ಯಾಲಯದ ಅಗತ್ಯವಿದೆ ಎಂಬುದನ್ನು ದಿವಾನರು ಹಾಗೂ ಮಹಾರಾಜರು ಅರಿತರು. ಮೈಸೂರು ಸಂಸ್ಥಾನದಲ್ಲಿ ಪ್ರತ್ಯೇಕ ವಿಶ್ವವಿದ್ಯಾಲಯದ ಸ್ಥಾಪನೆಗೆ ಅನುಮತಿ ನೀಡಬೇಕೆಂಬ ಮೈಸೂರು ಸರ್ಕಾರದ ಮನವಿಯನ್ನು ಮದ್ರಾಸ್ ವಿಶ್ವವಿದ್ಯಾಲಯದ ಸೆನೆಟ್ ಸಭೆ ತಿರಸ್ಕರಿಸಿತು. ಅನಂತರ ಆಗಿನ ಭಾರತದ ವೈಸರಾಯ್ ಆಗಿದ್ದ ಲಾರ್ಡ್ ಹಾರ್ಡಿಂಜ್ ವಿಶ್ವವಿದ್ಯಾಲಯ ಸ್ಥಾಪನೆಗೆ ಅನುಮತಿ ನೀಡಿದರು. ಅದರ ಫಲವಾಗಿ ಮೈಸೂರಿನಲ್ಲಿ 600 ಎಕರೆ ಪ್ರದೇಶದಲ್ಲಿ ರಾಜ್ಯದ ಪ್ರಥಮ ವಿಶ್ವವಿದ್ಯಾಲಯ ಅಸ್ತಿತ್ವಕ್ಕೆ ಬಂದಿತು. ಮಹಾರಾಜ **ನಾಲ್ವಡಿ ಕೃಷ್ಣರಾಜ ಒಡೆಯರು ಅದರ ಪ್ರಥಮ ಕುಲಪತಿಗಳಾದರು ಹಾಗೂ ಎಚ್.ವಿ.ನಂಜುಂಡಯ್ಯ ಪ್ರಥಮ ಉಪಕುಲಪತಿಗಳಾದರು.**

ಪ್ರಥಮ ಉಪಕುಲಪತಿಗಳಾಗಿ ನೇಮಕಗೊಂಡ ಎಚ್.ವಿ.ನಂಜುಂಡಯ್ಯನವರು (1860–1920) ಘನ ವಿದ್ವಾಂಸರಾಗಿದ್ದರು. ಅವರು 1916ರಿಂದ 1920ರವರೆಗೆ ಉಪಕುಲಪತಿಗಳಾಗಿದ್ದರು. ಮದ್ರಾಸ್ ವಿಶ್ವವಿದ್ಯಾಲಯದಿಂದ 1880ರಲ್ಲಿ ಬಿ.ಎ ಪದವಿ ಪಡೆದ ಅವರು ಮುಂದೆ 1893ರಲ್ಲಿ ಮಾಸ್ಟರ್ ಆಫ್ ಲಾ ಪದವಿಯನ್ನು ಪಡೆದುಕೊಂಡರು. ಮದ್ರಾಸ್ ಪ್ರಾಂತ್ಯ ಸರ್ಕಾರ

ಹಾಗೂ ಮೈಸೂರು ಸರ್ಕಾರದ ವಿವಿಧ ಹುದ್ದೆಗಳಲ್ಲಿ ಕೆಲಸ ಮಾಡಿದ ನಂಜುಂಡಯ್ಯನವರು ಮೈಸೂರು ಸರ್ಕಾರದ ಮುಖ್ಯಕಾರ್ಯದರ್ಶಿಗಳಾಗಿಯೂ ಸೇವೆ ಸಲ್ಲಿಸಿದ್ದರು. ಕೆಲಕಾಲ ವಕೀಲವೃತ್ತಿಯನ್ನು ನಡೆಸಿದ್ದ ಅವರು ಮೈಸೂರು ಹೈಕೋರ್ಟಿನ ನ್ಯಾಯಾಧೀಶರಾಗಿಯೂ ಕಾರ್ಯನಿರ್ವಹಿಸಿದ್ದರು. ಅವರ ಸಾಮರ್ಥ್ಯವನ್ನು ಗುರುತಿಸಿ ಮೈಸೂರು ವಿಶ್ವವಿದ್ಯಾಲಯದ ಪ್ರಥಮ ಉಪಕುಲಪತಿಗಳಾಗಿ ನೇಮಿಸಲಾಯಿತು. ನಂಜುಂಡಯ್ಯನವರು **ಕನ್ನಡ ಸಾಹಿತ್ಯ ಪರಿಷತ್‌**ನ ಸ್ಥಾಪಕರಲ್ಲೊಬ್ಬರು. 1915ರಿಂದ 1919ರವರೆಗೆ ಪರಿಷತ್‌ನ ಅಧ್ಯಕ್ಷರಾಗಿದ್ದರು. ಉಪಕುಲಪತಿಗಳಾಗಿದ್ದಾಗ ಅತ್ಯುತ್ತಮ ಅಧ್ಯಾಪಕರನ್ನು ಮೈಸೂರು ವಿಶ್ವವಿದ್ಯಾಲಯಕ್ಕೆ ಕರೆತಂದರು. 1918ರಲ್ಲಿ ಡಾ. ಸರ್ವಪಳ್ಳ ರಾಧಾಕೃಷ್ಣನ್‌ರನ್ನು ಮದ್ರಾಸ್‌ನಿಂದ ಮೈಸೂರಿಗೆ ಕರೆತಂದರು. ನಂಜುಂಡಯ್ಯನವರು 1920ರ ಮೇ 2ರಂದು ತಮ್ಮ 60ನೇ ವಯಸ್ಸಿನಲ್ಲಿ ಸೇವೆಯಲ್ಲಿದ್ದಾಗಲೇ ಮರಣ ಹೊಂದಿದರು. ವಿಶ್ವವಿದ್ಯಾಲಯದ ಪ್ರಥಮ ಘಟಿಕೋತ್ಸವ 1918ರ ಅಕ್ಟೋಬರ್ 19 ರಂದು ನಡೆಯಿತು. ಕಲ್ಕತ್ತಾ ವಿಶ್ವವಿದ್ಯಾಲಯದ ಉಪಕುಲಪತಿಗಳಾದ **ಅಶುತೋಷ್ ಮುಖರ್ಜಿ**(ಶ್ಯಾಮ ಪ್ರಸಾದ ಮುಖರ್ಜಿ ಅವರ ತಂದೆ)ಘಟಿಕೋತ್ಸವ ಭಾಷಣ ಮಾಡಿದರು. ಆ ಸಂದರ್ಭದಲ್ಲಿ

ಮಾತನಾಡಿದ ಮಹಾರಾಜರು **"ನಾನು ಈ ಸಂದರ್ಭದಲ್ಲಿ ನನ್ನ ಮತ್ತು ರಾಜ್ಯದ ಜನತೆಯ ಪರವಾಗಿ ಸರ್.ಎಂ.ವಿ.ಯವರಿಗೆ ಹೃದಯಪೂರ್ವಕ ಕೃತಜ್ಞೆಗಳನ್ನು ಅರ್ಪಿಸುತ್ತೇನೆ. ಏಕೆಂದರೆ ಈ ವಿಶ್ವವಿದ್ಯಾಲಯ ಒಂದು ಕಾಲದಲ್ಲಿ ಕನಸಾಗಿತ್ತು. ಇಂದು ಇದು ನನಸಾಗಿದೆ ಎಂದರೆ ಅದಕ್ಕೆ ಕಾರಣವಾದದ್ದು ವಿಶ್ವೇಶ್ವರಯ್ಯನವರ ಶ್ರಮ"** ಎಂದು ಹೇಳಿದರು. ಎರಡನೇ ಉಪಕುಲಪತಿಗಳಾದ ಬಂಗಾಳದ **ಬ್ರಜೇಂದ್ರನಾಥ್ ಸೀಲ್ (1864-1938)** ಅವರ ಕಾಲದಲ್ಲಿ ವಿಶ್ವವಿದ್ಯಾನಿಲಯ ಅಪಾರವಾಗಿ ಪ್ರಗತಿ ಹೊಂದಿತು. ಹೊಸ ಕೋರ್ಸ್‌ಗಳು ಪ್ರಾರಂಭವಾದವು ಹಾಗೂ ಬೋಧನಾ ಗುಣಮಟ್ಟ ಹೆಚ್ಚಿತು. ಸೀಲ್ 1921ರಿಂದ 1930ರವರೆಗೆ ಮೈಸೂರು ವಿಶ್ವವಿದ್ಯಾಲಯದ ಉಪಕುಲಪತಿಗಳಾಗಿದ್ದರು.

ಬನಾರಸ್ ಹಿಂದೂ ವಿಶ್ವವಿದ್ಯಾಲಯಕ್ಕೆ 2ಲಕ್ಷ ರೂಪಾಯಿಗಳ ವಿಶೇಷ ಕೊಡುಗೆಯನ್ನು ಹಾಗೂ 12000 ರೂಪಾಯಿಗಳ ವಾರ್ಷಿಕ ಅನುದಾನವನ್ನು ದಿವಾನರು ನೀಡಿದರು. 1915ರಲ್ಲಿ **ಕನ್ನಡ ಸಾಹಿತ್ಯ ಪರಿಷತ್‌**ನ ಸ್ಥಾಪನೆ ಅವರ ಮತ್ತೊಂದು ಪ್ರಮುಖ ಸಾಧನೆ. ಮೈಸೂರು ಹಾಗೂ ಬೆಂಗಳೂರಿನಲ್ಲಿ ಸಾರ್ವಜನಿಕ ಗ್ರಂಥಾಲಯಗಳನ್ನು ಸ್ಥಾಪಿಸಿದರು.

ಕೈಗಾರಿಕಾ ಪ್ರಗತಿ

ಕೈಗಾರಿಕಾ ಕ್ಷೇತ್ರದಲ್ಲಿ ವಿಶ್ವೇಶ್ವರಯ್ಯನವರ ಅಧಿಕಾರಾವಧಿಯಲ್ಲಿ ಗಮನಾರ್ಹವಾದ ಪ್ರಗತಿಯಾಯಿತು. ದಿವಾನರು ಕೈಗಾರಿಕೀಕರಣದಲ್ಲಿ ರಾಜ್ಯದ ಹಾಗೂ ದೇಶದ ಹಿತ ಅಡಗಿದೆ ಎಂದು ನಂಬಿದ್ದರು. **"ಕೈಗಾರಿಕೀಕರಣ ಅಥವಾ ವಿನಾಶ"** ಎಂಬುದು ಅವರ ನೀತಿಯಾಗಿತ್ತು. ಹಲವಾರು ಕೈಗಾರಿಕೆಗಳು ಈ ಅವಧಿಯಲ್ಲಿ ಸ್ಥಾಪನೆಯಾದವು. ಅವುಗಳಲ್ಲಿ ಮುಖ್ಯವಾದವು **ಮೈಸೂರಿನಲ್ಲಿ ಗಂಧದ ಎಣ್ಣೆ ಕಾರ್ಖಾನೆ** (1916), ಬೆಂಗಳೂರಿನಲ್ಲಿ **ಸಾಬೂನು ಕಾರ್ಖಾನೆ, ಲೋಹದ ಕಾರ್ಖಾನೆ, ಚರ್ಮ ಹದಮಾಡುವ ಕಾರ್ಖಾನೆ** ಮತ್ತು ಕೇಂದ್ರ ಕೈಗಾರಿಕಾ ಕಾರ್ಯಾಗಾರ, ಭದ್ರಾವತಿಯಲ್ಲಿ **ಕಬ್ಬಿಣದ ಕಾರ್ಖಾನೆ** (1918) ಮೊದಲಾದವು. ಭದ್ರಾವತಿ **ಮೈಸೂರಿನ ಜೆಮ್‌ಶೆಡ್‌ಪುರ** ಎಂದು ಕರೆಯಲ್ಪಟ್ಟಿತು. 1913ರಲ್ಲಿ **ಮೈಸೂರು ಬ್ಯಾಂಕ್** ಅವರ ಪ್ರಯತ್ನದಿಂದಾಗಿ ಸ್ಥಾಪನೆಯಾಯಿತು. 1911ರಲ್ಲಿ ನಡೆದ ಮೈಸೂರು ಆರ್ಥಿಕ ಸಮ್ಮೇಳನದ ಪ್ರಥಮ ಅಧಿವೇಶನದಲ್ಲಿ ಸಂಸ್ಥಾನದ ಆರ್ಥಿಕ ಮತ್ತು ಕೃಷಿ ಪ್ರಗತಿಯ ದೃಷ್ಟಿಯಿಂದ ಒಂದು ಬ್ಯಾಂಕ್ ಸ್ಥಾಪಿಸಬೇಕೆಂಬ ಆಲೋಚನೆ ಮೂಡಿತು. ಈ ಬಗ್ಗೆ ಪರಿಶೀಲಿಸಲು ಸರ್.ಎಂ.ವಿ. ಅಧ್ಯಕ್ಷತೆಯಲ್ಲಿ ಒಂದು ಸಮಿತಿ ರಚಿಸಲಾಯಿತು.

ಈ ಬಗ್ಗೆ ಪರಿಶೀಲಿಸಲು ಸರ್.ಎಂ.ವಿ. ಅಧ್ಯಕ್ಷತೆಯಲ್ಲಿ ಒಂದು ಸಮಿತಿ ರಚಿಸಲಾಯಿತು. ಬ್ಯಾಂಕ್ ಸ್ಥಾಪನೆಗೆ ಅದರ ಬ್ಯಾಂಕ್ ಸ್ಥಾಪನೆಗೆ ಅದರ ಶಿಫಾರಸ್ಸನ್ನು 1912ರ ಜೂನ್‌ನಲ್ಲಿ ನಡೆದ ಮೈಸೂರು ಆರ್ಥಿಕ ಸಮ್ಮೇಳದಲ್ಲಿ ಅನುಮೋದಿಸಲಾಯಿತು. ಅದರಂತೆ 1913ರಲ್ಲಿ ಸಂಸ್ಥಾನದ **ಪ್ರಥಮ ಸರ್ಕಾರಿ ಬ್ಯಾಂಕ್ ಆಗಿ ಮೈಸೂರು ಬ್ಯಾಂಕ್ ಸ್ಥಾಪನೆಯಾಯಿತು.** ಈ ಬ್ಯಾಂಕಿನ ಮೊದಲ ಅಧ್ಯಕ್ಷರಾಗಿ ಮೈಸೂರು ಸರ್ಕಾರದಲ್ಲಿ ದಕ್ಷ ಅಧಿಕಾರಿಯೆಂದು ಹೆಸರು ಪಡೆದು ನಿವೃತ್ತರಾಗಿದ್ದ **ದಿವಾನ್ ಬಹಾದೂರ್ ಕೆ.ಪಿ.ಪುಟ್ಟಣ್ಣ ಚೆಟ್ಟಿ** ನೇಮಕಗೊಂಡರು. ಮುಂದಿನ 25ವರ್ಷಗಳ ಕಾಲ ಅವರೇ ಅಧ್ಯಕ್ಷರಾಗಿ ಮುಂದುವರಿದರು. ಈ ಬ್ಯಾಂಕ್ 2017ರ ಮಾರ್ಚ್ 31ರಂದು ಭಾರತೀಯ ಸ್ಟೇಟ್ ಬ್ಯಾಂಕ್‌ನಲ್ಲಿ ವಿಲೀನಗೊಂಡಿತು. 1916ರಲ್ಲಿ **ಮೈಸೂರು ವಾಣಿಜ್ಯ ಮಂಡಲಿಯನ್ನು** ಸ್ಥಾಪಿಸಲಾಯಿತು.

1911ರಲ್ಲಿ ದಿವಾನ್ ಟಿ.ಆನಂದರಾಯರ ಕಾಲದಲ್ಲಿ ಪ್ರಾರಂಭಿಸಲಾಗಿದ್ದ ಮೈಸೂರು ಆರ್ಥಿಕ ಸಮ್ಮೇಳನವು ರಾಜ್ಯದ ಜನರಲ್ಲಿ ರಾಜ್ಯದ ಆರ್ಥಿಕ ಪ್ರಗತಿಯ ಬಗ್ಗೆ ಆಸಕ್ತಿ ಮೂಡಿಸುವ ಉದ್ದೇಶದಿಂದ ತಾಲ್ಲೂಕು ಮಟ್ಟದಲ್ಲೂ

ಆರ್ಥಿಕ ಸಮ್ಮೇಳನಗಳನ್ನು ನಡೆಸಿತು. ದಿವಾನ್ ಪೂರ್ಣಯ್ಯನ ಕಾಲದಿಂದಲೂ ಶ್ರೀಗಂಧದ ಮರವನ್ನು ರಫ್ತು ಮಾಡಲಾಗುತ್ತಿತ್ತು. ಶ್ರೀಗಂಧದ ಮಾರಾಟದಿಂದ ರಾಜ್ಯಕ್ಕೆ ಸಾಕಷ್ಟು ಆದಾಯವ ಬರುತ್ತಿತ್ತು. ಆದರೆ ಪ್ರಥಮ ಮಹಾಯುದ್ಧದ ಕಾಲದಲ್ಲಿ ಶ್ರೀಗಂಧದ ಮರಕ್ಕೆ ಬೇಡಿಕೆ ಕುಸಿಯಿತು. ಆ ಸಂದರ್ಭದಲ್ಲಿ ಮೈಸೂರಿನ ಕೈಗಾರಿಕೆ ಮತ್ತು ವಾಣಿಜ್ಯ ಇಲಾಖೆಯ ನಿರ್ದೇಶಕರಾಗಿದ್ದ **ಆಲ್‌ಫ್ರೆಡ್ ಚಾಟರ್‍ಸನ್** ಶ್ರೀಗಂಧದ ಮರದಿಂದ ಎಣ್ಣೆ ತೆಗೆಯುವ ಕಾರ್ಖಾನೆ ಸ್ಥಾಪಿಸಲು ಸರ್ಕಾರಕ್ಕೆ ಸಲಹೆ ನೀಡಿದರು. ಸರ್.ಎಂ.ವಿ. ಮತ್ತು ಮಹಾರಾಜರು ಒಪ್ಪಿದರು. ಅದರಂತೆ **ಮೈಸೂರಿನಲ್ಲಿ ಗಂಧದ ಎಣ್ಣೆ ಕಾರ್ಖಾನೆ** ಸ್ಥಾಪನೆಯಾಯಿತು. **ಬೆಂಗಳೂರಿನಲ್ಲಿ ಶ್ರೀಗಂಧದ ಸಾಬೂನು ಉತ್ಪಾದನಾ ಕಾರ್ಖಾನೆ ಸ್ಥಾಪನೆಯಾಯಿತು.** ರಾಜ್ಯದ ಖಜಾನೆಯಲ್ಲಿ ಹಣವನ್ನು ಕೂಡಿಡುವುದರ ಬದಲು ಅದನ್ನು ಲಾಭದಾಯಕ ಉದ್ದಿಮೆಗಳಲ್ಲಿ ವಿನಿಯೋಗಿಸುವುದು ಸೂಕ್ತ ಎಂದು ಸರ್.ಎಂ.ವಿ. ಭಾವಿಸಿದ್ದರು.

ರೈಲು ಮಾರ್ಗ ನಿರ್ಮಾಣ : ದಿವಾನ್ ವಿಶ್ವೇಶ್ವರಯ್ಯನವರು ರೈಲುಮಾರ್ಗ ನಿರ್ಮಾಣಕ್ಕೂ ಆದ್ಯತೆ ನೀಡಿದರು. **1918ರಲ್ಲಿ ಮೈಸೂರು-ಅರಸೀಕೆರೆ ಮಾರ್ಗ ನಿರ್ಮಾಣವಾಯಿತು.** ಅಂತೆಯೇ ಬಂಗಾರಪೇಟೆ ಮತ್ತು ಚಿಕ್ಕಬಳ್ಳಾಪುರ ನಡುವೆ, ಯಲಹಂಕ ಮತ್ತು ದೇವನಹಳ್ಳಿ ನಡುವೆ ರೈಲುಮಾರ್ಗ ನಿರ್ಮಾಣವಾಯಿತು. ಕೆಲವು ರೈಲುಮಾರ್ಗಗಳ ನಿರ್ವಹಣೆಯ ಹಕ್ಕನ್ನು **ದಕ್ಷಿಣ ಮರಾಠ ರೈಲ್ವೆ ಕಂಪನಿಯಿಂದ** ರಾಜ್ಯ ಸರ್ಕಾರವೇ ವಹಿಸಿಕೊಂಡಿತು. ಅದರಿಂದಾಗಿ ಸುಮಾರು 372 ಮೈಲಿಗಳಷ್ಟು ರೈಲು ಮಾರ್ಗ ನೇರವಾಗಿ ರಾಜ್ಯದ ನಿಯಂತ್ರಣಕ್ಕೆ ಬಂದಂತಾಯಿತು.

ರಾಜ್ಯಕ್ಕೆ ಸಮುದ್ರ ಸಂಪರ್ಕವಿರಲಿಲ್ಲ. ಈ ಹಿನ್ನೆಲೆಯಲ್ಲಿ ಪಶ್ಚಿಮ ಕರಾವಳಿಯ **ಭಟ್ಕಳ** ಬಂದರನ್ನು ಪಡೆದುಕೊಳ್ಳಲು ಬಾಂಬೆ ಸರ್ಕಾರದೊಂದಿಗೆ ದಿವಾನರು ಮಾತುಕತೆ ನಡೆಸಿದರು. ಭಟ್ಕಳವನ್ನು ಅಭಿವೃದ್ಧಿಪಡಿಸುವ ಹಾಗೂ ಶಿವಮೊಗ್ಗದಿಂದ ಭಟ್ಕಳದವರೆಗೆ ರೈಲು ಮಾರ್ಗವನ್ನು ವಿಸ್ತರಿಸುವ ಆಲೋಚನೆ ದಿವಾನರಿಗಿತ್ತು. ಆದರೆ ಅವರ ಪ್ರಯತ್ನ ಯಶಸ್ವಿಯಾಗಲಿಲ್ಲ.

ಪ್ರಥಮ ಮಹಾಯುದ್ಧ ಕಾಲದಲ್ಲಿ ಬ್ರಿಟಿಷರಿಗೆ ನೆರವು : ವಿಶ್ವೇಶ್ವರಯ್ಯ ದಿವಾನರಾಗಿದ್ದ ಕಾಲದಲ್ಲೇ ಪ್ರಥಮ ಮಹಾಯುದ್ಧ ಆರಂಭವಾಯಿತು. ದಿವಾನರು ಹಾಗೂ ಮಹಾರಾಜರು ವಿವಿಧ ರೂಪದಲ್ಲಿ ಬ್ರಿಟಿಷರಿಗೆ ಯುದ್ಧ ಕಾಲದಲ್ಲಿ (1914-18) ನೆರವು ನೀಡಿದರು. ಸಂಸ್ಥಾನದ ಸೈನ್ಯವನ್ನು ಬ್ರಿಟಿಷರ ನಿಯಂತ್ರಣಕ್ಕೆ ಒಪ್ಪಿಸಲಾಯಿತು. ಅಲ್ಲದೆ ಬ್ರಿಟಿಷರ ಪರವಾಗಿ ಯುವಕರನ್ನು ಸೈನ್ಯಕ್ಕೆ ಸೇರಿಸಲು ಸರ್ಕಾರ ತೀವ್ರ ಪ್ರಯತ್ನಗಳನ್ನು ನಡೆಸಿತು. ಈ ಸಂಬಂಧ ನೀಡಲಾದ ಒಂದು ಜಾಹೀರಾತು ಹೀಗಿತ್ತು. **"ನೀನು ಈಗ ಸೈನ್ಯಕ್ಕೆ ದಾಖಲಾದರೆ 8 ಎಕರೆ ಜಮೀನು ಮತ್ತು 75ರೂಪಾಯಿ ಬಹುಮಾನ ಸಿಗುವುದು".** ದಿವಾನರು ಬ್ರಿಟಿಷ್ ಸರ್ಕಾರಕ್ಕೆ ಯುದ್ಧ ವೆಚ್ಚಕ್ಕಾಗಿ 50ಲಕ್ಷ ರೂಪಾಯಿಗಳನ್ನು ಹಾಗೂ ಕೇಂದ್ರ ಪರಿಹಾರ ನಿಧಿಗೆ 2 ಲಕ್ಷ ರೂಪಾಯಿಗಳನ್ನು ನೀಡಿದರು. ಮಹಾರಾಜರು ಹೆಚ್ಚುವರಿಯಾಗಿ 20 ಲಕ್ಷ ರೂಪಾಯಿಗಳನ್ನು ಹಾಗೂ ಮೈಸೂರಿನ ನಾಗರಿಕರು 36 ಲಕ್ಷ ರೂಪಾಯಿಗಳನ್ನು ನೀಡಿದರು. ಮೈಸೂರು ಲ್ಯಾನ್ಸರ್ ಪಡೆ ಯೋಧರು ಪ್ಯಾಲೆಸ್ತೀನಿನ (ಈಗ ಇಸ್ರೇಲ್) ಬಂದರುನಗರ ಹೈಫಾದಲ್ಲಿ 1918ರ ಸೆಪ್ಟೆಂಬರ್ 23ರಂದು ನಡೆದ ತೀವ್ರ ಕಾಳಗದಲ್ಲಿ ಅಸಾಧಾರಣ ಪರಾಕ್ರಮ ತೋರಿದರು ಮತ್ತು ಹೈಫಾ ನಗರವನ್ನು ಟರ್ಕರಿಂದ ವಶಪಡಿಸಿಕೊಂಡರು.

ಯುದ್ಧದಿಂದಾಗಿ ರಾಜ್ಯ ಆಹಾರದ ತೀವ್ರ ಕೊರತೆ ಎದುರಿಸಬೇಕಾಯಿತು. ಆಹಾರದ ಕೊರತೆಯನ್ನು ನೀಗಿಸಲು ಕ್ರಮಗಳನ್ನು ಕೈಗೊಂಡ ದಿವಾನರು ಒಬ್ಬ ಆಹಾರ ನಿಯಂತ್ರಣಾಧಿಕಾರಿಯನ್ನು ನೇಮಿಸಿದರು ಹಾಗೂ ನ್ಯಾಯ ಬೆಲೆ ಅಂಗಡಿಗಳನ್ನು ಸ್ಥಾಪಿಸಿ, ಆಹಾರ ದಾನ್ಯಗಳ ಚಿಲ್ಲರೆ ಮಾರಾಟ ದರವನ್ನು ನಿಗದಿಪಡಿಸಿದರು.

ಪ್ರಜಾಪ್ರಭುತ್ವ ವ್ಯವಸ್ಥೆಗೆ ಬೆಂಬಲ : ಪ್ರಜಾಪ್ರಭುತ್ವ ವ್ಯವಸ್ಥೆಯಲ್ಲಿ ನಂಬಿಕೆ ಹೊಂದಿದ್ದ ದಿವಾನರು ಸ್ವಯಮಾಡಳಿತ ಸಂಸ್ಥೆಗಳನ್ನು ಬಲಪಡಿಸಿದರು. 1918ರಲ್ಲಿ ಜಾರಿಗೆ ತರಲಾದ ಮೈಸೂರು ಸ್ಥಳೀಯ ಮಂಡಳಿಗಳು ಹಾಗೂ ಗ್ರಾಮ ಪಂಚಾಯತಿಗಳ ಕಾಯಿದೆ ಮೂಲಕ ಜಿಲ್ಲಾ ಮತ್ತು ತಾಲ್ಲೂಕು ಮಂಡಳಿಗಳಲ್ಲಿ ಚುನಾಯಿತ ಸದಸ್ಯರಿಗೆ ಬಹುಮತ ನೀಡಲಾಯಿತು. ಅಲ್ಲದೆ ಈ ಕಾಯಿದೆ ಪ್ರಕಾರ ರಾಜ್ಯದಲ್ಲಿ 2 ನಗರಸಭೆಗಳೂ, 29 ಪುರಸಭೆಗಳು ಹಾಗೂ 71 ಕಿರಿಯ ಪುರಸಭೆಗಳು ಸ್ಥಾಪನೆಯಾದವು. 1907ರಲ್ಲಿ ದಿವಾನ್ ಮಾಧವ ರಾವ್ ಕಾಲದಲ್ಲಿ ಆರಂಭಿಸಲಾಗಿದ್ದ **ಲೆಜಿಸ್ಲೇಟಿವ್ ಕೌನ್ಸಿಲ್‌ನ** ಸದಸ್ಯರಿಗೆ ಪ್ರಶ್ನೆಗಳನ್ನು ಕೇಳುವ ಅಧಿಕಾರ ನೀಡಲಾಯಿತು. 1915ರಲ್ಲಿ ಅದರ ಸದಸ್ಯರ ಸಂಖ್ಯೆಯನ್ನು 15 ರಿಂದ 24ಕ್ಕೆ ಹೆಚ್ಚಿಸಲಾಯಿತು. 1917ರಿಂದ ಲೆಜಿಸ್ಲೇಟಿವ್ ಅಸೆಂಬ್ಲಿಯ (ಪ್ರತಿನಿಧಿ ಸಭೆ) **ಬಜೆಟ್ ಅಧಿವೇಶನವನ್ನು** ಪ್ರಾರಂಭಿಸಲಾಯಿತು ಮತ್ತು ಹಣಕಾಸಿನ ವಿಚಾರಗಳನ್ನು ಚರ್ಚಿಸುವ ಅಧಿಕಾರವನ್ನು ಸದಸ್ಯರಿಗೆ ನೀಡಲಾಯಿತು.

ಭಾರತ ಸರ್ಕಾರದೊಂದಿಗೆ ನೂತನ ಒಪ್ಪಂದ : 1913ರಲ್ಲಿ ವೈಸರಾಯ್ ಹಾರ್ಡಿಂಜ್ ಮೈಸೂರಿಗೆ ಭೇಟಿ ನೀಡಿದರು. ಈ ಸಂದರ್ಭದಲ್ಲಿ ವಿಶ್ವೇಶ್ವರಯ್ಯ 1881ರ ಅಧಿಕಾರ ಹಸ್ತಾಂತರದ ಒಪ್ಪಂದವನ್ನು ಪರಿಷ್ಕರಿಸಲು ವಿನಂತಿಸಿಕೊಂಡರು. ಅದಕ್ಕೆ ವೈಸರಾಯ್ ಒಪ್ಪಿದರು. ಅದರಂತೆ 1913ರಲ್ಲಿ **ನೂತನ ಮೈಸೂರು ಒಪ್ಪಂದ** ಏರ್ಪಟ್ಟಿತು. ಅದರಲ್ಲಿ ಹಿಂದಿನ ಒಪ್ಪಂದದಲ್ಲಿದ್ದ ಅಸಮರ್ಪಕ ಆಡಳಿತದ ಕಾರಣದ ಮೇಲೆ ರಾಜ್ಯದ ಆಡಳಿತವನ್ನು ಬ್ರಿಟಿಷ್ ಸರ್ಕಾರ ವಹಿಸಿಕೊಳ್ಳಬಹುದು ಎಂಬ ಷರತ್ತನ್ನು ಕೈಬಿಡಲಾಯಿತು. ಅದರೊಂದಿಗೆ ಮೈಸೂರು ರಾಜಮನೆತನದ ಬಹುಕಾಲದ ಬೇಡಿಕೆ ಈಡೇರಿದಂತಾಯಿತು. ದಿವಾನರ ಕಾರ್ಯದಿಂದ ಮಹಾರಾಜರು ಸಂತಸಗೊಂಡರು. ಹೀಗೆ ಮೈಸೂರಿನ ಮೇಲೆ ವಸಾಹತು ಪ್ರಭುತ್ವದ ಹಿಡಿತ ಸ್ವಲ್ಪ ಕಡಿಮೆಯಾಯಿತು. ಈ ಸಂದರ್ಭದಲ್ಲೇ ಮೈಸೂರು ಅರಮನೆ ಸಮೀಪದಲ್ಲಿ ಆರು ರಸ್ತೆಗಳು ಸೇರುವ ವಿಶಾಲವಾದ ವೃತ್ತಕ್ಕೆ **"ಹಾರ್ಡಿಂಜ್ ವೃತ್ತ"** ಎಂದು ಹೆಸರಿಸಲಾಯಿತು ಈ ವೃತ್ತದ ಹೆಸರನ್ನು 2016ರಲ್ಲಿ **"ಜಯಚಾಮರಾಜ ಒಡೆಯರ್ ವೃತ್ತ"** ಎಂದು ಬದಲಾಯಿಸಲಾಯಿತು.

ದಿವಾನ್ ಸ್ಥಾನಕ್ಕೆ ರಾಜೀನಾಮೆ : 1918ರಲ್ಲಿ ಹಿಂದುಳಿದ ವರ್ಗಗಳ ಜನರಿಗೆ ಆಡಳಿತ ಸೇವೆಗಳಲ್ಲಿ ಹೆಚ್ಚಿನ ಪ್ರಾತಿನಿಧ್ಯ ನೀಡಬೇಕೆಂಬ 1917ರಲ್ಲಿ ಸ್ಥಾಪನೆಯಾಗಿದ್ದ ಬ್ರಾಹ್ಮಣೇತರ ಸಂಘಟನೆಯಾಗಿದ್ದ **ಪ್ರಜಾ ಮಿತ್ರ ಮಂಡಳಿಯ** ಬೇಡಿಕೆಯನ್ನು ಪರಿಶೀಲಿಸಲು ಮಹಾರಾಜರು **ಜಸ್ಟೀಸ್ ಲೆಸ್ಲಿ ಮಿಲ್ಲರ್ ಸಮಿತಿಯನ್ನು** ನೇಮಿಸಿತು. ಅಲ್ಲಿಯವರೆಗೆ ಸಂಸ್ಥಾನದ ಆಡಳಿತ ಬಹುತೇಕ ಬ್ರಾಹ್ಮಣ ಮಯವಾಗಿತ್ತು. ಬ್ರಾಹ್ಮಣೇತರ ಸದಸ್ಯರೇ ಹೆಚ್ಚಾಗಿದ್ದ ಈ ಸಮಿತಿ ಸರ್ಕಾರಿ ಉದ್ಯೋಗಗಳಲ್ಲಿ ಹಿಂದುಳಿದ ವರ್ಗಗಳಿಗೆ ಮೀಸಲಾತಿ ನೀಡುವಂತೆ ಶಿಫಾರಸ್ಸು ಮಾಡುವುದು ಖಚಿತವಾಗಿತ್ತು. ದಿವಾನರಾಗಿದ್ದ ಸರ್.ಎಂ.ವಿ. ಸರ್ಕಾರಿ ಹುದ್ದೆಗಳಿಗೆ ಅರ್ಹತೆಯ ಆಧಾರದ ಮೇಲೆ ಮಾತ್ರ ನೇಮಕಾತಿ ನಡೆಯಬೇಕೆಂಬ ನಿಲುವು ಹೊಂದಿದ್ದರು. ಅಲ್ಲದೆ ಸರ್.ಎಂ.ವಿ. ಅವರಿಗೆ ವಿರೋಧಿಗಳೇನು ಕಡಿಮೆ ಇರಲಿಲ್ಲ. ಅವರ ನಿಸ್ವಾರ್ಥ ಸೇವೆಯನ್ನು ಸಹಿಸದವರು ಅವರ ವಿರುದ್ಧ ಮಹಾರಾಜರಿಗೆ ದೂರು ನೀಡಿದರು. ಸಹೋದ್ಯೋಗಿಗಳನ್ನು ಕಡೆಗಣಿಸುತ್ತಿದ್ದಾರೆ, ಆಡಳಿತ ವೆಚ್ಚ ಹೆಚ್ಚಾಗುತ್ತಿದೆ, ರಾಜ್ಯಕ್ಕೆ ಲಾಭದಾಯಕವಲ್ಲದ ಕಾರ್ಯಗಳನ್ನು ದಿವಾನರು ಮಾಡುತ್ತಿದ್ದಾರೆ ಎಂದು ಆಪಾದಿಸಿದರು. ತಮ್ಮ ಜಾತಿಯವರ ಬಗ್ಗೆ ದಿವಾನರು ಹೆಚ್ಚು ಆಸಕ್ತಿ ತೋರುತ್ತಿದ್ದಾರೆಂಬ ಆರೋಪಗಳೂ ಕೇಳಿಬಂದವು. ಮಹಾರಾಜರೂ ಅವುಗಳಿಗೆ ಕಿವಿಗೊಡಲಾರಂಭಿಸಿದರು. ದಿವಾನಗಿರಿಯ ಕೊನೆಯ ಒಂದೂವರೆ ವರ್ಷ ಮಹಾರಾಜರು ಮತ್ತು ದಿವಾನರ ನಡುವಿನ ಸಂಬಂಧ ಅನ್ಯೋನ್ಯವಾಗಿರಲಿಲ್ಲ ಎಂಬುದು ಇಬ್ಬರ ನಡುವಿನ ಪತ್ರವ್ಯವಹಾರಗಳಿಂದ ತಿಳಿದುಬರುತ್ತದೆ. 1916 ರಲ್ಲಿ ಅಸಿಸ್ಟೆಂಟ್ ಕಮಿಷನರ್ ಹುದ್ದೆಗೆ ಆಯ್ಕೆಯಾದ 6 ಅಭ್ಯರ್ಥಿಗಳು ಬ್ರಾಹ್ಮಣರೇ ಆಗಿದ್ದುದು ಬ್ರಾಹ್ಮಣೇತರರ ಆಕ್ರೋಶಕ್ಕೆ ಕಾರಣವಾಯಿತು. ಹೀಗಾಗಿ ಮಹಾರಾಜರು ಮೂರು ಅಭ್ಯರ್ಥಿಗಳ ಆಯ್ಕೆಯನ್ನು ಮಾತ್ರ ಅನುಮೋದಿಸಿದರು. ಅದೇ ರೀತಿ ಮೈಸೂರು ವಿಶ್ವವಿದ್ಯಾಲಯದ ಸೆನೆಟ್ ಸದಸ್ಯರ ನೇಮಕದ ವಿಷಯದಲ್ಲಿ ಸರ್.ಎಂ.ವಿಶ್ವೇಶ್ವರಯ್ಯ ಸೂಚಿಸಿದ್ದ ವ್ಯಕ್ತಿಗಳನ್ನು ಮಹಾರಾಜರು ಒಪ್ಪಲಿಲ್ಲ. ಇವೆಲ್ಲ ಬೆಳವಣಿಗೆಗಳ ಹಿನ್ನೆಲೆಯಲ್ಲಿ ದಿವಾನ್ ಪದವಿಗೆ ರಾಜೀನಾಮೆ ನೀಡಿದರು. 1918ರ ಏಪ್ರಿಲ್ ತಿಂಗಳಲ್ಲಿ 6 ತಿಂಗಳ ರಜೆ ಪಡೆದ ದಿವಾನರು ನಂತರ ಮತ್ತೆ ಅಧಿಕಾರ ವಹಿಸಿಕೊಳ್ಳಲು ನಿರಾಕರಿಸಿದರು. ಬ್ರಾಹ್ಮಣ ವಿರೋಧಿ ಅಲೆ ತೀವ್ರಗೊಂಡಿದ್ದರ ಬಹುದೊಡ್ಡ ಪರಿಣಾಮವೆಂದರೆ ಮದ್ರಾಸಿ ಹಾಗೂ ಸ್ಥಳೀಯ ಬ್ರಾಹ್ಮಣ ವರ್ಗಗಳವರು ತಮ್ಮ ಭಿನ್ನಾಭಿಪ್ರಾಯ ಮರೆತು ಒಂದುಗೂಡಿದ್ದು. ಆಡಳಿತದಲ್ಲಿ ತಮ್ಮ ಪ್ರಭಾವ ಉಳಿಸಿಕೊಳ್ಳಲು ಅವರಿಗೆ ಇದು ಅನಿವಾರ್ಯವಾಯಿತು.

ನಿವೃತ್ತಿಯ ನಂತರದ ಸೇವಾ ಕಾರ್ಯಗಳು

ವಿಶ್ವೇಶ್ವರಯ್ಯ ಅತ್ಯಂತ ದಕ್ಷ, ಪ್ರಾಮಾಣಿಕ ಹಾಗೂ ದೂರದೃಷ್ಟಿಯ ಆಡಳಿತಗಾರರಾಗಿದ್ದರು. ಅವರ ಅಧಿಕಾರಾವಧಿಯಲ್ಲಿ ಅಪಾರ ಪ್ರಗತಿ ಸಾಧಿಸಿದ ರಾಜ್ಯ **'ಮಾದರಿ ರಾಜ್ಯ'** ಎಂದು ಹೆಸರು ಪಡೆಯಿತು. ಅವರ ನಿವೃತ್ತಿಯ ಸಂದರ್ಭದಲ್ಲಿ 1919ರ ಜೂನ್ 9 ರಂದು ಹೊರಡಿಸಲಾದ ಮೈಸೂರು ಗೆಜೆಟ್‌ನ ವಿಶೇಷ ಸಂಚಿಕೆಯಲ್ಲಿ **ಅವರು ರಾಜ್ಯದ ಸಮೃದ್ಧ ಹಾಗೂ ಪ್ರಗತಿಪರ ಭವಿಷ್ಯಕೆ ಸುಭದ್ರ ಅಡಿಪಾಯ ನಿರ್ಮಿಸಿದರು** ಎಂದು ಬರೆಯಲಾಯಿತು. ಅದರಲ್ಲಿ ವಿಶ್ವೇಶ್ವರಯ್ಯನವರಿಗೆ ಮಾಸಿಕ 1250 ರೂಗಳ ಪಿಂಚಣಿಯನ್ನು ಮಂಜೂರು ಮಾಡಿದ್ದನ್ನು ಪ್ರಸ್ತಾಪಿಸಲಾಗಿದೆ. ವಿಶ್ವೇಶ್ವರಯ್ಯನವರು ನಿವೃತ್ತಿಯ ನಂತರವೂ ರಾಜ್ಯದ, ಜನತೆಯ ಸೇವೆಯನ್ನು ಮುಂದುವರಿಸಿದರು. 1923ರಿಂದ 1929ರವರೆಗೆ ಭದ್ರಾವತಿ ಕಬ್ಬಿಣ ಕಾರ್ಖಾನೆಯ ಗೌರವ ಅಧ್ಯಕ್ಷರಾಗಿ ಕೆಲಸ ಮಾಡಿದರು. ಈ ಕಾರ್ಖಾನೆ ಮಹಾಯುದ್ಧದ ಪ್ರತಿಕೂಲ ಪರಿಸ್ಥಿತಿಗಳಿಂದಾಗಿ 1923ರವರೆಗೂ ಕಾರ್ಯಾರಂಭ ಮಾಡಿರಲಿಲ್ಲ. ಮುಂಬೈಯಲ್ಲಿ ನೆಲೆಸಿದ್ದ ವಿಶ್ವೇಶ್ವರಯ್ಯನವರನ್ನು ಕರೆಯಿಸಿಕೊಂಡು ಕಾರ್ಖಾನೆಯ ಪುನಶ್ಚೇತನದ

ಜವಾಬ್ದಾರಿ ವಹಿಸಲಾಯಿತು. ಅತ್ಯಂತ ದಕ್ಷತೆಯಿಂದ ಅಧಿಕಾರಿಗಳು ಮತ್ತು ಕಾರ್ಮಿಕರಲ್ಲಿ ಉತ್ಸಾಹ ತುಂಬಿ ಉತ್ಪಾದನೆಯನ್ನು ಹೆಚ್ಚಿಸಿದ್ದಲ್ಲದೆ ಇಲ್ಲಿನ ಕಬ್ಬಿಣ ಮಾರುಕಟ್ಟೆಯಲ್ಲಿ ಕಡಿಮೆ ಬೆಲೆಗೆ ದೊರೆಯುವಂತೆ ಮಾಡಿದರು. ಅವರ ಸಾಧನೆಯ ನೆನಪಿಗಾಗಿ ಭದ್ರಾವತಿ ಕಬ್ಬಿಣದ ಕಾರ್ಖಾನೆಗೆ ಅವರ ಮರಣಾನಂತರ **'ವಿಶ್ವೇಶ್ವರಯ್ಯ ಕಬ್ಬಿಣ ಮತ್ತು ಉಕ್ಕು ಕಾರ್ಖಾನೆ'** ಎಂದು ಪುನರ್‌ನಾಮಕರಣ ಮಾಡಲಾಯಿತು. ತಮಗೆ ಭದ್ರಾವತಿ ಕಬ್ಬಿಣದ ಕಾರ್ಖಾನೆ ಗೌರವಾಧ್ಯಕ್ಷರಾಗಿ ಕೆಲಸ ಮಾಡಿದ್ದಕ್ಕಾಗಿ ರಾಜ್ಯ ಸರ್ಕಾರ ನೀಡಿದ ಒಂದೂವರೆ ಲಕ್ಷ ರೂಪಾಯಿಗಳ ಗೌರವ ಧನವನ್ನು ಸರ್.ಎಂ.ವಿ. ಬೆಂಗಳೂರಿನಲ್ಲಿ ಕೆ.ಆರ್ ವೃತ್ತದಲ್ಲಿರುವ ಶ್ರೀ **ಜಯಚಾಮರಾಜೇಂದ್ರ ವೃತ್ತಿ ಸಂಸ್ಥೆ** (Occupational Institute) ಯ ಸ್ಥಾಪನೆಗಾಗಿ ನೀಡಿದರು. ಕಾವೇರಿ ನಾಲಾ ಸಮಿತಿ ಅಧ್ಯಕ್ಷರಾಗಿಯೂ ಅವರು ಕಾರ್ಯ ನಿರ್ವಹಿಸಿದರು.

ಬೆಂಗಳೂರಿನ ಹೆಚ್ಚುತ್ತಿದ್ದ ಕುಡಿಯುವ ನೀರಿನ ಅಗತ್ಯವನ್ನು ಪೂರೈಸಲು ವಿಶ್ವೇಶ್ವರಯ್ಯನವರ ನೇತೃತ್ವದಲ್ಲಿ ಒಂದು ಸಮಿತಿಯನ್ನು ಮೈಸೂರು ಸರ್ಕಾರ ರಚಿಸಿತು. ಬೆಂಗಳೂರಿನ ಹೊರವಲಯದಲ್ಲಿ **ತಿಪ್ಪಗೊಂಡನಹಳ್ಳಿಯಲ್ಲಿ ಒಂದು ದೊಡ್ಡ ಜಲಾಶಯವನ್ನು** ನಿರ್ಮಿಸುವ ಯೋಜನೆಯನ್ನು ಅವರು ಕೈಗೊಂಡರು. ಇದು 3000 ಮಿಲಿಯನ್ ಕ್ಯುಬಿಕ್ ಅಡಿ ನೀರು ಸಂಗ್ರಹದ ಸಾಮರ್ಥ್ಯ ಹೊಂದಿತ್ತು. ಇಂದಿಗೂ ಈ ಜಲಾಶಯದ ನೀರನ್ನು ಬೆಂಗಳೂರಿಗೆ ಒದಗಿಸಲಾಗುತ್ತಿದೆ. ಅರ್ಕಾವತಿ ಮತ್ತು ಕುಮುದ್ವತಿ ನದಿಗಳ ಸಂಗಮ ಸ್ಥಳದಲ್ಲಿ ಈ ಜಲಾಶಯ ನಿರ್ಮಿಸಲಾಯಿತು. ಇದನ್ನು 1933ರಲ್ಲಿ ಉದ್ಘಾಟಿಸಲಾಯಿತು.

ಅವರ ಮಾರ್ಗದರ್ಶನದಲ್ಲೇ **ಎಚ್.ಎ.ಎಲ್** (H.A.L.) 1940ರಲ್ಲಿ ಸ್ಥಾಪನೆಯಾಯಿತು. 1941ರಲ್ಲಿ **ಭಾರತೀಯ ಉತ್ಪಾದಕರ ಸಂಘವನ್ನು** ಸ್ಥಾಪಿಸಿ 1941ರಿಂದ 1954ರವರೆಗೆ ಅದರ ಅಧ್ಯಕ್ಷರಾಗಿ ಸೇವೆ ಸಲ್ಲಿಸಿದರು. ಅಂತೆಯೇ **ಟಾಟಾ ಕಬ್ಬಿಣ ಮತ್ತು ಉಕ್ಕು ಕಾರ್ಖಾನೆಯ** ನಿರ್ದೇಶಕರಾಗಿ 1927ರಿಂದ 1955ರವರೆಗೆ ಸತತವಾಗಿ 28 ವರ್ಷಗಳ ಕಾಲ ಸೇವೆ ಸಲ್ಲಿಸಿದರು.

ಸರ್.ಎಂ.ವಿ.ಯವರ ಕೃತಿಗಳು : ಸರ್.ಎಂ.ವಿ.ಯವರು ಒಬ್ಬ ಉತ್ತಮ ಅರ್ಥಶಾಸ್ತ್ರಜ್ಞರಾಗಿದ್ದರು. ಹಲವಾರು ಕೃತಿಗಳನ್ನು ಅವರು ರಚಿಸಿದರು. ಅವುಗಳಲ್ಲಿ ಮುಖ್ಯವಾದವು, **'ಎ ವಿಷನ್ ಆಫ್ ಪ್ರಾಸ್ಪರಸ್ ಮೈಸೂರು', 'ರಿಕನ್‌ಸ್ಟ್ರಕ್ಟಿಂಗ್ ಇಂಡಿಯ', 'ಪ್ಲಾನ್ಡ್ ಎಕಾನಮಿ ಫಾರ್ ಇಂಡಿಯಾ', 'ಮೆಮಾಯಿರ್ಸ್ ಆಫ್ ಮೈ ವರ್ಕಿಂಗ್ ಲೈಫ್'.**

ಸರ್.ಎಂ.ವಿ.ಗೆ ದೊರೆತ ಪುರಸ್ಕಾರಗಳು : ಸರ್.ಎಂ.ವಿಶ್ವೇಶ್ವರಯ್ಯನವರಿಗೆ ಬದುಕಿನುದ್ದಕ್ಕೂ ಹಲವಾರು ಪ್ರತಿಷ್ಠಿತ ಗೌರವ ಪುರಸ್ಕಾರಗಳು ಅವರನ್ನು ಹುಡುಕಿಕೊಂಡು ಬಂದವು. 1906ರಲ್ಲಿ ಬ್ರಿಟಿಷರ ವಸಾಹತುವಾಗಿದ್ದ **ಏಡನ್ ಬಂದರು ನಗರದ ಒಳಚರಂಡಿ** ವ್ಯವಸ್ಥೆಯನ್ನು ಮತ್ತು ಕುಡಿಯುವ ನೀರಿನ ವ್ಯವಸ್ಥೆಯನ್ನು ರೂಪಿಸಿಕೊಟ್ಟಿದ್ದಕ್ಕಾಗಿ ಸರ್ಕಾರ **'ಕೈಸರ್-ಇ-ಹಿಂದ್'** ಪ್ರಶಸ್ತಿ ನೀಡಿತು. 1911ರಲ್ಲಿ **'ಕಂಪಾನಿಯನ್ ಆಫ್ ಇಂಡಿಯನ್ ಎಂಪೈರ್'** (CIE) ಮತ್ತು 1915ರಲ್ಲಿ ಕೆ.ಸಿ.ಐ.ಇ ಅಂದರೆ **'ನೈಟ್ ಕಮಾಂಡರ್ ಆಫ್ ಇಂಡಿಯನ್ ಎಂಪೈರ್'** ಎಂಬ ಬಿರುದನ್ನು ಭಾರತ ಸರ್ಕಾರ ನೀಡಿತು. ಅದರ ಫಲವಾಗಿ ತಮ್ಮ ಹೆಸರಿನ ಜೊತೆಗೆ **'ಸರ್'** ಬಿರುದು ಸೇರಿಸಿಕೊಳ್ಳಲು ಅನುಮತಿ ದೊರೆಯಿತು. ಬಾಂಬೆ, ಮೈಸೂರು ಸೇರಿದಂತೆ ಹಲವು ವಿಶ್ವವಿದ್ಯಾಲಯಗಳು **ಗೌರವ ಡಾಕ್ಟೊರೇಟ್** ಪದವಿ ನೀಡಿ ಗೌರವಿಸಿದವು. ಕಲ್ಕತ್ತಾ, ಅಲಹಾಬಾದ್ ಮತ್ತು ಪಾಟ್ನಾ ವಿಶ್ವವಿದ್ಯಾಲಯಗಳು **ಗೌರವ ಡಾಕ್ಟೊರೇಟ್ ಆಫ್ ಸೈನ್ಸ್** ಪ್ರಶಸ್ತಿಯನ್ನು ನೀಡಿ ಗೌರವಿಸಿದವು. ಬನಾರಸ್ ಮತ್ತು ಆಂಧ್ರ ವಿಶ್ವವಿದ್ಯಾಲಯಗಳು **ಡಿ.ಲಿಟ್ ಪದವಿ** ನೀಡಿ ಗೌರವಿಸಿದವು. ಭಾರತದ ಸರ್ಕಾರ ಸೇರಿದಂತೆ ಇತರ ಹಲವು ದೇಶಗಳು ಅವರ ಸೇವೆಯನ್ನು ಬಳಸಿಕೊಂಡವು. 1923ರಲ್ಲಿ ಲಕ್ನೊದಲ್ಲಿ ನಡೆದ ಇಂಡಿಯನ್ ಸೈನ್ಸ್ ಕಾಂಗ್ರೆಸ್‌ನ ಅಧ್ಯಕ್ಷರಾಗಿ ಆಯ್ಕೆಯಾದರು. ತಮ್ಮ ಜೀವಿತಾವಧಿಯಲ್ಲಿ 6 ಬಾರಿ ವಿದೇಶ ಪ್ರವಾಸ ಕೈಗೊಂಡು ಅಮೆರಿಕ, ಜಪಾನ್ ಹಾಗೂ ಯುರೋಪಿನ ವಿವಿಧ ದೇಶಗಳಿಗೆ ಭೇಟಿ ನೀಡಿ ಅವುಗಳ ಪ್ರಗತಿಯ ಕಾರಣಗಳನ್ನು ಅಧ್ಯಯನ ಮಾಡಿದರು. 1955ರಲ್ಲಿ ಭಾರತ ಸರ್ಕಾರ ದೇಶದ ಅತ್ಯುನ್ನತ ನಾಗರಿಕ ಪುರಸ್ಕಾರವಾದ **'ಭಾರತ ರತ್ನ'** ಪ್ರಶಸ್ತಿಯನ್ನು ನೀಡಿ ಗೌರವಿಸಿತು.

ವ್ಯಕ್ತಿತ್ವ

ಶ್ರೇಷ್ಠ ದೇಶಪ್ರೇಮಿಯಾಗಿದ್ದ ಸರ್.ಎಂ. ವಿಶ್ವೇಶ್ವರಯ್ಯನವರು ಭಾರತ ಯುರೋಪಿನ ದೇಶಗಳಂತೆ ಎಲ್ಲ ಕ್ಷೇತ್ರಗಳಲ್ಲೂ ಬೆಳವಣಿಗೆ ಹೊಂದಬೇಕೆಂದು ಮತ್ತು ಜನರ ಜೀವನ ಮಟ್ಟ ಸುಧಾರಿಸಬೇಕೆಂದು ಅಪೇಕ್ಷಿಸಿದರು. ಕೈಗಾರಿಕೀಕರಣದಿಂದಲೇ ದೇಶದ ಅಭಿವೃದ್ಧಿ ಸಾಧ್ಯವೆಂದು ನಂಬಿದ್ದ ಅವರು ಗಾಂಧೀಜಿಯವರ ಆರ್ಥಿಕ ನಿಲುವುಗಳನ್ನು ವಿರೋಧಿಸಿದರು. **"ಅವರೊಬ್ಬ ಕನಸುಗಾರ, ಚಿಂತಕ ಮತ್ತು ಕ್ರಿಯಾಶೀಲ ವ್ಯಕ್ತಿಯಾಗಿದ್ದರು ಮತ್ತು ಸದಾ ಭವಿಷ್ಯದ ಬಗ್ಗೆ ಚಿಂತಿಸುತ್ತಿದ್ದರು"** ಎಂದು

ಜವಹರ್‌ಲಾಲ್ ನೆಹರು ಹೇಳಿದ್ದಾರೆ. **"ಸರ್. ಎಂ.ವಿ. ಸುದೀರ್ಘ ಕ್ರಿಯಾಶೀಲ ಬದುಕು ನಡೆಸಿದರು ಮತ್ತು ಬದುಕಿನುದ್ದಕ್ಕೂ ಜನಸೇವೆಯೇ ಅವರ ಹೆಗ್ಗುರಿಯಾಗಿತ್ತು"** ಎಂದು ಬಾಬು ರಾಜೇಂದ್ರ ಪ್ರಸಾದ್ ಹೇಳಿದ್ದಾರೆ. **"ಸರ್.ಎಂ.ವಿ.ಯವರು ಶ್ರೇಷ್ಠ ಎಂಜಿನಿಯರ್, ಶ್ರೇಷ್ಠ ದೇಶಪ್ರೇಮಿ ಮತ್ತು ಶ್ರೇಷ್ಠ ಮುತ್ಸದ್ಧಿ"** ಎಂದು **ಡಾ.ಎಸ್. ರಾಧಾಕೃಷ್ಣನ್ ಹೇಳಿದ್ದಾರೆ. "ಶ್ರೇಷ್ಠ ಮನಸ್ಸುಗಳು (ವ್ಯಕ್ತಿಗಳು) ಯಾವಾಗಲೂ ಸಾಮಾನ್ಯ ಮನುಷ್ಯರಿಂದ ತೀವ್ರ ವಿರೋಧ ಎದುರಿಸಿದ್ದಾರೆ. ಅವರಲ್ಲಿ ಸರ್.ಎಂ.ವಿ. ಒಬ್ಬರು"** ಎಂದು ಅಲ್ಬರ್ಟ್ ಐನ್‌ಸ್ಟೀನ್ ಹೇಳಿದ್ದಾರೆ. ಸರ್.ಎಂ.ವಿ. ಬದುಕು ಒಂದು ತೆರೆದಿಟ್ಟ ಪುಸ್ತಕದಂತೆ. ಬದುಕಿನುದ್ದಕ್ಕೂ ದೇಶದ ಜನರ ಹಿತಕ್ಕಾಗಿ ಅತ್ಯಂತ ಪ್ರಾಮಾಣಿಕವಾಗಿ ದುಡಿದರು. ಸರ್ಕಾರದ ಸೇವೆಯನ್ನು ದೇವರ ಸೇವೆಯೆಂದು ಪರಿಗಣಿಸಿದರು. ಅಧಿಕಾರದಲ್ಲಿದ್ದಾಗ ಸಂಬಂಧಿಕರನ್ನು ದೂರವಿಟ್ಟಿದ್ದರು. ಸ್ವಂತ ಲಾಭಕ್ಕೆ ಅಧಿಕಾರವನ್ನೂ ಯಾವತ್ತೂ ದುರುಪಯೋಗ ಮಾಡಿಕೊಳ್ಳಲಿಲ್ಲ. **'ಪ್ರಾಮಾಣಿಕತೆ', 'ನಿಷ್ಠೆ', 'ಶ್ರದ್ಧೆ'** ಶಬ್ಧಗಳಿಗೆ ಅವರು ಹೊಸ ಭಾಷ್ಯವನ್ನೇ ಬರೆದರು. ಅಂತಹ ವ್ಯಕ್ತಿಗಳು ಇಂದು ವಿರಳಾತಿವಿರಳವಾಗಿದ್ದಾರೆ. ತಮ್ಮ ಜೀವನದುದ್ದಕ್ಕು ದೇಶದ ಭವಿಷ್ಯದ ಬಗ್ಗೆ ಹಗಲು, ರಾತ್ರಿ ಚಿಂತಿಸಿದ ಸರ್.ಎಂ.ವಿ. ಭಾರತದ ಹೆಮ್ಮೆಯ ಸುಪುತ್ರರಲ್ಲೊಬ್ಬರಾಗಿದ್ದಾರೆ. 101 ವರ್ಷಗಳ ಅತ್ಯಂತ ಉಪಯುಕ್ತ ಜೀವನ ನಡೆಸಿದ ಸರ್.ಎಂ.ವಿಶ್ವೇಶ್ವರಯ್ಯನವರು 1962ರ ಏಪ್ರಿಲ್ 14ರಂದು ನಿಧನರಾದರು. ಅವರ ಜನ್ಮದಿನವಾದ ಸೆಪ್ಟೆಂಬರ್ 15ನ್ನು ದೇಶಾದ್ಯಂತ **"ಎಂಜಿನಿಯರ್ಸ್ ಡೇ"** ಎಂದು ಆಚರಿಸಲಾಗುತ್ತಿದೆ.

ಕಾಂತರಾಜ ಅರಸ್ (1919-22)

ಕಾಂತರಾಜ ಅರಸ್ ವಿಧವೆ ಮಹಾರಾಣಿ ಕೆಂಪನಂಜಮ್ಮಣ್ಣಿ ಅವರ ಸಹೋದರ ಮತ್ತು ಅಳಿಯ ಹಾಗೂ ನಾಲ್ವಡಿ ಕೃಷ್ಣರಾಜರ ಹಿರಿಯ ಸಹೋದರಿ ಜಯಲಕ್ಷ್ಮಿಯವರ ಪತಿ. ಜಯಲಕ್ಷ್ಮೀ (ಮಹಾರಾಣಿ ಕೆಂಪನಂಜಮ್ಮಣ್ಣಿ ಮತ್ತು 10ನೇ ಚಾಮರಾಜ ಒಡೆಯರ ಮಗಳು) ಮತ್ತು ಕಾಂತರಾಜ ಅರಸ್ ಅವರ ವಿವಾಹ 1897ರ ಫೆಬ್ರವರಿ 27ರಂದು ನಡೆಯಿತು. ಆ ಸಂದರ್ಭದಲ್ಲಿ ವಿವಾಹ ಮಂಟಪಕ್ಕೆ ಆಕಸ್ಮಿಕವಾಗಿ ಬೆಂಕಿ ತಗುಲಿ, ಅರಮನೆಗೂ ಹರಡಿ ಅರಮನೆ ಸುಟ್ಟುಹೋಯಿತು. ಅದೇ ಸ್ಥಳದಲ್ಲಿ ನೂತನ **'ಅಂಬಾವಿಲಾಸ'** ಅರಮನೆ ನಿರ್ಮಿಸಲಾಯಿತು. ಮದರಾಸಿನ ಕ್ರಿಶ್ಚಿಯನ್ ಕಾಲೇಜಿನ ಪದವೀಧರರಾದ ಕಾಂತರಾಜ ಅರಸ್ ಸಂಸ್ಥಾನದಲ್ಲಿ ಅಸಿಸ್ಟಂಟ್ ಕಮೀಷನರ್, ಡೆಪ್ಯುಟಿ ಕಮೀಷನರ್, ದಿವಾನ್ ಸಮಿತಿಯ ಸದಸ್ಯರಾಗಿ ಸೇವೆ ಸಲ್ಲಿಸಿ ಅಪಾರ ಆಡಳಿತಾನುಭವ ಪಡೆದುಕೊಂಡಿದ್ದರು. ಅವರನ್ನು ಮಹಾರಾಜರು 1919ರಲ್ಲಿ ದಿವಾನರಾಗಿ ನೇಮಿಸಿದರು. ವಾಸ್ತವವಾಗಿ ವಿಶ್ವೇಶ್ವರಯ್ಯ ದೀರ್ಘ ರಜೆ ಮೇಲೆ ತೆರಳಿದ ತಕ್ಷಣ ದಿವಾನರಾಗಿ ಅಧಿಕಾರ ವಹಿಸಿಕೊಳ್ಳಲು ಮಹಾರಾಜರು ಸೂಚಿಸಿದ್ದರಾದರೂ ಅನಾರೋಗ್ಯದಿಂದಾಗಿ ಹುದ್ದೆಯನ್ನು ವಹಿಸಿಕೊಳ್ಳಲಾಗದೆ ಅಲ್ಬಿಯನ್ ಬ್ಯಾನರ್ಜಿ ದಿವಾನರಾಗಿ ತಾತ್ಕಾಲಿಕವಾಗಿ ಕಾರ್ಯನಿರ್ವಹಿಸುವಂತಾಗಿತ್ತು. 1919ರ ಮೇ ತಿಂಗಳಲ್ಲಿ ದಿವಾನರಾಗಿ ಕಾಂತರಾಜ ಅರಸ್ ಅಧಿಕಾರ ವಹಿಸಿಕೊಂಡರು.

ಕಾಂತರಾಜ ಅರಸ್ ಮೈಸೂರು ಸಂಸ್ಥಾನದ ಪ್ರಥಮ ಬ್ರಾಹ್ಮಣೇತರ ದಿವಾನರು. 1918ರಿಂದ 1926ರವರೆಗಿನ ಕಾಲವನ್ನು ಬ್ರಾಹ್ಮಣೇತರರ ಪರ್ವಕಾಲ ಎಂದು ಹಲವರು ಕರೆದಿದ್ದಾರೆ. ಹಿಂದುಳಿದ ವರ್ಗಗಳ ಚಳುವಳಿ ತೀವ್ರಗೊಂಡಿದ್ದ ಸಂದರ್ಭದಲ್ಲೇ ಕಾಂತರಾಜ ಅರಸ್ ಬ್ರಾಹಣೇತರ ಪ್ರಥಮ ದಿವಾನರಾಗಿ ನೇಮಕಗೊಂಡರು. ಸಹಜವಾಗಿಯೇ ಬ್ರಾಹ್ಮಣೇತರ ಹಿಂದುಳಿದ ವರ್ಗಗಳ ಜನ ಅವರ ನೇಮಕವನ್ನು ಸಂಭ್ರಮದಿಂದಲೇ ಸ್ವಾಗತಿಸಿದರು. ತಮಗೂ ಸರ್ಕಾರಿ ಸವಲತ್ತುಗಳು ದೊರಕುವ ದಿನಗಳು ಹತ್ತಿರವಾಗಿವೆ ಎಂದು ಅವರೆಲ್ಲರೂ ಭಾವಿಸಿದರು. ದಿವಾನರಾಗಿ ಅಧಿಕಾರ ವಹಿಸಿಕೊಂಡ ತಕ್ಷಣ **ನ್ಯಾಯ ವಿಧಾಯಕ ಸಭೆ (ವಿಧಾನ ಪರಿಷತ್)ಗೆ ನೇರ ಚುನಾವಣೆಯ ಬೇಡಿಕೆಯನ್ನು ಒಪ್ಪಿ ಆದೇಶ ಹೊರಡಿಸಿದರು.** ಅಂತೆಯೇ ಮಿಲ್ಲರ್ ಸಮಿತಿಯ ವರದಿಯನ್ನು ಜಾರಿಗೊಳಿಸಿ ಸರ್ಕಾರಿ ಹುದ್ದೆಗಳಲ್ಲಿ ಹಿಂದುಳಿದ ವರ್ಗದವರಿಗೆ ಮೀಸಲಾತಿ ಕಲ್ಪಿಸಿದ್ದು ಅವರ ಇನ್ನೊಂದು ದೊಡ್ಡ ಸಾಧನೆ. ಅದೇನು ದಿವಾನರಿಗೆ ಸುಲಭದ ಕೆಲಸವಾಗಿರಲಿಲ್ಲ. ಈ ವಿಷಯ ಪ್ರತಿನಿಧಿ ಸಭೆಯಲ್ಲಿ ಚರ್ಚೆಗೆ ಬಂದಾಗ 1921ರ ಮೇ ನಲ್ಲಿ ಎಲ್ಲ ಬ್ರಾಹಣ ಸದಸ್ಯರೂ ಅಧಿವೇಶನವನ್ನು ಬಹಿಷ್ಕರಿಸಿದರು. ಅದೇ ವರ್ಷ ಅಕ್ಟೋಬರ್‌ನಲ್ಲಿ ಮತ್ತೆ ಅಧಿವೇಶನದಲ್ಲಿ ಚರ್ಚೆ ಕೈಗೆತ್ತಿಕೊಂಡಾಗ ಕೆ.ಟಿ.ಭಾಷ್ಯಂ ಹೊರತುಪಡಿಸಿ ಉಳಿದೆಲ್ಲ ಬ್ರಾಹ್ಮಣ ಸದಸ್ಯರು ಮಿಲ್ಲರ್ ವರದಿಯನ್ನು ವಿರೋಧಿಸಿದರು. ಹಿಂದೆಲ್ಲ ಪರಸ್ಪರ ಕಚ್ಚಾಡುತ್ತಿದ್ದ ಮದ್ರಾಸಿ ಹಾಗೂ ಮೈಸೂರಿನ ಬ್ರಾಹ್ಮಣರು ಈಗ ಒಟ್ಟಾಗಿ ಮಿಲ್ಲರ್ ಶಿಫಾರಸುಗಳನ್ನು ವಿರೋಧಿಸಿದರು. ಈ ವಿರೋಧವನ್ನು ಲೆಕ್ಕಿಸದೆ ಕಾಂತರಾಜ ಅರಸರು ಮಿಲ್ಲರ್ ವರದಿಯನ್ನು ಪೂರ್ಣವಾಗಿ ಜಾರಿಗೆ ತಂದು ಸರ್ಕಾರಿ ಸೇವೆಯಲ್ಲಿ ಬ್ರಾಹ್ಮಣೇತರಿಗೆ ಅಧಿಕ ಪ್ರಾತಿನಿಧ್ಯ ಸಿಗುವಂತೆ ನೋಡಿಕೊಂಡರು. ಬ್ರಾಹ್ಮಣೇತರರ ಆಯ್ಕೆಯನ್ನು ಸುಗಮಗೊಳಿಸಲು ಕೇಂದ್ರ ನೇಮಕಾತಿ ಸಮಿತಿಯನ್ನು ಸ್ಥಾಪಿಸಿದರು. ಮಿಲ್ಲರ್ ವರದಿ ಅನುಷ್ಠಾನಗೊಂಡ ಏಳು ವರ್ಷಗಳೊಳಗಾಗಿ ಸರ್ಕಾರದ ಎಲ್ಲ ಇಲಾಖೆಗಳಲ್ಲಿ

ಬ್ರಾಹ್ಮಣೇತರ ನೌಕರರ ಸಂಖ್ಯೆ ಶೇ.50 ರಷ್ಟಾಗುವಂತೆ ನೋಡಿಕೊಳ್ಳುವುದು ಈಗ ಸರ್ಕಾರದ ಹೊಣೆಗಾರಿಕೆಯಾಯಿತು. ಈ ಕಾರಣದಿಂದಲೇ ಕಾಂತರಾಜರು **'ಹಿಂದುಳಿದ ವರ್ಗಗಳ ಹಿತರಕ್ಷಕ'** ಎಂಬ ಬಿರುದಿಗೆ ಪಾತ್ರರಾದರು. ಇವರ ಕಾಲದಲ್ಲೆ 1919ರಲ್ಲಿ **ವರಮಾನ ತೆರಿಗೆ (Income Tax)** ಜಾರಿಗೆ ತರಲಾಯಿತು. 1922ರ ಫೆಬ್ರವರಿಯಲ್ಲಿ ದಿವಾನ್ ಪದವಿಯಿಂದ ನಿವೃತ್ತರಾದ ಕಾಂತರಾಜ ಅರಸ್ ಅನಾರೋಗ್ಯದಿಂದಾಗಿ 1923ರಲ್ಲಿ ನಿಧನರಾದರು.

ಸರ್.ಅಲ್ಬಿಯನ್ ಬ್ಯಾನರ್ಜಿ (1922-26)

ಕಾಂತರಾಜ ಅರಸ್ ನಿವೃತ್ತರಾದ ನಂತರ **ಸರ್.ಅಲ್ಬಿಯನ್ ರಾಜ್‌ಕುಮಾರ್ ಬ್ಯಾನರ್ಜಿ** ಮೈಸೂರಿನ ದಿವಾನರಾಗಿ 1922ರ ಮಾರ್ಚ್ ತಿಂಗಳಲ್ಲಿ ನೇಮಕಗೊಂಡರು. ಆಂಗ್ಲರ ಜೀವನ ಶೈಲಿ ರೂಢಿಸಿಕೊಂಡಿದ್ದ ಅವರು ತಮ್ಮ ನಾಲ್ಕು ವರ್ಷಗಳ ಅಧಿಕಾರಾವಧಿಯಲ್ಲಿ ಜನಸಾಮಾನ್ಯರಿಗೆ ಹತ್ತಿರವಾಗಲು ಎಂದೂ ಪ್ರಯತ್ನಿಸಲಿಲ್ಲ.

ಅಲ್ಬಿಯನ್ ಬ್ಯಾನರ್ಜಿಯವರ ತಂದೆ **ಶಶಿಪಾದ ಬ್ಯಾನರ್ಜಿ** ಮತ್ತು ತಾಯಿ ರಾಜ್‌ಕುಮಾರಿ. ಅವರು 1871ರಲ್ಲಿ ಇಂಗ್ಲೆಂಡಿಗೆ ಭೇಟಿ ನೀಡಿದ್ದರು. **ಇಂಗ್ಲೆಂಡಿಗೆ ಭೇಟಿ ನೀಡಿದ ಪ್ರಥಮ ಹಿಂದೂ ಮಹಿಳೆ ರಾಜ್‌ಕುಮಾರಿ** ಎಂದು ಲಂಡನ್ನಿನ **'ಏಷಿಯಾಟಿಕ್'** ಪತ್ರಿಕೆ 1872ರಲ್ಲಿ ಬರೆಯಿತು. ಶಶಿಪಾದ ಬ್ಯಾನರ್ಜಿ ಕಾರ್ಮಿಕರ ಪರವಾದ ಹೋರಾಟಗಳಲ್ಲಿ ತೊಡಗಿಸಿಕೊಂಡಿದ್ದರು. ಅವರುಗಳ ಇಂಗ್ಲೆಂಡ್ ಭೇಟಿ ಸಮಯದಲ್ಲೇ 1871ರ ಅಕ್ಟೋಬರ್ 10ರಂದು ಆಲ್ಬಿಯನ್ ಬ್ಯಾನರ್ಜಿ ಬ್ರಿಸ್ಟಲ್ ನಗರದಲ್ಲಿ ಜನಿಸಿದರು. **ಇಂಗ್ಲೆಂಡಿನಲ್ಲಿ ಜನಿಸಿದ ಪ್ರಥಮ ಬಂಗಾಳಿ ಹಿಂದೂ ಎಂಬ ಹೆಗ್ಗಳಿಕೆಗೆ ಅವರದು.**

ಅಲ್ಬಿಯನ್ ಬ್ಯಾನರ್ಜಿ ಕಲ್ಕತ್ತಾ ವಿಶ್ವವಿದ್ಯಾಲಯದ ಪದವಿ ಪಡೆದ ನಂತರ **ಆಕ್ಸ್‌ಫೋರ್ಡ್‌ನ ಬಲ್ಲಿಯೊಲ್ ಕಾಲೇಜ್‌ನಲ್ಲಿ(Balliol college)** ಸ್ನಾತಕೋತ್ತರ ಪದವಿ ಪಡೆದರು. ಅನಂತರ 1894ರಲ್ಲಿ ಐ.ಸಿ.ಎಸ್ ಪರೀಕ್ಷೆಯಲ್ಲಿ ತೇರ್ಗಡೆಯಾಗಿ 1895ರಲ್ಲಿ ಮದ್ರಾಸ್ ಪ್ರೆಸಿಡೆನ್ಸಿಯಲ್ಲಿ ಅಸಿಸ್ಟಂಟ್ ಕಲೆಕ್ಟರ್ ಆಗಿ ತಮ್ಮ ವೃತ್ತಿ ಜೀವನ ಆರಂಭಿಸಿದರು. ಅವರ ಮಾವ ಅಂದರೆ ಪತ್ನಿ ನಳಿನಿ ಗುಪ್ತ ಅವರ ತಂದೆ **ಐ.ಸಿ.ಎಸ್ ಅಧಿಕಾರಿಯಾಗಿದ್ದ ಸರ್. ಕೃಷ್ಣ ಗೋವಿಂದ ಗುಪ್ತ (ಕೆ.ಜಿ ಗುಪ್ತ) ಲಂಡನ್‌ನಲ್ಲಿ ಇಂಡಿಯಾ ಕೌನ್ಸಿಲ್‌ನ ಸದಸ್ಯರಾಗಿದ್ದರು.**

ಅಲ್ಬಿಯನ್ ಬ್ಯಾನರ್ಜಿ 1907ರಿಂದ 1914ರವರೆಗೆ **ಕೊಚಿನ್ ಸಂಸ್ಥಾನದ ದಿವಾನರಾಗಿ** ಸೇವೆ ಸಲ್ಲಿಸಿದರು. ಅನಂತರ 1915ರಲ್ಲಿ ವಿಶ್ವೇಶ್ವರಯ್ಯ ದಿವಾನರಾಗಿದ್ದಾಗ ಬ್ಯಾನರ್ಜಿ ದಿವಾನರ ಸಲಹಾ ಸಮಿತಿಯ ಸದಸ್ಯರಾಗಿ ನೇಮಕಗೊಂಡರು. ಕಾಂತರಾಜ ಅರಸ್ ದಿವಾನರಾದಾಗ ಬ್ಯಾನರ್ಜಿ ಪ್ರಥಮ ಕೌನ್ಸಿಲರ್ ಆದರು. ಕಾಂತರಾಜ ಅರಸ್ ನಿವೃತ್ತರಾದಾಗ ಬ್ಯಾನರ್ಜಿ ಮೈಸೂರಿನ ದಿವಾನರಾಗಿ ನೇಮಕಗೊಂಡರು.

ದಿವಾನ್ ಬ್ಯಾನರ್ಜಿಯವರ ಅಧಿಕಾರಾವಧಿಯಲ್ಲಿ ಸಂಸ್ಥಾನದ ಆಡಳಿತ ಕ್ಷೇತ್ರದಲ್ಲಿ ಹಲವು ಮಹತ್ವದ ಬದಲಾವಣೆಗಳಾದವು. 1923ರಲ್ಲಿ ಸ್ಥಳೀಯ ಆಡಳಿತ ವ್ಯವಸ್ಥೆ ಕುರಿತ ಒಂದು ಸಮ್ಮೇಳನ ನಡೆಸಿ ಅದರ ಶಿಫಾರಸಿನಂತೆ ತಾಲ್ಲೂಕು ಮಂಡಳಿಗಳನ್ನು ರದ್ದುಪಡಿಸಿ ಗ್ರಾಮಪಂಚಾಯಿತಿಗಳನ್ನು ಸ್ಥಾಪಿಸಲಾಯಿತು.

1923ರಲ್ಲಿ ಆಡಳಿತ ಸುಧಾರಣೆಗಳ ಬಗ್ಗೆ ಸಲಹೆಗಳನ್ನು ನೀಡಲು ಮೈಸೂರು ವಿಶ್ವವಿದ್ಯಾಲಯದ ಉಪ ಕುಲಪತಿಗಳಾಗಿದ್ದ **ಬ್ರಜೇಂದ್ರನಾಥ್‌ಸೀಲ್** ಅಧ್ಯಕ್ಷತೆಯಲ್ಲಿ ಒಂದು ಸಮಿತಿಯನ್ನು ರಚಿಸಲಾಯಿತು. ಇದು **'ಸೀಲ್ ಕಮಿಟಿ'** ಎಂದು ಹೆಸರಾಯಿತು. ಈ ಸಮಿತಿಯ ಶಿಫಾರಸುಗಳನ್ನು ಸಂಪೂರ್ಣವಾಗಿ ಜಾರಿಗೆ ತರಲಾಯಿತು. ಸೀಲ್ ಸಮಿತಿಯ ಶಿಫಾರಸಿನಂತೆ ಪ್ರತಿನಿಧಿ ಸಭೆಯನ್ನು **ಶಾಸನಬದ್ಧ ಸಂಸ್ಥೆಯಾಗಿ** ಪರಿವರ್ತಿಸಲಾಯಿತು. ಹೊಸ ತೆರಿಗೆಗಳನ್ನು ವಿಧಿಸಲು ಈ ಸದನದ ಒಪ್ಪಿಗೆ ಅಗತ್ಯವಾಯಿತು. ಮತದಾನದ ಹಕ್ಕನ್ನು ವಿಸ್ತರಿಸಲಾಯಿತು. ಗ್ರಾಮಾಂತರ ಪ್ರದೇಶಗಳಲ್ಲಿ 50 ರೂಪಾಯಿ ಭೂಕಂದಾಯ ಪಾವತಿಸುವವರಿಗೆ ಹಾಗೂ ಪಟ್ಟಣಗಳಲ್ಲಿ 10 ರೂಪಾಯಿ ಮುನಿಸಿಪಲ್ ತೆರಿಗೆ ಪಾವತಿಸುತ್ತಿದ್ದವರಿಗೆ ಮತದಾನದ ಹಕ್ಕು ನೀಡಲಾಯಿತು. ಅಂತೆಯೇ ಆದಾಯ ತೆರಿಗೆ ನೀಡುವವರು, ಪದವೀಧರರು ಮತಾಧಿಕಾರ ಪಡೆದರು. ಪ್ರಥಮ ಬಾರಿಗೆ ಮಹಿಳೆಯರಿಗೂ ಮತದಾನದ ಹಕ್ಕು ನೀಡಲಾಯಿತು. ಶಾಸನ ಸಭೆಯಲ್ಲಿ ಮುಸಲ್ಮಾನರು, ಕ್ರೈಸ್ತರು ಹಾಗೂ ದಲಿತ ಸಮುದಾಯದವರಿಗೆ 35 ಸ್ಥಾನಗಳನ್ನು ಮೀಸಲಿಡಲಾಯಿತು. ಪ್ರತಿನಿಧಿ ಸಭೆಯ ಸದಸ್ಯರ ಸಂಖ್ಯೆಯನ್ನು 250ರಿಂದ 275ಕ್ಕೆ ಹಾಗೂ ವಿಧಾನ ಪರಿಷತ್ ಸದಸ್ಯರ ಸಂಖ್ಯೆಯನ್ನು 50ಕ್ಕೆ ಹೆಚ್ಚಿಸಲಾಯಿತು. ಕೆಳಮನೆಯಲ್ಲಿ ಚುನಾಯಿತ ಸದಸ್ಯರೆ ಬಹುಮತ ಹೊಂದಿರಬೇಕೆಂದಾಯಿತು. ದಿವಾನರು ಮಾತ್ರ

ಶಾಸಕಾಂಗಕ್ಕೆ ಜವಾಬ್ದಾರರಾಗಿರಲಿಲ್ಲ. ಸುಧಾರಿತ ಪ್ರತಿನಿಧಿ ಸಭೆ ಹಾಗೂ ವಿಧಾನ ಪರಿಷತ್‌ಗಳನ್ನು 1924ರ ಮಾರ್ಚ್ 17 ರಂದು ಉದ್ಘಾಟಿಸಲಾಯಿತು. ಈ ಅವಧಿಯಲ್ಲೇ 1924ರಲ್ಲಿ **ಮೈಸೂರು ಮೆಡಿಕಲ್ ಕಾಲೇಜು** ಸ್ಥಾಪನೆಯಾಯಿತು. ಬೆಂಗಳೂರಿನಲ್ಲಿ ಸ್ಥಾಪನೆಯಾದ ಈ ಸಂಸ್ಥೆ ಪ್ರಾರಂಭದಲ್ಲಿ **ಲೈಸೆನ್ಸ್‌ಡ್ ಮೆಡಿಕಲ್ ಪ್ರಾಕ್ಟೀಷನರ್** (L.M.P) ಕೋರ್ಸ್‌ಗಳನ್ನು ನಡೆಸುತ್ತಿತ್ತು. **1930ರಲ್ಲಿ ಈ ಕಾಲೇಜನ್ನು ಮೈಸೂರಿಗೆ ಸ್ಥಳಾಂತರಿಸಲಾಯಿತು.** ಆಗ ಇದು ದೇಶದ ಏಳನೇ ವೈದ್ಯಕೀಯ ಕಾಲೇಜಾಗಿತ್ತು.

ಬ್ಯಾನರ್ಜಿಯವರ ಕಾಲದ ಮತ್ತೊಂದು ಮಹತ್ವದ ಬೆಳವಣಿಗೆಯೆಂದರೆ **1924ರಲ್ಲಿ ಕಾವೇರಿ ನೀರಿನ ಹಂಚಿಕೆ ಸಂಬಂಧ ಮೈಸೂರು ಸಂಸ್ಥಾನ ಮತ್ತು ಬ್ರಿಟಿಷರ ಮದ್ರಾಸ್ ಪ್ರಾಂತ್ಯದ ನಡುವೆ ಒಂದು ಅಸಮಾನ ಒಪ್ಪಂದ ಏರ್ಪಟ್ಟಿದ್ದು.** 1924ರ ಫೆಬ್ರವರಿ 18ರಂದು ಈ ಒಪ್ಪಂದಕ್ಕೆ ಮೈಸೂರಿನ ಪರವಾಗಿ ಬ್ಯಾನರ್ಜಿ ಹಾಗೂ ಮದ್ರಾಸ್ ಪ್ರಾಂತ್ಯದ ಪರವಾಗಿ ಅಲ್ಲಿನ ಲೋಕೋಪಯೋಗಿ ಇಲಾಖೆಯ ಕಾರ್ಯದರ್ಶಿ ಪಿ. ಹಾಕಿನ್ಸ್ ಸಹಿ ಹಾಕಿದರು. ಬ್ಯಾನರ್ಜಿಯವರಿಗೆ ರಾಜ್ಯದ ಹಿತಾಸಕ್ತಿ ಕಾಪಾಡುವ ಬಗ್ಗೆ ಆಸಕ್ತಿಯಿರಲಿಲ್ಲವಾದ್ದರಿಂದ ರಾಜ್ಯದ ಪರವಾಗಿ ಸಮರ್ಥವಾಗಿ ವಾದ ಮಂಡಿಸಲಿಲ್ಲ. ಈ ಒಪ್ಪಂದದ ದುಷ್ಪರಿಣಾಮಗಳನ್ನು ಇಂದಿಗೂ ಕರ್ನಾಟಕದ ಜನರು ಅನುಭವಿಸುತ್ತಿದ್ದಾರೆ. ಬ್ಯಾನರ್ಜಿ ಮತ್ತು ಮಹಾರಾಜ ನಾಲ್ವಡಿ ಕೃಷ್ಣರಾಜ್ ಒಡೆಯರು ಸಂಸ್ಥಾನದ ಭವಿಷ್ಯದ ಹಿತದೃಷ್ಟಿಯಿಂದ ಸ್ವಲ್ಪ ದೃಢವಾದ ನಿಲುವನ್ನು ತೆಗೆದುಕೊಳ್ಳ ಬಹುದಾಗಿತ್ತು. ಹಾಗಾಗಿದ್ದರೆ ಇಂದು ರಾಜ್ಯದ ಜನರು ಎದುರಿಸುತ್ತಿರುವ ನೀರಿನ ಸಮಸ್ಯೆ ಸ್ವಲ್ಪ ಕಡಿಮೆಯಾಗುತಿತ್ತು ಎಂಬುದರಲ್ಲಿ ಸಂಶಯವಿಲ್ಲ. 1926ರ ಏಪ್ರಿಲ್‌ನಲ್ಲಿ ಅವರು ದಿವಾನ್ ಪದವಿಯಿಂದ ನಿವೃತ್ತರಾದರು. ನಿವೃತ್ತಿಯ ನಂತರ ಬ್ಯಾನರ್ಜಿ 1927ರಲ್ಲಿ **ಕಾಶ್ಮೀರದ ಪ್ರಧಾನ ಮಂತ್ರಿಯಾಗಿ ನೇಮಕಗೊಂಡರು.** ಆದರೆ ಮಹಾರಾಜ ಹರಿಸಿಂಗ್ ರೊಂದಿಗೆ ಭಿನ್ನಾಭಿಪ್ರಾಯದಿಂದಾಗಿ 1929ರಲ್ಲಿ ರಾಜೀನಾಮೆ ನೀಡಿದರು.

ಸರ್. ಮಿರ್ಜಾ ಇಸ್ಮಾಯಿಲ್ (1926–41)

ಪ್ರಾರಂಭಿಕ ಜೀವನ : ಮಿರ್ಜಾ ಅವರ ಪೂರ್ವಿಕರು ಪರ್ಷಿಯದವರು. ಅವರ ತಾತಾ ಅಲಿ ಅಸ್ಕರ್ ವ್ಯಾಪಾರಕ್ಕಾಗಿ ಮೈಸೂರಿಗೆ ಬಂದರು. ಅವರ ತಂದೆ ಆಘಾಜಾನ್ ಮಹಾರಾಜ ಹತ್ತನೇ ಚಾಮರಾಜೇಂದ್ರ ಒಡೆಯರ ಅಂಗರಕ್ಷಕರಾಗಿದ್ದರು. ಇಸ್ಮಾಯಿಲ್ ಜನಿಸಿದ್ದು 1883ರಲ್ಲಿ. ಅವರು ನಾಲ್ವಡಿ ಕೃಷ್ಣರಾಜ ಒಡೆಯರು ಶಾಲಾ ಸಹಪಾಠಿಯಾಗಿದ್ದರು. ಇಬ್ಬರೂ ರಾಯಲ್ ಶಾಲೆಯಲ್ಲಿ ಅಧ್ಯಯನ ಮಾಡಿದರು. ಪದವಿ ಪಡೆದ ನಂತರ ಇಸ್ಮಾಯಿಲ್ ಕೆಲಕಾಲ ಪೊಲೀಸ್ ಇಲಾಖೆಯಲ್ಲಿ ಅಸಿಸ್ಟಂಟ್ ಸೂಪರಿಂಟೆಂಟ್ ಆಫ್ ಪೊಲೀಸ್ ಆಗಿ ಕೋಲಾರದಲ್ಲಿ ಕೆಲಸ ನಿರ್ವಹಿಸಿದರು. ಅನಂತರ 1916ರಲ್ಲಿ **ಮಹಾರಾಜರ ಹುಜೂರ್ ಕಾರ್ಯದರ್ಶಿ**ಯಾಗಿ ನೇಮಕಗೊಂಡರು. 1923ರಲ್ಲಿ ಮಹಾರಾಜರ ಆಪ್ತ ಕಾರ್ಯದರ್ಶಿಯಾಗಿ ನೇಮಕಗೊಂಡರು. ಮಿರ್ಜಾ ಅವರ ಅಭಿಪ್ರಾಯಗಳಿಗೆ ಮಹಾರಾಜರು ಅಪಾರ ಗೌರವ ಕೊಡುತ್ತಿದ್ದರು. 1926ರ ಮೇ 1ರಂದು ಬ್ಯಾನರ್ಜಿಯವರ ನಂತರ ಮೈಸೂರಿನ ದಿವಾನರಾಗಿ ನೇಮಕಗೊಂಡರು.

ಕೈಗಾರಿಕಾ ನೀತಿ

ದಿವಾನರಾಗಿ ಇಸ್ಮಾಯಿಲ್ 15 ವರ್ಷಗಳ ಕಾಲ ಕಾರ್ಯನಿರ್ವಹಿಸಿದರು. ತಮ್ಮ ಆಡಳಿತದ ಅವಧಿಯಲ್ಲಿ ಮಿರ್ಜಾ ವಿಶ್ವೇಶ್ವರಯ್ಯನವರ ಕೈಗಾರಿಕಾ ನೀತಿಯನ್ನು ಮುಂದುವರಿಸಿದರು. ಸಾರ್ವಜನಿಕ ಹಾಗೂ ಖಾಸಗಿ ವಲಯಗಳಲ್ಲಿ ಹಲವಾರು ಕೈಗಾರಿಕೆಗಳು ಅವರ ಕಾಲದಲ್ಲಿ ಸ್ಥಾಪನೆಯಾದವು. ಅವುಗಳಲ್ಲಿ ಪ್ರಮುಖವಾದವು ಬದ್ರಾವತಿಯಲ್ಲಿ **ಉಕ್ಕು ಸ್ಥಾವರ, ಕಾಗದದ ಕಾರ್ಖಾನೆ ಮತ್ತು ಸಿಮೆಂಟ್ ಕಾರ್ಖಾನೆ, ಬೆಂಗಳೂರಿನಲ್ಲಿ ಪಿಂಗಾಣಿ ಕಾರ್ಖಾನೆ ಹಾಗೂ ಗಾಜು ಕಾರ್ಖಾನೆ, ಮಂಡ್ಯದಲ್ಲಿ ಸಕ್ಕರೆ ಕಾರ್ಖಾನೆ, ಬೆಳಗೊಳದಲ್ಲಿ ರಾಸಾಯನಿಕಗಳು ಹಾಗೂ ರಾಸಾಯನಿಕ ಗೊಬ್ಬರಗಳ ಕಾರ್ಖಾನೆ, ಶಿವಮೊಗ್ಗದಲ್ಲಿ ಬೆಂಕಿ ಕಡ್ಡಿ ಕಾರ್ಖಾನೆ, ಬೆಂಗಳೂರಿನಲ್ಲಿ ಹಿಂದೂಸ್ತಾನ್ ಏರ್‌ಕ್ರಾಫ್ಟ್ ಕಾರ್ಖಾನೆ** ಮೊದಲಾದವು. ಮೈಸೂರಿನಲ್ಲಿ **ಕೃಷ್ಣರಾಜೇಂದ್ರ ಟೆಕ್ಸ್‌ಟೈಲ್ ಮಿಲ್ಸ್** ಸ್ಥಾಪನೆಯಾಯಿತು. ನಂಜನಗೂಡಿನ ಸಮೀಪ ಬದನವಾಳ್‌ನಲ್ಲಿ **ಒಂದು ಖಾದಿ ಉತ್ಪಾದನಾ ಕೇಂದ್ರವನ್ನು** ಸ್ಥಾಪಿಸಿದರು. ರಾಜ್ಯದ ವಸ್ತುಗಳಿಗೆ ಮಾರುಕಟ್ಟೆ ದೊರಕಿಸಲು **ಲಂಡನ್‌ನಲ್ಲಿ ಟ್ರೇಡ್ ಕಮೀಷನರ್**‌ನನ್ನು ನೇಮಿಸಿದರು.

ವಿಶ್ವ ಆರ್ಥಿಕ ಕುಸಿತದ ನಡುವೆಯೂ ಮಿರ್ಜಾ ಕೈಗಾರಿಕಾ ಪ್ರಗತಿ ಕುಂಟಿತವಾಗದಂತೆ ನೋಡಿಕೊಂಡರು. ಸರ್ಕಾ ಬಂಡವಾಳ ಹೂಡಿ ಕೈಗಾರಿಕೆಗಳನ್ನು ಸ್ಥಾಪಿಸುವುದರ ಜೊತೆಗೆ ಖಾಸಗಿ ಕ್ಷೇತ್ರಕ್ಕೂ ಪ್ರೋತ್ಸಾಹ ನೀಡಿದರು. 1 ಮಿರ್ಜಾ ಸರ್ಕಾರ ನೇಮಿಸಿದ **ಬ್ರಜೇಂದ್ರನಾಥ್ ಸೀಲ್ ಸಮಿತಿ** ಖಾಸಗಿ ಕಂಪನಿಗಳಿಗೆ ಧನ ಸಹಾಯ ನೀ

ಶಿಫಾರಸ್ಸು ಮಾಡಿತು. ಧನಸಹಾಯ ಪಡೆದ ಕೈಗಾರಿಕೆಗಳ **ಆಡಳಿತ ಮಂಡಳಿಯಲ್ಲಿ ಒಬ್ಬ ಸರ್ಕಾರಿ ಪ್ರತಿನಿಧಿ ಇರಬೇಕು ಹಾಗೂ ಅಂತಹ ಕಂಪನಿಗಳಲ್ಲಿ ಉದ್ಯೋಗದಲ್ಲಿ ಸ್ಥಳೀಯರಿಗೆ ಅವಕಾಶಗಳಿರಬೇಕು** ಎಂದು ಸಲಹೆ ನೀಡಿತು. ಒಂದು ಕೈಗಾರಿಕಾ ಬ್ಯಾಂಕ್ ಸ್ಥಾಪನೆಗೂ ಸೀಲ್ ಸಮಿತಿ ಸಲಹೆ ಮಾಡಿತು. ಖಾಸಗಿ ಸಹಭಾಗಿತ್ವದಲ್ಲಿ ಹಲವು ಕೈಗಾರಿಕೆಗಳು ಸ್ಥಾಪನೆಯಾದವು. ಭದ್ರಾವತಿಯ ಮೈಸೂರು ಕಾಗದದ ಕಾರ್ಖಾನೆ ಜಾಯಿಂಟ್ ಸ್ಟಾಕ್ ಕಂಪನಿಯಾಗಿ ಸ್ಥಾಪನೆಯಾಯಿತು.

1930ರ ದಶಕದಲ್ಲಿ ಸರ್ಕಾರದ ಧನಸಹಾಯದೊಂದಿಗೆ ಹಲವಾರು ಸಣ್ಣ ಕೈಗಾರಿಕೆಗಳು ಸ್ಥಾಪನೆಯಾದವು. ವಿದ್ಯುತ್ ಟ್ರಾನ್ಸ್‌ಫಾರ್ಮರ್‌ಗಳು, ಬಣ್ಣಗಳು, ವಿದ್ಯುತ್ ಬಲ್ಬುಗಳು ಮೊದಲಾದವನ್ನು ಉತ್ಪಾದಿಸುವ ಘಟಕಗಳು ಸ್ಥಾಪನೆಯಾದವು. ಮಿರ್ಜಾ ಅನುಸರಿಸಿದ ಆರ್ಥಿಕ ನೀತಿಯನ್ನು **"ಸರ್ಕಾರಿ ಸಮಾಜವಾದ"** ಎಂದು ಕರೆಯಲಾಗಿದೆ. **ಡಾ. ಹೆಟ್ನೆಯವರು** ಮಿರ್ಜಾರ ಆರ್ಥಿಕ ನೀತಿಯನ್ನು **"ಮಿಶ್ರ ಆರ್ಥಿಕ ನೀತಿ"** ಎಂದು ವರ್ಣಿಸಿದ್ದಾರೆ.

ಕೃಷಿಗೆ ಪ್ರೋತ್ಸಾಹ : ದಿವಾನ್ ಮಿರ್ಜಾ ಕೃಷಿಕ್ಷೇತ್ರಕ್ಕೂ ಅಪಾರ ಪ್ರೋತ್ಸಾಹ ನೀಡಿದರು. ಕೃಷ್ಣರಾಜಸಾಗರ ಅಣೆಕಟ್ಟೆಯಿಂದ ಮಂಡ್ಯ, ಮಳವಳ್ಳಿ ಹಾಗೂ ಟಿ. ನರಸೀಪುರ ತಾಲ್ಲೂಕುಗಳ 1,20,000 ಎಕರೆ ಭೂಮಿಗೆ ನೀರನ್ನು ಒದಗಿಸುವ ಉನ್ನತ ಮಟ್ಟದ ನಾಲೆಯನ್ನು ನಿರ್ಮಿಸಲಾಯಿತು. ಅದಕ್ಕೆ **ಇರ್ವಿನ್** ಹೆಸರನ್ನು ಇಡಲಾಯಿತು. ಸ್ವಾತಂತ್ರ್ಯಾನಂತರ ಅದನ್ನು **ವಿಶ್ವೇಶ್ವರಯ್ಯ ನಾಲೆ** ಎಂದು ಕರೆಯಲಾಯಿತು. ನಾಗನಹಳ್ಳಿ ಕೃಷಿ ಕೇಂದ್ರವನ್ನು ವಿಸ್ತರಿಸಲಾಯಿತು. ಕೃಷಿಯನ್ನು ವಾಣಿಜ್ಯೀಕರಿಸಲು ಮಿರ್ಜಾ ಅಪೇಕ್ಷಿಸಿದ್ದರು. ಮಂಡ್ಯ ಜಿಲ್ಲೆಯ ರೈತರನ್ನು ಕಬ್ಬು ಬೆಳೆಯಲು ಪ್ರೋತ್ಸಾಹಿಸಿದರು. ನೂರಾರು ಹಳೆಯ ಕೆರೆಗಳನ್ನು ದುರಸ್ತಿ ಮಾಡಿಸಿದ್ದಲ್ಲದೆ ಹಲವಾರು ಹೊಸ ಕೆರೆಗಳನ್ನು ನಿರ್ಮಿಸಿದರು.

ಲೋಕೋಪಯೋಗಿ ಕಾರ್ಯಗಳು : ವಿಶ್ವೇಶ್ವರಯ್ಯ ಹಾಗೂ ಇತರ ದಿವಾನರಂತೆ ಮಿರ್ಜಾ ಕೂಡ ಹಲವಾರು ಲೋಕೋಪಯೋಗಿ ಕಾರ್ಯಗಳನ್ನು ಕೈಗೊಂಡರು. ಮೈಸೂರಿನಲ್ಲಿ **ವೈದ್ಯಕೀಯ ಕಾಲೇಜು** ಸ್ಥಾಪಿಸಿದರು. ವಾಸ್ತವದಲ್ಲಿ 1924 ರಿಂದ ಬೆಂಗಳೂರಿನಲ್ಲಿದ್ದ ಮೈಸೂರ್ ಮೆಡಿಕಲ್ ಕಾಲೇಜನ್ನು ನಾಲ್ವಡಿ ಕೃಷ್ಣರಾಜ ಒಡೆಯರ್ ಅಪೇಕ್ಷೆಯಂತೆ 1930ರಲ್ಲಿ ಮೈಸೂರಿಗೆ ಸ್ಥಳಾಂತರಿಸಲಾಯಿತು. 1950ರಲ್ಲಿ ಈ ಕಾಲೇಜು ಎಂ.ಬಿ.ಬಿ ಎಸ್ ಪದವಿ ಕೋರ್ಸ್ ಆರಂಭಿಸಿತು. ಬೆಂಗಳೂರಿನಲ್ಲಿ ಒಂದು **ಮಾನಸಿಕ ಆರೋಗ್ಯ** ಕೇಂದ್ರ, ಮೈಸೂರಿನಲ್ಲಿ **ವಾಣಿವಿಲಾಸ ಹೆರಿಗೆ ಆಸ್ಪತ್ರೆ**, ಶಿವಮೊಗ್ಗದಲ್ಲಿ **ಮೆಗ್ಗಾನ್ ಆಸ್ಪತ್ರೆ** ಮತ್ತು ಕೋಲಾರದಲ್ಲಿ **ನರಸಿಂಹರಾಜ ಆಸ್ಪತ್ರೆ** ಸ್ಥಾಪಿಸಿದರು. ಶ್ರೀಮಂತರು ಹಾಗೂ ಉದಾರ ದಾನಿಗಳನ್ನು ಪ್ರೋತ್ಸಾಹಿಸಿ ಶಾಲೆಗಳು, ಆಸ್ಪತ್ರೆಗಳು ಹಾಗೂ ಇತರ ಲೋಕೋಪಯೋಗಿ ಕಾರ್ಯಗಳಿಗೆ ಧನ ಸಹಾಯ ನೀಡುವಂತೆ ಮಾಡಿದರು. ಇವರ ಕಾಲದಲ್ಲಿ **ಜೋಗ ಜಲಪಾತದ ಬಳಿ ವಿದ್ಯುತ್ ಉತ್ಪಾದನಾ ಕೇಂದ್ರದ ನಿರ್ಮಾಣಕ್ಕೆ ಶಂಕುಸ್ಥಾಪನೆ ನೆರವೇರಿಸಲಾಯಿತು.**

ದಿವಾನ್ ಮಿರ್ಜಾ ಅವರ ರಚನಾತ್ಮಕ ಕೆಲಸಗಳು

ಮಿರ್ಜಾ ಅವರ ಅತ್ಯಂತ ಮಹತ್ವದ ಸಾಧನೆ ಗ್ರಾಮಗಳಿಗೆ ವಿದ್ಯುತ್ ಒದಗಿಸಿದ್ದು. 1940ರ ವೇಳೆಗೆ 180 ಗ್ರಾಮಗಳಿಗೆ ವಿದ್ಯುತ್ ಒದಗಿಸಲಾಗಿತ್ತು. **ಭಾರತದಲ್ಲಿ ಹಳ್ಳಿಗಳಿಗೆ ವಿದ್ಯುತ್ ಸೌಲಭ್ಯ ಒದಗಿಸಿದ ಪ್ರಥಮ ಸಂಸ್ಥಾನ ಎಂಬ ಹೆಗ್ಗಳಿಕೆಗೆ ಮೈಸೂರು ಪಾತ್ರವಾಯಿತು.** ಬೆಂಗಳೂರು ಮತ್ತು ಮೈಸೂರು ನಗರಗಳನ್ನು ಉದ್ಯಾನವನಗಳ ನಗರಗಳಾಗಿ ಪರಿವರ್ತಿಸಲು ಪ್ರಯತ್ನಿಸಿದರು. ಅವರ ಕಾಲದಲ್ಲಿ ಕೃಷ್ಣರಾಜಸಾಗರ ಅಣೆಕಟ್ಟೆಯ ಕೆಳಗೆ ಸುಂದರವಾದ **ಬೃಂದಾವನ ಉದ್ಯಾನ** ನಿರ್ಮಿಸಿ ಅದಕ್ಕೆ ವಿದ್ಯುತ್ ದೀಪಾಲಂಕಾರ ಮಾಡಲಾಯಿತು.

1927 ರಲ್ಲಿ **ವೈಸ್‌ರಾಯ್ ಇರ್ವಿನ್** ರಾಜ್ಯಕ್ಕೆ ಭೇಟಿ ನೀಡಿದರು. ರಾಜ್ಯದ ಪ್ರಗತಿಯಿಂದ ಪ್ರಭಾವಿತರಾದ ಅವರು ರಾಜ್ಯದ ಪೊಗದಿ ಮೊತ್ತವಾದ 35 ಲಕ್ಷದಲ್ಲಿ 10 1/2 ಲಕ್ಷ ರೂಪಾಯಿಗಳನ್ನು ಕಡಿಮೆ ಮಾಡಿದರು. ವಾಸ್ತವದಲ್ಲಿ ಸಂಸ್ಥಾನದ ಸರ್ಕಾರ ರಾಷ್ಟ್ರೀಯ ಚಳುವಳಿಯ ವಿರುದ್ಧ ತೆಗೆದುಕೊಂಡ ಕ್ರಮಗಳಿಂದ ಸಂತಸಗೊಂಡ ಕೇಂದ್ರ ಸರ್ಕಾರ ಈ ರಿಯಾಯಿತಿಯನ್ನು ಪ್ರಕಟಿಸಿತು ಎಂದು ವಿಶ್ಲೇಷಿಲಾಗಿದೆ. ಸ್ವಾತಂತ್ರ ಹೋರಾಟ ತೀವ್ರಗೊಳ್ಳುತ್ತಿದ್ದ ಆ ದಿನಗಳಲ್ಲಿ ಬ್ರಿಟಿಷ್ ಸರ್ಕಾರ ಮತ್ತು ಮೈಸೂರಿನ ರಾಜರ ನಡುವಿನ ಸಂಬಂಧವನ್ನು ಮತ್ತಷ್ಟು ಗಟ್ಟಿಗೊಳಿಸುವುದು ಈ ಕ್ರಮದ ಉದ್ದೇಶವಾಗಿತ್ತೆಂದು **ಡಾ.ಹೆಟ್ನೆ** ಅಭಿಪ್ರಾಯಪಟ್ಟಿದ್ದಾರೆ.

ಅಲ್ಲದೆ ಬೆಂಗಳೂರಿನ ದಂಡು ಪ್ರದೇಶ ಅಥವಾ ಕಂಟೋನ್‌ಮೆಂಟ್ ಪ್ರದೇಶವನ್ನು ರಾಜ್ಯ ಸರ್ಕಾರದ ಹತೋಟಿಗೆ ಒಳಪಡಿಸಿಕೊಳ್ಳಲಾಯಿತು. ಮೈಸೂರು ಮಾದರಿ ರಾಜ್ಯವೆಂದು ಹೆಸರಾಯಿತು. ಹೀಗಾಗಿ ಭಾರತದ ಇತರ ಸಂಸ್ಥಾನಗಳ

ಅರಸರು ಇಲ್ಲಿನ ಪ್ರಗತಿಪರ ಕಾರ್ಯಗಳ ಅಧ್ಯಯನಕ್ಕೆ ತಮ್ಮ ಪ್ರತಿನಿಧಿಗಳನ್ನು ಮೈಸೂರಿಗೆ ಕಳುಹಿಸುತ್ತಿದ್ದರು. **"ಮೈಸೂರು ಜಗತ್ತಿನಲ್ಲೇ ಅತ್ಯುತ್ತಮ ಆಡಳಿತ ಹೊಂದಿರುವ ರಾಜ್ಯ"** ಎಂದು ದುಂಡು ಮೇಜಿನ ಸಮ್ಮೇಳನಗಳ ಕಾಲದಲ್ಲಿ ಲಾರ್ಡ್ ಸ್ಯಾಂಕಿ ಹೇಳಿದ್ದು ಗಮನಾರ್ಹವಾಗಿದೆ.

ಮಿರ್ಜಾ ಮತ್ತು ರಾಷ್ಟ್ರೀಯ ಚಳುವಳಿ

ಮಿರ್ಜಾ ದಿವಾನರಾಗುವ ವೇಳೆಗೆ ರಾಷ್ಟ್ರೀಯ ಚಳುವಳಿ ಮೈಸೂರು ಸಂಸ್ಥಾನದಲ್ಲೂ ಬಲಗೊಳ್ಳುತ್ತಿತ್ತು. ಮಿರ್ಜಾ ರಾಷ್ಟ್ರೀಯ ಚಳುವಳಿಯ ಬಗ್ಗೆ ಸಹಾನುಭೂತಿ ಹೊಂದಿರದಿದ್ದರೂ ಗಾಂಧೀಜಿಯವರ ಬಗ್ಗೆ ಅಪಾರ ಗೌರವ ಹೊಂದಿದ್ದರು. ಸ್ವಾತಂತ್ರ್ಯ ಹೋರಾಟಗಾರರ ವಿರುದ್ಧ ಕಠಿಣ ಕ್ರಮಗಳನ್ನು ಕೈಗೊಂಡ ಅವರು ರಾಷ್ಟ್ರಮಟ್ಟದ ಕಾಂಗ್ರೆಸ್ ನಾಯಕರ ವಿಶ್ವಾಸವನ್ನು ಗಳಿಸಲು ಯತ್ನಿಸಿದರು. ಹೀಗೆ ಒಂದು ರೀತಿಯಲ್ಲಿ ಸಂಸ್ಥಾನದಲ್ಲಿ ನಡೆಯುತ್ತಿದ್ದ ಸ್ವಾತಂತ್ರ್ಯ ಹೋರಾಟವನ್ನು ದಮನ ಮಾಡುತ್ತಲೇ ರಾಷ್ಟ್ರನಾಯಕರೊಂದಿಗೆ ಉತ್ತಮ ಸಂಬಂಧ ಹೊಂದಿ ಸ್ಥಳೀಯ ನಾಯಕರ ಪ್ರಭಾವವನ್ನು ಕಡಿಮೆ ಮಾಡುವ ಪ್ರಯತ್ನವನ್ನು ವ್ಯವಸ್ಥಿತವಾಗಿ ನಡೆಸಿದರು. 1927 ರಲ್ಲಿ ಗಾಂಧೀಜಿ ರಾಜ್ಯಕ್ಕೆ ಆಗಮಿಸಿ ನಂದಿಬೆಟ್ಟದಲ್ಲಿ ರಾಜ್ಯ ಸರ್ಕಾರದ ಅತಿಥಿಯಾಗಿ ಉಳಿದುಕೊಂಡಿದ್ದರು. ಈ ಬಗ್ಗೆ ಕೇಂದ್ರ ಸರ್ಕಾರ ಆಕ್ಷೇಪಿಸಿದಾಗ ಮಿರ್ಜಾ ವೈಸ್‌ರಾಯ್ ಅವರಿಗೆ ಸಮಾಧಾನಕರ ಉತ್ತರ ನೀಡಿದರು. ಬೆಂಗಳೂರಿನಲ್ಲಿ ಗಾಂಧೀಜಿ 1927 ರ ಜುಲೈ ತಿಂಗಳಲ್ಲಿ ದಕ್ಷಿಣ ಭಾರತ ಖಾದಿ ವಸ್ತ್ರಗಳ ಪ್ರದರ್ಶನವನ್ನು ಉದ್ಘಾಟಿಸಿದರು. ಈ ಸಂದರ್ಭದಲ್ಲಿ ಮಾತನಾಡಿದ ಮಿರ್ಜಾ ಗಾಂಧೀಜಿಯವರನ್ನು ಶ್ರೇಷ್ಠ ದೇಶಪ್ರೇಮಿ ಎಂದು ವರ್ಣಿಸಿದರು. ಆದರೆ ಸ್ಥಳೀಯ ಕಾಂಗ್ರೆಸ್ ಹೋರಾಟಗಾರರು ಮತ್ತು ಸರ್ಕಾರದ ನಡುವೆ ಮಿರ್ಜಾ ಅಧಿಕಾರದುದ್ದಕ್ಕೂ ಒಂದು ರೀತಿಯ ಶೀತಲ ಸಮರ ಮುಂದುವರಿಯಿತು. ಮಿರ್ಜಾ ಅವರಿಗೆ ವಸಾಹತುಶಾಹಿ ಬ್ರಿಟಿಷ್ ಪ್ರಭುತ್ವದ ವಿಶ್ವಾಸವನ್ನು ಉಳಿಸಿಕೊಳ್ಳುವ ಹಾಗೂ ಮಹಾರಾಜರ ಹಿತವನ್ನು ಕಾಪಾಡುವ ಅನಿವಾರ್ಯತೆ ಇದ್ದಿತು.

ಗಣಪತಿ ವಿಗ್ರಹ ವಿವಾದ : 1928 ರಲ್ಲಿ ಸಂಭವಿಸಿದ ಒಂದು ಸಣ್ಣ ಘಟನೆ ರಾಜ್ಯ ಸರ್ಕಾರ ಹಾಗೂ ಜನರ ನಡುವೆ ತೀವ್ರ ಬಿಕ್ಕಟ್ಟಿಗೆ ಕಾರಣವಾಯಿತು. ಬೆಂಗಳೂರಿನ ಸುಲ್ತಾನ್ ಪೇಟೆಯ ಮಾಧ್ಯಮಿಕ ಶಾಲೆಯೊಂದರ ಆವರಣದಿಂದ ಗಣಪತಿಯ ವಿಗ್ರಹವನ್ನು ಸ್ಥಳಾಂತರಿಸಿದ್ದನ್ನು ಜನರು ತೀವ್ರವಾಗಿ ವಿರೋಧಿಸಿದರು. ಪ್ರತಿನಿಧಿ ಸಭೆಯ ಸದಸ್ಯ ಹಾಗೂ ಕಾಂಗ್ರೆಸ್ ನಾಯಕರಾದ ಟ. ಸಿದ್ದಲಿಂಗಯ್ಯ, ಹೆಚ್.ಸಿ. ದಾಸಪ್ಪ, ಕೆ.ಸಿ. ರೆಡ್ಡಿ ಮತ್ತಿತರರು ಮಿರ್ಜಾ ಅವರ ನೀತಿಗಳನ್ನು ಕಟುವಾಗಿ ಟೀಕಿಸಿದರು. ರಾಜ್ಯದಲ್ಲಿ ಜವಾಬ್ದಾರಿ ಸರ್ಕಾರ ಸ್ಥಾಪನೆಗೆ ಅವರುಗಳು ಒತ್ತಾಯಿಸಿದರು. ಈ ಸಂದರ್ಭದಲ್ಲಿ ಸುಲ್ತಾನ್‌ಪೇಟೆ ಗಣಪತಿ ಗಲಬೆಯ ನಂತರ ನೇಮಿಸಲ್ಪಟ್ಟಿದ್ದ ವಿಶ್ವೇಶ್ವರಯ್ಯ ಸಮಿತಿಯೂ ಜವಾಬ್ದಾರಿ ಸರ್ಕಾರದ ಸ್ಥಾಪನೆಗೆ ಶಿಫಾರಸ್ಸು ಮಾಡಿತು.

ಮಿರ್ಜಾ 1930–32 ರಲ್ಲಿ ಲಂಡನ್ನಿನಲ್ಲಿ ನಡೆದ ಮೂರೂ ದುಂಡುಮೇಜಿನ ಸಮ್ಮೇಳನಗಳಲ್ಲಿ ಭಾಗವಹಿಸಿದ್ದರು. ಅವರು ದಕ್ಷಿಣ ಭಾರತದ ಸಂಸ್ಥಾನಗಳ ಪ್ರತಿನಿಧಿಯಾಗಿದ್ದರು. ಸಮ್ಮೇಳನದಲ್ಲಿ ಅವರು ಭಾರತೀಯ ಸಂಸ್ಥಾನಗಳು ಹಾಗೂ ಬ್ರಿಟಿಷ್ ಭಾರತದ ಪ್ರಾಂತ್ಯಗಳನ್ನು ಒಳಗೊಂಡ ಒಕ್ಕೂಟ ರಚನೆಯನ್ನು ಬೆಂಬಲಿಸಿದರು.

ಮಿರ್ಜಾ ಮತ್ತು ಮೈಸೂರು ಕಾಂಗ್ರೆಸ್

ಮಿರ್ಜಾ ಸಂಸ್ಥಾನದಲ್ಲಿ ನಡೆಯುತ್ತಿದ್ದ ಸ್ವಾತಂತ್ರ್ಯ ಚಳುವಳಿಯನ್ನು ಹತ್ತಿಕ್ಕಲು ತೀವ್ರ ಪ್ರಯತ್ನಗಳನ್ನು ನಡೆಸಿದರು. ಕಾಂಗ್ರೆಸ್ಸಿನ ರಾಷ್ಟ್ರಮಟ್ಟದ ನಾಯಕರ ಬಗ್ಗೆ ಗೌರವ ಹೊಂದಿದ್ದಾಗ್ಯೂ ರಾಜ್ಯದಲ್ಲಿ ಕಾಂಗ್ರೆಸ್ಸಿಗರ ವಿರುದ್ಧ ದಮನಕಾರಿ ನೀತಿಯನ್ನು ಅನುಸರಿಸಿದರು. 1931 ರಲ್ಲಿ ಜವಾಹರಲಾಲ್ ನೆಹರು ರಾಜ್ಯಕ್ಕೆ ಭೇಟಿ ನೀಡಿದಾಗ ಅವರನ್ನು ಮಹಾರಾಜರ ಅತಿಥಿಯಂತೆ ನೋಡಿಕೊಳ್ಳಲಾಯಿತು ಮತ್ತು ಮಿರ್ಜಾ ನೆಹರು ಗೌರವಾರ್ಥ ಒಂದು ಔತಣಕೂಟ ಏರ್ಪಡಿಸಿದರು.

1938 ರಲ್ಲಿ ಮೈಸೂರು ಕಾಂಗ್ರೆಸ್ ಉದಯವಾಯಿತು. ಅದರೊಂದಿಗೆ ಸರ್ಕಾರ ಹಾಗೂ ಜನತೆಯ ನಡುವೆ ಸಂಘರ್ಷ ಆರಂಭವಾಯಿತು. ರಾಜ್ಯದಲ್ಲಿ ಕಾಂಗ್ರೆಸ್ ಧ್ವಜವನ್ನು ಹಾರಿಸುವುದನ್ನು ಸರ್ಕಾರ ನಿಷೇಧಿಸಿದಾಗ ಮೈಸೂರು ಕಾಂಗ್ರೆಸ್ **"ಧ್ವಜ ಸತ್ಯಾಗ್ರಹ"** ಆರಂಭಿಸಿತು. 1938ರ ಏಪ್ರಿಲ್ 25ರಂದು ಕೋಲಾರ ಜಿಲ್ಲೆಯ **ವಿದುರಾಶ್ವತ್ಥದಲ್ಲಿ** ನಡೆಯುತ್ತಿದ್ದ ಕಾಂಗ್ರೆಸ್ ಸಭೆಯನ್ನು ಚದುರಿಸಲು ಪೋಲೀಸರು ಗುಂಡು ಹಾರಿಸಿದರು. **32 ಸತ್ಯಾಗ್ರಹಿಗಳು ಮರಣಹೊಂದಿದರು.** ಈ ದುರಂತ ದೇಶಾದ್ಯಂತ ತೀವ್ರ ಟೀಕೆಗೆ ಗುರಿಯಾಯಿತು. ಗಾಂಧೀಜಿ ಕೂಡ ಸಂಸ್ಥಾನದ ಸರ್ಕಾರ ತನ್ನ ನಿರಂಕುಶ ಧೋರಣೆಯನ್ನು ಕೈಬಿಡಬೇಕೆಂದು ಸಲಹೆ ಮಾಡಿದರು. ಕೊನೆಗೆ ರಾಜ್ಯದಲ್ಲಿ ಬಿಕ್ಕಟ್ಟನ್ನು ಶಮನಗೊಳಿಸಲು ಮಿರ್ಜಾ

ಮನವಿಯಂತೆ ಕಾಂಗ್ರೆಸ್ಸಿನ ಪ್ರತಿನಿಧಿಗಳಾಗಿ **ಸರ್ದಾರ್ ಪಟೇಲ್ ಮತ್ತು ಜೆ.ಬಿ. ಕೃಪಲಾನಿ** ರಾಜ್ಯಕ್ಕೆ ಆಗಮಿಸಿದರು. **ಪಟೇಲ ಮತ್ತು ಮಿರ್ಜಾ ನಡುವೆ 1938ರ ಮೇ 10ರಂದು ಒಂದು ಒಡಂಬಡಿಕೆ ಏರ್ಪಟ್ಟಿತು.** ಆದರೆ ಮಿರ್ಜಾ ಒಪ್ಪಂದ ಕರಾರುಗಳನ್ನು ಜಾರಿಗೆ ತರಲು ಪ್ರಾಮಾಣಿಕವಾಗಿ ಪ್ರಯತ್ನಿಸಲಿಲ್ಲ. ಮೈಸೂರು ಕಾಂಗ್ರೆಸ್ ಹೋರಾಟಕ್ಕೆ ಜನಬೆಂಬಲವಿಲ್ಲ ಎಂಬುದು ಅವರ ಅಭಿಪ್ರಾಯವಾಗಿತ್ತು. ಅದೇ ಸಂದರ್ಭದಲ್ಲಿ ಗಾಂಧೀಜಿ ರಾಜ್ಯದಲ್ಲಿ ನಡೆದ ಪೊಲೀಸ್ ಅತಿರೇಕಗಳ ಬಗ್ಗೆ ಪರಿಶೀಲಿಸಿ ವರದಿ ಮಾಡಲು ತಮ್ಮ ಆಪ್ತ ಕಾರ್ಯದರ್ಶಿ **ಮಹದೇವ ದೇಸಾಯಿ** ಅವರನ್ನು 1939ರ ಡಿಸೆಂಬರ್‌ನಲ್ಲಿ ರಾಜ್ಯಕ್ಕೆ ಕಳುಹಿಸಿದರು. ದೇಸಾಯಿ ತಮ್ಮ ವರದಿಯಲ್ಲಿ ರಾಜ್ಯದ ಪೊಲೀಸರ ಕ್ರಮಗಳನ್ನು ಕಟುವಾಗಿ ಟೀಕಿಸಿದರು. ಅದರ ಫಲವಾಗಿ ಮಿರ್ಜಾ ಗಾಂಧೀಜಿಯವರ ವಿಶ್ವಾಸ ಕಳೆದುಕೊಂಡರು. ಆದರೆ ಅದೇ ಸಂದರ್ಭದಲ್ಲಿ ವಿದುರಾಶ್ವತ್ಥ ಘಟನೆಗಳ ಬಗ್ಗೆ ತನಿಖೆಗೆ ಸರ್ಕಾರ ರಚಿಸಿದ್ದ **ರಮೇಶಂ ಆಯೋಗ** ಘಟನೆಗೆ ಕಾಂಗ್ರೆಸ್ ನಾಯಕರೇ ಕಾರಣ ಎಂದು ಹೇಳಿತು. ಮಿರ್ಜಾ ತಮ್ಮ ದಮನಕಾರಿ ನೀತಿಯನ್ನು ಮುಂದುವರಿಸಿದರು.

ದಿವಾನ್ ಪದವಿಗೆ ರಾಜೀನಾಮೆ : 1940ರ ಆಗಸ್ಟ್ 3ರಂದು ನಾಲ್ವಡಿ ಕೃಷ್ಣರಾಜ ಒಡೆಯರು ಮರಣಹೊಂದಿದರು ಕೃಷ್ಣರಾಜರಿಗೆ ಮಕ್ಕಳಿರಲಿಲ್ಲ. ಅವರ ಕಿರಿಯ ಸೋದರ ಯುವರಾಜ ಕಂ□ೀರವ ನರಸಿಂಹರಾಜ ಒಡೆಯರ್ 1940ರ ಮಾರ್ಚ್ ತಿಂಗಳಲ್ಲೇ ಮರಣ ಹೊಂದಿದ್ದರು. ಅದರಿಂದಾಗಿ ಕಂಠೀರವ ನರಸಿಂಹರಾಜರ ಪುತ್ರ **ಜಯಚಾಮರಾಜೇಂದ್ರ ಒಡೆಯರು 1940ರ ಸೆಪ್ಟೆಂಬರ್ 8ರಂದು ಅಧಿಕಾರಕ್ಕೆ ಬಂದರು.** 1941 ರ ಮೇ ತಿಂಗಳಲ್ಲಿ ಮಿರ್ಜಾ ದಿವಾನ್ ಪದವಿಗೆ ರಾಜೀನಾಮೆ ನೀಡಿದರು. ಮಿರ್ಜಾ ರಾಜ್ಯದಲ್ಲಿ ಒಂದು **ಕಾರು ತಯಾರಿಕಾ ಕಾರ್ಖಾನೆ** ಸ್ಥಾಪಿಸಲು ಬಯಸಿದ್ದರು. ಬೊಂಬಾಯಿಯ **ವಾಲ್ ಚಂದ್ ಹೀರಾಚಂದ್** ರಾಜ್ಯದಲ್ಲಿ ಕಾರು ಕಾರ್ಖಾನೆ ಆರಂಭಿಸಲು ಮುಂದೆ ಬಂದಿದ್ದರು. ಆದರೆ ಕೇಂದ್ರ ಸರ್ಕಾರ ಅನುಮತಿ ನೀಡದಿದ್ದರಿಂದ ಮಹಾರಾಜರೂ ಅನುಮತಿ ನೀಡಲಿಲ್ಲ. ಬೇಸರಗೊಂಡ ಮಿರ್ಜಾ ರಾಜೀನಾಮೆ ನೀಡಿದರು. ತಮ್ಮ ರಾಜೀನಾಮೆ ಪತ್ರದಲ್ಲಿ **"ಇಂತಹದೊಂದು ಮಹತ್ವದ ಕೈಗಾರಿಕೆಯನ್ನು ರಾಜ್ಯದಲ್ಲಿ ಸ್ಥಾಪಿಸುವ ಅವಕಾಶವನ್ನು ಉದ್ದೇಶಪೂರ್ವಕವಾಗಿ ಕಳೆದುಕೊಂಡವರನ್ನು ರಾಜ್ಯದ ಜನತೆ ಸುಲಭವಾಗಿ ಮರೆಯುವುದಿಲ್ಲ ಅಥವ ಕ್ಷಮಿಸುವುದಿಲ್ಲ"** ಎಂದು ಹೇಳಿದರು. ಮಿರ್ಜಾ ಅಧಿಕಾರವಧಿಯಲ್ಲೇ ವಿಮಾನ ತಯಾರಿಕಾ ಕೇಂದ್ರ **ಹಿಂದೂಸ್ತಾನ್ ಏರೋನಾಟಿಕ್ಸ್ ಲಿಮಿಟೆಡ್ (HAL)** ಬೆಂಗಳೂರಿನಲ್ಲಿ 1940ರಲ್ಲಿ ಸ್ಥಾಪನೆಯಾಯಿತು. ಸರ್.ಎಂ.ವಿಶ್ವೇಶ್ವರಯ್ಯನವರ ಮಾರ್ಗದರ್ಶನ, ವಾಲ್‌ಚಂದ್ ಹೀರಾಚಂದ್‌ರವರ ನೆರವಿನೊಂದಿಗೆ ಇದನ್ನು ಸ್ಥಾಪಿಸಲಾಯಿತು.

ವ್ಯಕ್ತಿತ್ವ

ಮಿರ್ಜಾ ಒಬ್ಬ ಸಮರ್ಥ ಆಡಳಿತಗಾರರಾಗಿದ್ದರು. ಅವರೊಬ್ಬ ಶ್ರೇಷ್ಠ ದೇಶಾಭಿಮಾನಿ. ಭಾರತ ಅಖಂಡ ರಾಷ್ಟ್ರವಾಗಿ ಉಳಿಯಬೇಕೆಂಬುದು ಅವರ ಅಪೇಕ್ಷೆಯಾಗಿತ್ತು. ಮುಸ್ಲಿಂ ಲೀಗ್‌ನ ಪಾಕಿಸ್ತಾನದ ಬೇಡಿಕೆಯನ್ನು ಮಿರ್ಜಾ ತೀವ್ರವಾಗಿ ವಿರೋಧಿಸಿದರು. **ಜಿನ್ನಾ ಅವರ ಕೋಮುವಾದವನ್ನು ಮಿರ್ಜಾ ತಿರಸ್ಕರಿಸಿದರು.** ಭಾರತದ ಒಕ್ಕೂಟದಲ್ಲಿ ಹೈದರಾಬಾದನ್ನು ವಿಲೀನಗೊಳಿಸುವಂತೆ ನಿಜಾಮನಿಗೆ ಸಲಹೆ ಮಾಡಿದ್ದರು. ಅವರ ಆಡಳಿತ ಕಾಲದಲ್ಲಿ ರಾಜ್ಯ ಅಪಾರ ಪ್ರಗತಿ ಸಾಧಿಸಿತು. ಆಡಳಿತದಲ್ಲಿ ದಕ್ಷತೆ ಮತ್ತು ಪ್ರಾಮಾಣಿಕತೆಯನ್ನು ಕಾಯ್ದುಕೊಳ್ಳಲು ಅವರು ಸತತವಾಗಿ ಪ್ರಯತ್ನಿಸಿದರು. ರಾಜ್ಯದಲ್ಲಿ ವ್ಯಾಪಕವಾಗಿ ಸಂಚರಿಸಿ ಜನರ ಸಮಸ್ಯೆಗಳನ್ನು ಆಲಿಸುತ್ತಿದ್ದರು. ಅವರ ಕಾಲದಲ್ಲಿ **ಪ್ರೌಢಶಾಲೆಗಳಲ್ಲಿ ಕನ್ನಡ ಶಿಕ್ಷಣದ ಮಾಧ್ಯಮವಾಯಿತು.** ಮಿರ್ಜಾ ಅವರ ಸೇವೆಯನ್ನು ಪರಿಗಣಿಸಿ ಬ್ರಿಟಿಷ್ ಸರ್ಕಾರ ಅವರಿಗೆ ಕೆ.ಸಿ.ಐ.ಇ ಅಥವಾ **'ನೈಟ್ ಕಮಾಂಡರ್ ಆಫ್ ದಿ ಇಂಡಿಯನ್ ಎಂಪೈರ್'** ಪ್ರಶಸ್ತಿ ನೀಡಿ ಗೌರವಿಸಿತು. ಅಲ್ಲದೆ ಮಹಾರಾಜರು **'ಅಮಿನ್-ಉಲ್-ಮುಲ್ಕ್'** ಬಿರುದನ್ನು ನೀಡಿ ಗೌರವಿಸಿದರು. ತಿರುವಾಂಕೂರ್‌ನ ದಿವಾನರಾದ ಸರ್.ಸಿ.ಪಿ ರಾಮಸ್ವಾಮಿ ಐಯ್ಯರ್ ಮಿರ್ಜಾರನ್ನು **"ಭಾರತದ ಅತ್ಯಂತ ಚತುರ ವ್ಯಕ್ತಿಗಳಲ್ಲೊಬ್ಬರು"** ಎಂದು ಕರೆದಿರುವುದು ಸಮಂಜಸವಾಗಿದೆ.

ಮೈಸೂರಿನ ದಿವಾನ್ ಪದವಿಯನ್ನು ತ್ಯಜಿಸಿದ ನಂತರ ಮಿರ್ಜಾ 1942ರಿಂದ 1946ರವರೆಗೆ ಜೈಪುರ ಸಂಸ್ಥಾನದ ದಿವಾನರಾಗಿದ್ದರು. ಈ ಅವಧಿಯಲ್ಲಿ **ರಜಪುಟಾಣ ವಿಶ್ವವಿದ್ಯಾನಿಲಯ** ಸ್ಥಾಪನೆಗೆ ಕ್ರಮಕೈಗೊಂಡರು. ಜೈಪುರದಲ್ಲಿ ಕೈಗಾರೀಕರಣ ಪರ್ವ ಆರಂಭಿಸಿದವರೂ ಮಿರ್ಜಾ ಅವರ. 1946 ರಲ್ಲಿ ಹೈದರಾಬಾದ್ ಸಂಸ್ಥಾನದ ದಿವಾನರಾದರು. ಆದರೆ ಅಲ್ಲಿ ರಜಾಕ್ಕರರು ಹಿಂದೂಗಳ ಮೇಲೆ ನಡೆಸುತ್ತಿದ್ದ ದೌರ್ಜನ್ಯಗಳನ್ನು ತಡೆಯಲಾಗದೆ ಹಾಗೂ ಭಾರತದ ಒಕ್ಕೂಟದಲ್ಲಿ ಹೈದರಾಬಾದ್ ಸಂಸ್ಥಾನವನ್ನು ವಿಲೀನಗೊಳಿಸುವುದಕ್ಕೆ **ನಿಜಾಮ ಒಸ್ಮಾನ್ ಅಲಿಖಾನ್**‌ರನ್ನು ಒಪ್ಪಿಸಲಾಗದೆ ರಾಜೀನಾಮೆ ನೀಡಿ 1947ರ ಮೇ 15ರೊಂದು ಬೆಂಗಳೂರಿಗೆ ಹಿಂದಿರುಗಿದರು. ಇಲ್ಲಿಯೇ 1959 ಜನವರಿ 5ರಂದು ಮರಣಹೊಂದಿದರು.

ನ್ಯಾಪತಿ ಮಾಧವ ರಾವ್ (1941–46)

'ಪ್ರಧಾನ ಶಿರೋಮಣಿ', 'ರಾಜಮಂತ್ರಪ್ರವೀಣ' ಬಿರುದಾಂಕಿತರಾದ ನ್ಯಾಪತಿ ಮಾಧವ ರಾವ್ 1887ರ ಜೂನ್ 8ರಂದು ಹಿಂದಿನ ಮದ್ರಾಸ್ ಪ್ರೆಸಿಡೆನ್ಸಿಗೆ ಸೇರಿದ ಮಚಲಿಪಟ್ಟಣದಲ್ಲಿ ಜನಿಸಿದರು. ಮಹಾರಾಷ್ಟ್ರದ ಪ್ರಸಿದ್ಧ ದೇಶಸ್ಥ ಬ್ರಾಹ್ಮಣ ಸಮುದಾಯಕ್ಕೆ ಸೇರಿದ್ದರೂ ತೆಲುಗು ಅವರ ಮಾತೃಭಾಷೆಯಾಗಿತ್ತು. ಮದ್ರಾಸ್‌ನ ಪಚ್ಚಿಯಪ್ಪ ಕಾಲೇಜಿನಲ್ಲಿ ಬಿ.ಎ ಪದವಿಯನ್ನು ಹಾಗೂ ಮದ್ರಾಸ್ ಕಾನೂನು ಕಾಲೇಜಿನಲ್ಲಿ ಬಿ.ಎಲ್ ಪದವಿಯನ್ನು ಪಡೆದ ಅವರು ಮೈಸೂರು ಸಿವಿಲ್ ಸರ್ವೀಸ್ ಪರೀಕ್ಷೆಯಲ್ಲಿ ಪ್ರಥಮ ಶ್ರೇಣಿಯಲ್ಲಿ ಉತ್ತೀರ್ಣರಾದರು ಮತ್ತು ಮೈಸೂರು ಸಂಸ್ಥಾನದ ತುಮಕೂರು ಜಿಲ್ಲೆಯ ಗುಬ್ಬಿ ತಾಲ್ಲೂಕಿನಲ್ಲಿ ಅಸಿಸ್ಟಂಟ್ ಕಮೀಷನರ್ ಆಗಿ ನೇಮಕಗೊಂಡರು. ಮುಂದೆ ಭದ್ರಾವತಿ ಉಕ್ಕು ಕಾರ್ಖಾನೆಯ ಕಾರ್ಯದರ್ಶಿಯಾಗಿ ಮತ್ತು **ಲಂಡನ್‌ನಲ್ಲಿ ಮೈಸೂರಿನ ಟ್ರೇಡ್ ಕಮೀಷ್‌ನರ್** ಆಗಿ ಕಾರ್ಯನಿರ್ವಹಿಸಿದರು ಲಂಡನ್‌ನಿಂದ ಹಿಂದಿರುಗಿದ ನಂತರ ಸಂಸ್ಥಾನದ ಮುಖ್ಯ ಕಾರ್ಯದರ್ಶಿಯಾಗಿ ನೇಮಕಗೊಂಡರು. 1941ರ ಜೂನ್ 1ರಂದು ಮೈಸೂರಿನ ದಿವಾನರಾಗಿ ನೇಮಕಗೊಂಡರು.

ನ್ಯಾಪತಿ ಮಾಧವ ರಾವ್ ದಿವಾನರಾಗಿದ್ದ ಅವಧಿಯಲ್ಲಿ ದ್ವಿತೀಯ ಮಹಾಯುದ್ಧ ಜರುಗಿತು. ಅದರಿಂದಾಗಿ ಸಂಸ್ಥಾನದ ಆರ್ಥಿಕ ಪರಿಸ್ಥಿತಿ ಹದಗೆಟ್ಟಿತು. ಅಲ್ಲದೆ ತೀವ್ರ ಆಹಾರದ ಅಭಾವ ತಲೆದೋರಿತು. ದಿವಾನರು ಸಾರ್ವಜನಿಕ ವಿತರಣಾ ವ್ಯವಸ್ಥೆಯ ಮೂಲಕ ಜನರಿಗೆ ಅಗತ್ಯ ಆಹಾರ ಧಾನ್ಯಗಳನ್ನು ವಿತರಿಸಲು ಕ್ರಮಗಳನ್ನು ಕೈಗೊಂಡರು. ಇವರ ಕಾಲದಲ್ಲಿ **ಕೆ.ಆರ್.ಶ್ರೀನಿವಾಸ ಐಯ್ಯಂಗಾರ್** ಸಮಿತಿಯ ವರದಿಯನ್ನು ಭಾಗಶಃ ಜಾರಿಗೆ ತರಲಾಯಿತು. 1938ರ ಮಾರ್ಚ್ ತಿಂಗಳಲ್ಲಿ ರಾಜ್ಯದ ಆಡಳಿತ ಸುಧಾರಣೆಗೆ ಸಲಹೆ ನೀಡಲು ಕೆ.ಆರ್. ಶ್ರೀನಿವಾಸ ಐಯ್ಯಂಗಾರ್ ನೇತೃತ್ವದಲ್ಲಿ ಒಂದು ಸಮಿತಿಯನ್ನು ಮಿರ್ಜಾ ಇಸ್ಮಾಯಿಲ್ ನೇಮಿಸಿದ್ದರು. ಪ್ರಸಿದ್ಧ ವಿದ್ವಾಂಸರಾದ ಡಿ.ವಿ ಗುಂಡಪ್ಪನವರು ಈ ಸಮಿತಿಯ ಸದಸ್ಯರಾಗಿದ್ದರು. ಅದು 1940ರ ಏಪ್ರಿಲ್‌ನಲ್ಲಿ ವರದಿ ಸಲ್ಲಿಸಿ ಜವಾಬ್ದಾರಿ ಸರ್ಕಾರದ ರಚನೆಗೆ ಶಿಫಾರಸು ಮಾಡಿತು. ಮಿರ್ಜಾರಿಗೆ ಈ ವರದಿಯನ್ನು ಅನುಷ್ಠಾನಗೊಳಿಸುವ ಮನಸ್ಸಿರಲಿಲ್ಲ. ನ್ಯಾಪತಿಯವರು ವರದಿಯ ಕೆಲವು ಸಲಹೆಗಳನ್ನು ಮಾತ್ರ ಜಾರಿಗೊಳಿಸಿದರು. ಅದರಂತೆ ಮೇಲ್ಮನೆಯ (ವಿಧಾನ ಪರಿಷತ್) ಸದಸ್ಯರ ಸಂಖ್ಯೆಯನ್ನು 68ಕ್ಕೂ ಹಾಗೂ ಕೆಳಮನೆ (ಪ್ರತಿನಿಧಿ ಸಭೆ) ಯ ಸದಸ್ಯರ ಸಂಖ್ಯೆಯನ್ನು 310ಕ್ಕೂ ಹೆಚ್ಚಿಸಲಾಯಿತು. ನ್ಯಾಪತಿಯವರ ಆಡಳಿತವೂ ಜನಪ್ರಿಯವಾಗಲಿಲ್ಲ. ಜನಸಾಮಾನ್ಯರೊಂದಿಗೆ ಅವರು ಬೆರೆಯಲೇ ಇಲ್ಲ. ಮೈಸೂರು ಸಂಸ್ಥಾನದಲ್ಲಿ ಅವರ ಅಧಿಕಾರಾವಧಿಯಲ್ಲಿ ಸ್ವಾತಂತ್ರ್ಯ ಹೋರಾಟ ತೀವ್ರಗೊಂಡಿತು. ಅಲ್ಲದೆ ಎರಡನೇ ಮಹಾಯುದ್ಧದ ಅತ್ಯಂತ ಕಠಿಣ ಪರಿಸ್ಥಿತಿಗಳಲ್ಲಿ ದಿವಾನರಾಗಿ ಕಾರ್ಯನಿರ್ವಹಿಸುವುದು ದೊಡ್ಡ ಸವಾಲಿನ ವಿಷಯವಾಗಿತ್ತು. ನ್ಯಾಪತಿಯವರು 1946ರ ಆಗಸ್ಟ್ 6ರಂದು ದಿವಾನ್ ಪದವಿಯಿಂದ ನಿವೃತ್ತರಾದರು. ನಿವೃತ್ತಿಯ ನಂತರವೂ ಬೆಂಗಳೂರಲ್ಲೇ ನೆಲೆಸಿ ಸಂಸ್ಥಾನಕ್ಕೆ ತಮ್ಮ ಸೇವೆ ಮುಂದುವರಿಸಿದರು. 1952ರ ಮಾರ್ಚ್ 18ರಂದು ಮೈಸೂರು ಸರ್ಕಾರ ನ್ಯಾಪತಿಯವರ ಅಧ್ಯಕ್ಷತೆಯಲ್ಲಿ **ಬೆಂಗಳೂರು ಅಭಿವೃದ್ಧಿ ಸಮಿತಿಯನ್ನು** ರಚಿಸಿತು. ಅದು ನಗರದ ಅಭಿವೃದ್ಧಿಗೆ ಸಂಬಂಧಿಸಿದಂತೆ ಒಂದು ಸಮಗ್ರವಾದ ವರದಿಯನ್ನು 1954ರಲ್ಲಿ ಸರ್ಕಾರಕ್ಕೆ ಸಲ್ಲಿಸಿತು. **ನ್ಯಾಪತಿ ಮಾಧವ ರಾವ್ ಭಾರತದ ಸಂವಿಧಾನ ಕರಡು ಸಮಿತಿಯ ಸದಸ್ಯರಾಗಿಯೂ ಕಾರ್ಯ ನಿರ್ವಹಿಸಿದರು.**

ಆರ್ಕಾಟ್ ರಾಮಸ್ವಾಮಿ ಮುದಲಿಯಾರ್ (1946–47)

ದಿವಾನ್ ಬಹದ್ದೂರ್ ಸರ್. ಆರ್ಕಾಟ್ ರಾಮಸ್ವಾಮಿ ಮುದಲಿಯಾರ್ **ಮೈಸೂರು ಸಂಸ್ಥಾನದ ಕೊನೆಯ ದಿವಾನರು.** ಅವರು 1887ರ ಅಕ್ಟೋಬರ್ 14ರಂದು ಮದ್ರಾಸ್ ಪ್ರೆಸಿಡೆನ್ಸಿಗೆ ಸೇರಿದ ಕರ್ನೂಲ್‌ನಲ್ಲಿ ತುಳುವ ವೆಲ್ಲಾಳ ಮುದಲಿಯಾರ್ ಕುಟುಂಬದಲ್ಲಿ ಜನಿಸಿದರು. ಅವರು ಅವಳಿ ಸೋದರರಲ್ಲಿ ಹಿರಿಯರು. ಅವರ ತಮ್ಮ ಆರ್ಕಾಟ್ ಲಕ್ಷ್ಮಣಸ್ವಾಮಿ ಮುದಲಿಯಾರ್. **ಆರ್ಕಾಟ್** ಅವಳಿ ಸೋದರರೆಂದೇ ಅವರು ಪ್ರಸಿದ್ಧರಾಗಿದ್ದರು. **ವೈದ್ಯರಾಗಿದ್ದ ಲಕ್ಷ್ಮಣಸ್ವಾಮಿ ಮುದಲಿಯರ್ 27 ವರ್ಷಗಳ ಕಾಲ ಮದ್ರಾಸ್ ವಿಶ್ವವಿದ್ಯಾಲಯದ ಉಪಕುಲಪತಿಗಳಾಗಿದ್ದರು. ಇದೊಂದು ದಾಖಲೆಯಾಗಿದೆ.**

ಆರ್ಕಾಟ್ ರಾಮಸ್ವಾಮಿ ಮುದಲಿಯಾರ್ ಮದ್ರಾಸ್ ಕ್ರಿಶ್ಚಿಯನ್ ಕಾಲೇಜಿನಲ್ಲಿ ಬಿ.ಎ. ಪದವಿಯನ್ನು ಹಾಗೂ ಮದ್ರಾಸ್ ಲಾ ಕಾಲೇಜಿನಲ್ಲಿ ಕಾನೂನು ಪದವಿಯನ್ನು ಪಡೆದರು. ಕೆಲಕಾಲ ವಕೀಲ ವೃತ್ತಿಯನ್ನು ನಡೆಸಿದ ಅವರು ನಂತರ **ಜಸ್ಟೀಸ್ ಪಾರ್ಟಿಯನ್ನು** ಸೇರಿದರು. ಅದರ ಸ್ಥಾಪಕರಲ್ಲೊಬ್ಬರಾಗಿದ್ದ ಅವರು ಅದರ ಜನರಲ್ ಸೆಕ್ರೆಟರಿಯಾಗಿ ಮತ್ತು ಪಕ್ಷದ ಮುಖವಾಣಿಯಾಗಿದ್ದ **"ಜಸ್ಟೀಸ್"** ನ ಪ್ರಧಾನ ಸಂಪಾದಕರಾಗಿ ಕೆಲಸ ಮಾಡಿದರು. ಸಾಮಾನ್ಯವಾಗಿ

ಅವರನ್ನು **ಜಸ್ಟೀಸ್ ಪಾರ್ಟಿಯ ಮೆದುಳು** ಎಂದೇ ಕರೆಯಲಾಗುತ್ತಿತ್ತು. ಮುಂದೆ ಮದ್ರಾಸ್ ಲೆಜಿಸ್ಲೇಟಿವ್ ಕೌನ್ಸಿಲ್, ಮದ್ರಾಸ್ ಲೆಜಿಸ್ಲೇಟಿವ್ ಅಸೆಂಬ್ಲಿ (1931–34) ಹಾಗೂ ಇಂಪೀರಿಯಲ್ ಲೆಜಿಸ್ಲೇಟಿವ್ ಕೌನ್ಸಿಲ್ ಸದಸ್ಯರಾಗಿ (1939–41) ಕಾರ್ಯ ನಿರ್ವಹಿಸಿದರು.

ಆರ್ಕಾಟ್ ರಾಮಸ್ವಾಮಿ ಶ್ರೇಷ್ಠವಾಗ್ಮಿಯಾಗಿದ್ದರು. ಬ್ರಾಹ್ಮಣೇತರರ ಸಮ್ಮೇಳನಗಳನ್ನು ನಡೆಸುವ ಮೂಲಕ ಬ್ರಾಹ್ಮಣೇತರರನ್ನು ಒಗ್ಗೂಡಿಸುವ ಪ್ರಯತ್ನಗಳನ್ನು ನಡೆಸಿದರು. ವಸಾಹತುಶಾಹಿ ಬ್ರಿಟಿಷ್ ಪ್ರಭುತ್ವಕ್ಕೆ ಅವರ ದೃಢವಾದ ನಿಷ್ಠೆಯಿಂದಾಗಿ ಅವರಿಗೆ ಹಲವು ಉನ್ನತ ಸ್ಥಾನಮಾನಗಳು ದೊರೆತವು. 1939ರಿಂದ 1942ರವರೆಗೆ ವೈಸ್‌ರಾಯ್‌ನ ಕಾರ್ಯಕಾರಿ ಸಮಿತಿಯ ಸದಸ್ಯರಾಗಿ ಕೆಲಸ ನಿರ್ವಹಿಸಿದರು. ಅದಕ್ಕೆ ಮೊದಲೇ ಲಂಡನ್ನಿನ **ಇಂಡಿಯಾ ಕೌನ್ಸಿಲ್** ಸದಸ್ಯರಾಗಿದ್ದರು. ದ್ವಿತೀಯ ಮಹಾಯುದ್ಧದ ಕಾಲದಲ್ಲಿ **ಚರ್ಚಿಲ್ ನೇತೃತ್ವದ ಯುದ್ಧ ಕಾಲದ ಮಂತ್ರಿಮಂಡಲದ ಸದಸ್ಯರಾಗಿ 1942ರಿಂದ 1945ರವರೆಗೆ ಕಾರ್ಯನಿರ್ವಹಿಸಿದ್ದು** ಅವರ ಬಗ್ಗೆ ಬ್ರಿಟಿಷರಿಗಿದ್ದ ವಿಶ್ವಾಸಕ್ಕೆ ನಿದರ್ಶನವಾಗಿದೆ. ಯುದ್ಧ ಕಾಲದಲ್ಲಿ ಅವರ ಸೇವೆಗಾಗಿ ಆಕ್ಸ್‌ಫೋರ್ಡ್ ವಿಶ್ವವಿದ್ಯಾಲಯ ಅವರಿಗೆ **'ಡಾಕ್ಟರ್ ಆಫ್ ಸಿವಿಲ್ ಲಾ'** ಎಂಬ ಪ್ರಶಸ್ತಿ ನೀಡಿ ಗೌರವಿಸಿತು. ಲಂಡನ್‌ನಲ್ಲಿ ನಡೆದ ಮೂರು ದುಂಡುಮೇಜಿನ ಸಮ್ಮೇಳನಗಳಲ್ಲಿ ಅವರು ಭಾಗವಹಿಸಿದ್ದರು.

ಆರ್ಕಾಟ್ ರಾಮಸ್ವಾಮಿಯವರನ್ನು ಮೈಸೂರಿನ ದಿವಾನರಾಗಿ 1946ರ ಆಗಸ್ಟ್‌ನಲ್ಲಿ ನೇಮಿಸಲಾಯಿತು. ಅದೇ ಸಂದರ್ಭದಲ್ಲಿ ಅವರು ವಿಶ್ವಸಂಸ್ಥೆಯ ಆರ್ಥಿಕ ಮತ್ತು ಸಾಮಾಜಿಕ ಸಮಿತಿಯ ಪ್ರಥಮ ಅಧ್ಯಕ್ಷರಾಗಿ (1946–47) ಕಾರ್ಯನಿರ್ವಹಿಸಿದರು. ಆರ್ಕಾಟ್ ದಿವಾನರಾಗಿದ್ದ ಅವಧಿಯಲ್ಲಿ ಸಂಸ್ಥಾನದಲ್ಲಿ ಜವಾಬ್ದಾರಿ ಸರ್ಕಾರದ ರಚನೆಗೆ ಒತ್ತಾಯಿಸಿ ತೀವ್ರ ಚಳುವಳಿ ನಡೆಯಿತು. ದಿವಾನ್ ಆರ್ಕಾಟ್ ರಾಮಸ್ವಾಮಿ ಹಾಗೂ ದಿವಾನರ ಸಲಹಾ ಸಮಿತಿಯ ಸದಸ್ಯರಾಗಿದ್ದ ತಂಬೂಚೆಟ್ಟಿ ಜವಾಬ್ದಾರಿ ಸರ್ಕಾರ ಸ್ಥಾಪಿಸದಂತೆ ಮಹಾರಾಜ ಜಯಚಾಮರಾಜೇಂದ್ರ ಒಡೆಯರಿಗೆ ಸಲಹೆ ನೀಡಿದ್ದರು ಎಂದು ಚಳುವಳಿಗಾರರು ಭಾವಿಸಿದ್ದರು. ಕಾಂಗ್ರೆಸ್ ನೇತೃತ್ವದ ಚಳುವಳಿಯನ್ನು ಹತ್ತಿಕ್ಕಲು ದಿವಾನರು ಕಠಿಣ ಕ್ರಮಗಳನ್ನು ಕೈಗೊಂಡರು.

ಮೈಸೂರು ಸಂಸ್ಥಾನವನ್ನು ಭಾರತದ ಒಕ್ಕೂಟದಲ್ಲಿ ವಿಲೀನಗೊಳಿಸಲು 1947ರ ಆಗಸ್ಟ್ 9ರಂದು **ಇನ್‌ಸ್ಟ್ರುಮೆಂಟ್ ಆಫ್ ಆಕ್ಸೇಶನ್‌ಗೆ** ಮಹಾರಾಜರು ಸಹಿ ಹಾಕಿದ್ದರೂ ಕೂಡ ಜವಾಬ್ದಾರಿ ಸರ್ಕಾರದ ರಚನೆಗೆ ಮುಂದಾಗದಿದ್ದಾಗ ಮೈಸೂರು ಕಾಂಗ್ರೆಸ್ ಪ್ರಸಿದ್ಧವಾದ **"ಮೈಸೂರು ಚಲೋ"** ಸತ್ಯಾಗ್ರಹವನ್ನು 1947ರ ಸೆಪ್ಟೆಂಬರ್ 1ರಂದು ಆರಂಭಿಸಿತು. ರಾಜ್ಯದ ನಾನಾ ಭಾಗಗಳಿಂದ ಸತ್ಯಾಗ್ರಹಿಗಳು ಮೈಸೂರಿನತ್ತ ಬರಲಾರಂಭಿಸಿದರು. ಸತ್ಯಾಗ್ರಹಿಗಳ ಮೇಲೆ ದಿವಾನರು ಕಠಿಣ ಕ್ರಮಗಳನ್ನು ಕೈಗೊಂಡರು. ಸಾವಿರಾರು ಸತ್ಯಾಗ್ರಹಿಗಳನ್ನು ಬಂಧಿಸಲಾಯಿತು. **"ಆರ್ಕಾಟ್ ಬಾಯ್‌ಕಾಟ್" ,"ತಂಬೂಚಟ್ಟಿ ಚಟ್ಟಕಟ್ಟಿ"** ಎಂಬ ಘೋಷಣೆಗಳು ರಾಜ್ಯಾದ್ಯಂತ ಮೊಳಗಿದವು. ಕೊನೆಗೆ ಮಹಾರಾಜರು ಜನರ ಬೇಡಿಕೆಗೆ ಮಣಿದರು. 1947ರ ಅಕ್ಟೋಬರ್ 25ರಂದು **ಕೆ.ಸಿ. ರೆಡ್ಡಿ ನೇತೃತ್ವದ ಪ್ರಥಮ ಜನಪ್ರಿಯ ಸರ್ಕಾರ ರಚನೆಯಾಯಿತು.** ಅದಾಗ್ಯೂ ರಾಮಸ್ವಾಮಿ ಮುದಲಿಯಾರ್ 1949ರ ನವೆಂಬರ್ 25ರವರೆಗೆ ದಿವಾನರಾಗಿ ಮುಂದುವರಿಯಲು ಅವಕಾಶ ನೀಡಲಾಯಿತು. ಆದರೆ ಈ ಅವಧಿಯಲ್ಲಿ ಅವರಿಗೆ ಯಾವುದೇ ಅಧಿಕಾರವಿರಲಿಲ್ಲ. ಕೆ.ಸಿ. ರೆಡ್ಡಿ ಮಂತ್ರಿ ಮಂಡಲದಲ್ಲೂ ಅವರು ವಿಶೇಷ ಸದಸ್ಯರಾಗಿದ್ದರು. ಮೈಸೂರು ಸಂಸ್ಥಾನದ ರಾಜ್ಯಾಂಗ ಸಭೆಯು ಭಾರತದ ಸಂವಿಧಾನವನ್ನು ಮೈಸೂರು ಸಂಸ್ಥಾನದಲ್ಲೂ ಜಾರಿಗೆ ತರುವಂತೆ ನೀಡಿದ ಸಲಹೆಯನ್ನು ಮಹಾರಾಜರು ಒಪ್ಪಿಕೊಂಡರು. ಈ ಸಂಬಂಧ ಮಹಾರಾಜರು 1949ರ ನವೆಂಬರ್ 25ರಂದು ಅಧಿಕೃತ ಘೋಷಣೆ ಹೊರಡಿಸಿದರು. ಅಂದೇ ದಿವಾನ್ ಪದವಿಯೂ ರದ್ದಾಯಿತು.

ಆರ್ಕಾಟ್ ರಾಮಸ್ವಾಮಿಯವರು ನಿವೃತ್ತಿಯ ನಂತರವೂ ಸಾರ್ವಜನಿಕ ಸೇವೆ ಮುಂದುವರಿಸಿದರು. 1948ರಲ್ಲಿ ಹೈದರಾಬಾದ್ ನಿಜಾಮರು ಭಾರತ ಸರ್ಕಾರದ ವಿರುದ್ಧ ವಿಶ್ವ ಸಂಸ್ಥೆಯ ಭದ್ರತಾ ಮಂಡಳಿಗೆ ಸಲ್ಲಿಸಿದ್ದ ದೂರಿನ ಸಂಬಂಧ ಆರ್ಕಾಟ್ ರಾಮಸ್ವಾಮಿಯವರು ಭಾರತದ ಪರವಾಗಿ ಅತ್ಯಂತ ಸಮರ್ಥವಾಗಿ ವಾದ ಮಂಡಿಸಿ ಭಾರತಕ್ಕೆ ಜಯ ತಂದುಕೊಟ್ಟರು. 1955ರಲ್ಲಿ ಸ್ಥಾಪನೆಯಾದ ಐ.ಸಿ.ಐ.ಸಿ.ಐ **(I.C.I.C.I) ಪ್ರಥಮ ಅಧ್ಯಕ್ಷರಾಗಿ ಆಯ್ಕೆಯಾದರು** ಭಾರತ ಸರ್ಕಾರ ಅವರಿಗೆ 1954ರಲ್ಲಿ "ಪದ್ಮಭೂಷಣ" ಮತ್ತು 1970ರಲ್ಲಿ **"ಪದ್ಮವಿಭೂಷಣ"** ಪ್ರಶಸ್ತಿ ನೀಡಿ ಗೌರವಿಸಿತು. ಆರ್ಕಾಟ್ 1976ರಲ್ಲಿ ಮದ್ರಾಸ್‌ನಲ್ಲಿ ನಿಧನರಾದರು

ಮಾದರಿ ಪ್ರಶ್ನೆಗಳು :

ಒಂದು ಅಂಕದ ಪ್ರಶ್ನೆಗಳು

1. ಮೈಸೂರು ಸಂಸ್ಥಾನದ ಕೊನೆಯ ಕಮೀಷನರ್ ಯಾರು ▯

2. ದಿವಾನ್ ಹುದ್ದೆ 1881ರಲ್ಲಿ ಮರುಸ್ಥಾಪನೆಗೊಂಡಾಗ ಪ್ರಥಮ ದಿವಾನರಾಗಿ ಯಾರು ನೇಮಕಗೊಂಡರು ?

3. ಮೈಸೂರು ಪ್ರತಿನಿಧಿ ಸಭೆ ಯಾವ ವರ್ಷ ಸ್ಥಾಪನೆಯಾಯಿತು ?

4. ಮೈಸೂರು ಸಂಸ್ಥಾನದ ಭೂಗರ್ಭಶಾಸ್ತ್ರ ಇಲಾಖೆಯ ಪ್ರಥಮ ನಿರ್ದೇಶಕರು ಯಾರು ?

5. ಮೈಸೂರು ಸಂಸ್ಥಾನದ ಪ್ರಥಮ ಇನ್ಸ್ಪೆಕ್ಟರ್ ಜನರಲ್ ಆಫ್ ಪೊಲೀಸ್ ಯಾರು ?

6. ಮೈಸೂರು ಪುರಾತತ್ವ ಇಲಾಖೆಯ ಪ್ರಥಮ ನಿರ್ದೇಶಕರು ಯಾರು ?

7. ಕೌಟಿಲ್ಯನ ಅರ್ಥಶಾಸ್ತ್ರದ ಹಸ್ತಪ್ರತಿಯನ್ನು ಶೋಧಿಸಿ ಪ್ರಕಟಿಸಿದವರು ಯಾರು ?

8. ಬೆಂಗಳೂರಿನ ಇಂಡಿಯನ್ ಇನ್ಸ್ಟಿಟ್ಯೂಟ್ ಆಫ್ ಸೈನ್ಸ್‌ನ ಮೊದಲ ನಿರ್ದೇಶಕರು ಯಾರು ?

9. ಮೈಸೂರು ವಿಶ್ವವಿದ್ಯಾಲಯದ ಪ್ರಥಮ ಉಪಕುಲಪತಿಗಳು ಯಾರು ?

10. ವಿಶ್ವವಿಖ್ಯಾತ ಬೃಂದಾವನ ಉದ್ಯಾನವನ್ನು ನಿರ್ಮಿಸಿದ ದಿವಾನರು ಯಾರು ?

ಹತ್ತು ಅಂಕದ ಪ್ರಶ್ನೆಗಳು

1. ದಿವಾನ್.ಕೆ ಶೇಷಾದ್ರಿ ಅಯ್ಯರ್ ಅವರ ಸಾಧನೆಗಳನ್ನು ವಿವರಿಸಿ.

2. ಸರ್.ಎಂ.ವಿಶ್ವೇಶ್ವರಯ್ಯ ದಿವಾನರಾಗಿದ್ದ ಅವಧಿಯಲ್ಲಿ ಕೃಷಿ, ಕೈಗಾರಿಕೆ ಮತ್ತು ಶಿಕ್ಷಣ ಕ್ಷೇತ್ರಗಳಲ್ಲಾದ ಬೆಳವಣಿಗೆಗಳನ್ನು ವಿವರಿಸಿ.

3. ಮೈಸೂರು ಸಂಸ್ಥಾನದ ಚರಿತ್ರೆಯಲ್ಲಿ ದಿವಾನ್ ಮಿರ್ಜಾ ಇಸ್ಮಾಯಿಲ್ ಆಡಳಿತದ ಮಹತ್ವವನ್ನು ವಿವರಿಸಿ.

---------- ✿ ----------

ಅಧ್ಯಾಯ – 22

ಕರ್ನಾಟಕದಲ್ಲಿ ಸ್ವಾತಂತ್ರ್ಯ ಚಳುವಳಿ

Freedom Movement in Karnataka

ಐತಿಹಾಸಿಕ ಹಿನ್ನೆಲೆ

ವ್ಯಾಪಾರದ ಉದ್ದೇಶದಿಂದ 17ನೇ ಶತಮಾನದ ಪ್ರಾರಂಭದಲ್ಲಿ ಭಾರತದ ನೆಲದ ಮೇಲೆ ಕಾಲಿಟ್ಟ ಆಂಗ್ಲರು ಕ್ರಮೇಣ ಭಾರತೀಯರ ರಾಜಕೀಯ ವ್ಯವಹಾರಗಳಲ್ಲೂ ಹಸ್ತಕ್ಷೇಪ ನಡೆಸಿ ಭಾರತದಲ್ಲಿ ತಮ್ಮದೇ ಸಾಮ್ರಾಜ್ಯ ಕಟ್ಟುವ ಕಾರ್ಯವನ್ನು ಅತ್ಯಂತ ವ್ಯವಸ್ಥಿತವಾದ ರೀತಿಯಲ್ಲಿ ಆರಂಭಿಸಿದರು. 1757ರಲ್ಲಿ ಸಂಭವಿಸಿದ ಪ್ರಸಿದ್ಧವಾದ **ಪ್ಲಾಸಿ ಕದನ**ದಲ್ಲಿ ಯುಕ್ತಿಯ ಮೂಲಕವಾಗಿಯೇ ಜಯಗಳಿಸಿ ಭಾರತದ ಅತಿದೊಡ್ಡ ಹಾಗೂ ಸಂಪದ್ಭರಿತವಾದ ಬಂಗಾಳ ಪ್ರಾಂತ್ಯದ ಮೇಲೆ ತಮ್ಮ ಹಿಡಿತ ಸ್ಥಾಪಿಸಿಕೊಂಡರು. ಅಲ್ಲಿಂದ ಅವರು ಹಿಂದಿರುಗಿ ನೋಡಲೇ ಇಲ್ಲ. ಭಾರತೀಯರ ಒಡಕನ್ನೇ ಬಂಡವಾಳವಾಗಿ ಮಾಡಿಕೊಂಡು, ಭಾರತೀಯರನ್ನೇ ಭಾರತೀಯರ ವಿರುದ್ಧ ಎತ್ತಿಕಟ್ಟಿ, ಭಾರತೀಯರನ್ನೇ ಸಿಪಾಯಿಗಳಾಗಿ ನೇಮಿಸಿಕೊಂಡು ಒಂದಾದ ನಂತರ ಒಂದರಂತೆ ಭಾರತೀಯ ರಾಜ್ಯಗಳನ್ನು ಗೆಲ್ಲುತ್ತಾ ಸುಮಾರು ಒಂದು ಶತಮಾನದ ಅವಧಿಯಲ್ಲಿ, ಅಂದರೆ 1757ರಿಂದ 1857ರವರೆಗೆ, ಇಡೀ ಭಾರತೀಯ ಉಪಖಂಡವನ್ನು ಕೈವಶಮಾಡಿಕೊಂಡು ಒಂದು ಬೃಹತ್ ಸಾಮ್ರಾಜ್ಯವನ್ನು ಬ್ರಿಟಿಷ್ ವರ್ತಕರ ಸಂಘಟನೆಯೊಂದು ಕಟ್ಟಿದ್ದು ನಿಜಕ್ಕೂ ಒಂದು ರೋಚಕವಾದ ಕಥಾನಕವಾಗಿದೆ. ಮೊದಲ ಒಂದು ನೂರು ವರ್ಷಗಳವರೆಗೆ ಅಂದರೆ 1757ರಿಂದ 1858ರವರೆಗೆ ಭಾರತವನ್ನು ವರ್ತಕರ ಸಂಘಟನೆಯಾಗಿದ್ದ **'ಬ್ರಿಟಿಷ್ ಈಸ್ಟ್ ಇಂಡಿಯಾ ಕಂಪನಿ'** ಆಳಿದರೆ, ಮುಂದಿನ 90 ವರ್ಷಗಳ ಕಾಲ ಅಂದರೆ 1857ರಿಂದ 1947ರವರೆಗೆ ಬ್ರಿಟನ್ನಿನ ಸರ್ಕಾರವೇ ಭಾರತದ ಆಡಳಿತವನ್ನು ನಿರ್ವಹಿಸಿತು. ಈ ಎರಡೂ ಶತಮಾನಗಳ ಬ್ರಿಟಿಷರ ಆಳ್ವಿಕೆಯಲ್ಲಿ ಭಾರತ ನಿರಂತರ ಶೋಷಣೆಗೆ ಗುರಿಯಾಯಿತು.

ಭಾರತೀಯರಲ್ಲಿ ಮೊಳಕೆಯೊಡೆದ ರಾಷ್ಟ್ರೀಯತೆ

ಬ್ರಿಟಿಷರು ಭಾರತವನ್ನು ಆಕ್ರಮಿಸಲು ಆರಂಭಿಸಿದ ದಿನಗಳಲ್ಲಿ ಭಾರತೀಯರಲ್ಲಿ ತಾವೆಲ್ಲ ಒಂದು ರಾಷ್ಟ್ರಕ್ಕೆ ಸೇರಿದವರೆಂಬ ಭಾವನೆಗಳಿರಲಿಲ್ಲ. ಈ ದೇಶದಲ್ಲಿ ಹಲವು ರಾಷ್ಟ್ರಗಳಿದ್ದವು. ಬ್ರಿಟಿಷರ ದುರುದ್ದೇಶವನ್ನು ಅರ್ಥಮಾಡಿಕೊಳ್ಳುವಷ್ಟು ಪ್ರಬುದ್ಧತೆ ಭಾರತೀಯರಿಗಿರಲಿಲ್ಲ. ತಮ್ಮ ನಡುವಿನ ಕಲಹಗಳಿಗೆ ಪರಕೀಯರಾದ ಬ್ರಿಟಿಷರ ನೆರವು ಪಡೆಯಲೂ ಹಿಂಜರಿಯಲಿಲ್ಲ. ಆದರೆ ಕ್ರಮೇಣ ಭಾರತೀಯರಲ್ಲಿ ರಾಜಕೀಯ ಜಾಗೃತಿ ಮೂಡಲಾರಂಭಿಸಿತು. ಭಾರತೀಯರಲ್ಲಿ ರಾಷ್ಟ್ರೀಯತೆಯ ಬೆಳವಣಿಗೆಗೆ ಕಾರಣವಾದ ಅಂಶಗಳೇ ಕನ್ನಡಿಗರಲ್ಲೂ ರಾಷ್ಟ್ರಾಭಿಮಾನದ ಬೆಳವಣಿಗೆಗೆ ಸಹಾಯಕವಾದವು. ಇಡೀ ದೇಶವನ್ನು ಗೆದ್ದು ಏಕ ಆಳ್ವಿಕೆಗೆ ಬ್ರಿಟಿಷರು ಒಳಪಡಿಸಿದ್ದು, ದೇಶಾದ್ಯಂತ ಇಂಗ್ಲಿಷ್ ಸಂಪರ್ಕ ಭಾಷೆಯಾದದ್ದು, ಪಾಶ್ಚಾತ್ಯ ಶಿಕ್ಷಣ ವ್ಯವಸ್ಥೆ ಜಾರಿಗೆ ಬಂದಿದ್ದು, ಭಾರತದ ಪ್ರಾಚೀನ ಭವ್ಯ ಇತಿಹಾಸವನ್ನು ಪಾಶ್ಚಾತ್ಯ ವಿದ್ವಾಂಸರೇ ಶೋಧಿಸಿದ್ದು, 19ನೇ ಶತಮಾನದಲ್ಲಿ ಒಂದು ಪ್ರಭಾವಶಾಲಿ ಮಧ್ಯಮವರ್ಗ ಹುಟ್ಟಿಕೊಂಡಿದ್ದು, ದೇಶೀಯ ಭಾಷಾ ಪತ್ರಿಕೆಗಳು ಆರಂಭಗೊಂಡಿದ್ದು ಮೊದಲಾದವುಗಳು ಭಾರತೀಯರಲ್ಲಿ ಜಾಗೃತಿ ಮೂಡಲು ಕಾರಣವಾದವು. ರೈಲುಮಾರ್ಗಗಳು ಸೇರಿದಂತೆ ಸಾರಿಗೆ ಸಂಪರ್ಕ ವ್ಯವಸ್ಥೆ ಅಭಿವೃದ್ಧಿ ಹೊಂದಿದ್ದರಿಂದ ವಿವಿಧ ರಾಜ್ಯಗಳ ಭಾರತೀಯರಲ್ಲಿ ತಾವೆಲ್ಲರೂ ಒಂದು ದೇಶಕ್ಕೆ ಸೇರಿದವರೆಂಬ ಭಾವನೆ ಬೆಳೆಯಿತು. ಜೊತೆಗೆ ಬ್ರಿಟಿಷ್ ಆಡಳಿತಗಾರರು ಅನುಸರಿಸಿದ ವರ್ಣದ್ವೇಷ, ಸ್ಥಳೀಯರ ಮೇಲೆ ಅವರು ನಡೆಸಿದ ದೌರ್ಜನ್ಯಗಳು, ದೇಶದ ಅಪಾರವಾದ ಸಂಪತ್ತನ್ನು ತಮ್ಮ ದೇಶಕ್ಕೆ ಸಾಗಿಸುವ ಮೂಲಕ ಈ ಸಂಪದ್ಭರಿತ ದೇಶವನ್ನು ಅತ್ಯಂತ ನಿರ್ಗತಿಕ ದೇಶವನ್ನಾಗಿ ಮಾಡಿದ್ದು, ಎಲ್ಲ ನಾಗರಿಕ ಹಕ್ಕುಗಳನ್ನು ಕಸಿದುಕೊಂಡು ಭಾರತದಲ್ಲೇ ಭಾರತೀಯರನ್ನು ಗುಲಾಮರಂತೆ ನಡೆಸಿಕೊಂಡಿದ್ದು ಮೊದಲಾದವು ಎಲ್ಲ ವರ್ಗಗಳ ಭಾರತೀಯರಲ್ಲಿ ರಾಜಕೀಯ ಜಾಗೃತಿ ಮೂಡಲು ಕಾರಣವಾದವು. ಸಣ್ಣ ಪ್ರಮಾಣದಲ್ಲಿ ದೇಶದ ವಿವಿಧ ಭಾಗಗಳಲ್ಲಿ ಬ್ರಿಟಿಷ್ ಪ್ರಭುತ್ವಕ್ಕೆ ಪ್ರತಿರೋಧ ಕಾಣಿಸಿಕೊಳ್ಳಲಾರಂಭಿಸಿತು. ಅದು ಮುಂದಿನ ದಿನಗಳಲ್ಲಿ ತೀವ್ರ ಸ್ವರೂಪ ಪಡೆದು ಅಂತಿಮವಾಗಿ ಬ್ರಿಟಿಷರು 1947ರಲ್ಲಿ ಭಾರತದಿಂದ ನಿರ್ಗಮಿಸಬೇಕಾಯಿತು.

ಸ್ವಾತಂತ್ರ್ಯ ಹೋರಾಟದ ಆರಂಭ

ಕರ್ನಾಟಕದಲ್ಲಿ ಸ್ವಾತಂತ್ರ್ಯ ಹೋರಾಟದ ಆರಂಭವನ್ನು 18ನೇ ಶತಮಾನದ ಉತ್ತರಾರ್ಧದಿಂದಲೇ ಗುರುತಿಸಬಹುದಾಗಿದೆ. ಆರಂಭದಲ್ಲಿ ರಾಷ್ಟ್ರ ವಿಮೋಚನೆಯ ಪರಿಕಲ್ಪನೆಗಳಿರಲಿಲ್ಲವಾದರೂ ಸ್ಥಳೀಯ ಸಂಸ್ಥಾನಗಳ ಸ್ವಾತಂತ್ರ್ಯ ಹರಣ ಮಾಡಿದ ಬ್ರಿಟಿಷರ ವಿರುದ್ಧ ಜನರು, ಅರಸರು ತಮ್ಮ ಆಕ್ರೋಶ ವ್ಯಕ್ತಪಡಿಸಿದರು. 18ನೇ ಶತಮಾನದ ಉತ್ತರಾರ್ಧದಲ್ಲಿ ಹೈದರ್ ಅಲಿ ಮತ್ತು ಅವನ ಮಗ ಹಾಗೂ ಉತ್ತರಾಧಿಕಾರಿ ಟಿಪು ಸುಲ್ತಾನ್ ಬ್ರಿಟಿಷರ ಸಾಮ್ರಾಜ್ಯ ಸ್ಥಾಪನಾ ಕಾರ್ಯವನ್ನು ಪ್ರಬಲವಾಗಿ ವಿರೋಧಿಸಿದರು. ಟಿಪು ನಿಜಕ್ಕೂ ಭಾರತದಲ್ಲಿ ಬ್ರಿಟಿಷರ ಅತ್ಯಂತ ಪ್ರಬಲ ಶತ್ರುವಾಗಿದ್ದನು. 1799ರಲ್ಲಿ ಅವನು ಮರಣಹೊಂದಿದ ನಂತರವೇ ಬ್ರಿಟಿಷರು **'ಇನ್ನು ಭಾರತ ನಮ್ಮದು'** ಎಂದು ವಿಶ್ವಾಸದಿಂದ ಹೇಳಿಕೊಳ್ಳುವಂತಾಯಿತು. ಒಂದು ರೀತಿಯಲ್ಲಿ **ಟಿಪು ಕರ್ನಾಟಕದ ಮೊದಲ ಹುತಾತ್ಮ.** ಅವನ ಮರಣಾನಂತರ ಕೇವಲ 8 ಜಿಲ್ಲೆಗಳನ್ನೊಳಗೊಂಡ ಹಾಗೂ ಸಮುದ್ರದ ಸಂಪರ್ಕ ರಹಿತವಾದ ಚಿಕ್ಕ ಮೈಸೂರು ರಾಜ್ಯವನ್ನು ಒಡೆಯರ್ ವಂಶಕ್ಕೆ ವಹಿಸಿಕೊಟ್ಟು ಉಳಿದ ಟಿಪುವಿನ ರಾಜ್ಯದ ಬಹುಭಾಗವನ್ನು ಬ್ರಿಟಿಷರೆ ತಮ್ಮ ಅಧೀನಕ್ಕೊಳಪಡಿಸಿಕೊಂಡರು. ಕರ್ನಾಟಕದ ಪೂರ್ಣ ಕರಾವಳಿಯೂ ಅವರ ಅಧೀನವಾಯಿತು. ಮುಂದೆ 1818ರಲ್ಲಿ ಮೂರನೇ ಆಂಗ್ಲೊ-ಮರಾಠಾ ಯುದ್ಧದಲ್ಲಿ ಮರಾಠರು ಸೋತಾಗ ಉತ್ತರ ಕರ್ನಾಟಕದ ಬಹುಭಾಗ ಬ್ರಿಟಿಷರ ಬಾಂಬೆ ಪ್ರಾಂತ್ಯಕ್ಕೆ ಸೇರಿತು. ಉಳಿದಂತೆ ಪ್ರಸ್ತುತ ಕರ್ನಾಟಕ ಪೂರ್ವಭಾಗದ ಕೆಲವು ಪ್ರದೇಶಗಳು ಹೈದರಾಬಾದಿನ ನಿಜಾಮನ ನಿಯಂತ್ರಣದಲ್ಲಿದ್ದವು.

ಧೋಂಡಿಯ ವಾಘ

ಟಿಪುವಿನ ನಂತರ ಬ್ರಿಟಿಷರ ವಿರುದ್ಧ ಹೋರಾಟಕ್ಕಿಳಿದವನು ಧೋಂಡಿಯ ವಾಘ(ಹುಲಿ). ಮರಾಠ ಮೂಲದ ಇವನು ಚನ್ನಗಿರಿಯವನು. ಹೈದರ್ ಮತ್ತು ಟಿಪುವಿನ ಸೈನ್ಯದಲ್ಲಿ ಸೇವೆ ಸಲ್ಲಿಸಿದ ಇವನು 3ನೇ ಆಂಗ್ಲೊ-ಮೈಸೂರು ಯುದ್ಧ ಕಾಲದಲ್ಲಿ ಟಿಪ್ಪುವನ್ನು ತ್ಯಜಿಸಿ ಮೈಸೂರು-ಮಹಾರಾಷ್ಟ್ರ ಗಡಿಯಲ್ಲಿ ತನ್ನದೇ ಅಧಿಕಾರ ಸ್ಥಾಪಿಸಿಕೊಂಡನು. 1794ರಲ್ಲಿ ಮರಾಠರಿಂದ ಸೋತು ಮತ್ತೆ ಟಿಪ್ಪುವಿನ ಆಶ್ರಯ ಪಡೆದನು. ಈ ಸಂದರ್ಭದಲ್ಲಿ ಬಹುಶಃ ಬಲಾತ್ಕಾರದಿಂದ ಇಸ್ಲಾಂಗೆ ಮತಾಂತರಗೊಂಡು **ಮಲಿಕ್ ಜಹಾನ್‌ಖಾನ್** ಎಂಬ ಹೆಸರು ಪಡೆದನು. ಆದರೆ ಭಿನ್ನಾಭಿಪ್ರಾಯವುಂಟಾಗಿ ಟಿಪುವಿನ ಬಂಧಿಯಾದನು. ಟಿಪುವಿನ ಮರಣಾನಂತರ ಬಿಡುಗಡೆಗೊಂಡು ಬಿದನೂರು ಪ್ರದೇಶಕ್ಕೆ ಹಿಂದಿರುಗಿ ಬ್ರಿಟಿಷರ ವಿರುದ್ಧ ದಂಗೆ ಎದ್ದನು. ಟಿಪುವಿನ ಸೇವೆಯಲ್ಲಿದ್ದ ಹಲವು ನಾಯಕರೊಂದಿಗೆ ಸಂಪರ್ಕ ಸ್ಥಾಪಿಸಿಕೊಂಡು ಸುಮಾರು **50000** ಯೋಧರ ಸೈನ್ಯ ಪಡೆಯನ್ನು ಕಟ್ಟಿ ಶಿವಮೊಗ್ಗ ಪ್ರದೇಶವನ್ನು ವಶಪಡಿಸಿಕೊಂಡು ಬ್ರಿಟಿಷ್ ಪ್ರಭುತ್ವಕ್ಕೆ ಸವಾಲು ಹಾಕಿದನು. ಬ್ರಿಟಿಷರ ಬೆಂಬಲಕ್ಕೆ ಬಂದ **ಧೊಂಡೋಪಂತ್ ಗೋಖಲೆ** ನೇತೃತ್ವದ ಮರಾಠ ಸೈನ್ಯವನ್ನು ವಾಘ 1800ರ ಜೂನ್‌ನಲ್ಲಿ **ಲೊಂಡ ಕಾಳಗ**ದಲ್ಲಿ ಸೋಲಿಸಿದನು. ಗೋಖಲೆ ಹತನಾದನು. ದಕ್ಷಿಣದಲ್ಲಿ ತಮಿಳುನಾಡಿನ ಶಿವಗಂಗೆ, ಮಧುರೆ, ವಿರೂಪಾಕ್ಷಿ ಮೊದಲಾದ ಹಲವು ಪಾಳೆಗಾರರ ಧೋಂಡಿಯನೊಂದಿಗೆ ಸೇರಿಕೊಂಡರು. ಮಾಹೆಯ ಫ್ರೆಂಚರು ಅವನನ್ನು ಸಂಪರ್ಕಿಸಿದ್ದರು. ಈ ಬ್ರಿಟಿಷ್ ವಿರೋಧಿ ದಂಗೆ ಉತ್ತರ ಕನ್ನಡ ಜಿಲ್ಲೆಗೂ ವ್ಯಾಪಿಸಿತು. ವಿಟ್ಲ, ಬಂಟ್ವಾಳ, ಉಪ್ಪಿನಂಗಡಿ ಮೊದಲಾದವು ಧೋಂಡಿಯ ಬೆಂಬಲಿಗರ ವಶವಾದವು. ಅಂತೆಯೇ ಉತ್ತರ ಭಾಗದಲ್ಲಿ ರಾಣಿಬೆನ್ನೂರು, ಡಂಬಳ, ಸವಣೂರು, ಹರಪ್ಪನಹಳ್ಳಿ ಮೊದಲಾದ ಪ್ರದೇಶಗಳೂ ಅವನ ಬೆಂಬಲಿಗರ ವಶವಾದವು. ರಾಯದುರ್ಗ ಮತ್ತು ಆನೆಗುಂದಿಯ ಅರಸರು ಹಾಗೂ ಬಲಂ (ಬೇಲೂರು)ನ ಕೃಷ್ಣಪ್ಪ ನಾಯಕನೂ ಧೊಂಡಿಯನೊಂದಿಗೆ ಸೇರಿಕೊಂಡರು. ಧೋಂಡಿಯ **'ಉಭಯಲೋಕಾಧೀಶ್ವರ'** ಎಂಬ ಬಿರುದು ಧರಿಸಿದನು. ವಾಘನ ದಂಗೆಯ ತೀವ್ರತೆಯನ್ನು ಅರಿತ ಬ್ರಿಟಿಷರು **ಆರ್ಥರ್** ವೆಲ್ಲೆಸ್ಲಿ ನೇತೃತ್ವದ ಮೈಸೂರಿನ ಸಹಾಯಕ ಸೈನ್ಯದ ಮೂಲಕ ವಾಘನನ್ನು 1800ರ ಸೆಪ್ಟಂಬರ್ 10ರಂದು **ರಾಯಚೂರಿನ ಕೋನಗಲ್** ಬಳಿ ನಡೆದ ಕದನದಲ್ಲಿ ಸೋಲಿಸಿ, ಹತ್ಯೆ ಮಾಡಿದರು. ವಾಘನ ವಿರುದ್ಧ ಹೋರಾಟದಲ್ಲಿ ಬ್ರಿಟಿಷರಿಗೆ ನಿಜಾಮು ಮತ್ತು ಮರಾಠರೂ ಸಹಾಯ ಮಾಡಿದರು.

ಕಿತ್ತೂರಿನ ಬಂಡಾಯ (1824)

ಬ್ರಿಟಿಷ್ ವಸಾಹತುಶಾಹಿ ಪ್ರಭುತ್ವದ ವಿರುದ್ಧ ಭಾರತೀಯರು ನಡೆಸಿದ ಅಸಂಖ್ಯಾತ ಸ್ವಾತಂತ್ರ್ಯ ಹೋರಾಟಗಳಲ್ಲಿ ಕರ್ನಾಟಕದ ಅತ್ಯಂತ ಚಿಕ್ಕ ಸಂಸ್ಥಾನವಾದ ಕಿತ್ತೂರಿನ ಹೋರಾಟ ಅತ್ಯಂತ ಮಹತ್ವವಾದುದು. ಚನ್ನಮ್ಮ ರಾಣಿಯ ನೇತೃತ್ವದಲ್ಲಿ ನಡೆದ ಕಿತ್ತೂರಿನ ಸ್ವಾತಂತ್ರ್ಯ ಹೋರಾಟ ವಿಫಲವಾಯಿತಾದರೂ ಭಾರತದ ಮುಂದಿನ ಸ್ವಾತಂತ್ರ್ಯ ಹೋರಾಟದ ಮೇಲೆ ಅದರ ಪ್ರಭಾವ ಗಮನಾರ್ಹವಾದುದು.

ಕಿತ್ತೂರಿನ ಸಂಕ್ಷಿಪ್ತ ಇತಿಹಾಸ

ವಿಜಯನಗರ ಸಾಮ್ರಾಜ್ಯದ ಪತನಾನಂತರ ಕರ್ನಾಟಕ ಭಾಗದಲ್ಲಿ ಉದಯವಾದ ಹಲವಾರು ಸಣ್ಣಪುಟ್ಟ ರಾಜ್ಯಗಳಲ್ಲಿ ಕಿತ್ತೂರು ಸಂಸ್ಥಾನವೂ ಒಂದು. ಸಹೋದರರರಾದ **ಹಿರೇಮಲ್ಲ ಹಾಗೂ ಚಿಕ್ಕಮಲ್ಲ ಕಿತ್ತೂರಿನ ದೇಸಾಯಿ ವಂಶದ ಮೂಲ ಪುರುಷರು.** ಪ್ರಾರಂಭದಲ್ಲಿ ಬಿಜಾಪುರದ ಸಾಮಂತರಾಗಿದ್ದ ದೇಸಾಯಿಗಳು ಔರಂಗಜೇಬ್ ಬಿಜಾಪುರವನ್ನು ವಶಪಡಿಸಿಕೊಂಡ ನಂತರ ಸವಣೂರಿನ ನವಾಬನ ಸಾಮಂತರಾದರು. ಮುಂದೆ ಮುಘಲರ ಅವನತಿ ಆರಂಭವಾಗಿ ಮರಾಠ ಪೇಶ್ವೆಗಳು ಪ್ರಬಲರಾದಾಗ ದೇಸಾಯಿಗಳು ಪೇಶ್ವೆಗಳ ಅಧೀನತೆಯನ್ನು ಒಪ್ಪಿಕೊಂಡರು ಹಾಗೂ ಪೇಶ್ವೆಗಳು ನಡೆಸಿದ ಹಲವಾರು ಯುದ್ಧಗಳಲ್ಲಿ ಸಕ್ರಿಯವಾಗಿ ಪಾಲ್ಗೊಂಡರು. ದೇಸಾಯಿಗಳಲ್ಲಿ ಒಬ್ಬನಾದ **ಮಲ್ಲರುದ್ರಸರ್ಜ** ಮರಾಠರ ಪರವಾಗಿ **ಮೂರನೇ ಪಾಣಿಪಟ್** ಕದನದಲ್ಲಿ ಹೋರಾಡಿದನು. ಮುಂದೆ ಹೈದರ್ ಕಿತ್ತೂರಿನ ಮೇಲೆ ದಾಳಿ ಮಾಡಿದಾಗ ಸೋತ ದೇಸಾಯಿಗಳು ಹೈದರನಿಗೆ ಪೊಗದಿ ಕೊಡಲು ಒಪ್ಪಿಕೊಂಡರು.

ಮಲ್ಲಸರ್ಜ (1782–1816) ಕಿತ್ತೂರು ದೇಸಾಯಿ ಮನೆತನದ ಪ್ರಸಿದ್ಧ ದೊರೆ. ಅವನ ಕಾಲದಲ್ಲಿ ಕಿತ್ತೂರು ಸಂಸ್ಥಾನ ಬೆಳಗಾವಿ, ಖಾನಾಪುರ ಹಾಗೂ ಸಂಪಗಾವಿ ತಾಲ್ಲೂಕುಗಳನ್ನು ಹಾಗೂ ಧಾರವಾಡ, ಹಳಿಯಾಳ ಮತ್ತು ಸವದತ್ತಿ ತಾಲ್ಲೂಕುಗಳ ಹಲವಾರು ಗ್ರಾಮಗಳನ್ನು ಒಳಗೊಂಡಿತ್ತು. ಒಟ್ಟು ಸುಮಾರು 300 ರಿಂದ 350 ಗ್ರಾಮಗಳನ್ನು ಒಳಗೊಂಡಿತ್ತು. 1785ರಲ್ಲಿ ಟಿಪು ಕಿತ್ತೂರಿನ ಮೇಲೆ ದಾಳಿಮಾಡಿ ಮಲ್ಲಸರ್ಜನನ್ನು ಬಂಧಿಸಿ ಕಬ್ಬಾಳ ದುರ್ಗದಲ್ಲಿ ಬಂಧನದಲ್ಲಿಟ್ಟನು. ಮೂರು ವರ್ಷಗಳ ನಂತರ ತಪ್ಪಿಸಿಕೊಂಡ ಮಲ್ಲಸರ್ಜ ಪೂನಾಕ್ಕೆ ತೆರಳಿದನು.

1792ರಲ್ಲಿ ಟಿಪು ಮೂರನೇ ಮೈಸೂರು ಯುದ್ಧದಲ್ಲಿ ಸೋತ ನಂತರ ಶ್ರೀರಂಗಪಟ್ಟಣ ಒಪ್ಪಂದದ ಪ್ರಕಾರ ಕಿತ್ತೂರು ಮರಾಠರ ಅಧೀನವಾಯಿತು. ಪೇಶ್ವೆಗಳ ಸಹಾಯದಿಂದ ಮಲ್ಲಸರ್ಜ ಮತ್ತೆ ಕಿತ್ತೂರಿನ ಅರಸನಾದನು ಮತ್ತು ಮರಾಠ ಪೇಶ್ವೆಗಳ ಸಾರ್ವಭೌಮತ್ವವನ್ನು ಒಪ್ಪಿಕೊಂಡನು. 1809ರಲ್ಲಿ ಕಿತ್ತೂರು ಮತ್ತು ಪೂನಾ ಸರ್ಕಾರದ ನಡುವೆ ಒಂದು ಒಪ್ಪಂದವೇರ್ಪಟ್ಟಿತು. ಅದರ ಪ್ರಕಾರ ಮಲ್ಲಸರ್ಜನ ಅಧಿಕಾರಕ್ಕೆ ಪೇಶ್ವೆಯ ಮಾನ್ಯತೆ ದೊರೆಯಿತು. ಪ್ರತಿಯಾಗಿ ಮಲ್ಲಸರ್ಜ ಪೂನಾಕ್ಕೆ ವಾರ್ಷಿಕ 1,75,000 ರೂಪಾಯಿಗಳ ಪೊಗದಿ ನೀಡಲು ಒಪ್ಪಿಕೊಂಡನು. ಆದರೆ ಮುಂದೆ ಪೇಶ್ವೆಗಳ ಸರ್ಕಾರ ಮತ್ತು ಮಲ್ಲಸರ್ಜನ ನಡುವೆ ಭಿನ್ನಾಭಿಪ್ರಾಯಗಳು ಮೂಡಿ ಮಲ್ಲಸರ್ಜನನ್ನು ಪೂನಾದಲ್ಲಿ ಬಂಧನದಲ್ಲಿಡಲಾಯಿತು. ಅನಾರೋಗ್ಯದ ಕಾರಣದಿಂದ ಮೂರು ವರ್ಷಗಳ ನಂತರ ಬಿಡುಗಡೆಯಾದ ಮಲ್ಲಸರ್ಜ 1816ರಲ್ಲಿ ಮರಣಹೊಂದಿದನು.

1816ರಲ್ಲಿ ಮಲ್ಲಸರ್ಜ ನಿಧನನಾದಾಗ ಅವನ ಮಗ **ಶಿವಲಿಂಗರುದ್ರಸರ್ಜ** ಅಧಿಕಾರಕ್ಕೆ ಬಂದನು. ಅವನಿಗೆ ಬಾಳಾಸಾಹೇಬ್ ಎಂಬ ಹೆಸರು ಇದ್ದಿತು. ಬ್ರಿಟಿಷರೊಂದಿಗೆ ಉತ್ತಮ ಸಂಬಂಧ ಹೊಂದಿದ್ದ ಅವನು 1817ರ **3ನೇ ಮರಾಠಾ ಯುದ್ಧ** ಸಂದರ್ಭದಲ್ಲಿ ಬ್ರಿಟಿಷರನ್ನು ಬೆಂಬಲಿಸಿದ್ದನು ಮತ್ತು ಬೆಳಗಾವಿ ಕೋಟೆಯನ್ನು ವಶಪಡಿಸಿಕೊಳ್ಳಲು ಅವರಿಗೆ ನೆರವಾಗಿದ್ದನು. ಅದಕ್ಕೆ ಪ್ರತಿಫಲವಾಗಿ ಕಿತ್ತೂರು ಸಂಸ್ಥಾನವನ್ನು ಅನುವಂಶಿಕವಾಗಿ ಅನುಭವಿಸಿಕೊಂಡು ಬರುವ ಅಧಿಕಾರವನ್ನು 1818ರಲ್ಲಿ ಬ್ರಿಟಿಷರು ನೀಡಿದರು. ಬ್ರಿಟಿಷರ ಅಧೀನತೆಯನ್ನು ಒಪ್ಪಿಕೊಂಡ ದೇಸಾಯಿ ಬ್ರಿಟಿಷರಿಗೆ ವಾರ್ಷಿಕ 1,70,000 ರೂಪಾಯಿಗಳನ್ನು ಪೊಗದಿಯಾಗಿ ನೀಡಬೇಕಾಯಿತು.

ಶಿವಲಿಂಗರುದ್ರ ಸರ್ಜ 1824ರ ಸೆಪ್ಟೆಂಬರ್ 11 ರಂದು ನಿಧನನಾದನು. ಅವನಿಗೆ ಮಕ್ಕಳಿರಲಿಲ್ಲ. ಹೀಗಾಗಿ ತನ್ನ ಮರಣಕ್ಕೆ ಮುಂಚೆ ತನ್ನ ಸಂಬಂಧಿಯಾದ **ಮಾಸ್ತಮರಡಿಯ ಬಾಳಪ್ಪಗೌಡನ ಮಗ ಶಿವಲಿಂಗಪ್ಪನನ್ನು ದತ್ತು ಸ್ವೀಕರಿಸಿದ್ದನು** ಮತ್ತು ಈ ಸಂಬಂಧ **ಧಾರವಾಡ ಬ್ರಿಟಿಷ್ ಕಲೆಕ್ಟರ್ ಥ್ಯಾಕರೆ** ಸಾಹೇಬನಿಗೆ ಪತ್ರವನ್ನೂ ಬರೆದಿದ್ದನು. ಆದರೆ ದತ್ತು ಪುತ್ರ ಕಿತ್ತೂರಿನ ರಾಜಮನೆತನದ ಸಂಬಂಧಿಯಲ್ಲ ಎಂಬ ಕಾರಣ ನೀಡಿ ಬ್ರಿಟಿಷರು ದತ್ತು ಸ್ವೀಕಾರಕ್ಕೆ ಮಾನ್ಯತೆ ನೀಡಲು ನಿರಾಕರಿಸಿದರು. ದತ್ತಕವನ್ನು ಮಾನ್ಯಮಾಡಲು ಬ್ರಿಟಿಷರು ನಿರಾಕರಿಸಿದ್ದು ಕಿತ್ತೂರು ಹಾಗೂ ಬ್ರಿಟಿಷರ ನಡುವೆ ಘರ್ಷಣೆಗೆ ಕಾರಣವಾಯಿತು.

ಚನ್ನಮ್ಮ ರಾಣಿ (1780–1829)

ಕಿತ್ತೂರಿನ ಸ್ವಾತಂತ್ಯ ಹೋರಾಟದ ನಾಯಕಿಯಾದ ರಾಣಿ ಚನ್ನಮ್ಮ ಸ್ವಾತಂತ್ಯ ಹಾಗೂ ಸ್ವಾಭಿಮಾನದ ಸಂಕೇತವಾಗಿ ಆಧುನಿಕ ಭಾರತದ ಚರಿತ್ರೆಯಲ್ಲಿ ಮಹತ್ವದ ಸ್ಥಾನ ಪಡೆದಿದ್ದಾಳೆ. ಈಕೆ ಮಲ್ಲಸರ್ಜನ ಕಿರಿಯರಾಣಿ. (ಮತ್ತೊಬ್ಬ ರಾಣಿ ರುದ್ರಮ್ಮ.) ಕಿತ್ತೂರಿನ ಜನ ಈಕೆಯನ್ನು ಅಪಾರವಾಗಿ ಗೌರವಿಸುತ್ತಿದ್ದರು. ತನ್ನ ಜನರಲ್ಲಿ ಸ್ವಾತಂತ್ರ್ಯ ಪ್ರೇಮವನ್ನು ಮತ್ತು ದೇಶಭಕ್ತಿಯನ್ನು ಉದ್ದೀಪನಗೊಳಿಸಿದ ಆಕೆಯ ನಾಯಕತ್ವದಲ್ಲಿ ಜನರು ಬ್ರಿಟಿಷರ ವಿರುದ್ಧ ನಡೆಸಿದ ಸ್ವಾತಂತ್ರ್ಯ ಹೋರಾಟ ಚಿರಸ್ಮರಣೀಯವಾದುದು.

ಬ್ರಿಟಿಷರು ದತ್ತು ಸ್ವೀಕಾರಕ್ಕೆ ಮಾನ್ಯತೆ ನಿರಾಕರಿಸಿ ಕಿತ್ತೂರನ್ನು ವಶಪಡಿಸಿಕೊಳ್ಳಲು ನಿರ್ಧರಿಸಿದರು. ಧಾರವಾಡದ **ಕಲೆಕ್ಟರ್ ಥ್ಯಾಕರೆ** ಬೊಂಬಾಯಿಯ ರಾಜ್ಯಪಾಲ ಎಲ್ಫಿನ್‌ಸ್ಟನ್‌ನಿಗೆ ಒಂದು ಪತ್ರ ಬರೆದು ದತ್ತು ಸ್ವೀಕಾರ ಕ್ರಮಬದ್ಧವಾಗಿಲ್ಲ, ಏಕೆಂದರೆ ಶಿವಲಿಂಗ ರುದ್ರಸರ್ಜ ಮರಣಹೊಂದಿದ ಮೇಲೆ ದತ್ತು ಸ್ವೀಕಾರ ಮಾಡಲಾಗಿದೆ ಮತ್ತು ದತ್ತು ಸ್ವೀಕರಿಸಲಾಗಿರುವ ಶಿವಲಿಂಗಪ್ಪ ಕಿತ್ತೂರು ಅರಸು ಮನೆತನಕ್ಕೆ ಸಂಬಂಧಪಟ್ಟವನಲ್ಲ ಎಂದು ಹೇಳಿ ದತ್ತಕವನ್ನು ತಿರಸ್ಕರಿಸುವಂತೆ ಮನವಿ ಮಾಡಿದನು. ಈ ವಿಷಯದಲ್ಲಿ ಕಿತ್ತೂರಿನ ಅಧಿಕಾರಿಗಳಾದ ಮಲ್ಲಪ್ಪಶೆಟ್ಟಿ ಮತ್ತು ವೆಂಕಟರಾವ್ ಕೂಡ ಬ್ರಿಟಿಷರೊಂದಿಗೆ ಕೈಜೋಡಿಸಿದರು. ರಾಜ್ಯಪಾಲರಿಂದ ಆದೇಶ ಬರುವ ಮೊದಲೇ ಥ್ಯಾಕರೆ ಕಿತ್ತೂರನ್ನು ವಶಪಡಿಸಿಕೊಳ್ಳಲು ನಿರ್ಧರಿಸಿದನು. ಕಿತ್ತೂರಿನ ಆಡಳಿತಾಧಿಕಾರವನ್ನು ಮಲ್ಲಪ್ಪಶೆಟ್ಟಿ ಮತ್ತು ವೆಂಕಟರಾವ್ ಅವರಿಗೆ ವಹಿಸಿಕೊಡುವಂತೆ ಥ್ಯಾಕರೆ ಚನ್ನಮ್ಮ ರಾಣಿಗೆ ಆದೇಶಿಸಿದನು ಮತ್ತು ಕಿತ್ತೂರಿನ ಖಜಾನೆಯನ್ನು ವಶಕ್ಕೆ ತೆಗೆದುಕೊಳ್ಳಲು ಯತ್ನಿಸಿದನು.

ರಾಣಿ ಚನ್ನಮ್ಮ ಕಿತ್ತೂರಿನ ಆಂತರಿಕ ವ್ಯವಹಾರಗಳಲ್ಲಿ ಥ್ಯಾಕರೆಯ ಹಸ್ತಕ್ಷೇಪವನ್ನು ತೀವ್ರವಾಗಿ ವಿರೋಧಿಸಿದಳು. ಕಿತ್ತೂರಿನ ಜನರು ಆಕೆಯನ್ನು ಪೂರ್ಣವಾಗಿ ಬೆಂಬಲಿಸಿದರು. ಕಿತ್ತೂರಿನ ದರ್ಬಾರಿನ ಹಿರಿಯ ಅಧಿಕಾರಿಗಳಲ್ಲಿ ಎರಡು ಗುಂಪುಗಳಿದ್ದವು. ಮಂತ್ರಿ ಹಾಗೂ ದಂಡನಾಯಕ ಗುರುಸಿದ್ದಪ್ಪ, ಸಂಗೊಳ್ಳಿರಾಯಣ್ಣ, ಅಮಟೂರು ಬಾಳಪ್ಪ ಮತ್ತಿತರರು ರಾಣಿಗೆ ನಿಷ್ಠರಾಗಿದ್ದರು. ಸರ್ಧಾರ ಮಲ್ಲಪ್ಪಶೆಟ್ಟಿ, ಹಾವೇರಿಯ ವೆಂಕಟರಾವ್, ಕನ್ನೂರುಮಲ್ಲಪ್ಪ ಮತ್ತು ವೀರಪ್ಪ ಬ್ರಿಟಿಷರೊಂದಿಗೆ ರಹಸ್ಯ ಸಂಪರ್ಕ ಹೊಂದಿದ್ದರು.

ಚನ್ನಮ್ಮ ಶಿವಲಿಂಗ ರುದ್ರಸರ್ಜನ ಆಡಳಿತ ಕಾಲದಿಂದಲೂ ಆಡಳಿತದಲ್ಲಿ ಸಕ್ರಿಯವಾಗಿ ಪಾಲ್ಗೊಂಡು ಪ್ರಜೆಗಳ ವಿಶ್ವಾಸ ಸಂಪಾದಿಸಿದ್ದಳು. ಒಂದು ಕಡೆ ಸಂಧಾನದ ಮೂಲಕ ದತ್ತಕದ ವಿವಾದವನ್ನು ಬಗೆಹರಿಸಿಕೊಳ್ಳಲು ಯತ್ನಿಸುತ್ತಿದ್ದಂತೆ ಮತ್ತೊಂದು ಕಡೆ ಬ್ರಿಟಿಷ್‌ರೊಂದಿಗೆ ಯುದ್ಧಕ್ಕೆ ಸಿದ್ಧತೆಯನ್ನು ನಡೆಸಿದಳು. ತನ್ನ ನಂಬಿಕೆಯ ವಕೀಲರಾದ ಲಿಂಗಭಟ್ಟ ಮತ್ತು ರಾಚಪ್ಪ ಅವರುಗಳನ್ನು ಧಾರವಾಡಕ್ಕೆ ಸಂಧಾನಕ್ಕಾಗಿ ಕಳುಹಿಸಿದಳು. ಆದರೆ ಅವರ ಸಂಧಾನದ ಪ್ರಯತ್ನಗಳು ಯಶಸ್ವಿಯಾಗಲಿಲ್ಲ. ಸಂಧಾನದ ಪ್ರಯತ್ನಗಳು ವಿಫಲವಾದ್ದರಿಂದ ಯುದ್ಧ ಅನಿವಾರ್ಯವಾಯಿತು.

ಮೊದಲ ಸುತ್ತಿನ ಹೋರಾಟ : ಕಿತ್ತೂರನ್ನು ವಶಪಡಿಸಿಕೊಳ್ಳಲೇಬೇಕೆಂದು ಥ್ಯಾಕರೆ ದೃಢ ನಿರ್ಧಾರ ಮಾಡಿದ್ದನು. ಅವನ ನಾಯಕತ್ವದ ಬ್ರಿಟಿಷ್ ಸೈನ್ಯ 1824ರ ಅಕ್ಟೋಬರ್ 23 ರಂದು ಕಿತ್ತೂರಿನ ಮೇಲೆ ದಾಳಿ ಮಾಡಿ ಕೋಟೆಗೆ ಮುತ್ತಿಗೆ ಹಾಕಿತು. ಶರಣಾಗುವಂತೆ ಥ್ಯಾಕರೆಯ ಸೂಚನೆಯನ್ನು ಚನ್ನಮ್ಮ ತಿರಸ್ಕರಿಸಿದಳು. ತೀವ್ರ ಕಾಳಗ ನಡೆದು ಬ್ರಿಟಿಷ್ ಸೈನ್ಯ ಪರಾಜಿತವಾಯಿತು. ಗುರುಸಿದ್ದಪ್ಪ ನೇತೃತ್ವದ ಕಿತ್ತೂರಿನ ಸೈನ್ಯ ಮೊದಲ ಸುತ್ತಿನ ಹೋರಾಟದಲ್ಲಿ ಅದ್ಭುತ ಜಯಗಳಿಸಿತು. ರಾಣಿಯ ಅಂಗರಕ್ಷಕ **ಅಮಟೂರು ಬಾಳಪ್ಪ** ಥ್ಯಾಕರೆಯನ್ನು ಗುಂಡಿಟ್ಟು ಕೊಂದನು. ಬ್ರಿಟಿಷ್ ಅಧಿಕಾರಿಗಳಾದ ಸರ್. ವಾಲ್ಟರ್ ಈಲಿಯೆಟ್ ಮತ್ತು **ಸ್ಟೀವನ್‌ಸನ್**‌ರನ್ನು ಸೆರೆಹಿಡಿಯಲಾಯಿತು.

ಎರಡನೆಯ ಸುತ್ತಿನ ಹೋರಾಟ : ಬ್ರಿಟಿಷ್ ಸೈನ್ಯದ ಸೋಲು ಹಾಗೂ ಥ್ಯಾಕರೆಯ ಸಾವು ಬ್ರಿಟಿಷರಿಗೆ ತೀವ್ರ ಆತಂಕವನ್ನುಂಟುಮಾಡಿತು. ತಕ್ಷಣ ಬ್ರಿಟಿಷರು ಕಿತ್ತೂರಿನ ಮೇಲೆ ಮತ್ತೆ ದಾಳಿ ನಡೆಸಲು ಸಿದ್ಧತೆ ನಡೆಸಿದರು. ದಖ್ಖನಿನ **ಕಮೀಷನರ್ ಚಾಪ್ಲಿನ್** ನೇತೃತ್ವದಲ್ಲಿ ಪ್ರಬಲವಾದ ಬ್ರಿಟಿಷ್ ಸೈನ್ಯ 1824ರ ಡಿಸೆಂಬರ್ 3 ರಂದು ಕಿತ್ತೂರಿನ ಮೇಲೆ ದಾಳಿ ಮಾಡಿತು. ರಾಣಿ ಚನ್ನಮ್ಮ ಮತ್ತೆ ಸಂಧಾನಕ್ಕೆ ಯತ್ನಿಸಿದಳು. ಬಾಂಬೆ ರಾಜ್ಯಪಾಲ ಹಾಗೂ ಕಮೀಷರ್ ಚಾಪ್ಲಿನ್‌ಗೆ ಪತ್ರ ಬರೆದು ನಿಜ ಪರಿಸ್ಥಿತಿಯನ್ನು ವಿವರಿಸಿದಳು. ಯುದ್ಧ ಕೈದಿಗಳನ್ನು ಬಿಡುಗಡೆ ಮಾಡಿದರೆ ಯುದ್ಧವನ್ನು ನಿಲ್ಲಿಸುವುದಾಗಿ ಬ್ರಿಟಿಷರು ರಾಣಿಗೆ ತಿಳಿಸಿದರು. ಚನ್ನಮ್ಮ ಯುದ್ಧ ಕೈದಿಗಳಾಗಿದ್ದ ಸ್ಟೀವನ್‌ಸನ್ ಮತ್ತು ಈಲಿಯಟ್‌ರನ್ನು ಬಿಡುಗಡೆ ಮಾಡಿದಳು. ಗುರುಸಿದ್ದಪ್ಪನನ್ನು ಬಂಧಿಸಿ ತಮಗೊಪ್ಪಿಸಬೇಕೆಂಬ ಬ್ರಿಟಿಷರ ಬೇಡಿಕೆಯನ್ನು ರಾಣಿ ತಿರಸ್ಕರಿಸಿದಳು. ಆದರೆ ಮಾತಿನಂತೆ ನಡೆಯದ ಬ್ರಿಟಿಷರು ಎಲ್ಲ ಭಾಗಗಳಿಂದಲೂ ಕಿತ್ತೂರನ್ನು ಸುತ್ತುವರಿದರು. ಬ್ರಿಟಿಷ್ ಸೈನ್ಯ ಕಿತ್ತೂರಿನ ಸೈನ್ಯಕ್ಕಿಂತ ನಾಲ್ಕು ಪಟ್ಟು ದೊಡ್ಡದಿತ್ತು. ಬ್ರಿಟಿಷರ ಫಿರಂಗಿಗಳು ಕೋಟೆಯಲ್ಲಿ ಬಿರುಕನ್ನುಂಟುಮಾಡಿದವು. ಕಿತ್ತೂರಿನ ಯೋಧರು ಪರಾಕ್ರಮದಿಂದ ಹೋರಾಡಿದರಾದರು ಕೊನೆಗೆ ಪರಾಜಿತರಾದರು. ಆಂತರಿಕ ವಿದ್ರೋಹ ಕಿತ್ತೂರಿನ ಸೋಲಿಗೆ ಮುಖ್ಯ ಕಾರಣವಾಯಿತು. ವಿದ್ರೋಹಿಗಳು ಕಿತ್ತೂರಿನ ಎಲ್ಲ ರಹಸ್ಯಗಳನ್ನು ಬ್ರಿಟಿಷರಿಗೆ ತಿಳಿಸಿದ್ದರು. ಅದರಲ್ಲಿ ಮಲ್ಲಪ್ಪಶೆಟ್ಟಿಯ ಪಾತ್ರ ಪ್ರಮುಖವಾದುದು. ವಿದ್ರೋಹಿಗಳ ಸಂಚಿನಿಂದಾಗಿ ಕಿತ್ತೂರಿನ ಮದ್ದುಗುಂಡು ಸಿಡಿಯಲೇ ಇಲ್ಲ.

ಚನ್ನಮ್ಮಳನ್ನು ಬಂಧಿಸಿ ಬೈಲಹೊಂಗಲದ ಸೆರೆಮನೆಯಲ್ಲಿಡಲಾಯಿತು. ಅಲ್ಲಿಯೇ ಆಕೆ 1829 ರ ಫೆಬ್ರವರಿ 21ರಂದು ಮರಣಹೊಂದಿದಳು. ಕಿತ್ತೂರಿನ ಸೈನ್ಯಾಧಿಕಾರಿ ಗುರುಸಿದ್ದಪ್ಪನನ್ನು ಬಂಧಿಸಿ ಬೆಳಗಾವಿ ಜೈಲಿನಲ್ಲಿಡಲಾಗಿತ್ತು. ಮುಂದೆ

ಅವನನ್ನು ಅನಾಗರಿಕವಾಗಿ ಕೊಂದು ಅವನ ಶವವನ್ನು ಬೆಳಗಾವಿಯ ಬೀದಿಯಲ್ಲಿ ಎಸೆಯಲಾಯಿತು. 2007ರಲ್ಲಿ ಚನ್ನಮ್ಮ ರಾಣಿಯ ಪ್ರತಿಮೆಯನ್ನು ಡೆಲ್ಲಿಯ ಸಂಸತ್ ಭವನದ ಆವರಣದಲ್ಲಿ ಸ್ಥಾಪಿಸಲಾಯಿತು.

ಚನ್ನಮ್ಮ ಬಂಧಿಸಲ್ಪಟ್ಟ ನಂತರ ಸಂಗೊಳ್ಳಿ ರಾಯಣ್ಣನ ನೇತೃತ್ವದಲ್ಲಿ ಕಿತ್ತೂರಿನ ಜನರು ಹೋರಾಟವನ್ನು ಮುಂದುವರಿಸಿದರು. ರಾಯಣ್ಣನೂ 1824 ರಲ್ಲಿ ಬಂಧಿತನಾಗಿದ್ದನು. 1828ರಲ್ಲಿ ಬಿಡುಗಡೆಯಾದ ನಂತರ ರಾಯಣ್ಣ ಕಿತ್ತೂರಿನ ಸ್ವಾತಂತ್ರ್ಯಕ್ಕಾಗಿ ಹೋರಾಟ ಆರಂಭಿಸಿದನು. ರಾಣಿ ಚನ್ನಮ್ಮಳ ನಿಷ್ಠ ಸೇವಕನಾಗಿದ್ದ ಅವನು ರಾಣಿಯ ಹೆಸರಿನಲ್ಲಿ ಕಿತ್ತೂರಿನ ವಿಮೋಚನೆಗಾಗಿ ತೀವ್ರ ಹೋರಾಟ ಸಂಘಟಿಸಿದನು. ಬಲಿಷ್ಠ ಬ್ರಿಟಿಷ್ ಪ್ರಭುತ್ವಕ್ಕೆ ರಾಯಣ್ಣನ ಸ್ವಾತಂತ್ಯ ಹೋರಾಟ ಬಹುದೊಡ್ಡ ಸವಾಲಾಯಿತು. ಆರಂಭದಲ್ಲಿ ಕೇವಲ 500 ಸೈನಿಕರನ್ನು ರಾಯಣ್ಣ ಹೊಂದಿದ್ದನಾದರೂ 1830ರ ವೇಳೆಗೆ ಅವರ ಸಂಖ್ಯೆ 2000ಕ್ಕೆ ಹೆಚ್ಚಿತ್ತು. ಆದರೆ ದ್ರೋಹಿಗಳಾದ **ಖೋದನಪುರದ ಲಿಂಗನಗೌಡ** ಹಾಗೂ ಲಕ್ಕಪ್ಪ ರಾಯಣ್ಣನ ಶಿಬಿರ ಸೇರಿಕೊಂಡು ಕೊನೆಗೆ ರಾಯಣ್ಣನನ್ನು ಬ್ರಿಟಿಷರಿಗೆ ಹಿಡಿದುಕೊಡುವಲ್ಲಿ ಸಫಲರಾದರು. ರಾಯಣ್ಣನನ್ನು ನಂದಗಡದಲ್ಲಿ 1831ರ ಜನವರಿ 26ರಂದು ಗಲ್ಲಿಗೇರಿಸಲಾಯಿತು. ಅವನ ಸಮಾಧಿಯ ಮೇಲೆ ನೆಡಲಾದ ಆಲದ ಮರ ಇಂದಿಗೂ ಇದೆ. ರಾಯಣ್ಣನನ್ನು ನೇಣುಹಾಕಿದ ನಂತರ ಕಿತ್ತೂರಿನ ಸ್ವಾತಂತ್ರ್ಯಹೋರಾಟ ಅಂತ್ಯಗೊಂಡಿತು. ದ್ರೋಹಿ ಖೋದನಪುರದ ಲಿಂಗನಗೌಡನನ್ನು ಕಿತ್ತೂರು ರಾಜಭಕ್ತರು ಕೊಂದುಹಾಕಿದರು.

ಕೊಡಗಿನ ಬಂಡಾಯ

ಕೊಡಗು 1792ಕ್ಕೆ ಮುಂಚೆ ಟಿಪುವಿನ ಅಧೀನದಲ್ಲಿತ್ತು. 1792ರ ಶ್ರೀರಂಗಪಟ್ಟಣ ಒಪ್ಪಂದದ ಪ್ರಕಾರ ಬ್ರಿಟಿಷರ ಪರೋಕ್ಷ ಅಧೀನಕೊಳಗಾಗಿದ್ದರೂ ಕೊಡಗಿನಲ್ಲಿ **ಹಾಲೇರಿ ವಂಶದವರು** ಆಳುತ್ತಿದ್ದರು. (ಇದು ಕೆಳದಿ ಅಥವಾ ಇಕ್ಕೇರಿನಾಯಕ ವಂಶದ ಒಂದು ಶಾಖೆ)ಈ ವಂಶದ **ಚಿಕ್ಕವೀರರಾಜ** (1820–34) ಅಸಮರ್ಥನೂ, ಅವಿವೇಕಿಯೂ ಆಗಿದ್ದನು. ಆಪ್ತ ಸಲಹೆಗಾರನಾಗಿದ್ದ ಕುಂಟ ಬಸವನ ಪಿತೂರಿಯಿಂದಾಗಿ ಚಿಕ್ಕವೀರ ರಾಜ ತನ್ನ ಕುಟುಂಬದ ಹಲವರನ್ನು ಕೊಲ್ಲಿಸಿದನು. ಪರಿಣಾಮವಾಗಿ ರಾಜನ ತಂಗಿ ದೇವಮ್ಮಾಜಿ ಮತ್ತು ಆಕೆಯ ಪತಿ ಚನ್ನಬಸಪ್ಪ 1832ರಲ್ಲಿ ಬ್ರಿಟಿಷರ ರಕ್ಷಣೆ ಕೋರಿದರು. ರಾಜ ಲಿಂಗಾಯತನಾಗಿದ್ದರಿಂದ ಕೊಡವರೂ ಅವನ ವಿರುದ್ಧ ಬ್ರಿಟಿಷರಿಗೆ ನೆರವು ನೀಡಿದರು. ಈ ಹಿನ್ನೆಲೆಯಲ್ಲಿ 1834ರ ಏಪ್ರಿಲ್‌ನಲ್ಲಿ ಬ್ರಿಟಿಷ್ ಸೈನ್ಯ ದಾಳಿಮಾಡಿ ಕೊಡಗನ್ನು ವಶಪಡಿಸಿಕೊಂಡಿತು. ಚಿಕ್ಕವೀರರಾಜನನ್ನು ಬಂಧಿಸಿ ವೆಲ್ಲೂರ್ ಜೈಲಿನಲ್ಲಿಡಲಾಯಿತು. **ಕರ್ನಲ್ ಜೆ.ಎಸ್ ಫ್ರೇಜರ್‌ನನ್ನು ಕೊಡಗಿನ ಕಮೀಷನರ್** ಆಗಿ ನೇಮಿಸಲಾಯಿತು.

ಕೊಡಗಿನಲ್ಲಿ ಹಾಲೇರಿ ವಂಶದ ಅರಸನನ್ನು ಪದಚ್ಯುತಗೊಳಿಸಿದ ಬ್ರಿಟಿಷರ ಕ್ರಮಕ್ಕೆ ವ್ಯಾಪಕ ವಿರೋಧ ವ್ಯಕ್ತವಾಯಿತು. **ಸ್ವಾಮಿ ಅಪರಂಪಾರ, ಕಲ್ಯಾಣಸ್ವಾಮಿ ಹಾಗೂ ಪುಟ್ಟಬಸಪ್ಪ** ನೇತೃತ್ವದಲ್ಲಿ ಬ್ರಿಟಿಷರ ವಿರುದ್ಧ ತೀವ್ರ ಬಂಡಾಯ ನಡೆಯಿತು. ಕೊಡಗಿನ ರಾಜವಂಶದೊಂದಿಗೆ ನಿಕಟ ಸಂಪರ್ಕ ಹೊಂದಿದ್ದ, ಜಂಗಮಸ್ವಾಮಿ ಎಂದೇ ಹೆಸರಾಗಿದ್ದ ಅಪರಂಪಾರ ಸ್ವಾಮಿ 1835ರಲ್ಲಿ ಬ್ರಿಟಿಷರ ವಿರುದ್ಧ ಸಶಸ್ತ್ರ ಬಂಡಾಯ ಸಂಘಟಿಸಿದನು. ಅವನು ತಾನು ಹಾಲೇರಿ ಸಿಂಹಾಸನಕ್ಕೆ ನಿಜವಾದ ಹಕ್ಕುದಾರ ಎಂದು ಹೇಳಿಕೊಂಡನು. ಅವನಿಗೆ ಸುಳ್ಯದ ಕೆಡಂಬಾಡಿ ರಾಮೇಗೌಡ, ಗೆದ್ದಮನೆ ಅಪ್ಪಯ್ಯಗೌಡ ಹಾಗೂ ಇಕ್ಕೇರಿ ವಂಶಕ್ಕೆ ಸೇರಿದ ಮಲ್ಲಪ್ಪಗ□ಡ, ಕುಜುಗೋಡ ಅಪ್ಪಯ್ಯಗ□ಡ ಬೆಂಬಲ ನೀಡಿದರು. ಆದರೆ ಬ್ರಿಟಿಷ್ ಸೈನ್ಯ ಈ ದಂಗೆಯನ್ನು ಹತ್ತಿಕ್ಕಿ ಅಪರಂಪಾರ ಸ್ವಾಮಿಯನ್ನು ಬಂಧಿಸಿತು.

ಅಪರಂಪಾರ ಸ್ವಾಮಿಯ ಬಂಧನದ ನಂತರ ಕೊಡಗಿನ ದೇಶಪ್ರೇಮಿಗಳು **ಕಲ್ಯಾಣಸ್ವಾಮಿ**ಯ ನೇತೃತ್ವದಲ್ಲಿ ಮತ್ತೆ ಸಂಘಟಿತರಾಗಿ ಬ್ರಿಟಿಷರ ವಿರುದ್ಧ ಹೋರಾಟ ಮುಂದುವರಿಸಿದರು. ಕೊಡಗಿನಲ್ಲಿ ಹಾಲೇರಿ ವಂಶದವರನ್ನು ಮತ್ತೆ ಅಧಿಕಾರಕ್ಕೆ ತರುವುದು ಬಂಡಾಯಗಾರರ ಉದ್ದೇಶವಾಗಿತ್ತು. ಕಲ್ಯಾಣಸ್ವಾಮಿ ತಾನು ಚಿಕ್ಕವೀರರಾಜನ ಚಿಕ್ಕಪ್ಪ ಅಪ್ಪಾಜಿಯ 2ನೇ ಮಗನೆಂದು ಮತ್ತು ತಾನು ಅಧಿಕಾರಕ್ಕೆ ಬಂದರೆ 3ವರ್ಷ ಕಂದಾಯ ರದ್ದುಮಾಡುವುದಾಗಿ ಪ್ರಕಟಿಸಿದನು. ನಿಸ್ಸೀಮ ದೇಶಭಕ್ತ ಹಾಗೂ ಸ್ವಾತಂತ್ರ್ಯ ಪ್ರೇಮಿಯಾಗಿದ್ದ ಕಲ್ಯಾಣಸ್ವಾಮಿ ಸುಮಾರು 2000 ಯೋಧರ ಸೈನ್ಯವನ್ನು ಕಟ್ಟಿ ಪುತ್ತೂರಿನ ಖಜಾನೆಯನ್ನು ಲೂಟಿ ಮಾಡಿದನು. ವಿಟ್ಲ, ಬಂಟ್ವಾಳ, ಅಮರಸುಳ್ಯ ಮೊದಲಾದ ಪ್ರದೇಶಗಳ ಮೇಲೆ ಅವನು ತನ್ನ ಅಧಿಕಾರ ಸ್ಥಾಪಿಸಿದನು. ಆದರೆ ಬಲಿಷ್ಠ ಬ್ರಿಟಿಷ್ ಸೈನ್ಯದ ಮುಂದೆ ಅವನ ಹೋರಾಟ ಹೆಚ್ಚು ಕಾಲ ನಿಲ್ಲಲಿಲ್ಲ. 1837ರಲ್ಲಿ ಕಲ್ಯಾಣ ಸ್ವಾಮಿಯನ್ನು ಬಂಧಿಸಿ ನೇಣುಹಾಕಲಾಯಿತು.

ಮುಂದಿನ ಹಂತದಲ್ಲಿ ಬಂಡಾಯವನ್ನು ಮುಂದುವರಿಸಿದವನು ಕಲ್ಯಾಣ ಸ್ವಾಮಿಯ ಮಿತ್ರ **ಪುಟ್ಟಬಸಪ್ಪ**. ಅವನು ತಾನೇ ಕಲ್ಯಾಣ ಸ್ವಾಮಿಯೆಂದು ಹೇಳಿಕೊಂಡು ಹೋರಾಟ ಸಂಘಟಿಸಿದನು. ಅವನ ನೇತ್ರತ್ವದಲ್ಲಿ ಕೊಡಗು ಮತ್ತು ಕೆನರಾ

ಪ್ರದೇಶದಲ್ಲಿ ಬಂಡಾಯ ತೀವ್ರ ಸ್ವರೂಪ ಪಡೆಯಿತು. ಬಂಡಾಯ ಪುತ್ತೂರು, ಸುಳ್ಯ, ಬೆಳ್ಳಾರೆ ಬಂಟ್ವಾಳ, ಮಂಗಳೂರು ಹಾಗೂ ಕಾಸರಗೋಡಿಗೂ ವ್ಯಾಪಿಸಿತು. **ಸುಳ್ಯದ ಅಮಲ್ದಾರ ಅಟ್ಲೂರು ರಾಮಪ್ಪಯ್ಯನ ಹತ್ಯೆಯಾಯಿತು.** ಮಂಗಳೂರಿನಲ್ಲಿ ಜನರು ಬಂಡಾಯಗಾರರಿಗೆ ಎಲ್ಲ ರೀತಿಯ ನೆರವು ನೀಡಿದರು. ಐರೋಪ್ಯರನ್ನು ಮಂಗಳೂರಿನಿಂದ ಸಮುದ್ರಮಾರ್ಗವಾಗಿ ತೆಲಿಚೆರಿಗೆ ಕಳುಹಿಸಬೇಕಾಯಿತು. ಕಲೆಕ್ಟರ್ ಕೂಡ ಮಂಗಳೂರನ್ನು ತ್ಯಜಿಸಬೇಕಾಯಿತು. ಪರಿಸ್ಥಿತಿ ಗಂಭೀರ ಸ್ವರೂಪ ಪಡೆದಾಗ ಧಾರವಾಡ, ಬಾಂಬೆ, ಕಣ್ಣಾನೂರ್‌ನಿಂದ ಆಗಮಿಸಿದ ಬ್ರಿಟಿಷ್ ಪಡೆಗಳು ಮಂಗಳೂರನ್ನು ಪುನರಾಕ್ರಮಿಸಿಕೊಂಡವು. ಕೊನೆಗೆ ಬಂಡಾಯವನ್ನು ಹತ್ತಿಕ್ಕಿ, ಪುಟ್ಟಬಸಪ್ಪ ಮತ್ತು ಗದ್ದೆಮನೆ ಅಪ್ಪಯ್ಯಗೌಡನನ್ನು ಬಂಧಿಸಿ 1837ರ ಮೇ ನಲ್ಲಿ ಮಡಿಕೇರಿ ಕೋಟೆಯಲ್ಲಿ ನೇಣು ಹಾಕಲಾಯಿತು. ಕೊಡಗು ಮತ್ತು ಕೆನರಾ ಪ್ರದೇಶದ ಸ್ವಾತಂತ್ರ್ಯ ಪ್ರೇಮಿಗಳ ಬಂಡಾಯವನ್ನು ಹತ್ತಿಕ್ಕಲು **ದಿವಾನ್ ಬೋಪಣ್ಣ** ಮತ್ತು ಇತರ ಕೊಡವರು ಬ್ರಿಟಿಷರಿಗೆ ಸಂಪೂರ್ಣ ನೆರವು ನೀಡಿದರು. ಅಂತೆಯೇ ಕೊಡಗಿನ ಸೂಪರಿಂಟೆಂಡೆಂಟ್ **ಕ್ಯಾಪ್ಟನ್ ಲಿ ಹಾರ್ಡಿ** ಕೂಡ ದಂಗೆಯನ್ನು ದಮನ ಮಾಡುವಲ್ಲಿ ಮಹತ್ವದ ಪಾತ್ರ ವಹಿಸಿದನು. ಅವರಿಬ್ಬರಿಗೂ ಉಡುಗೊರೆಗಳನ್ನು ನೀಡಿ ಅವರ ಸೇವೆಯನ್ನು ಪ್ರಶಂಸಿಸಲಾಯಿತು. ಇದನ್ನು ಕೊಡಗಿನ ಬಂಡಾಯ ಎಂದು ಕರೆಯಲಾಗಿದ್ದರೂ ಇದು ತೀವ್ರವಾಗಿದ್ದುದು ದಕ್ಷಿಣ ಕನ್ನಡ ಜಿಲ್ಲೆಯಲ್ಲಿ. ಈ ಬಂಡಾಯವನ್ನು **'ಅಮರಸುಳ್ಯ ದಂಗೆ'** ಎಂದೂ, **'ಕಲ್ಯಾಣಪ್ಪನ ಕಟಕಾಯಿ'** ಎಂದೂ ಕರೆಯಲಾಗಿದೆ. ಬ್ರಿಟಿಷ್ ಕಮೀಷನರ್ ಕಾಟನ್ ಸರ್ಕಾರಕ್ಕೆ ಸಲ್ಲಿಸಿದ ವರದಿಯಲ್ಲಿ ಅಮರಸುಳ್ಯ ಬಂಡಾಯ ನಗರ ರೈತ ದಂಗೆಯ ಮುಂದುವರಿದ ಭಾಗ ಎಂದು ಹೇಳಿದ್ದಾರೆ. 1841ರಲ್ಲಿ ಸತಾರ ಛತ್ರಪತಿಯ ಮಾಜಿ ಅಧಿಕಾರಿ **ನರಸಪ್ಪ ಪೆಟ್ಕರ್ ಬಾದಾಮಿಯಲ್ಲಿ ಬಂಡಾಯ ನಡೆಸಿದನು.** ಅದನ್ನು ಬ್ರಿಟಿಷರು ಹತ್ತಿಕ್ಕಿದರು.

ಕರ್ನಾಟಕದಲ್ಲಿ 1857ರ ದಂಗೆಯ ಪ್ರತಿಧ್ವನಿ

1857 ಬ್ರಿಟಿಷ್ ಭಾರತದ ಚರಿತ್ರೆಯಲ್ಲಿ ಅತ್ಯಂತ ಮಹತ್ವದ ವರ್ಷವಾಗಿದೆ. ಪ್ರಥಮ ಬಾರಿಗೆ ಭಾರತೀಯರು ಬ್ರಿಟಿಷ್ ಪ್ರಭುತ್ವದ ಬಗ್ಗೆ ತಮ್ಮ ತೀವ್ರ ಆಕ್ರೋಶವನ್ನು ದೊಡ್ಡ ಪ್ರಮಾಣದ ದಂಗೆಯ ಮೂಲಕ ಪ್ರದರ್ಶಿಸಿದರು. ದೇಶದ ವಿವಿಧ ಭಾಗಗಳ ಜನರಂತೆ ಕನ್ನಡಿಗರೂ ತಮ್ಮ ಅತೃಪ್ತಿ, ಅಸಮಾಧಾನವನ್ನು ಪ್ರದರ್ಶಿಸಿದರು. ಮೊದಲ ಪ್ರತಿಭಟನೆ ವ್ಯಕ್ತವಾದದ್ದು ಮುಧೋಳ ಸಂಸ್ಥಾನದ **ಹಲಗಲಿಯ ಬೇಡ ಸಮುದಾಯ**ದವರಿಂದ. 1857ರ ಸೆಪ್ಟೆಂಬರ್ 11ರಂದು ಬ್ರಿಟಿಷ್ ಸರ್ಕಾರ **ಡಿಸ್‌ಆರ್ಮಿಂಗ್ ಆಕ್ಟ್ (Disarming Act)** ಜಾರಿಗೊಳಿಸಿ ಶಸ್ತ್ರಾಸ್ತ್ರಗಳನ್ನು ಹೊಂದಲು ಸರ್ಕಾರದಿಂದ ಪರವಾನಗಿಯನ್ನು ಪಡೆಯುವುದನ್ನು ಕಡ್ಡಾಯಗೊಳಿಸಿ ಪರವಾನಗಿಯಿಲ್ಲದ ಶಸ್ತ್ರಾಸ್ತ್ರಗಳನ್ನು ಸರ್ಕಾರಕ್ಕೆ ಹಿಂದಿರುಗಿಸುವಂತೆ ಆದೇಶ ಹೊರಡಿಸಿದಾಗ ಅದನ್ನು ಪ್ರತಿಭಟಿಸಿ ಬೇಡರು ದಂಗೆ ಎದ್ದರು. 1857ರ ನವೆಂಬರ್ 30ರಂದು ಬ್ರಿಟಿಷ್ ಸೈನ್ಯ ಹಲಗಲಿಯ ಮೇಲೆ ದಾಳಿ ನಡೆಸಿತು. ಬಂಡಾಯವನ್ನು ಕ್ರೂರವಾಗಿ ದಮನ ಮಾಡಲಾಯಿತು. ಹಲವರು ಹತರಾದರು ಮತ್ತು 290 ಬೇಡರನ್ನು ಬಂಧಿಸಲಾಯಿತು. 13 ಮಂದಿಯನ್ನು ಮುಧೋಳದಲ್ಲಿ ಡಿಸೆಂಬರ್ 11ರಂದು ಸಂತೆಯ ದಿನ ಸಾರ್ವಜನಿಕವಾಗಿ ನೇಣು ಹಾಕಲಾಯಿತು. 3ದಿನಗಳ ನಂತರ ಡಿಸೆಂಬರ್ 14ರಂದು 6ಜನರನ್ನು ಹಲಗಲಿಯಲ್ಲಿ ನೇಣು ಹಾಕಲಾಯಿತು.

ಸುರಪುರದ ಬಂಡಾಯ

ಯಾದಗಿರಿ ಜಿಲ್ಲೆಯ ಸುರಪುರ ಎಂಬ ಪುಟ್ಟ ಸಂಸ್ಥಾನ ಬ್ರಿಟಿಷರ ಸುಲಿಗೆಯ ನೀತಿಯಿಂದಾಗಿ ಅತ್ಯಂತ ಶೋಚನೀಯ ಸ್ಥಿತಿಗೆ ದೂಡಲ್ಪಟ್ಟಿತ್ತು. ಅಲ್ಲಿನ ರಾಜ 24 ವರ್ಷದ **ನಾಲ್ಕನೇ ವೆಂಕಟಪ್ಪ ನಾಯಕ** ಬ್ರಿಟಿಷರ ನಿಯಂತ್ರಣದಿಂದ ಹೊರಬರಲು ನಿರ್ಧರಿಸಿ ನಾನಾಸಾಹೇಬ್ ಹಾಗೂ ಸ್ಥಳೀಯ ಜಮೀನುದಾರರ ಸಹಕಾರದೊಂದಿಗೆ ದಂಗೆ ಎದ್ದನು. 1858ರ ಫೆಬ್ರವರಿಯಲ್ಲಿ ಬ್ರಿಟಿಷ್ ಸೈನ್ಯ ಸುರಪುರವನ್ನು ವಶಪಡಿಸಿಕೊಂಡಿತು. ವೆಂಕಟಪ್ಪ ನಾಯಕ ಹೈದರಾಬಾದಿಗೆ ತೆರಳಿದನು. ಆದರೆ ನಿಜಾಮನ ಸರ್ಕಾರ ಅವನನ್ನು ಹಿಡಿದು ಬ್ರಿಟಿಷರಿಗೆ ಒಪ್ಪಿಸಿತು. ಬ್ರಿಟಿಷ್ ಅಧಿಕಾರಿ ಹಾಗೂ ಇತಿಹಾಸಕಾರ **ಮೀಡೋಸ್ ಟೇಲರ್ (1808-1876)** ವೆಂಕಟಪ್ಪ ನಾಯಕನನ್ನು ತನ್ನ ಮಗನಂತೆ ಪರಿಗಣಿಸಿದ್ದನು. ಟೇಲರ್ ಸುರಪುರ ಸಂಸ್ಥಾನದಲ್ಲಿ ರೆಸಿಡೆಂಟ್ ಮತ್ತು ರೀಜೆಂಟ್ ಆಗಿ ನೇಮಕಗೊಂಡಿದ್ದನು ಆತನೇ ವೆಂಕಟಪ್ಪನಿಗೆ ಇಂಗ್ಲಿಷ್ ಶಿಕ್ಷಣ ಕೊಡಿಸಿದ್ದನು. ಅವನನ್ನು ವೆಂಕಟಪ್ಪ **"ಅಪ್ಪ"** ಎಂದೇ ಕರೆಯುತ್ತಿದ್ದನು. ಅವನ ಪ್ರಯತ್ನದಿಂದಾಗಿ ವೆಂಕಟಪ್ಪ ನಾಯಕನಿಗೆ ವಿಧಿಸಲಾಗಿದ್ದ ಮರಣ ಶಿಕ್ಷೆ ಕೇವಲ ನಾಲ್ಕು ವರ್ಷದ ಸೆರೆವಾಸಕ್ಕೆ ಇಳಿಸಲ್ಪಟ್ಟಿತು. ಅಲ್ಲದೆ ಶಿಕ್ಷೆಯ ಅವಧಿ ಮುಕ್ತಾಯಗೊಂಡ ನಂತರ ಅವನ ರಾಜ್ಯವನ್ನು ಅವನಿಗೆ ಹಿಂದಿರುಗಿಸುವ ಭರವಸೆ ನೀಡಲಾಗಿತ್ತು. ಆದರೂ ಅವಮಾನ ಸಹಿಸಿಕೊಳ್ಳಲಾಗದೆ ವೆಂಕಟಪ್ಪ ಆತ್ಮಹತ್ಯೆ ಮಾಡಿಕೊಂಡನು. ಆಗ ಅವನಿಗೆ ಕೇವಲ 24ವರ್ಷ ವಯಸ್ಸಾಗಿತ್ತು. ಸುರಪುರವನ್ನು ನಿಜಾಮನ ಅಧೀನಕ್ಕೆ ನೀಡಲಾಯಿತು.

1857ರಲ್ಲಿ ಕರ್ನಾಟಕದಲ್ಲಿ ನಡೆದ ಬಂಡಾಯಗಳಲ್ಲಿ **ನರಗುಂದದ ಬಾಬಾಸಾಹೇಬನ** ದಂಗೆಯೂ ಒಂದು. ಅವನ ಮೂಲ ಹೆಸರು ಭಾಸ್ಕರ ರಾವ್. ಅವನಿಗೆ ಮಕ್ಕಳಿರಲಿಲ್ಲವಾದ್ದರಿಂದ ದತ್ತು ಸ್ವೀಕರಿಸಿದನು. ಆದರೆ ಬ್ರಿಟಿಷ್ ಸರ್ಕಾರ ದತ್ತಕವನ್ನು ಮಾನ್ಯ ಮಾಡಲು ನಿರಾಕರಿಸಿದಾಗ ಅವನು ದಂಗೆ ಎದ್ದನು. ಅವನಿಗೆ ಹಲವಾರು ಸ್ಥಳೀಯ ನಾಯಕರು ಮುಖ್ಯವಾಗಿ ಸರ್ಕಾರಿ ಸೇವೆಯಿಂದ ವಜಾಗೊಂಡಿದ್ದ **ಭೀಮರಾಯ, ಹೆಮ್ಮಿಗೆಯ ದೇಸಾಯಿ ಕೆಂಚನಗೌಡ, ಸವಣೂರು ನವಾಬ, ತೋರಗಲ್ಲಿನ ರಾಜ ವೆಂಕಟಪ್ಪಯ್ಯ,** ಆನೆಗೊಂದಿಯ ರಾಜ ಸೇರಿದಂತೆ ಹಲವಾರು ಮುಖಂಡರು ಬೆಂಬಲ ನೀಡಿದರು. ಆದರೆ ವಿದ್ರೋಹ ಅವನ ಸೋಲಿಗೆ ಕಾರಣವಾಯಿತು. 1858ರ ಜೂನ್ 1 ರಂದು ಬ್ರಿಟಿಷರು ಮ್ಯಾಲ್ಕಂ ನೇತೃತ್ವದಲ್ಲಿ ಸುಲಭವಾಗಿಯೇ ನರಗುಂದ ಕೋಟೆಯನ್ನು ವಶಪಡಿಸಿಕೊಂಡರು. ಬಾಬಾಸಾಹೇಬನನ್ನು ಬೆಳಗಾವಿಯಲ್ಲಿ ಗಲ್ಲಿಗೇರಿಸಲಾಯಿತು. ನರಗುಂದ ಸಂಸ್ಥಾನ ಧಾರವಾಡ ಜಿಲ್ಲೆಗೆ ಸೇರಿತು.

ಉತ್ತರ ಕರ್ನಾಟಕದಲ್ಲಿ 1857ರಲ್ಲಿ ಸಂಭವಿಸಿದ ದಂಗೆಗಳಲ್ಲಿ ಪ್ರಮುಖವಾದುದು ರಾಯಚೂರು ಜಿಲ್ಲೆಯ **ಮುಂಡರಗಿಯ ಭೀಮರಾವ್** ನಡೆಸಿದ ದಂಗೆ. ಅವನು ಇಂಗ್ಲಿಷ್ ಶಿಕ್ಷಣ ಪಡೆದುಕೊಂಡು ಹರಪನಹಳ್ಳಿ ಮತ್ತು ಬಳ್ಳಾರಿಯಲ್ಲಿ ತಹಸೀಲ್ದಾರನಾಗಿ ಕೆಲಸ ಮಾಡಿದ್ದನು. ಸ್ಥಿತಿವಂತನಲ್ಲದಿದ್ದರೂ ಬ್ರಿಟಿಷರ ಆಳ್ವಿಕೆಯಿಂದ ಆಕ್ರೋಶಗೊಂಡಿದ್ದ ಅವನನ್ನು 1854ರಲ್ಲಿ ಸೇವೆಯಿಂದ ವಜಾಮಾಡಲಾಗಿತ್ತು. ಅವನು 1857ರ ಮೇ ನಲ್ಲಿ ಬ್ರಿಟಿಷರ ವಿರುದ್ಧ ದಂಗೆಯನ್ನು ಸಂಘಟಿಸಿದನು. ಅವನಿಗೆ ಯಾವುದೇ ಸ್ವಾರ್ಥ ಉದ್ದೇಶಗಳಿರಲಿಲ್ಲ. ನಾನಾಸಾಹೇಬನ ಸಂಪರ್ಕ ಸಾಧಿಸಿ, ಹೆಮ್ಮಿಗೆ ಕೆಂಚನಗೌಡ ಸೇರಿದಂತೆ ಹಲವಾರು ಜಮೀನುದಾರರ ಬೆಂಬಲ ಪಡೆದು ತನ್ನದೇ ಒಂದು □ಕ್ಕ ಸೈನ್ಯವನ್ನು ಕಟ್ಟಿ ಬ್ರಿಟಿಷ್ ಪ್ರಭುತ್ವದ ವಿರುದ್ಧ ಬಂಡಾಯದ ಬಾವುಟ ಹಾರಿಸಿದನು. ಡಂಬಳದ ಸರ್ಕಾರಿ ಕಛೇರಿಯನ್ನು ಲೂಟಿ ಮಾಡಿ ಕೊನೆಗೆ ಕೊಪ್ಪಳ ಕೋಟೆಯನ್ನು ವಶಪಡಿಸಿಕೊಂಡನು. ಕೊಪ್ಪಳದಲ್ಲಿ ತೀವ್ರ ಹೋರಾಟ ನಡೆದು ಬ್ರಿಟಿಷರು ಕೋಟೆಯನ್ನು 1858ರ ಜೂನ್ 1 ರಂದು ವಶಪಡಿಸಿಕೊಂಡರು. ಭೀಮರಾಯ ಕೊಲ್ಲಲ್ಪಟ್ಟನು. ಕೆಂಚನಗೌಡನೂ ಹತನಾದನು. ಸುಮಾರು 75 ಜನರನ್ನು ಗಲ್ಲಿಗೇರಿಸಲಾಯಿತು. ಹೀಗೆ ಕನ್ನಡಿಗರು ವಸಾಹತುಶಾಹಿ ಪ್ರಭುತ್ವದ ವಿರುದ್ಧ ತಮ್ಮ ಅಕ್ರೋಶವನ್ನು ದಂಗೆಗಳ ಮೂಲಕ ವ್ಯಕ್ತಪಡಿಸಿ ತಮ್ಮ ಸ್ವಾತಂತ್ರ್ಯ ಪ್ರೇಮವನ್ನು ಪ್ರದರ್ಶಿಸಿದರು. ಈ ದಂಗೆಗಳು ವಿಫಲವಾದರೂ ಕನ್ನಡಗರ ಮೇಲೆ ಅವು ಬೀರಿದ ಪ್ರಭಾವ ಅಪಾರ. ಇವುಗಳಿಂದ ಕನ್ನಡಿಗರು ಅಪಾರ ಸ್ಫೂರ್ತಿ ಪಡೆದರು.

ಭಾರತೀಯ ರಾಷ್ಟ್ರೀಯ ಕಾಂಗ್ರೆಸ್‌ನ ಸ್ಥಾಪನೆ

1857ರ ದಂಗೆಯ ವೈಫಲ್ಯದಿಂದಾಗಿ ಬಲಿಷ್ಠ ಬ್ರಿಟಿಷ್ ಪ್ರಭುತ್ವದ ವಿರುದ್ಧ ಸಶಸ್ತ್ರ ಬಂಡಾಯಗಳು ಫಲಕಾರಿ ಆಗುವುದಿಲ್ಲವೆಂಬ ಪಾಠವನ್ನು ಭಾರತೀಯರು ಕಲಿತರು. ಹೀಗಾಗಿ ಬ್ರಿಟಿಷರ ವಿರುದ್ಧ ಭಾರತೀಯರ ಹೋರಾಟದ ಸ್ವರೂಪ ಬದಲಾಯಿತು. ದೇಶದಲ್ಲಿ ಇಂಗ್ಲಿಷ್ ಶಿಕ್ಷಣ ಜನಪ್ರಿಯಗೊಂಡು ಒಂದು ಪ್ರಭಾವಶಾಲಿ ಮಧ್ಯಮ ವರ್ಗ ಹುಟ್ಟಿಕೊಂಡಿತು. ಕರ್ನಾಟಕವೂ ಇದರಿಂದ ಹೊರತಾಗಿರಲಿಲ್ಲ. ಅಂತೆಯೇ ಸಮಾಜೊ-ಧಾರ್ಮಿಕ ಸುಧಾರಕರು ಜನರಲ್ಲಿ ನವಜಾಗೃತಿಯನ್ನು ಉಂಟುಮಾಡಿದರು. ರಾಜಾ ರಾಮ್‌ಮೋಹನ್ ರಾಯ್ ಮತ್ತು ಅವರ **ಬ್ರಹ್ಮೋಸಮಾಜ, ದಯಾನಂದ ಸರಸ್ವತಿ ಮತ್ತು ಅವರ ಆರ್ಯಸಮಾಜ, ಪ್ರಾರ್ಥನಾ ಸಮಾಜ, ಸ್ವಾಮಿ ವಿವೇಕಾನಂದ** ಮೊದಲಾದವರು ಸಾಮಾಜಿಕ ಪಿಡುಗುಗಳ ವಿರುದ್ಧ ದನಿ ಎತ್ತಿದ್ದಲ್ಲದೆ ಭಾರತೀಯರಲ್ಲಿ ಆತ್ಮಾಭಿಮಾನ, ಆತ್ಮವಿಶ್ವಾಸ ಮೂಡಿಸಿದರು. ಅದರಿಂದ ಮೂಡಿದ ರಾಜಕೀಯ ಜಾಗೃತಿ ಹೊಸಬಗೆಯ ರಾಜಕೀಯ ಹೋರಾಟಕ್ಕೆ ಕಾರಣವಾಯಿತು. ಪಾಶ್ಚಾತ್ಯ ಶಿಕ್ಷಣ ಪಡೆದ ಮಧ್ಯಮವರ್ಗ ಬ್ರಿಟಿಷರ ವಿರುದ್ಧ ಹೋರಾಟದ ನೇತೃತ್ವ ವಹಿಸಿಕೊಂಡಿತು.

ಭಾರತೀಯರಿಗೆ ನ್ಯಾಯವಾಗಿ ದಕ್ಕಬೇಕಾದ ಹಕ್ಕುಗಳು ಮತ್ತು ಸೌಲಭ್ಯಗಳನ್ನು ದೊರಕಿಸಿಕೊಳ್ಳಲು ರಾಜಕೀಯ ಹೋರಾಟ ಅನಿವಾರ್ಯವೆಂಬುದನ್ನು ಅರಿತ ಭಾರತೀಯರು ರಾಷ್ಟ್ರಮಟ್ಟದಲ್ಲಿ ಒಂದು ರಾಜಕೀಯ ಸಂಘಟನೆ ಸ್ಥಾಪಿಸಿಕೊಳ್ಳಲು ಮುಂದಾದರು. ಅದರ ಫಲವಾಗಿ ಹುಟ್ಟಿದ್ದೇ **ಭಾರತೀಯ ರಾಷ್ಟ್ರೀಯ ಕಾಂಗ್ರೆಸ್**. ಭಾರತೀಯ ನಾಯಕರು **ಎ.ಓ. ಹ್ಯೂಮ್** ಎಂಬ ನಿವೃತ್ತ ಬ್ರಿಟಿಷ್ ಅಧಿಕಾರಿಯನ್ನು ಮುಂದಿಟ್ಟುಕೊಂಡು **1885ರ ಡಿಸೆಂಬರ್ 28ರಂದು ಭಾರತೀಯ ರಾಷ್ಟ್ರೀಯ ಕಾಂಗ್ರೆಸನ್ನು ಸ್ಥಾಪಿಸಿದರು.** ಅದರ ಪ್ರಥಮ ಅಧಿವೇಶನ ಬಾಂಬೆ ನಗರದಲ್ಲಿ ನಡೆಯಿತು. ಈ ಅಧಿವೇಶನದಲ್ಲಿ ಕರ್ನಾಟಕದ **ಕೋಲಾಚಲಂ ವೆಂಕಟರಾವ್, ಬಾಪ್‌ಸಾಹೇಬ್ ಭಾಟೆ** ಹಾಗೂ **ನಾರಾಯಣ್ ಚಂದವಾರ್ಕರ್** ಭಾಗವಹಿಸಿದ್ದರು. ಕಾಂಗ್ರೆಸ್ಸಿನ ಸ್ಥಾಪನೆಯೊಂದಿಗೆ ಭಾರತದ ಸ್ವಾತಂತ್ರ್ಯ ಹೋರಾಟ ಒಂದು ಖಚಿತ ಸ್ವರೂಪವನ್ನು ಪಡೆದುಕೊಂಡಿತು.

ಆರಂಭದಲ್ಲಿ ಕಾಂಗ್ರೆಸ್ ಮುಖಂಡರಿಗೆ ಭಾರತವನ್ನು ಬ್ರಿಟಿಷರ ಹಿಡಿತದಿಂದ ವಿಮೋಚನೆಗೊಳಿಸುವ ಉದ್ದೇಶವಿರಲಿಲ್ಲ. ಭಾರತೀಯರಲ್ಲಿ ಜಾತಿ, ಧರ್ಮ, ಭಾಷೆ ಹಾಗೂ ಪ್ರಾದೇಶಿಕ ಭಿನ್ನತೆಗಳನ್ನು ನಿವಾರಿಸಿ ಅವರಲ್ಲಿ ದೇಶಾಭಿಮಾನವನ್ನು ಬೆಳೆಸುವುದು ಅವರ ಗುರಿಯಾಗಿತ್ತು. ಅಂದರೆ ಭಾರತೀಯರಿಗೆ ರಾಜಕೀಯ ಶಿಕ್ಷಣವನ್ನು ನೀಡಲು ಮೊದಲ ಆದ್ಯತೆ ನೀಡಲಾಯಿತು. ಸ್ವಾತಂತ್ರ್ಯ ಪಡೆಯಲು ಕಾಲ ಪಕ್ವವಾಗಿಲ್ಲ ಎಂಬುದು ಅವರ ನಿಲುವಾಗಿತ್ತು.

ಕಾಂಗ್ರೆಸ್ ಪಕ್ಷವನ್ನು ಸ್ಥಾಪಿಸಿದ ಮೇಲೆ ಅದರ ಗುರಿ ಮತ್ತು ಉದ್ದೇಶಗಳನ್ನು ಜನಸಾಮಾನ್ಯರಿಗೆ ಪರಿಚಯಿಸಲು ಹ್ಯೂಮ್ ಸೇರಿದಂತೆ ಕಾಂಗ್ರೆಸ್ ಮುಖಂಡರು ದೇಶದ ವಿವಿಧ ಭಾಗಗಳಲ್ಲಿ ಪ್ರವಾಸ ಮಾಡಿದರು. **'ಕಾಂಗ್ರೆಸ್ ಸ್ಥಾಪಕ'** ಎ.ಓ. ಹ್ಯೂಮ್ 1885ರಿಂದ 1894ರವರೆಗೆ ಪಕ್ಷದ ಪ್ರಧಾನ ಕಾರ್ಯದರ್ಶಿಯಾಗಿ ಕೆಲಸ ಮಾಡಿದರು. 1893ರಲ್ಲಿ ಅವರು ತಿಲಕರು ಹಾಗೂ ನಾರಾಯಣ ಚಂದವಾರ್ಕರ್ ಜೊತೆಗೂಡಿ ಧಾರವಾಡ ಮತ್ತು ಬೆಳಗಾವಿಗೆ ಭೇಟಿನೀಡಿದ ಸಂದರ್ಭದಲ್ಲಿ ಅವರಿಗೆ ಕನ್ನಡಿಗರು ಸಂಭ್ರಮದ ಸ್ವಾಗತ ನೀಡಿದರು. 1895ರಲ್ಲಿ **ಬಾಂಬೆ ಪ್ರಾಂತ್ಯ ರಾಜಕೀಯ ಪರಿಷತ್** ಬೆಳಗಾವಿಯಲ್ಲಿ ದಿನ್‌ಷಾ ವಾಚ ಅಧ್ಯಕ್ಷತೆಯಲ್ಲಿ ನಡೆದಾಗ ಆ ಭಾಗದ ಕನ್ನಡಿಗರು ಉತ್ಸಾಹದಿಂದ ಪಾಲ್ಗೊಂಡರು.

ಬಾಲಗಂಗಾಧರ ತಿಲಕರ ಪ್ರಭಾವ

ಗಾಂಧಿ ಪೂರ್ವ ಯುಗದಲ್ಲಿ ಕನ್ನಡಿಗರ ಮೇಲೆ ಅಪಾರವಾದ ಪ್ರಭಾವ ಬೀರಿದ ನಾಯಕರೆಂದರೆ **ಬಾಲಗಂಗಾಧರ ತಿಲಕರು**. ಅವರು ಆಗಾಗ್ಗೆ ಉತ್ತರ ಕರ್ನಾಟಕದಲ್ಲಿ ಸಂಚರಿಸಿ ಜನರಲ್ಲಿ ಸಂಚಲನ ಉಂಟುಮಾಡಿದರು. ಅವರ **'ಕೇಸರಿ'** ಮತ್ತು **'ಮರಾಠ'** ಪತ್ರಿಕೆಗಳು ಕನ್ನಡಿಗರಲ್ಲಿ ರಾಷ್ಟ್ರಾಭಿಮಾನವನ್ನು ಬಡಿದೆಬ್ಬಿಸುವಲ್ಲಿ ಮಹತ್ವದ ಪಾತ್ರ ವಹಿಸಿದವು. ಎರಡೂ ಪತ್ರಿಕೆಗಳಿಗೆ ಈ ಭಾಗದಲ್ಲಿ ಅಪಾರ ಸಂಖ್ಯೆಯ ಓದುಗರಿದ್ದರು. ಅದೇ ರೀತಿ ಕನ್ನಡದ ಪ್ರತಿಕೆಗಳಾದ ಧಾರವಾಡದ **'ಧನಂಜಯ'**, **'ರಾಜಹಂಸ'**, **'ಕರ್ನಾಟಕ ವೃತ್ತ'**, ಮಂಗಳೂರಿನ **'ಸ್ವದೇಶಾಭಿಮಾನಿ'** , ಮೈಸೂರಿನ **'ವೃತ್ತಾಂತ ಚಿಂತಾಮಣಿ'** ಮೊದಲಾದವು ಕನ್ನಡಿಗರಲ್ಲಿ ಸ್ವಾತಂತ್ಯ ಪ್ರೇಮವನ್ನು ಜಾಗೃತಗೊಳಿಸುವ ಕಾರ್ಯ ನಡೆಸಿದವು.

1896–97ರಲ್ಲಿ ಉತ್ತರ ಕರ್ನಾಟಕದ ಬೆಳಗಾವಿ, ಧಾರವಾಡ, ಹುಬ್ಬಳ್ಳಿ, ಗದಗ ಸೇರಿದಂತೆ ವಿವಿಧ ಭಾಗಗಳಲ್ಲಿ ಪ್ಲೇಗ್ ಹಾಗೂ ಬರಗಾಲ ಸಂಭವಿಸಿದಾಗ ಈ ಭಾಗದಲ್ಲಿ ಸಂಚರಿಸಿದ ತಿಲಕರು ಸರ್ಕಾರಿ ಅಧಿಕಾರಿಗಳ ದೌರ್ಜನ್ಯಗಳನ್ನು ಕಟುವಾಗಿ ಟೀಕಿಸಿ ಭೂಕಂದಾಯ ಪಾವತಿಸದಂತೆ ಕರೆ ನೀಡಿದರು. ಜನರಿಗೆ ನೆರವಾಗುವುದರ ಬದಲು ಜನರ ಮೇಲೆ ಅಧಿಕಾರಿಗಳು ಅಮಾನುಷ ದೌರ್ಜನ್ಯ ನಡೆಸಿದರು. ಸಾವಿರಾರು ಜನರು ಮರಣಹೊಂದಿದರು. ಅದರಿಂದ ತೀವ್ರ ಆಕ್ರೋಶಗೊಂಡ **ಚಾಪೇಕರ್ ಸಹೋದರರು** 1897ರ ಜೂನ್ 22ರಂದು ಪೂನಾದ **ಪ್ಲೇಗ್ ಕಮೀಷನರ್ ರ್‍ಯಾಂಡ್ ಮತ್ತು ಅವನ ಸಹಾಯಕನನ್ನು ಗುಂಡಿಟ್ಟು ಹತ್ಯೆ ಮಾಡಿದರು.** ಅವರನ್ನು ಗಲ್ಲಿಗೇರಿಸಿದಾಗ ಅಪಾರ ಸಂಖ್ಯೆಯ ಕನ್ನಡಿಗರು ಶ್ರದ್ಧಾಂಜಲಿ ಸಲ್ಲಿಸಿದರು.

ಬಂಗಾಳದ ವಿಭಜನೆಯ ಪ್ರಭಾವ

1905ರಲ್ಲಿ ವೈಸರಾಯ್ **ಲಾರ್ಡ್ ಕರ್ಜನ್** ಬಂಗಾಳಿಗಳಲ್ಲಿ ಬೆಳೆಯುತ್ತಿದ್ದ ರಾಷ್ಟ್ರೀಯತೆಯನ್ನು ಹತ್ತಿಕ್ಕುವ ದುರುದ್ದೇಶದಿಂದ ಬಂಗಾಳವನ್ನು ವಿಭಜಿಸಿದನು. ವಿಭಜನೆಯನ್ನು ವಿರೋಧಿಸಿ ಬಂಗಾಳಿಗಳು ಆರಂಭಿಸಿದ **ಸ್ವದೇಶಿ** ಮತ್ತು **ಬಹಿಷ್ಕಾರ ಚಳುವಳಿಗೆ** ಕನ್ನಡಿಗರು ಬೆಂಬಲ ನೀಡಿದರು. 1905–06ರಲ್ಲಿ ತಿಲಕರು ಉತ್ತರ ಕರ್ನಾಟಕದಲ್ಲಿ ವ್ಯಾಪಕವಾಗಿ ಸಂಚರಿಸಿ ಸ್ವದೇಶಿ, ರಾಷ್ಟ್ರೀಯ ಶಿಕ್ಷಣ ಹಾಗೂ ಬಹಿಷ್ಕಾರ ಚಳುವಳಿಯಲ್ಲಿ ಪಾಲ್ಗೊಳ್ಳುವಂತೆ ಜನರಿಗೆ ಕರೆ ನೀಡಿದರು. ಧಾರವಾಡ, ಬೆಳಗಾವಿ, ಗದಗ, ಕಿತ್ತೂರು, ಬಾಗಲಕೋಟೆ ಮೊದಲಾದ ಸ್ಥಳಗಳಲ್ಲಿ ಪ್ರತಿಭಟನಾ ಸಭೆಗಳು ನಡೆದವು. **ಆಲೂರು ವೆಂಕಟರಾವ್, ಕಡಪ ರಾಘವೇಂದ್ರರಾವ್, ಕೌಜಲಗಿ ಶ್ರೀನಿವಾಸರಾವ್, ಗಂಗಾಧರ ರಾವ್ ದೇಶಪಾಂಡೆ** ಮೊದಲಾದವರು ತಿಲಕರ ಪ್ರಭಾವದಿಂದ ಸ್ವದೇಶಿ ಮತ್ತು ಬಹಿಷ್ಕಾರ ಚಳುವಳಿಯನ್ನು ಜನಪ್ರಿಯಗೊಳಿಸಿದರು. ವಿದೇಶಿ ವಸ್ತುಗಳ ಬಹಿಷ್ಕಾರವೂ ಈ ಭಾಗದಲ್ಲಿ ಜನಪ್ರಿಯವಾಗಿತ್ತು. ಸ್ವದೇಶಿ ಕೈಗಾರಿಕೆಗಳು ಸ್ಥಾಪನೆಯಾದವು. ಕಿತ್ತೂರ್‌ನಲ್ಲಿ ಮತ್ತು ಬಾದಾಮಿಯಲ್ಲಿ ಬಟ್ಟೆ ಗಿರಣಿಗಳು, ಧಾರವಾಡದಲ್ಲಿ ಬೆಂಕಿಕಡ್ಡಿ ಕಾರ್ಖಾನೆ, ಲಕ್ಷೇಶ್ವರದಲ್ಲಿ ಪಿಂಗಾಣಿ ಕಾರ್ಖಾನೆ ಸ್ಥಾಪನೆಯಾದವು. ಅಂತೆಯೇ ಧಾರವಾಡ, ಬಾಗಲಕೋಟೆ, ನವಲಗುಂದ, ಹಾನಗಲ್ ಮತ್ತಿತರ ಕಡೆಗಳಲ್ಲಿ ರಾಷ್ಟ್ರೀಯ ಶಾಲೆಗಳು ಸ್ಥಾಪನೆಯಾದವು. ಆಲೂರು ವೆಂಕಟರಾವ್, ಕಾಕ ಕಾಲೇಕರ್, ಜಯರಾವ್ ನರಗುಂದ ಮೊದಲಾದವರು ರಾಷ್ಟ್ರೀಯ ಶಾಲೆಗಳನ್ನು ಸ್ಥಾಪಿಸಿದರು.

ಸೂರತ್ ವಿಭಜನೆ

1907ರಲ್ಲಿ ಕಾಂಗ್ರೆಸ್ಸಿನ ವಾರ್ಷಿಕ ಅಧಿವೇಶನ ಸೂರತ್‌ನಲ್ಲಿ ನಡೆಯಿತು. ಈ ವೇಳೆಗಾಗಲೇ ಕಾಂಗ್ರೆಸ್ಸಿನ ಮಂದಗಾಮಿ ಮತ್ತು ತೀವ್ರಗಾಮಿ ಬಣಗಳ ನಡುವಿನ ವಿರಸ ತೀವ್ರ ಸ್ವರೂಪ ಪಡೆದಿತ್ತು. ಕರ್ನಾಟಕದ ಆಲೂರು ವೆಂಕಟರಾವ್, ಗಂಗಾಧರರಾವ್ ದೇಶಪಾಂಡೆ, ಅಣ್ಣಾಚಾರ್ಯ ಹೊಸಕೇರಿ, ಕೌಜಲಗಿ ಶ್ರೀನಿವಾಸರಾವ್, ಗೋವಿಂದ್‌ರಾವ್ ಯಾಳಗಿ ಮೊದಲಾದವರು ತಿಲಕರ ಬೆಂಬಲಿಗರಾಗಿ ಸೂರತ್ ಅಧಿವೇಶನದಲ್ಲಿ ಪಾಲ್ಗೊಂಡಿದ್ದರು. ಈ ಅಧಿವೇಶನದಲ್ಲಿ ಕಾಂಗ್ರೆಸ್ ಎರಡು ಹೋಳಾಯಿತು. ಕನ್ನಡಿಗರು ತಿಲಕರ ನೇತೃತ್ವದ ತೀವ್ರಗಾಮಿಗಳನ್ನು ಬೆಂಬಲಿಸಿದರು. 1908ರಲ್ಲಿ ತಿಲಕರನ್ನು ಬಂಧಿಸಿ 6 ವರ್ಷಗಳ ಕಾರಾಗೃಹ ಶಿಕ್ಷೆಗೆ ಗುರಿಪಡಿಸಿ **ಬರ್ಮಾದ ಮಾಂಡಲೆ** ಜೈಲಿಗೆ ರವಾನಿಸಿದಾಗ ಕನ್ನಡಿಗರು ತೀವ್ರವಾಗಿ ಪ್ರತಿಭಟಿಸಿದರು. 1907ರಲ್ಲಿ ಬೆಳಗಾವಿಯಲ್ಲಿ ಗೋವಿಂದರಾವ್ ಯಾಳಗಿ, ಹನುಮಂತರಾವ್ ದೇಶಪಾಂಡೆ ಮೊದಲಾದವರು ಸೇರಿ **ಮ್ಯಾಜಿನಿ ಕ್ಲಬ್** ಎಂಬ ರಹಸ್ಯ ಸಂಘವನ್ನು ಸ್ಥಾಪಿಸಿದರು.

1914ರಲ್ಲಿ ತಿಲಕರು ಬಿಡುಗಡೆಯಾದ ನಂತರ ಸ್ಥಗಿತಗೊಂಡಿದ್ದ ರಾಜಕೀಯ ಚಟುವಟಿಕೆಗಳು ಪುನರಾರಂಭಗೊಂಡವು. 1916ರಲ್ಲಿ ತಿಲಕರು ಸ್ವಯಾಡಳಿತಕ್ಕೆ ಒತ್ತಾಯಿಸಿ **ಹೋಂ ರೂಲ್ ಚಳುವಳಿ** ಆರಂಭಿಸಿದರು. ಅವರ ಹೋಂ ರೂಲ್ ಲೀಗ್‌ನ ಶಾಖೆಗಳು ಧಾರವಾಡ, ಹುಬ್ಬಳ್ಳಿ, ನಿಪ್ಪಾಣಿ, ಸಿದ್ದಾಪುರ ಮೊದಲಾದ ಕಡೆಗಳಲ್ಲಿ ಸ್ಥಾಪನೆಯಾದವು. ತಿಲಕರು ಉತ್ತರ ಕರ್ನಾಟಕದಲ್ಲಿ ಸಂಚರಿಸಿ ಚಳುವಳಿಯಲ್ಲಿ ಪಾಲ್ಗೊಳ್ಳುವಂತೆ ಜನರಿಗೆ ಕರೆ ನೀಡಿದರು. ಜನರಿಂದ ಉತ್ಸಾಹದ ಪ್ರತಿಕ್ರಿಯೆ ವ್ಯಕ್ತವಾಯಿತು. 1920ರ ಆಗಸ್ಟ್ 1 ರಂದು ತಿಲಕರ ಮರಣದೊಂದಿಗೆ ಸ್ವಾತಂತ್ರ್ಯ ಚಳುವಳಿಯ ಇತಿಹಾಸದಲ್ಲಿ ಒಂದು ಮಹತ್ವದ ಯುಗ ಅಂತ್ಯಗೊಂಡಿತು. ತಿಲಕರಿಗೆ ಉತ್ತರ ಕರ್ನಾಟಕದಾದ್ಯಂತ ಹಾಗೂ ಮೈಸೂರು ಪ್ರದೇಶದಲ್ಲೂ ಭಾವಪೂರ್ಣ ಶ್ರದ್ಧಾಂಜಲಿ ಸಲ್ಲಿಸಲಾಯಿತು.

ಗಾಂಧೀ ಯುಗ : ಅಸಹಕಾರ ಚಳುವಳಿ

ತಿಲಕರಿಂದ ತೆರವಾದ ಸ್ಥಾನವನ್ನು ರಾಷ್ಟ್ರಮಟ್ಟದಲ್ಲಿ ಗಾಂಧೀಜಿ ಸಮರ್ಥವಾಗಿ ತುಂಬಿದರು. ಅವರ ನೇತೃತ್ವದಲ್ಲಿ ಸ್ವಾತಂತ್ರ್ಯ ಹೋರಾಟ ನಿಜವಾದ ಜನಾಂದೋಲನವಾಗಿ ಪರಿವರ್ತನೆಗೊಂಡಿತು. 1920ರಲ್ಲಿ ನಾಗಪುರದಲ್ಲಿ ಕಾಂಗ್ರೆಸ್‌ನ ವಾರ್ಷಿಕ ಅಧಿವೇಶನ ನಡೆಯಿತು. ಈ ಅಧಿವೇಶನದಲ್ಲಿ ಗಾಂಧೀಜಿಯವರ ಅಸಹಕಾರದ ನಿರ್ಣಯ ಅಂಗೀಕಾರವಾಯಿತು. ಅಂತೆಯೇ ಭಾಷೆಯ ಆಧಾರದ ಮೇಲೆ ಕನ್ನಡ ಪ್ರದೇಶಗಳನ್ನು ಒಂದುಗೂಡಿಸಿ ವಿಶಾಲ ಕರ್ನಾಟಕ ರಚನೆಯಾಗಬೇಕೆಂಬ ಕನ್ನಡಿಗರ ಒತ್ತಾಯಕ್ಕೆ ಕಾಂಗ್ರೆಸ್ ಅನುಮೋದನೆ ನೀಡಿತು ಮತ್ತು **ಪ್ರತ್ಯೇಕ ಕರ್ನಾಟಕ ಪ್ರಾಂತ್ಯ ಕಾಂಗ್ರೆಸ್ ಕಮಿಟಿ** (ಕೆ.ಪಿ.ಸಿ.ಸಿ) ಯನ್ನು ಕಾಂಗ್ರೆಸ್ ರಚಿಸಿತು. 1921ರಲ್ಲಿ ಕೆ.ಪಿ.ಸಿ.ಸಿ ರಚನೆಯಾಯಿತು. ಗದಗ್‌ನಲ್ಲಿ ಅದರ ಕೇಂದ್ರ ಕಛೇರಿ ಸ್ಥಾಪನೆಯಾಯಿತು. **ಗಂಗಾಧರ ರಾವ್ ದೇಶಪಾಂಡೆ (1871–1960)** ಅದರ ಪ್ರಥಮ ಅಧ್ಯಕ್ಷರಾದರು. ಮೈಸೂರು ಸಂಸ್ಥಾನ ಒಂದು ಜಿಲ್ಲೆಯಾಗಿ ಪರಿಗಣಿಸಲ್ಪಟ್ಟು ಅದರ ಕಾಂಗ್ರೆಸ್ ಸಮಿತಿಗೆ ಜಸ್ಟೀಸ್ ಹುದ್ದೆಗೆ ರಾಜೀನಾಮೆ ನೀಡಿದ್ದ **ಎಸ್.ಎಸ್.ಸೆಟ್ಲೂರ್** ಅಧ್ಯಕ್ಷರಾದರು.

ಅಸಹಕಾರ ಚಳುವಳಿಯನ್ನು ಗಾಂಧೀಜಿ 1920 ಆಗಸ್ಟ್ 1 ರಂದು ಆರಂಭಿಸಿದರು. ಅದರ ಪ್ರಕಾರ ಶಾಲಾ ಕಾಲೇಜುಗಳ, ನ್ಯಾಯಾಲಯಗಳ, ಶಾಸನಸಭೆಗಳ, ವಿದೇಶಿ ವಸ್ತುಗಳ ಬಹಿಷ್ಕಾರಕ್ಕೆ ಕರೆ ಕೊಡಲಾಯಿತು. ಕನ್ನಡಿಗರು ಉತ್ಸಾಹದಿಂದ ಚಳುವಳಿಯಲ್ಲಿ ಪಾಲ್ಗೊಂಡರು. ವಕೀಲರಾದ ಬೆಳಗಾವಿಯ ದತ್ತೋಪಂತ ಮಜಲಿ, ಕೃಷ್ಣರಾವ್ ಕರ್ಗುಪ್ಪಿ, ನಾರಾಯಣರಾವ್ ಜೋಷಿ, ಬಿಜಾಪುರದ ಕೌಜಲಗಿ ಶ್ರೀನಿವಾಸರಾವ್, ಕೌಜಲಗಿ ಹನುಮಂತರಾವ್, ರಂಗರಾವ್, ಜನಾಬ್ ಜಾನವೇಕರ್, ಬಾಗಲಕೋಟೆಯ ಜಯರಾವ್ ನರಗುಂದ, ಅನಂತರಾವ್ ಜಾಲಿಹಾಳ, ಧಾರವಾಡದ ಮಾಧ್ವರಾವ್ ಕಬ್ಬೂರ್, ಆಲೂರು ವೆಂಕಟರಾವ್, ಮುದವೀಡ್‌ಕರ್, ಮಂಗಳೂರಿನ ಕಾರ್ನಾಡ್ ಸದಾಶಿವರಾವ್, ಕೆ.ಆರ್.ಕಾರಂತ್, ಹೊನ್ನಾವರದ ಎಸ್.ಎಸ್.ಶಾಸ್ತ್ರೀ ಮೊದಲಾದವರು ವಕೀಲ ವೃತ್ತಿ ತ್ಯಜಿಸಿ ಅಸಹಕಾರ ಚಳುವಳಿಯಲ್ಲಿ ಧುಮುಕಿದರು. ಗಾಂಧೀಜಿ ಮತ್ತು ಆಲಿ ಸಹೋದರರು 1920–21ರಲ್ಲಿ ಉತ್ತರ ಕರ್ನಾಟಕದ ವಿವಿಧ ಭಾಗಗಳಲ್ಲಿ ಸಂಚರಿಸಿ ಜನರಲ್ಲಿ ಉತ್ಸಾಹ ತುಂಬಿದರು.

ಉತ್ತರ ಕರ್ನಾಟಕದಾದ್ಯಂತ **ವಿದೇಶಿ ವಸ್ತುಗಳನ್ನು ಬಹಿಷ್ಕರಿಸಲಾಯಿತು.** ವಿದ್ಯಾರ್ಥಿಗಳು ಶಾಲಾಕಾಲೇಜುಗಳನ್ನು ಬಹಿಷ್ಕರಿಸಿದರು. ಅವರಿಗಾಗಿ ಬೆಳಗಾವಿ, ಧಾರವಾಡ, ಬಾಗಲಕೋಟೆ, ಮಂಗಳೂರು, ನಿಪ್ಪಾಣಿ, ಸಿರಸಿ, ಗದಗ ಮೊದಲಾದ ಕಡೆ 50 ರಾಷ್ಟ್ರೀಯ ಶಾಲೆಗಳು ಸ್ಥಾಪನೆಯಾದವು. ಸಾರಾಯಿ ಮಾರಾಟ ಕೇಂದ್ರಗಳ ಮುಂದೆ ಪಿಕೆಟಿಂಗ್ ನಡೆಸಲಾಯಿತು. ಚಳುವಳಿಯನ್ನು ದಮನ ಮಾಡಲು ಸರ್ಕಾರ ಕಠಿಣ ಕ್ರಮಗಳನ್ನು ಕೈಗೊಂಡಿತು. ಪೊಲೀಸರು ಲಾಠಿ ಪ್ರಯೋಗದ

ಜೊತೆಗೆ ಹಲವು ಕಡೆ ಗುಂಡು ಹಾರಿಸಿದರು. ಗಂಗಾಧರ ರಾವ್ ದೇಶಪಾಂಡೆ, ಆರ್.ಆರ್. ದಿವಾಕರ್, ಕೌಜಲಗಿ ಸಹೋದರರು ಸೇರಿದಂತೆ ನೂರಾರು ಜನರು ಜೈಲು ಸೇರಿದರು. ಧಾರವಾಡದಲ್ಲಿ ಪೋಲೀಸರ ಗುಂಡಿಗೆ 1921ರ ನವೆಂಬರ್ 1 ರಂದು ಮೂವರು ಬಲಿಯಾದರು. ಅಂತೆಯೇ 1921ರ ನವೆಂಬರ್ 18ರಂದು ಬೆಂಗಳೂರಿನ ಕಂಟೋನ್ಮೆಂಟ್‌ನಲ್ಲಿ ಪೊಲೀಸರ ಗುಂಡಿಗೆ ಇಬ್ಬರು ಬಲಿಯಾದರು. ಹೀಗೆ ಚಳುವಳಿ ಉತ್ಸಾಹದಿಂದ ಮುಂದುವರಿಯುತ್ತಿದ್ದಾಗಲೇ 1922ರ ಫೆಬ್ರವರಿ 5 ರಂದು **ಚೌರಿ ಚೌರಾದಲ್ಲಿ** ನಡೆದ ಹಿಂಸಾತ್ಮಕ ಘಟನೆಯ ಹಿನ್ನೆಲೆಯಲ್ಲಿ ಗಾಂಧೀಜಿ ಅಸಹಕಾರ ಚಳುವಳಿಯನ್ನು ರದ್ದುಪಡಿಸಿದರು. ಈ ಸಂದರ್ಭದಲ್ಲೇ 1923ರಲ್ಲಿ **ಡಾ.ಎಸ್.ಎಸ್. ಹರ್ಡೀಕರ್ 'ಹಿಂದೂಸ್ಥಾನ್ ಸೇವಾದಳ'**ವನ್ನು **ಹುಬ್ಬಳ್ಳಿಯಲ್ಲಿ ಸ್ಥಾಪಿಸಿದರು.**

ಬೆಳಗಾವಿ ಕಾಂಗ್ರೆಸ್ ಅಧಿವೇಶನ – 1924

ಕರ್ನಾಟಕದ ಸ್ವಾತಂತ್ರ್ಯ ಚಳುವಳಿಯ ಇತಿಹಾಸದಲ್ಲಿ ಬೆಳಗಾವಿಯಲ್ಲಿ ನಡೆದ ಕಾಂಗ್ರೆಸ್ ವಾರ್ಷಿಕ ಮಹಾಧಿವೇಶನ ಅತ್ಯಂತ ಮಹತ್ವದ್ದಾಗಿದೆ. ಇದು ಸ್ವಾತಂತ್ರ್ಯ ಪೂರ್ವದಲ್ಲಿ ಕರ್ನಾಟಕದಲ್ಲಿ ನಡೆದ ಏಕೈಕ ಅಧಿವೇಶನ. ಅಲ್ಲದೆ ಗಾಂಧೀಜಿ ಅಧ್ಯಕ್ಷತೆ ವಹಿಸಿದ್ದ ಪ್ರಥಮ ಹಾಗೂ ಕೊನೆಯ ಕಾಂಗ್ರೆಸ್ ಅಧಿವೇಶನವೂ ಇದೇ ಆಗಿದೆ. 1923ರ **ಕಾಕಿನಾಡಾ ಕಾಂಗ್ರೆಸ್ ಅಧಿವೇಶನದಲ್ಲಿ** 1924ರ ಅಧಿವೇಶನವನ್ನು ಬೆಳಗಾವಿಯಲ್ಲಿ ನಡೆಸುವಂತೆ ಗಂಗಾಧರ ರಾವ್ ದೇಶಪಾಂಡೆ ಮನವಿ ಮಾಡಿದ್ದರು.

ಬೆಳಗಾವಿಯಲ್ಲಿ ಕಾಂಗ್ರೆಸ್ ಅಧಿವೇಶನ 1924ರ ಡಿಸೆಂಬರ್ 26ರಿಂದ 27ರವರೆಗೆ ನಡೆಯಿತು. ಗಂಗಾಧರರಾವ್ ದೇಶಪಾಂಡೆ ಅಧ್ಯಕ್ಷತೆಯ ಸ್ವಾಗತ ಸಮಿತಿ ಎಲ್ಲ ಸಿದ್ಧತೆಗಳನ್ನು ಅಚ್ಚುಕಟ್ಟಾಗಿ ನಡೆಸಿತ್ತು. ಅಧಿವೇಶನದ ಸ್ಥಳವನ್ನು **'ವಿಜಯನಗರ'** ಎಂದು ಹೆಸರಿಸಲಾಗಿತ್ತು. **ಪ್ರವೇಶ ದ್ವಾರದಲ್ಲಿ ಹಂಪೆಯ ವಿರೂಪಾಕ್ಷ ದೇಗುಲದ ಮಾದರಿಯಲ್ಲಿ ಭವ್ಯ ಗೋಪುರ ನಿರ್ಮಿಸಲಾಗಿತ್ತು.** ಅಧಿವೇಶನದ ಸ್ಥಳದಲ್ಲೇ ನೀರಿನ ವ್ಯವಸ್ಥೆಗಾಗಿ ಮಾಡಿದ್ದ ಚಿಕ್ಕ ಕೆರೆಗೆ **'ಪಂಪಾ ಸರೋವರ'**'ಎಂದು ಹೆಸರಿಸಲಾಗಿತ್ತು. ಸಭಾಂಗಣದ ಸುತ್ತ ಅಧಿವೇಶನಕ್ಕೆ ಆಗಮಿಸಿದ ಪ್ರತಿನಿಧಿಗಳಿಗಾಗಿ ಸಾಲು ಸಾಲಾಗಿ ಬಟ್ಟೆಯ ಗುಡಾರಗಳನ್ನು ಹಾಕಲಾಗಿತ್ತು. **ಹರ್ಡೀಕರರ ಹಿಂದೂಸ್ತಾನ್ ಸೇವಾ** ದಳದ ಸಾವಿರಾರು ಸ್ವಯಂಸೇವಕರು ಊಟ ಬಡಿಸುವುದು, ಶೌಚಾಲಯಗಳನ್ನು ಸ್ವಚ್ಛಗೊಳಿಸುವುದು ಸೇರಿದಂತೆ ಎಲ್ಲ ಕೆಲಸಗಳನ್ನು ಅಚ್ಚುಕಟ್ಟಾಗಿ ನಿರ್ವಹಿಸಿದರು. ರಾತ್ರಿ, ಹಗಲು ಶಿಸ್ತಿನ ಸಿಪಾಯಿಗಳಂತೆ ಕಾರ್ಯನಿರ್ವಹಿಸಿ ಅಧಿವೇಶನದ ಯಶಸ್ಸಿಗೆ ಕಾರಣರಾದರು.

ಅಧಿವೇಶನಕ್ಕೆ ರಾಷ್ಟ್ರನಾಯಕರು ಅಪಾರ ಸಂಖ್ಯೆಯಲ್ಲಿ ಆಗಮಿಸಿದ್ದರು. ಗಾಂಧೀಜಿಯವರಲ್ಲದೆ ಆಲಿ ಸಹೋದರರು, ವಲ್ಲಭ್‌ಭಾಯಿ ಪಟೇಲ್, ಮೌಲಾನಾ ಆಜಾದ್, ರಾಜಗೋಪಾಲಾಚಾರಿ, ಎಂ.ಎಂ.ಮಾಳವೀಯ, ಮೋತಿಲಾಲ್ ನೆಹರು, ಜವಾಹರಲಾಲ್ ನೆಹರು, ರಾಜೇಂದ್ರ ಪ್ರಸಾದ್, ಸರೋಜಿನಿ ನಾಯ್ಡು ಮೊದಲಾದ ಮುಖಂಡರು ಬೆಳಗಾವಿ ಅಧಿವೇಶನದಲ್ಲಿ ಪಾಲ್ಗೊಂಡಿದ್ದರು. ಅವರೆಲ್ಲರನ್ನು ಕಾಣುವ ಮತ್ತು ಅವರ ಮಾತುಗಳನ್ನು ಕೇಳುವ ಅವಕಾಶ ಕರ್ನಾಟಕದ ನಾನಾ ಭಾಗಗಳಿಂದ ಆಗಮಿಸಿದ್ದ 70,000 ಕನ್ನಡಿಗರಿಗೆ ಲಭಿಸಿತು. ಮೈಸೂರು ಸಂಸ್ಥಾನದ ಎಸ್.ನಿಜಲಿಂಗಪ್ಪ, ಎಚ್.ಕೆ.ವೀರಣ್ಣಗೌಡ, ಭೂಪಾಲಂ ಚಂದ್ರಶೇಖರಯ್ಯ ಮೊದಲಾದವರೂ ಬೆಳಗಾವಿ ಅಧಿವೇಶನದಲ್ಲಿ ಪಾಲ್ಗೊಂಡರು.

ಬೆಳಗಾವಿ ಕಾಂಗ್ರೆಸ್ ಅಧಿವೇಶನದಲ್ಲಿ ವೀಣೆ ಶೇಷಣ್ಣ, ತಿರುಮಲೆ ರಾಜಮ್ಮ ಮತ್ತಿತರ ಗಣ್ಯರ ಸಂಗೀತ ಕಾರ್ಯಕ್ರಮ ನಡೆಯಿತು. ಗಂಗೂಬಾಯಿ ಹಾನಗಲ್ ರಾಷ್ಟ್ರಗೀತೆಯಾದ **'ಒಂದೇ ಮಾತರಂ'**ನ್ನು ಸುಶ್ರಾವ್ಯವಾಗಿ ಹಾಡಿದರು. ಅಂತಯೇ ಹುಯಿಲಗೋಳ ನಾರಾಯಾಣರಾವ್ ರಚಿಸಿದ್ದ **"ಉದಯವಾಗಲಿ ನಮ್ಮ ಚಲುವ ಕನ್ನಡ ನಾಡು"** ಎಂಬ ನಾಡಗೀತೆಯನ್ನು ವೀಣೆ ಶೇಷಣ್ಣ ಹಾಡಿದರು.

ಬೆಳಗಾವಿ ಕಾಂಗ್ರೆಸ್ ಅಧಿವೇಶನ ಕಾಂಗ್ರೆಸ್ಸಿನ **'ಬದಲಾವಣೆ ಪರ'** ಮತ್ತು **'ಬದಲಾವಣೆ ವಿರೋಧಿ'** (Pro-changers and No-changers) ಎಂಬ ಎರಡೂ ಬಣಗಳ ಒಗ್ಗೂಡುವಿಕೆಗೆ ವೇದಿಕೆಯಾಯಿತು. ಅಧ್ಯಕ್ಷತೆ ವಹಿಸಿದ್ದ ಗಾಂಧೀಜಿಯವರು ಸತ್ಯಾಗ್ರಹದ ಉದ್ದೇಶಗಳು ಹಾಗೂ ಅದು ನಡೆಯಬೇಕಾದ ವಿಧಾನವನ್ನು, ಅಸ್ಪೃಶ್ಯತೆ ನಿವಾರಣೆ, ಖಾದಿ ಪ್ರಚಾರ, ಹಿಂದೂ –ಮುಸ್ಲಿಂ ಏಕತೆ, ಬ್ರಾಹ್ಮಣ – ಬ್ರಾಹ್ಮಣೇತರರ ಐಕ್ಯತೆ, ಗ್ರಾಮನೈರ್ಮಲ್ಯ ಮೊದಲಾದವುಗಳನ್ನು ಕುರಿತು ಮಾತನಾಡಿದರು. ಕಾಂಗ್ರೆಸ್ ಅಧಿವೇಶನ ನಡೆದ ಸ್ಥಳದಲ್ಲಿ ಈಗ **'ವಿಜಯನಗರ ವೀರಸೌಧ ಉದ್ಯಾನ'** ನಿರ್ಮಿಸಲಾಗಿದೆ. ಈ ಉದ್ಯಾನದಲ್ಲಿ **ಪಂಪಾ ಸರೋವರ** (ಕಾಂಗ್ರೆಸ್ ಭಾವಿ) ವನ್ನು ಉಳಿಸಿಕೊಳ್ಳಲಾಗಿದೆ.

ಕಾಂಗ್ರೆಸ್ ಅಧಿವೇಶನ ಮುಕ್ತಾಯಗೊಂಡ ನಂತರ ಅದೇ ವೇದಿಕೆಯಲ್ಲಿ **ಕಂಬ್ಳಿ ಸಿದ್ದಪ್ಪ** ಅಧ್ಯಕ್ಷತೆಯಲ್ಲಿ ಕರ್ನಾಟಕ ಏಕೀಕರಣ ಸಮ್ಮೇಳನ, ಬಿಜಾಪುರ ಜಿಲ್ಲಾ ಕಾಂಗ್ರೆಸ್ ಅಧಿವೇಶನ, ಭಗಿನಿ ಮಂಡಲ್ ಪರಿಷತ್ ಮೊದಲಾದವು ಜರುಗಿದವು. ಹಿಂದಿ ಪ್ರಚಾರ, ಖಾದಿ ಪ್ರಚಾರಕ್ಕೆ ಆದ್ಯತೆ ದೊರೆಯಿತು. ಅಸ್ಪೃಶ್ಯತೆ ನಿವಾರಣೆ ಹೋರಾಟಕ್ಕೂ ಬಲಬಂದಿತು. ತಗಡೂರು ರಾಮಚಂದ್ರರಾವ್, ಹನುಮಂತರಾವ್ ಕೌಜಲಗಿ, ಡಾ. ಹರ್ಡೀಕರ್, ಗಂಗಾಧರರಾವ್ ದೇಶಪಾಂಡೆ, ಕಾರ್ನಾಡ್ ಸದಾಶಿವರಾವ್ ಮೊದಲಾದವರು ಖಾದಿ ಪ್ರಚಾರ ಕಾರ್ಯ ಕೈಗೊಂಡರು. **ಮೈಸೂರು ಸಮೀಪ ಬದನವಾಳ್‌ನಲ್ಲಿ ಖಾದಿ ಉತ್ಪಾದನಾ ಕೇಂದ್ರ ಆರಂಭವಾಯಿತು.** ಹೀಗೆ ಬೆಳಗಾವಿ ಕಾಂಗ್ರೆಸ್ ಅಧಿವೇಶನ ಕರ್ನಾಟಕದಲ್ಲಿ ಸ್ವಾತಂತ್ರ್ಯ ಚಳುವಳಿಗೆ ನವ ಚೈತ್ಯನ್ಯ ನೀಡಿತು.

ಬೆಳಗಾವಿ ಅಧಿವೇಶನದ ಮತ್ತೊಂದು ಪ್ರಮುಖ ಪರಿಣಾಮವೆಂದರೆ ಕಾಂಗ್ರೆಸ್‌ನ ಜನಪ್ರಿಯತೆ ಹೆಚ್ಚಿದ್ದು. ಪ್ರಾರಂಭದ ದಿನಗಳಿಂದಲೂ ಕಾಂಗ್ರೆಸ್ ಪಕ್ಷವನ್ನು **"ಬ್ರಾಹ್ಮಣರ ಸಂಘಟನೆ"** ಎಂದು ಪರಿಗಣಿಸಲಾಗಿತ್ತು. ಕ್ರಮೇಣ ಈ ಭಾವನೆ ಬದಲಾಯಿತು. 1927ರಲ್ಲಿ ಧಾರವಾಡದಲ್ಲಿ ಬ್ರಾಹ್ಮಣೇತರ ಯುವಕರು **"ಭಾರತೀಯ ಯುವಕ ಸಂಘ"** ಸ್ಥಾಪಿಸಿದರು. 1930ರಲ್ಲಿ ಹಾವೇರಿಯಲ್ಲಿ ಹರ್ಡೇಕರ್ ಮಂಜಪ್ಪ ಅಧ್ಯಕ್ಷತೆಯಲ್ಲಿ **'ವೀರಶೈವ ಮಹಾಸಭಾ'** ಅಧಿವೇಶನ ನಡೆಯಿತು. ಈ ಸಂಘಟನೆಗಳು ಕಾಂಗ್ರೆಸ್ಸನ್ನು ಸೇರಲು ತಮ್ಮ ಸದಸ್ಯರಿಗೆ ಕರೆ ನೀಡಿದವು. ಹೀಗಾಗಿ ಬ್ರಾಹ್ಮಣೇತರರಲ್ಲಿ ಕಾಂಗ್ರೆಸ್ಸಿನ ಬಗ್ಗೆ ಇದ್ದ ಸಂಶಯಗಳು ನಿವಾರಣೆಯಾಗಿ ಕಾಂಗ್ರೆಸ್ ಜನಸಾಮಾನ್ಯರ ಪಕ್ಷವಾಗಿ ರೂಪುಗೊಂಡಿತು.

ಸವಿನಯ ಕಾನೂನು ಭಂಗ ಚಳುವಳಿ

ಉಪ್ಪಿನ ಸತ್ಯಾಗ್ರಹ : 1929ರ ಡಿಸೆಂಬರ್ 31ರಂದು ಲಾಹೋರ್ ನಗರದಲ್ಲಿ ಜವಹರ್‌ಲಾಲ್ ನೆಹರೂ ಅಧ್ಯಕ್ಷತೆಯಲ್ಲಿ ನಡೆದ ಕಾಂಗ್ರೆಸ್ಸಿನ ವಾರ್ಷಿಕ ಚರಿತ್ರಾರ್ಹ ಅಧಿವೇಶನದಲ್ಲಿ **ಸಂಪೂರ್ಣ ಸ್ವಾತಂತ್ರ್ಯ**ದ ಗೊತ್ತುವಳಿ ಅಂಗೀಕರಿಸಲಾಯಿತು ಮತ್ತು **ಸವಿನಯ ಕಾಯಿದೆ ಭಂಗ ಚಳುವಳಿ** ಆರಂಭಿಸಲು ನಿರ್ಧರಿಸಲಾಯಿತು. 1930ರ ಫೆಬ್ರವರಿ 2 ರಂದು **ಸಬರಮತಿ ನದಿದಂಡೆಯಲ್ಲಿ** ಗಾಂಧೀಜಿ ನೇತೃತ್ವದಲ್ಲಿ ಕಾಂಗ್ರೆಸ್ ಕಾರ್ಯಕಾರಿ ಸಮಿತಿ ಸಭೆ ನಡೆದು ಉಪ್ಪಿನ ಸತ್ಯಾಗ್ರಹದ ಮೂಲಕ ಕಾನೂನು ಭಂಗ ಚಳುವಳಿ ಆರಂಭಿಸಲು ನಿರ್ಧರಿಸಲಾಯಿತು. **ಈ ಸಭೆಯಲ್ಲಿ ಕರ್ನಾಟಕದಿಂದ ಎನ್.ಎಸ್.ಹರ್ಡೀಕರ್ ಮತ್ತು ಗಂಗಾಧರ ರಾವ್ ದೇಶಪಾಂಡೆ ಭಾಗವಹಿಸಿದ್ದರು.** ಹಿಂದಿರುಗಿದ ತಕ್ಷಣ ಸತ್ಯಾಗ್ರಹಕ್ಕೆ ಸಿದ್ದತೆ ಆರಂಭಿಸಿದರು. 1930ರ ಫೆಬ್ರವರಿ 23ರಂದು ಬಳ್ಳಾರಿಯಲ್ಲಿ ಈ ಬಗ್ಗೆ ಚರ್ಚಿಸಲು ಆರ್.ಆರ್. ದಿವಾಕರ್ ಅಧ್ಯಕ್ಷತೆಯಲ್ಲಿ ಕೆ.ಪಿ.ಸಿ.ಸಿ. ಸಭೆ ನಡೆಯಿತು. ಈ ಸಭೆಯಲ್ಲಿ ಗಂಗಾಧರರಾವ್ ದೇಶಪಾಂಡೆ, ಕೌಜಲಗಿ ಹನುಮಂತರಾವ್, ಆರ್.ಆರ್.ದಿವಾಕರ್ ಮತ್ತು ಕಾರ್ನಾಡ್ ಸದಾಶಿವರಾವ್ ಅವರನ್ನು ಒಳಗೊಂಡ **ಸತ್ಯಾಗ್ರಹ ಸಮಿತಿ** ರಚಿಸಲಾಯಿತು. ಈ ಸಮಿತಿ ಅಂಕೋಲ, ಗೋಕರ್ಣ, ಕುಮುಟ, ಹೊನ್ನಾವರ ಮೊದಲಾದ ಸ್ಥಳಗಳಿಗೆ ಭೇಟಿ ನೀಡಿ, ಪರಿಶೀಲಿಸಿತು. ಕೊನೆಗೆ ಕೆ.ಪಿ.ಸಿ.ಸಿ. ಸಭೆಯಲ್ಲಿ ಉಪ್ಪಿನ ಸತ್ಯಾಗ್ರಹಕ್ಕೆ ಅಂಕೋಲ ಸೂಕ್ತವಾದ ಸ್ಥಳವೆಂದು ತೀರ್ಮಾನಿಸಲಾಯಿತು. ಗಾಂಧೀಜಿ ನೇತೃತ್ವದಲ್ಲಿ ದಂಡಿ ಉಪ್ಪಿನ ಸತ್ಯಾಗ್ರಹ 1930ರ ಮಾರ್ಚ್ 12 ರಿಂದ ಏಪ್ರಿಲ್ 6 ರವರೆಗೆ ನಡೆಯಿತು. ಅದರಲ್ಲಿ ಕರ್ನಾಟಕದ **ಮೈಲಾರ ಮಹದೇವಪ್ಪ** ಪಾಲ್ಗೊಂಡಿದ್ದರು.

ಅಂಕೋಲ ಉಪ್ಪಿನ ಸತ್ಯಾಗ್ರಹ

'ಕರ ನಿರಾಕರಣೆಯ ಕರ್ಮಭೂಮಿ', 'ಕರ್ನಾಟಕದ ಬಾರ್ದೋಲಿ' ಎಂದು ಹೆಸರಾಗಿರುವ ಉತ್ತರಕನ್ನಡ ಜಿಲ್ಲೆಗೆ ಸೇರಿದ ಅಂಕೋಲದಲ್ಲಿ 1930ರ ಏಪ್ರಿಲ್ 13ರಂದು ಉಪ್ಪಿನ ಸತ್ಯಾಗ್ರಹ ಪ್ರಾರಂಭವಾಯಿತು. ಅಂದು **ಜಲಿಯನ್ ವಾಲಾಬಾಗ್ ಹತ್ಯಾಕಾಂಡದ 12ನೇ ವಾರ್ಷಿಕೋತ್ಸವದ** ದಿನವಾಗಿದ್ದು ಅಂದೇ ಉಪ್ಪಿನ ಸತ್ಯಾಗ್ರಹ ಆರಂಭಿಸಲಾಯಿತು. ಉತ್ತರ ಕರ್ನಾಟಕದ ಬೆಳಗಾವಿ, ಹುಬ್ಬಳ್ಳಿ, ಕುಮುಟ, ಬಳ್ಳಾರಿ, ನಿಪ್ಪಾಣಿ, ಕಿತ್ತೂರು ಮೊದಲಾದ ಕಡೆಗಳಿಂದ ಸುಮಾರು 40,000 ಸತ್ಯಾಗ್ರಹಿಗಳು ಅಂಕೋಲಕ್ಕೆ ಆಗಮಿಸಿದರು. ಸತ್ಯಾಗ್ರಹ ಹರ್ಡೀಕರ್ ನೇತೃತ್ವದಲ್ಲಿ ನಡೆಯಬೇಕಿತ್ತು. ಆದರೆ ಅವರು ಸಕಾಲದಲ್ಲಿ ಅಲ್ಲಿಗೆ ತಲುಪಲಾಗದಿದ್ದಾಗ ಹೊನ್ನಾವರದ **ಎಂ.ಪಿ. ನಾಡಕರ್ಣಿ** ನೇತೃತ್ವದಲ್ಲಿ ಉಪ್ಪಿನ ಕಾಯಿದೆಯನ್ನು ಉಲ್ಲಂಘಿಸಲಾಯಿತು. ತಮ್ಮ ತಂಡ ತಯಾರಿಸಿದ ಉಪ್ಪನ್ನು ತೋರಿಸಿ ಮಾತನಾಡಿದ ನಾಡಕರ್ಣಿಯವರು **"ಉತ್ತರ ಕನ್ನಡದ ಪ್ರತಿ ಗ್ರಾಮವೂ ಬಾರ್ದೋಲಿ"**ಯಾಗಬೇಕೆಂಬ ಅಪೇಕ್ಷೆ ಈಡೇರಿತು ಎಂದು ಹೇಳಿದರು. ಸ್ವಾಮಿ ವಿದ್ಯಾನಂದ, ಕಾರ್ನಾಡ್ ಸದಾಶಿವರಾವ್, ಶ್ರೀಮತಿ ಉಮಾಬಾಯಿ ಕುಂದಾಪುರ, ಡಾ. ಹರ್ಡೀಕರ್ ಮೊದಲಾದವರು ಸತ್ಯಾಗ್ರಹದಲ್ಲಿ ಪಾಲ್ಗೊಂಡಿದ್ದರು. ಸಮುದ್ರದ ಹಿನ್ನೀರಿನ ಉಪ್ಪು ನೀರನ್ನು ಸಂಗ್ರಹಿಸಿ ಸ್ಥಳೀಯ ಮಾಮಲೇದಾರನ ಸಮ್ಮುಖದಲ್ಲೇ ಕುದಿಸಿ ಉಪ್ಪನ್ನು ತಯಾರಿಸಲಾಯಿತು. ಆ ಉಪ್ಪಿನ ಮೊದಲ ಪೊಟ್ಟಣವನ್ನು **ದೇವು ಹೊನ್ನಪ್ಪನಾಯ್ಕ** 30ರೂಗೆ ಕೊಂಡುಕೊಂಡರು.

ಆ ಸಂದರ್ಭದಲ್ಲಿ ಮಾತನಾಡಿದ ಶಾಮರಾವ್ ಶಣೈ ಅವರ ತಂಗಿ ಸೀತಾಬಾಯಿ **"ಕರಕೊಟ್ಟ ಉಪ್ಪನ್ನು ಯಾರೂ ತಿನ್ನಬಾರದು.......... ಕರಕೊಡದ ಸ್ವತಂತ್ರ ಉಪ್ಪು ತಿಂದು ನಾವು ಸ್ವಾತಂತ್ರ್ಯ ಪಡೆಯುವಾ"** ಎಂದು ಹೇಳಿದರು. ಅನಂತರ ಗಾಂಧೀ ಮೈದಾನದಲ್ಲಿ ನಡೆದ ಸಭೆಯಲ್ಲಿ ಸ್ವಾಮಿ ವಿದ್ಯಾನಂದರು ಮಾತನಾಡಿದರು.

"ಸರ್ಕಾರಕ್ಕೆ ತೆರಿಗೆ ಕಟ್ಟದೆ ತಯಾರಿಸಲಾಗಿರುವ ಈ ಉಪ್ಪನ್ನು ಕೊಂಡು ಕಾಯಿದೆ ಭಂಗಮಾಡಿ ಮಹಾತ್ಮರಲ್ಲಿ ನಿಮಗಿರುವ ನಿಷ್ಠೆಯನ್ನು ಪ್ರದರ್ಶಿಸಿ" ಎಂದು ಮುಖಂಡರು ಜನರಿಗೆ ಮನವಿ ಮಾಡಿದರು. ಹಲವರು ಸ್ಥಳದಲ್ಲೇ ಉಪ್ಪನ್ನು ಕೊಂಡರು. ನಾಡಕರ್ಣಿ ಅವರಿಗೆ 6 ತಿಂಗಳ ಜೈಲುಶಿಕ್ಷೆ ನೀಡಲಾಯಿತು. ಅನಂತರ ಮಂಗಳೂರು, ಕುಂದಾಪುರ, ಉಡುಪಿ, ಪುತ್ತೂರು, ಮಲ್ಪೆ, ಮಂಜೇಶ್ವರ ಸೇರಿದಂತೆ 30 ಸ್ಥಳಗಳಲ್ಲಿ ಉಪ್ಪಿನ ಸತ್ಯಾಗ್ರಹ ನಡೆಯಿತು. ಧರಸನ ಉಪ್ಪಿನ ಸತ್ಯಾಗ್ರಹ ನಡೆದ ನಂತರ ಅಂಕೋಲ ಸಮೀಪದ ಸಾಣೆಕಟ್ಟೆ ಸರ್ಕಾರಿ ಉಪ್ಪು ಕೇಂದ್ರದ ಮೇಲೆ ಶ್ರೀಧರ ಪಾಂಡುರಂಗ ಬಾಳಿಗ ನೇತೃತ್ವದಲ್ಲಿ ಸತ್ಯಾಗ್ರಹಿಗಳು ದಾಳಿಮಾಡಿ, ಅಲ್ಲಿಂದ ಸುಮಾರು 300 ಮಣಗಳಷ್ಟು ಉಪ್ಪನ್ನು ತೆಗೆದುಕೊಂಡು ಹೋಗಿ ಮಾರಾಟ ಮಾಡಿದರು. ಅಂಕೋಲ ಸೇರಿದಂತೆ ಹಲವು ಸ್ಥಳಗಳಲ್ಲಿ ತೆರಿಗೆ ರಹಿತ ಉಪ್ಪು ಸಂತೆಗಳನ್ನು ನಡೆಸಲಾಯಿತು. ಪೋರ್ಚುಗೀಸರ ಅಧೀನದಲ್ಲಿದ್ದ ಗೋವಾದಿಂದ ಉಪ್ಪನ್ನು ತಂದು ಕಾರವಾರ ಸೇರಿದಂತೆ ಹಲವಾರು ಕಡೆ ಮಾರಾಟ ಮಾಡಲಾಯಿತು. ದಂಡಿಯಾತ್ರೆಯಲ್ಲಿ ಪಾಲ್ಗೊಂಡಿದ್ದ ಮೈಲಾರ ಮಹದೇವಪ್ಪ ಕೂಡ ಕರ್ನಾಟಕದಲ್ಲಿ ನಡೆದ ಉಪ್ಪಿನ ಸತ್ಯಾಗ್ರಹದಲ್ಲಿ ಪಾಲ್ಗೊಂಡರು. ಕರ್ನಾಟಕದಲ್ಲಿ ಉಪ್ಪಿನ ಸತ್ಯಾಗ್ರಹ 45 ದಿನಗಳವರೆಗೆ ಮುಂದುವರಿಯಿತು. ಅಪಾರ ಸಂಖ್ಯೆಯಲ್ಲಿ ಮಹಿಳೆಯರು ಸತ್ಯಾಗ್ರಹದಲ್ಲಿ ಪಾಲ್ಗೊಂಡಿದ್ದರು.

ಅರಣ್ಯ ಕಾಯಿದೆಗಳ ಉಲ್ಲಂಘನೆ ಮತ್ತು ಕರ ನಿರಾಕರಣೆ ಚಳುವಳಿ

ಕಾಯಿದೆ ಭಂಗ ಚಳುವಳಿಯ ಅಂಗವಾಗಿ ಅರಣ್ಯ ಕಾಯಿದೆಗಳನ್ನು ಉಲ್ಲಂಘಿಸುವ ಚಳುವಳಿಯನ್ನು ಹಮ್ಮಿಕೊಳ್ಳಲಾಯಿತು. ಸಿರ್ಸಿ, ಸಿದ್ದಾಪುರ ತಾಲ್ಲೂಕುಗಳಲ್ಲಿ ಸತ್ಯಾಗ್ರಹಿಗಳು ಅರಣ್ಯಕ್ಕೆ ತೆರಳಿ ಗಂಧದ ಮರಗಳನ್ನು ಕಡಿದು **ಸಿರ್ಸಿಯ ಮಾರಿಕಾಂಬ ದೇವಾಲಯದ** ಎದುರಲ್ಲಿ ಹರಾಜು ಹಾಕಿದರು. ಅವರುಗಳನ್ನು ಬಂಧಿಸಲಾಯಿತು. ಧಾರವಾಡ, ಬೆಳಗಾವಿ, ಬಿಜಾಪುರ ಜಿಲ್ಲೆಗಳಲ್ಲಿ ಈಚಲು ಮರಗಳನ್ನು ಕಡಿಯುವ ಕಾರ್ಯಕ್ರಮ ಹಮ್ಮಿಕೊಳ್ಳಲಾಯಿತು. ಧಾರವಾಡ ಜಿಲ್ಲೆಯ ಶಿಗ್ಗಾಂವಿ ತಾಲ್ಲೂಕಿನಲ್ಲೇ ಒಂದು ಲಕ್ಷ ಈಚಲು ಮರಗಳನ್ನು ಕಡಿಯಲಾಯಿತು. ಗಾಂಧೀಜಿಯವರ ಕರೆಯಂತೆ ಮದ್ಯದ ಅಂಗಡಿಗಳ ಮುಂದೆ ಪಿಕೆಟಿಂಗ್ ನಡೆಸಲಾಯಿತು.

ಉತ್ತರ ಕನ್ನಡ ಜಿಲ್ಲೆಯ ಸಿರ್ಸಿ, ಸಿದ್ದಾಪುರ ಮತ್ತು ಅಂಕೋಲ ಹಾಗೂ ಧಾರವಾಡ ಜಿಲ್ಲೆಯ ಹಿರೇಕೆರೂರು ತಾಲ್ಲೂಕುಗಳಲ್ಲಿ ಕರ ನಿರಾಕರಣೆ ಚಳುವಳಿಯನ್ನು ಯಶಸ್ವಿಯಾಗಿ ಕೈಗೊಳ್ಳಲಾಯಿತು. ಕಂದಾಯ ಕೊಡದ ರೈತರ ಆಸ್ತಿ, ಜಾನುವಾರುಗಳು, ಪಾತ್ರೆಗಳು ಮೊದಲಾದವನ್ನು ಜಪ್ತಿ ಮಾಡಲಾಯಿತು. ಆದಾಗ್ಯೂ ರೈತರು ಚಳುವಳಿಯಿಂದ ಹಿಂದೆ ಸರಿಯಲಿಲ್ಲ. ಜಪ್ತಿ ಮಾಡಲಾದ ವಸ್ತುಗಳನ್ನು ಹರಾಜಿಗೆ ಇಟ್ಟಾಗ ಕೆಲವೇ ಬ್ರಿಟಿಷ್ ನಿಷ್ಠರು ಕೊಳ್ಳಲು ಮುಂದೆ ಬಂದರು. ಅಂತಹವರ ಮನೆ ಮುಂದೆ ಮಹಿಳೆಯರು ಧರಣಿ ಕುಳಿತು ಉಪವಾಸ ಸತ್ಯಾಗ್ರಹ ನಡೆಸಿದರು. ಪೋಲೀಸರು ಅಮಾನುಷವಾಗಿ ವರ್ತಿಸಿದರು. ಸಾವಿರಾರು ಸತ್ಯಾಗ್ರಹಿಗಳನ್ನು ಬಂಧಿಸಿದರು. ಮಹಿಳೆಯರ ಮೇಲೂ ಅಮಾನುಷ ದೌರ್ಜನ್ಯ ನಡೆಸಿದರು. ಜಮೀನು, ಮನೆ, ಜಾನುವಾರುಗಳು ಎಲ್ಲವನ್ನು ಕಳೆದುಕೊಂಡ ನೂರಾರು ಕುಟುಂಬಗಳ ಬದುಕು ಅಸಹನೀಯವಾಯಿತು. ಅವರ ಬವಣೆಗಳು ಕೊನೆಗೊಂಡಿದ್ದು ಕಾಂಗ್ರೆಸ್ ಸರ್ಕಾರಗಳು ರಚನೆಯಾದಾಗಲೇ. 1937ರಲ್ಲಿ ಬೊಂಬಾಯಿ ಪ್ರಾಂತ್ಯದಲ್ಲಿ ಕಾಂಗ್ರೆಸ್ ಸರ್ಕಾರ ರಚನೆಯಾದ ನಂತರ ಜಪ್ತಿ ಮಾಡಲಾಗಿದ್ದ ರೈತರ ಸ್ವತ್ತುಗಳನ್ನು ಅವರಿಗೆ ಹಿಂದಿರುಗಿಸಲಾಯಿತು. ಅಂಕೋಲದ ನಾಡವ ಮತ್ತು ಶಿರ್ಸಿ ಹಾಗೂ ಸಿದ್ದಾಪುರದ ಹವ್ಯಕ ರೈತರ ತ್ಯಾಗ, ಅವರು ಅನುಭವಿಸಿದ ಕಷ್ಟಗಳು ವಿವರಣೆಗೆ ನಿಲುಕದ್ದು.

ಈ ಚಳುವಳಿಯ ಕಾಲದಲ್ಲಿ ಪತ್ರಿಕೆಗಳು ಸರ್ಕಾರದ ದಮನಕಾರಿ ನೀತಿಯನ್ನು ಕಟುವಾಗಿ ಟೀಕಿಸಿದವು. ಅವುಗಳಲ್ಲಿ ಮುಖ್ಯವಾದವು ಉಡುಪಿ ಭಾಗದ **'ಕರ್ಮವೀರ'** , **'ಸತ್ಯಾಗ್ರಹಿ'** , **'ನವಯುಗ'** , ಧಾರವಾಡದ **'ವಿಜಯ'** , ಬಳ್ಳಾರಿಯ **'ಕರ್ನಾಟಕ ಕೇಸರಿ'**, ಬೆಂಗಳೂರಿನ **'ವಿಶ್ವಕರ್ನಾಟಕ; ಪ್ರಜಾಮತ'**, **'ತಾಯಿನಾಡು'**, ಹುಬ್ಬಳ್ಳಿಯ **'ತರುಣ ಕರ್ನಾಟಕ'**, ಬಿಜಾಪುರದ **'ಕರ್ನಾಟಕ ವೈಭವ'** ಮೊದಲಾದವು. ಸರ್ಕಾರ ಪತ್ರಿಕೆಗಳ ಮೇಲೆ ಕಠಿಣ ನಿರ್ಬಂಧಗಳನ್ನು ಹೇರಿತು. ಅದರಿಂದಾಗಿ **'ಸಂಯುಕ್ತ ಕರ್ನಾಟಕ'**, **'ಕರ್ನಾಟಕ ಕೇಸರಿ'**, **'ಕರ್ಮವೀರ'**, **'ತರುಣ ಕರ್ನಾಟಕ'** ಮೊದಲಾದ ಪತ್ರಿಕೆಗಳು ಪ್ರಕಟಣೆಯನ್ನೇ ನಿಲ್ಲಿಸಬೇಕಾಯಿತು.

ಮೈಸೂರು ಸಂಸ್ಥಾನದಲ್ಲಿ ಸ್ವಾತಂತ್ರ್ಯ ಚಳುವಳಿ

1799ರಲ್ಲಿ ಟಿಪ್ಪುವಿನ ಮರಣಾನಂತರ 8 ಜಿಲ್ಲೆಗಳನ್ನು ಒಳಗೊಂಡ ಮೈಸೂರು ಸಂಸ್ಥಾನದಲ್ಲಿ ಒಡೆಯರ ಆಡಳಿತ ಪುನರಾರಂಭಗೊಂಡಿತು. ಆದರೆ ಸಹಾಯಕ ಸೈನ್ಯ ಒಡಂಬಡಿಕೆಗೆ ಸಹಿ ಹಾಕಿದ ಮೈಸೂರು ಬ್ರಿಟಿಷರ ಪರೋಕ್ಷ ಆಡಳಿತಕ್ಕೆ ಒಳಪಟ್ಟಿತು. ಇಲ್ಲಿನ ಅರಸರು ಹಾಗೂ ದಿವಾನರು ಒಂದು ಬಗೆಯಲ್ಲಿ ಪ್ರಗತಿಪರ ಆಡಳಿತಗಾರರಾಗಿದ್ದರು. ಉತ್ತರ ಕರ್ನಾಟಕ ಭಾಗದಲ್ಲಿ ಕಂಡುಬರದಿದ್ದ ಜನಪರ ಯೋಜನೆಗಳನ್ನು ಮೈಸೂರಿನ ಆಡಳಿತ ಜಾರಿಗೆ ತಂದಿತು. ಮೈಸೂರು ಸಂಸ್ಥಾನದಲ್ಲಿ ಜನಸಾಮಾನ್ಯರ ಸ್ಥಿತಿಗತಿಗಳು ಉತ್ತರ ಭಾಗಕ್ಕೆ ಹೋಲಿಸಿದರೆ ಉತ್ತಮವಾಗಿದ್ದವು. 1881ರಲ್ಲಿ ಮೈಸೂರಿನಲ್ಲಿ ಪ್ರತಿನಿಧಿಸಭೆಯೂ ಸ್ಥಾಪನೆಯಾಯಿತು. ಹೀಗಾಗಿ ಜನರಲ್ಲಿ ಬ್ರಿಟಿಷ್ ವಿರೋಧಿ ಭಾವನೆಗಳು ಅಷ್ಟಾಗಿ ಕಂಡು ಬರಲಿಲ್ಲ. ಅಲ್ಲದೆ ಬ್ರಿಟಿಷರಿಗೆ ನಿಷ್ಠರಾಗಿದ್ದ ಮಹಾರಾಜರು ಹಾಗೂ ದಿವಾನರು ಸಂಸ್ಥಾನದಲ್ಲಿ ಯಾವುದೇ ಬ್ರಿಟಿಷ್ ವಿರೋಧಿ ಚಟುವಟಿಕೆಗಳಿಗೆ ಅವಕಾಶ ನೀಡಲಿಲ್ಲ.

ಪ್ರಾರಂಭದಲ್ಲಿ ಮೈಸೂರು ಸಂಸ್ಥಾನದಲ್ಲಿ ವಿಭಿನ್ನ ರೀತಿಯ ಸಂಘರ್ಷ ನಡೆಯುತ್ತಿತ್ತು. ಸರ್ಕಾರಿ ಉದ್ಯೋಗಗಳನ್ನು ಪಡೆಯುವ ವಿಷಯದಲ್ಲಿ ಸ್ಥಳೀಯರೂ ಹಾಗೂ ಹೊರಗಿನವರ ನಡುವೆ ಸಂಘರ್ಷ ನಡೆಯಿತು. 1799ರಲ್ಲಿ ದಿವಾನ್ ಪೂರ್ಣಯ್ಯನ ಕಾಲದಿಂದ 3ನೇ ಕೃಷ್ಣರಾಜ ಒಡೆಯರು ಅಧಿಕಾರ ಕಳೆದುಕೊಳ್ಳುವವರೆಗೆ (1831) ಮೈಸೂರು ಸಂಸ್ಥಾನದಲ್ಲಿ **ಮರಾಠಿ ಮೂಲದ ಬ್ರಾಹ್ಮಣರು ಪ್ರಮುಖ ಅಧಿಕಾರಸ್ಥಾನಗಳನ್ನು ಹಿಡಿದುಕೊಂಡಿದ್ದರು.** ಮುಂದೆ 50 ವರ್ಷಗಳ ಕಾಲದ ಕಮೀಷನರುಗಳ ಆಡಳಿತ ಕಾಲದಲ್ಲಿ **ಐರೋಪ್ಯರದ್ದೇ ಪಾರಮ್ಯವಾಗಿತ್ತು.** 1881ರ ನಂತರ ದಿವಾನ್ ರಂಗಾಚಾರ್ಲು ಅಧಿಕಾರಾವಧಿಯಿಂದ ಶೇಷಾದ್ರಿ □ಯ್ಯರ್ ದಿವಾನಗಿರಿಯ ಅಂತ್ಯದವರೆಗೆ ಮೈಸೂರಿನಲ್ಲಿ **ತಮಿಳು ಬ್ರಾಹ್ಮಣರ ಪ್ರಭಾವ ಹೆಚ್ಚಾಗಿತ್ತು.** ಉನ್ನತ ಅಧಿಕಾರಸ್ಥಾನಗಳು ಅವರ ಪಾಲಾದವು. ಅದರಿಂದಾಗಿ ಮದ್ರಾಸಿ ಬ್ರಾಹ್ಮಣರು ಹಾಗೂ ಸ್ಥಳೀಯ ಬ್ರಾಹ್ಮಣರ ನಡುವೆ ಸಂಘರ್ಷ ಆರಂಭವಾಯಿತು. ತಮಗೆ ದೊರೆಯಬೇಕಾಗಿದ್ದ ಸರ್ಕಾರಿ ಹುದ್ದೆಗಳನ್ನು ಮದ್ರಾಸಿ ಬ್ರಾಹ್ಮಣರು ಕಬಳಿಸುತ್ತಿದ್ದಾರೆ ಎಂಬುದು ಸ್ಥಳೀಯ ಬ್ರಾಹ್ಮಣರ ಆಕ್ರೋಶಕ್ಕೆ ಕಾರಣವಾಗಿತ್ತು. ದಿವಾನರು ಸೇರಿದಂತೆ ತಮಿಳು ಅಧಿಕಾರಿಗಳು ಮಹಾರಾಜರಿಗಿಂತಲೂ ಬ್ರಿಟಿಷರಿಗೆ ಹೆಚ್ಚು ನಿಷ್ಠರಾಗಿದ್ದರು. □ಯ್ಯರ್ ಆಡಳಿತವನ್ನು **'ವಿದೇಶಿ ಆಡಳಿತ'** ಎಂದೇ ಸ್ಥಳೀಯರು ಪರಿಗಣಿಸಿದ್ದರು. ಕ್ರಮೇಣ ಬ್ರಾಹ್ಮಣೇತರ ವರ್ಗಗಳಲ್ಲಿ ಜಾಗೃತಿಯುಂಟಾಗಿ ತಮ್ಮ ಹಕ್ಕುಗಳಿಗಾಗಿ ಅವರು ಸಂಘಟಿತರಾದರು. 1917ರಲ್ಲಿ **ಪ್ರಜಾ ಮಿತ್ರ ಮಂಡಳಿ** ಸ್ಥಾಪನೆಯಾಯಿತು. ಈ ಬ್ರಾಹ್ಮಣೇತರರ ಸಂಘಟನೆ ಸರ್ಕಾರಿ ಹುದ್ದೆಗಳಲ್ಲಿ ಬ್ರಾಹ್ಮಣೇತರರಿಗೆ ಮೀಸಲಾತಿಗೆ ಒತ್ತಾಯಿಸಿತು. ಅದನ್ನು ಪರಿಶೀಲಿಸಲು 1918ರಲ್ಲಿ ನೇಮಕಗೊಂಡ **ಜಸ್ಟೀಸ್ ಮಿಲ್ಲರ್** ಸಮಿತಿ ಬ್ರಾಹ್ಮಣೇತರರಿಗೆ ಮೀಸಲಾತಿಗೆ ಶಿಫಾರಸು ಮಾಡಿತು. ಅದರಿಂದ ಬ್ರಾಹ್ಮಣವರ್ಗ ಆತಂಕಗೊಂಡಿತು. ಈಗ ಮದ್ರಾಸಿ ಹಾಗೂ ಸ್ಥಳೀಯ ಬ್ರಾಹ್ಮಣರು ತಮ್ಮ ಶೀತಲ ಸಮರ ನಿಲ್ಲಿಸಿ ಒಂದುಗೂಡಿದರು. ಇದು **ಬ್ರಾಹ್ಮಣ-ಅಬ್ರಾಹ್ಮಣ ಸಂಘರ್ಷಕ್ಕೆ ನಾಂದಿಯಾಯಿತು.**

ಪ್ರಾರಂಭದಲ್ಲಿ ಕಾಂಗ್ರೆಸ್ ನೇತೃತ್ವದ ರಾಷ್ಟ್ರೀಯ ಚಳುವಳಿಯನ್ನು ಬ್ರಾಹ್ಮಣರ ಚಳುವಳಿ ಎಂದು ಬಗೆದು ಅದರಿಂದ ಬ್ರಾಹ್ಮಣೇತರರು ದೂರ ಉಳಿದಿದ್ದರು. ಆದರೆ ಕ್ರಮೇಣ ಬ್ರಾಹ್ಮಣೇತರರೂ ಕಾಂಗ್ರೆಸ್ಸಿನತ್ತ ಆಕರ್ಷಿತರಾದರು. ಮೈಸೂರಿನ ಜನರು ತಮ್ಮನ್ನು **"ಗುಲಾಮ ಮಹಾರಾಜನ ಗುಲಾಮ ಪ್ರಜೆಗಳು"** ಎಂದೇ ಭಾವಿಸಿದ್ದರು.

1921ರಲ್ಲಿ ಕೆ.ಪಿ.ಸಿ.ಸಿ ರಚನೆಯಾಯಿತಾದರೂ ಅದರ ಅಧೀನಕ್ಕೆ ಮೈಸೂರು ಸಂಸ್ಥಾನ ಸೇರಲಿಲ್ಲ. ಹೀಗಾಗಿ ಮೈಸೂರಿಗೆ ಪ್ರತ್ಯೇಕ ಕಾಂಗ್ರೆಸ್ ಸ್ಥಾಪನೆಯಾಗಿ ನ್ಯಾಯಾಧೀಶ ಸ್ಥಾನಕ್ಕೆ ರಾಜೀನಾಮೆ ನೀಡಿದ್ದ **ಎಸ್.ಎಸ್. ಸೆಟ್ಲೂರ್** ಅಧ್ಯಕ್ಷರಾದರು. ಎಸ್.ಎಸ್.ಸೆಟ್ಲೂರು ಬೊಂಬಾಯಿಯಲ್ಲಿ ಪ್ರಸಿದ್ಧ ವಕೀಲರಾಗಿದ್ದರು. ತಿಲಕರ ಕಟ್ಟಾ ಅನುಯಾಯಿಯಾಗಿದ್ದ ಅವರನ್ನು 1908ರಲ್ಲಿ ಮೈಸೂರಿನ ದಿವಾನ್ ವಿ.ಪಿ.ಮಾಧವ ರಾವ್ **ಮೈಸೂರಿನ ಪ್ರಧಾನ ನ್ಯಾಯಾಲಯದ ನ್ಯಾಯಾಧೀಶರಾಗಿ ನೇಮಿಸಿದರು.** ಆದರೆ ಅದಕ್ಕೆ ಮೈಸೂರಿನ **ರೆಸಿಡೆಂಟ್ ಸರ್. ಸ್ಟೂಯರ್ಟ್ ಫ್ರೆಜರ್** ವಿರೋಧ ವ್ಯಕ್ತಪಡಿಸಿದ್ದರಿಂದ ಸೆಟ್ಲೂರ್ ರಾಜೀನಾಮೆ ನೀಡಿದರು. ರಾಷ್ಟ್ರೀಯ ಕಾಂಗ್ರೆಸ್ ತನ್ನ ಹೆಸರಿನಲ್ಲಿ ಯಾವುದೇ ಚಳುವಳಿ ನಡೆಸದಂತೆ ಸಂಸ್ಥಾನಗಳ ಕಾಂಗ್ರೆಸ್ಸಿಗರಿಗೆ ಸೂಚಿಸಿತ್ತು. ಅಲ್ಲದೆ ಸಂಸ್ಥಾನಕ್ಕೆ ಭೇಟಿನೀಡಿದ ಸರ್ದಾರ್ ಪಟೇಲ್, ಅನ್ಸಾರಿ ಮೊದಲಾದ ರಾಷ್ಟ್ರ ಕಾಂಗ್ರೆಸ್ ನಾಯಕರು ಮೈಸೂರು ಸರ್ಕಾರದ ಬೆನ್ನು ತಟ್ಟುತ್ತಲೆ ಹೋದರು. 1926ರಲ್ಲಿ ದಿವಾನರಾಗಿ ನೇಮಕಗೊಂಡ ಮಿರ್ಜಾ ಇಸ್ಮಾಯಿಲ್ ರಾಷ್ಟ್ರೀಯ ಚಳುವಳಿಯ ವಿರೋಧಿಯಾಗಿದ್ದರು. ರಾಷ್ಟ್ರ ಮಟ್ಟದ ಕಾಂಗ್ರೆಸ್ ನಾಯಕರಾದ ಜವಹರ್‌ಲಾಲ್ ನೆಹರು, ಮಹಾತ್ಮ ಗಾಂಧೀಜಿ, ಸರ್ದಾರ್ ಪಟೇಲ್ ಮೊದಲಾದ ನಾಯಕರೊಂದಿಗೆ ಉತ್ತಮ ಸಂಬಂಧವಿಟ್ಟುಕೊಳ್ಳಲು

ಪ್ರಯುತ್ನಿಸುತ್ತಲೇ ಸಂಸ್ಥಾನದಲ್ಲಿ ರಾಷ್ಟ್ರೀಯ ಚಳುವಳಿಯನ್ನು ಕ್ರೂರವಾಗಿ ದಮನ ಮಾಡುತ್ತಾ ಹೋದರು. 1927ರಲ್ಲಿ ಮಹಾತ್ಮ ಗಾಂಧೀಜಿ ರಾಜ್ಯಕ್ಕೆ ಭೇಟಿ ನೀಡಿ ನಂದಿಬೆಟ್ಟದಲ್ಲಿ ಸ್ವಲ್ಪ ಕಾಲ ವಿಶ್ರಾಂತಿ ಪಡೆದರು. ಅದೇ ವರ್ಷ **ಬದನವಾಳ್‌ನಲ್ಲಿ ಖಾದಿ ಉತ್ಪಾದನಾ ಕೇಂದ್ರವನ್ನು ಉದ್ಘಾಟಿಸಿದರು.** ಮಿರ್ಜಾ ಗಾಂಧೀಜಿಯವರನ್ನು ರಾಜ್ಯದ ಅತಿಥಿಯಂತೆ ಸತ್ಕರಿಸಿದರು. ಮುಂದೆ ಗಾಂಧೀಜಿ ಸಂಸ್ಥಾನದ ಹಲವಾರು ಭಾಗಗಳಲ್ಲಿ ಸಂಚರಿಸಿದರು. ಆಗ ಅವರೊಂದಿಗೆ **ವೀರಣ್ಣಗೌಡರು, ಗೊರೂರು ರಾಮಸ್ವಾಮಿ ಐಯ್ಯಂಗಾರರು, ನಿಟ್ಟೂರು ಶ್ರೀನಿವಾಸರಾಯರೂ** ಪ್ರವಾಸದಲ್ಲಿ ಪಾಲ್ಗೊಂಡರು.

1928ರಲ್ಲಿ ಸೈಮನ್ ಆಯೋಗದ ವಿರುದ್ಧ ಮೈಸೂರು ಸಂಸ್ಥಾನದಲ್ಲೂ ಪ್ರತಿಭಟನೆಗಳು ನಡೆದವು. ತಗಡೂರು ರಾಮಚಂದ್ರರಾಯರು **"ಸೈಮನ್ ಕಮೀಷನ್‌ಗೆ ಧಿಕ್ಕಾರ"** ಎಂಬ ಶೀರ್ಷಿಕೆಯಲ್ಲಿ ಕರಪತ್ರಗಳನ್ನು ಮುದ್ರಿಸಿ ಹಂಚಿದರು. ತಗಡೂರು ರಾಮಚಂದ್ರರಾಯ(1898–1988)ರನ್ನು ಮೈಸೂರು ಸಂಸ್ಥಾನದ **"ರಾಜಕೀಯ ಅಶಾಂತಿಯ ಪಿತ"** ಎಂದು ಕರೆಯಲಾಗಿದೆ. ದಿವಾನ್ ಮಿರ್ಜಾ ಆಳ್ವಿಕೆ ವಿರುದ್ಧ ರಾಜಕೀಯ ಚಳುವಳಿಯನ್ನು ಮೊದಲು ಆರಂಭಿಸಿದವರೆ ತಗಡೂರು. **"ಮೈಸೂರು ಗಾಂಧೀ"** ಎಂದು ಹೆಸರಾಗಿದ್ದ ಅವರು ತಿರುವಾಂಕೂರ್ ಸಂಸ್ಥಾನದ **"ವೈಕೋಮ್ ಚಳುವಳಿ"** ಗೂ ಮೊದಲೇ ನಂಜನಗೂಡು ದೇವಾಲಯಕ್ಕೆ ಕಣಿಯರ್ ಜಾತಿಯ ಜನರಿಗೆ ಪ್ರವೇಶ ದೊರಕಿಸಲು ಹೋರಾಡಿದ್ದರು.

ಮೈಸೂರು ಕಾಂಗ್ರೆಸ್ ಸ್ಥಾಪನೆ

ಮೈಸೂರು ಸರ್ಕಾರವು ಕಾಂಗ್ರೆಸ್ ಚಳುವಳಿಯನ್ನು ದಮನ ಮಾಡಲು ಕಠಿಣ ಕ್ರಮಗಳನ್ನು ಕೈಗೊಂಡಿದ್ದು ಬ್ರಿಟಿಷ್ ಸರ್ಕಾರದ ಸಂತಸಕ್ಕೆ ಕಾರಣವಾಗಿತ್ತು. 1927ರಲ್ಲಿ **ವೈಸರಾಯ್ ಇರ್ವಿನ್** ಮೈಸೂರಿಗೆ ಭೇಟಿ ನೀಡಿದ ಸಂದರ್ಭದಲ್ಲಿ ಸಂಸ್ಥಾನ ಕೊಡಬೇಕಾಗಿದ್ದ ವಾರ್ಷಿಕ ಪೊಗದಿಯ 35 ಲಕ್ಷ ರೂಪಾಯಿಗಳಲ್ಲಿ 10 1/2 ಲಕ್ಷ ರೂಪಾಯಿಗಳನ್ನು ಕಡಿಮೆ ಮಾಡಿದ್ದು ಮೈಸೂರು ಸರ್ಕಾರ ರಾಜ್ಯದಲ್ಲಿ ಬ್ರಿಟಿಷ್ ವಿರೋಧಿ ಚಳುವಳಿಯನ್ನು ಹತ್ತಿಕ್ಕಲು ಕೈಗೊಂಡ ಕಠಿಣ ಕ್ರಮಗಳಿಂದ ಸಂತಸಗೊಂಡು ಹಾಗೂ ರಾಜರೊಂದಿಗೆ ಬ್ರಿಟಿಷರ ಸಂಬಂಧವನ್ನು ಮತ್ತಷ್ಟು ಗಟ್ಟಿಗೊಳಿಸುವುದಕ್ಕಾಗಿ ಎಂದು **ಡಾ. ಹೆಟ್ನೆ** ವಿಶ್ಲೇಷಿಸಿದ್ದಾರೆ.

ದಿವಾನ್ ಮಿರ್ಜಾ ಅವರ ಕಠಿಣ ಧೋರಣೆಗಳು ಜನಸಾಮಾನ್ಯರನ್ನು ಕೆರಳಿಸಿದ್ದವು. ನಾಯಕರಾದ ತಗಡೂರು ರಾಮಚಂದ್ರರಾಯರು, ಕರಮರ್‌ಕರ್ ಮೊದಲಾದವರ ಭಾಷಣಗಳಿಗೆ ನಿರ್ಬಂಧ ಹೇರಲಾಯಿತು. 1937ರಲ್ಲಿ ಕಾಂಗ್ರೆಸ್ ಧ್ವಜವನ್ನು ಹಾರಿಸದಂತೆ ಆದೇಶ ಹೊರಡಿಸಿತು. ಆದಾಗ್ಯೂ ಅಕ್ಟೋಬರ್ 13 ರಂದು ದಮನಕಾರಿ ವಿರೋಧಿ ದಿನವನ್ನು ಆಚರಿಸಲಾಯಿತು. ಕೆ.ಟಿ.ಭಾಷ್ಯಂ ಸೇರಿದಂತೆ ಹಲವರ ಬಂಧನವಾಯಿತು. ಮೈಸೂರು ಸರ್ಕಾರದ ದಮನಕಾರಿ ಕ್ರಮಗಳನ್ನು ಖಂಡಿಸಿ ಎ.ಐ.ಸಿ.ಸಿ 1937ರಲ್ಲಿ ಒಂದು ನಿರ್ಣಯ ಅಂಗೀಕರಿಸಿತು. ಇಂತಹ ಬಿಕ್ಕಟಿನ ಪರಿಸ್ಥಿತಿಯಲ್ಲಿ 1937ರ ಅಕ್ಟೋಬರ್ 16 ರಂದು **ಸಂಯುಕ್ತ ಪ್ರಜಾಪಕ್ಷ** ಕಾಂಗ್ರೆಸ್‌ನಲ್ಲಿ ವಿಲೀನಗೊಂಡಿತು. 1917ರಲ್ಲಿ ಸ್ಥಾಪನೆಯಾಗಿದ್ದ **ಪ್ರಜಾಮಿತ್ರ ಮಂಡಲಿ** ಹಾಗೂ 1930ರಲ್ಲಿ ಕೆ.ಸಿ. ರೆಡ್ಡಿ ಮತ್ತಿತರರು ಸ್ಥಾಪಿಸಿದ್ದ **ಪ್ರಜಾಪಕ್ಷ** 1934ರಲ್ಲಿ ಒಂದುಗೂಡಿ **ಸಂಯುಕ್ತ** ಪ್ರಜಾ ಪಕ್ಷ ಸ್ಥಾಪನೆಯಾಗಿತ್ತು. ಅದರ ಫಲವಾಗಿ **1938ರಲ್ಲಿ ಮೈಸೂರು ಕಾಂಗ್ರೆಸ್ ಅಸ್ತಿತ್ವಕ್ಕೆ ಬಂದಿತು.** ಅದರೊಂದಿಗೆ ಮೈಸೂರು ಸಂಸ್ಥಾನದಲ್ಲಿ ಸರ್ಕಾರ ಮತ್ತು ಜನತೆಯ ನಡುವೆ ದೊಡ್ಡ ಸಂಘರ್ಷ ಆರಂಭವಾಯಿತು.

ಶಿವಪುರ ಧ್ವಜಸತ್ಯಾಗ್ರಹ

ಮೈಸೂರು ಕಾಂಗ್ರೆಸ್ 1838ರಲ್ಲಿ ಸ್ಥಾಪನೆಯಾಯಿತು. ಟಿ. ಸಿದ್ಧಲಿಂಗಯ್ಯ ಅದರ ಪ್ರಥಮ ಅಧ್ಯಕ್ಷರಾದರು. ಈ ಸಂದರ್ಭದಲ್ಲಿ ರಾಷ್ಟ್ರೀಯ ಕಾಂಗ್ರೆಸ್‌ನಲ್ಲಿ ಸಂಸ್ಥಾನಗಳ ಜನರು ಜವಾಬ್ದಾರಿ ಸರ್ಕಾರಕ್ಕೆ ಒತ್ತಾಯಿಸಿ ನಡೆಸುತ್ತಿದ್ದ ಹೋರಾಟಗಳನ್ನು ಬೆಂಬಲಿಸಬೇಕೋ ಅಥವಾ ಬೆಂಬಲಿಸಬಾರದೊ ಎಂಬ ಬಗ್ಗೆ ಚರ್ಚೆಗಳು ನಡೆಯುತ್ತಿದ್ದವು. ಮೈಸೂರು ಸರ್ಕಾರದ ದಮನಕಾರಿ ನೀತಿಯನ್ನು ವಿರೋಧಿಸುವುದರ ಜೊತೆಗೆ ಜವಾಬ್ದಾರಿ ಸರ್ಕಾರಕ್ಕೆ ಒತ್ತಾಯಿಸಿ ಹೋರಾಟ ಬಲಪಡಿಸಲು ಮೈಸೂರು ಕಾಂಗ್ರೆಸ್ ನಿರ್ಧರಿಸಿತು.

ಮಂಡ್ಯ ಜಿಲ್ಲೆಯ ಶಿವಪುರದಲ್ಲಿ 1938ರ ಏಪ್ರಿಲ್ 11ರಿಂದ 13ರವರೆಗೆ ಕಾಂಗ್ರೆಸ್ಸಿನ ತ್ರಿವರ್ಣ ಧ್ವಜಾರೋಹಣದ ಜೊತೆಗೆ ಪ್ರಥಮ ಅಧಿವೇಶನ ನಡೆಸಲು ಮೈಸೂರು ಕಾಂಗ್ರೆಸ್ ನಿರ್ಧರಿಸಿತು. ಆದರೆ ಸರ್ಕಾರ ಏಪ್ರಿಲ್ 9 ರಂದೇ ನಿಷೇಧಾಜ್ಞೆ ಜಾರಿಗೊಳಿಸಿತು ಹಾಗೂ ಪೊಲೀಸರಿಗೆ ಕಾಂಗ್ರೆಸ್ ಚಟುವಟಿಕೆಗಳನ್ನು ಹತ್ತಿಕ್ಕಲು ಹೆಚ್ಚಿನ ಅಧಿಕಾರ ನೀಡಿತು. ಕಾಂಗ್ರೆಸ್ ತನ್ನ ಪ್ರಥಮ ಅಧಿವೇಶನಕ್ಕೆ ರಾಷ್ಟ್ರಮಟ್ಟದ ಯಾವುದೇ ನಾಯಕನನ್ನು ಆಹ್ವಾನಿಸಲಿಲ್ಲ.

ಏಪ್ರಿಲ್ 11ರಂದು ಕಾಂಗ್ರೆಸ್ ಅಧಿವೇಶನ ಆರಂಭವಾಯಿತು. ಈ ಸಂಸ್ಥಾನದ ವಿವಿಧ ಕಡೆಗಳಿಂದ ಸಾವಿರಾರು ಕಾಂಗ್ರೆಸ್ ಕಾರ್ಯಕರ್ತರು ಶಿವಪುರಕ್ಕೆ ಆಗಮಿಸಿದ್ದರು. ಸಭೆ ನಡೆಯುತ್ತಿದ್ದ ಸ್ಥಳವನ್ನು ಪೊಲೀಸರು ಸುತ್ತುವರಿದಿದ್ದರು. ಸಭೆಯಲ್ಲಿ ಹಾಜರಿದ್ದವರ ಮೇಲೆ ಗುಂಡು ಹಾರಿಸುವಂತೆ ಜಿಲ್ಲಾ ಆಡಳಿತದ ಮೇಲೆ ಸರ್ಕಾರದಿಂದ ಒತ್ತಡ ಹೇರಲಾಗಿತ್ತು. ಇಂತಹ ಬಿಗುವಿನ ಪರಿಸ್ಥಿತಿಯಲ್ಲೂ ಕಾಂಗ್ರೆಸ್ ಕಾರ್ಯಕರ್ತರು ಸಂಯಮದಿಂದ, ಶಿಸ್ತಿನಿಂದ ವರ್ತಿಸಿದರು. ನಿಷೇದಾಜ್ಞೆಯನ್ನು ಉಲ್ಲಂಘಿಸಿ ಟಿ.ಸಿದ್ದಲಿಂಗಯ್ಯ ಮತ್ತು ಎಂ.ಎನ್. ಜೋಯಿಸ್ ತ್ರಿವರ್ಣ ಧ್ವಜವನ್ನು ಹಾರಿಸುವಲ್ಲಿ ಯಶಸ್ವಿಯಾದರು. ಅವರನ್ನು ಬಂಧಿಸಲಾಯಿತು. ಅವರಲ್ಲದೆ ಕೆ.ಸಿ.ರೆಡ್ಡಿ, ಎಚ್.ಸಿ.ದಾಸಪ್ಪ, ಕೆ.ಟಿ.ಭಾಷ್ಯಂ, ಬಳ್ಳಾರಿ ಸಿದ್ದಮ್ಮ ಮೊದಲಾದವರನ್ನು ಬಂಧಿಸಲಾಯಿತು. ದಿವಾನ್ ಮಿರ್ಜಾ ಅವರು ಅಸಮಧಾನಗೊಂಡಿದ್ದರೂ ಸ್ಥಳಿಯ ಪೊಲೀಸರು ಮಾತ್ರ ಅತ್ಯಂತ ಸಂಯಮದಿಂದ ವರ್ತಿಸಿ ಸಂಭವಿಸಬಹುದಾಗಿದ್ದ ರಕ್ತಪಾತವನ್ನು ತಡೆದರು. ಜವಾಬ್ದಾರಿ ಸರ್ಕಾರದ ರಚನೆಗೆ ಒತ್ತಾಯಿಸುವುದು ಸೇರಿದಂತೆ ಹಲವಾರು ನಿರ್ಣಯಗಳನ್ನು ಸಭೆಯಲ್ಲಿ ಅಂಗೀಕರಿಸಲಾಯಿತು.

ವಿದುರಾಶ್ವತ್ಥ ದುರಂತ

ಶಿವಪುರದಲ್ಲಿ ಮೈಸೂರು ಕಾಂಗ್ರೆಸ್ ಹಮ್ಮಿಕೊಂಡಿದ್ದ ಧ್ವಜ ಸತ್ಯಾಗ್ರಹ ಯಶಸ್ವಿಯಾದದ್ದು ಒಂದು ಕಡೆ ಕಾಂಗ್ರೆಸ್ ಕಾರ್ಯಕರ್ತರ ಉತ್ಸಾಹವನ್ನು ಇಮ್ಮಡಿಗೊಳಿಸಿದರೆ ಮತ್ತೊಂದು ಕಡೆ ದಿವಾನ್ ಮಿರ್ಜಾ ಅವರಿಗೆ ಮುಖಭಂಗವಾಯಿತು. ಕಾಂಗ್ರೆಸ್ ಜವಾಬ್ದಾರಿ ಸರ್ಕಾರಕ್ಕೆ ಒತ್ತಾಯಿಸಿ ಹೋರಾಟ ಮುಂದುವರಿಸಲು ನಿರ್ಧರಿಸಿದರೆ ಸರ್ಕಾರ ಕಾಂಗ್ರೆಸ್ ನಾಯಕರಿಗೆ ತಕ್ಕ ಪಾಠಕಲಿಸಲು ನಿರ್ಧರಿಸಿತು.

1938ರ ಏಪ್ರಿಲ್ 25 ರಂದು ಚಿಕ್ಕಬಳ್ಳಾಪುರ ಜಿಲ್ಲೆಯ ಗೌರಿಬಿದನೂರಿನ ಸಮೀಪದ **ವಿದುರಾಶ್ವತ್ಥ**ದಲ್ಲಿ ಧ್ವಜಾರೋಹಣಕ್ಕೆ ಕಾಂಗ್ರೆಸ್ ನಿರ್ಧರಿಸಿತು. ಸರ್ಕಾರ ನಿಷೇದಾಜ್ಞೆ ವಿಧಿಸಿತು. ವಿದುರಾಶ್ವತ್ಥದಲ್ಲಿ ಜಾತ್ರೆಗೆಂದು ಸಾವಿರಾರು ಜನರು ಹಾಗೂ ಕಾಂಗ್ರೆಸ್ ಕಾರ್ಯಕರ್ತರು ಆಗಮಿಸಿದ್ದರು. ಸುಮಾರು 10,000 ಜನರ ಸಮಕ್ಷಮದಲ್ಲಿ ಕಾಂಗ್ರೆಸ್ ಧ್ವಜವನ್ನು ಹಾರಿಸಲಾಯಿತು. ಸಭೆಯನ್ನು ಕಾನೂನು ಬಾಹಿರವೆಂದು ಘೋಷಿಸಿದ ಜಿಲ್ಲಾ ಮ್ಯಾಜಿಸ್ಟ್ರೇಟ್ ಜನರಿಗೆ ಚದುರಬೇಕೆಂದು ಆದೇಶಿಸಿದನು. ಆದರೆ ಶಾಂತಯುತವಾಗಿದ್ದ ಜನರು ಚದುರಲು ನಿರಾಕರಿಸಿದಾಗ ಪೊಲೀಸರು ಗುಂಡುಹಾರಿಸಿದರು. ಪೊಲೀಸರ ಗುಂಡಿಗೆ 32 ಸತ್ಯಾಗ್ರಹಿಗಳು ಬಲಿಯಾದರು. 48 ಮಂದಿ ತೀವ್ರವಾಗಿ ಗಾಯಗೊಂಡರು. ಸಮೀಪದ ದೇವಾಲಯದಲ್ಲಿ ಪ್ರಾರ್ಥನೆ ಮಾಡುತ್ತಿದ್ದ ಗೌರಮ್ಮ ಎಂಬ ಗರ್ಭಿಣಿ ಮಹಿಳೆಯೂ ಆಕಸ್ಮಿಕವಾಗಿ ಗುಂಡಿಗೆ ಬಲಿಯಾದಳು. ಆದರೆ ಸರ್ಕಾರ ಮಾತ್ರ ಮೃತಪಟ್ಟವರು 10 ಜನ ಹಾಗೂ ಗಾಯಗೊಂಡವರು 8 ಜನ ಎಂದು ಪ್ರಕಟಿಸಿತು. ಈ ದುರ್ಘಟನೆಯನ್ನು **'ಕರ್ನಾಟಕದ ಜಲಿಯನ್‌ವಾಲಾ ಬಾಗ್'** ಎಂದು ಕರೆಯಲಾಗಿದೆ. ಈ ಘೋರ ದುರಂತಕ್ಕೆ ದೇಶಾದ್ಯಂತ ಖಂಡನೆ ವ್ಯಕ್ತವಾಯಿತು.

ದಿವಾನ್ ಮಿರ್ಜಾ ಘಟನೆಯ ಬಗ್ಗೆ ತೀವ್ರ ವಿಷಾದ ವ್ಯಕ್ತಪಡಿಸಿದರು. ಆಸ್ಪತ್ರೆಗಳಿಗೆ ಭೇಟಿ ನೀಡಿ ಗಾಯಗೊಂಡಿದ್ದವರಿಗೆ ಸಹಾನುಭೂತಿ ವ್ಯಕ್ತಪಡಿಸಿದರು. ತೀವ್ರವಾಗಿ ಗಾಯಗೊಂಡಿದ್ದ ಹಲವರನ್ನು ಹೆಚ್ಚಿನ ಚಿಕಿತ್ಸೆಗಾಗಿ ಬೆಂಗಳೂರಿನ ವಿಕ್ಟೋರಿಯ ಆಸ್ಪತ್ರೆಗೆ ಕಳುಹಿಸುವ ವ್ಯವಸ್ಥೆ ಮಾಡಿದರು. ಆದರೂ ಪೊಲೀಸರು ಕಾನೂನುಬಾಹಿರ ಸಭೆಯಲ್ಲಿ ಪಾಲ್ಗೊಂಡಿದ್ದರು ಎಂಬ ಕಾರಣಕ್ಕಾಗಿ ಹಲವರ ಮೇಲೆ ಮೊಕದ್ದಮೆ ಹೂಡಿದರು. ಕೋಲಾರದ ವಕೀಲ ಎಲ್.ಎಸ್. ರಾಜು ಆರೋಪಿಗಳ ಪರವಾಗಿ ವಾದಿಸಿ ಜಯಗಳಿಸಿದರು. ಸಂತೋಷದಿಂದ ಜನರು ವಕೀಲರಿಗೆ ಬೆಳ್ಳಿಯ ಗದೆಯನ್ನು ಕಾಣಿಕೆಯಾಗಿ ನೀಡಿ ಅವರನ್ನು ಕೋಲಾರದಲ್ಲಿ ಮೆರವಣಿಗೆ ಮಾಡಿದರು. 2004ರಲ್ಲಿ ವಿದುರಾಶ್ವತ್ಥದ ಹುತಾತ್ಮರ ಸಮಾದಿಯ ಮೇಲೆ ಒಂದು ಸ್ಮಾರಕವನ್ನು ನಿರ್ಮಿಸಲಾಯಿತು. ಅದನ್ನು **'ವೀರಸೌಧ'** ಎಂದು ಕರೆಯಲಾಗಿದೆ. ಅದರಲ್ಲಿ ಕೇವಲ 8 ಹೆಸರುಗಳಿವೆ. ಅವರುಗಳು **ಭೀಮಯ್ಯ ನಾಮ ಅಶ್ವತ್ಥನಾರಾಯಣ ಶೆಟ್ಟಿ, ನರಸಪ್ಪ, ಜಿ.ಟಿ. ಹನುಪಪ್ಪ, ವೆಂಕಟಗಿರಿಯಪ್ಪ ನರಸಪ್ಪ ಚೌಳೂರು, ಗಚ್ಚನ್ನ ಗಾರಿ ನರಸಪ್ಪ ಮತ್ತು ನಾಗಮಲ್ಲಯ್ಯ**

ವಿದುರಾಶ್ವತ್ಥ ದುರಂತ ಸರ್ಕಾರದ ಪೂರ್ವನಿಯೋಜಿತ ಸಂಚು ಎಂದು ಕಾಂಗ್ರೆಸ್ ಆರೋಪಿಸಿತು. ಆದರೆ ಮಿರ್ಜಾ ಅದನ್ನು ನಿರಾಕರಿಸಿದರು. ಸಂಸ್ಥಾನದ ಜನರು ಈ ಘಟನೆಯ ಬಗ್ಗೆ ತೀವ್ರ ಆಕ್ರೋಶ ವ್ಯಕ್ತಪಡಿಸಿದರು. ಕಾಂಗ್ರೆಸ್ ಸಮಾಜವಾದಿಗಳಾದ ಜಯಪ್ರಕಾಶ್ ನಾರಾಯಣ್ ಮತ್ತು ಎಂ.ಆರ್. ಮಸಾನಿ ಈ ದೌರ್ಜನ್ಯವನ್ನು ಉಗ್ರವಾಗಿ ಖಂಡಿಸಿದರು. ಈ ಘಟನೆಯ ಬಗ್ಗೆ ಮಿರ್ಜಾ ಗಾಂಧೀಜಿಗೆ ತಂತಿ ಕಳುಹಿಸಿ ಪೊಲೀಸರು ಕೇವಲ ಆತ್ಮರಕ್ಷಣೆಗಾಗಿ ಗುಂಡು ಹಾರಿಸಿದರೆಂದು ತಿಳಿಸಿದರು. ಅದಕ್ಕೆ ಪ್ರತಿಕ್ರಿಯಿಸಿದ ಗಾಂಧೀಜಿ ಜವಾಬ್ದಾರಿ ಸರ್ಕಾರದ ಬೇಡಿಕೆಯನ್ನು ಒಪ್ಪಿಕೊಳ್ಳಬೇಕೆಂದು ಮತ್ತು ರಾಜ್ಯದ ಹೊರಗಿನವರನ್ನು

ಅಧ್ಯಕ್ಷ ಹಾಗೂ ಸದಸ್ಯರನ್ನಾಗಿ ಒಳಗೊಂಡ ತನಿಖಾ ಆಯೋಗವನ್ನು ರಚಿಸಬೇಕೆಂದು ಸಂಸ್ಥಾನದ ಸರ್ಕಾರಕ್ಕೆ ಸೂಚಿಸಿದರು. ಮೈಸೂರು ಸರ್ಕಾರ ಈ ಘಟನೆಯ ಬಗ್ಗೆ ತನಿಖೆ ನಡೆಸಲು **ಸರ್. ವೇಪ ರಮೇಶಂ ಆಯೋಗವನ್ನು** ರಚಿಸಿತು.

ಬಿಕ್ಕಟ್ಟು ಶಮನಕ್ಕೆ ರಾಷ್ಟ್ರೀಯ ಕಾಂಗ್ರೆಸ್ ಯತ್ನ

ಸಂಸ್ಥಾನದಲ್ಲಿ ಜನತೆ ಹಾಗೂ ಸರ್ಕಾರದ ನಡುವೆ ಉಂಟಾದ ಬಿಕ್ಕಟ್ಟನ್ನು ನಿವಾರಿಸಲು ಕಾಂಗ್ರೆಸ್ ಪ್ರತಿನಿಧಿಗಳಾಗಿ **ಸರ್ದಾರ್ ವಲ್ಲಭಭಾಯ್ ಪಟೇಲ್** ಹಾಗೂ **ಜೆ.ಬಿ. ಕೃಪಲಾನಿ** ಮೈಸೂರಿಗೆ ಆಗಮಿಸಿದರು. ಅವರು ಜೈಲಿನಲ್ಲಿದ್ದ ಕಾಂಗ್ರೆಸ್ ನಾಯಕರು ಹಾಗೂ ದಿವಾನರು ಮತ್ತು ಮಹಾರಾಜರೊಂದಿಗೆ ಚರ್ಚಿಸಿದರು. ಕೊನೆಗೆ ಕಾಂಗ್ರೆಸ್ ಮತ್ತು ಸರ್ಕಾರದ ನಡುವೆ ಸಂಧಾನ ಏರ್ಪಟ್ಟಿತು. ಅದೇ 1938ರ ಮೇ 10ರಂದು ಏರ್ಪಟ್ಟ **'ಪಟೇಲ್-ಮಿರ್ಜಾ ಒಪ್ಪಂದ'**. ಅದರಂತೆ ಕಾಂಗ್ರೆಸ್ ಧ್ವಜಸತ್ಯಾಗ್ರಹವನ್ನು ಮತ್ತು ಕಾನೂನು ಭಂಗ ಚಳುವಳಿಯನ್ನು ಕೈಬಿಡಬೇಕು ಎಂದು, ಸರ್ಕಾರ ಮೈಸೂರು ಕಾಂಗ್ರೆಸ್ಸಿಗೆ ಮನ್ನಣೆ ನೀಡಬೇಕು ಹಾಗೂ ರಾಜಕೀಯ ಕೈದಿಗಳನ್ನು ಬಿಡುಗಡೆ ಮಾಡಬೇಕೆಂದು ನಿರ್ಧಾರವಾಯಿತು. ಪಟೇಲ್ ಮತ್ತು ಕೃಪಲಾನಿ ರಾಜ್ಯದಲ್ಲಿ ಸಂಭವಿಸಿದ ಘಟನೆಗಳಿಗೆ ರಾಜ್ಯ ಕಾಂಗ್ರೆಸ್ ನಾಯಕರನ್ನೇ ದೂಷಿಸಿದರು. ಅದರ ಲಾಭ ಪಡೆದ ಸರ್ಕಾರ ದೌರ್ಜನ್ಯ ಮುಂದುವರಿಸಿತು. **ರಮೇಶಂ ಆಯೋಗ** 1938ರ ನವೆಂಬರ್‌ನಲ್ಲಿ ವರದಿ ಸಲ್ಲಿಸಿ ವಿದುರಾಶ್ವತ್ಥ ಘಟನೆಗಳಿಗೆ ಕಾಂಗ್ರೆಸ್ ಕಾರ್ಯಕರ್ತರೇ ಹೊಣೆ ಎಂದು ಹೇಳಿತು. ಅದು ಸರ್ಕಾರ ಬಯಸಿದ ವರದಿಯನ್ನೇ ನೀಡಿತು. ಪರಿಣಾಮವಾಗಿ ಸರ್ಕಾರದ ನಿಲುವು ಮತ್ತಷ್ಟು ಬಿಗಿಯಾಯಿತು. 1939ರ ಅಂತ್ಯದ ವೇಳೆಗೆ 2500 ಜನರನ್ನು ಬಂಧಿಸಿ ಜೈಲಿಗೆ ತಳ್ಳಿತು.

ಮೈಸೂರು ಸಂಸ್ಥಾನದ ಬೆಳವಣಿಗೆಗಳ ಬಗ್ಗೆ ಪರಿಶೀಲಿಸಲು ಗಾಂಧೀಜಿ ತಮ್ಮ **ಆಪ್ತ ಕಾರ್ಯದರ್ಶಿ ಮಹದೇವ ದೇಸಾಯಿಯವರನ್ನು** ಮೈಸೂರಿಗೆ 1939ರ ಡಿಸೆಂಬರ್‌ನಲ್ಲಿ ಕಳುಹಿಸಿದರು. ಎಂದಿನಂತೆ ದಿವಾನ್ ಮಿರ್ಜಾ ದೇಸಾಯಿ ಅವರನ್ನು ರಾಜ್ಯದ ಅತಿಥಿಯಂತೆ ಸತ್ಕರಿಸಿದರು. ದೇಸಾಯ್ ಕೂಡ ಸರ್ದಾರ್ ಪಟೇಲರಂತೆಯೇ ಮಹಾರಾಜರನ್ನು ಮತ್ತು ದಿವಾನರನ್ನು ಹೊಗಳಿದರು. ಆದರೆ ಗಾಂಧೀಜಿಗೆ ಸಲ್ಲಿಸಿದ ತಮ್ಮ ವರದಿಯಲ್ಲಿ ಪೊಲೀಸರ ಅತಿರೇಖಗಳನ್ನು ಖಂಡಿಸಿದರು. ಅದರಿಂದಾಗಿ ಮಿರ್ಜಾ ಗಾಂಧೀಜಿಯವರ ವಿಶ್ವಾಸ ಕಳೆದುಕೊಳ್ಳಬೇಕಾಯಿತು. ಗಾಂಧೀಜಿ ಸಂಸ್ಥಾನದಲ್ಲಿ ತನ್ನ ಹೋರಾಟವನ್ನು ತಾತ್ಕಾಲಿಕವಾಗಿ ನಿಲ್ಲಿಸುವಂತೆ ಕಾಂಗ್ರೆಸ್ಸಿಗೆ ಸೂಚಿಸಿದರು. ಕಾಂಗ್ರೆಸ್ ಜವಾಬ್ದಾರಿ ಸರ್ಕಾರಕ್ಕಾಗಿ ನಡೆಸುತ್ತಿದ್ದ ಹೋರಾಟಕ್ಕೆ ಜನಬೆಂಬಲವಿಲ್ಲ ಎಂಬ ನಿಲುವಿಗೆ ದಿವಾನ್ ಮಿರ್ಜಾ ಅಂಟಿಕೊಂಡರು.

ಕ್ವಿಟ್ ಇಂಡಿಯಾ ಚಳುವಳಿ

ದ್ವಿತೀಯ ಮಹಾಯುದ್ಧದ ಆರಂಭದೊಂದಿಗೆ ಭಾರತೀಯರು ಮತ್ತು ಬ್ರಿಟಿಷ್ ಸರ್ಕಾರದ ನಡುವೆ ಅಂತಿಮ ಸುತ್ತಿನ ಹೋರಾಟಕ್ಕೆ ಭೂಮಿಕೆ ಸಿದ್ಧವಾಯಿತು. 1939ರ ಸೆಪ್ಟಂಬರ್ 1 ರಂದು ದ್ವಿತೀಯ ಮಹಾಯುದ್ಧ ಆರಂಭವಾಯಿತು. ಎರಡು ದಿನಗಳ ನಂತರ ಬ್ರಿಟಿಷ್ ಸರ್ಕಾರ ಭಾರತವನ್ನು ಯುದ್ಧದಲ್ಲಿ ಪಾಲ್ಗೊಳ್ಳುವಂತೆ ಮಾಡಿತು. ಭಾರತೀಯರೊಂದಿಗೆ ಸಮಾಲೋಚಿಸದೆ ಸರ್ಕಾರ ತೆಗೆದುಕೊಂಡ ಈ ತೀರ್ಮಾನವನ್ನು ವಿರೋಧಿಸಿ ಪ್ರಾಂತ್ಯಗಳ **ಕಾಂಗ್ರೆಸ್ ಮಂತ್ರಿಮಂಡಲಗಳು ರಾಜೀನಾಮೆ ನೀಡಿದವು.** ಯುದ್ಧ ತೀವ್ರಗೊಂಡಂತೆ ಭಾರತೀಯರ ಸಹಕಾರ ಅನಿವಾರ್ಯವೆನಿಸಿದ್ದರಿಂದ **ಸರ್ ಸ್ಟಾಫೋರ್ಡ್ ಕ್ರಿಪ್ಸ್** ಅವರನ್ನು ಸಂಧಾನಕ್ಕಾಗಿ 1942ರ ಮಾರ್ಚ್ ತಿಂಗಳಲ್ಲಿ ಭಾರತಕ್ಕೆ ಕಳುಹಿಸಲಾಯಿತು. ಆದರೆ ಕ್ರಿಪ್ಸ್ ಸಂಧಾನ ವಿಫಲವಾಯಿತು. ಈ ಹಿನ್ನೆಲೆಯಲ್ಲಿ ದೇಶದ ವಿಮೋಚನೆಗೆ ಅಂತಿಮಸುತ್ತಿನ ಹೋರಾಟ ಆರಂಭಿಸಲು ಕಾಂಗ್ರೆಸ್ ನಿರ್ಧರಿಸಿತು. 1942ರ ಆಗಸ್ಟ್ 8 ರಂದು ಬಾಂಬೆಯಲ್ಲಿ ಸಭೆ ಸೇರಿದ ಎ.ಐ.ಸಿ.ಸಿ ಐತಿಹಾಸಿಕವಾದ **'ಕ್ವಿಟ್ ಇಂಡಿಯಾ'** ನಿರ್ಣಯವನ್ನು ಅಂಗೀಕರಿಸಿತು. ಆ ಸಂದರ್ಭದಲ್ಲಿ ಮಾತನಾಡಿದ ಗಾಂಧೀಜಿ **'ಮಾಡು ಇಲ್ಲವೆ ಮಡಿ'** ಎಂಬ ಕರೆ ನೀಡಿದರು. ಅದರೊಂದಿಗೆ ಅಭೂತಪೂರ್ವವಾದ ಹೋರಾಟ ವಸಾಹತುಶಾಹಿ ಬ್ರಿಟಿಷ್ ಪ್ರಭುತ್ವದ ವಿರುದ್ಧ ಆರಂಭವಾಯಿತು.

ಯುದ್ಧದ ಕಠಿಣ ಪರಿಸ್ಥಿತಿಯಲ್ಲಿ ಯಾವುದೇ ಚಳುವಳಿವನ್ನು ಸಹಿಸಿಕೊಳ್ಳಲು ಸಿದ್ಧವಿಲ್ಲದ ಸರ್ಕಾರ ಆಗಸ್ಟ್ 9ರಂದೇ ಎಲ್ಲ ಕಾಂಗ್ರೆಸ್ ನಾಯಕರನ್ನು ಬಂಧಿಸಿತು. ಆದಾಗ್ಯೂ ದೇಶದ್ಯಾಂತ ಜನರು ಸ್ವಯಂಪ್ರೇರಣೆಯಿಂದ ಈ ಅಂತಿಮ ವಿಮೋಚನಾ ಹೋರಾಟದಲ್ಲಿ ಉತ್ಸಾಹದಿಂದ ಪಾಲ್ಗೊಂಡರು. ಕನ್ನಡಿಗರು ಕೂಡ ಈ ಹೋರಾಟದಲ್ಲಿ ಕ್ರಿಯಾಶೀಲ ಪಾತ್ರ ವಹಿಸಿದರು. ಚಳುವಳಿಯನ್ನು ಮುನ್ನಡೆಸಲು **ಕೆ.ಪಿ.ಸಿ.ಸಿ.ಯು ಸಿ.ಜೆ ಅಂಬಲಿ ಅಧ್ಯಕ್ಷತೆಯಲ್ಲಿ ಒಂದು ಕ್ರಿಯಾ ಸಮಿತಿಯನ್ನು** ರಚಿಸಿತು. **ಆರ್.ಆರ್. ದಿವಾಕರ್ ಅದರ ಕಾರ್ಯದರ್ಶಿಯಾದರು.** ಕರಮಾರಕರ, ರಾಮರಾವ್ ಹುಕ್ಕೇರಿಕರ್ ಮತ್ತು ಶ್ರೀನಿವಾಸ ಮಲ್ಯ ಅದರ ಸದಸ್ಯರಾಗಿದ್ದರು.

ಜನನಾಯಕರ ಮಾರ್ಗದರ್ಶನವಿಲ್ಲದ್ದರಿಂದ ಚಳುವಳಿ ಆರಂಭದಲ್ಲೇ ಉಗ್ರರೂಪ ಪಡೆಯಿತು. ರಾಜ್ಯದ ನಾನಾ ಭಾಗಗಳಲ್ಲಿ ಟೆಲಿಗ್ರಾಫ್ ಮತ್ತು ಟೆಲಿಫೋನ್ ತಂತಿಗಳನ್ನು ಕತ್ತರಿಸಲಾಯಿತು. ಅಂಚೆ ಕಛೇರಿ, ರೈಲು ನಿಲ್ದಾಣಗಳನ್ನು ಧ್ವಂಸಗೊಳಿಸಲಾಯಿತು. ಹಲವು ಕಡೆ ರೈಲು ಹಳಿ ಕಿತ್ತು ರೈಲ್ವೆ ಸಂಪರ್ಕವನ್ನು ಅಸ್ತವ್ಯಸ್ತಗೊಳಿಸಲಾಯಿತು. ಬೆಂಗಳೂರು, ಮೈಸೂರು, ಧಾರವಾಡ, ಬೆಳಗಾವಿ ಮತ್ತಿತರ ಕಡೆಗಳಲ್ಲಿ ವಿದ್ಯಾರ್ಥಿಗಳು ಶಾಲಾ ಕಾಲೇಜುಗಳನ್ನು ಬಹಿಷ್ಕರಿಸಿ ಚಳುವಳಿಯಲ್ಲಿ ಧುಮುಕಿದರು. ಟಿಕೆಟ್ ರಹಿತವಾಗಿ ಪ್ರಯಾಣಿಸಿ ಪ್ರತಿಭಟನೆ ಸೂಚಿಸಿದರು. ಹಲವು ಕಡೆ ಖಜಾನೆಗಳನ್ನು, ಅಂಚೆ ಕಛೇರಿಗಳನ್ನು ಲೂಟಿ ಮಾಡಲಾಯಿತು. ರಾಜ್ಯದಲ್ಲಿ 26 ರೈಲು ನಿಲ್ದಾಣಗಳ ಮೇಲೆ ದಾಳಿ ನಡೆಯಿತು. ದಂಡಿ ಉಪ್ಪಿನ ಸತ್ಯಾಗ್ರಹದ ಖ್ಯಾತಿಯ **ಮೈಲಾರ ಮಹದೇವಪ್ಪ, ಚನ್ನಪ್ಪ ವಾಲಿ** ವಿಧ್ವಂಸಕ ಕೃತ್ಯಗಳ ನೇತೃತ್ವ ವಹಿಸಿದ್ದರು. ಹಾವೇರಿ ತಾಲ್ಲೂಕಿನ ಹೊಸರಿತ್ತಿಯಲ್ಲಿ 1943ರ ಏಪ್ರಿಲ್ 1 ರಂದು ಮೈಲಾರ ಮಹದೇವಪ್ಪ ಮತ್ತು ಅವರ ಇಬ್ಬರು ಸಂಗಡಿಗರಾದ ವೀರಯ್ಯ ಹಿರೇಮಠ ಹಾಗೂ ತಿರುಕಪ್ಪ ಕೂಗನೂರು ಪೊಲೀಸರ ಗುಂಡಿಗೆ ಬಲಿಯಾದರು. ಮಹದೇವಪ್ಪ ಮತ್ತು ಸಂಗಡಿಗರು ಸುಮಾರು 74 ವಿಧ್ವಂಸಕ ಕಾರ್ಯಗಳಲ್ಲಿ ಭಾಗಿಯಾಗಿದ್ದರು. ಆದರೆ ಎಲ್ಲಿಯೂ ಅವರು ಯಾರಿಗೂ ತೊಂದರೆ ಕೊಡಲಿಲ್ಲ. ಸ್ಥಳೀಯ ಪೊಲೀಸರಿಂದ ಅವರನ್ನು ಬಂಧಿಸಲಾಗದಿದ್ದಾಗ ಬೊಂಬಾಯಿ ಪ್ರಾಂತ್ಯದಿಂದ ಪೊಲೀಸರನ್ನು ಹಾವೇರಿಗೆ ಕರೆಸಲಾಯಿತು. 1942ರ ಆಗಸ್ಟ್‌ನಲ್ಲಿ ವಿವಿಧ ಸ್ಥಳಗಳಲ್ಲಿ 30,000ಕ್ಕು ಹೆಚ್ಚು ಕೈಗಾರಿಕಾ ಕಾರ್ಮಿಕರು ಎರಡು ವಾರ ಮುಷ್ಕರ ನಡೆಸಿದರು. ಪೊಲೀಸ್ ದೌರ್ಜನ್ಯ ಮಿತಿಮೀರಿದಾಗ ಆರ್.ಆರ್. ದಿವಾಕರ್ ಸೇರಿದಂತೆ ಹಲವರು ಭೂಗತರಾಗಿ ಹೋರಾಟ ಮುಂದುವರಿಸಿದರು. ಕೊನೆಗೆ ಗಾಂಧೀಜಿಯವರ ಸೂಚನೆಯಂತೆ ದಿವಾಕರ್ 1944ರ ಆಗಸ್ಟ್‌ನಲ್ಲಿ ಪೊಲೀಸರಿಗೆ ಶರಣಾದರು. ಅದರೊಂದಿಗೆ ಕರ್ನಾಟಕದಲ್ಲಿ **'ಕ್ವಿಟ್ ಇಂಡಿಯಾ'** ಅಥವಾ **'ಚಲೇಜಾವ್ ಚಳುವಳಿ'** ಅಂತ್ಯಗೊಂಡಿತು. ಕರ್ನಾಟಕದಲ್ಲಿ ನಡೆದ ಚಳುವಳಿ ದೇಶಕ್ಕೆ ದಿಕ್ಸೂಚಿಯಾಯಿತು ಮತ್ತು ಅದು **'ಕರ್ನಾಟಕ ಮಾದರಿ'** ಎಂದೇ ಕರೆಯಲ್ಪಟ್ಟಿತು.

'ಕ್ವಿಟ್ ಇಂಡಿಯಾ' ಚಳುವಳಿಯ ಕಾಲದಲ್ಲಿ ಜನರು ಪೊಲೀಸರ ಅಮಾನುಷ ದೌರ್ಜನ್ಯಕ್ಕೆ ಒಳಗಾದರು. ಹಲವು ಕಡೆ ಜನರಿಂದ ಪುಂಡುಗಂದಾಯ ವಸೂಲಿ ಮಾಡಲಾಯಿತು. 1942ರ ಆಗಸ್ಟ್ ತಿಂಗಳಲ್ಲಿ ಬೆಂಗಳೂರಿನಲ್ಲಿ 11 ಜನರು, ದಾವಣಗೆರೆಯಲ್ಲಿ 7, ಬೈಲಹೊಂಗಲದಲ್ಲಿ 7, ಶ್ರವಣಬೆಳಗೊಳದಲ್ಲಿ 6 ಜನರು ಪೊಲೀಸರ ಗುಂಡಿಗೆ ಬಲಿಯಾದರು. ಸುಮಾರು 25000 ಜನರು ಬಂಧನಕ್ಕೊಳಗಾದರು. ಮೈಸೂರು ಸಂಸ್ಥಾನದಲ್ಲೇ ಅತ್ಯಧಿಕ ಅಂದರೆ 10,000 ಜನರನ್ನು ಜೈಲಿಗೆ ತಳ್ಳಲಾಯಿತು.

ಪತ್ರಿಕೆಗಳೂ ಈ ಜನಾಂದೋಲನ ಕಾಲದಲ್ಲಿ ಮಹತ್ವದ ಪಾತ್ರವಹಿಸಿದವು. ಮೈಸೂರಿನ ತಾತಯ್ಯನವರ **'ವೃತ್ತಾಂತ ಚಿಂತಾಮಣಿ'**, ಅಗರಂ ರಂಗಯ್ಯನವರ **'ಸಾಧ್ವಿ'** , ಎಚ್.ಕೆ. ವೀರಣ್ಣಗೌಡರ **'ಚಿತ್ರಗುಪ್ತ'**, ಬಿ.ಎನ್. ಗುಪ್ತ ಅವರ **'ಪ್ರಜಾಮತ'**, ರಾಮಯ್ಯನವರ **'ತಾಯಿನಾಡು'**, ಉತ್ತರಕರ್ನಾಟಕ ಭಾಗದ ದಿವಾಕರರ **'ಕರ್ಮವೀರ'**, ಎಲ್.ಎಸ್.ಪಾಟೀಲರ **'ತರುಣ ಕರ್ನಾಟಕ'**, ಡಿ.ಕೆ.ಭಾರದ್ವಾಜರ **'ತಿಲಕ ಸಂದೇಶ'**, ತಿ.ತಾ ಶರ್ಮರ **'ವಿಶ್ವ ಕರ್ನಾಟಕ'** ಮೊದಲಾದ ಪತ್ರಿಕೆಗಳು, ಅವುಗಳ ಸಂಪಾದಕರು, ಲೇಖಕರು ಸರ್ಕಾರದ ದೌರ್ಜನ್ಯಕ್ಕೆ ಗುರಿಯಾದರು.

ಉಮಾಬಾಯಿ ಕುಂದಾಪುರ, ಕಮಲಾದೇವಿ ಚಟ್ಟೋಪಾಧ್ಯಾಯ, ಯಶೋಧರಮ್ಮ ದಾಸಪ್ಪ, ಬಳ್ಳಾರಿ ಸಿದ್ದಮ್ಮ, ಸುನಂದಮ್ಮ, ಗೌರಮ್ಮ ವೆಂಕಟರಾಮಯ್ಯ ಮೊದಲಾದ ಅನೇಕ ಮಹಿಳೆಯರು ಸ್ವಾತಂತ್ರ್ಯ ಹೋರಾಟದಲ್ಲಿ ಪ್ರಮುಖ ಪಾತ್ರವಹಿಸಿದರು.

ಈಸೂರು ಸತ್ಯಾಗ್ರಹ

'ಕ್ವಿಟ್ ಇಂಡಿಯಾ' ಚಳುವಳಿಯ ಕಾಲದ ಅತ್ಯಂತ ಮಹತ್ವದ ಘಟನೆ ಈಸೂರು ಸತ್ಯಾಗ್ರಹ. ಈ ಚಳುವಳಿಯ ಕಾಲದಲ್ಲಿ ದೇಶದ ಹಲವು ಸ್ಥಳಗಳಲ್ಲಿ ಪ್ರತಿ ಸರ್ಕಾರಗಳು ಸ್ಥಾಪನೆಯಾಗಿದ್ದವು. ಮೈಸೂರು ಸಂಸ್ಥಾನದ ಶಿವಮೊಗ್ಗ ಜಿಲ್ಲೆಯ ಈಸೂರು ಗ್ರಾಮದಲ್ಲೂ ಅಂತಹ **ಪ್ರತಿ ಸರ್ಕಾರ** 1942ರಲ್ಲಿ ಸ್ಥಾಪನೆಯಾಯಿತು.

ಶಿವಮೊಗ್ಗ ಜಿಲ್ಲೆ ಧಾರವಾಡ ಜಿಲ್ಲೆಗೆ ಸಮೀಪವಾಗಿದ್ದರಿಂದ ಆ ಭಾಗದ ರಾಜಕೀಯ ಚಟುವಟಿಕೆಗಳಿಂದ ಸಹಜವಾಗಿಯೇ ಪ್ರಭಾವಿತವಾಗಿತ್ತು. ಶಿಕಾರಿಪುರ ತಾಲ್ಲೂಕಿನ ಈಸೂರು ಗ್ರಾಮದ ಜನ ತಮ್ಮ ಗ್ರಾಮವನ್ನು **'ಸ್ವತಂತ್ರ ಗ್ರಾಮ'** ಎಂದು ಘೋಷಿಸಿಕೊಂಡು ತಮ್ಮದೇ ಪರ್ಯಾಯ ಸರ್ಕಾರ ಸ್ಥಾಪಿಸಿಕೊಂಡು ಬ್ರಿಟಿಷ್ ಪ್ರಭುತ್ವ ಹಾಗೂ ಸಂಸ್ಥಾನದ ಮಹಾರಾಜರ ಸರ್ಕಾರಕ್ಕೆ ಸವಾಲು ಹಾಕಿದ್ದು ಈ ಗ್ರಾಮದ ಜನರ ಸ್ವಾತಂತ್ರ್ಯ ಪ್ರೇಮಕ್ಕೆ ಜ್ವಲಂತ ನಿದರ್ಶನವಾಗಿದೆ. **'ಏಸೂರು ಕೊಟ್ಟರೂ ಈಸೂರು ಕೊಡೆವು'** ಎಂಬುದು ಇಲ್ಲಿನ ಜನರ ಘೋಷವಾಕ್ಯವಾಗಿತ್ತು.

ಈಸೂರು ಗ್ರಾಮದ ಜನ ವೀರಭದ್ರ ದೇವಾಲಯದ ಮೇಲೆ ತ್ರಿವರ್ಣ ಧ್ವಜ ಹಾರಿಸಿ 1942ರ ಸೆಪ್ಟಂಬರ್ 26ರಂದು **ಪರ್ಯಾಯ ಸರ್ಕಾರ ಸ್ಥಾಪಿಸಿದರು.** 8 ವರ್ಷದ ಬಾಲಕನೊಬ್ಬನನ್ನು ಅಮಲ್ದಾರನನ್ನಾಗಿ ನೇಮಿಸಿದರು. ಕಂದಾಯ ಪಾವತಿಸದಂತೆ ರೈತರಿಗೆ ಸೂಚಿಸಲಾಯಿತು. ಗ್ರಾಮದ ಪಟೇಲ ಮತ್ತು ಶಾನುಭೋಗರ ದಾಖಲೆಗಳನ್ನು ಕಿತ್ತುಕೊಂಡು ರಾಜೀನಾಮೆ ನೀಡುವಂತೆ ಒತ್ತಡ ಹೇರಲಾಯಿತು. ಗ್ರಾಮಕ್ಕೆ ಸರ್ಕಾರಿ ಅಧಿಕಾರಿಗಳ ಪ್ರವೇಶವನ್ನು ನಿಷೇಧಿಸಲಾಯಿತು. **ಬೇಜವಾಬ್ದಾರಿ ಸರ್ಕಾರದವರು ಊರಿಗೆ ಬರಬಾರದು, ಬಂದರೆ....?** ಎಂಬ ಎಚ್ಚರಿಕೆಯ ಸೂಚನಾ ಫಲಕವನ್ನು ಊರಿನ ಪ್ರವೇಶದ್ವಾರದಲ್ಲಿ ತೂಗುಹಾಕಲಾಯಿತು. ಸೆಪ್ಟಂಬರ್ 26ರಂದು ಇಬ್ಬರು ಪೊಲೀಸರು ಗ್ರಾಮಕ್ಕೆ ಬಂದಾಗ ಅವಮಾನಿಸಿ ಗಾಂಧೀ ಟೋಪಿ ಹಾಕಿಸಿ ಗ್ರಾಮದಲ್ಲಿ ಮೆರವಣಿಗೆ ಮಾಡಿಸಿ ಮತ್ತೆ ಬರದಂತೆ ಎಚ್ಚರಿಸಲಾಯಿತು. ಸೆಪ್ಟಂಬರ್ 28ರಂದು ಅಮಲ್ದಾರ್ ಚನ್ನಕೃಷ್ಣಪ್ಪ ಹಾಗೂ ಸಬ್‌ಇನ್ಸ್‌ಪೆಕ್ಟರ್ ಕೆಂಚೇಗೌಡ ಗ್ರಾಮಸ್ಥರ ಕೋಪಕ್ಕೆ ಬಲಿಯಾದರು. ಈ ಇಬ್ಬರು ಸರ್ಕಾರಿ ಅಧಿಕಾರಿಗಳ ಹತ್ಯೆ ಸರ್ಕಾರವನ್ನು ಕೆರಳಿಸಿತು. ಆಗ **ನ್ಯಾಪತಿ ಮಾಧವ ರಾವ್** ಮೈಸೂರು ಸಂಸ್ಥಾನದ ದಿವಾನರಾಗಿದ್ದರು.

ಗ್ರಾಮದ ಮೇಲೆ ದಾಳಿ ಮಾಡಿದ ಸಶಸ್ತ್ರ ಪೊಲೀಸ್ ಪಡೆಗಳು ಗ್ರಾಮಸ್ಥರನ್ನು ಕ್ರೂರ ಹಿಂಸೆಗೆ ಗುರಿಪಡಿಸಿದವು. ನೂರಾರು ಜನರನ್ನು ಬಂಧಿಸಲಾಯಿತು. ಬಂಧಿತರಲ್ಲಿ ಐವರಿಗೆ ನೇಣು ಶಿಕ್ಷೆಯಾಯಿತು. **ಮಲ್ಲಪ್ಪ, ಗುರಪ್ಪ, ಸೂರ್ಯನಾರಾಯಣಾಚಾರಿ, ಹಾಲಪ್ಪ** ಮತ್ತು **ಶಂಕರಪ್ಪ** ಅವರನ್ನು 1943ರ ಮಾರ್ಚ್‌ನಲ್ಲಿ ನೇಣುಹಾಕಲಾಯಿತು. ಮಹಾರಾಜರಿಗೆ ಕ್ಷಮಾಪಣೆಗೆ ಕೋರಿ ಮನವಿ ಸಲ್ಲಿಸಲಾಯಿತಾದರೂ ಮಹಾರಾಜರು (ಜಯಚಾಮರಾಜ ಒಡೆಯರ್)ಮನವಿಯನ್ನು ತಿರಸ್ಕರಿಸಿದರು. ಹೀಗೆ ಈಸೂರು ಗ್ರಾಮದ ಜನರು 1942ರ ಚಳುವಳಿಯ ಕಾಲದಲ್ಲಿ ತಮ್ಮ ಅನುಪಮವಾದ ದೇಶಾಭಿಮಾನವನ್ನು ಪ್ರದರ್ಶಿಸಿದರು.

ಮೈಸೂರು ಚಲೊ ಸತ್ಯಾಗ್ರಹ– ಅರಮನೆ ಸತ್ಯಾಗ್ರಹ

ಕ್ವಿಟ್ ಇಂಡಿಯಾ ಚಳುವಳಿ ಸ್ವಾತಂತ್ರ್ಯಕ್ಕಾಗಿ ಭಾರತೀಯರು ನಡೆಸಿದ ಕೊನೆಯ ಪ್ರಮುಖ ಚಳುವಳಿ. ಇದನ್ನು **'ಆಗಸ್ಟ್ ಕ್ರಾಂತಿ'** ಎಂದೇ ಕರೆಯಲಾಗಿದೆ. ಅನಂತರ ಮತ್ತೆ ಚಳುವಳಿಯ ಅಗತ್ಯ ಕಂಡುಬರಲಿಲ್ಲ. 1947ರ ಆಗಸ್ಟ್ 15 ರಂದು ಭಾರತ ಸ್ವಾತಂತ್ರ್ಯ ಪಡೆಯಿತು.

ಸ್ವಾತಂತ್ರ್ಯಕ್ಕೆ ಮೊದಲೇ ಆಗಸ್ಟ್ 9ರಂದೇ ಮೈಸೂರನ್ನು ಭಾರತ ಒಕ್ಕೂಟದಲ್ಲಿ ವಿಲೀನಗೊಳಿಸುವ **'ಇನ್‌ಸ್ಟುಮೆಂಟ್ ಆಫ್ ಅಕ್ಸೆಷನ್'** ಗೆ ಮಹಾರಾಜ ಜಯಚಾಮರಾಜ ಒಡೆಯರು ಸಹಿ ಹಾಕಿದ್ದರು. ಆದರೆ ರಾಜ್ಯದ ಜನತೆಯ ಅಪೇಕ್ಷೆಯಂತೆ ಜವಾಬ್ದಾರಿ ಸರ್ಕಾರವನ್ನು ರಚಿಸಲು ನಿರಾಕರಿಸಿದರು. **ದಿವಾನರಾಗಿದ್ದ ಆರ್ಕಾಟ್ ರಾಮಸ್ವಾಮಿ ಮುದಲಿಯಾರ್** ಹಾಗೂ ದಿವಾನರ ಸಲಹಾ ಸಮಿತಿಯ ಸದಸ್ಯರು, ಮಹಾರಾಜ ಆಪ್ತರೂ ಹಾಗೂ ಪ್ರಭಾವಶಾಲಿಯೂ ಆಗಿದ್ದ **ತಂಬೂಚೆಟ್ಟಿ** ಯುವಕರಾಗಿದ್ದ ಮಹಾರಾಜರ ಮೇಲೆ ಪ್ರಭಾವ ಬೀರಿ ಜವಾಬ್ದಾರಿ ಸರ್ಕಾರದ ಬೇಡಿಕೆಯನ್ನು ತಿರಸ್ಕರಿಸುವಂತೆ ಮಾಡಿದ್ದರು. 1947ರ ಆಗಸ್ಟ್ 15ರಂದು ಮಹಾರಾಜರ ಸರ್ಕಾರ ರಾಜ್ಯದಲ್ಲಿ ತ್ರಿವರ್ಣ ಧ್ವಜಾರೋಹಣ ಮಾಡಲಿಲ್ಲ ಮತ್ತು ಸ್ವಾತಂತ್ರ್ಯ ದಿನವನ್ನು ಆಚರಿಸಲಿಲ್ಲ. ಹೀಗಾಗಿ ಮೈಸೂರು ಸಂಸ್ಥಾನದ ಜನರಿಗೆ ಸ್ವಾತಂತ್ರ್ಯದ ಸಂಭ್ರಮವನ್ನು ಅನುಭವಿಸಲಾಗಲಿಲ್ಲ. ಅಂತಹುದೇ ಪರಿಸ್ಥಿತಿ ಭಾರತದ ಹಲವಾರು ಸಂಸ್ಥಾಗಳಲ್ಲಿದ್ದಿತು. ಮೈಸೂರು ಸೇರಿದಂತೆ ಈ ಸಂಸ್ಥಾನಗಳ ಜನರು ಎರಡು ಬಗೆಯ ಗುಲಾಮಗಿರಿ ಅನುಭವಿಸುತ್ತಿದ್ದರು. ಒಂದು, **ಪರಕೀಯರಾದ ಬ್ರಿಟಿಷ್‌ರ ಗುಲಾಮಗಿರಿ ಮತ್ತೊಂದು, ತಮ್ಮದೇ ಸಂಸ್ಥಾನದ ರಾಜರ ಗುಲಾಮಗಿರಿ.** ಮೈಸೂರು ಸಂಸ್ಥಾನದ ಜನರಿಗೆ ನಿಜವಾದ ಸ್ವಾತಂತ್ರ್ಯ ಲಭಿಸಿದ್ದು ಎರಡು ತಿಂಗಳ ನಂತರ ಅಕ್ಟೋಬರ್ 25ರಂದು ಜನಪ್ರಿಯ ಸರ್ಕಾರ ರಚನೆಯಾದ ನಂತರವೆ.

ಬ್ರಿಟಿಷ್ ಭಾರತದ ಜನತೆ ಸ್ವಾತಂತ್ರೋತ್ಸವ ಸಂಭ್ರಮಾಚರಣೆಯಲ್ಲಿ ತೊಡಗಿದ್ದಾಗ ಮೈಸೂರಿನಲ್ಲಿ ಮೈಸೂರು ಕಾಂಗ್ರೆಸ್ ಜವಾಬ್ದಾರಿ ಸರ್ಕಾರಕ್ಕೆ ಹಾಗೂ ಸಂವಿಧಾನ ರಚನಾ ಸಭೆ ರಚನೆಗೆ ಒತ್ತಾಯಿಸಿ **'ಮೈಸೂರು ಚಲೊ'** ಚಳುವಳಿ ಆರಂಭಿಸಲು ನಿರ್ಧರಿಸಿತು. ಆಗಿನ ಮೈಸೂರು ಕಾಂಗ್ರೆಸ್ ಅಧ್ಯಕ್ಷರಾಗಿದ್ದ ಕೆ.ಸಿ. ರೆಡ್ಡಿ ನೇತೃತ್ವದಲ್ಲಿ ಮೈಸೂರಿನ ಅರಮನೆಯ ಮುಂದೆ ಸತ್ಯಾಗ್ರಹ ನಡೆಸಲು ತೀರ್ಮಾನಿಸಲಾಯಿತು. 1947ರ ಸೆಪ್ಟಂಬರ್ 4ರಿಂದ ರಾಜ್ಯದ ಎಲ್ಲ ಭಾಗಗಳಿಂದ ಸತ್ಯಾಗ್ರಹಿಗಳು ಕಾಲುನಡಿಗೆಯಲ್ಲಿ ಜಾಥಾ ಹೊರಟು ಸೆಪ್ಟೆಂಬರ್ 11ಕ್ಕೆ ಮೈಸೂರು ತಲುಪಬೇಕೆಂದು ಕರೆ ನೀಡಲಾಯಿತು. ಚಳುವಳಿಗಾಗಿ ರಾಜ್ಯಾದ್ಯಂತ ಸಕಲ ಸಿದ್ಧತೆ ಕೈಗೊಳ್ಳಲಾಯಿತು. ಸರ್ಕಾರವೂ ಚಳುವಳಿಯನ್ನು ತಡೆಯಲು ಸಿದ್ಧತೆ ನಡೆಸಿತ್ತು. ಸೆಪ್ಟಂಬರ್ 1 ರಂದು ಬೆಂಗಳೂರಿನ ಸುಭಾಷ್‌ನಗರದಲ್ಲಿ ನಡೆದ ಬಹಿರಂಗ ಸಭೆಯಲ್ಲಿ ಕೆ.ಸಿ ರೆಡ್ಡಿ ತಕ್ಷಣವೇ

ಜವಬ್ದಾರಿ ಸರ್ಕಾರದ ಸ್ಥಾಪನೆಗೆ ಒತ್ತಾಯಿಸಿದರು. ಈ ಸಭೆಯಲ್ಲಿ 40.000 ಜನರು ಭಾಗವಹಿಸಿದ್ದರು. ಸೆಪ್ಟಂಬರ್ ಪ್ರಾರಂಭದಲ್ಲೇ ಕೆ.ಸಿ. ರೆಡ್ಡಿ, ಭಾಷ್ಯಂ, ಎಸ್. ನಿಜಲಿಂಗಪ್ಪ, ಟಿ. ಸಿದ್ದಲಿಂಗಯ್ಯ ಮೊದಲಾದ ಗಣ್ಯ ನಾಯಕರನ್ನು ಬಂಧಿಸಲಾಯಿತು. ಡಾ.ಎಚ್. ನರಸಿಂಹಯ್ಯ, ಕೆ. ಶ್ರೀನಿವಾಸನ್ ಮತ್ತಿತರರು ಅಧ್ಯಾಪಕ ಹುದ್ದೆಯನ್ನು ತೊರೆದು ಭೂಗತರಾಗಿ ಹೋರಾಟಕ್ಕೆ ಬಲ ತುಂಬಿದರು. ರಾಜ್ಯದ ವಿವಿಧ ಭಾಗಗಳಿಂದ ಮೈಸೂರಿಗೆ ಆಗಮಿಸುತ್ತಿದ್ದ ಸತ್ಯಾಗ್ರಹಿಗಳನ್ನು ಮಾರ್ಗಮಧ್ಯದಲ್ಲೇ ತಡೆಯಲು ಪೊಲೀಸರು ಕ್ರಮ ಕೈಗೊಂಡರು. ಸತ್ಯಾಗ್ರಹಿಗಳು **'ಆರ್ಕಾಟ್ ಬಾಯ್ಕಾಟ್', 'ತಂಬೂಚೆಟ್ಟಿ ಚಟ್ಟಕಟ್ಟಿ', 'ಮೈಸೂರು ಚಲೊ'** ಎಂಬ ಘೋಷಣೆಗಳನ್ನು ಕೂಗುತ್ತಿದ್ದರು. ಹಲವು ಕಡೆ ಸತ್ಯಾಗ್ರಹಿಗಳನ್ನು ಬಂಧಿಸಿ ದೂರದ ಅರಣ್ಯಗಳಲ್ಲಿ ಬಿಟ್ಟು ಬರಲಾಗುತ್ತಿತ್ತು. 4000ಕ್ಕೂ ಹೆಚ್ಚು ಜನರನ್ನು ಜೈಲಿಗೆ ತಳ್ಳಲಾಯಿತು. ಹಲವು ಸ್ಥಳಗಳಲ್ಲಿ ಪೊಲೀಸರು ಗುಂಡು ಹಾರಿಸಿ 20 ಸತ್ಯಾಗ್ರಹಿಗಳನ್ನು ಕೊಂದರು. ಹಲವಾರು ಕಡೆ ನಿಷೇಧಾಜ್ಞೆ ವಿಧಿಸಲಾಯಿತು. ಪತ್ರಿಕೆಗಳ ಮೇಲೆ ಕಠಿಣ ನಿರ್ಬಂಧಗಳನ್ನು ಹೇರಲಾಯಿತು. ಸಂಸ್ಥಾನದ ಪತ್ರಕರ್ತರು ಪತ್ರಿಕಾ ಸ್ವಾತಂತ್ರ್ಯ ಹರಣವನ್ನು ತೀವ್ರವಾಗಿ ವಿರೋಧಿಸಿದರು. ನಿರ್ಬಂಧಿತ ಪತ್ರಿಕೆಗಳು ಒಂದುಗೂಡಿ ಬೆಂಗಳೂರಿನಿಂದ **'ಧಿಕ್ಕಾರ'** ಎಂಬ ದಿನಪತ್ರಿಕೆಯನ್ನು ಹೊರಡಿಸಿದರು. ಹಿಂದೂಪುರದಿಂದ **'ಪೌರವಾಣಿ'** ಎಂಬ ದಿನಪತ್ರಿಕೆಯನ್ನು ಹೊರಡಿಸಲಾಯಿತು. ಅದನ್ನು ಸರ್ಕಾರ ನಿಷೇಧಿಸಿದಾಗ ಅದು **'ಪೌರವೀರ'** ಎಂಬ ಹೆಸರಿನಿಂದ ಹೊರಬಂದಿತು. ಮೈಸೂರಿನ ಸುಬ್ಬರಾಯನ ಕೆರೆಯಲ್ಲಿ ಪ್ರಥಮ ಬಾರಿಗೆ 1947ರ ಸೆಪ್ಟೆಂಬರ್ 3ರಂದು ಭಾರತದ ತ್ರಿವರ್ಣಧ್ವಜವನ್ನು ಹಾರಿಸಲಾಯಿತು. ಅನಂತರ ಮಹಾರಾಜರ ಪೊಲೀಸರು ಧ್ವಜವನ್ನು ತೆಗೆದುಹಾಕಿದರು. ಮೈಸೂರಿನಲ್ಲಿ ಸೆಪ್ಟೆಂಬರ್ 13ರಂದು ಹಾರ್ಡ್‌ವಿಕ್ ಹೈಸ್ಕೂಲಿನ ವಿದ್ಯಾರ್ಥಿ **ರಾಮಸ್ವಾಮಿಯನ್ನು** ಡೆಪ್ಯುಟಿ ಕಮೀಷನರ್ ನಾಗರಾಜರಾವ್ ಗುಂಡು ಹಾರಿಸಿ ಕೊಂದರು. ಆದಾಗ್ಯೂ ಚಳುವಳಿಯನ್ನು ಹತ್ತಿಕ್ಕುವುದು ಸಾಧ್ಯವಾಗಲಿಲ್ಲ. ಜನರ ಉತ್ಸಾಹ ಕುಗ್ಗಲಿಲ್ಲ. ವಿದ್ಯಾರ್ಥಿಗಳು ಈ ಚಳುವಳಿಯಲ್ಲಿ ಭಾರಿ ಸಂಖ್ಯೆಯಲ್ಲಿ ಪಾಲ್ಗೊಂಡಿದ್ದು ವಿಶೇಷವಾಗಿತ್ತು. ಕೊನೆಗೂ ಜನರ ಒತ್ತಡಕ್ಕೆ ಮಣಿದ ಮೈಸೂರು ಮಹಾರಾಜರು ಅಕ್ಟೋಬರ್ **24ರಂದು ಜವಾಬ್ದಾರಿ ಸರ್ಕಾರದ** ಸ್ಥಾಪನೆಗೆ ಸಮ್ಮತಿಸಿದರು. ಅದರಂತೆ ಅಕ್ಟೋಬರ್ 25 ರಂದು **ಕ್ಯಾಸಂಬಳಿ** ಚಂಗಲರಾಯ ರೆಡ್ಡಿ (1902–1976) ಪ್ರಥಮ ಮುಖ್ಯಮಂತ್ರಿಯಾದರು. ಅನಂತರ ಅಕ್ಟೋಬರ್ 29ರಂದು ಪೂರ್ಣ ಪ್ರಮಾಣದ ಸರ್ಕಾರ ರಚನೆಯಾಯಿತು. ಅಂದು ನೂತನ ಮಂತ್ರಿ ಮಂಡಲದ ಪ್ರಮಾಣವಚನ ಸಮಾರಂಭ ಅರಮನೆಯಲ್ಲಿ ನಡೆಯಿತು. ಅದರಲ್ಲಿ 6 ಜನ ಕಾಂಗ್ರೆಸ್ ಮಂತ್ರಿಗಳು ಹಾಗೂ 3 ಮಂದಿ ಕಾಂಗ್ರೆಸ್ಸೇತರ ಮಂತ್ರಿಗಳಿದ್ದರು. ಇದು **ಕರ್ನಾಟಕದ ಪ್ರಥಮ ಸಮ್ಮಿಶ್ರ ಸರ್ಕಾರವಾಗಿತ್ತು.**

ದಿವಾನರಾಗಿದ್ದ ಆರ್ಕಾಟ್ ರಾಮಸ್ವಾಮಿ ಮುದಲಿಯಾರ್ 1949ರ ಕೊನೆಯವರೆಗೂ ಕೆ.ಸಿ.ರೆಡ್ಡಿ ಮಂತ್ರಿ ಮಂಡಲದಲ್ಲಿ ವಿಶೇಷ ಸದಸ್ಯರಾಗಿದ್ದರು. ದಿವಾನರಾಗಿಯೂ ಈ ಅವಧಿಯಲ್ಲಿ ಮುಂದುವರಿದರಾದರೂ, ಅವರಿಗೆ ಹೆಚ್ಚಿನ ಅಧಿಕಾರಗಳಿರಲಿಲ್ಲ. ಪ್ರತಿನಿಧಿ ಸಭೆ ಶಾಸನ ಸಭೆಯಾಗಿ ಪರಿವರ್ತನೆಗೊಂಡಿತು. 1950ರ ಜನವರಿ 26ರಂದು ಸಂವಿಧಾನ ಜಾರಿಗೆ ಬಂದು ಭಾರತ ಗಣರಾಜ್ಯವಾಯಿತು. ರಾಜಕ್ಕೆ ಪ್ರತ್ಯೇಕ ಸಂವಿಧಾನ ರಚನೆಯ ಪ್ರಯತ್ನವನ್ನು ಕೈಬಿಡಲಾಯಿತು. **ಜಯಚಾಮರಾಜ ಒಡೆಯರ್ ಪ್ರಥಮ ರಾಜಪ್ರಮುಖರಾದರು.** ರಾಜಪ್ರಭುತ್ವ ರದ್ದಾಯಿತು. 1956ರವರೆಗೂ ರಾಜಪ್ರಮುಖರಾಗಿದ್ದ ಅವರು 1956ರಿಂದ 1964ರ ಮೇ 4ರವರೆಗೆ ರಾಜ್ಯದ ಪ್ರಥಮ ರಾಜ್ಯಪಾಲರಾಗಿ ಕಾರ್ಯ ನಿರ್ವಹಿಸಿದರು. 1964ರಿಂದ 1966ರ ವರೆಗೆ ತಮಿಳು ನಾಡಿನ ರಾಜ್ಯಪಾಲರಾಗಿ ಕಾರ್ಯನಿರ್ವಹಿಸಿದರು. ಮೈಸೂರು ಕಾಂಗ್ರೆಸ್ ಭಾರತೀಯ ರಾಷ್ಟ್ರೀಯ ಕಾಂಗ್ರೆಸ್‌ನಲ್ಲಿ ವಿಲೀನಗೊಂಡಿತು. ಈಗ ಕೇವಲ ಕಾಂಗ್ರೆಸ್ಸಿಗರನ್ನೊಳಗೊಂಡ ಮಂತ್ರಿ ಮಂಡಲವನ್ನು ರಚಿಸಲಾಯಿತು. ಕೆ.ಸಿ.ರೆಡ್ಡಿ 1947ರಿಂದ 1952ರವರೆಗೆ ಮುಖ್ಯ ಮಂತ್ರಿಯಾಗಿದ್ದರು. ಅನಂತರ ಕೆಂಗಲ್ ಹನುಮಂತಯ್ಯ ಮುಖ್ಯಮಂತ್ರಿಯಾದರು.

ಪ್ರಥಮ ಮಂತ್ರಿ ಮಂಡಲ ಈ ಕೆಳಗಿನ ಸದಸ್ಯರನ್ನು ಹೊಂದಿತ್ತು.

ಕಾಂಗ್ರೆಸ್ ಮಂತ್ರಿಗಳು		ಖಾತೆಗಳು
1. ಕೆ.ಸಿ. ರೆಡ್ಡಿ	–	ಮುಖ್ಯ ಮಂತ್ರಿ (1947–1952, ಮಾರ್ಚ್ 30)
2. ಎಚ್.ಸಿ. ದಾಸಪ್ಪ	–	ಹಣಕಾಸು ಮತ್ತು ಕೈಗಾರಿಕೆ
3. ಕೆ.ಟಿ. ಭಾಷ್ಯಂ	–	ಕಾನೂನು ಮತ್ತು ಕಾರ್ಮಿಕ
4. ಎಚ್. ಸಿದ್ದಯ್ಯ	–	ಕಂದಾಯ ಮತ್ತು ರೈಲ್ವೆ

5. ಟಿ. ಮರಿಯಪ್ಪ   –   ಗೃಹ

6. ಆರ್. ಚೆನ್ನಿಗರಾಮಯ್ಯ   –   ಸ್ಥಳೀಯ ಆಡಳಿತ

ಕಾಂಗ್ರೆಸ್ಸೇತರ ಮಂತ್ರಿಗಳು

1. ಜನಾಬ್ ಮೊಹಮ್ಮದ್ ಷರೀಫ್   –   ಆರೋಗ್ಯ ಮತ್ತು ಅಬಕಾರಿ

2. ಎಚ್.ಚಂದ್ರಶೇಖರಯ್ಯ   –   ಶಿಕ್ಷಣ

3. ಪಿ. ಸುಬ್ಬರಾಮ ಚೆಟ್ಟಿ   –   ನಗರಾಭಿವೃದ್ಧಿ ಮತ್ತು ಮುಜರಾಯಿ

ಮಾದರಿ ಪ್ರಶ್ನೆಗಳು

ಒಂದು ಅಂಕದ ಪ್ರಶ್ನೆಗಳು

1. ಕಿತ್ತೂರು ಮತ್ತು ಬ್ರಿಟಿಷರ ನಡುವಿನ ಹೋರಾಟದಲ್ಲಿ ಹತನಾದ ಬ್ರಿಟಿಷ್ ಅಧಿಕಾರಿ ಯಾರು ?

2. ಕೊಡಗಿನ ಕೊನೆಯ ದೊರೆ ಚಿಕ್ಕವೀರರಾಜ ಯಾವ ವಂಶಕ್ಕೆ ಸೇರಿದವನಾಗಿದ್ದನು ?

3. ಸುರಪುರ ಬಂಡಾಯ ಯಾರ ನೇತೃತ್ವದಲ್ಲಿ ನಡೆಯಿತು ?

4. ಕರ್ನಾಟಕ ಪ್ರಾಂತ್ಯ ಕಾಂಗ್ರೆಸ್ ಕಮಿಟಿ (ಕೆ.ಪಿ.ಸಿ.ಸಿ)ಯ ಪ್ರಥಮ ಅಧ್ಯಕ್ಷರು ಯಾರು ?

5. 'ಹಿಂದೂಸ್ಥಾನ ಸೇವಾದಳ'ವನ್ನು ಯಾರು ಸ್ಥಾಪಿಸಿದರು ?

6. ಬೆಳಗಾವಿ ಕಾಂಗ್ರೆಸ್ ಅಧಿವೇಶನ ಯಾರ ಅಧ್ಯಕ್ಷತೆಯಲ್ಲಿ ನಡೆಯಿತು ?

7. ಅಂಕೋಲ ಉಪ್ಪಿನ ಸತ್ಯಾಗ್ರಹ ಯಾರ ನೇತೃತ್ವದಲ್ಲಿ ನಡೆಯಿತು ?

8. ಮೈಸೂರು ಕಾಂಗ್ರೆಸ್‌ನ ಪ್ರಥಮ ಅಧ್ಯಕ್ಷರು ಯಾರು ?

9. ಕರ್ನಾಟಕದ 'ಜಲಿಯನ್‌ವಾಲಾ ಬಾಗ್' ಎಂದು ವರ್ಣಿಸಲ್ಪಟ್ಟಿರುವ ಘಟನೆ ಯಾವುದು ?

10. ದಂಡಿ ಉಪ್ಪಿನ ಸತ್ಯಾಗ್ರಹದಲ್ಲಿ ಪಾಲ್ಗೊಂಡಿದ್ದ ಕನ್ನಡಿಗ ಯಾರು ?

ಹತ್ತು ಅಂಕದ ಪ್ರಶ್ನೆಗಳು

1. ಕರ್ನಾಟಕದಲ್ಲಿ ನಡೆದ ಸ್ವಾತಂತ್ರ್ಯ ಚಳುವಳಿಯನ್ನು ಸಂಕ್ಷಿಪ್ತವಾಗಿ ವಿವರಿಸಿ.

———————— ❀ ————————

ಅಧ್ಯಾಯ – 23

ಕರ್ನಾಟಕದ ಏಕೀಕರಣ

Unification of Karnataka

ಐತಿಹಾಸಿಕ ಹಿನ್ನೆಲೆ

ಕರ್ನಾಟಕ ಹಾಗೂ ಕನ್ನಡ ಭಾಷೆಗೆ 2000 ವರ್ಷಗಳಿಗಿಂತಲೂ ಹೆಚ್ಚಿನ ಸುದೀರ್ಘವಾದ ಇತಿಹಾಸವಿದೆ. ಮೌರ್ಯರ ಕಾಲದಿಂದ ಕರ್ನಾಟಕದ ಅಸ್ತಿತ್ವವನ್ನು ಸ್ಪಷ್ಟವಾಗಿ ಗುರುತಿಸಬಹುದು. ಕರ್ನಾಟಕದ ಬಹುತೇಕ ಉತ್ತರದ ಭಾಗಗಳು ಅಶೋಕನ ಕಾಲದಲ್ಲಿ ಮೌರ್ಯರ ಆಡಳಿತಕ್ಕೆ ಒಳಪಟ್ಟಿದ್ದವು. ಬಾದಾಮಿ ಚಾಳುಕ್ಯರು, ರಾಷ್ಟ್ರಕೂಟರು ಹಾಗೂ ಕಲ್ಯಾಣ ಚಾಳುಕ್ಯರ ಆಡಳಿತಾವಧಿಯಲ್ಲಿ ಅಂದರೆ ಕ್ರಿ.ಶ. 6ನೇ ಶತಮಾನದ ಮಧ್ಯಭಾಗದಿಂದ 12ನೇ ಶತಮಾನದ ಮಧ್ಯಭಾಗದವರೆಗೆ ಕನ್ನಡ ಭಾಷಿಕರನ್ನು ಹೊಂದಿದ್ದ ಪ್ರದೇಶಗಳೆಲ್ಲವೂ ಏಕ ಅಳ್ವಿಕೆಗೆ ಒಳಪಟ್ಟಿದ್ದವು. ಕ್ರಿ.ಶ. 9ನೇ ಶತಮಾನದಲ್ಲಿ ರಚನೆಯಾಗಿರುವ **"ಕವಿರಾಜಮಾರ್ಗ"**ದ ಪ್ರಕಾರ ಕರ್ನಾಟಕ **ದಕ್ಷಿಣದಲ್ಲಿ ಕಾವೇರಿ ನದಿಯಿಂದ ಉತ್ತರದಲ್ಲಿ ಗೋದಾವರಿ ನದಿಯುವರೆಗೆ** ವಿಸ್ತರಿಸಿತ್ತು. ಆದರೆ 12ನೇ ಶತಮಾನದ ಉತ್ತರಾರ್ಧದಲ್ಲಿ ಕಲ್ಯಾಣ ಚಾಳುಕ್ಯರ ಅಧಿಕಾರ ಕುಸಿದಾಗ ಕನ್ನಡ ಪ್ರದೇಶಗಳು ಮೊದಲ ಬಾರಿಗೆ ವಿಭಜನೆಗೊಂಡವು. ತುಂಗಭದ್ರಾನದಿಯ ಉತ್ತರದ ಪ್ರದೇಶಗಳು ಸೇವಣ ಅಥವಾ ಯಾದವರ ಅಧೀನವಾದರೆ ತುಂಗಭದ್ರೆಯ ದಕ್ಷಿಣ ಪ್ರದೇಶಗಳು ಹೊಯ್ಸಳರ ಅಧೀನವಾದವು. ಮುಂದೆ ವಿಜಯನಗರ ಸಾಮ್ರಾಜ್ಯದ ಕಾಲದಲ್ಲೂ ಇದೇ ಪರಿಸ್ಥಿತಿ ಮುಂದುವರಿಯಿತು. ತುಂಗಭದ್ರಾ ನದಿಯ ದಕ್ಷಿಣದ ಕನ್ನಡ ಪ್ರದೇಶಗಳು ವಿಜಯನಗರದ ಅಳ್ವಿಕೆಯಲ್ಲಿದ್ದರೆ ಅದರ ಉತ್ತರದ ಪ್ರದೇಶಗಳು ಬಹಮನಿ ಸುಲ್ತಾನರ ಅಧೀನಕ್ಕೆ ಒಳಪಟ್ಟವು. ತುಂಗಭದ್ರಾ ಮತ್ತು ಕೃಷ್ಣಾ ನದಿಗಳ ನಡುವಿನ ರಾಯಚೂರು ಪ್ರದೇಶ ವಿವಾದಿತ ಪ್ರದೇಶವಾಗಿದ್ದು ಸುಲ್ತಾನರು ಹಾಗೂ ವಿಜಯನಗರದ ಅರಸರ ನಡುವೆ ಸುದೀರ್ಘ ಹಾಗೂ ತೀವ್ರ ಸಂಘರ್ಷಕ್ಕೆ ಕಾರಣವಾಯಿತು. ವಿಜಯನಗರ ಹಾಗೂ ಬಹಮನಿ ಸಾಮ್ರಾಜ್ಯಗಳ ಪತನಾನಂತರ ಬಿಜಾಪುರದ ಸುಲ್ತಾನರು, ಕೆಳದಿಯ ಅರಸರು, ಮೈಸೂರಿನ ಒಡೆಯರು ಮೊದಲಾದವರು ಕನ್ನಡ ಭಾಷಿಕ ಪ್ರದೇಶಗಳನ್ನು ಆಳಿದರು.

ಮೈಸೂರು ರಾಜ್ಯದಲ್ಲಿ ರಾಜಕೀಯ ಏರುಪೇರುಗಳಾಗಿ 18ನೇ ಶತಮಾನದ ಮಧ್ಯಭಾಗದ ವೇಳೆಗೆ ಹೈದರ್ ಅಲಿ ಸರ್ವಾಧಿಕಾರಿಯಾದನು. ಅವನ ನಂತರ ಟಿಪು ಆಳಿದನು. ಅವರುಗಳು ಮೈಸೂರು ರಾಜ್ಯವನ್ನು ಹಿಗ್ಗಿಸಿ ಬಹುತೇಕ ಕನ್ನಡ ಪ್ರದೇಶಗಳನ್ನು ಒಂದುಗೂಡಿಸಿ ಆಳಿದರು. 1799ರಲ್ಲಿ ಟಿಪು ಬ್ರಿಟಿಷರಿಂದ ಸೋತು ಕೊಲ್ಲಲ್ಪಟ್ಟಾಗ ಮತ್ತೆ ಎರಡನೇ ಬಾರಿಗೆ ಕರ್ನಾಟಕ ವಿಭಜನೆಗೊಂಡಿತು. ಬ್ರಿಟಿಷರು ತಮ್ಮ **'ಒಡೆದು ಆಳುವ'** ನೀತಿಯನ್ನು ಇಲ್ಲಿಯೂ ಅಳವಡಿಸಿದರು. ಕನ್ನಡ ಭಾಷಿಕ ಪ್ರದೇಶಗಳು 20 ಆಡಳಿತ ಘಟಕಗಳಲ್ಲಿ ಹಂಚಿಹೋದವು. ದಕ್ಷಿಣ ಕನ್ನಡ, ನೀಲಗಿರಿ, ಬಳ್ಳಾರಿ ಜಿಲ್ಲೆಗಳು, ಹೊಸೂರು, ಕೊಳ್ಳೇಗಾಲ, ಮಡಕಶಿರ ತಾಲ್ಲೂಕುಗಳು ಹಾಗೂ ಚಾಮರಾಜನಗರ ಗಡಿ ಭಾಗದ ತಾಳವಾಡಿ ಫಿರ್ಕಾ ಬ್ರಿಟಿಷ್ ಭಾರತದ **ಮದ್ರಾಸ್ ಪ್ರಾಂತ್ಯಕ್ಕೆ** ಸೇರಿದ್ದವು.

ಉತ್ತರಕನ್ನಡ, ಬೆಳಗಾವಿ, ಧಾರವಾಡ, ಬಿಜಾಪುರ ಜಿಲ್ಲೆಗಳು, ದಕ್ಷಿಣ ಮತ್ತು ಉತ್ತರ ಸೊಲ್ಲಾಪುರ, ಮಂಗಳವೇಡ ತಾಲ್ಲೂಕುಗಳು **ಬಾಂಬೆ ಪ್ರಾಂತ್ಯಕ್ಕೆ** ಸೇರಿದ್ದವು.

ಗುಲ್ಬರ್ಗಾ, ರಾಯಚೂರು, ಬೀದರ್ ಜಿಲ್ಲೆಗಳು **ಹೈದರಾಬಾದ್ ಸಂಸ್ಥಾನಕ್ಕೆ** ಸೇರಿದ್ದವು. 8 ಜಿಲ್ಲೆಗಳನ್ನು ಒಳಗೊಂಡ ಚಿಕ್ಕದಾದ **ಮೈಸೂರು ರಾಜ್ಯ**ದಲ್ಲಿ ಒಡೆಯರ ಆಡಳಿತವನ್ನು ಮರುಸ್ಥಾಪಿಸಲಾಯಿತು. ಉಳಿದ ಕನ್ನಡ ಪ್ರದೇಶಗಳು **ಜಮಖಂಡಿ, ಮುಧೋಳ, ಸೊಂಡೂರು, ಸಾಂಗ್ಲಿ, ಮೀರಜ್, ಕಿರಿಯ ಮೀರಜ್, ಸವಣೂರು, ರಾಮದುರ್ಗ, ಕೊಲ್ಲಾಪುರ, ಅಕ್ಕಲಕೋಟೆ, ಹಿರಿ ಮತ್ತು ಕಿರಿ ಕುರುಂದವಾಡ, ಜತ್, ಔಂಧ್** ಎಂಬ ಚಿಕ್ಕ, ಚಿಕ್ಕ ಸಂಸ್ಥಾನಗಳಲ್ಲಿ ಸೇರಿಹೋದವು. **ಕೊಡಗು** ಬ್ರಿಟಿಷರ ಆಳ್ವಿಕೆಗೆ ಒಳಪಟ್ಟಿತ್ತು. **ಬೆಳಗಾವಿ, ಬೆಂಗಳೂರು** ಮತ್ತು **ಬಳ್ಳಾರಿಯ ಸೇನಾನೆಲೆಗಳು** (Contonment Areas) ಕೇಂದ್ರ ಸರ್ಕಾರದ (ಬ್ರಿಟಿಷರ) ನಿಯಂತ್ರಣದಲ್ಲಿದ್ದವು.

ಕನ್ನಡಿಗರ ಅಸಹನೀಯ ಸ್ಥಿತಿ

ಮೈಸೂರು ಸಂಸ್ಥಾನವನ್ನು ಹೊರತುಪಡಿಸಿದರೆ ಉಳಿದೆಲ್ಲ ಕಡೆ ಕನ್ನಡ ಭಾಷಿಕರು ಅಲ್ಪಸಂಖ್ಯಾತರಾದರು. ಮದ್ರಾಸ್ ಪ್ರಾಂತ್ಯದಲ್ಲಿ ತಮಿಳು ಅಗ್ರಸ್ಥಾನದಲ್ಲಿತ್ತು. ಶಿಕ್ಷಣ, ಉದ್ಯೋಗ ಮತ್ತಿತರ ಸೌಲಭ್ಯಗಳಿಂದ ಕನ್ನಡಿಗರು ವಂಚಿತರಾದರು. ಅಂತೆಯೇ ಮರಾಠಿ ಭಾಷಿಕರು ಬಹುಸಂಖ್ಯಾತರಾಗಿದ್ದ ಬಾಂಬೆ ಪ್ರಾಂತ್ಯದಲ್ಲೂ ಕನ್ನಡಿಗರ ಸ್ಥಿತಿ ಶೋಚನೀಯವಾಗಿತ್ತು. ಸಾಂಗ್ಲಿ, ಜಮಖಂಡಿ, ಮುಧೋಳ, ಅಕ್ಕಲಕೋಟೆ ಮತ್ತಿತರ ಸಂಸ್ಥಾನಗಳಲ್ಲಿ ಕನ್ನಡಿಗರೇ ಹೆಚ್ಚು ಸಂಖ್ಯೆಯಲ್ಲಿದ್ದರೂ ಅರಸರು ಮಾತ್ರ ಮರಾಠಿಗರಾಗಿದ್ದರು. ಇನ್ನು ನಿಜಾಮನ ಸಂಸ್ಥಾನವಾಗಿದ್ದ ಹೈದರಾಬಾದ್‌ನಲ್ಲಿ ಉರ್ದು ಆಡಳಿತ ಭಾಷೆಯಾಗಿತ್ತು ಹಾಗೂ ಶಿಕ್ಷಣ ಮಾಧ್ಯಮವಾಗಿತ್ತು. ಎಲ್ಲ ಕಡೆಗಳಲ್ಲೂ ಅಲ್ಪಸಂಖ್ಯಾತರಾಗಿ ಕನ್ನಡಿಗರು ನಿರ್ಲಕ್ಷ್ಯಕ್ಕೆ ಗುರಿಯಾಗಿ, ಶಿಕ್ಷಣ, ಉದ್ಯೋಗ ಹಾಗೂ ರಾಜಕೀಯ ಹಕ್ಕುಗಳಿಂದಲೂ ವಂಚಿತರಾಗಿದ್ದರು. ಅನಿವಾರ್ಯವಾಗಿ ಬೇರೆ ಭಾಷೆಗಳನ್ನು ಕಲಿಯಬೇಕಾದ ಪರಿಸ್ಥಿತಿ ಕನ್ನಡಿಗರಿಗೆ ನಿರ್ಮಾಣವಾಯಿತು. ಆದಾಗ್ಯೂ ಎಲ್ಲಾ ಆಡಳಿತ ಘಟಕಗಳಲ್ಲಿನ ಕನ್ನಡಗರಲ್ಲಿ ಕನ್ನಡ ಭಾಷೆ ಮತ್ತು ಸಂಸ್ಕೃತಿಯ ಬಗ್ಗೆ ಅಪಾರವಾದ ಪ್ರೀತಿ ಇದ್ದಿತು.

ಭಾಷಾವಾರು ರಾಜ್ಯಗಳ ರಚನೆಗೆ ಬೇಡಿಕೆ

ಬ್ರಿಟಿಷರ ಆಡಳಿತ ಕಾಲದಲ್ಲಿ ಪ್ರಾಂತ್ಯಗಳ ರಚನೆ ಅವೈಜ್ಞಾನಿಕವಾಗಿತ್ತು. ವಸಾಹತುಶಾಹಿಯ ಅಗತ್ಯಗಳಿಗೆ ಅನುಗುಣವಾಗಿ ಪ್ರಾಂತ್ಯಗಳನ್ನು ರಚಿಸಲಾಗಿತ್ತು. ಸೈನಿಕ, ಆಡಳಿತಾತ್ಮಕ ಹಾಗೂ ರಾಜಕೀಯ ಅಗತ್ಯಗಳ ಆಧಾರದ ಮೇಲೆ ಪ್ರಾಂತ್ಯಗಳನ್ನು ರಚಿಸಲಾಗಿತ್ತು. 19ನೇ ಶತಮಾನದ ಪ್ರಾರಂಭದಲ್ಲೇ ಭಾಷೆಯ ಆಧಾರದ ಮೇಲೆ ರಾಜ್ಯಗಳ ಮರುಹಂಚಿಕೆಯ ಅಗತ್ಯವನ್ನು ಹಲವಾರು ಬ್ರಿಟಿಷ್ ಅಧಿಕಾರಿಗಳೇ ಪ್ರಸ್ತಾಪಿಸಿದ್ದರು. 1800ರಲ್ಲಿ ಬಳ್ಳಾರಿಯಲ್ಲಿ ಕಲೆಕ್ಟರ್ ಆಗಿದ್ದ **ಥಾಮಸ್ ಮನ್ರೊ** ಕನ್ನಡ ಭಾಷಿಕರ ಪ್ರದೇಶಗಳನ್ನು ಒಂದೇ ಪ್ರಾಂತ್ಯವಾಗಿ ರಚಿಸಲು ಸಲಹೆ ಮಾಡಿದ್ದರು. ಧಾರವಾಡದ ಡೆಪ್ಯುಟಿ ಕಲೆಕ್ಟರ್ ಆಗಿದ್ದ ಸರ್.ವಾಲ್ಟರ್ ಈಲಿಯೆಟ್ (1803–1887), ಶಿಕ್ಷಣಾಧಿಕಾರಿ ಡಬ್ಲ್ಯು.ಎ. ರೆಸೆಲ್ ಮೊದಲಾದವರು ಧಾರವಾಡ ಮತ್ತು ಹುಬ್ಬಳ್ಳಿ ಪ್ರದೇಶಗಳನ್ನು ಮರಾಠಿಯ ಪ್ರಭಾವದಿಂದ ಮುಕ್ತಗೊಳಿಸಲು ಪ್ರಯತ್ನಿಸಿದವರಲ್ಲಿ ಮೊದಲಿಗರು. ಈಲಿಯೆಟ್ ತಮ್ಮ ಸ್ವಂತ ಖರ್ಚಿನಲ್ಲಿ ಧಾರವಾಡದಲ್ಲಿ ಕನ್ನಡ ಶಾಲೆ ಆರಂಭಿಸಿ ಮೂರು ವರ್ಷ ನಡೆಸಿದರು. ಅನಂತರ ಅದನ್ನು ಸರ್ಕಾರ ವಹಿಸಿಕೊಂಡಿತು. ರೆಸೆಲ್ ಅವರು ಚನ್ನಬಸಪ್ಪ, ರಾ.ಹ.ದೇಶಪಾಂಡೆ ಮೊದಲಾದವರನ್ನು ಕನ್ನಡಕ್ಕಾಗಿ ಕೆಲಸ ಮಾಡಲು ಶಿಕ್ಷಣ ಇಲಾಖೆಗೆ ಕರೆತಂದರು. 19ನೇ ಶತಮಾನದ ಮಧ್ಯಭಾಗದಲ್ಲಿ ಡೆಪ್ಯುಟಿ **ಎಜುಕೇಷನಲ್ ಇನ್‌ಸ್ಪೆಕ್ಟರ್ ಆಗಿದ್ದ ಚನ್ನಬಸಪ್ಪ (1833–1881)** ತಮ್ಮ ಖರ್ಚಿನಲ್ಲೇ ಬೆಳಗಾವಿಯಲ್ಲಿ 13 ಕನ್ನಡ ಶಾಲೆಗಳನ್ನು, ಬಿಜಾಪುರದಲ್ಲಿ 9 ಶಾಲೆಗಳನ್ನು ಹಾಗೂ ಧಾರವಾಡದಲ್ಲಿ 12 ಶಾಲೆಗಳನ್ನು ಸ್ಥಾಪಿಸಿದರು. ಅಲ್ಲದೇ ಉಪಯುಕ್ತ ಪಠ್ಯಪುಸ್ತಕಗಳನ್ನು ರಚಿಸಿ ವಿತರಿಸಿದರು. 1854ರಲ್ಲಿ **ಬಾಸೆಲ್ ಮಿಷನ್** ಗುಳೇದಗುಡ್ಡದಲ್ಲಿ ಪ್ರಥಮ ಬಾಲಕಿಯರ ಶಾಲೆ ಸ್ಥಾಪಿಸಿತು.

1858ರಷ್ಟು ಹಿಂದೆಯೇ ಬ್ರಿಟನ್ನಿನ ಸಂಸತ್ತಿನಲ್ಲಿ ಭಾರತದಲ್ಲಿ ಭಾಷಾವಾರು ಪ್ರಾಂತ್ಯಗಳ ರಚನೆಯನ್ನು ಕುರಿತು ಚರ್ಚೆ ನಡೆದಿತ್ತು. ಸಂಸತ್ ಸದಸ್ಯರಾಗಿದ್ದ **ಜಾನ್ ಬ್ರೈಟ್** ಈ ಸಂದರ್ಭದಲ್ಲಿ ಮಾತನಾಡಿ ಭಾರತವನ್ನು ಭಾಷೆ ಮತ್ತು ಭೌಗೋಳಿಕ ಪರಿಸ್ಥಿತಿಗನುಗುಣವಾಗಿ 5 ವಲಯಗಳಾಗಿ ಮರುವಿಂಗಡಣೆ ಮಾಡಬೇಕೆಂದು ಸಲಹೆ ಮಾಡಿದ್ದನು. ಈ ವಿಷಯ 19ನೇ ಶತಮಾನದ ಉತ್ತರಾರ್ಧದಲ್ಲಿ ಜನಸಾಮಾನ್ಯರ ಗಮನ ಸೆಳೆಯಿತು. 1874ರಲ್ಲಿ ವಿಶಾಲವಾಗಿದ್ದ ಬಂಗಾಳದಿಂದ ಅಸ್ಸಾಂ ಅನ್ನು ಪ್ರತ್ಯೇಕಿಸಿದಾಗ ಬಹುತೇಕ ಬಂಗಾಳಿ ಭಾಷಿಕರನ್ನು ಹೊಂದಿದ್ದ ಸಿಲ್ಹಟ್, ಗೋಲ್‌ಪಾರ ಮತ್ತು ಕಚಾರ್ ಜಿಲ್ಲೆಗಳನ್ನು ಅಸ್ಸಾಂನೊಂದಿಗೆ ಸೇರಿಸಲಾಯಿತು. ಬಂಗಾಳಿ ಭಾಷಿಕರಾದ ಸಿಲ್ಹಟ್ ಹಾಗೂ ಇತರ ಜಿಲ್ಲೆಗಳ ಜನರು ಸರ್ಕಾರದ ಈ ಕ್ರಮವನ್ನು ವಿರೋಧಿಸಿದರು. ಅಂತೆಯೇ ಬಂಗಾಳಿ ಭಾಷಿಕ ಪ್ರದೇಶಗಳನ್ನು ಅಸ್ಸಾಂನೊಂದಿಗೆ ಸೇರಿಸಿದ್ದನ್ನು ಅಸ್ಸಾಮಿಗಳೂ ಒಪ್ಪಲಿಲ್ಲ.

ಭಾಷಾವಾರು ರಾಜ್ಯಗಳ ರಚನೆಗೆ ಆಗ್ರಹಿಸಿದ ಭಾರತೀಯರಲ್ಲಿ ಒರಿಯ ಭಾಷಿಕರೇ ಮೊದಲಿಗರು. 1876ರಲ್ಲಿ ಒರಿಸ್ಸಾದ ಬಾಲಸೂರ್‌ನ **ರಾಜಾ ಬೈಕುಂಟನಾಥ ಡೇ** ಮತ್ತು **ಬಿಚಿತ್ರಾನಂದ ಪಟ್ನಾಯಕ್** ಒರಿಯ ಭಾಷಿಕರನ್ನು ಒಳಗೊಂಡ ಪ್ರತ್ಯೇಕ ರಾಜ್ಯವನ್ನು ರಚಿಸುವಂತೆ ಸರ್ಕಾರಕ್ಕೆ ಮನವಿ ಸಲ್ಲಿಸಿದರು. 1896ರಲ್ಲಿ **ಮಹೇಶ್ ನಾರಾಯಣ್** ನೇತೃತ್ವದಲ್ಲಿ ಹಿಂದಿ ಭಾಷಕರಾಗಿದ್ದ ಬಿಹಾರಿಗಳು ಬಂಗಾಳದಿಂದ ಬಿಹಾರವನ್ನು ಪ್ರತ್ಯೇಕಿಸಲು ಮನವಿ ಸಲ್ಲಿಸಿದರು.

1898ರಲ್ಲಿ ಆಡಳಿತ ವಿಕೇಂದ್ರೀಕರಣ ಕುರಿತ **ರಾಯಲ್ ಕಮೀಷನ್** ಮುಂದೆ ಹಾಜರಾಗಿದ್ದ **ಬಾಲಗಂಗಾಧರ ತಿಲಕರು** ಭಾಷೆ ಆಧಾರದ ಮೇಲೆ ರಾಜ್ಯಗಳ ಪುನರ್ವಿಂಗಡಣೆಗೆ ಒತ್ತಾಯಿಸಿದರು.

1902ರಲ್ಲಿ ಸಾವಿರಾರು ಒರಿಯ ಭಾಷಿಕರು ಸಹಿ ಮಾಡಿದ್ದ ಮನವಿ ಪತ್ರವನ್ನು ವೈಸರಾಯ್ ಕರ್ಜನ್‌ಗೆ ಸಲ್ಲಿಸಿ ಒರಿಯ ಭಾಷಿಕ ಪ್ರದೇಶಗಳನ್ನು ತಕ್ಷಣವೇ ಒಂದೇ ರಾಜ್ಯವಾಗಿ ರಚಿಸುವಂತೆ ಒತ್ತಾಯಿಸಿದರು. ಈ ದಿಕ್ಕಿನಲ್ಲಿ ಹೋರಾಟವನ್ನು ಸಂಘಟಿಸಲು 1903ರಲ್ಲಿ **ಉತ್ಕಲ್ ಸಂಯುಕ್ತ ಪರಿಷತ್** ಸ್ಥಾಪಿಸಿಕೊಂಡರು.

1905ರಲ್ಲಿ ವೈಸ್‌ರಾಯ್ **ಲಾರ್ಡ್ ಕರ್ಜನ್** ಬಂಗಾಳದ ಜನತೆಯ ಅಪೇಕ್ಷೆಗೆ ವಿರುದ್ಧವಾಗಿ **ಬಂಗಾಳವನ್ನು ವಿಭಜಿಸಿದರು.** ಅದರ ವಿರುದ್ಧ ಬಂಗಾಳಿ ಭಾಷಿಕರಾಗಿದ್ದ ಹಿಂದೂಗಳು ಹಾಗೂ ಮುಸಲ್ಮಾನರು ತೀವ್ರ ಹಾಗೂ ಸುದೀರ್ಘ ಹೋರಾಟ ನಡೆಸಿದರು. ಕೊನೆಗೆ 1911ರಲ್ಲಿ ಬಂಗಾಳದ ವಿಭಜನೆಯನ್ನು ರದ್ದು ಮಾಡಬೇಕಾಯಿತು. ಆಗ ವೈಸರಾಯ್ ಆಗಿದ್ದ **ಲಾರ್ಡ್ ಹಾರ್ಡಿಂಜ್** ಹಿಂದಿ ಭಾಷಿಕರ ಪ್ರದೇಶಗಳನ್ನು ಬಂಗಾಳದಿಂದ ಪ್ರತ್ಯೇಕಿಸಲು ಸಲಹೆ ಮಾಡಿದರು. ಹೀಗೆ ಭಾಷಾವಾರು ರಾಜ್ಯಗಳ ರಚನೆಯ ಬೇಡಿಕೆ ಕ್ರಮೇಣ ಬಲ ಪಡೆದುಕೊಂಡಿತು.

ಸ್ವಾತಂತ್ರ್ಯ ಪೂರ್ವದಲ್ಲಿ ಕರ್ನಾಟಕ ಏಕೀಕರಣ ಚಳುವಳಿ

ಕರ್ನಾಟಕ ಸೇರಿದಂತೆ ದೇಶದ ಇತರ ಭಾಗಗಳಲ್ಲಿ ಭಾಷಾವಾರು ರಾಜ್ಯಗಳ ರಚನೆಗೆ ಒತ್ತಾಯಿಸಿ ನಡೆದ ಹೋರಾಟ ಸ್ವಾತಂತ್ರ್ಯ ಹೋರಾಟದ ಜೊತೆಜೊತೆಯಲ್ಲೆ ಸಾಗಿತು. ಸ್ವಾತಂತ್ರ್ಯ ಪಡೆಯುವ ಪ್ರಮುಖವಾದ ಗುರಿಗೆ ಯಾವತ್ತೂ ಅಡ್ಡಿಯಾಗದ ರೀತಿಯಲ್ಲಿ ಭಾಷಾವಾರು ರಾಜ್ಯಗಳ ರಚನೆಗಾಗಿ ಚಳವಳಿ ಸಂಘಟಿಸಲಾಯಿತು.

ಕರ್ನಾಟಕ ವಿದ್ಯಾವರ್ಧಕ ಸಂಘದ ಸ್ಥಾಪನೆ

19ನೇ ಶತಮಾನದ ಉತ್ತರಾರ್ಧದಲ್ಲೇ ಕನ್ನಡಿಗರಲ್ಲಿ ಎಚ್ಚರ ಮೂಡಿಸುವ ಪ್ರಯತ್ನಗಳು ಆರಂಭಗೊಂಡಿದ್ದವು ಬಾಂಬೆ ಕರ್ನಾಟಕ ಪ್ರದೇಶದಲ್ಲಿ **ಡೆಪ್ಯುಟಿ ಚನ್ನಬಸಪ್ಪ** 1860ರ ದಶಕದಲ್ಲೇ ಕನ್ನಡ ಶಾಲೆಗಳನ್ನು ಸ್ಥಾಪಿಸಿದ್ದರು. ಕನ್ನಡಿಗರಿಗೂ ತಮ್ಮ ಅಸಹಾಯಕತೆ ಹಾಗೂ ಅತಂತ್ರ ಸ್ಥಿತಿಯ ಅರಿವಾಗಿತ್ತು. ಮರಾಠಿಯ ಹೇರಿಕೆಯಿಂದ ಅವರು ಅತೃಪ್ತರಾಗಿದ್ದರು. ಈ ಹಿನ್ನಲೆಯಲ್ಲಿ ಕನ್ನಡಿಗರ ಹಿತರಕ್ಷಣೆಯ ಉದ್ದೇಶದಿಂದ 1890 ಜುಲೈ 20 ರಂದು ಧಾರವಾಡದಲ್ಲಿ **'ಕರ್ನಾಟಕ ವಿದ್ಯಾವರ್ಧಕ ಸಂಘ'** ಸ್ಥಾಪಿಸಲಾಯಿತು. ಅದರ ಸ್ಥಾಪನೆಗೆ ಕಾರಣರಾದವರು ಕಾರವಾರದಲ್ಲಿ **ಡೆಪ್ಯುಟಿ ಇನ್‌ಸ್ಪೆಕ್ಟರ್** ಆಗಿದ್ದ **ರಾ.ಹ. ದೇಶಪಾಂಡೆ(1861–1931)**. ಶ್ಯಾಮರಾವ್ ಕಾಯ್ಕಿಣಿ ಅದರ ಪ್ರಥಮ ಅಧ್ಯಕ್ಷರಾದರು. ರಾ.ಹ. ದೇಶಪಾಂಡೆ ಅದರ ಪ್ರಥಮ ಕಾರ್ಯದರ್ಶಿಯಾದರು. ಕನ್ನಡಿಗರ ಘೋಷವಾಕ್ಯವಾಗಿರುವ **"ಸಿರಿಗನ್ನಡಂ ಗೆಲ್ಗೆ"** ಎಂಬ ಶಬ್ದವನ್ನು ರೂಪಿಸಿದವರು ರಾ.ಹ. ದೇಶಪಾಂಡೆಯವರೆ. ಸಂಘದ ಸ್ಥಾಪನೆ ಕುರಿತು ಅವರು ಹೀಗೆ ಹೇಳಿದರು. **"1887ರಿಂದಲೂ ನಾನು ಕನ್ನಡ ಭಾಷೆಯ ಅವಮಾನಕಾರಿ ಸ್ಥಿತಿಯನ್ನು ಕೊನೆಗೊಳಿಸಲು ಕನ್ನಡಿಗರ ನೆರವಿನಿಂದ ಒಂದು ಸಂಘಟನೆಯನ್ನು ಸ್ಥಾಪಿಸಲು ಆಲೋಚಿಸುತ್ತಿದ್ದೆ. ಕನ್ನಡ ಭಾಷೆಯ ಬಗ್ಗೆ ಹೆಮ್ಮೆಪಡಬೇಕೆಂದು ಕನ್ನಡಿಗರಲ್ಲಿ ಮನವಿ ಮಾಡಿಕೊಳ್ಳುತ್ತೇನೆ"**. ವಿದ್ಯಾವರ್ಧಕ ಸಂಘದ ಸ್ಥಾಪನೆಯಲ್ಲಿ **ರಾಮಚಂದ್ರ ಹನುಮಂತ (ರಾ.ಹ.)ದೇಶಪಾಂಡೆಯವರಿಗೆ ವೆಂಕಟರಂಗ ಕಟ್ಟಿ, ಶಾಂತಕವಿ** ಮತ್ತಿತರರು ನೆರವಾದರು. ಸಂಘಕ್ಕೆ ಸ್ವಂತ ಕಟ್ಟಡ ನಿರ್ಮಿಸಿಕೊಳ್ಳಲು ಮೈಸೂರು **ಮಹಾರಾಜ ಚಾಮರಾಜ ಒಡೆಯರು** ಆರ್ಥಿಕ ನೆರವು ನೀಡಿದರು. ಅದನ್ನು **'ಚಾಮರಾಜ ಮಂದಿರ'** ಎಂದು ಹೆಸರಿಸಲಾಯಿತು. 1896ರಲ್ಲಿ ಈ ಸಂಘವು **"ವಾಗ್ಭೂಷಣ"** ಎಂಬ ಮಾಸಪತ್ರಿಕೆಯನ್ನು ಆರಂಭಿಸಿತು. ಈ ಪತ್ರಿಕೆಯ ಮೂಲಕ ಕನ್ನಡನಾಡು, ನುಡಿ ಮತ್ತು ಸಂಸ್ಕೃತಿಯ ಬಗ್ಗೆ ಕನ್ನಡಿಗರಲ್ಲಿ ಅರಿವು ಮೂಡಿಸಲು ಮಹತ್ವ ನೀಡಲಾಯಿತು. ವಿದ್ಯಾವರ್ಧಕ ಸಂಘದ ಸಭೆಯೊಂದರಲ್ಲಿ ಮಾತನಾಡುತ್ತಾ **ಬೆನಗಲ್ ರಾಮರಾವ್** ಉತ್ತರ ಕರ್ನಾಟಕದ ಕನ್ನಡಿಗರು ಹಾಗೂ ಮದ್ರಾಸ್ ಪ್ರಾಂತ್ಯದ ಕನ್ನಡಿಗರು ಒಂದುಗೂಡುವ ಅಗತ್ಯವನ್ನು ವಿವರಿಸಿ ಕರ್ನಾಟಕ ಏಕೀಕರಣದ ಬಗ್ಗೆ ಮೊದಲ ಬಾರಿಗೆ ದನಿ ಎತ್ತಿದರು.

ಬಂಗಾಳದ ವಿಭಜನೆಯ ವಿರುದ್ಧ ಬಂಗಾಳಿ ಭಾಷಿಕರು ನಡೆಸುತ್ತಿದ್ದ ಹೋರಾಟ ಸಹಜವಾಗಿಯೇ ಕನ್ನಡಿಗರ ಮೇಲೆ ಪ್ರಭಾವ ಬೀರಿತು. ಬಂಗಾಳಿಗಳಂತೆಯೇ ಕನ್ನಡ ಭಾಷೆ ಹಾಗೂ ನಾಡಿನ ಏಕೀಕರಣಕ್ಕೆ ಹೋರಾಡುವ ಅಗತ್ಯವನ್ನು ಕನ್ನಡಿಗರು ಅರಿತರು. ವಾಗ್ಭೂಷಣದ 1907ರ ಫೆಬ್ರವರಿ ಸಂಚಿಕೆಯಲ್ಲಿ ಒಂದು ಮಹತ್ವದ ಲೇಖನ ಬರೆದ **ಆಲೂರು ವೆಂಕಟರಾವ್** ಕನ್ನಡಿಗರ ಉಳಿವು ಕರ್ನಾಟಕದ ಏಕೀಕರಣವನ್ನು ಅವಲಂಬಿಸಿದೆ ಎಂದು ಒತ್ತಿ ಹೇಳಿದರು. 1907ರ ಜೂನ್ 2 ಮತ್ತು 3 ರಂದು ಧಾರವಾಡದಲ್ಲಿ **ಪ್ರಥಮ ಅಖಿಲ ಕರ್ನಾಟಕ ಗ್ರಂಥಕರ್ತರ ಸಮ್ಮೇಳನ** ಜರುಗಿತು. ಬರಹಗಾರರು ಹಾಗೂ ಪ್ರಕಾಶಕರು ಪಾಲ್ಗೊಂಡಿದ್ದ ಈ ಸಮ್ಮೇಳನದಲ್ಲಿ ಕನ್ನಡ ಸಾಹಿತ್ಯ ಹಾಗೂ ಪ್ರಕಟಣೆಯ ಬಗ್ಗೆ ಚರ್ಚೆಯಾಯಿತು. ಅದರ ಎರಡನೇ ಸಮ್ಮೇಳನವನ್ನು ಬೆಂಗಳೂರಿನಲ್ಲಿ ಆಯೋಜಿಸಲು ತೀರ್ಮಾನಿಸಲಾಯಿತಾದರೂ ಸ್ಥಳೀಯರ ಅನಾಸಕ್ತಿಯಿಂದಾಗಿ ಧಾರವಾಡದಲ್ಲೇ 1908ರ ಮೇ 3 ರಂದು ಎರಡನೇ ಸಮ್ಮೇಳನ ಆಲೂರು ವೆಂಕಟರಾವ್ ಅಧ್ಯಕ್ಷತೆಯಲ್ಲಿ ನಡೆಯಿತು.

ಕನ್ನಡ ಸಾಹಿತ್ಯ ಪರಿಷತ್ ಮತ್ತು ಕರ್ನಾಟಕ ಸಭಾ ಸ್ಥಾಪನೆ

ತೆಲುಗರು ಹಾಗೂ ಮರಾಠರು ತಮ್ಮ ಹೋರಾಟಕ್ಕೆ ಸಾಂಸ್ಥಿಕ ರೂಪ ಕೊಡುವ ಉದ್ದೇಶದಿಂದ ಅನುಕ್ರಮವಾಗಿ **"ಆಂಧ್ರ ಮಹಾಸಭಾ"** ಮತ್ತು **"ಮುಂಬೈ ಪ್ರಾಂತಿಕ್ ರಾಷ್ಟ್ರೀಯ ಪರಿಷತ್"** ಸ್ಥಾಪಿಸಿಕೊಂಡರು. ಅದೇ ಮಾದರಿಯ ಸಂಸ್ಥೆಗಳನ್ನು ಕನ್ನಡಿಗರೂ ಕೂಡ ಸ್ಥಾಪಿಸಿಕೊಳ್ಳಲು ನಿರ್ಧರಿಸಿದರು. ಮೈಸೂರಿನ ಮಹಾರಾಜರು ಹಾಗೂ ದಿವಾನ್ ಸರ್.ಎಂ. ವಿಶ್ವೇಶ್ವರಯ್ಯ ನವರ ಆಸಕ್ತಿಯ ಫಲವಾಗಿ 1915ರಲ್ಲಿ ಬೆಂಗಳೂರಿನಲ್ಲಿ **'ಕನ್ನಡ ಸಾಹಿತ್ಯ ಪರಿಷತ್'** ಸ್ಥಾಪನೆಯಾಯಿತು. ಅದರ ಮೊದಲ ಎರಡು ಸಮ್ಮೇಳನಗಳು ಬೆಂಗಳೂರಿನಲ್ಲೂ, 3ನೇ ಸಮ್ಮೇಳನ ಮೈಸೂರಿನಲ್ಲೂ ಜರುಗಿದವು. **ಈ ಮೂರು ಸಮ್ಮೇಳನಗಳ ಅಧ್ಯಕ್ಷತೆ ವಹಿಸಿದ್ದವರು ಎಚ್.ವಿ.ನಂಜುಂಡಯ್ಯ. ಇವರೇ ಮೈಸೂರು ವಿಶ್ವವಿದ್ಯಾಲಯದ ಪ್ರಥಮ ಉಪಕುಲಪತಿ ಕೂಡ.** ನಾಲ್ಕನೇ ಸಮ್ಮೇಳನ ಧಾರವಾಡದಲ್ಲಿ **ಆರ್.ನರಸಿಂಹಾಚಾರ್** ಅಧ್ಯಕ್ಷತೆಯಲ್ಲಿ 1918ರಲ್ಲಿ ನಡೆಯಿತು. ಪ್ರಾರಂಭದಲ್ಲಿ ಇದು ಏಕೀಕರಣದ ಬಗ್ಗೆ ಅಷ್ಟೇನು ಆಸಕ್ತಿ ತೋರದಿದ್ದರೂ ಮುಂದೆ ಏಕೀಕರಣ ಹೋರಾಟಕ್ಕೆ ಅಪಾರ ಬಲ ತುಂಬಿತು ಹಾಗೂ ಪ್ರತಿವರ್ಷ ನಡೆಯುತ್ತಿದ್ದ ಸಮ್ಮೇಳನಗಳಲ್ಲಿ ಏಕೀಕರಣದ ಅಗತ್ಯವನ್ನು ಪ್ರತಿಪಾದಿಸಲಾಗುತ್ತಿತ್ತು. ರಾ.ಹ ದೇಶಪಾಂಡೆಯವರೂ ಕನ್ನಡ ಸಾಹಿತ್ಯ ಪರಿಷತ್ ಸ್ಥಾಪನೆಗೆ ಸಲಹೆ ನೀಡಿದ್ದರು. ಅವರು ಹಾಗೂ ಜಸ್ಟೀಸ್ ಆರ್.ಎ. ಜಾಗೀರ್‌ದಾರ್ ಸಾಹಿತ್ಯ ಪರಿಷತ್‌ನ ಸಂವಿಧಾನದ ಕರಡನ್ನು ಸಿದ್ಧಪಡಿಸಿದ ಸಮಿತಿಯಲ್ಲಿ ಕೆಲಸ ಮಾಡಿದ್ದರು. 1916ರಲ್ಲಿ ಧಾರವಾಡದಲ್ಲಿ **'ಕರ್ನಾಟಕ ಸಭಾ'** ಸ್ಥಾಪನೆಯಾಯಿತು. ಕರ್ನಾಟಕದ ಏಕೀಕರಣಕ್ಕಾಗಿ ಹೋರಾಡುವುದೇ ಅದರ ಪರಮ ಗುರಿಯಾಗಿತ್ತು. ಅದರ ಸ್ಥಾಪನೆಗೆ ಕಾರಣವಾದವರು **ಆಲೂರು ವೆಂಕಟರಾವ್, ಕಡಪ ರಾಘವೇಂದ್ರರಾವ್, ಮುದವೀಡು ಕೃಷ್ಣರಾವ್** ಮೊದಲಾದವರು. ಈ ಎರಡೂ ಸಂಘಟನೆಗಳು ಕರ್ನಾಟಕದ ಏಕೀಕರಣಕ್ಕಾಗಿ ಜೊತೆಗೂಡಿ ಹೋರಾಡಿದವು. 1917ರಲ್ಲಿ ಕರ್ನಾಟಕ ಸಭಾ ಒಂದು ಲಕ್ಷ ಕನ್ನಡಿಗರ ಸಹಿಯುಳ್ಳ ಮನವಿ ಪತ್ರವನ್ನು ಲಾರ್ಡ್ ಮಾಂಟೆಗು ಅವರಿಗೆ ಸಲ್ಲಿಸಿ ಕನ್ನಡ ಪ್ರದೇಶಗಳನ್ನು ಒಂದೇ ಆಡಳಿತಕ್ಕೆ ಒಳಪಡಿಸಬೇಕೆಂದು ಪ್ರಾರ್ಥಿಸಿತು.

ಆಲೂರು ವೆಂಕಟರಾವ್

ಕರ್ನಾಟಕ ಏಕೀಕರಣಕ್ಕೆ ಹೋರಾಡಿದ ನಾಯಕರಲ್ಲಿ ಪ್ರಮುಖರು ಆಲೂರು ವೆಂಕಟರಾವ್(1880–1964). ಕನ್ನಡದ ಹಿರಿಮೆಯನ್ನು ಪುನರ್‌ಸ್ಥಾಪಿಸುವುದು ಮತ್ತು ಕರ್ನಾಟಕವನ್ನು ಏಕೀಕರಿಸುವುದು ಅವರ ಜೀವನದ ಗುರಿಗಳಾಗಿದ್ದವು. ಪೂನಾದ ಫರ್ಗ್ಯೂಸನ್ ಕಾಲೇಜಿನಲ್ಲಿ ಬಿ.ಎ. ಪದವಿ ಪಡೆದ ಅವರು ತಿಲಕರ ಪ್ರಭಾವಕ್ಕೆ ಒಳಗಾಗಿದ್ದರು. ವಿದ್ಯಾರ್ಥಿಯಾಗಿದ್ದಾಗಲೇ ಕನ್ನಡ ಸಂಘವನ್ನು ಕಟ್ಟಿದ್ದು ಅವರ ಕನ್ನಡ ಪ್ರೇಮಕ್ಕೆ ಸಾಕ್ಷಿಯಾಗಿದೆ. ಬಂಗಾಳಿಗರು ತಮ್ಮ ಪ್ರಾಂತ್ಯದ ವಿಭಜನೆಯ ವಿರುದ್ಧ ನಡೆಸಿದ ಹೋರಾಟವೂ ಆಲೂರರ ಮೇಲೆ ಗಾಢ ಪ್ರಭಾವ ಬೀರಿತು. ಕನ್ನಡಿಗರಲ್ಲೂ ಮರಾಠರು ಹಾಗೂ ಬಂಗಾಳಿಗರಂತೆ ಜಾಗೃತಿ ಮೂಡಿಸುವ ಉದ್ದೇಶದಿಂದ 1914ರಲ್ಲಿ **'ಕರ್ನಾಟಕ ಇತಿಹಾಸ ಸಂಶೋಧನಾ ಮಂಡಲಿ'**ಯನ್ನು ಸ್ಥಾಪಿಸಿದರು. 1917ರಲ್ಲಿ **"ಕರ್ನಾಟಕ ಗತವೈಭವ"** ಎಂಬ ಮಹತ್ವದ ಗ್ರಂಥವನ್ನು ರಚಿಸಿ ಪ್ರಕಟಿಸಿದರು. ಲಕ್ಷಾಂತರ ಕನ್ನಡಿಗರು ಅದರಿಂದ ಪ್ರಭಾವಿತರಾದರು.

1920ರಲ್ಲಿ ಗಾಂಧೀಜಿಯು ಅಸಹಕಾರ ಚಳುವಳಿ ಆರಂಭಿಸಿದಾಗ ಆಲೂರರು ತಮ್ಮ ವಕೀಲ ವೃತ್ತಿ ತ್ಯಜಿಸಿ ಚಳುವಳಿಯಲ್ಲಿ ಧುಮುಕಿದರು. ತಿಲಕರ ಅನುಯಾಯಿಯಾಗಿದ್ದ ಅವರು ಹೋಮ್ ರೂಲ್ ಚಳುವಳಿಯಲ್ಲೂ ಮಹತ್ವದ ಪಾತ್ರ ವಹಿಸಿದ್ದರು.

ಶ್ರೇಷ್ಠ ವಿದ್ವಾಂಸರಾಗಿದ್ದ ಅವರು ಒಟ್ಟು 27 ಪುಸ್ತಕಗಳನ್ನು ರಚಿಸಿದರು. **"ವಿದ್ಯಾರಣ್ಯ ಚರಿತೆ"** ಅವರ ಮೊದಲ ಪುಸ್ತಕ. ತಿಲಕರ **"ಗೀತಾರಹಸ್ಯ"**ವನ್ನು ಕನ್ನಡಕ್ಕೆ ಭಾಷಾಂತರಿಸಿದರು. 1930 ರಲ್ಲಿ ಮೈಸೂರಿನಲ್ಲಿ ನಡೆದ ಕನ್ನಡ ಸಾಹಿತ್ಯ ಸಮ್ಮೇಳನದ ಅಧ್ಯಕ್ಷರಾಗಿದ್ದರು. 1936ರಲ್ಲಿ ವಿಜಯನಗರದ ಸ್ಥಾಪನೆಯ 6ನೇ ಶತಮಾನೋತ್ಸವ ಸಮಾರಂಭವನ್ನು ಹಂಪೆಯಲ್ಲಿ ಆಯೋಜಿಸಿದರು. ಪತ್ರಕರ್ತರೂ ಆಗಿದ್ದ ಅವರು **'ಚಂದ್ರೋದಯ'**, **'ಕರ್ನಾಟಕ ಪತ್ರ'**, **'ರಾಜಹಂಸ'** ಮೊದಲಾದ ಪತ್ರಿಕೆಗಳಲ್ಲಿ ಲೇಖನಗಳನ್ನು ಪ್ರಕಟಿಸಿದರು. ಹೀಗೆ ಕರ್ನಾಟಕ ಏಕೀಕರಣಕ್ಕಾಗಿ ಅವಿಶ್ರಾಂತವಾಗಿ ದುಡಿದ ಅವರನ್ನು **'ಕರ್ನಾಟಕ ಕುಲಪುರೋಹಿತ'** ಎಂದು ಕರೆಯಲಾಗಿದೆ. ಮುಂದೆ 1956ರ ನವೆಂಬರ್ 1 ರಂದು ಅವರು ಬದುಕಿನುದ್ದಕ್ಕೂ ಬಯಸಿದ್ದ ಕರ್ನಾಟಕ ರಾಜ್ಯ ಉದಯವಾದಾಗ ಆಲೂರರಿಗಾದ ಸಂತೋಷ ಅಷ್ಟಿಷ್ಟಲ್ಲ. ತಕ್ಷಣ ಹಂಪೆಗೆ ತೆರಳಿ ವಿರೂಪಾಕ್ಷ ದೇವಾಲಯದಲ್ಲಿ ದೇವಿ ಭುವನೇಶ್ವರಿಗೆ ಪೂಜೆ ಸಲ್ಲಿಸಿ ತಮ್ಮ ಕೃತಜ್ಞತೆ ಸಲ್ಲಿಸಿದರು. 1964ರ ಫೆಬ್ರವರಿ 24ರಂದು ಅವರು ಮರಣಹೊಂದಿದರು.

ನಾಗಪುರ ಕಾಂಗ್ರೆಸ್ ಅಧಿವೇಶನ ಮತ್ತು ಕೆ.ಪಿ.ಸಿ.ಸಿ.ಯ ರಚನೆ

1918ರಲ್ಲಿ **'ಅಖಿಲ ಕರ್ನಾಟಕ ರಾಜಕೀಯ ಪರಿಷತ್'** ಸ್ಥಾಪನೆಯಾಯಿತು. ಅದರ ಪ್ರಥಮ ಅಧಿವೇಶನ 1920ರಲ್ಲಿ ಧಾರವಾಡದಲ್ಲಿ ಮೈಸೂರಿನ **ಮಾಜಿ ದಿವಾನರಾದ ವಿ.ಪಿ.ಮಾಧವ ರಾವ್** ಅಧ್ಯಕ್ಷತೆಯಲ್ಲಿ ಜರುಗಿ ಪ್ರತ್ಯೇಕ ಕರ್ನಾಟಕ ಪ್ರಾಂತ್ಯ ರಚನೆಗೆ ಒತ್ತಾಯಿಸಲಾಯಿತು. ಅಲ್ಲದೆ 1920ರಲ್ಲೇ ನಾಗಪುರದಲ್ಲಿ ನಡೆಯಲ್ಲಿದ್ದ ಕಾಂಗ್ರೆಸ್ ಅಧಿವೇಶನಕ್ಕೆ ಹೆಚ್ಚು ಸಂಖ್ಯೆಯ ಕನ್ನಡ ಪ್ರತಿನಿಧಿಗಳನ್ನು ಕಳುಹಿಸಲು ನಿರ್ಧರಿಸಲಾಯಿತು. ಅದರಂತೆ **ಕಡಪ ರಾಘವೇಂದ್ರರಾಯರ** ನೇತೃತ್ವದಲ್ಲಿ ಕರ್ನಾಟಕದ ವಿವಿಧ ಭಾಗಗಳಿಂದ 800 ಪ್ರತಿನಿಧಿಗಳು ನಾಗಪುರ ಅಧಿವೇಶನದಲ್ಲಿ ಪಾಲ್ಗೊಂಡರು ಮತ್ತು ಭಾಷೆಯ ಆಧಾರದ ಮೇಲೆ ಕರ್ನಾಟಕಕ್ಕೆ ಪ್ರತ್ಯೇಕ ಕಾಂಗ್ರೆಸ್ ಸಮಿತಿ ರಚಿಸಲು ಒತ್ತಾಯಿಸಿದರು. ಗಾಂಧೀಜಿಯವರು ಈ ಒತ್ತಾಯವನ್ನು ಒಪ್ಪಿದರು. ಅದರಂತೆ ಭಾಷಾರಾಜ್ಯಗಳ ಬೇಡಿಕೆಗೆ ತಾತ್ವಿಕವಾಗಿ ಒಪ್ಪಿದ ಕಾಂಗ್ರೆಸ್ 21 ಪ್ರಾದೇಶಿಕ ಕಾಂಗ್ರೆಸ್ ಸಮಿತಿಗಳನ್ನು ಹೊಸದಾಗಿ ರಚಿಸಿತು. ಅದರಂತೆ **ಕರ್ನಾಟಕ ಪ್ರದೇಶ ಕಾಂಗ್ರೆಸ್ ಸಮಿತಿ 1921ರಲ್ಲಿ ರಚನೆಯಾಯಿತು ಮತ್ತು ಗದಗ್‌ನಲ್ಲಿ ಅದರ ಕೇಂದ್ರ ಕಛೇರಿ ಸ್ಥಾಪನೆಯಾಯಿತು.** ಬಳ್ಳಾರಿಯ ವಿವಾದ ಪರಿಶೀಲಿಸಲು **ಎನ್.ಸಿ. ಕೇಳ್ಕರ್ ಸಮಿತಿಯ** ರಚನೆಯಾಯಿತು. ಈ ಸಮಿತಿ ಆದವಾನಿ, ಆಲೂರು ಮತ್ತು ರಾಯದುರ್ಗ ತಾಲ್ಲೂಕುಗಳನ್ನು ಹೊರತುಪಡಿಸಿ ಉಳಿದ ಒಳ್ಳಾರಿ ಜಿಲ್ಲೆಯನ್ನು ಕರ್ನಾಟಕ್ಕೆ ಸೇರಿಸಿತು. ಮೈಸೂರನ್ನು ಒಂದು ಜಿಲ್ಲೆಯಾಗಿ ಪರಿಗಣಿಸಿ ಅದರ ಕಾಂಗ್ರೆಸ್ ಅಧ್ಯಕ್ಷರಾಗಿ **ಜಸ್ಟೀಸ್ ಸೆಟ್ಲೂರ್** ಅವರನ್ನು ನೇಮಿಸಲಾಯಿತು. ಗಾಂಧಿಜೀಗಿಂತ ಮುಂಚೆ ಭಾಷಾ ರಾಜ್ಯಗಳ ರಚನೆಯನ್ನು ಬಾಲಗಂಗಾಧರ್ ತಿಲಕ್ ಬೆಂಬಲಿಸಿದ್ದರು. ಕರ್ನಾಟಕ ಭಾಗಗಳಲ್ಲಿ ಸಂಚರಿಸಿದಾಗಲೆಲ್ಲ ಅವರು ಕನ್ನಡ ಭಾಷೆಗೆ ಪ್ರೋತ್ಸಾಹ ನೀಡುತ್ತಿದ್ದರು. 1903ರಲ್ಲಿ ಬಳ್ಳಾರಿಗೆ ಭೇಟಿ ನೀಡಿದ್ದಾಗ ತಾವು ಮರಾಠಿಯಲ್ಲೇ ಮಾತನಾಡಿದರಾದರೂ, ಗಂಗಾಧರ್ ರಾವ್ ದೇಶಪಾಂಡೆ ಅವರಿಗೆ **"ಇದು ಕನ್ನಡ ಪ್ರದೇಶ, ದಯಮಾಡಿ ಕನ್ನಡದಲ್ಲೇ ಮಾತನಾಡಿ"** ಎಂದು ಸೂಚಿಸಿದ್ದರು. ಅದಾಗ್ಯೂ **'ಕರ್ನಾಟಕದ ಸಿಂಹ'** ಗಂಗಾಧರ ರಾಯರು ಮರಾಠಿಯಲ್ಲೇ ಭಾಷಣ ಮುಂದುವರಿಸಿದರು.

ಬೆಳಗಾವಿ ಕಾಂಗ್ರೆಸ್ ಅಧಿವೇಶನ –1924

ಬೆಳಗಾವಿ ನಗರದಲ್ಲಿ ಕಾಂಗ್ರೆಸ್ಸಿನ 39ನೇ ಅಧಿವೇಶನ 1924ರಲ್ಲಿ ನಡೆಯಿತು, ಗಾಂಧೀಜಿ ಅದರ ಅಧ್ಯಕ್ಷತೆ ವಹಿಸಿದ್ದು ವಿಶೇಷವಾಗಿತ್ತು. ಗಾಂಧೀಜಿ ಕಾಂಗ್ರೆಸ್ ಅಧಿವೇಶನದ ಅಧ್ಯಕ್ಷತೆ ವಹಿಸಿದ್ದು ಅದೇ ಮೊದಲು ಹಾಗೂ ಅದೇ ಕೊನೆ. ಈ ಅಧಿವೇಶನದಿಂದಾಗಿ ಕನ್ನಡರಿಗೆ ರಾಷ್ಟ್ರಮಟ್ಟದಲ್ಲಿ ಒಂದು ಐಡೆಂಟಿಟಿ ಸಿಕ್ಕಿತು. **ಈ ಅಧಿವೇಶನದ ಸ್ಥಳವನ್ನು ವಿಜಯನಗರ ಎಂದು ಕರೆಯಲಾಯಿತು** ಮತ್ತು ಅದರ **ಪ್ರವೇಶದ್ವಾರದಲ್ಲಿ ಹಂಪೆಯ ವಿರೂಪಾಕ್ಷ ದೇಗುಲದ ಮಾದರಿಯನ್ನು ನಿರ್ಮಿಸಲಾಗಿತ್ತು.**

ಕಾಂಗ್ರೆಸ್ ಅಧಿವೇಶನ ಮುಕ್ತಾಯಗೊಂಡ ನಂತರ ಅದೇ ಸ್ಥಳದಲ್ಲಿ **ಪ್ರಥಮ ಕರ್ನಾಟಕ ಏಕೀಕರಣ ಸಮ್ಮೇಳನ ಕಂಬ್ಲಿ ಸಿದ್ದಪ್ಪನವರ ಅಧ್ಯಕ್ಷತೆಯಲ್ಲಿ ನಡೆಯಿತು.** ಈ ಸಂದರ್ಭದಲ್ಲಿ ಕರ್ನಾಟಕ ಸಭಾ **"ಕರ್ನಾಟಕ ಏಕೀಕರಣ ಸಭಾ"** (ಕೆ.ಯು.ಎಸ್) ಎಂಬ ಹೆಸರು ಪಡೆಯಿತು. **ಶಂಬಾ. ಜೋಶಿ (ಶಂಕರ ಬಾಳದೀಕ್ಷಿತ ಜೋಶಿ) ಅದರ ಪ್ರಥಮ ಅಧ್ಯಕ್ಷರಾದರು.** ಈ ವೇದಿಕೆಯಲ್ಲಿ **ಹುಯಿಲಗೋಳ ನಾರಾಯಣರಾವ್ (1884-1971)** ತಾವೇ ರಚಿಸಿದ **"ಉದಯವಾಗಲಿ ನಮ್ಮ ಚೆಲುವ ಕನ್ನಡ ನಾಡು"** ಎಂಬ ಗೀತೆಯನ್ನು ಹಾಡಿ ಜನರಲ್ಲಿ ಸ್ಫೂರ್ತಿ ತುಂಬಿದರು. ಅಲ್ಲಿಂದ ಮುಂದೆ ಕೆ.ಯು.ಎಸ್ ಮತ್ತು ಕೆ.ಪಿ.ಸಿ.ಸಿ ಸಂಯುಕ್ತವಾಗಿ ಏಕೀಕರಣಕ್ಕಾಗಿ ಹೋರಾಟ ನಡೆಸಿದವು.

ಭಾಷಾವಾರು ರಾಜ್ಯಗಳ ಬೇಡಿಕೆಗೆ ಮತ್ತಷ್ಟು ಬೆಂಬಲ

1919ರ ಸುಧಾರಣೆಗಳ ರೂವಾರಿಗಳಾದ **ಮಾಂಟೆಗು** ಮತ್ತು **ಚೆಲ್ಮ್ಸ್ ಫೋರ್ಡ್** ಭಾಷಾವಾರು ರಾಜ್ಯಗಳ ಬೇಡಿಕೆಯನ್ನು ಬೆಂಬಲಿಸಿದರು. 1928ರಲ್ಲಿ ಇಂಗ್ಲೆಂಡಿನ ಸರ್ಕಾರದಿಂದ ನೇಮಕಗೊಂಡ **ಸೈಮನ್ ಆಯೋಗವೂ** ಭಾಷೆಯ ಆಧಾರದ ಮೇಲೆ ರಾಜ್ಯಗಳ ಮರುಹಂಚಿಕೆಗೆ ಸಲಹೆ ಮಾಡಿತು. ಅದೇ ವರ್ಷ ಸಂವಿಧಾನ ರಚನೆಗಾಗಿ ನೇಮಕಗೊಂಡಿದ್ದ **ಮೋತಿಲಾಲ್ ನೆಹರು ಸಮಿತಿ** ಪ್ರತ್ಯೇಕ ಕರ್ನಾಟಕ ರಾಜ್ಯದ ರಚನೆಗೆ ಬೆಂಬಲ ಸೂಚಿಸಿತು. ಈ ಸಂಬಂಧ ಕೆ.ಪಿ.ಸಿ.ಸಿ ಹಾಗೂ ಕೆ.ಯು.ಎಸ್ ನ ಪ್ರತಿನಿಧಿಯಾಗಿ ಆರ್.ಆರ್. ದಿವಾಕರ್ ಸಲ್ಲಿಸಿದ್ದ ಮನವಿಯನ್ನು ಸಮಿತಿ ಪ್ರಶಂಸಿಸಿತು. ಕರ್ನಾಟಕ ಆರ್ಥಿಕವಾಗಿಯೂ ಸದೃಢವಾಗಿರುತ್ತದೆ ಎಂದು ನೆಹರು ಸಮಿತಿ ಹೇಳಿತು. ದ.ರಾ ಬೇಂದ್ರೆ, ಗೋಕಾಕ್, ಗೋವಿಂದ್ ಪೈ, ಶಿವರಾಮ ಕಾರಾಂತ್, ಬೆಟಗೇರಿ ಕೃಷ್ಣಶರ್ಮ, ಕುವೆಂಪು ಮೊದಲಾದ ಸಾಹಿತಿಗಳು ಮುಂದಿನ ದಿನಗಳಲ್ಲಿ ಏಕೀಕರಣದ ಚಳುವಳಿಯನ್ನು ಬೆಂಬಲಿಸಿದರು.

ಚಳುವಳಿಯ ಮುನ್ನಡೆ

1936ರ ಡಿಸೆಂಬರ್ ತಿಂಗಳಲ್ಲಿ **ವಿಜಯನಗರ ಸಾಮ್ರಾಜ್ಯದ ಸ್ಥಾಪನೆಯ 6ನೇ ಶತಮಾನೋತ್ಸವ ಸಮಾರಂಭ** ಹಂಪೆಯಲ್ಲಿ ನಡೆಯಿತು. ಸುಮಾರು 30,000 ಜನ ಭಾಗವಹಿಸಿದ್ದರು. ಅನಂತರ ಬಸವೇಶ್ವರ ಉತ್ಸವ, ವಿದ್ಯಾರಣ್ಯ ಉತ್ಸವ, ಕುಮಾರವ್ಯಾಸ ಉತ್ಸವ, ಪಂಪ ಉತ್ಸವ ಮೊದಲಾದವುಗಳನ್ನು ಆಯೋಜಿಸುವ ಮೂಲಕ ಕನ್ನಡಿಗರಲ್ಲಿ ಉತ್ಸಾಹ ತುಂಬಲಾಯಿತು. 1937ರಲ್ಲಿ ಮೈಸೂರು ಸಂಸ್ಥಾನದಲ್ಲಿ **ಪ್ರಜಾಸಂಯುಕ್ತ ಪಕ್ಷ** ಏಕೀಕರಣಕ್ಕೆ ಒತ್ತಾಯಿಸಿ ನಿರ್ಣಯ ಅಂಗೀಕರಿಸಿತು. 1937ರ ಅಕ್ಟೋಬರ್ 10 ರಂದು ಕರ್ನಾಟಕದಾದ್ಯಂತ **ಕರ್ನಾಟಕ ಏಕೀಕರಣ** ದಿನವನ್ನು ಆಚರಿಸಲಾಯಿತು. 1938ರಲ್ಲಿ ಬೆಂಗಳೂರಿನಲ್ಲಿ **"ಕರ್ನಾಟಕ ಏಕೀಕರಣ ಸಂಘ"** ಸ್ಥಾಪನೆಯಾಯಿತು. **ಬೆನಗಲ್ ರಾಮರಾವ್** ಅದರ **ಅಧ್ಯಕ್ಷರಾದರು** ಮತ್ತು **ಬಿ.ಶಿವಮೂರ್ತಿಶಾಸ್ತ್ರಿ ಕಾರ್ಯದರ್ಶಿಯಾದರು.** ಮೈಸೂರು ಸಂಸ್ಥಾನದಲ್ಲೂ ಕ್ರಮೇಣ ಏಕೀಕರಣಕ್ಕೆ ಬೆಂಬಲ ದೊರೆಯಲಾರಂಭಿಸಿತು.

1935ರ ಭಾರತ ಸರ್ಕಾರ ಕಾಯಿದೆ ಪ್ರತ್ಯೇಕ ಒರಿಸ್ಸಾ ರಾಜ್ಯದ ರಚನೆಗೆ ಅವಕಾಶ ಕಲ್ಪಿಸಿತು. ಅದರಂತೆ **1936ರ ಏಪ್ರಿಲ್ 1ರಂದು ಪ್ರತ್ಯೇಕ ಒರಿಸ್ಸಾ ರಾಜ್ಯ ಅಸ್ತಿತ್ವಕ್ಕೆ ಬಂದಿತು. ಅದು ಸ್ವಾತಂತ್ರ್ಯ ಪೂರ್ವದಲ್ಲಿ ರಚನೆಯಾದ ಪ್ರಥಮ ಭಾಷಾರಾಜ್ಯ.** 1945ರಲ್ಲಿ ಮದ್ರಾಸ್‌ನಲ್ಲಿ 29ನೇ ಕನ್ನಡ ಸಾಹಿತ್ಯ ಸಮ್ಮೇಳನ ನಡೆಯಿತು. ಅಧ್ಯಕ್ಷ ಸ್ಥಾನದಿಂದ ಮಾತನಾಡಿದ **ಟಿ.ಪಿ.ಕೈಲಾಸಂ "ಏಕೀಕರಣಕ್ಕಿಂತ ಮುಖ್ಯವಾದದ್ದು ನಮ್ಮ ಜನರ ಏಕೀಭಾವ ಮತ್ತು ಆ ಏಕೀಭಾವವೇ ಕರ್ನಾಟಕಕ್ಕೆ ನಿಜವಾದ ಅಸ್ತಿಭಾರ"** ಎಂದು ಹೇಳಿದರು.

1946ರ ಜನವರಿಯಲ್ಲಿ **10ನೇ ಕರ್ನಾಟಕ ಏಕೀಕರಣ ಸಮ್ಮೇಳನ** ಬಾಂಬೆ ನಗರದಲ್ಲಿ ನಡೆಯಿತು. **ಬಾಂಬೆ ಪ್ರಾಂತ್ಯದ ಮುಖ್ಯಮಂತ್ರಿ ಬಿ.ಜೆ.ಖೇರ್** ಅಧ್ಯಕ್ಷತೆ ವಹಿಸಿದ್ದರು. ಸಮ್ಮೇಳನ ಉದ್ಘಾಟಿಸಿದ **ಸರ್ಧಾರ್ ವಲ್ಲಭಭಾಯ್ ಪಟೇಲ್ "ಭಾಷಾವಾರು ರಾಜ್ಯಗಳ ರಚನೆ ಸ್ವತಂತ್ರ ಭಾರತದ ಪ್ರಥಮ ಕಾರ್ಯವಾಗಿರುತ್ತದೆ"** ಎಂದು ತಿಳಿಸಿದರು.

ದಾವಣಗೆರೆ ಸಮ್ಮೇಳನ

1946 ರ ಆಗಸ್ಟ್‌ನಲ್ಲಿ ಮೈಸೂರು ಸಂಸ್ಥಾನದ **ದಾವಣಗೆರೆಯಲ್ಲಿ ಅಖಿಲ ಕರ್ನಾಟಕ ಮಹಾಧಿವೇಶನ ಜರುಗಿತು.** ಅದನ್ನು ಕೆ.ಪಿ.ಸಿ.ಸಿ. ಮತ್ತು ಕೆ.ಯು.ಎಸ್. ಸಂಯುಕ್ತವಾಗಿ ಆಯೋಜಿಸಿದ್ದವು. ಇದು ಮೈಸೂರು ಸಂಸ್ಥಾನದಲ್ಲಿ ನಡೆದ ಪ್ರಥಮ ಏಕೀಕರಣ ಸಮ್ಮೇಳನವಾಗಿತ್ತು. ಅದರಲ್ಲಿ ಬಾಂಬೆ, ಮದ್ರಾಸ್, ಮೈಸೂರು ಹಾಗೂ ಕೊಡಗು ಶಾಸನ ಸಭೆಗಳ ಕನ್ನಡ ಪ್ರತಿನಿಧಿಗಳು ಭಾಗವಹಿಸಿದ್ದರು. **ಬಾಂಬೆ ಸರ್ಕಾರದ ಕೃಷಿ ಮತ್ತು ಅರಣ್ಯ ಮಂತ್ರಿ ಎಂ.ಪಿ. ಪಾಟೀಲ್ ಅಧ್ಯಕ್ಷತೆ ವಹಿಸಿದ್ದರು.** ಈ ಸಮ್ಮೇಳನದಲ್ಲಿ ಗುಡ್ಡಪ್ಪ ಹಳ್ಳಿಕೇರಿ, ಕೆಂಗಲ್ ಹನುಮಂತಯ್ಯ, ಟಿ.ಮರಿಯಪ್ಪ, ಸುಬ್ರಮಣ್ಯ, ಸಾಹುಕಾರ್ ಚನ್ನಯ್ಯ, ಎಚ್.ಕೆ. ವೀರಣ್ಣಗೌಡ, ಎಚ್.ಸಿ. ದಾಸಪ್ಪ, ಎಚ್.ಸಿದ್ದಯ್ಯ ಮತ್ತಿತರ ನಾಯಕರು ಭಾಗವಹಿಸಿದ್ದರು. ಹಲವು ಸಂಸ್ಥಾನಗಳ ಅರಸರೂ ಪಾಲ್ಗೊಂಡಿದ್ದರು. ಕೆಲವರು ಏಕೀಕರಣಕ್ಕೆ ವಿರೋಧ ವ್ಯಕ್ತಪಡಿಸಿದರೆ ಸಂಡೂರಿನ ಅರಸರು ಮಾತ್ರ **"ಏಕೀಕೃತ ಕರ್ನಾಟಕದ ರಚನೆ ನನ್ನ ಕನಸಾಗಿದೆ"** ಎಂದು ಹೇಳಿದರು. ಈ ಸಮ್ಮೇಳನದಲ್ಲಿ **"ಸಾಧ್ಯವಾದರೆ ಮೈಸೂರನ್ನು ಒಳಗೊಂಡು, ಇಲ್ಲವಾದರೆ ಬಿಟ್ಟು ಕರ್ನಾಟಕ ನಿರ್ಮಾಣವಾಗಬೇಕು"** ಎಂಬ ಕೊ.ಚನ್ನಬಸಪ್ಪ ಮಂಡಿಸಿದ ನಿರ್ಣಯ ಅಂಗೀಕಾರವಾಯಿತು. ಇದನ್ನು ಮೈಸೂರಿನ ನಾಯಕರಾದ ಕೆಂಗಲ್ ಹನುಮಂತಯ್ಯ, ಹೆಚ್.ಸಿ. ದಾಸಪ್ಪ ಮತ್ತಿತರರು ವಿರೋಧಿಸಿದರು. ಮೈಸೂರಿನಲ್ಲಿ ಜವಾಬ್ದಾರಿ ಸರ್ಕಾರದ ರಚನೆ ಬೇಡಿಕೆಗೆ ಬೆಂಬಲ ನೀಡುವುದಾಗಿ ಕಾಂಗ್ರೆಸ್ ನಾಯಕರು ಭರವಸೆ ನೀಡಿದರು. ಕರ್ನಾಟಕ ರಾಜ್ಯ ರಚನೆಗೆ ಕ್ರಮಕೈಗೊಳ್ಳುವಂತೆ ಸಂವಿಧಾನ ರಚನಾ ಮಂಡಳಿಯನ್ನು ಒತ್ತಾಯಿಸುವ ನಿರ್ಣಯ ಸ್ವೀಕರಿಸಲಾಯಿತು. ಈ ಸಂಬಂಧ ಮುಂದಿನ ಕ್ರಮಗಳನ್ನು ಕೈಗೊಳ್ಳಲು **"ಕರ್ನಾಟಕ ಏಕೀಕರಣ ಮಹಾಸಮಿತಿ"** ಯನ್ನು ರಚಿಸಲಾಯಿತು. **ಎಸ್. ನಿಜಲಿಂಗಪ್ಪ ಅದರ ಅಧ್ಯಕ್ಷರಾದರು** ಹಾಗೂ **ಎಂ.ಪಿ. ಪಾಟಿಲ್** ಮತ್ತು ಕೆ.ಬಿ. **ಜಿನರಾಜ ಹೆಗ್ಡೆ ಸದಸ್ಯರಾಗಿದ್ದರು.**

1946ರಲ್ಲಿ ಡಿಸೆಂಬರ್ 8ರಂದು ಡೆಲ್ಲಿಯಲ್ಲಿ ಭಾಷಾವಾರು ರಾಜ್ಯಗಳ ಬೆಂಬಲಿಗರ ಸಮಾವೇಶವೊಂದು ಪಟ್ಟಾಭಿ ಸೀತಾರಾಮಯ್ಯನವರ ಅಧ್ಯಕ್ಷತೆಯಲ್ಲಿ ನಡೆಯಿತು. ಅದು ಕೂಡ ಭಾಷಾವಾರು ರಾಜ್ಯಗಳ ರಚನೆಗೆ ಕ್ರಮಗಳನ್ನು ಕೈಗೊಳ್ಳುವಂತೆ ಸಂವಿಧಾನ ರಚನಾ ಸಮಿತಿಯನ್ನು ಒತ್ತಾಯಿಸಿತು. 1946ರ ಡಿಸೆಂಬರ್ ತಿಂಗಳಲ್ಲೇ ಸಂವಿಧಾನ ರಚನಾ ಸಭೆ ಕಾರ್ಯಾರಂಭ ಮಾಡಿತು. 1947ರ ಏಪ್ರಿಲ್‌ನಲ್ಲಿ **ಬಾಂಬೆ ಮತ್ತು ಮದ್ರಾಸ್ ಶಾಸನ ಸಭೆಗಳು ಭಾಷಾ ರಾಜ್ಯಗಳ** ರಚನೆಗೆ ಒತ್ತಾಯಿಸಿ ನಿರ್ಣಯಗಳನ್ನು ಅಂಗೀಕರಿಸಿದವು.

ಸ್ವಾತಂತ್ರ್ಯಾನಂತರ ಏಕೀಕರಣ ಚಳುವಳಿ

1947ರ ಆಗಸ್ಟ್ 15ರಂದು ವಸಾಹಿತುಶಾಹಿ ಪ್ರಭುತ್ವದಿಂದ ಮುಕ್ತಗೊಂಡು ಭಾರತ ಸ್ವಾತಂತ್ರ್ಯ ಪಡೆಯಿತು. ಕರ್ನಾಟಕಕ್ಕೆ ಸಂಬಂಧಿಸಿದಂತೆ ತಕ್ಷಣ ಆದ ಬದಲಾವಣೆಯೆಂದರೆ ಕನ್ನಡ ಭಾಷಿಕರ ಪ್ರದೇಶಗಳನ್ನು **20 ಆಡಳಿತ ಘಟಕಗಳ ಬದಲಾಗಿ 5 ಆಡಳಿತ ಘಟಕಗಳಲ್ಲಿ ಹಂಚಲಾಯಿತು.** ಅವುಗಳು **ಬಾಂಬೆ ಪ್ರಾಂತ್ಯ, ಮದ್ರಾಸ್ ಪ್ರಾಂತ್ಯ, ಮೈಸೂರು, ಕೊಡಗು** ಮತ್ತು **ಹೈದರಾಬಾದ್ ಸಂಸ್ಥಾನಗಳು.** ಈ ಸಂದರ್ಭದಲ್ಲಿ ವಿಶಾಲ ಕರ್ನಾಟಕ ರಾಜ್ಯದ ರಚನೆಗೆ ಕೆಲವು ಸಂಸ್ಥಾನಗಳ ಅರಸರು ವಿರೋಧ ವ್ಯಕ್ತಪಡಿಸಿದರು. ಅವರುಗಳು **'ಡೆಕ್ಕನ್ ಸ್ಟೇಟ್ಸ್ ಯೂನಿಯನ್' (Deccan States Union)** ರಚಿಸಿಕೊಂಡು ಕೇಂದ್ರದ ಮಾನ್ಯತೆ ಪಡೆಯಲು ಯತ್ನಿಸಿದರು. ಆದರೆ ಜಮಖಂಡಿಯ ಯುವ ಅರಸ **ಪರಶುರಾಮ್ ಪಟ್ಟವರ್ಧನ್** ಜನರ ಬೇಡಿಕೆಯನ್ನು ಬೆಂಬಲಿಸಿದ್ದರಿಂದ ರಾಜರ ಒಕ್ಕೂಟ ವಿಸರ್ಜನೆಯಾಯಿತು.

ಈ ಮಧ್ಯೆ 1947ರ ಆಕ್ಟೋಬರ್ 25ರಂದು ಕೆ.ಸಿ. ರೆಡ್ಡಿ ನೇತೃತ್ವದಲ್ಲಿ ಮೈಸೂರಿನಲ್ಲಿ ಜನಪ್ರಿಯ ಸರ್ಕಾರ ರಚನೆಯಾಯಿತು. 1947ರ ಡಿಸೆಂಬರ್‌ನಲ್ಲಿ ಕಾಸರಗೂಡಿನಲ್ಲಿ ನಡೆದ **11ನೇ ಅಖಿಲ ಕರ್ನಾಟಕ ಏಕೀಕರಣ ಸಮ್ಮೇಳನ** ಕರ್ನಾಟಕದ ರಚನೆ ವಿಳಂಬವಾಗುತ್ತಿರುವುದಕ್ಕೆ ಅಸಮಾಧಾನ ವ್ಯಕ್ತಪಡಿಸಿತು. ಆರ್.ಆರ್. ದಿವಾಕರ್ ಅದರ ಅಧ್ಯಕ್ಷರಾಗಿದ್ದರು.

ಧರ್ ಆಯೋಗದ ವರದಿ.

ಭಾಷಾ ರಾಜ್ಯಗಳ ರಚನೆಗೆ ಕೇಂದ್ರ ಸರ್ಕಾರದ ಮೇಲೆ ತೀವ್ರ ಒತ್ತಡ ಹಾಕಲಾಯಿತು. ಸ್ವತಂತ್ರ ಭಾರತದ ಪ್ರಥಮ ಸಂಸತ್ ಆಗಿಯೂ ಕೆಲಸ ನಿರ್ವಹಿಸುತ್ತಿದ್ದ ಸಂವಿಧಾನ ರಚನಾ ಮಂಡಲಿಗೂ ಮನವಿಗಳನ್ನು ಸಲ್ಲಿಸಲಾಗಿತ್ತು. ಈ ಹಿನ್ನೆಲೆಯಲ್ಲಿ ಈ ಬೇಡಿಕೆಯನ್ನು ಪರಿಶೀಲಿಸಲು ಸಂವಿಧಾನ ರಚನಾ ಮಂಡಲಿ ಅಧ್ಯಕ್ಷರಾದ ಡಾ. ರಾಜೇಂದ್ರ ಪ್ರಸಾದ್ 1948ರ ಜೂನ್ 17 ರಂದು **ಅಲಹಾಬಾದ್ ಹೈಕೋರ್ಟಿನ ನಿವೃತ್ತ ನ್ಯಾಯಾಧೀಶ ಎಸ್.ಕೆ. ಧರ್ ನೇತೃತ್ವದಲ್ಲಿ ಒಂದು ಆಯೋಗವನ್ನು ರಚಿಸಿದರು.** ನಿವೃತ್ತ ಐ.ಸಿ.ಎಸ್. ಅಧಿಕಾರಿ **ಪನ್ನಾಲಾಲ್** ಹಾಗೂ ಸಂವಿಧಾನ ರಚನಾ ಮಂಡಲಿ ಸದಸ್ಯರಾಗಿದ್ದ **ಜಗತ್ ನಾರಾಯಣ್ ಲಾಲ್** ಈ ಆಯೋಗದ ಸದಸ್ಯರಾಗಿದ್ದರು. ಈ ಆಯೋಗ ಕರ್ನಾಟಕ, ಕೇರಳ, ಆಂಧ್ರ ಮತ್ತು ಮಹಾರಾಷ್ಟ್ರ ರಚನೆಯ ಬೇಡಿಕೆ ಪರಿಶೀಲಿಸಿತು. ಕೆ.ಪಿ.ಸಿ.ಸಿ. ಅಧ್ಯಕ್ಷ ಎಸ್. ನಿಜಲಿಂಗಪ್ಪ ಹಾಗೂ ಮೈಸೂರಿನ ಪ್ರಥಮ ಮುಖ್ಯ ಮಂತ್ರಿ ಕೆ.ಸಿ. ರೆಡ್ಡಿ ಡೆಲ್ಲಿಗೆ ತೆರಳಿ ಕರ್ನಾಟಕ ರಾಜ್ಯ ರಚನೆಗೆ ಒತ್ತಾಯಿಸುವ ಮನವಿಯನ್ನು ಧರ್ ಆಯೋಗಕ್ಕೆ ಸಲ್ಲಿಸಿದರು. ಈ ಆಯೋಗಕ್ಕೆ ಸಹಾಯಕ ಸದಸ್ಯರಾಗಿ ಕರ್ನಾಟಕದಿಂದ ಸುಬ್ರಹ್ಮಣ್ಯ ಮತ್ತು ಆರ್.ಆರ್. ದಿವಾಕರ್ ಅವರನ್ನು ನೇಮಿಸಲಾಗಿತ್ತು. ಅವರು ತಮ್ಮ ಭಾಗದ ಕಲಾಪ ನಡೆಯುವಾಗ ಮಾತ್ರ ಆಯೋಗದ ಸಭೆಯಲ್ಲಿ ಭಾಗವಹಿಸಬಹುದಿತ್ತು. ವರದಿ ಸಿದ್ಧಪಡಿಸುವ ಅಧಿಕಾರ ಮಾತ್ರ ಅವರಿಗಿರಲಿಲ್ಲ.

ಧರ್ ಆಯೋಗ 1948ರ ಡಿಸೆಂಬರ್ 10ರಂದು ತನ್ನ ವರದಿ ಸಲ್ಲಿಸಿತು. ತನ್ನ ವರದಿಯಲ್ಲಿ ಅದು ಪ್ರಸ್ತುತ ಪ್ರಾಂತ್ಯಗಳ ಪುನರ್‌ರಚನೆ ಗಂಭೀರ ವಿಷಯವಲ್ಲ, ಇದು ರಾಷ್ಟ್ರವನ್ನು ಕಟ್ಟಬೇಕಾದ ಸಮಯ, ರಾಷ್ಟ್ರ ಗಂಡಾಂತರದಲ್ಲಿದೆ, ಈಗ ಹಿಂದೂಸ್ತಾನವನ್ನು ಒಂದು ರಾಷ್ಟ್ರವನ್ನಾಗಿಸುವುದು ಮೊದಲ ಅವಶ್ಯಕತೆಯಾಗಿದೆ. ಅಲ್ಲದೆ, ಭಾಷಾ ರಾಜ್ಯಗಳ ರಚನೆಯಿಂದ ಆದಾಯಕ್ಕಿಂತ ವೆಚ್ಚವೇ ಅಧಿಕವಾಗಿರುತ್ತದೆ. ಕರ್ನಾಟಕಕ್ಕೆ ಸಂಬಂಧಿಸಿದಂತೆ ಮೈಸೂರು ಕರ್ನಾಟಕವನ್ನು ಸೇರಲು ಬಯಸುವುದಿಲ್ಲ. ಮೈಸೂರು ಸೇರದಿದ್ದರೆ, ಕೊಡಗು ಕೂಡ ಕರ್ನಾಟಕದಲ್ಲಿ ಸೇರಬಯಸುವುದಿಲ್ಲ ಎಂದು ಧರ್ ಸಮಿತಿ ಹೇಳಿತು. ಹೀಗೆ ಭಾಷಾ ರಾಜ್ಯಗಳ ಬೇಡಿಕೆಯನ್ನು ತಿರಸ್ಕರಿಸಿದ ಆಯೋಗ ಮುಂದೆ ಅನುಕೂಲವಾದಾಗ ಭಾಷೆ ಜೊತೆ ಇತರ ವಿಷಯಗಳನ್ನು ಪರಿಗಣಿಸಿ ಪ್ರಾಂತ್ಯಗಳ ರಚನೆ ಮಾಡಬಹುದು ಎಂದು ಅಭಿಪ್ರಾಯಪಟ್ಟಿತು. ಸಹಜವಾಗಿಯೇ ಧರ್ ವರದಿ ಎಲ್ಲ ಭಾಷಿಕರ ತೀವ್ರ ಟೀಕೆಗೆ ಗುರಿಯಾಯಿತು.

ಜೆ.ವಿ.ಪಿ. ಸಮಿತಿ ವರದಿ

ಧರ್ ವರದಿಗೆ ವ್ಯಾಪಕ ಟೀಕೆಗಳು ವ್ಯಕ್ತವಾಗುತ್ತಿದ್ದ ಸಮಯದಲ್ಲೇ 1948ರ ಡಿಸೆಂಬರ್ 18 ಮತ್ತು 19ರಂದು ಜೈಪುರ ನಗರದಲ್ಲಿ ಕಾಂಗ್ರೆಸ್ಸಿನ ವಾರ್ಷಿಕ ಅಧಿವೇಶನ ನಡೆಯಿತು. ಈ ಸಂದರ್ಭದಲ್ಲಿ ಬಾಷಾ ರಾಜ್ಯಗಳ ರಚನೆಯ ಬೇಡಿಕೆಯನ್ನು ಮರುಪರಿಶೀಲಿಸಲು ಕಾಂಗ್ರೆಸ್ ಪ್ರಧಾನಿ ಜವಾಹರಲಾಲ್ ನೆಹರು, ವಲ್ಲಭಭಾಯ್ ಪಟೇಲ್ ಮತ್ತು ಪಟ್ಟಾಭಿ ಸೀತಾರಾಮಯ್ಯ ಅವರನ್ನೊಳಗೊಂಡ ಒಂದು ಸಮಿತಿಯನ್ನು ರಚಿಸಿತು. ಇದು **ಜೆ.ವಿ.ಪಿ. ಸಮಿತಿ** ಎಂದು ಹೆಸರಾಯಿತು. ಕೆ.ಯು.ಎಸ್ ಮತ್ತು ಕೆ.ಪಿ.ಸಿ.ಸಿ ಪ್ರತಿನಿಧಿಯಾಗಿ ಆರ್. ಆರ್. ದಿವಾಕರ್ ಡೆಲ್ಲಿಗೆ ತೆರಳಿ ಕರ್ನಾಟಕ ರಾಜ್ಯ

ರಚನೆಗೆ ಒತ್ತಾಯಿಸಿ ಮನವಿ ಪತ್ರ ಸಲ್ಲಿಸಿದರು. ಈ ಸಮಿತಿ 1949ರ ಏಪ್ರಿಲ್ 1ರಂದು ತನ್ನ ವರದಿ ಸಲ್ಲಿಸಿತು. ಅದರಲ್ಲಿ ಬಹುತೇಕ ಧರ್ ಆಯೋಗದ ವರದಿಯನ್ನೇ ಅನುಮೋದಿಸಲಾಗಿತ್ತು. ದೇಶದ ರಕ್ಷಣೆ, ಐಕ್ಯತೆ, ಆರ್ಥಿಕ ಪ್ರಗತಿಗೆ ಪ್ರಥಮ ಆದ್ಯತೆ ನೀಡಬೇಕಾಗಿದೆ. ಆದ್ದರಿಂದ ಸದ್ಯಕ್ಕೆ ಭಾಷಾ ರಾಜ್ಯಗಳ ರಚನೆಯನ್ನು ಮುಂದೂಡಬೇಕು. ಆದಾಗ್ಯೂ ಸಾರ್ವಜನಿಕರ ಒತ್ತಡ ಮುಂದುವರಿದರೆ, ಮುಂದೆ ಈ ವಿಷಯವನ್ನು ಪರಿಶೀಲಿಸಬಹುದು ಎಂದು ಸಮಿತಿ ಹೇಳಿತು. **ಜೆ.ವಿ.ಪಿ. ಸಮಿತಿ ಆಂಧ್ರ ರಾಜ್ಯ ರಚನೆಗೆ ಮಾತ್ರ ಒಪ್ಪಿಗೆ ಸೂಚಿಸಿತ್ತು.** ಆದರೆ, ಕರ್ನಾಟಕ ಮತ್ತು ಕೇರಳ ರಾಜ್ಯಗಳ ರಚನೆಗೆ ಸಮಸ್ಯೆಗಳಿವೆ ಎಂದು ಹೇಳಿ ತಿರಸ್ಕರಿಸಿತು. ಪಟ್ಟಾಭಿ ಸೀತಾರಾಮಯ್ಯ ಜೆ.ವಿ.ಪಿ. ಸಮಿತಿ ಸದಸ್ಯರಾಗಿದ್ದರಿಂದ ಆಂಧ್ರ ಪ್ರದೇಶದ ರಚನೆಗೆ ಸಮಿತಿ ಒಪ್ಪಿಗೆ ನೀಡಿತು.

ನಿರೀಕ್ಷೆಯಂತೆಯೇ ಜೆ.ವಿ.ಪಿ. ವರದಿಯೂ ಕನ್ನಡಿಗರ ವ್ಯಾಪಕ ಟೀಕೆಗೆ ಗುರಿಯಾಯಿತು. ಕೇಂದ್ರ ಮತ್ತು ರಾಜ್ಯ ಶಾಸನ ಸಭೆಗಳ ಕನ್ನಡ ಸದಸ್ಯರಿಗೆ ರಾಜೀನಾಮೆ ನೀಡುವಂತೆ ಕೆ.ಪಿ.ಸಿ.ಸಿ. ಸೂಚಿಸಿತು. ಹಲವರು ರಾಜೀನಾಮೆ ನೀಡಿದರು.

ಈ ಮಧ್ಯೆ, ಹೈದರಾಬಾದ್ ಸಂಸ್ಥಾನವನ್ನು ಸೇನಾ ಕಾರ್ಯಾಚರಣೆಯ ಮೂಲಕ 1948ರ ಸೆಪ್ಟಂಬರ್ 18ರಂದು ವಿಮೋಚನೆಗೊಳಿಸಿ ಭಾರತದ ಒಕ್ಕೂಟಕ್ಕೆ ಸೇರಿಸಿಕೊಳ್ಳಲಾಯಿತು. ಈ ಹಿನ್ನೆಲೆಯಲ್ಲಿ ನಿಜಾಮನ ಆಳ್ವಿಕೆಯಿಂದ ಹೊರಬಂದ ರಾಯಚೂರು, ಗುಲ್ಬರ್ಗಾ ಮತ್ತು ಬೀದರ್ ಜಿಲ್ಲೆಗಳ ಕನ್ನಡಿಗರು 1949ರ ಮಾರ್ಚ್ ತಿಂಗಳಲ್ಲಿ ಗುಲ್ಬರ್ಗಾದಲ್ಲಿ ಸಭೆ ಸೇರಿ ಏಕೀಕೃತ ಕರ್ನಾಟಕದಲ್ಲಿ ತಮ್ಮ ಪ್ರದೇಶವನ್ನು ಸೇರಿಸಬೇಕೆಂದು ಒತ್ತಾಯಿಸಿದರು. ಆದ್ದರಿಂದ ಕರ್ನಾಟಕಕ್ಕೆ ಹೆಚ್ಚಿನ ಪ್ರದೇಶಗಳು ಸೇರುವ ಸಂಭವ ಹೆಚ್ಚಾಯಿತು. ಜನಾರ್ಧನ ರಾವ್ ದೇಸಾಯಿ, ಆರ್.ವಿ. ಬಿಡಪ್ಪ, ಅಲವಂಡಿ ಶಿವಮೂರ್ತಿಸ್ವಾಮಿ, ಕೆ.ಆರ್. ಪ್ರಾಣೇಶಾಚಾರ್ ಮೊದಲಾದವರು ಈ ಭಾಗದ ಕನ್ನಡ ಮುಖಂಡರಾಗಿದ್ದರು.

ಪೊಟ್ಟಿ ಶ್ರೀರಾಮುಲು ಉಪವಾಸ ಮತ್ತು ಆಂಧ್ರ ಪ್ರದೇಶದ ರಚನೆ

ಜೆ.ವಿ.ಪಿ. ಸಮಿತಿ ಆಂಧ್ರ ರಾಜ್ಯದ ರಚನೆಗೆ ಅನುಮೋದನೆ ನೀಡಿದ್ದರೂ ಕೇಂದ್ರ ಸರ್ಕಾರ ಆಂಧ್ರದ ರಚನೆಗೆ ಮುಂದಾಗಲಿಲ್ಲ. ಈ ಹಿನ್ನೆಲೆಯಲ್ಲಿ ಆಂಧ್ರ ರಾಜ್ಯದ ತ್ವರಿತ ರಚನೆಗೆ ಒತ್ತಾಯಿಸಿ ತೆಲುಗರು ಹೋರಾಟ ತೀವ್ರಗೊಳಿಸಿದರು. 1951ರ ಆಗಸ್ಟ್ 15ರಂದು **ಸ್ವಾಮಿ ಸೀತಾರಾಮ** ಆಮರಣಾಂತ ಉಪವಾಸ ಕೈಗೊಂಡರು. ಆದರೆ, ಸಾರ್ವತ್ರಿಕ ಚುನಾವಣೆ ಹಿನ್ನೆಲೆಯಲ್ಲಿ ಉಪವಾಸ ನಿಲ್ಲಿಸುವಂತೆ ರಾಷ್ಟ್ರಪತಿ ಡಾ.ರಾಜೇಂದ್ರ ಪ್ರಸಾದ್ ಹಾಗೂ ಪ್ರಧಾನ ಮಂತ್ರಿ ನೆಹರು ಮಾಡಿಕೊಂಡ ಮನವಿಯ ಮೇರೆಗೆ 37 ದಿನ ಉಪವಾಸದ ನಂತರ 1951ರ ಸೆಪ್ಟೆಂಬರ್ 29ರಂದು ಅವರು ತಮ್ಮ ಉಪವಾಸವನ್ನು ನಿಲ್ಲಿಸಿದರು. **1951ರ ಡಿಸೆಂಬರ್ ಮತ್ತು 1952ರ** ಜನವರಿಯಲ್ಲಿ **ಮೊದಲ ಸಾರ್ವತ್ರಿಕ ಚುನಾವಣೆಗಳು ನಡೆದವು.** ಚುನಾವಣಾ ಪ್ರಣಾಳಿಕೆಯಲ್ಲಿ ಕಾಂಗ್ರೆಸ್ ಭಾಷಾ ರಾಜ್ಯಗಳ ರಚನೆ ತನ್ನ ಗುರಿಯಾಗಿದೆ ಎಂದು ಹೇಳಿತು.

ಚುನಾವಣೆಗಳ ನಂತರವೂ ಆಂಧ್ರ ರಚನೆಗೆ ಕೇಂದ್ರ ಮುಂದಾಗದಿದ್ದಾಗ **ಪೊಟ್ಟಿ ಶ್ರೀರಾಮುಲು 1952ರ ಅಕ್ಟೋಬರ್ 19ರಂದು ಮದ್ರಾಸ್‌ನಲ್ಲಿ ಆಮರಣಾಂತ ಉಪವಾಸ ಕೈಗೊಂಡರು.** 58 ದಿನ ಉಪವಾಸ ಮಾಡಿದ ಅವರು 1952ರ ಡಿಸೆಂಬರ್ 15ರಂದು ಮರಣಹೊಂದಿದರು. ಅದರ ಪರಿಣಾಮವಾಗಿ ಆಂಧ್ರದಾದ್ಯಂತ ತೀವ್ರ ಹಿಂಸಾಚಾರ ಆರಂಭವಾಯಿತು. ಭಾಷಾ ರಾಜ್ಯಗಳ ರಚನೆಗೆ ಕಾಲ ಸೂಕ್ತವಾಗಿಲ್ಲ ಎಂದು ಹೇಳುತ್ತಿದ್ದ ಪ್ರಧಾನಿ ನೆಹರು 1952ರ ಡಿಸೆಂಬರ್ **19ರಂದು** ಆಂಧ್ರ ರಾಜ್ಯ ರಚಿಸುವುದಾಗಿ ಘೋಷಿಸಿದರು. ಅದೇ ದಿನ ಆಂಧ್ರ ರಾಜ್ಯ ರಚನೆಗೆ ಸಂಬಂಧಿಸಿದಂತೆ ವರದಿ ನೀಡಲು ರಾಜಾಸ್ತಾನ ಹೈಕೋರ್ಟ್‌ನ ಮುಖ್ಯ ನ್ಯಾಯಾಧೀಶ **ಜಸ್ಟೀಸ್ ಕೆ.ಎನ್. ವಾಂಚೂ ಆಯೋಗ**ವನ್ನು ರಚಿಸಲಾಯಿತು. ಅದು 1953ರ ಫೆಬ್ರವರಿ 7ರಂದು ತನ್ನ ವರದಿ ಸಲ್ಲಿಸಿತು. 1799ರಿಂದಲೂ ಮದ್ರಾಸ್ ಪ್ರಾಂತ್ಯದಲ್ಲಿದ್ದ ಬಳ್ಳಾರಿ ಜಿಲ್ಲೆಯ ವಿಷಯದಲ್ಲಿ ಅದು ಬಳ್ಳಾರಿಯ ಜನ ಆಂಧ್ರಕ್ಕೆ ಸೇರ್ಪಡೆಯನ್ನು ವಿರೋಧಿಸುತ್ತಾರೆ ಎಂದು ಹೇಳಿತು. ಬಳ್ಳಾರಿಯ ವಿಷಯ ತೀರ್ಮಾನಿಸಲು ರಾಷ್ಟ್ರಪತಿಗಳು 1953 ಏಪ್ರಿಲ್ 21ರಂದು ಹೈದರಾಬಾದ್‌ನ **ಮುಖ್ಯ ನ್ಯಾಯಾಧೀಶರಾಗಿದ್ದ ಎಲ್.ಎಸ್. ಮಿಶ್ರಾ** ನೇತೃತ್ವದಲ್ಲಿ ಒಂದು ಆಯೋಗವನ್ನು ರಚಿಸಿದರು. ಅದೇ ವರ್ಷದ ಮೇ ತಿಂಗಳಲ್ಲಿ ವರದಿ ನೀಡಿದ ಮಿಶ್ರಾ ಆಯೋಗ ಹಿಂದೆ ಕೇಳ್ಕರ್ ಸಮಿತಿ ನೀಡಿದ್ದ ವರದಿಯಂತೆಯೇ ಆದವಾನಿ, ಆಲೂರು ಮತ್ತು ರಾಯದುರ್ಗ ತಾಲ್ಲೂಕುಗಳನ್ನು ಆಂಧ್ರಕ್ಕು ಉಳಿದ ಬಳ್ಳಾರಿ ಜಿಲ್ಲೆಯನ್ನು ಮೈಸೂರಿಗೆ ಸೇರಿಸಲು ಸಲಹೆ ನೀಡಿತು. 1953ರ ಆಗಸ್ಟ್‌ನಲ್ಲಿ ಮಿಶ್ರಾ ವರದಿಯನ್ನು ಕೇಂದ್ರ ಸರ್ಕಾರ ಒಪ್ಪಿಕೊಂಡಿತು. 1953ರ ಅಕ್ಟೋಬರ್ 1ರಂದು ಆಂಧ್ರ ಪ್ರದೇಶ ಅಸ್ತಿತ್ವಕ್ಕೆ ಬಂದಿತು. **'ಆಂಧ್ರಕೇಸರಿ' ಪ್ರಕಾಶಂ ಪಂತುಲು ಪ್ರಥಮ ಮುಖ್ಯಮಂತ್ರಿಯಾದರು.** ಹಿಂದೆ ಸ್ವಾತಂತ್ರ್ಯ ಪೂರ್ವದಲ್ಲಿ ಅವರು ಮದ್ರಾಸ್ ಪ್ರಾಂತ್ಯದ ಮುಖ್ಯಮಂತ್ರಿಯಾಗಿ ಸೇವೆ ಸಲ್ಲಿಸಿದ್ದರು. **ಪ್ರಾರಂಭದಲ್ಲಿ ಕರ್ನೂಲ್ ಆಂಧ್ರದ ರಾಜಧಾನಿಯಾಗಿತ್ತು.**

ಮುಂದೆ 1956ರಲ್ಲಿ ಹೈದರಾಬಾದ್ ರಾಜಧಾನಿಯಾಯಿತು. ಅದು ಸ್ವತಂತ್ರ ಭಾರತದ ಮೊದಲ ಭಾಷಾವಾರು ರಾಜ್ಯ. ಬಳ್ಳಾರಿಯನ್ನು ಮೈಸೂರಿಗೆ ಸೇರಿಸುವಂತೆ ಅಲ್ಲಿನ **ಬಳ್ಳಾರಿ ವೀರಶೈವ ವಿದ್ಯಾವರ್ಧಕ ಸಂಘ** ತೀವ್ರ ಹೋರಾಟ ನಡೆಸಿತ್ತು.

ಕರ್ನಾಟಕಕ್ಕಾಗಿ ಆಂಧ್ರ ಮಾದರಿ ಹೋರಾಟ

ಆಂಧ್ರ ಪ್ರದೇಶದ ರಚನೆಗೆ ಒತ್ತಾಯಿಸಿ ಪೊಟ್ಟಿ ಶ್ರೀರಾಮುಲು ನಡೆಸಿದ ಆಮರಣಾಂತ ಉಪವಾಸ ಫಲಪ್ರದವಾಗಿತ್ತು. ಈ ಸಂದರ್ಭದಲ್ಲಿ ಪರಿಸ್ಥಿತಿ ಪ್ರಕೋಪಕ್ಕೆ ತಿರುಗಲು ಒಂದು ಕಾರಣವು ಸಿಕ್ಕಿತ್ತು. 1953ರ ಜನವರಿಯಲ್ಲಿ ಹೈದರಾಬಾದ್‌ನ **ನಾನಲ್ ನಗರದಲ್ಲಿ ಎ.ಐ.ಸಿ.ಸಿ. ಅಧಿವೇಶನ** ನಡೆದು ಸದ್ಯಕ್ಕೆ ಆಂಧ್ರ ರಚನೆ ಹೊರತುಪಡಿಸಿ ಬೇರೆ ರಾಜ್ಯಗಳ ರಚನೆ ಬೇಡ ಎಂಬ ನಿರ್ಣಯ ಅಂಗೀಕರಿಸಲಾಯಿತು. ಈ ಹಿನ್ನೆಲೆಯಲ್ಲಿ ಕರ್ನಾಟಕದ ರಚನೆಗೆ ಕೇಂದ್ರದ ಮೇಲೆ ಒತ್ತಡ ಹೇರಲು ಆಂಧ್ರ ಮಾದರಿ ಹೋರಾಟವನ್ನು ಉತ್ತರ ಕರ್ನಾಟಕದಲ್ಲಿ ಆರಂಭಿಸಲಾಯಿತು. ಕಾಂಗ್ರೆಸ್ಸಿನ ಹಿರಿಯನಾಯಕ ರು ಹಾಗೂ ಬಾಂಬೆ ವಿಧಾನ ಸಭೆಯ ಸದಸ್ಯರೂ ಆಗಿದ್ದ **ಅಂದಾನಪ್ಪ ದೊಡ್ಡಮೇಟಿ** ಧಾರವಾಡ ಜಿಲ್ಲೆಯ ರೋಣ ತಾಲ್ಲೋಕಿನ ಜಕ್ಕಳಿಯಲ್ಲಿ ಉಪವಾಸ ಕೈಗೊಂಡರು. **ಅದರಗುಂಚಿ ಶಂಕರಗೌಡ ಪಾಟಿಲ್** ಹುಬ್ಬಳ್ಳಿ ಸಮೀಪ ಅದರಗುಂಚಿಯ ಕಲ್ಲೇಶ್ವರ ದೇವಾಲಯದಲ್ಲಿ 1953ರ ಮಾರ್ಚ್28ರಂದು ಆಮರಣಾಂತ ಉಪವಾಸ ಆರಂಭಿಸಿದರು. ಪರಿಸ್ಥಿತಿ ವಿಕೋಪಕ್ಕೆ ತಿರುಗಿತು. ಈ ಸಂದರ್ಭದಲ್ಲಿ ಹುಬ್ಬಳ್ಳಿಯಲ್ಲಿ 1953 ರ ಏಪ್ರಿಲ್ 19ರಂದು ವಿಶೇಷ ಕೆ.ಪಿ.ಸಿ.ಸಿ. ಸಭೆಯನ್ನು ಕರೆಯಲಾಯಿತು. ಅಂದು ಸುತ್ತಲಿನ ಪ್ರದೇಶಗಳ 25,000 ಜನ ಹುಬ್ಬಳ್ಳಿಗೆ ಆಗಮಿಸಿದರು. ಉದ್ರಿಕ್ತರಾಗಿದ್ದ ಜನರು ಕೆ.ಪಿ.ಸಿ.ಸಿ. ಸದಸ್ಯರ ರಾಜೀನಾಮೆಗೆ ಒತ್ತಾಯಿಸಿದರು. **ಜಯದೇವಿ ತಾಯಿ ಲಗಾಡೆ** ಮತ್ತಿತರರು ಶಂಕರಗೌಡ ಪಾಟೀಲರನ್ನು ಬೆಂಬಲಿಸಿದರು. ಕೆಲವು ನೆಹರು ಹಿಂಬಾಲಕರು ಮಾತ್ರ ಉಪವಾಸ ಅಂತ್ಯಗೊಳಿಸುವಂತೆ ಪಾಟೀಲರನ್ನು ಒತ್ತಾಯಿಸಿದರು. ಗದ್ದಲದಲ್ಲಿ ಕೆಲವರು ನಿಜಲಿಂಗಪ್ಪನವರ ಕೈಗಳಿಗೆ ಬಳೆ ತೊಡಿಸಿದ ಘಟನೆಯೂ ನಡೆಯಿತು. ಪೋಲೀಸರು ಲಾಠಿ ಚಾರ್ಜ್ ಮಾಡಬೇಕಾದ ಪರಿಸ್ಥಿತಿ ನಿರ್ಮಾಣವಾಯಿತು. ಗಲಬೆಯ ನಡುವೆಯೇ ಎ.ಐ.ಸಿ.ಸಿ. ಸಭೆ ಮುಂದುವರಿದು, 1953ರ ಅಕ್ಟೋಬರ್ ವೇಳೆಗೆ ಕರ್ನಾಟಕದ ರಚನೆಯ ಬಗ್ಗೆ ಸ್ಪಷ್ಟ ಘೋಷಣೆ ಹೊರಡಿಸಬೇಕು ಮತ್ತು 1954ರ ಅಂತ್ಯದ ವೇಳೆಗೆ ಕರ್ನಾಟಕ ರಚನೆಯಾಗಬೇಕು ಎಂದು ಕೇಂದ್ರವನ್ನು ಒತ್ತಾಯಿಸುವ ನಿರ್ಣಯವನ್ನು ಅಂಗೀಕರಿಸಲಾಯಿತು (ಏಪ್ರಿಲ್ 19). ಅದನ್ನು ತೋರಿಸಿ ಉಪವಾಸವನ್ನು ಕೈಬಿಡುವಂತೆ ಶಂಕರಗೌಡರಿಗೆ ಮನವಿ ಮಾಡಲಾಯಿತು. ಅದರಂತೆ ಏಪ್ರಿಲ್ 20ರಂದು ಅವರು ತಮ್ಮ ಉಪವಾಸವನ್ನು ನಿಲ್ಲಿಸಿದರು. ಈ ಗಡುವಿನೊಳಗೆ ಕೇಂದ್ರ ನಿರ್ಧಾರ ತೆಗೆದುಕೊಳ್ಳದಿದ್ದರೆ ಎಲ್ಲ ಕೆ.ಪಿ.ಸಿ.ಸಿ. ಸದಸ್ಯರು, ಪ್ರಾಂತ್ಯ ಶಾಸನ ಸಭೆಗಳ ಹಾಗೂ ಸಂಸತ್ತಿನ ಕರ್ನಾಟಕದ ಪ್ರತಿನಿಧಿಗಳು ರಾಜೀನಾಮೆ ನೀಡಬೇಕೆಂದು ನಿರ್ಧರಿಸಲಾಯಿತು. ಈ ಮಧ್ಯೆ ಹುಬ್ಬಳ್ಳಿ -ಧಾರವಾಡದಲ್ಲಿ ನಡೆದ ಉಪ ಚುನಾವಣೆಯಲ್ಲಿ ಕಾಂಗ್ರೆಸ್ ಅಭ್ಯರ್ಥಿ ಪರಾಜಿತರಾಗಿ ಕರ್ನಾಟಕ ಏಕೀಕರಣ ಪಕ್ಷದ ಉಮೇದುವಾರ ಪ್ರಚಂಡ ಜಯಗಳಿಸಿದರು.

ಮೈಸೂರಿನೊಂದಿಗೆ ಬಳ್ಳಾರಿ ವಿಲೀನ – ಹುತಾತ್ಮರಾದ ರಂಜಾನ್ ಸಾಹೇಬ್

ಈ ನಡುವೆ ಬಳ್ಳಾರಿಯನ್ನು ಮೈಸೂರಿಗೆ ಸೇರಿಸುವ ಪ್ರಕ್ರಿಯೆಗಳು ಆರಂಭವಾದವು. ತೆಲುಗರು ತೀವ್ರ ವಿರೋಧ ವ್ಯಕ್ತಪಡಿಸಿದರು. ಸಂಸತ್ತಿನಲ್ಲಿ ತೆಲುಗು ಸಂಸದರು ವಿಜಯನಗರದ ಅರಸ ಕೃಷ್ಣದೇವರಾಯ **'ಆಂಧ್ರ ಭೋಜ'** ನಾಗಿದ್ದನು. ಆದ್ದರಿಂದ ಹಂಪೆ ಸೇರಿದಂತೆ ಬಳ್ಳಾರಿ ಆಂಧ್ರಕ್ಕೆ ಸೇರಬೇಕೆಂದು ವಾದಿಸಿದರು. ಕನ್ನಡ ಪ್ರತಿನಿಧಿಗಳು ಅದನ್ನು ವಿರೋಧಿಸಿದರು. 1953ರ ಸೆಪ್ಟಂಬರ್ ಮೊದಲ ವಾರವನ್ನು **"ಕರ್ನಾಟಕ ವಾರ"** ವೆಂದು ಆಚರಿಸಲಾಯಿತು. ಈ ನಡುವೆ ತೆಲುಗರಿಂದ ಕನ್ನಡಿಗರ ಮೇಲೆ ಬಳ್ಳಾರಿ ಪ್ರದೇಶದಲ್ಲಿ ಹಲ್ಲೆಗಳು ಮುಂದುವರಿದವು. ಆದಗ್ಯೂ **1953ರ ಅಕ್ಟೋಬರ್ 1ರಂದು ಬಳ್ಳಾರಿ ಪಟ್ಟಣ ಸೇರಿದಂತೆ ಬಳ್ಳಾರಿ ಜಿಲ್ಲೆಯ 7 ತಾಲ್ಲೂಕುಗಳನ್ನು ಮೈಸೂರು ಸಂಸ್ಥಾನದಲ್ಲಿ ವಿಲೀನಗೊಳಿಸಲಾಯಿತು.** ಕನ್ನಡಿಗರಿಗೆ ಅದು ಸಂಭ್ರಮದ ದಿನವಾಗಿತ್ತು. ಬಳ್ಳಾರಿಯಲ್ಲಿ ವಿಜಯೋತ್ಸವ ಹಮ್ಮಿಕೊಳ್ಳಲಾಯಿತು. ಆದರೆ ಸಮಾರಂಭದ ಸಿದ್ಧತೆಯಲ್ಲಿ ತೊಡಗಿದ್ದಾಗ ಕರ್ನಾಟಕ ಕ್ರಿಯಾ ಸಮಿತಿಯ ಸದಸ್ಯರಾದ ರಂಜಾನ್ ಸಾಹೇಬ್‌ರ ಮೇಲೆ ಸೆಪ್ಟೆಂಬರ್ 30ರ ರಾತ್ರಿ ಆಸಿಡ್ ದಾಳಿ ನಡೆಸಿ ಹತ್ಯೆ ಮಾಡಲಾಯಿತು. ತೀವ್ರ ಸುಟ್ಟ ಗಾಯಗಳಿಂದ ರಂಜಾನ್ ಸಾಹೇಬ್ ಅಕ್ಟೋಬರ್ 2ರಂದು ನಿಧನರಾದರು. ಏಕೀಕರಣಕ್ಕಾಗಿ ಒಂದು ಅಮೂಲ್ಯ ಜೀವ ಬಲಿಯಾಯಿತು. ಕನ್ನಡಿಗರೆಲ್ಲರೂ ಮೈಸೂರಿನೊಂದಿಗೆ ಬಳ್ಳಾರಿಯ ಸೇರ್ಪಡೆಯನ್ನು ಉತ್ಸಾಹದಿಂದ ಸ್ವಾಗತಿಸಿದರು. ಮೈಸೂರಿನ ಮುಖ್ಯಮಂತ್ರಿ ಕೆಂಗಲ್ ಹನುಮಂತಯ್ಯ ಮೈಸೂರು ಸರ್ಕಾರದ ಪರವಾಗಿ ಬಳ್ಳಾರಿಯ ಜನರನ್ನು ಆತ್ಮೀಯವಾಗಿ ಸ್ವಾಗತಿಸಿದರು. ಪತ್ರಿಕೆಗಳು ವಿಶೇಷ ಸಂಚಿಕೆಗಳು ಹಾಗೂ ಲೇಖನಗಳನ್ನು ಪ್ರಕಟಿಸಿ ಬಳ್ಳಾರಿಯ ಜನರಿಗೆ ಸ್ವಾಗತ ಕೋರಿದವು.

ರಾಜ್ಯಗಳ ಪುನರ್‌ವಿಂಗಡಣಾ ಆಯೋಗ

ಪ್ರತ್ಯೇಕ ಕರ್ನಾಟಕ ರಾಜ್ಯದ ನಿರ್ಮಾಣಕ್ಕೆ ಕೇಂದ್ರ ಸರ್ಕಾರದ ಮೇಲೆ ಒತ್ತಡ ತರುವ ವಿವಿಧ ರೀತಿಯ ಪ್ರಯತ್ನಗಳು ನಡೆಯುತ್ತಲೇ ಇದ್ದವು. 1953 ರಲ್ಲಿ ಕಾಂಗ್ರೆಸೇತರ ಪಕ್ಷಗಳು ಸೇರಿ **ಅಖಂಡ ಕರ್ನಾಟಕ ರಾಜ್ಯ ನಿರ್ಮಾಣ ಪರಿಷತ್** ಸ್ಥಾಪಿಸಿದವು. ಅದು ಸಂಕ್ಷಿಪ್ತವಾಗಿ **"ಅಕರಾನಿ ಪರಿಷತ್"** ಎಂದು ಕರೆಯಲ್ಪಟ್ಟಿತು. **ಕೆ.ಆರ್. ಕಾರಂತ್** ಅದರ ಅಧ್ಯಕ್ಷರಾದರು ಹಾಗೂ **ಬಿ.ವಿ. ಕಕ್ಕಿಲಾಯ ಕಾರ್ಯದರ್ಶಿಯಾದರು.** ಈ ಮಧ್ಯೆ ಅವಕಾಶ ಸಿಕ್ಕಾಗಲೆಲ್ಲ ನಿಜಲಿಂಗಪ್ಪ ಪ್ರಧಾನಿ ನೆಹರು ಮೇಲೆ ಒತ್ತಡ ತರುತ್ತಿದ್ದರು. 1953ರ ಸೆಪ್ಟೆಂಬರ್ 14ರಂದು ಎಸ್. ನಿಜಲಿಂಗಪ್ಪ ನೇತೃತ್ವದಲ್ಲಿ ಕೆ.ಪಿ.ಸಿ.ಸಿ. ನಿಯೋಗ ನೆಹರು ಅವರನ್ನು ಭೇಟಿಮಾಡಿ ಕರ್ನಾಟಕದ ಪರವಾಗಿ ಮನವಿ ಸಲ್ಲಿಸಿತು. ಶೀಘ್ರವೇ ಈ ವಿಷಯ ಪರಿಶೀಲಿಸಲು ಒಂದು ಉನ್ನತ ಮಟ್ಟದ ಆಯೋಗವನ್ನು ರಚಿಸುವುದಾಗಿ ನೆಹರು ಭರವಸೆ ನೀಡಿದರು. 1953ರಲ್ಲಿ ನಡೆದ ಕೆಲವು ಸಂಸತ್ ಉಪಚುನಾವಣೆಗಳಲ್ಲಿ ಕಾಂಗ್ರೆಸ್ ಅಭ್ಯರ್ಥಿಗಳ ಸೋಲು ಪ್ರಧಾನಿಗೆ ಆತಂಕ ಉಂಟುಮಾಡಿತ್ತು. ಕೊನೆಗೆ 1953ರ ಡಿಸೆಂಬರ್ 29 ರಂದು **ರಾಜ್ಯಗಳ ಪುನರ್ ವಿಂಗಡಣಾ ಆಯೋಗ** ರಚನೆಯಾಯಿತು.

ಸುಪ್ರೀಂಕೋರ್ಟಿನ ನಿವೃತ್ತ ನ್ಯಾಯಾಧೀಶರಾಗಿದ್ದ **ಫಜಲ್ ಆಲಿ**ಯವರನ್ನು ಆಯೋಗದ ಅಧ್ಯಕ್ಷರಾಗಿ ನೇಮಿಸಲಾಯಿತು. ನಿವೃತ್ತಿಯ ನಂತರ ಫಜಲ್ ಆಲಿ ಒರಿಸ್ಸಾದ ರಾಜ್ಯಪಾಲರಾಗಿದ್ದರು. **ಕೆ.ಎಂ.ಪಣಿಕ್ಕರ್** ಮತ್ತು **ಎಚ್.ಎನ್.ಕುಂಜ್ರು** ಅವರನ್ನು ಫಜಲ್ ಆಲಿ ಆಯೋಗದ ಸದಸ್ಯರಾಗಿ ನೇಮಿಸಲಾಯಿತು. ಪಣಿಕ್ಕರ್ ಇತಿಹಾಸಕಾರರು. ಬಿಕನೀರ್ ರಾಜ್ಯದ ಮುಖ್ಯಮಂತ್ರಿ ಹಾಗೂ ಈಜಿಪ್ಟ್‌ನಲ್ಲಿ ಭಾರತದ ರಾಯಭಾರಿಯಾಗಿ ಕೆಲಸ ಮಾಡಿದ್ದರು. ಹೃದಯನಾಥ್ ಕುಂಜ್ರು ಅರ್ಥಶಾಸ್ತ್ರಜ್ಞ ಹಾಗೂ ರಾಜಕೀಯ ಮುತ್ಸದ್ಧಿಯಾಗಿದ್ದರು.

ಫಜಲ್ ಆಲಿ ಆಯೋಗ ದೇಶಾದ್ಯಂತ ವ್ಯಾಪಕವಾಗಿ ಸಂಚರಿಸಿ ಅಧ್ಯಯನ ನಡೆಸಿತು. ಎಲ್ಲ ಕಡೆಗಳಲ್ಲೂ ಭಾಷಾರಾಜ್ಯಗಳ ಸ್ಥಾಪನೆಗೆ ಒತ್ತಾಯಿಸುವ ಮನವಿಗಳು ಭಾರಿ ಸಂಖ್ಯೆಯಲ್ಲಿ ಆಯೋಗಕ್ಕೆ ಸಲ್ಲಿಕೆಯಾದವು. ಕರ್ನಾಟಕದ ವಿವಿಧ ಭಾಗಗಳಿಗೂ ಆಯೋಗ ಭೇಟಿ ನೀಡಿತು. **ಕೆ.ಪಿ.ಸಿ.ಸಿ ಪರವಾಗಿ ಬಾಂಬೆ ಹೈಕೋರ್ಟಿನ ನಿವೃತ್ತ ನ್ಯಾಯಾಧೀಶ ಆರ್.ಎ.ಜಾಗೀರ್‌ದಾರ್ ನೇತೃತ್ವದ ಸಮಿತಿ ವಿಸ್ತೃತವಾದ ಮನವಿ ಸಲ್ಲಿಸಿತು.** ಸಮಿತಿಯ ಕಾರ್ಯದರ್ಶಿಗಳಾಗಿದ್ದ ಬಾಂಬೆ ವಿಧಾನಸಭೆಯ ಡೆಪ್ಯುಟಿ ಸ್ಪೀಕರ್ ಎಸ್.ಆರ್.ಕಂಠಿ, ಶಾಸಕರಾದ ಅಂದಾನಪ್ಪ ದೊಡ್ಡಮೇಟಿ ಹಾಗೂ ಇತರರು ವರದಿ ತಯಾರಿಸಲು ಶ್ರಮಿಸಿದ್ದರು. ಅಂತೆಯೆ ಕರ್ನಾಟಕದ ವಿವಿಧ ಸಂಘಸಂಸ್ಥೆಗಳು ಮನವಿ ಸಲ್ಲಿಸಿದವು.

ಮೈಸೂರಿಗರ ನಿರುತ್ಸಾಹ

ಫಜಲ್ ಆಲಿ ಆಯೋಗಕ್ಕೆ ಮೈಸೂರು ಸಂಸ್ಥಾನದಲ್ಲಿ ಮಾತ್ರ ಸರಿಯಾದ ಸ್ವಾಗತ ದೊರೆಯಲಿಲ್ಲ. ಕರ್ನಾಟಕದಲ್ಲಿ ಮೈಸೂರಿನ ವಿಲೀನದ ಬಗ್ಗೆ ಮೈಸೂರು ಸಂಸ್ಥಾನದ ಜನರು ಹಾಗೂ ನಾಯಕರಲ್ಲಿ ಅಷ್ಟೇನು ಉತ್ಸಾಹ ಕಂಡುಬರಲಿಲ್ಲ. **"ಮೈಸೂರು ಮೈಸೂರಿಗರಿಗೆ"** ಎಂಬುದು ಇಲ್ಲಿನ ಘೋಷ ವಾಕ್ಯವಾಗಿತ್ತು. 1954ರ ಮಾರ್ಚ್ 28 ರಂದು ಬೆಂಗಳೂರಿನಲ್ಲಿ ಒಕ್ಕಲಿಗ ಸಮುದಾಯದವರು ಸಭೆ ನಡೆಸಿ ಕರ್ನಾಟಕದಲ್ಲಿ ಮೈಸೂರಿನ ಸೇರ್ಪಡೆಗೆ ವಿರೋಧ ವ್ಯಕ್ತಪಡಿಸಿದರು. ವಿಲೀನದ ನಂತರ ವಿಶಾಲ ಕರ್ನಾಟಕದಲ್ಲಿ ಬಹು ಸಂಖ್ಯಾತ ವೀರಶೈವರು ರಾಜಕೀಯವಾಗಿ ಪ್ರಬಲರಾಗಬಹುದೆಂಬ ಭೀತಿ ಅವರಿಗಿತ್ತು. ಎಚ್.ಕೆ. ವೀರಣ್ಣಗೌಡ, ಕಡಿದಾಳ್ ಮಂಜಪ್ಪ, ಕೆ.ವಿ.ಶಂಕರೇಗೌಡ ಮೊದಲಾದ ನಾಯಕರುಗಳಿಗೂ ಈ ಬಗ್ಗೆ ಅಂತಕವಿತ್ತು. ಹಿಂದೆ ಏಕೀಕರಣವನ್ನು ಬೆಂಬಲಿಸಿದ್ದ ರಾಮಚಂದ್ರರಾವ್, ಎಚ್.ಸಿ.ದಾಸಪ್ಪ ಕೂಡ ಈಗ ಏಕೀಕರಣವನ್ನು ವಿರೋಧಿಸಲಾರಂಭಿಸಿದರು. ಕೆಲವು ಸಾಹಿತಿಗಳು, ಮಾಜಿ ದಿವಾನರಾದ ಮಿರ್ಜಾ ಇಸ್ಮಾಯಿಲ್, ಸರ್.ಎಂ.ವಿಶ್ವೇಶ್ವರಯ್ಯ ಮತ್ತಿತರ ಮುಖಂಡರು ಆಯೋಗದ ಮುಂದೆ ಹಾಜರಾಗಿ ಏಕೀಕರಣವನ್ನು ವಿರೋಧಿಸಿದರು.

ಈ ಹಿನ್ನೆಲೆಯಲ್ಲಿ ಮೈಸೂರಿನ ಮುಖ್ಯಮಂತ್ರಿಗಳಾಗಿದ್ದ ಕೆಂಗಲ್ ಹನುಮಂತಯ್ಯ ಕರ್ನಾಟಕದಲ್ಲಿ ಮೈಸೂರಿನ ವಿಲೀನ ಕುರಿತು ಪರಿಶೀಲಿಸಲು 1954ರ ಜೂನ್‌ನಲ್ಲಿ **ಎಂ.ಶೇಷಾದ್ರಿ ನೇತೃತ್ವದಲ್ಲಿ ಒಂದು ಸಮಿತಿ ನೇಮಿಸಿದರು.** ಅದರಲ್ಲಿ ಹೈಕೋರ್ಟಿನ ನಿವೃತ್ತ **ನ್ಯಾಯಾಧೀಶ ಸಿಂಗಾರವೇಲು,** ಮೈಸೂರು ವಿಶ್ವವಿದ್ಯಾಲಯದ **ಉಪಕುಲಪತಿ ಡಿಸೋಜ** ಮೊದಲಾದವರಿದ್ದರು. ಈ ಸಮಿತಿ ಕರ್ನಾಟಕದಲ್ಲಿ ಮೈಸೂರು ವಿಲೀನಗೊಳ್ಳುವುದಕ್ಕೆ ವಿರೋಧ ವ್ಯಕ್ತಪಡಿಸಿತು. ಈ ಹಿಂದೆ ಏಕೀಕರಣವನ್ನು ಬೆಂಬಲಿಸಿದ್ದ ಕೆಂಗಲರು ಈಗ ಸಮಿತಿ ರಚಿಸಿದ್ದು ತೀವ್ರ ಟೀಕೆಗೆ ಗುರಿಯಾಯಿತು. ಶೇಷಾದ್ರಿ ಸಮಿತಿಯ ವರದಿಯನ್ನು ಮೈಸೂರು ಶಾಸನಸಭೆಯ ವಿಶೇಷ ಅಧಿವೇಶನದಲ್ಲಿ ಚರ್ಚಿಸಲಾಯಿತು. **ಶಾಂತವೇರಿ ಗೋಪಾಲಗೌಡರು** ಸಮಿತಿಯ ವರದಿಯನ್ನು ತೀವ್ರವಾಗಿ ಟೀಕಿಸಿ ಮೈಸೂರು ಕರ್ನಾಟಕದಲ್ಲಿ ವಿಲೀನಗೊಳ್ಳಬೇಕೆಂದು ಬಲವಾಗಿ ವಾದಿಸಿದರು.

ಕೆಂಗಲರು ಕೂಡ ವಿಲೀನದ ಪರವಾಗಿ ದೃಢವಾದ ನಿಲುವು ತೆಗೆದುಕೊಂಡರು. ಹಲವಾರು ಪ್ರಮುಖ ಸಾಹಿತಿಗಳು ಕೂಡ ವಿಲೀನದ ಪರವಾಗಿದ್ದರು. ಶ್ರೇಷ್ಠ ಕಾದಂಬರಿಕಾರರಾಗಿದ್ದ ಆ.ನ.ಕೃ ಹೀಗೆ ವಾದಿಸಿದರು. **"ಕರ್ನಾಟಕವನ್ನು ಕೇವಲ ವ್ಯಾಪಾರ ದೃಷ್ಟಿಯಿಂದಲೇ ನೋಡಲಾಗದು. ರಾಜಕಾರಣಿಗಳು ಭವಿಷ್ಯದ ಕಡೆ ಗಮನ ಕೊಡಬೇಕು. ಮೈಸೂರಿಗೆ ಸಮುದ್ರ ಸಂಪರ್ಕವಿಲ್ಲ. ಏಕೀಕರಣವಾದರೆ ಕರಾವಳಿ ದೊರೆಯುತ್ತದೆ. ಉತ್ತರ ಕರ್ನಾಟಕದಲ್ಲಿ ಹೇರಳವಾದ ಕಚ್ಚಾವಸ್ತುಗಳಿವೆ. ಅದರಿಂದ ಕರ್ನಾಟಕ ಸಮೃದ್ಧವಾಗುತ್ತದೆ."** ಅವರೆಲ್ಲರ ಪ್ರಯತ್ನಗಳಿಂದಾಗಿ ಕ್ರಮೇಣ ಮೈಸೂರಿನ ಜನರು ಏಕೀಕರಣದ ಪರವಾದ ನಿಲುವು ತಳೆದರು. ಕೊನೆಗೆ 1955ರ ಡಿಸೆಂಬರ್ 1 ರಂದು ಮೈಸೂರು ಶಾಸನಸಭೆ ಕರ್ನಾಟಕದಲ್ಲಿ ಮೈಸೂರಿನ ವಿಲೀನಕ್ಕೆ ಸಮ್ಮತಿಸಿ ನಿರ್ಣಯ ಅಂಗೀಕರಿಸಿತು.

ಮಡಿಕೇರಿಯಲ್ಲಿ ಪೊನ್ನಯ್ಯ ನೇತೃತ್ವದ ಒಂದು ಗುಂಪು ಕೊಡಗನ್ನು ಕರ್ನಾಟದಲ್ಲಿ ವಿಲೀನಗೊಳಿಸಬೇಕೆಂದು ಮನವಿ ಸಲ್ಲಿಸಿದರೆ, ಬೆಳ್ಳಿಯಪ್ಪ ನೇತೃತ್ವದ ಮತ್ತೊಂದು ಗುಂಪು ಕೊಡಗಿನ ಪ್ರತ್ಯೇಕ ಅಸ್ತಿತ್ವ ಉಳಿಸಬೇಕೆಂದು ಮನವಿ ಸಲ್ಲಿಸಿತು.

ಫಜಲ್ ಆಲಿ ಆಯೋಗದ ವರದಿ ಮತ್ತು ರಾಜ್ಯಗಳ ಪುನರ್‌ವಿಂಗಡಣೆ.

ಫಜಲ್ ಆಲಿ ಆಯೋಗ 1955ರ ಸೆಪ್ಟಂಬರ್ 30ರಂದು ತನ್ನ ವರದಿ ಸಲ್ಲಿಸಿತು. ಅದನ್ನು 10–10–55 ರಂದು ಸಾರ್ವಜನಿಕರ ಅವಗಾಹನೆಗಾಗಿ ಪ್ರಕಟಿಸಲಾಯಿತು. ಆಯೋಗ ಕರ್ನಾಟಕ ಸೇರಿದಂತೆ 16 ರಾಜ್ಯಗಳ ಮತ್ತು 3 ಕೇಂದ್ರಾಡಳಿತ ಪ್ರದೇಶಗಳ ರಚನೆಗೆ ಶಿಫಾರಸು ಮಾಡಿತ್ತು. ಕರ್ನಾಟಕಕ್ಕೆ ಸಂಬಂಧಿಸಿದಂತೆ ಆಯೋಗ ಈ ಕೆಳಗಿನ ಶಿಫಾರಸ್ಸುಗಳನ್ನು ಮಾಡಿತ್ತು.

1) ಬೀದರ್ ಜಿಲ್ಲೆಯನ್ನು ಕರ್ನಾಟಕದಿಂದ ಹೊರಗಿಡಲಾಗಿತ್ತು.
2) ಬಳ್ಳಾರಿ, ಹೊಸಪೇಟೆ, ಸಿರುಗುಪ್ಪ ಹಾಗೂ ತುಂಗಭದ್ರಾ ಅಣೆಕಟ್ಟುಪ್ರದೇಶವನ್ನು ಆಂಧ್ರಕ್ಕೆ ಸೇರಿಸಲಾಗಿತ್ತು.
3) ಕಾಸರಗೋಡನ್ನು ಕೇರಳಕ್ಕೆ ಸೇರಿಸಲಾಗಿತ್ತು.
4) ಅಕ್ಕಲಕೋಟೆ, ಸೊಲ್ಲಾಪುರ ಮಹಾರಾಷ್ಟ್ರಕ್ಕೆ ಸೇರ್ಪಡೆಯಾಗಿದ್ದವು.

ಫಜಲ್ ಆಲಿ ಆಯೋಗದ ವರದಿಗೆ ಭಾರಿ ವಿರೋಧ ವ್ಯಕ್ತವಾಯಿತು. ಬಳ್ಳಾರಿಯ ಉಳಿವಿಗಾಗಿ ತೀವ್ರವಾದ ಹೋರಾಟ ಆರಂಭವಾಯಿತು. ಈ ಸಂದರ್ಭದಲ್ಲಿ ಕವಿ **ಕೈಯ್ಯಾರ ಕಿಂಞ್ಞಣ್ಣರೈ "ಬೆಂಕಿ ಬಿದ್ದಿದೆ ಮನೆಗೆ ಓಡಿ ಬನ್ನಿ"** ಎಂಬ ಶೋಕಗೀತೆಯನ್ನು ಬರೆದರು. ಕಾಸರಗೋಡಿನ ನಿವಾಸಿಯಾಗಿದ್ದ ಮಂಜೇಶ್ವರ **ಗೋವಿಂದ ಪೈ "ಬಲವಂತದಿಂದ ನಾನು ದೇಶಭ್ರಷ್ಟನಾದೆ"** ಎಂದು ತೀವ್ರ ಅಕ್ರೋಶ, ವಿಷಾದ ವ್ಯಕ್ತಪಡಿಸಿದರು. ಕಾಸರಗೋಡನ್ನು ಕೇರಳಕ್ಕೆ ಸೇರಿಸುವಲ್ಲಿ ಆಯೋಗದ ಸದಸ್ಯರಾಗಿದ್ದ ಪಣಿಕ್ಕರ್ ಕಾರಣರಾಗಿದ್ದರು ಎಂಬ ಮಾತುಗಳು ಕೇಳಿಬಂದವು. ಆಯೋಗ ಮೈಸೂರಿಗೆ ಭೇಟಿ ನೀಡಿದ ಸಂದರ್ಭಲ್ಲಿ ಅಲ್ಲಿನ ನಾಯಕರು ಬಳ್ಳಾರಿಯ ವಿಷಯವನ್ನು ಕೆದಕಬಾರದೆಂದು ಮನವಿ ಮಾಡಿದ್ದರು. ಆಗ ಫಜಲ್ ಆಲಿಯವರು **"ರಾಷ್ಟದ ಭೂಪಟವನ್ನು ಬದಲಾಯಿಸುವ ಅಧಿಕಾರ ಆಯೋಗಕ್ಕಿದೆ"** ಎಂದು ಪ್ರತಿಕ್ರಿಯಿಸಿದ್ದರು. **ಸಂಡೂರಿನ ರಾಜ ಘೋರ್ಪಡೆ** ಫಜಲ್ ಆಲಿ ಆಯೋಗದ ವರದಿಗೆ ತೀವ್ರ ವಿರೋಧ ವ್ಯಕ್ತಪಡಿಸಿದರು. ಅಕ್ಟೋಬರ್ 12ರಂದು **'ಬಳ್ಳಾರಿ ದಿನ'** ಆಚರಣೆಗೆ 'ಅಕರಾನಿ' ಪರಿಷತ್ ಕರೆಕೊಟ್ಟಿತು.

ಆಯೋಗದ ವರದಿಗೆ ಕನ್ನಡಿಗರಿಂದ ತೀವ್ರವಾದ ವಿರೋಧ ವ್ಯಕ್ತವಾದ ಹಿನ್ನೆಲೆಯಲ್ಲಿ ಕೇಂದ್ರ ಸರ್ಕಾರ ಮಧ್ಯಪ್ರವೇಶಿಸಿ ಬಳ್ಳಾರಿ ಕರ್ನಾಟಕದಲ್ಲೇ ಉಳಿಯುತ್ತದೆ ಎಂದು ಸ್ಪಷ್ಟಪಡಿಸಿತು. ಅಂತೆಯೇ ಬೀದರ್ ಜಿಲ್ಲೆಯ ಬಹುಭಾಗವನ್ನೂ ಕರ್ನಾಟಕಕ್ಕೆ ಸೇರಿಸಿತು. ಕಾಸರಗೋಡಿನ ಚಂದ್ರಗಿರಿ ನದಿಯ ಉತ್ತರಭಾಗವನ್ನು ಕರ್ನಾಟಕಕ್ಕೆ ನೀಡಿತು. ಅದರಿಂದ ಕನ್ನಡಿಗರ ಆಕ್ರೋಶ ಕೆಲಮಟ್ಟಿಗೆ ತಣ್ಣಗಾಯಿತು.

ಅಸ್ತಿತ್ವಕ್ಕೆ ಬಂದ ಏಕೀಕೃತ ಕರ್ನಾಟಕ

1956ರ ಆಗಸ್ಟ್ 10 ರಂದು ಲೋಕಸಭೆ ರಾಜ್ಯಗಳ ಪುನರ್ವಿಂಗಡಣಾ ಮಸೂದೆಗೆ ಅಂಗೀಕಾರ ನೀಡಿತು. ಆಗಸ್ಟ್ 23ರಂದು ರಾಜ್ಯಸಭೆ ಮಸೂದೆಗೆ ಅಂಗೀಕಾರ ನೀಡಿತು. ಅದೇ ತಿಂಗಳು 31ರಂದು ರಾಷ್ಟ್ರಪತಿಗಳು ಅದಕ್ಕೆ ಅಂಕಿತ ಹಾಕಿದರು. ಆಗ **ಗೋವಿಂದ್ ವಲ್ಲಭ್ ಪಂತ್ ಕೇಂದ್ರ ಗೃಹ ಸಚಿವರಾಗಿದ್ದರು.** ಸಂಸತ್ತು 7ನೇ ಸಂವಿಧಾನ ತಿದ್ದುಪಡಿ ಅಂಗೀಕರಿಸಿತು. ಅದರಂತೆ ಹಿಂದಿನ ಎ.ಬಿ.ಸಿ.ಡಿ ಎಂಬ ರಾಜ್ಯಗಳ ವಿಂಗಡನೆಯನ್ನು ರದ್ದುಪಡಿಸಲಾಯಿತು.

1956ರ ನವೆಂಬರ್ 1 ರಂದು ಬಹು ನಿರೀಕ್ಷೆಯ ಏಕೀಕೃತ ಕರ್ನಾಟಕ ಅನಿವಾರ್ಯ ಕಾರಣಗಳಿಂದಾಗಿ **"ನವ ಮೈಸೂರು"** ಎಂಬ ಹೆಸರಿನೊಂದಿಗೆ ಅಸ್ತಿತ್ವಕ್ಕೆ ಬಂದಿತು. ಬೆಂಗಳೂರು ಅದರ ರಾಜಧಾನಿಯಾಯಿತು. ನವ ಮೈಸೂರು ರಾಜ್ಯವನ್ನು ಬೆಂಗಳೂರಿನ ಸೆಂಟ್ರಲ್ ಕಾಲೇಜಿನ ಕ್ರಿಕೆಟ್ ಮೈದಾನದಲ್ಲಿ ನಡೆದ ಸಮಾರಂಭದಲ್ಲಿ ಭಾರತದ **ರಾಷ್ಟ್ರಪತಿ ಡಾ. ರಾಜೇಂದ್ರ ಪ್ರಸಾದ್** ಉದ್ಘಾಟನೆ ಮಾಡಿದರು. **"ನವ ಮೈಸೂರು"** ರಾಜ್ಯ ಉದಯವಾಗುವ ಮೊದಲೇ 1956ರ ಆಗಸ್ಟ್‌ನಲ್ಲಿ ಕೆಂಗಲ್ ಹನುಮಂತಯ್ಯ ಮುಖ್ಯಮಂತ್ರಿಸ್ಥಾನಕ್ಕೆ ರಾಜೀನಾಮೆ ನೀಡಿದ್ದರು. ಕಡಿದಾಳ್ ಮಂಜಪ್ಪ ತಾತ್ಕಾಲಿಕ ಮುಖ್ಯಮಂತ್ರಿಯಾಗಿ ನೇಮಕಗೊಂಡರು. ನವೆಂಬರ್ 1 ರಂದು ಅಂದರೆ ನೂತನ ರಾಜ್ಯ ಸ್ಥಾಪನೆಯಾದ ದಿನವೇ **ಎಸ್. ನಿಜಲಿಂಗಪ್ಪ (1902–2000)ನೂತನ ಮುಖ್ಯಮಂತ್ರಿಯಾದರು.** ಅದುವರೆಗೆ **ರಾಜಪ್ರಮುಖರಾಗಿದ್ದ ಜಯಚಾಮರಾಜೇಂದ್ರ ಒಡೆಯರು ಪ್ರಥಮ ರಾಜ್ಯಪಾಲರಾಗಿ ನೇಮಕವಾದರು.** ಅವರು 1956ರಿಂದ 1964ರವರೆಗೆ ರಾಜ್ಯದ ರಾಜ್ಯಪಾಲರಾಗಿ ಕಾರ್ಯ ನಿರ್ವಹಿಸಿದರು. ಅನಂತರ ಅವರು ಮದ್ರಾಸ್ ಪ್ರಾಂತ್ಯದ ರಾಜ್ಯಪಾಲರಾಗಿ 1964 ರಿಂದ 1966 ಜೂನ್ 25ರವರೆಗೆ ಕಾರ್ಯ ನಿರ್ವಹಿಸಿದರು. ಹೀಗೆ ಕನ್ನಡಿಗರ ಬಹುದಿನಗಳ ಕನಸು ನನಸಾಯಿತು.

ವಿಶಾಲ ಮೈಸೂರು ರಾಜ್ಯಕ್ಕೆ ಸೇರ್ಪಡೆಯಾದ ಪ್ರದೇಶಗಳು

1) **ಪೂರ್ಣ ಮೈಸೂರು ರಾಜ್ಯ, ಬಳ್ಳಾರಿ ಸೇರಿದಂತೆ.**
2) **ಬಾಂಬೆ ಪ್ರಾಂತ್ಯಕ್ಕೆ ಸೇರಿದ್ದ – ಬಿಜಾಪುರ, ಧಾರವಾಡ, ಉತ್ತರ ಕನ್ನಡ, ಬೆಳಗಾವಿ ಜಿಲ್ಲೆಗಳು (ಚಾಂದಗಡ ತಾಲ್ಲೂಕನ್ನು ಬಿಟ್ಟು)**
3) **ಹೈದರಾಬಾದ್ ಸಂಸ್ಥಾನದ – ಗುಲ್ಬರ್ಗ ಜಿಲ್ಲೆ (ಕೊಡಂಗಲ್, ತಂಡ್ರಿ ತಾಲ್ಲೂಕುಗಳನ್ನು ಬಿಟ್ಟು), ರಾಯಚೂರು ಜಿಲ್ಲೆ (ಅಲಂಪುರಿ ಮತ್ತು ಗದ್ವಾಲ ತಾಲ್ಲೂಕುಗಳನ್ನು ಬಿಟ್ಟು), ಬೀದರ್ ಸೇರಿದಂತೆ ಜಿಲ್ಲೆಯ ಬಾಲ್ಕಿ, ಔರಾದ್ ಹಾಗೂ ಹುಮ್ನಾಬಾದ್ ತಾಲ್ಲೂಕುಗಳು.**
4) **ಮದ್ರಾಸ್ ಪ್ರಾಂತ್ಯದ – ದಕ್ಷಿಣ ಕನ್ನಡ ಜಿಲ್ಲೆ (ಕಾಸರಗೋಡು ತಾಲ್ಲೂಕನ್ನು ಬಿಟ್ಟು), ಕೊಯಮತ್ತೂರು ಜಿಲ್ಲೆಯ ಕೊಳ್ಳೆಗಾಲ ತಾಲ್ಲೋಕು**
5) **ಸಂಪೂರ್ಣ ಕೊಡಗು.**
6) **ಸಂಸ್ಥಾನಗಳಾಗಿದ್ದ ಸಂಡೂರು, ಸವಣೂರು, ಜಮಖಂಡಿ ಮತ್ತು ಮುಧೋಳ.**

ನೂತನ ರಾಜ್ಯದಿಂದ ಹೊರಗುಳಿದ ಪ್ರದೇಶಗಳು

1) ಆಲೂರು, ಆದವಾನಿ, ರಾಯದುರ್ಗ ಮತ್ತು ಮಡಕಶಿರಗಳನ್ನು ಆಂಧ್ರಕ್ಕೆ ಸೇರಿಸಲಾಯಿತು
2) ನೀಲಗಿರಿ, ತಾಳವಾಡಿ ಮತ್ತು ಹೊಸೂರು ತಮಿಳುನಾಡಿಗೆ ಸೇರಿದವು.
3) ಕಾಸರಗೋಡು ಕೇರಳ ರಾಜ್ಯಕ್ಕೆ ಸೇರಿತು.
4) ಬೆಳಗಾವಿ ಪಕ್ಕದ ಚಾಂದಗಡ, ಸೊಲ್ಲಾಪುರ, ಅಕ್ಕಲಕೋಟೆ ಮೊದಲಾದವು ಮಹಾರಾಷ್ಟ್ರದ ಪಾಲಾದವು.

ನೂತನ ಮೈಸೂರು ರಾಜ್ಯ ರಚನೆಯಾದ ನಂತರವೂ ಸಮಸ್ಯೆಗಳೆಲ್ಲವೂ ನಿವಾರಣೆಯಾಗಲಿಲ್ಲ. ಮಹಾರಾಷ್ಟ್ರದಿಂದ ಬೆಳಗಾವಿ ವಿಚಾರದಲ್ಲಿ ತಕರಾರು ಆರಂಭವಾಯಿತು. ಆ ರಾಜ್ಯದ ಒತ್ತಡದ ಮೇರೆಗೆ 1966ರ ಅಕ್ಟೋಬರ್ 25ರಂದು ಸುಪ್ರೀಂ ಕೋರ್ಟ್‌ನ ಮುಖ್ಯ ನ್ಯಾಯಾಧೀಶ **ಮೆಹರ್ ಚಂದ್ ಮಹಾಜನ್ ಆಯೋಗ** (ಏಕ ಸದಸ್ಯ ಆಯೋಗ) ರಚನೆಯಾಯಿತು. ಆದರೆ ಅದು 1967ರ ಆಗಸ್ಟ್ 25ರಂದು ನೀಡಿದ ವರದಿಯನ್ನು ಮಹಾರಾಷ್ಟ್ರವೇ ಒಪ್ಪಲಿಲ್ಲ. ಏಕೆಂದರೆ ಮಹಾಜನ್ ಆಯೋಗ ಬೆಳಗಾವಿಯ ಜೊತೆಗೆ ಅಕ್ಕಲಕೋಟೆ, ಶೋಲಾಪುರ ಸೇರಿದಂತೆ 247 ಗ್ರಾಮಗಳನ್ನು ಕರ್ನಾಟಕಕ್ಕೆ ನೀಡಿತು.ಅದರಿಂದಾಗಿ ಕರ್ನಾಟಕ ಮತ್ತು ಮಹಾರಾಷ್ಟ್ರ ನಡುವೆ ಗಡಿವಿವಾದ ಇನ್ನೂ ಜೀವಂತವಾಗಿದೆ. ಅಂತೆಯೇ ಕಾಸರಗೋಡನ್ನು ಕರ್ನಾಟಕಕ್ಕೆ ಬಿಟ್ಟು ಕೊಡಲು ಕೇರಳ ರಾಜ್ಯವೂ ಸಿದ್ದವಿಲ್ಲ. ಕಾಸರಗೋಡನ್ನು ಕರ್ನಾಟಕಕ್ಕೆ ಸೇರಿಸಬೇಕೆಂಬ ಮಹಾಜನ್ ಆಯೋಗದ ತೀರ್ಪನ್ನು ಆಗಿನ ಕೇರಳ ಮುಖ್ಯಮಂತ್ರಿ **ಇ.ಎಂ.ಎಸ್. ನಂಬೂದರಿ ಪಾಡ್** ವಿರೋಧಿಸಿದರು. ಹೀಗಾಗಿ ಕಾಸರಗೋಡು ವಿವಾದವೂ ಜೀವಂತವಾಗಿದೆ.

ಕರ್ನಾಟಕ ಸಮಿತಿ, ಕಾಸರಗೋಡು

ಫಜಲ್ ಆಲಿ ಆಯೋಗ ಕಾಸರಗೋಡನ್ನು ಕೇರಳ ರಾಜ್ಯಕ್ಕೆ ಸೇರಿಸಿದ್ದನ್ನು ಅಲ್ಲಿನ ಕನ್ನಡಿಗರು ತೀವ್ರವಾಗಿ ವಿರೋಧಿಸಿದರು. ಕಾಸರಗೋಡನ್ನು ಕರ್ನಾಟಕದಲ್ಲಿ ವಿಲೀನಗೊಳಿಸುವಂತೆ ಒತ್ತಾಯಿಸಲು 1955ರಲ್ಲಿ ಕಾಸರಗೋಡಿನಲ್ಲಿ **"ಕರ್ನಾಟಕ ಸಮಿತಿ"** ರಚನೆಯಾಯಿತು. **ಗಡಿನಾಡು ಗಾಂಧಿ ಎಂದು ಹೆಸರಾಗಿದ್ದ ಉಮೇಶರಾವ್ ಇದರ ಪ್ರಥಮ ಅಧ್ಯಕ್ಷರಾದರು.** ಅವರು ಕೇರಳ ವಿಧಾನ ಸಭೆಗೆ ಅವಿರೋಧವಾಗಿ ಆಯ್ಕೆಯಾದುದು ವಿಶೇಷವಾಗಿತ್ತು. ಅವರು 1957ರಲ್ಲಿ ನಿಧನರಾದಾಗ **ಬಿ.ಎಸ್. ಕಕ್ಕಿಲಾಯ ಅಧ್ಯಕ್ಷರಾದರು.**

ಕರ್ನಾಟಕ ಸಮಿತಿಯ ಹೆಸರಿನಲ್ಲಿ ಚುನಾವಣೆಯಲ್ಲಿ ಸ್ಪರ್ಧಿಸಿದ **ಮಹಾಬಲ ಭಂಡಾರಿ** ಹಾಗೂ **ಯು.ಪಿ. ಕುನಿಕುಲಾಯ** ಕೇರಳ ವಿಧಾನ ಸಭೆಗೆ ಆಯ್ಕೆಯಾದುದು ಈ ಸಮಿತಿಯ ಜನಪ್ರಿಯತೆಗೆ ಸಾಕ್ಷಿಯಾಗಿದೆ. ಮುಂದೆ 1966ರಲ್ಲಿ ಮಹಾಜನ್ ಆಯೋಗ ರಚನೆಯಾದಾಗ ಬಿ.ವಿ ಕಕ್ಕಿಲಾಯ ಸಿದ್ದಪಡಿಸಿದ ಮನವಿ ಪತ್ರವನ್ನು ವಕೀಲರಾದ ಕೆ. ಆರ್. ಕಾರಂತ್ ಆಯೋಗಕ್ಕೆ ಸಲ್ಲಿಸಿದರು.

ಮಹಾಜನ್ ಆಯೋಗ ಕಾಸರಗೋಡು ಕರ್ನಾಟಕಕ್ಕೆ ಸೇರಬೇಕೆಂಬ ವಾದವನ್ನು ಎತ್ತಿಹಿಡಿಯಿತು. ಆದರೆ ಆಯೋಗದ ತೀರ್ಪನ್ನು ಕೇಂದ್ರ ಸರ್ಕಾರ ಇದುವರೆಗೂ ಜಾರಿಗೆ ತಂದಿಲ್ಲ. ಬಿ.ವಿ ಕಕ್ಕಿಲಾಯ ಅವರಿಗೆ 2006ರಲ್ಲಿ ರಾಜ್ಯೋತ್ಸವ ಪ್ರಶಸ್ತಿಯನ್ನು ಕರ್ನಾಟಕ ಸರ್ಕಾರ ನೀಡಿ ಗೌರವಿಸಿತು. 2006ರಲ್ಲಿ ಏಕೀಕರಣದ ಸುವರ್ಣ ಮಹೋತ್ಸವ ಜರುಗಿದ ಸಂದರ್ಭದಲ್ಲಿ ಕರ್ನಾಟಕ ಸಮಿತಿಗೆ **ಸುವರ್ಣಕರ್ನಾಟಕ ಏಕೀಕರಣ ಪ್ರಶಸ್ತಿ** ನೀಡಲಾಯಿತು. ಅದರ ಜೊತೆಗೆ ಧಾರವಾಡದ ವಿದ್ಯಾವರ್ಧಕ ಸಂಘ ಮತ್ತು ಕನ್ನಡ ಸಾಹಿತ್ಯ ಪರಿಷತ್‌ಗಳಿಗೂ ಪ್ರಶಸ್ತಿ ನೀಡಲಾಯಿತು.

ನೂತನ **ವಿಶಾಲ ಮೈಸೂರು ರಾಜ್ಯ** ಅಸ್ತಿತ್ವಕ್ಕೆ ಬಂದರೂ ಕರ್ನಾಟಕದ ಏಕೀಕರಣಕ್ಕೆ ಹೋರಾಡಿದವರಿಗೆ ಪೂರ್ಣ ತೃಪ್ತಿಯಾಗಲಿಲ್ಲ. ಅವರು ನೂತನ ರಾಜ್ಯವನ್ನು **'ಕರ್ನಾಟಕ'** ಎಂದು ಕರೆಯಬೇಕೆಂದು ಅಪೇಕ್ಷಿಸಿದ್ದರು. ಫಜಲ್ ಆಲಿ ಆಯೋಗದ ವರದಿಯಲ್ಲೂ ರಾಜ್ಯವನ್ನು **'ಕರ್ನಾಟಕ'** ಎಂದೇ ಕರೆಯಲಾಗಿತ್ತು. ಆದರೆ ಮೈಸೂರಿಗರ ಒತ್ತಡದಿಂದಾಗಿ **ನವ ಮೈಸೂರು** ಎಂಬ ಹೆಸರು ನೀಡಲಾಯಿತು. ಆಲೂರು ವೆಂಕಟರಾಯರು ಕರ್ನಾಟಕವನ್ನು ತಪ್ಪಾಗಿ **'ಮೈಸೂರು ರಾಜ್ಯ'** ಎಂದು ಕರೆಯಲಾಗಿದೆ ಎಂದು ಅತೃಪ್ತಿ ವ್ಯಕ್ತಪಡಿಸಿದರು. ಕೆಂಗಲ್ ಹನುಮಂತಯ್ಯ, ಶಾಂತವೇರಿ ಗೋಪಾಲಗೌಡ ಮೊದಲಾದ ಮೈಸೂರಿನ ನಾಯಕರಿಗೂ ರಾಜ್ಯದ ಹೆಸರಿನ ಬಗ್ಗೆ ಅಸಮಾಧಾನವಿದ್ದಿತು. ರಾಜ್ಯಕ್ಕೆ ಕರ್ನಾಟಕ ಎಂದು ಪುನರ್‌ನಾಮಕರಣ ಮಾಡಬೇಕೆಂಬ ಕೂಗು 1956ರಲ್ಲಿ ಆರಂಭವಾದದ್ದು ಮುಂದಿನ ದಿನಗಳಲ್ಲಿ ಬಲಗೊಳ್ಳುತ್ತಲೇ ಹೋಯಿತು. ಕೊನೆಗೆ ದೇವರಾಜ ಅರಸ್ ಮುಖ್ಯಮಂತ್ರಿಯಾಗಿದ್ದಾಗ 1973ರ ನವೆಂಬರ್ 1 ರಂದು ರಾಜ್ಯಕ್ಕೆ **'ಕರ್ನಾಟಕ'** ಎಂದು ಮರುನಾಮಕರಣ ಮಾಡಲಾಯಿತು. ಅದರೊಂದಿಗೆ ಕೋಟ್ಯಾಂತರ ಕನ್ನಡಿಗರ ಅಪೇಕ್ಷೆ ಈಡೇರಿತು. ಮುಂದೆ 2008ರಲ್ಲಿ ಕೇಂದ್ರ ಸರ್ಕಾರ ಕನ್ನಡ ಭಾಷೆಗೆ ಶಾಸ್ತ್ರೀಯ ಭಾಷೆಯ ಸ್ಥಾನಮಾನ ನೀಡಿತು.

ಏಕೀಕರಣ ಚಳುವಳಿಗೆ ಬಲ ತುಂಬಿದ ಪತ್ರಿಕೆಗಳು :- ಏಕೀಕರಣ ಚಳುವಳಿಗೆ ಬಲತುಂಬಿ, ಚಳುವಳಿಯ ನಾಯಕರುಗಳ ಸಂದೇಶಗಳನ್ನು ಜನಸಾಮಾನ್ಯರಿಗೆ ತಲುಪಿಸಿ, ಕನ್ನಡಿಗರಲ್ಲಿ ಜಾಗೃತಿ ಮೂಡಿಸಿ, ಏಕೀಕರಣ ಚಳುವಳಿಯನ್ನು ಒಂದು ಜನಾಂದೋಲನವಾಗಿ ಪರಿವರ್ತಿಸುವಲ್ಲಿ ದಿನಪತ್ರಿಕೆಗಳು, ನಿಯತಕಾಲಿಕೆಗಳು ವಹಿಸಿದ ಪಾತ್ರ ಅತ್ಯಂತ ಮಹತ್ವವಾದುದು. ಅವುಗಳಲ್ಲಿ ಪ್ರಮುಖವಾದವು ಮುದವೀಡು ಕೃಷ್ಣರಾಯರ **'ಕರ್ನಾಟಕ ವೃತ್ತ'**, ಆಲೂರು ವೆಂಕಟರಾಯರ **'ಜಯಕರ್ನಾಟಕ'**, ಧಾರವಾಡ ವಿದ್ಯಾವರ್ಧಕ ಸಂಘದ **ವಾಗ್ಭೂಷಣ** ದಿವಾಕರರ **'ಕರ್ಮವೀರ'**, ವೀರಣ್ಣಗೌಡರ **'ಚಿತ್ರಗುಪ್ತ'**, ಅಗರಂ ರಂಗಯ್ಯನವರ **'ಸಾಧ್ವಿ'**, ತಿ.ತ. ಶರ್ಮರ **'ವಿಶ್ವಕರ್ನಾಟಕ'**, ಪಾಟೀಲ ಪುಟ್ಟಪ್ಪನವರ **'ಪ್ರಪಂಚ'**, ಸೀತಾರಾಮಶಾಸ್ತ್ರಿಗಳ **'ವೀರಕೇಸರಿ'**, ಬಿ.ಎನ್ ಗುಪ್ತರ **'ಪ್ರಜಾಮತ'**, ರಾಮಯ್ಯನವರ **'ತಾಯಿನಾಡು'** , ಬಾಂಬೆ ಕರ್ನಾಟಕ ಪ್ರದೇಶದ **'ರಾಜಹಂಸ' 'ಧನಂಜಯ'**, **'ಸಂಯುಕ್ತ ಕರ್ನಾಟಕ'**, ಉಡುಪಿಯಲ್ಲಿ ಪ್ರಕಟವಾಗುತ್ತಿದ್ದ **'ನವಯುಗ'** ಮತ್ತು **'ಸತ್ಯಾಗ್ರಹ,'**

ಬಿಜಾಪುರದ **'ಕರ್ನಾಟಕ ವೈಭವ'** ಮೊದಲಾದವು. ಕೆಲವು ಪತ್ರಿಕೆಗಳು ಸರ್ಕಾರದ ಕೆಂಗಣ್ಣಿಗೆ ಗುರಿಯಾಗಿ ಮುಚ್ಚಿ ಹೋದವು. ಹಲವು ಸಂಪಾದಕರು, ಪತ್ರಕರ್ತರು ಚಳುವಳಿಯನ್ನು ಬೆಂಬಲಿಸಿದ್ದಕ್ಕಾಗಿ ಅಪಾರವಾದ ತೊಂದರೆಗಳನ್ನು ಎದುರಿಸಬೇಕಾಯಿತು.

ಏಕೀಕರಣ ಹೋರಾಟಕ್ಕೆ ಶಕ್ತಿ ತುಂಬಿದ ಸಾಹಿತಿಗಳು

ಬಹುತೇಕ ಕನ್ನಡ ಸಾಹಿತಿಗಳು ವಿದ್ವಾಂಸರು ಏಕೀಕರಣ ಚಳುವಳಿಯನ್ನು ಬೆಂಬಲಿಸಿದ್ದಲ್ಲದೆ, ಹಲವರು ಅದರಲ್ಲಿ ಸಕ್ರಿಯವಾಗಿ ಪಾಲ್ಗೊಂಡರು. ಆಲೂರು ವೆಂಕಟರಾವ್, ದ.ರಾ ಬೇಂದ್ರೆ, ಶಂ.ಬಾ ಜ್ಯೋಷಿ, ಬೆಟಗೇರಿ ಕೃಷ್ಣಶರ್ಮ ವಿ.ಕೃ ಗೋಕಾಕ್, ಪಂಜೆ ಮಂಗೇಶ್ವರ್ ರಾವ್, ರಾಷ್ಟ್ರಕವಿ ಎಂ. ಗೋವಿಂದ ಪೈ, ಶಿವರಾಮ ಕಾರಂತ್, ಡಿ.ವಿ.ಗುಂಡಪ್ಪ, ಶಿವಮೂರ್ತಿಶಾಸ್ತ್ರಿ, ತಿ.ತಾ ಶರ್ಮ, ಕೆ.ವಿ ಪುಟ್ಟಪ್ಪ, ಗೊರೂರು ರಾಮಸ್ವಾಮಿ ಐಯ್ಯಂಗಾರ್, ಅ.ನ.ಕೃ. ಸಿದ್ದವನ ಹಳ್ಳಿ ಕೃಷ್ಣಶರ್ಮ, ಬಿ.ಎಂ.ಶ್ರೀಕಂಠಯ್ಯ ಮೊದಲಾದ ಪ್ರಸಿದ್ಧ ಸಾಹಿತಿಗಳು ಏಕೀಕರಣ ಚಳುವಳಿಗೆ ಪೂರ್ಣ ಬೆಂಬಲ ನೀಡಿದರು.

ಆಗ ಮೈಸೂರಿನ ಮಹಾರಾಜ ಕಾಲೇಜಿನಲ್ಲಿ ಪ್ರಾಧ್ಯಾಪಕರಾಗಿದ್ದ ಕುವೆಂಪು ಅಖಂಡ ಕರ್ನಾಟಕದ ಪ್ರತಿಪಾದಕರಾಗಿದ್ದರು. ಅವರ ನಿಲುವಿಗೆ ಆಕ್ಷೇಪಿಸಿದ್ದ ಮೈಸೂರಿನ ಕೆ.ಸಿ.ರೆಡ್ಡಿ ಸರ್ಕಾರ ಅವರಿಗೆ ನೋಟಿಸ್ ನೀಡಿತ್ತು. **"ಪ್ರಾಧ್ಯಾಪಕರಾಗಿರುವ ನೀವು ರಾಜಕೀಯ ವಿಷಯ ಕುರಿತು ಹೇಳಿಕೆ ನೀಡಿದ್ದೀರಿ, ಇದಕ್ಕೆ ವಿವರಣೆ ನೀಡಿ"** ಎಂದು ಕೇಳಿತು. ಅದಕ್ಕೆ ಉತ್ತರವಾಗಿ ಕುವೆಂಪು **'ಅಖಂಡ ಕರ್ನಾಟಕ'** ಎಂಬ ಪದ್ಯವನ್ನು ಬರೆದು ಕಳುಹಿಸಿದರು. ಅವರ ಒಂದು ಭಾಗ ಹೀಗಿತ್ತು

"ಕರ್ನಾಟಕ ಎಂಬುದೇನು ಹಸರೆ ಬರಿಯ ಮಣ್ಣಿಗೆ! ಮಂತ್ರ ಕಾಣಾ ! ಶಕ್ತಿ ಕಾಣಾ! ತಾಯಿ ಕಾಣಾ ! ದೇವಿ ಕಾಣಾ ! ಬೆಂಕಿ ಕಾಣಾ ! ಸಿಡಿಲು ಕಾಣಾ !ಕಾವ ಕೊಲುವ ಒಲವ ಬಲವ ಪಡೆದ ಚಲದ ಚಂಡಿ ಕಾಣಾ ಋಷಿಯ ಕಾಣ್ಬ ಕಣ್ಣಿಗೆ" ಕೊನೆಗೆ ನಿಟ್ಟೂರು ಶ್ರೀನಿವಾಸರಾಯರ ಸಲಹೆಯಂತೆ ರೆಡ್ಡಿ ಸರ್ಕಾರ ನೋಟಿಸನ್ನು ಹಿಂತೆಗೆದುಕೊಂಡಿತು. **"ಕನ್ನಡಕ್ಕಾಗಿ ಕೈ ಎತ್ತು ನಿನ್ನ ಕೈ ಕಲ್ಪವೃಕ್ಷವಾಗುವುದು"** ಎಂದು ಹೇಳಿದ ಕುವೆಂಪು ಕರ್ನಾಟಕ ಏಕೀಕರಣಕ್ಕೆ ಸಂಪೂರ್ಣ ಬೆಂಬಲ ನೀಡಿದರು.

ಮಾದರಿ ಪ್ರಶ್ನೆಗಳು

ಒಂದು ಅಂಕದ ಪ್ರಶ್ನೆಗಳು

1. ಕರ್ನಾಟಕ ವಿದ್ಯಾವರ್ಧಕ ಸಂಘದ ಸ್ಥಾಪಕರು ಯಾರು ?
2. ಕನ್ನಡ ಸಾಹಿತ್ಯ ಪರಿಷತ್ ಪ್ರಥಮ ಅಧ್ಯಕ್ಷರು ಯಾರು ?
3. 'ಕರ್ನಾಟಕದ ಕುಲಪುರೋಹಿತ' ಎಂದು ಕರೆಯಲ್ಪಟ್ಟಿರುವವರು ಯಾರು?
4. 'ಸಿರಿಗನ್ನಡಂ ಗೆಲ್ಗೆ' ಎಂಬ ಕನ್ನಡಿಗರ ಘೋಷವಾಕ್ಯವನ್ನು ರೂಪಿಸಿದವರು ಯಾರು ?
5. 'ಉದಯವಾಗಲಿ ನಮ್ಮ ಚಲುವ ಕನ್ನಡನಾಡು' ಎಂಬ ನಾಡಗೀತೆಯನ್ನು ರಚಿಸಿದವರು ಯಾರು?
6. ಬಳ್ಳಾರಿ ವಿಷಯದ ಪರಿಶೀಲನೆಗೆ ನೇಮಕಗೊಂಡ ಆಯೋಗ ಯಾವುದು ?
7. ರಾಜ್ಯಗಳ ಪುನರ್‌ವಿಂಗಡಣಾ ಆಯೋಗದ ಅಧ್ಯಕ್ಷರು ಯಾರು ?
8. 'ನವಮೈಸೂರು' ರಾಜ್ಯಕ್ಕೆ 'ಕರ್ನಾಟಕ' ಎಂದು ಮರುನಾಮಕರಣ ಮಾಡಿದ ಮುಖ್ಯಮಂತ್ರಿ ಯಾರು ?
9. ಭಾಷಾವಾರು ರಾಜ್ಯಗಳ ರಚನೆ ಬೇಡಿಕೆಯನ್ನು ಪರಿಶೀಲಿಸಲು ಧರ್ ಆಯೋಗವನ್ನು ಯಾರು ರಚಿಸಿದರು?

ಹತ್ತು ಅಂಕದ ಪ್ರಶ್ನೆಗಳು

1. ಸ್ವಾತಂತ್ರ್ಯ ಪೂರ್ವದಲ್ಲಿ ಕರ್ನಾಟಕದ ಏಕೀಕರಣಕ್ಕಾಗಿ ನಡೆದ ಹೋರಾಟವನ್ನು ವಿವರಿಸಿ.
2. ಸ್ವಾತಂತ್ರ್ಯನಂತರ ಕರ್ನಾಟಕ ಏಕೀಕರಣಕ್ಕಾಗಿ ನಡೆದ ಹೋರಾಟವನ್ನು ವಿವರಿಸಿ.

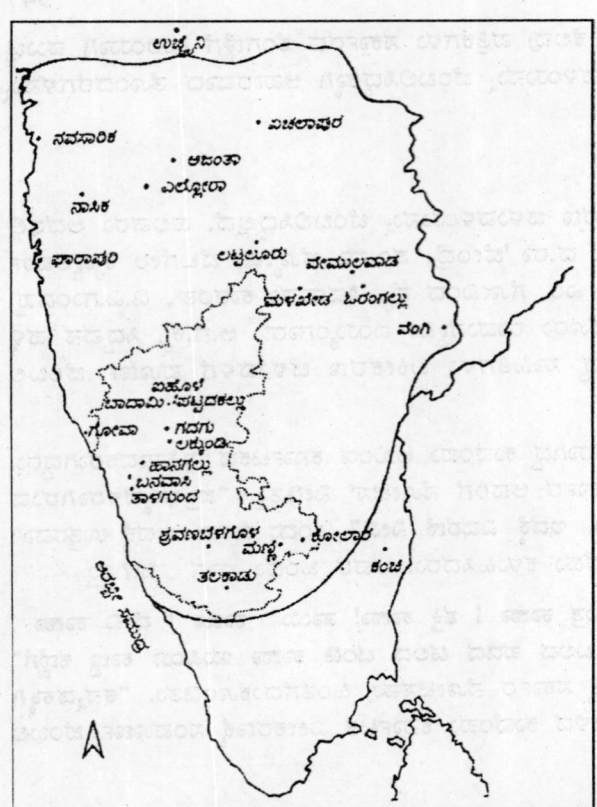

ಬದಾಮಿ ಚಾಲುಕ್ಯ ಸಾಮ್ರಾಜ್ಯ

ರಾಷ್ಟಕೂಟರ ಸಾಮ್ರಾಜ್ಯ

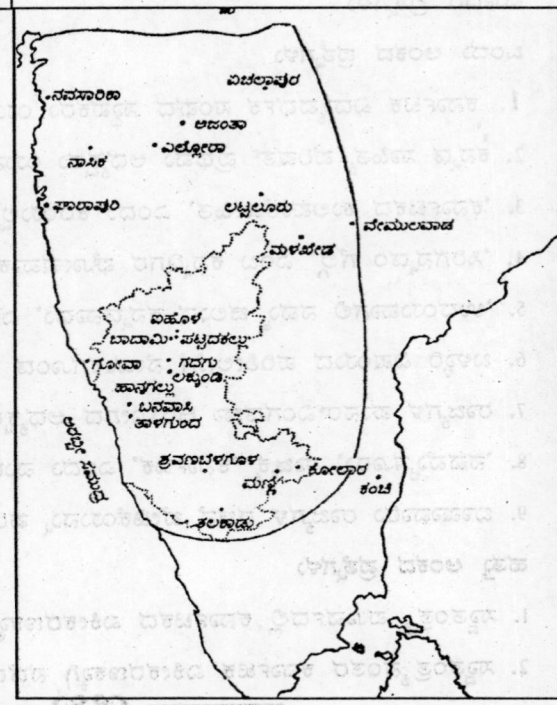

ಕಲ್ಯಾಣ ಚಾಲುಕ್ಯರ ಸಾಮ್ರಾಜ್ಯ

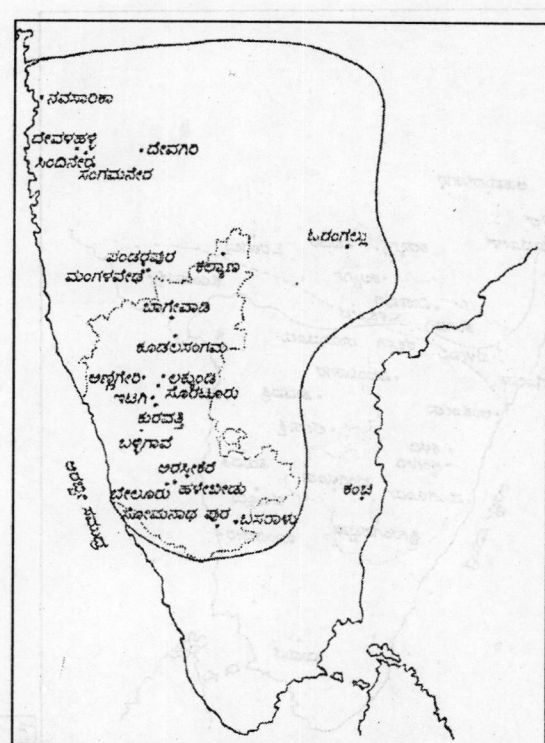

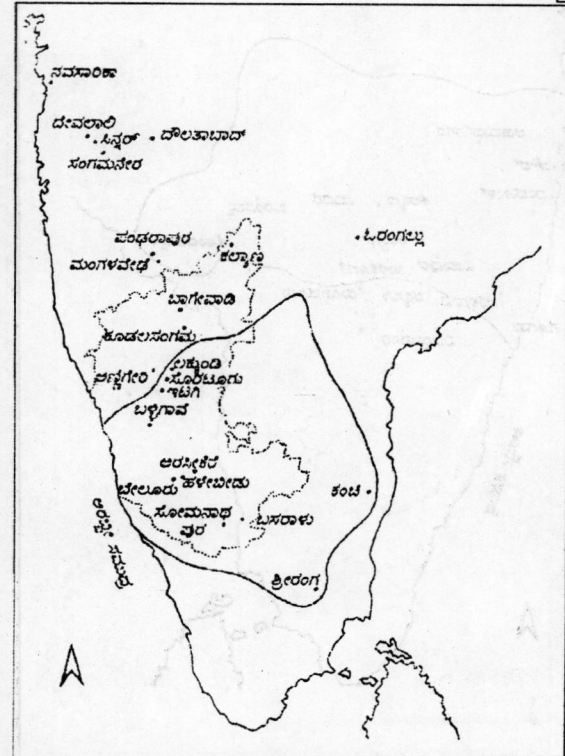

ಹೊಯ್ಸಳರ ರಾಜ್ಯ

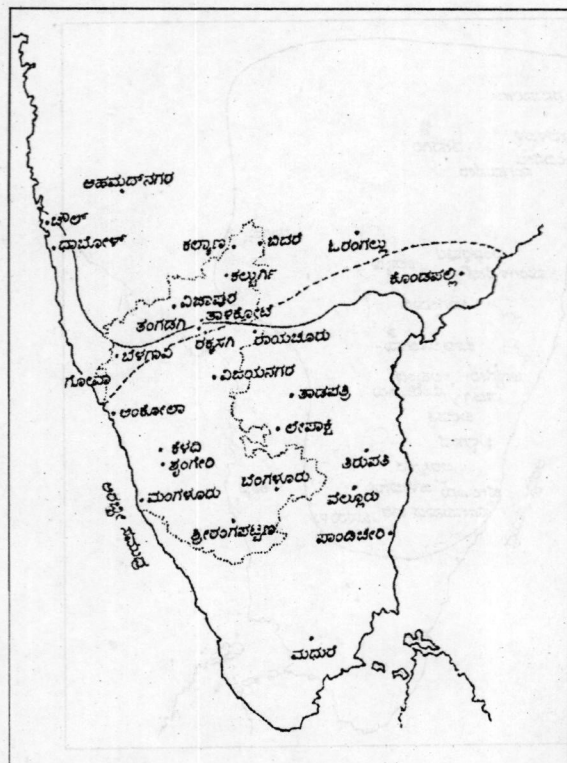

ವಿಜಯನಗರ ಸಾಮ್ರಾಜ್ಯ

━━━━━━ 1471ರ ಮೊದಲಿನ ಗಡಿ

- - - - - 1471ರ ನಂತರದ ಗಡಿ

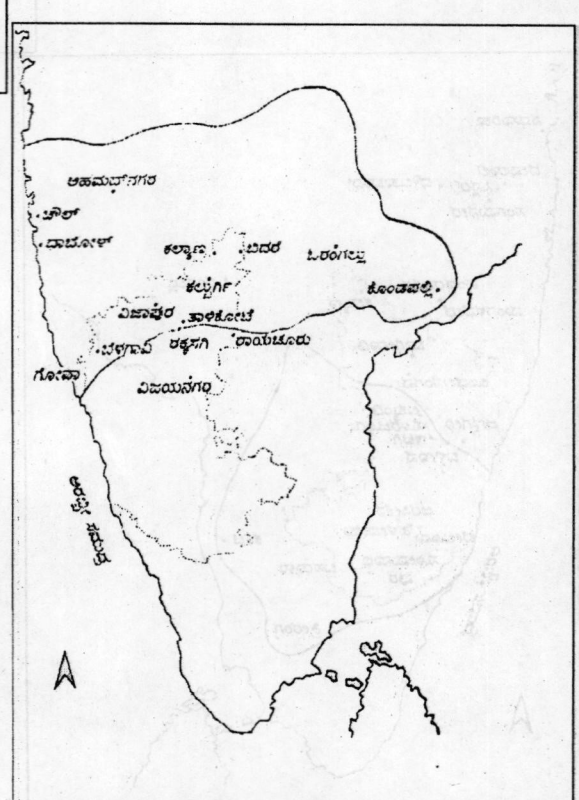

ಬಹಮನಿ ಸಾಮ್ರಾಜ್ಯ